KB028262

Từ Điển
Hàn-Việt
MỚI NHẤT

최신 한국어 - 베트남어 사전

NGUYEN THI TO TAM, 류지은

KOREAN-VIETNAMESE DICTIONARY

최신 한국어-베트남어 사전 (개정판)

제3판 1쇄 인쇄 2023년 9월 15일
제3판 1쇄 발행 2023년 9월 31일

지은이 NGUYEN THI TO TAM, 류지은
펴낸이 서덕일
펴낸곳 도서출판 문예림 (출판등록 제1962-1호)

주소 경기도 파주시 회동길 366
전화 02-499-1281~2 **팩스** 02-499-1283
홈페이지 www.moonyelim.com **전자우편** info@moonyelim.com

ISBN 978-89-7482-932-2(11730)

머리말

이 한·베 사전은 한국에 있는 베트남 유학생들과 근로자들, 베트남어를 공부하시는 분들과 관련분야에서 일하시는 분들, 더불어 베트남에서 유학하는 한국학생들과 거주하시는 교민들을 위해 출판되었습니다.

이 사전에는 일반사회적으로 생활에 통용되는 70,000 단어가 수록되어있고 한국어의 14 자음 순서로 정리되어 있습니다 ; 그 중 한국어단어를 베트남어 한 단어로 표기하기에는 베트남어 표현의 풍부함으로 인해 어려움이 있었습니다. 이에 우리는 최대한 한국어의 정확한 뜻을 살리고자 노력하였고 구체적인 예문를 통해 여러분이 공부하시는데 편리하게 해두었습니다.

현재 한국 사회에서 통용되고 있는 영어, 프랑스어에서 파생된 외래어까지 적어놓았으며 베트남어 표기 앞부분에 원어를 표기하였습니다.
또한 한국어와 베트남어의 동음,동의어를 넣어 발음을 통해 쉽게 알아 볼수 있을것입니다.
; 베트남어 속담과 성어를 한국어 예시 문장으로 정확하게 대비해 놓았습니다. 이부분에서우리는 한국과 베트남문화의 상통하는 부분들을 찾아볼수가 있습니다.

우리는 한국어의 뜻을 정확한 베트남어로 번역하기 위해 최선을 다했습니다 ; 그럼에도 불구하고 아직도 부족한 점들이 남아있음에 여러분들의 양해를 구합니다.
진심으로 감사드립니다.

류지은 , 응우웬 티 또 땀

LỜI MỞ ĐẦU

Quyển từ điển Hàn –Việt này được xuất bản nhằm đáp ứng nhu cầu của các cán bộ, sinh viên Việt Nam đi công tác, lao động, học tập ở Hàn Quốc – cũng như các sinh viên Hàn Quốc và các Hàn kiều sinh sống ở Việt nam.

Với khoảng 70.000 mục từ thông dụng trong đời sống hằng ngày và trong môi trường xã hội nói chung, được xắp xếp theo thứ tự của 14 mẫu tự chính của tiếng Hàn; trong đó, do ngôn từ phong phú của tiếng Việt, có những mục từ tiếng Hàn được định nghĩa bằng nhiều từ Việt, chúng tôi cũng ghi ra rõ ràng, cùng với những ví dụ cụ thể kèm theo để các bạn tiện việc nghiên cứu.

Có những từ xuất xứ từ tiếng Anh, tiếng Pháp đã trở thành thông dụng trong ngôn ngữ Hàn Quốc trong tình hình giao lưu mở rộng giữa các dân tộc như ngày nay, chúng tôi cũng ghi ra rõ từ gốc bằng chữ viết *nghiêng* trong hai ngoặc đơn trước khi ghi nghĩa tiếng Việt. Cũng có những từ đồng âm, đồng nghĩa với tiếng Hán –Việt, chúng ta sẽ dễ dàng nhận thấy qua phần phiên âm; những thành ngữ, tục ngữ Việt Nam được đối chiếu chính xác trong những câu ví dụ tiếng Hàn để trong tra cứu, chúng ta còn có thể phát hiện ra sự tương đồng thú vị giữa hai nền văn hóa Việt-Hàn.

Chúng tôi đã cố gắng hết sức ghi lại chính xác bằng tiếng Việt nghĩa của các từ tiếng Hàn; tuy nhiên, trong mọi việc vẫn có thể có vài sơ sót ngoài ý muốn. Nếu có trường hợp như vậy trong quyển từ điển này, chúng tôi xin sẵn sàng đón nhận sự góp ý của các bạn đọc với lời cảm tạ chân thành.

Người biên soạn

NGUYỄN THỊ TỐ TÂM

và RYU JI-EUN

참고자료

1.베트남어사전-언어학 연구원 저, 사회과학출판사 - 1988

2.베트남어사전 -부이 득 띤 저, 문화통신출판사 - 2001

3.현대중국어사전 -세계출판사 - 1996

4.중국어-베트남어사전 -다오 유이 안, 쯩 티 출판 3판 - 1957

5.남부방언집 -브 홍 센 저, 호치민젊은출판사- 1999

6.베트남 속담과◦성어 사전 -응우원 런 저, 사회과학출판사 - 1997

7.영어-베트남어 사전 -하노이국가대학교 저, 교육출판사 -1998

8.프랑스어-베트남어 사전 -레 득 께 저, 사회과학출판사 -1998

9.베트남어-한국어 사전 -조재현 저, 서울출판사 - 2000

10.한국어-영어 사전 -동아출판사 -1982

TÀI LIỆU THAM KHẢO

----

1. Từ điển tiếng Việt –Viện Ngôn ngữ học, NXB Khoa học Xã hội Việt Nam - 1988
2. Từ điển tiếng Việt - Bùi Đức Tịnh, NXB Văn hóa thông tin - 2001.
3. Từ điển Hán Việt Hiện đại - NXB Thế giới – 1996.
4. Hán Việt từ điển – Đào duy Anh, Trường thi xuất bản lần thứ 3 –1957.
5. Tự vị tiếng nói miền Nam – Vương Hồng Sển, NXB trẻ HCM – 1999.
6. Từ điển Thành ngữ và Tục ngữ Việt Nam – GS Nguyễn Lân, NXB Khoa học Xã hội – 1997.
7. Từ điển Anh Việt – trường Đại học Quốc Gia Hà Nội, NXB Giáo dục – 1998.
8. Từ điển Pháp Việt – Lê Đức Kế, NXB Khoa Học Xã hội - 1998
9. Từ điển Việt Hàn – GS. Tiến sĩ Cho Jae-Hyun, NXB Seoul – 2000
10. Đông Á's new little Korean English dictionary – 1982.

BẢNG CHỮ CÁI TIẾNG HÀN

(Bảng 1: các phụ âm)

Phụ âm đơn	Phụ âm nhấn mạnh *Ở vị trí đầu và cuối*	Phụ âm đôi (*chỉ ở vị trí cuối*)
ㄱ k (g)	ㄲ kk (gg)	ㄳ ks
ㄴ n		ㄵ nj ㄶ nh
ㄷ r *(đầu)* t (*cuối)*	ㄸ tt (dd)	ㄺ lg ㄻ lm ㄼ lb ㄽ ls ㄾ lt ㄿ lp ㅀ
ㅁ h		
ㅂ p (b)	ㅃ pp (bb)	ㅄ ps
ㅅ s	ㅆ ss	
ㅇ ng (ở cuối) ở đầu không phát âm		
ㅈ ch (j)	ㅉ jj	
ㅊ ch’		
ㅋ k’		
ㅌ t’ (th)		
ㅍ p’ (ph)		
ㅎ h		

Các phụ âm nhấn mạnh được phát âm mạnh hơn các phụ âm vô thanh như g, d, b, s và j trong tiếng Anh. Các phụ âm bật hơi ch’, k’, t’ và p’ khi phát âm, luồng hơi bật mạnh. Phụ âm đầu r “ㄹ” phát âm giống như phụ âm r trong tiếng la tinh.

(Bảng 2: các nguyên âm)

Nguyên âm đơn	Nguyên âm đôi "I" (nguyên âm "I" ghép với nguyên âm đơn)	Các nguyên âm đôi khác (sự kết hợp giữa các nguyên âm khác)
아 a (father)	애 ae (hat)	
야 ya (yard)	얘 yae (yaem)	
어 ơ (hut)	에 e (met)	
여 yơ (yearn)	예 ye (yes)	
오 o (home)	외 oe (koin)	와 wa (wan) 왜 wae (wet)
요 yo (yoke)		
우 u (do)	위 wl (wield)	
유 yu (you)		
으 ư (taken)	의 ưi (taken + we)	
이 I (ink)		

Phụ âm "o" đi với mỗi nguyên âm là phụ âm vô thanh, giữ vai trò chỉ ra vị trí của phụ âm đầu khi thêm vào để hình thành âm tiết.

ㄱ

ㄱ

가 (가장자리) bờ mép, cạnh, lề. @ 강가 bờ sông // 길가 lề đường.

가 sự thêm. 하다 cộng thêm

가 [옳음] đúng, tốt [찬성] sự chấp thuận.

가- [임시의] có tính tạm thời, nhất thời, lâm thời. [가짜의] giả, giả tạo.

-가 @ 네 성이 김가냐? *Họ của anh là Kim, phải không?*

-가 đường phố (구역) khu phố @16 번가 đường số 16.

가감 (수학) sự cộng và trừ [조절] sự điều chỉnh, *--하다 cộng trừ, thêm bớt, điều chỉnh.

가까스로 hiếm hoi, hạn chế.

가까워지다 (거리) đến gần. (사이가) trở nên gần gũi, thân thiện.

가까이 [거리] gần, thân cận, [거와] gần như. *--하다 kết hợp, kết giao @ 가까이오다 trở nên thân thiết với..

가깝다 (1)[거리 khoảng cách] gần, thân cận, @ 강에 가깝다 ở gần sông (2) [시간 thời gian] gần đến (giờ) (3) [관계 quan hệ] @ 그사람은 친척은 아니다 *Tôi không thân với người đó lắm.* (4) [거리] gần, gần như, suýt soát. @나이가 60 에 가깝다 *ông ấy gần 60 tuổi* (5) [유사] tương tự, gần giống @ 동정은 사랑에 가깝다 *sự thương hại một cũng giống như tình yêu.*

가게 cửa hàng, quầy hàng, sạp bán hàng (노점) tiệm, quán.

가격 giá, giá cả.
가격도매 giá bán sĩ.
가격소매 giá bán lẻ.

가결 sự thông qua *--하다 thông qua (bỏ phiếu) @ 48 표대, 5 표로 가결되다 *thông qua với 48 phiếu thuận, 5 phiếu chống*

가경 cảnh đẹp.

가계 gia đình, dòng dõi.

가계 cơ cấu, tổ chức gia đình *-가계부 sổ thu chi gia đình.

가곡 ca khúc, bài ca, bài thơ.

가공 sự chế biến, sự sản xuất, phép điều trị, sự giải quyết.
가공하다 gia công, sản xuất, chế tạo, cải tạo.*--품 sản phẩm gia công.

가공 (1) hoang đường, hư cấu, @가공의 không có thật, ảo //가공적 인물 có tính cách hư cấu (2) [공중 가설] @가공의 ở trên cao *--선 [전신- 전화의] đường dây điện trên không

가공 -할 sự sợ hãi, sự kinh khủng.

가과 (식물 thực vật) trái táo

가관 quang cảnh, cảnh tượng, sự lôi cuốn, sức hấp dẫn.

가교 việc xây cầu *-- 하다 xây cầu, bắc cầu (qua sông).

가구 nhân khẩu. *--주 chủ nhà.

가구 đồ đạc trong nhà *--점 cửa hàng trang trí nội thất.

가꾸다 (1) trồng. * 야채를 가꾸다 trồng rau. (2) [치장] trang trí

가구로 => **거구로** ngược lại.

가규 luật lệ, qui tắc gia đình.

가극 ca kịch. *가극장 rạp hát.

가끔 thỉnh thoảng, đôi khi // 가끔 들르다 thỉnh thoảng ghé lại

가금 gia cầm - thịt gà, vịt. *_ 상인 người bán thịt gà vịt.

가급적 càng..càng tốt @가급적 급히 càng sớm càng tốt.

가나오나 đi đi, lại lại. [언제나] suốt, luôn luôn

가난 sự nghèo khổ.*--하다 gặp cảnh nghèo. @가난한 사람들 những kẻ khốn cùng @ 가난한 집에 태어나다 sinh ra trong gia đình nghèo.

가난들다 [살림이 cuộc sống] trở nên nghèo khổ.

가내 người nhà. @ 가내 평안하신지요? *gia đình bạn có khỏe không*?

가냘프다 tinh xảo, êm, nhẹ. @가냘픈 목소리 giọng nói dịu dàng (nhỏ nhẹ).

가누다 kiềm chế. @ 그는 몹시 취해서 몸을 가누지 못한다 *nó say đến nỗi không kiềm chế được.*

가늘다 mỏng manh, thanh tú. @ 가는목 cái cổ thanh tú // 가는허리 eo thon.

가늠 [겨냥] tầm nhìn.

가능 khả năng, triển vọng. *--하다 có khả năng. @ 가능한 범위에서 trong khả năng [가능성] @가능성은 별로 없는 것 같다 *việc đó không khả năng xảy ra.*

가다 (1) đi (2) [꺼지다] đi vắng * 전기불이 갔다 cúp điện (3) [죽다] chết, qua đời * 그는 가고 없다 *ông ấy đã qua đời.* (4) 오래가다 trải qua, kéo dài. (5) [들다 nhiều] @ 그것은 손이 많이 간다 *viêc đó đòi hỏi nhiều kiên nhẫn*

가다가 thỉnh thoảng, đôi khi.

가다듬다 sắp lại, điều chỉnh lại @ 마음을 가다듬다 chuẩn bị tinh thần.

가닥 1 mảnh, miếng, đoạn. @ 실 한 가닥 đoạn dây // 한가닥의 천 mảnh vải.

가담 (1) [편듦] sự trợ giúp [관여] sự tham gia [공모] sự hợp tác (2) [원조] sự tài trợ @ 원조하다 giúp đỡ, tài trợ, tham gia, ủng hộ @ 그는 그음모에 가담했다 *nó có can dự vào âm mưu đó* *--재 kẻ tòng phạm (공모자)

가당 –하다 [타당] phải, đúng, chính xác. [감당] có thể.

가당찮다 quá đáng – [지나치다] quá quất, quá mức . –[대단하다] đáng sợ, hết sức. @ 가당찮게 비싼값 giá đắt hết sức.

가댁질 trò chơi đuổi bắt; --하다 chơi trò đuổi bắt.

가도 [가풍] gia phong, gia đạo [생계] sinh kế.

가도 quốc lộ, xa lộ.

가동 khởi động, vận hành.

가동성 tính lưu động.

가두 con đường @ 가두에서(ở) trên đường.

가두다 khép, khóa lại, giam lại @감방에 가두다 bỏ tù.

가두리 vành, viền, đường viền.

가드 sự bảo vệ, việc canh gác (경비원) nhân viên bảo vệ.

가득 (가뜩) đầy @ 잔에 술을 가득 부어라 *hãy rót rượu đầy ly.*

가득막거리다 vênh váo, hách dịch, ngông nghênh.

가득하다 làm cho đầy.

가뜩이나 hơn nữa, vả lại.

가뜩한데 cực điểm, cao điểm.

가뜬하다 dễ chịu, sảng khoái, @마음이 가뜬하다 tâm hồn thanh thản // 가뜬하게 차리다 ăn mặc trang nhã.

가라사대 dạy, bảo, nói @ 공자 가라사대 Khổng Tử nói

가라앉다 (1) [침몰] chìm, lắng [마음이] chìm xuống tận đáy lòng. (2) [조용해지다] lặng. @ 바람이 가라앉는다 lặng gió. (3) [고통 따위가] giảm đi, yếu đi, hạ xuống. @ 열이 가라앉았다 cơn sốt đã hạ.

가라앉히다 (1) [침몰] chìm đắm, lắng dịu. @ 성을 가라 앉히다 kiềm chế cơn giận [남의] xoa dịu (2) [고통따위를] làm khuây khỏa @통증을 가라앉히다 làm cho bớt căng, làm giảm đau.

가락 (1) [음조 âm điệu] giai điệu âm thanh. [박자 nhịp điệu] @가락을 맞추다 [음조를] hợp âm [장단을] giữ đúng nhịp (2)[솜씨] sự khéo léo, kỹ xảo @ 일에 가락이 나다 khởi động (công việc) -trở nên cuồng nhiệt, sôi nổi.

가락지 một cặp nhẫn.

가람 chùa, miểu, nhà thờ.

가랑군 bụi tuyết.

가랑니 trứng chí, trứng rận.

가랑머리 bím tóc bện 2 bên.

가랑무우 nhánh củ cải.

가랑비 mưa bụi, mưa phùn @ 가랑비가 내리고 있었다 trời mưa phùn.

가랑이 chạc (chỗ ngã ba).

가랑잎 lá chết, lá úa, lá khô.

가래 (1) [농구 nông cụ] cái cào, cái thuổng // 가래질하다 đào, cào, xới (2) (가래침) [담] đờm, dãi @ 가래침을 뱉다 nhổ, khạc đờm (3) [낱개] miếng, mảnh @떡한 가래 một miếng bánh.

가래다 phân biệt @ 선악을 가래다 phân biệt thiện ác.

가래톳 [병리] bệnh bạch hầu.

가량 (1) [쯤] ước chừng, vào khoảng (2) [어림 짐작] ước tính, phỏng đoán.

가량가량하다 gầy yếu nhưng khỏe mạnh.

가려하다 xinh, đẹp.

가련하다 đáng thương, tội nghiệp

가렴 sự bốc lột, sự cưỡng đoạt.*가렴하다 cưỡng đoạt.

가렵다 (1)[피부가] ngứa, cảm giác ngứa ngáy. @ 가려운 곳을 긁다 gãi chỗ ngứa (2) [좀스럽다] bủn xỉn, keo kiệt.

가령 nếu, giả sử (là..)

가로 chiều rộng, bề khổ [부사적] sọc ngang.

가로 con đường // 가로등 đèn đường.

가로되 => 가라사대 sự diễn đạt (trình bày).

가로막다 làm gián đoạn, gây trở ngại (가로막히다)

가로맡다 vượt qua.

가로새다 lủi, lẩn trốn, lẻn vào.

가로세로 ngang dọc. [부사적] theo chiều ngang và chiều dọc [사방으로] bốn hướng

가로쓰기 sự viết từ trái sang phải

가로지르다 đi ngang qua.

가로차다 cướp, giật @핸드백을 가로차다 giật túi xách.

가로채다 =>가로치다 => 가로채이다 bị chộp, bị tóm, bị bắt.

가로퍼지다 được mở rộng ra [뚱뚱해지다] đầy đặn, béo ra.

가뢰 [곤충] con bọ cánh cứng.

가료 sự chữa trị.

가루 [곡식의 ngủ cốc] bột @가루를 만들다 tán thành bột *--비누 xà bông bột. *--약 thuốc bột.

가르다 (1) [분할 phân chia] // 분배 phân phối // 분류 phân loại // [분리 phân ly] (2) [선악을 phân biệt tốt, xấu - (thiện, ác)]

가르랑거리다 thở khò khè.

가르치다[지식.기술을 kỹ thuật] hướng dẫn, đào tạo [교육 giáo dục] @ 영어를 가르치다 dạy tiếng Anh

가르침 [교훈 giáo huấn] sự dạy dỗ, lời dạy @ 공자의 가르침 lời dạy của Khổng Tử.
가름 [분할 sự phân biệt] [분류 sự phân loại] [부별 sự tách biệt] [분배 sự phân phối] [분리 sự phân ly]. 가름하다 => 가르다.
가리 1/ [고리잡는] cái bẫy.
가리 2/ [갈비] xương sườn.
가리가리 từng miếng; từng mảnh.@가리가리 찢다 xé ra từng mảnh.
가리개 màn che [병풍 bình phong].
가리다 [보이지 않게] che đậy @우산으로 얼굴을 가리다 che mặt trong cái dù.
가리다 [쌓다] xếp thành đống, chất đầy.
가리마 đường ngôi tóc @ 한가운데에 가리마를 타다 chải (tóc) ngôi giữa.
가리비 [조개 con sò] sò điệp.
가리새 [조리] lý do, lý lẽ.
가리새 (새) con cò mỏ vẹt
가리우다 => 가리다.
가리이다 che đậy, bưng bít.
가리키다 chỉ, biểu thị.
가리틀다 [훼방하다] cản trở, phá đám [부당하게 요구하다 đòi hỏi vô lý.
가린스럽다 keo kiệt, bủn xỉn.
가마 1/ [머리의 cái đầu] 2/ [가마솥] cái ấm, cái vạc. [기와굽눈] lò, lò sưởi, lò nung gạch. 3/ [탈것] cái kiệu.
가마니 túi rơm, @ 쌀가마니 túi đựng thóc bằng rơm.
가마우지 (새) con chim cốc.
가막조개 [조개] con sò.
가만가만 lén lút, rón rén, vụng trộm, nhẹ nhàng, thận trọng.
가만히 [조용히] im lặng, tĩnh mịch [살짝. 몰래] lặng lẽ @가만히 있다 giữ yên lặng [방관] dửng dưng, không quan tâm đến.
가망 triển vọng [전망] viễn cảnh [가능성] có khả năng, có triển vọng. @ 가망이 있다 nhiều hy vọng // 가망이 없다 không có hy vọng.
가매장 sự mai táng tạm *--하다 mai táng tạm.
가맹 sự sát nhập, sự gia nhập *--하다 sát nhập, tham gia.
가면 cái mặt nạ, sự ngụy trang. @가면을 쓰다 mang mặt nạ [위선] đạo đức giả. *--무도회 vũ hội hóa trang.
가면허 giấy phép tạm.
가명 (tên) họ [명예] thanh danh @ 가명을 더럽히다 làm ô danh
가명 bí danh, biệt hiệu [별명] bút hiệu @ 가명으로 dưới danh hiệu.
가묘 phần mộ gia đình.
가무 ca vũ, ca múa.
가무러지다 ngất, xỉu, bất tỉnh => 까무러지다.
가무스름하다 hơi đen, đen đen.
가무잡잡하다 lờ mờ, u ám.
가문 gia môn, dòng dõi @ 좋은 가문에 태어나다 xuất thân từ dòng họ tốt.
가문비 [식물 thực vật] cây vân sam, cây thông bạc.
가문서 tài liệu giả.
가물 mùa khô, sự khô cạn, sự khát. @ 오랜 가물 hạn hán kéo dài.
가물가물 => 까물까물 mơ hồ, lập lòe, một cách mơ hồ 가물거리다 => 까물거리다.
가물다 hạn hán, khô cạn.
가물들다 trở nên khô cạn, hạn hán [농작물이] trải qua cơn hạn [부족] bị khan hiếm.

ㄱ

가물음 => 가물 khô hạn.
가물치 [물고기 cá] con lươn.
가뭇하다 => 까뭇하다 hơi đen, đen đen.
가미 gia vị *--하다 cho gia vị vào [부가] thêm vào.
가발 bộ tóc giả.
가방 túi xách, túi du lịch, vali, cái cặp. [대형] thùng để hành lý đằng sau xe hơi.
가법 phép cộng.
가법 gia pháp.
가벼이 tao nhã, thanh mảnh.
가볍다 (1) [두께] nhẹ; @ 가벼운짐 chở nhẹ. (2) [경미] nhẹ, sơ sài @ 가벼운 병 bệnh nhẹ (3) [경망] lơ đểnh, cẩu thả, sơ suất. @ 가볍게 굴다 hành động sơ suất (4) [비중 가치] tầm thường. @가볍게 여기다 xem thường. (5) [산뜻.홀가분] dễ dàng, đơn giản. @ 가벼운 식사 bữa ăn đơn giản (thanh đạm)
가보 [화투 놀이의] sự thắng cuộc.
가보 tài sản gia đình. * 그림은 가보로서 소중히 간수되고있다 *tranh ảnh là di sản của gia tộc.*
가봉 phần phụ, thêm. 특별—món tiền phụ trội đặc biệt.
가봉 sự khâu, sự lược, đính tạm *-- 하다 khâu, lược.
가부 [옳고 그름] đúng hay sai, tốt hay xấu [찬 부] thuận hay chống, ủng hộ hay phản đối @가부간 dầu sao chăng nữa, trong mọi trường hợp.
가부르다 quạt, sàng sẩy. @ 곡식을 까부르다 sàng thóc.
가분하다 => 가뿐하다 lanh lợi, khôn lanh, nhanh.
가불 [미리 주는] một món tiền trả trước [임시로 주다] số tiền đặt cọc. 가불하다 trả trước, ứng trước
가불가 => 가부
가쁘다 (1) [숨이] hết hơi, đứt hơi (2) [힘겹다] gay go, khó khăn, phiền phức.
가사 việc nhà, việc nội trợ @ 가사를 처리하다 chăm sóc việc nhà.
가사 lời của bài ca. @ 곡이 가사에 꼭 맞는다 giai điệu phù hợp với lời ca.
가사 áo tế, áo lễ, áo cà sa.
가산 tính cộng *--하다 cộng thêm, bao gồm @ 이자를 가산하다 bao gồm tiền lãi.
가산 gia sản.
가산호 san hô giả.
가상 sự phê chuẩn, sự tán thành *--하다 tán thành, khen ngợi @ 선행을 가상히 여기다 biểu dương thành tích.
가상 sự tưởng tượng *--하다 tưởng tượng, hình dung.
가상 hình ảnh giả [광물에서의] đồ giả mạo.
가설 sự xây dựng, sự trang bị. *--하다 xây cất, lắp đặt @ 전화를 가설하다 gắn điện thoại.
가설 [일시적] sự lắp đặt (thiết bị) tạm [상정] giả định [법] hư cấu, giả tưởng. *--하다 lắp đặt tạm, thử @ 가설의 tính chất lâm thời, tạm bợ.
가설 [논리] giả thuyết [가정] sự giả bộ, sự làm ra vẻ @ 가설을 세우다 giả thiết là, cho là, thí dụ là.
가성 (화학) tính ăn da.
가성 @ 가성의 sai, giả *--근시 cận thị giả tính.
가성 lời bịa đặt.
가세 gia cảnh @가세가 넉넉하다 gia cảnh sung túc.
가세 sự giúp đỡ *--하다 giúp đỡ, cấp

dưỡng, ủng hộ.
가소 @ 가소의 tính dẻo *--물 chất dẻo.
가소롭다 buồn cười, nực cười.
가속 [물리] sự gia tốc *--기 máy gia tốc.
가속 [가족] người nhà [자기 아내] vợ tôi, nhà tôi, bà xã tôi.
가솔린 (*gasolin*) dầu lửa, xăng, khí đốt.
가수 ca sĩ *유행가수 ca sĩ dân ca.
가수 bảng phụ lục.
가수금 khoản tạm thu.
가수분해 [화학] sự thủy phân *--하다 thủy phân.
가스 (*gas)* hơi, khí * 가스관 ống dẫn khí.
가스러지다 [성질이] khó có thể quản lý.
가슬가슬하다 khó uốn nắn, khó bảo, khó chữa.
가슴 [흉부] ngực, vòng ngực (của phụ nữ 여자의). [마음] tấm lòng [의복의] tâm trạng.
가슴걸이 đai, yên (ngựa).
가슴앓이 chứng ợ nóng (의학).
가슴츠레하다 buồn ngủ, ngủ lơ mơ, ngủ gà gật.
가시 [나무의] bụi gai [밤송이의] quả có gai [생선의] gai, xương cá [살에 박힌] mảnh vụn[눈의 가시]việc chướng tai gai mắt.
가시다 (1) [씻다] rửa sạch @ 입을 가시다 súc miệng (2) [없어지다] hết, mất.
가시덤불 bụi gai => 가시
가시밭 bụi cây – sự khó khăn.
가시세다 bướng bỉnh, khó dạy.
가시절 dây thép gai.
가식 sự giả bộ, sự màu mè. *--하다 giả đò, giả vờ, giả bộ, làm ra vẻ, giữ thể diện.
가심 sự giặt giũ. *--하다 giặt, rửa, súc.
가아제 băng gạc (y tế) *소독-- bông đã khử trùng.
가압류 [법] sự tạm chiếm. *--하다 tạm chiếm.
가약 [연인의] lời hứa, lời thề. @ 백년 가약을 맺다 hứa hẹn trăm năm.
가언 (논리) giả thuyết @ 가언적 giả dụ.
가업 nghề nghiệp, sự nghiệp. @ 가업을 잇다 kế tục sự nghiệp của cha ông.
가없다 vô tận @가없이 넓은 바다 đại dương mênh mông.
가연물 chất dễ cháy.
가연성 tính dễ cháy, dễ bắt lửa @ 가연성의 dễ kích động, dễ cháy, bồng bột.
가열 sự đun nóng *--하다 đun nóng, làm nóng 가열기 bếp lò, lò sưởi.
가엾다 đáng tội nghiệp @ 가엾은 고아 1 đứa trẻ mồ côi đáng thương // 가엾게 여기다 đáng thương hại. 가엾어라 thật là tội nghiệp!
가영업 nghề tạm, quyền tạm, chức vụ tạm.
가오리 [물고기 cá] con cá đuối gai độc.
가옥 cao ốc, tòa nhà.
가옥 ngọc nhân tạo.
가외 phụ thêm *--수입 thu nhập phụ.
가요 bài ca, khúc hát * 가요곡 bài ca dân gian // 국제 가요제 hội diễn ca nhạc quốc tế.
가용 [집안의 씀씀이] chi phí sinh hoạt.
가용물 thể hòa tan.
가용물 thể nóng chảy.
가용성 tính hòa tan. @ 가용성의 có thể hòa tan được.
가용성 tính nóng chảy @ 가용성의 có thể nấu chảy.
가운 lễ phục.
가운 sản nghiệp gia đình.
가운데 (1) [복판] chính giữa. @ 가운데

를 자르다 cắt đôi đều nhau (ngay giữa). (2) [안쪽] giữa, bên trong. (3) [중간 사이] giữa đường, nửa đường [셋이 상의] giữa đám, giữa lúc, giữa chừng.

가운뎃손가락 ngón giữa.

가웃 một nửa (rưỡi) (1/2) @ 다섯 말 가웃 năm *mal* rưỡi

가위 (1) cái kéo [큰] kéo to // 가위로 베다 cắt bằng kéo. (2) cơn ác mộng. @ 가위 눌리다 gặp cơn ác mộng.

가위 thật là, đúng là, hầu như, trên thực tế.

가윗날 ngày lễ trung thu.

가으내 suốt mùa thu.

가을 mùa thu.

가이던스 [교육] sự hướng dẫn.

가이드 (*guide*)hướng dẫn viên

가인 người tốt @ 가인은 박명하다 người hiền chết sớm.

가일 điều tốt lành, thuận lợi.

가일층 càng (càng ngày càng).

가입 tham gia vào.@ 조합에 가입하다 tham gia vào một đoàn thể *--금 phí gia nhập.

가입학 sự kết nạp trong thời gian thử thách.

가짜 [모조품] vật mô phỏng [위조품] đồ giả, sự giả mạo. [사람] kẻ giả mạo @ 가짜도장 con dấu giả.

가자미 [물고기] con cá bơn sao.

가작 1 việc làm có giá trị.

가장 hơn cả, tột bậc, vô cùng, cực kỳ.@ 가장 중요하다 cực kỳ quan trọng.

가장 gia trưởng, trưởng tộc.

가장 gia trang, lãnh thổ. *--집물 đồ đạc trong nhà.

가장 (1) [변장] sự ngụy trang *--하다 cải trang, trá hình. (2) [거짓꾸밈] sự giả vờ *--하다 làm bộ, làm ra vẻ @--을 가장하고 đội lốt của.. *--무도회 dạ vũ hóa trang.

가장 sự mai táng tạm. *--하다 mai táng tạm.

가장귀 chạc cây.

가장이 cành cây, nhánh cây.

가장자리 gơ, ven, rìa, mép, bờ.

가재 [동물] con tôm @ 가재걸음치다 chậm tiến, lạc hậu.

가재 đồ đạc, đồ dùng trong nhà.

가전 @ 가전의 tính di truyền // 가전의 보물 một gia đình truyền thống.

가전(제) 품 thiết bị gia dụng bằng điện tử.

가절 cơ hội tốt, thời cơ tốt.

가정 nhà, (mái ấm) gia đình [살림] người nhà. @ 가정의 người nhà // 가정에서 ở nhà

가정 việc nội trợ, việc nhà.

가정 ách thống trị bạo ngược.

가정 sự giả vờ, sự mệnh danh. *--하다 giả thử, giả vờ.

가정교사 thầy phụ đạo [여자] nữ gia sư. @ 교사 노릇하다 dạy kèm tư gia.

가정 교육 giáo dục gia đình;

가정 법원 gia pháp.

가제 => 가아제 gạc để buộc vết thương (의학 yhọc).

가져가다 cầm, lấy, mang, xách. @ 누가 내 책을 가져 갔느냐 *ai cầm (ai lấy) quyển sách của tôi?*

가져오다 (1) mang theo @책을 가져왔다 tôi có đem theo quyển sách (2) trình, đưa ra.

가족 gia nhân, người nhà. @ 우리는 일곱 가족이다 gia đình chúng tôi có bảy người. *--계획 kế hoạch gia đình.

가주거 nơi tạm trú, chỗ ở tạm.
가주권 chứng chỉ tạm.
가주소 địa chỉ tạm.
가죽 da, vỏ [소.말 따위 0] da [무두질한] da thuộc [모피] da thú [날가죽] da sống (chưa thuộc) @ 호랑이 가죽 da hổ *--가방 túi da.
가중 tăng trọng. *--하다 làm cho nặng thêm
가증 *--하다 ghét, hận thù.
가증서 giao ước tạm.
가지 (1) cành cây, nhánh cây. [큰가지] cành to [잔가지] chồi, nhánh @ 가지를 꺾다 bẻ cành, chiết nhánh.
가지 (2) [식물] cây cà.
가지 (3) [종류] thứ, hạng, loại, giai cấp @ 여러 가지의 đa dạng, đủ loại, đủ hạng.
가지가지 nhiều thứ, đủ loại @ 가지가지 이유로 đủ lý do.
가지각색 nhiều cách diễn tả khác nhau @ 가지각색의 사람들 đủ hạng người.
가지다 (1)[손에] có, giữ (trong tay) [휴대] mang, xách, đem theo (đồ vật) @돈을 좀 가지고 있다 tôi có mang theo 1 ít tiền(2) [소유]có (sở hữu) [경영] giữ gìn, chăm sóc, quản lý [품다] nuôi nấng, ấp ủ @ 개를 가지고 있다 có nuôi một con chó. (3) [아이.새끼를] có bầu, có mang [동물이].
가지런하다 gọn gàng, ngăn nắp [높이가] có kích cỡ ngang bằng @ 가지런히 bằng nhau, đồng dạng // 신을 가지런히 놓다 xếp những đôi giày lại cho ngăn nắp.
가지치다 [돋아나다] vươn ra (nhánh cây) [자르다] chặt nhánh.
가진급 qua thời gian thử thách.
가집행 [법] lệnh tạm *--하다 ban lệnh tạm.
가짓말 => 거짓말
가차없다 độc ác, nhẫn tâm @ 가차없이 một cách độc ác.
가책 sự tra tấn, sự dày vò. [양심의] sự ân hận. @ 양심의 가책을 받다 *lương tâm bị vằn vặt vì mặc cảm tội lỗi.*
가처분 [법] bố trí tạm, kế hoạch tạm, tình hình tạm.
가청 sự nghe rõ *--거리 tầm nghe *--범위 tần số âm thanh.
가축 gia súc, thú nuôi trong nhà @ 가축을 치다 nuôi gia súc * 가축 병원 bệnh viện thú y.
가출 *--하다 đi ra khỏi nhà. *가출 소녀 cô gái bỏ nhà đi bụi.
가출옥 sự tạm tha *--하다 tạm tha, được bảo lãnh.
가치 giá trị, đáng giá, xứng đáng @ 가치없는 không giá trị // 이용가치 có giá trị hữu dụng.
가칠하다 => 까칠하다 bơ phờ, hốc hác. @ 까칠한 얼굴 một bộ mặt bơ phờ.
가칭 [임시의] tên tạm @ 가칭 동아재단 tạm gọi là *"Đông Á Foundation"*
가탄 *--하다 tệ hại, đáng tiếc @ 가탄할일 sự việc đáng tiếc.
가탈부리다 => 까탈부리다 làm cho vấn đề thêm rắc rối.
가탈지다 => 까탈지다 làm bế tắc.
가택 nhà ở, nơi cư ngụ. [법] trú quán @ 가택침입하다 xâm nhập gia cư.
가택수색 sự khám xét nhà *--하다 khám nhà * --영장 lệnh khám nhà.
가톨릭 (교) công giáo, nhà thờ @가톨릭의 thuộc công giáo *--도 tín đồ Thiên

Chúa giáo.

가통 *--하다 tệ hại, đáng trách, đáng tiếc, đáng chỉ trích.

가파르다 dốc đứng,dốc ngược.

가표 dấu hiệu dương tính (+).

가풀막 bậc, đường dốc (lên, xuống).

가풍 truyền thống gia đình.

가필 sự sửa lại, duyệt lại. *--하다 sửa, sửa lại, duyệt lại.

가하다 [옳다] phải, đúng, tốt [좋다] @가타 부타 말이 없다 *hãy nói có hoặc không, không được trả lời ởm ờ.*

가하다 (1) [가산] cộng thêm; [부가] gộp vào (2) [주다] đem đến, gây ra @ 압력을 가하다 tạo áp lực.

가학 sự ngược đãi *--하다 bạc đãi, đối xử tàn nhẫn.

가합 *--하다 có lý do, hợp lý.

가해 cuộc tấn công, đột kích *--자 người tấn công, người gây ra thiệt hại.

가호 gia hộ, ơn trên phù hộ.

가혹 tính khắc nghiệt, tính tàn nhẫn. *--하다 khắt khe, gay gắt @ 가혹한 법률 luật pháp nghiêm minh.

가화 tốt; đẹp (1 cảnh tượng; 1 câu chuyện).

가효 xinh xắn, quý, hiếm.

가훈 qui tắc gia đình.

가희 người nữ ca sĩ.

가히 tốt, thoải mái. @ 심정을 가히 짐작할 수 있다 dễ thông cảm.

각 mỗi (một). (모) 1 góc [네모] góc vuông. [각도] góc độ [뿔]sừng (hươu, nai, trâu, bò).

각가지 đa dạng. @ 각가지의 có nhiều loại khác nhau.

각각 mỗi, tất cả, riêng lẻ @ 각각 자기 방이 있다 *mỗi người đều có phòng riêng.*

각각으로 mỗi lúc, từng lúc.

각개 mỗi, mỗi một.

각계 mọi tầng lớp, mọi giai cấp. @각계 각층의 명사 *những nhân vật có tiếng tăm ở mọi tầng lớp trong xã hội.*

각고 tích cực, chăm chỉ làm việc. *각고하다 nổ lực, tích cực.

각골 난망 sự ghi nhớ mãi. *--하다 *khắc sâu trong ký ức.*

각광 dãy đèn chiếu trước sân khấu, đèn sân khấu.

각국 mỗi quốc qia, mọi quốc gia @ 세계 각국 tất cả các quốc gia trên thế giới.

각기 [의학] bệnh tê phù @ 각기에 걸리다 bị mắc bệnh tê phù.

각기 mỗi một, riêng từng, tương ứng với..

각기둥 [수학] hình lăng trụ.

각도 góc, góc độ @ 모든 각도에서 문제를 검토하다 hãy lưu ý câu hỏi ở mọi góc độ.

각등 lồng đèn xách hình vuông.

각뜨다 cắt ra từng phần (giết thịt, mổ thịt).

각로 lồng ấp (ấm) chân.

각론 đề mục thảo luận. @ 각론으로 들어가다 đi vào chi tiết. * 해부학-- ca mổ đặc biệt.

각료 bộ trưởng, thành viên nội các .

각막 [해부] màng giác mạc. –이식술 sự ghép giác mạc.

각박 tính chất vô nhân đạo, tính dã man. *--하다 dã man, tàn nhẫn, thô bạo.

각반 xà cạp, ghệt (감는) @ 각반을 치고 ống chân quấn xà cạp (chân đi ghệt)

각방면 mỗi hướng; mọi phương hướng @ 각방면으로부터 từ mọi nguồn; mọi hướng // 사회의 각방면 mọi tầng lớp (giai cấp) xã hội.

각별 --하다 (1) [특별] riêng biệt, đặc biệt [현저] rõ rệt [예외] đặc biệt, khác thường. @ 각별히 một cách đặc biệt (2) [깍듯하다] lịch sự, nhã nhặn @ 각별히 một cách lịch sự.

각본 vở kịch, vở tuồng, kịch bản *--작가 tác giả kịch bản.

각부 mỗi bộ phận, mỗi ban ngành (정부의) * --장관 bộ trưởng của các bộ.

각부분 mỗi phần, mọi bộ phận.

각사 mỗi người [부사적] cá nhân, cá thể.

각사탕 cục đường, đường cục, đường thẻ.

각살림 sự sống riêng *--하다 sống riêng, sống ly thân.

각색 sự kịch hóa, viết thành kịch [소설따위의] sự phóng tác *--하다 viết kịch, phóng tác (phỏng theo tiểu thuyết).

각색 (1)[색채]nhiều màu khác nhau; mỗi loại, mỗi màu (2) [종류] mỗi loại, mỗi kiểu. @ 각양 각색의 đầy đủ mỗi kiểu của các loại.

각서 bản ghi nhớ [외교상의] lời ghi chép, sổ tay.

각선미 vẻ đẹp của đôi chân. @ 각선미를 가진 여자 *người phụ nữ có đôi chân hấp dẫn.*

각설 *--하다 tiếp tục lại câu chuyện, trở lại chủ đề (각설 하고).

각섬석 loài lưỡng cư (vừa ở trên bờ, vừa ở dưới nước).

각성 sự nhận thức *-- 하다 nhận thức, thức tỉnh, tỉnh ngộ, vỡ mộng @ 각성시키다 đánh thức, khuấy động, làm tan ảo tưởng, làm vỡ mộng.

각속도 [물리] vận tốc, tốc lực.

각시 [인형] búp bê cô dâu [새색시] cô dâu. @각시 놀음하다 chơi búp bê con gái.

각양 tính đa dạng, trạng thái khác nhau. @ 각양의 물건 đồ vật đủ các loại.

각오 (1) [준비] sự sẵn sàng [결심] sự quyết tâm *--하다 chuẩn bị tinh thần @ 그는 죽음을 각오하고 있다 ông ấy đã sẵn sàng chờ chết. (2) [깨달음] sự nhận thức *--하다 nhận thức, lĩnh hội.

각운 vần (thơ).

각위 đến những ai có liên quan @관계자 각위에게 gởi đến các bộ phận có liên quan.

각의 hội đồng nội các @ 임시 각의를 소집하다 *triệu tập buổi họp nội các bất thường.*

각인 mọi người, các vị.

각재 đòn ngang.

각적 sừng, gạc, tù và, ống sáo bằng sừng.

각종 mỗi loại, các loại. @ 각종 경기 các loại trò chơi // 각종 직업 công việc nhiều loại khác nhau.

각주 trụ vuông [수학] hình lăng trụ.

각주 lời chú ở cuối trang. @ 각주를 달다 ghi thêm lời chú ở cuối trang.

각지 mọi bộ phận, các bộ phận khác nhau. @ 전국 각지로부터 các bộ phận trong nước.

각질 chất sừng; [화학] chất *keratin.* *--층 lớp sừng.

각처 mọi nơi@ 각처에 [모든곳] khắp mọi nơi [여러곳] ở một vài nơi.

각추렴 *--하다 thu góp ở mỗi người, chia nhau (chi phí) .

각축 sự cạnh tranh, sự ganh đua. *--하다 cạnh tranh, ganh đua @ 권력을 얻으려고 남과 각축하다 cạnh tranh quyền lực với.. *--장 vũ đài (để tranh tài).

각층 mọi giai cấp. @ 사회 각층의 사람들 những người ở mọi tầng lớp xã hội.

각파 [장당] mọi thành phần, mỗi bộ phận (đảng phái).

각판 [널판] khuôn in, bản khắc gỗ, [판각] sự khắc trổ trên gỗ.

각필 *--하다 ngưng viết, gác bút.

각하 (1) @ 각하의 sự có mặt trong chốc lát. (2) sự giải tán, sự loại bỏ. *--하다 giải tán, sa thải, gạt bỏ, bác bỏ.

각항 đoạn (văn).

각혈 => 객혈 sự khái huyết, sự ho ra máu.

각형 cạnh hình vuông;

간 1 chút muối. *--하다 nêm muối, ướp muối. @ 간을 보다 nếm thử xem mặn lạt thế nào.

간 [간장 gan ruột] lá gan [배짱] sự dũng cảm, sự can trường. @ 간이 큰 to gan, gan dạ.

간 (1) [가옥의] 1 căn phòng @ 세 간집 một căn hộ 3 phòng

간간이 [때때로] thỉnh thoảng, đôi khi [듬성듬성] đây, đó.

간간하다 hơi mặn.

간거르다 xen kẽ, luân phiên.

간격 khoảng cách, lỗ hổng, kẽ hở. @간격을 두다 khoảng cách cho phép.

간결 sự ngắn gọn, súc tích. *--하다 ngắn gọn, vắn tắt, cô đọng. @설명을 간결하게 하다 giải thích ngắn gọn.

간계 thủ đoạn, mưu mô, đòn gian ngoan, kỹ xảo, khéo.

간고 sự gian khổ.

간곡 sự thân ái, lòng tử tế. *--하다 tử tế, thân ái, chân thành.

간과 *--하다 bỏ qua, lờ đi (묵인) nhắm mắt làm ngơ.

간과 [무기] vũ khí, súng ống.

간교 mánh khóe *--하다 mưu mô, láu cá, xảo quyệt.

간구 cảnh nghèo nàn cùng cực. *--하다 (sống) nghèo khổ.

간국 nước muối, nước mặn. @ 간국에 절이다 ngâm muối.

간균 [식물] vi khuẩn hình que.

간극 khe hở, lỗ hổng.

간난 sự gian khổ, sự thử thách cam go. @ 간난을 겪다 trải qua bao khó khăn.

간능 khả năng, năng lực, năng suất.

간단 sự đơn giản. *--하다 đơn giản, giản dị, ngắn gọn, rõ ràng [간편] sáng sủa [용이] dễ dàng. @ 간단한 식사 một bữa ăn thanh đạm // 간단한 문제 một câu hỏi đơn giản .

간단 sự gián đoạn, sự đứt quãng, sự tạm ngưng. @ 간단없는 liên tục, không ngớt, không gián đoạn.

간단명료 sự đơn giản và rõ ràng. *--하다 đơn giản, rõ ràng.

간담 [간과 쓸개] tâm can [마음.심중] tận đáy lòng.

간담 buổi thảo luận thân mật. *--회 hội nghị bàn tròn.

간댕거리다 rung, lắc @ 간댕간댕 đu đưa, lủng lẳng.

간도 con hẻm hẻo lánh, yên tĩnh, con đường bí mật.

간독 tính tinh quái, tính độc ác.

간독 sự tử tế, lòng tốt, sự chân thành *--하다 tử tế, nồng nhiệt, chân thành.

간동그리다 sắp xếp (đồ vật) lại cho ngăn nắp; gói lại cho gọn.

간두지세 tình hình nguy hiểm.

간드랑거리다 lắc, đu đưa nhẹ.
간드러지다 khả ái, hấp dẫn, duyên dáng, quyến rũ, lôi cuốn @간드러지게 웃다 có nụ cười quyến rũ.
간들간들 [바람이] êm ái, dịu dàng [태도가] đỏm dáng, điệu hạnh.
간들거리다 (1) [바람이] thổi nhẹ (2) [물체가] sự đu đưa, sự lắc lư @ 나무잎이 바람에 간들거리고 있다 chiếc lá run rẩy trong gió (3) [태도가] đong đưa, đùa cợt, tán tỉnh, hành động cợt nhã.
간략 tính cách đơn giản, giản dị *--하다 đơn giản, ngắn gọn. không nghi thức. @ 간략하게 하다 rút ngắn, đơn giản hóa.
간막이 [막음] sự phân chia, chia cắt, ngăn ra. [막는 것] màn che, tấm bình phong; phần được chia. *-- 하다 ngăn chia, chia cắt, ngăn.
간만 nước thủy triều.
간망 sự nài nỉ, sự gạ gẫm. *--하다 van xin, gạ gẩm, nài nỉ.
간맞추다 mặn mòi, khéo nêm nếm.
간명 tính chất ngắn gọn, súc tích => 간단명료.
간물 nước mặn, nước biển.
간물 gã láu cá, tên côn đồ.
간물 lương khô.
간밤 tối qua, chiều qua.
간병 sự chăm sóc *--하다 chăm sóc, trông nom (người bệnh).
간부다 [가늠하다] quan sát, theo dõi.
간보 cán bộ quản lý. *--회 ban quản trị. [정당의] buổi họp kín.
간부 gian phu – gian phụ
간사 sự phản bội, tính chất đồi bại. *--하다 phản bội, phụ bạc, bội ước, bất trung. @ 간사한 사람 một con người tội lỗi (đồi bại)
간사 sự ranh ma, sự lừa đảo. *-- 하다 láu cá, ranh ma, bịp bợm @ 간사부리다 chơi bịp.
간사 người quản lý, giám đốc.
간살 [사이] khoảng cách.
간살부리다 tâng bốc, bợ đỡ, nịnh hót, cầu cạnh.
간상 1 kẻ đầu cơ trục lợi. *--배 băng cướp tống tiền.
간상균 vi khuẩn hình que.
간색 [판단]sự lấy mẫu.[견본] hàng mẫu, mẫu vật.
간색 sự pha trộn màu sắc.
간석지 đất triều.
간선 *--모로 con đường chính.
간섭 sự can thiệp; sự quấy rầy. *--하다 can thiệp vào, xen vào; chõ mũi vào (việc gì).
간성 bức tường thành, pháo đài.
간소 giản dị, thẳng thắn; *--하다 đơn giản, rõ ràng. @ 간소한 식사 một bữa ăn thanh đạm. *--화 sự đơn giản hóa.
간솔 sự minh bạch, sự đơn giản. *--하다 đơn giản, trung thực.
간수 cai tù, giám ngục.
간수 căn số (toán học)
간수하다 giữ gìn, bảo quản, để dành, tích lũy (단단히).
간식 bữa ăn nhẹ (ăn qua loa) *--하다 ăn qua loa.
간신 trung thần, bầy tôi trung với vua.
간신히 [곤란을 겪고] một cách khó khăn, đầy trở ngại, [겨우] vừa đủ, suýt nữa, vừa mới, chỉ có. @ // 간신히 기차 시간에 댔다 *suýt chút nữa là bị nhỡ tầu.*
간악 tính độc ác, hành động dối trá, lừa

lọc. *--하다 độc ác, gian xảo.

간암 (의학 y học) ung thư gan.

간언 sự quở trách, lời phản đối, lời khuyên.

간염 [의학] bệnh viêm gan.

간요 sự quan trọng. *--하다 quan trọng, thiết yếu.

간원 lời cầu khẩn, sự van xin, sự gạ gẫm, lời thỉnh cầu. *-- 하다 nạn nỉ, van xin, khẩn cầu, gạ gẫm.

간위 mưu mẹo, bịp bợm, lừa đảo, gian manh.

간유 dầu gan cá *--드롭스 viên dầu cá.

간음 sự thông dâm (법) tội gian dâm*--하다 ngoại tình, thông dâm.

간이 1 cách đơn giản. *--하다 dễ dàng, đơn giản hóa. *--식당 quán ăn tự phục vụ.

간자 thám tử, điệp viên => 간첩.

간작 mùa thu hoạch *--하다 thu hoạch.

간장 nước tương đậu nành.

간장 tâm can, lòng dạ @ 간장을 녹이다 làm say đắm.

간장 (해부) lá gan.

간재 ranh ma, khôn vặt, láu cá.

간적 kẻ phản bội, tên lưu manh.

간절 thái độ tha thiết, nhiệt tình *--하다 thiết tha, nồng nhiệt @ 간절한 충고 lời khuyên bảo chân thành.

가절히 một cách chân thật.

간접 tính cách quanh co // 간접적으로 một cách gián tiếp *--학법 lối nói gián tiếp.

간조 nước triều xuống.

간주 quan tâm, để ý đến.

간지 ranh ma, láu cá, khôn vặt.

간지 chu kỳ 60 năm.

간지럼 cảm giác nhột (buồn). @ 간지럼을 타다 dễ bị nhột, dễ bị kích thích.

간지럽다 nhột, cảm thấy nhột 코가 간지럽다 nhột lỗ mũi.

간직 *--하다 (1) [물건을] bảo quản, dành dụm, tiết kiệm, dự trữ, tích lũy @ 훗날 쓰게 잘 간직해 두어라 tích lũy cho mai sau (2) [마음에] giữ trong lòng. @ 추억을 간직하다 ấp ủ trong ký ức.

간질 (의학) chứng động kinh *--환자 người bị động kinh.

간질이다 cù (thọc lét) @ 발바닥을 간질이다 cù vào lòng bàn chân (của ai)

간책 âm mưu độc ác, kế hoạch nham hiểm @ 간책에 걸려들다 rơi vào âm mưu độc ác.

간척 sự khai hoang đất bằng thủy lợi *--하다 khai hoang bằng thủy lợi.

간첩 điệp viên, trinh sát, gián điệp, nhân viên tình báo.

간청 sự van xin, sự tha thiết yêu cầu *--하다 cầu xin, van xin, năn nỉ @ 구명을 간청하다 xin tha mạng.

간추리다 tóm tắt, tóm lại, rút ngắn lại, cô đọng lại.

간취 *--하다 nhận thức, nắm bắt, hiểu thấu. @ 나는 그의 간계를 간취했다 *tôi thấy rõ thủ đoạn của hắn.*

간친 sự thân thiện, tính thoải mái, dễ hòa đồng. *--회 buổi họp thân hữu.

간통 (밥) sự thông gian *--하다 thông gian *--자 kẻ ngoại tình. *--죄 tội ngoại tình, tội thông dâm.

간특 mánh khoé độc ác *--하다 quỷ quyệt, thủ đoạn.

간파 *--하다 nhìn thấu tận tâm can.

간판 (1) dấu hiệu, biểu hiện, biển quảng cáo [사무소의] @ 상점의 간판 bảng hiệu (2) [겉치레 외관] diện mạo, hình thức.

간편 sự tiện lợi, sự tiện nghi. *--하다 tiện nghi, thuận lợi. @ 간편한 방법 1 phương pháp thuận lợi.

간품 sự kiểm tra, xét nghiệm. *--하다 xem xét, kiểm tra.

간하다 phản đối, phản kháng, khuyên răn.

간행 sự xuất bản *--하다 xuất bản, phát hành *--물 ấn phẩm xuất bản // 정기 간행물 tạp chí xuất bản định kỳ.

간헐 tình trạng gián đoạn, từng cơn, từng hồi @ 간헐 적인 lúc có, lúc không // 간헐 적으로 một cách gián đoạn, không liên tục.

간호 sự chăm sóc (bệnh nhân) *--하다 điều dưỡng, trông nom, chăm sóc, phục vụ.

간호원 nhân viên điều dưỡng, y tá *--장 y tá trưởng.

간혹 [시간적] thỉnh thoảng; đôi khi [공간적] lơ thơ, thưa thớt, rải rác.

간힙쓰다 nín thở để chịu đựng cơn đau.

간힙주다 => 간힙쓰다.

간히다 giới hạn, hạn chế. [감옥에] bị giam cầm.

간힌 물 nước tù, nước đọng.

갈가리 từng mảnh,từng miếng => 가리가리.

갈가마귀 (새 chim) con quạ gáy xám.

갈개 hào, rãnh, máng nước, máng xối, ống dẫn nước.

갈갯군 [훼방군] người lăng xăng, người hay ngắt lời.

갈거미 [동물] con nhện chân dài.

갈겨먹다 vồ lấy, chộp lấy, moi ra, nặn ra.

갈겨쓰다 viết nguệch ngoạc, cẩu thả.

갈고랑쇠 cái móc [사람] người khó ưa, thủ đoạn.

갈고랑이 âm mưu, cạm bẫy, thủ đoạn (작살의).

갈고리 => 갈고랑이.

갈고쟁이 cái móc gỗ.

갈구 sự khao khát => 갈망.

갈근 rễ cây dong

갈근거리다 => 걸근거리다.

갈기 cái bờm @ 갈기가 있는 짐승 thú có bờm.

갈기갈기 từng mảnh vụn, từng miếng nhỏ. @ 갈기갈기 찢다 xé ra từng mảnh nhỏ.

갈기다 (1) [치다] đánh đập [총으로] bắn (2) [발로] đá (3) [연장으로베다] cắt, đốn, chặt, chém (4) [글씨를] nguệch ngoạc, cẩu thả.

갈길 đường lối, ý chí .

갈다 (1) [바꾸다] thay đổi, thay thế // 사람을 갈다 thay thế người người khác. (2) [칼을] (dao) mài, giũa, liếc @ 낫을 숫돌에 갈다 mài lưỡi hái trên đá [맷돌로] nghiền, xay @밀을 갈다 xay lúa mì ra thành bột. (3)[윤나게] đánh bóng [먹을] cọ xát, chà xát (4) [밭을] canh tác, trồng trọt.

갈대 cây lau, cây sậy

갈등 sự phiền toái, rắc rối, sự mâu thuẫn, bất hòa, va chạm [반목] mối hận thù.

갈라서다 tách riêng ra [이혼] ly hôn.

갈라지다 (1) [쪼개지다] chia ra, phân ra [구분] được tách ra [분기] phân nhánh (2) [사이가] tách ra khỏi @ 처와 갈라지다 ly thân.

갈래 [분파] cành, nhánh cây. [분기] chạc cây.

갈리다 (1) [분열되다] tách ra, phân ra [분기되다] chiết ra, tách biệt @ 의견

이 서로 갈렸다 ý kiến của họ đối lập nhau (2) [교대] được thay thế (3) [갉을 당하다] mài sắc, làm cho bén (4) [갈게 하다] khuấy động, kích động (5) [논을] đánh hỏng 1 người nào (6) [땅이] thi hỏng.

갈마 nghiệp chướng (밥).

갈마들다 luân phiên, xen kẻ.

갈망 một ước muốn thiết tha. *--하다 mong muốn, ước ao, khao khát. @도미 유학을 갈망하고 있다 *nó ao ước được tiếp tục học lên đại học.*

갈망하다 giải quyết, đối phó (với), dùng, sử dụng.

갈매 [색] màu xanh lá cây xậm [열매] trái mận gai *--나무 cây có gai.

갈매기 con mòng biển.

갈무리하다 sắp xếp (đồ vật) có thứ tự.

갈밭 bãi sậy.

갈보 gái điếm @ 갈보 노릇을 하다 hành nghề mại dâm *--집 nhà chứa, nhà thổ, lầu xanh.

갈분 bột hoàng tinh, bột dong.

갈붙이다 ly gián, chia rẽ.

갈비 gọng, sườn.

갈빗대 xương sườn.

갈색 màu nâu.

갈수 sự thiếu nước, khan hiếm nước. *--기 mùa khô.

갈수록 theo thời gian. @갈수록 태산이라 đồ vật ngày càng xấu đi.

갈씬거리다 với tới, đụng tới.

갈아내다 thay thế, thay đổi, đổi mới. @ 구두창을 갈아대다 thay đế giày mới.

갈아들다 di chuyển, đổi mới.

갈아들이다 thay thế người này với người khác.

갈아붙이다 nghiến răng giận dữ.

갈아입다 thay đổi (y phục). @ 여름옷으로 갈아 입다 thay trang phục nhẹ mùa hè.

갈아타다 đổi (chuyển xe, tuyến đường). @ 갈아 타는 역 trạm chuyển xe.

갈음질 sự mài giũa. *--하다 mài giũa.

갈이 (1) [목기 제작]nghề tiện, việc tiện gỗ *--방 tiệm tiện. –장이 thợ tiện --틀 máy tiện (2) [경작] sự cày, bừa.

갈증 sự khát, cảm giác khát // 갈증이 풀다 nhịn khát.

갈진 sự kiệt quê, cạn kiệt, sự hút chân không. *--하다 kiệt quê, cạn kiệt.

갈잠나무 [식물] cây sồi trắng.

갈채 sự hoan hô, sự cổ vũ *--하다 hoan hô, cổ vũ @ 우뢰 같은 박수 갈채 một tràng pháo tay cổ vũ.

갈퀴 cái cào (lá)

갈탄 than non.

갈파 --하다 bày tỏ, trình bày.

갈팡질팡 –하다 bối rối, lúng túng, ngượng ngập.

갈피 (1) [사이] khoảng cách giữa.

갉다 [쓸다] gặm, nhắm, rỉa [긁다] cào, nạo [갈퀴로] khơi lại, nhắc lại [헐뜯다] đục khoét, soi mói, bới móc. [재물을] dồn nén, moi, nặn => 갉아먹다

갉이 dụng cụ linh tinh của nghề làm đồ bạc.

갉죽거리다 => 갉작거리다.

감 (1) quả hồng. *--나무 cây hồng.

감 [느낌] cảm giác, [인상] cảm tưởng. @...한 감을 주다 tạo ấn tượng đối với 1 người nào.

감 sự lấy đi, sự khấu trừ [감산] phép trừ *--하다 giảm bớt, trừ bới. @ 세금을 감하다 giảm thuế // 10 할 감하다 giảm 10%; chiết khấu 10% // 형을 감

하다 giảm án.

감가 sự hạ giá, sự giảm giá *--하다 hạ giá, sụt giá.

감각 tri giác, cảm giác, cảm xúc, cảm nghĩ, cảm tưởng, sự nhạy cảm @ 감각이 예민하다 có giác quan nhạy bén (về..) // 다리에 감각이 없어졌다 (tôi) *không có cảm giác gì ở ống chân.*

감감—하다 [소식이] biệt tăm biệt tích (người) [아득하다] xa xôi, biệt lập [전도요원] rời xa // 며칠이 지나도 소식이 감감하다 *ngày tháng trôi qua thiếu vắng bóng chàng.*

감감하다 [어둡다] tối đen như mực [모르다] ngu dốt.

감개 lòng xúc động sâu sắc. @ 지난 날을 회상하니 감개 무량하다 *lòng tôi vô cùng cảm động* => 감격 ấn tượng sâu sắc. *--하다 cảm động, biết ơn.. @ 감격시키다 vô cùng cảm kích

감관 cảm giác, tri giác.

감광 sự phơi bày (ra ánh sáng) *--하다 phơi bày @ 감광 시키다 vạch trần, phơi ra

감국 [식물 thực vật] cây hoa cúc.

감군 sự giảm lực lượng vũ trang (quân đội) *--하다 cắt giảm lực lượng vũ trang.

감금 sự hạn chế, sự giam hãm. –하다 hạn chế, giam hãm, cầm tù.*불법 감금 sự giam giữ bất hợp pháp.

감기 cảm cúm [유행성] @ 심한 감기 cảm nặng // 감기 기운이 있다 bị cảm qua loa *--약 thuốc cảm.

감기다 (1) [실 따위가] bị thương, làm tổn thương (2) [감게하다] làm hồi sức (3) [눈이 스스로] bịt mắt (ai) lại [감게하다] bảo thủ (4) [멱을] tắm gội @ 어린애 머리를 감기다 gội đầu cho đứa bé.

감내 (1) sự kiên trì, sự bền chí, lòng kiên nhẫn *--하다 kiên nhẫn, bền chí chịu đựng, kiên trì (2) [실 따위를] cuộn, quấn lại (chỉ) @ 실을 실패에 감다 quấn chỉ vào ống // 시계 태엽을 감다 lên dây cót đồng hồ // 목도리를 목에 감다 quấn khăn quàng quanh cổ.

감다 (1)@ 머리를 감다 gội đầu // 미역 감다 đi tắm (2)
[눈을 mắt] nhắm mắt lại.

감당 --하다 đủ khả năng đáp ứng được, có khả năng gánh vác, đối phó. @ 이 일은 감당하기가 어렵다 *tôi tự xét thấy không có khả năng trong việc này.*

감도 [라디오의] sự nhạy, độ nhạy (về kỹ thuật vô tuyến).

감독 sự quản lý, sự trông nom [감독자] giám thị, thanh tra, giám đốc, giám mục (교회의) quản đốc, đốc công (직공의) quản lý (노동부의). *--하다 giám sát, chịu trách nhiệm trông coi, // 김씨의 감독하에 dưới sự quản lý của ông Kim.

감돌다 [둘레를] đi quanh quẩn [굽이 치다] đi lang thang [생각이] nấn ná, chần chờ.

감동 sự cảm động, lòng biết ơn. *--하다 cảm động, xúc động @ 감동시키다 cảm kích, tạo ấn tượng // 감동해서 눈물을 흘리다 cảm động đến rơi nước mắt (lệ).

감득 sự tiếp thu (1 tư tưởng) *--하다 tiếp thu, ý thức được, hiểu rõ, lĩnh hội.

감등 sự giáng cấp, giáng chức. *--하다 hạ tầng công tác, giáng cấp, hạ bớt.

감람 [식물 thực vật] cây *olives.* *감람산 ngọn núi *Olives.*

감량 sự giảm cân.*--하다 giảm (số lượng, trọng lượng).

감로 mật hoa, nước cam lồ (lộc thánh) *--주 rượu ngọt.

감루 lòng biết ơn sâu xa.

감리 sự trông nom, sự quản lý.

감마선 (물리 vật lý) tia *gamma*.

감면 sự giảm bớt [형벌의] sự làm cho dịu, nhẹ đi *--하다 [형벌을] miễn giảm [세금 따위]

감명 ấn tượng sâu sắc. *--하다 gây ấn tượng sâu sắc, khắc sâu vào tâm trí. @ 감명을 주다 cảm kích

감미 tính chất dịu ngọt @ 감미롭다 mùi vị ngọt ngào.

감빨리다 [입맛] thèm ăn [욕심] ham muốn, thèm muốn.

감방 phòng nhỏ, xà lim.

감배 –하다 hạ bớt tiền lãi (theo tỷ lệ 10%) (배당 tiền lãi) giới hạn hạn chế lương thực (배급 khẩu phần).

감법 [수학 số học] phép trừ.

감별 sự phân biệt, sự tách bạch. *--하다 phân biệt, tách bạch.

감복 sự khâm phục. *--하다 cảm phục, hâm mộ. @감복할 만한 đáng ca tụng

감봉 cắt giảm (tiền công) *--하다 giảm tiền lương @ 감봉 당하다 bị giảm lương.

감사 sự kiểm tra *--하다 thanh tra, giám sát @ 회계를 감사하다 kiểm toán (sổ sách).

감사 [회게] kiểm toán viên; [법인 체의] hội đồng giám thị.

감사 cảm tạ, lòng biết ơn, sự cảm kích. *--하다 (감사합니다) cảm ơn, đội ơn // 진심으로 감사합니다 *xin gởi đến ông lòng chân thành biết ơn của tôi.*

감싸다 bảo vệ, bảo hộ, che chở (보호) @ 죄인을 감싸다 che chở 1 tội phạm

감산 [수학] tính trừ.

감산 [인위적인] sự cắt xén [자연적인] sự giảm chất lượng sản phẩm. *--하다 giảm chất lượng sản phẩm.

감상 sự đánh giá đúng, sự biết thưởng thức. *--하다 biết giá trị, biết thưởng thức.

감상 giàu tình cảm. @ 감상적 tính ủy mị, đa cảm, dễ xúc động.

감상 cảm giác, cảm tưởng [소감] tình cảm @ 감상을 말하다 cho cảm tưởng 감상을 묻다 hỏi (tham khảo) ý kiến của 1 người nào (về v/đ gì).*--록 sổ góp ý.

감색 màu xanh (dương) thẩm.

감성 tính dễ xúc động, tính đa cảm, nhạy cảm (감수성)

감세 sự giảm thuế. *--하다 giảm (hạ, bớt) thuế.

감소 sự giảm bớt, sự hạ bớt. *--하다 làm suy giảm, hạ bớt, tụt xuống.

감속 [물리 vật lý] sự chậm lại, sự giảm tốc độ. *--장치 dụng cụ giảm tốc, cái giảm tốc.

감손 [줄음] sự thu nhỏ [손해] tổn thất [마손] hao mòn.

감쇄 sự suy giảm, sự yếu đi. *--하다 làm suy yếu đi, làm loãng đi.

감수 –하다 sẵn sàng chịu đựng. @ 모욕을 감수하다 chịu đựng lời sỉ nhục.

감수 (1) biên tập viên, chủ bút. *--하다 biên tập (2) nước triều rút xuống. *--하다 giảm, hạ, rút xuống, lắng xuống. (3) ấn tượng, cảm xúc. *--하다 có cảm xúc, có ấn tượng, [무전] sự nhạy cảm *--성 tính đa cảm, dễ tự ái.

감수 [수학 số học] số bị trừ.
감시 sự quan sát, sự đề phòng, sự cảnh giác. [감독] sự trông nom. [형법상의] sự giám sát, theo dõi. *--하다 quan sát, trông coi, canh giữ. @ 감시를 받고 있다 bị cảnh sát theo dõi. *--인 nhân viên bảo vệ.
감식 [감정] sự phán xét [식별] sự suy xét, óc phán đoán [감상] sự nhận thức, hiểu rõ. *--하다 am hiểu, nhận thức. @ 미술품의 감식에 조예가 있다 *ông ấy có con mắt thẩm mỹ đối với các tác phẩm nghệ thuật.* *--가 người am hiểu thành thạo về nghệ thuật.
감식 chế độ ăn kiêng *--하다 ăn kiêng. *--요법 phương pháp chữa trị bằng cách ăn kiêng.
감실거리다 lờ mờ, lung linh, chập chờn.
감아올리다 cuộn lại, quấn lại, nhấc lên, kéo lên (mỏ neo).
감안 sự cân nhắc, sự đền bù. *--하다 tính toán bồi thường.
감액 rút bớt, sự cắt xén. *--하다 giảm bớt, cắt xén.
감언 lời đường mật, sự tâng bốc, sự tán tỉnh. @ 감언으로 속이다 tán tỉnh, dỗ ngọt, gạt ai bằng lời đường mật.
감언이설 => 감언 // @ 감언 이설에 속다 tin vào lời nói đường mật.
감연하다 táo bạo, dũng cảm, gan dạ, liều lĩnh. @ 감연히 một cách dũng cảm.
감염 sự tiêm nhiễm [접촉에 의한] *--하다 [병에] nhiễm bệnh, lây bệnh. @ 감염성의 bị lây, bị nhiễm.
감옥 nhà giam; nhà tù @ 감옥살이 đời sống trong tù.
감우 cơn mưa dễ chịu (đến đúng lúc).
감원 sự giảm biên chế *--하다 cắt giảm biên chế *--선풍 quyết định giảm biên chế.
감은 lòng biết ơn, sự mang ơn.
감읍 –하다 cảm động rơi lệ.
감응 [전기의 điện] cảm ứng [공잠] sự đồng cảm [영감] sự truyền cảm [기원의] sự hưởng ứng; sự đáp ứng. *-- 하다 đồng cảm, thông cảm hưởng ứng.
감자 củ khoai tây.
감자 đường mía.
감자 sự giảm vốn. *--하다 bớt vốn.
감전 sự chạm điện @ 감전되다 bị điện giật.
감점 chứng cứ lầm lỗi *--하다 nêu lên 1 chứng cứ lầm lỗi @ 감점을 당하다 phớt lờ trước bằng chứng tội lỗi.
감접이 đường viền, đường biên vải.
감정 cách nhìn, ý kiến về mặt chuyên môn. [평가] sự đánh giá, sự định giá. *--하다 phán đoán, đánh giá.
감정 cảm giác [정서] sự xúc cảm, tính ủy mị, đa cảm. @ 감정적 ủy mị, đa cảm, bồng bột.
감정 cảm giác xấu, mối ác cảm. @감정이 있다 mang 1 mối ác cảm đối với 1 người nào.
감정가 quan tòa; thẩm phán. [미술품의] người am hiểu, sành sõi.
감정인 (1) => 감정가; (2) [법] giám định viên; nhân chứng.
감쪽같다 (1) [원상대로] sửa lại, chỉnh lại @ 감쪽같이 고쳐놓다 tu sửa lại như trước (2) [완전] hoàn chỉnh, hoàn thành, hoàn toàn. @ 감쪽같이 속다 *hoàn toàn thất vọng.*
감죄 sự thay đổi, thay thế, sự làm nhẹ, dịu bớt. *--하다 thay đổi bản án, giảm nhẹ hình phạt.

감주 thức uống ngọt.

감지 sự nhận thức. *--하다 am hiểu, nhận thức, ý thức.

감지덕지 rất cảm ơn, rất vui mừng, rất may mắn. *--하다 muôn vàn cảm tạ..

감질 @ 감질나다 cảm giác không yên tâm, cảm giác ray rứt.

감찰 giấy phép.

감찰 sự kiểm tra *--하다 kiểm tra, thanh tra *감찰관 thanh tra, giám thị, giám sát viên.

감채 món nợ trả góp *--기금 quỹ chìm, của chìm.

감청 màu xanh dương đậm, xanh biếc.

감초 [식물 thực vật] cây cam thảo (나무) rễ cam thảo (뿌리)

감촉 xúc giác *--하다 có cảm giác, cảm nhận @ 감촉이 부드럽다 cảm giác mềm, mịn (sờ thấy).

감추다 [숨기다] sự ẩn náu, trốn tránh [비호] chứa chấp [덮어서] che đậy [비밀로 하다] giấu giếm, giữ bí mật. @ 감추지 않고 không giấu giếm; bộc trực

감축 *--하다 rút ngắn, giảm bớt, thu nhỏ, giới hạn.

감치다 (1) [마음에] lảng vảng (trong đầu óc) (2) [가장자리를] đường viền. mũi khâu trang trí, đường (viền) giua.

감칠맛 [맛 nếm] hương vị, mùi vị [매력] ngon lành, hấp dẫn.

감탄 sự thán phục, sự hâm mộ, điều kỳ diệu *--하다 khâm phục, kinh ngạc, bàng hoàng vì thán phục @ 감탄할 만한 tuyệt vời, phi thường, kỳ lạ // 감탄해 마지 않다 đầy ngưỡng mộ *--문 (문법 ngữ pháp) câu cảm thán; *--부호 dấu chấm than. *--사 tán thán từ.

감탕 [아교. 송진의 풀] keo dán bằng nhựa thông [곤죽] bùn, lầy, chất nhờn.

감퇴 sự giảm sút, sự suy sụp, sự tàn tạ. *--하다 tàn tạ, thoái hóa, giảm sút. [홍수가] rút xuống @ 시력의 감퇴 giảm thị lực // 식욕의 감퇴 *giảm bớt lòng ham muốn.*

감투 (1) [모자 mũ, nón] mũ lông bờm ngựa trước đây của tầng lớp quý tộc và quan quyền đội. (2) [벼슬] người có chức vụ trong chính quyền. @ 감투를 쓰다 giữ 1 chức vụ quan trọng.

가투 –하다 chiến đấu, đấu tranh *--상 sự an ủi, phần thưởng tinh thần. –정신 sự giải khuây.

감하다 giảm , hạ bớt => 감.

감행 hành động dứt khoát *--하다 cương quyết, dứt khoát.

감형 sự giảm khinh, sự làm cho dịu, nhẹ, yếu đi. *--하다 giảm khinh, dịu bớt, giảm bớt @ 사형이 종신형으로 감형되다 *bản án tử được đổi thành án tù.*

감화 ảnh hưởng, tác dụng [교정] *--하다 có tác dụng, có ảnh hưởng [바로잡다] cải tạo, sửa đổi @ 감화를 받다 *bị ảnh hưởng bởi..*

감회 [회포 thầm kín] tình cảm, cảm giác, cảm tưởng [회상] sự tưởng nhớ, sự hồi tưởng.

감흥 sự hứng thú @ 감흥을 깨뜨리다 làm mất hứng thú // 문득 시적 감흥이 일어났다 đột nhiên có cảm hứng.

감히 sự táo bạo, sự gan dạ [주제넘게] trâng tráo, vô liêm sỉ. @ 감히...하다 dám, cả gan (làm...) [주제넘게] có gan để làm

갑 "giáp"[차례의] đứng đầu, loại A [십간] giáp, tên đứng đầu trong 10 can (giáp, ất, bính, đinh, mậu, kỷ, canh, tân, nhâm, quý) của năm âm lịch.

갑 cái tráp nhỏ, hộp nhỏ [담배따위의] gói nhỏ @ 담배 한갑 bao thuốc lá.

갑 doi đất, mũi đất nhô ra biển, mũi biển.

갑각 vỏ cứng (của hạt, quả; tôm cua) mai (rùa). *--류 loài tôm cua, loài giáp xác.

갑갑증 sự buồn chán, sự tẻ nhạt.

갑갑하다 tẻ nhạt, buồn chán, chán ngán [답답하다] buồn tẻ [좁아서] chán ngấy @ 갑갑해 죽겠다 chán muốn chết.

갑년 ngày sinh nhật 61 tuổi; (giáp niên) lục tuần.

갑론을박 sự tranh cãi. *--하다 tranh luận, tranh luận.

갑문 cửa cống.

갑부 người giàu nhất, tỷ phú.

갑상선 [해부] tuyến giáp *--비대 sự giãn nở của tuyến giáp *--염 viêm tuyến giáp *--호르몬 hormone tuyến giáp (*thyroxine).*

갑옷 áo giáp. @갑옷과 투구 áo giáp và mũ sắt.

갑자기 [별안간] 1 cách bất ngờ, đột nhiên, bất thình lình [뜻밖에] bất ngờ, đột ngột. @ 갑자기 도착하다 đến một cách bất ngờ.

갑작스럽다 đột xuất. @ 갑작스러운 초대 mời không báo trước (đột xuất).

갑작스레 bất thình lình.

갑절 (1) [두배] gấp đôi, gấp hai lần. *--하다 gấp đôi. @ 인구가 갑절로 되었다 dân số tăng gấp đôi.

갑충 (곤충) con bọ cánh cứng.

갑판 boong tàu, sàn tàu. @ 갑판을 깔다 đóng dàn tàu.

갑피 mũi giày da.

값 (1) [자기] giá trị @ 값이 있다 có giá trị (2) [가격] giá cả @ 값이 싸다 (비싸다) giá rẻ (đắt) // 값이 얼마요? *cái này giá bao nhiêu?*

값어치 giá cả, giá trị. @ 한 푼의 값어치도 없다 chẳng có giá trị gì cả.

값지다 quý giá, đắt tiền.

갓 (1) [금방.처음] tươi; mới. @ 갓 구운 빵 bánh mì mới ra lò. (2) [겨우.바로] vừa mới, đúng, chính xác @ 나이가 갓 스물이다 vừa đúng 20 tuổi.

갓나다 vừa mới sinh ra.

갓난아이 => 갓난애 đứa bé sơ sinh.

강 con sông @ 강바닥 lòng sông // 강건너편 bên kia bờ sông // 강을 거슬러 올라가다 đi ngược dòng sông. // 강을 건너다 vượt sông // 강에 다리를 놓다 xây cầu, bắc cầu qua sông.

강간 sự cướp đoạt, sự bị xúc phạm *--하다 cướp đoạt, cưỡng đoạt *--미수 âm mưu cưỡng đoạt –법 tội cưỡng đoạt. –죄 sự xâm phạm.

강건 sự cường tráng, vững vàng, tính chất đàn ông. *--하다 cường tráng, khỏe mạnh, sung sức, có nam tính.

강건 sự tráng kiện; có sức khỏe tốt *--하다 rắn rỏi, khỏe mạnh.

강경 sự vững chắc, bền bỉ, dẻo dai*--하다 bền bỉ, rắn chắc đầy sinh lực. @ 강경히 một cách kiên trì, bền bỉ, vững vàng // 강경한 태도를 취하다 có 1 tư thế vững vàng. *--수단 hành động dứt khoát.

강계 biên giới, ranh giới.

강고 –하다 rắn rỏi, vững vàng.

강관 ống sắt.

강괴 thỏi sắt.

강구 sự phát minh; sự nghiên cứu *--하다 [안출] tìm tòi, suy nghĩ, sáng chế, nghiên cứu, phát minh. @ 대책을 강구하다 tìm ra biện pháp đối phó.

강국 cường quốc. @ 세계의 강국 cường quốc trên thế giới.

강권 quyền lực. @ 강권을 발동하다 áp dụng quyền lực.

강권 하다 thúc ép, bắt buộc.

강기 trật tự, nội qui chung.

강낭콩 đậu tây, đậu quả thận

강녕 tính chất lành mạnh.

강다짐하다 (1) [밥을] ăn cơm lạt (2) [누름] đè nặng; áp bức thúc ép người nào để làm việc gì (3) bắt buộc người nào làm việc không công. (4) rầy la; mắng mỏ người nào không lý do.

강단 diễn đàn [설교단] bục giảng [연단] sân, sàn diễn. @강단에 서다 đứng trên bục giảng.

강당 phòng họp lớn [학교의] giảng đường. thính phòng.

강대 --하다 hùng cường *강대국 một quốc gia hùng mạnh.

강도 cường độ, sự ngoan cường [경도] tính chất vững chắc, tính kiên trì.

강도 [사람 người] kẻ trộm, kẻ cướp [소행] nạn trộm cướp @ 흉기를 가진 강도 băng cướp có vũ trang.

강독 sự đọc, sự hiểu biết --하다 đọc với sự hiểu biết.

강동거리다 nhảy qua, bỏ qua

강동하다=>깡똥하다 hơi ngắn

강둑 con đê, bờ đê.

강등 sự thoái hóa, sự xuống cấp. *--하다 thoái hóa, suy đồi, xuống cấp.

강력 –하다 bền vững, khỏe, hùng mạnh, phi thường, to lớn. *--법 tính cách hung bạo của tội ác.

강렬–하다 mãnh liệt, tàn khốc.

강령 nguyên tắc chung @정당의 강령 đường lối, chính sách của đảng.

강론 buổi thảo luận. --하다 tranh luận, thảo luận.

강림 sự hạ sinh, sự giáng sinh *--하다 hạ sinh, giáng sinh.

강매 nghệ thuật bán hàng *--하다 thuyết phục để bán được một món hàng.

강매 sự mua sỉ. *--하다 mua sỉ

강모 lông cứng (râu rễ tre)

강목 đại cương và chi tiết [동식물 부뉴의] hạng loại và thứ bậc [요점] điểm chính, nguyên nhân chính.

강물 nước sông. @강물이 불었다 nước sông dâng lên.

강바람 gió hanh.

강바람 gió thổi nhẹ từ bờ sông.

강박 sự cưỡng bách, sự ép buộc. *--하다 cưỡng bách, ép buộc. *--관념 sự ám ảnh.

강변 ven sông.

강변 cách nói nước đôi, lý sự cùn. *--하다 nói lảng, nói nước đôi, nguy biện.

강병 cưỡng binh [병력] binh lực. *부국--- một quốc gia hùng cường với một lực lượng quân đội hùng mạnh.

강보 tả lót em bé @아기를 강보에 싸다 quấn tả cho em bé.

강사 diễn giả, người thuyết minh, nhà hùng biện, giảng sư, trợ giáo. @서울대학교 강사 giảng sư của trường đại học *Seoul*.

강삭 dây cáp bọc thép *--철도 dây cáp đường ray xe lửa.

강산 giang sơn, sông núi [경치] phong cảnh [강토] đất liền. *끔수--- sông núi hữu tình // giang san cẩm tú.

강새암 thái độ ghen tuông vô lý *--하다

nổi cơn ghen.

강생 sự hiện thân *--하다 hiện thân, giáng sinh.

강설 tuyết rơi @강설이 30 센티였다 tuyết rơi sâu 30cm. *--량 lượng tuyết rơi.

강설 bài thuyết trình, buổi nói chuyện. *--하다 thuyết trình, dẫn giải.

강성 khỏe mạnh, hùng cường.

강세 (음성 âm thanh) trọng âm, âm nhấn, sự nhấn mạnh. @강세를 두다 nhấn mạnh, sử dụng trọng âm.

강세 (giáng thế) => 강생 (giáng sinh).

강쇠바람 ngọn gió cuối thu.

강수 mưa tuyết *--량 lượng mưa tuyết.

강술 @강술을 마시다 chỉ có thức uống mà không có thức ăn.

강술 sự phát biểu, sự trình bày, sự giải thích *--하다 diễn giải, trình bày, phát biểu.

강습 cuộc tấn công. *--하다 tấn công, đột chiếm.

강습 khóa huấn luyện ngắn. @강습을 받다 dự khóa học hè, tham gia khóa huấn luyện ngắn hạn. *--생 sinh viên, học viên. *--소 học viện, trụ sở hội.* 하계--회 khóa học hè (học chuyên đề).

강시 tử thi chết cóng, xác chết cóng.

강신술 thuyết duy linh.

강심제 thuốc trợ tim.

강아지 chó con.

강압 sự ngăn chặn, sự đàn áp, sự đè nén.*--하다 áp bức, kiềm chế, đè nén, trấn áp @ 강압적(인) độc tài, chuyên chế // 강압하여 복종시키다 ép buộc, trấn áp cho người ta khuất phục. *--정책 một chính sách chuyên chế.

강약 cương và nhu

강연 bài diễn thuyết, bài diễn văn, buổi thuyết trình. --하다 đọc diễn văn, thuyết trình. *--자 thuyết trình viên. 공개강연 buổi diễn thuyết công cộng

강옥(석) (광물 khoáng chất) *corundum*, hồng ngọc (붉은), ngọc bích (푸른)

강온 tiết chế, điều độ, phải chăng, vừa phải *--양면정책 chính sách tiết chế.

강요 [골자] yếu tố, thực chất. [개요] đặc điểm.

강요 sự ép buộc, sự sách nhiễu *--하다 bắt buộc, đòi hỏi, thúc ép @ --에게 –하도록 강요하다 ép người nào làm việc gì.

강우 mưa, trận mưa rào [기상] mưa tuyết, mưa đá *강우기 mùa mưa.

강음 sự nhấn mạnh trọng âm.

강음 --하다 uống say ngoài ý muốn.

강의 sự ngoan cường, sự quyết tâm *--하다 dũng cảm, cương quyết, ngoan cường.

강의 bài thuyết trình [해설] sự giải thích, sự trình bày chi tiết *--하다 trình bày, thuyết giảng (về..). @영국사의 강의 *bài giảng về lịch sử nước Anh* // 김교수는 다음 학기부터 햄릿을 강의한다 *giáo sư Kim sẽ giảng cho chúng ta về Hamlet ở kỳ học tới.*

강인 tính bền bỉ, dẻo dai.*--하다 chắc, bền, dẽo dai.

강짜 @강짜부리다 để lộ tính ghen tuông vô lý.

강자 người cương nghị // 강자와약자 cương và nhu

강장 –하다 khỏe mạnh, tráng kiện, sung sức, cứng cáp, lành lặn. *--제 rượu bổ.

강장거리다 bước đi õng ẹo.

강장동물 loài động vật có ruột khoang.

강재 vật liệu bằng thép, lớp mạ thép (압연강)

강적 1 đối thủ đáng gờm.

강점 mặt mạnh, ưu thế, ưu điểm của 1 người @강점이 있다 có lợi thế.

강점 –하다 chiếm lĩnh, chiếm hữu (vật gì) bằng quyền lực.

강정 bánh gạo nếp rắc vừng

강제 sự ép buộc, sự miễn cưỡng --하다 bắt buộc, thúc ép @강제적 sự cưỡng bách bằng vũ lực // 강제적으로 một cách miễn cưỡng *--노동 lao động cưỡng bách.

강조 âm nhấn, trọng âm *--하다 đánh dấu trọng âm, nhấn mạnh (trọng âm).

강조밥 đậu luộc.

강종거리다, 깡쫑거리다 bước đi nhún nhảy, bước chân sáo.

강좌 [대학의] giảng viên Đại học. @경제학 강좌를 담당하다 giữ chức vụ về kinh tế.

강수정 sự giả vờ say rượu. *--하다 giả say.

강직 sự ngay thẳng, chính trực. *--하다 chính trực, cương nghị (đáng tin cậy) @강직한 사람 một người liêm chính.

강직 sự khắc nghiệt, tính cứng nhắc. // 사후--- xác chết cứng.

강진 cú va chạm khốc liệt.

강철 thép. *--판 tấm thép.

강청 [강요] sự sách nhiễu, sự đòi hỏi quá đáng [공갈로] sự tống tiền. *--하다 đòi hỏi quá đáng.

강촌 ngôi làng ở ven sông.

강추위 cực lạnh.

강타 đòn quyết định; đòn chí tử. *--하다 giáng cho 1 cú đấm vong mạng.

강탄 ngày ra đời, ngày thành lập. *--하다 được sinh ra, được thành lập.

강탈 sự cướp bóc, sự chiếm đoạt *--하다 cướp bóc, chiếm đoạt. *--물 vật cướp được, chiến lợi phẩm. *--자 tên cướp.

강토 lãnh thổ, lĩnh vực, địa hạt.

강파르다 [됨됨이가] học tập chuyên cần, chăm chỉ [가파르다] vượt bậc, quá mức.

강판 cái giũa, bàn nạo.

강판 1 tấm thép, 1 lá thép.

강패 tên côn đồ, lưu manh, kẻ cướp. @깡패의 세계 kẻ sống ngoài lề xã hội.

강평 sự xem xét, sự cân nhắc. *--하다 cân nhắc, xem lại.

강포 sự xúc phạm, tính hung ác, tàn bạo *--하다 làm xúc phạm, độc ác, bạo tàn.

강풀 bột đặc (hồ) @ 강풀치다 hồ lại, dán lại.

강풍 (cường phong), cơn gió mạnh, cơn bão. [기상] cơn gió dịu, ôn hòa.

강하 sự giảm xuống, sự bỏ bớt.[기압의] sự suy giảm, sự suy sụp, sự xuống dốc. *--하다 rơi, bỏ, thả, rớt xuống. @ 기온의 강하 nhiệt độ hạ.

강하다 [강력] hùng cường, khỏe mạnh @ 강하게 rắn rỏi, cương nghị, có ảnh hưởng, quyền thế lớn // 강한 색채 màu sắc chói chang //강한 술 rượu mạnh // 강하게 하다 tăng cường, củng cố.

강하다 cứng, bền, chắc.

강행 sự thúc ép, sự bắt buộc. *--하다 ép buộc.

강행군 lực lượng hành quân. *--하다 tham gia vào đội diễu hành.

강호(cường hào) người từng trãi, dân chơi.

강호 [강과 호수] sông và hồ; [자연] thiên nhiên [은거지] nơi ẩn dật, nơi thanh tịnh [세상] cõi trần gian.

강화 sự giảng hòa, sự thương lượng *--하다 hòa giải *--담판 đàm phán hòa bình *--조약 hiệp ước hòa bình.

강화 sự tăng cường, sự củng cố @군사력을 강화하다 củng cố lực lượng quân đội.

갖- da thuộc. @ 갖바치 thợ đóng giày // 갖신 giày da.

갖은 hầu hết, tất cả, mỗi.. @ 갖은 양념 các loại gia vị // 갖은 수단을 쓰다 thử hết mọi cách // 갖은 고생을 하다 *trải qua nhiều gian khổ.*

갖추다 [준비] sẵn sàng, chuẩn bị [설비] cung cấp, trang bị, chu cấp [조건을] đáp ứng [형식 격식을] chấp hành // 조건을 갖추다 đáp ứng, làm thỏa mãn, làm hài lòng

갖풀 keo làm bằng da bo. @갖풀로 붙이다 gắn, dán lại.

같다 (1) [흡사] giống nhau, như nhau, tương tự @(꼭) 거지 같다 giống như ăn mày, không khá hơn tên ăn mày // 아주 같다 rất giống nhau // 새것 같다 giống y như mới (2) [동일] cái giống nhau, y như nhau [균일] bằng nhau (3) [동등] ngang bằng, bình đẳng. @같은 자격으로 담판하다 *nói chuyện một cách bình đẳng.* (4) [종류] giống nhau; cùng loại. @떡 같은 것 giống như bánh gạo (5) [추측] hình như @ 비가 올 것 같다 hình như trời mưa. (6) [--라면] nếu như; trong trường hợp @나 같으면 그런짓은 않겠다 *nếu tôi là anh, tôi sẽ không làm như vậy.* (7) [답다] xứng đáng với.. @ 집 같은 집이 없다 không có căn nhà nào xứng với..

같은 값이면 nếu tất cả đều giống nhau. @같은 값이면 잘 해라 *nếu bạn làm, thì hãy làm cho tốt.*

같이 (1) [흡사하게] giống nhau, như nhau. @ 쌍동이는 꼭같이 닮았다 *cặp sinh đôi giống nhau như hai hạt đậu.* (2) [바로. 그대로] làm trở ngại, làm chắn lối. (3) [함께] cùng nhau, cùng hội cùng thuyền với. @ 같이살다 sống chung với nhau // 식사를 같이하다 ăn chung. (4) [치럼]nếu như, như thể là. @ 어린애같이 취급하다 cư xử như là trẻ con. (5) [동등] bằng nhau, ngang nhau, giống nhau, không phân biệt đươc. @ 같이 나누다 phân chia đều nhau.

같이하다 cùng tham dự, cùng có phần, cùng chia sẻ.

같잖다 [하찮다] tầm thường, không giá trị // 같잖은 인간 một anh chàng không có chút giá trị nào.

갚다 (1) [빚을] hoàn lại, trả lại, thanh toán (tiền) @빚을 갚다 trả dứt nợ (2) [보답] trả lễ, đền ơn đáp nghĩa @은혜를 갚가 *lấy ơn trả ơn* // 은혜를 원수로 갚다 *lấy ơn trả oán* (3) 원수를 sự trả đũa @ 원수를 갚다 trả miếng, trả thù.

개 (1) [포구] con lạch, con mương nhỏ. (2) con chó, chó săn (엽견) [수캐] chó đực. [암캐] con chó sói cái @ 개를 기르다 nhốt chó // 개가 짖다 chó sủa.

개 1 miếng, mảnh, viên, cục, khúc. @사과세개 ba miếng táo // 비누 두개 hai bánh (miếng) xà phòng.

개가 khúc khải hoàn ca. @ 현대 과학의 개가 *sự thành tựu của nền khoa học hiện đại* // 개가를 올리다 *ca mừng chiến công.*

개가 sự tái hôn. *--하다 tái hôn, tái giá.

개각 sự cải tổ nội các.
개간 sự khai hoang *--하다 khai hoang, phát quang @개간되다 khai phá đất đai. *--사업 sự khai hóa, sự khai khẩn. *--지 đất vỡ hoang.
개간 *--하다 xem lại, xét lại, duyệt lại, tái bản một ấn phẩm.
개값 @개값으로 bán lỗ // 개값으로 팔다 bán giá rẻ mạt.
개강 bài học đầu tiên [대학에서] *khai giảng khóa học đầu tiên.* @ 9 월 1 일 개강 *buổi học sẽ bắt đầu vào ngày 1 tháng 9.*
개개 [낱낱] một cá nhân, một tiết mục riêng lẻ [낱낱이] từng người, từng cái một @개개의 riêng cá nhân.
개개다 mài mòn, cọ, chà xác, làm trầy, làm cho hao mòn.
개개풀어지다 [국수등이] mất mát, thất lạc, tính chất lầy nhầy [눈이] lờ mờ, ám muội.
개고기 [사람 người] 1 gã thô tục [고기 thịt] thịt chó.
개골창 cống rãnh, máng xối.
개과 sự ăn năn *--하다 ăn năn, hối hận.
개관 sự khánh thành. *--하다 khai mạc, khánh thành *--식 nghi lễ khánh thành.
개관 sự nghiên cứu tổng quát. *--하다 nghiên cứu, khảo sát.
개괄 sự giản lược, đại khái, khái quát.*--하다 giản lược; tóm lược, tóm tắt @ 개괄하여 말하면 nói tóm lại, phát biểu tổng quát.
개교 ngày khai giảng *--하다 khai giảng, khai trường.
개구리 con ếch. @우물 안의개구리 *ếch ngồi đáy giếng* // 개구리 올챙이적 생각을 못한다 *qua cơn nguy hiểm quên hết trời đất.* *--헤엄 sự thổn thức.
개구리밥 [식물] bèo tấm.
개구멍 chuồng (cũi) chó. *--받이 đứa trẻ bị bỏ rơi.
개구장이 thằng ranh con @개구장이 짓 tính nhảm nhí.
개국 [건국] nền tảng quốc gia [통상 개시] sự thành lập quốc gia *--하다 khai quốc; sáng lập nền móng quốc gia. *--주의 chính sách mở cửa.
개꿈 cơn ác mộng.
개그 cái nắp; cái nút. *--맨 hoạt náo viên đài truyền hình.
개근 sự siêng năng, cần mẫn. *--하다 siêng năng, cần mẫn @ 나는 개근 했다 tôi không vắng một ngày nào.
개기 sự hoàn toàn lu mờ. *--일(월)식 hiện tượng nhật (nguyệt) thực.
개념 quan điểm, khái niệm. @개념적인 đại thể, chung chung // [사람]이라는 개념 quan niệm của một người //과학의 개념 *khái niệm chung của khoa học.*
개다 (1) [날씨가 thời tiết] quang đãng [비가 mưa] mưa tạnh [안개가 sương mờ] sáng sủa @ 갤것 같다 có khả năng tạnh mưa.
개다 (2) [으깨다] nhào trộn, trộn lẫn. @ 가루 반죽을 개다 trộn bột.
개다 (3) may bọc lại, chần lại. @옷을 개다 xếp quần áo // 이불을 개다 trải bộ ra (drap) giường // 천막을 개다 dỡ lều, nhổ trại.
개떡 bánh bột gạo.
개떡 같다 vô dụng, không giá trị. @ 개떡같은 수작 hành động dại dột, càn rỡ, bậy bạ.
개똥밭 [땅이 건 밭] bãi rác [더러운

곳] nơi dơ bẩn. @개똥밭에도 이슬 내릴 날이 있다 (sông có khúc, người có lúc)

개똥벌레 [곤충] con đom đóm.

개돼지 @ 개돼지 같은 사람 người cục súc.

개략 (khái lộ) nét đại cương.

개량 (cải lương) sự cải tiến, sự cải tổ, sự sửa đổi. *--하다 cải cách, cải thiện, cải tổ, sửa đổi.

개런티 [출연료] lời cam kết, sự bảo lãnh.

개론 (khái luận) lời giới thiệu, lời mở đầu, nét đại cương, bảng tóm lượt. *--하다 tổng quát, đại cương.

개막 (khai mạc) mở màn. *--하다 kéo màn, mở màn *--식 khai mạc nghi lễ.

개머루 (식물) quả nho rừng,

개머리 báng súng *--판 tấm bia.

개명 하다 đổi tên, đặt tên lại.

개문 (khai môn) mở cửa *--발차 khai trương.

개미 con kiến. @개미의 chất acid formic // 개미굴 hang kiến.

개미허리 eo thon. @개미허리의 여인 cô gái có cái lưng ong.

개발 (khai phát) [개척] sự khai hoang, sự khai khẩn, phát quang. [계발] sự cải thiện. *--하다 khai khẩn, khai phá *--도상국 một quốc gia đang phát triển. 경제 개발 phát triển kinh tế.

개발코 cái mũi hếch.

개밥 thức ăn của chó. @ 개밥에 도토리다 bị ruồng bỏ.

개밥바라기 sao hôm.

개방 [열어 놓음] giải tỏa [허용] bãi bỏ lệnh cấm. @개방적인 *mở rộng tình thương.*

개벽 (khai thiên, khai tịch) @ 개벽 이래 từ buổi sơ khai của tạo hóa // từ thuở khai thiên lập địa.

개벽 sự đổi mới *--하다 canh tân, cải tiến.

개별 cá nhân, cá thể, cá biệt. @ 개별적으로 một cách riêng lẻ. *--개념(철학) quan điểm riêng. *--심사 mùng cá nhân.

개병 @ 국미 개병 제도 chế độ cưỡng bách tòng quân

개복 수술 (의학 y học) thuật mổ bụng.

개봉 (khai phong) [편지 따위] mở thư, mở dấu niêm phong *--하다 mở, bóc lá thư [영화 phim] rửa phim. *--관 buổi trình diễn đầu tiên; *--영화 phim mới phát hành.

개비 khúc gỗ *--성냥 một que diêm

개비 sự khôi phục. *--하다 hồi phục, thay mới.

개산 *--하다 tính toán, trù liệu, trù tính, đánh giá, ước lượng.

개서 [다시 쓰기] sự chép lại [어음.증서 따위] làm lại mới *--하다 viết lại, chép lại.

개선 thắng trận trở về *--하다 trở về trong chiến thắng. *--가 khúc khải hoàn ca *--문 khải hoàn môn (Paris).

개선 => bệnh ghẻ (bệnh hắc lào).

개선 sự tái bầu cử *--하다 bầu lại

개선 sự cải thiện, sự đổi mới. *--하다 cải thiện, cải tiến. @ 설비의 개선 thay đổi lại cho thích hợp.

개설 khai sáng. *--하다 thành lập, gây dựng. @ 병원을 개설하다 thành lập bệnh viện.

개설 (khái thuyết) *--하다 tóm lượt, đại cương, mở đầu, đề cập.

개성 cá tính. @ 그의 작품에는 개성이

뚜렷하게 나타나 있다 *nét chữ của nó biểu lộ rõ rệt một cá tính mạnh mẽ.*

개소리 @ 개소리 말라 nhảm nhí!- đừng nói càn!

개수 (cải tu) sự tu sửa, sự cải thiện *--하다 tu sửa; cải thiện @도로의 개수 sự tu sữa lại con đường.

개수 (khái số) tròn số

개수직 lời nói nhảm nhí.

개술 (khái thuật) sự tổng kết. *--하다 tổng kết.

개숫물 nước rửa bát.

개시 (khai thị) (1) khánh thành (chợ). (2) ngày khai trương. *--하다 khai trương buổi chợ.

개시 *--하다 khai mạc, khai trương, bắt đầu, mở đầu.

개식 (khai thức) nghi thức khai mạc *--하다 khai mạc nghi thức.

개신 (cải tân) *--하다 cải tạo, đổi mới, canh tân.

개심 (cải tâm) *하다 sửa đổi (tâm tánh).

개악 (cải tà) *--하다 bỏ cái xấu để theo cái tốt; *bỏ cái ác để theo cái thiện.*

개안 khai nhãn; mở rộng tầm nhìn. *--수술 ca mổ phục hồi thị lực.

개암 quả phỉ, hạt phỉ.

개업 *--하다 mở đầu việc mua bán (khai trương mậu dịch). [의사.변호사가] bắt đầu tập sự. @ 내과의를 개업하고 있다 anh ấy là một y sĩ thực tập.

개역 sự thay đổi

개역 bản dịch lại *--하다 dịch lại, sửa lại 1 bản dịch. *--판 một bản dịch được duyệt lại.

개연성 [철학 triết học] sự có khả năng.

개오 (khai ngộ) sự khai sáng. *--하다 thức tỉnh, tỉnh ngộ.

개요 (khái yếu) khái lược, đại cương.

개운하다 cảm giác tỉnh táo (bớt căng) @ 이제 몸이 개운하다 cảm thấy rất khỏe.

개울 con suối nhỏ, lạch, ngòi.

개원 (khai viện) *--하다 khai mạc (quốc hội, bệnh viện).

개원 sự thay đổi của kỷ nguyên, thời đại.

개의 *--하다 lo lắng, quan tâm, phiền muộn. @조금도 개의치 않다 đừng bận tâm đến đồng tiền (=miếng ăn), mọi việc rồi sẽ qua thôi. [trời sinh voi, sinh cỏ] 남의 말에는 개의치 말게 đừng bận tâm đến những gì người ta nói.

개인 cá nhân @개인적 riêng biệt, dành riêng // 개인적으로 cá biệt, với tư cách cá nhân // 개인 적 의견 ý kiến cá nhân // 개인 또는 법인 tư cách pháp nhân.

*--감정 tình cảm cá nhân. *--관계 quan hệ cá nhân.

*--기업 xí nghiệp cá thể.

*--소득 lợi tức cá nhân.

*--숭배 tín ngưỡng cá nhân.

개인 (cải ấn) –하다 thay đổi danh hiệu chính thức.

개인 교수(cá nhân giáo thụ) kiến thức cá nhân. *--하다 dạy riêng @개인교수를 받다 học riêng với thầy phụ đạo

개인전 phòng triển lãm cá nhân.

개인주의 chủ nghĩa cá nhân. @개인주의적 có tính chất cá nhân chủ nghĩa [이기적] ích kỷ, vị kỷ.

개입 sự can thiệp. *--하다 can thiệp vào, xen vào.

개자 tương mù tạc.

개자리 (식물) cỏ đinh hương.

개작 (cải tác) sự phỏng theo; một tài liệu

viết phóng tác. *--하다 viết phỏng theo *--자 người phóng tác.

개잡놈 (쓸모없는) một người luộm thuộm nhếch nhác (잡스러운) .

개장 sự khai trương *--하다 khai trương, mở cửa @오후 3 시개장 mở cửa lúc 3 giờ chiều.

개장 sự cải trang, sự sửa đổi, sự chuyển biến *--하다 cải trang, tu sửa, thay đổi, tổ chức lại.

개재 sự can thiệp (개입) sự trung gian *--하다 can thiệp vào, làm trung gian.

개전 sự tuyên chiến, sự bùng nổ của chiến tranh. *--하다 tuyên chiến, bùng nổ.

개전 sự ân hận. *--하다 hối hận, ăn năn hối lỗi.

개점 (khai điếm)sự mở, thành lập một cửa hàng.

개정 (khai đình) sự mở; thành lập một phiên tòa. *--하다 dự một phiên tòa. @ 개정중이다 phiên tòa đang xử.

개정 *--하다 cải cách, cải tổ, sửa đổi.

개정 (cải chính) [수정] sự xem lại, duyệt lại. [변경] sự cải chính, sửa đổi, hiệu đính. [개량] sự cải thiện. *--하다 cải chính, cải thiện, thay đổi lại. @ 헌법— sự sửa đổi, bổ xung hiến pháp.

개정 hiệu đính. *--하다 xem lại, duyệt lại. *--증보판 một bản thảo đã được hiệu đính và bổ xung.

개제 (cải đề) *--하다 đặt tên lại, sửa đổi một mục tiêu.

개조 (cải tổ) thay đổi một tổ chức. @ 내각을 개조하다 cải tổ nội các.

개조 (cải tạo) sự tái thiết *--하다 cải tạo, tái thiết @ 집을 개조하여 상점을 만들다 sửa lại căn nhà để làm nhà kho.

개종 (cải tòng). *--하다 theo đạo, thay đổi một tín ngưỡng. @ 기독교로 개종시키다 khuyến dụ, lôi kéo người nào theo đạo Chúa *--자 tín đồ, người theo đạo.

개죽음 một cái chết vô nghĩa. *--하다 chết một cách vô nghĩa.

개중 giữa, trong số @개중에는 좋은 것도있고 나쁜 것도 있다 *trong số họ có những người tốt nhưng cũng có những người xấu.*

개진 (khai trần) sự bày tỏ, sự phát biểu. *--하다 bày tỏ, sự biểu, tường thuật, tuyên bố, trình bày.

개짐 băng vệ sinh.

개집 củi chó, chuồng chó.

개차반 kẻ đê tiện.

개착 sự khai quật. *--하다 đào, xới, khai quật.

개찬 *--하다 biên tập, sửa đổi.

개찰 (cải trát) *--하다 kiểm vé. *--구 cửa bán vé.

개척 (khai thác) [개간] sự canh tác, khai hoang, phát hoang. [자원의] khai khẩn, phát triển. *--하다 khai thác, khai khẩn @ 땅을 개척 하다 khai thác một lô đất.

가천 (khai xuyên) tháo cống.

개청 (khai sảnh) lễ khánh thành, lễ khai mạc. *--하다 khai mạc, khánh thành.

개체 cá thể, ,cá nhân *--관념 (논리) quan điểm cá nhân.

개초 [이엉] mái tranh; [잇기] sự lợp tranh. *--장이 thợ lợp nhà tranh.

개최 *--하다 tổ chức (buổi họp), mở (cuộc triển lãm).

개축 sự tái thiết. *--하다 tái thiết, tái xây dựng. *--공사 công trình tái thiết.

ㄱ

개칠 –하다 tô sửa (một bức tranh, một nét chữ 그림; 글씨를) – [칠을] sơn lại; phủ lên một lớp sơn mới.

개키다 gấp lại, xắn vén lên.

개탄 sự ăn năn, nuối tiếc. *--하다 ân hận, nuối tiếc. @ 개탄을 금할 수 없다 thật là một việc đáng tiếc.

개통 một thói quen, lệ thường, sự ngẫu nhiên, sự trùng hợp.

개통 [도로가 đường] khai thông @ 불통 구간은 5 시간 후 개통됐다 bộ phận hư hỏng đã đươc khai thông sau 5 giờ.

개판 cải biên [개정] sự xem lại [개정판] một bản in đã dược xem lại *--하다 biên tập, sửa lại một bản in.

개펄 bùn, bùn dưới đáy sông.

개편 sự cải tổ (tổ chức lại). *--하다 cải tổ, [책을] chọn lọc lại, sửa lại.

개평 phần thưởng dành cho người thắng cuộc.

개평 (khái bình) lời bình luận chung *--하다 bình luận tổng quát.

개평방 (수학 toán) khai căn bậc hai (bình phương).

개폐 (khai bế) *--하다 mở ra và đóng lại [전기 điện] cắt điện. *--고 cầu kéo *--기 cầu dao điện.

개펴 –하다 tổ chức lại.

개표 khai phiếu *--하다 kiểm phiếu *--소 nơi kiểm phiếu.

개학 (khai học) ngày khai trường. *--하다 khai giảng.

개항 --하다 khai cảng, mở rộng ngoại thương *--장 hiệp ước ngoại thương.

개헌 (cải hiến) *--하다 cải tổ; sửa đổi hiến pháp. *--안 dự luật cải tổ hiến pháp.

개혁 sự cải cách. *--하다 cải cách. *--자 người đưa ra chủ trương cải cách. 종교개혁 phong trào cải cách.

개화 –하다 khai hóa *개화한 được sáng tỏ. thoát khỏi cảnh ngu dốt.

개화 khai hoa. *--하다 nở hoa 개화기 mùa hoa nở.

개황 tình trạng chung * 일기개황 điều kiện chung của khí hậu.

개회 khai hội *--하다 khai mạc hội nghị. @ 개회중이다 dự hội nghị. *--사 diễn văn khai mạc *--식 nghi thức khai mạc.

개흙 bùn, phù sa ở cửa sông.

객 => 손님 khách.

객고 (khách khổ) cảnh thiếu tiện nghi khi sống xa nhà. @ 객고에 시달리다 mệt mỏi, vất vả qua 1 chuyến du hành.

객관 khách quan [대상] khách thể @객관적인 tính chất khách quan // 객관적으로 관찰하다 có một nhận xét khách quan.

객기 (khách khí) tính dũng cảm, gan dạ (một cách mù quáng), liều lĩnh (một cách thiếu suy nghĩ).

객년 năm ngoái.

객담 (khách đàm) câu chuyện vớ vẩn. *--하다 nói tào lao.

객담 sự khạc nhổ (đàm). *--검사 thử đàm.

객비 (khách phí) - [낭비 lãng phí] tiêu xài lãng phí [여비 phí tổn đi dường].

객사 (khách tử) –하다 chết xa nhà.

객석 (khách tịch) ghế dành cho khách.

객선 (khách thuyền) thuyền chở khách.

객소리 lời nói khách khí..

객스럽다 không cần thiết, vô dụng.

객식구 người sống dựa vào người khác, kẻ theo đốm ăn tàn.

객실 [배의] phòng khánh tiết, cabin, phòng ngủ riêng trên tàu thủy, khu vực dành cho khách [가정의]phòng khách.

객원 khách mời. *--교수 giáo sư thỉnh giảng.

객적다 không đúng chỗ, không đúng lúc. @객적은 소리하다 cho ý kiến, nhận xét không đúng lúc.

객지 (khách địa) @객지에서 병들었다 bị bịnh trong khi đi du lịch.

객차 (khách xe) toa chở hành khách, xe chở khách.

객혈 (khái huyết) bệnh ho ra máu *--하다 khạc ra máu.

갭 lỗ hổng, lỗ trống.

갱 kẻ cướp [총칭] một băng cướp (có vũ trang). *--영화 phim cao bồi, phim đánh cướp.

갱 [수직갱] hầm, hố. [갱도] đường hầm ngang (ngành mỏ)

갱내 (trong) hầm, hố. *--궤도 đường hầm. *--근로자 thợ mỏ *--작업 sự làm việc dưới mặt đất.

갱년기 (canh niên kỳ) sự thay đổi của cuộc sống [여성의] sự mãn kinh *--변화 sự thay đổi trong thời kỳ mãn kinh.

갱도 (khánh đạo) [가로갱] đường hầm. [세로갱] hầm mỏ [굴] đường hầm ngang.

갱목 (khánh mộc) [광산 mỏ] cột than.

갱부 (khánh phu) thợ mỏ, phu mỏ.

갱생 (canh sinh) sự tái sinh, sự phục hồi, sự phục hưng. *--하다 tái sinh, phục hồi. @범죄자의 갱생 sự cải tạo tội phạm.

갱소년 *--하다 sự trẻ hóa.

갱신 (canh tân) sự đổi mới. *--하다 phục hồi, đổi mới.

갱의실 phòng rửa mặt, phòng trang sức, thay đổi y phục.

갱지 bột giấy, giấy ráp.

갱충적다 cẩu thả, hấp tấp, không thận trọng.

갸륵하다 đáng khen ngợi.

갸름하다 @갸름한 얼굴 một khuôn mặt trái xoan.

갹금 sự quyên góp tiền của [기부금] sự đóng góp sự quyên góp số tiền quyên góp. *–하다 quyên góp, mở cuộc lạc quyên, đóng góp.

갹출 sự tặng, sự đóng góp. *--하다 quyên góp, góp vốn.

거간[일] nghề môi giới [사람] người môi giới. *--하다 làm môi giới.

거개 phần lớn.

거거익심 *--하다 ngày càng xấu hơn, càng tồi tệ hơn.

거구 một nhân vật to lớn.

거꾸러뜨리다 (1) [넘어뜨리다] ném xuống, hạ gục (때려서) @다리를 걸어서 거꾸러뜨리다 nói khích bác 1 người nào. (2) [지우다] đánh bại, làm tiêu tan [망치다] lật đổ (3) [죽이다] tiêu diệt, bác bỏ.

거꾸러지다 (1) [엎어지다] rơi xuống, ngã chúi xuống. @땅에 거꾸러지다 thất thủ, thất bại, suy sụp // 지쳐서 거꾸러지다 *suy nhược vì làm việc quá sức.* (2) [지다] tiêu tan hy vọng [망하다] lật đổ, phá đổ, đạp đổ, bị hủy hoại. (3) [죽다] từ trần, băng hà, hy sinh, chết @ 거꾸러져라 chết bất đắc kỳ tử.

거꾸로 sự đảo lộn, sự lộn ngược [위 아래를] hoàn toàn rối loạn, đảo ngược. [좌우를] mọi khía cạnh [오히려] mặt khác, trái lại @거꾸로 박히다 té lộn ngược.

ㄱ

거국 @거국적 toàn quốc
거금 một số tiền lớn.
거금 trước đây. @거금 600 년 전에 600 năm trước.
거기 (1) [장소] chỗ kia, nơi kia, nơi đó. @거기서부터 từ đó // 거기서 기다려라 hãy đợi đấy (2) [그일.그정도] đó @거기가 문제야 đó là câu hỏi
거나 nếu; hoặc... hoặc; cho dù.. @ 너야 좋아하거나 말거나 cho dù bạn thích hay không thích.
거나하다 ngà ngà chếnh choáng (say)@거나하게 취하다 say một cách dễ chịu.
거느리다 lãnh đạo, hướng dẫn, chỉ huy, điều khiển (thuộc hạ // 많은 식구를 거느리고 있다 *hắn có một đại gia đình để nương tựa.*
가느린채 một căn nhà xây tách ra, cái chái, nhà phụ (nhà xí ở xa nhà).
-거늘 (1) [까닭] bởi vì rằng, từ khi, như. (2) [-지만] dù rằng, mặc dù, trong khi. @ 형제들이 다 건강하거늘 그만이 약하다 *nó yếu đuối trong khi tất cả anh em của nó tràn đầy sinh lực.*
거니와 cũng như..; không những.. mà còn..; ngoài ra; và; nhưng mà.. @ 얼굴도 곱거니와 마음씨도 곱다 *cô ấy không những có tính nết dễ thương mà còn có một khuôn mặt xinh xắn.*
거닐다 đi dạo; đi tản bộ; đi lang thang.
거당 toàn đội; toàn đảng.
거대 *--하다 đồ sộ; to lớn; khổng lồ.
거덕거덕, 꺼덕꺼덕 *–하다 ẩm thấp.
거덕치다 bất tiện, khó xử, rắc rối, rầy rà.
거덜거덜하다 không ổn định, chập chờn.
거덜나다 suy sụp, sụp đổ [결딴] đổ nát, hư hại trầm trọng [파산] phá sản, bị vỡ nợ.
거동 [처신] hạnh kiểm, thái độ, tư cách, đạo đức [행동] hành động. @ 거동을 주시하다 để mắt đến, để ý theo dõi một người nào.
거두 một người kiệt xuất, 1 nhà lãnh đạo xuất chúng, yếu nhân. @ 정계 [재계] 의 거두 nhà tư bản; tài phiệt. *--회담 hội nghị cấp cao.
거두다 (1) [모으다] thu thập, sưu tầm, thu hoạch. @ 세금을 거두다 thu thuế (2) [얻다] thu được, đạt được, giành được @ 훌륭한 성과를 거두다 đạt được kết quả xuất sắc (3) [돌보다] trông nom chăm sóc (4) [모양내다] sửa sang lại dáng vẻ. (5) [그치다] ngưng lại @울음을 거두다 ngưng khóc // 숨을 거두다 trút hơi thở cuối cùng (chết).
거두절미 (1) [자름] *—하다 cắt đầu cắt đuôi. (2) [요약] *–하다 tóm tắt, tổng kết, tóm gọn.
거둠질 mùa thu hoạch.
거둥 chuyến du hành của vua. *--하다 đi kinh lý.
거드럭거리다 => 꺼드럭거리다 khệnh khạng, vênh váo, làm ra vẻ.
거드름 điệu bộ kiêu kỳ, ngạo mạn, vẻ kiêu căng @거드름빼다 ngẩng cao đầu.
-거든 (1) [가정] nếu, khi @그를 만나거든 들러 달라고 전해다오 nếu bạn gặp nó, hãy bảo nó gọi lại tôi (2) [하물며] vẫn còn, hãy còn (3) [이상함] nếu như, giá mà, từ lúc (4) [느낌꼴] tất nhiên, thật vậy @참 좋거든 *quả thật là tuyệt vời.*
거들 [코르셋] coocxê; áo nịt ngực của phụ nữ.

거들다 giúp đỡ, giúp một tay. @ 일을 거들다 giúp đỡ (ai) làm việc.

거들떠보다 liếc nhìn, chú ý đến @ 거들떠보지도않고 không để mắt đến.

거들먹거리다 làm ra vẻ, vênh váo, làm bộ làm tịch.

거듭 lặp đi lặp lại nhiều lần. *--하다 lặp lại, nhắc lại, làm lại lần nữa @거듭거듭 hết lần này đến lần khác // 거듭 경고했음에도 *bất chấp những lời cảnh cáo được lặp đi lặp lại nhiều lần.*

거래 việc kinh doanh, mậu dịch, mua bán. *--하다 giao dịch mua bán với (người nào) @ 거래가 있다 có mua bán qua lại với..

거론 –하다 chuẩn bị một đề tài thảo luận.

거룩하다 siêu phàm, thiêng liêng [위대]cao cả @거룩한 정신 tâm hồn cao thượng.

거룻배 phà, thuyền một mái chèo.

거류 nơi cư trú, nơi ở. *--하다 ngụ tại, ngụ ở..

거르다 (1) [여과] lọc, lọc qua. @간장을 체로 거르다 lọc nước tương qua cái rây (2) [차례를] nhảy qua, bỏ qua, bỏ quên, bỏ sót. @ 책한 부분을 거르다 *bỏ sót vài chương sách.*

거름 phân bón, phân chuồng. [화학 비료] tạp chất *--하다 bón phân.

거리 (1) đường phố; khu phố; thị xã @ 거리의 불량배 con đường gồ ghề.

거리 (2) [재료] nguyên vật liệu @ 국거리 vật liệu nấu súp (3) [대상] nguyên nhân, nguồn gốc, căn nguyên @ 걱정거리 nguyên nhân phiền muộn.

거리 (cự ly) [간격] tầm xa khoảng cách [차이] sự khác biệt, sự chênh lệch @ 거리에 따라 다르다 (요금 따위가) thay đổi cự ly // 여기서 부산까지의 거리는 얼마인가 từ đây đến *Busan* bao xa?

거리끼다 [사물에] cân nhắc, đắn đo, dè dặt, thận trọng. [마음에] tự chủ được, kiềm chế được, giữ được khí phách. @ 거리낌 없이 công khai, không giới hạn.

거마비 phí giao thông, tiền vé.

거만 tính kiêu căng, ngạo mạn, tính tự phụ. *--하다 kiêu căng, ngạo mạn, kiêu kỳ, tự đắc @ 거만한 태도 ra vẻ phách lối

거만 @ 거만의 갑부이다 giàu có bạc tỷ

거매지다 đen, rám nắng.

거머리 [동물] con đỉa @ 거머리 같은 사람 kẻ quấy rầy, gây rắc rối (dai như đỉa).

거머무트름하다 đậm đà, mập mạp, mủm mỉm, phinh phính.

거머삼키다 nuốt, nén xuống, ngốn ngấu nghiến.

거머쥐다 nắm vững, hiểu thấu.

거멀못 cái bàn kẹp, đinh tán.

거멀장 bàn kẹp (dành cho thợ mộc).

거멓다, 꺼멓다 đen nhánh; đen xẩm.

거목 (cự mộc) cây to.

거무스름하다 mờ tối, mờ mờ, ngăm ngăm.

거무죽죽하다 hơi đen, mù mịt, u ám.

거문고 cây đàn hạc của Hàn Quốc (có 6 dây)

거물 một nhân vật lỗi lạc @ 정계의 거물 một nhà lãnh đạo khôn ngoan.

거미 (동물) con nhện @ 거미가 집을 짓다 con nhện giăng tơ *--줄 mạng nhện. *--집 ổ nhện.

ㄱ

거미줄치다 quay tơ [굶다] làm cho chết đói, bỏ đói. [경계망을] quăng lưới, thả lưới.

거미 치밀다 đố kỵ tham lam; thèm muốn.

거반 => 거의

거병 tăng cường lực lượng quân đội.

거부 người giàu có, tỷ phú.

거부 sự khước từ, sự bác bỏ. *--하다 từ chối, phủ nhận, bác bỏ @ 요구를 거부하다 khước từ lời đề nghị

거북 (동물) con rùa biển.

거북선 tàu 'con rùa biển'

거북하다 cảm thấy lúng túng, ngượng nghịu, không thoải mái, không tiện nghi [사물이 주어] lúng túng, bất tiện, phiền phức, thiếu tiện nghi. @ 거북한 자리 *một chỗ ngồi không thoải mái.*

거비 một món tiền phí tổn khổng lồ.

거사 *--하다 thực hiện hành động (phá rối), dựng lên (1kế hoạch) chu đáo.

거상 sự đau buồn, tang tóc [상복] bộ quần áo tang @ 거상을 입다 để tang.

거상 một thương gia giàu có.

거상 một pho tượng khổng lồ, người khổng lồ.

거석 một hòn đá to lớn, cự thạch (khảo cổ).

거성 1 số mệnh phi thường. [위인] một vĩ nhân, một nhân vật xuất chúng. @ 거성이 땅에 떨어지다 *một ngôi sao lớn rơi xuống.*

거세 (1) [불을 끔] sự cắt giảm. (2) [세력 제거] sự ngăn chặn, sự nhổ rễ, trừ tiệt, sự làm cho yếu đi *--하다 ngăn chặn, loại trừ, thanh lọc, cắt, thiến, hoạn.

거세다 thô lỗ, hoang dã, hung tợn, cuồng nhiệt, phóng túng, bất tri @ 거센 파도 bão táp cuồng nhiệt // 거센 바람 cuồng phong // 거센 여자 *một người phụ nữ phóng túng* // 거센 성격 tính tình phóng túng, cuồng nhiệt.

거소 chỗ ở.

거수 –하다 giơ tay lên @ *--투표 giơ tay biểu quyết.

거스러미 [손톱의] chỗ xước cạnh móng tay [나무의] mảnh vụn, gai, ngạnh.

거스러지다 (1) [성질이] mọc hoang dại, ngoài tầm tay. (2) [털이] làm gợn sóng, làm xáo động.

거스르다 (1) [반대] đối lập, đối kháng. @ --에 거슬러 ngược lại, trái lại, mặc dầu // 바람을 거슬러 나아가다 đi ngược gió (2) [돈을] tiền lẻ, tiền đổi. @ 거슬러 받다 đổi chác, thối lại.

거스름돈 số tiền đổi, tiền thối lại @ 거스름 돈을 주다 [받다] đổi tiền

거슬러 올라가다 (1) [상류로] đi ngược dòng (2) [과거로] trở lại quá khứ, ngược dòng thời gian.

거슬리다 (1) [거스른 상태] phản đối, chống lại. (2) [비위에] cưỡng lại ý thích. @ 귀에 거슬리다 khó nghe, chói tai // 눈에 거슬리다 gai mắt, trái mắt, không thể chấp nhận được.

거슴츠레하다 buồn ngủ, ngái ngủ, thẩn thơ, uể oải.

거시적 [의학 y học] vĩ mô. [관점이] bao quát, toàn diện.

거실 phòng khách.

거액 một số tiền lớn.

거여목 [식물] cây cỏ 3 lá.

거역 sự không vâng lời, sự đối nghịch. *--하다 không vâng lời, phản đối, chống lại @ 상관의 명을 거역하다 chống đối mệnh lệnh cấp trên.

거울 (1) gương, kiếng soi mặt. @ 거울을

보다 soi gương // 거울에 비치다 phản chiếu lại trong gương. (2) [모범] mẫu vật, hàng mẫu. @ 거울로 삼다 lấy làm mẫu.

거웃 lông mu.

거위 *1)*(새 chim) con ngỗng.

거위 *2)*con giun tròn => 회충

거유 một học giả uyên bác, một chính nhân quân tử.

거의 [대채로] hầu như, gần như, suýt [부정적] chỉ vừa mới, hầu như không, [약] khoảng, gần [대부분] phần lớn, phần nhiều, hầu hết @ 거의 익사할 뻔했다 *suýt chút nữa tôi đã bị chết đuối.*

거인 (cự nhân) người khổng lồ, người phi thường [위인] người vĩ đại.

거장 người học rộng tài cao, 1 người thầy vĩ đại.

거재 của cải, cơ đồ @ 거재를 투입하다 đầu tư hằng triệu đồng trong xí nghiệp.

거저 miễn phí. @ 거저 일하다 làm việc không lấy tiền, miễn phí.

거저먹기 một công việc nhẹ, dễ làm, trò trẻ con @그것은 거저 먹기다 là chuyện nhỏ!

거적 chiếu (bằng rơm), chiếu thảm.

거절 sự khước từ, sự bác bỏ.*--하다 từ chối, khước từ, bác bỏ, cự tuyệt, không thừa nhận @ 면회를 거절하다 từ chối gặp mặt.

거점 pháo đài, đồn lũy, thành trì. @ 중요한 군사 거점 vị trí chiến lược.

거족 một dòng dõi ưu tú, lỗi lạc, một thị tộc hùng mạnh.

거족 @ 거족 적인 toàn quốc // 거족적으로 ở khắp nơi trên đất nước.

거주 chổ ở, nơi cư trú. *--하다 ngụ tại, trú tại, sống ở @ 거주가 일정하지 않다 không có chổ ở cố định *--권 quyền tự do cư trú.

거죽 [표면] bề mặt [옷의] phía bên mặt [외면부] mặt ngoài, bề ngoài.

거중조정 sự can thiệp, sự phân xử, sự hòa giải.

거증 하다 xác minh một sự kiện bằng chứng cứ *--책임 [법] trách nhiệm dẫn chứng

거지 người ăn xin, ăn mày.

거지반 => 거의

거짓 (1) [거짓말] sự nói dối, sự bịa đặt, hư cấu (2)[부사적] sai lầm, giả dối @ 거짓 친절한 체하다 giả bộ tử tế.

거짓말 lời nói dối, sự gian dối, vật giả mạo, điều bịa đặt, chuyện hư cấu. *--하다 nói dối, nói láo, nguỵ tạo @터무니없는 거짓말 lời bịa đặt trắng trợn // 뻔히 들여다 보이는 거짓말 sự gian dối rành rành // 거짓말 할 사람이 아니다 *anh ấy không phải là một người nói dối.* *--장이 kẻ nói dối *--탐지기 máy dò nói dối

거찰 chùa, đền thờ, nhà thờ lớn.

거창 하다 phạm vi rộng @ 거창하게 trên bình diện rộng lớn.

거처 [거소] nơi cư ngu, chỗ ở. *--하다 sống tại, ngụ ở. @아직 그의 거처는 불명이다 *không ai biết chỗ ở của anh ta.*

거처 [행방] chỗ ở, tông tích, dấu vết của người nào.

거추장스럽다 phiền hà, rắc rối, phức tạp.

거춤거춤 đại khái, qua loa.

거취 [행동] đường lối, hành động của người nào [태도] thái độ, quan điểm của một người nào.

거치 [대부의] sự rời bỏ, sự để lại [지불

의] sự trì hoãn *--하다 để lại, rời bỏ, trì hoãn, gia hạn, kéo dài. // 3 년 거치 5 년 상환 số tiền phải trả trong 5 năm, kể cả 3 năm được gia hạn (không tính lãi).

거치다 xuyên qua, thông qua, đi qua lối..@ 세관을 거치다 thông qua trạm hải quan.

거치적거리다 ngăn trở, làm vướng bận.

거칠다 thô tục, lỗ mãng, khiếm nhã, cộc cằn, thô bạo. @ 거친 살결 làn da sần sùi, thô ráp // 거친 천 vải thô //거친 말 lời nói thô tục // 거칠게 굴다 cư xử khiếm nhã với ai.

거칠하다 trông gầy mòn hốc hác => 꺼칠하다.

거침 chướng ngại vật.

거침 없다 không gặp trở ngại, vượt qua trở ngại. @ 거침 없이 진척되었다 vấn đề đã trở nên thông suốt, thuận buồm xuôi gió.

거쿨지다 [언행이] uy nghi, lỗi lạc.

거탄 viên đạn pháo, đạn súng cối. [비유적] một cú đánh, một viên đạn khổng lồ.

거포 súng đại bác.

거푸 thêm một lần nữa, mhiều lần, không biết bao lần, lặp đi lặp lại nhiều lần.

거푸집 [주형] cái khuôn, khuôn đúc.

거풀거리다 tâng bốc, xu nịnh, lắc lư, uốn lượn, đung đưa.

거품 bong bóng, bọt, tăm [맥주의] men bia, bọt bia [비누의] bọt xà phòng @ 거품이 이는 sủi bọt, sủi tăm .

거하다 [산이 núi] cao ngất, dốc đứng [나무가 cây] dầy đặc, rậm rạp.

거한 người vĩ đại.

거행 sự thực hiện, sự cử hành. *--하다 đón tiếp, thực hiện, cử hành (nghi lễ), tổ chức @ 내일 졸업식이 거행된다 *lễ trao bằng tốt nghiệp sẽ được tổ chức vào ngày mai.*

걱정 (1) [근심] mối lo âu, sự phiền muộn, tình trạng bất an*--하다 cảm giác lo lắng; sầu muộn, áy náy, không thoải mái @ 돈 걱정 lo lắng vì chuyện tiền bạc // 집안 걱정 lo buồn chuyện gia đình // 걱정 말게 không có chi, đừng bận tâm! (2) [나무람 lỗi, trách nhiệm] sự rầy la, sự khiển trách @걱정 듣다 bị rầy la, quở mắng.

꺾다 (1) gãy rời, lìa ra, long ra, tách ra (làm đôi) @꽃을 꺾다 hái hoa // 나무가지를 꺾다 bẻ cành // 막대를 둘로 꺾다 chẻ khúc cây ra làm hai (2) [접다] gập lại [둘로] gập đôi (3) [방향을] @ 오른편으로 꺾다 quay bên phải (4) [기운을] can ngăn, làm nản lòng @ 기를 꺾다 làm mất tinh thần.

건 (1) => 두건 mui vải, mủ vải, mủ gai dùng trong tang lễ (2) khăn lau, khăn ăn.

건 một chủ đề, một tiết mục.

건 chìa khóa.

건 (해부 giải phẫu) gân, dây chằng *아킬래스건 sợi gân nối bắp chân với gót chân.

건 khô, cạn, ráo. @ 건포도 nho khô.

건각 đôi chân khỏe mạnh.

건강 sức khỏe *--하다 có sức khỏe @ 건강이 좋지 않다 thể chất yếu đuối // 건강이 좋다 sức khỏe tốt // 건강을 해치다 làm tổn hại cho sức khỏe // 건강이 나빠지다 sức khỏe kém // 건강을 유지하다 giữ gìn sức khỏe // 건강을 회복하다 hồi phục sức khỏe // (건배하여) 건강을 축하하다 *nâng cốc chúc mừng sức khỏe.* // 건강에 주의하

다 chăm sóc sức khỏe cho ai. *--상태 tình trạng (điều kiện) sức khỏe. *--진단 sự kiểm tra sức khỏe. *--체 điều kiện sức khỏe tốt.

건곤일척 sự đánh cược @건곤일척의 기회다 một mất một còn.

건국 kiến quốc. *--하다 kiến tạo quốc gia *--공로훈장 huân chương kiến quốc. *--기념일 ngày quốc khánh.

건너 mặt khác, trái lại, đối diện @ 길 건너에 bên kia đường.

건너가다 đi qua, vượt qua, băng qua, ngang qua @ 철길을 건너가다 băng qua đường // 바다를 건너가다 vượt biển => 건너다 @ 다리를 건너다 qua cầu // 냇물을 건너다 qua suối.

건너편 mặt khác, trái lại (건너편에) @ 이발소 건너편이 우리 집이다 nhà tôi đối diện tiệm cắt tóc.

건널목 lối đi ngang đường ray xe lửa *--지기 người canh gác; người cầm cờ hiệu.

건네다 (1) [건너게 하다] kế tục, tiếp quản (배로) trải lên, phủ lên (건네어 놓다) (2) [지불] trao tay, nộp, trả.

건네주다 => 건네다.

건달 người phóng đãng, trụy lạc.

-건대 khi, nếu, theo như. @ 내가 보건대 theo như tôi thấy // 듣건대 theo tin đồn // 내 경험으로 보건대 phán đoán theo kinh nghiệm của tôi .

건더기 [국의] chất đặc (thịt, rau) trong súp.

건둥그리다 lập lại trật tự.

건둥하다 sạch gọn, trật tự, ngăn nắp.

건드러지다 => 간드러지다.

건드레하다 ngà ngà, chuếnh choáng, hơi say.

건드리다 dây vào, dính vào. [자극하다] chọc tức, kích động. [여자를] chế nhạo, đùa cợt @ 이 물건을 건드리지 말라 *đừng sờ tới cái này* // 제발 나의 신경을 건드리지 말아요 *đừng chọc tức tôi.*

겉들거리다 (1) [움직이다] đu đưa, lúc lắc (2) [바람이 gió] thổi hiu hiu (3) [빈둥거리다] đi thơ thẩn, rong chơi.

건류 sự chưng cất, sự gạn lọc, làm cạn ráo (석탄의) làm khô. *--하다 làm cạn ráo bằng cách chưng cất.

건립 (kiến lập) sự xây cất.*--하다 xây cất, xây dựng, dựng lên.

-건마는 mặc dù, trong chừng mực, tuy nhiên. @노력은 했건마는 실패했다 *mặc dù hết sức cố gắng, nó vẫn thi hỏng.*

건망 trí nhớ kém, trí nhớ tồi *--증 chứng hay quên .

건목 gỗ đã khô.

건목치다 làm vội vàng, qua loa.

건몸달다 cố gắng vô ích.

건물 một công trình kiến trúc. @ 근대식 건물이다 (lối xây cất đó) thuộc về 1 công trình kiến trúc hiện đại. *석조-- một căn nhà đá.

건반 bàn phím. *--악기 nhạc khí.

건빵 bánh qui khô.

건방지다 xấc xược, ngạo mạn, hỗn xược, vênh váo. @ 건방진 대답 câu trả lời hỗn láo //건방진 소리하다 ăn nói xấc xược // 건방진 소리 마라! *hỗn vừa chứ!*

건백 --하다 gợi ý, đề nghị, đề xuất.

건사하다 (1) [간수] giữ gìn, bảo trọng, bảo quản (2) [보살핌] bảo trợ, chăm sóc (3) [일을] giám sát, quản lý.

건선거 xưởng đóng tàu.

건설 kiến thiết [설립] kiến tạo. *--하다 kiến tạo, xây dựng [창설] sáng lập, thành lập. @ 건설적인 hữu ích, hữu dụng; có tính cách xây dựng // 건설중이다 tiến trình xây dựng *--공사 công trình xây dựng *--비 chi phí xây dựng.

건성 lơ là, đãng trí, lơ đãng // 건성으로 듣다 nghe một cách lơ đãng.

건성 @ 건성의 khô khan. *--유 dầu khô nhanh.

건수 số lượng @ 취급 건수 số trường hợp được giải quyết.

건습 khô và ẩm, độ ẩm *--계 dụng cụ đo độ ẩm.

건시 trái hồng khô.

건실 하다 vững chắc, chính xác, hợp lý @ 건실하게 một cách chính xác, hợp lý // 건실한 사람 một người đáng tin cậy // 영업방법이 건실하다 đường lối kinh doanh của hắn rất vững vàng.

건아 tuổi trẻ cuồng nhiệt, sôi nổi.

건어 cá phơi khô.

건옥 [증권 sự bảo đảm] lời cam kết.

건울음 sự khóc dối @ 건울음 울다 khóc dối.

건위 (kiện vị) giữ cho tiêu hóa tốt *--제 thuốc tiêu hóa.

건으로 một cách mù quáng.

건의 [제의] một kế hoạch đề xuất, một dự kiến [건언] một vật kỷ niệm. *--하다 dự kiến, đề xuất. @정부에 건의하다 kiến nghị lên chính phủ *--서 đài kỷ niệm. *–안 lời đề nghị. *–자 người đề nghị, người tiến cử. *--함 hộp thư góp ý.

건장 *--하다 có sức khỏe tốt khỏe mạnh, tráng kiện [특히 노인이]

건재 thảo dược khô.

건재 vật liệu kiến trúc. *--상 cửa hàng vật liệu xây dựng.

건재 하다 sống lành mạnh.

건전 하다 khỏe mạnh, lành mạnh @ 건전한 사상 tư tưởng lành mạnh // 건전한 정신은 건전한 신체에 깃든다 *một tinh thần minh mẫn trong một thân thể tráng kiện.*

건전지 pin (bộ ắc quy)

건조 sự khô khan, sự lạnh nhạt *--하다 khô cằn, vô vị, lãnh đạm. @공기가 매우 건조하다 *không khí thực là lạnh nhạt.*

건조 sự xây cất *--하다 xây cất, kiến trúc

건주정 하다 làm bộ say.

건지 sợi dây dò chiều sâu.

건지다 kéo lên, múc (nước) lên, cứu vớt (một người bị phá sản, bị thất bại).

건초 cỏ khô.

건축 kiến trúc [건축물] khoa xây dựng, khoa kiến trúc. *--하다 xây dựng, kiến trúc. @ 근대식 전축 lối kiến trúc hiện đại *--가 kiến trúc sư.

건투 tinh thần chiến đấu cao.

건판 [사진] mâm phơi [인쇄] máy làm khô, máy sấy.

건평 khoảng trống.

건폐율 mô hình xây cất.

건포 lương khô, thịt, cá phơi khô.

건포도 nho khô.

건필 ngòi bút sắc bén, linh hoạt. @ 건필을 휘두르다 có một lối viết linh hoạt*--가 một nhà văn viết nhiều.

건함 thành lập lực lượng hải quân.

건혼나다 giật mình vô cớ, giật mình với cái bóng.

걷다 (1) [말다] cuộn, vén, xắn (tay áo)

(2) [치우다] dời đi, đem đi, chuyển đi [내리다] kéo xuống (3) [돈따위를] thu thập, gom góp @ 걷은 돈 số tiền gom góp được. (4) [일따위를] thu xếp, dàn xếp (một vấn đề gì). (3) đi, đi dạo @ 걸어가다 đi bộ, đi tản bộ // 학교를 걸어서가다 đi bộ đến trường.

걷어차다 cú đá tàn khốc. @ 정강이를 걷어차다 *giáng cho một cú đá tàn khốc vào ống quyển.*

걷어치우다 (1) [치우다] lấy đi, dọn đi, mang đi, đem đi. @ 흩어진 물건을 걷어치우다 mang đi hết những đồ vật bừa bãi. (2) [하던 일을] chấm dứt, ngưng lại, từ bỏ.

걷잡다 cầm, lưu lại [막다] ngăn cản, kiềm chế, đè nén. @걷잡을 수 없는 혼란 không nén được xấu hổ.

걷히다 (1) [구름 따위가] làm sáng tỏ, tan biến, xua tan. (2) [돈따위가] thu thập được, gom góp được.

걸걸하다 thẳng thắn, bộc trực, vui vẻ, cởi mở.

걸귀 [사람] người háu ăn. [암퇘지] con lợn nái mẹ @ 걸귀들린 듯이 먹다 ăn một cách ngấu nghiến, tham ăn, phàm ăn, háu ăn

걸근거리다 (1) [욕심내다] thèm muốn, ham muốn (2) [목구멍이] cảm giác ngứa ngáy (ở cổ) vì đờm, dãi.

걸다 *1.* (1) [흙이] phì nhiêu, phong phú (2) [액체가] to béo, nặng nề (3) [입이] lời nói thô tục, lời chửi rủa, phỉ báng (4) [식성이] háu ăn, ham ăn (5)[먹을 것이] lộng lẫy, xa hoa (6) [손이] khéo tay, tài giỏi.

걸다 *2.* (1) [매달다] treo, máng (một vật gì lên móc) @모자를 못에 걸다 máng cái nón lên móc (2) [말을] nói về (ai) @농을 걸다 đùa nghịch, trêu chọc (ai). (3) [시비를] chế giễu, kích động. @ 싸움을 걸다 gây chuyện cãi nhau với ai (4) [전화를] gọi điện thoại cho ai @ 전화를 걸어 주십시오 hãy gọi điện thoại cho tôi (5) [발동을] khởi động (máy móc) (6) [문고리 따위를] khóa (cửa) (7) [돈.목숨 따위를] tiền đặt cược, sự đánh cuộc @ 경마에 걸다 đánh cá ngựa.

걸때 kích cỡ (thân thể). @ 걸때가 크다 có một thân hình to lớn.

걸러 bỏ qua ở cự ly.. @ 30 분 걸러 ở cự ly 30 phút // 걸러 뛰다 nhảy, bỏ qua.

걸레 giẻ lau sàn, giẻ lau. @ 걸레질 하다 lau sạch bằng một miếng giẻ ẩm, lau (sàn nhà) // 마른 걸레로 닦다 *lau sạch tấm kính bằng một tấm giẻ khô.*

걸리다 *1.*(1) [매달리다] treo, máng @ 못에 걸리다 treo lên móc // 벽에는 풍경화가 걸려 있었다 *bức tranh phong cảnh được treo trên* tường (2) [법따위에] chống đối, phạm pháp @ 그는 법망에 걸렸다 hắn bị vướng vào luật pháp (3) [잡히다] bị bắt, bị kẹt, vướng vào. @ 고기가 그물에 걸리다 con cá bị mắc lưới (4) [관계] bao hàm, ngụ ý, kể cả (5) [함정 따위에] rơi vào, mắc vào, nhiễm phải @ 모략에 걸리다 rơi vào bẫy (6) [방해되다] bị bắt, bị vướng vào [목구멍에] bị mắc kẹt, bị cản trở (7) [병에] đau đớn, đau khổ, chịu đựng @ 감기에 걸리다 bị cảm cúm (8) [들다] mất (thời gian – 시간이) @ 원인을 알아내는 데에는 시간이 걸린다 *phải mất nhiều thời gian mới tìm ra được nguyên nhân* (9) [마음

에] [사물이 주어] sự dối lòng [사람이 주어] cảm giác lo lắng, ray rức về.. @ 그 일이 몹시 마음에 걸린다 *việc đó luôn đè nặng tâm trí tôi.*

걸리다 *2.* [걷히게하다] bắt (ai) đi bộ.

걸맞다 phù hợp, thích hợp @ 걸맞지 않다 không phù hợp.

걸머잡다 giữ chặt, nắm chặt, chộp, túm lấy.

걸머지다 (1) [등에] mang, vác, đeo sau lưng (2) [빚을] mắc nợ, giấy nợ.

걸메다 mang, vác, cõng (một gánh nặng) trên vai.

걸물 một vĩ nhân

걸빵 [멜빵] dây đeo quần [질빵] dây lưng; đai lưng.

걸상 ghế dài, trường kỷ, đi văng.

걸쇠 cái chốt, cái then cửa, cái móc.

걸식 (khất thực) ăn xin, ăn mày. *--하다 xin ăn, đi xin.

걸신 tính tham ăn @ 걸신들리다 phàm ăn , tham ăn, ăn ngấu nghiến, ngốn.

걸음 sự rảo bước, bước đi. @ 한걸음 한걸음 từng bước một // 김군은 걸음이 빠르다 (느리다) ông Kim đi bộ nhanh (chậm).

걸음걸이 dáng đi. @ 무거운 (가벼운) 걸음걸이로 dáng đi nặng nề (nhẹ nhàng).

걸음마 chúng ta cùng đi nào!

걸음발 타다 bắt đầu đi chập chững, dò đường.

걸이 giá treo, cái móc @ 모자 걸이 cái móc nón. // 옷걸이 cái giá treo quần áo.

걸인 người ăn xin => 거지

걸작 một tác phẩm lớn, một kiệt tác @ 이 그림은 피카소의 걸작이다 đây là tranh Picasso vào thời hoàng kim của ông.

걸쩍거리다 sẵn sàng cho bất cứ việc gì, tích cực, năng nổ.

걸차다 dồi dào, phong phú.

걸출 (kiệt xuất) xuất sắc, xuất chúng, lỗi lạc, nổi bật. @ 걸출한 작품 một tác phẩm nổi tiếng.

걸치다 [범위] trải ra, căng ra, dàn rộng ra, vươn ra. [계속하다] kéo dài. @ 6 개월에 걸쳐서 *kéo dài trong 6 tháng.*

걸태질하다 vồ lấy đồng tiền một cách vô liêm sỉ.

걸터앉다 @ 말 위에 걸터 앉다 ngồi lên lưng ngựa.

걸터타다 trèo lên, cưỡi ngựa.

걸핏하면 cũng thường, có sẵn. @ 걸핏하면...하다 có khả năng, có thể (làm việc gì) // 그녀는 걸핏하면 운다 *cô ấy thường hay khóc.*

검 thanh kiếm, gươm đao [군도] kiếm lưỡi cong (của kỵ binh) [총검] lưỡi lê [단검] dao găm.

검객 kiếm sĩ, nhà kiếm thuật, người đánh kiếm.

검거 *--하다 bắt giữ, vây bắt. @ 전원 검거 하다 mở một cuộc tổng vây bắt. // 거리의 불량배를 일제히 검거하다 *vây bắt kẻ lừa đảo trên phố.*

검경판 [현미경의] thấu kính.

검뇨 *--하다 sự thử nước tiểu. *--기 dụng cụ đo độ nước tiểu.

검누렇다 màu vàng đậm.

검다, 껌다 (1) [빛깔이] màu đen, ngăm đen @ 얼굴이 검다 có nước da ngăm đen // 검은 옷을 입고 있다 cô ấy mặc toàn đen (2) [속이] ác tâm, lòng dạ đen tối.

검댕 bồ hóng, muội, nhọ nồi. @ 검댕 투성이의 đầy bồ hóng, đầy muội // 검댕이 끼다 đen như bồ hóng.

검도 kiếm đạo, thuật đánh kiếm.

검둥이 [얼굴이 검은] người da màu (sẫm) [흑인] người da đen [개이름] chủng tộc da màu.

검량 sự đo lường, đơn vị đo lường [적하의] (kiểm lượng) kiểm tra số lượng *--기 dụng cụ đo, máy đo *--료 cái cân.

검류계 [조류의] ampe kế [전류의] đồng hồ đo điện.

검무 (kiếm vũ) múa kiếm.

검문 sự kiểm tra, sự thanh tra, sự kiểm soát. *--하다 kiểm tra, thẩm tra, kiểm soát *--소 trạm kiểm soát.

검박 --하다 đơn giản, mộc mạc, thanh đạm.

검버섯 lốm đốm đen trên da, da đồi mồi (người già)

검변 sự xét nghiệm phân. *--하다 xét nghiệm phân.

검부러기 chút ít cỏ (lá) khô.

검불 cỏ khô; lá chết (lá úa)

검붉다 màu đỏ sậm.

검사 sự kiểm tra, sự thanh tra [회계 따위의] sự kiểm toán. *--하다 kiểm tra, kiểm toán. @검사를 받다 đã kiểm tra. *--관 thanh tra viên [회계의] kiểm toán viên.

검사 ủy viên công tố. @ 검사로 있다 trong vai trò là người khởi tố (bên nguyên)

검산 하다 kiểm toán.

검색 sự tham khảo, tham chiếu [수색] sự điều tra, tìm tòi *--하다 khám xét (nhà), tìm kiếm, tra cứu (1 từ).

검소 tính giản dị, mộc mạc [절약] tính thanh đạm *--하다 đơn giản, mộc mạc, thanh đạm @검소하게 살다 sống giản dị, sống thanh đạm // 옷차림이 검소하다 ăn mặc giản dị.

검속 sự ngăn chặn, sự bắt giữ. *--하다 ngăn chặn, bắt giữ.

검수기 thủy lượng kế.

검술 kiếm thuật, thuật đánh kiếm *--가 kiếm sĩ, nhà kiếm thuật.

검숭검숭 --하다 đen đen, hơi đen.

검쓰다 rất đắng, đắng như mật [마음에] khó ưa, khó chịu.

검시 sự khám nghiệm tử thi; biên bản điều tra về một vụ chết bất thường *--하다 tiến hành cuộc điều tra, xét nghiệm tử thi *--관 nhân viên điều tra những vụ chết bất thường.

검실거리다 phát ra tia sáng yếu ớt.

검안 kiểm tra thị lực, phép đo thị lực *--하다 kiểm tra mắt; kiểm tra thị lực *--경 kính soi đáy mắt.

검약 tính tằn tiện, tính tiết kiệm *--하다 tiết kiệm, thanh đạm, đạm bạc.

검역 sự kiểm tra sức khỏe, sự kiểm dịch *--하다 kiểm dịch, kiểm tra. *--관 nhân viên kiểm dịch *--소 trạm kiểm dịch.

검열 sự kiểm duyệt [출판. 영화의] công việc kiểm duyệt, quyền kiểm duyệt (phim). [군대의] sự xem xét lại @ 검열관의 đã được cấp giấy phép của cơ quan kiểm duyệt *--필 đã kiểm tra.

검온기 nhiệt kế, cái cặp sốt.

검은자위 móng mắt, tròng đen.

검이경 kính soi tai.

검인 (kiểm ấn) con dấu phê chuẩn @검인을 찍다 đóng dấu, dán tem, thị thực .

검인정 sự cho phép, giấy phép.

검전기 dụng cụ nghiệm tỉnh điện, điện nghiệm, máy dò, bộ tách sóng (누전용).

검정 màu đen, thuốc nhuộm đen (물감).

검정 sự cho phép, giấy phép [검사] sự thẩm tra, sự xem xét. *--하다 chấp thuận, cho phép, đồng ý.

검증 sự kiểm chứng, bằng chứng, chứng cứ (유언의) *- –하다 kiểm tra chứng cứ, chứng minh, xác minh.

검진 sự kiểm tra sức khỏe *--하다 kiểm tra (sức khỏe)

검질기다 bền bỉ, kiên trì, dẻo dai.

검찰 sự kiểm tra lại, soát lại (vé). @ 검찰을 받다 đã kiểm tra vé. *--원 nhân viên soát vé.

검찰 sự thẩm tra, sự điều tra. *--하다 điều tra, thẩm tra, khởi tố *--관 ủy viên công tố, người đại diện quần chúng. luật sư đại diện *--청 văn phòng ủy viên công tố.

검출 (화학 hóa học) sự phân tích.*--하다 phân tích.

검측하다 => 검측스럽다 xảo trá, lọc lừa, lừa đảo.

검침 sự kiểm tra dụng cụ đo lường. *--하다 kiểm tra dụng cụ đo đạc. *--원 nhân viên kiểm tra (đồng hồ nước, gas, điện).

검토 하다 điều tra, thẩm tra, khảo sát, nghiên cứu

검파 sự tách sóng *--하다 dò tìm, tách sóng *--기 máy dò (tinh thể).

검푸르다 màu xanh đen; xanh sậm.

검호 một kiếm sĩ tài ba.

겁 sự sợ hãi, tính hèn nhát @ 겁결에 rùng mình sợ hãi // 겁이 많다 quá nhút nhát // 겁이 없다 liều lĩnh, gan dạ.

겁간 sự cưỡng đoạt, cưỡng hiếp => 강간

겁나다 hoảng sợ, hoảng loạn, kinh hoàng @ 겁나서 소리 지르다 thét lên vì sợ hãi // 죽는 것은 조금도 겁나지 않는다 *tôi không sợ chết một chút nào.*

겁내다 sợ hãi, kinh hãi, hoảng sợ, e sợ @ 아무것도 겁낼것 없다 *không việc gì phải sợ.*

겁장이 người hèn nhát, kẻ nhát gan.

겁탈 [약탈] sự cưỡng đoạt, sự cướp bóc *--하다 cưỡng đoạt, xâm phạm (phụ nữ).

것 [물체] đồ vật, vật thể hữu hình [사물. 일] một vật, một vấn đề, một công việc nào đó. @ 이것 cái này, vật này. // 내 것 (cái này) của tôi // 먹을 것을 찾다 tìm cái gì để ăn.

겅둥하다 hơi ngắn.

겅성드뭇하다 lác đác, rải rác, thưa thớt, khắp đó đây.

겅정거리다 bước sải chân.

겉 [표면] bề mặt, thiết diện [옷의] mặt phải, [외면] mặt ngoài @ 겉으로(는) bề ngoài, thể diện bề ngoài 겉만보고 판단하다 nhận xét qua bề ngoài.

겉가량 ước lượng, phỏng chừng nhắm chừng (눈대중).

겉꺼풀 lớp phủ ngoài, vỏ ngoài, lớp váng nổi lên mặt.

겉껍질 lớp phủ ngoài, lớp bọc ngoài (da).

겉곡식 hạt (thóc) chưa xay.

겉날리다 làm tắc trách. làm chiếu lệ, làm qua quít.

겉눈감다 giả vờ nhắm mắt.

겉늙다 trông già hơn tuổi.

겉대중 => 겉거량

겉더껭이 màng, lớp váng, bọt (nổi trên mặt chất lỏng đang sôi).

겉더께 chất cặn, cáu, bã, bựa.
겉돌다 (bánh xe) xoay tự do
겉말 nói bằng miệng, lời nói đầu môi, lời đường mật.
겉맞추다 tâng bốc, xu nịnh, làm ra vẻ thân thiện với ai.
겉면 bề mặt, mặt trên, mặt ngoài.
겉모양 bề ngoài, thể diện, hình thức @ 겉모양으로 사람을 판단하다 nhận xét (ai) qua bề ngoài.
겉바르다 tạo hình thức bề ngoài.
겉보기 => 겉모양 @ 겉보기에는 bề ngoài, về mặt hình thức, ngoài mặt.
겉보리 lúa mạch chưa xay.
겉봉 phong bì, bao thơ @ 겉봉을 쓰다 ghi địa chỉ ngoài phong bì.
겉싸개 cái bọc ngoài (giấy gói, vải gói).
겉수수 hạt kê chưa xay.
겉약다 tử tế bề ngoài, lịch sự ngoài mặt (hình thức).
겉어림 => 겉가량
겉옷 áo ngoài, (vỏ ngoài)
겉잡다 ước lượng, phỏng chừng, hình dung @ 그의 말은 전혀 걷잡을수 없다 tôi không thể hình dung được những gì nó nói.
겉장 trang bìa (표지).
겉짐작 ước chừng, đánh giá sơ.
겉치레 => 겉치장 sự phô trương bề ngoài *--하다 phô trương, giữ thể diện.
게 (동물) con cua @ 게의 살 thịt cua // 게의 집게발 càng cua.
게거품 bọt ở miệng con cua.
게걸스럽다 ăn ngấu nghiến, ngốn, tham ăn
게걸음 kéo lê sang một bên. @게걸음 치다 dời sang bên.
게검스럽다 => 게걸스럽다.
게다가 ngoài ra, hơn nữa, vả lại, vả chăng [설상 가상으로] làm cho vấn đề thêm trầm trọng hơn
게라 [인쇄 ngành in] khay để sắp chữ, bản in thử.
게릴라 quân du kích @ 게릴라전 chiến tranh du kích.
게시 yết thị, thông báo. *--하다 dán yết thị *--판 bảng thông báo (yết thị).
게양 하다 kéo cờ, tung bay, bay phấp phới.
게염 sự thèm muốn, khao khát, tính tham lam. @ 게염스럽다 tham lam, thèm muốn.
게우다 [먹을 것을] nôn ra, mửa ra, ọc ra, thổ ra.
게으르다 lười biếng @게으른 성품 tính tình lười nhác.
게으름 sự làm biếng.
게으름뱅이 kẻ lười biếng.
게을리 하다 hờ hững, thờ ơ, xao lãng. @ 직무를 게을리 하다 xao lãng nhiệm vụ.
게이지 máy đo sức gió.
게임 trò chơi, cuộc thi đấu.
게장 (1) [장] nước sốt đọng trong con cua (2) [젓] cua dầm.
게재 nghề in, sự in *--하다 in, chèn vào, lồng vào @ 신문에 게재되다 in báo // 신문에 광고를 게재하다 chèn mục quảng cáo vào tờ báo.
게저분하다 bẩn thỉu, bừa bãi, lộn xộn.
게젓 cua dầm (ngâm nước sốt).
게트림하다 tỏ ra phách lối, kiêu căng, ngạo mạn.
겨 trấu cám *쌀-- cám gạo.
겨냥 (1) mục đích, mục tiêu [조준] ống ngắm. *--하다 nhắm vào, chỉa vào. 잘

겨냥하여 쏘다 nhắm bắn ngay mục tiêu (2) [치수] kích, cỡ. *--하다 đo, lấy số đo.

겨누다 (1) [겨냥] chỉa vào @ 과녁을 겨누다 nhắm vào mục tiêu (2) [대보다] lấy số đo (của ai).

겨드랑이 cái nách [옷의] nách áo @ 겨드랑이에 끼다 kẹp vật gì dưới nách.

겨레 anh em, đồng đạo [민족] đồng bào, đồng hương.

겨루다 đấu xảo, ganh đua, đối địch, cạnh tranh @ 힘을 겨루다 tự liệu sức mình trước mặt mạnh của người khác.

겨를 thì giờ nhàn rỗi @ 겨를이 없다 không có giờ rảnh.

겨반지기 gạo có nhiều trấu.

겨우 vừa mới, suýt nữa, chỉ có, vừa đúng @ 겨우 입에 풀칠하다 sống vừa đủ // 일행 중 겨우 두 사람이 살아 남았다 *chỉ có hai người trong nhóm còn sống sót.*

겨우내 suốt mùa đông.

겨우살이 *1.* [옷] y phục mùa đông [과동] mùa đông kết thúc (đã trôi qua).

겨우살이 *2.* (식물 thực vật) cây tầm gửi, kẻ ăn bám, (ký sinh).

겨울 mùa đông (겨울의) *--방학 nghỉ đông *--옷 y phục mùa đông *---용 đồ dùng trong mùa đông.

겨울 => 겨울철

겨워하다 cảm thấy khó thực hiện, cảm thấy quá sức mình.

겨자 [양념] tương mù tạc [풀] cây mù tạc *--씨 hạt mù tạt.

격 (1) [지위] địa vị xã hội, chức vụ, cấp bực [등급] giai cấp, tầng lớp @ 격이 올라가다 thăng tiến // 격이 떨어지다 bị hạ bệ (2) [문법] hoàn cảnh, tình thế * 목적-- hoàn cảnh khách quan.

격감 sự suy giảm rõ rệt, suy sụp nhanh *--하다 sa sút, tàn tạ một cách rõ rệt.

격나다 chia lìa, cắt đứt liên hệ chia rẽ, gây bè phái.

격납고 kho máy bay.

격년 @ 격년으로 cứ cách (hai) năm.

격노 sự giận dữ, cơn thịnh nộ. *--하다 tức giận, điên tiết.

격동 lắc, giũ mạnh; [동요] sự lay động, sự rung chuyển. *--하다 lắc mạnh [동요] lay động, chuyển động.

격랑 cơn sóng to, biển động.

격려 sự động viên, sự cổ vũ *--하다 động viên, khích lệ @ 격려의 말 lời khuyến khích.

격렬 tính mạnh mẽ *--하다 quá khích, mãnh liệt, mạnh mẽ @격렬한 경쟁 sự cạnh tranh mãnh liệt.

격론 một cuộc tranh luận sôi nổi *--하다 tranh cãi sôi nổi.

격류 cơn lũ @ 격류에 휩쓸려 내려가다 bị lũ cuốn đi.

격리 sự cô lập, sự cách ly, sự tách biệt *--하다 cách ly, tách ra, chiết ra, cô lập @ 환자를 격리하다 cách ly một bệnh nhân. *--병실 khu vực biệt lập, phòng biệt giam.

격막 (해부 giải phẫu) cơ hoành (생물 sinh vật) vách ngăn, màng chắn.

격멸 sự phá hoại, sự tiêu diệt. *--하다 phá hoại, hủy diệt.

격무 một công việc khó khăn, bận rộn @ 격무에 시달리다 kiệt sức vì công việc // 격무로 쓰러지다 *không chống chọi nổi tình trạng căng thẳng vì làm việc quá sức.*

격문 bản tuyên ngôn, lời kêu gọi, lời

công bố.

격발 sự gõ, sự đập. *--신관 kíp nổ *--장치 chốt nổ

격발 sự bùng nổ, sự phát triển mạnh mẽ *--하다 nổ tung.

격벽 sự chia cắt (해부 giải phẫu) cơ hoành (식 물 sinh vật) vách ngăn [선박.광산] vách ngăn, phòng [건축] bức màn.

격반 sự thay đổi đột ngột, sự chuyển biến [지질] cơn đại hồng thủy *--하다 thay đổi nhanh chóng @ 사회의 격반 sự thay đổi nhanh chóng của xã hội.

격분 sự căm phẫn tột cùng. *--하다 giận dữ, bừng bừng tức giận.

격상 => 격찬

격세 sự cách biệt tuổi tác [시대를 거름] mỗi thế hệ sau @ 격세지감이 있다 cảm giác cách biệt vì tuổi tác. *--유전 (생물 sinh vật) sự lại giống, vật lại giống.

격식 một lề lối vững chắc, lề thói. @ 격식을 차리다 giữ theo đúng lề thói.

격심 tính chất mãnh liệt *--하다 quá khích, cực đoan, mãnh liệt, sôi nổi, quyết liệt, nồng nhiệt @ 격심한 경쟁 sự cạnh tranh sôi nổi.

격앙 tình trạng bị kích động, cơn giận, cơn thịnh nộ. *--하다 mất bình tĩnh, phát cáu, giận dữ, căm giận.

격언 cách ngôn, châm ngôn, tục ngữ @ 격언에 가로되 tục ngữ nói rằng..

격외 @ 격외의 lạ thường, khác thường, đặc biệt, ngoại lệ.

격원 đường xa.

격월 cứ hai lần một tháng @ 격월로 (의)mỗi tháng hai lần.

격의 ngược lại, trái lại @ 격의 없는 không ngược ngạo, thẳng thắng, bộc trực.

격일 khoảng cách của ngày. @ 격일하여 cứ mỗi hai ngày // 격일제로 근무하다 luân phiên hai ngày một lần.

격자 lưới rào, hàng rào mắt cáo, đồ gỗ khoét bằng cưa lượn (무늭) *--창 cửa sổ mắt cáo.

격전 trận đánh, cuộc chiến đấu ác liệt [경쟁] cuộc tranh cãi kịch liệt *--하다 chiến đấu gian khổ.

격절 chia ly, cách ly, ly thân.

격정 sự xúc cảm mãnh liệt, sự cuồng nhiệt @ 격정의 발작 cơn giận mất tự chủ được.

격조 하다 không nghe thấy gì cả, không có tin tức gì cả.

격조 [작풍의 nghệ thuật] âm thanh, nhịp điệu [사람의 người] cá tính, tính cách, phong cách.

격주 @격주의 hai tuần một lần // 격주로 cứ cách hai tuần một lần.

격증 sự tăng đột ngột *--하다 tăng thình lình [수량이] tăng nhanh.

격지다 gãy, vỡ, gián đoạn, tuyệt giao, ly gián, xung đột, bất hòa với..

격진 trận động đất khốc liệt (địa chấn), cú sốc.

격차 sự khác biệt (về số lượng, giá cả, tiền công) sự chênh lệch (chuyên môn, trình độ). @ 세대간의 격차 sự khác nhau về tư tưởng giữa thế hệ đi trước và thế hệ tiếp nối // 임금의 격차 sự thanh toán phần chênh lệch.

격찬 lời ca ngợi, tâng bốc, tán dương nồng nhiệt. *--하다 tâng bốc, nhiệt liệt ca ngợi; tán dương nồng nhiệt.

격철 cò súng, nòng súng.

격추 sự bắn rơi *--하다 bắn (máy bay) rơi.

격침 sự chìm *--하다 chìm

격통 sự đau buốt, sự đau đớn tột cùng.

격퇴 sự đẩy lùi, sự đánh lùi *--하다 đẩy lùi [진지에서] trục ra khỏi @ 적을 격퇴 하다 đẩy lui quân địch.

격투 sự túm lấy, níu lấy, sự đấm đá, sự đánh tay đôi. *--하다 túm lấy nhau, đấm đá nhau; đánh tay đôi (với ai).

격파 하다 thất bại, tiêu tan, lật đổ, tàn phá, phá hoại, tiêu diệt, làm tan rã.

격하 *--하다 giáng cấp, hạ tầng công tác.

격하다 [거리를] riêng biệt, riêng lẻ, để riêng ra [먹다] bình phong, màn che. [사이에 두다] can thiệp [시감을] đặt một vật chướng ngại.

격하다 khỏe, bền, sôi nổi, cuồng nhiệt [화내다] làm tức điên lên. @격한 감정 cảm xúc mạnh mẻ // 격한 말 cách diễn đạt sôi nổi.

격화 sự tăng cường *--하다 tăng cường, làm trầm trọng thêm.

겪다 (1) [경험] chịu đựng, trải qua, có kinh nghiệm. @ 갖은 고초를 겪다 trải qua mọi gian khổ (2) [치르다] tiếp đón, tiếp nhận, chiêu đãi. @ 손님을 겪다 tiếp đãi một người khách.

견강 부회 sự diễn xuất, sự cường điệu, tính không tự nhiên, sự ngụy biện, sự xuyên tạc, bóp méo @ 견강 부회의 gượng gạo, sự cố gắng quá sức.

견고 하다 chắc, bền, vững @ 견고히 하다 làm cho chắc chắn, vững vàng.

견과 [식물 thực vật] quả hạch.

견답 cái vai *--골 xương dẹt, xương bả vai.

견디다 (1) [참다] chịu đựng, cam chịu. @ 견딜수 없는 모욕 một sự xúc phạm không thể chịu đựng được // 고난을 견디다 cam chịu gian khổ (2) [배겨내다] chịu đựng, chấp nhận, chống lại, giữ vững. @ 열에 견디다 chịu đựng sức nóng // 유혹에 견디다 chống lại sức cám dỗ.

견딜성 tính kiên nhẫn, sức chịu đựng, sự bền chí.

견마지로 (khuyển mã chi lao) thái độ phục vụ tận tình của người nào. 견마지로를 아끼지 않다 làm hết sức mình.

견무관 viên tổng thanh tra, tổng giám thị.

견문 [지식] kiến thức [경험] kinh nghiệm. @견문을 넓히다 mở rộng kiến thức // 그 사람은 견문이 넓다 anh ấy là người hiểu biết rộng.

견물 생심 (kiến vật sanh tâm) thấy của động lòng (tham)

견방적 xe tơ, dệt tơ.

견본 hàng tơ lụa. [상품의] hàng mẫu, mẫu vật [책따위의] bản in mẫu [표본] mẫu xét nghiệm @ 견본과 같다 làm giống theo mẫu.

견사 chỉ tơ, chỉ tơ sống.

견습 sự học nghề [사람] người học việc *-- 하다 thu nhận, kết nạp, đào tạo, tự học (nghề) @ *--공 người học việc. *--생 học viên.

견식 [의견] quan điểm, tầm nhìn [안식] sự nhận thức sâu sắc [지식] kiến thức @ 견식이 높다 có tầm nhìn xa.

견우성 [천문] sao lưỡi cày.

견인 sự chịu đựng bền bỉ. *--하다 bền gan, kiên trì, bất khuất.

견인 sự lôi kéo *--하다 lôi; kéo, đẩy *--력 kéo năng xuất *--차 máy kéo.

견장 cầu vai (áo).

견적 con số ước đoán, sự đánh giá, sự ước lượng, sự định giá để đánh thuế.. *--하다 ước lượng, đánh giá, phỏng chừng, cho rằng..

견제 [제지] sự hạn chế, sự ngăn trở. [구속 ràng buộc] sự ép buộc, câu thúc. *--하다 kiềm chế, cản trở [주의 전환] làm lệch hướng @ 서로 견제하다 kiểm tra lẫn nhau.

견제품 ngành sản xuất tơ lụa; [견직물] hàng tơ lụa, sản phẩm tơ lụa.

견주다 so sánh, đối chiếu (vật này với vật khác)

견지 cần câu cá (ống chỉ) @ 견지질 하다 câu cá bằng ống chỉ câu.

견지 하다 hoàn toàn dính chặt vào, nắm chặt, bám chặt vào.

견지 quan điểm; lập trường.

견직물 hàng tơ lụa, sản phẩm tơ lụa.

견책 sự phê bình, sự khiển trách *--하다 phê bình, chỉ trích, quở trách @ 남의 과실을 견책하다 phê bình lỗi lầm (của người nào).

견치 [해부] răng nanh.

견학 sự quan sát, theo dõi (để học hỏi). *--하다 học tập bằng cách quan sát thực tế, thăm quan hảng, xưởng, công ty, xí nghiệp để xem xét, học tập *--여행 một chuyến đi xem xét thực tế.

견해 quan điểm, ý kiến [해석] sự thể hiện, cách diễn đạt. @견해의 차이 sự bất đồng ý kiến // 견해를 같이 하다 không cùng một quan điểm.

견고 틀다 bảo thủ.

결 (1) [나무. 천 따위의] tính chất, kết cấu @ 결이 곱다 tính chất thanh mảnh, kết cấu sít sao; bền chặt // 살결이 곱다 có một làn da mịn. (2) [물; 숨; 소리 따위의 phong trào // 물결 làn sóng // 숨결 sinh động (3) [성질] tính tình, tâm tính, tính khí. [결기] tính khí mạnh mẽ, tính bốc, hăng (4) [겨를. 틈] @꿈결에 trong giấc mơ // 잠결에 trong giấc ngủ

결강 sự vắng mặt, sự thiếu vắng.

결격 (khuyết cách) không đủ tư cách. *--자 người không đủ tư cách (để làm việc gì).

결과 kết quả, hậu quả [결말] tác động [효과] ảnh hưởng, tác dụng. [성과] thành quả @ 원인과 결과 kết quả của sự lao động cực lực //... 의결과 theo kết quả, do hậu quả của.. // 결과가 좋다[나쁘다] có kết quả tốt (xấu) // 수술의 결과가 좋지 않았다 ca mổ không thành công.

결국 sau cùng, cuối cùng [마지막] sự kết thúc, sự chấm dứt, phần cuối. @ 결국 그녀와 결혼할 것이다 *sau cùng rồi hắn cũng sẽ kết hôn với cô ấy* // 결국에 가서는 실력이 승리한다 *cuối cùng thì năng lực thực sự cũng sẽ thắng* // 결국은 돈이 문제이다 *xét cho cùng thì đó chỉ là vấn đề tiền.*

결근 vắng mặt, lơ đãng (trong nhiệm vụ) *--하다 lơ đãng trong nhiệm vụ, nghỉ, vắng mặt không đi làm.

결기 [급한 성질] tính khí nóng nảy, [군센 기상] tính hăng, hành động bốc.

결나다 mất bình tĩnh, nổi giận, nổi tam bành.

결내다 tức giận, căm phẫn, phẫn nộ, nổi nóng, giận dữ

결딴 @ 결딴나다 hỏng hóc, đổ vỡ, kiệt sức, triệt phá, làm mất hiệu lực // 결딴내다 làm hư hỏng, thất bại.

ㄱ

결단 하다 tổ chức, thiết lập (một tổ nhóm) *--식 mở đầu cuộc mít ting (buổi họp).

결단 sự quyết định, sự phán quyết, sự xác định. *--하다 quyết định, giải quyết, phân xử @ 결단코 không bao giờ, không có lý nào // 결단력이 있는 사람 một người kiên quyết // 결단을 내리다 đi đến quyết định rõ ràng *--성 tính cương quyết.

결당 sự hình thành một đảng phái (một nhóm; 1 toán; 1 đội). *--하다 thành lập đảng, nhóm. *--식 sự khai mạc nghi lễ, khánh thành nghi thức (đội, nhóm).

결렬 sự cắt đứt, sự gián đoạn, sự tan vỡ *--하다 gián đoạn, tan vỡ @ 회담은 결렬되었다 buổi nói chuyện đã bị gián đoạn.

결례 thiếu tác phong, thiếu phong độ.

결론 phần cuối, đoạn cuối, sự kết luận, sự chấm dứt. *--하다 kết luận, kết thúc @ 결론으로서 ở phần cuối // 결론에 도달하다 đi đến kết luận // 그것은 결국 이런 결론이 된다 rốt cuộc là; chung qui là..

결리다 (1) [몸이 cơ thể] @ 가슴이 결리다 cảm giác đau nhói ở lồng ngực // 과로해서 온 몸이 결리고 아프다 cơ bắp và thần kinh của tôi đau nhức vì làm việc quá sức (2) [기를못쓰다] co rút vào, rụt rè, bẽn lẽn.

결막 [해부 giải phẩu] màng kết *--염 [의학 y học] bệnh viêm màng kết.

결말 [끝] sự kết thúc, phần cuối, đoạn kết [낙착] sự thỏa thuận [결과] đáp số, thành quả @ 불행한 결말 đoạn kết không có hậu // 결말이 나다 đi đến kết luận.

결박 sự ràng buộc, sự bó buộc. *--하다 cột, buộc, trói, giữ lại, giữ chặt. @ 범인을 결박하다 trói tên tội phạm bằng một sợi dây thừng.

결백 [순결] sự tinh khiết, nguyên chất [무죄] sự ngây thơ, trong trắng [청렴] sự toàn vẹn*--하다 ngay thẳng, chính trực, trong sạch @ 자기의 결백을 입증하다 giữ vững sự trong sạch.

결벽 하다 khó tính, quá tỉ mỉ.

결별 하다 chia tay (với ai)

결본 sự khiếm khuyết.

결부 하다 nối kết với nhau, kết hợp. @ 행복과 돈을 결부시키다 *hạnh phúc đi đôi với tiền bạc.*

결빙 giá băng *--하다 lạnh cứng, đóng băng, bị tuyết phủ *--기 mùa rét.

결사 hiệp hội, đoàn thể *--하다 xuất phát từ một đoàn thể, tham gia vào một đoàn thể xã hội. *비밀-- hội kín, một tổ chức bí mật.

결사 sự quyết tử, sự liều mạng 결사적 각오로 sẵn sàng chết // 결사적 각오로 나아가다 *đối mặt với cái chết.*

결삭다 làm mềm lòng, làm nhụt chí, xoa dịu, dỗ dành.

결산 sự thanh toán sổ sách, sự thanh lý *--하다 cân bằng sổ sách, thanh toán, thanh lý *--보고서 phiếu thanh lý.

결석 [의학 y học] sỏi thận.

결석 sự vắng, sự thiếu (법 pháp lý) vắng mặt, không ra hầu tòa*--하다 thiếu, vắng, vắng mặt @ 병으로 3 일동안 결석했다 *tôi đã nghỉ học 3 ngày vì bệnh* // 나는 지난 1 년동안 하루도 결석한 일이 없다 *năm ngoái tôi không vắng mặt 1 ngày nào.*

결선 biểu quyết cuối cùng *--하다 chọn

lọc bằng cách biểu quyết @ 결선 투표를하다 đưa đến biểu quyết.

결성 하다 tham gia, khai mạc, tổ chức, thiết lập, thành lập. *--식 sự khai mạc nghi thức.

결속 hiệp hội, hội liên hiệp, tính đồng nhất. *--하다 liên hiệp, liên kết @ 결속하여 trong sự đoàn kết, nhất trí.

결손 [손실] sự tổn thất, thiếu, mất [부족] số tiền thiếu hụt [손해] sự thiệt hại, tiền bồi thường thiệt hại @ 결손을 보충하다 cân bằng được khoản thiếu hụt.

결승 tính chất quyết định [결승전] chung kết, trận cuối [동점 후의] trận quyết định, trận chung kết.

결식 (khuyết thực) thiếu ăn. *--아동 đứa trẻ thiếu ăn.

결실 tính chất vững chắc. *--하다 hợp lý, xác thực, vững chắc.@ 견실한 사람 một con người đáng tin cậy.

결실 thành quả *--하다 có được thành quả. [비유적] đạt được thắng lợi, thu được kết quả.

결심 tính quả quyết, sự quyết tâm *--하다 cương quyết, quyết tâm, nhất định. @ 그는 금주하기로 결심했다 *nó đã quyết tâm từ bỏ rượu.*

결심 [법 luật pháp] *--하다 phán quyết (của phiên tòa).

결여 sự thiếu *--하다 thiếu hụt @상호 이해의 결여 thiếu sự thông cảm nhau.

결연 *--하다 thiết lập, tạo ra mối quan hệ.

결연하다 cương quyết, quả quyết @ 결연히 một cách cương quyết // 결연한 태도 một thái độ dứt khoát.

결원 tình trạng trống, chỗ trống, chỗ khuyết @ 결원이 생기다 một vị trí bỏ trống // 결원을 보충하다 lấp vào chỗ trống.

결의 sự cương quyết, sự quyết tâm *--하다 cương quyết, quyết tâm, nhất định. @굳은 결의로 với sự quyết tâm, hăm hở // 결의를 새로이 하다 vừa mới quyết định.

결의 nghị quyết, sự phán quyết. *--하다 thông qua nghị quyết @ 국회의 결의 nghị quyết của quốc hội // 결의안을 제출하다 đưa ra một quyết nghị.

결의 하다 kết nghĩa (anh em). *--형제 anh em kết nghĩa.

결장 (해부 giải phẩu) ruột kết.

결재 sự phê chuẩn, sự chấp thuận *--하다 chấp thuận, phê chuẩn, cho phép. @ 결재를 얻다 được sự chấp thuận, được sự đồng ý.

결전 trận đánh quyết định.[경기의] trận chung kết. *--하다 đánh một trận quyết định.

결절 khối u, bướu [해부 giải phẩu] cục bướu, u lao [병리 bệnh lý] cục u, bướu cứng. [식물 thực vật] mắt (cây), bướu cây.

결점 lỗi lầm, khuyết điểm, nhược điểm, [흠]sai lầm, thiếu sót [약점] điểm yếu. @ 결점 있는 có nhược điểm // 결점 없는 không sai sót, hoàn mỹ // 저 친구의 결점은 술이야 *anh bạn này có nhược điểm là hay uống rượu.*

결정 sự phán quyết, sự quyết định, sự kết thúc, sự hòa giải. *--하다 quyết định, kết thúc, dàn xếp [결정되다] được quyết định, được thu xếp @ 결정적(으로) một cách dứt khoát // 결정적 타격 một cú đánh dứt khoát.

결정 sự kết tinh, thành quả [결정체] tinh

thể. *--하다 kết tinh. @노력의 결정 thành quả nổ lực (của..)

결제 sự thanh toán sổ sách. *--자금 sự thanh lý (kho). *--하다 thanh toán, thanh lý.

결집 하다 tập trung, cô lại, gom lại thành đống.

결착 sụ kết kuận, sự quyết định, sự dàn xếp, sự thanh toán. *--하다 thỏa thuận, đi đến kết luận.

결코 [결코—않다] không khi nào, không bao giờ, không nghĩa lý gì, không vì một lý do gì @결코 그런 일은 하지 않겠다 tôi sẽ không bao giờ làm như vậy // 이것은 결코 나쁘지 않다 không chút nào [không dám, (lời nói khiêm tốn)] // 결코 만족스럽다 할 수는 없다 điều đó hoàn toàn không có nghĩa lý gì.

결탁 sự thông đồng, sự cấu kết. *--하다 có âm mưu, cấu kết (với ai) @...와 결탁하여 thông đồng với, hợp tác với, âm mưu với..

결투 cuộc tranh chấp tay đôi @결투를 신 청하다 thách thức (ai) đọ sức tay đôi.

결판 @ 결판나다 (mối bất hòa) đã hòa giải; đã giải quyết rồi, trở nên thân thiện // 결판내다 giải quyết êm đẹp vấn đề.

결핍 cảnh nghèo, tình trạng túng thiếu [부족] sự thiếu *--하다 cạn kiệt, thiếu thốn @ 휘발유가 결핍되어 가고있다 hết gas.

결하다 thiếu sót.

결함 sai sót, sai lầm, nhược điểm, khuyết điểm // 결함 있는 có khuyết điểm.

결합 sự kết hợp, phối hợp [전기] sự nối, sự hợp lại.

결항 sự hoãn chuyến bay (hoặc ra khơi) của ngành hàng không (hoặc tàu thủy) *--하다 hủy bỏ chuyến bay (chuyến ra khơi).

결핵 [의학 y học] khối u lao, [결핵병] bệnh lao phổi @ 결핵성의 mắc bệnh lao, nhiễm lao. *--요양소 viện điều trị bệnh lao. *--환자 bệnh nhân bệnh lao phổi .

결행 하다 tiến hành, thực hiện từng bước một.

결혼 sự cưới xin, lễ cưới; hôn lễ, hôn nhân. *--하다 cưới xin, kết hôn, lập gia đình, gã cưới. @ 결혼시키다 lấy chồng cho con gái // 결혼 생활에 들어가다 ổn định cuộc sống gia đình // 결혼식을 올리다 tổ chức kỷ niệm ngày cưới // 부자와 결혼 했다 *cô ấy kết hôn với một ông nhà giàu* // 아직 결혼하지 않았습니다 tôi chưa lập gia đình. *--기념일 kỷ niệm ngày cưới // --날짜 ngày cưới. *--생활 đời sống vợ chồng. *--선물 quà cưới. *--식 lễ cưới // 연애-- một cặp xứng đôi // 중매-- lễ chạm ngõ, lễ hỏi.

결후 trái táo Adam

겸 thêm, kết hợp, phối hợp vào @ 거실 겸 침실 kết hợp phòng khách và phòng ngủ // 서재 겸 객실 phòng học kết hợp với phòng khách // 그는 국무 총리 겸 외무부 장관이다 *ông ấy là Thủ tướng chính phủ kiêm Bộ trưởng bộ ngoại giao.*

겸두겸두 cùng lúc, đồng thời, dùng cho 2 mục đích @ 일과 유희를 겸두겸두 해서 phần thì lo công việc, phần thì vui chơi – (*vừa làm việc vừa giải trí*).

겸무 하다 đồng thời, kiêm, (thêm một chức vụ).

겸비 하다 kết hợp việc này với việc khác. @ 채색을 겸비한 부인 *một phụ nữ vừa đẹp vừa thông minh.*

겸사 [말] lời nói khiêm tốn, nhún nhường [거절] lời từ chối lịch sự.

겸상 phần ăn cho 2 người. *--하다 chuẩn bị bữa ăn cho 2 người.

겸손 tính khiêm tốn, giản dị. *--하다 nhún nhường, khiêm tốn @ 겸손하게 với tính cách khiêm tốn, một cách nhún nhường.

겸양 tính nhún nhường, khiêm tốn, hèn mọn *--하다 nhún nhường, khiêm tốn, khúm núm @ 겸양의 미덕 đức tính khiêm tốn.

겸업 một việc làm phụ, việc làm thêm *--하다 làm một việc làm phụ, làm thêm.

겸연쩍다 xấu hổ, thẹn thùng, ngượng, bối rối, lúng túng.

겸용 *--하다 kết hợp sử dụng. @ 서재를 응접실로 겸용하다 sử dụng phòng làm việc làm phòng tiếp khách.

겸임 하다 giữ thêm một chức vụ, kiêm..

겸자 [의료 기구] cái kẹp, cái cặp, bộ phận có hình kẹp.

겸전 하다 vẹn toàn, hoàn chỉnh, tốt cả hai mặt @ 문무가 겸전하다 văn võ song toàn.

겸직 (kiêm chức) 하다 giữ thêm một chức vụ.

겸하다 [겸용.겸비] kết hợp (vật này với vật khác), có cả hai. [겸임] giữ (kiêm) thêm một chức vụ khác. @ 서재와 객실을 겸하다 căn phòng được dùng làm vừa là phòng học, vừa là phòng vẽ // 그는지식과 독창력을 겸하여 갖추고 있다 anh ấy vừa có kiến thức vừa có cả óc sáng tạo.

겸행 @ 주야 겸행으로 일하다 làm việc cả ngày lẫn đêm.

겸허 하다 khiêm tốn, nhún nhường @ 겸허하게 một cách khiêm tốn.

겹 một chồng, một đống, gấp đôi @ 두겹 hai lớp // 여러 겹 tầng tầng lớp lớp.

겹겹이 hết lớp này đến lớp khác @ 종이로 겹겹이 싸다 gói thêm một lớp giấy nữa.

겹다 khó cầm cự, khó kiềm chế được, quá đáng, quá mức @ 힘겨운 일 *một công việc ngoài khả năng.* // 흥에 겨워 đùa giỡn quá mức.

겹옷 quần áo có lớp vải lót.

겹질리다 bị bong gân, trặc, sai khớp.

겹창 cửa sổ đôi (cửa bảo vệ phòng mưa to gió lớn).

겹치다 chất đống, xếp thành đống, chồng lên, gối lên // 손해가 겹치다 chịu đựng hết thất bại này đến thất bại khác.

경 sự trừng phạt, một kinh nghiệm cay đắng.

경 [불경] kinh Phật. @ 경을 읽다 tụng kinh.

경-- nhẹ@경공업 công nghiệp nhẹ // 경음악 nhạc nhẹ.

--경 về mặt, khoảng chừng, gần @ 2 시경 khoảng gần 2 giờ // 이달말경에 khoảng cuối tháng này.

경각 một lúc, một chốc lát @ 경각에 trong chốc lát.

경각 dốc, độ nghiêng.

경각심 (tự) ý thức; hiểu biết. @ 경각심을 불러일으키다 đem lại, phục hồi tri giác.

경감 sự thu nhỏ, sự giảm, sự làm cho dịu

nhẹ. *--하다 giảm, hạ, làm dịu nhẹ đi. @ 고통을 경감하다 làm vơi bớt sự đau khổ của ai.

경감 viên thanh tra cảnh sát.

경거 *--망동 hấp tấp, liều, ẩu không thận trọng, nhẹ dạ, manh động.

경건 lòng trung thành, sự hiếu thảo, sự mộ đạo, sùng đạo. *--하다 thành kính, sùng kính, mộ đạo. @ 경건한 기도를 드리다 cầu nguyện một cách sùng kính.

경계 biên giới, ranh giới *--선(표) đường ranh giới.

경계 [경비] sự đề phòng, sự cảnh giác [조심] sự thận trọng. *--하다 cảnh giác, canh phòng, thận trọng @ 엄중히 경계하다 canh phòng nghiêm nhặt *--신호 dấu hiệu cảnh báo.

경고 lời cảnh cáo, lời dặn. *--하다 lưu ý, cảnh cáo ai, dè chừng ai @ 경고 없이 không báo trước, thiếu cảnh giác.

경골 [뼈] vấn đề cốt lõi [기골] cá tính cương nghị, vững vàng (người).

경골 [해부 giải phẩu] xương cổ, xương ống quyển, xương chày. *--동맥 động mạch xương chày.

경공업 công nghiệp nhẹ.

경과 (1) [시간의 thời gian] sự trôi qua, khoảng (thời gian) [기한만료] sự kết thúc, mãn hạn *--하다 trôi qua, mãn hạn, hết hiệu lực (기한이). @ 시간의 경과에 따라 cùng với thời gian qua (2) [사물의 sự việc, đồ vật] tiến trình, quá trình diễn biến. @ 경과가 양호하다 tiến trình diễn biến tốt đẹp.

경관 lớp, cảnh, phông, quang cảnh [총칭] cảnh vật @ 일대 경관 toàn cảnh.

경관 cảnh sát viên, mật thám, cớm, công an *여자-- nữ cảnh sát.

경구 (ngạnh cầu) quả cầu cứng.

경구 @경구의 (thi) vấn đáp. *--감염 sự lây nhiễm qua cửa miệng. *--피임약 thuốc ngừa thai.

경구 bài thơ trào phúng.

경구개 vòm miệng

경국 chính phủ, chính quyền.

경국지색 một nhan sắc tuyệt trần.

경귀 lời nhận xét dí dỏm, cách nói trào phúng.

경금속 kim loại nhẹ.

경기 (1) [형편] thời cơ, hoàn cảnh, tình hình. @ 경기가 좋아보이다 trông có vẻ phát đạt (2) [상황] kinh doanh, thị trường @ 경기가 좋다 (나쁘다) kinh doanh phát đạt (thua lỗ). * 호-- sự thịnh vượng, sự phát đạt, sự phất.

경기 [시합] trò chơi, cuộc thi đấu. [운동경기] một cuộc thi đấu thể thao *--하다 thi đấu, chơi (game) @ 경기에서 이기다 (지다) thắng (thua) cuộc.*--자 người chơi trò chơi, cầu thủ, người dự thi, người tranh giải *--장 sân vận động, trường đua.

경기관총 súng máy nhẹ.

경기구 khí cầu, quả bóng.

경내 khoảng đất rào kín @경내의 수목 cây cảnh trong khoảng rào.

경뇌막 [해부 giải phẩu] mang cứng (bọc ngoài não và tủy sống)

경단 bánh bao, bánh hấp.

경대 cái giá mắc áo, ví đựng đồ trang điểm; bàn trang điểm.

경도 dốc, độ nghiêng

경도 하다 tự hiến dâng, dành hết cho, tập trung vào.

경도 (1) [지리 địa lý] kinh độ. (2) [월경] kinh nguyệt, sự thấy kinh @ 경도는

서경 50 도이다 ở kinh độ 50 về hướng Tây.

경도 tính chất rắn chắc, sự cứng rắn. *--계 máy đo độ cứng.

경동맥 [해부 giải phẩu] động mạch cảnh.

경락 하다 bán đấu giá [경매인이] gõ búa xuống bàn ra hiệu quyết định giá bán đấu được. *--인 người ngã giá cao nhất.

경량 nhẹ cân. *--급 một võ sĩ hạng lông (người tầm thường).

경력 sự nghiệp, quá trình, lý lịch cá nhân. @ 경력을 조사하다 nhìn vào lai lịch (quá khứ) của một người nào.

경련 [의학 y học] chứng co giật, sự co thắt, cơn đau @ 경련이 일어나다 bị co giật.

경례 sự chào, lời chào hỏi. *--하다 chào hỏi.

경로 hướng đi, chiều hướng, tuyến đường, lộ trình, lối đi nhỏ @ 어떤 경로로 xuyên qua con mương (lạch)

경로 tôn trọng người già (kính lão) *--회 cuộc gặp gỡ những người con hiếu thảo.

경륜 chính phủ, chính quyền, sự trông nom, quản lý [국가의] nghệ thuật quản lý của nhà nước.

경륜 cuộc đua xe đạp *--선수 vận động viên đua xe đạp.

경리 [회계 sổ sách kế toán] sự thanh toán [처리] sự trông nom, quản lý *--부 sở tài chính.

경마 người cầm cương @ // 경마 잡히다 dẫn con ngựa bằng sợi dây thừng.

경마 cuộc đua ngựa * --기수 người cưỡi ngựa đua "*jockey*" *--장 trường đua.

경망 tính lông bông, nhẹ dạ, (hành động) khinh xuất, cẩu thả. @ 경망한 짓 hành động vội vàng, thiếu suy nghĩ // 경망한 위인 người hấp tấp.

경매 sự bán đấu giá *--하다 bán đấu giá.

경멸 sự khinh miệt. *--하다 khinh bỉ, khinh thị, ghen ghét,; hiềm khích, coi nhẹ, coi thường (người nào) @ 경멸적인 kẻ khinh người phách lối // 경멸할 만한 đáng khinh.

경모 –하다 sùng bái, khâm phục, ngưỡng mộ, tôn sùng.

경묘 dí dỏm, lanh lợi, thông minh, trôi chảy, hoạt bát.

경무 công việc quản trị-điều hành.

경미 sự mong manh, sự yếu ớt. *--하다 mỏng, thon, gầy, nhỏ bé, thầm thường, không đáng kể, vặt. @경미한 손해 thiệt hại nhẹ, không đáng kể.

경박 sự phù phiếm, tính hay thay đổi *--하다 nhẹ dạ, lông bông, phù phiếm, hay thay đổi @그는 똑똑하지만 경박한 데가 있다 anh ấy thông minh nhưng hay thay đổi.

경박 (kính bạch) kính thư; chân thành (kết thúc một lá thư).

경범죄 tội nhẹ *--법 bộ luật khinh tội.

경변증 [의학 y học] bệnh xơ gan.

경보 sự báo động, lời răn, lời cảnh cáo @ 폭풍 경보를 발하다 đưa ra lời cảnh cáo nghiêm trọng.

경복 하다 ái mộ, khâm phục, ngưỡng mộ

경부 *--고속 도로 đường xa lộ (cao tốc).

경부 vùng cổ, thuộc vùng cổ.

경비 phí tổn, giá cả [지출] chi phí, kinh phí, món tiền chi tiêu. @ 많은 경비를 들여서 món chi phí khổng lồ // 경비가 많이 들다 mắc (đắt) tiền.

경비 sự phòng thủ, sự bảo vệ *--하다 cảnh giác, đề phòng, phòng thủ. @ 국

경의 경비를 엄충히 하다 tăng cường lực lượng biên phòng. *--대 đơn vị đồn trú; đội bảo vệ.

경사 sự nghiêng, sự cuối xuống [언덕의] độ nghiêng, độ dốc @경사지다 làm nghiêng, lệch (ý xuyên tạc). // 경사진 thiên về, có chiều hướng.

경사 điềm lành, sự thuận lợi.

경사 hạ sĩ cảnh sát.

경산부 [의학 y học] người đẻ nhiều con [1 회의] sản phụ đẻ con so.

경상 vết thương sơ sài @ 경상을 입다 bị thương nhe.)

경상 @경강의 hiện hành, phổ biến, thông dụng *--비 phí hiện hành.

경색 tính chất kín, sự đình lại, nén lại, sự tắt nghẽn, trở ngại [의학 y học] sự phát triển của chứng nhồi máu. *--금융-- tiền tệ (tài chánh) khó khăn; eo hẹp (시장의) thị trường khó làm ăn.

경서 nho giáo, kinh điển.

경석 [광물 khoáng sản] đá bọt.

경선 đường kinh tuyến.

경선 [해부] tuyến cổ.

경성 sự cứng rắn, tính chất vững chắc *--하감 [의학 y học] bệnh hạ cam (biểu hiện đầu tiên của bệnh lậu).

경세 chính phủ, chính quyền. [수완] tài của nhà chính trị. *--기 chính khách, người cầm quyền cai trị.

경세 하다 đánh thức, thức tỉnh quần chúng.

경솔 tính hấp tấp, vội vàng. *--하다 hấp tấp; liều, ẩu, thiếu suy nghĩ, không thận trọng, khinh xuất. @경솔한짓을 하다 hành động khinh xuất, hành động bốc đồng // 경솔히 판단하다 có một quyết định vội vàng.

경수 [화학 hóa học] nước cứng (có nhiều muối vô cơ).

경수 (khinh thủy) – nước nhẹ; nước cất. *--로 lò chưng cất

경승 quang cảnh sinh động *--지 một vị trí đẹp.

경시 sự khinh miệt. *하다 coi nhẹ, xem thường.

경식 bữa ăn nhẹ *--당 quán ăn tự phục vụ, quán ăn trưa.

경신 sự phục hồi, khôi phục, tái sinh [개혁] sự nâng cấp, sự cải tiến *--하다 đổi mới, cải tiến, phục hồi @ 기록을 경신하다 làm lại hồ sơ mới.

경신 lòng hiếu thảo (với cha mẹ); sự trung thành (với tổ quốc); lòng mộ đạo.

경신 tính cả tin, tính nhẹ dạ *--하다 dễ tin, nhẹ dạ.

경악 sự ngạc nhiên, sự kinh ngạc, sự kinh hoàng. *--하다 ngạc nhiên, sửng sốt @ 그 소식을 듣고 경악하였다 *tin đó làm tôi rất ngạc nhiên.*

경앙 하다 tôn sùng, ngưỡng mộ, hâm mộ, bái phục.

경애 lòng tôn kính và quí mến. *--하다 yêu thương và kính trọng. @ 경애하는 thân yêu, kính mến, kính trọng.

경어 lời nói kính cẩn – thuật ngữ biểu lộ sự tôn kính.

경역 [장소] vùng, miền [경계] ranh giới, đường biên giới.

경연 cuộc tranh tài, sự cạnh tranh, sự đua tranh.

경연 yến tiệc (tiệc lớn), tiệc liên hoan @ 경연을 베풀다 thiết tiệc, chiêu đãi, tổ chức một buổi tiệc.

경연 *--대회 cuộc thi sắc đẹp.

경영 [관리] sự quản lý [운영] sự hoạt

động [계획] chương trình *--하다 quản lý, chỉ đạo, điều hành @ 상점을 경영하다 quản lý (điều hành) một cửa hàng *--경제학 kinh tế học.

경영 cuộc thi bơi => (*--대회)

경옥 (광물 khoáng chất) ngọc bích, ngọc đổi màu.

경우 [형편] hoàn cảnh, tình hình, tình huống [어떤 때] trường hợp, cảnh ngộ, cơ hội, dịp. @ 그런 경우에 ở trường hợp này, trong tình huống đó // 화재의 경우 trong trường hợp thất bại // 경우에 따라서 theo tình hình, đôi khi, đôi lúc, thỉnh thoảng // 여하한 경우에도 dưới mọi tình huống [부정] dù trong hoàn cảnh nào.

경운기 người làm nghề nông.

경운 하다 giữ khoảng cách tôn kính (đối với người nào)

경위 (1) [경위도] kinh tuyến và vĩ tuyến (2) [날과씨] sợi dọc và sợi ngang (trên khung cưỡi) (3) [전말] tỉ mỉ; chi tiết, tiểu tiết. @경위를 이야기하다 kể lại tường tận sự việc.

경위 [옳고 그름] đúng và sai [판단.식별력] có óc phán đoán, có lương tri. @ 경위에 어긋나다 không có óc phán đoán // 그는 경위가 밝은 사람이다 anh ấy là người có lương tri.

경위 [계급] trung úy cảnh sát. [호위] bảo vệ, hộ tống, dẫn đường.

경유 dầu lửa, dầu xăng.

경유 하다 đi qua, xuyên qua. @ 부산경유의 외국 무역 nền ngoại thương ở *Busan.*

경유 dầu cá voi.

경음 (ngôn ngữ) âm tắc thanh hầu.

경음 nốc ừng ực (uống như cá).

경음악 nhạc nhẹ.

경의 sự tôn trọng, lòng quí trọng, danh dự, danh giá @ 경의를 표하여 bày tỏ lòng tôn trọng.

경이 điều ngạc nhiên, sự kinh ngạc. [사물] vật kỳ lạ, sự việc khác thường. @ 경이적 kỳ lạ, khác thường, phi thường.

경작 sự cày cấy, sự canh tác. *--하다 cày cấy, trồng trọt, canh tác *--지 đất trồng trọt được (가능한 땅) đất canh tác.

경장 하다 mặc y phục nhẹ.

경장 sự cải tiến, sự đổi mới, cách tân, cải thiện, cải tạo.

경장 hạ sĩ cảnh sát.

경쟁 sự cạnh tranh, sự ganh đua (đua tài), sự tranh cãi, tranh luận, cuộc đấu tranh. *--하다 ganh đua, cạnh tranh tranh cãi, đối phó (lẫn nhau) @ *--가격 giá cạnh tranh.

경쟁력 sự cạnh tranh quyền lực @ 경쟁력이 부족하다 không đủ sức cạnh tranh.

경적 하다 khinh địch

경적 tiếng còi báo động, tiếng tù và báo trước. @경적을 울리다 thổi còi báo động. [자동차] tiếng còi xe hơi.

경전 kinh [불교의] kinh phật [기독교의] kinh phúc âm. [회교의] kinh Coran (đạo Hồi)

경절 ngày lễ, ngày Tết, ngày hội.

경정 sự xem lại *--하다 xem lại, duyệt lại

경정 cảnh sát trưởng.

경정맥 (해부 giải phẫu) tĩnh mạch cổ, gân cổ, huyết quản.

경제 sự quản lý kinh tế [상태] nền kinh tế quốc gia [재정] tài chính [절약] kinh tế (sự tiết kiệm) @ 경제적 kinh tế, tiết kiệm // --과 [대학의] khoa kinh tế (đại học). *--기자 người phụ trách tài chính trong một tờ báo *--문제 vấn đề kinh tế, vấn đề tài chánh. *--정책 nền kinh tế; chánh sách kinh tế. *--학자 nhà kinh tế học. *--협력 sự hợp tác kinh tế // 국가 (가정) -- nền kinh tế nội địa // 자유 (통제,자립) -- kinh tế tự do.

경제력 khả năng kinh tế.

경제전 chiến tranh kinh tế (chiến tranh không đổ máu)

경조 cuộc đua thuyền (thuyền chèo / thuyền buồm) (경조 대회)

경조 부박 tính phù phiếm, lông bông, tính nhẹ dạ, thiếu thận trọng @ 경조부박한 사람 người nhẹ dạ, hay thay đổi.

경조비 chi phí dùng trong dịp chúc mừng hay chia buồn.

경종 chuông báo động [경고] sự cảnh giác @ 경종을 울리다 kéo (rung) chuông.

경죄 tội nhẹ, hạnh kiểm xấu, cách cư xử tệ.

경주 sự hết lòng, sự thành tâm. *--하다 hết lòng, tận tụy.

경주 cuộc đua. *--하다 đua tranh, đua tài (với). @ 경주에 이기다 (지다) thắng (thua) cuộc.

경중 [사물의 vấn đề, sự việc] tương đối quan trọng [물체의 về cơ thể, vật thể hữu hình] hơi nặng.

경증 bệnh nhẹ *--환자 trường hợp nhẹ.

경지 (1) [상태] tình trạng, điều kiện @ --의 경지에 이르다 đạt đến tình trạng (2) [분야] lĩnh vực, phạm vi, tầm ảnh hưởng @ 새로운 경지를 개척하다 khai phá 1 lĩnh vực mới (khai hoang, vỡ hoang) (3) [장소] vùng đất, địa phương, lĩnh vực.

경지 [경작지]đất nông nghiệp. [경작에 적합한] đất trồng trọt được * --면적 diện tích đất đang được trồng trọt.

경직 하다 ngay thẳng, chính trực, liêm khiết, vững vàng.

경직 sự cứng rắn, tính khắc nghiệt *--하다 làm cho cứng, làm mạnh, làm đặc, củng cố *--사후 chết cứng.

경진 (khinh chấn) sự chấn động nhẹ, cơn địa chấn nhẹ.

경질 @ 경질의 cứng, chắc, đàn hồi *--유리 cao su.

경질 sự thay đổi, sự thay thế, sự cải tổ *--하다 thay đổi, thay thế @ 장관의 경질 sự cải tổ nội các.

경찰 cảnh sát, công an @ 경찰에 알리다 báo công an. *--견 chó trinh sát, chó săn. *--관 cảnh sát viên. *--서 đồn cảnh sát.

경척 cây thước đo vải.

경천 동지 @ 경천 동지의 kinh thiên động địa.

경첩 cái bản lề @ 경첩이 달린 문 bản lề cửa.

경첩 하다 nhanh nhẹn, tinh anh, lanh lợi, lẹ làng.

경청 하다 nghe chăm chú, lắng nghe. @ 경청할 만하다 chuyện đáng nghe.

경축 [축하] lời chúc mừng *--하다 chúc mừng, ca ngợi. *--일 ngày lễ hội.

경치 quang cảnh, cảnh vật. *좋은 경치 cảnh đẹp // 시골 경치 cảnh đồng quê // 밤 경치 cảnh đêm.

경칭 thuật ngữ tôn kính.

경쾌 하다 lanh lợi, linh hoạt. [마음이]

vui vẻ, thoải mái. // 경쾌한 복장을 하고 있다 ăn mặc thoải mái.

경탄 sự ngạc nhiên, sự thán phục *--하다 ngạc nhiên, thán phục, khâm phục @ 자연의 아름다움에 경탄하다 ngạc nhiên trước vẻ đẹp của thiên nhiên.

경파 sóng to, sóng cồn.

경편 하다 thuận tiện, thích hợp, vừa tầm tay, di chuyển được, nhẹ nhàng (간이).

경표 dấu hiệu cảnh báo.

경품 phần thưởng, giải thưởng. @ 경품부 대매출 quà khuyến mãi *--권 phiếu thưởng.

경풍 [기상] một làn gió nhẹ, gió hiu hiu.

경풍 cơn đau, chứng co giật (của trẻ con)

경하다 [가볍다] khinh xuất, nông nổi, nhẹ dạ [경솔하다] hấp tấp, vội vàng, thiếu thận trọng, ẩu, liều, bừa bãi [경미하다] coi nhẹ, coi thường.

경합 sự cạnh tranh, cuộc thi đấu *--하다 ganh đua, cạnh tranh.

경합금 hỗn hợp nhẹ.

경향 thủ đô và đất nước.

경향 khuynh hướng, chiều hướng, xu hướng [성향] sự nghiêng về, thiên về @ ...의 경향이 있다 có chiều hướng (xảy ra..)

경험 kinh nghiệm *--하다 nếm mùi, kinh qua, trải qua, có kinh nghiệm @ 경험 있는 từng trải, lão luyện // 경험 없는 non nớt, thiếu kinh nghiệm, chưa từng trải // 나의 경험으로는 theo kinh nghiệm của tôi // 경험이 부족하다 có chút ít kinh nghiệm // 경험을 살리다 làm theo kinh nghiệm // 경험이 풍부하다 có nhiều kinh nghiệm. *--론 (철학) chủ nghĩa thực nghiệm (không dựa vào lý thuyết suông). *--자 người có kinh nghiệm, người từng trải.

경호 sự phòng thủ, sự đề phòng, sự thủ thế. *--하다 dẫn đường, hộ tống, đề phòng, thủ thế, hộ vệ @ 경호의 임무를 맡다 theo hộ tống.

경화 tiền mặt.

경화 rắn lại, cứng lại, chất hồ cứng. *--하다 làm cho cứng lại, làm cho mạnh thêm.

경화기 [군사] súng cầm tay.

경황 trạng thái, tình trạng của một vật, một tình huống @ 경황없다[바빠서] tình hình quá bận rộn.

곁 [근처] vùng lân cận, [옆] bên cạnh. @ 곁에 ở cạnh, ở gần bên // 창 곁에 cạnh cửa sổ // 곁에 두다 trong tầm tay.

곁가지 nhánh phụ.

곁눈 nhìn thoáng qua @곁눈 주다 liếc trộm // 곁눈질하다 nhìn một cách ngờ vực.

곁두리 phần ăn qua loa của công nhân nông trường.

곁들다 giúp đỡ, trợ giúp.

곁들이다 [음식을 ẩm thực] bày biện, trang trí, trang hoàng (rau củ) cho đẹp.

곁방살이 하다 sống trong một phòng cho thuê.

곁쇠 chìa khóa vạn năng.

계 [계율] giáo lý, châm ngôn, lời răn dạy của 1 tôn giáo. [불교] giáo lý nhà *Phật*.

계 [합계] tổng số [합계하여] tổng cộng, toàn bộ [계기] dụng cụ đo [계획] kế hoạch, dự kiến [계략] âm mưu, mưu đồ @ 계 3000 원정 tổng cộng 3000 *won*.

계 sự gánh vác, bổn phận, trách nhiệm, nhiệm vụ [사람] chịu trách nhiệm thư ký. * 접대-- người chịu trách nhiệm về tiếp tân.

계 sự tương trợ, sự giúp đỡ lẫn nhau.

-계 [계통] hệ thống [혈통] nòi giống, dòng giống, dòng dõi gia đình [당파] bè cánh, bè phái, bè lũ, băng nhóm [수학] hệ quả @ 한국계 미국인 người lai Hàn – Mỹ.

-계 quỹ đạo, phạm vi, lĩnh vực, giới, phường hội @ 동물계 thế giới động vật 문학계 trong lãnh vực văn học.

계간 sự thú dâm, thói đồng dâm nam.

계간지 tạp chí xuất bản từng quí (3 tháng 1 lần).

계고 하다 răn đe, cảnh cáo, nhắc nhở.

계곡 thung lũng hẹp, khe núi.

계관 vinh dự, vinh hiển, quang vinh (vòng nguyệt quế) *--시인 một nhà thơ được giải thưởng.

계교 âm mưu, thủ đoạn, đòn phép, mánh khóe @계교를 꾸미다 bày ra một thủ đoạn, ngấm ngầm một âm mưu, nghĩ ra một mánh khoé.

계궁역진 하다 hết hơi, hết sức, hết cách, không còn xoay sở vào đâu được nữa.

계급 [신분] giai cấp, đẳng cấp, hạng, loại [등급] cấp bậc, địa vị *--의식 tầng lớp hiểu biết *--제도 chế độ giai cấp. *--투쟁 cuộc đấu tranh giai cấp @ 상(중, 하) 류 cao cấp (trung cấp, hạ cấp).

계기 cơ hội, thời cơ, tính trọng yếu @이것을 계기로 하여 theo đà này.

계기 dụng cụ đo, đồng hồ đo, máy đo, cái cân.

계단 bậc thang, cầu thang [순서] bước, bậc, nấc @ 나선식 계단 cầu thang xoắn ốc

계도 phả hệ, dòng dõi, huyết thống.

계란 trứng gà => 달걀

계략 mưu mẹo, mưu kế, thủ đoạn, trò bịp bợm [계획] kế hoạch, ý đồ @ 계략에 능한 사람 người có thủ đoạn // 계략을 꾸미다 xấp xếp kế hoạch, bày mưu đặt kế // 계략에 빠지다 rơi vào bẫy.

계량 sự cân nhắc, đấn đo [길이.부피의] sự đo lường, đánh giá *--기 đồng hồ, dụng cụ đo, máy đo, cái cân.

계루 [처자 따위] sự phụ thuộc, lệ thuộc, sự quan hệ, gắn bó, sự phiền toái [연루] sự liên can, dính liếu, liên lụy, tội a tòng, tội đồng lõa @ 계루가 없다 không phụ thuộc, đơn độc.

계류 một dãy núi.

계류 nơi buộc thuyền. *--하다 buộc, bỏ neo, thả neo.

계리사 kế toán viên được công nhận.

계명 pháp danh (tên của tín đồ đạo Phật).

계명 [종교] điều răn, lời dạy bảo, giáo lý*--십 10 điều răn của đức chúa Trời.

계모 kế mẫu, mẹ kế, dì ghẻ.

계몽 sự khai sáng, sự giáo dục. *--하다 soi sáng, làm sáng tỏ, rèn luyện, giáo dục, dạy dỗ. @ 계몽적인 có tác dụng giáo dục.

계발 sự mở mang, sự khai sáng. *--하다 phát triển, mở mang, khai sáng.

계보 bảng phả hệ, nòi giống, dòng dõi @ 한국 문학의 계보 lịch sử văn học Hàn quốc.

계부 cha kế, dượng ghẻ, cha ghẻ.

계부 chú (em trai của cha)

계사 chuồng gà, dãy chuồng nuôi gà nhốt (배터리식의) @ 닭을 계사에 넣다 ổ gà.

계산 sự cân nhắc, tính toán, sự thanh toán. *--하다 tính toán, cân nhắc, trù liệu, ước lượng, tính, đếm.

계상 하다 [충당] gom đống, chất đống [계산] thêm lên.

계선 mỏ neo [배] một con tàu bỏ neo*--하다 thả neo tàu. *--로 thuế bến.

계속 sự tiếp tục, sự tồn tại, sự kéo dài [경신] sự phục hồi, sự tái sinh *--하다 tiếp tục, duy trì, kéo dài [경신] phục hồi [계속되다] tiếp diễn, tiếp tục, sau hết, rốt cuộc (지석) @ 계속적(으로) một cách liên tục // 계속해서 liên tiếp, không ngớt, không gián đoạn // 5 년간 계속해서 trong 5 năm liền // 이야기를 계속하다 nói liên tục.

계속 (법 pháp lý) án treo.

계수 (수학 toán học) hệ số, [물리 vật lý] mô-đun, hệ số.

계수 chị/ em dâu; chị/ em vợ hoặc chồng.

계수 sự tính toán, sự ước tính. *--하다 đếm, tính toán, ước tính. *--기 máy tính (가산기) máy đếm, máy tính (상표명).

계수나무 (식물 thực vật) cây quế, vỏ cây quế.

계승 sự thừa kế *--하다 kế nghiệp, kế vị, thừa hưởng, thừa kế, kế tiếp, nối ngôi. @ --자 người thừa kế, người nối nghiệp.

계시 sách Khải Huyền (cuốn cuối cùng của bộ kinh Tân ước). *--하다 phát hiện; phát giác, khám phá. @ 신의 계시 sự soi rạng của Chúa Trời (thiên khải).

계시 sự tính giờ *--하다 [경기따위에서] tính, kiểm tra giờ *--원 người chấm công, máy tính giờ.

계시다 ở, lưu lại @ 김선생은 어디계신가요? *ông Kim hiện đang ở đâu*?

계약 hợp đồng, giao kèo, khế ước, hiệp ước (협정); [매매 계약] giao kèo mua bán *--하다 ký kết, thỏa thuận, thực hiện giao kèo (với).

계약서 tờ hợp đồng, tờ thỏa thuận, tờ cam kết [상업] bản giao kèo, khế ước @계약서를 작성하다 thảo hợp đồng.

계엄*--사랑관 chỉ huy trưởng quân pháp. *--사랑부 Tổng hành dinh quân pháp.

계엄령 quân pháp @ 계엄령을 내리다 (해제하다) ban hành (thu hồi) quân lệnh.

계열 [생물] tầng lớp [당파] đảng phái, bè cánh, bọn, phường, bè lũ [대학의] ban, ngành, khoa, bộ môn @ 기업의 계열화 sự hệ thống hóa của một xí nghiệp *--회사 chi nhánh công ty.

계원 người trực, thường trực, thư ký, trực ban @ 접수계원 nhân viên tiếp tân.

계원 hội viên (của một hiệp hội tín dụng) hội cho vay với tính cách giúp đỡ lẫn nhau.

계율 lời răn, giới luật tôn giáo, giáo lý đạo Phật.

계인 con dấu, dấu niêm phong. @계인을 찍다 đóng dấu giáp lai (giữa hai mép giấy).

계장 chánh văn phòng.

계쟁 cuộc bàn cãi, tranh chấp, sự tranh luận, sự kiện tụng @계쟁중이다 tranh chấp, bàn cãi, tranh luận. *-- 점 điểm xuất phát, chủ đề tranh chấp, đề tài tranh luận.

계절 mùa @ 계절의 theo thời vụ, theo mùa *--풍 gió mùa

계정 tài khoản @... 의 계정에 넣다 chuyển đến tài khoản của..

계제 [단계] một bước, một giai đoạn, tiến trình (của một việc) [기회] cơ hội, thời cơ, dịp @ 이 계제에 với cơ hội này.

계좌 tài khoản @(은행에) 계좌를 트다

mở tài khoản.

계주 người tổ chức 1 hiệp hội về tài chính (chủ hụi)..

계주 경기 ca, kíp (cuộc đua)

계책 kế sách, mưu mẹo, mưu mô, mưu kế, ý đồ, âm mưu, thủ đoạn, trò gian trá. @ 계책을 쓰다 giở thủ đoạn, sử dụng gian kế.

계측 하다 đo lường, đánh giá [토지따위를] quan sát, khảo sát, điều tra.

계층 giai cấp, đẳng cấp, tầng lớp xã hội.

계통 hệ thống, phả hệ [계보] dòng dõi gia đình, gia tộc. [당파] thành phần @ 계통적인 có hệ thống, có phương pháp.

계통 하다 (kế thống) nối ngôi.

계피 cây quế (vỏ đen) *--가루 bột quế.

계획 đề án, dự án, kế hoạch, âm mưu, ý đồ [예정] chương trình, sự xắp xếp. *--하다 lập chương trình, đặt kế hoạch @ 계획 적인 trù tính, dự kiến, có kế hoạch // 계획적으로 cố ý, chủ tâm, cố tình // 계획대로 theo dự tính, theo kế hoạch // 5 년 계획으로 kế hoạch 5 năm. *--경제 kế hoạch kinh tế.

곗돈 tiền đóng góp của một hội, một nhóm để tài trợ lẫn nhau.

고[(1)] [끈따위의] cái nút, cái thòng lọng (của sợi dây).

고[(2)] [그] ấy, đó, cũng vậy, cũng thế. @ 그것 cái đó // 그 모양이다 đó chính là hậu quả..

고 [고인] cựu, nguyên, đã chết, đã mất, đã qua đời. @ 고 김일원 씨 sự qua đời của ông Kim.

고 [높이] độ cao, đỉnh cao [수.양] con số, số lượng, khối lượng, âm lượng [금액] tổng số, toàn bộ, tổng kết.

*매상-- số lượng bán 생산-- sản phẩm, sản lượng 수확-- lợi tức, lợi nhuận, vụ (mùa) thu hoạch.

고가 đắt giá, mắc @고가의 đắt đỏ, đắt tiền, có giá trị.

고가 cấu trúc tao nhã *--선 [철도 따위] dòng dõi cao quý [전선] đường dây điện (dây thép) trên cao.

고가 cổ thi; thơ cổ (nhạc cổ).

고가 một gia đình có tiếng tăm lâu đời - danh gia vọng tộc.

고각포 khẩu đại pháo.

고갈 sự khô cằn, sự kiệt quệ [자원 따위의] tình trạng kiệt quệ *--하다 làm cho khô cằn, làm khô ráo [자원 따위가] làm cạn, làm tiêu hao, làm kiệt quệ.

고깔 mũ trùm đầu của thầy tu.

고깝다 khó ưa, không thú vị, khó chịu, không vừa lòng.

고개 (1) cái gáy [머리] cái đầu @고개를 가로 흔들다 lắc đầu từ chối // 고개를 들다 ngẩng đầu lên // 고개를 숙이다 cuối đầu xuống (2) [언덕.산의] hẻm núi (đường đi xuyên qua núi), chóp, ngọn, đỉnh @ 고개를 넘다 vượt qua hẻm núi (3) [절정] đỉnh, nóc, chỏm, ngọn, điểm cao nhất 마흔의 고개를 넘다 ở đỉnh cao của tuổi 40. *--길 con đường dốc.

고객 khách hàng, khách mua quen. @ 고객이 많다 có nhiều mối khách quen.

고갱이 ruột, lõi, phần cốt lõi (của rau củ).

고견 [남의 의견] quan điểm, ý kiến [뛰어남 의견] một ý kiến xuất xắc.

고결 tính chất cao nhã, trong sạch, thuần khiết. *--하다 tao nhã, quí phái, trong sạch, tinh thần cao thượng. @고결한 사람 người lịch sự, tao nhã, quí phái.

고경 tình huống bất lợi @고경에 처하다

trong tình hình khó khăn.

고계 [불교] thế gian, thế tục, cõi trần gian phức tạp.

고고 하다 giữ vững bản chất cao ngạo @ 고고한 생활 cuộc sống cao ngạo

고고학 ngành khảo cổ học @ 고고학 상으로 tính cách khảo cổ học. *--학자 chuyên gia khảo cổ.

고골 bộ xương.

고공 trời cao, ở mức độ cao. @ 8 천피트의 고공을 날다 bay ở độ cao 8,000 dặm .

고공 [*--품] sản phẩm, tác phẩm làm bằng rơm.

고공살이 đời sống của công nhân nông trường.

고과 tiền thưởng, tiền công phục vụ. *--표 bảng báo cáo năng xuất, hiệu quả công việc.

고관 [사람] quan chức cao cấp, người quyền cao chức trọng [직위] chức vụ cao.

고굉 cánh tay phải (người thân cận).

고구마 khoai lang, khoai ngọt.

고국 cố quốc, cố hương, quê hương xứ sở @ 고국에 돌아오다 trở về cố quốc.

고군 đơn độc, cô lập @ 고군 분투하다 chiến đấu đơn độc.

고궁 cổ cung, cung điện cổ.

고귀 하다 cao thượng, cao quí. @ 고귀한 태생이다 xuất thân từ dòng dõi quí tộc.

고금 thời quá khứ và hiện tại; thời xưa và nay @ 고금을 통하여 qua mọi thời đại.

고급 [계급] địa vị, tầng lớp cao [정도] cao cấp *-- 장교 viên chức cao cấp // --품 hàng cao cấp.

고급 tiền lương cao. *--사원 nhân viên cao cấp.

고기 [짐승의] thịt; [물고기] cá. @ 고기요리 món thịt, đĩa thịt // 고기한점 một lát thịt.

고기밥 mồi cá, [미끼] mồi, bả.

고기압 áp xuất không khí cao.

고기잡이 [어업] nghề cá, sự đánh cá, sự câu cá [어부] ngư phủ, người đánh cá, người câu cá. *--하다 câu cá, đánh cá, bắt cá *--배 thuyền đánh cá.

고난 khổ nạn, nghịch cảnh, tai ương, bất hạnh. @ 고난을 견디다 chịu đựng nghịch cảnh // 고난을 극복하다 vượt qua nghịch cảnh.

고뇌 sự khổ sở, cảnh khốn cùng, hoạn nạn. @ 고뇌의 생활 một cuộc sống khổ sở.

고니 [새 chim] con thiên nga.

고다 [끓이다] luộc, hầm nhừ, cô lại [양조] chưng cất @ 쇠고기를 고다 hầm nhừ thịt bò.

고단하다 mệt, mệt mỏi, chán ngán, kiệt sức @ 몹시 고단하다 hoàn toàn kiệt sức.

고달 (1) [슴베] cái chuôi (2) [부리쇠] sắt, kim loại bịt đầu ống.

고달이 cái móc, mối dây cột ở gói đồ (bưu kiện).

고달프다 [심신이] rất mệt, rất nhàm chán, hoàn toàn kiệt sức. @ 고달픈일 công việc mệt nhọc, nhàm chán.

고담 chuyện xưa, truyền thuyết dân gian.

고답 tách rời khỏi đám đông phiền toái @ --주의 tính siêu việt.

고대 ngay lúc đó, đúng lúc đó.

고대 하다 đợi chờ sốt ruột, đợi dài cổ ra. @ 고대했던 소식 tin tức đã đợi từ lâu.

ㄱ

고대 thời xưa, thời cổ đại. @ 고대의 xưa, cũ, không hợp thời, lỗi thòi, thuộc xa xưa. *--사 lịch sử cổ đại *--인 người xưa.

고대 광실 tòa lâu đài nguy nga.

고도 [높이] độ cao so với mặt biển [정도] năng xuất cao @고도의 tiên tiến, cấp tiến, năng lực cao, có cường độ lớn [문화 따위] phát triển cao độ // 고도의 문화 수준 trình độ văn hóa cao.

고도 thành phố cổ [옛 수도] thủ đô cũ.

고도리 [물고기] cá thu con.

고독 (1) [외로움] sự vắng vẻ, hiu quạnh *--하다 cô độc, bơ vơ, hiu quạnh @ 고독한 생활을하다 sống cuộc sống cô độc (2) [고아] đứa trẻ mồ côi (3) [자식 없는 늙은이] người già neo đơn.

고동 (1)[장치] bộ khởi động, cái tắc te, cái ngắt công tắc, cái khóa vòi (van). [수도 등의] cái quay móc (2) [사이렌] cái còi, còi tầm, còi báo động (3) [요점] điểm mấu chốt, điểm then chốt.

고동 [심장의] nhịp đập, sự rung động, sự hồi hộp. *--하다 độp, gõ, rung động, hồi hộp con tim (심하게).

고동맥 [해부 giải phẩu] mạch máu đùi.

고동색 màu nâu đỏ.

고되다 cứng, chắc, bền, dai, khó khăn, gay go @ 고된 일 công việc nặng nhọc.

고두머리 cái trục của cái néo đập lúa.

고두밥 cơm già lửa.

고둥 [조개 con trai] loài động vật có vỏ, loài chân bụng.

고드름 cột băng, trụ băng.

고들개 [방울] cái chuông đeo ở cổ bò [채찍의추] cái quất mạnh (của ngọn roi da).

고들고들 => 꼬들꼬들 cứng. --하다 khô, cứng.

고등 @고등의 cao, cao hơn, cấp cao [고급의] hảo hạng, cao cấp *--과 khóa cao hơn. *--교육 nền giáo dục cấp cao. *--동물 động vật cấp cao. *--법원 tòa án tối cao.

고등 sự lên giá. *--하다 lên giá, tăng giá.

고등어 [물고기] con cá thu.

고라니 [동물 động vật]con nai sừng tấm.

고락 [낙지의 배때기] phần bụng của con bạch tuộc (con mực phủ) [낙지의 먹] mực của con bạch tuộc.

고락 niềm vui và nổi buồn; hạnh phúc và phiền muộn. @고락을 같이하다 chia xẻ vui buồn với người nào

고람 đọc, xem kỹ, duyệt kỹ.

고랑(1) [수갑] cái còng, cái xích tay, cái cùm [족쇠] @ 고랑을 채우다 còng tay, câu thúc.

고랑(2) [두둑 사이] luống cày *고랑을 짓다 cày, bừa, xới.

고랑창 rạch, hào, rãnh, mương.

고래 [동물] con cá voi @ 고래 같다 to như cá voi *--잡이 sự săn cá voi [사람] người săn cá voi.

고래 @ 고래로 từ thuở xưa, từ xa xưa, từ thời thượng cổ.

고래등 같다 to lớn, to như lưng cá voi.

고량 [식물] cao lương, cây lúa miến. *--주 rượu cao lương.

고량 진미 cao lương mỹ vị .

고려 sự quan tâm, sự lưu ý, sự cẩn trọng, cân nhắc, sự phản ảnh, phê phán *--하다 xem xét, cân nhắc, quan tâm, lưu ý, cố ý, chủ tâm @고려할 가치가 없다 không đáng quan tâm // 고려중에 있다 (vấn đề) đang được xem xét.

고려 lòng yêu mến, sự kính trọng. *--하다 yêu mến, kính trọng, tôn kính.

고려 자기 kỹ nghệ đồ gốm Goryo cổ của Hàn quốc.

고령 cao niên, chín chắn (tuổi). @ 80 세의 고령으로 죽다 hưởng thọ 80 (chết ở tuổi 80). *--자 người cao niên

고령토 chất cao lanh *caolinit*

고로 do đó, vì vậy, cho nên, vì thế, bởi vậy, vậy thì => 그러므로.

고로 người có tuổi, bậc huynh trưởng, bậc lão thành. @ 마을의 고로 trưởng làng.

고로 ống thông, đường thông, bễ, lò, lò sưởi.

고로롱거리다 bị rối loạn do cơn bệnh kéo dài.

고료 thù lao; lệ phí cho bản thảo.

고루 [같게] ngang bằng [공평하게] công bằng, rõ rệt [차별없이] bừa bãi, không rõ ràng.

고루 tòa nhà cao.

고루 하다 mù quáng, tư tưởng hạn hẹp, bảo thủ, thủ cựu.

고르다[(1)] [균일] ngang với, giống nhau, ngang bằng @ 고르게 giống nhau, tương tự, cũng vậy, cũng thế.

고르다[(2)] (1) [평평하게] san bằng, làm bằng phẳng (2) [선택] kén chọn, lựa chọn. @ 잘못 고르다 chọn dở (già kén kẹt hom).

고름 mủ, sự chảy mủ @ 고름이 생기다 mưng mủ (y). *--집 mụn mủ.

고리[(1)] [끼우는] chiếc nhẫn, mắt xích. @ 고리를 만들다 thắt vòng, gài móc. * 문-- cái móc cửa.

고리[(2)] => 고리짝 liễu gai (đồ đan) *--장이 người đan liễu gai.

고리 lợi tức cao, lãi xuất cao, sự cho vay lãi nặng @ 고리로 được lãi xuất cao *--대금업 nặng lãi –대금업자 người cho vay nặng lãi.

고리다 hôi hám, thối tha, có mùi khó chịu, nặng mùi [행동이] hèn mọn, tầm thường, kém cõi.

고리버들 [식물 thực vật] cây liễu gai.

고리삭다 không hoạt bát, quá dè dặt, kín đáo – trầm lặng trước tuổi.

고리짝 hành lý, rương, hòm, vali bằng mây (cây liễu gai).

고리타분하다 (1) [냄새가] bị ôi, hôi hám, thối tha, nặng mùi (2) [성질이] tư tưởng hạn hẹp, nhỏ nhen, thấp hèn, tầm thường (진부한) @고리타분한 소리 lời nhận xét tầm thường.

고린내 mùi hôi thúi, mùi khó chịu.

고릴라 [동물] con khỉ đột.

고립 sự cô lập *--하다 cách ly, cô lập, tách ra (정치.질병.예방) cắt đứt @고립된 cô độc, cô đơn // 외부로부터 완전 고립되다 hoàn toàn tách rời khỏi thế giới bên ngoài *--주의 (주의자) chủ nghĩa biệt lập, người theo chủ nghĩa cô độc.

고막 [조개 tôm, cua sò, hến, rùa] vỏ, mai.

고막 màn tai, màn nhĩ.

고만하다 => 그만하다

고맙다 (1) lòng biết ơn, sự cảm kích (2) tử tế, chu đáo, tốt bụng. @고마운 말씀 lời cảm kích, lời tri ân // 고맙게 여기다 biết ơn người nào // 대단히 고맙습니다 rất biết ơn // 그렇게 말씀해 주시니 고맙습니다 *rất cảm kích trước lời nói..*

고매 하다 cao ngạo, kiêu kỳ, cao quí, cao thượng.

고명 nét hoa mỹ, sự trang trí, bày biện.

ㄱ

고명 [명성]tên tuổi, tiếng tăm, danh tiếng [경어] danh tánh.

고명 cổ danh, tên cũ.

고명딸 cô con gái rượu (con gái duy nhất trong gia đình có nhiều con trai)

고모 (cô mẫu) cô, em của bố.

고모부 chồng của cô (em rể của bố)

고목 cổ mộc, cây cổ thụ.

고목 cây khô.

고무 cao su [탄성의] cục tẩy bằng cao su [수지] chất gôm, kẹo gôm *--공 banh cao su. *--제품 vật bằng cao su.

고무 sự cổ vũ, động viên *--하다 khuyến khích, khích lệ động viên @사기를 고무하다 *động viên tinh thần.*

고무래 cái cào bằng gỗ.

고문 [의견을 물음] lời khuyên [사람] cố vấn, người khuyên*--변호사 luật sư cố vấn *기술-- cố vấn kỹ thuật.

고문 sự tra tấn *--하다 tra tấn, hành hạ, làm khổ ai

고문 cổ văn, văn xưa *--체 phong cách xưa.

고물 [1] bột khô phủ ngoài bánh gạo.

고물 [2] [배의] phía sau, phần sau @고물쪽으로 cuối tàu, đuôi tàu.

고물 [골동품] người xưa, chuyện xưa, đồ cỗ [낡은 것] đồ vật đã dùng qua *--상인 người bán đồ đồ cổ.

고미 trần nhà bằng thạch cao. *--다락 gác xép sát mái.

고미 vị đắng, sự cay đắng *--정기 [약 thuốc] cảm giác đắng.

고민 sự thống khổ, sự lo lắng. *--하다 đau đớn, khổ sở, lo lắng @ 그 일로 고민하고 있다 *việc đó làm cho hắn bị đau khổ tinh thần*

고발 [법 pháp luật] [검사의] sự khởi tố, bảng cáo trạng [민간의] sự kiện cáo, *--하다 truy tố, buộc tội, tố cáo. @언론법 위반으로 고발되다 bị truy tố vì phạm pháp.

고배 nổi đắng cay, sự gian khổ @ 고배를 마시다 chịu đựng gian khổ, cay đắng. [승부에서] *qua cơn phiền muộn.*

고백 lời cáo bạch, sự thú nhận [신앙의] lời thú tội *--하다 thú nhận, thú tội. @ 죄상을 고백하다 thú nhận tội lỗi.

고별 cáo biệt, lời chào tạm biệt, sự chia tay. *--하다 nói lời tạm biệt, chia tay. [고인에 대한] lễ chia tay.

고병 cựu chiến binh.

고본 bản thảo viết tay.

고본 sách cũ *--상 tiệm bán sách cũ (사람) người bán sách cũ

고봉 đỉnh núi cao *--준령 chóp núi cao

고봉 một đống.

고부 mẹ chồng con dâu.

고부 => 부고

고부랑하다 => 꼬부랑하다 cong (잔등) cong oằn (나무 따위), vênh vẹo (길이), quanh co (개천 따위) @고부랑 할머니 *một bà cụ còng lưng vì tuổi tác.*

고부리다 => 꼬부리다 uốn cong (잔등을), làm cong, làm vênh (칠사를), bẻ cong (팔을).

고부조 chạm, khắc, đắp cao.

고분 ngôi cổ mộ. @고분을 발굴하다 khai quật ngôi cổ mộ.

고분고분 +하다 ngoan ngoản, dễ bảo, nhu mì, dịu dàng.

고분자 hợp chất polymer *--화합물 cao phân tử.

고뿔 => 감기 sự cảm lạnh.

고불고불 => 꼬불꼬불 một cách quanh co *--하다 ngoằn nghèo, khúc khuỷu, quanh co, cong veo @꼬불꼬불한 산길 con đường mòn quanh co trên núi.

고비 [1] [절정] cao điểm [위기] bước ngoặt, cơn khủng hoảng, phút quyết định, yếu tố then chốt [전기] chỗ ngoặt, chỗ rẽ @고비를 넘기다 qua cơn khủng hoảng.

고비 [2] [편지꽂이] giá để thư.

고비 [3] [식물] cây dương xỉ.

고삐 dây cương. @고삐를 잡다 thu thập lại, tập trung lại, kéo cương // 말의 고삐를 당기다 gò cương ngựa.

고비 tầm bay cao. *--하다 bay cao @고비 원주하다 bỏ trốn, chuồn, tẩu thoát.

고빗사위 giây phút quyết định.

고빙 하다 mời đón, cam kết, hứa hẹn.

고사 하다 (1) chết, tàn lụi, khô héo (2) từ chối, khước từ.

고사 *--기관총 súng phòng không (liên thanh) *--포 부대 pháo binh phòng không.

고사 [고찰] sự cân nhắc, đắn đo [시험] sự nghiên cứu, sự khảo sát, sự xét nghiệm *--하다 nghiên cứu, thẩm tra, xét nghiệm @ 시능-- trắc nghiêm trí thông minh *학력-- kiểm tra thành tích.

고사 [유래] căn nguyên, cội nguồn, sự kiện lịch sử [만간 전승] truyền thống, truyền thuyết dân gian *--내력 cội nguồn lịch sử.

고사 lịch sử cổ đại.

고사 하다 dâng lễ, cúng tế lên các linh thần.

고사 việc xưa.

고사리 [식물] cây dương xỉ diều hâu.

고사포 súng phòng không *--대 khẩu đại pháo phòng không.

고사하고 sự đặt để, sự bố trí, bỏ mặc, để riêng ra; không nói đến @농담은 고사하고 không dính vào.

고산 núi cao. –병 chứng say núi. *--식물 cây trên núi.

고살 tội cố sát [법 pháp luật] tội ngộ sát, tội giết người.

고상 sự cao quí, tính cao nhã. *--하다 quí phái, tao nhã [품위] tế nhị, lịch sự, cao quí @고상한 사상 tư tưởng cao thượng.

고샅 [골목길] ngõ hẻm [골짜기] hẻm, rãnh, máng.

고색 cái nhìn cổ hủ, gỉ đồng (청동기 따위의) @고색 창연하다 cổ hủ, có vẻ cổ kính.

고생 cuộc sống khó khăn, cảnh thiếu thốn, nổi đau khổ, nghịch cảnh, tai ương [수고] vất vả, khó nhọc, khổ sở *--하다 chịu đựng gian khổ [수고] @고생시키다 quấy rầy, làm phiền người nào // 가난으로 고생하다 trải qua cảnh gian nan, khổ sở // 고생끝에 낙이 있는법이다 họa trung hữu phúc; trong cái rủi có cái may.

고생대 [지질] thời đại cổ sinh @고생대의 thuộc thời đại cổ sinh.

고생물 cổ sinh động vật và cổ sinh thực vật [화석물] hóa đá, hóa thạch. *--학 môn cổ sinh vật học. *--학자 nhà cổ sinh học.

고서 cổ thư.

고성 cổ thành [포위 당한] tòa lâu đài, thành quách.

고성 tiếng nói to (thế lực mạnh)@고성으로 một cách to lớn, rõ ràng, oang oang. //고성방가 하다 hát to, hát vang.

고성능 hiệu quả cao @고성능의 có hiệu quả cao, có ấn tượng sâu sắc.

고소 nụ cười gượng, nụ cười miễn cưỡng

ㄱ

*--하다 cười mỉa, cười nhạo báng, cười chua chát, cười gượng.

고소 khu đất cao, độ cao *--공포증 [의학] chứng sợ cao.

고소 lơi kêu ca, phàn nàn, lời buộc tội, bảng cáo trạng *--하다 tố cáo, buộc tội. *--상 đơn kiện.

고소득층 diện có lợi tức cao => 고액(-소득자).

고소원 lòng tha thiết mong muốn.

고소하다 [맛이] nêm gia vị, đầy hương vị.

고속 cao tốc, tốc độ nhanh @ 고속으로 ở tốc độ nhanh. *--도로 đường cao tốc.

고속 phong tục xưa.

고수 하다 bám chặt, dai dẳng, khăng khăng một mực.

고수 người đi chào hàng lưu động, người đánh trống.

고수머리 [머리] đầu tóc quăn, tóc gợn sóng.

고스란하다 còn nguyên vẹn như cũ @고스란히 một cách trọn vẹn // 고스란히 그대로 있다 giử nguyên như cũ.

고슬고슬하다 [밥이] nấu chín.

고슴도치 [동물] con nhím âu (thuộc loài ăn sâu bọ)

고승 thầy tu, thầy dòng, linh mục.

고시 tờ thông báo, bảng yết thị. *--하다 thông báo.

고시 sự thẩm tra, sự nghiên cứu.

고식 sự thay thế tạm // 고식적인 vật dùng tạm.

고실 [해부 giải phẩu] màng tai, màng nhĩ.

고심 sự cố gắng, sự nổ lực, sự cần cù lao động *--하다 gắng công, nổ lực, dốc sức.

고십 chuyện tầm phào, vớ vẩn, chuyện tào lao, nhảm nhí.

고아 đứa trẻ mồ côi *전쟁-- trẻ mồ côi vì chiến tranh.

고아 하다 đã tinh chế.

고아 하다 nền nã và lịch sự, không hoa mỹ, cổ điển, thanh lịch.

고안 mục đích, ý đồ, phương sách, ý kiến, quan điểm; sáng kiến *--하다 phát họa, đặt kế hoạch, sáng chế, phát minh *--자 người thiết kế, người sáng tạo.

고압 *--선 đường dây cao thế. *--전류 dòng điện cao thế

고액 tổng số (tiền) --귀 sự phân loại tổng quát. *--납세자 người đóng thuế thu nhập cao. *--소득자 người có thu nhập (lợi tức) cao.

고약 miếng cao dán, miếng thuốc cao [연고] loại thuốc mỡ @고약을 바르다 xoa, bôi, đắp thuốc mỡ.

고약하다 [성미가] có bản chất xấu xa, tội lỗi, độc ác, không ngay thẳng [날씨 냄새. 용모 따위가] đáng sợ, xấu xa, kinh tởm, lố bịch. [일이] hà khắc, chi li, rắc rối, phiền hà.

고양이 [동물] con mèo @고양이 새끼 mèo con.

고어 [옛말] lời xưa [옛 속담] tục ngữ xưa.

고언 lời khuyên thẳng thắn; lời bình phẩm vô tư @ 고언을 하다 khuyên bảo ai một cách thẳng thắn.

고역 công việc vất vả,lao dịch.

고열 sốt cao.

고옥 tòa nhà cổ.

고온 nhiệt độ cao @ 고온 다습의 기후 khí hậu lạnh và khô.

고요 하다 yên tĩnh, thanh vắng, tĩnh mịch, thanh bình. @고요히 một cách yên lành, một cách thanh thản, // 고요

한 바다 biển lặng.

고욤 [식물] quả sen hồng.

고용 sự thuê nhân công *--하다 thuê, mướn. *--인 nhân viên, công nhân. *--주 chủ nhân, người thuê lao động.

고울 khung thành, cầu môn.

고원 cao nguyên*--지대 vùng cao nguyên.

고원 người lao động, người làm công, công nhân.

고원 하다 cao quí, quí tộc.

고위 xuất chúng, lỗi lạc *--고관 nhân vật xuất chúng, người quyền cao, chức trọng.

고위도 vùng khí hậu ôn đới.

고유 [특유] đặc điểm, đặc thù, đặc trưng *--하다 [특유] kỳ lạ, khác thường, riêng biệt, lập dị, hiếm có, đặc biệt @ 한국 고유의 음악 nền âm nhạc đặc thù của Hàn quốc // 동양의 고유 풍습 tập quán đặc trưng của phương đông. *--영사 danh từ riêng. *--성 đặc tính, đặc điểm, tính chất riêng, nét đặc biệt.

고율 giá cao. @고율의 이자 lãi xuất cao. *--판새 thuế biểu cao.

고을 khu vực, địa hạt (trong tỉnh)

고음 âm thanh to, giọng cao. *--부[음악 âm nhạc] giọng nữ cao; giọng kim.

고읍 cổ thành (thành phố cổ).

고의 thân mến, thân ái.

고의 sự quyết tâm, sự tính toán, ý đồ, mục đích. @ 고의의 cố ý, có chủ tâm // 고의로 một cách cố ý.

고이[곱게] tốt đẹp, tinh vi, tế nhị [편히] một cách thanh thản [조심해서] một cách êm ái, một cách chu đáo, cẩn thận @고이 잠자다 ngủ một cách thanh thản.

고인 người quá cố, người chết. @고인이 되다 chết, mất, từ trần, qua đời.

고인돌 ngôi mộ đá.

-고사 cốt để.., để mà..

고사 người đàn ông kém phát triển ở bộ phận sinh dục.

고사누룩하다 [조용해지다] trở nên yên vắng, tĩnh lặng. [병세 따위가] làm dịu bớt.

고자세 thái độ hung hăng, ngạo mạn, hành động hống hách @ 고자세를 취하다 làm ra vẻ hung hăng.

고자질 sự bịa đặt, sự mách lẻo *--하다 nói tào lao, bịa đặt, ngồi lê mách lẻo *--장이 người nhiều chuyện, người bịa đặt.

고작 lớn nhất, to nhất, tốt nhất, tối đa. @ 고작 3 마일 밖에 안 되다 tối đa 3 dặm.

고장 [지방] khu vực [동식물의] quê quán, sinh quán, nơi sinh (사람의) @ 대구는 사과의 고장이다 *Deagu* là vùng có nhiều táo.

고장 [장해] sự cản trở, trở lực, chướng ngại vật [사고] một tai nạn, một trở ngại, sự tan vỡ, suy sụp, sự sai lầm. @ 기관의 고장 một cỗ máy bị trục trặc // 고장나다 hư hỏng, tan vỡ, thất bại.

고저 [높이] vùng cao, độ cao. [기복] tính thất thường, sự lên xuống bất thường, sự nhấp nhô chập chờn, sự dao động (시세의), độ cao thấp (음성의) @ 토지의 고저가 심한 지방 gợn sóng nhấp nhô.

고적 hiu quạnh, cô quạnh *--하다 cô đơn, vắng vẻ, đơn độc.

고적 di tích lịch sử, tàn tích. @ 고적을 탐승하다 thăm quan những địa điểm thú vị liên quan đến lịch sử.

고적대 dàn nhạc trống và sáo. *--장 nữ nghệ sĩ chuyên về trống (여자 nữ).
고적운 [기상] mây dung tích.
고전 trận chiến ác liệt, chiến thuật táo bạo. *--하다 chiến đấu ác liệt, tranh cãi gay go.
고전 đồng tiền xưa *--수집자 người sưu tầm tiền xưa.
고전 [문학 작품] văn học cổ điển @ 고전적인 tác giả, tác phẩm kinh điển *--주의 chủ nghĩa kinh điển.
고정 sự ấn định, sự qui định. [자금의] sự đóng chặt vào, sự kết dính lại. *하다 kết lại; cột lại; chốt lại, khóa lại, gắn lại, dùng lại, ổn định lại. *가격 giá cả ổn định. *--관념 quan niệm cố định. *--자본 tài sản cố định.
고제 hệ thống cũ, một thể chế lỗi thời.
고조 [밀물의] triều cường [정점] cực điểm, tột độ, tột điểm, tột bậc // 고조에 달하다 lên đến cực diểm.
고조모 bà sơ, bà nội của bà nội.
고조부 ông sơ, ông của ông nội.
고종 사촌 anh em họ.
고주망태 sự say xỉn,sự say rượu, chứng nghiện rượu @ 고주망태가 되다 say khướt, say bí tỉ.
고주파 [물이 vật lý] tầng số cao
고증 sự điều tra, sự nghiên cứu *--하다 điều tra, thẩm tra.
고지 khu đất cao [산지] vùng cao [고대] độ cao [고원] vùng cao nguyên.
고지 thông báo, yết thị, sự thông báo.*--서 tờ yết thị.
고지기 thủ kho, người giữ kho.
고지대 khu vực có nhiều đồi cao @ 고지대의 주민 nhà ở sườn đồi, cư dân ở miền núi.
고지새 [새 chim] loài chim di trú, chim mỏ to, chim sẻ.
고지식하다 đơn giản thật thà, tâm hồn giản dị, không biết tùy thời.
고진감래 đắng trước ngọt sau, khổ trước sướng sau.
고질 bệnh mạn tính, kinh niên, thâm căn cố đế. *--환자 ăn sâu, cố tật, kinh niên, khó chữa trị.
고집 tính ngoan cố, bướng bỉnh, sự dai dẳng, lì lợm. *--하다 cầm chắc, tham gia, gia nhập, khăng khăng, nhất định. 고집이 세다 ngoan cố, bướng bỉnh // 자기 설을 고집하다 giữ vững lập trường *--장이 người ngoan cố, khó bảo.
고집 불통 sự dai dẵng, lì lợm, khó bảo, khó chữa.
고차 방정식 [수학 toán]phương trình bậc cao.
고착 하다 dính chặt vào. *--관념 quan điểm vững vàng.
고찰 sự suy xét, sự điều tra, nghiên cứu, sự cân nhắc *--하다 nghiên cứu, suy xét, điều tra.
고찰 ngôi đền cổ.
고참 thâm niên, cao cấp [사람 người] người thâm niên, cao tuổi hơn, người kỳ cựu, từng trải. @고참의 chức vị cao hơn. *--병 bệnh lâu đời.
고창 하다 [고래 부르다] ca hát ầm ĩ [창도] cổ động [강조] tán thành làm nổi bật, nhấn mạnh.
고철 sắt vụn, phế loại, kim loại vụn.
고체 rắn chắc // 고체의 ròng, đồng chất, thuần chất, nguyên chất. *--연료 nhiên liệu nguyên chất.
고체 kiểu xưa, kiểu cổ.

고초 sự khó khăn gian khổ, sự trở ngại @ 고초를 겪다 trải qua thử thách cam go.

고총 ngôi mộ cổ (cổ mộ)

고추 quả ớt đỏ *--가루 bột ớt, ớt khô.

고추장 tương ớt.

고충 sự quan tâm, lo lắng, tình trạng khó khăn, tình huống khó xử @ 남의 고충을 동정하다 thông cảm trước tình trạng khó xử.

고취 sự truyền cảm, sự thấm nhuần, sự cổ động, tuyên truyền *--하다 truyền cảm hứng, làm cho thấm nhuần [환기] khuấy động, kích động, làm gợi lên, khơi dậy, cổ súy. @ 애국심을 고취하다 *khích động lòng yêu nước trong lòng người.*

고층 [건물의] tầng cao hơn [대기의] lớp cao @ 고충의 cao tầng *--건물 tòa nhà cao tầng *--기류 dòng điện trên cao.

고치 cái kén @ 고치에서 실을 잣다 quấn tơ ra khỏi kén.

고치다 (1) [병을 bệnh] chữa trị, cứu chữa. @ 병을 고치다 chữa bệnh. (2) [수선] sửa đổi, sửa chữa, chỉnh đốn, phục hồi @ 기계를 고치다 phục hồi 1 cỗ máy (3) [고정] sửa đổi, hiệu chỉnh, cải thiện, phục hồi. @ 결점을 고치다 sửa chữa lỗi lầm // 버릇을 고치다 bỏ thói xấu (4) [변경] thay đổi, biến đổi.

고칭 cổ danh, tên cũ.

고탑 cổ tháp, ngôi chùa cổ.

고태 phong cách nghệ thuật cổ.

고토 [화학 hóa học] chất ma-nhê. *--운모 [관 khoáng chất] chất biotite.

고토 quê hương, quê quán, cố hương.

고통 [아픔] sự khó nhọc [괴로움] sự đau khổ, thống khổ [마음의] đau khổ, đau đớn (tâm hồn) @ 고통을 느끼다 chịu đựng đau khổ, trãi qua khó nhọc // 고통을 주다 làm cho ai đau khổ, làm đau lòng ai.

고패 cái ròng rọc @ 고팻줄 dây kéo ròng rọc.

고팽이 (1) [새끼의 사리] vòng, cuộn. (2) [왕복] lộ trình khứ hồi. (3) => 고비.

고평 sự phê phán, sự đánh giá, lời phê bình.

고풍 kiểu xưa, phong cách xưa.

고프다 đói bụng @ 배가 고프다 thấy đói, có cảm giác đói.

고하 [지위의] hàng ngũ, đội ngũ, tầng lớp, cấp bậc. [품질의] loại, chất lượng, phẩm chất [시새의] sự dao động @ 신분의 고하를 불문하고 *bất kể tầng lớp nào.*

고하다 [말하다] kể lại, đề cập, nói đến [통고] công bố, báo tin, thông báo.

고학 học hành trong hoàn cảnh khó khăn [일하며] tự học *--생 học sinh tự học.

고함 tiếng la hét, tiếng reo hò @ 고함지르다 la hét, reo hò, gầm rống.

고해 biển khổ trần gian, nổi cay đắng ở thế gian.

고행 sự khổ hạnh *--하다 rèn luyện khổ hạnh. *--자 người theo chủ nghĩa khổ hạnh, người tu khổ hạnh.

고향 cố hương @ 고향에 돌아가다 trở về cố hương. // 고향을 그리다 *tha thiết nhớ cố hương.*

고현학 (khảo hiện học) nghiên cứu hiện đại

고혈 mồ hôi và máu. @ 박성의 고혈을 짜내다 dồn ép, gây áp lực cho người nào.

고혈압 chứng cao huyết áp.

ㄱ

고형 trạng thái vững chắc, tính cách vững bền, sự liên tục, nhất trí. @ 고혈의 vững, chắc // 고형화하다 trở nên vững vàng, cứng rắn @--물체 cơ thể rắn chắc.

고혹 sự mê hoặc, sự say mê, quyến rũ @ 고혹적(인) hấp dẫn, lôi cuốn; quyến rũ.

고혼 một tâm hồn cô độc @ 수중고혼이 되다 chết đuối. *무주 một linh hồn lạc lỏng đáng thương.

고화 cổ họa, một bức tranh cổ.

고환 hòn dái, tinh hoàn *--염 viêm tinh hoàn *--부 mào tinh hoàn.

고희 (thập cổ lai hy) @ 연세가 고희에 이르다 thọ đến tuổi 70.

곡 một giai điệu, một khúc nhạc @ 곡을 연주하다 diễn tấu 1 khúc nhạc.

곡 lời than khóc. *--하다 khóc than, than vãn, thương tiếc.

곡가 giá gạo

곡괭이 cái cuốc, cái cuốc chim.

곡두 bóng ma, ảo tưởng, ảo giác.

곡류 (dòng suối) quanh co.

곡류 ngũ cốc, hạt ngũ cốc.

곡률 sự uốn cong, sự cong vẹo, độ cong

곡마 gánh xiếc, người làm xiếc trên ngựa *--단 đoàn xiếc.

곡목 chương trình (전체), sự chọn lọc, sự tuyển lựa.

곡물 ngũ cốc, thóc gạo *--상 lái buôn gạo. *--시장 thị trường thóc gạo *--창고 kho thóc, vựa lúa.

곡보 (khúc phổ) => 악보 (nhạc phổ)

곡사 súng bắn đạn trái phá *--포 bích kích pháo.

곡선 chỗ quanh co, đường cong, đường vòng *--도표 đồ thị, biểu đồ. *--운동 di chuyển theo đường vòng.

곡성 tiếng kêu gào, than khóc.

곡식 hạt ngũ cốc.

곡예 trò biểu diễn nguy hiểm *--비행 trò đu bay. *--사 người biểu diễn (leo dây, nhào lộn), người làm xiếc.

곡절 [물리적] sự vênh, sự cong oằn, chỗ lõm, chỗ thụt vào (해안의); [우회] quanh co, uốn khúc [파란] trồi sụt, lên xuống [복잡] sự phức tạp, rắc rối [까닭. 사정] hoàn cảnh, tình huống, lý do @ 인생의 파란 곡절 sự thăng trầm trong cuộc sống.

곡조 1 giai điệu, một khúc hát. @ 한곡조 부르다 hát lên một giai điệu.

곡직 giá trị, đáng khen thưởng.

곡창 [창고] kho thóc, vựa lúa [비우적].

곡척 cây thước đo góc của thợ mộc.

곡하다 than van, kêu khóc => 곡(-하다).

곡해 sự bóp méo, sự xuyên tạc, sự dịch sai. *--하다 giải thích sai, hiểu sai, xuyên tạc ý nghĩa.

곡향 kho thóc, vựa lúa; vùng sản xuất nhiều lúa.

곤경 bất tiện, khó khăn. @ 곤경에 빠지다 trong tình thế khó khăn, rơi vào tình trạng khó xử.

곤궁 sự đau khổ [빈곤] cảnh cơ cực, khốn cùng. *--하다 khó khăn, cơ cực, khốn khổ @ 곤궁한 사람들 người nghèo khổ, kẻ khốn cùng.

곤댓짓하다 cư xử màu mè, giả tạo, không thật lòng.

곤돌라 giỏ khí cầu.

곤두박이다 hoàn toàn sụp đổ.

곤두서다 dựng ngược [머리 털이] xù lông, dựng lông.

곤두세우다 dựng ngược, dựng đứng. [털을] rối, xù, dựng lên.

곤드라지다 buồn ngủ @ 술에 취해곤 드라지다 chìm vào giấc ngủ.

곤드레만드레 say choáng váng @ 곤드레만드레 취하다 say đến chết, say bí tỉ, sau túy lúy.

곤란 khó khăn, trở ngại [곤궁] gian khổ, gay go [난처] sự bối rối, sự lúng túng, sự phức tạp *--하다 rắc rối, khó khăn, phiền phức [난치] làm trở ngại, làm bối rối, thấy bất tiện. [곤궁] lo lắng, buồn khổ @ 생활이 곤란하다 sống khổ sở // 이해하기 곤란하다 khó hiểu được.

곤봉 dùi cui, cái gậy.

곤약 hồ dán làm bằng bột rễ cây.

곤욕 lời nhục mạ nặng nề, sự khi dễ cực độ, tột cùng. @ 곤욕을 당하다 chịu sỉ nhục.

곤이 bọc (chùm) trứng cá.

곤장 cái dùi cui (để đánh tội phạm). @ 곤장을 안기다 quất, đánh, đập.

곤쟁이 một loại tôm nhỏ (tép) *--젓 tôm khô.

곤죽 [진창] bùn đặc; bùn; bãi lầy. [뒤범벅] bẩn thỉu, nhếch nhác.

곤줄매기 [새 chim] chim sẻ ngô.

곤지 vết son đỏ trên trán cô dâu @ 곤지 찍다 vệt một vết son trên trán.

곤충 sâu bọ, côn trùng.

곤핍 sự mệt nhọc *--하다 mệt mõi, kiệt sức, mệt nhừ.

곤하다 kiệt sức, mệt lả, mệt nhoài @ 몹시 곤하다 chết mệt, mệt gần chết // 곤히 잠들다 chìm vào giấc ngủ.

곧 (1) [즉시] lập tức, ngay sau khi, ngay tức thì, không chậm trễ, không bao lâu, chẳng mấy chốc [쉽게] rõ ràng, không thể chối cãi. @ 식사가 끝나면 곧 ngay sau buổi cơm chiều // 곧 가야 한다 tôi phải đi ngay (lập tức) (2) [즉] ấy là, đó là, chính xác..

곧다 (1) [물건이] liền một mạch, thẳng @ 곧은 길 con đường thẳng (2) [마음이 tâm hồn] chân thật, ngay thẳng. @곧은 사람 người chân thật, bộc trực.

곧바로 tức khắc, thức thời, lập tức.

곧바르다 ngay thẳng.

곧이곧대로 thẳng thắng, trung thực, bộc trực, lương thiện @ 곧이곧대로 말하다 nói lên sự thật.

곧이듣다 nói (về người nào) một cách nghiêm túc @남의 말을 곧이듣다 nói trung thực về người khác.

곧잘 (1) [제법 잘] @그는 영어를 곧잘 한다 *anh ấy nói tiếng Anh khá giỏi* (2) [가끔 잘] rất thường; thường xuyên @ 곧잘 그런 사고가 일어난다 *loại tai nạn đó xảy ra rất thường.*

곧장 trực tiếp, ngay thẳng, trung thực, không trì hoãn, không chậm trễ. @ 집으로 곧장 들아가다 đi thẳng (trực tiếp) về nhà.

골 [1] [노여움] tức giận, giận dữ. @ 골이 나서 đang cơn giận // 골나다 chọc giận.

골 [2] [틀] cái khuôn, khuôn đúc * 구두— khuôn, cốt giày *모자-- khuôn mũ (đầu giả).

골 [3] [골수] tủy sống [머릿골] óc, não.

골 [4] khung thành, cầu môn => 고울

골갱이 [심] lõi, nhân, tim. [골자] vật chất, chất liệu, thực chất, ruột, lõi

골격 cấu trúc, cơ cấu, khung, khổ người, bộ xuong @ 골격이 건장한 사람 người đàn ông to con, vặmvỡ.

골계 => 익살

골고루 bằng nhau, tương xứng, tình trạng

ngang bằng @ 골고루 나누어 주다 chia ra cho đều nhau.

골골 하다 chịu đựng một căn bệnh kinh niên, khó chữa @ 골골하는 사람 người bị bệnh triền miên.

골다 ngáy @ 코를 골며 자다 ngáy trong giấc ngủ.

골독하다 => 골똑하다.

골똘하다 miệt mài, say mê, làm mãi. @ 골똘히 một cách say mê, chăm chú, miệt mài // 독서에 골똘하다 say mê đọc sách.

골동 đồ vật quí hiếm, đồ mỹ nghệ, đồ cổ, xưa. *--품 đồ vật quí, đồ cổ.

꼴뚜기 [동물 động vật] loại mực ống nhỏ, con mực phủ, con bạch tuộc.

골든아워 (ở) giai đoạn đầu tiên, giờ cao điểm.

골라잡다 lựa chọn @ 골라잡아 100 원 100 *won* 1 cái, hãy lựa đi.

골락새 [새 chim] con chim gõ kiến.

골마루 hành lang hẹp.

골막 [해부 giải phẩu] màng xương. *--염 [의학] bệnh viêm màng xương.

골막하다 hầu như, gần như.

골머리 bộ não, đầu óc. @ 골머리를 앓다 gây rắc rối, phiền phức, lo âu.

골목 lề đường, ngõ hẻm. *뒷-- đường phía sau. * 막다른-- con hẻm cụt.

골몰 하다 mãi mê @ 일에 골몰하다 mãi mê công việc.

골무 cái đê (dùng để khâu tay).

골반 [해부] khung xương chậu.

골방 tủ âm trong tường.

골병 bệnh khờ, dở hơi @ 골병들다 bệnh do té ngã hoặc rơi xuống (ảnh hưởng tới não).

골분 bột xương *--비료 chất làm bổ xương.

골상 diện mạo, thuật xem tướng mặt. *--학 khoa xem tướng sọ. *--학사 nhà não tướng học.

골생원 [옹졸한 사람] người hẹp hòi, không khoan dung, không độ lượng. [허약한사람] người thiếu nghị lực.

골수 [해부 giải phẫu] tủy, tủy xương, tủy sống @ 골수에 사무치다 tận tâm can, tận xương tủy.

골육 ruột thịt, máu mủ, huyết thống. [육친] liên hệ huyết thống, họ hàng, dòng họ *--상잔 mối hận thù huyết thống (giữa dòng họ)

골자 điểm cốt yếu, thực chất, bản chất @ 논쟁의 골자 điểm cốt yếu của việc tranh cãi.

골짜기 thung lũng [협곡] khe núi, hẻm núi, đèo.

골저리다 lạnh buốt thấu xương.

골절 sự gãy, chỗ gãy (xương) *--하다 làm gãy, bị gãy xương.

골질 [해부 giải phẩu] mô xương.

골창 [고랑창] hào, rãnh, mương.

골치 đầu óc, trí nhớ @ 골치 아픈 일 lý do lo buồn, việc làm đau đầu. 골치 앓다 làm bận lòng, làm lo buồn, làm phiền phức, gây rắc rối.

골탄 than củi [코우크스] than cốc.

골탕 sự nhục mạ. @ 골탕먹다 bị sỉ nhục, bị lừa đảo, chịu đựng sự tổn thất nặng nề.

골통 sọ, đầu lâu, bộ óc, xương sọ.

골통대 ống điếu tre, cái điếu thuốc.

골패 quân cờ.

골풀 [식물 thực vật] cây bấc, cây cói.

골프 (*golf*) trò chơi gôn, @ 골프장 sân gôn.

골필 kim máy hát, bút viết trên giấy *stencil.*

골학 [해부 giải phẩu] khoa xương.

골회 tro hỏa táng.

곪다 gom lại, mưng mủ, bị làm mủ. [일이 công việc] tới lúc chín muồi. @ 종기가 곪다 mụn chín muồi.

곯다 [1] (1) [썩다] mục rữa, hư, thối @ 곯은 달걀 trứng thối (2) [손해보다] trải qua sự mất mát, đau thương. @ 그들의 농간에 아주 곯았다 *tôi phải chịu đựng những thủ đoạn của họ.*

곯다 [2] (1) [배를] đói bụng. @ 배 곯고 일할 수는 없다 *bạn không thể làm việc được với cái bụng rỗng.* (2) [그릇에 차지 않다] đồ thừa, đồ còn dư lại. @ 자루가 좀 곯는다 *trong bao chỉ còn lại có một chút.*

곯리다 [1] [썩히다] bị hư thối, bị thiu, bị ôi [해롭게 하다] làm thiệt hại, chơi khăm, chơi xỏ, quấy rầy.

곯리다 [2] [배를] thiếu ăn [그릇에] chưa đủ, chưa no.

곯아떨어지다 [술에] uống say như chết. [잠에] chìm vào giấc ngủ.

곰 [동물 động vật] con gấu.

곰곰 sự thận trọng, sự cân nhắc, sự suy xét cẩn thận @곰곰 생각하다 suy nghĩ kỹ càng (về việc gì đó).

꼼꼼하다 quá cẩn thận, thận trọng, chu đáo. @ 꼼꼼히 một cách thận trọng, một cách chu đáo // 꼼꼼히 하다 làm việc một cách chu đáo.

꼼국 canh thịt bò.

곰방대 cái tẩu hút thuốc.

곰배팔이 người có tật ở cánh tay.

곰보 người bị rỗ hoa (bị mặt rỗ).

곰살갑다 [너그럽다] rộng lượng, hào phóng. [다정스럽다] nhân hậu, tốt bụng, tử tế, thân ái, chân thật.

곰살궂다 hòa nhã, tốt bụng, tử tế, ân cần, thân ái, dịu dàng, thoải mái.

곰작, 꼼작, 꼼짝 하다 di chuyển, khuấy động, khuấy tan @ 그가 꼼짝 않고서 있다 *nó đứng bất động.*

곰탕 (1) => 곰국 (2) [밥을 넣은] cơm và canh thịt.

곰틀, 꼼틀 sự luồn lách, *--하다 làm vặn vẹo, ngoe nguẩy.. @ 몸을 곰틀하다 (con sâu) uốn éo, oằn oại.

곰팡 => 곰팡이 - @ 곰팡 냄새 mùi hèm, mùi mốc // 곰팡 냄새 나는 mùi ẩm mốc, hôi mốc, sự nhàm chán // 곰팡나다 bốc mùi mốc, bị mốc, trở nên mốc.

곰팡이 mùi hèm (chua), mốc meo. @ 곰팡이 피는 것을 막다 giữ cho (sách) khỏi mốc.

곱 gấp đôi, lần *--하다 nhân lên, nhân đôi. @ 5 곱 하기 4 는 20 이다 bốn lần năm hai mươi. *두-- gấp đôi, gấp 2 lần. *세-- gấp ba, gấp 3 lần.

곱다 [1] [휘다] hướng về, dồn về, ngừng, nghĩ => 굽다.

곱다 [2] [손.발이] tê, tê cóng (lạnh) @추워서 손이 곱다 ngón tay bị tê cóng vì lạnh.

곱다 [3] đẹp, dễ thương, xinh, dễ nhìn [가루가] thanh lịch. @ 고운 꽃 một bông hoa đẹp // 고운말 lời nói lịch sự // 고운 목소리로 giọng nói ngọt ngào // 마음씨가 곱다 tấm lòng tốt, có trái tim vàng // 살결이 곱다 có làn da đẹp.

곱다랗다 (1) khá đẹp, đáng yêu, dễ thương (2) [온건하다] trọn vẹn, còn nguyên, trinh trắng, trinh nguyên. @곱

다랗게 xinh xắn duyên dáng.

곱똥 phân lầy nhầy.

곱배기 (1) [두그릇 몫] [요리] 1 khẩu phần gấp đôi bình thường [두번 거듭] gấp hai lần.

곱사둥이 gù lưng, người lưng gù.

곱살끼다 buồn phiền, dễ cáu giận.

곱살스럽다 [용모가] xinh đẹp [마음씨가] tâm hồn dịu dàng, nhân hậu.

곱새기다 hiểu lầm, hiểu sai.

곱셈 phép nhân *--하다 nhân.

곱슬곱슬하다 uốn quăn, làm xoắn, uốn tóc.

곱자 thước đo góc của thợ mộc.

꼽재기 (1) [때] dơ bẩn, rác rưởi, thô tục (2) [작은사물] một mẩu, một miếng, một chút.

곱생이 gấp đôi, gấp đôi số lượng.

곱절 [두배] đôi lần [배] lần. *--하다 gấp làm đôi, xếp làm hai @세 곱절하다 gấp ba.

곱창 ruột (thú) [돼지의] ruột non (của heo)

꼽추 => 곱사등이

곱하다 gâp đôi.

곳 [장소] nơi chốn [좁은] địa điểm, vị trí. [현장] quang cảnh [지방] địa phương @ 편리한 곳 vị trí thuận lợi // 그곳의 명산물 sản phẩm đặc biệt của địa phương, đặc sản // …이 있는 곳에서 sự hiện diện của…; sự có mặt của…

곳간 kho hàng, kho chứa đồ. *--차 thùng xe.

곳곳 [부사적] mọi mặt, mọi nơi, mọi chốn, đó đây, bất cứ nơi đâu @ 곳곳마다 khắp nơi.

곳집 kho hàng, nhà kho @ 곳집에 넣다 nhập kho, để vào kho.

공[1] [볼] trái banh. [원구] hình tròn, hình cầu @ 공을 차다 ghi bàn thắng // 공놀이 하다 đá bóng.

공[2] cái còng, cái chiêng @ 공이 울렸다 [권투] đánh còng, gõ chiêng.

공 [공사] công ty, công sở @ 공과 사를 구별하다 phân biệt giữa việc công và việc tư (*công tư phân minh*) **공** khen thưởng, công lao, danh dự… @ 공을 세우다 biểu hiện một cộng trạng to lớn, một thái độ phục vụ xuất xắc.

공 số không, hư không, không có gì. (허사) [빈것] trống không, rỗng tuếch [동그라미] hình tròn, vòng tròn. "O". [공짜] miễn phí.

-공 công nhân, thợ máy *인쇄-- thợ in.

공간 không gian, phòng @ 공간의 thuộc không gian.

공갈 sự hăm dọa, mối đe dọa. *--하다 hăm dọa, dọa dẫm, đe dọa @ 공간하여 돈을 빼앗다 hăm dọa ai để tống tiền.

공감 sự đồng cảm, sự thông cảm *--하다 thông cảm, tán thành, ủng hộ @ 공감을 불러 일으키다 kêu gọi sự ủng hộ.

공개 하다 công khai ở nơi công cộng. @ 공개의 công khai, công cộng // 공개 석상에서 이야기하다 nói công khai.

공것 không vật gì mà không có giá của nó.

공격 cuộc đột kích, sự tấn công (급습) [비난] một cuộc tấn công, một mệnh lệnh. *--하다 đột kích, tấn công. @ 공격적 인 sự xúc phạm, sự sỉ nhục, sự xâm lược // // 공격을 받다 bị hành hung, bị tấn công.

공경 sự kính trọng, lòng tôn kính. *--하다 tôn sùng, tôn trọng, ngưỡng mộ, tôn kính // 스승을 공경 하다 kính trọng người trên.

공고 thông báo, công bố, loan báo. *경매 -- tờ thông báo bán đấu giá.

공고 sự vững chắc, sự ổn định *--하다 vững chắc, vững vàng, ổn định @ 공고히 một cách chắc chắn // 공고한 기초 nền tảng vững chắc.

공고 trường đại học kỹ thuật.

공골차다 đầy đủ, có giá trị lớn, vững chắc.

공공 [밝히지 않은] không bộc lộ, dấu kín, không nhắc đến tên [복자 따위] trạng thái không, để trống, trống rỗng *--기지 một căn cứ bí mật.

공공 công cộng @ 공공의 của chung, công cộng // 공공의 이익을 위하여 vì lợi ích chung.

공공연하다 công khai trước công chúng @ 공공연히 một cách công khai.

공과 (công khoa) phân khoa đại học. *--대학 đại học chuyên khoa.

공과 công quả.

공과 (금) sự nhập hàng, hàng nhập.

공관 [저택] nơi cư ngụ chính thức.

공교롭다 [우연하다] sự trùng hợp, sự tình cờ, ngẫu nhiên, bất chợt @ 공교롭게 một cách tình cờ // 공교로운 일치 một cơ hội ngẫu nhiên.

공구 công cụ, dụng cụ *기계-- dụng cụ máy móc.

공구 [건축] một phần của công việc.

공구 sự sợ hãi, sự kinh sợ.

공군 lực lượng không quâ. *--기지 căn cứ không quân // 한국-- lực lượng không quân Cộng Hòa Triều Tiên (R.O.K.A.F).

공권 tay không, tay trắng @ (적수) 공권으로 với hai bàn tay trắng.

공권 quyền công dân, bổn phận công dân *--박탈 (정지) mất quyền công dân.

공권력 nguồn nhân lực @ 공권력의 행사 sử dụng nguồn nhân lực.

공규 phòng không chiếc bóng @ 공규를 지키다 cô phụ (người vợ cô đơn).

공극 lỗ hổng, khe hở, đường nứt.

공금 công quỹ @공금을 횡령하다 biển thủ công quỹ.

공급 sự cung cấp, sự tiếp tế[개스.수도 따위의] sự phục vụ *--하다 đáp ứng, cung cấp, tiếp tế @ *--가격 giá cung cấp.

공기 [돌] hòn bi bằng đá [놀이] hòn bi bằng đá có vằn, đá hoa, cẩm thạch. @ 공기놀다 chơi bắn bi.

공기 cơ quan.

공기 [빈그릇] tô, chén [사기 그릇] cái chén @ 밥 한공기 một chén cơm.

공기 bầu không khí [분위기] khí quyển. @ 좌중의 공기 không khí của buổi họp.

공기 [건축] nhiệm kỳ.

공납 thuế nhập khẩu, thuế hải quan. [학교의 공납금] tiền thanh toán định kỳ cho nhà trường.

공납 cống nạp, triều cống, trả, nộp

공단 khu công nghiệp liên hợp.

공단 công ty liên doanh.

공담 cuộc đàm phán chính thức.

공당 một đảng chính trị.

공대 [대접] *--하다 cư xử lễ phép, nói năng lễ độ, tiếp đãi nồng hậu.

공대공 không đối không (tên lửa).

공대지 không đối đất (tên lửa).

공덕 [불교] việc làm từ thiện, nhân đức, cử chỉ khoan dung, hiếu thảo. @ 공덕

을 쌓다 *tu tâm tích đức.*

공덕 đạo đức, phẩm hạnh, nhân tính. *--심 linh hồn, tâm hồn.

공떡 của trời cho.

공도 [도로] quốc lộ, xa lộ, đường chính [정의] sự công bằng, tính vô tư @ 공도를 밟다 cư xử công bằng, theo đường lối sáng suốt.

공돈 của trời cho, tiền kiếm dễ @ 공돈은 오래 못 간다 *"dễ đến dễ đi"*.

공동 hang, động, lỗ hổng [폐의] hang (trong phổi bị lao)

공동 sự kết hợp, sự hợp tác, sự chung sức @공동의 chung, công cộng, cùng nhau, cùng chung // 공동으로 kết hợp với, phối hợp với, cộng tác với // 공동으로 사업하다 hợp tác làm ăn với *--관리 quản lý chung.

공들다 cần cù, siêng năng, cố gắng, chăm chỉ @ 공드는일 cần cù trong công việc // 공든 탑이 무너지랴 *siêng năng sẽ thành công.*

공들이다 làm việc tỉ mỉ, cẩn thận. @ 공들여 hết sức cố gắng, nổ lực // 공들인 작품 một công trình hết sức tỉ mỉ, công phu.

공락 하다 đoạt được, chiếm được, giành được.

공란 khoảng trống, cột trống. @ 공란에 기입하다 lấp đầy chỗ trống.

공랭식 @ 공랭식의 máy làm mát không khí *--기통 ống thụt, xy lanh.

공략 sự xâm lược, sự chiếm đóng, sự thu được *--하다 bắt được, đoạt được, chiếm được xâm chiếm @ 공략하기 어려운 không thể đánh chiếm được, khó đoạt được.

공로 đường bay, đường hàng không. @ 공로 귀국하다 về quê bằng máy bay [상업] chuyên chở bằng máy bay.

공로 quốc lộ, công lộ.

공로 việc làm đáng khen, kỳ công. @ 공로가 있는 xuất xắc, ưu tú, lỗi lạc, đáng khen thưởng. *--자 người xứng đáng; người lập nhiều chiến công (cho quốc gia).

공론 [여론] công luận, dư luận quần chúng, sự đồng ý, nhất trí [정론] quan điểm bình đẳng, ý kiến vô tư.

공론 một cuộc bàn luận suông, một tranh cãi không thực tế.

공룡 con khủng long.

공률 tốc độ sản xuất [물리 vật lý] năng lượng, phóng xạ, bức xa.

공리 phúc lợi công cộng.

공리 viên chức, công chức, công nhân viên.

공리 tính hữu dụng @ 공리적인 thiết thực, thực tế *--주의 chủ nghĩa thực dụng.

공리 chân lý, phương ngôn, châm ngôn, cách ngôn [도리] *sự thật hiển nhiên.*

공리 một lý thuyết suông, sự cố chấp trong lý luận, quan điểm @ 공리 공론에 흐르다 tranh cãi quyết liệt.

공립 *--학교 trường công lập.

공막 [해부 giải phẫu] màn cứng, bệnh xơ cứng.

공매 sự bán đấu giá *--하다 bán đấu giá công khai @ 공매에 부치다 bán một vật gì bằng cách đấu giá.

공매 [증권] sự bán bớt giá *--하다 bán hạ giá.

공명 sự công minh, công bằng @ 공명정대한 ngay thẳng và trung thực.

공명 *--심 hoài bão, khát vọng, tham

vọng @ 공명심이 많다 có nhiều hoài bão, nhiều tham vọng.

공명 [공감] sự thông cảm, sự hưởng ứng [물리 vật lý] sự cộng hưởng *--하다 thông cảm, hưởng ứng, đồng tình [물체가] cộng hưởng (với..) *--자 người có thiện cảm, người đồng tình.

공모 sự quyên góp, sự đóng góp *--하다 quyên góp, đóng góp.

공모 sự thông đồng *--하다 đồng lõa, đồng phạm, thông đồng, thông gian. *--자 người đồng phạm, người đồng mưu, người chung sức.

공목 (인쇄) [인테르] sự dẫn dắt [자간용] sự trang bị cung cấp vật liệu.

공무 công vụ, việc công @ 공무를 집행하다 thi hành công vụ // 공무로 여행하다 đi làm công vụ *--원 người thi hành công vụ.

공무 việc ở nhà máy *--국 cục kỹ thuật, cục công nghệ [신문사 따위의] cục in ấn, phòng ấn loát.

공문 [문서] công văn [통신] văn thư.

공문 một văn bản, một tập tục, một vấn đề, một chủ đề lỗi thời (không còn dùng được nữa) @송문 화하다 loại ra một chủ đề lỗi thời.

공물 của công [관급품] do chính phủ cung cấp.

공물 lễ vật, đồ cúng (Phật).

공물 vật triều cống, vật cống hiến, lễ vật dâng tặng.

공미기 [물고기 cá] loài cá biển hoặc cá nước ngọt nhỏ.

공민 người dân, công dân *--교육 công dân giáo dục *--권 quyền công dân, trách nhiệm, bổn phận công dân @ 공민권을 얻다 được trả lại quyền công dân.

공박 sự bác bỏ, lời phản bác, sự công kích dai dẳng *--하다 bác bỏ, phản bác, công kích.

공방 [빈방] căn phòng trống [공규] phòng không chiếc bóng, cô phòng, cô phụ (ý chỉ người phụ nữ cô đơn, bị chồng thờ ơ, bỏ mặc).

공방 sự tấn công và sự phòng thủ. *--전 chiến thuật công kích và phòng thủ.

공배수 [수학 toán] bội số chung *최소-- bội số chung nhỏ nhất.

공백 khoảng trống, trống không. [비유적] lỗ hổng // 공백을 메우다 lấp chỗ trống, bịt lỗ hổng.

공범 *--죄 tội đồng lõa, a tòng *--자 kẻ tòng phạm, kẻ đồng lõa.

공법 phương pháp cấu trúc *시알드-- [건축 cái mộc, cái khiên] phương pháp che chắn.

공법 [법 luật pháp] công pháp *--학자 luật sư * 국제-- luật quốc tế.

곤변되다 thẳng thắn, chính trực.

공병 công binh [기계 공병] thợ máy, công nhân cơ khí *--대 nhóm phụ trách máy, giới kỹ sư.

공보 bản công bố chính thức (관보) [홍보] công báo *--계 sở thông tin, (사람) nhà báo, chuyên gia về vấn đề thời sự. *--실 bộ thông tin. *--활동 hoạt động thông tin.

공복 công bộc (người làm việc cho nhà nước).

공복 sự đói khát, sự thiếu ăn.

공부 sự học tập, nghiên cứu *--하다 nghiên cứu, học tập @ 공부를 잘하다 học giỏi. *--방 phòng học, lớp học.

공분 sự oán hận, sự căm phẫn, sự phẫn

nộ @ 공분을 느끼다 cảm thấy căm phẫn.
공분모 [수학 toán] mẫu số chung.
공비 phụ phí, công tác phí.
공사 việc công và việc tư. @ 공사간에 công tư đôi đàng // 공사를 혼돈(구별)하다 lẫn lộn (phân biệt) giữa việc công và việc tư.
공사 việc sản xuất @ --비 chi phí sản xuất. *--현장 khu sản xuất.
공사 công ty, xí nghiệp
공사 việc chính.
공사 công sứ, bộ trưởng @ 캐나다 주재 한국 공사 chuyến công du ở Canada của bộ trưởng Hàn quốc. *--관 công sứ quán.
공사 công ty liên doanh.
공산 có khả năng, rất có thể
공산 cộng sản. [공산주의] thuộc chủ nghĩa cộng sản @--군 bộ đội *--화 cộng sản hóa.
공산권 khối cộng sản. *--제국 các quốc gia thuộc khối cộng sản. 비--제국 các quốc gia thuộc khối phi cộng sản.
공산명월 ánh trăng chiếu trên ngọn đồi trọc; [대머리] người hói đầu, trọc đầu.
공산품 sản phẩm công nghiệp.
공상 một tư tưởng vẩn vơ, sự tưởng tượng, sự mơ mộng. *--하다 tưởng tượng, mơ tưởng, mơ mộng hão huyền @ 공상적인 mộng tưởng. @ --가 người không thực tế, người mơ mộng.
공상 [업]công nghiệp và thương nghiệp. [사람] giới công thương
공상 tai nạn lao động.
공생 [생물 sinh vật] sự cộng sinh *--동물 [식물 thực vật] cây hội sinh.
공서 양속 [법 pháp lý] an ninh trật tự và tập quán tốt.
공석 cuộc hội họp, hội nghị.
공석 sự trống không, trống vắng, khoảng trống.
공선 việc bầu cử đại chúng *--하다 do dân bầu *--의원 một thành viên của tổ chức bầu cử.
공설 @공설의 dân thành thị [시립] thuộc thành phố, đô thị, thị xã. *--시장 dân thành thị.
공세 làm ra vẻ khó chịu, gớm ghiếc *외교-- một sự tấn công khéo léo.
공소 [법 pháp lý] @ 공소를 제기(기각)하다 thành lập (giải tán) một việc làm chung *--장 tờ cáo trạng, tờ buộc tội.
공소 sự kháng án @ 공소의 đơn kháng án // 공소를 기각하다 bác đơn chống án *--권 quyền kháng cáo *--심 phiên tòa xử vụ chống án.
공손 tư cách lịch sự, tác phong nhã nhặn, phẩm chất tốt @ 공손히 một cách lịch sự, khiêm tốn.
공수 tay trắng (tay không).
공수 máy bay chuyên chở *--하다 gởi đi bằng máy bay, vận chuyển bằng đường hàng không *--부대 quân đoàn không vận.
공수 sự tấn công và phòng thủ *-- 동맹 sự kết hợp giữa thế công và thế thủ.
공수병 [의학 y học] bệnh dại *--예방주사 tiem ngừa bệnh dại.
공수표 con diều giấy, văn tự giả, chuyện bịa [비유적] lời hứa suông. @ 공수표를 떼다 thả diều (nghĩa bóng) cho đi máy bay giấy. [비유적] cho, đưa ra lời hứa suông.
공술 thức uống, rượu miễn phí.
공술 sự cung khai, bản khai có tuyên thệ.

*--하다 cung khai, khai báo. *--서 tờ khai có tuyên thệ, tờ trình.

공습 cuộc oanh tạc bằng máy bay. *--하다 oanh tạc, oanh kích. @ 공습을 받다 bị oanh tạc.

공시 sự thông báo chung *--하다 thông báo, loan báo.

공식 [수학 toán học] công thức [의식] theo công thức, theo đúng qui cách [관청의] nghi lễ chính thức @ 공식의 theo đúng nghi thức, thuộc hình thức // 비공식의] không chính thức // 공식적으로 một cách chính thức, một cách hình thức. *--발표 công bố chính thức *--방문 chuyến thăm chính thức.

공신 công thần (bầy tôi có công)

공신 (력) sự tin cậy, sự tín nhiệm.

공안 nền an ninh chung @ 공안을 해치다 làm mất an ninh trật tự chung *--경찰 cảnh sát giữ an ninh trật tự chung, cảnh sát chìm.

공알 [해부 giải phẫu] âm hạch.

공약 lời thề, lời hứa, lời cam kết *--하다 tự hứa.

공약수 [수학 toán học] số bị chia. *최대--số bị chia lớn nhất.

공양 하다 [어른에게] phụng dưỡng (cha mẹ) [부처에게] dâng cúng cho Phật.

공언 một sự tuyên bố công khai. *--하다 công bố, tuyên bố, thừa nhận. @애국자라고 공언하다 *tự thừa nhận mình là người yêu nước.*

공업 nền công nghiệp @ 공업의 thuộc ngành công nghiệp // 공업용의 dùng trong cộng nghiệp. *--가 nhà công nghiệp. *--계 giới công nghiệp. *--국 nước công nghiệp *--도시 thành phố công nghiệp *--지대 khu công nghiệp *--학교 trường kỹ thuật công nghiệp. *--화 công nghiệp hóa *경 (중)-- ngành công nghiệp nhẹ (nặng).

공역 (cộng dịch) cùng dịch.

공연 buổi trình diễn công cộng, sự công diễn *--하다 cộng diễn [연극을] diễn kịch, trình diễn, diễn xuất.

공연 하다 cộng diễn, đồng diễn. *--자 người đồng diễn.

공연하다 @ 공연히 một cách vô ích, không cần thiết, không mục đích. @ 공연한 일 việc làm vô ích, không có hiệu quả.

공염불 một câu nói ngọt ngào nhưng vô vị @ 공염불에 그치다 kết thúc cuộc nói chuyện phiếm.

공영 ban quản trị @ 공영의 ban quản lý đô thị (시영의).

공영 sự phồn vinh, thịnh vượng chung.

공예 công nghệ, kỹ nghệ học @ 공영의 thuộc công kỹ nghệ *--가 nhà công nghệ, thợ thủ công mỹ nghệ. *--미술 mỹ nghệ ứng dụng *--품 công nghệ phẩm *--학교 trường công nghệ mỹ thuật.

공용 công dụng *--어 ngôn ngữ thông dụng, ngôn ngữ chính *--지 đất công (công thổ).

공용 sự dùng chung *하다 dùng chung *--물 tài sản chung.

공원 công nhân, thợ máy.

고원 công viên *국립-- công viên quốc gia.

공위 [빈자리] chỗ trống, một vị trí trống [이름 뿐인] một chức danh trên danh nghĩa mà thôi.

공유 (công hữu) quyền sở hữu chung. @ 공유의 thuộc sở hữu chung // 공유물

을 사유화하다 dùng tài sản chung cho mục đích cá nhân. *--지 đất công. *--하다 cộng hưởng. *--물 vật sở hữu chung, tài sản chung. *--지 đất công.

공으로 miễn phí, cho không, không lấy tiền. @ 공으로 얻다 [일하다] làm không mục đích.

공의 bác sĩ công.

공이 cái chày, máy giả, máy nghiền @ 공이로 찧다 giả bằng chày.

공익 công ích @ 공익을 도모하다 làm tăng công ích, làm công ích *--단체 công đoàn *--사업 một tổ chức kinh doanh cho lợi ích chung.

공인 công dân.

공인 sự công nhận chính thức @ 공인의 sự hợp thức hóa *--기록 biên bản chính thức.

공인수 [수학 số học] thừa số chung.

공일 phục vụ miễn phí.

공일 [일요일] ngày chủ nhật [공휴일] ngày lễ.

공임 tiền lương, tiền công lao động. @ 공임을 올리다 [내리다] tăng lương [hạ lương]

공짜 miễn phí, cho không, không lấy tiền, không mất tiền.

공자 công tử.

공자 Khổng tử (551 – 497 trước công nguyên) @공자의 người theo đạo khổng // 공자의 가르침 đạo khổng.

공작 [제작] sự xây dựng, công trình xây dựng [수공] nghề thủ công *--하다 xây cất, xây dựng @ 준비 공작을 하다 chuẩn bị xây dựng nền móng trước.

공작 công tước.

공작 [새 chim] con công trống; con công mái (암컷) @ 공작 같은 giống như con công.

공작금 quỹ xây dựng, sản xuất.

공장 thợ thủ công.

공장 nhà máy, xưởng, phân xưởng. @ 공장에서 일하다 làm việc trong nhà máy. *-- 노동자 công nhân xí nghiệp (làm việc trong xưởng) *--생산품 hàng sản xuất ra, sản phẩm.

공저 sự cộng tác, cùng làm việc. *--자 tác giả chung, đồng tác giả.

공적 sự công khai [일반의] công cộng [공식의] chính thức [관공의] thuộc chính quyền @ 공적으로 một cách công khai *--생활 đời sống xã hội.

공적 kẻ thù chung.

공적 thành tích, thành tựu, kỳ công, giá trị xứng đáng. @ 공적을 세우다 lập được kỳ công cho quốc gia.

공전 @ 공전의 chưa từng xảy ra, chưa hề có, chưa từng thấy // 공전의 대성공 một thành tích chưa từng có.

공전 tiền công, tiền lương => 공임

공전 [천문] sự xoay vòng. *--하다 xoay vòng.

공전하다 (1) [바퀴가] trượt, hỏng, thất bại, sụp đổ. (2) [일이] làm kém chất lượng, không có năng lực.

공정 sự tiến triển của công việc, công đoạn, công trình; [과정] quá trình phát triển * 생산-- quá trình sản xuất.

공정 tính công bằng, không thiên vị. *--하다 công bằng, ngay thẳng.

공정 @공정의 hợp thức, hợp pháp, chính thức // 한.미화의 공정 환율 tỷ giá chính thức giữa đồng won và đồng đô la. *--가격 giá chính thức.

공정대 quân đoàn không vận, quân nhảy dù (낙하산 부대).

공제 phép trừ, sự trừ *--하다 trừ, khấu trừ

공제 sự hỗ trợ lẫn nhau *--사업[조합] hội cứu trợ.

공죄 thành công và thất bại.

공존 (cộng tồn) cùng tồn tại.

공주 công chúa.

공준 [수학 toán học] định đề.

공중 công chúng @ 공중의 thuộc công chúng // 공중 앞에서 trước công chúng *--도덕 đạo lý chung *--변소 nhà xí, nhà vệ sinh *--위생 vệ sinh công cộng, vệ sinh chung. *--전화 điện thoại công cộng.

공중 @ 공중의 thuộc không trung // 공중에 trên bầu trời, trong không trung // 공중을 날다 bay vào không trung. *--감시 sự kiểm soát không lưu. *--전 trận không chiến. *--전기 dòng điện trên không trung. *--정찰 sự thám hiểm không gian.

공중 제비 một cú nhảy lộn nhào, cú nhào lộn (비행기의 của máy bay). @공중제비를 하다 nhảy lộn nhào.

공증 công chứng viên *--인 사무소 phòng công chứng.

공지 lô đất trống.

공직 chức vụ, vị trí, địa vị ở cơ quan. @ 공직에 있다 (취임하다) có chức vụ ở cơ quan.

공진회 cuộc trưng bày triển lãm để cạnh tranh, chợ phiên, hội chợ (농작물의).

공차 [빈차] xe không, xe trống @ 공차 타다 xin quá giang xe

공차 [수학 toán] sai số chung [기계] số dư, số dự trữ.

공창 công xưởng.

공채 công trái. [증권] công trái nhà nước @ 공채를 발행하다 (사다) phát hành (mua) công trái. *5 부 이자-- lãi công trái là 5 phần trăm.

공책 tập vở.

공처가 người chồng sợ vợ .

공천 sự đề cử, bổ nhiệm, sự tiến cử *--하다 đề bạt, tiến cử .

공첩 thông điệp chính thức.

공청 văn phòng chính phủ.

공청회 công thính hội

공출 sự phân phối *--하다 phân phối, cung cấp *--가격 giá cung cấp *--할당 giấy phép cung cấp.

공치다 (1) vẽ một hình tròn (2) không có kết quả, vô ích, hão huyền.

공치사 tính tự cao, tự đại *--하다 tự cao, tự đại, khoe khoang, khoác lác.

공칭 @ 공칭의 trên danh nghĩa, không thực, nhỏ bé, không đáng kể. *--자본금 tiền vốn trên danh nghĩa.

공탁 tiền gởi, tiền ký thác, tiền ký quỹ, tiền thế chân, tiền đặc cọc *--하다 ký gởi, ký thác, ủy thác, đặc cọc *--금 tiền ký gởi. *--물 vật gởi. *--소 nơi, phòng ký gởi, kho chứa. *--자 người nhận đồ gởi.

공터 lô trống.

공통 하다 chung, phổ biến @ 공통의 이익 lợi ích chung *--성 tính chất chung, mang tính đại chúng, tính phổ thông.. *--점 điểm chung, nét đặc trưng.

공판 phiên tòa. *--정 tòa án.

공판장 chợ chung.

공편 sự cộng tác.

공평 sự công bằng, tính vô tư, không thiên vị *--하다 công bằng, vô tư, ngay thẳng @ 공평하게 một cách công bằng, một cách vô tư, không thiên vị //

공평을 잃다 không công bằng, thiên vị // 공평하게 말하자면 nói cho công bằng.

공평 công luận.

공포 sự công bố chính thức *--하다 ban hành, công bố.

공포 [생물 sinh vật] không bào, hốc nhỏ.

공포 bia đỡ đạn, bia bắn @ 공포를 쏘다 bắn bia.

공포 sự sợ hãi, sự kinh sợ, sự kinh hoàng, khủng khiếp, khủng hoảng (공황). @ 공포에 떨게하다 gây cho ai sự kinh hoàng, khủng khiếp.

공폭 máy bay oanh tạc.

공표 chính thức công bố --하다 công bố chính thức, công khai bày tỏ.

공학 khoa công trình, công nghệ học. *--부 ngành công nghệ học. *--사 (박사) tiến sĩ kỹ sư, công trình sư. 토목(기계, 전기 cơ khí, điện) kỹ sư cơ khí, kỹ sư điện.

공학 sự học chung @ 남녀 공학반 lớp học chung cho nam và nữ.

공한 công văn, văn bản chính thức.

공한지 khu đất trống => 공지

공함 => 공한

공항 phi trường, sân bay @ 공항에 착륙하다 đáp xuống sân bay.

공해 sự thiệt hại chung, mối đe dọa cho sức khỏe cộng đồng, sự ô nhiễm.

공해 biển rộng.

공허 trống rỗng,vô ích, không có hiệu quả. @ 공허한 rỗng tuếch, phù phiếm, không đáng kể, bỏ không, khuyết. *--감 cảm giác trống vắng.

공헌 sự đóng góp, sự gánh vác *--하다 đóng góp, gánh vác @ 평화에 크게 공헌하다 góp lớn lao cho nền hòa bình.

공화 cộng hòa @ 공화의 thuộc cộng hòa *--국 nước cộng hòa *--당 đảng cộng hòa.

공황 sự kinh hoàng, sự hoảng loạn [경제] cơn khủng hoảng kinh tế.

공회 buổi họp.

공효 thành công, thành quả, sự thắng lợi, sự thành đạt. [보람] có hiệu quả, có lợi ích.

공훈 kỳ công, công lao, công trạng. @ 공훈을 세우다 lập một chiến công xuất sắc.

공휴일 [법정의] ngày nghỉ hợp pháp [일반적] ngày lễ.

곶감 trái hồng khô.

과 và, cùng, với, lại, từ @ 바늘과 실 kim và chỉ // 그사람과 같이 가다 đi cùng anh ấy.

과 [학과] khoa, khóa học [분과] phân khoa, một ngành [생물] một dòng họ, chủng tộc [병과] một nhánh @ *고영이 -- họ nhà mèo. *영어-- khoa anh ngữ.

과 [학과] bài học [분과] một nhóm, một phân khoa.

과감 하다 quả cảm, quả quyết.

과객 khách qua đường.

과거 sự kiểm tra, xem xét.

과거 quá khứ, dĩ vãng [문법 ngữ pháp] thì quá khứ @ 과거의 thuộc về quá khứ, dĩ vãng.

과격 @ 과격한 quá đáng, quá mức, tột bực, vô cùng, quá khích, cực đoan, quá giới hạn // 과격한 사상 tư tưởng cực đoan, tư tưởng quá khích // 과격한 언사를 쓰다 sử dụng ngôn ngữ thô bạo, quá đáng.

과공 하다 quá khiêm tốn.@ 과공은 비례이다 khiêm tốn quá đáng trở thành vô lễ.

과꽃 [식물 thực vật] cây cúc tây.

과남풀 [식물 thực vật] cây long đởm.

과녁 bia, đích, mục tiêu. @ 과녁에 맞다 [빗맞다] chạm mục tiêu.

과년 [여자 phụ nữ] 하다 ế chồng, quá thì, quá tuổi kết hôn, lỡ lứa. @ 과년한 처녀 người phụ nữ lỡ thời, quá lứa, gái già, bà cô.

과년도 năm qua, năm trước, năm ngoái (역연도).

과념 --하다 lo lắng quá mức.

과다 quá mức, quá phong phú, dư thừa, vượt quá hạn *--하다 thừa mứa, quá độ, dồi dào, quá nhiều, quá đáng *--공금-- cung cấp quá dồi dào * 지방 mập quá mức.

과단 cá tính, đặc tính vững vàng, tính quả quyết, dứt khoát, mau lẹ.

과당 đường quả (đường từ trái cây)

과당 --하다 vượt quá mức, thừa mứa, nhiều hơn nhu cầu.

과대 하다 thổi phồng, phóng đại. @ 과대하게 một cách quá đáng *--평가 đánh giá quá cao.

과대 sự phô trương, sự thổi phồng, sự phóng đại @ 과대한 광고 sự phô trương quảng cáo.

과도 con dao gọt trái cây.

과도 sự thái quá, vượt quá giới hạn *--하다 quá đáng, thái quá, quá nhiều, quá độ @ 과도하게 một cách quá đáng.

과도기 thời kỳ quá độ, thời kỳ chuyển tiếp @ 과도기의 문학 nền văn học ở thời kỳ quá độ.

과도 정치 chính thể đầu sỏ.

과람 --하다 không xứng đáng, không công bằng.

과려 --하다 lo lắng thái quá.

과로 sự cần cù *--하다 làm việc vất vả, làm việc quá nhiều @ 그는 과로로 인해서 건강을 해쳤다 *hắn đã bị kiệt sức vì làm việc quá nhiều.*

과료 [법 pháp lý] tiền phạt; sự trừng phạt. @ 과료에 처하다 bắt phạt (người nào), phạt vạ.

과린산 [화학] axit *phosphoric* *--비료 sup pe phốt phát (phân bón).

과립 hột, hạt @ 과립 모양의 thuộc dạng hột // 과립을 형성하다 viên lại thành hột.

과목 một chủ đề, một đề tài [조목] một tiết mục [전과목] một chương trình giảng dạy @입학 시험 과목 các chủ đề của cuộc thi. *--선택-- đề tự chọn. * 필수-- đề bắt buộc.

과목 cây ăn trái.

과목 tính lầm lì, ít nói, không cởi mở. *--하다 giữ kẽ, lầm lì, trầm lặng, ít nói, kín đáo.

과문 *--하다 thiếu hiểu biết, kiến thức hạn hẹp.

과물 trái cây (총칭 nói chung) *--전 cửa hàng bán trái cây.

과민 --하다 dễ bị kích động, nóng nảy, lo lắng, bồn chồn *--증 [의학 y học] tính quá nhạy cảm.

과밀 tình trạng có quá nhiều người đổ xô vào một nơi, sự đông dân (인구의) *--도시 1 thành phố đông dân.

과반 phần lớn (của), đa số..

과반 thời gian vừa qua @ 과반에 vừa mới đây, hôm nọ.

과반수 đa số, phần đông [대다수] đại đa số, phần lớn, ưu thế hơn. @ 과반수를 차지하다 chiếm đa số // 의결은 과반

수로 한다 quyết nghị sẽ theo ý kiến của đại đa số.

과병 yếu sức, không đủ sức.

과보 [불교 đạo Phật] luật nhân quả => 인과응보.

과부 góa phụ @ 과부가 되다 bị góa chồng, bị mất chồng.

과부족 thừa thiếu. @ 과부족 없는 *không thừa cũng không thiếu.*

과분 --하다 quá độ, quá đáng, quá mức. @ 과분하게 một cách quá đáng.

과산화 *--망간 *perôxít mangan.* *--물 chất perôxít. *-- 수소 hydrôgen perôxít.

과세 sự đánh thuế, tiền thuế thu được. *--하다 đánh thuế, chịu thuế, thu thuế *--율 giá thuế *--품 hàng chịu thuế * 누진-- thuế trị giá gia tăng.

과세 하다 làm lễ đón mừng năm mới.

과소 --하다 quá nhỏ, quá bé *-- 평가 sự đánh giá quá thấp @ 과소평가하다 đánh giá thấp, xem thường.

과소 --하다 nhỏ bé, chật hẹp, ít oi, thiếu thốn.

과속 quá nhanh, quá tốc độ @ 과속으로 달리다 một cách quá nhanh *-- 차량 một chiếc xe chạy quá tốc độ.

과수 cây ăn trái *-- 원 vườn cây ăn trái, vườn trái cây.

과시 sự phô trương, sự khoe khoang *--하다 phô trương, phô bày, trưng bày, khoe khoang @ 힘의 과시 sự phô trương quyền lực.

과식 sự ăn uống quá độ. *-- 하다 ăn quá nhiều.

과신 sự quá tin, sự cả tin. *-- 하다 đặt quá nhiều lòng tin vào một người nào. @ 자기의 힘을 과신하다 tự tin quá đáng.

과실 @ 과실을 재배하다 trồng cây ăn trái. *-- 밭 vườn cây ăn trái.

과실 [잘못] sự sai lầm, khuyết điểm, sự sai trái [뜻밖의 과실] một lỗi lầm [태만] tính lơ đểnh, cẩu thả, sơ xuất, sự phóng túng, sự thiếu thận trọng @과실을 범하다 phạm sai lầm, phạm khuyết điểm, phạm lỗi.

과액 một số tiền nhỏ (vặt, không đáng kể).

과언 @ ...라 해도 과언이 아니다 *nói như vậy không có gì là quá đáng.*

과업 [학과 giáo khoa] bài học [임무] bài làm, bài tập.

과연 đúng vậy, đúng như mong đợi, chắc vậy, quả thực, thực vậy @ 그것은 과연 거짓이었다 *điều đó đúng là sai lầm như tôi đã nghĩ.*

과열 sự nghe trộm, sự nghe lén *-- 하다 nghe trộm, nghe lén.

과오 sự sai trái, lỗi lầm, sai sót, khuyết điểm @ 과오를 범하다 phạm sai lầm, phạm lỗi.

과외 việc làm ngoại khóa *-- 강의 bài thuyết trình nghoại khóa

과욕 tính hám lợi, tính tham lam @ 과욕을 부리다 có tính tham lam, ham muốn quá đáng, hám lợi.

과욕 tính không ích kỷ. *--하다 không ích kỷ, không vụ lợi, vô tư.

과용 hoang, hoang phí, xài phí, sử dụng quá nhiều. [약을 thuốc] uống thuốc quá liều lượng.

과음 sự hoang dâm, sự quá đam mê nhục dục *--- 하다 hoang dâm, ham mê, chìm đắm trong tình dục.

과음 sự say sưa, sự uống quá độ *--하다

uống quá nhiều, quá độ.

과일 trái cây => 과실. *--가게 cửa hàng bán trái cây *--장수 người bán trái cây.

과잉 quá mức, thừa mứa, quá độ @ 과잉의 số dư thừa, không cần thiết. *생산-- sự sản xuất quá nhiều * 인구-- dân số quá đông.

과자 mứt kẹo, cửa hàng mứt kẹo (총칭) bánh ngọt [당과] đồ ngọt, kẹo @ 과자상자 một hộp bánh.

과장 trưởng ban, trưởng phòng.

과장 sự phóng đại, sự cường điệu hóa. *--하다 thổi phòng, cường điệu. @ 과장된 khoa trương, phóng đại // 사실을 과장하다 phóng đại, thổi phòng sự việc.

과정 quá trình, sự diễn tiến, tiến trình. @ 과정을 밟다 trải qua một quá trình // ... 의 과정을 겪다 suốt quá trình. * 생산-- qui trình sản xuất.

과정 [학과] khóa học [전과정] chương trình giảng dạy @ 고교의 과정을 마치다 tốt nghiệp đại học.

과제 [재목] đề mục, chủ đề, đề tài [숙제] bài tập, bài làm ở nhà.

과주 rượu trái cây, rượu làm từ trái cây lên men.

과줄 kẹo thơm ngọt làm bằng bột nhào xấy khô.

과중 quá trọng lượng, quá tải @ 부담이 그에게는 과중하다 gánh nặng quá sức của hắn.

과즙 nước trái cây.

과찬 –하다 quá khen, khen quá lời.

과태료 => 과태금 món tiền phạt cho người vắng mặt.

과표 tiêu chuẩn đánh giá.

과하다 [세금 따위를] đánh thuế, áp đặt, định giá [일을] phân công @ 학생에게 숙제를 과하다 ấn định (giao) bài làm ở nhà cho học sinh.

과하다 quá nhiều, quá dư thừa @ 과하게 một cách dư thừa, một cách quá đáng // 술을 과하게 마시다 uống quá nhiều, quá độ.

과학 khoa học @ 과학적 có tính khoa học (có kỹ thuật) // 과학적으로 một cách khoa học // 과학의 진보 khoa học tiến bộ, sự tiến bộ của khoa học. *--계 thế giới khoa học. *-- 소설 khoa học viễn tưởng. *--자 nhà khoa học. *--지식 kiến thức khoa học. * 순수 (응용, 자연) -- khoa học ứng dụng, khoa học tự nhiên.

과히 quá nhiều, quá độ, quá dư thừa. @ 과히 심한 병은 아니다 bệnh không nhiều, không quá trầm trọng.

곽 rương, hòm, hộp.

곽향 [식물 thảo mộc] cây hoắc hương.

관 vòng hoa, mũ miện @ 관을 쓰다 đội mũ miện, đội vòng hoa.

관 áo quan, quan tài, hòm. @관에 넣다 đặt (ai) an nghỉ trong quan tài.

관 [무게의 단위] đơn vị trọng lượng, (1 관 bằng 3.75kg)

관 cái tẩu, ống *tube*, ống có lỗ hổng ở ruột.

관 [푸줏간] cửa hàng thịt [요정] một quán ăn có trang trí.

관 cách nhìn, quan điểm *사회-- quan điểm xã hội * 인생-- *quan niệm sống*.

관개 sự tưới tiêu *-- 공사 công trình thủy lợi.

관객 quan khách, khán giả (총칭) - [입장자] khách tham quan, khách viếng @ 많은 (적은) 관객 nhiều (ít) quan khách.

관건 [문빗장] then cài cửa, chốt. [중요점] cái chốt bên trong cửa. @ 문제해결의 관건을 쥐고 있다 *anh ta nắm giữ mấu chốt của vấn đề.*

관계 (1) [관련] mối quan hệ, sự tương quan, sự liên kết[이해 관계] sự liên quan, dính líu *--하다 liên hệ, liên kết, dính líu vào, liên quan với, có quan hệ với. @... 와 관계 없이 không quan tâm đến // 과계가 없다 không có liên quan, không có dính líu // 관계를 끊다 cắt đứt quan hệ với (2) [관여] sự liên can, dính líu, sự tham gia [연좌] tội a tòng, đồng lõa *-- 하다 tham gia vào, có liên quan, dính líu vào. (3) [영향] tác dụng, ảnh hưởng [이유] nguyên cớ, lý do *--하다 tác động đến, ảnh hưởng đến @ 이해에 중대한 관계가 있다 điều đó tác động đến mối quan hệ sâu sắc của họ (4) [남녀의] quan hệ nam nữ. *-- 하다 có quan hệ bất chính với.. *-- 기관 cơ quan có liên hệ *-- 대명사 nhân xưng đại danh từ. *-- 서류 hồ sơ có liên quan, giấy tờ cần thiết *-- 자 [관여자] nhân vật có liên quan [이해의] một buổi tiệc để mở rộng mối quan hệ *--회사 quan hệ xã hội *거래-- quan hệ mua bán. * 외교-- quan hệ ngoại giao.

관계 giới chính quyền, giới (công) viên chức. *-- 쇄신 sự đổi mới chế độ quan liêu hành chính.

관공리 giới quan lại.

관공서 chốn quan trường.

관광 chuyến tham quan *-- 하다 đi tham quan, đi ngắm cảnh *-- 객 khách thăm quan, khách du lịch *-- 버스 xe bus du lịch. *--사업 ngành du lịch. *-- 여행 tua, chuyến du lịch. *-- 지 (호텔) nhà nghĩ (khách sạn) cho khách du lịch.

관구 địa hạt, khu vực nằm trong phạm vi quyền hạn.

관군 lực lượng chính phủ.

관권 nhà cầm quyền, nhà chức trách.

관극 người thường xuyên đi xem hát, đi xem biểu diễn ở nhà hát *-- 하다 thưởng thức, đi xem ca kịch.

관급 do chính phủ cung cấp *-- 품 đồ đạc, trang thiết bị của nhà nước cấp phát.

관기 kỷ luật chốn quan trường *-- 문란 quân kỷ lỏng lẻo *-- 숙정 chấp hành quân kỷ, chấp hành qui tác chung.

관내 phạm vi quyền hạn @ 관내를 [에] phạm vi quyền hạn khắp tỉnh

관념 quan niệm, quan điểm, tư duy [의식] tri giác, ý thức [개념] khái niệm @ 그릇된 관념을 가지다 có quan niệm sai lầm // 시간 관념이 없다 *không có quan niệm về thời gian* // 책임 관념이 없다 *không có ý thức trách nhiệm.*

관능 @ 관능적인 chức năng, thuộc giác quan.

관대 sự khoan hồng, sự rộng lương, sự bao dung, tính hào phóng, tư tưởng phóng khoáng, hành động hào hiệp *-- 하다 khan hồng, đại lượng, phóng khoáng, bao dung @ 관대하게 một cách khoan hồng, một cách hào hiệp.

관대 lòng hiếu khách, sự mến khách. *-- 하다 tiếp đãi nồng hậu.

관등 cấp bậc, địa vị trong xã hội *-- 성명 họ, tên và chức vụ.

관등 ngày lễ Phật đản, ngày hội đèn lồng.

관람 sự quan sát, sự xem *--하다 xem,

quan sát *-- 권 vé vào cửa *-- 자 khán giả, khán thính giả, khách tham quan.

관련 mối quan hệ, sự liên quan *--하다 liên quan đến, có quan hệ với. @ 그것에 관련된 문제 vấn đề đó có liên quan đến.. // -- 와 관련해서 trong quan hệ với... *--사항 sự việc có liên quan.

관례 lễ kỷ niệm của một kỷ nguyên.

관례 thói quen, phong tục, tập quán, thông lệ, tiền lệ (선례) @ 관례적 theo phong tục, theo truyền thống, theo lệ thường, theo tập quán.

관록 tiền thu nhập chính, tiền lương.

관록 chân giá trị, phẩm cách, lòng tự trọng @ 관록이 붙다 giữ lòng tự trọng, giữ nhân cách.

관료 thói quan liêu, chế độ quan liêu. [사람] bọn quan liêu, công chức, quan lại @ 관료적인 tính cách quan liêu *--정치 chính thể quan liêu *--주의 chủ nghĩa quan liêu.

관류 하다 chạy qua, chạy ngang qua.

관리 => 공무 (-원)

관리 ban quản lý, quản đốc, sự quản lý [지배.감독] ban kiểm soát [보관] sự trông nom, coi sóc. *--하다 kiểm soát, trong nom, coi sóc, quản lý [보관] chịu trách nhiệm *--인 người quản lý. [위탁물의] người coi sóc, canh giữ.

관망 하다 quan sát theo dõi, canh phòng @ 형세를 관망하다 theo dõi diễn biến của trận đấu.

관명 tước vị, danh hiệu chính thức @ 관명을 사칭하다 giữ một chức vụ chính thức.

관명 phẩm hàm, ngạch trật nhà nước.

관목 bụi cây, bụi rậm

관문 cửa ngõ, cổng ra vào [국경의] cửa khẩu @ 입학 시험의 관문을 통과하다 vượt qua vòng rào cuộc thi.

관물 tài sản nhà nước.

관민 chính quyền và nhân dân, cá nhân và tập thể @ 관민이 협력 하여 lực lượng liên minh giữa chính quyền và nhân dân.

관변측 (trong) giới chính quyền.

관보 công báo [전보] công điện.

관복 đồng phục chính.

관비 do nhà nước đài thọ (유학생) du học sinh được cấp học bổng của nhà nước.

관사 nơi cư trú chính thức.

관사 [문법 ngữ pháp] mạo từ. *정 (부정)-- mạo từ xác định (phủ định).

관상 @ 관상의 có vành. *--동맥 (정맥) động mạch vành (tỉnh mạch).

관상 * 중앙—대 trung tâm quan sát khí tượng.

관상 khoa xem diện mạo, phán đoán nét chữ, khoa tướng sọ, khoa bói toán @ 관상을 보아주다 xem tướng mặt; (đoán tương lai qua sắc mặt) -- 장이 nhà tướng học, nhà não tướng học.

관상 --하다 ngắm, thưởng thức *-- 식물 cây cảnh *-- 어 hồ nuôi cá *--화 vườn hoa cảnh.

관상 @관상의 hình ống, dạng ống, có hình ống *-- 화 cuống hoa.

관서 văn phòng chính phủ.

관선 @ 관선의 được chọn, được chỉ định, được bổ nhiệm *-- 변호사 luật sư được nhà nước bổ nhiệm.

관성 [물리 vật lý] tính trì trệ, tính chậ.

관세 thuế quan,nghĩa vụ đóng thuế @관세가 없는 miễn thuế // 관세를 과하

다 đánh thuế, thu thuế, nộp thuế.

관솔 nhựa cây, nhựa cây thông.

관수 quân nhu.

관수 đơn vị trọng lượng (*kwan*).

관습 tục lệ, tập quán, thói quen. @ 관습적 theo phong tục, theo tục lệ // 관습상 thường thường, lệ thường // 관습에 의하여 theo tập quán.

관심 sự quan tâm, sự lo lắng @ 관심을 가지다 quan tâm đến, chú ý đến // 정치에 관심이 없다 không hề quan tâm đến chính trị.

관아 văn phòng chính phủ, nội các.

관악 [음악 âm nhạc] kèn, sáo, ống tiêu. *--기 loại nhạc khí hơi.

관여 sự tham gia, sự đóng góp. *-- 하다 góp phần vào, tham gia vào, có liên can, dính líu vào @ 정치에 관여하다 tham gia vào tổ chức chính trị,có liên can đến chính trị.

관용 lòng khoan dung, lòng đại lượng sự rộng lượng, tính khoan hồng *--하다 khoan dung, đại lượng @ 관용한 tính chất khoan.

관용 thói quen, tập quán @ 관용의 thông thường, theo thói quen, theo tập quán, theo tục lệ [어구의] thuộc thành ngữ *--(이)구 thành ngữ; đặc ngữ.

관원 công chức, viên chức, công nhân viên.

관인 con dấu chính thức @ 관인을 찍다 đóng dấu chính thức.

관인 tính rộng rãi, tính hào phóng, tư tưởng tự do, phóng khoáng.

관자놀이 thánh thất, miếu, điện, đền thờ.

관작 tước vị, danh nghĩa @ 관작을 주다 ban cho tước vị.

관장 --하다 gánh vác, chịu trách nhiệm, trông nom, cai quản @ 사무를 관장하다 quản lý việc kinh doanh.

관장 giám đốc [도서관의] người quản lý thư viện, thủ thư [박물관의] người trông coi viện bảo tàng.

관장 ống thụt *--하다 bơm, thụt *--기 máy bơm, ống tiêm, ống chích.

관재 tính chất quản lý [유산의] sự quản lý [파산시의] chức vụ, nhiệm kỳ *--하다 quản lý trông coi (tài sản) gìn giữ [청산의] người quản lý tài sản, người tiếp quản.

관저 nơi cư ngụ chính thức

관전 --하다 chứng kiến một trận đánh); [경기를] xem (một trận đấu) *--기 bài tường thuật trận đấu.

관절 [해부] khớp; khớp xương. @ 팔의 관절이 빠지다 trật khớp tay.

관절 하다 không gì (không ai) sánh bằng, có một không hai.

관점 quan điểm, lập trường.

제 tổ chức chính quyền, chỉnh đốn lại bộ máy quản lý.

관제 sự kiểm tra, sự kiềm chế.

관조 sự thưởng ngoạn, sự ngắm nhìn.*--하다 ngắm, thưởng ngoạn.

관존 민비 (quan tôn dân ti).

관중 quần chúng, khán giả, thính giả. @ 관중이 많다 (적다) đông (ít) khán giả.

관직 quan chức, chức vụ nhà nước. @ 관직에 있다 có chức vụ.

관찰 sự theo dõi, quan sát, tầm nhìn.*--하다 theo dõi, quan sát, nhìn, trông coi, rình rập, canh chừng *--자 quan sát viên. *--점 mục tiêu quan sát.

관철 [수행] sự hoàn thành (sứ mạng), sự thực hiện, sự thi hành, đáp ứng. *--하다 hoàn thành, đáp ứng, thực hiện, đạt được, giành được @ 목적을 관철하다 đạt được mục đích.

관청 văn phòng chính phủ *--식 chế độ quan liêu hành chánh *당해-- nhà cầm quyền, nhà chức trách *주모-- có thẩm quyền.

관측 sự quan sát, sự theo dõi *--하다 quan sát, theo dõi // 기상을 관측하다 quan sát khí tượng.

관통 sự xuyên qua, sự thấm qua *--하다 thâm nhập, xuyên qua, ngấm vào @ 탄환이 심장을 관통했다 *một viên đạn xuyên qua tim của hắn.*

관포 @관포지교 bạn thân thiết, bạn nối khố, một tình bạn thân thiết.

관하 @ 관하의 [에] thuộc quyền hạn, phạm vi (kiểm tra) của..

관하다 (1) [대하다] chuyển đến, nhắc đến. @...에 관해서 về việc, đối với, về vấn đề, về phần // 이 일에 관해서 về việc này.. (2) 관계하다] làm ảnh hưởng đến, tác động đến @ 명예에 관한문제 một câu hỏi có ảnh hưởng đến danh dự người nào.

관할 quyền lực, quyền hành [영역] pham vi trách nhiệm *--하다 sử dụng, thi hành quyền lực, cầm quyền @관할에 속하다 dưới ách thống trị.., dưới quyền lực của.. *--관청 cơ quan có chức năng, có thẩm quyền. *--구역 quyền hạn rộng lớn.

관함식 cuộc thao diễn của lực lượng hải quân.

관행 thủ tục thông thường @ 관행의 thói quen, lệ thường // 국제적 관행 thủ tục quốc tế.

관향 quê cha đất tổ.

관허 giấy phép của chính quyền @관허의 được phép *--요금 chịu trách nhiệm,được phép (chính quyền)

관헌 nhà chức trách.

관현 *--악 dàn nhạc *--악단 ban nhạc.

관혼 상제 ngày kỷ niệm, (sinh nhật, lễ cưới, tang lễ, cúng giỗ tổ tiên)

관화 [표준 중국어] tiếng phổ thông, tiếng quan thoại.

관후하다 rộng rãi, hào phóng, nhân hậu *--장자 người rộng lượng, người hào hiệp, cao thượng.

괄괄하다 [성질이] bốc lửa, mãnh liệt, cường dương, đầy khí thế, hăng hái, cuồng nhiệt, mạnh mẽ [풀기가] cứng, hồ cứng.

괄다 [화력이] mãnh liệt, dữ dội, đầy nhiệt huyết.

괄대 --하다 đối xử hờ hửng, lạnh lùng, tiếp đãi qua loa, lạnh nhạt.

괄목 @괄목할 만하다 đáng được chăm sóc cẩn thận.

괄시 tính hờ hửng, tính thờ ơ, lạnh nhạt. *--하다 lạnh nhạt với, coi khinh, xem nhẹ, coi thường. @괄시 받다 *giữ thái độ lạnh nhạt.*

괄약근 [해부] cơ vòng, cơ thắt.

괄태충 [동물 động vật] con sên.

괄호 [둥근] dấu ngoặc đơn [모난] dấu móc [큰] dấu ngoặc ôm @괄호안의 부분 nằm trong dấu ngoặc *이중-- dấu ngoặc đôi.

광 nhà kho, hầm (땅광) kho rượu cất dưới hầm.

광 nước bóng, vẻ hào nháng. @광내다 đánh bóng, chà láng.

광 khu vực qui mô, rộng lớn.

광 [갱] hầm mỏ [덩어리] quặng @철광 quặng sắt.

--광 [열광자] người hâm mộ, chứng cuồng điên. [광인] người điên, khùng, gàn, kỳ quặc, người mất trí. *야구-- *fan* bóng chày.

광각 [물리 vật lý] góc mắt.

광각 thị giác.

광각렌즈 thấu kính, máy chiếu toàn cảnh.

광갱 hầm mỏ.

광견 chó điên. *--병 bệnh dại, chứng sợ nước.

광경 quang cảnh, cảnh tượng @처참한 광경 một cảnh khủng khiếp.

광고 tờ quảng cáo, mục quảng cáo [선전] việc quảng cáo *--하다 quảng cáo @ 신문에 광고를 내다 quảng cáo trên báo.

광공업 ngành công nghiệp mỏ và công nghiệp thủ công.

광구 [천문] cầu phát sáng.

광구 하다 khôi phục, sửa lại, phục hồi, cứu chữa.

광구 khu vực hầm mỏ.

광궤 khoảng cách lề *--철도 khoảng cách đường ray (xe lửa).

광나다 bóng loáng, hào nháng, rực rỡ, chói ngời. @구두가 광난다 đôi giày láng bóng.

광내다 bóng lộn (giày), đánh bóng, làm cho láng @쇳조각을 광내다 đánh bóng một miếng kim loại.

광년 [천문] một năm sáng sủa

광대 diễn viên, nghệ sĩ, kép hát (여자 nữ) đào, nữ diễn viên, nữ nghệ sĩ [얼굴] bộ mặt, vẻ mặt.

광대 하다 rộng lớn, bao la, bao quát, mênh mông.

광대뼈 xương gò má @광대뼈가 나온 사람 người có xương gò má cao.

광도 [물리 vật lý] cường độ của ánh sáng, dạ quang, tỏa sáng trong bóng tối. *--계 quang kế (đo ánh sáng)

광독 sự ô nhiễm chất khoáng, sự nhiễm độc đồng. @광독의 피해 tổn hại do nhiễm độc khoáng chất.

광란 sự điên cuồng, mê loạn *--하다 điên rồ, cuồng dại, mất trí, trở nên điên cuồng, nổi cơn điên.

광량자 [물리 vật lý] lượng tử *photon.*

광력 ánh sáng [물리] sức chiếu sáng, năng lượng *--계 [사진] thiết bị đo quang hóa, độ nhiệt xạ.

광림 sự hiện diện, sự có mặt.

광막 하다 bao la, mênh mông, bát ngát, vô bờ bến. @ 광막한땅 một vùng đất rộng bao la.

광망 tia sáng, chùm ánh sáng.

광맥 huyết mạch @광맥을 찾아내다 đập vào huyết mạch.

광명 [빛] tia sáng [희망] triển vọng @ 한줄기 광명 một tia hy vọng.

광목 vải coton, vải bông.

광물 chất khoáng. @광물의 thuộc khoáng sản.

광범 một phạm vi rộng *--하다 rộng rãi, bao quát, to lớn, bao la, mênh mông, vô bờ bến @광범 하게 một cách bao quát.

광범위 => 광범

광부 thợ mỏ, công nhân mỏ.

광분 하다 [뛰어다니다] lăng xăng, lộn xộn, chạy lung tung @돈벌이에 광분하다 bận rộn kiếm tiền.

광분열 [물리] sự phân hạt nhân.

광산 hầm mỏ *--기자 kỹ sư hầm mỏ. *--노동자 thợ mỏ, công nhân hầm mỏ.

광산 khoáng sản *--지 khu vực hầm mỏ.

광상 sự lắng đọng khoáng chất.
광상곡 [음악 âm nhạc] bản nhạc trữ tình (rắp-xô-đi).
광석 khoáng sản, quặng, tinh thể (라디오의) loại khoáng chất không màu, trong suốt. * 검파기 [수신기] máy dò khoáng chất.
광선 ánh sáng, tia sáng @광선의 반사 sự phản xạ ánh sáng // 광선이 잘드는 방 một căn phòng tràn đầy ánh sáng.
광속 bút dạ quang [전기] luồng ánh sáng *--발산도 tia dạ quang (tỏa sáng trong bóng tối)
광속 tốc độ của ánh sáng => 광속도
광수 nước khoáng.
광신 sự cuồng tín, sự nhiệt tình, sự say mê *--하다 cuồng tín, nhiệt tình. @ 광신적인 tính chất say mê, cuồng nhiệt. *--자 kẻ cuồng tín.
광심 [물리] trung tâm quang học.
광야 vùng hoang dã, một cánh đồng hoang, thảo nguyên, đồng cỏ.
광언 nói bậy bạ, nói tào lao.
광업 sự khai thác mỏ (kỹ nghệ) *--가 người khai thác mỏ.
광역 khoảng đất rộng.
광열 ánh sáng và sức nóng. *--비 chi phí cho chất đốt và ánh sáng.
광영 vinh quang, thanh danh, danh dự.
광우리 장수 người phụ nữ bán hàng rong (đội thúng trên đầu)
광원 [물리 vật lý] nguồn sáng.
광원 rộng lớn, bao la, sâu rộng.
광유 dầu thô.
광음 thời giờ. *--여류 thời giờ như thể tên bay.
광의 rộng rãi, mênh mông, bao la @ 광의로 해석하다 thể hiện một khả năng phán đoán rộng.
광인 người điên, người mất trí.
광자 [물리] lượng tử ánh sáng.
광장 khoảng trông lộ thiên, khoảng không trung, quảng trường [대광장] đại quảng trường.
광재 cặn bã, phần còn lại của quặng sau khi lấy kim loại đi.
광저기 [식물] cây đậu đũa.
광적 điên rồ, mất trí, cuồng dại @광적으로 một cách điên cuồng, rồ dại.
광전 [전기 điện] hiện tượng quang điện. *--자 quang điện tử.
광점 điểm phát sáng, điểm phát vệt sáng trên mặt trời (태양의).
광정 하다 sữa đổi, cải cách, cải thiện, cứu chữa. => 교정
광주 chủ nhân của khu mỏ.
광주리 cái rỗ, cái thúng (làm bằng tre hoặc cây liễu gai).
광증 chứng điên rồ, loạn trí.
광차 xe ở mỏ [석탄차] goòng chở than (ngành mỏ).
광채 nước bóng, sáng chói, lộng lẫy @관채를 내다 bóng lộn // 광채가 찬연하다 sáng ngời, tỏa sáng.
광천 suối nước khoáng [광수 nước khoáng].
광체 [물리]] vật thể có dạ quang.
광축 [물리] tia xuyên quang học.
광층 nền quặng.
광치다 [자랑하다] phô trương, khoe khoang, khoát lác [빛을 내다] bóng láng, sáng chói, lấp lánh.
광태 xấu hổ, tủi thẹn, nhục nhã @광대를 부리다 ăn ở, cư xử đáng xấu hổ. [취하여] uống bừa bãi [실수하다] trở nên hỗn độn, bẩn thỉu.

광택 sáng ngời, rực rỡ, bóng loáng @광택 있는 một cách sáng chói, rực rỡ // 광택없는 lu mờ, không sáng // 광택을 내다 đánh bóng, làm cho sáng.

광파 [물리 vật lý] làn sóng sáng.

광포 sự xúc phạm, sự điên cuồng, sự điên tiết, sự giận dữ *--하다 bị xúc phạm, điên tiết, giận dữ.

광폭 [넓은폭] khổ đôi, vải khổ đôi [간섭] sự can thiệp, sự xen vào, sự quấy rầy.

광풍(cuồng phong) cơn gió cuồng bạo.

광학 quang học *--기계 dụng cụ quang học.

광행차 [천문 thiên văn] sự tính sai, sự sai lầm.

광화 [광물] sự khoáng hóa.

광화학 [물리 vật lý] quang hóa học.

광활 하다 rộng rãi, mênh mông, to @광활한 수면 một bọc nước căng phồng to ra.

광휘 sáng chói, rực rỡ, lấp lánh, huy hàng, tráng lệ.

광희 vui điên cuồng *--하다 cuồng nhiệt, phấn khích, say mê, phấn khởi.

괘걸 một nhân vật đặc biệt, thần bí; một người phi thường, kỳ diệu.

괘관 sự xin thôi việc, đơn xin từ chức *--하다 từ chức, xin thôi việc.

괘념 하다 lo nghĩ, lo âu, bận tâm lo lắng.

괘도 bản đồ, biểu đồ, đồ thị (treo trên tường)

괘력 cuốn lịch treo tường.

괘선 qui tắc, phương châm.

괘씸하다 xấc láo, láo xược, đáng ghét @괘씸한 사람 một gã xấc xược // 괘씸한 행동 một hành động xấc láo.

괘종 đồng hồ treo tường.

괘지 giấy có kẻ hàng.

괜찮다 (1) [쓸만하다] khá tốt, vừa phải, tàm tạm @괜찮은 수입 lợi tức khá // 영어를 괜찮게 하다 *nói tiếng Anh khá giỏi* (2) [상관 없다] đừng lo lắng, sẽ ổn thôi.

괜히 vô dụng, vô ích => 공연히

괭이 cái cuốc @괭이로 파다 cuốc đất.

괴경 [식물] thân củ, củ, hạt, mầm. (감자 따위) *--식물 cây có củ.

괴괴하다 tĩnh mịch, hoang vắng.

괴근 [식물 thực vật] rễ củ.

괴금 vàng khối, vàng nén, thỏi vàng.

괴나리봇짐 túi xách du lịch, ba lô.

괴다 (1) [물리] thu thập, đọng lại, lưu lại. @비가 오면 물이 여기에 괸다 nước đọng lại sau cơn mưa rào.

괴다 (2) [받치다] sự chống đỡ @ 기둥으로 괴다 chống đỡ bằng cột trụ.

괴다 (3) [발효하다] sôi sục, náo động, kích động, xúi giục, chịu đựng, trải qua, bị..

괴담 chuyện ma quái, chuyện kinh dị.

괴도 kẻ trộm thần bí (như bóng ma).

괴란 [풍속의] sự mục nát, sự thối nát, sự tham ô hối lộ, sự phá hoại. [질서의] sự lật đổ, sự đánh đổ *--하다 làm mất hiệu lực, tàn phá, tiêu diệt.

괴력 sức mạnh phi phàm.

괴로와하다 chịu đựng, đau đớn, đau khổ [근심하다] lo lắng, bồn chồn.

괴로움 [수고] sự lo lắng, phiền muộn, sự trắc trở, gian nan, phiền hà, bực bội [곤란] lo lắng, phiền hà, khổ sở, buồn bực [번민] sự bi thảm, thống khổ [고통] sự đau đớn @삶의 괴로움 *sự phiền muộn của cuộc sống* // 많은 괴로움을 끼치다 gây nhiều phiền muộn (cho ai) // 괴로움을 당하다 *chịu đựng nhiều* *gian nan.*

괴롭다 [고통] đau khổ, buồn phiền [곤란] gây khó khăn, gây rắc rối phiền phức [난처] bất tiện, khó khăn @괴로운 입장 *một tình thế nguy hiểm* // 괴로운 표정 *một cái nhìn tuyệt vọng.* 괴로와하다 ưu phiền vì.., đau khổ vì..

괴롭하다 lo lắng, bận lòng @마음을 괴롭히다 *phiền não tự gây ra.*

괴뢰 *--정부 một chính phủ bù nhìn.

괴망 하다 lập dị, kỳ cục, kỳ quái, quái gở, gây tai tiếng.

괴멸 sự phá hoại, sự tàn phá *--하다 tàn phá, phá hủy, làm mất hiệu lực. @괴멸시키다 tiêu diệt, phá sạch, lau sạch, phá hủy, đánh đổ, tàn phá.

괴문 điều tai tiếng, tiếng đồn xấu.

괴물 chuyện gây xôn xao dư luận [유령] ma quái [사람] một người bí ẩn. @정계의 괴물 tính chất bất thường.

괴벽 tính lập dị, kỳ cục *--하다 kỳ quặc, lạ lùng, khác thường, đặc biệt.

괴변 một tai nạn khác thường.

괴사 một cảnh ngộ bí ẩn, một điều tai tiếng.

괴상 @괴상의 to lớn qui mô, đồ sộ. *--암 (화산) một khối đá to (núi lửa)

괴상 하다 kỳ lạ, khác thường @괴상한 물건 (일) điều kỳ lạ, vật kỳ dị.

괴수 tay đầu sỏ, người cầm đầu.

괴수 con quái vật khổng lồ, yêu quái.

괴승아 [식물 thực vật] loại gỗ màu nâu đỏ, gỗ cây me đất.

괴위 하다 hùng vĩ, bệ vệ, kết xù, oai nghiêm, đường bệ.

괴이 하다 lạ lùng, kỳ diệu => 괴이쩍다 kỳ quặc, lạ thường.

괴짜 người khác thường, người lập dị

괴좆나무 => 구기자 (나무)

괴질 một căn bệnh kỳ lạ.

괴철 một thỏi sắt, một khối sắt.

괴탄 một tảng, một đống than đá.

괴팍하다 cầu kỳ, kiểu cách, khó tính. @괴팍한 사람 *một người khó chịu.*

괴한 một kẻ đáng ngờ, một nhân vật khả nghi.

괴혈병 [의학 y học] bệnh sco-bút (bệnh của máu do thiếu vitamine trong chế độ ăn uống thường ngày).

괴화 một đám cháy không rõ nguyên nhân.

굄돌 cột đá (để chống đỡ).

굉굉하다 nổ vang như sấm, tiếng gầm.

굉대 하다 rộng lớn, mênh mộng, bao la, vô bờ bến.

굉장 하다 hùng vĩ, vĩ đại, nguy nga, đường bệ. @굉장히 một cách lộng lẫy, một cách tráng lệ, tàn khốc, khủng khiếp // 굉장한 미인 một mỹ nhân, một phụ nữ đẹp lạ thường.

교 sự tín ngưỡng, niềm tin, đức tin.

교가 ca khúc học đường.

교각 cầu tàu, bến tàu, chân cầu.

교각 살우 hiệu quả cực kỳ.

교감 hiệu trưởng.

교감 신경 dây thần kinh giao cảm.

교갑 viên thuốc con nhộng

교골 [해부] xương chậu, xương mu.

교과 chương trình giảng dạy (학과) giáo khoa.

교과서 sách học, sách giáo khoa *--검정-- một quyển sách giáo khoa hợp pháp (có giấy phép) *국정-- một quyển sách giáo khoa quốc gia (lưu hành khắp nước)

교관 giáo viên, giáo sư, huấn luyện viên

[전체] cán bộ giảng dạy.
교교하다 sáng chói @교교히 một cách rực rỡ, một cách sáng chói.
교구 giáo xứ, xứ đạo *--민 giáo dân, người xứ đạo.
교구 dụng cụ giảng dạy (trợ giúp).
교권 [교회의] giáo hội, tu sĩ [교육상의] có tính cách giáo dục *--확립 đưa vào ngành giáo dục.
교규 qui tắc học đường.
교근 [해부 giải phẫu] cơ nhai.
교기 vẻ tự hào, điệu bộ kiêu ngạo, tự đắc @교기를 부리다 hành động kiêu căng, phách lối, thái độ vênh vang, tự đắc.
교기 kỷ luật học đường.
교기 lá cờ của trường.
교내 khu trường sở @교내 에서 trong trường, trong sân trường // 교내 대항 운동대회 cuộc thi điền kinh.
교단 đoàn thể tôn giáo, (hiệp hội tôn giáo).
교단 bục giảng [목사의 mục sư] bục giảng kinh @교단 생활 20 년 có 20 năm kinh nghiệm giảng dạy, đã từng có 20 năm trên bục giảng // 교단에 서다 dạy học, làm giáo viên.
교당 nhà thờ, nhà nguyện [성당] thánh đường [절] thánh thất, đền, miếu.
교대 sự luân phiên, sự xen kẽ, sự thay đổi, sự nghỉ ngơi (보초 따위의) ca kíp. *--하다 thay phiên, đổi phiên, đổi ca @교대로 tới phiên, đến lượt, vào ca // 3 교대로 ở ca 3. *--시간 giờ thay ca.
교도 một tín đồ, môn đồ, người theo đạo.
교도 sự đào tạo, sự giảng dạy *--하다 giảng dạy, đào tạo *--민주주의 hướng dẫn, huấn luyện.
교도소 ngục, tù, nhà giam, trại cải tạo
교두보 khu vực chiếm được trên đất của địch [해안의] vị trí đầu cầu @교두보를 확보하다 giữ an ninh ở vị trí đầu cầu.
교란 sự bối rối, sự kích động, sự rối loạn *--하다 làm náo loạn, làm mất trật tự, làm rối tung, đảo lộn, lộn xộn @평화를 교란하다 làm mất an ninh, trật tự, làm mất hòa khí // 후방을 교란하다 kích động, gây rối ở hậu phương.
교량 cây cầu.
교련 sự huấn luyện, rèn luyện, sự tập luyện quân sự *--하다 tập dượt, rèn luyện, huấn luyện.
교료 [부호] O.K.; được rồi; xong rồi *--하다 hoàn thành việc đọc và sửa bản in thử. *--쇄 một bản kiểm chứng hoàn hảo.
교류 sự thay thế, sự trao đổi [전기 điện] dòng điện xoay chiều
교리 giáo điều, giáo lý, nguyên lý.
교린 mối quan hệ với nước láng giềng. *--정책 đường lối quan hệ tốt với các nước láng giềng.
교만 niềm kiêu hãnh, tính kiêu căng, ngạo mạn. *--하다 kiêu căng, ngạo mạn, tự đắc, tự hào, hãnh diện.
교목 cây to, cây rừng *--대 khu vực cây rừng.
교묘 kỷ năng, kỷ xão, năng khiếu, sự tài giỏi, sự khéo léo *--하다 thông minh, khéo tay, tài giỏi @교묘한 답변 ứng đáp khéo, lịch thiệp.
교무 [학교의 ở trường] công việc nhà trường [교회의 tôn giáo] việc đạo. (교문 cổng trường).
교미 sự giao hợp, sự giao cấu *--하다 giao hợp, giao cấu, cặp [새 따위] đạp mái (chim, gà) [짐승이] phủ *--기 mùa

giao phối.

교배 sự lai giống, sự thụ tinh chéo (식물의 thực vật) *--하다 giao phối, cho lai giống khác (식물을).

교복 đồng phục học sinh.

교본 sách giáo khoa.

교부 sự phân phối, sự chuyển nhượng. *--하다 phân phối, đáp ứng, ban, cấp, đưa, trao tay.

교분 tình hữu nghị, sự quan hệ mật thiết. @교분이 두텁다 thân thiết với.

교빙 하다 trao đổi công sứ ngoại giao.

교사 sự xa hoa, xa xí, tính phóng túng. *--하다 xa hoa, phung phí.

교사 하다 xảo trá, ranh ma, quỷ quyệt, lắm mưu mẹo, láu cá vặt.

교사 sự xúi giục, sự chủ mưu, sự kích động *--하다 kích động, xúi giục. @폭동을 교사하다 chủ mưu cuộc phiến loạn. *--방조죄 tiếp tay làm bậy.

교사 giáo viên, huấn luyện viên [국민학교의 cấp tiểu học] thầy giáo, cô giáo (여교사) *--용 참고서 thầy dạy nghề.

교사 nhà trường, cơ sở học đường.

교살 sự bóp nghẹt, bị bóp nghẹt. *--하다 treo cổ (người nào).

교상 bị cắn

교생 giáo sinh.

교서 thông điệp, thư tín @대통령의 교서 thông điệp của Tổng Thống.

교섭 (1) [담판] sự đàm phán, sự thương lượng, sự điều đình, sự dàn xếp *--하다 hội ý, đàm phán, thương lượng, giải quyết, bàn bạc. @교섭중이다 đang thương lượng. (2) [관계] quan hệ, kết giao.

교수 sự treo cổ, sự bóp cổ. *--하다 siết, bóp, treo cổ. *--대 giá treo cổ.

교수 sự giảng dạy, sự hướng dẫn [사람] giáo sư, giảng sư (총칭) *--하다 dạy, đào tạo, truyền kiến thức, cung cấp tài liệu cho..

교습 sự huấn luyện, sự đào tạo. *--하다 dạy dỗ, luyện tập, rèn luyện. *--소 trường huấn luyện. 피아노—bài học piano.

교시 sự giảng dạy *--하다 giảng dạy, đào tạo.

교실 phòng học, lớp học *--계단-- giảng đường.

교안 chương trình giảng dạy @교안을 짜다 soạn giáo án.

교양 văn hóa, sở học, tài học @교양 있는 có văn hóa, có học thức // 교양을 닦다 tự trao dồi.

교언 lời đường mật, lời nói tâng bốc, bợ đỡ, xu nịnh *--영색 lời nói ám chỉ, nói xa nói gần, lời nói bóng gió.

교역 ngành mậu dịch, thương mãi (물물교환) ---하다 mua bán, đổi chác, trao đổi.

교역자 người làm công quả, người làm việc tông đồ.

교열 sự xem lại. *--하다 xem qua, duyệt lại *--자 người biên tập.

교오 --하다 kiêu căng, ngạo mạn, vệnh vang, tự đắc, quá tự phụ.

교외 vùng ngoại ô, ngoại thành @교외의 thuộc khu ngoại ô // 서울 교외에 살다 sống ở ngoại ô *Seoul.*

교외 @교외의 ngoại trú [대학의 đại học] ngoại khóa *--생 [강의록에 의한] sinh viên ngoại khóa *--활동 hoạt động ngoại thành.

교우 bạn học [동창] nam sinh viên (남자), nữ sinh viên (여자) học trò cũ, cựu học sinh *--회 [졸업생의] hội cựu học sinh [휘합] *buổi họp mặt của sinh viên.*

교우 [종교 tôn giáo] tín đồ .

교원 giáo viên (남자 nam) thầy giáo; (여자 nữ) cô giáo [전체] cán bộ giảng dạy @그는 중학교의 교원이다 *ông ấy là giáo viên bậc trung học // ông ấy dạy cấp hai.*

교원병 [의학 y học] bệnh mô liên kết (do chất tạo keo)

교유 tình bè bạn, quan hệ xã hội *--하다 kết giao với, kết bạn với.

교육 nền giáo dục [교수] sự dạy dỗ [훈련]sự rèn luyện *--하다 dạy dỗ, rèn luyện, đào tạo *-- 가 một nhà mô phạm, một người thầy *--감 người phụ trách trông coi việc giáo dục *--계 giới giáo dục, phạm vi giáo dục. *--영화 buổi chiếu phim có tính cách giáo dục *--위원회 hội đồng giáo dục. *--제도 hệ thống giáo dục. *가정 sự dạy dỗ ở nhà. 과학-- nền giáo dục có tính khoa học (đòi hỏi kỹ thuật cao). 음악-- sự rèn luyện (tập luyện) âm nhạc. 직업-- ngành giáo dục hướng nghiệp. 학교-- giáo dục học đường.

교의 tình bạn, quan hệ bạn bè mật thiết.

교의 chức vị giáo sư đại học.

교의 tiến sĩ giáo dục.

교의 một học thuyết, một giáo điều.

교인 tín đồ, môn đồ (총칭) *기독-- tín đồ Thiên chúa giáo.

교자상 một cái bàn ăn rộng.

교장 [국민학교의 trường tiểu học] thấy giáo, cô giáo (여자) thầy hiệu trưởng, cô hiệu trưởng (여자). [중학교의 trường trung học] giám đốc, hiệu trưởng [고교의 đại học] giám đốc.

교장 [교실] lớp học [교련장] bãi tập, thao trường.

교재 tài liệu, dụng cụ giảng dạy.

교전 [전투] trận đánh, chiến thuật, sự giao chiến [전쟁 상태] chiến tranh, chiến sự, đang tham chiến *--국 tình trạng đang giao tranh giữa 2 quốc gia.

교점 sự giao nhau, điểm giao nhau [천문] giao điểm.

교접 [접촉] sự tiếp xúc, tiếp điểm. [성교] sự giao cấu, sự tiếp xúc *--하다 giao cấu với..; tiếp xúc với.., quan hệ với..

교정 sự sửa chữa, sự hiệu chỉnh, biện pháp cứu chữa *--하다 sửa chữa, sửa đổi, cải cách, cúu chữa, chữa trị. @ 교정하기 어려운 không thể sửa được, nan y, không thể cải tạo, hết cách chữa // 말 더듬는 것을 교정하다 chữa tật nói lắp (cho ai).

교정 khu trường sở [운동장] sân chơi, sân vận động (nhà trường).

교정 việc đọc và sửa bản in thử *--하다 đọc và sửa *--쇄 tờ in thử. *--원 người đọc và sửa bản in thử. *--필 bản in đã được sửa chữa [마아크] đã sửa.

교정 sự duyệt lại *--하다 duyệt lại, xem lại *--판 bản in đã duyệt.

교정 [과정] khóa học, chương trình giảng dạy [방법] phương pháp giảng dạy [교본] sách giáo khoa.

교제 đoàn thể, hiệp hội, sự giao hữu, sự giao du, tình hữu nghị. *--하다 giao du với, kết bạn với @교제가 넓다 kết giao rộng rãi với bạn bè, quen biết lớn, xã giao rộng.

교조 người sáng lập 1 tôn giáo, giáo chủ.

교졸 kỹ năng, kỹ xảo [연기의] sự khéo tay, kỳ công [새공의] tài nghệ tay nghề tinh xảo, khéo léo.

교주 chủ trường.

교주 giáo chủ => 교조

교지 tạp chí nhà trường, báo trường.

교지 nguyên lý, giáo lý [교리] học thuyết.

교지 địa điểm trường.

교직 vật hỗn hợp, sự pha trộn *면모-- hỗn hợp cô tông và len.

교직 nghề giáo, nghề dạy học [대학의 đại học] chức vị giáo sư, giảng sư [종교의 tôn giáo] mục sư @교직에 있다 đang đứng lớp, đang dạy, bận dạy. *--원 cán bộ giảng dạy, (집합적).

교질 chất keo @교질의 keo hồ, dính như keo.

교차 điểm giao nhau *--로 ngả 4 đường.

교착 [착잡] sự rắc rối, tính phức tạp. [섞임] hỗn hợp, sự pha trộn *--하다 làm cho rắc rối, làm phức tạp, pha trộn, xáo trộn @명암의 교착 tối sáng lẫn lộn, tranh sáng tranh tối. [미술] sự phối hợp màu sáng tối.

교착 sự dính kết, sự bế tắc *--하다 gắn lại, dính lại, bám chặt vào @교착 상태에 빠지다 trở nên bế tắc // 교착 상태를 타개하다 khắc phục sự đình trệ.

교체 sự thay thế, sự thay đổi, sự luân phiên. *--하다 thay đổi, thay thế, luân phiên.

교칙 quy tắc học đường @교칙을 지키다 tôn trọng quy tắc nhà trường.

교칙 nguyên tắc giảng dạy.

교탁 bàn của giáo sư, bàn dạy học.

교태 tính đỏm đáng, tính hay làm dáng @교태를 부리다 làm duyên, làm dáng (với ai) ve vản, tán tỉnh ai.

교통 sự đi lại, sự giao thông, sự vận tải, phương tiện vận chuyển, nghề hàng hải @교통을 정리하다 điều hòa giao thông *--교칙 luật giao thông *--망 mạng lưới giao thông *--비 phí giao thông *--사고 tai nạn giao thông *--순경 cảnh sát giao thông *--신호 tín hiệu giao thông *--위반 sự vi phạm luật lệ giao thông *--정리 kiểm soát giao thông.

교파 phe phái, giáo phái, môn phái @교파적 thuộc môn phái (giáo phái).

교편 lời khuyên bảo [교육 giáo dục] dạy dỗ @교편을 잡다 dạy học, dạy bảo, dạy dỗ.

교포 [동포] Hàn kiều, người Hàn sống ở hải ngoại.

교풍 đạo đức nhà trường.

교합 sự giao hợp, sự kết hợp.

교향곡 [음악 âm nhạc] khúc giao hưởng, khúc mở đầu.

교향서 bài thơ, bài ca giao hưởng.

교향악 [음악 âm nhạc], buổi hòa nhạc giao hưởng. *--단 dàn nhạc giao hưởng.

교호 sự xen kẽ, sự luân phiên *--하다 xen kẽ, thay phiên, luân phiên *--작용 sự tương tác, sự tác động lẫn nhau, sự hỗ tương.

교화 tài học, sở học, văn minh, văn hóa, sự khai hóa. *--하다 giáo dục, khai hóa, soi sáng, truyền bá văn minh.

교환 sự hoán đổi, sự đổi chác, sự trao đổi, sự thay thế. *--하다 đổi chác, trao đổi, thay thế. @교환할 수 있는 có thể thay thế. // 의견을 교환하다 trao đổi quan điểm.

교환 lời chúc mừng (lịch sự). *--하다 chúc mừng. *--경기 cuộc thi đấu thiện chí, cuộc thi đấu giao hữu.

교활 하다 xảo quyệt, ranh ma @교활한 짓을 하다 hành động quỷ quyệt, thủ đoạn, đòn phép ranh ma.

교황 [로마의] giáo hoàng, giáo chủ tối cao [경칭] Đức Giáo hoàng @교황의 thuộc giáo hoàng *--사절 người đại diện Đức Giáo Hoàng *--청 tòa thánh Vatican.

교회 nhà thờ nhỏ, nhà nguyện [대교회]nhà thờ lớn, thánh đường @교회에 다니는 사람 người thường hay đi lễ nhà thờ // 교회에 가다 đi lễ *--당 nhà thờ, nhà nguyện.

교회사 giáo sĩ, cha tuyên úy.

교훈 giáo điều, phương châm, khẩu hiệu rèn luyện.

교훈 lời chỉ dạy, lời giáo huấn, giáo lý, giáo điều, lời khuyên răng chỉ bảo (유화적인). @교훈적 lời răn, // 산 교훈 một lời khuyên thực tế.

구 số 9 (chín), [제 9 의 thứ 9].

구 [문법 ngữ pháp] một câu văn @ 문구 thành ngữ => 귀.

구 [시의] khu, khu vực [구역] phạm vi, 1 vùng, địa phương, lãnh thổ.

구 địa cầu, quả đất, bầu trời [전구 따위의] bầu [라디오 따위의] ống [야구 따위의] quả cầu.

구-- cũ, trước, xưa, cựu. @구세대 thế hệ trước, thời đại cũ // 구지사 cựu thủ lĩnh, nhà cầm quyền cũ.

구가 sự điểm tô, lời khen, lời tán dương, ca ngợi, sự tuyên dương. *--하다 tô điểm, ca ngợi, tán dương, ca tụng, ngưỡng mộ. @인생을 구가하다 ca ngợi niềm vui của cuộc sống // 자유를 구가하다 ca ngợi tự do.

구각 @구각을 탈피하다 bài trừ hủ tục, loại bỏ tục lệ cũ.

구간 khu vực phân chia @구간 버스요금 xe bus chia khu vực.

구간 [몸] tầm vóc, khổ người, dạng người, cơ thể.

구간 [서적의] loại sách cũ [잡지의 tạp chí] ấn phẩm cũ, số (báo) cũ.

구갈 sự khát, sự khát khao, thèm khát.

구강 [해부 giải phẫu] khoang miệng. *--위과 sự giải phẫu răng. –위생 vệ sinh răng miệng.

구개 [해부 giải phẫu] vòm miệng @ --골 xương vòm miệng *--음 [음성] âm vòm miệng (thanh âm) // 연 (경)-- âm nhẹ (âm cứng).

구걸 sự cầu xin *--하다 van xin, ăn xin, cầu xin @집집마다 구걸하다 ăn xin từ nhà này sang nhà khác.

구경하다 ngắm, nhìn, thưởng ngoạn, thưởng thức. @박물관을구경하다 tham quan (viếng) viện bảo tàng.

구경 [식물 thực vật] hạt, củ, ngũ cốc.

구경 [결국] cuối cùng, sau hết [불교] cơ bản, sơ đẳng, rốt lại, sau chót, chủ yếu.

구경 cỡ nòng, đường kính (súng) @구경 18 인치의포 cây súng nòng 18 inch.

구경거리 1 cảnh quan ưa thích, một vật ưa thích. [흥행] 1 buổi trình diễn xiếc.

구경군 [관광객] người đi tham quan, du khách [관객] người xem, khán giả [방관자] người bàng quan.

구공탄 than đá, than bánh.

구관 tòa nhà cổ.

구관조 [새 chim] chim mina.

구교 Tòa thánh La Mã. *--도 đạo Thiên Chúa.

구교 sự quen biết cũ, người quen biết cũ.

구구 bản cửu chương.

구구하다 (1) [변변찮다] tầm thường, không quan trọng, lặt vặt, vặt vãnh, chuyện nhỏ, không nghĩa lý gì @구구한이익 món lợi nhỏ (2) [다르다] linh tinh, đa dạng, khác biệt, tách biệt @구구하게 một cách riêng lẻ // 구구한보도 mâu thuẩn, đối lập.

구국 sự bảo vệ tổ quốc.

구균 siêu vi khuẩn.

구근 [나라 따위의] củ [감자 따위의] thân củ [뿌리 줄기] thân rễ *--식물 cây có củ.

구금 sự giám hộ, sự cầm giữ, sự giam cầm, sự hạn chế *--하다 cầm giữ, giám hộ, ngăn cản @자택에 구금 당하다 bị nhốt trong nhà.

구급 sự cứu tế *--상자 thùng cứu tế *--식량 thức ăn cứu trợ *--신호 lời cầu cứu *--약품 thuốc cứu trợ *--차 xe cứu thương, xe cấp cứu *--환자 trường hợp/tình trạng khẩn cấp.

구기 cái môi, cái vá, cái muỗng to.

구기 trò chơi banh.

구기다; 꾸기다 nhăn nheo, nhàu nát, có nếp nhăn @구겨진 종이 một tờ giấy nhăn nheo.

구기자 [식물 thực vật] trái của cây rau khởi. *--나무 cây rau khởi.

구기적거리다 => 꾸기적거리다 làm nhăn nheo, có nếp gấp, nhàu nát (quần áo).

구김살 nếp nhăn. @구김 살을 펴다 ủi thẳng vết nhăn (다리미로).

구깃구깃하다 => 꾸깃꾸깃하다 bị vò nát, làm nhàu nát, làm nhăn nheo.

구난 sự giải thoát, sự cứu nguy, sự cưu hộ, sự tái chế. *--선 tàu cứu hộ. *--작업 cứu vớt, thu hồi, phục hồi, tái chế.

구내 ranh giới, giới hạn, phạm vi, khoảng đất có rào, có giới hạn. *--식당 nhà ăn, phòng ăn (학교, 따위의 ở trường học, ở tu viện); nhà nghỉ (역, 열차내의) 역 -- địa điểm, vị trí có giới hạn.

구내염 [의학 y học] bệnh viêm họng.

구년 năm ngoái, năm vừa qua.

구단 đội bóng chày.

구더기 con giòi @구더기가 들끓다 bị giòi làm hư.

구덩이 trống rỗng, rỗng tuếch, chỗ lõm, lỗ hổng, hầm hố

구도 sự tìm ra sự thật *--자 người tìm ra sự thật.

구도 sự bố trí, sự sắp xếp (một bức họa); sự lên kế hoạch.

구도 thủ đô cũ, thành phố cũ.

구독 sự quyên góp, số tiền đóng góp. *--하다 đóng góp, đăng ký, mua dài hạn (báo chí) *--료 mức đóng góp, giá quyên góp *--자 người quyên góp, người đăng ký.

구두 [단화] giày da [반화] giày bốt, giày cao cổ @신사 (여자)용 구두 giày nam (giày nữ) // 구두한 켤레 một đôi giày // 구두를 닦다 đánh bóng giày. (시켜서) có đôi giày đánh bóng láng.

구두 sự chấm câu, phép chấm câu *--점 dấu chấm câu, dấu ngắt câu @구두점을 찍다 đánh dấu chấm câu.

구두 lời nói // 구두로 bằng lời, bằng miệng, nói miệng.

구두쇠 người keo kiệt, người hà tiện, bủn xỉn.

구드러지다 => 꾸드러지다 làm khô, làm cạn ráo.

구들장 đá có mặt phẳng dùng để lót sàn nhà ở Hàn quốc.

구라파 (lục địa) Châu Âu => 유우럽.
구락부 trụ sở, câu lạc bộ.
구래 @구래의 theo lệ cũ, truyền thống xưa // 구래의 누습을 타파하다 loại bỏ thói quen xấu, bài trừ hủ tục cũ.
구렁 [패인 곳] tình trạng suy sụp, chỗ lõm, chỗ đất lún [비유적] tận cùng, vực thẳm, vực sâu, xấu nhất, tệ nhất @절망의 구렁 sự chìm xuống vực sâu, sự tuyệt vọng, sự thất vọng tột cùng.
구렁이[동물 đông vật] con rắn to [교활한 사람] con cáo già (chỉ người hiểm độc), một con người xảo trá quỷ quyệt @구렁이 담넘어가듯하다 thực hiện mục đích bằng bằng thủ đoạn.
구렁텅이 vực sâu, hầm hố @불행의 구렁텅이에 빠지다 sa vào vực thẳm.
구레나룻 râu, ria (mèo chuột); tóc mai (người).
구력 âm lịch.
구령 mệnh lệnh, khẩu lệnh *--하다 ra lệnh, truyền lệnh.
구루 cái lưng gù, người gù lưng*--병 (의학 y học) bệnh còi xương.
구류 sự giam cầm, sự cầm tù *--하다 giam cầm, cầm tù, giam giữ (ai) trong tù @구류 중이다 bị giam, bị nhốt, bị cầm tù // 10일간의 구류에 처하다 bị giam 10 ngày.
구르다[1] [데굴데굴] cuộn lại, quấn lại.
구르다[2] [발을] dậm chân, bước mạnh chân.
구름 mây, khói, bụi, đám mây (총칭). @구름 사이 xua tan đám mây // 구름 한점 없는 하늘 bầu trời quang đảng, bầu trời không có mây // 구름 사이로 나타나다 xuyên qua đám mây // 구름에 덮이다 bao phủ mây.
구름다리 cây cầu dài, cầu xe lửa.
구릉 ngọn đồi, đồi nhỏ, gò đất @구릉 지대 vùng có nhiều đồi núi.
구리 đồng đỏ @구리빛의 có màu đồng // 구리를 입힌 mạ đồng, bọc đồng // 구리를 함유한 có chất đồng.
구리다 (1) [냄새가] có mùi khó ngửi, hôi thúi, hôi hám @재래식 변소는 대부분 구리다 *hầu hết các nhà cầu thường có mùi khó ngửi* (2) [하는 짓이] tầm thường, hèn hạ, thấp kém, bẩn thỉu, thấp hèn @제 밑이 구리다 *bị lương tâm cắn rứt.*
구매 sự mua, vật mua được *--하다 mua, tậu, sắm *--계 người đại lý mua hàng *--력 sức mua, khả năng mua (화폐의) *--자 người mua, khách hàng *--조합 hiệp hội người tiêu dùng.
구멍 lỗ, lỗ thủng, lỗ trống, lỗ hang, khe hở (틈). @바늘 구멍 lỗ xỏ kim // 구멍을 뚫다 đào lỗ, xoi lỗ [벌레가] thủng một lỗ.
구멍가게 một cửa hiệu nhỏ.
구메 농사 [소농] mức thu hoạch nhỏ [작황] vụ thu hoạch bất thường.
구면 [수학 toán học] thiết diện hình cầu. *--기하학 kỷ hà học (삼각법) mặt hình học (lượng giác học) *--삼각형 mặt tam giác.
구면 một người quen biết từ lâu, một bộ mặt quen thuộc, kẻ thân tín.
구명 sự điều tra, sự nghiên cứu, sự thẩm tra, sự xét hỏi *--하다 điều tra, nghiên cứu, đưa ra ánh sáng
구명 sự cứu mạng. *--하다 cứu mạng.*--대 thắt lưng an toàn. *--정 xuồng cứu đắm.
구무럭거리다 => 꾸무럭거리다 di

chuyển lờ đờ, chậm chạp, thơ thẩn, la cà, nấn ná, chần chờ, lai rai. @꾸무럭거리지 말고 không chần chờ, không trì hoãn, ngay lập tức [빨리] nhanh chóng, mau lẹ.

구문 cấu trúc câu *--법 cú pháp.

구문 tiền hoa hồng, nghề môi giới.

구문 chuyện xưa, chuyện cũ, tin cũ rích.

구물거리다 => 꾸물거리다 (1) => 구무럭거리다.(2)[벌레따위가] uốn éo, oằn oại, quanh co, luồn lách.

구미 Châu Âu và Châu Mỹ @구미의 thuộc châu Âu và châu Mỹ *--인 dân châu Âu và châu Mỹ *--제국 các quốc gia Tây Âu.

구미 sự ngon miệng, sự nếm, sự thưởng thức. @구미를 돋우다 kích thích khẩu vị // 구미를 잃다 mất khẩu vị.

구박 sự ngược đãi, sự cư xử te. *--하다 bạc đãi, hành hạ, đối xử tệ.

구배 đường dốc, độ dốc.

구변 miệng lưỡi, cách ăn nói, tài hùng biện @ 구변이좋은 사람 một người có tài hùng biện //구변이 좋다 có tài hùng biện, ăn nói trôi chảy, nói năng lưu loát.

구별 [차별] sự khác biệt, tính độc đáo, tình trạng chênh lệch, sự phân biệt. [분류] sự phân loại *--하다 phân biệt, phân chia, xếp loại @남녀의 구별 없이 không phân biệt giới tính, bất luận nam nữ.

구보 sự chạy [말의] sự phi [군대의] gấp đôi, nhanh gấp đôi @구보로 chạy (phi) nhanh gấp đôi.

구복 miệng và dạ dày @구복지 계 ý nghĩa (cứu cánh) của cuộc sống.

구부러뜨리다 => 꾸부러뜨리다 chổ rẽ, chỗ quanh co, đường cong.

구부러지다 => 꾸부러지다 nghiêng xuống, hạ xuống, cong xuống, oằn xuống @나이가 들어 몸이 앞으로 구부러지다 *còng xuống vì tuổi tác, còng xuống theo thời gian.*

구부리 => 꾸부리다 còng lưng, gù lưng, uốn cong (dây kim loại), bẻ cong (cánh tay).

구부스름하다 => 구부정하다.

구부정하다 hơi xu hướng, hơi cong.

구분 [분할] sự phân chia, sự chia cắt. [구획] một bộ phận, một nhóm, một tiết đoạn [분류] sự phân loại [한계] sự phân ranh giới *--하다 chia ra, phân loại ra (từng khu vực).

구불구불 => 꾸불꾸불 quanh co, khúc khuỷu, khúc quanh, *--하다 quanh co, lòng vòng, khúc khuỷu.

구불텅구분텅 => 꾸불텅꾸불텅 đường quanh co, đường zig-zag. *--하다 quanh co, ngoằn ngoèo.

구비하다 sở hữu, có, được trang bị đầy đủ [재능 따위를] được cung cấp, phú cho.. @모든 조건을 구비하다 *đáp ứng mọi điều kiện, thỏa mản mọi yêu sách.*

구비 truyền thuyết dân gian, 1 tập tục truyền miệng.

구사 (1) [부림] sai khiến (người nào) *--하다 chịu sự sai khiến của ai, phục tùng ai (2) [자유 자재] sử dụng tự do *--하다 dùng thoải mái, sử dụng miễn phí.

구사상 quan niệm xưa (cũ)

구사일생 --하다 suýt nữa là bị tóm, may mà thoát được (chết)

구상 quan niệm, khái niệm, sự nhận thức,

sự hình thành [작품의] một âm mưu, một kế hoạch *--하다 vẽ ra 1 kế hoạch // 구상이 웅대하다 hình thành dần trong đầu.

구상 quyền đòi bồi thường (đền bù). *--무역 thỏa hiệp đền bù.

구상 dạng hình cầu. @구상의 có dạng hình cầu, quả cầu.

구상 cụ thể *--하다 biểu hiện rõ ràng, cụ thể @구상적 xác thực, rõ ràng, hiển nhiên, có thật, cụ thể *--개념 (명사) một khái niệm rõ rệt (một danh từ cụ thể).

구상 @구상의 có hình móc *--골 xương hình móc.

구상 유취 như trẻ con [미숙] chưa chín, chưa mùi, còn non nớt.

구새먹다 trở nên trống rỗng, trở nên giả tạo @구새먹은 나무 cây có lỗ hõm trống.

구색 sự phân loại, phân loại hàng hóa @구색이 갖추어져있다 có đủ loại hàng trữ trong kho.

구석 một góc, một xó xỉnh @구석 자리 chổ ngồi trong góc // 마음 한 구석에 tận đáy lòng, tận thâm tâm // 구석구석 찾다 tìm tòi (thăm dò) khắp xó xỉnh.

구석기 thời kỳ đồ đá cũ

구석기 시대 thuộc thời đại đồ đá cũ.

구석지다 ẩn cư, ẩn dật @구석진 곳 nơi ẩn náu hẻo lánh.

수설 chuyện đồn nhảm có ác ý, chuyện tầm phào *--수 lời trù ẻo, lời nguyền rủa ác độc.

구성 sự cấu tạo, sự hình thành, sự thiết lập, sự tổ chức *--하다 thiết lập, thành lập, tổ chức, soạn thảo.

구세 sự cứu tế (của thế giới) *--군 đội quân cứu tế *--주 vị cứu tin, đấng cứu tế.

구속 sự hạn chế, sự kiềm chế, sự giới hạn, sự cầm giữ, sự ràng buộc *--하다 hạn chế, giới hạn, ràng buộc @구속 없는 tự do, không hạn chế, không ràng buộc // 구속 받다 hạn chế, tiết chế, dưới sự kìm kẹp, ngăn trở *--영장 lệnh giam.

구수--하다 ra mệnh lệnh, sai khiến, truyền lệnh.

구수하다 (1) [냄새.맛이] vừa lòng, đẹp ý, đầy hương vị, ngon @구수한 냄새 hương vị thơm ngon // 맛이 구수하다 vị ngon, ăn ngon. (2) [맛이] thích thú, thích khẩu.

구수 회의 hội nghị, sự hội ý *--하다 bàn bạc, hội ý, tổ chức buổi họp.

구술 lời tuyên bố miệng, sự ra lệnh. *--하다 tuyên bố, ra lệnh.

구슬 ngọc ngà, châu báu, nữ trang, ngọc trai(진주) @구슬 같은 giống ngọc trai, có đính ngọc trai // 구슬의 티 ngọc có vết rạn.

구슬땀 giọt mồ hôi @구슬땀을 흘리며 일하다 làm việc đến đổ mồ hôi.

구슬리다 vỗ về, tán tỉnh, nịnh bợ, phỉnh phờ, nói ngon ngọt @구슬리어 돈 만 원을 빼앗다 dụ dỗ, gạt ai để lấy 1000*won*.

구슬프다 buồn bả, âu sầu, rầu rĩ @구슬픈노래 lời than van ai oán // 구슬픈 목소리로 giọng nói sầu thảm.

구습 tập quán cũ @구습을 고수하다 gắn bó, trung thành với cổ tục.

구시렁거리다 cằn nhằn, càu nhàu, chì chiết, đay nghiến.

구식 kiểu cũ. @구식의 xưa, không hợp thời.

구신 sự thay mặt, đại diện *--하다 thay mặt cho, đại diện cho, tường thuật, báo cáo *--서 người đại diện, bản báo cáo.

구실 (1) [책임.임무] bổn phận, nghĩa vụ (2) [세금] nghĩa vụ thuế (3) [배역] vai trò, phần việc @자식으로서의 구실 bổn phận con trẻ 사람 구실을 하라 *cư xử thế nào cho phải đạo* (làm người).

구실 lời cáo lỗi, lời viện cớ, sự giả vờ @ 그럴듯한 구실 lời cáo lỗi khôn khéo // ---을 구실로 하여 viện cớ thoái thác.

구심 nhằm vào tâm *--력 sức mạnh nội tâm.

구심 trung tâm vũ trụ.

구심 [야구] trọng tài (bóng đá), trọng tài chính (주심)

구십 90 (chín mươi). @제구십 thứ 90

구아야 (약 thuốc) thuốc chế bằng nhựa *gaiac.*

구아주 châu Âu và châu Á, Âu-Á.

구악 tội ác trong quá khứ, tội ác cũ. @구악을 폭로하다 *vạch trần tội ác trong quá khứ* (của ai).

구애 sực phiền hà, sự bế tắc, sự khó khăn vướng mắc, vật trở ngại *--하다 phiền hà, rắc rối, trở ngại, khó khăn, vướng mắc @구애하지 않고 không trở ngại, tự do, thoải mái, không vướng mắc, không kể.., bất luận.

구애 sự ve vản, sự tán tỉnh, sự tỏ tình, sự giao hợp *--하다 ve vản, tán tỉnh, theo đuổi, giao hợp, tỏ tình.

구약성서 kinh cựu ước.

구어 @구어의 lời đàm thoại, lời nói bình thường.

구역 vùng, khu vực [한계] ranh giới, đường biên giới *당당—[순회하는] phạm vi, lỉnh vực của người nào [판매원의] địa hạt, lãnh thổ của ai.

구역 sự nôn mữa, sự buồn nôn => 구역질

꾸역꾸역 lần lượt, kế tiếp, tiếp nối. @꾸역꾸역 모여들다 đến rải rác từng đàn, từng đám kế tiếp nhau.

구역질 sự kinh tởm, sự buồn nôn @구역질 나다 cảm giác kinh tởm, lợm giọng // 구역질나는 ghê tởm, đáng tởm, muốn ói, buồn nôn.

구연 chuyện kể lại *--하다 kể lại, thuật lại, nói lại.

구연 mối quan hệ cũ.

구연산 (학학 hóa học) acid citric.

구옥 [고옥] ngôi nhà cũ [전에 살던 집] nhà cũ (của ai).

구우 bạn xưa, bạn cũ.

구우일모 một giọt nước trong thùng (trong đại dương) – hạt cát trong sa mạc.

구워지다 nung, bỏ lò (빵 따위 bánh, bánh mì); nướng (고기따위 thịt); (생선따위 chim, gà); nướng vỉ (석쇠로)

구원 sự giải thoát, sự cứu nguy, sự củng cố (증원) *--하다 giải thoát, cứu nguy, củng cố @구원을 청하다 kêu cứu, cầu cứu // 구원하러 가다 đi cứu trợ, đi giúp ai.

구원 tính bất diệt, vĩnh viễn, sự lâu dài, sự vĩnh cửu, sự cố định. *--하다 tồn tại, đời đời, vĩnh cửu, vĩnh viễn, bất diệt, không ngớt, bền lâu.

구원 một mối hận thù cũ, món nợ cũ.

구월 tháng 9.

구유 máng ăn, máng xối.

구의 tình bạn cũ.

구이 thịt hoặc cá chiên (nướng, quay). @ 갈비 구이 sườn nướng // 닭구이 gà

quay, gà nướng.
구인 sự bắt giữ, sự nắm bắt, sự lĩnh hội *--하다 bắt giữ ai, giam cầm ai.
구인 --하다 tạo việc làm, kiếm việc làm *--광고 thông báo (quảng cáo) tìm việc.
구일 [아흐레] ngày thứ 9; [9 일간] 9 ngày.
구입 sự mua, vật mua được *--하다 mua *--가격 giá mua *--자 người mua.
구작 việc cũ, nghề cũ.
구잠함 tàu ngầm, tàu khu trục.
구장 sân bóng chày, sân vận động.
구저분하다 => 구접스럽다.
구적[수학 toán học] sự đo lường, phép đo lường *--법 hình học không gian.
구전 sự thông tin miệng, sự truyền miệng *--하다 truyền miệng.
구전 hoa hồng, nghề môi giới (중개의) @ 구전을 받다 nhận hoa hồng.
구절 một cụm từ, một mệnh đề, một đoạn văn.
구절양장 một lối đi quanh co, một con đường vòng, một khúc quanh.
구절초 [식물 thực vật] cây hoa cúc.
구점 dấu chấm câu.
구점 chỗ đánh dấu để đốt thuốc cây ngải cứu.
구접스럽다 đê tiện, thấp hèn, đáng khinh, tầm thường, kém cõi, thô lỗ, bẩn thỉu, ô trọc, xấu xa.
구정 mối quan hệ cũ, sự quen biết cũ @ 구정을 새롭게 하다 nối lại tình bạn cũ, nối lại quan hệ cũ.
구정 Tết âm lịch.
구정물 vũng nước bẩn, chất thải, nước dơ.
구제 sự trợ cấp, sự cứu trợ, sự giúp đỡ. *--하다 trợ cấp, cứu trợ, giúp đỡ. @ 구제할수 없는 không phương cứu chữa, hết thuốc chữa. *--사업 bớt việc.
구제 sự hủy diệt *--하다 giũ sạch, tống khứ, dập tắt, bóp nát, triệt tiêu. @쥐를 구제하다 diệt chuột.
구제도 hệ thống cũ.
구조 sự cứu giúp, sự cứu tế, sự cứu trợ [선박이나 적하의] sự cứu hộ. *--하다 cứu giúp, cứu tế, cứu trợ, cứu hộ [조난자를] *--대 nhóm cứu hộ *--선 tàu cứu hộ.
구조 sự xây dựng, sự tổ chức [조직] sự cấu tạo *--하다 đặt, xây, dựng, làm, tổ chức.
구존 có cha mẹ còn đang sống.
구좌 tài khoản @은행에 구좌를 두다 mở một tài khoản ở ngân hàng.
구주 vị cứu tinh, Chúa cứu thế.
구주 châu Âu => 유럽
구주 [증권] lô hàng cũ, hàng tồn cu,.
구죽 một đống vỏ sò.
꾸준하다 kiên định, vững chắc, bền bỉ, kiên trì, không mệt mỏi @ 꾸준히 một cách kiên trì, một cách bền bỉ, một cách chắc chắn.
구중궁궐 cung điện, lâu đài hoàng tộc.
구중중하다 nhớp nháp, bẩn thỉu, ẩm thấp, dơ bẩn.
구직 sự tìm việc làm *--하다 kiếm việc, tìm việc làm. @구직 광고를 내다 yết thị (đăng báo) tuyển nhân viên. *--광고란 cột (báo) cần người. *--자 người tìm việc làm.
구질구질 điệu bộ, cử chỉ khiếm nhã, sổ sàng, lôi thôi, nhếch nhác, luộm thuộm, cẩu thả *--하다 khiếm nhã, lươm thượm.

구차하다 nghèo hèn, thiếu thốn, cơ cực @ 구차한 목숨 cuộc sống ti tiện, hèn mọn, hạ lưu // 구차하게 trong cảnh bần cùng.

구창 chỗ đau, vết loét trong miệng.

구척 장신 người phi thường.

구천 Diêm vương, âm phủ, âm ty, bên kia thế giới.

구청 khu vực văn phòng *--장 khu vực trọng yếu.

구체 sự cụ thể @구체적인 cụ thể, rõ ràng // 구체적으로 말하면 được xác định rõ // 구체화하다 cụ thể hóa *--화 sự trở thành hiện thực.

구체 hình cầu, khối cầu, quả cầu.

구체제 cấu trúc cũ, hệ thống cũ, chế độ cũ, cơ cấu cũ.

구축 sự xây dựng *--하다 kiến trúc, xây dựng.

구축 --하다 đuổi, trục xuất, tống khứ, giũ sạch, hất cẳng, tước, triệt tiêu.

구축함 đội tàu phóng ngư lôi. @구축함대 đội tàu khu trục.

구출 sự giải thoát, sự cứu nguy, sự cứu giúp. *--하다 giải thoát, cứu nguy, giúp đỡ @물에 빠져 죽는 것을 구출하다 cứu (ai) khỏi chết chìm.

구충 --하다 diệt sâu bọ, côn trùng.

구충약 thuốc trừ sâu => 회충약

구취 hơi thở hôi hám.

구치 sự giam cầm, sự giam giữ, sự canh giữ. *--하다 giam, nhốt, cầm tù. *--소 nhà giam, tù, ngục.

구치 răng hàm [작은구치] răng nanh.

구칭 tên cũ, bảng hiệu cũ.

구타 cuộc tấn công *--하다 tấn công, hành hung (ai).

구태 tình trạng cũ @구태 의연하다 giữ nguyên tình trạng cũ, không thay đổi.

구태여 cố tình, cố ý, chủ tâm, có chủ đích

구토 sự ói mửa, chất nôn ra *--하다 nôn mửa, nôn tháo ra *--설사 nôn mửa và tiêu chảy.

구파 trường phái cũ.

구판 sách cũ [판] bản in cũ, ấn phẩm cũ.

구푸리다 => 꾸푸리다 cong người lại, quỳ lụy, cuối rạp xuống.

구풍 cơn bão, cơn bão to.

구하다 (1) [사다] sự mua, sức mua (2) [바라다] nhu cầu, mong muốn, ao ước (3) [가지고 싶어하다] tìm kiếm, có nhu cầu @행복을 구하여 *mưu cầu hạnh phúc*.

구하다 cứu ai qua khỏi cơn nguy, cứu ai khỏi chết, cứu giúp ai (qua khỏi cơn khỏi khăn) @구할 도리가 없는 tuyệt vọng // 곤경에서 구하다 giúp ai qua khỏi cơn hoạn nạn // 목숨을 구하다 cứu mạng sống ai.

구현 sự biểu hiện, sự cụ thể hóa *--하다 biểu hiện, thực hiện, cụ thể hóa (실현하다) làm cho thành hiện thực @ 언어는 사상을 구현한다 lời nói là biểu hiện của tư duy.

구형 hình cầu @구형의 thuộc hình cầu, có hình cầu.

구형 hình chữ nhật @ 구형의 có hình chữ nhật.

구형 sự khởi tố, bên nguyên *--하다 khởi tố, truy tố @ 2 년의 금고를 구형하다 tuyên án 2 năm tù giam.

구형 kiểu cũ, kiểu xưa @구형의 lỗi thời, không hợp thời, cổ lỗ sĩ.

구호 khẩu hiệu, phương châm @선거 구호 khẩu hiệu bầu cử // --의 구호를 내걸고 dưới khẩu hiệu.

구호 sự cứu tế, sự cứu giúp *--하다 cứu tế, cứu giúp, cứu hộ *--물자 hàng trợ cấp 적십자—반 đội cứu trợ chử thập đỏ.

구혼 sự cầu hôn, sự tỏ tình *--하다 ve vãn, tán tỉnh, cầu hôn, tỏ tình @구혼을 승락하다 (거절하다) nhận (khước từ) lời cầu hôn. *--자 người cầu hôn, anh chàng tán gái.

구황 --하다 xoa dịu nỗi khổ đau.

구획 [구분] 1 phân khu, 1 tiết đoạn [한계] ranh giới, đường biên giới. *--하다 phân chia, chia cắt, đánh dấu @ 4 구역으로 구획하다 chia ra làm 4 khu vực.

구휼 sự cứu trợ, sự cứu giúp *--하다 giúp đỡ, cứu trợ, viện trợ, cứu giúp. *--금 quỹ cứu tế.

국 nước luộc thịt, nước súp, canh @국을 마시다 uống nước súp.

국 [관청의] văn phòng, bàn giấy, khu, cục, sở, ban, ty, khoa.

국가 bài quốc ca.

국가 nhà nước, chính quyền, quốc gia @ 국가적 thuộc quốc gia // 국가적 견지 quan điểm quốc gia // 국가에 이바지하다 phụng sự tổ quốc *--경제 nền kinh tế quốc gia *--공무원 công nhân viên, công bộc công nhân (nhà nước) *--공무원법 công pháp, ngành luật pháp quốc gia *--관념 quan niệm quốc gia, tinh thần dân tộc *--기관 cơ quan nhà nước.. *--사회주의 chủ nghĩa xã hội *--주의 chủ nghĩa dân tộc.

국경 ranh giới, biên giới (giữa 2 quốc gia) @ 국경내 (외) 에 trong (ngoài) biên giới *--선 đường biên.

국경일 ngày lễ quốc gia.

국고 ngân khố quốc gia *--금 kho bạc nhà nước. **--부조 tiền trợ cấp của nhà nước.

국교 quan hệ ngoại giao @국교의 단절 sự cắt đứt quan hệ ngoại giao // 국교를 맺다 [끊다] bắt đầu nối (cắt) quan hệ ngoại giao (với..)

국교 quốc giáo (tôn giáo của quốc gia) @ 영국 국교 đạo giáo ở nước Anh, nhà thờ ở Anh quốc (성공회).

꾹꾹 mật thiết, chặt chẽ, sít sao, đầy đủ, trọn vẹn (힘주어). @꾹꾹 눌러담다 nhồi, nhét, tống vào, làm đầy, rót đầy, lấp kín.

국군 @국군의 날 ngày lực lượng vũ trang.

국권 chủ quyền đất nước @국권을 신장하다 mở rộng quyền lực quốc gia.

국기 quốc kỳ @ 국기를 게양하다 kéo cờ.

국난 quốc nạn [위기] thảm họa của quốc gia [재화] tai ách, tai họa, tai ương @국난을 구하다 cứu giúp quốc gia trong thảm họa.

국내 quốc nội @국내의 nội bộ, trong nước, nội địa // 국내에 trong phạm vi quốc nội // 국내 사정 việc nội bộ.

국도 quốc lộ, xa lộ.

국란 cuộc nội chiến, chiến tranh trong nước.

국량 [도량] tính hào hiệp, hành động đại lượng, cao cả, tính rộng rãi, hào phóng [재간] khả năng, năng lực, năng xuất; phẩm chất, tính chất.

국력 sức mạnh dân tộc @국력을 기르다 gây dựng lực lượng quốc gia

국록 tiền lương, tiền hoa hồng, tiền thu nhập chính thức. @국록을 먹다 lãnh lương; làm việc cho cơ quan nhà nước.

국론 quan điểm quần chúng @국론을 통일하다 thống nhất quan điểm quần chúng.

국리 lợi ích quốc gia @국리 민복을 도모하다 xúc tiến lợi ích quốc gia và hạnh phúc của nhân dân.

국립 @국립의 chính quyền hợp pháp *--공원 công viên quốc gia *--대학 đại học quốc gia *--도서관 thư viện quốc gia *--박물관 nhà bảo tàng quốc gia.

국면 dáng vẻ (bề ngoài), mặt, khía cạnh, tình hình, trạng thái. **국명** [무전의] điểm phát thanh [방송국명] tên của đài (trạm) phát thanh.

국명 danh hiệu của một quốc gia.

국모 quốc mẫu, nữ hoàng.

국무 Quốc vụ, việc quốc gia @국무를 맡아보다 trông nom, quản lý việc nhà nước // 국무를 처리하다 điều hành, giải quyết việc nhà nước. *--장권 viên chức cao cấp chính phủ *--총리 thủ tướng chính phủ.

국무회의 hội đồng nội các.

국문 [언어] quốc văn [문학] văn học, văn chương [한글] mẫu tự Hàn *--과 khoa văn học sử *--법 ngữ pháp *--학자 một học giả văn học.

국물 nước súp, nước luộc thịt, canh.

국민 [일 국민] dân tộc, nhân dân [개인] thuộc dân tộc, đồng bào, công dân *--감정 tình dân tộc. –개병 *chế độ tổng cưỡng bách tòng quân.* *--생활 sự sinh tồn của quốc gia. *--소득 lợi tức quốc gia *--운동 phong trào quốc gia *--의래 nghi thức quốc gia. *--장 tang lễ quốc gia.

국민학교 trường sơ cấp, trường tiểu học nhà nước.

국밥 gạo nấu cháo.

국방 sự bảo vệ tổ quốc @국방을 강화하다 tăng cường lực lượng bảo vệ quốc gia *--부 bộ Quốc phòng. *--비 phí Quốc phòng.

국번 số tổng đài điện thoại.

국법 quốc pháp, luật nước @국법으로 금지하다 luật nước ngăn cấm.

국보 tài sản quốc gia @국보로서 보존하다 bảo tồn tài sản quốc gia // 국보적 존재 (인물) báu vật quốc gia.

국보 [관청의] công điện [국의] thông cáo của chính phủ.

국보위 (quốc bảo uy) - Mặt trận bảo vệ tổ quốc.

국부 quốc phụ – chủ tịch nước – vua.

국부 quốc phủ (dinh, phủ)

국부 quốc phú (tài nguyên quốc gia). *--론 sự thịnh vượng của quốc gia, dân tộc (아담스미드의)

국부 [부분]cục bộ, một phần, một bộ phận, một khu vực @국부적 địa phương, khu vực dành riêng.

국비 chi phí quốc phòng (quốc phí)

국빈 quốc khách @국빈 대우를 하다 tiếp đón vị quốc khách.

국사 quốc sử, lịch sử quốc gia *--자료 việc chép sử, tài liệu sử.

국사 quốc sự, việc quốc gia. @국사를 논하다 luận bàn quốc sự.

국산 quốc sản – [물건] sản phẩm sản xuất trong nước @국산품을 애용하다 dùng hàng nội *--자동차 xe hơi sản xuất trong nước *--장려 khuyến khích sản phẩm nội địa.

국상 quốc tang – tang lễ quốc gia.

국새 cái triện, con dấu, ấn tín của vua.

국선 변호인 luật sư được chỉ định trong

phiên tòa @국선변호인을대다 ấn định nhóm luật sư biện hộ.

국세 thuế nhà nước *--청 sở thuế.

국세 [판국] khía cạnh tình hình, trạng thái, phương diện của một việc, [바독 따위의] bàn cờ @국세가 일변하다 diễn biến, vòng quay.

국세 tình hình đất nước @국세 조사를 하다 điều tra dân số

국소 một phần => 국부 phần việc, nhiệm vụ.

국수 mì ống, nui.

국수 *--주의 chủ nghĩa dân tộc cực đoan.

국수 nhân vật chính.

국시 nguyên tắc lãnh đạo của chính phủ, chính sách nhà nước.

국악 quốc nhạc (âm nhạc cổ điển quốc gia).

국어 [언어] quốc ngư; [자국어] tiếng mẹ đẻ, ngôn ngữ dân tộc [한국어] tiếng Hàn @ 2 개국어의 song ngữ; 2 thứ tiếng *--교사 giáo viên sinh ngữ.

국영 quốc doanh @국영의 thuộc quốc doanh.

국왕 vua, quốc vương, hoàng đế.

국외 @국외로 nước ngoài, hải ngoại //국외로 추방하다 trục xuất ra khỏi đất nước, đày biệt xứ.

국외 bề ngoài @국외의 thuộc bề ngoài, đối ngoại, hướng ngoại *--자 người ngoài cuộc *--중립 chủ nghĩa trung lập*--중립국 nước trung lập.

국운 cơ đồ tổ quốc, số phận của đất nước @국운의 성쇠 sự thăng trầm của đất nước.

국위 uy danh đất nước @국위를 선양하다 đem lại vinh quang cho đất nước // 국위를 손상시키다 làm nhục quốc thể.

국유 @국유의 sự quốc hữu hóa, thuộc tài sản nhà nước //국유화 하다 quốc hữu hóa *--림 rừng quốc gia. *--재산 tài sản quốc gia.

국유치 phòng lưu thư.

국유화 sự quốc hữu hóa *--하다 quốc hữu hóa.

국으로 phù hợp, thích hợp với mọi khả năng, không hạn chế ai.

국은 tiền trợ cấp, phúc lợi nhà nước.

국자 cái vá, cái môi, cái muỗng to @국자로 국을 푸다 múc canh.

국장 giám đốc của một phòng / cục/ nha/ vu (nhà nước).

국장 quốc tang *--하다 tổ chức buổi lễ tang quốc gia.

국적 quốc tịch; bổn phận/ quyền lợi/ tư cách công dân @국적을 취득하다 dành được quyền công dân.

국전 triển lãm mỹ nghệ quốc gia.

국정 tình hình đất nước.

국정 chính quyền dân tộc [국무] việc quốc gia quốc sư. @국정에 참여하다 tham chính.

국정 được chính quyền cho phép @국정의 do luật pháp quy định *--교과서 sách giáo khoa, sách tài liệu (do nhà nước biên soạn, ấn hành).

국제 @국제적 thế giới, hoàn cầu, vũ trụ // 국제적으로 trên bình diện quốc tế *--경가 cuộc thi đấu quốc te. *--결혼 hôn nhân khác chủng tộc. *--공산주의 cộng sản quốc tế *--관리 quyền lực quốc tế *--법 luật quốc tế *--사법 재판소 công pháp quốc tế, tòa án quốc tế *--적십자사 hội chữ thập đỏ quốc tế. *--정세 tình hình quốc tế.

국제 연합 liên bang các quốc gia *--군 lực lượng đoàn kết dân tộc *--총회 hội dồng liên bang quốc gia. *--헌장 hiến chương liên hiệp quốc.

국지 vùng, địa phương, vị trí, trụ sở @국지적 bộ phận, cục bộ *--전 cuộc chiến được khoanh vùng

국채[공채] công trái, quốc trái @국채를 모집하다 phát động công trái.

국책 quốc sách, chính sách quốc gia.

국체 đường lối, tính cách quốc gia.

국치 sự ô nhục quốc thể *--일 ngày ô nhục quốc thể.

국태 민안 sự phồn vinh, thịnh vượng và hạnh phúc của nhân dân.

국토 quốc thổ, lãnh thổ, đất đai tổ quốc.

국판 khổ tám @국판 300 페이지의 책 tập 300 trang khổ tám.

국풍 lễ hội dân gian Hàn *(Kukpung).*

국학 văn học quốc gia *--자 nhà nghiên cứu văn học.

국한 sự địa phương hóa *--하다 địa phương hóa, khoanh vùng, khu biệt.

국한문 văn hóa Hàn quốc và Trung quốc @국한문에 통하다 thạo tiếng Hàn và tiếng Trung Quốc.

국헌 hiến pháp (quốc gia).

국호 (quốc danh, danh hiệu) tên của một quốc gia.

국화 (quốc hoa) loài hoa mang biểu tượng đất nước.

국화 cây hoa cúc.

국회 hội đồng quốc gia, quốc hội *--도서관 thư viện quốc gia *--법 tòa án quốc gia.

군- thêm, phụ, thừa, vô dụng, không cần thiết @군음식 bữa ăn phụ //군걱정 sự lo âu thừa (khéo lo!).

군 quân đội, quân đoàn, đội quân @제 8 군 quân đoàn 8 // 백군 đội quân phản động.

군 anh, ông (đại danh từ, ngôi thứ hai số it) @김군 ông Kim.

군 tỉnh, hạt, huyện.

군가 bài ca thời chiến

군거 cuộc sống tập thể *--하다 sống thành đàn, sống tập thể.

군경 quân đội và cảnh sát.

군계 *--일학 châu báu trên đống phân (hạc trong đàn gà)

군고구마 miếng khoai lang chiên.

군공 => 전공.

군관구 khu quân sự.

군국 quân đội quốc gia.

군기 chân tướng, sắc thái, tiêu chuẩn, phẩm chất.

군기 kỷ luật quân đội, quân kỷ

군기 bí mật quân sự.

군납 sự cung cấp hàng quân tiếp vụ.

군내 một mùi khó ngửi, hôi thúi.

군단 quân đoàn @제 3 군단 quân đoàn 3 *--장 chỉ huy trưởng quân đoàn 3.

군대 quân đội, lính @군대에 들어가다 gia nhập quân đội, đi tòng quân. *--생활 đời sống quân đội, đời lính.

군더더기 vật thừa, vật không cần thiết.

군데 nơi, chốn, chỗ, địa điểm, vùng. @몇 군데 들러서 알아 보았다 kiểm tra vài nơi.

군데군데 đó đây, ở vài chỗ @들판에 군데군데 집이 서 있다 vài căn nhà rải rác trên cánh đồng

군도 cây kiếm; sự đấu kiếm.

군도 quân đảo.

군란 quân phiến loạn.

군략 chiến thuật, chiến lược quân sự *--

가 nhà chiến lược.

군량 khẩu phần tiêu chẩn của quân đội.

군령 quân lệnh

군림 *--하다 ngự trị, thống trị, chế ngự, khống chế (khắp..) @사계에 군림하다 chế ngự trận đánh.

군마 (quân mã) ngựa chiến, kỵ binh.

군말 một lời bình luận thừa [조사-허사] lời nói chêm vào, tiếng đệm thừa.

군매점 cửa hàng bán vật dụng thực phẩm miễn thuế (phục vụ cho quân nhân).

군모 mũ lưỡi trai quân đội.

군목 giáo sĩ, cha tuyên úy.

군무 nghĩa vụ quân sự.

군문 [문] cổng trại [군무] phục vụ quân đội, nghĩa vụ quân sự @군문에 들어가다 đi làm nghĩa vụ quân sự, đi tòng quân.

군민 quân và dân.

군밈 cư dân cư trú trong nước.

군밥 hạt dẻ rang.

군번 số quân.

군벌 phe cánh quân đội *--정치 chính quyền quân phiệt.

군법 quân pháp *--회의 tòa án quân sự @군법회의에 회부하다 bị đưa ra tòa án binh.

군복 quân phục @ 군복을 입고 (입은) trong bộ quân phục, mặc quân phục.

군부 thẩm quyền quân đội, trong phạm vi (quyền hạn) quân đội.

군불 sức nóng sưởi ấm sàn nhà (loại lò sưởi ở Hàn quốc). @군불을 때다 làm ấm sàn nhà.

군비 (quân phí) phí tổn cho quân đội

군비 vũ khí quân trang, lực lượng vũ trang @군비를 확장 (축소) 하다 tăng (giảm) lực lượng vũ trang *--철폐 sự giải trừ quân bị.

군사 người lính, quân nhân, bộ đội, quân đội.

군사 việc nhà binh @군사상의 quân sự, chiến lược *--고문 cố vấn quân sự *--고문단 đoàn cố vấn quân sự. *--기지 căn cứ quân sự (hải quân, không quân, bộ binh) *--력 sức mạnh quân đội.

군사 phái viên quân sự.

군사람 người thừa, người vô dụng.

군사령관 vị sĩ quan chỉ huy quân đội.

군사령부 Tổng hành dinh quân đội.

군사걸 lòi nói thừa, bài diễn thuyết dài dòng.

군살 thịt thừa.

군상 một nhóm người, một đoàn người.

군색 cảnh nghèo nàn, bần cùng. *--하다 nghèo khổ, cơ cực, thiếu thốn.

군서 sự sống tập thể, tính thích sống theo bầy *--하다 sống tập thể, sống thành đàn (theo bầy).

국세 sức mạnh quân đội, lực lượng quân sự.

군소 [형용사적] nhỏ hơn, bé hơn, thứ yếu, không quan trọng.

군소리 [군말] lời bình luận thừa *--하다 phê bình thừa, vô ích.

군속 thường dân, dân thường.

군수 quận trưởng, tộc trưởng.

군수 *--공장 xí nghiệp công nghiệp quốc phòng *--산업 công kỹ nghệ quốc phòng; vũ khí, đạn dược *--품 quân tiếp vụ.

군식구 kẻ theo đóm ăn tàn, kẻ ăn bám, ký sinh.

군신 (quân thần) vua và thần dân.

군신 vị thần chiến tranh "Mars".

군악 quân nhạc @육군 (해군) 군악대

dàn nhạc (hải quân).

군영 trại lính, nơi đóng quân.

군왕 vua, quốc vương, chúa tể.

군용 dùng cho quân đội @군용의 thuộc quân nhu, quân dụng *--견 quân khuyển *--품 đồ trang thiết bị quân đội.

군웅 nhà tư bản. *--할거 sự cạnh tranh của nền tư bản địa phương.

군원 (quân viện) viện binh.

군율 [군법] quân pháp [군기] quân kỷ, kỷ luật quân đội.

군음식 thức ăn phụ, snack

군의 quân y *--관 => 군의

군인 quân nhân, người phục vụ trong quân đội [육군] lính [해군]lính thủy, thủy thủ, hải quân [공군] không quân, phi công @군인 다운 có tác phong nhà binh *--정신 tinh thần quân đội.

군입정--하다 ăn quá nhiều thức ăn giữa bữa ăn, bội thực.

군자 người đàn ông có đạo đức tốt, một người phong nhã, lịch sự đúng mực.

군자금 quỹ chiến tranh, nguồn tài lực chiến tranh [선거 자금 따위]cuộc vận động gây quỹ @군자금을 공급하다 cung cấp nguồn tài lực chiến tranh.

군장 quân trang, quân phục, quân nhu.

군장 lễ tang quân đội.

군적 danh sách, văn kiện, hồ sơ quân đội.

군정 chính quyền quân đội.

군제 hệ thống quân giai

군주 quân chủ*--국 chế độ quân chủ, nền quân chủ.

군중 quần chúng @군중을 헤치고 나아가다 khích động quần chúng *--심리 tâm lý quần chúng.

군진 doanh trại quân đội

군집 --하다 tụ tập lại, ùa vào, xúm lại, kéo đến thật đông.

군청 màu xanh biển, màu xanh hải quân.

군청 một chức vụ ở tỉnh.

군축 sự giải trừ quân bị *--하다 giải trừ quân bị.

군침 thừa nước bọt @군침을 삼키다 ứa nước bọt (đói, thèm ăn).

군턱 cái cằm đôi

군표 văn thư, văn kiện quân đội.

군함 tàu chiến @군함을 파견하다 tiêu diệt 1 chiếc tàu chiến.

군항 quân cảng, hải cảng.

군호 khẩu lệnh quân đội, (mật mã).

군화 giày nhà binh, giày bốt.

군후 ngài, tướng công (từ tôn xưng cho giới quí tộc, quyền thế).

굳건하다 bền bỉ, vững vàng, chắc chắn @굳건히 một cách chắc chắn.

굳다[(1)] [굳어지다] làm cho cứng, trở nên khó khăn [혀가] cứng họng, líu lưỡi lại @굳어진 빵 bánh mì chai cứng.

굳다[(2)] cứng, chắc [견고하다] bền bỉ, kiên cố, an toàn @굳은 결심 một quyết định vững vàng // 정조가 굳은여자 một người phụ nữ kiên cường // 굳게 믿다 tin chắc // 굳게 약속하다 long trọng hứa.

굳세다 bền vững, kiên cường @굳세게 ngoan cường, dũng cảm, cương quyết // 굳센 의지 ý chí sắt đá.

굳이 tích cực, tuyệt đối, khẳng định, chắc chắn, cứng cỏi, kiên cường @ 굳이 사양하다 dứt khoát từ chối.

굳히다 làm cho rõ ràng, chắc chắn, tăng cường, củng cố @결심을 굳히다 xác định rõ.

굴 [조개 loài động vật có vỏ] con hàu, con sò. *--껍질 vỏ sò *--양식장 khu nuôi trồng hải sản.

굴 (1) [동굴] hang động (2) [터널] đường hầm (3) [집승의] sào huyệt, hang ổ (토끼 따위의).

굴곡 khúc quanh, khúc lượn, không đều, thất thường (해안선 따위의); sự khúc xạ, độ khúc xạ (광선의) *--하다 luồn cúi, quanh co, cong queo, xu hướng, khúc xạ *--부 xu hướng, chiều hướng, diễn biến *--선 đường kẽ đứt quãng *--작용 khúc lượn, chỗ uốn, biến tố (관절 따위)

굴다 hành vi, cử chỉ, ăn ở, cư xử, đối đãi (대하다) @못살게 굴다 đối xử khắc nghiệt, cứng rắn (với ai).

굴다리 cây cầu đất, cầu cạn.

굴대 trục, trục xe, càng xe.

굴뚝 ống khói lò sưởi, ống khói tàu thủy / xe lửa (기선의), ống khói lò.

굴뚝새 (새 chim) chim hồng tước.

굴렁쇠 cái vòng.

굴레 dây cương @말에 굴레를 씌우다 thắng cương ngựa.

굴리다 (1) lăn (quả bóng) (2) [내버려두다] xao lãng, thờ ơ, cẩu thả, bỏ mặc (3) [둥글게 깎다] san bằng, làm phẳng, bào tròn (cạnh khúc gỗ). (4) [운영] giúp đỡ, chạy, vay, mượn (돈을 tiền).

골복 sự phục tùng, sự đầu hàng, sự khuất phục *--하다 đầu hàng, khuất phục, nhượng bộ, chịu thua. @굴복시키다 khuất phục được ai, làm cho ai nhượng bộ.

굴신 --하다 co giãn, đàn hồi, chạy dài, kéo dài @굴신 자재의 tính chất đàn hồi, tính linh động, dễ uốn nắn, tính dễ tác động.

굴욕 sự làm nhục, sự khinh dể, sự xấu hổ, bị ô nhục @굴욕적인 nhục nhã, ô nhục, hổ thẹn // 굴욕을 당하다 chịu nhục // 굴욕을 참다 phải xin lỗi, phải chịu nhục.

굴절 sự khúc xạ, độ khúc xạ *--하다 khúc xạ, uốn cong *--광선 tia khúc xạ. *--레즈 thấu kính, kính khúc xạ, kính nhìn xa *--율 biểu thị khúc xạ.

굴젓 nước sốt hàu.

굴종--하다 phục tùng, qui phục, chịu thua.

굴지 @굴지의 ưu tú, xuất sắc, lỗi lạc, nổi tiếng // 굴지의 실업가 nhà kinh doanh chủ đạo (nổi tiếng).

굴진 --하다 đào sâu (xuống dưới đất).

굴착 --하다 đào, khai quật *--기 máy xúc, máy đào.

굴하다 [몸을]cúi xuống, cong xuống [마음을] luồn cúi, hạ mình, chịu thua @...에 굴하지 않고 mặc dù, bất chấp, không kể...// 권력에 굴하다 khuất phục trước quyền thế // 역경에 굴하지 않다 cúi đầu trước nghịch cảnh.

굵기 độ dày, bề dày, mực độ dày đặc.

굵다 [몸체가] to, mập, dày [목소리가] sâu sắc, sâu thâm [선이] nặng nề [행동따위가] dũng cảm, táo bạo, khí phách, nghị lực @굵은 팔 thế lực lớn // 굵은 목소리로 giọng nói thâm trầm // 굵은 글씨로 쓰다 viết đậm nét.

굶기다 chết đói, thiếu ăn @ 굶겨 죽이다 bỏ ai chết đói.

굶다 thèm khát, đói khát, thiếu ăn @굶어 죽다 chết vì đói.

굶주리다 thèm muốn,khao khát @돈에 (사랑에) 굶주리다 khao khát có tiền (ham tiền) // 배움에 굶주리다 khao khát sự học (kiến thức).

굼벵이 [벌레] con giòi [사람 người]

người lạc hậu, người chậm chạp, chậm tiến.

굼실거리다 => 꿈실거리다 uốn éo, quằn oại, luồn lách, vặn vẹo, luồn cúi.

굼적거리다 nhúc nhích, động đậy, chuyển động, khuấy, trộn.

굼지럭거리다, => 꿈지럭거리다 nhúc nhích, động đậy, khuấy động.

굼틀거리다 => 꿈틀거리다 quằn oại, luồn lách, quanh co, ngoằn ngoèo. @굼틀거리며 나아가다 len theo, lách theo.

굽 [마소의] móng guốc [구두의] gót chân [받침] dưới cùng, đáy, nền tảng @나막신 굽 đế guốc // 굽이 있는 동물 loài vật có móng guốc.

굽다 (1) xoắn, cong, oằn, vặn vẹo @굽은 나무 một cái cây cong // 굽은 길 một đường lối (lối đi) quang co.

굽다 (2) quay, nướng, nung (감자 따위를) bánh mì nướng (빵 따위를) nướng vỉ (석쇠로) rang @잘 구워진 làm kỹ, nướng kỹ, chín (중간) tái, chưa chín, lòng đào(설 구워진).

굽도리 nơi thấp nhất của vách phòng

굽실거리다 khúm núm, khép nép, quỳ lụy, co mình lại (trước người nào), khom lưng, cúi đầu. –상사에게 굽실거리다 luồn cúi cấp trên.

굽어 보다 [내려다 보다] nhìn xuống, nhìn khắp [살피다] quan tâm đến, để ý đến @골짜기를 굽어 보다 nhìn xuống thung lũng.

굽이 khúc quanh, chỗ rẽ (dòng sông). @굽이 마다 ở mỗi chỗ rẽ.

굽이굽이 [굽이 마다] ở khúc quanh [흐르는 모양] khúc lượn, khúc quanh @굽이굽이 흐르는강 dòng sông uốn khúc.

굽이치다 lượn, ngoằn ngoèo, uốn khúc, phình ra, căng ra (파도가) cuộn lại.

굽히다 cong (lưng), cúi (đầu) cúi (rạp người xuống), hạ mình, uốn cong (cọng kẽm), đầu hàng, khuất phục. @허리를 굽히다 khom lưng, cúi đầu, hạ mình // 주의를 굽히다 bẻ cong nguyên tắc // 주장을 굽히지 않다 giữ vững quan điểm.

굿 câu thần chú *--하다 đọc thần chú, ếm trừ, xua đuổi (tà ma).

굿굿하다 [견고] cứng rắn, vững chắc [바르다] ngay thẳng, chính trực, liêm khiết @꿋꿋한 결심 một quyết định cứng rắn // 꿋꿋이 버티다 giữ một vị trí vững vàng, một chỗ đứng vững chắc.

굿바이 *goodbye*, chào tạm biệt!

굿보다 [굿구경하다] đi xem làm bùa phép trù ếm, xem trừ tà ma [방관하다] giữ trung lập, giữ khách quan, hờ hững, vô tình, không quan tâm.

굿하다 yểm trừ, xua đuổi tà ma.

궁 lâu đài, cung điện @창덕궁 cung *Changdog.*

궁경 [가난] cảnh nghèo khổ, bần cùng [궁지] tình trạng khó khăn.

궁궐 lâu đài hoàng gia.

궁극 sau cùng, tình huống có thể xảy ra @궁극의 cuối cùng, sau chót, cơ bản, nền tảng // 궁극의 목적 mục đích cuối cùng.

궁금증 sự lo âu, sầu muộn.

궁금하다 băn khoăn, lo lắng (về việc gì) @소식이 궁금하다 lo lắng khi nghe tin // 그들의 안부가 궁금하다 tôi lo không biết chúng ra sao.

궁기 hình thức gầy còm, hom hem, tính

chất thê thảm @ 궁기가 낀 nhìn có vẻ nghèo nàn.

궁끼다 nghèo nàn, khổ sở, thiếu thốn.

궁내 dinh thự, lâu đài hoàng gia.

궁녀 người phụ nữ đức hạnh, danh giá.

궁노루 [동물 động vật] con hươu xạ.

궁도 thuật bắn cung, cây cung.

궁도련님 tuổi thanh xuân, con ngựa non, con nai tơ, thanh niên mới lớn.

공도령 => 궁도련님.

궁둥방아 một sự sai lầm nhục nhã @궁둥방아를 찧다 phạm một sai lầm đáng xấu hổ (té ngữa ra!).

궁둥이 mông đít, hông, phao câu @궁둥이가 무겁다 lờ đờ, biếng nhác // 궁둥이가 질기다 ngồi dai, ở lại quá lâu, ngồi nóng đít.

궁륭 vòm, vòng cung, máng.

궁리 [연구함] sự nghiên cứu [생각함] sự cân nhắc, *--하다 đắn đo, suy nghĩ kỹ, suy xét [연구하다].

궁벽 --하다 xa xôi, hẻo lánh, biệt lập, không ai lui tới.

궁상 hình vòng cung, hình vòm. @ 궁상의 có hình vòng cung.

궁상@궁상스럽다 nhìn có vẻ nghèo nàn, khổ sở // 궁상떨다 cử chỉ bần tiện, làm ra vẻ thiếu thốn.

궁상 con chuột bị dồn vào chân tường, ở thế bí, bước đường cùng.

궁상 cung điện hoàng gia. => 궁정

궁수 người bắn cung

궁술 thuật bắn cung *--가 người bắn cung

궁시 cung tên.

궁여 일책 cứu cánh, biện pháp cuối cùng.

궁여지책 => 궁여일책

궁전 cung điện (hoàng gia). @궁전 같은 집 lâu đài, dinh thự.

궁정 => 궁성

궁지 tình thế khó xử, tiến thoái lưỡng nan @궁지에 빠뜨리다 làm cho ai khó xử, dồn ai đến bước đường cùng.

궁터 địa điểm, vị trí của cung điện cổ

궁핍 cảnh nghèo khó, cơ cực, thiếu thốn *--하다 lâm vào cảnh cơ cực, thiếu thốn. @궁핍한 생활 một cuộc sống túng thiếu.

궁하다 nghèo túng, thiếu thốn [난처] khó khăn, cơ cực, tới bước đường cùng @궁한 때에 trong cảnh túng thiếu // 대답에 궁하다 *lúng túng trả lời* // 돈에 궁하다 *khó khăn vì đồng tiền.*

궁합 (cung hợp) hôn nhân hòa hợp.

궁형 hình lưỡi liềm [기하 kỹ hà] hình cầu phân @궁형의 hình vòng cung.

궂기다 [일이 công việc] không chạy, không ổn [죽다] chết, chịu chết.

궂다 (1) [날씨가 thời tiết] khó chịu. (2)[성질이 bản chất, tâm trạng] khó chịu, khó ưa. @궂은 날씨 thời tiết xấu // 암상궂다 ghen ghét, đố kỵ.

궂은비 cơn mưa kéo dài.

궂은일 sự rủi ro, bất hạnh, việc không may, tai ách, thảm họa.

권 [책의 sách] tập, sách [영화의 phim] 1 cuốn phim // 한지 20 장 20 trang giấy @제 1 권 tập thứ nhất, quyển 1 // 3 권으로 된 저서 một tác phẩm có 3 tập.

권 [추천] sự tiến cử, sự đề cử, sự giới thiệu [권고] lời khuyên, ý kiến đề xuất [장려] ủng hộ, khuyến khích, mời chào (권유하다) @책을 권하다 giới thiệu sách (cho ai) // 담배를 권하다 mời ai điếu thuốc.

-권 hồ sơ, bông, phiếu, vé, hóa đơn, tơ.

@100 원 권 tờ (phiếu) 100 *won* // 우대 권 vé mời.

-권 quỹ đạo, phạm vi, lĩnh vực @ 태풍권 내에 khu vực có bão to.

-권 [권력] quyền lực, năng lực [권리] quyền lợi [이권] sự nhượng bộ, nhượng quyền, sự từ bỏ quyền lực // 재산권 quyền sở hữu 통치권 chủ quyền.

권고 lời khuyên bảo, lời đề nghị*--하다 khuyên bảo, đề nghị, thuyết phục @의사의 권고에 따라 theo lời khuyên của bác sĩ.

권내 @권내에 trong phạm vi (của) // 세력권내에 있다 trong phạm vi khả năng.

권농 --하다 đẩy mạnh nền nông nghiệp (khuyến nông).

권능 năng lực, khả năng, thẩm quyền.

권도 (người) quan tâm đến thời cơ, chính sách thích nghi với thực trạng.

권두 mở đầu của quyển sách *--사 lời nói đầu, lời tựa.

권력 quyền lực, uy quyền, quyền thế [세력] uy danh, uy lực @국가의 권력 uy danh của quốc gia *--욕 khao khát quyền lực *--자 người có thế lực.

권리 quyền lợi [청구권] thỉnh cầu, yêu sách [수유권] tư cách, danh nghĩa, quyền yêu sách [특권] đặc quyền [권한] quyền hạn, quyền lực @권리 와 의무 quyền hạn và nghĩa vụ // 권리를 행사 (남용)하다 sử dụng (lạm dụng) quyền hạn // 권리를 주장하다 đòi hỏi quyền lợi // 권리를 침해하다 xâm phạm quyền lợi (của ai) // 권리를 취득 (상실) 하다 dành được (đánh mất) chủ quyền. *--금 phần thưởng, giải thưởng *--증서 bằng khen.

권말 đoạn kết, đoạn cuối của quyển sách.

권면하다 khuyên bảo, động viên.

권모 mưu mô, kế hoạch, mưu đồ, mưu toan *--가 mưu sĩ, người lắm mánh khóe, xảo quyệt.

권모 술수 thủ đoạn gian trá, chính sách nham hiểm, quỷ quyệt @권모 술수를 쓰다 sử dụng thủ đoạn.

권문 (quyền môn) một gia đình có thế lực *--세가 => 권문.

권불십년 (nghĩa bóng) cái gì lên quá cao thì cũng phải có hồi suy sụp, đầy quá phải tràn.

권선 [전기 điện] vòng, cuộn, ống *--기 máy cuốn.

권선 징악 phát huy tính tốt và loại bỏ thói xấu. *--하다 "tốt khen, xấu chê."

권세 năng lực, quyền lực @권세 부리다 nắm quyền, dùng quyền, sử dụng quyền.

권속 [식구 gia đình, gia quyến] gia đình, hộ gia đình [아내] vợ, bà xã. @일가 권속 toàn bộ gia đình, cả nhà, họ hàng, thân bằng quyến thuộc.

권솔 gia quyến, người nhà, thành viên trong gia đình.

권수 [식물 thực vật] tua cuốn.

권신 cận thần (thuộc cấp) có quyền lực (quyền thần)

권업 --하다 phát triển công nghiệp.

권외 ngoài phạm vi, ngoài lĩnh vực hoạt động // 정치권외에 ngoài phạm vi chính trị. // 당선 권외에 떨어지다 bên ngoài sự quản lý.

권운 tua cuốn, lông, gai của động vật – (khí tượng) mây quyển, mây ti.

권위 [권력] năng lực, quyền lực [위엄] sự đề cao, tôn lên [대가] người có thẩm quyền, người có uy tín @권위 있는 có thẩm quyền *--주의 chủ nghĩa độc đoán.

권유 [운동] sự chào hàng, sự vận động [유인] sự chào mời khách [장려] sự níu kéo *--하다 chào mời, níu kéo, chài mồi, mời mọc, thuyết phục @보험을 (기부를) 권유하다 hợp đồng mua dài hạn *--원 người đi chào hàng, nhân viên tiếp thị.

권익 quyền lợi và lợi ích

권장 sự khuyến khích, sự đề nghị *--하다 khuyến khích, đề nghị, động viên, cổ vũ.

권적운 mây ti tích (*cirro-cumulus*)

권좌 tư thế của người có quyền lực.

권척 thước dây (của thợ may).

권총 súng lục, súng ngắn (연발의) @구경 38 밀리 권총 súng ổ quay 38 ly. *--강도 kẻ cướp có vũ trang // 6 연발--súng lục.

권축 1 cuộn.

권층운 (thiên văn) mây ti tích tầng (*cirro stratus).*

권태 mệt mỏi, buồn chán, chán ngán @권태를 느끼다 trở nên mệt mõi. *--기 quá trình hôn nhân.

권토 중래 --하다 dâng lên một sức sống mới.

권투 giải quyền Anh, quyền Anh *--하다 đấu, thi đấu *--가 võ sĩ quyền Anh. *--시합 trận đấu quyền Anh. *--장 môn quyền Anh.

권하다 (1) [권고] hỏi han, hô hào, thúc đẩy, cổ vũ, ủng hộ, chỉ bảo (2) [추천] tiến cử, giới thiệu @책을 권하다 giới thiệu một quyển sách (3) [음식.물건을] đưa ra, giới thiệu, trình diện, bày tỏ, mời @담배 (차) 를 권하다 mời thuốc lá (mời trà).

권한 quyền hạn [관할] phạm vi quyền hạn @ 권한 내에 (외에) trong (ngoài) phạm vi quyền hạn.

권화 sự hiện thân, kiếp người, sự nhân cách hóa, sự hóa thân => 화신

궐 [궁궐] cung điện của vua chúa.

궐기 --하다 dấy lên, khuấy động, kích động, thức tỉnh, tác động @궐기 시키다 khích động ai làm việc gì.

궐내 cung điện hoàng gia.

궐련 thuốc lá @궐련을 피우다 hút thuốc *--갑 hộp thuốc lá.

궐석 không ra mặt, không xuất hiện, vắng mặt [법 pháp lý] khiếm diện *--하다 vắng mặt *---재판 xử khiếm diện.

궐위 chỗ khuyết, chỗ trống [왕위의] giai đoạn tam ngưng, đứt quảng *--하다 trở nên thiếu, trở nên trống.

궤 rương, hòm, tủ, hộp, thùng, tráp.

궈도 ổ mắt, mép viền mắt [기차의] dấu vết, sự suy tàn.

궤멸 sự phá hoại, sự phá hủy [전멸] sự hủy diệt *--하다 phá hoại, hủy diệt [궤멸시키다] làm hư hỏng, tẩy xóa, tiêu diệt, triệt tiêu.

궤변 lời ngụy biện, lời nói dối trá @궤변적 ngụy biện // 궤변을 부리다 nói nước đôi, lý sự cùn, ngụy biện *--가 người ngụy biện.

궤양 [의학 y học] ung nhọt, chỗ loét. *위-- chứng loét bao tử, chỗ loét bao tử.

궤짝 hộp, rương, hòm, tủ, két, thùng. @사과 한 궤짝 một thùng táo.

궤적 [기하] quỹ tích [바퀴의] vết bánh xe [선인의] chiến công của tổ tiên.

궤주 sự rút chạy, sự tháo chạy hỗn loạn [동물군의] sự chạy tán loạn *--하다 tháo chạy, rút chạy.

귀 tai [청각] sự nghe [바늘의] lỗ (cây kim may) [모퉁이] cạnh, gờ, góc, xo. @귀가 멀다 lãng tai, khó nghe // 귀가 밝다 thính tai.

귀 một đoạn, một câu, một mệnh đề (절) một hàng, một dòng (한줄).

귀가 sự trở về nha, *--하다 về nhà. @늦게 귀가하다 về nhà muộn.

귀감 mẫu, mẫu vật, gương mẫu @귀인의 귀감 lính mẫu, lính kiểng.

귀거칠다 (lời nói) khó nghe, chói tai

귀걸이 [방한용] cái mũ len che tai cho khỏi rét [귀엣고리] hoa tai, khuyên tai, bông tai.

귀결 sự kết thúc, kết luận, hậu quả, kết quả @당연한 귀결 một kết cuộc hợp lý.

귀경 *--하다 trở về.

귀골 [사람 người] người thuộc dòng dõi quý tộc [골격] người quý phái.

귀공자 công tử, tầng lớp thanh niên quý tộc @귀공자 같은 tiểu vương.

귀국 quý quốc (lời nói lịch sự).

귀국 (qui hồi cố quốc) *--하다 hồi hương, về nước, về quê.

귀글 một đoạn thơ, một bài thơ.

귀금속 kim loại quý *--상 thợ kim hoàn (상인) tiệm kim hoàn (상점).

귀나다 [의논이] bất đồng ý kiến [모나다] không đều, không đúng quy cách, không đồng dạng, tình trạng lệch lạc.

귀납 (논리) sự bổ nhiệm, sự bố trí *--하다 bố trí, bổ nhiệm @귀납적으로 cảm ứng, quy nạp *--법 phương pháp quy nạp.

귀농 --하다 về làm ruộng --민 nông dân trở về với đất ruộng.

귀담아듣다 lắng nghe kỹ.

귀때 ấm vòi @귀때항아리 ấm, bình có vòi.

귀동냥 tin tức lấy được từ dư luận *--하다 học hỏi bằng tai nghe.

귀동자 đứa con trai yêu quý.

귀두 (해부) đầu dương vật.

귀뚜라미 (곤충 côn trùng) cào cào, châu chấu, con dế *귀뚜라미가 울다 (tiếng) dế kêu.

귀뚤귀뚤 @귀뚤귀뚤 울다 (tiếng) kêu chiêm chíp, (tiếng) hót líu lo.

귀둥 대둥 nhẹ dạ, mù quáng, thiếu thận trọng, hấp tấp.

귀띔 lời gợi ý, sự ám chỉ *--하다 gợi ý, ám chỉ.

귀뜨다 học nghe trước khi học nói.

귀뜨이다 được ai quan tâm chú ý đến (chuyện vui buồn của mình)

귀로 đường về nhà @귀로에 오르다 rời (ra) khỏi nhà.

귀리 (식물 thực vật) yến mạch.

귀머거리 người điếc đặc.

귀먹다 điếc, trở nên điếc, làm điếc tai.

귀물 của quý, vật hiếm, hàng quý hiếm.

귀밑 @귀밑까지 빨개지다 đỏ tận mang tai.

귀밝다 thính tai, nghe nhanh.

귀부 nền móng của lăng mộ, đài kỷ niệm.

귀부인 mệnh phụ phu nhân, phụ nữ quý tộc @귀부인다운 giống như mệnh phụ.

귀뿌리 mang tai.

귀빈 vị khách danh dự, thượng khách nhân vật quan trọng (VIP *very important person*).

귀사 quý công ty (lời lịch sự)

귀서 kính thư.

귀설다 không quen biết, xa lạ, lạ tai, không quen tai.

귀성 sự về nhà *--하다 về nhà, về thăm cha mẹ.

귀소 본능 trở về bản năng.

귀속 sự trở lại, sự trở về [소속] quyền, vật sở hữu *--하다 trở về, trở lại, quay trở lại.

귀순 sự phục tùng, lòng trung thành *--하다 phục tùng ai, trung thành với ai. *--병 một người lính trung thành.

귀신 [죽은 넋] (người) quá cố, một linh hồn, một bóng ma [마귀] ma quỷ @귀신 같다 có vẻ quái đản, quái dị, siêu phàm.

귀아프다 nghe đủ rồi, chán ngấy @귀아프도록 잔소리를 하다 diễn thuyết dài dòng, chán ngấy

귀얄 cây cọ sơn, cây bút lông.

귀양 sự trục xuất, sự đày ải @귀양가다 đi đày. 귀양보내다 kết án lưu đày, trục xuất ai // 귀양살다 sống cảnh lưu đày, sống tha hương.

귀에지 ráy tai.

귀엣고리 đôi hoa tai, đôi bông tai.

귀엣말 lời nói thầm *--하다 thì thầm, nói nhỏ vào tai.

귀여겨 듣다 chú ý, lắng nghe kỹ.

귀여리다 nhẹ dạ, cả tin, dễ bị lừa.

귀여워하다 vuốt ve, mơn trớn, âu yếm @개를 귀여워 하다 đối xử thân ái với con chó, cưng chó.

귀염 @귀염받다 được yêu thương, quý mến.

귀염성 duyên dáng, yêu kiều, thu hút, quyến rũ @귀염성 있는 sắc xảo, dễ thương, đáng yêu, tử tế, tốt bụng.

귀엽다 dễ thương, xinh xắn, dịu dàng, quyến rũ, thuần khiết, thông minh, thu hút, hấp dẫn. @귀여운 애 đứa bé dễ thương.

귀영 *--하다 trở lại doanh trại *--시간 giờ trở lại doanh trại.

귀의 [종교] sự chuyển biến *--하다 thay đổi, chuyển biến *--자 người hay thay đổi

귀이개 cây móc tai, cây lấy ráy tai.

귀인 người quý tộc, người thượng lưu.

귀일 sự thống nhất, tính đồng nhất *--하다 hợp nhất, thống nhất, đồng nhất.

귀임 sự quay về nhiệm vụ *--하다 quay về nhiệm vụ.

귀잠 giấc ngủ say @귀잠들다 ngủ say, chìm vào giấc ngủ.

귀적 sự viên tịch (sự chết - từ dành cho các vị cao tăng)

귀절 một câu, một mệnh đề, một đoạn văn.

귀접스럽다 [더럽다] dơ bẩn, hôi hám, thô tục [천하다] bần tiện, thấp hèn, hèn hạ, đê tiện.

귀접이 sự bào, sự lượn tròn các góc cạnh.

귀족 [전체] giới quý tộc, hàng khanh tướng [개인] người quý phái, nhà quý tộc @귀족의 có tính chất quý phái, thuộc quý tộc *--계급 giai cấp quý tộc.

귀중 thưa quý ông, kính gởi, kính thưa @서울 대학교 귀중 kính gởi trường đại học *Seoul*.

귀중하다 kỳ diệu, quý báu, có giá trị, đáng giá @귀중한 인명 cuộc sống đáng giá *--품 có giá trị.

귀중중하다 lôi thôi, lếch thếch, bừa bãi, lộn xộn, dơ bẩn, hôi thối.

귀지 quý địa phương (từ lịch sự).

귀지 bài viết, bài thuyết trình của --, quý báo (lịch sự) @귀지를 통하여 qua trung gian của quý báo.

귀질기다 không cảm giác, không đáp ứng nhiệt tình, không thông cảm, chậm hiểu.

귀착 (1) [돌아옴] sự quay về, sự trở lại *--하다 trở lại, trở về (2) [귀결] đoạn kết, phần cuối, hậu quả, kết quả *--하다 đưa đến hậu quả, đi đến kết luận.

귀찮다 quấy rầy, làm phiền, gây khó chịu @귀찮게 làm trái ý, làm bực mình // 귀찮은 일 việc phiền hà, rắc rối // 귀찮게 조르다 đòi hỏi, thúc bách vì (tiền).

귀천 cao và thấp; sự cao quý và sự thấp hèn @귀천의 차별 없이 cao thấp như nhau, không kể sang hèn.

귀청 thuốc nhỏ lỗ tai, tai giữa, màng nhĩ @귀청이 터질듯이 요란한 làm điếc tai.

귀체 quý thể (sức khỏe của..) (từ lịch sự).

귀추 xu hướng, khuynh hướng [결과] hậu quả, kết quả.

귀퉁이 [귀인저리] mang tai [모퉁이] góc, xó.

귀틀 khung, sườn, cấu trúc trạng thái sự việc *--집 túp nhà làm bằng cây gỗ ghép lại.

귀하 thưa ông (남자 nam), thưa bà, thưa cô (여자 nữ), thưa quý ông, quý ngài, thưa quí vị.

귀하다 (1) [신분이] cao quý, đáng tôn kính @귀하신 분 người thuộc dòng dõi quý tộc, người có địa vị xã hội cao (2) [귀여운] dễ thương, đáng quý @귀한 자식 đứa bé dễ thương (3) [드물다] hiếm có, quý báu, khác thường @귀한 손님 vị khách quý //귀한 물건 điều quý hiếm, khác thường.

귀한 quý thư (từ lịch sự, ý kính trọng)

귀함 --하다 trở về tàu chiến.

귀향 chuyến du lịch về thăm quê. *--하다 về thăm quê hương.

귀항 --하다 trở về cảng.

귀항 --하다 về nhà, về quê cũ, trở về cố quốc.

귀화 [국적 이전] sự nhập tịch *--인 dân nhập tịch, kiều dân được nhận cư trú.

귀환 sự trở về, sự hồi hương (본국에) *--하다 hồi hương, trở về quê hương @기지에 무사히 귀환하다 trở về cội nguồn *--병 lính giải ngũ, bộ đội phục viên *--자 người trở về.

귀휴 하다 mãn hạn công tác, giải ngũ, phục viên, kết thúc trách nhiệm, mãn nhiệm ky. *--병 bộ đội giải ngũ.

귓가 vành tai.

귓결@귓결에 sự may rủi, sự tình cờ, ngẫu nhiên.

귓구멍 tai, lỗ tai@귓구멍을 후비다 cạy ráy tai.

귓등 mặt sau của tai @귓등으로 듣다 nghe không kỹ, nghe không cẩn thận.

귓바퀴 loa tai, tai ngoài, tâm nhĩ.

귓밥 [귓불의 두께] độ dày của dái tai [귀에지] ráy tai.

귓불 dái tai.

귓속 phần giữa tai @귓속 말로 tiếng thì thầm, lời rỉ tai.

귓집 mũ len che tai.

규격 tiêu chuẩn, chỉ tiêu @규격외의 phi quy tắc // 규격화하다 tiêu chuẩn hóa *--통일 sự tiêu chuẩn hóa, sự sản xuất hàng loạt *--품 hàng sản xuất hàng loạt.

규례 điều lệ quy tắc, mức độ phẩm chất quy định.

규명 --하다 thẩm tra ky. @죄상을 규명

하다 thẩm tra tội lỗi ai.

규모 [구조] mức độ, phạm vi, kế hoạch, dự kiến [예산 한도] ngân sách hạn chế @대규모로 trên phạm vi rộng // 돈을 규모 있게 쓰다 sử dụng đồng tiền có hiệu quả.

규방 buồng the, khuê phòng, phòng riêng của phụ nữ.

규범 luật lệ, quy tắc, tiêu chuẩn [규모] điều lệ, mẫu vật@규범적법칙 có tính cách quy phạm.

규사 [광물 khoáng chất] *silic dioxyt*

규산[화학 hóa học] *acid silic.* *--염 *silicate.*

규석 [광물 khoáng chất] *silex*, đá lửa.

규소 [화학 hóa học] *silicon* *--수지 chất nhựa *silicon.*

규수 [처녀] gái tơ, gái xuân, trinh nữ, cô gái chưa chồng [글쓰는 여자] nhà văn nữ @김씨댁 규수 con gái ông Kim. *--시인 nữ thi sĩ *--작가 nữ văn sĩ *--화가 nữ họa sĩ.

규약 hợp đồng, giao kèo, bảng thỏa thuận, khế ước, hiệp ước, điều lệ, nội quy @규약을 정하다 đưa ra nguyên tắc *--협회-- điều lệ của hội.

규율 [질서] nội qui, trật tự, kỷ luật. [조직] hệ thống @규율 있는 một cách có trật tự, có hệ thống // 규율 없는 mất trật tự, vô kỷ luật, không hệ thống // 규율 바르게 trật tự tốt // 규율을 지키다 (깨뜨리다) tôn trọng (phá) luật lệ.

규정 trong nguyên tắc, theo luật. *--직무-- điều lệ qui định bổn phận của tập thể nhân viên

규정 [조항] điều lệ, điều kiện [규칙] quy ước, quy luật *--하다 quy định (thành điều khoản) @규정의 운임(요금) quy định về chế độ thù lao.

규제 sự chỉnh lý (규칙) sự hạn chế (제한) sự kiểm tra (통제) *--하다 chỉnh đốn, hạn chế, kiềm chế.

규조[식물 thực vật] tảo cát. *--처녀 đất tảo cát.

규중 khuê phòng, phòng the, phòng riêng của phụ nữ *--처녀 thiếu nữ, trinh nữ.

규칙 điều lệ, quy tắc @규칙적인 chính quy, hợp thức, có hệ thống, có phương pháp // 규칙적으로 một cách có hệ thống, có phương pháp // 규칙적인 생활 theo thói quen, theo tập quán, đúng mực // 규칙을 정하다 đưa ra nguyên tắc// 규칙을 지키다 chấp hành nguyên tắc // 규칙을 위반하다 chống lại nguyên tắc *--동사 động từ quy tắc.

규탄 *--하다 phê bình, chỉ trích, khiển trách, lên án, phản đối, tố giác, bắt lỗi, buộc tội, tố cáo.

규합 sự tập trung, sự tụ họp *--하다 tập trung, tụ tập, triệu tập @동지를 규합하다 tập trung những người cùng chí hướng lại.

규화 sự hóa thành *silicdioxyt* (hóa đá). *--물 *silicide.*

균 khuẩn hình que, vi trùng, vi khuẩn. @균 배양 sự cấy vi khuẩn // 상처에 균이 들어가지 않도록 주의하다 *chú ý giữ cho vết thương khỏi bị nhiễm trùng.* *--결핵-- vi trùng lao.

균등 tình trạng bằng nhau, sự bình đẳng, sự giống nhau, ngang nhau, tính công bằng *--하다 ngang bằng, tương tự, giống nhau @균등하게 một cách công bằng, một cách bình đẳng // 비용을 균등하게 부담하다 chia phần chi phí ngang nhau.

균류 cây nấm *--학 có dạng nấm.

균배 하다 chia công bằng.

균분 sự chia bằng, phần chia bằng nhau *--하다 chia bằng, làm ngang bằng nhau.

균열 đường nứt, kẽ hở, chỗ nứt, vết rạn, khe nứt @균열이 생기다 làm nứt, bị nứt.

균일 tính chất giống nhau, đồng dạng, đồng kiểu *--하다 đồng dạng, như nhau @균일하게 하다 làm giống nhau, làm bằng nhau / 100 원 균일이다 tất cả là tờ 100 *won* (như nhau).

균점 tiền lời chia đều. *--하다 đóng góp ngang nhau.

균질 tính đồng nhất, tính thuần nhất. *--로 phản ứng đồng nhất *--체 thực chất như nhau.

균형 sự cân bằng, tính vô tư, thế cân bằng @힘의 균형이 잡힌 rất cân bằng //균형을 잡다 (잃다) giữ thăng bằng (mất thăng bằng).

귤 trái cam *--껍질 vỏ cam *--나무 cây cam.

그 [그것] cái đó @그날 ngày đó, ngày ấy //그사람 người đó, người ấy // 그이튿 날 ngày kế đó // 그당시에는 trong những ngày đó // 그 때문에 với lý do đó //그후 sau khi đó, kể từ đó.

그까직 việc đó, loại đó @그까짓 것은 누구나할 수 있다 *ai ai cũng có thể làm như vậy.*

그같이 do đó, vì vậy, vì thế, như thế, trong (bằng) cách đó.

그건 그렇고 vậy thì, nhân đây, tiện thể.

그것 cái đó, vật đó @그것만으로 tự nó, để yên đó // 그것은 그렇지만 điều đó có thể là vậy, nhưng.. //그것은 그렇다 하고 ngoài vấn đề đó ra, để riêng chuyện đó ra.

그곳 chỗ đó, nơi đó @그곳에 ở nơi đó // 그곳 까지 cho tới khi mà..;

그끄러께 3 năm trước.

그끄저께 3 ngày trước, ngày hôm kia.

그글피 sau 4 ngày, kể từ bây giờ.

그나마 ngay cả, vẫn còn, chỉ có vậy.

끄나불 [끈] một đoạn dây [앞잡이] 1 công cụ, một vật liệu @끄나불로 잡아매다 buộc chặt bằng sợi dây.

그날 ngày đó, cùng ngày đó @그날의 일 việc làm trong ngày đó.

그냥 như vậy, vậy thì, trong tình hình đó @그냥두다 để yên đó, đừng đụng đến.

그네 [1] sự đu dưa, sự chuyển động nhịp nhàng (곡예용) @그네 뛰다 đu dưa, lúc lắc, ngồi trên ghế xích đu.

그네 (들)[2] đại từ, ngôi thứ 3, số nhiều những người đó, chúng nó, họ..

그녀 cô ấy, bà ấy, chị ấy; (ngôi thứ 3 số ít).

그놈 thằng cha khốn khiếp đó!, đồ chết tiệt đó!

그느르다 trông nom, chăm sóc.

그늘 [응달] bóng, bóng mát [부모의 슬하] sự che chở, sự bảo dưỡng của cha mẹ @그늘진 bóng tối, bóng râm // 그늘지다 có bóng mát.

그닐거리다 [살갗이] cảm giác ngứa ngáy, rùng mình, sởn gáy, sởn óc. [마음이] cảm giác khó chịu, bứt rứt, không yên, bị kích thích, tấy lên.

그 따위 cùng loại, cùng thứ, đồng loại (사람 người)

그다지 đến nỗi, đến mức độ, cho nên, vì thế @그다지 비싸지 않다 không đến nỗi đắt lắm 그다지 좋아하지 않다

không đến nỗi nhiều như vậy.

그대 anh, chị, mày..(đại danh từ ngôi thứ 2 số ít) @그대들 các anh, các chị..(đại danh từ ngôi thứ 2 số nhiều)

그때 đoạn, rồi @그때 마침 ngay lúc đó, ngay sau đó // 그때까지 vào lúc đó.

그대로 như vậy, như thế đó @그대로 내버려 두다 để y đó, để yên đó.

그동안 đang lúc đó, trong khi đó, ngày đó, giữa thời gian đó @그동안 어떻게 지냈오 thời gian qua, bạn ra sao?

그득하다 làm đầy, chứa đầy => 가득하다.

그들 chúng nó, bọn họ (đại danh từ ngôi thứ 3 số nhiều) 그들의 của chúng nó.

그들먹하다 gần đầy.

그라비야 [인쇄] thuật khắc ảnh trên bảng kẽm @그라비야 판의 그림 ảnh bản kẽm.

그라운드 khu đất, bãi đất, sân vận động, trường đua, cánh đồng.

그라인더 cối xay, máy nghiền.

그라프 => 그래프

그람 gram (đơn vị đo trọng lượng).

그랑프리 *grand prix* - giải thưởng lớn.

그래 [1] [대답 trả lời] vâng, dạ, ừ, phải (긍정) // không (무정) // vậy la,; đúng vậy, đúng thế.

그래 [2] đấy, thế đấy, bởi vậy cho nên @그래 그다음에는 rồi sao nữa? rồi thì sao? // 그래 어쨌단 말이오 rồi gì nữa?

그래도 nhưng, hãy còn, lại nữa, tuy nhiên, thế mà, chính vì vậy @그는 결점이 많지만 그래도 나는 그를 좋아한다 *thực sự là hắn có nhiều lỗi lầm, nhưng tôi vẫn thích hắn.*

그래서 vì thế, vậy thì, do đó, bởi vậy cho nên, sau đó, và, cùng với @그래서 어떻단 말아 vậy là sao?

그래프 đồ thị, biểu đồ, một đoạn tượng trưng *--용지 một mục báo cắt ra.

그랜드 lớn *--오페라 nhà hát lớn.

그랜드 피아노 cây đàn piano lớn.

그러께 năm ngoái.

그러그러 bằng mọi cách, bằng cách này cách khác.

그러나 nhưng, tuy nhiên, hãy còn.

그러나 저러나 dù vậy, dù sao chăng nữa, bằng mọi giá, trong mọi trường hợp,. @그러나 저러나 나는 아무것도 모른다 dù sao tôi cũng không biết gì cả.

그러넣다 đặt vào, cào vào, gạt vào, vơ vào.

그러니저러니 cái này cái nọ @그러니 저러니 할 것 없이 đừng hỏi này nọ.

그러담다 thu thập lại, lấy lại, gom lại.

그러면 vậy thì, nếu vậy thì, trong trường hợp đó. @그러면 내일 오겠습니다 à, vậy thì mai tôi sẽ đến.

그러면 그렇지 như mong đợi, nghư đã nghĩ @그러면 그렇지 불평 안할 리가 있나 đừng ngạc nhiên khi nó oán trách.

그러모으다 cào lại, nạo, vét lại.

그러므로 vì thế, vì vậy, vì lý do đó, bởi vậy cho nên.

그러자 sau đó, rồi thì, ngay sau đó, lập tức

그러잖아도 ngay cả không có (cái đó, việc đó), ngay cả không có ai; dù vậy, tuy nhiên, tuy thế mà, vậy thì, rồi, đã vậy thì.

그러잡다 túm, ôm, siết chặt.

그러저러하다 thế này thế khác, điều này điều nọ @그러저러해서 đủ mọi lý do.

그러쥐다 cầm, giữ, nắm, bắt, chộp, ôm, túm chặt @손잡이를 그러쥐다 cầm chặt cán, giữ chặc lấy quai.

그러하다 thế đó, vậy đó @그러한 như thế, như vậy //그러한 까닭에 vì thế, cho nên, vì lý do đó // 그러한 경우에 trong trường hợp đó.

그럭저럭 cách này cách khác, bằng mọi cách; trong lúc ấy @그럭저럭 하는동안에 trong thời gian chờ đợi // 그럭저럭 살아가다 bằng cách này cách khác, xoay xở

그런 như vậy, như thế.

그런고로 => 그러므로.

그런대로 đại khái, qua loa, thế nào cũng được, dù sao đi nữa.

그런데 nhưng, tuy vậy, tuy thế, tuy nhiên.

그런즉 bởi vậy cho nên, vậy thì, sau đó.

그럴듯하다 hợp lý, đáng tin cậy @그럴듯하게 들리다 nghe có lý, nghe hợp lý // 그럴듯한 거짓말을하다 nói dối y như thật.

그럴법하다 có khả năng, có thể xảy ra, có thể thực hiện được @그럴법한 일이다 điều đó rất có khả năng.

그럴싸하다 hợp lý, giống y (như thật) => 그럴듯하다.

그럼 (1) [물론] chắc chắn, lẽ dĩ nhiên, tất nhiên, quả vậy, thực vậy @그럼 그렇고 말고요 đúng vậy, đúng thế, chắc chắn là vậy (2) [그러면] nếu vậy, nếu trường hợp đó @그럼 가자 vậy thì chúng ta đi.

그렁그렁하다 [물이 nước] gần đầy, [국물이] loãng, có pha nước.

그렇게 đến thế, như thế, trong cách đó, trong phạm vi đó, chỉ có, không (nhiều) lắm (부정) @그렇게까지 xa đến thế, nhiều đến thế, đến nước đó, đến nỗi đó // 그렇게 춥지 않다 *tôi không thấy lạnh lắm.*

그렇고말고 quả thực, thực vậy, dĩ nhiên, chắc chắn.

그렇다 [대답 đàm thoại] đúng vậy, đúng thế, phải [그러하다] như vậy, như thế @그렇다면 nếu thế, vậy thì 그렇다 하더라도 mặc dù, dù sau, dẫu cho, tuy nhiên, tuy thế mà.

그렇듯(이) => 그렇게

그렇지 đúng thế, đúng vậy, có lý.

그렇지않으면 trừ phi, nếu không thì..

그레코로만 [레슬링] kiểu dáng La Mã.

그로기 loạng choạng, nghiêng ngã, lảo đảo @그로기되다 trở nên lạng quạng.

그로스 (*a gross*) 12 tá → 144 cái

그로테스크 tính lố bịch, kỳ cục @그로테스크한 kỳ dị, kỳ quái, lố bịch, kệch cỡm.

그루 [농사의 nghề nông] vụ, mùa [나무의 cây] rễ, gốc @나무 한 그루 gốc cây // 벼 한 그루 gốc ra.

그루갈이 2 vụ thu hoạch trong năm.

그루콩 sau mùa thu hoạch đậu.

그루터기 gốc cây (나무의), gốc rạ (벼따위의).

그룹 một nhóm. *--활동 hoạt động nhóm.

그르다 (1) [옳지 않다] phạm lỗi, phạm sai lầm, không đúng, đáng khiển trách, có lỗi @그른짓 một hành động tội lỗi, thói xấu // 그르고 바른 것을 가리다 biết phân biệt phải trái (đúng hay sai) // 내가 그르다 tôi đáng bị khiển trách về việc đó (2) [나쁘다] xấu xa, bần tiện, hôi thối, khó chịu (3) [가망 없다] thất vọng, tuyệt vọng, không hy vọng.

그르렁거리다 tiếng khò khè.

그르치다 làm hư hỏng, đỗ nát, làm tiêu tan, triệt phá, tiêu diệt @계획을 그르치다 làm hỏng kế hoạch, vỡ kế hoạch // 일생을 그르치다 *làm hư hỏng cuộc đời của ai.*

그릇 [1] (1) bình, chậu, vại; đồ đựng, đồ chứa, thùng. @놋그릇 chậu bằng đồng (2) [기량] dung tích, sức chứa, năng lực, phẩm chất @그릇이 크다 (작다 ít) người có nhiều bản lĩnh (ít).

그릇 [2] sai quấy, bậy, sai lầm, sai trái, lỗi lầm. *-- 하다 phạm sai lầm, phạm lỗi @그릇 생각하다 hiểu lầm, hiểu sai.

그릇되다 làm sai, bị hư hỏng, đỗ nát @그릇된 생각 một quan niệm sai lầm // 그릇된 행실 một hành động xấu xa.

그리 (1) [그것으로] ở nơi đó, điều đó, cách đó (2) [그렇게. 그다지] như vậy, ở hoàn cảnh đó, bằng cách đó.

그리니치-시 (*Greenwich*) đường kinh tuyến 0^0.

그리다 [1] [그림을] hình vẽ, tranh vẽ [채색하여] sơn màu [약도를] bức vẽ phát họa [도안을] vạch ra, vẽ ra [인물을] bức họa chân dung @눈썹을 그리다 vẽ lông mày // 마음에 그리다 tự vẽ ra, tưởng tượng ra // 산수화를 그리다 vẽ phong cảnh // 약도를 그리다 vẽ phát họa.

그리다 [2] [사모하다] thương cảm, thương mến, thương hại @고향을 그리다 mòn mõi nhớ nhà, nhớ quê.

그리마 [동물 động vật] hang rết.

그리스도 *Jesus Christ* *--교 Cơ đốc giáo, đạo thiên chúa.

그리움 cảm xúc khao khát, mong mõi, ao ước, mong chờ, quyến luyến, gắn bó.

그리워하다 => 그리다 [2]

그리스 Hy lạp (*Greece*). @그리스의 thuộc Hy Lạp // 그리스 말 tiếng Hy Lạp // 그리스 사람 người Hy Lạp.

그린 xanh lục, xanh lá cây @그린 벨트 đai xanh lục (thắt lưng).

그린란드 *Greenland* – đảo băng.

그릴 vỉ nướng, món nướng chả.

그림 bức tranh, bức họa, bức vẽ (서화) bức vẽ phát họa (약도), tranh minh họa (삽화) @그림 잡지 tạp chí bằng tranh, chuyện tranh // 그림 같은 sinh động, gợi hình.

그림자 bóng tối, bóng râm, hình bóng [영상] sự phản chiếu [모습] hình dung @호수에 비친 그림자 ngọn núi soi bóng trên mặt hồ // 그림자 같은 đầy bóng tối, lờ mờ, không rõ // 그림자가 비치다 lao vào bóng tối.

그립다 yêu, mến, thương nhớ, mong mõi, lâu lắm mới.., mãi mới... @그리운 사람 người thân, người yêu // 고향이 그립다 tha thiết nhớ nhà, nhớ quê.

그만 (1) [그정도까지만] đến chừng mực đó, đến mức đó, đủ rồi @그만 울어라 đừng khóc nữa (2) [곧] càng sớm càng..; ngay lập tức (3) không thể tránh được, điều tất yếu, lẽ tất nhiên, miễn cưỡng, bất đắc dĩ. (4) [최고] tốt nhất @맛이 그만이다 *hương vị này thật tuyệt vời.*

그만그만하다 gần (khoảng), cũng vậy, hầu như vậy.

그만두다 [중지] chấm dứt, ngừng, thôi, hết, ngớt, tạnh [취소] đình lại, hoãn lại [포기] từ bỏ, ruồng bỏ [사퇴] trao lại, nhường, xin thôi @ 이야기를 그만두다 ngưng nói, thôi nói //학교를 그만두다 rời bỏ nhà trường.

그만저만하다 gần giống, như nhau, đại khái, không tốt không xấu.

그만큼 chừng ấy, đến mức độ này, đến nỗi này, đến chừng mực đó 그만큼 공부하면 시험에 합격하겠다 *bạn chắc chắn sẽ qua được kỳ thi nếu bạn làm việc ở tốc độ đó.*

그만하다 gần giống, không xấu không tốt, không nhiều không ít @ 그의 병세는 그저 그만하다 bệnh tình của nó không tăng không giảm.

그맘때 khoảng thời gian đó, khoảng tuổi đó [나이 tuổi]. @나도 그맘때는 무척 장난이 심했었다 tôi rất quậy khi tôi vào tuổi đó.

그물 cạm bẫy, lưới, mạng, hệ thống, mạng lưới (그물 세공). @그물을 치다 quăng lưới, căng lưới đánh quần vợt (정구의).

그믐 cuối tháng.

그믐날 ngày cuối tháng.

그믐밤 đêm cuối tháng âm lịch.

그밖 vật còn lại, vật khác @그밖의 hơn nữa, thêm nữa, nói cách khác // 그밖에 bên cạnh, ngoài ra, vả lại, vả chăng, hơn nữa.

그사이 trong khi đó, trong lúc đó, cùng lúc đó, khoảng đó (그사이에).

그슬리다 bỏng, cháy, quay, nướng @까맣게 그슬리다 hóa thành than, cháy thành tro.

그악스럽다 cứng cỏi, mãnh liệt, dữ dội, tàn bạo, dã man (부지런하다); quá đáng, quá mức (너무하다) tai quái, ranh ma (장난이).

그악하다 => 그악스럽다.

그야말로 đúng vậy, quả thực, thật ra @그야말로 아름답다 quả thực là đẹp.

그예 cuối cùng, sau cùng, về sau, sau rốt.

그외 ngoài ra, cứ, vẫn còn @그외에 bên cạnh, vả chăng, vả lại // 그외의 mặt khác, thêm nữa.

그윽하다 [으늑하다] êm ả, thanh vắng, tĩnh mịch, tách biệt [깊다] sâu kín.

그을다 [햇볕에] bị rám nắng, bị cháy nắng [연기에] đen như bồ hóng, đen như nhọ nồi @햇볕에 그을은 얼굴 *một khuôn mặt rám nắng.*

그을음 nhọ nồi, bồ hóng. @그을음이 끼다 trở nên đen nhẻm.

그이 người đó, hắn.

그저 (1) [줄곳] suốt, luôn luôn, lúc nào cũng, liên tục, không ngớt @그저 비가 온다 mưa không ngớt, mưa liên tục (2) [목적 없이] vu vơ, tình cờ, ngẫu nhiên, không mục đích, vừa mới, chỉ có @그저 앉아 있다 hắn lừ đừ ngồi xuống (3) [대단찮게] @그저 그럴 줄 알았지 *đó là những gì mà tôi đã nghĩ.* (4) [애원] *vì tình thương của Chúa* @그저 살려 주십시오 *vì tình thương, xin hãy tha thứ cho tôi* (5) [딴뜻 없이] chỉ có, đơn thuần, tuyệt đối. @그저 농담으로 한 말이다 *tôi chỉ nói đùa thôi.*

그저께 ngày hôm kia@그저께 밤 đêm hôm kia.

그전 ngày hôm trước @그전 주소 địa chỉ cũ (trước) //그전에 trước kia, trước đây, thuở xưa.

그제야 trước khi, chỉ khi, sau cùng, rốt cuộc, cho đến khi.

그중 giữa số.., trong số..; giữa chúng nó, trong đám..; [제일] hầu hết, đại bộ phận @이것을 그중 좋아하다 tôi thích cái này hơn cái kia.

그즈음 vào khoảng thời gian đó.

그지없다 bao la, bát ngát, không bờ bến @그지없이 liên tu bất tận, không bờ bến, không giới hạn, cực kỳ // 불쌍하기 그지없다 *lời nói quá sức nhỏ mọn.*

그치다 ngưng, dừng, thôi, ngớt, tạnh, tạm ngừng lại, kết thúc, kết liễu (소리가) hết, xong, chấm dứt @그칠 새 없이 liên tục, không ngớt, liên miên // 그칠 새 없는 걱정 không ngớt lo buồn.

그토록 đến thế, đến nỗi.

그트머리 [끝] đầu mút, đỉnh chóp, mũi nhọn, đuôi, đoạn cuối [단서] manh mối, đầu mối khởi đầu.

그후 sau khi đó, sau này, về sau, kể từ sau @ 그후 나는 서울에서 살았다 tôi đã sống ở *Seoul* kể từ đó đến nay.

극 vở kịch, vở tuồng @극적인 giống như kịch // 극적으로 đột ngột.

극 [절정] chiều cao, độ cao, đỉnh cao, cùng cực, tột bực, tột điểm [지구.자석의 địa cầu, quả đất] cực @극에 달하다 vươn đến cực điểm.

극광 cực quang, ánh hồng lúc bình minh.

극구 찬송 lời tâng bốc, tán tụng *--하다 đề cao, tâng bốc ai đến tận trời xanh.

극권 vòng cực *북 (남) -- Bắc cực (Nam cực).

극기 sự tự kiềm chế *--하다 tự kiềm chế, tự chế ngự bản thân mình *--심 tinh thần tự khắc chế.

극난 하다 cực kỳ khó khăn, nan giải

극단 cực đoan, vô cùng, tột bực @극단의 cực độ (극단적으로) // 극단으로 흐르다 đến cực độ, đi quá xa *--론 quan điểm quá khích (cực đoan) *--주의 chủ nghĩa cực đoan.

극단 đoàn kịch (gánh hát) @ 지방 순회 극단 đoàn kịch cấp tỉnh (biểu diễn ở tỉnh); đoàn kịch đường phố.

극단 kịch đàn, giới sân khấu.

극대 [수학 toán học] trị số cực đại. *--치 giá tối đa.

극도 cực độ [최대한] tối đa, lớn nhất [정상] tột đỉnh @극도의 tột bực, cực kỳ, cực độ // 극도로 vô cùng, ở tột cùng, đi đến mức tối đa.

극동 viễn đông.

극락 cực lạc, thiên đường (무상의 행복). --왕생 cái chết thanh thản (*--하다 chết thanh thản).

극력 [부사적] cực lực, dồn hết sức lực, dồn hết khả năng. @극력 반대하다 đối kháng, ương ngạnh, ngoan cố, không nhượng bộ.

극렬 문자 người cực đoan.

극론 lý lẽ cực đoan. *--하다 tranh cãi một cách quá khích, cực đoan.

극미 하다 cực nhỏ, thật nhỏ, vi phân

극복 sự thu phục, sự chinh phục *--하다 khắc phục, thu phục @관난을 극복하다 *khắc phục khó khăn.*

극본 => 각본.

극복 cực Bắc – Bắc cực.

극비 hoàn toàn (tuyệt đối) bí mật @극비의 một cách bí mật // 극비리에 hết sức bí mật 극비에 부치다 giữ bí mật tuyệt đối.

극빈 (cực bần) nghèo khổ tột cùng *--하다 cơ cực, thiếu thốn. *--자 người cùng khổ [총칭] người nghèo khổ bần cùng.

극상 @극상의 cực đẹp, xuất sắc *--품 sản phẩm đẹp nhất, hàng tuyệt phẩm.

극서 cực nóng, nóng rực.

극상 @극성스럽다 cực kỳ thịnh vượng [성질이] cực kỳ cuồng nhiệt, // 극성스

러운 언동 cư xử quá đáng //극성 떨다 trở nên thiếu kiên nhẫn, đi đến quá khích.

극소 [수학 toán học] vi phân, tối thiểu @극소의 cực tiểu *--량 cái nhỏ nhất, thấp nhất *--치 giá thấp nhất.

극심 --하다 vô cùng khắc nghiệt, tột bực, tột độ, kịch liệt, kinh khủng @극심 한 더위 nóng kinh khủng // 극심 한 추위 lạnh dữ dội.

극약 thuốc cực mạnh [독약] độc dược, thuốc độc chết người.

극언 (trực ngôn) tự do phê phán, lời nói thẳng. *--하다 tự do bày tỏ, tự do phát biểu, nói thẳng.

극영화 phim kịch.

극우 [사람] người cực hữu *--파 cực hữu, cánh hữu.

극작 (kịch tác) tác phẩm kịch *--하다 viết kịch, soạn kịch @극작상의 kịch nghệ, nghệ thuật soạn kịch *--가 nhà soạn kịch, nhà viết kịch, tác giả kịch bản.

극장 kịch trường, nhà hát, rạp hát.

극적 sự màu mè, sự cường điệu, kịch tính @극적으로 một cách màu mè, cường điệu // 극적 장면 một màn kịch.

극점 cực điểm, cao đỉnh, tột độ [절정] thượng đỉnh, cấp cao.

극좌 phe cực tả, cánh tả, @극좌의 thuộc cánh tả *--파 cánh tả.

극지 cực địa, vùng cực địa *--탐험 đoàn thám hiểm cực địa.

극진 hết sức chân thành @ 극진히 một cách chân thành, tận tâm, một cách , sốt sắng, nhiệt tình // 극진히 대접하다 đối xử nhiệt tình, thân ái với ai, tiếp đãi (ai) nồng nhiệt, ân cần.

극치 lý tưởng, tuyệt mỹ, tuyệt hảo, tột đỉnh @미의 극치 lý tưởng đẹp // 예술의 극치 đỉnh cao của nghệ thuật //극치에 이르다 đạt được lý tưởng.

극통 đau buốt, đau nhói.

극한 giới hạn, phạm vi, hạn độ @--상황 vị trí tột đỉnh *--투쟁 sự đấu tranh cho lý tưởng.

극한 cực hàn, lạnh buốt.

극형[사형] án tử hình [최대한의 형] hình phạt cao nhất @극형에 처하다 xử ai ở hình phạt cao nhất.

극히 khác thường, đặc biệt, ngoại lệ, đáng chú ý @극히 미묘한 tinh vi, tinh tế khác thường // 극히 아름다운 đẹp lạ thường.

근 1 pound (đơn vị đo lường Anh, tương đương với 0,454kg)

근 (1) [종기의] lõi, hạch, nhân (2) [화학 hóa học] gốc [수학 toán học] căn, căn số *입방(평방)-- căn bình phương (căn bậc 3).

근 sức lực, cơ bắp; [심줄] gân bắp, gân, dây chằng.

근간 [뿌리와 줄기] rễ và thân cây [근본] nền tảng, căn bản, cơ sở, gốc rễ, căn nguyên [기조] chủ đạo, then chốt @사물의 근간을 모르다 *không có một khái niệm nào về lý thuyết cơ bản của nó.*

근간 gần đây, mới đây, sắp tới *--서 ấn phẩm mới phát hành, sách mới xuất bản (예정).

근간 [부사적] mới đây, gần đây, vừa qua, cách đây không lâu.

근거 căn bản, nền tảng @근거있는 đáng tin cậy, có cơ sở // 근거없는 không có cơ sở, không đáng tin // ...에 근거를

두다 dựa vào, căn cứ vào, căn cứ trên.
근거리 khoảng cách ngắn, tầm gần @근거리에서 ở vị trí gần, ở tầm gần.
근검 tính căn cơ, cần kiệm *--하다 thanh đạm, cần kiệm, tiết kiệm.
근경 [식물 thực vật] thân rễ.
근경 tầm nhìn gần (xích lại gần)
근고 thời cận đại.
근골 gân cốt [체격] tầm vóc,khổ người, thể lực @근골이 늠름한 có bắp thịt, gân guốc, vặm vỡ.
근교 vùng ngoại ô, ngoại thành.
근근하다 [물이] (nước) đầy, tràn trề; [가렵다] ngứa.
근근히 trống rỗng, trơ trụi, nghèo nàn, hẹp hòi, tỉ mỉ, khó khăn @근근히 살아가다 sống nghèo.
근기 tính kiên nhẫn, sự bền lòng, bền chí, tính nhẫn nại, sự chịu đựng // 근기를 있는 có tính nhẫn nại // 근기를 요하는일 công việc đòi hỏi tính nhẫn nại.
근기 nền móng, cơ sở, căn nguyên.
근년 năm vừa qua @근년에 năm vừa rồi, vào năm ngoái @근년에 보기 드문 큰분 đám cháy to nhất đã xảy năm ngoái.
근농 công việc đồng án tỉ mỉ.
근대 [식물] cây củ cải đường.
근대 thời cận đại @근대의 cận đại, hiện đại // 근대 적인 tư tưởng (quan điểm) hiện đại // 근대화 하다 hiện đại hóa, được hiện đại hóa. *--사 lịch sử cận đại.
근대다 quấy rầy, làm phiền, buồn phiền, lo lắng.
근덕거리다, 끈덕거리다 lung lay, dễ dao động, đu đưa, lắc lư, mơ hồ.
근동 cận Đông.
근들거리다 đu đưa, lắc lư, lúc lắc.
근래 [부사적] vừa qua, mới đây, mấy ngày nay @근래의 vừa rồi, mới đây, hiện tại // 근래에 드문 큰 비 vừa qua có cơn mưa to nhất.
근량 cái cân, sự cân@근량을 속이다 cân thiếu.
근력 sức mạnh cơ bắp.
근로 sự nổ lực, sự cố gắng *--하다 nổ lực, lao động, phục vụ, đáp ứng. @근로에 대한 보수 tiền thù lao phục vụ*--계급 giai cấp lao động.
근류 [식물 thực vật] rễ mấu nhỏ. *--박테리아 rễ vi khuẩn mấu nhỏ.
근린 => 근처
근면 chăm chỉ, siêng năng, cần cù*--하다 chăm chỉ, siêng năng, làm việc tận tình, chu đáo. @근면하게 một cách siêng năng.
근모 [식물 thực vật] rễ tóc, sợi thớ nhỏ.
근무 bổn phận, nhiệm vụ, việc làm, chức vụ *--하다 làm việc, phục vụ // 근무를 충실히 하다 tận tâm với công việc *--성정 kỳ công, việc làm xứng đáng *--실적 phụ trách văn thư *--연한 nhiệm kỳ công tác *육상(해상)—làm việc trên bờ (dưới biển).
근묵자흑 [*"ai sờ vào mực, tất nhiên phải bị đen tay"*].
근방 => 근처
근배[편지의 끝말 lời chào cuối thư] thành thật, chân thành.
근본 [기초] nền móng, cơ sở, căn cứ [근원] căn nguyên, nguồn gốc @근본적 cơ bản, cơ sở, hoàn toàn thấu đáo // 근본적으로 một cách cơ bản // 근본적 개혁 sự cải tổ toàn bộ // 근본을 밝히다 lần ra cội nguồn, phát hiện ra nguồn

gốc (vật gì) *--문제 một câu hỏi cơ bản *--원칙 nguyên tắc cơ bản.

근사 --하다 gần đúng, gần giống, tương tự [훌륭함] tốt, đẹp, nguy nga, tráng lệ, lộng lẫy, tuyệt vời@근사한 건물 một tòa nhà lộng lẫy. *--치 giá xấp xỉ.

근사모으다 nổ lực không ngừng.

근성 tâm hồn, bản chất, tính tình @상인 근성을 드러내다 để lộ ra bản chất vụ lợi.

근세 thời cận đại @근세의 cận đại, mới đây, gần đây *--사 lịch sử cận đại.

근소 --하다 ít oi, một vài, một ít, vặt vãnh, không quan trọng.

근속 liên tục giúp đỡ. *--하다 tiếp tục phục vụ, tiếp tục phụng sự. @10 년 근속 phục vụ liên tiếp 10 năm. *-자 người phục vụ lâu năm.

근수 cân, trọng lượng.

근수 [수학] căn số. *두진-- căn vô tỉ

근시 [근시안] gần, cận, cận hình, có thể nhìn thấy [의학 y học] cận thị @근시의 cận thị, nhìn gần *--경 kính cận.

근신 kẻ thuộc hạ tin cẩn, cận vệ.

근신 đạo đức tốt, khôn ngoan, biết suy nghĩ [자제] tự kiềm chế, tự rèn luyện bản thân [개전] sự ăn năn, hối lỗi *--하다 có đạo đức tốt, thận trọng khôn ngoan trong lời nói và hành động. @근신의 뜻을 표하다 tỏ ra hối hận.

근실 하다 siêng năng, chuyên cần.

근실거리다 ngứa, cảm giác ngứa.

근심 mối lo âu, sự bực bội *--하다 lo buồn, bận tâm @근심거리 lo lắng, phiền hà // 근심스럽게 có vẻ quan tâm, lo lắng // 근심을 끼치다 gây rắc rối phiền hà cho ai.

근엄 trạng thái tỉnh táo, tính điềm đạm, tính lạnh lùng nghiêm khắc. *--하다 uy nghiêm, nghiêm nghị, từ tốn @근엄한 태도 vẻ mặt uy nghiêm, dung nhan điềm đạm.

근염 [의학] tình trạng thu hẹp đồng tử.

근영 ảnh mới nhất.

근왕 lòng trung thành @근왕의 bảo hoàng.

근원 nguồn gốc, cội nguồn, căn nguyên, cội rễ [원인] nguyên do @근원을 캐다 dấu vết nguyên thủy // 금전욕은 모든 악의 근원이다 *ham tiền là nguồn gốc của mọi tội ác.*

근위 đội bảo hoàng *--병 cuộc đời binh nghiệp *--사단 đội bảo vệ hoàng gia.

근육 cơ bắp, gân @근육의 발달 phát triển cơ bắp // 근육질의 thuộc gân bắp *--노동(노동자) lao động thủ công, người lao động tay chân.

근인 nguyên do trực tiếp.

근일 sớm, chẳng bao lâu, chẳng mấy chốc, một ngày gần đây @근일중에 trong vài ngày.

근일점 [천문 thiên văn] điểm cận nhật, gần mặt trời.

근자@근자의 mới đây, vừa mới // 근자에 mới đây, vừa qua, cách đây không lâu.

근작 công việc gần đây nhất, công việc sau cùng (của người nào).

근저 nền móng, nền tảng, cơ sở, ngọn nguồn, bản chất.

근저 tác phẩm văn học cận đại

근절 sự nhổ rễ, sự trừ tiệt, sự hủy diệt *--하다 nhổ bật rễ, trừ tận gốc, triệt tiêu, hủy diệt.

근점 [가까운] điểm gần [근일점] điểm gần mặt trời, điểm cận nhật.

근접 *--하다 đến gần, gần như @근접한 gần kề, sát bên.

근정 sự giới thiệu, sự phô bày [책에] lời thăm hỏi chúc mừng của tác giả.

근지럽다 => 간지럽다.

근지점 [천문 thiên văn] điểm gần trái đất, cận điểm.

근직 --하다 chung thủy, trung thành, trung thực, ngay thẳng, chính trực, thật thà, chu đáo, tận tâm, có lương tâm.

근질거리다 cảm giác ngứa.

근착 @근착의 vừa mới nhận được.

근처 bên cạnh, láng giềng gần, quan tâm, gần gũi @근처의 gần, không xa, quanh đây.

근청 하다 chăm chú nghe.

근치 *--하다 trị tận gốc, trị toàn bộ.

근친 quan hệ gần, bà con họ hàng gần *--결혼 hôn nhân họ gần, kết hôn với người cùng dòng máu *--상간 sự loạn luân.

근친 cô dâu mới về thăm cha mẹ *--하다 cô dâu mới về thăm cha mẹ sau ngày hôn lễ.

근하 lời chúc mừng chân thành *--하다 chân thành chúc mừng*--신년 năm mới hạnh phúc, chúc mừng năm mới.

근해 (1) láng giềng, bên cạnh (nhà) (2) nước, sông, hồ, bờ biển@근해의 thuộc miền duyên hải, ven biển *--어업 đánh cá ven bờ.

근화 đám cháy bên cạnh nhà.

근황 tình hình mới đây, tình trạng hiện tại. @무역의 근황 tình hình mua bán hiện tại.

글 (1) [공부] sự học hỏi, sự nghiên cứu (2) [글자] sự viết, nét chữ, bản mẫu tự (3) [쓴것] bài soạn, bài viết, lối viết, văn phong @글을 짓다 soạn bài, viết một bài luận // 글을 배우다 học hỏi, nghiên cứu // 글을 잘쓰다 viết hay, văn hay.

글귀 một đoạn văn, một thể thơ @글귀를 외다 học thuộc lòng một đoạn thơ.

글동무 bạn học.

글라디올러스 [식물 thực vật] cây hoa lay-ơn.

글라스 cái ly, cốc, tách.

글라이더 tàu lượn (hàng không).

글래머 거얼 cô gái (có khuôn mặt) quyến rũ.

글러지다 [일이] việc làm không đúng, sai trái [병이] phạm sai lầm.

끌러지다 thả lỏng, nới lỏng, giản ra, thư giản.

글로브 găng tay (để chơi bóng bầu dục), găng tay hở ngón.

글루타민산 *acid glutanic* *--소오다 bột ngọt.

글리세린 *glycerin.*

글리코오갠 *glucogen.*

글방 trường tư thục (ở nông thôn)

글썽글썽 với đôi mắt đẫm lệ *--하다 muốn khóc, ứa nước mắt @눈물이 글썽글썽한 눈 mắt ướt mi.

글쎄 thôi được, tốt, để xem đã @글쎄어떻게 할까 tôi sẽ làm gì bây giờ? // 글쎄 언제 도착할까 tôi muốn biết khi nào nó sẽ đến đây.

글씨 chữ, nét chữ @글씨를 잘(못) 쓰다 viết đẹp (xấu).

끌어내다 đẩy ra, kéo ra, mang ra, đem ra @사람을 집에서 끌어내다 đẩy người nào ra khỏi nhà.

글월 [글] sự viết, chữ viết, một câu viết (문장), [편지] một lá thư.

글자 nét chữ, mặt chữ; khoa nghiên cứu nét chữ (표의 문자).

글제 tựa đề, chủ đề, tên (của một mục báo, một quyển sách, một bài thơ..)

글피 ngày mốt.

긁다 (1) [가려워서] vết thương nhẹ, vết xước, vết trầy @머리를 긁다 bị xây xát ở đầu // 구두 흙을 긁다 cạo bùn khỏi đôi giày (2) [끌어 모으다]chùi, cạo, cào, cời @낙엽을 긁어 모으다 cào sạch lá chết (3) [감정을] kích động, xúi giục, chọc tức, đay nghiến, chì chiết, gây sự (4) [착취] sự lợi dụng, sự khai thác @돈을 긁어 내다 ăn bớt, ăn chặn, vơ vét hết tiền của ai.

긁어 당기다 gạt vào, vơ vào, cào vào.

긁어 먹다 gặm nhấm, ăn mòn, nhai trệu trạo [남의 것을] lợi dụng, bóc lột @뼈에서 고기를 긁어 먹다 gặm xương.

긁적거리다 bị xây xát liên tục.

긁혀미다 bị thương nhẹ, làm trầy.

긁히다 (1) bị xây xát @얼굴을 긁히다 bị xây xát trên mặt (2) [감정을] bị xúc phạm (4) [착취] bị lợi dụng, bị bốc lột.

금 [1][값] giá cả, phí tổn, trị giá @금을 놓다 đặt giá, định giá, ra giá.

금 [2][선] vết nhăn [접은] nếp gấp [홈] vết rạn @금간 찻잔 cái tách trà bị nứt.

금 vàng @금의 bằng vàng // 금반지 nhẫn vàng // 금을 입힌 mạ vàng.

금강력 khỏe như *Hercul*.

금강사 bột mài.

금강산 núi kim cương @금강산도 식후경이라 ngay cả núi kim cương cũng phải xem sau khi ăn (*cái gì cũng không qua được cái dạ dày*).

금강석 viên kim cương @금강석처럼 굳다 cứng như kim cương.

금계 khu vực cấm.

금계랍 [약 thuốc] ký ninh (thuốc trị sốt rét).

금고 [법 luật pháp] hình phạt tù.

금고 tủ sắt, két sắt, hầm (은행 따위의 ở ngân hàng) hộp tiền quỹ [국고금 취급소] kho chứa.

금과 옥조 nguyên tắc quan trọng phải tuân theo khi thực thi nhiệm vụ nào đó.

금관 mũ miện bằng vàng.

금관 악기 đồng, thau.

금광 [광산 khoáng sản] kho vàng, mỏ vàng [광석] quặng vàng *--맥 mạch vàng.

금괴 quặng vàng, thỏi vàng.

금권 quyền lực của đồng tiền, thế lực kim tiền @요즈음은 금권 만능의 세상이다 *thời buổi này tiền là tất cả* *--정치 bọn tài phiệt.

금궤 rương tiền, hộp tiền [금으로 만든] rương vàng.

금귤 [식물 thực vật] cây kim quất (quả quất vàng).

금기 sự cấm kỵ [의학 y học] sự phản chỉ định, việc cấm dùng thuốc *--하다 tránh, ngăn ngừa, kiêng cử, tiết chế.

금난초 [식물 thực vật] cây thuộc họ phong lan.

금남 khu vực cấm đàn ông @금남의 집 *ngôi nhà không có đàn ông.*

금낭화 [식물 thưc vật] cây *dicentra.*

금년 năm nay // 금년 여름 방학 ngày nghỉ hè năm nay sắp đến.

금니 răng vàng.

금단 sự cấm, sự ngăn cấm *--하다 ngăn cấm, ngăn chặn @금단의 열매 trái cấm.

금도 sự khoan hồng, rộng lượng, tính hào

hiệp khoan dung.

금도금 vàng mạ, sự mạ vàng *--하다 mạ vàng, bọc vàng @금도금한 được mạ vàng.

금란지계 bạn vàng, tình bạn cũ.

금력 sức mạnh của đồng tiền, thế lực kim tiền *--만능 sự tôn thờ đồng tiền *--정치 chế độ tài phiệt.

금렵 luật cấm săn bắn. *--하다 cấm săn bắn. *--기 mùa săn đã chấm dứt *--지 khu vực cấm (câu cá, săn bắn).

금령 lệnh cấm, sự cấm @금령을 내리다 ban hành lệnh cấm // 금령을 해제 bãi bỏ lệnh cấm.

금리 lợi tức, lãi xuất.

금맥 mạch vàng.

금명간 trong một hai ngày (vài ngày).

금모올 vải viền, đăng ten (ren) @금모올이 달린 viền vàng.

금물 luật cấm, điều cấm @천식 병자에게 담배는 금물이다 hút thuốc có hại cho bệnh hen suyễn.

금박 lá vàng @금박을 입하다 mạ vàng.

금발 màu vàng hoe @금발과 푸른 눈 tóc vàng, mắt xanh.

금방 ngay bây giờ, trong chốc lát.

금번 thời gian này, cách dây không lâu, mới đây, vừa qua @금번 우리 회사는 기구 개편이 있었다 *công ty chúng tôi vừa mới được cải tổ lại.*

금법 luật cấm, sự cấm đoán.

금본위 bản vị vàng.

금분 bụi vàng.

금불 tượng Phật vàng.

금붕어 cá vàng.

금붙이 đồ (vật phẩm) vàng.

금비 phân bón hóa học.

금사 sợi chỉ vàng, tơ vàng.

금산 núi vàng, kho vàng, mỏ vàng.

금상 tượng vàng, tượng mạ vàng

금상 첨화 하다 tăng thêm vẻ rực rỡ, huy hoàng, tăng thêm phần lộng lẫy.

금새 giá cả, trị giá.

금색 màu vàng @금색의 có màu vàng.

금석 quá khứ và hiện tại @금석지감을 금할수 없다 bị xóa mờ theo thời gian.

금석 vàng và đá @금석지교 tình bạn vững bền *--문 chữ khắc trên bia (đá) để làm kỷ niệm.

금설 bụi vàng.

금성 [천문 thiên văn] thần Vệ nữ; sao hôm.

금성철벽 một pháo đài kiên cố.

금세공 tác phẩm, sản phẩm vàng @금세공장이 thợ kim hoàn.

금속 kim loại @금속성의 소리 giọng kim. *--공업 ngành công nghiệp kim loại *--원소 thành phần kim loại 경-- kim loại nhẹ 귀-- kim loại quý 비-- kim loại thường.

금수 gia súc, gia cầm, thú vật // 금수같은 thô lỗ, cộc cằn, hung bạo, như súc vật // 금수만도 못한 사람 một con người cộc cằn, thô bạo, một kẻ vũ phu.

금수 lệnh cấm vận *--하다 cấm xuất nhập khẩu *--품 hàng lậu (thuế).

금수 강산 một đất nước đẹp.

금슬 (nhạc khí) đàn hạc và đàn luýt của dân tộc Hàn => 금실.

금시@이것은 금시 초문 이다 chưa từng được nghe thấy *--초견 thấy lần đầu.

금시계 đồng hồ vàng.

금시 초문@금시 초문이다 trước nay chưa bao giờ nghe chuyện này.

금실 phu thê hòa hợp @금실이 좋다

trải qua một cuộc sống vợ chồng hạnh phúc => 금슬

금압 sự cấm chỉ, sự đàn áp *--하다 cấm chỉ, đàn áp, khai trừ.

금액 tổng số/ thực chất/ tầm quan trọng (của đồng tiền).

금야 chiều nay, tối nay.

금어 cấm câu cá *--기 mua câu chấm dứt *--구역 khu vực cấm câu cá.

금언 lời vàng, lời nói khôn ngoan, châm ngôn, cách ngôn, tục ngữ, ngạn ngữ.

금연 cấm hút thuốc (게시) *--하다 cấm (cữ) hút thuốc.

금요일 thứ sáu.

금욕 sự tiết chế, kiêng, khem, sự rèn luyện khổ hạnh*--하다 tu khổ hạnh@ 금욕 생활을 하다 sống một cuộc đời khổ hạnh *--주의 chủ nghĩa khổ hạnh.

금월 tháng này => 이달.

금융 của cải, vốn liếng, sự lưu hành tiền tệ @금융의 tiền, tiền tệ, vốn liếng // 금융이 완만하다 tiền dễ kiếm (핍박하다 khó kiếm) *--계 vòng vốn *--공황 khủng hoảng kinh tế *--시장 thị trường chứng khoán.

금은 vàng bạc *--세공 sản phẩm vàng, bạc.

금의 환향 --하다 trở về nhà trong sự vẻ vang (áo gấm về làng), vinh qui bái tổ.

금일 hôm nay.

금일봉 có đính kèm (tiền, quà).

금자 @금자의 chữ mạ vàng.

금자탑 Kim tự tháp.

금작화 [식물 thực vật] cây đậu chổi.

금잔 cúp vàng.

금잔화 [식물] cây cúc vạn thọ.

금잡인 *--하다 cấm người không phận sự.

금장식 đồ trang trí bằng vàng.

금전 tiền, tiền mặt, đồng tiền vàng. @금전의 tiền tệ, tiền, thuộc tiền tài // 금전상의 원조 sự giúp đỡ về tài chánh // 금전상의 일 vấn đề tài chánh // 금전적 가치 trị giá tiền mặt. *--등록기 máy đếm tiền.

금점 mỏ vàng => 금광

금제 sự ngăn cấm, sự cấm đoán, điều cấm chỉ @금제의 sự buôn lậu, hàng lậu thuế // 여인 금제 (cấm phụ nữ) phụ nữ không được vào. *--품 hàng cấm, hàng lậu thuế.

금조개 vỏ của con bào ngư.

금족 sự giam hãm, sự hạn chế @5 일간의 금족을 명하다 giam giữ dưới 5 ngày.

금주 tuần này @금주 중으로 trong vòng tuần này.

금준비 [경제] số vàng dự trữ.

금줄 (1) [줄.선.실] dây xích vàng (chuỗi vàng, tơ vàng) (2) [금맥] mạch của quặng vàng.

금중 cung điện, cung đình.

금지 giấy mạ vàng.

금지 sự ngăn cấm, sự cấm đoán, lệnh cấm vận *--하다 ngăn cấm, cản trở, cấm vận @금지를 해제하다 xóa bỏ lệnh cấm vận // 교내에서는 끽연이 금지되어 있다 cấm hút thuốc trong phạm vi nhà trường.*--그역 khu vực giới hạn, khu vực cấm. *--조항 điều khoản cấm. *상연-- phạm vi cấm *--판매-- sự cấm bán hàng *수출입—품목 danh mục hàng cấm.

금지 옥엽 người thuộc dòng dõi hoàng tộc.

금지환 nhẫn vàng.

금치산 sự thiếu khả năng, thiếu trình độ,

thiếu thẩm quyền; sự khai trừ, sự cấm chỉ *--자 [법] người không đủ thẩm quyền, người bị khai trừ.

금침 quần áo ngủ; chăn, gối, mùng mền; đồ ngủ.

금테 [안경의 mắt kính] gọng vàng [액자의] khung (ảnh) mạ vàng @금테 안경 kính mạ vàng.

금패 thẻ vàng, huy chương vàng, mề đay vàng.

금품 tiền bạc và vật giá trị khác, hiện kim và hiện vật @금품을 증여하다 tặng quà hiện kim và hiện vật.

금하다 cấm, ngăn cấm, ngăn chặn, kiềm chế @관광객의 촬영을 금하다 *cấm du khách chụp hình* // 그것은 법으로 금하고 있다 luật pháp ngăn cấm // 웃음을 금할 수 없다 *tôi không thể nín cười.*

금혼식 lễ cưới vàng.

금화 đồng tiền vàng.

금환식 nhật thực hình khuyên.

금회 thời gian này => 이번

금후 sau đây, từ bây giờ, trong tương lai @금후 5 년 내지 10 년 *từ 5 đến 10 năm kể từ bây giờ*

급 (1) [등급] đẳng cấp hạng, loại (2) [학급] giai cấp, cấp bậc.

급 [위급] trường hợp khẩn cấp, trường hợp cấp cứu, nhu cầu cấp bách [긴급] sự khẩn cấp @급을 요하는 gấp, cấp bách // 급을 고하다 báo động, cầu cứu.

급각도 một khía cạnh sắc bén, một quan điểm sâu sắc @급각도로 thay đổi bất ngờ, chuyển biến đột ngột.

급강하 sự hạ xuống, sự rơi xuống đột ngột *--하다 lao xuống, chìm xuống, hạ xuống thình lình *--폭격 bom lao xuống đột ngột.

급거 vội vàng, hấp tấp, hối hả @급거 상경하다 mau lên, gấp lên

급격 --하다 nhanh chóng, mau lẹ, thình lình @급격히 약화하다 diễn biến xấu bất ngờ.

급격 một cuộc tấn công bất ngờ *--하다 làm kinh ngạc, bất ngờ.

급경사 đường dốc, độ dốc đứng [치받이] đường dốc lên [내리받이] đường dốc xuống.

급고 thông báo khẩn*--하다 ra thông báo khẩn.

급급하다 mải mê, chăm chú @돈벌이에 급급하고 있다 hắn mải miết kiếm tiền.

급기야 cuối cùng, sau rốt.

급등 sự giật mình, cái giật mình *--하다 giật mình.

급락 sự hạ nhanh, sự xuống đột ngột, sự suy sụp thình lình *--하다 suy sụp nặng nề, xuống nhanh.

급락 thắng bại, thành công hay thất bại.

급료 tiền lương, tiền công, tiền thù lao, tiền thưởng @급료가 싸다 (비싸다) trả công ít ỏi (nhiều) // 급료를 받다 lĩnh lương.

급류 dòng nước chảy siết.

급무 việc khẩn, nhu cầu cấp bách.

급변 một chuyển biến bất ngờ, tình cờ, ngẫu nhiên *--하다 thay đổi đột ngột, chuyển hướng thình lình. @병세가 급변하였다 *tình trạng của hắn đột nhiên chuyển biến xấu.*

급병 bệnh thình lình *--환자 trường hợp khẩn cấp.

급보 bản thông báo khẩn, sự báo động,

công văn hỏa tốc *--하다 báo cáo nhanh, gởi thông báo hỏa tốc.

급부 sự trưng bày, sự giới thiệu [지급] sự phân phối [지불] sự thanh toán *--하다 trưng bày, giới thiệu, phân phối *반대-- quầy trưng bày.

급비 tiền trợ cấp phí tổn, học bổng.

급사 sự chết bất đắc kỳ tử *--하다 chết đột ngột.

급사 công văn hỏa tốc, người đưa tin hỏa tốc, người đưa thư khẩn.

급사 [식사의 tiệm ăn] bồi bàn, hầu bàn [사무실의 cơ quan] cậu bé chạy giấy ở cơ quan, người làm tạp dịch ở văn phòng.

급사면 đường dốc, độ dốc nghiêng (đồi, cồn, gò).

급살맞다 chết đột ngột.

급상승 sự tăng đột ngột, sự phóng vọt lên (비행기의 máy bay) *--하다 vọt lên, lao vút lên.

급선무 một vấn đề khẩn thiết, một nhu cầu cấp bách @당면한 급선무 nhu cầu cấp bách hằng ngày.

급선봉 người đi tiên phong, người hướng dẫn.

급성 @급성의 nhạy, tinh, thính, sắc bén, gay gắt, kịch liệt *--병 bệnh cấp tính.

급소 yếu điểm, nơi quan trọng, điểm dễ bị tổn thương @급소를 찌른 질문 một câu hỏi sắc bén.

급속 sự nhanh chóng, sự mau lẹ *--하다 nhanh, mau, lẹ @급속히 một cách nhanh chóng // 급속한 발전 sự phát triển nhanh chóng (của đô thị) *--냉동 đông nhanh, mau đóng băng.

급송 --하다 gởi khẩn, chuyển nhanh.

급수 ngành cấp nước *--하다 cung cấp nước *--관 ống dẫn nước *--전 vòi nước máy.

급수 [수학 toán học] cấp số, chuỗi. *--기하 (등비)-- cấp số nhân. @기하 급수적으로 증가하다 tăng cấp số nhân 산술(등차)-- cấp số cộng.

급습 cuộc tấn công bất ngờ *--하다 làm kinh ngạc (quân thù).

급승 => 급상승

급식 sự cung cấp lương thực *--하다 cung cấp lương thực, thực phẩm, chu cấp bữa ăn, nuôi ăn.

급여 khẩu phần trợ cấp *--하다 trợ cấp, cấp phát, chu cấp, cung cấp *--금 tiền trợ cấp, mức lương.

급용 việc khẩn cấp [약속] cuộc hẹn khẩn cấp.

급우 bạn cùng lớp, bạn học.

급유 sự tiếp nhiên liệu *--하다 đổ xăng, rót đầy, chứa đầy *--선 tàu chở dầu. *--소 trạm xăng dầu [자동차의 xe hơi] cây xăng.

급작스럽다 bất ngờ, thình lình, đột ngột => 갑작스럽다.

급전--하다 thay đổi bất ngờ chuyển biến đột ngột @형세의 급전 tình thế thay đổi bất ngờ.

급전직하 sự vội vã, cuống cuồng [사건의] một chuyển biến bất ngờ *--하다 hấp tấp, liều lĩnh, thiếu suy nghĩ [사건이] quay lại đột ngột.

급전환 một chuyển biến đột ngột [항공] sự quay ngược lại.

급정거 đột ngột ngừng *--하다 ngừng đột ngột.

급제 [합격] thông qua kỳ thi [진급] sự đề bạt, sự thăng chức *--하다 đạt, trúng tuyển [진급] được thăng cấp, đề bạt *--

자 thí sinh trúng tuyển.

급조 --하다 xây cất vội vàng.

급증 [급병] bệnh đột ngột [급성의 병] bệnh cấp tính.

급증 sự tăng nhanh, sự nhảy vọt @강물이 급증했다 nước sông dâng lên đột ngột.

급진 sự tiến bộ nhanh chóng *--하다 tiến nhanh, tăng nhanh @급진적인 quá khích, tột độ, cùng cực *--주의 thuyết cấp tiến, chủ nghĩa cực đoan.

급커어브 khúc quanh đột ngột @ 급커브를 틀다 quanh đột ngột.

급탄 sự cung cấp than đá *--선 tàu chở than, thợ mỏ, công nhân mỏ than *--장 trạm lấy than.

급템포 nhịp độ nhanh @급템포의 nhanh, mau, lẹ // 급템포로 ở nhịp độ nhanh, nhịp đôi.

급파 sự gửi đi nhanh, sự đưa đi nhanh, sự giải quyết nhanh *--하다 gởi gấp, gởi nhanh @현장에 경관을 급파하다 cấp bách đưa đội cảnh sát tới hiện trường.

급하다 (1) [긴급] khẩn cấp, cấp thiết, gấp rút, sắp xảy ra đến nơi @급한 일 nhiệm vụ khẩn cấp // 급한 일이 좀 생겼다 vài công việc cấp bách xảy ra (2) [성급] hấp tấp, vội vàng, vội vã, gấp rút, nóng tính, dễ cáu @그는 성미가 급하다 *hắn dễ nổi cáu* // 무엇이 그렇게 급합니까 *bạn vội gì thế* (3) [위급] nguy hiểm, hệ trọng, tình trạng nguy ngập (4) [급격]bất ngờ, đột ngột, thình lình, vội vã, sắc nét, rõ ràng. (5) [급속도] nhanh, mau, lẹ.

급항 đi thuyền buồm tốc hành, hảng vận tải đường thủy tốc hành (항행편) *--하다 đi nhanh, vận tải tốc hành.

급행 [열차] xe lửa tốc hành *--하다 vội, gấp @ 급행을 타다 du lịch bằng xe tốc hành *--권 vé tốc hành *--료 giá vé tốc hành.

급환 tình trạng khẩn cấp.

급히 (1) [빨리] nhanh, lẹ, lập tức, ngay tức thì, sẵn sàng, không chậm trễ @너무 급히 몰지 마라 *đừng lái quá nhanh* // 급히 돈이 필요 하다 *tôi cần tiền gấp* (2) [성급히] một cách vội vàng, hấp tấp, gấp rút. @급히 떠나다 đi vội vàng // 급히 내리다 (타다) hấp tấp ra đi.

긋다 lôi kéo, thu hút, đánh dấu @성냥을 긋다 đánh diêm.

긍긍하다 trong trạng thái hoảng loạn @ 전전 긍긍 rung sợ, lo lắng.

긍정 sự khẳng định, sự thừa nhận *--하다 khẳng định, xác nhận, thừa nhận, công nhận @긍정적 quả quyết, khẳng định // 보도를 긍정하다 xác nhận tin đồn // 긍정도 부정도 아니하다 không công nhận cũng không phản đối *--문 câu xác định.

긍지 niềm kiêu hãnh, lòng tự hào @긍지를 지키다 giữ lòng tự hào.

긍휼 lòng trắc ẩn, sự thương hại, sự đồng tình, đồng cảm *--하다 thương hại, cảm thấy tội nghiệp.

기 (1) [원기] tinh thần, sinh lực, sức sống, sinh khí @기가 나서 hân hoan, hớn hở // 기가 나다 cảm giác hân hoan, phấn khởi, phấn chấn tinh thần (2) [힘의 전무] bằng tất cả khả năng @기를 쓰고 liều mạng, liều lĩnh, điên rồ, điên cuồng (3) [숨] hơi thở @기가 막히다 [비유적] sửng sốt, ngạc nhiên, ngẩn người ra, không nói nên lời. (4) [정신

력] tâm hồn, tấm lòng @기를 펴지 못하다 thu mình lại, có cảm giác gượng ép (5) [철학 triết học] cuộc sống đua chen. (6) [객기] tâm trạng, tinh thần (7) [냄새] hương thơm, sắc thái, lời gợi ý bóng gió (8)[감.기운] cảm giác. @시장기 cảm giác đói.

기 cờ, cờ nghi thức, ngọn cờ (연대기) @기를 올리다 kéo cờ // 기를 내리다 hạ cờ *--수 cột cờ.

기 bài tường thuật [기록] hồ sơ [역사 lịch sử] ký sự niên đại, sử biên niên.

기 [기일] kỳ, kỳ hạn, nhiệm kỳ [시대] thời đại [기간] giai đoạn, thời kỳ [계절] thời cơ, vụ mùa [병의] giai đoạn @ 2기생 sinh viên năm thứ 2 // 제 1기의 폐병 bệnh lao ở giai đoạn 1.

기 một vài, một ít @기천의 hàng ngàn, vô số.

기각 sự từ bỏ, sự ruồng bỏ, sự giải tán, sự sa thải (소송의) *--하다 bỏ rơi, ruồng bỏ, không thừa nhận.

기간 thời kỳ, thời gian, thời hạn @일정한 기간내에 trong vòng thời hạn nào đó // 기간을 단축 (연장) 하다 rút ngắn (kéo dài) thời gian.

기간 *--산업 bí quyết kinh doanh.

기간 @기간의 đã phát hành *--호 số trước (tạp chí phát hành số trước).

기갈 đói khát, sự chết đói, sự thiếu ăn.

기갑 부대 đơn vị thiết giáp.

기강 [관기] sự rèn luyện chính thức [질서] trật tự chung @기강 숙정 *tôn trọng kỷ luật chung* 기강 문란 *sự vi phạm kỷ luật chung* // 기강을 바로 잡다 trau dồi đạo đức. .

기개 tâm hồn, lòng dạ, nghị lực, niệm kiêu hãnh lòng tự tôn, tự trọng @기개 있는 사나이 *một con người khí khái* (có dũng khí).

기거 [건강] tình trạng sức khỏe [일상생활] sự sinh hoạt hằng ngày @기거를 같이 하다 sống chung với nhau*--동작 hành động ăn ở, cách cư xử, tư cách, đạo đức.

기꺼이 tự ý, tự nguyện, sẵn lòng, vui lòng @기꺼이....하다 sẵn lòng, vui lòng làm // 기꺼이 그렇게 하겠습니다 *tôi rất vui lòng làm chuyện đó.*

기껍다 hân hoan, vui vẻ => 기쁘다.

기껏 với tất cả khả năng, tới mức tối đa, đến chừng mực có thể @기껏 빨리 càng sớm càng tốt // 기껏 노력하다 *làm hết sức mình.*

기껏해야 tối đa @그는 기껏해야 스무살이다 nó tối đa là 20 (tuổi).

기결 @기결의 dứt khoát, đã quyết định, đã giải quyết, đã tuyên bố (죄가) *--사항 một vấn đề đã quyết.

기경 --하다 cày cấy, trồng trọt, xới.

기계 mưu mẹo, mưu mô, thủ đoạn, kế hoạch khôn khéo.

기계 công cụ, phương tiện; thiết bị, dụng cụ *의료-- dụng cụ y khoa, thiết bị y tế.

기계 cơ khí [기계류] thiết bị [기관] động cơ, một cỗ máy [장치] kỹ thuật, kỹ xảo [기계의] sản phẩm cơ khí @기계적인일 công việc kỹ thuật // 기계적으로 일하다 *làm việc một cách máy móc* // 기계를 운전하다 thao tác máy, điều khiển máy // 기계를 조립하다 lắp ráp 1 cỗ máy *--공 thợ máy, công nhân cơ khí. *--공업 ngành cơ khí công nghiệp. *--학 cơ học.

기계 thể dục nặng @기계체조를 하다 biểu diễn thể dục trên xà.

기계화 sự cơ giới hóa *--하다 cơ giới hóa @농업의 기계화 sự cơ giới hóa nông thôn.

기고 sự gánh vác, phần đóng góp, vật đóng góp *--하다 đóng góp, gánh vác @잡지에 기고하다 viết một mục báo *--가 người cộng tác, người đóng góp, cộng tác viên.

기고 만장 sự hãnh diện, lòng tự hào. *--하다 (1) [뽐내다] phấn chấn, vênh vang, tự đắc (2) [성나다] làm trầm trọng hơn, giận điên lên, nổi khùng, hóa điên.

기골 nghị lực, nhuệ khí, khí phách, dũng khí @기골 없는 không có nghị lực, không khí khái 기골 있는 사나이 người có dũng khí.

기공 sự khởi công. *--하다 khởi công [토목 공사의] động thổ [선박의] hạ bỏ @내주에 기공한다 công việc xây dựng khởi sự vào tuần sau. *--식 lễ động thổ.

기공 [식물 thực vật] lỗ khí, khí khổng. (동물 động vật) lỗ thở (của sâu bọ).

기관 kỳ quan, quang cảnh tuyệt vời. @기관을 나타내다 lộ ra một quang cảnh tuyệt vời.

기관 ống dẫn hơi nước.

기관 nồi hơi, nồi chưng cất *--실 phòng tắm hơi *기차-- đầu máy xe lửa.

기관 (1) [기계] động cơ, máy (2) [수단] phương tiện, một bộ phận [설비 điều kiện thuận lợi *--공장 cửa hàng, tiệm cơ khí *--사 kỹ sư *--실 phòng cơ khí, phòng máy *--장 kỹ sư trưởng *내연-- máy hoạt động bằng chất đốt *디이젤-- động cơ dầu *Diesel*. *전기 máy điện. *증기 máy hơi.

기관 khí quản *--염 viêm khí quản *--절개 수술 sự phẫu thuật mở khí quản.

기관 단총 súng tiểu liên (SMG).

기관지 phế quản *--염 viêm phế quản.

기관차 đầu máy *전기--- đầu máy phát điện.

기관총 khẩu súng máy @기관총 조사를 하다 quét sạch bằng một khẩu súng máy *--좌 nơi bố trí súng máy.

기괴 --하다 xa lạ, thần bí, khó hiểu.

기교 nghệ thuật, sự khéo léo, tinh xảo, thạo nghề, lành nghề, sự chuyên môn, năng khiếu [예술의] ngành kỹ thuật [책략] kỹ xảo, mánh khóe @기교를 부리다 sử dụng mánh khóe, dùng kỹ xảo.

기구 đồ dùng, dụng cụ, phương tiện [고정된] đồ thiết bị máy móc.

기구 sự kết cấu, cấu trúc, sự cấu tạo, sự tổ chức; công cụ, máy móc thiết bị. *--개혁 sự tổ chức lại, cải tổ lại *국제-- tổ chức quốc tế *정치-- cải tổ lại bộ máy hành chính.

기구 khí cầu, quả bóng.

기구 (1) [운명의] tai ương, nghịch cảnh, thăng trầm, chìm nổi, sóng gió *--하다 lênh đênh, xấu số, bất hạnh @기구한 운명 số phận khác thường, vận mệnh không thuận lợi // 기구한 운명에 희롱되다 bị thần tài đùa cợt (2) [산길이] --하다 gian lao, vất vả.

기권 sự không tham gia (bỏ phiếu), sự từ bỏ (quyền lợi); [경기의] sự vắng mặt, sự hủy bỏ, xóa bỏ, khử (danh sách) *--하다 bỏ phiếu trắng [권리를] phản đối (quyền lực) [경기에서] từ bỏ (một thỏa hiệp nhân nhượng). *--자 người vắng mặt (đi bầu). *--표 lá phiếu trắng.

기권 [기상 quyển khí, không khí] bầu khí quyển

기근 [식물 thực vật] rễ trên không.

기근 sự khan hiếm, nạn đói kém [결핍] sự khan hiếm, khó tìm.

기금 quỹ, kho; sự cung cấp vốn @기금을 설정하다 gây quỹ // 기금을 모집하다 lập kho.

기급하다 kêu lên ngạc nhiên (hoảng hốt, khiếp đảm).

기기 máy móc thiết bị và công cụ.

기기묘묘 vô cùng kỳ lạ.

기나무 [식물 thực vật] vỏ cây.

기나염 vị đắng của ký ninh.

기낭 bong bóng bay, túi khí.

기년 một năm.

기념 kỷ niệm, sự hoài niệm *--하다[사물을] tưởng nhớ, kỷ niệm [사람을] tưởng nhớ (사람이 주어) @기념하는 để kỷ niệm, đài kỷ niệm, vật kỷ niệm // 기념으로 để tưởng nhớ, để ghi lại, để làm bằng chứng (사물을) *--도서관 tàng thư (thư viện) bảo tàng thư *--비 đài kỷ niệm (bia, công trình, lăng mộ) *--사진 ảnh kỷ niệm *--일 ngày kỷ niệm *--품 vật kỷ niệm.

기능 chức năng, tính năng, năng lực, năng khiếu *국제---올림픽 *giải tài năng trẻ thế giới.*

기다 lê, bò, trường @담장이가 담을 기어 올라 갔다 cây thường xuân bò trên tường // 우리는 암벽을 기어 올라갔다 *chúng tôi trèo lên* cạnh vách đá.

기다랗다 hơi dài, khá dài.

기다리다 chờ đợi, mai phục [기대] mong chờ, mong đợi @기다리고 기다리던 nóng lòng chờ // 이제나 저제나 하고 기다리다 thấp thỏm chờ // 자지 않고 기다리다 đợi chờ // 기다리게 해서 미안합니다 *tôi xin lỗi đã để anh phải đợi.*

기담 câu chuyên kỳ lạ.

기대 sự chờ đợi, sự hy vọng, điều mong chờ *--하다 hy vọng, mong đợi, mong chờ @기대에 반하여 trái với sự mong muốn // ---을 기대하여 trong hy vọng, trong sự mong đợi---.

기대다 (1) dựa, tựa, chống [앞으로] chống lên, tựa vào (2) [의지] trong mong, lệ thuộc, ỷ lại vào.

기도 sự thử, sự cố gắng; dự kiến, dự định, dự tính *--하다 dự trù, lập kế hoạch, có ý định, thử (làm), có ý đồ, mưu toan @자살을 기도하다 toan tự sát.

기도 đường hàng không.

기도 kinh cầu, sự cầu nguyện [식사 전후의] sự cầu kinh (trước bữa cơm) *--하다 cầu kinh, đọc kinh, cầu nguyện, cầu xin *--회 buổi họp mặt cầu nguyện.

기독교 đạo cơ đốc @기독교의 (thuộc) cơ đốc giáo *--교회 giáo hội, nhà thờ cơ đốc *--도 tín đồ cơ đốc *--여자 청년회 hội thanh nữ cơ đốc giáo (Y.W.C.A.) *--청년회 hội thanh niên cơ đốc giáo (Y.M.C.A.)

기동 sự cử động, sự vận động *--하다 cử động, chuyển động, xê dịch, khơi động, khuấy động *--력 tính di động, tính lưu động *--부대 lực lượng đặc nhiệm *--작전 cuộc hành quân lưu động.

기동차 xe lửa chạy bằng dầu Diesel.

기둥 (1) cột trụ, cọc lều @불기둥 cột khói // 기둥을 세우다 dựng cột (2) @한집안의 기둥 trụ cột của gia đình

기둥서방 kẻ mối lái, ma cô, chủ chứa, đĩ đực.

기득 @기득의 đã đạt được, đã thu được,

giành lại được *--권 đã giành được quyền hành, quyền lợi.

기라 một cái váy áo đẹp, lịch sự *--성 ngôi sao lấp lánh, rực rỡ.

기량 khả năng, năng lực, sức chứa.

기러기 con ngỗng đực, con ngỗng dại; người ngây ngô khờ dại.

기러기발 [현악기의] cây cầu.

기력 khí lực, sinh lực, sinh khí, dũng khí @기력이 왕성한 tiềm tàng nghị lực, đầy sinh lực // 기력이 없는 không có dũng khí, nhút nhát, yếu đuối // 기력이 쇠하다 mất tinh thần.

기로 [갈림길] đường chia 2 ngả, nhánh đường [십자로] đường giao nhau, chéo nhau.

기록 hồ sơ [관청의] văn thư, văn kiện, tài liệu văn thư lưu trữ [의사록] biên bản [학회의] kỷ yếu hội nghị. *--하다 ghi, ghi chép, ghi vào sổ // // 기록에 남기다 ghi vào hồ sơ // *--계 máy ghi âm [경기의] đấu thủ ghi bàn, người ghi bàn thắng, máy chấm công, người bấm giờ.. *--보유자 người giữ kỷ lục *--서류 hồ sơ. *--영화 phim tư liệu, phim tài liệu.

기뢰 mìn, địa lôi, thủy lôi @기뢰를 부설하다 đặt thủy lôi.

기류 luồng không khí *상승-- hướng dốc đi lên.

기류 sự tạm trú *--하다 tạm trú *--지 nơi tạm trú.

기르다 nuôi nấng, cho ăn, nuôi [사육] nuôi dạy, nuôi trồng [교육 giáo dục] nuôi dưỡng,dạy dỗ @우유로 아이를 기르다 nuôi đứa bé bằng sữa bò // 돼지를 기르다 nuôi heo.

기름 dầu, mỡ, chất béo, mỡ heo (돼지의 heo) @기름을 짜다 ép dầu //기름을 치다 tra dầu mỡ, bôi trơn.

기름기 [고기의] chất béo (của thịt, cá) [기름 기운] tính béo ngậy, sự trơn tru, nhờn @기름기가 많은 dính dầu, dính mỡ.

기름지다 (1) béo bổ, có nhiều mỡ, béo ngậy @ 기름진 음식 thức ăn béo ngậy (2) [비옥] phì nhiêu, màu mỡ @기름진 땅 vùng đất phì nhiêu màu mỡ.

기름틀 máy ép dầu.

기름하다 hơi dài, có phần dài.

기리다 vỗ tay tán thưởng, ca ngợi, tán dương.

기린 [동물 động vật] con hươu cao cổ.

기립 sự đứng dậy.

기마 ky mã *--병 ky sĩ, người cưỡi ngựa *--순경 cảnh sát cưỡi ngựa.

기막하다 (1) bị ngạt thở, tức ngực cảm giác tức tối, chán nản (2) [비유적] kinh ngạc, sững sờ, choáng váng, lặng người đi (không nói nên lời) [형용사] sửng sốt, ngạc nhiên. @기막힌 미인 một người đẹp cực kỳ (làm choáng váng người nhìn) // 기막히게 kinh khủng, tàn khốc, đáng kinh ngạc.

기만 trò lừa bịp, sự dối trá, bịp bợm, mưu gian *--하다 lừa đảo, lừa gạt, gian lận, dối trá, gạt gẫm, đánh lừa @기만적인 mánh lới, thủ đoạn, quỷ quyệt, gian xảo.

기말 cuối kỳ, cuối khóa *--계정 sự quyết toán cuối ky. *--시험 thi cuối kỳ.

기막@기막이 통하다 cấu kết thông đồng (với).

기명 chữ ký, sự ký tên *--하다 ký tên, ký nhận *--단기 투표 sự bỏ phiếu công khai *--투표 một lá phiếu có ký tên. * 무—투표 sự bỏ phiếu kín.

기명 bộ đồ ăn, bát đĩa.

기묘 --하다 kỳ lạ, kỳ quặc, kỳ dị, lập dị, xa lạ, khác thường, khác biệt, đặc biệt, lạ lùng. @기묘 하게도 có điều lạ là..., thật kỳ lạ..

기문 tin đặc biệt, chuyện lạ.

기문 [동물 động vật] lỗ thở [곤충 따위의] lỗ thở của sâu bọ, côn trùng.

기물 [용기] bình, chậu, thùng, lọ, vại đồ chứa chất lỏng [기구] đồ dùng, dụng cụ đựng [가구] đồ đạc trang bị trong nhà.

기미 @기미가 끼다 đổi sắc mặt.

기미 (1) [냄새와 맛] ngửi và nếm (2) [심기] cảm giác, sự sờ mó (3) [취미] sự nếm.

기미 => 낌새

기민 sự sẵn lòng, sẵn sàng, mau lẹ, sốt sắng; sự khôn ngoan sắc sảo, tinh ranh *--하다 thông minh, nhanh nhẹn @기민하게 một cách thông minh, một cách sẵn sàng.

기민 người thiếu thốn, thiếu ăn.

기밀 sự kín hơi, kín gió @기밀의 kín khí, không thấm khí, không có gió. *--실 một căn phòng ngột ngạt.

기밀 tính chất bí mật, sự bí mật, tài liệt mật @기밀의 thuộc loại mật, được phân loại mật, thầm kín, riêng tư // 기밀을 누설하다 tiết lộ bí mật *--비 quỹ kín *--사항 chuyện bí mật *--서류 hồ sơ mật.

기박--하다 rủi ro, không may mắn, số mệnh xấu @기박한 운명을 타고 나다 *sinh ra dưới một ngôi sao xấu.*

기반 nền tảng, cơ sở, nền móng, căn cứ @---을 기반으로 하다 dựa trên cơ sở.., căn cứ vào.. .

기반 cái ách, gông cùm, xiềng xích @영국의 기반을 벗어나다 cởi bỏ ách (đô hộ) của Anh quốc.

기발 tính chất độc đáo, óc sáng tạo *--하다 mới lạ, sáng tạo, khéo léo,

기백 tâm hồn, linh hồn, cá tính.

기뻐하다 vui lòng, hài lòng, bằng lòng, vui vẻ, hạnh phúc @성공을 기뻐하다 *hài lòng trước sự thành công* (của ai).

기범선 tàu buồm có động cơ.

기법 kỹ thuật, kỹ xảo.

기벽 phong tục quái gở, kỳ dị.

기별 tin tức, sự thông báo, sự thông tin, thông tri, thư tín *--하다 nói với, thông báo, thông tin @기별을 듣다 nghe (ai nói) // 그가 오거든 기별해 주게 *làm ơn nói cho tôi biết nếu nó đến.*

기병 kỵ binh, kỵ sĩ . (총칭)

기병 --하다 xây dựng lực lượng quân đội, thành lập quân chủng.

기보 kỷ lục đầu (kỷ lục trước). @기보한 바와 같이 theo kỷ lục trước.

기복 lên và xuống (thăng trầm); nhấp nhô, chập chờn [지리] gồ ghề, khập khểnh *--하다 lắc lư, tròng trành, gợn sóng @기복이 많은 생애 *cuộc sống thăng trầm*, chìm nổi.

기본 nền tảng, căn cứ, cơ sở [기준] chuẩn, mẫu @기본적 cơ bản, chủ yếu, mẫu mực *--과정 khóa cơ bản *--금 vốn cơ bản *--급료 tiền lương căn bản *--법칙 luật pháp cơ bản *--산업 nền tảng kỹ nghệ *--원리 nguyên tắc cơ bản.

기부 sự đóng góp, sự quyên góp, sự tặng *--하다 đóng góp, quyên góp, tặng, biếu, cho *--금 vốn đóng góp, đồ tặng, cho, biếu cho tổ chức từ thiện *--자 người cho, người tặng, người quyên, cúng.

기분 cảm giác, sự xúc cảm, trạng thái

tinh thần, tâm trạng @기분이 좋은 tâm trạng tốt // 기분이 나쁜 cảm thấy tâm trạng không được tốt // 당신의 기분은 알겠다 *tôi hiểu tâm trạng của bạn.*

기불 @기불의 đã thanh toán, đã giải quyết.

기쁘다 hạnh phúc, vui vẻ, hân hoan, thích thú [기쁘게 생각하다] hài lòng, thích thú@기쁜 소식 một tin vui // 기쁜얼굴로 nhìn một cách thích thú // 기쁘게 하다 làm vui lòng, xin vui lòng // 기뻐서 어쩔 줄 모르다 mừng quýnh lên, *không kiềm chế được niềm vui* // 그녀를 만나서 기쁘다 *tôi rất vui khi gặp cô ấy.*

기브 – 앤드 – 테이크 cho và nhận.

기쁨 sự vui mừng, sự hân hoan, sự bằng lòng @기쁨을 참지 못하다 không dấu được sự hài lòng.

기사 một bài báo, một điều khoản, một tiết mục *신문-- một mục báo.

기사 kỹ sư, kỹ thuật viên *--건축-- kiến trúc sư *토목-- một công trình dân dụng.

기사 người cưỡi ngựa [무사] hiệp sĩ, kỵ sĩ.

기사 회생 sự phục hưng, sự phục hồi, sự hồi sinh *--하다 phục hồi, hồi sinh, làm cho tỉnh lại.

기상 sự đứng dậy, sự trở dậy *--하다 tăng lên, nhô lên, lăn ra ngoài *--나팔 tiếng kèn (tù và) sáng (báo thức)*--시간 giờ thức dậy.

기상 hiện tượng không khí [천후] thời tiết, tiết trời @기상을 관측하다 quan sát khí tượng *--관측 비행 đài quan sát hướng gió *--대 đài thiên văn, đài quan sát khí tượng *--대원 nhà quan sát khí tượng*--학 khí tượng học *--학자 nhà khí tượng học.

기상 [성질] bản chất, tính tình, tâm tính [기력] khí lực, tinh thần, tâm hồn.

기상 tư tưởng lập dị @기상천외의 생각이다 có một tư tưởng lập dị.

기상 @기상에 오르다 lên máy bay.

기색 cái nhìn, vẻ mặt, sắc mặt, khí sắc [기분] tính khí, tâm trạng @기색을 살피다 đoán được (đọc được) tâm trạng qua sắc mặt // 불안한 기색을 하다 có vẻ lo lắng, bực bội // 기뻐하는 기색이 나타났다 *một vẻ hài lòng lộ ra trên mặt cô ta.*

기색 3 màu căn bản

기생 ký sinh, tính chất ăn bám *--하다 sống nhờ, ăn bám (vào) *--동물 động vật ký sinh (sinh vật học) *--충 kẻ ăn bám.

기생 (*kisaeng*) ; ca nữ và vũ nữ.

기생 식물 (thực vật) cây trên không.

기선 tàu chạy bằng hơi nước, tàu biển chở khách.

기선 @기선을 제하다 đón đầu, chặn đầu (ai).

기선 thuyền có động cơ.

기성 @기성의 đã hoàn thành, hiện hành, đã thành lập *--복 đồ (áo quần) may sẵn *--작가 một nhà văn đã nổi tiếng *--화 giày đóng sẵn.

기성 --하다 vui vẻ, phấn chấn.

기성회 hội bảo trợ [학교의] tổ chức bảo trợ học đường.

기세 tinh thần, khí lực (sức mạnh thể chất, sức mạnh tinh thần) [형세] trạng thái.

기세 --하다 [죽다] chết, qua đời [은둔하다] vĩnh viễn ra đi.

기소 sự khởi tố, sự truy tố @기소되다 bị truy tố *--자 người khởi tố, bên nguyên

*--장 tờ cáo trạng.

기수 kỹ sư phó.

기수 mũi máy bay @기수를 서울로 돌리다 quay mũi máy bay về hướng *Seoul.*

기수 người cầm cờ hiệu, người cầm đầu một phong trào, một tổ chức; cờ hiệu, phù hiệu.

기수 @기수의 đã hoàn thành, đã gây ra, đã phạm vào. *--범 đã gây ra tội ác, đã phạm vào tội ác.

기수 người cưỡi ngựa đua.

기수 con số lẻ.

기수 số chỉ số lượng.

기숙 chỗ trọ, chỗ tạm trú *--사 phòng ngủ, nhà ở tập thể, chỗ ở trọ.

기술 sự mô tả, sự diễn ta. *--하다 mô tả, diễn tả, giải thích nguyên nhân, lý do 기술적 문법 văn mô tả, lối viết mô tả.

기술 trò lừa bịp, trò ảo thuật, ma thuật.

기술 nghệ thuật, kỹ thuật, kỹ xảo, kỹ năng @기술상의 곤란 sự trở ngại kỹ thuật *--자 kỹ thuật viên, kỹ sư.

기쓰다 cố gắng tới mức tối đa *기써서 일하다 làm hết sức mình.

기스락 cạnh (của mái hiên de ra).

기슭 bờ, chân, nền, đáy @강기슭 bờ sông // 산 기슭 chân núi.

기습 cuộc tấn công bất ngờ *--하다 tấn công bất ngờ.

기습 phong tục, tập quán xa lạ.

기승 một nơi có phong cảnh đẹp.

기승 --하다 không uốn cong được, không lay chuyển, anh dũng, khí thế, không khuất phục, can cường.

기식 --하다 sống bám vào (bà con) *--자 ký sinh, kẻ theo đóm ăn tàn.

기식 sự thở @기식 엄엄하다 thở hổn hển, hấp hối, sắp chết.

기신호 cờ lệnh.

기실 => 사실 theo sự việc thực tế, theo sự thật của vấn đề.

기아 một đứa bé lang thang, lạc loài.

기아 sự ham muốn, sự thèm muốn, đói khát, sự khao khát @기아에 허덕이다 lộ vẻ thèm khát *--임금 đồng lương chết đói.

기악[음악 âm nhạc] dụng cụ âm nhạc, nhạc khí *--편성법 sự phối nhạc.

기안 sự dự thảo, sự biên soạn, sự phát thảo *--하다 phát thảo, phát họa, dự thảo *--자 người phát thảo, người phát họa, người biên soạn, người vẽ sơ đồ, thiết kế, người dự thảo (một đạo luật).

기암 과석 vật vô tri vô giác.

기압 khí áp, áp xuất không khí.

기약 lời hứa hẹn, vật thế chấp, cầm cố *--하다 hứa, hẹn, cam kết, nguyện, thề, cam đoan.

기약 분수 [수학] phân số đơn giản.

기어 số (bánh răng ô tô) @기어 전환 장치 sự sang số, sự gài số.

기어이 hiển nhiên, tất nhiên là vậy, bằng mọi cách, bằng mọi phương tiện.

기억 trí nhớ, ký ức, sự hồi tưởng *--하다 nhớ, nhớ lại [회상] nhớ ra, nhận ra, hồi tưởng lại [암기] ghi nhớ, học thuộc lòng @나의 기억으로는 *cho đến khi tôi có thể nhớ lại* // 기억을 상실하다 mất trí nhớ // 기억력이 좋다 có trí nhớ tốt // 기억을 더듬다 cố nhớ lại, cố hồi tưởng lại // 기억에 남다 *còn nhớ rõ, còn lưu lại trong ký ức* // 기억을 불러일으키다 gợi nhớ, nhớ ra, nhận ra, hồi tưởng lại // 그를 한번 만난 기억이 있다 *tôi nhớ là đã từng thấy hắn một* *lần rồi.*

기업 một tổ chức, một công việc kinh doanh, hãng, xưởng, xí nghiệp @기업화 하다 công nghiệp hóa, kỹ nghệ hóa *--가 nhà tư bản công nghiệp *--연합 tập đoàn các công ty thương mại (để phối hợp hành động, kiểm soát thị trường và sản xuất, tránh cạnh tranh). *--조합 công đoàn, nghiệp đoàn. *--합동 lòng tin, sự tín nhiệm, sự ủy thác, giao phó.

기여 sự đóng góp *--하다 góp phần vào, góp thêm vào, đóng góp, giải quyết, tháo gỡ. @그 문제 해결에 기여할 것이다 *tôi sẽ đi xa để giải quyết vấn đề.*

기여 vật còn lại, vật khác, cái khác

기역 => 역시.

기연 một số phận khác thường.

기연미연하다 khó hiểu, mơ hồ, nhập nhằng, không rõ ràng, không cụ thể

기염 [기세] sự phấn khởi, sự hăng hái [큰소리] lời nói khoát lác, phóng đại, không biết cũng nói @기염을 토하다 nói khoác lác, phóng đại, thổi phồng.

기영 tầm nhìn của máy bay.

기예 đồ mỹ nghệ, hàng thủ công [수예] nghề thủ công [예능] tài năng.

기예 tính chất mạnh mẽ, mãnh liệt *--하다 mạnh mẽ, đầy nghị lực, hăng hái, tích cực, bốc, hăng @신진 기예의 tuổi trẻ đầy nghị lực

기온 nhiệt độ @기온이 오르다 (내리다) nhiệt độ lên (xuống) *--조절 điều hòa không khí *평균-- nhiệt độ trung bình.

기와 ngói @기와로 이다 mái lợp lợp ngói *--지붕 mái ngói *--집 nhà ngói.

기왕 dĩ vãng, quá khứ [부사적] đã rồi, đã từ lâu, trước đây @기왕이면 nếu chuyện đã xảy ra.

기의 tùy thuộc vào, dựa vào.

기용 sự bổ nhiệm, chức vụ *--하다 bổ nhiệm, chỉ định, chọn, lập, đề bạt, thăng cấp.

기우 một cuộc hội ngộ bất ngờ *--하다 gặp nhau tình cờ, ngẫu nhiên

기우 cầu mưa.

기우 mối lo ngại vô căn cứ.

기우 sống, ở, cư trú, ngụ, trọ.

기우뚱거리다 => 끼우뚱거리다 rung chuyển, đu đưa, lúc lắc, lung lay, chập chững, không vững, sắp đổ @ 배가 기우뚱거린다 chiếc tàu tròng trành.

기우듬하다 => 끼우뜸하다 hơi xiên, hơi chếch, hơi lệch @기우듬히 xiên qua, chéo qua, một cách không ngay thẳng.

기운 (1) [힘] sức lực, sinh lực, nghị lực @ 기운이 센 bền vững, khỏe mạnh, tráng kiện // 기운없는 yếu đuối, nhu nhược // 기운이 나다 cảm giác khỏe mạnh // 기운을 내다 bộc lộ một sức mạnh (2) [원기] khí lực, ý chí, khí phách, dũng cảm, can trường // 기운있는 vui vẻ, phấn chấn, đầy nghị lực, đầy sức sống // 기운이 있다 cương quyết, cứng rắn, có ý chí // 기운이 없다 sa sút tinh thần, không ý chí (3) [기미] một chi tiết nhỏ, một dấu vết nhỏ, triệu chứng, dấu hiệu, vẻ mặt. @감기 기운 *có triệu chứng cảm.*

기운 xu hướng, chiều hướng, khuynh hướng.

기운 [기회] cơ hội, thời cơ, dịp @기운이 익어가다 thời cơ chín muồi.

기울 cám (lúa mì) *--죽 món cháo cám

(nấu cho gia súc)

기울다 (1)[경사] dốc, xiên, nghiêng, (배가) [기운] có khuynh hướng, chiều hướng, thiên về // 탑이 한쪽으로 기울었다 *cái tháp nghiêng về một phía* (2) [경향] nghiêng về phía, quay về, hướng về, có chiều hướng @사치스러운 방향으로 기울다 *thiên về cuộc sống xa hoa, hưởng thụ* (3) [쇠하다] nghiêng xuống, dốc xuống, suy sụp, tàn tạ @운이 기울다 hết thời, lỡ vận (4) [해따위가] suy sụp, suy tàn, đi xuống, sa lầy, chìm.

기울어뜨리다 đổ, rót, lật nghiêng, làm nghiêng.

기울어지다 => 기울다.

기울이다 nghiêng theo, nghe theo [경주] hiến thân mình cho @귀를 기울이다 nghe theo, tuân theo, vâng theo // 주의를 기울이다 chú ý, lắng nghe.

기웃거리다 có chiều hướng tái diễn (lập đi lập lại nhiều lần) @이방 저방 기웃거리다 *đảo mắt nhìn khắp phòng này phọng nọ.*

기웃하다 hơi xiên, hơi dốc @액자가 한쪽으로 기웃하다 khung sườn hơi nghiêng về 1 phía.

기원 phụ tá kỹ sư (kỹ thuật viên).

기원 thời đại, kỷ nguyên.

기원 nguồn gốc, căn nguyên *--하다 khởi đầu, bắt đầu, bắt nguồn, hình thành từ @기원을 캐다 lần theo cội nguồn.

기원 lời cầu nguyện, sự cầu xin *--하다 cầu nguyện, cầu xin, thỉnh cầu, kiến nghị, mong mỏi @병의 회복을 하나님에게 기원하다 cầu xin trời cho được hồi phục // 당신의 성공을 기원합니다 tôi cầu mong bạn thành công.

기율 trật tự, nội qui, kỷ luật @ 기율있는 thứ tự, ngăn nắp, gọn gàng, có kỷ luật // 기율 없는 bừa bãi, rối loạn, mất trật tự // 기율 바르게 có thứ tự tốt.

기이 --하다 lạ lùng, kỳ quặc, đặc biệt, lạ kỳ, khác thường @기이한 풍설 một tin đồn đặc biệt.

기이다 giữ kín, giữ bí mật, che đậy.

기인 người lập dị, người kỳ cục.

기인 lý do cơ bản, động cơ chính *--하다 do, vì, gây ra, sinh ra, tạo ra, bởi vì vậy, cho nên.

기인 nguyên do, căn nguyên, nguồn gốc *--하다 bắt nguồn từ, do bởi, dẫn đến, đưa đến kết quả là.

기일 @조부의 기일 ngày giỗ tổ tiên.

기일 ngày đã hẹn trước [기한] hạn định, thời hạn @기일까지는 tới ngày hẹn.

기입 sự ghi vào, sự điền vào (용지에) *--하다 ghi vào, điền vào, đăng ký, ghi sổ @이름을 기입하다 đăng ký tên, ghi tên vào // 용지에 기입하다 điền vào mẫu.

기자 nhà báo, ký giả [신문 기자] @기자회견 을 하다 gặp gỡ báo chí *--회견 cuộc phỏng vấn báo chí.

기자 lời nói chua cay, diễu cợt, sự trào phúng, sự châm biếm *--하다 châm biếm, chế nhạo, nói bóng nói gió, nói cạnh.

기장 [1] [삭물 thực vật] cây kê.

기장 [2] bề dài, độ dài => 길이

기장 huy hiệu, phù hiệu, quân hàm, lon, huy chương, mề đay.

기장 --하다 ghi vào (sổ), đăng ký.

기장 tư lệnh không quân.

기재 thiên tài, kỳ tài, tài năng đáng chú ý

[사람 người] bậc kỳ tài, bậc anh tài

기재 sự cung cấp máy móc.

기재 mẫu kê khai in sẵn [장부에] *--하다 kê khai, đề cặp, kể ra, nói đến, ghi chép [장부에] ghi vào sổ. @--사형 tiết mục được đề cập đến.

기저 nền tảng, căn bản, cơ sở.

기저귀 khăn vệ sinh khô @기저귀를 채우다 quấn tã lót cho em bé.

기적 sự kỳ diệu, phép mầu, kỳ lạ, kỳ công @기적적으로 phi thường, kỳ diệu // 기적을 행하다 *hành động phi thường* // 기적적으로 살아나다 *thoát khỏi cái chết một cách kỳ diệu* // 기적이 일어난다 *một điều kỳ lạ chợt xảy ra.*

기적 tiếng huýt sáo, còi tầm @기적을 울리다 huýt sáo, thổi còi.

끼적거리다 viết nghuệch ngoạc, cẩu thả.

기전 sự phát điện *--기 máy phát điện *--력 lực điện.

기절 sự choáng, sự bất tỉnh *--하다 choáng, ngất, bất tỉnh. @놀라서 기절할 뻔하다 sợ đến chết ngất.

기점 điểm xuất phát [도로의] ở đỉnh, đoạn đầu @---을 기점으로하다 xuất phát từ---.

기점 điểm cốt lõi, điểm chính @방위 기점 điểm chính của vấn đề.

기정@기정의 đã quyết, đã định, đã xác minh // 기정 사실 một vấn đề đã xác minh.

기제 buổi cúng giỗ, đám giỗ.

기제 @기제의 đã xong, đã thanh toán.

기조 chủ đạo, then chốt, cơ bản.

기존 기존의 hiện tại, hiện hành @기존 시설 *điều kiện thuận lợi hiện thời.*

기중 [의학 y học] khí thủng *폐-- bệnh khí thủng (phổi).

기준 chuẩn, mẫu, cơ bản [규범] chuẩn mực *--가격 mức giá *--량 chỉ tiêu, tiêu chuẩn *임금-- mức lương.

기중 @기중이다 đau thương tang tóc.

기중기 cần trục, giàn khoan @기중기로 들어 올리다 nâng lên bằng cần trục.

기증 sự đóng góp, sự góp phần, vật đóng góp, vật cho, vật quyên góp cho tổ chức từ thiện *--하다 trao tặng, biếu, đóng góp *--자 người đóng góp, góp, quyên góp *--자 người đóng góp, người cho *--품 quà tặng, tặng phẩm.

기지 @기지의 사살 một sự việc biết rõ ràng *--수 con số được biết.

기지 sự thông minh, sự tháo vát @기지가 많다 *anh ấy là người tháo vát.*

기지 căn cứ, nền tảng *--작전-- căn cứ hành quân *항공--căn cứ không quân *해군-- căn cứ hải quân.

기지개 sự thư giản.

기직 thảm thô để chùi chân.

기진 sự kiệt sức, sự mệt mỏi *--하다 kiệt sức, mệt mỏi *--맥진 *hoàn toàn kiệt sức.*

기질 tinh thần, tính tình, bản chất *상인-- tính hám lợi, tính vụ lợi *학생-- tinh thần của sinh viên học sinh.

기차 xe lửa, tàu hỏa [객차] toa hành khách @서울행 기차 xe lửa đi *Seoul* 기차로 bằng xe lửa // 기차를 놓치다 nhỡ tầu // 기차편으로 보내다 gởi bằng đường xe lửa.

기차다 đứng sững người, sửng sốt, ngạc nhiên, lặng người *기차서 말문이 막히다 ngạc nhiên không nói nên lời.

기착 sự ngừng lại *--하다 dừng lại.

기채 tiền vay trôi nổi *--하다 tăng nợ *--시장 tăng vốn thị trường.

기척 dấu hiệu, biểu hiện, biệu thị, dấu vết, vết tích.

기체 máy móc,cơ giới (비행기의 của máy bay.

기체 khí, hơi đốt, hơi nước, thể khí @기체의 thuộc thể khí.

기초 @헌법을 기초하다 tính thẳng, cứng *--위원회 ủy ban dự thảo.

기초 nền móng, căn cứ @기초적 cơ bản, chủ yếu // 문법의 기초 지식 kiến thức ngữ pháp sơ đẳng // ---에 기초를 두다 căn cứ vào, dựa trên. *--공사 việc làm cơ bản.

기총 súng máy.

기총소사 súng săn máy *--하다 bắn phá, oanh tạc.

기치 (1) cờ, ngọn cờ, cờ hiệu @기치를 높이 들고 ngọn cờ tung bay (2) [비유적] tư thế, vị trí, quan điểm, thái độ (của một người) @기치를 선명히 하다 lọc, gạn lại thái độ quan điểm.

기침 chứng ho, sự ho, tiếng ho *--하다 ho @기침 약 thuốc ho // 심한 기침을 하다 bị ho trầm trọng

기침 => 기상

기타 cái khác, cái (vật) còn lại @기타 여러가지 còn nhiều thứ khác.

기타 đàn ghi ta @기타를 치다 đánh đàn, chơi đàn ghi ta*--연주가 người chơi đàn ghi ta.

기탁 sự cung khai, sự lắng đọng [법 pháp lý] sự tự do tạm có bảo lãnh. *--하다 cung khai, ký quỹ, đặt cọc *--물 lời khai, sự ủy thác, sự tín nhiệm. *--자 người ủy thác.

기탄 sự đắn đo , sự do dự, ngại ngùng, sự chạy lùi. *--하다 ngập ngừng, lưỡng lự, thụt lùi @기탄 없는 nói thẳng, lời nói vô tư, không thiên vị // 기탄없이 không lùi bước, ngay thẳng, bộc trực.

기통 xy lanh * 6—엔진 động cơ 6 xy lanh.

기특하다 đáng tuyên dương, đáng ca ngợi.

기틀 điểm chủ yếu, yếu tố then chốt.

기펴다 cảm giác thoải mái, cảm giác thanh thản.

기포 bong bóng, bọt tăm [주물의] bọt.

기포 [동물 động vật] bọng chứa khí.

기폭제 âm bật hơi.

기표 sự bỏ phiếu *--하다 điền vào lá phiếu. *--소 địa điểm bầu cử.

기품 bản chất, tính tình, tính khí, tâm tính.

기품 phẩm giá, tính cách, thái độ @기품 있는 có nhân cách, có giá trị, xứng đáng, phong nhã, quí phái.

기풍 cá tính, tính cách [단체의] tinh thần, chí khí, nhuệ khí [특성] đặc tính, đặc điểm, đặc thù, đặc trưng @학교의 기풍 khí thế học đường.

기피 sự lãng tránh, sự thoái thác [법 pháp lý] sự không thừa nhận (재판관을) @병역을 기피하다 lãng tránh, lẫn trốn *--병역—자 kẻ đào tẩu, người trốn (lính, quân dịch).

기필 chắc chắn, nhất định, tất nhiên, bằng mọi cách.

기하 [기하학 kỹ hà học] @기하학적 thuộc kỹ hà học (hình học).

기하다 (1) => 기대하다 (2) [결의] quyết định (làm việc gì) (3) [기약] hứa hẹn, hẹn (gặp lại).

기한 thời kỳ, kỳ hạn, nhiệm kỳ @기한 만료 sự mãn hạn, sự kết thúc nhiệm kỳ // 기한이 지나다 quá hạn. *유효-- thời hạn có hiệu lực.

기한 đói và lạnh.

기함 cờ hiệu của tàu biển.

기합 [기세.소리] sức mạnh của ý chí [제재] sự rèn luyện ý chí.

기항 tiếng gọi * --하다 kêu, gọi, thi hành.

기행 nhật ký du lịch *--문 bài tường thuật chuyến đi.

기행 hành động lập dị.

기형 dị hình, dị tật, xấu xí, dị thường @기형의 bị biến dạng, méo mó, không bình thường, dị thường *--아 sản phẩm bị biến dạng.

기호 dấu hiệu, nhản hiệu [음악 âm nhạc] nốt, phím @수학의 기호 ký hiệu toán học.

기호 sở thích, sự ưa thích @기호품 thức ăn ưa thích // 기호에 맞다 hợp với sở thích, hợp khẩu vị.

기혼 đã kết hôn, đã lập gia đình // 기혼자 người đã có (đã lập) gia đình.

기화 [물건] vật kỳ lạ, vật quý, sự hiếm có [호기] cơ hội (thời cơ) hiếm có *---을 기화로 하여 *nắm bắt cơ hội, lợi dụng thời cơ.*

기화 sự bay hơi, sự làm khô *--하다 bay hơi, bốc hơi, làm khô.

기회 cơ hội, thời cơ, dịp @아주 우연한 기회에 cơ hội nhỏ nhất // 기회가 있는 대로 *cơ hội đầu tiên* // 기회를 포착하다 *chộp lấy cơ hội*

기획 sự lập kế hoạch, đề án, dự án, dự kiến, kế hoạch *--하다 lập kế hoạch *--부 bộ phận kế hoạch *--자 người lập kế hoạch.

기후 khí hậu, thời tiết @불순한 기후 thời tiết khó chịu.

기휘 vật đáng ghét *--하다 lãng xa, tránh xa, ghê tởm, kinh tởm, đáng ghét, ghét cay ghét đắng.

긴급 tình trạng khẩn cấp, trường hợp cấp cứu *--하다 khẩn cấp, cấp cứu, thúc bách, gấp rút, cấp thiết, nóng bỏng @긴급한 경우 trường hợp khẩn cấp *--대책 biện pháp đối phó cấp bách *--명령 mệnh lệnh khẩn. *--조치 *biện pháp cấp bách.*

긴말 một bài diễn văn dài dòng *--하다 nói dài, nói hết hơi @긴말하지 않겠다 *tôi sẽ cắt ngắn lại.*

긴맛 [조개 loài sò] loại trai móng tay.

기밀 tính súc tích, tính dè dặt, kín đáo *--하다 dè dặt, kín đáo, chặt chẽ, riêng tư @긴밀한 연락을 취하다 giữ quan hệ chặt chẽ (với ai).

기박 sự căng, trạng thái căng thẳng *--하다 căng thẳng, bồn chồn, lo lắng. @긴박한 아시아 정세 *tình hình căng thẳng ở Châu Á.*

긴요 sự quan trọng, tầm quan trọng *--하다 quan trọng, sống còn [필요] cơ bản [긴급] cấp bách @긴요한 문제 một sự kiện hệ trọng.

긴장 sự căng, trặng thái căng thẳng, ính chất hệ trọng @양국간의 긴장된 관계 quan hệ ngoại giao căng thẳng giữa hai quốc gia // 긴장을 완화하다 làm bớt căng.

긴축 kinh tế chặt chẻ, cơ cấu tổ chức nghiêm minh@재정을 긴축하다 rút bớt, giảm ngân sách *--정책 *chính sách thắt lưng buộc bụng.*

긴하다 quan trọng, hệ trọng, thiết yếu, khẩn cấp @긴한 문제 một vấn đề hệ trọng.

긷다 kéo, bơm. @우물에서 물을 긷다 kéo nước giếng.

길 [1] chiều cao (của đàn ông), một sải (1m82).

길 [2] (1) [윤] độ sáng, nước bóng @마루를 자꾸 닦아 길이 들었다 sàn nhà được thường xuyên đánh bóng (2) [숙련] năng khiếu, quen tay, khéo tay @길이 나다 thành thói quen, có thói quen (3) [가축 따위] sự thuần hóa, sự khai hóa, thuần tính, dễ bảo @길들인 원숭이 *một con khỉ đã được thuần hóa.*

길 [3] (1) con đường, đường phố, đường đi [통로] đường mòn, đường hẻm, đường làng @길건너 집 căn nhà bên kia đường // 길을 내다 làm đường, xây dựng đường // 길을 잘못 들다 lầm đường // 길을 묻다 hỏi thăm đường // 길을 잃다 lạc đường // 정거장에 가는 길을 가르쳐 주십시오 *làm ơn chỉ tôi đường đến nhà ga (trạm xe)* (2) [도중] @학교 가는 길에 trên đường đi đến trường (3) [방법] phương tiện, phương pháp @생활의 길 phương tiện sinh sống // 살아갈 길이 막연하다 mất hết phương tiện sinh sống (4) [진로] đường hướng, con đường, phương tiện @ 승진에의 길 con đường thăng tiến // 후배를 위하여 길을 열어주다 dọn đường cho đàn em (5) @ 20 리 길을 가다 đi quảng đường của tuổi 20. (6) [가르침] 1 biện pháp, 1 học thuyết, 1 chủ nghĩa.

길 [4] [등급] tầng lớp, giai cấp, đẳng cấp @ 웃 길의 cấp cao, cao cấp, thượng cấp.

길 [5] [질] một bộ sách.

길가 lề đường, vệ đường, bên đường.

길거리 đường, đường phố @ 길거리를 쏘다니다 đi lang thang trên đường.

길길이 (1) [높이] chiều cao @길길이 쌓아올리다 chồng lên cao, chất lên cao (2) [성난 꼴] cực kỳ, vô cùng, cực độ, quá đáng.

길년 một năm tốt lành (cho hôn nhân)

길눈 [방향 감각] khả năng phán đoán @ 길눈이 밝다 [어둡다] có giác quan tốt (xấu).

길다 dài, chiều dài, kéo dài @길막대 cây sào dài // 긴 장마 mùa mưa kéo dài.

길동무 một gã lãng tử *--하다 đi cùng với nhau, có bạn đồng hành.

길드 phường hội.

길들다 (1) [익숙] trở thành thói quen. @ 길들지 않은 không có thói quen, xa lạ, chưa kinh nghiệm, chưa từng trải qua (2) [동물이 động vật] thuần hóa, trở nên thuần hóa (3) [윤나다] làm cho bóng loáng, trở nên tao nhã, lịch sự.

길들이다 (1) [동물을] thuần hóa, dạy dỗ, huấn luyện (chó) tập luyện, làm cho thuần thục @길들인 원숭이 con khỉ đã được dạy dỗ // 말을 길들이다 tập thuần thục con ngựa với sợi dây cương (2) [익숙] tập cho quen, làm cho quen @ 일에 길들이다 tập cho ai quen việc (3) [윤나게] đánh bóng, làm hào nhoáng.

길래 mãi mãi, vĩnh viễn.

길마 bộ yên thồ@길마 짓다 đặt bộ yên thồ lên.

길모퉁이 góc đường, góc phố.

길목 (1) [골목의] chỗ rẽ, góc rẽ @길목에 있는 약국 hiệu thuốc tây ở góc phố (2) [중요한] điểm then chốt.

길몽 giấc mơ lành.

길보 tin lành, tin vui.

길쌈 sự dệt vải (bằng tay) *--하다 dệt

trên khung cửi *--군 người dệt vải, thợ dệt.

길손 lữ khách, người đi du lịch.

길운 vận may.

길이 [1] chiều dài, độ dài @길이는 다같다 có cùng chiều dài.

길이 [2] dài lâu, dài dòng @길이 길이 thường xuyên, mãi mãi, trường kỳ // 길이 보존하다 bảo quản lâu dài // 그의 이름은 청사에 길이 빛날 것이다 *lưu danh trong sử sách.*

길일 ngày tốt, thuận lợi.

길조 điềm thuận lợi, dấu hiệu tốt, hên.

길쭉길쭉--하다 khá dài => 길쭉하다 hơi dài.

길짐승 loài động vật phủ lông.

길차다 [우거지다] dầy dặc, rậm rạp [길다] thon thả, mỏng manh @길찬 숲 rừng rậm.

길하다 may mắn, tốt lành.

길흉 hung kiết, vận may rủi, số tốt xấu (số phận, định mệnh).

김 [1] cái chậu.

김 [2] hơi nước @김이나다 bốc hơi.

김 [3] [기회] cơ hội, thời cơ, dịp @ 홧김에 trong cơn giận dữ // 온 김에 khi tôi đang ở đây.

김나가다 mất vị giác, không phân biệt được mùi vị @김나간 맥주 rượu bia nhạt nhẽo.

김매다 rẫy cỏ, nhổ rễ.

낌새 thầm kín, bí mật, riêng tư, công việc thầm kín @ 낌새 채다 ý thức được sự kín đáo của công việc.

김장 rau củ ngâm muối (chuẩn bị cho mùa đông).

김치 món kim chi (rau củ muối dưa đặc trưng của Hàn quốc) @ 배추 김치 kim chi cải bắp.

깁 tơ, lụa, sa.

깁다 may, khâu, vá, đơm, đính, mạng, sửa chữa, vá víu qua loa. @옷을 깁다 vá quần áo.

깁스 [의학] thạch cao, khuôn thạch cao @깁스를 하다 phủ thạch cao.

깃 [1] [몫] phần (cổ phần).

깃 [2] [옷깃] cổ áo.

깃 [3] [날개털] lông vũ, lông chim.

깃 [4] [가축의] ổ rơm dành cho thú nuôi.

깃대 cột cờ.

깃들이다 [새가 chim] xây tổ, làm tổ [짐승이] nhốt vào trạm, nằm ở hang, ổ @ 새가 나무에 깃들이고 있다 chim xây tổ trên cây.

깃발 cờ, cờ hiệu, biểu ngữ @깃발을 흔들다 cờ bay phất phới, phất cờ.

깃털 lông và tóc.

rên rỉ liên tục.

깊다 (1) sâu xa @깊이 hết sức, vô cùng // 한없이 깊다 không thể tả được, không thể dò được, sâu xa, vô tận // 깊이 파다 đào sâu.

(2) [심오] sâu sắc, thâm thúy @ 깊은 관심 mối quan tâm sâu sắc // 깊은 인상 ấn tượng sâu sắc (3) @깊은 잠이 들다 chìm sâu vào giấc ngủ (4) 깊은 밤 giữa đêm //

깊숙하다 sâu kín, thầm kín @ 깊숙이 xa xôi, thăm thẳm // 깊숙한 곳 nơi hẻo lánh.

깊이 [1] [명사] chiều sâu, độ dày @깊이가 없다 nông cạn, hời hợt, thiển cận, không sâu sắc.

깊이 [2] sâu sắc, sâu xa, vô cùng @깊이 감동하다 vô cùng cảm động // 깊이파다 đào sâu // 깊이 연구하다 học sâu vào (một chuyên đề, một đề tài) // 깊이 잠들다 *chìm sâu vào giấc ngủ.*

까뀌 cái rìu [석수용] cái búa đập đá.

까다 (1) [벗기다] bóc ra, lột ra.@귤을 까다 lột vỏ cam.

까다 [제하다] trừ đi, lấy đi. @ 그 비용은 내 월급에서 깠다 *khoản chi đó đã trừ vào tiền lương tháng của tôi.*

까다롭다 (1) [성미가] khó tính, cầu kỳ, kiểu cách // 음식에 까다롭다 kén ăn. (2) [문제 따위가] phức tạp, rắc rối @ 문제가 까다롭다 vấn đề khó giải quyết.

까딱거리다 lắc, rung.

까닭 (1) [이유] lý do [원인] nguyên nhân @ 까닭 없이 không có lý do (2) [연우] trường hợp. @ 그런 까닭에 ở trường hợp như..

까마귀 [새 chim] con quạ.

까마득하다 xa xa => 까마아득하다 xa xăm

까마종이 [식물] cây ớt mả.

까막눈이 người ngu dốt, người vô học.

까무러뜨리다 làm kinh ngạc, choáng váng, làm mất cảm giác [때려서].

까발리다 vọt ra, tách ra, phơi bày, vạch trần, để lộ ra.

까불거리다 hành động hấp tấp, thiếu suy nghĩ.

까불다 (1) [위아래로] nhấp nhô, phập phồng (2) [경망] hành động thiếu suy nghĩ.

까불리다 (1) [재물을] lãng phí.
(2) [키질로] sẩy, sàng lọc.

까불이 người khiếm nhã.

까붐질 sự sàng lọc.

까지 (1) [때] cho đến khi // 다음 달까지 [마감] đến tháng sau .

까치 [새 chim] chim ác là

까치발 giá đỡ, tháp 3 chân.

까투리 con gà lôi mái, con chim trĩ mái.

깍두기 củ cải trắng ngâm dấm.

깍듯하다 lịch sự, nhã nhặn, lễ độ, lễ phép @ 깍듯이 인사하다 chào hỏi lịch sự.

깍뚝거리다 băm nhỏ, thái nhỏ.

깍정이 [인색한] biển lận [약은 사람] gã láu cá, tên bịp bợm

깍지 (1) [껍질] vỏ bọc, vỏ, mai (của tôm, cua, sò, hến, rùa).
(2) [활 쏠 때의] cái đê đeo ngón tay (dùng để bảo vệ ngón tay và đẩy kim khi khâu vá) .

깎다 (1) [대패로] bào (một miếng ván) // 손톱을 깎다 giũa móng tay // 연필을 깎다 gọt bút chì. (2) [머리 따위를] cắt, xén, tỉa [풀을] cắt cỏ (3) [값을] đấu giá. [깎아주다] giảm giá. 더 이상 깎을수 없습니다 *tôi không thể bớt giá được* (4) [체면 따위를] làm ô nhục, xúc phạm (thanh danh người nào) (5) @ 관등을 깎다 hạ thấp giá trị (của ai), giáng cấp.

깐 sự cân nhắc, sự đánh giá. @ 내 (네) 깐에는 theo đánh giá của riêng (tôi).

깐깐하다 [끈질기다] chặc chẽ [완고하다] ương ngạnh, cố chấp, gan lì, kiên cường. [세심하다] tỉ mỉ, chi li [엄격하다] khắt khe [까다롭다] tường tận, chi tiết @ 깐깐한 사람 một con người chi li.

깔개 tấm đệm, tấm thảm.

깔깔 하다 (1) thô lỗ, xù xì. @ 깔깔한 피부 làn da xù xì, ráp nhám (2) [성미가] cầu kỳ, khó tính.

깔끔하다 [매끈하다] nhanh, gọn, ngăn nắp [성질이] sắc sảo // 깔끔한 몸차림

을 하다 ăn mặc gọn gàng.

깔기다 tuôn ra, tiết ra bừa bãi.

깔다 (1) trải ra, phủ lên, che đậy, giấu kín (2) [늘어 놓다] tản ra, dãn ra (3)[돈을] đầu tư vào // 여러가지 사업에 돈을 깔아 놓다 *đầu tư tiền bạc vào việc kinh doanh.*

깔때기 cái phễu, cái quặng.

깔리다 [흩어지다] trải ra, căng rộng ra. [밑에] bị áp bức, bị lệ thuộc bởi.

깔보다 xem thường, coi nhẹ, khinh rẻ, khi dễ ai.

깔쭉깔쭉 –하다 gồ ghề, xù xì, ráp nhám, lởm chởm.

깜박 => 깜빡 trong giây lát, ngay tức khắc.

깜박거리다, => 깜박거리다 [불이] lung linh, chập chờn. [눈 별이] lấp lánh, nhấp nháy [정신이] mơ hồ, mập mờ @ 눈을 깜박거리다 nháy mắt // 정신이 깜박거리다 *thư giản trong chốc lát* // 불이 깜박거린다 *những vì sao lấp lánh* // 촛불이 바람에 깜박거리다 *ánh nến lung linh trong gió.*

깜박이다 => 깜박거리다.

깜부기 [곡식의] vết nhọ, vết đen *--병 nhọ nồi; vết cháy. (밀의) - 숯 than cháy dở.

깜작 => 깜짝 trong nháy mắt. @ 깜작거리다 [-이다, 하다] chớp mắt, nháy mắt.

깜짝 [놀람] với sự ngạc nhiên. @ 깜짝놀라다 giật mình, ngạc nhiên // 아이구 깜짝이야 thật đáng ngạc nhiên !

깜짝깜짝 [놀라다] thấp tha thấp thỏm [눈을] chớp mắt liên tục.

깜찍스럽다 sớm nhận thức.

깜찍하다 [영리하다] khôn trước tuổi, sớm phát triển. [단작스럽다] láu cá, khôn vặt [놀랄 만하다] đáng ngạc nhiên [비잠하다] bi thảm; thảm thương.

깝신거리다 hành động thiếu suy nghĩ, cư xử nông nổi.

깝죽거리다 hành động nông nổi => 깝신거리다.

깡그리 tất cả, toàn bộ, hoàn toàn // @ 깡그리 자백하다 hoàn toàn thú nhận.

깡그리다 hoàn thành, kết thúc.

깡총거리다 => 깡쫑거리다

깡통 một cái thùng rỗng.

깨 [참깨] hạt mè, cây mè (vừng) [들깨]mè thô @깨를 빻다 hạt mè xay. *--기름 dầu mè.

깨끗이 (1) [청결] sạch sẽ, gọn gàng, ngăn nắp. @깨끗이 하다 làm cho gọn gàng, sạch sẽ (2) [공정] sáng sủa, rõ ràng. (3) [완 절히] hoàn toàn, một cách trọn vẹn @ 깨끗이 잊어 버리다 quên sạch hết // 깨끗이 손을 떼다 cắt đứt quan hệ với ai. (4) [결백] chỉ là.. @ [남녀간에]chỉ là tình yêu trong sáng.

깨끗하다 (1)[청결] trong sáng, tinh khiết [맑음] trong sạch; [참함] giản dị @까끗한눈 một cặp mắt trong sáng // 깨끗한 물 nước tinh khiết. (2) [공정] ngay thẳng, trong sạch (3) [완전] trọn vẹn, hoàn toàn (4) [결백] ngây thơ, trong trắng@깨끗한 마음 *một tâm hồn trong sáng.*

깨나다 phục hồi lại tri giác, hồi sinh, thức tỉnh ra khỏi (1 giấc mơ)

깨뜨리다 (1) [물건을] bẻ gãy, dẹp tan, tiêu diệt. @ 그릇을 깨뜨리다 đập vỡ cái đĩa => (깨다) - (2) [일을] cản trở, gây trở ngại, làm mất tác dụng, làm xáo trộn. @ 계획을 깨뜨리다 phá vỡ kế hoạch của 1 người nào //침묵을 깨뜨리다 phá tan sự im lặng // 혼담을 깨뜨리다 từ hôn, cắt đứt hôn ước.

깨물다 cắn, gặm. @ 혀를 깨물다 cắn nhầm lưỡi.

깨알 hạt mè. @ 깨알같은 글씨 nét chữ rất tỉ mỉ (nắn nót).

깨우다 (1) [잠을 giấc ngủ] thức dậy, tỉnh dậy @몇시에 깨워 드릴까요? Tôi sẽ đánh thức anh dậy lúc mấy giờ? // 아침 일찍 깨워 주시오 sáng mai xin gọi tôi dậy sớm. (2) [각성] gợi lại trí nhớ (cho người nào) // 미몽을 깨우다 làm vỡ tan ảo mộng của 1 người nào (3) [술을] trở nên tỉnh táo.
@잠으로써 술을 깨우다 giãrượu, tỉnh rượu.

깨우치다 lưu ý, nhắc nhở @잘못을 깨우치다 làm cho 1 người nào nhận thức được lỗi lầm của họ // 사실임을 깨우치다 kéo một người nào trở về với thực tại.

깨지다 (1) [물건이] gãy, vỡ, bể. @ 깨지기 쉬운 dòn, dễ vỡ // 산산이 깨지다 bể ra làm nhiều mảnh. (2) [일이] gây trở ngại, làm nản chí [홍이] nản lòng.

깨지락거리다 làm một cách thờ ơ.

깨치다 (1) [해득] hiểu, lĩnh hội, nhận thức. (2) gãy đổ, cắt đứt => 깨뜨리다.

깩 tiếng kêu la, tiếng reo hò. @깩 소리치다 tiếng hét inh tai.

깩소리 못하다 không được hé răng.

깽깽 @깽깽 울다 kêu ăng ẳng; sủa ăng ẳng.

꺼내다 (1) [속에서] kéo ra; lôi ra. @지갑을 꺼내다 lôi ví tiền ra. (2) [이야기를] bắt đầu đề cập đến @ 어려운 문제를 꺼내다 *đưa ra một vấn đề nan giải.*

꺼두르다 túm lấy (tóc), lôi, kéo, giật.

꺼뜨리다 @불을 꺼뜨리지 말라 đừng để lửa tắt ngấm.

꺼리다 tránh khỏi, né khỏi, miễn cưỡng. @ 거기에 가는 것을 꺼리고 있다 *hắn miễn cưỡng đi đến đó.*

꺼림칙하다 cảm thấy không thoải mái, nặng nề đầu óc. [양심에] *lương tâm ray rức.*

꺼지다 (1) [불이] thổi tắt, dập tắt @ 전등이 꺼졌다 ánh sáng đã tắt (2) [분이 풀어지다] an ủi, khuyên giải, làm cho nguôi (3) [사라지다] biến mất, đã trôi qua. @ 꺼져 이놈아 *cút đi cho khuất mắt*! (4) @거품이 꺼지다 vỡ tan ảo tưởng.

꺼풀 da, vỏ, lớp bọc ngoài.

꺽꺽하다 thô cứng, khắc nghiệt.

꺽다리 người cao, chân dài.

꺽쇠 thanh kẹp (sắt), bàn kẹp.

꺽지다 táo bạo, gan lì.

꺾어지다 [부러지다] bị vỡ, gãy, bị gián đoạn. [접히다] xếp lại, gập lại => 꺾이다.

꺾이다 (1) [부러지다] bẻ gãy, tách rời, nhượng bộ, chịu thua (2) [접히다] bị gập lại (3) [방향이] uốn cong, vênh. (4) [기운이] chán nản, thất vọng, thoái chí, xuống tinh thần @ 한번 실패로 꺾일 사람이 아니다 *anh ấy không phải là một người dễ nản lòng trước sự thất bại.*

껄껄하다 xù xì, thô lỗ, cục cằn, cay nghiệt.

껄끄럽다 hung dữ, lỗ mãng.

껄금거리다 cảm giác đau nhói, bị châm, chích.

껄떡이 người tham lam, người háu ăn.

껄떡하다 [눈이 mắt] có cặp mắt ham muốn.

껄렁하다 không đáng kể, không giá trị, vô dụng, tồi, không ra gì, vô tích sự.

껌 kẹo chewing-gum.

껌껌하다 hắc ín. [마음씨가] tâm địa hiểm độc, có dã tâm.

껍데기 [조개의 tôm cua, sò, hến, rùa] vỏ, mai @ 달걀 껍데기 vỏ trứng // 빵 껍데기 vỏ bánh (mì).

껍질 [나무의 cây] vỏ cây [과실의 trái] vỏ trái cây [얇은 껍질] vỏ, da, bì, màng bọc @ 귤 껍질 vỏ cam.

-껏 (1) [있는 대로 다] càng xa càng tốt, đến tận cùng (của) @ 성의껏 thật lòng, tận đáy lòng - 힘껏 đến hết khả năng // 힘껏 일하다 *làm hết khả năng mình* // 양껏 먹다 ăn no nê, ăn tràn họng // 마음껏 울다 kêu khóc thảm thiết (2) [까지] cho đến tận.

께 gởi đến (ai)

께끄름하다 [사람이 주어] lo lắng, băn khoăn, áy náy.

께죽거리다 [중얼거리다] cằn nhằn, càu nhàu, kêu ca, oán trách, ca cẩm.

께지럭거리다 làm miễn cưỡng [음식을] ăn miễn cưỡng (không ngon miệng).

껴들다 cầm, giữ, ôm giữa hai cánh tay.

껴안다 ôm chặt, ghì chặt (ai) trong cánh tay [안아맡다] đảm nhận (trách nhiệm). @ 서로 껴안다 ôm chặt nhau.

껴입다 mặc ra ngoài @ 스웨터를 둘씩 껴입다 mặc một cáo áo len ra ngoài.

꼬다 (1) [새끼 따위를] sự se, sự bện, sự quấn, sự cuộn (2) [몸을] sự oằn oại, sự uốn éo, sự luồn lách.

꼬드기다 (1) [부추김] kích động, xúi dục ai làm việc gì. (2) [연줄을] kéo dây diều.

꼬락서니 => 꼴

꼬리 đuôi, cái đuôi [여우.다람쥐 따위의] đuôi chồn [토끼.노루 따위의] đuôi cụt (thỏ, nai) [공작새 따위의] cái đuôi (đoàn tùy tùng) [지느러미] đuôi cá. @ 꼬리를 물고 nối đuôi nhau.

꼬리표 nhãn, nhãn hiệu @꼬리표를 달다 dán nhãn.

꼬마 người rất nhỏ [난장이] người lùn, người tí hon [아이] bé con @꼬마 자동차 xe con, xe hơi nhỏ // 꼬마야 người cấp dưới; người lùn hơn mức trung bình.

꼬바기, 꼬박, 꼬빡 xuyên qua, suốt, trọn vẹn @ 꼬박 이틀 trọn hai ngày // 꼬박 밤을 새우다 thức suốt đêm.

꼬박꼬박 (1) [머리를] lung lay, lắc lư [đầu] (2) [숨종] phục tòng, chấp hành. @ 새금을 꼬박꼬박내다 *đóng thuế một cách đều đặn.*

꼬부라지다 uốn cong, bẻ cong [마음씨가 tâm hồn] quanh co (không thành thật)

꼬이다 (1) [실.끈 둥이] làm cho soắn lại, làm rối tung lên (2) [일이] sự sai lầm, sự thất bại, sự thất lạc (3) [마음이] dễ cáu, khó chịu, quanh co, không thật lòng.

꼬장꼬장하다 [노인이] tráng kiện, khỏe mạnh, sôi nổi, tràn đầy sinh lực [성미가] cương quyết, cứng rắn [물건이] thẳng và cương quyết.

꼬집다 [손가락으로] giày vò, giằn vặt [꼬집어 말하다] chê trách, phê bình ai một cách khó chịu, đầy ác ý.

꼬챙이 cái xiên nướng thịt @ 꼬챙이에 꿰다 xâu (cá) qua cái que xiên..

꼬치 (1) thức ăn xiên que (2) => 꼬챙이

꼬치꼬치 @꼬치꼬치 마르다 lo lắng đến rạc người // 꼬치꼬치 캐묻다 tò mò, tọc mạch.

꼬투리 (1) [깍지] vỏ bọc, vỏ ngoài, vỏ mai (2) [꽁초] mẩu thuốc lá (hút còn lại) (3) [사건의 발단] nguồn gốc, căn nguyên, nguyên do, lý do.

꼭 (1) chặt chẽ, sít sao, chắc chắn. @ 꼭 묶다 thắt, cột, buộc một cách sít sao, chắc chắn // 꼭. 쥐다 túm chặt, ôm, kềm, kẹp, cầm chặt // 문을 꼭닫다 đóng chặt cửa lại (2) [빠듯이] khít khao @ 꼭 끼는 모자 cái mũ khít khao (vừa khít) // 꼭 끼다 đậy kín, đóng kín (3) [정확히] vừa đúng, chính xác @ 꼭 5 시에 đúng 5 giờ // 이시계는 꼭맞는다 cái đồng hồ này rất đúng giờ. (4) [반드시] chắc chắn, không sai, không nghi ngờ gì cả, bằng mọi cách, mọi giá @ 꼭 오게 bằng mọi giá phải đến (5) [또] hầu như, đúng là, [마치] như là, @ 꼭 미친 사람 같다 như là đồ điên! // 하는 짓이 꼭 어린애 같다 hành động như một đứa trẻ.

꼭꼭 => 꼭

꼭대기 [물건의] đỉnh, chóp, ngọn, chỏm, nóc; tột đỉnh, cao điểm.

꼭두새벽 tảng sáng, rạng đông, bình minh @ 꼭두새벽 부터 từ sáng tinh mơ.

꼭두서니 [식물] cây thiên thảo.

꼭두각시 bù nhìn, con rối, kẻ bị giật giây.

꼭뒤지르다 tính trước, đoán trước.

꼭지 (1) [수도 따위의] cái vòi nước @ 수도 꼭지를 틀다 [잠그다] mở (khóa) nước (2) [뚜껑의] quả nắm, tay cầm, núm (우유병의 젖꼭지) (3) [식물의 thảo mộc] thân (cây), cuống (hoa) (4) [두목] cái bướu (5) [도리깨의] trục của cái néo (6) [묶음] 1 khúc, 1 cục, 1 hòn, 1 chùm, 1 bó.

꼲다 đánh dấu, ghi dấu, xếp loại, làm dấu.

꼴 [1] [모양] hình dáng, hình thể [외양] dáng vẻ [복장] phục trang [상태] tình trạng, tình thế, hoàn cảnh, vị trí, địa thế [광경] cảnh quan, phong cảnh [얼굴] khuôn mặt, sắc mặt, vẻ mặt.

꼴 [2] [풀] cỏ khô, thức ăn cho bò, bãi cỏ (목)

꼴불견 tính chất xấu xa, tồi tệ @ 꼴불견이다 xấu xí, khó coi.

꼼짝 못하다 (1) không thể di chuyển, không thể xê dịch, không thể nhúc nhích được một bước nào @ 거리는 사람으로 붐벼서 꼼짝 못할 지경이었다 *trên đường có một đám đông tụ tập nên không thể xê dịch được* (2) [곤경에 빠지다] ở vào tình thế khó khăn @ 자금난으로 꼼짝 못하게 되다 gặp khó khăn về tài chánh (3) [기를 못펴다] ra hiệu, dọa nạt, hăm dọa, dọa dẫm.

꼽다 đếm số (trên ngón tay), đánh số, ghi số @ 날짜를 꼽다 đếm từng ngày.

꼿꼿하다 (1) [곧다] thẳng góc, thẳng đứng, ngay thẳng @ 곳곳한 자세 cử chỉ ngay thẳng (2) [정직] lương thiện, thẳng thắn, ngay thật (3) [굳다] cứng chắc, dẻo dai. @ 꼿꼿한시체 xác chết cứng.

꽁무니 xương cụt (cuối xương sống). [끝] tận cùng, bộ phận sau @ 꽁무니 빼다 quay lưng, chạy làng, không chịu nhận, từ chối trách nhiệm.

꽁치 [물고기 cá] cá thu đao.

꽁하다 hẹp hòi, thiển cận, kín đáo, dè dặt khó gần.

ㄱ

꽂다 [박다] cắm, đâm, chọc, đóng, cài, gắn vào [빗장을] chắn song, cái then, cái chốt @ 스위치를 꽂다 cắm ổ điện.

꽂을대 cái thông nòng, que thông nòng súng.

꽂히다 [박히다] lồng vào, gài vào, gắn vào, ấn vào [끼이다] nhét vào giữa.

꽃 (1) [초목의] hoa; [과수의] hoa của cây ăn quả, sự ra hoa trổ quả. @ 꽃피는 시절 mùa hoa nở // 꽃이 피다 hoa nở // 꽃을 가꾸다 trồng hoa (2) [정수] nước hoa [사교계의] hoa khôi *--꽃이 sự cắm hoa. *--말 lời nói hoa mỹ. *--집 cửa hàng hoa. *--바구니 lẳng hoa, rổ hoa.

꽃다발 một bó hoa, một cụm hoa, một chùm hoa.

꽃동산 vườn hoa.

꽃무늬 hoa văn.

꽃밭 vườn hoa, luống hoa.

꽃병 bình hoa.

꽃샘 một đợt rét, mùa hoa nở, cái lạnh đầu xuân.

꽃송이 bông hoa nở, sự hứa hẹn, niềm hy vọng.

꽃슬 nhị hoa (수술), nhụy cái (암술).

꽃시계 đồng hồ có trang trí hoa văn.

꽃식물 cây hoa => 현화 식물

꽃잎 cánh hoa

꽈리 [식물 thực vật] cây anh đào.

꽉 (1) [단단히] => 꼭 (2) [가득히] chặt, khít, đầy @ 꽉 차다 nhét đầy, ép chặt (3) [참는 모양] => 꾹

꽉 꽉 (1) [힘주어] vất vả, khó nhọc, cứng, chắc @ 꽉꽉 눌러넣다 dồn, ép, nén chặt vào (2) [가득] đầy, đầy tràn, đông nghịch.

꽹과리 bước đi @꽹과리를 치다 nhịp bước, rảo bước.

꾀 [지혜] láu cá, ma lanh, thủ đoạn, mưu kế [계략] mưu mô, bịp bợm, gian trá @ 꾀 많은 사람 một con người có thủ đoạn // 꾀 없는 사람 người không thủ đoạn // (남의) 꾀에 넘어가다 rợi vào bẫy, mắc mưu.

꽤 khá, kha khá, hơi khá, đáng kể @꽤 많은 돈 một món tiền khá lớn // 꽤 먼 거리 khá xa // 꽤 오래 전에 trước đó khá lâu // 영어를 꽤 잘한다 *hắn nói tiếng Anh khá giỏi.*

꽥 tiếng thét, tiếng kêu thất thanh. *--하다 kêu thét lên, thốt ra một tiếng kêu thất thanh.

꾀다 [(1)] [유혹] lôi cuốn, cám dỗ, dụ dỗ, lôi kéo, quyến rũ @꾀어 내다 dụ dỗ (người nào) ra // 달콤한 말로 소녀를 꾀다 dụ dỗ, lôi kéo một cô gái bằng lời nói ngọt ngào.

꾀다 [(2)] [벌레 따위가] đám dông, quần chúng; sự tập hợp, sự tập trung, sự tràn vào.

꾀병 bệnh giả đò @꾀병 부리다 giả bệnh, giả bộ bệnh.

꾀보 một người gian xảo, người có thủ đoạn.

꾀부리다 lẩn tránh trốn tránh, đổ trút (trách nhiệm), né tránh, thoái thác. @꾀부리는 사람 người trốn trách nhiệm // 꾀부리고 일을 하지않다 né tránh công việc.

꾀잠 ngủ giả. @꾀잠자다 giả ngủ, làm bộ ngủ.

꾀죄하다 tồi tàn, tiều tụy, lôi thôi, xốc xếch, có vẻ nghèo nàn. @옷차림이 꾀죄하다 ăn mặc lôi thôi lếch thếch, xoàng xỉnh.

꾀하다 dự kiến, vẽ sơ đồ, lập đồ án, phát họa, làm thử, toan tính. @자살을 꾀하다 toan tự sát // 살해를 꾀하다 có âm mưu giết người.

꾀꼬리 chim sơn ca, chim chích chòe, chim vàng anh.

꾐 sự cám dỗ, sự lôi cuốn, sự dụ dỗ, sức quyến rũ. @꾐에 빠지다 *sa ngã trước cám dỗ.*

꾸들꾸들 đến lúc khô ráo, hơi khô ráo *--하다 trở nên khô ráo.

꾸러미 một bọc, một bó [작은] một gói, một kiện @책 한 꾸러미 một gói sách.

꾸르륵 [배가] sôi ruột, bụng sôi ùng ục [물이] (nước) chảy ồng ọc, róc rách.

-꾸러기 sự quá nuông chiều, quá bê tha. *--장난-- một thằng bé tinh quái, thằng ranh con, một anh chàng láu cá vặt.

꾸리다 (1) [짐을] bó, gói, bọc, bao lại, đóng hàng @소지품을 꾸리다 *đóng gói đồ dùng cá nhân* (2) [일을] sắp xếp, quản lý, thu xếp @살림을 꾸리다 sắp xếp việc nhà.

꾸미다 (1) [치장] trang hoàng, trang trí, tô điểm [얼굴을]trang điểm @방을 꾸미다 trang trí căn phòng // 얼굴 예쁘게 꾸미다 sửa soạn [배우가] trang điểm khuôn mặt (2) [조작] dựng lên, bịa ra, tạo ra, đặt ra, sáng tác [음모] bày ra, vẽ ra, bố trí [가장] giả bộ, làm ra vẻ, che đậy, trá hình, cải trang, ngụy trang @꾸민 말 *một lời nói điêu* (3) [조직] tổ chức, thành lập @가정을꾸미다 *xây dựng một mái ấm* (4) [작성] chuẩn bị, sửa soạn, thành lập xây dựng, vẽ ra, vạch ra. @서류를 세통 꾸미다 lập thành 3 bản.

꾸밈 @꾸밈 없는 đơn giản, rõ ràng, ngay thẳng, bộc trực.

꾸벅거리다 => 꾸뻑거리다 [졸려서] ngủ gà ngủ gật, ngủ lơ mơ [머리 숙이다] cúi mình, khom mình, cúi chào, lễ phép cuối chào.

꾸벅이다 => 꾸벅거리다

꾸지람 sự rầy la, lời khiển trách *--하다 rầy la, trách mắng, gắt gỏng, chửi rủa @꾸지람 듣다 bị quở trách, bị chửi.

꾸짖다 rầy la, trách mắng, chưỉ rủa @호되게 꾸짖다 trách mắng (ai) thậm tệ.

꾹[누르는 모양] chặt chẽ, vững chắc, cứng rắn [참는모양] kiên trì, bền chí, nhẫn nại @ 꾹누르다 ép chặt, ép cứng.

꿀 mật, mật hoa (꽃의) mật đường. @꿀같이 달다 ngọt như mật *--벌 mật ong.

꿀꺽 [삼키는 모양] với một hơi, một ngụm [참는모양] một cách nhẫn nại (nuốt xuống) @꿀꺽 마시다 uống một ngụm, một hơi, nuốt xuống, dằn xuống.

꿀꿀 [거품 오르는 소리] bọt bong bóng [돼지의] cằn nhằn, càu nhàu *--하다 sôi sùng sục, nổi bọt, càu nhàu, cằn nhằn.

꿀떡 nuốt một cách hăng hái @꿀떡 한 입에 삼키다 nốc (uống) cạn một hơi.

꿀리다 (1) [쭈그러지다] bị vò nhàu, làm nhăn, nát, có nếp nhăn @꿀린 모자 cái mũ nhàu nát, cái mũ có nếp nhăn (2) [형편이] hoàn cảnh nghèo túng, khó khăn @집안 형편이 꿀리다 trong cảnh khó khăn. (3) [캥기다] có điều gì ray rứt lương tâm (4) [기세.형세가] bị áp đảo, lấn át, nhượng bộ, chịu thua. @

조금도 꿀리지 않고 không nao núng, không chùn bước, không chút nản lòng, không hề thoái chí.

꿀물 nước ngọt như mật.

꿇다 quỳ gối, quỳ xuống // 무릎을 꿇고 기도 드리다 quỳ gối cầu nguyện => 꿇어 앉다.

꿈 giấc mơ [공상] ảo mộng, ảo giác, trí tưởng tượng @꿈 같은 이야기 chuyện hư cấu, chuyện bịa, chuyện tưởng tượng // 꿈 같은 chuyện như mơ, chuyện hảo huyền // 꿈 같이 như trong mơ // 무서운 꿈을 꾸다 gặp cơn ác mộng // 고행 꿈을 꾸다 mơ về căn nhà cũ // 꿈이 들어 맞았다 *biến giấc mơ thành hiện thực* // 그런일을 하리라고는 꿈에도 생각 안 했다 *tôi không mơ tưởng tới chuyện đó.*

꿈결 @꿈결에 mơ màng, mơ mộng [덧없는] không đáng tin, không chắc chắn // 꿈결같이 như trong mơ, như giấc mơ.

꿈꾸다 mơ mơ ước, mơ tưởng, có 1 ước mơ [바리다] có hoài bão, mơ tưởng đến, tưởng tượng, hình dung đến.

꿈뜨다 chập chạp, lờ đờ, trễ, muộn @일에 굼뜨다 làm việc chậm chạp.

꿈자리 @꿈자리사납다 điềm xấu, điềm gở (mơ).

꿈쩍없다 không nhúc nhích, không dao động, lãnh đạm, thờ ơ, không nhiệt tình, thản nhiên @총소리에도 그는 꿈쩍없었다 bất chấp súng đạn, hắn không hề nao núng

꿍꿍 tiếng lẩm bẩm, tiếng rền rỉ, than van*--하다 than van, rên rỉ, lầm bầm, lải nhải.

꿍꿍이셈 âm mưu bí mật, mục đích bí mật.

꿍꿍잇속 lý do cơ bản, động cơ chính, một ý đồ bí ẩn. @꿍꿍잇속이 있다 có một âm mưu trong đầu.

꿩 [새 chim] con gà lôi, con chim trỉ, con công *수-- công trống *--암 công mái.

꿰다 (1) [구멍에] trải qua, trôi qua, xuyên qua, thông qua, căng ra, kéo dài ra @바늘 구멍에 실을 꿰다 xỏ kim, xâu kim, luồn kim (2) [찔러 꽂다 xuyên qua, xiên qua, đẩy, ấn, nhét, đâm, chọc thủng.

꿰뚫다 [관통] đâm qua, xuyên qua, chọc thủng (총알이) [정통] am hiểu kỹ, quen biết (với) @마음을 꿰뚫다 nhìn thấu tim đen của ai.

꿰뜨리다 bẻ gãy, đập vỡ, làm mòn, rách.

꿰매다[갑기] khâu, may (영말 따위를) vá, đắp @상처를 세바늘 꿰매다 khâu 3 mũi lên vết thương // 옷에 헝겊을 대어 꿰매다 vá quần áo.

꿰미 [끈] sợi dây.

꿰지다 mở thoan ra, xé toạt ra [터지다] xé nát, (đập) vỡ tung ra [해지다] làm hư hại, làm hao mòn [드러나다] vứt bỏ, phơi bày ra.

꿰찌르다 xô, đẩy, ấn, nhét, tống.

꽥 tiếng thét, tiếng rít, tiếng la hét, điếc tai @꽥소리지르다 thét lên, la lên, rít lên.

뀌다 sự giải thoát, sự phóng thích @방귀를 뀌다 đánh rắm, thả bom.

끄느름하다 âm u, u ám, ảm đạm, mây che kín.

끄다 [불을 lửa] tắt, làm tắt, dập tắt (전기를) @촛불을 끄다 thổi nến // 전기를 끄다 tắt đèn.

끄덕거리다 =>끄떡거리다 gà gật, lắc lư @끄덕거리다며 một cách đu đưa.

끄떡 없다 [안전] an toàn, chắc chắn, kiên cố, không dời đổi, điềm tĩnh.

끄덕이다 => 끄떡이다 gật đầu (chào hoặc đồng ý).

끄덩이 [머리털.실] đuôi tóc (lông); 실마리] đầu mối, manh mối @머리끄덩이를 그러잡다 túm tóc ai.

끄르다 cởi bỏ, xóa, làm hỏng, tháo gỡ, mở khóa. @구두끈을 끄르다 tháo (mở) dây giày //보자기를 끄르다 mở gói đồ //단추를 끄르다 mở khuy (áo).

끄르륵거리다 phun ra liên tục.

끄무러지다 u ám, mập mờ, không rõ, mây che phủ.

끄무레하다 mây đen vần vũ, u ám, tối sầm, xám xịt.

끄물끄물 --하다 không ổn định, do dự, chưa dứt khoát, có thể thay đổi, bị đảo lộn.

끄집다 nhặt lên, lượm lên, cầm, đưa, mang ra, lấy ra.

끄집어 내다 (1) xóa, tẩy sạch, kéo ra, nhổ ra, tách biệt ra @호주머니에서 편지를 끄집어 내다 lấy lá thư ra khỏi túi (2) [이야기를] bắt đầu thảo luận @ 말을끄집어 내다 đưa ra chủ đề.

끄트러기 [나머지] phần thừa, đoạn thừa [나무 조각] vỏ bào, mạt cưa

끈 sợi dây, dây thừng nhỏ, dây ruy băng, ren (đăng ten) [꼰끈] vải viền [가죽끈] dây tết bằng lụa, vải; dây đai, quay *구두-- dây giày @구두끈을 매다 (풀다) cột, thắt, buột (cởi, tháo) dây giày.

끈끈이 nhựa bẫy chim

끈끈하다 (1) [차지다] dính nhớp nháp, chất dính, lầy nhầy, dính như keo @끈끈한풀 keo dán (2) [검질기다] bám chặt, dính chặt, bền bỉ.

끈기 (1) [끈끈한 기운] tính dính, tính lầy nhầy, nhớp nháp (2) [참을성] sự kiên trì, sự bám chặt.

끈덕지다 bám chặt, kiên trì, bền chí. @ 끈덕지게 một cách bền bỉ.

끈적거리다 [들러붙다] nhớp nháp, bầy nhầy [검질기다] bền bỉ, kiên trì, bám chặt, khăng khăng.

끈적끈적하다 dính chặt, bám chặt.

끈적이다 => 끈적거리다.

끊다 (1) [자르다] ngắt, cắt ra @둘로 끊다 cắt ra làm đôi (2) [단절] cắt, bẻ ra @관계를 끊다 cắt đứt quan hệ với ai // 전류를 끊다 ngắt công tắc điện (3) [그만두다] từ bỏ, rời khỏi, dằn lại, nén lại, kiềm chế lại @술을 끊다 từ bỏ rượu (4) [사다] mua, tậu @차표를 끊다 mua vé, đăng ký vé (5) [죽이다] giết @목숨을 끊다 giết, lấy mạng (ai).

끊어지다 (1) [절단] bẻ gãy, tách rời (실 따위가) cắt, chặt (2) [중단.차단] gãy rời, đình chỉ, gián đoạn @소식이 끊어지다 sự giao thông bị gián đoạn (3) [관계가] tạm ngừng @그녀와의 관계가 끊어졌다 *tôi đã chia tay với cô ấy* (cắt đứt quan hệ) (4) [기한 따위] mãn hạn, kết thúc @ 약기운이 끊어지다 y học đã bó tay (5) [죽다] chết, chấm dứt. @ 숨이 끊어지다 trút hơi thở cuối cùng.

끊임없다 không ngớt, không ngừng, liên miên liên tục @끊임없이 노력하다 nỗ lực không ngừng.

끌 cái đục @끌로 조각하다 đục tượng đá.

끌경이 bàn chải lông ngựa *--질 sự chải lông (빗김), sự bốc lột, sự lợi dụng (착취).

끌끌 sự ợ, sự phun ra @혀를 끌끌 차다

tặc lưỡi.

끌끌하다 ngay thẳng, chính trực, liêm khiết.

끌다 (1) [잡아당기다] lôi, kéo, giật @짐차를 끌다 kéo xe bò (2) [주의 따위를] kéo sự chú ý, lôi cuốn sự chú ý của người nào (동정을) (3) [인도] dẫn đường @노인의 손을 끈다 dẫn đường cho ông cụ già (4) [늘어뜨리고 가다] lôi, kéo lê, kéo lết @발을 질질 끌고겐다 lê bước (5) [미루다] kéo dài ra, gia hạn, làm trở ngại, cản trở @ 오래 끌어 온 교섭 kéo dài cuộc đàm phán // 회의가 오래 끌다 buổi họp kéo dài (6) [시설] đặt đường dây (cài đặt (điện thoại).

끌리다 (1) bị lôi kéo, bị xô đẩy @경찰서로 끌려가다 bị lôi đến đồn cảnh sát (2) [바닥에 끌리다] bị kéo lê lết @치마가 끌리다 áo của cô ta kéo lê trên sàn (3) [이끌리다] thu hút, hấp dẫn, lôi cuốn @자식 사랑에 끌려 cảm kích trước tình cảnh của đứa bé (4) [지체되다] kéo dài.

끌밋하다 đẹp đẽ sáng sủa.

끌방망이 cái vồ, cái búa đục.

끌어내리다 đem xuống, kéo xuống, đẩy xuống.

끌어넣다 mang vào, đem lại, kéo về @소를 외양간에 끌어넣다 kéo con bò vào kho thóc.

끌어당기다 kéo, lôi lại gần, nhổ lên, kéo lên @소매를 끌어당기다 kéo tay áo ai // 의자를 가까이 끌어당기다 kéo cái ghế lên // 자석은 철을 끌어당긴다 sức hút của nam châm.

끌어대다 (1) [돈을] tăng thêm tiền, làm ra tiền. @돈을 여기 저기서 끌어대다 *vét nhẵn hết toàn bộ số tiền* (2) [맞대다] gom lại (3) [인용] lời trích dẫn, đoạn trích dẫn. @전례를 끌어대다 trích dẫn sự kiện.

끌어들이다 (1) lôi kéo vào, xô đẩy vào, bố trí, xếp đặt lại @수도를 끌어들이다 đặt ống nước (2) [포섭] lôi kéo (người nào) về phe mình. [유혹] dụ dỗ, lôi cuốn.

끌어안다 ôm chặt, ghì chặt; kéo (ai) vào lòng @서로 끌어안다 ôm (ghì) chặt nhau // 어머니는 애기를 꼭 끌어안았다 người mẹ ôm chặt đứa con vào lòng.

끌어 올리다 đẩy lên, nâng lên [침몰 선을] làm nổi lên, cứu khỏi chìm @기숭기로 끌어 올리다 nâng lên bằng cần trục.

끓다 (1) [물이] luộc chín, đun sôi, nấu sôi @끓어 오르다 sôi lên (2) [마음이 tâm hồn] nóng lên, bừng lên @화가 나서 속이 끓다 *cơn giận bùng lên* (3) @배가 끓다 sôi ruột (4)[가래가] @목에 가래가 끓는다 đờm (dãi) lên tắc cổ họng (5) [솟다] tràn lên, dâng lên, nổ tung ra (cơn giận) @심중에 무언가 끓어으로는 것이있다 *có cái gì dâng trào lên trong lồng ngực tôi.* (6) [우글우글] đàn, đám, bầy @설탕에 개미가 끓고 있다 đàn kiến bò trên hủ đường.

끓이다 (1) đun sôi, đốt nóng @차를 끓이다 pha trà, nấu trà (2) @밥을 끓이다 nấu cơm // 국을 끓이다 nấu canh (3) [속태우다] buồn phiền, lo lắng, bận tâm.

끔벅거리다 => 끔뻑거리다 [불빛이] lung linh, bập bùng [눈을] nhấp nháy, lấp lánh, chập chờn @눈을 끔벅거리

다 *đập vào mắt.*

끔찍스럽다 => 끔찍하다.

끔찍하다 (1) [참혹] kinh khủng, khiếp đảm, dễ sợ [놀랄 만하다] ghê gớm, dữ dội, đặc biệt //@끔찍한 광경 một cảnh tượng kinh khiếp // 생각만 해도 끔찍하다 chỉ nghĩ đến là tôi đã khiếp (2) [극진] hết lòng hết da, tất cả tấm lòng @끔찍이 một cách chân thành // 나에 대한 대우가 끔찍했다 *anh ấy đã hết lòng với tôi.*

끙끙 *--하다 [신음] rên rỉ, than van [불평] lầm bầm, cằn nhằn, càu nhàu, lẩm bẩm @ 그는 무거운 짐을 지고 끙끙거렸다 hắn than van rên rỉ dưới sức nặng.

끝 (1) [마지막] sự kết thúc, sự kết liễu @ 끝의 chấm dứt, lần cuối // 세계의 끝 ngày tận thế // 끝 없는 vô tận, vĩnh viễn, liên tục, không ngừng, vô bờ bến (2) [첨단] đầu nhọn (của cây bút chì), đầu (ngón tay) miệng vòi (ấm) @혀 끝 chót lưỡi, đầu lưỡi // 끝이 뾰족하다 vót nhọn ở đầu (3) [결과] kết quả, thành quả, hậu quả @숙고한 끝에 với sự cân nhắc kỹ càng // 끝이 좋다 [나쁘다] kết quả tốt (xấu) @수술 끝이 좋다 kết quả phẫu thuật thành công (4) [단위] cuộn chỉ.

끝갈망 --하다 sắp đặt, sắp xếp, ổn định (một vấn đề, một công việc).

끝끝내 đến giờ phút cuối cùng, cho đến cùng, liên tục @끝끝내 반대하다 chống đối liên tục // 끝끝내 싸우다 đấu tranh cho đến cùng.

끝나다 cuối cùng, đi đến kết cuộc, kết thúc, chấm dứt, hoàn thành, từ đầu đến cuối, xong, hết. @이번 주일이 끝나기 전에 kết thúc trước tuần này // 실패로 끝나다 kết thúc thảm hại // 음악회는 애국가 연주로 끝났다 buổi hòa nhạc kết thúc bằng bản quốc ca.

끝내다 kết thúc, kết liễu, chấm dứt, hoàn thành [결말] ổn định @용무를 끝내다 xong việc, chấm dứt công việc // 토의를 끝내다 chấm dứt tranh luận // 여행을 끝내다 chấm dứt cuộc hành trình // 회의를 끝내다 kết thúc buổi họp.

끝돈 bản quyết toán số dư còn tồn lại.

끝마감 sự kết thúc, kết liễu, sự kết luận*--하다 đi đến kết luận, kết thúc, kết cuộc.

끝마치다 hoàn thành, kết thúc, làm xong.

끝막다 chấm dứt, đi đến kết thúc.

끝맞다 => 끝내다.

끝물 kết thúc vụ mùa (thu hoạch).

끝수 [수학] phân số, tổng số dư.

끝장 đoạn cuối, phần cuối, phần kết luận [낙착] sự thỏa thuận, sự ổn định, sự sắp đặt @끝장 나다 đi đến đoạn kết, chấm dứt, xong, hết, kết thúc // 원만하게 끝장이나다 kết thúc có hậu.

끝전 => 끝돈

끝판 phần cuối của (trận đấu), sự kết thúc, sự bế mạc, vòng cuối, trận cuối. @끝판에 지다 thua ở vòng cuối.

끼 bữa ăn, giờ ăn @한 끼를거르다 bỏ bữa ăn.

끼끗하다 nhanh trí, tinh ranh, sáng sủa, thông minh, lanh lẹ.

끼니 thức ăn, bữa ăn, bữa tiệc @끼니를 잇지못하다 bỏ đi không ăn // 겨우 끼니는 이어간다 *sống bằng mọi cách*

끼다[1] (1) [연기] bốc khói, bốc hơi; hơi khói, tỏa hơi [안개] trở nên mơ hồ, mù mịt @안개가 낀다 thật là mơ hồ (2)

[때가] làm ô nhục, làm dơ bẩn, làm ô nhiễm.

끼다[2] (1) [틈에] cầm, giữ, nắm chặt [비유적] sự đồng ý, thuận ý. @ 책을 겨드랑에 끼다 cầm quyển sách trên tay (2) [반지 따위] mặc, khoát, mang, đeo, đội @안경을 끼다 đeo kính // 장갑을 끼다 mang găng tay (bao tay) // 반지을 끼다 đeo nhẩn trên ngón tay (3) [팔짱을] gập, gắp, vén, xắn, khoanh @팔짱을 끼고 방관하다 khoanh tay nhìn (thái độ bàng quang) (4) [참가] tham gia, tham dự vào @명단에 끼다 có tên trên danh sách // 일행에 끼다 tham dự liên hoan (5) [따라서] @---을 끼고 dọc theo phía--

끼룩거리다 vươn cổ ra nhìn, nghển cổ ra nhìn trộm, nhìn một cách thèm khát.

--끼리 @같은 학생끼리 trong đám học sinh (sinh viên) // 친구끼리 싸우는 것은 좋지않다 *các bạn không nên cãi nhau như thế* // 우리끼리만 가자 chúng ta hãy cùng đi.

끼리끼리 từng nhóm, từng cặp, từng đôi, đôi ba @끼리끼리 모이기 마련이다 (chim có cùng loại lông tụ họp lại với nhau) "*ngưu tầm ngưu, mã tầm mã*".

끼어팔기 mối quan hệ mua bán.

끼얹다 rót, đổ, giội, trút, bắn lên, văng ra.

끼우다 [사이에] đặt, cài đặt, lắp đặt, bố trí [빠지지 않게] gắn vào, cài đặt vào @책속에 끼우다 cài (vật gì) giữa các trang sách // 창문에 유리를 끼우다 lắp kính cửa sổ.

끼이다 (1) nhồi, nhét, kẹp vào giữa, ép chặt @손가락이 문에 끼였다 *ngón tay tôi bị kẹp vào cánh cửa*. (2) [개재] kẹp vào giữa, xen vào giữa, ở giữa @나는 두사람 사이에 끼여 난처하였다 tôi gặp rắc rối giữa 2 người.

끼치다[1] (소름이) sự rung, sự rùng mình, cảm giác ớn lạnh, sởn gáy [사물이 주어] chấn động tinh thần, ớn lạnh, khiếp đảm@무서워서 소름이 끼치다 rùng mình ghê sợ.

끼치다[2] (1) [원인] gây ra, làm cho [공헌] góp phần [폐] bận tâm về [손해] gây tổn hại, làm thiệt hại, làm đau, làm đổ nát [영향] ảnh hưởng, tác động @건강에 해를 끼치다 làm tổn hại sức khỏe (2) [후세에] lưu lại, để lại @유산을 끼쳐 주다 để lại tài sản cho ai.

끽 tiếng kêu la, tiếng hét. *--하다 kêu la, hò hét, reo hò, kêu thét lên.

끽소리 tiếng kêu @끽소리 못하다 hát nho nhỏ, hát thầm, không nói nên lời.

끽연 sự hút thuốc *--하다 hút thuốc. *--실 phòng (được phép) hút thuốc.

낄낄 @낄낄거리다 cười khúc khích.

낑낑 @낑낑거리다 than thở, lầm bầm,

ㄴ

나 tôi, chính tôi, bản thân tôi @나의 của tôi của riêng tôi // 나로서는 về phía tôi, riêng phần tôi // 나도 모르게 mặc kệ tôi, dù chính tôi.

--나 (1) nhưng, nhưng mà, tuy nhiên, dù sao @가난하나 정직하다 *dù nghèo nhưng trong sạch* (2) dù có...hay không @좋으나 싫으나 해야 한다 *dù thích hay không cũng phải làm.*

나가다 (1)[밖으로] ra, đi ra ngoài @산보 나가다 ra ngoài đi dạo. (2)[진출] ban hành, công bố, đưa ra, tiếp tục, khởi sư, lao vào. @실사회에 나가다 ban hành khắp nơi (3)[근무] làm việc ở, phục vụ tại@ 출판사에 나가다 *đang làm việc cho một nhà xuất bản* (4) [참가] tham gia vào, gia nhập, tham dự @ 경기에 나가다 bị lôi cuốn vào một trò chơi (5) [팔리다] bán @잘 나가다 bán đắt, bán chạy // 이 사전은 잘 나갑니다 *quyển tự điển này bán rất chạy* (6)[해지다] bị xé tơi ra từng mảnh (7)[돈이] tiêu sạch, thanh toán hết (8) [가치가] đáng giá, nặng (무게) (9) [퇴거] dọn nhà đi, rời đi, đi khỏi @집을 나가다 rời khỏi nhà (10)[앞으로] tiến bộ, tiến triển [진보] cải tiến.

나가떨어지다 (1) [넘어지다] bị ngã xuống, bị té ngửa ra. @한 방에 나가떨어지다 bị hạ đo ván (2) [녹초가 되다] bị kiệt sức, bị mệt lả.

나가자빠지다 (1) thất bại, bị xuống dốc (2)[손 끊다] rút khỏi, nuốt lời @빚을 지고 나가자빠지다 trốn nợ.

나귀 con lừa, người ngu đần.

나그네 khách du lịch, du khách.

나긋나긋하다 (1)@ 나긋나긋한 고기 miếng thịt mềm (2)@살결이 나긋나긋하다 có làn da mịn màng (3)[태도가 cách cư xử] nhã nhặn.

--나기 người ở tại... @서울나기 người *Seoul* // 풋나기 người thiếu kinh nghiệm.

나나니벌 [곤충 côn trùng] con ong đào lỗ, con ong bắp cày.

나날이 ngày qua ngày, từ ngày này sang ngày khác, mỗi ngày, hàng ngày.

나누기 sự chia sẻ.

나누다 (1)[가르다] chia, cắt, phân ra, tách rời ra @둘로 나누다 chia đôi // 사과를 반으로 나누다 cắt đôi quả táo (2)[분배] phân bố, sắp xếp, chia (cái gì) với, phân loại, phân công chia thành từng phần @자식들에게 재산을 나누어주다 *phân chia tài sản cho các con.* (3) [구별 sự phân biệt] phân loại (giữa) (4) [함께하다] chia xẻ, phân phối cho.. @ 음식을 나누어 먹다 *chia sẻ thức ăn cho người khác*

나누다 được chia.

나눗셈 sự chia, phần được chia *--하다 chia phần.

나닐다 bay vòng quanh.

나다 (1)[출생] được sinh ra, ra đời @날 때부터 nơi sinh //그는 일본에서 났다 *anh ấy sinh tại Nhật Bản.* (2) [생기다] mới ra đời, đâm chồi, xuất hiện @싹이 나다 nảy mầm, mọc lên (3)[발생] bùng nổ, phát sinh, xảy ra, tìm thấy @불이 나다 *một đám cháy vừa xảy ra* (4) [냄새 따위] lộ ra, đánh hơi @ 신맛이 나다 có vị chua (5)[병 따위] trở nên, bị

@병이 나다 ốm, bệnh, đau // 기침이 나다 bị ho (6)[생각 따위 ý nghĩ] lóe lên (7)[흐르다 chảy] tràn ra, chảy ra ngoài @ 눈물이 나다 chảy nước mắt (8)[산출] được sản xuất, chế tạo ra (9)[결과 kết quả] hậu quả, thành quả (10) [나타나다] xuất hiện @시장에 채소가 나다 *trong chợ có nhiều loại rau quả* (11) [구멍 따위] khai phá, mở mang // 새 길이 나다 mở rộng con đường (12) @탄로나다 đưa ra ánh sáng, lộ diện, được phát hiện ra.

나다니다 đi chơi, đi lang thang @자주 나다니다 hay đi lang thang.

나다분하다 bừa bãi => 너더분하다.

나단 [성경 kinh thánh] *Nathan.*

나달 (khoảng) bốn năm ngày.

나들이 chuyến đi chơi, một chuyến nghỉ hè @나들이 가다 đi tham quan *--옷 y phục đi chơi, y phục mặc ra đường.

나라 (1)[국가] quê hương, đất nước, nhà nước, quốc gia @나라를 위하여 vì quyền lợi quốc gia (2) [세계] thế giới, vương quốc *꿈-- cõi thần tiên, vùng đất hứa 달-- cung Hằng 별--thế giới đầy trăng sao .

나라님 vua, hoàng đế.

나락 địa ngục, âm phủ.

나란히 (1) [한줄로] ngay hàng thẳng lối bên nhau @나란히 서다 đứng xếp thành một dãy, xếp thành hàng // 나란히 앉다 ngồi kế bên, ngồi cạnh // 옆으로 나란히 서다 đứng cùng hàng // 우로 나란히 bên phải thẳng hàng! (2) [가지런히] ngang hàng, đều nhau @책을 나란히 하다 xếp sách theo thứ tự *--꼴 [수학 toán học] hình bình hành.

나래 [농기구] dụng cụ ủi đất, (노) mái chèo.

나력 [의학 y học] bệnh tràng nhạc.

나루 bến đò, bến phà @나루를 건너다 qua đò, sang sông *--질 sự sang sông bằng đò --터 bến đò, bến phà.

나룻 râu ria, râu mép, râu (mèo, chuột).

나룻배 phà. @나룻배로 건너다 qua phà *--사공 người lái phà, công nhân phà.

나르다 chở, chuyên chở, vận chuyển. @화물을 배로 나르다 chuyên chở hàng hóa lên tàu.

나르시소스 [신화 thần thoại] sự tích hoa Thủy Tiên.

나르시시즘 lòng tự ái, tự tôn, sự tự kiêu quá đáng.

나른하다 (1) lừ đừ, mệt mỏi, thiếu sinh khí @ 몸이 나른하여 일할 생각이 없다 *tôi cảm thấy quá mệt mỏi không thể làm gì nổi.* (2) @몸매가 나른한 여자 người phụ nữ mảnh mai.

나름 @그것은 사람 나름이다 *điều đó còn tùy thuộc vào người khác.*

나리 [1] ngài, ông.

나리 [2] [식물 thực vật] hoa huệ.

--나마 mặc dầu, dẫu sao đi nữa, tuy, nếu chỉ. @집은 작으나마 자리가 좋다 *căn nhà tuy nhỏ nhưng vị trí thuận lợi.*

나마 [종교 tôn giáo] vị Lạt ma (나마승). @달라이 나마 vị Đạt La Lạt Ma. *--교 tu viện Lạt Ma. --교도 thầy tu, người theo Lạt Ma giáo.

나막신 guốc có gót, guốc gỗ, guốc sa-bô.

나맥 lúa mạch đen => 쌀보리.

나머지 (1) phần còn lại, vật sót lại, (잔금), đồ thừa, vật còn dư @나머지돈 tiền còn dư // 먹고 남은 나머지 đồ ăn thừa (2) [넘침] sự vượt quá, sự quá độ @기쁜 나머지 vui mừng tột độ // 슬픈 나머지 đau khổ tột cùng.

나무 (1) cây cối @나무를 심다 trồng cây // 나무를 베다 đốn cây (2)[재목 gỗ] cây (gỗ), gỗ xây dựng (3)[땔나무] củi đốt lò@ 나무 조각 một khúc củi. *--그늘 bóng râm của cây --상자 cái hộp gỗ 나뭇결 sớ go. 나뭇군 người tiều phu, người đốn củi.

나무딸기 [식물 thực vật] quả dâu rừng.

나무라다 phàn nàn, khiển trách, mắng mỏ @되게 나무라다 khuyên bảo ai // 잘못을 나무라다 khiển trách lỗi lầm người nào.

나무람 sự phàn nàn, lời khiển trách.

나무아미타불 [불교 Phật giáo] lạy Đức Phật từ bi, xin cứu độ chúng con! (Nam mô a di đà Phật)

나무하다 mót củi, kiếm củi.

나물 (1)[생것 thực phẩm tươi] rau tươi @ 나물을 캐다 nhổ cỏ (2)[무친것] món rau trộn của Hàn Quốc. @나물을 무치다 rau đậu tươi theo mùa. *--국 món súp rau.

나빠지다 trở nên xấu hơn, tồi tệ hơn.

나박김치 món kim chi củ cải đỏ, củ ra-đi cắt miếng trộn với muối và các gia vị như tiêu, tỏi, củ hành, gừng và cần tây.

나발 cây kèn *trumpet*=> 나팔.

나발꽃 cây Khiêng Ngưu Hoa (나팔꽃)

나방 [곤충] con mối, con mọt.

나배기 người già trước tuổi

나변 @그 이유가 나변에 있는가 chứng cớ đâu? nguyên do tại đâu ?

나병 bệnh cùi *--워 trại cùi --자 một bệnh nhân cùi.

나부 người phụ nữ khỏa thân.

나부끼다 vỗ, vẫy, vỗ nhanh (chuyển động tới lui hay lên xuống) @커튼이 바람에 나부낀다 *bức màn lay động nhè nhẹ trong cơn gió thoảng* // 기가 바람에 나부끼고 있다 *lá cờ tung bay trong gió.*

나부랑이 (1) [조각] miếng, mẩu, mảnh, mảnh thừa @종이 나부랑이 một miếng giấy (2) @ 순경 나부랑이 một viên cảnh sát cấp dưới.

나불거리다 (1)[흔들거리다 sự đung đưa] vỗ, vẫy => 나붓거리다. (2)@입을 나불거리다 nói huyên thuyên, ba hoa.

나불나불 (1)[나부끼다 chuyển động tới lui hay lên xuống] sự vẫy, sự vỗ. (2)[혀를] sự ba hoa, mồm mép.

나붓거리다 vẫy (vỗ) liên tục @깃발이 바람에 나붓거린다 cờ bay phất phới.

나붓나붓 sự đập, sự vỗ (cánh).

나붓이 (nói) một cách êm ái, một cách dịu dàng, môt cách nhẹ nhàng. @나붓이 절하다 cúi chào một cách dịu dàng.

나쁘다 (1) [불량 đạo đức] xấu, [부정] sai, [악의] độc ác, [도덕상] trái đạo đức. @ 나쁜 사람 người xấu xa (ác độc) // 나쁜 생각 ý nghĩ đen tối // 나쁜짓 một hành động sai lầm, việc làm xấu // 나쁜 짓을 하다 làm điều sai trái, phạm tội // 평판이 나쁘다 bị mang tiếng xấu (2) [품질이 chất lượng] kém, dở, xấu, tồi @나쁜 물건 hàng kém chất lượng. (3)[잘못 lỗi lầm] có lỗi, sai trái@내가 나쁘다 *tôi có lỗi.* (4)[해롭다 sự tai hại] có hại (cho), làm hại (đến), gây tai hại (cho). @ 몸에 나쁘다 *có hại cho sức khỏe.* (5)[병 bệnh] đau yếu, bệnh hoạn, kém sức khỏe. @ 건강이 나쁘다 sức khỏe kém // 눈이 나쁘다 bị đau mắt. (6)[머리가 trí tuệ] yếu, kém, chậm. @머리가 나쁘다 kém thông minh // 기억력이 나쁘다 bị kém trí nhớ. (7) [불쾌 sự khó chịu] khó chịu, khó ưa. @기분이 나쁘다 cảm thấy không khỏe, thấy khó chịu, muốn bệnh, thấy lợm giọng. (8)[모자라다] không đủ, thiếu, túng bấn.

나비[1] con bướm. *--넥타이 nơ con bướm (cà vạt)

나비[2] [폭] bề ngang, bề rộng => 너비.

나삐 xấu, tệ, thiếu, không đủ. @나삐 보다 nhìn khó chịu, nhìn xấc xược.

나비잠 sự ngủ nằm sải tay.

나비춤 vũ điệu bươm bướm.

나사 vải len @능직 나사 vải tréo go.

나사 (1)[못 chốt, móc] đinh ốc. @나사를 죄다 bắt tán vào đinh ốc // 나사로 죄다 siết ốc, bắt vít. (2)[나선] vật có hình xoắn ốc. *--못 đường xoắn ốc. 수—cái đinh ốc. 암— lỗ vặn đinh ốc

나상 bộ mặt trần.

나상선 [기하] vật có hình xoắn ốc, đường xoáy trôn ốc.

나서다 (1) [나와 서다] đi ra, ra ngoài, bỏ đi, xuất hiện, trình diện. @ 집을 나서다 ra khỏi nhà // 후보로 나서다 chạy nước rút (2)[나타나다] xảy ra, trình diện, xuất hiện. @빈 자리가 하나 나섰다 tìm thấy một chổ làm còn trống (3)[간섭하다 can thiệp vào] xâm phạm, xen vào, chịu trách nhiệm (맡다 gánh nặng) @네가 나설 일이 아니다 hãy lo việc của anh đi!

나선 con vít, đinh ốc (나사) --운동 sự vặn ốc.

나선상 hình xoắn ốc, đường xoắn ốc.*--계단 cầu thang xoắn.

나슨하다 thả lỏng, thoải mái => 느슨하다.

나아가다 (1) [전진 sự tiến lên] tiến lên, tiến tới, tiến triển (2) [진보 sự tiến bộ] cải tiến, tiến bộ. @이대로 나아가면 tốc độ phát triển ngày nay. (3)[좋아지다] đã đở, đã khá hơn, thay đổi tốt hơn.

나아지다 trở nên tốt hơn, sửa đổi cho tốt hơn @ 살기가 나아지다 làm cho tốt hơn // 그의 건강이 훨씬 나아졌다 *sức khỏe ông ta đã khá hơn nhiều.*

나약 tính yếu đuối *--하다 thiếu nghị lực, nhút nhát, ủy mị, nhu nhược.

나열 sự dàn trận, sự bày binh bố trận --하다 dàn thành một hàng, xếp vào một hàng, dàn ra.

나오다 (1)[밖으로 hướng ra ngoài] đi trở ra, bước ra, bỏ đi ra, hiện ra. @집에서 나오다 ra khỏi nhà. (2)[유출 sự chảy] chảy, thoát ra @눈물이 나오다 chảy nước mắt // 굴뚝에서 연기가 나오다 khói tỏa ra từ ống khói. (3)[나타나다 xuất hiện] lộ ra, hiện ra, trình diện. @ 별이 나오다 các ngôi sao xuất hiện trên bầu trời. (4)[발행 xuất bản] @이 책은 갓 나왔다 sách vừa phát hành (5)[게재 công bố] trình diện, được thấy @그말은 어느 사전에나 나와있다 từ này có trong mọi tự điển (6)[식탁에 bữa ăn] được phục vụ, được mang ra @ 술과 밥이 나왔다 chúng ta được thết đãi thức ăn và rượu nho (7)[출석-참가] tham dự, có mặt, tham gia, gia nhập @ 회합에 나오다 tham gia mít tinh (8)[근원 nguồn gốc] xuất thân từ, bắt nguồn ở, xuất phát từ. @질투에서 나온 싸움 *sự bất hòa phát sinh từ lòng ghen ghét* // 이 말은 라틴어에서 나왔다 *chữ này gốc là tiếng La Tinh.* (9) [사직 từ chối] ngưng, bỏ, từ chức, xin thôi việc [졸업] tốt nghiệp, hoàn thành. (10)[산출 sản xuất] được chế tạo, được sản xuất ra, được làm ra. (11)[통하다] đến, đi đến, đạt đến, theo kip @ 이 길로 죽 가면 정거장이 나옵니다 đường này dẫn đến trạm xe lửa (12)[태도] làm ra vẻ, giả bộ, tỏ thái độ @ 그가 어떻게 나올까 *tôi tự hỏi không biết ông ta có thái độ gì.* (13)[석방 sự thả] được phóng thích. (14)[문제] cho, truyền cho, lây sang. (15)[싹 sự nảy mầm] đâm chồi, nảy lộc. (16)[돌출] phóng, chiếu, phát âm, nhô ra, @ 이마가 나오다 có cái trán vồ (nhô ra).

나왕 [식물] một loại gỗ Philippine.

나위 xứng đáng, điều tất yếu, sự cần thiết @더할 나위 없다 xuất sắc, tuyệt vời * 그 여자는 아내로서 더할 나위 없다 *cô ấy là một người vợ tuyệt vời.*

나이 tuổi, tuổi tác. @나이 많은 사람 người có tuổi // 나이 탓으로 tùy theo tuổi // 내 나이에 vào tuổi tôi // 당신 나이 때에는 lúc tôi bằng tuổi bạn // 나이를 한 살 더 먹다 tăng thêm một tuổi // 나이가 지긋하다 già đi // 학교에 갈 나이다 đúng tuổi đi học // 나이에 비해 젊어 보이다 có vẻ trẻ hơn tuổi.

나이드라지드 [약 thuốc]thuốc Nydrazid.

나이브 ngờ nghệch, ngây thơ, chất phác.

나이아가라 폭포 thác nước *Niagara.*

나이트 *(night)* buổi tối. @나이트클럽 câu lạc bộ ban đêm *(night club)*

나이팅게일 chim họa mi.

나이프 (*a knife*) con dao.

나인 cung nữ, cô phù dâu chính, thị tỳ.

나일강 sông *Nil.*

나일론 *ny-lông.*

나잇값 cách cư xử theo tuổi tác.

나자 식물 cây hạt trần.

나전 ốc xà cừ.

나전어 tiếng *La Tinh.* *--학자 nhà nghiên cứu tiếng *La Tinh.*

나절 nửa ngày, vào khoảng nửa ngày @ 한나절 nửa ngày // 반나절 một phần tư ngày.

나조-- [음악 âm nhạc] nốt Si. *--나장(단)조 hợp âm Si trưởng (thứ).

나졸 (người) tuần tra.

나중 sau đó, phần cuối, sự kết thúc, tương lai @나중에 vài lần sau, trong tương lai // 나중에는 어떻게 되든 상관없다 *tôi không quan tâm đến hậu quả*

나찌 [개인 cá nhân] đảng viên Đức Quốc Xã, [총칭 tên chung] Đức Quốc Xã (phát xít Đức). @나찌의 thuộc Đảng Quốc Xã. *--당원 đảng viên Quốc Xã. --즘 chủ nghĩa Phát- Xít Đức.

나지리보다 ra vẻ kẻ cả, xem thường ai, khinh miệt, coi nhẹ ai.

나지막하다 hơi thấp @ 나지막한 집 ngôi nhà xây hơi thấp .

나직 sự kết tội sai --하다 nghi oan kết tội sai cho ai.

나직나직 @나직나직 말하다 nói nhỏ giọng, nói thì thầm.

나직이 thấp, bé, khiêm nhường, dịu dàng, nhún nhường, nhũn nhặn.

나직하다 [높이 độ cao] thấp [소리 âm thanh] thấp, nhỏ, khẽ, dịu [신분 vị trí xã hội] thấp kém, hèn mọn, tầm thường, ti tiện.

나체 sự khỏa thân. @나체가 되다 trở nên trần trụi. *--미 vẻ đẹp (tranh / tượng) khỏa thân *--조의 chủ nghĩa khỏa thân 반-- bán khỏa thân. 전-- một cơ thể trần trụi.

나치 --하다 bắt giữ, tóm lấy, nắm lấy.

나침 cây kim la bàn.

나침반 la bàn *항공-- la bàn hàng không 항해-- hải bàn 회전 la bàn hồi chuyển.

나타나다 (1)[출현 sự xuất hiện] lộ ra, xảy ra, xảy đến, trình diện. @청중 앞에 나타나다 xuất hiện trước khán giả // 달이 구름 사이로 나타났다 mặt trăng xuất hiện sau đám mây // 때마침 그가 나타났다 *anh ấy xuất hiện đúng lúc* (2)[보이다 nhìn thấy] hiện ra trước tầm nhìn. @육지가 나타났다 thấy đất liền ngay trước mặt (3)[표현 sự biểu hiện, diễn đạt] biểu lộ, bộc lộ, bày tỏ, phát biểu. @그녀의 얼굴에 공포의 빛이 나타났다 *cô ta lộ rõ sự sợ hãi trên mặt* // 성실이 그의 얼굴에 나타나 있다 *sự chân thật biểu lộ trên nét mặt anh ta.* (4)[드러나다 đưa ra ánh sáng] được khám phá ra, được tìm ra, bị vạch trần, bị phơi bày ra. @ 잃었던 시계가 서랍에서 나타났다 *chiếc đồng hồ bị thất lạc của tôi được tìm thấy trong ngăn kéo.* (5)[알려지다] được biết đến] trở nên nổi tiếng. @세상에 이름이 나타나다 trở nên nổi tiếng trên khắp thế giới.

나타내다 (1)[표시 sự biểu lộ] trưng bày, phô bày, [드러내다 phô bày] bóc trần, phơi trần, vạch trần, tiết lộ, [증명 chứng minh] chứng tỏ, tỏ ra. @얼굴을 나타내다 hiện ra, ra mắt, xảy ra, đến // 정체를 나타내다 *để lộ sự bản chất* // 무지를 나타내다 *biểu lộ sự ngu dốt của mình.* (2)[표현 sự phát biểu] bày tỏ, phát biểu. @생각을 말로 나타내다 *bày tỏ quan điểm của mình* // 말로 다 나타낼 수 없다 không thể tả được. (3)[대표 đại diện 상징 biểu tượng] đại diện cho, tượng trưng cho, thay thế cho, biểu tượng của. @지도상의 이 표는 절을 나타낸다 dấu này trên bản đồ biểu thị cho ngôi đền (4) trở nên nổi tiếng, tự gầy dựng tiếng tăm cho mình, lừng danh. @두각을 나타내다 tự làm nổi bật, tự làm cho người ta chú ý.

나태 sự lười biếng, sự biếng nhác. --하다 lười biếng, lờ đờ, chậm chạp.

나팔 kèn, kèn trompet. @나팔을 불다 thổi kèn // 진군 나팔을 불다 thổi kèn thúc quân. *--수 người thổi kèn, lính kèn

나팔거리다 rung rinh, đu đưa, dập dờn, đập, vẫy, vỗ mạnh (cánh) => 나풀거리다.

나팔꽃 [식물] cây bìm bìm hoa tía.

나팔관 [해부 giải phẫu] vòi Pha-lốp, ống dẫn trứng, vòi trứng.

나포 sự bắt giữ, sự giành được --하다 bắt giữ, tóm lấy.

나풀거리다 vỗ mạnh (cánh).

나풀나풀 sự dao động mạnh.

나한 La-Hán (Phật giáo).

나화 [식물 thực vật] giống hoa cây liễu.

나획--하다 bắt, giữ (tội phạm).

나흗날 ngày thứ tư trong tháng.

나흘 bốn ngày, ngày thứ tư trong tháng (나흗날).

낙 sự hài lòng, sự thích thú, sự hân hoan, niềm vui. @독서의 낙 *thú vui đọc sách* // 낙이 없는 사람 người sống khắc khổ (ít lạc thú) // 낙을 삼아 ưa lạc thú, ham vui, thú vui riêng, sở thích riêng // 낙을 삼다 ham thích.

낙가 sự giảm giá --하다 xuống giá, sụt giá.

낙관 sự ký tên và đóng dấu, chữ ký. --하다 ký tên, đóng dấu.

낙관 tính lạc quan. --하다 lạc quan, có tính lạc quan, có cái nhìn lạc quan. *--론 một quan điểm lạc quan. --론자 người lạc quan.

낙농 cửa hàng bơ sữa, nơi dự trữ và sản xuất bơ sữa, nông trường bò sữa. *--가 người nuôi bò sữa. --장 trại bò sữa. --제품 chế phẩm từ sữa bò.

낙담 sự ngã lòng, sự thất vọng. --하다 bị chán nản, thối chí, mất hết can đảm, mất hết nhuệ khí.

낙도 hòn đảo xa xôi, biệt lập.

낙락 장송 cây thông cao tán lá xum xuê.

낙뢰 sấm sét. *--하다 bị sét đánh.

낙루 sự rơi lệ. --하다 khóc, cảm động ứa nước mắt, rơi lệ.

낙마 sự ngã ngựa. --하다 bị ngã ngựa.

낙망 sự chán ngán, sự thất vọng.

낙명 sự hy sinh, sự chết, cái chết. --하다 chết, hy sinh.

낙반 sự bẹp, sự nhượng bộ, sự chịu thua @낙반이 되다 làm xẹp xuống, nhượng bộ, chịu thua.

낙방 sự thi rớt, sự hỏng thi.

낙산 [화학 hóa học] chất *a-xít butric.*

낙상 vết thương do té ngã. --하다 bị thương do té ngã.

낙서 (1) chữ viết vội vàng, nguệch ngoạc. --하다 viết ẩu, viết cẩu thả, viết vội. @벽에 낙서하다 vẽ bậy lên tường, viết nguệch ngoạc lên tường // 낙서 금지 cấm viết bậy. (2) [빠뜨림] sự bỏ quên, bỏ sót, sự bỏ qua.

낙석 vẫn thạch. *--주의 [게시 thông báo] đề phòng vẫn thạch.

낙선 sự thất bại trong việc bầu cử, [출품의] sự loại bỏ, sự loại ra. --하다 bị thất cử [출품이] bị loại ra.

낙성 sự hoàn thành, sự hoàn tất. --하다 được kết thúc, được hoàn thành.

낙숫물 giọt mưa rơi, sự nghe trộm, sự nghe lén. @낙숫물 소리 tiếng mưa rơi tí tách.

낙승 một chiến thắng dễ dàng. --하다 *đạt chiến thắng một cách dễ dàng.*

낙심 sự mất ý chí, sự nãn lòng, sự thối chí. --하다 chán nản, thất vọng, nãn lòng, ngã lòng.

낙엽 lá rụng (lá chết) *--송 cây thông trụi lá.

낙오 sự thụt lùi, lạc hậu, sự lộn xộn, không theo hàng lối. --하다 thụt lùi, lạc hậu. *--자 người lạc hậu.

낙원 thiên đường, vườn địa đàng, cõi cực lạc.

낙인 nhãn hiệu, dấu hiệu (nốt dát trên da người) @그는 반역자란 낙인이 찍혔다 hắn đúng là kẻ phản bội.

낙자 sự bỏ sót, sự bỏ quên, sự bỏ đi.

낙장 những trang bị thiếu, tờ bị thiếu.

낙제 sự yếu kém, sự thất bại. [검사에서 sự loại bỏ] thải ra. --하다 thất bại, bị đánh trượt [검사에 sự kiểm tra, thử nghiệm] bị loại ra, bị đánh hỏng. @시험에 낙제하다 bị loại trong một kỳ thi. *--생 người thất bại, học trò lưu bang, người ở lại sau khi hết nhiệm kỳ (원급 낙제생). --점 một biểu hiện yếu, kém.

낙조 mặt trời lặn, lúc mặt trời lặn.

낙지 con bạch tuộc nhỏ.

낙지발송장개구리 [동물 động vật] một loại ếch có màu hơi đỏ.

낙진 phóng xạ nguyên tử. *방사성-- (bụi) phóng xạ, chất thải phóng xạ.

낙질 một âm lượng yếu.

낙차 [물리 vật lý] áp suất, cột nước, mực nước *고(저)-- cột nước cao (thấp).

낙착 sự giàn xếp, sự hòa giải, sự giải quyết, sự thỏa thuận, sự thanh toán, sự kết thúc, sự kết luận. @ 낙착짓다 đi đến kết thúc // 잘 낙착되다 kết thúc (công việc).

낙찰 sự ngã giá thành công. --하다 đấu thầu thành công @그림은 나에게 낙찰되었다 bức tranh đã được bán cho tôi *--가 giá cả theo hợp đồng. --인 người bỏ thầu thành công.

낙천 sự lạc quan, tính lạc quan. @낙천적 lạc quan *--가 người lạc quan, người thoải mái. –주의 chủ nghĩa lạc quan.

낙천자 người thua kiện.

낙체 [물리 vật lý] một vật thể suy yếu.

낙타 con lạc đà. *--천 vải nỉ *angora*, vải làm bằng lông lạc đà.

낙태 sự sảy thai, sự nạo thai, sự phá thai. --하다 phá thai, nạo thai, bị sảy thai. *--수술 một ca mổ để lấy thai non. 인공-- một ca đẻ non bằng thuốc giục.

낙토 thiên đàng, Thượng Đế, Chúa trời.

낙하 sự rơi, sự tuột dốc, sự trượt. --하다 rơi xuống, tuột xuống, trượt xuống, ngã xuống.

낙하산, cái dù, cầu tuột. @낙하산으로 내리다 nhảy dù xuống. *--병 lính nhảy dù. –부대 đội nảy dù.

낙향 cuộc sống ở nông thôn. --하다 về sống ở nông thôn, chuyển về nơi thôn dã.

낙형 nhãn hiệu, loại hàng.

낙화 sự rụng hoa (cây ăn quả), trụi hoa (진꽃), hiện tượng hoa rơi (지는꽃). --하다 hoa rụng (rơi lả tả).

낙화 việc khắc nung (trên gỗ, trên da...), các họa tiết được khắc nung, sự khắc, sự chạm, trổ, thuật khắc nung.

낙화생 đậu phộng, lạc.

낙후 sự thụt lùi. --하다 thụt lùi, tụt hậu, ra khỏi hàng, bỏ ra ngoài, biến mất.

낚다 (1) câu cá, đánh cá, bắt cá @강에서 고기를 낚다 câu cá ở sông. (2)[꾀다 quyến rũ] lôi cuốn, cám dỗ, dụ dỗ, lôi kéo (một phụ nữ), bẫy, mồi, chài.

낚대 => 낚싯대.

낚시 lưỡi câu. @낚시에 미끼를 달다 mắc mồi vào lưỡi câu // 고기가 낚시에 걸리다 cá bị mắc câu. *--미끼 mồi câu cá.

낚시찌 phao, phao bần, một búi giun tơ.

낚시질 nghề cá, sự đánh cá. --하다 đánh bắt, câu cá. @낚시질하러 가다 đi đánh cá (ở sông).

낚시터 điểm đánh cá.

낚싯군 ngư phủ, người câu cá.

낚싯대 cần câu cá.

낚싯밥 ruồi để câu cá.

낚싯줄 dây câu cá.

난 [곤란 sự khó khăn] sự gay go, sự trở ngại [부족 sự thiếu] số lượng thiếu. *--공사 *công trình xây dựng bị trở ngại.* 주택-- thiếu nơi ăn chốn ở (khó khăn).

난 cột, mục @공란에 기입하다 điền đầy những chỗ trống trên tờ giấy. *광고란 cột quảng cáo, mục quảng cáo. 기입란 chỗ trống, cột. 운동란 cột thể thao.

난간 lan can, rào chắn, hàng chấn song bao lơn (계단의).

난감 --하다 [견디기 어려움] không thể

dung thứ] không thể chịu đựng được, không kham nổi [힘겨움] không đủ khả năng (làm) @나에겐 난감한 일이다 *tôi không kham nổi công việc.*

난공불락 @난공불락의 요새 một pháo đài vững chắc.

난관 [장애 sự cản trở] chướng ngại vật [곤란 sự khó khăn] trở ngại [난국] tình huống khó khăn [교착 sự đình trệ] sự bế tắc. @ 난관에 봉착하다 đi đến chỗ đình trệ, bế tắc hoàn toàn, gặp khó khăn, trở ngại bất ngờ.

난국 tình hình khó khăn, cơn khủng hoảng. @난국에 처하다 lâm vào một tình huống khó khăn, tuyệt lộ, cùng đường.

난군 một đội quân vô kỹ luật.

난낭 [생학 sinh học] túi trứng.

난다긴다하다 @난다긴다하는사람 nhà chuyên môn, chuyên gia, chuyên viên, một người có nhiều năng lực.

난대 miền nhiệt đới, vùng cận nhiệt đới.

난데없다 bị bất ngờ, đột xuất, gây ngạc nhiên, thình lình, đột ngột. [당찮다] vô lý, ngu xuẩn, lố bịch, buồn cười, phi lý, ngược đời. @난데없이 một cách bất ngờ.

난도질 sự cắt, xé sơ ra, sự chặt. --하다 cắt sơ ra, xé sợi, làm nham nhở, đốn đẽo, chặt từng miếng [고기 따위를] thịt băm, thịt thái nhỏ, miếng sườn (heo, cừu), món thịt băm.

난독 --하다 đọc bừa bãi (ngẫu nhiên, tùy tiện)*--가 người đọc linh tinh, đủ loại sách (không chọn lọc)

난동 sự náo động, sự quấy rầy, sự rối loạn, sự chấn động.

난든집 나다 đạt được sự tinh xảo, tinh thông, thành thạo

난로 lò, lò sưởi, hơi nóng. @난로를 쬐다 sưởi ấm bên lò sưởi. *가스-- lò gaz. 석유-- lò dầu hôi. 전기-- lò điện.

난류 dòng điện hiểm yếu

난리 [전쟁 chiến tranh] thời kỳ chiến tranh. [반란 sự nổi dậy] cuộc khởi nghĩa, cuộc nổi loạn [소요] sự nổi loạn [혼란 sự bạo động] cuộc khởi nghĩa. @ 난리가 나다 chiến tranh bùng nổ, có bạo loạn.

난립 --하다 hiện đang chuẩn bị cho cuộc bầu cử.

난마 sợi gai dầu đã được rút thành chỉ, [상태 tình hình, tình thế] sự hỗn độn, sự rối loạn, tình trạng hỗn loạn. @난마처럼 얽히다 đang trong tình trạng hỗn loạn.

난만 --하다 đang phát triển mạnh, ở giai đoạn hưng thịnh. @ 꽃이 난만하다 trong giai đoạn tươi đẹp nhất, hưng thịnh nhất.

난망 đáng ghi nhớ. @난망이다 không thể dễ dàng quên được.

난맥 thời hỗn mang, tình thế hỗn loạn, sự lộn xộn. @ 난맥에 빠지다 rơi vào trạng thái hỗn loạn.

난무 --하다 nhảy cuồng nhiệt.

난문제 một vấn đề khó khăn (nan giải), vấn đề rắc rối, phức tạp. @난문제를 풀다 *giải quyết một vấn đề khó khăn.*

난민 người tị nạn (피난민), người bị hại (이재민), người bị trục xuất ra nước ngoài, người vượt biên.

난민 những người nổi dậy, kẻ phá rối, kẻ nổi loạn, bọn du thủ du thực.

난바다 biển xa tít, ngoài khơi.

난반사 [물리] khúc xạ ánh sáng.

난발 (1) sự bấn bừa bãi (ẩu) (2)[남발 lạm phát tiền giấy] số lượng lạm phát *--하다 bấn ẩu, bấn bừa bãi, số lượng (thức ăn, quần áo, súng đạn...) phát dư một lần (cho một người lính hay một đơn vị). @지폐의 난발 sự lạm phát phiếu.

난발 đầu tóc rối bời, tóc tai bù xù.

난방 sự đun nóng, phòng sưởi. *--장치 máy móc, thiết bị làm nóng.

난벌 y phục đi chơi, quần áo mặc ra đường, y phục đẹp.

난봉 @난봉부리다 sống phung phí, sống tự do, phóng đãng. *--자식 đứa con hoang đàng. --장이 người phóng đãng, kẻ truỵ lạc, trác táng.

난사 sự đốt lửa bừa bãi, phát bắn ẩu --하다 nổ súng bừa, bắn không lý do.

난사 điều trở ngại, một nhiệm vụ khó khăn, một công việc gay go vất vả.

난사람 người nổi tiếng, người có năng lực đặc biệt.

난산 công việc nặng nhọc. --하다 làm việc, lao động cực nhọc.

난삽 sự khó khăn, sự khốn cùng. --하다 trong cảnh túng quẫn, trong cảnh gieo neo.

난색 sự miễn cưỡng, sự không sẵn lòng, sự bất đắc dĩ. @난색을 보이다 do dự, lưỡng lự, không nhất quyết.

난생 [생물 sinh vật] sự đẻ trứng.--하다 sinh sản, đẻ trứng. *--동물 loài vật đẻ trứng.

난생 처음@난생 처음 당하는 일 kinh nghiệm đầu đời.

난세 thời hỗn loạn, thời nhiễu nhương.

난세포 [생물 sinh vật] tế bào trứng, phôi thai.

난소 buồng trứng. *--염 viêm buồng trứng. --호르몬 chất hormone ở buồng trứng, kích thích tố nữ.

난수표 bảng số lộn xộn.

난숙 (1)[과일 trái cây] sự chín rục. --하다 chín nẫu, chín muồi, chín rục. (2)[성숙의 극] sự trưởng thành] sự khôn ngoan, chín chắn.

난시 thời buổi hỗn loạn, thời buổi khó khăn.

난시 [의학 y hoc] chứng loạn thị. @난시인 사람 người loạn thị.

난신 kẻ bội bạc (phản trắc).

난심 sự điên rồ, việc điên rồ.

난외 mép, bờ, lề, ranh giới một mục của tờ báo (신문의). @난외의 여백 khoảng trống giới hạn // 난외의 주 những ghi chú bên lề.

난용 sự lộng hành, sự lạm dụng.

난이 tính khắc nghiệt, sự khó khăn.

난입 sự xâm phạm, sự xâm nhập, sự xâm lấn. -- 하다 can thiệp vào, xâm phạm, xâm nhập. *--자 kẻ xâm phạm, người can thiệp (vào cuộc sống riêng tư của ai...).

난자 [외과 phẫu thuật] sự rạch cạn, vết mổ rạch cạn. --하다 đâm mạnh vào, rạch nông (cạn).

난자 tế bào trứng, trứng.

난잡 sự lộn xộn, tình trạng hỗn loạn, cảnh tán loạn, ngổn ngang, bừa bãi. --하다 trong tình trạng bừa bộn, bẩn thỉu, trong cảnh bừa bãi, bị bối rối, lúng túng, ngượng. @난잡하게 만들다 vướng vào (lao vào) tình cảnh hỗn loạn.

난장 => 난장판.

난장이 người lùn, người nhỏ con.

난장초 [식물 thực vật] cây Thu Hải

Đường.

난장판 một quang cảnh mất trật tự, sự rối loạn, cảnh náo động @ 난장판이 되다 rơi vào một tình cảnh hỗn loạn.

난적 người nổi loạn, quân phiến loạn, quân khởi nghĩa (nghĩa quân).

난전 cuộc dẹp loạn, cuộc ẩu đả, cuộc hỗn chiến.

난점 điểm gay go, mối khó khăn [결점 khuyết điểm] điều sơ sót, lỗi lầm.

난제 vấn đề nan giải, việc hốc búa, việc khó xử.

난조 [음악의 âm nhạc] nốt nghịch tai. [혼란 sự hoang mang] sự rối loạn, hỗn loạn, [맥박의 nhịp điệu] tính không đều, tính không theo quy luật.

난증 ca bệnh nan y.

난질 tội ngoại tình, tội thông dâm.

난처 --하다 khó xử, rầy rà, rắc rối, tiến thoái lưỡng nan. @난처한 입장 một tình thế khó xử.

난청 nặng tai.

난초 hoa phong lan, hoa iris.

난추니 [새 chim] chim cắt, chim bồ cắt trống (loại diều hâu nhỏ ở Châu á chuyên ăn thịt những con chim nhỏ hơn).

난측하다 khó nhìn thấu được, không chắc chắn, không biết rõ, khó đoán trước được.

난층운 tầng mây sáng.

난치 tình trạng nan giải, nan y, khó cứu chữa.

난침모 tiền công may ngày.

난타 cú đấm vô tình (bừa bãi), cú đấm liên hồi. --하다 đánh mạnh, đánh túi bụi, đấm liên tục.

난투 cuộc ẩu đả, cuộc đánh lộn, cuộc xô xát. --하다 xảyra một trận chiến, xảy ra trận tranh giành, ẩu đả.

난파 sự đắm tàu. --하다 bị đắm tàu, làm đắm tàu. *--선 một chiếc tàu bị đắm.

난파 luồng không khí ấm áp.

난폭 bạo lực, sự xúc phạm, sự làm tổn thương *--하다 bị bạo hành, xúc phạm, làm tổn thương dữ dội. @난폭한 사람 kẻ man rợ, dữ tợn // 난폭하게 굴다 ăn ở (cư xử) một cách man rợ, thô bạo, lỗ mãng // 난폭한 언사를 쓰다 ăn nói đốp chát, dùng từ thô bạo, nói năng thô lỗ.

난필 chữ viết cẩu thả, mảnh giấy ghi vội, chữ nguệch ngoạc.

난하다 to, ầm ĩ, inh ỏi (âm thanh), sặc sỡ, lòe loẹt, màu mè (màu sắc). @난한 빛깔 màu sặc sỡ // 난하게 차려 입고 있다 cô ấy mặc áo quần lòe loẹt.

난항 một cuộc hành trình sóng gió, một chuyến bay khó khăn (항공). --하다 trải qua một hải trình cam go. @협상은 난항이다 *cuộc đàm phán diễn tiến một cách phức tạp.*

난해 --하다 khó hiểu, nặng nề (심오한), @난해한 글 một đoạn văn khó hiểu (trong sách).

난행 [불교의 đạo đức] sự tu khổ hạnh.

난행 sự hư hỏng, sự trụy lạc, sự hung bạo. --하다 đi đến một cuộc sống chơi bời, phóng đãng, cưỡng đoạt.

난형 hình quả trứng. @ 난형의 hình trứng, hình bầu dục, hình trái xoan.

난형 난제 @난형 난제다 lựa chọn sơ giữa 2 thứ .

난형성 [생물 sinh học] sự tạo trứng.

난호어 [물고기 cá] cá bống (망둥이).

난황 tròng đỏ trứng.

낟 bột (hạt) ngũ cốc => 낟알.

낟가리 một đống rơm (cỏ khô).

낟알 hạt.

날[1] (1) ngày, ngày tháng (날짜 kỳ hạn), lúc (시일 ngày giờ). @날로 ngày qua ngày, mỗi ngày // 날을 정하다 sắp xếp ngày giờ // 날이 밝기 전에 lúc bình minh // 날이 저물어서 lúc đêm tối // 날이 저문다 trời bắt đầu tối. (2) [날씨 thời tiết] khí trời. @날이 좋으면 내일 출발하겠다 *nếu trời tốt, ngày mai tôi sẽ đi.* (3)[경우. 때 tình huống / thời gian, giờ] khi, lúc. @내가 성공하는 날에는 *khi tôi đã thành công.*

날 [2] [칼 따위의 thuộc lưỡi dao, lưỡi kiếm] cạnh sắc, một lưỡi dao, lưỡi kiếm. @칼날 lưỡi dao // 날을 세우다 lắp lưỡi vào.

날 [3] @베틀날 sợi dọc trên khung cửi // 날과 씨 sợi ngang dọc trên khung cửi.

날-- @날것 thức ăn sống // 날계란 trứng còn sống // 날고기 cá sống.

날강도 tên trộm, kẻ cướp chuyên nghiệp.

날개 cánh chim @날개 달린 có cánh // 날개를 치다 đập cánh, vỗ cánh // 날개 돋친듯이 팔리다 bán chạy, bán nhanh, bán đắt.

날개죽지 đầu cánh.

날것 đồ sống, thức ăn chưa được nấu chín.

날고기 thịt còn sống

날공전 lương công nhật.

날김치 đồ chua (dưa chua).

날다 [1] (1) [하늘을] bay đi, theo chiều gió, thổi tới (바람에 gió). @나는 새 chim bay // 하늘을 날다 bay lượn tên không. (2)[빨리가다 đi nhanh] đi vội, chạy, đi gấp @나는 듯이 달리다 chạy như gió. (3)[달아나다 chạy trốn] vụt qua, phóng nhanh qua [몰래] cởi, mở ra, tháo ra.

날다 [2] (1)[색이 màu sắc] phai, nhạt màu, bị đổi màu. @색이난 bị bạc màu, bị phai màu // 빛깔이 날지 cột chặt, giữ chặt. (2)[냄새가 mùi hương] mất mùi, tan biến.

날다 [3] [실을 sợi chỉ] se chỉ.

날다람쥐 [동물 động vật] con sóc bay.

날도둑놈 kẻ lừa đảo, kẻ bịp bợm.

날뛰다 hành động bạo lực, nổi giận, nổi điên, lầm huyên náo @기뻐 날뛰다 nhảy cẫng lên (vui mừng).

날들다 dọn sạch.

날라리 [악기 nhạc khí] kèn Clarinet.

날래다 nhanh, mau , lẹ.

날려 보내다 (1) tung, ném, thả, bắt (vật gì), thổi tắt. @새를 날려 보내다 thả con chim ra. (2) [재산을 gia sản] phung phí, hoang phí. @ 주색에 가산을 날려 보내다 ăn chơi tiêu tán.

날렵하다 sáng trí, thông minh, sắc sảo, khôn ngoan.

날로 (1)@날로 먹다 ăn cá sống. (2) @ 날씨가 날로 더워진다 thời tiết ngày càng nóng hơn.

날름 [날쌔게 nhanh, lẹ] tranh thủ, nắm bắt ngay, lao tới.

날름거리다 (1) @뱀이 혀를 날름거린다 con rắn thè thụt nhanh cái lưỡi. (2)[탐내어 thèm muốn] vươn cổ lên nhìn.

날름쇠 [무자위의] ống van, [총의 vật dụng] cái búa, [물건의] cái lò xo, nhíp xe.

날리다[1] (1) ném, phóng, liệng @연을 날리다 phóng dao // 바람에 모자를 날렸다 tôi bị bay cái nón (2) [일을 sự làm việc] làm việc tắc trách, làm bất cẩn (3) [없애다 bỏ] bỏ ra (mọi thứ), bỏ lỡ (4) @이름을 날리다 nổi tiếng, có tiếng.

날리다[2] @ (깃발 lá cờ) 따위가)바람에 날리다 cờ tung bay trong gió.

날림 việc làm cẩu thả. *--글씨 chữ viết dối. --일 một việc làm thiếu suy nghĩ.

날림치 một vật làm dối, làm ẩu.

날마다 hàng ngày, mỗi ngày, ngày qua ngày @날마다 하는 công việc thường làm hàng ngày.

날밑 cái chặn ở đốc kiếm.

날빛 ánh nắng ban ngày, ánh sáng mặt trời.

날삯 lương công nhật.

날밤 hạt dẻ sống.

날밤 새우다 thức suốt đêm.

날붙이 dụng cụ có lưỡi bén, thanh kiếm sắc bén. *--군 công nhân công nhật (lảnh lương ngày).

날새 mấy ngày qua (날사이).

날샐녘 @날샐녘에 lúc bình minh, lúc rạng đông, lúc trời sáng.

날서다 sắc, bén, làm cho bén.

날세우다 @칼을 날세우다 mài dao, tra lưỡi vào dao.

날수 (1) số ngày (2) @날수가 좋다 (나쁘다 xấu) có một ngày may mắn (xui xẻo).

날숨 @날숨 쉬다 bốc lên, tỏa ra, thở ra.

날쌔다 nhanh, mau lẹ. @날쌔게 nhanh chóng, mau lẹ, nhanh như chớp // 행동이날쌔다 làm nhanh.

날씨 thời tiết, khí trời. @좋은 날씨 thời tiết tốt // 나쁜 날씨 thời tiết xấu // 날씨가 좋으면 nếu trời tốt // 오늘 날씨는 어떠냐 thời tiết hôm nay thế nào?

날씬하다 mảnh khảnh, thon thả @날씬한 여자 người phụ nữ dáng dấp thon thả, người đàn bà mành mai.

날실 [경사 đường ngang] sợi chỉ trên khung [삶지않은 실] sợi thô, tơ sống.

날아가다 (1) [공중을 không trung] tung bay (2) [없어짐 say mê] niềm say mê (3) [파면 sự gạt bỏ] @ 모가지가 날아가다 bị đuổi cổ, bị sa thải.

날염 (dệt) sự in. --하다 in, in bông. @날염한 천 vải in bông.

날인 --하다 đóng dấu. @서명 날인하다 ký tên và đóng dấu. *--자 người đóng dấu.

날조 chuyện bịa đặt, điều bịa đặt, sự dựng chuyện. --하다 bịa đặt, bịa chuyện, hư cấu, sáng tác. *--기사 sự làm giả (giấy tờ), sự hư cấu.

날줄 (đường, tuyến) kinh độ.

날짐승 loài lông vũ, loài chim.

날짜[1] (1) ngày tháng // 9 월 10 일 날짜로 된 편지 lá thư đề ngày 10 tháng 9 // 날짜를 정하다 định ngày // 두사람의 결혼 날짜가 정해졌다 *ngày cưới của họ đã được định.* (2) [일수] @날짜는 얼마나 걸립니까 giữ được bao lâu?

날짜[2] (1) [날것 đồ còn sống] chất liệu sống, thực phẩm chưa nấu chín, thức ăn chưa chế biến. @나무를 날짜로 키다 cưa gỗ còn tươi. (2)[미숙한] người mới vào nghề, người tập sự.

날짝지근하다 mệt mỏi, lừ đừ, uể oải, kiệt sức, lờ đờ.

날치 [물고기 cá] cá chuồn chuồn.

날치기 sự bắt cóc, sự cướp giật, kẻ giật đồ (날치깃군). @날치기를 당하다 bị giật túi xách.

날칫군 phiếu tính tiền (phiếu gốc).

날카롭다 sắc bén, nhọn, đầu nhọn (끝이

điểm nhọn) @ 날카로운--칼 một con dao bén nhọn // 날카로운--관찰 một nhận xét tinh tường // 날카롭게 하다 mài cho bén, nhọn.

날탕 người nghèo kiết.

날파람 (1) sự chuyển động nhanh, vật tạo ra cơn gió mạnh. (2) [기세] tính sôi nổi, sự hăng hái, nhiệt tình.

날포 @여기 온지 날포가 되었다 tôi đến đây đã mấy ngày rồi.

날품 việc làm công nhật. @날품으로 일하다 làm việc ban ngày. *--삯 lương công nhật. --팔잇군 người ăn lương công nhật.

날피 lưỡi cày (보습).

낡다 cũ, sờn, mòn, theo kiểu cũ. @낡은 가구 đồ đạt mòn cũ // 낡은 집 căn nhà cổ kính // 낡은 차 chiếc xe cũ // 낡은 사상 tư tưởng lạc hậu, quan niệm cổ xưa, lỗi thời.

남 [타인] những người khác, người lạ (낯선) @ 남 모르는 고생 người không quen biết // 남 몰래 kín đáo, bí mật, không thấy nhìn thấy // 남 앞에서 công khai, giữa công chúng //그들은 나를 남 대하듯했다 họ đối xử với tôi như người xa lạ // 남보다는 친척이 낫다 *một giọt máu đào hơn ao nước lã*.

남 [남자 phái nam] đàn ông, con trai, thanh niên (아들).

남 phía nam. @남으로 về phía nam // 남쪽으로 가다 đi về hướng nam. *--십자성 chòm sao Nam Thập. --향집 nhà quay mặt về hướng nam.

남 [남빛] màu chàm, màu xanh chàm.

남가 일몽 giấc mộng hão huyền.

남경 thành phố Nam Kinh.

남경 dương vật.

남계 dòng họ bên nội. @남계의 họ bên cha, dòng bên cha, cùng họ cha.

남구 miền nam Châu Âu.

남국 miền nam, phía nam.

남극 nam cực, về phía nam cực, thuộc phương nam. *--광 nam cực quang. --양 Nam Băng Dương. 탐험 đoàn thám hiểm nam cực.

남근 dương vật. *--숭배 sự tôn thờ dương vật (tượng trưng cho sức sinh sản của tạo hóa).

남기다 (1) [뒤에 phía sau] để lại, bỏ quên [유산을 sự thừa kế] để lại, truyền lại [안쓰고] bảo tồn, dự trữ. @남김 없이 không ngoại lệ, toàn thể, hoàn toàn, trọn vẹn // 숙제를 남기다 để lại di chúc // 재산을 남기다 để lại tài sản (cho ai) // 이름을 후세에 남기다 lưu danh cho hậu thế // 빚을 남기고 죽다 để lại món nợ // 한푼도 남기지 않고 다 써 버리다 tiêu sạch hết tiền. (2)[이익을 보다] kiếm lời. @그것을 500 원 남기고 팔았다 bán lời được 500 won.

남남동 hướng nam đông nam.

남남서 hướng nam tây nam.

남녀 đàn ông và đàn bà, nam nữ. @남녀를 막론하고 không phân biệt giới tính. *--공학 sự dạy chung (cả trai và gái). --동권 nam nữ bình đẳng.

남녀 노소 @남녀 노소를 막론하고 không phân biệt tuổi tác và giới tính

남녀 유별 sự phân biệt giới tính.

남녘 về phía nam, miền nam.

남다 (1) giữ lại, còn thừa lại, lưu lại. @남은 것 cái còn lại, thức ăn thừa, vật, người còn sót lại // 남은 돈 dư tiền // 돈이 남아 있느냐 còn dư đồng nào không? // 죽은 빚이 뒤에 남았다

ㄴ

ông ấy còn để lại một món nợ // 할일 이 아직 남아 있다 *tôi còn phải làm thêm một vài việc nữa* (2)@크게 남는 장사 một việc làm có lợi // 그것을 팔아서 500 원 남았다 tôi lời được 500 won.

남다르다 đặc biệt, riêng biệt, khác với những cái khác.

남단 cực nam.

남달리 đặc biệt khác thường, lạ thường, phi thường @남달리 노력하다 lao động cực nhọc hơn người khác // 남달리 키가 크다 cao một cách khác thường.

남대문 cổng phía nam

남동 hướng đông nam. @남동풍 gió đông nam.

남루 giẻ rách, mảnh vụn, miếng nhỏ, (phụ nữ hư hỏng). --하다 tồi tàn, tiều tụy, rách rưới, tả tơi, hư hỏng.

남매 anh, chị, em.

남모르다 giấu giếm, che đậy, giữ kín. @남모르는 슬픔 một nỗi đau thầm kín // 남모르게 thích giữ bí mật, hay giấu giếm, kín mồm kín miệng.

남미 Nam Mỹ. @남미의 thuộc Nam Mỹ.

남바위 áo viền lông.

남반구 nam bán cầu.

남발 @지폐의 남발 lạm phát tiền giấy.

남방 hướng nam, về phía nam (방향).

남벌 đầu tóc bù xù. --하다 cắt đầu tóc bờm xờm, chặt cây mọc bừa bãi, phá rừng, phát hoang.

남복 trang phục nam. --하다 mặc trang phục nam, cải nam trang.

남부 phía nam. @한반도의 남부 phía nam của bán đảo Triều Tiên.

남부끄럽다 ngượng, thẹn, xấu hổ. @남부끄러운 일 hành động đáng xấu hổ // 남부끄럽지 않다 *không có gì đáng xấu hổ.*

남부럽잖다 không ganh tỵ, không đố kỵ. @남부럽잖게 살다 *không cần phải ganh tỵ với người khác.*

남부 여대 đàn ông vác trên lưng, đàn bà làm đội lên đầu. --하다 bắt đầu cuộc sống phiêu lãng.

남북 bắc nam *--전쟁 cuộc nội chiến.

남비 lọ, nồi , ấm, bình (깊은)nồi nấu (얕은) son chảo. *--뚜껑 nắp ấm

남빙양 Nam Băng Dương.

남빛 màu chàm, xanh đậm.

남사당 diễn viên hát rong, nghệ sĩ đường phố.

남산골 샌님 một ông đồ nghèo.

남살 cuộc tàn sát.

남상 một bộ mặt không hợp với phụ nữ.

남상 nguồn gốc, căn nguyên, căn do, khởi đầu. @연극의 남상 màn kịch bắt đầu.

남색 chứng pê đê, mắc thói đồng dâm nam *--자 người kê dâm, người pê đê.

남색 màu chàm, màu xanh đậm.

남생이 con rùa (trên cạn).

남서 tây nam. @남서풍 gió tây nam.

남성 phái nam, phái mạnh (giới tính), [문법 văn phạm] giống đực. @남성적 nam tính. *--미 vẻ đẹp nam tính. --호르몬 kích thích tố nam.

남성 giọng nam. *-- 중음 giọng nam trung. --합창 hợp xướng nam.

남성지다 @목소리가 남성지다 nói giọng nam.

남승 nhà sư (đạo Phật)

남십자성 chòm sao Nam Thập.

남아 con trai [대장부 đại trượng phu]

nam giới, nam tính @ 남아답게 như đàn ông, theo kiểu đàn ông.

남아 Nam Phi. * --연방 Liên Bang Nam Phi.

남아메리카 Nam Mỹ.

남양 vùng biển phía nam. *--군도 quần đảo ở vùng biển phía nam Châu Đại Dương, quần đảo Polynesi.

남여 kiệu không mui.

남용 sự ngược đãi, sự lạm dụng. --하다 ngược đãi, lạm dụng, dùng không đúng cách, biển thủ, tham ô. @직권을 남용하다 lạm dụng chức quyền.

남우세 điều hổ thẹn. --하다 cảm thấy xấu hổ, trở thành trò cười. @남우세스럽다 đáng hổ thẹn, ngượng.

남위 vĩ độ nam. @남위 15 도 vĩ độ 15 nam. *--선 vĩ độ tuyến nam.

남유다르다 khác biệt, khác thường, dị thường @남유달리 phi thường.

남유럽 miền nam Châu Âu.

남의눈 sự chú ý, sự nhận xét, sự quan sá @남의 눈을 꺼리다 tránh sự chú ý.

남의세 => 남우세.

남의집살다 làm việc như đầy tớ.

남자 đàn ông, giống đực @남자동무 bạn trai // 남자옷 y phục nam // 남자용(의) dành cho quý ông // 남자다운 nam tính // 남자답지 않은 không có nam tính, tính nhu nhược // 남자답게 dũng mãnh, đầy nam tính.

남작 (작위 quý tộc) nam tước. *--부인 nam tước phu nhân.

남작 sự sản xuất thặng dư.

남장 trang phục nam, nam trang --하다 cải nam trang, mặc y phục nam

남정 người lớn, người trưởng thành.

남정네 cánh đàn ông (남자들).

남조 sự sản xuất thặng dư, sản phẩm thặng dư. --하다 sản xuất thừa mứa, sản xuất không tính toán.

남쪽 miền Nam. @남쪽의 thuộc hướng nam // 남쪽으로 khu vực phía nam.

남존여비 nam tôn nữ ti, nạm trọng nữ khinh (theo quan niệm phong kiến).

남종 nô lệ nam.

남지나해 biển Nam Hải.

남진 --하다 tiến về phương Nam. *--정쪽 chính sách mở rộng về phía nam.

남짓하다 hơi hơn. @나이가 쉰 남짓하다 trên 50 (tuổi) một ít.

남창 đĩ đực.

남창 người phụ nữ hát giọng nam.

남탕 khu nhà tắm công cộng nam.

남태평양 nam Thái Bình Dương.

남편 chồng, ông xã [법] @ 남편 있는 몸 người phụ nữ đã có chồng // 남편 없는 không có chồng // 남편을 섬기다 phục tùng chồng.

남포[1] mìn, cốt mìn @남포질 하다 phá (núi/đá) bằng mìn.

남포[2] [등 đèn] đèn dầu.

남풍 gió nam.

남하 --하다 tiến về hướng nam.

남한 Nam Hàn.

남해 bờ biển phía nam.

남행 --하다 về miền nam. *--열차 chuyến tàu hỏa về miền nam.

남향 hướng về phía nam. --하다 quay mặt về hướng nam. *--집 nhà quay mặt hướng nam.

남획 sự đánh cạn cá. --하다 đánh hết cá.

납 chì hàn. *--접착제 sự chảy, 백-- chất hàn mềm. 은-- chất hàn cứng.

납 sáp, sáp ong. *--세공 kỹ thuật nặn bằng sáp. --인형 búp bê bằng sáp.

납가새 [식물 thực vật] củ ấu, hạt dẻ.

납거미 [곤충 côn trùng] con nhện.

납골 hài cốt của người chết. @납골당 nhà xác, [교회. 묘지의 nghĩa trang của nhà thờ] hầm mộ.

납공 --하다 nộp cống.

납금 sự trả tiền.

납기 đến kỳ trả lương (금전의 tiền), đến hạn giao hàng (물품의), ngày đóng thuế (세금의 thuế).

납길 --하다 thông báo ngày cưới của nhà gái.

납땜 sự hàn, mối hàn. --하다 hàn.

납득 sự hiểu biết, óc thông minh. --하다 hiểu, tự nhủ, tự thuyết phục, tin chắc @그의 잘못을 납득시킬 수가 없었다 *tôi không đủ sức thuyết phục để hắn nhận lỗi.*

납량 --하다 hưởng không khí mát mẻ buổi chiều. *--음악회 buổi hòa nhạc đêm hè.

납본 sự giới thiệu (trưng bày) mẫu vật. [책 sách] sách trưng bày. --하다 giới thiệu mẫu.

납부 sự phân phát (물품 hàng hóa), sự chi trả (세금 thuế) --하다 trả tiền (thuế), phân phát (vật phẩm). *--금 tiền thuế. --기한 hạn trả tiền. --자 người thu tiền.

납북 sự bắt cóc đem về phương bắc. @납북되다 bị bắt cóc đem về phương bắc.

납상 --하다 biếu, tặng, trao tặng.

납석 [광물 khoáng sản] *agalmatolite*.

납세 sự đóng thuế. *--하다 đóng thuế. *--고지서 biên lai thuế. --액 tổng số thuế. --연체이자 tiền lãi (phạt) cho việc đóng thuế trễ hạn. --의무 nghĩa vụ thuế. --필(미필) đã nộp thuế.

납신거리다 nói liến thoắng, nói suồng sã, nói huyên thuyên. @납신납신 lém lỉnh, láo xược.

납입 sự nộp (thuế), sự phân phát (hàng hóa) *--금 tiền trợ cấp. --품 hàng viện trợ.

납작 (1) [모양 hình dạng] thấp, cạn. @납작엎드리다 đặt xuống thấp. (2) [입을 mồm] há hốc miệng.

납작보리 bó lúa mạch.

납작코 mũi tẹt, mũi hếch.

납작하다 bằng phẳng, trũng, thấp (얇다) @납작해지다 trở nên bằng phẳng // (코가)납작해지다 mất mặt, mất thể diện // (집이 nhà)납작하게 쓰러지다 san bằng, phá bằng .

납지 giấy bạc, giấy thiếc, lá thiếc.

납지 giấy sáp.

납질 @납질의 giống sáp.

납채 --하다 gởi quà cưới đến nhà cô dâu.

납촉 nến sáp ong.

납치 không tặc, sự bắt cóc tống tiền, sự bắt cóc bằng vũ lực. --하다 cướp máy bay, bắt cóc, bắt giam.

납폐 quà mừng cưới bằng tơ lụa. --하다 gởi mừng áo quần bằng lụa xanh đỏ cho cô dâu.

납품 sự phát hàng. --하다 phát hàng.

납회 buổi họp cuối năm [증권 cổ phần chứng khoán] kỳ họp cuối tháng.

낫 cái liềm, lưỡi hái (큰) @낫으로 풀을 베다 cắt cỏ bằng liềm.

낫다 [1] tốt hơn, hay hơn trội hơn, được thích hơn. 누구보다도 낫다 anh ấy giỏi vượt bậc // 없는 것보다는 낫다 có còn hơn không.

낫다 [2] [치유되다 khỏe lại] bình phục sau

cơn bệnh, được chữa khỏi một căn bệnh, (상처)vết thương. @감기가 낫다 hết bị cảm // 저절로 낫다 tự khỏi, tự chữa khỏi.

낫살 tuổi, năm.

낭군 anh yêu, chồng yêu dấu

낭당하다 đương đầu với nghịch cảnh.

낭떠러지 vách đứng, núi đá.

낭독 sự đọc lớn tiếng, sự ngâm thơ (시를 bài thơ). --하다 đọc to, đọc sang sảng, ngâm thơ. @ 영시를 낭독하다 ngâm một bài thơ tiếng Anh. *--법 thuật diễn thuyết trước công chúng. --자 độc giả, người đọc (ngâm) thơ.

낭랑 --하다 [목소리가] giọng trong và rõ. [달빛 따위 đêm sáng trăng] trời trong và quang đãng. @낭랑한 목소리르 giọng trầm và ấm.

낭만 @낭만적 lãng mạn.

낭만주의 chủ nghĩa lãng mạn. *--문화 văn học lãng mạn.

낭보 tin mừng, tin vui.

낭비 sự lãng phí, sự hoang đàng. --하다 phí phạm, hoang phí @낭비가 심한 lãng phí, phung phí // 시간의 낭비 phí thì giờ. @낭비벽이 있다 có thói quen tiêu tiền. --자 người tiêu hoang phí.

낭설 tin đồn thất thiệt (sai). @무근한 낭설 tin đồn không căn cứ // 낭설을 퍼뜨리다 đính chính lại sự lan truyền của một tin đồn sai.

낭성 [천문] chòm sao Thiên Lang.

낭송 bài học thuộc lòng.

낭음 sự kể lể.

낭인 @낭인이 되다 bị thất nghiệp, bị mất việc.

낭자 [머리 tóc] búi tóc, kiểu tóc.

낭자 trinh nữ, thiếu nữ.

낭자 --하다 [흩어진 꼴] mất trật tự, bừa bãi, lưa thưa, rải rác [소문이 tiếng đồn] miệng mồm thế gian. @살인 현장에는 선혈이 낭자했다 cảnh giết người đẫm máu.

낭종 [의학 y học] nang khối u.

낭중 @낭중 무일푼이다 không tiền, không đồng xu dính túi.

낭중물 có gì trong túi.

낭패 sự thất bại, sự hỏng hóc, sự làm mất tác dụng, điều sai lầm. --하다 rơi xuống, rủ xuống, phạm sai lầm, thất bại, thất vọng. @머리털이 자꾸 빠져서 낭패다 tôi rất khó chịu vì mái tóc rủ xuống.

낭하 hành lang (nhà).

낮 ban ngày, ánh sáng ban ngày. @낮에 vào ban ngày // 밤낮을 가리지 않고 일하다 làm việc cả ngày đêm.

낮거리 sự giao hợp giữa ban ngày.

낮다 tầm thường, tồi tàn, xoàng xĩnh, kém cỏi. @ 낮은 임금 lương thấp // 지적수준이 낮은 사람 người kém hiểu biết // 지위가 낮다 địa vị xã hội thấp // 질이 낮은제품 sản phẩm kém chất lượng.

낮도깨비 một gã trơ tráo (vô liêm sỉ).

낮도둑 kẻ hám ăn, một gã lừa đảo, trơ trẽn, vô liêm sỉ

낮잠 giấc ngủ ngắn, giấc ngủ trưa.

낮잡다 đánh giá (ai, cái gì) thấp, xem thường, coi nhẹ, không chú ý đến.

낮참 [점심 bữa cơm trưa] cơm trưa, [쉬는 시간] giờ nghỉ trưa.

낮추다 hạ thấp xuống [가격을 giá cả] hạ, giảm bớt [품위를] giáng chức, hạ tầng công tác [심지 따위를] gạt bỏ, bác bỏ @가격을 낮추다 hạ giá // 목소리를 낮추다 hạ giọng.

ㄴ

낮추보다 ra vẻ kẻ cả, xem thường, coi khinh ai.

낮춤말 cách nói thân tình, sự nói khẽ.

낯 (1)[얼굴 khuôn mặt] nét mặt, đặc điểm, diện mạo. @낯을 돌리다 quay đi (hướng khác) // 낯을 들여다 보다 nhìn thẳng vào mặt ai // 낯을 씻다 rửa mặt // 낯을 알다 biết mặt ai (2)[면목 danh tiếng] danh dự, uy tín. @낯이 깎이다 mất mặt, mất thể diện // 낯을 세우다 giữ thể diện.

낯가리다 (1)[어린애가 đứa bé gái] sợ người lạ @이 애는 낯가리지 않고 낯선 사람을 잘 따른다 em bé này thân thiện với mọi người lạ. (2)[차별하다] đối xử phân biệt với ai (3)@손수건으로 낯가리다 che mặt với chiếc khăn tay.

낯가죽 cảm thấy vinh dự. @낯가죽이 두텁다 mặt dạn mày dày, vô sỉ, trơ tráo, trơ trẽn, không biết xấu hổ.

낯간지럽다 xấu hổ, thẹn, ngượng.

낯니다 đạt được uy tín, làm cho ai tin tưởng.

낯내다 mang lại danh dự cho bản thân, tự làm rạng danh. @그런일로 낯내지는 못 한다 việc đó không có gì đáng tự hào.

낯두껍다 trơ trẽn, không biết xấu hổ, mặt dạn mày dày, trơ tráo, càn rỡ.

낯바닥 khuôn mặt, nét mặt, diện mạo.

낯부끄럽다 ngượng, đáng hổ thẹn.

낯붉히다 thẹn đỏ mặt.

낯빛 mặt đỏ (màu).

낯설다 lạ, không quen biết, mới.

낯알다 nhận ra (ai), nhớ mặt (ai).

낯없다 xấu hổ (vì..).

낯익다 quen thuộc @낯익은 얼굴 quen mặt.

낯짝 => 낯바닥.

낱 một đơn vị.

낱개 một cái, một miếng. @낱개로 mỗi một, mỗi cái (miếng) // 낱개로 10 원 mỗi cái (miếng) 10 won.

낱개비 một thanh (một mẩu) gỗ.

낱낱이 (1) một cá thể (2) [모두 toàn bộ] trong mọi trường hợp, hoàn toàn. @낱낱이 간섭하다 xen vào mọi việc. (3)[상세히 đầy đủ] toàn bộ, tỉ mỉ, tường tận @ 낱낱이 보고하다 báo cáo chi tiết.

낱돈 tiền lẻ, tiền xu. @낱돈으로 바꾸다 đổi (phiếu) lấy tiền lẻ.

낱뜨기 vật phẩm, hàng hóa bán lẻ.

낱말 từ, từ vựng.

낱알 mỗi hạt, mỗi hột.

낳다[1] (1)@실을 낳다 quay tơ, se chỉ. (2) @명주를 낳다 dệt vải, dệt lụa.

낳다[2] (1)[출산 sự sinh con], sinh sản, sinh đẻ, sinh con. @사내아이를 낳다 sinh con trai. (2) [생기다 đạt được] sản xuất, sinh lợi, [발생시키다 phát sinh] gây ra. @여러 가지 소문을 하다 gây ra một tin đồn.

내[1] dòng suối, con suối. @내를 건너다 qua suối.

내[2] [연기] khói. @담뱃내 khói thuốc lá // 내가 자욱하다 bị khói.

내[3] [냄새] mùi, mùi hương.

내[4] [나의] của tôi [내가] tôi, chính tôi.

--내 @겨우내 suốt mùa đông.

내 @내주 tuần tới.

내가다 mang đi, lấy đi, rời ra, bỏ đi.

내각 [기하 hình học] phần trong, góc trong.

내각 nội các, chính phủ @내각 개편 cuộc cải tổ nội các // 내각 수반 thủ tướng chính phủ // 내각을 조직하다

thành lập nội các *--각료 thành viên nội các.

내갈기다 tìm ra, vớ được [글씨를 nét chữ] viết thật nhanh, viết vội vàng, cẩu thả.

내깔기다 phóng ra, vọt ra, bắn ra.

내강 sức mạnh tinh thần, nội lực.

내객 khách, người đến thăm.

내걸다 (1) [밖에 bên ngoài] trèo ra ngoài [기를] thò cổ ra ngoài @간판을 내걸다 treo bảng quảng cáo (2) [내세우다] biện hộ, bào chữa, bênh vực cho [목숨을] liều, chịu rủi ro.

내경 đường kính (원통의), [구경] lỗ khoan (dò mạch mõ), cái đo cỡ.

내공 sự kéo dài một chuyến bay. *--비행 một chuyến bay kéo dài.

내공 --하다 cống nạp, dâng lễ vật.

내공 [의학 y học] sự lặn vào trong. --하다 lặn vào trong.

내과 [의학 y học] khoa nội @내과 권위 bác sĩ khoa nội. *--병동 khu nội khoa. --병원 bệnh viện nội khoa.

내과피 [식물 thực vật] vỏ quả trong.

내관 [내시 nội giám] thái giám.

내관 sự tự xét nội tâm, sự nội quan. --하다 tự xét nội tâm. @내관적 hay tự xét nội tâm, hay nội quan.

내관 sự viếng thăm. --하다 thăm viếng. *--자 khách viếng.

내관 phần bên trong của quan tài.

내교섭 cuộc đàm phán không chính thức (nội bộ).

내구 [지속] sự kiên trì, tính bền bỉ, tính nhẫn nại [지구 quả đất] tính lâu bền. --하다 chịu đựng, cam chịu, tồn tại, duy trì, bền bĩ. *--력 tính bền, sự lâu bền.

내구 sự xâm lược, sự xâm nhập, cuộc đột nhập. --하다 xâm lấn, tấn công, đột nhập vào trong.

내국 nhà, quê nhà @내국의 thuộc gia đình, thuộc nội bộ *--시장 chợ nhà, chợ địa phương. --통신 tin nhà, tin tức gia đình.

내규 nguyên tắc riêng, luật bất thành văn, luật địa phương, quy chế ngành. @회사의 내규 quy chế của một ngành trong tổ chức thương mại.

내근 công việc văn phòng. --하다 làm việc trong phòng. @내근사원 nhân viên văn phòng // 내근으로 전직되다 được thuyên chuyển sang làm việc văn phòng.

내금 sự trả trước một phần tiền. @ 내금으로 sự trả dần, trả làm nhiều kỳ.

내기 tiền đánh cuộc, sự đánh cuộc. --하다 đánh cuộc, đánh cá cược. @내기에 지다 thua cược // 그럼 내기 할까요 nào, ta đánh cuộc nhé?

--내기 @전내기 hàng tồn kho.

내남 없이 mọi người, bất cứ ai.

내내 suốt ngày, từ đầu đến cuối @아침부터 내내 suốt buổi sáng.

내내년 năm tới.

내내월 tháng tới.

내년 năm sau, năm tiếp theo @내년봄 mùa xuân năm sau // 내년 이맘때 năm sau vào thời điểm này.

내놓다 (1)[밖으로] đẩy ra, xua ra, dẫn ra, mang ra @혀를 내놓다 thè lưỡi ra (2)[노출 vạch trần] phơi ra, trưng bày @무릎을 내놓다 phơi bày đầu gối ra. (3)[발간] phát hành sách, báo (4) [제출 sự trình lên] đưa, dâng, nộp (đơn từ), đưa ra (chứng cứ). (5)[음식을 ẩm thực] hầu, phục vụ, chuốc (rượu), dâng (trà), dọn (bánh) cho ai. (6)[기부 sự đóng góp] đầu tư, bỏ vốn, góp phần (투자) @자금을 내놓다 cung cấp tiền của (cho ai). (7)[우리에서 tại chuồng nhốt thú vật] thả, trả tự do, cho đi, thả lỏng. @개를 우리에서 내놓다 thả chó khỏi chuồng. (8)[팔려고] bày hàng ra bán. @집을 내놓다 bán nhà. (9)[혼처를구하다 ước muốn] *mong đợi một cuộc hôn nhân thích hợp.*

내다 [1] [연기가] khói, mây khói, sương khói, trở thành mây khói.

내다 [2] (1)[밖으로 đưa ra] đuổi ra, dẫn (mang) ra, [꺼내다] kéo, lôi, nhổ ra. @책상을 밖으로 내다 kéo bàn ra. (2)[제출 đưa ra] đệ trình, nộp. @사표를 내다 nộp đơn xin thôi việc. (3) [발송] gởi thư [우편 hộp thư] bỏ (thư), gởi thư @편지를 내다 viết một lá thư , gởi qua bưu điện (투함). (4)[발행. 발표 sự thông báo] xuất bản, ấn hành, [말을] khởi đầu. @신문에 광고를 내다 in quảng cáo trong báo. (5) [발휘 phô bày ra] dùng hết (sức mạnh), đem hết (cố gắng), trổ tài (hùng biện), trình bày, tô điểm. @ 용기를 내다 tập trung hết dũng khí (6) [운행] chuyển động. @배를 내다 sản xuất ra một chiếc tàu (7) [배출 sự sản xuất] chế tạo. @만명의 졸업생을 내다 *sản xuất ra 10.000 sản phẩm* (8) [지불 sự thanh toán] trả tiền, trao đổi, đầu tư (투자), góp phần (기부) @자선 사업에 돈을 내다 *góp cho quỹ từ thiện* (9) [출품] triển lãm. (10)[시작 sự khởi đầu] bắt đầu, mở, ngỏ @가게를 내다 *khai trương cửa hàng* (11) [음식을] phục vụ, hầu, cúng, tặng @ 점심을 내다 đãi ai ăn trưa. (12)[팔다 buôn bán] bày hàng để bán. @쌀을 시장에 내다 bán gạo ở chợ. (13)@말을 내다 dựng tin đồn. (14) [길·시간 따위] không hạn chế, thành lập, làm, sắp xếp, chuẩn bị cho. @길을 내다 thông một con đường // 시간을 내다 *sắp xếp thời gian cho cái gì.* (15)@빛을 내다 phát ra, tỏa ra. (16) [빛·허가 mắc, mang, nhận được. 17][방을 phòng] dọn dẹp, làm sạch (비우다 trống), (만들다 chế tạo), chào mời (hàng mẫu).

내다보다 (1)[밖을] coi chừng, chú ý đứng nhìn. @창 밖을 내다보다 *nhìn ra ngoài cửa sổ.* (2)[앞일을 tương lai] thấy trước, dự đoán. @장래를 내다보다 *biết trước tương lai.*

내닫다 phóng tới, lao tới, xuất phát.

내달 tháng sau, tháng kế tiếp, tháng tới.

내담 cuộc gặp gỡ, sự gặp mặt. --하다 phỏng vấn, nói chuyện riêng, kiểm tra. @본인 내담 đích thân liên hệ.

내대다 chống đối, cãi lại.

내던지다 (1) ném, vứt, quăng, liệng đi, ném ra, quăng ra, bỏ ra. @의자를 내던지다 ném ghế vào ai. (2)[버리다] từ bỏ, bỏ rơi, ruồng bỏ. @목숨을 내던지다 *hy sinh tính mạng.*

내도 sự đến, sự tới nơi.

내돋다 nổi lên mặt, lộ ra, xuất hiện.

내돌리다 đẩy một cách cẩu thả

내동댕이치다 => 내던지다.

내두르다 (1)[휘두르다] khua, vung gươm (vũ khí) @단도를 내두르다 vung dao găm ra. (2)[마음대로 điều khiển] chỉ huy, , đứng đầu.

내둘리다 (1)[어지럽다] cảm thấy chóng mặt, choáng váng. (2)[남에게] bị ai khống chế, bị xỏ mũi.

내뚫다 đâm thủng, đâm xuyên qua,. @산에 굴을 내뚫다 đào đường hầm xuyên qua núi.

내뜨리다 liệng, ném, quăng, ném xuống, vứt qua (bên cạnh), bỏ (ra ngoài).

내디디다 bước tới trước, tiến lên, tiến tới, đặt chân lên. @정계에 발을 내디디다 *bắt đầu một sự nghiệp chính trị.*

내락 thỏa thuận ngầm. @내락을 얻다 *được một thỏa thuận ngầm với ai.*

내란 cuộc nội chiến, cuộc nổi loạn. @내란을 일으키다 chấm dứt cuộc nội loạn. *--죄 tội phản quốc.

내레이션 chuyện kể, bài tường thuật.

내레이터 người tường thuật, người kể chuyện.

내려가다 đi xuống, xuống dốc, lăn xuống, rơi xuống. @산에서 내려가다 từ ngọn núi rơi xuống // 2 층에서 내려가다 xuống tầng hầm // 온도가 내려간다 nhiệt độ hạ.

내려갈기다 quất mạnh xuống.

내려깔기다 bài tiết (nước tiểu, phân).

내려긋다 @선을 내려긋다 kẻ một đường đường thẳng đứng.

내려놓다 để xuống, bỏ, hạ xuống, đưa, mang, kéo xuống.

내려다보다 (1) nhìn xuống, quan sát từ trên cao xuống. @이 건물에서는 도시가 내려다보인다 *từ tòa nhà cao tầng này nhìn xuống toàn thành phố.* (2)[낮추어보다 khinh miệt] ra vẻ kẻ cả, xem thường.

내려뜨리다 để rơi xuống. @유리잔을 마루에 내려뜨리다 *ném cái ly xuống sàn.*

내려앉다 (1) [옮겨앉다] ngồi thấp hơn (2)[무너지다] đổ sụp xuống, thất bại, kiệt sức @가슴이 내려앉다 bị giật mình.

내려오다 đi xuống, xuống @산에서 내려오다 *từ ngọn đồi đi xuống.*

내려지다 rơi xuống, rớt xuống.

내려찍다 chém xuống một nhát.

내려치다 đập một cú, đập xuống. @책상을 주먹으로 내려치다 *đập mạnh xuống bàn.*

내력 gia phả, lai lịch, nguồn gốc.

내륙 vùng nội địa. *--지방 nội địa.

내리 (1)[줄곧] chạy suốt, suốt từ đầu đến cuối, liên tiếp, dồn dập @책만 내리읽다 đọc từ đầu đến cuối. (2) [마구] ngớ ngẩn, lố bịch @값을 내리깎다 hạ giá xuống.

내리깎다 mặc cả giá, trả giá.

내리깔다 đưa mắt nhìn xuống.

내리긋다 vẽ một đường thẳng đứng => 내려긋다

내리내리 liên tục, kế tiếp, lần lượt, không ngừng.

내리다 [1] (1)[높은 데서] xuống, đi xuống, rơi xuống [차에서 từ trong xe] xuống (xe, tàu...), xuống ngựa (말에서 từ xe ngựa), hạ cánh [비행기가 máy bay]. (2)[값 giá cả 기온 따위 nhiệt độ] rơi, xuống. @ 물가가 내린다 giá cả xuống // 열이 내렸다 *cơn sốt đã dịu đi.* (3)[먹은 것이 sự tiêu hóa] đã tiêu hóa thức ăn. @잘 안 내리다 chậm tiêu. (4)[살이 bắp thịt] sút cân, gầy đi. (5)[신령이 thần kinh] bị ám ảnh. (6)[뿌리가 rễ cây] bén rễ, ăn sâu vào.

내리다 [2] (1) mang xuống, đặt xuống (내려놓다 chỗ thấp),kéo (cờ) xuống. @다음 정거장에서 내려주시오 *cho tôi xuống* *trạm kế tiếp*. (2)[값 정도를] giảm, hạ, tụt xuống @값을 내리다 hạ giá, giảm giá. (3)[웃사람이] cho, biếu, tặng, phát (상을 phần thưởng). @허가를 내리다 cho phép ai // 명령을 내리다 đặt mua vật gì. (4)[뿌리를 rễ cây] mọc rễ, bén rễ.

내리다지 [어린이옷 y phục trẻ con] quần yếm trẻ con có hở ở mông.

내리닫이 khung kính cửa sổ.

내리뜨다 cụp, xụp (mí mắt) xuống.

내리받이 con đường dốc xuống @ (길에 đường đi) xuống dốc (사업 따위가 như sự xuống của công ty).

내리사랑 tình thương của người lớn dành cho con trẻ.

내리쬐다 chiếu xuống, rọi xuống.

내리치다 => 내려치다.

내림[1] sự di truyền, sự thừa kế.

내림[2] [간수] mặt tiền nhà.

내림새 [건축 tòa nhà] ngói hình lõm ở cạnh (bờ, gốc) mái hiên de ra.

내림자 [수학 toán] xuống một dãy.

내립떠보다 nhìn ai trừng trừng.

내막 chi tiết bên trong, nội tình. @ 내막을 알고 있다 thích ứng với hoàn cảnh.

내막 [해부 giải phẫu] màng trong.

내맡기다 tặng hết cho ai, nhét vào tay ai.

내면 mặt trong, phía trong, nội bộ. @내면적 bên trong, nội địa.

내명 không được phân loại.

내명년 năm tới.

내몰다 đuổi ra khỏi, thúc đẩy, cưỡng ép, rượt bắt.

내몰리다 @집 밖으로 내몰리다 đuổi ra khỏi nhà.

내몽고 nội Mông Cổ.

내무 công việc nội bộ. *--반 [군사 hoạt động quân sự] vị trí chiến đấu. --부 Bộ Nội Vụ. --부장관 Bí thư Bộ Nội Vụ, Bộ trưởng Bộ Nội Vụ.

내밀 @내밀히 bí mật, riêng tư, không được ghi chép, không chính thức, cá nhân, không để người khác biết.

내밀다 (1)[끝이 나오다] thò ra, nhô ra, lồi ra (2) [밖으로] xô (đẩy mạnh) ra, ngó, ló, ưỡn, chìa (cầm) ra @혀를 내밀다 thè lưỡi ra. (3) @책임을 남에게 내밀다 đổ lỗi cho người khác. (4)[쫓아내다 xô ra] đuổi khỏi, đuổi ra @사람을 방 밖으로 내밀다 đẩy ai ra khỏi phòng.

내밀리다 @뜰 밖으로 내밀리다 bị tống ra ngoài vườn.

내밀힘 quyết tâm, gắng sức [배짱 sự kiên quyết] sự tự tin, lòng tự tin mãnh liệt.

내발뺌 sự lẩn tránh, sự thoái thác, né tránh câu hỏi (구실 sự bào chữa). --하다 cáo lỗi, xin phép vắng mặt, thanh minh (cho lời nói bất nhã...), nói nước đôi, thoái thác.

내방 sự ghé thăm, sự thăm viếng. --하다 tạt vào thăm ai, đến thăm, ghé thăm nhà.

내배다 @붕대에 피가 내배어 있었다 máu rỉ ra ngoài lớp băng.

내빼다 chạy trốn, bỏ chạy, lẩn trốn => 달아나다.

내뱉다 khạc ra, phun ra, nôn ra. @내뱉듯이 말 하다 thốt ra những lời khinh bỉ, miệt thị.

내버려 두다 [방치] bỏ quên, hờ hững, bỏ đi theo con đường riêng, cứ tiến hành, bỏ mặc, mặc kệ, không dính vào (người nào). @일을 하지 않고 내버려 두다

ngưng ngang (bỏ dở) một công việc.

내버리다 ném, vứt, bỏ đi, quăng, vứt bỏ (rác). @ 돈을 내버리다 phung phí tiền bạc.

내보내다 (1) để cho đi ra, cho chạy thoát, tống đi, trục xuất, đuổi [쫓아내다] thải ra, đá ai ra. (2) [해고 sự sa thải] đuổi, sa thải ai @식모를 내보내다 đuổi người giúp việc.

내복 (1)[옷 y phục] đồ lót. (2) [약 thuốc chữa bệnh] đang dùng thuốc. --하다 uống thuốc. *--약 thuốc.

내부 phía trong, bên trong. @내부의 ở trong.

내분 sự rắc rối nội bộ, sự bất hòa nội bộ.

내분비 [생리 sinh lý] sự bài tiết, chất bài tiết. *--선 những tuyến nội tiết. *--액 chất nội tiết tố hoọc môn.

내불다 [바람이 bão] thổi liên tục.

내뿜다 phun ra, bắn vọt ra [불·연기따위가 như lửa, khói] phóng ra. @담배 연기를 내뿜다 thổi ra một đám khói thuốc.

내빈 khách.*--석 ghế ngồi của khách. --실 phòng tiếp tân.

내사 cuộc điều tra, nghiên cứu bí mật. --하다 điều tra bí mật (kín đáo).

내상 [내무 장관] Bộ trưởng Nội Vụ.

내상 (có) tang vợ.

내색 sự biểu lộ tình cảm, để lộ cảm xúc. --하다 tỏ ra, bộc lộ sự sợ hãi. @ 내색을 보이지 않다 che dấu tình cảm, không bộc lộ, không tỏ ra.

내생 [생물 sinh vật] sinh trong, nội sinh. *--식물 thực vật nội trường.

내생 sự hồi sinh, sự hồi dương.

내선 [전기의] hệ thống điện trong nhà (전화의); [인터폰] điện thoại nội bộ.

내성 sự ngẫm nghĩ, sự nội quan. --하다 xét nội tâm, tự suy gẫm. @내성적인 사람 người hướng nội, người hay thu mình vào trong, người nhút nhát.

내세 đời sau, kiếp sau.

내세우다 (1) @대열 앞에 내세우다 sắp xếp (cho ai) đứng hàng trên. (2) [대표로 đại diện] giới thiệu, đề cử, bổ nhiệm (ai) làm đại diện. (3) [유리하게 thuận lợi] giữ đúng, nhất định đòi, nêu ra, trình bày. @권리를 내세우다 bảo vệ quyền lợi. (4) [남이 보도록] dán (niêm yết, treo) yết thị.

내셔널리즘 chủ nghĩa dân tộc.

내소박 --하다 ăn hiếp, lấn át chồng.

내수[1] nhu cầu nội địa, sự tiêu dùng trong nước.*--산업 liên hiệp các xí nghiệp sản xuất những mặt hàng phục vụ thị trường nội địa.

내수[2] @내수의 áo mưa, không thấm nước, kín nước. *--성 chất lượng chống thấm.

내수장 vật liệu trang trí nội thất.

내숭 @내숭한 사람 người quỉ quyệt, người nham hiểm.

내숭스럽다 phản bội, gian xảo.

내쉬다 trút hơi thở cuối cùng, thở ra.

내습 sự tấn công, sự xâm lược, cuộc đột kích.--하다 tấn công, công kích, đột kích, xâm lược.

내시[1] [관청의] lời tuyên bố không chính thức. --하다 thông báo không chính thức.

내시[2] thái giám, nội giám.

내신[1] thư từ, thư tín, thông điệp.

내신[2] bản tin chưa chính thức --하다 xác minh (báo cáo) chưa chính xác. *--서 [학교의] bản tin nhà trường.

ㄴ

내실 [안방 buồng the] phòng trong, [남의 아내] người vợ yêu, ái thê.

내심 trong thâm tâm, nội tâm @내심 으로 tận đáy lòng // 내심 비웃다 cười thầm (chuyện gì) // 내심 후회하다 ân hận ttrong lòng.

내압복 [비행용] sự tróc da, sự lột da.

내야 [야구 bóng chày] sân bóng chày. *--수 người đứng chặn bóng trong sân.

내약 sự am hiểu ngầm (묵계), thỏa thuận ngầm (밀약).

내역 khoản, mục, món, chi tiết, bản tường thuật chi tiết.

내연 sự cháy ngầm. *--기관 đầu máy xe lửa.

내연 sự không đăng ký kết hôn, một cuộc hôn nhân được thực tế công nhận (dù không tổ chức đám cưới), hôn nhân do hai bên bằng lòng. @ 내연의 처 người vợ được công nhận (do hôn nhân thực tế dù không tổ chức hôn lễ).

내열 @내열의 sự chịu nóng. *--시험 kiểm tra độ chịu nóng.

내오다 mang ra, rút (cầm) ra, bỏ đi, dời qua, chuyển đi.

내왕 [통행] sự giao thông, [교체] sự giao dịch. --하다 đi đi lại lại. @그들은 서로내왕하는 사이이다 *họ thường xuyên đi lại với nhau.*

내외 (1)[안팎] bên trong và bên ngoài, mặt trong và mặt ngoài. (2)[국내외] trong và ngoài nước. (3) --하다 (giới tính) giữ khoảng cách. (4)[부부] phu phụ, vợ chồng. (5) [약 một số] một ít, vài, khoảng gần, khoảng ấy. *--동포 *đồng bào trong và ngoài nước của chúng ta.* --사정 việc trong ngoài.

내용 [내복] đang dùng thuốc uống. --하다 uống thuốc. *--약 thuốc uống.

내용 bao gồm, nội dung, chủ đề [상세한] chi tiết @대담의 내용 *chủ đề của buổi tọa đàm* // 형식과 내용 nội dung và hình thức // 내용이 빈약한 책 *một quyển sách có nội dung kém.* *증명우편 thư đã kiểm duyệt nội dung.

내우 sự lo nghĩ, điều phiền muộn trong lòng *--외환 mối lo toan trong ngoài.

내원 --하다 đến giúp, đi cứu giúp.

내월 tháng tới, vào tháng sau.

내유 sự ghé thăm, sự ghé lại. --하다 đến thăm, tạt vào thăm.

내응 sự thông báo ngầm, sự thông đồng, sự phản bội. --하다 âm mưu, phản bội.

내의 đồ lót, quần áo mặc trong, [부인용] đồ lót của phụ nữ (총칭).

내의 mục đích của cuộc viếng thăm.

내의 [의중] tâm trí [견해] quan điểm riêng (cá nhân).

내이 [해부 giải phẫu] sự giải phẫu đường tai trong.

내인 vợ, bà xã, [나인 cung nữ] thị nữ, dâu phụ.

내일 ngày mai @내일 저녁 chiều tối ngày mai // 내일의 세계 thế giới mai sau.

내자 vợ tôi, bà xã tôi.

내자 tiền vốn trong nước @내자 동원 sự huy động vốn trong nước.

내장 cơ quan nội tạng, tạng ruột.

내장 [의학 y học] bệnh đục nhân mắt (백내장), chứng thông manh (흑내장).

내장 sự trang trí nội thất.

내장 공사 sự hoàn tất việc nội bộ.

내재 @내재적 nội tại *--가치 giá trị bên trong (của vật gì). --철학 (triết học) chủ nghĩa nội tại.

내적 @내적 생활 cuộc sống tinh thần, nội tâm.

내전 [왕비] hoàng hậu, nữ hoàng, nữ chúa, hoàng phi.

내전 cuộc nội chiến.

내전 điện tín nội hạt (전보 bức điện), cú điện thoại gọi nội hạt.

내젓다 vẫy (tay).

내정 [1] hoàn cảnh riêng, tình trạng thực tế (của công việc).

내정 [2] [안뜰] sân trong [아낙] buồng the.

내정 [3] công việc nội bộ @타국의 내정에 간섭하다 *xen vào nội bộ của nước khác.*

내조 [1] --하다 đến, thăm viếng, đi công vụ (phái viên nước ngoài).

내조 [2] sự giúp đỡ của vợ. --하다 giúp chồng. @ 그의 성공은 부인의 내조에 힘입은 바 컸다 *người vợ chính là trợ lý đắc lực của ông ta.*

내조 [3] ông (nội, ngoại).

내종 anh em họ bên nội.

내쫓기다 bị đuổi, thải ra [해고] bị sa thải.

내쫓다 hất cẳng ra (bắt buộc) [지위에서 về chức vị] trục xuất [해고 sự sa thải] thải hồi, sa thải @직장에서 내쫓다 sa thải, cách chức (ai).

내주 tuần sau, tuần tới. @내주 월요일 thứ hai tuần sau.

내주다 (1) [물건을 vật, hàng hóa] cho, bỏ, mang (cái gì) ra. (2)[자리를 địa vị] từ chức, đầu hàng, từ bỏ

내주장 sự cai quản của đàn bà trong gia đình, trong chính quyền. --하다 thi hành theo sự chỉ huy của phụ nữ.

내지 [1] (1)[오지] miền thôn quê vắng vẻ (2) [본국] quê hương.

내지 [2] từ... đến, giữa... và, [또는] hoặc. @100 내지 200 từ 100 đến 200, giữa 100 và 200.

내직 (1)[본직 외의] nghề tay trái, nghề phụ. (2)[가정부 일의] công việc nội trợ.

내진 @내진을 청하다 mời bác sĩ đến.

내진 @내진의 hiện tượng địa chấn. *--건물 công trình xây dựng chống hiện tượng địa chấn.

내착 sự đến, sự tới nơi. --하다 đến, tới, đi đến, đạt tới.

내채 công trái, quốc trái. @내채를 모집하다 *tuyên truyền cổ động gọi người mua công trái.*

내처 không tạm ngừng, một hơi, một mạch. @길을 내처 가다 vẫn tiếp tục không ngừng

내출혈 [의학] sự xuất huyết nội.

내치 [내정] sự cai quản việc nội bộ.

내치다 ném, liệng, bỏ, từ bỏ, bỏ rơi, ruồng bỏ, bỏ mặc, gạt bỏ, bác bỏ.

내치락들이치락 (1)[변덕 tính hay thay đổi] sự thất thường, tính đồng bóng, sự kỳ dị. (2)[병세가] --하다 thay đổi liên tục.

내친 걸음 @내친 걸음이니 끝까지해 볼 수 밖에 (chúng tôi) đang tiến hành việc đó. // 이미 내친 걸음이라 물러 설 도리가 없다 *bây giờ đang vào cuộc, không quay trở lại được.*

내키다 [1] có ý thích (để làm), thấy hứng thú (làm). @마음 내킬 때 하게나 *khi đang có hứng thú phải làm ngay* // 어쩐지 일할 마음이 내키지 않는다 *tôi không còn tâm trí để làm việc.*

내키다 [2] (1) @마음을 내키어 공부해라 *hãy chuyên tâm làm việc.* (2)[자리를] nhường chỗ cho ai.

내탐 sự điều tra bí mật. --하다 tiến hành

ㄴ

một cuộc điều tra bí mật. @회사의 사정을 내탐하다 *điều tra các công việc nội bộ của công ty.*

내탕금 quỹ riêng, vốn riêng.

내통 (1)[남녀의] sự giao dịch bất hợp pháp, sự quản lý kém. (2)[내응] sự liên lạc lén lút, sự cấu kết, thông đồng. --하다 liên lạc lén lút với, thông đồng, cấu kết với (người ngoài). *--자 kẻ phản bội.

내평 hoàn cảnh thực tế (của công việc), tình hình nội bộ.

내포 ý nghĩa [논리] mục đích, sự lãnh hội --하다 bao hàm, chứa đựng.

내풀로 theo ý muốn.

내피 [해부 sự giải phẫu] màng trong.

내핍 sự khắc khổ, sự khổ hạnh tự nguyện --하다 kiên nhẫn chịu đựng thiếu thốn, tập luyện khổ hạnh. *--생활 cuộc sống khổ hạnh.

내한 chịu lạnh được @내한성의 chịu được lạnh. *--식물 cây chịu được rét --훈련 sự rèn luyện trong mùa lạnh.

내항 cảng nội địa (bến tàu).

내항성 @내항성의 có thể đi biển được, có thể chịu được sóng gió.

내해 biển nội địa, biển nằm trong lảnh thổ một quốc gia.

내향성 [심리 tâm lý] sự hướng nội. @내향성인 사람 người hướng nội.

내홍 mối bất hòa nội bộ. *--외환 những rắc rối trong, ngoài

내화 chịu được lửa --하다 chịu lửa, không cháy *--건물 một công trình kiến trúc chịu lửa --벽돌 gạch chịu lửa. --재 vật liệu chịu lửa.

내환 những phiền muộn trong lòng, những rắc rối nội bộ *--외우 những nỗi lo trong ngoài.

내회 sự tham dự buổi họp. *--자 người tham dự, người có mặt.

내후년 năm kia, ba năm trước đây.

내흉 --하다 xảo trá, vụng trộm, lén lút, thầm lén, lừa dối, bội bạc, bội tín, bất trung.

냄비 hoang phí, lãng phí.

냄새 dầu thơm, nước hoa [향기] hương thơm, mùi thơm, mùi hương, [악취] mùi hôi thối, mùi khó chịu. @좋은 냄새 mùi thơm dễ chịu // 나쁜 냄새 mùi khó ngửi // 냄새가 좋다 ngửi mùi thơm // 냄새가 고약하다 bốc mùi hôi thối // 냄새를 풍기다 tỏa mùi hương thơm ngát.

냅다[1] @냅다 후려치다 cho một đòn nên thân // 냅다 걷어차다 đá mạnh.

냅다[2] @방이 냅다 căn phòng đầy khói thuốc lá.

냅킨 (*a napkin*) khăn ăn.

냇가 bờ sông, ven sông.

냇내 mùi khói.

냇버들 [식물 thực vật] cây liễu tía.

냇송어 [물고기 cá] cá hồi trống, cá hồi ở suối.

냉 (1) [배의 bụng] lạnh bụng. (2) [하체의 병 bệnh ở chỗ kín] bệnh lãnh cảm. (3) [대하증] huyết trắng.

냉-- @냉맥주 bia ướp lạnh // 냉육 thịt đông lạnh // 냉소다 sô-đa lạnh.

냉각 --하다 làm mát, làm lạnh, ướp lạnh. *--기 máy đông lạnh. --장치 thiết bị làm lạnh.

냉각 cảm giác lạnh.

냉간압연공장 xưởng sắt nguội.

냉과리 than cháy dở

냉국 món súp nóng.

ㄴ

냉기 [찬 공기 không khí] mát, gió lạnh buốt, [찬 기운] lạnh, giá lạnh, @아침 냉기가 몸에 스미다 *cảm nhận cái lạnh của không khí buổi sáng.*

냉난방 sự điều hòa không khí [장치] máy điều hòa nhiệt độ *--완비 có trang bị máy lạnh (게시).

냉담 (1)[무관심 thái độ trung lập] sự lãnh đạm, sự thờ ơ, sự bàng quang. --하다 lãnh đạm, vô tư, dửng dưng, thờ ơ (2) [냉정 sự bình thản] lạnh nhạt, nhẫn tâm, sự vô tâm --하다 hờ hững @냉담하게 nhẫn tâm, lạnh lùng, vô tâm.

냉대 sự đối xử lạnh nhạt, không hiếu khách --하다 tiếp đón (ai) một cách lạnh lùng, có thái độ lạnh nhạt.

냉동 sự ướp lạnh, (thái độ) xa cách. --하다 làm nguội, làm lạnh. *--기 tủ lạnh. --식품 thực phẩm đông lạnh.

냉랭하다 (1) lạnh, lạnh buốt, đóng băng (2)[냉담 lạnh nhạt] dửng dưng, lạt lẽo, không tha thiết.

냉면 món mì nguội.

냉방 căn phòng lạnh lẽo. *--장치 máy điều hòa nhiệt độ.

냉소 nụ cười lạnh lùng cười nhếch mép, nụ cười khinh bỉ, sự cười nhạo. --하다 chế nhạo, cười nhạo @냉소적 nhạo báng, mỉa mai, giễu cợt.

냉수 nước lạnh *--마찰 sự chà xát bằng nước lạnh --욕 sự tắm nước lạnh.

냉수스럽다 ù lì, chán ngắt, vô tri.

냉습 (1) hơi ẩm. --하다 lạnh và ẩm. (2)[병 bệnh] bệnh thấp khớp.

냉엄 --하다 lạnh lùng, nghiêm khắc, cứng rắn, tàn nhẫn.

냉연 --하다 lạnh nhạt, lãnh đạm.

냉우 sự cư xử lạnh nhạt. --하다 đối xử với ai một cách hờ hửng.

냉육 thịt đông lạnh.

냉이 [식물] cây *shepherd's purse.*

냉장 kho lạnh, sự ướp lạnh --하다 ướp lạnh (vật gì), bảo quản (vật gì) trong kho lạnh *--고 tủ lạnh.

냉전 chiến tranh lạnh.

냉정 sự điềm tĩnh, sự trầm tĩnh, sự bình tĩnh, sự nhanh trí --하다 bình tĩnh, trầm tĩnh @냉정하게 một cách trầm tĩnh // 냉정한 태도를 취하다 giữ thái độ thản nhiên.

냉차 trà đá.

냉천 suối nước lạnh (nước khoáng).

냉철 --하다 điềm tĩnh, thản nhiên, nhẫn tâm, sắt đá.

냉큼 nhanh, vội vàng, mau lẹ @ 냉큼 대답하다 trả lời ngay, hồi âm tức khắc.

냉하다 bị lạnh, ớn lạnh [마음이 tính khí] thờ ơ, lạnh lùng, nhẩn tâm, lòng dạ sắt đá.

냉한 mồ hôi lạnh.

냉해 sự tổn hại của thời tiết lạnh.

냉혈 (1)[온혈에 대한] máu lạnh. @냉혈의 có máu lạnh. (2)[냉정 sự thản nhiên]. @냉혈의 vô tâm. *--동물 động vật có máu lạnh.

냉혹 sự nhẫn tâm, sự tàn nhẫn. --하다 độc ác, nhẫn tâm.

--냐 [의문] @너는 누구냐 anh (bạn...) là ai?

냠냠@ 냠냠거리다 tỏ vẻ hài lòng, thỏa mãn (về một món ăn nào đó), ngon tuyệt, ngon lành

냠냠하다 [먹고 싶어 sự thèm muốn] muốn ăn [갖고 싶어] ước muốn, mong mỏi.

냥 [화폐 단위 đơn vị] đơn vị tiền xưa

của Hàn Quốc [중량] đơn vị trọng lượng.

너 (ngôi thứ hai) anh, chị, cô, mày... @ 너의 của bạn.

너구리 [동물] chó gấu trúc Bắc Mỹ.

너그러이 một cách hào phóng, một cách tùy tiện, một cách khoan dung, một cách khoáng đạt.

너그럽다 khoan dung, hào phóng, rộng rãi, hào hiệp, cao thượng.

너글너글하다 @성미가 너글너글하다 có tư tưởng phóng khoáng.

너나없이 bất kể ai, bất kể người nào. @ 너나없이 모두 mọi người, tất cả chúng ta.

너더분하다 (1) [지저분 sự bừa bãi] lộn xộn, bẩn thỉu, xáo trộn. (2) [말이 lời nói] dài dòng nhạt nhẽo, chán ngắt, lộn xộn.

너덕너덕 @너덕너덕 기운 loang lổ, lốm đốm, chấp vá, vá víu.

너덜거리다 (1)[가닥이] lúc lắc, đu đưa (2)[지껄이다] nói huyên thuyên, nói luôn mồm, nói bi bô (trẻ con), nói lắp bắp.

너덜너덜 giẻ rách, mảnh vụn. --하다 bị xé thành từng mảnh, tả tơi, mòn sờn (rách bươm), xác xơ.

너덧 gần bốn, vào khoảng bốn.

너도밤나무 [식물 thực vật] cây sồi.

너럭바위 tảng đá rộng bằng phẳng.

너르다 rộng rãi, mở rộng, có được nhiều chỗ, mênh mông @ 너른 수면 vùng nước bao la.

너리 [의학] chứng bệnh ở nướu răng.

너머 phía bên kia, mặt khác của @산너머로 bên kia ngọn núi.

너무 quá, nhiều quá, quá chừng, vượt quá, quá sức, quá lắm. @일을 너무 하다 làm việc quá sức // 너무 점잖다 anh ấy quá lịch sự.

너벅선 thuyền đáy bằng, phà rộng.

너부죽이 (1) [너부죽하게 hơi dẹp] hơi bằng (2) [엎드리다 nằm bẹp xuống] phủ phục (trước), quì mọp xuống, tình trạng hoàn toàn kiệt sức.

너부죽하다 có phần hơi bẹp.

너불거리다 vỗ, đập, vẫy, nhấp nhô.

너비 bề rộng, rộng rãi.

너비아니 thịt quay đã tẩm gia vị.

너새 [새 chim] chim ô-tít lớn.

너스레 @너스레 놓다 hướng dẫn (người nào) trở về đến vấn đề chính.

너울 khăn trùm đầu màu đen mỏng.

너울가지 @너울가지가 좋다 dễ thương, dễ hòa đồng.

너울거리다 [파도가] dâng tràn, cuốn cong, gợn sóng (머리털 따위 đầu tóc), dợn sóng, [나무나 풀잎이] đu đưa, lắc, dao động.

너울너울 sự gợn sóng, sự lắc lư, sự nhúng nhẩy. @ 너울너울 춤을 추다 khiêu vũ theo nhịp của tay.

너저분하다 lôi thôi, lếch thếch, bẩn thỉu, dơ dáy, bừa bãi.

너절하다 (1)[허름하다 tồi tàn] tiều tụy, xác xơ, xấu xí @ 너절한 의복 quần áo cũ rách (2)[변변찮다 không hấp dẫn] @너절한 선물 món quà xoàng (3) [품위 없다 không có] @너절한 취미 khiếu thẩm mỹ tồi, không có khiếu thẩm mỹ.

너털거리다 (1)[흔들리다 đu đưa] lắc lư theo nhịp. (2) [웃다] cười phá lên.

너털너털 quần áo rách, giẻ rách, tính chất lộn xộn, mất trật tự, bừa bãi.

너털웃음 giọng cười vui vẻ, tiếng cười ha

hả, cười om sòm => 너털거리다.

너펄거리다 đu đưa mạnh (uốn lượn trong gió), đập mạnh.

너풀거리다 rung rinh, dập dờn, phất phới, uốn lượn, nổi, trôi bồng bềnh.

너희 tất cả các bạn, mấy người.

너희들 các bạn (các anh, các chị, các cô, các cậu...) => 너희.

넉 @ 넉달 bốn tháng // 넉달째에 trong tháng thứ tư.

넉가래 xẻng bằng gỗ.

넉넉하다 (1)[족하다 ẩy đủ] thích đáng, sung túc, dư, phong phú. @신발이 넉넉하다 đôi giày khá lớn // 시간은 넉넉하다 chúng ta còn đủ thời gian (2)[살림이 cuộc sống] sung túc // 넉넉하게 살다 phong lưu, sung túc (3)[도량이 sự rộng lượng] có tư tưởng phóng khoáng @넉넉한 마음 một tâm hồn khan dung.

넉살 @넉살부리다 cư xử vô liêm sỉ, hành động trơ trẽn // 넉살스럽다 mặt dạn mày dày, càn rỡ, trơ tráo.

넉살좋다 trơ trẽn, hỗn láo, láo xược.

넉장 @넉장부리다 chậm chạp, đờ đẫn (hành động, di chuyển), tiến hành chậm, rề ra, // 넉장부리고 있을 때가 아니야 không có thì giờ để ăn không ngồi rồi (ngồi lê)

넋 linh hồn, hồn ma @죽은넋 linh hồn người quá cố.

넋두리 (1) [무당의 yêu thuật]. --하다 nói thay cho người chết, lên đồng (2) [투덜거림 lời trách móc] lời than phiền, trách móc, lời càu nhàu. --하다 cằn nhằn, trách móc.

넌더리 sự ghét bỏ, sự ác cảm, sự căm phẫn. @넌더리 나다 chán ghét, phẫn nộ, khó ở.

넌덕 lời nói trôi chảy và dí dỏm.

넌덕부리다 nói trôi chảy và dí dỏm. @넌덕스럽다 dí dỏm, khôi hài, vui.

넌센스 (*nonsense*) vô lý, bậy bạ, càn rỡ.

넌지시 sự gián tiếp, lời nói bóng gió, sự ám chỉ // 넌지시 말하다 nói lời gợi ý, ám chỉ, nói bóng gió.

넌출 chồi, thân, tua (của cây leo) (호박따위의) cây nho, thực vật thân bò (đâm rễra từ thân) (고구마의 cây khoai lang).

넌출지다 đâm xuống tua tủa.

널 (1) [널빤지] miếng ván @널을 깔다 xếp, phủ những miếng ván lên. (2)[관] quan tài, áo quan (3)[유희용 trò chơi] ván bập bênh.

널다[1] [쥐가 chuột] gặm, ăn mòn (vật gì) thành nhiều miếng nhỏ.

널다[2] [펴놓다] trải ra, duỗi ra [걸다 treo] phơi, treo, mắc @빨랫줄에 옷을 널다 phơi quần áo trên giá phơi .

널따랗다 khá rộng, hơi rộng.

널뛰기 sự bấp bênh, trò chơi ván bập bềnh của trẻ con.

널뛰다 chơi trò bập bênh.

널리 [광범히 phạm vi rộng] sự rộng rãi, xa và rộng [보편적] nói chung, [도처에 ở mọi nơi] khắp nơi. @널리 알려져 있다 *có kiến thức rộng.*

널리다[1] rải rác @낙엽이 뜰에 널리다 lá rụng rải rác khắp sân vườn.

널리다[2] [넓히다] mở rộng, nới rộng ra @옷품을 널리다 sửa áo cho rộng hơn.

널빤지 tấm ván, mảnh ván.

널조각 một miếng ván.

널찍이 khắp nơi, rộng rãi, bao quát.

널찍하다 mở rộng ra@널찍한 마당 một khu vườn rộng rãi.

널판장 vách gỗ.

널평상 bộ ván.

넓다 rộng @넓은 길 con đường rộng rãi // 교제가 넓다 *ông ấy có sự quen biết rộng.*

넓이 [폭] bề ngang, bề rộng [면적] khoảng rộng *--뛰기 chạy, nhảy xa.

넓적다리 đùi , bắp đùi, xương đùi.

넓적부리 [새 chim] con vịt có mỏ hình xẻng (vịt thìa).

넓적이 (1) [사람 người] người có khuôn mặt dẹt và rộng (mặt bạnh). (2) @떡을 넓적이 썰다 cắt bánh gạo thành từng miếng mỏng.

넓적하다 làm cho mỏng, dẹt. @넓적하게 theo chiều bẹt xuống.

넓죽 (1)[입을 miệng] mở to miệng, há hốc mồm.

넓죽하다 dài và bằng phẳng.

넓히다 [널리다 mở rộng] làm cho rộng ra, nới rộng, đưa thẳng tay ra.

넘겨다보다 (1)[넘어] nhìn qua (rào). (2)[탐내다 ước muốn] mong ước, thèm muốn, nhìn với vẻ thèm muốn.

넘겨씌우다 đổ lỗi cho người khác, tìm cách thoái thoác, lẫn tránh.

넘겨잡다 đoán được, biết trước, dự đoán @남의 뜻을 넘겨잡다 *đoán trước được ý của người khác.*

넘겨주다 => 넘기다.

넘겨짚다 sự phỏng đoán, sự đoán chừng @넘겨짚고 말하다 đánh bạo phỏng đoán, đoán liều.

넘고처지다 hoặc quá dài hoặc quá ngắn (quá to hoặc quá nhỏ), không thích hợp.

넘기다 (1) đưa ngang qua, chuyền qua, băng qua. @담 너머로 넘기다 chuyền một vật gì qua tường. (2)@나무를 잘라 넘기다 đốn ngã cây. (3) [기회 cơ hội, 기한을 thời hạn] qua, trải qua, vượt qua. (4)[책임· 권리를 sở hữu] @재산을 아들에게 넘기다 *để lại tài sản cho con trai.* (5) @책장을 넘기다 giở trang sách, lật sang trang. (6) [인도 giao cho] chuyển, giao, đưa qua. @도둑을 경찰에 넘기다 *giao nộp tên trộm cho cảnh sát.*

넘나다 không cân xứng ở giữa.

넘나들다 hay, năng, thường đến, (một nơi nào). @그 댁에 넘나들다 được quyền tới lui tòa lâu đài.

넘다 (1)[건너다 vượt qua] đi ngang qua, băng qua. (2)[초과] vượt quá, hơn hẳn @예순이 넘었다 trên 60 tuổi. (3)[고비를 đỉnh cao] chinh phục, chế ngự, vượt, khắc phục. (4) @칼날이 넘다 mài dao. (5)[넘치다] tràn qua, trào ra @강물이 뚝을 넘다 sông tràn nước qua đê (6)[뛰어넘다] phóng, nhảy.

넘버 con số.

넘버링 (머시인) sự đóng số máy

넘보다 ra vẻ kẻ cả, đánh giá thấp, coi khinh, xem thường ai.

넘성거리다 dài cổ ra nhìn say sưa (vật gì), …giương mắt nhìn.

넘실거리다(1)[탐내다 mong ước] thèm thuồng, thèm khát (2)[물 nước. 물결이 gợn sóng] dấy lên, dâng tràn @물이 뱃전에 넘실거린다 *nước sắp sửa tràn qua mạn thuyền.*

넘어가다 (1)[지나가다 băng ngang qua] vượt qua. @국경을 넘어가다 vượt biên qua nước khác. (2)[해 mặt trời -달이 mặt trăng] chìm, lặn. (3)[남의 소유로 vào tay người khác] rơi vào tay ai, sang tay người khác. (4)[속다] bị lừa gạt. @쉽게 넘어가다 dễ bị đánh lừa. (5)

[쓰러지다] đổ xuống, đổ sụp, đổ nhào. (6)[때 · 시기가] trôi đi, qua đi, vượt quá, quá hạn. (7)[고비가 đỉnh cao] vượt, khắc phục.

넘어뜨리다 (1) ném xuống, vật ngã (ai) xuống đất, đánh quỵ, [바람이 gió] thổi ngã, kéo xuống, lật đổ. @나무를 넘어뜨리다 đốn cây. (2) @씨름선수를 넘어뜨리다 đánh thắng (hạ gục) người đấu vật. (3) @정부를 넘어뜨리다 lật đổ chánh quyền.

넘어서다 vượt qua, khắc phục @어려운 고비를 넘어서다 vượt qua giai đoạn khó khăn.

넘어오다 (1) đổ nát, sụp đổ (2)[토하다] nôn, mửa (đồ ăn) ra (3)[책임· 소유권 tài sản] chuyển giao, chuyển đến (4)[넘어서 오다 vượt ngang qua] vượt qua, băng ngang qua [고비를 có] tìm được lối thoát, khắc phục (khó khăn).

넘어지다 (1) ngã đổ, sụp đổ, sập. @돌에 걸려 넘어지다 rơi trên phiến đá (2)[지다] bị thất bại, bị phá sản, bị đánh bại.

넘치다 (1) tràn qua (đê), chảy qua, trào ra (miệng chén), tràn ngập @기쁨에 넘치다 tràn đầy niềm vui // 호우로 강이 넘쳤다 *trận mưa to làm cho nước sông sông dâng tràn lên bờ.* (2)[지나치다 đi quá trớn] vượt quá, thêm nữa. @분수에 넘치게 살다 *vung tay quá trán* (chi tiêu quá phạm vi số tiền kiếm được).

넙치 [물고기 cá] loại cá bẹt như cá bơn, cá thờn bơn.

넝마 giẻ rách làm giấy, giẻ rách, miếng nhỏ, mảnh vụn. *--장수 người buôn đồng nát. --주이 người nhặt giẻ rách.

넝쿨 cây leo, thân leo, tua.

넣다 (1)[속에 bên trong] đưa vào, xen vào, cho vào. @커피에 우유를 넣다 *cho sữa vào cà phê.* (2)[끼워서] ăn sâu vào, đặt vào, xen vào, lồng vào. (3)[포함 kể cả] @애들까지 넣어서 20 명이다 có 20 người kể cả trẻ con. (4)[수용 chỗ ăn ở] chứa được, nhận được. @이 회장에 500 명을 넣을 수 있다 *căn phòng có thể chứa được 500 người.* (5)[보내다 gởi]. @아이를 학교에 넣다 cho trẻ đi học. (6)[유념 sự suy nghĩ] trí nhớ. @ 마음에 넣어두다 ghi nhớ trong lòng (7)[기타 người khác]. @가운뎃 사람을 넣어 교섭하다 ***điều đình qua trung gian.***

네 [1] (1)[너] bạn, cô, mày...(ngôi thứ hai). (2)[네의] của bạn (*của cô, của mày...*) (sở hữu cách ngôi thứ hai). @ 네집 ngôi nhà của anh.

네 [2] [넷] số bốn @네 식구 *gia đình có bốn người.*

네 [3] [대답 lời đáp trả] vâng, phải, dạ, chắc chắn, dĩ nhiên, tốt, được, rất tốt, đồng ý.

--네 (1)[들] hết thảy (2)[가족 gia đình. 친척 bà con]. @ 우리네 tất cả chúng ta.

네가 [사진 ảnh] bản âm, phim.

네가티브 thể phủ định; phủ nhận, cự tuyệt.

네가필름 phim.

네거리 ngã tư đường, cây thánh giá.

네것 cái của bạn.

네글리제 áo xềnh xoàng mặc ở nhà, áo khoát mặc trong buồng.

네모 quảng trường. @네모진 hình vuông.

네모꼴 hình tứ giác.

네발 bốn chân. @네발 달린 có bốn chân, động vật bốn chân.

네발짐승 loại động vật bốn chân.
네쌍동이 trẻ sinh tư.
네오 phái Tân Cổ Điển. @네오클래시시즘 trường phái chống đối chủ thuyết cổ điển trong văn học nghệ thuật.
네오마이신 thuốc *Neomycine* (kháng sinh).
네온 đèn nê-ông. @네온사인 đèn nê-ông quảng cáo.
네이바암 bom *Na-pan.*
네임 tên họ, danh tánh. @네임플레이트 tấm biển tên.
넷째 thứ tư, số bốn.
네커지프 (*a neckerchief*) khăn quàng cổ.
네블레이스 (*necklace*) chuỗi hạt.
네트 (*a net*) cái lưới. @네트--워어크 mạng lưới.
네할개 tay chân, tứ chi (dang thẳng ra). @네할개 치다 đi khệnh khạng, đi ngênh ngang.
넥타이 cà-vạt, dây buộc cổ, 넥타이 --핀 kim cài, khăn quàng.
넵튜운 [신화 thần thoại] Thần Biển, Hải Vương.
넷 số bốn.
녀석 ông bạn, anh chàng, thằng cha, gã.
년 [1] người đàn bà không có đạo đức về mặt tình dục, người đàn bà dâm ô.
년 [2] niên, năm.
년놈 đàn ông và đàn bà, chồng và vợ.
념념하다 khôn ngoan, sắc sảo.
녘 [무렵 thời gian] khoảng, gần, [방향 hướng - 지역 vùng] (trong) khu vực (장소 địa điểm) @북녘 hướng bắc // 해질녘 lúc mặt trời lặn.
노 [1] [끈줄] dây bện, dây thừng nhỏ, dây cáp.
노 [2] mái chèo. @노를 젓다 chèo thuyền.
노간주 [식물 thực vật] cây bách xù.
노객 người già, người có tuổi.
노경 tuổi già, lúc cuối đời @노경에 들다 đã cao tuổi, đứng tuổi, có tuổi.
노고 công việc vất vả, công việc cực nhọc @노고를 아끼지 않다 không chịu khó, không bỏ công sức.
노고지리 [새] con chim chiền chiện.
노곤 sự mệt nhọc, sự mệt mỏi. --하다 mệt nhọc.
노골적 (1) [숨기지 않는]. @노골적으로 một cách thẳng thừng, huỵch toẹt, thẳng thắng (2)[음란한] khiếm nhã, sổ sàng, bất lịch sự. @ 노골적인 농담 câu nói đùa khiếm nhã. (3) [현저한] đáng chú ý, gây ấn tượng, sắc bén.
노구 [1] bà già, bà lão.
노구 [2] bộ xương già.
노굿 hoa của các cây họ đậu.
노그러지다 (1)[피로 mệt mỏi] hoàn toàn kiệt sức, bị mệt mỏi và kiệt sức. (2)[쏠리다 hăng hái] cuồng dại, mê đắm, đam mê.
노급 loại vải dày.
노긋노긋하다 (1) [촉감이] làm cho mềm, nhẹ, dẽo, dễ uốn (2) [성격이 tính cách] mềm dẻo, dễ uốn.
노기 sự tức giận, sự phẫn nộ, sự giận dữ. @노기를 띠다 giận ra mặt // 노기 등등하다 trong cơn thịnh nộ.
노끈 dâybện, sợi thừng nhỏ @노끈을 꼬다 bện dây thừng nhỏ // 노끈으로 묶다 thắt dây, buộc dây.
노년 tuổi già. *--기 lúc tuổi già, lúc cuối đời
노농 giới công nông.
노느다 [분배 sự phân bố] phân phát, phân phối, phân công, chia phần. @ 이

익을 반반씩 노느다 chia đôi.

노노매기 sự phân chia --하다 chia phần, phân làm hai phần bằng nhau, chia đôi.

노닐다 đi dạo, tản bộ chung quanh. @ 해변에서 노닐다 đi dạo ở bãi biển.

노다지 (1) [광맥 quặng] mỏ phong phú (2) [행운 vận may] vận đỏ. @노다지를 캐다 may mắn liên tục.

노닥거리다 giữ cho câu chuyện được vui vẻ.

노닥이다 nói chuyện phiếm, tán gẫu, nói huyên thuyên.

노대 lan can lầu; nhà trưng bày tác phẩm nghệ thuật.

노대가 thầy giáo già, chuyên gia từng trải (có kinh nghiệm).

노대국 một quốc gia suy yếu.

노도 sóng to, biển động.

노독 cuộc hành trình mệt nhọc. @노독을 풀다 kết thúc một hành trình mệt nhọc.

노동 sự lao động, sự làm việc *--하다 lao động, làm việc @ 8 시간의 노동 sự làm việc 8 tiếng *--계급 giai cấp lao động. --계약 hợp đồng lao động. –공급 sự cung cấp lao động. –관리 sự quản lý lao động. --권 quyền lao động. --당 Đảng Lao Động. --력 sức lao động. --수용소 trại lao động. --시간 thời gian lao động. --원가 giá lao động. --위원회 Liên Đoàn Lao Động. --인구 dân lao động. --임금 tiền công lao động. --조건 điều kiện lao động. --협약 hợp đồng, lao động. --환경 môi trường lao động. --강제 sự cưỡng bách lao động. --계절 lao động thời vụ. 근육—lao động nam. 두뇌-- lao động trí óc. 생산적-- lao động sản xuất. 시간외—lao động ngoài giờ. 육체-- lao động tay chân. 정신-- lao động trí óc. 중-- lao động nặng (tay chân).

노동자 người lao động, công nhân, nhân công (총칭). *--계급 giai cấp (tầng lớp) công nhân.

노두 [광물 khoáng sản] sự trồi lên mặt đất (một lớp đất, một vỉa than.

노둔 sự ngu đần, sự chậm hiểu. --하다 chậm hiểu, ngu đần, khờ khạo.

노드리듯 --하다 mưa to, mưa như trút.

노랑 màu vàng.*--머리 tóc vàng.

노랑매미꽃 [식물 thực vật] hoa hồng Nhật Bản.

노랑이 kẻ ghen ghét, đố kỵ [구두쇠 sự bủn xỉn] người keo kiệt, hà tiện.

노랗다 bị vàng, hóa vàng @싹수가 노랗다 chứng tỏ chỉ là lời hứa suông.

노래 [가요 bài hát] bài ca, [민요 bài hát dân ca] khúc [시가 thơ ca] bài thơ. --하다 hát, ca, ngâm @피아노에 맞추어 노래하다 hát theo đàn piano.

노래기 [동물] động vật nhiều chân.

노략 sự cướp bóc, sự cưỡng đoạt. --하다 cướp bóc, cướp phá, chiếm đoạt.

노려보다 nhìn thẳng vào mặt, nhìn giận dữ, nhìn chằm chằm, nhìn sững.

노력 sự nỗ lực, sự cố gắng, sự chăm chỉ. --하다 cố gắng, phấn đấu, ráng sức, chăm chỉ. @최선의 노력을 하다 làm hết sức mình. *--가 người làm việc siêng năng.

노력[노동 lao động] sức lao động, [수고] sự khó nhọc, công việc cực nhọc.

노련 kinh nghiệm vững vàng, sự lão luyện. --하다 trở nên thành thạo, có kinh nghiệm. @ 노련한 외교관 người có kinh nghiệm ngoại giao // 노련한 선수 người chơi thể thao thành thạo. *--

가 chuyên gia lão luyện.
노령 tuổi già, cao tuổi.
노루 hươu, nai, hoẳng.
노루발 [식물 thực vật] cây *pyrola.*
노루발 장도리 cái cán búa.
노루잠 giấc ngủ ngắn, giấc ngủ trằn trọc.
노르다 bị nhuộm vàng.
노르마 quy tắc, tiêu chuẩn.
노르스름하다 vàng vàng, hơi vàng.
노른자위 lòng đỏ trứng.
노름 trò cờ bạc. --하다 đánh bạc, cá độ @노름에 몰두하다 ham mê cờ bạc.
노름군 con bạc, người cờ bạc.
노름빚 kẻ mắc nợ vì cờ bạc.
노름판 sòng bạc, chiếu bạc.
노름패 (1) quân bài @노름패가 좋다 (나쁘다) vận đỏ (hên), vận đen (xui) // (2) băng nhóm cờ bạc.
노릇 công việc, chức năng, nhiệm vụ, vai trò. @선생 노릇 công việc dạy học // 춘향이 노릇을 하다 đóng vai *Chung Yang.*
노릇노릇 hơi vàng, vàng vàng. --하다 có (bị) đốm vàng.
노리개 (1) [장신구 đồ nữ trang rẻ tiền] món trang sức rẻ tiền của phụ nữ đã qua sử dụng. (2)[장난감 đồ chơi] món đồ chơi, trò chơi, đồ trang trí.
노리다 [1] (1)[냄새 mùi hôi] có mùi hôi thối khó chịu. (2)[마음씨가 tính khí con người] kém cỏi, thấp hèn,.
노리다 [2] nhìn chòng chọc, chăm chú, để ý, theo dõi, tập trung vào vào. @기회를 노리다 chờ thời.
노리다 [3] cắt chéo từng miếng mỏng.
노린내 mùi hôi thúi, mùi mỡ cháy khét.
노릿하다 có mùi hơi khét, hơi có mùi hôi.
노망 sự lẩm cẩm của người già, sự trở lại thời kỳ như trẻ con. --하다 trở nên lẩm cẩm.
노면 mặt đường. *--교통 về mặt giao thông. --포장 bề mặt đường.
노모 mẹ già
노목 cây cổ thụ.
노무 công việc, chỗ làm, việc làm. *--관리 người quản lý tổ chức.
노반 nền đường.
노발 대발 --하다 bực tức, phẫn nộ, nổi giận.
노방 lề đường.
노벨 [1] (*a novel*) quyển tiểu thuyết.
노벨상 giải *Nobel.*
노변 [1] lề đường, bờ đường.
노변 [2] bên lò sưởi @노변 잡담 câu chuyện bên lò sưởi.
노병 [1] người lính già, cựu chiến binh.
노병 [2] bệnh già.
노복 người hầu, người giúp việc.
노부 [1] cha già cha.
노부 [2] người vợ già, người phụ nữ già.
노부모 cha mẹ già.
노비 [1] nô bộc già.
노비 [2] phí tổn đi đường, chi phí du lịch.
노사 chủ và thợ, tư bản và lao động. *--관계 mối liên hệ giữa chủ và thợ. --분쟁 mâu thuẫn giữa chủ và thợ.
노산 nói về tuổi già.
노상 [1] luôn luôn, thường xuyên, suốt, đều đặn, liên miên.
노상 [2] @노상에서 놀다 cướp đường. *--강도 kẻ cướp đường.
노새 con la.
노색 sự tức giận, một cái nhìn giận dữ.
노선 lộ trình, tuyến đường. *--정치 đường lối chính trị. --항공 đường hàng không, đường bay.

노성 một giọng nói giận dữ.
노소 người trẻ và người già, tuổi già và tuổi thanh niên
노송 cây thông già. *--나무 cây bách Nhật Bản.
노쇠 sự suy nhược của tuổi già, lão suy. --하다 yếu đi, già đi, hom hem. @노쇠하여 죽다 chết già.
노숙 kinh nghiệm lão luyện, sự chính chắn. --하다 trưởng thành, thuần thục, già dặn.
노숙 sự hạ trại, sự cắm trại. --하다 cắm trại ngoài trời.
노스탤지어 nỗi nhớ nhà, lòng nhớ quê hương.
노심 sự lo âu, sự sầu muộn. --하다 lo âu, sầu muộn, âu sầu, lo lắng, cảm thấy bồn chồn không yên.
노심초사 sự suy nghĩ, sự lo lắng. --하다 ráng suy nghĩ, làm cho lo nghĩ.
노아가다 [놓아가다] (1)[배가 gấp đôi] vượt nhanh. (2)[말이 ngựa] phi nước đại, chạy nhanh.
노안 chứng viễn thị. *--경 kính viễn thị.
노약 tính chất suy yếu của tuổi già. --하다 già cả hom hem, suy yếu.
노여움 sự giận dữ, cơn thịnh nộ, sự bất mãn. @노여움을 사다 gánh chịu sự bất mãn của ai.
노여워하다 bị xúc phạm, bị làm bực mình, bị làm tổn thương.
노역 công việc cực nhọc, vất vả. --하다 lao động cực nhọc, làm việc quần quật.
노염 => 노여움.
노염다 bị xúc phạm, bị tổn thương. @그의 무뚝뚝한 말이 노여웠다 *cách ăn nói lỗ mãng của hắn làm tôi bị xúc phạm.*
노영 sự cắm trại. --하다 cắm trại, hạ trại, đóng quân. *--지 khu cắm trại.
노예 người nô lệ, cảnh nô lệ (신분 vị trí xã hội). @노예로 만들다 bị bắt làm nô lệ, biến thành nô lệ. *--근성 tinh thần nô lệ. --매매 sự buôn bán nô lệ. --해방 sự giải phóng nô lệ. --페지론 chủ nghĩa giải phóng nô lệ (bắc *Dakota*).
노오드다코타 phía bắc *Dakota.*
노오드캐롤라이나 bắc *California.*
노오리기 một đoạn dây.
노오멀 bình thường.
노옹 một ông già, một ông lão.
노우카운트 (*no count)* không tính, không đếm.
노우트 quyển vở, quyển tập.
노우 히트 không bạo lực, ôn hòa. @노우히트 게임 trò chơi không bạo lực.
노유 già trẻ, lão niên và thanh niên.
노이로제, chứng loạn thần kinh chức năng.
노익장 một tuổi già tráng kiện. @노익장을 자랑하다 hưởng một tuổi già sung mãn.
노인 người già *--병 bệnh của tuổi già. --병학 lão khoa.
노임 tiền lương *--인상 sự tăng lương.
노자 chủ và thợ => 노사.
노자 chi phí du lịch.
노작 [역작 sự tỉ mỉ] một công việc cần cù @ 다년간의 노작 *công việc đã hoàn thành sau nhiều năm cần cù lao động.*
노장 cựu tướng, nhà chiến lược kỳ cựu.
노적 đống thóc, đụn thóc.
노점[1] [물리 vật lý] điểm sương.
노점[2] sạp bán hàng lề đường, quán ven đường. @노점을 벌이다 mở một quày bán hàng ở lề đường. *--가 khu bán

ㄴ

hàng lộ thiên.

노정[1] sự phơi bày. --하다 bị phơi bày, bị vạch trần, bị đưa ra ánh sáng.

노정[2] [잇수] quảng đường, tầm xa [여정 hành trình] con đường đi. @ 하루의 노정 cuộc hành trình một ngày.

노정골 [해부 giải phẫu] xương đỉnh.

노조 công đoàn => 노동조합.

노중 dọc đường, trên đường.

노질 sự chèo thuyền, cái chèo lái. --하다 chèo thuyền, chèo xuồng.

노처녀 cô hầu gái già, bà cô, gái gia.

노천 @노천에서 lộ thiên, ở ngoài trời. *--극장 sân khấu lộ thiên.

노총 sự thành lập Liên Đoàn Lao Động Hàn Quốc (한국 노동조합 총연맹).

노총각 người già neo đơn.

노출 sự vạch trần, sự phơi bày. --하다 vạch trần, phơi bày. *--계 thiết bị đo quang hóa, quang kế (đo ánh sáng).

노친 cha me già.

노크 (*knock*) tiếng gõ @문을 노크하다 gõ cửa.

노태 @ 노태나다 nhìn đầy kinh nghiệm (già dặn / lão luyện).

노트 (*a knot*) hải lý (tàu cao tốc).

노티 biểu hiện của tuổi già.

노파 bà già, người nhút nhát [나쁜 뜻으로] mụ phù thủy già, mụ đồng già, mụ đanh đá. *--심 sự quan tâm lo lắng của bà đối cháu.

노폐 sự thải ra vì quá cũ (quá già), sự loại ra vì không đạt tiêu chuẩn. *--물 hàng quá cũ, hàng loại bỏ.

노폭 bề rộng con đường.

노하다 tức giận, mất bình tĩnh, mích lòng, nổi giận.

노형 [당신 đại từ ngôi thứ hai] ông, anh, chị …

노호 tiếng la hét (giận dữ). --하다 gầm lên giận dữ.

노화현상 triệu chứng lão suy.

노환 tính chất hom hem, suy nhược của tuổi già.

노회 tính xỏ lá, tính gian xảo, quỹ quyệt, cáo già. --하다 xảo trá, quỷ quyệt, tinh ranh. @노회한 사람 tên cáo già, người láu cá, xảo quyệt.

노획 --하다 giành lại sự sống.

노획 sự chiếm đoạt --하다 chiếm lấy, cưỡng đoạt. *--물 chiến lợi phẩm.

노후 sự loại ra, tình trạng hư nát. --하다 bi loại ra *--선 tàu thủy cũ loại ra dùng làm kho. --시설 đồ dùng mòn cũ. 화 sự làm hư.

노후 đến lúc tuổi già, đến tàn đời. @노후를 편히 살다 sống sung túc, thoải mái lúc tuổi già.

노히트노런게임 trò chơi không bạo lực.

녹 bổng lộc, tiền lương, tiền thưởng.

녹[1] màu xanh lá cây (xanh lục). *--변 gốc cây xanh. --음 bóng cây. --차 trà xanh.

녹[2] sự rỉ sét, vết bẩn. @녹슨 bị han rỉ // 녹슬다 gom mảnh gỉ sắt lại. *--물 bị lấm vết gỉ.

녹각 gạc, sừng (hươu nai).

녹나무 [식물 thực vật] cây long não.

녹내장 [의학 y học] bệnh tăng nhãn áp.

녹녹하다 ẩm thấp => 눅눅하다.

녹다 (1)[열에] tan, chảy (kim loại). @용광로의 쇠가 녹는다 *sắt trong lò luyện kim bị làm chảy ra.* (2)[용해] rã ra, phân hủy, chảy ra, hóa lỏng. @물에 녹다 có thể tan trong nước. (3) @ 주색에 녹다 *bị suy nhược sức khỏe do cuộc sống phóng đãng.* (4)[반하다 yêu thương] bị quyến rũ, quá yêu, bị say đắm bởi. (5)[손발이 ấm áp] làm cho ấm, giữ ấm.

녹다운 (*a knoc-down*) cú đánh gục

녹두 đậu xanh. *--목 bột đậu xanh.

녹로 khuôn tiện, máy tiện. *--세공 xưởng tiện.

녹록하다 kém, xấu, không giá trị. @녹록잖은 적 một đối thủ đáng gờm.

녹말 chất tinh bột (trong khoai tây, bột mì), chất dextrin (chất hóa học). *--당 chất đường.

녹변 gốc cây tươi.

녹봉 tiền lương, tiền thu nhập chính thức.

녹비 da con hoẵng.

녹비 phân bón xanh.

녹색 xanh lục, xanh lá cây. @녹색의 xanh tươi, xanh ngọc lục bảo.

녹수 một cây xanh.

녹신녹신하다 rất mềm dẻo (dễ uốn)

녹아웃 (*a knockout)* cú nốc-ao.

녹아웃 (*knock-out*) cú đấm nốc ao, cú đấm bất tỉnh.

녹엽 lá xanh.

녹용 sừng hươu non.

녹음 bóng cây, tàn cây rậm lá.

녹음 sự ghi âm, chương trình ghi âm. --하다 ghi âm. @음악을 녹음하다 ghi âm bản nhạc. *--기 băng ghi âm, máy ghi âm.

녹이다 (1)[고체를 vật rắn] làm tan chảy ra, luyện (kim loại). (2)[용해 sự hòa tan] tan ra, hòa tan, hóa lỏng (액화 sự hóa lỏng) @물에 녹이다 hòa tan trong nước. (3)[주색으로 ăn chơi] phá tán, hư hỏng. (4)[반하게 하다 đang yêu] làm say mê, làm say đắm, quyến rũ, làm (đàn ông) mê thích. (5)[손이나 몸을] làm cho ấm, sưởi ấm.

녹지 vùng đất (dãi đất) xanh tươi. *--대 vành đai xanh.

녹진녹진하다 rất ẩm ướt trơn trợt.

녹차 trà xanh.

녹채 đống cây chướng ngại, hàng rào (bọc bằng dây thép) (quân sự).

녹초 (1)@옷이 다 떨어져 녹초가 되다 quần áo sờn rách.(2)[사람 người] @피로해서 녹초가되다 hoàn toàn kiệt sức, mất hết nghị lực, mệt rã rời.

녹터언 [음악 âm nhạc] *(a nocturne)* khúc nhạc đêm.

녹피 da con hoẵng.

녹화 sự gây rừng. --하다 trồng cây gây rừng. *--운동 cây trồng.

녹화 sự thâu hình. --하다 thâu vào băng vidéo.

논 [1] đồng lúa, ruộng lúa. @논을 갈다 cày cấy trên cánh đồng // 논에 물을 대다 tưới đất ruộng.

논 [2] [논의 bàn luận] sự tranh cãi, biện luận [평론 phê bình] sự chỉ trích [논설 xã luận] bài tiểu luận [이론 lý thuyết] lý thuyết, lý luận [문제] một vấn đề --하다 tranh cãi, tranh luận, bàn luận, thảo luận. @정치를 논하다 thảo luận chính trị. *예술—bài tiểu luận nghệ thuật. 추상-- cuộc tranh luận không thực tế. 화폐—lý luận của đồng tiền.

논객 người tranh luận, người bút chiến.

논거 lý do tranh luận, luận cứ. @논거가 확실하다 lý luận có cơ sở vững chắc.

논고 lý lẻ của bên nguyên, sự truy tố. --하다 truy tố, khởi tố.

논공 sự đánh giá công trạng, sự kiểm tra công việc. 하다 đánh giá công trạng, kiểm soát công việc (của ai) để khen thưởng.

논공 행상 việc phát phần thưởng sau khi thi. --하다 thưởng theo công trạng từng người.

논구 cuộc tranh luận toàn diện. --하다 bàn luận thấu đáo, chuẩn bị một cuộc thảo luận toàn diện.

논급 sự tham khảo, sự đề cập. --하다 tham khảo, ám chỉ đến, nhắc đến, thông cảm với (suy nghĩ, tình cảm… của ai).

논길 lối đi nhỏ ở bờ ruộng.

논꼬 việc dẫn thủy nhập điền.

논난 => 논란.

논다 chia ra, phân ra => 나누다.

논다니 gái điếm, gái hạng sang, đĩ.

논단 [연단 bục, bệ] bục giảng, diễn đàn [평론계 sự phê bình] giới bình luận, nhà bình luận.

논단 sự kết thúc. --하다 kết thúc, qua một quyết định.

논도랑 => 논두렁 hào, rảnh, mương xung quanh ruộng.

논둑 bờ ruộng.

논란 lời chỉ trích bất lợi, sự phản đối kịch liệt, lời phê bình, lời buộc tội. --하다 chỉ trích, vạch mặt, bắc bẻ lại.

논리 lô-gíc @논리적인 tính lô-gíc, sự hợp lý, biện chứng // 논리적으로 một cách hợp lý, một cách logic

논리학 (sự nghiên cứu) lô-gíc, biện chứng học *--자 nhà lô-gíc học.

논문 [일반적 tính cộng đồng]luận thuyết, luận án, luận văn. [연구상의 sự nghiên cứu] luận điểm, luận đề, luận cương [학회의 xã hội học] bài thuyết trình, bài luận văn [신문, 잡지의 báo, tạp chí] bài báo. *박사-- luận án tiến sĩ. 졸업-- luận văn tốt nghiệp.

논문서 chứng thư điền sản.

논물 @논물을 대다 tưới ruộng, dẩn thủy nhập điền.

논박 sự phản luận, sự bác bỏ. --하다 từ chối, bác bỏ, phủ nhận.

논밭 전지 đồng ruộng lúa và ruộng khô

논배미 một mảnh ruộng

논법 lý luận, lý lẽ, lô-gíc. @묘한 논법이군 *một ngạc nhiên đầy tính lô-gíc, phải không*?. *삼단-- phương pháp suy luận, phép tam đoạn luận, sự suy diễn.

논봉 @예리한 논봉 bài hát tang.

논설 [논문 luận án] bài nghị luận, [사설 bài xã luận] bài xã luận đăng trên báo. *--위원 người viết xã luận.

논술 bài diễn thuyết, sự bày tỏ. --하다 thuyết trình, trình bày, phát biểu.

논어 sách văn tuyển của đạo Khổng.

논외 @ 논외의 không thích hợp, không liên quan, không thích đáng // 그것은 논외다 ngoài lề, lạc đề.

논의 cuộc thảo luận, cuộc tranh luận, cuộc tranh cãi. --하다 thảo luận, tranh luận, tranh cãi. @ 정치상의 논의 cuộc thảo luận chính trị.

논자 [논객 nhà bút chiến] người tranh luận, [주창자] người ủng hộ. *개혁— người chủ trương cải cách.

논쟁 sự xung đột, sự bất đồng, sự tranh chấp. --하다 bất đồng, tranh chấp. @법률상의 논쟁 cuộc tranh cải về mặt luật pháp.

논전 [입 씨름] cuộc luận chiến, [논쟁 sự bất đồng] cuộc bút chiến, cuộc tranh luận. --하다 bút chiến, tranh cãi, tranh luận.

논점 điểm tranh cãi, trọng tâm của vấn

đề.

논제 đề tài tranh luận

논조 tinh thần tranh luận. @이 문제에 관한 각 신문의 논조는 모두 같다 *các báo chí bình luận vấn đề này với một chiều hướng chung.*

논죄 sự tìm thấy, vật tìm thấy.

논증 bằng chứng, chứng cớ, luận chứng. --하다 chứng minh, chứng tỏ. *직접(간접)... sự chứng minh trực tiếp (gián tiếp).

논지 điểm mấu chốt của cuộc tranh luận. @그의 논지는 철저하지가 못하다 *việc tranh luận của hắn không đúng vào điểm chính.*

논파 sự từ chối, sự bác bỏ, lời bắt bẻ. --하다 bắt bẻ, bác bỏ.

논평 lời chỉ trích, lời bình phẩm, sự phê bình. --하다 phê phán, bình phẩm, chỉ trích. @이 문제에 관한 신문 논평 *báo chí có nói đến (bình phẩm) vấn đề này.*

논풀다 cày ruộng.

논픽션 *(non-fiction)* chuyện thật, không hư cấu.

놀 [1] @ 저녁놀 ráng chiều.

놀 [2] [파도] sóng to, sóng cồn.

놀다 (1)[유희 ngưng họp] chơi, giải lao, giải trí, tiêu khiển. @놀러 나가다 đi ra ngoài chơi // 장기를 두며 놀다 đánh cờ giải trí (2)[유흥 cuộc vui] vui đùa, vui chơi, liên hoan. @오늘 저녁 한잔 먹고 놀자 *chúng ta hãy vui chơi thoải mái đêm nay.* (3)[허송 세월] nhàn rỗi, ăn không ngồi rồi @노는사람 người nhàn rỗi // 놀고 먹다 cuộc sống nhàn rỗi (4)[실직 thất nghiệp] không có việc làm. @그는 요즘 놀고 있다 *dạo này nó bị thất nghiệp.* (5)[유휴 nhàn rỗi] vô dụng, vô công rỗi nghề. @놀고 있는 땅 tình trạng ăn không ngồi rồi // 그 공장은 놀고 있다 công xưởng này không có việc làm. (6) @이가 놀다 mất một cái răng.

놀라다 (1)[경악] bị bất ngờ, giật mình, sửng sốt. @놀라서 ngạc nhiên // 놀랍게도 lấy làm lạ. (2)[공포 sợ hãi] bị hoảng sợ. (3)[경탄 kinh ngạc] lấy làm lạ. @그녀의 목소리의 아름다움에 놀랐다 *tôi rất ngạc nhiên về giọng nói êm dịu của cô ấy.*

놀라움 [경악 ngạc nhiên] điều ngạc nhiên, sự kinh ngạc [공포 sợ hãi] sự ghê rợn, [경탄 kinh ngạc] lấy làm kinh ngạc.

놀란가슴 tâm trí bấn loạn.

놀랍다 đáng ngạc nhiên [경탄 kinh ngạc] hết sức ngạc nhiên [두렵다 sợ hãi] sợ sệt, kinh khiếp. @놀랍게도 làm bất ngờ // 놀라운소식 tin bất ngờ.

놀래다 làm bất ngờ, làm ngạc nhiên, làm hoảng hốt [공포감을 주다] làm hoảng sợ, đe dọa. @너를 놀래줄 일이 좀 있다 *chúng tôi dành cho bạn một sự bất ngờ.*

놀리다 (1)[조롱 giễu cợt] chọc ghẹo, cười nhạo, đùa cợt, lừa, phỉnh @나를 놀릴 셈이냐 *anh định lừa tôi à?* (2)[쉬게 하다] tổ chức ngày nghỉ lễ, cho (ai) nghỉ ngơi @학생들을 하루 놀리다 tổ chức lễ cho nam sinh (3) [움직이다 chuyển động] di chuyển, dời, dịch chuyển.

놀림 sự nói đùa, sự giễu cợt, sự lừa phỉnh.

놀림감 đích làm trò cười, sự giễu cợt. @놀림감으로 삼다 làm trò cười.

놀림거리 => 놀림감.

놀아나다 sống vội vàng.

놀아먹다 sống không giá trị, sống trác táng.

놀음=> 놀음놀이.

놀음놀이 cuộc chơi, đình đám, hội hè, trò tiêu khiển.

놀이 trò chơi, trò giải trí, [소풍] cuộc đi chơi dã ngoại. *꽃—thú chơi hoa, sự thưởng hoa. 뱃-- cuộc đi chơi bằng thuyền.

놀이딱지 quân bài có hình.

놀이터 sân chơi, sân chơi thể thao, nơi hay lui tới.

놀잇군 người hay vui đùa, người tham dự buổi cắm trại, người đi tham quan.

놀치다 sóng cồn, sóng to. @바다가 놀치다 biển động mạnh.

놈 [사람 người] ông bạn, thằng cha, gã, anh chàng, [동물 động vật, 물건 đồ vật, hàng hóa] cái, con.

놈팡이 [남자 nam giới] đàn ông, gã, ông bạn, [건달 kẻ phóng đãng] kẻ ăn bám, kẻ ăn không ngồi rồi.

놉 lương công nhật cho người không có việc làm cố định (tạp vụ).

놋 đồ vật bằng đồng (놋쇠 chất đồng thau). *--대야 chậu bằng thau, bồn rửa mặt bằng đồng. --대접 tô, chén bằng thau.

놋그릇 đồ bằng thau.

놋좆 cột buồm.

놋칼 đao, kiếm bằng đồng.

농 [1] [장난 trò chơi] trò chơi thể thao, trò chơi khéo léo, trò đùa, trò chơi khăm, [농담 nói đùa] câu nói đùa, câu nói chơi. @농으로 nói đùa, làm cho vui.

농 [2] mủ (của vết thương) => 고름.

농가 nhà ở xây trong trang trại.

농간 thủ đoạn, mưu đồ độc ác. @농간을 부리다 nghĩ ra âm mưu độc ác, dùng thủ đoạn.

농경 công việc đồng án.

농공 nông nghiệp và công nghiệp.

농과 khoa nông nghiệp. *--대학 Đại học Nông nghiệp.

농구 [1] nông cụ.

농구 [2] môn bóng rổ. *--선수 người chơi bóng rổ.

농군 chủ trại, nông dân, tá điền.

농권 lạm dụng quyền lực.

농기 => 농구.

농기구 => 농구.

농노 nông nô, người nông dân bị bốc lột.

농단 (1)[독점 độc quyền] sự giữ độc quyền, (2)[절벽] vách đứng *--하다 giữ độc quyền, mua toàn bộ (để lũng đoạn thị trường). @이익을 농단하다 *giữ độc quyền để trục lợi.*

농담 [1] sự che (ánh sáng), ánh sáng và bóng tối.

농담 [2] sự nói đùa, trò vui đùa. --하다 nói đùa, nói giỡn, nói chuyện phiếm. @농담은 그만두고 nói thật không phải đùa // 농담으로 놀리다 xem như trò đùa.

농도 tính chất dày đặc, đậm màu, [화학 hóa học] sự cô đặc. *--계 tỷ trọng kế.

농들다 tạo mủ, mưng mủ, gôm mủ.

농땡이 anh chàng lười ngay xương, anh chàng đại lãn (nhớt thây).

농락 --하다 đùa cợt (với ai), chơi với, làm trò cười (cho ai).

농루 [의학 y học] sự chảy mủ.

농림 nông lâm nghiệp.

농막 căn chòi của nông dân.

농무 sương mù dày đặc. @농무가 끼었다 màn sương mù dày đặc bao phủ.

농민 nông dân, tá điền, giai cấp nông dân (총칭 tên chung).

농번기 nông vụ.

농병 lính nhà nông.

농병아리 [새] giống chim lặn nhỏ.

농본주의 người theo phái trọng nông.

농부 tá điền, nông dân, nông phu.

농사 nghề nông, nghề làm ruộng --하다 làm ruộng. *--시험장 nông trường thực nghiệm. --철 nông vụ.

농산물 nông sản.

농성 (1)[성에] xúm quanh, vây quanh. --하다 chịu đựng một cuộc vây hãm (2) sự giam hãm. --하다 giam, nhốt, giam mình trong nhà, giữ ở trong nhà *--군 một đoàn quân bị bao vây --투쟁 cuộc đình công ngồi.

농수산 nông ngư nghiệp. *--부 Bộ Nông Lâm nghiệp. --부장관 Bộ trưởng Nông Ngư nghiệp.

농숙 chín nẫu, chín rục.

농아 sự câm điếc, người câm điếc.*--학교 trường câm điếc.

농악 loại nhạc cụ của nông dân.

농액 chất sệt.

농액 chất mủ (của vết thương).

농약 nông dược. *--사용 경작 hóa chất nông nghiệp.

농어 [물고기 cá] cá vược (ở biển).

농어촌 dân ở nông trường và làng chài.

농업 nông nghiệp. @농업에 종사하다 làm nghề nông *--경제 nền kinh tế nông nghiệp. --국 xứ nông nghiệp. --노동자 công nhân nông trường. --은행 ngân hàng phát triển nông nghiệp. --협동 조합 hợp tác xã nông nghiêp. 조방 -- sự quảng canh. 집약-- sự thâm canh.

농예 ngành kỹ thuật nông nghiệp, nông nghiệp và nghề làm vườn.

농우 gia súc nông trường, cái cày.

농원 đồn điền, nông trại.

농익다 chín nẫu, chín rục.

농작 nghề nông, sự trồng trọt.

농작물 vụ mùa, vụ gặt, nông sản. @농작물이 잘 되었다 *mùa thu hoạch trở nên tốt đẹp*.

농장 nông trường, đồn điền.

농정 sự quản lý nông trang.

농종 [의학 y học] hiện tượng áp-xe.

농지 đất trồng trọt, đất cày cấy. *--개혁 sự cải tạo đất chăn nuôi, trồng trọt.

농지거리 lời nói đùa, lời bỡn cợt. --하다 nói đùa, giễu cợt.

농축 sự tập trung --하다 tập trung, làm giàu thêm, cô đọng, phong phú.

농촌 dân làng, dân nông thôn. @농촌의 vùng nông thôn, thuộc ruộng đất, *--진흥청 văn phòng phát triển nông thôn.

농토 đất chăn nuôi, trồng trọt.

농하다 nói đùa, vui đùa.

농학 ngành nông học. *--박사 tiến sĩ nông nghiệp.

농한기 thời kỳ nghỉ xả hơi của nông dân.

농협 => 농업 (--협동조합). *--중앙회 Liên đoàn Hợp tác xã Nông nghiệp Quốc tế (NACF *National Agricultural Co-operative Federation*)

농화 hội nộng nghiệp.

농후 tính chất dày đặc, rậm rạp. --하다 dày, đậm, rậm. @살인 혐의가 농후하다 *có khả năng nghi ngờ hắn đã tham gia giết người*.

높낮이 cao thấp, nhấp nhô, dập dờn.

높다 (1) cao, cao ngất. @높은 건물 tòa nhà cao // 높은곳 chiều cao. (2) [지위 địa vị, 명성이 danh tiếng] cao, cao thượng, cao quý. @명성이 높은 사람 người danh tiếng. (3) [값이 giá cả] đắt tiền, quý giá. @높은 생활비 giá sinh hoạt cao. (4) @높은 소리로 nói to, ầm ĩ. (5) @열이 높다 có nhiệt độ cao.

높다랗다 khá cao, hơi cao.

높으락낮으락 một cách bồng bềnh, lên xuống, cao thấp.

높이 [1] độ cao, độ cao so với mặt biển, [소리의 âm thanh] ầm ĩ. @높이 2 미터이다 cao 2m. *--뛰기 sự nhảy cao.

높이 [2] (1) [부사] ở mức độ cao, rất, quá @하늘 높이 cao ngất trên không. (2)[소리 âm thanh] ầm ĩ, to.

높이다 nâng lên, đưa lên, giương cao, giơ cao (증진), sự gia tăng, sự cải tiến (개선 cải thiện), tôn trọng (존대 kính trọng), tăng điện áp (전압을 điện) @뚝을 높이다 đắp đê // 정도를 높이다 tăng mức độ.

높이뛰기 sự nhảy cao. *장대-- nhảy sào. 재자리-- sự nhảy cao không chạy lấy đà.

높임말 từ (tỏ sự) tôn kính.

높직이 khá cao, hơi ồn (목소리).

높직하다 nói khá to (목소리가).

놓다 (1)[두다] để, đặt, cắm. @펜을 놓다 đặt viết xuống. (2)[해방 thả ra] thả tự do, để cho đi [손을 đạt được] buông ra,thả ra, ân xa. @놓아주시오 buông tôi ra! (3)[총포를] nổ súng, bắn @火불을 놓다 bắn pháo hoa. (4)[불을 lửa] đốt @불을 놓다 đốt cháy. (5)[가설 xây dựng] xây dựng, lắp đặt. @전화를 놓다 gắn điện thoại // 강에 다리를 놓다 bắt cầu qua sông. (6)[주사를 tiêm chích] chích, tiêm chủng. (7) [마음을 tinh thần] thoải mái, thanh thản. (8) @금실로 수를 놓다 thêu chỉ vàng lên. (9)[주판을 bàn tính] dùng, sử dụng. @주판을 놓다 sử dụng (gảy) bàn tính. (10) [값을 giá cả] trả giá, cho giá, định giá. (11)[돈을 tiền] cho vay, cho mượn, [새를 cho thuê] cho thuê, cho mướn. @돈을 5 푼으로 놓다 cho vay tiền với lãi suất 5%. (12)@ 속력을 놓다 tăng tốc, tăng tốc độ. (13)[말을 lời nói] hạ thấp giọng. (14)[거간을 môi giới] dẫn, đưa (trung gian). @사람을 놓아 수소문하다 *nhận tài liệu qua trung gian.* (15)[기르다 nuôi dạy] nuôi (chó), nuôi (tằm). @참외를 놓다 trồng dưa. (16)[침을 cây kim] châm vào (thuật châm cứu). (17)[솜 따위를] @방석에 솜을 놓다 nhồi nệm bằng bông.

놓아두다 bỏ mặc mặc kệ không dính vào @그대로 놓아두어라 cứ để mặc nó.

놓아목이다 thả (súc vật) đi ăn cỏ, thả lỏng @소를 놓아먹이다 chăn bò.

놓아주다 buông ra, trả tự do, thả ra. @새를 놓아주다 thả chim.

놓이다 (1)[얹히다] ném, đẩy. (2) [마음이 tâm hồn] cảm thấy bớt căng thẳng, cảm thấy yên tâm. @마음이 놓일 때가 없다 *không giây phút nào thanh thản.*

놓치다 [기회 따위 cơ hội] bỏ lỡ, để vuột mất, [범인 따위] đánh mất, cho qua, không nắm bắt. @ 기차를 놓치다 lỡ tầu.

뇌 não, đầu óc, trí óc (지력 sự hiểu biết). @뇌의 thuộc não, óc (phẫu thuật). *--병원 bệnh viện tâm thần.

뇌까리다 nói lải nhải, nhai đi nhai lại, lập đi lập lại mãi một đề tài.

뇌격기 máy bay phóng ngư lôi.

뇌관 kíp nổ, ngòi nổ, chất nổ. *--장치 chốt nổ.

뇌다 [말을 từ ngữ, giọng nói] nhắc lại, lập lại. @ 같은 말을 뇌다 nhắc đi nhắc lại.

뇌동 --하다 bắt chước một cách mù quáng, theo một cách mù quáng. *--자 người bắt chước mù quáng.

뇌동맥경화 chứng xơ cứng động mạch não.

뇌락 --하다 thành thật, cởi mở, vui vẻ, phóng khoáng, không câu nệ hình thức.

뇌력 năng lực trí tuệ.

뇌루 [의학] sự thoái hóa mỡ của não.

뇌리 trí tuệ, đầu óc. @뇌리에 깊이 새겨지다 ấn tượng khắc sâu trong đầu óc.

뇌막 màng não. *--염 bệnh viêm màng não.

뇌명 tia chớp, tiếng sấm nổ vang.

뇌문 hoa văn chữ triện (hình trang trí).

뇌물 của đút lót, vật hối lộ. @뇌물을 받다 nhận của hối lộ .

뇌병 chứng bệnh về não. *--원 bệnh viện tâm thần.

뇌빈혈 [의학] bệnh thiếu máu lên não.

뇌성 sấm, một loạt sấm.

뇌쇄 --하다 quyến rũ, làm say đắm, dụ dỗ, khéo lấy lòng (bằng thủ đoạn kín đáo).

뇌수 óc, não.

뇌수술 sự mổ não.

뇌신 thần sấm sét.

뇌신경 sọ não (dây thần kinh não). *--세포 tế bào não.

뇌연화증 [의학] chứng nhủn não.

뇌염 chứng viêm não.

뇌옥 nhà tù.

뇌우 bão có sấm sét và mưa to.

뇌운 mây dông.

뇌일혈 chứng xuất huyết não.

뇌장 đầu óc, trí óc.

뇌전 tiếng sét, tin sét đánh (bóng)

뇌조 con gà gô trắng.

뇌종양 [의학 y học] chứng u não.

뇌진탕 sự chấn động não.

뇌척수액 [의학] chứng viêm não dịch.

뇌출혈 [의학] sự xuất huyết não.

뇌충혈 [의학] chứng sung huyết não.

뇌파 [의학 y học] sóng não đồ.

뇌하수체 hiện tượng loạn tuyến yên (ở người), tuyến yên.

누 [1] nhà hai tầng, tháp, [성의 sự trung thành] sự giám sát, sự canh chừng.

누 [2]sự lôi kéo, sự liên can, điều lo lắng, ảnh hưởng xấu. @남에게 누를 끼치다 *làm liên lụy đến người khác.*

누가 [1] sự tích lũy, sự tích trữ, sự chồng chất --하다 tích lũy, góp nhặt dần thêm, làm tăng thêm

누가 [2] *(a nougat)* kẹo nu-ga.

누각 lâu đài, tháp.

누계 tổng số. --하다 tổng cộng.

누관 [해부] tuyến lệ, ống nước mắt.

누구 (1)[의문 hỏi] ai, của ai (누구의) người nào, người mà (누구에게, 누구를). @ 누구세요 có ai không? ai vậy?, ai đó? (2)[누군가 khẳng định] người nào đó [의문 nghi vấn · 부정 phủ định] ai, người nào, bất cứ ai. @ 누군가 적당한 사람 bất cứ ai thích hợp. (3)[누구라도 đại từ chỉ người] bất kỳ ai, bất cứ ai, [부정 phủ định] không ai, không ai cả. @누구나 약점은 있다 *chúng ta ai cũng có yếu điểm.*

누그러뜨리다 làm cho dịu lại (thái độ

của ai)

누그러지다 [날씨 thời tiết] ôn hòa, dễ chịu hơn hơn, [값이 bản chất, tính tình] mềm mỏng, yếu đuối, ủy mị [성질 따위가] làm cho dịu, dỗ dành, vuốt ve, xoa dịu @ 추위가 누그러지다 *thời tiết lạnh dễ chịu hơn*

누글누글 --하다 mềm, mềm mỏng.

누긋하다 [물건이 sự vật] mềm, dễ uốn [성질이 bản chất] bình thản, điềm tĩnh.

누기 sự ẩm ướt, hơi ẩm, độ ẩm, sự ẩm thấp.

누기 차다 ẩm ướt, hơi ẩm.

누나 chị cả, chị lớn => 누님

누년 nhiều năm, vài năm.

누누이 sự lặp đi lặp lại nhiều lần, liên tục @누누이 말하다 nói đi nói lại (một vấn đề).

누님 chị hai, chị cả.

누다 bài tiết, thải ra, tống ra @똥을 누다 mắc đi cầu, đại tiện // 오줌을 누다 đi tiểu.

누대 cái tháp.

누더기 áo quần tả tơi, miếng, mảnh. @누더기를 입고 있다 mặc quần áo rách rưới.

누덕누덕 vá, đắp. @옷을 누덕누덕 깁다 sửa (vá) đi sửa lại áo quần.

누되다 bị quấy rầy, khó chịu.

누두 cái phễu, ống khói.

누드 *(nude)* sự khỏa thân. @누드 사진 tranh khỏa thân.

누락 sự bỏ sót, kẽ hở, chỗ thiếu sót --하다 bỏ đi, bỏ quên, bỏ lỡ, bỏ sót.

누란 @누란의 위기에 처하다 sắp xảy ra hiểm họa, *ở tình hình nguy hiểm nhất.*

누렁 màu vàng, thuốc nhuộm vàng (물감)

누렁물 nước màu vàng.

누렇다 vàng hẳn, hoàn toàn vàng, có màu vàng.

누룩 men, mạch nha. *--덩이 men bánh nướng. --밀 mạch nha làm bằng gạo nếp.

누룽지 cơm bị cháy sém.

누르께하다 bị nhuốm vàng, pha màu vàng.

누르다[1] có màu vàng, màu vàng kim @누른빛 màu vàng (vàng kim)

누르다[2] (1) ấn xuống , đè xuống. @도장을 누르다 đóng dấu xi, niêm phong (2)@ 서진으로 종이를 누르다 *đè tờ giấy xuống bằng cái chặn giấy.* (3)[억압 tàn bạo, bạo ngược] đàn áp, [위압 áp bức] áp đảo, lấn áp. (4)[억제 chế ngự]. @감정을 누르다 chế ngự, ngăn chặn (cảm xúc). (5) [거듭하다 làm lại, lập lại] @ 두번을 눌러지다 *bị đập 2 lần trong cuộc đánh nhau.*

누르락붉으락 giận đỏ mặt.

누르락푸르락 giận tái mặt, giận xanh mặt.

누르스름하다 có màu hơi vàng, vàng vàng.

누름적 món thịt nướng có bọc trứng.

누릇누릇 --하다 có màu hơi vàng.

누리[1] mưa đá (우박 cơn mưa đá).

누리[2] [곤충 côn trùng] châu chấu.

누리[3] thế giới. @온 누리에 khắp thế giới.

누리다[1] [냄새가 mùi vị] có mùi hôi thúi, có mùi kinh khiếp.

누리다[2] được hưởng, có được, được may mắn có. @ 행복을 누리다 hưởng hạnh phúc.

누린내 mùi hôi, mùi rất khó chịu, mùi ôi.

누마루 tầng trên, gác xép, lầu.

누만 mười phần ngàn (10/1000)
누명 sự ô nhục, vết nhơ, điều sỉ nhục, tiếng xấu. @누명을 쓰다 bị sỉ nhục, bị ô danh, bị mang tiếng xấu
누문 sự nghe trộm (nghe lén)
누범 sự vi phạm liên tục, sự tái phạm lỗi. *--자 người phạm tội nhiều lần, người có tiền án.
누비 sự khâu may, sự may chần. *--옷 áo quần đã khâu. –이불 mền bông, chăn bông.
누비다 may chần, may kết nhiều miếng lại. @ 이불을 누비다 *may chần cái mền bông.*
누선 [해부] tuyến nước mắt.
누설 sự tiết lộ, sự công bố. --하다 tiết lộ, công bố, bộc lộ, phát hiện. @비밀을 누설하다 tiết lộ bí mật.
누수 sự rỉ nước, sự thoát nước. --하다 rỉ nước, thoát nước.
누습 hủ tục, thói quen xấu.
누승 [수학 toán học] lũy thừa.
누실 --하다 bỏ lỡ, cho qua.
누심 trọng tài sân.
누안 đôi mắt đẫm lệ.
누에 con tằm. @누에를 치다 chăn nuôi tằm. *--나방 bướm tằm.--씨 trứng tằm. --치기 nghề nuôi tằm.
누옥 căn nhà tầm thường, túp lều tồi tàn.
누워떡먹기 một công việc (nhiệm vụ) dễ dàng (như) một miếng bánh
누워먹다 nhàn rỗi, vô công rỗi nghề.
누이 chị em gái, [손위 lớn hơn] chị, [손아래 nhỏ hơn] em gái.
누이다 (1) [대소변을 nước tiểu, phân] tống ra (trẻ con), cho (ai) đi đại tiện (đi tiểu). (2) [눕히다] đặt nằm xuống, cho đi ngủ.
누적 sự tích lũy, sự gom góp. --하다 tích lũy, gom góp, được gom lại.
누전 sự hở điện, mạch điện hở. --하다 chập mạch điện, hở điện. *--계 máy dò sự tiếp đất, đồng hồ đo.
누정 [의학 y học] bệnh di tinh, mộng tinh.
누지다 bị ẩm ướt.
누진 sự tiến lên dần dần. --하다 được thăng tiến dần, tiến từng bước một. *-과세 sự tăng thuế dần. --소득세, sự lũy tiến thuế thu nhập.
누차 lặp đi lặp lại nhiều lần, hết lần này đến lần khác.
누추 tính dơ dáy, tính bẩn thỉu, tính hèn hạ, bần tiện.
누출 sự rò rỉ, lỗ thủng. --하다 tiết lộ ra, bắt đầu lộ ra, thoát ra (개스가).
누치 [물고기 cá] loại cá kèn.
눅눅하다 bị ẩm ướt. @눅눅한 옷 áo quần đẫm ẩm ướt.
눅다 (1)[반죽이 bột nhào] mịn, mềm. (2)[습해서] ẩm ướt. @ 담배가 눅다 thuốc lá ẩm. (3)@성질이 눅은 사람 người điềm tĩnh. (4)@ 날씨가 눅어졌다 thời tiết trở nên ấm áp. (5) [값이 giá cả] bị sụt giá.
눅신눅신하다 => 눅신하다 mềm dẽo, dễ uốn.
눅실눅실하다 => 눅신눅신하다.
눅이다 (1) @반죽을 눅이다 nhồi bột nhão. (2)[마음을 tâm hồn] yên tĩnh, nguôi ngoai, dịu đi. (3) @다림질하기 위해 옷을 눅이다 làm ẩm quần áo trước khi ủi. (4) [목소리를 giọng, tiếng] êm dịu, bớt gay gắt.
눅지다 trở nên dịu dàng hơn. @추운 날씨가 눅졌다 thời tiết bớt lạnh.
눈[1] (1) mắt, thị giác. @눈의 thuộc mắt,

thị giác // 눈 깜짝할 사이에 trong nháy mắt // 눈을 감다 nhắm mắt // 눈을 뜨다 mở mắt, thức tỉnh, tỉnh ngộ // 눈이 부시다 nhìn kinh ngạc // 눈을 흘기다 nhìn ngờ vực // 눈이 아프다 bị đau mắt // 눈에 거슬리다 làm chướng mắt // 눈을 가리다 bị bịt mắt, làm mù quáng // 눈을 깜박이다 nháy mắt, chớp mắt // 눈에 들다 [사물이 주어] tùy theo sở thích, tùy thị hiếu [사람이주어 con người] sở thích, thị hiếu // 눈에 선하다 bị chói mắt // 눈이 맞다 phải lòng ai, lọt vào mắt ai // 허욕에 눈이 멀다 *bị tánh tham lam làm cho mờ mắt* // 부러운 눈으로 보다 nhìn với con mắt ghen tị, thèm muốn. (2)[시력 thị lực] sức nhìn, tầm nhìn, khả năng nhìn @ 눈이 밝다 biết cách nhìn (biết đánh giá, "*có con mắt*") // 눈이 나쁘다 không biết cách nhìn ("*không có con mắt*") // 눈이 멀다 bị mù. (3)[주의 chú ý] sự nhận biết, sự chú ý @ 눈에 띄다 được lưu ý, được báo trước // 눈을 끌다 *lôi cuốn sự chú ý của ai* // 사람의 눈을피하다 tránh cái nhìn của kẻ khác. (4)[견지 lập trường] quan điểm, cách nhìn của người nào. @서양 사람의 눈으로 보면 *theo quan điểm phương Tây*. (5) [안식 sự hiểu thấu] sự sáng suốt, cách nhìn, sự đánh giá. @예술가의 눈으로 보다 *nhìn với con mắt nghệ sĩ* // 눈이 높다 nhìn cao.

눈 [2] (1)[싹 nảy chồi] mầm, chồi, búp, nụ.@ 눈이 나오다 đâm chồi, nảy lộc, hé nụ. (2)[눈금 chia độ] sự chia độ, mặt phân độ. @저울눈을 속이다 cân non, cân yếu. (3)[그물 체의 mạng lưới] mắt lưới (그물의), mũi đan (편물의 việc đan len). @눈이 가늘은 (거칠은) 체 mũi đan của cái giần quá khít (thô).

눈 [3] tuyết, mưa tuyết (강설 sự rơi nhiều tuyết). @큰눈 cơn mưa tuyết // 눈같이 희다 trắng như tuyết // 눈에 갇히다 bị nghẽn vì tuyết // 눈에 덮이다 bị tuyết phủ * --길 con đường đầy tuyết phủ. 싸라기-- bụi tuyết.

눈가리개 cái che mắt (말의 của con ngựa). @ 눈가리개를 하다 bịt mắt (ai).

눈가림 sự dối trá, sự lường gạt, sự bịp bợm [미봉책 tạm thời] sự thay thế tạm, sự lấp chỗ trống, cái dùng tạm. --하다 lừa dối, lừa gạt, ngụy trang, che đậy. @ 눈가림으로 하는 일 công việc tạm thời.

눈가죽 @눈가죽이 두텁다 có mí mắt to.

눈까풀 mí mắt (눈꺼풀).

눈깔 con mắt => 눈.*--바구니 cái thúng có nhiều lỗ thủng. --사탕 thiếu khả năng cần thiết để làm.

눈감다 (1) [눈을 mắt] nhắm mắt (2)[죽다 chết] qua đời, nhắm mắt

눈감아주다 @죄를 눈감아주다 tha thứ, nhắm mắt bỏ qua // 노름을 눈감아주다 làm ngơ, lơ đi .

눈꺼지다 nhìn xuống (giả dối).

눈거칠다 làm gai mắt, khó coi.

눈꺼풀 mí mắt dày (눈까풀).

눈겨룸 --하다 chơi (thi đấu) một trận xuất xắc (đẹp mắt).

눈결 cái nhìn lướt qua, cái liếc mắt.

thấy buồn nôn (kinh tởm).

눈곱 (1) mủ mắt, ghèn mắt. @눈곱이 끼다 mắt có ghèn. (2)[소량 lượng nhỏ] chút ít, một chút, một tí. @눈곱만한 양

심 một chút lương tâm.
눈곱자기 sự chảy mủ ở mắt => 눈곱.
눈구멍 [1] [안공] hốc mắt, [눈] con mắt.
눈구멍 [2] @눈구멍에 빠지다 rơi vào đống tuyết, trượt tuyết.
눈구석 khóe mắt.
눈금 [자의 phân chia] sự chia độ. @눈금을 긋다 chia độ, kiểm tra độ.
눈기이다 lừa bịp, lừa dối (bịt mắt ai)
눈꼴사납다 (1) làm gai mắt, nhìn một cách căm thù, nhìn một cách ghê tởm, nhìn ghét bỏ (2)[모양이 điệu bộ] khó coi, xấu xí, không đẹp mắt.
눈꼴틀리다 nhìn căm thù, thấy ghê tởm,
눈높다 (1) nhìn cao (2)[안식 chính xác] sành sõi, am hiểu, xét đoán giỏi. @그는 미술품에 눈높다 *ông ấy am hiểu tận tường về nghệ thuật chân chính.*
눈다랭이 [물고기 cá] cá ngừ.
눈딱부리 [사람 người] người mắt lồi, [눈 con mắt] mắt lồi ra.
눈딱지 cặp mắt hung dữ, cái nhìn nham hiểm.
눈대중 sự ước lượng (đo bằng mắt). --하다 ước lượng bằng mắt. @눈대중으로 theo cái nhìn, bằng mắt.
눈독들이다 nhìn, quan sát, theo dõi, để mắt tới, quan tâm tới. @그는 그녀의 재산에 눈독을 들이고 있다 *hắn quan tâm đến tài sản của cô ấy.*
눈동자 con ngươi, đồng tử mắt.
눈두덩 chỗ nhô lên của mí mắt.
눈뜨다 thức tỉnh, tỉnh ngộ, mở mắt ra, ý thức, nhận thức rõ. @성에 눈뜨다 *ý thức vấn đề sinh lý (tình dục)*
눈뜬 장님 @그는 눈뜬 장님이다 anh ta là người mù chữ (dốt nát) (문맹 sự ngu dốt).
눈띄다 bắt gặp, quyến rũ, thu hút, được chú ý.
눈망울 nhãn cầu.
눈맞다 phải lòng nhau, vừa mắt nhau.
눈맞추다 liếc nhau, lườm nhau.
눈맵시 hình dạng, hình thù con mắt
눈멀다 bị mù, bị mất ánh sáng.
눈물 (1) nước mắt, giọt lệ @거짓 눈물 nước mắt cá sấu // 눈물겨운 이야기 một câu chuyện cảm động (đáng rơi lệ) // 눈물젖은 얼굴 *một khuôn mặt đẫm lệ* // 눈물을 흘리며 mắt rưng lệ // 눈물이 나오다 *lệ trào trên mắt* // 눈물이 많다 tình cảm, nhẹ dạ, ủy mị // 눈물이 비오듯 하다 *nước mắt chảy ròng ròng trên khuôn mặt* // 눈물을 참다 cầm nước mắt (2)[동정심 thông cảm] thương cảm, nhạy cảm.
눈물지다 tuôn những giọt nước mắt cay đắng.
눈물짓다 khóc lóc, khóc than.
눈바람 gió tuyết.
눈발 bông tuyết rơi.
눈발서다 cảnh báo tuyết.
눈방울 nhãn cầu.
눈밭 tuyết phủ đầy mặt đất.
눈병 bệnh đau mắt. @눈병이 나다 bị đau mắt, bị khó chịu trong mắt.
눈보라 cơn bão tuyết, trận bão tuyết. @눈보라치다 bị bão tuyết.
눈부라리다 nhìn trừng trừng, nhìn giận dữ.
눈부시다 (1) [빛이 ánh sáng] bị chói mắt, chói lòa, sáng chói. @눈부시게 희다 bị ánh sáng chói mắt, làm hoa mắt (2)[혁혁하다 sự nổi bật] sáng chói, nổi bật, đáng chú ý, xuất sắc. @눈부신 발전 sự tiến triển đáng chú ý.

눈부처 sự biểu lộ qua ánh mắt.

눈빛 (1)[안광 sự ánh lên trong mắt] mắt sáng rỡ (sáng rở con mắt ra) @눈빛이 날카롭다 tinh mắt, (mắt chim ưng). (2)[기색] sự diễn đạt bằng mắt. @애원하는 눈빛 một cái nhìn lôi cuốn (quyến rũ).

눈사람 người tuyết.

눈싸움[1] [설전] sự (trò chơi) ném tuyết. --하다 bị ném tuyết.

눈싸움[2] [눈겨룸] một trận thi đấu đẹp mắt.

눈사태 tuyết lở (큰 눈사태).

눈살 @눈살을 찌푸리고 tỏ vẻ khó chịu (không đồng ý) // 눈살을 찌푸리다 cau mày, nhăn mặt.

눈석이 nước tan ra từ tuyết.

눈석임 sự tan, tuyết tan. --하다 tan ra. @눈석임철 sự tan tuyết, mùa tuyết tan.

눈설다 không quen biết, xa lạ. @눈선 땅 một nước xa lạ.

눈속이다 lòe (ai), bịp, lừa dối.

눈속임 trò lừa bịp, sự dối trá, sự lừa gạt.

눈씨 sức mạnh của cái nhìn thẳng.

눈시울 mí mắt. @눈시울이 뜨거워지다 mủi lòng, xúc động chảy nước mắt.

눈썰미 @눈썰미가 있다 có cái nhìn sắc sảo.

눈썹 lông mày. @눈썹을 그리다 kẻ (vẽ) lông mày.

눈썹차양 tấm vải bạt hẹp dọc theo phần gie ra của mái hiên.

눈알 nhãn cầu.

눈앞 (1)[면전 trước mặt] ngay trước mặt. @바로 눈앞에서 ngay dưới mũi ai. (2)[시간적] ngay trước mắt, gần nhất, trước mắt.

눈어림 sự đo mắt => 눈대중.

눈엣가시 việc chướng mắt, cai gai trong mắt

눈여겨보다 quan sát kỹ, canh phòng cẩn mật, xem xét cẩn thận.

눈요기 --하다 say mê ngắm (cái gì).

눈웃음 nụ cười bằng mắt. @눈웃음치다 cười bằng mắt.

눈익다 [사물이 주어] quen thuộc, [사람이 주어] quen mắt, trở nên quen thuộc với. @눈익은 얼굴들 khuôn mặt quen thuộc.

눈인사 --하다 cúi đầu chào, gật đầu chào.

눈자위 lông nheo.

눈정기 @눈정기가 있다 tinh mắt, có cặp mắt sắc bén.

눈주다 nháy mắt (ra hiệu) cho ai.

눈짓 sự nháy mắt, cái nháy mắt --하다 nháy mắt (với ai), ra hiệu bằng mắt.

눈초리 khóe mắt.

눈총기 @눈총기가 있다 có cặp mắt sắc bén.

눈총맞다 căm ghét, cơm hờn, căm thù. @뭇사람의 눈총을 맞다 (thấy) chướng mắt.

눈치 (1)[감지 nhận thức] tài ứng biến, sự tế nhị, sự ý thức. @눈치가 빠르다 ứng biến nhanh // 눈치가 없다 vụng về, không khéo xử, không lịch thiệp // 눈치채다 biết nhận thức. (2)[기색 sắc mặt] biểu hiện [태도 thái độ] cử chỉ, phong cách. @눈치보다 cố đoán ý nghĩ (trong đầu) của ai.

눈치레 hàng trưng bày. --하다 trưng bày.@ 눈치레로 *chỉ để triển lãm* (không bán)

눈칫밥 @ 눈칫밥 먹다 chia sẻ với người nào (cùng ăn muối → hạt muối xẻ làm đôi).

눈코 tối mắt tối mũi. @눈코 뜰새없다 rất bận, không có thì giờ.

눈흘기다 nhìn ai nghi ngờ => 흘기다.

눋다 làm cháy xém, bị cháy bỏng. @눋는 냄새가 난다 tôi ngửi được mùi cháy khét // 밥이 눌었다 cơm khê.

눌러 [곧이어서 liên tục] sự tiếp nối, sự liên tiếp, dồn dập, [관대히 hào phóng]sự rộng lượng, phóng khoáng. @ 눌러 앉다 lưu lại một thời gian nữa.

눌러보다 đối xử một cách rộng lượng.

눌리다[1] (1) nén xuống, dồn ép, ấn xuống, thúc dục, thúc đẩy. @초인종이 눌리다 *hồi chuông giục giã*. (2)[위압 sự áp bức] bị áp đảo, bị chế ngự @말에 눌리다 *bị áp đảo bởi tài hùng biện.*

눌리다[2] (1) [돋게 하다] cháy, khét, bỏng. @밥을 눌리다 nấu cơm khét.

눌변 ít nói, ít phát biểu. *--가 một người ít nói.

눌어 một loại cá kèn (누치).

눌어붙다 (1) [타서]. @밥이 눌어붙다 cơm bị khét dính chặt vào đáy nồi. (2)[한자리에] bám, dính chặt.

눌은밥 cơm cháy sém.

눌하다 nói lắp, nói cà lăm.

눕다 nằm xuống, nằm dài ra, nằm thẳng cẳng, nằm tựa vào @자리에 눕다 nằm nghỉ (trên giường).

눕히다 nằm xuống, đặt ai nằm xuống. @ 자리에 눕히다 nằm xuống (ngủ)

눙치다 an ủi, vuốt ve, xoa dịu, dỗ dành.

뉘[1] [쌀의] thóc chưa xay.

뉘[2] ai => 누구.

뉘엿거리다 (1)@해가 뉘엿거리다 mặt trời sắp lặn. (2)[속이 nôn] cảm giác muốn ói, sự lợm giọng

뉘엿뉘엿 (1)[해가 mặt trời] sắp lặn. (2)[속이] sự buồn nôn (muốn ói)

뉘우쁘다 tỏ ra ân hận, cảm thấy ăn năn.

뉘우치다 hối tiếc, hối hận. @뉘우침 hối tiếc, hối lỗi // 자기가 한 짓을 뉘우치다 ân hận về hành động của ai // 죄를 뉘우치다 ăn năn tội lỗi.

뉴스 *(news)* tin tức.

뉴페이스 *(new face)* một khuôn mặt mới.

느글거리다 muốn ói, nôn, oẹ khan, bị đau bao tử.

느긋거리다 nôn, ói, ói mửa.

느긋하다 thấy hết sức hài lòng, thấy rất thoải mái. @ 저녁을 잘 먹고 나니 느긋하다 *tôi thấy thỏa dạ sau buổi ăn tối ngon như vậy.*

느끼다 (1)[지각 hiểu biết] cảm thấy, biết rõ, ý thức được, có kinh nghiệm. @고통을 느끼다 cảm thấy đau khổ // 불편을 느끼다 thấy phiền phức (bất tiện). (2)[감동 cảm động] cảm kích, cảm động. (3) [흐느끼다 nức nở] nức nở, khóc thầm.

느끼하다 phát phì, quá mập.

느낌 một ấn tượng, một cảm tưởng (인상), cảm nghĩ (기분 cảm thấy), cảm nhận (촉감 khả năng xúc giác). @좋은 느낌을 주다 cảm thấy có ích (cho ai). *--씨 thán từ. --표 dấu chấm than.

--느냐 (hậu tố). @가겠느냐 bạn đi đâu đó? // 무슨 일로 왔느냐 *ngọn gió nào đã đưa bạn đến đây vậy*?

느닷없다 bất ngờ, đột ngột.

느닷없이 một cách đột ngột, một cách thình lình. @느닷없이 나타나다 xuất hiện đột ngột.

느렁이 [동물 động vật] con hươu cái.

느루 (kéo dài) trải qua một thời gian dài.

ㄴ

@ 느루먹다 ăn tằn tiện, dè sẻn, làm (thức ăn) để lâu được.

느른하다 uể oải, lừ đừ, yếu đuối, thiếu sinh động, chậm chạp.

느릅나무 [식물 thực vật] cây du.

느리광이 người chậm chạp, lười nhác.

느리다 (1)[속도 tốc độ · 동작이 hành động] chậm lại, lờ đờ. (2) @짜임새가 느린 천 sự buông lỏng cơ cấu.

느림 núm tua, quả tua. (túm sợi buộc ở một đầu của gối, mủ để trang trí).

느릿느릿 [속도가 tốc độ] sự chậm chạp [짜임새가 chậm], sự lười biếng, sự uể oải, lở phờ. @ 느릿느릿 걷다 đi chậm // 느릿느릿 일하다 đi một cách uể oải (từ từ)

느물거리다 hành động một cách âm thầm, quỷ quyệt.

느슨하다 (1)[밧줄 따위가 một cách lỏng lẻo] lỏng, chùng, thoải mái. @느슨한 밧줄 một sợi dây thừng bị chùng. (2)[언행 cách cư xử-마음 tâm hồn] thoải mái, ung dung.

느즈러지다 (1)[느슨해지다 lỏng] bị lỏng , lỏng lẻo, nới ra. (2)[기한이 thời hạn] trì hoãn, hoãn lại.

느지막하다 hơi trễ.

느직하다 => 느지막하다.

느치 [곤충 côn trùng] con *cadelle.*

느타리 [식물] một giống nấm hương.

느티나무 [식물 thực vật] cây *zeikova.*

늑간 [해부 giải phẫu] liên sườn (ở giữa các xương sườn). *--신경 thần kinh liên sườn. --신경통 chứng đau dây thần kinh liên sườn.

늑골 [해부] xương sườn. @늑골의 thuộc xương sườn. *--동맥 động mạch liên sườn.

늑대 con chó sói.

늑막 [해부 giải phẫu] màng phổi. *--염 chứng viêm màng phổi 건성(습성 mãn tính). --염 viêm màng phổi khô (chảy mủ ẩm).

늑목 cái thang thể dục, thang thẳng đứng, cây xà kép của.

늑연골 [해부 giải phẫu] xương sụn.

늑장부리다 nhỡn nhơ, la cà, lêu lổng, để phí thời gian, lề mề, lười nhác.

늑줄주다 thả lỏng, làm bớt căng.

늑탈 sự cướp bóc, sự cướp phá.

--는[1] [조사 điều tra, xét hỏi] @우리 학교는 언덕 위에 있다 *trường chúng tôi ở trên đồi.*

--는 [2] [어미 hậu tố]@흐르는 물 nước chảy.

는적거리다 mềm, dễ ép, dễ nén, dễ vắt, dễ vỡ vụn (고기가 thịt).

는질거리다 => 는적거리다.

늘 luôn luôn, mãi mãi, thường thường, (습관적 thông lệ), liên miên (부단히 liên tiếp). @그는 늘 담배를 피우고 있다 *nó hút thuốc liên tục* // 그는 늘 나에게 친절했다 anh ấy đối với tôi luôn luôn tốt.

늘그막 @늘그막에 lúc tuổi già, trong sự tàn tạ của cuộc đời.

늘다 (1)[수 con số · 양이 số lượng] tăng thêm, phát triển thêm. @늘어가다 ngày càng tăng dần // 가족이 늘다 gia đình ngày càng đông lên. (2)[진보 sự tiến bộ] cải tiến, tiến bộ. @영어가 늘다 *có nhiều tiến bộ ở môn Anh văn.*

늘름 (1)[날쌔게 nhanh] vồ nhanh lấy, phóng nhanh tới, tranh thủ lẹ làng. (2)[혀를 cái lưỡi] sự thè ra thụt vào.

늘름거리다 làm cho (cánh tay ai) co vào,

duỗi ra, để (cái lưỡi) thè thụp.

늘리다 (1) [양을 thêm vào] tăng, cộng vào, nhân lên. @재산을 늘리다 tăng thêm tài sản // 인원수를 늘리다 tăng nhân viên. (2) [면적을 kích thước] mở rộng (căn hộ), kéo dài. @구두를 늘리다 nới rộng đôi giày. (3)@고무줄을 늘리다 kéo căng một sợi dây thun.

늘보 người chậm chạp, lười nhác.

늘비하다 dàn trận, dàn thành hàng, bày binh bố trận.

늘썽하다 thô bỉ, thô tục, thô lỗ, kém, tồi tàn, bừa bãi, phóng túng (đạo đức, tính tình, kỷ luật).

늘씬하다 mảnh khảnh, thon thả, sơ sài, mỏng manh, thanh nhã.

늘어가다 (1)[수량이 khối lượng] tiếp tục tăng thêm lên => 늘다. @세계 인구가 늘어간다 dân số thế giới tiếp tục tăng. (2)[실력 따위가 năng lực] tiến bộ, thăng tiến, cải tiến, cải thiện, trau dồi, mở mang.

늘어나다 phát triển lâu dài, gia hạn, mở rộng, kéo dài ra.

늘어놓다 (1) [여기저기 rải rác] tung rải rác, phân tán khắp nơi. (2) [줄지어 hàng lối] sắp xếp, sắp đặt thành hàng, thành dãy [진열 trưng bày] phơi bày, triển lãm. @진열장에 상품을 늘어놓다 *trưng bày hàng hóa trong tủ kính.* (3) [말을 lời nói] nói liên tục, nói huyên thuyên, nói liếng láu. @이야기를 장황하게 nói dài dòng hết hơi (4)[사업을 công ty] *mở rộng việc kinh doanh mọi mặt.*

늘어뜨리다 cuối xuống, gục xuống, treo lơ lửng.

늘어서다 đứng thành hàng ngũ (hàng lối), [차례로 lần lượt] (xếp hàng) nối đuôi nhau. @두 줄로 늘어서다 xếp hàng đôi.

늘어지다 (1) [길어지다] kéo dài, gia hạn, mở rộng(2)[처지다 lún xuống] chùng xuống, rũ xuống, gục xuống. @늘어진 버드나무 cây liễu rũ. (3)[시간이 thời gian] kéo dài (연장 tiếp tục) được mở rộng (연기 trì hoãn) hoãn lại. (4) [몸이 cơ thể] ủ rũ, suy yếu, kiệt sức. @피곤해서 축 늘어지다 bị kiệt sức trầm trọng.

늘이다 (1)[길이를 đường hướng] phát triển, mở rộng thêm ra, căng ra, duỗi ra, kéo dài ra @쇠를 늘여서 철사로 만들다 rút dây bàn ủi ra. (2)[아래로 dưới] gục, rũ xuống, cúi xuống.

늘자리 cái thảm bằng bấc.

늘쩍지근하다 cảm thấy chán nản, mệt mỏi, nặng nề, u uất.

늘컹거리다 mềm, dễ ép

늘큰거리다 => 늘컹거리다.

늙다 già đi. @늙은 사람 người già, người có tuổi // 늙어감에 따라 như người già.

늙다리 [사람 người] ông già lẩm cẩm, [짐승 súc vật] con vật già.

늙바탕 tuổi già, những năm cuối đời.

늙수그레하다 khá già, hơi già.

늙어빠지다 hom hem (rất già).

늙은이 một người già (người có tuổi). @늙은이의 망녕 tính lẩn thẩn của người già.

늙정이 người già lẩm cẩm.

늙히다 làm cho già đi. @처녀로 늙히다 để cho (cô gái) quá thì (quá tuổi kết hôn / lỡ thì)

늠렬 --하다 [주의] nghiêm khắc, nghiêm nghi, [늠름] oai vệ, uy nghi.

늠름하다 oai nghiêm, đường bệ, có nét đàn ông, có nam tính..
늠연하다 oai vệ, kiên quyết, trang nghiêm.
늡늡하다 rộng lượng, hào phóng.
능 [1] lăng tẩm hoàng gia (lăng mộ).
능 [2] [기하 hình học] góc, cạnh.
능가 --하다 hơn, vượt trội, vượt hơn. @젊은이를 능가하다 vượt quá tuổi (trội hơn, giỏi hơn).
능간 năng lực.
능갈치다 nghĩ ra lời bào chữa khôn khéo.
능구렁이 (1) [동물 động vật] con rắn có đốm vàng.(2)[사람 người] người quỷ quyệt, người tẩm ngẩm tầm ngầm, người dối trá.
능글능글 --하다 xảo quyệt, láu cá, ranh ma.
능금 (1) quả táo dại. (2) quả táo => 사과. *--나무 cây táo dại.
능동 tính tích cực, tính chủ động. @능동적 sự chủ động, tự ý, tự nguyện *--태 [문법 ngữ pháp] thể chủ động.
능라 금수 hàng tơ lụa.
능란하다 có kỹ xảo, có chuyên môn, khéo léo. @능란한 기수 một kỵ sĩ lão luyện // 매우 능란한 솜씨를 보이다 *triển lãm những kỹ xảo lớn.*
능력 [역량 khả năng] năng lực [지력 tài xoay xở] năng lực trí tuệ [성능 năng lực], [기능 kỹ năng] tài năng. @영어의 독해능력 có khả năng đọc tiếng Anh // 능력이 있다 có có khả năng (làm được), thạo (giỏi) (việc gì). *--급 trả lương theo năng lực. –상실 bất tài, không có năng lực. --자 người có năng lực. 생산-- năng lực sản xuất. 정신-- năng lực trí tuệ. 지불 khả năng thanh toán.
능률 hiệu lực, hiệu xuất, [물리 vật lý] *Mômen* (moment). @능률적 có hiệu suất (có năng xuất) // 능률의 저하 năng suất thấp // 능률을 올리다 nâng cao năng suất *--급 tiền lương theo năng suất. 노동 năng suất lao động.
능면체 hình hộp mặt hình thoi.
능모 sự coi khinh, sự coi thường, sự khinh miệt, thái độ khinh khỉnh.
능변 tài hùng biện, sự lưu loát. @능변이다 nói luu loát, có tài hùng biện. *--가 nhà hùng biện.
능사 @능사로 삼다 xem (quan tâm đến cái gì) như việc của mình.
능선 một lần vạch
능소 lăng mộ của hoàng gia.
능소 능대 --하다 có thể thích nghi được, có thể thích ứng được, tháo vát, đa năng, nhiều tác dụng, linh hoạt, đa phương diện.
능소니 con gấu con.
능수 (1)[수완 khả năng] tài năng, năng lực. (2)[사람 người] nhà chuyên môn, người có năng lực.
능수버들 cành liễu rũ.
능숙 sự tài giỏi, sự thông thạo về cái gì, sự tinh thông. --하다 giỏi, có kỹ xảo, khéo tay, có kinh nghiệm, có năng khiếu. @능숙한 사람 người có kinh nghiệm //...에능숙하다 đã từng trải, giỏi về, có kinh nghiệm về, thao về..
능욕 (1) sự lăng mạ, sự sỉ nhục, sự xúc phạm. --하다 sỉ nhục ai, làm cho ai xấu hổ. (2)[여자를 phụ nữ] sự bị xúc phạm, sự bị cưỡng hiếp. --하다 hãm hiếp, xúc phạm. @능욕당하다 bị xúc phạm, bị hãm hiếp.

능준하다 đầy đủ, vừa đủ, thích đáng.

능지기 người trông nom lăng mộ hoàng gia.

능지 처참 --하다 chém nát ra làm nhiều khúc.

능철광 chất sắt spat.

능청 sự lừa đảo, sự lừa dối, mưu mô. @능청부리다 lật tẩy một âm mưu. *--이 người nhiều mưu (xảo trá).

능청거리다 đu đưa, lắc lư.

능청스럽다 ranh mãnh, láu cá, xảo quyệt, đa mưu, đạo đức giả, giả nhân giả nghĩa

능통 sự tài giỏi, sự thành thạo, --하다 có tài, có năng lực, có kiến thức. @...에 능통하다 giỏi, thạo, rành.

능필 nét chữ đẹp, [사람 người] người viết chữ đẹp (người có nét chữ đẹp).

능하다 có kỹ năng, giỏi, thành thạo.

능형 hình thoi, dạng hình thoi.

능히 có khả năng, có năng lực, có tài, tài tình, khéo léo.

늦 @늦가을 mùa thu muộn // 늦곡식 vụ mùa muộn

늦다[1] (1) @늦게 trễ, muộn // 밤늦게 trễ đến tối // 늦어도 muộn nhất là // 지금이라도 늦지않다 *dầu sao bây giờ cũng chưa trễ* // 그는 하루 늦게 왔다 *anh ấy đã đến vào ngày quá trễ.* (2)@허리띠가 늦다 sợi thắc lưng lỏng.

늦다[2] [시간에 thời gian] bị chậm trễ (정각에 đúng giờ). @기차 시간에 늦다 bị trễ chuyến xe lửa, bị nhỡ tầu // 시계가 5 분 늦다 *chiếc đồng hồ của bạn chạy chậm 5 phút.*

늦더위 cái nóng của mùa hè con rơi rớt lại.

늦되다 phát triển chậm, lâu chín. @늦된 파일 trái cây lâu chín.

늦바람 (1)[저녁 바람 gió chiều] cơn gió thoảng buổi chiều. (2) [빠르지-않은 không nhanh] cơn gió nhẹ (3) [난봉 phung phí] sự lãng phí tương lai.

늦배 sự chậm đẻ, sự đẻ muộn.

늦벼 cơm lâu chín.

늦복 vận may cuối đời.

늦봄 mùa xuân đến muộn.

늦부지런 sự cố gắng muộn. @늦부지런 내다 cố gắng hầu như quá muộn.

늦서리 sương giá kéo dài.

늦여름 mùa hè đến muộn.

늦잠 sự thức dậy muộn, sự ngủ ngày. @늦잠꾸러기 người hay dậy muộn, // 늦잠자다 dậy muộn, ngủ ngày.

늦장마 mùa mưa đến muộn.

늦추 (1) @늦추 오다 đến trể, đến muộn. (2) @허리띠를 늦추 매다 buộc thắt lưng lỏng.

늦추다 (1)[띠·고삐를] nới lỏng, làm cho chùng, [마음을 tâm hồn] thư thái, nhẹ nhàng @고삐를 늦추다 thả lỏng dây cương (2)[속력을 tốc độ] chậm lại. @걸음을 늦추다 bước đi chậm lại.

(3)[미루다] hoãn lại, đình lại, trì hoãn. @이틀 늦추다 hoãn lại hai ngày.

늦추위 một đợt lạnh muộn.

늪 đầm lầy, vũng lầy, bãi lầy.

니그로 người da đen, dân da màu.

니켈 [화학 hóa học] chất kền.

니코틴 chất ni-cô-tin. @니코틴 중독 chứng nhiễm độc ni-cô-tin.

니크네임 tên riêng, biệt danh, tên thân mật, tên nhạo (giễu)

니크롬선 dây bằng hợp kim nickel-chrome.

니트로글리세린 [화학 hóa học] chất ni-trô-gly-cê-rin.

니트웨어 hàng dệt kim.
니힐리즘 thuyết hư vô.
--님 [존경] @ 아버님 cha thân yêu // 주인님 thưa ngài // 선생님 thưa thầy.
님프 [1] người con gái đẹp (trong thi ca).
님프 [2] (신화 thần thoại) nữ thần *Nymth*.

ㄷ

다 (1) [모두 toàn thể] toàn bộ, mọi thứ, mọi người @다해서 mọi người đã được thông báo // 다 같이 가자 *hãy để chúng tôi cùng đi* // 나의 친구는 다 좋은 사람들뿐이다 *bạn bè tôi tất cả đều là người tốt.* (2) [철저히] hoàn toàn, tất cả, trọn vẹn.

--다 hậu tố động từ (*đứng sau một từ để chỉ định cho một động từ chưa chia*).@ 먹다 ăn.

다가놓다 mang lại gần, đem lại gần, kéo lại gần. @책을 다가놓다 *để quyển sách lại gần hơn.*

다가붙다 bám sát hơn.

다가서다 tới gần, tiến lại gần.

다가앉다 ngồi lại gần hơn.

다가오다 tiến tới, đến gần, gần như [일 công việc, 날짜가 thời hạn] đến gần @ 점점 다가오다 sắp tới, gần tới // 시험이 다가온다 kỳ thi cận kề (đến gần).

다각 *--경영 xí nghiệp kinh doanh nhiều ngành. –농업 nông nghiệp nhiều ngành.

다각적 nhiều mặt, đa dạng.

다각형 [기하 hình học] hình đa giác.

다갈색 màu nâu, màu nâu đất.

다감 tính đa cảm, tính dễ xúc động. --하다 đa cảm, nhạy cảm. @다정 다감한 기질이다 có tính nhạy cảm, có tính dễ xúc cảm, đa sầu đa cảm.

다공성 @다공성의 lỗ thủng, thủng tổ ong, xốp.

다과 nhiều ít [양 lượng] số lượng [수 số] một con số, một tổng số.

다과 trà và bánh ngọt, món ăn nhẹ @ 다과를 대접하다 dọn món tráng miệng nhẹ. *--회 tiệc trà.

다구 bộ đồ trà.

다국적 sự thành lập công ty đa quốc gia. *--기업 công ty đa quốc gia.

다그다 (1) [당기다 kéo mạnh] kéo lại gần @기일을 다그다 gần đến kỳ (2) [숨이 hơi thở] thở hổn hển.

다그치다 xách, kéo, mang lại gần => 다그다.

다급하다 sắp xảy ra đến nơi, cấp bách, khẩn cấp. @다급한 용무로 việc cấp bách.

다기 những mối bất đồng.

다기지다 gan dạ, can trường, dũng cảm. @다기진 사람 người can đảm, người có lòng dũng cảm // 다기지게 một cách gan dạ, một cách quả quyết (dũng cảm).

다난 --하다 đầy trở ngại, nhiều biến động @다난한 해 một năm đầy biến động.

다녀 가다 tạt vào, ghé qua, lưu lại, dừng chân (nơi nào).

다녀 오다 ghé thăm, đi loanh quanh để gặp ai. @곧 다녀 오너라 *đừng đi lâu ngoài đường.*

다년 @다년간 trong nhiều năm. *--생 sự trường cửu, tính chất sống lâu năm, --생 식물 cây cổ thụ.

다뇨증 [의학] chứng đi tiểu nhiều.

다능 sự uyên bác. --하다 có nhiều tài (đa tài), linh hoạt, tháo vát. @다능한 사람 một người rất tháo vát.

--다니 [의외 bất ngờ] xin lỗi, rất tiếc, thật đáng tiếc (là..). @그가 그러한 편지를 쓰다니 *thật không thể ngờ là nó lại viết một lá thơ như vậy.*

다니다 (1) [왕복] đi tới đi lui, đi qua đi lại. @여기와 서울 사이에 버스가 다니고 있다 *các chuyến xe buýt chạy qua lại giữa Seoul và nơi đây.* (2) [통근· 통학 sự có mặt, sự tham dự, tham gia]. (3) [자주 가다] thường xuyên lui tới.

다다르다 đi đến, với tới, đạt đến chỗ.

다다미 một loại thảm lót sàn của Nhật.

다다익선 càng nhiều, càng tốt.

다닥다닥 trong đám, trong bó, trong bầy => 더덕더덕.

다닥뜨리다 => 다닥치다.

다닥치다 [닥치다] đến gần, kéo gần, cận kề, ngay tầm tay, sắp đến nơi.

다단 [다망] sức ép, áp lực của công việc . --하다 bận rộn, phức tạp.

다단식 로케트 giàn phóng pháo hoa, tên lửa.

다닫다 => 다다르다.

다달이 hàng tháng, mỗi tháng.

다대 số lượng cao. --하다 nhiều, cao, to tát, đáng kể, có số lượng lớn. @다대한 희생자 giá sinh hoạt cao // 다대한 이익을 얻다 *nhận được nhiều trợ cấp*

다독 sự đọc nhiều. --하다 đọc nhiều *--가 người đọc mọi loại sách, người có kiến thức rộng.

다독거리다 thâu thập và sắp xếp theo thứ tự.

다듬거리다, 따듬거리다 nói cà lăm, nói lắp bắp => 더덤거리다.

다듬다 (1) [나무 cây cối.돌 따위를 đá cuội] cắt tỉa (xén cây cho gọn lại), bào, làm bằng phẳng mặt (대패로 cái bào gỗ), gọt giũa (칼로 mặt tinh thể), bọc (đồ trang trí, đá quí). @돌을 다듬다 mài nhẵn viên đá. (2) [푸성귀를 rau cải] ngắt, cắt, tỉa, gọt bớt, lựa chọn, phân loại. (3) rỉa (깃을 lông vũ) cắt, xén, tỉa, nhổ @ 날개를 다듬다 rỉa lông.(머리를 đầu tóc) tỉa, cắt tóc. (4) [땅바닥을 mặt đất] bằng phẳng.

다듬잇돌 một khối đầy.

다듬질 [조각] kết thúc quan hệ. --하다 kết thúc quan hệ (với).

다락 căn gác mái phía trên nhà bếp, gác xếp.

다락같다 rất đắt đỏ, rất đắt tiền.

다락다락 sự quấy rầy, sự nhũng nhiễu, sự thúc bách => 더럭더럭.

다락집 căn nhà 2 tầng, cái tháp.

다람쥐 [동물] con sóc, con sóc chuột.

다랑어 [물고기´] cá ngừ California.

다래 (1) [다래나무] một loại trái cây thuộc họ Actinidia arguta. (2) [목화 cây bông vải] quả nang của cây bông vải.

다래끼 [눈의 mắt] mụn leo mắt.

다래다래 sự lúc nhúc trong bầy (đàn)

다량 nhiều, một số lượng lớn. @다량의 dồi dào, sung túc, phong phú, tràn đầy // 다량으로 một cách phong phú, dư dật, ở số lượng lớn. *--생산 sự sản xuất hàng loạt.

다루다 (1) [사람을 người] đối xử, cư xử [손으로] vận hành, điều khiển (máy móc) [처리 sự quản lý] chỉ huy, chỉ đạo, điều khiển (công việc). @문제를 다루다 giải quyết (đối phó với) vấn đề // 공평히 다루다 cư xử công bằng // 함부로 다루다 đối xử khinh miệt // 그는다루기 힘든 사나이다 *ông ấy là một người khách khó tính.* (2) [가죽 따위 gia súc] thuộc (da). @다룬 가죽 da đã thuộc.

다르다 [상이 hình dạng] khác, không giống, không đúng với, [불일치 bất hòa] không hợp với, không đồng ý với. @다른 khác biệt, không giống cái khác // 크기가 다르다 khác cỡ // 그 점너와 의견이 다르다 tôi *không đồng ý với anh về điểm đó* // 사본이 원본과 다르다 *bản sao không giống với bản gốc.*

다름 아니라 không hơn, không quá, không có gì ngoài, không chút nào. @다름 아닌 당신의 부탁이니까 나의 힘을 다 하지요 *vì anh, nếu anh cần, tôi sẽ làm hết sức mình.*

다름 없다 giống, tương tự, không khác, giống như.@ 그는 거지나 다름없다 *trông hắn không khác gì tên ăn mày* // 그는 죽은 거나 다름없다 *trông hắn như kẻ chết rồi.*

다름 없이 như nhau, ngang nhau, bằng nhau, đều nhau, tương tự, cùng, loại, cùng một cách thức (như).

다리 [1] chân, cẳng. @의자의 다리 chân ghế // 다리가 긴 có chân dài.

다리 [2] cây cầu @다리를 놓다 xây (đặt) cầu bắt ngang (qua) sông.

다리다 ủi (là) quần áo.

다리미 cục sắt, cái bàn ủi. @다리미질하다 ủi (là) quần áo.

다리쇠 cái kiềng ba chân.

다림 nghề hàn chì, thuật hàn chì, cục chì.

다림 보다 (1) [겨냥대어]. thăm dò (độ dài- độ sâu). (2) [이해-관계를 hiểu biết] *cảnh giác quan tâm ai.*

다림줄 sợi dây dọi

다림질 sự ủi đồ. --하다 ủi (áo quần).

다림추 quả dọi chì, dây dọi.

다림판 ống bọt nước để đo mặt phẳng (đồ dùng của thợ mộc)

다릿들 thềm đá, bậc đá.

다릿돌 đường đi đến cây cầu.

다만 (1) [오직] chỉ, duy nhất, duy chỉ, đơn giản, không có gì ngoài. @다만 문제는 어떻게 해서 돈을 모으느냐 하는 것 뿐이다 *vấn đề duy nhất là làm cách nào để kiếm ra tiền* // 다만 웃을 뿐이었다 *ông ấy chẳng nói gì mà chỉ mỉm cười.* (2) [그러나] tuy nhiên, dẫu sao, dù sau, [조건 điều kiện] với điều kiện là, miễn là. @같이 가도 좋은데 다만 시간이 없다 *tôi sẽ đi với anh nếu tôi có thời gian.*

다망 [1] áp lực của công việc, tình trạng bận rộn. --하다 bận rộn, bị sức ép của công việc.

다망 [2] một viễn cảnh tươi đẹp. --하다 nhiều triển vọng, đầy hy vọng, đầy hứa hẹn.

다면 nhiều khía cạnh, nhiều mặt. @다면적인 nhiều phía. *--각 góc đa diện. --체 khối đa diện, khối nhiều mặt.

다모류 [동물] con *polychaeta*, con giun tơ

다모작 sự bội thu.

다목 [식물 thực vật] cây gỗ Brazil.

다목적 tính chất đa công dụng, tính đa năng, nhiều tác dụng. @다목댐 cái đập đa năng.

다문 @다문 박식 sự biết nhiều thông tin, sự hiểu biết rộng.

다문 [문법 ngữ pháp] câu đơn giản.

다물다 đóng , khép, ngậm (môi). @입을 꼭 다물고 mím chặt môi lại //입을 다물다 giữ im lặng, giữ mồm.

다민족국가 quốc gia đa chủng tộc.

다박나룻 một bộ râu rậm.

다발 bó, chùm, cụm, đống (나락따위), bó (장작 củi đốt lò). @짚 한다발 một bó rơm.

다방 phòng trà, quán cà phê, quán giải khát, phòng ăn nhẹ (호텔의 trong hotel).

다방면 [방면] nhiều doanh trại, [방향] nhiều mặt [측면] nhiều góc cạnh. @다방면의 toàn diện, đa phương diện, đa dạng, nhiều loại // 다방면으로 trong nhiều nguồn.

다변 sự nói nhiều, sự ba hoa.@ 다변의 tính ba hoa, lắm mồm, tính hay nói, nói nhiều. *--가 người lắm mồm, người ba hoa.

다변 đa phương diện. @다변적 nhiều phía. *--외교 tài ngoại giao khéo léo mọi phương diện, sự khôn khéo trong giao thiệp.--형 hình đa giác.

다병 (nhiều bệnh) --하다 yếu đuối, hom hem, bệnh hoạn.

다복 --하다 hạnh phúc, may mắn

다복다복 trong bụi, trong lùm cây, trong khu rừng nhỏ.

다부 일처 chế độ đa phu. @다부일처의 tục có nhiều chồng. *--자 người phụ nữ có nhiều chồng.

다부지다 nhất quyết, cương quyết, kiên quyết. @ 다부진 사람 một kẻ cứng rắn.

다북쑥 => 쑥.

다분히 nhiều, khá nhiều, phần lớn, hầu hết. @ 그에게는 시인의 소질이 다분히 있다 *ông ấy có nhiều ý thơ trong đầu.*

다불과 tận cùng, cùng cực, cực kỳ, vô cùng.

다불다불 nhiều, phong phú, dồi dào, [머리털이 đầu tóc bung ra] bù xù, [꽃 sự gắn vào 열매가 quả hạch] kết (bó) thành chùm, thành bụi. --하다 có nhiều chùm, nhiều bụi.

다붓다붓 ở khoảng cách ngắn, gần.

다붓하다 chặc chẽ, dày đặc, sít sao.

다붙다 đến gần nhau, tới gần nhau.

다붙이다 để (hai vật) gần nhau.

다비 [불교 đạo Phật] sự hỏa táng, sự hỏa thiêu, sự đốt ra tro –하다 đem đi thiêu, hỏa táng. *--소 nơi hỏa táng, lò thiêu.

다사 (1) [일이 많음] nhiều sự kiện quan trọng. --하다 bận rộn, nhiều việc. (2) [간섭이 많음 nhiều sự can thiệp vào] thích xen vào việc người khác., hay lăng xăng quấy rầy, nhiều sự.

다산 sự đẻ nhiều, sự mắn con, [생산의] sức sản xuất, năng xuất, hiệu xuất, sự sản xuất nhiều. *--계 con gà mắn đẻ (đẻ giỏi, đẻ nhiều)

다색 nhiều màu (đa sắc). @다색의 nhiều màu sắc, lấp lánh màu ngũ sắc.

다색 @ 다색의 màu nâu lợt, hơi nâu, nâu nâu.

다섯 số 5 (hệ Hàn). @다섯배 (의) gấp 5 lần // 다섯째 thứ 5 (theo thứ tự).

다소 (1) [수량 khối lượng] con số (수), số lượng (양), cộng , tổng số (액). (2) [얼마만큼 bao nhiêu] khoảng chừng, vào khoảng, hơi, có phần. @영어를 다소 한다 *nói được chút ít tiếng Anh.*

다소곳이 [머리를 숙이고 hạ thấp đầu xuống]. cúi đầu xuống, gục đầu xuống, [온순하게] một cách ngoan ngoãn, dễ bảo.

다소곳하다 lịch sự, nhã nhặn, ngoan ngoãn, dễ bảo. @다소곳한 태도 một dáng dấp lịch sự, nhã nhặn.

--다손 치더라도 dù là, dẫu là, ngay cả, tuy vậy, bất kể thế nào. @그렇게말했다손 치더라도 *dù ai nói thế nào.*

다수 (1) [수 con số] một con số lớn. @다

수의 nhiều, đông. (2) [대다수] phần lớn, đa số. @ 다수의 의견에 따르다 *nhất trí theo quan điểm của đa số.* *--당 đảng giành được đa số phiếu.

다수결 sự biểu quyết theo số đông. --하다 quyết định theo đa số.

다스 một tá (12).

다스리다 (1) [통치 thống trị] cai trị, [관리 điều hành] cai quản, quản lý. @무력으로 나라를 다스리다 *thống trị đất nước bằng quyền lực.* (2) [평정 đàn áp] đàn áp, bình định, làm yên, lập lại hòa bình. @폭도를 다스리다 *đàn áp cuộc nổi loạn.* (3) [병을 bệnh] chữa khỏi, làm lành, chữa trị. (4) [죄를 co rút] trừng phạt, trừng trị, ngược đãi.

다스하다, 따스하다 dễ chịu, ôn hòa, ấm áp (날씨가 thời tiết). @방안의 따스한 공기 *không khí ấm áp trong phòng.*

다습 --하다 ẩm ướt, hơi ẩm.

다습다, 따습다 ấm áp dễ chịu, tiện nghi, ấm cúng.

다시 (1) lại, lần nữa, thêm một lần nữa, lập đi lập lại, lần thứ hai (다시 한번). @다시 쓰다 viết lại lần nữa (2) [새로이 bằng cách khác]. @다시 출발하다 *làm mới lại như lúc đầu.*

다시다 chép môi, [불쾌할 때] chắc lưỡi.

다시마 tảo bẹ, tảo bẹ biển.

다시 없다 vô song, độc nhất, có một không hai. @다시 없는 일품 (chỉ có) một loại duy nhất.

--다시피 [마찬가지로 giống như] tương tự, như.. [같은 정도로] hầu như, gần như, tốt như. @ 보다시피 như bạn thấy…

다식 thói tham ăn, thói phàm ăn. --하다 ăn quá nhiều, ăn tham, háu ăn, phàm ăn *--가 người phàm ăn, người ăn tham.

다신교 thuyết đa thần, đa thần giáo. *--도 người theo thuyết đa thần.

다심 --하다 quá thận trọng, quá lo lắng, dễ bị khích động.

다아크 호오스 (*a dark horse*) ngựa nước ngược (*người hay vật gì ít ai biết đến nhưng có khả năng rất to lớn).*

다알리아 [식물 thực vật] cây hoa thược dược.

다액 một số tiền lớn. *--납세자 người đóng thuế cao nhất.

다양 tính đa dạng. --하다 khác nhau, thay đổi khác nhau, đa dạng hóa.

다언 (1) [다변 tính ba hoa] tính nói nhiều (2) [여러 말] sự lắm lời.

다염기산 [화학] tính nhiều acid kiềm.

다예 tính đa dụng, tính linh hoạt, tính tháo vát.

다오 (1) [물건을 vật dụng] đưa cho tôi, cho tôi. @ 종이 한 장만 다오 *đưa cho tôi một tờ giấy.* (2) [...해다오...]. @ 이 문제를 좀 풀어다오 *ông sẽ giúp tôi giải quyết vấn đề này chứ?*

다옴표 dấu ngoặc kép. ("---")

다용 --하다 tiêu hoang, tiêu xài phung phí.

다운 [권투 quyền Anh] cú *knock-out* (đánh gục)

다원 [철학 triết học] thuyết đa nguyên. @다원적 thuộc số nhiều. *--론 thuyết đa nguyên luận. --론자 người theo thuyết đa nguyên. --방정식 đa phương trình.

다육 (đa dục) sự có nhiều thịt (다육질). --하다 có nhiều cơm, nhiều thịt (trái cây, động vật). *--과 (엽) trái dày cơm.

다음 @다음의 tiếp theo, theo sau, [제 2

위의] thứ hai (thứ tự) // 다음에 sau nữa, hơn nữa, ở vị trí thứ hai // 다음 일요일 chủ nhật tuần tới // 다음정거장 trạm kế tiếp // 다음과 같다 như sau đây.

다음 가다 kế, kế tiếp, kế cận. @뉴욕 다음가는 대도시 *thành phố lớn nhất gần New York.*

다음날 ngày kế tiếp, ngày hôm sau @도착한 다음날 ngày hôm sau.

다음다음 kế tiếp nữa, ngày tiếp theo sau nữa @다음다음날 ngày mốt, hai ngày sau // 다음다음 역 trạm kế tiếp.

다음 달 tháng tới, tháng sau.

다음자 từ nhiều âm (đa âm)

다음절어 từ đa âm tiết.

다음 해 năm tới, năm sau.

다의 @ 다의어 từ nhiều nghĩa.

다이너마이트 chất *đi-na-mit* (thuốc nổ).

다이아 (1) kim cương (다이아몬드 *a diamond*), (2) lịch trình, bảng giờ giấc (열차의 xe lửa).

다이아몬드 (*a diamond*) viên kim cương.

다이아진 [약 thuốc] *Sulfadiazine.*

다이알로그 cuộc đối thoại.

다이얼 mặt đồng hồ, mặt radio, bảng đồng hồ (đo tốc độ, mực dầu mỡ ở xe ô tô) @ 다이얼을 돌리다 quay số, lên dây

다이오드 (*diode*) đi-ốt, ống hai cực.

다이제스트 tài liệu liệt kê các đạo luật, bảng tóm tắt luật, tạp chí về luật.

다인 [물리 vật lý] (*a dyne*) đyn.

다짜고짜로 chuyên quyền, độc đoán, [예고없이] sự không báo trước.

다작 --하다 viết nhiều tác phẩm. @다작의 sáng tác nhiều. *--가 nhà văn sáng tác nhiều

다잡다 (1) [감독 điều khiển] luyện tập khắc khe. @학생들을 다잡다 *đặt học sinh vào một kỷ luật nghiêm minh.* (2) [마음을 tâm hồn] *dốc hết tâm trí.*

다재 sự linh hoạt, sự đa tài, sự uyên bác. --하다 đa tài, nhiều tài @다재한 사람 người đa tài, đa năng, người giỏi toàn diện.

다정 (1) lòng nhân hậu, lòng nhân ái. --하다 thương yêu, có lòng nhân hậu. @다정한 사람 người nhiệt tâm, người tốt bụng, người có lòng nhân từ // 다정하게 một cách ấm áp, một cách dịu dàng. (2) --하다 thân tình , thân mật, thân thiết. @다정하게 지내다 biết rõ và thân thiết, thân mật với, kết bạn với.

다정 다감 --하다 say đắm, nồng nhiệt, nhiều tình cảm, dễ cảm xúc.

다정자 bàn (uống) trà.

다조 [음악 âm nhạc] nốt Do.

다조지다 thúc giục, dục dã, hối hả.

다족류 [곤충] động vật nhiều chân.

다죄다 siết chặt lại cho khít hơn.

다지다 (1) chắc chắn, nắm chắc, dồn ép (ai) vì (một lời đã hứa). (2) [눌러서] làm cho cứng, chắc. @땅을 다지다 làm cho đất dẽ lại (do nện chặc). (3) [음식을 thức ăn] nhồi, ướp, trộn gia vị. (4) [고기를 thịt] băm, thái nhỏ.

다짐 lời hứa, vật làm tin, vật bảo đảm. --하다 bảo đảm, hứa, cam kết, thề nguyền. @다짐받다 hứa với ai.

다채롭다 có nhiều màu sắc, lòe loẹt, lốm đốm, loang lổ @다채로운 행사 chức năng của màu sắc.

다처 nhiều vợ, đa thê. *--일부 tục đa thê, chế độ nhiều vợ

다치다 bị đau, bị thương. @발을 다치다 bị đau ở chân.

다투다 (1) [싸우다 cãi nhau] chửi nhau. (2) [겨루다 đọ sức] thi thố, cạnh tranh, đấu tranh. @ 승패를 다투다 cạnh tranh để chiến thắng.

다툼 [싸움] sự cãi nhau, mối bất hòa [논쟁] cuộc bàn cãi [경쟁] cuộc tranh luận, cuộc giao tranh @ 자리 다툼 sự tranh giành địa vị.

다팔다팔 bồng bềnh

다팔머리 mái tóc bồng bềnh.

다하다 [1] [소모 kiệt quệ] trở nên kiệt sức, bị hao mòn, [끝나다] kiệt quệ, đi đến cạn kiệt.

다하다 [2] (1) [마치다] hoàn thành, kết thúc, làm trọn. @자기의 의무를 다하다 làm tròn nhiệm vụ. (2) [다들이다] rút hết, cạn kiệt. @수단을 다하다 *dùng hết (thử hết) mọi cách.*

다항식 [수학 toán học] đa biểu thức.

다행 vận may. --하다 may mắn. @다행히도 một cách may mắn // 다행히 그는집에 있었다 *tôi đã may mắn gặp anh ấy ở nhà.*

다혈 @다혈의 đỏ, hồng hào, khí huyết phương cương, dư máu. *--질 tính tình lạc quan --증 trạng thái thặng dư (máu huyết),. --한 người sôi nổi, đầy nhiệt huyết, người nhiệt thành.

다홍 đỏ thẫm, đỏ đậm. @다홍치마 áo sơ mi màu đỏ sậm.

다화 buổi trà đàm

닥나무 [식물 thực vật] lá dâu tằm.

닥닥 (1) [긁는 모양] sự cào, nạo, gọt, sự quào mạnh, sự cạo đi cạo lại (2) @닥닥 얼다 sự đông đặc .

닥치다 đến gần, tiếp cận, gần tầm tay. @ 눈 앞에 닥친 위험 mối nguy hiểm cận kề.

닥터 (*a doctor*) bác sĩ.

닦다 (1) [윤내다] chùi sáng (đồ bạc), đánh bóng bóng (giày). @이를 닦다 chà sạch bóng răng // 구두를 번적번적하게 닦다 đánh đôi giày láng bóng. (2) [훔치다] lau, chùi, làm sạch. @걸레로 마루를 닦다 cọ rửa sàn nhà // 손을 닦다 chùi tay. (3) [고르다 san bằng] làm cho bằng phẳng. @길을 닦다 nâng cấp một con đường. (4) [연마] dạy dỗ, rèn luyện, trau dồi, tu dưỡng (trí tuệ…). @기술을 닦다 nâng cao kỹ năng

닥뜨리다 (1) [직면] giáp mặt, đối mặt với, đứng trước, chạm trán với... (2) [몰아치다] ép chặt, nén chặt.

닦달질 (1) [나무람 phàn nàn] 하다 khiển trách, quở mắng. (2) [닦음] bóng láng, sạch bóng.

닦아세우다 quở trách, mắng mỏ, phê bình, chỉ trích ai.

닦음질 sự lau sạch (chùi sạch, xóa sạch). --하다 chùi sạch, lau chùi, cọ rửa.

닦이다 (1) [윤냄] được đánh bóng [훔침 lau sạch] được tẩy xóa. (2) bị khiển trách, bị quở trách.

단 một gói, một búi, một bó, một bọc, một vật nặng, một gánh nặng. @장작 한 단 một đống củi.

단 (1) [지적의 단위] hộp đánh dấu vùng đã gỡ mìn (khoảng 0,245 mẫu Anh). @ 밭 2 단보 hai hộp đánh dấu vùng đã gỡ mìn ngoài chiến trường. (2) [신문에 난] một mục báo. @ 3 단 표제 3 cột tiêu đề. (3) [계급 cấp bậc] thứ hạng, tầng lớp, đẳng cấp. (4) [문장의] một đoạn văn. (5) [계단] một bậc thang (1 단).

단 @단 한 사람 chỉ một người, đơn độc,

một mình // 단 한번 chỉ một lần, chỉ có một thời.

단 băng, nhóm, đám, bọn, lũ (경기단 thể thao), đoàn, tốp, đội (악인 따위의). *--지 khu gia cư liên kết. 관광-- một nhóm du khách. 외교—một đoàn ngoại giao.

단 nền, bục, bệ (để diễn thuyết) (연단), bục giảng kinh (설교단 bài thuyết pháp). @ 단에 서다 đứng trên bục giảng. *문-- giới văn chương.

단 nhưng, tuy nhiên, [조건] với điều kiện là, miễn là

단 sự phán quyết, sự phân xử (của tòa án), sự quyết định. @단을 내리다 ra một quyết định.

단가 *danga*, một thể thơ ngắn.

단가 giá đơn vị. @단가 30 원에 giá một miếng là 30 won. *생산-- giá đơn vị của sản phẩm.

단가 giáo dân, tín đồ Phật giáo.

단가 bài hát nghi thức của một đoàn thể.

단간 phòng đơn. @단간 살림 ở phòng đơn, ở phòng một người.

단간제 sự xuất bản riêng lẻ.

단강 thép đã được tôi luyện

단거리 khoảng cách ngắn, tầm đạn ngắn (사격의 bắn), *--경주 cuộc chạy đua cự ly ngắn, sự chạy nước rút. --선수 người chạy nhanh, người chạy nước rút..

단검 dao ngắn, dao găm.

단것 chất ngọt, kẹo, của ngọt.

단견 (1) [좁은 견해] tính thiển cận, một quan điểm hẹp hòi. (2) [자기의 cá nhân] theo thiển ý của tôi.

단결 tính duy nhất, tính đồng nhất, sự thống nhất. --하다 thống nhất, hợp nhất, đứng chung với nhau, họp thành đoàn thể. @단결하여 hoàn toàn nhất trí // 단결하여 일하다 làm việc với tinh thần đồng nhất. *--력 sức mạnh của sự đoàn kết. --심 tinh thần đoàn kết.

단결에 một hơi, một mạch, liên tục, không ngắt quãng, không bỏ lở cơ hội. @단결에 들이키다 uống cạn một hơi.

단경 *--기 thời kỳ mãn kinh.

단경 [기하 hình học] trục nhỏ hơn.

단경기 khoảng giữa mùa.

단계 một bước, một giai đoạn (순서).

단곡 một khúc nhạc ngắn, một đoạn thơ.

단골 bạn hàng, mối hàng @ 단골 손님 một khách hàng quen, mối.

단공류 (động vật) đơn khổng loại. @단공류의 동물 động vật đơn huyệt.

단과 대학 trường đại học, trường cao đẳng.

단광색 bức họa một màu.

단교 sự đổ vỡ, sự cắt đứt, sự gián đoạn, sự đoạn tuyệt, sự tuyệt giao. *경제—sự cắt đứt quan hệ kinh tế.

단구 vóc người thấp lùn. @단구의 bè bè, chắc nịch (có vóc người thấp bé khỏe và chắc thịt)

단구 [지리 địa lý] thềm.

단권 tác phẩm có một tập.

단궤 đường xe lửa một ray. *--철도 đường ray xe lửa hướng tâm.

단귀 một nhóm từ, một cụm từ, một câu ngắn.

단근 [화학 hóa học] gốc đơn, [생물 sinh vật] một gốc đơn

단근질 sự tra khảo bằng sắt nung đỏ. --하다 tra khảo bằng sắt nung đỏ.

단기 người kỵ sĩ đơn độc.

단기 một kỳ hạn ngắn.@ 단기의 ngắn, ngắn hạn, trong thời gian ngắn.. *--강습

khóa học ngắn hạn. --거래 sự giải quyết trong thời gian ngắn. --공채 hợp đồng ngắn hạn. --대부 nợ vay ngắn hạn. --북무 phục vụ theo giờ.

단기 lá cờ đảng, lá cờ hội, lá cờ đoàn thể.

단기 lối đi một người

단김에 => 단결에.

단꿈 giấc mơ ngọt ngào.

단내 [눌어서] sự thiêu, sự đốt (nóng như thiêu, nóng cháy da). @단내가 나다 ngửi thấy mùi cháy khét.

단념 sự từ bỏ, sự bỏ rơi, sự ruuồng bỏ, sự không thừa nhận, sự nhường, sự giao --하다 bỏ, từ bỏ, bỏ rơi, thôi, kiêng, buông thả, tuyệt vọng. @단념시키다 can gián ai.

단단하다, 딴딴하다 (1) [굳다] khó khăn, vất vả, cứng rắn, sắt đá [견고] khỏe, chắc, bền. @ 단단한 결심 một quyết định cứng rắn. (2) [매듭 따위가 nút, mấu, khớp] kín, chặt, khít. @ 단단한 매듭 một cái gút chặt. (3) [대단하다 to, lớn] lớn, to lớn khác thường.

단단히, 딴딴히 (1)[야무지게] cứng, vững chắc. @땅을 단단히 다지다 nện mặt đất cho cứng // 단단히 꾸리다 đóng gói kỹ. (2) [꽉 cứng, chắc] chặc, khít. (3) [견고히] một cách vững vàng, một cách chắc chắn. @단단히 결심하다 kiên quyết vững vàng (4) [크게] rất, lắm, khắc khe, gay go @단단히 결심하다 bị bị quở trách khắt khe // 단단히 재미보다 có niềm vui lớn lao.

단대목 một bước ngoặc, thời điểm diễn ra một sự kiện quan trọng.

단도 dao nhỏ, dao găm. @단도로 찌르다 đâm bằng con dao găm.

단도 직입 @단도 직입적으로 một cách trực tiếp, một cách bộc trực, một cách thẳng thừng, minh bạch.

단독 @단독의 đơn độc, cô đơn, cô độc, bơ vơ, hiu quạnh, [개개의] cá nhân, riêng lẻ // 단독적으로 độc lập, riêng rẽ, [독력으로] một mình, đơn thương độc mã [혼자서 đơn độc, trơ trọi một mình. @ --회견 cuộc phỏng vấn riêng.

단두대 máy chém, đoạn đầu đài. @단두대의 이슬로 사라지다 bị lên đoạn đầu đài, chết dưới máy chém.

단락 [일의 công việc] sự dàn xếp, sự giải quyết, [문장의] dấu chấm, sự chấm dứt. @ 단락 짓다 ổn định, đi vào nền nếp, đi đến kết thúc.

단락 [전기 điện] mạch điện ngắn. --하다 bị chập mạch.

단란 sự hòa thuận, sự hòa hợp, sự hài hòa, sự cân đối (화합). --하다 hài hòa, hòa hợp, hòa thuận. @일가 단란한 즐거움 một mái ấm tràn đầy niềm vui.

단량체 [화학 hóa học] đơn thức.

단련 (1) [금속을 kim loại] độ cứng và đàn hồi, mẫu kim loại thành hình nhờ ép nén. --하다 tôi, luyện (kim loại), rèn (sắt). (2) --하다 dạy dỗ, rèn luyện, huấn luyện, đào tạo. @ 심신을 단련하다 rèn luyện tinh thần và thể xác.

단로 [전기 điện] mạch điện ngắn

단리 [경제 kinh tế] lãi xuất đơn.

단막 một hành động *--극 một hành động đầy kịch tính, một màn kịch.

단말마 giây phút cuối cùng. @단말마의 고통 sự giãy chết, cơn hấp hối.

단맛 vị ngọt, tính chất ngọt ngào. @단맛나다 hảo ngọt, có vị ngọt.

단면 một mục, một phần, một bộ phận.@ 사회 생활의 한 단면 *một giai đoạn* *của đời sống xã hội.*

단명 một cuộc đời ngắn ngủi. @미인 단명 *cái đẹp chỉ tồn tại một thời gian ngắn / cái đẹp sớm tàn.*

단명수 [수학 toán] số hàng đơn vị.

단모음 nguyên âm đơn.

단무지 củ cải ngâm dấm.

단문 (1) [문장 văn phong] câu ngắn. (2) [천학 chuyên môn] kiến thức hẹp hòi.

단물 (1) [담수] nước ngọt. @단물고기 cá nước ngọt. (2)[잇속 있는 부분] phần đẹp nhất. @단물은 혼자서 빨아먹다 chọn phần lớn nhất. (3) [맛이단 mùi vị] nước ngọt.

단물나다 làm cho hư mòn, làm kiệt quệ.

단박 một khi, ngay khi, ngay tức thì, tức thì, ngay lập tức. @일을 단박 해치우다 chấm dứt công tác ngay lập tức.

단발 @단발 머리 소녀 cô gái có tóc cắt ngắn quá vai.

단발 mái tóc cắt ngắn.

단발 [총포의 súng] một phát đạn.

단배 sự ăn mạnh (nhiều) @단배 주리다 bị bỏ đói, bị thiếu ăn, ăn thiếu, ăn đói.

단백석 [광물 khoáng sản] chất Opan, ngọc mắt mèo.

단백질 [화학 hóa học] chất đạm, chất albumin. @ 단백질의 thuộc chất chất đạm, có chất albumin.

단번 chỉ một lần, *một lần cho tất cả*. @단번에 một hơi, một mạch, liên tục.

단벌 bộ com lê độc nhất, bộ trang phục độc nhất. @단벌 신사 người chỉ có một bộ đồ độc nhất.

단병전 cuộc chiến sáp lá cà, trận đánh cận chiến.

단봉낙타 [동물 động vật] con lạc đà một bướu của Ả Rập.

단분수 [수학 toán] phân số đơn.

단비 [수학 toán] tỷ số đơn.

단비례 [수학 toán] tỷ lệ thức đơn.

단사 [광물 khoáng sản] thủy ngân sulfua.

단산 --하다 ngưng sinh đẻ, quá thời kỳ sinh đẻ.

단삼 [식물 thực vật] hoa xô đỏ.

단상 @단상에 오르다 đứng trên bục giảng.

단상 những ý tưởng chấp vá (rời rạc).

단색 @단색에 cùng màu, đồng màu, đơn sắc. *--광[물리 vật lý] cùng một màu sáng.--화 tranh một màu, bức họa một màu.

단서 [기원] sự ra đời, nguồn gốc, căn nguyên, [시작] sự khởi đầu, sự bắt đầu [초보] bước đầu, [실마리] đầu mối, manh mối, vết tích. @ 문제 해결의 단서 bước đầu nhằm giải đáp thắc mắc; manh mối để làm sáng tỏ vấn đề // 단서를 잡다 có manh mối.

단서 điều kiện, điều khoản, điều qui định. @ 단서를 붙이다 thêm điều kiện, thêm một điều khoản (là.)

단선 [한줄 hàng, dãy] hàng đơn, hàng chiếc [단궤] con đường mòn, con đường độc đạo. *--철도 đường xe lửa chỉ có một đường ray.

단선 [전기 điện] sự ngắt điện. --하다 ngắt điện, cúp điện.

단선 cái quạt tròn.

단성 sự hết lòng, sự tận tâm, sự thành tâm, sự tận tụy, sự sùng bái, sự thật thà, tính thành thật.

단성 [생물 sinh vật] tính chất đơn tính. *--생식 đơn gốc. --화 hoa đơn tính.

단세포 [생물] sinh vật đơn bào. *--동물 động vật đơn bào.

단소 --하다 nhỏ (và ngắn).

단속 [관리] sự điều khiển, sự lèo lái, sự quản lý [감독 giám sát] sự trông nom, sự giám sát @ 단속의 강화 sự thi hành luật lệ một cách cứng ngắc.

단속 tình trạng gián đoạn --하다 gián đoạn, lúc có lúc không @단속적 trục trặc, thỉnh thoảng lại ngưng // 단속적으로 từng cơn, từng hồi, không liên tục *--전류 dòng nước lúc chảy lúc không.

단속곳 cái váy lót, cái quần lót.

단수 sự ngưng cung cấp nước. --하다 cúp nước. *--구역 khu vực bị cúp nước.

단수 [문법 ngữ pháp] số ít. @단수의 ở số ít.

단수 tỷ lệ, phân số, một tổng số lẻ => 우수리.

단순 --하다 đơn giản, đơn sơ, giản dị, không cầu kỳ, không kiểu cách, mộc mạc @ 단순히 một cách mộc mạc *--성 tính hồn nhiên. --화. đơn giản hóa.

단순 호치 răng trắng môi đỏ, một khuôn mặt đẹp.

단술 một loại rượu ngọt làm bằng gạo lên men.

단숨에 một hơi, một mạch, hết hơi, hết sức.

단시 một thể thơ ngắn, loại thơ 14 câu. *--작가 người làm thơ *xo-nê* (thể thơ ngắn)

단시간 một thời gian ngắn. @단시간에 trong khoảng thời gian ngắn.

단시일 @단시일에 trong một thời gian ngắn, trong một ngày.

단시합 [정구 quần vợt] cuộc thi đánh đơn.

단식 [부기 kế toán] kế toán đơn. *--부기 môn kế toán đơn.

단식 sự ăn chay, mùa chay, ngày ăn chay. --하다 ăn chay, ăn kiêng. *--요법 phương pháp chữa trị bằng cách ăn kiêng. --투쟁 [파업 đình công] cuộc đình công tuyệt thực.

단신 đơn độc, một mình, đơn thân độc mã, đơn chiếc (không có ai chờ đợi, không được quan tâm, vô chủ).

단신 một lá thư ngắn, gọn, một thông báo vắn tắt.

단심 sự chân thật, sự ngay thẳng, sự thành tâm, sự hết lòng, sự tận tâm.

단심제 [법 luật] phương thức xét xử riêng lẻ.

단아 --하다 phong nhã, thanh lịch, tế nhị, lịch sự.

단안 [곤충 côn trùng] loại mắt đơn.

단안 [결정] sự phán quyết, [결론] sự kết luận. @ 단안을 내리다 đưa ra một kết luận.

단안경 kính một mắt, [망원경 kính thiên văn] dùng cho một mắt.

단애 vách đứng, vách đá *--절벽 một vách đá dốc đứng.

단어 từ, từ vựng. *--집 sự sưu tập từ (단어장)

단언 sự xác định, sự xác nhận, sự quyết đoán, sự quả quyết, sự tuyên bố. --하다 xác nhận, quả quyết, tuyên bố, phát biểu, công bố một cách chắc chắn. @ 단안할 수는 없지만 *tôi không thể nói chắc, tôi không chắc*, (tuy nhiên..)

단역 phần việc nhỏ, vai trò nhỏ bé[사람 người] vai phụ. @단역을 하다 đóng vai phụ.

단연 sự kiêng thuốc lá.

단연 (1) [단호히] sự kiên định, sự dứt khoát, sự cương quyết.@ 단연 거절하다 từ chối thẳng thừng (dứt khoát) // 단

연 금주하다 thề bỏ rượu. (2) [결정적으로] sự dứt khoát, rạch ròi, sự khẳng định, sự chắc chắn.

단엽 [식물 thực vật] một lá. *--비행기 máy bay cánh đơn.

단오 ngày mùng 5 tháng 5 âm lịch. *--절 ngày hội *Dan-o.*

단원 thành viên (của một đảng phái, một đội, một nhóm).

단원제 phương thức độc viện. @단원제의의회 viện lập pháp.

단위 đơn vị, loại đơn vị, [철학 triết học] một đơn tử, *module*. @화페의 단위 đơn vị tiền tệ. *--연적 đơn vị diện tích. 기본—mực chuẩn, đơn vị chuẩn. 십이진법-- đơn vị thập nhị phân. 용적(중량) -- đơn vị trọng lượng.

단음 âm thanh đơn điệu [음악 âm nhạc] giọng đều đều. *--절 từ đơn tiết. --악 âm nhạc đơn thanh (chỉ dùng một kênh âm thanh).

단음 [음악 âm nhạc] âm ngắn. *--계 âm thứ.

단음 sự kiêng rượu, sự tiết chế rượu => 금주.

단일 --하다 đơn lẻ, một mình, cá nhân, duy nhất, độc nhất, đơn, riêng lẻ (개별적 trường hợp đặc biệt). *--세율 đơn giá. --환율 đơn giá hối đoái. --후보 sự ứng cử đơn.

단자 [철학 triết học] đơn tử. *--론 thuyết đơn tử.

단자 người béo lùn.

단자 [전기 thời kỳ đấu tranh] giai đoạn cuối.

단자 số tiền cho vay ngắn hạn. *--시장 thị trường cho vay ngắn hạn.

단짝 người bạn thân tình, người bạn tâm phúc.

단잠 giấc ngủ ngon. @단잠을 깨다 thức dậy sau một giấc ngủ ngon.

단장 [화장 hóa trang] sự trang điểm, [장식] sự trang hoàng. --하다 trang điểm [꾸미다 trang trí] trang hoàng.

단장 cây gậy, cây ba ton, cây can

단장 sĩ quan chỉ huy, người lãnh đạo, người đứng đầu *소년-- huynh trưởng, người lãnh đạo một đoàn hướng đạo sinh.

단장 @단장의 sự thương tâm, sự não lòng // 단장의 비애를 느끼다 cảm thấy đau lòng, tan nát trái tim.

단적으로 một cách thẳng thắn, trung thực, bộc trực. @단적으로 말하면 lời nói ngay thẳng.

단전 cái bụng. @ 단전에 힘을 주다 căng bụng.

단절 --하다 cắt, chặt, bổ ra, cắt rời ra, tách ra.

단절 [가문 따위의 dòng dõi] sự tuyệt chủng [국교의] sự tuyệt giao, sự cắt đứt, sự đổ vỡ [중단] sự gián đoạn @ 국교를 단절하다 cắt đứt quan hệ ngoại giao (với..)

단점 yếu điểm, khuyết điểm, nhược điểm @ 그 계획은 장점도 있고 단점도 있다 *kế hoạch này có cả hai mặt ưu và khuyết điểm.*

단접 --하다 hàn, hàn lại, hàn gắn.

단정 --하다 đúng, phải, rành mạch, ngắn gọn, hợp cách, chính xác, thích đáng. @ 옷차림이 단정치 않다 ăn mặc luộm thuộm // 품행이 단정하다 cư xử chính trực, có đạo đức.

단정 tàu, thuyền, xuồng, ca nô *--경조 cuộc đua thuyền.

단정 [결론] sự kết luận [판단] sự phán quyết --하다 kết luận, kết thúc, quyết định, xét xử @단정을 내리다 đưa ra kết luận, kết luận là..

단조 sự đơn điệu, sự buồn tẻ, [음악의 âm nhạc] giọng đều đều. --하다 đơn điệu, buồn tẻ, nhạt nhẽo, vô vị. @단조한 생활을 하다 *trải qua một cuộc sống tẻ nhạt.*

단조 [음악 âm nhạc] âm thứ.

단종 [의학 y học] sự triệt sản, sự thiến (거세).

단좌 *--식 ghế đơn (ghế 1 người ngồi)

단좌 --하다 ngồi thẳng (tư thế).

단죄 sự xét xử tội phạm, sự kết tội, sự xử phạt. --하다 kết tội, xử phạt.

단주 --하다 từ bỏ rượu.

단지 lọ, vại, bình bằng sành.

단지 --하다 chặt một ngón tay (theo lời thề).

단지 chỉ là, đơn thuần, chỉ. @단지 시간의 문제이다 chỉ là vấn đề thời gian.

단지 sự phát triển nhà ở [저소득층] kế hoạch về nhà ở.

단철 sắt đã rèn.

단청 [채색] màu sắc [그림] bức tranh muôn màu.

단체 một đám, một lũ, một đoàn, một nhóm, một bọn, một toán, một tổ chức. @단체를 만들다 (해산하다) thành lập (giải tán) một tổ chức // 단체 여행을 하다 đi từng nhóm. *--경기 một đoàn thể thao (체조 thể dục). --교섭 (권 quyền) sự thương lượng tập thể. --정신 tinh thần đồng đội --생활 sinh hoạt tập thể. --쟁의 cuộc thảo luận nhóm. --행동 hoạt động tập thể.

단총 súng lục, súng ngắn *기관-- súng tiểu liên.

단추 cái khuy, cái nút (셔어츠따위의). @단추를 끼우다 cài nút áo lại // 단추를 달다 đơm nút // 단추를 끄르다 mở nút.

단축 sự thu nhỏ, sự giảm bớt, sự thu ngắn lại. --하다 thu nhỏ, cắt bớt, làm gọn, cô đọng lại, tóm tắt lại. @ 노동 시간의 단축을 요구하다 yêu cầu giảm bớt giờ làm việc.

단출하다 (1) [식구가 người nhà] ít người (gia đình nhỏ). (2) [일 vật dụng.차림 đồ trang bị] thuận tiện, vừa tầm tay, dễ sử dụng @단출한 살림 công việc nội trợ đơn giản.

단충 lòng trung nghĩa chân chính.

단층 [지질 địa chất] sự biến vị, sự đứt đoạn.

단층집 căn nhà một tầng.

단침 kim ngắn (kim chỉ giờ).

단칭 @단칭의 ít, đặc biệt, duy nhất, độc nhất. *--명제 một kỳ hạn duy nhất.

단파 làn sóng ngắn. *--수신기 sự tiếp nhận làn sóng ngắn. --방송 sự phát thanh trên làn sóng ngắn.

단판 vòng đơn (thi đấu). @단판 씨름 hiệp đấu vật vòng đơn.

단편 một câu chuyện ngắn *--소설 tiểu thuyết ngắn, truyện ngắn.

단편 miếng, mảnh, viên, cục, khúc, miếng nhỏ, miếng vụn, mảnh vỡ. @단편적인 rời từng mảnh, rời từng đoạn, sự chắp vá rời rạc // 단편적으로 말하다 nói rời rạc.

단평 lời bình luận ngắn, bài phê bình ngắn gọn. *--시사 *bài phê bình sơ lược về những sự kiện đang xảy ra.*

단풍 [나무 cây, gỗ] gỗ cây thích, [잎 lá]

những chiếc lá úa vào thu. @단풍들다 bị nhuốm đỏ (úa vàng),

단풍나무 cây thích.

단합 sự hợp quần, sự kết hợp => 단결.

단항식 [수학] đơn thức (biểu thức).

단행 --하다 tiến hành, thực hiện

단행범 [법 luật pháp] phạm tội một mình (không có tòng phạm).

단행법 quy luật (điều lệ) riêng.

단행본 quyển sách. @단행본으로 발간하다 xuất bản theo dạng sách.

단호 --하다 sự bền vững, sự vững chắc, sự quả quyết, sự dứt khoát. @단호히 một cách cương quyết, một cách dứt khoát // 단호한 조처를 취하다 có biện pháp dứt khoát.

단화 đôi giày, đôi giày đế thấp.

닫다 [1] [사람이 người] chạy, [말이 con ngựa] phi

닫다 [2] [닫치다] đóng lại, khép lại @문을 닫아 두다 đóng cửa lại.

닫아 걸다 @문을 안으로 (밖으로) 닫다 걸다 khóa trái cửa, khóa từ bên ngoài.

닫집 màn trướng, vòm, mái che.

닫치다 đóng kín cửa.

닫히다 bị giam, bị nhốt, bị đóng kín. @(문이) 저절로 닫히다 tự đóng lại // 문이 잘 닫히지 않는다 cánh cửa sẽ không khép (đóng).

달 (1) mặt trăng. @달이 없는 không có trăng (đêm không trăng) // 달에 비춰진 có ánh trăng soi // 달의 여신 nữ thần mặt trăng// 달의 궤도 quỹ đạo mặt trăng // 달이 뜨다 trăng lên (mọc) // 달이 차다 (이지러지다) trăng tròn (trăng khuyết). (2)[달력의 lịch] tháng. @큰(작은) 달 tháng lẻ (chẵn). (3) [해산달 sanh theo âm lịch]. @ 달이 차지 않은 아이 đứa trẻ sinh non (sớm). *--세계 cung trăng

달가락거리다, 딸각거리다 làm kêu vang, kêu lách cách, leng keng.

달가락 => 딸각거리 cái trống lắc, cái lúc lắc, cái lục lạc.

달갑다 vừa ý, hài lòng, thỏa mãn. @달갑지 않은 손님 vị khách không được hoan nghênh.

달강어 [물고기 cá] cá robbin biển.

달개집 nhà kho, chái áp tường.

달걀 trứng @갓낳은 달걀 trứng mới, trứng tươi // 달걀 껍질 vỏ trứng // 달걀 모양의 hình trứng, dạng hình oval // 달걀을 낳다 đẻ trứng.

달게 굴다 làm phiền, quấy rầy ai, gạ gẩm ai, trêu chọc, chọc ghẹo ai.

달게 받다 phục tùng, qui phục, bị chế ngự, cam chịu, nhẫn nhục.

달견 đầu óc sáng suốt, sự nhìn xa trông rộng.

달곰새금하다 ngọt gắt

달곰씁쌀다 ngọt bùi

달관 tầm nhìn xa, cái nhìn thản nhiên, một quan điểm triết học. --하다 nhìn xa.

달구 cái dầm nện đất.

달구다 nung nóng (kim loại, đá).

달구지 xe bò. @달구지를 끌다 kéo xe bò.

달구질 sự đầm, sự nện chặt. --하다 nện, nén, nhồi, nhét, ấn chặt vào, đâm vào, đụng vào.

달궁이 [물고기 cá] cá chào mào, một loại cá biển đầu to (달강어).

달그락거리다, 딸그락거리다 kêu vang, kêu lanh lảnh, kêu lẻnh xẻng.

달기씨깨비 [식물 thực vật] cây rau trai,

cây thài lài.

달다[1] (1) [맛이 mùi vị] ngọt, có vị ngọt. @단것 của ngọt, món ngọt (과자 mức kẹo) // 달게하다 pha cho ngọt. (2) [입맛이] cảm thấy ngon miệng. @달게 먹다 ăn ngon miệng.

달다[2] (1) [뜨거워지다] nóng, bị nóng, bị bỏng. @빨갛게 단 부젓가락 cái kẹp nóng đỏ // 얼굴이 화끈 달아 오른다 khuôn mặt nóng bừng lên (vì ngượng) (2) [너무 익다 quá chín] nấu quá nhừ (3) [마음이 타다 tâm hồn nhạy cảm] phiền muộn, nôn nóng, hết kiên nhẫn, bức rức,.

달다[3] (1) [걸다] treo lên, móc lên, căng ra, giương (buồm) lên. @간판을 달다 giơ cao khẩu hiệu // 태극기를 달고 항행하다 *nhổ neo dưới lá cờ lệnh.* (2) [붙이다] gắn vào, dán vào, trói buộc. @단추를 달다 kết một cái nút // 훈장을 달다 mang huy chương. (3) [가설 sự cài đặt] lắp đặt. @전화를 달다 lắp đặt điện thoại // 문에 벨을 달다 gắn chuông lên cửa (4) [주를] chú giải, chú thích, phụ lục. (5) [장부에 trong sổ sách] tính giá (trong hóa đơn).

달다[4] [무게를] cân. @저울로 달다 cân (vật gì) trên cân

달달 볶다 (1) rang (đậu, cà phê hột) (2) quấy nhiễu, quấy rầy, chọc tức, làm phiền, phá rối, làm bực mình, làm trái ý ai => 들들.

달라다 van xin, cầu khẩn, cầu xin, đề nghị, thỉnh cầu, yêu cầu @ 출석해 달라다 đề nghị người nào có mặt.

달라붙다 dán vào, dính vào, bám chặt vào, bó sát vào.

달라지다 [변화 biến hóa] biến đổi, bị thay đổi, làm cho khác nhau (갖가지로). @달라지지 않다 vẫn vậy, không thay đổi, vẫn như cũ

달랑, 딸랑 --하다 (1) [가슴이 tâm trạng] giật mình, hoảng hốt, không yên lòng => 덜렁하다. (2) [방울이] chuông rung leng keng.

달랑거리다, 딸랑거리다 rung leng keng, rung liên tục => 덜렁거리다.

달래 [식물 thực vật] củ tỏi rừng.

달래다 [진정시키다] làm dịu xuống, làm lắng dịu, làm cho khuây, an ủi, dỗ dành [어르다 vuốt ve] xoa dịu, dỗ dành, vỗ về, tán tỉnh. @화낸 사람을 달래다 *xoa dịu cơn giận* // 우는 아이를 달래다 *dỗ một đứa bé đang khóc.*

달려가다 xông lên, lao vào.

달려들다 tấn công (kẻ thù), xông vào (ai), lao vào (công việc), nhảy vào.

달려오다 chạy lại.

달력 lịch, niên lịch, niên giám.

달로켓 tên lửa bắn lên mặt trăng => 달로켓의 발사.

달리 [다르게] khác nhau, khác hẳn, cách khác, [따로] tách riêng ra, [각별히] đặc biệt, cá biệt, riêng biệt, khác thường *--하다 khác với, không giống với.

달리기 sự chạy, [경주] cuộc chạy đua. @달리기에서 이기다 thắng cuộc đua. *--선수 vận động viên chạy đua.

달리다[1] [부족] không đạt, không tới đích [힘에 부치다] không ngang sức, không đủ khả năng, không đủ năng lực. @사람손이 달리다 thiếu nhân công, không đủ người giúp việc.

달리다[2] [기운이] cảm thấy uể oải, mệt mỏi, lừ đừ, chậm chạp, thiếu sinh động. [눈이 cặp mắt] cảm giác nặng trĩu.

ㄷ

달리다 [3] [뛰다] chạy, nhảy, lao tới, xông tới, phóng, phi (말이 ngựa), (몰다) lái xe, thúc ngựa chạy. @ 힘껏 달리다 chạy vắt giò lên cổ.

달리다 [4] (1)[걸리다 bám vào] móc, máng, treo, [매달리다] cúi xuống, rủ xuống, bị treo. (2) [붙다] gắn liền, kèm theo. @이 열차에는 식당차가 달려있다 *có toa hàng ăn (bán đồ ăn uống cho hành khách) trên xe lửa.* (3) [의존] tùy thuộc vào, phụ thuộc vào. @장래의 일은 너의 노력에 달려있다 *tương lai bạn tùy thuộc vào sự nỗ lực của bạn.* (4) [가설] xếp đặt, bố trí. @전등이 달려있다 gắn đèn điện, có trang bị đèn điện.

달마 vị Đạt ma (달마 대사 đại sứ Đạt ma).

달맞이 --하다 đón mừng trăng tròn.

달맞이꽃 [식물 thực vật] cây hoa anh thảo (có màu vàng lợt).

달무리 vầng hào quang. @달무리가 섰다 một vầng hào quang sáng bao quanh mặt trăng.

달문 một bài luận văn sáng sủa, một áng văn tuyệt tác.

달밤 đêm trăng. @달밤에 산보하다 đi dạo dưới trăng.

달변 tài hùng biện, sự lưu loát. *--가 người ăn nói lưu loát, người có tài hùng biện.

달빛 ánh trăng, ánh sáng trăng (한 줄기의 tia sáng) @ 달빛을 받은 뜰 *khu vườn có ánh trăng soi.*

달싹하다 [움직임 chuyển động] lay động nhẹ.

달성 thành tích, thành tựu, sự đạt được. --하다 hoàn thành, đạt được, giành được @그 목표는 달성하기 힘들다 *mục tiêu vượt quá tầm tay.*

달아나다 (1) [도망] sự đào tẩu, sự trốn thoát, sự bỏ chạy, bay đi (새가 chim). @ 살짝 달아나다 trốn đi, lén đi // 달아나는 적을 쫓다 truy nã (đuổi bắt) quân thù (2) [빨리 가다 đi nhanh] tăng tốc độ, chạy nhanh.

달아매다[매달다] treo lên, [묶다] cột, buộc lại.

달아 보다[무게를] cân (vật gì), [마음을 tâm hồn] tìm hiểu, thăm dò, phán đoán, đánh giá.

달아오르다 [뜨거워지다] trở nên đỏ rực [얼굴 sắc mặt,몸이 cơ thể] cảm giác bừng bừng, cảm giác nóng bức.

달음박질 sự chạy, sự vận hành --하다 chạy, vận hành.

달이다 nấu sôi, đun sôi, rút lại, sắc lại (thuốc), ngấm. @ 한약을 달이다 nấu thuốc (dược thảo) sắc lại.

달인 người thông thạo về.., nhà chuyên môn về.., bậc thầy, [철인 người tài] người có trí tuệ bậc thầy.

달짝지근하다 ngòn ngọt, hơi ngọt.

달치다 [지나치게 달다] quá nóng, [바짝 끓이다] tóm tắt lại, rút lại, sôi cạn, cô lại, rút lại.

달카닥 tiếng cạch (khi lên đạn một khẩu súng), tiếng lẻng kẻng (khi đấu gươm). --하다 kêu lẻng kẻng, kêu lách cách.

달카닥거리다 làm kêu lách cách, lốc cóc, chạm vào, kêu vang.

달카당 tiếng nổ lớn, lạch cạch, lộp bộp, --하다 sập mạnh, nổ tung, va mạnh.

달칵거리다 => 달카닥 거리다.

달콤하다 [1] (1) [맛이 vị] hơi ngọt, ngòn ngọt, có vị ngọt (2) [말이 ngôn từ] @달콤한말 lời nói ngọt như mật, lời đường mật.

달콤하다 [2] ngọt ngào, đường mật, dịu dàng. @ 달콤한 말 lời nói êm đềm, lời đường mật.

달통 => 통달.

달팽이 [동물 động vật] con ốc sên. @달팽이 걸음 chậm như ốc sên.

달포 khoảng một tháng.

달품 sự làm việc lãnh lương từng tháng.

달필 [솜씨 kỹ xảo] sự khéo tay (tài giỏi), [글씨 chữ viết] viết đẹp, @달필을 휘두르다 sử dụng bút thông thạo *--가 người viết đẹp, [문장의 bài văn] người viết dễ dàng.

달하다 (1) [달성] hoàn thành, đạt tới mục đích cuối cùng. (2) [도달 đến, tới] đến, đi đến, đạt tới, với tới, đi tới chỗ. @절정에 달하다 đạt đến cao đỉnh. (3) [수량이 số lượng] đạt tới, lên đến. @ 1천만원에 달하다 lên đến 10.000.000 won.

닭 [암탉] con gà mái, [수탉] con gà trống, [병아리] gà con, gà giò. *--고기 thịt gà. --장 ổ gà, chuồng gà.

닭싸움 cuộc chọi gà, trận đá gà.

닭어리 cái lồng nhốt gà.

닭의장 chuồng gà.

닮다 giống nhau, tương tự, như nhau, đồng dạng.

닳다 (1) [해지다] mòn, rách, hỏng, @ 구두 뒤축이 닳았다 mòn gót chân. (2) [졸다] bị sắc lại, bị rút lại, cô lại. (3) [비유 ví von]. @닳고 닳은 여자 *người phụ nữ thạo đời, sành điệu.*

닳리다 (1) [해뜨리다] làm mòn , rách (vật gì), chà xát làm xước (vải). (2) [졸이다] làm khô, làm sắc lại, làm cạn.

담 bức tường, hàng rào (울타리). @담을 두르다 rào quanh tường, bao quanh bằng một bức tường. *돌(벽돌) -- tường đá (gạch).

담 đờm dãi, nước bọt. @담이 생기다 có đờm.

담 [담낭] mật, túi mật, lá gan [담력] sự can đảm,sự gan dạ, sự can trường, dũng khí. @담이 크다 tỏ ra gan dạ, to gan (táo bạo, dũng cảm, liều lĩnh).

담가 cái kiệu, cái cáng => 들것.

담그다 (1) [액체에] ngâm, nhúng, dìm (xuống nước). @해면을 더운물에 담그다 nhúng miếng bọt biển vào nước nóng. (2) [김치 따위] làm dưa chua, ngâm rau củ [술을] ngâm, ủ cho chua. @김치를 담그다 *ngâm rau củ làm món kim chi*

담기다 cho vào, [병에 chai, lọ] được đóng chai, chứa (đựng) trong chai.

담낭 [해부 giải phẫu] túi mật.

담다 đổ cái gì vào trong chai, đóng chai, (병에), [음식을 ăn uống] dọn cơm, dọn bàn. @사과를 광주리에 담다 đặt trái táo vào rổ.

담담하다 (1) [물이 nước] sạch, trong trẻo, trong suốt. (2) [맛 mùi vị. 색채 따위가 màu sắc] nhạt, đơn giản, không lòe loẹt. (3) @ 담담한 심경 *trạng thái thanh thản trong tâm hồn.* (4) [달빛이 ánh trăng] sáng ngời, rực rỡ.

담당 sự gánh vát, bổn phận, trách nhiệm. --하다 gánh vác, trông coi, chịi trách nhiệm. –검사(아나운서) người phụ trách đọc bản tin. --자 người chịu trách nhiệm.

담대 --하다 táo bạo, liều lĩnh, gan dạ, dũng cảm, bất khuất, can đảm.

담략 can đảm và tháo vát.

담력 sự can đảm, sự can trường, nghị lực, khí phách. @담력이 있다 can đảm, dũng cảm, tỏ ra can trường, gan dạ.

담론 cuộc thảo luận, sự bàn cãi, bài diễn thuyết. 하다 thảo luận, bàn cãi, nghị luận về.

담박 --하다 (1) [맛 mùi vị. 빛깔이 màu sắc] nhạt, nhẹ. @담박한 음식 món ăn nhẹ (2) [마음이 tâm hồn] hờ hững, lãnh đạm, thờ ơ. @금전에 담박하다 *không cần nhiều tiền.*

담방거리다 => 덤벙거리다.

담배 thuốc lá, [식물 thực vật] cây thuốc lá, [궐련] điếu thuốc lá. @담배 한 갑 một gói (bao) thuốc lá // 담배 한 대 피우다 hút thuốc, hút ống điếu *--가게 cửa hàng thuốc lá. --꽁초 một mẫu thuốc lá.

담배설대 tẩu thuốc bằng tre, điếu tre.

담배쌈지 túi (bao) đựng thuốc lá.

담백 => 담박.

담뱃갑 hộp đựng thuốc lá.

담뱃값 tiền mua thuốc lá, [사래금].

담뱃대 tẩu thuốc, ống điếu.

담뱃재 @담뱃재를 털다 gạt tàn thuốc lá.

담뱃진 nhựa thuốc lá, cao thuốc lá.

담벼락 (bề mặt) bức tường.

담보 sự an toàn, sự thế chấp, sự bảo đảm. --하다 cầm cố, thế chấp (để bảo đảm). @무담보로 không an toàn // 담보로 잡다 đem thế chấp vật gì để làm tin. *--권 quyền ký quỹ. --물 vật làm tin. --물권 quyền lợi được bảo đảm an toàn cho vật thế chấp.

담뿍 đầy ắp, đầy tràn, đầy đến miệng [많이 nhiều] một lượng lớn.

담비 [동물 động vật] con chồn *mactet,* chồn *zibelin* ở Hàn Quốc.

담쌓다 (1) [담을 두르다 bao quanh bằng tường rào] rào tường. (2) [관계를 끊다 cắt đứt mối liên hệ] tuyệt giao (với ai). @나는 그 집사람들과는 담 쌓았다 tôi đã cắt đứt quan hệ với gia đình đó rồi.

담색 màu nhạt.

담석 [의학 y học] sỏi mật. *--증 bệnh sỏi mật.

담세 sự chịu thuế. *--력 khả năng đóng thuế. -- 자 người đóng thuế.

담소 chuyện phiếm, chuyện gẫu. --하다 nói chuyện, tán gẫu.

담소 --하다 rụt rè, bẽn lẽn, nhút nhát, nhát gan.

담수 nước ngọt. *--어 cá nước ngọt. --호 hồ nước ngọt.

담요 cái mền, cái chăn.

담임 bổn phận, trách nhiệm. --하다 chăm nom, chăm sóc, chịu trách nhiệm. *--교사 giáo viên phụ trách lớp.

담쟁이 [식물 thực vật] cây trường xuân. @담쟁이 덩굴 dây trường xuân (dây leo).

담즙 mật, túi mật @담즙의 có nhiều mật, thuộc mật *--병 bệnh nhiều mật.

담차다 táo bạo, cả gan, dũng cảm, liều lĩnh.

담청색 màu xanh nhạt.

담판 --하다 mặc cả, thương lượng, đàm phán, dàn xếp. *--강화 cuộc thương lượng hòa bình.

담해 chứng ho có đàm.

담홍색 màu hồng.

담화 cuộc chuyện trò, cuộc đàm luận, cuộc nói chuyện, sự trình bày, lời phát biểu. --하다 nói chuyện, đàm thoại *--

실 phòng khách, phòng họp mặt bạn bè để giải trí, phòng khách riêng ở khách sạn (rộng lớn nhưng có tính thân mật ấm cúng).

담황색 màu vàng chanh.

답 [대답 vấn đáp] sự trả lời, sự hồi âm, sự đáp lại, [해답] một đáp án. @(문제의 sự tìm ra) 정확한 답을 내다 trả lời đúng.

답곡 hạt thóc từ cánh đồng lúa.

답농 nghề trồng lúa, nghề nông, công việc đồng án, công việc trồng trọt.

--답다 như, giống như, vừa, thích hợp, xứng. @사내다운 thích hợp với đàn ông // 여자다운 thích hợp với phụ nữ // 신사답지 않은 짓을 하다 *làm một việc không xứng đáng với người thượng lưu* // 길다운 길이라고는 없다 *hết nói nổi! - hết đường nói !*

답답하다 (1) ngột ngạt, khó thở, ngạt thở. @답답한 방 căn phòng ngột ngạt // 답답한 날씨 không khí ngột ngạt. (2) @ 답답한 사람 người không biết thích nghi, người không biết tùy cơ ứng biến, người không biết tùy thời.

답례 [인사 chào hỏi] sự đáp lễ, lịch sự, chào lại, [답례품] món quà đáp lễ. --하다 [인사] đi thăm đáp lễ, [선물 quà biếu] gởi quà đáp lễ. @답례로 sự đền đáp, sự tạ ơn, sự trả lễ.

답배 --하다 chào đáp lễ, chào lại.

답변 [대답 trả lời] lời đáp, lời hồi âm, câu trả lời [변론 tranh luận] lời biện hộ. --하다 trả lời, đáp lời, giải thích, biện hộ. @질문에 답변하다 trả lời (đáp lại) câu hỏi (của ai).

답보 sự bước, sự giậm, [정체 tắc nghẽn] sự bế tắc. --하다 bước đi, dậm chân tại chỗ theo nhịp (quân sự 군인들이), [정체 tắc nghẽn] đi đến chỗ bế tắc. @ 답브 상태에 있다 trong tình trạng bế tắc, ở thế bí.

답사 sự khảo sát, sự điều tra, sự khám phá, lĩnh vực nghiên cứu. @현지를 답사하다 tiến hành điều tra.

답사 câu trả lời (theo lề thói, thủ tục), một bài đáp từ (bài diễn văn đáp lễ). @ 답사를 하다 đáp từ, đọc diễn văn đáp lễ.

답서 sự hồi âm, sự trả lời. @답서를 내다 trả lời 1 lá thơ, gởi thư (thơ) trả lời.

답습 --하다 đi theo, đi theo từng bước,

답신 @답신을 내다 trình bản báo cáo. *--서 bản báo cáo viết tay.

답안 bài thi, các câu hỏi thi, đề thi. @영어 답안 đề thi Anh văn // 답안을 내다 chuyền bài thi.

답장 thơ phúc đáp, sự hồi âm. --하다 phúc đáp (trả lời) một lá thư.

답전 điện phúc đáp. --하다 phúc đáp một bức điện, đánh điện trả lời.

답지 --하다 đổ xô vào, lao vào, tràn ngập, tới tấp, tụ họp thật đông. @ 감사장이 사방에서 답지했다 thư cám ơn từ khắp nơi gởi về tới tấp.

답파 --하다 đi bộ, cuốc bộ, đi lang thang, đi ngang qua.

닷 số 5. @닷말 con ngựa số năm.

닷새. 5 ngày (5 일간), ngày thứ 5 (trong tháng) (5 일).

닷샛날 thứ 5 (*thursday*) (ngày).

당 [당파] đảng phái, phe phái [도당] bè phái, bọn, phường, bè, lũ. @당에 가입하다 gia nhập đảng (đội). *--대회 đại hội đảng.

--당 cho..., mỗi. @ 1 인당 cho mỗi người

// 인구 1 인당 cho mỗi đầu người dân // 톤당 cho mỗi tấn.

당 (1) @당 부당은 여하간에 đúng hay sai. (2) [당해] đây, nầy, [위에 말한] lời nói, đó, kia, [문제의] trong vấn đề...

당 lăng mộ, điện thờ => 당집.

당고 --하다 chịu tang cha mẹ.

당고모 cháu họ gái của ông.

당과 kẹo ngọt, của ngọt.

당구 môn bi-da, [공 quả banh] trái banh bi-da. @당구를 치다 chơi bi-da. *--대 bàn bi-da. --봉 gậy bi-da.

당국 cấp chính quyền (có liên quan). @당국의 지시에 의하여 theo lệnh các cấp chính quyền. *--자 người có thẩm quyền. 군-- nhà cầm quyền quân sự.

당권 quyền lãnh đạo đảng.

당규 điều lệ đảng.

당근 củ cà-rốt.

당기 kỷ luật đảng.

당기다 [1] [끌어서] kéo, lôi, giật mạnh, [앞당기다 tiến tới] tăng lên, mang lên, dời lên. @그물을 당기다 kéo mạnh lưới lên.

당기다 [2] [입맛이 mùi vị] kích thích (khẩu vị), khơi dậy (sự thèm ăn)@ 입맛이 당기기 시작하다 bắt đầu cảm thấy ngon miệng.

당나귀 con lừa.

당내 trong phạm vi đảng.

당년 [금년] năm nầy, năm nay, [그해] năm đó. @당년 18 세이다 *năm nay cô ấy được 18 tuổi* *--치 sản phẩm trong năm.

당년치다 (hàng) chỉ sử dụng được một năm.

당뇨병 [의학 y học] bệnh tiểu đường. *--환자 người mắc bệnh tiểu đường.

당닭 [새 loài chim] gà ban-tam.

당당하다 uy nghi, đường bệ, bệ vệ, oai vệ, trang trọng, tôn nghiêm, [공정 tính công bằng] ngay thẳng, vô tư. @당당히 (một cách) oai vệ, trang nghiêm, trịnh trọng, ngay thẳng, không thiên vị // 풍채가 당당한 신사 *một quý tộc với vẻ uy nghi đường bệ.*

당대 thời đại ngày nay, thời nay. @당대의 대음악가 *một nhạc sĩ lớn của thời đại.*

당도 --하다 đi đến, đạt tới, đi đến chỗ. @목전에 당도한 위험 mối nguy hiểm cận kề.

당돌하다 lỗ mãng, cộc cằn, lấc cấc, trơ tráo, liều lĩnh. @ 당돌하게 굴다 cư xử cộc cằn.

당락 kết quả cuộc bầu cử, sự thắng lợi hoặc thất bại trong kỳ tuyển cử.

당략 đường lối sắc bén của đảng, chính sách của đảng.

당량 [물리 vật lý.화학 hóa học] sự tương đương, tính chất tương đương.

당로 (1) => 요로. (2) [집권] sự thăng chức, sự nâng cao quyền lực. *--자 nhà chức trách, nhà cầm quyền, những người quyền thế.

단론 quan điểm của một đảng.

당류 đường, [화학 hoá học] chất *saccharoid*, đường hóa học.

당리 quyền lợi của đảng.

당먹 cái giá cắm bút lông Trung Quốc.

당면 --하다 đối diện, mặt đối mặt, chạm trán, đương đầu. @당면한 과제 vấn đề hiện nay, một vấn đề thời sự.

당면 món mì của Trung quốc.

당목 vải bông vải coton.

당무 việc đảng.

ㄷ

당밀 mật đường, mật mía.

당번 sự đang trực, đang làm nhiệm vụ, [사람 người] người trực. --하다 đang làm việc, đang trực. @오늘 당번은 누구냐 *hôm nay đến phiên trực của ai*? *--사관 sĩ quan thường trực. 청소— phiên trực, ca trực.

당부 sự đúng đắn, sự đúng mực, sự thích đáng.

당부 --하다 hỏi, yêu cầu, bảo, ra lệnh (cho ai) (để làm gì).

당분 (lượng) đường *--측정기 máy đo độ đường.

당분간 trong hiện tại, hiện thời.

당비 lệ phí đảng, đảng phí.

당사국 quốc gia có liên quan.

당사자 người có liên quan, bên có liên quan. @ 결혼의 당사자 buổi tiệc đính hôn.

당선 sự thắng cử, [의원의] việc công bố kết quả bầu cử. --하다 được bầu, thắng cử, [현상에] thắng giải. @당선가능성이 있는 후보자 người thắng cử. *--무효 sự thất cử. --소설 một tác phẩm đoạt giải. --자 người được bầu (chọn), ứng viên trúng cử, người đoạt giải 무투표-- việc bầu chọn không cần bỏ phiếu.

당세 uy thế đảng (sức mạnh).

당세 thời nay, thời hiện tại.

당수 người lãnh đạo đảng (đứng đầu).

당숙 anh em họ bên cha.

당시 nguyên tắc, cương lĩnh của Đảng.

당시 thời đại thơ của *Tang*, thi ca Trung Quốc (한시).

당시 thời kỳ đó, hồi đó, khi ấy. @당시의 thời kỳ // 나는 당시 파리에 있었다 *lúc đó tôi đã ở Ba-Lê*.

당신 [2 인칭 nhân xưng đại từ ngôi thứ hai] anh, chị, cô, chú, bạn v.v.

당아욱 [식물 thực vật] cây cẩm quỳ.

당야 tối hôm đó.

당연 --하다 đúng đắn, công bằng, chính xác, tất nhiên, tự nhiên, đương nhiên, không có gì đáng ngạc nhiên. @당연히 một cách đúng đắn, một cách hợp lệ, xứng đáng, đương nhiên, tự nhiên.

당원 đảng viên, (đội viên, đoàn viên) *--영부 danh sách đảng viên. 평-- hàng ngũ đảng.

당의 sự bọc đường. *--정 viên thuốc bọc đường.

당의 [회의 hội đồng] đảng bộ, [결의] nghị quyết đảng.

당인 đảng viên (người trong đảng)

당일 ngày đó, ngày được chọn, ngày đã chỉ định. @발행 당일만 유효하다 *chỉ có hiệu lực kể từ ngày ban hành.*

당일치기 @당일치기 여행 chuyến du ngoạn trong ngày // 당일치기 공부 sự học luyện thi, sự ôn thi.

당자 => 당사자.

당장 ngay lập tức, ngay tại chỗ, ngay tức thì. @돈이 당장 필요하다 *tôi cần tiền ngay bây giờ*.

당적 sổ đảng viên. @당적을 가지다 gia nhập vào một đảng chính trị.

당조짐하다 giám sát (ai) chặt chẽ.

당좌 [예금 tiền tệ] tiền lưu hành. @당좌를 트다 mở một tài khoản vãng lai. *--계정 tài khoản vãng lai.

당지 chỗ này , nơi này, ở đây.

당지기 người trông coi một trường tư thục (đền, miếu, thánh đường).

당지다 làm cho cứng cáp, trở nên rắn chắc do bị sức ép.

당직 đang làm nhiệm vụ(canh phòng). --

하다 trực đêm, canh gác. *--원 một nhân viên đang làm nhiệm vụ. --장교 sĩ quan trực nhật.

당질 cháu họ (con trai của anh em họ đời thứ nhất)

당집 đền, miếu, lăng, mộ.

당차다 *tuy nhỏ nhưng xây dựng chắc chắn.*

당착 sự mâu thuẫn, sự xung đột . --하다 mâu thuẫn, xung đột, chống lại (với). * 자기-- *tự mâu thuẫn (mâu thuẫn với chính mình).*

당찮다 @당찮은 짓 một hành động vô ý thức (phi lý) // 당찮은 생각 *một ý kiến không hợp lý.*

당첨 sự đoạt giải thưởng *--번호 con số may mắn --자 người thắng giải.

당초 sự bắt đầu, khởi thủy, khởi điểm. @ 당초의 căn nguyên, ban đầu // 당초에 lần đầu tiên, vào lúc đầu, [원래 đầu tiên] trước hết, đầu tiên, chủ yếu, căn bản.

당초문 một kiểu trang trí đường lượn, sự trang trí theo phong cách Ả- Rập.

당칙 điều lệ đảng.

당파 đảng phái [당내의 phạm vi Đảng], [도당 bè phái] tập đoàn, phe đảng, phe phái [파벌] bè đảng, bè lu. @당파 싸음 sự tranh chấp đảng phái. *--심 tinh thần bè phái.

당하다 (1) [겪다] có, gặp, chạm trán, đối mặt, đương đầu (với). @불행을 당하다 đối mặt với tai ương (2) [감당] xứng, hợp (với), ngang bằng (ai), chống cự, kháng cự, đối đầu với.. @체력이 그를 당할 사람은 없다 *không ai địch nổi hắn về sức mạnh cơ thể.*

--당하다 chịu đựng, trải qua. @공격당하다 bị công kích.

당해 @당해 관청 những người có liên quan đến chính quyền.

당화 [화학 hóa học] sự hóa đường. --하다 hóa đường.

당황 --하다 bối rối, lúng túng, ngượng, mất bình tĩnh. @당황하여 trong sự hỗn loạn, [허둥지둥] trong cơn bối rối.

닻 cái mỏ neo. @닻감다 nhổ neo. *--줄 sợi dây cáp.

닿다 (1) đến, đi đến, đạt đến, tiếp xúc đến. @손 닿는[닿지 않는] 곳에 trong khả năng, trong tầm tay. (2) [줄이 liên quan] có liên hệ với.

닿소리 => 자음.

대 [1] cây tre. @대쪽 같은 사람 người ngay thẳng. *--껍질 ống tre. --마디 đốt (mắt) tre. --비 cây chổi tre. --잎 lá tre. --창 đọt tre, mầm tre.

대 [2] [줄기] thân, cuống, cọng, chân, đế (ly, cốc) [대나무 따위의 loại bằng gỗ tre] cây sào, cái cọc (để chống thuyền…), cột cờ, que gậy, [붓.펜의] bút lông, viết mực, [담뱃대] ống điếu @ 대가 약하다 thiếu dũng khí, nhát gan (2) [담배의 thuốc lá] tẩu thuốc la. @담배를 한대 피우다 hút thuốc bằng tẩu (3) [주먹 따위 nắm tay, quả đấm] một cú đấm. @ 한대에 chỉ một cú đấm. *--저울 cái cân đứng, cân đòn bẩy. 펜 cái quản bút, cái cắm viết.

대 (đại) tính chất to lớn, vĩ đại, kinh khủng, kích cỡ rộng rãi (크기 kích thước) @ 대참사 một tai nạn khủng khiếp (đại họa) // 대음악회 buổi hòa nhạc lớn // 실물대 to như vật thật, to như người thật.

대 [일행] đảng, [군인의 quân nhân]

đoàn, toán, bọn, quân đoàn, đội (quân đội), [악대의] dàn nhạc, ban nhạc [대오] hàng ngũ, phòng tuyến.

대 (1) [밑받침 sự chống đỡ. 걸이 cái móc, giá để đồ đạc] cái giá, cái bệ, khung, cái giá đỡ, cái chống, cái tựa (층계 따위 nhiều tầng như cầu thang), [시렁 따위 giống như giá treo tường] cái giá (để đồ), [탁자] bàn viết, bàn làm việc, [지주 cột trụ] vật chống đỡ, [비석 따위의 giống như bia, đài tưởng niệm] đế cột, đôn (đặt tượng, công trình điêu khắc), [기초] nền móng. (2) [단위] xe hơi, máy bay @ 6 대의 자동차에 분승하다 *đi 6 chiếc xe khác nhau* (3) [액수 tổng quát] mức, mực, tiêu chuẩn, trình độ. @수십억대의 자본가 nhà tỉ phú, nhà đại tư bản. *--악보 cái giá để bản nhạc. 화분-- cái kệ để chậu hoa. 화장-- bàn trang điểm.

대 (1) [짝] một đôi, một cặp, [쌍] đôi (vợ chồng), cặp (nam nữ/trống mái), đôi (bạn). (2) [상대] chống lại, đấu với; [비율] chỉ tỉ lệ. @ 3 대 1 의 스코어 *tỉ số 3-1*

대 khu vực, miền, vùng, vành đai. *온(한) -- miền ôn đới (miền lạnh giá).

대 (1) [시대] một thời đại, thời kỳ [세대] một thế hệ, một đời, [치세] một triều đại @ 1970 년대에 vào những năm 1970 // 대를 잇다 kế tục, nối ngôi, kế nghiệp // 그녀는 30 대이다 *cô ấy ở vào lứa tuổi 30* (2) [대신] người thay thế, vật thay thế. (3) [값] tiền phải trả, chi phí, phí tổn, tiền thưởng, tiền thù lao, tiền lệ phí. @ 도서대 sổ chi phí.

대가 [대가옥] ngôi nhà lớn, lâu đài, biệt thự, [큰 집안] một gia đình giàu có, [권위자] một người quyền thế, [거장] ông chủ (lớn). @영문학의 대가 *một nhân vật có uy tín trong giới văn học Anh* // 음악의 대가 *nhà soạn nhạc vĩ đại.*

대가 giá (nghĩa đen & bóng), [비용] phí tổn] chi phí, sự chi tiêu, [희생] giá sinh hoạt . @비싼 대가를 치르다 trả giá đắt // 어떤 대가를 치르더라도 *với bất cứ giá nào, bằng mọi giá.*

대가극 nhà hát kịch opera lớn.

대가다 [기간에 theo thời gian] đến đúng giờ (정각에 đúng giờ), đến kịp giờ (để) (늦지 않게).

대가리 đoạn đầu, phần đầu, chóp, đỉnh, ngọn. *생선—đầu cá hồi. 소-- đầu bò.

대가족 một đại gia đình. *--제도 chế độ đại gia đình.

대각 --하다 đạt tới sự giác ngộ, nhận thức được chân lý.

대각거리다 kêu răng rắc, nổ giòn, kêu lách cách.

대간첩 작전 hoạt động tình báo, hoạt động phản gián.

대갈 cái móng ngựa.

대갈 --하다 la lối, nạt nộ, la hét, lớn tiếng, gầm rống lên.

대갈마치 (1) [마치] cái búa đóng của người thợ đóng móng ngựa. (2) [사람 người] con người đã dạn dầy qua nghịch cảnh.

대감 ngài (lối xưng hô thời phong kiến đối với giới quí tộc).

대감목 Tổng Giám Mục (영국교회의).

대강 (1) [대강령] nguyên tắc chung, [개요] đề cương, nét đặc biệt, điểm đặc trưng, [골자] nội dung, tính chất, đại ý. @대강을 말하다 phác thảo, vẽ phát. (2) [대충 nói chung, đại thể, đại khái,

ㄷ

phỏng chừng, phác, nháp. @대강 훑어 보다 xem lướt qua, nhìn lướt qua *--령 cơ bản, cơ sở, chủ yếu, nguyên lý, nguyên tắc.

대강 --하다 dạy thay, dạy thế cho.

대갚음 --하다 báo đáp, đền ơn, trả lễ, đáp lại (lòng tốt của ai), [보복] trả đũa, trả miếng, trả thù.

대개 [대략 đại khái] phần lớn, hầu hết [일반적으로] nói chung, một cách chung chung [거의] hầu như, gần như, 주로] chủ yếu, cơ bản, [대요] nét phác thảo, đề cương. @나는 대개 7 시에 일어난다 *tôi thường thức dậy lúc 7 giờ.*

대개념 [논리 hợp lý] một khái niệm cơ bản.

대거 [한꺼번에] mạnh mẽ, sung sức, [대규모로] trên bình diện lớn.

대거리 --하다 cãi lại, đáp trả lại, bắt bẻ lại, trả miếng, trả đũa, vặn lại.

대검 thanh kiếm bên mình. --하다 đeo kiếm.

대검찰청 Văn Phòng Ủy Viên Công Tố tối cao.

대견하다 (1) [흡족] đầy đủ, thích đáng. @대견하게 여기다 coi trọng, đánh giá cao (ai). (2) [견디기가] khó lòng chịu được, không thể chịu đựng nổi, quá quắt.

대결 sự chạm trán, sự đương đầu, sự đối chất, sự đối chiếu, cuộc đấu cuối cùng (để giải quyết tranh chấp). --하다 chạm trán, đương đầu với.

대경 –하다 hết sức ngạc nhiên.

대경실색 --하다 sợ tái mặt, hoảng hồn, thất sắc, giật nẩy mình.

대계 một kế hoạch lâu dài, một dự định lớn. @ 국가의 백년 대계를 세우다 *thực hiện chính sách quốc gia dựa trên nền tảng lâu dài.*

대계 nét phác thảo.

대고모 bà bác, bà cô, bà thím bên nội. *--부 chồng của bà cô bên nội (ông bác).

대공 [건축 kiến trúc] cây cột chính.

대공 một giá trị lớn, một thành tích đáng kể, một kỳ công. @대공을 세우다 *hoàn thành những việc lớn lao.*

대공 sự phòng không. *--포화 hỏa lực phòng không.

대공 đại công tước. *--국 lãnh địa của đại công tước –부인 công tước phu nhân.

대과 khuyết điểm trầm trọng, điều sai lầm lớn lao. @대과 없이 *không có bất cứ một khuyết điểm nào nào.*

대과거 [문법 ngữ pháp] thì quá khứ hoàn thành.

대관 [개관] cái nhìn tổng quát, toàn thể quang cảnh. --하다 có một tầm nhìn rộng rãi (về).

대관 viên chức cao cấp, người quyền cao chức trọng.

대관 lễ đăng quang. --하다 được tôn lên *--식 nghi lễ đăng quang .

대관절 trên thế gian, trên vũ trụ, trên danh nghĩa của Thượng đế.

대교경기 cuộc thi đấu giữa các trường đại học.

대구 [물고기 cá] cá tuyết, cá moruy. *--알 trứng cá tuyết.

대구루루, 때구루루 sự lăn, sự quay mài @때구루루 굴리다 quả banh lăn khắp (sân) // 대구루루 굴러가다 lăn qua lăn lại.

대국 hoàn cảnh chung @대국적으로 모면 theo cách nhìn chung.

대국 cường quốc (강대국).

대국 (1) [바둑 따위] sự chơi game. --하다 chơi game (chơi *badoog*). (2) --하다 đối phó với tình hình (đương đầu với hoàn cảnh)

대군 một đội quân hùng mạnh, một quyền lực to lớn. @ 대군을 거느리다 phục tùng quyền lực.

대군 vị hoàng thân.

대굴대굴, 때굴때굴 sự lăn liên tục. @대굴대굴구르다 làm cho lăn.

대궁 cơm dư thừa.

대권 [왕권] quyền lực tối cao, đặc quyền, quyền tối cao độc lập, chủ quyền [통치권] quyền lực thống trị.

대궐 hoàng cung.

대규모 một quy mô lớn. @대규모의 thuộc quy mô lớn *--작전 cuộc hành quân trên quy mô lớn.

대그릇 hàng hóa làm bằng tre, cái bát tre, điếu tre..

대극 [식물] giống cây đại kích.

대근 --하다 nhận trách nhiệm, kế tục chức vụ.

대금 một số tiền lớn => 큰돈.

대금 giá, giá trị, tiền bạc, tiền thù lao, chi phí. @ 대금을 치르다 trả theo giá, thanh toán, trả tiền (hàng)

대금 [돈놀이] tiền cho vay, [고리의] lãi nặng, [돈] một món nợ. *--업자 người cho vay nặng lãi.

대기 --하다 canh chờ. @ 대기를 명하다 ra lệnh (cho ai) sẵn sàng.

대기 bầu khí quyển, không khí. @대기의 압력 áp suất không khí.

대기 [큰 그릇] cái vại, cái bình to, [큰 인물] một tài năng lớn (người). *--만성 trái cây chín cây bảo quản tốt.

대길 một dịp may rất bất ngờ. --하다 may mắn bất ngờ.

대꾸 lời cãi lại, lời đối đáp lại , lời vặn lại, (. bắt bẻ) => 말대꾸.

대난 một tai họa lớn.

대납 số tiền trả do ủy nhiệm. --하다 trả thay cho người khác

대낮 ban ngày, thanh thiên bạch nhật, giữa trưa.

대내 @대내의 thuộc gia đình, . nội bộ, . chuyện nhà. *--문제 vấn đề nội bộ. --정책 chính sách đối nội.

대농 [대농업] trồng trọt trên quy mô lớn [사람 người] một nhà nông giàu.

대뇌 [해부 phẫu thuật] não, óc, chuyên khoa não. *--막 màng não.

대다[1] (1) [닿게 하다] đặt, để, gắn vào, đính vào, xếp đặt, bố trí @수화기를 귀에 대다 giữ ống nghe bên tai (2) [비교 sự so sánh] so, đối chiếu với (3) [손을 bàn tay] sờ, mó, đụng chạm @ 이마에 손을 대다 đặt tay lên trán ai // 손을 대지 않다 để y nguyên, không đụng đến. (4) [일에 손을] dùng đến, cần đến, nhờ cậy đến, bắt đầu, bắt tay vào việc (5) [대면 sự phỏng vấn] đưa (ai) tiếp xúc (với người nào). (6) [의지 ý muốn] dựa lưng vào tường => 기대다. (7) [향해서] nhắm vào, chĩa (súng) vào. @그것은 누구에게 대고 하는 말이오 *lời phê phán đó nhắm vào ai vậy*? (8) [시간에] đến đúng giờ, [장소에] đẩy (chiếc xe dọc theo lề), bỏ neo (một con tàu).

대다[2] (1) [돈· 물건을] cung cấp (tiếp tế) cho ai (cái gì). @학비를 대다 cấp học phí cho một sinh viên. (2) [물을 nước] tưới nước, tưới (đất, ruộng).

대다[3] [사실대로] nói (sự thật), thú tội, thú nhận.

대다[4] [심히] @울어대다 khóc bù lu bù loa // 먹어대다 ních đầy một bụng thức ăn.

대다수 phần lớn, phần đông, đa số, ưu thế. @대다수의 지지를 받다 được đa số ủng hộ.

대단원 hiệp cuối, hồi cuối, hồi chung kết.

대단찮다 không nhiều lắm, không quan trọng lắm, không trầm trọng lắm, không đáng kể. @대단찮은 일 chuyện vặt, vấn đề không quan trọng.

대단하다 khổng lồ, khốc liệt, dữ dội, nghiêm trọng, đáng sợ, trầm trọng. @병이 대단하다 bị bệnh trầm trọng (nặng).

대담 [대담성] tính dũng cảm, tính táo bạo, tính liều lĩnh. --하다 táo bạo, gan dạ, bất khuất.

대담 cuộc trò chuyện, cuộc thảo luận, cuộc đàm luận. --하다 thảo luận, đàm luận, có một buổi nói chuyện

대답 sự trả lời, sự đối đáp, sự hồi âm, [응답] sự đáp lại, sự hưởng ứng. @확실한 대답 câu trả lời xác định

대대 một tiểu đoàn.

대대 @대대로 từ đời này sang đời khác, từ thế hệ này sang thế hệ khác, cho các thế hệ.

대대적 to lớn, rộng rãi, bao quát. @대대적으로 một cách bao quát, ở mức độ lớn.

대도 (1) [큰길 đường cao tốc, xa lộ] quốc lộ, đại lộ, con đường chính (2) [도의] một nguyên tắc đạo đức [phẩm hạnh] cao quý.

대도구 [연극의 kịch, tuồng] cảnh, phong trên sân khấu, cảnh dựng. @대도구계 người thay cảnh phong trên sân khấu.

대도시 một thành phố lớn. *-- 권 khu trung tâm thủ đô.

대독 --하다 đọc dùm cho người khác.

대돈변 tiền cho vay lãi 10% một tháng.

대동 đặc điểm chung. @대동소이하다 giống nhau nhiều, hầu như y hệt nhau.

대동 vật phụ thuộc, vật kèm theo, cái bổ xung. --하다 được kèm theo, được bổ xung.

대동 단결 sự thống nhất, sự đoàn kết, sự liên hiệp, sự liên minh, sự liên kết. --하다 đoàn kết, thống nhất.

대동맥 [해부] động mạch chủ.

대두 đậu nành => 콩.

대두 --하다 ngẩng cao đầu lên, tạo được uy thế.

대들다 chống đối, nổi loạn, dấy loạn, bất chấp, coi thường, không tuân theo.

대들보 cái xà nhà, cái đòn ngang. @집안의 대들보 trụ cột của gia đình.

대등 tính ngang bằng, sự bình đẳng, sự tương đương, sự giống nhau, tình trạng bằng nhau. --하다 bằng nhau, như nhau, ngang nhau. @ 대등하게 cùng một thời hạn, có quan hệ bình đẳng.

대뜸 ngay lập tức, ngay tại chỗ, ngay tức thì. @ 대뜸 승낙하다 *sẵn sàng đồng ý*, đồng ý ngay lập tức.

대란 sự quấy rầy quá đáng, sự xáo trộn lớn

대략 (1) [뛰어난] một chiến lược lớn. (2) [개요] một đề cương, [적요] bản tóm tắt. @대략을 파악하다 *có một khái niệm chung về* // 그것은 대략 다음과 같다 *có thể tóm tắt như sau.* (3) [대충] khoảng chừng, độ chừng, phỏng chừng, xấp xỉ. @대략 말하자면 nói đại khái, nói chung.

대량 một số lượng lớn. @대량수출하다

xuất khẩu hàng với số lượng lớn. *--생산 sự sản xuất hàng loạt. --주문 sự đặt hàng với số lượng lớn.

대령 đại tá (육군 lục quân), thuyền trưởng, hạm trưởng (해군 hải quân). @대령의 직위 chức đại tá, cấp thuyền trưởng. *공군-- đại tá không quân.

대령 --하다 đợi lệnh .

대례 [국가의 quốc gia] một nghi thức quốc gia, [결혼식 kết hôn] nghi thức đám cưới.

대로 (1) [...같이 giống như] y theo, giống như, đúng theo. @규칙대로 đúng theo luật lệ (nguyên tắc) // 본 대로 애기하다 *nói như tục ngữ.* (2) [곧 ngay lập tức] ngay tức thì, ngay sau đó, ngay sau khi. (3) [할 때마다] mỗi lần, mỗi khi.

대로 sự giận dữ, cơn thịnh nộ, sự điên tiết. --하다 bị nổi khùng lên, giận điên lên, nổi cơn thịnh nộ.

대롱 một ống tre thon dài, [물레의 dạng như bánh xe quay] một bô-bin xoay tròn.

대롱거리다 lúc lắc, đu đưa.

대류 [물리 vật lý] dòng đối lưu.

대륙 một lục địa. @대륙의 lục địa, đại lục. --붕 thềm lục địa.

대리 [행위 hành động] sự thay mặt, sự đại diện, sự đóng (một vai kịch), sự môi giới, sự trung gian, [법 luật pháp] quyền thay mặt, quyền đại diện, [사람 người] người đại diện, đại biểu. --하다 thay quyền cho, nhân danh, đại diện cho người khác. @ --위임장 tờ ủy quyền. --점 một đại lý. 교장-- quyền hiệu trưởng (của một trường). 법정--인 người đại diện pháp lý.

대리석 cẩm thạch, đá hoa. *인조-- đá giả (bằng thạch cao pha với các màu và cồn dán).

대리인 người đại diện, người được ủy quyền, người đại lý [법 pháp lý] người được ủy quyền đại diện trước tòa (소송의).

대립 sự chống đối, sự chạm trán, sự đương đầu. --하다 chống lại, phản đối, chạm trán, đương đầu. @ 대립적 đối chọi, kình địch, đối địch // 고용주와 피고용인 간의 대립 *sự đối kháng giữa chủ và người làm công.* *--개념 khái niệm kết hợp.

대마 [식물 thực vật] cây gai dầu @대마제의 làm bằng sợi gai dầu. *--유 dầu cây gai dầu. --인 hạt cây gai dầu.

대마루 nóc (nhà).

대만 Đài Loan (*Taiwan*). @대만의 (thuộc) Đài Loan, người Đài Loan.

대만원 một thính phòng chật ních. @대만원을 이루다 có một đám đông khán tính giả, thu hút một khán phòng rộng lớn.

대망 một hoài bão lớn. @대망을 품다 đầy tham vọng, ấp ủ trong lòng một khát vọng.

대망 --하다 mong chờ, trông mong, chờ đợi (một cách hân hoan, vui thích). @대망의 hy vọng, chờ đợi đã lâu, khao khát từ lâu.

대매 một việc buôn bán lớn.

대머리 người hói đầu, người trọc đầu.

대면 cuộc nói chuyện riêng (phỏng vấn), cuộc họp mặt, cuộc gặp gỡ. --하다 gặp riêng, nói chuyện riêng, gặp gỡ. *--교통 sự đối phó với tình trạng giao thông.

대명 sự chờ chỉ thị, sự chờ bổ nhiệm.

대명사 [문법 ngữ pháp] đại từ. @대명사

의 thuộc đại từ. *관계 đại từ quan hệ (지시 đại từ chỉ định, 의문 đại từ nghi vấn, 인칭 đại từ chỉ ngôi thứ).

대명사 [논리 biện chứng] một khóa chuyên đề.

대모 mẹ đỡ đầu.

대목 [고비] cơ hội trọng đại, thời điểm sống còn. @ 선달대목 vào đúng cuối năm // 위험한 대목에서 vào lúc nguy cấp. *--장 chợ phiên đúng vào dịp cuối năm.

대목 thợ mộc cả.

대못 mắt tre (mắt của cây tre).

대문 cửa trước (cửa chính).

대문자 chữ hoa.

대문장 [글 sáng tác] văn phong lỗi lạc, [사람 người] văn phong bậc thầy (về văn học).

대묻다 [더러워지다] bẩn thỉu, dơ bẩn (chất bẩn, làm vấy bẩn) [인색하다] keo kiệt, bần tiện, bủn xỉn.

대물 @대물의 thực tế, khách quan.

대미 @대미 무역을 촉진하다 xúc tiến quan hệ mậu dịch với Mỹ. *--관계 quan hệ. --정책 chính sách quan hệ với Mỹ.

대민 *--봉사 활동 sự phục vụ cho phúc lợi công cộng.

대바구니 cái thúng, cái rổ bằng tre.

대바늘 que đan bằng tre.

대받다 kế nghiệp (ai), thừa hưởng (tài sản), thừa kế, kế tục (sự nghiệp).

대발 bức mành tre, tấm chắn bằng tre.

대밭 bụi tre, rừng tre.

대번에 [곧] tức thì, lập tức, ngay khi, một khi [쉽사리] dễ dàng. @대번에 알아맞히다 đoán đúng ngay.

대범 --하다 không khó tính, không cầu kỳ, không kén chọn, rộng rãi, rộng lượng, hào phóng (có tư tưởng khoáng đạt). @대범한 태도 một thái độ hào hiệp, khoan dung.

대법원 tòa án tối cao.*--장 quan tòa, thẩm phán.

대법회 [불교 đạo Phật] đại chúng, tín đồ Phật Giáo.

대변 phân, chất thải. @대변을 보다 đi đại tiện, đi cầu, đi tiêu.

대변 --하다 phát ngôn cho, trong vai trò của người phát ngôn cho.*--자(인) người phát ngôn.

대변 phần ghi những khoản thu vào tài khoản. @ 대변에 기입하다 ghi những khoản thu vào tài khoản. *--계정 tài khoản tín dụng.

대변 [기하 hình học] cạnh đối diện, (góc, cung) đối diện.

대별 --하다 phân loại (chia ra) một cách đại khái (phỏng chừng)

대보 [보물] tài sản tích lũy có giá trị lớn, kho tàng (kho báu) vô giá, [옥새] con dấu, cái triện của vua.

대보다 so sánh, đối chiếu (대조하다). @ 길고 짧은 것은 대보아야 안다 *bạn không thể lúc nào cũng xét đoán theo bề ngoài.*

대본 [극의 vở kịch] sách giải trí, sách tiêu khiển [영화의 phim ảnh] kịch bản, [가극의 o-pê-ra] kịch bản.

대본 sổ sách kế toán về cho vay nợ, sổ nợ [빌린 책] sách cho thuê . *--서점 thư viện lưu động. --업 nghề cho thuê sách.

대본산 tòa Tổng Giám Mục.

대봉 @대봉치다 đổ đầy, lấp đầy, thay thế, trao đổi (với).

대부 sự cho vay. --하다 cho vay, cho

mượn. *--계 (은행의 ngân hàng) người thu ngân phụ trách việc cho vay. 예금-- vật gửi, tiền gửi. 은행—tiền vay mượn ngân hàng.

대부 cha đỡ đầu.

대부분 phần lớn, phần đông, đa số, ưu thế [대개] hầu hết, thường là, chủ yếu là.

대부인 đại phu nhân.

대분수 [수학 toán] phân số hỗn tạp.

대불 một tượng Phật lớn.

대비 sự chuẩn bị, sự dự phòng, sự trữ sẵn. --하다 chuẩn bị, dự trữ, dự phòng. @시험에 대비하다 *chuẩn bị cho kỳ thi.*

대비 sự tương phản, sự trái ngược (대조), sự so sánh (비교). --하다 tương phản với, trái ngược với, so với, đối chiếu với, sánh với.

대비 vợ góa của vua, hoàng thái hậu.

대빗 cái lược tre.

대사 [큰일 việc lớn] chuyện hệ trọng, [중요한일] một sự việc quan trọng, [대례] một nghi thức cưới xin.

대사 vị thượng tọa, *원호-- thánh *Wonhyo.*

대사 sự ân xá, sự đại xá. --하다 ân xá, xá tội. *--령 một sắc lệnh ân xá. @대사령을 내리다 ban sắc lệnh ân xá.

대사 => 신진 대사.

대사 cách nói, lối nói, lời nói, lời thoại. @대사를 말하다 nói lời của vai diễn. *독백-- kịch một vai, độc thoại, độc bạch.

대사 đại sứ, phái viên. @ 주미 한국 대사 đại sứ Hàn Quốc ở Mỹ. *--부인 nữ đại sứ, đại sứ phu nhân. 변리-- đại sứ quán.

대사관 tòa đại sứ (Đại sứ quán) @주미한국 대사관 tòa đại sứ Hàn Quốc ở Mỹ. *--서기관 bí thư tòa đại sứ. --원 nhân viên sứ quán.

대사무실 văn phòng cho thuê.

대사업 công việc kinh doanh lớn, một xí nghiệp lớn.

대상 (1) [변상] sự bồi thường, sự đền bù. --하다 đền bù, bồi thường. (2) [대신하는 변상] sự bồi thường thay. --하다 đền bù thay cho người khác. (3) [딴 것으로하는] sự bồi thường bằng vật thay thế. *--하다 bồi thường bằng vật thay thế *--수입 sự bồi thường bằng hàng nhập khẩu.

대상 đám giỗ lần thứ hai.

대상 đoàn lữ hành, đoàn người hành hương.

대상 mục tiêu, mục đích (목표). @공격의 대상 mục tiêu (đối tượng) của sự phê phán.

대생 [식물 thực vật] tính đối xứng, vị trí đối nhau. *--엽 lá mọc đối xứng.

대서 --하다 viết cho ai (viết hộ ai) *--소 văn phòng công chứng. --인 công chứng viên, người chép thuê, người sao chép bản thảo.

대서다 (1) @ 뒤에 대서서 가다 theo gót chân người khác (2) [대들다 phản đối, thách thức, bất chấp, coi thường (cấp trên mình).

대서 biển Đại Tây Dương (Atlantic). *--항로 đường bay xuyên Đại Tây Dương. 북--조약 기구 tổ chức minh ước Bắc Đại Tây Dương (khối NATO).

대서 하다 đề cập đặc biệt, viết chữ đậm (to) @대서 특필할 만한 사건 một sự kiện lớn, một sự việc cơ bản, chính yếu.

대석 đế cột, bệ, đôn (để đặc tượng hoặc

công trình điêu khắc).

대선 một chiếc tàu (thuyền) lớn.

대설 [큰눈] cơn bão tuyết.

대성 --하다 làm xong, hoàn thành, [인격의] đạt tới, đạt được thành quả to lớn @ 대성할 인물 người làm tròn lời hứa.

대성 giọng nói to // 대성통곡하다 khóc la ầm ĩ, rên rỉ om sòm.

대성공 => 성공.

대성황 sự thịnh vượng, phát đạt, phồn vinh (về kinh tế), điều kiện thành công => 성황.

대세 [형세] hoàn cảnh chung, [추세] xu hướng, chiều hướng chung, trào lưu, xu thế. @대세를 따르다 (역행하다) theo (hoặc chống) trào lưu.

대소 --하다 cười to, cười lớn, cười phá lên.

대소 cỡ lớn và nhỏ, [크기] kích cỡ, kích thước. @ 대소의 rộng hay chật // 대소를 막론하고 không quan tâm (bất kể) kích cỡ.

대소 sự kiện tụng do ủy nhiệm --하다 kiện ra tòa nhân danh người khác.

대소동 sự rối loạn, sự náo động, sự lộn xộn, tình trạng rắc rối lớn, sự huyên náo, sự phản ứng mạnh. @장내에 대소동이 일어났다 *căn phòng rơi vào tình trạng náo động.*

대소변 [변] phân và nước tiểu. @대소변을 보다 đi tiêu, đi tiểu.

대소수 [수학 toán] phân số hỗn hợp.

대소쿠리 cái giỏ tre.

대속 sự chuộc lỗi, sự đền tội (thay cho ai, [성경 Kinh Thánh] sự Cứu thế (sự đau khổ và cái chết của Chúa Jesus để chuộc lại tội lỗi của loài người).

대손 món nợ không hy vọng được trả, nợ chết.

대솔 cây thông lớn. *--잎 lá của một thông lớn.

대수 đại số học @대수의 đại số // 대수로 끌다 *tìm ra lời giải của một bài toán đại số.*

대수 (1) [큰수] đại số, số lớn (2) [대운] vận may lớn.

대수 [수학] lôga *--표 bảng lô-ga-ríc.

대수롭다 quan trọng, đáng giá. @대수롭지 않다 không quan trọng, vô giá trị, tầm thường // 대수롭지 않게 여기다 không quan tâm, không để ý đến.

대수술 một ca mổ nghiêm trọng

대숲 một lùm tre, bụi tre.

대승 phái Đại Thừa (Phật giáo). @대승적 견지에서 문제를 해결하다 nhận định một vấn đề ở một quan điểm rộng rãi *--경 kinh Đại Thừa --불교 Phật tử phái Đại Thừa.

대승 chiến thắng vĩ đại, thắng lợi long trời lở đất, sự thắng phiếu lớn (선거에서 tại cuộc tranh cử). --하다 đạt chiến thắng lớn.

대승리 một sự thắng lợi hoàn toàn.

대승정 [가톨릭교의 Công giáo] Đức Tổng Giám mục, Cha bề trên, Đức Giáo Hoàng, Đức Hồng Y .

대시 cuộc đua ngắn, sự chạy nhanh.

대식 tính háu ăn, thói phàm ăn, thói tham ăn --하다 ăn mạnh, ăn nhiều. *--가 người háu ăn, người ăn tham.

대신 (1) [대리·대용] sự thay thế, [사람 người] người đại diện, người được ủy quyền, người thay thế. @대신에 thay cho, đại diện cho, nhân danh cho // 대신으로 *với tư cách là người đại diện.* (2) [대상 sự đền bù thay] (3) [한편]

tuy nhiên, tuy thế, tuy vậy, dầu sau, dù cho, mặc dầu, dẫu cho., nếu không..

대신 thành viên nội các, bộ trưởng.

대심 [법] sự chạm trán, sự đương đầu. @ 대심하다 đối chất.

대아 [철학 triết học] sự quá coi trọng bản thân mình, sự tự tôn.

대안 một kế hoạch đề xuất.

대안 bên kia bờ sông.

대안 *--렌즈 mắt kính, thị kính.

대야 chậu rửa, la-va-bô.

대양 đại dương, biển. @대양의 đại dương. *--화 hải dương học. --항로 đường biển. --항로선 tàu thủy lớn chở khách hoặc chở hàng chạy thường xuyên ở một chuyến.

대양주 châu Đại Dương. @대양주 사람 người châu Đại Dương.

대언 장어 lời nói khoát lác, lời nói phóng đại. --하다 nói khoác, khoe khoang, phóng đại. *--가 người khoe khoang, khoác lác.

대업 một thành tựu (tích) lớn, một tổ chức kinh doanh lớn.

대여 sự cho vay, tiền cho vay. --하다 cho vay, cho mượn.

대여섯 vào khoảng năm (hoặc) sáu.

대역 sự làm phản, sự mưu phản. *--사건 một trường hợp phản bội

대역 một công tác quan trọng.

대역 người diễn thay, người đại diện. --하다 đóng thay, đại diện.

대역 sự dịch theo nguyên bản, bản phóng tác.

대열 hàng ngũ. @대열을 지어 행진하다 diễu hành theo hàng lối.

대영 *--무역 quan hệ mậu dịch với Anh Quốc. --정책 chính sách đối với nước Anh.

대오 [대열] hàng ngũ, đội ngũ [진열] sự dàn trận, sự bày binh bố trận, [행렬] một đám rước. @ 대오를 짓고 theo hàng theo lối // 대오를 짓다 *xếp thành hàng.*

대오 sự giác ngộ, sự nhận thức. --하다 đạt đến sự giác ngộ.

대오다 đến đúng giờ.

대왕 đại đế @알렉산더 대왕 *Alexander* đại đế.

대왕풀 [식물] một loại hoa phong lan.

대외 nước ngoài, bên ngoài *--무역 ngoại thương --방송 buổi phát thanh nước ngoài --원조 sự giúp đỡ của nước ngoài. --정책 chính sách đối ngoại.

대요 bảng giản lược, sự tóm tắc, sơ lược, nội dung, đại ý, đại cương. @ 대요를 설명하다 vạch ra một đề cương.

대용 sự thay thế. --하다 thế A cho B. @ 이것은 책상의 대용이 된다 *sẽ dùng cái này như một bàn làm việc.* *--식 món ăn thay thế --품 vật thay thế.

대우 [취급] cách cư xử, [접대] sự đón tiếp, tiệc chiêu đãi, [급료] tiền thù lao, tiền lương, tiền thưởng. @대우를 개선하다 cải thiện điều kiện làm việc (조건을), tăng lương (급료를 tiền lương) // 극진한 대우를 받다 được đối xử tốt, được tiếp đón niềm nở.

대우 (1) [수학] sự trái ngược, sự tương phản (2) [논리 tính logic] sự đối lập, phép đối chọi. *--법 phản đề. --정리 sự tương phản.

대우주 [철학 triết học] vũ trụ rộng lớn, thế giới vĩ mô.

대웅성 chòm sao gấu lớn, đại hùng tinh.

대웅전 chánh điện (của đền, chùa).

대원수 tổng tư lệnh.

대월 số tiền nợ còn tồn chưa giải quyết xong (미불 tiền còn thiếu lại), số tiền chi trội, số tiền rút quá số tiền gửi trong một tài khoản (은행의 ngân hàng). @대월이 되어 있다 rút quá số tiền gửi trong một tài khoản. *--계정 chủ tài khoản.

대위 [육군 lục quân, 공군 không quân] đại úy, đại úy không quân [해군 hải quân] đại úy hải quân

대위법 [음악 âm nhạc] đối âm. @대위법의 thuộc đối âm.

대음 --하다 uống rượu như hủ chìm.

대응 [마주 대함] sự chạm trán, sự đương đầu, sự đối kháng [상응] sự tương ứng --하다 đối mặt, đối phó, đương đầu *--책 biện pháp đối phó.

대의 [요지] thực chất, đại ý, lý do chính, ý chính, [개략 đề cương] một quan niệm chung, nét phác thảo, bản tóm tắt. @연설의 대의를 간추려 말하다 đưa ra ý chính trong bài diễn văn.

대의 (luật) công bằng, sự công bằng (nghĩa vụ tinh thần). *--명분 (công lý, tư pháp) sự bào chữa, sự biện hộ.

대의 sự thay mặt, sự đại diện, sự tiêu biểu. --원 người đại biểu, người đại diện, người được ủy thác.

대이름씨 đại từ => 대명사 (đại danh từ)

대인 (1) [어른] người lớn, người trưởng thành. @대인용 *dành cho người lớn.* (2) [군자] người đức hạnh, người cao quý. (3) [존칭] cha kính yêu. (4) [관대한 사람] người có tư tưởng rộng rãi, khoáng đạt.

대인 *--관계 (신용) quan hệ cá nhân *--담보 an ninh cá nhân.

대인기 sự nổi tiếng, sự ưa thích của quần chúng, tính phổ biến, tính đại chúng. 대인기다 rất phổ biến.

대인물 một vĩ nhân.

대일 @대일 감정 thân Nhật // 대일 외교정책 chính sách ngoại giao đối với Nhật Bản.

대임 [임무] một trách nhiệm lớn, một nhiệm vụ quan trọng. @대임을 맡다 *đảm trách một nhiệm vụ quan trọng.*

대자 cây thước tre (thước gấp của thợ mộc)

대짜 con vật lớn, con thú săn lớn (hổ, sư tử, voi chẳng hạn) (사냥감 따위의).

대자대비 đại từ đại bi. @대자 대비하신 관세음보살 *Avaloktesvara đại từ đại bi.*

대자리 chiếc chiếu tre.

대자보 [중공의 벽보] tờ áp phích, tờ quảng cáo tường.

대자연 tạo hóa, thiên nhiên (hùng vĩ)

대작 một tác phẩm lớn, một kiệt tác (걸작), *một tác phẩm có tầm cỡ lớn.*

대작 (1) người viết thuê (cho một nhà văn), [작품] công việc làm thay cho người khác. --하다 viết thuê (thiểu thuyết, quyển chuyện), viết thuê (cho người khác). (2) => 대파. *--자 người viết thuê cho một nhà văn, người giúp việc kín đáo cho một nhà văn.

대작 --하다 uống rượu chung với nhau, chén chú chén anh (với ai).

대장 người chỉ huy, thủ lĩnh, lãnh tụ, người lãnh đạo, người hướng dẫn. *--탐험 người lãnh đạo cuộc hành trình

대장 sổ sách, sổ cái. @대장에 기입하다 đăng ký, ghi sổ, vào sổ.

대장 [해부 giải phẫu] ruột kết, ruột già. *--균 vi trùng bệnh viêm ruột kết. --염

bệnh viêm ruột kết.

대장 tướng bốn sao (육군 lục quân · 공군 không quân), đô đốc (해군 hải quân).

대장경 sự sưu tập đầy đủ các bộ kinh Phật, luật lệ và giáo điều.

대장부 đại trượng phu, một người anh hùng khí phách. @ 대장부답게 굴다 cư xử như một đại trượng phu

대저 chung chung, khái quát, tổng quát, theo qui luật.

대저 một tác phẩm lớn.

대저울 cán cân, đòn cân.

대적 --하다 đấu tranh, chống đối, đối kháng, đối chọi. *--행위 hành động thù nghịch, tình trạng chiến tranh

대적 một kẻ thù đáng sợ, [경쟁자] đối thủ đáng gờm.

대전 [의식] một nghi lễ quốc gia, [축전] một lễ hội lớn, [법전] quy tắc, luật lệ [종교의 tôn giáo] giáo luật.

대전 [전집] bộ sưu tập hoàn chỉnh.

대전 trận đại chiến, cuộc chiến tranh thế giới @ 제 1 차 세계대전 chiến tranh thế giới lần thứ nhất.

대전 [물리 vật lý] sự điện khí hóa. --하다 điện khí hóa.

대전 --하다 đấu tranh, gặp, vấp phải, đương đầu. [경기 kinh tế] tranh đua, cạnh tranh.

대전제 [논리 tính logic] đại tiền đề (trong tam đoạn luận).

대전차 công cụ chống xe tăng. *--지뢰 (프, 호) mìn, đại lôi, thủy lôi chống xe tăng (súng, hào, hầm).

대절 sự đặt chỗ trước, sự giữ trước. --하다 đặt trước, thuê. *--차 chiếc xe dành riêng (trước).

대점포 gian hàng cho thuê.

대접 một tô súp, một bát (chén) canh.

대접 sự đối đãi, sự chiêu đãi, sự đón tiếp. --하다 cư xử, tiếp đón, chiêu đãi.

대정각 [기하] góc đối đỉnh.

대정맥 tĩnh mạch chủ.

대제 một hoàng đế vĩ đại.

대제 một đại lễ.

대제사장 một thầy cả, một vị cao tăng.

대조 sự tương phản, sự trái ngược, sự so sánh (비교). --하다 tương phản giữa A với B, so sánh bài A với bài B. @뚜렷한 대조를 이루고 있다 *mẫu A nổi bật so với mẫu khác.*

대종 dòng chính, dòng lớn. *--가 chủ gia đình. --손 người thừa tự, người kế tục.

대좌 --하다 ngồi đối mặt nhau, ngồi đối mặt với.

대좌 cái bệ, cái đôn (để kê đồ vật / đặt tượng) bệ của cái cột.

대죄 [도덕상의] tội giết người, [법률상의] tội tử hình, trọng tội. *--인 người phạm trọng tội.

대죄 --하다 chờ đợi sự phán quyết của chính quyền.

대주 người cho vay, người chủ nợ.

대주교 vị Tổng Giám Mục (đại giáo chủ).

대주다 tiếp tế, cung cấp, giúp đỡ @일감을 대주다 cung cấp việc làm, kiếm việc làm.

대중 (1) @대중잡다 đánh giá chung chung, tính phỏng chừng. (2) [기준] tiêu chuẩn. @...에 대중을 잡다 dựa trên nền tảng của...

대중 quần chúng nhân dân, dân chúng. @ 대중화하다 đại chúng hóa, làm cho phổ biến // 대중의 지지를 얻다 được sự ủng hộ của quần chúng. *--문학 văn học bình dân (đại chúng). --성 tính đại

ㄷ

chúng. --식당 quán ăn bình dân.

대중 없다 mâu thuẩn nhau, trái nhau, thiếu chuẩn mực.

대중 요법 phương pháp chẩn đoán triệu chứng để điều trị

대지 nơi, chỗ, vị trí, địa điểm, mảnh đất nhỏ, bãi đất, khu đất. *건축—lô đất cất nhà.

대지 đất, mặt đất, trái đất, Thánh địa (펄·벅의소설명).

대지 hoài bão lớn, khát vọng lớn, tham vọng lớn. @대지를 품다 *có nhiều hoài bão lớn lao.*

대지 tính đối đất. @공대지 공격 *cuộc tấn công không đối đất.*

대지 bìa cứng, giấy bồi, giấy làm nền, khung, gọng (사진의). @사진을 대지에 붙이다 đóng khung bức ảnh

대지 cao nguyên, bình nguyên.

대지 공격 cuộc tấn công đối đất.

대지르다 => 대들다.

대지주 một đại địa chủ.

대진 --하다 khám (bệnh) thay mặt cho một bác sĩ khác @대진 의사 một bác sĩ phụ tá, bác sĩ thực tập nội trú.

대진 --하다 cắm trại đối diện nhau.

대질 sự chạm trán, sự đương đầu.

대찔레 [식물 thực vật] cây tầm xuân.

대집행 [법 pháp lý] sự thừa hành do người được ủy nhiệm.

대차 sự khác biệt lớn. @대차 없다 *không có khác biệt gì nghiêm trọng.*

대차 [체조] cú đấm bạt, cú *xuynh* (quyền Anh).

대차 tiền cho vay, món nợ, [장부상의] bên nợ và bên có. @대차를 격산하다 làm bản làm cân bằng sổ sách. *--관계 quan hệ tài chính, tài khoản. --계정 sổ sách giữa chủ nợ và con nợ. --대조표 tờ quyết toán.

대찰 ngôi đền lớn.

대책 một biện pháp đối phó. @대책을 강구하다 cân nhắc một biện pháp đối phó.

대처 --하다 gặp, đụng, đối mặt, đối phó, đương đầu, giải quyết.

대처승 một tu sĩ mộ đạo.

대척 @대척의 đối cực, đối lập, trực tiếp đối diện. *--자 hoàn toàn tương phản, sự tương phản tuyệt đối. --지 điểm đối chân (địa lý/địa chất).

대천지원수 kẻ thù không hòa giải được, kẻ thù không đội trời chung.

대첩 một chiến thắng đáng kể. --하다 đạt thắng lợi lớn.

대청 phòng lớn, đại sảnh.

대청 [식물 thực vật] cây tùng lam.

대체 (1) [개요] đề cương, bản tóm tắt, ý chính, ,nội dung, đại ý. (2) [대체로]. @대체로 말해서 nói chung. (3) [도대체] trên thế gian.

대체 --하다 luân phiên, thay đổi, thay thế. *--물(법) vật thay thế, vật có thể thay thế được (대체 가능물).

대체 sự hối đoái, sự đổi tiền, sự trao đổi, sự chuyển nhượng. --하다 trao đổi, chuyển nhượng. *--계정 sự chuyển khoản.

대추 quả táo ta, quả chà là.

대출 sự cho thuê. --하다 cho thuê, cho vay, cho mượn, trả trước, đặt trước, tạm ứng (tiền). @도서관의 대출을 어용하다 *tận dụng nguồn sách cho mượn ở thư viện.*--금 tiền cho vay.

대충 hầu như, gần như, khoảng chừng, phỏng chừng, xấp xỉ. @대충 예산을

잡아 보다 tính phỏng chừng các phí tổn.

대충 --하다 bổ sung, cung cấp người hay vật thay thế.

대충 자금 quỹ (kho) đối chiếu.

대취 --하다 uống (rượu) say như chết.

대치 --하다 đứng đối diện với, chạm trán nhau.

대통 ống tre, [담뱃대의] tẩu thuốc lá.

대통 (đại thông) @운수가 대통하다 gặp một tình trạng cực kỳ may mắn.

대통령 chủ tịch, tổng thống @대통령의 (thuộc) chức chủ tịch, tổng thống // 대통령 부인 tổng thống phu nhân, đệ nhất phu nhân // 대통령 선거 cuộc bầu cử tổng thống. –교서 thông điệp của tổng thống.

대통령 선거인 các đại biểu thuộc ủy ban bầu cử tổng thống. *--단 đại hội đại biểu cử tri (để bầu tổng thống). –(단)선거 sự bỏ phiếu bầu chọn tổng thống của đại biểu cử tri.

대퇴 [대퇴부] đùi, bắp đùi, xương đùi. *--골 một cái xương đùi.

대파 --하다 [건물따위가] bị thiệt hại lớn [무찌르다] làm thất bại, làm tiêu tan.

대파 --하다 đưa ra sự thay đổi.

대판 @대판 싸우다 chống cự kịch liệt, tranh cãi sôi động.

대판 cỡ lớn, khổ rộng.

대패 cái bào. @대팻날 lưỡi bào // 대팻밥 vỏ dăm bào // 대패질하다 bào nhẵn (tấm ván).

대패 @대패를 당하다 bị thất bại xiểng niểng.

대포 (1) [병기 binh khí] khẩu đại pháo (총칭). @대포 소리 tiếng đại bác gầm (âm thanh của tiếng súng đại bác) // 대포를 –쏘다 bắn đại bác. (2) [거짓말 lời dối trá] nói bịa đặt, nói dóc. @ 대보를 놓다 nói huênh hoang, nói phách (*tiếng lóng*: nổ, bắn súng đại bác).

대폭 (1) [폭이 넓음] đủ khổ (vải). (2) [부사적] cao, dốc, cheo leo, theo lề rộng. @ 대폭 인상 sườn dốc cheo leo.

대표 [대표함] sự thay mặt, sự đại diện, [대표자] người đại biểu, người đại diện, phái đoàn, đoàn đại biểu (집합적). --하다 đại diện, đại biểu, thay thế cho, làm thay. @대표적 đại biểu, điển hình, tiêu biểu (종류의) // 그는 학급을 대표해서 조문을 했다 *anh ấy đã chuyển lời chia buồn thay mặt cho cả lớp.*

대풍 một mùa gặt bội thu.

대피 --하다 [철도] chuyển hướng, thay đổi hướng, hoãn lại, xếp lại, [공습 따위를] nương tựa, che chở, ẩn náu. *--로 góc thụt vào để đậu xe. --역 chỗ rẽ đường (đường sắt).

대필 --하다 viết (thơ cho ai).

대하 một con sông rộng. *--소설 trường thiên tiểu thuyết.

대하 chứng chảy mủ ở tử cung. *--증 khí hư, huyết trắng (백대하).

대하다 (1) [마주보다] giáp mặt, đương đầu, đối diện, chạm trán (với). @서로 얼굴을 대하다 đối mặt nhau, chạm trán nhau. (2) [향하다 관하다 đối với, về phần, về vấn đề, hướng về (관하여). @문학에 대한 홍미 *quan tâm đến nền văn học* // 어버이에 대한 의무 *bổn phận đối với cha mẹ*. (3) [대조] trái với, tương phản với. (4) [응대] tiếp đón, tiếp nhận. @친절하게 대하다 tiếp đón ai một cách ân cần. (5) [대항] chống lại. @결정에 대한 항의 sự phản đối một quyết định. (6) [비교· 비례] so sánh, đối chiếu với, tương phản với, qua, bằng, đối diện, đối chọi. @사망률은 1,000 명에 대하여 5 명의 비율이다 tỉ lệ người chết là 5 trên 1000 (7) [보수로서] để đáp lại...

대하증 khí hư, huyết trắng.

대학 [대학] trường đại học, [단과] trường cao đẳng.@ 대학 1 학년 생 sinh viên đại học năm thứ nhất. *--교수 giảng viên (đại học, cao đẳng). --모 mũ tốt nghiệp cao đẳng. --생 sinh viên. --원 viện đại học. --총장 hiệu trưởng trường đại học. --학장 chủ nhiệm khoa. 국립-- trường đại học quốc gia. [의과 *Y Khoa* 문리과 *Khoa Học và Nghệ Thuật Tự Do,* 법과 *luật khoa* , 공과 *kỹ sư cơ khí,* 농과 *Nông Nghiệp,* 상과 *thương mại,* 사범 *Sư Phạm,* 미술 *Mỹ Thuật,* 음악 *âm nhạc,* 치과 *Nha khoa,* 약과 *Dược Khoa,* 수의과 *thú Y,* 수산 *công nghiệp cá,* 항공 *Hàng không*].

대학자 một đại học giả.

대한 giữa mùa đông, đợt lạnh nhất.

대한 nước Đại Hàn. *--민국 Đại Hàn Dân Quốc. --해협 eo biển Korea.

대합 [조개 trai, sò] con trai.

대합실 phòng đợi (chờ tàu đến), phòng chờ (đến lượt khám, bệnh).

대항 sự đối đầu, sự ganh đua, sự kình địch, sự đua tài. --하다 chống đối, giữ vững, cạnh tranh, đương đầu, đối phó. @...에 대항하여 tương phản với, chống đối với, kình địch với, cạnh tranh (ganh đua) với... *--시합 một đối thủ. --책 biện pháp đối phó, biện pháp trả đũa.

대해 thiệt hại lớn.

대해 đại dương, biển khơi.

대행 sự thi hành gián tiếp. --하다 thi hành do được ủy nhiệm.

대형 @대형의 kích cỡ rộng, cỡ lớn.

대형 sự hình thành, sự ngăn nắp, gọn gàng.

대화 cuộc chuyện trò, cuộc đàm luận, cuộc đối thoại (둘의). --하다 đàm thoại, đối thoại, chuyện trò, bàn luận. *--극 lời thoại trong kịch.

대회 cuộc mít tinh lớn, đại hội, sự tập hợp đông đảo nhân dân vì mục đích chung, [총회] hội nghị, cuộc họp toàn thể, [경기의] cuộc thi đấu. @대회를 열다 tổ chức một cuộc mít tinh lớn. *국민-- *một cuộc mít tinh đại chúng.* 소년단-- sự tập hợp hướng đạo sinh, đại hội hướng đạo sinh. 시민-- một cuộc mít tinh lớn của nhân dân.

대훈위 huân chương cao quý, Đại Huân chương.

대흉 đại hung [불길 không may mắn] vận rủi khác thường, [흉년 năm thất thoát] một mùa thu hoạch kém.

댁 [남의 집] căn nhà, tổ ấm, [가족] gia đình, [상대자] bầu đoàn thê tử, [남의 부인] phu nhân, bà xã, vợ. @김씨 댁 nhà của ông Kim.

댁내 gia đình của..

댁대구루루 sự lăn. @댁대구루루 굴러 가다 lăn qua lăn lại.

댄서 diễn viên múa, vũ nữ.

댄스 một điệu vũ (múa), sự khiêu vũ. *--교습소(교사) trường dạy khiêu vũ (người huấn luyện). --파티 buổi khiêu vũ. --호올 phòng khiêu vũ, vũ trường.

댓 khoảng 5. @댓번 khoảng 5 lần.

댓돌 bậc thang bằng đá, [섬돌] miếng đá

kê bước chân.

댓진 chất nicotin (nhựa thuốc lá trong ống điếu).

댕그랑거리다, 땡그랑거리다 tiếng leng keng.

댕기 dải ruy băng thắt bím tóc. @댕기를 매다 thắt bím tóc bằng sợi ruy băng.

댕기다 [불이] bắt lửa, cháy, [불을] đốt lửa, bén lửa, nhóm lửa, nhen lửa.

댕댕, 땡땡 leng keng, @종이 땡땡친다 chuông kêu leng keng.

댕돌같다 cứng như gạch.

더 [수량· 정도] hơn, nhiều hơn, [시간 thời gian] dài hơn, lâu hơn, [거리 khoảng cách] xa hơn. @더 많이 (*too many*) quá nhiều, nhiều hơn nữa, [수] (tốt, hay) nhiều hơn nữa // 더 한층 càng ngày càng //더 연구할 필요가 있다 *cần phải nghiên cứu thêm nữa.*

더가다 [거리 khoảng cách] quá, vượt quá, vượt qua [시계가 đồng hồ] đi quá nhanh, chạy nhanh, [정도 mức độ] vượt quá.

더껑이 vảy cá (mắt), da (bì / vỏ), lớp ván, lớp bọt, kem.

더께 lớp bùn đất, lớp cáu ghét.

더구나 => 더군다나.

더군다나 ngoài ra, hơn nữa, vả lại, vả chăng, thêm vào.

--더니 @마구 노름을 하더니 결국 가산을 탕진하고 말았다 *hắn vẫn cứ chơi bài cho đến khi thua sạch túi.*

더덕더덕 thành chùm, thành đàn, thành cụm, thành bó.

더듬거리다, 떠듬거리다 [말을 lời nói] nói lắp, nói cà lăm, nói ấp úng, nói ngập ngừng. @떠듬거리며 변명하다 *lắp bắp nói lời xin lỗi.*

더듬다 (1) [손으로] dò tìm, sờ soạng tìm cái gì, dò dẫm, lần mò tìm cái gì. @어둠속에서 성냥을 더듬다 mò mẫm tìm diêm quẹt trong bóng tối. (2) [길을] dò dẫm đường đi, thận trọng tiến bước, đi rón rén từng bước, [근원을 nguồn gốc] truy nguyên, tìm thấy nguồn gốc của.. (3) @기억을 더듬다 hồi tưởng lại, cố gắng nhớ lại (kỷ niệm). (4) [말을] lắp bắp, cà lăm, ấp úng.

더듬더듬 [말을] sự cà lăm, lời nói lắp bắp, [손으로] sờ soạng, mò mẫm, dò dẫm. @더듬더듬 읽다 ấp úng nói về.., ngập ngừng nói ra..

더듬이 [동물 động vật] râu, xúc tu, tua cảm, [말더듬이] tật lắp.

더디다 trì độn, ù lì, chậm chạp, đờ đẫn, chậm phát triển (về trí tuệ) @진보가 더디다 *chậm phát triển.*

--더라 tôi nhận thấy là.. nghe nói rằng…, tôi có nghe là…

--더라도 ngay cho là, dù là, giả sử, nếu. @농담이더라도 *cho dù là lời nói đùa* // 어떠한 일이 있더라도 *cho dù xảy ra bất cứ điều gì.*

더러 (1) [어쩌다] thỉnh thoảng, đôi khi. @그에게서 더러 소식이 있다 *thỉnh thoảng lại được nghe tin về anh ta.* (2) [얼마쯤] một ít, một vài, dăm ba,ít ỏi, chút ít.

더러워지다 bị vấy bẩn, bị dơ.

더럭 @겁이 더럭 나다 hoảng sợ bất thình lình.

더럭더럭 ngoan cố, ương ngạnh, cố chấp,khăng khăng, nhũng nhiễu, nài nỉ, đòi dai. @돈을 달라고 더럭더럭 조르다 nài nỉ đòi tiền, khăng khăng xin tiền.

더럼타다 dễ bị lấm dơ, dễ bị ô nhiễm.

더럽다 (1) [불결] bị dơ, hôi hám, bẩn thỉu @ 더러운 옷 quần áo bẩn thỉu (2) [추잡] không đứng đắn, khiếm nhã, thô tục. @더러운 계집 người đàn bà không đứng đắn. (3) [야비] hèn hạ, thấp kém, bần tiện, tầm thường, hèn mọn, đê tiện, khúm núm. (4) [인색] keo kiệt, bủn xỉn, hà tiện. (5) [비겁] gian lận, không công bằng, trái luật. @더럽게 이기다 *thắng nhờ gian lận.*

더럽히다 (1) [때묻히다] làm dơ bẩn. @ 책을 더럽히다 làm dơ cuốn sách. (2) [명예 따위를] làm ô nhục, làm cho nhục nhã, làm hổ thẹn, *làm mất danh dự*, [모독] báng bổ, làm ô uế (cửa chùa).@ 가명을 더럽히다 *làm ô danh dòng họ.* (3) [여자를] lăng nhục, sĩ nhục, xúc phạm, cưỡng hiếp, hãm hiếp, cưỡng đoạt. @몸을 더럽히다 *đánh mất sự trong trắng.*

더미 một chồng, đống, cụm. @쓰레기 더미 đống rác => 산더미.

더미씌우다 chuyển, giao, đặt (trách nhiệm trên vai người khác), quy (tội), đổ (lỗi cho ai), bắt ai phải chịu.

더버리 người khoe khoang khoác lác, người hay người hay ba hoa, người hay nói chuyện tầm phào vớ vẩn.

더벅머리 [소년] cậu bé đầu tóc rối bời.

더부룩하다 có nhiều chùm, có nhiều bụi, rậm rạp. @더부룩한 머리 mái tóc rậm (dầy).

더부살이 người hầu ở (sống) chung, kẻ theo đóm ăn tàn (식객).

더불어 cùng nhau, với, cũng như, và cũng.

더블 gấp đôi.

더블류시이 (W.C) nhà vệ sinh.

더빙 [영화 phim] sự lồng tiếng, sự lồng nhạc.

더없이 hầu hết, phần lớn, hơn tất cả, tốt hơn là.

더우가 ngoài ra, hơn nữa, vả lại, vả chăng.

더욱 hơn nữa, thêm nữa, còn nữa, càng, càng ngày càng.@ 더욱 노력하다 *cố gắng hơn nữa.* -더욱 작아지다 *càng ngày càng chậm phát triển.*

더위 thời tiết oi bức, khí hậu nóng nực. @ 더위를 견디다 chịu đựng cái nóng, cầm cự với cái nóng

더위먹다 bị ảnh hưởng của cái nóng.

더위타다 cảm giác nóng.

더펄개 một con chó xù.

더펄거리다 bật lên bật xuống.

더펄머리 mái tóc khỏe (tốt)

더하다 [1] (1) [심해지다] làm cho xấu hơn, làm nặng nề thêm, làm cho nghiêm trọng thêm lên, dữ dội thêm. @그의 병세는 날로 더한다 *hắn càng ngày càng tệ hơn.* (2) [보태다] cộng vào, cộng thêm, tổng cộng. @둘에 둘을 더하면 넷이다 *hai với hai là bốn.* (3) [늘이다] tăng thêm, tăng lên, cộng thêm vào.

더하다 [2] [비교해서] hơn, nhiều hơn @독하기는 그것보다 이 술이 더하다 *loại rượu này mạnh hơn loại kia.*

더할 나위 없다 lý tưởng nhất, tốt nhất, hoàn hảo. @더할 나위 없이 một cách hoàn hảo, vô cùng, tột bậc.

덕 (1) [덕행] lòng, tốt, lòng hào hiệp, đức tính tốt, thói quen tốt...@ 덕이 높은 사람 người có đạo đức tốt, người đức hạnh // 덕을 닦다 tu dưỡng đức hạnh, trao dồi đạo đức. (2) [덕분] sự chiếu cố, sự thiên vị, ân huệ, đặc ân. @덕으로

do sự giúp đỡ (của ai), nhờ có (ai)

덕대 một hợp đồng phụ (thầu phụ) của khu khai thác mỏ.

덕망 ảnh hưởng đạo đức. @덕망이 있다 có ảnh hưởng đạo đức. *--가 một người nổi tiếng có đạo đức tốt, một người nổi tiếng đạo đức.

덕분 sự mắc nợ, công nợ, tiền nợ, sự hàm ơn, sự mang ơn => 덕택.

덕성 tính đức hạnh, sự trong trắng. @덕성스럽다 tốt bụng, hiền lành, đôn hậu, có lòng tốt, có đạo đức tốt.

덕업 hành động (việc làm) đạo đức.

덕육 giáo dục đạo đức, đức dục.

덕지덕지 @때가 덕지덕지 끼다 phủ đầy đất.

덕택 sự hàm ơn, sự chiếu cố, sự thiên vị, ân huệ, đặc ân, [조력] sự giúp đỡ, sự cứu giúp, sự viện trợ, [후원 sự đỡ đầu] sự ủng hộ. @덕택으로, do bởi, nhờ vào (sự giúp đỡ), nhờ sự chiếu cố của ai, dựa vào lòng tốt của người nào // 내가 오늘 이만큼 된 것은 그분의 덕택이다 *tôi mang ơn anh ấy về những gì tôi có được ngày nay.*

덕행 tư cách đạo đức, lòng hào hiệp, tính tốt, đức hạnh.

덕화 ảnh hưởng đạo đức

덖다 chiên, rán (thức ăn trong dầu)

던적스럽다 [비열] bủn xỉn, hèn hạ, tham lam, hám lợi, bần tiện, [추잡] khiếm nhã, sỗ sàng, bẩn thỉu, tục tĩu.

던지다 (1) [내던지다] ném, vứt, quăng, liệng, [세게] ném mạnh, phóng mạnh, [위로] buông, quăng, thả, ném, tung, [공을] ném, tung, liệng (vật gì, lao xuống (người) @ 돌을 던지다 ném hòn đá (vào). (2) [투표]. @깨끗한 한 표를 던지다 bỏ (thả) phiếu trắng.

던지럽다 xấu, tồi, thô tục, thô lỗ, bẩn thỉu, dơ bẩn, tồi tàn.

덜 thiếu, dở dang (dở dở ương ương), không đầy đủ. @덜 구워진 nửa sống nửa chín, chưa thật chín, tái (bít tết) (생선, 고기), nướng chưa chín hẳn (빵) // 덜익은 과일 trái cây chưa chín, trái cây còn xanh.

덜거덕거리다, 떨꺼덕거리다 kêu lách cách, kêu lạch cạch, va vào nhau kêu loảng xoảng.

덜다 (1) [절약 tiết kiệm] dành dụm, để dành, [감하다 giảm bớt] làm nhẹ đi, làm dịu, làm cho đỡ, giảm bớt, thu nhỏ, hạ. @근심을 덜다 giảm bớt sự chú ý // 기계는 많은 노력을 던다 *cơ giới hóa làm giảm bớt nhiều lao động.* (2) [빼다] trừ, khấu trừ, loại trừ, xóa bỏ, loại bỏ.

덜덜 [1]@ 무서워서 덜덜 떨다 sợ run // 추워서 덜덜 떨다 lạnh phát rùng mình, lạnh run.

덜덜 [2] **떨떨** rất nhanh, mạnh, dâng lên cuồn cuộn. @수레가 덜덜 굴러가다 *một chiếc xe ngựa phóng rất nhanh về phía trước.*

덜되다 (1) [미완성] chưa hoàn thành, chưa kết thúc, chưa xong. (2) [사람됨이]. @덜된놈 một gã vô tích sự.

덜렁거리다, 떨렁거리다 (1) [소리 âm thanh] kêu leng keng, rung leng keng, xóc xủng xoảng (chùm chìa khóa) (2) [행동] cư xử xấc láo, hành động nhẹ dạ, nông nổi.

덜렁이 người nông nổi, người xấc xược.

덜름하다 hơi ngắn.

덜리다 làm nhỏ đi, làm gầy đi, làm yếu đi.

ㄷ

덜미 gáy, cần cổ => 뒷덜미.

덜미잡이 --하다 tóm lấy cổ ai.

덜커덕 (1) [소리 âm thanh] tiếng lách cách. --하다 kêu lách cách. (2) [갑자기] bất ngờ, thình lình, đột xuất, gây ngạc nhiên. (3) [가슴이] --하다 cảm thấy bất ngờ, bị sốc.

덜커덕거리다 kêu lách cách. @덜커덕거리는 창문 cái cửa sổ đập lạch cạch.

덜커덩거리다 kêu sầm, ầm (tiếng đập mạnh).

덜컥 (1) [의외로 빨리] bất ngờ, thình lình, đột xuất. @덜컥 겁이 나다 *bất chợt thấy sợ hãi.* (2) [소리 âm thanh] thump, plump, tiếng vang do quả đấm gây ra, tiếng phịch, thịch. @덜컥 떨어지다 rơi ùm xuống, ngã phịch xuống.

덜하다 (1) [동사] làm nhỏ đi, giảm bớt, thu nhỏ. (2) [견주어서] nhỏ hơn, kém hơn, bớt đi, kém đi, trừ đi, không bằng, ít hơn.

덤 cái phụ, cái thêm, món thêm vào, cú ném biên. @이것은 덤으로 드리는 것입니다 *phần nầy cho thêm* (không tính tiền).

덤덤탄 loại đạn dumdum.

덤덤하다 bị mất tiếng, bị tắt tiếng, không nói được.

덤벙 [물속에] sự bắn tung tóe. @덤벙 물에 떨어지다 *rơi tõm xuống nước.*

덤벙거리다 (1) [경솔하게] hành động nhẹ dạ nông nổi. @덤벙거리며 일을 함부로 하다 *làm việc gì một cách cẩu thả.* (2) [물속에서] làm bắn tung tóe, làm rơi lộp độp. @발을 물에 담그고 덤벙거리다 *nhúng chân xuống nước.*

덤불 bụi cây. @가시 덤불 bụi gai.

덤비다 (1) [달려들다] tấn công, xông vào, nhảy vào, lao vào @비호 같이 덤비다 tấn công ai một cách tàn bạo (quyết liệt). (2) [서둘다] vội vàng. @덤비지 말라 *đừng vội , cứ thong thả !*

덤프 카아 xe đổ rác.

덤핑 sự gom rác, sự vứt bỏ. @덤핑하다 đổ đống (hàng hóa)

덥다 [온도가] nóng, sốt, được đốt nóng, được đun nóng. @몸이 덥다 bị sốt // 더워지다 bị nóng bức. // 더워 죽겠다 *tôi không thể chịu đựng nổi sức nóng.*

덥석 nhanh chóng, bất ngờ, chặt chẽ, sít sao (단단히). @손을 덥석 쥐다 *bất ngờ nắm chặt tay người khác.*

덧 một chốc lát, một lúc, một đợt, một thời gian ngắn. @ 어느 덧 không ai thấy, không để ý thấy, không biết, không có ý thức.

덧나다[1] (1) [병이] chiều hướng xấu, diễn biến xấu, khiến cho trầm trọng thêm. @ 병이 덧났다 *tình thế diễn biến theo chiều hướng xấu hơn.* (2) [성나다] bị xúc phạm, làm bực mình, làm tổn thương, làm mất lòng.

덧나다[2] [이가 răng] mọc lên cao hơn (cái khác), phát triển lên cao thêm.

덧내다 (1) [병을] nguyên nhân dẩn đến chiều hướng xấu, làm cho trầm trọng, tệ hại hơn. (2) [사람을 người] làm cho tức giận, chọc tức.

덧니 cái răng khểnh. *--박이 người có răng khểnh.

덧문 cửa phía ngoài (của cửa sổ).

덧붙이다 [보탬] thêm vào. @덧붙여 말하다 tăng thêm, thêm một nhận xét.

덧셈 sự thêm, phần thêm. --하다 thêm vào, cộng vào.

덧신 ủng rộng (để đi trời mưa, lúc có

tuyết).

덧없다 @덧없는 인생 cuộc sống phù du, cuộc đời ngắn ngủi.

덧없이 nhanh chóng, mau lẹ, thoáng qua, qua nhanh, chớp nhoáng, phù du, chóng phai mờ..

덧저고리 áo khoác mặc thêm bên ngoài.

덩굴 cây leo, cây bò, vật xoắn hình tua, [땅에 퍼지는] thực vật thân bò. @포도가 덩굴지다 cây nho leo.

덩굴손 [식물 thực vật] tua của cây leo, tua cuốn.

덩그렇다 [높이] cao to, oai vệ, trang nghiêm, trịnh trọng.

덩달다 theo yêu cầu, lặp lại (nhận xét của người khác). @덩달아 웃다 cười theo, cười góp.

덩실거리다 nhảy múa tưng bừng, khiêu vũ sôi nổi (sống động). @기뻐서 덩실거리다 *nhảy múa vui vẻ.*

덩어리 một cục, một tảng, miếng, một khối, một đống (흙의). @얼음 덩어리 một tảng nước đá, một hộp kem (큰것) // 그는 욕심 덩어리다 nó có tính tham lam (hám lợi).

덩어리지다 xếp lại thành đống, gộp lại thành một khối.

덩이 => 덩어리.

덩지 khối, tầm vóc lớn, khổ lớn. @덩지가큰 사람 một người to lớn.

덫 cái bẫy. @덫을 놓다 đặt bẫy.

덮개 (1) cái bọc ngoài, khăn trải giường. (2) cái nắp vung.

덮다 [씌우다] che, phủ, đậy, phủ khắp, phủ đầy, lan khắp, [은폐] che đậy, giấu, trốn, núp, [닫다] đóng, đậy. @이불을 덮다 mặc đồ ngủ // 책을 덮다 đóng sách lại.

덮어놓고 không lý do, vô cớ, bừa bãi, ẩu. @덮어놓고 사람을 치다 *đánh (người) vô cớ.*

덮어두다 (1) làm ngơ, làm lơ, bỏ qua, làm thinh, không để ý, không để tâm đến. @잘못을 덮어두다 nhắm mắt làm ngơ, bỏ qua lỗi lầm của người nào. (2) [비밀로] giữ bí mật.

덮어쓰다 tự nhận tội cho người khác. @애매한 죄를 덮어쓰다 bị buộc tội oan, bị đổ lỗi oan.

덮어씌우다 (1) [가림] đậy, phủ, đặt lên trên. (2) [죄를] buộc tội (ai), gán cho (tội lỗi)

덮이다 bị che, bị phủ, bị đậy, che đậy, dấu diếm, bị che khuất. @눈에 덮이다 bị tuyết che phủ.

덮치다 (1) [겹쳐누르다] áp bức, bắt lệ thuộc, bắt ai phục tùng, [습격] tấn công, công kích. 폭풍우가 그 배를 덮쳤다 *cơn bão bất thình lình ụp xuống chiếc tàu.* (2) [한꺼번에] @ 불행이 덮쳤다 *chúng tôi gặp hàng loạt những chuyện không may* // 엎친데 덮친다 *họa vô đơn chí* (tai họa không bao giờ đến một lần).

데 [곳] một địa điểm, nơi chốn, vị trí, miền, khu (부분), [경우] một hoàn cảnh, tình thế. @강한데 một sở trường, một thế mạnh.

데꺽 [손쉽게] (việc) dễ dàng. @데꺽 해결하다 giải quyết ngay lập tức.

데걱거리다 kêu lẻng kẻng.

데꾼하다, 떼꾼하다 (cặp mắt) hõm vào, trũng sâu hoắm.

데굴데굴, 떼굴떼굴 sự lăn, sự cán, sự quay mài. @계단에서 데굴데굴 굴러 떨어지다 *lăn nhào xuống cầu thang.*

ㄷ

데다 (1) [화상] bị cháy, bị đốt, bị bỏng

데우다 giữ ấm, hâm nóng, làm nóng lại (식은 것을).

데드마스크 (*a death-mask)* khuôn nắn từ mặt người chết

데들라인 đường giới hạn không được vượt qua.

데려가다 dẫn, đưa, dắt. @아이를 학교에 데려갔다 anh ấy đưa con đi học.

데려오다 mang ai theo. @왜 그를 데려오지 않았소 sao bạn không dẫn hắn theo?

데리다 được hộ tống, được đi theo. @종 다섯 사람을 데리고 *có năm người hầu theo hộ tống.*

데릴사위 người con rể được nhận vào trong gia đình.

데마 chính sách mị dân.

데먹지다 [너무 크다] quá to lớn, [너무 많다] quá thừa, quá dư, thừa mứa.

데모 một cuộc mít tinh lớn, một đại hội, sự tập hợp đông đảo nhân dân vì mục đích chung.

데모크라시 nền dân chủ, chế độ dân chủ.

데뷰 sự bắt đầu, buổi đầu, bước đầu. @데뷰하다 chuẩn bị cho bước đầu.

데삶다 nấu chín sơ, luộc sơ. @데삶은 nữa sống, nữa chín, tái, chưa chín, lòng đào.

데설궂다 man rợ, thô lỗ, láo xược, hung dữ, thô sơ, chưa gọt dũa, sống sượng.

데스크 cái bàn viết, bàn làm việc.

데시 deci-. @데시그램 đê-xi-gram (đơn vị trọng lượng) // 데시미이터 đê-xi-mét (đơn vị đo).

데알다 biết chút ít, biết lõm bõm (nhất là về một ngôn ngữ).

데이비스컵 giải David. @데이비스 컵 쟁탈전 giải thi đấu David.

데이터 (*data*) số liệu, dữ liệu, dữ kiện.

데이트 (*date)* ngày tháng, niên kỷ.

데익다 chưa chín hẳn, nửa sống nửa chín.

데치다 [끓는 물에] luộc sơ (đun sôi nửa chừng).

데카 (*deca)* đê-ca. @데카리터 đê-ca-lít.

데카당 (*decadence)* sự suy đồi, sự sa sút, sự suy tàn, thời kỳ suy đồi.

데퉁스럽다 vụng, vụng về, lóng ngóng, lúng túng, ngượng ngịu, không khéo léo.

덴가슴 *ngay cả nước lạnh con mèo bị phỏng cũng e dè* (con chim bị đạn sợ cả cành cây cong)

델린저현상 [물리 vật lý] hiện tượng Dellinger.

뎀뿌라 (*Tempura)* món Tem-pu-ra của Nhật (cá, hải sâm chiên với nước sốt, món sốt cá-tôm-cua…).

뎅그렁거리다, 뗑그렁거리다 làm kêu leng keng, clang clang.

뎅뎅, 뗑뗑 tiếng kêu ding ding, clang clang

도 [1] (1) [및] và, cũng như , cả… lẫn, vừa… vừa, […도 역시] cũng, […도 …이 아니다] không… mà cũng không. @그는 영어도 알고 불어도 안다 *ông ấy biết cả tiếng Anh lẫn tiếng Pháp.* (2) [까지도] ngay cả, lại còn. @그는 간다는인사도 없이 떠났다 *anh ấy đã ra đi không một lời từ biệt.* (3) [어느 것도] hoặc (một trong hai). @펜으로 써도 좋고 연필로 써도 좋다 *bạn có thể ghi bằng bút chì hay bút mực cũng được.*

도 [2] [음악 âm nhạc] nốt Do.

도 [1] [행정 구역] tỉnh. @도(립)의 thuộc tỉnh. *--자사 tỉnh trưởng. 경기-- tỉnh

Gyunggi.

도 [2] (1) [술] nghệ thuật. (2) [가르침] học thuyết, chân lý, lẽ phải (진리). @공자의 도 lời dạy của Khổng Tử // 도를 구하다 đi tìm chân lý.

도 (1) [온도·각도 nhiệt độ, góc độ] mực độ. @ 섭씨 5 도 5 độ (5^0). (2) [정도] mức độ, trình độ, cấp độ, phạm vi, chừng mực. @도를 넘다 mang vác (vật gì) quá mức.

도가니 nồi nấu kim loại, nồi đúc (nghĩa bóng) cuộc thử thách lớn lao. @흥분의 도가니가 되다 *trở thành một cảnh náo loạn điên cuồng.*

도가머리 cái mào (của con chim).

도각 sự bị cách chức ra khỏi hội đồng chính phủ.

도감 một quyển sách có hình ảnh minh họa.

도강 --하다 (đi) qua sông.

도개교 cây cầu quay (có thể nâng lên cao).

도거리 tổng, toàn bộ, số lớn (sĩ) số nhiều.@도거리로 tính toàn bộ, tính cả mớ, tính gộp.

도검 gươm, kiếm, đao.

도계 đường ranh giới giữa các tỉnh.

도공 thợ làm đồ gốm, thợ thủ công. *--술 nghề làm đồ gốm, nghề gốm thủ công.

도관 ống dẫn (nước/dầu), mạch ống.

도괴 sự xẹp, sự sụp đổ, sự suy sụp. --하다 gãy vụn, suy sụp, sụp đổ.

도교 đạo Lão (Lão giáo)

도구 (1) [연장] dụng cụ, đồ dùng (공구) công cụ, phương tiện. (2) [방편] phương tiện, biện pháp, công cụ. @언어는 사상전달의 도구다 *ngôn ngữ là phương tiện truyền bá tư tưởng.*

도국 một xứ cô lập (không thiết hiểu biết về các nước khác). *--근성 tính thiển cận, tính hẹp hòi.

도굴 sự khai thác mỏ bất hợp pháp. --하다 lén lút khai thác.

도규 (1) [의술] y thuật. (2) [약 숟가락] muỗng uống thuốc. *--가 y sĩ. --계 nghề y.

도그마 giáo điều, giáo lý, chủ nghĩa giáo điều.

도금 sự mạ vàng, lớp mạ, vàng mạ. --하다 mạ vàng. @동에 금을 도금하다 đồng mạ vàng. *--술 nghệ thuật mạ. --액 dung dịch mạ. --제품 đồ mạ. 전기-- sự mạ bằng điện giải.

도급 @도급 주다 cho ai được thầu (một công việc) // 도급맡다 ký hợp đồng, thầu.

도기 [토기] đồ bằng đất nung, đồ sứ, [오지그릇] bằng sứ, đồ gốm, thủ công.

도깨그릇 đồ bằng đất nung, đồ sứ.

도깨비 ma quỷ, yêu quái, ông ba bị, yêu tinh, ngáo ộp. @도깨비가 나오는집 căn nhà có ma.

도깨비불 ma trơi.

도끼 cái rìu, cái rìu nhỏ (손도끼).

도끼눈 cặp mắt trừng trừng giận dữ.

도난 sự ăn trộm, sự ăn cắp, sự cướp phá. @ 도난당하다 bị ăn trộm, bị ăn cướp, bị lấy trộm (물건이 주어). *--경보기 chuông báo trộm.

도내 [도내의] trong tỉnh, thuộc phạm vi của tỉnh.

도달 sự đến, sự tới nơi. --하다 đi đến, đạt đến, đạt tới, với tới. @목적지에 도달하다 *đạt tới mục đích dự định.* *--지점 sự dự định, nơi đi tới.

도당 bè đảng, phe nhóm.

ㄷ

도대체 trên thế gian, trên trái đất. @도대체 그는 무슨 말을 하고 있는가 *ông ta muốn nói gì thế nhỉ? Hắn muốn gì đây?*

도덕 đạo lý, đạo nghĩa, đức hạnh. @도덕적 luân thường đạo lý, có đạo đức, hợp đạo lý. *--가 nhà đạo đức, người có đạo đức, nhà luân lý học. --관념 quan niệm đạo đức. --교육 giáo dục đạo đức. --률 giáo điều, đạo lý.

도도록하다 lồi ra, phồng ra, phình lên, sưng lên.

도도하다 kiêu căng, kiêu ngạo. @도도하게 굴다 ăn ở một cách kiêu ngạo.

도도하다 (1) [물이 nước] chảy mạnh, chảy dồn, cuốn ồ ạt. @도도히 흐르다 chảy tràn xuống dòng sông rộng. (2) [말이 lời nói] hùng biện, lưu loát, trôi chảy.

도둑 [도둑놈] kẻ trộm, kẻ cắp, kẻ cướp, [좀도둑] kẻ cắp giả làm khách mua hàng, [도둑질] tội trộm, nạn trộm cắp, hành vi trộm cắp, sự ăn cướp, sự lấy trộm. @도둑맞다 ăn cắp, ăn trộm, ăn cướp // 나는 시계를 도둑맞았다 *tôi đã bị mất cắp chiếc đồng hồ.*

도둑고양이 con mèo bị lạc, con mèo hoang.

도둑질 sự trộm cắp => 도둑. --하다 trộm (lấy) vật gì của ai, phạm tội trộm, [강탈] cướp đoạt vật gì của ai @도둑질하러 들어가다 xông vào nhà.

도드라지다 [현저하다] nhô ra ngoài, lồi ra, nhô lên, [내밀다] phồng ra, phình ra, nhô ra.

도드미 một câu đố, một điều bí ẩn.

도떼기 시장 chợ ngoài trời, chợ lộ thiên.

도라지 [식물] cây hoa chuông.

도락 (1) [방탕] sự chơi bời, phóng đãng, sự trác táng, trụy lạc, sự tiêu mòn, sự phung phí. --하다 sống trác táng, tiêu mòn, phung phí. (2) [취미] niềm vui thích, khoái lạc, sở thích riêng, trò tiêu khiển.

도란거리다 nói thì thầm với nhau.

도랑 hào, rãnh, mương. @도랑을 치다 tát mương.

도랑치마 cái váy ngắn.

도래 sự tới nơi, sự đến nơi. --하다 đến nơi, tới nơi, [기회가] có mặt, xuất hiện.

도래 [사람의 người] cuộc thăm viếng, [사물의] sự giới thiệu, sự làm quen. --하다 vượt biển, thăm viếng, tham quan. @불교의 도래 sự khai tâm (bước đầu làm quen) với Phật giáo.

도량 --하다 lan tràn, cực kỳ phát triển, có ảnh hưởng lớn, chi phối, thông dụng, phổ biến, thịnh hành.

도량 tính hào hiệp, tính cao thượng, tính đại lượng, tính khoan dung. @도량이 큰 độ lượng, hào phóng, phóng khoáng, cao thượng.

도량 trường Phật học.

도량형 sự đo lường, sự cân đo. *--검정소 cục Kiểm tra tiêu chuẩn đo lường và chất lượng. --기 dụng cụ đo lường.

도려내다 vốc, hất lên, moi, móc ra (둥근 끌로), cắt, cắt ra, chặt đi, cắt xén, cắt bỏ (종기 따위를). @사과의 썩은 곳을 도려내다 *gọt bỏ phần hư của quả táo.*

도련님 => 도령.

도령 [총각] người chưa vợ, con trai, [시동생] em rể.

도로 [되짚어] trước, trái, ngược, sau, [먼저대로] như trước giờ , [또다시] lại, một lần nữa. @도로가다 quay về, trở lại // 도로주다 trả lại, hoàn lại (vật gì).

도로 lối đi, con đường, [가로] phố, đường phố. @도로상에서 trên đường. *--공사 công sự sửa đường (đường đang tu sửa). –청소부 phu quét đường.

도로 sự hoài công, sự phí công, sự nỗ lực vô ích, không có kết quả. @도로에 그치다 phí công, hoài công, không đi đến đâu, hành động vô ích.

도로아미타불 sự tái phát, sự trở lại.

--도록 (1) [목적] để mà, để cho, đặng, cốt để, mục đích để. @하지 않도록 đến nổi ... không thể. (1) [...때까지] cho đến khi mà, tới mức mà. @밤 늦도록 cho tới quá nửa đêm.

도롱뇽 [동물 động vật] con kỳ nhông (to) , con rồng lửa. (2) => 영원.

도롱이 áo choàng không tay che mưa bằng rơm (của nông dân).

도료 thuốc màu. *--분무기 bình xịt (phun) sơn. 야광-- sơn dạ quang.

도루묵 [물고기 cá] loại cá lăng lông, một loại cá răng chéo.

도륙 --하다 tàn sát, thảm sát, tiêu diệt

도르다[분배] phân bố, phân phối, chuyền tay, phân phát, chia. [배달] phân phối báo chí.

도르래 cái ròng rọc.

도리 (1) [이치] lý trí, lẻ phải, sự đúng mực, lẽ phải (타당), sự thật, chân lý, sự chính xác, sự đúng đắn (진리), sự công bằng (정의). @도리상 việc tất nhiên, một vấn đề đương nhiên // 도리에 vô lý, phi lý. (2) [방도] phương pháp, biện pháp, phương tiện. @기다릴 수 밖에 딴 도리가 없다 *bạn chẳng cần làm gì ngoài việc chờ đợi.* (3) [의리] nghĩa vụ, bổn phận, trách nhiệm, [정의] sự công bằng. @자식의 도리 đạo làm con.

도리깨 cái đập lúa, cái néo.*--질 sự đập lúa.

도리다 xúc, múc, vốc, hất lên => 도려내다.

도리도리 [아기에게 đối với trẻ con] lúc la lúc lắc !

도리암직하다 xảo quyệt tinh ranh, láu cá.

도리어 [반대로] trái lại, thay vì, [오히려] thích..hơn, đúng hơn, hơn là, càng. @도리어 좋다 (나쁘다) càng tốt hơn (xấu hơn / tệ hơn).

도리질 --하다 (đứa bé) lắc qua lắc lại cái đầu, (lúc la lúc lắc cái đầu).

도립 @도립의 thuộc tỉnh. *--병원 bệnh viên tỉnh

도립 sự chổng ngược lên trời (tư thế trồng chuối) (체조). --하다 trồng chuối, đứng chổng ngược đầu xuống, đứng bằng đầu.

도마 tấm thớt.

도마뱀 [동물 động vật]con thằn lằn (thạch sùng).

도마뱀붙이 [동물] con tắc kè.

도망 sự bỏ chạy, sự trốn thoát, lối thoát, [탈영] sự đào ngũ, sự bỏ trốn. --하다 trốn thoát, chạy trốn, lẩn trốn @돈을 가지고 도망하다 ăn cắp, chôm, xoáy.*--병 lính đào ngũ.

도망군 người bỏ trốn, người tị nạn, người lánh nạn, [탈영병] kẻ đào tẩu, kẻ đào ngũ.

도맡다 (1) [책임을] tự đảm trách, tự gánh vác. @빚을 도맡다 có bổn phận trả một món nợ, gánh nợ cho người khác. (2) [도거리로] kế tục, nối nghiệp, tiếp quản.

도매 sự bán buôn, sự bán sỉ. --하다 bán buôn, bán sỉ. @ 도매 가격으로 giá bán sỉ. *--상 người bán sỉ. @도매상을 하다 xúc tiến việc bán sỉ.

도면 bức vẽ, bản vẽ, bức vẽ phác, bức phát họa, họa tiết, bản đồ. *--건축 bản thiết kế.

도모 --하다 đặt kế hoạch, nghĩ kế, sáng chế, phát minh, dựng đồ án. @그들은 다만 사리만을 도모했을 뿐이었다 *bọn họ không làm gì cả nhưng lại muốn hưởng lợi.*

도무지 không sao, không một tí nào,không đáng kể, hoàn toàn. @도무지알 수 없다 *tôi chẳng hiểu tí gì cả.*

도미 [물고기 cá] cá chỉ vàng, cá tráp vàng.

도미 --하다 đi thăm Châu Mỹ, đi viếng Châu Mỹ. *--실업단 *một nhóm các nhà doanh nghiệp tham quan Châu Mỹ.*

도미노 (*domino*) cờ đôminô. *--이론 thuyết chơi đôminô.

도민 dân ở đảo, cư dân của đảo.

도민 cư dân ở tỉnh, dân tỉnh lẻ.

도박 sự đánh bạc, trò bài bạc. --하다 đánh bạc. *--군 con bạc, người đánh bạc. --장 sòng bạc, nơi chứa bài.

도발 sự trêu chọc, sự khiêu khích. --하다 kích động, xúi giục, kích thích. @도발적 khêu gợi, kích thích.

도배 giấy dán (tường, trần nhà). *--장이 người dán giấy. --지 giấy dán tường.

도벌 --하다 chặt cây, đốn cây lén.

도범 sự ăn trộm, sự ăn cắp, sự cướp phá.

도법 thuật vẽ. *평면 (투영) -- sự hình thành.

도벽 thói ăn cắp vặt. @도벽이 있다 có thói ăn cắp vặt.

도벽 --하다 tô tường.

도별 theo từng tỉnh. *--인구표 biểu đồ cư dân theo từng tỉnh.

도보 sự đi bộ, sự đi dạo. @도보로 가다 đi bộ, đi dạo // 도보 여행을 하다 đi bộ du lịch.

도부 [공분의] công văn đến, [행상] nghề bán rong. @도부치다 bán (hàng) rong, bán lẻ // 도붓장수 người bán hàng rong , người bán rao.

도불 một chuyến tham quan nước Pháp. --하다 đi sang Pháp.

도사 người theo đạo Lão, một tín đồ giác ngộ đạo Phật (도승).

도사리다 [앉다] ngồi bắt chân chữ ngũ, ngồi bắt chéo chân, [마음을 tâm hồn] thanh thản, điềm tĩnh.@뱀이 몸을 도사리다 con rắn nằm cuộn tròn.

도산 [의학 y học] cơn đau đẻ, [파산] sự vỡ nợ.

도살 sự giết thịt, sự mổ thịt, sự sát sinh. --하다 giết, mổ thịt, tàn sát. *--자 người làm nghề mổ thịt, đồ tể, kẻ hung bạo. 장 lò mổ, lò sát sinh.

도상 *--작전 chiến thuật dàn trận trên bản đồ.

도색 màu hồng. @도색의 có màu hồng. *--유희 một tình yêu say đắm. –잡지 một tạp chí lá cải.

도서 sách báo. *--목록 bản kê danh mục sách. --실 thư viện. --열람실 phòng đọc sách. --열람자 độc giả. --해제 thư mục.

도서 hòn đảo.

도서관 thư viện. @도서관에서 책을 빌리다 mượn sách ở thư viện. *--원 quản thủ thư viện, thủ thư. --장 thư viện trưởng. --학 thư viện khoa học. 공공-- thư viện công cộng. 국립-- thư viện quốc gia.

도선 bến tàu. *--임 sự vận chuyển bằng thuyền, bằng phà. --장 bến phà.

도선 đường dây (điện) chính.

도설 một bức tranh minh họa, một thí dụ (một câu chuyện minh họa. *곤충-- một bức tranh minh họa về (đời sống) sâu bọ, côn trùng.

도성 thành phố chính, thủ đô.

도수 @도수공권으로 với hai bàn tay không. *--체조 cuộc thi thể dục tự do.

도수 (1) [회수] tần số. (2) [온도· 안경 따위의] mực độ. @안경돗수 lực thấu kính. (3) [알코올의] tỉ lệ cồn trong rượu. *--료 cước cuộc gọi.

도수장 lò sát sinh, lò mổ.

도술 người theo đạo Lão cuồng tín.

도승 một tu sĩ Phật giáo đã đạt được sự giác ngộ.

도시 => 도무지.

도시 thành phố, thành thị, dân thành thị. @ 도시의 thuộc đô thị, thuộc thành phố. *--계획 sự quy hoạch thành phố. --국가 thành phố độc lập và có chủ quyền như một quốc gia. --생활 cuộc sống thành thị. --인구 cư dân thành thị. --행정 chính quyền thành phố.

도시 --하다 minh họa.

도시락 [점심] bữa ăn trưa [그릇] hộp đựng phần ăn trưa. @도시락을 가지고 가다 đem theo phần cơm trưa.

도식 --하다 sống cuộc sống vô ích, sống lười nhác. *--배 người ăn không ngồi rồi, người lười nhác.

도식 sơ đồ, biểu đồ, giãn đồ. @도식으로 나타내다 trình bày khái quát. *--화 sơ đồ hóa.

도심 trung tâm thành phố. *--지 khu thương mại của thành phố.

도안 bản phác thảo, phác họa, bản đề cương, bản kế hoạch. *--가 người phác thảo, người thiết kế. --과 diễn tiến kế hoạch.

도야 sự trồng trọt, sự uốn cây. --하다, trồng trọt, uốn cây cảnh. @인격을 도야하다 uốn nắn tính tình.

도약 cái nhảy, sự nhảy vọt lên, giật nảy người (경기), sự chồm lên (của ngựa) (말의). --하다 phóng lên, nhảy vọt lên. *--경기 sự giật nảy, bước nhảy. --운동 sự rèn luyện động tác nhảy, phóng. --판 tấm nhún, ván dậm(ở bể bơi, rạp xiếc...).

도열 [줄] dòng dõi, dòng giống (con người), [늘어섬] sự sắp thành hàng, sự dàn hàng. --하다 sắp hàng, dàn hàng.

도영 một chuyến sang thăm nước Anh. --하다 đi sang Anh.

도예 nghệ thuật đồ gốm. *--가 thợ gốm.

도와주다 giúp đỡ, trợ giúp, phục vụ.@일을 도와주다 trợ giúp, phụ giúp ai, giúp (ai) một tay.

도외시 sự bỏ mặc, sự không đếm xỉa, sự sao lãng, sự không để ý, sự thờ ơ, sự hờ hững.

도요새 [새 chim] chim dẽ giun (loại chim có thể bơi dưới nước, có mỏ dài và thẳng, sống ở các đầm lầy).

도용 [금전의] sự chiếm đoạt làm của riêng, sự biển thủ, sự tham ô. --하다 tham ô, biển thủ. @ 사인을 도용하다 dùng lén con dấu riêng của người khác.

도우너트 *(a doughnut)* bánh rán.

도움 sự giúp đỡ, sự trợ giúp, sự ủng hộ, sự cổ vũ. @ 도움이 되다 giúp đỡ, giúp ích, trợ giúp.

도읍 thủ đô, thủ phủ @도읍을 정하다

thành lập thủ đô. *--지 một vị trí ở thủ đô.

도의 đạo đức, đạo lý, đạo nghĩa. @도의적으로 봐서 theo quan điểm đạo đức. *--심 ý thức đạo đức.

도입 --하다 giới thiệu, mở đầu. *--부 (음악 âm nhạc) khúc dạo đầu.

도자기 đồ gốm. *--공 thợ làm đồ gốm.

도장 con dấu, cái ấn. @도장을 찍다 đóng dấu, chứng thực. *--방 (포) cửa hàng khắc dấu.

도장 phòng tập. @태권도장 phòng tập *teakwon.*

도장 --하다 phủ (một lớp) sơn.

도저히 không dám, không đâu, không chút nào, có thể, có khả năng, có thể chấp nhận được, hoàn toàn, tuyệt đối. @그것은 도저히 불가능하다 *tuyệt đối không thể được.*

도적 một tên trộm => 도둑.

도전 sự thách thức, sự thách đố. --하다 thách thức, thách đố. @도전적 công kích, gây hấn, tấn công // 도전에 응하다 nhận lời thách thức. *--장 tờ thách thức (viết tay).

도정 khoảng cách, tầm xa, quãng đường. [길] tiến trình. @ 100 마일의 도정 một khoảng cách 100 dặm.

도제 người học việc, người tập sự. *--기간 giai đoạn tập sự. –제도 sự học nghề, thời gian học việc.

도조 sự cấy rẽ, sự lĩnh canh.

도주, sự bỏ chạy, sự lẫn trốn => 도망.

도중 [도중에서] dọc đường, trên đường (đi tới). @ 집에 오는 도중(에) trên đường về nhà // 도중에서 포기하다 bỏ nữa chừng. *--하차 sự đỗ lại, sự ngừng lại.

도지다[1] [심하다] khắc nghiệt, quá khích, cực đoan, khắc khe, gay gắt, [몸이] căng thẳng, gượng ép, nặng nề.

도지다[2] [사람이 주어] trở lại, rơi vào, tái phát, [병이 주어] ngày càng tệ hơn. @그의 병세가 도진다 *tình trạng của ông ấy ngày càng xấu đi.*

도지사 tỉnh trưởng.

도착 sự đến, sự tới. –하다 đến, tới, đạt tới, đạt đến. @도착하는대로 đến trạm (ở trạm). --지 điểm đến, mục đích, dự định (của người nào).

도착 sự hư hỏng, sự lầm lạc, sự đồng dâm. *성적--자 kẻ trái thói về tình dục giới tính.

도처 @도처에 ở khắp mọi nơi, khắp chốn, khắp (thế giới) // 국내 도처에서 khắp cả nước.

도청 [전화의] thủ đoạn nghe trộm điện thoại người khác bằng cách bí mật đấu vào đường dây, [라디오의] nghe trộm radio. --하다 nghe trộm (điện thoại/radio).

도청 tòa tỉnh trưởng. *--소재지 một vị trí (địa vị) trong chính quyền tỉnh.

도체 [물리 vật lý] chất dẫn (열 nhiệt. 전기의 điện), sự trung gian (매개). *반-- chất bán dẫn (điện học). 부-- (vật lý) chất không dẫn nhiệt điện. 양(불량)-- chất dẫn tốt (xấu).

도취 sự say, tình trạng say, sự mê hoặc, quyến rũ, trạng thái say mê. --하다 say, say sưa, bị quyến rũ, bị say mê trong trạng thái xuất thần (âm nhạc 음악). *자기-- sự tự hấp thu (vật lý).

도치 [문법 văn phạm] sự đảo ngược. --하다 đảo ngược. *--법 phép đảo ngược.

도큐멘터리 (*a documentary)* tài liệu, tư

liệu.

도킹 việc cho tàu vào cảng. @도킹을 풀다 rời bến.

도탄 cảnh cơ cực, cảnh khốn cùng, sự đau đớn khổ sở. @도탄에 빠지다 bị rơi vào cảnh khốn khổ tột cùng.

도태 sự lựa chọn, sự tuyển lựa, sự chọn lọc. --하다 chọn lọc, tuyển lựa, thải hồi, loại trừ, gạt bỏ. *자연(인위) – thiên nhiên (nhân tạo).

도토리 quả dầu (thực vật).

도통 --하다 đạt tới trình độ giác ngộ.

도포 trang phục (thời xưa) của người Hàn quốc (Triều Tiên)

도포 --하다 tra vào, phết vào, gắn vào, truyền bá, áp dụng, ứng dụng. *--약(연고) loại thuốc mỡ, [물약 thuốc nước] (y học) dầu xoa bóp.

도표 biểu đồ, đồ thị, đồ họa, bản đồ. * 통계-- biểu đồ thống kê.

도표 biển chỉ đường, cột cây số.

도품 hàng gian, hàng ăn cắp.

도피 sự trốn thoát, lối thoát, sự rút chạy. --하다 trốn thoát, chạy trốn. *--생활 một cuộc sống ẩn dật. --여행 chặng đường trốn chạy.

도하 @도하의 각 중학교 trường trung học ở trung tâm thủ đô.

도하 --하다 qua sông. *--작전 cuộc hành quân qua sông.

도학 luân lý, đạo đức, luân thường đạo lý. *--자 nhà luân lý học, nhà đạo đức học.

도합 [총계] toàn bộ, tổng số, nội dung tổng quát, [합해서] tổng cộng , tất cả, cả thảy. @ 도합 5 만원이다 *cả thảy là 50.000 won.*

도항 cuộc du lịch. --하다 đi du lịch, vượt biển. *--자 khách du lịch. --증 hộ chiếu.

도해 biểu đồ, sự minh họa. *--사전 *một quyển tự điển có hình minh họa.*

도형 hình vẽ minh họa, hình tượng trưng, tranh minh họa.*--기하학 hình học họa pháp. 평면(입체) -- hình phẳng (hình khối).

도화 hoa của trái đào.

도화 bức vẽ, họa tiết.*--용지 giấy vẽ.

도화선 ngòi nổ, kíp nổ, chất nổ, sự phá bằng thuốc nổ, [유인] lực, động cơ, nguyên nhân, lý do.@ 반란의 도화선이 되다 *xác nhận một động cơ nổi loạn của nhân dân quần chúng.*

도회 thành phố => 도시. *--지 khu vực đô thị.

도흔 vết gươm chém, sẹo gươm chém.

독 vại, lọ, bình, hũ, chum, bể chứa (양조·염색용) @그는 독안에 든 쥐다 *ông ấy cứ như là chuột mắc bẫy*

독 [독물] chất độc, thuốc độc, [병독·독소] vi rút, độc tố, [독사의] nọc độc (của rắn, bồ cạp). @ 독이 있다 có chất độc, có nọc độc // 독(약)을 마시다 bị nhiễm độc // 독을 제거하다 giải độc.

독감 bịnh cúm. @독감에 걸리다 bị cúm.

독개스 hơi độc, khí độc. *--공격 cuộc tấn công bằng khí độc. --마스크 mặt nạ phòng hơi độc. --탄 đạn hơi độc.

독거 trạng thái cô độc, cuộc sống cô đơn. --하다 sống một mình, sống cô độc. –성동물 loại động vật (ốc / cua) sống trong vỏ cứng của loài vật khác.

독경 sự tụng kinh. --하다 tụng kinh, cầu kinh.

독과점 độc quyền. *--품목 hàng độc quyền

독기 tính chất độc hại, tính có hại, [악의] hiểm độc, ác tâm, xấu bụng. @독기 있

는 độc hại, có chất độc.

독농 nông sản có năng xuất cao nhất.

독농가 một nông dân cần cù.

독단 sự giải quyết (một vấn đề…) một cách tùy tiện, thái độ võ đoán, một quyết định độc đoán. @ 독단적 chuyên quyền, độc đoán, tùy tiện.*---론 lời phát biểu độc đoán.

독두 => 대머리. *--병 tình trạng hói, bệnh rụng tóc (y học).

독려 sự khuyến khích, sự cổ vũ, sự động viên. --하다 khuyến khích, cổ vũ, động viên, khích động, khơi dậy, thôi thúc, thúc dục.

독력 @독력으로 bằng sự nổ lực của chính mình, một mình, một tay, đơn thân độc mã.

독립 [자립] sự độc lập, sự tự lực. --하다 độc lập, tự lực, không phụ thuộc. @ 독립을 선언하다 tuyên bố độc lập. *--구문 (문법 ngữ pháp) một cấu trúc câu hoàn chỉnh. --국 một quốc gia độc lập. --선언서 bản Tuyên Ngôn Độc Lập. --심 một tinh thần độc lập.

독무대@독무대이다 là bậc thầy, độc nhất trong ngành (không có đối thủ).

독물 [독]chất độc, [사람] người xấu xa, hiểm độc.

독방 phòng riêng, phòng dành riêng (교도소따위의). @독방에 감금당하다 bị biệt giam.

독백 lời độc thoại, sự nói một mình (trên sân khấu) (무대의) --하다 nói một mình, độc thoại.

독버섯 nấm độc.

독보 @독보적인 vô địch, không ai sánh bằng, vô song, không có đối thủ, có một không hai.

독본 người đọc, độc giả. *부-- trợ lý phó giáo sư.

독불 Đức và Pháp. @독불의 người Đức gốc Pháp.

독불장군 người bị cô lập, người lập dị, [고집장이] người bướng bỉnh.

독사 (độc xà) con rắn độc, rắn độc *vipe* (một trong những loài rắn độc thấy ở Châu Phi, Châu Á và Châu Âu).

독살 [죽임] sự nhiễm độc, sự đầu độc (về tinh thần). --하다 đầu độc, giết ai bằng chất độc. *--자 kẻ giết người bằng thuốc độc, kẻ đầu độc.

독살부리다 hành động đầy thù hận, hành động ác độc.

독살스럽다 nham hiểm, độc địa, ác ý.

독살피우다 => 독살부리다.

독서 sự xem, sự đọc. --하다 đọc, xem. @ 독서를 좋아하다 xem sách, đọc sách. *--가 một người mê đọc sách, người đọc sách nhiều. --회 câu lạc bộ đọc sách.

독선 có bản chất công bằng, ngay thẳng. @독선적 bản chất ngay thẳng công bằng.

독설 miệng lưỡi châm chọc, lời nói hiểm độc. @독설을 퍼붓다 nói châm chọc.

독성 tính hiểm độc. @독성의 độc ác, hiểm độc, nham hiểm.

독소 độc tố, chất độc.

독수공방 --하다 sống một mình, sống độc thân.

독수리 [새] chim kên kên, đại bàng.

독습 => 자습.

독식 độc quyền. --하다 giữ độc quyền.

독신 cuộc sống độc thân, [남자 nam] đời sống độc thân, [여자 nữ] tình trạng không chồng. @독신의 độc thân, không lập gia đình // 일생을 독신으로 지내다 suốt đời độc thân. *--자 [남자 nam] người chưa vợ, [여자 nữ] chưa (không) chồng (gái già/bà cô). --주의 chủ nghĩa độc thân. --주의자 người theo chủ nghĩa độc thân.

독신 lời báng bổ, sự phạm thượng, lời bất kính.

독신 sự thành tâm, sự hết lòng. --하다 tận tụy nhiệt tình với. *--자 người sốt sắng nhiệt tình, người sùng đạo (mộ đạo).

독실 tính thành thật, sự ngay thật, tính trung thực. --하다 thành thật, ngay thật, trung thực.

독심술 trí tuệ, trí óc (sự suy nghĩ, sự hiểu biết, sự cảm nhận).

독아 răng nanh có nọc độc (của rắn).

독액 nọc độc (của rắn, bò cạp...) (독사의), chất độc lỏng (파실즙), nhựa cây độc (나무진).

독약 chất độc, thuốc độc. @독약을 마시다 đánh thuốc độc, uống thuốc độc *--학 khoa nghiên cứu chất độc.

독어 => 독일(--어).

독연 cuộc biểu diễn độc tấu (음악 âm nhạc).

독영 nước Anh và nước Đức. @독영의 người gốc Anh sống ở Đức.

독일 nước Đức. @독일의(thuộc) Đức, người Đức. *--어, tiếng Đức (총칭 tên chung).

독자 độc giả, [구독자] người đặt mua báo dài hạn, [일발의] giới độc giả. @그 신문은 백만 독자가 있다 báo được phát hành một triệu bản. *--란 mục dành cho bạn đọc.

독자 đứa con trai độc nhất.

독자 @독자의 [개인적] cá nhân, riêng, tư, [독특한] độc đáo, độc nhất vô nhị, duy nhất. *--성 tính chất cá nhân, tính chất độc đáo.

독장수셈 sự nỗ lực vô ích, sự cố gắng không có kết quả, sự phí công, sự hoài công (uổng công).

독장치다 ở vị trí không có đối thủ.

독재 chế độ độc tài, chế độ chuyên quyền. @독재적 độc tài. *--국가 một quốc gia theo chế độ độc tài. --군주국 nền quân chủ chuyên chế. --자 kẻ độc tài. --정치 nền chuyên chính.

독전 --하다 động viên tinh thần chiến đấu của các binh sĩ . --대 đội quân trinh sát.

독점 độc quyền, sự giữ độc quyền. --하다 giữ độc quyền, mua toàn bộ (시장을 thị trường / chợ). @독점적 độc quyền. *--가격 giá độc quyền.

독종 [사람 người] người hiểm độc.

독주 [독한술] khí thế hùng mạnh, nghị lực mạnh [독을 탄술] rượu độc.

독주 --하다 chạy một mình.

독주 cuộc biểu diễn độc tấu, sự đơn ca. --하다 trình diễn độc tấu, đơn ca.*--곡 bản nhạc độc tấu. --자 người đơn ca, nghệ sĩ độc tấu. --회 cuộc biểu diễn độc tấu. 피아노-- sự độc tấu đàn piano.

독지 [자선] lòng nhân đức, lòng từ thiện. @익명의 독지가 nhà hảo tâm ẩn danh. *--가 người sẵn lòng từ tâm.

독직 sự hối lộ, sự tham ô, sự đút lót. --하다 hối lộ, tham nhũng, tham ô. *--공무원 một viên chức tham ô. --사건 vụ hối lộ đầy tai tiếng. --죄 sự ăn hối lộ, sự mua chuộc.

독차지 sự giữ độc quyền. --하다 giữ độc

quyền, độc chiếm. @사랑을 독차지하다 độc chiếm, chiếm tình yêu của ai.

독창 sự đơn ca. --하다 hát một mình, đơn ca. *--곡 bài hát đơn ca. --자 người diễn đơn ca.

독창 tính chất độc đáo, tính chất sáng tạo, mới mẽ. @독창적 sáng tạo, độc đáo.

독초 [풀] loại cây độc (thảo mộc) [담배] thuốc lá mạnh.

독촉 sự thúc bách, sự thúc giục. --하다 thúc giục, đòi hỏi thúc bách ai làm gì. * --장 thư nhắc nhở.

독충 loại côn trùng độc.

독침 [곤충 따위의] ngòi, vòi độc (ong, muỗi), răng độc (rắn), [독을 칠한 바늘] cây kim bị nhiễm độc.

독탕 nhà tắm riêng.

독특 --하다 duy nhất, dị thường, đặc biệt, cá biệt, riêng biệt, đặc thù, đặc trưng. @한국의 독특한 풍습 phong tục riêng của Hàn Quốc.

독파 --하다 kết thúc, đọc xong.

독판 @독판치다 giữ độc quyền, chiếm độc quyền

독하다 (1) [독기 있다] có chất độc, bị nhiễm độc, [해독] gây tai hại, có hại, làm hại. (2) [진하다] mạnh. @독한 술 rượu mạnh. (3) [잔인] hần học, hận thù. @독한 여자 một người đàn bà thù hận. (4) [굳세다] chắc, bền, dai, mạnh, dẽo dai, thô bạo, mạnh bạo.

독학 sự tự học. --하다 tự học. @독학한 사람 người tự học.

독항 sự ra khơi một mình. *--선 một chiếc thuyền đánh cá độc lập.

독행 --하다 [가다] đi một mình, [행동] hành động một cách độc lập.

독행 một hành động từ thiện, một việc làm tốt.

독혈 máu xấu. *--증 (의학 y học) chứng ngộ độc máu.

독후감 ấn tượng của ai về một quyển sách, cảm tưởng sau khi đọc (sách).

돈[1] [금전] tiền bạc, tiền mặt, tiền đồng, [재산] sự sung túc, sự giàu sang. @돈걱정 nỗi lo về tài chính (sự lo lắng về tiền bạc) // 돈 많은 사람 người giàu có // 돈을 헤프게 쓰는 사람 người tiêu tiền như rác, người ăn tiêu hoang phí // 돈 한푼 없는 không tiền, không một xu dính túi // 돈이 많이 들다 quá mắc // 돈을 내다 phải trả một giá đất (치르다), trả cho, đóng góp tiền (cho, vào) (기부), tài chánh (출자) // 돈을 벌다 kiếm tiền, làm ra tiền // 돈이 돈을 번다 tiền đẻ ra tiền, tiền làm ra tiền.

돈[2] [중량 단위] một *don* (bằng 0,1325 ounces, bằng 3,7655 gr).

돈꿰미 một xâu tiền đồng.

돈냥 một ít tiền. @돈냥이나 있는 집안 một gia đình có ít nhiều tài sản (của cải).

돈놀이 đồng tiền cho vay, sự cho vay nặng lãi (고리의). --하다 cho vay lấy lãi. @돈놀이 하는 사람 người cho vay lãi.

돈독 => 돈후.

돈벌이 sự làm ra tiền. --하다 kiếm tiền.

돈복 đồng tiền may mắn.

돈수 (1) [편지에서] kính thư. (2) [절] sự cúi chào, sự quỳ lạy, sự khúm núm, sự quỳ lụy ai. --하다 cúi đầu, quỳ lạy.

돈아 con trai của tôi.

돈육 thịt heo.

돈좌 sự ngưng tạm thời, sự vướng mắc, sự bế tắc tạm thời, sự khó khăn. --하다 bị cản trở, bị bế tắc, bị vướng mắc, bị hạn chế.

돈주머니 túi đựng tiền, ví đựng tiền, hầu bao.

돈줄 nguồn tiền. @돈줄이 떨어지다 bỏ lở một cơ hội giúp đỡ về tài chánh.

돈지갑 một ví tiền lẻ.

돈푼 một số tiền nhỏ. @돈푼이나 모으다 để dành (tiết kiệm) được một số tiền kha khá.

돈피 con chồn *mactet*, bộ da lông chồn *zibelin*.

돈후 một cách chân thành. --하다 giản dị và chân thành.

돋구다 làm cao hơn (mức tiêu chuẩn).

돋다 (1) [해·달이] mọc. @해가 돋는다 mặt trời mọc. (2) [싹따위가] nẩy mầm. @날개가 돋다 mọc cánh (chim). (3) [종기 따위가] nổ bùng, kêu to, phá lên, phát thành tiếng

돋보기 [노안경] kính để nhìn xa, [확대경] kính lúp, kính phóng đại.

돋보다 => 도두보다.

돋보이다 => 도두보이다.

돋이다 (1) [높이다] làm cao thêm, làm tăng thêm, đề cao, tâng bốc, tán tụng, tán dương, tăng @심지를 돋우다 vặn cao bấc đèn. (2) [감정 따위를] kích thích, khích động. @부아를 돋우다 chọc tức ai (chọc giận) // 호기심을 돋우다 kích thích sự tò mò của người nào. (3) [용기 · 힘을] nâng lên, giơ lên, ngẩng lên, nuôi, trồng, gây nên, nêu lên, thổi lên. @기운을 돋우다 nâng đỡ tinh thần cho ai, làm phấn khởi, làm vui vẻ, hăng hái thêm lên // 용기를 돋우다 khuyến khích, cổ vũ, động viên.

돋을새김 nghệ thuật đắp, khắc, chạm, đắp nổi (trong phương pháp điêu khắc, đúc), đồ đắp, khắc, chạm.

돋치다 (1) [내밀다] trổ ra, [새로 생기다] nảy sinh ra, phát sinh ra. @날개가 돋치다] cánh mới mọc (nhú) ra, bay xa (비유적). (2) [값이] tăng vọt (giá cả), nhảy vọt.

돌[1] hòn đá, đá cuội, sỏi. @돌집 một tòa nhà đá

돌[2] ngày (lễ) kỷ niệm, [첫돌] ngày kỷ niệm đầu.

돌 một năm tròn, [출생의] lễ đầy năm, lễ thôi nôi [kỷ niệm năm đầu (thứ nhất) của ngày sinh].

돌개바람 cơn gió lốc.

돌격 sự đụng mạnh, sự xông tới. --하다 đụng mạnh, xông tới. @적진에 돌격하다 xông vào vị trí kẻ thù. *--대 đội quân xung kích.

돌계단 => 돌층계.

돌계집 một phụ nữ cằn cỗi (vô sinh / hiếm muộn, mất khả năng sinh đẻ).

돌고드름 thạch nhũ, vú đá.

돌고래 cá heo, giống (loài) cá heo.

돌곪기다 làm mủ bên trong, mưng mủ

돌공이 cái chày bằng đá.

돌기 sự nhô ra, chỗ lồi ra, vật thò ra, sự phồng lên, sự u lên, u sưng, [해부 phẫu thuật] ruột thừa. 하다 nhô ra, lồi ra.

돌기둥 một cái cột đá.

돌날 ngày sinh nhật đầu tiên.

돌다 (1) [회전] xoay, xoay vòng. @뺑뺑 돌다 xoay vòng quanh // 오른쪽으로 돌다 quay sang phải. (2) [순회] đi vòng quanh ,đi vòng vòng. @시골을 돌다 đi một vòng quanh tỉnh. (3) [우회] đi vòng. (4) [순환 · 유통] lưu thông, luân chuyển, tuần hành, chạy, vận hành, lưu hành, [소문이] lan truyền, truyền đi. (5)

[술·약따위의 효과] đạt được kết quả. (6) [현기 나다] bị choáng váng, bị chóng mặt. (7) [소생] đến lượt, đến vòng, trở lại, quay lại. @정신이 돌다 trở lại, phục hồi trí giác. (8) [정신이] phát điên, hóa điên.(9) [전염병이] thịnh hành, phổ biến khắp, thông dụng, lan khắp, thường thấy.

돌다리 cây cầu đá.

돌담 bức tường đá.

돌대가리 người ngu đần.

돌덩이 một hòn đá, một cục đá.

돌도끼 cái rìu đá.

돌돌, 똘똘 @종이를 똘똘 말다 cuộn mảnh giấy lại.

돌돌하다, 똘똘하다 [똑똑하다] sáng dạ, thông minh, nhanh trí.

돌라주다 phân phối, phân bổ, phân chia, phân phát, tiếp tế, xoay vòng.

돌려내다 [부당 취득] đạt được bằng mánh khóe lừa bịp, [사람을] bỏ rơi, đối xử lạnh nhạt, thờ ơ.

돌려놓다 (1) [방향을] xoay quanh, vặn quanh, đổi (hướng). @시계를 돌려놓다 vặn kim đồng hồ. (2) [사람을] bỏ quên, bỏ sót, xóa đi.

돌려보내다 [반환] hoàn lại, trả lại, [반송] gửi trở về, gởi trả lại.

돌려보다 lưu thông, luân chuyển, có cái nhìn (vật gì) theo diễn biến

돌려쓰다 vay, mượn (tiền / đồ vật)

돌려주다 (1) hoàn lại, trả lại, gửi lại. (2) [변통] cho vay, cho thuê.@ 5 만원을 돌려주다 cho vay 50.000 *won.*

돌리다 [변통] vay, cho mượn (tiền).

돌리다 (1) [회전] quay (xoay) tròn. @팽이를 돌리다 quay bông vụ (2) [보내다 · 넘기다] chuyền tay, chuyền theo vòng, xây tua @술잔을 죽 돌리다 chuyền cái ly theo vòng tròn. (3) [방향을] đổi hướng, thay đổi, làm lệch hướng. @화제를 돌리다 lảng sang chuyện) khác // 주의를 딴데로 돌리다 tập trung về hướng khác. (4) [감정을] thay đổi ý kiến, thay đổi kế hoạch, dịu đi, êm đi (cơn giận). (5) [빌리다] cho vay, cho mượn. (6) [원인· 책임을] đổ tại, cho là, quy cho, gán cho. @실패를 운으로 돌리다 *quy sự thất bại cho vận rủi.*

돌림 (1) [교대] sự luân phiên, sự xoay vòng. @돌림으로 lần lượt, luân phiên, xoay vòng, kế tiếp nhau. (2) => 돌림병.

돌림감기 [의학 y học] bệnh cúm.

돌림병 bệnh lây, bệnh nhiễm trùng, bệnh dịch.

돌림장이 một người bị bỏ rơi, người bị lạnh nhạt.

돌멘 ngôi mộ đá.

돌멩이 cục đá.

돌무더기 một đống đá.

돌발 sự phun lửa, sự bùng nổ, sự nổ tung. --하다 nổ bùng, nổ ra, chợt xảy ra. @돌발적으로 bất ngờ, thình lình, đột xuất. *--사건 *một tai nạn bất ngờ.*

돌변 một thay đổi bất ngờ, sự thay đổi đột ngột. --하다 thay đổi bất chợt.

돌보다 trông nom, chăm sóc. @어린애를 돌보다 chăm sóc một đứa trẻ // 환자를돌보다 chăm sóc (phục vụ) người bệnh.

돌부리 gờ đá lởm chởm.

돌부처 tượng Phật bằng đá.

돌비늘[광물 khoáng chất] chất mi ca.

돌산 núi đá.

돌솜 [광물 khoáng chất] *amiăng.*

돌아가다 (1) [다시 가다] quay lại, trở về, đi về. @집으로 돌아가다 quay trở về nhà.
(2) [원상으로] trở lại, bắt đầu lại, khôi phục lại, hồi phục, lấy lại, chiếm lại. @정상 상태로 돌아가다 trở lại trạng thái bình thường.
(3) [우회] đi vòng, đi theo đường vòng, đi quanh co.
(4) [되어 가다] đưa ra, phát triển, mở mang, khuyếch trương, mở rộng. @일이 돌아가는 꼴을 주시하다 *theo dõi sự phát triển của sự kiện.*
(5) [...의 결과가 되다] hóa ra, thành ra, đưa đến kết quả. @실패로 돌아가다 *hóa ra thất bại.* (6) [귀속] rơi vào tay, quy cho, gán cho.

돌아눕다 nằm xoay trở lại.

돌아다니다 (1) [쏘다니다] đi tha thẩn, đi lang thang, [순회] đi một vòng, [여행] đi du lịch. @거리를 돌아다니다 đi lang thang ngoài phố. (2) [병이] thịnh hành, phổ biến, lan tràn. @유행성 감기가 돌아 다닌다 bệnh cúm lan tràn. (3) [소문따위가] (tin đồn) lan đi khắp nơi.

돌아보다 (1) [뒤를] quay lại nhìn, ngoáy lại nhìn. @잠깐 돌아보다 liếc mắt nhìn ra phía sau. (2) [회상] nhìn lại (cái gì đã qua), ngẫm nghĩ. @ 학생시절를 돌아보다 nhìn lại thời học sinh. (3) [고려] quan tâm đến, xét cho kỹ, suy cho cùng. @앞뒤를 돌아보지않고 *không tương ứng với hoàn cảnh, không phản ảnh tình huống*

돌아서다 (1) [뒤로] quay gót. (2) [등지다] quay lưng, chống lại, trở nên thù địch với.

돌아앉다 ngồi xoay người.

돌아오다 (1) [귀환] quay trở lại, trở về nhà. @부자가 되어 고향에 돌아오다 trở về quê nhà như một người giàu có. (2) [차례가] đi loanh quanh, đi chỗ này chỗ nọ. (3) [돌아서] đi quanh quẩn, vòng quanh. @옆문으로 돌아와주시오 bước quanh gần chỗ cửa.

돌알 [안경알] thủy tinh thể.

돌연 một cách bất ngờ, bất chợt, bất thình lình, một cách đột xuất. --하다 bất ngờ, bất thình lình, không dự liệu trước. @돌연 해고하다 sa thải (ai) không báo trước. *--변이 (생물 sinh vật) sự đột biến.

돌옷 rêu đá.

돌이키다 (1) [고개를] rẽ quanh, quay đầu, nhìn quanh, nhìn bao quát. (2) [마음을 tâm hồn] thay đổi (ý kiến). @돌이켜 생각컨네 suy nghĩ kỹ, ngẫm nghĩ kỹ. (3) [원상 회복하다] lùi lại, lấy lại, thu hồi, chiếm lại, khôi phục lại. @돌이킬수 없는 không thể thay đổi được.

돌입 sự xông vào, sự lao vào, sự tuôn vào. --하다 lao tới, xông tới, tuôn vào, nạp vào.

돌잔치 buổi tiệc lớn cho lần sinh nhật đầu của đứa bé, tiệc thôi nôi.

돌잡이 đứa bé một tuổi.

돌절구 cái cối đá.

돌제 đê chắn sóng (ở cầu tàu / cảng).

돌진 sự xông lên, sự cuốn đi, sự lao tới, sự hăm hở, sự gánh vác. --하다 xông lên, lao vào, đổ xô tới, gánh vác, hăm hở. @적을 향해서 돌진하다 tấn công quân thù.

돌쩌귀 bản lề (cửa).

돌출 sự nhô ra, sự thò ra, sự nhô ra, sự lồi ra --하다 nhô ra, vọt ra, thò ra, lồi ra, phình ra. *--부 phần nhô ra, phần lòi ra.

돌층계 bậc đá.

돌파 --하다 chọc thủng, [조과] vượt qua, xuyên qua, [극복] khắc phục, vượt qua, giải quyết khó khăn. @난관을 돌파하다 vượt qua khó khăn, khắc phục gian khổ.

돌팔매질 sự ném đá. --하다 ném đá.

돌팔이 người bán hàng lưu động (nam). *--의원 tên lang băm, kẻ bất tài mà hay lòe bịp (làm bộ giỏi giang).

돌풍 luồng gió mạnh bất chợt.

돌피 [식물 thực vật] cây kê dại, cây Panicum (학명 tên khoa học).

돌확 cái cối đá.

돕다 (1) [조력] giúp đỡ, trợ giúp, phục vụ. @일을 돕다 giúp đỡ cho ai trong công việc // 하늘은 스스로 돕는 자를 돕는다 *Chúa luôn giúp những người biết tự giúp mình.* (hãy tự giúp mình trước, Trời sẽ giúp mình)
(2) [구제] làm an tâm, làm yên lòng, làm nhẹ bớt, làm khuây khỏa, an ủi. @가난한 사람을 돕다 giúp đỡ người nghèo. (3) [조장] tích cực ủng hộ, đóng góp. @소화를 돕다 trợ giúp tiêu hóa.

돗바늘 cây kim dệt chiếu

돗자리 cái chiếu, chiếu thảm. @돗자리를 깔다 trải chiếu.

동 (1) [조리] lẽ phải, lý lẽ, lô-gíc, [일관성] một chuỗi (lập luận), một sợi dây (liên lạc) => 동닿다.
(2) [한동안] khoảng (thời gian, không gian), khoảng cách. @동뜨다 có một khoảng cách giữa. (3) [저고리의] cổ tay áo (sơ mi, vét). (4) [줄기] thân (cây), cuống (hoa…). @상치동 thân rau diếp.

동 cũng vậy, như nhau, (상기의 hồi tưởng). @작년 동일 tương ứng với ngày này, năm ngoái. *--회사 cùng công ty, cùng hội.

동 hướng đông, phía đông. @동으로 가다 đi về hướng đông // 동이 트다 bình minh, rạng đông.

동 đồng đỏ => 구리. *--선 dây đồng. --세공 xưởng đúc đồng. --화 đồng tiền đồng.

동감 sự bằng lòng, sự đồng ý, sự nhất trí, sự tán thành. --하다 đồng ý, tán thành, thỏa thuận. @너와 동감이다 tôi đồng ý (với..).

동갑 bằng tuổi. @우리는 동갑이다 *chúng mình cùng tuổi.*

동강 một miếng, một mảnh,một phần. @두 동강나다 bị vỡ thành hai mảnh.

동개 tiếng rung, run, sự rung (run)

동거 --하다 sống chung với nhau, sống chung một nhà. *--인 bạn tù, người ở cùng bệnh viện, người ở trọ chung.

동격 [같은 지위] cùng hàng, cùng đội ngũ, [문법] phần chêm, sự áp đặt, sự ghép vào. *--명사 danh từ đồng cách.

동결 sự giá lạnh, sự băng giá, sự rét mướt. --하다 đóng băng, làm lạnh, ướp lạnh. *--자산 tài sản hạn định. 자산—sự ổn định tài sản.

동경 (địa lý, địa chất) kinh độ.

동경 cái gương bằng đồng.

동경 sự mong mỏi, sự khao khát, sự ao ước, nguyện vọng. --하다 nóng lòng, ước mong, khao khát, ao ước, thèm muốn. @도시 생활을 동경하다 khao khát cuộc sống đô thị.

동계 @동계의 na ná, hơi giống, cùng loại, cùng một lô (hàng). *--회사 một công ty liên kết

동계 => 동기.

동계 sự đập nhanh, đánh trống ngực, sự hồi hộp.

동고 동락 --하다 chia sẻ vui, buồn (với), chia ngọt sẻ bùi (với).

동고비 [새 chim] chim *nuthatch*.

동공 con ngươi, đồng tử. *--확대 sự giãn nở đồng tử.

동광 quặng đồng, đồng thô, [광산 khoáng sản] mỏ đồng.

동구 Đông Âu.

동구 @ 동구밖, vùng ngoài tỉnh, vùng ngoại ô.

동국 cùng quê, cùng xứ. *--인 người đồng hương, người đồng xứ.

동굴 hang, động.

동궁 đông cung [세자] thái tử, [세자궁] dinh (cung điện) thái tử.

동권 tính công bằng, sự bình đẳng. *남녀 — nam nữ bình quyền, sự bình đẳng giới tính

동그라미 đường tròn, hình tròn (원), số không. @동그라미를 그리다 vẽ đường tròn, vạch một vòng tròn.

동그라지다 ngã lộn nhào.

동그랗다, 똥그랗다 tròn, theo vòng tròn, [구형] có dạng hình cầu. @동그랗게 trong vòng, trong phạm vi, trong lĩnh vực.

동그스름하다 gần tròn, hơi tròn.

동글다 => 둥글다.

동급 cùng lớp, cùng đẳng cấp (giai cấp), [동동] cùng loại, ngang hàng . *--생 bạn cùng lớp.

동기 cùng thời, [동창] cùng thế hệ. *--생 bạn cùng lớp, tốt nghiệp cùng năm.

동기 anh, chị, em. *--간 tình anh em, tình chị em.

동기 cái chậu, thau bằng đồng. *--시대 thời kỳ đồng thiếc.

동기 cái cớ, lý do, động cơ. @불순한 동기 một động cơ lý thú //... 이 동기가 되어 bị thúc đẩy bởi, làm động cơ thúc đẩy

동기 mùa đông. *--강습 khóa học mùa đông. --휴가 kỳ nghỉ đông.

동기다 => 똥겨 주다.

동나다 cạn kiệt, kiệt sức, mệt lữ.

동나무 một bó củi.

동남 hướng đông nam. @동남의 vùng đông nam. *--아시아 vùng Đông Nam Châu Á. --아시아 조약 기구 Tổ Chức Minh Ước Đông Nam Châu Á.

동냥 [동냥질] sự ăn xin, sự ăn mày [탁발 승의], [시물] của bố thí. --하다 xin ăn (gạo, tiền). *--자루 cái bị của người ăn xin. --중 người ăn xin, một tu sĩ khất thực (phái tiểu thừa – Phật giáo)

동네 làng, xã. @동네 사람 người làng, (총칭 tên chung) dân làng.

동년 [같은 해] cùng năm, năm đó.

동년배 @동년배이다 khoảng tuổi như nhau, gần bằng tuổi.

동녘 hướng đông.

동당이치다 ném đi, vứt đi, liệng đi, bỏ rơi vãi, [포기] bỏ, từ bỏ.

동닿다 (1) [조리가] có lý, hợp lý, [일관되다] mạch lạc, chặc chẽ, phù hợp, thích hợp. @동닿치 않다 không lô-gíc, không hợp lý, phi lý. (2) [차례가] theo liên tục.

동대다 [조리를] làm cho mạch lạc (phù hợp), [계속] làm tiếp theo đều đặn không ngừng.

동떨어지다 cách xa ra, dang ra xa, [관계가] không thích đáng, không liên quan, cách xa mục tiêu. @동떨어지게 rời xa, xa cách, hơn hẳn, tất nhiên, dĩ nhiên, không nghi ngờ gì nữa.

동떨어진 소리 *lời phát biểu lạc đề* (거리가 먼) một nhận xét ngớ ngẩn (어리석은).

동독(일) Đông Đức.

동동 (1) sự thả trôi, sự khai trương, sự khởi công. => 동실동실. (2) @발을 동동 구르다 giậm (chân) trên (sàn nhà).

동동거리다 @추워서 발을 동동거리다 nhảy lên nhảy xuống cho đỡ lạnh.

동등 tính tương đương, tính ngang bằng, sự bình đẳng. @동등한 권리 sự bình quyền.

동란 *한국-- thời kỳ chiến tranh Hàn quốc.

동량 (1) [기둥과 들보] xà và cột. (2) [큰 인재] trụ cột (của quốc gia).

동력 [기계] lực, [역학] động lực. @동력으로 움직이는 lực vận hành, lực phát (sóng). *--계 dụng cụ đo lực, lực kế. --사정 trạng thái lực. --선 cáp lực. --학 động lực học.

동렬 cùng hàng, cùng dãy, đồng đội.

동록 xanh đồng, gỉ đồng, gỉ xanh.

동료 bạn đồng liêu, bạn đồng nghiệp, bạn đồng sự, đồng chí.

동류 [같은 종류] cùng thứ, cùng loại, đồng hạng, [공모자] kẻ đồng lõa, kẻ tòng phạm, [동류의 것] người / vật thuộc loại như. *--상종 *'đồng thanh tương ứng, đồng khí tương cầu'* (tục ngữ) *'chim cùng lông, tụ thành từng đàn'*, *'ngưu tầm ngưu, mã tầm mã'*.

동리 một ngôi làng (làng, xã). @동리사람들 dân làng.

동마루 nóc nhà lợp mái ngói.

동막이 --하다 chắn (sông), đắp đê, bảo vệ bằng đê.

동맥 [해부 giải phẫu] động mạch. @동맥의 thuộc động mạch // 동맥 절개 수술 thủ thuật mở động mạch. *--경화증 chứng sơ cứng động mạch. 대-- động mạch chủ.

동맹 sự liên minh, khối liên minh , hiệp hội, liên đoàn. --하다 liên kết với, liên minh với. @학생들은 동맹 휴교를 했다 các sinh viên đã bãi công. *--군 lực lượng liên minh

동맹국 nước đồng minh.

동맹 파업 cuộc đình công, cuộc bãi công. --하다 bãi công, đình công. *--자 người đình công.

동메달 huy chương đồng.

동면 sự ngủ đông (động vật). *--동물 các loài thú ngủ đông.

동명 sự trùng tên. *--이인 người, vật trùng tên.

동명사 [문법 ngữ pháp] danh động từ.

동무 bạn, bạn đời, bầu bạn, đồng chí (주로 남자의), (từ xưng hô) bạn. --하다 đánh bạn, kết bạn. @말동무 người bầu bạn để chuyện trò // 여자 동무 người bạn gái.

동문 (1) [문자나 문장의] một đoạn văn giống y hệt nhau. (2) [언어로서의] một bản phát thanh thông thường. @ 이하동문 vân vân.

동문 [동창] anh chàng sinh viên, ông bạn sinh viên, [졸업생] (nguyên) nam sinh, (nguyên) nữ sinh. *--회 hội nam sinh viên.

동문 서답 câu trả lời không thích đáng, câu trả lời lạc đề. --하다 trả lời rời rạc, không mạch lạc, trả lời không thích

đáng, đáp lạc đề.
동문수학 --하다 học cùng thầy.
동물 thú vật, súc vật (짐승), đời sống động vật (총칭). *--계 giới động vật. --원 vườn bách thú, sở thú. --질 tính chất xác thịt. --학 động vật học. --학자 nhà động vật học. --화 sự động vật hóa. 고등 (*하등*) -- động vật cao cấp (*hạ cấp*). 육식 (*초식*) -- động vật ăn thịt (*ăn cỏ*)
동민 dân làng (총칭 tên chung).
동박새 [새 chim] loài chim mắt bạc.
동반 --하다 đi kèm, đi theo, đi cùng, hộ tống. @그는 가족 동반이다 *anh ấy đi cùng gia đình*. *--자 người đi theo, người đi cùng
동반구 đông bán cầu.
동반자살 [남녀의] sự tự sát cặp, sự tự tử chung, [한집안의] sự tự tử cả gia đình. @모자 동반자살 một tập thể cả mẹ lẫn con tự sát.
동방 phương đông, hướng đông. @동방의 thuộc hướng đông // 동방에 theo hướng đông.
동방 [동방의나라] một quốc gia ở phương đông, [동양] phía đông, hướng đông, phương đông, miền đông. @동방의 thuộc phương đông.
동방 (1) [침실] phòng ngủ. (2) [신방] phòng cô dâu. *동방 화촉 *'động phòng hoa chúc'*
동배 người ngang hàng, (ngang tài, sức), bạn đồng liêu, đồng minh, đồng nghiệp, bạn đồng sự.
동백 hạt cây hoa trà. *--기름 dầu cây hoa trà. --나무 cây hoa trà.
동병 đồng bệnh, triệu chứng chung. @동병 상련하다 *những người đồng cảnh ngộ dễ thông cảm nhau hơn.*
동복 những đứa trẻ có chung một mẹ. @동복의 cùng mẹ khác cha. *-- 형제 (자매) anh chị em khác cha.
동복 y phục mùa đông.
동봉 --하다 gởi kèm theo, đính kèm @사진을 편지에 동봉하다 gởi kèm một tấm hình trong thơ.
동부 (식물 thực vật) cây đậu đũa.
동부 nơi phía đông.
동부인 --하다 đi cùng với vợ.
동북 miền đông bắc. *--동 hướng đông đông bắc. --지방 khu vực đông bắc. --풍 gió đông bắc.
동북향 @동북향 집 một ngôi nhà hướng đông bắc.
동분모 [수학 toán học] cùng mẫu số, cùng mẫu thức.
동분 서주 --하다 bận rộn việc gì, bận đi
동사 [문법 ngữ pháp] động từ. @동사의 thuộc động từ, có gốc động từ. *--변화 sự chia động từ. 규칙(불규칙) -- động từ quy tắc (ngoại động từ). 자 (타) -- động từ bất quy tắc, động từ không cần bổ ngữ (nội động từ). 완전 (불완전)-- động từ hoàn thành (khiếm khuyết).
동사 sự chết lạnh. --하다 chết lạnh, chết cóng. *--자 một người chết cóng.
동사무소 tòa thị chính (chính quyền xã)
동산 khu vườn, ngọn đồi. *--바치 người làm vườn.
동산 tài sản riêng, động sản.
동상 cái như trên, cái cùng loại, cái cùng một thứ.
동상 tượng đồng. @동상을 세우다 dựng tượng.
동상 (y học) chỗ phát cước, cước (ở chân tay, vì bị rét). @동상에 걸리다 phát cước.

동색 đồng màu, cùng màu. @초록은 동색이다 (속담 châm ngôn / tục ngữ) '*đồng thanh tương ứng, đồng khí tương cầu*'.

동생 em (trai hoặc gái)

동서 [동과 서] đông và tây, [동서양] phương đông và phương tây. @고금동서를 막론하고 trong mọi lứa tuổi và mọi quốc gia.

동서 sự ăn ở với nhau như vợ chồng. --하다 sống chung với nhau. *--자 người sống chung, bạn đồng sàng.

동서 [자매의 남편] anh hoặc em rể của vợ (*anh em cột chèo*), [형제의 아내] chị hoặc em dâu của chồng (*chị em bạn dâu*).

동서 남북 bốn phương: đông, tây, nam, bắc.

동석 --하다 ngồi chung, ngồi cùng với. *--자 bầu bạn, người có mặt tại đó.

동선 [배] cùng thuyền, đồng thuyền, [타는 일] sự đồng cảnh ngộ. --하다 đồng cảnh ngộ, đồng hội, đồng thuyền. *--자 người đồng cảnh ngộ, người đi chung một chiếc tàu.

동선 dây đồng (hệ thống dây điện)

동설 cùng quan điểm.

동성 [이성에 대해] cùng giới tính, [같은 성질] tính đồng nhất (thuần nhất), sự tương đắc, sự ăn ý. @ 동성의 tình dục đồng giới, [동성질의] đồng nhất, thuần nhất. *--(연) 애 tính tình dục đồng giới, [여성간의] thói đồng dục nữ.

동성 cùng họ. @동성의 사람 người trùng tên. *--동본 người cùng họ, cùng gốc gia đình.

동소 cùng vị trí, cùng địa điểm.

동소체 [화학 hoá học] tính khác hình.

동수 con số giống nhau. @...와 동수의 nhiều như nhau, số lượng như nhau.

동숙 --하다 ở trọ chung nhà.

동승 --하다 cưỡi chung, đi chung (말 ngựa). *--자 bạn đồng hành.

동시 đồng thời, cùng lúc. @동시의 xảy ra cùng một lúc (đồng thời / đồng bộ) // 동시에 ở cùng lúc, đồng thời với, [일시에] cùng một lúc.

동시녹음 sự thu (âm thanh/hình ảnh) đồng thời (đồng bộ). --하다 xảy ra đồng thời, đồng bộ hóa. *--촬영 âm bật (ngôn ngữ).

동시대 @동시대의 사람 người đương thời, người cùng thời, người cùng tuổi.

동식물 động vật và thực vật, [어느 지역·시대의 hệ thực vật và hệ động vật.

동실동실 => 둥실둥실.

동심 (1) [한 마음] đồng tư tưởng, nhất trí, cùng một ý kiến. @ 두 사람은 동심일체이다 *cả hai hầu như có cùng một ý kiến.* (2) [기하 hình học] tính đồng tâm.*--원 vòng tròn đồng tâm. 협력-- sự đồng tâm, sự hợp tác hài hòa.

동심 trí óc trẻ con, tâm hồn trẻ con.

동아 Đông Á, [동양] miền đông, [극동] viễn đông.

동아리 (1) [부분] phần chia, khẩu phần (lượng thức ăn cho một người). @웃동아리 phần cao hơn. (2) [무리] nhóm, bè, phái.

동아줄 sợi dây thừng to, dây cáp, dây chão

동안 (1) [기간] thời kỳ, giai đoạn, khoảng thời gian [부사적] trong (1 giờ), giữa (12giờ và 1 giờ) suốt (đêm). @ 과거 5년 동안 trong 5 năm qua // 그 동안 trong lúc đó, trong lúc ấy, trong khi chờ đợi // 잠깐 동안 trong một chốc, trong chốc lát. (2) [간격] một khoảng (thời gian / không gian).

동안 bờ biển phía đông.

동안 một khuôn mặt trẻ thơ. @동안의 nhìn có vẻ như trẻ con.

동안뜨다 có một khoảng trống ở giữa, rời xa ra.

동액 cùng một tổng số. @동액의 tương đương (tổng số / số lượng).

동양 phương đông. @동양의 thuộc phương đông. *--문명(사) nền văn minh phương đông (lịch sử). --인 người phương đông (총칭 từ chung).

동업 sự cùng nghề. --하다 cùng kinh doanh chung, cùng cộng tác chung. *--자 người cùng kinh doanh, cùng cộng tác, (cùng hùn hạp làm ăn), bạn đồng nghiệp (신문, 잡지의). @동업자 간의 시세 giá kinh doanh. --조합 hiệp hội thương mại.

동여매다 buộc, trói buộc, giữ lại, liên kết, nối.

동역학 [물리 vật lý] động lực học.

동요 đồng dao, bài ca của trẻ con.

동요 [배의] sự lăn, sự cán (좌우로), sự quăng, sự ném (상하로), [차 · 마차 따위의] sự lắc bật ra, sự xóc nảy lên, [인심의] sự lay động, sự rung động, sự bối rối, sự xúc động, sự băn khoăn, sự lo âu, [소요] sự rung chuyển, sự chấn động, sự xáo động, sự bối rối, sự nhiễu loạn. --하다 quăng, ném, lắc bật ra, rung lắc, [생각이] lung linh, dao động.

동우 bạn đồng chí hướng, bạn giống tính nhau.

동원 sự huy động, sự động viên. --하다 huy động, động viên. *--령 lệnh động viên. --해제 sự giải ngũ, sự phục viên. 인력(사업) -- sự huy động nhân công.

동월 cùng tháng.

동위 @동위의 phối hợp với, tương ứng với, đúng với. *--각 góc đồng vị. --원소 (hóa học) chất đồng vị.

동음 đồng âm, [음성] tính phát âm giống nhau. *--어 từ đồng âm.

동의 [찬성] sự đồng ý, sự ưng thuận, sự bằng lòng (thỏa thuận) --하다 đồng ý, tán thành, chấp thuận. @동의를 얻다 được sự đồng ý.

동의 tính đồng nghĩa. @동의의 đồng nghĩa, có cùng nghĩa với. *--어 từ đồng nghĩa.

동의 bản kiến nghị, sự đề nghị. --하다 đề nghị. @동의에 찬성하다 tán thành một đề nghị // 동의가 가결(부결) 되었다 một đề nghị được chấp thuận (loại bỏ). *--제출자 người đề xuất ý kiến. 긴급-- một đề nghị khẩn cấp.

동이 vại, lọ, bình. *물—một bình nước.

--동이 đứa trẻ, đứa bé nào đó @막내동이 đứa con trai nhỏ nhất.

동이다 buộc (dây), thắt (cà vạt), trói, cột (thành bó).

동인 (1) [같은 사람] cùng một người. (2) [뜻이 같은 사람] người cùng cộng tác, bạn đồng nghiệp. *--잡지 tạp chí của một nhóm, cơ quan ngôn luận của một hiệp hội.

동인 cớ, lý do, động cơ, nguyên nhân.

동인도 vùng đông Ấn. @동인도의 thuộc đông Ấn độ.

동일 --하다 đồng nhất, y hệt nhau. *--개념 một khái niệm đồng nhất. --원리 nguyên tắc đồng nhất.

동일시 --하다 xem như nhau, đặt A

ngang hàng như B.

동자 thằng bé, thằng bé con.

동자 => 눈동자.

동자꽃 [식물 thực vật] cây *lychnis*.

동자르다 [관계를] cắt rời ra, lìa ra, gãy rời ra, [길게 끊다] cắt thành miếng dài.

동작 hành động, chuyển động, cử động, [거동] cư xử, thái độ, [몸짓] cử chỉ, điệu bộ, động tác. @ 동작이 민활하다 hành động nhanh nhạy.

동장군 mùa đông khắc nghiệt.

동저고릿바람 sự không mặc áo khoát ngoài. @동저고릿바람으로 나다니다 đi dạo với y phục giản dị.

동적 động lực. @ (인구의 dân số) 동적 밀도 mật độ dân số tăng vọt.

동전 đồng xu bằng đồng. @동전한푼 없다 không một xu dính túi.

동절 mùa đông.

동점 [점수] cùng mục tiêu, [경기 cuộc thi đấu] trận đấu hòa @동점이 되다 ngang điểm, hòa nhau.

동점 sự tiến tới phía đông. --하다 đi về phía đông.

동정 cổ áo.

동정 sự đồng cảm, mối thương cảm, lòng trắc ẩn. --하다 thông cảm, ủng hộ, có sự đồng tình với. @ 동정적 thông cảm, đồng tình // 동정을 구하다 tranh thủ được (giành được) cảm tình của ai. *--자 người đồng tình với kẻ khác. --파업 cuộc bãi công bày tỏ sự đồng cảm.

동정 sự trong sạch,sự trong trắng, sự tinh khiết. @동정을 지키다(잃다) giữ gìn sự trong sạch. *--녀 một cô gái trong trắng, một trinh nữ.

동정 hoạt động, hành động, trạng thái sự vật. @정계의 동정 sự phát triển sự nghiệp chính trị // 적의 동정을 살피다 canh chừng sự hoạt động của quân thù.

동제 @동제의 có chất đồng, làm bằng đồng .*--품 đồ đồng.

동조 sự liên kết, sự xếp hàng, [전기 điện] sự mở tắt, sự vặn, sự xoay chiều [무선] sự điều hưởng. --하다 tự liên kết (với). *--자 ông bạn đồng hành, người đồng tình.

동족 [종족] cùng chủng tộc (cùng giới), [일족] cùng dòng dõi, cùng gia thế. *--결혼 (sinh vật học) sự nội giao. --애 tình anh em.

동쪽 phía đông, hướng đông. @동쪽의 thuộc hướng đông // 동쪽으로 về phía đông // 동쪽에서 부는 바람 gió đông.

동종[일족] cùng dòng họ, [같은 종파] cùng giáo phái, cùng môn phái.

동종 cùng loại, cùng giống. @동종의 thuộc cùng giống.

동지 đông chí. *--선 đông chí tuyến. --선달 tháng 11 và 12 âm lịch.

동지 [사람 người] tâm hồn đồng điệu, đồng chí.

동지나해 biển Đông *China*.

동진 --하다 chuyển về hướng đông, xuất phát từ hướng đông, bắt nguồn từ hướng đông.

동질 đồng hạng, cùng chất lượng, tính đồng nhất. @ 동질의 đồng nhất, thuần nhất.

동짓달 tháng 11 âm lịch.

동차 xe đẩy trẻ con.

동창 [사람 người] bạn học, [졸업생] người tốt nghiệp đại học. *--회[조직] hiệp hội cựu nam sinh, [화랍] cuộc họp mặt nam sinh.

동철 đồng và sắt.
동철 [신의] móc sắt, đinh đế giày, [편자의] đinh đế giày hình móng ngựa.
동체 thân (cây) thân (người), [조상의] thân mình, [비행기의] thân máy bay.
동치 [수학 toán học] tương đương.
동치미 củ cải ngâm muối.
동침 --하다 chung giường (với ai), ngủ (với ai).
동태 động tác, sự chuyển động *--경제 động lực kinh tế. --통계 thống kê động lực. 인구-- sự phát triển dân số.
동태 cá pôlăc đông lạnh.
동통 sự đau đớn, sự nhức nhối.
동트다 bắt đầu hé mở, bắt đầu hiện ra, nở ra, lộ ra. @동틀 무렵에 lúc tảng sáng, lúc rạng động, lúc bình minh.
동티나다 [지신의 노여움을 사서 화를 입다] trải qua cơn phẫn nộ của thần đất, [잘못되다] bị rắc rối, chịu phiền muộn, lo âu.
동파 cùng bầy, cùng đàn.
동판 bản khắc đồng để in. *--인쇄 kỹ thuật in bản khắc đồng. --조각 sự chạm trổ bản khắc đồng, sự khắc axít.
동포 [형제] anh em trai, [동국민] (tôn giáo) anh em đồng đạo, đồng hữu; người đồng xứ, đồng hương, đồng bào, người anh em (tay sai / bộ hạ) (인류). *--애 tình anh em.
동풍 gió đông.
동하다 (1) [행동 hành động] di chuyển, hoạt động. (2) [마음이 tâm hồn] dao động, chao đảo, bàng hoàng.
동학 bạn đồng học.
동해 biển Đông hải.
동해안 bờ biển Đông Hải (phía đông).
동행 --하다 đi cùng, đi chung, đi kèm. @동행은 5 인이었다 *chúng tôi có 5 người đi cùng.* *--자 bạn đồng hành, bầu bạn.
동향 hướng đông. @동향집 nhà hướng đông.
동향 *--인 người cùng quê, người đồng hương
동향 phương hướng, xu hướng, chiều hướng. @ 경제동향 chiều hướng kinh tế.
동혈 hang, động.
동형 cùng kiểu, mẫu, đồng dạng.
동호 *--인 những người có chung khẩu vị, người cùng sở thích (취미 khẩu vị, sở thích), những người có liên quan (이해관계). @음악 동호인회 hiệp hội của những người yêu âm nhạc.
동화 sự tiêu hóa, [생물 sinh vật] sự đồng hóa, [순응] sự thích nghi. --하다 tiêu hóa, đồng hóa. @ 외국의 풍습에 동화하다 *tự thích nghi với phong tục nước ngoài* (tự đồng hóa)
동화 đồng xu.@ 5 원 동화 một đồng xu 5 *won.*
동화 truyện hư cấu, chuyện thần tiên (chuyện tưởng tượng).*--극 vở kịch (tuồng) thiếu nhi.
동화력 khả năng tiêu hóa. @동화력이 있는 dễ tiêu hóa.
동화 작용 sự đồng hóa, sự chuyển hóa (세포의), (sinh vật) sự đồng hóa (음식물의).
동활차 cái ròng rọc di động.
동회 hội đồng lập pháp (ở một tỉnh). *--사무소 văn phòng cấp tỉnh.
돛 buồm, cánh buồm. @돛을 달다 kéo buồm lên // 돛을 내리다 hạ buồm xuống.

ㄷ

돛단배 tàu (chạy bằng) buồm.

돛대 cột buồm.

돼지 con lợn, con heo, [거세한] con heo thiến, [암컷] con heo nái, [수컷] con lợn lòi đực, [비유적] kẻ tham lam (hám ăn).@ 돼지고기 thịt heo // 돼지기름 mỡ heo // 돼지우리 chuồng heo // 돼지 같은 như heo, như lợn – (nghĩa bóng: tham ăn, thô tục, bẩn thỉu như lợn // 돼지를 기르다 nuôi heo.*새끼-- heo tơ, heo con.

되 sự cân đong hàng khô (gạo, ngô…) (곡식용), đơn vị đo dung lượng chất lỏng (액체용), [한되] *doi* (đơn vị đo, 10 *hop*). @되를 속이다 cân thiếu.

되게 [몹시] rất, quá, lắm, cực kỳ, quá chừng, vô cùng, cực độ.

되넘기 sự bán lại cho người khác, nghề môi giới.

되넘기다 bán lại.

되놈 [만주인] người Mãn Châu, [중국인] người Trung Quốc.

되는대로 [마구] ngẫu nhiên, tình cờ, tùy tiện, cẩu thả, [거칠게] đại khái, đại thể, thiếu thận trọng, bất cẩn, luộm thuộm, ẩu, bừa, liều lĩnh. @되는대로 지껄이다 nói ẩu, nói năng tùy tiện // 되는대로 살다 sống không biết lo, sống vô tư.

되다 [1] (1) [빡빡하다] khắc nghiệt, gay go, cứng rắn. @되게 khó khăn, nặng nề // 된밥 gạo cứng cơm. (2) [줄따위가] bồn chồn, căng thẳng, tù túng, không thoải mái. @되게 동이다 buộc chặc. (3) [심하다] mãnh liệt, nồng nhiệt, sôi nổi, thảm thiết. @된 서리 sương gió khắc nghiệt // 되게 얻어맞다 bị đập mạnh. (4) [힘들다] khắc nghiệt, hung bạo, gay go, cứng rắn. @ 된일 công việc cực nhọc.

되다 [2] [되질] đo, lường. @쌀을 되다 đong gạo // 되어 팔다 bán hàng theo cách đong lường.

되다 [3] (1) [지위· 신분· 상태 따위가] bị, trở nên, có được, trở thành, [때가] đến, tới. @겨울이 되면 vào mùa đông, khi mùa đông đến // 부자가 되다 trở nên giàu có. (2) [변하다] trở thành, đổi thành, phát triển. @노랗게 되다 chuyển sang màu vàng, ngả vàng // 달걀이 병아리가 된다 cái trứng nở thành con gà con. (3) [성립] gồm có, bao gồm, hợp lại, ghép lại, tạo thành. @ 사회는 개인의 집합체로 되어 있다 *xã hội là sự tập hợp nhiều cá nhân.* (4) [성취] được thực hiện, hoàn thành. @공사가 다 되었다 công việc đã hoàn thành. (5) [결과가] sản xuất ra, thành ra, kết quả, thành quả, chứng minh, chứng tỏ. @될대로 되게 내버려두다 *để mặc tình hình diễn biến* // 무죄가 되다 tỏ ra vô tội. (6) [수량이] đến, tới, đi đến, lên đến, tổng cộng đến. @합계 3.000 원이 됩니다 tổng cộng đến 3.000 *won.* (7) [구실] đối đãi, đối xử, đóng vai. @(연극에서) 오델로가 되다 *đóng một vai trong vở kịch Othello.* (8) [연령· 시일] đạt đến, với tới, đạt được, hóa ra, thành ra, [경과] trôi qua. @그가 죽은지 3 년이 된다 *ba năm trôi qua từ ngày ông ấy qua đời.* (9) [시작] khởi đầu, bắt đầu, lên đến, đi tới, nghe thấy, được biết.@ 좋아하게 되다 bắt đầu thích (vật gì). (10) [가능] có thể, có khả năng, được phép, [사물이 주어] có thể. @될수 있으면 nếu có thể. (11) [자라다] thịnh vượng, phát đạt. @올해는 쌀이 잘됐다 *năm nay chúng tôi được một mùa thu hoạch lúa.* (12) [쓸만하다] được, hợp, ổn, an toàn. @그거면 돼 *điều đó ổn cho tôi đấy.*

되도록(1)[될수있는 대로] càng..càng tốt, càng (nhiều) càng tốt. @되도록 빨리 가거라 đi sớm chừng nào tốt chừng ấy. (2) [될 수 있게] cho đến khi mà, cho đến mức mà..

되돌아가다 (1) [오던 길로] đi trở về, quay lại. @도중에서 되돌아가다 nửa đường quay lại (quay lại giữa chừng) (2) [원상으로]. @본론으로 되돌아가다 trở lại vấn đề.

되들아오다 quay về, trở lại, trở về.

되롱거리다 treo lơ lửng, treo lủng lẳng.

되묻다 (1) [다시 묻다] hỏi lại, hỏi lần nữa. (2) [반문] hỏi người khác để lật ngược lại vấn đề.

되바라지다 (1) [노출되다] bộc lộ ra, phơi bày ra, vạch trần ra, mở rộng ra. @되바라진 접시 cái đĩa cạn (trẹt) (2) [편협] tư tưởng nông cạn. (3) [너무 똑똑하다] sự tinh ranh quá mức. @되바라진 사람 người thạo đời.

되부르다 gọi về, gọi lại.

되살다 (1) [먹은 음식이] khó tiêu, đầy bụng. (2) [소생] hồi sinh, trở lại cuộc sống, tỉnh lại, sống dậy. @되살리다 hồi phục lại sức sống.

되새기다 nghiền ngẫm, nghĩ tới nghĩ lui mãi.

되씩우다 đổ (lỗi) cho người khác.

되씹다 (1) [말을] làm lại, nói lại, tự lập lại. @추억을 되씹다 hồi tưởng lại, suy gẫm lại. (2) [음식을] nghiền ngẫm, nghĩ tới nghĩ lui.

되알지다 [무리한 고집] bắt buộc, ép buộc, cưỡng bức, [힘에 벅차다] vượt quá khả năng .

되어 가다 hóa ra, thành ra. @잘 되어 가다 tiến hành tốt.

되지못하다 (1) [미달] thiếu, ít hơn, kém hơn. (2) [미완성] không làm được, không hoàn thành, không kết thúc được. (3) [격이] không thể xảy ra. (4) [사람답지 못함] không có gì tốt, [건방짐] láo xược, trơ tráo, vô liêm sỉ.

되직하다 hơi mập, hơi dầy, hơi cứng.

되짚어 sự quay lại sớm. @되짚어 가다 trở lại ngay lập tức.

되치이다 bị phản công.

되풀이 sự nhắc lại, sự lặp lại, sự tái diễn. --하다 làm đi làm lại lại, nói tới nói lui. @되풀이하여 lập đi lập lại nhiều lần // 잘못을 되풀이하다 lại phạm lỗi, tái phạm

된밥 cơm quá cứng.

된비알 con đường quá dốc.

된서리 sương giá khắc nghiệt. @된서리 맞다 chịu đựng sương giá khắc nghiệt, [혼나다] trải qua một tai họa lớn.

된소리 [음성 âm thanh] (ngôn ngữ) căng (mạnh)

된장 bột đậu nành. *--국 súp bột đậu.

될성부르다 @될성부른 나무는 떡잎부터 알아본다 gỗ đàn hương thơm ngát ngay cả trong mầm lá.

됨됨이 (1) [사람 người] cá tính, tính nết, tính cách, đặc điểm của một người (bản chất) .@ 됨됨이가 정직하다 *bản chất anh ấy lương thiện.* (2) [물건] tay nghề (sự khéo léo).

됫박 một vỏ bầu khô dùng để đong lường.

됫박질 --하다 đong lường bằng chén (làm từ quả bầu, bí phơi khô), [조금씩

사다] mua (gạo) lẻ (mua ít).

두 hai, một cặp, một đôi. @두배 gấp đôi, hai lần // 두번 hai lần, gấp đôi, lần nữa.

두각 @두각을 나타내다 làm ra vẻ, gây chú ý cho người khác, tự làm nổi bật để được chú ý.

두개 (giải phẫu) sọ. *--골 sọ, đầu lâu.

두꺼비 [동물 động vật] con cóc.

두꺼비집 [전기] hộp cầu chì.

두건 mũ bằng sợi gai đầu dùng cho đám tang, mui vải.

두겁 mũ vải, mũ lưỡi trai. *붓-- nắp của cây bút lông.

두껍다 dày đặc, rậm rạp, rậm. @두꺼운 판자 tấm ván dày // 두꺼운 벽 bức tường chắc // 두꺼운 책 quyển sách to lớn, kềnh càng.

두께 tính chất dày đặc, tính chất rậm rạp. @두께가 5 인치이다 dày 5 inches.

두견 (1) => 소쩍새. (2) => 진달래.

두고두고 hết lần này đến lần khác, lặp đi lặp lại, [영원히] mãi mãi, vĩnh viễn.

두골 xương sọ, đầu lâu.

두근거리다 run lên (vì sợ), đập nhanh (tim mạch), đập thình thịch. @가슴을 두근거리며 trạng thái run rẩy (bối rối) vì bị khích động.

두근두근 tiếng lộp độp, hổn hển. --하다 đập thình thịch.

두길마 보다 ngồi giang chân, ngồi dang chân trên hàng rào

두뇌 đầu óc, trí óc. @치밀한(산만한) 두뇌 mất bình tĩnh, bối rối // 두뇌가 명석하다 có đầu óc nhạy bén, sáng suốt. *적자—bộ óc điện tử.

두다 (1) [놓다] để, đặt, xắp xếp, bố trí (일정 장소에). @ 그것을 책상 위에 두시오 để nó lên bàn. (2) [보관] giữ, dự trữ, cất giữ. @돈을 금고에 두다 *cất tiền vào tủ sắt.* (3) [남겨두다] để lại, bỏ lại (phía sau).@우산을 버스에 두고 내리다 *bỏ quên cây dù trên xe buýt.* (4) [배치] trạm, điểm, đồn, đài. @ 보초를 세워 두다 trạm gác. (5) [고용] nhận, thuê người, giữ chỗ. @식모를 두다 *thuê một cô giúp việc nhà* // 양자를 두다 nhận nuôi một đứa bé. (6) [설치] thiết lập, thành lập, đầu tư. @ 부산에 지점을 두다 lập chi nhánh văn phòng ở *Busan*. (7) [간격을] bỏ lại, bỏ mặc, bỏ xa.@ 5 피이트 간격을 두고 *bỏ lại khoảng cách 5 feet.* (8) [품다] cất giữ, giam giữ, ấp ủ, mang, cầm, vác, nuôi dưỡng. @희망을 두다 *nuôi một hy vọng.* (9) [장기따위를] chơi cờ, đánh cờ @장기를 한 판 두다 đi một nước cờ. (10) [넣다] bỏ vào, nhồi nhét, chần vào. @ 이불에 솜을 두다 chần bông gòn vào cái chăn. (11) [조동사] để cho, cho phép, vẫn cứ, để ra. @그대로 놓아 두라 cứ để mặc nó như vậy.

두더지 [동물] con chuột chũi.

두덜거리다, 뚜덜거리다 => 투덜거리다.

두덩 một con đê, gò đất, luống đất.

두둑 luống đất giữa cánh đồng lúa.

두둑하다[두텁다] dày, đậm, [넉넉하다] phong phú, dồi dào, nhiều, hậu hỉ. @두둑한 사례 *một phần thưởng hậu hỉ.*

두둔 --하다 lùi lại, chùn lại, bệnh vực, ủng hộ, đứng bên cạnh. @약자를 두둔해 말하다 *bênh vực kẻ yếu.*

두둥실 sự thả nổi lên mặt.

두드러기 chứng mày đay, chứng phát ban. @두드러기가 돋다 bị nổi mày đay.

두드러지다 (1) [내밀다] phồng ra, phình

ra, nhô lên. (2) nổi bật, dễ thấy, rõ rệt.

두드리다, 뚜드리다 đánh, đập, gõ (가볍게), đánh nhẹ, gõ, cốp (톡톡), nện, thụi, thoi (연타, 난타). @문을 두드리다 gõ cửa.

두들기다 đánh, đập, nện. @늘씬하게 두들기다 đánh (ai) một trận nhừ tử.

두런거리다 nói thì thầm với nhau.

두렁 con đê, gờ, u, luống đất, (ở ruộng lúa). *--길 con đường đê.

두레 [연장] cái gàu múc nước để tưới (đất, ruộng), [모임] hợp tác xã nông nghiệp.

두레박 cái gầu múc nước giếng. *--줄 dây thừng ở giếng. --틀 cái giếng.

두려움 [공포] sự sợ hãi, sự kinh sợ, sự khiếp sợ, sự kinh hoàng, [걱정] sự e sợ, sự lo âu, [어른에 대한] sự tôn kính, lòng sùng kính, nỗi kính sợ. @두려움을 모르다 không sợ, can đảm, bạo dạn.

두려워하다 (1) [무서워하다] sợ hãi, khiếp sợ, lo sợ. @낙제할까 두려워 하다 sợ thi rớt (sợ hỏng thi) // 조금도 두려워할 것 없다 *bạn không việc gì phải sợ.* (2) [어른을] kính sợ.

두렵다 (1) [무섭다] sợ, lo sợ, hoảng loạn. (2) [걱정] bị kinh sợ, bị kinh khiếp. @사고가 있을까 두렵다 *tôi lo sợ tai nạn sẽ xảy ra.* (3) [어른이] bị kinh hãi .

두렷이, 뚜렷이 một cách sáng sủa, rõ ràng minh bạch, rành mạch, một cách hiển nhiên, một cách thẳng thắn (không úp mở).

두렷하다, 뚜렷하다 rõ ràng, minh bạch, hiển nhiên, sống động @뚜렷한 사실 *sự thật rành rành* // 뚜렷한 증거 *một chứng cớ rõ ràng.*

두령 người đứng đầu, lãnh tụ, lãnh đạo.

두루 một cách bao quát, rộng rãi, phổ biến, khắp nơi, công bằng, ngang nhau, như nhau. @나는 세계를 두루 여행하였다 *tôi đã đi du lịch khắp thế giới.*

두루마기 áo khoát của Hàn quốc.

두루마리 cuộn giấy.

두루뭉수리 (1) [엉망] tình trạng lộn xộn, hỗn độn, (bừa bãi, bẩn thỉu), điều sai lầm, ngớ ngẩn. (2) [사람 người] người vô tích sự, người đoảng.

두루미 [새 chim] con sếu trắng. *--자리 (천문 ngành chuyên môn) cần trục.

두루치기 [돌려쓰기] tính chất đa năng (đa dụng) một vật được sử dụng với nhiều chức năng khác nhau.

두르다 (1) [싸서 가리다] bao (bọc) lại, rào lại, nhốt lại, [옷을] mang, đeo, mặc. @치마를 두르다 *mặc một cái váy* // 뜰을 판자로 두르다 rào khu vườn bằng tấm ván gỗ. (2) [변통] vay, mượn. @만원을 둘러주다 cho (ai) vay 10.000 *won.*

두름 thớ (thịt) , xơ (rau đậu).

두름성 khả năng thích nghi, tính linh hoạt, sự tháo vát, tài xoay sở, sự có nhiều thủ đoạn. @두름성 있는 사람 người có tài xoay sở, người tháo vát, người có nhiều thủ đoạn.

두리반 bàn tròn lớn dùng để ăn tối.

두리번거리다 nhìn quanh.

두리번두리번 sự giương mắt nhìn quanh một cách tò mò (ngạc nhiên) .

두마음 hai lòng, phản phúc.

두말 --하다 dối trá, lật lọng. @두말 않고 không kêu ca, không phản đối, ngay lập tức.

두메 một làng miền núi. @두멧사람 người miền núi.

ㄷ

두목 lãnh tụ, thủ lỉnh, người đứng đầu, đầu sỏ, người cầm đầu, chủ nhân.

두문 --하다 tự giam mình.

두문자 [처음의 한자] mẫu tự đầu, [이름의] tên họ viết tắt, chữ đầu (của một tên gọi).

두발 tóc.

두벌갈이 đợt gieo hạt lần thứ hai. --하다 gieo hạt lần hai, tăng thêm vụ mùa.

두부 sữa đậu đông. @두부 한 모 một cái bánh sữa đậu.

두부 đầu. @두부의 thuộc đầu.

두상 [머리위] đỉnh đầu, [머리] cái đầu. @두상에 ở trên đầu.

두상화 [식물 thực vật] hoa hình đầu.

두서 (1) [단서 manh mối] @일의 두서를 잡다 lần ra manh mối một vấn đề. (2) [순서] @ 두서없는 mâu thuẫn nhau, trái nhau, rời rạc, lung tung.

두엄 phân trộn, phân compôt. *--더미 một đống phân bón.

두운 sự điệp âm.@ 두운을 맞추다 lặp lại âm đầu.

두절 sự ngừng lại, sự đình chỉ, sự gián đoạn. --하다 ngừng lại, làm gián đoạn, làm đứt quãng, cắt ngang. @폭풍으로 교통이 두절되었다 *cơn bão làm gián đoạn sự giao thông.*

두족류 @두족류의 동물 động vật chân đầu (thân mềm).

두주 thùng chứa rượu vang. @두주를 불사하다 sẵn sàng uống rượu.

두주 những lời ghi chú ở lề.

두찬 việc làm cẩu thả (không chính xác / không cẩn thận), một quyển sách không đáng tin cậy.

두텁다 ấm áp, thân ái, thân mật, chặt, bền, sâu đậm. @두터운 우의 tình bạn thân thiết.

두통 chứng nhức đầu, cơn đau đầu. @두통이 나다 bị nhức đầu.

두통거리 cơn đau đầu, nguyên do của sự thường xuyên lo lắng.

두툴두툴 --하다 gồ ghề, không bằng phẳng.

두툼하다 hơi mập, khá to, hơi dầy @두툼한 판자 cái bảng khá to.

두호 --하다 bảo vệ, bảo trợ, đỡ đầu, che chở, ủng hộ. @두호 아래 dưới sự bảo trợ (của).

둑 con đê, đê, gờ, ụ, hào, mương, đường đắp cao @둑을 쌓다 đắp đê, chắn sông.

둔각 [기하 hình học] góc tù. *--삼각형 hình tam giác góc tù.

둔감 --하다 vô cảm, vô tình, ngớ ngẩn, chậm hiểu, đần độn.

둔갑술 những thuật huyền bí.

둔기 vũ khí bị cùn.

둔덕 vùng đồi núi, vùng cao.

둔부 cái mông đít, cái hông.

둔사 lời xin lỗi, cớ thoái thác, sự lảng.

둔세 --하다 từ bỏ sự đời, xuất gia đi tu, ở ẩn.

둔재 sự chậm hiểu, sự ngu đần, sự đần độn, [사람 người] người tối dạ, người ngu đần.

둔전 một nông trường trồng trọt của bộ đội (trú đóng tại chỗ)

둔주 --하다 bỏ chạy, tháo chạy, tẩu thoát. *--곡(음악 âm nhạc) biểu diễn *fuga*, soạn *fuga.*

둔질 sự ngu đần, trạng thái ngớ ngẩn, sự ù lì. @둔질의 tính vô tri vô giác, nghểnh ngảng.

둔탁 --하다 ngu si, đần độn. @둔탁한

소리 âm thanh chết (đục, không vang).

둔통 một cơn đau âm ỉ.

둔팍하다 ngu si, đần độn, trì độn, lừ đừ (lù đù), phản ứng chậm.

둔필 chữ viết xấu.

둔하다 [머리가] ngu đần, ngu si, chậm hiểu, tối dạ, chậm chạp, [칼날이] đần độn.

둘 hai, đôi, cặp. @둘씩 từng đôi, từng cặp, cả đôi // 둘로 접은 gấp đôi, gấp hai // 둘 걸러 trong mỗi chỗ thứ ba // 둘 중 하다 một trong hai // 둘도 없는 duy nhất, vô song, không ai sánh bằng, có một không hai // 둘로 나누다 chia một vật ra làm hai.

둘되다 dửng dưng, buồn chán.

둘둘, 뚤뚤 (1) @둘둘 감다 cuộn, quấn, xoắn (sợi dây thừng). (2) @둘둘 굴리다 lăn qua lăn lại (vật gì).

둘러대다 (1) [변통] xoay sở mượn nợ. @집을 사려고 돈을 둘러대다 xoay một khoản nợ để mua nhà. (2) [꾸며 대다] đưa ra (một lý do chính đáng).

둘러막다 vây quanh, bao quanh, rào quanh, giăng dây thừng để giới hạn khu vực nào (밧줄로).

둘러보다 nhìn quanh, quan sát. @공장을 둘러보다 tiến hành việc điều tra một xí nghiệp.

둘러붙다 đổi chiều, đổi hướng. @유리한 쪽에 둘러붙다 chuyển sang hướng thuận lợi.

둘러싸다 bao vây, vây hãm. @바다로 둘러싸인 나라 *một quốc gia có biển bao quanh.*

둘러싸이다 bị xúm quanh, bị vây quanh.

둘러쌓다 chất đống trong vòng tròn (trong phạm vi).

둘러서다 đứng thành vòng tròn.

둘러쓰다 (1) [머리에 ở đầu] đội (quấn) quanh đầu. (2) [몸에 ở thân thể] quấn đầy người. (3) [변통] mượn (tiền).

둘러앉다 ngồi theo vòng tròn, ngồi quanh bàn.

둘러치다 (1) [두르다] vây quanh, bao quanh, rào quanh.@ 집에 돌담을 둘러치다 rào *xung quanh nhà bằng bức tường đá.* (2) [내던지다] ném, liệng, quăng, hất (người nào xuống đất).

둘레 đường tròn, chu vi, @둘레 5 피이트 chu vi 5 feet.

둘레둘레 vòng quanh, quanh, quanh quẩn, rải rác @ 둘레둘레 보다 nhìn quanh.

둘리다 (1) [둘러막하다] bị bao vây, bị vây quanh. (2) => 휘둘리다.

둘째 thứ hai (thứ nhì), con số hai. @둘째로 lần thứ hai // 둘째의 thuộc lần thứ hai, thứ yếu, phụ (không quan trọng).

둘친 [화학 hóa học] chất *dulcin.*

둘하다 ngu đần, tối dạ, vớ vẩn, mê muội.

둥 [1] cái trống cơm, loại trống tương tự dùng trong các ban nhạc jazz, tiếng đùng đùng.

둥 [2] @그는 조반을 먹는둥 마는둥 외출하였다 anh ấy đi chơi ngoài.

둥개다 vùng vẫy, đấu tranh, cố gắng, dồn hết tâm trí vào, khó khăn, bị thua thiệt, bị khó xử

둥그렇다, 뚱그렇다 có dạng tròn, có dạng hình cầu. @둥그렇게 theo vòng tròn.

둥그스름하다 gần tròn, hơi tròn.

둥근톱 cái cưa tròn, cái cưa đĩa.

둥글다 có dạng tròn, có dạng hình cầu. @ 둥근 달 trăng tròn // 얼굴이 둥근 khuôn mặt tròn.

ㄷ

둥글대 một miếng đá mài tròn.

둥글둥글, 뚱글뚱글 (1) [둥그렇게] tròn, tròn trặn, hoàn hảo. (2) [원만하게] thân thiện, thân tình, một cách trôi chảy, hòa hợp, hòa thuận. @둥글둥글하게 살다 sống hòa thuận với.

둥글리다 xoay tròn (trong buổi khiêu vũ), làm tròn, làm cho trọn vẹn (깎아서).

둥글몽수레하다 gần tròn, hơi tròn.

둥덩 @ 둥덩거리다 đánh trống tùng tùng.

둥둥 [1] [북소리] tùng tùng tùng (tiếng trống). @북을 둥둥 울리다 đánh trống kêu bùm bùm.

둥둥 [2] sự nổi, sự thả trôi, sự bồng bềnh, trôi nổi => 둥실둥실.

뚱보 (1) [뚱한 사람] người lầm lì, ít nói. (2) [뚱뚱보] người thẳng thừng.

둥실둥실 sôi nổi, sinh động, trôi nổi, bồng bềnh. @배가 둥실둥실 뜨다 con tàu nổi bồng bềnh.

둥싯둥싯 từ từ, chậm chạp, lờ đờ.

둥우리 cái rổ, cái lồng, chuồng, cũi.

둥지 cái tổ, cái ổ.

둥치 gốc một thân cây.

둥치다 cột (trói, buộc) chung nhau, bọc lại, bó chung lại

뒈지다 chết, ngoẻo (từ lóng), ngã lăn ra chết.

뒤 (1) [후방] đằng sau, phía sau. @뒤에 남다 ở lại phía sau // 뒤돌아서다 quay lại, quay gót // 뒤돌아 보다 quay lại nhìn, ngoáy cổ lại nhìn // 뒤따라 가다 đi đằng sau, theo sau ai // 뒤로 돌아 đằng sau quay! (2) [미래 장래] tương lai, thời gian tới. @ 뒤에 trong tương lai. (3) [나중 다음] @ 뒤에 sau đó, sau nữa, sau này, về sau // 조반 뒤에 sau khi ăn điểm tâm. (4) [배후] @누군가 뒤에서 그를 조종하고 있는 것 같다 *dường như có ai đó giật dây phía sau hắn* (sai khiến hắn). (5) [배경] sự ủng hộ, sự giúp đỡ. @뒤를 밀어주다 ủng hộ (6) [후계] người nối nghiệp, người thừa tự, người kế vị.@ 아버지의 뒤를 잇다 nối nghiệp cha (trong việc kinh doanh). (7) [대변] @뒤가 마렵다 cảm giác chột bụng // 뒤를 보다 bài tiết, thải ra, đi tiểu, đi tiêu.

뒤뜰 sân sau.

뒤꼭지치다 chán nản, nản lòng, thối chí, mất can đảm.

뒤꿈치 gót chân.

뒤끓다 (1) [끓다] sôi lên, sủi bọt, sôi sục, kích động. @주전자의 물이 뒤끓는다 ấm nước sôi (reo). (2) [소란하다] họp lại thành đàn, chật ních, tràn đầy.

뒤끝 sự kết thúc, sự chấm dứt, phần cuối, kết luận. @뒤끝이 나다 đã giải quyết, đi đến kết luận.

뒤내다 bội ước, không giữ lời hứa, nuốt lời.

뒤넘기치다 ném xuống, ném xuống đất, đánh ngã, vật đổ (ai).

뒤넘다 rơi xuống, rớt xuống, đổ xuống, ngã nhào xuống, lật đổ.

뒤넘스럽다 giả tạo, màu mè, ngạo mạn, xấc xược, láo xược, hỗn xược.

뒤놀다 [흔들리다] lung lay, lúc lắc, lay động, [배가 파도에] nhồi lên hụp xuống mạnh, [방랑하다 cuộc đi chơi, sự lang thang] thả bộ, đi vơ vẩn, đi lang thang.

뒤늦다 quá trễ, quá giờ @뒤늦게 quá trễ, quá muộn.

뒤따르다 đi theo, đi cùng, đi kèm, hộ tống, [행렬등을] đi ở đoạn cuối, đi cuối, đi sau.

뒤대다 [공급] cung cấp, tiếp tế, @아들의 학비를 뒤대다 cấp học phí cho con, đóng tiền học cho con.

뒤떨어지다 (1) [처지다] giật lùi, chậm tiến, lạc hậu. @시대(유행) 에 뒤떨어지다 lạc hậu (đi sau thời đại). (2) [남다] rơi lại phía sau, ra khỏi hàng ngũ.

뒤덮다 (1) [덮다] che phủ, bao bọc, bao trùm, căng lên, treo lên. @하늘은 검은 구름으로 뒤덮혀 있다 *bầu trời phủ đầy mây đen.* (2) [감싸주다] bao che, che dấu (tội phạm).

뒤덮이다 che phủ, phủ khắp, phủ đầy, lan khắp

뒤돌아 보다 quay nhìn, ngoáy cổ lại.

뒤뚱거리다 run rẩy (tay chân), đi lảo đảo, chập chững @뒤뚱거리며 걷다 bước đi lảo đảo loạng choạng.

뒤둥그러지다 bị văn vẹo, bị bóp méo, bị xuyên tạc (sự việc)

뒤뜰 sân sau, sân vườn.

뒤란 sân sau.

뒤룩거리다, 뛰룩거리다 (1) [눈을] nhìn trừng trừng, giương mắt nhìn, trợn tròn mắt ra nhìn. (2) [몸을] lắc lư thân mình. (3) [성나서] nhìn với con mắt giận dữ, nhìn trừng trừng.

뒤룽거리다 lòng thòng, lủng lẳng, đu đưa, lúc lắc.

뒤미처 ngay sau đó. @점심 후에 뒤미처 그는 일을 시작했다 *nó bắt tay vào việc ngay sau buổi bữa ăn trưa.*

뒤바꾸다 lộn ngược, đảo ngược, xoay ngược, lộn lại, lùi lại . @순서를 뒤바꾸다 đảo lộn trật tự.

뒤바뀌다 bị đảo lộn, bị xáo trộn, bị mất trật tự. @순서가 뒤바뀌다 *làm xáo trộn trật tự.*

뒤밟다 theo dõi, lần theo dấu vết.

뒤버무리다 hòa nhập, pha trộn.

뒤범벅 @뒤범벅이 되다 bị hòa trộn, bị đồng hóa, bị trộn lẫn.

뒤보다 [용변] đi tiêu, đi cầu.

뒤보아 주다 giúp đỡ, trông nom, chăm sóc.

뒤서다 ngã ngửa, té ngửa. @뒤서서 가다 đi phía sau, đi theo sau.

뒤섞다 trộn lộn, pha trộn. @흙과 모래를 뒤섞다 trộn đất với cát, pha cát với đất.

뒤섞이다 lẫn lộn, ô hợp, trộn lẫn vào. @서류가 뒤섞이다 giấy tờ để bừa bãi (lung tung, mất trật tự)

뒤숭숭하다 (1) [혼란] làm rối loạn, làm rắc rối, bối rối, lúng túng. @세상이 뒤숭숭해졌다 *thời loạn lạc.* (2) [마음이 tâm hồn] bồn chồn, xáo trộn, áy náy, bực dọc, nóng nảy, không thoải mái.

뒤스럭거리다 [뒤지다] dò dẫm, sờ soạng, lần mò, lục soát, lục lọi kỹ lưỡng, [변덕부리다] thất thường, bất thường, hay thay đổi.

뒤스르다 sắp xếp, sắp đặt (đồ vật)

뒤엉키다 bị hoàn toàn rối tung

뒤엎다 làm đổ, đánh đổ, lật đổ, đánh ngã, đão lộn. @판결을 뒤엎다 đảo ngược cách nhìn.

뒤웅박 quả bầu, quả bí.

뒤적거리다 lục lọi, tìm kiếm, lục soát, dò dẫm. @편지를 찾으려고 서랍을 뒤적거리다 *lục ngăn kéo tìm một lá thơ* // 책을 뒤적거리다 *đọc lướt qua quyển sách* (이 책 저 책을).

뒤적이다 => 뒤적거리다.

뒤져내다 tìm ra, lục ra được.

뒤조지다 làm cho rõ, làm vững chắc.

뒤쫓다 theo, theo sau, theo đuổi.

뒤주 thùng gạo.

뒤죽박죽 phần nổi (của tàu, thuyền trên mặt nước), cảnh tán loạn, tình trạng hỗn độn. @그는 뒤죽박죽으로 흩어진 서류를 정리했다 *nó xếp thứ tự lại các giấy tờ rơi vãi.*

뒤쥐 [동물 động vật] con chuột chù.

뒤지 giấy vệ sinh.

뒤지다 [1] lục lọi, tìm kiếm, dò dẫm, sờ soạng. @서랍을 뒤지다 *lục lọi ngăn kéo* // 나는 지갑을 찾으려고 주머니를 뒤졌다 *tôi đã lần mò trong túi để tìm cái ví tiền.*

뒤지다 [2] bị bỏ xa, bị chậm lại phía sau, bị tụt hậu. @경주에서 뒤지다 *bị tụt lại đằng sau những người khác trong cuộc đua* // 남에게 뒤지지 않도록하다 *cố gắng bắt kịp những người khác.*

뒤집다 (1) [안을 밖으로] lật, dở, *lộn trái cái áo lại,* lật ngược (lá bài) @상의를 뒤집다 lộn trái cái áo choàng lại. (2) [순서를] lộn ngược, đảo ngược. (3) [전복] làm lật úp, đánh đổ, lật đổ, phá hủy. @배를 뒤집어 엎다 lật úp thuyền // 판결을 뒤집어 엎다 *lật ngược vấn đề*, thay đổi cách nhìn. (4) [혼란시키다] làm hỗn loạn, làm hoang mang. @그 소식은 장내를 발칵 뒤집어 놓았다 *tin đó làm cho khán giả hoàn toàn bấn loạn.*

뒤집어 쓰다 (1) [머리에 trên đầu] đội, trùm. @그는 모자를 뒤집어 썼다 ông ấy đội mũ lên. (2) [온몸에 toàn thân thể] che phủ, bao trùm, đậy kín. @이불을 뒤집어 쓰다 trùm mền kín đầu. (3) [죄를 tội ác] che đậy (lỗi lầm).

뒤집어엎다 lật đổ, đánh ngã, làm đổ, làm đảo lộn, đạp đổ, phá đổ, đánh bại.

뒤집하다 (1) [물건이] bị lộng ngược ra, bị lật lên. (2) [순서가] bị đảo lộn (trật tự). (3) [전복] bị làm lật, bị làm đổ, lật úp, lật sấp (배가 chiếc tàu). @형세가 뒤집혔다 tình thế bị đảo ngược.

뒤채 nhà sau (nhà vệ sinh ở bên ngoài nhà).

뒤채다 [많다 nhiều] quá độ, thặng dư, [발에 채다] gây trở ngại, ngăn trở.

뒤처리 theo số đo.--하다 giải quyết (công việc), xắp xếp (đồ vật) trật tự.

뒤척거리다 tìm tòi, lục lọi.

뒤축 gót chân. @뒤축이 높은 신 giày cao gót.

뒤치다 đắn đo, cân nhắc, lật đi lật lại một vấn đề.

뒤치다꺼리 (1) [돌봄] sự chăm nom, sự chăm sóc. @어린애들의 뒤치다꺼리를 하다 chăm sóc, trông nom trẻ con. (2) [정리] sự giải quyết, sự thanh toán, sự dọn dẹp, sự dàn xếp. @식사의 뒤치다꺼리를 하다 rửa chén dĩa, dọn sạch bàn ăn.

뒤통수 vùng chẩm, phía sau đầu.

뒤퉁스럽다 lóng ngóng, vụng về, ngu đần, trì độn, vô tri.

뒤틀다 (1) [비틀다] quấn, vặn, làm trẹo, vặn rời @팔을 뒤틀다 làm trẹo (vặn sái) cánh tay (của người nào). (2) [일을] làm hỏng, làm thất bại, làm cản trở, làm mất tác dụng, làm bế tắc.

뒤틀리다 (1) [비틀어지다] bị quấn, bị vặn, [휘어지다 làm cong, làm vặn vẹo, bóp méo, [마음이 ngang bướng, ngoan cố, tai ác, vô lý, quá đáng, hay cáu gắt, khó tính. (2) [일이 công việc] bị trở ngại, bị hỏng, bị sai, bị thất vọng, bị vỡ mộng.@ 계획이 뒤틀렸다 *kế hoạch của anh ấy đã bị hỏng*

뒤틀어지다 [물건이 đồ vật] làm cong, bị oằn, bị vênh, [일이 công việc] hỏng, thất bại.

뒤흔들다 (1) [사물을 đồ vật, vật thể] rung, lắc, giũ, phủi mạnh. (2) [마음을 tâm hồn] làm xáo động tâm trí ai.

뒤흔들리다 (1) [사물이] đu đưa, lắc lư mạnh. (2) [마음이 tâm hồn] bối rối, lo âu, xáo trộn.

뒷간 nhà vệ sinh.

뒷갈망 sự giải quyết (tình trạng hỗn độn) sự thanh toán (nợ)

뒷갈이 sự cày ruộng sau khi thu hoạch.

뒷거래 sự giao dịch buôn bán bất chính (gian lận).

뒷걸음 @ 뒷걸음치다 bước lùi, bước ra phía sau, [무서워서] sự chùn bước, sự do dự.

뒷골목 ngõ sau, lối đi phía sau.

뒷공론 [소문] tin đồn nhảm, chuyện tầm phào, chuyện ngồi lê đôi mách, [험담] sự nói xấu sau lưng. --하다 đồn nhảm, nói xấu sau lưng ai.

뒷구멍 (1) [뒷문] cửa hậu, cửa sau, phương tiện bất chính. @그는 뒷구멍으로 입학했다 nó ghi danh học không theo thủ tục hợp pháp.
(2) [항문] hậu môn.

뒷굽 (1) [동물의 động vật] gót, móng guốc của con vật. (2) [신의] gót giày.

뒷길 ngõ sau, đường phụ (샛길)

뒷날 trong tương lai, sau đó, những ngày sau, những ngày tới. @언젠가 뒷날 그것을 후회할 것이다 *rồi đây, một ngày nào đó bạn sẽ hối hận.*

뒷다리 chân sau @뒷다리 잡히다 rơi vào tay (người nào)

뒷담당 sự quả báo, sự báo ứng. --하다 quả báo, báo ứng.

뒷덜미 cái gáy, phía sau cổ. @뒷덜미를 붙잡다 tóm cổ (gáy) ai.

뒷동산 ngọn đồi sau nhà.

뒷마당 sân sau, mảnh đất sau nhà.

뒷말 sự nói xấu sau lưng, sự nói vụng.=> 뒷공론.

뒷맛 dư vị. @뒷맛이 나쁘다 từ bỏ sở thích xấu.

뒷맵시 bộ dạng (hình dáng) sau lưng.

뒷모양 dáng vấp phía sau.

뒷바라지 sự quan tâm, sự chăm sóc. --하다 giúp đỡ, quan tâm, chăm sóc.

뒷바퀴 bánh xe sau.

뒷받침 sự giúp đỡ, sự ủng hộ. --하다 giúp đỡ, ủng hộ. @그는 나의 사업에 뒷받침이 되어 주었다 *ông ấy đã giúp tôi trong việc làm ăn.*

뒷발 (1) [동물의 động vật] chân sau. @ 뒷발로 서다 đứng bằng chân sau, chồm lên (말따위). (2) [발길] @뒷발길질하다 đá phía sau, đá hậu.

뒷배 sự giúp đỡ, sự ủng hộ. @뒷배 보다 giúp đỡ, ủng hộ (người nào).

뒷보증 --하다 tán thành, xác nhận.

뒷북치다 làm nhặng xị khắp nơi một cách vô ích sau khi sự việc xảy ra.

뒷생각 sự suy nghĩ sau khi hành động, lời giải thích đến sau

뒷소문.lời nói sau, lời giải thích sau.

뒷손가락질 --하다 chỉ trích ai, nói về ai một cách khinh miệt.

뒷손없다 không màng đến tài sản (của cải) hết sạch.

뒷수쇄 sự sắp xếp hợp lý, đặt, để đồ vật

có thứ tự --하다 xắp xếp đồ vật trật tự, thu xếp, ổn định, bố trí, dọn dẹp, thanh toán. @식사의 뒷수쇄를 하다 dọn sạch bàn sau khi buổi ăn tối chấm dứt.

뒷수습 sự dàn xếp. @사건의 뒷수습을 하다 thu xếp công việc.

뒷이야기 đoạn tiếp theo của cuốn tiểu thuyết.

뒷일 [장래] việc tương lai, việc hậu sự (사후의), [남은일] việc còn lại, hậu quả, kết quả. @친구에게 애들의 뒷일을 부탁하다 giao phó cho bạn chăm sóc con.

뒷자리 ghế sau, chỗ ngồi phía sau

뒷조사 sự điều tra chi tiết. --하다 nghiên cứu thấu đáo.

뒷짐 지다 chắp tay sau lưng.

뒹굴다 (1) [누워서] @ 잠자리에서 뒹굴다 vứt lung tung trên giường. (2) [빈들빈들 지내다] ăn không ngồi rồi, lười nhác. @일요일을 집에서 뒹굴며 지내다 *ngày chủ nhật ở nhà trôi qua một cách vô ích.*

듀랄루민 [화학] (*duraluminium*) hợp kim đura

듀엣 (*a duet*) [음악 âm nhạc] cặp đôi, bộ đôi.

듀우스 (*deuce*), mặt nhị (con súc sắc) quân bài "hai", điều tai hại, điều rắc rối, phiền phức.

드나들다 (1) [출입] bước ra bước vào, [방문] thường xuyên thăm viếng, hay lui tới, [바뀌다] thường xuyên thay đổi. @나는 그곳을 자유롭게 드나든다 *tôi được tự do lui tới nơi này.* (2) @해안선이 드나들다 bờ biển có nhiều chỗ bị lõm xuống

드넓다 rộng rãi, bao quát, thoáng rộng.

드높다 cao, cao ngất, sừng sững. @하늘 드높이 cao ngất tận trời xanh, cao ngất không gian.

드디어 cuối cùng, sau cùng, sau hết, rốt cuộc. @그는 드디어 성공했다 *cuối cùng anh ấy đã thành công.*

드라마 (*drama)* nghệ thuật kịch, tuồng.

드라이 (*dry)* khô, cạn, ráo. @드라이 클리이닝 sự giặt khô, hấp tẩy.

드라이버 (*a driver)* người lái xe.

드라이브 (*a drive)* cuộc đi xe, cuộc chạy đua.

드라이어 (*a dryer)* thuốc làm khô, máy làm khô.

드러나다 (1) [유명] trở nên nổi tiếng . (2) [표면에] tự biểu lộ, tự thể hiện ra, được biết đến, được phát hiện ra. @표면에 드러나다 đến trước mặt, xuất hiện trên mặt. (3) [노출] vạch trần, phô bày, bộc lộ. @어깨가 드러나다 phô bày đôi vai ra (để hở vai). (4) [비밀이] bị tìm ra, bị vạch trần, bị đưa ra ánh sáng. @거짓말이 드러나다 *vạch trần sự lừa dối.*

드러내다 (1) [유명하게] tự làm nổi bật, tự làm cho người ta chú ý. (2) [표면에] biểu lộ (khả năng), phô bày (kỹ xảo), bộc lộ (sự giận dữ), [증명 chứng cứ] biện hộ, chứng minh. (3) [노출] lòi ra bộ mặt thật, bộc lộ (sự ngu dốt), biểu lộ (cảm xúc), để lộ (cánh tay). @정체를 드러내다 để lộ chân tướng. (4) [비밀을] khám phá/ phát hiện ra (bí mật), vạch trần (tội ác).

드러눕다 nằm nghỉ, đặt lưng xuống. @병으로 드러눕다 bị liệt giường.

드러쌓이다 [쌓이다] chồng chất, chất đống, [많아지다] sung túc, phong phú, dồi dào, đầy dẫy.

드럼 (*a drum)* cái trống.

드렁드렁 @코를 드렁드렁 골다 ngáy to (ầm ỉ).

드레스 (*a dress)* y phục, quần áo. @드레스--메이키 (*a dress maker)* nhà may, thợ may.

드레지다 trang nghiêm, đường bệ, xứng đáng.

드레질하다 đánh giá ai, xem xét vật gì. vẽ. *--페이퍼 (*drawing paper)* giấy vẽ.

드로온 게임 [무승부] ván cờ (cuộc thi đấu) tẻ nhạt.

드로잉 (*drawing)* thuật vẽ, bức vẽ, bản

드르르 [미끄럽게] sự không ngừng, sự lắc lư, sự tròng trành, nghiên ngả, sự rung động, sự run lẩy bẩy, [거침없이] một cách trôi chảy, không vướng mắc, một cách dễ dàng (유창하게).

드리다 [1] cho, biếu, tặng, dâng. @웃사람에게 물건을 드리다 *tặng quà cho cấp trên.*

드리다 [2] [방·마루 따위를] đặt, để, sắp đặt, thu dọn, dựng. @방을 드리다 thu dọn căn phòng.

드리우다 [늘어뜨리다] rũ xuống, buông thỏng xuống, @장막을 드리우다 *buông màn xuống.*

드릴 (1) [전율] sự run lên, sự rùng mình, sự chấn động (tinh thần). (2) [송곳 훈련] sự rèn luyện.

드림 [기드림] cờ đuôi nheo, băng giấy màu, biểu ngữ, [장막] rèm, màn, trướng.

드문드문 (1) [시간적] thỉnh thoảng, đôi khi. @ 그런 일이 드문드문 일어난다 *đôi khi xảy ra những việc như vậy.* (2) [공간적] thưa thớt, rải rác, lưa thưa, lác đác. @나무를 드문드문 심다 *trồng cây cách khoảng nhau.*

드물다 hiếm, ít có, quý hiếm, bất thường, ít thấy, không phổ biến.@ 드물게 khan hiếm, ít có // 이렇게 잘 되어가는 일도 드물다 *thành công như vậy đúng là hiếm có.*

드새다 ở qua đêm (ở đâu).

드세다 có quyền lực, có ảnh hưởng, uy thế mạnh.

드잡이 [싸움] cuộc hỗn chiến, trận ẩu đã, tranh giành, sự túm, níu lấy, [압류] sự chiếm đoạt, sự bắt, sự tịch thu. --하다 ẩu đã, tranh giành, bắt giữ, tịch thu.

드티다 [자리, 날짜가] kéo dài ra, căng ra, [자리, 날짜를] kéo dài, mở rộng.

득 [이익] lời, lợi lộc, lợi nhuận, lợi ích, [유리] thuận lợi, lợi thế, mối lợi, [절약] sự tiết kiệm.

득남 sự sanh con trai.

득녀 sự sanh con gái.

득득 (1) [줄을 긋는 꼴] bền, vững chắc. (2) [얼어 붙는 꼴] @득득 얼어붙다 bị lạnh cóng. (3) [긁는 꼴] sự cào, sự gãi mạnh. @모기 문 데를 득득 긁다 gãi vết muỗi cắn.

득명 --하다 có tiếng tăm, danh tiếng, có tên tuổi.

득병 --하다 bị bệnh, ngã bệnh.

득세 --하다 (1) [세력을 uy thế] phát huy quyền lực, trở nên có uy quyền. (2) [형편이] @그는 만사에 득세하였다 *mọi thứ đều hướng về cái lợi của nó.*

득승 --하다 đạt chiến thắng.

득시글득시글 sự họp đàn. --하다 họp thành đàn, sống chung (với), đầy, nhung nhúc. @거지가 득시글득시글하다 đầy những kẻ ăn mày.

득실 [장단점] ưu và khuyết điểm, [손익] thuận lợi và khó khăn, [성패] thành công và thất bại.

득의 (1) [성공] sự thịnh vượng, sự phồn vinh, sự phát đạt. @득의의 사절에 thời kỳ phồn vinh. (2) [자랑] sự tự hào, sự phấn khởi hân hoan. @득의의 hân hoan, đắc thắng, tự mãn.

득인심 --하다 đạt được cảm tình của mọi người.

득점 mục tiêu, mục đích, [경기의] điểm [총괄적] số điểm, bàn thắng, tỷ số. --하다 đạt được (điểm). @ 4 대 3 의 득점으로 이기다 đạt được tỷ số 4-3. *--표 sổ điểm.

득책 một kế hoạch hoàn hảo, một cách giải quyết hợp lý.

득표 số phiếu thu được. @김씨의 득표는 8 만이었다 ông Kim được 80.000 phiếu bầu.

--든 hoặc... hoặc (một trong hai) => 든지.

든거지난부자 một người nhìn có vẻ giàu sang nhưng thật ra lại nghèo.

든든하다 (1) [굳세다] mạnh khỏe, rắn chắc. @든든한 기둥 cây cột trụ rắn chắc. (2) [미덥다] chắc chắn, xác thực, đáng tin cậy, bảo đảm, làm an lòng, làm vững dạ. @그 말을 들으니 마음이 든든하다 *điều đó nghe ra hoàn toàn đáng tin cậy*. (3) [배가] bị đầy bao tử. @든든히 먹다 ăn một bữa thịnh soạn.

든부자난거지 người trông có vẻ bần hàn nhưng thật ra rất giàu có.

--든지 hoặc...hoặc (một trong hai) @그가 죽든지 살든지 모른다 *tôi không thèm quan tâm hắn sống hay chết* // 어느쪽이든지 좋다 một trong hai sẽ phải làm

든직하다 đường hoàng, trang nghiêm, trầm tĩnh, điềm tĩnh.

든침모 cô thợ may tại nhà.

듣다 [1] (1) [소리를] nghe, lắng nghe, được nghe, được biết, nghe là.. @끝까지 듣다 lắng nghe (người nào) nói cho đến hết // 라디오를 듣다 nghe bài diễn văn đang phát thanh trên rađiô. (2) [칭찬· 꾸지람] nhận, chịu, trãi qua, bị, được, bị (được) gán cho. @잔소리를 듣다 bị quở trách // 칭찬을 듣다 được khen. (3) [충고· 청따위를] theo dõi, quan tâm, thừa nhận, tuân (đồng ý) theo, chiếu theo, nghe theo. @충고를 듣다 *nghe theo lời khuyên của ai* // 요구를 듣다 *theo yêu cầu của ai.* (4) [효험] có hiệu quả, có hiệu nghiệm. @잘 듣는 약 *một loại thuốc rất công hiệu* // 듣지 않다 không có lợi, không tốt cho. (5) [작용] hoạt động, hành động, thao tác, vận hành, chạy (máy móc). @브레이크가 안듣는다 cái thắng này không tốt.

듣다 [2] [물· 눈물 따위가] nhỏ giọt. @빗방울이 듣다 giọt mưa rơi, đang chảy nhỏ giọt.

듣다못해 kiên nhẫn lắng nghe ai một cách ngây ngô.

듣보기장사 việc buôn bán có tính chất đầu cơ.

듣보다 khám xét, lục soát.

들어내다 (1) tháo dở, triệt phá, phá hủy, bôi xóa, xóa bỏ. (2) [돈을 tiền] tống moi, bòn rút, ăn chặn, ăn bớt => 뜯다.

들 [1] cánh đồng, sân, bãi chiến trường, [전답] đồng ruộng, [평야] đồng bằng, [농지] nông trại, đồn điền. @들에서 일하다 làm việc trên cánh đồng. *--장미 hoa hồng dại.

들 [2] [등등] vân vân và vân vân, v..v..

들것 cái kiệu, cái cáng.

들고나다 [간섭] can thiệp vào, dính líu vào, [세간을] xen vào việc mua bán để thu lợi.

들국화 [식물 thực vật] hoa cúc dại.

들끓다 đám, bầy, đàn, [이 따위가] đầy lúc nhúc. @집에 쥐가 들끓다 căn nhà đầy nhóc chuột . 개미가 설탕에 들끓다 kiến bu lúc nhúc trên đường.

들기름 dầu tía tô.

들녘 đồng bằng, đồng không mông quạnh.

들놀이 cuộc đi chơi dã ngoại. --하다 có một buổi đi chơi dã ngoại. @들놀이 가다 đi chơi ngoài trời.

들다 [1] (1) [날씨가] trở nên trong sáng, tạnh mưa. @장마가 들었다 mùa mưa đã hết. (2) [땀이] ngưng (đổ mồ hôi).

들다 [2] [날이] cắt ngọt sớt, sắc, bén. @잘 드는 칼 con dao bén ngót.

들다 [3] [나이가] già hơn nhiều, già hơn tuổi

들다 [4] (1) [손에] có, cầm (vật gì) trong tay. @빽을 들고 있다 có cầm theo một cái túi xách. (2) [사실· 예를] cho, đưa ra (một ví dụ), dẫn, trích dẫn. @예를 들다 cho một ví dụ. (3) [높이다] nâng lên, giơ lên, đặt lên. @돌을 들다 nhấc cục đá lên // 손을 들다 giơ tay lên // 얼굴을 들다 ngước nhìn lên. (4) [음식을] ăn, uống, dùng, nhận. @더 드시지요 *bạn có cần thêm sự giúp đỡ nào nữa không?.*

들다 [5] (1) [들어가다] vào, [살다] sống, định cư, cư ngụ. @여관에 들다 ngụ ở quán trọ // 잠자리에 들다 đi lên giường ngủ. (2) [가입] gia nhập, tham gia, tham dự. @보험에 들다 được bảo đảm (bảo hành) // 조합에 들다 gia nhập vào một đoàn thể. (3) [풍년· 흉년· 절기 따위] bắt đầu, khởi sự, đến gần, sắp đến. @금년에는 윤달이 들어 있다 *tháng nhuận bắt đầu trong năm nay* //흉년이 들었다 *năm nay thất mùa.* (4) [염색] nhuộm, bị nhuộm, nhuốm màu, pha màu. @피로 물들다 bị nhuốm màu. (5) [버릇 따위가] *nhiễm một thói quen.* (6) [마음에 tâm hồn] thích hợp, phù hợp, hài lòng với, có thể được chấp nhận. @ 마음에 드는여자 *người phụ nữ hợp ý* // 마음에 들도록 để làm vui lòng (người nào) // 마음에 들지 않다 không đúng sở thích, không hợp khẩu vị // 저 그림이 마음에 든다 *bức tranh đó rất vừa ý tôi.* (7) [포함] chứa đựng, bao hàm, [들어 있다] bao gồm. @ 300 *won* 원이 돈 지갑 *một cái ví tiền có 300 won.* (8) [병이] bị bệnh, ngã bệnh, bị ốm. @폐병이 들다 bị bệnh lao. (9) [잠이] ngủ thiếp đi, [정이] đâm ra phải lòng ai, [철이] trở nên nhạy cảm. (10) [맛이] có mùi vị, có hương vị, chín muồi. @김치 맛이 들었다 *món kim chi đã ăn được.* (11) [수용] có thể chứa đựng, có thể thích nghi. @ 이방에는 100 명이 들수있다 căn phòng này có thể chứa được 100 khách. (12) [필요] trị giá, yêu cầu, cần có, phải. @시간이 들다 chiếm thì giờ // 힘이들다 cố gắng, nổ lực // 얼마나 들었오 *bạn đã trả bao nhiêu tiền?*

들들 (1) [볶는 모양] sôi nổi, kích thích, hào hứng, kích động @깨를 들들 볶다 rang hạt mè vàng đều. (2) [사람을 người] gây phiền phức, khó chịu. @사람을 들들 볶다 gạ gẩm, làm phiền ai (vấn vấn đề gì) (3) [뒤지는 모양] cướp phá, lục soát, lục lọi kỹ.

들떠들다 làm ồn ào, làm om sòm.

들떼놓고 có ý ám chỉ, gợi ý, bóng gió, gián tiếp.

들뜨다 (1) [떨어져서] thoát ra, bong ra, xoay xở xong. @구들 장판이 들뜨다 *lớp giấy dầu lót sàn bị tróc ra*. (2) [마음이 tâm hồn] trở nên bồn chồn, không yên, nghĩ ngợi liên miên. @봄날이 되면 마음이 들뜨기쉽다 *khi mùa xuân đến đầu óc con người hay nghĩ ngợi liên miên*. (3) [안색이 màu da] vàng và sưng phồng lên.

들락날락 --하다 ra vào thường xuyên, tới lui không ngớt @저 집엔 수시로 많은 사람들이 들락날락한다 ngôi nhà thường xuyên có khách.

들랑거리다 hay lui tới, thường xuyên qua lại.

들러리 [신랑의 chú rể] người đàn ông tốt nhất, [신부의 cô dâu]. @들러리 서다 cư xử như một người đàn ông tốt nhất.

들러붙다 dính chặt vào, bám chặt vào. @벽에 들러붙다 gắn chặt vào tường // 찰싹 들러붙다 dán chặt (vào).

들려주다 [알리다] báo(cho), cho biết, [읽어서] đọc (cho), [연주하여] chơi (cho), [노래불러] hát (cho ai nghe).

들르다 dừng lại, ghé thăm, ngừng lại, nghĩ lại (trong chuyến đi). @(도중에) 대구를 들르다 dừng tại *Daigu* // 부산에 이틀간 들르다 lưu lại *Busan* hai ngày.

들리다[1] (1) [소리가] có thể nghe thấy, nghe rõ, [울리다] nghe, nghe có vẻ @들리는 (안 들리는) 데서 trong (ngoài) tầm nghe // 내말이 안 들리나 bạn có nghe tôi nói không? (2) [소문이] (tiếng đồn) tới tai. @들리는 바에의하면 theo tin đồn, theo lời tường thuật.

들리다[2] [고갈] hết hàng, không có sẵn (trong kho)

들리다[3] (1) [병이] chịu, bị, bắt phải chịu. @ 감기들리다 bị cảm lạnh. (2) [귀신이] bị ám ảnh.

들리다[4] [올려지다] nâng lên, tăng lên, [들게 하다] nâng ai lên, [운반시키다] đưa cho ai mang (cái gì) đi. @보따리를 들리다 nhờ / bảo (ai) mang gói hàng.

들먹거리다,뜰먹거리다 (1) [물건이] lắc lên lắc xuống. @기뻐서 어깨가 저절로 들먹거리다 cười run cả vai. (2) nhấc lên nhấc xuống (một vật nặng). (3) [마음이 tâm hồn] dao động, áy náy bồn chồn. (4) [남의 마음을] kích động ai, làm cho ai không yên. (5) [들추다] đề cập đến, ám chỉ đến, nói đến, chỉ rõ đích danh.

들먹들먹 (1) [움직임] chuyển động lên xuống. (2) [불안정] không ngừng, luôn luôn động đậy.

들보 cây xà ngang, xà nhà.

들볶다 gây ưu phiền, lo lắng,sự đau khổ vằn vặt, gây ưu phiền (quấy rối), khắc nghiệt với ai. @들볶이다 bị quấy rầy, bị trêu chọc // 나를 제발 들볶지말라 *xin đừng làm phiền tôi, có được không*?

들부수다 vò, nghiền, đè nát, bóp nát, bẻ gãy.

들새 chim rừng.

들썩거리다 (1) [움직이다] dời lên dời xuống. (2) [마음이 tâm hồn] xôn xao, dao động, [충동하다] náo động, khuấy trộn, kích động, lay động. @기분이 들썩거리다 cảm thấy bồn chồn, áy náy => 들먹거리다.

들썩이다 => 들먹거리다.

들썽거리다 mong muốn, khao khát, thiếu kiên nhẫn, sốt ruột.

들소 con bò rừng.

들손 tay cầm, cái cán, tiền bảo lãnh.

들숨 sự hít vào.

들쓰다 [이불 따위를] để, phủ (cái gì lên) khắp người, [물을 nước] dội nước lên khắp người, [먼지를] bị phủ đầy (đất / bụi), [모자를 cái mũ] đội lên đầu một cách ngẫu nhiên, [허물· 책임을] tự nhận lỗi về mình.

들씌우다 [이불 따위를] kéo qua đầu, [들을] đổ khắp nơi, [먼지를] bụi phủ khắp nơi, [모자를] bị chụp mũ, chụp mũ (ai) [죄 따위를] đổ tội cho, quy tội cho.

들어가다 (1) [안으로] vào, đi vào. @창문으로들어가다 vào bằng cửa sổ. (2) [가입] tham gia, gia nhập vào @군대에 들어가다 gia nhập vào quân đội // 대학에 들어가다 ghi danh vào trường đại học. (3) [포함] chứa đựng, bao hàm, bao gồm. @이 상자엔 책이 몇 권 들어가겠습니까 *cái thùng này đựng được bao nhiêu quyển sách*? (4)[사이에] thấm qua, xuyên qua, chèn vào, gài vào. (5) [비용이 phí tổn] chi phí, trị giá (giá sỉ). (6) [시작] bắt đầu, khởi đầu. @우기에 들어가다 *mùa mưa bắt đầu.* (7) trũng, lõm, hóp vào. @눈이쑥들어가다 cặp mắt trũng sâu vào.

들어내다 (1) [쫓아내다] đuổi ra, hất ra, dốc ra. [지위에서] hất cẳng, trục xuất, thay thế (2) [내놓다] đưa ra, chuyển ra, dời dọn. @뜰로 의자를 들어내다 đem cái ghế ra vườn.

들어맞다 (1) [알맞다] vừa vặn, vừa khít, vừa như in. @이 옷은 네게 꼭 들어맞는다 *cái áo này rất vừa vặn với bạn.* (2) @이 문이 들어맞지 않는다 *cái cửa này không khớp lắm.* (3) [명중] tìm ra, vớ được, thành công, [실현] *hóa ra thật.* @너의 예언이 들어맞았다 *lời dự đoán của bạn đã trở thành sự thật.* (4) [해당] ứng dụng cho, thích ứng cho (5) [꼭 같다] hợp với, khớp với, thích nghi với, đồng ý với, đáp ứng với. @두 사람의 말이 들어맞다 sự tính toán của họ ăn khớp với nhau.

들어먹다 (1) [탕진] lãng phí, phung phí, hoang phí. @가산을 모두 들어먹다 phung phí tài sản. (2) [남의 것을] đút túi, giữ lấy làm của riêng, biển thủ, tham ô. @공금을 들어먹다 *tham ô của công.*

들어박히다 (1) [빠지다] chìm đắm vào @진창에 들어박히다 bị sa lầy (chìm trong bùn nhơ). (2) [촘촘히] bị nhồi nhét. (3) [나오지 않다] không ra khỏi nhà, không rời khỏi phòng. @집에 들어박혀 있는 사람 người ru rú ở xó nhà, người thường hay ở nhà // 서재에 들어박히다 tự ngưng việc học, tự bỏ học.

들어붓다 (1) [비가 mưa] mưa như trút. @들어붓는 비 mưa to, mưa tầm tả. (2) [술을 rượu] uống quá độ, uống như cá. (3)[액체를 chất lỏng] đổ, dội, trút (nước).

들어서다 (1) [안쪽으로] vào, đi vào, bước vào. @구내에 들어서다 bước vào dinh cơ. (2) [꽉 차다] chồng chất, nhồi nhét, chứa đầy, căng phồng, chan chứa, chật cứng. (3) [사람에게] tới gần, tiến lại gần. (4) [수효가] lên tới (một con số nào đó). (5) [제시간에] đến đúng giờ.

들어앉다 (1) [안쪽으로] làm cho gần hơn, ngồi gần. (2) [퇴직] về hưu, rút lui khỏi công việc (kinh doanh). @정년이 되어 들어앉다 về hưu non, rút lui sớm. (3) [지위에] đảm nhiệm, gánh vác một chức vụ. @지배인으로 들어앉다 đảm nhiệm chức vụ giám đốc

들어오다 (1) [안으로] vào, bước vào, đi vào. @내우산 안에안 들어오겠오 *bạn có muốn che chung dù với tôi không?*// 들어오시오 mời vào. (2) [수입이] kiếm được, có được. (3) [직업· 자리로] tham gia, gia nhập vào (công ty). (4) [사이에] được tuyển (bầu) vào, được (bị) gài vào..

들어주다 thừa nhận, ban cho.

들어차다 trở nên tràn đầy, bị đổ đầy, bị lấp đầy. @꽉 들어차다 bị chèn đầy, bị nhồi nhét đầy.

들엉기다 làm đặc lại, làm đông lại.

들엎드리다 tự giam mình.

들여가다 (1) [안으로] đưa vào, mang vào, đem vào. (2) [사다] mua, sắm, tậu. @좀 들여가시지오 *xin mời, bà có thể chọn được món nào?*

들여놓다 đem vào, mang vào, [발을] đặt chân vào, bước vào.

들여다보다 (1) [밖에서] nhìn vào, hé nhìn. @우물을 들여다보다 nhìn xuống giếng. (2) [빤히] nhìn chằm chằm, xem xét cẩn thận. @사람 얼굴을 빤히 들여다보다 nhìn chòng chọc vào mặt (người nào)

들여다보이다 [속이] trong suốt, có thể nhìn thấy rõ, rõ ràng, rành rành. @빤히 들여다보이는 거짓말 lời nói dối rành rành.

들여보내다 gởi (ai) vào, để cho (ai) vào, lo liệu cho (ai) vào. @선물을 들여보내다 gởi vào một gói quà

들여앉히다 [여자를] để (bố trí/sắp đặt) cho một phụ nữ ở chung trong nhà.

들여오다 (1) [안으로] mang vào, đem vào. @상을 들여오다 mang lên bàn ăn. (2) [사다] mua sắm.

들은귀 (1) [경험] rút kinh nghiệm. (2) [지식] *kiến thức hữu dụng có được từ sự lắng nghe.*

들은 풍월 học hỏi bằng cách lắng nghe ý kiến người khác..

들이다 (1) [안으로] cho vào, đưa vào, nhận, kết nạp vào. @사람을 집에 들이다 cho (người nào) vào nhà. (2) [물건을] đưa vào, đem vào, mang vào. (3) [비용· 힘을] đặt vào, xen vào, sử dụng, sắp đặt, bố trí, nổ lực. @큰 돈을 들여서 phải trả bằng giá rất đắt. (4) [고용· 임용] thuê, mướn, dùng, sử dụng (người). @새식모를 들이다 thuê đầu bếp mới. (5) [맛을] ưa thích, có thị hiếu về. @돈에 맛을들이다 ham tiền, (6) [잠을] gây mê, cho (ai) ngủ. (7) [물감을] màu, màu sắc. @머리에 물을 들이다 nhuộm tóc. (8) [길을] đã thuần hóa.

들이닥치다 kéo lại gần, gần tầm tay, sắp xảy đến, cận kề. @뜻하지 않은 손님이 들이닥치다 *được các vị khách bất ngờ đến thăm.*

들이대다 (1) [반항] thách thức, thách đố, chống lại. (2) [물건을] dí (một vật gì) trước mặt ai.@ 권총을 들이대다 chĩa súng lục về phía ai // 증거를 들이대다 đưa chứng cớ ra trước mặt ai. (3) [공급] cung cấp, tiếp tế liên tục..

들이덤비다 tấn công, thách thức, thách

đố.

들이마시다 [기체를] thở vào, hít vào, [액체를] hút vào, thấm vào, [술 따위를] uống ừng ực. @담배 연기를 들이마시다 nuốt khói vào.

들이몰다 [안으로] lái vào, đánh xe vào, đóng vào, [마구] lái quá nhanh.

들이밀다 (1) [안으로] đẩy vào, thọc vào, nhồi nhét vào. (2) [냅다] đẩy mạnh, nhét cứng.

들이밀리다 [안으로] bị xô đẩy vào trong, [한곳으로] tụ tập, quây quần, tụ họp với nhau.

들이받다 va phải, đụng phải một vật gì, đâm vào, đâm sầm vào, [뿔 따위로] húc bằng sừng. @머리로 문을 들이박았다 *nó va đầu vào cửa.*

들이불다 [안으로] (gió) thổi theo hướng này, [마구 불다] thổi mạnh.

들이붓다 đổ (nước) vào lò, đổ như trút (계속).

들이빨다 hít, hút, mút, bú, nuốt vào. @젖을 들이빨다 mút mạnh.

들이쑤시다 [아프다] đau đớn, nhức nhối, ngứa ngáy. @골머리가 들이쑤시다 bị nhức đầu dữ dội.

들이쉬다 thở vào, hít vào. @숨을크게 들이쉬다 thở sâu vào.

들이치다 quét dọn bên trong (phòng), xua vào, lùa vào. @비가 들이치다 mưa (từ mái hiên) trút xuống.

들이키다 (1) [마시다] uống một hơi, nốc thẳng một hơi. (2) [안쪽으로] kéo về, lôi vào.

들이퍼붓다 [그릇에] dội, trút mạnh (nước xuống), [쏟아짐] mưa xối xả .

들일 công việc nông trại, công việc đồng áng.

들입다 sinh động, mạnh mẽ, mãnh liệt, [계속] liên tục, liên tiếp, triền miên. @들입다 달아나다 vắt giò lên cổ mà chạy, chạy có cờ.

들장미 hoa hồng dại, cây tầm xuân.

들쩍지근하다 hơi ngọt, ngòn ngọt.

들쭉나무 [식물] cây việt quất.

들쭉날쭉 --하다 gồ ghề, lồi lõm.

들쥐 [동물] con chuột đồng.

들짐승 loài động vật hoang dã.

들차다 *lành mạnh thể chất lẫn tinh thần.*

들창 cái cửa sổ đẩy (cửa lùa)

들창코 cái mũi hếch (hỉnh).

들척지근하다 hơi ngọt.

들추다 (1) [뒤지다] lục soát, tìm kiếm, mò mẫm, sờ soạng. @호주머니 속을 들추다 xục xạo trong túi. (2) [들어올리다 nâng lên, đỡ lên, nhấc lên. @감자넝쿨을 들추다 đào khoai lên. (3) [드러내다] vạch trần (bí mật), phơi bày (sự thật), đưa ra ánh sáng. @잘못을 들추다 vạch trần lỗi lầm của ai.

들추어내다 (1) [파내다] đào, xới lên. (2) [찾아내다] khám phá ra, lùng ra, tìm ra. (3) [드러내다] vạch trần, bộc lộ, phác giác, lột mặt nạ (ai). @비밀을 들추어내다 phơi bày bí mật của ai.

들치기 [행위 hành động] sự ăn cắp ở các cửa hàng, [사람 người] kẻ cắp giả làm khách mua hàng .

들키다 [발견되다] bị bắt gặp, bị phát hiện ra. @들킬까봐 sợ bị khám phá ra // 복숭아를 훔치다가 들켰다 *hắn bị bắt gặp đang ăn cắp đào.*

들통 cái thùng, cái xô, cái lu đựng nước. @들통나다 phơi bày, vạch trần, bộc lộ ra.

들판 cánh đồng, đồng bằng.

ㄷ

들피 sự gầy mòn, hốc hác vì đói. @들피지다 bị hốc hác vì đói.

듬뿍 tràn tới miệng, đầy tràn, tràn trề, phủ phê. @밥을 듬뿍 담다 cho ăn cơm phủ phê.

듬뿍듬뿍 sung túc, dồi dào, dư thừa.

듬성듬성 thưa thớt, rãi rác. @거기에는 인가가 듬성듬성있다 những tranh rãi rác đây đó.

듬쑥 tham lam, thèm khát.

듯 @짙은 안개로 앞이 보일 듯 말듯 했다 *chắc chắn là chúng ta không thể nhìn thấy qua màn sương mù dày đặc.*

듯싶다 [것 같다] giống như, có vẻ như.

듯이 như, như thể, cứ như là. @그는 죽은 듯이 보였다 *hắn có vẻ như chết rồi* // 네 형이 하듯이 해라 *hãy làm theo như anh của bạn.*

듯하다 nhìn như, có vẻ như, hình như. @금방 비가 올 듯하다 *trời như muốn mưa* // 배는 침물할 듯했다 *chiếc tàu như sắp sửa chìm* // 학생인듯하다 *trông nó như một sinh viên.*

등 cái lưng. @등을 두들기다 vỗ nhẹ vào lưng ai // 등을 돌리다 quay lưng lại.

등 (1) [등급] lớp, loại, hạng.@ 1 등 lớp một (hạng 1). (2) [따위] vân vân. @모자, 장갑, 신발 등 nón, găng tay, giày v...v.

등 đèn, đèn lồng, đèn xách.

등 [식물 thực vật] cây mây, cây song. *--의자 cái ghế mây.

등가 [화학 hóa học] tính tương đương. *--량 vật tương đương.

등각 [기하 hình học] góc bằng nhau. *--삼각형 hình tam giác đều.

등갓 chụp đèn, chao đèn.

등거리 khoảng cách bằng nhau. @등거리의 cách đều (toán học).

등걸 gốc (cây), chân (răng), cuống (vé, séc, hóa đơn), mẫu (phần còn lại)

등걸잠 sự ngủ có mặc quần áo. @등걸잠자다 ngủ có mặc quần áo.

등겨 vỏ trấu.

등고선 đường viền, đường quanh *--지도 đường viền quanh bản đồ.

등골 xương sống, cái gai. @등골이 오싹하다 thấy ớn lạnh, cảm giác ớn xương sống.

등꽃 hoa đậu tía.

등과 --하다 trúng tuyển kỳ thi tuyển chọn công chức cao cấp.

등교 --하다 dự học, ghi danh học, tham gia học.

등귀 sự tăng giá. --하다 tăng, tăng lên, tiến lên. @원료의 등귀로 인해서 do bởi vì sự tăng giá nguyên liệu.

등극 sự lên ngôi. --하다 lên ngôi, nhậm chức, gia nhập, tham gia

등급 tầng lớp, cấp bậc, hạng, loại.

등기 sự đăng ký, sự ghi chép, sự vào sổ. --하다 ghi chép, đăng ký, vào sổ. @등기되어 있다 đã đăng ký. *--말소 xóa sổ, hủy bỏ sự đăng ký. –료 lệ phí ghi tên, phí đăng ký. --부 sổ sách. --사항 vấn đề cần phải được ghi vào sổ. --소 nơi đăng ký. --우편 thư bảo đảm.

등나무 [식물 thực vật] cây đậu tía.

등널 lưng ghế.

등단 --하다 bước lên bục giảng.

등달다 quá lo lắng, nóng nảy, bực dọc. @그렇게 등달지않아도 된다 *đừng phiền muộn như thế.*

등대 đèn biển, hải đăng, đèn hiệu. *--불 đèn báo hiệu. --선 thuyền có đèn hiệu.

--지기 người gác hải đăng.

등대다 phụ thuộc, tùy thuộc, tin cậy vào, trông mong vào. @아들에게 등대다 *trông mong vào đứa con trai* // 친척을 등대고 상경하다 đến *Seoul* dựa vào sự giúp đỡ của thân nhân.

등덜미 phần trên của lưng. @등덜미 tóm cổ áo ai, tóm gáy ai

등등 vân vân => 등.

등등하다 @기세가 등등하다 hân hoan, hoan hỉ, phấn chấn.

등락 sự dao động, sự lên xuống.

등록 sự đăng ký, sự kết nạp. --하다 đăng ký, ghi vào sổ. @등록되어있다 đã đăng ký. *--금 lệ phí đăng ký. --상표 nhãn hiệu đã đăng ký. --세 thuế đăng ký. --인 người đăng ký. --필 bảo đảm

등마루 luống gai, [정상] đỉnh, chóp, ngọn, chỏm, đỉnh. *산-- đỉnh núi

등명 ánh sáng thiêng liêng.

등반 --하다 leo, trèo (lên)

등받이 cái lưng ghế.

등뼈 sống lưng, xương sống. *--동물 động vật có xương sống.

등변 [수학 toán học] cạnh đều. *--삼각형 hình tam giác đều.

등본 *호적-- bản sao hộ khẩu.

등분 sự chia thành nhiều phần bằng nhau. --하다 chia đều. @ 이익을 3 등분하다 chia lãi giữa 3 người.

등불 ánh sáng đèn. @등불을 켜다 thắp sáng ngọn đèn.

등비 [수학 toán học] tỷ số đều. *--급수 cấp số nhân (hình học). --수열 cấp số nhân (chuỗi).

등사 sự sao chép, bản sao. --하다 sao lại, chép lại , in bằng máy in rô-nê-ô.

등산 sự leo núi. --하다 leo núi. *--가 người leo núi. --지팡이 gậy leo núi. --화 giày leo núi.

등쌀 sự quấy rầy, sự phiền nhiễu, sự lo lắng, sự khó chịu. @등쌀내다 quấy rầy, làm phiền, chọc ghẹo (ai) // 모기 등쌀에 잠을 잘 수가 없다 *muỗi cứ vo ve làm tôi không thể ngủ* nổi.

등색 màu cam.

등성마루 cái sống dao, cái gáy sách, mu bàn tay.

등성이 lưng, mặt sau (잔등), đỉnh, ngọn, chóp (산의 thuộc núi).

등속 [물리 vật lý] tốc độ đều. *--운동 chuyển động đều.

등수 (1) [차례] tầng lớp, cấp, bậc, hạng, loại. (2) [같은 수] con số bằng nhau.

등식 [수학 toán học] tính bằng, tính ngang bằng.

등신 người khờ dại, người ngu xuẩn, ngớ ngẩn. @등신 같은 짓을 하다 làm trò hề.

등신 sự to như (người / vật) thật. *--상 bức tượng to như người thật.

등심 thịt thăn bò (phần ngon nhất ở chỗ thịt lưng của thú nuôi).

등심 cái bấc đèn, tim đèn.

등압선 đường đẳng áp.

등어리 cái lưng => 등.

등에 [곤충 côn trùng] con mòng.

등온 @등온의 thuộc đường đẳng nhiệt. *--선 đường đẳng nhiệt.

등외 @등외의 dưới mức bình thường // 그는 등외가 되었다 *hắn đã không đoạt được giải.*

등용 [임용] sự bổ nhiệm, [승진] sự thăng chức, sự đề bạt. --하다 bổ nhiệm, thăng chức, hứa hẹn, nâng lên. @인재를 등용하다 đề bạt những người có năng lực.

ㄷ

등용문 cơ hội cho mọi vinh dự. @문단에 의 등용문 cánh cửa duy nhất để bước vào thế giới văn học.

등위 cấp, bậc, tầng, lớp, [전기 điện] đẳng thế. *--접속사 [문법 ngữ pháp] liên từ kết hợp.

등유 dầu lửa, dầu thắp đèn.

등의자 ghế mây.

등자 bàn đạp ngựa (thòng từ yên ngựa xuống để đạp chân).

등잔 bầu dầu lửa trong cây đèn dầu. @등잔 밑이 어둡다 *ở chân nến thì tối.* *--불 ánh đèn.

등장 [무대에 ở sân khấu] lối ra (của diễn viên), [출현] sự đến, sự tới, sự xuất hiện. --하다 bước ra sân khấu, xuất hiện trên sân khấu. *--인물 nhân vật, sự phân phối các vai diễn.

등재 sự ghi vào sổ. --하다 đăng ký, ghi chép.

등정 --하다 lên đến đỉnh núi.

등정 sự ra đi, sự khởi hành. --하다 khởi hành, bắt đầu đi.

등줄기 những phần nhô ra của xương sống.

등지 @서울· 부산 등지 *Seoul, Busan* cũng như các thành phố khác.

등지다 (1) [틀어지다] trở nên xa lạ, cãi nhau, bất hòa, xung đột với ai. (2) [배반] chống lại, phản bội. @벗을 등지다 quay lưng lại bạn bè, *trở nên thù địch với bạn bè*. (3) [등뒤에 두다] chống lại, ngược lại. @벽을 등지고 앉다 *ngồi dựa lưng vào tường.*

등짐 cái ba lô đeo trên vai. *--장수 người bán rong.

등차 *--급수 [수학] cấp số cộng.

등청 sự đi làm việc. --하다 đi làm việc.

등촉 ánh sáng đèn lồng.

등치다 (1) [치다] đập vào lưng ai. (2) [빼앗다] đe dọa, tống tiền ai. @남을 등쳐 먹고 살다 sống bằng mánh khoé làm tiền gian lận.

등피 ngọn đèn, cây đèn.

등하 불명 *dưới chân nến thì tối.*

등한 tính cẩu thả, sự sơ suất. --하다 cẩu thả, lơ đễnh, sơ suất. @등한히 하다 xao lảng, phớt lờ, không để ý đến.

등화 ánh sáng, ánh đèn. @등화 가친의 계절 *một buổi chiều lý tưởng cho việc dùng thì giờ đọc sách.* *--관제 sự tắt đèn.

디기탈리스 [약 thuốc] lá mao địa hoàng (dùng làm thuốc), [식물 thực vật] cây mao địa hoàng.

디디다 (1) [밟다] giẫm lên, đạp lên. @땅을 디디다 giẫm lên mặt đất // 이국 땅에 발을 디디다 đặt chân lên vùng đất xa lạ. (2) [누룩· 메주를] đạp (nhồi) bột mạch nha để làm bánh.

디딜방아 cái cối xay guồng.

디딤돌 bậc đá, thềm đá.

디렉터 *(a director)* ông giám đốc.

디스카운트 *(discount)* sự chiết khấu. @디스카운트세일 bán hàng có chiết khấu.

디스코테크 *(a discotheque)* câu lạc bộ khiêu vũ, phòng nhảy disco..

디스크 자키 *(disk-jockey)* người giới thiệu đĩa hát trong chương trình ca nhạc ở đài phát thanh.

디자이너 *(a designer)* người phác họa (vẽ kiểu).

디저트 *(dessert)* món tráng miệng, món ngọt cuối bữa ăn.

디젤 *Rudolf Diesel* (1858-1913). *--기관

động cơ điêzen. --기관차 đầu máy xe lửa chạy bằng động cơ điêzen.

디지털 (*digital*) con số từ 0 đến 9

디플레(이션) [경제 kinh tế] sự giải lạm phát. *--정책 biện pháp giải lạm phát lạm phát.

딜럭스 (*de luxe)* sang trọng, xa xỉ.

딜레마 (*dilemma)* tình trạng tiến thoái lưỡng nan. @딜레마에 빠지다 rơi vào tình trạng khó xử.

딜레탕티즘 (*dilettantism)* sự ham mê nghệ thuật.

딩딩하다, 띵띵하다 (1) [힘이 세다] tráng kiện, khỏe mạnh. (2) [핑핑하다] căng, sát khít. @배가 불러 딩딩하다 ăn căng bao tử. (3) [기반이] vững chắc, bền, ổn định, kiên cố, an toàn.

따갑다 [뜨겁다 nóng] không chịu được nóng [쑤시듯이 châm chích] gây nhức nhối, cảm giác đau nhói.

따귀 @따귀를 때리다 tát vào má.

따끈따끈 => 뜨끈뜨끈.

따끔하다 (1) đau đớn, nhức nhối, bị châm chích @ 상처가 아직 따끔하다 vết thương vẫn còn nhức nhối. (2) [느낌이 một ấn tượng] dữ dội, khe khắt, gay gắt, tàn nhẫn. @따금한 맛을 보다 *đã có một thời gian khổ.*

따님 cô con gái cưng.

따다 (1) ngắt, nhổ, nhặt [모으다 hái]. @ 꽃을 따다 hái hoa // 나무열매를 따다 nhặt hạt (2) [터뜨리다 sự lộ ra] mở ra, cắt bỏ (bộ phận nhiễm bệnh) @종기를 따다 *mổ một vết thương bị áp xe* (3) [얻다] có được, đạt được, giành được. @노름판에서 돈을 많이 따다 *chơi bài thắng được nhiều tiền.* (4) [발췌] lóc ra, nhặt ra, mổ ra, chiết ra.

따돌리다 ngăn chặn, loại trừ (cái gì), đối xử thờ ơ, nhạt nhẽo (với ai), đuổi, tống (ai) ra ngoài. @그는 급우들한테 따돌림을 받고 있 다 *hắn bị các đồng nghiệp xa lánh.*

따뜻이 (1) [열로] một cách ấm áp. @몸을따뜻이하다 (옷을 입고) tự ủ ấm. (2) [온정으로] nồng nhiệt, tử tế. @따뜻이맞아들이다 nhiệt liệt đón mừng.

따뜻하다 (1) [온도 nhiệt độ] ôn hòa, ấm áp. @따뜻한 겨울 một mùa đông ôn hòa, dễ chịu. (2) [온정] tử tế, chân thành @따뜻한 환영 sự đón tiếp niềm nở, nồng hậu.

따라 => 따라서.

따라 가다 (1) [동반 đi cùng] đi theo ai, đi với ai [뒤를 theo] đi tiếp theo, đi theo sau @길을 따라 가다 đi theo con đường mòn. (2) [모방 theo.복종 vâng lời] vâng lời, nghe theo, hành động theo, nghe theo lời. (3) [뒤지지 않도록] theo kịp, bắt kịp, không thua kém.

따라붙다 bắt kịp, vượt kịp.

따라서 (1) [...대로] sự thỏa thuận, sự đồng ý với, sự phù hợp với, sự thích hợp với. @약속에 따라서 theo lời hứa, theo cam kết // 명령에 따라서 sự phục tùng mệnh lệnh (2) [비례해서] sự tương xứng, sự cân đối. @ 문명이 발달함에 따라서 *theo đà phát triển của nền văn minh.* (3) [그러므로] vì vậy, cho nên, do đó, bởi vậy cho nên, vì thế.

따라 오다 [뒤를] đi theo, hộ tống [모방] theo, theo sau, [쫓아서] theo kịp, không bỏ lỡ, không lạc hậu, ngang hàng với.

따라잡다 => 따라붙다.

따라지 (1) [땅딸보 lùn] người thấp hơn mức trung bình. (2) [노름판의] một

ㄷ

điểm, điểm thấp trong thẻ trò chơi. (3) [따분한 존재] một cuộc đời khốn khổ.

따로 (1) [별개의] sự tách riêng ra.@ …과는 따로 riêng ra, tách ra khỏi // 따로 만나다 *nhìn thấy họ tách riêng ra.* (2) [별도.여분] thêm nữa, thêm vào, ngoài ra @요금을 따로 받다 trả thêm cho, gánh vác thêm. (3) [특별] đặc thù, một cách đặc biệt.

따로따로 [떨어져] tách riêng ra, [개별로 riêng lẻ] mỗi một, riêng từng người, riêng từng cái, lần lượt từng cái (từng người) một @따로 따로 살다 sống riêng lẻ.

따르다 [1] (1) [뒤따르다. 수행하다] đi theo, đi kèm, đi chung, hộ tống (ai). @비서가 그를 따랐다 *ông ấy có thư ký đi chung.* (2) [수반 sự đi theo.병행 sống đôi] được đi cùng, được hộ tống. @수입이 증가하는 데 따라서 (sự cân xứng) theo việc tăng thu nhập của người nào. (3) [복종] nghe theo, vâng lời, hàng phục, khuất phục. @명령을 따르다 tuân theo mệnh lệnh. (4) [응하다 ưng theo] tuân theo, đồng ý theo, chiếu theo [지키다 làm theo] y theo. (5) [붙좇다] gắn bó, thích hợp @아이들이 그녀를 몹시 따라 한시도 놓아 주지 않는다 *bọn trẻ yêu mến và gắn bó với cô ấy.*

따르다 [2] đổ, chảy tràn, chế đầy, cho vào @차를 따르다 rót trà // 컵에 따르다 rót (rượu) ra ly.

따르르 (1) [구르는 꼴] sự lăn, sự cán. @따르르 구르다 lăn qua lăn lại. (2) [작은 종소리] tiếng kêu leng keng.

따름 chỉ, đơn giản, đơn thuần, chỉ có. @그 일을 해낼 사람으로는 오직 그가 있을 따름이다 *chỉ có đàn ông như ông ấy mới làm như thế.*

따리 lời tâng bốc, lời nịnh hót, sự xu nịnh, sự bợ đỡ. @따리 붙이다 xu nịnh, bợ đỡ , tâng bốc

따먹다 (1) [과실을] nhổ lên ăn, nhặt lên ăn (2) [장기 따위에] ăn một con cờ (đánh cờ). (3) [여자를] *làm ô uế sự trinh trắng của một cô gái*

따분하다 (1) [느른하다] uể oải, lừ đừ, thiếu sinh động, chậm chạp, ngu đần, tối dạ. (2) [지리하다] buồn chán, nhạt nhẽo, buồn tẻ, uể oải. @휴일을 따분하게 보내다 *trải qua những ngày phép buồn tẻ.* (3) [난처하다 khó xử] làm cho lúng túng, khó xử, bơ vơ.

따오기 [새] cái mào của con cò quăm.

따위 như là, ví dụ như, đại loại như, [등등] vân vân và vân vân. @그 따위것 một vật như thế // 너 따위 những người như anh.

따지다 (1) [시비를 đúng sai] phân biệt, nhận ra (giữa đúng sai) (잘 잘못을) @미심한 점을 따지다 thẩm tra điểm đáng nghi (2) [숫자를 số] tính toán, đếm, ước tính.

딱 (1) [정확하게 chính xác] đúng đắn, cẩn thận [꼭] đích đáng [들어 맞게] hoàn hảo [꽉] chặt chẽ, sít sao. (2) [버티는 꼴] sự kiên quyết, sự cứng rắn (3) [단호히]. @딱 거절하다 cương quyết từ chối (4) [벌린 꼴] to, rộn. @ 입을 딱 벌리고 cái miệng há to ra. (5) [소리가 âm thanh] tiếng sập mạnh.

딱다구리 [새 chim] chim gõ kiến.

딱다그르르 tiếng vang rền, tiếng sấm sét, tiếng vang như sấm.

딱다기 (1) [연장 dụng cụ] cái thìa gỗ

(vật thưởng cho người đậu môn toán ở Đại học Cambridge), cái lách cách để đuổi chim. @ 딱다기를 치다 đập lách cách. (2) [사람 người] nhân viên bảo vệ, người gác đêm.

딱딱 (1) [꺾이는 꼴] tiếng bẻ tay tách tách. @손가락 마디를 딱딱 꺾다 bẻ ngón tay kêu răng rắc. (2) @ 손벽을 딱딱 치다 vỗ tay.

딱딱거리다 nói năng thô lổ, cộc cằn, cằn nhằn, đay nghiến, chí chiết, trách mắng (ai).

딱딱하다 (1) [나무· 돌 따위가] cứng, rắn, chắc, [야채·고기 따위가 thịt, rau củ] dai, khó cắt, khó nhai, cứng nhắc. @ 딱딱한 나무 gỗ cứng. (2) [엄하다] khắc khe, tàn nhẫn.@ 딱딱한 주인 người chủ khắc nghiệt // 아이들에게 딱딱하게 굴다 đối xử cứng rắn với trẻ con. (3) [글이 sự học] học cao, giỏi, ham đọc sách.

딱바라지다 (1) [몸이] chắc nịch, bè bè, chắc, cứng cáp, vững chắc. (2) [물건 모양이] xa cách và hời hợt.

딱부리 người mắt lồi, người có mắt óc nhồi..

딱새 [새 chim] chim đỏ đuôi, chim đớp ruồi.

딱장대 người lỗ mãng, cộc cằn

딱장받다 tra tấn, tra hỏi ai.

딱정벌레 [곤충] con bọ cánh cứng.

딱지 [1] (1) [부스럼의 vết thương] miếng vẩy (mài). @딱지가 떨어지다 tróc vẩy (mài) ra. (2) [종이 티] vết lốm đốm trên giấy. (3) [게.거북따위의] vỏ sò, mai rùa. (4) [시계의] vỏ đồng hồ. (5) [거절] sự loại bỏ, sự bác bỏ, sự cự tuyệt. @딱지 맞다 bị từ chối, bị bác bỏ.

딱지 [2] nhãn dán, tem (bưu phí) (우표), thẻ ghi tên và địa chỉ (꼬리표), thẻ có dán ảnh (아이들의). @...라고 딱지가 붙은사람 người bị liệt vào loại...

딱총 pháo, [폭죽] súng đồ chơi, pháo để đốt.

딱하다 (1) [가엾다] đáng thương, đáng khinh, [안되다 hối tiếc] xin lỗi, đáng tiếc. @딱한 사정 *một hoàn cảnh đáng thương* // 딱하게도 *lấy làm hối tiếc đã nói như vậy*. (2) [난처 rắc rối] quấy rầy, làm phiền hà, làm lúng túng. @딱한 입장 một tình thế khó xử.

딴 [다른 하나] khác, nữa, thêm.. nửa, giống y nhau, chẳng khác gì là..[다른 여러 개] khác nhau, khác biệt. @딴 것 những vật khác, người khác (다른 어떤 것이나), người cùng loại, vật cùng loại (둘중의 나머지) // 딴 데 nơi nào khác, đâu đó.

딴것 người khác, vật khác, một vật nào đó.

딴꽃가루받이 [식물] sự thụ tinh chéo (của hoa).

딴군 cảnh sát chìm (mật vụ).

딴데 chỗ khác, một vài nơi nào đó.

딴마음 [타의 khác] mục đích khác, ý định khác [악의 ác tâm] ác ý, tính hiểm độc, [속셈] mục đích riêng, mục đích thầm kín, [반심] ý đồ gian xảo. @ 딴마음 있는 hai mặt, hai lòng, phản bội, bội tín, bất trung.

딴말 một lời phê bình không thích đáng (관계없는 không quan hệ), lời nhận xét ngớ ngẩn (어리석은 ngu đần) dối trá, lật lọng. --하다 bình phẩm không thích đáng (buồn cười / lố bịch), lẩn tránh một vấn đề.

ㄷ

딴머리 bộ tóc giả.

딴사람 (1) [타인] những người khác, người nào đó. (2) [달라진] @그는 아주 딴사람이 되었다 *bây giờ anh ấy hoàn toàn là người khác.*

딴살림 --하다 ra riêng, sống riêng ở nhà khác.

딴생각 động cơ khác, mục đích khác, [엉뚱한 đặc biệt] mục đích thầm kín. @딴생각 머다 có một lý do không nói ra.

딴소리 lời phê bình không thích đáng => 딴말.

딴은 (1) [제법] cũng, như, bằng, về phần, về phía @내딴은 về phía tôi, về phần tôi. (2) [하기야] thực vậy, quả thực, phải, đúng. @딴은 그렇소 quả thực vậy, bạn nói có lý.

딴전 @ 딴전 보다 làm việc khác // 딴전 피우다 giả vờ không biết, làm ngơ.

딴쪽 phương diện khác, mặt khác (반대쪽).

딴판 @딴판이다 hoàn toàn khác biệt (với..).

딸 con gái. @딸을 시집보내다 gả con gái, gả tống con gái.

딸기 trái dâu tây. *--밭 mảnh đất trồng dâu tây.

딸리다 được gắn bó với, thuộc về. @나에게 딸린 식구 gia đình tôi.

딸자식 con gái (của tôi).

딸꾹질 sự nấc cụt, tiếng nấc cụt. --하다 nấc cụt.

딸딸이 [울리는] chuông đồng hồ báo thức.

땀[1] mồ hôi, sự đổ mồ hôi. @땀을흘리다 đổ mồ hôi, toát mồ hôi, ra mồ hôi // 땀투성이가되다 ướt đẫm mồ hôi, mồ hôi tuôn đầm đìa như tắm.

땀[2] [바느질] mũi khâu, mũi đan / thêu / móc.

땀기 @땀기가 있다 có một chút mồ hôi (trong lòng bàn tay).

땀나다 (1) đổ mồ hôi. (2) [힘들다] vất vả, cực nhọc.

땀내 mùi mồ hôi. @땀내 나는 옷 *áo quần đầy mùi mồ hôi.*

땀내다 bị đổ mồ hôi (bệnh nhân). @땀내서 감기를 낫게 하다 *xông cho ra mồ hôi để giải cảm.*

땀들이다 tự trấn tỉnh, lau mồ hôi.

땀띠 chứng nổi rôm sảy, rôm sảy @땀띠 가나다 bị nổi sảy. *--약 thuốc bột trị sảy, phấn rôm.

땀받이 áo lót, miếng vải lót để thấm mồ hôi (bọc trong mủ) (모자의).

땀방울 giọt (hạt) mồ hôi.

땀빼다 [수고 lao động] đổ mồ hôi [애먹음 đắng cay, cực khổ] chịu đựng gian khổ.

땀샘 [생리 sinh lý] tuyến mồ hôi.

땅[1] (1) [대지] quả đất, [육지] đất liền, [땅바닥] mặt đất, đất. (2) [영토] vùng đất. (3) [토지] đất [택지.대지] mảnh đất, lô đất, [소유지] bất động sản, ruộng đất. (4) [흙] đất trồng trọt. @땅을 일구다 canh tác, cày cấy.

땅[2] [총소리 따위 âm thanh của súng] tiếng nổ lớn. @땅 하고 총알이 나갔다 "Bang" bắn một phát súng

땅가뢰 [곤충 côn trùng] con bọ ban-miêu.

땅강아지 [곤충] con dế nhủi.

땅거미[1][동물 động vật] con nhện đất.

땅거미[2] mờ mờ tối, chạng vạng tối, bóng tối. @땅거미가 질 때 lúc sập tối, lúc tranh sáng tranh tối, lúc nhá nhem tối.

땅군 người bắt rắn.

땅굽성 [식물 thực vật] tính hướng đất (chỉ các bộ phận của cây như rễ, thân cây mọc theo hướng nhất định).

땅기다 [몸이 cơ thể] bị chuột rút

땅깍리[식물 thực vật] trái *cherry* (trái anh đào).

땅딸막하다 rậm, um tùm, có dạng bè bè, lùn và chắc nịch.

땅딸보 người có thân hình lùn và chắc nịch,

땅땅 bằng bằng (총소리 âm thanh của súng).

땅땅거리다 (1) [큰소리 âm thanh to] nổ, khoe khoang, khoác lác. (2) [호화롭게 lối sống xa hoa] phô trương, hoang phí.

땅덩이 trái đất (지구 địa cầu), lãnh thổ, khu vực (지역 miền).

땅뙈기 mảnh đất ruộng nhỏ, mảnh sân nhỏ.

땅마지기 vài mẫu ruộng (mẫu Anh = 0,4 hecta)

땅바닥 nền đất, mặt đất. @땅바닥에 주저앉다 ngồi xổm trên mặt đất.

땅버들 [식물 thực vật] cây liễu bụi.

땅벌 [곤충 côn trùng] con ong đào lỗ.

땅벌레 con giòi, ấu trùng của con giun đất.

땅울림 cơn động đất nhẹ.

땅질성 (식물 thực vật) tính không hướng đất. @ 땅질성의 thuộc giống hướng đất.

땅콩 hột đậu phộng.

땋다 tết tóc, bện tóc.

때 [1] (1) [기간] thời gian, thì giờ, giờ. @점심때 giờ ăn trưa // 때를 놓치지 않고 tức thì, ngay tức khắc. (2) [그때.당시 thời đó] thời kỳ, lúc, đời. @…할때 khi đó, lúc đó, hồi đó (접속사 sự liên kết), [...하는 동안 khoảng thời gian] trong lúc, trong khi // 어릴 때부터 thời thơ ấu, từ thuở ấu thơ. (3) [기회 cơ hội. 경우 dịp] thời cơ, dịp, hoàn cảnh, tình thế, cảnh ngộ, cơ hội. @어떤 때는 thỉnh thoảng, đôi khi // 때에 따라서는 khi công việc yêu cầu, khi có nhu cầu // 마침 좋은 때에 vào đúng thời điểm // 때에 맞는 xảy ra đúng lúc, hợp thời, đúng lúc, phải lúc // 때를 만나다 có cơ hội thuận lợi, 때를 놓치다 bỏ lỡ cơ hội. (4) [시대.당시] tuổi, thời kỳ, giai đoạn. @그때의 vào thời kỳ, khi đó, vào lúc đó (5) [끼니] một bữa ăn. @때를 거르다 không một bữa ăn (đói).

때 [2] [더러움] đồ dơ bẩn, vật rác rưởi, bụi bẩn, cáu ghét [오점·얼룩 dấu vết] vết đen, vết dơ. @ 때를 벗은 thanh nhã, lịch sự, thanh lịch, tế nhị, tinh tế, có học thức (người) // 때를 못 벗은 không lịch sự, không tao nhã, không học thức, tục tằn (người) // 때가 묻다 trở nên dơ bẩn.

때가다 bị bắt kịp, bị theo kịp.

때까치 [새 chim] chim bách thanh.

때각 [기하 hình học] góc đối diện. @대각의 방향으로 theo đường chéo. *--선 đường chéo.

때다 [불을] nhóm lửa, đốt lửa. @아궁이에 불을 때다 *nhóm lửa trong bếp.*

때리다 (1) [치다 tấn công] đánh, đấm trúng, nện, tát vào mặt, quất, đập mạnh vào. @ 때려부수다 đập vụn cái gì, đập (vật gì) tan ra từng mảnh. (2) [비난 phàn nàn,공격 công kích] @신문에서 때리다 tấn công người nào trên mặt báo chí.

때마침 đúng thời điểm, vừa đúng lúc.

때문 @때문에 vì, do bởi, tại, lý do là // 그 때문에 tại vậy, vì như vậy // 전쟁 때문에 do bởi chiến tranh // ...때문이다 cho là, quy cho, nhờ có.

때물 vị khó chịu, khiếu thẩm mỹ tệ, sự thô kệch, tính chất quê mùa. @때물을 벗다 làm cho lịch sự, làm cho tao nhã, làm cho tinh tế.

때아닌 non, sớm, không phải mùa.

때우다 (1) [뚫어진 곳을] hàn thiếc, sự hàn, chất hàn @솥을 때우다 hàn một cái ấm (bình, chậu) (2) [깁다 khâu vá] vá quần áo. (3) [끼니를] sự thay thế @빵으로 점심을 때우다 *ăn một miếng bánh mì thay cho bữa ăn trưa thường lệ.*

때깔 màu sắc (của quần áo), hoa văn, mẫu vẽ.

때때로 thỉnh thoảng, đôi khi, đôi lúc.

때때옷 y phục đủ màu sắc cho trẻ con.

땔감 chất đốt, nhiên liệu.

땔나무 [장작] củi đốt lò [섶] bụi cây.

땜 cái đập (ngăn nước).

땜 => 땜질. *--납 chất hàn, sự hàn. –장이 thợ hàn.

땜질 --하다 hàn, hàn thiếc, hàn nối, sửa chữa, tu sửa, vá víu.

땟물 (1) [자태] hình dáng, hình thù, diện mạo, dáng điệu. (2) [씻어낸] nước dơ bẩn, đồ dơ bẩn.

땡 [소리] tiếng kêu lanh lảnh.

땡감 quả hồng vàng còn xanh.

땡잡다 vớ bở, thành công lớn, có vận may.

땡땡하다 chặt kín, bó sát, căng cứng.

떠나다 (1) [출발] xuất phát, khởi hành,rời khỏi, nhổ neo (배가). @미국으로 떠나다 *lên đường đi Mỹ.* (2) [관계를 끊다] cắt đứt quan hệ, tuyệt giao, chia tay, từ biệt. @그는 관계를 떠났다 *ông ấy đã từ biệt cuộc đời công chức* // 그 생각이 머리에서 떠나지 않는다 *ý nghĩ đó cứ ám ảnh trong đầu tôi.* (3) [세상을] chết, từ trần.

떠내다 múc (ra), nhận, dìm xuống. @국자로 국을 떠내다 múc canh ra.

떠다니다 [공중에 trên không trung] lơ lửng trên bầu trời, [물위에] trôi giạt, bị (gió, dòng nước) cuốn đi, [방랑] thơ thẩn, lang thang, quanh co, ngoằn ngoèo, uốn khúc (con đường, con sông…). @물결 가는 대로 떠다니다 *mặc cho sóng cuốn đi.*

떠다밀다 (1) [손으로] xô, đẩy sang một bên. @사람을 떠다밀다 xô (đẩy) ai sang một bên. (2) [남에게] đổ trách nhiệm cho người khác.

떠돌다 (1) [소문이 tiếng đồn] lan truyền, đồn ra. @내각 개편의 소문이 떠돌고 있다 *theo tin đồn thì sẽ có một sự thay đổi trong nội các.* (2) [물 위에] trôi dạt, trôi nổi, trôi bồng bềnh. (3) [방랑] đi lang thang.

떠들다 (1) [큰소리로] làm ồn, làm om sòm, làm ầm ĩ, rối rít.@ 쓸데없는 일로 떠들지 마시오 *chẳng có gì đáng ầm ĩ ! đừng làm ầm ĩ vì những chuyện không đâu !* (2) [소문이 tin đồn] ngồi lê đôi mách, chuyện tầm phào, lời đồn.

떠들이 người đi lang thang, người rày đây mai đó, kẻ lêu lổng.

떠들어대다 gây tiếng vang khủng khiếp. @ 쓸데없는 일로 떠들어대다 *chẳng có chuyện gì cũng làm rối lên.*

떠들썩하다 (1) [시끄럽다] ồn ào, huyên náo, ầm ĩ, la vang, hò hét.@ 떠들썩하

게 một cách ồn ào, huyên náo. (2) [소문이 lời đồn] có tiếng đồn khắp nơi, có tin đồn về.

떠듬적거리다 => 더듬거리다.

떠름하다 (1) [맛이] bị se lại một chút (y học). (2) [내키지 않다] không thích, không muốn, bất đắc dĩ, không sẵn lòng, thiếu thiện chí. (3) [꺼림하다] cảm thấy bức rức, khó chịu, không yên, cảm thấy không thoải mái.

떠맡기다 bỏ mặc công việc cho người khác, dồn trách nhiệm cho ai.

떠맡다 bị giao trách nhiệm, tự gánh việc, tiếp tục công việc của người khác. @부채를 떠맡다 *tự cho mình có bổn phận trả một món nợ.*

떠메다 đỡ một vật gì lên vai.

떠받다 [머리나 뿔로] húc vào, đâm đầu vào.

떠받들다 (1) [처들다] nâng lên, đỡ lên, đưa lên. (2) [공경] cư xử thật thà, trung thành. (3) [소중히] coi trọng, đánh giá cao.

떠받치다 chống đỡ, ủng hộ, bênh vực, @벽을 기둥으로 떠받치다 chống đỡ bức tường bằng cây cột.

떠벌리다 (1) [과장] khoe khoang khoác lác, cường điệu, thổi phồng, huênh hoang. (2) [규모를] dựng lên trên một phạm vi rộng. @사건을 떠벌려 놓다 *quá coi trọng vấn đề.*

떠보다 (1) [무게를] cân. (2) [사람됨을] đo lường. (3) [속뜻을] dò độ sâu, đo độ sâu, đo mực nước bằng sải. @의향을 떠보다 thăm dò (lòng dạ một người nào).

떠세하다 lợi dụng thế lực của người khác.

떠오르다 (1) [해·달이] bốc lên, dâng lên (2) [생각이] loé lên, chợt nảy ra, vụt hiện lên @좋은 생각이 머리에 떠올랐다 *tôi chợt nảy ra một ý tưởng vui.* (3) [물위에] nổi lên bề mặt, nổi trên mặt nước (tàu ngầm, thợ lặn...) (잠수함 따위가).

떠꺼머리 처녀 (총각) người bảo mẫu có tóc tết đuôi sam (thắt bím).

떡 [1] bánh bột gạo. @떡을 치다 giã gạo để làm bánh.

떡 [2] (1) [버티는 꼴] vững chắc, kiên quyết. (2) [벌리는 꼴] mở rộng, mở to => 딱.

떡가래 một miếng bánh gạo.

떡가루 bột gạo. @떡가루를 빻다 giã gạo thành bột.

떡갈나무 [식물 thực vật] cây sồi.

떡국 súp bánh gạo (bánh canh).

떡메 cái vồ (cái chài) dùng để giã gạo làm bánh.

떡밥 [낚시미끼] bả bột, mồi bột.

떡방아 máy xay gạo thành bột. @떡방아를 찧다 xay gạo thành bột.

떡벌어지다 rộng. @어깨가 떡 벌어지다 có đôi vai rộng => 벌어지다.

떡잎 lá mầm, chồi, búp (của cây).

떡판 (1) [널빤지] tấm ván dày xếp đè lên cái bánh gạo. (2) [엉덩이] cái mông của phụ nữ.

떨거지 mối quan hệ, bà con họ hàng.

떨기 [한 송이] một búi, một chùm, một bó, một cụm, một buồng, một đám, một đàn, một bầy, [한 포기] một cây con, một ngọn. @한 떨기 국화 một cây hoa cúc.

떨다 [1] [몸을] run, rung, lắc, lúc lắc, lung lay, lay động, giũ, [전율] rùng mình, rung bắn lên, [현악기의 줄이] rung lên,

ㄷ

ngân vang lên (âm thanh). @추워서 떨다 run vì lạnh // 무서워서 떨다 run vì sợ.

떨다 [2] (1) [먼지 따위] quét (bụi). (2) [떨어내다] bớt, giảm, khấu trừ, trừ đi. (3) [죄다 팔다] bán sạch, vét sạch. (4) [부리다 trông nom, quản lý] giữ nhiệm vụ, làm công tác, dẫn, dắt, chỉ, bảo, dạy. @애교을 떨다 luôn thăm hỏi chúc tụng mọi người, luôn luôn tươi cười vui vẻ (với mọi người). (5) [주머니나 돈을] làm cạn, dốc sạch (túi tiền mình).

떨리다 [1] [몸이] rung, run, run rẩy, rùng mình. @말소리가 떨렸다 *giọng ông ấy run run khi nói.*

떨리다 [2] (1) [먼지 따위가] quét sạch hết. (2) [떨려 나다] bị loại ra, bị đánh hỏng.

떨어뜨리다 (1) [낙하] rơi xuống, bỏ xuống, ném xuống, rớt xuống, gục xuống. @컵을 마루에 떨어뜨리다 *làm rớt (rơi) cái ly xuống sàn.* (2) [놓치다] trượt, lỡ, bỏ sót. @공을 떨어뜨리다 đá trượt một quả banh.

(3) [잃다] mất, bỏ mất, đánh mất. @명성을 떨어뜨리다 mất danh tiếng. (4) [함락] bắt giữ, bắt, chiếm, lấy được. (5) [지위를] làm giảm giá trị, giảm chất lượng, làm xấu đi, làm suy biến, thoái hóa. (6) [실추] làm giảm uy tín, làm giảm giá trị, sụt giá. @물건의 가치를 떨어뜨리다 làm mất giá trị, làm giảm uy tín, chê bai, dèm pha. (7) [낮추다] làm nhỏ đi, làm giảm đi.@ 속력을 떨어뜨리다 làm chậm lại, đi chậm lại, chạy chậm lại (chiếc xe). (8) @품질을 떨어뜨리다 làm giảm giá trị, làm xấu hơn , giảm chất lượng, làm hư hỏng. (9) [남기다] bỏ quên, để lại phía sau. (10) [경매에서] đánh quỵ, hạ gục. (11) [경쟁자를] vượt qua, chạy nhanh hơn. (12) [시험에서 ở bài thi] đánh hỏng, đánh trượt. (13) [해뜨리다] mòn, rách (áo quần ...).

떨어지다 (1) [낙하· 추락] rơi xuống, chảy xuống, nhỏ xuống, sụp đổ, ngã quỵ, đổ ầm xuống. (2) @처마에서 빗방울이 떨어진다 *nước từ mái hiên nhỏ (rõ) xuống.* (3) [해나 달이 지다] lặn xuống, chìm xuống. (4) [낙제] trượt, hỏng (trong kỳ thi), thua, thất bại (trong cuộc tuyển cử).

(5) [흘러서 빠지다] trượt, tuột, rớt xuống. (6) [붙었던 것이] bong ra, rời ra, bật ra, vượt qua, vượt khỏi. (7) [분리] phân chia, phân tách, cắt đứt, để riêng ra. @ 떨어질 수 없는 không thể tách rời, không thể chia lìa được. (8) [온도나 열] rơi xuống, sụp đổ, ngã quỵ, đi xuống. (9) [물가가] rơi xuống, đổ xuống, trút xuống, hạ xuống, rớt xuống. @물가가 떨어졌다 giá đã hạ xuống.

(10) [실추] hạ thấp giá trị, giảm giá trị, [쇠퇴] hạ xuống. @인기가 떨어지다 làm mất đi lòng ái mộ, mất tính đại chúng. (11) [손 안에] rơi vào. (12) [딴 것만 못하다] thấp hơn, kém, thấp kém, không bắt kịp, không làm sao theo kịp. (13) [함락] rơi xuống, rơi vào, bị tóm (bắt). (14) [남아 있다] bị bỏ lại, bị để lại, còn lại. (15) [경쟁에서] bị bỏ xa, bị vượt xa, giật lùi, chậm tiến, lạc hậu.

(16) [계급이] chìm xuống, lặn xuống, lún xuống, rơi xuống, [강등] bị suy biến, bị thoái hóa. (17) [해지다] bị sờn, bị mòn. @ 떨어진 옷 áo quần bị sờn rách. (18) [뒤가 딸린다] hết (thời

gian...), cạn kiệt (đồ dự trữ...), bị dốc hết, bị kiệt quệ. @쌀이 떨어지다 hết gạo. (**19**) [거리가] xa cách.

떨이 món mua được, món hời, cơ hội tốt (buôn bán).

떨치다 [명성을] làm cho nổi tiếng trên khắp thế giới, [위세를] sử dụng, vận dụng, thi hành. @명성을 천하에 떨치다 *đạt được danh tiếng khắp thế giới.*

떫다 làm nhăn, làm se.

떳떳이 danh dự, vinh dự, công bằng, ngay thẳng. @떳떳이 승부를 겨루다 chơi đẹp, chơi ngay thẳng, chơi không gian lận.

떳떳하다 công bằng, ngay thẳng. @떳떳한 행동 hành động công bằng // 떳떳하지 못한 짓 tư cách mờ ám (ám muội).

떵떵거리다 sống phung phí.

떼 [1] [무리] một nhóm, một đội, một tổ, một tập đoàn, bè, lũ, bọn (소,말), đám đông, lũ, (vật) đàn, đội (엽견), [새의 chim] đàn, bầy, [고기의 cá] đàn cá, bầy cá, [벌레의 côn trùng] đàn (ong), bầy (ruồi, muỗi đang bay) (메뚜기 따위 đàn châu chấu).

떼 [2] đám cỏ, mảng cỏ, mặt đất có cỏ.

떼 [3] [고집] một yêu cầu vô lý. @떼(를)쓰다 làm phiền, quấy rầy.

떼거리 một đòi hỏi không thể thực hiện được.

떼구루루 => 떼굴떼굴.

떼다 [1] (1) [붙은 것을] bôi đi, lấy đi. (2) [갈라지게] chê bai, chỉ trích, đả kích tơi bời(người), xé toạt ra (vật), (잡아당겨서), phân chia, chia tách, cắt đứt, để riêng ra. @아이 젖을 떼다 cai sữa cho con, thôi cho con bú. (3) [거절] từ chối, cự tuyệt. (4) [봉한 것을] mở, cạy tung dấu niêm phong. (**5**) [수표 따위를] đưa ra, phát hành, lưu hành, ban hành. (6) [끝내다] @독본을 떼다 hoàn thành xong một đề tài. (7) [빼다] trừ, khấu trừ. @봉급에서 떼다 trừ lương (8)[병을] @학질을 떼다 thoát được [비유적] phủi bỏ được.

떼다 [2] => 떼어먹다.

떼먹다 [갚지 않다] quỵt nợ, trốn nợ, lừa đảo [잘라 먹다] biển thủ, tham ô (tiền).

떼밀다 xô ra, đẩy ra, tống ra, đuổi ra (팔꿈치로). @ 떼밀지말라 đừng xô đẩy tôi như thế.

떼버리다 => 떼다.

떼새 [새 chim] chim choi choi (chim chân dài, đuôi ngắn sống ở vùng đầm lầy gần biển) (물떼새), [새의무리] đàn chim.

떼어 놓다 (1) [경주에서] vượt xa, hơn xa. (2) [붙었던 것을] xé ra, rời ra, tách ra. @두 애인 사이를 떼어 놓다 *chia lìa đôi vợ chồng.*

(끓는물에). @덴 자국 thẹo của vết bỏng. (2) [진저리 나다] *nếm đủ mùi, trải qua nhiều kinh nghiệm cay đắng..*

떼어 먹다 quỵt nợ, trốn nợ, chiếm đoạt, phỗng tay trên, [횡령] biển thủ, tham ô. @빚을 떼어 먹고 행방을 감추다 trốn nợ.

떼이다 bị quỵt nợ, bị biển thủ, bị thất hứa, bị chạy làng.

떼짓다 tạo thành (cấu tạo, thiết lập) dựng, lập, thành lập một nhóm.

떼치다 (1) [붙는 것을] tự giũ bỏ. (2) [거절] từ chối, cự tuyệt (một yêu cầu).

뗏목 cái bè, cái mảng (bằng gỗ, nứa...),

đám củi gỗ trôi trên sông. @뗏목군 người lái bè, người đóng bè.

뗏장 đám cỏ, mảng cỏ, lớp đất có cỏ.

또 (1) [다시] lần nữa, nữa, lại một lần nữa, thêm một lần nữa, liên tục (반복해서). @승리 또 승리 chiến thắng liên tiếp // 또 언제든지(나중에) lúc khác, dịp khác, lần khác. (2) [그 위에] và, còn, hơn nữa, vả lại, ngoài ra. @그는 어학자요 또 음악가 이기도 하다 *ông ấy vừa là một nhà ngôn ngữ học lại vừa là một nhạc sĩ.*

또다시 [한번 더] nữa, một lần nữa, lại, [새로] lại lần nữa. @또다시 일어나다 trở lại, tái diễn, tiếp tục, làm lại, nối lại, thay mới, đổi mới // 또다시 하다 lặp lại, làm lại một lần nữa.

또닥거리다 vỗ nhẹ, gõ nhẹ, đập khẽ, tát nhẹ.

또랑또랑하다 rất rõ ràng, dứt khoát.

또래 tuổi. @모두 그 또래다 *cả bọn chúng đều trạc tuổi nhau.*

또렷하다 làm sạch => 뚜렷하다.

또바기 chắc chắn, nhất định (꼭), luôn luôn(한결같이), thường thường, hoàn toàn.

또한 (1) cũng, cũng được, cũng như thế, cũng như vậy. @그책은 흥미도 있거니와 또한 교훈적이었다 *quyển sách này lý thú và bổ ích về mặt kiến thức.* (2) [그위에] hơn nữa, ngoài ra, vả lại, vả chăng. @약속을 했으며 또한 실행했다 *anh ấy hứa và giữ đúng lời.*

똑 [1] [두드리는, 떨어지는 조리] tiếng gõ nhẹ, tiếng rơi tõm, [부러지는 소리] tiếng tách.

똑 [2] [꼭] chính xác, đúng đắn, có căn cứ.@ 똑 같다 chính xác như nhau // 똑 제 시간에 đúng giờ (chính xác đúng giờ)

똑같이 ngang bằng, đồng đều, ngang nhau, đều nhau (한결같이), công bằng, không thiên vị, vô tư (공평하게), bừa bãi, ẩu (차별없이), giống nhau, tương tự, như nhau, đều nhau.

똑딱거리다 kêu tích tắc (đồng hồ), gõ nhẹ, nện, đóng, đập, rơi lộp độp, kêu lóc cóc.

똑딱선 tàu thủy chạy bằng hơi nước.

똑똑 [떨어지는 소리] sự chảy nhỏ giọt, sự rơi xuống từng giọt một, [부러지는 소리] với tiếng lách tách, [두드리는 소리] tiếng gõ nhẹ. @ 책상을 똑똑 치다 gõ nhẹ lên bàn.

똑똑하다 (1) [명백] trong suốt, dễ nhìn qua, dễ nhận, dễ hiểu, rõ ràng. @똑똑한 발음 phát âm rõ. (2) [영리] thông minh, sáng dạ, sáng trí.@똑똑한 아이 một đứa bé sáng dạ.

똑똑히 [분명히] rõ ràng, sáng tỏ, minh bạch, [영리하게] sáng dạ, nhanh trí, thông minh.

똑바로 (1) [모양·방법] thẳng, theo đường thẳng, [꼿꼿이] thẳng, đứng thẳng, [수직] tư thế thẳng đứng, [직행] thẳng, trực tiếp. @ 똑바로 서다 đứng thẳng lên // 똑바로 가다 vươn thẳng tới, đi thẳng tới. (2) [정직] chân thật, trung thực, thẳng thắn. @ 똑바로 대다 nói thật, thú nhận.

똥 phân, cứt (말소의 lời tục tĩu), phân bón, phân thú vật, (새의 phân chim). @ 똥을누다 => 똥누다.

똥값 giá rẽ như bèo. @똥값으로 팔다 bán gần như biếu không.

똥거름 phân bón.

똥겨 주다 [남모르게] lời gợi ý, lời nói

bóng gió, lời nói ám chỉ, lời đề nghị, [깨닫게 하다] làm sáng tỏ, soi sáng, mở mắt cho ai (về vấn đề gì).

똥구멍 hậu môn, lỗ đít. @똥구멍이 찢어지게 가난하다 *nghèo như con chuột ở nhà thờ.*

똥끝 bãi phân (bãi cứt). @똥끝이 타다 cảm thấy áy náy, bồn chồn, lo lắng, sốt ruột, đứng ngồi không yên.

똥누다 đi cầu, đi tiêu, đi đại tiện.

똥똥하다 [생김새가] mập và lùn // 똥똥한 여자 một phụ nữ mập và lùn // 배가 똥똥하다 có cái bụng phệ.

똥배 người bụng phệ, cái bụng phệ

똥싸다 (1) [똥을] bài tiết không kiềm chế được. (2) [혼나다] trải qua một thời gian khổ, có nhiều kinh nghiệm đắng cay.

똥오줌 chất bài tiết, phân, nước tiểu.

똥줄 빠지다 giật mình chạy trối chết.

똥칠하다 làm nhơ bẩn, làm ô nhục. @얼굴에 똥칠하다 làm nhục dòng họ, làm mất danh tiếng.

똬리 miếng đệm, cái lót đầu. *--쇠 vòng đệm (lông-đền) bằng kim loại.

뙈기 [논밭의] một mảnh ruộng lúa.

뙤약볕 nắng như thiêu như đốt. @뙤약볕에 쪼이며 dưới ánh nắng thiêu đốt.

뚜 sự la hét, một hồi còi 'toot', tiếng còi ô tô (자동차가). @오정 사이렌이 뚜하고 울린다 tiếng còi báo động buổi trưa vang lên => 뚜뚜.

뚜껑 cái nắp vung (솥, 상자의) cái vung, cái nắp, vỏ bọc ngoài, đồ đậy (덮개의), nắp, mủ (병, 만년필의), cái mộc, cái khiên, miếng độn (붓 따위의), cái hộp, hòm, ngăn, túi, vỏ (đồng hồ) (시계 따위의). @뚜껑을 열다 mở nắp // 뚜껑을 닫다 đậy nắp.

뚜덕거리다 gõ nhẹ, đánh nhẹ.

뚜뚜 tiếng còi (toot-toot) thổi. @나팔을 뚜뚜 불다 thổi kèn // 기적이 뚜뚜 울리다 huýt sáo.

뚜벅거리다 dáng điệu nghênh ngang, vênh váo.

뚜장이 kẻ mối lái, tên ma cô.

뚝 (1) [갑자기] bất thình lình, một cách đột ngột. @음악이 뚝그쳤다 *tiếng nhạc ngừng lại thình lình* // 전화가 도중에 뚝 끊어졌다 *điện thoại bị cúp ngang khi đang nói chuyện.* (2) [떨어지는 소리] tiếng vang do quả đấm gây ra, uych, thịch. @뚝떨어지다 thụi (thoi) một cái. (3) [부러지는 소리] tiếng tách (bật ngón tay).

뚝뚝 (1) [물방울 소리] tiếng tí tách, tiếng lộp độp. @눈물을 뚝뚝 떨어뜨리다 rơi nước mắt. (2) [부러지는 소리] tiếng tách. (3) [두드리는 소리] tiếng gõ, tiếng đập.

뚝뚝하다 [군다] cứng, khó khăn, khắc nghiệt, [성질이] khó gần, khó chịu, khó ưa, không thích kết bạn, không nhã nhặn, không hòa nhã, lỗ mãng, không ý tứ.

뚝배기 cái tô bằng đất nung.

뚝별나다 nóng tính, dễ cáu, dễ bực mình, hay gắt gỏng, hay giận dỗi, dễ tự ái.

뚝심 sức chịu đựng, sức bền bỉ, tính nhẫn nại.

뚫다 (1) [구멍을] khoan, đào, khét, xoi (lỗ), [관통] chọc thủng, xuyên qua (탄환이), thấm nhuần, thấu suốt, thâm nhập (침투).@ 법망을 뚫다 *lãng tránh pháp luật* // 적진을 뚫다 *thâm nhập vào vị trí quân địch.* (2) [길을] mở ra, khai phá, dựng nên, đào, khoan, xới. @굴을 뚫다 *đào một đường hầm* // 산길을 뚫다 *khai phá một con đường mòn trên núi.* (3) [틈을 비집다 · 무릅쓰다] xuyên qua, đâm thủng, hòa nhập, thâm nhập. @인파 속을 뚫고 나아가다 *hòa nhập vào đám đông.*

뚫리다 (1) [구멍이 cái lỗ] đục lỗ, bị khoét lỗ, bị khui lỗ (thùng rượu), bị xỏ (lỗ tai). @구멍이 뚫리다 khoét một cái lỗ, đục lỗ. (2) [이치가] đạt được, giành được, được làm chủ, được cai quản.

뚫어내다 lách ra, xuyên qua, [학문의 이치를] tinh thông, nắm vững, quán triệt.

뚫어지게 보다 nhìn chằm chằm. @사람의 얼굴을 뚫어지게 보다 nhìn chằm chằm vào mặt ai.

뚫어지다 [구멍이 lỗ hổng, khe hở, chỗ nứt] bị khoan, bị đục lỗ, bị khoét, [길이 con đường] bị có lỗ hỏng, bị ổ gà

뚱딴지 [사람] người ngu dốt, người đần độn, [전기 기구 cấu trúc điện] cái cách điện, chất cách ly. @뚱딴지같은 ngu ngốc, điên rồ, ngớ ngẩn, lố bịch, buồn cười

뚱땅거리다 chơi nhạc, gõ nhịp, đánh nhịp. @뚱땅거리며 놀다 nô đùa, vui đùa, đang vui chơi chè chén miệt mài.

뚱뚱보 người to béo, người mập bệu, người phát phì (bụ bẩm, phúng phính).

뚱뚱하다 mập, béo tốt, phát phì.

뚱하다 (1) [말이 적다] ít nói, lầm lì, trầm lặng, kín đáo, dè dặt. (2) [못마땅하다] buồn rầu, ủ rũ, sưng xỉa, ảm đạm, cau có, nhăn nhó.@뚱한 얼굴 một vẻ mặt ảm đạm.

뛰놀다 [뛰어 놀다] chạy nhảy, nô đùa, nhảy nhót, nhảy cỡn. @새끼 양들이 들에서 뛰논다 *bầy cừu chạy nhảy quanh quẩn trên cánh đồng.*

뛰다 [1] (1) [튀다] bắn tung tóe, nói lắp bắp (ấp úng, phát tia lửa (불꽃이). (2) [도망] chạy trốn. (3) [두근두근하다] hồi hộp, phập phồng, rung động, rộn ràng.

뛰다 [2] (1) [달리다] lao vào, va vào. (2) [도약] giật nảy người, nhảy lên, nhảy tót lên, nảy bật lên, vọt lên (차례를). @기뻐서 뛰다 nhảy lên vui mừng // 2 미이터를 뛰다 nhảy (nhảy sào) cao hai thước.

뛰다 [3] [그네를] đu đưa, lúc lắc, [널을] chơi (ván bập bênh)

뛰어가다 lao nhanh, phóng nhanh, đi gấp, xông tới. @학교까지 쭉 뛰어갔다 nó phóng nhanh tới trường.

뛰어 나가다 xông nhanh về phía trước, phóng ra, lao ra, nhảy vội ra.

뛰어나다 trội hơn, xuất sắc, vượt hẳn, vượt xa, giỏi hơn, khá hơn. @뛰어나게 vô cùng, cực độ, cực kỳ, đáng chú ý, gây ấn tượng // 뛰어난 학자 một học giả nổi tiếng.

뛰어 내리다 nhảy xuống, phóng xuống. @달리는 차에서 뛰어 내리다 *nhảy ra khỏi chiếc xe đang chạy.*

뛰어 넘다 (1) [넘다] nhảy qua, vượt qua, phóng qua. @울타리를 뛰어넘다 *phóng qua hàng rào.* (2) [거르다] nhảy, nhảy chân sáo, nhảy cách quãng (bỏ quãng)

뛰어다니다 [깡충깡충] nhảy vòng quanh , [바쁘게] chạy loanh quanh.

뛰어 들다 (1) [몸을 내켜] nhảy vào. @물 속에 뛰어들다 nhảy lao đầu xuống nước. (2) [끼어 들다] dí mũi vào

뛰어 오다 chạy theo đường này, chạy đến. @애들은 그에게로 뛰어왔다 những đứa trẻ con đã chạy đến anh ấy.

뛰어 오르다 nhảy lên, phóng lên, [값이] nổi lên, hiện lên đột ngột. @달리는 차에 뛰어 오르다 *nhảy lên một chiếc xe đang chạy.*

뜀 [달리기] sự chạy, sự vận hành, [뛰기] sự phóng, sự nhảy.

뜀뛰기 [경기 cuộc thi đấu] *--선수 vận động viên nhảy sào. --운동 bài thể dục nhảy. --판 ván nhún, ván nhẩy.

뜀뛰다 [달리다] chạy ma-ra-tông, chạy đua, [뛰다] nhẩy, nhảy vọt lên, bật mạnh.

뜀박질 [달리기] cuộc đua, cuộc chạy đua, [뛰기] sự nhảy vọt lên, sự nảy bật lên

뜀틀 ngựa gỗ (để tập nhảy), sự nhảy ngựa gỗ.

뜨개질 đồ đan, hàng dệt kim. --하다 đan, làm hàng dệt kim. *--바늘 que đan, kim đan

뜨겁다 nóng, nóng bỏng. @뜨거워지다 trở nên nóng.

뜨끈드끈 --하다 nóng bỏng. @뜨끈뜨끈한 감자 khoai tây nóng hổi.

뜨끔하다 sự đau nhói, sự cắn rứt => 따끔하다. @양심이 뜨끔하다 cắn rứt lương tâm.

--뜨기 người, anh chàng, gã. @사팔뜨기 anh chàng mắc lé (mắt lác) // 시골뜨기 gả nhà quê.

뜨내기 [방랑자] người đi lang thang, người nay đây mai đó, người lêu lổng, kẻ phiêu bạc giang hồ, dân du mục, lối sống lang thang.

뜨내기 손님 một người khách tình cờ, một anh chàng lang thang (고객).

뜨내기 장사 một việc làm ăn tạm thời, một việc làm lặt vặt.

뜨다 [1] (1) [느리다] chậm, chậm chạp. @걸음이 뜨다 chậm bước. (2) [둔하다] chậm hiểu, tối dạ. (3) [입이] trầm lặng, ít nói, dè dặt, kín đáo. @입이 뜬 사람 người ít lời. (4) [무디다] cùn, lụt (dao, kéo...).@ 칼날이 뜨다 lưỡi dao bị lụt (cùn). (5) [사이가] rời ra, có khoảng cách, làm cho xa rời, ly gián (정이).

뜨다 [2] (1) nổi, trôi bồng bềnh. @하늘에 구름이 뜨다 *mây trôi bồng bềnh* (lơ lửng) *trên trời.* (2) [해.별이] mọc, mọc lên.@ 해가뜬다 mặt trời mọc // 별이 뜬다 các ngôi sao xuất hiện (trên bầu trời).

뜨다 [3] (1) [썩다] trở nên cũ rích (mòn chán, nhạt nhẽo), trở nên mốc meo, [발효] lên men. (2) [얼굴빛이] trở nên vàng bủng (tái xám). @누렇게 뜬 얼굴 một khuôn mặt tái mét.

뜨다 [4] [뜸을] hơ (xông ngoài da) bằng bông cây ngải cứu.

뜨다 [5] [자리를] bỏ đi, chuồn đi, cút đi, xéo đi (그만두다), [옮기다] dời đi, chuyển đi.

뜨다 [6] (1) [잔디 얼음 따위를] cắt bỏ, xúc bỏ (dọn sạch bằng xẻng). @잔디를 뜨다 cắt cỏ // 흙을 삽으로 떠냈다 xúc đất lên bằng xẻng. (2) @ 국을 뜨다 múc súp bằng cái môi (vá) // 배 안에서 물 을떠내다 tát nước ra khỏi tàu. (3) [공간적] để riêng ra, tách ra. (4) [붙어 있던 것이] thả lỏng, tách rời, bung ra. @장판이 뜨다 *lớp giấy dầu lót sàn bị tróc ra.*

뜨다 [7] (1) [눈을] mở mắt, thức tỉnh. @ 성에 눈을 뜨다 bị kích thích dục cảm.

(2) [귀를] nghe, nghe nói, nhận ra. @음악에 귀를 뜨다 bắt đầu hiểu rõ giá trị bản nhạc

뜨다 [8] (1) [그물 따위] đan, móc (lưới, len, sợi...). @ 털실로 양말을 뜨다 đan vớ len dài. (2) [바느질] may, khâu. @터진 데를 한두바늘 뜨다 khâu sơ vài mũi lên vết rách. (3) [문신] xăm hình. @팔에 용의 문신을 뜨다 *xăm hình một con rồng trên cánh tay.*

뜨다 [9] [본을] bắt chước, làm theo, phỏng theo, noi gương. @버선본을 뜨다 bắt chước đan vớ từ đôi vớ mẫu.

뜨뜻이 ấm áp (dễ chịu) .@ 난로 앞에 앉아서 몸을 뜨뜻이 녹이시오 nguội trước ngọn lửa ấm

뜨뜻하다 ấm áp, nóng ấm. @뜨뜻한 옷 bộ đồ ấm.

뜨물 nước vo gạo.

뜨음하다 ít xảy ra, không thường xuyên, thưa thớt.

뜨이다 (1) [눈이] mở (mắt) ra, tỉnh dậy, thức dậy, tỉnh ngộ, nhận ra, vểnh tai lên.@ 아침 다섯시에 눈이 뜨이다 thức dậy lúc 5 giờ sáng. (2) [눈에] bị nhận ra, bị đập vào mắt, lôi cuốn sự chú ý.@ 눈에 뜨이는 미인 một mỹ nhân có vẻ đẹp lôi cuốn.

뜬구름 (1) [구름] đám mây trôi. (2) [덧없는 일] tính hay thay đổi, tính không bền, sự tạm thời. @인생은 뜬구름 같은 것이다 *đời là một giấc mộng hão huyền.*

뜬눈 @ 뜬눈으로 밤을 새우다 trải qua một đêm không ngủ (thức trắng đêm)

뜬소문 lời đồn đại không căn cứ, bản tin thất thiệt. @뜬소문이 돌다 tin đồn thất thiệt lan truyền.

뜬숯 than cháy dở, tro

뜯기다 (1) [물리다] bị cắn (do bọ chét, muỗi, côn trùng). (2) [빼앗기다] bị tống, moi, cướp, giật. @돈을 뜯기다 bị tống tiền. (3) [머리털 따위] bị nhổ, bị lôi ra ngoài. @머리털을 뜯기다 tóc bị nhổ tận gốc. (4) [풀을] thả sút vật đi ăn cỏ (gặm cỏ)

뜯다 (1) [떼다] đem đi, tháo dỡ ra, giải tán, dời đi, [풀·털 따위] nhổ ra, giật ra, xé ra. @집을 뜯다 dời nhà, phá sập nhà. (2) [현악기를] chơi (đàn). (3) [빼앗다] moi, tống, bóp, nặn, ép.

뜯어말리다 xé toạt ra, kéo rời ra.

뜯어먹다 (1) @뼈에 붙은 고기를 뜯어먹다 gặm thịt đến trơ xương // 소가 풀을 뜯어먹다 con bò nhơi cỏ. (2) [남의 것을] sống bằng, sống nhờ vào, ăn bám, ăn chực. @남의 것을 뜯어먹고 살다 sống dựa vào người khác.

뜯어버리다 xé bỏ, loại bỏ, xóa bỏ

뜯어벌리다 (1) [벌리어 놓다] tháo rời (cái máy) ra từng mảnh. (2) [이야기를] nói khích.

뜯어보다 (1) [열어보다] mở ra nhìn. @편지를 뜯어보다 mở phong bì. (2) [살펴보다] nhìn kỹ ở mọi khía cạnh, xem xét cẩn thận. @안경을 쓰고 사람의 얼굴을 뜯어보다 quan sát kỹ người nào qua cặp kính. (3) [겨우 읽다] đọc một cách khó khăn. @뜯어보기힘든 필적 một nét chữ khó đọc.

뜰 vườn, sân có rào xung quanh. *뒤-- sân sau. 앞-- sân trước.

뜰아래채 cái chái bên ngoài nhà.

뜰아랫방 căn phòng trong cái chái bên nhà.

뜰층계 bậc thềm từ sân vào hiên nhà.

뜸 [1] cái áo che mưa đan bằng rơm.

뜸 [2] (y học) sự đốt bằng cây ngải cứu.

뜸 [3] @뜸들이다 nấu chín kỹ.

뜸들이다 (1) [음식물을] nấu kỹ. (2) [일할때] để đủ giờ, để nghỉ.

뜸부기 [새 chim] con gà nước.

뜸직하다 oai nghiêm, đường bệ, trang nghiêm.

뜸질 sự đốt (hơ) với lá ngãi cứu. --하다 hơ bằng lá ngãi cứu.

뜸하다 [머춤하다] tạm lắng, dịu bớt, yếu bớt. @ 뜸해지다 đến lúc (tình trạng) tạm lắng.

뜻 (1) [의지] tâm trí,tinh thần, trí tuệ, [의향] ý định, mục đích, [목적] chủ định, chủ tâm, [희망] nguồn hy vọng, [야망] hoài bão, khát vọng.@ 뜻이 큰사람 *người có hoài bão lớn* // 뜻을 밝히다 bày tỏ nguyện vọng. (2) [의미] ý nghĩa, hiệu quả. @깊은 뜻-- ý nghĩa uyên thâm, sâu sắc // 뜻이 없다 vô nghĩa // 뜻이 분명하다 nghĩa sáng sủa, dễ hiểu.

뜻맞다 [의기상통] tương đắc với, ăn ý với, thích hợp với, [마음에 들다] theo thị hiếu, đúng với sở thích.

뜻밖 @뜻밖의 sự bất ngờ, sự ngạc nhiên // 뜻밖에 bất ngờ, thình lình // 그것은 천만 뜻밖이었다 *điều đó quá sức bất ngờ* // 회의는 뜻밖에 큰 성공이었다 *buổi họp đã thành công bất ngờ ngoài dự đoán của tôi.*

뜻있게 có ý nghĩa, một cách hợp lý.

뜻하다 (1) [계획] dự kiến, có ý định, nhằm mục đích, [결심] quyết định, xác định. @외교관이 되기를 뜻하다 *khao khát trở thành nhà ngoại giao.* (2) [의미] có nghĩa là, biểu thị. @그것은 무엇을 뜻하느냐 (nó) có nghĩa là gì?

띄다 (1) [눈에 mắt] bắt gặp cái nhìn của.. => 뜨이다 (2) [연·배 따위를] bay, tung bay => 띄우다 [1].

띄어 쓰다 viết chừa khoảng trống (khoảng cách giữa hai từ), bỏ cách khoảng.

띄엄띄엄 thưa thớt, rải rác, lơ thơ, (đi) chậm chạp => 띠엄띠엄.

띄우다 [1] (1) [공중에 trên không trung] bay, bắn (súng, tên lửa…), ném, tung ra. @연을 띄우다 thả diều. (2) [물 위에] thả trôi, hạ thủy, nhổ neo. @--목을띄우다 thả trôi một đám gỗ mới đốn hạ. (3) [얼굴에] biểu lộ, bày tỏ, có vẻ (buồn). @입가에 미소를 띄우고 với một nụ cười trên môi. (4) [편지를 thư] gửi, phân phát.

띄우다 [2] [발효] khích động, làm xôn xao, làm cho sôi nổi hẳn lên, [쇠를] nấu chảy, đổ khuôn. @술을 띄우다 pha chế rượu.

띄우다 [3][사이를] bỏ trống một khoảng cách. @줄 사이를 띄우다 bỏ khoảng cách giữa dòng

띠 [1](1) [허리의] thắt lưng, khăn quàng vai, khăn thắt lưng (여자용), dải băng, đai, nẹp. @띠를 매다 buộc thắt lưng. (2) [물건의] dây, dải, băng. @술통에 쇠띠를 하다 đóng đai sắt quanh thùng rượu. (3) @그녀는 말띠이다 cô *ấy sinh vào năm con ngựa (tuổi ngọ).* (4) [애기의] đai đeo em bé.

띠 [2] [식물 thực vật] một loại lau sậy.

띠다 (1) [띠를] thắt dây lưng. (2) [지니다] mang, đeo, chở. @칼을 허리에 띠다 đeo kiếm bên hông. (3) [사명 따위를] được giao phó nhiệm vụ. @공무를

띠고 theo nhiệm vụ chính thức. (4) [빛· 기색 따위를] mang, khoác, có, lấy. @ 붉은 빛을 띤 자주색 màu tím hơi đỏ // 노기를 띠다 nhìn giận dữ // 그 운동은 국제적 성격을 띠게 되었다 chiến dịch mang tích cách quốc tế.

띠씨름 [씨름 môn đấu vật] đai thắt lưng của môn đấu vật.

띠앗머리 tình cảm anh chị em ruột.

띠엄띠엄 (1) [드문드문] rải rác, lác đác. @나무를 띠엄띠엄 심다 trồng cây rải rác cách khoảng nhau // 띠엄띠엄 읽다 đọc nhảy chổ này qua chổ khác. (2) [천천히] quá chậm.

띵하다 [아파서] @머리가 띵하다 bị nhức đầu âm ỉ.

ㄹ

-ㄹ까 @그걸까? thật không?, thật à?, thật sao? // 그 여자는 올까 tôi rất ngạc nhiên nếu cô ta đến // 창문을 열까요? *tôi có thể mở cửa sổ được chứ?*

-ㄹ걸 (1) [한탄]. @ 이세상에 태어나지 않았으면 좋았을걸 *phải chi tôi không có trên cõi đời này.* (2) [추측]. @ 네가 더 클 걸 tôi nghĩ là bạn cao hơn tôi // 그는 꼭 성공할걸 *tôi tin chắc là nó sẽ thành công.*

-ㄹ것 같다 [---같이 보이다] nhìn, ngó, xem, để ý, xuất hiện, lộ ra; [---라고 생각되다] dường như là, có vẻ như là, chừng như là; [---일 것이다] có thể là, có khả năng là, hầu như, chắc là. @비가 올 것 같다 *có vẻ như trời muốn mưa* // 그는 늦을 것 같다 *có khả năng hắn sẽ đến muộn.*

-ㄹ는지 [불확실]. @그것을 팔는지 물어볼까 *nếu họ bán, chúng ta sẽ hỏi chứ?*

-ㄹ듯이 @죽을 듯이 신음하다 *hắn rên rỉ như là sắp chết đến nơi.*

-ㄹ라 @조심해라 넘어질라 *cẩn thận kẻo thất bại*

ㄹ망정 nhưng mà, ngoài ra, dù, mặc dù, ngay cả, tuy nhiên.@굶어 죽을망정 도둑질은 안한다 *dù chết đói cũng không ăn cắp.*

-ㄹ바에 @할 바에는 잘해라 *nếu đã làm thì hãy làm cho tốt.*

ㄹ밖에 @할 일 없으니 책이나 읽을 밖에 (tôi) *không có việc gì làm ngoài việc đọc sách.*

-ㄹ뿐더러 không những...mà còn; cũng; cũng như. @영어를 말할 뿐더러 불어도 한다 *(nó) không những nói được tiếng Anh mà còn cả tiếng Pháp.*

-ㄹ수록 [비교] càng ngày càng nhiều (더); càng ngày càng ít (덜). @ 빠를수록 (더) 좋다 càng sớm (nhiều) càng tốt.

-ㄹ수 없다 không thể, không thể xảy ra được, không thể làm được. => 수없다.

-ㄹ지 dù là, có..không, nếu. @그가 올지 어떨지 모르겠다 tôi không biết nó có đây không // 오실지 안 오실지 여쭤 보아주시오 xin hỏi ông ấy khi ông ấy đến.

ㄹ지라도 ngay cả, dù là, mặc dù, nếu, dẫu cho, tuy nhiên, chẳng sao cả, chẳng hề gì. @비가 올지라도 dù mưa, *ngay cả trời mưa.*

-ㄹ지어다 hẳn là, chắc là; phải nên.

-ㄹ지언정 đúng hơn là, thà là @죽을지언정 살아서 치욕은 받지 않겠다 *thà chết hơn chịu nhục.*

-ㄹ진대 [가령] trong trường hợp, nếu, nếu như; [-ㄹ것 같으면] theo, y theo. @내가 볼진대 그는 승산이 없다 *theo nhận xét của tôi, mọi cơ hội đều bỏ rơi hắn.*

-ㄹ터이다 [1 인칭] ý chí, ý muốn, ý định. [남이] giả thiết là, cho là. @오전에 돌아올 터이다 *tôi cho là tôi sẽ về trước buổi trưa.*

라고 @이것은 진달래라고 하는 꽃이다 đây là loài hoa có tên là *azalea* (thuộc họ Đỗ quyên) 나는 그를 위대한 학자라고 생각지 않는다 *tôi không nghĩ hắn là dân trí thức.*

-ㄹ고 @기다리라고 해라 bảo hắn đợi //

들어오라고 할까요 *tôi có thể bảo hắn vào không?*

라는 được gọi là, có tên là. @ 밥이라는 소년 thằng bé có tên là Bob // 김모라는 사람 *một người nào đó có tên là Kim.*

-라는 @법정에 출두하라는 통고를 받다 nhận được thông báo ra tòa.

라니 @ 김씨가 간첩이라니 나는 깜짝 놀랐다 *tôi rất ngạc nhiên khi nghe tin ông Kim là gián điệp.*

라도 [---까지도] ngay như, còn như; [설사…일지라도] ngay cả, dù là; [어떤…이라도] bất cứ, ai ai. @어린 아이라도 아는 dễ hiểu ngay cả đối với đứa trẻ //아무리 가난할지라도 *dù nghèo nhưng ai ai cũng có thể* // 어떤 아이라도 그만한 것은 할 수 있다 *bất cứ đứa trẻ nào cũng có thể làm được việc đó.*

라돈 [화학 hóa học] radon, nguyên tố hóa học.

라듐 radium, nguyên tố kim loại phóng xạ.

라드 mỡ lợn, mỡ heo. *--유 mỡ dầu.

라디에이터 *radiator*, bộ tản nhiệt.

라디오 *radio*, máy phát thanh.

라드고 [음악 âm nhạc] cực chậm.

라마 [라마승] Lạt Ma (tu sĩ ở Tây tạng). *--교 Lạt Ma giáo. *--교도 người theo Lạt Ma giáo, tín đồ Lạt Ma. *--사원 tu viện Lạt Ma.

라면 [국수 mì, nui] hủ tiếu

라셀 [의학 y học] ran ngáy.

라야 @너라야 그것을 할 수 있다 *chỉ có bạn mới có thể làm được việc đó.*

라오스 (Laos) vương quốc Lào

라우드 스피이커 người nói to; diễn giả (*a loud speaker*)

라운드 (*round*) tròn, số tròn, số chẵn.

라이노타이프 (*linotype*) [인쇄 ngành in] máy lino.

라이닝 (*lining*) [기계 đồ dùng, dụng cụ] lớp vải lót, lớp gỗ che tường, gạch đá giữ bờ đất.

라이든병 [물리 vật lý] *(Leiden)* chai Lê-đen.

라이벌 (*a rival*) 1 đối thủ, địch thủ

라이스 카레 cơm cày.

라이온즈클럽 câu lạc bộ *Lions*.

라이터 (1) (*right*) phải, đúng. (2) (*light*) đèn, ánh sáng. @라이터를 켜다 tắt đèn.

라이트급 hạng nhẹ (võ sĩ)

라이플총 súng trường.

라인 (*line*) đường, tuyến, dây.

라인업 (*lineup*) đội hình, đội ngũ.

라일락 [식물 thực vật] hoa đinh tử hương (*lilac*)

라임라이트 (*limelight*) ánh sáng đèn, đèn quảng cáo, đèn sân khấu.

라조[음악 âm nhạc]@라 장(단)조 trưởng (thứ).

라케트 (*racket*) cái vợt (môn quần vợt)

라틴 Latin. @라틴의 thuộc Latin (Roma)

라틴 아메리카 *Latin America* (Châu Mỹ Latin)

락말락 @ 담이 무너질락말락 한다 bức tường sắp sửa sụp đổ.

란도셀 ba lô, túi sách, cặp học sinh.

란제리 (*lingery*) đồ vải, quần áo lót.

랑데부 (*a rendezvous)* cuộc hẹn, chỗ hẹn.*--하다 có hẹn (với ai)

-래서 @그를 오래서 같이 놀자 *hãy bảo anh ấy đến chơi với chúng ta.*

-래서야 @이래서야 됩니까 *bạn không*

nên làm thế.

-래야 @그래야 마땅하지 *bạn phải làm như vậy* (bạn nên làm như vậy)

래커 đồ sơn mài.

래턴 đèn lồng, đèn xách.

램프 (*lamp*) đèn. @ 선유 램프 đèn dầu.

랩소디 [음악 âm nhạc] rhapsody – khúc cuồng tưởng.

랭구운 *Rangoon* (버어마).

랭크 (*rank*) hàng, dãy, đội ngũ, hàng ngủ, hạng loại, cấp bực.

랭킹 sự phân loại, sự xếp loại. @ 랭킹 제 1 위를 차지하다 phân vào loại 1; xếp hạng nhất.

-랴 (1) [반어] @ 그것이 어찌 스스로 부러지랴 làm sao mà nó tự bể (vỡ) được ? (2) [돈의 tiền] *bạn có cần một ít tiền không* ?

러너 (*runer*) người chạy đua, tùy phái, người chạy công văn.

러닝 cuộc chạy đua, môn điền kinh. @ 러닝 샤쓰 áo thể thao

러닝메이드(*running mate*) cuộc chạy đua tiếp sức.

러버 (1) (*lover*) 애인 người yêu. (2) (*rubber*) 고무 cao su.

러브 (*love*) tình yêu, ái tình, mối tình. @러브 스토리 chuyện tình (*love story*) // 러브 레터 lá thư tình (*lover letter*)

러시아 (*Russia)* nước Nga, người Nga. *--말 tiếng Nga.

럭비 môn bóng bầu dục.

럭키 (*lucky*) may mắn, vận may.

런던 *London* (영국 Anh quốc)

런치 (*lunch*) bữa ăn trưa, bữa ăn nhẹ.

럼 *--주 rượu rum (*Rhum*)

레가타 [경조] cuộc đua chèo thuyền.

레귤러 [정식의] cân đối, đều đặn; [정선수] tay chơi chuyên nghiệp.*--멤버 hội viên chính thức.

레머네이드 *lemonade* – nước chanh, limonade

레먼 (*lemon*) quả chanh.

레벨 (*level*) trình độ, mức độ, vị trí, cấp bực. @레벨이 높다 trình độ cao.

레뷰 (*review*) sự xem lại, sự xét lại.

레스비언 (*a lesbian*) người đàn bà thích đồng dục nữ.

레스토랑 (*a restaurant*) nhà hàng, tiệm ăn.

레슨(*lesson*) bài học.@피아노 레슨 bài học piano.

레슬링 (*wrestling*) môn đấu vật.

레용 *rayon*, hàng tơ lụa nhân tạo.

레이 (*a ley*) vòng hoa. @레이를 목에 걸다 choàng vòng hoa quanh cổ.

레이다 r*adar*

레이디 (*lady*) quý bà.

레이스 (*race*) dòng giống, chủng tộc.

레이저 (*laser*). *--광선 tia lade.

레인코우트 (*raincoat*) áo mưa.

레일 (*a rail*) đường ray xe lửa.

레저 (*leisure*) thư nhàn, rãnh rỗi.

레지스턴스 (*resistance*) điện trở, sức đề kháng, sức bền. *--운동 động tác dẻo dai, bền bỉ

레커차 [구난차] chiếc xe đang được chiếc xe khác kéo theo sau.

레코드 (1) 기록 hồ sơ, biên bản. (2)축음기의 máy hát, máy quay dĩa, dĩa hát, dĩa ghi âm. *레코드를 틀다 chơi nhạc, nghe nhạc. *--콘서트 dĩa nhạc hòa tấu.

레크리에이션 (*recreation*) giờ chơi, giờ giải trí.

레테르 nhãn hiệu, chiêu bài. @레테르를

붙이다 dán nhãn.

레토르트 [화학 hóa học] bình cổ cong (dùng chưng cất trong phòng thí nghiệm.

레퍼리 (a *referee*) trọng tài.

레퍼터리 (*repertory, a repertore*) kho tài liệu.

렌즈(*lens; lenses*) thấu kính, kính lúp, kính hiển vi.

랜치 (*wrench*) [공구 công cụ] cái cờ lê, chìa vặn đai ốc.

렌터카아 chiếc xe hơi thuê. **-려고** @그사람에게 눈물을 보이지 않으려고 얼굴을 돌렸다 *cô quay đầu đi để dấu chàng những giọt nước mắt.*

-려기에 vì, bởi vì, tại vì, từ khi.@비가 오려기에 우산을 갖고 왔다 (tôi*) mang theo cây dù vì trời sắp mưa.*

-려나 @언제 떠나려나 khi nào anh sẽ đi?

-려네 tôi sẽ; tôi dự định, tôi tính (làm), tôi sẽ.. @자네가 가면 나도가려네 *tôi sẽ đi nếu anh đi.*

-려느냐 @그것으로 무엇을 하려느냐 anh định làm gì với cái đó?.

-려는 @너를 속이려는 생각은 털끝 만큼도 없다 *tôi không có ý lừa dối anh.một chút nào.*

-려는가 @언제 떠나려는가 chừng nào anh đi ? anh đi lúc nào ?

-려는데@내가 막 외출을 하려는데 그가 들어왔다 *hắn đến đúng vào lúc tôi đi ra.*

-려니 @우리들은 그가 시험에 합격되려니 생각했다 *chúng tôi tin chắc là nó sẽ thi đậu.*

-려니와 [또한] không những --- mà chỉ; cũng – như; [한편] mặt khác.@그는 학자도 아니려니와 정치가도 아니다 *ông ấy không là nhà nghiên cứu mà cũng không là nhà chính trị.*

-려다가 @소풍을 가려다가 날씨가 흐려서 그만 두었다 *nếu thời tiết xấu, tôi sẽ từ bỏ ý định đi picnic.*

-려면 @싸우려면 끝까지 싸워라 *đã làm thì phải làm cho tới cùng.*

-려면야 @이기려면야 이길 수 있지만 *muốn là phải được.*

-려무나 có thể, nên, tốt hơn là. @여기에 열쇠가 있으니 언제든지 들어 오려무나 *chìa khóa đây, bạn có thể vào nếu muốn.*

-려오 muốn. @ 나라를 위해서라면 기꺼이 목숨을 바치려오 *tôi thực sự muốn hy sinh thân mình cho tổ quốc.*

-련만 @내가 차를 운전할 수 있으면 좋으련만 *tôi ao ước có thể lái được xe hơi.*

-렴 có thể => 려무나.

-렵니까 @언제 떠나시렵니까? khi nào anh đi?.

로 (1) [수단-기구] bằng, bằng phương tiện, với. @기차로 bằng tàu hỏa, bằng xe lửa // 도보로 bằng chân // 영어로 bằng tiếng Anh. **2)** [원인.이유] theo, với, vì, do bởi, do vì, bởi vì. @뇌출혈 로 죽다 chết vì chứng ngập máu // 부주의로 실패하다 *thất bại do thiếu thận trọng.* (3) [원료.재료] do, từ, của, bằng. @포도주는 포도로 만든다 rượu vang làm bằng nho (làm từ quả nho). **(4)** [척도.단위.정도] do, bởi, bằng, theo. @ 파운드로 팔다 bán theo từng pound // 1 분 차이로 기차를 놓치다 *nhỡ tàu chỉ trong một phút.* **(5)** [방향] đến, đi đến, về phía, hướng về @서울로 떠나다 đi về phía *Seoul.* **(6)**

[지위.자격] với tư cách là, như là => 로서. @ 대표로 với tư cách là một đại diện.

로그 [수학 toán học] loga

로랜 *loran* (long range navigation aid) [장거리항법] hệ thống vô tuyến đạo hàng xa.

로마 *Rome* (La Mã - Ý)

로마네스크 (*Romanesque*) kiểu dáng La Mã, phong cách La Mã (kiến trúc)

로만스 (*romance*) hư cấu, lãng mạn; chuyện tình cảm lãng mạn.

로만티즘 chủ nghĩa lãng mạn, sự lãng mạn.

로만틱 *(romantic)* lãng mạn, viễn vong, không thực tế, hảo huyền.

로봇 (r*obot*) người máy [인조인간]; con bù nhìn, bung xung [허수아비 같은사람].

로비 (*lobby*) hành lang, buồng đợi, phòng khách, khòng giải lao.

로서 [지위.신분.자격] như, đối với, thay cho, đại diện cho, với tư cách là. @교사로서 있을 수 없는 행위 một hành động không lịch sự (không phải lối) đối với thầy giáo. // 의사로서 충고한다 *với tư cách là bác sĩ, tôi khuyên anh.*

로스 (*loss*) mất thua, thất bại, thiệt hại.

로우드 쇼우 sự phát hành đặc biệt; buổi trình diễn lưu động.

로우드워어크 việc làm ngoài đường.

로우션 (*lotion*) nước thơm, nước hoa, dầu thơm

로우스트 (*roast*) thịt nướng. @로우스트 비이프 (*roast beef*) thịt bò nướng.

로우터리 (*rotary*) máy quay, máy in quay.

로우테이션 (*rotation*) sự quay, sự xoay vòng.

로우프 (a *rope)* dây cáp, dây thừng. *--웨이 đường dây cáp.

로우히일 giày gót thấp.

로울러 (*a roller*) trục lăn, trục cán @로울러 스케이트 (*roller skating*) trò chơi trượt patin .

로울링 (*rolling*) sự tròng trành, lắc lư.

로울빵 một ổ bánh mì.

로이드 안경 gọng kính bằng chất *celluloid* dầy.

로이드 *(Reuter)* Thông tấn xã. *--통신사 tin tức thông tấn xã.

로제타석 (*Rosetta stone*) đá rosetta.

로진백 (*rosin bag*) [야구 bóng chày] túi rosin.

로카빌리 (*rockabilly)* [음악 âm nhạc] nhạc rốc.

로케(이션) (*location*) vị trí, hiện trường.

로케트 (*a rocker*) tên lửa, phản lực, pháo hoa, pháo sáng, pháo thăng thiên.

로코코 식 kiểu *rococo,* một phong cách trang trí về đồ đạc rất cầu kỳ, phổ biến ở Châu Au vào thế kỷ thứ 18, lòe loẹt, nặng về hình thức, lỗi thời.

로큰로울 [음악 âm nhạc] điệu rock'n roll (*rock and roll).*

로키 산맥 cứng như đá, vững như đá.

로 하여금 @...로 하여금...을 시키다 [강제] bắt buộc (người nào làm việc gì); [허락] để, cho phép (người nào làm việc gì); [의뢰] sai bảo, nhờ vả.

-론 (1) [논설] bài tiểu luận. (2) [논의] sự tranh luận, thảo luận, sự tranh cãi.

-롭다 @향기롭다 thơm (mùi thơm, hương thơm). 해롭다 có hại, gây tai hại.

롱런 (*long run*) thời gian dài.

ㄹ

롱비치 *Long Beach* (danh từ riêng).

롱 플레이 (*long play*) chơi lâu. @롱 플레이 레코드 dĩa nhạc chơi lâu, nhạc nén. (LP).

뢴트겐 @뢴트겐선 đơn vị đo bức xạ Ion hóa; tia X quang //뢴트겐 사진 ảnh chụp X quang.

루머티스, 루머티즘 bệnh thấp khớp.

루비 *(ruby)* viên hồng ngọc; khổ in nhỏ.

루블 đồng rúp (tiền Liên xô cũ)

루즈 (*rouge)* màu đỏ @ 루즈를 바르다 đánh phấn; tô son.

루트 [경로] con đường, tuyến đường, lộ trình; đường hầm. * 판매(정상, 불법) con đường hầm (hợp pháp, không hợp pháp).

루피 đồng rupi (tiền Ấn độ, 인도의화폐)

룰 (*rule*) con đường.

룩셈부르크 vườn *Lucxembourg.*

룩스 *(a lux)* (조명의 단위) đơn vị đo luồng ánh sáng = 1lunen/1m2.

룰렛 (*roulette*) (1) cái kẹp để giữ cho tóc quăn. (2) máy rập mép răng cưa ở tem. (3) [수학 toán] rulet

룸펜 kẻ lang thang, lêu lổng, không nghề nghiệp.

-류 (1) [강] loại, loài, hạng (sâu bọ, côn trùng) (2) [목] loại cây (ăn sâu bọ). (3) [유파] loại, kiểu dáng.

-류 (1) [형] kiểu, mốt, thời trang. (2) [등급] loại, hạng,đẳng cấp.

류우머티즘 [의학 y học] bệnh thấp khớp (*rheumatism*).

륙색 *(rucksack)* cái balô.

르네상스 (*the Renaissance*) thời kỳ phục hưng [*thời kỳ làm sống lại nghệ thuật và văn học ở thế kỷ 14, 15, 16 dựa trên các hình thức cổ điển*].

르포르타주 bản báo cáo, bài tường thuật, bài phóng sự (*reportage).*

를 (1) [동사의 목적어] @우표를 수집하다 sưu tầm tem // 나에게 일자리를 구해주다 *xin tìm việc làm cho tôi.* (2) [전치사의 목적어]. @개를 무서워하다 sợ chó // 머리를 때리다 đụng vào đầu ai.

리 @...리가 없다 không được, không thể, khó có thể // 그것이 사실일 리가 없다 *đó không thể là sự thật được.*

-리다 (1) @ 손해 보시면 내가 책임지리다 *tôi sẽ trả lời về những tổn thất có thể xảy ra của ông.* (2) [경고] @ 빨리 서두르시오 늦으리다 *mau lên kẻo muộn.*

리드미칼 *(rhythmical)* nhịp nhàng.

리듬 *(rhythm)* nhịp, nhịp điệu, sự nhịp nhàng (của động tác).

리릭(*lyric)* bài thơ trữ tình, bài hát được ưa thích.

리바이벌 (*revival*) sự phục hồi, phục hưng.

리버럴 (*riberal*) sự rộng rãi, hào phóng.

리버티 (*liberty*) sự tự do, quyền tự do.

리보핵산 *ribonucleic acid.*

리본 (*ribbon*) dải ruy băng, dây cương.

리사이틀 (*a recital*) sự kể lại, thuật lại @리사이틀을 열다 kể lại, thuật lại .

리셉션 (*a reception*) sự đón tiếp, sự kết nạp.

리스트 (*list*) danh sách. @리스트에 올리다 ghi vào danh sách.

리시버 (*a receiver)* người lĩnh, người nhận.

리아스식 [지리] @ 리아스식 해안 đảo hẹp chạy dọc theo bờ biển.

리얼카아 (*a rear*-car) 1 bộ phận đằng sau

xe hơi.

리얼리즘 thuyết duy thực, chủ nghĩa hiện thực.

-리오 @ 어찌 말로 다할 수 있으리오 đó là một sự mô tả quá đáng, phi lý.

리그(*a league*) liên minh, liên hợp, liên đoàn. @리그 전 ván liên hợp; cuộc thi đấu đôi.

리더 (*a leader*) lãnh tụ, lãnh đạo, người chỉ huy.

리드 (*lead*) [앞섬] dẫn dắt. *--하다 dẫn dắt (người nào trong cuộc sống,/ cuộc đua).

리치 (*reach*) chìa ra, trải ra, với tới.

리퀘스트 (*request*) yêu cầu, thỉnh cầu, đề nghị.

리터 (*a liter*) lít (đơn vị đo dung tích).

리터언 매치 (*return match*) trận lượt về, trận đấu gỡ.

리트머스 (*litmus*) (화학 hóa học) quỳ. @ 리트머스 시험지 giấy quỳ.

리포트 (*report*) bản báo cáo, tờ tường thuật, **리허설** (*a rehearsal*) cuộc diễn tập (bài kịch, bài múa) sự kể lại, nhắc lại.

린네르 (*linen*) vải lanh, linen.

린치 (*lynch*) lối hành hình kiểu lin-sơ (của bọn phân biệt chủng tộc Mỹ đối với dân da đen).

릴 (*a reel*) ống, cuộn (chỉ).

릴레이 (*a relay*) ca kíp (thợ); kíp ngựa (tốp ngựa thay cho tốp trước đã mệt).

릴리이프 (*relief*) sự thay phiên, thay thế.

림프 (*lymph)* bạch huyết. @림파선염 chứng viêm tuyến bạch huyết

립스틱 (*lipstic*) son môi, chì kẽ môi.

링 (*ring*) chiếc nhẫn.

링크 (1) (*link*) mối liên lạc, mắc xích. (2) (*rink*) sân băng, sân trượt patin.

ㄹ

ㅁ

--ㅁ세 sẵn lòng (làm cái gì). @내 나중 감세 tôi sẽ theo sau.

마 [1] [남쪽] phía nam, hướng nam

마 [2] [식물] khoai mỡ, khoai mài.

마 [3] [음악 âm nhạc] nốt Mi.

마 yêu tinh, ma, quỉ, một tâm hồn xấu xa. @마의 산 ngọn núi được hay lui tới // 마가 들다 bị ám ảnh (bởi một việc xấu xa), bị lôi cuốn, bị làm mê mẩn, bị say đắm, bị bỏ bùa mê, bị ma ám.

마 đơn vị đo của Anh (= 0,914m).

--마 người độc ác. @살인마 kẻ giết người tàn ác, tên sát nhân hiểm độc.

마가린 (*margarine)* bơ thực vật.

마가목 [식물] cây trần bì trên núi.

마가복음 [성경 Kinh Thánh] sách Phúc Ấm của thánh *Mark.*

마각 sự biểu lộ chân tướng. @마각을 드러내다 bộc lộ rõ cá tính, lộ bộ mặt thật.

마감 sự bế mạc, sự chấm dứt, sự kết thúc. --하다 chấm dứt, bế mạc, kết thúc, hoàn thành. @일을 마감하다 làm xong việc // 편집을 마감하다 hoàn thành xong việc sắp xếp một bài báo để xuất bản *날-- cuối ngày, hạn cuối cùng. 모집-- hết hạn đặt mua.

마개 @마개를 막다 đóng nút, đậy nút // 마개를 뽑다 mở nút (chai). *--뽑이 cái mở nút (nắp) chai.귀-- cái nút bịt tai. 병-- cái nút chai.

마고자 áo khoát ngoài của đàn ông.

마구 (1) một cách bất cẩn, một cách tùy tiện, không thận trọng, không có óc phán đoán. @말을 마구 하다 nói năng tùy tiện, nói không thận trọng (không biết suy nghĩ) // 돈을 마구 쓰다 tiêu tiền thoải mái. (2) [세차게] nhiều, to. @비가 마구 온다 mưa xối xả, mưa to

마구 bộ yên cương ngựa. @마구를 달다 thắng yên cương ngựa.*--상인 người làm yên ngựa.

마구 => 마구간.

마구간 chuồng ngựa, tàu ngựa.

마구잡이 cư xử bừa bãi, hành động khinh xuất (không thận trọng).

마굴 (1) [마귀의] hang động (của yêu quái). (2) [악인의] sào huyệt (của kẻ cướp). (3) [창녀의] nhà thổ, nhà chứa, động mại dâm.

마권 vé đi hồ bơi, vé dùng chung.

마귀 một tâm hồn xấu xa, người xảo quyệt. @마귀 같은 bị ma qui ám. *--할멈 mụ phù thủy, kẻ yêu mị, người phụ nữ mê hoặc.

마그네사이트 (*magnesite)*[광물] chất ma-nhê.

마그네슘 (*magnesium*)[화학 hóa học] chất ma-nhê, bột ma-nhê (사진의 nhiếp ảnh).

마그네시아 [화학] (*magnesia)* *황산--chất sul-phát ma-nhê.

마냥 tình trạng no nê, tràn trề, thỏa thuê, thỏa mãn. @마냥 즐기다 bằng lòng, mãn nguyện.

마네킨 (*manequin*) hình nộm để mặc đồ mẫu.

마녀 một mụ phù thủy.

마노 [광물 khoáng sản] đá mả não.

마누라 (아내) vợ. @마누라를 언다 cưới một phụ nữ về làm vợ.

마늘 củ tỏi. *--장아찌 món tỏi ngâm dấm bảo quản trong nước tương.

마니교 Ma-ni giáo (một tôn giáo ở Ba Tư).

마닐라 thủ đô *Manila* của *Philipines.*

마님 bà (từ xưng hô của người cấp dưới với cấp trên).

마다 mỗi (người, vật), mọi, mỗi một, mỗi lần, mỗi khi. @집집마다 mỗi một nhà, nhà nhà // 10 년마다 mỗi 10 năm, cứ 10 năm một.

마담 (*madame*) bà, danh hiệu lịch sự chỉ một phụ nữ có tuổi, một phụ nữ đã lập gia đình).

마당 (1) [뜰] cái sân, sân có rào, bãi rào. (2) [경우] một trường hợp cá biệt. @이 급한 마당에 무엇을 하고 있는가 *trong lúc khẩn cấp này mà bạn còn làm cái quái nữa*?

마당발 bàn chân dẹt (y học).

마당질 sự đập lúa, cái đập lúa. --하다 đập lúa.

마대 cái bị cói, cái bao cát.

마도로스 thủy thủ. @마도로스 파이프 cái ống dẫn khí của người đi biển.

마돈나 [성모] (*Madonna)* Đức Mẹ, Thánh Mẫu.

마드무아젤 (*mademoiselle)* cô, tiểu thư (từ lịch sự để gọi một cô gái).

마뜩하다 vừa lòng, hài lòng, đồng ý, có thể chấp nhận được.

마들가리 [나무의] que dò mạch nước, que chỉ huy dàn nhạc, [솔기] lớp vải vá của áo quần mòn sờn.

마디 (1) [관절] mấu, đốt, chỗ nối, khớp, [결절] cái bướu, mục u. @다리마디 khớp chân // 마디가 많다 có nhiều mục u. (2) [말 · 노래] lời nói, tiếng hát, giai điệu. @한 마디 하다 nói một lời.

마디다 lâu bền, vĩnh viễn.

마디마디 (1) mọi khớp, mỗi mối nối. (2) [말 따위]. @마디마디에 깊은 뜻이 있다 *mọi lời nói đều ẩn chứa ý nghĩa.*

마디지다 có nhiều mấu, đốt, mắt.

마땅하다(1) [적합] đúng lúc, thích hợp, phù hợp, thích đáng, [상당] hợp lý, công bằng. @마땅한 집 *một ngôi nhà thích hợp* // 마땅한 예 *một ví dụ đúng* (phù hợp) // 마땅한 값으로 giá cả hợp lý. (2) [당연] đúng, chính xác, hợp lý, phải, nên. @마땅한 일 việc tất nhiên, việc thường lệ // 그는 죽어 마땅하다 *hắn đáng chết lắm.*

마땅히 (1) [당연히] đúng, chính xác, như thường lệ, đương nhiên, tất nhiên. (2) [적당히] thích hợp, thích đáng.

마라톤 cuộc chạy *Marathon.*

마량 cỏ khô, thức ăn cho ngựa và trâu bò.

마력 [물리 vật lý] mã lực. @ 5 백 마력의 기관 một động cơ 500 mã lực.

마력 quyền lực ma thuật, sức mạnh siêu nhiên, bùa mê, [여자의] bùa ngải.

마련 kế hoạch, sự sắp xếp, sự dàn xếp. --하다 [준비] sửa soạn, thu xếp, chuẩn bị, [조달] cung cấp, xây dựng (돈을), [처리] quản lý, trông nom. @집을 마련하다 mua một cái nhà // 돈을 마련하다 gom tiền lại, thu xếp một số tiền.

마렵다 mắc tiểu. @오줌이 마렵다 đi tiểu.

마로니에 (*marronier)* con ngựa màu hạt dẻ.

마루 (1) [집의 nhà] sàn nhà bằng gỗ. @ 마루를 놓다 lát ván sàn nhà. (2) [지붕 · 산의] đỉnh, chóp, ngọn. (3) [일의] đoạn cuối của một vấn đề. @마루씨름

ㅁ

giai đoạn cuối của môn đấu vật. *--판 ván lót sàn. 용-- nóc nhà. 산-- đỉnh núi.

마루방 căn phòng đã lót sàn.

마루청 tấm ván lót sàn, việc lót sàn (집합적). @마루청을 깔다 lát sàn nhà bằng ván.

마루터기 đỉnh, chóp, ngọn, điểm cao nhất

마룻바닥 sàn nhà.

마르다[1] (1) [건조] làm khô héo, làm cạn (꽃·잎이). @마른 가지 một cành cây khô. (2) [여위다] hao mòn, gầy mòn, tiều tụy, khô khan (mất vẻ tươi mát) (걱정으로). @마른 gầy, ốm, gầy còm, gầy trơ xương. (3) [목이] (cảm giác) khát, thèm khát, khao khát @목이 마르다 bị khát.

마르다[2] cắt, cắt ra. @옷을 마르다 cắt quần áo.

마르모트(*marmotte)* con mar-môt, con chuột lang

마르스 Mars, [신화 thần thoại] thần chiến tranh.

마르크 (*a mark)* mục đích, mục tiêu, chứng cứ, dấu vết.

마른걸레 vải khô dùng làm khăn lau sàn nhà.

마른기침 chứng ho khan.

마른반찬 thịt khô hoặc cá khô.

마른버짐 [의학 y học] bệnh vẩy nến (bệnh của da gây ra những đốm có vẩy đỏ)

마른안주 món cá hay thịt khô dùng làm mồi để uống rượu.

마른옴 [의학 y học] chứng ngứa, ghẻ nghứa.

마른일 sự dệt may, phòng làm việc của phụ nữ.

마른하늘 bầu trời trong sáng. @마른하늘에 날벼락 *"tiếng sét ngang mày"*- việc bất ngờ, tin sét đánh.

마른행주 khăn khô để lau dĩa.

마름 [식물 thực vật] cây ấu, củ ấu.

마름모꼴 hình thoi, [수학 toán học] hình thoi.

마름쇠 (quân sự) cây chong sắt (có 4 mũi nhọn).

마름자 (nghĩa bóng) tiêu chuẩn để so sánh

마름질 sự cắt quần áo. --하다 cắt ra

마리 số *con* vật (mạo từ). @다섯마리의 새끼 고양이 5 *con* mèo con.

마리아 (*Maria)* [성경] Đức Mẹ *Maria.*

마리화나 cần sa.

마마 [의학 y học] bệnh đậu mùa.

마마 (từ tôn xưng) muôn tâu bệ hạ. *대전 -- tâu hoàng đế. 동궁— tâu thái tử. 중전-- tâu hoàng hậu.

마맛자국 vết theọ rỗ (bệnh trái rạ).

마멸 sự hao mòn rách nát, sự hủy hoại. --하다 hao mòn, suy nhược, bị kiệt sức,bị hủy hoại.

마못 [동물 động vật] con *marmot,* một loại sóc.

마무르다 (1) [일을] hoàn thành, kết thúc, bế mạc, chấm dứt. @일을 마무르다 hoàn thành công tác. (2) [가장자리를] viền, viền tua.

마무리 hoàn tất. --하다 hoàn tất, kết thúc, hoàn thành, chấm dứt, bế mạc, làm xong.

마물 một vấn đề xấu, một chuyện tội lỗi.

마바리 [말 ngựa] ngựa thồ (chở đồ), [짐 hàng hóa chuyên chở] hàng nặng chuyên chở bằng ngựa. @마바릿군 người dẫn ngựa chở đồ nặng.

마법 @마법을 쓰다 sử dụng ma thuật // 마법을 걸다 làm mê hoặc. *--사 thầy phù thủy, thầy pháp.

마부 người giữ ngựa, người đánh xe ngựa

마분 phân ngựa, cứt ngựa.

마분지 giấy bồi bằng rơm, bìa cứng.

마비 bịnh bại liệt, sự tê liệt, sự mất cảm giác (마취). @마비되다 làm cho tê liệt, làm cho mụ mẩm (đầu óc) @마비시키다 bị tê liệt, bị lạnh cóng. *소아-- bệnh bại liệt ở trẻ con. 심장—sự yếu tim, sự bất tỉnh nhân sự. 안면—chứng tê liệt ở mặt. 전신-- chứng tê liệt toàn thân.

마사 công việc liên quan đến ngựa. *한국--회 hiệp hội *Korean Horse Affairs.*

마사지 (*massage)* sự thoa bóp. @등을 마사지하다 xoa bóp lưng.

마상 @마상에서 trên lưng ngựa.

마상이 thuyền nhỏ, xuồng, ca-nô

마성 sự hiểm ác, sự độc ác.

마소 ngựa và gia súc.

마손 sự cọ mòn, sự tiêu hao, sự hao mòn hư hỏng.

마수 tác động xấu, ảnh hưởng xấu.

마수걸이 sự bán mở hàng. --하다 bán mở hàng.

마술 yêu thuật, pháp thuật. @마술을 쓰다 sử dụng pháp thuật, dùng yêu thuật // 마술을 걸다 phù chú, trù ếm người nào. *--사 pháp sư, thầy phù thủy, kẻ lừa bịp.

마술 thuật cưỡi ngựa. @마술의 명수 người cưỡi ngựa thuần thục.

마스카라 (*mascara)* thuốc bôi mi mắt.

마스코트 (*mascot)* lá bùa hộ mệnh, người (vật) đem vận may đến.

마스크 (*a mask)* cái mặt nạ, mạng che mặt..

마스터 (*master*) (1) chính, chủ yếu (2) ông chủ (chủ nhân), ông thầy

마스터베이션 (*masturbation)* sự thủ dâm.

마스터키 (*a master-key)* chìa khóa chính, then chốt để giải quyết vấn đề.

마스터플랜 (*a master-plan)* kế hoạch chủ yếu.

마스트 (*a mast)* cột cờ, cột ăngten, cột buồm.

마시다 (1) [액체를 chất lỏng] uống, [들이키다] nuốt. @물을 마시다 uống nước, giải khát // 단숨에 들이마시다 uống một hơi một // 한 잔 마시다 uống một ly. (2) [호흡] thở, thở vào, thở ra, hít, nuốt (khói thuốc). @담배연기를 들이마시다 hít khói thuốc lá.

마약 chất thuốc mê, thuốc ngủ, thuốc có chất thuốc phiện (để giảm đau hoặc gây ngủ), chất ma túy @마약을 쓰다 gây tê, gây mê. *--상용자 người nghiện chất ma túy. --중독 sự ngộ độc thuốc mê.

마왕 ma quỉ, quỉ Satan, [불교 Phật Giáo] một linh hồn tội lỗi.

마요네즈 (*sauce mayonnaise)* một loại sốt làm bằng dầu và trứng.

마운드 (*mound)* gò đất, ụ đất, mô đất

마을 [동리] ngôi làng nhỏ, thôn, xóm. @마을 사람 dân làng, người làng.

마을금고 => 새마을 금고.

마음 (1) [정신] tinh thần, linh hồn, tâm hồn. @마음이 고운 lòng tốt, hảo tâm, // 마음이 큰 tâm hồn khoáng đạt, tư tưởng tự do, phóng khoáng // 마음속으로 trong thâm tâm, trong lòng // 마음에 품다 che dấu, ấp ủ // 마음을 끌다 thu hút, lôi cuốn // 마음에 그리다 tưởng tượng, hình dung // 마음을 가라

앉히다 *cảm xúc lắng dịu* // 마음에 걸리다 cân nhắc, tính toán, đắn đo trong tâm trí // 마음에 새기다 in trí. (2) [사려] sự tôn kính, sự quan tâm, (3) sự bận tâm, sự lưu ý (chú ý). @마음을 쓰다 lưu tâm đến, chú ý đến. (4) [의지] ý chí, ý định, ý muốn, lòng dạ. @마음대로 theo ý, tùy ý thích. (5) [취미] khẩu vị, sở thích, thị hiếu, [기분] tâm trạng. @마음에 드는 집 ngôi nhà đúng theo sở thích // 마음에 들다 vừa ý, đúng khẩu vị, đúng sở thích.

마음가짐 (1) [마음 태도] trạng thái tinh thần. (2) [결심 quyết tâm] quả quyết, cương quyết.

마음껏 (1) [실컷] làm vừa lòng, làm thỏa mản. @마음껏 울다 khóc lóc thảm thiết // 마음껏 먹다 ăn no đến chán. (2) [충심으로] toàn tâm toàn ý.

마음결 một diễn biến tâm hồn, bản chất tốt, tốt bụng, hiền lành, đôn hậu.

마음놓다 (1) [안심] làm yên tâm, cảm thấy dễ chịu, thoải mái. @마음놓고 cảm giác yên lành, không lo lắng, không buồn lo. (2) [방심] lơ đễnh, mất cảnh giác. @마음놓지 않다 cảnh giác, đề phòng // 그 소식듣고 마음놓았다 *tin này làm cho tôi yên tâm.*

마음대로 như ý, thích hợp, vừa ý, [자유의사로] theo ý muốn riêng, [독단으로] theo sở thích riêng, [무단으로] không được phép. @자기 마음대로 하다 làm theo ý riêng (trong mọi việc) // 네 마음대로 해라 *hãy làm theo ý bạn* / bạn cứ làm theo ý riêng.

마음먹다 [의도] có chủ đích, có ý định, có ý muốn. @만사가 마음먹은 대로 되었다 *mọi việc diễn biến theo dúng ý muốn của tôi.* (2) [결심] kiên quyết, quyết tâm, giữ vững lập trường. @마음먹은 대로 실행하다 *hành động theo ý của mình.*

마음보 bản chất, bản tính, tính chất. @마음보가 사납다 hay càu nhàu, gắt gỏng, khó chịu.

마음속 trong tâm trí, tận đáy tâm hồn, tận thâm tâm. @마음속을 털어놓다 thổ lộ tâm can, bộc bạch tấm lòng.

마음쓰다 sử dụng đầu óc, nghiên cứu, suy gẫm, [유의] chú ý tới, [동정] có cảm giác quý mến, thân thiện, đồng cảm, thông cảm.

마음씨 bản chất, tâm tính, tánh tình. @마음씨가 부드러운 사람 một con người nhu nhược // 마음씨가 좋다 tốt bụng, hiền hậu.

마음에 들다 thỏa mãn, hài lòng, vừa ý với, [사물이 주어] làm vừa ý, hài lòng, làm cho (ai) toại nguyện. @마음에 드는 được mến chuộng, được ưa thích // 마음에 안들다 không được ưa thích, bị ghét bỏ.

마음조이다 bồn chồn, lo lắng, bực dọc, băn khoăn, bận tâm.

마음 졸이다 lo buồn, bức rứt, băn khoăn, nghi ngại, áy náy (về..)

마이너스 toán trừ, phép trừ.

마이동풍 như nước đổ đầu vịt, như nước đổ lá môn. @마이동풍이다 giả điếc, không nghe lời khuyên bảo (của người khác).

마이실린 *mycillin.*

마이크로 (*micro*) cực nhỏ. @마이크로웨이브 lò vi ba // 마이크로필름 vi phim.

마이크(로포운) (*microphone*) cái mi-crô.

마인 sự hiểm độc của con người

마일 (*a mile*) một dặm.

마장 [목장] đồng cỏ, [경마장] đường đua, vòng đua.

마저 [1] [부사] với những thứ còn lại, không chừa lại bất cứ thứ gì.

마저 [2] [조사] ngay cả, lại còn, trong chừng mực, ngoài ra, hơn nữa, vả lại. @그는 집마저 팔았다 *anh ấy đã đi xa đến nỗi phải bán nhà.*

마적 bọn sơn tặc, bọn thảo khấu.

마전 sự tẩy trắng. --하다 tẩy trắng.

마제 => 말굽.

마조 [음악 âm nhạc] nốt Mi. @마장(단)조 Mi trưởng (thứ).

마조히즘 sự bạo dâm, sự khổ dâm.

마주 mặt đối mặt, đối diện. @마주보다 nhìn nhau//그와 마주보고 *ngồi đối diện với anh ấy*

마주서다 đứng đối mặt, đứng ngay trước mặt, chạm trán. @우체국과 경찰서는 마주서 있다 *bưu điện đối diện với đồn cảnh sát.*

마주치다 (1) [부딪치다] đụng chạm với, đâm sầm vào, va vào, đụng vào. (2) [우연히] bắt gặp, tình cờ gặp, tình cờ trông thấy, đụng phải.

마중 cuộc gặp gỡ, cuộc tiếp đón (영접). --하다 gặp (người nào), tiếp đón, tiếp đãi.. @그는 아버지를 마중하러 역에 갔다 *nó đã đi ra ga đón bố.*

마중물 [펌프의] sự châm nước. @마중물을 붓다 châm nước vào máy bơm.

마지기 @논 한 마지기 một mảnh ruộng

마지막 cuối cùng, sau cùng, sau rốt. @마지막으로 chấm dứt, dứt khoát, (lần) cuối // 마지막까지 đến (phút) cuối cùng, đến sau cùng // 그것이 내가 그를본 마지막이었다 *đó là lần cuối cùng tôi nhìn thấy anh ấy.*

마지못하다 bị ép buộc, bị cưỡng bách. @마지못하여 chống đối lại ý kiến của ai, miễn cưỡng, không sẵn lòng, không tự nguyện // 마지못해 최후의 수단을 썼다 *tôi đã bị ép buộc quá mức.*

마지않다 không kể siết. @감사하여 마지않습니다 *tôi không biết phải cảm ơn anh bao nhiêu cho vừa.*

마진 bờ, mép, rìa, lề.

마차 xe ngựa (để chở hàng nặng)

마찬가지 tính chất đơn điệu, tính đồng nhất, tính giống nhau. @마찬가지의 [동일한] như nhau, y nhau, [동등한] ngang bằng, [유사한] tương tự // 마찬가지로 giống như nhau, cùng kiểu dáng // 그것이나 이것이나 마찬가지다 *nó giống như cái này.*

마찰 (1) sự cọ sát, sự đánh bóng, sự chà sát. (2) [물리 vật lý] sự ma sát. --하다 chà sát, ma sát, làm trầy, phồng (da). @젖은 수건으로 전신을 마찰하다 *chà sát cơ thể bằng khăn ướt.* (3) [알력] sự ma sát, sư va chạm, mối bất hòa.

마천루 một tòa nhà chọc trời.

마초 cỏ khô (cho súc vật ăn).

마추다 [주문 đề nghị] đặt hàng (ở cửa hàng). @마춘 양복 bộ quần áo đặt may (theo ý của khách hàng) // 나는 구두를 마쳤다 *tôi có đặt đóng một đôi giày mới.*

마춤 sự đặt hàng theo ý khách. @마춤을 quần áo đặt may // 마춤 양복점 thợ may theo số đo của khách.

마취 sự gây tê, sự gây mê, trạng thái mơ màng. @마취시키다 cho uống thuốc ngủ, gây tê, gây mê. *--법 phương pháp gây mê (tê). --상대 trạng thái mê man, sự gây mê. --제 chất gây tê, (gây mê). 국부(전신)-- gây tê cục bộ (toàn bộ)

마치[1] như thể, cứ như là, giống như là, thực đúng là. @그것은 마치 눈처럼 희다 *trắng cứ như là như tuyết.*

마치[2] [장도리] cây búa nhỏ, [망치] cây búa.

마치다 kết thúc, hoàn thành. @그는하루의 일을 마쳤다 *anh ấy đã làm xong công việc trong ngày.*

마침 thuận lợi, tốt đẹp, đúng lúc. @마침 그때 문을 두드리는 소리가 났다 *đúng lúc đó, có tiếng gõ cửa* // 마침 잘 만났네 *ồ may quá, đang muốn gặp anh ấy.*

마침가락 đúng lúc, đúng việc. @마침가락으로 그가 왔다 *anh ấy đã đến đúng ngay lúc đó.*

마침내 cuối cùng, sau cùng, giờ phút cuối cùng. @그는 마침내 성공했다 *sau cùng anh ấy cũng đã thành công.*

마침표 một thời kỳ, một giai đoạn.

마카로니 (*macaroni)* loại mì ống của Ý.

마케팅 sự tiếp thị. *--리서치 sự nghiên cứu thị trường tiêu thụ.

마켓 (*a market)* chợ, thị trường. *--셰어 thị phần.

마크 (*a mark)* dấu vết, nhãn hiệu.

마키아벨리즘 chính sách quỷ quyệt, thủ đoạn nham hiểm.

마티네 (*a matinée)* buổi sáng (tiếng Pháp, 프어)

마파람 gió nam, gió thổi từ phương nam.

마포 sợi gai dầu, y phục may bằng sợi gai dầu (삼베). *--대 bao tải, bao bố bằng sợi gai.

마필 ngựa, loài ngựa.

마하 [물리 vật lý] số *Mach* (tỷ lệ tốc độ máy bay trên tốc độ âm thanh), siêu thanh.

마호가니(*mahogany)* (식물 thực vật) cây gụ, cây dái ngựa.

마호멧교 => 회교.

마흔 bốn mươi, số bốn mươi.

막[1] [방금] ngay lúc, vừa mới xong, ngay vừa mới, [바야흐로] sắp sửa, sắp. @배는 막 떠나려 했다 *con tàu chuẩn bị ra khơi* // 지금 막 식사를 마쳤읍니다 *tôi vừa mới ăn tối xong* // 막 떠나려 하는데 그로부터 전화가 왔다 *khi tôi vừa mới đi thì anh ấy gọi điện tới.*

막[2] [함부로 bừa bãi] cẩu thả, bất cẩn, ngẫu nhiên, tình cờ, [사납게] mãnh liệt, dữ dội, gay gắt. @막되다 mất dại, vô giáo dục, phóng túng, lêu lổng, láo xược, vô lễ.

막[3] [마지막] lần cuối, cái cuối cùng. *--내 người được sinh cuối cùng. --물 vụ mùa cuối. --차 chuyến xe lửa cuối cùng.

막 [해부] màng. *--골 màng xương.

막 (1)[집 nhà] quán, túp lều, mái nhà tranh, chòi, chuồng (súc vật). (2) [휘장] bức màn, lều, rạp. (3) [연극의] hồi, màn (trong vở kịch). @1 막짜리 여극 một màn kịch. (4) [끝장] sự kết thúc, phần cuối.

막간 lúc tạm nghỉ, lúc ngừng, tạm dừng. *--극 thời gian giải lao giữa các màn của một vở diễn.

막걸리 men rượu

막내 người được sinh cuối cùng, đứa con út.

막노동 => 막일.

막다 (1) [봉하다] đóng kín, bịt chặt. @쥐

구멍을 막다 bịt kín lỗ chuột. (**2**) [차단] chặn, ngăn lại. @길을 막다 chắn đường người khác // 강을 막다 xây đập ngăn sông // 바람을 막다 che gió (cho người nào) . (**3**) [간막다] che chắn, ngăn, chia (một căn phòng). (**4**) [방어] che chở, bảo vệ, [방지] để xa ra, cất đi, [예방] ngăn chặn, ngăn ngừa, ngăn cản. @적을 막다 tránh xa kẻ thù // 적의 진격을 막다 ngăn chặn sự tiến công của địch.

막다르다 đi đến chỗ bế tắc, không có lối thoát. @막다른골목 ngõ cụt.

막다른골 [골목] ngõ cụt, thế bế tắc, thế không lối thoát, [사태] sự bế tắc. @막다른골목에 다다르다 đến thế bí, đến đường cùng, rơi vào ngõ cụt, bị dồn vào chân tường.

막다른집 căn nhà ở cuối ngõ cụt.

막대 --하다 rộng lớn, mênh mông, bao la, to lớn, khổng lồ. @막대한비용 phí tổn khổng lồ.

막대기 cái que, cái gậy, dùi cui.

막동이 [막내] con trai út.

막되다 mất dạy, vô giáo dục, thô lỗ, cộc cằn. @막되게 굴다 cư xử một cách thô lỗ.

막론하다 không cần phải nói. @...을막론하고 chẳng có gì đáng nói // 남녀를 막로하고 bất kể giới tính // 지위의 고하를 막론하고 không phân biệt giai cấp.

막료 sĩ quan tham mưu, [총칭] ban tham mưu.

막막 --하다 hoang vắng, tiêu điều, hiu quạnh, vắng vẻ, cô quạnh, đìu hiu.

막막 --하다 bát ngát, mênh mông.

막말 lời nói bừa bãi, tùy tiện. --하다 nói đại, nói càng, nói không suy nghĩ.

막무가내 @막무가내로 bướng bỉnh, ngoan cố, ương ngạnh, khó bảo // 막무가내로 듣지 않다 nhất định không tuân theo.

막바지 sự kết liễu, đường cùng, ngõ cụt, nước bí, tình trạng bế tắc. @골목 막바지 cuối ngõ cụt.

막벌이 --하다 lãnh công nhật.

막벌잇군 người lao động công nhật, người làm thuê việc lặt vặt

막사 trại lính, doanh trại.

막살이 cuộc sống nhọc nhằn (giật gấu vá vai)

막상 thực sự, thực vậy, thực ra. @막상 당해 보니 상상과는 달랐다 *tôi thực sự thấy hoàn toàn khác biệt với điều tôi đã hình dung.*

막상 막하 --하다 xứng hợp (với nhau), như nhau, ngang bằng nhau. @두 사람은 기술에 있어서 막상 막하이다 *hai cái đều tinh xảo như nhau.*

막심하다 to lớn, khổng lồ. @막심한 손해 *một tổn thất to lớn, một thiệt hại nặng nề.*

막아내다 đề phòng, ngăn ngừa, để ra xa, tránh xa. @적을 막아내다 tránh xa kẻ thù, ngăn ngừa kẻ thù // 추위를 막아내다 giữ ấm.

막역 sự thân tình, sự thân mật. --하다 thân mật, thân tình. @막역한 친구 người bạn thân.

막연 --하다 mập mờ, không rõ ràng, không chính xác, mơ hồ, nhập nhằng. @막연히 che khuất, mờ đi, ngờ ngợ, ang áng, phỏng chừng.

막일 công việc cực nhọc. --하다 lao động, làm việc nặng nhọc. *--군 người

ㅁ

lao động chân tay, người lao công.

막자 dụng cụ nghiền thuốc. *--사발 cái cối giã.

막장 ngõ cụt tăm tối trong một đường hầm ở khu mỏ, [작업] sự khai mỏ.

막중 --하다 có giá trị lớn, rất quí giá, rất quan trọng. @그는 막중한 사명을 띠고 있다 *anh ấy được giao một nhiệm vụ hết sức quan trọng.*

막차 chuyến xe lửa cuối cùng.

막판 (1) [마지막 판] hiệp cuối, màn cuối, [중대한 때] giây phút cuối. (2) [뒤범벅 판] một quang cảnh lộn xộn (bừa bãi / lung tung).

막후 ở hậu trường, không công khai. @막후의 인물 người đứng sau hậu trường // 막후에서 조종하다 giật dây (nghĩa bóng).

막히다 (1) [폐색] bị tắc, bị nghẽn. @숨이 막히다 bị nghẹt thở, bị làm ngộp // 파이프 구멍이 막히다 ống dẫn khí bị nghẽn // 굴뚝이 막히다 ống khói bị bít (phủ đầy bồ hóng). (2) [차단] bị tắc nghẽn, bị sa lầy, bị cản trở, bị kẹt, bị đóng lại. @길이 막히다 *con đường bị tắc nghẽn vì tuyết phủ.*

만[1] (1) [단지] một mình, đơn độc, chỉ, duy nhất. @꼭 한번만 duy nhất một lần // 이번만 chỉ một lần này. (2) [정도·범위] cũng nhiều bằng, đến nỗi, theo chừng mực. @그만한 길이로 충분합니까 *đủ dài chưa?*// 자네 차를 오전중만 빌릴 수 없을까 *tôi có thể mượn xe anh vào buổi sáng được không*? (3) [상당] đáng giá xứng đáng. @이 책은 읽을 만하다 quyển sách này đáng đọc. (4) [적어도] ít ra, ít nhất. @나는 아들에게 중학교만은 보내고자 한다 *ít nhất con trai tôi cũng phải có trình độ trung học.* (5) [비교] cũng bằng, cũng như. @이 꽃은 그만 못하다 *hoa này không đẹp bằng kia.*

만[2] [때 thời gian]. @이틀 만에 vào ngày thứ nhì (hai) // 상경후 5년 만에 năm năm sau khi anh ấy đến *Seoul.*

만 hằng ngàn, rất nhiều, vô số (다수). @수만 mười phần ngàn // 수십만 hàng trăm ngàn.

만 vịnh, vực thẳm. @멕시코만 Vịnh Mễ Tây Cơ.

만 vừa đúng, vừa đủ, vừa tròn. @만 17 세 *vừa tròn 17 tuổi.*

만 hình chữ vạn (불교 đạo Phật)

만가 bài ca trong lễ truy điệu, bài hát buồn, khúc bi thương, bài hát tang lễ.

만감 một cảm xúc dâng trào. @만감이 복받쳤다 muôn ngàn cảm xúc.

만강 hòa bình, thái bình, thịnh vượng.

만강 sự toàn tâm toàn ý. @만강의 축의를 표하다 chúc mừng nồng nhiệt.

만경 tính chất rộng lớn, mênh mông, bao la, không bờ bến. *--창파 biển nước mênh mông.

만고 [옛] từ thời xa xưa, [영원] tính bất diệt. @만고의 진리 chân lý muôn đời // 만고의 영웅 vị anh hùng của mọi thời đại.

만고 불변 sự lâu dài, sự vĩnh cửu, sự cố định. --하다 không thay đổi, bất di bất dịch

만고 풍상 @만고 풍상을 겪다 *trải qua mọi gian lao khốn khổ*

만곡 --하다 làm cong, uốn cong, làm vênh. *척주-- bị vẹo xương sống.

만구 lối vào một vịnh.

만국 mọi quốc gia, các nước trên thế giới.

@만국의 (thuộc) quốc tế, (thuộc) thế giới. *--기 những lá cờ của các quốc gia.

만금 một số tiền kếch sù.

만기 sự kết thúc (nhiệm kỳ), sự mãn hạn (kỳ hạn phải thanh toán) @만기의 mãn hạn, hết hiệu lực // 만기가 되다 [임기가 nhiệm kỳ] kết thúc, mãn hạn, [어음이] sự mãn kỳ, sự đến hạn, [복역이] chấm dứt nhiệm kỳ // 계약이 만기가 되었다 *hợp đồng đã hết hiệu lực*, mãn hợp đồng.*--상환 sự thanh toán theo kỳ hạn. --일 thời hạn thanh toán. --제대 sự hoàn thành nhiệm kỳ phục vụ.

만끽 --하다 [먹다 ăn] có đầy đủ (thức ăn, thức uống), ăn (uống) thỏa thích, [즐기다] thưởng thức no nê, thỏa thích.

만나다 (1) [사람을 người] trông thấy, gặp, [면담] phỏng vấn, nói chuyện riêng. @뜻밖에 만나다 tình cờ gặp, bắt gặp, chợt gặp // 물래 만나다 gặp riêng (kín) // 그사람하고는 요새 별로 만나지않았다 *gần đây tôi không thường gặp anh ấy nữa*. (2) [재앙· 화재를] gặp phải (tai nạn), gặp phải (khó khăn).

만난 mọi khó khăn, mọi gian nan, mọi thử thách. @만난을 무릅쓰고 *bằng bất cứ giá nào, bằng mọi giá, bất chấp mọi khó khăn*.

만날 luôn luôn, lúc nào cũng, suốt.

만년 những năm cuối đời. @만년에 trong những năm cuối đời.

만년 mười ngàn năm, suốt đời. *--력 lịch vạn niên. --처녀 *một vẻ đẹp muôn đời*.

만년필 cây bút máy.

만능 quyền vạn năng, quyền tuyệt đối. @만능의 có quyền tối cao, toàn năng, có quyền tuyệt đối. *--공구 công cụ đa năng (đa dụng). --선수 một một tay chơi toàn năng (giỏi mọi mặt)

만단 mọi vật, mọi thứ, mọi cái. @만단의 준비가 되어 있다 *mọi thứ đã sẵn sàng*.

만담 mạn đàm [한담] chuyện ngồi lê đôi mách, chuyện tầm phào, tin đồn nhảm, [우스운] chuyện vui tào lao, câu thoại hài (무대의). *--가 nhà soạn kịch vui, diễn viên hài.

만당 toàn bộ căn nhà, [청중] toàn thể khán giả. --하다 bị nhồi nhét, đông ngịch, chật ních.

만대 mọi thời đại, tính bất diệt. @만대에 suốt mọi thời đại, mãi mãi, vĩnh cửu.

만돌린 (*mandoline)* đàn măng-đô-lin.

만동 mùa đông đến muộn.

만두 bánh bao có nhân thịt ướp gia vị và rau củ.

만득 --하다 có con muộn.

만들다 (1) [창조] sáng tạo, tạo ta, gây ra. (2) [제작· 제조] làm ra, chế tạo ra, sản xuất ra, soạn, chuẩn bị. @밀가루로 만든 đã chuẩn bị bột. (3) [양조] pha chế, chưng cất, ủ (bia/rượu). @포도주는 포도로 만든다 *rượu vang được làm từ nho*. (4) [작성] dựng lên, thảo ra, làm. @서류를 만들다 *thảo một văn kiện*. (5) [건조] xây dựng. @정원을 만들다 sắp đặt, bố trí một ngôi vườn. (6) [주조] đúc, nấu chảy, đổ khuôn. @총포를 만들다 *đúc súng*. (7) [조성· 조직] tổ chức, thiết lập, thành lập. @회사를 만들다 *thành lập công ty*. (8) [양육] nuôi dưỡng, gây dựng, trau dồi, rèn luyện. @인물을 만들다 rèn luyện một người (về năng lực, tài năng). (9) [허구] phát minh, sáng chế, sáng tác, bịa đặt. @만들어낸 이야기 *một câu chuyện bịa đặt*.

ㅁ

(10) [하게 하다] khiến, nhờ, sai bảo ai làm gì. @믿게 만들다 *làm cho ai tin tưởng.* (11) [음식을 thức ăn] chuẩn bị. (12) [기타]. @신어를 만들다 *đặt ra một từ mới.*

만듦새 [구조] sự chế tạo, sự sáng chế, [세공 đồ thủ công] tài nghệ, sự khéo léo, [옷의 y phục] kiểu cắt, kiểu may. @옷의 만듦새 kiểu áo khoát

만료 sự kết thúc, sự hoàn thành, sự mãn hạn. --하다 hoàn thành, kết thúc, mãn hạn. @기한(임기)은 오늘 만료한다 nhiệm kỳ kết thúc hôm nay. *--일 ngày hết hạn. 계약-- sự hết hạn giao kèo. 임기-- sự kết thúc một nhiệm kỳ.

만류 sự cản trở, sự kìm hãm, sự hạn chế. --하다 ngăn cản, ngăn ngừa, kìm hãm, hạn chế (저지). @간곡히 만류하다 níu tay áo (người nào).

만류 dòng nước nóng từ vịnh Mêhicô qua Đại Tây Dương đến Châu Âu.

만리 --장성 Vạn lý trường thành.

만만장이 việc dễ làm, việc ngon xơi, cái làm được dễ dàng, người dễ dụ.

만만하다 (1) [보드랍다] mềm, dịu, mỏng mảnh, nhạy cảm, mượt, mịn. (2) [용이하다] dễ dải, dễ dàng mềm dịu, dịu dàng. @만만치 않은 khắc nghiệt, cứng rắn, cương quyết, khó khăn // 만만한 일 *một nghề dễ làm.* (3) [우습게 보이다] // 사람을 만만하게 보다 coi nhẹ, xem thường ai // 그는 만만찮은 학자다 ông ấy không phải là một học giả tầm thường.

만만하다 @야심이 만만하다 có nhiều tham vọng, khát vọng // 자신이 만만하다 có đầy lòng tự tin.

만만히 (1) [무르게] một cách dịu dàng, một cách êm ái. (2) [용이하게] dễ dàng, thoải mái. (3) [우습게] cẩu thả, lơ đễnh.

만면 @희색이 만면하다 lúc nào cũng tươi cười.

만몽 [지리] Mãn Châu và Mông Cổ.

만무 --하다 không thể là, hầu như không thể, ra ngoài vấn đề. @그가 그런 어리석은 말을 할리가 만무하다 anh ấy không thể nói ra điều ngu ngốc như vậy.

만문 [수필] bài tiểu luận, sự làm thử, [만필] cuộc nói chuyện thân mật, lời ghi chú rải rác.

만물 mọi vật (dưới ánh mặt trời), sự sáng tạo (thế giới). @만물의 영장 đức sáng tạo. *--박사 người có óc sáng tạo, cuốn tự điển sống --상 cửa hàng tổng hợp.

만민 mọi người, toàn dân *--법 luật [로마법] luật quốc tế [라]

만반 mọi thứ, mọi vấn đề. @만반의 준비를 갖추다 hãy chuẩn bị mọi thứ sẵn sàng (để đi).

만발 đầy hoa. --하다 ra hoa, nở đầy hoa.@벚꽃이 만발했다 cây cherry trổ đầy hoa.

만방 mọi quốc gia. @만방의 (thuộc) quốc tế, thuộc thế giới.

만병 các loại bệnh, mọi tật bệnh. @만병통치약 thuốc trị bách bệnh, thuốc bá chứng.

만보 cuộc dạo chơi, cuộc ngao du, sự đi tản bộ.

만복 bụng no, bao tử đầy tràn.

만복 "vạn sự như ý", mọi sự tốt lành. @귀하의 만복을 빕니다 chúc bạn mọi điều như ý.

만부당 --하다 vô lý, quá đáng.

만분지일 một phần mười ngàn.

만사 mọi điều, mọi thứ, tất cả. @만사가

잘 되었다 tất cả đều đã ổn .

만사 태평 --하다 [일이 công việc] thông, tất cả chạy tốt, [성질이] sơ suất, không chú ý, không cẩn thận.

만사 형통 --하다 mọi sự hạnh thông.

만삭 tháng cuối của thai kỳ. --하다 sắp sinh. @만삭의 부인 người phụ nữ gần ngày sinh.

만산 cả ngọn núi.

만상 vũ trụ, vạn vật, mọi vật trên vũ trụ

만석꾼 người giàu có, nhà triệu phú.

만성 --하다 trưởng thành chậm. *대기-- *những tài năng đến muộn.*

만성 [의학 y học] mãn tính. *--병 bệnh mãn tính.

만세 mọi thế kỷ, mọi thế hệ.

만세 (1) [만년] mười ngàn năm, hàng ngàn năm sau. (2) [외치는 소리] tiếng hoan hô, tiếng cổ vũ, muôn năm!. @만세 삼창하다 hoan hô ai ba lần.

만세력 lịch vạn năm.

만속 tục lệ man rợ.

만수 sự trường thọ. *--무강 sự sống lâu. @만수 무강하다 sống lâu, được hưởng thụ lâu dài // 만수 무강을 빕니다 chúc trường thọ! vạn tuế! muôn năm!

만시 @만시지탄 sự hối tiếc vì đã bỏ lỡ dịp may của mình.

만신 toàn thân. *--창이 thương tích đầy mình.

만심 tính tự phụ, tính hợm mình. --하다 tự phụ, kiêu hãnh, hợm mình, vênh váo, dương dương tự đắc.

만안 sự yên tĩnh, sự thái bình, sự lành mạnh.

만약 nếu => 만일.

만연 sự lan truyền, sự trải rộng. --하다 lan truyền, phổ biến.

만용 sự tàn bạo điên cuồng. @만용을 부리다 sử dụng vũ lực, bộc lộ thú tính.

만우절 ngày mồng 1 tháng 4 (ngày "cá tháng tư", đùa nghịch , lừa phỉnh nhau).

만원 khán giả đông nghẹt, một khán phòng chật ních. @만원을 이루다 đông nghịch, hết chỗ..

만월 trăng tròn.

만유 mọi vật, sự sáng tạo.*--인력 sức hút của vạn vật.

만유 cuộc du lịch, cuộc du ngoạn. --하다 du lịch, du ngoạn, đi chơi.

만인 mọi người, tất cả mọi người, ai ai. @그것은 만인이 주지하는 바다 đó là vấn đề thuộc kiến thức tổng quát, *đó là vấn đề mà ai ai cũng cần phải biết.*

만일 nếu, giả sử, giả dụ. @만일의 경우에는 *nếu có bất cứ việc gì xảy ra*, trong tình trạng khẩn cấp, trong trường hợp xấu nhất.

만입 sự hình thành vịnh. --하다 (biển) xâm lấn vào (đất).

만자 hình chữ vạn (불교 Phật giáo)

만장 sự không lường được, không thể hiểu được, không dò được (độ sâu). @만장의 기염을 토하다 nói huênh hoang, nói huyên thuyên

만장 cả nhà. @만장의 박수 갈채를 받다 tụt xuống cả nhà. *--일치 sự toàn tâm toàn ý, sự nhất trí. @만장 일치로 가결하다 nhất trí thông qua.

만재 sự chất đầy. --하다 chở đầy, chất đầy.

만적거리다 => 만지작거리다.

만전 hoàn toàn, đầy đủ, lý tưởng. @만전의 đúng, chắc chắn, chính xác, hoàn toàn // 만전을 기하다 để bảo đảm

ㅁ

chắc chắn.

만점 điểm chuẩn. @영어에서 만점을 받다 *đạt đủ điểm về môn Anh văn.*

만져보다 sờ, mó, có cảm giác.

만조 cao trào, tột đỉnh, đỉnh cao.

만족 sự toại nguyện, sự bằng lòng. --하다 được hài lòng, được thỏa mãn. @만족스러운 vừa lòng, vừa ý, phấn khởi, hài lòng // 만족시키다 làm thỏa mãn, làm vừa lòng // 그 소식을 듣고 매우 만족했다 *tin đó làm tôi rất mãn nguyện* // 나는 그것으로 만족하고 있다 tôi thấy rất hài lòng về việc đó.

만종 tiếng chuông chiều, hồi trống thu không.

만좌 @만좌중에서 창피를 당하다 bị xấu hổ trước toàn thể bạn bè.

만주 nước Mãn Châu.

만지다 sờ mó, chạm vào, cảm nhận, vuốt ve // 손가락으로 만지다 sờ mó // 어깨를 만지다 chạm vào vai (người nào).

만지작거리다 mân mê (cút áo), mò mẩm (xâu chìa khoá), đùa nghịch (với) lục lọi, xen vào.

만질만질하다 sờ vào thấy mềm.

만찬 bữa ăn tối. @만찬회를 베풀다 đãi tiệc tối.

만천하 @만천하에 trên toàn thế giới.

만초 loai cây leo, dây leo (dây nho).

만추 mùa thu qua.

만춘 mùa xuân qua.

만취 --하다 say be bét, say bí tỉ.

만큼 (1) [비교] cũng, bằng, đến mức mà, đến nỗi mà@이것도 그것만큼 좋다 *cái này cũng tốt y như cái kia.* (2) [어느만큼] bao nhiêu (xa bao nhiêu, dài bao nhiêu, to bao nhiêu. (3) [정도] đến mức mà..., đến nỗi mà..., đủ để.. @그만큼은 나도 알고 있다 *tôi chỉ biết chừng ấy thôi.*

만태 tính chất đa dạng (của cuộc sống) * 인생-- các mặt khác nhau của cuộc đời (cuộc sống đa dạng)

만판 trọn vẹn, hoàn toàn, [실컷] hết sức, ở mức độ cao nhất, tròn đầy, vừa ý, thỏa mãn. @그는 만판놀기만 한다 anh ấy đã sử dụng hết ngày phép của mình.

만평 lời phê bình linh tinh, văn chương nhảm nhí. --하다 bình phẩm linh tinh, viết tào lao.

만필 cuộc chuyện trò thân mật (신문의), ghi nhận tản mạn (rải rác)

만하 mùa hè qua.

만하다 (1) [정도가] đủ, khá, lớn như, nhiều (ít) như. @달걀만하다 bé như quả trứng // 그만한 것쯤 알고 있지 tôi chỉ biết chừng ấy thôi. (2) [가치나 힘이] đáng, xứng đáng. @볼만하다 đáng xem

만학 sự học trễ --하다 học trễ, học muộn, (tới già mới học).

만행 vận may, hạn tốt, sự thịnh vượng. --하다 rất may mắn, rất thuận lợi, rất tốt .

만행 tình trạng dã man, hành động man rợ, tính hung ác, sự oán hận, sự lăng nhục.

만혼 sự kết hôn muộn. --하다 lập gia đình muộn.

만화 tranh biếm họa (인물· 풍자의), tranh hoạt hình (풍자적인), tranh biếm họa, tranh vui (ở báo) (연재의). *--가 người cẻ tranh hoạt hình, nhà vẽ tranh biếm họa. --영화 phim hoạt hình. --책 báo tranh truyện vui.

만화경 kính vạn hoa.

만회 sự phục hồi, sự thu hồi. --하다 phục

hồi lại, lấy lại. @만회하기 어려운 không thể thu hồi được, không thể cứu vãn, không thể bù đắp. *--책 một biện pháp phục hồi.

많다 (1) [수] nhiều, đông đảo, [수·양] sung túc, dồi dào, phong phú. @책에 오식이 많다 *quyển sách này đầy lỗi in sai* // 이런 개구리는 한국에 많다 *loại ếch này có rất nhiều ở Hàn Quốc.*(2) [도수] thường xuyên, phổ biến, thường, có luôn, hay.@이 지방엔 바람이 많다 *khu vực này thường có nhiều gió.*

많이 (1) [수량] nhiều, rất nhiều, vô số, hàng đống, dồi dào. @말을 많이 할 필요가 없다 *không cần phải nói nhiều* // 그는 돈을 많이 쓴다 anh ấy tiêu quá nhiều tiền. (2) [대개] thường, thường xuyên.

맏 con đầu lòng, con cả. @그이가 맏이다 nó là đứa lớn nhất. *--딸 con gái đầu lòng. --사위 con rể đầu. --아들 con trai cả.

맏물 (1) [배추· 해초 따위의] miếng (kiểu) cắt đầu. (2) [곡식· 과실] vụ thu hoạch đầu.

맏이 con trai đầu lòng.

맏형 anh cả.

말 [1] con ngựa, ngựa giống (수말), ngựa cái (암말), ngựa *Pony* (loại ngựa nhỏ) (망아지). @부루 말 con ngựa bất kham // 말을 타고 가다 đi (cưỡi) trên lưng ngựa // 말에서 내리다 xuống ngựa // 말에서 떨어지다 ngã ngựa // 말에 타다 lên ngựa, cưỡi ngựa.

말 [2] [식물 thực vật] bèo tấm.

말 [3] một đơn vị đo (khoảng 18 lít)

말 [4] (1) [회화] cuộc trò chuyện, cuộc thảo luận, cuộc tán gẫu (nói chuyên phiếm), [연설] cách nói, lối nói, [진술] lời bình luận, lời phê bình, lời nhận xét. @말이 많은 사람 người ba hoa, bép xép, người lắm mồm (hay nói) // 말이 적은 사람 người kín đáo, người ít nói (dè dặt) // 말을하다 tán gẫu, nói chuyện, diễn đạt. (2) [언어] cách ăn nói, cách diễn đạt [단어] lời nói [국어] ngôn ngữ. @시골말 tiếng địa phương, thổ ngữ // 서울말 nói theo giọng *Seoul* // 표준말 ngôn ngữ chuẩn // 대꾸할 말이 없다 không có một lời đáp lại // 말을 삼가다 thận trọng trong lời nói.

말 [5] [장기· 윷 따위의] người ghi điểm trong môn đánh cờ.

말 (1) [종말 phần cuối] sự chấm dứt, sự kết liễu. (2) [가루] bột, bụi, phấn.

말갈기 cái bờm ngựa.

말갛다 sáng sủa, đẹp đẽ, rõ ràng, sạch sẽ.

말거머리 [동물] con đỉa trâu.

말꼬리 @말꼬리를 잡다 gây chuyện cãi nhau cải bướng, cải vặt (với người nào) // 말꼬리를 흐리다 nói nhập nhằng, nói mơ hồ, nói hồ đồ.

말고삐 chỗ thắt lưng, dây cương ngựa (nghĩa bóng) sự kiềm chế.

말공대 giọng nói lịch sự, nhã nhặn. --하다 nói năng lễ độ, xưng hô tôn kính.

말괄량이 đứa trẻ thích nô đùa, người phụ nữ hư hỏng mất nết, đứa con gái ngổ ngáo.

말구종 người giữ ngựa, lính bộ binh, người hầu.

말굴레 dây cương, dây thòng lọng.

말굽 cái móng ngựa (편자).

말귀 (1) [말] ý nghĩa của lời nói (2) [이해하는힘] khả năng phán đoán, khả năng

ㅁ

thưởng thức, sự nghe, sự hiểu biết, óc thông minh. @말귀가 밝다 thính tai, nhạy cảm, tiếp thu nhanh // 말귀가 어둡다 nặng tai.

말꼬투리 sự nhắc lại lời hứa.

말끄러미 @얼굴을 말끄러미 들여다보다 nhìn chằm chằm (trừng trừng) vào mặt ai.

말끔 hoàn toàn, trọn vẹn, tất cả, toàn bộ. @빚을말끔 청산하다 *thanh toán hết nợ, trả hết nợ.*

말끔하다 sạch sẽ, ngăn nắp, gọn gàng, [매력적] đẹp, dễ nhìn, có ngoại hình tốt. @그의 방은 언제나 말끔하다 *phòng anh ấy lúc nào cũng sạch sẽ gọn gàng.*

말끝 @말끝에 để kết luận, nhân đây, tiện thể, nhân tiện.

말기 kết thúc, phần cuối, đoạn cuối. @조선 말기에 vào cuối triều đại *Joseon.*

말내다 (1) [애기삼아] bắt đầu nói về, kéo dài buổi trò chuyện. (2) [비밀을] khám phá ra, vạch trần, phơi trần, để lộ ra, tiết lộ.

말년 (1) [인생의] lúc cuối đời, tuổi già. (2) [말기] giai đoạn cuối (chót).

말눈치 sự đề nghị, sự đề xuất, lời nói khéo, lời nói bóng gió, ám chỉ.

말다[1] [종이 따위를] cuộn lại, bọc lại. @종이를 말다 cuộn tờ giấy lại.

말다[2] [음식을 thức ăn] cho vào súp, trộn vào, hòa vào. @국수를 말다 cho mì, nui vào nước súp.

말다[3] [중지] dừng, ngừng, thôi, hết, nghỉ, bỏ. @이야기를 말다 ngừng nói // 장사를 말다 thôi không kinh doanh nữa.

말다[4] (1) [금지] không được, không nên. @기다리게 하지 말라 *bạn không nên bắt anh ấy đợi.* (2) [필경...되다] @그는 드디어 가고 말았다 *anh ấy đã bỏ đi một thời gian khá lâu.*

말다툼 cuộc bàn cãi, sự tranh luận, sự tranh chấp. --하다 tranh luận, tranh chấp, cãi nhau với. @그는 누구와도 말다툼한 일이 없다 *anh ấy chẳng bao giờ cãi nhau với ai.*

말단 đầu, mút, đỉnh, đoạn cuối, đuôi, đáy. @말단의 giai đoạn cuối cùng. *--관절 các khớp cuối. --기구 tổ chức cuối cùng.

말대꾸 sự bắt bẻ, sự đối đáp lại, sự trả đũa, sự trả miếng. --하다 trả miếng, vặn lại, bắt bẻ, trả treo.

말대답 --하다 trả treo, đối đáp lại.

말더듬다 nói cà lăm, nói lắp.

말더듬이 người nói lắp.

말동무 sự bầu bạn. => 말벗.

말똥말똥 với đôi mắt mở to bất động, sự ngây người ra nhìn. --하다 tròn mắt ra nhìn.

말뚝 cây cọc, cây cừ, cái cột nhà sàn, cây cột trụ. @말뚝을박다 đóng một cái cọc.

말라깽이 người gầy da bọc xương.

말라리아 *(malaria)* bệnh sốt rét.

말라빠지다 gầy còm, xuống ký, còn da bọc xương. @말라빠진 gầy còm, hốc hác, ốm nhom.

말라카 해협 eo biển *Malacca.*

말랑거리다 cảm thấy mềm mại, sờ mềm.

말랑하다 [감 따위가] chín mềm, mềm rục, [성질이] mềm dịu. @말랑한 사람 người yếu mềm, người nhu nhược.

말려들다 lôi kéo vào, làm liên lụy, dính líu vào.

말로 ngày cuối cùng, đoạn cuối. @그의 말로가 비참했다 *hắn có một kết cuộc bi thảm*

말리다[1] cuộn lại, cuốn lại.

말리다 [2] [건조] làm khô, phơi khô, sấy khô. @말린고기 cá khô // 불에 말리다 hong khô trên ngọn lửa.

말리다 [3] cho (ai) ngưng công tác, đuổi ai ra khỏi, sắp xếp cho ai nghỉ. @싸움을 말리다 ngăn chặn tranh chấp (cãi cọ).

말림 sự bảo vệ (rừng). *--갓 người bảo vệ rừng.

말마디 lời nói, cách nói, lối nói, cách diễn đạt. @그사람 말마디나 할 줄 안다 anh ấy khéo nói.

말막음 --하다 bưng bít, ỉm đi.

말머리 @말머리를 돌리다 đổi đề tài, nói lảng sang chuyện khác.

말먹이 cỏ khô, thức ăn cho ngựa và trâu bò.

말몰잇군 người cưỡi ngựa thồ.

말문 @말문이 막히다 lặng đi, không nói được nên lời (vì ngạc nhiên)

말미 phép nghỉ, ngày nghỉ. @말미를 얻다 xin được phép nghỉ.

말미 sự kết thúc, phần cuối.

말미암다 đến từ, phát sinh từ, do bởi @--으로 말미암아 do vì, bởi vì.

말미잘 [동물 động vật] hải quỳ.

말버릇 lối nói, cách nói. @말버릇이 나쁘다 ăn nói khiếm nhã, nói năng bất lịch sự, hỗn láo.

말버짐 bệnh *ecpet* mảng tròn.

말벌 [곤충] con ong bắp cày.

말벗 người bầu bạn, người trò chuyện cùng @말벗이 되다 cùng ở với ai cho có bầu bạn.

말복 đợt nóng cuối trong tiết nóng nhất năm.

말본 văn phạm, ngữ pháp => 문법.

말불버섯 [식물 thực vật] nấm trứng

말살 sự tẩy sạch, sự xóa bỏ. --하다 xóa bỏ, gạch bỏ, tẩy sạch, bôi xóa.

말상 mặt dài, vẻ mặt buồn bã, phiền muộn. @말상의 dài mặt ra, mặt ngựa (dài như mặt ngựa)

말석 chỗ ngồi thấp nhất, mặt ghế

말썽 sự phiền muộn, sự quấy rầy, sự oán trách sự kêu ca, phàn nàn, sự tranh cãi, bất đồng (분쟁) @말썽을 부리다 kêu nài, thưa kiện.

말썽거리 nguyên nhân gây phiền hà, chủ đề tranh chấp.

말썽군 người hay cằn nhằn, người hay sinh sự.

말세 thời kỳ suy đồi, sự tận thế.

말소 sự hủy bỏ, sự xóa sổ, sự xóa sạch. --하다 xóa sổ, gạch bỏ, tẩy sạch. @등기의 말소 sự xóa sổ đăng ký.

말소리 tiếng nói, tiếng thì thầm (소근대는), tiếng xì xào. @말소리가 들리다 nghe ai nói. *--갈 ngữ âm học, âm vị học.

말솜씨 năng lực nói, tài ăn nói. @말솜씨가 좋다 có tài ăn nói, có miệng lưỡi.

말수 lời nói, cách nói. @말수가 적다 ít nói, lầm lì (không cởi mở).

말쑥하다 sạch gọn, ngăn nắp, thanh nhã, lịch sự. @그녀는 항상 말쑥한 옷차림을 하고 있다 *cô ấy luôn ăn mặc gọn gàng, lịch sự.*

말씀 lời qua tiếng lại, thảo luận, luận bàn. @친절한 말씀 những lời tử tế của bạn.

말승냥이 (1) [늑대] con chó sói. (2) [키큰사람] người cao ráo.

말씨 cách nói, sự chọn từ, cách diễn đạt. @정중한 말씨로 bằng những lời lẽ thanh nhã, lịch sự.

말실수 sự (nói) lỡ lời. --하다 lỡ lời, dùng từ không đúng lúc, không đúng chỗ.

말 아니다 (1) [이치에 맞지 않다] vô lý, ngớ ngẩn, buồn cười, lố bịch. (2) [형편이] khốn khổ, bất hạnh.

말 안되다 vô lý, nói càn, nói bậy.

말없이 [조용히] lặng thinh, không nói một lời nào, một cách im lìm, [말씽 없이] không một lời than phiền, [무단으로] không cáo từ, không giả biệt. @말없이 보고 있다 nhìn im lặng.

말엽 kết thúc, kết cục.

말일 ngày hôm qua, ngày cuối. @5 월 말일에 vào cuối tháng năm.

말재기 người nhiều chuyện, người ngồi lê đôi mách, người hay nói chuyện tầm phào.

말재주 người ăn nói lưu loát, người có tài hùng biện, người bẻm mép @말재주가 있다 có tài ăn nói, bẻm mép // 말재주가 없다 kém ăn nói, không có tài ăn nói.

말전주 câu chuyên mách lẻo, sự bịa đặt chuyện. --하다 gây bất hòa. @말전줏군 người mách lẻo, người bịa đặt chuyện.

말절 chương cuối (문장의), phần cuối, đoạn thơ cuối.

말조심 sự ý tứ trong lời ăn tiếng nói. --하다 cẩn thận trong lời nói, ăn nói ý tứ.

말주변 tài ăn nói. @말주변이 좋다 mau miệng, bẻm mép // 말주변이 없다 ăn nói vụng về.

말직 chức vụ thấp kém, một vị trí thấp nhất

말질 nặng lời, cuộc cãi cọ. --하다 cãi nhau, đấu khẩu.

말짱하다 [흠 없다] không tì vết, không chê vào đâu được, hoàn hảo, [깨끗하다] sạch sẽ, gọn gàng, ngăn nắp. @정신이 말짱하다 có một tinh thần minh mẫn, lành mạnh.

말짱히 chắc chắn, an toàn, không bị đụng chạm, không ảnh hưởng, không sứt mẻ, còn nguyên.

말째 dưới cùng, dưới đáy, đoạn cuối..

말참견 hay quấy rầy, hay gây phiền phức, tính hay nhiễu sự, sự can thiệp vào. --하다 xen vào, dính vào, can thiệp vào.

말채찍 cái roi da (của người đánh xe ngựa)

말초 *--기관 cơ quan cuối. --신경 hệ thần kinh ngoại biên.

말총 lông bờm ngựa, lông đuôi ngựa.

말치레 --하다 ăn nói dễ thương, ăn nói ngọt ngào, nhỏ nhẹ

말캉말캉 --하다 mềm dẻo, mềm nhũn, mềm yếu, ủy mị.

말투 cách nói chuyện. @말투가 거칠다 dùng lời lẻ quá khích, thô bạo.

말판 bàn chơi cờ.

말편자 cái móng ngựa.

말하다 nói, nói chuyện, chuyện trò, phát biểu, tuyên bố, kể ra, nói đến, đề cập. @말한 수 없는 không thể tả được, không sao kể xiết // 머리가 아프다고 말하다 kêu (than phiền) nhức đầu // 사람을 좋게(나쁘게) 말하다 nói tốt (xấu) về ai // 누구에게도 말하면 안된다 *việc này hoàn toàn chỉ có anh và tôi biết* // 모든 것은 나중에 말하겠다 *sau này tôi sẽ cho anh biết mọi sự* // 말하면 이해가간다 *nói lên sẽ làm vấn đề sáng tỏ hơn* // 네가 말한대로다 *đúng như điều bạn nói* // 말하기는 쉽고 행하긴 어렵다 *nói dễ hơn làm* // 사람들은 그가 인격자라고 말한다 *anh ấy được xem là người có cá tính.*

말하자면 (1) [따져 말하면] nếu anh muốn biết ý kiến tôi (hỏi tôi). (2) [이를 테면] ấy là nói như vậy.

맑다 sáng sủa, rõ ràng, dễ hiểu, minh bạch, trong sáng, [살림이] nghèo khổ, bần cùng. @맑은 물 nước sạch // 맑은 정신 đầu óc sảng khoái

맑은소리 [언어] âm vô thanh.

맑은술 rượu gạo nguyên chất.

맑은 장국 món cháo thịt.

맘보 *(mambo)* điệu nhảy mambo.

맛 vị, vị giác, hương vị, mùi vị. @맛좋은 ngon, có hương vị // 맛없는 không ngon, không có mùi vị, vô vị.

맛깔 vị, khẩu vị, sự nếm (thức ăn)

맛깔스럽다 (1) [맛이] ngon, có hương vị, dễ chịu.@맛깔스러운 음식 món ăn ngon miệng. (2) [마음에] vừa ý, thích thú, đúng khẩu vị.

맛나다 thơm tho, ngọt ngào, đúng khẩu vị. @아 맛나다 có vị ngon / ngon lắm !

맛난이 (1) [조미료] nước chấm, nước sốt, đồ gia vị, hương liệu, sự thêm gia vị. (2) [음식 thức ăn] món ăn ngon, món khoái khẩu, hợp khẩu vị.

맛들다 nêm, nếm, làm cho ngon miệng.

맛들이다 (1) thêm gia vị vào, thêm mắm dặm muối, làm tăng thêm mùi vị. (2) [재미를] đạt được hương vị.

맛배기 [맛보기 위한 적은 음식] người nếm, [특제] thực đơn riêng.

맛보다 [음식을 thức ăn] nếm mùi vị, thử (rượu) [경험] nếm mùi (cay đắng của cuộc đời)

맛부리다 đối xử một cách lạnh nhạt.

맛없다 (1) nhạt nhẽo, không ngon, vô vị, không có mùi vị, không thể chấp nhận được. (2) [재미 quan tâm ·흥미가 nhiệt tình] vô tình, lãnh đạm, lạnh nhạt, lạnh lùng, phớt lờ.

맛있다 ngon, thơm ngon, đầy hương vị, ngọt ngào.

맛적다 không mùi vị, tẻ nhạt, nhạt nhẽo, vô vị, chán ngắt, [재미 적다] không thú vị, không dễ chịu, khó ưa.

망 [1] sự cảnh giác, sự canh phòng, sự đề phòng, sự coi chừng. @망보다 canh gác, bảo vệ, trông coi. --대 tháp canh, chòi canh.

망 [2] [만월] mặt trăng tròn, trăng rằm.

망 cạm bẫy, mạng lưới (투망), sự giăng lưới (총칭). @망에 걸리다 bị mắc lưới. *통신 (철도,방송) -- mạng lưới thông tin (radio), hệ thống liên lạc (đường sắt).

망각 sự đãng trí, sự quên. --하다 quên, hay quên, có trí nhớ kém. @세상에서 망각되다 bị chôn vùi vào quên lãng.

망간 [화학 hóa học] chất *mangan*.

망거 sự thử thách táo bạo.

망건 băng buộc đầu làm bằng lông ngựa.

망고 [식물] trái xoài, cây xoài.

망구다 tàn phá, làm hư hỏng, đổ nát, triệt phá, làm mất hiệu lực, phá hoại, làm sụp đổ

망국 một quốc gia suy thoái, một đất nước suy tàn (나라). @망국적 경제 tình trạng suy sụp tài chính

망그러뜨리다 đập vỡ, làm gãy đổ, làm rạn nứt, phá hại, gây thiệt hại. @기계를 망그러뜨리다 đập tan máy móc.

망그러지다 đập vỡ, bị gãy vụn. @망그러진 남비 cái chảo bể // 망그러진 모자 cái mũ móp méo.

망극 --하다 mênh mông, bao la, rộng lớn.

망나니 (1) [사형 집행인] đao phủ. (2) [못된 사람] tên lừa đảo, kẻ bất lương,

ㅁ

thằng ranh con.

망년회 liên hoan cuối năm. @망년회를 열다 *tổ chức buổi liên hoan cuối năm.*

망녕 sự lẩm cẩm của người già, tình trạng lão suy. @망녕한 lão suy, tình trạng suy yếu của tuổi già // 망녕든 노인 người già lẩm cẩm // 망녕들다 bị lẩm cẩm như người già, bị suy nhược của tuổi già // 망녕부리다 xử sự như trẻ con, cư xử (hành động) một cách vô lý.

망녕되다 như trẻ con, ngây ngô, buồn cười, lố bịch.

망대 => 망루.

망또 áo choàng, áo khoát không tay, khăn choàng.

망동 --하다 hành động mù quáng (bốc đồng), cư xử thiếu suy nghĩ. *경거-- sự cư xử mù quáng, thiếu suy nghĩ.

망라 --하다. @모든 것을 망라한 bao hàm, toàn diện // 모든 사실을 망라하다 bao gồm mọi sự kiện.

망령 linh hồn người chết, [유령] ma, hồn ma.

망령 sự lẩm cẩm của người già => 망녕.

망루 chòi canh, tháp canh.

망막 [의학 y học] võng mạc (mắt). *--염 viêm võng mạc.

망막 --하다 (1) [넓다], rộng rãi, bao la, vô bờ. (2) [막연] mờ mịt, tối tăm, không rõ ràng.

망망하다 bao la, bát ngát. @망망한 바다 một vùng nước mênh mông.

망명 --하다 trốn tránh, ly hương, tha hương. *--자 người đi ti nạn (chính trị), kẻ lưu vong. --정부 chính quyền lưu vong.

망발 --하다 nói lời xấu xa, nhận xét ngu xuẩn.

망보다 canh phòng, canh giữ, đứng gác.

망부 người cha quá cố.

망부 người chồng quá cố.

망사 làn khói nhẹ, làn sương mỏng.

망상 thị hiếu ngông cuồng, ý nghĩ kỳ quái, tư tưởng lập dị. @망상에 잠기다 bị thua thiệt vì những sở thích lập dị. *과대--증 chứng hoang tưởng tự đại. 피해-- chứng lo cuồng bị khủng bố, ngược đãi.

망상 hình mắc lưới, có cấu tạo như hình mắc lưới. @망상의 có hình mắt lưới, giống như mắt lưới *--막 [의학 y học] mô lưới.

망상스럽다 phù phiếm, nhẹ dạ, lông bông, thô lỗ một cách hỗn xược, hay thay đổi, không kiên định, nhỏ mọn, vô tích sự.

망새 miệng máng xối (hình thú hoặc đầu người theo kiến trúc gô-tic)

망석중이 con rối, bù nhìn (kẻ bị giật dây)

망설이다 @망설이며 một cách phân vân (do dự, lưỡng lự). // 망설이지 않고 không do dự, kiên quyết // 명확히 답하기를 망설이다 *ngập ngừng xác định*

망신 sự hổ thẹn, sự xấu hổ, sự bị làm nhục, sự bị làm cho bẽ mặt. --하다 tự thấy xấu hổ. @망신을 주다 làm ai xấu hổ, lăng mạ, sỉ nhục, làm bẽ mặt ai.

망실 sự thua thiệt, sự mất mát.--하다 thua, mất.

망실 (1) [잃음] sự mất, sự thiếu, sự thất lạc. (2) [망각] sự mất trí. --하다 mất, quên, bỏ quên.

망아지 lừa con, ngựa con (총칭), ngựa non, người non nớt, người chưa kinh nghiệm ở trường đời (수컷), ngựa cái non (từ lóng) cô gái trẻ láu táu (암컷).

망언 lời bình luận vô lý, lời nhận xét

thiếu thận trọng. --하다 nhận xét ngớ ngẩn, phê bình cẩu thả, nói năng ngông cuồng.

망연자실 --하다 bị đãng trí, bị ngớ ngẩn, cảm thấy hoang mang bối rối.

망연하다 (1) [아득함] rộng rãi, bao la, mênh mông. (2) [덤하다] trống rỗng, bỏ không, đãng trí. @망연히 đãng trí, lơ đãng, khờ khạo.

망외 @망외의 bất ngờ, không ngờ, không dự liệu trước.

망우초 cây hoa hiên. => 원추리.

망울 (1) [덩어리] một cục, một tảng, một miếng, một cuộn, một mớ, một bó (hoa). (2) [의학, y học] chứng viêm hạch bạch huyết.

망원가늠자 [물리 khoa học] kính viễn vọng, ống dòm (쌍안경). *반사-- kính viễn vọng phản xạ. 천체-- kính thiên văn.

망원렌즈 thấu kính viễn vọng.

망원 사진 kỹ thuật chụp ảnh từ xa, bức ảnh chụp xa. *--기 máy chụp ảnh từ xa.

망월 mặt trăng tròn, sự ngắm trăng

망인 người chết, người đã qua đời, người quá cố.

망일 ngày trăng tròn.

망자 người đã qua đời, người chết => 망인

망제 người em trai quá cố.

망조 điềm báo nguy, dấu hiệu gặp vận xấu. @망조 들다 biểu hiện điềm thất bại.

망종 tên côn đồ, kẻ bất lương, tên lưu manh.

망주석 cặp trụ đá phía trước ngôi mộ.

망중한 giây phút giải lao (thư giản) giữa sức ép của công việc.

망지소조 --하다 bị uổng phí công sức, cảm thấy khó xử, lúng túng

망집 nỗi ám ảnh, tình trạng bị ám ảnh.

망처 người vợ quá cố.

망측 --하다 thất thường, điên rồ, ngu xuẩn. @망측한 생각 tư tưởng bất bình thường.

망치 cây búa. @큰 망치 cái vồ lớn // 망치로 두드리다 nện, đóng, đập mạnh bằng búa.

망치다 làm hư , hỏng, tàn phá, làm đổ nát, làm cho suy nhược. @건강을 망치다 làm tổn hại sức khỏe // 신세를 망치다 phá sản.

망태기 cái túi lưới.

망토 cái áo khoác, [어깨망토] cái áo choàng không tay.

망판 [인쇄· 사진] độ trung gian.

망평 lời phê bình vội vàng, không đúng

망하다 đi đến tình trạng phá sản, bị sụp đổ, bị suy tàn. @나라가 망하다 *một quốc gia suy vong* // 회사가 망하다 *một công ty bị phá sản.*

맞-- [마주] đương đầu, đối mặt, đối phó, đối lập nhau. @맞대면 một cuộc phỏng vấn trực diện. *--바람 cơn gió ngược.

맞고소 sự đối nghịch, sự đối lập, sự phản tố. --하다 sự kháng cự lại.

맞꼭지각 [수학 toán học] góc đối.

맞다 [1] (1) [옳다] đúng, phải. @당신 망이 맞다 bạn có lý, bạn đúng. (2) [적합· 조화] sẵn lòng, đồng ý, đúng với, xứng, hợp. @도리에 맞다 *đúng với lẽ phải* (3) [취미· 음식] hợp, đi đôi với. @마음에 맞는 여자 người con gái hợp ý // 입에 맞다 tùy theo thị hiếu. (4) [물건이] vừa, hợp, thích hợp, xứng (어울리다). @몸에 맞는 양복 một bộ com-lê

ㅁ

rất vừa vặn // 꼭 맞다 hoàn toàn vừa vặn. (5) [합치] đồng ý với, phù hợp, thích hợp với. @마음에 맞는 친구 *người bạn thích hợp (bạn tâm đầu ý hợp).* (6) [수지 thu chi] chi trả, sinh lợi. @수지 맞는 장사 *một công việc có thu nhập.* (7) [적중] đạt tới, đúng với, nhận ra, hiểu ra. @오늘의 일기 예보는 맞았다 *dự báo thời tiết hôm nay đúng.*

맞다 [2] (1) [사람을 người] tiếp đón, tiếp đãi, đón chào, chào mừng, gặp gỡ.@사람을 반가이 맞다 chào mừng ai // 양자를 맞다 nhận nuôi một đứa con trai. (2) [날을] đón mừng. @새해를 맞다 đón mừng năm mới. (3) [비·바람· 눈 따위] bị phơi bày, tự bộc bạch. @비를 맞다 bị phơi mưa. (4) [매를] bị đánh đập. @빰을 맞다 bị tát vào mặt. (5) [도둑을] bị ăn cắp [퇴짜를] bị hất hủi, bị từ chối [야단을] bị khiển trách.

맞닥뜨리다 bị đối mặt, bị đương đầu, đối phó. @어려운 문제에 맞닥뜨리다 đối phó với vấn đề khó khăn.

맞담배 @맞담배 피우다 phun khói thuốc vào mặt người khác.

맞당기다 thu hút (lôi kéo) lẫn nhau.

맞닿다 có liên quan, có dính líu với nhau.

맞대다 trực diện, đối diện với. @맞대고 욕하다 sỉ vả ai ngay mặt.

맞대매 trận đấu quyết định, trận đấu cuối cùng.

맞대면 cuộc phỏng vấn trực tiếp. --하다 trò chuyện trực tiếp.

맞대하다 chạm trán, đương đầu nhau.

맞돈 tiền mặt. @맞돈을 내다 trả bằng tiền mặt.

맞들다 (1) [마주] nâng đỡ nhau. (2) [협력] cộng tác, cùng làm việc chung.

맞먹다 [힘이] ngang sức nhau, [비등] tương đương.

맞모금 đường chéo.

맞물다 (1) [이가] cắn nhau. (2) [톱니 바퀴가] bắt chung nhau, khớp nhau.

맞물리다 [기어가] ăn khớp với, cam kết (hứa hẹn) với, đính ước (hứa hôn) với..

맞바꾸다 trao đổi lẫn nhau

맞바람 gió ngược, ngược gió.

맞받다 [정면으로] đâm vào nhau, [호응] phản ứng, đối phó lại ngay, [들이받다] đâm sầm vào. @태양빛을 맞받다 *đón nhận trực tiếp ánh nắng mặt trời.*

맞벌이 --하다 hợp sức nhau làm việc. *--생활 cuộc sống có hai nguồn thu nhập.

맞보기 sự lau sạch mắt kính, miếng lau mắt kính

맞보다 nhìn nhau, nhìn thẳng vào mặt nhau.

맞부딪다 đánh nhau.

맞부딪치다 vấp phải, va trúng, đụng phải.

맞붙다 dán dính vào nhau, dính vào nhau. @맞붙어 싸우다 đánh xáp lá cà, ghì chặt nhau.

맞붙들다 tóm lấy nhau, đuổi kịp nhau.

맞붙이다 (1) [붙이다] dính vào nhau. (2) [대면] làm cho mặt đối mặt.

맞붙잡다 nắm lấy nhau.

맞상 cái bàn đôi (cho hai người sử dụng).

맞상대 sự đương đầu trực tiếp.

맞서다 (1) [마주서다] đứng đối mặt nhau. (2) [버티다] thách đố, thách đấu, đọ sức với ai, giữ vững lập trường. @어른에게 맞서다 chống đối lại bậc huy nh trưởng.

맞선 sự gặp mặt (buổi nói chuyện) để chọn người thích hợp.

맞소송 một vụ kiện ngược lại.

맞쇠 chìa khóa vạn năng.

맞수 cái xứng (hợp) nhau, cái ngang bằng nhau.

맞아 떨어지다 phù hợp, ăn khớp, đúng, chính xác. @계산이 맞아 떨어지다 *kết quả tính toán chính xác.*

맞은편 cạnh đối nhau. @강 맞은편 bên kia sông // 길 맞은편 집 ngôi nhà bên kia đường.

맞이 cuộc gặp gỡ, sự đón tiếp, lời chào mừng. --하다 gặp, đón tiếp ân cần, hoan nghênh. @환호성으로 맞이하다 tiếp đón niềm nở // 새해를 맞이하다 đón mừng năm mới.

맞잡다 (1) [서로 잡다] nắm chặt nhau.@ 손을 맞잡다 nắm chặt tay nhau. (2) [협동] hợp tác với nhau, giúp đỡ nhau.

맞잡이 ngang nhau, bằng nhau.

맞장구치다 phụ họa theo những khác.

맞적수 => 맞잡이.

맞절 sự tâng bốc nhau, sự chào mừng, sự săn đón nhau. --하다 chúc tụng nhau, cúi chào nhau, tâng bốc.

맞추다 (1) [조립] tập trung, tụ hợp, nhóm họp, kết hợp nhau, ráp vào nhau, để chung nhau. @기계를 맞추다 *ráp một cái máy.* (2) [맞게 하다] bố trí, sắp đặt lại (cho ngăn nắp), hiệu chỉnh, sửa chữa. @시계를 시보에 맞추다 vặn đồng hồ báo giờ // 수지를 맞추다 *đặt hai đầu nối nhau.* (3) [적합] điều chỉnh, sửa lại cho hợp, lắp đặt (các bộ phận cho khớp), chỉnh lý. @안경의 도수를 맞추다 lắp mắt kính theo độ // 환경에 맞추다 *tự thích nghi với hoàn cảnh* // 망원경을 눈에 맞추다 chỉnh kính viễn vọng đúng tầm mắt // 곡조를 맞추다 lên dây, so dây (dàn nhạc), bắt đầu hát // 음악에 맞추어 춤추다 nhảy múa theo điệu nhạc. (4) [주문] ra lệnh, đặt hàng. @맞추어 만든 theo đơn đặt hàng, theo ý khách hàng // 양복을 맞추다 đặt may đo quần áo.

맞춤법 phép chính tả. @한글 맞춤법 phép chính tả tiếng Hàn.

맞홍정 sự giao du trực tiếp. --하다 giao du mua bán trực tiếp, quan hệ trực tiếp.

맞히다 (1) [명중] bắn trúng đích (mục tiêu). @표적을 맞히다 bắn trúng tâm (điểm mắt bò). (2) [눈·비 따위를] vạch trần, phơi bày, đưa ra, vứt bỏ. @비를 맞히다 vứt ra ngoài mưa.

맡기다 (1) [물건을] giao (gửi) vật gì cho người khác trông coi, ủy thác (vật gì) cho ai. @돈을 은행에 맡기다 gửi tiền trong ngân hàng // 그것은 자네의 판단에 맡기네 *tôi giao việc đó cho bạn quyết định* (2) [의임] ủy thác (giao phó) việc gì cho ai coi sóc @전권을 맡기다 *giao trọn quyền cho người nào.*

맡다 (1) [보관] trông coi, gìn giữ, chịu trách nhiệm về cái gì, [담당· 감독] có trách nhiệm trông nom. @ 5 학년을 맡고있다 chịu trách nhiệm lớp năm (phụ trách lớp năm. (2) [허가 · 인가를] đạt được, giành được, nhận lãnh, được phép. @허가를 맡다 được phép. (3) [냄새를 mùi hương] có mùi, tỏa mùi. @냄새를 맡아 보다 đánh hơi, hít, ngửi. (4) [낌새를] cảm giác, có cảm tưởng, nghe phong phanh, đánh hơi thấy.

매 [1] (1) cây gậy, cây roi. @매를 때리다 quất mạnh // 매를 맞다 bị quất mạnh. (2) [매질] trận đòn,trận roi, sự đánh đập, sự quất.

매 [2] (1) [맷돌] máy xay, máy nghiền. (2)

[매통] máy nghiền gỗ.

매 [3] [새 chim] con diều hâu, con chim ưng. *--부리코 cái mũi quặp (mũi chim ưng). --사냥 nghề nuôi chim ưng.

매 [4] [맵시 thon đẹp] hình dáng, hình thức đường nét. @몸매 ngoại hình, vóc dáng // 눈매 cái nhìn, ngoại hình, nhan sắc.

매 [5] hầu như, gần như (giống nhau). @매한가지다 cũng thế, cũng vậy, hầu như cũng vậy.

매-- mỗi, một. @매일요일 mỗi chủ nhật.

매가 nhà bán. --하다 bán nhà.

매가오리 [물고기 cá] con cá đuối to.

매각 sự bán, sự chuyển nhượng. --하다 chuyển nhượng, nhượng lại, bán. *--공고 yết thị (thông báo) bán. --대금 xuất phát từ sự buôn bán.

매개 sự môi giới, sự trung gian. --하다 làm trung gian, làm môi giới, dẫn, đưa, truyền (mầm bệnh) (전파 lây lan). *--물 đại lý, phân điểm, chi nhánh, [병의 bệnh] sự lan truyền, sự lây nhiễm. @전염병의 매개물 bệnh lây nhiễm. --자 người môi giới, người làm trung gian.

매거 --하다 đếm, liệt kê, kể ra, nói đến, tính đến. @일일이 매거할 수 없다 *có quá nhiều điều để nói* đến.

매관매직 --하다 mua quyền bán chức.

매국 tội phản quốc. --하다 phản quốc, bán nước. *--노 kẻ phản quốc.

매끄럽다 trơn, nhẵn, bóng mượt. @매끄러운 표면 mặt ngoài nhẵn bóng.

매끈 => 미끈.

매기 (증권 cổ phần, chứng khoán) tăng giá cổ phần cảm tính.

매기 mỗi mùa, mỗi thời kỳ, mỗi giai đoạn.

매기다 [값을 giá cả] trả giá, mặc cả (살 사람이), ra giá, đặt giá (경매에서 trong cuộc bán đấu giá). @점수를 매기다 đánh giá, ước lượng, định giá, cho điểm // 등급을 매기다 phân loại, xếp loại.

매나니 [맨손] tay trắng, tay không. @매나니로 với đôi bàn tay trắng (tay không)

매너 (*manners)* cách xử sự, cách cư xử. @터이블 매너 (*table manners)* phép lịch sự trên bàn ăn.

매너리즘 (*mannerism)* thói cầu kỳ, kiểu cách.

매년 mỗi năm, hằng năm, thường niên. @매년의 (thuộc) hằng năm.

매니저 (*a manager)* vị giám đốc.

매니큐어 (*a manicure)* sự cắt sửa móng tay.

매다 [1] [동여매다] trói, buộc, cột, thắt. @개를 매다 xích chó lại // 머리를 매다 cột tóc lên // 허리띠를 매다 thắt dây nịt.

매다 [2] [김을] rẫy cỏ, nhổ cỏ dại

매달 mỗi tháng. @매달의 hằng tháng.

매달다 cột lên, treo lên. @줄로 매달다 treo (vật gì) lên bằng dây thừng // 목을 매달다 treo (người nào) lên cây.

매달리다 (1) bị treo, bị trói (2) 붙들다 · 늘어지다] treo (cổ người khác) lên, treo lủng lẳng, bám lấy, giữ chặt lấy

매대기 @매대기치다 làm hoen ố khắp nơi.

매도 sự kết án, sự xử phạt. --하다 kết án, tố cáo, chỉ trích, phê phán gay gắt, lăng mạ, ngược đãi.

매도 sự phân phối hàng bán. --하다 bán hàng (khắp nơi), [어음 따위를] đổi thành tiền, bán lấy tiền. *--계약 một hợp đồng mua bán. --인 người bán, [법]

người nhà, người bán tài sản khác. --증서 hóa đơn bán hàng.

매독 [의학 y học] bệnh giang mai, bệnh kín, bệnh lậu @매독성의 có nguồn gốc bệnh giang mai // 매독에 걸리다 nhiễm bệnh giang mai.

매듭 cái gút, cái nơ, cái mối nối (대 따위의). @매듭을 풀다 tháo dây, cởi nút.

매듭짓다 (1) thắt nơ, thắt nút. (2) [끝맺다] kết thúc, hoàn thành, chấm dứt. @일을 매듭짓다 kết thúc công việc.

매력 sự mê hoặc, sức quyến rũ, sự hấp dẫn, sự lôi cuốn, bùa mê. @성적 매력 sự hấp dẫn giới tính, sự quyến rũ tình dục // 매력 있는 웃음 một nụ cười mê đắm, một nụ cười cười quyến rũ // 매력이 있다 bị lôi cuốn (quyến rũ).

매련통이 anh chàng ngớ ngẩn, một gã đần độn. => 미련장이.

매립 sự khai hoang, sự cải tạo (đất). --하다 lấp đầy, khai hoang. *--공사 công trình khai hoang --지 đất vỡ hoang.

매만지다 điều chỉnh, chỉnh lý, sắp xếp thu dọn cho ngăn nắp. @머리를 매만지다 vuốt cho mượt tóc.

매맞다 [매로] bị quất mạnh, [얻어맞다] bị quật mạnh, bị đánh.

매매 sự mua bán, [거래] sự giao dịch buôn bán, công việc kinh doanh. --하다 buôn bán, giao dịch, mua bán ở chợ. @매매계약하다 mặc cả, ngả giá, thỏa thuận, ký giao kèo mua bán.

매머드 (*a mammoth)* (con voi mamut) đồ sộ, to lớn. @매머드 기업 một xí nghiệp đồ sộ.

매명 sư tự phô trương, sự tự quảng cáo. --하다 tự (tìm cách) quảng cáo. *--가 người tự quảng cáo.

매몰 sự chôn cất, sự chôn vùi. --하다 chôn cất, mai táng, bị chôn vùi (dưới lòng đất).

매몰스럽다 lạnh nhạt, không tử tế, khắc nghiệt, gay gắt. @매몰스럽게 một cách nhẫn tâm, một cách lạnh nhạt, một cách hờ hững.

매몰차다 hết sức khắc nghiệt, chai đá.

매몰하다 lạnh lùng, lãnh đạm, hờ hững, nhẫn tâm. @매몰하게 cay nghiệt, khắc nghiệt // 매몰하게굴다 đối xử lạnh nhạt, cay nghiệt.

매무새 áo quần, đồ trang điểm, bề ngoài.

매무시 sự trang điểm, sự làm dáng, sự chải chuốt. --하다 trang điểm, chải chuốt. @매무시가 단정하다 tự giữ cho gọn gàng lịch sự

매문 công việc (nghề) viết thuê.

매물 hàng để bán, vật để bán (게시). @매물로내놓다 bày ra để bán.

매미 [곤충 côn trùng] con ve sầu, con châu chấu.

매번 lần nào cũng, mỗi lần, rất thường. @매번 폐를 끼쳐 죄송합니다 *tôi xin lỗi lần nào cũng làm phiền bạn.*

매복 sự phục kích, sự nằm mai phục. --하다 phục kích, mai phục, nằm chờ, nằm phục kích. @매복했다가 습격하다 phục kích để tấn công kẻ thù.

매부 anh, em rể.

매부리[1] cái mỏ diều hâu, cái mỏ chim ưng. *--코 cái mũi khoằm (mũi diều hâu).

매부리[2] [매 부리는 이] người săn chim ưng, người nuôi chim ưng.

매사 @매사에 trong mỗi sự việc.

매사냥 nghề nuôi chim ưng, thuật nuôi chim ưng. --하다 nuôi chim ưng.

ㅁ

매사냥군 => 매부리 [2].

매상 sự mua. --하다 mua.

매상고 doanh thu, doanh số. @그날의 매상고 doanh thu trong ngày. *순-- doanh thu thực. 총-- tổng doanh thu.

매설 sự đặt (mìn, đường ray, ống…). --하다 đặt ngầm. @수도관을 매설하다 đặt ống nước ngầm dưới mặt đất.

매섭다 mãnh liệt, dữ dội, gay gắt, nghiêm khắc. @매서운 눈초리 cặp mắt nghiêm khắc

매소부 gái điếm.

매수 vật mua (tậu) được, [사람을 người] vật hối lộ, của đút lót. --하다 mua được, [사람을 người] đút lót, hối lộ, mua chuộc. @부자에게 매수되다 *bán thân cho những kẻ giàu có.*

매수 --하다 mua chuộc, đút lót. *--인 người mua chuộc, người đút lót, người mua, người tậu.

매스 (*mass*) quần chúng // 매스게임 trò chơi đại chúng // 매스콤 thông tin đại chúng // 매스 미디어 phương tiện truyền thông đại chúng.

매시 mỗi giờ.

매씨 [남의 của em trai] chị ruột [자기의] chị cả.

매식 sự ăn cơm ngoài. --하다 không ăn cơm nhà, ăn tiệm, ăn nhà hàng.

매실 quả mận, cây mận. *--주 rượu mận.

매암돌다 quay tròn, lộn vòng,

매암 돌리다 quay vòng tròn, làm (ai) lảo đảo.

매암매암 tiếng kêu chim chíp, tiếng hót líu lo. @매미가 매암매암 울다 con ve sầu đang hát.

매약 hợp đồng mua bán.

매약 thuốc đặc biệt, biệt dược. --하다 chuyên bán biệt dược. *--상 dược sĩ.

매양 luôn luôn, mọi lúc, mỗi lần, liên miên.

매연 khói, hơi khói, đầy muội khói.

매염 tính ăn mòn. @매염의 chất ăn mòn *--염료 tính chất ăn màu. --제 thuốc nhuộm màu.

매우 rất, quá, vô cùng, cực kỳ, đến như thế. @ 매우 아름다운 여자 một phụ nữ đẹp cực kỳ (quá đẹp) // 매우 기쁘다 rất vui mừng // 매우 덥다 quá nóng.

매운탕 món súp cay nồng, món *sô-đơ* (cá hay trai hầm với hành, thịt muối)

매월 mỗi tháng, hàng tháng.

매음 nạn mãi dâm. --하다 hành nghề mãi dâm.

매이다 bị buộc chặc, bị trói chặc, [속박] bị xích lại, [목을] bị treo. @일에매이다 bị ràng buộc với nghề nghiệp.

매인 mỗi người, mọi người, người người.

매일 mỗi ngày, hàng ngày. @매일 의 (thuộc) việc hàng ngày, việc mỗi ngày // 매일 매일 ngày qua ngày, từ ngày này sang ngày kia //매일 같이 hầu như mỗi ngày.

매일반 cũng thế thôi, như nhau, chẳng khác gì nhau.

매입 sự mua được, sự tậu được. --하다 mua, sắm, dự trữ, để dành. @대량매입하다 tích lũy một kho lớn. *--가격 giá mua.

매장 việc chôn cất, sự mai táng. --하다 chôn cất, mai táng, [사회적으로] khai trừ, tẩy chay, loại, trục xuất ra khỏi. *--지 nghĩa trang, nghĩa địa. 가—sự mai táng tạm.

매장 chất lắng, chất đọng trong mỏ. --하

다 chôn dưới đất, [묻혀있다] bị lắng đọng. *--량 [석탄의] số than ước lượng trong mỏ.

매장 cửa hàng, cửa tiệm.

매저키즘 [의학 y học] sự khổ dâm, sự bạo dâm.

매점 quán, lều, quầy, sạp bán hàng. *신문-- quầy báo, sạp báo. 학교-- quầy văn hóa phẩm, cửa hàng học cụ.

매점 sự đầu cơ tích trữ, sự lũng đoạn thị trường, [주식 cổ phần] kẻ đầu cơ giá lên (thị trường chứng khoán). --하다 đầu cơ tích trữ, mua sạch, mua nhẵn, mua toàn bộ, vét hàng. @쌀을 매점하다 đầu cơ lúa gạo.

매정스럽다 nhẫn tâm, lạnh lùng, hà khắc. @매정스럽게도 vô tâm, nhẫn tâm.

매정하다 => 매정스럽다.

매제 em chồng.

매주 mỗi tuần, hàng tuần.

매주 người mua.

매주 người bán.

매지근하다 nhạt nhẽo, hững hờ, lãnh đạm, thờ ơ.

매직 ma thuật, ảo thuật, sự kỳ diệu.

매진 sự bán đắt hàng. --하다 bán tống bán tháo, bán hết, cạn hết, bán đắt hàng, bán chạy

매진 --하다 theo đuổi, bám sát, cố gắng, phấn đấu.

매질 trận đòn, sự đánh đập. --하다 quất, đập mạnh, đánh đập.

매질 [물리] điểm chiết trung.

매체 phương tiện truyền đạt, sự trung gian, môi giới, hoàn cảnh, môi trường.

매축 sự khai hoang, sự cải tạo đất. --하다 khai hoang. *--공사 công trình khai hoang.

매춘 nghề mại dâm. --하다 hành nghề mại dâm. *--부 gái điếm, gái đứng đường.

매출 việc bán buôn. --하다 mua bán ở chợ, bày ra bán, chào mời. @(염가) 대매출 giao kèo mua bán. *--가격 ra giá bán, chào giá

매치 *(a match)* que diêm, cuộc thi đấu, đối thủ, cái xứng hợp nhau.

매캐하다 (1) [연기내] có nhiều khói, đầy khói. (2) [곰팡내] có mùi mốc.

매콤하다 có vị hơi cay.

매큼하다 => 매콤하다.

매트 *(a mat)* chiếu, thảm chùi chân.

매트리스 *(a mattress)* tấm nệm, tấm đệm.

매파 con diều hâu, con chim ưng.

매파 bà mai, bà mối

매판 자본 nhà tư sản mại bản.

매팔자 hoàn cảnh sung túc, tình hình thuận lợi.

매표소 [극장의] chỗ bán vé ở rạp hát [승차권 등의] thẻ nhân viên (ra vào cửa).

매품 hàng bán, vật bán..

매한가지 cũng vậy thôi, dù sao đi nữa, như nhau, chẳng khác gì nhau

매형 anh rể.

매호 mỗi nhà, mọi nhà.

매혹 sự mê hoặc, sự quyến rũ, sự thôi miên. --하다 thôi miên, mê hoặc, quyến rũ. @매혹적인 làm say đắm, quyến rũ, bỏ bùa mê, lôi cuốn.

매화 hoa mận, cây mận (나무).

맥 [맥박] nhịp đập, sự rung động, sự rộn ràng, [광맥] mạch, mạch quặng mỏ.

맥고 모자 cái nón rơm.

맥관 mạch máu (혈관).

맥락 huyết quản, hệ thống tĩnh mạch, [기맥을 통함] những quan hệ nối liền với nhau. @맥락을 통하다 cấu kết, thông đồng (với ai).

맥맥하다 (1) [코가] đông nghẹt, chật ních, ngột ngạt, nghẹt. @코가 맥맥하다 mũi tôi bị nghẹt. (2) [생각이] lúng túng, bối rối, luống cuống.

맥빠지다 (1) [지치다] mệt lử, kiệt sức. (2) [낙심] nản lòng, nản chí, chán ngán, thất vọng.

맥박 => 맥. @맥박은 이상 없다 mạch bình thường. *--계 máy đo mạch.

맥반 lúa mạch nấu chín (보리밥).

맥보다 [맥박을] bắt mạch, [의향을 ý định, mục đích] thăm dò ai.

맥비 phân bón cho lúa mạch.

맥아 mạch nha. *--당 chất đường *mantoza*.

맥없다 cảm giác mệt mỏi, buồn chán.

맥없이 (1) [힘없이] một cách yếu ớt, một cách mệt mõi, một cách bất lực. @맥없이 앉아 있다 ngồi một cách mệt mỏi, chán nản. (2) [까닭없이] không lẻ sống, không còn sức phấn đấu.

맥이풀리다 suy sụp, chán nản, xuống tinh thần.

맥작 sự trồng (thu hoạch) lúa mạch.

맥적다 (1) [심심하다] bị buồn phiền, có cảm giác chán ngắt, buồn tẻ. (2) [낯없다] cảm thấy xấu hổ, tự thẹn (với lương tâm)

맥주 rượu bia, cuộc vui liên hoan uống bia @김빠진 맥주 같다 nhạt như bia thiu. *--양조장 nhà máy bia. 병-- bia chai. 생-- hèm (bã bia). 저장-- rượu bia nhẹ. 흑-- bia đậm đặc.

맥추 mùa thu hoạch lúa mạch (lúa mì).

맥풀리다 => 맥빠지다.

맨 [1] không có gì ngoài, đúng, vừa đủ, vừa mới. @구경거리는 없고 맨 사람 뿐이다 *chỉ thấy người là người* // 못에는 맨 고기다 *cái ao đầy cá*.

맨 [2] tột cùng, cực kỳ. @맨 처음 trước tiên, trước hết // 복도 맨 끝에 *ở tận cuối phòng*.

맨-- trống không, trần trụi, không có gì ngoài, chỉ. @맨발 bàn chân trần (không mang dép, guốc).

맨꽁무니 khởi đầu sự nghiệp với hai bàn tay trắng (không có vốn). => 맨손· 매나니.

맨끝 chính lần sau cùng. @맨끝의 sau rốt, cuối cùng // 맨끝에 để kết luận.

맨 나중 ngay lần sau cùng, tận cùng. @맨나중의 cuối cùng, kết thúc // 맨 나중에 để kết luận, để kết thúc.

맨둥맨둥하다 trơ trụi, không có cây, trọc.

맨 뒤 tận sau cùng, trận cuối, đoạn cuối (chót).

맨드라미 [식물 thực vật] cây mào gà.

맨땅 bãi đất trống.

맨머리 cái đầu trần, để đầu trần@맨머리 바람으로 외출하다 để đầu trần đi ra ngoài.

맨 먼저 [최초에] tận ban đầu [첫째로] trước hết.

맨몸 [알몸] một cơ thể lõa lồ, sự khỏa thân. @맨몸으로 trong tình trạng khỏa thân.

맨발 bàn chân không (bàn chân để trần không mang dép, guốc). @맨발로걷다 đi chân không.

맨밥 @맨밥을 먹다 ăn cơm không có thêm món phụ nào.

맨션 tòa lâu đài, căn biệt thự. *--아파아트 tòa nhà chung cư

맨손 tay không. @맨손으로 với tay

không, [무기없이 không mang vũ khí, với đôi tay không.

맨송맨송하다 (1) [털이 없음] không có tóc, hói đầu, [나무가 없음] trơ trụi, trọc, không một bóng cây. (2) [안 취함] sạch sẽ, trần trụi => 민숭민숭하다.

맨숭맨숭하다 => 맨송맨송하다.

맨아래 phần dưới cùng, dưới đáy, tận cùng.

맨앞 vị trí đứng đầu, tận phía trước. @맨앞에 ở trên cùng, ở trên đầu (của) // 맨앞에 서서 가다 đi đầu, đến trước (đi ăn cỗ / ăn tiệc).

맨위 chóp, đỉnh, ngọn, đầu, phần cao nhất @맨위의 tột đỉnh, tối đa, cao nhất, tốt nhất

맨입 bụng rỗng (bao tử rỗng)

맨주먹 tay trắng, hai bàn tay không => 맨손.

맨처음 tận ban đầu, sớm nhất, căn nguyên, nguồn gốc. @맨처음에 trước tiên, trước hết, ở vị trí ban đầu

맨틀피이스 *(a mantelpiece)* bệ lò sưởi.

맨호울 *(a manhole)* cái miệng cống, lỗ cống.

맵다 (1) [맛이] nóng, cay, nồng, hăng. @국이 맵다 món súp ăn nóng. (2) [독하다] khắt khe, gay gắt, nghiêm ngặt.

맵시 đường nét, vóc dáng, vẻ thanh tao, lịch sự @몸맵시 dáng người // 옷맵시 cách ăn mặc, // 맵시가 있다 thanh nhã, lịch sự, hợp thời trang, đúng mốt.

맷돌 cái cối xay bằng đá.

맷돌질 sự nghiến rít.

맹격 một đòn trời giáng (ác liệt). @맹격을 가하다 tấn công dữ dội.

맹견 con chó hung dữ. @맹견주의 coi chừng chó dữ !

맹꽁이 자물쇠 cái khóa móc.

맹그로브 [식물 thực vật] cây đước.

맹금 [새 chim] chim săn mồi, loài chim ăn thịt. @맹금성의 như chim ưng, diều hâu. *--류 những giống chim dữ.

맹꽁맹꽁 tiếng ộp ộp (ếch, nhái), tiếng qua qua. --하다 kêu ộp ộp, quạ quạ (báo điềm gở).

맹꽁이 (1) [동물 động vật] một giống ếch tròn nhỏ. (2) [바보] thằng ngốc, tên khờ dại.

맹도견 con chó dẫn đường.

맹독 thuốc độc chết người.

맹랑하다 (1) [허망하다] sai, nhầm, dối trá, phản trắc, [근거없다] không cơ sở, không căn cứ, [터무니 없다] ngược đời, phi lý, [믿을 수 없다] không thể tin được. @맹랑한소문 tin đồn bừa bãi. (2) [허수롭지 않다] quá sức tưởng tượng. @맹랑한 적수 một địch thủ không tầm thường.

맹렬하다 hung dữ, mãnh liệt, dữ dội. @맹렬히 một cách hung dữ, một cách mãnh liệt // 맹렬한 공격 sự tấn công mãnh liệt // 맹렬한 경쟁 cuộc cạnh tranh gay gắt, cuộc tranh dành dữ dội // 맹렬한 반대 sự đối kháng mạnh mẽ.

맹목 sự mù quáng, sự đui mù. @맹목의 đui mù, mù quáng // 맹목적으로 một cách mò mẫm, một cách mù quáng, một cách không lo lắng, một cách thiếu thận trọng. *--비행 (hàng không) sự lái mò (không trông thấy được dưới đất hoặc không có hướng dẫn bằng rađa).

맹문 @맹문모르고 không hiểu cảnh ngộ // 맹문 모르다 không hiểu thấu đáo vấn đề.

맹물 (1) [물 nước] nước lã. (2) [사람

ㅁ

người] một người tẻ nhạt, nước uống nhạt nhẽo,vô vị

맹방 nước liên minh, lực lượng liên minh, người đồng mưu cấu kết.

맹성 --하다 suy nghĩ một cách nghiêm túc về bản thân. @맹성을 촉구하다 *thuyết phục ai đánh giá lại vấn đề một cách nghiêm túc.*

맹세 lời thề, lời tuyên thệ, lời nguyện, vật làm tin, sự bảo đảm (서약), lời hứa (hẹn) (약속). @맹세코 theo lời thề của tôi trước Chúa // 천지 신명께 맹세하다 xin thề trước Chúa (là), thề trước trời đất // 충성을 맹세하다 thề trung thành.

맹세지거리 một lời thề báng bổ, lời nguyền --하다 thốt ra lời nguyền rủa.

맹수 con thú dữ (육식수). *--사냥 chuyến đi săn lùng lớn (qui mô).

맹습 một trận tấn công mãnh liệt. --하다 chuẩn bị một trận tấn công mãnh liệt.

맹신 tính cả tin, tính nhẹ dạ, lòng tin mù quáng. --하다 cả tin, nhẹ dạ.

맹아 câm và mù. *--학교 trường dành cho người câm và mù.

맹아 [발아] sự mọc mộng, sự nảy mầm, [색] nụ, chồi, lộc, mọng, mầm.

맹약 [서약] lời hứa trịnh trọng, lời cam kết, [협정] hiệp ước, công ước, hiệp định, [동맹] sự liên minh, khối đồng minh. *--국 nước đồng minh,.

맹연습 sự luyện tập gian khổ. --하다 luyện tập gian khổ

맹위 tính chất ác liệt (dữ dội). @맹위를 떨치다 nổi cơn thịnh nộ, hung hăng, hùng hổ.

맹인 người mù.

맹장 [해부 giải phẫu] ruột thừa. @맹장수술을 받다 mổ ruột thừa. *--염 bệnh viêm ruột thừa, --염수술 thủ thuật cắt bỏ ruột thừa.

맹장 nhà quán quân, nhà vô địch (선수).

맹점 một điểm mù. @법의 맹점 một kẽ hở của luật pháp.

맹종 sự phục tùng mù quáng. --하다 nghe theo ai một cách mù quáng. *--자 người theo ai mù quáng.

맹주 lãnh tụ, quyền lãnh đạo.

맹진 --하다 lao tới trước, xông tới trước.

맹추 người ngu xuẩn, khờ dại, người đần độn.

맹타 cú đánh mạnh, [야구 bóng chày] cú đánh mạnh. *--자 một vận động viên có hạng.

맹탕 (1) [국물] món cháo nhạt. (2) [사람 người] người ngu đần, người chậm hiểu.

맹폭 một trận oanh tạc bừa bãi. --하다 ném bom bừa bãi.

맹폭 cuộc oanh tạc dữ dội. --하다 ném bom dày đặc, bắn phá điên cuồng.

맹풍 một cơn gió dữ, trận cuồng phong.

맹학교 trường khiếm thị.

맹호 con hổ dữ. *--부대 Sư đoàn Mãnh Hổ (맹호사단).

맹활동 sự hoạt động sôi nổi. --하다 hoạt động tích cực

맹훈련 sự rèn luyện gian khổ. --하다 khổ luyện.

맹휴 [동맹 파업] cuộc bãi công của công nhân, [동맹 휴교] cuộc mít tinh ở trường học. --하다 bãi công, đình công.

맺다 (1) [매듭을] thắt nút, cột. @매듭을 맺다 thắt một gút. (2) [결실] sinh sản, ra hoa kết quả. @그의 노력은 열매를 맺었다 *nó đã nhận được phần thưởng vì sự nổ lực của nó.* (3) [관계를] thành lập, tham gia, ký kết. @관례를 맺다 *thiết lập mối quan hệ* // 우정을 맺다 giao ước hữu nghị // 계약을 맺다 ký hợp đồng // 조약을 맺다 *ký kết một bản hiệp ước.* (4) [완결] kết thúc, chấm dứt. (5) [원한을] nuôi dưỡng (sự thù hằn), ôm ấp, ấp ủ trong lòng (mối hận thù).

맺음말 sự kết thúc, phần cuối.

맺히다 (1) [열매가] ra hoa kết quả, đi đến kết quả (2) [매듭이] ràng buộc, trói buộc. (3) [원한이] dồn nén. @맺힌 원한 mối hận thù sâu nặng (nuốt hận, nén hận thù) (4) [눈물· 이슬이] gom lại, tạo thành. @눈물 맺힌 눈 đôi mắt đẫm lệ // 이슬이 맺히다 ướt đẫm, đẫm sương.

맺힌데 dấu thâm tím, vết bầm, [원한이] vết thù, điểm hận thù

머금다 (1) [입에] ngậm vật gì trong miệng (음식을). @물을 머금고 miệng ngậm đầy nước. (2) [마음에 trong tâm trí] giữ trong lòng, ấp ủ, nuôi dưỡng (ý nghĩ xấu). (3) [눈물을] nước mắt lưng tròng. (4) [웃음을] nở một nụ cười.

머루 [식물 thực vật] nho rừng, nho dại.

머리 (1) [두부] cái đầu, đầu lâu. @머리에서 발끝까지 từ đầu tới chân // 머리가 어지럽다 cảm thấy chóng mặt // 머리를 들다 ngẩng đầu lên // 머리를 때리다 đánh lên đầu ai // 머리를 숙이다 cúi đầu chào. (2) [두뇌·사고력] đầu óc, trí não, trí tuệ (지력), sự hiểu biết. @머리쓰는 일 công việc trí óc // 머리가 좋다 có đầu óc sáng, có trí thông minh // 머리가 나쁘다 tối dạ, ngu đần, không có đầu óc // 머리가 잘 돌다 nhanh trí, ứng đối nhanh. (3) [정신 상태] tâm trí, tinh thần. @그는 머리가 돌았다 hắn bị mất trí. (4) [머리털] tóc, lông. @머리를 깎다 đi cắt tóc // 머리를 기르다 để tóc dài. (5) [꼭대기] đỉnh, ngọn, đầu. @기둥 머리 đầu cây cột.

머리끝 @머리끝에서 발끝까지 từ đầu đến cuối, từ đầu xuống chân.

머리기름 dầu xức tóc, sáp thơm bôi tóc.

머리띠 băng buộc đầu, dây buộc tóc.

머리말 lời tựa, lời nói đầu.

머리맡 @머리맡에 bên gối, cạnh giường.

머리채 một bím (lọn) tóc dài.

머리 치장 sự làm tóc. --하다 đi làm tóc, đi chải tóc

머리카락 mái tóc. @흰 머리카락 mái tóc bạc phơ.

머리털 mái tóc trên đầu (người nào). @ 머리털이 빠지다 đầu tóc bù xù.

머리통 một búi tóc.

머리핀 cái kẹp tóc.

머릿골 @머릿골 썩히다 (생각하느라고) suy nghĩ nát óc, [걱정으로] lo lắng, lo nghĩ.

머릿수 số người, sự tính theo đầu người.

머무르다 (1) [묵다] lưu lại, đình lại, hoãn lại @호텔에 머무르다 lưu lại khách sạn // 오래 머무르다 lưu lại lâu dài // 친구 집에 머무르다 ở lại nhà bạn. (2) [쉬다] đứng lại, dừng lại (bế tắc). (3) [남아 있다] dừng lại chổ cũ. @현직에 머무르다 giữ nguyên chức vụ cũ.

머무적거리다 ngập ngừng, do dự, nao núng, dao động, không vững vàng. @머무적거리지 말고 không do dự.

머무적머무적 một cách ngập ngừng, một cách phân vân, do dự.

머뭇거리다 lưỡng lự, ngập ngừng => 머무적거리다.

ㅁ

머쓱하다 (1) [키크다] gầy khẳng khiu, gầy xương xẩu, cao lêu nghêu. (2) [기죽다] buồn nản, chán ngán, thất vọng.

머슴 tá điền, công nhân nông trường. @머슴 살다 sử dụng như một tá điền. *--애 bồi, tớ trai.

머슴살이 sự đối xử như tá điền, đời sống tá điền. --하다 làm việc như một tá điền.

머춤하다 dừng trong chốc lát, làm gián đoạn. @비가 머춤하다 trời tạnh mưa một lúc.

머큐로(크로움) (dược học) thuốc đỏ.

머큐리 [신화 thần thoại] vị thần *Mercury*

머풀러 (*muffler)* khăn choàng cổ, cái bao tay lớn.

먹 mực tàu. @먹 한 자루 thỏi mực tàu // 먹을 갈다 mài mực.

먹구름 đám mây đen. @먹구름이 하늘을 덮었다 trời đầy mây, bầu trời u ám.

먹다 [1] (1) [음식을 sự ăn] ăn, dùng. @배불리 먹다 ăn no đầy (căng) // 먹을수 있다 có thể ăn được, ăn ngon. (2) [먹고 살다] kiếm sống, kiếm ăn. @먹고 살수 없다 kiếm sống khó khăn, thiếu thốn, chật vật // 이럭저럭 먹고살아가다 soay sở được, sống được // 먹기 위해 일하다 làm việc kiếm sống, tìm cách sinh nhai // 그는 간신히 먹고 산다 *hắn kiếm vừa đủ sống.* (3) [벌레 먹다] ăn mòn. @벌레 먹은이 cái răng sâu, cái răng mục // 옷에 좀이 먹다 *áo quần cũ rích.* (4) [담배· 물 따위를] hút thuốc, uống (rượu / nước). @약을 먹다 uống thuốc. (5) [남의 것을] lấy đi, mang đi, nắm, bắt, nuốt hết. @남의 재물을 먹다 *chiếm tài sản người khác* // 뇌물을 먹다 *ăn hối lộ.* (6) [욕을] bị khiển trách, bị rầy la, bị coi rẽ (7) [겁을] sợ, sợ hãi, bị đe dọa. (8) [마음을 tâm trí] chuẩn bị, qui định, có ý định, cố ý. @그는 큰 과학자가 되려고 마음 먹고 있다 *ông ấy nhất định trở thành một nhà khoa học vĩ đại.* (9) [나이를] có tuổi, già đi. (10) [해치다] bôi bẩn, dèm pha, nói xấu,làm hại, làm tổn thương. @여지 없이 한 대 먹었다 *tôi đã hoàn toàn bị mắc bẫy.* (11) [더위를] bị sốt. (12) [상근 · 판돈 따위를] đoạt giải, chiến thắng.

먹다 [2] (1) [귀가] bị làm điếc tai, bị làm chói tai. @왼편 귀가 먹었다 điếc tai trái. (2) [물감이] nhuộm, bị nhuộm màu, [풀이] hồ (vải), làm cứng (áo, quần..) bằng hồ bột, [잉크 따위가 như là mực] phết lên, trải ra. (3) [소비하다] dùng, tiêu thụ, sử dụng. @돈이 많이 먹다 bị hao tiền tốn của, đắt tiền, quý giá.

먹먹하다 bị điếc tai, bị choáng váng. @귀가 먹먹하다 bị làm điếc tai.

먹물 mực tàu, mực ấn.

먹성 sự ngon miệng, sự thèm ăn. @그는 먹성이 좋다 *ông ấy ăn ngon miệng.*

먹실 một vết mực loang, [문신] sự xâm hình.

먹음새 phương pháp ăn uống, [솜씨] cách nấu ăn, nghệ thuật nấu ăn.

먹음직스럽다 cảm thấy ngon, có vẻ ngon, thơm tho. @이 참외는 먹음직스럽다 *quả dưa này nhìn rất hấp dẫn.*

먹음직하다 => 먹음직스럽다.

먹이 thức ăn, lương thực, thực phẩm. @말먹이 thức ăn cho ngựa // 개먹이 thức ăn của chó.

먹이다 [1] (1) [음식을] chiêu đãi, thết tiệc ai, mời ăn. @친구에게 술을 먹이다

đãi bạn một chầu rượu. (2) [부양· 사육] cấp dưỡng, nuôi nấng. @많은 가족을 먹여 살리다 *nuôi một đại gia đình* // 소를먹이다 *nuôi bò sữa.* (3) [뇌물을] hối lộ, đút lót. @돈을 먹이다 hối lộ ai. (4) [겁을] làm hoảng sợ, làm sợ, đe dọa, cảnh cáo. @겁을 먹이다 đe dọa ai. (5) [때리다] @한대 먹이다 giáng (nện) cho một đòn.

먹이다 [2] (1) [물감을] nhuộm, gắn vào, ghép vào, [풀을] hồ (vải), làm cứng quần áo bằng hồ bột, [초를] bọc sáp, vuốt sáp lên, [기름을]bôi dầu, lau dầu. @셔츠에 풀을 먹이다 hồ áo sơ mi. (2) @씨아에 솜을 먹이다 *cho cái máy ăn dầu* (cho dầu vào máy). (3) [돈을] chi tiêu, sử dụng. (4) @인쇄기에 종이를 먹이다 *sắp (nạp) giấy vào máy in.*

먹자판 một cảnh ăn uống huyên náo, buổi yến tiệc linh đình.

먹줄 một vết mực, một lằn mực.

먹칠 sự dính mực. --하다 bị vấy mực, làm hoen ố mực. [명예 따위에] bị tổn thương, bị ô nhục.

먹통 cái hộp mực dấu của thợ mộc, [바보] người ngu si, đần độn.

먹히다 (1) bị ăn, bị nuốt, bị hao mòn, bị tàn phá. @먹느냐 먹히느냐의 싸움 cuộc đấu tranh một mất một còn (quyết liệt) // 밥이 잘 먹히다 ăn ngon miệng. (2) [빼앗기다] bị lừa bịp, bị thua thiệt. @사람한테 돈을 먹히다 bị người nào gạt tiền. (3) [돈이] bị hao mòn, tàn úa.

먼길 con đường dài. @먹길을 가다 đi xa, làm một cuộc hành trình dài

먼나라 một đất nước xa xôi, một vùng đất xa tít.

먼눈 một tầm nhìn xa.

먼데 một nơi xa xôi. @먼데에 nơi phía xa // 먼데서 오다 đi tới một nơi xa xôi.

먼동 bầu trời rạng đông, buổi bình minh. @먼동이 틀때에 lúc tảng sáng, lúc rạng đông // 먼동이 트다 bình minh, rạng đông, rạng sáng

먼발치기 @먼발치기서 보다 có tầm nhìn xa.

먼빛 @먼빛으로 từ đằng xa // 먼빛으로 보다 có tầm nhìn xa về.

먼저 (1) [순위] trước tiên, trước hết, trước nhất, trên hết. @먼저 가다 đi trước, đi đầu, đi tiên phong // 먼저 여러분에게 감사의 말씀을 드려야겠습니다 *trước hết, tôi xin thành thật cảm ơn bạn* // 먼저 가십시오 xin mời đi trước! (2) [이전에] trước đây, mới đây, vừa qua, [미리] trước, sớm (làm trước, biết trước, đoán trước). @먼저 말한 바와 같이 như trước đây (đã định) //먼저 떠나다 cáo từ sớm hơn, rút lui sớm, nghỉ sớm (hơn người khác).

먼지 bụi, hạt bụi, rác. @먼지가 일다 đầy bụi // 먼지가 끼다 bị phủ đầy bụi // 먼지를 일으키다 làm bụi mù // 먼지를털다 chải bụi, phủi sạch bụi (trên áo). *--떨이 khăn lau bụi, máy hút bụi, người lau bụi.

멀거니 ngây ra, lơ đãng, khờ khạo. @멀거니 바라보다 nhìn ngây ra, nhìn bâng quơ.

멀겋다 lờ mờ, mù mịt, [묽다] loãng, lỏng. @멀건 우유 sữa loãng (nhạt).

멀끔하다 lau chùi, làm sạch => 말끔하다.

멀다 [1] [눈이] bị đui mù. @눈먼 사람 người mù(총칭) // 눈이 멀다 trở nên

ㅁ

mù // 돈에 눈이 멀다 bị túng thiếu, bị bế tắc về tiền bạc.

멀다 [2] (1) [거리] xa, cách xa. @멀길 một con đường dài, đường xa, một cuộc hành trình dài // 먼곳에 từ đằng xa, ở xa // 갈 길이 멀다 *có một chuyến đi xa.* (2) [시간 thời gian] xa cách. @먼 옛날 trước đây một thời gian dài // 멀지 않아 chẳng mấy chốc, chẳng bao lâu nữa, sắp tới, trong tương lai gần. (3) [관계 quan hệ] thái độ xa cách, xa lạ, không thân mật. @안보면 멀어진다 *xa mặt cách lòng.* (4) @귀가 멀다 nặng tai.

멀떠구니 [새의 chim] con diều.

멀뚱멀뚱 lơ đãng, khờ khạo, đãng trí. --하다 đãng trí, ngây dại, trống rỗng, vô hồn, [국물이] loãng, nhạt nhẽo.

멀리 [1] xa, cách xa, ở đằng xa. @멀리서 từ đằng xa // 멀리 여행하다 đi du lịch xa.

멀리 [2] --하다 giữ thái độ xa cách với ai, tránh xa (피하다), xa lánh, lãng xa (싫어서). @사람을 멀리하다 giữ khoảng cách (với ai) // 악우를 멀리하다 *tránh xa bạn bè xấu* // 여자를 멀리하다 giữ khoảng cách phụ nữ.

멀미 *--약 thuốc say sóng, chống nôn mửa. 배-- say sóng. @배멀미하다 bị say sóng. 비행기-- chứng say máy bay. 차-- chứng say xe.

멀쑥하다 (1) [키가] cao và gầy. (2) [국물이] lỏng, loãng. (3) [모양이] đẹp, cân đối, duyên dáng, dễ thương, giản dị và trang nhã.

멀어지다 (1) [소원] bị xa lánh, trở nên xa lạ (với..). @사이가 멀어지다 *trở nên xa lạ với nhau.* (2) [거리가] trở nên xa cách hơn, rút khỏi. (3) [소리가] mệt mỏi, đau đớn, uể oải.

멀쩡하다 (1) [온전] đầy đủ, trọn vẹn, hoàn chỉnh, không sứt mẻ, lành lặn. @멀쩡한그릇 một món ăn tuyệt hảo // 정신이 멀쩡하다 *có tinh thần lành mạnh.* (2) [가식] đạo đức giả, giả nhân giả nghĩa, giả vờ, [뻔뻔하다] trơ tráo, trơ trẽn, bỉ ổi, mặt dạn mày dày. @멀쩡한 놈 kẻ đạo đức giả, người giả trá.

멀찌막하다 khá xa, xa xa.

멀찍멀찍 xa ra, rời ra. @멀찍멀찍 떨어져 앉다 ngồi cách xa ra.

멀찍이 ở khoảng xa, hoàn toàn xa. @멀찍이 사이를 두다 bỏ một khoảng khá xa.

멈추다 thôi, ngừng, dừng, tạm nghĩ. @딱 멈추다 dừng bất chợt, dừng một lúc, ngừng lại, đi đến chỗ bế tắc // 일을 멈추다 ngừng làm việc.

멈칫 --하다 ngừng lại đột ngột, lưỡng lự, nao núng, do dự, chùn bước.

멈칫거리다 do dự, ngập ngừng, lưỡng lự.. @방에들어오지 않고 멈칫거리다 *ngập ngừng khi bước vào phòng.*

멋 (1) [세련된 몸매] sự khéo léo, vẻ trang trọng, sự kiểu cách, sự hợp thời trang, [맵시 부리기] tính thích ăn diện. @멋으로 để trình diễn // 멋 있다 đúng kiểu, đúng mốt, hợp thời trang, đặc sắc, kiểu cách. (2) [풍취] sức hấp dẫn, khiếu thẩm mỹ, thanh lịch, tao nhã. @멋있는 말 lời bình luận thú vị // 멋있게 theo sự thưởng thức, theo sự thích thú // 멋이 있다 đầy hương vị, tuyệt vời // 멋이 없다 nhạt nhẽo, chán ngắt, không thú vị //그녀의 옷차림은 멋 있다 *cách ăn mặc cô ấy rất thanh nhã.* (3) [이유· 원인] lý do, lý lẽ, nguyên cớ. @

멋모르고 không hiểu biết bất cứ cái gì về việc đó cả

멋내다 (tự) làm duyên, làm dáng, thích chưng diện, ăn mặc hợp thời.

멋대로 theo cách riêng, cố ý, chủ tâm, ích kỷ. @멋대로 theo sở thích // 멋대로 굴다 làm theo cách riêng của mình.

멋들어지다 nguy nga, lộng lẫy, tráng lệ, huy hoàng, tuyệt vời, đặc sắc. @멋들어지게 tuyệt vời, xuất sắc, thanh nhã, lịch sự // 멋들어진 생각 một ý kiến tuyệt diệu.

멋없다 chán ngắt, tẻ nhạt, vụng về. @멋없는 사람 một người tẻ nhạt // 멋없이 굴다 hành động vụng về, bất lịch sự (khó coi)

멋장이 anh chàng ăn diện, tay công tử bột, người vênh vang, tự phụ. @멋장이 양복 quần áo hợp thời trang (đặc sắc / kiểu cách)

멋적다 (1) [멋없다 tẻ nhạt] thiếu mùi vị => 멋없다. (2) [불쾌] khó chịu, khó ưa, đáng ghét. (3) [어색] cảm giác khó chịu.

멋지다 lộng lẫy, hấp dẫn, lôi cuốn, quyến rũ.

멍 (1) [맺힌 피] vết bầm (trên người), vết thâm (trên hoa quả), sự đụng giập. @멍들다 bị bầm giập. (2) [타격] cú đánh, sự va chạm. @일에 멍들다 bị đụng mạnh // 사랑에 가슴이 멍들다 tương tư, thất tình, bị tình phụ.

멍멍 @멍멍 짖다 sủa (bowbow)

멍석 tấm thảm rơm. *--자리 mặt ghế lót rơm.

멍에 cái ách. @소에게 멍에를 메우다 cài ách vào cổ bò.

멍울 [덩이] cái bướu, chỗ u sưng, [염증] chứng sưng, chứng viêm.

멍울멍울 mỗi cục, thành từng cục. --하다 có mhiều chỗ sưng lên, thành cục, lổn nhổn.

멍청이 một người đần độn, người ngu đần.

멍청하다 khờ dại, ngu đần, không có đầu óc. @멍청한 짓을 하다 làm một việc ngu xuẩn.

멍텅구리 (1) [물고기 cá] loại cá biển. (2) [사람 người] người đần độn. (3) [병 chai, lọ] một cái chai có hình thù kỳ dị.

멍하니 đãng trí, lơ đãng, khờ khạo. @멍하니 앉아 있다 ngồi một cách lơ đãng.

멍하다 đãng trí, lơ đãng, lơ mơ, [상심해서] bị làm choáng váng, bị làm sửng sốt. @귀가 멍하다 bị làm điếc tai, làm chói tai.

메 [방망이] cái búa (철제), cái vồ (목제), cái vồ lớn (큰 것).

메가톤 (*a megaton)* một triệu tấn.

메가폰 (*megaphone)* cái loa.

메기 [물고기 cá] con cá trê.

메기다 [화살을 mũi tên] lắp mũi tên.

메뉴 (*menu)* tờ thực đơn.

메다 [1] [어깨에] mang vác (vật gì) trên vai @총을 메고 súng đeo vai.

메다 [2] bị bít kín, bị lấp kín, bị làm nghẹt, bị làm ngạt thở. @목이 메다 cảm giác nghẹt thở // 코가 메다 mũi bị nghẹt // 파이프가 메었다 ống dẫn bị tắc.

메달 (*a medal)* huy chương, mề đay.

메달리스토 (*a medalist)* người được tặng huy chương.

메뚜기 [곤충 côn trùng] con châu chấu (벼메뚜기).

메들리 (*a medley)* sự pha trộn, giống hỗn tạp.

메리야스 hàng len tốt, hàng dệt kim.

메린스 (*muslin)* vải muxơlin.

ㅁ

메마르다 hoang vắng, khô khan, cằn cỗi.
메모 bản ghi nhớ, sổ ghi nhớ.
메밀 kiều mạch. *--가루 bột kiều mạch. --국수 mì, nui làm bằng bột kiều mạch. --묵 kẹo kiều mạch.
메부수수하다 cục mịch, thô lỗ, quê mùa.
메숲지다 rậm rạp, um tùm. @메숲진 숲 một khu rừng rậm rạp
메스 con dao mổ.
메스껍다 (1) [구역나다] cảm thấy buồn nôn, thấy lợm giọng. @속이 메스껍다 thấy khó chịu bao tử. (2) [불쾌하다] làm kinh tởm, thấy lợm giọng. @메스껍게 굴다 hành động ghê tởm.
메슥거리다 cảm giác như muốn mửa (buồn nôn)
메슥메슥--하다 thấy khó chịu (ở dạ dày)
메시아 (*the Messiah)* [구세주] vị cứu tinh, đấng cứu thế.
메시지 (*a message)* thư tín, thông báo.
메신저 (*a messenger)* người đưa tin, sứ giả.
메아리 tiếng dội, tiếng vang. @메아리가 울리다 dội lại, vang lại, lặp lại.
메어치다 tung (người nào) qua ngang vai (ai)
메우다[1] (1) [빈 곳을] đổ đầy, lấp đầy, chốt lại, khai hoang (바다 따위를) @틈을 메우다 lấp đầy chỗ trống // 구멍을 메우다 bít kín lỗ hổng. (2) [결손을] làm đầy, bổ sung, gộp lại. @결손을 메우다 *bù lại số tiền thiếu hụt.*
메우다[2] (1) [테를] đóng đai (cái chậu) (2) [가죽을] gắn mặt trống. (3) [쳇불을] gắn cái lưới rây vào khung lưới. (4) [짐 따위를] đặt gánh nặng lên vai ai. @세금을 메우다 đánh thuế. (5) [멍에를] cài ách vào (bò, ngựa).
메이다 (1) [테를] đóng đai vào chai. (2) [북을] làm mặt trống. (3) [체를] đặt cái lưới rây.
메이데이 (*May day)* ngày 1 tháng 5 (lễ lao động quốc tế).
메이저 (*majors)* [국제 석유 자분] chuyên đề.
메이커 (*a marker)* người ghi (điểm), vật để ghi.
메이크-업 (*a make-up)* sự hóa trang, đồ trang điểm
메조 loại hạt kê không dẽo.
메조-소프라노 (*a mezzo-soprano)* giọng nữ trung.
메주 viên bột đậu. @메주를쑤다 hấp đậu nành để làm bột đậu. *--덩이 viên kẹo đậu
메지다 không dẽo, không dính..
메질 --하다 đóng, đập, nện bằng búa.
메추라기 [새 chim] con chim cút.
메카 (*Mecca)* thánh địa *Mecca* của hồi giáo (사우다 아라비아).
메커니즘 máy móc, cơ cấu, cơ chế.
메케하다 (1) [곰팡내] mốc meo, ẩm mốc, có mùi mốc. @메케한 냄새가 나다 ngửi thấy mùi mốc. (2) [연기냄새] đầy khói. @방이 메케하다 *căn phòng đầy khói.*
메타놀 (*Methanol)* [화학 hóa học] chất methyl alcohol.
메탄 (*methane)* [화학] chất mê-tan.
메탈 (*metal)* kim loại.
메테나민 [약 dược phẩm] thuốc *methenamine.*
메토헤모글로빈 [화학 hóa học] chất *metohemoglobin.*
메트로놈(*metronome)* [음악 âm nhạc] máy nhịp.

메틸알코올 (*methyl alcohol)* thuốc ngủ gây mê.

멕시코만 Vịnh Mễ Tây Cơ (*Mexico*)

멕시코시티 thành phố Mễ Tây Cơ (멕시코).

멘셰비키 (*Mensheviki)* [역사 lịch sử] người theo phái *Mensêvích.*

멘스 [생리 sinh lý] kinh nguyệt.

멘탈 테스트 (*mental test)* sự xét nghiệm trạng thái tâm thần.

멜대 cái cọc để buộc dây nối với ách ngựa.

멜로드라마 (*a melodrama)* kịch mêlô.

멜로디 (*a melodi)* một giai điệu.

멜론 (*a melon)* quả dưa.

멜빵 dải vải hẹp đeo qua vai như một bộ phận của chiếc áo, [양복바지의] dây nịt móc bít tất, dây đeo quần, dây'brơten'.

멤버 (*a member)* một thành viên, hội viên.

멥쌀 gạo không dẽo.

멧나물 loại cỏ trên núi có thể ăn được.

멧누에 [곤충 côn trùng] con tằm rừng.

멧닭 [새 chim] con gà rừng đen.

멧돼지 [동물] con lợn lòi đực.

멧두릅 [식물 thực vật] cây cam tùng.

멧부리 đỉnh, chỏm, chóp (núi).

멧새 [산새] loại chim núi, [멥새] loại chim sẽ đất ở đồng cỏ.

멧종다리 [새 chim] chim chích bờ dậu vùng núi.

--며 (1) [어미] và, hoặc là, hay là, nếu như. @비가 오며말며 하다 chốc chốc lại mưa. (2) [면서] @웃으며 với nụ cười, sự tươi cười // 술을 마시며 애기하다 trò chuyện trong tiệc rượu.

며느리 con dâu. @며느리 보다 cưới vợ cho con trai.

며느리발톱 [동물 động vật · 새 chim] cựa.

며칠날 @오늘이 며칠날인가 *hôm nay là ngày thứ mấy trong tháng?*

며칠 [시일] ngày nào trong tháng, [일수] bao lâu, [수일] vài ngày. @그는 며칠 전에 떠났다 *ông ấy đã bỏ đi cách đây vài ngày.*

멱 [1] [목] cổ họng, thực quản. @멱을따다 cắt tiết gà, cứa cổ ai.

멱 [2] [목욕] sự tắm, sự tắm nước lạnh @멱감다 tắm rửa, tắm nước lạnh

멱 [3] [멱서리] cái túi đan bằng cọng mây (rơm).

멱 [수학 toán học] lũy thừa. @3 승멱 lũy thừa ba. *--수 số mũ.

멱살 cổ họng, cổ áo (옷깃). @멱살을잡다 bóp cổ họng ai.

멱서리 cái túi rơm.

멱씨름 --하다 túm lấy cổ nhau, vật lộn với nhau.

멱통 cổ họng.

--면 nếu, trong trường hợp, quy định rằng @비가 오면 trong trường hợp trời mưa // 시간이 있으 면 nếu anh có thời gian (rảnh rỗi).

면 [1] (1) [얼굴] diện mạo. (2) [체면] uy tín, thanh thế, danh dự (3) [표면] bề ngoài, sắc diện, bộ mặt. (4) [방면] khía cạnh,mặt (lĩnh vực), phạm vi, dáng vẻ. @재정면에서 về mặt tài chính. (5) [가면] mặt nạ (감도의). (6) @사회면 trang xã hội // 일면 trang đầu.

면 [2] [행정 구역] thành phố nhỏ, khu vực hành chánh của một hạt, một quận.

면 vải bông. *--사 chỉ cotton

면경 cái gương nhỏ cầm tay.

면관 => 면직.

면괴 tính e thẹn, bẽn lẽn, tính hay xấu hổ, sự ngượng ngùng. --하다 bị làm cho xấu hổ .

면구스럽다 bối rối, ngượng ngùng, lúng túng.

면나다 (1) [체면] đạt công trạng, được vinh quang, làm nở mặt (2) [광채] giỏi, cừ, xuất chúng, lỗi lạc, nổi tiếng.

면내다 giữ thể diện, mang vinh dự cho.

면담 một cuộc trò chuyện riêng. --하다 nói chuyện riêng với.

면대 --하다 gặp trực tiếp, ở trước mặt nhau, trực diện. @면대하여 đối diện.

면도 (1) [면도질] sự cạo. --하다 tự cạo râu. (2) [면도칼] con dao cạo. *--날 lưỡi dao cạo. 안전-- dao cạo an toàn (để cạo râu).

면려 (1) [근면] sự siêng năng, cần mẫn, sự chăm chỉ. --하다 cần cù, siêng năng. (2) [격려] sự khuyến khích, sự ủng hộ, cổ vũ. --하다 khuyến khích, cổ vũ, động viên.

면류 mì, nui.

면류관 vương miện, mủ miện, vòng nguyệt quế.

면면하다 liên tục, liên tiếp một mạch, không bị gián đoạn, không ngừng. @면면히 không ngớt, liên tục, liên miên, không ngừng

면모 [얼굴의] nét mặt, [일의] bề ngoài, diện mạo. @면모를 일신하다 mang một vẻ mặt hoàn toàn mới, thay đổi bề ngoài (hình thức).

면목 (1) [체면] sự nghiêm trang, vẻ đoan trang, thể diện, sĩ diện, danh dự. @신사의 면목 sĩ diện của nhà quý tộc, danh dự của người quân tử // 면목을 세우다 giữ thể diện // 면목이 없다 không biết xấu hổ. (2) [양상] vẻ mặt, diện mạo, bề ngoài. @면목을 일신하다 tạo một bộ mặt hoàn toàn mới.

면밀 sự tỉ mỉ, sự kỹ lưỡng, tính chính xác, sự tinh vi. --하다 [세밀하다] công phu, tỉ mỉ, chặc chẽ, kỹ lưỡng, cẩn thận, [주의깊다] cẩn thận, chi li, chi tiết. @면밀히 tỉ mỉ, trau chuốt, tinh vi // 면밀한 관찰 sự quan sát kỹ.

면바르다 bằng, phẳng, trơn, nhẵn, rõ ràng.

면박 sự khiển trách riêng, sự bác bỏ thẳng thừng. --하다 từ chối (trách mắng) ngay mặt ai.

면방적 sự xe chỉ, sự đánh sợi *--기 máy xe chỉ bông, máy đánh sợi

면벽 [불교] ngồi thiền định đối mặt với vách.

면부득 --하다 không tránh được, chắc chắn xảy ra.

면사 sợi bông.

면사 --하다 tránh khỏi cái chết.

면사무소 văn phòng hành chánh của một quận.

면사포 tấm mạng che mặt cô dâu.

면상 vẻ mặt, nét mặt, sỉ diện, thể diện.

--면서 (1) [불구하고] mặc dù, tuy nhiên, tuy thế. @싫어하면서 trái với ý muốn của mình. (2) [동시에] như, cũng như, trong khi, trong lúc @방긋 웃으면서 với một nụ cười // 걸으면서 책을 읽다 đọc sách khi đi dạo.

면세 sự miễn thuế. ---하다 miễn thuế cho ai. (관세를) @면세의 (thuộc diện) miễn thuế // 면세되다 được miễn trừ các thuế. *--수입품 hàng nhập khẩu được miễn thuế. --점 hạn định miễn thuế. --표 danh sách hàng miễn thuế. --품 các loại hàng được miễn thuế.

면소 sự bỏ không xét (một vụ kiện), sự tha tội, sự tuyên bố trắng án (cho một tù nhân). --하다 không cứu xét, tha bổng. @증거 불충분으로 면소되었다 *nó được tha bổng vì thiếu bằng chứng.*

면식 sự quen biết. @면식이 있는 사람 người quen // 면식이 있다 quen biết (ai)

면양 [동물 động vật] con cừu.

면역 sự tha, sự miễn. --하다 làm cho miễn nhiễm. @면역되다 trở nên miễn nhiễm (đối với một căn bệnh) // 면역이 되게 하다 gây miễn dịch cho ai. *--자 người được miễn dịch. --성 tính miễn dịch. --주사 sự tiêm chủng để phòng ngừa. --체 kháng thể.

면역 [노역의] sự miễn trừ lao động công ích, [병역의] sự miễn trừ quân dịch. [죄수의] sự miễn hình phạt khổ sai.

면장 vị quan hành chánh ở địa phương, quan tòa ở tỉnh nhỏ.

면장 giấy phép, môn bài => 면허장.

면적 phạm vi, tầm cỡ, kích thước, diện tích (của một căn phòng) (건물의). @이 토지 면적은 얼마입니까 miếng đất này có diện tích bao nhiêu? *경작-- khu vực trồng trọt.

면전 @면전에서 trước sự hiện diện của ai.

면접 cuộc nói chuyện riêng, một cuộc phỏng vấn cá nhân. --하다 phỏng vấn, hội kiến, hội đàm. @면접 시험을 치다 trải qua cuộc phỏng vấn.

면제 sự miễn dịch, sự miễn trừ, sự tha, sự cho phép. --하다 miễn cho người nào khỏi.. @수업료를 면제하다 miễn học phí // 조세를 면하다 miễn thuế.

면제품 vải bông, hàng cotton.

면종 sự làm việc chiếu lệ (chỉ thực sự làm việc khi có mặt chủ). --하다 chỉ nghe theo người nào khi có mặt họ. *--복배 sự kháng cự tiêu cực.

면지 [인쇄 in ấn] tờ cuối cùng.

면직 sự đuổi ra khỏi văn phòng. --하다 sa thải ai, thải hồi. @면직되다 bị sa thải, bị đuổi.

면직물 tấm vải bông. *--업자 thợ dệt vải bông.

면책 sự khiển trách riêng. --하다 mắng thẳng vào mặt.

면책 sự chối trách nhiệm. --하다 tránh né trách nhiệm. @면책되다 được miễn nghĩa vụ. *--조항 một điều khoản được miễn.

면치레 --하다 giữ thể diện.

면포 quần áo bằng vải bông. *--류 mảnh vải bông.

면 하다 (1) [벗어나다] trốn thoát, thoát ly khỏi, tránh xa, giũ bỏ. @면할수 없다 không thể tránh được // 벌을 면하다 tránh khỏi trừng phạt // 죽음 을 면하다 thoát chết // 책임을 면하다 trốn tránh trách nhiệm. (2) [면제] được miễn, được tha. @병역을 면하다 được miễn nghĩa vụ quân sự.

면하다 đối mặt, đối diện với, nhìn kỹ, để ý kỹ.

면학 sự học, sự nghiên cứu. --하다 học hỏi, nghiên cứu, theo đuổi viêc học.

면허 sự cho phép, giấy phép, môn bài. --하다 cho phép, cấp giấy phép. @면허를 얻다 lấy được giấy phép, có giấy phép *--료 lệ phí cấp giấy phép. --제 hệ thống giấy phép. --증 tờ giấy phép,

ㅁ

giấy chứng nhận.

면허장 sự cấp giấy phép (증면서), giấy phép (허가증), giấy ủy nhiệm (법인체 설립 허가서). @면허장 소지자 người cấp giấy phép // 자동차 운전 면허장 bằng lái.

면화 bông chưa tinh chế.

면화약 bông thuốc súng.

면회 cuộc họp mặt, cuộc hội đàm. --하다 họp mặt, hội đàm, phỏng vấn. @면회를 거절하다 nghiêng mình chào tiễn // 면회를 청하다 mời đến phỏng vấn (với). *--사절(게시) miễn tiếp khách / xin đừng quấy rầy! (병원에서). --시간 giờ thăm viếng. --인 người đến thăm, khách.

멸균 sự khử trùng, phép tiệt trùng theo phương pháp *Pasteur* (살균). --하다 khử trùng, sát trùng. *--제 máy khử trùng, thuốc sát trùng. --작용 quy trình khử trùng.

멸망 sự sụp đổ, sự suy tàn, sự hủy diệt. --하다 sụp đổ, phá sản, suy sụp. @국가의 멸망 *sự suy tàn của một đất nước.*

멸문 sự tiêu diệt toàn bộ gia đình. @멸문지화 một tai họa đã tiêu diệt toàn bộ gia đình.

멸시 sự khinh bỉ, sự coi thường. --하다 khinh khi xem thường ai. @멸시 받다 bị xem thường.

멸절 sự tiêu diệt, sự hủy diệt, sự triệt => 절멸.

멸족 --하다 tàn sát một gia đình.

멸종 sự triệt (vốn). --하다 triệt (vốn).

멸치 [물고기 cá] loại cá đối. *--젓 cá đối muối.

멸하다 tàn phá, phá hủy, khử.

명 [무명] quần áo vải bông, [목화] chỉ, sợi.

명 (1) [인원수 nhân sự] con người. (2) [이름] tên tuổi, danh tánh. (3) [유명한] sự nổi tiếng, trứ danh, lừng danh.

명 (1) [목숨] cuộc sống. @명이 길다 sống lâu. (2) [운명] vận mệnh, số mệnh. (3) [명령] sự làm chủ, giai cấp, mệnh lệnh. @당국의 명에 의하여 theo lệnh của nhà cầm quyền

명 [기념비의 kỷ niệm] lời đề tặng, [묘비의] chữ khắc trên mộ bia, văn bia, văn mộ chí.

명가 (1) [명문] một gia đình danh giá. (2) [사람] một người lỗi lạc, một nhân vật vĩ đại (대가).

명가수 một ca sĩ nổi tiếng.

명검 một thanh kiếm sắc bén.

명경 tấm gương trong suốt, [분명한증거] bằng chứng rõ ràng. *--지수 một tinh thần thanh thản.

명계 âm phủ, địa ngục, bên kia thế giới.

명곡 bản nhạc nổi tiếng, âm nhạc cổ điển. *--감상 sự thưởng thức âm nhạc.

명공 một tay nghề bậc thầy, một thợ thủ công giỏi.

명관 một thống đốc lừng danh.

명관 [해부] ống minh quản của loài chim.

명군 một ông vua sáng suốt, một minh quân.

명궁 [사람 người] một xạ thủ giỏi (chuyên gia bắn cung), [활] một cây cung danh tiếng.

명귀 một biểu hiện tốt, một câu nói khôn ngoan.

명금 con chim biết hót (như họa mi, sơn ca...).

명기 --하다 ghi (phát biểu) rõ ràng. @규칙에 명기되어 있다 quy định rõ ràng.

명년 năm tới, năm sau.
명단 danh sách, bảng phân công.
명단 @명단을 내리다 xét xử phân minh.
명담 lời vàng (khôn ngoan), câu chú giải dí dỏm.
명답 câu trả lời rõ ràng, minh bạch.
명답 [바른] câu trả lời đúng, [교묘한] câu trả lời thông minh.
명당 (1) [정전] phòng hội kiến (yết kiến) vua. (2) [무덤앞의 평지] khoảng trống phẳng phía trước một ngôi mộ. (3) [묏자리] vị trí thuận lợi của một ngôi mộ.
명도 tay kiếm lừng danh => 명검.
명도 [불교] âm phủ, địa ngục.
명도 sự sáng chói, sự rực rỡ, tính sáng, độ sáng.
명도 sự nhượng bộ, sự đầu hàng, sự từ bỏ, sự rút khỏi. --하다 rút ra khỏi (비우다), bỏ đi, dời đi, trả lại, [인도] giải thoát, phóng thích. @집을 명도하다 sơ tán, tản cư, thoát ra khỏi nhà. *--소송 lệnh đuổi nhà. --통고 thông báo đuổi nhà.
명동 tiếng động ầm ầm. --하다 quát tháo ầm ỉ. @태산 명동에 서일필 không có việc gì cũng làm rối lên, *chuyện không có gì mà làm ầm ĩ.*
명란 trứng cá *pô-lăc**--젓 trứng cá pollack muối.
명랑 sự hân hoan, sự phấn khởi, sự rực rỡ, sự thông suốt. --하다 trong sáng, vui tươi, rực rỡ. @명랑하게 một cách vui vẻ, hớn hở // 명랑한 가정 ngôi nhà hạnh phúc, một gia đình vui vẻ // 명랑한 기분 một tâm hồn thoải mái.
명령 lệnh, mệnh lệnh, huấn thị (지시), chỉ thị (훈령), [법령] luật lệ, nghị định, sắc lệnh, chiếu chỉ. --하다 yêu cầu, ra lệnh, truyền lệnh, hạ chỉ. @명령적 có tính chất mệnh lệnh // 명령적으로 với vẻ sai khiến, với vẻ ra lệnh // 명령대로 như được sắp đặt, theo lệnh // 명령에 따르다 nghe theo lệnh ai // 명령대로 행하다 thi hành theo mệnh lệnh *--법 [문법 văn phạm] mệnh lệnh cách. --서 lệnh truyền, trát án. --위반 sự vi phạm lệnh. --자 vị chỉ huy. --항로 [항공 hàng không] tuyến trợ lực.
명론 một quan điểm ưu việt, một lập luận hợp lý.
명료 sự rõ ràng, sự minh bạch, sự phân minh. --하다 xác định, rõ ràng, phân minh. @명료하게 발음하다 phát âm rõ.
명류 nhân vật xuất chúng, thân hào, nhân sĩ.
명리 sự giàu sang danh vọng. @명리에 무관심하다 xem nhẹ sự giàu sang danh vọng.
명마 một con ngựa tuyệt vời.
명망 tiếng tăm, danh giá, danh tiếng. @명망을 얻다 đạt được danh tiếng.
명망가 người nổi tiếng.
명맥 đời sống, dòng đời, sự sống, sự hiện hữu, sự tồn tại. @겨우 명맥을 이어가다 đủ sống.
명멸 --하다 lấp lánh, lung linh, lờ mờ. *--신호 một tín hiệu nhấp nháy.
명명 lễ đặt tên thánh. --하다 đặt tên thánh. *--식 nghi lễ rửa tội. --자 người được rửa tội.
명명 백백 --하다 rõ như ban ngày.
명모 cặp mắt rạng rỡ, nhan sắc (vẻ đẹp)
명목 (1) [명칭] tên gọi, tựa đề, danh hiệu, danh xưng. (2) [구실] cớ, lý do @명목상의 chỉ có tên, trên danh nghĩa. *--임금 tiền lương trên danh nghĩa.

ㅁ

명목 --하다 nhắm mắt, [죽다] chết, qua đời.

명문 một tác phẩm nổi tiếng, một quyển sách quý, một áng văn hay.

명문 bản tường trình khẩn.

명문 một gia đình danh giá, một dòng dõi quý tộc. @명문 출신이다 xuất thân từ gia đình quyền quý. *--거족 thị tộc hùng mạnh.

명물 [산물] một sản phẩm đặc biệt, đặc sản, [유명한 물건] nét đặc biệt, điểm đặc trưng, [사람 người] *một nhân vật được ngưỡng mộ*. @대구의 명물 사과 quả táo mà từ đó *Daegu* được biết tiếng (táo ngon ở vùng *Daegu*)

명미 --하다 đẹp đẽ, sinh động.

명민 sự thông minh, sự sắc sảo. --하다 thông minh, nhạy bén, sắc sảo.

명반 phèn chua. *--석 đá phèn.

명백 --하다 rõ ràng, minh bạch, phân minh, sáng sủa. @명백하게 rõ ràng, minh bạch, dễ hiểu // 명백하게하다 làm cho sáng sủa, làm cho dễ dàng, dễ hiểu.

명분 nghĩa vụ tinh thần, sự công minh, 명복 niềm hạnh phúc nơi thế giới bên kia.@명복을 빌다 *cầu nguyện cho linh hồn (của ai) được yên nghĩ.*

명부 danh sách, sổ sách đăng ký. @명부에 기입하다 ghi tên, vào sổ. * 직원-- bảng phân công, 참관인-- sổ lưu niệm. 회원-- danh sách hội viên.

명부 âm phủ, bên kia thế giới, sự công bằng. @명분이 서지않는 không thể lý giải.

명불허전 @ ...은 명불허전이다 *điều đó hoàn toàn đúng như tôi đã nghe...*

명사 một nhân vật đặc biệt @담대의 명사 một nhân vật của thời đại

명사 [문법 ngữ pháp] danh từ. *--변화 sự chuyển đổi danh từ.

명산 ngọn núi nổi tiếng.

명산 đặc sản.

명상 sự suy ngẫm, sự trầm tư mặc tưởng, sự trầm ngâm. --하다 trầm ngâm, suy tưởng, dăm chiêu. @명상적 hay suy nghĩ, hay trầm ngâm // 명상에 잠기다 trầm ngâm, trầm tư mặc tưởng. *--가 người suy tư, người trầm tư

명색 tên, tên gọi, danh hiệu.

명석 sự sáng tỏ, tính rõ ràng, sự thông suốt. --하다 sáng tỏ, rõ ràng, thông suốt, minh mẫn. @두되가 명석하다 nhạy bén.

명성 danh giá, danh tiếng, tiếng tăm. @명성이 자자하다 lừng danh, nức tiếng, được nhiều người biết đến // 명성을 얻다 được danh tiếng.

명성 (1) [천문 thiên văn] sao Kim (một hành tinh gần trái đất), [새벽의] sao mai, [저녁의] sao hôm. (2) [인기인] ngôi sao.

명세 chi tiết, [내역] mục, khoản. --하다 trình bày tỉ mỉ, kể lại chi tiết @명세하게 tường tận, đầy đủ // 명세하게 설명하다 đi vào chi tiết.

명세서 bản báo cáo chi tiết.

명소 một nơi nổi tiếng, danh lam thắng cảnh. @경주의 명소를 구경하다 ngắm cảnh *Gyengju*. *--고적 *những địa danh nổi tiếng trong lịch sử.*

명수 người lão luyện, chuyên viên, chuyên gia.

명승 một vị thượng tọa đại đức.

명승 *--고적 những địa danh lịch sử đẹp và hào hùng

명시 sự trình bày rõ ràng. --하다 làm cho sáng tỏ, trình bày rõ ràng dễ hiểu.

명실 danh nghĩa và sự kiện @명실상부한 민주 국가 *một nước dân chủ đúng nghĩa* // 명실 공히 *cả trên danh nghĩa và thực tế.*

명심 --하다 khắc sâu trong đầu óc, ghi đậm trong tâm trí, giữ kỹ trong lòng.

명아주 [식물 thực vật] cây tật lê.

명안 một ý tưởng hay, một kế hoạch tuyệt vời.

명암 ánh sáng và bóng tối. *--도 sự rực rỡ. --법 sự phối hợp màu sáng tối (thuật sử dụng luật tương phản)

명약관화 --하다 rõ như ban ngày, rõ ràng, rành mạch, hiển nhiên.

명언 lời vàng ý ngọc, một câu nói khôn ngoan.

명언 --하다 công bố, xác nhận, khẳng định.

명역 một bản dịch hay, chính xác.

명연기 một buổi diễn tuyệt vời.

명예 danh dự, danh giá, thanh danh, [영광] vẻ vang, danh tiếng [영예] sự lỗi lạc, sự xuất chúng [신망] danh tiếng, uy tín [명성] tiếng tăm, tên tuổi [체면] thanh thế, uy danh. @명예로운 đáng tôn kính // 명예를 존중하는사람 một nhân vật danh giá // 명예를 손상하다 làm ô danh ai // 명예를 회복하다 phục hồi danh dự. *--교수 giáo sư danh dự (sau khi về hưu) --심 mối tình cao quý --직 vị trí vinh dự (đáng tôn kính). --회원 hội viên danh dự. --훼손 sự phỉ báng, lời nói xấu.

명왕성 [천문 thiên văn] Diêm vương tinh, hành tinh thứ 9 theo thứ tự và xa nhất đối với mặt trời.

명우 một diễn viên nổi tiếng, ngôi sao được nhiều người biết tiếng.

명운 số phận, thiên mệnh, định mệnh [나쁜].

명월 trăng sáng, trăng tròn (보름달). @중추의 명월 trăng thu (mùa trăng thu hoạch)

명의 [이름] tên họ. @명의상의 danh nghĩa (không có thực quyền). *--변경 sự chuyển tên (trong danh sách thi đấu). @명의 변경을 하다 sang tên (tài sản). --인 *người hữu danh vô thực*, người chỉ có tên trên danh nghĩa.

명의 một bác sĩ nổi tiếng, một danh y.

명인 một người nổi tiếng, người thợ bậc thầy. *--전[장기의] giải vô địch của người đánh cờ chuyên nghiệp.

명일 ngày mai.

명일 ngày lễ hội, ngày hội hè đình đám.

명작 một kiệt tác, một tác phẩm lớn.

명장 một tay thợ bậc thầy, một người thợ thủ công tinh xảo, người lành nghề, thạo nghề.

명장 một vị chỉ huy giỏi, một tướng tài.

명재경각 đang cận kề cái chết.

명저 một kiệt tác, một tác phẩm lớn.

명절 ngày lễ hội, ngày hội hè vui chơi.

명정 sự say rượu, sự say sưa.

명제 (1) [논리] đề án, luận án, luận văn. (2) [제목 đề tài] một đề tài luận văn.

명조 (1)[내일 아침] sáng mai. (2) [명나라] triều đại nhà Minh.

명조체 nghệ thuật in theo kiểu nhà Minh. (2) [영자] kiểu La Mã.

명주 tơ, lụa [견직물] hàng tơ lụa. *--실 sợi tơ.

명주 rượu nhãn hiệu nổi tiếng (chất lượng cao)

ㅁ

명중 một cú đánh. --하다 đánh trúng đích, [예인이] sự trở thành hiện thực. @과녁의 복판에 명중하다 đánh trúng mục tiêu. *--탄 cú đánh trực tiếp.

명찰 sự hiểu thấu được bên trong vấn đề, sự sáng suốt. --하다 nắm được chiều sâu (của vấn đề), nhìn thấu, sáng suốt.

명찰 thẻ căn cước, chứng minh thư (자리의), tấm bảng tên gắn ở trước cửa phòng (문패).

명창 [노래] một ca khúc nổi tiếng, [사람 người] một ca sĩ danh tiếng.

명철 sự khôn ngoan, sắc sảo, sự thông minh, [사람 người] người khôn, người chín chắn.

명추 mùa thu năm sau (tới)

명춘 mùa xuân năm tới.

명치 lõm thượng vị (giữa các xương cụt bên dưới xương ức)

명칭 tên gọi, danh hiệu.

명콤비 một đôi lý tưởng. @명콤비를 이루다 kết thành một cặp tuyệt vời.

명쾌 sự trong sáng, sự sáng sủa, tính chất minh bạch, rõ ràng. --하다 rõ ràng, sáng sủa. @명쾌하게 trong sáng, minh bạch.

명태 [물고기 cá] một loại cá biển vùng Alaska.

명토 @명토 박다 chỉ ra, vạch ra, tỏ ra, ngụ ý, biểu lộ, biểu thị, ra dấu.

명필 (1) [필적] một nét chữ đẹp, [사람 người] người viết chữ đẹp. (2) [명화] một bức tranh tuyệt vời, [사람 người] một họa sĩ tài hoa.

명하다 (1) [명령] ra lệnh, yêu cầu, hạ lệnh, khuyên bảo. (2) [임명] chỉ định.

명함 tấm danh thiếp, [영업용] danh thiếp có ghi chức vụ, công việc kinh doanh. @명함을 두고 가다 để danh thiếp lại, trao danh thiếp.

명현 một học giả có tiếng tăm.

명화 một bức tranh nổi tiếng, một kiệt tác (고전적 작품), một cuốn phim nổi tiếng (영화).

명확 tính rõ ràng, chính xác, tính cụ thể. --하다 chính xác, xác thực, chắc chắn. @명확하게 rõ ràng, minh bạch, trong sáng.

몇 [약간] một vài, một ít, vài, [얼마] bao nhiêu. @몇해 bao nhiêu năm, vài năm // 몇시 khi, lúc nào // 몇이나 khoảng bao nhiêu // 몇번이고 nhiều lần, nhiều khi, nhiều lúc.

몇몇 một vài, một ít. @몇몇은 죽고 몇몇은 부상했다 *vài người bị giết, số khác thì bị thương.*

모 [1] [벼의] cây mạ, [모종] cây giống con, [묘목] cây con. @모를 심다 gieo mạ. *--판 luống đất tốt để gieo hạt.

모 [2] (1) [각] một góc, [모서리] cạnh, bờ, rìa, góc. @모난 có góc cạnh. (2) [성질 tính khí 사물 vật thể] sự có góc cạnh, tính chất cứng, tính cộc lốc, tính cứng đờ, tính không tự nhiên. @모난 không tự nhiên, không thân mật, khó gần, khó chan hòa, không thích hòa đồng, sống âm thầm, lẻ loi // 모없는 사람 một người hòa nhã, niềm nở // 모나게 굴다 cư xử cọc cằn, thô lỗ.

모 [3] một khối, một tảng, đóng thành bánh. @두부한 모 một cái bánh đậu.

모 [모인] một người nào đó, [어떤] đôi chút, một vài. @김모씨 ông Kim nào đó.

모가지 cái cổ => 목.

모가치 phần đóng góp => 몫.

모개로 sự bán sỉ. @모개로 사다 mua sỉ.
모경 cảnh chiều tà
모계 âm mưu, gian kế, thủ đoạn.
모계 bên ngoại.
모골 tóc và xương. @모골이 숭연하다 run rẩy, rùng mình.
모공 lỗ chân lông.
모과 [식물 thực vật] trái mộc qua Trung Quốc.
모관 현상 hiện tượng mao dẫn.
모교 ngôi trường cũ.
모국 đất mẹ, quê hương. *--어 tiếng mẹ đẻ.
모국 mẫu quốc.
모권 mẫu quyền. *--사회 xã hội mẫu quyền.
모근 [해부] chân tóc. *--이식 sự cấy tóc.
모금 một hớp, một ngụm, một giọt. @물 한모금 마시다 uống một ngụm nước.
모금 --하다 quyên góp, kêu gọi đóng góp. *--운동 cuộc vận động quyên góp. 가두-- sự quyên góp trên đường phố.
모기 [곤충 côn trùng] con muỗi. @모기가 물다 bị muỗi cắn.
모기둥 một cây cột vuông.
모기장 cái mùng. @모기장을 치다 giăng mùng.
모기향 nhang muỗi.
모깃불 sự un khói để xông muỗi. @모깃불을 피우다 xông khói, đốt nhang đuổi muỗi.
모나다 (1) [각이 지다] có góc cạnh. (2) [성질이 bản chất, tính cách] thô lổ, cọc cằn. (3) [유효하다 có hiệu quả] có ích, hữu dụng, công hiệu. @돈을 모나게 쓰다 chi tiêu hợp lý.
모내기 sự gieo mạ. --하다 gieo mạ. *--철 mùa gieo trồng
모내다 (1)[벼의] gieo mạ. (2)[각을] làm (vuông) góc.
모녀 mẹ và con gái.
모노레일 (*monorail)* đường (xe lửa) một ray.
모노타이표 (*a monotype)* (sinh vật) đại diện duy nhất, giống duy nhất.
모놀로오그 (*a monologue)* (sân khấu) vở kịch một vai (độc bạch).
모니터 (*a monitor)* màn hình, máy phát hiện phóng xạ.
모닝코우투 (*a morning coat)* cái áo đuôi tôm (mặc ban ngày)
모닥불 lửa trại, lửa mừng, lửa đốt rác (야영의). @모닥불을 피우다 đốt lửa trại.
모더니즘 (*modernism)* sự canh tân, hiện đại.
모던 tân thời, hiện đại.
모데라토 (*moderato)* [음악] nhịp vừa phải.
모델 (*a model)* sự gương mẫu, kiểu mẫu, mô hình.
모독 sự làm ô uế, sự làm giảm giá trị, [신성 모독] lời báng bổ, hành vi xúc phạm. --하다 thiếu tôn kính, báng bổ, xúc phạm, làm ô uế (vẩn đục), làm giảm giá trị.
모두 tất cả, mọi người, mọi thứ, [합계] nói chung, [다 함께] toàn thể, mọi người, [몰 아서] nhìn chung, nói chung, số đông, đa số, [들어서] tính tổng quát @우리 세사람 모두 *cả ba chúng ta //* 모두 살해됐다 *chúng bị giết cả bọn //* 그일은 모두 알고 있다 *tôi đã nghe hết mọi sự //* 모두 같이 노래 부르자 *chúng ta hãy cùng hát chung //* 우리 일행은 모두 10 명이었다 *cả mười đứa chúng mình đều nói //* 그들은 모두 독

ㅁ

신이다 *cả nhóm họ đều là những người độc thân* // 모두 얼마요 cả thảy bao nhiêu?

모두 sự bắt đầu, khởi sự. @모두에 lúc bắt đầu (bài nói, bài diễn văn)

모두뜀 sự nhảy trên cả hai chân.

모뜨다 (1) [본드다] bắt chước, mô phỏng, sao chép. (2) [흉내] phỏng theo, giả mạo.

모드라기풀 [식물] cây ma cao

모든 tất cả, mọi, mỗi @모든 종류의 사람 mọi loại người, mọi giống người // 모든 점에 있어서 ở mọi khía cạnh, ở mọi mặt // 모든 것을 젖혀 놓고 trước mọi việc.

모들뜨기 người mắt lé.

모라토리엄 sự tạm ngưng hoạt động.

모락모락 (1) [힘차게] (một cách) nhanh nhẹn, mau lẹ. @모락모락 자라다 phát triển nhanh. (2) [연기· 김이] dày đặc, đông đủ. @연기가 모락모락 나다 *khói tỏa lên dày đặc.*

모란 cây hoa mẫu đơn.

모랄 luân lý, ý thức đạo đức, luân thường đạo lý.

모래 cát. @모래가 많은 có sạn, có nhiều cát // 모래로 닦다 rải cát, phủ cát // 모래위를 걷다 đi dạo trên cát. *--땅 đất cát. --무더기 đống cát. --밭 bãi cát. --벌판 vùng đồng bằng nhiều cát. --사장 lớp cát. --시계 đồng hồ cát. --알 hạt cát. --주머니 bao cát, [해부 giải phẫu] cái mề chim, cái cổ họng. --찜 sự tắm cát. --톱 bờ cát, bãi cát (ở sông, biển).

모래무지 [물고기] con cá bống nhỏ.

모래집 màng ối. *--물 nước ối.

모략 [음모] một mưu đồ, một một thủ đoạn, một kế hoạch, [계략] chiến lược, mưu kế. @모략을 꾸미다 đặt kế hoạch, bày mưu, lập kế.

모레 ngày mốt.

모로 [비스듬히] theo đường chéo, [옆으로] nghiêng về một phía, hướng tới một bên, về một phía @모로, 걷다 đi né sang một bên // 모로 눕다 nằm nghiêng một bên.

모롱이 [산의] đỉnh đồi.

모루 cái đe.

모르다 (1) không biết, không có ý thức (về), không thể nói. @모르는 xa lạ, không được biết // 모르고 không có kiến thức, dốt nát // 자기도 모르게 vô ý thức, vô tình, không có ý thức // 모른다고 잡아떼다 *bênh vực sự vô ý thức của người nào một cách quả quyết* // 어쩔 줄 모르다 bị thua thiệt, bị uổng phí // 그는 모르는 사람이 없다 ông ấy quen biết tất cả mọi người // 모르지만 즐겁다 "*ngu si hưởng thái bình*". (2) [깨치지 못하다] không biết, không hiểu, không thấy, không phân biệt. @조금도 모르다 không hiểu gì cả // 왜 안 오는지 모르겠다 *tôi không hiểu tại sao anh ấy không đến.* (3) [안면이 없다] không quen biết với. @모르는 사람 người xa lạ. (4) [못 알아차리다] không có ý thức. @위험을 모르다 không ý thức (không lường đước) được sự nguy hiểm. (5) [느끼지 못하다] không nhận thức được, vô ý thức, không cảm thấy @부끄러움을 모르다 không biết xấu hổ. (6) [기억 못하다] không nhớ. (7) [알아보지 못하다] không nhận ra. @그가 누군지 모르겠다 *tôi hầu như không nhận ra anh ấy là ai.* (8) [관

계가 없다] không có gì làm với. @그 일은 그는 모른다 *điều đó không liên quan đến việc làm ăn của tôi.* **(9)** [경험이 없다] không có kinh nghiệm, không hiểu biết. @가난을 모르다 *chưa từng nếm mùi cực khổ, chưa trải qua cảnh nghèo.*

모르모르 [동물] con lợn Châu Phi

모르쇠 giả ngu, giả dốt, thuyết bất khả tri.

모르스 부호 mã số đánh mọt.

모르타르 cái cối.

모르핀 chất *morphine* (lấy từ cây nha phiến).

모른체 giả ngu, vẻ hờ hững, không quan tâm. --하다 làm ra vẻ vô tình, thờ ơ, lãnh đạm, giả vờ không biết gì, [길에서] phớt lờ ai, làm bộ như không trông thấy ai. @모른체하고 bằng vẻ thờ ơ, lãnh đạm, hờ hững

모름지기 bằng mọi cách, tất yếu, nhất thiết, [사람이 주어] cần phải (làm). @네나이면 모름지기 분별이 있어야 한다 *ở từng tuổi này, lẻ ra bạn phải hiểu biết nhiều hơn.*

모리 việc đầu cơ trục lợi. --하다 đầu cơ, trục lợi. *--배 kẻ đầu cơ. 전쟁--배 một người trục lợi trong thời chiến.

모면 sự lẩn tránh, sự trốn thoát. --하다 lẩn tránh, trốn tránh. @위기를 모면하다 *vừa mới qua khỏi cơn khủng hoảng*

모멸 sự khinh bỉ, sự khinh khi, sự coi thường. --하다 khinh bỉ, khinh khi, coi thường.

모모 một số người nào đó, ai đó. *--인 các ông, quí ông, một số người nào đó.

모모한 xứng đáng được ca ngợi, trứ danh, lừng danh. @모모한 인사 một người nổi tiếng.

모물 da thú, hàng da thú. *--전 cửa hàng da thú.

모물질 [핵·료의] tài nguyên dồi dào

모반 [반란] cuộc nổi loạn, sự bạo động, [반역] cuộc phản loạn (음모). --하다 nổi loạn, bạo động. --자 quân phiến loạn. --죄 sự phản bội, sự làm phản.

모반 [해부] vết chàm, vết bớt khi mới sanh.

모발 tóc. *--영양제 thuốc dưỡng tóc. --탈락 sự rụng tóc, tình trạng hói.

모방 sự sao chép, sự mô phỏng, sự bắt chước. --하다 sao chép, bắt chước, noi gương

모범 kiểu mẫu, gương mẫu. @모범적 theo kiểu mẫu // 모범으로 삼다 làm theo mẫu *--부락 một ngôi làng kiểu mẫu. --생 một học sinh mẫu mực. --시합 cuộc trưng bày hàng mẫu.

모병 sự tuyển mộ (tân binh). --하다 mộ lính, tuyển quân, động viên.

모본 **(1)** một ví dụ **(2)** một kiểu mẫu **(3)** sự bắt chước, vật mô phỏng.

모사 => 털실.

모사 chiến lược gia, nhà chiến thuật.

모사 --하다 ra kế hoạch, bày mưu, đặt kế.

모사 sự sao chép, sự mô phỏng. --하다 sao chép, bắt chước, mô phỏng.

모살 --하다 mưu sát, giết người có chủ tâm. *--미수 âm mưu sát nhân. --사건 một trường hợp giết người. --자 tên sát nhân.

모상 cái chết của người mẹ.

모새 cát mịn => 모래.

모색 --하다 mò mẫm, dò đường. @암중모색하다 mò mẫm trong bóng tối.

모색 buổi hoàng hôn, lúc chạng vạng, lúc

nhá nhem, bóng tối, bóng đêm

모생약 thuốc mọc tóc.

모서리 một góc, cạnh, bờ, gờ.

모선 tàu lớn tiếp tế cho tàu nhỏ (tàu mẹ), [우주항공] tàu của thuyền trưởng (사령선). *포경-- tàu lớn dùng săn bắt cá voi.

모성 tình mẹ. *-- 애 tình mẹ con.

모세관 [의학 y học] ống mao quản, ống mao mạch. *--현상 mao quản, mao mạch.

모세 혈관 [해부 giải phẩu] ống mao dẫn.

모손 sự sờn mòn. --하다 bị hao mòn.

모순 sự mâu thuẫn, sự trái ngược, sự xung đột (va chạm). @모순 없는 kiên định, trước sau như một, nhất quán, không thay đổi //모순된 생각 tư tưởng bất định // 모순 되다 mâu thuẫn với, trái ngược, xung khắc với.

모숨 một nhúm, một nắm (cỏ), một bó (rơm)

모스크 [회교의 사원] nhà thờ Hồi giáo.

모슬린 (*muselin)* vải muselin (loại vải mỏng).

모습 nét mặt, hình tượng, dáng vẻ bề ngoài. @걷는 모습 dáng đi // 어릴 때의 모습 khuôn mặt trẻ con // 아버지의 모습을 닮다 giống y như cha // 모습을 나타내다 để lộ ra, xuất hiện ra, ló mặt ra, xuất đầu lộ diện.

모시 vải (len) gai, một loại cây gai.

모시 một thời gian nào đó

모씨 một người nào đó, ông X nào đó.

모시다 (1) [웃어른을] hầu hạ, phục dịch, [수행] hộ tống, theo hầu @모셔들이다 đưa vào, dẫn vào // 부모를 모시다 có cha mẹ đi kèm // 주인을 모시고 가다 đi theo chủ (thầy). (2) [신으로] sự tôn sùng (tôn kính), [사당에] cất giữ, giữ gìn (một cách trân trọng, thiêng liêng). @조상을 모시다 thờ cúng tổ tiên.

모시류 [곤충] loài sâu bọ cánh lông.

모시항라 hàng vải gai dệt thưa.

모심기 sự gieo mạ => 모내기.

모아들다 tụ tập, tập hợp, thu thập, tập trung thành đám. @곳곳에서 모아들다 khắp nơi tụ về, từ bốn phương lũ lượt kéo đến // 떼를 지어 모아들다 họp thành đàn, gom thành đống.

모양 (1) [형태] hình thức, dáng vẻ, [자대] ngoại hình, vóc dáng, vẻ ngoài, bộ dạng (맵시). @초라한모양 bộ dạng khốn khổ // 모양이 좋다 nhìn hấp dẫn // 모양이 나쁘다 nhìn quá xấu, khó coi // 모양을 내다 tự trang điểm. (2) [동태] biểu hiện, biểu thị. @... 한 모양이다 dường như là // ... 할 모양이다 trông giống như, có vẻ như, coi bộ.. (3) [상대 tình hình] tình hình làm ăn, [방법] tình trạng, phương pháp. @이 모양으로 trong tình trạng này. (4) [무늬] mô hình, khuôn mẫu => 무늬.

모양 사납다 có vẻ không thích hợp, chướng tai gai mắt, kinh tởm.

모양새 (1) [생김새] hình dạng, hình thù, hình thức, hình thể. @모양새가 예쁘다 có hình thức đẹp (2) tính chất đáng tôn trọng, chân giá trị, phẩm cách, phong thái.

모어 tiếng mẹ đẻ.

모여들다 gom góp, thu gom, tụ tập => 모아들다.

모역 cuộc âm mưu nổi loạn. --하다 mưu đồ làm phản.

모옥 một túp lều tranh.

모욕 sự lăng mạ, sự sỉ nhục, sự khinh miệt, . --하다 sỉ nhục, khinh thường, làm mất thể diện ai. @모욕적인 언사 lời phê bình xúc phạm // 모욕을 주다 xúc phạm ai // 모욕을 당하다 bị xúc phạm, bị sỉ nhục // 모욕을참다 chịu đựng sự sỉ nhục. *--죄 sự coi thường, khinh rẻ. 법정--죄 sự xúc phạm quần thần.

모션 (*a motion)* sự cử động, cử chỉ, dáng đi.

모유 sữa me, bú sữa mẹ. @모유로 기르다 nuôi bé bằng sữa mẹ.

모으다 (1) [여럿을] gom lại, tập hợp (người / đồ vật) lại, [수집] thu thập, thu gom, sưu tập lại. @긁어모으다 dành dụm, góp nhặt lại. // 불러모으다 kêu gọi, triệu tập (người nào), tập hợp, nhóm họp lại với nhau // 우표를 모으다 sưu tầm tem. (2) [집중] tập trung, hội tụ. @정신을 모으다 tập trung sự chú ý. (3) [저축] tích lũy, góp nhặt, cất giữ, để dành. @돈을 모으다 kiếm tiền. (4) [쌓아 올리다] chất thành đống.

모음 [음성] nguyên âm. @모음화하다 phát âm, xướng âm*--변화 sự biến đổi nguyên âm. 조화 sự hòa hợp nguyên âm. --화 sự nguyên âm hóa

모의 sự bànbạc, sự hội ý, sự cân nhắc kỹ, sự thông đồng (음모). --하다 tổ chức một hội nghị, cân nhắc vấn đề, âm mưu với nhau.

모의 sự bắt chước, sự mô phỏng, sự noi gương. @모의의 bắt chước, giả vờ, giả bộ. *--법정 một cuộc thảo luận ở phiên tòa. --시험 một cuộc lấy khẩu cung giả. --재판 một phiên tòa giả. --전 cuộc tập trận giả.

모이 thức ăn cho súc vật. @모이를 주다 cho gia súc ăn. *닭-- thức ăn cho gà. 새-- thức ăn của chim.

모이다 (1) [떼지어] tụ họp, nhóm họp lại. @장터에 사람들이 모이다 *thiên hạ chen chúc nhau trong chợ.* (2) [회의에] tập họp, nhóm họp. (3) [돈 · 물건이] bị thu gom, bị tập họp lại.

모인 một người nào đó, ai đó => 모씨.

모일 một ngày nào đó.

모임 sự hội họp, sự tụ họp, cuộc họp, buổi liên hoan. @모임이 있다 *buổi họp sẽ được tổ chức*

모자 [테 달린] cái nón, [차양있는] cái mũ, [여자용] mũ bê rê, [사냥모] mũ săn bắn, [총칭] khăn trùm đầu của phụ nữ. @모자 차양 cái lưỡi trai (của mũ lưỡi trai) // 모자 테 vành mũ // 모자 띠 dải nón // 테 넓은 모자 nón rộng vành.

모자 mẫu tử.

모자라다 thiếu, thiếu sót, chưa đủ, không đủ, [사람이 người] ngu dốt, đần độn. @일손이 모자라다 thiếu nhân công // 키가 다섯치 모자라다 thiếu mất 5 inches // 아직 모자라는 점이 많다 *còn rất nhiều việc phải làm* // 의자가 둘 모자란다 *chúng ta còn thiếu hai chỗ ngồi nữa.*

모자이크 (*a mosaic*) đồ khảm.

모정 tình mẫu tử

모정 niềm khát khao, lòng ham muốn mãnh liệt, tình thương, tình yêu.

모조 sự bắt chước, sự giả mạo. --하다 bắt chước, mô phỏng, giả mạo theo (위조). *--가죽 hàng giả da. --지 loại giấy mịn (giấy giả da). --진주 hột trai giả. --품 hàng giả, sự giả mạo (위조품).

모조리 tất cả, không trừ một ai, không có ngoại lệ, toàn thể, tuyệt đối, dứt khoát

ㅁ

@전원 모조리 từng người, mỗi người trong nhóm // 모조리 털어놓다 thú nhận, khai sạch hết những việc đã làm // 가진 돈을 모조리 써버렸다 *tôi đã xài hết tiền tôi có.*

모종 [농업] cây giống con, cây trồng từ hạt. --하다 cấy, ghép cây, trồng cây con. *나무-- cây non. 토마토-- cây cà chua con.

모종 @모종의 một--nào đó, một ai đó, không biết tên (vô danh)

모종삽 cái xẻng bứng cây (làm vườn)

모지다 (1) [뾰족하다] có góc cạnh, có cạnh sắc, vuông góc. (2) [성질 · 일 따위] nhọn, bén, sắc.

모지라지다 cũ nát, mòn, rách, cùn mằn

모지락스럽다 độc ác, dữ tợn, thô bạo, cục cằn, lỗ mãng => 모질다.

모지랑비 cây chổi cùn

모직 *--물 hàng len.

모진목숨 *một cuộc đời khốn khổ,* một số mệnh khắc nghiệt.

모질다 (1) [잔인] tàn bạo, vô tình, nhẫn tâm. @모진 사람 người nhẫn tâm, người lòng dạ sắt đá // 모진짓을 하다 làm một việc độc ác. (2) [배겨내다] cam chịu nghịch cảnh. @모진 사람 người bảo thủ, người cực đoan, người ngoan cố. (3) [정도가] mãnh liệt, sôi nổi, gay go, khốc liệt, quá khích. @모진 추위 lạnh dữ dội.

모집 (1) [지원자의] sự mời, sự tập hợp, [군인의 thuộc quân đội] mộ lính, tuyển mộ thêm, [광고로] tờ thông báo. --하다 mời mọc, phát động, tập hợp, đăng báo, thông báo, yết thị, [군인을] bổ sung, tuyển mộ, thu gom. @모집에 응하다 chấp nhận lời đề nghị, *đáp ứng lời mời* // 직공을 모집하다 tuyển công nhân // 학생을 모집하다 tuyển sinh // 현상 소설을 모집 하다 *tổ chức một cuộc thi viết truyện* // 점원 모집 *cần tuyển nữ nhân viên bán hàng.* (2) [공채 · 기부금 따위의] sự khai trương, sự khởi công. --하다 quyên góp, cổ động, kêu gọi. @공채를 모집하다 tuyên truyền cổ động cho vay // 기부금을 모집하다 kêu gọi đóng góp, mời cổ đông.

모집다 [지적] nêu ra, chỉ ra, vạch ra [집다] hiểu biết tất cả, nắm được, hiểu thấu đáo vấn đề.

모작하다 mập và lùn.

모채 --하다 cổ động tuyên truyền kêu gọi người cho vay.

모처 một nơi nào đó.

모처럼 (1) [오랫만에] sau hết, sau cùng, sau một thời gian dài, rốt cuộc, lần đầu tiên sau nhiều ngày. @그는 모처럼 귀향했다 *hắn đã quay về sau một thời gian dài vắng mặt.* (2) [벼른 끝에] sự hết sức khó nhọc, sự hao tâm tốn sức, sự hao tốn nhiều công sức (수고스럽게), đặc biệt là, nhất là (특별히), có mục đích, có chủ tâm (일부러), tử tế, thân mật, thân ái, tốt bụng. (친절하게도). @모처럼 초대해 주셔 감사합니다 *cám ơn về lời mời thân tình của bạn.*

모체 mẫu thân, mẹ [주체] thân sinh, cha mẹ, thể mẹ (형성 · 생장의).

모춤 một bó mạ, một búi lúa non.

모친 mẹ ruột (của người nào) => 어머니.

모탕 một khối gỗ đã đốn.

모태 lòng mẹ (dạ con, tử cung)

모택동 *Mao Trạch Đông* (1893 – 1976).

모터 *(a motor)* một động cơ, một mô tơ. *--보트 tàu máy, ghe máy. --사이클 xe gắn máy.

모토 khẩu hiệu, phương châm. @... 을 모토로 삼다 làm phương châm (để hành động)

모퉁이 chỗ rẽ, khúc quẹo. @길모퉁이에서 ở góc đường // 모퉁이를 돌다 xoay (quanh) góc.

모티브 (*a motif)* chủ đề, (*a motive)* động cơ.

모판 vườn ươm cây.

모포 cái mền, chăn, khăn trải.

모표 huy hiệu gắn trên mũ (vật tượng trưng).

모피 bộ da lông thú, bộ da lông hải ly (토끼 따위), [생피] tấm da sống (chưa thuộc). @모피로 만든 외투 áo khoác lông thú, áo lông chồn *--목도리 khăn quàng cổ bằng lông thú --상 người bán da thú, người làm nghề thuộc da thú.

모필 cây bút lông *--화 một bức tranh vẽ bằng cọ (bằng bút lông)

모함 --하다 lừa, gài bẫy (người nào), đánh bẫy.

모함 chiếc tàu nhỏ (để chở hàng hóa và hành khách qua lại từ bờ ra tàu lớn). *잠수-- tàu ngầm, tiềm thủy đỉnh. 항공-- hàng không mẫu hạm.

모항 một cảng nội địa.

모해 --하다 âm mưu ám hại ai.

모험 một cuộc phiêu lưu, một cuộc mạo hiểm. –하다 phiêu lưu, mạo hiểm, liều @모험적인 tính thích phiêu lưu, tính mạo hiểm (위험성이 많은), đầy nguy hiểm, đầy rủi ro bất trắc // 모험적으로 해보다 thử liều, làm liều. *--가 người mạo hiểm. --소설 truyện phiêu lưu mạo hiểm. --심 đầu óc mạo hiểm.

모형 [활자의 thuộc chữ in] khuôn cối (đúc chữ, đúc tiền), [원형] nguyên bản, nguyên mẫu

모형 gương mẫu, kiểu mẫu, mô hình, [기계 따위] mẫu, khuôn mẫu, [주조의] khuôn đúc. @모형을 만들다 tạo một mô hình, tạo mẫu. *--비행기 máy bay mẫu. --지도 một bản đồ địa hình (입체의).

모호 sự lờ mờ, tình trạng mơ hồ. --하다 mơ hồ, lờ mờ, mập mờ.

모회사 công ty mẹ (công ty gốc), cổ phần trong một công ty kinh doanh.

목 (1) [동물의 của động vật] cái nọng (cổ). @목을 졸라죽이다 bóp (siết) cổ ai cho tới chết // 목을 매어 죽다 treo cổ (tự tử) // 목을 자르다 chặt đầu (ai). (2) [인후] cổ họng. @목이 마르다 khát nước // 목이 메다 ngạt thở // 목이 쉬다 khản cổ họng // 목에 가시가 걸리다 bị một cái xương vướng trong cổ họng. (3) [길의] lối thoát bị tắt nghẽn, vị trí then chốt, cửa ngõ, điểm chiến lược. @목을 지키다 *củng cố điểm chiến lược chủ chốt* (4) [물건의] chỗ thắt lại, chỗ hẹp lại.

목 (1) [항목] một tiết mục, một khoản, [분류상의] một nội quy, một chế độ. (2) [바둑 돌] viên đá *badoog*, [판의 눈] mắt lác

목가 một ca khúc về đồng quê. @목가적 thuộc đồng quê.

목각 *--화 tranh khắc trên gỗ, bản khắc gỗ.

목간 [목욕] sự tắm, [목욕간] phòng tắm, nhà tắm. --하다 đi tắm. *--통 chậu tắm, bồn tắm.

목걸이 chuỗi hột, dây đeo cổ, xâu chuỗi hột xoàn (보석의), [개의 chim] vùng

ㅁ

lông cổ. @진주목걸이 một xâu chuổi hạt trai.

목검 một thanh gươm gỗ.

목격 sự quan sát, sự theo dõi, sự chứng kiến. --하다 quan sát, theo dõi, chú ý, chứng kiến. *--자 người mục kích, nhân chứng.

목골 *--구조[건축] cái khung gỗ, sườn gỗ.

목공 [사람 người] thợ mộc, [일 công việc] nghề mộc. *--소 xưởng mộc.

목관 ống điếu gỗ. *--악기 nhạc khí bằng gỗ.

목구멍 cổ họng, thực quản, khí quản.

목금 [음악 âm nhạc] mộc cầm, đàn phiến gỗ.

목기 bộ đồ ăn (bát, dĩa) bằng gỗ.

목눌 --하다 chất phác, ngây ngô, không có tài hùng biện, không biết ăn nói. –하다 chân thật, chất phát, ngờ nghệch, đơn giản

목다리 một cặp nạng.

목단 cây hoa mẫu đơn => 모란.

목대잡다 điều khiển, cai quản, chỉ huy, chỉ đạo.

목덜미 cái ót, cái gáy @목덜미를 잡다 tóm cổ (gáy) người nào.

목도 [일] sự gánh bằng đòn gánh (gánh nước, gánh hàng…), [몽둥이] cây đòn gánh. @목돗군 người gánh.

목도 =>목검.

목도 sự chứng kiến => 목격.

목도리 khăn choàng, khăn choàng cổ phụ nữ, khăn đắp cho trẻ con, tả trẻ em (여자용).

목돈 một số tiền khá lớn. @목돈으로 만원 một món lời chẫn 10.000 *won.*

목돌림 bị lây nhiễm chứng đau họng.

목동 [양의] cậu bé chăn trừu, [소의] người chăn bò, [일반적] cậu bé chăn trâu.

목련 [식물 thực vật] cây hoa mộc lan.

목례 cái gật đầu, sự cúi đầu (chào). --하다 gật đầu ưng thuận, chào bằng mắt, cúi đầu chào

목로 quầy, quán, gian hàng. *--주점 quán rượu, quán trọ, nhà trọ.

목록 bảng liệt kê, [목차] bảng mục lục, [일람표] danh sách, bảng, biểu. @목록을 만들다 phân thành mục, chia thành loại (sách). *재산-- bảng kiểm kê.

목마 con ngựa gỗ, [어린이용] ngựa gỗ bấp bênh (cho trẻ con chơi), [체조용] môn nhảy ngựa gỗ. *회전-- xe ngựa gỗ quay vòng quanh cho trẻ em chơi.

목마르다 (1) khát nước, cảm thấy khát. (2) [갈망] mong mỏi, ao ước, thèm muốn, khát khao. @지식에 목마르다 khao khát học hỏi.

목말 @목말을 태우다 cõng (đứa bé) trên vai.

목매다 [남을] bóp cổ ai đến chết, [스스로] thắt cổ tự tử.

목매달다 (1) [남을] treo cổ (người nào), siết cổ ai đến chết. (2) [스스로] tự treo cổ (trên cây).

목맺히다 bị uất nghẹn (đến rơi lệ)

목메다 uất nghẹn, bị sốc vì buồn phiền đau khổ

목면 (1) cây bông vải => 목화. (2) vải bông =>무명.

목목이 tại mỗi điểm chiến lược, tại mỗi vị trí then chốt trên con đường. @목목이 지키다 đứng gác ở mỗi góc đường.

목민 sự cai trị quần chúng. --하다 cai trị dân chúng. *--관 vị thống đốc, kẻ thống trị

목불 tượng Phật Thích Ca bằng gỗ.

목불인견 @목불인견이다 không thể đưa ra chứng cứ.

목비 một đợt mưa tầm tả trong mùa gieo mạ.

목사 cha xứ, mục sư, linh mục, giáo sĩ, tu sĩ @A 목사님 Đức Cha A // 목사가 되다 trở thành mục sư.

목상 tranh tượng gỗ.

목석 (1) gỗ đá, [생명이 없는 것] vật vô tri vô giác. (2) [비유적] trạng thái vô cảm, vô thức. @목석 같은 사람 người vô cảm // 목석 같다 vô cảm không hơn hòn đá.

목선 một cái chậu gỗ.

목성 [천문 thiên văn] sao Mộc.

목소리 giọng, tiếng. @큰 목소리 giọng to, tiếng lớn // 쉰목소리 giọng khàn khàn // 낮은 목소리 로 giọng thì thào // 떨리는목소리로 (nói) run giọng // 목소리를 높이다 lên giọng, gào thét // 목소리를 낮추다 hạ giọng // 목소리가 나오지 않다 giọng (nói) yếu ớt.

목수 thợ mộc. *--일 nghề mộc.

목수 lõi cây, ruột cây, tủy xương, tủy sống.

목숨 cuộc sống, đời sống. @모진 목숨 cuộc đời khốn khổ, một cuộc sống bất hạnh // 목숨을 건 일 một vấn đề sống chết // 목숨을 걸고 vào lúc rủi ro trong cuộc sống // 목숨이 있는 한 dài như một cuộc sống // 목숨을 잃다 mất sự sống // 목숨을 구하다 cứu mạng (ai) // 목숨을 버리다 từ bỏ sự sống // 목숨을 살려주다 tha mạng cho người khác // 목숨을 바치다 hy sinh cuộc đời mình cho // 목숨을 중히 여기다 coi trọng cuộc sống.

목쉬다 bị khan tiếng, khản giọng @목쉬도록 지껄이다 nói cho đến khan tiếng.

목양 sự chăn nuôi cừu. --하다 chăn nuôi cừu. *--자 chủ trại nuôi cừu.

목양말 vớ (tất) sợi.

목요일 ngày thứ năm trong tuần.

목욕 sự tắm rửa, sự tắm. ---하다 đi tắm, tắm. @냉수로 목욕하다 tắm nước lạnh // 아기를 목욕시키다 tắm cho em bé. *--값 chi phí một lần tắm. --탕 [가정의] phòng tắm, [공중의] nhà tắm công cộng. --통 chậu tắm, bồn tắm. 증기-- nhà tắm hơi.

목욕 재계 lễ rửa tội, sự thánh tẩy. --하다 cử hành lễ rửa tội cho ai, tiến hành nghi thức Thánh tẩy.

목자 (1) [목양자] người hướng dẫn. (2) [성직자 giáo sĩ] người chăn chiên, cha, linh mục, mục sư.

목자르다 (1) [목베다] chém đầu, chặt đầu (ai). (2) [해고] giải tán, đuổi việc, cho nghỉ việc.

목잠 cây trâm gỗ (cài tóc).

목잠기다 bị khản tiếng, bị tắt tiếng, bị mất giọng.

목장 trại nuôi súc vật, cánh đồng cỏ. @목장 주인 một chủ trại lớn.

목장갑 cặp găng tay lao động bằng vải.

목재 gỗ (cây), loại gỗ, [건축용] cây, gỗ xây dựng, gỗ làm nhà. *--상 người buôn gỗ.

목적 mục đích, mục tiêu, ý định, ý muốn (종국적), đích, mục tiêu (목표). @목적이 있는 có mục đích, có ý định, có chủ tâm // 목적이 없는 không có mục đích, không chủ tâm // 인생의 목적 mục tiêu trong cuộc sống //...할 목적으로 với mục đích, với ý đồ // ...을 목적으

ㅁ

로 하다 nhằm mục đích, có chủ định // 목적을 달성하다 hoàn thành mục đích của người nào, đạt được mục đích // 목적을 추구하다 theo đuổi mục đích. *--격(문법 ngữ pháp) cách mục đích --론 [철학] mục đích luận, thuyết cứu cánh (quan niệm cho rằng mọi sự đều có mục đích nội tại). --물 mục tiêu. --지 mục tiêu dự định (của người nào).

목전 @목전의 ngay tức khắc, sắp xảy ra, (xảy ra) đến nơi // 목전에 ngay dưới mắt // 목전에 닥치다 gần kề bên, sắp xảy ra.

목정 đồ ăn, thức ăn. @목정강이 xương cổ.

목젖 [해부 giải phẩu] lưỡi gà (trong cổ họng).

목제 @목제의 làm bằng cây, bằng gỗ. *--품 vật dụng bằng gỗ.

목조 @목조의 thuộc gỗ, bằng gỗ *-- 가옥 ngôi nhà gỗ, khung (sườn) gỗ.

목질 loại gỗ cứng. @목질의 thuộc chất gỗ, mộc chất. *--부 bộ phận gỗ. --섬유 mô gỗ. --소 [화학 hóa học] chất gỗ, *linhin.*

목차 (bảng) mục lục, nội dung.

목책 hàng rào cây.

목첩 @목첩지간에 박두하다 cận kề, ngay sát.

목청 [성대] dây thanh âm, [목소리] giọng nói, tiếng nói. @목청을 높이다 cất cao tiếng nói

목초 cỏ, bãi cỏ, đồng cỏ. @목초를 뜯고 있다 thả súc vật cho ăn cỏ, chăn thả (ngoài đồng) *--지 cánh đồng cỏ, bãi cỏ.

목축 nghề chăn nuôi. @목축업에 종사하다 công việc chăn nuôi. *--시대 [역사 lịch sử] thời kỳ du mục. --업자 người chăn nuôi gia súc.

목측 khổ (số đo) mắt. --하다 đo mắt. *--거리 sự đo khoảng cách mắt.

목침 cái gối bằng gỗ.

목타아르 nhựa cây.

목탁 (1) (불교] cái mõ, chiêng, còng bằng gỗ. @목탁을 두드리다 đánh mõ, khua mõ. (2) [지도자] người lãnh đạo, người phụ trách tư pháp và văn hóa, người hướng dẫn quần chúng @사회의 목탁 cán bộ xã hội

목탄 than (củi), than tô, than vẽ (그림용의). *--차 xe có động cơ chạy bằng than. --화 bức họa, bức tranh vẽ bằng than.

목판 cái mâm gỗ (cái khay gỗ).

목판 khuôn in, bản khắc gỗ, bản in khắc. *--본 một bản khắc sách. --술 thuật khắc (in) trên gỗ. --화 tranh khắc gỗ, bản khắc gỗ.

목표 [표적] đích đến, mục tiêu, chỉ tiêu hướng tới, [목적] mục đích, mục tiêu, [표지] người hướng dẫn. --하다 đặt mục tiêu vào, hướng vào. @목표에 달하다 đạt mục đích / 목표에 미달이다 xa mục tiêu // 목표에 훨씬 미달이다 chúng ta còn xa mục tiêu. *--년도 chỉ tiêu của năm. --액 (량) một nhân vật tiêu biểu. --지점 [군사] tiêu điểm. 공격-- mục tiêu tấn công.

목피 vỏ cây. *츠근—rễ và vỏ cây.

목하 bây giờ, hiện thời, hiện nay. @목하의 (thuộc) hiện tại, hiện hành, hiện nay.

목형 một mẫu gỗ @구두의 목형 cốt giày bằng gỗ.

목화 cây bông vải, [솜] cây bông. *--꽃 hoa bông vải. --솜 loại vải dệt bằng bông dễ thấm nước dùng để cứu thương.

몫 phần chia, khẩu phần, phần tham gia (đóng góp), sự chia phần (định phần). @내몫 phần của tôi // 한 몫끼다 dự phần, có chân trong.

몫몫이 mỗi phần, từng phần. @몫몫이 나누다 chia từng phần.

몬순 [기상 quyển khí] gió mùa, mùa mưa.

몰각 sự bỏ qua, sự làm ngơ. --하다[무시] bất chấp, coi thường, bỏ qua, làm ngơ, [잊다] quên.

몰강스럽다 => 모지락스럽다.

몰골 tướng mạo, hình thù , hình thức. @몰골 사나운 옷 áo quần kỳ quái (không chỉnh tề) // 몰골 사나운 짓 thái độ bất lịch sự, khó coi.

몰교섭 --하다 không liên quan đến, không can thiệp vào vào.

몰년 tuổi thọ của một người.

몰다 (1) lái (xe), thúc (ngựa). @차를 몰고...에 가다 lái xe (đi đâu) // 소를 몰아 넣다 đánh xe ngựa, xe bò. (2) [쫓다] săn đuổi, theo đuổi, đánh đuổi, đánh xe (lái) @토끼를 몰다 đuổi theo một con thỏ. (3) [궁지에] lùa vào, dồn vào. @궁지에 몰다 dồn (người nào) vào tường. (4) [죄인으로] buộc tội ai. (5) [한곳으로] đẩy qua một bên.

몰두 sự hút thu, sự chăm chú, sự say mê, sự miệt mài. --하다 chăm chú, cặm cụi, mãi mê.

몰라보다 công nhận, thừa nhận, chấp nhận, nhìn nhận, nhận ra, [무시] phớt lờ, bác bỏ, không hiểu rõ giá trị. @친구를 몰라보다 bỏ mặc bạn (thờ ơ, hờ hững với bạn bè).

몰락 sự tiêu tan, sự hỏng hóc, sự thất bại, [파산] sự phá sản, sự khánh tận. --하다 sụp đổ, xuống dốc, suy sụp, điêu tàn, [파산] bị phá sản. @몰락한 귀족 nhà quí tộc phá sản.

몰래 một cách bí mật (kín đáo), một cách yên lặng, một cách vụng trộm, lén lút, ngấm ngầm. @몰래(빠져)나가다 lẻn ra, trốn ra // 몰래 뒤를 밟다 ngấm ngầm theo dõi (ai) // 몰래 만나다 có một cuộc họp kín, bí mật gặp, lén gặp.

몰려 가다 (1) [쫓겨] bị đuổi bắt, bị theo dõi. (2) [떼지어] tập trung , tụ họp lại. @사람들이 장터로 몰려 가다 *thiên hạ lũ lượt kéo ra chợ.*

몰려 나다 (1) [쫓겨 나다] đuổi, trục xuất, tống ra, [해고] bị giải tán, bị sa thải. @동네에서 몰려 나다 bị trục xuất khỏi làng. (2) [떼지어] đi theo từng nhóm.

몰려 다니다 (1) [쫓겨] bị trôi giạt khắp nơi. @구름이 바람에 몰려 다니다 *mây bay tản mạn theo chiều gió.* (2) [떼지어] di chuyển rải rác từng nhóm. @고기떼가 몰려다니다 cá lội quanh quẩn từng đàn.

몰려 들다 (1) [쫓겨] bị dồn vào (một góc). (1) [떼지어] lũ lượt kéo đến. @새떼가 나무로 몰려 들다 *chim đậu đầy trên cây.*

몰려 오다 (1) [쫓겨] đẩy qua đẩy lại, [퇴각] rút lui, tháo lui. (2) [떼지어] lũ lượt kéo đến, tụ lại từng đàn, tập trung lại (xúm lại) thành đám đông @몰려 오는 적군 sự nổi dậy của quân thù // 벌이 몰려 오다 con ong tụ thành đàn.

몰리다 (1) [쫓기다] bị săn đuổi, [사냥에서] bị lùng sục, bị tìm kiếm. @방 한구석으로 몰리다 bị lùa vào góc phòng. (2) [궁지에] bị dồn vào tường, bị ấn vào.

ㅁ

@일에 몰리다 bị sức ép (áp lực) của công việc. (3) [한곳에] nhóm, họp, tụ lại, gom chung lại. @사람이 한쪽으로 몰리다 thiên hạ đổ xô về một phía. (4) [죄인으로] bị buộc tội về chuyện gì.

몰리브덴 [화학 hóa học] kim loại cứng màu trắng bạc (để chế tạo các hợp kim với thép).

몰매 => 뭇매.

몰박다 sắp xếp tất cả vào một chỗ.

몰사 sự tiêu diệt, sự tuyệt chủng. --하다 bị tiêu diệt, bị tuyệt chủng.

몰살 cuộc chém giết, cuộc tàn sát. --하다 chém giết, tàn sát. @적을 몰살하다 tiêu diệt kẻ thù.

몰상식 sự thiếu khả năng phán đoán thông thường. --하다 thiếu ý thức, không nhận thức, không có khái niệm thông thường.

몰수 sự tịch thu, sự xung công. --하다 bị tịch thu. @몰수당하다 bị tịch biên, bị tịch thu.

몰식자 mụn cây *--산 acid gallic [화학 hóa học].

몰씬 [물렁] sự dịu dàng, sự mềm mại, [냄새가] thơm ngát --하다 êm dịu, mịn màng, [냄새가] có mùi thơm dễ chịu. @참외 냄새가 몰씬하다 quả dưa gang có mùi thơm dễ chịu.

몰아 tất cả, toàn bộ, toàn thể, hết thảy, cả mớ, tổng quát @몰아 사다 mua hết toàn bộ, mua hết cả mớ

몰아 sự bình dị, sự nép mình, sự khiêm tốn

몰아가다 (1) [몰고] thả, đuổi. @소를 풀밭으로 몰아가다 thả thú nuôi ăn cỏ. (2) [휩쓸어] lấy đi hết tất cả, [몰아 사다] *mua sạch hết tất cả*. @홍수가 많은 집을 몰아갔다 *cơn lũ cuốn trôi rất nhiều nhà.*

몰아내다 đuổi, trục xuất, tống ra, đá ra. @마을에서 몰아내다 *đuổi (ai) ra khỏi làng.*

몰아넣다 (1) săn đuổi, theo đuổi, dồn, ép. (2) @궁지에 몰아넣다 dồn ai vào góc. (3) [휩쓸어] nhồi, nhét mọi thứ vào, nhồi tất cả vào.

몰아대다 (1) [재촉] thúc giục, thúc ép, thúc bách, dồn ép, thúc (ngựa). (2) [막해대다]. khiển trách, quở trách => 몰아세우다.

몰아붙이다 đẩy tất cả qua một bên.

몰아세우다 khiển trách nặng nề, chửi mắng thẳng thừng (thậm tệ), thanh toán (tính sổ) người nào.

몰아 오다 (1) [자동사 · 한꺼번에] lũ lượt kéo đến, tụ tập lại một chỗ. @폭풍이 몰아 오다 một cơn bão ào đến. (2) [타동사 · 휩쓸어] lùa (bầy bò) tiến lên, mua sạch hết (trái cây). @바람이 소나기를 몰아왔다 *cơn gió đã mang theo một trận mưa rào.*

몰아주다 trả (tiền) hết tất cả trong một lần.

몰아치다 (1) [한곳으로] đặt tất cả về một phía. (2) [급하게] làm cùng một lúc, làm thiếu sót (công việc), cuốn gói ra đi có trật tự

몰약 [식물] cây mộc dược (có mùi thơm, vị đắng), chất nhựa thơm.

몰염치 sự trơ trẽn, hành động vô liêm sỉ--하다 trơ trẽn, vô liêm sỉ, không biết hổ thẹn. @몰염치하게도 một cách trơ trẽn, một cách vô liêm sỉ, trơ tráo.

몰이 [사냥의] sự theo đuổi, sự săn đuổi, sự lùng sục. --하다 đi săn, săn đuổi, truy lùng.

몰이해 sự thiếu hiểu biết.

몰인정 tính vô nhân đạo, hành động dã man. --하다 vô nhân, tàn ác, dã man, độc ác, vô tâm.

몰입 (1) [빠짐] sự say mê miệt mài, sự tận tình. (2) [몰수] sự tịch thu, sự sung công. --하다 vùi đầu vào công việc, say mê công việc.

몰지각 sự thiếu chính chắn, sự thiếu thận trọng. --하다 không chính chắn, không thận trọng.

몰취미 --하다 vô vị, khô khan, tầm thường.

몰하다 chết, qua đời.

몰후 => 사후.

몸 [1] (1) [신체] thân thể, cơ thể (전신), [체격] thể lực, khổ người, tầm vóc, [몸집] kích cỡ. @온몸에 khắp cơ thể // 몸이 큰 cỡ lớn // 몸이 호리호리한 gầy, mảnh khảnh // 몸이 뚱뚱한 khỏe mạnh, vạm vỡ, to lớn, béo phì // 몸이 건장하다 có thể chất mạnh khỏe // 몸이 약하다 có cơ thể yếu đuối, // 몸을 편하게하다 tự thích nghi // (2) [건강] sức khỏe. @몸이 편치 않다 thấy khó ở // 몸조심하다 quan tâm đến bản thân // 몸에 좋다 có lợi cho sức khỏe // 몸에 나쁘다 có hại cho sức khỏe. (3) [몸통] thân (thân mình, thân cây), thân thể. (4) [사람 자신] bản thân, tự mình, chính mình. @내 몸 bản thân tôi, riêng cá nhân tôi, chính tôi, tự tôi. // 몸을 의지하다 dựa vào, ỷ vào, cậy vào // (여자가)몸을 더럽히다 sự ô nhục, sự nhơ nhuốc // 몸을 팔다 bán rẻ danh dự // 몸을 맡기다 dâng hiến cho, hiến thân cho // 몸을 바치다 hy sinh cho. (5) [지위· 신분] tư thế, địa vị, vị trí. @귀한 몸 một người thuộc dòng dõi thượng lưu.

몸 [2] [월경] kinh nguyệt. --하다 thấy kinh, đến kỳ có kinh.

몸가짐 [거동] thái độ, dáng điệu, tác phong của ai, [태도] dáng vẻ, điệu bộ. @위엄 있는 몸가짐 một thái độ nghiêm trang, đàng hoàng // 몸가짐이 얌전하다 ăn ở (cư xử) cho phải phép.

몸값 [화대] tiền cho gái, [포로 따위의] tiền chuộc. @사람을 억류하고 몸값을 요구하다 bắt ai để đòi tiền chuộc.

몸나다 mập ra, phát phì.

몸단속 sự canh phòng, sự đề phòng, sự cảnh giác. --하다 canh gác, bảo vệ, đề phòng.

몸단장 sự tự trang điểm, sự tự trang trí. --하다 tự ăn diện, tự trang điểm

몸달다 háu hức, hăm hở, thiết tha.

몸때 kỳ kinh.

몸두다 ở tại, sống tại. @몸둘 곳이 없다 không có chốn nương thân.

몸뚱이 cơ thể, tầm vóc, hình thể. @몸뚱이가 크다 có một tầm vóc to lớn (đồ sộ).

몸매 dung mạo, dáng dấp, dáng đi (của ai). @몸매가 예쁘다 có dung mạo dễ thương.

몸부림 sự đấu tranh, sự vùng vẫy, sự vật lộn, sự chống chọi, sự lẫn tránh. --하다 đấu tranh, vật lộn, chống chọi. @고통으로 몸부림치다 *chống chọi với cơn đau cực độ.*

몸살 @몸살이 나다 bị mệt, chịu đựng mệt mõi.

몸서리 sự rùng mình, sự run bắn lên, sự chán ghét. @몸서리치다 run, rùng mình, buồn nôn, chán ngán // 듣기만 해도 몸서리나다 rùng mình khi nghe đề cập đến (tên)

몸소 bản thân, với tư cách cá nhân. @몸소가다 tự đi, đi với tư cách cá nhân

몸수색 sự khám người tình nghi để tìm khí giới cất giấu. --하다 lục xét, khám xét (người nào)

몸져눕다 bị nằm liệt giường (vì bịnh hay tàn tật).

몸조리 --하다 quan tâm chăm sóc tốt sức khỏe.

몸조심 (1) [건강에] sự chăm sóc bản thân. (2) [근신] sự biết tự lo. --하다 tự chăm sóc, tự lo. @병에 걸리지 않도록 몸조심 하다 *cố giữ đừng để bị bệnh.*

몸종 thị nữ tâm phúc của các tiểu thư.

몸집 cơ thể, tầm vóc, hình dạng. @몸집이 매우 큰 사람 *đó là một thằng to con* // 몸집이 크다 bự con, to xác.

몸짓 điệu bộ, cử chỉ, động tác. --하다 làm điệu bộ, ra cử chỉ, khoa tay múa chân

몸채 ngôi nhà chính (toà nhà)

몸치장 sự ăn mặc, cách ăn mặc. --하다 chưng diện, ăn mặc, sửa sang áo quần.

몸통 thân (cây, người), cơ thể (의복의).

몸풀다 sinh, đẻ.

몸피 cơ thể, tầm vóc, hình thể.

몹쓸 ác độc, xấu xa, bất lương. @몹쓸 감기 sự cảm nặng (trầm trọng) // 몹쓸 병 bệnh do vi rút // 몹쓸 짓 hành vi tội lỗi, việc làm có hại

몹시 hết sức, vô cùng, kinh khủng, ác liệt, nặng nề, khủng khiếp, [과도] một cách quá đáng, quá mức, [극도] vô cùng, tột bậc. @몹시 머리가 아프다 nhức đầu kinh khủng // 몹시 힘들게 굴다 hành động hết sức cay nghiệt // 비가 몹시 온다 mưa tầm tả.

못 [1] [연못] vũng, ao, hồ nước (작은). @못을 치다 tháo cạn nước trong hồ bơi.

못 [2] cây đinh (나무못), con ốc, con vít (나사못), đinh đế giày (침목용), cây đinh nhỏ không đầu (대가리가 없는), đinh đầu bẹt, đinh mũ (대가리가 납작한). @못대가리 đầu đinh // 못뽑이 cái kềm nhổ đinh // 못 박다 đóng đinh, đóng đinh vào (cái thùng) // 못을 뽑다 nhổ đinh, tháo đinh ra // 못에 걸다 treo (nón) lên móc // 가슴에 못을 박다 làm tổn thương, làm xúc phạm ai nặng nề.

못 [3] [손발의 thuộc tay chân] cục chai (ở tay chân) (주로 발의), (nghĩa bóng) sự nhẫn tâm. @발바닥에 못이 생겼다 lòng bàn chân của tôi có một cục chai // 귀에 못이 박히도록 들었다 *tôi thấy chán ngấy khi nghe như vậy.*

못 [4] không, không bao giờ, không thể. @못 가겠다 tôi không thể đi được // tôi sẽ không đi.

못걸이 một thanh gỗ có nhiều móc để treo đồ.

못나다 (1) [용모가] xấu xí, đáng sợ, thô kệch, sơ sài, tầm thường. @얼굴이 못나다 có một khuôn mặt xấu xí. (2) [어리석다] ngu si, đần độn. @못난짓 hành động ngu xuẩn // 못난 짓을 하다 *làm một điều rồ dại.*

못난이 một người ngu, người vô dụng, một kẻ vô tích sự.

못내 mãi mãi, vĩnh viễn, luôn luôn, dài dòng, lê thê. @못내 잊지 못하다 không bao giờ quên.

못되다 (1) [미완] chưa làm xong, chưa

hoàn thành. (2) [미달] ít, dưới, thiếu, chưa đủ (ít hơn) @백만원이 못되다 dưới 1 triệu *won* // 20 세가 못되다 dưới 20 tuổi. (3) [건강 상태] có vẻ nghèo nàn, bộ dạng tồi tệ. @앓고 나서 얼굴이 못되다 nhìn kém (tàn tạ) sau cơn bệnh. (4) [악하다] bản chất ác độc, hung dữ, xấu xa. @못되게 굴다 cư xử không tốt.

못마땅하다 [사물이 주어] không thỏa mãn, không vừa lòng, ghê tởm, đáng ghét, [사람이 주어] không hài lòng với. @못마땅한 기색이다 có vẻ không vừa lòng, có vẻ không vui.

못박이다 (1) [손발에] bị chai. @손바닥에 못박이다 có cục chai ở lòng bàn tay. (2) [가슴에] thấy cay đắng, đau xót trong tim.

못본체하다 giả vờ (làm bộ) không thấy, (관대) làm ngơ, (돌보지 않음) coi nhẹ, xem thường, không quan tâm, không để ý đến.

못뽑이 cây kềm nhổ đinh.

못살게 굴다 cư xử tệ, khiêu khích, trêu chọc.

못생기다 thô kệch, xấu xí, vô duyên => 못나다.

못쓰다 (1) [행위· 사람] sai lầm, sai trái. @못쓸 짓 việc xấu // 못쓸 사람 người xấu, người vô dụng. (2) [사물] xấu, thấp kém. @못쓸 물건 hàng hóa kém chất lượng.

못자리 (1) [묘판] luống đất gieo mạ. (2) [씨뿌리기] sự gieo hạt. --하다 gieo hạt, gieo mạ.

못주다 đóng đinh vào vách.

못지 않다 không kém hơn, cũng tốt như vậy. @남 못지 않게 giống như những cái khác // 누구 못지 않게...이다 y như người sau.

못질 sự đóng đinh. --하다 đóng đinh.

못하다 [1] [불능] không thể, không đáp ứng được, không có khả năng, không có năng lực, yếu kém, [부정] không được. @너무 어려워서 나는 못한다 nó quá khó đối với tôi // 그런 사치는 못한다 *tôi không đủ khả năng để xa xỉ như vậy* // 물이 맑지 못하다 nước không tinh khiết.

못하다 [2] [열등] thấp kém, xấu hơn, thấp hơn, tệ hơn, không đáng quan tâm. @그는 짐승만도 못하다 *hắn còn tệ hơn cả súc vật.*

몽고 nước Mông Cổ.

몽구리 [까까머리] người cạo trọc đầu, thầy chùa, thầy tu, ông sư (sải)

몽글다 không có râu, không có ngạnh.

몽글리다 (1) [낟알을] cạo sạch râu (ngạnh), làm sạch hạt. (2) [단련] làm cho cứng, tôi rèn, rèn luyện, tập cho quen. (3) [맵시를] chưng diện, tô điểm, làm dáng, tự khen mình

몽글몽글하다 đầy u bướu, lổn nhổn u bướu.

몽니 @몽니 궂은 xấu xa, tội lỗi, đầy ác ý, tham lam, ham lợi // 몽니 부리다 cư xử ngoan cố, có hành động gian tham, hám lợi.

몽따다 giả ngu, làm bộ không biết.

몽땅 hoàn toàn, toàn bộ, toàn thể. @돈을 몽땅 잘렸다 hắn mất hết sạch cả tiền.

몽당비 cây chổi cùn.

몽당치마 một chiếc váy cũ rách.

몽똑 --하다 lùn, mập bè bè, lùn và mập.

몽둥이 cái xiên, cái gậy, dùi cui, hèo. @몽둥이로 때리다 đánh ai bằng gậy. *--

세레 sự đánh người bằng gậy, bằng dùi cui

몽롱 sự tối tăm, sự mập mờ. --하다 lờ mờ, lu mờ, mập mờ. @몽롱하게 một cách mập mờ // 의식이 몽롱해지다 nhận thức mơ hồ.

몽매 sự ngu dốt, sự không biết. --하다 không có học vấn, ngu dốt, không sáng suốt.

몽매 @몽매에도 ngay khi ngủ, tỉnh hay mê

몽불랑산 núi *Mont Blanc.*

몽상 giấc mơ, sự mơ tưởng hão huyền, ảo tưởng, ảo mộng. --하다 mơ, mơ màng, mơ mộng. *--가 người mơ mộng vẩn vơ, người mơ tưởng hão huyền

몽설 một giấc mơ đen tối. --하다 gặp ác mộng, có mơ ước kém lành mạnh, có tư tưởng đen tối

몽실몽실 --하다 làm đầy đặn => 뭉실뭉실. @몽실몽실 살찌다 mập tròn ra, béo bụ bẩm

몽유병 [의학 y học] chứng mộng du. *--자 người mộng du.

몽정 một tư tưởng không lành mạnh.

몽조 sự báo mộng, điềm báo mộng.

몽진 đường hầm tháo lui cho hoàng gia ở lâu đài. --하다 trốn chạy qua đường hầm.

몽총하다 lãnh đạm, thờ ơ, lạnh nhạt, hờ hững.

몽치 gậy, dùi cui. @몽치질 sự đánh bằng gậy // 몽치로 때리다 đánh bằng gậy. *쇠-- cây gậy sắt.

몽타아지 *(a mantoge)* sự dựng phim.

몽탕몽탕 (cắt) thành từng khoanh to.

몽톡 --하다 lùn, mập bè

몽혼 [의학 y học] sự gây tê, sự gây mê => 미취.

몽환 ảo ảnh, ảo tưởng, ảo giác. @몽환의 thuộc giấc mơ, thuộc trí tưởng tượng. *--극 một vở kịch có tình tiết hấp dẫn.

뫼 (1) [산] đồi, núi nhỏ. (2) [무덤] mồ, mả, phần mộ, ngôi cổ mộ. @묏자리 nơi xây mộ, vị trí ngôi mộ // 뫼를 쓰다 chôn cất, mai táng (ở)

묘 huyệt mộ, phần mộ, nấm mồ.

묘 con thỏ rừng. *--년 năm con thỏ (cũng là năm mẹo, con mèo)

묘 [현묘] điều bí ẩn, điều thần bí, phép mầu, điều kỳ diệu, kỳ công [교묘] sự khéo tay, tài khéo. @묘를 터득하고 있다 có năng khiếu, tài giỏi, khéo léo, thông thạo (về)

묘 [문묘] lăng mộ, [종묘] lăng tẩm, ngôi mộ lớn.

묘계 một thủ đoạn khôn khéo

묘기 sự tinh xảo tuyệt vời, một thành tích rực rỡ (연극 따위의), một chiến công huy hoàng (곡예의), một vở kịch thâm thúy. @묘기를 보이다 triển lãm chiến tích.

묘령 tuổi thanh xuân. @묘령의 tuổi trẻ.

묘리 một phương châm xử thế tuyệt vời.

묘막 túp lều gần ngôi mộ.

묘목 cây non.

묘미 vẻ đẹp, nhan sắc, sức quyến rũ, sự tế nhị. @그는 이 묘미를 모른다 *anh ấy không thể nhận thức được điểm tế nhị này.*

묘방 một toa thuốc hay tuyệt (처방).

묘법 (1) [처방 sự hướng dẫn] một phương pháp tuyệt diệu. (2) [불법] luật huyền diệu của Phật giáo.

묘비 bia mộ, mộ chí. @묘비를 세우다 lập bia mộ. *--명 chữ khắc trên mộ bia, văn bia.

묘사 sự tường thuật, sự mô tả. --하다 mô tả, vẽ lại, tường thuật, trình bày, phác họa, [그림으로] phác họa, phác thảo, vẽ sơ đồ, [글로] miêu tả. @묘사적 vẽ, mô tả. *성격-- mô tả tính chất. 실물-- vẽ mô hình. 인물-- sự mô tả đặc điểm.

묘상 nhà trẻ.

묘소 nghĩa trang.

묘수 [바둑 따위] tiền vốn lưu động, [사람 người] người có tay nghề cao, một chuyên gia.

묘안 một tư tưởng tuyệt diệu. @묘안이 생각나다 tìm ra một ý tưởng xuất sắc.

묘안석 [광물] ngọc mắt mèo.

묘약 thuốc chuyên trị, thuốc đặc hiệu.

묘역 => 묘소 nghĩa địa, bãi tha ma.

묘연하다 [멀어서] xa xôi, xa xăm, xa xưa, [기억이] mơ hồ, lờ mơ, mập mờ, không rõ ràng. [소식이] hoàn toàn không biết gì (chỗ ở của ai)

묘전 @묘전에 phía trước của ngôi mộ.

묘지 nghĩa trang, nghĩa địa *공동-- nghĩa địa (công cộng). 국립-- nghĩa trang quốc gia.

묘지 văn bia, văn mộ chí, chữ khắc trên mộ bia.

묘지기 người giữ mồ mả.

묘책 một kế hoạch khôn khéo.

묘판 => 못자리 luống đất để gieo hạt.

묘포 nhà trẻ, trường mầm non.

묘하다 (1) thanh tú, trang nhã, tinh tế, tế nhị. (2) [이상] kỳ lạ, lập dị, bí hiểm, khó hiểu. @묘한 사람 người lập dị, dị nhân, kỳ nhân (기인).

묘혈 ngôi mộ, nấm mồ. @스스로 묘혈을 파는 짓 một hành động tự sát.

무 [의학 y học] bệnh viêm màng xương cấp tính.

무 củ cải đỏ, củ ra-đi (*radish*) => 무우.

무 củ cải. @무 김치 món dưa củ cải.

무 vấn đề quân sự, [무예] chiến thuật quân sự.

무 con số không, số không, không gì. @무가 되다 thất bại thảm hại, trở về con số không.

무가내 [하] @무가내하다 không thể tránh khỏi được, chắc chắn xảy ra // 이제는 무가내하다 vô phương cứu chữa (không còn cách nào giúp)

무가당 @무가당의 không ngọt, không có đường, tự nhiên, nguyên chất *--오렌지 쥬스 nước cam nguyên chất.

무가치 tính chất không giá trị, sự không xứng đáng. --하다 không giá trị, không xứng đáng.

무간 --하다 thân thiết, gần gũi, thân mật. @... 와 무간하게 지내다 có mối quan hệ mật thiết (tốt) với ai.

무간섭 sự không can thiệp, sự không nhúng tay vào. *--주의 một chính sách bất can thiệp.

무감각 [무지각] sự tê dại, tình trạng tê liệt, không cảm giác; tính không có tình cảm, [무관심] tính lãnh đạm, sự thờ ơ, sự hờ hững. --하다 vô cảm, lãnh đạm, thờ ơ. @수족이 무감각하다 tay chân tôi bị tê cóng.

무감사 @무감사의 không thuận theo ban bồi thẩm

무강 tính chất vĩnh viễn, sự bất diệt, tính bất tử. --하다 lâu bền, vĩnh cửu. @만수무강하옵소서 xin chúc ông trường thọ! muôn năm !

무개 @무개의 không có nắp đậy, không đậy, để hở, để trần, không che kín.

무거리 bột thô, cám.

무겁 gò dất đằng sau bia bắn.

무겁다 (1) nặng, nặng nề, quan trọng, phiền toái. @무거운 짐 một sự phiền toái, một gánh nặng. (2) [신중] nghiêm nghị, từ tốn, hệ trọng, đứng đắn, uy nghiêm, hòa nhã // 입이 무겁다 ít nói, lầm lì, không cởi mở. (3) [우울] (cảm giác) nặng nề, buồn chán, thất vọng. @머리가 무겁다 có một cảm giác buồn chán trong đầu. (4) [중하다] chê bai, chỉ trích, phê bình, gay gắt, khắc khe, nặng nề, trầm trọng. @무거운 벌 một hình phạt nghiêm khắc. (5) [중대] quan trọng, rất hệ trọng, khẩn yếu. @무거운 책임 một trách nhiệm nặng nề.

무게 (1) [중량] sự cân, trọng lượng. @무게를 달다 cân (vật gì) // 무게가 있다 nặng cân. // 무게가 3 파운드 나가다 cân nặng ba pounds. (2) [중요성· 위엄] sức nặng, tầm quan trọng, chân giá trị. @ 무게 있는사람 một nhân vật quan trọng, một người có giá trị, có phẩm giá.

무결근 => 무결석.

무결석 số người có mặt thường lệ.

무경쟁 @무경쟁으로 không có sự cạnh tranh, không đối thủ.

무경험 sự thiếu kinh nghiệm, sự non nớt. @무경험의 thiếu kinh nghiệm, chưa được đào tạo.

무계출 @무계출 결근 sự vắng mặt không báo trước.

무계획 --하다 bất ngờ, ngoài ý muốn, ngoài kế hoạch, bừa bãi, lung tung. @무계획 한 짓 một hành động hấp tấp (vội vàng).

무고 (1) @무고하게 không có lý do. (2) [탈없음] sự không gặp trở ngại, sự miễn dịch. --하다 không rắc rối, an toàn. @무고히 một cách an toàn, [병없이] ổn, tốt, bình an vô sự.

무고 sự vô tội, sự ngây thơ --하다 ngây thơ, vô tội. @무고한 백성 những người dân vô tội.

무고 --하다 gièm pha, nói xấu, phỉ báng.*--죄 lời nói xấu, lời vu khống, sự thóa mạ (문서비방죄), lời buộc tội sai.

무곡 nhạc khiêu vũ (무용곡).

무골충 (1) [벌레] con sâu, con giun, động vật không xương sống. (2) [사람 người] một kẻ nhu nhược.

무공 huân chương chiến công quân đội. @무공을 세우다 trao huân chương cho quân chủng xuất sắc.

무과 cuộc tuyển quân thời phong kiến

무과실 *--책임(법) trách nhiệm pháp lý tuyệt đối, một nghĩa vụ

무관 sĩ quan hải quân.

무관 @무관의 제왕 một ông vua chưa được tấn phong.

무관계 không liên quan, không dính líu.—하다 không có liên quan.

무관심 tính vô tư, tính thờ ơ, tính lãnh đạm, không nhiệt tình. --하다 hờ hững, xa lạ, không lưu tâm, vô tư, dửng dưng. @무관심한 체하다 ra vẻ không quan tâm đến.

무교육 @무교육의 dốt nát, mù chữ, thất học *--자 người thất học, người mù chữ.

무구 sự trong sáng, sự tinh khiết. --하다 trong sạch, tinh khiết, ngây thơ, vô tội, thật thà.

무꾸리 nghi lễ của pháp sư.

무국적 sự mất gốc. *--자 người bị mất quyền công dân, người mất gốc. --피난민 người không có tư cách công dân, người tỵ nạn.

두궁 sự vĩnh cửu, sự vĩnh viễn. --하다 vĩnh cửu, bất diệt, mãi mãi. @무궁토록 một cách bất diệt.

무궁 무진 --하다 vô biên, vô hạn.

무궁화 [식물 thực vật] hoa hồng của Sharon. @무궁화 동산 vùng đất xinh đẹp của Hàn Quốc.

무궤도 @무궤도의 không có đường đi, không có đường xe lửa, [벗어난] quá độ, quá mức, phi lý. *--전차 xe đẩy tay (dùng để chuyển hàng hóa)

무균 (의학 y học) sự vô trùng. @무균의 phương pháp vô trùng, thuộc sự khử trùng (살균한).

무극 *--분자(결합) phân tử không cực tính.

무근 @무근의 vô căn cứ, không có cơ sở trong thực tế, không thật, giả. // 그 보도는 사실무근이다 *bản báo cáo này không có cơ sở.*

무급 @무급의 chưa trả tiền, chưa thanh toán // 무급으로 일하다 làm việc không lương.*--휴가 những ngày nghỉ không lương.

무기 vũ khí, quân nhu @무기와 탄약 vũ khí và đạn dược (quân trang, quân dụng). *--고 kho vũ khí, kho quân trang --원조 sự tiếp tế vũ khí.

무기 không giới hạn. @무기의 không xác định, không hạn định, suốt đời (징역) // 무기 연기되다 *hoãn lại không biết đến bao giờ.*

무기 @무기의 không cơ bản, ngoại lai. *--물 vấn đề không căn bản. --화학 hóa học vô cơ. --화합물 hợp chất vô cơ.

무기력 sự làm yếu, sự làm suy yếu. --하다 lừ đừ, chậm chạp, thiếu sinh động, trạng thái hôn mê, làm kiệt sức, mỏi mòn, nhu nhược, hèn yếu.

무기명 @무기명의 chưa vào sổ, không đánh dấu, không ký tên. *--공채 giao kèo miệng. --투서 một đề nghị không được chấp thuận. --투표 cuộc bỏ phiếu kín.

무기징역 tù chung thân. *--자 người (mang án) tù chung thân.

무기한 một thời gian không hạn định. @무기한의 không giới hạn, vô hạn định // 무기한 연기하다 bị hoãn lại vô hạn định.

ㅁ

무난 (1) [쉬움] dễ dàng thoải mái, không khó khăn. (2) [안건] sự an toàn, sự chắc chắn. (3) [나점이 없음] có thể lưu hành được, có thể vượt qua được. --하다 dễ dàng, đơn giản, [안전] an toàn, kiên cố, [난점없음] có thể chấp nhận được. @그는 무난히 그의 임무를 수행했다 anh ấy hoàn thành trách nhiệm không chút khó khăn // 그만하면 그저 무난하다 *điều này có thể chịu được* (vượt qua được).

무남 독녀 cô con gái rượu (con gái duy nhất của bố mẹ)

무너뜨리다 kéo xuống, phá hủy, tiêu diệt. @담을 무너뜨리다 phá đổ bức tường.

무너지다 suy sụp, sụp đổ. @눈(흙)이 무너지다 tuyết (đất) vỡ tan ra.

무념 quyền tự do giải trí. *--무상 một trạng thái tinh thần bình thản.

무능 sự không có khả năng, sự bất lực, sự bất tài. --하다 bất tài, bất lực, thiếu khả năng. @무능해서 해고당하다 *bị sa thải vì thiếu trình độ.*

무능력 thiếu năng lực. --하다 thiếu trình độ, bất tài, kém cỏi. *--자 một kẻ bất tài.

무늬 mẫu mã. @무늬 있는 비단 mẫu vải (lụa) có in hoa, có họa tiết.

무단 @무단히 [허가 없이] không xin phép [예고 없이] không cảnh giác, không cảnh báo *--결석 vắng mặt không xin phép.

무단 chủ nghĩa quân phiệt, sự chuyên chế *--정치 chính quyền quân sự, một luật lệ sắt.

무담보 @무담보의 không chắc chắn, không an toàn, không bảo đảm *--대부(금) món nợ không bảo chứng. --사채 giấy nợ không bảo hiểm.

무당 mụ phù thủy, bà thầy pháp, bà đồng.

무당 => 무가당.

무당벌레 [곤충 côn trùng] con bọ rùa.

무대 [연극의] bệ, đài, giàn, sân khấu, [활동의] phạm vi hoạt động, lãnh vực hoạt động, tầm ảnh hưởng. @무대를 처음 밟다 bước đầu vào nghề // 무대에 서다 ra sân khấu, xuất hiện trên vũ đài, [배우가 되다] trở thành diễn viên. *--감독 sự trông nom quản lý sân khấu, [사람 người] đạo diễn sân khấu. --극 một vở kịch. --예술 nghệ thuật sân khấu. --장치 sự dàn dựng sân khấu. --중계 chương trình tiếp âm cho sân khấu. --효과 ấn tượng sân khấu.

무더기 chồng, đống. @무더기로 쌓이다 chất đống, chồng chất, tích lũy (của cải...).

무던하다 (1) hào phóng, có tư tưởng tự do, phóng khoáng. (2) [충분하다] đủ, thỏa mãn, vừa lòng.

무던히 (1) rộng lượng, hào hiệp, hào phóng, tử tế, thân ái. @그는 우리 애들에게 무던히 잘해주었다 *ông ấy rất tốt với con chúng tôi.* (2) [어지간히] khá, vừa phải, hầu như, đáng kể. @무던히 애를 쓰다 nổ lực đáng kể.

무덤 ngôi mộ, nấm mồ. @스스로 무덤을 파다 đào huyệt cho chính mình (tự đào mồ).

무덥다 nóng bức, ngột ngạt. @무더운 날씨 thời tiết oi bức.

무도 sự khiêu vũ, sự nhảy múa. *--곡 một bản nhạc khiêu vũ --장 phòng khiêu vũ, vũ trường --화 giày khiêu vũ. --회 buổi tiệc khiêu vũ, [정식의] buổi khiêu vũ.

무독 --하다 không độc hại, vô hại.

무두장이 thợ thuộc da.

무두질 sự thuộc da. --하다 thuộc da.

무드 (음악 âm nhạc) giai điệu. @무우드 음악 điệu nhạc.

무득점 @무득점으로 끝나다 kết thúc tỷ số.

무디다 (1) [칼날이] cùn, không bén. @무딘 면도날 lưỡi dao cạo cùn (2) chậm hiểu, đần độn. @무딘 사람 một người tối dạ (ngu). (3) [말씨가] sống sượng, thô lỗ, cộc cằn.

무뚝뚝하다 sống sượng, lỗ mãng, cộc cằn. @무뚝뚝한 말씨 cách ăn nói sống sượng, cộc cằn.

무람없다 vô lễ, láo xược, bất lịch sự.

무량 --하다 vô cùng, cực kỳ, mênh mông, vô hạn, không thể đo lường được.

무럭무럭 (1) [성장] nhanh, mau, lẹ, nhanh chóng. @나무가 무럭무럭 자란다 cây lớn nhanh. (2) [냄새· 연기가] sự dày đặc, rậm rạp. @김이 무럭무럭 난다 *khói tỏa lên thành một đám mây dày đặc.*

무려 khoảng, ước chừng, gần, một ít, vài,

không ít hơn. @무려 1.000명이 회합에 참석했다 *không dưới 1000 người tham dự cuộc mít-ting*

무력 --하다 kém cõi, bất lực, yếu đuối, không có quyền hạn, bơ vơ, cô thế, không ai giúp đỡ.

무력 lực lượng quân sự, sức mạnh quân đội @무력에 호소하다 sử dụng vũ khí, dùng vũ lực. *--갈섭 sự can thiệp bằng lực lượng vũ trang. --외교 khả năng ngoại giao. --행사 sự sử dụng lực lượng vũ trang.

무렵 thời kỳ, thời gian.@복숭아꽃필 무렵 mùa hoa đào // 무렵에 vào một lúc nào đó, vào một thời gian nào đó // 그 무렵에 ngày đó, hồi ấy, khi ấy.

무례 --하다 vô phép, vô lễ, bất lịch sự, khiếm nhã, sỗ sàng. @무례한 짓을 하다 vô lễ với ai // 무례하게도...하다 có hành động xấc láo.

무뢰한 kẻ lừa đảo, bọn du côn, tên lưu manh.

무료 sự buồn tẻ, sự nhạt nhẽo, sự chán ngắt. --하다 chán ngắt, buồn tẻ, nhạt nhẽo, dài dòng, thiếu hấp dẫn. @무료함을 달래다 làm khuây nỗi buồn, *tiêu khiển cho qua thời gian.*

무료 @무료의 được miễn, không phải trả tiền // 무료로 biếu không, cho không, miễn phí. *--관람권 vé mời, vé miễn phí. --승차권 vé mời, thẻ ra vào không mất tiền.

무루 không ngoại lệ, không bỏ sót, cho tất cả mọi người, đầy đủ.

무르다[1] (1) [연하다] mềm mại, ẻo lả, ủ rũ, thiếu khí lực. @무른 살 thịt, cùi (của quả) bị nhũn. (2) [마음이 tâm hồn] yếu đuối, ủy mị, thiếu nghị lực. @무른 성질 tính khí mềm mỏng // 그는 사람이 무르다 *anh ấy có cái đầu mềm dẽo* (có tính nhẫn nhượng, ôn hòa).

무르다[2] [물러지다] trở nên mềm dịu.

무르다[3-] (1) trả lại, hoàn lại. @대금을 무르다 hoàn trả theo thời giá // 시계를 무르다 chỉnh giờ lại. (2) [상쇄] hủy bỏ sổ sách giữa hai bên. (3) [장기· 바둑에서] quay trở về, quay vòng.

무르익다 (1) [과실 따위가] chín tới, ngọt lịm. @무르익은 감 quả hồng vàng chín ngọt. (2) [시기가] chín muồi, chín chắn. @기회가 무르익기를 기다리다 *chờ thời cơ chín muồi.*

무릅쓰다 liều, mạo hiểm, gan dạ, bất chấp, thách thức. @위험을 무릅쓰다 liều, xem thường (nguy hiểm) // 폭풍우를 무릅쓰고 나가다 *ra đi bất chấp dông bão (đương đầu với phong ba bão tố)*

무릇[1] nói chung, đại thể. @무릇 사람은 자기본분을 지켜야 한다 *mọi người chồng đều phải chu toàn nhiệm vụ của mình.*

무릇[2] [식물 thực vật] cây hành biển, củ hành biển (dùng làm thuốc lợi tiểu).

무릎 đầu gối, vạt áo, vạt váy (허벅다리의 윗면). @무릎을 꿇다 quỳ gối, [굴복하다] đầu hàng, chịu thua // 무릎 위에 앉히다 *bế (đứa bé ngồi) trên đầu gối* // 눈이 무릎까지 찼다 *tuyết rơi sâu đến tận đầu gối.*

무릎맞춤 => 대질.

무리[1] (1) [한패] đoàn, toán, lũ,bọn, nhóm. @무리를 짓다 họp thành nhóm, tụ tập với nhau thành từng đám. @[철] mùa (trong năm), thời cơ, thời vụ. @청어 무리 mùa cá trích.

무리 [2] [해· 달의] quầng, vầng hào quang =>달무리. 햇무리.

무리 (1) --하다 vô lý, bất công, quái đản, trái với thiên nhiên. @무리한 요구 *một đòi hỏi vô lý* // 무리 없도록 *đừng đi quá xa* (đừng đòi hỏi vô lý) // 그가 화를 내는 것도 무리가 아니다 *anh ấy nổi giận có lý do chính đáng.* (2) [강제]. @무리하게 bắt buộc // 무리하게 잡아당기다 kéo (xô, đẩy) bằng sức lực. (3) [불가능] --하다 không thể làm được, quá sức, phi lý. @무리한 일을 하려고 하다 cố gắng làm một điều không thể có được (4) [과도] --하다 quá độ, thái quá, quá mức. @무리하게 공부하다 làm việc quá sức // 너무 무리하다 làm việc căng thẳng. *--방정식 (수 con số,식 biểu thức) phương trình vô tỷ.

무릿매 cái ná bắn đá. @무릿매질하다 bắn đá bằng cái ná.

무마 --하다 [손으로] vỗ nhẹ, vuốt ve, [달래다] dỗ dành, vỗ về, tán tỉnh.

무망중 bất ngờ, thình lình, đột xuất, bất chợt.

무면허 @무면허의 không có bằng sáng chế, không có giấy phép, không môn bài, không đăng ký

무명 vải bông. *--실 sợi (chỉ) vải (방직용). --옷 y phục bằng vải.

무명 @무명의 không tiếng tăm, vô danh, [익명의] giấu tên, ẩn danh, nặc danh // 무명씨 người ẩn danh, người vô danh // 무명 용사의 무덤 mộ chiến sĩ vô danh. *--인사 người tầm thường, người không có gì nổi bật.

무명조개 [조개] loại trai, sò

무명지 ngón tay đeo nhẫn.

무모 --하다 ẩu, hấp tấp, vội vàng, thiếu thận trọng. @무모하게 một cách vội vàng, cẩu thả.

무문근 [해부 giải phẫu] cơ trơn.

무미 --하다 vô vị, nhạt nhẽo, buồn tẻ, chán ngắt. @무미 건조하다 nhạt nhẽo, khô khan.

무반동총 [군사] loại súng trường không giật lại khi bắn.

무반주 @무반주의 sự trình diễn không có nhạc đệm.

무방 --하다 không quan trọng, không thành vấn đề, không hại gì. @무방하다면 *nếu bạn không phiền, nếu bạn đồng ý.*

무방비 @무방비의 không phòng thủ, không bảo vệ // 무방비 도시 một thành phố bỏ ngỏ.

무배당 @무배당이다 không chia lãi tức là đã đóng góp

무법 --하다 không có luật pháp, phi lý, bất công, (난폭한). *--자 kẻ sống ngoài vòng pháp luật, tên lưu manh. --천지 một xã hội không có luật pháp, tình trạng vô chính phủ

무변 quân nhân, chiến sĩ, chiến binh.

무변 --하다 bao la, bát ngát, vô bờ, vô hạn. @ --대해 *đại dương mênh mông.*

무변화 tính không thay đổi, tính bất di bất dịch, [단조] trạng thái đều đều, sự đơn điệu, sự buồn tẻ. @무변화의 không thay đổi, đơn điệu

무보수 @무보수의 không phải trả tiền, không được trả công // 무보수로 không có lương, miễn phí, [변호사· 의사 따위가] không có thù lao, không lệ phí.

무분별 sự vô ý, sự hớ hênh, sự không thận trọng, sự không biết suy xét. --하다

thiếu thận trọng, hấp tấp, khinh suất. @ 그런 짓을 하다니 무분별하다 *anh thật khờ dại khi làm như vậy.*

무비 --하다 vô địch, vô song, không có đối thủ, không ai sánh bằng. @세계 무비이다 chỉ có một trên thế giới.

무비판 @무비판적 (으로) thiếu óc phê bình, *không có khả năng phê bình.*

무사 chiến binh, binh sĩ. *--도 phong cách hiệp sĩ, tinh thần thượng võ.

무사 [안전] tính chất an toàn, sự yên ổn, sự thanh bình, [평온] sự thanh thản, sự yên lành, [건강 sức khỏe] tốt. --하다 an toàn, bình yên, yên lành, [건강] (hoàn toàn) khỏe mạnh. @무사히 (một cách) an toàn, bình yên, một cách thanh thản, khỏe, tốt, ổn // 무사히 지내다 *sống trong hòa bình* (평화), sống hòa bình với nhau, làm ăn khấm khá, xoay sở giỏi // 나는 무사하다 tôi cũng ổn (sống được / sống tốt).

무사 --하다 công bằng, không thiên vị, vô tư, không ích kỹ @공평 무사한 công bằng, vô tư, không thiên vị , không vị kỹ.

무사고 비행 một chuyến bay an toàn.

무사마귀 bướu cây (hột cơm, mục cóc)

무사 분주 --하다 bận rộn vì những việc không đâu

무사 안일 *--주의 nguyên tắc "***an toàn là trên hết***".

무사태평 --하다 ung dung, thong dong, vô tư lự , yên bình, thanh thản.

문산 @무산의 vô sản, không có tài sản. *--계급 giai cấp vô sản. --자 người vô sản.

무산 sự tan như mây khói --하다 tiêu tan, tan biến

무산증 [의학 y học] sự thiếu toan dịch vị (ở dạ dày).

무상 @무상의 tối cao, cao nhất, lớn nhất.

무상 tính dễ thay đổi, tính hay thay đổi. --하다 dễ thay đổi, không kiên định, không chắc chắn.

무상 @무상의 (으로) không có đền bù, miễn phí, không mất tiền, biếu (cho) không, [무보수로] không lấy tiền, không có lý do, vô cớ.

무상 출입 --하다 ra vào không ngớt, ra vào tự do, tự do thăm quan.

무색 (1) [빛깔] --하다 không màu, không sắc. 무색 투명의 액체 *một chất lỏng trong suốt không màu sắc.* (2) [부끄럼] --하다 cảm thấy xấu hổ, thẹn, ngượng. @무색한 얼굴 một vẻ mặt ngượng ngùng // 무색하게 하다 làm ai xấu hổ, [빛을 잃게 하다] sáng, chiếu sáng, rạng rỡ, lộng lẫy hơn.

무생물 vật vô tri vô giác. *--계 bản chất vô tri, nhạt nhẽo, thiếu sinh động.

무서리 đợt giá rét đầu mùa.

무서움 sự sợ hãi, sự kinh khiếp, sự khiếp đảm, sự ghê rợn, cảnh khủng khiếp. @ 무서움이 없다 *không đáng sợ.*

무서워하다 sợ hãi, lo lắng, kinh khiếp. @ 뱀을 무서워하다 sợ rắn.

무선 전신 vô tuyến điện, máy thu thanh. @무선 전신으로 bằng radio, bằng vô tuyến điện. *--국 trạm vô tuyến truyền thanh, đài phát thanh. --기 máy vô tuyến. --기사 người trực đài tổng đài, chuyên viên vô tuyến.

무선 전화 [기계] điện thoại vô tuyến (không dây). @무선전화를 걸다 gọi điện thoại vô tuyến.

무선 조종 hệ thống vô tuyến điều khiển.

@무선 조종의 được điều khiển bằng radio

무섭다 (1) [겁나다] đáng sợ, ghê sợ, [사납다] hung dữ, ghê tởm, kinh khủng, rùng rợn. @무서운 꿈 cơn ác mộng // 무서운 광경 cái nhìn khủng khiếp // 무서운적 kẻ thù hung tợn // 벌이 무서워서 sợ bị trừng phạt // 무서워서 혼났다 *tôi bị hoảng sợ trước cái chết.* (2) [모질다] dễ sợ, khủng khiếp. @무서운 깍쟁이 một người hết sức keo kiệt // 무섭게 서둘다 hết sức vội vàng (gấp rút).

무성 --하다 dày đặc, sum suê, um tùm. @잎이 무성한 나무들 cây lá sum suê.

무성의 tính không trung thực, tính giả dối. --하다 không thành thực, giả dối.

무세 @무세의 được miễn thuế. *--수입품 được miễn thuế nhập khẩu. --품 => 면세(--품).

무소 [동물 động vật] con tê giác.

무소 sự kết án sai. --하다 kết án sai.

무소 부재 --하다 có mặt ở khắp nơi.

무소 부지 --하다 thông suốt mọi sự.

무소 불능 --하다 có quyền tuyệt đối.

무소속 @무소속의 độc lập, không lệ thuộc. *--의원 một thành viên độc lập.

무소식 --하다 không nghe nói, không biết tin. @무소식의 회소식 *không có tin tức gì tức là bình yên.*

무쇠 khuôn đúc, sự đúc (sắt).

무수 --하다 không đếm xuể, vô số. @무수히 không đếm nổi, hằng hà sa số.

무수 @무수의 khan. *--산 (hóa học) chất anhydrit (khan). –알코올 rượu cồn nguyên chất. --황산 chất axít sulphuric khan. --초산 chất acetic sulphuric. --탄산 chất carbon dioxide. --화합물 hợp chất khan.

무수리 [새 chim] con cò già Ấn Độ.

무숙자 kẻ lang thang lêu lổng, cầu bơ cầu bất, kẻ không nhà, kẻ phiêu bạt giang hồ

무순 sự không có trật tự, sự cẩu thả, bừa bãi.

무술 thuật kế quân sự.

무슨 gì, sao, thế nào. @무슨 일이나 trong mọi sự vật // 무슨 까닭에 tại sao, lý do gì // 무슨 일이 있어도 dù có xảy ra điều gì // 무슨 일이냐 *có chuyện gì với bạn vậy?*

무승부 trận đấu hòa. @무승부로 끝나다 kết thúc trận đấu hòa.

무시 --하다 không để ý đến, không đếm xỉa đến, bất chấp, coi nhẹ. @남의 권리를 무시하다 *phớt lờ quyền lợi của người khác* // 사실을 무시하다 *bất chấp mọi việc.*

무시로 vào bất cứ lúc nào.

무시무시하다 dễ sợ, kinh khiếp. @무시무시한 광경 *một quang cảnh khủng khiếp.*

무시험 @무시험 입학 sự kết nạp không cần phải thẩm tra.

무식 nạn mù chữ, sự thất học. --하다 mù chữ, thất học. *--장이 một người mù chữ.

무신 chính quyền quân đội.

무신경 --하다 không xúc cảm, không tình cảm, vô tri vô giác, vô tình, da dầy, trì độn, u mê.

무신론 thuyết vô thần. @무신론적 thuộc thuyết vô thần. *--자 người vô thần.

무실점 @무실점으로 thua mất một điểm.

무심 --하다 không chủ tâm, không chủ ý,

không ý thức, vô tình, đãng trí, không viết ra, không có văn bản (순진한). @무심히 một cách vô tâm, một cách vô ý thức // 무심히 입밖에 내다 nói miệng, truyền khẩu (không có văn bản) // 무심히 창 밖을보다 *nhìn lơ đãng ra cửa sổ.*

무쌍 --하다 vô song, vô địch, không ai sánh bằng, không đối thủ, có một không hai.

무아 sự khiêm tốn, lòng vị tha, tính không ích kỷ. @무아지경에 들다 đạt đến mức độ vị tha.

무악 sân dành cho khiêu vũ nhạc

무안 --하다 cảm giác xấu hổ, ngượng ngùng. @무안주다 làm cho ai xấu hổ, làm cho ai bị ngượng ngùng, lúng túng.

무어 (1) cái gì, thế nào, vậy thì sao => 무엇. (2) [반문] cái gì? hử!. @무어라고 sao? anh nói gì? (3) @무어 어려울 것 없어 sao, thế nào?, điều đó thật là dễ! (4) @무어니 무어니해도 *hãy nói những điều bạn muốn.*

무어라 @무어라 하든 dù ai có nói thế nào // 무어라 (말)할수 없다 *bất kỳ ai cũng không thể cho biết.*

무언 sự im lặng, sự thầm lặng. --하다 thầm lặng, âm thầm, câm nín, ngấm ngầm. @무언중 im hơi lặng tiếng, không nói một lời.

무언극 một vở kịch câm.

무엄 --하다 khinh suất, thiếu thận trọng, liều lĩnh, cả gan, không kín đáo, hớ hênh. @무엄하게도...하다 không kín đáo, hớ hênh.

무엇 nào, cái gì đó, điều gì, việc gì. @무엇이나 bất cứ việc gì, bất kể thứ gì // 무엇보다도 trên hết mọi sự, hơn tất cả // 무엇이 어쨌다고 *sao? anh nói sao?* // 무엇이든지 마음에 드는 것을 가지시오 *bạn có thể có mọi thứ bạn cần.*

무역 việc thương mại, việc buôn bán, mậu dịch. --하다 kinh doanh, buôn bán, trao đổi mậu dịch. @무역을 진흥(증진)하다 phát triển ngoại thương // 크게 무역을 하고있다 quan hệ buôn bán rộng rãi với...* --업계 giới kinh doanh. --자유화 sự mở rộng tự do kinh doanh. --풍 hàng mậu dịch. --항 thương cảng.

무연 @무연의 không ám khói. *--탄 chất *antra xít,* than đá thô.

무연고 @무연고의 không bà con, không thân thuộc. *--문묘 một ngôi mộ hoang.

무예 kỹ thuật quân sự, chiến công. @무예를 닦다 *rèn luyện kỹ thuật quân sự.*

무용 @무용의 vô ích, vô dụng, [불필요한] không cần thiết, [용무없는] không nghề nghiệp // 무용자 출입금지 *không phận sự miễn vào* (게사).

무용 sự gan dạ, lòng dũng cảm. *--담 truyện anh hùng, thiên anh hùng ca

무용 sự khiêu vũ, điệu vũ. --하다 khiêu vũ. *--단 đoàn vũ ba lê. --연구소 trường dạy khiêu vũ.

무용지물 vật vô dụng, (vô tích sự).

무운 vận mệnh chiến tranh. @무운을 빌다 cầu chúc (ai) được may mắn trong chiến tranh.

무위 *--도식 cuộc sống nhàn rỗi, ăn không ngồi rồi. --도식배 người ăn không ngồi rồi, kẻ lười nhác.

무위 uy danh quân đội.

무의 무탁 --하다 không nơi nương tựa, không họ hàng thân thích, bị bỏ rơi. 무의무탁한 고아 đứa trẻ mồ côi không nơi nương tựa.

무의미 --하다 vô nghĩa, rỗng tuếch. @무의미하게 một cách vô nghĩa´.

무의식 sự vô ý thức, sự không cảm giác. @무의식적으로 một cách vô ý thức. [기계적으로] một cách máy móc, không sáng tạo. *--상태 trạng thái vô thức.

무의촌 một ngôi làng không có bác sĩ.

무이자 sự không quan tâm, sự không chú ý. @무이자의(로) thiếu quan tâm *--공채 một giao kèo (lời cam kết) dứt khoát.

무익 --하다 không đem lại hiệu quả tốt, không phục vụ cho một mục đích hữu hiệu nào. @무익한 살생을 하다 sát sinh một cách vô ích.

무인 dấu ấn chỉ ngón cái (trong căn cước). @무인을 찍다 ấn dấu ngón cái.

무인 chiến binh, chiến sĩ.

무인 *--비행기 máy bay không người lái. --자대 vùng hoang vu, nơi không người ở.

무인도 một hoang đảo.

무인지경 vùng bỏ hoang.

무일푼 @무일푼이다 không một đồng xu dính túi, nghèo xơ xác.

무임 miễn phí. *--승차 lối đi qua tự do. –승차권 giấy vào cửa miễn phí.

무임소 @무임소의 không xác định, không được ấn định. *--대사 đại sứ lưu động.

무자각 @무자각한 không cảm giác, hôn mê, bất tỉnh.

무자격 sự thiếu năng lực, sự bất lực, sự thiếu khả năng, [법 pháp lý] sự thiếu tư cách. @무자격의 không đủ tư cách, [무면허의] không được chứng nhận. *--교원 một giáo viên không được công nhận. --자 người kém cỏi, người bất tài, người thiếu năng lực.

무자력 tình trạng không trả được nợ.

무자본 @무자본으로 không có vốn, thiếu vốn.

무자비 --하다 nhẫn tâm, độc ác, hung tàn, không có trái tim

무작위 *--(표본)추출 sự lấy mẫu bừa bãi.

무작정 --하다 không mục đích, hấp tấp, vội vàng. @무작정(하고) thiếu thận trọng, hấp tấp, liều, cẩu thả.

무장 vũ khí, quân trang. --하다 vũ trang, trang bị vũ khí (cho). @무장한 có vũ khí, vũ trang // 무장해제 하다 tước vũ khí, phi quân sự hóa // 무장봉기하다 tăng cường vũ khí.

무장 sĩ quan chỉ huy, vị tướng.

무장지졸 một đội quân không người chỉ huy.

무저항 sự khuất phục, sự không kháng cự. @무저항의 (thuộc) tính không kháng cự. *--주의 chủ nghĩa bất phục tùng.

무적 @무적의 vô địch, không thể đánh bại, không chế ngự, không chinh phục được.

무적 *--자 người không đăng ký cư trú.

무전 @무전여행하다 đi nhờ xe, đi quá giang. *--여행 một chuyến du ngoạn không tiền lộ phí. –취식 sự bỏ sót một hóa đơn nhà hàng. @무전취식하다 ăn quỵt.

무전 vô tuyến điện. =>무선 전신.

무절제 sự quá độ, sự thiếu điều độ --하다 rượu chè quá độ @무절제한 생활을 하다 *sống một cuộc sống bê tha quá độ.*

무절조 --하다 không chung thủy, không bền lòng, không kiên định @무절조한

정치인 một chính khách không có nguyên tắc đạo đức.

무정 --하다 vô tâm, nhẫn tâm, khắc nghiệt. @무정하게도... 하다 quá nhẫn tâm (đủ để..)

무정거 @무정거의 không ngừng, thẳng một mạch.

무정견 --하다 hay thay đổi, không kiên định, không bền lòng.

무정란 một quả trứng không có trống.

무정부 tình trạng vô chính phủ, tình trạng hỗn loạn. @무정부의 hỗn loạn, vô chính phủ // 무정부 상태이다 trong tình trạng hỗn loạn.*--주의 chủ nghĩa vô chính phủ. --주의자 người theo chủ nghĩa vô chính phủ.

무정형 @무정형의 không có hình dạng rõ rệt, không định tính, không kết tinh (khoáng chất). *--수정 chất thạch anh thô.

무제 [예술 작품 따위의 như công trình nghệ thuật] tựa đề, tên. @무제의 (công trình) không tựa đề, không tên.

무제한 @무제한의 không hạn chế // 무제한으로 tự do, thoải mái, tùy thích, không gò bó.

무조건 @무조건의 dứt khoát, quả quyết, hoàn toàn // 무조건으로 một cách dứt khoát, một cách quả quyết, một cách tuyệt đối // --항복 sự đầu hàng vô điều kiện.

무좀 bệnh nấm ở bàn chân, [의학 y học] bệnh chàm ướt. @무좀 먹다 bị nấm ở bàn chân.

무종교 @무종교의 không tín ngưỡng, vô thần.

무죄 tính chất ngây thơ, vô tội. --하다 không phạm tội, không biết gì. @무죄가 되다 xét thấy không có tội. *--판결 một quyết định tha bổng của tòa án. --석방 sự tuyên bố trắng án.

무주기 @무구기의 (의학 y học) không vòng, xếp xoắn.

무주의 @무주의의 vô nguyên tắc, vô lương tâm, vô luân, bất lương.

무주정 *--음료 nước uống không có cồn.

무주택 *--서민 dân vô gia cư. --인구 dân không nhà.

무중력 tình trạng phi trọng lượng, không sức hút.

무증거 thiếu chứng cớ, không bằng chứng.

무지 sự ngu dốt. --하다 ngu dốt, dốt nát, dốt đặc, mù chữ, thất học.

무지개 cầu vòng *--빛 màu cầu vòng.

무지근하다 cảm thấy buồn tẻ

무지러지다 bị mòn, bị cùn.

무지렁이 người ngu xuẩn, người khờ dại.

무찌르다 (1) [살육] giết sạch, tàn sát, tiêu diệt sạch. (2) [공격] tấn công, xâm chiếm, chinh phục, chế ngự, chiến thắng.

무지 막지 --하다 cộc cằn ngu dốt. @무지막지한 짓을 하다 vi phạm trắng trợn.

무지스럽다 ngu dốt, dốt nát, [우악함] độc ác, man rợ, tàn nhẫn, ác nghiệt.

무직 @무직이다 không nghề nghiệp, [실업] không có việc làm, thất nghiệp.

무진 --하다 không kết thúc, vô tận, không giới hạn. *--회사 công ty tài chánh.

무진장 --하다 vô tận, không bao giờ hết được. @돈을 무진장 가지고 있다 anh ấy có cả một kho (tiền) vô tận .

무질서 sự mất trật tự, sự lộn xộn. --하다 mất trật tự, lộn xộn, xáo trộn.

무차별 sự không phân biệt, sự bừa bãi. @

무차별의 không phân biệt, bừa bãi // 남녀무차별로 không phân biệt giới tính.

무차일 ngày không có xe cộ.

무착륙 sự không ngừng. @무착륙 비행하다 bay thẳng một mạch.

무참 --하다 tàn nhẫn, nhẫn tâm, bi thương, ác độc @무참한 광경 một cảnh khủng khiếp.

무참 --하다 cảm thấy xấu hổ,cảm thấy ngượng.

무채색 không sắc, không màu.

무책 sự thiếu đường lối hành động, không có cách giải quyết.

무책임 sự thiếu tinh thần trách nhiệm. --하다 vô trách nhiệm, tắc trách.

무척 rất, lắm, hết sức. @무척 영리하다 thông minh tột đỉnh // 무척 피곤하다 mệt đến chết được.

무척추 동물 loài không xương sống.

무취 @무취의 không mùi, không có hương thơm.

무취미 --하다 khô khan, vô vị, chán ngắt.

무치다 nêm gia vị, thêm mắm dặm muối, băng bó, đắp thuốc. @나물을 무치다 ướp gia vị vào rau củ.

무탈 @무탈한 khỏe mạnh, lành mạnh.

무턱대고 mù quáng, thiếu thận trọng, khinh suất, không có lý do chính đáng. @무턱대고 책망하다 *trách mắng ai không có lý do chính đáng*.

무테 @무테의 không đóng khung, không có vành. *--안경 cặp kính không vành.

무통 @무통의 không đau đớn. *--분만 phương pháp sinh đẻ không đau.

무투표 *--당선 sự không biểu quyết lại.

무표정 --하다 ngây ra, đờ ra, không có thần, không diễn cảm.

무풍 @무풍의 không có gió, lặng gió. *--대 vùng lặng gió.

무학 sự ngu dốt, nạn thất học --하다 ngu dốt, mù chữ, không biết chữ, thất học.

무한 @무한히 vô vàn, rất nhiều, vô cùng, liên tu bất tận, đời đời, vĩnh viễn, bất diệt // 수요는 무한히 증가될 것이다 *nhu cầu sẽ tăng đến mức độ vô tận.* *--궤도 người tham tàn, quân hút máu. --대 vô cực, vô tận. --소 rất nhỏ, vi phân, nhỏ vô cùng. --책임 trách nhiệm vô hạn. --량 số lượng vô hạn.

무한정 => 무한. @무한정(으로) [언제까지라도] miễn là (chỉ cần) ai cũng thích, [무기한으로] vô hạn định, [영구히] mãi mãi, vĩnh viễn, trường tồn, đời đời, bất diệt, thường xuyên.

무해 --하다 vô hại, không độc.

무허가 @무허가판매 (제조) hàng bán không giấy phép.

무혈 *--점령(혁명) cuộc chiến không đổ máu.

무협 phong cách hiệp sĩ, tinh thần thượng võ, chủ nghĩa anh hùng.

무형 @무형의[비물질적] vô hình, phi vật chất, [정신적] tinh thần, linh hồn, [추상적] trừu tượng,khó hiểu, không thực tế, [보이지 않는] không có hình dạng rõ rệt, vô hình. @무형의 재산 tài sản phi vật chất.*--문화재 tài sản tinh thần.

무화과 quả sung, quả vả. *--나무 cây sung, cây vả.

무환 *--수입(수출) sự nhập (xuất) hàng không hối phiếu.

무효 [보람없음] tính vô hiệu quả, [법적] sự không có hiệu lực, sự vô giá trị. --하다 không có hiệu lực, không có giá trị.

@무효로 하다 bãi bỏ, hủy bỏ, thủ tiêu // 무효가되다 bị vô hiệu hóa. *--소송 lời thỉnh cầu vô hiệu.

무훈 một binh chủng xuất sắc.

무휴 @무휴이다 không nghỉ lễ // 연중 무휴 mở cả năm.

무희 gái nhảy, vũ nữ.

묵 mức. *도토리-- mức quả đầu.

묵객 thuật viết chữ đẹp (서예가), họa sĩ (화가).

묵계 sự hiểu ngầm, sự ngụ ý . --하다 thỏa thuận ngầm, ngụ ý.

묵과 sự đồng lõa, sự thông đồng, sự làm ngơ. --하다 làm ngơ, thông đồng, đồng lõa, bao che, lờ đi.

묵낙 sự thỏa thuận ngầm, sự mặc nhận. --하다 ưng thuận ngầm.

묵념 (1) sự suy ngẫm, sự trầm tư mặc tưởng. (2) sự nguyện thầm. --하다 trầm ngâm, trầm tư, cầu nguyện thầm, mặc niệm.

묵다 [1] [오래되다] cổ, cũ, cổ xưa, cũ kỹ. @묵은 사상 một tư tưởng lạc hậu (lỗi thời)

묵다 [2] [숙박하다] lưu lại, trọ lại, dừng lại.

묵도 sự cầu nguyện thầm. --하다 nguyện thầm. @전몰 장병에 대하여 1 분간 묵도를 올리다 *một phút mặc niệm để tỏ lòng tôn kính những người đã hy sinh trong chiến tranh.*

묵둑독 sự đọc thầm (sách). --하다 đọc thầm

묵례 sự cúi đầu yên lặng. --하다 yên lặng cúi đầu, lặng lẽ cúi chào (ai).

묵묵 --하다 ngầm, im hơi lặng tiếng, thầm lặng. @묵묵히 sự âm thầm, im lặng.

묵비권 quyền được giữ im lặng. @묵비권 행사하다 giữ vững lập trường câm lặng.

묵살 --하다 lờ đi, làm ra vẻ không biết đến, không quan tâm. @제안을 묵살하다 che dấu một kế hoạch.

묵상 sự trầm tư mặc tưởng, sự suy gẫm, sự trầm ngâm, sự lặng ngắm. --하다 trầm tư, suy tư.

묵새기다 quá hạn, hoãn lại quá lâu.

묵수 => 고수.

묵시 (1) [신의 lòng tin, đức tin] sự soi rạng thiên khải. @묵시록 sách Khải Huyền (cuốn cuối cùng của bộ kinh Tân Ước). (2) [암시 lời gợi ý] sự liên can, ẩn ý, điều ngụ ý. --하다 ý nói, ngụ ý, bao hàm ý.

묵시 --하다 bỏ qua, tha thứ, làm ngơ, lờ đi.

묵은 해 năm cũ, năm ngoái.

묵인 sự đồng mưu, sự bao che ngầm. --하다 đồng lõa, đồng mưu, bao che.

묵주 [카톨릭] bài kinh *rosary* (vừa đọc vừa lần tràng hạt), chuỗi tràng hạt.

묵지 giấy than. @묵지를 받혀 쓰다 sao chép bằng tờ giấy than.

묵직이 một cách nặng nề.

묵직하다 (1) nặng. (2) [언행이] trang nghiêm.

묵척 đường đánh dấu bằng mực của thợ mộc.

묵화 một bức vẽ bằng mực tàu. *--가 một họa sĩ chuyên phối màu sáng tối.

묵흔 vết mực, nét chữ viết tay (필적).

묵히다 @돈을 묵혀두다 để đồng tiền nhàn rỗi // 땅을 묵히다 để đất bỏ hoang.

묶다 buộc, cột, trói. @단으로 묶다 cột (vật gì) thành một bó // 개를 나무에

ㅁ

묶다 buộc con chó vào cây.

묶음 một bó, một thếp, một bọc, một gói (곡물, 서류따위). @묶음으로 팔다 bán từng bó.

문 (1) [문장] một câu. (2) [학문] chữ cái, mẫu tự, cây bút. @문이 무보다 강하다 ngòi bút mạnh hơn gươm giáo.

문 (1) [입구] cổng ra vào, cửa ngõ, cái cổng, cánh cửa. @문을 열어주다 mở cửa cho ai, [기회] tạo cơ hội (cho ai). (2) [부류] một gian hàng. (3) [대포] @대포수문 một vài món hàng quân nhu (4) [생물 sinh vật] ngành, hệ (동물 động vật), sự phân chia (식물 thực vật).

문 => 무늬.

문 một vấn đề => 문제. @제 3 문 vấn đề thứ ba.

문간 ô cửa, cổng vào, lối vào.

문갑 tủ đựng đồ dùng văn phòng.

문고 (1) [서고] tủ sách. (2) [그릇] cái rương xách tay. (3) [총서] phòng đọc sách. @가정 대학 문고 Thư Viện Đại Học địa phương.

문고리 tay cầm cánh cửa.

문공부 Bộ Văn hóa Thông tin. *--장관 Bộ trưởng Bộ Văn hóa Thông tin.

문과 (1) [교육] ban văn chương. (2) [옛시험제도] kỳ thi tuyển dụng công chức cao cấp.

문관 thường dân, ngành dân chính (총칭).

문교 sự giáo dục. *--부 Bộ giáo dục. --부장관 Bộ tưởng Bộ Giáo dục. --정책 chính sách giáo dục. --행정 ngành quản lý giáo dục.

문구 đoạn văn, từ ngữ, nhóm từ, cụm từ, [표현] thành ngữ.

문구멍 một lỗ thủng ở cánh cửa.

문단 giới văn chương. @문단에 나서다 khởi đầu sự nghiệp văn chương.

문단속 --하다 khóa chặt cửa, đóng kín cửa.

문답 cuộc đối thoại, sự hỏi đáp (대화). --하다 tra hỏi, chất vấn (교리를), kéo dài cuộc vấn đáp. @문답식으로 theo dạng vấn đáp.

문대다 lau chùi, cọ rửa, chà xát => 문지르다.

문덕(문덕) cả mớ, từng mảnh. --하다 rơi vỡ thành từng mảnh.

문둥병 bệnh hủi, bệnh phong. @문둥병 환자 người bệnh hủi // 문둥병 환자 수용소 một khu bệnh nhân phong.

문드러지다 làm loét ra, làm thối nát, làm mục rữa, bị loét.

문득, 문뜩 bất ngờ, thình lình, đột xuất. @문득 생각나다 chợt nảy ra, chợt lóe lên.

문란 sự hỗn độn, sự rối loạn, sự thối nát. --하다 trong sự hỗn loạn. @문란케 하다 đồi bại, thối nát, hỗn độn // 문란해지다 rơi vào tình trạng hỗn loạn. *관기-- sự vi phạm kỹ luật chánh quyền. 풍기-- sự trái nghịch với khuôn phép lễ nghi.

문례 một ví dụ, một câu mẫu.

문루 cổng tháp.

문리 (1) [문과와 이과] khoa học nhân văn và khoa học tự nhiên. (2) [문맥] văn cảnh, ngữ cảnh, mạch văn. (3) [조리] dòng tư tưởng. *--과 khoa khoa học tự nhiên và khoa học nhân văn. --과 대학 trường đại học khoa học nhân văn và khoa học tự nhiên.

문맥 mạch văn. @문맥상의 thuộc mạch văn.

문맹 nạn mù chữ, sự thất học, [사람

người] người mù chữ, người thất học. *--타파 chiến dịch chống mù chữ.

문명 nền văn minh, sự khai hóa. @문명한 văn minh, khai hóa. *--사회 xã hội văn minh. 물질(기계) -- văn minh cơ khí. 서양-- nền văn minh Tây phương.

문묘 đền Khổng Tử.

문무 [일] vấn đề quân dân, thanh kiếm và ngòi bút. *--겸전 văn võ song toàn. --백관 các quan chức quân dân.

문물 văn hóa, văn minh (문명). *서양-- văn hóa Tây Âu.

문밖 (1) [대문밖] ngoài cửa, ngoài trời. (2) [성문밖] ngoại ô thành phố. @서울 문밖에 살다 sống ở vùng ngoại ô *Seoul.*

문방구 dụng cụ văn phòng. *--점 cửa hàng văn phòng phẩm.

문벌 nòi giống, dòng dõi. @문벌이 좋은 사람 người có gia thế.

문법 văn phạm, ngữ pháp. @문법상의 thuộc ngữ pháp, theo ngữ pháp // 문법에 맞다 phạm lỗi ngữ pháp. *--책 sách văn phạm.

문병 sự đi thăm bệnh, sự hỏi han (thẩm vấn). --하다 đi thăm bệnh, hỏi han bệnh tình. @입원중인 친구를 문병하다 thăm bạn ở bệnh viện.

문사 một nhà văn, một người viết văn, văn sĩ.

문살 khung cửa lùa.

문상 lời chia buồn => 조상.

문서 văn kiện, tài liệu, tư liệu, giấy tờ, văn thư sổ sách. @문서로 viết theo mẫu. *--과 khu vực lưu trữ văn thư (관청의). --위조(죄) sự giả mạo văn kiện (tài liệu). --철 tập tin.

문선 [인쇄 in ấn] sự chọn chữ in. *--공 người sắp chữ in.

문설주 cột cổng, thanh dọc, rầm cửa.

문소리 tiếng mở cửa. @문소리가 난다 nghe tiếng mở cửa.

문신 sự xâm mình, hình xăm lên da. --하다 xăm (hình lên da).

문신 chính quyền dân sự.

문안 (1) [문의안] ở trong nhà, trong phạm vi cửa. (2) [성의 안] trong phạm vi thành phố. @문안에 살다 sống trong thành phố.

문안 sự hỏi thăm (sức khỏe của người nào). --하다 hỏi thăm, vấn an sức khoẻ (ai).

문안 bản phát thảo, bản dự thảo @문안을 작성하다 phát thảo, dự thảo.

문어 cách diễn đạt văn chương. *--체 phong cách văn học.

문어 con bạch tuộc, con mực phủ. @문어단지 cái bẫy bạch tuộc. (kế hoạch để bẫy)

문예 văn chương, văn học nghệ thuật (문학), nghệ thuật và văn học (문학 예술). *--기자 nhà văn học. --란 mục văn học. --부 bộ phận văn học. –부흥 thời kỳ phục hưng (thời kỳ nghệ thuật và văn học phát triển mạnh trở lại ở thế kỷ 14,15,16, dựa trên các hình thức cổ điển). –비평(가) sự phê bình văn học, (nhà phê bình văn học) --사조 chiều hướng của những tư tưởng văn học.

문외한 người không chuyên môn, người ngoài cuộc, người không cùng nghề.

문우 người bạn văn chương.

문원 [문단] giới văn học.

문의 câu hỏi. --하다 đặt câu hỏi về. @그에게 문의하다 hỏi anh ấy (về vấn đề gì).*--처 sự tham khảo, sự hỏi ý kiến.

문인 một nhà văn học.
문자 (1) [글자] chữ, nét chữ (문자 하나), bảng chữ cái, bảng mẫu tự. (2) [구·관용구] thành ngữ, tục ngữ @문자 그대로 theo nghĩa đen, theo từng chữ. *--반 mặt đồng hồ.
문장 [작문] phép đặt câu, [논문] bài tiểu luận, [문체] văn phong, [사람 người] người viết hay *--가 một nhà văn có phong cách riêng. --론 cú pháp.
문장부 cây trụ cửa.
문재 năng khiếu, khả năng văn chương.
문적(문적) =>문덕(문덕).
문전 (ở) phía trước cổng. @문전 성시 liên tục có dòng người đến thăm //문전 걸식하다 đi xin ăn bên ngoài
문전 sách văn phạm.
문제 vấn đề, luận đề, [제목] chủ đề, đề tài, [일] vấn đề. @사회 문제 vấn đề xã hội // 금전 문제 vấn đề tiền bạc // 시험문제 câu hỏi thi // 문제의 인물 người đang được nói đến // 문제를 일으키다 nêu lên vấn đề // 문제가 안되다 không thành vấn đề // 문제삼다 đặt thành vấn đề nghi ngờ (tư cách của ai). *계쟁-- vấn đề đang tranh cãi.
문조 [새 chim] loại chim sẻ Java.
문죄 sự buộc tội, sự tố cáo, cáo trạng. --하다 tố cáo tội ác.
문중 toàn bộ phe cánh (thị tộc / chũng tộc).
문지기 người gác cổng.
문지르다 cọ xát, cọ rửa, xoa, chà xát (손 따위를). @눈을 문지르다 rửa mắt // 마루를 걸레로 문지르다 cọ rửa sàn nhà bằng giẻ lau.
문지방 ngưỡng cửa.
문진 cái chặn giấy.
문집 hợp tuyển (văn học), (thơ ca).
문짝 tấm ván cửa, líp cửa.
문책 sự chịu trách nhiệm một bài báo.
문책 --하다 phê bình, chỉ trích, khiển trách. @문책받다 bị khiển trách.
문체 phong cách văn chương. @평이한 문체로 theo một phong cách giản dị. *--론 phong cách học, tu từ học.
문초 câu tra hỏi, sự thẩm vấn. --하다 hỏi thi, sát hạch, thẩm vấn. @경찰의 문초를 받다 bị cảnh sát tra hỏi.
문턱 ngưỡng cửa.
문투 loại hình văn học, phong cách văn học.
문틈 khe cửa, chỗ mở hé.
문패 biển (bảng) tên (đặt ở cửa). @문패를 내걸다 đóng một biển tên vào cửa.
문필 (theo đuổi) nghiệp văn chương. @문필로 생활하다 sống bằng ngòi bút. *--가 nhà văn. --업 nghề viết văn.
문하 môn hạ, môn sinh*--생 học trò.
문학 văn học, văn chương. *--개론 lời giới thiệu văn học. --론 lời bình luận văn học. --박사 tiến sĩ văn chương. --사 cử nhân văn chương. --운동 phong trào văn học. --자 nhà văn. –작품 tác phẩm văn học. --잡지 tạp chí văn học.
문헌 văn kiện, tài liệu, tư liệu, văn thư, thư mục *--학 môn ngữ văn.
문호 nhà đại văn hào.
문호 cánh cửa. @문호를 개방하다 mở cửa. *--개방주의 chính sách mở cửa.
문화 văn hóa, văn minh. @문화 교류를 증진시키다 khuyến khích sự trao đổi văn hóa (giữa các quốc gia). *--사 lịch sử văn học. --사절 sứ mệnh văn học. --수준 trình độ văn học. --시설 những điều kiện thuận lợi cho sự phát triển văn

hóa. --제 lễ hội văn hóa. --영화 một bộ phim về văn học. --인 một người có văn hóa. --재 các tài sản văn hóa.

문후 sự hỏi thăm, sự vấn an sức khỏe (bằng thơ tín)

묻다 [1] [파묻다] chôn vùi, che lấp, [매장] chôn cất, mai táng. @시체를 묻다 chôn cất. (2) [감추다] che phủ, giấu giếm, che đậy.

묻다 [2] bị nhuốm màu, bị làm bẩn. @비가 묻다 bị dính nhựa cây // 잉크가 묻다 bị giây mực.

묻다 [3] (1) [질문하다] điều tra, chất vấn, đặt câu hỏi. @역으로 가는 길을 묻다 hỏi thăm đường đến nhà ga. (2) @책임을 묻다 gọi tính tiền. (3) [안부 · 소식 따위] hỏi thăm. @안부를 묻다 hỏi thăm sức khoẻ.

묻히다 [1] nhuốm màu, vấy bẩn, hoen ố. @구두에 흙을 묻히다 vấy bùn lên đôi giày.

묻히다 [2] bị chôn vùi, bị giấu giếm, che đậy. @눈에 묻히다 bị chôn vùi dưới tuyết, bị tuyết phủ // 묻혀 살다 sống trong tối tăm // 그는 웨스트민스터 사원에 묻혀 있다 *ông ấy được chôn cất ở Westminter.*

물 [1] (1) nước. @물을 긷다 múc nước (giếng) // 물을 타다 thêm nước (vào) // 물을 주다 uống nước. (2) [액체] chất lỏng. @잉크물 mực nướt // 물약 thuốc nước. (3) [홍수] lũ, lụt, nạn lụt.

물 [2] màu nhuộm. @물이 들다 nhuộm màu // 머리에 물을 들이다 nhuộm tóc.

물가 bờ nước, bờ vực.

물가 giá cả các mặt hàng. @물가를 통제하다 điều chỉnh, qui định (giá hàng...). *--고 giá hàng hóa cao. --등귀 sự tăng giá. --변동 sự dao động giá cả. --수준 mức giá. --지수 bảng giá.

물갈래 [지류] cành cây, nhánh cây, [분기점] chạc cây.

물갈귀 có chân màng như vịt.

물감 thuốc nhuộm màu.@물감을 들이다 nhuộm.

물개 [동물 động vật] con hải cẩu. @물개 가죽 da hải cẩu.

물거리[땔나무] bụi cây, lùm cây

물거미 [곤충] con nhện nước.

물거품 bong bóng, bọt => 거품.

물건 [물품] hàng hóa, sản phẩm, vật phẩm. @증거 물건 chứng cớ hữu hình // 물건이 좋다 có chất lượng cao.

물것 các loại côn trùng chích đau.

물결 cơn sóng, đợt sóng, (làn sóng, phong trào). @잔 물결 sự gợn sóng lăn tăn // 큰 물결 cơn sóng to, sóng cồn // 거친 물결 cơn sóng dữ // 물결에 휩쓸리다 bị sóng cuốn trôi đi // 물결을 타다 lướt sóng, cưỡi sóng // 물결을 헤치고 나가다 lặn xuống biển sâu.

물결치다 sóng dâng, thăng trầm (lên xuống) @물결치는 대로 phó mặc cho cơn sóng.

물경 một cách ngạc nhiên, sửng sốt.

물계 giá hiện hành.

물고 @물고나다 chết, mất, từ trần, băng hà.

물고기 con cá. @물고기 장수 người bán cá.

물고 늘어지다 (1) [입으로] chích vào vật gì và bám chặt lấy. (2) [집요하게] chích vào, bám vào. @끝까지 물고 늘어지다 *không dính vào những chuyện mà mình không biết.*

ㅁ

물고동 cái vòi, cái van, cái khóa @물고동을 틀다 vặn vòi.

물곬 @도랑에 물곬을 내다 đặt một ống cống (ống dẫn nước) xuống rãnh.

물구나무서다 (nghĩa bóng) lập dị, ngược ngạo, ngược đời. @물구나무서기 tư thế trồng chuối, sự chổng ngược người lên (체조).

물구덩이 vũng nước, ao tù.

물굽이 chỗ rẽ của dòng sông. @물굽이지다 lượn, uốn khúc.

물권 quyền bất động sản. @물권의 이전 sự chuyển nhượng quyền bất động sản. *--법 luật bất động sản.

물귀신 quỷ biển, ma da. @물귀신이 되다 bị chết đuối (chết chìm).

물금 [화학] hợp chất, vật hỗn hợp.

물기 hơi ẩm, nước ẩm đọng lại. @물기가 있다 bị ẩm.

물기름 dầu xức tóc.

물까마귀 [새 chim] con chim két nước.

물꼬 cửa cống => 수문.

물끄러미 sự ngây người ra, sự thất thần.

물난리 (1) [수재] nạn lũ lụt. @물난리나다 bị thiên tai lũ lụt. (2) [식수난] tình trạng rắc rối vì thiếu nước.

물납 sự thanh toán bằng hiện vật. --하다 trả bằng hiện vật. *--세 đánh thuế trên hiện vật.

물너울 sóng biển cuồn cuộn, cơn sóng cồn, sóng nhồi (sau cơn bão).

물놀이 --하다 sóng gợn lăn tăn. (2) nhúng nước, té nước, vẫy nước (vui đùa).

물다 [1] [깨물다 chó cắn] cắn, ngoạm. @고기가 잘문다 cá đang cắn câu. (2) [물것이 loại côn trùng chích đau] châm, đốt. (3) [이권 따위를] đánh bắt được, câu được. (4) [입에] ngậm trong miệng, giữ lại trong miệng. @담뱃대를 입에 물다 ngậm tẩu thuốc giữa răng. (5) [톱니바퀴 따위가] ăn khớp với. @맞물고 있는 톱니바퀴 các bánh xe khớp với nhau.

물다 [2] (1) [갚다] nộp, thanh toán. @세금을 물다 nộp thuế. (2) [손해를] đền bù, bồi thường cho. @손해를 물어주다 bồi thường thiệt hại cho ai.

물때 [물의 thuộc nước] sự cấn nước, sự bám cặn cáu (ở đáy nồi). @물때가 끼다 dạng cấn nước.

물독 một bình nước (chai, lọ, vại)

물들다 (1)[빛깔이] nhuộm. @잘 물들다 nhuộm ăn màu. (2) [오염] bị làm bẩn, làm hoen ố. @비로 물들다 bị vấy máu. (3) [감염] nhúng, ướt đẫm. @악에 물들다 bị nhiễm thói xấu.

물들이다 nhuộm. @손톱을 벌겋게 물들이다 sơn móng tay màu đỏ.

물딱총 cây súng nước.

물똥 =>물찌똥.

물똥싸움하다 vẩy nước (té nước) vào nhau.

물량 số lượng nguyên vật liệu.

물러가다 (1) [뒤로] chuyển ra phía sau, bước lùi, rút lui. @한걸음 뒤로 물러가다 lùi một bước. (2) [떠나다] tháo lui (ra khỏi), rời bỏ, lui về, [사직] từ bỏ, trao, nhường. @공직에서 물러나다 từ bỏ cuộc sống chung.

물러나다 (1) [어긋나다] trở nên lỏng lẻo, bị lìa ra. (2) [후퇴 kéo lùi, giật lùi, rút lui. @관직에서 물러니다 rời khỏi văn phòng.

물러서다 (1) bước lùi, đi ra. @뒤로 물러서다 lùi ra phía sau. (2) [사임] rời bỏ, rút lui về. @교수직을 물러 서다 từ bỏ chức vị giáo sư.

물러 앉다 (1) [뒤로] dời chỗ ngồi ra phía sau. (2) [지위에서] từ bỏ, rời bỏ, từ chức.

물렁하다 (1) mềm, chín nẫu, chín rục. @감이 익어 물렁하다 *quả hồng vàng chín mọng (đầy nước).* (2) [성질] mềm mỏng, yếu đuối, ủy mị, thiếu dũng khí. @물렁한 살 thịt (cùi trái cây) mềm nhũn // 물렁한 사람 người dễ dụ, người dễ thuyết phục.

물레 bánh xe xoay tròn. @물레질하다 xe chỉ (quay tơ) bằng bánh xe xoay

물레방아 nhà máy nước.

물레새 [새 chim] chim chìa vôi rừng.

물려받다 thừa kế, thừa hưởng. @아버지의 재산을 물려받다 thừa kế tài sản của cha.

물려주다 thoái vị, từ bỏ, nhường ngôi (왕위, 권리를).@전재산을 아내에게 물려주다 *giao toàn bộ tài sản cho vợ.*

물려지내다 bị ai khống chế.

물력 sức mạnh thể chất, sức mạnh vật chất.

물론 (trong thực thế, thật ra), lẽ dĩ nhiên, tất nhiên. @영어는 물론 불어도 한다 *anh ấy nói tiếng Pháp, chưa kể đến tiếng Anh.*

물리 vật lý (khoa học tự nhiên) @물리적 theo vật lý. *--요법 vật lý trị liệu.

물리다 [1] [싫증나다] no, chán ngán, thỏa mãn. @물리도록 먹다 no nê, chán ngán.

물리다 [2] [익히다] ninh, nấu nhừ. @감자를 물리다 hầm nhừ khoai tây.

물리다 [3] (1) [미루다] hoãn lại, để chậm lại, trì hoãn, lần lữa, lảng tránh @이틀 물리다 hoãn lại 2 ngày. (2) [옮겨 놓다] xoay chiều, đổi hướng. (3) giao, chuyển, nhượng, từ bỏ, thoái vị (지위, 권리) => 물려주다.

물리다 [4] [치우다] lấy đi, dọn đi, mang đi, bỏ đi. @장농을 물리고 책상을 놓다 *mang cái tủ đi và thay cái bàn làm việc vào chỗ đó.*

물리다 [5] [쫓다] đuổi đi, xua đuổi.

물리다 [6] bị cắn, chích, đốt. @모기한테 물리다 bị muỗi đốt.

물리다 [7] đền bù, bồi thường. @깨뜨린 그릇 값을 물리다 bắt ai phải bồi thường vì làm bể đĩa.

물리치다 (1) [거절] từ chối, khước từ, cự tuyệt. @요구를 물리치다 *từ chối yêu cầu của ai.* (2) [격퇴] đuổi đi, xua đuổi, đẩy ra xa, đẩy lùi. @적을 물리치다 đẩy lùi kẻ thù. (3) [사람을] đuổi ra xa, bắt ở xa, tống đi.

물리학 vật lý học. @물리학적 vật lý. *--자 nhà vật lý. 이론(응용) -- lý thuyết vật lý.

물망 sự ủng hộ của quần chúng. @물망에 오르다 *đạt được sự mong chờ của quần chúng; được quần chúng ủng hộ.*

물망초 [식물 thực vật] cây cỏ lưu ly (cây *forget-me-not*)

물매 [1] @물매맞다 bị quất mạnh. *--질 sự quất (đánh) mạnh bằng roi.

물매 [2] [경사] đường dốc, vị trí nghiêng. @물매가 싸다 mái nhà có độ dốc khá nghiêng.

물매화풀 [식물 thực vật] một loại cỏ ở núi Thi sơn (Hy lạp).

물멀미 chứng say sóng.

물목 sách (bảng) liệt kê, danh mục (các hàng hóa, đồ vật gia dụng)

물물교환 sự đổi chác. --하다 đổi chác,

ㅁ

trao đổi @소금과 식량을 물물교환하다 đổi muối lấy thức ăn.

물미 giày, đinh đế giày.

물밀다 lên (thủy triều), mọc (mặt trời, mặt trăng). @물밀 대 luồng nước thủy triều // 물밀 듯이 들이닥치다 tràn ngập (khách du lịch).

물밑 [바닥] đáy nước (đáy biển), [해면 아래] dưới mặt nước. @잠수함은 물밑을 다닌다 tàu ngầm dưới đáy biển.

물방아 (1) [물레방아] nhà máy nước. (2) [방아두레박] gầu bánh xe nước (ở guồng nước).

물방앗간 nhà máy nước.

물방울 một giọt nước.

물벼락 @물벼락 맞다 bất ngờ bị dội nước lên.

물병 một chai nước.

물보라 bụi nước, tia nước (ở sóng tung lên hoặc ở bình bơm phun ra).

물부리 (1) [담뱃대의 tẩu thuốc] miệng ống điếu (tẩu hút thuốc). (2) [궐련의] đót (thuốc lá).

물분 son, phấn dạng lỏng, sự trang điểm nhẹ.

물불 @물불을 가리지 않고 bất chấp mọi khó khăn.

물비누 xà phòng nước, xà phòng mềm (반유동체의).

물싸움 cuộc tranh cãi về vấn đề nước tưới tiêu, [물뜽싸움] sự mâu thuẩn về vấn đề nước.

물산 sản phẩm địa phương, sản phẩm(nói chung 충칭) *--전람회 cuộc triển lãm các sản phẩm địa phương.

물살 dòng nước, luồng nước. @물살이 빠르다 nước chảy nhanh

물상 hình dạng đồ vật.

물상 (1) [사물] đồ vật, vật thể. (2) [현상] hiện tượng vật chất. (3) [학과] khoa học vô sinh (không có sinh khí)

물새 con chim nước.

물색 --하다 (1) [찾다] tìm kiếm, săn lùng, truy lùng @좋은 후임자를 물색하다 tìm người kế vị xứng đáng. (2) [고르다] chọn, lựa, kén chọn. @제일 좋은 것을 물색하시오 chọn người giỏi nhất.

물샐틈 없다 (1) kín nước (không để nước lọt vào được). (2) [완벽하다] nghiêm khắc, chặt chẽ, nghiêm ngặt. @물샐틈 없는 경계망을 치다 xô ngã rào chắn của cảnh sát.

물써다 tàn tạ, suy sụp, rút xuống (nước triều)

물소 [동물 động vật] con trâu nước.

물속 dưới nước, sâu dưới nước. @물속 깊이 잠기다 *chìm sâu xuống tận đáy nước.*

물수제비 @물수제비 뜨다 chơi ném thia lia (trò chơi ném đá nẩy trên mặt nước).

물쑥 [식물 thực vật] cây ngải.

물쓰듯하다 tiêu tiền như nước, chi tiêu tự do.

물시계 --하다 đồng hồ nước, dụng cụ đo nước (수도 계량기).

물씬 --하다 (1) dịu dàng, mềm mại. (2) [냄새가 mùi thơm] có mùi thơm ngào ngạt. @향수 냄새가 물씬하다 sặc mùi nước hoa.

물심 @물심 양면으로 *cả về vật chất lẫn tinh thần.*

물안경 mắt kính bơi.

물약 loại thuốc nước.

물어 내다 (1) thoát khỏi miệng (짐승이), lén mang cái gì ra khỏi nhà. (2) [누설]

tiết lộ (bí mật). (3) [변상] trả giá, đền bù, bồi thường.

물어넣다 bồi hoàn, trả lại, hoàn lại.

물어떼다 gặm, cắn đứt ra.

물어뜯다 cắn chặt, cắn đứt.

물어보다 [묻다] tra hỏi, thẩm vấn, [조회] hỏi thăm, liên hệ, hỏi ý kiến. @사무실에 가서 자세한 것을 물어보다 liên hệ với cơ quan để biết chi tiết.

물어주다 đền bù, trả giá. @아우의 빚을 물어 주다 trả một món nợ cho em trai.

물엿 món mứt kê.

물오르다 (1) [초목에 thực vật] tăng trưởng, vươn lên, phát triển. (2) [가난한 사람이 người] trở nên giàu có.

물오리 [새 chim] con vịt rừng

물욕 dục vọng trần gian, sự ham muốn trần tục. @물욕에 사로잡히다 bị mù quáng vì hám lợi.

물위 (1) [수면] mặt nước. @배가 물위의 뜨다 con tàu nổi trên mặt nước. (2) [상류 thượng nguồn] dòng suối thượng nguồn.

물음 lời hỏi thăm, câu chất vấn. *--표 dấu chấm hỏi.

물의 lời phê bình chung. @물의를 일으키다 bị dư luận phê phán, gây ra xì-căng-đan

물잇구력하다 bồi thường tổn thất.

물자 [상품] hàng hóa, [원료] nguyên, vật liệu, [자원] tài nguyên. @물자를 보급하다 tiếp tế hàng hóa, cung cấp vật dụng. *생활-- các mặt hàng thiết yếu.

물자동차 [살수차] cây có nhiều gai, [급수차] xe tiếp tế nước.

물장구 [헤엄칠 때] sự nhúng (rảy) nước, sự học đòi, làm theo kiểu tài tử, sự hiểu biết qua loa, sự quan tâm hời hợt

물장난 (1) [어린이의] sự nhúng (rảy / vảy) nước. (2) [홍수] nạn lũ, lụt. --하다 nhúng vào nước.

물적 thuộc vật chất hữu hình. @물적 증거 chứng cứ cụ thể.

물정 tình trạng công việc, [세상 인심] cảm nghĩ (ý kiến) chung. @세상 물정에 어둡다 không biết, không thạo việc đời.

물주 (1) [자본주] nhà tư bản, mhà tài phiệt. (2) [노름의] chủ ngân hàng. @물주서다 trở thành giám đốc ngân hàng.

물주다 cho nước vào, tưới nước.

물줄기 (1) [흐르는] lưu lượng nước, dòng nước. (2) [분출하는] vòi nước, vòi nước phun.

물지게 cơ cấu dẫn nước.

물질 vật phẩm, chất liệu, vật chất. @물질적인 vật chất hữu hình, theo quy luật tự nhiên. *--계 thế giới vật chất. --명사 danh từ cụ thể. --문명 nền văn minh vật chất. --욕 sự ham muốn vật chất. --주의 chủ nghĩa duy vật.

물집 [1] thợ nhuộm, tiệm nhuộm.

물집 [2] [수포] vết phỏng nước. @물집이 생기다 làm phồng, làm giộp lên.

물찌똥 (1) [똥 phân] phân lỏng. (2) [물덩이] sự vỗ nước bắn tung tóe.

물체 vật thể, đồ vật, [법] vật thể hữu hình. *--거리 (사진) khoảng cách vật thể.

물컥 thối tha, hôi hám. @생선 썩은 냄새가 물컥나다 có mùi hôi thối của cá ươn.

물컹이 (1) [물컹한 것] sự chín rục bên trong. @물컹이 복숭아 quả lê chín rục. (2) [사람 người] yếu đuối, yếu mềm, nhu nhược

물통 một thùng (xô) nước.

물표 vé, thẻ, giấy mời, giấy chứng nhận.

물품 [물건] đồ vật, vật phẩm, [상품] hàng hóa. *--세 thuế hàng hóa.

물화 hàng hóa, loại hàng, mặt hàng (일용품), việc buôn bán (상품).

묽다 (1) loãng, vô vị, nhạt, có nhiều nước. @묽은 우유 sữa nhạt (sữa pha nhiều nước). (2) [사람이] yếu kém, nhu nhược, thiếu nghị lực.

뭇 [여러] nhiều, đông đảo. @뭇사람이 다 그를 칭찬한다 *mọi người hãy ca tụng Ngài.*

뭇매 @뭇매를 때리다 kéo bè đến đánh nhau // 뭇매를 맞다 hứng chịu từ mọi phía, bị chửi mắng và đấm đá như mưa trút.

뭇발길 @뭇발길을 당하다 chịu đựng những cú đá trút xuống như mưa.

뭇방치기 sự sốt sắng, sự tiến về phía trước, sự xen vào, sự can thiệp vào, [사람 người] một đám người nhiễu sự (bạ việc gì cũng xen vào)

뭇소리 nhiều dư luận, nhiều ý kiến, nhiều tin đồn nhảm.

뭇시선 cách nhìn của mỗi người.

뭇입 lời khiển trách công khai. @뭇입을 두려워하다 sợ dư luận.

뭉개다[1] [짓이기다] vò nhàu, vò nát, bóp nghiền, trộn. (2) [갈팡질팡] lúng túng, rối bối, luống cuống, làm rối tung lên.

뭉개다[2] [자리에서] lãng phí (thời gian).

뭉게구름 [기상 hiện tượng không khí] mây tích.

뭉게뭉게 trong đám mây dày đặc.

뭉그러뜨리다 sụp đổ, (bóng) tan ra mây khói. @담을 뭉그러뜨리다 sụp đổ cả bức tường.

뭉그러지다 vỡ vụn, đổ sập, gẫy tan, sụp đổ.

뭉뚝 --하다 lùn mập, bè bè. @뭉뚝한 연필 cây viết chì cụt ngủn.

뭉뚱그리다 quấn một cách bất cẩn. @짐을 뭉뚱그리다 gói thùng hàng một cách sơ sài

뭉실뭉실 --하다 bụ bẫm, phúng phính, tròn trịa, béo tốt. @뭉실뭉실 살이 찌다 bị béo phì.

뭉치 (1) một bó, một cuộn, một khối, một đống. @편지 한 뭉치 một gói thư. (2) [쇠고기의] một khoanh (thịt bò)

뭉치다 (1) [덩이지다] xếp thành khối, gom thành đống, thu gọn. (2) [단결] kết hợp, phối hợp, liên kết. @뭉쳐서 trong nhóm, trong vật thể // 뭉쳐서 대항하다 cùng nhau đứng lên phản đối. (3) [타동사] kết hợp với nhau, tập trung, tụ họp lại. [단결] ràng buộc nhau, liên kết nhau. @힘을 뭉치다 hết sức liên kết.

뭉클뭉클하다 dính bết lại, đóng thành cục.

뭉클하다 (1)[먹은 것이] bị nặng bao tử (khó tiêu). (2) [감동] cảm giác nghẹn cổ họng @나는 그광경을 보자 가슴이 뭉클해졌다 *hãy nhìn xem, có một cục bướu trong cổ họng tôi*

뭉키다 [덩이지다] kết thành tảng, vón cục lại.

뭉툭 --하다 lùn mập, bè bè, trì độn.

뭍 đất liền, bờ bãi (배에서 본). @뭍이 보이다 vào đất liền. *--바람 cơn gió từ đất liền (thổi ra biển). --짐승 động vật sống trên đất liền.

뭐 nào, cái gì, điều gì, việc gì => 무엇.

뮤지컬 *a musical* (음악 âm nhạc). @뮤우지컬코미디(*musical comedy*) nhạc hài.

--므로 vì, do, bởi tại, nhờ có. @돈을 가지고 있지 않았으므로 사지않았다 vì không đem theo tiền nên tôi không mua.

미 vẻ xinh đẹp, vẻ yêu kiều, nét duyên dáng. @육체미 thân hình đẹp // 자연의 미 vẻ đẹp tự nhiên // 미적 감각 khả năng thưởng thức cái đẹp.

미-- chưa, còn chưa, không. @미완성 chưa xong.

미가 giá gạo.

미가공 @미가공의 sống, thô, nguyên chất, chưa luyện.

미각 khẩu vị. @미각을 돋우는 음식 món ăn hấp dẫn. *--신경 thần kinh vị giác.

미간 giữa trán, lông mày.

미간지 đất bỏ hoang.

미개 (1) [야만] --하다 không văn minh, dã man, man di, mọi rợ. (2) [꽃 따위가] --하다 chưa nở, chưa đơm hoa. *--국 một quốc gia kém văn minh (chưa khai hóa) --사회 xã hội sơ khai. --인 người man rợ. --자 một vùng chậm tiến, lạc hậu.

미개간 *--지 đất hoang.

미개발 @ 미개발의 chưa khai khẩn, không được khai thác, chưa phát triển (một quốc gia).

미개척 @미개척의 không phát triển, chưa khai phá. *--시장 một thị trường có tiềm năng. 지 vùng đất chưa khai phá.

미거 một hành động đáng ca ngợi.

미결 @미결의 không ổn định, bị đảo lộn, chưa được giải quyết, chưa dứt khoát, chưa quyết định, không bị kết án (죄인의). *--감 nhà tù, nhà giam. --구류 sự tạm giam trong khi chờ đợi xét xử. --문제 vấn đề còn tồn lại.

미곡 thóc, gạo. *--검사 tình hình lúa gạo. --년도 năm được mùa lúa. --상 người bán gạo. --시장 thị trường gạo.

미골 [해부 giải phẫu] xương cụt.

미공인 @미공인의 chưa được chính thức công nhận, không chính đáng, trái phép.

미관 mỹ quan. @미관을 손상하다 làm hư hỏng hư vẻ đẹp (của..), làm mất mỹ quan.

미관 [관직] hạ tầng cơ sở, cơ quan cấp thấp, [관리] một viên chức cấp dưới.

미관 cơ quan vị giác.

미구 @미구에 sớm, trong thời gian ngắn, trong tương lai gần.

미국 Mỹ quốc. @미국의 thuộc Mỹ quốc. *--국기 cờ Mỹ. --어 tiếng Mỹ. --인 người Mỹ.

미군 lực lượng vũ trang Mỹ. @주한 미군 quân đội Mỹ ở Hàn quốc.

미궁 mê cung, mê lộ, mê hồn trận. @사건은 미궁에 빠졌다 *tình thế còn trong vòng bí mật.*

미균 khuẩn hình que, vi trùng. *--설 học thuyết về vi trùng. --학 khoa nghiên cứu vi khuẩn; vi trùng học.

미그 [소련제 전투기] máy bay *MIG* (một loại máy bay chiến đấu).

미기 thành tích sáng ngời.

미꾸라지 [물고기 cá] con cá trạch.

미끄러지다 lướt đi, trượt chân (발이), trượt, [실패] sập, lún, sụp đổ (mái nhà...). @얼음 판에서 미끄러져 넘어지다 *trượt chân ngã xuống lớp băng đá.*

미끄럼 sự trượt, đường trượt trên băng *--대(판) lớp băng trượt dành cho trẻ con.

ㅁ

미끄럽다 nhẵn, trơn, mượt, dễ tuột, khó nắm, khó giữ.

미끈거리다 nhầy nhụa, đầy nhớt.

미끈미끈 một cách êm ả, một cách trôi chảy. --하다 rất trôi chảy.

미끈하다 mỡ màng, bóng mượt, đẹp, duyên dáng, lịch sự, dễ thương. @미끈하게 생기다 đẹp, dễ nhìn, có ngoại hình.

미끼 (1) [낚시밥] mồi, bã. @낚시에 미끼를 물리다 móc mồi vào lưỡi câu. (2) [유혹물] bẫy, mồi, bã, cò mồi, sự quyến rũ. @미끼에 걸리다 bị nhử mồi, bị quyến rũ, bị dụ. *낚시-- mồi cá.

미나리 [식물 thực vật] cây mùi tây, cây ngò tây.

미남자 anh chàng đẹp trai, gã bảnh trai.

미납 @미납의 nợ chưa thanh toán, nợ còn khất lại. *--액 tổng số nợ còn lại. --자 người vỡ nợ.

미네랄 (*mineral)* nước khoáng vô cơ.

미녀 mỹ nữ.

미농지 một loại giấy gạo của Nhật Bản (loại giấy mỏng, ăn được, làm bằng rơm cây lúa dùng để lót các bánh ngọt nhỏ).

미뉴에트 [음악 âm nhạc] *minuet.*

미늘 ngạnh (của lưỡi câu, mũi tên). *--창 (sử học) cây kích (một loại vũ khí xưa).

미니 (*mini*) nhỏ, bé, ngắn @미니스커트 (*mini skirt*) cái váy ngắn (váy mini).

미니어처 (*miniature)* vật thu nhỏ.

미닫이 cửa kéo (cửa trượt) *--창 cửa sổ kéo.

미담 một giai thoại đáng ca tụng.

미덕 một đức tính tốt, một thói quen tốt.

미덥다 chắc chắn, đáng tin cậy, xác thực. @미더운 사람 *một người đáng tin cậy.*

미동 sự rùng mình, sự run, sự chấn động, tiếng rung, một cú sốc nhẹ. @미동도 하지 않다 không nhúc nhích lấy một phân, cứ ỳ ra, không lay chuyển.

미두 sự đầu cơ tích trữ gạo. *--장 sự trao đổi lúa gạo.

미들급 vận động viên, võ sĩ hạng trung (nặng từ 66,5kg đến 72kg).

미등 đèn hậu (đèn đỏ ở đằng sau xe hơi).

미래 tương lai, [문법 văn phạm] thì tương lai.@미래의 thuộc về tương lai. *--완료 thì tương lai hoàn thành. --파 người theo thuyết vị lai.

미량 một số lượng rất nhỏ. *--분석(화학 hóa học) phương pháp vi phân tích. *--측정기 bộ tách sóng cực nhỏ.

미러 (*mirror)* tấm gương. @백미러 kính chiếu hậu.

미러클 (*a miracle)* một phép mầu, điều kỳ diệu.

미레자 thước vuông góc, cái ê-ke.

미려 --하다 đẹp, thanh lịch, tao nhã.

미력 nguồn vốn ít, phương tiện nghèo nàn (자력), thế lực yếu (세력). @미력을 다하다 cố gắng hết sức, làm hết sức mình.

미련 sự ngu dại, sự ngu đần, sự ngớ ngẩn. --하다 chậm hiểu, ngớ ngẩn, vụng về, lóng ngóng. *--장이(퉁이) người ngu đần, người đần độn.

미련 sự gắn bó, sự ân hận, lòng thương tiếc. @미련이 있다 còn lưu luyến, còn gắn bó, còn tiếc thương.

미로 mê cung, mê hồn trận. @미로에 빠지다 bị lạc vào mê hồn trận.

미루다 (1) [연기] hoãn lại, để chậm lại, sự chậm trễ, sự trì hoãn. @출발을 2 3 일 뒤로 미루다 hoãn chuyến đi lại vài ba ngày. (2) [전가] nói quanh co, nói mập mờ, tìm cách thoái thác, tìm cách lẫn tránh. (**3**) [추측] suy ra, luận ra, đưa đến kết luận, đoán ra. @모든 점으로 미루어 볼 때 *mọi sự đã được suy nghĩ chu đáo.*

미루적거리다 kéo dài ra, nối dài ra, gia hạn, trì hoãn.

미리 trước, trước đây, sớm, sự liệu trước, sự thấy trước, sự dùng trước, sự hưởng trước. @미리 통지하다 cho thông báo trước.

미립 một mẩu, mảnh nhỏ. *--체[생물] cực ít.

미립자 [전기 điện] tiểu thể. @미립자의 thuộc tiểu thể (thuộc hạt)

미만 ở dưới, bên dưới, dưới thấp, ít hơn, thấp hơn. @ 5 세 미만의 아이 trẻ em dưới 5 tuổi // 100 원 미만 dưới 100 *won.*

미만 --하다 tỏa khắp, lan khắp, tràn ngập khắp.

미망인 người đàn bà góa, một quả phụ, người phụ nữ thừa kế di sản hoặc tước hiệu của chồng (귀족의). @전쟁 미망인 một quả phụ thời chiến.

미명 trời tờ mờ sáng, bình minh. @미명에 lúc bình minh, lúc tảng sáng, lúc rạng đông.

미명 tiếng tốt. @자선이란 미명하에 nhân danh hội từ thiện, đội lốt từ thiện.

미모 một khuôn mặt đẹp, một vẻ mặt ưa nhìn. @미모의 thuộc về cái đẹp.

미목 nét mặt, vẻ mặt. @미목이 수려하다 có một khuôn mặt đẹp.

미몽 ảo tưởng, ảo giác, ảo ảnh, sự lừa dối (bịp bợm). @미몽에서 깨어나다 tan vỡ ảo tưởng, tỉnh mộng.

미묘 --하다 thanh nhã, thanh tú, tinh tế, nhạy cảm, tinh vi, tế nhị. @뜻의 미묘한 차이 ý nghĩa thâm thúy

미문 văn chương tao nhã.

미물 (1) [세균] vi trùng, vi khuẩn, vi sinh vật. (**2**) [하찮은 물건] chuyện vặt, đồ lặt vặt.

미미 [맛] vị ngon, hương vị, mùi vị. @미미의 ngon, đầy hương vị, thơm tho, ngon ngọt.

미미 --하다 không quan trọng, tầm thường, vô nghĩa, không đáng kể, vụn vặt. @미미한 증가 sự gia tăng không đáng kể.

미발표 @미발표의 chưa in, chưa công bố.

미복 y phục cải trang.

미본토 lục địa Châu Mỹ. @미본토의(에 있는) ở Mỹ, hướng về Mỹ.

미봉 --하다 hoãn quyết định, trì hoãn, (nhằm mục đích tranh thủ thời gian), dàn xếp qua loa, giải quyết tạm thời. @미봉적으로 해결하다 vá víu, dàn xếp qua loa một vấn đề. *--책 cái thay thế tạm thời, cái dùng tạm.

미부 cái đuôi.

미분 [수학 toán học] phép tính vi phân. *--방정식 phương trình vi phân. --법 phép vi phân.

미분자 nguyên tử, phân tử (hóa học 화학)

미불 việc chưa làm xong (đang làm dở). @미불의 chưa thanh toán, còn tồn tại, chua giải quyết xong. *--금 một số tiền chưa thanh toán.

미불 đồng đôla của Mỹ => 미화.

미비 --하다 không đủ, thiếu sót, có nhược điểm, không hoàn toàn. @미비한 점이 많다 có nhiều mơ ước.

미쁘다 đáng tin cậy, xác thực, chắc chắn.

미사 những từ hoa mỹ. @미사 여구를

ㅁ

늘어 놓다 sử dụng tất cả những lời văn hoa bóng bẫy. *--여구 những ngôn từ hoa mỹ.

미사일 tên lửa. @공대공 미사일 tên lửa không đối không // 공대지 미사일 tên lửa không đối mặt // 지대공 미사일 tên lửa đất đối không.

미상 --하다 không biết, không nhận biết được, không được đồng nhất hóa. @저자 미상의 giấu tên, ẩn danh, nặc danh.

미상불 thực vậy, quả vậy, nhất định, hẳn nhiên.

미상환 @미상환의 còn tồn tại, chưa giải quyết xong (món nợ). *--액 vấn đề còn đang tranh cãi, vấn đề chưa được giải quyết.

미색 màu vàng nhạt.

미생물 vi sinh vật, vi trùng, vi khuẩn. @미생물의 thuộc về vi trùng, vi khuẩn. *--학 vi trùng học. --학자 nhà vi trùng học.

미성 chất giọng êm ái.

미성년 tuổi vị thành niên. @미성년자 trẻ vị thành niên. *--노동 lao động trẻ con.

미세 --하다 tinh vi, tế nhị, mảnh dẻ, mịn màng, mềm mại.

미션스쿠울 (*missionary)* sứ mệnh, nhiệm vụ.

미소 --하다 thật nhỏ, cực nhỏ.

미소 một số lượng cực kỳ nhỏ.

미소 nụ cười, vẻ mặt tươi cười. --하다 cười, rạng rỡ, tươi cười. @미소를 띄우고 tươi cười, hớn hở, với nụ cười trên môi

미소년 cậu thanh niên đẹp trai, cậu bé ưa nhìn.

미수 @미수의 không thu góp, không tập trung, không tích lủy.

미수 @미수의 cố gắng, thử, toan // 미수로 끝나다 cố gắng cho đến phút cuối. --죄 một tội ác cố tình.

미숙 --하다 [과실이] chưa chín, còn xanh (quả), [숙달하지 못한] thiếu kinh nghiệm, không thạo, không chuyên môn. @미숙한 자 lính mới, người chưa có kinh nghiệm.

미숙련 @미숙련의 không chuyên môn, không thạo. *--공 một người lao động không có tay nghề.

미술 nghệ thuật, mỹ thuật.@ 미술적인 có nghệ thuật, có mỹ thuật, khéo léo. *--가 nghệ sĩ. --계 giới nghệ sĩ. --관 phòng trưng bày tác phẩm nghệ thuật. --공예 đồ thủ công mỹ nghệ. --사 lịch sử ngành mỹ thuật. --상 người bán hàng mỹ thuật. –전람회 cuộc triển lãm mỹ thuật. --품 một tác phẩm nghệ thuật.

미스 (*miss)* (1) [실패] lỗi, sai lầm, lỗi lầm, sự thiếu sót. (2) [양] cô (xưng hô).

미스터 (*mister)* ông (Mr.).

미스터리 (*mistery*) điều bí mật.

미스프린트 (*a misprint)* lỗi in ấn.

미식 món ăn ngon. --하다 ăn món ngon. *--가 người sành ăn. --주의 tính sành ăn, chủ nghĩa thích ăn ngon.

미식 축구 bóng đá Mỹ.

미신 sự mê tín, dị đoan. @미신의 dựa trên mê tín, gây ra bởi mê tín, tin ở những điều mê tín. *--가 người mê tín, dị đoan.

미심 --하다 nghi ngờ, nghi ngại, đáng ngờ, không rõ rệt, không chắc chắn. @미심쩍은 듯이 một cách khả nghi.

미싯가루 bột gạo rang.

미싱 máy may.

미아 đứa trẻ đi lạc. @미아를 찾다 tìm trẻ mất tích, tìm trẻ lạc.

미안 --하다 ân hận, hối tiếc, tỏ ra ăn năn, hối lỗi. @폐를 끼쳐 미안합니다 xin lỗi đã làm phiền bạn // 도와 줄 수 없어 미안하다 *tôi lấy làm tiếc khi nói không thể giúp gì cho bạn.*

미안 một khuôn mặt đẹp. *--수 nước thơm dạng mỹ phẩm (loại để tắm hay giặt quần áo).

미안쩍다 cảm thấy hối tiếc, xấu hổ, ngượng.

미안해하다 hối tiếc, tiếc, hổ thẹn.

미어 tiếng Mỹ, đặc ngữ Mỹ.

미역[1] [식물] loại tảo nâu ở biển.

미역[2] sự bơi lội. @미역감다 bơi, lội.

미역국 món canh rong biển. @미역국 먹다 bị đuổi, bị thải ra, bị cách chức.

미연 @미연에 trước, trước đây, ngẫu nhiên, tình cờ // 미연에 방지하다 ngăn ngừa điều gì trước khi xảy ra.

미열 cơn sốt nhẹ. @미열이 있다 bị sốt nhẹ.

미온 @미온적 lãnh đạm, thờ ơ, không nhiệt tình, không hăng hái.

미완성 tình trạng chưa hoàn thành, tình trạng chưa làm xong. @미완성의 chưa kết thúc, chưa hoàn chỉnh. *--교향악 bản giao hưởng dang dở.

미용 một diện mạo tươi đẹp, sự xinh đẹp. *--사 chuyên viên sắc đẹp. --술 sự trau dồi nhan sắc, nghệ thuật trang điểm. --체조 môn thể dục thẩm mỹ.

미움 lòng căm thù, sự căm ghét. @미움을 받다 bị căm ghét, bị căm thù // 미움을 사다 bị ai căm ghét.

미워하다 ghét cay ghét đắng, ghê tởm, không thích, miễn cưỡng.

미음 cháo loãng. @미음을 쑤다 nấu cháo loãng.

미의식 có khiếu thẩm mỹ, có óc thẩm mỹ.

미이라 xác ướp.

미이팅 buổi họp mặt, cuộc mít-ting.

미익 [비행기의] đuôi máy bay.

미인 (1) mỹ nhân, người đẹp. @미인 대회 cuộc thi sắc đẹp, cuộc thi hoa hậu. (2) [미국인] người Mỹ.

미인계 một ông chồng dễ tính, tốt bụng.

미작 [수확 vụ mùa] sự thu hoạch lúa gạo, [재배] sự trồng lúa.

미장 sự tu dưỡng sắc đẹp. *--권 thẩm mỹ viện.

미장이 thợ trát vữa.

미저골 [해부 giải phẫu] xương cụt.

미적 có óc thẩm mỹ, hợp với nguyên tắc thẩm mỹ. @미적 감각 năng khiếu thẩm mỹ.

미적분 phép tính vi phân và tích phân.

미적지근하다 âm ấm; nhạt nhẽo, lãnh đạm, thờ ơ => 미지근하다.

미전 cuộc triển lãm nghệ thuật.

미점 đức hạnh, phẩm chất, giá trị.

미정 @미정의 có thể thay đổi, chưa dứt khoát, do dự, không ổn định.

미제 @미제의 chưa giải quyết xong, chưa hoàn thành, chưa ổn.

미제 @미제의 thô, chưa được trau chuốt, chưa được mài giũa. *-- 품 hàng thô.

미제 @미제의 được làm tại Mỹ, được sản xuất tại Mỹ. *--자동차 xe hơi sản xuất tại Mỹ.

미조 bộ móng tay đẹp. *--사 thợ làm móng tay. 술 sự cắt sửa móng tay. --원 tiệm làm móng.

미주 các thuộc địa sát nhập thành nước Mỹ.

ㅁ

미주알고주알 sự tò mò, tính tọc mạch. @미주알고주알 캐묻지 말라 đừng tò mò như thế.

미중 @미중의 Trung – Mỹ.

미증유 @미증유의 chưa từng biết, chưa từng có.

미지 @미지의 không biết, không quen biết. *--수 một ẩn số.

미지근하다 ấm, âm ấm, nhạt nhẽo, hững hờ, lãnh đạm, [하는 짓이] không nhiệt tình, không hăng hái. @미지근한 처사 biện pháp nữa vời.

미진 sự rung rinh, sự chấn động, cơn địa chấn nhẹ. --계 máy ghi địa chấn cực nhỏ.

미진 --하다 không xong, không hoàn thành, không bàn hết khía cạnh, không nghiên cứu hết mọi mặt (vấn đề).

미착 @미착의 chưa đến, chưa phân phối (chưa giao) *--품 hàng chưa phân phát.

미처 đến chừng mức mà, đến nỗi mà.

미천 sự tối tăm, mờ mịt, sự ở vị trí khiêm tốn, sự không có tên tuổi, tình trạng ít người biết đến. --하다 thấp kém, hèn mọn, không ai biết đến @미천하게 태어나다 xuất thân thấp hèn.

미추 đẹp xấu, dung mạo riêng (용모).

미취학 @미취학의 chưa đi học. *--아동 trẻ con chưa đến tuổi đi học.

미치광이 (1) [광인] người điên, người mất trí. (2) [열광자] người điên rồ, người cuồng tín (광신자). @미치광이 짓을 하다 cư xử như tên điên // 그는 영화 미치광이다 anh ấy quá say mê điện ảnh (mê như điên).

미치다 [1] (1) phát điên, hóa điên, mất trí. @미친사람 một người điên, một tên khùng. (2) [열광] đam mê, quá say mê về, điên cuồng chạy theo. @미친듯이 날뛰다 *nói như điên.*

미치다 [2] (1) [이르다] đạt đến, với tới (tiêu chuẩn). @힘 미치는 한 *cho đến khi nằm trong quyền hạn của mình* // 힘이 미치지 못하다 vượt khỏi quyền hạn của mình. (2) [영향] xảy đến, xảy ra, nhiễm phải, mắc (bệnh). @사업에 영향이 미치다 kinh doanh có hiệu quả.

미칭 (ngôn ngữ học) lối nói trại, lời nói trại, uyển ngữ.

미크론 (*a micron)* micrômet. *밀리-- 1 mili micrômet.

미타 [불교] đức phật A-Di-Đà.

미태 tính hay làm đỏm, tính hay làm dáng. @미태를 부리다 làm dáng, làm điệu.

미터 (1) (*metter*) [길이] đơn vị mét. (2) [계기 máy đo] đồng hồ đo. *--법 hệ mét.

미트 (a *mitt*) loại găng tay hở ngón.

미풍 (một thói quen) đáng khen.

미풍 cơn gió nhẹ, một làn gió thoảng.

미필 @미필의 (việc) chưa hoàn thành, chưa xong. --하다 chưa hoàn tất, chưa xong, chưa bằng lòng.

미학 mỹ học. *--자 nhà mỹ học.

미해결 @미해결의 chưa được giải quyết, chưa ổn định, chưa tìm ra, chưa hiểu được.

미행 --하다 theo dõi ai, theo riết, bám sát. @형사에게 미행당하다 bị thám tử theo dõi. *--자 người dọ thám, người theo dõi, thám tử

미행 một tư cách xứng đáng.

미혹 [헷갈림] sự hoang mang, sự bối rối, sự ngượng ngập, [홀림] sự đánh lừa. --하다 bị hoang mang, bối rối, ngượng ngập, xấu hổ. @여자에게 미혹되다 bị bối rối trước phụ nữ.

미혼 *--자 người độc thân, người chưa lập gia đình, người đàn ông chưa vợ (남자 nam), người phụ nữ chưa chồng (여자 nữ).

미화 tiền Mỹ, đồng đôla Mỹ.

미화 sự làm đẹp, sự tô điểm. --하다 làm đẹp, tô điểm, trang điểm.

미확인 *--보도 nguồn tin chưa được xác nhận. --비행 물체 vật bay chưa truy ra gốc tích.

미흡 --하다 không đủ, thiếu, không vừa lòng, không vừa ý, không thỏa mãn. @미흡한 점 sự thiếu sót về một chuẩn mực nào đó, lỗi, điều thiếu sót. // 미흡한 점이 많다 *để lại nhiều mơ ước.*

미희 một thiếu nữ xinh đẹp.

믹서 *(a mixer)* máy trộn @믹수하다 trộn.

믹스 *(mixture)* sự pha trộn, vật hỗn hợp. @믹스하다 trộn, pha lẫn, hòa lẫn.

민가 nhà riêng, tư gia.

민간 @민간의 dân sự, tư nhân, thường dân (관에 대해서), không thuộc quân đội (군에 대해서). *--방송국 trạm phát thanh riêng. --비행사 một phi công dân sự. --요법 *phương pháp chữa trị theo dân gian.*

민간인 người thường dân.

민감 --하다 dễ bị ảnh hưởng, dễ bị tổn thương, nhạy cảm, dể xúc cảm. @극히 민감한 đa cảm, quá dễ xúc cảm.

민권 quyền lợi con người, quyền lợi cá nhân. @민권을 옹호 (신장) 하다 bảo vệ quyền con người. *--운동 phong trào dân chủ.

민단 một liên đoàn được thành lập. @재일 한국 거류민단 hội liên hiệp Hàn Quốc ở Nhật.

민도 tiêu chuẩn con người (mực độ đòi hỏi về cuộc sống, về văn hóa). @민도가 높다 *có trình độ văn hóa cao.*

민둥민둥하다 trơ trụi, trọc trụi, không có cây.

민둥산 ngọn núi trọc, ngọn đồi trọc.

민들레 [식물 thực vật] cây bồ công anh Trung Quốc.

민란 cuộc nổi dậy, cuộc khởi nghĩa, cuộc nổi loạn.

민망 [희망] ước muốn chung, [신망] niềm tin (đức tin) chung.

민망 --하다 bối rối, ngượng, ân hận, buồn rầu @그의 초라한 모습이 보기 민망할 정도였다 *anh ấy có vẻ khổ sở làm tôi phát ngượng.*

민머리 (1) [대머리] cái đầu trọc. (2) [벼슬 없는] người không có chức vụ (kẻ không có tóc)

민며느리 một cô gái được giáo dục theo gia đình chồng tương lai.

민물 nước ngọt. *--고기 cá nước ngọt.

민박하다 thuê phòng ở một tư gia.

민방위 sự phòng vệ dân sự. *--대 lực lượng nhân dân tự vệ.

민법 luật dân sự, dân pháp (법전). *--학자 nhà nghiên cứu luật dân sự.

민병 lực lượng dân quân, đội viên dân quân. *--단 quân đoàn dân quân.

민복 sự thịnh vượng của quốc gia dân tộc.

민본주의 chế độ dân chủ.

민사 vấn đề dân sự, hoạt động dân sự *--사건 một vụ kiện dân sự. --소송 một vụ tố tụng dân sự. @민사 소송을 제기하다 xét xử một vụ tố tụng dân sự. --소송법 bộ luật về thủ tục dân sự. --재판 một phiên tòa dân sự.

민생 sinh kế của nhân dân. *--문제 vấn

đề liên quan đến hạnh phúc của nhân dân.

민선 cuộc tuyển cử đại chúng. @민선의 được bầu từ cử tri quần chúng. *--의원 đại biểu được chọn từ cuộc bầu cữ nhân dân.

민속 truyền thống dân gian. *--학 văn học dân gian. --학자 nhà nghiên cứu văn học dân gian.

민숭민숭하다 (1) trọc, trụi, trơ trụi, không cây lá. (2)[말짱하다] làm tỉnh táo, làm (ai) bớt hăng.

민심 cảm tình của quần chúng. @민심을 잃다 mất tính đại chúng, mất sự ái mộ của nhân dân.

민약설 học thuyết về quy ước xã hội.

민어 [물고기] cá *croaker*, người bi quan

민영 @민영의 thuộc tư nhân quản lý. *--사업 một tổ chức kinh doanh tư nhân.

민예 nghệ thuật dân gian, nghề thủ công mỹ nghệ (xưởng). *--품 hàng thủ công mỹ nghệ.

민완 năng lực, khả năng. @민완의 có tài, có thể, có khả năng. *--가 một người có khả năng.

민요 bài (hát) dân ca.

민요 => 민란.

민원 lời ta thán của nhân dân. @민원을 사다 *kích động lòng căm thù của nhân dân.*

민원 *--상담소 trung tâm hội thảo ngành dân chính. --서류 việc giấy tờ và đơn từ dân sự.

민의 nguyện vọng của nhân dân, ý dân.

민의원 Hạ nghị viện. *--의원 nghị sĩ Hạ viện.

민정 chính quyền dân sự.

민정 tình trạng nhân dân. @민정을 살피다 chăm lo đời sống nhân dân.

민정당 => 민주정의당.

민족 dòng giống, chủng tộc, dân tộc. *--성 nét đặc trưng dân tộc. –운동 phong trào dân tộc. --의식 ý thức dân tộc. --이동 di trú chủng tộc. –자본 dân tộc tư bản. --정신 tinh thần dân tộc. --주의 chủ nghĩa dân tộc.—학 chũng tộc học.

민주 nền dân chủ, chế độ dân chủ. @민주적인 dân chủ // 비민주적인 phi dân chủ. *--공화국 nền cộng hòa dân chủ. --국가 chính quyền dân chủ. --당 đảng dân chủ. --사상 tư tưởng dân chủ.

민주대다 không thích, ghét, ghê tởm.

민주정의당 đảng dân chủ tối cao.

민주주의 chủ nghĩa dân chủ. *--국가 một quốc gia dân chủ. --자 đảng viên đảng dân chủ.

민주한국당 đảng dân chủ Hàn Quốc.

민중 dân chúng, quần chúng, nhân dân. @민중의 phổ biến, nổi tiếng, tính đại chúng. *--대회 một cuộc mít tinh đại chúng, đại hội.

민첩 --하다 mau mắn, lẹ làng, lanh lợi. @행동이 민첩하다 nhanh nhẹn trong hành động.

민틋하다 nhẵn, trơn, mượt mà, bằng phẳng.

민폐 gánh nặng chung, mối phiền toái chung.

민한당 => 민주한국당.

민활 --하다 nhanh, kịp thời, ngay lập tức. @민활하게 행동하다 *hành động kịp thời.*

믿다[1] [의심치않다] tin tưởng, tin, công nhận. @믿을 수 없는 이야기 một câu chuyện khó tin // 남이 말한 대로 믿다 tin lời (ai). (2) [신뢰] chân lý, lẻ phải, lòng tin, [의지] dựa vào, tin tưởng vào. @믿을 수 없는 사람 người không đáng tin // 믿을만하다 đáng tin cậy, xác thực // 그는 믿을만한 사람이다 bạn có thể tin cậy vào anh ấy. (3) [확신] tin chắc, chắc chắn. @성공을 믿다 chắc chắn thành công. (4) [신앙] tín ngưỡng, tin tưởng vào. @불교를 믿다 tin đạo Phật.

믿음 [1) [신뢰 sự tin] lòng tin, sự tin tưởng. @믿음을 받다 được sự tin tưởng của ai. (2) [신앙] niềm tin, đức tin. @믿음이 강하다 mộ đạo, sùng đạo, có một đức tin mạnh mẽ.

믿음성 sự đáng tin cậy, tính có thể tin được

믿음직하다 chắc chắn, đáng tin cậy, xác thực, đích thực @믿음직하게 여기다 đặt niềm tin mạnh mẽ vào ai, kỳ vọng vào ai.

밀 [1] cây lúa mì, hạt lúa mì. *--밭 đồng lúa mì.

밀 [2] [밀랍] sáp ong. @밀먹인 bôi sáp, giống sáp.

밀가루 bột mì.

밀감 (식물 thực vật) quả quít. @밀감 껍질을 벗기다 lột vỏ quít.

밀계 một kế hoạch bí mật. @밀계를 꾸미다 lập một kế hoạch bí mật.

밀고 sự mật báo, sự bí mật thông tin. --하다 cung cấp tin tức để chống lại ai. *--자 chỉ điểm, mật thám.

밀국수 mì sợi, bún, miếng (bằng bột mì)

밀기울 cám bột mì.

밀깜부기 bệnh tàn rụi của cây lúa mì.

밀다 (1) [떼밀다] xô đẩy, đẩy mạnh, hích nhau, chen lấn. @문을 밀어 열다 xô mạnh cánh cửa ra, đẩy cửa mở toang. (2) [깎다] bào, đẽo (gỗ), cắt sát (cỏ). @수염을 밀다 cạo râu. (3) [추천] giới thiệu, tiến cử, ủng hộ. @김씨를 회장으로 밀다 *tiến cử ông Kim vào ghế giám đốc.*

밀담 cuộc nói chuyện riêng. --하다 nói chuyện riêng, tâm sự, thổ lộ tâm tình.

밀도 tỷ trọng, mật độ, độ dày. *--계 tỉ trọng kế. –측정 phép đo tỷ trọng. 인구-- mật độ dân số.

밀도살 nghề bán thịt lậu.

밀랍 sáp ong.

밀려들다 thúc đẩy, đề xuất, đề bạt, [파도가] trôi giạt (vào bờ). @밀려드는 파도 những cơn sóng dồn dập, làn sóng ào ạt.

밀렵 việc câu trộm, việc săn bắn trộm. --하다 câu trộm, săn trộm. @꿩을 밀렵하다 săn trộm gà lôi.

밀리 (*milli)* @밀리그램 *miligam* // 밀리미터 (*millimeter*) mi-li-mét.

밀리다 (1) [일이] bị chậm lại, hoãn lại, chồng chất, tích lũy. @일이 밀리다 làm chậm trễ công việc (của người nào) // 밀린 일을 처리하다 *giải quyết hết mọi việc còn tồn đọng.* (2) [지불이] quá hạn, quá chậm. @집세가 밀리다 *còn thiếu lại tiền thuê nhà.* (3) [떼밀리다] bị xô đẩy. @사장 자리에서 밀려나다 *bị hất cẳng khỏi ghế chủ tịch.* (4) [깍이다] cạo (râu, mặt, đầu) (면도기) bị bào, đục đẽo (gỗ), bị san bằng.

밀림 rừng rậm. *--지대 khu rừng nhiệt đới.

밀매 sự bán lậu. --하다 buôn lậu, bán lậu. *--자 người buôn bán hàng lậu. --품 hàng lậu.

밀매매 sự vận chuyển hàng lậu.

밀매음 nạn mãi dâm bất hợp pháp. --하

다 hành nghề mại dâm bất hợp pháp.

밀모 => 음모.

밀무역 sự buôn lậu. --하다 buôn lậu. *--업자 người buôn lậu.

밀물 dòng, luồng, dòng nước (thủy triều). @밀물이 들어오다 thủy triều lên.

밀모리 lúa mì, lúa mạch đen.

밀봉 --하다 niêm kín, đóng kín, bịt kín, gắn xi. *--교육 sự tập dượt (huấn luyện) bí mật.

밀봉 con ong mật.

밀사 phái viên, sứ thần (đại diện ngoại giao).

밀서 bức mật thư, thông báo mật.

밀수 sự buôn lậu. --하다 buôn lậu. *--안 một nhóm buôn lậu. --선 chiếc tàu buôn lậu. --업자 người buôn lậu. --입 nghề buôn lậu. @밀수입하다 nhập hàng phi pháp.

밀수출 sự buôn lậu ra nước ngoài. --하다 buôn lậu hàng ra nước ngoài.

밀실 một căn phòng bí mật.

밀약 [약속 sự hứa hẹn] lời hứa riêng, [협약] một hiệp ước bí mật. --하다 thực hiện một lời hứa bí mật.

밀어 cuộc nói chuyện riêng, lời nói thì thào. @밀어를 속삭이다 nói thì thầm.

밀월 tuần trăng mật. *--여행 một chuyến trăng mật. @밀월 여행을 하다 đi hưởng tuần trăng mật. --여행자 người hưởng tuần trăng mật.

밀의 sự hội ý ngầm, cuộc đàm phán bí mật. --하다 tổ chức một cuộc hội ý bí mật.

밀입국 sự buôn lậu. --하다 người nhập cư lậu, người đi lậu vé.

밀접 --하다 thân tình, thân mật, thân thiết. @기후와 농작물 사이에는 서로 밀접한 관계가 있다 *có một sự tương quan mật thiết giữa khí hậu và cây trồng.*

밀정 đặc vụ bí mật, gián điệp, điệp viên.

밀조 --하다 sản xuất bất hợp pháp.

밀주 rượu nho tự ủ lấy ở nhà, rượu lậu. @밀주를 담그다 pha chế (ủ) rượu lậu. *--양조장 một nhà máy chưng cất rượu lậu.

밀집 --하다 tụ tập, tụ họp, nhồi nhét, kết hợp dày dặc. @밀집한 khít lại, dồn đống lại, tập trung lại. *--부대 quân đội đã tập trung lại.

밀짚 rơm. *--모자 cái nón rơm.

밀착 sự dính chặc, sự bám chặc. --하다 bám vào, gắn bó, trung thành với, dính chặt vào.

밀초 cây nến sáp.

밀치다 đẩy mạnh, xô mạnh. @밀치락 달치락 tính chủ động và tranh thủ (thu hút) // 밀치고 나가다 làm trọn, làm đến cùng.

밀크 (*milk*) sữa, [연유] sữa đặc. *--셰이크 sự lắc chai sữa, sự khuấy sữa.

밀타승 [화학 hóa học] chì oxit.

밀통 tội ngoại tình, tội thông dâm, sự quan hệ bất chính. --하다 phạm tội ngoại tình.

밀폐 --하다 đóng chặt, đóng kín. @밀폐한 상자 một cái hộp kín hơi.

밀항 sự đi lậu. --하다 đi lậu vé. *--자 người đi lậu vé.

밀행 sự lảng vảng, sự rình mò. --하다 đi rình mò, đi một cách bí mật, đi lảng vảng.

밀회 một buổi họp kín. --하다 có một cuộc gặp gỡ bí mật. *--장소 một nơi họp mặt bí mật.

밉다 đầy căm thù, ghê tởm. @밉게 굴다 xử sự một cách đáng ghét.

밉살스럽다 đáng ghét, kinh tởm. @밉살스러운 녀석 kẻ đáng ghét.

밉상 --하다 một bộ mặt ghê tởm.

밋밋이 @나무가 밋밋이 자란다 một cái cây mọc cao lêu nghêu.

밍밍하다 vô vị, nhạt nhẽo, loãng.

밍크 (động vật) con chồn *vizon.* @밍크모피 bộ da lông chồn *vizon* // 밍크 코우트 áo khoát bằng lông chồn *vizon.*

및 và, cũng như, cũng. @영어 및 수학에 있어서 *môn toán cũng giỏi như môn Anh văn.*

밑 (1) [하부] đáy, nền, chân, phần thấp hơn. @밑에 dưới, ở dưới, thấp kém (바루 밑에) // 밑으로 xuống dưới, trở xuống, trở về sau, xuống cho đến // 나무 밑에 ở dưới gốc cây // 밑에서 받치다 chống đỡ (vật gì) từ bên dưới // 남의 밑에서 일하다 *làm việc dưới quyền người khác.* (2) [근본] nguồn gốc, cội rễ, nền tảng, căn cứ. (3) [뿌리] rể cây, củ hành (구근). (4) [음부] bộ phận kín (của người nào). (5) [바닥] đáy, nền (하천, 호수바다), nền, bệ, đế (구두창). @바다 밑에 ở dưới đáy biển sâu.

밑거름 [농업 nông nghiệp] phân bón được dùng trong mùa gieo hạt.

밑그림 một bản vẽ nháp, một bức phát họa.

밑돌다 thiếu, không đủ, ít hơn, thấp hơn.

밑동 chân, gốc, bệ, nền.

밑면 [수학 toán học] cạnh đáy.

밑바닥 đáy, chân đế, phần dưới cùng @강의 밑바닥에 dưới đáy sông.

밑바탕 (1) [본질] tinh chất, [기초] nền móng, nền tảng, căn cứ, cơ sở. @서구 민주주의의 밑바탕 *những khái niệm cơ bản về chế độ dân chủ phương tây.* (2) [본성] trạng thái nguyên thủy, trạng thái tự nhiên.

밑받침 nền móng, nền, vật chống, cột chống, cái giá đỡ, cái chống, cái tựa. @밑받침을 받치고 글씨를 쓰다 *viết trên một tờ giấy có miếng bìa cứng lót dưới.*

밑밥 [낚시질의 câu cá] mồi câu chìm (thả xuống đáy sông).

밑변 [기하] đường đáy, mặt đáy.

밑조사 [예비조사] cuộc điều tra sơ bộ.

밑줄기 phần dưới đáy.

밑지다 bị mất, bị thua thiệt. @밑지는 장사 việc buôn bán lỗ lã // 밑지고 팔다 bán lỗ vốn.

밑창 đế (giày).

밑천 [자본] tiền vốn, vốn nguyên thủy, quỹ (원금). @밑천을 대다 cung cấp (lo liệu) vốn // 밑천이 떨어지다 cụt vốn, hết vốn.

밑층 tầng trệt, tầng dưới cùng (아래층), lớp dưới cùng.

밑판 tấm ván lót dưới đáy.

ㅁ

ㅂ

--ㅂ시다 hãy, hãy để cho. @갑시다 chúng ta hãy đi; nào, chúng ta đi !

바 [1] [음악 âm nhạc] nốt Fa, nốt F.

바 [2] mà, nào, thế nào, gì, sao. @내가 아는 바로는 cho đến khi nào tôi biết // 위에서 말한 바와 같이 như đã đề cập trên.

바가지 bầu đựng nước (làm bằng quả bầu khô) @ 바가지를 긁다 càu nhàu, lầu bầu.

바가지쓰다 chõ mũi vào.

바각, 빠각 chọc tức, trêu gan. @이를 바각거리다 nghiến răng kèn kẹt.

바깥 bề ngoài, bên ngoài; [문밖] ngoài trời, ở bên ngoài. @바깥일 công việc bên ngoài // 바깥의 (thuộc) bên ngoài // 바깥에 나가다 đi ra ngoài.

바깥양반 người chủ gia đình, ông chồng (남편)

바깥쪽 bề ngoài, mặt ngoài, bên ngoài.

바께쓰 thùng, xô, gầu (để múc nước). =>양동이

바구니 cái rổ, cái giỏ, cái thúng. @손바구니 cái giỏ xách tay.

바꾸다 (1) [교환] thay đổi; trao đổi [물물교환] đổi chác. @수표를 현금으로 바꾸다 trả tiền bằng séc. (2) [대신· 변경] thay thế, thay chỗ, thay đổi, biến đổi. @ 바꾸어 말하면 nói cách khác // A 를 B 로 바꾸다 *thay thế A cho B.*

바구미 [곤충 côn trùng] con mọt gạo.

바그르르 [물· 거품이] tình trạng sắp sôi, sự sủi bọt. --하다 sủi bọt, có bọt, sắp sôi.

바글바글 @바글바글 끓다 sôi tràn ra // 물을 바글바글 끓이다 nấu (nước) sôi.

바뀌다 bị thay đổi; [변형] bị biến thành.

바나나 (*banana*) quả chuối.

바느질 việc vá may, sự khâu vá. --하다 may, vá.

바늘 cây kim may, kim gút, đinh ghim; [낚시 바늘] cái móc; [시계의] kim đồng hồ. @바늘에 실을 꿰다 xâu kim, xỏ, kim, xỏ chỉ.

바늘겨레 cái gối ghim kim (của thợ may).

바늘 구멍 một lỗ thủng do kim đâm.

바늘귀 lỗ xỏ kim.

바늘방석 @바늘방석에 앉은 것 같다 tôi có cảm giác như ngồi trên bàn chông.

바늘쌈 một gói kim.

바니싱 크림 (*vanishing cream)* kem *tan*, kem nền để thoa mặt.

바닐라 (*vanilla)* cây / quả vani; hương vị lấy từ vỏ quả vani hoặc một sản phẩm tổng hợp có hương vị như thế.

바다 biển; [대양] đại dương. @바닷 바람 cơn gió biển // 바다 건너 sự vượt biển.

바다표범 con dấu, cái ấn, cái triện.

바닥 (1) [평면] mặt bằng, mặt phẳng. @ 땅바닥 mặt đất // 마룻바닥 đáy, sàn. (2) [밑 부분] phần dưới cùng, dưới đáy; [강따위의] lòng (sông); [신의 giày] đế giày. (3) [끝] sự kết thúc, sự kết liễu, sự chấm dứt => 바닥나다.

바닥나다 bị cạn kiệt, bị tiêu hao, kiệt quệ.

바닥짐 sự chính chắn, sự chắc chắn, sự dày dạn. @바닥짐을 싣다 chắc chắn nhận (đảm nhiệm).

바닥첫째 @나는 우리 반에서 바닥첫째다 *tôi ngồi ở cuối lớp.*

바닷가 bờ biển, bãi biển. @바닷가를 산책하다 *đi dạo trên bờ biển.*

바닷물 nước biển.

바닷사람 thủy thủ, người đi biển.

바닷새 chim biển.

바동거리다 vùng vẫy, quằn quại, lăn lộn.

바둑 trò chơi *badoog.* @바둑을 두다 chơi trò *badoog.*

바둑무늬 @바둑무늬의 có đốm hai màu đậm nhạt; kẻ ca rô.

바둑이 con chó đốm.

바드득, 빠드득 tiếng rít kêu kèn kẹt. --하다 mài, giũa, kêu cót két. @이를 바드득 갈다 nghiến răng.

바득바득 sự khăng khăng, sự cố chấp, sự bướng bỉnh, sự ngoan cố, sự kiên trì @바득바득 우기다 khăng khăng giữ ý kiến của mình.

--빠듯 hơi kém hơn, ít hơn, hơi thiếu. @한 자빠듯 hơi ít hơn một *feet.*

바듯하다, 빠듯하다 (1)[겨우 차다] vừa mới đủ, vừa đủ. @빠듯이 (một cách) vừa đủ, eo hẹp // 그는 월급으로 빠듯이 살아간다 *hắn xoay xở vừa đủ sống với đồng lương của mình.* (2) [꼭맞다] hoàn toàn vừa vặn, khít, bó sát. @빠듯한 구두 đôi giày vừa khít.

바라다 (1) [소원] mong muốn, khát khao, mơ ước, hy vọng [바탁] cầu xin, yêu cầu. @평소에 바라던 소망을 이룩하다 *thỏa niềm ao ước từ bấy lâu* // 그는 사업가가 되기를 바란다 *nguyện vọng của hắn là trở thành một doanh nhân.* (2) [기대· 예기] hy vọng, mong chờ, trông ngóng. @남의 도움을 바라다 trông cậy vào sự giúp đỡ của người khác.

바라보다 [건너다보다] nhìn, xem, thấy, trông, ngắm; [응시] nhìn chằm chằm vào; [관망] nhìn, xem, quan sát. @바다가 바라보이는 집 *một ngôi nhà có thể nhìn bao quát ra biển* // 경치를 바라보다 nhìn một quang cảnh.

바라보이다 nhìn bao quát, nhìn khắp.

바락바락 liều lĩnh, liều mạng, khăng khăng, bo bo. @바락바락 기를 쓰다 cố liều mạng.

바람 (1) cơn gió; [미풍] cơn gió thoảng; [강풍] cơn gió mạnh (từ cấp 7 đến cấp 10), bão; [폭풍] dông tố, bão tố; [외풍] gió lùa; [선풍기 따위의] luồng (gió). @바람을 쐬다 phơi mình trong gió // 바람이잘 통하다 được thông hơi tốt, thoáng khí // 바람이 인다 nổi gió // 바람이잔다 ngớt gió. (2) [들뜬 마음] hay thay đổi, không kiên định; [행위] những cuộc tình. @바람난 ương ngạnh, đỏng đảnh, lố lăng hay thay đổi, bừa bãi // 바람피우다 nhen nhúm chuyện yêu đương. (3) [과장] nói khoác lác, nói phóng đại. (4) [풍병] làm tê liệt.

바람 [2] (1) [기세] kết quả, ảnh hưởng. @충돌하는 바람에 do tác động mạnh, ảnh hưởng mạnh. (2) [차림] @샤쓰 바람으로 một cách chất phác.

바람개비 cái chong chóng gió; [장난감] vòng pháo hoa nhỏ làm cảnh.

바람결 lời đồn, tiếng đồn.

바람기 sức gió.

바람나다 kéo dàn cuộc sống phóng đãng.

바람둥이 (1) [허풍선이] người hay khoe khoang, khoác lác.(2) [바람잡이] người hay bỡn cợt.

바람막이 hàng rào, hàng cây chắn gió.

바람맞다 (1) [속다] bị phỉnh, bị lừa gạt, bị cho vào tròng; [여자에게] bị loại ra, bị bỏ ra. @여자한테 바람맞다 bị đàn bà đá (từ chối). (2) [풍병에걸리다] bị tê liệt.

바람맞히다 loại bỏ, hất hủi, lạnh nhạt, thẳng thừng; [기다리는 사람을]bắt ai chờ đợi trong vô vọng; [데이트 상대를] bắt ai đứng lên.

바람직하다 đáng ao ước, đáng ngưỡng mộ.

바랑 cái ba lô, cái túi đeo.

바래다 [1] (1) [퇴색] nhạt đi, phai màu đi. (2) [표백] (áo quần) phai màu dưới ánh nắng.

바래다 [2] [배웅] tiễn (ai). @집까지 바래다 주다 đưa, tiễn (ai) về nhà.

바로 (1) [바르게] sự đúng đắn, sự công bằng, sự chân thật, sự thẳng thắng. @바로 말하면 nói sự thật // 이 길로 곧장 바로 가십시오 *cứ đi thẳng phía trước theo con đường này*. (2) [정확히] đúng, chính xác, đúng đắn, một cách chính xác. @바로 1 시 정각 đúng một giờ // 바로 그 때에 vừa đúng lúc đó // 오늘이 바로 내 생일이다 *đúng ngày này là sinh nhật tôi*. (3) [곧] ngay lập tức, ngay tức thì. @식사가 끝나면 바로 ngay sau buổi ăn trưa.

바로미이터 (*barometer)* phong vũ biểu.

바로잡다 (1) [굽음을] làm cho thẳng. (2) [잘못을] sửa đổi, sửa chữa, hiệu chỉnh. @행실을 바로잡다 sửa đổi lại cách cư xử // 마음을 바로잡다 tự sửa đổi mình.

바로크 [건축] (*baroque*) xu hướng nghệ thuật barôc. *--시대 thời đại barôc. --음악 nhạc barôc.

바륨 [화학 hóa học] *(barium)* chất bari.

바르다 [1] (1) [곧다] thẳng, trực tiếp, ngay thẳng, thẳng đứng. @자세를 바르게 하다 tự làm cho cơ thể thẳng lên. (2) [옳다] ngay thẳng, chính trực, lương thiện, trung thực, chân thật. @마음이 바르다 ngay thẳng, chân thật.

바르다 [2] (1) [붙이다] gắn vào, áp vào, dán vào, đính vào. (2) [칠하다] sơn, quét sơn; phủ, tẩm, tráng (페인트를); trát vữa (tường...); trát thạch cao (회반죽); chà xát (문질러서); thoa (phấn), rắc (muối, tiêu) (분을). @버터를 바른 빵 bánh mì phết bơ // 벽에 종이를 바르다 dán giấy dán tường.

바르르 (1) [끓다] sự sôi sục, sự sủi bọt, sự sôi lên. @물이 바르르 끓다 nước sắp sôi. (2) [성내다 nổi giận]. @바르르 화를 내다 nổi xung, nổi cơn thịnh nộ. (3) [떨다] sự run lẩy bẩy. @무서워서 바르르 떨다 run lên vì sợ.

바르작거리다 => 버르적거리다.

바른길 (1) [곧은 길] con đường thẳng. (2) [옳은 길] sự công bằng, một đường lối đúng (thích hợp).

바른말 [옳은 말] sự thật, lời nói hợp tình hợp lý; [직언] lời nhận xét ngay thẳng. @바른말하다 nói sự thật.

바른쪽 mặt phải.

바리 [짐의 단위] vật nặng, gánh nặng.

바리전 cửa hàng vật dụng bằng đồng thau.

바리캉 kéo xén lông, tông đơ, cái bấm móng tay.

바리케이드 (*Barricade)* vật chướng ngại. @바리케이드를 치다 dựng chướng ngại vật.

바리콘 [전기 điện] một tụ điện biến thiên.

바리톤 (*baritone*) kèn bariton, đàn

baritôn; giọng nam trung (가수 ca sĩ).

바보 thằng hề, người ngu đần, con lừa, thằng ngốc. @바보 같은 짓을 하다 tự làm trò hề.

바쁘다 (1) [다망하다] bận rộn, bận. @바쁘게 một cách bận rộn // 눈코 뜰새 없이 바쁘다 hết sức bận // 그는 시험 준비에 바쁘다 *anh ấy đang bận chuẩn bị cho kỳ thi.* (2) [급하다] thúc bách, cấp bách, gấp. @바쁜 걸음으로 với những bước đi hấp tấp vội vàng // 바쁜 용무로 có việc khẩn cấp.

바삐 bận rộn; [급히] vội vàng, hấp tấp, hối hả, gấp rút. @바삐걷다 đi vội vàng, hấp tấp // 바삐 가다 kéo vội đi.

바삭 với tiếng kêu xào xạc, tiếng sột soạt; nếp nhăn, nếp nhàu.

바싹 [마른 모양] hoàn toàn, đầy đủ, trọn vẹn; [죄는 모양] chặt chẽ, khít khao [소리 âm thanh, tiếng động] xào xạc, sột soạt. @바싹 마른 얼굴 một bộ mặt nhăn nhúm // 옆에 바싹 다가앉다 ngồi xít lại gần (ai).

바삭거리다 kêu xào xạc, nghiến kêu răng rắc, làm kêu lạo xạo. @잡목 숲을 바삭거리며 지나가다 đi xào xạc qua bụi cây.

바삭바삭 tiếng xào xạt, sột soạt.

바소 [침 cái kim] dụng cụ phẫu thuật có 2 lưỡi, mũi sắc và nhọn để trích áp xe; lưỡi trích.

바소쿠리 cái rổ mây.

바수다 => 부수다.

바스러뜨리다 đập tan ra từng mảnh, nghiến nát.

바스러지다 bẻ vụn, bị bóp vụn.

바심 [1] [타작] sự đập lúa.

바심 [2] [재목의 gỗ] --하다 đẽo, gọt gỗ.

바아 [1]]기압 단위 đơn vị đo khí áp] (*bar*) (đơn vị áp suất). *밀리-- (*millibar*) milibarơ.

바아 [2] (*bar*) quán bán rượu, quán bar

바겐--세일 sự mặc cả giá; món hàng mua được.

바베큐 (*a barbecue*) món ăn nướng (quay) nguyên con (heo, gà, vịt, bò, cừu) (thường dùng trong những buổi liên hoan ngoài trời)

바야흐로 @배가 바야흐로 출항하려고 한다 *con tàu vừa mới ra khơi.*

--바에야 [이왕... 이면]...chút nào; [차라리] thà...hơn, đúng... hơn. @이왕그만둘 바에야 nếu anh từ bỏ chút nào về điều đó.

--바와 같이 với tư cách, như. @아시는 바와 같이 *như bạn thấy; như bạn biết đó.*

바운드 (*bound)* biên giới, giới hạn, phạm vi.

바위 đá cuội. @바위가 많은 có nhiều đá.

바음자리표 [음악 âm nhạc] khóa Fa.

바이러스 (*a virus)* vi rút

바이바이 (*bye-bye)* chào tạm biệt !

바이스 [공구 công cụ] (*vise*) mỏ cặp, êtô (công cụ bằng kim loại dùng trong nghề mộc ... có hai ngàm kẹp chặt một đồ vật lúc đang gia công).

바이얼리니스트(*violinist*) người chơi đàn vĩ cầm.

바이올린 (*violin*) đàn viôlông, đàn vĩ cầm.

바자 (*a bazar*) cửa hàng tạp hóa, hàng tạp hóa (시장· 특매장· 자선시장).

바자위다 hà tiện, keo kiệt, bủn xỉn.

바작바작 @바작바작 타다 quay giòn

(da lợn)// 속이 바작바작 타다 trở nên bực bội, cáu kỉnh.

바제도병 (의학 y học) chứng bệnh *Basedow.*

바주카포 (*bazooka*) súng bazôka.

바지 quần, quần lót, quần đùi. @바지 주머니 túi quần. *속— quần đùi, quần lót chẽn.

바지랑대 cái sào treo quần áo.

바지저고리 phường vá áo túi cơm [비유적] người vô tích sự, người đoảng. @그는 바지저고리다 *hắn là một người vô tích sự.*

바짓가랑이 ống quần.

바짝 hoàn toàn, chặt chẽ, sát sao => 바싹.

바치다 [1] [드리다] biếu, tặng, dâng, cúng, cống hiến (책· 물건을); hiến dâng, dành hết cho (헌신); [세금 따위를] nộp, thanh toán. @평생을 바치다 hiến dâng cuộc đời cho // 수업료를 바치다 nộp học phí cho nhà trường.

바치다 [2] **빠치다** [즐기다] quá đáng, cùng cực. @계집을 바치다 say mê điên dại, *ham thích mãnh liệt vấn đề tình dục.*

바칠루스 [생리] vi khuẩn hình que.

바캉스 (*vacation*) kỳ nghỉ hè, ngày nghỉ lễ.

바퀴 [1] bánh xe; [일주 công việc] một vòng quay, một chu kỳ, một lượt, một tua. @앞(뒷) 바퀴 bánh xe trước (sau) // 섬을 한 바퀴 돌다 đi vòng quanh hòn đảo.

바퀴 [2] [곤충 côn trùng] con gián.

바퀴살 cái nan hoa, bậc thang.

바탕 [1] (1) [기질] tính tình, tính khí, tâm tính, bản chất, cá tính. (2) nguyên vật liệu, chất lượng, phẩm chất. (3) [기반] nền, nền tảng, cơ bản, cơ sở, căn cứ. @흰 바탕에 얼룩 무늬 *một kiểu trang trí không đồng đều trên nền trắng.*

바탕 [2] một lần, một lượt, một phiên, một hiệp. @한바탕 놀았다 chúng tôi đã chơi một hiệp.

바터 (*barter*) sự đổi chác.

바텐더 người phục vụ ở quán rượu, quầy rượu.

바통 dùi cui, gậy chỉ huy. @바통을 물려받다 nhận (đập cho) một gậy.

바투 sát, sít vào nhau; một cách gần gủi, mật thiết @바투 앉다 ngồi sát vào nhau.

바특하다 [국물이] dày, rậm.

박 quả bầu, quả bí. *--꽃 hoa bầu, hoa bí.

박 lá (kim loại). @금박 lá kim.

박격 --하다 tấn công gần, đánh sáp lá cà. *--포 súng cối, súng pháo.

박공 [건축 kiến trúc] cột chống, thanh chống, giá chống. @박공--지붕 mái nhà có cột chống.

박다 (못 따위를) đóng vào; [보석 따위를] gắn, lắp, dát, nạm, khảm (lên mặt). @땅에 말뚝을 박다 đóng một cây cọc xuống đất. (2) [인쇄·사진] đóng dấu, in dấu, chụp (ảnh). @명함을 박다 đã in danh thiếp. (3) [바느질] khâu, vá may.

박대 sự hành hạ, sự ngược đãi, sự bạc đãi. --하다 cư xử lạnh nhạt, đối xử tệ bạc (với ai).

박덕 không có ưu điểm.

박두 --하다 kéo lại gần, ghì chặt, siết chặt, hối hả, tất bật, (xảy ra) tới nơi, khẩn trương. @시간이 박두했다 chúng ta rất khẩn trương giờ giấc.

박람회 cuộc trưng bày, cuộc triển lãm,

hội chợ. @만국박람회 hội chợ quốc tế. *--장 khu đất tổ chức hội chợ, khu triển lãm.

박력 sức mạnh, tính mãnh liệt, tính dữ dội. @박력 있는 mạnh mẽ, có ảnh hưởng, có tác động mạnh, có sức thuyết phục.

박리 다매 lãi ít, bán nhanh. **박멸** sự triệt tiêu, sự hủy diệt. --하다 triệt, tiêu diệt, hủy diệt, dập tắt, dẹp. @결핵 박멸 운동 chiến dịch chống bệnh lao.

박명 số phận hẩm hiu; số không may --하다 không may, rủi ro, bất hạnh. *가인-- nhan sắc thường không đi đôi với vận may (hồng nhan bạc mệnh).

박물관 nhà bảo tàng. *국립-- viện bảo tàng quốc gia.

박물학 lịch sử tự nhiên. *--자 nhà tự nhiên học.

박박 [1], **빡빡** [1] @모기가 문 곳을 박박긁다 gãi mạnh lên vết muỗi đốt // 종이를 박박 찢다 xé tờ giấy ra từng mảnh.

박박 [2], **빡빡** [2] (1) [얽은 모양]. @빡빡 얽다 bị rỗ hoa khắp mặt. (2) [머리 모양]. @머리를 빡빡 --다 cắt tóc ngắn.

박복 sự rủi ro, sự bất hạnh, sự không may. --하다 không may, rủi ro, bất hạnh.

박봉 tiền lương thấp, đồng lương eo hẹp. @박봉으로 겨우 살아가다 thêm vào đồng lương ít ỏi (của ai).

박사 bác sĩ, học vị tiến sĩ. @박사호 trình độ tiến sĩ, bằng tiến sĩ // 박사 학위를 수여하다 phong (ban) cho học vị tiến sĩ.

박살 --하다 đánh chết (người). @박살당하다 bị đánh đập cho tới chết // 박살내다 phá hủy, tiêu diệt.

박색 một bộ mặt xấu xí, một nhan sắc tẻ nhạt.

박수 một thầy tiên tri, thầy phù thủy.

박수 sự vỗ tay. --하다 vỗ tay. @우뢰 같은 박수 tiếng vỗ tay vang như sấm.

박식 kiến thức uyên bác. --하다 thông thạo, có kiến thức rộng.

박신거리다 tụ tập, xúm lại, họp thành đàn.

박애 tổ chức phúc thiện, lòng từ thiện. @박애의 thuộc nhân từ, bác ái. *--주의자 người nhân đức, người bác ái, người có lòng nhân.

박약 --하다 yếu đuối, yếu ớt; [근거가 cơ sở, nền tảng] không vững chãi, hay dao động. @근거가 박약하다 dựa vào chứng cứ không vững.

박음질 việc may vá; cách khâu may.

--박이 *나-- người trông già trước tuổi.

박이다 (1) [끼어 있다] bị mắc kẹt, bị sa lầy, bị cản trở. (2) [마음에 tâm hồn] khắc sâu (trong tim); [인이] trở thành một thói quen. (3) [인쇄 · 사진] đưa vào in, chụp ảnh (cho ai).

박자 thời gian, nhịp, nhịp điệu, nhịp đánh, nhịp đập. @2(3) 박자 nhịp đôi (ba) // 박자에 맞추어 giữ đúng thời gian // 손으로 박자를 맞추다 giữ nhịp bằng tay.

박작거리다 tụ họp, xúm xít, đổ xô đến, đông nhung nhúc, hối hả, rối rít, giục giã, vội vàng, lăng xăng, tất bật.

박작박작 lăng xăng tất bật, trong sự giục giã. @사람들이 박작박작 모여든다 *thiên hạ tất bật giữa đám đông.*

박장 --하다 vỗ tay.

박절 --하다 lạnh nhạt, nhẫn tâm, không cảm giác, không có trái tim.

박정 --하다 lạnh nhạt, hờ hững. @박정하게 대하다 cư xử lạnh nhạt.

박제 sự nhồi bông. @박제 표본(동물)

ㅂ

thú nhồi bông.

박주 rượu trắng.

박쥐 (động vật) con dơi.

박진 --하다 va chạm với cuộc sống thực tế. @박지의 có óc thực tế, hiện thực.

박차 đinh thúc ngựa, cựa gà. @박차를 가하다 buộc đinh thúc ngựa (cựa) vào; xúc tiến, tiến hành, giải quyết.

박차다 đá bật đi; [거절 từ chối] loại bỏ, khước từ. @자라를 박차고 tống ra khỏi phòng.

박치기하다 va đầu vào, đụng đầu vào.

박탈 --하다 tước đoạt, tước bỏ, trừ bỏ, lột bỏ.

박테리어 (*bacterium*) vi khuẩn.

박토 vùng đất khô khan, cằn cỗi.

박하 [식물 thực vật] cây bạc hà. *--뇌(빙) tinh dầu bạc hà. --사탕 kẹo bạc hà.

박하다 [인색하다] bị châm chích; [인정이 tính người] khắc nghiệt, khó khăn, lạnh nhạt. @인심이 박한 세상 một thế giới khắc nghiệt.

박학 sự học rộng, sự uyên bác, kiến thức rộng. --하다 học rộng, uyên bác, hay chữ, thông thái.

박해 sự khủng bố, sự ngược đãi, sự bức hại. --하다 khủng bố, áp bức, đàn áp. @박해를 받다 bị khủng bố, bị ngược đãi, bị hành hạ.

박히다 [못 따위가 giống như cây đinh] bị đóng vào, bị mắc kẹt, bị sa lầy; [인쇄물이] bị in, bị khắc vào; bị chụp ảnh (사진이 bức tranh, ảnh). @사진이 잘 박혔다 bức ảnh chụp đẹp, rõ.

밖 (1) [바깥] bề ngoài, mặt ngoài, bên ngoài (외면); [호외] ngoài trời. @밖의 ở ngoài trời, ở bên ngoài // 밖에나가다 đi ra ngoài, ra khỏi nhà // 밖에서 놀다 chơi ngoài trời // 밖으로 내쫓아 버리다 đuổi ra khỏi nhà. (2) [이외] vật còn lại, cái còn lại, những người (vật) khác, ngoài phạm vi (giới hạn). @그밖에 ngoài ra, hơn nữa, vả lại // 그렇게 생각하는사람은 너 밖에 없다 *không ai nghĩ như vậy ngoại trừ bạn.* // 그렇게 할 수밖에 없다 *không còn cách nào khác ngoài cách đó.*

반 một nửa, phân nửa, nửa chừng, nửa vời, nửa đường, một phần. @반 시간 nửa giờ // 1 시 반 1 giờ 30 // 반숙의 nấu chín phân nữa (tái).

반 một nhóm; [학규] một lớp; [군대 quân đội] tổ, đội,; [동네의] *ban.*

반-- (tiền tố) đối lập, chống lại, trái ngược, trái với; [철학 triết học] phản đề. *--제국주의 chủ nghĩa chống đế quốc.

반가공품 hàng bán thủ công.

반가와하다 vui sướng, hạnh phúc (vì).@ 나를 보고 반가와했다 *anh ấy rất vui mừng khi gặp tôi.*

반가움 sự vui sướng, sự thích thú.

반가이 vui vẻ, sung sướng, hài lòng, mãn nguyện. @반가이 맞다 tiếp đãi ai một cách vui vẻ.

반감 ác cảm, sự thù hằn, sự thù địch. @ 반감을 사다 khêu dậy mối hận thù của ai // 반감을 품다 nuôi dưỡng lòng thù hận.

반감 --하다 giảm một nửa, cắt một nửa. @흥미가 반감되다 giảm phân nửa lợi tức.

반감기 [물리 vật lý] chu kỳ nửa phân rã.

반갑다 vui lòng, hài lòng, sung sướng, hạnh phúc. @반가운 손님 một người khách hoan nghênh // 반가운 소식 tin mừng, tin vui.

반값 @반값으로 bằng phân nửa giá.
반거들충이 người có kiến thức nông cạn, người biết lõm bõm.
반걸음 (âm nhạc) nửa cung.
반격 --하다 mở cuộc phản công.
반경 [수학 toán học] bán kính, phạm vi, vòng. @행동반경 phạm vi hoạt động.
반골 @반골의 cứng, kiên định, không khuất phục. *--장신 một tinh thần kiên định, một thái độ bất khuất.
반관 반민 @반관 반민회사 một công ty liên doanh (với nhà nước).
반구 bán cầu. @서반구 Tây bán cầu.
반군 đạo quân phiến loạn.
반기 cờ hiệu của quân khởi nghĩa. @반기를 들다 vũ trang nổi dậy chống lại.
반기 nửa kỳ, nửa năm. @반기 결산 sự thanh toán sáu tháng một lần // 상 (하) 반기 nửa năm đầu (cuối).
반기다 vui mừng, hoan hỉ, hài lòng. @손님을 반기다 vui mừng tiếp một vị khách.
반나절 một phần tư ngày, nửa buổi sáng.
반나체 một cơ thể bán khỏa thân. @반나체의 bán khỏa thân
반납 --하다 hoàn lại, trả lại, phục hồi lại.
반년 nửa năm. @반년마다 nửa năm một lần, cứ mỗi nửa năm.
반닫이 cái tủ, phòng riêng.
반달 [반개월] một nửa tháng, hai tuần lễ, mười lăm ngày; [달의] bán nguyệt, nửa vầng trăng. @반달분 급료 thanh toán nửa tháng một lần.
반당 @반당 행위 đảng đối lập.
반대 (1) [반항] sự đối lập vị trí đối nhau; [이의] sự phản đối, sự chống đối. --하다 đối kháng, đối chọi, đối lập, chống đối, phản đối. @반대 심문 cuộc thẩm vấn (2) [역] điều trái ngược, sự đối lập // 반대로 trái ngược (với) // 반대 방향으로 một cách trái ngược. *--당[야당] phe đối lập. --론 quan điểm đối lập. --어 từ trái nghĩa, từ phản nghĩa.
반도 bán đảo. *한-- bán đảo Triều Tiên.
반도 quân phiến loạn, người chống đối.
반도체 (điện học) chất bán dẫn.
반독 @반독의 chống Đức (phát-xít).
반동 sự phản ứng lại, sự bật lại, sự ảnh hưởng ngược trở lại; [총 따위의 như súng] cái giật của súng (khi bắn). --하다 phản ứng lại, phản công lại, nẩy bật lại, giật ngược lại. @반동적 kẻ phản động. *--력 sự phản tác dụng, sự phản công. --분자 những phần tử phản động. 무--총 loại súng không giật lại khi bắn.
반드럽다 (1) [매끈매끈하다] trơn, mượt, bóng loáng, hào nhoáng. (2) [약빠르다] trôi chảy, trơn tru, khéo léo, mượt mà. @반드럽게 하다 làm cho nhẵn, làm cho mượt.
반드르르, 빤드르르 cách bóng loáng (hào nhoáng). một cách trôi chảy, một cách êm ả. --하다 bóng láng, rực rỡ, chói ngời, sáng chói.
반드시 [확실히] chắc chắn, nhất định; [꼭] tất nhiên, hiển nhiên, bằng mọi giá; [필연적으로] tất yếu, nhất thiết, chắc hẳn, chắc chắn; [늘] luôn; luôn, hoài. @반드시성공하다 chắc chắn thành công // 반드시... 하지는 않다 đôi khi, đôi lúc, thỉnh thoảng.
반들거리다, 반들거리다 (1) ăn không ngồi rồi lãng phí thời gian. (2) [약게굴다] khôn ngoan, thông minh, sắc sảo, lanh lợi; [매끈하다] sáng long lanh, lấp lánh, tỏa sáng lung linh.

ㅂ

반들반들, 빤들반들 bóng láng, sáng ngời, chói ngời; [게으르게] lười nhác, uể oải,lờ đờ, lười biếng.

반듯하다, 반뜻하다 [바르다] thẳng thắn, trung thực, công bằng; [흠없다] giản dị, trang nhã, lịch sự; [반반하다] duyên dáng, lịch sự, nhã nhặn, đúng đắn, đoan trang. @반듯이 một cách trung thực, một cách ngăn nắp, trật tự // 반듯이 눕다 qua mặt, dối trá sau lương (người nào)

반등 [경제 kinh tế] sự phục hồi nhanh chóng. --하다 phục hồi, củng cố lại (giá cả); khôi phục lại. @주가의 급반등 sự phục hồi giá gốc.

반디 [곤충 côn trùng] con đom đóm.

반딧불 ánh sáng đom đóm.

반락 sự giảm giá ngược lại (trong giá gốc). --하다 phản ứng ngược lại, giảm giá, ngã ngữa. @급반락 sự thất bại, sự đi xuống đột ngột.

반란 cuộc nổi loạn, cuộc khởi nghĩa, cuộc binh biến. --하다 nổi dậy, nổi loạn, chống đối. @반란을 진압하다 dập tắt cuộc nổi loạn. *--군 quân phiến loạn. --자 kẻ phiến loạn.

반려 bầu bạn, cộng sự, đối tác. @일생의 반려 người bạn đời.

반려 --하다 hoàn lại, trả lại. @사표를 반려하다 bác đơn xin thôi việc của ai.

반론 [이론] sự bất bình, sự phản đối, sự bác bỏ, mối bất đồng; [의론 전환] sự chuyển biến (tư tưởng). --하다 phản đối, chống đối, xúi giục.

반말 [낮춤말] lời nói thô lỗ. --하다 nói năng một cách sống sượng, lỗ mãng.

반면 mặt khác, bề trái, mặt trái. @반면에 ở mặt khác.

반면 [사물의] một mặt, [얼굴이] khuôn mặt nhìn nghiêng. @문제의 반면만을 보다 chỉ nhìn ở một khía cạnh của vấn đề.

반모음 [음성] (ngôn ngữ) bán nguyên âm.

반목 sự đối kháng, sự thù địch. --하다 thù địch, đối lập, đối kháng.

반문 vết, dấu, đốm, vết lốm đốm.

반문 --하다 hỏi ngược lại, trả miếng, bắc bẻ, vặn lại.

반물 màu xanh đen, màu chàm.

반미치광이 người hơi điên dại, người dở dở ương ương.

반바지 quần đùi đàn ông, quần lửng.

반박 lời bắt bẻ, lời đối đáp lại, lời phủ nhận.—하다 cãi lại, bẻ lại, vặn lại, trả đũa, bác bỏ.

반반 năm mươi (trên) năm mươi; 50%. @반반으로 năm mươi năm mươi; đều nhau // 반반으로 나누다 chia đôi, chia hai phần bằng nhau.

반반하다 (1) [바닥이] nhẵn, bằng phẳng, trơn, mượt. @길을 반반하게 고르다 san bằng con đường. (2) [생김이] đẹp, duyên dáng, lịch sự, nhã nhặn. @반반한 용모 dung mạo dễ thương.

반발 [물리 vật lý] lực đẩy. --하다 đánh lui, đẩy lùi, cự tuyệt, khước từ, kháng cự. *--력 lực đẩy.

반백 tóc bạc hoa râm.

반벙어리 người không nói được rõ ràng; người không nói được (câm, nói ú ớ); người không có tài ăn nói.

반병신 [불구자] người bị khuyết tật; người bán thân bất toại (반신불수); người khờ dại (반편이).

반복 sự lặp lại, sự nhắc lại. --하다 nhắc lại, lặp lại. @반복하여 lặp đi lặp lại nhiều lần.

반복 --하다 chuyển, ngắt, cắt (điện), thay đổi, chuyển hướng. @반복무상한 dễ thay đổi, hay thay đổi, không kiên định.

반분 --하다 chia đôi, chia đều, chia hai.

반비례 [수학 toán học] tỷ lệ nghịch. --하다 tỷ lệ nghịch với.

반사 sự phản chiếu, sự phản xạ. --하다 phản chiếu, phản xạ. @전반사 phản xạ toàn phần. *--각(선) góc phản chiếu. --경 tấm gương phản xa, kính chiếu hậu, vật phát quang. --광선 tia phản xạ. --로 lò phản xạ, lò (luyện kim, nấu thủy tinh, lò sưởi). --작용 sự phản xa, sự phản ứng ngược. 조건-- phản xạ có điều kiện.

반사식 *--스토우브 lò phản xạ.

반사회적 phản xã hội, khó gần gũi.

반삭 nửa tháng, mười lăm ngày.

반상(기) bộ đồ dùng cho bàn ăn.

반상회 buổi họp tổ dân phố.

반색하다 vui mừng, hoan hỉ, hân hoan, hài lòng, vui sướng. @반색하며 승낙하다 chấp thuận một cách nhiệt tình.

반생 phân nửa cuộc đời.

반석 khối đá nhô lên khỏi mặt biển, vách đá. @반석같다 vững như bàn thạch, cứng như đá.

반성 sự ngẫm nghĩ, sự tự vấn, sự xét lại (재고). --하다 xem xét lại, suy nghĩ, ngẫm nghĩ, tự vấn. @반성을 촉구하다 yêu cầu (ai) xem xét lại vấn đề.

반세기 một nửa thế kỷ.

반소 (gây ra) sự phản tác dụng.

반소 --하다 bị cháy một nửa (một phần).

반소매 nửa (bề dài) tay áo. @반소매 셔어츠 áo sơ mi tay ngắn.

반송 --하다 gởi trả lại, hoàn trả lại.

반송장 một kẻ chết dở; người vô tích sự.

반수 phân nửa con số (trong số).

반숙 @반숙의 [달걀 따위] sự nấu chín phân nửa; [과일] sự chín một nửa, còn xanh.

반시 quả hồng dẹt.

반시간 nửa giờ.

반시류 [곤충] con sâu bọ cánh nửa.

반식민지 *--국가 quốc gia bán thuộc địa.

반신 nửa người, bán thân. *--불수 bệnh liệt nửa người, bán thân bất toại. @반신불수의 sự liệt một bên. –상 pho tượng bán thân.

반신 sự hồi âm, đáp án. @반신료 bưu phí trả lại

반신 반의 --하다 nghi ngờ, ngờ vực, không tin.

반암 [광물 khoáng chất] đá Pocfia (cứng, màu đỏ có chứa tinh thể đỏ và trắng, có thể mài bóng thành đồ trang sức).

반액 nửa tiền, nửa giá tiền. @반액으로 với nửa giá // 반액으로 하다 giảm giá phân nửa. *--할인 chiết khấu 50%. @반액할인하다 cho chiết khấu 50%.

반양자 [물리 vật lý] *antiproton.*

반어 sự mỉa mai, sự châm biếm. @반어적(으로) một cách mỉa mai, châm biếm, trớ trêu.

반역 sự làm phản, sự mưu phản. --하다 mưu phản, nổi loạn, khởi nghĩa. @반역적 (sự) làm loạn, (sự) nổi dậy, phản nghịch. *--자 kẻ phản bội. --죄 tội phản quốc, hành động bội tín.

반영 sự phản chiếu, sự phản ánh. --하다 phản chiếu, phản ánh. @신문은 시국을 반영한다 *báo chí là tấm gương phản ánh thời đại.*

반영구적 bán thường trực.

반올림 --하다 làm tròn, làm cho tròn (chẵn).

반원 hình bán nguyệt, nửa vòng tròn. @반원의 có hình bán nguyệt, bằng nửa vòng tròn // 반원을 그리다 tạo thành hình bán nguyệt.

반월 [반달] trăng bán nguyệt. @반월형의 trăng lưỡi liềm, vật hình lưỡi liềm.

반유동체 sền sệt, hơi lỏng.

반유태 @반유태의 sự chống Do Thái, bài Do thái*--주의 chủ nghĩa chống Do Thái.

반음 [음악 âm nhạc] nửa cung, nửa âm trên thang âm. @반음부 nốt có giá trị thời gian bằng một nốt trắng.

반응 sự phản ứng lại, sự đối phó lại, sự tác động trở lại; [효과] tác động, ảnh hưởng. --하다 phản ứng, đối phó lại, làm ảnh hưởng đến, đáp lại, đối phó lại, tác động trở lại. @반응이 없다 không có tác dụng, không có ảnh hưởng đến.

반의반 một phần tư.

반의어 từ trái nghĩa, từ phản nghĩa.

반일 @반일의 chống Nhật Bản. @반일감정 quan niệm bài Nhật (chống Nhật).

반입 --하다 đưa vào, mang vào, thu vào.

반자 trần nhà.*--지 giấy dán trần.

반작, 빤작 @반작반작 một cách lấp lánh, lóng lánh // 빤작이다 (거리다) lấp lánh, le lói, chập chờn, lóe sáng, chiếu sáng // 햇빛에 빤작 거리다 lấp lánh trong nắng.

반짝 (1) [쉽게] nhẹ nhàng, thanh thản, thoải mái, dễ dàng. (2) [높이 độ cao] cao. @반짝 들리다 bị kéo lên cao, được nâng lên cao.

반작용 sự phản ứng. --하다 tác động lại, phản ứng lại.

반장 một đội trưởng; [학급의] trưởng lớp (nhóm).

반장화 đôi giày bốt cổ ngắn.

반전 @반전의 sự phản chiến // 반전 운동 cuộc vận động phản chiến.

반전 sự quay ngược, sự vặn lùi --하다 lăn mình, lăn tròn, đắn đo, cân nhắc.

반절 --하다 chia làm hai, chia đôi. @반절의 phân nửa khổ, nửa suất.

반점 vết đốm. @반점있는 có khoang, có đốm..

반정 sự trùng tu, sự phục hồi, sự cải tiến.

반정부 sự chống đối chính quyền.

반제국주의 sự chống chủ nghĩa đế quốc. @반제국주의의 thuộc sự chống chủ nghĩa đế quốc.

반제품 hàng bán thủ công.

반쪽 phân nửa, một nửa.

반주 [음악 âm nhạc] sự đệm, phần nhạc đệm. --하다 đệm nhạc. @오케스트라의 반주 dàn nhạc đệm *--부 phần nhạc đệm. --자 người đệm (nhạc, đàn).

반주 rượu khai vị.

반죽 sự nhào bột, bột nhào. --하다 nhào bột. @반죽좋다 tốt bụng, đôn hậu, bản chất tốt..

반죽음 sự chết dở.

반주봉 quần soót, quần lửng, quần lót bó sát đầu gối (của phụ nữ).

반쯤 nửa chừng, nửa vời, nửa đường.

반증 phản chứng, sự chứng minh là sai. @반증을 제시하다 đưa ra một lập luận trái ngược lại.

반지 chiếc nhẫn. @반지를 끼다 đeo nhẫn vào tay. *결혼(약혼) -- nhẫn cưới (hứa hôn). 금-- nhẫn vàng. 보석-- nhẫn nạm ngọc (đá quý)

반지랍다 bóng mượt.

반지르르 một cách êm ả, một cách trôi chảy, một cách hào nhoáng, một cách bóng láng.

반지름 (đường) bán kính => 반경.

반지빠르다 (1) [얄밉도록] hơm mình, hợm hĩnh, đua đòi, xấc xược, điệu bộ. (2) [어중되다] vụng về, lúng túng, không tương xứng.

반짇고리 hộp đồ khâu; bà nội trợ.

반질거리다, 빤질거리다 (1) [매끄럽다] bóng loáng, hào nhoáng, rực rỡ, chói ngời. (2) [교활하다] ranh mãnh, láu cá, tinh quái, xảo quyệt, giả nhân giả nghĩa, tẩm ngẩm tầm ngầm.

반질반질, 빤질빤질 êm dịu, bóng mượt, rực rỡ, sáng chói, một cách êm ả, một cách trôi chảy.--하다 trơn, khó giữ, trôi chảy, êm thấm, suôn sẻ, êm ả, nhẹ nhàng, bóng mượt.

반찬 cái đĩa. @반찬 가게 cửa hàng tạp phẩm.

반창고 sự bó bột bằng thuốc cao, thuốc cao dán. @반창고를 바르다 đắp thuốc.

반추 sự nhai lại. --하다 nhai lại. *--동물 động vật nhai lại.

반출 --하다 đưa ra, dẫn ra.

반취 --하다 hơi say, ngà ngà say.

반칙 cú đấm trái luật, cú ăn gian. --하다 phạm luật, chơi xấu. *--자 người phạm lỗi, người phạm luật.

반토 [화학 hóa học] chất alumin.

반투명 @반투명의 trong mờ, mờ.

반편 người khờ dại, người ngốc nghếch.

반포 sự công bố, sự ban hành, sự phổ biến, sự lưu hành. --하다 lưu hành, truyền bá, lưu thông.

반품 hàng hóa bị gởi trả lại. --하다 trả lại hàng.

반하다 [1] rơi vào tình yêu, phải lòng (ai), bị quyến rũ vì, bị say mê vì. @한눈에반했다 *hắn phải lòng cô ấy ngay lần gặp đầu tiên.*

반하다 [2], **빤하다** (1) [환하다] soi sáng, chiếu sáng, sáng ngời. (2) [틈나다] có thì giờ rảnh rỗi, rảnh. @반한 틈 lúc rảnh rang. (3) [병세가] trong trạng thái yên tĩnh. (4) [분명하다] rõ ràng, rành mạch, hiển nhiên, đơn giản, sáng sủa. @빤한 이치 một sự thật hiển nhiên.

반하다 trái với, trái ngược với. @...에 반하여 tương phản với, ngược với // 나의 의사에 반하여 *trái với ý tôi.*

반합 căn tin.

반항 [저항] sự chống lại, sự đề kháng, sự phản kháng; [반대] sự đối lập, sự chống đối; [도전] sự thách thức, sự thách đố, sự bất chấp. --하다 phản đối, chống đối. @반항적 bất chấp, coi thường, chống đối. *--심 một tâm hồn nổi loạn.

반향 tiếng dội, tiếng vang, sự âm vang; [반응] sự đáp trả, sự hưởng ứng. --하다 vang lên, vang dội, vang lại, hưởng ứng lại. @대단한 반향을 일으키다 gây (tạo) cảm giác.

반혁명 cuộc phản cách mạng.

반환 sự hoàn lại, sự trả lại, sự phục hồi, sự khôi phục. --하다 hoàn lại, trả lại, đưa lại, phục hồi.

받다 (1) [수령· 수납] nhận, chấp nhận, thừa nhận. @교육을 받다 tiếp thu nột nền giáo dục // 존경을 받다 đạt được sự ngưỡng mộ. (2) [입다] chịu, bị, được, trải qua, chịu đựng. @모욕을 받다 chịu đựng một sự lăng mạ // 혐의를 받다 bị khuất phục bởi, bị nghi ngờ. (3)

ㅂ

[겪다] chịu đựng, trải qua. @취조를 받다 trải qua một kỳ thi. (4) [공 따위를] nắm được, nhận ra. @공을 받다 bắt quả banh. (5) [우산을] giương (dù) lên. (6) @뿔로 받다 húc (sừng) vào. (7) [빛을] @햇볕을 받다 ngập tràn trong ánh sáng.

받들다 (1) [공경하다] tôn kính, kính trọng. @스승을 받들다 kính trọng thầy cô. (2) [받쳐들다] đưa lên, nâng lên; giúp đỡ (보좌); ủng hộ (지지). @회장을 받들다 ủng hộ vị chủ tịch.

받들어총 [구령] bồng súng chào !

받아들이다 nhận, chấp thuận, chấp nhận. @요구를 받아들이다 đồng ý, tán thành, thừa nhận, bằng lòng // 제안을 받아들이다 chấp thuận đề nghị (của ai).

받아쓰기 sự sai khiến, sự ra lệnh, bài chính tả. --하다 sai khiến, ra lệnh, viết chính tả.

받아쓰다 viết, ghi, chép. @받아쓰게하다 đọc chính tả cho ai viết.

받을어음 [상업] những giấy báo thu.

받치다 [괴다] đỡ, chống đỡ. @기둥을 받치다 chống cột nhà với một cây cột. (2) @먹은 것이 받치다 thấy (có cảm giác) đầy bụng.

받침 [괴는] cột chống, vật chống. @받침을 괴다 đặt một thanh chống, chống đỡ, xây trụ chống.*--대 thanh chống, thanh giằng.

받히다 bị húc vào, bị đâm vào. @소에게 받히다 bị bò húc.

발 [1] chân; bàn chân (발톱 있는 동물의 của động vật có móng guốc); xúc giác, xúc tu (문어의 của con bạch tuột). @네발 달린 책상 cái bàn bốn chân // 발을 맞추다 theo kịp, sánh kịp (ai)

발 [2] [가리는] tấm màn tre, màn sáo. @발을 치다 treo màn sáo.

발 [3] [길이 · 깊이의 단위] một sải (đơn vị đo chiều sâu, bằng 1,82m).

발 (1) [출발] sự rời khỏi, sự ra đi, sự khởi hành; [발송] sự gởi đi, sự sai phái đi. @AP 통신발 bản thông báo AP // 서울역 6 시 20 분발기차 *chuyến xe lửa khởi hành lúc 6g20 từ Seoul.* (2) [탄수] một khoanh; một phần, một viên (1 phát) đạn (소총의 của súng trường); quả đạn pháo, đạn súng cối, đạn (nói chung) (대포의 thuộc khoa nghiên cứu sử dụng súng). @다섯발을쓰다 bắn 5 phát súng. (3) [발동기]. @쌍발 전투기 máy bay có hai động cơ.

발 phần kết; bài nói chuyện sau bản tin.

발가락 ngón chân.

발가벗다 cởi bỏ quần áo ra, thoát y. @발가벗기다 lột trần (người nào).

발가숭이 một thân thể trần truồng.

발깍 @성이 발깍 나다 bừng giận // 발깍 소리 지르다 chửi mắng giận dữ // 집안이 발깍 뒤집히다 *ngôi nhà trong tình trạng bừa bộn.*

발각 @발각될까봐 để khỏi tìm ra // 발각되다 lộ ra, bị phát hiện ra, bị đưa ra ánh sáng.

발간, 빨간 @빨간 거짓말 lời nói dối rành rành.

발간 sự công bố, sự xuất bản, sự phát hành. --하다 công bố, xuất bản, ấn hành.

발강이, 빨강이 [물건 vật phẩm] vật phẩm có màu đỏ tươi; [공산주의자] người theo chủ nghĩa cộng sản.

발갛다, 빨갛다 đỏ thắm, đỏ thẫm, đỏ

như quả gấc. @빨갛게 되다 đỏ mặt (vì thẹn) (얼굴이); bị đỏ bừng (vì rượu).

발개지다, 빨개지다 chuyển sang màu đỏ, trở nên đỏ. @얼굴이 발개지다 đỏ mặt (vì thẹn), đỏ bừng mặt, ửng hồng (vì rượu).

발걸음 dáng đi, bước đi. @가벼운 걸음으로 những bước chân nhẹ nhàng.

발견 sự khám phá. --하다 khám phá, tìm ra, phát hiện. @과학상의 많은 발견을 하다 khám phá ra nhiều phát minh khoa học. *--자 người phát minh, người phát hiện ra.

발광 --하다 trở nên mất trí, bị điên cuồng. @발광적 điên, điên cuồng, mất trí.

발광 sự bức xạ, sự phát xạ, phóng xạ. --하다 tỏa ra, chiếu ra, phát sáng ra. *--균 một cây nấm phát sáng trong bóng tối. --도료 loại sơn (hòa với lưu huỳnh) chiếu sáng trong bóng tối. --식물 sự ăn ảnh. --신호 đèn tín hiệu. --체 thể sánh (như) mặt trời, mặt trăng.

발구르다 giậm mạnh chân ầm ỉ (ồn ào)

발군 @발군의 nổi bật, đáng chú ý, dễ thấy.

발굴 sự khai quật, sự đào lên (시체의). --하다 đào lên ,khai quật, bới ra. @시체를 발굴하다 đào bới thi hài (người nào). *--품 sự tìm thấy, vật tìm thấy.

발굽 móng guốc.

발권 sự phát hành tiền giấy. *--고 số lượng tiền phát hành. --은행 ngân hàng phát hành.

발그레하다 bị nhuốm màu đỏ, đỏ rực.

발그림자 dấu chân, vết chân.

발그스름하다 bị nhuốm đỏ, hơi đỏ, đo đỏ.

발급 --하다 phát hành, lưu hành, đưa ra. @여권을발급하다 đưa ra giấy thông hành.

발긋발긋, 빨긋빨긋 ---하다 bị nổi đầy những đốm đỏ.

발끝 đầu ngón chân. @머리끝에서 발끝까지 từ đầu tới chân.

발기 [제안] sự đề nghi, sự đề xuất; [솔선] sự nhập môn, sự khởi đầu; [사업의] sự thăng chức, sự đề bạt; [주최] sự che chở, sự bảo hộ, sự bảo trợ. --하다 thăng chức, thăng cấp, đề bạt, đề nghị, đề xuất. @... 의 발기로 theo đề xuất của. *--인 (계획의) người đặt kế hoạch, người đặt đề án; người tổ chức, người tài trợ (회사 따위의). --인회 buổi họp mặt các nhà tài trợ.

발기 [생리] sự đứng thẳng, sự dựng thẳng. --하다 trở nên thẳng đứng.

발기다 mở ra, khai khẩn, khai phá.

발길 @발길로 차다 đá cho một đá // 발길이 잦다 thường xuyên tiếp xúc với (người nào) // 발길을 돌리다 quay trở lại. *--질 sự đá, cú đá.

발꿈치 gót chân, gót móng (ngựa).

발끈 @발끈 화를 내다 nổi xung, nổi cơn thịnh nộ, nổi khùng.

발끈거리다 nổi nóng, phát khùng, phát điên.

발딱 @발딱 일어서다 đứng phắt dậy, bật dậy.

발딱거리다, 빨딱거리다 đập rầm rầm; đi lộp cộp. @가슴을 발딱거리며 với một trái tim đập rộn ràng.

발단 [일의] căn nguyên, khởi nguyên. --하다 bắt đầu, khởi đầu, bắt nguồn.

발달 sự phát triển, sự mở mang; (진보) sự tăng trưởng, sự thăng tiến. --하다 phát triển, mở mang, tăng trưởng, thăng tiến.

ㅂ

@공업의 발달 sự phát triển công nghiệp // 발달 시키다 phát triển đô thị.

발돋음 --하다 nhón chân, duỗi người ra.

발동 [일의] sự chuyển động, sự vận động; [권력의] thể dục, sự rèn luyện cơ thể. --하다 tập luyện, rèn luyện, chuyển động. *--기 động cơ máy. --선 xuồng máy. --력 động lực.

발뒤꿈치, 발뒤축 gót chân, gót (giày, bít tất). @발뒤축이 높은 (낮은) 구두 gót cao (thấp)

발등 mu (bàn chân), phần mu (giày, vớ)@ 사람의 발등을 밟다 dẫm lên chân người khác.

발라내다 lột bỏ, bóc (vỏ trái cây,), xé, đập vỡ (hạt). @생선을 발라내다 làm cá (đánh vảy cá) // 살구씨를 발라내다 lấy hạt quả mơ ra.

발라맞추다 tán tỉnh, nịnh bợ, phỉnh phờ, dỗ ngọt.

발랄 --하다 [약동] sinh động, hăng hái, năng nổ, hoạt bát, sống động, sôi nổi. @ 생기가 발랄하다 dồi dào sinh lực, hoạt bát.

발레 (*ballet*) vũ ba lê, kịch múa.

발레리이나 (*ballerina)* nữ diễn viên múa ba lê.

발령 sự bổ nhiệm, sự công báo --하다 bổ nhiệm, công báo chính thức.

발로 sự biểu lộ, sự diễn cảm. --하다 biểu lộ, bày tỏ, phát biểu ý kiến.

발름하다 há hốc mồm kinh ngạc.

발맞다 đi đúng nhịp. @발맞지 않다 đi sai nhịp.

발맞추다 đi đúng bước; [같이 행동하다] hành động phối hợp với.

발매 sự bán => 판매. --하다 bán (vật gì).

발명 sự phát minh, sự sáng chế. --하다 sáng chế, phát minh. @발명의 có tài phát minh, có óc sáng tạo. *--자 người phát minh, người sáng chế. 신--품 một phát minh mới.

발목 mắt cá chân. @발목을 삐다 trật mắt cá.

발문 lời kết, lễ kết, lời tái bút.

발밑 @발밑에 ở dưới quyền ai, dưới trướng ai, cầu cạnh ai.

발바닥 lòng bàn chân.

발바리 giống chó kiểng *xpanhơn*, chó Bắc Kinh.

발발 sự bộc phát, sự bùng nổ. --하다 nổ bùng, nổ ra. @전쟁의 발발 sự bùng nổ chiến tranh.

발빼다 bỏ, rời, buông xuôi, phủi tay, không chịu trách nhiệm, tuyệt giao, cắt đứt quan hệ.

발뺌 lời bào chữa, lý do để bào chữa, cớ thoái thác. --하다 bào chữa, rút lui khỏi.

발버둥이 치다 đấu tranh, chống lại, quần quại, luồn lách, dặm (nền)

발벗다 @발벗고 나서다 bắt tay vào vấn đề với sự nhiệt tình hăng hái.

발병 sự nhiễm (bệnh). --하다 bị bệnh.

발본 색원 --하다 trừ tận gốc thói xấu.

발부리 đầu ngón chân.

발브 (*a valve)* một cái van.

발사 sự nổ súng, sự bắn ra. --하다 nổ súng, bắn tên lửa, phóng (tàu vũ trụ lên không trung) (로케트를). @권총을 발사하다 nổ súng . *--관 ống phóng ngư lôi. --대 bệ phóng.

발싸개 đồ bọc chân (để giữ ấm).

발산 sự truyền bá, sự phổ biến, sự làm bay hơi (증기의); sự bức xạ, sự tỏa nhiệt (빛, 열의). --하다 làm bay hơi tỏa ra, chiếu ra, phân tán, loan truyền, khuyếch tán. @좋은 냄새를 발산하다 tỏa mùi thơm phức.

발상 [음악 âm nhạc] sự diễn cảm; [사상 ý nghĩ] sự hình thành trong óc, nhận thức.

발상지 cái nôi, nguồn gốc. @문명의 발상지 nguồn gốc của nền văn minh.

발생 [생겨남] sự ra đời, sự sinh sản, dòng dõi, thế hệ, đời (화학적); sự nẩy ra, sự lóe lên; (생물 sinh vật) sự phát triển. --하다 bắt nguồn, xuất thân từ, phát sinh từ. @사고의 발생 sự cố tai nạn.*--기 (화학 hoá học) trạng thái mới sinh, giai đoạn phát triển. 자연-- sự tự sinh.

발설 --하다 vạch trần, phơi bày, để lộ, tiết lộ.

발성 sự bày tỏ, lời phát biểu. --하다 phát biểu, bày tỏ, nói ra.

발소리 tiếng bước chân đi. @발소리를—죽이고 những bước chân rón rén (vụng trộm)

발송 sự gửi đi, sự phân phát, sự gửi chuyển tiếp. --하다 gửi, gửi chuyển tiếp đến, phân phát; [우편물을] gửi thư qua bưu điện. *--계 nhân viên nhận và gửi hàng (trên tàu); [우편물의] nhân viên bưu điện. --역 trạm phát chuyển hàng hóa. --인 người gửi (thơ và quà).

발씨 bước đi, bước khiêu vũ. @발씨 익은 길 con đường quen thuộc.

발신 sự gửi đi (thơ, thông điệp). --하다 gửi đi, sai phái đi, đánh điện. *--국 bộ phận gửi và phát thơ, cơ quan phát sóng. --기 máy phát (tín hiệu truyền thông). --음 tín hiệu nghe thấy trên đường dây điện thoại (전화의); dấu hiệu, tín hiệu (무선의 máy thu thanh). --인 người có tên trên địa chỉ. --지 nơi nhận thư.

발아 sự mọc mộng, sự nảy mầm. --하다 mọc mộng, nảy mầm, ra nụ.

발악 --하다 mắng nhiếc, xỉ vả.

발안 sự đề xuất, sự đề nghị, sự khởi xướng, bản kiến nghị (동의). --하다 đề xuất, đề nghị, gợi ý, đưa ra. *--자 người đề xuất một bản kiến nghị.

발암 @발암성의 thuộc chất gây ung thư (hóa chất) *--물질 chất gây ung thư.

발언 lời nói, sự phát biểu, sự bày tỏ. --하다 nói, phát biểu (의원이).@발언을 얻다 được quyền phát biểu ý kiến // 발언을 취소하다 nuốt lời. *--권 quyền phát biểu. --자 người phát biểu, xướng ngôn viên.

발연 sự tỏa khói, sự bốc khói. *--탄 [폭타] quả đạn pháo bốc khói.

발열 sự phát nhiệt. --하다 bị sốt, phát nhiệt. *--량 nhiệt năng.

발원 --하다 xuất phát, bắt nguồn từ, do bởi.

발육 sự lớn mạnh, sự phát triển. --하다 phát triển, tăng thêm, lớn lên. @발육기의 아이 đứa trẻ đang tăng trưởng // 발육을 돕다 đẩy mạnh sự phát triển của. --부진 kém phát triển, suy dinh dưỡng.

발음 sự phát âm; cách phát âm (음절로 나누어서). --하다 phát âm, đọc rõ, nói rõ. *--기관 cơ quan phát âm. --기호 ký hiệu âm thanh.

발의 một ví dụ; [제안] một ý kiến đề xuất, một đề nghị; [동의] một bản kiến nghị. --하다 đề nghị, kiến nghị. *--권 quyền đề xướng luật lệ của người công dân. --자 người bảo trợ, người đưa ra một đề nghị.

발인 --하다 khiêng quan tài ra khỏi nhà.

ㅂ

발자국 dấu chân, vết chân. @발자국 소리 tiếng bước chân.

발자귀 vết chân một con thú.

발자취 [발자국] dấu chân; [종적] dấu, vết. @발자취를 남기다 để lại dấu vết.

발작 sự bùng nổ bất ngờ, cơn bộc phát, đợt, cơn (의학 y học) sự co thắt, cơn đau. --하다 bị co thắt. @발작적으로 co thắt, đột biến, thất thường.

발장구치다 [헤엄] đá, sút; [태평하게] trải qua những ngày rảnh rỗi.

발장단 @음악에 맞추어 발장단을 치다 nhịp chân theo nhạc.

발전 [발달] sự phát triển, sự lớn mạnh; [융성] sự phồn vinh thịnh vượng. --하다 phát triển, lớn mạnh, thịnh vượng, phồn vinh.

발전 [전기의 điện] sự phát sinh điện năng; [전보의] sự đánh điện tín. --하다 phát điện, đánh điện. *--기 máy phát điện. --소 nhà máy điện.

발정 sự kích dục. --하다 ham muốn tính dục. *--기 tuổi dậy thì; [동물의 động vật] sự động đực; [새의 của loài chim] mùa giao phối.

발족 --하다 bắt đầu, khởi hành, khởi công.

발주 --하다 đặt mua hàng, đặt hàng.

발진 *--티푸스 cơn sốt bệnh Rickettsia (bệnh lây nhiễm gây sốt, ốm yếu, trên cơ thể mọc lên những đốm đỏ tím.

발진기 [물리] máy tạo dao động.

발차 sự khởi hành; [차장의 신호] *đề nghị mọi người lên tàu*! --하다 ra khỏi, rời khỏi, kéo ra, lôi ra. *--시간 thời gian xe lửa khởi hành. --신호 tín hiệu khởi hành.

발착 lượt đi và lượt về. --하다 đ khứ hồi.

발췌 một đoạn trích, phần trích đoạn. --하다 trích đoạn, lựa chọn, tuyển lọc. @편지의 한귀절을 발췌하다 sao chép lại một đoạn thơ.

발치 chân (giường, ghế, tủ); [근처] sự lân cận, vùng tiếp cận.

발칙하다 [버릇없다] thô lỗ, cục cằn, khiếm nhã, láo xược; [괘씸하다] làm tổn thương, xúc phạm, xấc láo, láo xược. @발칙한 놈 tên láo xược.

발칵 bất thình lình, một cách bất ngờ.

발칸 반도 cây bút hiệu *Balcan.*

발코니 (*balcony*) bao lơn, ban công.

발탁 sự chọn lựa, sự tuyển chọn. --하다 lựa chọn, tuyển chọn.

발톱 móng chân (사람의 người); móng, vuốt (짐승의 súc vật, chim mồi) (맹금의); móng guốc (마소의); cái mỏ (chim) (고양이의). @발톱으로 할퀴다 quào, cào bằng móng.

발트해 biển *Baltic.*

발파 --하다 làm úa tàn, làm khô héo, làm thui chột, làm tan vỡ. *--약 bột thuốc nổ.

발판 => 흡판.

발판 chỗ đứng, chổ để chân; giàn giáo (để người thợ xây, thợ sơn... có thể đứng trên đó làm việc...) (건축장의). @남을 발판으로 삼다 đặt một viên đá lót chân.

발포 sự công bố, sự ban hành, sự phổ biến. --하다 công bố, ban hành, thông báo chính thức.

발포 --하다 nổ súng, bắn súng.

발표 [공표] sự thông báo, sự công bố; [표현] sự biểu lộ. --하다 thông báo, công bố, phát hành, sự phát biểu. @의견을 발표하다 phát biểu ý kiến của mình (quan điểm).

발하다 (1) [피다] ra hoa, nở hoa. (2) [떠나다] rời khỏi, ra đi, khởi hành. (3) [파견하다] gửi đi, phân phát. (4) [내리다] phát hành, công bố, xuất bản. @명령을 발하다 công bố nội quy. (5) [내다] phát biểu, bày tỏ (소리를); [열· 빛을] tỏa ra, chiếu ra, phát ra, bốc ra. (6) [기원하다] bắt đầu, khởi đầu ở, bắt nguồn từ, do bởi.

발한 --하다 đổ mồ hôi, toát mồ hôi. *--제 thuốc làm toát mồ hôi.

발행 [도서의] sự xuất bản; sự phát hành (채권· 지폐) sự trôi nổi; [어음 따위] sự phát ra, sự vẽ ra. --하다 xuất bản, phát hành, công bố, rúr ra. @매주 (매월) 발행의 xuất bản hàng tuần (hàng tháng) // 지폐를 발행하다 phát hành tiền giấy // 어음을 발행하다 lãnh một hối phiếu.

발호 sự hung hăng, sự hùng hổ, sự quá kích, sự thống trị. --하다 hung hăng, hùng hổ, thống trị.

발화 cơn lửa bùng lên; [점화] sự đốt cháy, sự bốc cháy. --하다 bắt lửa, bốc cháy. *--장치 bộ phận đánh lửa. 자연-- sự tự bốc cháy.

발회 sự khai mạc buổi họp; [거래소의] cuộc họp đầu tiên (trong tháng). --하다 mở một cuộc họp. *--식 lễ khai mạc.

발효 sự lên men. --하다 lên men, dậy men.

발효 sự thực hiện, sự đem lại. –하다 đem lại hiệu quả, đưa đến kết quả.

발휘 --하다 trình bày, trình diễn, trưng bày ra. @수완을 발휘하다 *phô trương hết khả năng.*

발흥 --하다 bật dậy, nhảy bật lên. @민족주의의 발흥 sự dấy lên chủ nghĩa dân tộc.

밝기 [명도] tính sáng, độ sáng.

밝다 [1] (1) [환하다] sáng ngời, sáng sủa, chiếu sáng, đầy hứa hẹn, nhiều triển vọng. (전망이). @밝게 하다 làm tươi sáng, làm rạng rỡ. (2) [눈· 귀가] sắc, nhọn, bén. @귀가 밝다 có đôi tai thính. (3) [능통하다] giỏi, sành, thông thạo, khéo léo, quen thuộc với. @일본 사정에 밝다 *gặp gỡ chuyện trò với các doanh nhân Nhật Bản.*

밝다 [2] [날이 ngày] bắt đầu rạng, ló ra, hiện ra. @날이 밝기 전에 trước lúc bình minh.

밝을녘 lúc tảng sáng, lúc rạng đông.

밝히다 (1) [밝게하다] chiếu sáng, rọi sáng, soi sáng. (2) [분명히 하다] làm cho sáng sủa, dễ hiểu, làm sáng tỏ. @입장을 밝히다 tỏ rõ quan điểm của mình. (3) [밤을] thức khuya.

밟다 đo bằng chân

밟다 (1) giẫm lên, đạp vào. @모국 땅을 밟다 đặt chân lên quê hương đất tổ, quay về cố hương. (2) [뒤를] theo (dấu vết) ai, theo bóng dáng (ai), theo sau (ai). (3) [순서를 거치다] thực hiện từ suốt đầu đến cuối, hoàn thành, làm tròn (이행하다). @수속을 밟다 hoàn thành đúng các thủ tục.

밟히다 bị giẫm chân lên.

밤 [1] tối, chiều (저녁). @밤에 lúc tối // 밤이고 낮이고 ngày và đêm // 월요일 밤에 vào tối thứ hai.

밤 [2] hạt dẻ. @밤색의 có màu hạt dẻ. *--나무 cây hạt dẻ.

밤길 buổi đi dạo ban đêm. @밤길을 가다 đi dạo ban đêm.

ㅂ

밤낚시 sự câu cá đêm. --하다 đi câu cá đêm. @밤낚싯군 người câu cá đêm.

밤낮 đêm ngày.

밤눈 [시력] tầm nhìn ban đêm. @밤눈이 어둡다 mắc chứng quáng gà.

밤도와 (làm việc) suốt cả đêm.

밤마다 hàng đêm, đêm đêm.

밤바 [완충기 vật đệm] cái hãm xung, cái cảng đỡ xe (ôtô...).

밤사이 @밤사이에 đang đêm, suốt đêm.

밤새도록 cả đêm, suốt đêm. @밤새도록 마시다 uống rượu suốt đêm.

밤새우다 ngồi suốt đêm, thức suốt đêm @밤새워 일을 끝내다 *thức suốt đêm để hoàn thành công việc.*

밤새움, 밤샘 --하다 thức suốt đêm, thức trắng đêm. @밤새움은 건강에 나쁘다 *thức khuya có hại cho sức khỏe.*

밤소경 người bị quáng gà.

밤소일 một đêm đi chơi ngoài. --하다 ngồi suốt đêm chơi bài.

밤손님 kẻ trộm ban đêm. @밤손님이 들다 bị kẻ trộm bẻ khóa vào nhà.

밤송이 hạt dẻ gai.

밤안개 sương mù ban đêm.

밤알 hạt dẻ.

밤이슬 sương đêm. @밤이슬을 맞다 phơi mình trong sương đêm.

밤일 ca tối, ca đêm

밤잠 giấc ngủ đêm.

밤중 nửa đêm. @밤중에 lúc nửa đêm.

밤차 chuyến xe lửa đêm. @밤차를 타다 đáp chuyến xe lửa đêm.

밤참 buổi ăn đêm (snack, ăn nhẹ)

밤톨 con ngựa màu hạt dẻ. @밤톨만한 to như ngựa màu hạt dẻ.

밤하늘 bầu trời đêm.

밥 (1) [쌀밥] cơm. (2) [식사] bữa ăn, thức ăn. @밥을 먹다 kiếm cơm, kiếm sống (밥벌이하다). (3) [먹이] thức ăn cho súc vật, đồ ăn, món ăn, mồi, bã (낚시용); con mồi (다른동물의). @돼지밥 thức ăn cho lợn // 밥이되다 trở thành con mồi (của).

밥값 chi phí ăn uống, tiền cơm tháng.

밥그릇 một bát cơm.

밥맛 sự thèm ăn, sự ngon miệng (식욕).

밥벌레 người vô tích sự.

밥벌이 --하다 kiếm ăn, kiếm cơm, kiếm sống.

밥보자, 밥보자기 nắp đậy các món ăn trên bàn.

밥상 bàn ăn. @밥상을 차리다 (치우다) sắp, (dọn) bày bàn ăn.

밥솥 một nồi cơm. *전기-- nồi cơm điện.

밥술 muỗng múc cơm (숟가락).

밥알 hạt cơm.

밥장사하다 bán thức ăn, quản lý một nhà hàng.

밥장수 người chủ nhà hàng, người bán thức ăn.

밥주걱 cái vá (môi) gỗ để xúc cơm.

밥줄 kế sinh nhai, phương tiện sống.

밥집 quán ăn bình dân (rẻ tiền)

밥짓다 cơm sôi.

밥통 (1) [그릇] cái hộp gỗ để đựng cơm (2) [위] dạ dày, bao tử. (3) [밥벌레] một người đoảng, người vô tích sự.

밥투정 than phiền về các món ăn.

밥풀 [밥알] hạt cơm; [풀] bột gạo.

방 [총알 따위의] phát súng, viên đạn. @총을 한방쏘다 bắn một phát súng.

방 buồng, phòng, buồng ngủ, căn phòng. @방을 세내다 thuê, cho thuê phòng.

방 (1) [방목] danh sách các ứng viên trúng cử. (2) [방문] tranh cổ động, áp phích.

--방 (1) [방위] sự điều khiển, sự cai quản, lời hướng dẫn. (2) [댁] nhờ chuyển. @이 영세씨방 홍길동 씨 *nhờ ông Lee Young Se chuyển giúp cho ông Hong Gil Dong.*

방갈로 *(a bungalow)* căn nhà gỗ một tầng.

방게 (동물 động vật) con còng.

방계 @방계의 bàng hệ, cùng họ nhưng khác chi; phụ thêm, phụ vào. *--친족 bà con bàng hệ (cùng họ nhưng khác chi). --휘사 chi nhánh, một công ty phụ.

방공 hệ thống phòng không. *--호 hầm trú ẩn, hầm tránh máy bay oanh kích.

방과 @방과후 sau giờ học, hết (tan) giờ học.

방관 --하다 nhìn kỹ, ngắm, đứng xem, đứng nhìn, ngồi xem như một khán giả. @방관적 태도를 취하다 vẫn là một người bàng quan lười nhác.*--자 người ngoài cuộc, người bàng quan.

방광 [해부 giải phẫu] bọng đái, bàng quang. *--결석 (의학 y học) chứng sỏi thận.

đánh rắm. @방귀뀌다 đánh rắm, xì hơi.

방그레 @방그레 웃다 mỉm cười với (một cách ngọt ngào), rạng rỡ, tươi cười.

방글거리다 mỉm cười, cười rạng rỡ.

방글라데시 nước cộng hòa *Bangladash.*

방금 đúng lúc này, vừa mới xong, ngay vừa rồi. @방금 떠났다 *anh ấy vừa mới bỏ đi.*

방긋 bằng một nụ cười. @방긋웃다 nở một nụ cười tươi đẹp, rạng rỡ.

방긋거리다 =>방글거리다 mỉm cười, tươi cười.

방긋이 (1) [웃으며] hé một nụ cười => 방그레. (2) [열린 꼴] mở hé, khép hờ. @문을 방긋 열다 mở hé cửa.

방년 tuổi hoa, tuổi tươi đẹp nhất. @방년 20 세의 처녀 một cô gái ở tuổi 20 tươi đẹp, gái xuân.

방놓다 xây một căn phòng.

방뇨 --하다 đi đái, đi tiểu.

방담 lối nói năng tùy tiện.

방대 --하다 to lớn, đồ sộ, khổng lồ. @방대한 예산 một ngân sách khổng lồ.

방도 phương pháp, biện pháp, cách thức. @다른 방도가 없다] không có cách nào khác

방득 --하다 tự bảo vệ khỏi ngộ độc. *--마스크 (면) mặt nạ chống hơi (khí) độc.

방랑 --하다 đi lang thang, đi thơ thẩn, đi chơi rong. @방랑 생활을 하다 sống một cuộc đời lang thang phiêu bạt (du mục). *--객 người lang thang, kẻ rày đây mai đó. --벽 tính lang thang, tính vẩn vơ.

방략 [정책] chính sách; [계획] kế hoạch, dự định; [책략] mưu mô, mưu mẹo; [수단] phương tiện, cách thức.

방망이 dùi cui, gậy tày, cái vồ. @방망이 질하다 đập bằng dùi cui.

방매 sự bán hàng. --하다 bày hàng ra bán.

방면 [방향] phương diện, mặt (của một vấn đề); [부분 phần] bốn phương, phương, hướng, phí, nơi; [일의 분야] hàng, lối, dãy, sân bãi. @각 방면에서 từ mọi phía.

방면 sự thả, sự phóng thích, sự đuổi, sự giải thoát; [무죄방명] sự tha tội, sự tha bổng. --하다 tha bổng, giải thoát, đuổi, thả tự do.

방명 quý danh. *--록 sổ danh sánh khách tham quan; danh sách.

ㅂ

방목 cánh đồng cỏ thả súc vật, sự chăn thả. --하다 thả cho đi ăn cỏ. *--권 quyền chăn thả. --지 đất được quyền chăn thả.

방문 cuộc viếng thăm, cuộc gọi (hỏi thăm) --하다 ghé thăm ai, đến thăm, tạt vào thăm, hỏi thăm. *--객 người gọi (전화), khách thăm.

방물 장수 người hay kháo chuyện, người hay ngồi lê đôi mách, người bán rong.

방미 một cuộc tham quan nước Mỹ. @방미 길에 오르다 đi Mỹ.

방바닥 sàn của căn phòng.

방방 곡곡 @방방곡곡에다 khắp cả nước.

방범 sự ngăn ngừa tội phạm. --하다 ngăn ngừa tội phạm, ngăn chặn tội ác.

방법 phương pháp, cách thức; [수단] phương tiện, biện pháp; [계확] sự sắp xếp theo hệ thống, kế hoạch thực hiện; [제법] thể thức, cách thức; [연구] phương sách, phương kế. @여러 가지 방법으로 *theo nhiều cách khác nhau* // 적당한 방법을 강구하다 *áp dụng biện pháp đúng đắn*. *--론 phương pháp luận.

방벽 hàng rào, chướng ngại vật.

방부 sự ngăn ngừa thối rửa, chống lại sự phân hủy; sự khử trùng. @방부의 thuộc chất khử trùng, vô trùng // 방부 처치하다 *áp dụng phương pháp xử lý vô trùng*. *--제 chất khử trùng.

방불 --하다 dường như gần gũi, có vẻ quen thuộc. @방불케하다 làm cho ai nhớ lại, làm cho ai biết cái gì.

방비 sự bảo vệ, sự che chở, sự chống giữ. --하다 bảo vệ, che chở, phòng thủ. @방비가 없는 không được bảo vệ, không có khả năng tự vệ.

방사 [광열의] phóng xạ, sự bức xạ, sự phát xạ, sự tỏa nhiệt; [빛· 열· 냄새의] sự bốc ra, vật phát ra, vật thả ra. --하다 phát ra, tỏa ra, chiếu ra, bốc ra. *--능(성) năng lực phóng xạ, tính phóng xạ. --상(형) dạng tia. --선 tia phóng xạ, tia X. --선 사진 máy X quang [사진술] thuật chụp X quang. --선 요법 phép chữa bằng tia X. --선학 ngành X quang. --성 동위원소 chất đồng vị phóng xạ. --성 원소(원자) nguyên tử phóng xạ. --성 낙진 bụi phóng xạ.

방사림 một khu rừng được trồng cây ngăn chặn sự xói mòn.

방생 [불교 đạo Phật] sự phóng sinh

방석 cái nệm, cái đệm. @방석에 앉다 ngồi trên nệm.

방성 대곡 --하다 kêu khóc ầm ĩ.

방세 căn phòng thuê

방세간 đồ đạc, sự trang bị đồ đạc (trong phòng)

방송 [라디오 *radio*] buổi phát thanh, sự phát thanh. --하다 phát thanh (tin tức...); nói trên đài phát thanh (방송자가); @해외 방송 buổi phát thanh hải ngoại // 방송중이다 đang phát thanh. *--국 đài phát thanh, trạm phát thanh. --극 kịch trên radio. --망 mạng lưới truyền thanh. --방해 sự nhiễu sóng (lúc thu). 텔레비전-- (*television--*) sự phát chương trình truyền hình.

방수 --하다 rút nước, tháo nước, làm ráo nước. *--관 ống thoát nước.--로 con kênh thoát nước.

방수 @방수의 chất không thấm nước, áo mưa. --하다 làm ráo nước (quần áo). *--장치 sự không thấm nước. --포 vải không thấm nước. --화 cao su, vải tráng cao su.

방수 --하다 bắt được, chặn đứng, nhận được @무전을 방수하다 bắt được một thông tin trên đài phát thanh.

방습 chống ẩm ướt.

방식 [형식] hình thức; [방법] phương pháp, cách thức; [정식] thể thức, công thức; [수속 thủ tục] lề thói, nghi thức, thủ tục; [관례] cách sự dụng, cách dùng *생활-- cách sống, cách sinh hoạt.

방식제 chất chống gặm mòn.

방실거리다 mỉm cười, tươi cười.

방심 (1) khái niệm trừu tượng (trong tư tưởng). --하다 đãng trí. (2) [안심] sự khuây khỏa, sự giảm. --하다 khuây khỏa, giảm bớt, [부주의 không chú ý] lơ là, lơ đễnh, không để ý. @방심하지 않다 cảnh giác, đề phòng, thủ thế.

방아 xưởng, nhà máy. *물-- nhà máy nước.

방아깨비 [곤충] con châu chấu.

방아쇠 cò súng. @방아쇠를 당기다 bóp cò.

방안 dự kiến, dự định, kế hoạch thực hiện. @방안을 세우다 thảo một kế hoạch.

방안지 loại giấy có phân từng ô vuông để vẽ biểu đồ (đồ thị).

방앗간 máy xay gạo.

방약무인 --하다 trơ tráo, kiêu ngạo, kiêu căng, ngạo mạn.

방어 sự bảo vệ, sự che chở => 방위. --하다 tự vệ, che chở, bảo vệ, phòng thủ.

방언 tiếng địa phương, thổ ngữ. *--연구 khoa nghiên cứu tiếng địa phương, thổ ngữ học.

방역 sự ngăn ngừa dịch bệnh. --하다 ngăn chặn bệnh dịch.

방열 sự tỏa ra (năng lượng, nhiệt...). --하다 tỏa nhiệt. *--기 lò sưởi, bột tản nhiệt, cái bức xạ.

방영하다 phát đi bằng truyền hình.

방울 (1) [쇠방울] cái chuông. @방울 소리 tiếng chuông leng keng. (2) [물의 nước] một giọt. *눈물-- giọt nước mắt, giọt lệ. 물-- giọt nước. 빗-- giọt mưa.

방울뱀 [동물] con rắn chuông.

방울 집게 cái kiềm, cái bấm móng tay.

방위 phương hướng, chiều, ngả, phía. @방위를 알다 xác định vị trí, định rõ phương hướng *--각 góc phương vị. --나침반 la bàn chỉ phương hướng, bộ thăng bằng (ở sườn tàu thủy, ở đuôi máy bay). 측정기 bộ rà máy phát thanh.

방위 vật chống đỡ, sự phòng thủ. --하다 che chở, bảo vệ, phòng thủ, chống đỡ. *--군 quân đoàn phòng thủ. --계획 một kế hoạch phòng thủ.

방음 sự cách âm. @방음의 thuộc cách âm. *--실 phòng cách âm. --장치 thiết bị cách âm; [설비] bộ giảm thanh. --재료 vật liệu cách âm.

방임 --하다 không nói đến, bỏ mặc, không dính vào. *--주의 một chính sách thả lỏng (để mặc tư nhân kinh doanh).

방자 --하다 phi lý, xấc xược, lạc lỏng, không phải lúc, bê tha, đam mê lạc thú, phóng túng, dâm loạn, bừa bãi.

방잠망 mạng lưới chống tàu ngầm.

방적 sự đánh sợi, sự xe chỉ. *--공업 kỹ nghệ sợi. --공장 nhà máy sợi. --기계 máy đánh sợi. --사 sợi, chỉ. --회사 công ty vải sợi.

방전 [물리 vật lý] sự phóng điện, sự bắn tia lửa điện. --하다 phóng điện, tháo điện. *--관 ống phóng điện tử (đèn

ㅂ

hình). --전류(전압) luồng điện (điện áp). 공중(không trung) -- sự phóng điện trong không khí.

방점 dấu chấm câu.

방정 => 방정떨다, 방정맞다.

방정 --하다 [언행이] tốt, liêm khiết, ngay thẳng, [물건이] gọn gàng ngăn nắp. @품행 방정 phẩm hạnh, đạo đức tốt.

방정떨다 cư xử thiếu thận trọng.

방정맞다 vô tư, thiếu suy nghĩ, cẩu thả, ẩu, liều.

방정식 [수학 toán học] phương trình.

방조 sự hỗ trợ, sự giúp đỡ; [법 pháp lý] sự đồng phạm, tiếp tay. *--자 người ủng hộ, người cổ vũ; [범죄의] người đồng phạm.

방조제 con đê, đập ngăn nước biển.

방종 --하다 phóng đãng, phóng túng, bừa bãi. @방조한 생활을 하다 kéo dài một cuộc sống chơi bời phóng đãng.

방주 thuyền lớn.

방주 những lời ghi chú ở lề.

방죽 con đê, bờ, ụ. @방죽을 쌓다 xây đê.

방증 tình huống hiển nhiên.

방지 sự đề phòng, sự ngăn cản, sự kiểm soát. --하다 ngăn chặn, ngăn cản, kiểm soát, ngưng lại. *--책 một biện pháp ngăn ngừa.

방직 ngành dệt, nhà máy dệt. *--공업 công nghiệp dệt. --업자 nhà công nghiệp dệt.

방책 [계획] một kế hoạch, một âm mưu, một mưu đồ; [방침] một chính sách; [수단] một phương tiện (biện pháp / cách thức).

방책 hàng rào, chấn song sắt.

방첩 hoạt động tình báo*--대 bộ phận phản gián.

방청 sự nghe, sự dự, sự có mặt. --하다 nghe, lắng nghe, dự, có mặt. @재판을 방청하다 dự một phiên tòa. *--권 vé vào cửa. --석 hạng vé rẽ nhất ở rạp hát, hạng chuồng gà.

방추 mũi khoan to ngang. @방추의 thuộc hình chóp, có hình chóp. *--형 dạng hình chóp.

방추 con suốt, trục quay. @방추형의 dạng trục quay, hình con suốt.

방축 con đê, rãnh, hào, mương, sông đào.

방축 가공 biện pháp chống co lại. @방축 가공한 đã co trước khi may thành quần áo (do đó khi giặt sẽ không co nữa); [상표명] đã xử lý cho khỏi co (vải).

방출 --하다 [방산] phát ra, bốc ra, tỏa ra; [배출] tuôn ra, tháo ra, thoát ra. @정부미를 방출하다 *mở kho gạo nhà nước (phân phát)*

방충제 thuốc trừ sâu; [좀약] viên băng phiến, long não.

방취 sự khử mùi. *--재 chất khử mùi.

방치 --하다 bỏ bê, bỏ mặc, không dính vào, lờ.

방침 một chiều hướng, một đường lối (hành động); [정책] một chính sách; [주의] nguyên tắc, nguyên lý; [계획] một kế hoạch; [목적] mục đích, ý định. @방침을 정하다 *quyết định một phương hướng hành động.*

방탄 @ 방탕의 tính chất chống đạn, ngăn được đạn. --하다 tấm chắn đạn. *--유리 kính chống đạn. --조끼 áo chắn đạn.

방탕 cuộc sống phóng đãng. --하다 chơi

bời, phóng đãng, sống trác táng, tiêu mòn, uổng phí.. @방탕한 자식 đứa con hoang đàng. *--자 kẻ phóng đãng.

방파제 con đê chắn sóng (ở cảng).

방패 cái mộc, cái khiên. @방패 모양의 có hình mộc, [식물 thực vật] có hình khiên (cái lá) // 방패삼아[구실] dựa hơi, dựa vào sức mạnh của..

방편 tính chất thủ đoạn, động cơ cá nhân, tính trục lợi.; [수단] cách thức, biện pháp, phương tiện; [도구] công cụ, dụng cụ. @일시적인 방편 cách tạm, kế tạm // 방편으로쓰다 lợi dụng, bóc lột, xem (cái gì, ai) như một phương tiện.

방풍림 hàng cây chắn gió và nước lũ (để che chở mùa màng).

방학 ngày nghỉ, ngày lễ. --하다 nghỉ lễ, nghỉ hè.

방한 sự chống lạnh. --하다 chống lạnh. *--모 mũ đội vào mùa đông. --화(복) giày bốt mang mùa đông.

방한 một chuyến tham quan Hàn Quốc. --하다 tham quan Hàn Quốc.

방해 [장애물] sự cản trở, vật trở ngại; [훼방] sự xáo trộn, sự trở ngại, sự ngắt, sự ngừng. --하다 làm gián đoạn, làm đứt quãng, ngắt, quấy rầy, gây trở ngại. @의사 방해 người cản trở việc thông qua một dự luật ở nghị viện // 공부에 방해가 되다 quấy rầy việc nghiên cứu học tập (của người nào). *--물 chướng ngại vật. –방송 sự làm tắc nghẽn, sự ép chặt.

방해석 [광물] chất canxit (*calcite*).

방향 [방위] chiều hướng, vị trí, phương hướng; [진로] hướng, chiều hướng, đường đi. @반대 방향으로 ở vị trí đối nhau. *--탐지기 máy tìm phương hướng bằng rađiô.

방향 hương vị ngọt ngào, hương thơm ngát, mùi thơm dễ chịu. @방향의 thơm phưng phức, thơm ngát. *--제 hương liệu.

방형 hình vuông. @방향의 thuộc hình vuông.

방호 sự bảo vệ, sự che chở. –하다 bảo vệ, che chở, bảo hộ, canh giữ, đề phòng.

방화 sự gây bạo động, sự kích động phong trào chống đối, [법] sự cố ý gây nên hỏa hoạn; [화재] sự cố ý đốt nhà. --하다 cố ý đốt nhà.

방화 sự phòng hỏa hoạn. @방화건축물 vật liệu xây dựng chống lửa // 방화 설비 sự cứu hỏa, sự chữa lửa // 방화훈련 sự luyện tập cứu hỏa.

방황 --하다 đi lang thang, đi rong chơi.

밭 cánh đồng, đồn điền, nông trại, vườn. @밭갈다 xới đất.

밭갈이 sự cày cấy, sự trồng trọt. --하다 cày cấy, trồng trọt.

밭고랑 luống cày.

밭곡식 cánh đồng lúa khô cằn.

밭농사 nông trường khô nứt.

밭이랑 một luống đất ở cánh đồng.

밭일 nghề nông. --하다 làm việc ở nông trường.

배 [1] (1) [북부] cái bụng, bao tử, ruột, lòng. @배가 아프다 đau dạ dày (bao tử). (2) [뱃속] tim, lòng dạ. @ 배가 아프다 tái đi vì ganh tức. (3) [자궁]. @배가 부르다 trong phạm vi gia đình // 배가 다르다 do người mẹ khác sinh ra.

배 [2] [선박] thuyền lớn, tàu lớn, tàu bè (총칭 nói chung); tàu chạy bằng hơi nước (기선); ghe mành, thuyền mành (중국의 của Trung Hoa). // 배를 타다 đi

ㅂ

tàu // 배를 젓다 chèo thuyền. *늘잇-- tàu du lịch, du thuyền, thuyền rồng.

배 ³ [식물] quả lê. *--나무 cây lê.

배 cái phôi, cái thai, bào thai.

배 [2 배] sự gấp đôi, gấp hai, hai lần [... 배] sự nhân đôi, gấp đôi. @배가 되다 làm gấp đôi, tăng gấp đôi, nhân gấp đôi // 3 배로 하다 tăng gấp ba, nhân lên ba lần // A 의 2 배크기이다 *rộng gấp đôi (của) A.*

배가 --하다 tăng gấp đôi, nhân đôi. @노력을 배가하다 cố gắng gấp đôi, nổ lực hơn nữa, nổ lực gấp đôi.

배각거리다 => 비걱거리다.

배겨나다 chống đỡ, ủng hộ, kiên nhẫn chịu đựng, tha thứ.

배격 --하다 loại bỏ, bác bỏ, vứt bỏ, phản đối.

배경 (1) phía sau, nền; [무대의] phong cảnh, cảnh vật, cảnh tượng, môi trường. @동양을 배경으로 한 소설 một quyển tiểu thuyết với bối cảnh phương đông. (2) [후원] sự ủng hộ, sự giúp đỡ; [사람 người] người đỡ đầu, người giúp đỡ. @배경이 없다 *không có tác động phía sau* (không có thân thế, không thế lực hậu thuẩn).

배고프다 đói, cảm thấy đói. @배고파 죽겠다 đói muốn chết.

배곯다 có cái bụng trống rỗng.

배관 sự đặt ống dẫn. --하다 đặt ống dẫn. *--공사 công trình đặt ống dẫn.

배교 sự bỏ đạo, sự bội giáo. *--자 kẻ bỏ đạo.

배구 môn bóng chuyền. --하다 chơi bóng chuyền. *--시합 cuộc thi đấu bóng chuyền.

배금 sự tôn sùng đồng tiền. *--주의 chủ nghĩa tôn thờ đồng tiền. --주의자 người ham làm giàu.

배급 sự phân phối, sự phân chia, sự chia khẩu phần (통제). --하다 phân chia, phân phát. @배급제가 되다 chia khẩu phần.

배기 sự thông gió, sự rút khí, sự thoát hơi. *--가스 sự thoát hơi đốt.

배꼽 cái rốn, cái rún.

배낭 [식물 thực vật] đại bào tử, túi phôi.

배낭 cái ba lô. @배낭을 메다 đeo ba lô.

배냇병신 người bại liệt bẩm sinh.

배뇨 sự đi tiểu. --하다 đi tiểu.

배니싱크림 (*vanishing cream*) kem tan, kem nền.

배다 ¹ [조밀하다] dày, đặc, chặt, khít. @올이 밴 옷감 loại vải dệt khít sợi.

배다 ² (1) [침윤] thâm nhập, ngấm qua, lan đi (잉크 따위가); thấm qua, ngấm vào (vết bẩn). @붕대에 피가 배에 있었다 miếng băng thấm đầy máu. (2) [익숙하다] trở nên quen thuộc với, thành thường lệ. @손에 밴일 một công việc quen thuộc.

배다 ³ [잉태하다] thai nghén, hình thành trong óc. @아이를 배다 thụ thai, có bầu, có con.

배다 (1) [빼내다] lấy ra, rút ra, kéo ra (칼을); rút ra (nguyên tắc (이를); rút (gươm đao ra khỏi vỏ). @병마개를 빼다 mở nút chai. (2) [덜다] khấu trừ, trừ ra (khỏi). @열에서 둘을 빼다 *10 trừ đi 2.* (3) [삭제하다] hủy bỏ, xóa bỏ, gạch bỏ. @얼룩을 빼다 *tẩy sạch vết bẩn.* (4) [꾸미다] giả vờ, làm ra vẻ, làm bộ tịch. @점잔 빼다 làm bộ đoan trang kiểu cách. (5) [회피하다] chuồn, , lẩn trốn, tránh xa. @꽁무니 빼다 *trốn tránh trách nhiệm* // 발을 빼다 rửa tay (nghĩa bóng) phủi tay, không chịu trách nhiệm. (6) [차려 입다] ăn mặc chải chuốc tề chỉnh.

배다르다 do người mẹ khác sinh ra (là con khác mẹ). @배다른 형제 anh, chị, em con riêng của dì ghẻ hay bố dượng.

배달 sự phân phát, sự phân phối, sự giao hàng. --하다 phân bổ, phân phối, phân phát. @무료로 배달되다 được phát không. *--료 chi phí giao hàng. --부 người giao hàng; [우편] người phát thư; [우유] người đi giao sữa; [신문] cậu bé giao báo. --증명서 biên nhận giao hàng.

배당 sự chia phần, phần được chia, tiền lãi cổ phần (주주의 của cổ đông). --하다 chia phần, định phần; chia lãi cổ phần. @이익 배당을 받다 chia tiền lời.

배당금 phần đóng góp, sự chia vốn, cổ phần. *특별-- tiền thưởng, lợi tức (cho người có cổ phần).

배두렁이 cái đai buộc bụng dùng cho em bé.

배드민턴 (*badminton*) môn cầu lông.

배란 sự rụng trứng. --하다 rụng trứng.

배려 sự chăm nom, sự bảo dưỡng, sự chăm sóc, sự quan tâm; [진력] sự chịu khó; [알선] công việc tốt. --하다 quan tâm, lưu ý.

배례 --하다 cúi đầu, cúi chào.

배면 phía sau, bộ phận đằng sau. @적의 배면을 공격하다 đánh bọc hậu kẻ thù (đánh từ phía sau).

배밀이 --하다 bò, trườn, bò lê, lê bước, luồn cúi, quy lụy (ai).

배반 --하다 phản bội, phụ bạc, nổi loạn, chống đối. @나라를 배반하다 phản bội quê hương, phản quốc // 친구를 배반하다 phản bạn. *--자 tên phụ bạc, kẻ phản bội (đất nước, bạn bè).

배변 sự đi ngoài, sự đi cầu. --하다 tẩy ruột, đi tiêu.

배븐 sự sắp xếp sổ sách kế toán. --하다 sắp xếp, phân loại.

배부 sự phân bổ, sự phân phát. --하다 phân bổ, phân phối, phân phát, sắp xếp, phân loại.

배부르다 đầy bụng, ăn no đầy. @배부르게 먹다 no cành, no đầy bao tử // 배부른 소리하다 ăn nói hùng hồn mạnh mẽ.

배부른 홍정 doanh số mua vô bán ra. @배부른 홍정을 하다 không quan tâm đến việc mất còn.

배분 sự phân bổ, sự phân phối, sự phân phát. --하다 phân phối, định phần, phân công.

배불뚝이 người bụng phệ.

배비 --하다 sắp đặt, sắp xếp, bố trí, chuẩn bị.

배사 [지질 địa chất] nếp lồi. @배사의 thuộc nếp lồi. *--습곡 một nếp lồi.

배상 sự bồi thường, sự đền bù thiệt hại. --하다 bồi thường, đền bù.@손해를 배상하다 bồi thường thiệt hại cho ai. *--금 tiền bồi thường. --자 người bồi thường, người phải bồi thường. --책임 nghĩa vụ bồi thường. --청구권 quyền yêu cầu bồi thường.

배서 sự chứng thực đằng sau, lời ghi phía sau. --하다 chứng thực phía sau. *--인 người chuyển nhượng. 피--인 người được chuyển nhượng, người được quyền lĩnh (séc...).

배석 sự tô màu, sự nhuộm màu. --하다 tô

màu.

배석 --하다 ngồi với (cấp trên) *--판사 trợ lý thẩm phán.

배선 mạng điện, hệ thống dây điện. --하다 mắc dây điện, bắt điện (trong nhà)

배설 sự bài tiết, sự thải ra. --하다 bài tiết, thải ra. *--기 bộ phận bài tiết. --물 chất thải, phân. --작용 sự bài tiết, sự thụt rửa.

배속 sự gán cho, sự giao việc, sự phân công. --하다 gán cho, gắn cho, cho là, quy cho, ấn định.

배수 hệ thống thoát nước, hệ thống cống rãnh. --하다 bơm nước ra, rút, tháo (nước...) ra. @배수가 잘되다 thoát nước tốt. *--공사 công trình thoát nước. --관 ống thoát nước. --량 sự thải ra.

배수 --하다 chấp nhận , chấp thuận.

배수 (toán học) bội số. *--비례 tỷ lệ đa thức.

배수성 [식물 thực vật] tính không hướng nước.

배수진 @배수진을 치다 chiến đấu đến cùng.

배신 sự phản bội. --하다 phụ lòng tin cậy của ai. *--행위 sự không giữ lời hứa.

배심 ban bồi thẩm. *--재판 sự xét xử do bồi thẩm đoàn. --제도 hệ thống bồi thẩm đoàn.

배심원 [총칭] ban bồi thẩm; [개인] thành viên hội đồng xét xử. *--석 phòng dành cho bồi thẩm đoàn.

배쏘다 giống y, giống như khuôn đúc.

배아 mọng, mầm, phôi thai, mầm chồi.

배알 sự tiếp kiến. --하다 được hội kiến (với)

배액 số lượng gấp đôi, giá gấp đôi.

배양 sự cày cấy, sự trồng trọt, sự tu dưỡng. --하다 cày cấy, trồng trọt, trao dồi, tu dưỡng.

배역 sự quăng ném (trong trò chơi). @배역을 정하다 quăng, ném về phía người tham gia chơi.

배열 sự sắp đặt, sự sắp xếp. --하다 sắp đặt, sắp xếp, sửa soạn, bố trí, sắp hàng, dàn trận. @ ABC 순으로 배열하다 sắp theo thứ tự bảng chữ cái.

배엽 trứng có trống, lớp mầm (phôi)

배영 sự bơi ngửa, kiểu bơi ngửa. --하다 bơi ngửa. *--선수 người bơi ngửa.

배외 @배외의 thuộc sự bài ngoại (chống lại những gì thuộc về nước ngoài). *--사상 tư tưởng bài ngoại.

배우 nam diễn viên (남자); nữ diễn viên (여자). @배우가 되다 trở thành một diễn viên.

배우다 học, được dạy học, được dạy bảo. [연습] được dạy dỗ, được rèn luyện. @피아노를 배우다 học đàn piano //수영을 배우다 học bơi.

배우자 chồng, vợ, người bạn đời.

배음 sự học, sự nghiên cứu. @배음의 길 việc học hành, công trình nghiên cứu.

배웅하다 tiễn ai, đưa ra, dẫn ra. @현관까지 배웅하다 tiễn ai ra ngõ.

배유 [식물 thực vật] phôi nhũ, nội nhũ.

배율 sự làm to ra, sự phóng đại, sự khuyếch đại. @10 배율의 망원경 một ống nhòm phóng đại ra gấp 10 lần.

배은 sự vô ơn bạc nghĩa, sự bội ơn. @배은의 bạc bẽo, vô ơn // 배은 망덕하다 vô ơn, không biết ơn. *--자 người vô ơn bạc nghĩa

배음 [음악 âm nhạc] sự hòa âm; [물리 vật lý] họa ba, họa âm.

배일성 [식물 thực vật] tính không hướng

dương.
배임 sự lạm tiêu, sự biển thủ, sự tham ô, vi phạm lòng tin.
배자 áo gi-lê, áo vest.
배짱 (1) @배짱이 있다 kiên quyết làm bằng được, dám làm, tháo vát, xốc vát, năng nổ // 배짱이 없다 không có gan, không khí phách // 배짱이 세다 đầy nghị lực, đầy dũng khí. (2) [속마음] chủ tâm, tâm trí, lòng dạ, mục đích, ý định. @그의 배짱은 알 수 없다 *ai mà có thể đoán được lòng dạ của hắn ?*
배전 @배전의 tăng to thêm gấp đôi.
배전 --하다 cung cấp điện, phân phối điện *--반 tổng đài điện thoại.
배점 sự phân loại điểm số.
배정 sự chỉ định, sự dùng, sự phân công, sự chia. --하다 phân công, giao việc (cho ai)
배제 sự loại trừ, sự khử. --하다 trừ khử, xóa
배죽거리다 => 비죽거리다.
배증 --하다 gấp đôi, tăng gấp đôi, nhân gấp đôi, tăng thêm. *소득-- tăng gấp đôi thu nhập.
배지 huy hiệu, phù hiệu, biểu tượng, quân hàm.
배지성 [식물] tính không hướng đất.
배차 sự sự chỉ định các chuyến xe. --하다 chỉ định (xếp ca) cho các chuyến xe.
배척 sự đuổi ra, sự bài trừ, sự tẩy chay. --하다 đuổi, bài trừ, tẩy chay. @일본상품을 배척하다 tẩy chay hàng Nhật.
배추 bắp cải Trung Quốc. *--김치 món bắp cải ngâm muối.
배출 sự tuôn ra, sự thải ra, khí thải. --하다 tuôn ra, thải ra, hút, rút (khí, hơi, nước...). *관 ống thải, ống xả, ống thoát (khí). --구 chỗ thoát ra, lối thoát ra, cửa sông.
배출 --하다 sản xuất ra hàng loạt (tuôn ra)
배치 --하다 nghịch, trái ngược, đối kháng, đối chọi, đối lập.
배치 sự sắp đặt, cách bố trí. --하다 sắp xếp, sắp đặt, xếp loại, phân bố; [부서에] đặt, bố trí, đóng ở một vị trí. @그는 지금 부산에 배치되어 있다 *bây giờ anh ấy đóng ở Busan.* *방어-- kế hoạch phòng thủ, cách bố trí lực lượng để phòng vệ.
배타 sự không cho vào (nơi nào...), sự không cho hưởng (quyền...). @배타적, dành riêng, độc quyền. *-- 론자 người được độc quyền
배탈 sự rối loạn bao tử. @배탈나다 rối loạn (khó chịu) bao tử.
배태 [임신] sự thai nghén, sự mọc mọng, sự nảy mầm; [원인] nguồn gốc, căn nguyên. --하다 [임신] thai nghén, hình thành; [원인] bắt nguồn (ở), có nguồn gốc (ở)
배터리 (*battery*) bộ pin, ắc quy.
배팅 [야구] (*batting*) sự đánh bằng gậy.
배편 dịch vụ vận chuyển bằng tàu thủy. @배편으로 bằng tàu, bằng đường thủy.
배포 @배포가 크다 hào hiệp, cao thượng.
배포 sự phân phối, sự phân phát, sự phân chia. --하다 phân phối, phân phát, phân chia.
배필 người hôn phối, chồng, vợ, bạn đời @적당한 배필을 고르다 chọn lựa một đám thích hợp (chỉ người định lấy làm vợ hay làm chồng).
배합 sự kết hợp, sự pha trộn, sự hòa hợp

(cân đối,). --하다 xứng, hợp, kết hợp, hòa hợp, hòa lẫn,. @색의배합 sự phối hợp màu sắc..

배혁 cái gáy (sách) bọc da. *--제본 sự đóng gáy da cho sách.

배화 sự tẩy chay, sự phản đối. --하다 tẩy chay, bài trừ, chống đối.

배화교 sự thờ thần lửa. *--교도 người thờ thần lửa, người theo phái hỏa giáo.

배회 --하다 đi tha thẩn, đi la cà, đi chơi rông, đi lang thang khắp nơi.

배후 phía sau, hậu phương. @배후에 ở phía sau // 적의 배후를 찌르다 tấn công phía sau lưng địch. *--조종자 người giật dây (phía sau)

백 [백작] ông bá tước; [만형] ông anh cả.

백 một trăm. @100 번 째 thứ một trăm.

백계 đủ mọi cách, suốt mọi, tất cả, toàn bộ.

백곡 toàn bộ (các loại) cây trồng.

백골 bộ xương trắng. @백골 난망이다 không (đừng) bao giờ quên ơn ai.

백곰 con gấu trắng (vùng cực).

백과 사전 bộ sách giáo khoa, sách bách khoa.

백관 mọi viên chức (bá quan văn võ). *문무-- dân sự và các sĩ quan quân đội.

백그라운드 nền, phông, đồ trang trí sân khấu.

백금 platin, bạch kim. @백금상의 hợp kim.

백기 lá cờ trắng, lá cờ đình chiến, cờ hiệu ngưng bắn, cờ đầu hàng (항복의 표시).

백날 [아기의 백일] ngày thứ một trăm của trẻ sơ sinh. @백날 잔치 tiệc mừng ngày sanh thứ một trăm của em bé.

백납 [의학] bệnh bạch tạng, bệnh lang trắng; bệnh vảy cá mắt

백내장 [의학 y học] bệnh đục nhân mắt.

백넘버 (*backnumber*) số cũ (tạp chí); người lỗi thời, vật lỗi thời.

백년 một trăm năm, một thế kỷ. *--대계 chính sách nhìn xa trông rộng.

백년 가약 lời hứa trăm năm, hôn ước. @백년 가약을 맺다 ràng buộc bằng hôn lễ

백년 해로 bách niên giai lão.

백대하 [의학] khí hư, huyết trắng.

백동 [합금] kền, nicken [백동화] đồng bảng Anh.

백랍 [1] [초원료] chất sáp trắng

백랍 [2] hợp kim để hàn, chất hàn, hợp kim thiếc.

백로 [새 chim] con diệc bạch.

백만 một triệu. @백만 분의 một phần triệu.

백만 장자 nhà triệu phú.

백면 서생 thanh niên (mới lớn).

백모 cô, dì, thím, mợ, bác gái

백문불여 일견 thấy hãy tin.

백미 gạo đã chà trắng.

백미 tấm gương tốt đẹp nhất (của người bề trên).

백미러 kính chiếu hậu của xe hơi.

백반 phèn.

백반 cơm (gạo đã nấu thành cơm).

백발 tóc bạc. @백발의 tóc hoa râm, mái đầu bạc.

백발 백중 mọi việc thành công.

백방 (1) [여러 방법] mọi cách, mọi phương tiện. @백방으로 손을 쓰다 cố gắng bằng mọi phương tiện. (2) [여러 방향] mọi hướng. @백방으로 사람을 구하다 nhìn quanh mọi người.

백배 một trăm lần, gấp trăm lần. --하다 nhân lên gấp trăm lần. @백배의 gấp trăm lần.

백배 --하다 cúi đầu (chào) nhiều lần. @백배 사죄하다 cúi đầu tạ lỗi hằng trăm lần.

백병전 trận đánh xáp lá cà, cận chiến.

백부 chú, bác, cậu. @처 백부 dượng (chồng của cô, dì).

백분 phấn thoa mặt, phấn rơm.

백분 --하다 chia (vật gì) ra 100 phần. @백분의 20 hai mươi phần trăm (20%). *--율 tỷ lệ phần trăm.

백사 cát trắng. *--기 đồ bằng đất nung trắng. --장 bãi cát trắng.

백색 màu trắng. @백색의 thuộc màu trắng, có màu trắng. *--인종 chủng tộc da rắng.

백서 tờ giấy trắng; (chính trị) sách trắng (của chính phủ). *경제-- một chánh sách trắng về kinh tế.

백설 tuyết (trắng) @백설 같은 bạch tuyết, trắng như tuyết.

백설기 bánh gạo hấp.

백설탕 đường cát trắng (đường tinh luyện).

백성 nhân dân, quần chúng, dân tộc; [서민] dân chúng, thường dân, người bình dân.

백수 @백수의 왕 loại thú nuôi, gia súc.

백수 건달 kẻ lang thang nghèo kiết, kẻ vô công rỗi nghề, kẻ trác táng, truy lạc.

백숙 cá hay thịt luộc trong nước.

백스트로우크 [배영] (*backstroke*) sự bơi ngữa, kiểu bơi ngữa.

백씨 anh cả.

백악 đá phấn, phấn viết. *--기 [지질] (thuộc) kỷ phấn trắng (kỷ creta).

백안시 --하다 nhìn một cách ngờ vực, nhìn một cách lạnh nhạt.

백야 đêm trắng.

백약 mọi thứ thuốc. @백약이 무효하다 mọi thứ thuốc đều hóa ra vô hiệu quả.

백양 [식물 thực vật] cây bạch dương.

백양 con cừu trắng. *--궁 [전문 thiên văn] chòm sao Bạch dương, cung Bạch dương.

백업 (*back-up)* [야구 bóng chày] sự hỗ trợ, sự dự trữ. --하다 hỗ trợ, dự trữ.

백연 chì cacbonat trắng (화장분용). *--광 quặng chì cacbonat trắng.

백열 [온도의] sự sáng rực, sáng chói @백열화하다 sáng trắng, sáng rực rỡ. *--등 đèn sáng rực. --전 cuộc chiến đấu sôi nổi.

백옥 viên ngọc trắng.

백운 đám mây trắng.

백운모 [광물 khoáng sản] mi ca trắng.

백의 áo đầm trắng. *--민족 giống người da trắng cùng chủng tộc.

백인 người da trắng, người Cáp- ca (*caucasian).* *--종 người da trắng, chủng tộc da trắng.

백일 (thanh thiên bạch nhật) ban ngày ban mặt, sáng trắng. @백일하에 드러나다 đưa ra ánh sáng. *--몽 sự mơ mộng, khả năng tưởng tượng, (sự nằm mơ giữa ban ngày).

백일 (bách nhật) [백일간] một trăm ngày; [어린이의] ngày thứ một trăm.

백일 가도 sự cầu nguyện cho một trăm ngày.

백일장 một cuộc bút chiến. *주부-- cuộc tranh luận văn nghệ dành cho các bà nội trợ.

백일해 [의학] chứng ho lâu ngày, ho gà.

백일홍 [식물 thực vật] cây bách nhật hồng, cây tử vi.

백작 bá tước. *--부인 bá tước phu nhân
백장 người bán thịt, người mổ thịt.
백전 노장 người cựu chiến binh, người lính già.
백전 백승 --하다 bách chiến bách thắng, vô địch.
백절불굴 --하다 không biết mỏi mệt, không nản lòng, bất khuất, không khuất phục (tinh thần)
백점 một trăm điểm, điểm số cao nhất đạt được.
백정 => 백장.
백조 [새 chim] con thiên nga (고니).
백주 @백주에 giữa ban ngày, giữa thanh thiên bạch nhật.
백중 --하다 ngang bằng nhau, ngang sức nhau.
백중 lễ Vu Lan (ngày 15 tháng bảy âm lịch). *--날 rằm tháng bảy âm lịch.
백지 (1) [흰종이 tờ giấy trắng. (2) [공지] một tờ giấy để trắng (để trống). @백지 답안을 내다 đưa ra tờ giấy trắng. *--위임장 trọn quyền ủy nhiệm.
백지도 một bản đồ để trống.
백척 간두 bước đường cùng cùng. @백척 간두에 서다 bị dồn vào bước đường cùng.
백출 --하다 xuất hiện giữa đám đông.
백치 hành động ngu si, tính ngu ngốc, lời nói khờ dại; [치인] thằng ngốc, người khờ dại.
백태 chứng tưa lưỡi. @백태가 끼었다 lưỡi bị màng bọc.
백팔 *--번뇌 [불교 đạo Phật] 108 dục cảm trần gian
백팔십도 @ 백팔십도 전환하다 hoàn toàn thay đổi lập trường; làm theo hướng ngược lại.
백포도주 rượu vang trắng.
백합 hoa huệ tây, hoa loa kèn (hoa bách hợp).
백해 무익 --하다 làm hại nhiều hơn lợi.
백핸드 [정구 môn quần vợt] quả trái, cú ve.
백혈구 [해부 giải phẩu] bạch huyết cầu. @백혈구의 có bạch cầu, thuộc bạch cầu. *--감소증 sự giãm bạch cầu.
백혈병 bệnh bạch cầu.
백형 ông anh cả.
백화 muôn hoa, bách hoa.
백화점 cửa hàng bách hóa tổng hợp.
밴대질 thói đồng dục nữ.
밴댕이 [물고기 cá] cá trích mắt to.
밴드 dải, băng, đai, nẹp, quai, dây, đai da.
밴조우 [악기 nhạc khí] đàn banjo.
밴텀급 vỏ sĩ hạng gà (nặng từ 51 đến 53,5kg).
밸런스 (*balance*) cái cân.
밸브 [안전핀 chốt an toàn] cái van.
뱀 con rắn. @뱀 같은 độc ác, thâm hiểm; [모양 hình thức] thâm độc, nham hiểm như rắn, ngoằn ngoèo quanh co. *--가죽 da rắn.
뱀딸기 [식물] quả dâu tây Ấn độ.
뱀도랏 [식물 thực vật] cây ngò tây.
뱀띠 tuổi con rắn, sinh năm rắn.
뱀뱀이 tác phong lịch sự, nhã nhặn; phép xã giao, cách cư xử. @뱀뱀이가 없는 không được dạy dỗ, giáo dục; mất dạy, vô giáo dục.
뱀장어 [물고기 cá] con cá chình, con lươn.
뱁새눈이 người mắt ti hí (*ti hí mắt lươn*)
뱃고동 hồi còi tàu.
뱃길 đường hàng hải, đường thủy, đường sông.

뱃노래 điệu hò trên sông của người chèo thuyền.

뱃놀이 cuộc đi chơi thuyền. @뱃놀이 가다 đi chơi thuyền.

뱃놈 thủy thủ, lính thủy.

뱃대끈 [마소의] nịt, đai da, đai yên ngựa.

뱃머리 mũi tàu, mũi thuyền. @뱃머리를 돌리다 đáp tàu, đi tàu.

뱃멀미 chứng say sóng. --하다 bị say sóng. @뱃멀미하는(하지않는)사람 một thủy thủ tồi (tốt).

뱃밥 sợi dây thừng cũ (dùng để bịt khe hở ở thuyền).

뱃사공 người chèo thuyền, người giữ thuyền, người cho thuê thuyền.

뱃사람 thủy thủ @뱃사람이 되다 đi biển

뱃삯 [승객의] hành khách; khách đi xe thuê; [화물의] phí hàng hóa; [승선료] phí hành khách, (tiền vé tàu); [나룻배의] tiền qua phà.

뱃살 @뱃살을 잡다 cười ngặt nghẽo, cười thắt ruột, cười nghiên ngã.

뱃속 (1) [복부] bao tử, bụng. @뱃속이 비다 bị đói bụng, có cái bao tử trống rỗng. (속마음) ý định, tâm can. @뱃속이 검다 thấu tim đen.

뱃심 @뱃심 좋다 có gan, cả gan, có can đảm.

뱃장수 người lái tàu tiếp phẩm.

뱃전 mép, cạnh, sườn (tàu, thuyền).

뱃짐 hàng hóa (chở trên tàu thủy). @뱃짐을 싣다 nhận (chất) hàng lên tàu.

뱅, 뺑 vòng tròn; theo vòng tròn (둘러산 모양). @뺑돌다 quay tròn, xoay vòng.

뱅그르르, 뺑그르르 => 빙그르르.

뱅뱅 (đi, quay) vòng vòng.

뱅어 [물고기 cá] cá trắng nhỏ.

--뱅이 (hậu tố) chỉ một người nào đó. @가난뱅이 một người nghèo // 비렁뱅이 người ăn mày, kẻ ăn xin.

뱅충맞다 đần độn, vụng về, rụt rè.

뱅충(맞)이 người vừa ngu vừa vụng.

뱉다 (1) khạc ra, phun ra, nói hở ra (điều bí mật). @가래를 뱉다 ho ra đàm. (2) [비유적] mửa ra, nôn ra, phun ra, phụt ra.

버걱, 뻐걱 @버걱버걱 với tiếng rít.

버걱거리다 cọt kẹt, cót két, kẽo kẹt.

버그러뜨리다 tách ra, làm nứt, rạn ra.

버그러지다 nới ra, nới lỏng, rời ra.

버글버글 @버글버글 끓다 sôi lên, sủi bọt; [거품이] sôi sùng sục lên, sủi tăm.

버금 @버금가다 về thứ hai, ở vị trí thứ hai.

버긋하다 có nhiều lỗ hổng, có nhiều kẽ hở, mở hé, đóng hờ, khép hờ. @석류가 버긋하게 벌어졌다 quả lựu bị nứt một chút.

버너 đèn. *가스-- đèn khí, đèn gas.

버너 (*burner*) cây đèn, mỏ đèn.

버둥거리다 ngoằn ngoèo, quanh co, vặn vẹo. @진창 속에서 버둥거리다 thì thụp trong bùn.

버드나무 cây liễu.

버드러지다, 빼드러지다 (1) làm lồi ra, làm nhô ra (이가); nhô ra, lồi ra. (2) [뻣뻣해지다] làm cứng, làm mạnh , trở nên khắc khe, cứng rắn. (3) [죽다] chết, chết bất đắc kỳ tử.

버들 cây liễu.

버들고리 thân cây liễu gai.

버라이어티 (*variety*) sự đa dạng, tính chất bất đồng. @버라이어티 쇼우(*a variety show*) hình thức đa dạng.

버럭 @버럭 소리를 지르다 thình lình

thét lên // 버럭 화를 내다 nổi giận đùng đùng.

버르적거리다 ngoằn ngoèo, quanh co, quằn quại, lăn lộn, dằn vặt, đau đớn, uất ức, vùng vẫy.. @버르적버르적 sự quặn đau, sự quằn quại, sự (đau khổ) dằn vặt, sự đi ngoằn ngoèo (rắn bò)

버름하다 mở hé, đóng hờ, khép hờ.

버릇 (1) [습관] thói quen, tập quán, cá tính, lề thói. --하다 tạo một thói quen. @고치기 어려운 버릇 thói tật ăn sâu, tật thâm căn cố đế // 버릇이 생기다 thành một thói quen, thành tật // 버릇을 고치다 chữa được một thói tật của ai (남의 của đàn ông), chừa bỏ một thói tật (자기의 của bản thân) // 나쁜 버릇은 붙기 쉽고 고치기는 어렵다 *thói xấu thì dễ tập nhưng khó bỏ*. (2) [성벽] thiên hướng, xu hướng, đặc tính, đặc điểm, tính chất riêng. @말버릇 cách ăn nói cá biệt (của người nào). (3) [예의] cách, lối, thói, phép xã giao, cách cư xử. @버릇 없는 thô lỗ, cục cằn, mất dạy, vô giáo dục // 버릇 없이 khiếm nhã, bất lịch sự, láo xược.

버리다 [1] (1) [내던지다] ném sang bên, vứt đi, loại ra. @쓰레기를 버리다 bỏ rác, đổ rác. (2) [포기] từ bỏ, bỏ rơi, bỏ đi, loại bỏ, vứt bỏ, ruồng bỏ. @지위를 버리다 từ chức, từ bỏ vị trí (3) [망치다] cướp phá, tước đoạt, làm hư hỏng, đổ nát. @매를 이끼면 아이를 버리다 cất kỹ con roi là làm hư trẻ (ý như tục ngữ Việt Nam có câu "*thương cho roi cho vọt, ghét cho ngọt cho bùi*")

버리다 [2] [끝내다] hết, hoàn toàn, xong. @나는 돈을 다써버렸다 *tôi đã tiêu hết sạch tiền rồi.*

버림 @버림받다 bị bỏ rơi, bị đuổi (bởi).

버림치 vật vô dụng, đồ bỏ đi.

버무리다 khuấy trộn, hòa lẫn. @나물을 버무리다 trộn sà lách.

버새 [동물 động vật] con la (con của ngựa đực và lừa cái).

버석거리다 kêu sột soạt.

버석버석 tiếng kêu xào xạc, sột soạt.

버선 loại bít tất ngắn của Hàn quốc. @버선을 벗다 (신다) tháo vớ ra. *--목 vớ ngắn tới mắt cá chân. --발 chân mang vớ. @버선발로 trong đôi vớ. --본 mẫu vẽ trên giấy để may vớ. –볼 bề rộng vớ.

버섯 nấm. @버섯따러 가다 đi tìm hái nấm.

버성기다 (1) [틈이] bị rạn, bị nứt, bị giãn ra. (2) [사이가] bị ly gián, bị làm cho xa rời.

버스 (*bus*) xe buýt.

버스럭거리다 => 버석거리다.

버스러지다 (1) [분쇄되다] vỡ vụn, vỡ ra từng mảnh. (2) [벗겨지다] tách ra, bóc ra, tróc ra (vỏ cây), róc (xương) ra. (3) [벗나가다] đi quá, vượt quá (giới hạn), trượt, lệch.

버스름하다 [틈이] mở hé; [관계가] làm cho xa lạ, làm cho ghẻ lạnh.

버스트 (*bust*) pho tượng bán thân.

버쩍 (1) [마른 모양] hoàn toàn, đầy đủ, trọn vẹn => 바싹. (2) [죄는 모양] chặc chẽ, sít sao. (3) [우기는 모양] gan lì, bền chí, rất, lắm, vô cùng. (4) [느는 모양] một lượng lớn, nhiều, đáng kể @버쩍 늘다 tăng lên rõ rệt.

버젓하다 công bằng và ngay thẳng, công khai, không úp mở. @버젓이 công khai, thẳng thắn // 버젓이 말하다 tuyên bố công khai.

버찌 quả anh đào. *--씨 hột anh đào.

버짐 bệnh nấm vảy, bệnh ghẻ (ở da, ở cây) (진 버짐); bệnh vảy nến (마른 버짐).

버캐 bọt váng, lớp váng (bọt).

버커리 một bà già khô héo, tàn tạ.

버클 (*a buckle)* cái khóa thắt lưng.

버터 (*butter*) bơ (beurre).

버터플라이 kiểu bơi bướm.

버튼 (*button*) cái nút (áo). @버튼을 잠그다 cài khuy áo lại.

버티다 (1) [견디다] cam chịu, chịu đựng. @모든 어려운 일을 버티다 chịu đựng mọi gian khổ. (2) [겨루다] đứng vững, giữ vững, chống lại, chịu được. @서로 버티다 ganh đua với nhau, cạnh tranh (giành giật) nhau. (3) [괴다] chống đỡ cho, ủng hộ cho. @막대기로 나무를 버티다 ủng hộ một kế hoạch.

버팀목 cột chống, vật chống, cái nạng.

벅적거리다 lăng xăng, chộn rộn, xúm xít, xúm lại, kéo đến chật ních. @거리는 몹시 버적거렸다 con đường đầy tiếng ồn ào.

벅차다 (1) [힘에 겹다] không thể dung thứ, không thể chịu đựng nổi. @이일은 내게 벅차다 *việc này vượt quá khả năng của tôi.* (2) [넘치다] tràn ngập, cuồn cuộn, như dòng nước lũ. @가슴이 벅차서 말이 안 나온다 *lòng tôi tràn ngập xúc động không nói được nên lời.*

번 (1) [당번] bổn phận, trách nhiệm. @번들다 tiếp tục một ca trực (đêm). (2) [차례] lần, lượt phiên. @번갈다 đổi ca, thay ca, luân phiên. (3) [회수 số lần] lần, lượt, phen. @여러 번 nhiều lần. (4) [번호] con số. @1(2) 번 số 1(2).

번갈아 lần lượt nhau, luân phiên nhau. @그들은 8 시간마다 번갈아 일한다 họ làm việc theo ca 8 tiếng (luân phiên nhau).

번개 ánh chớp, tia chớp. @번갯불 một tia chớp lóe // 번개같이 날쌔게 nhanh như chớp // 번개가 번쩍인다 tia chớp lóe sáng lên.

번거롭다 gây rắc rối, phiền hà, làm phức tạp. @번거로운 규칙 những luật lệ phiền phức.

번나다 hết phiên, được nghỉ, ra ca.

번뇌 sự vui thích, lòng khao khát, sự ưu tư, niềm say mê. --하다 vui thích đến cực độ; [육욕에] bị ưu phiền do những đam mê vật chất.

번다 --하다 rất nhiều, vô số, đông vô kể kể.

번답 --하다 biến một cánh đồng khô héo thành một cánh đồng ruộng lúa.

번데기 con nhộng. @번데기의 thuộc con nhộng.

번드르르, 번드르르 bóng loáng, hào nhoáng, một cách êm ả, trôi chảy. --하다 bóng loáng, nhẵn nhụi, trơn, mượt.

번득, 번뜩 bằng một tia chớp.

번득거리다 vụt sáng, lóe sáng, lunh linh, lập lòe, bập bùng, lấp lánh.

번들거리다 bóng loáng, trơn láng.

번들다 đang làm nhiệm vụ, đi trực, đi gác.

번들번들 một cách êm ả, một cách trôi chảy.

번듯하다, 번뜻하다 hài hòa, cân đối, hòa thuận, hòa hợp.

번롱 --하다 coi thường, xem nhẹ, đùa cợt, xem như trò đùa, vứt lung tung.@번롱당하다 bị làm trò hề; [배가 chiếc tàu] bị sóng hất tung lên.

번문 욕례 thói quan liêu, tệ quan liêu,

ㅂ

tác phong quan liêu, lề thói công chức bàn giấy.

번민 sự khổ cực, sự lo nghĩ , nỗi thống khổ--하다 đau đớn, khổ sở, tuyệt vọng.

번번이 mỗi lần, mỗi dịp, mỗi khi, luôn luôn, bất cứ lúc nào, hễ khi nào.

번복 --하다 thay đổi, chuyển đổi, đảo ngược lại. @결심을 번복하다 thay đổi ý định.

번서다 đứng gác.

번성 sự phồn vinh, sự thịnh vượng; [수목 따위의] sự hào nhoáng, sự phong phú. --하다 phồn vinh, thịnh vượng, hào nhoáng; [수목 따위가] xum xuê, um tùm (cây cối), xa hoa, hào nhoáng, phồn thịnh, hoa mỹ (văn phong).

번성 sự phát đạt. --하다 thịnh vượng, phát đạt, thành công, phát triển. @ 가게가 번성하고 있다 *cửa hàng đang kinh doanh phát đạt.*

번식 sự nhân giống, sự được nhân giống, sự chăn nuôi, sự sinh sản. --하다 nhân giống, gây giống chăn nuôi, sinh sản, tự sinh sản tăng thêm. *--기 mùa sinh sản.

번안 [안건의 tiết mục] sự thay đổi; [작품의 sản phẩm] sự phỏng theo, sự sửa lại cho hợp. --하다 [안건을] thay đổi; [작품을] phỏng theo. *--소설 một câu chuyện mô phỏng.

번역 sự dịch, bản dịch. --하다 dịch từ --sang..; dịch sang ; [암호를] sự giải mã, sự đọc mật mã. –권 quyền biên dịch. –료 tiền thù lao dịch
--서(물) một bản dịch. --자 người dịch.

번영 sự thịnh vượng, sự hưng thịnh. --하다 thịnh vượng, hưng thịnh, phát đạt, thành công. @국 가 의 번영 sự hưng thịnh của quốc gia.

번의 --하다 thay đổi ý định, thay đổi quyết định.

번잡 sự phức tạp, sự rắc rối. --하다 phức tạp, rắc rối. @번잡한 거리 phố xá đông đúc.

번쩍 (1) dễ dàng, thoải mái. @무거운 돌을 번쩍 들다 *nhấc hòn đá nặng lên một cách dễ dàng.* (2) với một tia chớp. @번쩍하다 lóe sáng, chiếu sáng, chói lòa.

번적거리다, 번쩍거리다 lấp lánh(반사로); lóng lánh (별따위); [섬광] chiếu sáng, chói lòa.

번쩍하면 dễ dàng. @번쩍하면 울다 òa khóc một cách dễ dàng.

번전 --하다 biến cánh đồng lúa thành cánh đồng khô cằn.

번지 số nhà, số địa chỉ. @댁은 몇번지입니까 nhà bạn số mấy?

번지다 (1) [물 따위가] truyền đi, lan đi, bay đi, lan nhanh, tản ra. @이 잉크는 종이에 번진다 loại mực này lem trên giấy. (2) [사건 따위가] làm nghiêm trọng, làm trầm trọng thêm. (3) [옮아가다] lan truyền, truyền bá, phổ biến.

번지르르, 뻔지르르 --하다 bóng láng, rực rỡ, chói lòa. @번지르르한 머리털 đầu tóc láng mượt.

번차례 một chế độ (tiết mục), một khuynh hướng.

번창 sự phát đạt, sự thịnh vượng, sự thành công, sự lớn mạnh. --하다 thịnh vượng, phát đạt, thành công.

번철 cái chảo rán.

번하다[1], **뻔하다**[1] (1) [훤하다] soi sáng, chiếu sáng, sáng ngời. (2) [분명] hiển nhiên, rõ rệt, rõ ràng. @뻔한 사실 sự thật rõ ràng 뻔한 거짓말 lời nói láo rành rành.

번하다[2], **뻔하다**[2] hầu như, gần như, gần, suýt. @차에 부딪 칠 뻔하다 *suýt đụng vào xe ô-tô* // 죽을 뻔했다 *tôi đã cận kề cái chết.*

번호 con số. @번호 순대로 theo số thứ tự // 번호를 붙이다 đánh số, ghi số, cho số. *--표 bản số.

번화 --하다 sinh động năng nổ, sôi nổi, náo nhiệt, đông đúc. @번화한 거리 một đô thị phồn thịnh. *--가 một con đường náo nhiệt.

번가다 lạc đường, sai đường, trệch hướng, lạc lối, xa rời (lầm đường lạc lối).

번다, trải, căng, giăng, bày ra. @세력을 뻗다 bành trướng thế lực, mở rộng ảnh hưởng. => **뻗다**

번대다, 뻔대다 [버티다] giơ ra, đưa nhanh ra; [맞서다] chống đối, phản đối, chống cự. @끝끝내 뻔대다 chống đối đến cùng.

벌 [1] [들] đồng ruộng, cánh đồng, đồng bằng. @황량한 벌 một vùng hoang dã, nơi vắng vẻ tiêu điều, nơi hoang tàn.

벌 [2] con ong. @벌떼 một đàn ong // 벌에 쏘이다 bị ong đốt.

벌 [3] bộ (chén dĩa), bộ (trang phục), bản (tài liệu). @찻잔 한벌 bộ đồ trà, bộ ấm tách.

벌 hình phạt, sự trừng phạt. @벌을 주다 trừng phạt ai // 벌을 받다 bị phạt.

벌 bọn, bè lũ, bè cánh, bè phái.

벌개지다, 뻘개지다 trở nên đỏ, làm cho đỏ, đỏ mặt, ửng hồng (vì thẹn)

벌거벗다 cởi trần truồng, trở nên trần truồng. @벌거벗기다 lột trần ai.

벌거숭이 người khỏa thân, tình trạng khỏa thân, một cơ thể trần truồng.@벌거숭이의 khỏa thân, trần truồng. *--산 ngọn núi trọc (không có cây).

벌겋다, 뻘겋다 đỏ tươi, đỏ thắm, đỏ thẫm, đỏ hoe (얼굴이).

벌그스름하다 đo đỏ, hơi đỏ.

벌금 tiền phạt. @교통위반으로 2 천원의 벌금을 들었다 (tôi đã) bị phạt 2.000 *won* vì vi phạm luật lệ giao thông. *--형 sự phạt tiền.

벌꿀 mật ong.

벌끈 [성내--모양] với một vẻ giận dữ, trong cơn thịnh nộ; [소란한 모양] trong sự náo động, ồn ào. --하다 nổi cơn thịnh nộ.

벌다 [1] làm cho rộng ra, trải ra, căng ra (사이가).

벌다 [2] kiếm (tiền), làm ra (tiền). @생활비를 벌다 kiếm sống.

벌떡 bất ngờ, bất thình lình, đột ngột. @벌떡 일어서다 đứng phắt dậy.

벌떡거리다 (1) [가슴이] đập nhanh, hồi hộp, hổn hển, rung động. @벌떡거리는 가슴 *một trái tim thổn thức.* (2) [마시다] nuốt xuống, uất nghẹn.

벌렁 sự nằm ngửa. @벌렁 자빠지다 ngã lưng nằm xuống.

벌레 [곤충 côn trùng] sâu bọ, côn trùng; [연충] con giun, con sâu, con trùng; [나방] bướm đêm, sâu bướm. @벌레 먹은 bị sâu ăn.

벌름거리다 phồng lên xẹp xuống liên tục.

벌름하다 mở rộng.

벌리다 [사이를] mở ra, nới rộng ra, chừa ra khoảng trống; [펴다] kéo dài ra, căng rộng ra; [늘어놓다] trải ra, phơi bày, đưa ra. @입을 크게 벌리다 há to miệng ra // 두팔을 벌리다 duỗi tay ra.

벌목 việc đốn gỗ. --하다 chặt cây, đốn

ㅂ

gỗ.

벌벌 run, run rẩy. @벌벌 떨다 run lên vì sợ.

벌써 đã, rồi, còn, hãy còn, còn nữa, vả lại, hơn nữa (의문문에); đã lâu lắm rồi, gần đây (지금쯤은). @기차가 벌써 떠났읍니까–벌써떠났읍니다 *còn chuyến xe nữa phải không? -- nó đã chạy cách đây vài phút rồi.*

벌쓰다 bị phạt, bị trừng trị.

벌씌우다 phạt, trừng phạt, trừng trị, làm chi bị phạt.

벌어먹다 kiếm miếng ăn, tìm kế sinh nhai.

벌어지다 (1) [틈이] nới rộng, mở rộng, trở nên rộng hơn. @사이가 벌어졌다 *chúng nó trở nên xa lạ*. (2) [일이] trở nên nghiêm trang, xa cách [터지다] phát sinh, nảy sinh ra, xảy ra, nổ ra, bùng ra. @야유회가 벌어졌다 *buổi tiệc ngoài vườn đã được tổ chức*. (3) [몸이] dần dần trở nên kiên cường. @어깨가 딱 벌어졌다 có đôi vai rộng (ý nói có thể gánh vác nhiều trách nhiệm, có thể vác nặng).

벌이 cách sinh nhai, sinh kế, việc kiếm tiền (돈벌이); công ăn việc làm, lợi tức thu nhập. @벌이가 좋다 có thu nhập khá.

벌이다 bày ra, sửa soạn, sắp xếp. @운동을 벌이다 lao vào hành động // 사업을 벌이다 bắt tay vào tổ chức kinh doanh.

벌잇줄 nguồn thu nhập, kế sinh nhai. @벌잇줄이 끊기다 mất công ăn việc làm, thất nghiệp.

벌점 điểm xấu, khuyết điểm, sự lầm lỗi.

벌족 một dòng dõi ưu tú

벌주 rượu phạt.

벌쭉거리다 mở và khép (đóng).

벌집 tổ ong. @방안이 벌집 쑤셔 놓은 듯하였다 căn phòng náo động đúng như là tổ ong

벌채 sự đốn cây. --하다 chặt cây , đốn cây. @삼림을 벌채하다 khai khẩn rừng.

벌초 --하다 cắt cỏ, nhổ cỏ (xung quanh mồ)

벌충 sự tìm lại được, sự lấy lại được, sự bình phục. --하다 lấy lại được, tìm được, bù lại được.

벌칙 sự quy định hình phạt. @벌칙에 저촉되다 vi phạm điều lệ hình phạt.

벌컥 bất thình lình, một cách bất ngờ => 발칵.

벌통 một tổ ong bằng cây.

벌판 [평야] đồng bằng, cánh đồng; [황야] một vùng hoang vu.

범 con hổ, con hổ cái (암컷). @새—범 con hổ con // 범의 굴에 들어가야 범을 잡는다 (tục ngữ) *ăn được cả ngã về không; không vào hang hùm sao bắt được cọp.*

범 sự phạm tội, sự vi phạm. --하다 tống giam, bỏ tù, xâm phạm, can thiệp vào.

범-- (tiền tố) hình thái ghép, có nghĩa là toàn thể (Pan-Americanism) @범아메리카주의 thuyết Liên Mỹ, chủ nghĩa Liên Mỹ.

범국민 @범국민적인 khắp cả nước, toàn quốc. *--운동 một chiến dịch toàn quốc (để chống..)

범띠 cầm tinh con cọp, tuổi con cọp,sinh năm cọp.

범람 sự ngập lụt, lũ lụt, nạn lụt. --하다 chảy tràn ngập.

범례 lời bình luận (nhận xét) mở đầu.

범벅 [음식 món ăn] món bánh pudding bột gạo; [일] sự pha trộn. @범벅이 되다 trộn lộn xộn.

범법 sự phạm pháp. --하다 vi phạm luật lệ, phạm pháp.

범부 người bình thường; [불교 đạo Phật] người thế tục, người trần tục.

범사 (1) [만사] mọi sự việc, mọi vật. (2) [평범한 일] việc thông thường, việc bình thường.

범상 --하다 thường, bình thường, thông thường. @범상치 않은 không bình thường, lạ thường, khác thường, đặc biệt, hiếm.

범서 kinh Phật (불경).

범선 thuyền buồm, tàu buồm.

범속 tính chất xoàng, thường, tính thông tục, thói thô tục. --하다 tầm thường, thông tục, xoàng.

범신론 thuyết phiếm thần (lòng tin Chúa là tất cả và tất cả là Chúa).@범신론적 (thuộc) thuyết phiếm thần.*--자 người theo thuyết phiếm thần.

범아랍 (*Pan- Arab*) Liên Ả-rập. *--주의 thuyết Liên Ả-rập, chủ nghĩa Liên Ả-rập.

범안 cách nhìn của người không chuyên môn, con mắt trần tục.

범어 tiếng Phạn. @범어의 viết bằng tiếng Phạn. *--학자 nhà nghiên cứu tiếng Phạn.

범용 tính chất xoàng xỉnh, sự tầm thường. --하다 xoàng xỉnh, tầm thường, thô tục, sáo rỗng, vô vị. *--지재 năng lực tầm thường, tài hèn đức mọn.

범위 phạm vi, tầm (hiểu biết), khu vực, môi trường, dịp, lĩnh vực; [제한] giới hạn, phạm vi, hạn đo, tầm (hiểu biết). @세력 범위 phạm vi ảnh hưởng // 활동 범위 phạm vi hoạt động.

범의[식물 thực vật] loại cỏ tai hùm thân bò (leo).

범인 một người bình thường (총칭 nói chung).

범인 kẻ phạm tội, tên tội phạm. @범인을 은닉하다 chứa chấp tội phạm // 범인은 아직 체포되지 않았다 kẻ phạm tội vẫn còn tự do.

범재 năng lực bình thường.

범절 phong tục, tập quán, nghi thức, nghi lễ, khuôn phép, phép tắc.

범죄 một tội ác, một hành động phạm pháp. --하다 phạm tội, phạm pháp. @범죄의 현장 hiện trường gây án // 범죄적 tội phạm. *--사회학 khoa xã hội học tội phạm. --삼리학 tâm lý học tội phạm. --용의자 kẻ bị tình nghi phạm tội. --자 thủ phạm, tội phạm. --학 khoa tội phạm, tội phạm học. --학자 nhà tội phạm học. --행위 hành động phạm tội.

범주 hạng, loại; (triết học) phạm trù. @범주에 들다 trong phạm trù

범천(왕) *Brahma* (đấng Sáng tạo)

범칙 sự phạm quy tắc. --하다 phạm quy tắc. *--자 người phạm tội, người phạm quy tắc.

범타 [야구 bóng chày] cú đánh tồi. --하다 đánh tồi.

범퇴 --하다[야구] bị hất ra ngoài một cách dễ dàng.

범하다 [죄를] phạm, gây ra; [법률을] vi phạm, xâm phạm; [여자를] xúc phạm, xâm phạm, gây ra. @교칙을 범하다 phạm nội quy nhà trường.

범행 tội lỗi, sự phạm tội. @범행을 부인

하다 chối tội, không nhận tội (--자백하다 thú nhận tội lỗi). *--현장 hiện trường tội ác.

법 (1) [법률] đạo lý, phép tắc, luật, luật lệ [총칭 từ chung] pháp luật; [법전] bộ luật. @법에 어그러지지 않는 hợp pháp, đúng luật // 법에 호소하다 chống lại luật // 법을 위반하다 sự vi phạm luật pháp // 법을 지키다 tuân theo pháp luật. (2) [방법] phương pháp, cách thức. @교수법 phương pháp giảng dạy. (3) [도리] lý lẽ, sự bào chữa, sự biện hộ (lý lẽ bào chữa)

법계 [불교 đạo Phật] lĩnh vực Phật học; [법조계] giới luật.

법과 [학부] luật khoa; [과정] khóa học luật. @법과를 수학하다 tốt nghiệp khoa luật. *--대학 trường luật. --학생 sinh viên luật.

법관 quan tòa, thẩm phán. (총칭 từ chung); chức vị quan tòa (집합적).

법규 quy tắc và luật lệ.

법당 ngôi chùa, đền thờ, nơi tôn nghiêm.

법도 luật lệ, nguyên tắc, quy luật.

법랑 men (đồ sứ). *--질 lớp men (răng).

법령 đạo luật, quy chế, quy định, sắc lệnh. *--양식 sự tạo luật.

법률 quy chế, điều lệ, pháp luật (총칭 từ chung). @법률을 잘 지키는 국민 một dân tộc tôn trọng luật pháp // 법률상의(thuộc) pháp luật, // 법률상 về mặt pháp lý // 법률에 위반되는 trái luật pháp, bất hợp pháp // 법률에 규정되어 있다 được ghi rõ trong điều luật // 법률을 지키다 tuân theo pháp luật. *--가 luật sư, luật gia. --고문 cố vấn pháp luật. --사무소 phòng tư pháp, văn phòng luật sư. --위반 sự vi phạm luật pháp. --학 khoa luật pháp, luật học.

법리 nguyên tắc cơ bản về luật pháp. *--학 luật học. @법리학적 (thuộc) luật học. --학자 nhà luật học.

법망 lưới pháp luật. @법망을 피하다 lẩn trốn pháp luật.

법명 [불교] pháp danh (tên đạo).

법무 vấn đề pháp luật. *--과 (군자) bộ máy tư pháp.

법무부 bộ tư pháp. *--장관 bộ trưởng bộ tư pháp.

법문 đạo Phật. @법문에 들다 trở thành một tín đồ nhà Phật.

법복 áo choàng (của quan tòa, của giáo sư trường đại học) [승려의] áo cà sa.

법석 tiếng ồn, tiếng la lối, sự om sòm, huyên náo. @법석 떨다 gây ra sự náo động, ồn ào.

법식 [형식] hình thức; [방법] phương pháp, cách thức; [정식] thể thức, cách thức [수속] sự theo đúng thủ tục; [관례] tập quán, thói quen, cách dùng, cách sử dụng. @법식에 따르다(위반하다) thích nghi với tập quán, quen với cách dùng.

법안 một bộ luật dự thảo, một phương sách. @법안을 제출하다 đưa ra một dự luật.

법열 trạng thái mê ly, trạng thái xuất thần; [불교] trạng thái tham thiền nhập định.

법왕 (1) [불교 đạo Phật] *Tathagata*. (2) vị Đại Đức => 교황.

법원 tòa án, hội đồng xét xử. *지방-- tòa án địa phương.고등-- tòa thượng thẩm, tòa phúc thẩm. 대-- tòa án tối cao.

법의 => 법복.

법의학 pháp y. @법의학의 thuộc pháp y.

법인 [법] pháp nhân. @법인 조직으로 하다 hợp thành tổ chức, hợp thành đoàn thể. --소득 lợi tức của đoàn thể.

법적 hợp pháp. @법적으로 hợp pháp, đúng luật // 법적 근거 cơ sở pháp lý.

법전 đạo luật, quy chế, điều lệ; [중교 tôn giáo] luật lệ, quy tắc, giới luật. *현행-- đạo luật có hiệu lực.

법정 tòa án, pháp đình. @법정에 나가다 ra tòa, hầu tòa, trình diện tòa.

법정 @법정의 (thuộc) luật, theo luật định, do luật pháp quy định. --하다 làm theo luật. *--가격 giá được quy định. --상속인 người thừa kế theo pháp luật. --세율 bảng giá biểu theo luật định.

법제 pháp luật, pháp chế. --처(장) (người trông coi) văn phòng lập pháp.

법조 giới chức pháp luật. *--계 giới pháp luật, quan tòa và luật sư.

법치 chính thể lập hiến. *--국 nước theo chính thể lập hiến. --주의 chủ nghĩa hợp hiến.

법칙 luật lệ, nguyên tắc. @자영의 법칙 quy luật tự nhiên.

법하다 có lý do chính đáng (để). @그가 화날 법도하다 *nó có mọi lý do để nổi giận.*

법학 luật học; [법리학] pháp lý học. *--박사 tiến sĩ luật. --부 khoa luật. --생 sinh viên luật. --자 luật gia. --통론 bản đề cương luật.

법화 [경제 kinh tế] tiền tệ chính thức.

법회 tín đồ Phật Giáo.

벗 bạn, bạn bè, bạn nghề, bạn đời. @책을 벗삼다 có bạn đồng tâm đồng chí hướng.

벗겨지다 thoát khỏi, tuột khỏi, rơi khỏi, tróc (vỏ) ra, tách ra, làm mờ nhạt dần, làm phai (bạc) màu (색칠이) => 벗기어지다.

벗기다 (1) [옷을] cởi áo, lột trần (cởi quần áo của người nào) @빨가벗기다 lột (tước, lấy đi) sạch (của người nào) đến tận xương da // 외투를 벗겨 주다 giúp (ai) cởi áo khoác. (2) [껍질을] bóc vỏ, lột vỏ, gọt, đẽo, xén. @나무 껍질을 벗기다 lột bỏ vỏ cây. (3) [제거하다] cởi, bỏ ra, tháo ra.

벗기어지다 (1) [옷이 y phục] tuột ra, cởi ra, lột ra. (2) [껍질· 가죽이] tháo ra, trơ ra, trôi qua, tách ra, trọc trụi. (머리가 đầu). (3) [덮은것이] bị tước bỏ, bị bột bỏ.

벗나가다 lạc đường, lạc lối, lệch hướng.

벗다[1] cởi bỏ (quần áo), cởi tuột ra. @옷을 벗다 cởi quần áo ra // 장갑을 벗다 tuột găng tay ra. (2) [누명· 짐을] tự lột sạch @짐을 벗다 cởi bỏ gánh nặng // 책임을 벗다 giũ bỏ trách nhiệm // 누명을 벗다 *tự làm sáng tỏ mối oan tình* (3) [티를] @시골 티를 벗다 làm cho bóng bảy đẹp đẽ (*tô hồng chuốc lục).*

벗어나다 (1) khỏi phải, thoát được, thoát khỏi. @위기를 벗어나다 thoát khỏi nguy hiểm. (2) [눈에 trong cách nhìn] mất cảm tình. @그는 사장 눈에 벗어났다 *nó làm mất cảm tình với ông chủ.* (3) [어그러지다] ngang ngược, ngược ngạo, ngược lại, chống lại. @도리에 벗어 나다 trái lý, ngược với lẻ phải.

벗어던지다 => 벗어버리다.

벗어버리다 đá bật đi, ném tung ra; [누명· 책임을] tước bỏ, gạt bỏ, giũ sạch, tống khứ. @책임을 벗어 버리다 *gạt bỏ trách nhiệm.*

벗어지다 (1) [옷 따위가] tháo ra, tuột

xuống. (2) [머리가 đầu] trở nên hói; [산이 đồi, núi] trở nên trọc trụi. (3) [거죽이] bị sướt, bị trầy, bị tróc ra.

벗하다 làm bạn với, kết bạn với. @책과 벗하다 kết giao bạn bè // 자연을 벗하다 kết bạn với thiên nhiên.

벙거지 viên bi của bạc đạn (bánh răng)

벙글거리다 nụ cười, vẻ tươi cười rạng rỡ. @사람을 보고 벙글거리다 tươi cười (với ai)

벙글벙글 với nụ cười nở rộng, một cách hớn hở.

벙긋하다 mở hé, đóng hờ, khép hờ. @문이 벙긋하게 열려 있다 cánh cửa mở hé bên trái.

벙벙하다 chết lặng người, không nói nên lời.

벙실거리다, 빵실거리다 mỉm cười dịu dàng.

벙어리 [사람] người câm; người lầm lì, ít nói (총칭 từ chung); [저금통] ống, hộp (để dành tiền), ống heo.

벙커 (*a bunker)* một hố cát.

벚꽃 hoa cây anh đào (cherry).

벚나무 cây anh đào.

베 vải gai dầu.

베개 cái gối; [공기 베개] cái nệm hơi. @베개를 베다 tựa đầu lên gối.

베갯머리 (ở) bên cạnh giường ai.

베고니아 [식물] (*begonia*) cây thu hải đường.

베끼다 sao chép, chụp lại. @서류를 베끼다 sao chép một tài liệu.

베네주엘라 nước cộng hòa *Venezuela*.

베니스 (Venice) thành phố Vênis (của Ý).

베니어 *(veneer*) lớp gỗ mặt, vỏ ngoài, mã bề ngoài. @베니어 판 gỗ dán mặt ngoài.

베다[1] [베개를] tựa đầu trên (gối). @팔베개를 베다 gối đầu trên cánh tay.

베다[2] [자르다] cắt, chặt, chém, đốn, bổ, chẻ, băm, bầm (잘게); cưa, xẻ (톱으로); cắt, xén, hớt (가위로); cắt, lạng, khoét, xẻo (식탁에서 고기를); chém, rạch, xẻ, chém, khía (얇게); đẽo, chặt, chém (난도질); cắt, lạng, bào, cạo ra từng miếng mỏng (얇게); đốn, chặt, đẽo, bổ, đẫn (cây) (나무를); gãy lìa, cắt đứt (베어 나누다); gặt (lúa), thu hoạch (곡물을); cắt, gặt bằng liềm hái (풀을). @손가락을 베다 chặt ngón tay // 목을 베다 chặt đứt đầu, chém đầu // 나무를 베다 đốn cây, hạ cây.

베돌다 để riêng ra.

베드 (*a bed*) cái giường.

베란다 (*veranda*) hiên hè, hành lang nhà.

베를린 (*Berlin*) thủ đô Bá linh (동독 Đông Đức).

베릴륨 [화학] (*berylium)* chất berili.

베링해 biển *Bering*.

베물다 cắn, cắn đứt ra (bằng răng)

베스트 (*best)* tốt nhất, hay nhất, đẹp nhất.

베어내다 cắt bỏ, chặt bỏ. @나무를 베어내다 chặt, đốn cây.

베어먹다 cắt ra ăn. @과자를 베어먹다 cắt cái bánh ra ăn.

베어버리다 cắt, chặt, đốn, hạ (cây).

베옷 quần áo bằng sợi gai dầu.

베이다 bắt đầu cắt.

베이비 (*baby*) em bé, trẻ sơ sinh.

베이스[1] (*bass)* [음악 âm nhạc] giọng trầm.

베이스[2] (*bass)* 베이스를 밟다 dựa vào nền tảng, trên cơ sở. [기준] nền tảng, cơ sở. *임금 lương căn bản.

베이스볼 *(baseball)* bóng chuyền.

베이스캠프 (*base camp*)[동산] căn cứ đóng quân.

베이지 (*beige)*màu be @베이지 색의 có màu be.

베이컨 (*bacon*) thịt lưng lợn muối xông khói.

베이클라이트 ((*bakelite)* [화학 hóa học] bakêlit, chất nhựa tổng hợp.

베이킹파우더 (*baking power*) bột nổi.

베일 mạng che mặt, màn che, trướng.

베짱이 [곤충] con châu chấu.

베타 (*beta*) chữ thứ hai trong bảng chữ cái Hy lạp. *--선 (vật lý) tia bêta.

베터런 cựu chiến binh, người lính già, người từng trãi, người từng tham gia nhiều chiến dịch.

베트남 Việt Nam.

베틀 khung cửi. @베틀로 피륙을 짜다 dệt vải trên khung cửi.

베풀다 [잔치 따위를] tổ chức (tiệc), chiêu đãi; [은혜 따위를] ban cho, tặng cho, biếu cho, cấp cho, dâng, nộp, trao cho. @자선을 베풀다 bố thí // 은혜를 베풀다 ban đặc ân.

벡터 [물리· 수학 vật lý, toán học] (*vector*) vectơ.

벤젠 [화학 hóa học] (*benzene*) benzen.

벤진 [화학] (*benzine*) et-xăng.

벤치 (*bench*) cái ghế dài.

벨 (*a bell)* cái chuông, cái chuông cửa. @벨을 누르다 nhấn nút chuông.

벨벳 [옷감] nhung.

벨트 (*a belt)* dây thắt lưng, dây đai dây curoa.

벼 cây lúa, đồng (ruộng) lúa @벼를 심다 trồng lúa // 벼를 베다 gặt lúa.

벼농사 công việc đồng án. --하다 làm ruộng.

벼락 sấm, sấm sét, tiếng sét. @벼락 같은 như sấm, vang như sấm // 벼락 맞다 bị sét đánh.

벼락감투 sự thăng tiến nhanh. @벼락감투를 쓰다 *trở thành quan chức trong một sớm một chiều.*

벼락공부 --하다 học nhồi nhét, thúc ép, gò bó.

벼락부자 kẻ mới phất, nhà giàu mới . @벼락부자가 되다 làm giàu trong một sớm một chiều; phát tài nhanh.

벼락치다 sét đánh. @그 집에 벼락이 쳤다 *căn nhà đó bị sét đánh.*

벼랑 vách đứng, vách đá nhô ra biển.

벼루 cục đá để mài mực. @벼루에 먹을 갈다 mài thỏi mực vào viên đá.

벼룩 con bọ chét. @벼룩에 물리다 bị bọ chét cắn.

벼르다 có ý định, trù tính, dự tính, dự kiến. @벼르던 기회 cơ hội chờ đợi đã lâu // 기회를 벼르다 chờ thời; đợi cơ hội.

벼리 sợi dây viền quanh lưới cá.

벼리다 rèn lưỡi (đao , kiếm).

벼슬 một chức vụ trong chính quyền. --하다 nhận chức, nhậm chức. @벼슬이 높다 (낮다) *giữ chức vụ cao* (thấp) *trong chánh phủ.*

벼슬살이 nghề công chức. --하다 đang phục vụ trong chánh quyền.

벼훑이 máy đập lúa, người đập lúa.

벽 => 버릇.

벽 tường, vách, vách ngăn, liếp ngăn. @벽을 칠하다 trát vữa bức tường.

벽개 [광물 khoáng sản] tính dễ tách. –하다 chẻ, bổ, tách ra.

벽걸이 tấm thảm thêu treo tường.

벽공 bầu trời trong xanh.

ㅂ

벽날로 đáy lò, nền, lòng lò sưởi.

벽돌 gạch. @벽돌을 쌓다 xếp gạch.

벽두 [글의 sự viết văn] phần mở đầu; [일의 công việc] sự bắt đầu. @벽두에 trước hết, lúc bắt đầu.

벽력 tia chớp, tiếng sét. @청천의 벽력 việc xảy ra bất thình lình, tiếng sét ngang tai.

벽로 lò sưởi. *--선반 bệ lò sưởi.

벽보 áp phích, tờ quảng cáo, báo tường.

벽시계 đồng hồ treo tường.

벽신문 bích báo, báo dán tường.

벽안 mắt xanh. @벽안의 소녀 cô gái mắt xanh,

벽오동 [식물] loại nấm lộng.

벽옥 ngọc thạch anh, ngọc bích xanh.

벽자 tính cách kỳ quặc hiếm thấy.

벽장 phòng nhỏ, buồng riêng có vách ngăn.

벽장코 cái mũi tẹt (hếch, hỉnh).

벽지 một nơi xa xôi hẻo lánh, một nơi biệt lập.

벽지 giấy dán tường.

벽지다 ẩn dật, cách ly, cô lập.

벽창호 người bướng bỉnh; người cứng đầu cứng cổ.

벽촌 một ngôi làng hẻo lánh, một thôn xóm biệt lập.

벽토 vữa trát tường, vách đất (bùn).

벽해 biển xanh.

벽화 tranh tường. *--가 người vẽ tranh tường.

변[1] (1) [각의 thuộc góc] cạnh , sườn; [수학 toán học] đường chuẩn thẳng. (2) [한자의 chữ Hán] cơ bản viết từ phía bên trái viết qua (Hán tự).

변[2] [변리] lãi suất. @비싼 변으로 theo lãi suất cao.

변 [변고] tai nạn, tai họa, sự rủi ro, sự bất hạnh; [변란] một cuộc nổi dậy, sự đứng dậy. @변을 당하다 gặp tai nạn.

변 sự đi ngoài, phân. @변을 보다 đi cầu, đi tiêu.

변개 sự thay đổi, sự luân phiên, sự biến đổi. --하다 thay đổi, sửa đổi, biến đổi, luân phiên.

변경 biên giới. *--개척자 người dân ở vùng biên giới. --개척정신 tâm hồn khoáng đạt.

변경 sự đổi thay, sự dời đổi, sự luân chuyển, sự biến đổi (명의의). --하다 đổi thay, dời đổi, sửa đổi. @변경할 수 없는 không thay đổi // 날짜를 변경하다 sửa đổi ngày tháng.

변계 vùng biên giới, ranh giới.

변고 việc rủi ro, việc không may, tai nạn, sự bất hạnh. @변고를 당하다 bị rủi ro, gặp tai nạn.

변괴 tai ương khác thường.

변기 cái chậu đái đêm, cái bô.

변덕 tính thất thường, tính đồng bóng, tính hay thay đổi. @변덕스럽다 thất thường, đồng bóng. *--장이 người hay thay đổi

변돈 tiền cho vay lấy lời.

변동 sự biến đổi, sự dao động, sự lên xuống bất thường. --하다 thay đổi, biến đổi [시세가] dao động, lên xuống, thay đổi bất thường. @물가의 변동 giá cả lên xuống thất thường // 변동이 없는 không thay đổi, không biến đổi, không dịch chuyển.

변두리 (1) vùng ngoại ô, vùng biên giới. @서울의 변두리 vùng ngoại ô *Seoul.* (2) [가장자리] bờ, mép, vành, ở phía ngoài.

변란 cuộc biến động, sự nhiễu loạn, sự mất trật tự, sự hỗn loạn, sự xáo trộn.

변론 cuộc thảo luận; cuộc tranh luận; sự tranh cãi; sự biện hộ, bào chữa (법정의). --하다 thảo luận, tranh luận, bàn cãi, biện hộ. @피고인을 위하여 변론하다 *dùng lý lẽ để biện hộ thay cho bị cáo.* *--가 người tranh luận, người bút chiến. --자 luật sư, người biện hộ.

변류기 [전기 điện khí] máy đổi điện.

변리 tầm quan trọng, quyền lợi, lợi ích, lợi tức, tiền lãi => 변.

변리 sự quản lý, ban quản lý. --하다 chỉ huy, chỉ đạo, điều khiển, quản lý, trông nom. *--공사 công sứ, thống sứ. --사 người đại diện chính thức.

변명 sự thanh minh, sự giải thích, sự giảng giải; [변호] lời biện hộ, sự bào chữa. --하다 tự biện hộ, giải thích, minh oan, làm sáng tỏ.

변모 sự biến hình, sự biến dạng. 하다 trải qua một cuộc biến đổi hoàn toàn, thay hình đổi dạng.

변모없다 [무뚝뚝하다] lỗ mãng, thẳng thừng, không giữ ý tứ, khiếm nhã, suồng sả, man rợ, không văn minh; [변통성없다] không thay đổi được, không biết thích nghi, không biết tùy thời, không lay chuyển, bất di bất dịch.

변박 sự bác bỏ, sự bẻ lại, phản luận. --하다 bác bỏ, phản bác lại.

변방 vùng xa xôi hẻo lánh, vùng biên giới.

변변하다 [생김새 nét đặc trưng] đẹp, đẹp trai, dễ nhìn, ưa nhìn; [성격· 사물이] khá tốt, có thể chịu (vượt qua) được. @변변치 못하다 không hấp dẫn, không lôi cuốn, không quyến rũ, không có duyên // 변변치 못한사람 người vô tích sự, người đoảng // 사람이 변변하다 có một tính cách khá tốt // 물건이 변변하다 dụng cụ này khá tốt.

변복 sự trá hình, sự cải trang, quần áo cải trang. --하다 cải trang là... @변복으로 trong lớp giả trang.

변비증 chứng táo bón. @변비증에 걸렸다 bị nghẹt ruột.

변사 người diễn thuyết, người dẫn chương trình, người diễn thuyết; [무성영화의] người thuyết minh phim, người lồng tiếng.

변사 một cái chết bất ngờ. --하다 chết bất đắc kỳ tử, đột tử *--자 người chết bất đắc kỳ tử.

변상 sự trả tiền, sự đền bù tiền, tiền bồi thường.--하다 trả lại, bồi hoàn,hoàn lại. @손해를 변상하다 bồi thường thiệt hại (tổn thất) cho ai. *--금 tiền bồi thường.

변색 sự bạc màu, sự đổi màu. --하다 mất màu, bạc màu, phai màu, biến màu.

변설 cách ăn nói, tài hùng biện. @변설이 유창하다 có tài hùng biện, ăn nói lưu loát, miệng lưỡi trôi chảy. *--가 một diễn giả có tài ăn nói.

변성 sự cải tạo, sự đổi mới, sự tái sinh, sự biến hình. *--작용(지질) sự biến chất, sự biến dạng, sự biến hóa.

변성 --하다 đổi họ.

변성 sự đổi giọng. --하다 đổi giọng. *--기 tuổi dậy thì.

변성명 sự cải danh *--하다 đổi tên.

변소 phòng vệ sinh, nhà vệ sinh; nhà xí (ở doanh trại, bệnh viện) (공장 따위의); nhà vệ sinh nam (남자용); nhà vệ sinh nữ (여자용). @변소에 가다 đi vệ

ㅂ

sinh, rửa tay. *--공중 nhà vệ sinh công cộng. 수세식-- phòng giội rửa, nhà tắm.

변수 [수학 toán học] đa thức.

변스럽다 lạ lùng, kỳ cục, kỳ quặc, quái dị.

변신 sự trá hình, sự cải trang, sự biến dạng. --하다 cải trang là.., làm biến dạng, biến chất.

변심 sự bội tín, sự thay đổi tư tưởng. --하다 thay đổi tư tưởng, thay lòng đổi dạ, không chung thủy, bội tín, bội bạc; [배반] lừa, phản (ai).

변압 [전기 điện] sự biến đổi.*--기 máy biến thế.

변위 [물리 vật lý] độ dịch chuyển. *--전류 dòng (luồng) dịch chuyển.

변음 [음악 âm nhạc] dấu giáng.

변이 sự thay đổi; [생물 sinh vật] biến thể, sự đột biến. *--설 thuyết biến thể. 돌연--설 thuyết đột biến.

변장 sự trá hình, sự cải trang. --하다 trá hình, đội lốp, cải trang là... @변장한 탐정 một thám tử giả trang // 여자로 변장하다 giả làm phụ nữ. *--술 nghệ thuật cải trang.

변전 sự thay đổi, sự biến đổi, sự hoán chuyển, sự thăng trầm, sự tuần hoàn. --하다 thay đổi, biến đổi, thăng trầm.

변전소 ga xép, nhà ga phụ.

변절 sự phản bội, sự bội giáo. --하다 bỏ đạo, tái phạm, lại sa ngã. *--자 kẻ phản bội.

변제 sự hoàn trả. --하다 hoàn trả lại, bồi hoàn.

변조 sự giả mạo, sự sửa lại. --하다 sửa đổi, giả mạo. @수표를 변조하다 giả mạo sec. *--화폐 thư giả, công hàm giả.

변조 [음악 âm nhạc] sự đổi giọng, biến tấu; [불규칙] tính không theo quy luật; [이상]; sự không bình thường, sự khác thường, sự dị thường.*--관 ống phóng điều biến. --기 bộ phận điều biến. 주파(수) -- sự điều biến tần số. 진폭-- sự điều biến biên độ.

변종 sự đa dạng, sự khác nhau, sự biến đổi

변주곡 [음악 âm nhạc] biến tấu.

변죽 vành, bờ, gờ, rìa, lề, cạnh.

변죽울리다 ám chỉ, gợi ý, nói bóng gió, lái qua.

변증 sự chứng minh, sự biểu hiện, sự thể hiện. @변증적으로 một cách hiển nhiên. *--법 [철학 triết học] biện chứng.

변지 vùng xa xôi hẻo lánh, vùng biên giới => 벽지.

변질 sự làm hư hỏng, sự sa đọa, sự thoái hóa, sự chuyển hóa. --하다 thay đổi, hư hỏng, sa đọa, thoái hóa, biến đổi bản chất. *--자 người suy đồi, thoái hóa.

변차 [천문] sự biến dạng, sự biến thể.

변천 phép biến đổi, sự chuyển tiếp; [성쇠] sự thăng trầm. --하다 thay đổi, chịu sự biến đổi. @시대의 변천 sự thay đổi của thời gian.

변칙 tính không theo quy luật, sự không bình thường. @변칙적인 trái quy cách, bất quy tắc, không bình thường, dị thường.

변태 [생물 sinh vật] sự biến thái, sự biến chất; [이상] sự việc (vật) khác thường. @변태적 bất thường, khác thường.

변통 [융통] khả năng thích nghi, tính thích ứng, tính linh động, tính linh hoạt; [처리] mưu mẹo, thủ đoạn, sự khôn khéo, mánh lới. --하다 bày mưu tính kế , xoay sở, thích nghi, linh động. @돈을변통하다 làm ra của cải, khéo xoay sở // 변통이 없다 không biết thích nghi, không biết tùy thời, không biết tùy cơ ứng biến.

변통 sự đi cầu, sự đi tiêu *--약 thuốc nhuận trường.

변하다 thay đổi, trở nên khác đi, biến đổi, đổi khác. @변하기 쉬운 dễ thay đổi, hay thay đổi, không kiên định // 영원히 변하지 않는 không thay đổi, vĩnh viễn, bất diệt, mãi mãi // 변하지 않다 vẫn như cũ, không thay đổi, y như trước // 마음이 변하다 thay đổi ý định // 서울이 많이 변했다 *Seoul đã thay đổi rất nhiều* // 그도 사람이 변했군 *bây giờ nó là một người khác hẳn.*

변함없다 không thấy thay đổi, vẫn như cũ. @변함없는 không thể thay đổi, trung kiên, bền lòng, trung thành // 변함없이 không có sự thay đổi, ổn định, như thường lệ // 언제나 변함없이 애호하여 주시기 바랍니다 *chúng tôi tha thiết mong sự tiếp tục bảo trợ của ông.*

변혁 sự cải cách, sự cải tổ, cuộc cách mạng (혁명). --하다 cách mạng hóa, sửa đổi, cải cách.

변형 sự biến hình, sự biến hóa, sự đa dạng, trạng thái muôn màu muôn vẻ. --하다 trở thành, đổi thành, bị thay đổi, bị biến đổi.

변호 lời biện hộ, sự bào chữa, sự phòng thủ, sự chống đỡ, sự phòng vệ chính đáng (자기 변호). --하다 biện hộ, bào chữa, chống đỡ. @변호하는 사람 luật sư, người bào chữa // 변호하여 theo biện hộ (của). *--료 phí luật sư. --의뢰인 khách hàng. --인 người biện hộ.

변호사 luật sư cố vấn, cố vấn pháp luật @ 변호사가 되다 kết nạp vào luật sư đoàn // 변호사를 의뢰하다 thuê luật sư.*--사무소 văn phòng luật sư. --업 nghề luật sư. --회 luật sư đoàn.

변화 sự thay đổi; [변경] sự sửa đổi, sự biến đổi; [다양] tính đa dạng; [변태] sự biến tính; [문법 ngữ pháp] sự biến cách; sự chia động từ (동사의). --하다 thay đổi, chuyển đổi, dời đổi, biến hóa, đa dạng. @변화하는 luôn luôn thay đổi // 변화 없는 đứng, không thay đổi, ổn định.

변환 --하다 thay đổi, biến đổi, làm trệch hướng.

별 [천문 thiên văn] ngôi sao, tinh tú, tinh cầu. @별이 밝은 밤 đêm đầy sao // 별이 반짝이다 sao lấp lánh.

별갑 cái mai cứng của một số loại rùa. *--세공 sản phẩm làm bằng mai rùa (đồi mồi).

별개 người (vật) khác, cái khác. @별개의 khác nhau, riêng biệt, độc lập.

별거 sự ly thân, sự chia tay, sự phân ly, sự chia cắt. --하다 sống ly thân. *--수당 tiền trợ cấp ly thân.

별것 sự hiếm có, sự ít có, vật quý hiếm. @그것은 별것 아니다 *cái đó chẳng có gì đặc biệt.*

별고 (1) [뜻밖의] sự vướng mắc, sự bế tắc, sự trở ngại. (2) [까닭] một lý do riêng (cụ thể). @별고 없이 an toàn, không xảy ra tai nạn nào // 별고 없다 tốt, giỏi, hay, hợp lý, phải, đúng.

별꼴 một quang cảnh dị thường, một vật kinh tởm. @별꼴이야 kinh dị quá !

별꽃 [식물] cỏ có hoa nhỏ màu trắng.

ㅂ

별관 phần thêm vào; phụ trương, phụ lục, nhà phụ, chái, nhà ngoài.

별궁 lâu đài biệt lập, cung điện của hoàng tộc.

별기 @별기와 밭이 theo một nơi khác đã nói đến.

별나다 kỳ lạ, khác thường, lập dị, lạ lùng, kỳ quặc. @별난 사람 con chim lạ // 별나게 một cách kỳ lạ, quái dị, lạ lùng.

별놈 người lập dị, người kỳ cục.

별다르다 lạ thường, lạ lùng, kỳ dị, đặc biệt. @별다른 일 việc gì đó khác thường.

별당 ngôi nhà biệt lập.

별도 phương pháp riêng, cách riêng; [용도] sự sử dụng riêng. @별도의 của riêng, riêng biệt, đặc biệt // 별도의 지출 phí tổn (chi phí) riêng // 별도 적금 quỹ riêng.

별도리 sự lựa chọn , cách tốt nhất. @별도리 없다 *không còn cách lựa chọn nào khác ngoài…*

별동대 dân quân kháng chiến, nghĩa quân, đơn vị cơ động.

별똥 một ánh sao băng. @별똥이 떨어지다 sao băng, sao xẹt.

별로 đặc biệt là, nhất là, đặc biệt, đặc thù, riêng biệt, cá biệt. @별로 이야기 할 것이 없다 *tôi không có tin gì đặc biệt để nói với bạn.*

별말 một nhận xét lố bịch. --하다 có một nhận xét buồn cười. @별말 다 한다 *bạn nói vô lý.*

별명 bí danh, biệt hiệu. @별명을 붙이다 đặt biệt danh, đặt tên hiệu.

별문제 vấn đề khác, việc khác. @이것과 그것은 별문제이다 *đó là hai vấn đề khác nhau.*

별미 món ăn ngon, miếng ngon, cao lương mỹ vị.

별반 một cách riêng biệt, một cách đặc biệt. @별반 좋지 않다 không tốt gì lắm (không có gì đặc biệt).

별별 loại thường, không có gì đặc sắc. @별별사람 đủ mọi hạng người.

별봉@별봉으로 (보내다) (gởi) trong phong bì riêng.

별빛 ánh sao. @별빛이 밝다 những ngôi sao chiếu sáng ngời.

별사람 một con người kỳ dị. @별사람 다 보겠다 *tôi chưa từng trông thấy một người nào kỳ dị đến thế.*

별석 căn phòng khác, một vị trí riêng biệt.

별세 --하다 chết, qua đời, từ trần.

별세계 một thế giới khác.

별소리 lời phê bình quá đáng => 별말.

별수 (1) [운수] vận may lạ thường. @별수가 나다 vớ bở, thành công lớn, trúng số (2) [수단 방법] thủ thuật, bí quyết, cách thức đặc biệt.

별스럽다 => 별나다.

별식 một món ăn đặc biệt (quý hiếm).

별실 một căn phòng khác, một căn phòng đặc biệt, (riêng biệt).

별안간 bất thình thình, đột nhiên, ngay lập tức, lập tức. @별안간 날씨가 변했다 *thời tiết thay đổi thình lình.*

별일 việc đặc biệt, việc kỳ quái, việc lạ lùng. @별일 없이 an toàn, chắc chắn // 별일 없이 지내다 tốt, giỏi, hay.

별자리 [천문 thiên văn] chòm sao.

별장 trang trại, nhà ở quê; nhà nghỉ mát (여름의); nhà riêng ở thôn quê.

별종 loại đặc biệt, loại khác..

별지 tài liệu đính kèm; tờ phụ trương. @별지와 같이 như đã ghi trong tài liệu đính kèm.

별차 (nhiều) sự khác biệt. @별차없다 như nhau, không có gì khác biệt

별책 một chương riêng (rời); [잡지의 một phụ trang

별처지 một thế giới khác => 별세계.

별표 cái bớt (ở người), vết đốm, vết lang, dấu hoa thị.

별표 bản đính kèm. @별표 양식 một mẫu đính kèm.

별항 một điều khoản riêng, một điều khoản khác.

별행 một hàng (dòng) khác, cột riêng. @별행에 쓰다 viết trong mục riêng (báo).

별호 (호) bút danh, bút hiệu; [별명] biệt danh.

볍씨 hạt giống lúa, mầm lúa.

볏 mào gà, bờm ngựa (mủ miện)

볏가리 một đụn thóc.

볏단 một bó lúa.

볏섬 một bao gạo

볏짚 rơm, rạ.

병 cái chai. @꽃병 cái bình, cái lọ // 아가리가 넓은 병 vại, lọ, bình // 맥주 한 병 một chai bia // 병에 담다 đóng chai, vô chai.

병 (1) [일반적] bệnh, sự ốm đau, cơn bệnh, căn bệnh, chứng bệnh, bệnh tật (만성병); [경증] sự khó ở, sự se mình; [국부적] sự trục trặc, sự rối loạn; [병원 용어] trường hợp, ca (bệnh). @중병 bệnh nặng, bệnh trầm trọng // 가벼운 병 bệnh nhẹ, bệnh sơ sơ // 병 문안 sự thăm viếng người bệnh // 병난 ốm, đau, bệnh tật, se mình, khó ở. // 병으로인해서 do bởi (tại vì) bệnh // 병에 걸리다 ngã bệnh, nhiễm bệnh; [사람이 주어] lành bệnh, hết bệnh // 병을 고치다 chữa bệnh // 병으로, 결근하다 nghỉ làm vì bị bệnh // 병으로 누워 있다 bệnh liệt giường // 병으로 죽다 chết vì bệnh. (2) [약점] tình trạng bất an. (3) [탈] tình trạng khó ở, tình trạng rối loạn, sự suy nhược. @병이 나다 bị rối loạn, bị yếu dần. *눈-- bệnh đau mắt. 발-- chân đau. 심장-- đau tim. 위장-- đau bao tử. 정신-- bệnh tâm thần. 폐-- bệnh phổi.

병 [등급 đẳng cấp] loại 3, lớp ba, cấp ba, mẫu tự thứ ba [사람] người thứ ba.

병가 sự khỏi bệnh, sự lành bệnh.

병결 vắng mặt vì bệnh.

병고 cơn đau, bệnh; sự đau khổ vì bệnh. @병고에 시달리다 chịu đựng cơn bệnh, bị bệnh.

병과 một ngành (binh chủng). @병과 장교 một sĩ quan tác chiến.

병구 cơ thể bệnh hoạn. @병구를 무릅쓰고 dù bệnh; bất chấp cơn bệnh.

병구완 sự chăm nom săn sóc bệnh nhân. --하다 chăm sóc, phục dịch. @병구완하여 회복시키다 săn sóc một bệnh nhân cho tới khi khỏe hẳn.

병권 binh quyền, nhà cầm quyền quân đội, giới hữu trách quân sự.

병기 vũ khí, quân nhu. *--창고 kho vũ khí đạn dược; công binh xưởng.

병나다 (1) [질환] bị bệnh, mất sức khỏe. @과로해서 병나다 làm (nhiều) đến nổi bệnh. (2) [고장] rối loạn, bất an.

병독 mầm bệnh, vi trùng gây bệnh.

병동 phòng, khu (nhà thương). @격리 병동 khu cách ly.

병들다 bị bệnh, ngã bệnh, nhiễm bệnh.

병란 chiến tranh, nhiễu loạn, loạn lạc,

loạn ly.

병략 chiến lược, sách lược, chiến thuật.

병력 sức mạnh quân đội.

병력 bệnh án (y học).

병렬 một hàng, một dòng, tuyến đường, vạch đường. --하다 trong hàng, đứng theo hàng.

병리 bệnh lý. *--학 khoa nghiên cứu bệnh học. --학자 nhà nghiên cứu bệnh học.

병립 --하다 đứng chung nhau, chung sống, cùng tồn tại, tương hợp.

병마 [군대] quân đội; [군자] vấn đề quân sự; [전쟁] chiến tranh.

병마 con ma bệnh.

병마개 cái nút chai, cái nút bần. @병마개를 뽑다 mở nút, tháo nút chai // 병마개를 막다 đậy nút chai.

병명 tên một chứng bệnh. @병명 미상의 병 một chứng bệnh không tên.

병몰 chết do bệnh => 병사.

병무 việc nhà binh, việc quân sự.

병발 việc xảy ra đồng thời, sự rắc rối (bệnh) sự xảy ra không ngờ. --하다 xảy ra đồng thời, xảy ra không ngờ. *--증 biến chứng.

병법 chiến thuật, chiến lược, sách lượt, mẹo. *--가 nhà chiến lược, nhà chiến thuật.

병사 chiến sĩ, lính trơn, binh nhì.

병사 doanh trại, trại lính.

병사 sự chết bệnh. --하다 chết bệnh, chết trên giường bệnh, tử vong.

병살 [야구 bóng chày] chơi nước đôi.

병상 giường bệnh. @병상에눕다 bị liệt giường. *--일지 (병원의) hồ sơ giường bệnh, bệnh án.

병상병 thương bệnh binh.

병색 nước da bệnh hoạn.

병서 sách chiến lược.

병석 giường bệnh => 병상.

병선 tàu chiến.

병세 tình trạng bệnh. @병세가 악화하다 có chiều hướng xấu đi, trở nên xấu // 병세가 나아지다 khá hơn, tốt hơn, bớt, thuyên giảm.

병술 rượu đóng chai.

병신 (1) [불구자] người khuyết tật; người bị biến dạng; người què (다리 병신); người tàn tật. @병신을 만들다 làm biến dạng; làm méo mó, xấu xí (hư hỏng) mặt mày // 병신이 되다 bị biến dạng, bị thương tật (2) [병자] người tàn phế suốt đời. (3) [바보] người khờ dại, đần độn. (4) [물건] vật khiếm khuyết, một bộ lẻ.

병신 구실 sự không xứng đáng, sự vô dụng, (vật) vô giá trị. --하다 đóng vai người có tật.

병실 phòng bệnh, bệnh xá, (공장 따위의); phòng, khu (nhà thương / bệnh viện) (병위의).

병아리 con gà, con gà con, gà giò.

병약 sự yếu đuối, tình trạng yếu ớt. --하다 hay ốm đau, hay bệnh hoạn.

병어 [물고기 cá] con cá chim.

병역 quân dịch, nghĩa vụ quân sự. @병역면제 sự miễn quân dịch // 병역 의무 sự cưỡng bách quân dịch // 병역을 기피하다 trốn quân dịch.

병영 trại lính, doanh trại. @병영 생활 đời lính, cuộc sống quân đội, đời quân ngũ.

병용 --하다 dùng chung, sử dụng kết hợp với.

병원 quân nhân.

병원 bệnh viện, bệnh xá. @병원에 다니다 nhập viện // 병원에 데리고 가다 đưa (ai) đến bệnh viện // 병원에 입원시키다 đưa vào bệnh viện, cho nhập viện // 병원에 입원하고 있다 nằm viện. *--선 tàu bệnh viện. --장 giám đốc bệnh viện.

병원 nguồn bệnh, mầm bệnh; *--균 vi trùng, vi khuẩn. --체 bộ phận nhiễm bệnh. --학 khoa nghiên cứu nguyên nhân bệnh.

병인 nguyên do bệnh.

병자 người bệnh, bệnh nhân (환자); (총칭 nói chung). @그는 병자 같다 nó trông có vẻ bệnh hoạn

병장 hạ sĩ, cai (quân đội 군대).

병적 bệnh hoạn, yếu đuối, không bình thường. @병적으로 một cách bệnh hoạn *--성격 tính chất khác thường. --소 bẩm chất dễ mắc bệnh (tố bẩm).

병적 danh số quân đội. @병적에 들다 nhập ngũ, tòng quân

병정 quân nhân, người lính.

병졸 lính trơn, binh nhì.

병종 một binh chủng quân đội.

병종 cấp ba, lớp ba

병중 @병중임에도 불구하고 dù sức khỏe kém.

병증 bệnh chứng.

병진 --하다 theo kịp, sát vai, cùng tiến bên nhau.

병참 sự liên lạc, ngành hậu cần. * --기지 căn cứ tiếp liệu. --부 ban tiếp liệu. --장교 sĩ quan quân nhu. --학 ngành hậu cần.

병창 --하다 hợp ca.

병충해 sự tàn phá do côn trùng gây ra.

병칭 --하다 xếp loại, xếp (ai) vào hạng.

병탄 sự thu hút; sự say mê miệt mài. --하다 lôi cuốn, thu hút, thêm vào.

병폐 cái xấu, thói xấu, điều ác, hành động bất lương, tội lỗi.

병풍 tấm bình phong gấp lại được. @여섯 쪽 병풍 tấm bình phong gấp làm sáu.

병합 hỗn hợp, sự pha trộn, sự hợp nhất. --하다 trộn lẫn, pha trộn vào.

병행 tình trạng song song, tính tương tương. --하다 đi sóng đôi, đi song song với. @선로와 병행하다 chạy song song với đường ray.

병화 ngọn lửa chiến tranh.

병환 căn bệnh, bệnh tật.

병후 thời kỳ dưỡng bệnh, giai đoạn phục sức. @병후의 đang dưỡng bệnh, đang lại sức // 병후가 양호하다 *tình hình sức khỏe phục hồi tốt.*

볕 ánh sáng, ánh nắng mặt trời. @볕이 잘 안드는 không có nắng, không có ánh sáng mặt trời // 볕이 잘 드는방 *căn phòng tràn ngập ánh nắng.*

볕들다 chiếu sáng, tỏa sáng, soi sáng. @방에 볕들다 *ánh nắng mặt trời chiếu vào căn phòng.*

보 [걸음] bước chân, bước đi.

보 [보증] sự bảo đảm, vật bảo đảm; [보증인] người bảo lãnh, vật bảo đảm. @보를 서다 đứng ra bảo đảm.

보 hồ (bể) chứa nước để tưới.

보 đồ liệm xác chết.

보 sự phụ tá, sự tập sự. *서기-- phó thư ký.

보각 [기하] (toán học) góc phụ.

보감 [귀감] mẫu, bản, cái tương tự, cái sánh được.

보강 sự củng cố, sự tăng cường, sự gia cố --하다 củng cố, tăng cường.

ㅂ

보강 bài học thêm. --하다 học thêm.

보깨다 bị đầy bụng, bị khó tiêu.

보건 sức khỏe, sự giữ gìn sức khỏe; [위생] vệ sinh, sự cải thiện điều kiện vệ sinh. *--법 tiêu chuẩn sức khỏe. --소 trung tâm y tế. 국민--운동 phong trào bảo vệ sức khỏe quốc gia. 세계--기구 tổ chức y tế thế giới [WHO].

보검 thiêng liêng, trân trọng.

보결 phần phụ thêm, phần bổ xung; người thay thế (사람). --하다 điền (lấp) vào chỗ trống. @보결의 phụ, bổ sung, thay thế. *--모집 việc chiêu sinh để đủ số. --선거 cuộc bầu cử phu, cuộc bầu cử riêng. –선수 người chơi thế, người đóng thế.

보고 bản tin, bản báo cáo, bản thống kê, bản thông cáo, bài thuyết trình (학술상의). --하다 báo cáo, tường trình; báo tin cho; đọc thuyết trình. @국제 조사보고 bản thống kê điều tra dân số. *--서 bản báo cáo, bản tường trình; [학회의] tạp chí, báo chí. --자 người báo cáo. 연차(중간) -- bản báo cáo hàng năm.

보고 kho báu, châu báu.

보관 sự giám hộ, sự trông nom, sự coi sóc, sự canh giữ. --하다 canh giữ, giám hộ, coi sóc. *--료 phí trông nom; tiền lưu kho (창고의). --물 hàng lưu kho. --인 người giám hộ.

보관 [왕의 vua] mũ miện, [귀족· 왕족의] mũ miện nhỏ, vòng hoa.

보국 chủ nghĩa yêu nước, lòng yêu nước.

보궐 *--선거 cuộc tuyển cử riêng.

보균 --하다 mang mầm bệnh, bị nhiễm trùng. *--자 người mang mầm bệnh.

보글보글 @보글보글 끓다 sắp sôi, sủi, giận sôi lên (nghĩa bóng).

보금자리 tổ, ổ, chỗ đậu (chim, gà), chuồng gà, chỗ ở. @사람의 보금자리 một tổ ấm.

보급 sự truyền bá, sự phổ biến. --하다 truyền bá, phổ biến, loan truyền. @ --판 loại sách xuất bản đại trà.

보급 sự tiếp tế, sự cung cấp. --하다 tiếp tế, cung cấp, bổ sung. @보급이 끊어지다 hết hàng tiếp tế. *--관 [군사] sĩ quan hậu cần. --기지 căn cứ tiếp tế. --로 lộ trình tiếp tế.

보기 [1] [실례] thí dụ, ví dụ. @보기를 들면 lấy ví dụ, cho thí dụ.

보기 [2] [보는 각도] theo cách nhìn.

보내다 (1) gửi, gửi chuyển tiếp; chuyển giao (전신을); gửi, chuyển (hàng hóa, tiền… nhất là bằng đường bưu điện) (돈을); chuyên chở, vận chuyển, gửi (배, 차로). @편지를 보내다 gửi cho ai một lá thơ // 심부름을 보내다 nhắn gửi việc lặt vặt // 찬사를 보내다 gởi lời khen ngợi (ai) // 돈을 우편환으로보내라 gửi thư chuyển tiền // 데리러 보내다 nhắn ai đến. (2) [전송] tiễn đưa. @역까지 보내다 tiễn ai ra ga. (3) [세월을] trải qua, sống qua. @시간을 보내기위해서 để qua thì giờ.

보너스 (*bonus*) tiền thưởng, lợi tức chia thêm.

보늬 lớp da bên trong.

보다 [1] (1) nhìn, ngắm, xem. @어느 모로 보나 cho tất cả những người nào có mặt // 보는데서 trong tầm nhìn // 얼핏보다 bắt gặp cái nhìn thoáng qua của // 자세히 보다 có thiện cảm, có một cái nhìn tốt về // 쪽--어보다 liếc nhìn, liếc nhanh, nhìn qua // 얼굴을 보다 nhìn thẳng vào mặt ai // 못 본체 하다 giả vờ không thấy // 차마 볼 수 없다 không chịu nhìn // 보기 좋다 nhìn đẹp mắt. (2) [고찰·간주] cân nhắc, suy xét, quan tâm, lưu ý đến. @내가 보기에는 theo ý kiến của tôi // 대체로 보아 tính toàn bộ, tính tổng quát // 어느 모로 보나 mọi khía cạnh // 정직한 사람으로 보다 đánh giá (ai) là người tốt // 저마다 보는 바가 다르다 *mỗi người đều có quan điểm riêng.* (3) [구경] xem, ngắm, nhìn, tham quan, thăm viếng. @텔레비전을 보다 xem truyền hình // 영화를 보러가다 đi xem phim // 공장을 보러 가다 tham quan một xí nghiệp. (4) [읽다] đọc, xem qua. @신문을 보다 đọc báo. (5) [돌보다] trông nom, chăm sóc, rình, canh gác, bảo vệ, trông coi // 집보다 trông coi nhà cửa, giữ nhà. (6) [일을] chăm sóc, quản lý @사무를 보다 chăm lo việc kinh doanh (7) [치르다] trông coi, điều khiển. (8) [당하다] trải qua, kinh qua, nếm mùi, chịu đựng. (9) [기타] @장보러 가다 đi chợ, đi mua sắm.

보다 [2] (1) [시험삼아] thử, thử làm thử xem, thử dùng. @새옷을 입어 보다 mặc thử bộ đồ mới. (2) [경험]. @영국에 가보았느냐 *bạn đã đi Anh Quốc chưa?* // 다시 생각해 보겠습니다 *cũng được, tôi sẽ suy nghĩ kỹ lại (việc này).*

보다 [3] [추측·의향] có vẻ, dường như, hình như. @비가 올려나 보다 *hình như trời mưa* // 그는 아픈가 보다 trông anh ta có vẻ bệnh.

보다 [4] [비교의] hơn, thà… hơn, thích… hơn. @차보다 커피를 즐기다 thích cà phê hơn trà.

보따리 bó, bọc, gói. *--장수 người bán hàng rong.

보다 못해 @보다 못해 그들의 싸움을 말렸다 *không thể nào nán lại dự, tôi chấm dứt ngay sự mâu thuẫn của chúng.*

보답 sự thưởng phạt, sự báo ơn, sự báo oán, sự báo đáp. --하다 thưởng, báo ơn, báo đáp, đền ơn. @보답으로 để đền đáp lại // 수고에 보답하다 thưởng công cho ai.

보도 vỉa hè, đường phố. @횡단보도 lối đi dành cho người đi bộ tại ngả tư đường.

보도 sự chỉ đạo, sự hướng dẫn, sự dìu dắt. --하다 chỉ đạo, hướng dẫn, dìu dắt. @작업보도 hướng nghiệp.

보도 thanh kiếm quý, báo kiếm.

보도 tin tức, bản tin, tài liệu, tin tức tình báo. --하다 báo cáo, thông tin, đưa tin, báo tin, truyền đạt, thông tri, cung cấp tin tức. @신문 보도에 의하면 theo tường thuật của báo chí. *-관제 sự che dấu tin tức. --기관 cơ quan truyền thông; phương tiện truyền thông đại chúng; báo chí.

보도독거리다 xay, tán, nghiền.

보동보동 --하다 béo, phúng phính, mũm mĩm, bụ bẫm, mập mạp.

보드랍다 mềm dẽo, mềm mỏng, dễ uốn nắn.

보드카 (*vodka*) [술 rượu] rượu vôtca.

보들보들하다 rất mềm dịu, rất mềm mỏng.

보듬다 ôm, ôm chặt, ghì chặt, ôm ghì.

보라 => 보랏빛.

보라매 con chim ưng con.

보람 giá trị, tính hữu ích, hiệu lực, hiệu quả, tác dụng, kết quả. @보람 있는 ra nhiều quả, có kết quả, đáng giá // 보람

ㅂ

없는 vô hiệu quả, không có giá trị // 보람 없이 không có kết quả, vô dụng, vô hiệu quả, vô ích // 수고한 보람이 있었다 *tôi không tốn sức vô ích.* (tôi không hơi đâu)

보랏빛 màu tía, màu tím. @보랏빛 수정 thạch anh tím (khoáng chất). *연-- cây tử đinh hương.

보로통하다, 뽀로통하다 (1) bị sưng phù lên, phồng lên, phình ra, căng ra.@보로통한 손 bàn tay sưng phù. (2) [성이 나다] hay hờn dỗi, sưng sỉa (mặt). @보로통한 얼굴 bộ mặt sưng sỉa.

보료 tấm nệm có trang trí đẹp, nhiều màu.

보루 pháo đài, công sự, đồn lũy, thành trì. @보루를 구축하다 củng cố, làm cho vững chắc.

보류 sự đặt trước, sự giữ trước. --하다 đặt trước, đăng ký trước, dành trước, trì hoãn, để chậm lại. @결정은 다음 회의 때까지 보류되었다 *nghị quyết đã bị hoãn lại đến kỳ họp tới.* *--조건 sự bảo lưu, sự dự trữ.

보름 (1) [동안] nửa tháng. @보름안에 trong vòng hai tuần lễ (15 ngày). (2) [날 ngày] ngày rằm âm lịch. @보름달 trăng tròn, trăng rằm.

보리 lúa mạch. *--논 cánh đồng lúa mạch. –농사 sự trồng lúa mạch. –밥 cơm lúa mạch. --쌀 hạt lúa mạch. --죽 món cháo lúa mạch. --차 trà lúa mạch.

보리수 [식물 thực vật] cây đoan, cây đa bồ đề (nơi Phật Thích Ca thành chính quả).

보리타작 sự đập lúa. --하다 đập lúa.

보매 hình như, có vẻ, ra vẻ, tưởng chừng như. @언뜻보매 ở tia nhìn thoáng qua.

보모 cô bảo mẫu, cô nuôi dạy trẻ.

보무 @보무 당당히 전진하다 đi diễu hành trong hàng ngũ chỉnh tề

보무라지 mảnh, mẩu, miếng, đầu thừa đuôi thẹo.

보물 kho báu, kho tàng. @나라의 보물 kho báu quốc gia // 보물 찾기 sự đi tìm kho báu. *--선 tàu chở kho báu. --섬 đảo châu báu.

보배 nhọc ngà, châu báu; nữ trang. @숨은 보배 một kho báu bị chôn vùi.

보배스럽다 quý báu, có giá trị lớn.

보병 lính bộ binh; [군사] bộ binh.

보복 sự trả đũa, sự trả thù, sự trả miếng. --하다 trả đũa, trả miếng, trả thù, rửa hận.

보불 người Phổ gốc Pháp *--전쟁 cuộc chiến tranh Pháp- Phổ.

보살 [불교 Phật giáo] Phật Bồ Tát.

보살피다 trông nom, chăm sóc, chú ý, giữ gìn. @환자를 보살피다 săn sóc bệnh nhân.

보상 sự đền bù, sự đền đáp, sự trả ơn, sự báo ơn. --하다 đền bù, đền đáp, trả ơn, báo ơn, đền ơn.

보상 sự đền đáp, sự bồi thường, sự đền bù thiệt hại. --하다 đền đáp, đền bù, bồi thường thiệt hại @손해를 보상하다 bồi thường thiệt hại. *--금 tiền bồi thường.

보색 màu kết hợp với một màu khác để phối màu

보석 tiền bảo lãnh. --하다 đóng tiền bảo lãnh (cho ai được tại ngoại). @보석 되다 được miễn tiền bảo lãnh. *--금 tiền bảo lãnh.

보석 viên ngọc, đá quý; [총칭] đồ nữ trang, đồ châu báu. @보석을 박다 nạm ngọc vào (chiếc nhẫn). *--목걸이

một xâu chuỗi ngọc. --상 cửa hàng trang sức, cửa hàng kim hoàn.

보선 sự bảo quản đường ray xe lửa. *--공 người sửa chữa và bảo dưỡng đường dây (điện), thợ đường dây. --공사 công việc bảo trì đường xá.

보선 sự tán thành của quần chúng.

보세 dây đai, đai buộc, giao kèo, khế ước. *--가공 sự gia công chế biến dây đai. –공장 xí nghiệp dây đai. --창고 kho hàng (chứa những hàng đang đợi nộp thuế). --학물 hàng lưu kho.

보송보송하다 làm cho khô nẻ, khô hốc, khô xác ra. @보송보송한 살결 làn da mềm mại, mượt mà.

보수 sự giữ gìn, sự bảo tồn, sự duy trì, sự bảo toàn, sự bảo thủ, sự thủ cựu. @보수적 người bảo thủ. *--당 đảng bảo thủ. –세력 sự bảo toàn năng lượng. --주의 chủ nghĩa bảo thủ. --주의자 người bảo thủ. --진영 phe bảo thủ.

보수 vật được sửa chữa, sự tu sửa. --하다 sửa chữa, tu sửa, vá, mạng, chỉnh đốn, cải thiện.

보수 sự thưởng, sự trả công, sự đền đáp, sự đền bù; tiền thưởng, tiền thù lao (의사 · 변호사의); sự đền đáp, tiền công, phần thưởng, vật thưởng (상금). @보수를 받지 않고 thí công; không có tiền công // 보수를 주다 trả tiền thù lao (cho ai).

보수계 cái đo bước.

보스 (*boss*) ông chủ.

보슬보슬 mềm mại, êm ái, dịu dàng.

보슬비 mưa phùn, mưa bụi.

보습 lưỡi cày.

보습 công việc phụ (việc làm thêm) *--과 khóa học phụ đạo. --교육 giáo dục bổ túc.

보시 [불교에서 ở chùa] dana; sự bố thí. --하다 bố thí.

보시기 cái chén nhỏ.

보신 --하다 tự bồi bổ cơ thể bằng thuốc bổ.

보신 --하다 bồi bổ . *--제 thuốc bổ.

보아란듯이 khoác lác, hợm mình, phô trương, khoe khoang.

보아주다 trông nom, chăm sóc, quan tâm. @남의 일을 보아주다 chăm lo việc người khác.

보안 sự gìn giữ an ninh trật tự chung. *--과 bộ phận giữ gìn an ninh trật tự chung. --관 quận trưởng.

보약 thuốc bổ, rượu bổ, chất bổ, thức ăn bổ.

보양 sự nghỉ ngơi, sự giải lao, sự giải trí, sự tiêu khiển, sự hồi phục, giờ giải lao (병후에). --하다 sự tự hồi phục (병후에). @보양을 위하여 (có lợi) cho sức khỏe. *--지 nhà nghỉ, nơi nghỉ ngơi lấy lại sức khỏe.

보얗다, 뽀얗다 trắng đục như sữa, mù sương, mờ sương. @보얀 살결 làn da sáng như sữa.

보어 [문법 văn phạm] bổ ngữ (túc từ) *목적격-- bổ ngữ chỉ mục đích. 주격-- bổ ngữ chủ ngữ.

보여주다 trưng bày, phô trương, cho xem, cho thấy. @신분증을 보여 주십시오 *làm ơn cho xem chứng minh nhân dân.*

보온 --하다 giữ ấm, ủ ấm.

보우 sự bảo vệ, sự che chở, sự giúp đỡ --하다 bảo vệ, che chở, cứu giúp.

보우트 tàu, thuyền, thuyền có mái chèo; vỏ tàu (경초용의); xuồng nhỏ dành riêng cho thuyền trưởng (선장용의);

ㅂ

xuồng ca nô, thuyền một cột buồm. (군함의). *--레이스 (*--race*) cuộc đua thuyền; [각종의] cuộc đua thuyền chèo. --선수 người chèo thuyền.

보을링 (*bowling*). *--장 sân chơi bowling.

보유 quyền sở hữu, vật sở hữu, tài sản. --하다 có, chiếm hữu, nắm giữ, giữ. 금--고 tài sản tiền vàng.

보유스름하다 hơi trắng, trắng đục như sữa, mờ.

보육 sự chăm sóc, sự giáo dục, sự dạy dỗ. --하다 nuôi dưỡng, giáo dục, nuôi nấng, dạy dỗ. *--원 vườn trẻ.

보은 lòng biết ơn, sự nhớ ơn. --하다 đền đáp lòng tốt của ai, trả ơn, báo ơn.

보응 sự trừng phạt, sự báo thù, sự đáp lễ. –하다 đáp lễ, báo thù, trừng phạt.

보이 (*a boy*) con trai. @보이 스카우트 hướng đạo sinh nam // 보이 프렌드 bạn trai.

보이다[1] (1) [눈에] nhìn, chợt thấy, trông thấy; [사물이 주어] thấy được, có thể thấy được, trong tầm nhìn. @눈에보이는 hữu hình, trong tầm mắt, có thể nhìn thấy // 보이지 않다 ngoài tầm nhìn, không thể thấy được, bị mất hút // 보이지않게 되다 ra khỏi tầm nhìn, bị che mất, biến mất; [사람이 주어] mất hút, không còn nhìn thấy nữa // 보이기 시작하다 [사물이 주어] xuất hiện, ló ra; [사람이 주어] hiện ra trước mắt. // 멀리 산이 보인다 *chúng tôi trông thấy ngọn núi ở phía xa.* (2) [... 인것 같다] hình như, có vẻ. @건강해 보이다 có vẻ khỏe // 장삿군같이 보이다 *giống như con buôn.*

보이다[2] [보이게 하다] phô bày, phô trương, cho xem. @앨범을 보이다 cho xem hình trong album // 실력을 보이다 chứng tỏ khả năng của mình, phô trương năng lực.

보이콧 (*a boycott*) sự tẩy chay.

보일러 [기계] nồi hơi, nồi súp de, nồi chưng cất. *--공 người đun.

보자기 vải quấn, vải bọc ngoài.

보잘것 없다 không quan trọng, không có giá trị, không sử dụng được. @보잘것 없는 일 vấn đề không có gì quan trọng, chuyện vặt, chuyện nhỏ.

보장 sự an toàn, sự bảo đảm. --하다 an toàn, bảo đảm. @사회 보장 phúc lợi xã hội // 언론의 자유를 보장하다 bảo đảm quyền tự do ngôn luận.

보전 tình trạng toàn vẹn, tình trạng nguyên vẹn, sự gìn giữ. --하다 bảo quản, duy trì, giữ y.

보전 tự điển đồng nghĩa, tự điển chuyên ngành.

보정 sự sửa lại, sự xem lại; [수학 물리] sự sửa chữa, sự hiệu chỉnh; [기계] sự bù. --하다 sửa chữa, hiệu chỉnh, duyệt lại, ôn lại.

보조 sự giúp đỡ, sự hỗ trợ, sự ủng hộ. --하다 giúp đỡ, hỗ trợ, ủng hộ, trợ cấp @정부의 보조 trợ cấp chính phủ. --자 người ủng hộ.

보조 bước chân, bước đi, nhịp đi. @경쾌한 보조 bước đi nhẹ nhàng // 보조가 맞지 않다 đi sai bước // 보조를 맞추다 đi đúng bước.

보조개 lúm đồng tiền, chỗ trũng @양볼에 보조개가 있다 *cô ấy có lúm đồng tiền trên má.*

보조금 tiền trợ cấp, tiền trợ giúp, tiền bao cấp.

보족 phần bổ sung, phần phụ thêm. --하

다 bổ sung, phụ thêm vào, bù cho đủ. @보족적 bổ sung, phụ thêm.

보존 sự giữ gìn, sự bảo tồn, sự duy trì. --하다 giữ gìn, bảo tồn, duy trì. @잘 보존되어 있다 được bảo quản tốt.

보좌 sự giúp đỡ, sự hỗ trợ (보조); lời khuyên bảo, sự bàn bạc (조언); người phụ tá, người giúp đỡ (보좌역); người khuyên bảo, cố vấn (고문). --하다 giúp đỡ, trợ giúp, hỗ trợ, khuyên bảo.

보좌 [왕의] ngai vàng, ngôi vua; [부처의] chỗ tượng Phật (chánh điện).

보증 sự bảo đảm, sự bảo vệ, sự bảo hiểm. --하다 cam đoan, bảo đảm, bảo hiểm, bảo lãnh. @보증된 được bảo đảm // 그의 정직함은 내가 보증한다 *tôi bảo đảm cho sự trung thực của anh ấy* *--금 tiền ký quỹ, tiền bảo lãnh, tiền gửi (착수금). 신분—sự đảm bảo trong địa vị xã hội .

보지 (giải phẩu) âm hộ, cửa mình.

보지 sự giữ gìn, sự duy trì, sự bảo vệ. --하다 giữ gìn, duy trì, bảo vệ.

보짱 tâm trí, tinh thần, tấm lòng.

보채다 quấy rầy, làm phiền, đòi dai, làm bực dọc . @보채는 아기 chú bé hay quấy // 과자를 달라고 보채다 đòi quà bánh.

보철 --하다 bổ sung, cung cấp thêm, lại làm đầy, được bổ sung.

보청기 ống nghe, máy trợ thính.

보초 lính canh, lính gác @보초를 서다 đứng canh, gác, bảo vệ. *--근무 phiên trực canh gác. --병 bảo vệ, cận vệ, vệ sĩ.

보충 phần bổ sung, phần phụ thêm, sự thay thế, vật thay thế. --하다 lấp đầy,thay thế, đặt lại chỗ cũ, bổ sung, thêm vào. @보충의 bù, bổ sung vào. *--대 quân dự phòng, lực lượng dự trữ. --병 quân dự bị.

보칙 các điều lệ bổ sung.

보컬 (*vocal*) sự phát âm. @보컬 뮤직 thanh nhạc.

보크사이트 [광물] bauxit.

보태다 (1) [보충] giúp đỡ, cứu giúp (비용을), cung cấp, tiếp tế (보급); bổ sung, bổ khuyết, bù đắp. @모자람을 보태다 bổ sung sự thiếu sót, bù lại số tiền thiếu hụt. (2) [가산] thêm vào, cộng lại. @ 2 에 3 을 보태면 5 다 2 cộng 3 bằng 5.

보통 @보통의 [정상] bình thường; [통상] thông thường, lệ thường, thường dùng; [일반적] chung chung, đại thể, thông thường, mức trung bình, bình quân (평균의); [중위의] trung bình, xoàng, tầm thường (범용한) // 보통 사람 người bình thường // 보통(으로) (một cách) thông thường, theo lệ thường, nói chung //보통 아닌 lạ, khác thường, bất bình thường // 보통이상이다 trên mức trung bình. *--교육 giáo dục phổ thông. --명사 [문법] danh từ chung. --법 [법] luật chung.

보퉁이 một bó, một bọc, một gói. @보퉁이를 꾸리다 gói, bọc (hàng).

보편 tính chất thế giới, tính chất toàn thể, sự tồn tại khắp nơi (của Chúa), đạo Thiên Chúa. @보편적인 có mặt ở khắp mọi nơi, ở đâu cũng có, thường gặp; thuộc vũ trụ, thuộc vạn vật. *--개념 khái niệm chung. --성 tính chất phổ biến. --타당성 có giá trị (hiệu lực) khắp nơi.

보폭 một bước dài, một sải chân, một bước đi.

보표 cây gậy chỉ huy (dàn nhạc).

보풀 (vải sợi) dệt tuyết mịn; xơ sợi, bột (giấy). *--명주 tơ, lụa.

보풀리다 kéo sợi cho lên tuyết, dệt tuyết.

보풀보풀 bằng sợi dệt tuyết. --하다 có lông tơ, có sợi tuyết.

보필 sự giúp đỡ, sự hỗ trợ. --하다 giúp, giúp đỡ khuyên bảo, răn bảo.

보하다 [몸을] khỏe lên, mạnh lên, làm cho khỏe ra; [보직] chỉ định, ấn định, bổ nhiệm, chọn.

보학 bảng phả hệ.

보합 [경제] sự vững vàng, sự điềm tĩnh, sự kiên định. --하다 giữ cân bằng, giữ bình tĩnh, đều đều, đơn điệu. @시세는 보합 상태이다 giá cả giá cả ổn định.

보행 cuộc đi bộ, cuộc đi dạo. --하다 đi bộ. *--자 người đi bộ.

보험[보증] sự bảo đảm; [생명· 화재 따위의] sự bảo hiểm. @단체 보험 đội bảo hiểm // 보험에 들다 được bảo hiểm // 보험을 계약하다 ký bảo hiểm. *--금 tiền bảo hiểm. --료 phí bảo hiểm. --률 mức bảo hiểm. --물 tài sản bảo hiểm. --업자 người bảo hiểm. --증서 hợp đồng bảo hiểm. --회사 công ty bảo hiểm.

보혈 bổ huyết. --하다 bồi bổ máu. *--제 thuộc về máu, thuốc bổ máu.

보호 sự che chở, sự bảo trợ, sự bảo hộ. --하다 bảo trợ, bảo vệ, che chở; [옹호] bộ phận an toàn; [돌보다] chăm nom, chăm sóc. @...의보호 아래 두다 che chở (bảo trợ) cho ai // 보호를 받다 được che chở bởi. --국 nước thuộc địa. --무역 nghề bảo vệ. --림 khu rừng được bảo tồn.

보화 kho báu, châu báu.

복 [물고기 cá] con cá nóc. @복의 독 chất độc tetrodotoxin. *--국 món cháo (canh) cá nóc.

복 tiết nóng nhất trong một năm, tiết đại thử => 복날. *말-- cuối tiết đại thử. 중-- giữa tiết đại thử. 초-- bắt đầu tiết đại thử.

복 vận may, phúc lành, điều may mắn, niềm vui. @복된 sung sướng, hạnh phúc, may mắn // 복이 많다 may mắn, có phúc, tốt số // 복을 받다 được may mắn // 새해에 복 많이 받으십시오 *chúc mừng năm mới!* Happy new year!

복각 [물리 vật lý] độ nghiêng (kim la bàn), độ dốc, chiều dốc (của võng mô); đường võng chân trời.

복간 sự tái bản, sự phát hành lại.

복강 khoang bụng. *--임신 bụng bầu.

복걸 --하다 phủ phục cầu xin.

복고 [정치상의] sự hoàn lại, sự trở lại, sự phục hồi; [회복] lấy, tìm, giành lại được, đòi lại, bù lại thu lại được. --하다 lại sức, phục hồi, giành lại.. *--론자 một kẻ phản động. --주의 theo nhóm phản động.

복교 sự phục hồi , sự trở lại --하다 trở lại, hồi phục, phục hồi.

복구 sự trở lại, sự phục hồi, sự hồi sức. --하다 trở lại tình trạng bình thường. *--공사 công việc sửa chữa.

복권 tấm vé số. @복권이 맞았다 vận may rơi vào tôi.

복권 sự phục chức, sự phục hồi quyền hạn.

복귀 sự trở lại, sự thu hồi. --하다 trở lại, trở về, thu hồi. @직장에 복귀하다 trở lại làm việc.

복날 tiết đại thử.

복대기 xỉ, cứt sắt (phần còn lại của

quặng sau khi lấy kim loại đi).

복대기다 (1) [법석] hối hả, rộn ràng, lăng xăng, rối rít, bận rộn, náo nhiệt, huyên náo, ầm ĩ. @복대기는 거리 một con đường ồn ào. (2) [정신을 못차리다] bị làm phiền, bị quấy rầy, bị thúc ép (vì công việc)

복대기치다 => 복대기다.

복더위 một đợt nóng kéo dài suốt tiết đại thử.

복덕방 điểm trung gian mua bán bất động sản.

복도 hành lang, lối đi, phòng ngoài.

복리 tiền lãi kép. @복리로 계산하다 tính toán vào tiền lãi kép.

복리 phồn vinh, thịnh vượng, hạnh phúc, khỏe mạnh. @국민의 복리를 증진하다 làm tăng tiến sự phồn vinh của nhân dân. *--사업 đề án cải thiện mức sống nhân dân.

복마전 nơi huyên náo, nơi vui chơi.

복막 [해부 giải phẩu] màng bụng, phúc mạc. *--염 chứng viêm màng bụng (viêm phúc mạc).

복면 mạng che mặt, mặt nạ. --하다 tự giả trang, mang mặt nạ. @복면 강도 tên cướp giả trang.

복모음 [음성] nguyên âm đôi, nhị trùng âm.

복무 sự phục vụ, sự hầu hạ. --하다 phục vụ, đang làm cho. @복무 규정(군사 quân đội) mệnh lệnh hiện hành // 복무 연한 thời hạn phục vụ, nhiệm kỳ.

복문 [문법 văn phạm] câu ghép.

복받치다 phun ra, vọt ra, tuôn ra => 복받치다.

복배 phía sau và phía trước; sau và trước.

복병 phục binh; quân mai phục; cuộc phục kích. --하다 mai phục, nằm phục kích. @복병을 두다 bố trí một cuộc phục kích.

복본위제 [경제] chế độ hai bản vị (về tiền tệ).

복부 [해부 giải phẩu] bụng, vùng bùng. @복부의 thuộc bụng, ở bụng.

복비례 [수학] tỷ lệ (quy tắc) đa hợp.

복사 sự tái sản xuất; [복사물] sự sao chép, sự mô phỏng, bản sao. --하다 tái sản xuất, sao chép, mô phỏng. @원고를 복사하다 sao chép một bản thảo. *--기 máy in rô-nê-ô. --지 giấy than. --판 máy chữ in được nhiều bản.

복사 sự bức xạ, sự phát xa, sự tỏa xạ (ánh sáng, nhiệt). --하다 bắn tia, bức xạ, phát xạ. *--선 tia bức xạ. --열 nhiệt bức xạ. --체 vật bức xạ, bộ tản nhiệt.

복사뼈 xương mắt cá chân, (거골).

복상 --하다 để tang, có tang.

복색 quần áo, đồ trang điểm (cá nhân)

복서 (*boxer*) võ sĩ quyền Anh.

복선 [겹줄] hàng đôi, vạch đôi; [복선궤도] đường đôi, đường có vạch đôi.

복선 tình tiết phụ, tình tiết thứ yếu (của tiểu thuyết, kịch bản); công việc chuẩn bị.

복성 một họ gồm có hai nét chữ Tàu.

복성스럽다 ưa nhìn, thích mắt, bụ bẫm, tròn trịa.

복소수 con số phức (tạp).

복수 sự báo thù, hành động trả thù, mối hận thù; [보복] sự trả đũa, sự trả miếng. --하다 trả thù, báo thù, trả đũa, trả miếng. @그들에 대해서 복수할 작정이다 *tôi sẽ trả đũa bọn chúng*. *--심 một tâm hồn hận thù. --자 người báo thù, người rửa hận. --전 cuộc chiến báo

ㅂ

thù; [경기의] trận lượt về, trận đấu gỡ.

복수 số nhiều. @복수의 thuộc số nhiều. *--형 [문법 ngữ pháp] dạng số nhiều.

복술 thuật bói toán.

복숭아 [식물 thực vật] cây đào. @복숭아꽃 hoa đào.

복스럽다 ưa nhìn, dễ nhìn, xinh xắn bụ bẩm.

복슬복슬하다 bờm xờm, rậm rạp.

복습 sự xem xét lại, sự ôn lại. --하다 xem lại, duyệt lại, ôn lại, sửa lại.

복시 [의학 y học] chứng nhìn đôi. @복시의 bị chứng nhìn đôi.

복시합 [정구 quần vợt] sự đánh đôi.

복식 áo quần và đồ trang sức (đi theo bộ).

복식 hình thức phức tạp; [부기 kế toán] kế toán kép; [수학 toán học] biểu thức kép. *--부기 kế toán kép.

복식 호흡 sự hô hấp bụng, sự hít thở bằng bụng.

복싱 (*boxing*) quyền thuật, quyền Anh.

복안 một ý tưởng, một kế hoạch nảy ra trong đầu. @복안이 서 있다 có sẵn một kế hoạch.

복약 sự dùng thuốc. --하다 uống thuốc.

복어 [물고기 cá] con cá nóc; người quảng cáo láo (tâng bốc láo)

복역 [병역] quân dịch, nghĩa vụ quân sự. --하다 [병역에] phục vụ trong quân ngũ, đi quân dịch; [징역에] thời gian phục vụ. @복역 중이다 [징역에] đang tại ngũ.

복연 sự hòa giải, sự giải hòa. --하다 hòa giải, được giải hòa.

복엽 lá kép. *--비행기 máy bay hai tầng cánh.

복용 [약의 thuốc] dùng bên trong; sự định liều lượng (thuốc uống); [옷의] sự mặc (quần áo). --하다 uống (thuốc); [옷을] mặc [quần áo]. @1 일 3 회 식후용 uống ba lần một ngày sau bữa ăn.

복원 sự phục hồi, sự trở lại hiện tượng ban đầu --하다 phục hồi, trở lại (tình trạng cũ), trở lại cảnh cũ.

복원 sự giải ngũ, sự phục viên. --하다 giải ngũ, phục viên, giải tán, ngưng hoạt động.

복위 sự khôi phục; sự hoàn trả lại; sự phục hồi (chức vụ); sự sắp đặt lại (cho có thứ tự, quy cũ). --하다 phục hồi, bình phục, trả lại (danh dự)

복음 [복음서] sách Phúc Âm. @복음을 전하다 giảng Phúc Âm. *--교회 nhà thờ tin lành. --서 [성경 Kinh Thánh] sách Phúc Âm.

복입다 mặc đồ tang, để tang, có tang.

복자 các vị thần thánh.

복자거리다 (1) [사람이] hối hả, vội vàng, lăng xăng, xúm xít, tụ họp đông đúc (벌레떼처럼). (2) [끓어 오르다] sôi sùng sục, sôi tràn ra.

복잡 sự phức tạp, sự rắc rối, biến chứng. --하다 làm cho phức tạp, làm cho rắc rối, khó hiểu, rối beng.@복잡한 문제 một vấn đề nan giải // 복잡하게 되다 trở nên rắc rối, trở nên phức tạp.

복장 áo quần, đồ trang sức.

복적 --하다 phục hồi (tìm) lại được căn nguyên (nguồn gốc) gia đình.

복제 y phục quy định.

복제 sự tái sản xuất, sự tái bản, sự sao chép, sự mô phỏng . --하다 tái sản xuất, tái bản, sao chép, mô phỏng.*--품 vật tái sản xuất; bản sao.

복종 sự vâng lời; sự tuân lệnh; sự phục tùng; sự ngoan ngoãn, dễ bảo. --하다

vâng lời, tuân lệnh, dễ bảo. @복종적 dễ quy phục, dễ bảo, ngoan ngoãn.

복죄 --하다 nhận tội, nhận lời biện hộ tội.

복중 thời kỳ nóng nhất trong năm.

복중 (đang) có tang; thời kỳ tang chế.

복지 [성경] miền Đất Hứa.

복지 sự phồn vinh; sự thịnh vượng; niềm hạnh phúc. *--국가 một quốc gia thịnh vượng.

복직 sự khôi phục; sự hồi phục; sự trả lại; sự xây dựng lại. --하다 phục hồi (chức vị, tình trạng cũ).

복창 --하다 lập lại, kể lại, nhẩm lại, nhắc lại.

복채 tiền thưởng cho thầy bói.

복첨 cuộc sổ số @복첨을 뽑다 tổ chức sổ số.

복통 chứng đau dạ dày, cơn đau bụng.

복판 [한 가운데] giữa, trung tâm, tâm. @복판에 ở giữa, ngay giữa

복합 mớ phức tạp, phức hệ, hợp chất. *--동사 (문법 văn phạm) động từ ghép. --어 [언어] từ ghép. --체 [화학 hóa học] hợp chất.

복화술 thuật nói tiếng bụng (phát ra những âm nghe như thể của một người nào ở cách xa)

볶다 (1) [불에] rang, nung; rán, chiên (기름에); nướng, quay. @볶은 콩 đậu rang // 고기를 볶다 thịt quay (nướng). (2) [들볶다] trêu chọc, quấy rầy, khiêu khích, chọc tức, phiền nhiễu, làm khó chịu. @과자를 사달라고 어머니를 볶다 quấy rầy mẹ đòi kẹo.

볶아대다 làm phiền ai cho đến chết.

볶아치다 lao vào; hăm hở, hăng hái.

볶음 gà quay, gà nướng, gà chiên; sự nướng thịt *--밥 gạo rang 밝-- gà quay chặt nhỏ.

볶이다 (1) [불에] được nung, rang, nướng, quay, chiên. (2) [들볶이다] bị quấy rầy, bị làm phiền, bị làm bực mình.

본 (1) [본보기] kiểu mẫu, mẫu hàng, mẫu vải. (옷 따위의 y phục) (2) [본관] gốc gác dòng họ.

본-- (1) @본점 cửa hàng chính. (2) @봄회 buổi họp ra mắt. (3) @본명 tên thực; danh nghĩa thực tế // 본회의 phiên họp thường lệ.

본가 (1) [본집] dòng dõi chính. (2) [친정] nơi ở thời con gái của vợ (gốc gác nhà vợ)

본값 giá vốn, giá gốc. @본값에 팔다 bán đúng giá // 본값을 건지다 sữa lại giá; phục hồi giá.

본거 tổng hành dinh; thành trì.

본건 vấn đề chưa quyết định; vấn đề còn để treo đó.

본격 mẫu thật; mẫu đúng. @본격적인 đúng; thật; thực tế; đúng kích thước thật.

본견 lụa nguyên chất.

본고장 (1) [고향] quê hương; quê quán. (2) [원산지] gia đình, tổ ấm; cội nguồn (중심지); nhà, chỗ ở; môi trường sống, nơi sống (서식지).

본고향 quê quán; quê cha đất tổ (của người nào).

본과 khóa chính quy. *--생 sinh viên chính thức.

본관 tòa nhà chính.

본관 đường ống nước chính.

본관 ngôi nhà từ đường; nhà tự.

본교 ngôi trường[본교에 대한]ngôi trường chính.

본국 quê hương xứ sở.

본국 [자국에 대한] trụ sở chính, văn

ㅂ

phòng chính; [전화국] cơ quan hối đoái; văn phòng trung ương.

본남편 người chồng đầu tiên; [법적] người chồng hợp pháp.

본능 bản năng, thiên hướng, năng khiếu. @본능적 (으로) theo bản năng, do bản năng.

본당 chánh điện (chùa, đền thờ)

본때 [본보기] kiểu, mẫu, mô hình. @본때 있다 đặc sắc, hợp thời trang, kiểu cách // 본때 없다 không đặc sắc, không hợp thời trang.

본대 [군대의 quân đội] quân chủ lực

본댁 nhà ở, chỗ ở.

본디 bắt đầu, khởi đầu, từ lúc bắt đầu.

본뜨다 bắt chước mẫu, làm theo mẫu.

본뜻 (1) mục đích, nguyện vọng chân chính. (2) [근본의 뜻] nghĩa gốc (원의); nghĩa thật sự (진의); nghĩa cơ bản (근븐의).

본래 [원래] đầu tiên, trước tiên, chủ yếu, chính, căn bản, về bản chất (cơ bản) (본질적); tự nhiên, tất nhiên, đương nhiên, vốn đã... @본래의 (thuộc) nguồn gốc, căn nguyên, nguyên thủy, đầu tiên, thiết yếu, tự nhiên, bản chất, thực chất.

본론 chủ đề chính.

본루 [본거] cơ sở, nền móng, căn cứ thành trì, pháo đài, dinh lũy;

본류 dòng suối chính.

본말 nguyên nhân và hậu quả. @본말을 전도하다 làm ngược, làm trái khoáy, lấy kết quả làm nguyên nhân (đặt cỗ xe trước con ngựa)

본맛 hương vị gốc (chính).

본명 tên thật; tên gốc (trong khai sinh)

본무대 giai đoạn chính.

본문 thân bài, nội dung chính.

본밑천 tiền vốn, quỹ.

본바닥 quê hương, tổ quốc, nơi chôn nhau cắt rốn. @본바닥의 địa phương, quê quán, bản xứ // 커피의 본바닥 xuất xứ của cây cà phê.

본바탕 bản chất, thực chất, căn bản.

본받다 bắt chước theo mẫu => 본뜨다.

본보기 mẫu, gương mẫu, gương. @본보기로 삼다 làm gương mẫu (cho ai) // 본보기를 보이다 noi gương.

본봉 lương theo biên chế; lương căn bản.

본부 sở chỉ huy, bộ tham mưu.

본분 địa vị, chức vụ, phần việc, nhiệm vụ. @본분을 다하다 làm nhiệm vụ, làm bổn phận.

본사 [본점] cơ quan đầu não, trụ sở chính.

본산 [불교의 đạo Phật] chánh điện.

본새 [생,김새] nét đặc biệt, điểm đặc trưng; [본바탕] trạng thái nguyên thủy, tính chất cơ bản. @본새가 곱다 xinh, đáng yêu.

본색 tính chất thật, bản chất thật, màu sắc thật.

본서 trụ sở chính; trạm chính.

본선 tuyến đường chính.

본성 bản chất thật

본성 họ gốc (của người nào).

본시 khởi đầu, cơ bản, bản chất, thực chất.

본심 [진의] ý định thật, tình ý, lòng dạ. @본심을 밝히다 thổ lộ, bày tỏ, bộc bạch tâm can.

본안 [원안] hóa đơn gốc. [이 안건].

본업 công việc chính, nghề chính @본업외의 일 nghề phụ.

본연 @본연의 tự nhiên, thiên nhiên, thực sự.

본영 Bộ tư lệnh; Tổng hành dinh.

본원 nguồn gốc, căn nguyên, cội nguồn

(근원).

본위 (1) nền tảng, cơ bản (기분); nguyên tắc, nguyên lý, gốc, căn cơ (주의). @자기 본위의 사람 người ích kỷ. (2) [화폐의] tiêu chuẩn, chuẩn, mẫu. *--기호 (음악 âm nhạc) dấu hoàn; nốt thường. --화폐 tiền mẫu (lưu hành). 금(은) --kim bản vị.

본의 ý định, động cơ, lý do, mục đích chính. @본의 아니다 trái ý, nghịch ý // 그것은 나의 본의가 아니었다 *tôi không có ý làm như vậy*; (chuyện đó ngoài ý muốn của tôi).

본인 [당자] chính hắn; nhân vật chính; thủ phạm chính (대리인에 대한). @본인자신이 đích thân, với tư cách cá nhân // 본인을 만났다 *tôi trông thấy chính hắn.*

본적 chính quán, nơi ở, nơi đăng ký hộ khẩu.

본전 [원금] vốn nguyên thủy, vốn chính; [밑천] tiền vốn, tư bản.

본점 trụ sở chính, văn phòng chính; [야상점] căn tiệm này; của hàng này.

본제 chỗ ở phía sau căn nhà (của người nào); chỗ ở phụ.

본제 đề tài chính, vấn đề chính.

본지 mục đích chính, đối tượng chính.

본직 [본업] nghề chính, công việc chính.

본진 bộ chỉ huy quân sự.

본질 bản chất thực, thực chất. @본질적으로 về bản chất; về cơ bản; cốt lỏi; cốt yếu.

본집 nhà, tổ ấm, gia đình.

본처 người vợ hợp pháp, vợ chính.

본체 (1) [형태] thực chất; [본질] bản chất; thực chất. (2) [철학 triết học] thực thể; [불교 Phật giáo] thực tại. *--론 bản thể học, thuyết thực thể.

본체만체 --하다 thờ ơ, hờ hững, xem nhẹ, coi thường. @그는 길에서 나를 본체만체 했다 *ra đường anh ấy coi thường tôi.*

본초 자오선 kinh tuyến gốc.

본토 lục địa, đất liền, đại lục, địa phương. *--박이 quê quán.

본회의 buổi họp mặt chung (총회).

볼 (1) [뺨] gò má. @볼이 핼쑥하다 có gò má hóp. (2) [넓이] tính chất rộng, bề rộng, bề ngang. @볼이 좁다 (넓다) eo hẹo, chật hẹp (rộng).

볼 quả banh, hòn bi, viên bi.

볼가 강 con sông *Volga.*

볼가심 một miếng thức ăn. --하다 ăn một miếng.

볼꼴사납다 khó coi, xấu xí, không đẹp mắt, không hợp, không đúng đắn.

볼기 cái mông, cái hông. @볼기를 때리다 đánh vào mông (của ai).

볼되다 (1) [벅차다] bị căng thẳng, quá nặng nề. (2) [억세다] quá căng.

볼레로 [여자 웃옷 y phục phụ nữ] áo bôlêrô; [무용] điệu nhảy bôlêrô.

볼록거리다 phập phồng, phồng lên xẹp xuống.

볼록거울 [물리 vật lý] gương lồi.

볼록렌즈 [물리] thấu kính lồi (hội tụ).

볼록면 mặt lồi.

볼륨 (*volume*) âm lượng; khối lượng.

볼링 sự khoan, sự đào. @볼링 기계 máy khoan.

볼만하다 [1] vẫn im lặng nghe; giữ im.

볼만하다 [2] đáng xem, đáng lưu ý.

볼멘소리 những lời hờn dỗi, những lời cáu gắt. @볼멘 소리로 대답하다 trả lời nhát gừng.

ㅂ

볼모 sự bảo đảm, vật bảo đảm, con tin. @ 볼모로 잡다 giữ ai làm con tin // 볼로로 잡히다 bị giữ làm tin.

볼썽 @볼썽 사납다 lóng ngóng, vụng về, khó coi, không thích hợp.

볼셰비즘 (*Bolshevism*) chủ nghĩa bônsevíc.

볼일 công việc, công việc làm, việc vặt (심부름). @볼일이 있어 có công việc, bận việc; đang chạy việc (남의부탁으로) // 볼일이 있다 có việc liền tay // 볼일이 없다 không có gì làm; rảnh rang.

볼장 다보다 thế là xong; thế là đi đời rồi.

볼트 điện, điện áp. @100 볼트의 전력 dòng điện 100 vôn.

볼펜 cây bút bi.

볼품 diện mạo, dáng điệu, bề ngoài, hình thức. @볼품 있다 có phong cách, có dáng // 볼품 없다 có hình thức xấu, khó coi, không hấp dẫn.

볼호령 tiếng gào thét, tiếng gầm lên giận dữ. --하다 gào lên, la hét, giận dữ.

봄 mùa xuân, thời kỳ mùa xuân. @봄의 thuộc mùa xuân // 이른(늦은) 봄에 vào đầu xuân, (vào cuối xuân) *--기운 không khí của mùa xuân. --날 ngày xuân, tiết xuân. --농사 vụ xuân, vụ thu hoạch mùa xuân. --바람 gió xuân. --별 nắng xuân --비 mưa xuân --빛 cảnh xuân.

봄내 suốt một mùa xuân.

봄눈 tuyết mùa xuân.

봄맞이꽃 [식물] cây hoa lài núi.

봄보리 việc xạ lúa mùa xuân.

봄새 bề ngoài, diện mạo, ngoại hình, nhan sắc, phong cách => 볼품.

봄철 mùa xuân.

봄추위 cái se lạnh còn vương lại của mùa xuân.

봄타다 bị bồn chồn, khó ăn, mất cảm giác thèm ăn vào mùa xuân.

봅슬레이 [경기용] xe trượt băng; [경기] sự đi xe trượt tuyết.

봉 một túi giấy, một gói gấy. @약 한 봉 một gói dược thảo.

봉 cin chim Phượng Hoàng (con trống)

봉건 [제도] chế độ phong kiến. @봉건적 phong kiến; [시대에 뒤떨어진] cũ, lạc hậu, bảo thủ. *--사상 quan niệm (tư tưởng) phong kiến. --시대 thời đại phong kiến. --주의 chế độ phong kiến (chủ nghĩa).

봉고도 môn nhảy sào.

봉급 tiền lương, tiền công. @봉급을 인상하다 tăng lương. *--생활자 người làm công ăn lương, giai cấp công nhân.

봉기 cuộc nổi dậy, cuộc khởi nghĩa. --하다 nổi lên chống lại, khởi nghĩa.

봉납 sự biếu, sự tặng, sự cống hiến, sự hiến dâng. --하다 tặng, biếu, cúng, dâng. *--물 đồ biếu, vật cúng. --자 người đề tặng, người cho.

봉당 khoảng đất trống giữa hai căn hộ.

봉돌 [낚싯줄의] đầm lầy.

봉두난발 đầu tóc bờm xờm.

봉박다 hàn lên miếng đấp, hàn một lỗ thủng.

봉변 (1) [욕을 당함] lời sĩ nhục, lời lăng mạ, sự xúc phạm đến. (2) [화를 당함] sự rủi ro, sự bất hạnh. --하다 bị xúc phạm, bị lăng nhục; [화를 당함] bị tai họa bất ngờ.

봉봉 (*a bonnon)* kẹo bòn bon (과자).

봉분 --하다 đấp (mộ); xây (mộ).

봉사 sự chăm sóc, sự phục dịch. --하다

phục vụ, phục dịch, theo hầu. @사회 봉사를 하다 phục vụ xã hội.

봉사 (1) [장님] người mù quáng. (2) [섬김] sự hầu hạ, sự phục dịch. --하다 hầu hạ, phục dịch.

봉쇄 sự phong tỏa, sự bao vây. --하다 bao vây, phong tỏa, đóng kín, bịt kín. @ 봉쇄를 풀다 chấm dứt sự phong tỏa, giải tỏa.

봉서 một lá thư đã niêm phong.

봉선화 cây bóng nước.

봉수 lửa hiệu; tên lửa; pháo hoa; pháo sáng.

봉숭아 (một vườn) cây bóng nước.

봉안 nơi cất giữ thiêng liêng, sự cất giữ (thánh vật) vào thánh đường. --하다 cất giữ vào thánh đường; trân trọng cất giữ.

봉양 sự ủng hộ; nơi nương tựa --하다 nuôi nấng, cấp dưỡng (cha mẹ).

봉오리 chồi, nụ, lộc. @봉오리를 맺다 đâm chồi, nảy lộc, ra nụ.

봉욕 --하다 bị lăng mạ, bị sĩ nhục.

봉인 con dấu, cái ấn, cái triện. --하다 đóng dấu (lên lá thơ).

봉접 ong bướm.

봉정 sự trưng bày, sự giới thiệu, sự giới thiệu.

봉제 sự may vá, sự khâu vá. *--사 cô thợ may (여자); anh thợ may (남자). --공장 xí nghiệp may. --품 sản phẩm may mặc; [총칭] may vá.

봉지 túi giấy; gói giấy. @약 한봉지 một gói thảo dược, một gói thuốc bắc.

봉직 sự phục vụ trong chính quyền --하다 phục vụ trong chính quyền.

봉착 --하다 đương đầu, đối mặt với.

봉토 thái ấp, đất phong (lãnh thổ phong kiến)

봉투 phong bì. @봉투를 봉하다 đóng dấu niêm phong một phong bì.

봉피 vỏ bọc, giấy gói ngoài.

봉하다 (1) niêm, đóng kín, bịt kín. @편지를 봉하다 dán kín lá thơ. (2) [제후를] trao quyền cho. (3)]작위 따위를] phong; ban; cho.

봉함 dấu niêm phong, sự niêm phong. --하다 niêm, đóng dấu. *--엽서 bưu thiếp.

봉합 sự khâu, đường khâu. --하다 khâu lại, may dính lại

봉헌 sự hiến dâng, sự cống hiến, lời đề tặng, sự trình diễn, sự trưng bày.

봉화 lửa hiệu, đèn hiệu, pháo hoa, pháo sáng @봉화를 올리다 đốt lửa hiệu, đốt pháo sáng.

봉황 chim Phượng hoàng.

봉하니 theo biểu hiện bên ngoài, nhìn bên ngoài.

뵙다 [웃어른을] gặp, thăm, hội kiến, tiếp kiến với. @가 뵙겠읍니다 tôi sẽ ghé qua thăm bạn.

부 người cha.

부 sự từ chối, sự trả lời không.

부 (1) [부문] cục, sở, ty, ban, khoa; gian hàng, khu trưng bày. (2) [부수] bản, cuộn, quyển, tập, cuốn (sách). @부원 một viên chức, một thành viên, một cán bộ, nhân viên.

부 sự giàu sang, tài sản, của cải, cơ đồ. @ 부의 분배 sự phân phát của cải.

부 thơ ca tụng, tụng ca.

부—phó--, người phụ tá, người được ủy quyền, người thay quyền, đại biểu, đại diện. *--독본 một phó giáo sư (phụ giảng). --사령관 phó tổng tư lệnh. --의장 phó chủ tịch.

--부 (1) [날짜] theo ngày tháng; đề ngày tháng. (2) [부속] gắn bó với, tùy thuộc, liên quan tới.

부기 sự thêm, phần thêm, phần bổ sung, phần phụ thêm. --하다 thêm vào, bổ sung vào (보충); sát nhập, phụ thêm (첨부). @부가적 cộng thêm, phụ vào, tăng thêm. *--가치세 thuế giá trị gia tăng. --물 vật thêm vào, phần thêm vào, phụ chương, phụ lục. --세 thuế lũy tiến.

부각 sự chạm, sự đắp nổi, đồ đắp nổi (trong phương pháp điêu khắc, đúc). --하다 đắp nổi, làm nổi, chạm nổi; [새기다] khắc, tạc, chạm, đục. @부각되다 làm nổi bật hình khắc chạm lên // 부각키다 đem vật gì đi chạm khắc.

부감 *--도 toàn cảnh từ trên nhìn xuống; bản tóm tắt

부강 tiền tài và thế lực. --하다 giàu sang danh vọng; có tiền có thế.

부걱거리다 sủi bọt lên, nổi bọt lên, sôi lên.

부결 sự loại ra, sự bác bỏ, sự hất hủi. --하다 loại bỏ, vứt bỏ, thải ra. @부결되다 bị vứt bỏ.

부계 dòng họ bên nội.

부고 tờ cáo phó; giấy báo tử.

부과 sự đánh thuế, sự thu thuế. --하다 đánh thuế, thu thuế. *--금 tiền thuế.

부관 sĩ quan phụ tá, sĩ quan cận vệ.

부교 cái cầu phao; thuyền phao.

부교재 sách giáo khoa bổ trợ.

부국 một đất nước giàu có. *--강병 một quốc gia thịnh vượng và một đội quân hùng mạnh.

부군 phu quân; chồng; đức lang quân.

부권 phụ quyền (quyền thuộc về cha).

부귀 giàu sang danh vọng *--공명 giàu sang, địa vị và danh tiếng.

부끄럼 [수줍음] tính nhút nhát, tính e thẹn, tính bẽn lẽn; [수치] sự ngượng ngùng, sự xấu hổ. @부끄럼타다 nhút nhát, e thẹn, ngượng ngùng // 부끄럼 모르다 không biết hổ thẹn, vô liêm sỉ, trơ tráo // 부끄럼을 알다 cảm thấy hổ thẹn.

부끄럽다 (1) [수치] đáng hổ thẹn, ô danh, ngượng, xấu hổ. @신사로서 부끄러운 일 *một hành động không xứng đáng với người thượng lưu* // 부끄러워하다 [수줍음] rụt rè, bẽn lẽn, e lệ; [창피] xấu hổ, hổ thẹn, ngượng // 부끄럽습니다 tôi thấy tự thẹn (tự mắc cỡ) // 남자라면 그것을 부끄럽게 여겨야 한다 *một nam tử phải biết xấu hổ về chuyên đó* (2) [수줍다] bẽn lẽn, rụt rè, e lệ. @그녀는 사람을 부끄러워한다 *cô ấy e lệ trong xã giao* // 나는 여자가 부끄럽다 *tôi e thẹn khi đến gần phụ nữ.*

부그르르 trạng thái sôi, sự sủi bọt, sự sắp sôi.

부근 tình trạng ở gần, vùng phụ cận. @부근의 bên cạnh // 이 부근에 chừng khoảng này.

부글거리다 sôi lên, sủi bọt, sôi sục, kích động.

부금 phần trả mỗi lần (của một số tiền); phần cung cấp mỗi lần, phần đăng (báo...) mỗi lần; [보험의] phần thưởng , tiền trả thêm.

부기 kế toán. @부기를 달다 giữ sổ sách kế toán.

부기 phần thêm, phần phụ lục. --하다 thêm, viết (ghi) thêm vào

부나비 [곤충] con sâu bướm vằn vện.

부낭 (1) => 부레. (2) [구명용] phao cứu

đấm, áo phao (3) [수영용] ruột xe, lốp xe.

부녀자 (1) [부인] phụ nữ đã có chồng; phu nhân, quý bà. (2) [부인과 여자] đàn bà con gái, nữ giới, giới phụ nữ.

부농 một chủ trại giàu có; phú nông.

부닥치다 đương đầu, đối mặt, chạm trán@곤란에 부닥치다 *đương đầu với nghịch cảnh.*

부단 sự liên tục, sự liên tiếp, sự liên miên, sự không ngớt. --하다 tiếp tục, liên tục, không ngớt, không dứt, liên tiếp. @부단한 노력 sự nổ lực không ngừng.

부담 gánh nặng, trách nhiệm, nhiệm vụ, bổn phận, sự thanh toán, sự đài thọ (경비의); [농작] một gói đồ cồng kềnh. --하다 chịu, chịu đựng, đảm đương, gánh vác, thanh toán, đài thọ. @비용을 부담하다 chịu phí tổn.

부당 sự bất công, hành động bất công, sự vô lý. --하다 không công bằng, bất công, phi lý, không đúng; [과하다] quá mức, thái quá, quá đáng. @부당한 요구 *một đòi hỏi quá đáng* // 부당한 값 *giá cả không hợp lý.*

부대 túi, bao tải, bao bố, kiện hàng. @밀가루 한 부대 một bao bột.

부대 đơn vị, quân đoàn, chi đội, biệt đội (파견대). *--장 sĩ quan chỉ huy. 기동--lực lượng đặc nhiệm.

부대 đồ phụ tùng, vật phụ thuộc. --하다 phụ thêm, kèm theo, bổ sung, đệm. *--결의 lá phiếu bổ sung. --사건 sự phát hành thêm.

부대끼다 bị làm phiền, bị quấy rầy, bị khó chịu; bị ưu phiền đau đớn vì... @더위에 몹시 부대끼다 thiệt hại nặng nề vì sức nóng (sự nóng nảy).

부덕 sự thiếu đức hạnh. --하다 không xứng đáng, không có đức, thất đức.

부덕 đức hạnh.

부도; [경제] sự mất danh dự. @부도나다 bị mất danh dự. *--수표 một hóa đơn không thanh toán đúng hạn.

부도덕 sự trái đạo đức, sự đồi bại. --하다 trái đạo đức, đồi bại.

부도체 [물리] chất không dẫn điện.

부독본 một phó giáo sư (phụ giảng).

부동 --하다 khác nhau, thất thường, không đồng đều, không đồng dạng.

부동 --하다 cấu kết, thông đồng, hiệp lực, chung sức, kết hợp, hùn hạp vào.

부동 --하다 lềnh bềnh, trôi nổi, lơ lững, thoáng qua, phảng phất, bập bềnh, dao động. @부동하는 trôi nổi, bồng bềnh. *--주 hàng (vốn) trôi nổi. --표 lá phiếu trôi nổi.

부동산 bất động sản. @부동산을 매매하다 phân phát bất động sản; giao dịch mua bán bất động sản. *--등기 sự đăng ký bất động sản. --매매업자 người kinh doanh bất động sản.

부동액 hóa chất chống đông

부두 bến cảng, bến tàu, cầu tàu, nhà hàng nổi.

부두둑거리다 xay, tán, nghiền, mài,.

부둑부둑 -하다 hơi khô.

부둥키다 nắm chặt, siết chặt, ôm chặt, túm chặt. @부둥켜 안다 ôm chặt, ghì chặt lấy.

부드득, 뿌드득 âm thanh nghiến rít lên. --하다 nghiến cót két. @이를 부드득 갈다 nghiến răng kèn kẹt.

부드럽다 mềm, dịu, mượt. @부드러운 손 một bàn tay mềm mại // 부드러운 살결 làn da mịn màng // 감촉이 부드

ㅂ

럽다 cảm giác mềm mại; sờ thấy mềm // 마음씨가 부드럽다 dịu dàng tốt bụng.

부득부득 kiên gan, bền bỉ, ngoan cố, cứng cỏi, không chịu nhượng bộ.

부득불 việc không thể tránh được, điều tất yếu, sự bắt buộc; [싫지만] miễn cưỡng, bất đắc dĩ, không sẵn lòng. @부득불... 하다 miễn cưỡng, bắt buộc, không thể tránh được. @부득이...하다 bị bắt buộc (làm).

부들 [식물 thực vật] cây hương bồ, cây cỏ nến, cây bấc, cây cỏ chỉ. *--자리 tấm thảm bằng cây hương bồ.

부들부들 @부들부들 떨다 [무서워서] run lên (vì sợ); sợ run; [격해서] run, rung; [추워서] run, rùng mình (do lạnh, do sợ hãi).

부들부들하다 làm cho mềm, làm cho dễ uốn, làm dịu, làm thuần lại.

부듯하다, 뿌듯하다 chật, chặt, khít, bó sát, tràn đầy, tràn ngập. @가슴이 뿌듯해서 말을 못했다 *lòng tôi tràn ngập bao lời (muốn nói).*

부등 tính không đồng đều, sự không bình đẳng, sự khác biệt *--부호 biểu hiện sự khác biệt. --식 dạng không đồng đều.

부등가리 cái xẻng xúc lửa ứng biến.

부등깃 nùi bông, nạm bông, lông vải,.

부등변 @부등변의 lệch, không cân (tam giác).

부등속 운동 [물리 vật lý] sự chuyển động không đồng dạng.

부디 bằng mọi cách, bằng mọi giá, không thất hứa, không sai hẹn. @부디 와주십시오 đến bằng mọi cách // 부디 만찬에 와 주십시오 *xin hãy để cho chúng tôi được đóng góp với các bạn trong bữa tiệc.*

부딪뜨리다 va phải, đụng phải.

부딪다 đâm sầm vào, đâm vào => 부딪치다.

부딪치다 va nhau, đụng nhau, va chạm. @기둥에 부딪치다 đụng vào, va vào cột trụ // 머리를 전주에 부딪치다 va đầu vào cột // 서로 부딪치다 xô vào người khác.

부딪치이다 bị đụng vào.

부딪히다 bị đâm sầm vào. @나는 어린 아이한테 부딪히었다 tôi bị thằng bé đụng phải.

부뚜막 lò nấu bếp.

부라리다 nhìn trừng trừng, nhìn giận dữ.

부락 dân làng. *--민 người làng.

부란 sự ấp trứng, ổ trứng ấp. *--기 lò ấp trứng.

부랑 sự lêu lổng, lối sống lang thang, .--하다 đi thơ thẩn, đi lang thang, sống cuộc đời lêu lổng. *--아 một thiếu niên lêu lổng (sống lang thang ngoài hè phố); đứa bé lang thang không gia đình. --자 kẻ lang thang lêu lổng, tên du đãng; kẻ phiêu bạt giang hồ.

부랴부랴 một cách vội vàng, hối hả, hấp tấp. @일을 부랴부랴 해 치우다 *làm vội làm vàng cho xong việc.*

부러 cố tình, cố ý, có chủ tâm, có dụng ý. @부러 하시는 말씀이지요 *bạn không có ý đó, phải không?*

부러뜨리다 bẻ gãy, làm đứt, đập vỡ, làm gián đoạn (딱하고).@지팡이를 부러뜨리다 bẻ cái que (ra làm đôi)

부러워하다 thèm muốn, ghen tị, đố kỵ. @남의 것을 부러워하다 thèm muốn cái gì của ai // 그들은 그의 행운을 부러워 한다 *chúng nó ghen tỵ* (ganh ty) *với với hạnh phúc của anh ấy.*

부러지다 bị gãy, vỡ, đứt. @내 팔이 부러졌다 tôi bị gãy tay.

부럽다 gây sự thèm muốn, gây sự ganh tỵ, đáng thèm muốn, đáng ganh tỵ. @부러운듯이 một cách thèm muốn, ganh tỵ, lăm le // 네가 부럽다 *tôi ganh tỵ với bạn.*

부레 bọng chứa khí, bong bóng. *--풀 keo cá, thạch cá.

부려먹다 bắt người nào làm quá sức; bốc lột mồ hôi nước mắt (của ai).

부력 [물리 vật lý] sự nổi, sức nổi. *--계 máy đo sức nổi.

부력 của cải, vốn liếng, tài nguyên, tiềm lực kinh tế.

부령 quy định của bộ.

부록 bản phụ lục; tạp chí (잡지).

부루말 con ngựa bạch (ngựa trắng).

부루퉁하다, 뿌루퉁하다 sưng phồng, phình lên, căng ra; [불만] sưng sỉa, sưng lên (mặt). @부루퉁한 손 bàn tay sưng phồng // 뿌루퉁하니 말이 없었다 *nó cứ lầm lì sưng sỉa.*

부룩소 con bê đực (bò con).

부류 [종류] hạng, thứ, loại; [항목 khoản, món] hạng mục; [범주] hạng, loại. @부류에 들다 nằm trong loại, thuộc loại.

부류 --하다 nổi trôi, trôi giạt. *--물 vật trôi nổi; những đồ vật tạp nhạp vô giá trị; vật nổi lềnh bềnh.

부르다[1] (1) bị đầy (bao tử), no nê, chán chường, ăn đến tràn họng. @배 부르게 먹다 ăn tràn họng, ăn no nê. (2) [임신] có thai, có mang, có chửa. @그 여자는 배가 부르다 cô ấy có mang. (3) [독. 통 따위] sưng phồng, phình ra, lồi ra.

부르다[2] (1) gọi, gọi to, réo; [불러오다] gọi đến, mời đến, triệu đến, triệu tập, kêu gọi. @부르면 들리는 곳에 trong tầm gọi (trong phạm vi gần có thể gọi) // 불러내다 la, kêu, gọi, mời, triệu tập (người nào) // 큰소리로 부르다 la hét, kêu gào, quát tháo (ai) // 이름을 부르다 gọi tên, kêu tên (ai) // 택시를 부르다 gọi taxi // 의사를 부르다 nhắn đến, cho mời bác sĩ // 전화로 간호원을 부르다 gọi điện thoại cho y tá // 잔치에 사람을 부르다 mời (ai) đến dự tiệc. (2) [일컫다] gọi tên, gọi là, đặt tên là (악명). (3) [값을] đặt giá, trả giá, ngã giá, mời chào, ướm, hỏi. @값을 싸게 부르다 trả giá thấp. (4) [노래를] hát, hót. @노래를 부르다 hát một bài ca.

부르르 부르르 떨다 run rẫy (lạnh); run (sợ).

부르릉 tiếng ho. --하다 ho khúc khắc.

부르조아 dân tư sản, giai cấp tư sản, trưởng giả.

부르쥐다 [주먹을] đóng gập đầu lại. @주먹을 부르쥐고 với bàn tay nắm chặt lại.

부르짖다 (1) [외치다] la hét, hò hét, reo hò, kêu gào; [통곡] kêu gào, than van, than khóc, rền rỉ. (2) [사회에 ngoài xã hội] đòi, hò hét, yêu cầu. @이구동성으로 부르짖다 đồng thanh kêu gào.

부르짖음 [외침] sự hò hét, sự reo hò, sự la hét; [비명] tiếng thét, tiếng kêu thất thanh; [노호] tiếng gầm rống.

부르트다 vết bỏng giộp, chỗ phồng da. @손이 부르텄다 *tay tôi bị phồng giộp lên.*

부릅뜨다 nhìn một cách giận dữ. @눈을 부릅뜨고 bằng cặp mắt trừng trừng giận dữ.

ㅂ

부리 (1) [새의 chim] cái mỏ chim, vật hình mỏ (2) [물건의 hàng hóa, vật phẩm] mẩu thừa có đầu nhọn.

부리나케 trong sự vội vàng, gấp rút, cấp bách. @부리나케 일을 하다 vội vàng cho xong việc // 부리나케 도망가다 lủi nhanh, biến nhanh, trôi qua nhanh.

부리다 (1) [사람·말을] sai khiến, sử dụng, dạy bảo. @하인을 부리다 nuôi người làm // 사람을 되게 부리다 bắt ai làm quá sức; tận dụng, khai thác sức lao động của người nào // 사람 잘 부리다 khéo dùng người. (2) [기계·기구를] vận hành, thao tác. @자동차를 부리다 lái một chiếc xe. (3) [재주·꾀를] giở (thủ đoạn), nêu ra. @말썽을 부리다 nêu khó khăn trở ngại // 재주를 부리다 rèn luyện năng khiếu.

부리망 mõm bò.

부리부리하다 lanh lợi phóng khoáng.

부리잡히다 (khối u) gom đầu lại (mưng mủ) .

부마 phò mã (con rể của vua)

부모 phụ mẫu @부모의 사랑 *tình phụ mẫu.*

부목 [의학 y học] thanh nẹp (chỗ bó xương gãy). @부목을 대다 bó (xương gãy) bằng thanh nẹp.

부문 mục, tiết đoạn, khu vực, bộ phận, gian hàng; [분류] hạng, loại, nhóm.

부박 --하다 lông bông, phù phiếm, nhẹ dạ, hay thay đổi, không thành thật.

부본 [복사] bản sao, bản đối chiếu, phụ bản, sự sao chép.

부부 (phu phụ) vợ chồng, một cặp hôn phối. @부부가 되다 kết hôn, trở thành vợ chồng. *신혼-- cặp vợ chồng mới, cặp tân hôn.

부분 một phần chia, khẩu phần, phần, mảnh, khúc, đoạn, mẩu. @부분적으로 một cách cục bộ, một phần, phần nào. *--식 thiên thực; nhật (nguyệt) thực. --품 phần, bộ phận.

부분 색맹 [의학] bộ phận mù màu.

부빙 tảng băng nổi.

부사 đại biểu, đại diện, người được ủy quyền.

부사 [문법 ngữ pháp] phó từ. *--구 nhóm phó từ.

부산물 sản phẩm phụ, sản phẩm còn dư ra.

부산하다 [바쁘다] hối hả, bận rộn; [시끄럽다] huyên náo, om sòm, ồn ào, ầm ĩ. @부산히 một cách ồn ào, huyên náo; một cách om sòm, ầm ĩ.

부삽 cái xẻng sắt dùng chữa lửa.

부상 cái chết của người cha; tang cha.

부상 vết đứt, vết mổ, vết thương, vết chém. (벤 상처). --하다 bị thương, làm bị thương, làm đau. @왼쪽 팔에 부상하다 bị thương ở cánh tay trái. *--자 người bị thương, người bị hại.

부상 giải đặc biệt; giải phụ.

부서 vị trí công tác, chức vụ. @부서를 지키다 giữ chức vụ.

부서지다 bị vỡ, bị rạn nứt, bịt nát ra từng mảnh; [파손] đập vỡ, đổ vỡ, rạn nứt. @부서지기 쉽다 dễ vỡ, dễ gãy, mỏng manh.

부썩 => 바싹.

부석부석 @부석부석한 얼굴 một bộ mặt hơi sưng (hơi căng ra).

부선거 bến tàu.

부설 sự phụ vào, sự gắn vào, sự thêm. @부설 도서관 phòng đọc sách phụ.

부설 sự đặt, sự bố trí, sự xây dựng. --하다

xây cất, xây dựng. @철도를 부설하다 xây dựng đường ray xe lửa.

부성애 tình phụ tử.

부속 sự gắn, sự sát nhập, vật thêm vào, phần thêm vào. --하다 được sát nhập, có liên quan đến. @서울대학교 부속병원 *bệnh viện thuộc đại học Seoul.* *--물 vật phụ vào, vật thêm vào. --품 đồ phụ tùng, vật đi kèm (đính kèm).

부수 --하다 đi theo, đi kèm, hộ tống. @부수적 kèm theo, bổ sung, bổ túc.

부수 số lượng bản sao, tổng số phát hành. @부수에 제한이 있다 *số lượng phát hành hạn chế.*

부수다 vỡ vụn, vỡ ra từng mảnh, tàn phá, phá hủy, đánh đổ. @산산이 부수다 đập tan ra từng mảnh, vỡ tan ra từng mảnh.

부수수 tình trạng bừa bãi, lộn xộn.—하다 lôi thôi, nhếch nhác, lượm thượm, không gọn.

부수입 một khoảng thu nhập thêm, lợi tức phụ.

부숭부숭하다 [마르다] làm ráo, làm khô cạn, [곱다] trong sạch.

부스러기 những mảnh vụn, đầu thừa đuôi thẹo. @종이 부스러기 mảnh giấy lộn, giấy bỏ // 고기 부스러기 một miếng thịt vụn // 나무 부스러기 một miếng dăm bào (gỗ) // 빵 부스러기 một miếng bánh mì vụn.

부스러뜨리다 đập tan ra từng mảnh.

부스러지다 vỡ vụn, gãy vụn, vỡ tan, đổ sập. @빵이 부스러지다 bẻ vụn bánh mì // 부스러지기 쉽다 dễ vỡ, dễ bể, dễ gãy, mỏng manh.

부스럭거리다 kêu sột soạt, kêu xào xạc. @낙엽이 바람에 부스럭거린다 *lá rơi xào xạc trong gió.*

부스럼 ung, nhọt, bướu, khối u. @얼굴에 부스럼이 났다 *tôi bị một cái nhọt trên mặt.*

부스스 => 부슬부슬 nhẹ nhàng, êm ái, dịu dàng, từ tốn. @부스스 일어나다 từ tốn đứng lên. @부슬부슬 내리는 비 mưa phùn, mưa bụi.

부시 mảnh kim loại. @부시를 치다 đánh đá lửa.

부시다[1] sáng chói, chói lọi, chói lòa. @눈부시게 비추다 làm chói mắt, làm hoa mắt // 태양이 눈부시다 *ánh nắng chói lòa.*

부시다[2] [씻다] súc, rửa, giặt.

부식 sự trải căng ra, sự phổ biến, sự đưa vào (확립). --하다 trải căng, bày ra, truyền bá. @세력을 부식하다 củng cố thế lực, gây ảnh hưởng.

부식 => 부식물.

부식 sự gặm mòn, sự xói mòn, sự ăn mòn. --하다 gặm mòn, xói mòn, ăn mòn (산에 의해); làm gỉ, bị gỉ (녹슬다). *--작용 vật bị ăn mòn. --제 chất ăn mòn.

부식물 món ăn thêm, món ăn phụ.

부식성 [동물 động vật]. @부식성의 loại (chim, thú) thích ăn chất thối rửa (như sâu bọ, côn trùng)

부식토 mùn, đất mùn.

부신 [해부] tuyến thượng thận.

부실 --하다 (1) [불성실] không xác thực, không đáng tin, không chân tình, giả dối. @부실한 짓을 하다 hành động giả dối, bội ước (với ai). (2)[내용이] chưa hoàn thành, chưa xong, thiếu sót. @조사가 부실하다 cuộc điều tra chưa đầy đủ. (3) @몸이 부실하다 sức khỏe yếu kém; cơ thể mỏng manh.

ㅂ

부심 nỗi vất vả khó nhọc, công sức. --하다 bỏ công sức, nặn tim óc.

부심 trọng tài thay thế, trọng tài phụ.

부싯깃 miếng bùi nhùi. *--통 hộp mồi bật lửa.

부싯돌 [광물 khoáng vật] đá lửa.

부아 [폐] phổi; [분개] sự bực tức, cơn giận. @부아가 나다 làm giận điên lên, làm cáu tiết.

부액 --하다 ủng hộ, giúp đỡ phía sau.

부양 sự duy trì, sự chống đỡ. --하다 chịu đựng, chống đỡ, duy trì, kéo dài. *--가족 người nhà, một gia đình (sống dựa vào lao động chính). --자 người chống đỡ, người trụ cột.

부양 sự nổi lên, sự nổi trôi. --하다 nổi lên, trôi nổi, sôi nổi (có xu hướng lên giá (침물선이). *--력 sự nổi, sức nổi, khả năng chóng phục hồi (sức khỏe). --작업 thao tác cứu hộ (cứu đắm)

부언 lời nhận xét thêm. *-- 하다 bình luận thêm, nhận xét thêm.

부얼부얼 --하다 mập, bụ bẫm.

부업 nghề phụ. @부업으로 하다 làm thêm việc phụ (nghề phụ).

부엉이 [새 chim] con chim cú.

부엌 nhà bếp. *--일 công việc bếp núc, việc nội trợ. --칼 dao làm bếp.

부여 sự ban cho, sự cấp cho. --하다 cho, trợ cấp, phong cho, ban cho.

부여 sự cung cấp, sự ban cho. --하다 ban phúc, giáng phúc, cung cấp, để vốn lại (cho vợ, con)

부여잡다 túm chặt lấy, vồ chặt lấy, xoắn lấy.

부연 sự mở rộng, sự khuyếch đại, sự dông dài. --하다 bàn nhiều, viết dài dòng về, mở rộng vấn đề.

부영사 phó lãnh sự.

부옇다, 뿌옇다 trắng đục như sữa, sương mù. @살결이 부옇다 có một làn da trắng như ngọc // 안개가 부옇다 sương mù dầy đặc.

부예지다 [물건이] bị sương mù, đầy sương mù; [눈이] tối mờ mờ, tình trạng mập mờ.

부용 [연꽃] hoa sen; [목부용] hoa dâm bụt vải.

부움 sự nổi tiếng bất ngờ, sự tăng vọt, sự phát triển nhanh.

부원 cán bộ, nhân viên. *편집-- nhân viên ở ban biên tập.

부유 sự giàu có, sự thịnh vượng, sự phát đạt, sự phồn vinh. --하다 giàu có, sung túc. @부유한 사람 một con người may mắn // 부유하게 살다 sống trong cảnh sung túc.

부유 sự nổi, sự thả trôi, sự thoảng đưa, sự phảng phất. --하다 thoáng qua, phảng phất, thoảng đưa, nhẹ đưa, trôi giạt, theo chiều hướng. *--기뢰 thủy lôi thả nổi. --물 những vấn đề trôi nổi. --생물 sinh vật phù du, sinh vật trôi nổi (nhỏ, trôi nổi ở biển, sông hồ)

부유스름하다,뿌유스름하다 có đính chút ngọc trai; có màu hơi trắng đục.

부음 tin báo tử.

부응하다 phù hợp, thích đáng, làm y theo, chiếu theo, làm cho hợp với.

부의 --하다 đưa ra để thảo luận.

부의 vật phúng điếu. *--금 tiền phúng điếu.

부의장 phó chủ tịch, phó tổng thống.

부익부빈익빈 *người giàu càng giàu thêm còn người nghèo lại nghèo hơn.*

부인 bà, quý bà, quý phu nhân. (phái đẹp,

giới phụ nữ). @부인다운 như đàn bà, thuộc phái nữ. *--과 phụ khoa. --과 의사 bác sĩ phụ khoa. --병 các bệnh phụ khoa, bệnh phụ nữ. --회 hội phụ nữ.

부인[부정] sự từ chối, sự không tán thành, sự khước từ, sự phủ nhận; [거부] quyền phủ quyết, sự bác bỏ. --하다 từ chối, phản đối, thoái thác, khước từ. @부인할 수 없다 không thể phủ nhận, không thể tranh cãi.

부임 sự tiến hành một nhiệm vụ mới. --하다 tiến hành nhiệm vụ mới. *--지 nhiệm vụ mới.

부자 cha con; phụ tử.

부자 người giàu có; [부호] nhà triệu phú, tỉ phú.

부자연 --하다 trái với thiên nhiên, không tự nhiên, nhân tạo (인위적); gượng ép, không miễn cưỡng, không tự nhiên.

부자유 sự phiền phức, sự bất tiện, sự bực dọc, sự thiếu tiện nghi. --하다 bị hạn chế, có giới hạn, không tự do, không thoải mái, bất tiện. @부자유를 참다 kiên nhẫn chịu đựng sự phiền phức.

부작용 sự phản tác dụng, sự phản ứng lại, tác dụng phụ. @부작용 없는 không có hại, vô hại // 부작용을 일으키다 gây ra hậu quả xấu.

부잔교 cầu nổi, nhà hàng nổi.

부잣집 một gia đình danh gia vọng tộc, một gia đình giàu có.

부장 trưởng ban, trưởng khoa, trưởng phòng.

부장품 vật chôn dưới mộ.

부재 sự vắng mặt, sự nghỉ học, sự đi vắng, sự thiếu, sự không có. --하다 xa nhà, vắng mặt. @부재중에 suốt (trong) thời gian vắng mặt của tôi. *--자 người vắng mặt. --지주 người chủ (nhà) vắng mặt. –투표 sự bỏ phiếu qua bưu điện; [선원들의] sự bỏ phiếu vắng mặt.

부저 cái còi (nhà máy) @부저가 울리고 있다 nơi đó có gắn còi.

부쩍 [우기는 모양] bướng bỉnh, cố chấp, ngoan cố, ngoan cường, cứng cỏi [갑자기] nhanh chóng, mau lẹ, xuất sắc, phi thường, đáng chú ý. @부쩍 우기다 lì lợm cố chấp.

부적 lá bùa (chống lại vận xấu); bùa, phù chú (đem lại sự may mắn).

부적격 @부적격의 sự loại ra, sự truất quyền (dự thi), sự tuyên bố không đủ tư cách.

부적당 sự không đạt tiêu chuẩn đòi hỏi, sự bất tài, sự thiếu năng lực, sự không phù hợp. --하다 không đạt tiêu chuẩn, không đủ năng lực.

부적임 sự không tương xứng, sự không đủ @부적임의 bất tài, thiếu năng lực. *--자 kẻ bất tài, người không đủ trình độ.

부적절 sự không thích hợp, sự không thích đáng. --하다 không thích hợp, không thích đáng.

부전 miếng giấy nhỏ, nhãn hiệu, thẻ ghi tên và địa chỉ (buộc vào vali hành lý) @부전을 붙이다 dán nhãn, buộc thẻ tên và địa chỉ vào.

부전 *--조약 công ước chống chiến tranh, hiệp ước hòa bình.

부전나비 [곤충] loại bướm nhỏ.

부전승 một chiến thắng không xứng đáng. @부전승이 되다 đạt chiến thắng không cần phải thi đấu.

부전 자승 --하다 cha truyền con nối.

부전 자전 => 부전 자승

부절 --하다 không ngừng, không ngớt,

ㅂ

không dứt, liên miên.

부절제 sự không điều độ, sự quá độ. --하다 không điều độ, quá độ, thái quá. @부절제한 생활을 하다 kéo dài cuộc sống quá độ.

부젓가락 cây kẹp lửa, cái cặp lửa.

부정 (1) tính chất bẩn thỉu, tính ô trọc, tình trạng nhơ nhuốc. (2) sự kiện đen tối. (3) [첫거리] giai đoạn đầu. --하다 không trong sạch, nhơ nhuốc, ô uế, bẩn. @부정한 재물 của cải không trong sạch (bất chính).

부정 sự không chung thủy, sự không trung thành, sự bội tín. --하다 phản bội, không trung thành.

부정 tình trạng không chắc chắn, tính chất mập mờ không rõ ràng, không dứt khoát. --하다 không chắc chắn, không rõ ràng, không dứt khoát. @주소부정의 사람 người không có chỗ ở nhất định. *--관사[문법 văn phạm] mạo từ bất định.

부정 sự bất công, tính bất lương, sự vô lý, sự phi pháp. --하다 không công bằng, bất công, sai, trái, bất hợp pháp, vô lý. @부정한 수단으로 bằng cách bất lương (phi pháp) *-- 사건 vụ tai tiếng, xì-căn-đan, chuyện gây xôn xao dư luận; [수회] một trường hợp hối lộ (mua chuộc / đút lót). --품 hàng gian. --행위 hành động bất lương; [시험 때의] trò lừa đảo, trò gian lận.

부정 sự từ chối, sự khước từ, sự phủ nhận. --하다 từ chối, khước từ, phủ nhận. @부정적 phản đối, phủ nhận, phủ định // 부정할 수 없는 không thể phủ nhận, không thể tranh cãi. *--명제 lời tuyên bố phủ nhận. --문 [문법 văn phạm] câu phủ định.

부정기 @부정기의 bất quy tắc, không theo quy luật, không có trong chương trình, không ghi trong danh mục. *--석 người phiêu lãng, khách lữ hành. --항공 chuyến bay không ghi trong lịch trình.

부정당 --하다 không thích hợp, không đúng luật, không phải phép, sai, không ổn.

부정직 tính không lương thiện, không trung thực. --하다 không lương thiện, không thành thật, bất lương.

부정확 sự sai, sự không đúng, sự không đứng đắn, sự không chắc chắn. --하다 không đúng, sai, trật, không đáng tin, không chắc chắn.

부조 sự khắc chạm, sự đắp nổi (trong điêu khắc), đồ chạm nổi.

부조 sự giúp đỡ, sự hỗ trợ; [잔치· 상가에 보내는] phần đóng góp, vật đóng góp. --하다 giúp đỡ, ủng hộ, cứu giúp. *--금 quỹ cứu tế. 상기—sự quyên cúng cho gia quyến người quá cố (tiền phúng điếu). 상호-- sự giúp đỡ lẫn nhau.

부조리 tính không hợp lý, điều phi lý, sự vô lý.

부조화 sự thiếu hòa hợp, sự không hài hòa. --하다 không hài hòa, không hòa hợp, không cân đối, không êm tai, chói tai, nghịch tai.

부족 bộ tộc, bộ lạc, bọn, lũ, nhóm.

부족 [결핍] sự thiếu, số lượng thiếu; [금액] số tiền thiếu hụt (do chi lớn hơn thu). --하다 thiếu, thiếu hụt. @ 식량이 부족하다 thiếu lương thực.

부주의 sự thiếu thận trọng, sự cẩu thả, sự vô ý, điều sơ suất. --하다 cẩu thả, lơ đễnh, vô ý, sơ suất. @부주의로 do cẩu thả // 부주의로 인하여 생기다 phát sinh do thiếu thận trọng.

부증 chứng phù, chỗ phồng, chỗ sưng tấy lên.

부지 địa điểm, vị trí xây cất. @부지의 선정 sự chọn lựa địa điểm xây cất). *건축—lô đất xây cất.

부지 --하다 chịu đựng, cam chịu, chịu được. @부지 못하다 không thể chịu đựng nổi.

부지깽이 bài xì phé, bài *poke;* que cời lửa.

부지기수 không đếm xuể, hằng hà, vô số.

부지런하다 cần cù, siêng năng. @부지런히 일하다 lao động cực nhọc // 부지런히 공부하다 làm việc tích cực, cần mẫn trong học tập // 그는 부지런한 사람이다 *hắn là một người tích cực trong công việc.*

부지불식간@부지불식간에 một cách vô ý thức, không hay, không biết.

부지중 => 부지불식간에.

부지하세월 @그것은 언제 완성될지 부지하세월이다 *không ai có thể nói trước khi nào sẽ xong.*

부진 tình trạng kém hoạt động, tình trạng trì trệ. --하다 ngu đần, tối dạ, không linh hoạt, thiếu hoạt động, trì trệ. @사업의 부진 việc kinh doanh đình trệ // 거래가 대단히 부진하다 việc buôn bán rất ế ẩm.

부진 @지지 부진하다 làm chậm tiến.

부질없다 vô hiệu, vô ích, không hiệu quả. @부질없이 vô hiệu quả, không tác dụng // 부질없는 소리를 하다 nói càn, nói bậy, nói vô lý.

부집게 cây kéo cắt hoa đèn, cái kẹp lửa.

부차적@부차적인 원인 nguyên nhân thứ hai.

부착 sự dính chặt, sự ám chặt. --하다 bám chặt, dính chặt vào. *--력 sức thu hút, sức hấp dẫn.

부채 cây quạt, cây quạt xếp. @부채를 부치다 quạt.

부채 món nợ, tiền nợ. @부채가 있다 có nợ, mang công mắc nợ // 부채를 지다 mắc nợ.

부처 [석가모니] Phật Tổ, Đức Phật; [성인] bồ tát; [불상] pho tượng Phật.

부처 cặp vợ chồng. @윌슨씨 부처 vợ chồng nhà Wilsons.

부추 [식물] củ tỏi tây, hành tươi.

부추기다 kích động, xúi giục.

부축 --하다 giúp đỡ, bảo bọc.

부치다 [1] [편지·물건을] gửi thư, gởi, chuyển bằng đường bưu điện (돈을); gửi chuyển tiếp thư đến địa chỉ mới (짐을). @기차로 상품을 부치다 gửi hàng bằng xe lửa // 돈을 부치다 gửi tiền qua bưu điện.

부치다 [2] [부채를] quạt. @부채를 부치다 dùng quạt, sử dụng quạt.

부치다 [3] [힘에] vượt quá sức lực, vượt quá độ bền.

부치다 [4] [논밭을] cày cấy, trồng trọt.

부치다 [5] [음식을] chiên, nướng.

부칙 [규칙] điều lệ phụ.

부친 phụ thân, cha.

부침 sự thăng trầm, sự chìm nổi, sự tuần hoàn.

부타놀 [화학 hóa học] chất *butanola.*

부탁 lời thỉnh cầu, lời đề nghị, sự chiếu cố, sự nài xin. --하다 yêu cầu, đề nghị, đòi hỏi, van xin. @...의 부탁으로 theo yêu cầu (của ai) // 부탁을 거절하다 từ chối sự cầu xin (của ai) // 부탁이 있

읍니다 *tôi có thể xin ông một đặc ân?*

부터 (1) [시간] từ, từ lâu, từ đó. @언제부터 từ khi, từ lúc // 아침부터 저녁까지 từ sáng đến chiều // 다음부터 더욱 조심해라 *từ nay trở đi hãy cẩn thận hơn.* (2) [순서] sự khởi đầu với, lần đầu, buổi đầu. @... 부터 시작하다 khởi đầu, bắt đầu từ // 15 페이지 다섯줄부터 읽어라 *hãy bắt đầu đọc từ dòng 5, trang 15.*

부통령 phó chủ tịch, phó tổng thống.

부패 (1) sự mục nát, sự thối rữa, sự ươn. --하다 [음식물 따위가] bị thiu, thối, hỏng; [달걀이] làm thối, làm hỏng; [우유가 sữa] bị chua, bị vữa.@부패한 thối rữa, hỏng (trứng) // 부패하기 쉬운 sâu mục, phân rã, thối, hỏng. (2) [정신적 tâm hồn] sự mục nát sự thối rữa. --하다 trở nên mục nát, thối rữa. @부패한 bị thối rữa. *--균 vi khuẩn gây thối. –물 chất gây thối rữa, chất phân hủy.

부평초 (thực vật học) bèo tấm.

부표 cái phao, phao cứu đắm [낚시찌]. *--등 cái phao phát sáng.

부표 phiếu chống.

부풀다 (1) [부푸러기가] có tuyết mịn, có lông tơ. (2) [붓다 · 커지다] phình ra, to lên, nổi phồng. (3) [성나다] sưng sỉa, hờn dỗi. (4) @빵이 부풀다 bánh mì nổi phồng.

부풀리다 căng ra, giãn ra, phình ra, thổi phồng lên; [부푸러기를] làm cho lên tuyết (vải, len, dạ). @풍선을 부풀리다 thổi bong bóng // 호주머리를 부풀리다 căng phồng túi quần.

부품 phần, bộ phận; [부속품] đồ phụ tùng, vật phụ thuộc.

부프다 (1) [부피가] to lớn, đồ sộ, cồng kềnh. (2) [성급하다] sốt ruột, nôn nóng, thiếu kiên nhẫn.

부피 khổ lớn, tầm vóc lớn. @부피 있는 có tầm vóc to lớn, cỡ lớn.

부하 người dưới quyền, người cấp dưới, thuộc cấp, người hầu; [전체] nhân viên. @...의 부하로서 일하다 phục vụ dưới quyền (người nào).

부합 sự trùng khớp, sự tương ứng, sự phù hợp. --하다 xứng hợp, tương ứng, phù hợp với. @부합하지 않다 khác nhau, không thống nhất, trái ngược nhau, mâu thuẫn.

부형 phụ huynh. *--회 hội phụ huynh học sinh.

부호 dấu hiệu, mật hiệu, mật mã, ký hiệu; [전신의] mật mã, mã. @부호로 쓰다 ghi ký hiệu, viết tốc ký.

부호 người giàu có, nhà triệu phú. @부호가 되다 trở nên giàu có.

부화 sự ấp trứng, thời kỳ ủ bệnh (의학). *인공-- sự ấp trứng nhân tạo.

부화 sự ủng hộ mù quáng. --하다 theo (ai) một cách mù quáng, bắt chước một cách mù quáng. *--뇌동 lập lại (ý kiến của ai), nghe theo ai, làm theo ai một cách mù quáng.

부활 [갱생] sự phục hồi, sự phục hưng, sự hồi sinh; [회복] sự đem lại sức mạnh, sự làm sống lại (hồi sinh). [부흥] sự hoàn trả, sự trở lại. --하다 phục hồi, phục sinh, phục hưng. @예수의 부활 ngày Phục sinh. *--전야 đêm trước lễ Phục Sinh, vọng Phục Sinh. --절 lễ Phục sinh.

부회장 phó chủ tịch, phó giám đốc.

부흥 [재건] sự tái thiết, sự trùng tu, sự phục chế; [정신상의] sự phục hưng. --하다 tái thiết, xây dựng, trùng tu, phục hưng, phục chế. *--회 sự phục hồi, sự trả lại. 경제-- sự phục hồi kinh tế. 문예--[역자 lịch sử] thời kỳ phục hưng.

북 [1] con thoi (trong khung cửi), cái suốt (trong máy khâu)

북 [2] cái trống. @북을 치다 đánh trống.

북 [3] @나무에 북을 주다 đắp đầy đất chung quanh cây trồng.

북 phương bắc, phía bắc, miền bắc. @북의 thuộc hướng bắc, phương bắc.

북경 Bắc Kinh. *--원인 người Bắc Kinh.

북구 Bắc Âu; *Scandivania.* @북구의 người Scandinavia.

북극 bắc cực. @북극의 thuộc bắc cực. *--광 bắc cực quang. --성 sao bắc cực. --양 Bắc băng dương. --지방 vùng bắc cực. --탐험 cuộc thám hiểm bắc cực.

북녘 phía bắc, phương bắc.

북단 cực bắc.

북대서양 bắc Đại Tây dương. *--조약기구 Tổ chức liên minh Bắc Đại Tây dương (NATO).

북더기 vật bỏ đi, rác rưởi.

북돋우다 (1) [흙을] đắp đất chung quanh cây. (2) [고무] làm cho mạnh dạn, làm cho kiên cố. @사기를 북 돋아주다 củng cố tinh thần (chí khí / nhuệ khí)

북동 phía đông bắc. *--풍 gió đông bắc.

북두칠성 [천문 thiên văn] chòm sao gấu lớn, đại hùng tinh.

북미 Bắc Mỹ. @북미의 thuộc Bắc Mỹ; người Bắc Mỹ. *--합중국 Hiệp chủng quốc Hoa Kỳ.

북반구 bắc bán cầu.

북받치다 trào lên, trào dâng, tuôn ra. @화가 북받치다 *sự căm phẫn dâng trào trong lòng.*

북방 [방향] hướng bắc, phía bắc; [지방] khu vực phía bắc.

북벌 bắc phạt; cuộc viễn chinh phía bắc.

북북 [갈다 · 긁다] hết sức cố gắng, dữ dội, mạnh mẽ, dốc sức; [찢다] chấp lại thành một, hợp lại thành một, ráp lại từng mảnh với nhau.

북북서 bắc đông bắc.

북빙양 bắc băng dương.

북상 --하다 bắc tiến, tiến về phía bắc.

북새 sự rung chuyển, sự chấn động, sự xô đẩy, sự chen lấn, sự ồn ào. @북새통에 아이를 잃다 *lạc mất con trong đám đông hỗn loạn.*

북서 phía tây bắc. *--풍 gió tây bắc.

북슬개 một con chó xù to lớn.

북슬북슬 --하다 bù xù, bờm xờm.

북아일랜드 bắc *Ireland.*

북안 bờ biển phía bắc. @북양 어업 nghề cá ở vùng biển phía bắc.

북어 cá *pollack* (sấy / phơi) khô.

북위 vĩ độ bắc. @북위 30 도 vĩ độ 30 Bắc. *--서 bắc vĩ tuyến.

북적거리다 rối rít, lăng xăng, xúm xít, đông nghịch, chật nít.

북적북적 trong sự vội vàng; trong sự hối hả; trong sự khuấy động, ồn ào.

북쪽 hướng bắc, phía bắc. @북쪽의 thuộc hướng bắc // 북쪽에 ở hướng bắc, về phía bắc.

북주다 vun đất, đắp đất (đắp thành đồi, thành luống => 북 [3].

북진 --하다 tiến về phương bắc, phát triển (mở rộng) về phía bắc.

북풍 gió bấc.

북한 Bắc Hàn.

북해 [영국 북쪽의 thuộc phía bắc nước Anh] [북쪽의] biển phía bắc.

북향 hướng bắc . --하다 hướng về

ㅂ

phương bắc. @북향집 nhà quay mặt về hướng bắc.

북회귀선 hạ chí tuyến.

분 @이분 vị này (vị, từ tôn xưng, lịch sự, chỉ người) // 여러분 thưa quý bà quý ông, thưa quý vị.

분 (1) [부분] phần, phần chia.@ 4 분의 1 một phần tư (1/4) // 100 분의5 năm phần trăm (5%). (2) [단위] phút. @15 분 15 phút // 4 시 5 분 4 giờ 5phút // 북위 25 도 15 분- 25 15 phút vĩ độ bắc. (3) [몫· 분량] phần đóng góp, phần chia. @한달분의연료 *phần nhiên liệu cung cấp hằng tháng*. (4) [신분] vị trí xã hội, danh tiếng, chức vụ; [자락] của cải tài sản, phương tiện; [상태] địa vị, thân phận, thân thế. @분에 넘치게 생활하다 sống trên của cải.

분 phấn thoa mặt. @분내 hương thơm của phấn thoa mặt // 분첩 miếng bông để thoa phấn // 분을 바르다 thoa phấn, đánh phấn.

분 cái ấm, cái bình. *학-- cái chậu (lọ) hoa.

분 sự căm phẫn, sự phẫn nộ, sự công phẫn. @분이 나다 phẫn nộ, nổi giận, phát điên lên vì..

분 phân, phân bón, phân thú vật, phân chim (새· 짐승의).

분가 một chi tộc. --하다 lập ra chi tộc.

분간 sự phân biệt, sự tách bạch, nét đặc biệt. --하다 phân biệt, nhận biết. @분간하기 어려운 không thể phân biệt được // 그는 그 차이를 분간할 수 없었다 nó không thể nhận ra sự khác biệt.

분갑 hộp phấn sáp bỏ túi.

분개 sự căm phẫn, sự oán giận, sự phẫn nộ. --하다 phẫn nộ, căm giận, căm phẫn (trước tình hình, trên vấn đề gì, vì một lời nói của ai). @분개하여 (một cách) căm phẫn, oán hận.

분격 sự căm phẫn tột cùng. --하다 giận điên lên, nổi khùng.

분견 sự tách rời ra, chi tiết, tiểu tiết. --대 phân đội, chi đội, biệt đội.

분계 ranh giới, biên giới, sự phân ranh giới. *--선 đường ranh giới.

분골 쇄신 --하다 làm hết sức mình, cố gắng tối đa, gắng sức.

분공장 chi nhánh xí nghiệp.

분꽃 [식물 thực vật] cây hoa phấn.

분과 cục, sở, ty, ban, khoa, ngành; [부문] chi nhánh. *--위원회 cuộc họp từng tiểu ban.

분관 phụ chương, phụ lục.

분광 (vật lý) phổ, quang phổ. *--기 kính quang phổ. --분석 phép phân tích quang phổ.

분교 cơ sở phụ của một trường học.

분국 văn phòng phụ.

분권 sự phân chia quyền lực. *--주의 chủ nghĩa phân quyền. --지방 sự phân quyền.

분규 sự phức tạp, sự rắc rối, sự vướng mắc. --하다 trở nên rắc rối (phức tạp), làm cho rối rắm. @분규 시키다 làm cho vấn đề phức tạp.

분극 [전기] sự phân cực, độ phân cực.

분기 sự phân kỳ, sự chia nhánh, sự phân nhánh. --하다 tách ra, phân nhánh. *--점 bước ngoặt, thời điểm diễn ra sự thay đổi quyết định; ga đầu mối (철도의 đường sắt).

분기 sự phẫn nộ, sự căm phẫn.

분기 sự trở dậy, sự đánh thức, sự thức tỉnh.

--하다 thức tỉnh, tỉnh táo, cựa quậy, vùng vẩy, lấy lại can đảm, dốc hết nghị lực.

분기 sự phụt ra, sự tống ra, sự phun, thoát hơi, xì hơi (가스. 물따위의). *--공 [기계] van thoát hơi nước, sự thoát hơi.

분김 (trong) cơn giận.

분납 phần trả (cung cấp) mỗi lần. --하다 trả nhiều lần, trả góp (돈을 tiền); phân phối nhiều lần (물품을).

분노 sự tức giận, sự phẫn nộ, sự điên tiết. --하다 nổi giận, điên tiết, phát cáu. @분노케 하다 làm bực tức, làm giận điên lên.

분뇨 chất bài tiết, phân.

분단 --하다 chia phần ra, cắt làm đôi. *--국 một quốc gia bị chia cắt.

분담 sự phân công, sự chia phần, sự giao việc. –하다 phân công, chia phần, giao việc. @분담시키다 phân việc. *--금 phần phí tổn.

분당 sự phân chia bè phái. –하다 chia phe, chia đảng.

분대 tổ đội (육군); sư đoàn (해군); chi đội, biệt đội (분견대).

분대질 --하다 làm phiền, quấy rầy; làm ầm ỉ, làm náo loạn cả lên

--뿐더러 không những... mà lại còn; và còn thêm.

분도기 thước đo góc.

분동 cái cân; đối trọng.

분란 sự lộn xộn, sự mất trật tự, sự bừa bãi.

분량 số lượng, khối lượng, liều lượng (약의). @적은 분량 một lượng nhỏ, liều nhỏ.

분류 sự phân loại. --하다 phân chia, phân loại. *--법 phương pháp phân loại. --표 bảng phân loại.

분류 sự phun ra mạnh mẽ, một tràng (chửi rủa), sự nhanh lẹ, sự mau chóng. --하다 chảy mạnh, chảy dồn, tràn đầy.

분류 sự cất phân đoạn.

분리 sự chia cắt, sự phân ly, sự chia tay (격리). --하다 chia tay, rời, làm rời ra, tách rời ra. @분리할 수 없는 không tách rời được, không chia lìa được. *--기 dụng cụ chia cắt, máy tách.

분립 sự ngăn cách, sự độc lập, sự riêng rẽ. --하다 độc lập, riêng rẽ, không lệ thuộc.

분만 sự sinh đẻ. --하다 sinh đẻ. *--휴가 sự nghỉ hộ sản. 무통-- sự đẻ không đau.

분말 bột, bụi. @분말로 만들다 tán, nghiền thành bột, rắc bột lên.

분망 áp lực của công việc. --하다 rất bận, quá bận rộn.

분명 sự rõ ràng, sự sáng tỏ, sự hiển nhiên, sự thông suốt, tình trạng không có gì cản trở. --하다 rõ ràng, sáng tỏ, rõ rệt. @분명히 một cách rõ ràng, một cách rõ rệt, một cách hiển nhiên // 분명히 하다 trong ra, sạch ra, làm cho sáng sủa, làm cho rõ ràng.

분모 [수학] mẫu số, mẫu thức. @최소 공분모 mẫu số chung nhỏ nhất.

분묘 ngôi mộ, phần mộ, nấm mồ.

분무 [화학 hóa học] sự nguyên tử hóa. *--건조 sự làm khô bụi nước. --도장 sự sơn phun.

분무기 bình bơm, bình phun nước.

분바르다 thoa phấn, đánh phấn.

분발 sự nỗ lực, sự cố gắng, sự nỗ lực. --하다 cố gắng, ráng sức, nỗ lực.

분배 sự phân loại, sự phân bổ, sự phân phát. --하다 chia ra, phân ra, phân phối, phân cho. @이익을 분배하다 chia lời cho.

ㅂ

분변 sự nhận thức rõ, sự sáng suốt, sự phán đoán, óc suy xét.

분별 [분류] sự phân loại; [분변] sự tách bạch ra, sự phân biệt. --하다 phân loại, phân chia, phân biệt. @분별 있는 사람 người có tri giác.

분봉 [제후를 vua chúa phong kiến] sự cấp thái ấp. --하다 cấp thái ấp cho (cấp đất phong hầu).

분봉 --하다 chia tổ (ong).

분부 mệnh lệnh, huấn thị. --하다 chỉ, bảo, ra lệnh, truyền lệnh.

분분하다 [시끄럽다] ồn ào, om sòm, huyên náo; [어수선하다] làm xáo trộn, làm lộn xộn; [구구하다] mâu thuẫn với nhau; [말썽많다] gây rắc rối, phiền hà. @의견이 분분하다 *quan điểm họ trái ngược nhau.*

분비 [생물 sinh vật] sự bài tiết. *--물 chất bài tiết. --선 tuyến bài tiết. 내-- chất nội tiết.

분사 --하다 chết vì uất ức (tức giận).

분사 máy bay phản lực. *--기관 động cơ phản lực. –식 loại phản lực.

분사 [언어] phân từ, động tính từ. *--구문 cấu trúc câu (cách đặt câu) động tính từ. 과거—quá khứ phân từ. 현재-- hiện tại phân từ.

분산 sự tan rã, sự phân hủy, sự giải tán. --하다 tan rã, phân hủy, giải tán.

분상 @분상의 giống như bột, dạng bột, đầy bột, đầy bụi.

분서 sự đốt sách.

분석 sự phân tích; sự thử nghiệm; sự xét nghiệm (광석의). --하다 thử, thí nghiệm, phân tích, thử nghiệm. *--시험 sự trắc nghiệm, sự kiểm tra (광석의). 정량[정성]-- sự phân tích định lượng.

분설 --하다 thành lập, thiết lập.

분성 [물리 vật lý] tính chia hết.

분손 [경제 kinh tế] sự tổn thất cục bộ.

분쇄 --하다 đập vỡ tan ra từng mảnh; [목제품을] nghiền nát, đè bẹp; [적을] đập tan, thủ tiêu, tiêu diệt, thủ tiêu. *--기 máy phun bụi nước, máy nghiền, máy phay.

분수 (1) [분한] vị trí xã hội; của cải tài sản (자력); số phận, định mệnh (상태). (2) [분별] sự khôn ngoan thận trọng, tính cẩn thận. @분수 없는 sự thiếu khôn ngoan, sự vô ý, sự không cẩn thận.

분수 [수학 toán học] phân số. @분수의 thuộc phân số. *기약-- một phân số rút gọn nhỏ nhất. 진(가)-- phân số đúng cách (không đúng cách).

분수 vòi nước. @분수가 솟고 있다 vòi nước đang chảy.

분수령 đường phân nước, ngã ba (của sông).

분승 --하다 đi (xe hoặc ngựa) tách riêng ra.

분식 thực phẩm sấy khô, bột. --하다 ăn bột.

분식 đồ hóa trang, son phấn. --하다 trang điểm, làm đẹp, tô son điểm phấn.

분신 cái tôi khác; hiện thân của đức Thích Ca.

분신 sự tự thiêu.

분실 [관청 동의] chi nhánh văn phòng; [병원의] một căn phòng cô lập.

분실 sự mất, sự bỏ quên, sự bỏ sót. --하다 mất, bỏ sót, bỏ quên.. @반지가 분실되었다 chiếc nhẫn đã biến mất. *--계 biên bản tổn thất. --물 vật bị mất (thất lạc).

분압 [기계 cơ giới] áp xuất cục bộ.

분야 khu vực hoạt động, phạm vi hoạt động, tầm ảnh hưởng, lĩnh vực. @새로운 분야를 개척하다 mở ra một lĩnh vực mới.

분양 --하다 bán đất theo lô. *--지 bán theo lô.

분업 sự phân bố lao động; [경제] sự chuyên môn hóa. --하다 phân bổ lao động hợp lý, trở thành chuyên môn, (chuyên môn hóa) chuyên về.

분연 can đảm, dũng cảm, kiên quyết. --하다 cương quyết, kiên cường, đầy nghị lực.

분열 --하다 kéo đi thành hàng nối đuôi nhau. *--식 cuộc diễu hành qua lễ đài.

분열 chổ nứt, sự rạn nứt, sự chia rẽ, sự ly gián. --하다 đập gãy, phá vỡ, nứt nẽ, chia ra, tách ra. *--생식 sự sinh sôi nảy nở, sự tái sản xuất. 원자핵-- sự phân hạt nhân.

분외 @분외의 phi lý, thái quá, không công bằng, không xứng đáng. @분외의 지위 *một vị trí không xứng đáng.*

분요 => 분란. @분요를 일으키다 gây ra biến chứng, gây ra rối loạn, làm tung bụi.

분원 một tòa nhà biệt lập; một chi nhánh bệnh viện.

분위기 bầu khí quyển; môi trường chung quanh (환경); bầu không khí (대기). @지유로 분위기 속에서 *trong không khí tự do* // 분위기를 깨뜨리다 *phá tan bầu không khí.*

분유 sữa bột.

분자 [물리] phân tử; [수학 toán học] tử số (của phân số); [요소] nguyên tố. *--량 lực phân tử. --설 thuyết phân tử. --식 công thức phân tử.

분잡 sự lộn xộn, sự bừa bộn, tình trạng hỗn độn. --하다 hỗn độn, hỗn loạn, rối loạn, đông đúc, chật ních.

분장 sự phân công. --하다 phân công, chia trách nhiệm.

분장 sự hóa trang, sự cải trang. --하다 hóa trang thành, cải trang như. @여자로 분장하다 ăn mặc chải chuốt như phụ nữ.

분재 việc trồng cây trong chậu; [나무 cây] cây trồng trong chậu. --하다 trồng trong chậu.

분쟁 sự rắc rối, tình trạng lộn xộn, cuộc cãi cọ, sự bất hòa. --하다 bàn cãi, tranh luận, gây rắc rối lộn xộn. @분쟁을 일으키다 làm ầm ĩ lên.

분전 trận đánh liều mạng. --하다 đánh liều mạng

분전등 cây đèn *Bunsen.*

분점 chi nhánh (cửa hàng, văn phòng).

분주 --하다 bận rộn. @분주한 거리 đường phố đông người.

분지 [지리] chỗ trũng lòng chảo, lưu vực, thung lũng, vũng, vịnh nhỏ.

분지르다 làm gãy, đập vỡ, làm đứt => 부러뜨리다.

분책 một chương (sách) tách rời ra.

분첩 cái nùi bông để thoa phấn, (cái bông phấn).

분초 một giây phút, một chốc lát, một chút. @분초를 다투는 문제이다 gấp, không chậm trễ, không trì hoãn, khẩn cấp.

분출 sự phun ra, sự bắn ra. --하다 [액체를] phun ra, bắn ra, phọt ra; [연기· 불을] bùng lên (khói / lửa); [방출] phát ra, tỏa ra, bốc ra.

분침 cây kim chỉ phút (của đồng hồ).

ㅂ

분탕질 --하다 lãng phí, hoang phí, phí phạm.

분통 sự giận dữ. @분통이 터지다 nổi giận, nổi khùng, hóa điên.

분투 sự đấu tranh tích cực, cuộc chiến đấu quyết liệt. --하다 hăng hái đấu tranh, chống lại một cách quyết liệt.

분파 chi, chi nhánh, ngành; môn phái, giáo phái (종교의). --하다 phân cành, chia nhánh.

분패 --하다 bị thất bại do lãi suất hạn hẹp.

분포 sự phân phối, sự phân phát. --하다 được phân phối, được phân bổ. @식물의 지리적 분포 sự phân bổ thực vật về mặt địa lý.

분풀이 sự trả đũa, sự trả thù, sự trả miếng. --하다 trút cơn giận xuống ai, trả đũa (ai).

분필 phấn viết, viên phấn. @분필로 쓰다 viết bằng phấn.

분하다 (1) [원통하다] bực tức, phẫn nộ, không bằng lòng, bực bội, làm trầm trọng thêm. @분해하다 cảm thấy bực bội, cảm giác không vui // 분해서 이를 갈다 nghiến răng tức tối. (2) [아깝다] lấy làm buồn, đáng tiếc, hối tiếc. @분해하다 thấy hối tiếc, cảm thấy thất vọng.

분할 sự phân chia, sự chia cắt. --하다 phân cách, phân chia, chia ra. *--매입 kế hoạch mua trả góp. --상속 liên tiếp phân ly. --인도 sự trả góp từng phần một. --지불 phần trả mỗi lần.

분해 sự phân tích; [용해] sự hòa tan; [물질의 분해] sự phân giải. --하다 phân tích, hòa tan, làm tan ra, phân hủy; [기계를] tháo rời ra từng mảnh. @기계를 분해하다 tháo rời một cỗ máy // 화합물을 원소로 분해하다 phân tích một hợp chất ra thành các nguyên tố

분향 --하다 đốt nhang, thắp hương, dâng hương.

분홍 (màu) hồng.

분화 sự chuyên môn hóa. --하다 chuyên môn hóa, trở thành chuyên môn.

분화 sự phun (núi lửa), sự nổ ra. --하다 phun, nổ ra, trở nên hoạt động. *--구 miệng núi lửa.

분회 một hồi, một chương, một đoạn.

붇다 (1) [젖어서] làm nở ra, làm phồng lên, ngâm nước, làm đẫm nước. @쌀이 물에불었다 *gạo bị nở ra trong nước*. (2) [늘다] tăng lên, lớn thêm, phồng ra. @체중이 붇다 lên cân, béo ra, mập ra.

불[1] (1) [타는 현상] ngọn lửa, ánh lửa. @불이 붙은 tia lửa, sự đốt, sự thiêu // 불이 잘 붙는 dễ cháy, dễ bị kích động // 불을 끄다 dập tắt lửa // 불을 붙이다 nhóm lửa // 불을 쬐다 *sưởi ấm bên ngọn lửa* // 불이 붙다 bắt lửa // 불이 훨훨 타오르다 cháy dữ dội // 숯불을 피우다 nhóm lửa than. (2) [등화] đèn, bóng đèn. @불을 끄다 vặn tắt đèn // 불을 켜다 vặn, mở đèn // 불이 나갔다 đèn tắt. (3) [화재] một đám cháy lớn (큰불). @불조심 để phòng hỏa hoạn // 불에 타다 bị cháy rụi // 집에 불을 지르다 bố trí ánh sáng trong nhà // 불이 났다 ngọn lửa bùng lên. (4) [비유적] @정열의 불 ngọn lửa đam mê.

불[2] [음낭] bìu dái; [불알] hòn dái, tinh hoàn; hột dái (속).

불 đồng đô la.

불 [부처님] Đức Phật; [프랑스] nước

Pháp.

불 (tiền tố phủ định) không--.

불가 --하다 không phải, không đúng, không có lý, sai, không nên (làm). *가--đúng hay sai.

불가 (1) [신자] tín đồ Phật giáo; [불문] nhà sư, thầy tu. (2) [절] ngôi chùa, đền chùa.

불가결 tính cần thiết, tính không thể bỏ qua. --하다 rất cần thiết, không thể thiếu được.

불가능 khả năng không thể có được. --하다 không thể có được, không thể xảy ra được. @불가능한 일 điều không thể xảy ra được, không thể làm được.

불까다 hoạn, thiến (súc vật)

불가래 cái xẻng của đội cứu hỏa.

불가분 tính không thể chia được.

불가불 chắc hẳn, chắc chắn, thực ra, hẳn là, chắc là, phải, nên. @불가불 그렇게 했다 tôi không có sự chọn lựa nào ngoài việc phải làm như vậy.

불가사리 [동물 động vật] con sao biển; [상상적 동물] con quái vật trong tưởng tượng.

불가사의 điều huyền bí, điều kỳ diệu. --하다 thần bí, huyền bí, kỳ diệu.

불가역성 sự không thể đảo ngược được.

불가역 현상 hiện tượng không thể thay đổi được.

불가지 @불가지의 khó nhìn thấu được, không thể tưởng tượng được, kỳ lạ, phi thường

불가침 tính không thể xâm phạm, tính không thể vi phạm. @불가침 조약을 맺다 ký kết một hiệp ước bất tương xâm (với).

불가피 tính không thể tránh được, tính chắc chắn xảy ra. --하다 không thể tránh được, chắc chắn xảy ra. @전쟁은 불가피한 것이 아니다 *chiến tranh không thể không tránh được* (có thể không xảy ra)

불가항력 không thể cưỡng lại được, không thể chống lại được. @불가항력의 không điều khiển được, không làm chủ được.

불가해 tính bí hiểm, điều huyền bí. --하다 bí hiểm, khó hiểu, bí ẩn.

불간섭 sự không can thiệp. *--수의 chính sách không can thiệp.

불감증 [의학 y học] sự lãnh cảm, sự không thích giao hợp, sự lạnh nhạt.

불개미 [공충 côn trùng] một ụ đất do kiến lửa tạo nên, ổ kiến lửa.

불개입 sự không liên lụy, sự không can thiệp.

불거웃 lông (mọc ở hạ bộ khi đến tuổi dậy thì).

불거지다 nhô ra, lồi ra, kéo ra, thò ra.

불겨거리다 [씹다] nhai trệu trạo; [빨래를] lau chùi, cọ rửa, chà xát.

불건강 sự ốm yếu, sự kém sức khỏe. --하다 không khỏe, ốm yếu.

불건전 tính không lành mạnh, tính không hợp vệ sinh, tính độc. --하다 không lành mạnh, độc, có hại.

불결 tính chất bẩn thỉu, tính chất không sạch, điều kiện thiếu vệ sinh. --하다 dơ, bẩn thỉu, không sạch.

불경 sự thiếu tôn kính, sự bất kính, sự vô lễ (신에 대한). --하다 thiếu tôn trọng, bất kính.

불경 Kinh Phật.

불경기 thời kỳ khó khăn (일반적); tình trạng suy thoái (상업의 thương mại);

tình trạng buôn bán ế ẩm, cuộc khủng hoảng kinh tế ngắn kỳ (후퇴); sự ế ẩm, sự khủng hoảng kinh tế (불황).

불경제 sự quản lý kinh tế yếu kém, sự phung phí, sự lãng phí. --하다 lãng phí, không hiệu quả, không kinh tế. @시간과 노력의 불경제 một việc lãng phí thời giờ và công sức.

불고 --하다 không để ý, không đếm xỉa đến.

불고기 thịt quay, thịt nướng.

불공 sự thiếu tôn kính, sự vô lễ. --하다 thiếu tôn kính, bất kính, vô lễ, hỗn láo.

불공 đại chúng Phật giáo. @불공드리다 thu hút, lôi cuốn một số tín đồ Phật giáo.

불공대천지수 kẻ thù không đội trời chung, kẻ tử thù.

불공평 sự bất công, sự gian lận. --하다 không công bằng, phi lý, bất công. @불공평하게 취급하다 đối xử phân biệt (với ai).

불꽃 [화염] ngọn lửa, ánh hồng; [불똥] tia lửa, tia sáng, tàn lửa; [놀이의] pháo hoa, pháo bông. @불꽃이 튀다 phát tia lửa, tóe lửa, nảy lửa. *--놀이 buổi trình diễn pháo bông.

불과 chỉ, đơn giản. --하다 không có cái gì ngoài, không là cái gì ngoài. @구실에 불과하다 *đó chỉ là lý do để bào chữa.*

불교 đạo Phật. @불교를 믿다 đặt niềm tin vào đạo Phật. *--도 tín đồ đạo Phật. --문화 nền văn minh Phật giáo, sự khai hóa đạo Phật.

불구 [기형] tình trạng méo mó, sự làm biến dạng; [얼굴의] dị dạng, hình dạng méo mó kỳ quái; [절름발이] người què, người tàn tật; [편지끝에 lời kết thúc thư (bạn chân thành của)] (đùa cợt) lời xưng tội. @불구의 bị què, bị biến dạng, bị méo mó . *--자 một người bị biến dạng, người tàn tật.

불구 --하다 không để ý đến, bất chấp, không nản lòng, không thối chí. @불구하고 bất chấp, không đếm xỉa đến, không bị ngăn trở.

불구대천 =>불공대천지수.

불구속 @불구속으로 không hạn chế về vật chất.

불굴 tính không thể khuất phục, sự ngoan cường dũng cảm. --하다 bất khuất, không lay chuyển được, không nhân nhượng.

불귀객 người chết. @불귀객이 되다 chết, qua đời, từ trần.

불규칙 tính không theo quy luật. --하다 không đúng quy cách, không theo quy luật. @불규칙하게 không đều, thất thường, bất thường .*--동사 [문법 văn phạm] động từ bất quy tắc. --변화 [문법] sự chia động từ bất quy tắc.

불균형 sự thiếu cân đối, sự không cân xứng. --하다 không cân bằng, không cân đối.

불그데데하다 hơi đỏ thẫm.

불그레하다 đo đỏ, hơi đỏ.

불그스름하다 =>불그레하다.

불그죽죽하다 => 불그데데하다.

불끈 [갑자기] thình lình, đột ngột; [단단히] chặt chẽ, bền bỉ, sít sao. @불끈 성을 내다 nổi xung, nổi cơn thịnh nộ // 주먹을 불끈쥐다 nắm chặt tay lại (quả đấm) // 불끈 동여매다 buộc chặc.

불급 --하다 không cấp bách, không khẩn cấp, không gấp. @불급한 문제 một vấn đề phụ.

불긋불긋 --하다 tạo ra những mảng màu đỏ.
불기 lò sưởi. @불기 없는 không được sưởi ấm.
불기 thời đại Phật giáo.
불기둥 một cột lửa.
불기소 sự không theo đuổi, sự không tiếp tục. @불기소로 하다 bỏ, buông rơi (một trường hợp). *--처분 một khuynh hướng tránh ảnh hưởng quần chúng.
불긴 --하다 không cần thiết, không có nhu cầu cấp thiết.
불길 ngọn lửa, ánh lửa. @불길에 싸이다 bị lửa bao bọc.
불길 sự không may mắn. --하다 không may mắn, báo điềm gở. @불길한 예감 sự linh cảm đáng ngại // 불길한 징조 điềm gở.
불김 hơi nóng (ấm) từ ngọn lửa.
불나다 ngọn lửa bùng lên. @학교에 불났다 ngôi trường đang cháy.
불나방 con bướm đêm có cánh vằn như da hổ.
불난리 sự hỗn loạn ở trường đám cháy.
불내다 đốt cháy một cách ngẫu nhiên.
불놀이 buổi trình diễn đốt pháo hoa; [불장난] sự đùa với lửa. --하다 trình diễn pháo hoa, đùa với lửa.
불놓다 đốt cháy (방화).
불능 sự không đủ khả năng, sự không đủ năng lực; sự không thể có được (성적으로).
불다 [1] (1) [바람이 gió] thổi. @바람이 모질게 불다 (gió) thổi mạnh. (2) [입으로] thổi (bằng miệng). @촛불을 불어 끄다 thổi tắt đèn cầy // 휘파람을 불다 huýt sáo, thổi còi. (3) [악기를 nhạc khí] thổi (kèn / sáo). @나팔을 불다 thổi kèn // 피리를 불다 thổi sáo. (4) [고백] thú nhận. @죄상을 불다 thú tội, xưng tội.
불단 bàn thờ, bệ thờ, án thờ Phật.
불당 ngôi chùa.
불덩어리 quả cầu lửa, sao băng.
불도 đạo Phật, triết lý đạo Phật.
불도 một tín đồ Phật giáo.
불독 con chó *bull-dog* (giống chó đầu to, khỏe)
불도저 xe ủi đất.
불되다 khắc khe, gay gắt, áp bức, ngột ngạt.
불등걸 than hồng trong đám lửa sắp tắt, đám tro tàn còn lẫn những cục than hồng, khúc củi đang cháy dở.
불때다 nhóm lửa. @교실에 불때다 làm ấm căn phòng.
불똥 (1) [탄 심지] (sự cắt) hoa đèn (bấc nến). (2) [작은 불덩이] tia lửa, ánh sáng, tàn lửa.
불뚱거리다 quắc mắt nhìn với vẻ cau có, giận dữ, cáu kỉnh.
불량 [행실이 hành xử] sự chểnh mảng, sự lơ là nhiệm vụ; [질이 chất lượng] sự kém hơn, tính chất thấp kém. --하다 xấu, hư, tệ, thấp hơn, kém hơn, lơ là, chểnh mảng. @(사람이) 불량해 지다 đi tới tình trạng tồi tệ. *--도체 chất không dẫn nhiệt điện, chất cách điện. --배 hư hỏng, suy đồi, sa đọa, du côn, lưu manh. --아동 tội phạm vị thành niên. --품 hàng xấu, hàng thứ phẩm.
불러내다 gọi ra, gọi to; gọi đến, mời đến (법정에); gọi dây nói, gọi điện thoại (전화로).
불러오다 gọi đến, mời đến, triệu đến; [사람을 보내] gởi, chuyển cho ai.

ㅂ

불러일으키다 khua, khuấy động, gợi, gây ra. @센세이션을 불러일으키다 tạo cảm giác // 주의를 불러일으키다 kêu gọi sự chú ý (của người nào về vấn đề gì).

불려가다 bị triệu đến, bị tập trung đến. @사장에게 불려가다 bị gọi ra trước giám đốc.

불로 tuổi xuân vĩnh cửu. *--불사 tuổi xuân trường tồn bất diệt . --불사약 thuốc trường sinh bất lão. –초 cao trường sinh

불로 소득 nguồn thu nhập không làm việc mà có (từ tiền lãi đầu tư...); của trời cho; của trên trời rơi xuống; vận may bất ngờ.

불룩거리다 phồng ra, làm phồng lên.

불룩하다 lồi ra, phồng ra, phồng lên, sưng phồng, căng ra. @불룩해지다 phình ra, nở, giãn ra, làm căng phồng (포켇이); được thổi phồng (풍선이); nổi lên, tăng lên (빵이).

불륜 sự trái đạo đức, sự trái luân lý. @불륜의 (việc) trái đạo lý, phi đạo đức.

불리 thế bất lợi, mối tổn thất,. --하다 không thuận lợi, bất lợi. @불리한 입장에 있다 ở thế bất lợi.

불리다 [1] [배를] no đầy (bụng); [비유적] làm giàu, thu vén cho bản thân.

불리다 [2] [쇠를] làm giảm bớt, kềm chế, ngăn lại; [곡식을] sàng, sẩy, quạt, thổi.

불리다 [3] [바람메] bị thổi, bị cuốn đi. @먼지가 바람에 불리다 *bụi lốc tung trong gió.*

불리다 [4] [액체에] sự ngâm, sự nhúng nước; [재물을] tăng lên, thêm vào. @쌀을 물에 불리다 ngâm gạo trong nước.

불림 [쇠붙이의] sự tôi, luyện (kim loại).

불만 => **불만스럽다** sự không hài lòng, sự bất mãn. --하다 không bằng lòng, không hài lòng, bất mãn. @지위에 불만을 가지고 있다 không hài lòng với chức vụ

불매동맹 sự tẩy chay.

불면불휴 @불면불휴로 (làm) ngày đêm.

불면증 [의학] chứng mất ngủ. @불면증에 걸리다 bị mất ngủ. *--환자 người bị chứng mất ngủ.

불멸 tính bất tử, tính bất diệt, tình trạng không phá hủy được. --하다 bất tử, bất diệt, vĩnh cửu, ổn định.

불명 [불분명] sự tối tăm mờ mịt, sự khó hiểu; [우둔] sự ngu dốt, sự không biết. --하다 ngu dốt, tối nghĩa, không rõ ràng, @국적 불명의 선박 *một chiếc tàu lớn không rõ lai lịch.*

불명료 sự không rõ ràng, sự lờ mờ, sự phảng phất. --하다 không rõ ràng, lờ mờ.

불명예 sự mất danh dự, điều ô nhục, sự hổ thẹn. --하다 nhục nhã, hổ thẹn, ô nhục. @그것은 우리 가문에 불명예스러운 일이다 làm nhục gia đình, làm mất danh dự gia đình.

불모 @불모의 cằn cỗi, khô khang, hoang phế; dãy đất cằn cỗi, cánh đồng hoang.

불믁 sự bất hòa. --하다 bất hòa, xích mích với.

불문 --하다 không quan tâm đến, phớt lờ. @남녀 노소를 불문하고 bất kể đến tuổi tác hay giới tính // 불문에 부치다 nhắm mắt làm ngơ, không nhận thấy, không chú ý tới.

불문 văn chương Pháp. *--과 khoa văn học Pháp. --학 nền văn học Pháp.

불문 가지@불문 가지다 không cần phải nói, khỏi phải nói, tất nhiên là có, cố nhiên là.

불문 곡직 --하다 không đếm xỉa, không hỏi han. @불문 곡직하고 không đếm xỉa đến công lao

불문율 luật chung, luật giang hồ, luật lệ dựa trên phong tục tập quán nhưng không được viết ra, luật bất thành văn.

불미 --하다 ghê tởm, đáng kinh tởm, đáng sợ.

불민 sự ngu si, đần độn. --하다 tối dạ, ngu đần, thiếu trình độ, kém cỏi.

불바다 (cháy bùng lên) một biển lửa.

불발 phát súng tịt, động cơ không nổ. --하다 không nổ, tắt, tịt.*--탄 đạn lép.

불법 sự chống lại pháp luật, sự phi pháp, sự bất chính. --하다 trái pháp luật, không hợp pháp, bất chính. *--감금 sự giam cầm phi pháp. --입국 nhập vào phi pháp. --출국 xuất phi pháp. --행위 một hành động phi pháp.

불벼락 (1) [번갯불] tia chớp sáng lóe. (2) [비유적] sự tra hỏi bằng vũ lực hoặc đe dọa.

불변 sự bền lòng, tính lâu dài, tính vĩnh cửu. --하다 kiên định, bền vững, không thay đổi. *--색 màu không phai. --성 tính không thay đổi, tính không thể biến đổi. --수 bền lòng, kiên trì. --자본 vốn cố định.

불복 sự không phục tùng, sự không vâng lời; [복죄하지 않음] sự bào chữa tội lỗi. --하다 không phục tùng, không vâng lời phản đối. *--신립 sự phản kháng, sự bất mãn

불복종 sự bất phục tùng, sự không tuân lệnh.

불분명 --하다 không rõ ràng, phảng phất, lờ mờ.

불붙다 bắt lửa, cháy. @불붙기 쉽다 dễ bắt lửa, dễ cháy.

불붙이다 nhóm lửa, đốt lửa, nhen lửa.

불비 sự thiếu sót, sự sai sót, khuyết điểm. --하다 thiếu sót, lầm lỗi, sai sót. @불비한 점 khuyết điểm, nhược điểm, tật xấu.

불사 bất diệt, cuộc sống vĩnh cửu. *--조 chim phượng hoàng; người (vật) kỳ diệu. --약 thuốc trường sinh bất lão.

불사르다 đốt cháy, thiêu hủy (vật gì trong lửa).

불사신 tính chất không thể bị tấn công được. @불사신의 không thể bị tấn công được, không thể bị thương được, bất tử, bất diệt.

불사하다 không suy giảm. @... 하기를 불사하다 sẵn sàng làm; quyết tâm, tự nguyện làm

불상 --하다 báo điềm gở, mang điềm xấu. *--사 sự gièm pha, sự nói xấu, vụ bê bối, tai tiếng, việc không may xảy ra.

불상 tượng Phật, hình Phật.

불상놈 người thtiếu tế nhị, người khiếm nhã.

불쌍하다 đáng thương, đáng tội nghiệp. @불쌍한 고아 đứa trẻ mồ côi đáng thương // 불쌍해서 vì lòng trắc ẩn // 불쌍하게도 *tôi rất lấy làm tiếc báo rằng..* // 불쌍히 여기가 thương xót, thương hại, động lòng trắc ẩn với ai // 불쌍하기도 하지 thật đáng tiếc!

불서 kinh Phật.

불선명 sự không rõ ràng, sự lờ mờ. --하다 không rõ ràng, phảng phất, lờ mờ => 선명.

ㅂ

불성립 --하다 hỏng, thất bại, không đi đến kết quả nào.

불성실 tính không thành thật, tính giả dối. --하다 không thành thật, không chân tình, giả dối.

불성 인사 => 인사 불성. --하다 mất ý thức, vô ý thức.

불소 [화학] chất flo. *--산 axít floríc.

불손 sự xấc láo, tính láo xược, vẻ ngạo mạn. --하다 xấc láo, láo xược, kiêu kỳ, kiêu căng, ngạo mạn.

불수 *반신-- bệnh liệt nửa người, chứng bán thân bất toại. 전신-- chứng liệt toàn thân.

불수의 *--근 một cơ co thắt không tự chủ.

불순 --하다 bẩn thỉu, hôi hám, kinh tởm. @불순한 사상 một quan niệm đáng chê trách, một tư tưởng (ý đồ) không ra gì // 불순한 동기에서 từ một động cơ bất lương, lý do không trung thực. *--물 chất bẩn, tạp chất.

불순하다 [성질이] không lịch sự, bất phục tùng; [일기가] không đúng mùa, không hợp thời.

불승인 sự không tán thành, sự chê bai, sự không công nhận (정권의).

불시 @불시의 tình cờ, ngẫu nhiên, bất ngờ, không hợp thời, không đúng lúc // 불시에 hết mùa (제때 아닌); một cách ngẫu nhiên.

불시착 sự đổ bộ khẩn cấp, sự hạ cánh ép buộc. --하다 đổ bộ khẩn cấp, hạ cánh ép buộc.

불식 --하다 cướp đi, lấy đi, quét sạch, xóa sạch.

불신 sự không tin cậy, sự ngờ vực. --하다 ngờ vực, không tin, hay nghi ngờ, thiếu tin tưởng. @불신을 사다 thiếu lòng tin, bất tín nhiệm. *--행위 sự vi phạm (đánh mất) lòng tin.

불신임 sự không tin, sự không tin cậy, sự ngờ vực. --하다 không tin tưởng, nghi ngờ. @내각 불신임안을 제출하다 *trình bày một dự luật không đáng tin cậy trước nội các.*

불심 sự ngờ vực, sự hồ nghi, sự nghi ngờ, sự không biết rõ (알지 못함). *--검문 sự dò hỏi.

불쏘시개 cây củi đóm, củi mồi nhen lửa.

불쑥 bất ngờ, thình lình, đột xuất, gây ngạc nhiên. @불쑥 말하다 nói huỵch toẹt, nói thẳng thừng // 불쑥 방문하다 đến thăm bất ngờ.

불씨 than sống, than đang cháy đỏ. @악성 인플레의 불씨 (nghĩa bóng) môi trường dễ kích động sự xấu xa (nhen nhúm tội ác).

불안 sự lo lắng, sự băn khoăn, sự lo âu. --하다 lo lắng, lo âu, băn khoăn, còn ngờ vực, bất an. @정치적 불안 tình trạng bất ổn về chính trị // 불안하게 느끼다 cảm thấy bất an. *--감 cảm giác lo lắng.

불안정 tính không an toàn, tính không vững chắc, tình trạng náo động. --하다 không bền, không ổn định, không an toàn, không vững chắc.

불알 hòn dái, tinh hoàn (một trong hai tuyến của cơ quan sinh dục nam, nơi sinh ra tinh dịch). @불알을 까다 thiến, hoạn.

불야성 thành phố về đêm, thành phố hoạt động thâu đêm.

불어 nước Pháp, tiếng Pháp; [불교 đạo Phật] giáo lý nhà Phật.

불어나다 tăng thêm, lấn chiếm, phát sinh ra, nảy ra, lan tràn (번식) làm tăng lên nhiều lần, *sinh sôi nảy nở* (배가). @10 배로 불어나다 *tăng lên gấp 10 lần.*

불여의 --하다 mắc lỗi, sai, hỏng, không chạy. @매사가 불여의하다 *sự việc không bao giờ xoay chuyển theo ý muốn của mình.*

불연 @불연이면 nếu không thì, hoặc là, về mặt khác, cách khác.

불연속선 [기상] đường gián đoạn, đường không liên tục.

불온 tình trạng không yên. --하다 bị đe dọa, có tính chất lật đổ. @불온한 행동 cách cư xử không lịch sự, thái độ không đứng đắn // 불온한 언사를 쓰다 dùng lời lẽ nặng nề. *--문서 thư khủng bố, thư đe dọa.

불완전 sự không hoàn hảo, sự chưa hoàn thành, sự có thiếu sót. --하다 không hoàn hảo, chưa hoàn thành, còn thiếu sót. @불완전한 접 sự dở dang, sự thiếu sót, nhược điểm // 불완전하게 sơ sót, khiếm khuyết, dở dang. *--고용 tình trạng thiếu việc làm, tình trạng không được dùng hết khả năng. --동사 [문법 văn phạm] động từ khiếm khuyết.

불요불급 --하다 không cấp bách, không gấp gáp.

불용성 tính không hòa tan được. @불용성의 (chất) không hòa tan được, không nóng chảy.

불우 sự tối tăm, sự bất hạnh, tai họa, vận đen, vận rủi, nghịch cảnh. --하다 bất hạnh, rủi ro, tai ương. @불우한 처지에 있다 trong tình hình bất lợi, trong nghịch cảnh.

불운 nghiệp chướng, vận xấu. --하다 không may, bất hạnh, rủi ro. @불운하게도 một cách không may.

불원 --하다 (1) [거리 khoảng cách] không xa. (2) [시간 thời gian] không xa trong tương lai. @불원간 trong tương lai gần, trong thời gian ngắn, không lâu, sớm.

불유쾌 điều khó chịu, tính khó ưa, sự hiểu lầm. --하다 không hài lòng, khó chịu, gắt gỏng, cau có. @불유쾌하게 đáng ghét, đáng bực bội, khó ưa // 불유쾌하게 생각하다 không bằng lòng.

불응 --하다 không tuân theo, không đồng ý làm theo, không đáp ứng.

불의 tính chất thình lình, đột ngột (돌연); tính chất bất ngờ, đáng ngạc nhiên (의외). @불의의 습격 sự tấn công bất ngờ // 불의에 bất ngờ, đột ngột, thình lình.

불의 sự trái đạo đức, sự phóng đãng, sự bất công. --하다 trái đạo đức, vô luân, đồi bại, không phải phép, bất chính.

불이익 thế bất lợi, sự thiệt hại, điều trở ngại. @불이익의 bất lợi, thiệt thòi, không có ích, không thuận lợi, trở ngại.

불이행 sự không thực hiện, sự không hoàn thành, sự vi phạm. @의무의 불이행 sự không hoàn thành trách nhiệm. *계약-- sự không thực hiện giao kèo.조약-- sự vi phạm hiệp ước.

불인가 sự không tán thành, sự phản đối, sự bác bỏ.

불일간 => 불일내.

불일내 trong vài ngày nữa, chẳng bao lâu nữa.

불일듯하다 thịnh vượng, phát đạt, phát triển mạnh. @사업이 불일듯하다 *việc kinh doanh đang phát triển rất nhanh.*

불일치 sự bất đồng, mối bất hòa. --하다 bất hòa với, bất đồng, không đồng ý với.

ㅂ

@언행 불일치 *lời nói không đi đôi với việc làm.*

불임 sự cằn cỗi, sự không có kết quả. @불임의 cằn cỗi (đất); không có quả (cây); hiếm muộn (người); khô khan (văn). *--증 chứng vô sinh, tính không có khả năng sinh sản.

불입 số tiền trả; số tiền bồi thường, số tiền quyên góp (구독요금 따위의); phần trả mỗi lần (월부 따위의). --하다 nộp tiền, trả góp, quyên vào. *--금 tiền quyên góp, tiền hội phí. --자본 đã trả món tiền thù lao cần thiết. --최고 vốn kêu gọi, sự gọi cổ phần. 일시-- sự trả một lần. 전액-- số tiền trả toàn bộ (một lần).

불잉걸 than (đang cháy), than sống.

불자동차 phương tiện chữa cháy, xe cứu hỏa.

불잡다 [진화] thổi tắt, dập tắt lửa; [켜들다] đưa ra ánh sáng.

불장 lễ tang theo nghi thức Phật giáo.

불장난 --하다 chơi với lửa, đùa với tình yêu..

불전 chánh điện thờ Phật.

불전 kinh điển Phật giáo.

불제 --하다 yểm trừ, xua đuổi (tà ma); tẩy uế.

불조심 sự cảnh báo hỏa hoạn. --하다 đề phòng hỏa hoạn, ngăn ngừa hỏa hoạn.

불지르다 bố trí ánh sáng trong nhà

불지피다 nhóm lửa.

불질하다 [불때다] nhóm lửa (nhóm bếp để nấu ăn); [발사] bắn (súng).

불집 @불집을 건드리다 trêu vào tổ ong, chọc tổ ong.

불찍다 hơ ấm bằng lửa.

불찬성 sự không tán thành, sự phản đối. --하다 không tán thành, phản đối, không đồng ý. @나는 그것에 불찬성이다 tôi phản đối điều đó. *--자 người biệt giáo.

불찰 sự cẩu thả, tính lơ đễnh, điều sơ suất. @그런 사람을 신용한 것은 내 불찰이었다 *tôi đã lầm vì tin tưởng một người như vậy.*

불참 sự vắng mặt, sự đi vắng. --하다 vắng mặt, đi vắng, nghỉ. *--가 sự không tham gia, sự không dự phần. --자 người vắng mặt. --계 thông báo nghỉ.

불철저 --하다 không hoàn toàn, không triệt để; nửa chừng, nửa vời; [논지가] mâu thuẫn nhau, trái ngược nhau, không trước sau như một.

불철주야 suốt ngày đêm.

불청객 người khách không mời (mà đến)

불초 (lời tự xưng khiêm tốn) tiện dân, tiện nữ, kẻ hèn mọn này.

불충 sự không trung thành, sự không chung thủy, sự bội tín. --하다 không trung thành, không chung thủy, không trung nghĩa, bội tín.

불충분 sự thiếu, sự không đủ. --하다 thiếu, không đủ, chưa tới nơi tới chốn @조사가 불충분하다 điều tra chưa tới nơi tới chốn // 증거 불충분으로 vì thiếu chứng cớ.

불충실 --하다 không trung thực, không trung thành, phản bội.

불측 --하다 không đoán trước được, không lường được; [흉측] xấu, tồi tệ.

불치 thú bị săn, mẻ săn.

불치 (1) [병 bệnh] tình trạng không thể chữa được, tình trạng nan y. (2) [정치] sự cai trị tồi, sự quản lý nhà nước tồi. @불치의 không chữa được, nan y, không còn hy vọng. *--병 chứng bệnh nan y. --환자 một ca không còn hy vọng.

불친소 bò thiến, bò (trâu) đực non.

불친절 không tử tế, tàn nhẫn, khắc nghiệt. --하다 không tốt, không thân thiện, không hiếu khách.

불침번 sự canh phòng ban đêm, sự thức; người gác đêm (사람). @불침번 서다 canh phòng ban đêm.

불켜다 đốt, thắp (đèn dầu); bật (đèn điện).

불쾌 không hài lòng, không chấp thuận, không vừa ý, bực mình, khó chịu. @불쾌한 냄새 mùi khó chịu // 불쾌하게 생각하다 thấy khó chịu // 불쾌하게 하다 xúc phạm, làm bực mình, làm mất lòng. (2) [편찮음] sự không thích, sự không ưa, sự ác cảm. --하다 không khỏe, khó ở, thấy khó chịu. *--지수 sự biểu thị khó chịu.

불타 (*Buddha*) đức Phật Thích Ca.

불타다 cháy rực, bừng bừng, đang cháy. @불타는 사랑 tình yêu nồng cháy // 불타기 쉽다 dễ cháy, dễ bắt lửa // 배가 불타고 있다 con tàu đang cháy.

불탑 ngôi chùa.

불통 sự gián đoạn, sự không liên tục, sự bế tắc. @전신 불통 sự gián đoạn phương tiện truyền tin // 불통이 된 곳 cắt, ngắt, làm gián đoạn (đường dây) // (교통) 불통이되다 đình trệ, bị gián đoạn, làm tắc nghẽn. (2) [의사가] không thông tin được, không liên lạc được. @의사가 서로 불통이다 không hiểu nhau.

불퇴전 tính quả quyết, tinh thần bất khuất. --하다 quả quyết, kiên quyết, bất khuất. @불퇴전의 결의 ý kiên quyết không thể khuất phục được, quyết tâm, bất khuất.

불투명 tính mờ đục, sự trì độn. --하다 mờ đục, tối tăm, không rõ ràng. @불투명한 태로 thái độ nhập nhằng. *----색 màu đục.

불퉁스럽다 lỗ mãng, thô lỗ, cộc cằn.

불퉁하다 lồi ra, phồng ra, phình lên, nhô lên, u lên.

불티 tia lửa, tàn lửa, đám tro tàn còn lẫn những cục than hồng. @불티 같다 bán chạy như bánh nóng.

불편 sự bất tiện, sự phiền phức; [몸이] sự thiếu tiện nghi, sự lo lắng bực dọc. --하다 bất tiện, thiếu tiện nghi, phiền phức, khó chịu; [몸이] cảm thấy không khỏe, khó chịu, không thích nghi. @불편을 느끼다 cảm thấy bất tiện, bị phiền phức // 불편을 느끼게 하다 gây phiền phức cho ai // 교통이 불편하다 giao thông không thuận lợi.

불편 부당 tính công bằng, tính vô tư, tính chất trung lập. --하다 công bằng, không thiên vị, vô tư, trung lập, không phụ thuộc.

불평 sự bất bình, sự bất mãn, sự không bằng lòng (정치상의); lời phàn nàn, lời than phiền. --하다 than phiền, trách móc, bất bình. @불평을 품다 bất mãn, kêu ca.

불평등 sự không bằng nhau, sự không đồng đều. --하다 không đều, không bằng nhau, không công bằng. *--조약 hiệp ước không bình đẳng.

불포화 không bảo hòa. *--학합물 hợp chất chưa bảo hòa.

불피우다 nhóm lửa, nhen lửa, đốt lửa.

불필요 --하다 không cần thiết, không

ㅂ

mong muốn, thừa. @불필요하게 thừa, vô ích, không cần thiết // 이런 것은 불필요하다 *chúng ta có thể làm mà không cần có cái này.*

불하 sự bán, sự chuyển nhượng,sự nhượng lại.--하다 bán, chuyển nhượng, nhượng lại.

불학 무식 nạn mù chữ, sự thất học. --하다 mù chữ, dốt, không có học.

불한당 bọn trộm, băng cướp.

불합격 sự tuyên bố không đủ tư cách, sự không chấp nhận, sự loại bỏ. --하다 không chấp nhận, không chấp thuận, loại bỏ, thiếu điểm. @불합격이 되다 hỏng thi, bị loại. *--자 người bị loại. --품 bài không được chọn.

불합리 sự vô lý, sự ngớ ngẩn. --하다 không hợp lý, phi lý, vô lý.

불행 sự rủi ro, sự bất hạnh, sự không may. --하다 không hạnh phúc, bất hạnh, không may, khốn khổ. @불행중 다행 *trong cái rủi có cái may* // 불행하게도 một cách đáng tiếc, không may // 불행을 당하다 bị chuyện bất hạnh, gặp chuyện không may.

불허 sự không tán thành, sự phản đối, sự chê. --하다 không được phép, không được thừa nhận.

불현듯이 một cách bất ngờ, một cách đột xuất, đáng ngạc nhiên.

불협화음 [음악 âm nhạc] nốt nghịch tai, không hòa âm.

불호령 một mệnh lệnh nghiêm ngặt.

불화 sự bất hòa,tình trạng bất an, sự xích mích. --하다 bất hòa, xích mích với, xung đột với.

불화 một bức họa về đề tài Phật.

불확대 sự hạn định vào một nơi, sự địa phương hóa. @불확대 방침 chính sách không mở rộng.

불확실 ngập ngừng, không chắc chắn. --하다 đáng nghi, không rõ rệt, không chắc chắn.

불확정 --하다 không hạn định, không rõ ràng.

불환지폐 tiền giấy.

불활성 (vật lý) tính trơ. *--가스 (hóa học) khí trơ.

불황 sự giảm giá, sự hạ giá, sự sụt giá, tình trạng buôn bán ế ẩm (일시적). @불황의 ứ đọng, ế, chậm, trì trệ, đình trệ.

불효 sự không vâng lời (cha mẹ) sự bất phục tùng. --하다 không biết vâng lời, không chấp hành nhiệm vụ. *--자 thằng con ngỗ nghịch.

불후 tính bất hủ, danh tiếng muôn đời. --하다 bất hủ, bất diệt, bất tử. @불후의 명성 danh tiếng bất tử

붉다 đỏ; đỏ thẫm, đỏ thắm (심홍); đỏ tươi (진홍). @붉어지다 làm cho đỏ, trở nên đỏ.

붉덩물 dòng suối đục ngầu.

붉디붉다 đỏ mãi.

붉히다 đỏ mặt (vì thẹn). @얼굴을 붉히고 ửng đỏ, ửng hồng.

뿜다 [액체를] phun ra, bắn ra, phọt ra; [연기. 불을] sự bùng lửa, sự phun lửa; [방출] tỏa ra, phát ra. @고래가 물을 뿜다 con cá voi phun tia nước.

붐비다 đông nghịt, chậtních. @거리가 붐비다 đường phố tấp nập xe cộ/ lưu thông đông đúc.

붓 cây bút lông, cây bút. @붓을 들다 cầm bút, viết, vẽ, tô vẽ, mô tả.

붓꽃 [식물 thực vật] cây irit.

붓끝 (1) đầu bút lông. (2) [필봉] nét bút

lông.

붓다 [1] (1) [살가죽이] phồng lên, sưng lên, phù lên. @얼굴이 붓다 bị sưng mặt. (2) [성나서] tối tăm, ảm đạm, buồn thảm, sưng sỉa. @부은 얼굴 vẻ mặt buồn thảm, mặt sưng mày sỉa.

붓다 [2] (1) [쏟다] đổ vào, đổ đầy vào, đổ dồn về, chế vào, châm (dầu) vào. (2) [씨앗을] @모판에 씨앗을 붓다 gieo hạt lên luống đất. (3) [계돈. 월부금] trả (tiền) làm nhiều lần.

붓대 cán bút lông.

붓두껍 nắp bút lông.

붓순 [식물 thực vật] cây sao hồi của Nhật Bản.

붕괴 sự tan vỡ, sự suy sụp, sự thất bại, sự lún xuống, sự sa lầy (함몰); [화학 hóa học] sự phân hủy; [지질 địa chất] sự rã ra, sự mủn ra. --하다 sụp đổ, xẹp, lún xuống. *--물 mảnh vỡ vụn.

붕긋하다 (1) [언덕.산봉우리가] hơi cao, dạng như gò (mô đất) nhỏ. (2) [배가 gấp đôi, gấp hai] phồng ra, phình lên. (3) [물건이 들뜨다] sự thả lỏng chút ít, sự tuôn ra một ít.

붕당 bè phái, bè cánh.

붕대 băng (để băng vết thương), sự băng bó. @붕대를 감다 quấn băng, băng bó (cánh tay)

붕붕거리다 kêu vo ve; [비행기 따위가] kêu vo vo, kêu vù vù.

붕사 chất borax (천연의)

붕산 [화학 hóa học] axít boric.

붕소 [화학] chất boron (B)

붕어 [물고기 cá] con cá giếc.

붕어 sự chết, sự từ trần, sự qua đời, sự băng hà, sự để lại, sự truyền lại.

붕우 người bạn, bầu bạn.

붕장어 [물고기] cá lạc, cá chình biển.

붙다 (1) [접착] dán, dính, đính chặt vào. @풀이 잘 붙다 dán dính chặt // 옷이 몸에 붙다 y phục dính sát vào người // 집안에 붙어 있다 gắn chặt trong nhà (ở nhà suốt, ở lì trong nhà) // 붙어다니다 bắt tay làm (khởi công làm) cùng một lúc // 마당이 붙어 있다 *khu vườn của chúng tôi ở kế bên (sát bên).* (2) [가담] gia nhập, nhập vào, gắn vào, *vượt qua (kẻ thù).* (3) [불이] bắt lửa, cháy. (4) [시험에] thi đậu, trúng tuyển (cuộc thi). (5) [교미] giao cấu,.

붙들다 (1) [꽉 쥐다] nắm, bắt, chộp, vồ. @팔을 붙들다 vồ lấy (tóm) tay ai // 붙들고 놓지 않다 kiềm giữ, bám chặt . (2) [잡다] bắt giữ. @도독을 붙들다 *bắt giữ tên cướp* // 말을 붙들다 kéo con ngựa lên. (3) [만류] giữ chặt ai, níu áo ai. @오래 붙들지 않겠읍니다 *tôi sẽ không giữ anh lâu đâu.* (4) [돕다] @일을 붙들어 주다 *giúp đỡ ai trong công việc của họ.*

붙들리다 bị bắt, bị tóm . @붙들리지 않고 있다 vẫn được tự do, còn tự do // 그에게 두시간 붙들렸다 *tôi đã bị hắn ta giam đến hai tiếng đồng hồ* // 도둑이 현장에서 붙들렸다 *kẻ trộm bị bắt quả tang.*

붙박이 vật cố định, đồ đạc đặt ở chỗ cố định. @붙박이로 một cách cố định, thường trực.

붙박이다 được buộc chặt cố định.

붙어다니다 bám sát, theo đuôi nhằng nhằng.

--붙이 cái, đồ vật, thứ, món (hạng loại, nhóm), vật cùng loại.

붙이다 (1) [부착.첨부] gắn, dán, trói

buộc, lắp. @우표를 붙이다 dán tem lên thư // 포스터를 붙이다 dán một áp phích quảng cáo. (2) [이름을] đặt tên, gọi tên. @별명을 붙이다 đặt tên hiệu, đặt tên riêng. (3) [사람을] có mặt, có tham dự, chăm sóc, phục dịch. @환자에게 간호원을 붙이다 *có một bệnh nhân được y tá chăm sóc.* (4) [불을 lửa] đốt, thắp, nhen, nhóm. @담배에 불을 붙이다 mồi (đốt) điếu thuốc. (5) [중간에서] dàn xếp, sắp xếp, đàm phán, thương lượng, đồng ý, thỏa thuận. @흥정을 붙이다 *thỏa thuận một giao kèo mua bán.* (6) [기식] sống nhờ, ăn bám, ăn chực. @나는 아저씨 집에 몸을 붙이고 있다 *tôi sống chung với gia đình ông chú.* (7) [첨가] cho ý kiến. @조건을 붙이다 kèm một điều kiện. (8) [때리다] @빰을 올려 붙이다 vỗ, phát, vả, tát ai. (9) [교미] giao phối, giao hợp. (10) [가입] cho (ai vào), nhận vào, kết nạp (ai) vào. @붙여주지않다 không cho (ai) xen vào. (11) [내기에서] đánh cá, đặt cược.

붙임성 sự nhã nhặn, sự niềm nở, sự ân cần. @붙임성 없는 태도 cách cư xử lạnh lùng // 붙임성이 있다 dễ gần gủi, dễ đặt vấn đề.

붙잡다 chộp, tóm, túm bắt. @도둑을 붙잡다 bắt tên trộm // 손을 붙잡다 níu lấy tay ai // 붙잡아 주다 giúp đỡ ai.

붙잡히다 bị bắt, bị chộp, bị túm => 붙들리다.

붙장 tủ gắn liền vào tường.

브라스밴드 ban nhạc chuyên dùng nhạc khí bằng đồng và bộ gõ.

브라우닝 [자동 권총] (*Browning*) súng braoninh.

브라운관 bóng đèn ống Braun.

브래지어 cái nịt ngực, cái yếm.

브랜디 (*brandi)* rượu branđi.

브랜치 (*branch*) cành cây, nhánh sông.

브러시 (*brush*) bàn chải, bút lông.

브레스트(스트르우크) kiểu bơi ếch (*breast-stroke)*

브레이크 [1] (*brake*) cái hãm, cái phanh, cái thắng. @브레이크를 걸다 cài thắng vào.

브레이크 [2] [권투 quyền Anh] (*a break*) sự nghỉ, sự dừng lại.

브레인 트러스트 (*brain trust)* sự kỳ vọng, sự trông mong, sự ủy thác.

브로마이드 [감광지 giấy ảnh bắt ánh sáng rất nhạy] giấy *bromua*; [사진 tấm ảnh] ảnh *bromua* .

브로치 (*brooch*) trâm (cài đầu), ghim hoa (cài cổ áo).

브로커 (*broker)* người môi giới .

브롬 [화학 hóa học] chất *bromine.* *--칼륨 chất *bromua kali.* --화 sự brom hóa.

브리지 (1) [의치] @브리지를 하다 lắp đặt một cây cầu. (2) [카드놀이] @브리지를 하다 chơi bài brit.

브리핑 (*briefing*) buổi thuyết trình.

블라우스 (*blouse*)áo bờ-lu, áo choàng.

블랙리스트 (*black list*) sổ đen, danh sách đen.

블록 (*bloc*) khối. @블록 경제 khối kinh tế.

블론드 (*blond*) màu vàng hoe. @블론드의 여인 người phụ nữ có mái tóc vàng óng.

블루머 (*bloomer*) quần buộc túm (phụ nữ mặc để chơi thể thao).

블루스 (*blues*) điệu nhảy blues.

블루진 (*blue jeans*) quần gin xanh (quần

bò).

비 [1] cơn mưa, trận mưa rào. @억수같이 퍼붓는비 cơn mưa như trút // 이슬비 mưa phùn, mưa bụi // 큰 비 cơn mưa tầm tả, cơn mưa to // 비를 맞으며 trong cơn mưa // 비를 만니다 bị mắc mưa // 비가 그친다 tạnh mưa // 비가 올 것 같다 *trời có vẻ muốn mưa.*

비 [2] [쓰는] cái chổi; cây chổi sể (마당비). @빗자루 cán chổi.

비 đài kỷ niệm, bia mộ. @비를 세우다 xây dựng đài kỷ niệm.

비 phi [왕비] hoàng phi; [태자비] vương phi.

비 [비율] tỷ số, tỷ lệ [비교] sự so sánh [대조] sự tương phản, sự trái ngược [필적] ngang bằng, bình đẳng. --하다 so sánh, đối chiếu; [필적] ngang bằng với; [비유] so sánh với. @나이에 비해 젊다 trông trẻ so với tuổi.

비-- [반 tiền tố] phi--; không--; phản, ngược với, trái với. @비과학적 phản khoa học // 비애국적 không yêu nước, không ái quốc.

비각 nhà tưởng niệm, toà nhà được xây dựng bên đài kỷ niệm.

비강 [해부] hốc mũi, khoang mũi.

비걱거리다, 삐걱거리다 kêu cọt kẹt, cót két.

비겁 tính nhát gan, tính hèn nhát. --하다 nhát gan, nhút nhát, hèn nhát; [남자답지 못하다] không có nam tính; [비열] tính hèn hạ, tính đê tiện. @비겁한 자 người nhát gan, kẻ nhút nhát // 비겁한 행동을 하다 *hành động một cách hèn nhát.*

비견 --하다 được xếp vào loại, có thể sánh với.

비결 bí quyết, chìa khóa. @성공의 비결 bí quyết thành công // 장사의 비결 mánh lới kinh doanh.

비경 vùng hoang sơ, nơi chưa có dấu chân người đi đến, vùng đất thần bí.

비계 mỡ, chất béo.

비계 kế hoạch bí mật.

비고 lời ghi chú, lời bình luận.

비곡 một giai điệu ai oán.

비곡 điệu nhạc riêng, một giai điệu thầm kín.

비공개 không công khai. *--회의 cuộc họp nội bộ.

비공식 tính chất không theo thủ tục quy định, hành vi không quang minh chính đại.@비공식적인 không theo thủ tục quy định, không chính thức.

비공인 @비공인의 không được phép, không được quyền, không được công nhận. @비공인 세계기록 *một thành tích chưa được ghi nhận.*

비과세 sự miễn thuế. *--품 hàng miễn thuế.

비과학적 không có kỷ thuật.

비관 chủ nghĩa bi quan, tính yếm thế; [낙담] sự thất vọng, sự chán ngán. --하다 bi quan yếm thế, thất vọng, chán ngán; [낙담] chán nản, thối chí. @비관적 bi quan, yếm thế. *--론 tính bi quan yếm thế.

비교 sự so sánh; [대조] sự tương phản, sự trái ngược, sự tương đương. --하다 so sánh với. @비교적(으로) (một cách) tương đối // ...과 비교하여 so với.. // 비교가 안된다 không có sự so sánh giữa cái này với cái kia. *--급 [문법 văn phạm] cấp độ so sánh.

비구니 một sư cô, sư nữ, ni cô.

ㅂ

비구름 đám mây mưa; [기상 khí tượng] mây mưa, mây dông.

비구승 một nhà sư, một vị tăng.

비국민 người không yêu nước.

비군사 @비군사적 phi quân sự. *--화 phi quân sự hóa.

비굴 sự hèn hạ, tính bủn xỉn. --하다 hèn hạ, đê tiện, lệ thuộc, vụng trộm, lén lút; [사내답지않다] không xứng đáng là đàn ông, yếu đuối nhu nhược, thiếu nam tính.

비극 bi kịch. @비극적 (thuộc) bi kịch. *--배우 diễn viên bi kịch, tác giả bi kịch.

비근 --하다 thông thường, phổ biến. @비근한 예를 들다 nêu một ví dụ thông thường.

비금속 kim loại gốc.

비금속 á kim [화학 hóa học].

비기다[1] [승부를] kết thúc một trận đấu hòa.

비기다[2] [견줌.비유] so sánh, ví.

비김수 một hoạt động của nhà tư bản.

비꼬다 (1) [꼬다] xoắn, cuộn, quấn, xe, bện, kết, tết (dây thừng). (2) [말을 lời nói] thốt ra lời nói mỉa mai (châm biếm). @비꼬아 말하다 nói một cách mỉa mai.

비꼬이다 bị xoắn lại; cong, oằn, vẹo lại; [심술 궂다] bị xuyên tạc, bị bóp méo (sự thật). @비꼬인 성질 tính quanh co, không thật thà.

비끗거리다, 삐끗거리다 (1) [잘 안되다] phạm lỗi, sai lầm, sai sót. (2) [어긋나다] không khớp lắm, không đúng lắm.

비난 sự phê bình, lời chỉ trích, sự tố giác (공공연한). --하다 phê bình, chỉ trích, bình phẩm, tố giác, vạch mặt, phản đối kịch liệt. @비난할 만한 đáng trách mắng, đáng quở trách // 비난의 대상이 되다 là mục tiêu của sự phê bình, chỉ trích.

비너스 (*venus*) [신화 thần thoại] thần vệ nữ, thần ái tình.

비녀 một cái kẹp tóc có tính cách trang sức.

비논리적 không lô gích, phi lý, không hợp lý.

비뇨 [의학] sự đi tiểu. *--기 cơ quan tiết niệu. --기과 khoa tiết niệu.

비누 xà phòng. @비눗물 nước xà phòng, bọt xà phòng // 세수 비누 한 개 một cục xà bông, một bánh xà phòng.

비늘 vảy (cá, rắn, cánh sâu bọ). @비늘을 벗기다 vảy cá.

비능률 sự thiếu khả năng, sự không có khả năng, sự bất tài. @비능률적 thiếu khả năng, bất tài, không hiệu quả, vô dụng.

비닐 nhựa viny. *--수지 nhựa thông viny.

비다 trống, rỗng, trống không, trống tuếch; tự do, rảnh tay [손이] trống rỗng, rỗng tuếch (속이 bên trong). @빈 방 căn phòng trống // 손이 비다 không có người ở, bỏ không, trống.

비단 không chỉ, như, cũng như. @비단 그뿐 아니라 không chỉ thế.

비단 hàng tơ lụa, sản phẩm tơ lụa. *--이불 bộ đồ trải giường bằng lụa.

비단결 kết cấu tơ, kết cấu mượt mà. @비단결 같다 mịn như nhung.

비대 dáng bệ vệ, sự béo tốt, sự đẫy đà; [의학 y học] sự nở to, sự phình trướng. --하다 mập, to béo, béo tốt, bệ vệ, đẫy đà.

비대발괄 lời cầu xin, sự khẩn khản nài xin, sự gạ gẫm, sự níu kéo (mồi chài).

비데오 테이프 (*video tape*) cuộn băng video.

비도덕적 sự phóng đãng, sự đồi bại, sự vô luân.

비동맹 chính sách không liên kết. *----주의 chủ nghĩa không liên kết.

비둘기 chim bồ câu (기르는). @비들깃장 chuồng chim bồ câu.

비듬 gàu (trên đầu), vẩy mốc (trên da)

비등 --하다 ngang hàng, ngang sức, đủ sức, đủ khả năng.

비등 sự sôi, sự đang sôi, sự nóng sôi, sự sôi sùng sục. --하다 sôi, nóng sôi, sôi sùng sục; [의논이] bị xúi giục, bị khích động, hay loay hoay, xáo động. *--점 điểm sôi.

비딱, 삐딱 --하다 rung, yếu, không vững, lảo đảo, loạng choạng, lung lay, op ẹp, lắc lư.

비뚜로, 삐뚜로 sự quanh co, độ xiên, nghiêng, xiên, theo đường chéo.

비뚜름하다, 삐뚜름하다 cong, oằn, vặn vẹo, nghiêng đi, xiên đi, làm nghiêng, đặt nghiêng.

비뚝거리다, 삐뚝거리다(1) [흔들거리다] rung, lắc lư, loạng choạng. (2) [걸음을] lê, đi khập khiễng, chạy ì ạch (xe, máy bay, tàu bị hỏng)

비둔 --하다 có nhiều thịt, béo; [동작이 hành động] vụng về, lóng ngóng, không gọn, khó coi.

비뚤거리다, 삐뚤거리다 (1) [흔들거리다] lảo đảo, loạng choạng, chập chững, lắc bật ra, làm xóc nảy lên (마차가). (2) [구부러지다] lượn, uốn khúc, cong, uốn cong, bẻ cong, quanh co, khúc khuỷu, ngoằn ngoèo.

비뚤비뚤, 삐뚤삐뚤 [흔들흔들] gây sửng sốt, làm choáng, làm kinh ngạc, lảo đảo, lung lay; [꼬불꼬불] quanh co, khúc khuỷu. @비뚤비뚤한 길 con đường quanh co ngoằn ngoèo.

비뚤어지다, 삐뚤어지다 (1) [기울다] quanh co, khúc khuỷu, xiên, nghiêng. (2) [마음이 tâm hồn] lệch lạc, không ngay thẳng. @마음이 비뚤어지다 có tư tưởng không thật thà. (3) [뒤틀어지다] trong tâm trạng khó chịu, xấu.

비래 --하다 bay, tung bay; đi máy bay.

비럭질 sự cầu khẩn, sự nài xin. --하다 nài xin, cầu khẩn, xin sỏ.

비련 mối tình bi thảm, một tình yêu vô vọng.

비례 [비교] sự so sánh; [비율] tỷ số, tỷ lệ. --하다 [비교] so sánh, đối chiếu; [비하다] làm cho cân đối. @ 정(반) 비례하다 tỷ lệ thuận (nghịch) với. *--대표제 sự trình bày theo tỷ lệ, sự tương ứng tỷ lệ. --식 một phần, một cổ phần. 단--tỷ lệ đơn. 반-- tỷ lệ nghịch. 정-- tỷ lệ thuận.

비로스 cho lần đầu, đến lần đầu.

비록 nếu, cho dù, dù là, dẫu cho, mặc dù. @비록 나이는 젊지만 cho dù là hắn trẻ.

비록 nhật ký (hồi ký) riêng.

비롯하다 bắt đầu, khởi sự, mở đầu, xuất hiện, xảy ra, phát sinh (기원하다). @...을 비롯하여 bao gồm cả, kể cả, đứng đầu bởi, và còn thêm.

비료 phân bón. @비료를 주다 bón phân. *화학-- phân hóa học.

비루 --하다 hèn hạ, bủn xỉn, đáng khinh, đê tiện, bần tiện.

비리 điều không hợp lý, tính phi lý.

비리다 (1) [냄새가 mùi vị] có mùi cá (생

ㅂ

선이 cá tươi); vấy máu, đẫm máu (피가). @비린내 mùi (máu) cá // 비린내가 나다 có mùi tanh của máu cá (2) [아니꼽다] làm ghê tởm, làm kinh tởm.

비릿하다 hơi tanh.

비만 tính chất màu mỡ, sự béo tốt. --하다 nuôi béo, được vỗ béo, làm tròn trĩnh, béo, mập

비말 tia nước, bụi nước.

비망록 bản ghi nhớ, sổ ghi nhớ.

비매동맹 sự tẩy chay (sự không mua)

비매품 (hàng mẫu) không bán (게시)

비명 @비명에 죽다 chết bất đắc kỳ tử.

비명 tiếng kêu, tiếng thét, tiếng rít. @비명을 지르다 kêu thét, rít.

비명 văn bia, văn mộ chí, câu viết, câu khắc (trên bia), câu đề tặng.

비몽사몽 @비몽사몽간에 nửa thức, nửa ngủ.

비무장 sự phi quân sự hóa. *--지대 khu phi quân sự.

비문 => 비명.

비밀 việc cơ mật, tính kín đáo, sự giữ bí mật. --하다 thầm kín, riêng tư, bí mật. @공공연한비밀 điều bí mật chung // 비밀히 thầm kín, riêng tư, bí mật // 비밀로 하다 giữ bí mật // 비밀을 밝히다 tiết lộ bí mật // 비밀을 지키다 giữ bí mật.

비바람 mưa dông.

비바리 cô gái thuyền chài, cô gái xóm chài.

비방 công thức bí mật, bí truyền; [비법]; phương pháp riêng, bí pháp.

비방 sự lăng mạ, sự sỉ nhục, lời phỉ báng. --하다 lăng mạ, sỉ nhục, phỉ báng, nói xấu, vu oan @비방하는 자 kẻ vu khống, kẻ nói xấu.

비번 sự hết phiên, hết ca trực. @오늘은 비번이다 hôm nay là ngày nghỉ của tôi.

비범 --하다 khác thường, xuất sắc, đặc biệt, lạ đời, dị thường. @비범한 사람 một người tài năng đặt biệt, người phi thường.

비법 một phương pháp riêng, bí pháp.

비보 một tin buồn.

비복 người hầu, người giúp việc nhà.

비분 sự căm phẩn, sự phẫn nộ, sự căm hận. @비분 강개하다 đầy phẫn nộ chính đáng.

비브라폰 [악기 nhạc khí] đàn tăng rung (nhạc cụ giống như mộc cầm, nhưng có bộ phận cộng hưởng bằng điện đặt dưới thanh kim loại, gây ra tác dụng ngân vang).

비비 [동물 động vật] con khỉ đầu chó.

비비꼬다 xoắn , quấn chặt vào nhau. @실을 비비꼬다 bện chỉ thành dây.

비비꼬이다 bị quấn chặt vào nhau.

비비다 (1) [문지르다] chà xát, xoa ,cọ. @두손을 비비다 xoa tay. (2) [송곳을] khoan xuyên qua, chọc thủng (bằng mũi khoan / máy khoan). (3) [둥글게] làm tròn, cuốn, quấn, cuộn. (4) [뒤섞다] trộn, pha, hòa lẫn. @양념을 넣고 밥을 비비다 trộn gia vị vào cơm.

비비송곳 máy khoan có cán dài.

비비적거리다 xoa đi xoa lại, cọ xát nhiều lần.

비비틀다 vặn chặt lại, siết chặt lại

비비틀리다 bị quấn chặt.

비빈 hoàng hậu và thứ phi.

비빔국수 món mì thịt băm.

비빔밥 món cơm trộn thịt ướp gia vị.

비사교적 sự khó gần, sự không thích giao du.

비싸다 đắt tiền, quý giá, xa hoa. @터무니 없이 비싼 가격 giá cao một cách quá đáng // 비싸게 팔다 bán giá cao // 값이 너무 비싸다 giá quá cao.

비상 (1) [이상함] tình trạng khẩn cấp, sự tình cờ ngẫu nhiên. --하다 nổi bật lên, rõ nét, gấp, cần kíp. (2) [비범 tính lạ thường, tính khác thường. --하다 khác thường, đặc biệt, ngoại lệ, đáng chú ý. @그는 비상한 머리를 가지고 있다 anh ấy có một năng lực khác thường. *--경계 sự cảnh giác đặc biệt. --구 lối thoát khẩn cấp, đường hầm đặc biệt. --수단 tiêu chuẩn đặt biệt.

비상 chất độc thạch tín.

비상 sự bay vụt, sự bay vút lên.

비상근 @비상근의 (công việc) bán thời gian. *--직 chỗ làm bán thời gian.

비상 사태 tình trạng khẩn cấp. @비상 사태를 선언하다 tuyên bố tình trạng khẩn.

비상선 hàng rào cảnh sát, hàng rào lửa.

비상시 tình trạng khẩn, cơn khủng hoảng. @비상시에 대비하다 được chuẩn bị cho tình huống khẩn cấp.

비생산 @비생산적 sự không sản xuất, sự không sinh lợi.

비서 [책] một quyển sách quý; [비서직] thư ký (riêng) @장관 비서 thư ký của Bộ trưởng.

비석 bia mộ, mộ chí. @비석을 세우다 dựng bia đá kỷ niệm.

비소 chất asen, thạch tín.

비속 hành động thô bỉ, lời nói thô tục, từ khiếm nhã. --하다 thô bỉ, thô tục, thiếu tế nhị.

비수 dao găm, con dao.

비수 sự đau buồn, sự đau khổ, nỗi thương tiếc.

비술 nghệ thuật riêng, bí quyết.

비스듬하다 hơi lệch, hơi nghiêng (xiêng). @탑이 비스듬하다 cái tháp nghiêng một bên.

비스름하다 hơi giống nhau.

비스킷 bánh quy dòn, bánh *biscuit*.

비스크우스 [화학 hóa học] (*viscose)* sợi vitcô.

비스타비젼 (*Vista Vision*) khung cảnh, cảnh nhìn xa qua lối hẹp; viễn cảnh, triển vọng (của một sự kiện).

비슬거리다 [비쓱거리다] lảo đảo, quay cuồng, chóng mặt, choáng váng; [배들다] lãng phí (thời gian), la cà, nhỡn nhơ, dây dưa, lần lửa.

비슷비슷하다 như nhau, chẳng khác gì nhau.

비슷하다 giống nhau, tương tự. @성격이 비슷하다 chúng nó rất giống tánh nhau.

비신사적 không lịch sự; không hào hoa, phong nhã, không quân tử.

비실제적 không thực tế, không thiết thực.

비아냥거리다 nhận xét cay độc; chế nhạo, châm biếm, mỉa mai.

비악, 삐악 @삐악삐악 울다 kêu chiêm chiếp, kêu chíp chíp.

비애 sự đau khổ, sự buồn rầu, sự thất vọng. @인생의 비애 bi kịch cuộc đời.

비애국적 không yêu nước.

비약 sự nhảy, bước nhảy. --하다 nhảy, phóng; [발전] tiến bộ nhanh; [활동] nhanh nhẹn, linh lợi.

비어 tiếng lóng, lời nói thô tục, từ khiếm nhã.

비어 (*beer)* [맥주] rượu bia.*-- 호을 (*beer hall)* nơi uống bia.

비어지다 (1) [내밀다] thò ra, nhô ra, lồi

ra. 드러나다 đưa ra ánh sáng, bộc lộ, biểu lộ, phơi bày ra.

비역 [계간] sự kê gian, sự giao hợp giữa đàn ông với nhau, thói thú dâm (giao hợp với động vật cái). *--하다 kê gian, thủ dâm.

비열 tính hèn hạ, tính bủn xỉn, tính khúm núm. --하다 hèn hạ, bủn xỉn, đê tiện, khúm núm, thấp hèn. @비열한 수단 thủ đoạn hèn hạ, trò gian trá đê tiện, trò bẩn.

비영리 @비영리 사업 một công việc không vì lợi, một việc làm không vụ lợi.

비오리 [새 chim] con vịt mỏ nhọn.

비옥 --하다 phì nhiêu, màu mỡ, dồi dào, phong phú.

비올라 (*viola*) cây đàn viôla (nhạc cụ dây kéo bằng vĩ, có kích thước lớn hơn đàn violon).

비옷 áo mưa (áo đi mưa).

비용 sự tiêu hao, chi phí, sự tiêu dùng. @비용을 절약하다 hạ (giảm) bớt chi phí // 비용이 많이 든다 tính theo giá sĩ (giá mua số lượng lớn) // 비용이 얼마나 듭니까 *tính giá bao nhiêu*?

비우다 bỏ trống, bỏ không. @잔을 비우다 (uống) cạn ly // 집을 비우다 bỏ trống một ngôi nhà.

비우호적 không thân thiện, đối địch.

비운 sự rủi ro, sự bất hạnh, chuyện không may.

비웃 [물고기 cá] cá trích. *--젓 cá trích muối.

비웃다 cười một cách khinh bỉ, cười giễu cợt, nhạo báng, chế giễu.

비웃음 nụ cười khinh bỉ, nụ cười nhạo báng. @비웃음을 사다 bị chế nhạo, bị chế giễu.

비원 khu vườn riêng (ở toà lâu đài).

비원 lời cầu xin tha thiết.

비위 (1) [비장과 위] lá lách và bao tử. (2) [기호· 미각] sự ưa thích, khẩu vị, sở thích, thị hiếu. @비위가 좋다 có bao tử tốt // 비위에 맞다 theo khẩu vị // 그 음식은 내 비위에 맞지 않는다 món ăn không hợp với bao tử tôi. (3) [기분] tính khí, tâm trạng. @비위를 거스르다 làm tổn thương, xúc phạm ai // 비위를 맞추다 nịnh hót, bợ đỡ ai // 비위가 상하다 cảm thấy bị tổn thương. (4) [뻔뻔스러움] hành động vô liêm sỉ. @비위가 좋다 trơ tráo, gan lì.

비위생 @비위생적 không hợp vệ sinh, thiếu vệ sinh, có hại cho sức khỏe.

비유 phép ẩn dụ (은유); sự so sánh, sự ví von (직유); truyện ngụ ngôn cổ tích (우화). --하다 so sánh, ví von. @비유적 bóng bảy, văn hoa, ẩn dụ, một cách ví von.

비육우 trâu bò, thú nuôi, gia súc.

비율 tỷ lệ, tỷ số, phần trăm. @5 대 2 의 비율 theo tỷ số 5 trên 2.

비율빈 => 빌리빌.

비음 âm mũi.

비씨지 thuốc chủng lao BCG. *--접종 sự tiêm chủng BCG.

비치 파라솔 cây dù che ở bãi biển.

비콘 đèn hiệu.

비프 thịt bò. @비프스테이크 (*beefsteak*) thịt bò bít tết.

빈인도 @비인도적 không có lòng nhân, độc ác, vô nhân tính

비인칭 @비인칭의 [문법 văn phạm] không ngôi.

비일 비재 @그런 일은 비일 비재하다 đó là việc thường xảy ra

비자 (*a visa)* sự thị thực.
비잔틴 @비잔틴식의 (*Byzantine*) thuộc đế quốc La Mã phương Đông. *--제국 đế quốc La Mã phương Đông.
비장 --하다 tích lũy, để dành, trữ, dự trữ. *--물 của cải, vật chất.
비장 --하다 bi thảm, thảm thương, cảm động, bi ai, thống thiết.
비장 [해부 giải phẫu] lá lách, tì.
비적 kẻ cướp, kẻ sống ngoài vòng pháp luật.
비전 bí mật, bí quyết, bí quyết nhà nghề (비약)
비전략 물자 hàng hóa không chiến lược.
비전투원 người không trực tiếp chiến đấu (như thầy thuốc, nhân viên văn phòng)
비접 @비접나가다 dời đến nơi khác (vì lý do sức khỏe).
비정 @비정의 vô tâm, nhẫn tâm, độc ác.
비정 sự cai trị kém, sự quản lý nhà nước tồi.
비정규군 quân đội không chính quy.
비젼 (*a vision)* thị lực, sức nhìn, tầm nhìn.
비조 người thành lập, người sáng lập, ông tổ.
비좁다 hẹp hòi, nhỏ nhen; [사람이 주어] căn phòng chật hẹp, tù túng.
비종교적 không tín ngưỡng, vô thần.
비쭉 @입술을 비쭉 내밀다 bĩu môi, trề môi.
비죽거리다, 비쭉거리다 => 비죽. @울려고 비죽거리다 bĩu môi suýt khóc.
비준 sự thông qua sự phê chuẩn. @조약을 비준하다 thông qua một hiệp ước.
비중 (vật lý) trọng lực riêng; [중요성의] tầm quan trọng tương đối. *--계 tỉ trọng kế.
비지 bã đậu.
비지니스 (*business*) việc buôn bán, việc kinh doanh. @비즈니스--맨 (*business man*) [사람] doanh nhân, thương gia.
비지땀 công việc vất vả, công việc nặng nhọc. @비지땀을 흘리다 chảy mồ hôi, đổ mồ hôi.
비질 --하다 quét bằng chổi.
비집다 [눈을] mở căng mắt ra; [틈을] đẩy mạnh ra, mở toang ra.
비참 tình trạng khốn khổ, tình trạng đau khổ. --하다 cực khổ, nghèo nàn, khốn khổ, bất hạnh. @비침한 생활 một cuộc sống nghèo khổ.
비창 sự buồn bả, sự buồn rầu, . --하다 buồn rầu, bi ai, khốn khổ, âu sầu, phiền não.
비척거리다 đi lảo đảo, đi loạng choạng.
비적걸음 bước đi chập chững.
비척비척 một cách lảo đảo, một cách không vững vàng.
비천 --하다 tầm thường, hèn mọn, thấp kém.
빛철금속 kim loại màu.
비추다 (1) [빛을] tỏa ánh sáng, chiếu sáng, soi sáng, rọi sáng. @얼굴을 비추다 soi rõ mặt ai. (2) [그림자를] phản chiếu, phản ánh. @거울에 비추어 보다 soi gương. (3) [비교· 참조] đối chiếu, phản chiếu. @사실에 비추어 *trong cái nhìn thực tế.*
비추이다 bị phản chiếu, phản hồi, phản xạ.
비축 --하다 cứu nguy, cứu khỏi tình trạng khẩn cấp. *--미 gạo dự trữ.
비취 (새 chim) chim bói cá; [보석 đồ trang sức] ngọc bích. *--색 màu xanh ngọc bích.
비치 phần cung cấp mỗi lần, sự cung cấp,

ㅂ

sự trang bị. --하다 cung cấp, trang bị, đặt, cài.

비치다 (1) [빛이] rọi sáng, chiếu sáng. @햇빛이 찬란하게 비치다 mặt trời chiếu sáng rực rỡ. (2) [그림자가] phản chiếu. @호수에 비친 옛성 *tòa lâu đài cổ kính phản chiếu trên mặt hồ.* (3) [드러나다] @인쇄가 뒷면에 비친다 in rõ qua mặt kia. (4) [암시 gợi ý] gợi ý nhẹ nhàng, nói bóng gió, ám chỉ.

비칭 một danh hiệu khiêm tốn.

비켜나다 bước lùi, lùi bước.

비켜서다 đứng sang một bên.

비키니 (*bikini*) áo tắm hai mảnh.

비키니도 => 비키니.

비키다@길을 비키다 tránh đường // 소를 비켜서 가다 đi chung quanh con bò.

비타민 (*vitamin*) sinh tố. @비타민제 sinh tố tổng hợp.

비탄 sự đau buồn, sự sầu muộn, sự tiếc thương sự than van. --하다 đau buồn, đau lòng, than van, xót xa, than khóc, thương tiếc.

비탈 đường dốc, chỗ dốc, độ dốc. @비탈지다 bị nghiêng. *--길 đường dốc.

비통 tính chất bi thảm, sự buồn phiền. --하다 buồn thương, bi ai, sầu não.

비틀거리다 đi lảo đảo, loạng choạng.

비틀걸음 bước chân chập chững (trẻ con) bước đi loạng choạng, lảo đảo (say rượu).

비틀다 vặn mạnh, xoắn, quay. @비틀어 끊다 giật mạnh ra // 팔을 비틀다 làm trật tay ai.

비틀리다 bị làm trật (mắt cá), bị sai khớp.

비틀비틀 với bước chân lảo đảo. @비틀비틀 일어서다 bước lảo đảo.

비틀어지다 vặn vẹo, xoắn, bóp méo.

비파 (악기) đàn *lute*, đàn mandolin Hàn quốc.

비판 lời phê bình, lời chỉ trích. --하다 bình luận, phê bình, phê phán, chỉ trích. @비판적 đáng phê phán, đáng chỉ trích. *--력 quyền phê phán. --자 nhà phê bình (văn nghệ).

비평 sự bình phẩm, sự chỉ trích, lời bình luận, nghệ thuật phê bình (문예 작품의), bài phê bình (sách) (신간서적의). --하다 phê bình, chỉ trích. *--가 người phê bình, chỉ trích. 문명-- sự phê phán nền văn minh.

비품 vật cố định; sự trang bị đồ đạc (집방안의); đồ trang thiết bị dụng cụ (집합적). *--목록 danh mục đồ đạc đặt ở chỗ cố định.

비하 [낮춤] sự làm mất thể diện, sự làm nhục; [낮음 thấp hèn] mức thấp của mặt đất. [지위] vị trí thấp.

비하다 so sánh, đối chiếu với => 비교.

비합리적 [철학] không hợp lý, phi lý.

비합법적 trái luật, trái phép, phi pháp, bất hợp pháp, bất chính, bị cấm, lậu.

비행 hành động xấu, việc làm có hại (sai trái); hạnh kiểm xấu, đạo đức kém.

비행 sự bay, chuyến bay, hàng không (비행술). --하다 bay, đáp chuyến bay. *--가(사) phi công, người lái máy bay. --기지 căn cứ không quân. --시간 giờ bay. 고공-- sự bay cao. 단독-- chuyến bay một mình (không có phi công phụ). 무착륙--chuyến bay thẳng. 세계일주-- chuyến bay vòng quanh thế giới. 시험-- sự bay thử.

비행기 phi cơ; máy bay; tàu bay (총칭 nói chung). @비행기로 가다 đi máy bay // 비행기에 타다 lên máy bay.

비행선 khí cầu, khí cầu điều khiển được. *경식(연식) – khí cầu không điều khiển được.

비행장 sân bay, phi trường.

비행정 tàu bay đáp xuống nước được, tàu bay có phao.

비현실적 không thực tế, không tưởng tượng được, không thể thực hiện được, không tưởng.

비호 cọp bay (phi hổ).

비호 sự che chở, sự bảo vệ, sự bảo trợ. --하다 che chở, bảo vệ, che dấu, chứa chấp (범인을). @비호 하에 dưới sự bảo trợ của. *--자 người bảo trợ, người đỡ đầu.

비화 [불똥] sự bén lửa. --하다 bắt qua, nhảy qua, bén qua, cháy lan qua (nhà khác).

비화 một câu chuyện buồn (cảm động, lâm ly, bi thảm, ai oán)

비화 một câu chuyện bí mật (thầm kín, riêng tư).

빈개념 [논리] một khái niệm khách quan.

빈객 vị khách danh dự.

빈곤 cảnh nghèo, sự thiếu thốn. --하다 nghèo, túng thiếu, bần cùng, khó khăn. @빈곤에 빠지다 làm cho nghèo đi, làm cho sa sút.

빈궁 cảnh nghèo túng, cảnh thiếu thốn, cảnh cơ cực. --하다 nghèo túng, cơ cực.

빈농 một nông dân nghèo.

빈대 con rệp (ở trên giường).

빈대떡 bánh kếp đậu xanh.

빈도 tính thường xuyên, tính hay xảy ra. @빈도가 높은 말 một tần số xuất hiện của từ

빈둥거리다, 삔둥거리다 rong chơi đây đó, tha thẩn khắp nơi.

빈들거리다, 삔들거리다 vu vơ, vớ vẩn, ăn không ngồi rồi, lười nhác, lang thang.

빈말 chuyện không đâu, chuyện vớ vẩn. --하다 tán gẫu, nói tầm phào, ngồi lê.

빈민 người nghèo, kẻ bần cùng.. @빈민을 구제하다 trợ giúp người nghèo. *--굴 khu nhà ổ chuột, khu vực có những căn nhà ổ chuột của thành phố, xóm nhà lá.

빈발 sự thường xuyên xảy ra. --하다 xuất hiện thường xuyên, xảy ra thường xuyên.

빈방 căn phòng trống (bỏ không).

빈번 sự thường xuyên, tính hay xảy ra. --하다 hay lui tới, hay ở, không ngừng, không ngớt, không dứt, liên miên. @빈번히 thường xuyên, lặp đi lặp lại nhiều lần.

빈부 sự giàu sang hay bần cùng. @빈부의 차별 없이 giàu nghèo như nhau.

빈사 @빈사의 환자 một bệnh nhân hấp hối // 빈사 상대에 있다 gần chết, suýt chết, bên bờ vực thẳm.

빈소 phòng để quan tài chờ ngày chôn cất, tang nghi quán.

빈속 một cái bụng rỗng (bụng đói).

빈손 @빈손으로 bằng tay không, với tay trắng.

빈약 tình trạng thiếu thốn, sự ít ỏi, sự nhỏ hẹp --하다 thiếu thốn, nghèo nàn, hạn chế.

빈자리 [공석] ghế trống; [결원] chỗ trống.

빈정거리다 chọc cười, nói đùa, giễu cợt.

빈집 căn nhà bỏ trống.

빈차 chiếc xe (taxi) trống; [택시의 계시] cho thuê, còn trống.

빈천 sự nghèo nàn thấp kém. --하다 nghèo nàn, thấp kém..

빈촌 một ngôi làng nghèo.

빈축 sự khó chịu, sự cau mặt, vẻ nhăn nhó. --하다 cau mày, nhăn mặt, không bằng lòng, không đồng ý, không tán thành. @빈축을 사다 cau mày khó chịu.

빈칸 một khoảng trống => 공백.

빈탕 tình trạng trống không, tính chất trống rỗng.

빈털터리 người nghèo xác xơ, người không một đồng xu dính túi. @빈털터리가 되다 khánh kiệt, túng quẫn, bần cùng, trở nên nghèo xác xơ.

빈틈 (1) [간격] lỗ hổng, kẽ hở, chỗ trống. @빈틈 없는(없이) chật chội, chật nít, chen chúc. (2) [불비] tính không sẵn sàng, không chuẩn bị, mặt sơ hở, cơ hội thuận lợi (để tấn công) @빈틈 없이 경계하다 trong tình trạng báo động.

빈한 sự nghèo khổ, sự bần cùng. --하다 nghèo khổ, bần cùng.

빈혈 [의학 y học] bệnh thiếu máu. *악성 -- bệnh thiếu máu ác tính.

빌다[1] (1) [구걸] xin, yêu cầu, đòi hỏi, thỉnh cầu, đề nghị. @빌어 먹다 đi cầu khẩn, đi xin. (2) [기권] cầu nguyện, van xin, cầu khẩn. @병이 낫기를 하느님에게 빌다 cầu trời cho được khỏi bệnh. (3) [사죄] xin (ai) tha thứ, tạ lỗi.

빌다[2] (1) [차용] vay mượn (nợ). @책을 빌다 mượn một quyển sách. (2) [힘을] được sự giúp đỡ của ai. @그의 말을 빌어 말하면 *theo cách nói của anh ấy.* (3) [방을]. @집을 빌다 thuê một căn nhà.

빌딩 (*a building*) một tòa nhà.

빌려주다 => 빌리다.

빌로오드 nhung.

빌리다 (1) [대여] cho vay, cho mượn. @힘을 빌리다 giang tay giúp đỡ người nào. (2) [임대] cho thuê, cho mướn. @말을 빌리다 thuê ngựa.

빌붙다 tâng bốc, xu nịnh, bợ đỡ ai.

빌어먹다 ăn xin, đi ăn xin. @빌어 먹을 đồ trời đánh thánh vật !, đồ ăn mày!

빗 cây lược. @빗으로 머리를 빗다 chải đầu. *--살 răng của cây lược.

빗-- (tiền tố) sai, bậy, thiếu sót sai (lầm), trái lẻ, không đúng; nghiêng (xiên) sang một bên.

빗각 [수학 toán học] góc xiên, góc chéo.

빗금 đường gấp, nếp nhăn.

빗나가다 bỏ đi, ngoảnh đi, quay đi, sai đường, lệch hướng, lầm đường lạc lối (총탄이). @과녁에서 빗나가 đi xa mục tiêu.

빗다 chải (tóc)

빗대다 khai man, thề ẩu, phản bội lời thề. @이름을 빗대다 cho tên giả.

빗돌 bia đá kỷ niệm.

빗듣다 nghe sai, nghe lầm.

빗디디다 => 헛디디다.

빗뜨다 nhìn ngang, nhìn từ một bên, một góc độ.

빗맞다 (1) [빗나가다] mất dấu vết. (2) [뜻한 일이] sai lầm, thất bại, thất lạc.

빗먹다 [톱이] cưa xéo (theo đường chéo)

빗물 nước mưa.

빗발 vệt mưa. @총알이 빗발 처럼 쏟아지다 đạn bay như mưa.

빗발치듯 dầy và chắc.

빗방울 giọt nước mưa. @빗방울 소리 tiếng giọt mưa rơi tí tách

빗변 [수학 toán học] cạnh huyền (của

tam giác vuông).

빗장 thanh ngang (cài chốt cửa). @문에 빗장을 지르다 đóng (chốt) , gài cổng lại.

빗접 hộp đựng lược.

빗줄기 cơn mưa to. @빗줄기가 세차다 trời đổ mưa.

빗질하다 chải tóc. => 빗다

빗치개 cây trâm dùng chẻ ngôi và làm sạch lược.

빙,뼁 theo vòng tròn. @눈물이 빙돌다 cảm động rơi nước mắt // 뼁 둘러 앉다 ngồi theo vòng tròn.

빙결 rét mướt, giá băng, lạnh lùng, xa cách.

빙고 nhà máy nước đá, hầm lạnh..

빙과 kem, bánh kem, cà rem.

빙괴 một tảng băng.

빙그레, 뼁그레 với vẻ mặt tươi cười rạng rỡ. --하다 rạng rỡ, tươi cười.

빙그르르, 뼁그르르 vòng quanh một cách nhẹ nhàng, êm ả. @빙판을 한 바퀴 빙그르르 돌다 lướt nhẹ quanh băng.

빙글거리다, 뼁글거리다 mĩm cười.

빙글빙글, 뼁글뼁글 nhẹ nhàng lướt vòng vòng.

빙긋거리다, 뼁긋거리다, 뼁끗거리다 rạng rỡ, tươi cười => 빙글거리다.

빙낭 một túi nước đá.

빙부 => 장인.

빙빙, 뼁뼁 @빙빙 돌다 xoay quanh.

빙사탕 đường phèn, kẹo đường.

빙산 núi băng trôi, một tảng băng trôi

빙상 @빙상에서 trên băng. *--경기 thuật trượt băng

빙설 băng tuyết.

빙수 nước đá

빙원 cánh đồng băng, sân băng.

빙자 (1) [의지] sự tin cậy, sự tín nhiệm, chỗ dựa, sự phụ thuộc, sự dựa vào. --하다 dựa vào, tin cậy. (2) [핑계] sự bào chữa, cái cớ, lý do không thật. --하다 bào chữa, viện lý do, lấy cớ @...을 빙자하여 đội lốt, giả vờ.

빙점 (vật lý) điểm đông.

빙초산 [화학] *axit axêtic.*

빙충맞다 đần độn, vụng về.

빙충(맞)이 người ngu đần, người vụng về.

빙탄 nước với lửa; [부조화] sự mâu thuẫn, tính xung khắc, tính kỵ nhau.

빙퉁그러지다 mắc lỗi, phạm sai lầm; [성질이] có ý định quanh co.

빙판 con đường đóng băng.

빙하 [강] con sông bị đóng băng; [지질] sông băng. *--시대 thời kỳ sông băng. --작용 sự đóng băng.

빚 món nợ. @빚을갚다 thanh toán nợ, trang trải nợ nần // 빚을지다 mắc nợ.

빚꾸러기 một người mắc nợ ngập đầu, người nợ như chúa chổm.

빚내다 vay, mượn tiền (của ai)

빚놀이 sự vay nợ, sự mượn tiền.

빚놓다 mượn tiền, vay nợ.

빚다 (1) [술을]. @술을 빚다 ủ rượu nếp. (2) [만두·송편 따위를] trộn bột nhào. (3) [조성하다] xuất thân từ, do ...mà ra, bởi. @가난이 빚은 비극 *do ở sự nghèo đói mà ra.*

빚돈 món tiền nợ, tiền cho vay. @빚돈을 대다 vay mượn, cho mượn.

빚물이하다 trả nợ cho người khác.

빚받이하다 thu nợ.

빚어내다 làm xảy ra, dẫn đến, gây ra.

빚장이 kẻ cho vay lấy lãi.

빚주다 cho vay tiền, mượn nợ

ㅂ

빚지다 mắc nợ, hàm ơn.

빛 (1) [광명] ánh sáng; [광선] tia; [섬광] tia sáng lóe lên; [광휘] ánh sáng rực rỡ, ánh lấp lánh (보석 따위의); [희미한] tia sáng le lói (lờ mờ). @빛을 발하다 phát ra (tỏa ra) ánh sáng. (2) [빛깔] màu sắc, sự chuyển dần màu. @밝은 빛 màu sáng. (3) [안색 따위] cái nhìn, sự diễn cảm. @피로한 빛이 보이다 *nhìn có vẻ mệt nhọc.*

빛깔 màu sắc.

빛나다 (1) [빛이] sáng, sáng chói, chiếu sáng, tỏa sáng; le lói, chập chờn (까물까물); lấp lánh (별이); rực sáng, bằng các tia sáng (반짝); rực rỡ, chói ngời (윤나다); sáng chói, bóng (흰 옷이). @하늘에 빛나는 별 *các vì sao lấp lánh trên bầu trời* // 기쁨으로 빛나는 눈 *mắt long lanh niềm vui* // 아침 햇빛에 빛나다 *rực rỡ trong ánh mặt trời.* (2) [출중] chiếu sáng rực rỡ. @청사에 빛나다 tồn tại lâu dài trong lịch sử.

빛내다 làm (vật gì) tươi sáng lên. @국위를 빛내다 nâng cao uy thế quốc gia.

빛살 tia sáng.

빙벽 một dãy băng.

빠개다 (1) chẻ, bửa, tách ra. (2) [망치다] làm hư hỏng, làm đổ nát.

빠개지다 (1) [조각나다] nứt, gãy, đổ, đập vỡ. (2) [일이] thất bại, tiêu tan, trở về con số không.

빠드득거리다 nghiến kêu•kèn kẹt, kêu cọt kẹt.

빠뜨리다 (1) [빠지게 하다] ném, vứt, liệng vào; gài bẫy, đánh bẫy, lừa (함정에); cám dỗ, quyến rũ, dụ, xúi giục (유혹에). @곤란한 입장에 빠뜨리다 dụ ai vào bẫy. (2) [빼어 놓다] bỏ sót, bỏ quên, bỏ qua. @한 줄을 빠뜨리다 sót một dòng (hàng) (3) [잃다] mất, rơi, rớt. @지갑을 빠뜨렸다 *tôi đã làm rơi mất ví tiền rồi.*

빠르다 (1) [속도가] sắc bén, hoạt bát, lanh lẹ (날쌔다). @일이 빠르다 *nhanh nhẹn trong công việc* // 눈치가 빠르다 cái nhìn sắc sảo, tinh mắt // 진보가 빠르다 tiến bộ nhanh. (2) [이르다] sớm, chẳng bao lâu nữa. @빠를수록 좋다 càng sớm càng tốt.

빠빠 (*papa*) ba, bố, cha (từ xưng hô)

빠지다 (1) [떨어지다] bị rơi vào, bị chìm vào (물에 nước); bị chìm đắm, bị lâm vào @곤경에 빠지다 *lâm vào cảnh không may* // 물에 빠진 사람을 건져주다 *cứu ai khỏi chết đuối* // 혼수상태에 빠지다 lâm vào tình trạng hôn mê. (2) [마음을 빼앗기다] ấp ủ, theo đuổi, đam mê, nghiện, miệt mài, hiến thân cho... @주색에 빠지다 đam mê rượu chè. (3) [박힌 것이] vượt qua, thoát khỏi, hóa ra, dẫn đến kết quả là.. @눈이 빠지게 기다리다 đợi dài cổ ra; nghển cổ ra đợi // 털이 빠진다 xõa tóc ra. (4) [없다] bị thiếu, không đủ, bị khuyết, bị bỏ sót. @두 페이지가 빠졌다 *thiếu mất hai trang* // 명부에서 이름이 빠졌다 *tên của nó không có trong danh sách.* (5) [흘러 나가다] chảy đi, thoát đi, rút hết. @그 땅은 물이 잘 빠진다 mặt đất khô ráo. (6) [없어지다] bong ra, rời ra. @빨아도 빛깔이 빠지지 않는다 chất nhuộm không bay màu. (7) [살이] trở nên ốm, sụt cân. @살이 빠져 뼈와 가죽만 남다 không còn gì ngoài da bọc xương. (8) [탈출하다] thoát khỏi, tuột ra khỏi, tránh khỏi, tránh xa, ngăn ngừa, đẩy lui. @위험한 고비를 빠져 나가다 *tìm cách thoát hiểm.* (9) [지나가다] đi qua, vượt qua, xuyên qua, thông qua. @골목으로 빠지다 qua một lối đi. (10) [못하다] thấp hơn, kém hơn, hạ thấp, xuống thấp, dưới. @누구에게도 빠지지 않다 không chịu thua ai.

빠짐없이 không bỏ sót, không thiếu vắng, không ngoại lệ, thấu đáo, tường tận, chu đáo, triệt để.

빡빡하다 (1) [물기가 적다] dày, đậm, rậm rạp. @빡빡해 지다 trở nên dày đặc. (2) [꽉 차다] nhồi nhét, tống vào, chật ních. @(승객이) 빡빡하게 들어차다 bị nhồi nhét như cá hộp.

빡작지근하다 => 뻑적지근하다.

빤히 (1) [명백히] rõ ràng, sáng sủa, hiển nhiên. @빤히 알다 biết chắc. (2) [뚫어지게] cố định, hiển nhiên, bất động.

빨강 màu đỏ, màu đỏ tươi.

빨다 [1] sự nhấm nháp, sự uống từng hớp, sự mút, sự hút, sự bú; [피우다] hút từng hơi ngắn (thuốc lá), hút bập bập; [흡수하다] hút, hút thu (nước). @젖을 빨다 (em bé) nút vú.

빨다 [2] [세탁하다] giặt, giặt ủi quần áo. @이천은 빨아도 줄지 않는다 bộ đồ này không thể bị co lại được.

빨대 ống hút (để uống nước).

빨랑빨랑 vội vàng, hối hả, hấp tấp. @빨랑빨랑해라 *mau lên*! **빨래** sự tắm rửa, sự tắm gội, sự rửa ráy. --하다 tắm, giặt. @빨랫감 sự tắm rửa giặt dũ; quần áo giặt // 빨랫줄 dây phơi quần áo // 빨래를 널어 말리다 *phơi quần áo lên cho khô.*

빨리 nhanh, nhanh chóng, lẹ làng; [일찍] sớm. --하다 thúc, giục, xúc tiến, đẩy mạnh.@걸음을 빨리하다 tăng tốc độ đi; đi gấp rút.

빨리다 [흡수] bị hút, hấp thu; [착취] bị nặn ra, bị ép ra; [빨아 먹이다] cho con bú sữa mẹ.

빨병 một bi đông nước, một chai nước.

빨아내다 rút ra, hút ra; [의학 y học] hút ra (khí, chất lỏng) (고름 따위를).

빨아들이다 [기체를] thở vào, hít vào; [액체를] hấp thụ, tiếp thu; thấm, hút (mực) (압지로), hút (rút, thấm) nước (해면으로), hít (thuốc).

빨아먹다 (1) [음식을 thức ăn] mút, ngậm, hút, uống, nốc, nhắp, nhấm nháp. (2) [우려내다] chen lấn. @백성의 피를 빨아먹다 thúc ép (gây áp lực) với dân chúng.

빨치산 (*a partisan)* quân du kích, nghĩa quân.

빳빳하다 (1) [꼿꼿하다] cứng ngắc, thẳng thừng. (2) [성질이] bướng bỉnh, cứng đầu. @빳빳한칼라 cái cổ cứng.

빵꾸 sự nổ (lốp), sự xì hơi, sự nổ cầu chì. @빵꾸 나다 nổ (cầu chì); xì hơi, nổ lốp.

빵 [1] bánh mì. @빵 문제 vấn đề cơm gạo (kế sinh nhai) // 빵 부스러기 ruột bánh mì // 빵 한 조각 một lát bánh mì // 한 덩어리의 빵 một ổ bánh mì.

빵 [2] [소리] tiếng sập mạnh, tiếng nổ vang. @권총을 빵빵 쏘다 nổ súng.

빵빵 => 뻥뻥.

빵집 lò bánh mì, tiệm bánh mì.

빻다 xay bột; tán nhỏ thành bột; nghiền, giả nát.

빼기 [수학 toán học] phép trừ.

빼내다 (1) [뽑다] chiết ra, rút ra, moi ra

ㅂ

kéo ra, lôi ra, nhổ (răng...). @못을 빼내다 nhổ một cây đinh. (2) [골라내다] chọn ra. (3) [돌라내다] chôm chỉa, ăn cắp vặt. @짐을 빼내다 ăn cắp hàng đống. (4) [꾀어내다] dụ dỗ, cám dỗ, lôi kéo, nhử, thuê mướn (고용일을). (5) [얽매인 몸을] mua lại, chuộc lại, bù đắp. @몸값을 치르고 창녀를 빼내다 chuộc lại một cô gái điếm.

빼놓다 (1) [제쳐놓다] ngăn chặn, loại trừ, tống ra, xóa đi, trừ ra @일요일을 빼놓고는 매일 집에 있다 *tôi luôn ở nhà trừ ngày chủ nhật.* (2) [뽑아놓다] nhổ ra, rút , moi. (3) [골라 놓다] chọn ra, phân ra, lựa ra.

빼먹다 [빠뜨리다] bỏ quên, bỏ sót, bỏ qua; [돌려내다] ăn cắp, chôm chĩa. @몇군데 빼먹고 읽다 đọc nhảy (bỏ qua) vài đoạn // 학교를 빼먹다 trốn học.

빼물다 [거만하게] bĩu môi, kiêu căng, ngạo mạn. [뼈물다] mải mê, dốc lòng, phấn đấu.

빼앗기다 (1) [탈취] bị trộm (vật gì), bị cướp đoạt (도난); bị thiếu (박탈). @시계를 빼앗기다 bị giật đồng hồ. (2) [매혹] bị thôi miên, bị quyến rũ, bị mê đắm. @얼을 배앗기다 bị quyến rũ, bị mê hoặc (vì đàn bà)

빼앗다 (1) [탈취하다] cướp, giật (cái gì từ tay ai) (훔치다) cướp bóc, tước đoạt, cưỡng đoạt (약탈); cướp, lấy (của ai vật gì) (박탈). @남의 믈건을 빼앗다 *chiếm đoạt tài sản của người khác.* (2) [매혹하다 thôi miên, làm mê hoặc, quyến rũ. @관객의 얼을 빼앗다 thu hút khán giả. (3) [짓밟다] vi phạm, xâm phạm (quyền lợi của người khác) (인권을). @정조를 빼앗다 hãm hiếp phụ nữ, làm nhục một phụ nữ.

빼어나다 trội về, xuất sắc về, vượt trội hơn.

빽 [1] @빽빽울다 kêu chiêm chiếp (chim non) // 빽소리내다 phát ra một âm thanh the thé. (2) [빽빽하게] một cách chặc chẻ, sít sao.

빽 [2] [열줄· 배경] sự chiếu cố, ân huệ, đặc ân, sự bảo trợ, sự đỡ đầu, sự giúp đỡ, sự ủng hộ; [후원자] người ủng hộ, người đỡ đầu, người bảo trợ.

빽빽이 khít, chặt chẽ, sít sao,.

빽빽하다 (1) [촘촘하다] dày đặc, chặt, sít sao, nhồi nhét chật cứng (가득차다). @빽빽하게 chặt chẽ, khít khao, sát sao // 빽빽하게 우거지다 mọc khít // [구멍이 막혀] bị chèn ép, khó thở ngột ngạt (갑갑하다).

뺀둥거리다 => 뺀들거리다.

뺀들거리다 ăn không ngồi rồi lãng phí thời gian. @뺀들뺀들 biếng nhác, lười nhác.

뺄셈 phép trừ, tính trừ.

뺑소니 @뺑소니 치다 chạy trốn, bỏ chạy, biến mất, tẩu thoát // 사람을 치고 뺑소니치다 đụng rồi chạy luôn, gây tai nạn rồi chạy luôn.

뺨 gò má; [넓이] bề ngang, bề rộng. @뺨치다 tát vào má (ai).

뺨치다 (1) [때리다] tát vào má (ai). (2) [능가하다] vượt trội, hơn hẳn, làm giỏi hơn. @전문가를 뺨치는 솜씨다 vượt trội tay nghề.

뻐꾸기 [새 chim] chim cu cu.

뻐꾹 (*cuckoo*) tiếng cúc cu.

빼그러지다 bị gãy vỡ, bị đứt quãng, chập chờn.

뻐근하다 thấy khó khăn, nặng nề; thấy mệt nhọc thẩn thờ, thấy nản. @어깨가 뻐근하다 cảm thấy trách nhiệm nặng nề.

뻐기다 [잘난 체하다] làm bộ, làm ra vẻ ta đây. @뻐기며 hống hách, độc đoán, kiêu kỳ, kiêu căng, ngạo mạn.

뻐끔하다 thoáng rộng, sâu và rộng.

뻐덕뻐덕 --하다 bị khô cứng . @가죽이 뻐덕하다 đồ da (da thuộc) bị cứng.

뻐드렁니 răng hô, răng cửa chìa ra ngoài.

뻑뻑 @담배를 뻑뻑 피우다 hút bập bập từng hơi thuốc, hút từng hơi ngắn.

뻑뻑하다 => 빡빡하다.

뻑적지근하다 cảm giác nặng nề => 뻐근하다.

뻔뻔하다 mặt dày mày dạn, trơ tráo, vô liêm sỉ. @뻔뻔하게 trân tráo, vô liêm sỉ, trơ trẽn, không biết hổ thẹn.

뻔질나게 liên tục, liên tiếp, thường xuyên. @뻔질나게 출입하다 hay xảy ra, thường xuyên.

뻔하 => 빤하.

뻗다[1] trải, căng, giăng, bày ra. @세력을 뻗다 bành trướng thế lực, mở rộng ảnh hưởng.

뻗다 [2] đưa thẳng tay ra. @팔을 뻗다 duỗi tay ra.

뻗치다 giăng ra, duỗi ra, với tay, với lấy. @구조의 손을 뻗치다 giúp đỡ ai một tay // 세력을 뻗치다 mở rộng quyền lực (ảnh hưởng)

뻘 [혈족 관계] vị trí trong mối quan hệ. @그는 나의 아저씨 뻘이 된다 *ông ấy là chú của tôi.*

뻣뻣하다 cứng, cứng rắn, không nhân nhượng, kiên quyết, bất khuất => 빳빳하다.

뻥 (1) [소리] tiếng sập mạnh, tiếng nổ lớn (bang). @뻥하고 nổ một tiếng bốp. (2) [구멍이]. @뻥 뚫어지다 mở tung ra. (3) [거짓] lời bịa đặt, sự dối trá.

뻥긋거리다 => 벙글거리다.

뻥뻥 [소리 âm thanh] tiếng nổ đốp, bốp; [구멍 lỗ thủng, khe hở] hết lỗ này đến lỗ khác.

뻥뻥하다 bị bối rối, bị lúng túng.

뻥끼 => 페인트.

뼈 (1) xương [동물의 động vật]; tro hỏa táng (유골). @뼈 속까지 tận xương tủy // 뼈를잇다 nắn xương lại // 벼를 마르다 gỡ xương (cá) // 뼈저리게느끼다 thấu xương // 뼈와 가죽만 남았다 *nó chỉ còn da bọc xương.* (2) [골자] thực chất, căn bản, bản chất, ý chính, phần cốt lõi. (3) [저의] @뼈 있는 말 từ ẩn nhiều hàm ý; từ gợi ý. (4) [기골] xương sống, cột trụ, lòng dũng cảm, sự quyết tâm, nghị lực, nhuệ khí. @뼈 없이 좋은 사람 một người chất phác, người có đầu óc đơn giản.

뼈다귀 chất xương, sừng, ngà.

뼈대 thân hình, tầm vóc, khổ người. @뼈대가 굵은 to xương // 뼈대가 굵어지다 tăng trưởng xương; [자라다] được nuôi dưỡng, chăm sóc, dạy dỗ.

뼈물다 [옷치장하다] ăn mặc chải chuốt tề chỉnh; [성내다] hay giận dỗi, dễ động lòng, hay tự ái; [벼르다] dự định (làm việc gì.)

뼈저리다 làm đau lòng, làm nhức nhối con tim.

뼈지다 [옹골차다] rắn chắc, vững bền; [말이 lời nói] sắc bén, cay độc, nhức nhối, sắc sảo.

뼘 một gang; gang tay. @뼘으로 재다

đo sải, đo bằng gang tay.

뽐내다 [체하다] giả vờ, giả bộ, lên mặt, làm ra vẻ ta đây; [자랑] tự kiêu, kiêu hãnh, kiêu ngạo, kiêu căng, tự đắc. @뽐내며 걷다 đi đứng nghênh ngang, vênh váo // 요리 솜씨를 뽐낸다 *cô ấy tự phụ về tài nấu nướng của mình.*

뽑다 (1) [빼내다] kéo ra, lôi ra, lấy ra; rút ra (칼, 권총을); chiết ra, moi ra, nặn ra (이를). @권총을 뽑다 rút súng ra // 제비를 뽑다 gieo, ném, quăng, rút thăm, bóc thăm. (2) [가려내다] lựa chọn, tuyển chọn, lọc ra, cử ra, phân ra. (3) [모집] tiếp nhận, giữ chổ, ghi (tên); tuyển mộ (병사를).

--뽑이 @ 마개뽑이 cái mở nút chai (hình xoắn ruột gà).

뽑히다 (1) [빠지다] lấy ra, rút ra, lôi, kéo, giật. (2) [선발] chọn ra.

뽕 [식물 thực vật] lá dâu tằm *--나무 cây dâu tằm.

뽕빠지다 vỡ nợ, phá sản, khánh kiệt.

뽕잎 lá dâu tằm.

뾰로통하다 bĩu môi, hờn dỗi, nhăn nhó, khó chịu.

뾰롱뾰롱하다 càu nhàu, cáu bẳn, gắt gỏng.

뾰루지 mụt, nhọt, khối u, bướu.

뾰조록하다 nhô ra, lồi ra một chút.

뾰족탑 tháp chuông, gác chuông; tháp nhọn

뾰족하다 sắc, bén, nhọn. @뾰족하게 하다 mài, vót cho nhọn.

뿌리 (1) [식물의 thực vật] rễ cây, cây con cả rễ; [부스러기의 mảnh, mẩu] nhân, lõi; [밑동] chân, gốc, đế, nền móng. @뿌리 내리다 nhổ rễ // 뿌리째 파내다 đào rễ. (2) [근본] căn nguyên, gốc rễ, nguồn gốc, cội nguồn. @뿌리 깊은 ăn sâu, bắt rễ, thâm căn cố đế // 뿌리 뽑다 nhổ bật rễ, trừ tận gốc, trừ tiệt.

뿌리다 (1) [비 따위가] thổi vào, lùa vào, dồn vào (phòng) . (2) [끼얹다] tưới, rắc, bơm phun. @씨를 뿌리다 gieo hạt.

뿌리치다 lung lay, lay động, rung, lắc, giũ, phủi, tống khứ; [만류· 권고를] từ chối, khước từ, loại bỏ. @뿌리치고 도망하다 tự rải bỏ, tách rời ra (khỏi quyền lực của người nào) // 손목을 뿌리치다 phủi sạch tay. ai

뿐 riêng, chỉ có, chỉ, đơn thuần. @뿐만 아니라 ngoài ra, hơn nữa, vã lại, vã chăng // 그는 가난할 뿐만 아니라 몸도 허약하다 *hắn đã nghèo mà còn bệnh nữa.*

뿔 sừng (trâu bò), gạc (hươu nai) (사슴의). @뿔로받다 mọc sừng, cấp sừng, húc (bằng sừng).

뿔뿔이 lác đác, lưa thưa, rải rác, tản mạn. @뿔뿔이 흩어지다 thưa thớt, rải rác, tản mác.

삐다 [1] [물이 nước] rút xuống, rút bớt (nước lụt).

삐다 [2] [뼈를 xương] bong gân, trật khớp, gãy xương.

삐딱거리다 run run, rung, không vững chải, dễ lung lay.

삐대다 làm cho ai lo lắng, phiền muộn.

삐라 tờ quảng cáo, bảng yết thị, tranh cổ động, áp phích

삐삐 [1] gầy còm, hốc hác, phờ phạc @삐삐 마른사람 người gầy da bọc xương // 삐삐 마르다 có vẻ gầy, có vẻ hốc hác.

삐삐 [2] tiếng kêu thất thanh, tiếng thét lên, tiếng rít. @삐삐울다 thét lên, kêu lên thất thanh.

삐죽하다 chìa ra, nhô ra; xô (đẩy) ra một tí.

빽 dày đặc, rậm rạp; [소리] với tiếng huýt sáo.

삥땅 [버스 안내양의] tiền lại quả, tiền trả cho người giúp mình kiếm một món lời không hợp pháp; --하다 trả tiền lợi quả; bỏ vào túi.

ㅂ

사 [1] khuy áo, khuyết áo

사 [2] [음악 âm nhạc] nốt Sol "G".

사 [사람]sĩ quan, giới chức, người lịch sự thượng lưu; [장기에서] quân cờ.

사 [십이지의] biểu tượng con rắn; [시간 thời gian] giờ Tỵ.

사 số bốn (4); [제 4] thứ tư. @사분의 일 một phần tư. *--배 bốn lần. --차원 [수학] thứ tư(của một đại lượng).

사 sự chết, cái chết => 죽음.

사 đền, chùa, miếu

사 [공에 대한] riêng, riêng tư, cá nhân; [정실] tính thiên vị, không công bằng; [비밀] sự bí mật, sự riêng tư, tính kín đáo. @사적인 cá nhân, riêng tư.

사 [부정] sự sai lầm, sự sai trái; [사악] cái xấu, điều tai hại, tội lỗi; [악의] tính hiểm độc, ác tâm, ác ý.

사 [화사] công ty; [상회] hãng; [사무소] cơ quan, công sở, văn phòng; [결사] tổ chức, đoàn thể.

사 sự tha thứ, lời xin lỗi, lòng khoan dung, lòng nhân từ. --하다 tha thứ, tha lỗi, xin lỗi.

사 [말] nhóm từ, cụm từ, cách diễn đạt. *영-- danh từ. 형용-- tính từ.

사 vải mỏng, gạc (buộc vết thương).

사 [인사] bài nói chuyện, diễn văn. *송별-- lời chào tạm biệt, lời chúc lúc chia tay. 취임-- lời nói mở đầu.

사가 nhà viết sử, sử gia.

사각 góc hỏa lực.

사각 vuông, vuông góc *--주 cột vuông. --형 hình tứ giác.

사각 [군사] góc ngoài tầm bắn của súng.

사각 góc xiên, góc chéo.

사각거리다 nghiến răng kêu răng rắc.

사각모자 mảnh gỗ đựng vữa hồ.

사각사각 với tiếng kêu răng rắc.

사감 mối hận thù, mối ác cảm, tính hiểm độc, ác tâm, sự thù oán, ác ý.

사감 chủ nhiệm khu nhà ở tập thể; [여자] bà hoặc cô trông nom nhà trẻ.

사개 (kiến trúc) mộng đuôi én.

사거 sự chết, sự qua đời. --하다 chết, qua đời.

사거리 ngã tư đường.

사건 [큰 사건] sự việc, sự kiện; [사소한] việc xô xát, việc rắc rối, việc bất ngờ xảy ra; [일] việc, sự kiện, vấn đề; [사고] sự cố, sự rủi ro, tai nạn, sự tình cờ, sự ngẫu nhiên; [우연의] sự việc xảy ra, biến cố; [법률상의 thuộc tòa án] việc kiện, việc tố tụng; [음모] âm mưu, sự thông đồng; [분규] sự phức tạp] tình trạng rắc rối lộn xộn. @사회적 사건 một sự kiện xã hội // (큰) 추문 사건 vụ bê bối, tai tiếng, chuyện gây xôn xao dư luận // 사건을 맡다 nắm chắc vấn đề. *살인-- một trường hợp giết người.

사격 sự bắn, phát súng, tầm bắn; [사격술] thuật xạ kích, tài thiện xạ. --하다 nổ súng, bắn. *--교련 sự tập bắn súng trường. --대회 cuộc hội họp những tay súng. –연습 sự tập bắn ở sân bắn. --장 sân bắn, bãi tập bắn. --중지 sự tạm ngưng bắn. 실탄-- sự bắn đạn thật.

사견 @사견으로는 theo ý kiến cá nhân tôi, *theo quan điểm riêng của tôi.*

사경 sắp chết, kề miệng lỗ. @사경에 처하다 cận kề cái chết; *gần kề miệng lỗ.*

사경제 tổ chức kinh tế cá nhân.

사계 [계절] bốn mùa. @사계의 변화 sự chuyển mùa, sự thay đổi mùa.

사계 lĩnh vực, phạm vi, đề tài. @사계의 권위자 người chuyên môn trong lĩnh vực nào đó

사고 @사고 무친하다 không có bà con thân thích và bạn bè tham dự.

사고 tờ thông báo, tờ quảng cáo.

사고 [예기치 않은] tai nạn, việc rủi ro [원인] lý do, tình huống. @사고를 일으키다 gây ra một tai nạn // 그는 자동차 사고로 죽었다 *nó bị chết trong một tai nạn xe hơi.* *--뭉치 kẻ phá rối, kẻ sinh sự. 모난-- một vụ trộm. 철도-- tai nạn đường sắt.

사고 sự cân nhắc, sự suy nghĩ. --하다 suy nghĩ, nghĩ, ngẫm nghĩ, cân nhắc, xem xét. *--력 năng lực tư tưởng. --방식 chiều hướng tư tưởng. --작용 quá trình suy nghĩ.

사공 người chèo thuyền, ông lái đò.

사과 quả táo. *--나무 cây táo. --산 *axít malic.* --주 rượu táo.

사과 lời xin lỗi, sự tạ lỗi, lời biện bạch. --하다 xin lỗi, tạ lỗi. @잘못을 사과하다 tự nhận thức lỗi lầm // 실례를 사과하다 xin lỗi (ai) vì sự thất lễ. *--장 bảng kiểm điểm, tờ tự kiểm. --편지 thư xin lỗi.

사관 sĩ quan, sĩ quan chính quy. @육군 (해군 공군) 사과 학교 học viện quân sự (Hải Lục Không quân). *--후보생 [육군 lục quân] học viên trường sĩ quan; [해군] học viên trường hải quân; [공군] học viên trường không quân.

사관 quan điểm lịch sử. *유물-- quan điểm duy vật về lịch sử.

사교 đời sống xã hội, sự giao thiệp. @사교적인 buổi họp mặt thân mật, *--가 người dễ hòa đồng. --계 đoàn thể, tầng lớp xã hội. @사교계 사람들 người ở tầng lớp thượng lưu, dân thượng lưu // --춤 *buổi liên hoan khiêu vũ có tính cách xã hội.*

사교 dị giáo, tà giáo, ngoại giáo. *--국 tà giáo, giới ngoại đạo. --도 người theo dị giáo.

사구 cồn cát, đụn cát.

사군자 bốn loại cây tượng trưng cho sự thanh cao, tao nhã (mai, lan, cúc, trúc).

사귀다 [친하게] làm bạn, giao thiệp với, kết bạn với. @좋은 사람들과 사귀다 giữ tình bạn tốt với (ai).

사귐성 @사귐성이 있다 dễ gần gũi, dễ chan hòa, thân thiện // 사귐성이 없다 không thích hợp, khó gần gũi,.

사그라지다 rút xuống, chìm xuống, lún xuống; [썩어서] làm mục rữa, làm thối nát; [녹아서] tan biến đi; [증기 따위가] quyết tâm, kiên quyết. @증기가 사그라지다 chỗ bị sưng xẹp xuống.

사극 vở tuồng lịch sử.

사근사근하다 [성질이] nhã nhặn, dễ thương, tử tế, tốt bụng, lịch sự, hòa nhã, ân cần; [먹기에] sinh động, hoạt bát, lanh lợi.

사금 bụi vàng. @사금을 채집하다 đãi vàng.

사금파리 mảnh vỡ đồ sứ.

사기 tinh thần, chí khí, nhuệ khí. @사기가 왕성하다 có chí khí cao // 사기가 떨어지다 bị mất tinh thần // 사기를 고무하다 lên tinh thần.

사기 lịch sử, biên niên sử.

사기 đồ sứ Trung hoa *--인형 búp bê

Tàu. --전 của hàng người Hoa.

사기 sự lừa đảo, sự gian lận, sự bịp bợm. --하다 lừa đảo, bịp bợm, gian lận. @사기를당하다 bị lừa, bị gạt // 사기로 돈을빼앗다 gạt tiền ai. *--근 người giả mạo, kẻ lừa đảo. --도박 trò cờ gian bạc lận. --죄 sự lừa lọc. --행위 thủ đoạn gian lận.

사기업 công ty tư nhân.

사나이 [남자 nam nhi] đàn ông, phái nam; [남자다움] nam tính, tính chất đàn ông, vẻ đàn ông, (đồ dùng) hợp với đàn ông. @사나이 다운 sự hùng dũng, sự mạnh mẽ, sự táo bạo, sự kiên quyết // 사나이답게 굴다 cư xử như đàn ông.

사나토륨 (*sanatorium*) viện điều dưỡng, nơi an dưỡng, bệnh xá.

사날[1] ba bốn ngày, vài ngày.

사날[2] @사날좋은 ương ngạnh, ngoan cố, bướng bỉnh // 사날좋게 굴다 ngoan cố, bướng, lì.

사납다 hung dữ, dữ tợn, man rợ, dã man, tàn bạo. [운수가] không may, đáng tiếc. @사나운 개 một con chó dữ // 사나운 짐승 con vật chưa thuần // 사납게 thô bạo, man rợ, man di, bạo tàn. // 성질이 사납다 tính tình nóng nảy, tâm tính hung bạo.

사내 người con người => 사나이.

사내 아이 một chàng trai, một thằng bé, chú bé, cậu bé.

사내종 người đầy tớ trai.

사냥 một chuyến đi săn, sự lùng sục. --하다 săn lùng. @사냥가다 đi săn.

사냥개 con chó săn.

사냥군 người đi săn, thợ săn.

사냥터 khu vực săn bắn.

사념 tư tưởng hắc ám (đen tối / xấu xa).

사농공상 sĩ, nông, công, thương.

사늘하다, 싸늘하다 [날씨가] lạnh, lạnh lẽo, giá lạnh; [무섭다] ớn lạnh, cảm thấy lạnh; [태도가] mát lạnh.

사다 (1) [구매] mua, sắm, tậu. @비싸게 (싸게) 사다 mua rẻ (đắt); // 외상으로 사다 mua chịu // 월부로 사다 mua trả góp hằng tháng // 헐값에 사다 mua gom theo giá rẻ // 100 원에 사다 mua với giá 100 *won* // 현금으로 사다 mua bằng tiền mặt // 그것은 돈 주고도 못 산다 không thể mua bằng vàng. (2) [초래하다] mời chào, bị, chịu, gánh, mắc. @원한을 사다 bị (ai) oán giận // 환심을 사다 được sự quý mến của ai. (3) [인정하다] công nhận, đánh giá cao, đặt lòng tin vào. @높이 사다 coi trọng, nghĩ tốt, đánh giá cao // 그의 정직한 점을 높이 사다 *tin vào tính trung thực của anh ấy*.

사다리 =>사닥다리.

사다리꼴 [기하 hình học] hình thang; [일반적] sự dàn quân theo hình bậc thang.

사다새 [새 chim] con bồ nông.

사닥다리 cái thang. *--층계 cầu thang gác.

사단 *--법인 đoàn thể, liên doanh pháp nhân.

사단 một sư đoàn. *--장 sĩ quan chỉ huy sư đoàn.

사담 cuộc nói chuyện riêng. --하다 có một buổi nói chuyện riêng (với ai); đàm luận riêng.

사당 nhà mồ, lăng, mộ.

사대 sự quy phục trước kẻ mạnh hơn. --하다 khâm phục, phục tùng quyền lực, bợ đỡ, xu nịnh. *--주의 thói bợ đỡ, thói xu nịnh. --주의자 kẻ hay bợ đỡ, *kẻ thích* *lân la với người giàu sang quyền thế.*

사대부 người thộc tầng lớp thượng lưu, người thuộc dòng dõi quý tộc.

사도 tông đồ (của Chúa Giê-su). *--신경 tín điều, giáo luật. –행전 các hoạt động tông đồ.

사도 [유교 도덕] giá trị đạo đức của Khổng giáo; [이분야] phương pháp, nghệ thuật.

사돈 quan hệ thông gia (hôn nhân). @사돈의 팔촌 quan hệ xa. *--댁 mẹ chồng hay mẹ vợ. --집 nhà mẹ bố mẹ chồng hoặc bố mẹ vợ.

사동 chú bé chạy việc vặt ở văn phòng (đưa thư, mua cà phê, thuốc lá..)

사두 xe bốn ngựa kéo. *--마차 xe ngựa bốn bánh, xe tứ mã.

사들이다 mua trữ; [상점이] tích trữ, để dành, trữ hàng trong kho. @석탄을 대량으로 사들이다 trữ một kho than lớn.

사또 [주장· 원님에게] ngài, tướng công!

사라사 vải in hoa, vải trúc bâu.

사라지다 biến đi, tan biến, biến mất; [시야에서 ởtầm nhìn] ngoài tầm nhìn, mất hút, không thấy nữa; [마음에서 trong tâm trí] phai nhạt dần. @그는 군중 속으로 사라졌다 *hắn đã biến mất giữa đám đông.*

사람 (1) [인류] loài người, nhân loại; [개인 cá nhân] người, con người; [여러 개인 rất nhiều cá nhân] nhiều người, thiên hạ, quần chúng, dân chúng. @사람의 목숨 đời người // 사람의 일생 đời sống con người // 그는 마산 사람이다 anh ấy đến từ *Masan.* (2) [세인] thiên hạ, nhân loại, quần chúng, nhân dân; [타인 người lạ] những người khác; [아내 người phối ngẫu] vợ (của..); [자신 bản thân] tôi; [심부름꾼] người đưa tin, sứ giả. @우리집 사람 vợ tôi, bà nhà tôi // 사람 앞에서 창피를 주다 làm nhục (làm be mặt) ai giữa công chúng // 사람을 보내다 nhắn, cho mời (ai) đến. (3) [인품] tính cách, cá tính; [인재] người có năng lực, người tài giỏi (thành thạo). @사람이 좋다 có bản chất tốt, có thiện tâm // 우리 교육계엔 사람이 없다 *ngành giáo dục của chúng ta còn thiếu nhân tài.* (4) [참다운 인간] người tử tế, người tốt, người chân chính.

사람답다 có đức, có lòng nhân, đúng nghĩa con người, xứng đáng với danh nghĩa "con người".

사랑 (1) ái tình, tình yêu, tình thương; [애정] tình cảm, cảm xúc [애착] sự quyến luyến, gắn bó [애욕] niềm say mê, sự đam mê. --하다 yêu thương, ưa, mến, thích, say mê, gắn bó. @사랑하는 đáng yêu, được yêu dấu, được quý chuộng // 사랑스러운 sự đáng yêu, sự dễ thương, duyên dáng, yêu kiều // 부모 (형제, 부부) 의 사랑 tình phụ mẫu (anh em, vợ chồng) // 사랑의 속삭임 lời thì thầm của tình yêu // 사랑에 빠지다 rơi vào tình yêu, sa vào bẫy tình, phải lòng ai. (2) [연인 người yêu] cưng, thân yêu.

사랑 căn phòng, phòng sinh hoạt, phòng tiệc.

사랑니 răng khôn (mọc vào khoảng 20 tuổi).

사레 @사레 들리다 cả tin vào việc sai quấy.

사려 sự suy nghĩ, sự cân nhắc. --하다 suy xét, đắn đo, cân nhắc, suy nghĩ chu đáo. @사려 있는 chu đáo ân cần, thận trọng // 사려가 없는 không thận trọng, khinh suất, nhẹ dạ //사려 깊은사람 một con người khôn ngoan thận trọng.

사력 sự cố gắng liều mạng. @사력을 다해 싸우다 chiến đấu cho đến chết.

사련 tình yêu tội lỗi, tình yêu trái phép.

사령 *--관 vị sĩ quan chỉ huy. @총사령관 tổng tư lệnh. --부 bộ chỉ huy, tổng hành dinh. --탑 đài kiểm soát máy bay lên xuống.

사령 (1) [발령 sự thông báo] lệnh chính thức; [발령장] lệnh bổ nhiệm. @임명 사령 thông tri bổ nhiệm. (2) [언사] lời nói phải, đúng; bài diễn văn. @외교 사령 ngôn ngữ ngoại giao.

사례 một ví dụ, một trường hợp cá biệt. @그러한 사례는 드물다 trường đó hiếm có.

사례 [감사 cảm tạ] sự cảm ơn, lời cảm ơn; [보수] sự thưởng, sự trả công, sự đền đáp. --하다 chuyển lời cảm ơn, thưởng, đền ơn. @두둑히 사례하다 đền đáp, trọng thưởng.

사로자다 ngủ một giấc liên tục, ngủ thẳng một giấc.

사로잠그다 khép cửa, khóa hờ cửa.

사로잡다 [생포] bắt sống, bắt giữ, bỏ tù ai. @범을 사로잡다 bắt sống con cọp.

사로잡히다 bị bắt sống, bị bắt nhốt, bị bỏ tù. @적군에게 사로잡히다 bị kẻ thù bắt giữ.

사론 giáo trình lịch sử, bài luận án lịch sử.

사료 tài liệu lịch sử. *--편찬국 cục sưu tập tài liệu về lịch sử.

사료 sự suy xét, sự cân nhắc. --하다 suy nghĩ, cân nhắc, quan tâm, suy xét.

사료 sự cho ăn, thức ăn cho vật nuôi, cỏ khô.

사륙 배판 khổ tám rộng (ngành in).

사륙판 khổ sách 12.

사르다 [태워버리다] vứt vào lửa, đốt cháy; [불을 지피다] làm cháy, thiêu, đốt cháy.

사르르 một cách êm ái, dịu dàng. @눈을 사르르 감다 khép nhẹ (khép hờ) đôi mắt.

사리 một cuộn.@새끼 한 사리 một cuộn thừng.

사리 tính tư lợi, tư lợi. @사리를 도모하다 nhắm vào lợi ích cho riêng mình, mưu cầu lợi ích cá nhân.

사리 sự thật, lẽ phải, sự đúng đắn. @사리에 밝은 사람 người có ý thức, người biết lý lẽ.

사리다 [새끼를 dây thừng] quấn thành một cuộn; [국수를] cuộn thành một búi; [뱀이] cuộn tròn lại; [몸을 bản thân] tự tiết chế.

사리사리 từ vòng này sang vòng khác.

사린 cả vùng lân cận, vùng phụ cận

사립 cơ sở tư nhân. *--학교 trường tư. --탐정 thám tử tư.

사립문 cổng làm bằng cành non.

사마귀 mụn cóc, mụn nhỏ; bướu cây. @사마귀가 나다 bị mụn cóc.

사막 sa mạc. @사하라 사막 sa mạc *Sahara*.

사망 sự chết, sự qua đời. --하다 chết, qua đời, từ trần. *--신고 bản cáo phó. --률 tỷ lệ tử vong. --자 người chết, người quá cố; [재난에 의한] người chết, nạn nhân (chiến tranh, tai nạn,). --진단서 giấy chứng tử.

사면 bốn phương, mọi hướng. *--체 khối bốn mặt, tứ diện. --팔방 mọi phía, mọi mặt.

사면 chỗ dốc, đường dốc, độ dốc, vị trí nghiêng. *--도 mặt cắt xéo. 급-- chỗ dốc đứng.

사면 sự tha thứ, sự ân xá, sự miễn giảm. --하다 ân xá, tha tội, xá tội, miễn tội, giảm tội. *--령 lệnh ân xá, bản án ân xá.

사면 sự từ chức, đơn từ chức.

사멸 sự tiêu diệt, sự thủ tiêu, sự làm tuyệt giống, sự kết liễu. --하다 thủ tiêu, kết liễu, tiêu diệt

사명 sứ mệnh, nhiệm vụ, mục đích. @사명을 띠다 lãnh nhiệm vụ.

사모 [경모] niềm khát khao, lòng ham muốn mãnh liệt, sự gắn bó sâu sắc. --하다 nóng lòng, mong mỏi, khát khao, thèm muốn.

사모 [스승의 아내] vợ của thầy giáo, cô; [호칭] bà, phu nhân, quý phu nhân.

사무 công việc văn phòng. @사무적인 tháo vát, thạo việc // 사무적으로 một cách thành thạo, có tổ chức // 사무용품 văn phòng phẩm // 사무 절차 công việc (văn phòng) thường ngày // 사무직원 nhân viên văn phòng // 사무에 밝다 *có kinh nghiệm trong công việc văn phòng* // 사무를 보다 làm việc văn phòng. *--관 thư ký, nhân viên hành chánh. --복 y phục văn phòng. --실 phòng (văn phòng). --원 nhân viên văn phòng. --장 trưởng phòng. --총장 tổng bí thư, tổng thư ký.

사무치다 chạm vào tâm can, làm ai đau lòng.

사문 cuộc điều tra, cuộc thẩm tra, sự thẩm vấn.--하다 điều tra, thẩm vấn, xét hỏi.

사문 một chủ đề lỗi thời; một qui tắc, luật lệ không ai tuân theo; điều không ai công nhận nữa.

사문서 tài liệu riêng.

사물 tài sản riêng.

사물 đồ vật, vật thể.

사뭇 [멋대로 chủ tâm] một cách cố ý, có chủ tâm; [줄곧] suốt từ đầu đến cuối [매우 cực kỳ] một số lượng lớn.

사바사바 --하다 đút lót (mua chuộc / hối lộ) cho cán bộ.

사박거리다 nhai (gặm) một cách nhẹ nhàng.

사반 một quý (3 tháng, 1/4 năm) *--기 học kỳ 3 tháng.

사발 một cái tô (chén) bằng sứ. *--시계 đường viền quanh tô sứ. 국-- một chén cháo, một tô canh.

사방 bốn phương, khắp chốn. @이 뜰은 사방 20 미터이다 ngôi vườn rộng 20 m^2.

사방 việc kiềm chế sự xói mòn, sự ấn định phạm vi bãi cát. *--공사 công trình kiểm tra sự xoáy mòn.

사범 [모범 kiểu mẫu] người làm gương cho kẻ khác; [스승] thầy giáo, huấn luyện viên. *--교육 giáo viên hướng dẫn. --대학 trường đại học, trường cao đẳng.

사범 tội phạm, tội ác, sự vi phạm. @ 경제 사범 tội phạm kinh tế.

사법 sự thi hành công lý, bộ máy tư pháp. @사법의 thuộc tòa án, thuộc công lý. *--경찰 cảnh sát tư pháp. --관 nhân viên tư pháp. --권 sức mạnh công lý. --기관 cơ quan pháp luật. --서사 công chứng viên tòa án. --재판 một phiên tòa. --재판관 một viên chức tòa án. --재판소 tòa án. 국제--재판소 tòa án

ㅅ

quốc tế.
사변 bốn phía. *--형 hình tứ giác, bốn bên.
사변 [사고] một tai nạn, sự rủi ro, tai biến; [변란] việc xô xác, việc rắc rối, sự va chạm, sự xung đột; [급변] tình trạng khẩn cấp.
사변 [구별] sự sáng suốt, óc phán đoán; [사유] sự suy đoán, sự suy xét. *--철학 thuyết suy đoán.
사변 [기하 hình học] cạnh huyền (của tam giác vuông). @3 각현의 사변 cạnh bên của hình tam giác.
사별 sự mất đi một người thân , sự chia ly bởi cái chết. --하다 bị chia lìa bởi cái chết, bị mất đi người thân @부인과 사별하다 góa vợ.
사병 chiến sĩ, lính trơn, binh nhì.
사보타지 *(sabotage)* sự phá hoại ngầm (총칭).
사보텐 cây xương rồng.
사복 thường phục. *--경찰관 cảnh sát mặc thường phục, cảnh sát chìm.
사복 tính tư lợi. @사복을 채우다 làm giàu cho bản thân.
사본 bản viết tay, bản thảo; [부본] bản sao; [등사물] bản chép lại. @사분을 만들다 sao chép.
사부 [네 부분] bốn phần. *--작 tác phẩm bộ bốn (văn hoặc kịch). --합창 bản nhạc phát âm cho bộ tư.
사부 [스승과 부친] cha và thầy; [스승] người thầy đáng kính.
사부 [스승] giáo sư, thầy giáo.
사부랑거리다 => 시부렁거리다.
사북 [부채의] trục đứng; [요점] điểm mấu chốt.
사분 [시간 thời giờ] bốn phút, một phần tư. --하다 chia làm bốn, chia làm tư. @사분의 1 một phần tư. *--음부 [음악 âm nhạc] nốt đen, cái móc. --의 cung phần tư, thước đo độ.
사분 오열 sự phá vỡ hoàn toàn. --하다 bị phá vỡ hoàn toàn, làm tan tành ra từng mảnh.
사비 chi phí cá nhân.
사뿐 với bước đi nhẹ nhàng, uyển chuyển.
사사 việc riêng tư, việc cá nhân.
사사 mọi sự. *--건건 mọi vật, mọi trường hợp.
사사 --하다 là học trò của..
사사로이 riêng tư, cá nhân, với tư cách cá nhân.
사사오입 --하다 làm tròn con số, làm chẵn.
사사일 vấn đề riêng, việc riêng.
사산 sự chết trong bụng mẹ. --하다 chết trong bụng mẹ, chết lúc đẻ. *--아 một đứa trẻ trong bụng mẹ.
사살 sự bắn chết. --하다 bắn chết.
사상 một hiện tượng, một khía cạnh, một sự kiện.
사상 sự chết và sự bị thương. *--병 những chiến sĩ đã bị giết và bị thương . --자(수) số thương vong.
사상 một ý nghĩ, một tư tưởng, sự mơ tưởng, một ý định. @건전한 사상 tư tưởng lành mạnh. *--가 một triết gia. --계 thế giới tư duy. --범(인) tội phạm chính trị. 과격-- những khái niệm cơ bản.
사상 @사상의 nhỏ như sợi chỉ, hình chỉ. *--균 [식물 thực vật] nấm có nhiều sợi nhỏ.
사상 trong lịch sử. @사상 초유의 거사 một sự kiện lịch sử.

사색 sự suy nghĩ, sự suy xét, sự nghiên cứu, sự suy gẫm. --하다 suy nghĩ, suy gẫm, suy đoán. @사색적인 trầm tư mặc tưởng, có tính chất suy đoán, suy tư // 사색에 잠기다 dựa vào, *căn cứ vào sự suy đoán*. *--가 triết gia, nhà tư tưởng.

사색 [빛깔] bốn màu sắc, bốn sắc thái; [당파 đảng phái] "lũ bốn người" (triều đại *Yi*). *--당쟁 sự tranh chấp trong nội bộ "bốn người". --판 sự in bốn màu.

사생 sinh, tử; sống chết. *--관두 bên bờ cái chết. --결단 sự liều mạng.

사생 sự vẽ phác họa. --하다 vẽ phác, phác họa. *--문 bức vẽ phác họa cảnh thiên nhiên.

사생아 đứa con hoang, đứa con không hợp pháp, đứa con ngoài giá thú. @그는 사생아이다 *hắn là một đứa con hoang*. *--인지 sự lai căng, sự lai tạp.

사생활 đời tư, đời sống cá nhân.

사서 người quản lý thư viện, thủ thư

사서 bộ sách Tứ Thư (sách cổ Trung Quốc). *--삼경 bộ sách Tứ Thư và Tam tự Kinh.

사서 sách lịch sử.

사서 tài liệu (thơ) riêng. *--함 hộp thơ bưu điện.

사서 quyển tư điển. => 사전.

사석 lý do riêng, nhu cầu không chính thức.

사선 [죽을 고비] hạn chót, hạn cuối, sự khủng hoảng; [프로 수용소의] vạch đường ngăn tù nhân đến gần.

사선 [기하 hình học] đường xéo; [지도 따위의] phần bị che khuất.

사설 một bài xã luận, bài báo chính.

사설 cơ sở tư nhân. @사설의 thuộc cơ sở (kinh doanh) cá thể.

사설 [노래 따위의] bài tường thuật, [지껄여대는] sự nói huyên thuyên.

사성 bốn nhà đại hiền triết (Khổng Tử, Thích Ca, Jesus và Socrates).

사소 --하다 không quan trọng, tầm thường, nhỏ. @사소한 일 việc nhỏ, chuyện vặt // 사소한 잘못 lỗi nhỏ nhặt, lỗi vặt // 사소한 일을 걱정하다 *lo nghĩ chuyện tầm phào*.

사수 sự chống giữ liều mạng. --하다 chống giữ liều lĩnh, xả thân chống giữ.

사수 người đi săn, tay súng giỏi; [포수] người đi săn bằng súng, pháo thủ @기관총 사수 người bắn súng máy.

사숙 trường dân lập, trường tư.

사숙 --하다 ganh đua (với ai); làm theo, bắt chước theo ai.

사순재 [기독교의] mùa chay, tuần chay.

사슬 dây, xích. @사슬로 매다 xích (chó) lại, xích xiềng (người nào) lại. *--고리 dây dắt (dây thừng xích (buộc) một con vật). --문고리 dây xích cửa.

사슴 (động vật) hươu, nai; [숫사슴] con hươu đực, nai đực (đã trưởng thành); [5세 이상의 수컷] con hươu đực (từ 5 tuổi trở lên); [암사슴] con hươu cái; [새끼사슴] hươu nhỏ, nai nhỏ (mới 1 tuổi). *--가죽 da hươu, da nai. --고기 thịt hươu, thịt nai. --뿔 nhánh gạc (hươu, nai).

사시나무 [식물 thực vật] cây dương lá rung (có cuống lá dẹt, khiến lá rung rinh khi gió thoảng)

사식 thức ăn dành riêng cho tù nhân.

사신 thư riêng, thư cá nhân.

사신 phái viên, đại diện (ngoại giao)

사실 sự thực, thực tế. @사실상 thực sự,

trên thực tế // 사실인즉 nói lên sự thật, nói lẽ phải, nói thẳng thắn // 사실 말이지 đúng sự thật // 사실상의 thực tế, có thực, trên thực tế, thực sự // 사실 조사 *đi tìm hiểu sự thật, đi tìm hiểu tình hình thực tế* // 기정 사실 *sự thật đã được xác minh* // 그것은 사실이다 đó là sự thật // 그것은 사실과 아주 다르다 còn xa sự thật // 사실대로 말해라 lời nói thật // 사실을 왜곡하지 말라 *đừng xuyên tạc sự thật.*

사실 sự kiểm tra thực tế.

사실 chủ nghĩa hiện thực. --하다 miêu tả bằng đồ thị, minh họa bằng đồ thị. @사실적인 có óc thực tế, hiện thực *--소설 tiểu thuyết hiện thực. --주의 chủ nghĩa hiện thực. --주의자 người theo thuyết duy thực, người có óc thực tế.

사실 phòng riêng; [부인의] buồng the, khuê phòng (phòng dành riêng cho phụ nữ)

사심 [사욕] tính ích kỷ, tính tư lợi. @사심을 품다 nuôi tính ích kỷ.

사십 số bốn mươi. @제 사십 thứ 40 // 사십대의 남녀 đàn ông và đàn bà trong độ tuổi 40.

사악 tính tai quái, tính chất độc ác, tính độc hại. --하다 độc ác, nguy hại, xấu xa.

사안 kế hoạch riêng.

사암 [지질] sa thạch (đá do cát kết lại mà thành).

사약 hình phạt ban tặng cái chết bằng thuốc độc theo lệnh vua (thời phong kiến)

사양 mặt trời lặn, mặt trời chiều, hoàng hôn.

사양 [사절] sự xuống dốc, sự tàn tạ, sự bị từ chối, [겸양] sự dè dặt, sự e ngại, sự do dự, sự không nhất quyết. --하다 từ chối, khước từ (với sự ân hận / hối tiếc); do dự, ngập ngừng.

사어 => 폐어.

사업 [일· 기업] một việc làm, một tổ chức kinh doanh, một dự án; [업적] thành tựu, thành tích. @큰 사업 một tổ chức kinh doanh lớn // 수지 맞는 사업 một việc kinh doanh sinh lợi // 사업을 시작하다 phụ trách một xí nghiệp (tổ chức kinh doanh) // 사업에 종사하다 kinh doanh, tiến hành việc kinh doanh // 사업이 잘 되다 kinh doanh phát đạt // 사업이 잘 안 되다 buôn bán ế ẩm, kinh doanh trì trệ // 무슨 사업을 하십니까 *bạn kinh doanh về ngành nào?* (mặt hàng nào?) *--가 nhà kinh doanh, thương gia. --부 bộ phận quảng cáo. --비 chi phí kinh doanh. --세 thuế kinh doanh. --소득 doanh thu. --자금 vốn kinh doanh.

사역 sự làm công, sự phục vụ, sự thuê người làm công. --하다 dùng, thuê ai làm việc gì. *--동사 [문법 văn phạm] động từ nguyên nhân.

사연 sự tường thuật đầy đủ, sự kiện (theo đúng giá trị của nó). @사연은 이러하다 chuyện xảy ra như vậy.

사연 nội dung, ý chính (lá thư), những gì muốn nói. @편지의 사연 chủ đề, ý chính của lá thư.

사열 sự kiểm tra. --하다 kiểm tra.@사열을 받다 bị kiểm tra (bởi). *--관 viên thanh tra, người kiểm tra.

사염화 [화학 hóa học] *tetrachloride.* *--탄소 *carbon tetrachloride.*

사영 sự giao dịch tài chính cá nhân (khôn

khéo / mánh lới). @사영의 riêng, kín, bí mật, hoạt động riêng tư. *--사업 xí nghiệp tư nhân.

사영 [수학 toán học] phép chiếu, hình chiếu. *--기하학 hình chiếu.

사옥 tòa nhà (của một hội, công ty).

사욕 tính ích kỷ, tính tư lợi, sự ham muốn cá nhân. @사욕의 có tính ích kỷ, tư lợi // 사욕을 채우다 *thỏa mãn những ham muốn cá nhân.*

사용 [쓰심] lợi ích cá nhân, sự biển thủ, sự tham ô; [불일] nghề nghiệp cá nhân. --하다 hướng về mục đích cá nhân, tư lợi. @공금을 사용하다 biển thủ công quỹ.

사용 sự sử dụng, sự dùng, sự thuê mướn ai, (적용); sự tiêu thụ (소비). --하다 sử dụng, dùng, thuê, mướn, tiêu thụ. @마음대로 사용하다 được sử dụng tự do // 사용되고 있다 (*있지 않다*) đang sử dụng (*hết sử dụng*). *--가치 giá trị thực tiễn. --량 số lượng sử dụng --법 cách dùng, hướng dẫn sử dụng (dược phẩm). --자 người sử dụng, người tiêu dùng (người tiêu thụ), người sử dụng lao động (người chủ) (고용자). --중 [게시] đang sử dụng, đã được giữ trước (방 따위).

사우드 캐롤라이나 (*south Carolina*) Nam Carolina.

사운 @사운을 걸다 tương lai của một công ty bị nguy cơ xấu đe dọa.

사운드 박스 *(sound box)* hộp tăng âm (ở máy hát, có cắm kim để quay trên đĩa hát.

사운드 트랙 (*sound track*) dải ghi âm, đường ghi âm (ở mép phim xi-nê, nhạc…); phần nhạc thu.

사원 mối tư thù.

사원 người làm công, người lao động, nhân viên; [사무원] người thư ký; [회원] thành viên, hội viên; [조합원] cộng sự viên, người cộng tác. @사원이 되다 gia nhập vào biên chế (của công ty).

사원 tu viện, đền, chùa.

사월 tháng tư.

사위 [신랑] con rể.

사위다 đốt sạch, cháy trụi, cháy ra tro.

사위스럽다 ghê tởm, đáng ghét, làm cho người ta không ưa.

사유 quyền sở hữu riêng. --하다 chiếm đoạt, chiếm lấy, chiếm hữu. @사유의 thuộc quyền sở hữu riêng. *--권 quyền sở hữu cá nhân. --물 vật sở hữu riêng. --재산 tài sản cá nhân.

사유 sự suy nghĩ, sự suy xét, sự suy đoán. --하다 ngẫm nghĩ, suy xét, suy gẫm về. *--기능 khả năng suy đoán

사유 lý do, nguyên nhân, động cơ. @사유없이 không có lý do.

사육 sự sinh sản, sự gây giống, việc chăn nuôi, việc trồng trọt. --하다 sinh sản, gây giống, chăn nuôi, trồng trọt. *--자 người chăn nuôi, người gây giống. --장 trang trại, nông trường. --학 công việc chăn nuôi, nghề chăn nuôi.

사육제 ngày hội, cuộc hội hè ăn uống linh đình.

사은 đáp trả lòng tử tế, biểu lộ sự biết ơn. --하다 bày tỏ lòng biết ơn, đền đáp.*--회 tiệc tạ ơn. @사은회를 열다 tổ chức một buổi tiệc vinh dự (cho người nào).

사의 [감사] lòng biết ơn, sự cám ơn, sự cảm kích; [사죄] sự xin lỗi, sự tạ lỗi. @사의를 표하다 *cảm ơn về lòng tốt của ai.*

ㅅ

사의 [말뜻] nội dung bản tuyên bố; [사퇴할 마음] quyết định bãi chức (ai). @사의를 표명하다 gợi ý xin thôi việc, công bố từ chức.

사이 (1) [공간] khoảng cách (giữa hai điểm); [간격] khoảng cách, cự ly; [거리] tầm xa; [차이] chỗ trống, chỗ gián đoạn. @사이에 ở giữa, trong khoảng (들의); giữa (셋 이상의); xuyên qua, suốt (통하여) // 사이를 두다 bỏ một khoảng trống // 나무 사이에 숨다 trốn giữa lùm cây. (2) [시간 thời gian] khoảng giữa thời gian, lúc ngừng, lúc nghỉ. @잠간 사이 trong chốc lát // 한 시와 두시 사이에 *trong khoảng một hai giờ* // 눈깜짝하는 사이에 trong nháy mắt, trong chốc lát, trong chớp mắt // 외출한 사이에 lúc vắng nha // 어느 사이에 ngoài sự hiểu biết, thiếu nhận thức (3) [관계] mối tương quan, sự liên quan, sự giao hảo. @사이에 ở giữa, giữa // 사이가 좋다 có mối giao hảo tốt // 사이가 나쁘다 có mối quan hệ xấu // 사이가 멀다 (가깝다) có thái độ cách biệt, không thân mật.

사이공 (*Saigon*) thành phố Sài gòn.

사이다 nước giải khát có gaz (sủi bọt)

사이드 (*a side)* phần bên cạnh, phần phụ. @사이드--카아 (*(a sidecar)* xe thùng (xe nhỏ gắn vào bên cạnh một xe mô tô, cho một hành khách ngồi).

사이렌 còi báo động. @사이렌을 울리다 thổi còi báo động.

사이비 sự giả tạo, sự giả mạo, không thành thật . *--군자 kẻ đạo đức giả, người giả nhân giả nghĩa. --신자 kẻ giả vờ mộ đạo. --종교 sự sùng bái giả tạo.

사이사이 (1) [공간 không gian] khoảng cách, khoảng không, khoảng trống. (2) [시간 thời gian] thỉnh thoảng, đôi khi.

사이언스 (*science*) khoa học.

사이언티스트 (*scientist*) nhà khoa học.

사이즈 (*size*) kích cỡ, khổ.

사이참 [휴식] sự nghỉ, sự dừng lại, sự gián đoạn; [음식] bữa ăn nhẹ xen giữa các bữa ăn bình thường trong ngày; bữa quà; bữa ăn qua loa, bữa ăn *snack.*

사인 chữ ký, bút tích. @사인하다 ký tên, tự viết tay.

사인 nguyên nhân cái chết.

사인조 một phần tư, nhóm bốn người.

사일로 *xi lô* (tháp cao hoặc hầm ủ tươi thức ăn hoặc cỏ cho gia súc trong trang trại).

사임 sự từ chức, sự về hưu. --하다 từ chức, về hưu, thôi việc. @사임을 권고하다 thông báo từ chức.

사자 [총칭] những người đã chết.

사자 công sứ, phái viên, người đưa tin, sứ giả.

사자 con sư tử. *--새끼 con sư tử con. 암-- sư tử cái.

사자 người thừa kế, người thừa tự.

사자후 tiếng sư tử gầm; [열변] lời hô hào kêu gọi, bài diễn thuyết; [불교의] lời thuyết pháp của Đức Phật.

사장 bãi cát (ở bờ sông, biển).

사장 chủ tịch công ty. @무역 회사 사장 chủ tịch công ty kinh doanh.

사장 sự dự trư, sự tích trữ. --하다 tích trữ, dự trữ, dành dụm.

사장 người cao tuổi hơn trong quan hệ thông gia; người thâm niên (bậc lão thành / người nhiều kinh nghệm).

사재 tài sản cá nhân. @사재를 털어서 phí tổn cá nhân.

서저 tư gia, nhà riêng (của người nào).

사적 có liên quan đến lịch sử, có tính chất lịch sử.

사적 dấu vết lịch sử, di vật (di tích) lịch sử @사적을 보존하다 bảo tồn di tích lịch sử.

사적 cá nhân, tư, riêng. @그의 방문은 사적인 것이었다 *sự thăm viếng của anh ta có tính cách cá nhân.*

사전 @사전에 trước, sớm, làm trước, biết trước, trả trước. *--검사 cuộc kiểm tra sơ bộ. –선거 운동 cuộc vận động trước ngày bầu cử.

사전 tự điển. @인명 사전 tự điển tiểu sử, tự điển thuật ngữ. // 사전을 찾다 tra cứu tự điển.

사절 phái viên, sứ thần, đại diện. *--단 phái đoàn, đoàn đại biểu. @친선 사절단 đại sứ thiện chí.

사절 sự từ chối, sự khước từ, sự phủ nhận. --하다 từ chối, khước từ, phủ nhận. @면회를 사절하다 từ chối không chịu tiếp ai. *면회--[게시] "miễn tiếp khách". 오상-- [게시] "trả tiền mặt, miễn thiếu" 입장—"không phận sự miễn vào"; [미성년 불가] "dành cho người lớn"; "cấm trẻ em".

사정 (1) [형편] hoàn cảnh, trường hợp, tình huống. @부득이한 사정으로 *vì lý do bất khả kháng* // 가정 사정으로 *vì hoàn cảnh gia đình* // 어떤 사정일지라도 *bất cứ hoàn cảnh nào* // 사정이 허락하면 *cho đến khi hoàn cảnh cho phép.* (2) [정상 sự sùng bái] sự kính trọng, sự tôn kính. --하다 xin ân huệ. @사정 없다 nhẫn tâm, không có sự đền đáp, không thương xót.

사정 [세금] sự đánh giá, sự định giá để đánh thuế; [예산] sự xem lại, sự duyệt lại. --하다 xem lại, duyệt lại, định giá, định mức. *--가격 giá đã đánh thuế.

사정 bãi tập bắn, sân tập bắn. @사정 안(밖)에 trong (ngoài) tầm bắn.*유효-- sự bắn trúng đích.

사정 sự xuất tinh. --하다 xuất tinh, phóng tinh.

사정사정 sự van xin, sự bào chữa. --하다 van xin, khẩn nài, cầu khẩn, biện hộ.

사정 없다 @사정 없이 nhẫn tâm, tàn nhẫn, ác.

사제 linh mục, thầy tu, mục sư.

사제 nhà riêng, tư gia (của ai).

사제 sự sản xuất lậu. *--품 hàng sản xuất lậu.

사제 thầy và trò, sư phụ và đệ tử.

사조 chiều hướng tư tưởng. *근대-- luồng tư tưởng hiện đại. 문예-- xu hướng văn chương. 시대-- tinh thần thời đại.

사족 bốn chân; tứ chi (속). @사족의 có bốn chân // 사족을 못쓰다 bị xuất thần, bị mê hoặc, quá say mê, điên dại (vì phụ nữ)

사족 tình trạng dư thừa, vật không cần thiết, vật vô dụng . @사족을 달다 *gắn vào bánh xe thứ năm.*

사죄 lời xin lỗi, lời biện bạch. --하다 xin lỗi, tạ lỗi, biện bạch (với ai).

사주 sự xúi giục, sự xúi bẩy, sự kích động. --하다 xúi giục, xúi bẩy, kích động, khuyến khích.

사주 thiên mệnh, vận mệnh, định mệnh, số phận. @사주보다 xem bói, coi bói. *--장이 thầy bói.

사주 팔자 [운수] vận số, số mệnh, số phận. @사주 팔자가 좋다 (*세다*) được sanh ra dưới ngôi sao tốt, (*xấu, bất* *hạnh*)

사중 [네겹] bốn bên, tay tư, bộ bốn. *--창 nhóm tứ ca. 현악--주 nhóm tứ cầm.

사증 [증명] giấy chứng nhận, chứng chỉ, văn bằng; [입국 허가의] thị thực, sự xác nhận. --하다 thị thực, xác nhận, đóng dấu. @여권의 사증을 받다 thị thực hộ chiếu.

사지 tứ chi, tay chân.

사지 chỗ chết; vị trí chết; tư thế chết @사지에 빠지다 (*를 벗어나다*) rơi vào (*thoát khỏi*) tay thần chết.

사지코 mũi tẹt và hếch.

사직 quan tòa, thẩm phán.

사직 chủ quyền, quốc gia.*--단 bàn thờ Tổ quốc.

사직 sự từ chức, sự xin thôi việc. --하다 từ chức, xin thôi việc. @그는 병 때문에 사직했다 *ông ấy xin từ chức vì lý do sức khỏe*. *--원 đơn xin thôi việc. --자 người xin thôi việc. 총—sự tổng bãi công.

사진 ảnh, bức ảnh; ảnh chụp nhanh (스냅). @사진을 찍다 chụp ảnh, // 사진을 찍게 하다 để cho ai chụp ảnh // 사진을 확대 (인화) 하다 phóng to ảnh // 사진을 현상하다 tráng phim // 사진이 잘 되었다 rửa hình đẹp. *--가 người chụp ảnh nghệ thuật. --경기회 cuộc thi nhiếp ảnh. --기 máy ảnh. --기 상점 tiệm bán máy ảnh. --대지 khung ảnh. --반 người săn ảnh cho báo chí, phóng viên ảnh (사람). –부 tiệm ảnh --첩 tập ảnh, anbom. --틀 khung ảnh. --화보 báo ảnh, tạp chí ảnh. 몽타주-- sự ghép ảnh. 전신(*반신*)-- ảnh chụp cả người (*nữa người*). 천연색-- ảnh màu. 항공-- ảnh chụp từ máy bay chụp xuống. 흑백-- ảnh trắng đen.

사차 @사차의 một phần tư, trùng phương, bậc bốn. *--방정식 phương trình trùng phương. --식 bậc bốn. --원 khổ thứ tư.

사찰 đền, chùa => 절.

사찰 sự điều tra, sự thanh tra. --하다 điều tra, nghiên cứu.

사창 gái điếm đi kiếm khách ngoài phố, gái mãi dâm bất hợp pháp *--글 nhà chứa, nhà thổ.

사채 món nợ cá nhân, món nợ riêng. @사채 시장 món tiền chợ riêng.

사채 giấy nợ công ty.

사철 bốn mùa; [부사적] suốt cả năm. @사철 피는 꽃 hoa sống đời.

사체 xác chết, thi hài; [동물의 động vật] xác súc vật; [미이라]xác ướp. *--검안 sự khám nghiệm tử thi.

사촌 anh, chị, em họ. *외-- anh, chị, em họ bên ngoại. 이웃-- "*bà con xa thua láng giềng gần*".

사춘기 thời thanh niên, tuổi dậy thì. @사춘기의 소년 nam thanh niên.

사출 sự xuất tinh, sự phóng tinh dịch. --하다 xuất tinh, phóng tinh. *--기 súng cao su. --맥 các tia tĩnh mạch.

사취 sự gian lận, sự dối trá, sự lừa lọc. --하다 âm mưu lừa gạt ai, gian lận, lừa đảo ai.

사치 sự xa xỉ, sự xa hoa, tính phung phí. --하다 xa hoa, phung phí. @사치한 사람 người phung phí // 사치를 극하다 quen thói xa hoa, phung phí // 사치를 삼가다 từ chối cuộc sống xa hoa. *--세 thuế xa xí phẩm --품 hàng xa xỉ, xa xí phẩm.

사치스럽다 sang trọng, lộng lẫy, xa

hoa.@사치스럽게 một cách xa hoa.

사칙 [수학] bốn phép tính cơ bản.

사친회 hội nhà giáo và phụ huynh học sinh.

사칭 sự mạo nhận danh nghĩa người khác, sự trình bày sai, sự xuyên tạc. --하다 mạo nhận, xuyên tạc. @A 라고 사칭하고 mạo nhận tên của A. *신분-- sự giả danh, mạo danh người khác. --학력-- *bản khai man trình độ học lực của ai.*

사카린 (*saccharine)* có chất đường, ngọt lịm, ngọt xớt.

사커 (*soccer)* môn bóng đá.

사타구니 háng, đũng quần, chạc của cây => 살.

사탄 (*Satan*) quỷ Sa tăng, ma vương.

사탕 (1) [설탕] đường, viên đường (2) [과자] kẹo, viên kẹo.*--가루 đường cát.--무우 cây củ cải đường.--수수 đường mía. 가루(각)-- đường cục. 얼음-- đường phèn, kẹo đường.

사탕 발림 lời đường mật, lời nói ngon ngọt. --하다 nói ngọt, nói lời đường mật.

사태 (1) [산 따위의] sự lở đất. (2) [많음] sự dồn dập, sự tới tấp, tràn đầy, tràn ngập, nhiều, số lượng lớn. *눈-- tuyết lở. 사람—sự tràn ngập người. 편지-- thư từ tới tấp.

사태 tình hình, hoàn cảnh, trạng thái. @곤란한 사태 hoàn cảnh khó khăn, tình trạng khó xử // 사태는 호전되었다 *tình hình có chiều hướng thuận lợi.*

사택 nhà khách công ty (dành cho nhân viên)

사토 đất cát.

사통 [밀통] tội thông dâm, tội ngoại tình; [편지의] quan hệ bất chính. --하다 thông gian với.

사통 오달 --하다 rẽ ra mọi hướng.

사퇴 (1) [사양] sự từ chối, sự khước từ.. --하다 từ chối, khước từ, không nhận, không chịu. (2) [사직] sự từ chức. --하다 từ chức, xin thôi. *자진-- sự từ chức tự nguyện (tự giác).

사투 cuộc đấu tranh sinh tử, trận đánh liều mạng --하다 đánh nhau một mất một còn, đấu tranh để sinh tồn.

사투리 tiếng địa phương, thổ ngữ. *시골-- giọng bản xứ.

사특 @사특한 xấu xa, ác độc.

사파 thế giới này => 사바.

사파이어 (*sapphire)* ngọc bích, màu xanh ngọc.

사팔눈 cặp mắt lé, cái liếc mắt. @사팔눈의 có mắt lé.

사팔뜨기 người bị mắt lé (lác mắt)

사포 giấy nhám.

사표 mẫu, mẫu mực, khuôn mẫu, kiểu mẫu, một tấm gương tốt, một người (vật) hoàn hảo.

사표 đơn từ chức. @사표를 제출하다 đưa đơn từ chức // 사표를 수리 (반려)하다 nhận đơn (trả đơn) từ chức.

사푼 nhẹ nhàng.

사필 귀정 *cuối cùng thì lẽ phải cũng sẽ thắng.*

사하다 tha lỗi, tha thứ, ân xá, xá tội.

사하라 사막 (*Sahara)* sa mạc Sahara.

사학 sự học, khoa học lịch sử.

사학 [학교] tư thục, trường tư; [학설] thuyết cá nhân.

사학 lĩnh vực nghiên cứu. @사학의 태두 *một chuyên gia có nhiều kinh nghiệm trên lĩnh vực nghiên cứu.*

사항 [일] việc, chuyện, sự kiện, chủ đề, nội dung, vấn đề; [항목] khoản, tiết

ㅅ

mục, chi tiết, sự kiện. @불만이 있는 사항에 대하여 theo nội dung của việc kiện. --회의 chương trình nghị sự, nhật ký công tác.

사해 tứ hải, bốn biển, khắp thế giới *--동포 *tứ hải giai huynh đệ*; anh em bốn biển một nhà.

사행 sự đầu cơ, hoạt động đầu cơ --하다 đầu cơ, tích trữ. *--심 một tâm hồn đầu cơ.

사향 mùi xạ hương. *--고양이 con cầy hương. --노루 con hươu xạ. --뒤쥐 chuột xạ. --수 nước xạ hương. --초 cỏ xạ hương dại, húng tây dại.

사형 lối hành hình linsơ (của bọn phân biệt chủng tộc). @사형을 가하다 hành hình kiểu linsơ.

사형 sự hành hình, án tử hình. @사형을 선고하다 kết án tử hình // 사형을 집행하다 thi hành án tử hình // 사형에 처하다 bắt phải chết. --수 tội phạm mang án tử hình. --수 감방 xà lim giam những người bị kết án tử hình. --장 bãi đất hành hình; [가스의] phòng hơi ngạt. [교수] sự treo cổ; [전기] sự xử tử bằng điện.

사화 cuộc thảm sát giới trí thức, cuộc cách mạng văn hóa.

사화산 ngọn núi lửa đã tắt.

사환 cậu bé liên lạc, cậu vé chạy việc lặt vặt.

사활 sự sinh tử, sự sống chết. *--문제 vấn đề sinh tử.

사회 sự điều khiển buổi mít tinh, sự hướng dẫn nghi thức, chức chủ tịch, sự chủ trì [사회자] vị chủ tịch, người chủ tọa. --하다 chủ trì buổi họp, giữ chức chủ tịch. @A 교수의 사회로 *dưới sự chủ trì của giáo sư A*. *--자 người chủ trì (연회의).

사회 xã hội, cộng đồng xã hội; [세계] cuộc sống xã hội [공중] công chúng. @사회의 có tính chất xã hội, thuộc xã hội // 사회적으로 sống thành xã hội // 사회적 지위 vị trí (chỗ đứng) trong xã hội // 사회의 이익 lợi ích chung // 사회에 나아가다 đi giao thiệp ngoài xã hội // 사회에 공헌하다 đóng góp cho phúc lợi xã hội // 사회를 위해 일하다 phục vụ cho lợi ích chung. *--개량 sự cải tổ xã hội. --경제 tổ chức kinh tế xã hội. --과학 khoa học xã hội. --면 [신문의 báo chí] trang xã hội --문제 vấn đề xã hội. @사회 문제가 되다 trở thành mối quan tâm chung của xã hội. --민주주의 chế độ dân chủ xã hội. --보장 nền an ninh xã hội. --복지 phúc lợi xã hội. --사 lịch sử xã hội. --사상 tư tưởng xã hội. --사업 [봉사] công tác xã hội. --생활 đời sống xã hội. --성 tính xã hội, tính hợp quần. --악 tệ nạn xã hội. --운동 hoạt động xã hội. --윤리 đạo đức xã hội. --의식 ý thức xã hội. --인 thành phần xã hội. --정세 điều kiện xã hội. --질서 trật tự xã hội . --증 tầng lớp xã hội. --학 xã hội học. --혁명 cuộc cách mạng xã hội. --현상 hiện tượng xã hội. --봉건 [*시민*] xã hội phong kiến (*dân chủ*). 상류(*중류, 하류*) -- xã hội thượng lưu (*trung lưu, hạ lưu*).

사후 @사후의 sau khi chết, xảy ra sau khi chết // 사후약방문 bác sĩ đến sau khi đã chết (một sự việc đã rồi không thể cứu vản được). *--강직 [의학 y học] xác chết cứng đờ. --신탁 [법 pháp lý] sự ủy thác di sản, một trách nhiệm thừa kế

사후 @사후의 ảnh hưởng bởi dĩ vãng. *-- 보고 bản hồi ký.

사흗날 ngày thứ ba trong tháng =>초사흗날.

사흘 ba ngày (3 월); ngày thứ ba trong tháng (사흗날). @사흘 걸러 cứ mỗi bốn ngày

삭감 sự cắt xén, sự rút bớt, sự giảm bớt. --하다 cắt, cắt bớt, rút ngắn, giảm bớt, hạ. @예산을 삭감하다 cắt giảm ngân sách.

삭과 [식물 thực vật] quả nang.

삭구 sự lắp ráp, sự lắp đặt thiết bị.

삭다 [옷 따위가] làm cho mỏng mòn đi; [새끼 따위가] tình trạng suy tàn, đổ nát; [죽 따우가] trở nên cẩu thả, luộm thuộm, nhếch nhác; [먹는 음식이] tiêu, tiêu hóa được; [술 따위가] men (rượu); [종기 따위가] trở nên quyết tâm, kiên quyết; [김치 따위가] đạt được hương vị; [감정이] làm nhẹ bớt, làm đỡ ra, làm khuây, làm giảm bớt, làm suy giảm.

삭도 đường dây cáp.

삭막 --하다 mập mờ, không rõ rệt (trong ký ức); [광야 따위가] ảm đạm, buồn thảm, hoang vắng.

삭발 sự cắt tóc; [초목 따위의] sự cắt tùy tiện. --하다 cắt tóc, cắt tùy tiện, cắt ẩu, cắt bừa.

삭월세 sự thuê hàng tháng. @삭월셋방 căn phòng đã (được) thuê.

삭이다 tiêu thụ, tiêu hóa. @분을 삭이다 nén giận, nuốt giận.

삭정이 cành khô (nhánh con)

삭제 sự loại ra, sự xóa đi, sự hủy bỏ --하다 loại trừ, bỏ ra, tháo ra, xóa bỏ, gạch bỏ. @두 자를 삭제하다 gạch bỏ hai từ // 명부에서 삭제하다 xóa bỏ tên (ai) trong danh sách. *--판 cắt xén, bỏ bớt, sàng lọc một ấn phẩm.

삭치다 xóa bỏ, gạch bỏ.

삭풍 cơn gió bấc mùa đông.

삭히다 [소화] làm cho tiêu hóa được, làm chín mọng, làm cho khôn ngoan già dặn; [발효] làm sôi sục lên, gây men, làm lên men; [종기 따위] quyết tâm, kiên quyết.

삯 [품삯] tiền lương, tiền công; [요금] tiền đi đường (tiền xe, tiền đò, tiền tàu), tiền phải trả; [보수] tiền thù lao, tiền trả công, tiền thưởng.. *--군 người làm thuê. --바느질 tiền công may. --빨래 tiền giặt ủi. --품 tiền công lao động.

산 núi; đồi (작은); dãy núi, đỉnh núi (고지); chóp núi, đỉnh núi (고봉). @설악산 núi *Seorag* // 산이 많은 có nhiều đồi núi // 산같이 높은 núi cao (so với mặt biển) // 산을 올라가다 leo (trèo) lên núi.

산 chất chua, axit.

--산 từ đâu, ở đâu, trong, nơi. @제주도 산의 말 con ngựa đảo *Cheju*.

산간 giữa các ngọn núi, nơi xa xôi hẻo lánh. *--벽지 nơi ẩn dật hẻo lánh giữa các ngọn núi.

산개 sự dàn quân, sự triển khai, sự mở rộng, sự phát triển. --하다 dàn quân, dàn trận, mở rộng, triển khai, phát triển. *--대열 một mệnh lệnh (nội quy) lỏng lẻo; (quân sự) sự đứng thành hàng thưa. --전 cuộc chạm trán (đụng độ) nhỏ.

산경 được trông thấy khắp nơi.

산계 nhóm núi, dãy núi.

산고 cơn đau đẻ.

산골 một vùng có nhiều núi. @산골 사

람 người miền núi, người từ vùng núi xa xăm.

산골짜기 rãnh núi, hẻm núi, khe núi, thung lũng.

산과 khoa sản. *--병원 nhà hộ sinh, bệnh viện sản khoa --의사 bác sĩ sản khoa. --학 sản khoa.

산광 [물리] ánh sáng khuếch tán.

산금 sự khai thác mỏ vàng. *--량 sản lượng vàng. --지대 khu khai thác vàng.

산기 sự đau đẻ; [정통] cơn đau đẻ.

산기 thời gian sinh đẻ.

산기슭 chân núi.

산길 đường mòn trên núi.

산꼭대기 chóp núi, đỉnh núi.

산나물 rau dại có thể ăn được.

산더미 một đống to. @산더미 같이 쌓다 chất thành một đống to // 할일이 산더미 같다 có hằng khối việc để làm (có cả đống việc làm)

산돼지[동물 động vật] con lợn rừng đực (lợn lòi)

산들거리다 gió thổi nhẹ và mát.

산들바람 làn gió nhẹ, cơn gió thoảng.

산들산들 nhẹ nhàng, êm dịu, mát dịu.

산뜻하다 sạch sẽ, tươi mát, sáng sủa. @산뜻한 빛 màu sáng // 산뜻하게 색칠한 집 ngôi nhà được sơn phết sạch sẽ // 그 여자는 산뜻하게 치장했다 *cô ấy ăn diện tươm tất*.

산둥 => 산등성이.

산등성이 chỏm, chóp, ngọn, đỉnh (núi).

산란 thời gian đẻ trứng; sự đẻ trứng (물고기의 của cá). --하다 đẻ trứng (물고기가 cá, ếch, tôm); đẻ trứng vào (파리 따위가 ruồi, nhặng). *--기 mùa sinh sản.

산란 sự giải tán, sự phân tán, sự bối rối, sự xao động; sự khuếch tán ánh sáng (빛 따위의). --하다[장소가 nơi chốn] rải ổ (cho súc vật), vứt rác bừa bãi lên; làm mất trật tự, làm hỗn loạn; [마음이] làm cho bối rối, làm cho lo lắng.

산록 chân núi. *--지대 khu vực dưới chân núi

산마루 đỉnh núi. *--터기 chỏm núi, chóp núi.

산만 sự khuyếch tán, trạng thái giãn (xốp). --하다 không rõ ràng, không mạch lạc,không hệ thống. @주의가 산만한 thiếu chú ý, lơ là, lơ đễnh.

산매 sự buôn bán lẻ. --하다 bán lẻ. *--상 người buôn lẻ. --업 buôn bán lẻ, kinh doanh nhỏ.

산맥 dãy núi, rặng núi. @알프스 산맥 dãy núi Alps.

산명 tiếng núi rung chuyển.

산모 sản phụ trên giường đẻ (người đàn bà đang ở cữ).

산모퉁이 mũi núi, đồi; góc chân núi.

산목숨 cuộc sống, cuộc đời.

산문 bài văn xuôi, bài viết chán ngắt. @산문적인 chán ngắt, không lãng mạn, không thơ mộng. *--시 thơ, tản văn, thơ viết ở dạng văn xuôi. --체 tính văn xuôi, tính nôm na, tầm thường, dung tục.

산물 [생산물] sản phẩm, sản vật, sản lượng; [성과] thành quả, kết quả. @주요 산물 sản phẩm chủ yếu, mặt hàng chủ lực, nguyên vật liệu // 노력의 산물 thành quả lao động.

산미 tính axít, vị chua. @산미가 있는 có vị chua, có tính axít.

산밀 chân núi.

산발 sự cố thỉnh thoảng mới xảy ra. --하다 xảy ra không thường xuyên, rời rạc, lác đác. @산발적인 xảy ra không đều đặn, lâu lâu một lần.

산발 đầu tóc rối bời. --하다 để đầu tóc bù xù, tóc tai bù xù, lôi thôi nhếch nhác.

산벼락 @산벼락 맞다 trải qua một sự việc khủng khiếp.

산병 người tham gia cuộc cãi cọ, người tham gia cuộc giao tranh (đụng độ nhỏ). [상태] nội quy lỏng lẻo (mơ hồ); [작전] binh sĩ tán loạn. *--선 tuyến phòng thủ. –호 hầm, hào tránh đạn.

산보 sự đi dạo, cuộc đi tản bộ => 산책.

산복 sườn núi.

산봉우리 chỏm núi, đỉnh núi, chóp núi.

산부 sản phụ.

산부인과 sản phụ khoa, khoa sản. *--의사 (산과) bác sĩ sản khoa; [부인과] bác sĩ phụ khoa.

산불 một cơn cháy rừng.

산비둘기 chim bồ câu rừng phương Đông.

산비탈 con đường dốc núi.

산사나무 [식물 thực vật] cây táo gai.

산사태 sự lở đất.

산산이 thành từng mảnh. @그릇을 산산이 부수다 đập dĩa vỡ ra từng mảnh.

산산조각 mảnh nhỏ, mảnh vụn. @산산조각으로 부서지다 bị vỡ thành từng mảnh, rơi ra từng mảnh vụn.

산삼 cây nhân sâm rừng.

산상 trên đỉnh núi. *--수혼 buổi thuyết pháp trên núi.

산새 chim núi.

산색 phong cảnh núi đồi.

산성 bức tường thành (tạo bởi những dãy núi).

산성 tính axít, độ chua. @산성의 thuộc axít // 산성으로 만들다 axít hóa. *--도 độ axít, vị chua. --반응 phản ứng axít. --산화물 oxit axít. --색소 màu axít. --시험 phương pháp thử độ axít. --토양 đất bị axít hóa.

산세 hình thể thiên nhiên của một ngọn núi.

산소 mồ mả, nghĩa trang, nghĩa địa.

산소 [화학 hóa học] khí oxy. *--요법 phép trị bệnh bằng oxy. --용접 hàn gió đá, kỹ thuật hàn bằng oxy. --화합물 hỗn hợp oxygen. --흡입 sự hít oxygen, sự thở oxy. --흡입기 máy trợ thở, máy xông, máy hô hấp.

산수 núi sông, [경치] phong cảnh. *--도 bản đồ địa thế núi và sông rạch.

산수 sự đếm, sự tính toán, sự ước lượng, sự cân nhắc, môn toán, môn số học. *---제 bài toán khó hiểu, điều khó giải quyết.

산수소 [화학 hóa học] oxyhydro.*--용접 sự hàn bằng khí oxyhydro.

산수화 phong cảnh; bức tranh phong cảnh (화법 họa pháp).

산술 số học, môn toán, ngành toán. @산술을 하다 làm toán. *가 nhà số học.--평균 số trung bình.

산스크리트 (*Sanskrit*) tiếng Phạn. *--화자 nhà nghiên cứu tiếng Phạn.

산식 biểu thức số học, công thức toán.

산신 ông thần núi.

산실 phòng sanh, phòng sản phụ.

산아 trẻ mới sanh, trẻ sơ sinh. *--한 sự hạn chế sinh sản, sự kế hoạch hóa gia đình.

산악 chóp núi, đỉnh núi. *--병 chứng say núi. --부 câu lạc bộ (hội) leo núi. --전 tác chiến vùng núi, du kích núi. –지방 vùng có nhiều đồi núi. --회 hội leo núi An-pơ.

ㅅ

산액 sản phẩm, sản lượng; hoa lợi (능산물의).

산야 núi non đồng ruộng.

산약 thuốc bột.

산업 công nghiệp, kỹ nghệ. @산업의 thuộc công nghiệp // 산업별 노동조합 nghiệp đoàn công nghiệp // 산업의 국영화 sự quốc hữu hóa các ngành công nghiệp. *--가 nhà tư bản công nghiệp. --정책 chính sách về công kỹ nghệ. --조합 hội liên hiệp công nghiệp. --혁명 cuộc cách mạng công nghiệp. 전시-- chiến tranh công nghiệp. 철강-- ngành công nghiệp sắt, thép.

산욕 khăn quấn của trẻ mới sanh. *--열 sốt hậu sản.

산용 hình dáng của một quả núi.

산울림 tiếng vang dội (của núi rừng)

산울타리 hàng rào lửa, hàng rào sống (sự bao vây, sự bủa vây)

산월 tháng sinh.

산일 sự trở nên thưa dần rồi biến mất. --하다 trở nên thưa dần rồi mất đi.

산입 sự bao gồm, sự kể cả, sự tính toán hơn thiệt. --하다 bao gồm, kể cả, tính gộp vào.

산자수명 vẻ đẹp của cảnh vật.

산장 biệt thự, nhà nghỉ ở miền núi.

산재 --하다 nằm rải rác, lác đác.

산적 sự chất đống, sự chồng chất. --하다 tích lũy, chồng chất, chất đống, có hàng đống việc trong tay.

산적 kẻ cướp, tên cướp.

산적 món thịt nướng; [사슬 산적] món thịt không nướng bằng xiên. *--꼬챙이 cái xiên nướng thịt.

산전 @산전 산후 trước và sau khi sanh (ở cữ).

산전 수전 @산전 수전 다겪다 vượt qua mọi trở ngại.

산정 đỉnh núi, ngọn núi => 산꼭대기.

산정 sự tính toán, sự ước tính, sự đánh giá, sự ước lượng. --하다 tính toán, suy tính, đánh giá, ước lượng. *--가격 sự định giá, sự đánh giá.

산줄기 một dãy núi, một rặng núi.

산중 @산중에 giữa núi.

산중턱 => 산복. @산중턱에 있는 집 ngôi nhà trên sườn núi.

산증 [한의] chứng đau lưng.@산증을 앓다 bị đau lưng.

산지 vùng núi, miền núi.

산지 nơi sản xuất, trung tâm sản xuất; [동식물의 cây cỏ động vật] chuồng trại, môi trường sống; [말 따위의] trung tâm chăn nuôi; [식물의] khu vực trồng trọt. @쌀의 산지 khu sản xuất lúa gạo.

산지기 nhân viên lâm nghiệp, người bảo vệ rừng; [능지기] người trông coi mồ mã, người giữ nghĩa trang.

산질 thể tích thừa. --하다 có một số thể tích hao hụt.

산채 thành lũy (pháo đài) do núi tạo thành; [산적의] sào huyệt sơn tặc.

산책 sự đi dạo, sự đi tản bộ, sự hóng mát. --하다 đi dạo, đi hóng mát. @산책나가다 ra ngoài đi dạo mát.

산촌 khu làng miền núi.

산출 sản lượng, hoa lợi, sản phẩm. --하다 sản xuất, chế tạo, làm ra. *--력 năng suất. --물 hàng hóa, sản phẩm. --지 nơi sản xuất.

산출 sự tính toán, sự cân nhắc, sự ước đoán. --하다 tính toán, đắn đo, cân nhắc, ước đoán.

산타크로스 (*Santa Claus*) ông già Nô- en.

산탄 đạn chì dùng để bắn thú to; mảnh bom, mảnh đạn (유산탄). *--총 súng săn.

산토끼 con thỏ rừng.

산토닌 (dược học)(*santonin*) santonic-acid.

산통 một cái ống chứa các que bằng tre để xin xăm, ống xăm. @산통 깨뜨리다 hăm hở, hậm hực, muốn.

산파 bà mụ, bà đỡ, nữ hộ sinh @산파 역할을 하다 là phương tiện, là công cụ. *--술 thuật đỡ đẻ. --역 [비유적] cha mẹ đỡ đầu, người bảo lãnh, người bảo trợ, người bảo đảm.

산판 khu rừng cấm săn bắn.

산패 sự axít hóa. *--유 sữa chua.

산포 sự rắc, sự rải, sự phân tán, sự phân phối. --하다 tung, rải, rắc, gieo, phân tán

산표 những lá phiếu rải rác.

산하 núi non, sông ngòi; núi sông.

산하 chịu ảnh hưởng của, do ảnh hưởng của. @산하에 들어가다 được thu nhận; được đứng dưới ngọn cờ của. *--기업 các xí nghiệp vệ tinh.

산학공동체 cộng đồng giáo dục công nghiệp.

산학 협동 sự kết hợp giáo dục công nghiệp. @산학 협동체 một khu liên hợp giáo dục công nghiệp.

산해 진미 bữa yến tiệc xa hoa, cao lương mỹ vị, sơn hào hải vị.

산허리 sườn núi, đèo yên ngựa, đường yên ngựa (giữa hai đỉnh núi).

산협 [계곡] khe núi, hẽm núi (thường có suối).

산호 san hô. @산호 모양의 hình san hô, như san hô. *--도 đảo san hô. -- --해 biển san hô.

산화 sự oxy hóa, quá trình oxy hóa. --하다 oxy hóa, bị oxy hóa. *--물 vật bị oxit hóa. --수소 oxy hydro. --연 oxit chì. --제 chất oxidizing. --질소 oxit nitric. --철 thép bị oxit hóa.

산회 sự bế mạc, sự ngừng, sự dời chuyển (buổi họp). --하다 ngừng lại, hoãn lại, bế mạc.

산후 @산후의 (에) sau khi sanh, hậu sản.

살 [1] [일반적] thịt, cùi (quả); [특히 고기] thịt; [근육] bắp thịt; [보충 설명] sự bàn nhiều (về một đề tài); bài nói dông dài. @살이 많은 과일 trái cây nhiều thịt (cơm).

살 [2] [나무오리· 대오리]khung, sườn, lưới, rèm, hàng rào mắt cáo, cái nan hoa; [빗의] răng; [어살] đăng cá (hàng rào làm bằng cọc để gom cá bắt). *--창 cửa sổ mắt cáo. 부챗-- rẻ quạt. 빗-- răng lược. 우산—nan hoa dù. 창-- lưới, rèm, hàng rào mắt cáo.

살 [3] [화살] mũi tên; [빛살 tia sáng] tia, chùm; [물살] dòng, luồng.* 햇-- tia nắng.

살 [4] [벌의 con ong] cái ngòi, cái vòi, sự châm đốt, sự châm chích.

살 [5] [나이] tuổi, tuổi tác. @서른 살입니다 tôi ba mươi tuổi.

살가죽 da, bì, vỏ bọc ngoài, lớp ván, lớp màng.

살갑다 (1) [너르다] có tư tưởng rộng rãi, khoáng đạt. (2) [다정하다] nhiệt tâm, tốt bụng, nhiều tình cảm.

살강 cái kệ bếp.

살갗 làn da, nước da (mặt ngoài, tính chất).

살결 tính chất của da, kết cấu mặt ngoài.

@고운 살결 nước da đẹp, kết cấu mượt mà.

살구 [식물 thực vật] quả mơ. *--나무 cây mơ. –꽃 hoa mơ.

살균 sự khử trùng, sự làm tiệt trùng. --하다 khử trùng, tiệt trùng. @살균 우유 sữa tiệt trùng, sữa đã khử trùng. *--력 khả năng sát trùng. --법 sự tiêm chủng phòng chữa bệnh dại (theo phương pháp *Pasteur*). *--제 thuốc diệt vi khuẩn, thuốc sát trùng.

살그머니 lén lút, ngấm ngầm, thầm lặng, bí mật, âm thầm. @살그머니 나가다 (들어오다) lẻn đi (lén vào) – âm thầm ra đi, (bí mật trở về).

살금살금 một cách lén lút, một cách vụng trộm.

살긋하다 bị nghiêng, hướng về, dồn về.

살기 một tâm hồn tàn bạo, vẻ khát máu. @살기 띤 sự đe dọa, sự bạo tàn, thái độ khát máu.

살길 kế sinh nhai. @살길을 찾다 tìm kế sinh nhai.

살깃 lông đuôi của mũi tên.

살내리다 sút cân, gầy đi.

살다 (1) [생존] sống, đang sống, tồn tại. @산 sự sống // 사는 보람을 느끼다 tự tìm kiếm cuộc sống hữu ích // 희망에 살다 sống trong hy vọng // 백 살까지 살다 sống đến 100 tuổi. (2) [생활] sống, làm ăn xoay sở. @풍족하게 (*어렵게*) 살다 sống sung túc đầy đủ (*sống thiếu kém*) // 월급으로 살다 sống theo đồng lương. (3) [거주] sinh sống, trú ngụ. @사람이 살지 않는 không có người ở, bỏ hoang // 서울에서 살다 sống ở *Seoul* // 살기좋은 곳이다 đây chính là nơi thích hợp để sống. (4) [생동] @그 초상은 마치 살아 있는 것 같다 hình tượng tràn đầy sức sống. (5) [바둑에서] thoát khỏi giai đoạn bị giam cầm.

살담배 sự giảm hút thuốc, sự cai thuốc lá.

살닿다 bị thiệt hại, chịu thua lỗ (vốn đầu tư ban đầu)

살대 [화살대] cái thân (trục) của mũi tên.

살뜰하다 tiết kiệm, tằn tiện => 알뜰하다.

살랑거리다 [바람 따위가] thổi một cách nhẹ nhàng; [걸음걸이가] đi một cách nhanh lẹ.

살래살래@고개를 살래살래 흔들다 lắc đầu // 개가 꼬리를 살래살래 흔들며 왔다 *con chó bước tới vẫy đuôi.*

살려 주다 cứu nguy, cứu vãn, tha thứ (ai khỏi..)

살롱 phòng khách lớn, hội trường.

살륙 => 살육.

살리다 (1) [목숨을] cứu nguy, cứu vãn, cứu thoát, tha mạng, làm hồi sinh.@목숨을 살리다 tha mạng cho ai // 죽어가는 환자를 살리다 *cứu sống bệnh nhân hấp hối.* (2) [활용] tận dụng, phục hồi, hồi sinh.

살리실산 *axít salicylic.*

살림 [생계] sự sống, sinh kế, cách sinh nhai; --하다 trông nom, quản lý nhà, nuôi nấng gia đình. @살림 비용 chi phí sinh hoạt gia đình // 살림이 넉넉하다 phong lưu sung túc, thu nhập cao // 분에 맞는 살림을 하다 sống dè sẻn, sống gói ghém // 살림을 꾸리다 gầy dựng gia đình.

살림군 người quản gia; [알뜰한] một người vợ tốt, người nội trợ giỏi.

살림 맡다 chịu trách nhiệm trông nom

gia đình, gánh vác gia đình.

살림집 nhà ở, nhà tư nhân, nhà riêng.

살며시 [살그머니] lén lút, vụng trộm, ngấm ngầm; [소리없이] nhẹ nhàng, êm ái, dịu dàng. @살며시 자리를 뜨다 từ chức một cách êm thắm.

살몽혼 sự gây tê cục bộ. --하다 gây tê tại chỗ.

살무사 rắn vipe (một trong những loài rắn độc).

살벌 --하다 man rợ, dã man, bạo tàn, khát máu.

살별 [천문 thiên văn] sao chổi.

살빛 màu da, sắc diện, tính chất, hình thái

살사리 người lén lút, vụng trộm; người đa mưu xảo trá (quỷ quyệt).

살살 nhẹ nhàng, êm ái, dịu dàng, dần dần, chậm chạp. @살살 피하다 ngấm ngầm lẫn tránh.

살상 --하다 trích máu ăn thề.

살생 –하다 sát sinh

살수 --하다 tưới nước, rải nước. *--차 xe tưới đường.

살신성인 --하다 tự hy sinh để bảo toàn tính danh tiết; tự hy sinh vì nghĩa.

살아나다 (1) [소생] hồi sinh, phục hồi; [꺼진 불이] bùng lên lại lần nữa. (2) [위기 모면] thoát (chết), thoát khỏi hiểm nguy, thoát qua được gian khổ. @구사일생으로 살아나다 *thoát được trong đường tơ kẻ tóc.*

살아 생전 @살아 생전에 trong suốt cả cuộc đời.

살얼음 một dải băng mỏng. @살얼음을 밟는 듯하다 cảm thấy cứ như là đang bước trên một dải băng mỏng.

살육 sự tàn sát, cuộc thảm sát. --하다 giết hại, tàn sát, thảm sát.

살의 ý định giết người. @살의를 품다 nghĩ ra một kế hoạch giết người .

살인 tên sát nhân, kẻ giết người, tội giết người, tội ngộ sát. --하다 sát nhân, phạm tội giết người. @살인적인 khủng khiếp, làm chết người. *--광 sự giết người điên cuồng; [사람 người] một kẻ cuồng sát. --광선 tia sáng giết người. --미수 một mưu toan giết người. --미수자 kẻ giết người có chủ mưu --범 (자) tên giết người, kẻ sát nhân. --사건 một vụ giết người. --죄 tội giết người, hành động sát nhân. @살인죄로 체포되다 bị bắt giữ vì tội giết người.--혐의자 kẻ bị tình nghi giết người.

살점 một miếng thịt, một lát thịt

살조개 [조개 sò] vỏ sò bám vào chiếc tàu lớn.

살찌우다 làm cho mập, vỗ béo.

살짝 [모르게] lén lút, ngấm ngầm, bí mật; [쉽게] dễ dàng, thoải mái; [가볍게] một cách nhẹ nhàng, một cách êm ái, một cách rón rén. @살짝 도망가다 trốn đi, lẻn ra ngoài.

살찌다 lên cân, béo ra; [비옥] trở nên phì nhiêu, màu mỡ. @살찐 mập, béo ra.

살촉 đầu mũi tên.

살충 --하다 diệt côn trùng. *--제 thuốc trừ sâu, thuốc diệt ấu trùng.

살코기 thịt tươi, thịt nạt.

살팍지다 có bắp thịt rắn chắc, vặm vỡ, khỏe

살판나다 gặp vận may, gặp thời.

살펴보다 ngó quanh, quan sát, ngắm nghía. @사방을 살펴보다 nhìn khắp mọi nơi // 형세를 살펴보다 quan sát hướng gió thổi.

살포 => 산포.

살풍경 하다 vô vị, nhạt nhẽo, lãnh đạm, chán ngắt. @살풍경한 경치 cảnh tồi tàn; cảnh ảm đạm, thê lương; phong cảnh chán ngắt.

살피다 (1) [잘 보다] để ý, chú ý cẩn thận, coi chừng kỹ, giám sát kỹ. @행동을 살피다 theo dõi hoạt động của ai // 형세를 살피다 quan sát tình hình diễn biến. (2) [판단] am hiểu, sành sõi, xét thấy, thu thập, suy luận, suy ra. @안색을 살피다 ngắm kỹ khuôn mặt của ai.

살해 sự giết chóc, sự tàn sát. --하다 giết, tàn sát, ám sát (암살) => 살인.

삵괭이 con mèo rừng, linh miêu.

삶 sự sống, cuộc sống, đời sống. @삶에 지치다 trở nên mệt mõi chán sống.

삶다 [물에] đun sôi, nấu chín, nấu nướng. @삶은 계란 trứng luộc // 고기를 푹 삶다 nướng thịt chín kỹ

삼 sợi gai dầu; [식물 thực vật] cây gai dầu. @삼으로 만든 làm bằng sợi gai dầu, như sợi gai dầu. *--노 dây cáp (dây thừng) làm bằng sợi gai dầu. --실 sự bện (se) sợi gai dầu.

삼 số ba. @제 3 thứ ba.

삼 cây nhân sâm, củ nhân sâm =>인삼.

삼가 một cách thành kính. @삼가 조의를 표합니다 *xin nhận lời chia buồn sâu sắc của tôi*; thành kính phân ưu.

삼가다 (1) [조심] thận trọng, dè dặt, kín đáo. @말을 삼가다 hãy thận trọng lời nói, hãy giữ mồm giữ miệng. (2) [억제· 절제] tự kềm chế bản thân mình (khỏi..); dằn lại, cố nhịn, cố nín. @술을 삼가다 kiêng rượu, tiết chế rượu.

삼가르다 cắt cuống rốn.

삼각 hình tam giác (삼각형); lượng giác học (삼각법). @삼각의 có ba góc. *--건 vật hình tam giác, tay ba, bộ ba. --관계 [남녀간의] quan hệ (nam nữ) tay ba, mối tình tay ba. --기 cờ hiệu, cờ đuôi nheo, cờ trang trí. --동맹 khối liên minh tay ba, quan hệ (thông gia, họ hàng) tay ba. --돛 lá buồm tam giác (ở mũi tàu thuyền). --무역 sự buôn bán tay ba. --법 lượng giác học. 뿔 [추] kim tự tháp. --자 một bộ ê-ke. --주 vùng châu thổ. --측량 sự đo vẽ ba mặt, phép đạc tam giác. --함수 hàm số lượng giác.

삼각 ba chân, kiềng ba chân. @삼각의 có ba chân. *--가 giá ba chân. --걸상 ghế ba chân.

삼각형 hình tam giác. @삼각형의 có dạng tam giác, ba mặt.

삼간 초가 một ngôi nhà mái tranh nhỏ bé, một túp lều tranh.

삼강 ba mối ràng buộc. *--오륜 nguyên tắc tam cương ngũ thường trong đạo làm người.

삼거리 chạc ba, ba ga đầu mối (nơi các đường xe lửa gặp nhau).

삼겹실 chỉ ba sợi (ba tao).

삼경 nửa đêm, mười hai giờ đêm.

삼국 tam quốc. *--동맹 ba nước đồng minh. --시대 thời Tam quốc. –통일 sự thống nhất ba nước.

삼군 lực lượng vũ trang (ba ngành Hải – Lục–Không quân).*--열병식 cuộc tổng duyệt binh.

삼권 분립 [법] tình trạng phân chia của ba cường quốc.

삼남 ba tỉnh phía nam.

삼년 ba năm. @삼년 마다의 dài ba năm, lâu ba năm, ba năm một lần // 삼년 마다 cứ mỗi ba năm mới có một lần. *--생 [초등학교의] học sinh cấp ba phổ thông; [대학·고교의] sinh viên năm thứ ba.

삼다 [무엇으로] trở thành, trở nên, xem như. @그녀를 며느리로 삼다 trở thành con dâu; coi như (xem như) là con dâu // 그의 효도를 거울로 삼다 *lòng hiếu thảo của anh ấy trở thành tấm gương tốt cho người đời* // 그 고아를 양자로 삼다 nhận nuôi trẻ mồ côi.

삼단 @삼단 같은 머리 đầu tóc bù xù; mái tóc dài, rậm.

삼단계 ba giai đoạn. @삼단계의 계획 sự quy hoạch ba giai đoạn. *--로케트 tên lửa ba tầng.

삼단 논법 [논리 biện chứng logic] phép tam đoạn luận. @삼단 논법으로 하다 dùng luận ba đoạn; đưa ra dưới hình thức tam đoạn luận.

삼단뛰기 [육상 sân thể thao] môn nhảy ba bước.

삼대 ba thế hệ.

삼독회 sự đọc đến lần thứ ba.

삼동 ba tháng mùa đông.

삼두근 [해부 giải phẫu] cơ tam đầu (bắp thịt to ở sau cánh tay trên).

삼두 정치 chế độ tam hùng, ban lãnh đạo có ba người. @삼두 정치의 thuộc nhóm tam hùng

삼등 hạng ba. @삼등으로 여행하다 đi (du lịch) vé hạng ba. *--국 năng lực kém. --여객 hành khách hạng ba (백의). --열차 toa xe hạng ba. --차표 vé hạng ba. --품 vật phẩm xấu.

삼등분 sự chia làm ba. --하다 chia làm ba phần.

삼라만상 sự tạo thành, tạo hóa; mọi vật dưới ánh mặt trời.

삼류 @삼류의 hạng ba, cấp ba. *--극장 rạp hát bình dân. --작가 nhà văn hạng bét.

삼륜차 xe đạp ba bánh; [어린이용] xe đạp đẩy chân, xe goòng.

삼림 rừng cây. @삼림을 도벌하다 chặt lén cây rừng.

삼립 --하다 đầy dẫy (đông đúc) như rừng, đứng sát vào nhau.

삼매 sự say mê, miệt mài; trạng thái thi tứ dạt dào; trạng thái nhập thần *--독서 sự mê mãi đọc, sự đọc say mê.

삼면 (1) ba cạnh, ba mặt. (2) [신문의 báo chí] trang thứ ba. @범죄 사건으로 가득한 삼면 *trang thứ ba đầy tính hình sự*. *--경 hình ảnh ba chiều, tấm gương phản chiếu ba chiều.

삼모작 ba vụ mùa một năm.

삼목 cây tuyết tùng, cây thông liễu.

삼민주의 thuyết Tam Dân chủ nghĩa (của Tôn Dật Tiên- Trung Quốc).

삼박자 [음악 âm nhạc] nhịp ba.

삼반규관 [해부 giải phẩu] ống có hình bán nguyệt (nửa vòng tròn).

삼발이 cái giá ba chân, kiềng ba chân.

삼배 ba lần. --하다 tăng gấp ba lần. @삼배의 to bằng ba lần, nhiều gấp ba lần // 물기가 삼배나 뛰었다 giá tăng gấp ba lần.

삼베 quần áo vải vóc bằng sợi gai dầu.

삼복 giai đoạn nóng nhất của mùa hè. *--더위 trời oi bức, ngột ngạt trong "tiết đại thử".

삼부 ba bản, ba phần, ba tiết đoạn (của lời thoại); [부처] ba gian (cục, sở, ty); [서적] ba tác phẩm. *--작 tác phẩm bộ ba. --합주 tam ca, tam tấu.

삼분 sự chia làm ba; [시간] ba phút. --하다 chia ra làm ba. @삼분의—1 (1/3)

ㅅ

một phần ba.

삼분오열 sự đập gãy, sự đập vỡ, sự xâu xé, tình trạng chia rẽ --하다 đập vỡ (xé toạt, phá tan) ra từng mảnh.

삼산화 [화학] *--물 chất *trioxide.*

삼삼오오 @삼삼오오 떼지어 오다 hình thành (kết hợp bởi) hai ba..

삼삼하다 (1) [맛이 mùi vị] *chẳng những không mặn mà còn ngon.* (2) [기억] ngon, tươi mát, sinh động, sống động. (3) [난감하다] không biết làm sao (với)

삼색 ba màu chính (cơ bản). @삼색의 có ba màu. *--기 cờ ba màu; cờ Tam tài Pháp --판 [인쇄] sự sơn ba màu, bức tranh ba màu.

삼선 @삼선되다 được bầu chọn cho nhiệm kỳ thứ ba.

삼성 ba nhà hiền triết sáng lập ra đất nước Triều Tiên.

삼성들리다 ăn đến thỏa thuê.

삼손 (thần thoại) *Samson,* người có sức khỏe phi thường [Samson & Dalila]

삼승 [수학] hình lập phương, hình khối. --하다 lên tam thừa. @3 의 삼승은 27 이다 lũy thừa 3 của 3 là 27.

삼시 [끼] ba bữa ăn trong ngày

삼십 ba mươi. @제 삼십 thứ ba mươi // 그는 삼십대이다 *ông ấy khoảng ba, bốn mươi tuổi.*

삼십육계 @삼십육계를 놓다 đánh trống rút lui (chạy có cờ).

삼십팔도선 vĩ tuyến 38, 38 Bắc vĩ độ.

삼씨 hạt cây gai dầu. *--기름 dầu cây gai dầu.

삼엄 --하다 gây ấn tượng, gây kinh hoàng. @삼엄한 경계망을 뚫고 도주하였다 *nó trốn thoát khỏi sự canh gác chặt chẽ của cảnh sát*.

삼오야 một đêm trăng tròn.

삼용 sâm nhung.

삼원색 ba màu cơ bản (chính).

삼월 tháng ba.

삼위일체 [성경 Kinh Thánh] Chúa Ba Ngôi. *--론 thuyết Ba Ngôi Một Thể. --론자 người tin thuyết Ba Ngôi Một Thể.

삼인 ba người. *--조 bộ ba, nhóm ba người.

삼인칭 người thứ ba. *--단수 [복수] ngôi thứ ba số ít (số nhiều).

삼일 ngày thứ ba (của tháng), ba ngày. @삼일 동안 được ba ngày, trong 3 ngày.

삼일예배 buổi lễ chiều thứ tư ở nhà thờ.

삼일 운동 phong trào giành độc lập năm 1919.

삼일장 sự an táng sau ba ngày chết.

삼일절 ngày 1 tháng ba.

삼일천하 một triều đại 3 ngày.

삼중 @삼중의 gấp ba lần // 삼중으로 gấp ba, ba lần. *--고 cuộc thi có chấp 3 lần, sự cản trở (gây trở ngại) 3 lần --주 [창] (âm nhạc) phần triô, bộ ba, tam ca, tam tấu.

삼차 lần thứ ba @제삼차 5 개년 경제개발 계획 kế hoạch phát triển kinh tế 5 năm lần thứ ba. *--방정식 phương trình bậc ba. --원 ba chiều.

삼차 신경 [해부] dây thần kinh sinh ba (dây thần kinh sọ V).

삼창 [만세의] sự hoan hô ba lần. @만세를 삼창하다 hoan hô ai ba lần.

삼척 동자 chỉ là một đứa trẻ con @삼척동자라도 그것은 안다 *ngay cả một đứa trẻ cũng biết điều đó.*

삼촌 [춘수] chú (bên nội)

삼총사 nhóm ba người, bộ tam hùng; ba chàng ngự lâm pháo thủ (알랙상드르

뒤마의 소설명).

삼추 ba thu, ba năm (3 년). @일각이 여삼추 이다 *cảm thấy dài như ba năm.*

삼출 --하다 rỉ ra, chảy ra, ứa ra, tiết ra

삼층 ba tầng; tầng thứ ba (tính theo Mỹ, đếm cả từng trệt); tầng thứ hai (tính theo Anh, không kể từng trệt) *--집 ngôi nhà ba tầng.

삼치 [물고기] cá thu Tây Ban Nha.

삼칠일 hai mươi mốt (21) ngày đầu của trẻ sơ sinh, 3 tuần lễ sau khi sinh ra đời.

삼키다 (1) nuốt gọn, nuốt chửng. @단숨에 삼키다 nuốt một ngụm. (2) [남의 것을] dành riêng (để dùng vào việc gì), chiếm trọn.

삼태기 cái giỏ đựng hàng hóa, cái giỏ sách.

삼투 sự no, sự bão hòa, sự ướt sũng, sự rỉ qua, vật rỉ qua, sự thâm nhiễm. --하다 đẫm, thấm đẫm, thấm vào, thấm qua.

삼파전 cuộc đấu tranh giữa ba phe.

삼팔선 vĩ tuyến 38.

삼포 khu vực trồng sâm.

삼하다 (đứa bé) hay quấy rầy, nhõng nhẽo

삼한 사온 ba ngày lạnh bốn ngày ấm, tiết đông giá theo chu kỳ.

삼항식 [수학] biểu thức tam thức.

삽 cái xẻng, cái mai. @삽으로 모래를 푸다 xúc cát (bằng xẻng). *--질 việc đào bằng mai.

삽살개 [동물 động vật] [삽사리] một con chó xù (có bộ lông bù xù).

삽시간 @삽시간에 trong chốc lát, trong chớp mắt, trong giây lát

삽입 sự lồng vào, sự gài vào. --하다 lồng vào, gài vào, chèn vào. @계약문에 한마디를 삽입하다 thêm một câu vào bản hợp đồng. *--구 thành phần xen kẽ, sự việc xen vào (trong ngoặc đơn, để giải thích).

삽화 đoạn, hồi, tình tiết. @삽화의 thuộc đoạn (hồi, tình tiết)

삽화 sự minh họa, tranh minh họa. @삽화가 있는 잡지 tạp chí minh họa // 삽화를 그리다 minh họa. *--화가 người vẽ tranh minh họa.

삿갓 cái nón tre.

삿대 cái sào (để chống thuyền; cái mái chèo)

상 tang lễ, đồ tang. @상을 입다 đi dự đám tang; để tang // 상을 벗다 hết tang, xả tang.

상 [상부] phần cao nhất, đỉnh cao, phần cao hơn [상등] đứng nhất, giỏi nhất [상권] quyển thứ nhất. @상반신 bộ phận bên trên của cơ thể // 상업상 về phương diện thương mại // 교육상 từ quan điểm giáo dục.

상 cái bàn (nhỏ). @상을 차리다 đặt bàn // 상을 치우다 dọn bàn.

상 giải thưởng; [보수] phần thưởng. @상을 타다 lãnh thưởng, đoạt giải thưởng. *일등-- phần thưởng hạng nhất, phần thưởng danh dự.

상 [용모] dáng vẻ, hình thức, cái nhìn, vẻ mặt gương mặt, đặc điểm; [양상] diện mạo, dáng điệu, bề ngoài, ngoại hình. @상을 찌푸리다 cau mày, nhăn mặt. *사회— *giai đoạn phát triển của đời sống xã hội.*

상 [상업] thương mại, mậu dịch, buôn bán; [상인] người bán hàng, thương gia; [수학 toán học] thương số (kết quả của phép chia). *가구-- người bán đồ đạc trang bị trong nhà.

상 vật tượng trưng, hình vẽ minh họa, tượng; [화상] bức họa,bức vẽ. @성모마리아 상 tượng Đức Mẹ Maria.

상가 cửa hàng, cửa hiệu, thương hiệu.

상가 khu kinh doanh, trung tâm thương mại.

상가 tăng nghi quán, nhà tang lễ. @상가집 개 같다 khốn khổ như con chó canh mộ.

상각 sự hoàn trả, sự báo đền, sự hoàn lại. --하다 hoàn trả, báo đền, trả lại. *--자금 sự sụt giá, sự giảm giá.

상감 sự khảm, sự nạm; [세공물] việc khảm (dát / nạm) vào. @상감박다 nạm vàng. *--세공 hàng nạm vàng , bạc. --장인 người khảm, dát.

상거 khoảng cách, tầm xa (giữa).

상거래 sự quản lý công việc kinh doanh, sự giao dịch mua bán.

상견 --하다 gặp riêng, đối diện, đối mặt.

상겹눈 mắt hai mí.

상경 --하다 lên tới, bắt kịp, theo kịp thành phố

상고 thời cổ đại. *--사 lịch sử cổ đại.

상고 [법 pháp lý] sự chống án. --하다 chống án, kháng cáo. @상고를 기각하다 bác đơn kháng án. *--기한 giai đoạn kháng án. --심 tòa án phúc thẩm, tòa thượng thẩm. --인 bên kháng cáo, người kháng cáo.

상고 --하다 khảo sát, nghiên cứu một cách tỉ mỉ, tra cứu chi tiết.

상고 --하다 tôn sùng nền văn minh cổ đại. *--주의 chủ nghĩa kinh điển.

상고대 tuyết phủ (sương giá) trên cây

상고머리 kiểu tóc húi cua, đầu đinh.

상공 bầu trời, không trung. @서울의 상공을 날다 bay ngang qua (trên khắp) *Seoul.*

상공 công nghiệp và thương nghiệp. *--부 Bộ công thương nghiệp. --회의소 phòng công thương nghiệp.

상공업 ngành công thương nghiệp. @상공업의 công thương nghiệp. *--자 nhà tư bản công thương nghiệp.

상과 đường lối thương nghiệp. *--대학 trường đại học thương mại.

상관 sĩ quan cấp cao, người lãnh đạo. @상관의 명령에 복종하다 tuân theo lệnh cấp trên.

상관 [관여] sự liên quan, dính líu tới; sự liên lạc, mối liên hệ; sự tham gia; [간섭] sự can thiệp, sự xen vào; [남녀 관계] sự quan hệ nam nữ. --하다 [관련] có liên quan, có quan hệ với; [관여] tham gia, tham dự vào; [간섭] xen vào, can thiệp vào. @상관적 tương quan, giống nhau, tương tự // 상관적으로 một cách tương quan, một cách giống nhau (trùng hợp nhau) // ...에 상관하지 않고 không đếm xỉa tới, bất chấp // 상관 없다 không liên hệ tới, không liên quan tới // 남의 일에 상관 말라 hãy lo việc của anh đi (*đừng xen vào việc người khác*!).

상관습 chuyện làm ăn mua bán.

상궁 nữ thẩm phán, vị nữ quan.

상권 quyển một, tập một, hồi thứ nhất.

상권 [권력] sức mua bán, khả năng mua bán [권리] luật thương mại

상궤 đường mòn. @상궤를 벗어나다 đi trật đường ray.

상규 luật lệ đã thành lập, lệ thường, thói quen.

상극 sự xung đột, tính xung khắc, tính không hợp nhau. @상극이다 xung khắc với // 물과 기름은 상극이다 *ghét nhau như nước với dầu.*

상근 @상근의 cả hai buổi, cả ngày, cả tháng. *--자 học sinh học cả hai buổi, người làm việc hai buổi.

상글거리다 mĩm cười dịu dàng.

상금 đến nay, lúc này, cho đến bây giờ.

상금 giải thưởng có giá trị bằng tiền, chiến lợi phẩm, tặng thưởng; [현상금] tiền thưởng, vật thưởng, giải thưởng. @상금을 타다 đoạt giải.

상급 cấp trên, cấp cao hơn; [초등학교의] cấp cao; [과목] chiều hướng tiến bộ, khóa cấp tiến. @상급의 cao hơn, cao cấp. *--관리 công chức cao cấp. --생 sinh viên lớp trên. --재판소 tòa án tối cao. --학교 trường cấp cao..

상기 --하다 bị máu dồn lên đầu. @상기한볼 đỏ mặt, máu dồn lên mặt.

상기 => 상술

상기 --하다 viết tường tận tỉ mỉ, ghi ra chi tiết.

상기 --하다 hồi tưởng, nhớ lại. @상기시키다 làm cho (gợi cho) ai nhớ lại về // 6.25 를 상기하다 *gợi lại* (làm sống lại) *trong ký ức thời chiến tranh Triều Tiên.*

상납 --하다 thanh toán cho nhà nước. *--금 tiền thuế.

상냥하다 [부드럽다] hiền lành, dịu dàng, mềm mỏng; [정답다] ngọt ngào, âu yếm, trìu mến; [싹싹하다] tử tế, tốt bụng, hòa nhã, dễ thương. @마음이 상냥한 소녀 một cô gái tốt bụng // 상냥한 목소리로 부르다 *mời gọi với một giọng dễ thương.*

상념 quan niệm, nhận thức, khái niệm. @상념에 사로잡히다 mê mải suy gẫm, chìm đắm trong suy tư, trầm tư mặc tưởng.

상노 người hầu trai, cậu bé bán vé trên xe bus

상놈 thằng mất dạy, tên lưu manh.

상단 [인쇄면의] phần chia nhiều hơn, phần trên trước; [상좌] chỗ danh dự, nơi danh giá; [높은 자리] bệ, đài, bục. *--침대 [기차의] giường tầng trên (trên tàu thủy hoặc trên xe lửa).

상단 phần cao nhất, điểm (đỉnh) cao nhất. @안테나 (*antenna*)의 상단 đỉnh anten.

상담 sự hỏi ý kiến, sự bàn bạc, sự thảo luận. --하다 hỏi ý kiến, thỉnh thị, thăm do, tham khảo, thảo luận. @상담에 응하다 góp ý kiến, cho lời khuyên // 변호사에게 상담하다 hỏi ý kiến luật sư, tư vấn (tham khảo) ý kiến luật sư.

상담 sự mặc cả, sự thương lượng mua bán.

상당 --하다 [적당하다] đúng, thích đáng, thích hợp; [어울리다] thích hợp, phù hợp; [지당하다] có lý, hợp lý; [훌륭하다] khá tốt, kha khá, hợp, có thể chấp nhận được; [맞먹다] tương đương. @상당히 khá, kha kha, đáng kể // 상당한 금액 một món tiền khá lớn (đáng kể).

상대 (1) [서로 대함] sự đương đầu, sự đối phó. --하다 đương đầu, đối phó nhau. (2) [짝패] bạn, bầu bạn. --하다 làm bạn, kết bạn với. @이야기 상대 một người bạn đang nói đến // 의논 상대 người tâm phúc, tri kỷ, tâm giao. (3) [적수] đối thủ, địch thủ, kẻ thù. [상대방] đảng khác, phe phái khác. --하다 đối lập, chống lại. @ 나는 도저히 그의 상대가 되지 못한다 *tôi không phải là đối thủ của hắn.* (4) tính tương đối. @상대적인 người có liên quan // 상대적으로 một cách tương đối, tương quan. *--분산도 [물리 vật lý] độ tán sắc tương đối. -- 성 tính tương đối. --성 원리 [물리] học thuyết tương đối.

상도 chiều hướng thông thường. @헌정의 상도 đường lối của chính thể lập hiến.

상도 --하다 suy nghĩ, cân nhắc, xem xét, quan tâm, lưu ý, đắn đo.

상도덕 đạo lý trong kinh doanh.

상되다 thấp hèn, tầm thường, thông tục, kém cỏi.

상등 thượng hạng. *-- ghế thượng hạng. --품 hàng cao cấp.

상등 --하다 ngang bằng, ngang sức, đủ sức, đủ khả năng, đáp ứng được.

상등병 cai, hạ sĩ.

상략 --하다 bỏ qua, bỏ sót đoạn trước

상량 --하다 [날씨가 thời tiết] mát và dễ chịu.

상량 --하다 lắp cây đà trên nóc nhà. *--식 nghi thức đặt xà nhà.

상련 @동병 상련하다 bạn đồng tâm đồng chí, bạn cùng chia sẻ giúp đỡ nhau.

상례 thói quen, tập quán, tục lệ. @상례의 theo phong tục, có thói quen // 상례를 따르다 tuân theo tập tục thông thường; theo lệ thường.

상록 @상록의 cây thường xanh. *--송 cây thông trang trí.

상론 --하다 xem xét kỹ lưỡng một vấn đề, bàn cãi sâu rộng một vấn đề.

상류 [하천의] thượng nguồn; [사회의] tầng lớp thượng lưu (trong xã hội). @상류의 ngược dòng. *--부인 phụ nữ thượng lưu. --생활 sinh hoạt cao cấp; xã hội thượng lưu.

상륙 sự đổ bộ, sự hạ cánh, sự ghé vào bờ. --하다 hạ cánh, đáp; [군대가] đổ bộ; [선권이] đáp tàu, ghé bến. . *--거점 vị trí đổ bộ, vị trí đầu cầu. --부대 quân đổ bộ. –용 주정 tàu ghé vào bờ. --작전 cuộc hành quân đổ bộ. --지점 nơi đổ bộ.

상말 lời nói thô tục, những lời lăng mạ. @상말을 쓰다 dùng lời thô tục.

상면 --하다 gặp gỡ, gặp nhau, gặp riêng.

상무 chủ nghĩa quân phiệt. @상무의 기상 tinh thần quân phiệt.

상무 công việc hàng ngày. *--위원 một thành viên của ủy ban thường trực. --이사 chủ tịch hành pháp.

상무 công việc kinh doanh. *--관 tùy viên thương mại.--성 sở thương mại.

상미 gạo hạng nhất, gạo chất lượng tốt nhất.

상미 --하다 thêm gia vị, nêm nếm.

상민 tầng lớp người bình dân.

상박 tay, chi trước, chân trước. @상박의 cánh tay, giống cánh tay. *--골 xương cánh tay. --근 bắp thịt cánh tay. --부 vùng xương cánh tay.

상반 --하다 trái ngược nhau, mâu thuẫn nhau, đối lập nhau. @서로의 이익이 상반한다 *quyền lợi chúng ta trái ngược với họ.* *--곡선 [수학 toán học] đường cong thuận nghịch, vòng tròn tương phản. --교배(잡종) [생물 sinh vật] sự lai giống lẫn nhau, sự ghép giống.

상반기 nửa năm đầu.

상반신 nửa phần trên của cơ thể. @상반신 사진 hình chụp bán thân.

상배 chiếc cúp (giải thưởng trong cuộc thi đấu thể thao).

상벌 phần thưởng và hình phạt. @상벌 없음 vô thưởng vô phạt.

상법 luật thương mại.

상병 thương binh; [제대 후의] cựu thương binh. *--포로 *thương bệnh binh* *bị bắt làm tù nhân chiến tranh.*

상병병 thương bịnh binh, phế binh.

상보 khăn trải bàn.

상보 bản báo cáo chi tiết. --하다 báo cáo chi tiết.

상복 đồ tang. @상복을 입다 mặc đồ tang.

상봉 --하다 gặp nhau, gặp phải.

상부 phần cao hơn, chóp, đỉnh; [위측] mặt trên, phần trên; [표면] mặt ngoài; [윗관청] văn phòng cấp cao, chức vụ cao cấp.. @상부의 cao hơn, mặt trên, phần trên. *--구조 kiến trúc thượng tầng.

상부 상조 sự phụ thuộc lẫn nhau; sự hỗ trợ, giúp đỡ lẫn nhau, sự tương thuộc.

상비 --하다 để dành, dự trữ, dự bị, dự phòng @상비의 dự bị, thường trực. *--군 quân dự bị (chính quy). --금 kho dự trữ, quỹ dự trữ. 가정--약 thuốc dự trữ trong nhà.

상사 thượng sĩ .

상사 [관청] nhà cầm quyền; [사람] cấp trên của ai. @상사의 허가를 얻어서 *được sự chấp thuận của chánh quyền cấp trên.*

상사 sự tương đồng, sự giống nhau; [생물] sự cùng chức (cơ quan). --하다 giống nhau, tương tự nhau. *--기관 [생물] các cơ quan tương tự nhau. --물 vật tương tự. --형 hình dáng như nhau.

상사 tình thương lẫn nhau. --하다 nghĩ về nhau, yêu thương nhau.

상사 hãng, công ty. *외국-- công ty nước ngoài.

상사 việc kinh doanh. *--계약 giao kèo mua bán. --회사 công ty kinh doanh.

상사람 người bình dân, người hạ lưu; [총칭 nói chung] lớp người bình dân.

상사병 sự tương tư, nỗi tương tư. @상사병에 걸리다 bị ốm tương tư, bị thất tình.

상상 trí tưởng tượng, điều tưởng tượng; [공상] sự võ đoán; [가정] giả thuyết, sự giả định; [추측] sự ước đoán, sự phỏng đoán. --하다 tưởng tượng, hình dung, đoán chừng. @상상적 tưởng tượng, hư cấu, sáng tạo, không có thực // 상상할 수 없는 không thể tưởng tượng được, kỳ quái, lạ thường // 상상력이 풍푸하다 giàu tưởng tượng. *--력 sức tưởng tượng. --화 một sự việc tưởng tượng, một hình ảnh hư cấu.

상상봉 đỉnh cao nhất, tột đỉnh.

상서 thơ gởi cho người lớn tuổi. --하다 viết thơ cho người trên trước.

상서 điềm may mắn. @상서롭다 có điềm may mắn, có điềm lành.

상석 sự cao cấp hơn, sự thâm niên (trong nghề nghiệp), sự nhiều tuổi hơn. @상석의 nhiều tuổi hơn, tâm niên hơn. *--자 người nhiều tuổi hơn, người thâm niên hơn.

상선 tàu buôn, thương thuyền.

상설 --하다 củng cố lâu dài. @상설의 lâu bền, thường trực. *--위원회 ủy ban thường trực.

상설 lời giải thích đầy đủ. --하다 giải thích một cách chi tiết, tường tận.

상세 sự chi tiết, sự tường tận, sự tỉ mỉ. --하다 kỹ lưỡng, chi li, cặn kẽ, tỉ mỉ. @상세히 đầy đủ chi tiết, dài dòng, hoàn toàn đầy đủ.

상소 sự chống án. --하다 kháng án lên tòa thượng thẩm. @상소를 취하하다 rút lại đơn kháng cáo. *--권 quyền

ㅅ

kháng án. --인 người kháng án, bên kháng án, nguyên kháng. --심 phiên tòa kháng án. --피고인 bên bị kháng.

상소리 lời nói thô tục. --하다 dùng lời sĩ nhục.

상속 sự thừa kế. --하다 thừa kế, thừa hưởng. @아버지의 재산을 상속하다 thừa kế di sản của cha. *--권 quyền thừa kế. --동산 vật gia truyền. --볍 luật thừa kế. --세 thuế thừa kế. --인 người thừa kế, người kế vị; [남자 nam] người thừa tự; [여자 nữ] người thừa kế--재산 tài sản thừa kế, của thừa kế, di sản thừa kế.

상쇄 --하다 bù đắp, đền bù, bãi bỏ, hủy bỏ, khử bỏ, làm tăng lên. *--계정 sự thanh toán bù

상수 nhà chuyên môn, chuyên gia, chuyên viên.

상수 [수학 toán học] hằng số. *절대--hằng số tuyệt đối.

상수도 nhà máy nước, hệ thống phun nước.

상수리나무 [식물 thực vật] cây sồi.

상순 phần đầu (10 ngày đầu trong tháng). @6월 상순에 vào đầu tháng sáu.

상술 @상술의 cái kể trên, việc nói trên // 상술한 바와 같이 như đã đề cập trên đây.

상술 --하다 cho lời giải thích chi tiết, giải thích tường tận.

상술 mánh khóe con buôn, đường lối thương mại.

상스럽다 bất lịch sự, thô tục, tầm thường, hèn hạ, khiếm nhã, sỗ sàng. @상스러운 이야기 lời nói khiếm nhã.

상습 [세상의] thông thường, lệ thường; [개인의] tập quán, thói quen. @상습의 theo lệ thường, thông thường. *--범 kẻ thường xuyên phạm tội; [범죄] kẻ phạm tội quen thói (kinh niên, cố tật).

상승 --하다 nhân lên, sinh sôi nảy nở. *--비 tỷ số nhân. --작용 hiệp lực, hiện tượng điều phối.

상승 @상승의 không bị đánh bại, mãi mãi chiến thắng, chưa ai thắng nổi.

상승 tăng lên --하다 trèo lên, dâng lên, nổi lên. @상승하는 sự tăng lên lên . *--기류 hướng tăng lên.

상시 [평상시] thời gian thông thường; [언제나] luôn luôn, lúc nào cũng. @상시에 vào thời gian thường lệ.*--고용(고용인) công việc (việc làm) thường lệ.

상식 lương thực chính, (hằng ngày) --하다 sống bằng, thường ăn..

상식 ý thức chung, lương tri (양식). @상식적인 biết lẽ phải, có ý thức, có óc xét đoán // 상식 있는 사람 người có lương tri // 상식적으로 생각해서 nhân danh lẽ phải // 상식이 있다(없다) có lương tri (thiếu lương tri, thiếu ý thức).

상신 --하다 báo cáo lên thượng cấp. *--서 bản báo cáo viết tay. 자 người báo cáo, người tường thuật, phóng viên.

상실 sự tổn thất, sự mất --하다 mất, để mất. @기억을 상실하다 mất trí nhớ. *권리-- sự mất quyền lợi, sự mất hiệu lực, sự mất quyền lực.

상심 --하다 xuống tinh thần, chán nản, thất vọng.

상심 nỗi đau buồn xé ruột. --하다 đau buồn, đau lòng. @아들을 잃고 상심하다 bị đau buồn vì mất con.

상아 ngà voi. *--세공 sản phẩm bằng ngà voi. --제품 sự chế tạo ngà voi. --질

ngà răng, men răng (이의). --탑 tháp ngà. @상아탑의 생활을 하다 sống trong tháp ngà. --모조 ngà voi giả.

상악 [해부 giải phẩu] hàm trên.

상앗대 cây sào, mái chèo. *--질 sự đẩy bằng sào. @상앗대질하다 chèo thuyền, chống sào.

상어 cá mập. *--가죽 da cá mập. --기름 dầu cá mập.

상업 sự buôn bán, sự kinh doanh, thương mại, mậu dịch. @상업의 (thuộc) kinh doanh, thương nghiệp // 상업상 về phương diện thương mại // 상업중심지 trung tâm thương mại // 상업에 종사하다 bận rộn trong kinh doanh. *--계 giới kinh doanh. --광고 thông tin (quảng cáo) thương mại (라디오 따위의). --교육 giáo dục thương nghiệp. --금융 tài chính thương nghiệp. --도시 khu thương mại. --(통신)문 giao dịch kinh doanh. --미술 nghệ thuật kinh doanh. --영어 anh văn thương mại. --용어 óc kinh doanh. 자본 vốn kinh doanh. --주의 sự buôn bán, tính chất mua bán. --학교 trường thương mại.

상여 quan tài. @상여를 메다 khiêng quan tài. *--군 người khiêng quan tài.

상여금 phần thưởng, tiền thưởng, vật thưởng. *연말-- tiền thưởng cuối năm.

상연 sự biểu diễn, sự trình diễn. --하다 trình diễn, biểu diễn. *--권 quyền trình diễn.

상영 --하다 cho xem, biểu diễn, trưng bày, trình chiếu. @그 영화는 단성사에서 상영중이다 bây giờ phim được trình chiếu ở *Danseongsa*.

상오 buổi sáng (trước 12 giờ). @상오 7시 30분 열차 chuyến xe lửa lúc 7g 30 sáng.

상온 nhiệt độ bình thường.

상용 thường dùng, sự sử dụng hàng ngày. --하다 sử dụng hằng ngày, dùng thường xuyên. @마약을 상용하다 nghiện ma túy. --어 ngôn ngữ chung, lời nói thông thường --자 người nghiện, người hay dùng (thường dùng). --한자 *tính cách thông thường của dân Trung quốc.*

상용 @상용어로 đang kinh doanh. *--문 sự trao đổi kinh doanh. --서식 hình thức kinh doanh.

상원 thượng nghị viện; *--의원 thành viên trong thượng nghị viện; [미국] thượng nghị sĩ.

상위 sự khác nhau, sự bất đồng => 차이. --하다 khác, không giống, bất đồng.

상위 tầng lớp cao, địa vị cao. @상위를 차지하다 được ở địa vị cao hơn, xếp vào loại cao.

상응 (1) [호응]. --하다 tương xứng, phù hợp với. (2) [상당] --하다 phù hợp, thích ứng, thích hợp với, vừa, xứng với.

상의 áo khoác ngoài; [군대의] áo choàng (áo blouse). @상의를 입다 khoác áo choàng vào // 상의를 입혀주다 khoác áo choàng cho ai.

상의 lệnh vua, ý vua. @상의 하달하다 truyền lệnh vua cho dân chúng.

상의 sự hội ý, sự bàn, sự thảo luận, sự trao đổi ý kiến; [담판] sự điều đình, sự đàm phán, sự thương lượng. --하다 điều đình, dàn xếp, thương lượng, đàm phán với ai. @상의 중이다 đang đàm phán.

상이 *--군인 thương binh, cựu thương binh.

상인 nhà buôn, thương gia, chủ tiệm. @악덕 상인 một lái buôn xảo quyệt.

ㅅ

상임 @상임의 lâu dài, cố định, thường xuyên. *--위원 thành viên trong ủy ban thường ttrực. 위원회 ủy ban thường trực. --이사국 [유엔 안보 이사회의] *hội viên thường trực của Hội đồng bảo an Liên hiệp quốc.*

상자 cái hộp, cái ngăn. @상자에든 có hộp, được đóng hộp // 나무 상자 thùng thưa (do nhiều thanh gỗ đóng lại, có nhiều kẻ hở); sọt; hộp gỗ // 사과 한 상자 một thùng (sọt) táo // 상자에 넣다 cho (vật gì) vào thùng, đóng hộp.

상잔 --하다 chống lại nhau. *동족-- cuộc sát phạt lẫn nhau, cuộc nội chiến.

상장 băng tang. @상장을 달다 đeo băng tang, mặc đồ tang.

상장 bằng khen, bằng danh dự.

상장 --하다 ghi vào danh sách, lập danh sách. *--주 danh sách hàng tồn kho, danh mục cổ phần.

상재 khả năng kinh doanh.

상쟁 --하다 hận thù nhau, cạnh tranh, chống đối nhau. @골육 상쟁하다 đang sát phạt nhau trong cảnh cốt nhục tương tàn; nồi da xáo thịt.

상전 vua tư bản (độc quyền nắm một ngành nào), ông chủ. @상전 행세하다 đóng vai vua.

상전 cánh đồng dâu tằm, nương dâu. *--벽해 sự biến động của thiên nhiên, nương dâu đã trôi vào biển cả.

상점 cửa hàng, cửa tiệm. *--가 phố cửa hàng. --주인 chủ tiệm.

상접 sự va chạm, sự tiếp xúc. --하다 tiếp xúc với, va chạm với.

상정 sự trưng bày. --하다 để trước nhà; trình ra.

상정 bản chất con người, tính chất chung.

상제 Chúa, Trời, Thượng đế => 하느님.

상제 (1) [사람] người đi đưa ma. @상제가 되다 mặc đồ tang, đang có tang. (2) [제도] nghi thức tang lễ. *만-- người chủ tang .

상조 @상조의 sớm, quá sớm // 그 계획을 실행하기에는 시기상조이다 còn quá sớm để thực hiện kế hoạch.

상조 sự giúp đỡ lẫn nhau, sự tương thuộc. --하다 giúp đỡ nhau, phụ thuộc nhau.

상종 sự liên hợp, sự kết giao. --하다 hợp sức, liên hợp, kết giao, cộng tác với.

상좌 ghế cao nhất; [주빈의] ghế danh dự; [식탁의] đầu bàn.

상주 --하다 báo cáo (tường trình) trước bệ rồng. *--문 đài kỷ niệm, nhà lưu niệm một vương quyền.

상주 --하다 trú ngụ, cư trú, sinh sống. @일본에 상주하는 교포들 người Hàn quốc sống ở Nhật. *--인구 dân định cư.

상주 người chủ tang lễ.

상중 @상중이다 có tang, để tang.

상중하 thượng, trung hạ; nhất, nhì, ba; [품질] tốt, trung bình, kém.

상지상 cái tốt nhất.

상징 biểu tượng, vật tượng trưng. @상징적인 tượng trưng, biểu tượng, điển hình. --하다 tượng trưng cho, biểu tượng hóa. *--극 nghệ thuật kịch tượng trưng. --시 thơ ca tượng trưng. --주의 chủ nghĩa tượng trưng. --주의자 người theo trường phái tượng trưng.

상찬 => 찬상.

상책 kế hoạch cơ bản, đường lối tốt nhất. @그 이상 상책이 없다 *đây là việc tốt nhất chúng ta có thể làm.*

상처 cái chết của vợ. --하다 mất vợ, chết vợ.

상처 vết thương, vết chém, sự tổn thương; [타박상] vết thâm tím, vết bầm; [깊은] vết cắt, vết khắc, vết rạch; [자국] vết sẹo. @상처를 입다 bị thương.

상체 [해부 giải phẩu] phần trên của thân thể. *--운동 bài tập thể dục cho phần trên của cơ thể.

상춘 @상춘객 người ca tụng cảnh vật mùa xuân.

상층 [건물의] tầng thượng; [지층의] tầng trên, lớp trên. *--계급 tầng lớp (giai cấp) thượng lưu.

상치 rau diếp. *--쌈 cơm gói rau diếp

상치 --하다 bất hòa với, va chạm, đụng độ với.

상쾌 --하다 tỉnh táo, khỏe khoắn, vui vẻ, hồ hởi. @심신을 상쾌하게 하다 dễ chịu (thoải mái) cả thể xác lẫn tinh thần.

상큼상큼 bằng bước chân mạnh mẽ, nhanh nhẹn.

상타다 đoạt giải. @그는 최고 득점으로 상탔다 *nó đoạt giải thưởng với điểm số cao nhất.*

상탄 sự ngưỡng mộ, sự ca tụng. --하다 khen ngợi, ca tụng, tán dương, tôn kính. @상탄할만하다 được khen ngợi, đáng ca tụng.

상태 điều kiện, trạng thái, tình trạng (sự việc). @현 상태로서는 do điều kiện hiện nay (tình hình hiện tại) // 위험한 상태 tình trạng nguy kịch // 건강 상태가 좋다 trong tình trạng sức khỏe tốt. *정신-- trạng thái tinh thần.

상통 --하다 hiểu nhau, chia sẻ. @의사가 상통하다 hiểu, thông cảm, chia sẻ với nhau.

상투 búi tóc. @상투를 올리다 cột tóc lại.

상투 @상투의 theo tập quán, theo lối cổ truyền, theo tục lệ, chuyện cũ rích. *--수단 thói tật xưa. --어 lời nói nhàm chán, lời vô vị, tẻ nhạt.

상팔자 vận may, tốt số.

상패 huy chương, mề đay (큰것). @상패를 수여받다 đoạt huy chương. *--수령자 người được tặng huy chương.

상편 quyển thứ nhất, tập 1.

상표 nhãn hiệu thương mại. *--권 quyền đăng ký nhãn hiệu. --법 luật đăng ký nhãn hiệu. 등록-- nhãn hiệu thương mại đã đăng ký.

상품 hàng cao cấp, hàng chất lượng cao.

상품 hàng, mặt hàng, vật phẩm; [총칭 nói chung] hàng hóa; kho hàng, hàng tồn kho (재고). @각종 상품을 취급하다 buôn bán nhiều mặt hàng khác nhau // 상품화하다 thương nghiệp hóa, biến thành hàng hóa mua bán. *--거래소 sự trao đổi hàng hóa. --견본 mẫu hàng. --권 giao kèo buôn bán. --목록 bản liệt kê danh mục hàng; [재고의] bảng kiểm kê. --재고량 lượng hàng tồn kho. --진열장 kệ hàng, tủ bày hàng. 진열창 ô kính bày hàng.

상품 giải thưởng. @상품을 타다 nhận (đoạt) giải thưởng // 상품을 수여하다 trao tặng phần thưởng .

상피 [생물 sinh vật] biểu mô; [표피] biểu bì.*--세포 biểu mô, tế bào mô.

상하 (1) [위아래] mặt trên và mặt dưới. @상하로 trên dưới; [높고 낮게] cao thấp. (2) [신분] sang hèn; [치자와 피치자] kẻ thống trị và kẻ bị trị. @상하 구별 없이 bất kể địa vị xã hội, bất luận giai cấp. (3) [책 sách] quyển một và hai (tập thượng và tập hạ). @상하 2권으

로 된 책 một quyển sách có hai tập.

상하 mùa hè vô tận.

상하다 (1) [훼손] làm hại, làm tổn thương, làm hư hỏng. @심한 서리로 곡식이 상했다 *vụ mùa bị thiệt hại do sương giá khắc nghiệt* // 고기가 상했다 miếng thịt bị thiu. (2) [상심] làm tổn thương, xúc phạm, quấy rầy. @감정을 상하다 *làm tổn thương lòng tự ái của ai.* (3) [여위다] dần dần trở nên phờ phạc.

상학 --하다 khởi đầu, mở đầu, bắt đầu. *--종 hồi chuông bắt đầu.

상학 khoa học thương mại. *--사(박사) cử nhân khoa học thương mại.

상한 lượng tối đa, hạn định cao nhất.

상한 [기하 hình học] góc, thước đo độ. *--의 [천문 thiên văn] thuộc cung phần tư.

상해 Thượng Hải.

상해 sự tổn hại, sự thương tổn. --하다 làm tổn thương ai, gây tai hại. *--보상 sự đền bù tai nạn. –보험 sự bảo hiểm tai nạn. --죄 người gây tai nạn.

상해 --하다 giải nghĩa tỉ mỉ, giảng giải từng chi tiết.

상해 tác hại của sương giá. @상해를 입다 bị hư hại (tai hại) vì sương giá.

상행 –하다 đi lên, đi tới, leo lên *--열자 chuyến xe lửa về khu *Seoul.*

상행위 .sự quản lý kinh doanh

상현 [천문 thiên văn] tuần trăng đầu tiên. *--달 trăng tròn dần, trăng non.

상형 문자 tính chất tượng trưng, chữ tượng hình.

상호 @상호의 lẫn nhau, qua lại, có qua có lại.. *--감응(유도) [전기 điện] sự cảm ứng qua lại. --관계 mối tương quan, mối quan hệ qua lại. --무역 sự buôn bán thuận lợi. --부조 sự giúp đỡ (hỗ trợ) lẫn nhau. --안전보장 sự che chở lẫn nhau. --원조 조약 sự thỏa thuận lẫn nhau. --의존 sự phụ thuộc lẫn nhau.

상호 tên thương mãi.

상혼 óc buôn bán, tính buôn bán.

상환 --하다 trả lại, đáp lại. @외국차관을 상환하다 trang trải hết món nợ ngoài. *--금 món tiền trả lại. --기금 vốn chìm để trả nợ. --기한 kỳ hạn phải trả dứt (만기). --의무자 người trông cậy vào (để giúp đỡ trong lúc khó khăn). --청구 sự trông cậy, sự cầu viện.

상황 tình trạng, hoàn cảnh, điều kiện. @현 상황으로는 theo tình hình hiện nay.

상회 công ty, hãng.

상회 --하다 còn hơn nữa, vượt quá, quá độ.

상흔 vết sẹo.

샅 cái háng, cái đũng quần.

샅바 cái đai (băng) bắp đùi (môn đô vật).

샅샅이 khắp mọi ngóc ngách, khắp nơi. @샅샅이 뒤지다 tìm kiếm khắp nơi.

새 [1] [새 chim] con chim.

새 [2] tươi, mới, mới lạ. @새 생활 cuộc đời mới.

새 [3] cự ly, quãng, khoảng (thời gian, không gian) khoảng trống, khoảng cách => 사이.

새—sâu đậm. @새빨간 거짓말 lời nói dối rành rành // 새까맣게 타다 bị cháy đen.

새가슴 @새가슴의 có ngực nhô ra như ức bồ câu.

새골 [물고기 cá] xương mang cá.

새근거리다, 쌔근거리다 (1) [숨을 hơi thở] sự thở hổn hển. @새근거리며 말하다 nói hổn hển. (2) [뼈마디가] thấy (cảm giác) hơi đau.

새근하다 bị đau nhức qua loa (sơ sài) (서술적).

새기다 (1) [조각하다] chạm trổ, điêu khắc (나무에 trên cây, gỗ); khắc, chạm, trổ (금속· 돌따위에). @나무에 초상을 새기다 tạc bức tượng gỗ. (2) [간직하다] ghi khắc kỷ niệm; [사물이 주어] ghi sâu, khắc sâu vào, in sâu vào.

새기어듣다 lắng nghe kỹ, chăm chú nghe.

새김 (1) [뜻의] sự giải thích, sự làm sáng tỏ; sự phiên dịch (번역). (2) [조각] nghệ thuật khắc, chạm, nghệ thuật tạc.

새김질 (1) [조각] sự khắc, chạm. --하다 khắc, chạm, đục. (2) [반추] sự nhai lại, sự suy đi nghĩ lại. --하다 nhai, nhại lại, suy nghĩ, ngẫm nghĩ..

새까맣다 đen sậm, đen nhánh, đen tuyền.

새끼 [1] cọng dây thừng. @새끼를 꼬다 bện dây thừng.

새끼 [2] (1) [새의 thuộc chim] con gà con, gà giò; ổ gà, lứa gà (한배의); [동물의 thuộc động vật] con vật non (총칭 nói chung); con thú con; [말의 thuộc ngựa] con ngựa con, lừa con; [개의 thuộc chó] chó con; [괭이의 mèo] mèo con; [양의 cừu] cừu con; [염소의 dê] dê con; [물고기의 cá] cá hồi hai năm. @새끼를 배다 có mang. (2) [욕] anh chàng, gã, thằng nhóc (경멸); thằng, thằng cha. @저 새끼 thằng cha đó, gã đó, tên đó // 이 바보 새끼야 anh điên rồi! (3) [자식] [구어] đứa trẻ con, thằng bé (사내); cô bé (딸); đứa bé, đứa trẻ, trẻ con.

새끼발가락 ngón chân út.

새끼손가락 ngón tay út.

새노랗다 có màu vàng chói.

새다 (1) [날이] bắt đầu rạng, bắt đầu lộ ra, ló ra, hé ra. @날이 샌다 trời bắt đầu hé sáng. (2) [기체·액체가] lọt ra, lộ ra, thoát ra; [광선이] chiếu qua, xuyên qua; [말소리가] nghe theo bên ngoài. @지붕에서 비가 샌다 mái nhà rỉ nước mưa, mái dột. (3) [비밀이] thoát ra, lộ ra, rỉ ra, ngấm qua.

새달 tháng tới. @새달의 오늘 ngày này tháng tới.

새댁 [신부] cô dâu.

새들 (*saddle*) yên xe, yên ngựa (자전거 따위의).

새들새들 => 시들시들.

새디즘 (*sadism*) tính tàn bạo, tính thích những trò tàn ác

새뜨다 ly thân, có khoảng cách

새뜻하다 sáng sủa, gọn gàng sạch sẽ.

새로 mới, lại, lại nữa, lại một lần nữa. @새로 오신 선생님 giáo viên mới // 새로 시작하다 *bắt đầu lại một lần nữa.*

새롭다 mới, mới lạ, mới đây, gần đây, sống động, tân thời. @새로운 것 tính mới lạ, vật mới lạ // 아직도 기억에 새롭다 *vẫn không phai mờ trong ký ức,* vẫn còn rõ trong ký ức.

새매 [새 chim] chim cắt Châu Á (loại chim ưng nhỏ chuyên ăn thịt những con chim nhỏ hơn).

새물 [과실· 생선] (sản phẩm) đầu mùa. *--사과(오이) táo (dưa chuột) đầu mùa.

새벽 bình minh, rạng đông. @새벽에 lúc bình minh, lúc rạng đông, lúc tảng sáng.

새봄 mùa xuân đến sớm.

새빨갛다 đỏ chói, đỏ thắm, đỏ thẫm. @새빨간 거짓말 lời nói dối rành rành // 새빨갛게 달다 đỏ rực.

새사냥 khu săn bắn chim, sự đánh bắt chim. --하다 đi săn chim, bẫy chim.

ㅅ

새사람 (1) [신인] khuôn mặt mới, người mới đến. (2) [신부] cô dâu mới. (3) [회복자] người dưỡng bệnh. (4) [갱생자] người đang hồi sinh. @그는 아주 새사람이 되었다 *bây giờ anh ấy là một con người khác hoàn toàn.*

새삼스럽다 mới, tươi. @새삼스럽게 lại nữa, một lần nữa; [이제 와서] hiện giờ, ngay bây giờ, khi chưa quá trễ.

새색시 cô dâu.

새서방 chú rễ.

새싹 mầm, chồi, nụ, búp. @새싹이 나다 đâm chồi, nảy lộc, ra nụ.

새알 trứng chim sẻ.

새알심 loại bánh hấp nhỏ có nhân đậu đỏ nghiền.

새암 lòng ghen tỵ, tính đố kỵ. --하다 thèm muốn, ghen tỵ, đố kỵ.

새앙 [식물 thực vật] củ gừng. *--나무 cây gừng.

새앙쥐 [동물 động vật] con chuột.

새옹지마 @인간만사 새옹지마 cõi trời bí hiểm (huyền bí) khôn lường.

새우 [큰 새우] con tôm hùm; [보리 새우] tôm pan đan; [작은 새위] con tôm. @새우로 잉어를 낚다 bỏ con cá trích bắt con cá voi (*bỏ con tép bắt con tôm*)

새우다 thức suốt đêm, ngồi suốt đêm. @이야기로 밤을 새우다 nói chuyện suốt đêm.

새우등 dáng gù lưng tôm, lưng gù.

새우잠 @새우잠을 자다 ngủ cuộn mình lại.

새우젓 con tôm muối.

새장 cái chuồng, cái lồng (chim). @새를 새장에서 기르다 nhốt chim vào lồng.

새집 [1] căn nhà mới (mới xây cất).

새집 [2] cái tổ chim (상자 모양의).

새총 (1) súng bắn chim. (2) súng cao su.

새출발 điểm xuất phát mới. --하다 tạo một khởi đầu mới, tạo lợi thế mới.

새치 tóc bạc sớm. @새치가 나다 có tóc bạc sớm (lúc còn trẻ).

새치기 [끼어듬] sự cắt ngang; (빼앗음) sự trích đoạn, sự nắm lấy --하다 cắt ngang, tranh thủ, nắm lấy, vơ lấy (phần của người khác).

새치름하다 [채하다] lạnh lùng, xa cách, xa rời, cách biệt.

새침하다 => 새치름하다.

새카맣다 đen huyền, đen nhánh, đen như hắc ín.

새큰하다 đau khớp.

새털 lông vũ, lông chim; (깃털); lông tơ (솜털).

새털구름 [천문 khí tượng] mây ti.

새파랗다 (1) xanh thẫm, nhuộm màu chàm; (얼굴이) làm tái nhợt, làm xanh xám. (2) [젊다] còn xanh, còn non. @무서워서 얼굴이 새파랗게 질렸다 *cô ấy tái xanh mặt vì sợ.*

새하얗다 trắng như tuyết, trắng tinh.

새해 một năm mới. @새해를 맞이하다 chào mừng năm mới // 새해에 복 많이 받으십시오 năm mới hạnh phúc ! Happy new year !

새해 문안 lời chúc Tết.

색 (1) [빛] màu sắc => 빛깔. @색칠하다 tô màu. (2) [색사] thú nhục dục. @색을 좋아하다 dâm dật, dâm đãng, đầy dục vọng.

색각 => 색감.

색깔 => 빛깔.

색감 khả năng phán đoán màu sắc.

색골 kẻ háo sắc, tên dâm đãng; *Don Juan.*

색광 [남자 nam] chứng xung động thỏa

dục; [여자 nữ] chứng cuồng dâm.
색구 sự truyền lực bằng đòn bẩy.
색다르다 mới lạ, lạ thường, khác thường. @색다른 것 điều gì đó khác thường.
색도 đường dây, đường cáp.
색동 *--마고자 áo chui đầu của trẻ con với tay áo gồm nhiều mảnh đủ màu. --저고리 áo vét (*jacket)* của con gái với tay đủ màu.
색마 chứng cuồng dâm => 색광.
색맹 sự mù màu. @맹의 mù màu. *적(녹)-- sự mù màu đỏ.
색색거리다 thở nhẹ; thở hổn hển (심하게).
색소 sắc tố. *--결핍증 [의학 y học] chứng bạch tạng.
색시 [신부] cô dâu; [처녀] thiếu nữ, trinh nữ; [아내] người vợ; [접대부] cô hầu bàn. @색시를 얻다 cưới vợ, lấy làm vợ.
색실 sợi chỉ màu, chỉ nhuộm màu.
색안경 kính râm, kính mát, kính màu.
색연필 bút chì màu.
색옷 => 무색옷.
색욕 sự ham muốn nhục dục.
색유리 thủy tinh màu.
색인 bảng liệt kê, bảng mục lục @색인을 달다 làm bảng mục lục (cho sách), ghi vào mục lục, liệt kê.
색정 tính dâm dục, thói dâm ô, thú tính.
색종이 giấy màu.
색주가 [작부] cô hầu bàn lẳng lơ; [술집] quán rượu trá hình, lầu xanh, nhà thổ.
색채 [빛깔] màu sắc, sự tô màu, sự nhuộm màu. @색채의 배합 sự bố trí màu sắc. *--감각 khả năng cảm thụ màu sắc.
색출 --하다 lùng sục, tìm kiếm, săn lùng.
색칠 thuốc màu, phẩm màu. --하다 tô màu, nhuộm màu, sơn màu.
색판 *--인쇄 sự in màu.
샌님 (1) [생원님] người có học thức, người lịch sự tao nhã. (2) [의뭉한] người hay do dự, người không quả quyết, người không dứt khoát.
샌드위치 (*a sandwich)* bánh xăng- đuých. *--맨 (*a sandwich-man*) người bán bánh xăng-đuých.
샌들 (*sandal*) giày xăng đan (giày dây đế thấp)
샐녘 [여명] (lúc) bình minh ló dạng, rạng đông.
샐러드 (*salad*) rau sàlách. *--유 dầu trộn sà lách.
샐러리 tiền lương. *--맨 người làm công ăn lương, nhân viên, công chức.
샘[1] suối nước, máy nước.
샘[2] lòng ghen ghét, tính đố kỵ, máu ghen, thái độ ghen tuông => 새암.
샘물 nước suối, nước máy (nước phông-tên)
샘바르다 ghen ty, ghen ghét, đố kỵ.
샘터 (1) máy nước, nguồn sông, suối nước. (2) nơi tắm giặt ở nguồn nước sông.
샘플 (*a sample*) mẫu vật, mẫu hàng.
샛길 đường phụ, ngõ hẽm, đường hẽm @샛길로 빠져가다 đi đường phụ.
샛밥 bữa ăn qua loa dành cho công nhân, tá điền.
샛별 sao Mai; sao Kim.
샛서방 người tình bí mật, nhân tình nhân ngãi.
생 (1) [생명] cuộc đời. @생의 철학 triết lý sống. (2) [삶] cuộc sống; sự sống (생활 sinh hoạt). @생의 투쟁 cuộc đấu

tranh sinh tồn.

생-- (1) [익지 않은] còn sống, chưa chín, còn xanh. @생것 thức ăn chưa chín, trái cây còn xanh. (2) [가공하지 않은] chưa tinh chế, còn tươi, còn sống, chưa nấu chín. @생고무 cao su sống (thô). (3) [살아 있는 마르지 않은] đang sống, đầy sức sống, xanh tươi. @생나무 cây xanh tươi. (4) [공연한] vô lý, quá đáng, phi lý. @ 생벼락 rầy la vô lý.

생가 nhà của cha mẹ, nhà nơi sinh ra.

생가죽 [무두질하지·않는] bằng da sống, bằng da chưa thuộc.

생각 (1) [사고] sự suy nghĩ; [사상] ý nghĩ, tư tưởng, tư duy; [관념] ý niệm, khái niệm, quan điểm. --하다 nghĩ về, hiểu, nhận thức, trầm tư, suy gẫm. @좋은 생각 một ý kiến tốt, một tư tưởng lành mạnh // 묘한 생각 một ý định (quan điểm) kỳ quặc // 내 생각으로는 theo ý tôi, theo suy nghĩ của tôi // 생각에 잠기다 trầm ngâm, chìm đắm trong suy nghĩ, trầm tư mặc tưởng // 좋은 생각이 떠올랐다 tôi chợt nảy ra một ý tưởng hay. (2) [의도] ý định, mục đích, kế hoạch. --하다 định, có ý định, có kế hoạch, sẽ làm, dự tính. @아무 생각 없이 *bằng một khái niệm không rõ ràng* // 법률가가 될 생각으로 공부하다 *học tập với ý định trở thành luật sư* // 결혼할 생각은 없다 *tôi không có ý định lập gia đình.* (3) [추억· 숙고] sự hồi tưởng, ký ức, hồi ức. --하다 trầm tư, suy gẫm về. @생각한 끝에 suy nghĩ kỹ, ngẫm nghĩ // 생각이 나다 nhớ lại, hồi tưởng (4) [상상] sự tưởng tượng, giả thiết, giả định. --하다 tưởng, tưởng tượng, cho là, tin là. @생각할 수 없는 *không thể tưởng tượng nổi, không thể hình dung nổi* // 생각 좀 해봐 *chỉ tưởng tượng thôi!* (5) [소원] sự khát khao, ao ước, lòng ham muốn, ý muốn, sự mong mỏi. --하다 ước muốn, khao khát, mong mỏi. (6) [기대] sự mong chờ, sự hy vọng. --하다 mong chờ, trông ngóng, hy vọng. @ 생각했던 것보다 일이 쉬웠다 *tôi đã tìm được việc làm dễ hơn là tôi tưởng.* (7) [분별] sự thận trọng, sự cẩn thận. --하다 quan tâm đến, chăm nom, để ý đến. @생각 있는 chính chắn, thận trọng // 생각 없이 một cách thiếu chính chắn, không thận trọng, khinh xuất // 내 생각으로는 theo ý tôi // 건강을 생각하다 lưu ý đến sức khỏe // 어머니를 생각하다 quan tâm đến mẹ // 그것은 생각할 문제다 *đây là một vấn đề cần quan tâm.* (8) [의견] ý kiến, quan điểm; [제안] ý kiến đề xuất. --하다 suy nghĩ, cân nhắc, ngẫm nghĩ, phản ảnh @내 생각으로는 theo ý kiến tôi, theo suy nghĩ của tôi. (9) [각오 sự quyết tâm] một quyết tâm, một quyết định.

생각나다 lóe ra, nảy ra, chợt ngĩ ra (갑자기); làm cho ai nhớ lại, nhắc lại, nhớ lại @소년 시대가 생각나다 *nhớ lại thời thơ ấu* // 좋은 아이디어가 생각났다 *một ý kiến hay chợt lóe ra trong hắn* // 그의 이름이 생각나지 않는다 *tên hắn chẳng gây ấn tượng nào* // 너를 보니 내 동생이 생각난다 *bạn làm mình nhớ đến anh mình.*

생각되다 có vẻ, giống như, hình như, dường như.

생각컨대 đúng như tôi nghĩ, tôi tin là như thế.

생각해내다 [안출] nghĩ ra, sáng chế, phát minh; [상기] gợi lại, nhắc lại, nhớ lại. @그의 이름을 생각해내다 nhớ lại tên của nó.

생강 củ gừng => 새앙.

생것 =>날것.

생경 --하다 chưa chín, còn xanh, sống.

생계 cách sinh nhai, sinh kế. @생계를 돕다 đóng góp để giúp đỡ ai. *--비 giá sinh hoạt.

생과부 người đàn ông vắng vợ.

생과자 bánh ngọt, bánh nướng, bánh hấp.

생글거리다 mỉm cười. @생글거리며 hớn hở, tươi cười.

생금 vàng thô, vàng nguyên chất.

생금 sự bắt giữ, sự đoạt lấy => 생포.

생기 sinh khí, sinh lực, sức sống. @생기 있는 đầy sức sống, sinh động, sôi nổi, sống động

생기다 (1) [손에 들어오다] đạt được, giành được, thu được, nhận được, có được, kiếm được, vớ được. @직업이 생기다 tìm được việc làm. (2) [발생] xuất hiện, nảy ra, sinh ra, xảy ra. @좋은 결과가 생기다 *có kết quả tốt* // 내 신변에 큰일이 생겼다 *có một chuyện quan trọng xảy ra cho tôi.* (3) [존재하게 되다] sinh ra, phát sinh (어린애가). @ 비가 와서 곳곳에 웅덩이가 생겼다 *các vũng nước đọng lại ở vùng có mưa.* (4) [보이다] có vẻ như, giống như. @잘 (못) 생기다 có vẻ đẹp (xấu)

생김새 diện mạo, dáng điệu riêng. @그의 생김새가 싫었다 *tôi không thích cái cách nhìn của hắn.*

생나무 cây xanh, cây đang sống.

생년 năm sanh. *--월일 ngày sanh.

생담배 điếu thuốc cháy dỡ (trong cái gạt tàn)

생도 học trò, học sinh => 학생.

생돈 @생돈을 쓰다 xài tiền vô tội vạ, dùng tiền không có mục đích.

생동 --하다 đầy sức sống, đầy sinh khí, sôi nổi.

생동생동하다 mãi mãi sinh động.

생득 @생득의 bẩm sinh. *--관념 [철학] tư tưởng bẩm sinh, sự hiểu biết bẩm sinh. --권 quyền thừa kế, quyền tập ấm.

생래 @생래에 thiên tính, bẩm sinh.

생략 [빼] sự bỏ sót, điều bỏ quên, sự chểnh mảng; [줄임] sự tóm tắt, sự rút ngắn, sự cô đọng. --하다 bỏ sót, bỏ quên, làm ngắn gọn. *--문 câu đã được rút gọn. --법 hiện tượng tỉnh lược. --부호 hô ngữ, dấu móc lửng; [음악 âm nhạc] sự rút ngắn. --어 chữ viết tắt.

생력화 sự giảm bớt lao động. *--장치 phương sách tiết giảm sức lao động.

생령 linh hồn, tâm trí, cuộc sống, người đời.

생리 sinh lý. @생리적 (thuộc) sinh lý học. *--작용 chức năng sinh lý. –학 sinh lý học.

생매장 --하다 chôn sống (người nào)

생맥주 bia thùng.

생면 --하다 gặp, nhìn thấy ai lần đầu, được giới thiệu (với ai) lần đầu. *--목 người xa lạ, người không quen biết. --부지 người hoàn toàn xa lạ.

생명 [목숨] sự sống; [중요한것] linh hồn, sức truyền cảm, sức sống. @생명과 재산의 안전 an toàn trong cuộc sống và tài sản (vật sở hữu) // 생명을 걸고 liều mạng. *--보험(회사) bảo hiểm nhân thọ (công ty)

생명선 đường sinh mệnh (trong lòng bàn

ㅅ

tay).

생명수 dung dịch nước truyền sức.

생명주 y phục (hàng vải) bằng tơ sống.

생모 mẹ ruột.

생목숨 (1) [목숨] cuộc sống. (2) [죄없는 목숨] một cuộc sống vô tư .

생무지 lính mới, người mới, người chưa có kinh nghiệm, người mới vào nghề.

생물 vật có sự sống, sinh vật. *--계 một tác phẩm có sinh khí. --물리학 sinh lý học. --발광 sự phát quang sinh học. --체 cơ thể, sinh vật. --화학 khoa hóa sinh học. --화학자 nhà hóa sinh.

생물학 sinh vật học. @생물학적(thuộc) sinh vật học. *--자 nhà nghiên cứu về sinh vật học.

생방송 sự gieo rắc cuộc sống; sự thông tin thời sự. --하다 tung tin thời sự.

생벼락 @생벼락 맞다 sự rầy la vô lý, gặp tai họa bất ngờ.

생부 cha ruột.

생부모 cha mẹ ruột.

생불 đức Phật sống, đức Phật hiện thân.

생사 quyết liệt, sống chết. @생사에 관한 문제 vấn đề sinh tử // 생사를 같이 하다 cùng chung số mệnh, chia sẻ cuộc sống (với)

생사 tơ sống. @고치에서 생사를 잣다 tháo sợi tơ sống ra khỏi kén tằm.

생사람 (1) [죄없는] người vô tội. @생사람 잡다 giết người vô tội; [모해] đã thương người vô tội. (2) [관계 없는] người không có quan hệ họ hàng, người không liên quan.

생산 sự sản xuất, sự chế tạo. --하다 sản xuất ra, chế tạo, làm ra. @생산적 phát sinh, sản xuất, tạo ra // 대량 생산 sự sản xuất hàng loạt. *--가격 chi phí sản xuất. --고 sản lượng. --공장 kế hoạch sản xuất. --력 năng lực sản xuất. --실적 sản lượng thực tế. --연도 năm sản xuất. --자 nhà sản xuất, --지수 danh mục sản phẩm. --확장(증가) sự tăng gia sản xuất.

생살 여탈 @생살 여탈권을 쥐다 nắm quyền sinh tử.

생색 @생색을 내다 gây ấn tượng tốt, trong tư thế là ân nhân.

생생하다 sinh động, sâu sắc, tươi tắn, đầy sinh khí. @기억이 생생하다 *vẫn còn hiện diện sống động trong tâm trí.*

생석회 đá vôi.

생선 cá tươi. @생선을 요리하다 đánh (vảy) cá, làm cá. *--가게 tiệm bán cá. --구이 cá nướng, cá chiên. --회 cá sống xắt lát.

생성 sự tạo thành, sự sáng tác, sự phát sinh ra. --하다 [이루어지다] được tạo thành; [이루다] tạo ra, tạo nên, phát sinh ra.

생소 --하다 không quen biết, xa lạ. @생소한 일 công việc chưa quen.

생시 (1) [출생] giờ sanh. (2) [생활] giờ thức dậy. (3) [인생] cả cuộc đời (của ai). @꿈이나 생시냐 tôi đang mơ hay tỉnh?

생식 --하다 ăn thức ăn sống.

생식 sự tái sản xuất. --하다 tái sản xuất, sinh đẻ, sinh sản. @생식력 있는 có khả năng sinh sản. *--기 bộ phận sinh dục. –기능 chức năng sinh sản. --불능자 bất lực.

생신 => 생일.

생안손 ngón tay đau, ngón tay bị thương.

생애 sự nghiệp, đời hoạt động @학자로서의 생애 sự nghiệp nghiên cứu.

생약 dược thảo. *--학 sự nghiên cứu nguồn gốc thiên nhiên của thuốc.

생억지 @생억지를 쓰다 đòi hỏi theo phương pháp (cách thức) riêng.

생업 công việc, nghề sinh sống, nghề nghiệp. @고기 잡이를 생업으로 삼다 *là người sống bằng nghề chài lưới.*

생울타리 hàng rào, bờ dậu.

생으로 (1) [날로] còn sống, nguyên chất, chưa tinh chế, không gọt dũa, sống sượng. (2) [무리하게] không có bất cứ một lý do nào, vô cớ; [까닭 없이] không có lý do. @굴을 생으로 먹다 ăn con hàu sống.

생이별 --하다 chia tay ai mãi mãi, không bao giờ gặp lại nữa.

생일 ngày sinh, ngày sinh nhật, sinh thần. @생일을 축하하다 *chúc mừng sinh nhật* (ai) *--선물 món quà sinh nhật. --잔치 tiệc sinh nhật.

생장 sự phát triển, sự lớn mạnh. --하다 lớn lên, trưởng thành. @생장을 돕다 nuôi lớn.

생장작 củi còn tươi.

생전 suốt đời. @생전에 trong suốt cuộc đời.

생존 sự sống còn, sự tồn tại. --하다 tồn tại, sống, hiện hữu. *--권 quyền sống. --자 người sống sót. --경쟁 cuộc đấu tranh sống còn.

생죽음 cái chết bất đắc kỳ tử, cái chết không bình thường --하다 chết bất đắc kỳ tử, chết vì tai nạn, chết thảm khốc.

생쥐 con chuột.

생지옥 địa ngục trần gian.

생질 con trai của chị, em; cháu trai. *--녀 con gái của chị, em; cháu gái.

생채기 vết xước, vết trầy, vết cào (do móng tay).

생철 tấm thiếc, tấm kẽm (sắt mạ thiếc).

생청붙이다 tự mâu thuẫn.

생체 vật thể sống. *--해부 sự giải phẫu sống.

생태 lối sống. *--변화 sự thích nghi sinh thái học. --학 sinh thái học.

생트집 sự buộc tội giả, sự gán tội có chủ tâm. @생트집 잡다 buộc tội sai, buộc tôi có mục đích.

생판 [부사] vô cớ, vô lý.

생포 sự bắt, sự nắm giữ. --하다 bắt sống ai, bắt ai vào tù.

생호령 --하다 rầy la vô lý.

생화 hoa dại, hoa tươi.

생화학 khoa hóa sinh. *--자 nhà hóa sinh.

생환 --하다 sống sót trở về. *--자 người sống sót.

생활 cuộc sống, sinh hoạt, cách sinh nhai, sinh kế. --하다 sống, tồn tại, kiếm sống. @편안한 생활을 하다 sống an nhàn, sung túc (tiện nghi) // 비참한 생활을 하다 sống thiếu tiện nghi, sống khốn khổ // 분에 맞는 생활을 하다 sống trong phạm vi mà mình có được hoặc kiếm được // 월급으로 생활하다 sống bằng đồng lương. --난 sự khó khăn trong cuộc sống. --력 sức sống. --비 giá sinh hoạt. --상태 điều kiện sống. --수준 mức sống. --양식 cách sống. --필수품 nhu cầu trong cuộc sống. --환경 môi trường sống.

생회 đá vôi.

생후 sau khi sanh con. @생후 5 개월의 유아 em bé 5 tháng.

샤쓰 áo sơ mi lót trong.

샤워 vòi hoa sen (để tắm). @샤워실 phòng tắm có vòi sen.

ㅅ

샤프 (1) [날카로운] sắc, nhọn, bén. @샤프 펜실 cây bút chì luôn được chuốt nhọn. (2) [음악 âm nhạc] nốt thăng, dấu thăng.

샴 lời phê bình gay gắt, tiếng đóng cửa sầm => 타이.

샴페인 (*champaigne*) rượu sâm banh.

샹들리에 đèn treo nhiều ngọn, đèn chùm.

상송 (*chanson*) bài hát, bài ca.

서 lời giới thiệu, lời tựa.

서 => 서적, 서간, 서류, ..서도.

서 văn phòng, trạm cảnh sát.

서가 quầy bán sách, kệ sách, giá sách.

서가 người viết chữ đẹp, thuật viết chữ đẹp.

서까래 rui, xà (những thanh đặt nghiêng song song với nhau để đỡ viên ngói... của mái nhà).

서간 thư từ. *--문 sự viết thư. --체 cách viết thư

서거 sự chết, sự qua đời. --하다 chết, qua đời.

서경 kinh độ tây. @서경 50 도 50 kinh độ tây.

서고 thư viện, phòng đọc sách, tủ sách.

서곡 (âm nhạc) khúc dạo đầu; đoạn mở đầu.

서관 [서점] hiệu sách, tiệm sách; [출판사] nhà xuất bản.

서광 tia sáng đầu tiên; [희망] tia hy vọng. @성공의 서광 một tia sáng yếu ớt của sự thành công.

서구 vùng Tây Âu.

서기 năm dương lịch.

서기 người thư ký. *--국 chức bí thư, nhân viên của Bộ trưởng chính phủ --장 chánh văn phòng.

서기 dấu hiệu thuận lợi; điềm lành.

서글서글하다 (1) [눈이] căng tròn mắt ra. (2) [마음이] thoải mái, không câu nệ hình thức.

서글프다 đơn độc, buồn, cô độc. @서글픈 노래 bài ca than vãn (ai oán,).

서남 tây nam. @서남의 thuộc tây nam.

서남풍 gió tây nam.

서낭당 miếu thần hoàng.

서너 khoảng 3; 3 hoặc 4; ít; một vài. @백묵 서너 개 một vài viên phấn; 3, 4 viên phấn.

서너너덧 ba hoặc bốn; từ ba đến năm; một vài..

서넣다 viết vào, điền vào.

서녘 hướng Tây; về hướng tây.

서느렇다 => 서늘하다.

서늘하다 (1) [선선하다] mát mẻ, dễ chịu, thích thú. @서늘한 바람 cơn gió nhẹ. (2) [놀라서] cảm thấy ớn lạnh.

서다 (1) [기립] đứng dậy, đứng lên. @종일 서 있다 đứng thẳng cả ngày.(2)[멈추다] ngừng, tạm dừng, tạm nghỉ. @행렬이 갑자기 섰다 *đám rước bất chợt dừng lại* // 게 섰거라 dừng lại! đứng lại! (3) [건립] dựng nên, xây dựng, thành lập. @이 거리에도 집이 많이 섰다 *có một số nhà đã được xây dọc theo con đường.* (4) [조리가] chứa nước. (5) [남을 위해서] đứng ra (làm việc gì). @보증 서다 *đứng ra bảo đảm cho ai* // 신부의 들러리 서다 đứng cùng cô dâu (phù dâu). (6) [체면이] cứu vản danh dự @그렇게 하면 내 낯이 선다 *điều đó sẽ cứu vản thể diện của tôi.* (7) [칼날 따위가] mài cho sắc nhọn. (8) [장이] được tổ chức. @오늘은 장이 서는 날이다 *hôm nay có phiên chợ.* (9) [잉태] @아이가 서다 có bầu, có thai.

(10) [만들어지다] được tổ chức, được sắp xếp, được thiết lập. @계획이 섰다 *kế hoạch của tôi được thành lập.* (11) [결심이] tập trung tư tưởng.

서당 ngôi trường làng.

서도 thuật viết chữ đẹp, lối viết, kiểu viết. @서도의 대가 người viết chữ đẹp.

서독(일) Tây Đức.

서두 lời mở đầu một quyển sách.

서두르다 vội vàng, gấp rút, khẩn trương (조급하게). @서둘러 một cách vội vàng, một cách khẩn trương, một cách gấp gáp.

서랍 người vẽ, người kéo (nhổ).

서러워하다 cảm thấy buồn bã, biểu lộ sự đau khổ. @서러워서 đang buồn khổ.

서럽다 phiền não, đau buồn, không hạnh phúc. @서러워지다 trở nên buồn bã, u sầu, đau khổ.

서력 *--기원 sau công nguyên.

서로 lẫn nhau, qua lại. @서로돕다 giúp đỡ lẫn nhau.

서론 lời giới thiệu, lời mở đầu.

서류 tài liệu, giấy tờ. @관련 서류 những giấy tờ liên quan đến việc làm ăn. *--함 tủ hồ sơ.

서류 전형 sự tuyển chọn các ứng cử qua việc thẩm tra lý lịch cá nhân.

서른 số ba mươi (30). @서른살 ba mươi tuổi // 서른번째 thứ ba mươi.

서리 sương giá. @서릿발 cột sương // 서리가 내리고 있다 *trời phủ đầy sương giá.*

서리 sự quản lý như quyền giám đốc; [사람]. --하다 thay quyền giám đốc. *교장 -- người thay quyền hiệu trưởng.

서리다 [김이] bị phủ đầy hơi nước. @유리창에 김이 서렸다 *tấm kính cửa sổ bị phủ đầy hơi nước.*

서리맞다 bị xúc động vì sự lạnh nhạt, bị băng giá (trên khắp); [비유적] nản lòng, nản chí.

서리서리 quanh quanh, vòng quanh

서막 (1) [극의] người kéo màn. (2) [일의] việc mở đầu, lúc khởi đầu

서머타임 (*summer time*) mùa hè.

서먹하다 cảm thấy lúng túng, ngượng nghịu, không thoải mái, không quen thuộc.

서면 [편지] thư từ, lá thư; [문서] văn kiện, tài liệu, tư liệu. @서면으로 dưới dạng văn bản, bằng văn bản, bằng chữ viết.

서명 chữ ký. --하다 ký tên. *--국 nước (quốc gia) ký kết. --날인 chữ ký và con dấu. --운동 cuộc vận động xin chữ ký.

서명 tựa quyển sách; tên sách.

서모 vợ lẽ của cha, nàng hầu của cha.

서몽 một giấc mơ tốt lành.

서무 công việc tổng quát. *--과 bộ phận phụ trách công việc tổng quát.

서문 lời tựa, lời nói đầu, lời giới thiệu (sách). @서문을 쓰다 *viết lời tựa cho quyển sách.*

서민 lớp người bình dân (대중 đại chúng). *--계급 giai cấp thấp. --금고 ngân hàng nhân dân.

서반구 tây bán cầu.

서반아 => 스페인.

서방 [서쪽] miền tây, phía tây; [서양] các quốc gia phương Tây. *--측 các cường quốc phương Tây.

서방 [남편] người chồng, người chủ; [호칭] ông, danh hiệu chỉ một người đàn ông.

서방질 tội thông dâm, tội ngoại tình. --하다 ngoại tình, thông dâm.

ㅅ

서벅거리다 làm hơi giòn (chiên, nướng) (과일 따위가); bước chân lạo xạo (trên sỏi)

서법 thuật viết chữ đẹp – thư pháp.

서부 vùng phía tây, miền Viễn Tây.

서부렁하다 yếu ớt lỏng lẻo, không chặt.

서북 phía tây bắc; vùng tây bắc. @서북의 miền tây bắc // 서북으로 về hướng tây bắc. *--서 về hướng tây tây bắc. --풍 gió tây bắc.

서브 sự giao bóng, cú giao bóng. @서브하다 giao bóng.

서비스 (*service*)sự phục vụ, sự hầu hạ. @ 서비스 하다 chăm sóc, phục vu, hầu hạ // 서비스가 좋다 *phục vụ tốt.*

서브타이틀 tiêu đề, đề phụ (của một cuốn sách).

서사 sự kể chuyện, sự tường trình. @서사적 bài tường thuật. *--문 thể văn kể chuyện. --시 thiên anh hùng ca, thiên sử thi.

서생 [유생] học sinh, sinh viên; [남의 집 일을 돕는] người làm thuê những việc lặt vặt trong nhà hoặc khách sạn; thằng nhỏ.

서서히 một cách chẩm rải (chậm) => 천천히.

서설 lời giới thiệu, lời mở đầu.

서성거리다 đi lên đi xuống không ngớt.

서수 [수학 toán học] (số) thứ tự. *--사 số thứ tự.

서술 sự diễn tả; sự mô tả (miêu tả); sự tường thuật [문법 văn phạm] hiện tượng vị ngữ hóa. –하다 tường thuật, mô (miêu) tả, diễn tả, kể lại. @서술적 diễn tả, mô tả, tường thuật, kể lại. *--어[문법] khẳng định (vị ngữ) --자 người tả, người mô tả. --형용사 [문법] tính từ vị ngữ.

서스펜스 tình trạng treo, tình trạng chờ đợi.

서슬 (1) [칼날] sự sắc bén của lưỡi kiếm. @서슬이 시퍼런 칼 thanh kiếm sắc. (2) [기세] khí khái, nhuệ khí, khí phách. @서슬이 시퍼렇다 khí khái, sắc sảo, nhạy bén.

서슴다 do dự, dao động, không nhất quyết. @서슴지 않고 quả quyết.

서슴 없다 không do dự, không dao động, không nao núng (서슴 없이).

서식 mẫu đơn (có chỗ trống để điền vào). @제 3 호 서식 mẫu số 3 // 서식대로 theo đúng thể thức.

서식 sự ở, sự cư trú. --하다 ở, sống ở. @ 서식할수 있다 có thể ở được. *--지 môi trường sống, nơi sống, chỗ ở.

서신 [편지] thơ từ, thông điệp; [편지 왕래] quan hệ thư từ.

서악 khúc dạo, khúc mở đầu, đoạn mở đầu.

서약 lời thề, lời tuyên thệ, lời hứa, lời nguyền. --하다 thề, hứa, tuyên thệ. @ 서약시키다 làm lễ tuyên thệ cho. *--서 lời hứa trên giấy tờ, lời cam kết --자 người cam kết.

서양 các nước phương Tây. *--문명 văn minh phương Tây. --문학 văn học phương Tây. --식 phong cách tây phương, tập quán tây phương. --인 người phương Tây, người Châu Âu. --화 sự âu hóa.

서언 lời tựa, lời nói đầu => 머리말.

서열 cấp, hạng, loại.

서운하다 cảm thấy đáng tiếc, hối tiếc, có phần không vừa ý (không thỏa mãn), cảm thấy thiếu.

서운해하다 lấy làm buồn, tiếc; thấy thiếu vắng.

서울 *Seoul,* thủ đô của Hàn quốc; [수도] thủ đô.

서원 [글방] thính phòng.

서원 cây dùi cui của cảnh sát.

서이 [세 사람] nhóm ba người; [셋] số ba.

서인도 제도 miền tây Ấn độ.

서임 sự bổ nhiệm, lễ nhậm chức. --하다 bổ nhiệm, nhậm chức.

서자 [첩자식] con vợ lẻ, con của nàng hầu; [사생아] đứa con hoang, đứa con không hợp pháp.

서장 bức thư, bức thư ngắn => 편지.

서장 *경찰-- sĩ quan cảnh sát.

서재 phòng học, phòng đọc sách.

서적 sách, báo. *--상 [가게] nhà sách; [사람] người bán sách. --애호가 người ham mê sách.

서점 nhà sách, hiệu sách.

서점 lái về hướng tây.

서정 công việc quản lý chung.

서정 thơ trữ tình. --하다 mô tả cảm giác, làm thơ trữ tình. @서정적 thích, mê. *--문 văn trữ tình. --시 thơ trữ tình. --시인 nhà thơ trữ tình

서지 thư mục. *--학 thư mục học. --학자 người sưu tầm thư mục.

서진 một vật nặng, một sức nặng.

서쪽 về hướng tây. @서쪽의 thuộc phía tây // 서쪽으로 phương tây, hướng Tây, phía Tây.

서책 sự xuất bản, sách báo xuất bản.

서체 chữ viết tay, tự dạng, lối viết.

서출 @서출의 con hoang, con riêng.

서치라이트 đèn pha rọi.

서클 phạm vi, quỹ đạo, nhóm, giới. *--활동 phạm vi hoạt động. 독서--giới độc giả.

서투르다 [소원하다] không quen biết, không biết rõ, xa lạ; [미숙하다] không thiết thực, không thạo, không chuyên môn, vụng về, lóng ngóng, không gọn, khó coi, ngượng nghịu. @계산이 서투르다 *anh ấy xấu mả* (hình thức).

서평 bài phê bình một cuốn sách.

서표 dây đánh dấu, thẻ đánh dấu (trang sách)

서푼 @서푼어치도 못 된다 *không đáng giá một đồng xu nhỏ.*

서풍 gió tây, gió thổi từ hướng tây.

서한 lá thư => 서간.

서해 biển phía tây; [황해] Hoàng hải.

서행 "chậm lại" –하다 đi chậm lại.

서향 (sự) hướng về phía tây.

서혜 [해부 giải phẫu] cái háng. @서혜의 (thuộc) bẹn, háng.

서화 thơ và họa (thi họa). *--전람회 buổi triển lãm tranh ảnh và thi ca.

서훈 sự phong tước, sự ban tặng huy chương. --하다 gắn huy chương, tặng thưởng huân chương.

석 số ba. @석달 ba tháng.

석 [주석] cái lon, cái hộp thiếc.

석가모니 Phật Thích Ca mâu Ni.

석가산 hòn non bộ (trong sân vườn).

석간 báo phát hành vào buổi chiều.

석고 thạch cao; thanh *nguplasmolysis* (소석고); 솜 5 초 cao (dùng trong ngành Mỹ thuật –미술용). *--붕대 băng thạch cao (để băng xương gãy). --상 tượng thạch cao. --세공 việc trát vữa, lớp vữa trát.

석공 [석수] thợ xây đá; [석공업] nghề thợ nề.

ㅅ

석광 mỏ thiếc, khu khai thác mỏ thiếc.
석굴 hang đá, hang động.
석권 --하다 xâm chiếm, chinh phục, lướt qua (khắp nơi). @전 아시아를 석권하다 *lướt qua khắp Châu Á.*
석기 dụng cụ bằng đá. *--시대 thời kỳ đồ đá. 구--시대 thời kỳ đồ đá cũ. 신--시대 thời kỳ đồ đá mới.
석남 [식물 thực vật] cây đỗ quyên.
석류 [식물 thực vật] cây lựu.
석면 [광물 khoáng sản] *amiăng.*
석명 sự giảng giải, lời giải thích. --하다 giải thích, giảng giải, làm rõ, làm sáng tỏ.
석문 cổng đá.
석물 bia đá (đặt trước mộ); mộ bia.
석방 sự giải thoát, sự giải phóng, sự tha bổng --하다 giải thoát, giải phóng, phóng thích.
석벽 bức tường đá, vách đá (절벽).
석별 --하다 hối tiếc ra đi, lưu luyến giã biệt.
석부 cái rìu bằng đá.
석불 tượng Phật bằng đá.
석비 bia đá kỷ niệm.
석비레 đất sét trộn với đá vụn.
석사 [학위] thạc sĩ. @문학석사 thạc sĩ văn chương.
석상 pho tượng đá.
석상 @석상에서 trong buổi họp, ở buổi họp.
석쇠 cái vỉ (nướng chả).
석수 thợ xây đá, người đẽo đá @석수질 nghề thợ nề, công trình nề.
석순 măng đá (do *carbonat canxi* kết tụ lại ở nền các hang động).
석양 mặt trời lặn. @석양빛 vẻ tráng lệ huy hoàng lúc hoàng hôn.
석연하다 thoát khỏi sự nghi ngờ; vừa lòng (trước lời giải thích thỏa đáng) (사물이 주어).
석영 [광물 khoáng sản] thạch anh. *--암 chất thạch anh (silic kết tinh)
석유 dầu, dầu hỏa, dầu mỏ. *--공업 ngành công nghiệp dầu hỏa. --난로 lò dầu hôi dầu hỏa). --등 đèn dầu. --발동기 máy chạy dầu. --왕 vua dầu lửa. 아랍--수출국 기구 Liên minh các nước Ả Rập xuất khẩu dầu lửa. --화학 hóa học dầu mỏ.
석인 pho tượng đá.
석재 đá, đá xây dựng.
석전 [놀이 trò chơi] một trận đánh giả với đá.
석전 ngày lễ kỷ niệm tỏ lòng tôn kính Khổng Tử (nửa năm một lần).
석조 @석조의 xây bằng đá, kiến trúc bằng đá
석존 đức Phật Thícvh Ca Mâu ni.
석종유 [광물 khoáng sản] thạch nhũ.
석주 cây cột đá.
석차 địa vị trên trước, địa vị cao sang. @졸업석차 chức vụ thăng tiến dần.
석창포 [식물 thực vật] cây bấc ngọt.
석축 bức tường đá, vách đá.
석탄 than đá. @석탄을 연료로 쓰다 dùng than đá làm nhiên liệu. *--가스 khí đá. --갱 mỏ than đá. --갱부 công nhân mỏ.
석탄산 [화학 hóa học] chất fenola, carbonat acid.
석탑 tháp bằng đá.
석판 thuật in đá, thuật in thạch bản (기술); tờ in thạch bản (그림). *--인쇄 thuật in đá. --화 tờ in đá.
석패 một thất bại đáng tiếc. --하다 *thất*

bại trong đường tơ kẻ tóc.

석필 bút chì màu đen xám.

석학 một nhà đại học giả.

석회 vôi. @석회가 되다 hóa vôi. *--석 đá vôi. --수 nước vôi --암 đá vôi --유 sữa màu vàng chanh --질 hợp chất canxi. @석회질의 chứa đựng can xi hay vôi, chứa đá vôi.

섞갈리다 làm lung tung, làm lộn xộn, làm rối nùi (rối tung, mất trật tự).

섞다 pha trộn, pha lẫn, lẫn vào. @빨강에다 흰색을 섞다 *pha màu đỏ với một ít màu trắng.*

섞바꾸다 lầm lẫn với người khác; trộn đều (vật gì).

섞바뀌다 bị trộn lẫn; bị hiểu sai, hiểu lầm.

섞이다 bị trộn, bị pha lẫn. @물과 기름은 섞이지 않는다 *dầu với nước không hòa lẫn được.*

섟 [노염] cơn giận; [의심] sự nghi ngờ, sự ngờ vực, sự bị nghi ngờ. @섟삭다 quyết tâm, kiên quyết (의심이); bớt gay gắt, thông cảm, ngớt, dịu đi (노염이).

선 cuộc xem mắt để kết hôn. @선보다 xem mắt cô dâu tương lai.

선(1) [장기·바둑에서 ở trò chơi cờ, *badog game*] nước đầu. (2) [죽은] sự chết, sự qua đời.

선 lòng tốt, tính tốt. @선과 악 thiện và ác. *초고-- người tốt nhất.

선 tuyến đường, lộ trình (교통의); dây cáp (전신, 전화의). @선을 긋다 kéo dây, căng dây.

선 [해부] tuyến; (kỹ thuật) nắp đệm.

선 Thiền, môn phái Thiền

선가 thầy tu Thiền (사람 người).

선각 sự lo xa, sự thấy trước. *--자 người lo xa, người thấy trước, người nhìn xa trông rộng.

선객 hành khách. *--명부 danh sách hành khách. --실 khu vực hành khách. 일등-- hành khách hạng nhất.

선거 vũng tàu, bến tàu.

선거 sự bầu cử, cuộc tuyển cử, việc công bố kết quả tuyển cử. --하다 bầu, tuyển chọn. @대통령 선거 cuộc bầu cử tổng thống // 선거일 ngày bầu cử // 선거에 이기다 (지다) thắng cử. --구 khu vực bầu cử. --권 quyền bầu cử. --방해 sự phá rối bầu cử. --법 luật bầu cử. --연설 nơi bầu cử. --운동 cuộc vận động bầu cử. --인 cử tri. 총-- cuộc tổng tuyển cử.

선거인단 => 대통령 선거인(--단)선거.

선견 nhìn trước, thấy trước. @선견지명이 있는 biết trước, thấy trước, nhìn xa trông rộng.

선결 --하다 quyết định trước. *--문제 một vấn đề được quyết định trước, điều kiện có trước.

선경 tiên giới, chốn bồng lai tiên cảnh (경치 좋은 곳).

선고 người cha quá cố, người cha đã qua đời.

선고 (1) [법 pháp lý] sự tuyên án, lời tuyên án (판결); sự xét xử (심판); lời phán quyết (배심원의). (2) [의사 따위의] lời tuyên bố. --하다 tuyên án, phán quyết, tuyên bố. *--문 bản án. --유예 chế độ tù treo, án treo.

선광 nơi tập trung nhiều quặng. --하다 tập trung, trãi dài (quặng, mỏ khoáng chất).

선교 việc truyền giáo. --하다 truyền bá, truyền giáo, giảng đạo. *--단 sứ mệnh truyền giáo. --사 nhà truyền giáo.

선구 sự lắp ráp tàu, sự đóng tàu (조종 도구). *--상 nhà cung ứng tàu biển.

선구 => 선구자.

선구자 người đi trước, người tiên phong, người mở đường (마차의 선도자).

선글라스 (*sun-glasses*) kính mát, kính râm.

선금 món tiền trả trước, số tiền ứng trước. @선금 치르다 trả tiền trước.

선급 sự trả trước. --하다 trả trước.

선남선녀 người ngoan đạo, tín đồ sùng đạo; con chiên (công giáo), thiện nam tín nữ (Phật giáo).

선납 sự đặt cọc (tiền), sự trả trước. --하다 trả trước, đặt cọc.

선내 @선내에 ở trên tàu.

선녀 nàng tiên, nữ thần, người con gái đẹp (trong thi ca).

선단 đoàn tàu. @포경 선단 đoàn tàu săn cá vôi.

선대 thế hệ trước (ông cha, tổ tiên); bậc tiền bối (선조); người tiền nhiệm, đàn anh.

선도 sự hướng dẫn, sự chỉ đạo. --하다 hướng dẫn, dìu dắt, lãnh đạo. *--자 người hướng dẫn, người chỉ dẫn, người lãnh đạo, người dìu dắt.

선도 --하다 hướng dẫn một cách đúng đắn.

선동 sự xúi giục, sự xúi bẩy, sự thủ mưu. --하다 xúi bẩy, xúi giục, thủ mưu. @파업을 선동하다 xúi giục (chủ mưu) công nhân đình công.

선두 cương vị lãnh đạo, địa vị trên trước, vị trí đứng đầu (chóp bu). @선두에 서다 ở cương vị lãnh đạo.

선두 mũi tàu, mũi thuyền. @선두에서 선미까지 từ mũi tới lái.

선두르다 tua, diềm, đường viền. @상보에 선두르다 *trang trí khăn trải bàn với các tua.*

선득, 선뜩 --하다 [추워서] cảm thấy lạnh; [놀라서] sự rùng mình.

선득선득, 선뜩선뜩 [추워서] sự ớn lạnh, sự rùng mình; [놀라서] sự run lên (chấn động, rùng mình, ớn lạnh).

선들거리다 thổi nhẹ. @선들거리는 바람 ngọn gió nhẹ.

선뜻 (1) [빨리] mau mắn, nhanh nhẹn, lẹ làng. (2) [쾌히] vui vẻ, sẵn lòng, tự nguyện, tự ý. @선뜻 승낙하다 sẵn sàng đồng ý.

선량 --하다 có đạo đức tốt.

선량 đại biểu nhân dân, một thành viên trong quốc hội.

선령 tuổi nghề.

선례 tiền lệ (sự kiện được xem là mẫu mực cho các quyết định sau này) => 전례.

선로 đường xe lửa, đường sắt. *--인부 công nhân (nhân viên) đường sắt.

선린 tình láng giềng, tình cảm xóm giềng.

선망 sự đố kỵ, sự ganh tỵ. --하다 ganh tỵ, đố kỵ. @선망의 대상이 되다 *trở thành mục tiêu cho sự ganh ghét* (đố kỵ).

선매 sự bán trước (bán ưu tiên).

선매권 quyền ưu tiên mua, quyền mua trước.

선머슴 đứa bé khó dạy (khó bảo, hư, nghịch).

선명 하다 rõ rệt, rõ nét, sống động, mạnh mẽ // 가치를 선명히 하다 xác định rõ quan điểm; vạch rõ vị trí, xác định tư thế.

선무 xoa dịu, làm cho bớt giận. *--공작 việc hòa giải, việc bình định. --반 đội hòa giải.

선무당 pháp sư mới vào nghề (chỉ về người mới tập việc). @선무당이 장구 나무란다 *vụng múa chê đất lệch* (tục ngữ).

선물 món quà. --하다 gởi quà, tặng quà. @선물을 받다 nhận quà // 크리스마스 선물 món quà giáng sinh.

선물 [경제 kinh tế] hàng hóa bán sẽ giao sau. *--거래 hợp đồng mua bán giao hàng sau.

선미 phần sau (tàu); đuôi (máy bay). @선미에 ở đằng sau đuôi.

선민 những người được tuyển chọn; những người được Chúa chọn lên thiên đường (신의 người ngoan đạo).

선박 tàu, thuyền lớn; [집합적] đội tàu, thương thuyền, hàng hải. *--국적 증서 giấy chứng nhận quốc tịch một con tàu. --서류 chứng từ (về sở hữu và quốc tịch…) của tàu.. –임대료(사용료) hợp đồng thuê tàu.--적재량 trọng tải con tàu. --입항(출항) 신고 sự (thanh toán các khoản thuế để) cặp bến (rời bến) của con tàu.--호사 công ty tàu biển.

선반 kệ, ngăn, giá (để đặt các thứ lên). @선반에 얹다 đặt lên kệ.

선반 máy tiện. *--공 thợ tiện.

선발 --하다 tiến lên, thẳng tiến. *--대 một đảng (đơn vị) cấp tiến.

선발 cuộc tuyển chọn, sự tuyển lựa. --하다 chọn lọc, tuyển chọn, tuyển lựa. @선발된 được chọn, được tuyển. *--시험 kỳ thi tuyển.

선배 người nhiều tuổi hơn, người thâm niên hơn. @대선배 một lão làng, một bậc đại thâm niên.

선별 sự tuyển chọn, sự phân loại. *--융자 sự cho vay dựa trên chọn lọc.

선병 [의학 y học] sự rối loạn tuyến bạch huyết.

선복 [배의 내부] bụng tàu, thân tàu; [수송 능력] kích cỡ chiếc tàu (tính bằng tấn Anh, Mỹ).

선봉 quân tiên phong, tiền đội. @선봉이 되다 lãnh đạo (dẫn dắt) một đoàn quân tiên phong.

선부 người chồng cũ, người chồng trước.

선불 viên đạn lạc. @선불 맞은 호랑이 뛰듯 giận sôi gan, tức phát điên.

선불 sự trả trước. --하다 trả tiền trước.

선비 một học giả, một nhà trí thức.

선사 [선물] sự biếu, sự tặng quà. @친구에게 선사하다 *gởi tặng bạn một món quà*.

선사 @선사의 (thuộc) thời tiền sử. *--시대 thời kỳ tiền sử.

선산 nghĩa trang tổ tiên (trên đồi).

선생 thầy, huấn luyện viên (교수); thầy giáo (남자), cô giáo (여자); bác sĩ (의사); (호칭) (từ tôn xưng) thưa ông, thưa ngài, thưa bà.

선서 lời thề, lời hứa danh dự. --하다 thề, hứa. @취임 선서를 하다 làm lễ tuyên thệ, cho ai tuyên thệ. *--문 bản khai có tuyên thệ. --식 nghi thức tuyên thệ. --증언 sự chứng thực lời khai. --증인 người làm chứng (sau khi đã thề)

선선하다 (1) [시원하다] mát mẻ, dễ chịu. @선선한 눈매 đôi mắt tinh tường // 선선해 지다 trở nên mát mẻ. (2) [성질이] thật thà, ngay thẳng, bộc trực, thoáng. @선선히 대답하다 trả lời một cách ngay thẳng // 선선히 승낙하다 vui lòng điền vào.

선셈 việc trả tiền trước, sự ứng trước.

선소리 lời nói lố bịch, lời nói nhảm nhí.

선손 @선손쓰다 chặn trước, đoán đầu, làm trước, giải quyết sớm // 선손 걸다 đánh cú đầu.

선수 [선손] bước đầu, khởi đầu; [바둑에서] cuộc đấu mở màn. @선수를 놓다 làm đầu tàu, khởi xướng.

선수 mũi thuyền, mũi tàu => 이물.

선수 lực sĩ, vận động viên, nhà quán quân, nhà vô địch (선수권 보유자); đội, nhóm (전체). @야구 선수 vận động viên bóng chày, đội bóng chín người (전체). *--권 chức vô địch, danh hiệu quán quân.

선술집 quán rượu, quán trọ.

선승 --하다 thắng ván đầu.

선승 nhà sư tu Thiền.

선실 buồng nhỏ, cabin (1 등의); nhà trọ. @1(2) 등 선실 buồng hạng nhất (hạng nhì).

선심 (1) [착한 마음] lòng tốt, thiện tâm (2) [남을 돕는 마음] tính rộng rãi, hào phóng. @선심을 쓰다 làm điều tốt (việc thiện) cho ai.

선심 trọng tài biên.

선악 thiện ác; tốt xấu. (정과 사). @선악을 분별하다 biết phân biệt phải trái.

선약 một cuộc hẹn trước. @선약이 있다 có một cuộc hẹn trước.

선양 sự đề cao, sự tâng bốc. --하다 đề cao, tâng bốc, tán tụng. @국의를 선양하다 làm tăng cao uy tín quốc gia.

선언 bản tuyên ngôn, lời tuyên bố. --하다 tuyên bố, công bố, thông báo. @개회를 선언하다 hô hào, kêu gọi (trật tự trong buổi họp)

선열 liệt sĩ

선왕 vị vua quá cố, cựu hoàng

선외 @선외가 되다 bị loại bỏ .*--가작 khá nhiều sản phẩm bị loại bỏ.

선용 --하다 lợi dụng, lạm dụng, thừa cơ hội. @여가의 선용 lợi dụng thời gian rãnh rỗi.

선웃음 nụ cười gượng gạo. @선웃음치다 gượng cười, giả bộ cười.

선원 [집합적] thủy thủ đoàn; [개인] thủy thủ. *--수첩 cần câu bỏ túi của người đi biển. --실 phòng (chổ ở của thủy thủ).

선유 => 뱃놀이.

선율 giai điệu. @선율적인 du dương, êm tai.

선의 chiều hướng thuận lợi (좋은의미); mục đích tốt đẹp (좋은의도), thiện ý. @선의의 với ý tốt, có thiện ý // 선의로 해석하다 *nhắm theo chiều hướng thuận lợi.*

선의 người đầu bếp trên tàu, anh nuôi trên tàu biển.

선인 nhà tu khổ hạnh, nhà ẩn dật.

선인 [선친] người cha quá cố (đã qua đời); [옛사람] người tiền nhiệm, bậc tiền bối.

선인 người có đạo đức tốt, người lương thiện.

선인장 [식물] cây xương rồng.

선일 công việc làm phải đứng.

선임 thâm niên; [선임자] người thâm niên. @선임 장교 cảnh sát (công chức) thâm niên, sĩ quan tiền nhiệm.

선임 --하다 chọn lựa bổ nhiệm, phân công, chỉ định.

선입감 => 선입관.

선입견 => 선입관.

선입관 thành kiến, định kiến. @선입관을 갖다 có thành kiến // 선입관을 버리다 gạt bỏ thành kiến.

선잠 giấc ngủ lơ mơ, giấc ngủ chập chờn. @선잠 자다 chợp mắt, ngủ lơ mơ, ngủ gà gật.

성장 thuyền trưởng, hạm trưởng; hoa tiêu trưởng (소상선의). *--면허장 bằng cấp thuyền trưởng. --실 phòng (cabin) thuyền trưởng. --직 cấp thuyền trưởng (chức vụ)

선재 gỗ xây dựng.

선적 (1) [국적] quốc tịch một con tàu. @미국의 선적을 가진배 con tàu mang quốc tịch Mỹ. (2) [등기부] cơ quan đăng ký con tàu.

선적 [발송] sự gửi hàng, việc chất hàng lên tàu, việv vận chuyển hàng bằng tàu thủy; [적재] sự chất hàng, sự chở hàng. *--송장 hóa đơn gửi hàng. --항 cảng lên hàng.

선전 sự tuyên truyền, sự quảng cáo (광고). --하다 phổ biến, tuyên truyền, quảng cáo. @자기 선전 sự tự tuyên truyền. --부 ban quảng cáo. --원 nhân viên quảng cáo (상품의). --전 chiến tranh tuyên truyền.

선전 --하다 tuyên chiến.*--포고 lời tuyên chiến, sự tuyên chiến.

선전 --하다 chiến đấu quyết liệt.

선정 sự cai trị tốt, luật lệ công bằng. @선정을 베풀다 cai trị tốt, cai trị sáng suốt.

선정 sự chọn lọc, sự tuyển chọn. --하다 chọn lọc, tuyển lựa.

선정적 sự gây ra một xì-căn-đan (làm náo động dư luận), sự khêu gợi. @선정적 소설 tiểu thuyết đồi trụy, câu chuyện khiêu dâm.

선제공격 --하다 tấn công trước.

선조 ông bà tổ tiên.

선조총 súng trường.

선종 phái *Zen*, phái Thiền, Thiền giáo (đạo Phật)

선주 *--민족 thổ dân.--자 người cựu sở hữu, người chủ cũ (của ngôi nhà)

선주 chủ tàu.

선지 huyết súc vật để đông lại (tiết canh)

선지자 nhà tiên tri, giáo đồ, người chủ trương.

선진 sự tiến lên, sự tiến bộ. *--국 một quốc gia tiến bộ, một quốc gia phát triển.

선진 [군사] tiền đội, quân xung phong.

선집 sự chọn lọc, hợp tuyển (văn học, thi ca). @영시 선집 *tuyển tập thơ tiếng Anh.*

선착 @선착순으로 theo thứ tự người mới đến.

선창 ô cửa sổ (ở mạn tàu, sườn máy bay).

선창 cầu tàu, ke, bến cảng; [배의] cửa hầm chứa hàng, khoang (của tàu thủy).

선책 kế hoạch cơ bản.

선처 sự khôn khéo thích đáng, sự cư xử đúng mực. --하다 cư xử khôn khéo (đúng mực) với..

선천 @선천적 tự nhiên, bẩm sinh, vốn có // 선천적으로 vốn, tự nhiên, bẩm sinh, cố hữu. *--병 chứng bệnh bẩm sinh.

선철 gang, một mẻ (một thỏi) kim loại (nhất là sắt, thép) => 무쇠.

선체 thân tàu, bụng tàu

선출 việc tuyển chọn, sự bầu. --하다 chọn lựa, bầu vào. @부상에서 선출되다 được chọn đến *Busan.*

선취 --하다 chiếm trước, giữ trước. @한점을 선취하다 đạt điểm cuộc đua đầu.

선취 특권 quyền ưu tiên.

선측 sườn tàu. *--인도 được đặc quyền

dọc theo mạn tàu (F.A.S).

선친 người cha quá cố.

선탁 lời tiên tri, lời sấm truyền, nhà tiên tri, nhà thần học.

선탄 sự đãi than. --하다 nắn than, đãi than . *--기 máy đãi quặng than.

선태 [식물 thực vật] rêu.

선택 sự chọn lựa, sự tuyển lựa, vật chọn lựa. --하다 chọn lựa, chọn ra, phân biệt ra. @선택의 자유 tự do chọn lựa // 선택을 잘못하다 chọn lựa sai lầm. *--과목 đường lối tự chọn.

선팽창 [물리 vật lý] sự giãn nở tuyến tính.

선편 @선편으로 bằng tàu.

선포 sự công bố, lời tuyên bố. --하다 công bố, tuyên bố, ban hành.

선풍 cơn gió lớn, cơn lốc, cơn gió xoáy. @ 선풍을 일으키다 *gây ra một cơn lốc.*

선풍기 cái quạt, quạt máy. @선풍기를 돌리다 cho quạt chạy, vặn quat, mở quạt.

선하 hàng hóa chuyên chở (trên máy bay, tàu thủy) *--증권 hóa đơn vận chuyển, vận đơn.

선하다 sống động, mạnh mẽ. @그 광경이 눈에 선하다 *tôi nhớ lại điều này một cách sâu sắc.*

선행 hành động tốt, việc làm tốt. @선행을 표창하다 *công nhận việc làm tốt của ai.*

선행 --하다 đặt trước, ở trước, đến trước, vượt trước, có trước *--사 [문법 ngữ pháp] tiền tố.

선험 @선험적 tiên nghiệm, mơ hồ, trườu tượng. *--적 인식 nhận thức mơ hồ. --철학 thuyết tiên nghiệm, tính siêu việt.

선현 các nhà hiền cổ triết xưa.

선혈 máu tươi, máu sống.

선형 kiểu quạt; [기하 hình học] hình quạt. @선형의 có dạng hình quạt.

선화 thuật vẽ.

선화지 giấy tái chế.

선회 --하다 xoay quanh, lượn tròn, luân phiên, vòng quanh. *--비행 chuyến bay vòng, sự bay lượn quanh. --운동 sự chuyển động xoay, hoạt động đổi chiều. --축 trục đứng.

선후 [앞뒤] tiền tuyến và hậu phương, phía trước và phía sau, khởi đầu và kết thúc; [순서] sự trật tự, sự nối tiếp.

선후책 biện pháp chữa trị. @선후책을 강구하다 suy nghĩ cách điều trị.

선달 tháng mười hai, tháng cuối năm. @ 선달 그믐 đêm giao thừa.

선불리 vụng về, ẩu, cẩu thả, không cẩn thận.

설 ngày Tết. @설을 쇠다 đón Tết.

--설 học thuyết, lý thuyết (종교상의); [의견] ý kiến, quan điểm.

설경거리다 nửa sống, nửa chín; khó nhai.

설거지 việc rửa chén bát. --하다 rửa chén bát.

설경 cảnh tuyết phủ, phong cảnh bị tuyết phủ.

설계 kế hoạch, đồ án. --하다 lập kế hoạch, có ý đồ, sắp đặt, bố trí. @생활설계 kế hoạch hóa cuộc sống // 건물을 설계하다 thiết kế một căn nhà. *--도 một sơ đồ; [청사진] bản thiết kế. --자 người thiết kế, người phác họa.

설교 bài giảng đạo, bài thuyết giáo. --하다 giảng đạo, thuyết giáo, truyền giáo. @설교를 듣다 nghe thuyết giảng. *--단 bục giảng kinh. --자 người thuyết giáo.

설기 [떡 bánh bột gạo] bánh gạo hấp thành từng lớp (như bánh da lợn)

설날 ngày Tết, ngày đầu năm mới.

설다 (1) [덜 익다] chưa chín, còn xanh; nửa sống nửa chín, tái (음식이 món ăn). @선 과일 trái cây còn xanh. (2) không quen thuộc, xa lạ => 서투르다. (3) buồn, buồn phiền => 서럽다.

설다루다 quản lý tồi, điều khiển bậy.

설대 [담뱃대] tẩu thuốc bằng tre.

설득 sự tin chắc, sự tin tưởng. --하다 thuyết phục, làm cho tin. @설득하여 못하게 하다 khuyên ngăn, can gián. *--력 sức thuyết phục.

설렁 chuông cửa. *--줄 dây chuông.

설렁탕 một loại cháo thịt bò.

설렁하다 bị hơi ớn lạnh một chút.

설레다 (1) [가슴이] sự kích động, sự bối rối, sự xao xuyến, sự áy náy, cảm giác không yên (băn khoăn). (2) [서성거리다] *đi đi lại lại một cách lo lắng*, bồn chồn áy náy.

설레설레 @머리를 설레설레 흔들다 lắc đầu.

설령 cho rằng, dù là, cho đến, dẫu cho, mặc dù.

설립 sự thành lập. --하다 thành lập, sáng lập. *--자 người sáng lập.

설마 không thể có được, không thể xảy ra được, chẳng được chút nào; [회화에서] *anh đừng nói như thế!*/ thật không? @설마 그렇게되지는 않겠지 *không giống chút nào.*

설맞다 bị một vết thương ngoài da. @총알에 설맞았다 *tôi bị một vết thương ngoài da.*

설면하다 ly gián, làm cho xa cách; [정답지 않다] xa lạ, lạnh nhạt, không thân tình.

설명 sự giảng giải, lời giải thích. --하다 giảng giải, giải thích; minh họa (예시); giải thích cho (이유를); làm cho đơn giản, rõ ràng; diễn tả. *--자 người giảng giải.

설문 một câu hỏi, một vấn đề, một nghi vấn.

설백 trắng như tuyết, trắng tinh.

설법 bài thuyết pháp (đạo Phật) --하다 thuyết giáo, giảng đạo.

설복 niềm tin, sự tín ngưỡng. --하다 làm cho tin, thuyết phục.

설봉 @날카로운 설봉으로 bằng miệng lưỡi sắc bén; với giọng điệu chua cay.

설비 sự trang bị, sự thiết bị ; sự điều tiết, sự thích nghi (내용설비). --하다 trang bị, làm cho thiết nghi.@그호텔은 설비가 좋다 *khách sạn được trang bị thật đẹp.*

설빔 quần áo (mới) ngày Tết. --하다 diện quần áo đẹp vào năm mới.

설사 --하다 bị đau bụng tiêu chảy. --약 thuốc tiêu chảy.

설사 => 설령.

설산 ngọn núi tuyết, ngọn núi bị tuyết bao phủ.

설상가상 @설상가상으로 비까지 오기 시작했다 *trời bắt đầu mưa. khiến chúng ta khốn khổ hơn.*

설선 [지리 địa lý] mức hạn định mà tuyết nằm vĩnh cửu ở chỗ nào đó.

설설 [1] @물이 설설 끓다 nước sôi // 방이 설설 끓다 (một) căn phòng tiện nghi, ấm cúng.

설설 [2] (1) @설설기다 khúm núm, luồn cúi, quỵ lụy, khép nép. (2) 살살.

ㅅ

설소차 máy xúc tuyết.
설암 [의학 y học] bệnh ung thư lưỡi.
설염 [의학 y học] chứng viêm lưỡi.
설왕 설래--하다 cãi tới cãi lui.
설욕 --하다 tự chữa thẹn, tự minh oan, tự làm sáng tỏ. @이전의 실패를 설욕하다 phục hồi danh dự đã mất, rửa nhục. *--전 trận đấu gỡ.
설움 nỗi đau đớn, sự buồn rầu, sự thương tiếc. @설움을 못 이기다 bị suy sụp vì buồn khổ.
설원 bãi tuyết.
설유 sự cảnh cáo, lời nhắc nhở, sự động viên. --하다 động viên, hô hào, cổ vũ, cảnh cáo.
설음 [언어 lời nói] tiếng nói, ngôn ngữ (âm).
설익다 nửa chín, nửa sống.
설전 một cuộc đấu khẩu. --하다 đấu khẩu với.
설정 sự thành lập, sự tạo thành. --하다 thành lập, tạo thành, sáng tạo.
설주 một trụ cột, rường cột, vật chống đỡ.
설차림 sự chuẩn bị các món ăn Tết.
설치 => 설정. --하다 thành lập, sáng lập, xây dựng. @위원회를 설치하다 thành lập ủy ban.
설치다 [1] bỏ nửa chừng, làm dở. @간밤에는 잠을 설쳤다 *đêm qua tôi ngủ không ngon.*
설치다 [2] ngang bướng, ngỗ ngược, không vâng lời.
설치류 loài gặm nhấm.
설탕 đường. @설탕을 넣다 ngọt, làm cho ngọt. *--물 nước đường. 각-- miếng đường, viên đường, cục đường.
설태 cái màng lưỡi, tưa lưỡi [의학 y học].
설파 (1) [밝힘] sự vứt bỏ. (2) [깨뜨림] sự bác bỏ, sự phủ nhận. --하다 vứt bỏ, bác bỏ, phủ nhận, bác, bẻ lại.
설피다 dệt thưa, dệt thô (kém).
설핏하다 dệt hơi thưa.
설하선 [해부] tuyến dưới lưỡi.
설해 sự thiệt hại do tuyết.
설형 @설형의 có dạng hình nêm. *--문지 chữ hình nêm (như chữ Ba-tư xưa).
설혹 => 설령.
설화 sự rắc rối do lỡ lời, sự sơ xuất trong lời nói, sự lỡ lời.
설화 (1) [눈송이] bông tuyết. (2) [--무 가지의] tuyết phủ trên cành. *--석고 [관물 khoáng chất] chất thạch cao tuyết hoa.
설화 truyện, chuyện kể. @설화체 소설 *quyển tiểu thuyết dạng tường thuật.*
섬 [1] một bao rơm. @쌀 섬 một bao gạo. (2) [단위] *seom* (đơn vị đo dung tích, thể tích)
섬 [2] [층계] bậc thang đá.
섬 [3] hòn đảo; [작은 섬] một hòn đảo nhỏ. @섬 사람 người ở đảo.
섬거적 chiếu cói.
섬게 [동물 động vật] con chim biển.
섬광 đèn nháy (nhiếp ảnh). *--사진 thuật chụp ảnh bằng đèn nháy. --전구 bóng đèn nháy.
섬기다 phục vụ cho, đi ở cho, làm việc cho; [모시다] chăm sóc, chăm nom, phục dịch. @남편을 섬기다 *hết lòng tận tụy với chồng.*
섬나라 một quốc gia tách biệt. @섬나라 근성 tính chất là một hòn đảo, tính chất tách biệt
섬돌 bậc thang bằng đá.
섬뜩하다 giật mình, hoảng hốt.
섬망 [의학] tình trạng (cơn) mê sảng.

섬멸 tính chất ủy diệt, sự phá bỏ. --하다 hủy diệt, phá bỏ. *--전 hành động hủy diệt.

섬벅, 섬빡, 썸벅, 썸빽 (cắt) bằng một nhát nhẹ.

섬섬 --하다 mảnh khảnh, thon thả.

섬세 sự tinh vi, sự tinh tế, sự tế nhị. --하다 tinh vi, tinh xảo, tế nhị. @섬세한 감정 cảm giác tinh tế.

섬약 --하다 yếu đuối, nhu nhược,.

섬유 sợi, thớ. @섬유성의 có sợi, có sớ, có xơ //섬유상의 có dạng sợi, có hình sợi. *--공업 ngành công nghiệp sợi. --소 (hóa) *xenluloza*; [생리 sinh lý học] tơ huyết, fibrin --유리 sợi thủy tinh. --조직 mô sợi. --질 nguyên liệu sợi. --품 hàng vải sợi.

섭금류 [새] chim cao cẳng, chim lội.

섭렵 sự hiểu biết uyên bác rộng rãi. --하다 hiểu rộng, đọc nhiều. @여러 학자의 저술을 섭렵하다 *đắm chìm vào* (say mê) *các tác phẩm của các nhà văn lớn* (đại văn hào).

섭리 Thượng đế, trời. @신의 섭리에 맡기다 tin tưởng ở trời.

섭생 sự giữ gìn sức khỏe; [의학 y học] chế độ dinh dưỡng. --하다 chăm sóc sức khỏe, bảo dưỡng. *--법 *nguyên tắc giữ gìn sức khỏe.*

섭섭하다 [인칭 주어] hối tiếc, ân hận. [주어] đáng tiếc, hối tiếc. @섭섭해하다 [인칭 주어] rất hổ thẹn, hối hận, xin lỗi.

섭씨 thuộc về độ bách phân. @섭씨 37도 37 độ bách phân, 37° C. *--온도계 nhiệt kế bách phân.

섭외 sự liên lạc. *--계원 nhân viên giao dịch.

섭정 quan nhiếp chính (사람). *--왕후 hoàng hậu nhiếp chính.

섭취 sự lấy vào, vật lấy vào. --하다 ăn vào bụng, đưa vào, tiêu hóa. @타국의 문명을 섭취하다 *du nhập nền văn minh nước ngoài.*

성 sự giận dữ, cơn thịnh nộ. @성 나다 nổi giận // 성 나게 하다 xúc phạm, làm tổn thương.

성 họ. @성과 이름 tên họ của ai.

성 [문법 văn phạm] giống; [남녀의 giống đực và giống cái] giới tính. @성적(thuộc) giới tính, nhục dục // 성에 눈뜨다 bắt đầu biết đến giới tính, đánh thức giới tính. *--교육 sự giáo dục giới tính. --기 cơ quan sinh dục ngoài. --도덕 đạo đức về giới tính.

성 thành trì, pháo đài. @성을 내놓다 *dâng nộp thành trì.*

성 [행정부] bộ, cục, sở, ty; [중국의 행정구역] phạm vi, lĩnh vực, ngành. *미국 국무 bộ ngoại giao Mỹ.

성 vị thánh [형용사] thần thánh @성 베드로 thánh Phê-rô (Peter)

성가 danh tiếng, sự nổi tiếng, tính đại chúng @성가를 높이다 làm tăng danh tiếng.

성가 bài thánh ca. *--대 đội hợp ca của nhà thờ. --집 sách Thánh ca.

성가시다 làm trái ý, làm khó chịu, quấy rầy, làm phiền. @성가시게 질문하다 làm phiền (quấy rầy) ai bằng những câu hỏi

성깔 một tính khí ma mảnh, sắc sảo.

성감 cảm giác mê đắm. *--대 vùng gợi dục (*erotologenic zone*).

성격 nhân cách, cá tính, đặc điểm, tính chất. @성격의 차이 khác biệt về tính

ㅅ

chất.

성결 @성결한 thánh thiện và tinh khiết. *--교회 nhà thờ, đền thánh.

성경 Kinh Thánh, sách Phúc Âm. @성경의 귀절 câu thánh kinh. *--연구회 lớp Kinh Thánh. --이야기 truyện Kinh Thánh. --학자 *người nghiên cứu Kinh Thánh.*

성공 sự thành công, sự thắng lợi, thành tựu (성취). --하다 [사물이 주어] thành công, thắng lợi; [사람이 주어] giành chiến thắng, đạt đến thành công. @성공의 가망이 있다 có cơ hội thành công // 성공을 빕니다 *chúc bạn thành công.* *--자 người thành đạt.

성공회 nhà thờ Tân giáo.

성과 kết quả, thành quả. @노력의 성과 kết quả của sự cố gắng.

성곽 thành trì, thành quách, thành lũy.

성교 sự giao hợp, sự làm tình, sự ân ái. --하다 giao hợp, làm tình. *--불능 sự bất lực, sự liệt dương. –불능자 người bất lực.

성교육 => 성.

성구 một câu có tính chất thành ngữ.

성군 một chòm sao.

성귀 => 성구. *--어 một đặc ngữ.

성글벙글 một cách tươi cười hớn hở.

성금 vật đóng góp, vật quyên góp. @성금을 내다 đóng góp, góp phần.

성급하다 thiếu kiên nhẫn, hấp tấp, hay sốt ruột, dễ nổi nóng. @성급한사람 người thiếu kiên nhẫn.

성기 => 성.

성기다 (1) [거리· 간격이] thưa thớt, rải rác, rải mỏng ra. @머리털이 성기다 có mái tóc mỏng lơ thơ. (2) [관계가] bị làm cho xa lánh, bị làm cho chán ghét.

성깃성깃 một cách mỏng mảnh, một cách thưa thớt, một cách rải rác.

성깃하다 khá thưa thớt, khá mỏng.

성나다 nổi giận, nổi điên, mất bình tĩnh.

성내다 => 성나다.

성냥 diêm quẹt. @성냥 한 갑 một bao diêm / 성냥을 켜다 quẹt diêm. *--갑 bao diêm. --개비 que diêm.

성년 đủ tuổi, tuổi trưởng thành. @성년이 되다 đủ tuổi trưởng thành.

성능 năng lực, khả năng. *--검사 cuộc thi thử khả năng, cuộc kiểm tra năng lực.

성단 một chòm sao.

성당 nhà thờ Công Giáo, thánh đường.

성대 --하다 thịnh vượng, phát đạt, phồn vinh; [훌륭하다] nguy nga, lộng lẫy, huy hoàng. @성대하게 một cách huy hoàng tráng lệ.

성대 dây thanh âm (bộ phận phát ra tiếng của thanh quản). @성대 모방 sự bắt chước cách phát âm.

성도 vị tông đồ, vị thánh, đồ đệ của Chúa.

성량 âm lượng của mỗi người. @성량이 풍부하다 có chất giọng tốt, có giọng mạnh.

성력 sự trung thành, một lòng một dạ.

성령 Chúa Thánh Thần. *--강림절 ngày lễ Hạ Trần.

성례 --하다 tổ chức lễ kỷ niệm ngày kết hôn.

성루 tháp canh, tháp nhỏ.

성루 pháo đài, công sự, thành lũy.

성리 bản chất con người và quy luật tự nhiên.

성립 sự hoàn thành (완성); sự thực hiện (실현); sự hiện thực, sự cụ thể hóa (조직); sự thu xếp, sự kết thúc (체결). --하다 [존직] hình thành, ra đời, hình thành (hiện hữu); [조직] được tạo thành; [실현] đem lại, trở thành hiện thực, duy vật hóa, cụ thể hóa; [체결] được thu xếp, được giải quyết; [이뤄지다] được làm bằng, được chế tạo bởi, gồm có, bao gồm.

성마르다 hẹp hòi, nhỏ nhen, nóng nảy, bợp chợp.

성마친 lễ ban thánh thể.

성망 sự nổi tiếng, sự được ưa thích. @성망이 높다 được nổi tiếng, có danh tiếng, được ưa thích.

성명 tên họ. @성명 미상의 không được biết, lạ, vô danh, không nổi tiếng.

성명 sự tuyên bố, bản tuyên bố. --하다 tuyên bố, công bố. *--서 lời tuyên bố (công bố) @성명서를 발표하다 đưa ra lời tuyên bố.

성모 Đức Mẹ. *--마리아 Đức Mẹ *Maria*, đức mẹ đồng trinh.

성묘 --하다 đi viếng mộ tổ tiên. *--객 người đi viếng mộ tổ tiên.

성문 @성문의 được viết ra, thành văn bản. *--법 đạo luật thành văn.

성문 cổng lâu đài.

성미 bản chất, bản tính, tính khí. @성미에 맞다 [음식· 일 따위가] hợp khẩu vị, hợp tính.

성범죄 sự quấy nhiễu tình dục, sự cưỡng bức.

성벽 tính khí, xu hướng, một thói quen tinh thần.

성벽 thành lũy, bức tường thành.

성별 sự phân biệt (sự khác biệt) giới tính.

성병 bệnh hoa liễu. @성병의 예방 sự phòng bệnh hoa liễu.

성복 --하다 mặc đồ tang.

성부 => 성불성.

성분 một thành phần, một phân tử, một yếu tố. @주요 성분 thành phần chủ yếu.

성불 --하다 đi vào cõi niết bàn; đến cõi Phật.

성불성 thành công hay thất bại, kết quả, hậu quả.

성사 thành tích, thành tựu. --하다 đạt được, thành tích, giành được thắng lợi.

성산 cơ hội thành công. @성산이 있다 (없다) có cơ hội thành công, có hy vọng thành công.

성상 thời gian (năm tháng)

성상 Bệ hạ, đức vua.

성상 tượng Thánh, thần tượng.

성서 Kinh Thánh, sách Phúc Âm. *--협회 hội Phúc Âm.

성선 [해부 giải phẫu] tuyến sinh dục.

성선설 học thuyết đạo đức về lòng tốt bẩm sinh, quan điểm cho là "*nhân chi sơ tính bổn thiện*" (con người sinh ra tính vốn thiện).

성성이 [동물 động vật] con đười ươi.

성성하다 hoa râm. @백발이 성성한 노인 một ông già tóc hoa râm.

성쇠 sự thăng trầm. @로마의 성쇠 *sự thăng trầm của đế quốc La mã.*

성수 [천문] các ngôi sao, chòm sao.

성수 nước thánh. *--반 bình đựng nước thánh.

성수기 mùa (đợt) đắt hàng, thời gian bán mạnh.

성숙 --하다 chín muồi, chín rục; [발육] trưởng thành, chín chắn. @성숙한 처녀 *một cô gái chín chắn.*

성숙기 tuổi dậy thì. @성숙기에 달하다 đến tuổi dậy thì.

성스럽다 thiêng liêng, bất khả xâm phạm.

성신 các chòm sao, thiên thể.

성신 Chúa Thánh Thần. *--강림 sự giáng xuống của Chúa Thánh Thần.

성실 [성실성] sự thật thà, sự trung thực, sự ngay thẳng. --하다 thật thà, ngay thẳng, trung thực.

성심 tính chân thật, ý tốt, hảo ý, thiện ý. @성심 성의로 một cách chân thành, nhiệt thành, nhiệt tâm, tận tụy // 성심 성의를 다하다 *hiến dâng cả linh hồn.*

성싶다 có vẻ, dường như, giống như, hình như. @눈이 올 성싶다 giống như tuyết.

성악 thanh nhạc. *--가 ca sĩ, người hát (nhất là trong một nhóm nhạc jazz hay nhạc pốp).

성악설 học thuyết về tội tổ tông (tội lỗi của Adam và Eva thời xưa trong Cơ Đốc giáo).

성안 một kế hoạch rõ ràng, một chương trình cụ thể. --하다 lập một kế hoạch rõ ràng.

성애 tình yêu nhục dục.

성업 sự hoàn thành công việc (nghiên cứu) *--공사 hội đồng nghiệm thu.

성업 @성업 중이다 lao vào một nền thương nghiệp đang phát triển (장사가); đông khách hàng (병원 따위가).

성에 (một lớp) sương giá

성연 ngày lễ lớn (hội hè, yến tiệc linh đình).

성염 thời điểm nóng nực giữa mùa hè.

성왕 một vị vua sáng suốt.

성외 @성외에 bên ngoài bức tường thành (thế giới bên ngoài).

성욕 sự thèm muốn (sự đam mê) nhục dục. @성욕을 자극하다 kích thích sự ham muốn nhục dục. *--과도 kích thích tính dục. --도착 sự loạn dâm, sự trụy lạc giới tính.

성운 tinh vân (thiên văn) *--설 thuyết tinh vân.

성원 số đại biểu quy định. @성원을 이루다 thành lập số đại biểu.

성원 sự cổ vũ, sự khuyến khích (경기의). --하다 la hét reo hò cổ vũ, hoan hô, tích cực ủng hộ.

성은 đặc ân hoàng gia (와의); ân huệ siêu phàm (신의).

성음 giọng phát âm. *--문자 từ phiên âm.

성의 sự chân thật, thiện ý. @성의 있는 thành thật, ngay thẳng, đứng đắn, nghiêm chỉnh.

성인 người lớn, người đã trưởng thành. @성인이 되다 đến tuổi trưởng thành. *--교육 sự giáo dục tuổi trưởng thành.

성인 hiền nhân, nhà hiền triết, vị thánh nhân.

성자 => 성인 hiền nhân, thánh nhân.

성장 sự tăng trưởng, sự lớn mạnh. --하다 lớn, tăng trưởng, phát triển. @성장한 người lớn, người đã trưởng thành // 성장이 빠르다 lớn nhanh, lớn như thổi, phát triển nhanh.

성장 lễ phục. --하다 mặc y phục đẹp nhất, diện lễ phục. @성장을 하고 trong bộ lễ phục.

성적 kết quả, thành tích, tiếng tăm, điểm số tốt. @성적이 좋다 [나쁘다] có thành tích tốt (xấu). *--제 *sự bổ nhiệm nhân viên dựa trên thành tích của chính họ.* 학업—kiến thức uyên bác, học thuật uyên thâm.

성적 giới tính, nhục dục, vấn đề sinh lý. *--매력 sự quyến rũ nhục dục. --충동 sự thôi thúc dục tính. --흥분 sự kích

thích tính dục.
성전 cuộc chiến tranh thần thánh.
성전 => 성경.
성전환 sự thay đổi giới tính. *--수술 cuộc giải phẫu (ca mổ) thay đổi giới tính.
성정 bản tính, bản chất (con người).
성조기 quân hàm (ngôi) sao, lá cờ ngôi sao.
성작 chòm sao.
성주 thần tài thổ địa trong ngôi nhà
성주 chủ nhân tòa lâu đài.
성중 @성중에 bên trong tòa lâu đài.
성지 tàn tích của tòa lâu đài.
성지 vùng đất thánh, thánh địa Palestine, thánh địa Mecca của Hồi giáo (회교의). *--순례 *chuyến hành hương đến vùng thánh địa.*
성직 các thánh chức, giới tăng lữ. *--자 giáo sĩ, tu sĩ, mục sư.
성질 (1) [기질] tính tình bản chất, bản tính, tính khí. @성질이 좋은[나쁜] 사람 người có bản chất tốt [xấu]. (2) [고유한 특성] thuộc tính, đặc tính, tính chất. @석탄의 성질 tính chất của than. (3) [사물의 성질] trạng thái tự nhiên, tính chất, đặc điểm @그 문제의 성질상 *theo tính chất của vấn đề.*
성찬 một bữa ăn tối xa hoa, buổi yến tiệc linh đình. @성찬을 베풀다 đãi tiệc, dự tiệc.
성찬 lễ ban thánh thể. *--배 cốc rượu lễ.
성찬식 => 서찬 lễ ban phước, thánh thể.
성찰 sự tự gẩm, sự suy nghĩ, sự tự xem xét nội tâm, sự nội quan.
성채 pháo đài, công sự, vị trí phòng thủ.
성충 [동물 động vật] thành trùng.
성취 sự hoàn thành, sự đạt được, sự thành tựu. --하다 hoàn thành, thành tựu. @소원 성취를 빌다 *cầu xin (trời) cho đạt được ước nguyện.*
성층권 (địa lý, địa chất) tầng bình lưu. @성층권의 (thuộc) tầng bình lưu. *--비행기 máy bay khảo sát tầng bình lưu.
성큼성큼 theo những bước tiến lớn. @성큼성큼 걷다 đi đứng oai vệ, dáng đi hiên ngang.
성탄 sự ra đời (của thần thánh hoặc vua chúa)
성탄절 ngày Giáng sinh.
성패 thành công hoặc thất bại; sự thành bại.
성품 khuynh hướng, thiên hướng, bản chất.
성하 @성하지맹 sự đầu hàng, sự từ bỏ, sự rút lui.
성하 thời điểm giữa mùa hè (cao điểm).
성하다 (1) [온전하다] còn nguyên vẹn, không bị ảnh hưởng, không bị tổn hại. (2) [건강하다 lành lặn, còn trong tình trạng tốt.
성함 tên gọi tôn kính (quý trọng).
성행 sự phổ biến, sự thịnh hành. --하다 thịnh hành, phổ biến, thông dụng.
성행 tính tình và tư cách (hạnh kiểm).
성향 chiều hướng, khuynh hướng, thiên hướng.*소비(저축)-- xu hướng lãng phí (tiết kiệm).
성현 thánh nhân, hiền nhân. @성현의 가르침 lời giáo huấn của thánh nhân.
성혼 đám cưới, hôn lễ.
성홍 [의학 y học] bệnh tinh hồng nhiệt, sốt phát ban.
성화 (1) [운성] sao băng. (2) [불빛] ánh sao băng. (3) [급한일] chuyện gấp, vấn đề khẩn cấp.

ㅅ

성화 lửa thiêng.

성황 sự thịnh vượng, sự phát đạt, sự thành công. @성황을 이루다 đạt thành công lớn.

성히 trong điều kiện tốt, khỏe mạnh => 성하다.

섶 [옷의 của y phục] cổ áo bẻ ngoài. *안-- cổ áo lộn vào trong.

세 số ba (3). @세 사람 3 người, bộ ba người.

세 thuế, thuế (hải quan) (물품세).

세 thứ (thứ tự kế tiếp) @루이 14 세 vua Louis thứ 14 (của nước Pháp)

세 sự thuê, sự cho thuê (사용세). @세들어살다 thuê một căn nhà.

세 => 세력.

세간 hàng gia dụng (bàn ghế, vật dụng trong nhà).

세간 (1) => 세상. (2) [불교 đạo Phật] cõi trần.

세거리 ngã ba đường.

세계 (1) trần gian, thế gian, cõi tục. @세계적 trên toàn thế giới // 세계 일주 여행을 하다 *thực hiện một chuyến đi vòng quanh thế giới.* (2) [우주] vạn vật, vũ trụ. (3) [특수한 사회] xã hội, cuộc sống xã hội. @꿈의 세계 xứ mơ, cõi mộng, cõi thần tiên // 어린이의 세계 thế giới trẻ con. *--경제 nền kinh tế thế giới. --관 quan điểm thế giới. --주의 chủ nghĩa thế giới.

세공 sự khéo léo, sự lành nghề. *--사 người điêu luyện, người khéo léo, người có tay nghề. --품 đồ thủ công.

세관 hải quan. @세관에서 소지품을 신고하다 kê khai (để đóng thuế). *--수속 thủ tục hải quan. --신고서 tờ khai hải quan.

세광 [광산 khoáng sản] sự đãi quặng. --하다 đãi quặng. *--부 phu đãi quặng. --조 xe goòng chở quặng.

세교 sự phát sinh tình bạn thân thiết, lâu đời của gia đình.

세궁 역진 --하다 bị dồn vào chân tường, bị dồn vào nước đường cùng.

세균 khuẩn hình que, vi trùng, vi khuẩn. @세균의 (thuộc) vi khuẩn, do vi khuẩn // 세균성 질환 bệnh tiềm ẩn, mầm bệnh // 세균 검사를 하다 xét nghiệm vi khuẩn.

세금 thuế, nghĩa vụ thuế. @ 세금을 부과하다 đánh thuế vào.

세기 một thế kỷ. @19 세기 후기 cuối thế kỷ 19.

세기말 cuối thế kỷ.

세나다 bán giỏi; đáp ứng đúng nhu cầu.

세납 sự trả tiền thuế, sự đóng thuế => 납세.

세내다 thuê, mướn. @집을 세내다 thuê nhà.

세놓다 cho thuê, cho mướn; thuê, mướn.

세뇌 sự tẩy não. --하다 tẩy não.

세다(1) [강력] khỏe mạnh, tráng kiện, có sức mạnh (động cơ), (힘이). (2) [강렬] mạnh mẽ, mãnh liệt, rắn chắc, nồng nhiệt, sôi nổi. @터가 세다 báo điềm gở // 그는 술이 세다 *hắn là một kẻ nghiện rượu nặng.*

세다 2 [머리털이] trở nên xanh nhợt, trắng bệch.

세다 3 đếm, kê, liệt kê, liệt vào, tính vào, tính toán (산출). @잘못 세다 tính sai, tính nhầm.

세단 xe ô tô mui kín.

세대 một thế hệ. @젊은 세대 thế hệ (trẻ) đang lên. *--고번 sự biến đổi thế hệ.

세대 người nhà, công việc quản gia. *--수 số người trong gia đình, số nhân khẩu. --주 chủ hộ.

세도 quyền hạn, quyền lực. @세도를 부리다 sử dụng (thi hành, vận dụng) quyền lực.

세레나드 (*serenade*) dạ khúc, khúc nhạc chiều.

세력 uy thế, thế lực, quyền hạn, quyền lực. @세력을 갖고있다 có thế lực, có uy thế // 세력을 얻다 nắm quyền lực. *--가 người có quyền lực, người có thế lực. --다툼 cuộc đấu tranh giành quyền lực. --범위(권) giới cầm quyền.

세련 cái đẹp, cái tinh xảo. --하다 chuốt bóng, làm cho bóng bẩy đẹp đẽ, làm cho tao nhã, tinh tế hơn. @세련된 문장 phong cách lịch sự.

세례 lễ rửa tội (lễ *Baptism*). @세례를 받다 được rửa tội // 세례하다 làm lễ rửa tội. *--명 tên rửa tội, tên thánh. --자 người rửa tội. 침수-- sự rửa tội bằng nghi thức ngâm mình vào nước.

세로 [명사] bề dài, chiều dài; [부사] tính chất thẳng đứng, theo chiều dọc. @세로 2피트 가로 3피트 dài 2 *feet* (đơn vị đo chiều dài Anh) rộng 3 *feet*

세론 dư luận => 여론.

세루 căn bệnh xã hội.

세루 vải xéc, hàng xéc. *--옷 bộ trang phục bằng vải xéc.

세류 dòng suối nhỏ, con suối nhỏ.

세륨 [화학 hóa học] chất *cerium* *--금속 kim loại *cerium.*

세리 người thu thuế, nhân viên hải quan chuyên bắt hàng lậu.

세립 hột nhỏ, hạt nhỏ, hạt vi phân.

세말 => 세모.

세면 --하다 rửa mặt. *--기 chậu rửa, lavabô. --대 giá kê chậu rửa mặt. --소 phòng rửa mặt.

세모 @세모나다 có dạng hình tam giác, có ba góc. *--꼴 hình tam giác. –뿔 kim tự tháp hình tam giác.

세모 cuối năm.

세목 chi tiết, khoản, tiết mục. @세목으로 나누다 ghi ra từng tiết mục, ghi chi tiết.

세무 việc thuế vụ. *--관 nhân viên hải quan. --서 phòng thuế. --서장 người quản lý phòng thuế. --회계 sự tính toán thuế.

세물 vật cho thuê. *--전 cửa hàng của người cho thuê.

세미 (*semi*) phân nửa. @세미파이널 (*semifinals*) trận bán kết // 세미콜론(을 찍다) chấm phẩy; (đặt) dấu chấm phẩy.

세미나 (*seminar*) hội nghị chuyên đề.

세미다큐멘터리 [영화 phim] nửa cuốn (cuộn)

세미콜론 dấu chấm phẩy (;)

세밀 --하다 kỹ lưỡng, chi li, tỉ mỉ, công phu @세밀하게 một cách chi tiết, một cách chi li.

세밑 => 세모.

세발 (*shampoo*) sự gội đầu. --하다 gội đầu. *--제 dầu gội đầu.

세발 자전거 [어린이의] xe đạp ba bánh.

세배 [인사] lời chúc Tết; [절] nghi thức cúi chào bậc huynh trưởng vào ngày Tết. @세배를 하다 chúc Tết lẫn nhau. *--돈 tiền lì xì.

세법 luật thuế.

세부 chi tiết. @세부에 이르다 đi vào

chi tiết.

세부득이 do hoàn cảnh bắt buộc, ở tình huống không tránh được..

세분 sự chia nhỏ ra, cái chia nhỏ ra, chi nhánh. --하다 chia nhỏ ra, ghi thành từng khoản.

세비 tiền trợ cấp hàng năm (수당 tiền trợ cấp); phí tổn hàng năm (비용 chi phí).

세상 (1) [세계·사회] thế gian, thế giới, xã hội. @세상(일)을 잘 알다 biết nhiều việc thế gian // 세상에 나가다 tham gia việc thế sự. (2) [사람들] thiên hạ, nhân loại, nhân dân, quần chúng,. @세상에 알려지다 *được mọi người biết đến.* (3) [인생] đời, cả cuộc đời. @세상을 떠나다 chết, qua đời, lìa trần. (4) [독무대] @제 세상이라고 판치다 làm theo ý muốn (cách riêng).

세상살이 cách sống, đời sống, cuộc sống. --하다 sống một cuộc sống, bắt đầu 1 cuộc sống.

세상없어도 đúng như, hệt như, bằng bất cứ giá nào. @세상없어도 그 따위 짓은 못하겠다 *tôi sẽ không làm điều đó bằng mọi giá.*

세상에 trên thế giới, trên vũ trụ @세상에 이게 무슨 일이람 *có những gì trên địa cầu?*

세세하다 nhiều chi tiết, tỉ mỉ. @세세히 기록하다 viết đầy đủ chi tiết.

세속 thế giới trần tục, những tục lệ chung (세상풍속). @세속의 thuộc thế gian // 세속을떠난 thanh cao, tao nhã, không trần tục // 세속을 초월하다 *xa lánh thế gian trần tục.*

세수 --하다 tự rửa (tay, mặt). *--대야 chậu rửa. --물 nước rửa. --비누 xà phòng. --수건 khăn lau (tay, mặt).

세수 tổng thu nhập thuế.

세슘 [화학 hóa học] *cesium* (Cs).

세습 sự chuyển giao do di truyền, sự truyền lại. --하다 truyền từ thế hệ này sang thế hệ khác. *--재산 *tài sản kế thừa của cha ông.*

세심 @세심한 thận trọng, cẩn thận, kỹ lưỡng // 세심한 주의를 하다 chú ý kỹ tới.

세안 trong vòng năm nay.

세안 --하다 rửa mắt. *--약 thuốc nhỏ mắt.

세액 mức định giá đóng thuế. @세액 감정 sự định giá để đánh thuế.

세업 nghề cha truyền con nối.

세느강 sông *Seine* (ở Pháp).

세우 mưa phùn, mưa bụi.

세우다 (1) [서게 하다] đứng, đứng thẳng, dựng đứng (cây nến), giơ lên, giương lên, dỏng (tai) lên (nghe); [멈추다 sự dừng] chặn đứng (chiếc xe hơi lại). (2) [건조] xây dựng, xây cất. (3) [설립· 조직] thành lập (một ngôi trường), thiết lập, tổ chức, cấu tạo. (4) [계획을] lập, đặt, dựng (5) [학설 따위를] công bố (vấn đề), đưa ra (một giả thiết), trình bày, phát biểu có hệ thống. (6) [공훈을] làm, làm cho, thực hiện. (7) [뜻을] có dự kiến, có ý định. (8) [사람을 위치에] đề cử, tiến cử, chỉ định, chọn, lập. @보증인을 세우다 tìm (chỉ định) người bảo lảnh. (9) [날 따위를] mài, làm cho sắc, bén. @톱날을 세우다 mài lưỡi cưa. (10) [체면을] giữ thể diện.

세원 nguồn thuế, nguồn ngân khố quốc gia.

세월 (1) thời gian. @세월이 유수같다 *thời giờ như thể tên bay.* (2) [시세] đời, thời, sự vật, công việc.@세월이 좋다 [나쁘다] thời tốt (xấu)

세율 thuế biểu, bảng giá thuế quan, mức thuế.

세이브 sự tiết kiệm, sự dành dụm. @세이브하다 tiết kiệm, dành dụm.

세인 nhân loại, nhân dân, quần chúng. @세인의 이목을 피하다 *tránh sự chú ý của quần chúng.*

세일러복 (đứa bé trong)cái áo khoác kiểu thủy thủ, (kiểu Hải quân)

세일즈—맨 người bán hàng.

세입 [국가의] thuế hàng năm; [개인의] thu nhập hàng năm.

세입 thu nhập, lợi tức, hoa lợi; thuế thu nhập.

세자 Hoàng thái tử.

세전 --하다 được truyền từ thế hệ này sang thế hệ khác.

세전 [세상 물정] (tình hình) thế giới. [인정] nhân tính, bản tính con người.

세정 sự thi hành thuế.

세제 chế độ thuế. *--개혁 sự cải cách thuế.

세제 chất tẩy vết bẩn.

세제곱 [수학 toán học] hình lập phương, hình khối. --하다 lên tam thừa, đo thể tích. *--근 căn bậc ba. --비 tỷ số bậc ba.

세족 một phe cánh (thị tộc) có quyền lực.

세존 Phật Thích Ca Mâu Ni.

세주다 thuê, cho thuê. @집을 세주다 thuê một căn nhà.

세차 công việc rửa xe. --하다 rửa xe. *--장 sự rửa xe.

세차 [천문 thiên văn] sự tiến động.

세차다 mạnh mẽ, mãnh liệt, dữ dội, sôi nổi. @비가 세차게 뿌리고 있다 *trời mưa xối xả.*

세찬 [음식 thức ăn] món ăn ngày Tết; [선물] quà Tết.

세책 sách cho thuê.

세척 --하다 giặt giũ, súc, rửa. @위를 세척하다 tiến hành rửa ruột. *--기 máy giặt. --약 nước thơm để giặt.

세출 chi phí (phí tổn) hàng năm.

세칙 điều lệ chặc chẻ; luật lệ địa phương; quy chế một ngành.

세탁 tiệm giặt =>빨래 *--기 máy giặt --물 quần áo giặt. --비누 xà phòng giặt . --소 chậu giặt, xô.

세태 hoàn cảnh xã hội.

세터 [사냥개] con chó săn lông xù.

세톱 cái lưỡi cưa.

세트 (1) [한벌] một bộ. @커피 세트 bộ tách để uống cà phê. (2) [수신기] máy thu thanh. (3) [경기의 cuộc thi đấu] ván, xéc (quần vợt). (4) [영화의 phim ảnh] cảnh dựng; sự đặt, sự bố trí (장치).

세파 @세파에 시달리다 buông theo dòng đời, *phó mặc cho sóng gió cuộc đời.*

세편 một miếng nhỏ, mảnh vụn.

세평 [평판] dư luận, công luận; [인기] sự yêu mến của nhân dân, sự ưa tích của quần chúng.

세포 [생물 sinh vật học] tế bào. @세포의 cấu tạo bằng tế bào; (thuộc) tế bào. *--막 màng tế bào. --분열 sự phân đoạn tế bào. --조직 mô tế bào (vô số các tế bào tạo nên cơ thể động vật và cây cối). --질 tế bào chất. --학 ngành tế bào học. 생식-- tế bào có khả năng sinh sản.

섹스 (*sex*) vấn đề tính dục. @섹스 어필 sự lôi cuốn sinh lý.

센머리 tóc hoa râm, tóc bạc

센물 [경수] nước cứng (có nhiều muối vô cơ).

센서스 (*census*) sự điều tra dân số.

센세이션 (*sensation*) cảm giác. @센세이션을 일으키다 tạo cảm giác, gây cảm giác.

센스 (*sense*) giác quan, tri giác, ý thức, khả năng thưởng thức. @센스가 있다(없다) có (không có) khả năng thưởng thức (âm nhạc)

센터 [중앙 중심]; điểm giữa, trung tâm, nhân vật trung tâm; [야구 bóng chày] sân giữa; người chặn bóng ở giữa sân (사람).

센털 (1) lông cứng, râu cứng. (2) 센머리 tóc rễ tre.

센트 (*cent*) đồng xu (bằng một phần trăm đô la). @25 센트 은화 một phần tư.

센티미터 (*centimeter*) centimet, một phần trăm của một mét.

셀로판 (*cellophane*) xenlôfan. @셀로판지 giấy bóng kính xenlôfan.

셀룰로이드 (*celluloid*) (화학 hóa học) xenluloit.

셀프서비스 (*self- service*) @셀프서비스식 (cửa hàng) tự phục vụ.

셀프타이머 (*self-timer*) thiết bị bấm giờ tự động.

셈 (1) [계산 sự tính toán] sự đếm, sự tính. --하다 đếm, tính. @셈이 틀리다 tính sai, tính nhầm. (2) [회계 sự thanh toán (tiền nong sổ sách)] sự tính toán. --하다 giữ sổ sách kế toán. @셈을 치르다 thanh toán hóa đơn. (3) [분별] khả năng phán đoán, sự suy xét khôn ngoan.

셈본 => 산수.

셈속 [내막 tình tiết] thực chất của vấn đề; [속마음 cảm nghĩ trong lòng] sự chủ tâm, ý định, *mục đích dấu kín trong lòng.*

셈치다 cho rằng, giả sử rằng, tin rằng. @그것을 잃어버린 셈치자 *hãy coi như chúng ta mất nó.*

셈판 (1) [사정] sự kiện, vấn đề, lý lẽ, tình hình vấn đề. @무슨 셈판인지 모르겠다 *tôi không biết làm thế nào sự việc đứng yên được.* (2) [주판] bàn tính (dụng cụ để tính toán).

셈(평) 펴다 trở nên khá giả hơn, giàu có hơn.

셋 số ba. @셋째로 ở vị trí thứ ba, ba là..

셋돈 tiền thuê.

셋방 căn phòng đã thuê. @셋방살이 sống trong căn phòng thuê // 셋방 있음 phòng cho thuê.

셋집 căn nhà cho thuê; [게시] cho thuê. @셋집을 구하다 đi tìm thuê một căn nhà.

셔터 (*shutter*) cánh cửa chớp. @셔터를 내리다 *kéo cánh cửa chớp xuống.*

셰퍼드 giống chó chăn cừu.

소 con bò cái (암소); con bò đực (황소·종우); con bò (거세된); thú nuôi, gia súc (총칭 nói chung). @소걸음으로 rất chậm, chậm như sên. *--가죽 da bò, roi da bò. --떼 bầy (đàn) gia súc.

소 [형용사적] nhỏ, bé, nhỏ hơn, vật thu nhỏ. *--규모 mức nhỏ. --도시 thị trấn nhỏ, thành phố nhỏ.--위원회 phân ban, tiểu ban (trong ủy ban)

소 [적은] ít, một vài, hiếm, nhỏ bé.

소 đầm lầy => 늪. *--택지 vùng đầm lầy.

소가족 gia đình nhỏ (ít con). *--제도 chế độ gia đình ít con.

소각 --하다 tàn phá do hỏa hoạn. @쓰레기를 소각하다 đốt sạch rác rưởi. *--기 lò thiêu, lò hỏa táng, lò đốt rác.

소간(사) việc kinh doanh, việc làm ăn.

소갈머리 tính tình, tính khí, bản chất, tâm tính; [생각] ý định, mục đích. @소갈머리없는 사람 *người vô tư.*

소감 cảm tưởng, tư tưởng, tư duy; [의견] một ý kiến, một quan điểm. @소감을 말하다 gây ấn tượng.

소강 thời gian yên tĩnh, thời gian nghỉ ngơi, thời gian tạm lắng. @전투는 일시 소강 상태에 있다 *có một chút thời gian nghỉ ngơi trong chuyến bay.*

소개 sự giới thiệu; [추천] sự đề nghị, sự giới thiệu, sự tiến cử. --하다 giới thiệu, đề cử, kiến nghị. @자기 소개를 하다 tự giới thiệu (là). *--자 người giới thiệu. --장 thư giới thiệu.자기-- sự tự giới thiệu.

소개 sự phân tán, sự giải tán, sự di dời. --하다 phân tán, giải tán, di dời, sơ tán, tản cư

소거 --하다 loại ra, trừ ra. *--법 [수학 toán học] sự khử.

소게 sự tạm nghỉ, sự tạm dừng, sự gián đoạn.

소격 => 소원.

소견 ý kiến, quan điểm, ấn tượng. @얕은 소견 quan điểm nông cạn // 소견을 말하다 diễn đạt, phát biểu ý kiến.

소경 người đui, người mù (총칭). @소경이 되다 trở nên mù lòa.

소고 cái trống nhỏ.

소곡 một bản nhạc ngắn.

소곤거리다 nói thầm, nói thì thào

소곤소곤 @소곤소곤 야야기하다 nói chuyện thì thầm; xì xào, thì thầm.

소관 quyền hạn, pháp quyền, phạm vi quyền hạn; [권능] thẩm quyền. @소관 밖이다 vượt quá quyền hạn. *--청 nhà chức trách có thẩm quyền. 외무부--사항 những vấn đề thuộc thẩm quyền của Bộ ngoại giao.

소관 mối liên hệ, mối tương quan, mối liên quan. *--사 việc kinh doanh. --서류 mọi tài liệu đều liên quan đến (vấn đề)

소국 một quốc gia nhỏ.

소굴 hang ổ, sào huyệt; [범죄의 thuộc tội ác, tội phạm] ổ, lò, nơi phát sinh. @도둑의 소굴 sào huyệt kẻ cướp.

소극 @소극적 phủ định, tiêu cực, bảo thủ.

소극 trò khôi hài, trò hề, thể kịch vui nhộn.

소금 muối. @소금에 절인 có muối, ướp muối // 소금으로 간을 맞추다 nêm muối vào.

소금기 @소금기 있는 có vị muối, mặn.

소금물 nước muối. @소금물에 담그다 ngâm nước muối, nhúng nước muối.

소급 tính có hiệu lực trở về trước; [법 pháp lý] sự đưa đơn lên chưởng lý, sự kể (thuật) lại. --하다 trở về quá khứ, hồi tưởng lại, thoái lui *--력 khả năng có hiệu lực từ một thời điểm trong quá khứ. --법 luật có hiệu lực trở về trước.

소기 @소기의 mong chờ, chờ đợi, trông mong, ngóng chờ // 소기의 성과를 올리다 đạt được những kết quả mong đợi.

소꿉질 nhà hát, rạp hát. --하다 diễn kịch ở rạp hát.

소나기 cơn mưa rào. @소나기를 만나다 bị mắc mưa.

소나무 cây thông. @소나무 잎 lá thông kim.

소나타 *(sonata)* bản xônát.

소나타 *(sonata)* [음악 âm nhạc] bản xônatin.

소네트 (*sonnet*) bài thơ xonê. @소네트 시인 người làm thơ xonê (thơ trữ tình 14 câu)

소녀 cô gái trẻ, thiếu nữ. @소녀다운 như con gái. *--시절 thời con gái.

소년 chàng trai, chú bé. *--단 nam hướng đạo sinh. --단원 hướng đạo sinh. –문학 tác phẩm văn học dành cho thanh thiếu niên. --범죄 tội phạm vị thành niên. --원 trường cải tạo. --시대 thời niên thiếu (của người nào).

소농 một tiểu nông. *--가 một gia đình (hộ) tiểu nông. --계급 giai cấp nông dân, tầng lớp nông dân. --지 những mảnh ruộng nhỏ.

소뇌 [해부 giải phẫu] tiểu não.

소다 (*soda*) xô-đa. @소다수 nước xô-đa.

소달구지 một chiếc xe bò.

소담스럽다 thơm tho, ngon ngọt.

소담하다 tròn trĩnh (đầy đặn) một cách thích mắt; đậm đà, có nhiều nước (trái cây); đỏ mọng, hấp dẫn.

소대 (quân sự) trung đội. *--장 người chỉ huy trung đội.

소도구 đồ dùng cho sân khấu.

소도리 cây búa nhỏ.

소독 sự tẩy uế, sự khử trùng, sự làm tiệt trùng, sự diệt khuẩn theo phương pháp Pasteur (우유 따위의). --하다 tiệt trùng, khử trùng, tẩy trùng @끓는 물로 소독하다 khử trùng trong nước sôi. *--기 máy khử trùng. --면 bông hút nước. --수 dung dịch khử trùng. --실 phòng tiệt trùng. --약(제) thuốc tẩy uế. --저 đũa tiệt trùng.

소동 [소란] sự quấy rầy, sự náo động; [다툼] cuộc cãi cọ; [혼란] sự lộn xộn, sự náo loạn, sự cãi cọ, sự đánh nhau; [폭동] sự nổi loạn, sự nổi dậy. @소동을 일으키다 gây mất trật tự.

소두 biện pháp nửa vời.

소두 hột đậu đỏ.

소득 (tiền) thu nhập. @연 100 만원의 소득이 있다 thu nhập hàng năm một triệu *won*. *--세 thuế thu nhập. --층 lợi tức. 근로-- lợi tức kiếm được. 불로-- thu nhập không làm việc mà có (từ tiền lãi đầu tư...). 저(고)--자 người có thu nhập ít (nhiều). 순(총) -- tổng thu nhập. 실질—thu nhập thực tế.

소등 sự tắt đèn (tạm thời); sự tạm mất tín hiệu. --하다 tắt đèn.

소라 (1) [조개] ốc xà cừ. (2) [악기] vỏ sò.

소라고동 ốc xà cừ, ốc tù và, ốc tritôn.

소란 rào chắn (bằng sắt hoặc gỗ). @소란을 치다 đính một mẫu thêu vào.

소란 sự náo động, sự rối loạn. --하다 ồn ào, hỗn loạn. @소란을 일으키다 gây ra một cuộc hỗn loạn.

소량 số nhỏ, liều nhỏ (약 thuốc). @소량의 물 một chút nước.

소련 Liên bang Xô viết; Nga Xô (통칭). @소령의 thuộc Liên Xô, người Liên Xô, người Nga.

소령 [육군 quân đội] thiếu tá (lục quân); [행군 hải quân] thiếu tá hải quân; [공군 không quân] trung úy không quân).

소로 đường hẻm, ngõ hẻm.

소론 quan điểm, ý kiến

소루 --하다 không để ý, không chú ý, lơ là, lơ đểnh, cẩu thả.

소름 da sởn gai ốc (vì lạnh, sợ...). @온몸에 소름이 끼치다 bị nổi gai ốc khắp cả, nổi da gà // 생각만 하여도 소름이 끼친다 *chỉ mới nghĩ đến... cũng nổi gai ốc !*

소리 (1) [음향] âm thanh, tiếng động. @ 나팔소리 tiếng kèn trumpet // 대포 소리 tiếng đại bác gầm // 소리를 내다 gây tiếng động. (2) [음성] giọng nói, tiếng gọi; tiếng kêu thét, tiếng la (외침); cuộc nói chuyện, cuộc thảo luận (새, 벌레의). @소리 지르다 kêu la, chửi mắng // 그게 무슨 소리나 *ý bạn muốn nói gì?* (3) [노래] bài hát, khúc ca ballad. --하다 hát một bài hát. @소리를 잘하다 hát hay.

소리 lợi nhuận ít, thu nhập ít.

소리값 giá trị (tác dụng) ngữ âm.

소리개 [새 chim] con diều hâu.

소리결 sóng âm.

소리굽쇠 âm thoa (dụng cụ nhỏ bằng thép giống cái chĩa có hai mũi, khi đánh vào thì phát ra một âm thanh có độ cao cố định, thường là nốt La).

소리마디 âm tiết.

소리맵시 âm sắc.

소리소리 @소리소리 지르다 kêu la, gầm rống.

소립자 một phần tử cơ bản..

소리지르다 => 소리치다.

소리치다 la hét, nói oang oang, to tiếng.

소마 nước tiểu, nước đái.

소마소마 sự lo ngại, bồn chồn, sự run sợ; sự rụt rè, bẽn lẽn, nhút nhát, dễ sợ hãi.

소망 sự khát khao, sự mơ ước, sự mong muốn, niềm hy vọng. --하다 ước ao, khao khát, mong ước, hy vọng. @소망이라면 theo nguyện vọng.

소매 tay áo. @소매가 긴(짧은) có tay áo dài (áo) // 소매를 걷다 xắn tay áo // 소매에 매달리다 níu lấy (bám vào) tay áo (người khác); [애원] cầu khẩn, van xin.

소매 sự bán lẻ. --하다 bán lẻ. *--가격 giá bán lẻ. --상인 người bán lẻ. --점 cửa hàng bán lẻ.

소매치기 [사람 người] kẻ móc túi, kẻ cắp; [행위 hành động] sự móc túi. --하다 móc túi ai. @소매치기를 당하다 bị móc túi.

소매통 bề rộng (bề ngang) của tay áo.

소맥 cây lúa mì, hạt lúa mì => 밀.

소멸 [절멸] sự dập tắt, sự làm tiêu tan; [소실] sự biến mất; [실효] sự hủy bỏ, sự vô hiệu hóa, sự chấm dứt, sự kết thúc. --하다 bị dập tắt, bị tiêu tan, trở nên mất hiệu lực. @권리의 소멸 sự mất quyền lợi // 계약의 소멸 sự hết hợp đồng // 자연 소멸하다 tự động tắt. *--시효 để làm mất đi thời hiệu

소멸 –하다 trở thành đống tro tàn, bị lửa tàn phá.

소명 lời kêu gọi của hoàng gia.

소모 sự tàn phá, sự phế thải, sự hủy hoại, sự hao mòn hư hỏng --하다 tàn phá, hủy hoại, hư hỏng, hao mòn. *--비 phí tổn hao hụt. –품 (hàng) có thể dùng được.

소목장이 thợ đóng đồ gỗ mỹ thuật.

소몰이 người chăn bò.

소묘 bức vẽ phác, bức phác họa.

소문 tin đồn, lời đồn, tiếng đồn. @헛 소문 tin đồn thất thiệt // 소문난 nổi tiếng, nổi danh // 소문을 퍼뜨리다 lan truyền tin đồn.

소문만복래 " *tiếng cười là liều thuốc bổ*".

소박 tính đơn giản, sự dễ hiểu. --하다 đơn giản, chân thật, chất phác.

소박 sự ngược đãi, sự hành hạ. --하다 hành hạ, ngược đãi. @소박 맞다 bị

ㅅ

ngược đãi.

소박데기 người vợ bị ngược đãi.

소박이 món dưa leo ngâm (dấm)

소반 bàn ăn nhỏ.

소방 sự chữa lửa. *--관 lính chữa lửa. --기구 dụng cụ chữa cháy. --대 một đội cứu hỏa. --서 trạm cứu hỏa. --차 xe cứu hỏa.

소변 nước tiểu, sự đi tiểu; [마소의 của ngựa và gia súc] nước đái. @소변을 보다 đi tiểu. *--금지 [게시 thông báo] cấm đái nơi đây.

소복 quần áo tang màu trắng. --하다 mặc quần áo trắng.

소비 sự tiêu thụ, sự tiêu dùng. --하다 tiêu dùng, tiêu thụ, sử dụng, xài.. @일인당 쌀의 소비량 lượng gạo tiêu thụ theo đầu người. *--경제 cơ cấu tổ chức người tiêu dùng. --고 số lượng tiêu dùng. --자 người tiêu dùng. –자 가격 giá tiêu dùng. --재 hàng tiêu dùng. --조합 hiệp hội người tiêu dùng.

소사 [기관총의] súng máy, súng liên thanh. --하다 bắn súng máy.

소사 sự chết cháy. --하다 cháy đến chết, bị chết cháy. *--자 người bị chết cháy.

소산 kết quả, thành quả. *--물 sản phẩm; [농산물] sản lượng.

소산 sự biến đi, sự biến mất. --하다 biến đi, biến mất; [증발] tan biến, biến mất.

소상 ngày giỗ đầu của người nào.

소상 tượng thạch cao (đất sét)

소생 trẻ con (con cháu trong nhà)

소생 sự hồi sinh, sự làm sống lại, sự phục hưng. --하다 hồi sinh, phục hưng, sống lại, phục hồi.

소석고 (sinh vật) sự co nguyên sinh.

소석회 vôi đã tôi.

소선거구 khu vực bầu cử nhỏ. *--제 quy lệ ở khu vực bầu cử nhỏ.

소설 tiểu thuyết, truyện, thể loại văn chương (총칭 nói chung). @소설 같은 이야기 truyện hư cấu // 소설을 각색하다 viết thành kịch một quyển tiểu thuyết. *--가 người viết tiểu thuyết. --책 sách truyện, quyển truyện. 단편-- truyện ngắn. 모험-- truyện phiêu lưu mạo hiểm. 연재-- tiểu thuyết ra từng kỳ. 장편-- truyện dài. 추리-- tiểu thuyết thần bí, truyện trinh thám.

소소하다 tầm thường, không đáng kể, không quan trọng.

소속 --하다 trực thuộc, tùy thuộc với, liên quan với, gắn bó với, kèm với @소속시키다 gắn bó, trực thuộc. *--부대 đơn vị trực thuộc (của ai).

소송 việc kiện cáo, việc tố tụng. --하다 kiện ra tòa, khởi tố, truy tố, ra tòa. @소송에 이기다(지다) thắng (thua) kiện *--관계인 người kiện; --대리인 nhóm luật sư. --인 bên nguyên, nguyên cáo.

소수 [수학 toán học] phân số thập phân. *--위 vị trí thập phân. --점 dấu đặt sau số thập phân.

소수 số nhỏ, phần ít, thiểu số. *--당 tộc người thiểu số. --민족 chủng tộc người thiểu số. --의견 ý kiến của thiểu số.

소수 [수학 toán học] số nguyên tố.

소스라치다 hoảng sợ, run sợ, khiếp đảm.

소슬하다 hoang vắng, đìu hiu, lạnh lẽo. @소슬한 가을 바람 cơn gió lạnh mùa thu.

소승 [불교 đạo Phật] *Hinayana*. @소승적 견지 quan điểm hẹp hòi.*--불교 *Hinayana Buddhism* (phái Nam tông).

소시 thời niên thiếu, thời trẻ tuổi.

소시민 tiểu tư sản.

소시지 xúc xích, dồi, lạp xưởng.

소식 --하다 ăn ít, ăn sơ sài (ăn uống thanh đạm)

소식 không ăn thịt, thức ăn thanh đạm.

소식 tin, tin tức, bản tin, thư tín. @기쁜(나쁜)소식 tin vui (buồn) // 소식을 듣다 nghe tin (về người nào).

소식자 [의학 y học] cái thông, cái que thăm (để dò vết thương...). @소식을 가져오다 mang tin tức của.

소신 đức tin (quan điểm) của một người. @소신대로 단행하다 *hành động theo quan điểm của mình.*

소실 thiếp, nàng hầu, vợ lẽ. *--자식 con vợ lẽ.

소실 sự biến đi, sự biến mất. --하다 biến mất, tan biến, loại trừ, khử bỏ, thất bại, thua lỗ.

소실 --하다 bị thiêu hủy, bị đốt ra tro.

소심 --하다 [담이 작다] rụt rè, bẽn lẽn, nhút nhát; [조심스럽다] thận trọng, cẩn thận, khôn ngoan. *--자 người nhút nhát.

소아 trẻ con, trẻ nhỏ, em bé. *--마비 chứng bệnh bại liệt trẻ con. --병 bệnh trẻ con.

소아 [철학 triết học] cái tôi, bản ngã.

소아과 khoa nhi. @그 의사는 소아과 전문이다 bác sĩ chuyên môn khoa nhi. *--병원 bệnh viện nhi đồng. --의사 bác sĩ khoa nhi.

소아시아 vùng Tiểu Á; tiểu Châu Á.

소액 số tiền nhỏ. *--국채 công trái mệnh giá thấp. --대부금 món nợ nhỏ. --보험 hợp đồng bảo hiểm với số tiền ít. --지폐 số tiền nhỏ.

소야곡 [음악 âm nhạc] bài dạ khúc (*a serenade*).

소양 [소지 nền tảng, cơ sở] kiến thức cơ bản (sơ đẳng); [조예] học thức, tài nghệ, thành tích, văn hóa; [수련] quá trình đào tạo. @소양이 있는 được huấn luyện, có học thức, có văn hóa // 문학의 소양 tài văn chương.

소연하다 ồn ào, huyên náo, om sòm, náo động. @장내가 소연해졌다 *hội trường tràn ngập tiếng ồn ào.*

소염제 thuốc chống viêm.

소스 [1] *(sauce)* nước chấm, nước sốt.

소스 [2] *(source)* nguồn (điểm bắt đầu của dòng sông; nơi mà từ đó cái gì đến hoặc thu được).

소시지 (*sausage*) xúc xích, dồi, lạp xưởng.

소크 왁친 thuốc chủng ngừa bệnh bại liệt.

소옥 túp lều, kho, xưởng.

소외 sự xa lìa, sự ghét bỏ, sự xa lánh. --하다 giữ thái độ cách biệt với ai, xa lánh ai.

소요 @소요의 sự cần, sự mong muốn. *--금액 số tiền cần thiết. --시간 thời gian cần thiết.

소요 cuộc dạo chơi, cuộc ngao du. --하다 đi tản bộ một cách nhàn nhã. *--학파 trường phái triết lý của A-ri-xtốt (thuộc phái tiêu dao)

소요 sự náo động, sự phá rối, sự dấy loạn *--죄 (tội phạm) sự xúi giục, sự nổi loạn.

소용 sự dùng, sự sử dụng, nhu cầu, ngành phục vụ, sự giúp đỡ. @소용되다 được sử dụng, được cần // 소용 없다 vô ích, vô dụng // 말해 봤자 무슨 소용이냐 *nói ra có ích gì?* (để làm gì).

소용돌이 xoáy nước. *--꼴 hình xoáy, hình xoắn.

소용돌이치다 xoáy lốc, làm xoáy lốc.

소원 sự thèm muốn, sự ước ao. @소원대로 tùy thuộc theo ý muốn của ai // 소원을 들어주다 chiếu theo yêu cầu // 소원성취하다 *thực hiện theo nguyện vọng* (của ai)

소원 --하다 ly gián, làm cho xa lánh, làm cho giận ghét. @소원하여 지다 trở nên ghẻ lạnh.

소위 cái được gọi là…

소위 thiếu úy (행군 hải quân 육군 lục quân).

소위 hành vi, tư cách, cử chỉ, thái độ, việc làm (của một người nào)

소유 quyền sở hữu, vật sở hữu. --하다 có, sở hữu. @김씨 소유의 *đã thuộc quyền sở hữu của ông Kim.* *--권 quyền sở hữu. –권 이전 sự chuyển quyền sở hữu. –권침해 sự vi phạm quyền sở hữu. --격 [문법 văn phạm] sở hữu cách. --본능 bản năng thích trữ của, tính hám lợi. --자(주) chủ nhân, sở hữu chủ. --지 chủ đất, chủ sở hữu đất đai.

소유욕 sự chiếm hữu, sự sở hữu.

소음 tiếng ồn ào, tiếng huyên náo. @거리의 소음 tiếng ồn ngoài đường. *--방지 sự hãm bớt tiếng ồn, sự hãm thanh.

소음기 bộ phận giảm thanh, thiết bị hãm thanh.

소이 lý do, lý lẽ => 까닭.

소이탄 quả bom cháy (đạn pháo)

소인 [어린] đứa bé, trẻ con. [키가] người lùn; [사람됨이] người hẹp hòi, người thiển cận; [자기 bản thân mình] cái tôi, bản ngã.

소인 dấu bưu điện, dấu xóa bỏ. @보스턴의 소인이 찍혀 있는 편지 *lá thơ có đóng dấu của bưu điện Boston.*

소일 --하다 phí thời giờ, giết thì giờ. @독서로 소일하다 dùng thời giờ đọc sách, *đọc sách cho qua thì giờ.* *--거리 trò giải trí, sự tiêu khiển, sự giết thời giờ.

소임 bổn phận, trách nhiệm, nhiệm vụ, nghĩa vụ. @소임을 다하다 *hoàn thành nhiệm vụ của mình.*

소자 [전자 공학] pin, nguyên tố, yếu tố. *반도체-- ống hai cực của máy phát điện.

소작 sự lĩnh canh, sự thuê, mướn. --하다 thuê, mướn (nhà, đất). *--권 quyền chủ đất. –료 sự cho thuê nông trại. --인 tá điền, các người thuê nhà đất (집합적).

소장 @소장의 (thuộc) tuổi thanh niên, tuổi trẻ. *--파 các thành viên trẻ (phái). --학파 trường phái trẻ.

소장 [해부 giải phẩu] khúc ruột thừa.

소장 [육군 quân đội] thiếu tướng; [해군 hải quân] đề đốc (đô đốc); [공군 không quân] thiếu tướng.

소장 người chỉ huy, người đứng đầu trong cơ quan hoặc xí nghiệp; giám đốc, trưởng phòng.

소장 vật sở hữu (vật sưu tầm, góp nhặt) của ai @김씨 소장의 *thuộc quyền sở hữu của ông Kim.* *--골동품 bộ sưu tập tỉ mỉ của ai.

소장 đơn xin, đơn thỉnh cầu, kiến nghị.

소재 [사람의 người] chỗ ở, nơi ở; [물건의 hàng hóa] chỗ để; [건물 따위의] chỗ, nơi, vị trí; [위치] vị trí, địa thế, nơi chốn. @소재 불명이다 bị thất lạc, không biết nơi ở (của ai) // 책임 소재를 명확히 하다 *vạch rõ vị trí trách nhiệm* (của ai) *--지 vị trí, chức vụ (trong cơ quan).

소재 nguyên liệu, vật liệu, tài liệu; [작품의 tác phẩm] chủ đề, nội dung.

소저 cô gái trẻ, tiểu thư, cô chủ.

소전제 [논리 lô gích] tiền đề phụ.

소절 vấn đề thứ yếu của nghi lễ (phép xã giao); [절조 danh dự] những điểm thứ yếu về lòng tôn kính; [음악 âm nhạc] gạch nhịp; nhịp.

소정 @소정의 được bố trí trước, được quy định trước, được chỉ định //소정의 양식 mẫu quy định // 소정의 시간(장소) giờ định trước.

소주 rượu đã được chưng cất, rượu mạnh; một tâm hồn nồng nhiệt.

소죽 cỏ khô đã luộc. (cho súc vật ăn).

소중 --하다 quan trọng, trọng yếu, có giá trị lớn. @소중히 với sự thận trọng, một cách cẩn thận // 소중한 물품 vật có giá trị lớn, vàng bạc châu báu // 돈보다 시간을 소중히 여긴다 *tôi xem thời giờ quan trọng hơn tiền bạc.*

소지 quyền sở hữu, vật chiếm hữu. --하다 có, chiếm hữu, mang, cầm. @여권을 소지하다 có hộ chiếu*--자 người sở hữu, người mang (cầm) --품 vật dụng (đồ dùng) cá nhân.

소지 nền móng, cơ sở.

소진 --하다 biến mất hoàn toàn, khử bỏ toàn bộ.

소진 --하다 biến thành tro bụi.

소질 [자질] tính chất, bản chất, tư chất,, phẩm chất, tính cách, cá tính, bản tính, đặc tính; [체질] tính khí, tính tình; bẩm chất, tố chất, khuynh hướng thiên về (병의 bệnh). @유전적 범죄 소질 *khuynh hướng phạm tội có kế thừa* // 정치가의 소질이 있는사람 *người có năng lực về chính trị* // 문학적 소질이 있는 사람 *người có khiếu về văn chương.*

소집 sự gọi đến, sự tập trung; [동원] sự động viên, sự huy động; [의회 따위의] sự triệu tập; [징집] sự tuyển quân. --하다 triệu tập, nhóm họp, động viên, gọi dây nói, gọi tên. // 예비병을 소집하다 động viên, gọi quân dự bị. *--영장 giấy gọi nhập ngũ.

소쩍새 (새 chim) con chim cúc cu.

소차 sự hơi khác biệt, sự hơi chênh lệch.

소찬 những món ăn phụ đơn giản.

소창 sự nghỉ ngơi, sự giải trí, sự tiêu khiển. --하다 tiêu khiển, giải trí, nghỉ ngơi.

소채 rau quả, rau xanh (sản phẩm nhà vườn).

소책자 quyển sách mỏng, cuốn sách nhỏ có bìa mềm; tờ giấy in rời, tờ truyền đơn.

소청 lời cầu khẩn, lời nài xin, lời thỉnh cầu, lời đề nghị, lời yêu cầu.

소총 súng trường; vũ khí nhỏ (총칭 nói chung). *--사정거리 bãi tập bắn. --탄 viên đạn.

소추 sự khởi tố, sự kiện, sự tố tụng theo pháp luật. --하다 tiến hành kiện, đi kiện. *--자 người khởi tố, bên nguyên.

소출 cây trồng, hoa lợi.

소치 kết quả, lý do. @과실을 타인의 소치로 돌리다 đổ lỗi cho ai.

소켓 [전기 điện] ổ cắm, chuôi đèn. @소켓에 끼우다 lắp vào chuôi. *쌍-- ổ cắm điện hai chiều.

소쿠라지다 nhảy lên, vượt lên (cơn sóng)

소쿠리 cái rổ tre, sọt.

소탈 --하다 thân mật, tự do, tự nhiên, thoải mái, không khách sáo.

소탐대실 --하다 bị một tổn thất lớn sau

ㅅ

món lợi nhỏ.

소탕 sự quét. --하다 quét qua, làm sạch. @잔적을 소탕하다 quét sạch tàn dư của quân thù. *--전 cuộc hành quân càn quét.

소택 bãi lầy, vũng lầy. *--지 vùng đầm lầy.

소통 [의사의] sự trao đổi in tức, hiểu biết. --하다 truyền đạt thông tin qua lại, trao đổi tin tức.

소파 (*sofa)* ghế tràng kỷ.

소포 gói, bưu kiện. @소포로 보내다 gởi vật gì bằng bưu kiện. *--우편 bộ phận bưu kiện.

소품 [문예의 thuộc văn học nghệ thuật] bản thảo văn chương, bức vẽ bằng phấn màu; [제작품의] bức tranh nhỏ, bài thơ ngắn; [물건의 về hàng hóa] món đồ lặt vặt.

소풍 chuyến đi chơi dã ngoại, cuộc nghỉ hè. --하다 đi chơi, đi dạo một vòng, đi picnic.

소프라노(*soprano)* [음악 âm nhạc] giọng nữ cao.

소프트 (*soft)* cái mũ phớt (mềm); [아이스크림 *ice cream*] kem, cà rem.

소피 @소피보다 tiểu, đi tiểu.

소피스트 (*sophist*) người ngụy biện.

소하다 ăn chay trường.

소하물 gói, bưu kiện. @소하물을 보내다 gởi bưu kiện. *--임시 보관소 phòng bưu kiện.

소할 => 관하.

소해 sự quét mìn. --하다 quét đáy biển (dò thủy lôi). *--대 đội thu dọn thủy lôi. --작업 thao tác dọn thủy lôi. --정 máy dò thủy lôi.

소행 hành động, hành vi, hạnh kiểm. @그 놈의 소행이틀림 없다 *đó phải là hành động của nó.*

소행 tư cách, đạo đức, thái độ cư xử @소행이 나쁜 사람 người không có tư cách (đạo đức xấu).

소형 kích cỡ nhỏ. @소형의 cỡ nhỏ. *--비행기 máy bay cỡ nhỏ. --자동차 xe hơi nhỏ. --트럭 xe tải nhẹ.

소혹성 một hành tinh nhỏ.

소홀 --하다 không cẩn thận, sơ suất, cẩu thả, lơ đểnh. @소홀히 một cách cẩu thả, một cách lơ đễnh // 공부를 소홀히 하다 bỏ bê (sao lãng) việc học hành.

소화 sự tiêu hóa, khả năng tiêu hóa, sự hút thu. --하다 tiêu hóa, hấp thu. @소화하기 쉬운(힘든) tiêu hóa được, dễ tiêu. *--기 cơ quan tiêu hóa; [계통] hệ tiêu hóa. --기 질환 rối loạn tiêu hóa. --불량 chứng khó tiêu. --선 tuyến tiêu hóa. --액 dịch tiêu hóa. --작용 quá trình tiêu hóa. --제 thuốc tiêu hóa.

소화 sự chữa cháy. --하다 chữa cháy. *--기 máy dập lửa. --용수 nước chữa cháy. --전 chỗ lắp vòi rồng chữa cháy.

소환 giấy mời; [법 pháp lý] sự gởi trát đòi hầu tòa, giấy gọi ra tòa. --하다 đòi ra hầu tòa, gọi ra tòa. @법정에 소환되다 bị đòi ra hầu trước tòa. *--장 một trát đòi hầu tòa.

소환 sự gọi về, sự triệu về. --하다 gọi về, triệu về. @본국에 소환되다 bị triệu về, bị gọi về, bị dồn về nhà.

속 (1) [깊숙한 안] mặt trong, phía trong, phần giữa, phần trong. @속에 giữa, ở giữa, ở trong // 깊은 산속 giữa núi // 물속 깊이 dưới đáy biển // 어둠 속에 trong bóng tối. (2) [마음의 tâm hồn] tấm lòng. @마음 속 tận đáy lòng // 속

이 검은 tận tim đen // 속을 썩히다 *cảm thấy lo lắng trong lòng.* (3) [속에든 것] nội dung, thực chất => 소.

속 [생물 sinh vật] phái, giống.

속 sự tiếp tục, sự làm tiếp, đoạn tiếp, phần tiếp theo; [부부의] chuỗi.

속간 --하다 tiếp tục xuất bản, tiếp tục công bố.

속개 sự tiếp tục lại. --하다 tiếp tục, bắt đầu lại.

속결 sự quyết định nhanh (ngay tại chỗ). --하다 quyết định một cách mau lẹ. *--속행 sự quyết định và thi hành ngay lập tức.

속계 cõi thế tục, cõi trần. @속계의 일 việc trần.

속고 bản thảo còn lại.

속고갱이 tâm điểm, lõi, nồng cốt.

속곳 quần áo lót trong của phụ nữ.

속공 --하다 không mất thời gian tấn công.

속국 một quốc gia thuộc địa, một nước chư hầu. @속국이 되다 trở thành thuộc địa.

속궁리 xét cho kỹ, suy cho cùng. --하다 ngẫm nghĩ, nghiền ngẫm, suy đi nghĩ lại.

속기 (1) [속필] lối viết nhanh. (2) [속기법] phép tốc ký, phương pháp viết nhanh. --하다 viết tốc ký, viết nhanh. @속기로 ghi bằng tốc ký. --사 người viết tốc ký.

속껍질 lớp trong của da.

속눈썹 lông mi. @인조 속눈썹 lông mi giả.

속다 bị lừa gạt, bị lừa đảo. @속기 쉬운 cả tin, nhẹ dạ // 감쪽같이 속았다 tôi bị gạt rõ ràng

속닥거리다 nói xì xào, bàn tán => 숙덕거리다.

속단 sự quyết định vội vàng. --하다 vội đi tới một quyết định.

속달 sự giao hàng nhanh. --하다 giao hàng nhanh, phát nhanh. @속달로 (bằng cách) gởi nhanh, phát nhanh. *--료 phí phát nhanh.. --우편 thư tốc hành (phát nhanh)

속달다 bồn chồn, hăm hở, thiết tha, háu hức.

속담 tục ngữ, châm ngôn. @속담에 있듯이 theo tục ngữ, châm ngôn.

속대 ruột, lõi, tâm. *--쌈 món cơm cuốn bắp cải.

속도 tốc độ, tốc lực, vận tốc; [음악 âm nhạc] tốc độ, nhịp độ, loại nhịp. @ 1 초 15 미터의 속도로 *ở tốc độ 15 mét 1 giây* // 속도가 빠르다(느리다) tốc độ nhanh (chậm) // 속도를 올리다 tăng tốc độ // 속도를 줄이다 giảm tốc độ. *--계 đồng hồ tốc độ, công tơ mét; đồng hồ tự động (자동차의 của xe hơi).

속독 sự đọc nhanh. --하다 đọc nhanh.

속되다 tầm thường, thô tục, thấp hèn, bình dân; [성직에 대하여] thế tục, trần tục. @속된 취미(말) thị hiếu tầm thường (ngôn ngữ thô tục).

속등 sự tăng liên tục. --하다 tăng liên tục

속락 sự giảm liên tục. --하다 giảm liên tục.

속력 tốc độ, tốc lực, vận tốc. @속력이 빠른 tốc độ nhanh // 속력 23 노트의 순양함 *tàu tuần tiểu đạt tốc độ 23 hải lý* // 한 시간 60 마일의 속력으로 *ở* tốc độ 60 dặm một giờ // 전속력으로 hết tốc lực. *--시험 cuộc thẩm tra nhanh. --제한 tốc độ giới hạn. 경제--

tốc độ kinh tế. 제한-- tốc độ quy định. 최대-- tốc lực cao nhất.

속령 quốc gia phụ thuộc, nước chư hầu.

속론 ý kiến nhân dân, quan điểm quần chúng.

속류 đám người bình dân

속립결핵 [의학] chứng bệnh lao kê.

속마음 cảm xúc tận thâm tâm, tận đáy lòng. @속마음은 trong lòng, tận đáy lòng // 속마음을 터놓다 thổ lộ tâm can, tự bộc bạch (bày tỏ).

속말 tâm sự, thổ lộ tâm tình.

속명 (1) [본명 이외의] tên phổ biến, tên được nhiều người biết. (2) [속된 명성] danh tiếng khắp thế giới. (3) [법명에 대한] *lưu danh muôn thuở.*

속명[생물 sinh vật] tên gọi (theo đặc điểm) chung.

속문학 văn chương bình dân.

속물 người tầm thường, người phàm tục. *--근성 tính chất trưởng giả học làm sang, tính chất đua đòi, sự hợm mình.

속박 sự kềm chế, sự hạn chế. --하다 ngăn trở, cản trở, kềm chế, câu thúc, ràng buộc. @속박을 받다 bị cản trở // 속박을 벗어나다 *giũ sạch được sự ràng buộc.*

속발 sự xảy ra liên tục => 연발. --하다 xảy ra thường xuyên.

속배포 sự suy nghĩ trong lòng; sự nghĩ thầm.

속병 căn bệnh bên trong.

속보 sự bước nhanh.

속보 bản báo cáo nhanh. --하다 báo cáo nhanh. *--판 cái máng nước

속보 tin tức bổ sung, chi tiết bổ sung.

속보이다 bộc lộ tấm lòng, thổ lộ, bày tỏ nỗi lòng.

속사 sự bắn nhanh. --하다 bắn nhanh. *--포 súng bắn nhanh.

속삭이다 nói thì thầm, lẩm bẩm, xì xào. @속삭임 tiếng nói thầm, tiếng thì thầm // 귀에 대고 속삭이다 nói thì thầm vào tai ai.

속산 sự tính toán nhanh.

속살 (1) [옷속의] lớp da ẩn bên trong quần áo. (2) lớp thịt bên trong (con tôm hùm)

속살찌다 [살찜] đầy đặn hơn, béo hơn (서술적); [실속] vạm vỡ, rắn chắc.

속상하다 bị lo âu, phiền muộn, bị quấy rầy, bị làm phật ý, bực mình, bồn chồn, lo lắng.

속샤쓰 quần áo trong, đồ lót.

속설 ca dao bình dân, châm ngôn, tục ngữ, văn học dân gian.

속성 tinh thông,thành thạo (sử dụng), sự tập dượt, sự rèn luyện, quá trình đào tạo ngắn ngày. --하다 đào tạo cấp tốc. * --과 khóa học ngắn, khóa học chuyên sâu. --법 phương pháp cấp tốc; biện pháp nhanh chóng, trực tiếp hơn.

속성 [논리 lô gích] thuộc tính.

속세 giới trần tục, thế gian này. @ 속세를 버리다 *từ bỏ thế gian trần tục.*

속세간 => 속세.

속셈 (1) mục đích, ý định, chủ tâm, ý đồ. @... 할 속셈으로 nhằm mục đích, với ý đồ./ 어떤 속셈인지 전혀 모르겠다 *tôi không thể hiểu nổi dụng ý của nó.* (2) [암산] sự tính toán trong đầu.

속속 lần lượt người nọ sau người kia.

속속들이 tận thâm tâm, từ đáy lòng, tận tường. @마음을 속속들이 알다 biết rõ, hiểu rõ một người.

속손톱 quầng trắng hình trăng lưỡi liềm ở

móng tay.

속수 무책 @속수무책이다 không ai giúp đỡ, vô phương kế.

속아넘어가다 bị lừa dối, bị lừa gạt => 속다.

속악 --하다 tầm thường, thô tục, kém, tồi tàn.

속악 [음악 âm nhạc] nhạc bình dân.

속어 tiếng lóng (집합적); thành ngữ thông tục, lối nói (câu nói) thông tục.

속어림 @속어림으로 theo sự đánh giá của ai.

속옷 đồ lót, quần áo mặc trong.

속요 bài hát bình dân, bài dân ca

속음 cách phát âm thông dụng của một chữ Trung Quốc.

속이다 lừa dối, lừa đảo, gian lận, gạt, chơi xỏ @속기 쉬운 cả tin, nhẹ dạ // 이름을 속이다 cho tên giả // 사람을 속여 돈을 빼앗다 *gạt ai để lấy tiền* // 겉모양을 보고 속다 *bị lừa bởi vẻ bề ngoài.*

속인 (1) [속물] người trần tục. (2) [불문에 대한] thường dân, người thế tục.

속인 @속인의 cá nhân. *--주의 [법] chủ nghĩa cá nhân, tính chất cá nhân (quốc tịch). –특권 đặc quyền riêng.

속임수 mưu mẹo, thủ đoạn, sự dối trá, sự lừa đảo. @속임수를쓰다 chơi xỏ ai một vố, lừa đảo ai // 속임수에 넘어가다 bị lừa.

속잎 bên trong lá.

속자 dạng phổ cập của chữ Trung Quốc.

속장 trang bên trong (của 1 tờ báo).

속전 tiền chuộc, tiền lo lót.

속전속결 thế tấn công mãnh liệt bất ngờ. *--전법 chiến thuật đánh chớp nhoáng.

속절없다 thất vọng, tuyệt vọng, vô hiệu. @속절없이 một cách vô hiệu, không có hiệu quả // 속절없는 세상 thế gian phù phiếm.

속죄 sự chuộc lỗi, sự đền tội. --하다 chuộc lỗi, chuộc tội. @죽음으로써 속죄하다 chuộc tội bằng cái chết.

속주다 cởi mở, mở rộng tấm lòng, thổ lộ tâm tình với ai, tâm sự.

속지 nước thuộc địa, nước phụ thuộc. *--주의 chủ nghĩa thuộc địa.

속진 việc đời, việc thế gian. @속진을 피하다 sống cách biệt với mọi người, lánh xa thế sự.

속짐작 sự quý mến riêng của ai.

속창 đế lót trong của giày. @속창을 깔다 lót đế trong vào (đôi giày).

속출 chuyện xảy ra liên tục. --하다 xảy ra liên tiếp. @사고의 속출 tai nạn liên tục

속취 thị hiếu thấp hèn. @속취가 나는 thích những cái trần tục, thích vật chất.

속취 sở thích tầm thường.

속치마 váy lót trong, áo lót phụ nữ.

속칭 sự gọi tên riêng, tên thân mật. --하다 gọi tên riêng. @속칭... 이라 하다 được mọi người biết, được quần chúng biết (ưa thích).

속타다 bị làm cho đau khổ, bị quấy rầy, bị bực tức. @속타게 하다 làm phát cáu, chọc tức.

속탈 sự khó chịu bao tử; rối loạn dạ dày.

속태우다 [스스로] lo lắng, dễ bị khích động; [남을] làm cho lo lắng, làm cho bối rối, bị kích động @하찮은 일에 속태우다 lo chuyện lặt vặt, lo chuyện tầm phào.

속티 tính chất trần tục.

속편 sự tiếp tục, đoạn tiếp theo; [영화]

phim bộ, phim ra từng kỳ.

속필 sự viết nhanh. @그는 속필이다 ông ta viết nhanh.

속하다 nhanh chóng, mau lẹ. @속히 nhanh chóng, mau lẹ, ngay lập tức, vội vàng, hấp tấp // 속히 해라 gấp lên! mau lên!

속하다 [소속하다] thuộc về, của, thuộc quyền sở hữu; [가입하다] bị nhập với, bị liên kết với.

속한 thường dân, người xuất thân từ thành phần nghèo, không có địa vị.

속행 [걸음 bước đi] bước đi nhanh; [행동 hành động] hành động tức thời. --하다 đi một cách nhanh nhẹn, thực hiện ngay lập tức.

속행 sự kéo dài, sự tiếp tục. --하다 tiếp tục, tiếp diễn. @ 경기를 속행하다 tiếp tục chơi.

속화 sự thông tục hóa, sự tầm thường hóa. --하다 thông tục hóa, tầm thường hóa.

속효 hiệu quả tức thời. @속효가 있다 có hiệu quả tức thì; [의학 y học] hiệu quả. *--약 hiệu nghiệm nhanh.

솎다 làm giảm đi, loại trừ, gạt bỏ.

손[1] (1) bàn tay. @오른 (왼) 손 bàn tay phải (trái) // 손을들다 giơ tay lên; [찬성 sự chấp thuận] giơ tay biểu quyết // 손을 내밀다 đưa tay ra // 손으로 만들다 làm bằng tay // 손이 닿는 곳에 있다 trong tầm tay // 손을 잡다 nắm chặt tay ai // 손을 흔들다 vẫy tay // 손대지 마시오 *bỏ tay ra, không được đụng vào* (게시) // 손 들어[강드가] giơ tay lên! // 전시품에 손대지 마시오 *đừng sờ vào vật trưng bày.* (2) [일손 người thợ. 도움 sự giúp đỡ] sự tham gia, sự nhúng tay vào, người làm (một việc gì). @손을 빌려주다 giúp ai một tay // 손이 모자라다 thiếu tay (nhân công). (3) [소유] quyền kiểm soát của, quyền sở hữu. @손에 넣다 nắm trong tay, có được, kiếm được // 남의 손에 넘어가다 rơi vào tay kẻ khác // 그의 생사는 내 손에 달렸다 *sinh mạng của hắn nằm trong tay ta.* (4) [수고 điều phiền phức] tình trạng trục trặc, rắc rối, sự cẩn trọng, sự chú ý đến. @손이 가다 *yêu cầu chú ý, phải thận trọng* // 손을 덜다 *tránh quấy rầy.* (5) [때림] cú đánh đòn. @손을 대다 đập một cú. (6) [관계] mối quan hệ, sự liên quan, sự kết nối. @손을 끊다 *phủi tay, không chịu trách nhiệm* // 손을대다 có liên quan với, bắt tay vào // 정부와 손을 끊다 *cắt đứt quan hệ với tình nhân.*(7) [관대] => 손이 크다.

손[2] khách mời, khách hàng => 손님.

손 => 후손.

손 sự mất mát, sự tổn thất, sự thua lỗ => 손해.

손가락 ngón tay. @다섯 손가락 năm nhón tay // 손가락 마디 khớp ngón tay // 손가락에 끼다 đeo (nhẫn) vào ngón tay // 손가락을 퉁기다 bật ngón tay tách tách. *가운데-- ngón giữa. 새끼-- ngón út. 약-- ngón tay đeo nhẫn. 엄지-- ngón cái. 집게-- ngón trỏ.

손가락질 --하다 chỉ, trỏ, nhắm. @손가락질 받다 bị (ai) xa lánh.

손가방 cái cặp, cái vali, cái túi xách

손거스러미 chỗ xước mang rô (ở cạnh móng tay).

손거울 kiếng (gương soi mặt) cầm tay.

손거칠다 ăn cắp vặt (có ngón tay nhám nhúa)

손겪다 [대접함] tiếp đãi khách, làm chủ tiệc.

손곱다 bị tê (ngón tay) @추워서 손이 곱았다 *cái lạnh (rét) làm cho ngón tay tôi bị tê cóng.*

손곱다 đếm trên ngón tay. (손꼽는) chủ đạo, chính, quan trọng, chủ yếu // 손곱아기다리다 trông ngóng, mong đợi, mong chờ.

손그릇 những vật dụng gia đình, đồ gia dụng.

손금 đường chỉ tay. @손금을 보다 xem chỉ tay. *--장이 người xem tướng tay.

손길 (1) [늘어뜨린] công nhân. (2) [뻗은] tầm với của ai. (3) [도음의] sự tham gia một tay, sự giúp một tay. @손길이 닿는 곳에 trong tầm tay, trong khả năng // 따뜻한 구호의 손길을 뻗다 *ra tay giúp đỡ nhiệt tình cho ai.*

손꼽이 치다 tính (xếp) trong số. @손꼽이 처는 nổi bật, ưu tú, xuất sắc, có giá trị.

손끝맵다 có bàn tay (chỉ tay) xui xẻo.

손끝 맺다 vẫn lười nhác (chỉ đứng khoanh tay nhìn).

손넘기다 (1) [시기를 잃다] bỏ lỡ cơ hội, đánh mất thời cơ. (2) [잘못세다] sự tính toán sai.

손녀 cháu gái (của ông bà)

손놓다 bỏ, từ bỏ, phủi tay.

손님 (1) [방문객] người đến thăm, khách [초대한]. @불의의 손님 người khách bất ngờ // 손님을 초대하다 mời khách (dùng trà). (2) [고객] khách hàng (변호사따위의); khách mời, khách trọ (호텔 따위의 ở khách sạn). @손님이 없다 không có khách hàng // 손님을 끌다 thu hút khách hàng. (3) [송객] hành khách; khách đi xe (택시 따위의 như xe taxi). (4) [관중] khán giả. @입장 손님이 많다(적다) có 1 lượng khách lớn (nhỏ) (극장 따위 ở rạp hát).

손대다 (1) [만지다] để tay lên, chạm tay vào. @손대지 말라 đừng sờ vào // *không được đụng vào* (게시). (2) [착수] bắt tay làm. @일에 손대다 bắt tay vào việc // 연구에 손대다 bắt đầu một khóa học. (3) [때리다] đập, đánh, cho ai một cú. @얼굴에 손대다 đánh vào mặt ai. (4) [관계] thử tay nghề, thử một tay.

손대중 sự đo bằng tay. --하다 đo bằng tay.

손도장 sự niêm phong tài liệu bằng cách ấn dấu ngón tay cái. @손도장 찍다 đóng dấu bằng ngón cái (ấn chỉ)

손독 sự lây nhiễm do đụng tay vào. @손독이 오르다 bị nhiễm trùng do sờ tay vào.

손득 => 손익.

손들다 (1) [거수] đưa tay lên, giơ tay lên biểu quyết (찬성하여 sự đồng tình). (2) [지다] nản chí, đầu hàng, chịu thua. (3) [애먹다] bị trái ý, bực mình.

손등 mu bàn tay.

손때 vết bẩn ở bàn tay, dấu tay. @손때가 묻은 vết dơ do tay bẩn, có dấu tay.

손떼다 giải quyết xong, chấm dứt, phủi tay.

손때끼 cái rìu đá.

손료 chi phí thuê.

손맑다 (1) [생기는 것이 없다] kiếm tiền khó khăn vất vả. (2) [인색하다] keo kiệt, bủn xỉn.

손모 sự hư hỏng, sự hao mòn (do sử dụng thường ngày gây ra)

ㅅ

손목 cổ tay. @손목을 잡다 nắm lấy cổ tay ai.

손문 Tôn Dật Tiên (nhà cách mạng Trung Quốc 1866 – 1925).

손바느질 việc may vá bằng tay (may tay).

손바닥 gan bàn tay, lòng bàn tay.

손바람 sự chuyển động nhịp nhàng của bàn tay. @일에 손바람이 나다 hoạt động nhip nhàng.

손발 tay chân; chi thể (사지). @손발이 맞다 thông đồng, chung lưng, móc ngoặt // 손발이 되어 일하다 sử dụng ai như một công cụ.

손버릇 @손버릇이 사납다 hay ăn cấp vặt.

손뼉 @손뼉치다 vỗ tay.

손보다 tô, sửa qua (원고를); chăm sóc đến, sửa chữa, tu sữa, phục hồi.

손봐 주다 giúp ai một tay

손붙이다 bắt đầu, khởi sự, khởi nguồn.

손비비다 xoa bóp, chùi sạch tay

손빌다 nhận sự giúp đỡ.

손상 sự hư hại, sự tổn thương; [법 pháp lý] sự gây tổn hại, sự gây thiệt hại. --하다 thiệt hại, hư hại, làm hư hỏng, bị tổn thương. @손상되다 bị thiệt hại, bị tổn thất.

손색 vị trí thấp hơn, tính chất thấp kém. @손색이 없다 đem so sánh với.

손서투르다 có bàn tay vụng về, lóng ngóng.

손속 vận đỏ của kẻ đánh bạc. @손속이 좋다 là một con bạc gặp vận đỏ // 손속이 나쁘다 có bàn tay xui xẻo (xấu).

손수 tận tay, đích thân, với tư cách riêng. @손수 검사하다 kiểm tra trực tiếp (tận tay)

손수건 cái khăn tay.

손수레 xe goòng nhỏ.

손쉽다 dễ dàng, đơn giản, tầm thường. @손쉬운 문제 một câu hỏi dễ dàng, một vấn đề tầm thường // 손쉽게 dễ dàng, không khó khăn gì. (바로).

손쓰다 bước một bước (đo); [애쓰다] nỗ lực, cố gắng, gắng sức (làm). @미리 손쓰다 sửa soạn trước, chuẩn bị trước // 손을 쓸수 없다 *không thể làm được việc gì.*

손실 sự mất mát, sự thiệt hại, sự tổn thất. @큰 손실 một tổn thất nặng nề, thiệt hại trầm trọng // 손실을 초래하다 chịu thiệt hại.

손심부름 chuyện lặt vặt (nhỏ nhặt).

손아귀 @손아귀에 있다 trong tay ai // 손아귀에 넣다 thuộc quyền của, dưới sự điều khiển của ai.

손아래 @손아래의 thuộc hàng em út, cấp dưới. // 손아랫 사람 người cấp dưới, đàn em, thuộc hạ.

손어림 sự đo bằng tay. --하다 ước lượng bằng tay, nhắm chừng.

손위 @손위의 già hơn, thâm niên hơn.

손윗 사람 người lớn tuổi hơn, thâm niên hơn

손익 lỗ lãi (lời lỗ). *--계정 bản tính toán lỗ lãi.

손익다 quen thuộc với (công việc gì). @손익은 사람 một tay (nghề) lão luyện.

손일 việc lao động chân tay, việc làm bằng tay.

손자 cháu trai (của ông nội / ngoại)

손잡기다 bận bịu, bận rộn, mắc bận.

손잡이 cán, tay cầm, móc quay; núm điều chỉnh (문 따위의); lời phàn nàn (kêu ca) (기구의); tay kéo, nút giật (잡아당기는); cái then cửa, cái chốt cửa.

@손잡이를 달다 gắn chốt vào.

손재주 @손재주 없는 사람 người vụng về // 그녀는 손재주가 있다 *cô ấy có những ngón tay khéo léo.*

손질 sự chăm sóc, sự quan tâm; [수선] sự sửa chữa, sự hồi phục lại. --하다 quan tâm đến, chăm sóc, phục hồi. @손질이 잘된 정원 *một khu vườn được chăm sóc kỹ* // 나무를 손질하다 cắt, xén, tỉa cây.

손짓 động tác, điệu bộ, cử chỉ. --하다 ra hiệu, ra dấu, diễn tả bằng điệu bộ. @앉으라고 손짓하다 *ra hiệu cho ai ngồi xuống.*

손찌검 --하다 đánh, đập, nện ai.

손치르다 chiêu đãi khách, tổ chức tiệc, thết tiệc.

손크다 (1) [후하다] rộng lượng, hào phóng. @손큰 사람 người tặng hào phóng. (2) [수단이 좋다] có tài xoay sở, tháo vát, nhiều thủ đoạn.

손톱 móng tay. @손톱을 기르다 móng tay dài ra // 손톱을 깎다 cắt giũa móng tay // 양심이라고는 손톱만치도 없다 *hắn chẳng còn một chút lương tâm trong người.* *--깎이 thợ làm móng tay.

손풍금 đàn xếp, đàn ăc-coc; phong cầm.

손해 [손상] sự thiệt hại, sự tổn thất, sự tai hại; [손실] sự thua, sự thất bại; [사상] tai họa, tai biến, tai nạn. @인적 물적 손해 thiệt hại tính mạng và tài sản // 막대한 손해 thiệt hại nặng nề // 30 만 원의 손해 thiệt hại ước khoảng 300.000 *won* // 손해를 입히다 thiệt hại, tổn thất, hao tổn // 손해를 입다 bị tổn thất, chịu thiệt hại. *--보험 *sự đóng bảo hiểm đề phòng tổn thất.* --악 tổng số thiệt hại.

손해 배상 sự bồi thường thiệt hại // 손해배상을 청구하다 yêu cầu bồi thường thiệt hại. *--청구권 quyền đòi bồi thường thiệt hại.

손회목 cổ tay.

솔 [1] trái thông, cây thông.

솔 [2] bàn chải. @먼지를 솔로 털다 chải sạch bụi.

솔가지 cành thông.

솔권 --하다 mang gia đình đi.

솔기 đường nối, vết sẹo. @솔기없는 không có đường nối, liền một mảnh, không có sẹo.

솔깃하다 chú tâm vào, hăng say. @솔깃해서 với sự hăng say, với sự thích thú.

솔로 [음악] sự đơn ca, sự độc tấu. *--가수 người đơn ca. --피아노 độc tấu đàn piano.

솔방울 quả thông.

솔밭 rừng thông.

솔선 --하다 lảnh đạo, hướng dẫn (khởi xướng), cầm đầu. @솔선하여...하다 đứng đầu, dẫn đầu trong việc gì, khởi xướng làm việc gì.

솔솔 một cách nhẹ nhàng, êm ái. @바람이 솔솔분다 gió thổi nhẹ, gió thoang thoảng.

솔숲 rừng thông.

솔잎 lá thông kim

솔직 tính thật thà, ngay thẳng. --하다 ngay thẳng, thật thà, bộc trực. @솔직히 말하자면 lời nói bộc trực, lời nói thẳng.

솔질 sự chải. --하다 chải, quét. @옷에 솔질하다 chải quần áo.

솔트 cuộc đàm phán hạn chế vũ khí chiến lược.

솜 cây bông, bông mộc, bông sơ. @옷에

솜을 넣다 độn bông (lót quần áo). *--뭉치 miếng chèn bằng bông (để chèn, lót đồ đạc).

솜사탕 kẹo bông gòn.

솜씨 tài khéo léo, sự tinh xảo, năng lực, khả năng, sự khéo xử, tài ứng biến. @훌륭한 솜씨 cuộc biểu diễn rất hay // 솜씨 좋은 khéo tay, tài giỏi, lành nghề // 솜씨가 있다(없다) giỏi (dở, kém) về // 솜씨를 보이다 phô trương khả năng // 사건을 솜씨 있게 처리하다 xử lý vấn đề một cách khéo léo.

솜옷 y phục độn bông.

솜저고리 áo vét tông (*jacket*) có độn.

솜털 lông tơ; [새의 chim] lông vũ để cài trang điểm. @솜털이 돋은 phủ đầy lông tơ.

솜틀 máy tước xơ.

솜화학 bông thuốc nổ, bông thuốc súng.

솟구다 nâng lên, đưa lên. @몸을 솟구다 đứng thẳng trên ngón chân, nhón lên.

솟다 (1) [높이] vượt lên, bay vút lên. @구름 위에 솟다 bay vút trênmây. (2) [샘 따위가] chảy ra, phun ra, tràn ra.

솟아나다 phun ra, vọt ra, tuôn ra.

솟을대문 một cái cổng cao ngất (sừng sững).

송 bài tán dương, bài tán tụng, bài ca ngợi.

송가 bài thánh ca, bài kinh ca tụng Chúa.

송골매 [새] chim ưng vùng Sibêrie.

송곳 dụng cụ khoan, cái khoan (나사 송곳); cây dùi (của thợ giày) (작은 송곳); mũi khoan (큰 송곳); máy khoan (광석용).

송곳니 cái răng nanh.

송곳칼 một dụng cụ kết hợp vừa làm dao vừa làm mũi khoan.

송구 môn bóng ném.

송구 --하다 tràn đầy (sợ hãi); tràn ngập (hổ thẹn, lòng biết ơn).

송구 영신 --하다 tiễn năm cũ, đón năm mới (*Tống cựu nghinh tân*)

송금 sự gửi tiền, sự gửi hàng. --하다 chuyển tiền (gởi tiền) cho ai. @우편환으로 5 천원 송금하다 gửi 500 *won* bằng bưu phiếu. *--수수료 phí tổn gửi tiền. --수취인 người nhận tiền gửi đến. --수표 hóa đơn gửi tiền. --액 số tiền gửi. --은행 ngân hàng gửi tiền. --인 người gửi tiền.

송기 bộ phận cấp khí . --하다 cung cấp không khí. *--관 ống thông hơi.

송년 sự tiễn năm cũ.

송달 sự giao hàng, sự phân phối, sự gửi chuyển tiếp. --하다 gửi, phân phát (교부). *--부 sổ thu nhập.

송당송당 @송당송당 자르다 cắt, chặt từng khúc; băm nhỏ.

송덕 bài tán dương, bài ca tụng, lời khen ngợi. --하다 khen ngợi, tán dương, ca tụng (đức hạnh của người nào). *--비 tượng đài danh dự .

송독--하다 thuật lại, kể lại.

송두리째 tận gốc, triệt để, thấu đáo, hoàn toàn, trọn vẹn. @도박으로 재산을 송두리째 없애다 *đánh bạc đến nỗi sạt nghiệp.*

송로 [식물 thực vật] nấm cục, nấm truyp (loại nấm ăn có nhiều hương vị, mọc ngầm dưới đất).

송료 cước chuyên chở hàng hóa, bưu phí (우편의); cước vận chuyển hàng bằng tàu thủy. @책의 송료 bưu phí gởi một quyển sách. *--선불 sự trả trước cước vận chuyển.

송림 rừng thông.

송별 lễ tiễn đưa, lời chào tạm biệt, tiệc chia tay. --하다 chào tạm biệt ai. *--사 lời chào tạm biệt. --회 buổi tiệc chia tay.

송부 --하다 gửi, chuyển (돈을).

송사 việc kiện cáo, việc tố tụng.

송사 lời tán dương, lời ca tụng.

송사리 [물고기] cá tuế (họ cá chép).

송송 @파를 송송 썰다 cắt hành ra từng đoạn nhỏ // 구멍이 송송 뚫려 있다 bít kín các lỗ thủng nhỏ.

송수 hệ thống cấp nước. --하다 cung cấp nước. *--관 ống nước.

송수신기 [라디오 *radio*] máy thu phát vô tuyến.

송수화기 [탁상 전화의] máy thu phát cầm tay.

송신 sự truyền tin. --하다 truyền, phát (bảng tin).*--국 đài phát. --기 máy phát (tín hiệu truyền thông).

송아지 con bê, con bò con *--고기 thịt bê.

송알송알 @땀이 송알송알 나다 toát mồ hôi, đổ mồ hôi dầm dề // 송알송알 피다 lên men, dậy men.

송어 thịt cá hồi.

송영 sự tiếp đón và sự tiễn đưa. –하다 đón, đưa.

송영 --하다 ngâm thơ, kể chuyện.

송이 đám (mây) bó (củi), cụm (hoa), chùm (nho), buồng (chuối) . @포도 한 송이 *một chùm nho.*

송이 nấm thông.

송이송이 thành chùm, thành cụm thành bó.

송장 xác chết, thi hài. @그는 산송장이다 *ông ta giống như một xác chết.*

송장 hóa đơn. *--대장 sổ hóa đơn.

송전 sự truyền tải năng lượng. --하다 truyền năng lượng. @송전을 끊다 ngắt dòng điện. *--선 dây điện.

송죽 tre và thông.

송지 => 송진. *--유 dầu *côlôphan.*

송진 nhựa thông.

송청 sự tống giam để chờ xét xử --하다 tống giam.

송축 --하다 cầu nguyện xin ban phúc

송충이 con sâu bướm ở cây thông.

송치 --하다 gửi, giao, chuyển, ủy nhiệm.

송판 tấm ván thông.

송편 loại bánh gạo hấp trên lớp lá thông.

송풍 hệ thống thông hơi, sự thông gió.

송화 sự phát thanh. --하다 truyền, phát (một tín hiệu). *--구 người phát ngôn. --기 máy phát..

송환 sự hồi hương. --하다 gửi trả về, hồi hương. *--자 người hồi hương, bộ đội phục viên.

솥 cái nồi bằng sắt; cái âm đun nước (물 끓이는); cái vạc (가마솥). @같은 솥 밥을 먹다 ăn ở nhà ai, được mời ăn. *--뚜껑 cái nắp ấm.

쏴, 쏴 @바람이 쏴 분다 gió rít // 비가 쏴 내린다 mưa như trút nước.

쇄골 [해부 giải phẫu] xương đòn.

쇄광기 máy nghiền, máy tán.

쇄국 sự cô lập, sự cách ly.--하다 cô lập, cách ly, bế quan tỏa cảng. *--주의 chủ nghĩa ẩn dật, chủ nghĩa cô lập, chủ nghĩa bế quan tỏa cảng.

쇄도 sự cuốn đi, dòng nước lũ. --하다 chảy mạnh, chảy dồn, cuốn đi, trút xuống. @주문이 쇄도하다 ra chỉ thị dồn dập.

쇄빙선 con tàu phá băng.

쇄신 sự cải tiến, sự sửa đổi, sự nâng cấp. --하다 cải tiến, sửa đổi, nâng cấp, đổi

ㅅ

mới. @행정쇄신 đổi mới hành chánh.

쇄편 mảnh vụn, mảnh vỡ, một khúc, một đoạn.

쇠 sắt (철); kim loại (금속); chìa khóa (열쇠); khóa, chốt (자물쇠). @쇠 같은 의지 một ý chí sắt đá.

쇠가죽 da bò (chưa thuộc).

쇠고기 thịt bò. *--장수 đồ tể, người mổ thịt.

쇠고랑 cái còng (cùm) tay, cái xiềng. @쇠고랑을 채우다 còng tay, xích tay (ngăn lại, giữ lại).

쇠고리 cái vòng sắt, cái đai sắt, cái móc sắt. @쇠고리를 걸다 cài, gài, móc, đai, niềng.

쇠골 bộ óc bò.

쇠공이 cái chày sắt.

쇠귀 @쇠귀에 경읽기 lời khuyên đối với những kẻ không biết nghe *(đờn khảy tai trâu, nước đổ đầu vịt)*.

쇠귀나물 [식물 thực vật] cây có dạng như đầu mũi tên.

쇠꼬챙이 cái xiên thịt bằng sắt.

쇠다 [명절을] làm lễ kỷ niệm. @성탄절을 쇠다 kỷ niệm ngày lễ Giáng Sinh.

쇠달구 cái đầu sắt của máy đóng cọc.

쇠똥[1] [쇠부스러기] xỉ sắt.

쇠똥[2] (1) phân chuồng. (2) [쇠딱지] chất bẩn trên đầu trẻ con.

쇠망 sự suy sụp, sự suy tàn, sự đổ nát. --하다 đổ nát, suy tàn, suy sụp.

쇠망치 cây búa sắt.

쇠멸 => 쇠망.

쇠몽둥이 một thanh sắt.

쇠뭉치 một que kim loại.

쇠뭉치 gang, một thỏi kim loại, một đống sắt.

쇠미 sự suy yếu, sự suy tàn, lúc hết thời. --하다 suy yếu, tàn tạ, hết thời, đến lúc tàn.

쇠버즘 một loại bệnh ecpet mảng tròn.

쇠붙이 đồ dùng bằng kim loại, đồ nồi niêu bằng gang, đồ sắt.

쇠뼈 xương bò.

쇠뿔 sừng bò. @쇠뿔도 단김에 빼라 đập thỏi sắt khi còn đang nóng.

쇠사슬 dây xích, cái xiềng. @쇠사슬로 매다 xiềng, xích ai bằng dây xích.

쇠새 [새 chim] chim bói cá.

쇠스랑 kẻ chơi bời phóng đãng, kẻ trác táng, kẻ dối trá (lắc léo)

쇠약 tình trạng yếu đuối, sự gầy mòn hóc hác; [의학 y học] sự suy nhược . --하다 suy nhược. @쇠약한 gầy mòn, yếu ớt, suy nhược.

쇠운 của cải (cơ nghiệp) suy sụp.

쇠잔 --하다 suy sụp, suy tàn, sa sút, hỏng; [쇠약] bị làm yếu, bị suy yếu.

쇠죽 món cháo đậu và rơm dành cho gia súc.

쇠줄 dây sắt, dây xích.

쇠지레 cái xà ben (để cạy nắp thùng), cái đòn bẫy

쇠진 --하다 làm suy sụp, kiệt quệ, bị cạn kiệt.

쇠코뚜레 vòng đeo ở mũi bò.

쇠파리 con ruồi giòi.

쇠푼 một số tiền nhỏ.

쇠하다 [쇠약] trở nên yếu, mất sức, suy nhược; [시들다] làm cho khô héo, làm phai (bạc) màu ; [쇠망] tàn dần, suy dần; [쇠퇴] thoái hóa, suy sụp, tàn tạ.@건강이 쇠하다 sức khỏe suy sụp.

쇳내 thị hiếu kim loại.

쇳물 vết bẩn kim loại, vết han gỉ.

쇳소리 tiếng (âm thanh) kim loại.

쇳조각 mảnh kim loại vụn, sắt phế liệu.
쇳줄 mạch quặng sắt, mỏ sắt.
쇼맨 *(showman)* ông bầu (gánh xiếc...), người có kỹ năng trong nghề quảng cáo.*--십(기질) nghệ thuật quảng cáo (*showmanship*).
쇼비니즘 *(chauvinism)* chủ nghĩa sô-vanh, chủ nghĩa bá quyền nước lớn.
쇼룸 *(showroom)*phòng trưng bày.
쇼 윈도우 *(show window)* tủ bày hàng triển lãm.
쇼 케이스 *(showcase)* kệ chưng bày hàng triển lãm
쇼크 *(shock)* sự tổn thương, cú va chạm, cú sốc. @쇼크를 받다 bị sốc, bị va chạm.
쇼킹 *(shocking)* bị kích động.
쇼핑 *(shopping)* sự đi mua sắm.
숄 *(shawl)* khăn choàng, tã trẻ em. @숄을 걸치다 quấn khăn choàng, quấn tả.
숄더백 túi đeo vai.
숏컷 *(a short cut)* đường cắt, phím tắt (cách làm cho đỡ tốn thời gian, công sức)
수 [접두어] con đực, con trống.
수 (1) [수단] phương tiện, biện pháp, cách thức; [꾀] mưu mô, thủ đoạn, mưu đồ; [장기 따위의] biện pháp, bước. @별 수 없다 *chuyện này thật vô phương cứu chữa* (hết cách giúp) // 수를 바꾸다 hãy thử vài cách khác nữa // 할 수 밖에 없다 *không còn có cách nào khác nữa.* (2) [가능성· 능력] khả năng, tình trạng có thể. @세계대전이 일어날 수도 있다 *có khả năng xảy ra cuộc chiến tranh thế giới nữa.*
수 (1) [운수] vận may, sự may mắn. @수가 좋다 (나쁘다) gặp vận may (rủi) // 수가 나다 tình cờ gặp dịp may. (2) [수효] con số. @수 많은 nhiều, số nhiều, đông đảo, phần đông, phần lớn, phần nhiều // 수를 세다 tính, đếm. (3) [몇] một vài. @수년 후에 sau vài năm.
수 (1) [장수] sự sống lâu, sự trường thọ. (2) [연령] tuổi tác của một người @수하다 sống lâu, được trường thọ.
수 việc thêu thùa. @금실로 화조를 수놓다 thêu hình chim và hoa bằng chỉ vàng. *--틀 cái khung thêu, cái bàn căng.
수 một bài thơ.
수감 sự giam cầm, sự giam hãm. --하다 bỏ tù, tống giam, hạ ngục.
수갑 cái còng tay. @수갑을 채우다 còng tay ai.
수강 --하다 dự một buổi thuyết trình. *--생 học viên, thực tập sinh, người được đào tạo.
수개 @수개의 một ít, một vài.
수갱 hầm, lò.
수건 khăn lau, khăn tắm, khăn tay (손수건). @수건걸이 cái mắc khăn // 수건으로 닦다 lau khô bằng khăn.
수검 *--자 thí sinh, người bị thẩm tra (đối tượng kiểm tra).
수결 chữ ký. @수결 (을)두다 ký tên.
수고 sự khó nhọc, công sức, công việc nặng nhọc; [진력] sự giúp đỡ ân cần @하다 làm việc cực nhọc, chịu đựng cực khổ, lao động nhọc nhằn. @수고를 덜어주다 giúp người trong cảnh khó khăn // 수고를 끼치다 gây phiền hà cho ai // 수고를 아끼지 않다 gắng sức làm // 수고하셨습니다 cám ơn nhiều về sự khó nhọc của anh (chị) !
수고롭다 cần cù, chịu thương chịu khó,

chịu cực chịu khổ, chịu vất vả nhọc nhằn, siêng năng chăm chỉ.

수공 nghệ thuật thủ công. *--업 nghề lao động chân tay. --업자 thợ thủ công. --업품 đồ thủ công, việc làm bằng tay. --품 hàng thủ công.

수괴 tên đầu sỏ, kẻ cầm đầu (trong cuộc bạo động).

수교 --하다 truyền, chuyển giao, trao tay.

수교 tình bằng hữu, tình hữu nghị => 수호.

수구 [운동 thể thao] môn bóng nước.

수구 chủ nghĩa bảo thủ. --하다 bảo thủ, tôn trọng triệt để các phong tục tập quán cổ xưa. *--파 phe bảo thủ, giới thủ cựu.

수국 [식물] cây tú cầu, cây hoa đĩa.

수군 lực lượng hải quân.

수군거리다 nói thì thầm, nói khẽ. @수군수군 giọng nói thì thầm, xì xào.

수군수군 => 수군거리다.

수긋하다 hơi dốc xuống, hơi rũ xuống.

수그러지다 (1) [머리가 cái đầu] gục xuống. (2) [기세·정도] rũ xuống, hạ thấp xuống. @열이 수그러지다 cơn sốt đã dịu bớt.

수그리다 hạ thấp, gục, cúi xuống => 숙이다.

수금 phiếu thu tiền. --하다 thu tiền, thu hóa đơn. *--인 người thu tiền theo hóa đơn.

수급 cung và cầu. @수급을 조정하다 giữ cân bằng cho luật cung cầu. *--계획 kế hoạch cung cầu. --관계 *mối tương quan giữa cung và cầu.*

수긍 sự đồng ý, sự tán thành, sự ưng thuận, cái gật đầu. --하다 đồng ý, tán thành, ưng thuận, gật đầu; [납득하다] được tán thành, bị thuyết phục.

수기 bản ghi nhớ, lời ghi chú. @수기를 적다 lưu ý đến.

수기 lá cờ. *--신호 sự truyền tín hiệu bằng cờ.

수꽃 [식물 thực vật] hoa đực.

수난 tai nạn sông nước. @수난을 당하다 bị chết đuối (익사하다); bị đắm tàu (난파하다).

수난 sự đau đớn, sự thử thách nghiệt ngã. --하다 đau khổ, chịu đựng.

수납 sự chấp thuận, sự thừa nhận. --하다 chấp nhận, thừa nhận. *--자 người nhận. --전표 sự sơ suất chấp nhận được.

수냉식 @수냉식의 được làm nguội bằng nước.

수녀 nữ tu, ni cô, bà xơ (thuộc hội từ thiện) @수녀가 되다 đi tu, đi vào nhà tu kín. *--원 nữ tu viện.

수년 vài năm, một vài năm, đăm ba năm. @수년간 được vài năm // 수년 전 cách đây vài năm // 앞으로 수년간 trong vài năm nữa.

수뇌 đầu não. @참모 본부의 수뇌 cơ quan đầu não của bộ tổng tham mưu. *--부 ủy ban chấp hành.

수뇨관 [해부 giải phẫu] niệu quản.

수다 (1) [다수] nhiều, phần lớn, số nhiều => 다수. (2) [말이 많음] nói nhiều, lắm mồm. @수다장이 người ba hoa, người lắm mồm (여자 phụ nữ)

수다스럽다 thích nói, hay nói, nói nhiều

수단 phương tiện, cách thức, biện pháp, phương pháp; [궁리] phương sách, phương kế; [방편] cách, chước, mưu, thủ đoạn. @수단과 방법 cách thức và đường lối // 효과적인 수단 *phương pháp có hiệu quả* // 비열한 수단 *thủ đoạn dơ bẩn* // 최후의 수단으로서 *như là một phương sách cuối cùng*; như một cứu cánh // 수단을 취하다 tìm cách xử trí // 갖은 수단을 다 쓰다 *nghiên cứu hết mọi biện pháp.*

수달 [동물 động vật] con rái cá. *--피 bộ da rái cá.

수당 tiền thưởng, tiền trợ cấp. *가족-- tiền trợ cấp gia đình. 근무지-- tiền trợ cấp theo việc làm. 연말-- tiền thưởng cuối năm. 초과근무-- tiền trợ cấp làm thêm. 퇴직-- tiền trợ cấp cho người về hưu.

수더분하다 đơn giản và chân thật.

수도 [설비] thiết bị (phương tiện) nước; [용수] nước dùng cho đô thị, nước máy. @수도를놓다 đặt ống nước // 수도를 틀다(잠그다) mở (tắt) nước. *--꼭지 vòi nước máy. --공사 nhà máy nước. --료 tiền nước. --관 ống nước.

수도 đô thị, thủ đô, thủ phủ. @수도의 thuộc thủ đô, dân thủ đô.

수도 sự tự tu dưỡng, chủ nghĩa khổ hạnh. --하다 tập luyện, tu khổ hạnh. *--사 thầy tu, thầy dòng. --승 thầy tăng(phật giáo). --원 tu viện; [수녀원] nữ tu viện, nhà tu kín. 회-- luật (nội qui) dòng tu.

수도권 khu trung tâm, khu thủ phủ. *--방위 sự phòng thủ khu trung tâm. --전철화 sự điện khí hóa của ngành đường sắt trung tâm.

수동 tính thụ động, tính tiêu cực. @수동의 bị động, thụ động // 수동적으로 một cách thụ (bị) động. *--태 [문법 văn phạm] thuộc thể bị động, dạng bị động.

수동 @수동의 được điều khiển bằng tay, thao tác bằng tay // 수동 펌프 máy bơm tay.

수두 [의학 y học] bệnh thủy đậu.

수두룩하다 tràn đầy, nhiều, chan chứa, phong phú. @할일이 수두룩하다 *chúng ta có quá nhiều việc để làm.*

수득수득 --하다 già nua, khô héo, nhăn quắt lại.

수들수들 => 수득수득.

수라 bữa ăn vua chúa. @수랏상 bàn ăn vua chúa, mâm cỗ vương giả.

수라장 một quang cảnh vô cùng hỗn loạn.

수락 sự chấp nhận, sự chấp thuận. --하다 chấp thuận, đồng ý, chấp nhận.

수란 trứng chần nước sôi. @수란을 뜨다 trần trứng. *--짜 cái xoong chần trứng.

수란관 [해부 giải phẫu] vòi trứng.

수량 dung tích nước, khối lượng nước. @수량이 는다 nước tăng dung tích. *--계 máy đo mức nước.

수량 số lượng, khối lượng. @수량이 늘다(줄다) tăng khối lượng (số lượng).

수렁 vũng bùn, bãi lầy. @수렁에 빠지다 rơi xuống vũng bùn, sa vào bãi lầy.

수렁배미 cánh đồng lầy.

수레 xe bò, xe ngựa. *--바퀴 bánh xe. --홈 vết xe, vết lúc của bánh xe.

수려 --하다 duyên dáng, yêu kiều, đẹp, tốt.

수력 sức nước, thủy lực. *--발전 sự phát sinh thủy lực, sự phát thủy điện. --발전소 trạm phát thủy điện.

수련 sự dạy dỗ, sự huấn luyện, sự rèn luyện. --하다 dạy dỗ, huấn luyện, rèn luyện.

수련 [식물 thực vật] cây hoa súng.

수렵 sự săn bắn, khu vực săn bắn. --하다 săn bắn. @수렵하러 가다 đi săn. *--가 người đi săn. --금지다 mùa cấm săn bắn. --기 mùa săn bắn. --지 khu đất

ㅅ

săn bắn.

수령 người lãnh đạo, người chỉ huy, người cầm đầu, ông chủ.

수령 sự chập nhận --하다 chấp nhận, thừa nhận, chấp thuận; [사물이 주어] được xếp dưới quyền ai, chấp nhận dưới quyền ai. @정히 수령하였습니다 chấp nhận lời xin. *--자 người nhận.

수령 tuổi (thọ) của cây.

수로 đường thủy, đường hàng hải; [항해로] đường quy định cho tàu biển. *--교 cống dẫn nước. --도 bản đồ thủy văn học. --측량 sự đo đạc địa hình thủy văn học.

수록 --하다 tập hợp, thu thập; [기재하다] sự ghi chép, sự đề cập.

수뢰 ngư lôi, mìn => 어뢰, 기뢰. *--구축함 tàu khu trục phóng ngư lôi. --정 tàu phóng ngư lôi.

수료 sự hoàn thành. --하다 hoàn thành, kết thúc. @전과정을 수료하다 *kết thúc khóa học chính quy.*

수류 dòng, luồng, dòng suối, dòng sông nhỏ.

수류탄 lựu đạn tay (bom). @수류탄을 던지다 ném lựu đạn vào.

수륙 sông hồ và đất liền, đất nước. *--공동 작전 sự hoạt động của loài lưỡng cư. --양서 동물 động vật lưỡng cư. --양용 비행기 thủy phi cơ.

수리 [새] chim ưng, chim đại bàng, diều hâu. *--부엉이 chim cú lớn.

수리 sự sử dụng nguồn nước, sự cung cấp nước; sự tưới (관개); sự tải nước (수운). *--공사 việc tưới tiêu. --권 hiệp hội tưới tiêu.

수리 sự nhận, sự chấp nhận. --하다 nhận, chấp nhận, đảm nhiệm.

수리 sự tu sửa, sự vá lại. --하다 sửa chữa, vá. @수리중이다 đang sửa chữa.

수리 nguyên lý toán học. @수리적(으로) một cách chính xác. *--경제학 toán kinh tế.

수립 sự thành lập. --하다 thành lập, sáng lập, đặt nền móng. @계획을 수립하다 nghĩ ra, lập ra một kế hoạch.

수마 [의인적] cơn buồn ngủ, thần ngủ. @수마와 싸우다 cố không ngủ thiếp đi.

수마 sự ngập lụt, lũ lụt.

수만 hàng chục ngàn. @수만의 관객 hàng ngàn khán giả.

수매 sự mua được, vật tậu được; [정부의] sự kiếm được sự thu (mua) được. --하다 mua, tậu, kiếm được. @정부의 미곡수매 가격 giá thu mua gạo của nhà nước.

수맥 mạch nước, bội nước. @수맥을 찾아내다 đào đúng bội nước, dò đúng mạch nước.

수면 mặt nước. @수면에 떠오르다 nổi lên mặt nước (잠수함이).

수면 giấc ngủ. --하다 ngủ. @충분한 수면을 취하다 ngủ ngon. *--병 bệnh buồn ngủ. --부족 sự thiếu ngủ. --시간 giờ ngủ. --제 thuốc ngủ.

수명 cuộc đời. @인간의 평균 수명 tuổi thọ trung bình của con người // 자동차의 수명 tuổi thọ dự trù cho một chiếc xe hơi. *예상-- tuổi thọ dự tính (생명보험의).

수모 sự khinh khi, sự khinh bỉ, sự khinh miệt. --하다 bị lăng mạ, bị sỉ nhục, bị khinh bỉ.

수모자 => 주모자.

수목 cây. @수목의 (thuộc) cây.

수문 cửa cống.

수문 --하다 bảo vệ cửa cống.*--장 người cảnh vệ.

수미 đầu và cuối; alpha và omega.

수미 sự nhíu (cau) mày, cái nhìn lo lắng.

수밀도 nước trái đào.

수박 (식물 thực vật) quả dưa hấu. @수박 겉 핥기 kiến thức hời hợt, sự hiểu biết nông cạn.

수반 người đứng đầu, người lãnh đạo, thủ lĩnh. @내각의 수반 người đứng đầu nội các.

수반 vật phụ thuộc, vật kèm theo. --하다 phụ thêm, kèm theo, đi theo. *--자 người hầu, người đi theo.

수배 sự chuẩn bị, sự sửa soạn; [배치] sự phân bố nhân sự. --하다 chuẩn bị, sửa soạn, sắp xếp.

수배 vài lần. @수배로 늘어나다 tăng thêm vài lần.

수백 hàng trăm. @수백명 hàng trăm người.

수범 --하다 đặt ví dụ đưa ra một ví dụ. @솔선 수범하다 làm đầu tàu, *nêu gương cho người khác.*

수법 kỹ thuật, kỹ xảo.

수병 lính thủy, thủy thủ. *--모 nón thủy thủ. --복 bộ quần áo thủy thủ.

수보다 thành công lớn, gặp vận mắn.

수복 sự thu hồi, sự lấy lại được. --하다 thu hồi, lấy lại, nhận lại, lấy lại, chiếm lại. *--민 dân ở khu vực được bồi thường. --지구 khu vực được bồi thường.

수복 trường thọ và hạnh phúc.

수부 thủy thủ, người đi biển. @수구가 되다 trở thành thủy thủ, đi biển.

수부 thủ đô, thủ phủ.

수북수북 @밥을 수북수북 담다 xúc đầy cơm vào tô (chén).

수북하다 bị chất đống, được chất đầy. @할 일이 수북하다 *có cả đống việc phải làm.*

수분 hơi ẩm, nước, nước ép. @수분이 많은 ẩm ướt, sũng nước, có nhiều nước (trái cây).

수분 --하다 bằng lòng với số phận của mình.

수분 sự thụ phấn, hiện tượng thụ phấn. --하다 thụ phấn, làm thụ phấn. *인공-- sự thụ phấn (tinh) nhân tạo.

수불 sự thu chi --하다 thu, chi *--금 tiền thu chi.

수비 sự phòng thủ; [야구 bóng chày] sự chặn bóng. --하다 bảo vệ, canh giữ, phòng thủ, đóng quân, ngăn chặn. @수비를 맡다 đang trực ở đơn vị đồn trú; *--대 đơn vị đồn trú. --병 người phòng thủ, lính gác.

수사 thuật hùng biện, hình thái tu từ. @수사적 기교 cách tu từ, cách hùng biện. *--학 tu từ học. --학자 nhà tu từ học.

수사 [문법 văn phạm] số từ.

수사 sự điều tra nghiên cứu, sự tìm tòi, lục xét. --하다 điều tra, tìm tòi, lục soát, dò, khám phá, phát hiện. @수사 방침을 바꾸다 *thay đổi kế hoạch điều tra.*

수사납다 khốn khổ, không may.

수사돈 ông sui, ông bố của chàng rể.

수산 [수산물] hải sản, sản vật dưới nước. @수산물이 풍부하다 dồi dào hải sản. *--국 cục ngư nghiệp. --대학 đại học ngư nghiệp. --시험소 khu vực thử nghiệm nuôi cá. --업 ngành công nghiệp cá.

수산화 [화학 hóa học] sự hyđrat hóa. *--물 chất hyđroxit. --아연 hyđroxit kẽm. --철 hyđrat sắc.

ㅅ

수삼 củ nhân sâm tươi.

수삼차 @ nhiều lần, vài lần.

수상 @수상에 trên sông nước (dưới nước). *--경기 các môn thể thao dưới nước. --경찰 cảnh sát đường thủy. --(비행)기 thủy phi cơ. --운수 sự chuyên chở bằng đường thủy.

수상 thủ tướng. @수상직 chức vị thủ tướng, nhiệm kỳ của thủ tướng.

수상 (vô tuyến) hình ảnh. --하다 thu hình. * --기 máy thu hình.

수상 --하다 đoạt giải thưởng. *--자 người thắng giải. @노벨상 수상자 người đoạt giải *nobel.*

수상 những tư tưởng tản mạn (rời rạc,). *--록 câu ghi lại những ý tưởng chợt đến.

수상 --하다 gây ra nghi ngờ, đáng ngờ, ám muội, khả nghi. @수상한 여자 *người phụ nữ có tính chất ám muội* // 수상히 여기다 nghi ngờ, hoài nghi, ngờ vực, không tin.

수색 sự tìm tòi, sự lục lọi, cuộc săn lùng. --하다 tìm tòi, lục lọi, săn lùng. @수색중이다 truy nã ai (범인을). *--대 đoàn người khảo sát. --영장 lệnh khám (nhà), lệnh truy nã.

수색 vẻ lo lắng; vẻ sầu muộn, u uất.

수생 @수생의 sống ở nước, mọc ở nước.

수서 @수서의 => 수생의. *--동물 động vật sống dưới nước.

수석 vị trí đứng đầu; [사람 người] người chỉ huy, người đứng đầu. @수석의 (thuộc) tiền bối, người chức cao hơn, thủ trưởng.

수선 sự rối rít, sự hối hả, sự om sòm, sự quan trọng hóa, sự lăng xăng. @수선스럽다 một cách ồn ào // 수선피우다 làm rối lên, làm nhặng sị , om sòm lên. *--장이 *cả đống việc phiền nhiễu*

수선 việc sửa chữa, việc tu bổ. --하다 sửa chữa tu bổ (nhà), phục hồi; [수선시키다] nhận sửa vật gì // 시계를 수선시키다 sửa đồng hồ. *--공 người sửa chữa. --비 phí sửa chữa.

수선 đường vuông góc, đường trực giao

수선화 [식물] cây thủy tiên hoa vàng (나팔수선); cây hoa trường thọ (노랑 수전); hoa thủy tiên.

수성 *--가스(도료) hơi nước.

수성 [천문 thiên văn] sao Thủy.

수성 thú tính, tính hung ác. @수성의 đầy thú tính, hung ác, tàn bạo.

수성암 đá trầm tích.

수세 *--식 변소 nhà xí máy.

수세 vị trí phòng thủ, thế thủ; [검술에서] cuộc diễu hành, cuộc duyệt binh. @수세의 có tính chất phòng thủ, dạng bị động // 수세를 취하다 phòng thủ, chuyển sang thế thủ.

수세공 nghề thủ công. *--품 hàng thủ công.

수세미 bàn chải làm bằng quả bầu xốp.

수소 con bò đực.

수소 [화학 hóa học] hydro. @수소의 thuộc hyđô. *--가스 khí hyđrô. --산 *hydracid.* –폭탄 bom hyđrô. 중-- hyđrô nặng.

수소문 --하다 xác minh tin đồn.

수속 thủ tục, quy trình, tiến trình (소송의); sự theo đúng thủ tục. --하다 tiến hành theo đúng quy cách (thủ tục). @입학 수속 thủ tục nhập cảnh // 소송 수속 thủ tục hợp pháp.

수송 sự chuyên chở, sự vận tải. --하다 chuyên chở, vận tải. @수송중이다 đi qua, quá cảnh. *--기 máy bay vận chuyển. --난 phương tiện vận chuyển khó khăn. --량 mật độ lưu thông.

수쇠 [자물쇠의 ổ khóa] cái lẫy khóa; [돌쩌귀의] cái chốt bản lề; [맷돌의] cái trục máy xay.

수수 [식물 thực vật] cây kê Ấn độ.

수수 --하다 cho và nhận, trao đổi.

수수께끼 điều bí ẩn, điều huyền bí @ 수수께끼 같은 bí ẩn, khó hiểu // 수수께끼를 풀다 làm sáng tỏ vấn đề bí ẩn.

수수료 tiền hoa hồng, tiền thù lao. @수수료를 받다 tính tiền thù lao, đòi huê hồng

수수 방관 --하다 đứng khoanh tay nhìn.

수수하다 [맵시가 ngoại hình] nhan sắc bình thường; [질이 chất lượng] vừa phải, trung bình. @수수하게 옷을 차리다 ăn mặc khiêm tốn, (bình thường, không phô trương).

수술 [식물 thực vật] nhị hoa.

수술 sự mổ xẻ, ca mổ. --하다 mổ. @수술을 받다 trải qua một ca mổ.

수습 sự kiềm chế, sự hòa giải. --하다 kiềm chế được, làm chủ được, cứu vãn được, hòa giải được. @사태를 수습하다 *cứu vãn được tình thế.*

수식 sự trang hoàng, sự trang trí, sự trang điểm; [문법 văn phạm] sự bổ nghĩa. --하다 trang trí, trang hoàng; [문법] bổ nghĩa. *--어 [문법] từ bổ nghĩa.

수신 sự tiếp nhận thông tin. --하다 nhận thư. *--국 đài thu. --기 máy thu. --인 người nhận.

수신 quá trình rèn luyện đạo đức (수약 sự bồi dưỡng); [학과] khoa đạo đức học. --하다 trao dồi đạo đức, rèn luyện nhân cách. @수신 제가하다 *trau giồi đạo đức và phép tắc gia đình.*

수심 chiều sâu của sông nước. @수심을 재다 dò độ sâu .*--측량 sự dò chiều sâu.

수심 sự u sầu, sự sầu muộn, nỗi đau buồn, sự u uất. @수심에 잠기다 kiệt sức vì đau buồn.

수십 hàng chục, hàng tá. @수십명 hàng chục người // 수십년 vài thập kỷ.

수압 áp suất của nước. *--계 cái đo áp suất. --기 máy nén chạy bằng sức nước. --기관 động cơ chạy bằng sức nước.

수액 nhựa cây.

수양 sự nuôi dưỡng, sự bồi dưỡng. --하다 nuôi nấng, bồi dưỡng. *--딸(아들) đứa con gái (con trai) nuôi. --아버지(어머니) cha nuôi (mẹ nuôi)

수양 sự mở mang, sự giáo dục, sự dạy dỗ. --하다 tự trau giồi, rèn luyện, tu dưỡng. @수양을 쌓다 tự học rất nhiều.

수양버들 cây liễu rũ cành.

수업 (công việc) nhà trường, bài học, tài liệu cung cấp, sự dạy bảo. --하다 dạy, cho bài. @수업 시간 giờ học // 수업중에 trong giờ học, thời gian ở trường. *--료 học phí.

수업 [면학] sự trau giồi kiến thức, sự theo đuổi việc học; [수료] sự hoàn thành khóa học. --하다 theo đuổi, tiếp tục việc nghiên cứu; kết thúc (hoàn tất) khóa học (수료하다). @수업 연한은 3년이다 *đợt nghiên cứu kéo dài ba năm.*

수없다 (1) [재수없다] không may, bất hạnh. (2) [도리없다] không thể làm được.

수없다 [무수하다] không đếm xuể, vô số, hằng hà sa số. @수없이 một cách không đếm xuể.

수에즈 운하 kênh đào *Suêz.*

수여 [증서 따위의] sự ban tước, sự phong tước, sự giới thiệu, sư đưa vào bệ kiến; [상품의] phần thưởng, vật tặng thưởng. --하다 phong, ban, thưởng, cho, tặng, biếu. @학위를 수여하다 *ban một tước vị cho ai* // 졸업 증서를 수여하다 trao tặng văn bằng, giấy khen.

수여리 [곤충 côn trùng] con ong chúa.

수역 nước. *중립-- nước trung tính.

수연 molypđen (*molybdenum*)

수열 cấp số. *등비-- cấp số nhân. 등차-- cấp số cộng.

수염 [턱수염] râu; [콧수염] râu mép, ria; [구레나룻] tóc mai dài. @수염이 텁수룩한 râu rậm // 수염을 기르다 mọc râu // 수염을 깎다 cạo râu.

수영 sự bơi, sự tắm rửa. --하다 bơi lội, tắm rửa. @수영하러 가다 đi bơi. *--대회 cuộc thi bơi lội. --모자 cái mũ bơi. --복 đồ bơi. --장 nơi bơi, hồ bơi.

수예 nghệ thuật thủ công. *--품 hàng thủ công, hàng mỹ nghệ.

수온 nhiệt độ nước.

수완 năng lực, năng khiếu, khả năng, kỹ xảo. @수완 있는 có tài, có năng lực, có khả năng, có năng khiếu. @수완을 발휘하다 tỏ ra có năng lực. *--가 người có tài năng.

수요 sự đòi hỏi, sự yêu cầu. @공급과 수요의 법칙 luật cung cầu // 수요가 있다 theo yêu cầu.

수요일 thứ Tư, ngày thứ tư trong tuần.

수용 sự truất hữu, sự sung công. --하다 chiếm đoạt, sung công. @토지를 수용하다 chiếm đoạt đất đai, điền sản.

수용 chỗ trọ, chỗ ăn, chỗ ở, sự nhận vào, sự tiếp đón; [불량소년 따위의] sự gửi (hàng hóa) --하다 tiếp đón, nhận cho ở trọ, kết nạp, nhận vào; [형무소에] tống giam ai (vô tù). @ --소 nhà, chỗ ở, nơi ẩn náu (an toàn), trại tập trung (포로의 tù chiến tranh); trung tâm tiếp nhận hồi hương (귀환자의). --자 bạn cùng phòng (양로원 따위의 ở viện dưỡng lão); bệnh nhân (병원의 ở bệnh viện); tù nhân (형무소의 ở nhà tù).

수우 con trâu.

수운 sự giao thông vận tải đường thủy.

수원 nguồn, điểm bắt đầu của một con sông; [수도의] nguồn cung cấp nước, nhà máy nước. *--지 ụ đất; kho dự trữ, nguồn cung cấp (수도의).

수월찮다 không dễ dàng. @수월찮이 무겁다 khó khăn hơn sự tưởng.

수월하다 dễ dàng, đơn giản. @수월하게 một cách dễ dàng, không có gì khó khăn.

수위 vị trí hàng đầu, cương vị lãnh đạo. @수위를 차지하다 đứng đầu, dẫn đầu.

수위 mực nước. *--계 cái đo mực nước. --표 ngấn nước, dấu nước.

수위 người bảo vệ, người gác cổng, người trông nom nhà cửa khi chủ vắng mặt.; [의회 따위의] người cảnh vệ.

수유 --하다 nuôi nấng, cho bú, trông nom. *--기 thời kỳ còn bú sữa, sự cho bú.

수유관 ống dẫn sữa.

수유자 người thừa kế (동산의); người thừa tự (부동산의).

수육 thịt (thức ăn).

수은 thủy ngân (Hg); . @수은의 (thuộc) thủy ngân. *--기압계 phong vũ biểu thủy ngân. --등 đèn thủy ngân. --연고 pomade có thủy ngân. --온도계 nhiệt kế thủy ngân.

수음 sự thủ dâm. --하다 thủ dâm.

수의 vải liệm (để gói người chết).

수의 @수의의 tự ý, tự nguyện, tự giác // 수의로 theo ý muốn, tùy ý. *--계약 giao kèo riêng. --근 cơ chủ động.

수의 bác sĩ phẫu thuật thú y. *--과 대학 đại học thú y. --학 khoa thú y.

수익 tiền lương, tiền lãi, tiền kiếm được (총수익); của thu nhập (이익); doanh thu (매상고); lợi tức (투자에 대한). @수익이 있는 có lợi nhuận, sinh lợi // 수익을 올리다 kiếm được. *--금 tiền lời. --률 lãi xuất. --세 thuế lãi xuất. --자산 tài sản thực tế.

수인 tù nhân, người bị kết án tù.

수인 vài người.

수일 vài ngày. @수일 전에 vài ngày trước.

수임 sự chấp thuận một chức vụ bổ nhiệm. --하다 được chọn, được chỉ định, được bổ nhiệm. *--자 người được bổ nhiệm.

수입 lợi tức (개인의 cá nhân); thu nhập (법인· 국가의 công ty, quốc gia); [수취금] số thu; [매상금] doanh thu, doanh số. @수입이 많다(적다) *anh ấy có thu nhập cao* (*thấp*). *--인지 con tem thuế . 고정-- lợi tức (thu nhập) cố định. 월-- thu nhập hàng tháng. 잡-- thu nhập lặt vặt. 총-- tổng thu nhập.

수입 sự nhập khẩu, sự nhập; sự đưa vào (문명의 nền văn minh). --하다 nhập khẩu, du nhập, đưa vào. *--국 nước nhập khẩu. --면장 giấy phép nhập khẩu. --세 thuế nhập khẩu. –수속 thủ tục nhập khẩu. --신고서 tờ khai nhập khẩu. --품 hàng nhập khẩu. --할당제도 sự phân loại hạn nghạch nhập khẩu.

수있다 (1) [사람이 주어] có thể được, đúng khả năng, vừa sức; [사물이 주어] có thể thực hiện được, có thể xảy ra. @할 수있으면 nếu có thể. (2) may mắn, gặp may.

수자 số, chữ số, con số. @수자상의 bằng số, thuộc số (sai số, độ sai) // 천문학적 수자 con số thiên văn học // 수자 상으로 về số lượng. *로마(아라비아)-- chữ số La Mã.

수자리 đội lính biên phòng (경비원). --하다 bảo vệ, canh gác biên giới.

수자원 tài nguyên sông nước. *--개발 sự phát triển nguồn tài nguyên sông nước.

수작 --하다 [술잔을 ly rượu] trao đổi cốc rượu; [말을 lời nói] đấu khẩu, cãi lộn, trao đổi câu chuyện. @헛된 수작을 하다 nói càn, nói bậy.

수장 sự thủy táng. --하다 thủy táng.

수장 dây kim tuyến, dãi ruy băng.

수재 nạn lụt. *--민 nạn nhân lũ lụt.

수재 người thiên tài, bậc anh tài, bậc kỳ tài. *--교육 sự giáo dục thiên tài.

수저 (1) cái muỗng. (2) muỗng và đũa.

수적 => 필적.

수전노 người keo kiệt, người bủn xỉn.

수절 --하다 giữ tính trong sạch, liêm chính.

수정 tinh thể. @수정같이 맑은 물 nước trong suốt. *--석 đá *cryolit*. --체 thủy tinh thể (안구의 nhãn cầu).

수정 [생물 sinh học] sự thụ tinh; [식물 thực vật] sự thụ phấn. --하다 được thụ tinh, làm thụ thai, được thụ phấn. *인공-- sự thụ tinh nhân tạo.

수정 sự xét lại, sự duyệt lại, sự cải tà quy chánh; [사진의] sự sửa lại. --하다 sửa lại cho tốt hơn, duyệt lại, xét lại. @자귀

를 수정하다 sửa lời, thay đổi cách diễn đạt // --안 sự bổ sung một đạo luật. --자본주의 chủ nghĩa tư bản xét lại. – 주의자 người theo chủ nghĩa xét lại.

수정과 rượu *punch* (làm bằng mật ong, quả hồng khô, hạt thông và quế).

수제 việc làm bằng tay, thủ công. @수제의 (sản phẩm) làm bằng tay. --하다 sản suất bằng tay, làm bằng tay. *--품 hàng thủ công (mỹ nghệ)

수제비 món cháo lúa mì.

수제자 học sinh ưu tú.

수조 thùng nước; bể chứa, bể nuôi (cá, tôm).

수족 động vật sống dưới nước, loại có vây như cá *--관 khu công viên có bể nuôi (cá, loài thủy sinh), nơi trưng bày bể nuôi.

수족 tay chân; chi (사지). @수족을 결박하다 trói (buôc) tay chân ai // 수족이 되어 일하다 sử dụng ai như một công cụ.

수종 [시중] sự phục vụ, sự phục dịch; [사람] người phục vụ. --하다 hầu hạ, phục dịch.

수준 mực nước; [표준] trình độ, mức, chuẩn mực. @수준에 달하다 đạt đến trình độ, đạt đến mức // 수준에 못미치다 ở dưới mức. *--기 ống bọt nước, ống thủy. --선 hàng ngang, đường ngang. 문화-- trình độ văn hóa. 생활-- mức sống.

수줍다 rụt rè, bẽn lẽn, e thẹn.

수줍음 tính nhút nhát, tính bẽn lẽn, tính e thẹn.

수중 @수중의 dưới nước, dưới biển, ngầm // 수중에 ở dưới nước. *-- 안경 ống nhìn vật chìm; [수영용] kính bơi (mang khi bơi). --전파탐지기 thiết bị phát hiện tàu ngầm.

수중 @수중에 trong tay, trong phạm vi quyền lực (세력 안에) // 수중에 들어오다 rơi vào tay ai.

수중기 hơi, hơi nước.

수지 nhựa thông. *--성 chất giống như nhựa.

수지 thu nhập và chi phí. @수지 결산을 하다 thu chi ổn định // 수지를 맞추다 thu vén tằn tiện để cuối tháng khỏi thiếu tiền.

수지맞다[사물이 주어] mang lợi, có lợi, sinh lợi; [사람이 주어] được hưởng lợi (tìm thấy lợi) ở. @수지맞는 장사 việc kinh doanh có lời .

수직 đường vuông góc, đường thẳng góc. @수직의 đường thẳng đứng, đường trực giao // 수직으로 thẳng đứng, vuông góc.*--강하 [항공 hàng không] sự xuống thẳng, sự bổ nhào. --이착륙기 máy bay cất cánh và hạ cánh theo hướng thẳng đứng.

수직 @수직의 dệt bằng tay, dệt ở nhà *--기 khung cửi. --물 vải thô dệt bằng sợi se ở nhà, hàng nội địa.

수진 loại sách bỏ túi. *--사전 tự điển bỏ túi.

수질 chất lượng nước.

수집 sự thu thập, sự biên soạn (tài liệu). --하다 sưu tập, biên soạn.

수차 vài lần.

수찬 --하다 biên soạn, sưu tập, thu thập.

수채 cống rãnh, mương máng, hào. *--구멍 cửa sông, cửa cống. --통 ống thoát nước.

수채움 --하다 làm tròn số.

수채화 tranh vẽ bằng màu nước. *--가

họa sĩ vẽ màu nước. --물감 màu nước.

수척 --하다 gầy gò, phờ phạc, hốc hác, cằn cỗi. @수척한 얼굴(모습) *khuôn mặt hốc hác.*

수천 hàng ngàn, cả ngàn. @수천의 사람 hàng ngàn người.

수첩 sổ tay, quyển sổ bỏ túi.

수축 sự co lại, sự teo, sự thu nhỏ. --하다 thắt, siết, teo lại, co rút lại, thu nhỏ lại. @(통화를 tiền tệ) 수축시키다 giảm lạm phát.

수축 --하다 hồi phục, sửa chữa, nâng cấp. @집을 약간 수축하다 tân trang ngôi nhà.

수출 sự xuất khẩu, hàng xuất khẩu. --하다 xuất khẩu. @소맥의 수출을 금지하다 cấm xuất khẩu cây lúa mì. *--가격 giá xuất khẩu. --금지 lệnh cấm vận xuất khẩu. --면장 giấy phép xuất khẩu. --무역 ngành mậu dịch xuất khẩu. --수속 thủ tục xuất khẩu. --액 sản lượng xuất khẩu. --업 nghề xuất khẩu. --업자 người (hãng) xuất khẩu. --장려금 tiền trợ giúp xuất khẩu. --품 khối lượng hàng xuất khẩu. --할당(제) hạn nghạch xuất khẩu.

수출입 xuất khẩu và nhập khẩu. *--금지품 hàng lậu thuế. --업 nghề (ngành) xuất nhập khẩu. --업자 người / hãng xuất nhập khẩu.

수취, giấy biên nhận, biên lai. --하다 thu nhận, nhận thanh toán. *--어음 hóa đơn trả cho người cầm giấy, hóa đơn thanh toán ngay. --인 người nhận (tiền, hàng) gửi đến (송금의); người hưởng hoa lợi; người nhận hàng gửi để bán (하물의).

수치 sự ngượng ngùng, sự xấu hổ. @수치스럽다 ô nhục, nhục nhã, hổ thẹn // 수치를 모르다 không biết xấu hổ.

수캉아지 chú chó con.

수캐 con chó đực.

수컷 giống đực, con trống.

수코양이 con mèo đực.

수키와 mái nhà ngói lồi.

수탁 sự ủy thác, sự tín nhiệm, lòng tin; (상품 판매의) sự gửi hàng để bán. --하다 được ủy thác, được giao phó. *--금 tiền ký gửi. --자 người được ủy nhiệm. --판매 hàng ký thác.

수탈 sự bốc lột, sự lợi dụng, sự khai thác. --하다 bốc lột, lợi dụng, cưỡng đoạt, cướp quyền.

수탉 con gà trống.

수태 sự thụ thai, sự thụ tinh. --하다 thụ thai, có mang. @성모마리아의 수태 (tôn giáo) sự thụ thai tinh khiết (Đức mẹ Maria). *--능력 [생물 sinh học] có khả năng sinh sản. --조절 kế hoạch hóa sinh sản, sự hạn chế sinh sản.

수통 chai nước, bi đông, bình thót cổ.

수퇘지 con lợn đực thiến.

수틀 cái khung thêu.

수평 mực nước, đường nằm ngang. @수평의 ngang, nằm ngang, ngang bằng // 수평으로 theo chiều ngang. --기 ống bọt nước, ống thủy. --면 mặt nước, mặt ngang. --봉 thanh ngang. --선 vạch đường biển, chân trời.

수포[거품] bọt nước. @수포로 돌아가다 không đi đến đâu, không đi đến kết quả nào.

수포 [의학] chỗ phồng, chỗ bị bỏng.

수폭 bom hyđro, bom khinh khí. *--실험 cuộc thí nghiệm bom khinh khí.

수표 tờ séc, chi phiếu. @5 천원짜리 수

표를 발행하다 đưa ra tờ sec 500 *won.* *--발행인 người ghi (ký) séc. 무기명—người cầm sec 부도—tờ sec không bảo chứng. 지불보증-- chi phiếu có bảo chứng.

수풀 lùm cây, bụi rậm, khu rừng nhỏ; [큰] rừng.

수프 *(soup)* súp, canh, cháo. *--접시 món súp.

수피 vỏ cây, vỏ quả (trái cây).

수필 bài tiểu luận. *--가 người viết tiểu luận. --란 mục hợp tuyển (văn học). --집 sự thu thập các bài tiểu luận.

수하 bộ hạ, tay chân, cấp dưới, người hầu, môn đồ, thuộc hạ. @수하에 dưới quyền (của ai).

수하 (1) [불심 수하] một hiệu lệnh. (2) [누구] người nào, bất cứ ai. --하다 đòi hỏi, yêu cầu.

수하다 sống lâu, sống thọ.

수하물 hành lý; [휴대할 수 있는] hành lý xách tay, vật dụng cá nhân. @수하물을 맡기다 đã kiểm tra hành lý của ai. *--계 nhân viên phụ trách việc nhận và gởi hành lý ở nhà ga.

수학 sự học hỏi, sự nghiên cứu. --하다 học hỏi, nghiên cứu. *--여행 chuyến tham quan học hỏi.

수학 môn toán. @수학의 (thuộc) toán học. *--자 nhà toán học.

수해 [손해] nạn lũ lụt; [홍수] sự ngập lụt, lũ lụt. @수해를 입다 thiệt hại do lũ lụt. *--구제 sự cứu trợ lũ lụt. --대책 biện pháp phòng chống lũ lụt. --방지 ngăn ngừa lũ lụt. --이재민 nạn nhân lũ lụt. --지구 vùng lũ lụt.

수행 thành tích, thành quả, thành tựu. --하다 tiến hành, hoàn thành, thực hiện, đạt được.

수행 sự tham dự, sự có mặt. --하다 tham gia, tham dự, đi theo. *--원 người đi theo, người tham dự; [총칭 nói chung] đoàn tùy tùng.

수험 --하다 đi thi, dự thi, trải qua kỳ thi. @수험 준비를 하다 chuẩn bị đi thi. *--과목 đề thi. --료 lệ phí thi.

수혈 sự truyền máu. --하다 truyền máu, cho máu. @ 수혈의 제공자 người hiến (cho) máu.

수호 sự bảo vệ, sự che chở. --하다 bảo vệ, che chở, canh phòng *--신 thần hộ mệnh.

수호 tình hữu nghị, tình bạn. --하다 kết tình bạn thân thiết lâu bền.

수화 bức tranh thêu.

수화 sự hyđrat hóa (thủy hợp). *--물 hydrat.

수화기 ống nghe (điện thoại). @수화기를 들다(놓다) nhấc ống nghe.

수화법 ngôn ngữ ngón tay, chữ viết tay. @수화법으로 이야기 하다 nói chuyện bằng tay (bằng cách ra dấu).

수확 [농작물] mùa thu hoạch, việc gặt lúa. --하다 gặt lúa, thu hoạch. @수확이많다(적다) được mùa (thất mùa) . *--고 sản lượng hoa lợi. --기 máy gặt. --기 mùa gặt.

수회 sự hối lộ, sự tham nhũng. --하다 ăn hối lộ, nhận của đút lót. @그는 수회혐의로 구속되있다 *hắn đã bị bắt giữ vì bị tình nghi hối lộ.* *--사건 sự đút lót, sự mua chuộc, một trường hợp hối lộ. --자 của đút lót, vật hối lộ.

수회 vài lần, một số trường hợp.

수효 con số => 수.

수훈 --하다 giảng dạy, đào tạo, chỉ dẫn.

@산상 수훈 bài thuyết pháp (giảng đạo) trên núi.

수훈 sự phục vụ đáng khen // 수훈을 세우다 tự làm nổi bật, làm cho người ta chú ý, biểu hiện một sự phục vụ tốt. *--자 người biểu hiện một sự phục vụ tốt.

숙고 sự cân nhắc thận trọng, sự suy tính thiệt hơn. --하다 cân nhắc cẩn thận, suy tính thiệt hơn. @숙고한 끝에 *sau khi suy tính cẩn thận.*

숙군 sự khai trừ (thanh lọc) ra khỏi quân đội vì lý do kỹ luật.

숙녀 quý bà. @숙녀다운 giống như đàn bà, ủy mị như đàn bà.

숙다 (1) [앞으로] cúi xuống, cúi chào. (2) [기운이] chìm xuống, lún xuống. @익은 벼 이삭이 숙다 cây lúa trĩu hạt (oằn xuống).

숙달 sự tài giỏi, sự thành thạo. --하다 trở nên thành thạo, thông thạo. @숙달한 người giỏi, người thông thạo, người lão luyện (về lĩnh vực nào) // 영어에 숙달하다 *rành tiếng Anh.*

숙당 sự khai trừ khỏi đảng.

숙덕 đức hạnh của người phụ nữ.

숙덕거리다 nói xì xào, nói thì thầm, nói khẽ, xì xào trao đổi.

숙덕숙덕 (nói) thì thầm, qua hơi thở.

숙덕이다 => 숙독거리다.

숙독 sự nghiên cứu kỹ. --하다 đọc kỹ, nghiên cứu kỹ, xem xét kỹ.

숙려 => 숙고.

숙련 sự khéo léo, sự tinh xảo. @숙련된 có kỹ xảo, khéo tay, khéo léo. *--공 người thợ có tay nghề, người công nhân khéo tay (có năng khiếu). --자 nhà chuyên môn.

숙망 một ước mơ ấp ủ từ lâu.

숙맥 người ngu ngốc, người đần độn.

숙면 giấc ngủ ngon. --하다 ngủ ngon

숙명 vận mệnh, số phận. @숙명적인 dựa vào thuyết định mệnh. *--론 thuyết định mệnh. --론자 người theo thuyết định mệnh.

속모 cô, dì, thím, mợ, bác gái.

숙박 --하다 ở lại, lưu lại. @숙박시키다 cho trọ, tìm chỗ cho trọ. *--료 chi phí trọ, tiền trả khách sạn. --부 sự đăng ký khách sạn. --소 chỗ trọ của ai. --인 [하숙인] khách trọ, người ở trọ.

숙부 chú, bác, dượng,cậu.

숙사 chỗ ở, chỗ trọ, khách sạn; chỗ trú chân, chỗ trú quán (군대의). *--할당 sự cấp cho nhà ở.

숙성 sự sớm phát triển (cây, người). --하다 sớm phát triển, khôn (lớn) trước tuổi. @숙성한 아이 đứa bé sớm phát triển.

숙소 địa chỉ, nơi ở, nơi trú ngụ. @숙소를 옮기다 đổi chỗ ở, dời nhà, đổi khách sạn.

숙수 người cung cấp lương thực, thực phẩm; chủ khách sạn, quản lý khách sạn.

숙시 --하다 nhìn chằm chằm, nhìn chăm chú.

숙식 cơm tháng và nhà trọ. --하다 ăn cơm tháng và ở nhà trọ.

숙어 thành ngữ. @숙어집 từ điển thành ngữ.

숙어지다 nghiêng, cúi, gục xuống, rũ xuống => 수그러지다.

숙연하다 khoan thai, trầm tĩnh. @숙연히 một cách trầm lặng, uy nghiêm, long trọng.

숙영 --하다 cho trú chân, đóng quân ngoài trời. *--지 nơi trú chân, khu cắm trại

숙원 mối thù lâu năm.

숙원 niềm mơ ước ấp ủ từ lâu.

숙의 sự tham khảo kỹ lưỡng, sự suy tính thận trọng. --하다 cân nhắc, trao đổi kỹ lưỡng vấn đề. @숙의한 끝에 sau khi nghiên cứu kỹ.

숙이다 cúi xuống, gục đầu. @부끄러워서 고개를 숙였다 *hắn ta gục đầu hổ thẹn.*

숙적 kẻ thù lâu đời (kẻ thù truyền kiếp).

숙정 điều quy định, quy tắc, đúng phép. @관기를 숙정하다 *bắt phải tuân theo kỷ luật.*

숙제 bài làm ở nhà, việc được phân công; [미결문제] những vấn đề còn tồn tại chưa giải quyết. @방학 숙제 bài tập cho học sinh làm trong thời gian nghỉ lễ, nghỉ hè // 숙제를 내다 bắt làm bài tập ở nhà. *--장 sách bài tập.

숙주 [생물 sinh vật] cây chủ, vật chủ (cho thực vật ký sinh).

숙주(나물) mầm đậu xanh, giá đậu xanh.

숙지 sự hiểu biết cao, rõ (đầy đủ); kiến thức sâu rộng. --하다 biết rõ, thông suốt, quen thuộc với.

숙직 phiên trực đêm. --하다 đang trực ca đêm.

숙질 chú cháu.

숙청 sự thanh lọc, sự dọn sạch, sự thanh toán (nợ…). --하다 tiến hành thanh lọc, thanh toán, dọn sạch.

숙취 dư vị khó chịu (sau một đêm chè chén). --하다 bị khó chịu sau một trận chè chén.

숙환 chứng bệnh mãn tính.

숙홍야매 --하다 thức khuya dậy sớm.

순 (1) [10 일간] thời kỳ 10 ngày. (2) [10 년] giai đoạn 10 năm (thập niên).

순 mầm, chồi, búp. @순이 나다 đâm chồi, nẫy lộc, ra mầm, ra nụ.

순-- (tiền tố) thuần chủng, thực, nguyên chất, tinh khiết. @순 한국식 phong cách Hàn Quốc chính hiệu // 순수입 thu nhập thực.

순 thứ tự, lần lượt, phiên. @연령순으로 theo thụ tự tuổi.

순간 chốc lát, giây lát @순간적 chốc lát, nhất thời, tạm thời, không lâu, ngắn ngủi, thoáng qua // 순간적으로 trong chốc lát.

순검 => 순찰.

순견 (bằng) tơ nguyên chất.

순결 sự nguyên chất, sự tinh khiết. --하다 nguyên chất, tinh khiết. @순결한 사랑 tình yêu lý tưởng thuần khiết (đối lại với nhục dục).

순경 cảnh sát, người đi tuần tra. *교통-- cảnh sát giao thông. 기마-- cảnh sát cưỡi ngựa.

순경 hoàn cảnh (tình huống) thuận lợi.

순교 sự tử vì đạo, sự chết vì nghĩa. --하다 tử đạo. *--자 người tử đạo.

순국 --하다 chết cho quê hương, chết vì nước. *--선열 liệt sĩ, người chết vì đất nước --정신 *tinh thần xả thân cho quê hương đất nước.*

순금 vàng ròng, vàng nguyên chất. @순금의 (thuộc) vàng ròng

순난 --하다 => 순국 *hy sinh vì nước.*

순대 xúc xích, dồi, lạp xưởng.

순도 (độ) tinh khiết.

순라 cuộc tuần tra, cuộc kinh lý. @순라 돌다 đi tuần tra, đi kinh lý. *--군 cảnh sát tuần tra.

순량 @순량한 thật, chính xác, xác thực.

순력 cuộc kinh lý, chuyến du lịch. --하다

đi kinh lý, đi du lịch, du hành.

순례 cuộc hành hương. --하다 đi hành hương. *--자 người đi hành hương.

순록 con tuần lộc, con nai.

순리 lô gích, lý lẻ thuần khiết. @순리론적인 người theo chủ nghĩa duy lý. *--론 chủ nghĩa duy lý.

순리 --하다 có lý, hợp lý. @그렇게 하는 것이 순리다 *đó là cách hợp lý để nghe theo.*

순면 @순면의 bông nguyên chất.

순모 len nguyên chất.

순무 [식물 thực vật] cây củ cải.

순문학 văn chương thuần túy (thanh khiết). *--가 nhà văn chân chính.

순박 --하다 [성질이] đơn giản, đơn sơ, thật thà, ngay thẳng; [풍습이] giản dị, chất phác, không màu mè, không khách sáo.

순방 sự ghé thăm hàng loạt (một vòng). --하다 ghé thăm một vòng. @각국을 순방하다 ghé thăm qua một vòng khắp nơi (khắp miền)

순배 --하다 chuyền cốc rượu giáp vòng.

순백 màu trắng tinh. @순백의 trắng như tuyết, trắng tinh, không tỳ vết.

순번 sự liên tiếp, sự tiếp nối, thứ tự, trật tự (순서); lần, lượt, phiên (교대). @순번으로 theo thứ tự, lần lượt (교대로).

순보 bản tin / tập san / báo chí mười ngày.

순분도 sự đủ tuổi (*carat* cara) (금의 vàng, bạc).

순산 sự sinh đẻ (một ca đẻ) dễ dàng. --하다 sanh đẻ dễ dàng.

순서 [차례] thứ tự, trật tự, lần lượt; [방법] hệ thống; [수속] sự theo đúng quy cách (thủ tục). @순서 있는 thứ tự, ngăn nắp, có hệ thống, có quy cũ // 순서 있게 trật tự ngăn nắp // 순서가 틀렸다 không đúng thủ tục, mất trật tự.

순소득 thu nhập thực.

순수 tính chất thật, tính xác thật. --하다 thật, chính cống, xác thật, thành thật, chân thật. @순수한 포인터 loại chó săn chỉ điểm thuần chủng . *--시 thơ ca thuần túy.

순수 chuyến đi kinh lý của vua.

순수입 lợi tức thực sau khi trừ thuế, doanh thu cuối cùng.

순순하다 lịch sự, ần cần, nhã nhặn.

순순하다 (1) [태도가] biết vâng lời, dễ bảo, dễ sai khiến, ngoan ngoãn. @순순히 자백하다 xưng tội (thú nhận) một cách thành thật. (2) [음식이 thức ăn] nhẹ nhàng, đơn giản, đơn sơ.

순시 chuyến đi kinh lý thẩm tra, sự thanh tra. --하다 đi thẩm tra một vòng; [일터를] đi tuần tra. *--인 cảnh sát tuần tra.

순식간 thức ăn gọn dùng ngay. @순식간에 trong nháy mắt.

순양 cuộc đi chơi biển, cuộc tuần tra trên biển --하다 đi chơi biển. *--전함 tuần dương hạm chiến đấu. --함 tàu tuần tiểu.

순연 sự trì hoãn. --하다 trì hoãn, để chậm lại. @우천시 순연 *hoãn lại nếu trời mưa.*

순연 --하다 hoàn toàn, hoàn hảo, thuần túy.

순열 [수학] sự hoán vị, phép hoán vị.

순위 hàng ngũ, đội ngũ, trật tự. @테니스의 순위 đội ngũ quần vợt.

순은 bạc nguyên chất.

순음 [음성 giọng] âm môi.

순응 sự điều tiết, sự thích nghi. --하다 tự thích nghi. @환경에 순응하다 thích nghi với hoàn cảnh. *--성 khả năng thích nghi, khả năng thích ứng.

순이익 thực lãi.

순일 [초열흘] ngày mùng 10 âm lịch.

순잎 mầm lá.

순전 sự trong sạch, sự tinh khiết. @순전한[순수한] hoàn toàn, tuyệt đối; [전적인] hoàn hảo, thuần túy, nguyên chất, đích thực, rành rành // 순전히 một cách hoàn hảo, hoàn toàn // 순전한 개인 문제 *một vấn đề hoàn toàn riêng tư.*

순절 --하다 chết cho sự trong sạch của mình.

순정 một trái tim trong sáng.

순조 điều kiện thuận lợi; [날씨의] hợp thời vụ. @순조로이 thuận lợi, tốt đẹp, trôi chải, không vướng mắc // 순조롭다 dễ chịu, thích hợp (날씨가) // 순조로이 진행되다 êm xuôi, trôi chảy, tiến hành thuận lợi (담판 따위가).

순종 sự thuần chủng. @순종의 thuộc giống thuần chủng, có nòi.

순종 sự nghe lời, sự phục tùng. --하다 vâng lời, phục tùng, khuất phục.

순직 --하다 chết trong khi đang làm nhiệm vụ. *--경관 người cảnh sát chết khi đang làm nhiệm vụ.

순진 tính chất ngây thơ, chất phác. --하다 ngây thơ, chất phác, thanh khiết, chân thật. @순진한 처녀 *cô gái tâm hồn trong sáng.*

순차 lần lượt, luân phiên, thứ tự. @순사적으로 [차례로] kế tiếp, liên tiếp, liên tục, lần lượt.

순찰 việc tuần tra. --하다 đi tuần tra. *--대 đội tuần tra.

순치 (1) [길들임] sự thuần hóa (súc vật), sự khai hóa. (2) [초래] sự dẫn đến, sự gây ra. --하다 xảy ra, gây ra, thuần hóa, chế ngự, thuần phục.

순탄 --하다 [길이] bằng, phẳng; [성질이] hòa nhã, dịu dàng, êm dịu, ôn hòa.

순풍 cơn gió lành, thuận gió. @순풍에 돛을 달다 thuận buồm xuôi gió.

순하다 (1) [성질이] nhu mì, ngoan ngoãn, dễ bảo. (2) [맛이 hương vị, mùi vị] êm dịu, nhẹ nhàng. (3) [일이 công việc] trôi chảy, ổn thỏa.

수항 cuộc tuần tra (đi chơi) trên biển. --하다 tuần tra trên biển, đi chơi biển

순행 chuyến đi kinh lý của nhà vua.

순행 --하다 đi vòng, đi quanh, đi thăm => 순회.

순혈 thuần chủng. @...순혈의 (thuộc) thuần chủng, cùng dòng máu.

순화 sự tinh luyện, sự tinh chế, sự làm thăng hoa (화학 hóa học). --하다 làm cho tinh khiết hơn.

순환 sự lưu thông, sự xoay vòng, chu kỳ, chu trình. --하다 lưu thông, luân chuyển, quay vòng theo chu kỳ. @호경기와 불경기는 순환한다 sự thịnh suy xoay chuyển theo chu kỳ. *--곡선 vòng chu kỳ. --급수 chuỗi chu kỳ. --기 chu trình. --론 lập luận quanh co. --소수 lưu số thập phân. 혈액-- sự tuần hoàn của máu.

순회 cuộc hành trình khứ hồi. --하다 đi khứ hồi. --재판소 một phiên tòa lưu động.

순후 @순후한 nhiệt tâm, tâm hồn trong sáng.

숟가락 cái muỗng. @설탕 한 숟가락 một muỗng đường đầy. *밥-- muỗng súp. 찻-- muỗng cà phê.

술 [1] rượu nếp, rượu nho, thức uống có rượu.

@술을 마시다 uống rượu // 술을 빚다 nấu rượu nếp // 술이 약하다 dễ bị say rượu // 술에 취하다 say rượu // 술을 끊다 từ bỏ rượu.

술 [2] [장식용] núm tua, quả tua, búi, chòm.

술 [3] [식물] nhụy hoa. *수-- nhụy đực. 암-- nhụy cái (của hoa)

술 biểu tượng con chó (Tuất - ngôi thứ mười một trong mười hai con giáp). @술시 giờ Tuất.

술값 tiền rượu

술군 người nghiện rượu.

술기운 ảnh hưởng của rượu.

술김 rượu. @술김에 dưới ảnh hưởng của rượu.

술래잡기 trò chơi đuổi bắt; [눈감고 하는] trò chơi ú tim. --하다 chơi trò đuổi bắt, chơi ú tim.

술렁거리다 làm xôn xao, làm lo sợ, làm xáo trộn, làm bối rối.

술망나니 người say rượu bí tỉ, người nghiện rượu.

술밑 nếp nấu chín trộn với men để ủ rượu.

술밥 gạo nếp nấu chín để ủ rượu.

술법 trò ma thuật, yêu thuật. @술법을 쓰다 dở trò yêu thuật.

술병 một chai rượu.

술부대 => 술고래.

술상 bàn để uống rượu, bàn nhậu. @술상을 차리다 chuẩn bị món nhậu.

술수 => 술법.

술술 (1) [막힘 없이] sự trôi chảy, sự lưu loát; [순조롭게] thuận buồm xuôi gió, một cách trôi chảy; [쉽게] một cách dễ dàng; [솔직하게] một cách ngay thật, thẳng thắn. @술술 말하다 nói một cách trôi chảy // 어려운 문제를 술술 풀다 *giải quyết vấn đề khó khăn một cách dễ dàng.* (2) [물 따위의] lỗ thủng to, sự rò rỉ trầm trọng. @주전자에서 물이 술술 샌다 *ấm đun nước bị rò rỉ nhiều.* (3) [비바람이 gió mưa] êm dịu, nhẹ nhàng; mưa phùn, mưa bụi (비가 mưa). @바람이 술술 분다 *gió hiu hiu thổi.*

술어 [문법 văn phạm] vị ngữ.

술어 thuật ngữ kỹ thuật; [총칭 nói chung] kỹ thuật, khoa học kỹ thuật.

술자리 bữa tiệc, yến tiệc, tiệc tùng, băng nhậu.@술자리에서 khi (trong lúc) uống rượu.

술잔 ly rượu, cốc rượu. @술잔을 돌리다 chuyền ly rượu theo vòng tròn // 술잔을 비우다 (uống) cạn ly.

술장사 kinh doanh rượu, nghề bán rượu.

술집 tiệm rượu, quán rượu, quán *bar.*

술책 mưu mẹo, ngón gian xảo, chiến thuật, sách lược. @술책을 부리다 phải dùng mánh khóe.

술청 quầy của một bar rượu đứng.

술타령 --하다 [술에 빠지다] đắm chìm trong men rượu; [술을 청하다] đề nghị uống, đòi uống rượu.

술통 thùng rượu.

술회 [털어 놓음] ý tưởng tuôn trào, dạt dào cảm xúc; [회상] hồi tưởng, ký ức, sự nhớ lại. --하다 kể lại kỷ niệm, gợi nhớ, nhắc nhở quá khứ.

숨 hơi thở, sự thở, sự hô hấp @숨 막히는 nghẹt thở, ngộp ngạt // 숨 가쁘게 hết hơi, đứt hơi, hổn hển // 숨을 죽이고 trong tình trạng hồi hộp // 숨이 가쁘다 thở nặng nhọc, thở khó khăn, thiếu hơi (병자가) // 숨 막히다 bị khó thở // 숨을 쉬다 thở, hô hấp // 숨을 내쉬다 thở ra, trút (hơi) // 숨을 들이쉬다 thở, hít vào.

숨결 @숨결이 거칠다 thở nặng nhọc, thiếu hơi (병자가).

숨구멍 [해부 giải phẫu] khí quản.

숨기다 [안 보이게] giấu diếm, che đậy; [몰래] che giấu, chứa chấp, nuôi dưỡng, cho ẩn náu; [비밀로 하다] giữ bí mật, giấu kín; [덮어서] che khuất, che giấu (lý lịch) @숨김 없이 trung thực, thẳng thắn, công khai // 몸을 숨기다 che đậy dưới lốt.. // 잘못을 숨기다 che đậy lỗi lầm (tội lỗi)

숨넘어가다 thở hắt ra, thở hơi cuối cùng (chết).

숨다 (1) [몸을 숨기다] giấu giếm, che đậy, che khuất; [안 보이게 되다] biến đi, biến mất. @숨어서 ngoài tầm nhìn; không để người khác biết (남 모르게) // 책상 뒤에 숨다 nấp sau cái bàn. (2) [은둔] rời bỏ thế tục, sống ẩn dật. (3) [알려져 있지 않다] không hiểu, không biết. @숨은 천재 thiên tài (tài năng) chưa được phát hiện.

숨막히다 làm chết ngạt, bị nghẹt thở (tức thở). @숨막히는 nghẹt thở, chết ngạt, tức thở.

숨바꼭질 trò chơi ú tim. --하다 chơi trò ú tim.

숨소리 tiếng thở. @숨소리를 죽이다 giữ hơi thở.

숨쉬다 thở, hô hấp.

숨지다 thở hơi cuối, chết.

숨차다 thở hết hơi, thở hổn hển.

숨통 khí quản => 숨구멍.

숫-- tinh khiết, trong sạch, không tì vết, không vết nhơ, không ô uế @숫처녀 trinh nữ.

숫것 người ngu ngốc, người khờ dại, nai tơ.

숫구멍 [해부 giải phẫu] thóp (trên đầu trẻ con).

숫기 sự cởi mở, sự không dấu diếm, sự ngây thơ chân thật. @숫기 좋다 không biết ngượng, trơ tráo.

숫돌 đá mài. @숫돌에 갈다 mài (con dao) cho bén (trên đá mài).

숫되다 ngây thơ, chất phác, giản dị, mộc mạc.

숫보기 người giản dị, người chất phác.

숫색시 trinh nữ, gái trinh

숫제 (1) [차라리] đúng hơn là, thích nhất là, thà... @숫제 죽는 편이 낫겠다 *thà chết còn hơn.* (2) [진심으로] một cách chân thành. @숫제 마음을 바치다 hiến thân mình một cách trọn vẹn. (3) [전적으로] không đâu, (không) chút nào, từ cơ bản. @숫제 안가는 게 좋다 *tốt hơn hết là bạn đừng đi.*

숫지다 đơn giản, thẳng thắng, ngay thật.

숫처녀 một trinh nữ thuần khiết.

숫총각 một anh chàng độc thân ngây thơ.

숭고 tính cao cả, tính siêu phàm --하다 cao cả, cao thượng, cao quý. *--미 một vẻ đẹp cao quý.

숭글숭글하다 mũm mĩm, mập mạp; [태도가] hòa nhã, dễ thương..

숭덩숭덩 @숭덩숭덩 자르다 chặt thành miếng dày (to).

숭배 sự tôn kính, sự sùng bái, sự ngưỡng mộ. --하다 tôn kính, sùng bái, tôn sùng, ngưỡng mộ, thần tượng hóa. *--자 người tôn sùng, người sùng bái. 영웅 (조상) – sự sùng bái anh hùng (tổ tiên). 우상-- sự tôn sùng thần tượng.

숭상 sự tôn trọng, sự kính trọng, sự tôn kính. --하다 tôn trọng, kính trọng, tôn kính

숭숭 sự băm, sự thái, sự đục, khoét => 송송.

숭어 [물고기 cá] cá đối.

숭엄 sự long trọng, sự trang nghiêm, sự trọng thể, sự hùng vĩ. --하다 trọng thể, uy nghi, hùng vĩ.

숯 than. @숯을 굽다 hầm than (trong lò). *--덩이 một cục than. --불 lửa than.

숯검정 lọ nồi than, nhọ than.

숯내 mùi than cháy khét, khói than.

숯등걸 than cháy dở.

숯머리 chứng nhức đầu do khí cacbonic.

숯장수 (1) người bán than. (2) [얼굴 검은] người có nước da ngăm đen.

숱 (mức độ) dày đặc, vô số (수량). --하다 sung túc, dồi dào. @숱이 많은 머리 tóc dày rậm.

숲 khu rừng nhỏ, lùm cây, rừng cây *--길 con đường mòn trong rừng.

쉬 [1] tiếng xuỵt! tiếng xùy (새 쫓는 소리) (để đuổi chim, xua đuổi động vật hoặc người).

쉬 [2] trứng ruồi.

쉬 [3] [조용히] suỵt! im đi!

쉬 [4] [어린이 오줌뉠 때] tiếng leng keng!

쉬 [5] (1) [곧] chẳng bao lâu nữa, chẳng mấy chốc. (2) [쉽게] rõ ràng, ung dung thoải mái => 쉽다.

쉬다 [1] [음식이 thức ăn] thối, ươn, bị thiu, bị hỏng.

쉬다 [2] [목소리가] bị khan tiếng, bị khản giọng. @쉬 목소리 giọng nói khàn // 목이 쉬도록 지껄이다 nói giọng khàn khàn.

쉬다 [3] (1) [휴식] nghỉ ngơi, thư giản, thả lỏng, làm cho bớt căng. @쉴 사이도 없다 không có thời gian nghỉ ngơi // 쉬엇! [호령] (đứng ở tư thế) nghỉ! (2) [일을] tạm nghỉ tay chèo (nghĩa bóng) tạm nghỉ, giải lao; [휴가를 얻다] nghỉ lễ; [결석· 결근] không đến, vắng mặt. @일을 쉬다 nghỉ, ngưng việc // 병으로 하루 쉬다 *nghỉ một ngày vì lý do bệnh* // 학교를 쉬다 nghỉ học. (3) [중지] dừng lại, bế tắc. @쉬지 않고 liên tục, liên tiếp, không ngừng.

쉬다 [4] [숨을] thở, hô hấp. @숨을 들이쉬다(내쉬다) hít vào (thở ra).

쉬쉬하다 bưng bít (một vấn đề), giữ kín, lấp liếm, che đậy, giữ bí mật.

쉬슬다 trứng ruồi. @쉬슨 고기 thịt có giòi, thịt bị ruồi đẻ trứng vào.

쉬엄쉬엄 từng cơn, từng hồi, không liên tục, từng lúc, chốc chốc. @쉬엄쉬엄 일하다 làm không liên tục.

쉬이 sẵn sàng, chẳng bao lâu.

쉬척지근하다 hoàn toàn ôi, thiu, có mùi mốc.

쉬파리 con ruồi xanh, con nhặng.

쉬하다 đi đái, đi tiểu.

쉰 năm mươi (50).

쉼표 [음악 âm nhạc] lặng, dấu lặng.@온(2 분, 4 분)쉼표 dấu lặng nguyên (1/2; 1/4).

쉽다 (1) [용이] nhẹ nhàng, đơn giản, dễ làm. @쉬운 일 một công việc nhẹ // 알기 쉽다 dễ hiểu. (2) [경향] có khuynh hướng, có khả năng. @그렇게 생각하기 쉽다 *chúng ta có thể hiểu như vậy.*

쉽사리 dễ dàng, không khó khăn gì. @돈을 쉽사리 벌다 kiếm lời dễ, đạt được dễ dàng.

슈즈 [구두] (*shoes*) đôi giày.

슈트케이스 (*suitcase*) cái va li.

ㅅ

슈크림 người vô dụng.
슈퍼마켓 (*supermarket*) siêu thị.
슈퍼맨 (*superman*) siêu nhân.
슛 sự bắn, sự phóng đi. --하다 ném quả banh.
스낵 (*a snack)* quà bánh, bữa ăn (món ăn) nhanh.
스냅[사진] (*a snap)* phát súng bắn không cần nhắm, ảnh chụp nhanh. @스냅 사진을 찍다 bắn không cần nhắm, chụp ảnh nhanh.
스님 [중] linh mục, thầy tu, thầy tế; [스승 중] thầy, thượng tọa, hòa thượng (đạo Phật 불교)
스라소니 [동물 động vật] mèo rừng, linh miêu; [사람] một con người có vẻ dữ tợn.
--스럽다 (hậu tố) có vẻ như, dường như, coi bộ. @변덕스럽다 có vẻ thất thường.
스르르 nhẹ nhàng, êm ái. @눈을 스르르 감다 khép nhẹ đôi mắt.
스마트 lịch sự, bảnh bao, kiểu cách. @스마트한 có vẻ ăn diện, hợp thời trang.
스매싱하다 (테니스 quần vợt) đập mạnh bóng.
스매싱 (테니스 *tenis*) cú đập mạnh
스모그 [연무] sương khói.
스무 số hai mươi, số điểm giành được trong cuộc kiểm tra. @스무 번째 điểm thứ hai mươi.
스물 => 스무.
스미다 ngâm, ngấm vào; thâm nhập, thấm qua, phết (잉크 따위의 giống như mực).@(빗물이) 지붕으로 스며들다 ngấm qua nóc // (교훈이) 마음에 스미다 *thâm nhập vào đầu óc* // 물이 땅속으로 스며들다 nước thấm xuống đất.
스스럽다 cảm thấy ngượng, bối rối, ngại ngùng không muốn làm việc gì. @스스럼없이 không e dè, không gượng gạo.
스스로 [1] [자기 자신] bản thân mình, tự mình, cá nhân mình. @스스로 지휘하다 tự nắm quyền chỉ huy.
스스로 [2] (1) [저절로] tự nó; tự động (자동적). (2) [자진해서]] tự nguyện, tự quyền, chủ động.
스승 thầy giáo, thầy. @스승과 제자 thầy trò.
스웨즈 운하 kênh đào *Suez.*
스웨터 (*a sweater)* áo len dài tay.
스위트 (*sweet)* dễ thương, ngọt ngào. @스위트 홈 (*a sweet home)* một tổ ấm dễ thương
스위치 (*switch),* công tắc điện @스위치를 넣다 cắm, bật (công tắc).
스윙 [음악 âm nhạc] nhạc *swing.*
스쳐보다 liếc nhanh, liếc qua.
스치다 lướt qua, tạt qua, đi ngang qua ai, ghé qua @총알이 벽을 스쳐갔다 viên đạn sượt qua tường.
스카우트 (*scout)* sự trinh sát, sự dọ thám.
스카이 (*sky*) bầu trời.
스카이 다이빙 (*sky diving)* môn thể thao nhảy ra từ máy bay để rơi tự do và biểu diễn một lúc lâu rồi mới bung dù. @스카이 다이빙을 하다 *chơi môn nhảy dù biểu diễn.*
스카치 [양복지] (*Scotch)* vải tuýt (vải len có bề mặt sần sùi, dệt với những màu sắt pha trộn; [모사] vải làm bằng sợi len xe; [위스키] rượu uýtky (Scotch)
스카프 (*scarf*) khăn choàng cổ.
스캔들 (*a scandal)* vụ bê bối, vụ tai tiếng.
스커어트 (*skirt*) chiếc váy (vạt áo) phụ nữ.
스컹크 [동물 động vật] con chồn hôi.

스케르조 [음악 âm nhạc] khúc kéczô (*scherzo).*

스케이트 (*skatei)* một đôi giày trượt băng (trượt patanh). @스케이트장 sân trượt patanh (băng).

스케일 (*scale)* cái đĩa cân.

스케줄 kế hoạch làm việc, thời gian biểu. @스케줄대로 đúng ngày giờ đã định.

스케치 bản phác thảo. @스케치북 vở nháp.

스코어 tỷ số. @5 대 3 의 스코어로 theo tỷ số 5 trên 3.

스콜라 철학 triết học kinh viện.

스쿠터 (*a scooter)* (motor-scooter) xe xi-cút-tơ

스쿼시 (*squash)* thức uống làm bằng nước trái cây ép.

스퀘어 댄스 (*a square dance)* điệu nhảy có bốn đôi cùng nhảy ở bốn phía, mặt hướng về phía trong lúc bắt đầu.

스크랩 (*scrap*) đoạn cắt, ảnh cắt (cắt ở báo để đóng thành tập). @스크랩북 vở dán bài rời.

스크럼 (*scrum)* nhóm tiền đạo tiến công. @스크럼을짜다 thành lập nhóm tiền đạo tiến công.

스크루 (*a screw)* cây đinh ốc (đinh vít).

스크린 (screen) tấm bình phong, tấm màn che.

스키 (*ski)* ván trượt tuyết.

스킨 (*skin)* da. @스킨 파우더 phấn thoa da.

스킨 다이빙 (*skin diving)* môn lặn trần (có kính bảo hộ, chân chèo và bình dưỡng khí hay ống thông hơi để thở).

스타 (*star)* ngôi sao. @스타덤 (*stardom)* ngôi sao điện ảnh, ngôi sao sân khấu // 스타 플레이어 diễn viên ngôi sao // 스타가 되다 trở thành ngôi sao.

스타디움 (*stadium*) sân vận động, trường đua.

스타터 (*a starter)* người ra lệnh xuất phát.

스타아트 sự bắt đầu, sự xuất phát. @스타트 라인 đường vạch xuất phát // 스타트 신호 dấu hiệu xuất phát.

스타팅 sự bắt đầu, sự khởi hành, sự khởi công. @스타팅 포인트 điểm xuất phát.

스타일 (*style)* phong cách. @스타일 북 sách dạy về cách làm theo một phong cách đã chọn.

스타일리스트 (*a stylist)* [멋문가] người có một phong cách riêng; [멋장이] người thích ăn diện.

스타카토 (*staccato)* [음악 âm nhạc] đoạn ngắt âm, đoạn không dịu êm.

스타킹 (*stockings)* đôi vớ dài.

스태미너 (*stamina)* sức (khả năng) chịu đựng.

스탠다드 (*standard)* tiêu chuẩn, mẫu.

스탠드 (*stand)* thế đứng; cái chân đèn; khán đài, chỗ ngồi ở khán đài không có mái che (ở sân vận động). @스탠드-인 (*stand-in)* người đóng thế vai cho người khác, người đóng thế thân trong những cảnh nguy hiểm

스탬프 (*a stamp)* con tem.

스탭 (*staff*) cây gậy, gậy quyền, quyền trượng. @스탭의 한 사람이다 là chỗ dựa cho.

스테레오 (*stereo*) âm thanh nổi.

스테이션 (*station*) trạm, điểm, đồn.

스테이지 (*stage*) nghề sân khấu, bệ, đài.

스테이크 (*steak*) thịt bò ở cổ và vai, cắt để hầm hoặc om, bò bít tết.

스테인레스 thép không rỉ, inốc.

스텐실 페이퍼 (*stencil paper*) giấy nến

ㅅ

để in.

스텝 (*step*) bước, bước đi, bước khiêu vũ. @스텝을 밟다 khiêu vũ.

스토리 câu chuyện, truyện; sườn, cốt truyện (kịch, tiểu thuyết) (극, 이야기의).

스토브 (*stove*) bếp lò.

스토어 (*store*) cửa hàng, cửa hiệu.

스톡 [재고] (*stock*) kho, hàng tồn kho.

스톱 (*stop*) sự ngừng lại, sự dừng lại. @스톱 웟치 (*a stop watch*) đồng hồ bấm giờ.

스튜던트 파워 (*student power*) năng lực học sinh sinh viên

스튜디오 (*studio*) phòng phát đi các chương trình truyền thanh, truyền hình để ghi âm, xưởng phim, trường quay, xưởng vẽ.

스튜어디스 nữ chiêu đãi viên, nữ tiếp viên hàng không.

스트라이크 (a *strike*) cuộc đình công, cuộc bãi công, sự xuất kích.

스트레스 (*stress*) sự căng thẳng, ứng suất (trong cơ học). @스트레스 학설 lý thuyết ứng suất.

스트레이트 (*straight*) (1) *(a straight victory)* [운동 경기에서] ngay thẳng. (2) [술 따위] thẳng một mạch, liên tục. @스트레이트로 이기다 giành chiến thắng hào hứng.

스트렙토마이신 thuốc kháng sinh *Streptomycin.*

스트로 (*suck through*) ống hút.

스트로크 (a *stroke*) [수영· 골프에서] một đòn, cú đánh. @1 스트로크 차로 이기다 thắng một cú.

스트립쇼 (*a strip show*) màn biểu diễn thoát y.

스틱 (*stick*) cây gậy, cây ba toong.

스틸 (*steel*) thép.

스팀 (*steam*) hơi nước, năng lượng hơi nước; [난방] nhiệt bốc hơi. @스팀이 들어오다 được xông hơi nóng (trong phòng)

스파게티 (*spaghetti*) món mì ống của Ý.

스파링 (*sparring*) [권투] cuộc đấu quyền anh. @스파링 파트너 (*sparring partner*) người cùng đấu với võ sĩ quyền Anh trong buổi tập; người mà mình thích thường xuyên tranh luận một cách thân mật.

스파이 (*a spy*) điệp viên, gián điệp.

스파이크 (*a spike*) [구두의 giày] đinh đế giày (đinh nhọn đóng vào đế giày để cho khỏi trượt).

스패너 (*a spanner*) chìa vặn đai ốc, cờ lê.

스페어 (*a spare*) đồ dự phòng, phụ tùng thay thế.

스페이스 (*a space*) khoảng, chỗ, phòng.

스펙터클 (*a spectacle*) quang cảnh, cảnh tượng.

스펙트럼 (*spectrum*) quang phổ.

스펠링 (*spelling*) sự viết chính tả, cách đánh vần.

스포츠 (*sports*) môn thể thao.

스포츠맨 (*spokesman*) người phát ngôn.

스포트 (*spot*) vết nhơ, vết đen. @스포트라이트 (*spotlight*) đèn sân khấu, đèn pha.

스포티 (*sporty*) giỏi (ham mê) thể thao.

스폰서 (*sponsor*) người đỡ đầu, người bảo trợ.

스폰지 (a *sponge*) bọt biển.

스푼 (*a spoon*) cái muỗng.

스프링 (*spring*) (1) [용수철] lò xo, nhíp xe. (2) [봄] mùa xuân.

스프링클러(water *sprinkler*) bình tưới, bình phun.

스피드 (*speed)* tốc độ, tốc lực.

스피치 (*a speed)* cách nói, lối nói, lời nói.

스피커 (*speeker)* người nói, người diễn thuyết.

스피츠 (*a spitz dog)* giống chó pomeran.

스핑크스 (*sphinx*) tượng Sphinx; quái vật đàn bà đầu sư tử có cánh (trong thần thoại Hy Lạp).

슬개골 xương bánh chè.

슬그머니 lén lút, ngấm ngầm, êm, rón rén. @슬그머니 들어오다 (나가다) lẻn vào (ra) khỏi phòng // 슬그머니 돈을 쥐어 주다 lén giúi tiền vào tay ai.

슬금슬금 lén lút, ngấm ngầm, vụng trộm @슬금슬금 내빼다 trốn đi, lén đi, chuồn êm.

슬기 sự từng trải, sự khôn ngoan sáng suốt, tính cẩn thận, sự hiểu biết nhiều, sự lịch duyệt. @슬기가 있다 thông minh, minh mẫn.

슬기 롭다 thận trọng, khôn ngoan, nhạy cảm, có óc xét đoán, biết điều hay lẽ phải.

슬다 (1) [알을 trứng] đẻ; đẻ trứng (파리가 ruồi), (물고기가 cá). (2) [녹이 sự gỉ, sét] bị gỉ, bị sét, bị han gỉ. @녹이 슨 칼 con dao bị gỉ sét.

슬라이드 (*slide)* đường trượt trên tuyết.

슬라이딩 (*sliding)* sự trượt.

슬랙스 (*slacks)* cái quần.

슬랭 (*slang)* tiếng lóng.

슬럼가 khu nhà ổ chuột.

슬럼프 (*a slump)* sự ế ẩm, sự sụt giá nhanh, thời kỳ khủng hoảng (kinh tế). @슬럼프에 빠지다 bị hạ giá nhanh, bị đình trệ.

슬레이트 (*a slate)* ngói đen, ngói acđoa. *-- 집 ngôi nhà lợp bằng ngói acđoa đen.

슬로건 (*a slogan)* khẩu hiệu, phương châm.

슬로우 (*slow*) chậm, chầm chạp, trì độn.

슬리퍼 (*slippers*) dép đi trong nhà, dép thấp

슬립 (*slip*) váy trong, quần áo lót.

슬며시 lén lút, vụng trộm, rón rén, ngấm ngầm; [가만히] nhẹ nhàng, thầm lặng @슬며시 자리 뜨다 rời khỏi chỗ một cách nhẹ nhàng.

슬슬 một cách chậm chạp, một cách nhẹ nhàng, một cách tinh tế (tinh vi). @슬슬 걷다 đi thong thả // 우는 아이를 슬슬 달래다 dỗ dành đứa bé đang khóc một cách nhẹ nhàng.

슬쩍 (1) [몰래] bí mật, riêng tư, kín đáo. @슬쩍 보다 lén nhìn ai, liếc nhìn ai một cách kín đáo. // 슬쩍 훔치다 ăn cắp vặt, chôm chỉa, ném đá giấu tay. (2) [능숙하게] khéo léo, tinh xảo, dễ dàng. @일을 슬쩍 처리하다 quản lý giỏi, *giải quyết vấn đề một cách khéo léo.*

슬퍼하다 cảm thấy buồn bã, u sầu, lo lắng; [애석] than khóc, thương tiếc. @슬퍼해야 할 buồn bã, thiếc thương, ân hận // 남의 불행을 슬퍼하다 thấy thương cảm trước sự bất hạnh của người nào.

슬프다 buồn đau, sầu khổ, tiếc thương, than van. @슬픈 이야기 câu chuyện buồn (lâm ly, thống thiết) // 슬픈듯한 có vẻ buồn rầu // 슬픈 곡조 một giai điệu buồn thảm // 슬픈 듯 một cách buồn bã, một cách đáng tiếc, u sầu // 슬프도다 chao ôi! than ôi! trời ơi!

ㅅ

슬픔 sự buồn bã, sự buồn rầu; nỗi sầu khổ; lời than van (비탄). @슬픔에 잠기다 đắm chìm trong nỗi tiếc thương sâu sắc.

슬피 nỗi buồn phiền, sự u sầu, sự thê lương tang tóc, ảm đạm. @슬피 울다 khóc than ảo não.

슬하 sự chăm sóc của cha mẹ. @부모 슬하에서 지내다 sống dưới mái nhà cha mẹ.

습베 chuôi dao, cán dao

습격 cuộc tấn công bất ngờ, cuộc đột kích. --하다 đột kích, tấn công. @불의에 습격하다 tấn công một cách bất ngờ (thình lình).

습관 thói quen, tập quán, thông lệ, lề thói, cá tính. @습관적 thường lệ, quen thuộc, theo lệ thường, thường dùng // 습관적으로 đều đặn, thường xuyên, từ thói quen // 습관성의 thành thói quen (gây nghiện) // 습관을 기르다 do theo thói quen // 습관이 붙다 nhiễm một thói quen, đạt được thói quen // 습관을 고치다 bỏ một thói quen xấu.

습기 hơi ẩm, sự ẩm ướt. @습기가 끼다 bị ẩm.

습도 độ ẩm. @습도가 높다(낮다) cho thấy tỷ lệ độ ẩm cao (thấp) . *--계 dụng cụ đo độ ẩm.

습득 --하다 nhặt được, kiếm được, tìm ra. *--물 vật tìm thấy, vật kiếm được.

습득 sự học, sự đạt được. --하다 học được, đạt được, quán triệt.

습래 cuộc tấn công, sự xâm lược, sự xâm phạm.

습성 thói quen, tập quán.

습속 tục lệ, lệ thường, cách dùng quen thuộc

습유 phụ lục (phần thêm vào của một cuốn sách) tin tức, những mẫu kiến thức lượm lặt được từ các nguồn khác nhau.

습윤 sự ẩm ước, tình trạng ẩm ướt.

습자 thuật viết chữ đẹp, chữ viết đẹp.

습작 một cuộc nghiên cứu, một cuộc thư nghiệm, bài tiểu luận.

습전기 điện *galvanic*.

습전지 bộ pin.

습지 đất có đầm lầy; như đầm lầy.

습진 [의학 y học] bệnh eczêma, chứng chàm bội nhiễm.

습하다 làm ẩm, bị thấm ướt, bị ẩm ướt.

승 dụng cụ đo dung tích (1588*quart* – 0,48*gallon)*

승 [수학 toán học] tính nhân, sự nhân. --하다 nhân. @2 승(3 승, 4 승) 하다 (năng xuất) tăng lên gấp 2 (3, 4) lần.

승 thầy tu, thầy tăng => 중.

승강 sự thăng trầm, sự lên xuống. --하다 thăng trầm, lên xuống. *--구 cổng vào, lối vào. --기 thang máy, máy nâng, máy trục

승강이 mối bất hòa nhỏ, cuộc tranh luận nhẹ. --하다 có mối bất hòa nhỏ, cãi cọ sơ sơ

승객 hành khách đi tàu xe, khách đi xe thuê (택시 따위의 như xe taxi). *--수 số lượng khách đi xe.

승격 sự đề cao thân thế. --하다 tăng thêm uy tín. @승격시키다 nâng cao tình trạng (địa vị, thân phận) nâng lên cấp cao hơn.

승경 một phong cảnh đẹp, phong cảnh hữu tình.

승계 sự kế tiếp, sự liên tiếp, sự nối tiếp nhau, sự nối ngôi, sự kế vị => 계승.

승급 sự thăng chức, sự đề bạt. --하다 đạt

được sự thăng tiến, được đề bạt @과장 에서 국장으로 승급하다 được thăng chức từ trưởng phòng lên giám đốc.

승급 sự tăng lương. --하다 được tăng lương.

승기 (bỏ lỡ) một cơ hội chiến thắng.

승낙 sự đồng ý, sự ưng thuận, sự thỏa thuận, sự tán thành. --하다 đồng ý, tán thành. @승낙을 얻어 theo sự thỏa thuận của ai // 쾌히 승낙하다 sẵn sàng đồng ý. *--서 tờ thỏa thuận

승냥이 con chó rừng (nghĩa bóng người làm những công việc cực nhọc vất vả cho người khác hưởng)

승려 nhà sư, vị hòa thượng.

승률 tỷ lệ phần trăm của sự chiến thắng (trong tổng số trận đấu).

승리 sự chiến thắng, sự thắng cuộc, sự thành tựu (경기의). @사랑의 승리자 kẻ chiến thắng trong tình yêu // 정의의 승리 sự chiến thắng của công lý // 승리를 얻다 đạt được thành công, đạt được thắng lợi // 최후의 승리를 얻다 chiến thắng trong một thời gian dài. *--자 kẻ chiến thắng; người thắng cuộc (경기의).

승마 môn thể thao cưỡi ngựa. --하다 cưỡi ngựa. @승마[구령] cưỡi đi! lên ngựa! *--복 quần áo cưỡi ngựa. --술 thuật cưỡi ngựa.

승멱 [toán học] lũy thừa.

승무 buổi (nghi thức) tế lễ trong chùa.

승무원 [열차] nhân viên trên xe lửa; [전차따위의] người lái xe tải, người đánh xe ngựa, người phục vụ trên xe; [비행기의] toàn bộ phi hành đoàn; nữ tiếp viên hàng không

승방 chùa ni, nữ tu viện.

승벽 tinh thần buất khuất.

승병 một chiến sĩ tăng lữ (tuyên úy Phật giáo)

승복 --하다 [자백] xưng tội, thú nhận tội; [따르다] đầu hàng, qui phục, khuất phục, chịu thua, chịu nhường bước.

승복 áo của các thầy tu, áo tràng.

승부 [승패] chiến thắng và thất bại, sự thành bại. (결과); [시합 cuộc thi đấu] trận đấu. @승부 없는 시합 trận đấu hòa.

승산 khả năng chiến thắng, cơ hội thành công. @승산이 있다 có cơ hội thành công // 전혀 승산이 없다 *dịp may không đến với chúng ta.*

승선 sự cho lên tàu. --하다 lên tàu, đáp tàu.

승소 sự thắng kiện. --하다 thắng một vụ kiện. @피고가 승소했다 bản án dành cho bị cáo.

승수 [수학 toán học] toán nhân. *피-- số bị nhân.

승승 장구 --하다 theo sát gót chân kẻ thù.

승압기 [전기 điện] máy tăng thế.

승용차 xe chở hành khách.

승원 một tu viện, nhà tu.

승인 [용인] sự công nhận, sự thừa nhận; [동의] sự đồng ý, sự ưng thuận; [인가] sự phê chuẩn. --하다 công nhận, đồng ý, tán thành, thừa nhận. @승인을 얻어 theo sự chấp thuận của ai.

승자 người chiến thắng, người được cuộc.

승적 chức vị thầy tu, thánh chức.

승전 chiến thắng, thắng lợi. --하다 thắng trận. *--고 tiếng trống chiến thắng.

승정 vị giám mục.

승제 [수학] phép nhân và phép chia. *가

감-- bốn phép tính của số học.

승직 giới giáo, chức thầy tu.

승진 sự thăng chức, sự đề bạt. --하다 được thăng quan tiến chức. @승진시키다 đề bạt (người nào) lên chức..

승차 --하다 lên xe, đáp tàu. *--구 chổ đứng ở cửa vào. --권 vé tàu hỏa. --권 매표구 phòng bán vé, nơi bán vé. 무임 --권 giấy vào cửa không mất tiền.

승천 sự lên. --하다 thăng thiên, lên thiên đàng; chết (죽다). @성모의 승천 lễ Thăng Thiên (của Đức Mẹ Đồng Trinh). *--일 ngày lễ Thăng Thiên (của Chúa Jesus).

승패 chiến thắng và thất bại, hậu quả của chiến tranh. @승패를 결하다 đọ sức, so tài với, quyết định kết quả trận chiến.

승하 cái chết của nhà vua. --하다 chết, băng hà.

승합 => 합승.

승홍 [화학 hóa học] chất thăng hoa có tính ăn mòn. *--수 dung dịch chất thăng hoa có tính ăn mòn.

승화 [화학] sự thăng hoa. --하다 làm thăng hoa (bay hơi thẳng từ chất rắn) *--물 chất đã được thăng hoa, làm cho trong sạch.

시[1] [감탄사] xì! (tỏ ý khinh bỉ); chao ôi! (tỏ ý sốt ruột); hở, hử, hừm.

시[2] [음악 âm nhạc] nốt Si.

시 thành phố, thành thị; [시장] chợ, hội chợ, phiên chợ. *--당국 chính quyền thành phố. --청 tòa đô chính.

시 đúng, phải, thích đáng, hợp lẻ phải.

시 giờ, thời giờ, giờ giấc. @3 시 ba giờ.

시 thi ca (총칭 nói chung); [한 편의] bài thơ, câu thơ. @시와 산문 thơ và văn xuôi // 시를 짓다 sáng tác một bài thơ. *--어 cách diễn tả đầy chất thơ, cách chọn từ thi vị. 극-- kịch thơ. 산문—bài thơ ở dạng văn xuôi. 서사-- sử thi. 서정—(bài) thơ trữ tình.

시가 giá thị trường.

시가 đường phố. *--전 cuộc thanh toán (đánh nhau) trên đường phố. --지 khu vực thành phố.

시가 giá thị trường, giá hiện hành. @시가로 theo giá thị trường, theo giá hiện hành.

시가 gia đình nhà chồng.

시가 thơ và nhạc, thi ca.

시가 *(a cigar)* điếu xì gà.

시가레트 *(a cigarette)* thuốc lá.

시각 thời giờ trong ngày, thời gian, giờ phút, thời gian ngắn. @약속한 시각 thời hạn được bổ nhiệm.

시각 khả năng nhìn, tầm nhìn. @시각을 잃다 mất hút tầm nhìn. *--교육 sự tập luyện thị giác. --기관 cơ quan thị giác.

시간 (1) thời gian, thì giờ; [한 시간] một giờ. (2) [학교의 ở trường học] giờ học. @정확한 시간 giờ chính xác // 영어 시간 giờ học tiếng Anh // 한 시간의 산책 một giờ đi dạo // 반 시간 nữa giờ // 한두시간 마다 cách một, hai giờ // 시간에 맞추어서 đúng giờ quy định // 한가한 시간에 trong thời gian rảnh rỗi // 시간제로 일하다 làm việc theo giờ // 시간을 낭비하다 *bỏ phí thì giờ* // 시간을 지키다 đúng giờ // 시간에 늦다 trễ giờ, muộn giờ // 시간을 절약하다 *tiết kiệm thời gian* // 그것은 시간이 걸린다 cái này phải mất thời gian đấy // 시간이 없다 *chúng tôi (ta) không đủ thời gian* // 이제 곧 끝날 시간입니다 thời gian gần kề // 이제 잘

시간이다 sắp đến giờ đi ngủ // 시간은 충분히 있습니다 *chúng ta có nhiều thời gian* // 몇 시간 걸립니까 phải mất bao lâu? *--관념 khái niệm về thời gian. --문제 vấn đề thời gian. --엄수 tính đúng giờ. --제한 sự giới hạn thời gian. --표 lịch trình giờ giấc, thời gian biểu. 배당-- sự ấn định thời gian. 수업-- giờ học. 점심-- giờ ăn trưa. 통행 금지-- giờ giới nghiêm. 휴식-- giờ giải lao, giờ ra chơi.

시꺼멓다 đen thui, đen hắc. @시꺼멓게 타다 bị cháy đen.

시경 sách tụng ca, Thánh ca.

시경찰국 Bộ tư lệnh Cảnh sát thủ đô. *--장 giám đốc sở công an thành phố.

시계 đồng hồ treo tường (괘종); đồng hồ (quả quít) bỏ túi, (회중); đồng hồ đeo tay (팔뚝). @ 시계의...태엽을 감다 lên dây đồng hồ // 시계를 시보에 맞추다 chỉnh đồng hồ theo tín hiệu báo giờ // 시계가 빠르다 đồng hồ chạy nhanh // 시계가 늦다 đồng hồ chạy chậm // 시계가 잘 맞는다 đồng hồ chạy đúng` // 시계가 섰다 đồng hồ chết *--장치 máy đồng hồ. --탑 tháp đồng hồ. --포 tiệm sửa đồng hồ. 야광-- đồng hồ dạ quang. 전지-- đồng hồ điện. 탁상-- đồng hồ để bàn.

시계 tầm nhìn => 시야.

시골 đồng quê, nông thôn, tỉnh lẻ; [고향] quê hương, tổ quốc. @시골의 (thuộc) nông thôn, thôn dã (전원적); mộc mạc, quê mùa (촌스런); // 시골 사투리 giọng địa phương, tiếng địa phương. // 시골의 풍경 cảnh nông thôn // 시골 생활 đời sống nông thôn // 시골에서 자라난 sinh đẻ (xuất thân) ở nông thôn // 시골티 나는 có tính chất thôn dã, có tác phong tỉnh lẻ, quê kệch

시골구석 một xã vùng xa, một ngôi làng hẻo lánh

시골뜨기 người nhà quê, dân quê, dân tỉnh lẻ

시골말 tiếng địa phương, thổ ngữ.

시공 sự xây dựng. --하다 tiến hành xây dựng.

시공 [물리 vật lý] không gian.

시구 @국무총리의 시구로 경기가 시작되었다 cuộc thi đấu được khai mạc khi người cầm đầu ném quả banh đầu tiên.

시국 tình hình, hoàn cảnh, trạng thái; tình trạng khẩn cấp (비상시). @시국의 추이 sự thay đổi tình hình // 시국에 대처하다 đối phó (đương đầu) với hoàn cảnh.

시굴 cuộc thăm dò, cuộc điều tra (1 회의). --하다 thăm dò, điều tra, khai thác. *--권 quyền khai thác. --자 người thăm dò, người khai thác.

시궁창 hầm cầu, hầm chứa phân, vũng lầy, cống, rãnh, mương, nơi ô uế, bẩn thỉu.

시귀 đoạn thơ, khổ thơ, câu thơ, thể thơ.

시그널 dấu hiệu, tín hiệu, hiệu lệnh.

시끄럽다 ồn ào, om sòm, huyên náo, ầm ĩ, náo động @시끄럽게 một cách sôi động // 시끄러운 거리 1 con đường ồn ào // 시끄럽게 떠들다 gây ồn ào. 시끄러워 (đề nghị) yên lặng!

시근거리다, 씨근거리다 [숨을] thở khó nhọc, thở hổn hển, thở nặng nề.

시끌시끌 sự tụ thành đàn, sự lắc lư, sự ngọ nguậy. –하다 lắc lư, ngọ nguậy, đầy nhung nhúc

ㅅ

시금 kim loại để thí nghiệm, sự thử nghiệm, sự xét nghiệm, sự phân tích. --하다 thử, phân tích. *--석 đá thử vàng (hợp kim).

시금떨떨하다 chanh chua khắc nghiệt.

시금치 [식물 thực vật] rau bina.

시급 tình trạng khẩn cấp, sự cấp bách. --하다 khẩn cấp, thúc bách, cấp bách. @시급히 tức thời, cấp bách, lập tức.

시기 thời gian, thời kỳ, thời đại; [계절] mùa, thời gian trong năm; [경우] dịp, cơ hội. @시기가 오면 khi đến thời // 지금이 공부하기 가장 좋은 시기이다 bây giờ là thời gian tốt nhất để học hành (nghiên cứu).

시기 cơ hội, thời cơ. @시기를 놓치지 않고 không bỏ qua cơ hội // 시기가 적합하다 xảy ra đúng lúc, thích hợp, hợp thời // 시기를 기다리다 đợi thời cơ chín muồi // 시기를 잡다 nắm lấy cơ hội // 시기를 놓치다 bỏ lỡ cơ hội.

시기 lòng ganh ghét, lòng đố kỵ. --하다 ganh ghét, ghen tỵ, đố kỵ. @시기심에서 do ở lòng đố kỵ.

시나리오 (*scenario*) kịch bản. *--라이터 người viết kịch bản.

시나브로 [틈틈이] thời gian trống giữa những công việc khác nhau.

시난고난 --하다 dần dần xấu đi.

시내 dòng suối nhỏ, lạch, ngòi.

시내 thành phố. @시내에 살다 sống trong thành phố // 시내 구경을 하다 đi tham quan thành phố. *--거주자 dân (cứ trú ở) thành phố.

시냇가 bờ suối.

시냇물 nước suối.

시네라마 (*cinerama*) màn ảnh cực rộng (사표).

시네마 (*cinema*) rạp chiếu bóng.

시네마 (*cinema*) [영화 điện ảnh] rạp chiếu bóng, ngành điện ảnh.

시네마스코프 (*cinemascope*) màn ảnh rộng (상표).

시녀 thị nữ, tỳ nữ, người hầu gái.

시누이 chị (hoặc em gái) chồng.

시뉘 올케 chị chồng và chị dâu.

시늉 [흉내] sự noi gương; sự bắt chước [체] sự giả vờ, sự giả cách. --하다 giả vờ, giả bộ, giả đò, bắt chước. @미친 시늉을 하다 giả điên // 바보 시늉을 하다 làm trò hề // 죽은 시늉을 하다 giả chết.

시니어 (*senior*) thâm niên hơn, cao tuổi hơn, bậc lão thành, bậc tiền bối, nhiều kinh nghiệm hơn.

시니칼 (*cynical*) người hoài nghi, người yếm thế, người hay chỉ trích cay độc, người hay nhạo báng, giễu cợt.

시다 [맛이 vị] chua, cay, chát. @신맛이 나다 có vị chua.

시단 giới thi ca.

시달 lời hướng dẫn, chỉ thị. --하다 hướng dẫn, chỉ dẫn, chỉ thị, chỉ đạo.

시달리다 buồn phiền (lo lắng) vì, khổ sở vì... @병에 시달리다 đau đớn, đau khổ vì bệnh // 빚에 시달리다 buồn phiền lo lắng vì nợ.

시당숙 anh em họ của cha chồng, cha vợ (ông chú họ hoặc bác họ của chồng hoặc vợ)

시대 (1) [시기] thời đại, thời kỳ, thời gian. @원자력 시대 thời đại nguyên tử // 아버지 시대에는 vào thời của cha. (2) [시세] thời, thời buổi. @시대에 앞서다 vượt trước thời gian // 시대에 뒤떨어지다 lạc hậu, cổ lỗ sĩ // 시대에 역행

하다 *ngược dòng thời gian* // 시대의 보조를 맞추다 theo kịp thời đại. *--극 kịch thời đại. --사조 tư tưởng hiện đại. --정신 tinh thần thời đại. --착오 sự lỗi thời. 암흑-- thời đại trung cổ.

시댁 nhà của bên chồng.

시도 sự cố gắng, sự thử, sự nghiên cứu. --하다 thử, cố gắng, nghiên cứu. @그 방법을 시도하다 *đưa ra một phương pháp thử nghiệm.*

시동 sự bắt đầu, sự khởi đầu. @시동을 걸다 khởi động máy. *--기 bộ khởi động (*stater* tắc te). --장치 dụng cụ (thiết bị) khởi động.

시동생 em trai của chồng.

시들다 [초목이] làm cho khô héo, chết, làm teo quắt lại, làm cho héo hắt đi. [기세가] làm chán nãn, thất vọng, làm xuống tinh thần, làm mất nhuệ khí. @서리에 꽃이 시들어 버렸다 *sương giá làm chết các luống hoa* // 그의 인기도 시들었다 *tiếng tăm của hắn sắp tàn.*

시들부들, 시들시들 tình trạng hơi héo, hơi suy yếu, hơi úa tàn. --하다 hơi héo, hơi yếu, hơi tàn, hơi hao mòn, hơi suy sụp.

시들하다 (1) không thích, không muốn, không sẵn lòng (làm). (2) không vừa lòng, không thỏa mãn, không hài lòng, bất mãn, chán nản. @시들한 이야기 câu chuyện tẻ nhạt // ...의 말을 시들하게 듣다 nghe một cách lãnh đạm, thờ ơ.

시디시다 quá chua.

시뜻하다 (1) => 시둘하다. (2) [싫증나다] chán ghét, nhàm chán, mệt mõi, buồn nôn.

시래기 lá củ cải sấy khô.

시량 chất đốt và thực phẩm.

시럽 (*sirup)* nước xi-rô.

시렁 cái giá (kệ) treo tường. @시렁에 얹다 để (xếp) đồ vật lên kệ.

시력 sức nhìn, thị lực, tầm nhìn. @시력이 약하다 thị lực kém, tầm nhìn kém, (nghĩa bóng kém thông minh, đần độn) // 시력이 감퇴하다 thị lực của tôi đang giảm. *--검사 cuộc kiểm tra thị lực.

시련 sự thử nghiệm, sự thử thách. --하다 thử, thử thách. @신의 시련 một thử thách tuyệt vời // 가혹한 시련 những thử thách cay đắng // 시련을 당하다 *trải qua thử thách gay go.*

시론 luồng dư luận; [여론] quan điểm chung; [시평] lời phê phán một sự kiện hiện hành.

시론 có chất thơ, nên thơ, bài bình thơ.

시료 sự điều trị miễn phí. --하다 cho thuốc điều trị bệnh miễn phí .

시루 nồi hấp bằng đất nung. *--떡 bánh gạo hấp.

시류 [풍조] dòng thời gian, chiều hướng (khuynh hướng) thế giới.

시르죽다 suy sụp tinh thần, chán nản, thất vọng.

시름 sự lo âu, sầu muộn, sự ưu phiền. @시름이 많다 tiều tụy vì lo // 시름을 놓다 cảm thấy bớt căng.

시름시름 @시름시름 앓다 đau yếu triền miên.

시름없다 lo âu, sầu muộn, bồn chồn, đãng trí. @시름없이 đãng trí, lơ đảng, khờ khạo, không có thần..

시리다 (bộ phận cơ thể) lạnh. @귀가 시리다 tai tôi lạnh.

시리즈 (*a series)* loạt, dãy, chuỗi, đợt.

시립 @시립의 (thuộc) thành phố, đô thị. *--도서관 thư viện thành phố. --병원 bệnh viện thành phố.

시말서 lời biện bạch, bản tự kiểm.

시맥 [해부 giải phẫu] dây thần kinh.

시멘트 *(cement)* xi măng.

시모 mẹ chồng.

시무 thời sự.

시무 sự say mê công việc. --하다 chú trọng đến công việc. *--시간 giờ làm việc.

시무룩하다 buồn bã, u sầu, ủ rũ; [날씨가 thời tiết] ảm đạm, u ám, đầy mây. @시무룩하여 với bộ mặt hắc ám (khó chịu, khó ưa).

시무식 lễ khai mạc.

시문 thơ văn (thơ và văn xuôi)

시문 sự chất vấn (điều tra), cuộc phỏng vấn.

시미즈 *(a chemise)* áo sơ-mi.

시민 dân thành thị, toàn thể công dân (총칭 nói chung). @서울 시민 dân *Seoul.* *--계급 giai cấp tư sản. --권 quyền công dân, tư cách công dân, bổn phận công dân. --사회 đời sống xã hội của nhân dân (thường dân).

시발 sự bắt đầu, lúc bắt đầu, buổi đầu. --하다 bắt đầu, khởi đầu. @서울시발 부산행 열차 xe lửa khởi hành từ *Seoul* đến *Pusan.* *--역 ga chót, ga cuối cùng, trạm bắt đầu.

시뻘겋다 đỏ thẫm, đỏ thắm. @시뻘겋게 되다 trở nên đỏ thẫm.

시범 sự làm gương. --하다 làm (nêu) gương tốt.

시보 (1) [평론] tập san, tạp chí. (2) [시간을 알림] còi báo giờ.

시부 cha chồng, bố chồng.

시부렁거리다, 씨부렁거리다 nói bi bô, nói huyên thuyên, nói bá láp, nói tầm phào vớ vẩn.

시부모 cha mẹ chồng.

시비 [잘 잘못] sự phải trái, sự đúng mực; [싸움] cuộc bàn cãi, cuộc tranh luận. @시비를 걸다 phân biệt phải trái.

시비 sự làm cho màu mỡ. --하다 bón phân vào

시사 các sự kiện trong ngày. @시사를 논하다 tranh luận về thời sự // 시사를 해설하다 bình luận vấn đề trong ngày. *--문제 vấn đề thời sự. --평론 lời bình luận thời sự. --해설 lời bình luận tin tức. --해설가 người bình luận tin tức (thời sự).

시사 sự xem trước, sự duyệt trước. --하다 xem trước, duyệt trước. @시사회를 하다 cho xem trước (một cuốn phim).

시사 sự nói bóng gió, lời gợi ý, lời ám chỉ, sự đề nghị. --하다 gợi ý xa xôi, đề nghị, đề xuất.

시산 sự thử nghiệm, cuộc trắc nghiệm (tính toán). *--표 sự kết toán kiểm tra.

시삼촌 ông chú (bác) chồng.

시상 phần thưởng, giải thưởng. --하다 trao tặng phần thưởng cho ai. *--식 lễ phát thưởng.

시상 ý thơ, tình thơ.

시새 cát tốt, cát mịn.

시새우다 ghen khủng khiếp, quá ghen.

시생대 [지질 địa chất] thời đại thái cổ.

시선 tầm nhìn. @시선을 던지다 quay nhìn ai // 시선을 피하다 tránh tầm nhìn của ai // 시선을 돌리다 ngoảnh đi, quay đi // 시선을 모으다 thu hút sự chú ý của mọi người // 시선이 맞았다 bắt gặp cái nhìn của ai.

시선 thơ ca hợp tuyển.

시설 sự thành lập, sự thiết lập, sự trang thiết bị; [시설물] điều kiện thuận lợi. --하다 thành lập, trang bị. @치료 시설이 있다 có điều kiện thuận lợi trong việc điều trị bệnh nhân.

시성 nhà đại thi hào, nhà thơ lớn.

시세 thời, thời buổi, xu hướng thời đại. @시세에 역행하다 bơi ngược dòng.

시세 (1) dòng thời gian, sự tiến triển của thời gian. (2) [시가] giá cả hiện hành, giá thị trường.

시소 trò chơi bập bênh.

시속 tốc độ một giờ (바람의) 시속30 마일 30 dặm một giờ.

시술 quá trình phẫu thuật. --하다 mổ, làm phẫu thuật.

시스템 (*a system)* hệ thống, chế độ, phương thức.

시승 sự đi thử, sự cưỡi thử. --하다 đi (xe) thử, cưỡi (ngựa) thử.

시시 각각 hằng giờ, hằng phút, liên miên, luôn luôn. @시시 각각으로 변화하다 thay đổi từng giờ từng phút, thay đổi liền liền.

시시덕거리다 cười nói linh tinh, vô nghĩa; nói càng, nói bậy, nói chuyện tào lao (tầm phào).

시시부지 --하다 không đi đến đâu, tan ra mây khói. @시시부지하게 일하다 làm dở dang công việc // 그들의 계획이 시시부지하게 끝났다 kế hoạch của chúng tan thành mây khói.

시시비비 --하다 tranh luận phải quấy.

시시하다 không quan trọng, nhỏ mọn, lặt vặt. @시시한 것 vấn đề không quan trọng, chuyện nhỏ. // 시시한 책 quyển sách không giá trị // 시시한 일 việc vặt.

시식 sự nếm, sự lấy mẫu. --하다 nếm, thử.

시신 triều thần, cận thần.

시신 xác chết, thi hài.

시신경 thần kinh thị giác.

시아버지 bố chồng.

시아주버니 anh chồng.

시안 một kế hoạch thăm dò.

시앗 nàng hầu, vợ lẽ của chồng.

시야 nhãn quan; [시계] tầm nhìn, phạm vi hiểu biết. @시야에 들어오다 trong tầm nhìn (của) // 시야에서 사라지다 ra ngoài tầm nhìn // 시야를 넓히다 mở rộng tầm nhìn

시약 sự phát thuốc miễn phí. --하다 phân phối thuốc.

시어 cách diễn tả (cách chọn từ) đầy thi vị

시어머니 bà mẹ chồng.

시업 --하다 khởi sự (bắt đầu) công việc. *--식 lễ khánh thành.

시여 sự tặng, đồ tặng, đồ cúng. --하다 cho, tặng, biếu, dâng, cúng

시역 kẻ phạm tội giết vua, tội giết vua => 시살.

시연 sự chứng minh, sự thể hiện (biểu hiện), buổi diễn tập. --하다 diễn tập một vỡ kịch.

시영 sự đô thị hóa. @시영의 đô thị hóa. *--버스 xe buýt thành phố. --주택 nhà ở thành phố.

시오니즘 (*Zionism*) chủ nghĩa phục quốc Do Thái.

시온 (*Zion)* tín ngưỡng của người Do Thái.

시외 vùng ngoại ô thành phố. @시외의 khu ngoại ô // 시외에 thuộc ngoại thành. *--전차 xe điện ở ngoại ô. --전

ㅅ

화 cuộc điện đàm liên tỉnh.

시외가 nhà của mẹ chồng.

시외삼촌 cậu của chồng.

시용 sự thử, sự kiểm tra. --하다 thử, kiểm tra.

시우 cơn mưa đến đúng lúc.

시우쇠 gang, một mẻ kim loại, thỏi kim loại.

시운 vận may, điềm tốt, điềm lành, đến thời.

시운전 [기차 따위] sự cho chạy thử; [기계 따위] sự làm thử. --하다 chạy thử, thử máy.

시원섭섭하다 cảm thấy khuây khỏa nhưng lại thấy buồn, vui buồn lẫn lộn.

시원스럽다 [태도가] nhanh nhẩu, hoạt bát, lanh lợi; [성질이] ngay thật, thẳng thắn, bộc trực. @시원스러운 사람 người tính thẳng thắn.

시원시원하다 vui vẻ, hoạt bát, năng nổ, sinh động. @시원시원하게 대답하다 đưa ra lời biện bác thẳng thắn // 일을 시원시원하게 하다 làm việc với phương cách sinh động.

시원찮다 không hài lòng, không thỏa mãn, lãnh đạm, nhạt nhẽo, lờ mờ, không rõ rệt @시원찮은 태도 thái độ lãnh đạm // 시원찮은 사람이다 *anh ấy cũng không biết ý định của chính mình* (phân vân, lưỡng lự)

시원하다 (1) mát mẻ, tỉnh táo; [기분이] cảm thấy dễ chịu, cảm thấy tỉnh táo. (2) [태도가] lanh lợi, hoạt bát, nhanh nhẹn; nói thẳng, trực tính (언어가). @시원한 바람 cơn gió mát // 할 말을 다 하고 나니 속이 시원하다 *bây giờ nói ra rồi tôi thấy dễ chịu hơn.*

시월 tháng 10.

시위 dây cung.

시위 sự thao diễn, sự thể hiện, cuộc biểu dương lực lượng. --하다 thao diễn, phô trương, biểu lộ. @전쟁 반대 시위 cuộc biểu tình chống chiến tranh. *--운동 cuộc thao diễn. --운동자 người đi thao diễn.

시위 đội vệ binh Hoàng gia.

시위적거리다 làm (việc gì) một cách thoải mái.

시유 quyền sở hữu ở thành phố. @시유의 được sở hữu ở thành phố. *--재산 bất động sản (cơ ngơi, đất đai, nhà cửa) ở thành phố.

시음 (uống) thử. --하다 thử, cố, ráng (uống)

시읍면 thành phố, thị xã và thôn làng; (chính quyền) đô thị tự trị

시의 bác sĩ riêng của vua, thái y, ngự y.

시의 hoàn cảnh, tình huống. @시의를 얻은 đúng lúc, hợp thời, thích hợp.

시의 sự (bị) nghi ngờ, sự ngờ vực (의혹); sự không tin cậy, sự hoài nghi (복신); sự ghen ghét, sự cảnh giác vì ngờ vực (시기). --하다 nghi ngờ, ngờ vực, hoài nghi, không tin.

시의회 hội đồng thành phố. *--의원 thành viên của hội đồng lập pháp thành phố.

시인 (*a scene*) lớp, cảnh, phông (của 1 vở kịch trên sân khấu)

시인 sự chấp nhận, sự thừa nhận. --하다 chấp nhận, thừa nhận, thú nhận. @잘못을 시인하다 nhận lỗi của mình.

시인 thi sĩ, thi nhân; nữ thi sĩ (여류).

시일 [때] thời gian, giờ giấc; [날짜] ngày, giờ. @시일의 경과 thời gian trôi qua // 시일과 장소 thời gian và nơi chốn //

시일이 걸리다 đòi hỏi thời giờ, tốn thời gian, mất thời giờ

시작 sự sản xuất (chế tạo) thử (기계상품); sự nuôi trồng thử nghiệm (재배); một công trình nghiên cứu (예술품); bài tiểu luận (문장, 그림 따위). --하다 sản xuất thử, trồng thử, sáng tác thử. *--품 sản phẩm thử nghiệm.

시작 sự sáng tác thơ. --하다 sáng tác thơ (thi ca).

시작 sự bắt đầu, sự khởi đầu, khởi nguồn (기원). --하다 bắt đầu, khởi đầu, khai trương. @시작부터 từ buổi đầu // 장사를 시작하다 bắt đầu công việc kinh doanh // 사업을 시작하다 bắt tay vào một tổ chức kinh doanh. // 일을 시작하다 bắt đầu làm việc // 새생활을 시작하다 bắt đầu một cuộc đời mới // 영화가 시작됐다 bộ phim bắt đầu chiếu // 시작이 반이다 khởi đầu tốt là làm xong một nửa công việc.

시장 sự đói, tình trạng đói. --하다 đói, cảm thấy đói. @몹시 시장하다 đói dữ dội, đói lã // 시장해 하다 kêu đói.

시장 chợ, hội chợ, phiên chợ @시장에 가다 đi chợ // 시장에 내놓다 đem (vật gì) ra chợ // 시장을 개척하다 mở, lập ra một ngôi chợ. *--가격 giá chợ, giá thị trường. --조사 sự khảo sát thị trường . --조작 sự giao dịch tài chính thị trường. 공설--thị trường chung. 국내--thị trường trong nước (quốc nội). 금융--thị trường tài chính. 외국-- thị trường nước ngoài. 주식— thị trường chứng khoán..

시장 thị trưởng; [직위] chức (nhiệm kỳ) thị trưởng. @서울 시장 thị trưởng *Seoul* // 런던 시장 ngài thị trưởng Luân Đôn.

시재 tài năng thi ca

시적 có chất thơ, nên thơ, đầy thi vị. @시적미 cái đẹp của thơ ca // 시적 정서 cảm xúc thơ.

시절 thời, thời cơ, cơ hội. @젊은 시절에 thời son trẻ // 학교 시절에 thời còn đi học.

시점 quan điểm; [관점] tầm nhìn.

시정 [거리] thành phố, đường phố; [사람 người] dân thành phố, dân thị xã.

시정 sự sửa chữa, sự cải cách. --하다 잘못을 시정하다 sửa chữa, cải cách, cải thiện, cải tân.

시정 chính phủ, chính quyền. --하다 quản lý, trông nom, cai trị. *--방침 chính sách nhà nước. --연설 bài diễn văn nói về chính sách nhà nước.

시정 chính quyền thành phố. @시정의 (thuộc) công dân.

시정 cảm xúc thơ (cảm hứng).

시제 [문법 văn phạm] thời / thì (của động từ).

시조 người thành lập, người sáng tạo.

시조 một thể thơ của Hàn quốc.

시종 viên thị thần. *--무관 sĩ quan phụ tá, sĩ quan hầu cận cho vua.

시주 [사람] người cho (tặng, biếu, cúng); [행위] sự biếu, tặng phẩm, đồ cúng. --하다 cho, biếu, tặng, cúng.

시준 (vật lý) sự chuẩn trực. --하다 chuẩn trực. *--기 ống chuẩn trực thủy ngân.

시중 sự chăm sóc, sự phục vụ. --하다 chăm sóc, phục vụ, hầu hạ, phục dịch. @시중 들고 있다 được (ai) chăm sóc, phục dịch // 남편의 시중을 들다 chăm sóc chồng.

시중 (ở) thành phố, đường phố, hàng phố,

ㅅ

dân phố. *--은행 ngân hàng thương mại thành phố.

시즌 mùa (trong năm). @야구 시즌 mùa chơi banh (bóng chày)

시진 sự kiểm tra bằng mắt.

시집 gia đình nhà chồng. @시집 보내다 làm làm lễ cưới (cho con gái); gả (con gái) // 시집가다 làm lễ cưới, kết hôn.

시집 sự sưu tập thơ.

시집살이 đời sống vợ chồng trong nhà bố mẹ chồng, sống trong nhà bố mẹ chồng.

시차 sự chênh lệch giờ giấc. @서울과 런던은 9 시간의 시차가 있다 giữa *Seoul* và Luân Đôn cách nhau 9 giờ.

시차 [천문 thiên văn] thị sai.

시찰 sự xem xét kỹ, sự kiểm tra, sự quan sát, sự theo dõi. --하다 thanh tra, kiểm tra, theo dõi, kiểm soát. *--단 bộ phận (ban) thanh tra. --여행 cuộc đi kinh lý để thanh tra.

시채 công trái thành phố.

시책 biện pháp, chính sách, cách đối phó.

시척지근는하다 hơi chua.

시청 tòa đô chính

시청 thị giác và thính giác, nghe và nhìn. @시청각 교육 sự rèn luyện kỹ năng thính thị.

시청 sức nghe, sự nghe thử, thính giác. --하다 thử giọng (trước khi nhận vào làm diễn viên hát.*--실 phòng nghe.

시체 xác chết, thi hài, xác súc vật (동물의). @시체로 발견되다 phát hiện ra xác chết. *--검시 cuộc điều tra một vụ chết bất thường. --검시관 nhân viên điều tra những vụ chết bất thường. --유기 tội cố sát.

시체 thể loại thơ.

시초 nguồn gốc, căn nguyên, khởi đầu. @시초의 (thuộc) gốc, đầu tiên, lúc đầu, ban đầu.

시초 tuyển tập thơ, sự sưu tập thơ.

시취 cảm xúc thơ.

시치다 khâu, lượt, đính tạm. @시침질 sự khâu lượt, sự đính tạm

시치미 sự giả vờ ngây thơ vô tội, sự giả bộ dửng dưng @시치미떼다 giả vờ không biết.

시침 kim chỉ giờ (của đồng hồ)

시커멓다 đen nhánh, đen hạt huyền, đen như than, đen thui.

시큰거리다 cảm giác đau âm ỉ (ở khớp), có cảm giác bi châm, bị nghứa ngáy, nhức nhối.

시큰둥하다 hỗn xược, xấc láo, trơ tráo, sỗ sàng

시큰시큰하다 hơi chua chua

시큼하다 hơi chua => 시큼시큼하다.

시키다 [강제 ép buộc] bắt, buộc (ai làm); [허가] cho phép, để cho; [방임 bỏ mặc] để cho, để mặc; [의뢰 yêu cầu] ra lệnh, sai bảo. @식사를 시키다 đặt bữa ăn tối // 일을 시키다 sai (ai) làm // 구두를 수선시키다 cho sửa lại đôi giày // 극장구경을 시키다 bao (ai) đi xem hát // 시키는 대로 하다 hãy làm theo lệnh

시탄 than và củi, chất đốt.

시토 SEATO - tổ chức Hiệp ước Đông Nam Á.

시트 [자리] *(a seat)* chỗ ngồi , ghế; [우표의 con tem] (a *sheet)* 1tờ, 1 lá, 1 phiến, 1 tấm.

시판 sự tiếp thị. --하다 bán ở thị trường (chợ).

시퍼렇다 xanh thẫm; xanh mét, nhợt nhạt như thấy ma (창백); [권세가] có quyền thế lớn, có uy thế, có thế lực, có ảnh hưởng lớn.

시편 [성경 Kinh Thánh] sách Thánh Thi.

시평 lời bình luận thời sự. *문예-- lời bình luận về văn học hiện đại.

시폐 tai họa hiện tại, tội lỗi của thời đại,

시하 đang ở dưới mái nhà của cha mẹ.

시하다 quan tâm đến, để ý đến; đánh giá, coi như, xem như. @위험시하다 đánh giá (việc gì) là nguy hiểm

시학 thi pháp, luật thơ, nghệ thuật thơ.

시한 sự giới hạn thời gian; giờ đóng cửa (문닫는); giờ giới nghiêm (통금). *--폭탄 bom giờ, bom nổ chậm.

시할머니 bà của chồng.

시할아버지 ông của chồng.

시합 cuộc thi đấu; cuộc vật lộn, cuộc đọ sức (권투 따위); cuộc chiến đấu, cuộc chạm trán (gặp gỡ). --하다 đấu, thi đấu với, thách đấu với, gặp gỡ, chạm trán với. @시합에 나가다 tham gia vào một cuộc thi đấu // 시합에 이기다 (지다) thắng (thua) một trận đấu. *--장 sân chơi (정구 môn quần vợt); sân thể thao (야구 bóng chày); sân bóng chày; vũ đài (권투 môn quyền anh); sân chơi bóng đá (축구 bóng đá) 단식(복식, 혼합) -- trận đấu đơn (đôi / hỗn hợp nam-nữ)

시행 sự hoạt động, sự thi hành. --하다 thi hành, (luật), đem thi hành, làm có hiệu quả, đưa vào sử dụng . @시행되다 có hiệu lực, có hiệu quả // 시행되고 있다 đang hoạt động, đang có tác dụng. *--규칙 những quy định liên quan đến sự thi hành luật pháp. --기간 thời gian có hiệu lực. --기일 kỳ hạn thi hành.

시행 착오 [심리 sự thẩm tra] phương pháp thử và sai.

시허옇다 trắng như tuyết.

시험 (1) bài kiểm tra, kỳ thi. --하다 kiểm tra, sát hạch, thi. @시험을 치르다 đi thi, làm bài thi // 시험 준비를 하다 chuẩn bị cho kỳ thi, học thi // 시험에 합격 (낙제) 하다 thi đậu (rớt, trượt). (2) [실험] cuộc thử nghiệm, cuộc thí nghiệm, cuộc xét nghiệm, cuộc trắc nghiệm. --하다 thử nghiệm, thí nghiệm, trắc nghiệm, xét nghiệm. @시험적 ướm thử, thăm dò, dựa trên thí nghiệm // 시험적으로 bằng thực nghiệm, qua thí nghiệm // 시험해보다 cho cái gì vào để thử, đem cái gì để thử. *--관 người chấm thi. --기 người thử, máy thử. --비행 chuyến bay thử. --소 trạm thực nghiệm. --실 phòng thí nghiệm. 구두-- cuộc thi vấn đáp. 국가-- kỳ thi quốc gia. 인물—kỳ thi thẩm tra về tính cách. 입학—kỳ thi vào. 자격-- kỳ thi sát hạch, kỳ thi tuyển. 중간—kỳ thi giữa học kỳ. 필기-- cuộc thi viết, bài thi viết.

시험관 ống nghiệm.

시험지 (1) giấy thi, giấy kiểm tra. (2) [화학 hóa học] giấy quỳ.

시현 --하다 bộc lộ, biểu lộ, tiết lộ, biểu thị, để lộ, bày tỏ, chứng tỏ, chứng minh.

시형 thể thơ, nhịp thơ có số âm tiết nhất định.

시호 tên, danh hiệu được sắc phong sau khi chết

시화 ngôn ngữ bằng môi. *--법 lối nói hữu hình cách nói ra dấu (dành cho người điếc).

시화 thơ và tranh, thi và họa. *--전 cuộc triển lãm thơ có minh họa (của..)

시황 tình hình thị trường. @활발한 시황

ㅅ

một thị trường sôi động. *주식-- thị trường chứng khoán.

시황제 Tần Thủy Hoàng (Trung quốc, 259 – 210 trước Công nguyên).

시효 [법 pháp lý] thời hiệu, sắc lệnh. @형의 소멸 시효 sắc lệnh dẹp bỏ sự ngược đãi. *--정지 sự đình chỉ thời hiệu. 소멸(취득) – thời hiệu xác định (phủ định)

시후 [계절] mùa (trong năm); [기후] thời tiết, khí hậu.

시흥 thi hứng.

식 (1) [양식] hình thức, hình thể; [형] thời trang, mốt, kiểu dáng, mẫu, loại; [방법] phương pháp, cách thức. @한국식 호텔 khách sạn kiểu Hàn Quốc // 서양식으로 theo phong cách Châu Âu. (2) [의식] lễ, nghi lễ, nghi thức. @식을 올리다 tổ chức nghi lễ. (3) [수학·화학의] công thức (toán, hóa), biểu thức. *결혼-- lễ kết hôn. 구조-- thể thức cấu trúc. 분자 -- công thức phân tử.

식간@식간에 giữa các bữa ăn.

식객 kẻ phụ thuộc, kẻ ăn bám, ký sinh. @식객 노릇하다 phụ thuộc, ăn bám, sống dựa vào (ai).

식견 sự hiểu biết, sự hiểu thấu (được bên trong sự vật), sự sáng suốt, sự nhận thức rõ (sâu sắc).

식곤증 tình trạng thiếu hoạt động sau khi ăn, tình trạng suy nhược, thiếu sinh khí.

식구 gia đình, những thành viên trong gia đình.. @많은(적은) 식구 một đại (tiểu) gia đình.

식권 phiếu thực phẩm.

식기 bộ đồ ăn (chén bát dĩa muỗng nĩa, đũa..); [주발] cái bát (chén).

식다 mát, nguội đi, giảm đi; [열의가 nhiệt tình] nguôi đi, lắng bớt. @저녁을 식기전에 먹다 hãy ăn trước khi thức ăn nguội lạnh // 식지 않게 하다 giữ nóng thức ăn // 열의가 식다 mất ngon

식단 thực đơn; phiếu tính tiền.

식당 phòng ăn, nhà hàng; quán ăn tự phục vụ (간이 식당); phòng ăn tập thể (군대의 trong quân đội). *--차 xe đẩy thức ăn.

식도 dao làm bếp.

식도 [해부 giải phẫu] thực quản.

식도락 tính sành ăn, tính phàm ăn (háu, ham ăn). *--가 người sành ăn, người háu ăn.

식량 thức ăn, thực phẩm dự trữ. @식량이 떨어지다 hết sạch thức ăn dự trữ. *--문제 vấn đề thực phẩm. --사정 tình hình lương thực.

식료 lương thực, khẩu phần, thực phẩm. *--품 hàng tạp phẩm và thực phẩm. --품점 cửa hàng tạp phẩm và thực phẩm

식림 sự trồng cây gây rừng. --하다 trồng cây gây rừng.

식모 chị bếp, chị cấp dưỡng..

식목 sự trồng cây gây rừng. --하다 trồng lại cây. *--일 ngày hội trồng cây mùa xuân.

식물 đồ ăn, thức ăn, lương thực, thực phẩm

식물 thực vật, cây cối (총칭 nói chung); đời sống thực vật. @식물의 (thuộc) rau, (thuộc) thực vật. *--계 giới thực vật. --원 vườn bách thảo. --채집 sự sưu tầm thảo mộc. --학 thực vật học. --학자 nhà thực vật học.

식민 sự thực dân hóa; [사람 người] tên thực dân. --하다 lập thuộc địa. *--주의 chủ nghĩa thực dân. --지 thuộc địa.

식빵 bánh mì, nghĩa bóng miếng ăn, kế sinh nhai.

식별 sự sáng suốt, sự nhận thức rõ. --하다 phân biệt, nhận thức, thấy rõ, nhận định sự khác biệt. @식별할 수 있는 có thể phân biệt // A 와 B 를 식별하다 phân biệt rõ giữa A và B. *--력 khả năng nhận thức, khả năng phân biệt.

식복 @식복이 있다 được may mắn là có thức để ăn.

식비 chi phí thức ăn, tiền ăn; tiền cơm tháng (하숙의). @식비를 포함하다 bao gồm tiền ăn

식사 nghi thức, hình thức, cách nói năng chúc tụng chào mừng (축사)

식사 thức ăn, đồ ăn, chế độ ăn, cách nấu nướng (호텔의); cơm tháng, cơm trọ (하숙의). --하다 ăn (cơm). @식사 준비를 하다 chuẩn bị thức ăn, bày bàn ăn, dọn cơm (식탁의) // 식사를 같이하다 dùng cơm với // 식사중이다 đang ăn cơm. *--시간 giờ ăn.

식산 sự gia tăng sản lượng kỹ nghệ.

식상 sự ngộ độc thực phẩm (중독); chứng khó tiêu (소화 불량); sự ăn uống quá độ, sự ngấy (물림); sự không hợp với thực phẩm. --하다 bị ngộ độc thực phẩm, bị bội thực, bị ngấy.

식생활 ăn theo chế độ , ăn theo thói quen. @식생활 조차 어렵다 *thấy vất vả trong việc kiếm ăn hằng ngày.*

식성 vị, vị giác, khẩu vị, mùi vị. @식성에 맞는 음식 món ăn thích khẩu // 식성에 맞다 thích khẩu, hợp khẩu vị, vừa miệng // 식성이 까다롭다 khó ăn, kén ăn; kén cá chọn canh.

식수 sự trồng cây. --하다 trồng cây.

식수 nước uống, nước có thể uống được.

식순 chương trình nghi lễ.

식언 sự rút lời hứa, sự nuốt lời. --하다 nuốt lời.

식염 muối để nấu ăn, muối ăn. *--수 dung dịch muối.

식욕 sự ngon miệng, sự thèm ăn. @식욕이 없어지다 không thấy thèm ăn, mất ngon // 식욕이 왕성하다 thèm ăn mãnh liệt.

식용 tính có thể ăn được. @식용의 có thể ăn được (không độc). *--개구리 con ếch có thể ăn được (không độc). --색소 màu thực phẩm.

식육 thịt (ăn được). *--가공업자 máy chế biến thực phẩm. --동물(조) động vật ăn thịt (chim)

식은땀 mồ hôi lạnh. @식은땀을 흘리다 toát mồ hôi lạnh.

식음 @식음을 전폐하다 bỏ ăn bỏ uống.

식이 đố ăn, thức ăn, món ăn, thực đơn hàng ngày. *--요업 phép trị bệnh theo chế độ ăn kiêng.

식인 tục ăn thịt người. *--종 loài ăn thịt người, kẻ ăn thịt người, thú ăn thịt đồng loại.

식자 [인쇄] sự sắp chữ. --하다 sắp chữ. *--공 thợ sắp chữ.

식자 nhà học giả. @식자우환 kẻ không biết gì kẻ là vui sướng nhất (*ngu si hưởng thái bình* !)

식장 phòng khánh tiết, phòng nghi lễ.

식전 @식전에 trước bữa ăn, trước bữa điểm tâm.

식전 lễ nghi, nghi thức.

식중독 sự ngộ độc thực phẩm. @식중독에 걸리다 bị ngộ độc do thực phẩm; bị dị ứng với (ai).

식지 ngón tay trỏ.

식체 chứng khó tiêu.

식초 giấm. *--산 [화학 hóa học] axít axêtic.

식충 loài ăn sâu bo, côn trùng; [대식가 kẻ tham ăn] kẻ háu ăn.

식칼 con dao làm bếp.

식탁 bàn ăn. @식탁에 앉다 đang ngồi bàn ăn // 식탁을 보다 trải khăn bàn // 식탁에 오르다 được phục vụ tại bàn.

식품 thức ăn, thực phẩm, đồ ăn => 식료품.

식피 [의학 y học] kỹ thuật ghép da. --하다 ghép . *--술 cuộc phẫu thuật ghép da.

식혜 thức uống ngọt được làm từ gạo lên men.

식후 @식후에 sau bữa ăn // 식후 30 분에 복용하다 uống một viên 5 phút sau mỗi bữa ăn.

식히다 mát; để chỗ mát (vật gì)

신[1] vật mang ở chân (giày, dép, bít tất…). @신을 신다 mang giày // 신을 벗다 cởi (tháo) giày.

신[2] niềm vui, sự thích thú, sự hăng hái, sự sôi động. @신이 나다 bị kích động, trở nên hăng hái, sôi nổi.

신 giờ Thân.

신 [신민] dân, thần dân; [가신] người tùy tùng, lão bộc, quản gia, cận thần; [자기] tôi, thần

신 lòng trung thành, tính trung thực.

신 Thượng đế; [주] Thiên Chúa; [조물주] Tạo hóa; [신령] linh hồn, thần linh; [귀신] ma quỷ. @전능의 신 thượng đế toàn năng // 신의 은총 *phúc lành của thượng đế toàn năng* // 신에게 기도드리다 cầu nguyện Chúa trời //신을 믿다 tin tưởng ở Thượng đế (Chúa trời)

신-- (tiền tố) mới, hiện đại, gần đây, mới lạ.

신가정 một gia đình (tổ ấm) mới.

신간 sách, báo mới xuất bản, sách mới phát hành. *--목록 danh sách ấn phẩm mới. --비평 mục phê bình sách. --서적 sách mới (xuất bản).

신개발지 vùng đất mới quy hoạch, một thành phố (thị trấn) mới.

신격 thần thánh (thánh thần).

신격화 sự tôn sùng, sự phong thần. --하다 tôn sùng, sùng bái, tôn thần, phong làm thần.

신경 thần kinh, trạng thái kích động thần kinh. @신경의 (thuộc) thần kinh. // 신경을 건드리다 chọc tức ai // 신경이 날카롭다 nhạy cảm, dễ bị kích động, nóng nảy, bồn chồn, hay lo lắng. *--계통 hệ thần kinh. --과민 trạng thái hốt hoảng, quá xúc cảm. @그는 신경 과민이다 anh ta dễ bị chạm tự ái. --병 chứng loạn thần kinh, bệnh tâm thần. –세포 tế bào thần kinh. --쇠약 chứng suy nhược thần kinh. --질 tính nóng nảy, sự bực dọc, bồn chồn lo âu. --통 chứng đau dây thần kinh.

신경지 vùng đất mới. @신경지를 개척하다 khai phá một vùng đất mới.

신경향 xu hướng mới.

신고 lời phát biểu (신립); bản báo cáo, bản tường trình (보고); lời tuyên bố, bản tuyên ngôn (세관에서). --하다 phát biểu, tuyên bố, báo cáo. @소득세의 신고를 하다 đệ trình bản thống kê thuế thu nhập. *--서 bảng báo cáo, tờ tường trình. --용지 mẫu in (có chừa chỗ trống để điền vào) của bản thống kê. --자 người báo cáo. --제 hệ thống báo báo.

신고 sự gian khổ, sự thử thách; [고심] sự đau đẻ. --하다 chịu đựng gian khổ.
신곡 một giai điệu mới.
신곡 giống lúa mới.
신관 kíp nổ. *시한-- kíp nổ có định thời gian.
신관 tòa nhà mới.
신교 sự tín ngưỡng, sự sùng bái. @신교의 자유 sự tự do tín ngưỡng.
신교 đạo Tin Lành. *--도 người theo đạo Tin Lành.
신구 @신구의 cũ và mới, cựu và tân // 신구 장관 Bộ trưởng mới và Bộ trưởng cũ.
신국면 một dáng vẻ mới (phương diện, bộ mặt) @신국면을 전개하다 mang một dáng vẻ mới.
신권 thần quyền. *--정치 chính trị thần quyền.
신규 @신규의 mới, tươi // 신규로 lại nữa, lần nữa, mới, nguyên // 신규로 채용하다 thuê người làm mới.
신극 vở tuồng mới, kịch mới, trường phái mới của nghệ thuật sân khấu. *--운동 một phong trào mới của nghệ thuật tuồng.
신기 siêu phàm, phi thường, vượt bực.
신기 --하다 mới lạ, lạ thường, độc đáo.
신기 --하다 kỳ lạ, kỳ diệu, tuyệt diệu, phi thường. @약이 신기하게 잘 듣는다 thuốc công hiệu như thần.
신기다 mang vào (chân).
신기록 một kỷ lục mới. @세계 신기록 một kỷ lục mới trên thế giới // 신기록을 세우다 lập một kỷ lục mới.
신기루 một ảo ảnh, một ảo tưởng, ảo vọng.
신기원 kỷ nguyên mới, thời đại mới. @신기원을 이루는 사건 một sự kiện lịch sử.
신기축 sự chuyển hướng mới, phương sách mới, tính chất sáng tạo, cái độc đáo.
신나 [희석제] chất để pha loãng (dung môi)
신나다 làm cho tinh thần phấn chấn, làm cho hân hoan. @신나는 시합 một trò chơi lý thú.
신남 [불교Phật giáo] tín đồ nam, thiện nam.
신녀 [불교 Phật giáo] tín đồ nữ, tín nữ.
신년 năm mới, ngày Tết, ngày đầu năm. @신년을 맞이하다 đón chào năm mới // 근하 신년 chúc mừng năm mới!
신념 lòng tin, đức tin, niềm tin, sự tin tưởng, sức thuyết phục (확신). @신념에 살다 hành động cho xứng với lòng tin // 강한 신념을 가지고 있다 có một đức tin mạnh mẽ.

신다 mặc, mang, đội, khoác. @오늘은 이 신을 신으세요 hôm nay mang giày này // 빨리 양말을 신어라 mang vớ nhanh lên.
신당 (thành lập) một đảng chính trị mới.
신대륙 Tân lục địa; Tân thế giới.
신도 tín đồ sùng đạo, người theo đạo.
신동 thần đồng.
신뒤축 gót giày.
신디케이트 (*syndicate*) công đoàn, nghiệp đoàn.
신랄 --하다 sắc bén, châm biếm, mỉa mai. @신랄한 어조로 ngôn ngữ sắc bén, giọng mỉa mai.
신랑 chú rể. *--감 rể phụ. --신부 cô dâu chú rể.
신령 thần linh, thần thánh. *--산-- thần

núi.

신례 một tiền lệ mới.

신록 màu xanh tươi của cây cỏ, xanh non.

신뢰 sự tin cậy, lòng tin (신임). --하다 tín nhiệm, tin cậy, tin tưởng, tin vào.

신망 sự tín nhiệm và yêu mến của quần chúng. @신망을 얻다 giành được sự tín nhiệm của ai // 신망이 두텁다 có được lòng tin của ai.

신명 Chúa, trời đất thánh thần. @천지 신명게 맹세하다 thề trước Chúa.

신명나다 hăng hái, nhiệt tình, say mê, mê mẩn, thích thú, vui thích..

신묘 --하다, huyền bí, phi thường, kỳ diệu.

신문 sự thẩm tra (chứng cớ). --하다 thẩm tra, kiểm tra, điều tra. *--조서 chất vấn cặn kẽ.

신문 báo chí, tạp chí. @신문의 (thuộc) báo chí, (thuộc) nhà báo // 오늘 신문에 theo báo hôm nay // 신문에 나다 được tường trình trên báo, xuất hiện trên báo // 신문을 배달하다 phân phối báo // 신문에서 보다 đọc (một tiết mục trên) báo. *--광고 mục quảng cáo trên báo. --구독료 sự mua báo dài hạn. --구독자 đọc giả (người đăng ký mua) báo. --기사 tin tức báo chí --기자 nhà báo, ký giả, thông tín viên. --기자석 khu vực báo chí (ở nghị viện, tòa án...). --매점 quầy bán báo. 배달(인) người phân phối (giao) báo. --사 văn phòng báo chí. --팔이 người bán báo, cậu bé bán báo. 석간-- báo (phát hành vào) buổi chiều. 영자-- báo tiếng Anh. 일간(주간) -- báo ngày, nhật báo.

신물 @신물이 나다 bị chán ngấy.

신민 dân, thần dân.

신바닥 đế giày.

신바람 tình trạng bị kích động, (kích thích); sự nhộn nhịp, sự sôi nổi, sự náo động => 신 [2].

신발 đồ đi ở chân (giày, vớ...) => 신 [1].

신발명 một sáng kiến mới, một phát minh mới.

신발족 một sự bắt đầu mới.

신방 phòng (giường) cô dâu, phòng hoa chúc.

신벌 sự trừng phạt của thần thánh, quả báo.

신변 khía cạnh (cá nhân). @신변의 위험 mối đe dọa cá nhân.

신병 cơn bệnh, chứng bệnh, sự đau yếu. @신병으로 사직하다 từ chức vì lý do sức khỏe kém.

신병 lính mới, tân binh. *--훈련 sự huấn luyện tân binh.

신복 người đi theo, người hầu, môn đồ, đệ tử.

신복 sự phục tùng, sự khuất phục 하다 tin tưởng, phục tùng, qui phục @신복시키다 thuyết phục ai, làm cho ai tin.

신봉 sự tin cậy, niềm tin. --하다 tin cậy, tin tưởng, có niềm tin. *--자 môn đồ, người tin.

신부 đức Cha @신부가 되다 được phong chức linh mục.

신부 cô dâu

신분 [지위] vị trí xã hội; [신원] tính chất, đặc điểm @신분이 높은 사람 người có địa vị // 신분을 밝히다 bộc lộ tính chất // 신분을 증명하다 gắn bó chắc chẻ, gắn liền vận mệnh mình với..

신분 증명 sự nhận dạng, nét để nhận dạng. *--서 giấy chứng minh, thẻ căn cước.

신불 Trời và Phật. @신불의 가호 sự phù hộ của trời phật.

신비 sự thần bí. @신비스럽다 thần bí, huyền bí, bí ẩn. *--경 vùng đất thần bí. --극 kịch tôn giáo --소설 truyện thần bí. --주의 thuyết thần bí, chủ nghĩa thần bí.

신빙 sự tin, lòng tin, đức tin, tín ngưỡng. --하다 tin tưởng, tin vào. *--성 tính xác thật.

신사 người lịch sự, người hào hiệp. @신사다운 lịch sự, hào hoa, quân tử // 비신사적 không lịch sự, không hào hoa // 신사적으로 một cách hào hoa. *--도 đạo lý của người quân tử. –협정 lời hứa của người quân tử.

신사복 bộ y phục của nam giới mặc trong những dịp long trọng, áo choàng ngắn

신산 (trải qua) nhiều thử thách gay go.

신상 [몸] con người; [형편] hoàn cảnh; [경력] tiểu sử. @신상문제 vấn đề cá nhân.

신상 sự thưởng phạt phân minh

신색 nước da, vẻ mặt, thần sắc. @신색이 좋습니다 bạn trông có vẻ khỏe.

신생 sự hiện thân mới, sự tái sinh. *--대 [지질] kỷ nguyên thứ ba; (thuộc) đại tân sinh.

신생아 (đứa bé) mới sinh, trẻ sơ sinh.

신생활 (bắt đầu) một cuộc đời mới.

신서 thư từ, thư tín cá nhân (총칭 nói chung). @신서의 비밀을 침범하다 xâm phạm thư từ riêng (cá nhân).

신석기 [고고] đá neolith. *--시대 thời đại đồ đá mới.

신선 một nhà tu khổ hạnh với năng lực phi phàm. *--경 vùng đất lành, xứ thần tiên.

신선 sự tươi. --하다 xanh tươi. @신선한 과실(야채) trái tươi (rau xanh)

신설 sự thành lập mới. --하다 thành lập mới, tổ chức mới; sáng tạo. @신설의 thành lập tổ chức mới. *--공장 một xí nghiệp mới. --회사 một công ty mới được thành lập.

신설 một học thuyết mới (학설); một quan điểm (chân lý) mới (견해).

신성 tính chất thiêng liêng. --하다 thiêng liêng, thần thánh. @신성시하다 xem (vật gì) là thiêng liêng // 신성불가침이다 thiêng liêng và bất khả xâm phạm. *--로마제국 đế chế La Mã thần thánh (từ thế kỷ thứ 10 đến 1806).

신성 tính chất thần linh, thần thánh.

신세 món nợ ân tình (ân nghĩa); sự mang ơn. @신세를 지다 mang ơn, đội ơn, hàm ơn // 신세를 갚다 đền đáp lại lòng tử tế.

신세 số phận, hoàn cảnh @신세타령하다 kể lại một câu chuyện về cuộc đời đáng thương của ai.

신세계 Tân thế giới.

신세대 thế hệ mới (thời đại, kỷ nguyên mới)

신소리 sự chơi chữ, lối đối đáp dí dỏm.

신속 tính chất mau lẹ, sự mau mắn, sự nhanh nhẩu, sự sốt sắng. --하다 nhanh nhẩu, mau lẹ, sốt sắng @신속히 một cách nhanh chóng.

신수 diện mạo, dáng điệu, phong thái, sắc mặt, dung nhan. @신수가 환하다 có dung mạo tốt.

신승 --하다 đánh hơi thấy, khám phá ra.

신시 thơ hiện đại.

신시대 thời đại mới.

신식 phong cách mới. @신식의 kiểu mới; [현대식] hiện đại, hợp thời. *--무

기 vũ khí hiện đại.

신신 부탁 --하다 khẩn cầu, nài xin.

신실 sự thật thà, tính chân thật, tính lương thiện, lòng trung thành

신심 lòng mộ đạo, sự hiếu thảo, lòng trung, sự hết lòng, sự tận tâm.

신안 một ý tưởng mới (chương trình, kế hoạch). @신안 특허 một phát minh mới.

신앙 lòng tin, đức tin, niềm tin. --하다 tin, tin tưởng vào. @신앙의 자유 quyền tự do tín ngưỡng. *--요법 phép chữa bệnh bằng đức tin. --생활 cuộc sống sùng đạo. --인 tín đồ.

신약 [성경 Kinh Thánh] kinh Tân Ước..

신어 từ mới. *--사용 sự dùng từ mới.

신여성 người phụ nữ hiện đại, phụ nữ mới.

신역 lối giải thích mới, bản dịch mới.

신열 cơn sốt, bệnh sốt. @신열이 나다 bị sốt.

신예 tối tân và chất lượng cao. @신예의 tối tân và hùng mạnh (vũ khí).

신용 sự tin, sự tin cậy, sự tín nhiệm. --하다 tin, tin cậy, tín nhiệm, đặt niềm tin vào. @신용할 수 있는 đáng tin cậy // 신용할 수 없는 không đáng tin cậy // 신용을 얻다 chiếm được lòng tin của ai // 신용을 잃다 mất lòng tin với // 그를 신용하지 않는다 tôi đã mất tin ở anh ấy. *--거래 sự mua bán chịu. –보험 bảo hiểm tín dụng (대부의 về sự cho vay); bảo đảm lòng tin. (고용인의). --장 tín dụng thư.

신용 대부 sự mở một tài khoản. --하다 cấp tài khoản cho.

신원 sự nhận dạng (성명 따위); nguồn gốc, lai lịch, quá khứ, tiền sử (경력). @신원 불명의 không nhận biết được // 신원이 확실한 사람 người có lai lịch tốt // 신원을 증명하다 xác nhận lai lịch // 신원을 조회하다 liên hệ đến (một công ty) về lai lịch (của ai)*--보증서 giấy chứng nhận. –보증인 người giới thiệu, người chứng nhận. --증명서 giấy chứng minh.

신월 trăng non, trăng khuyết (초승달)

신위 bài vị tổ tiên.

신음 sự than van, lời rên rỉ. --하다 rên rỉ, than van. @압제 밑에서 신음하다 rên rỉ dưới sự chuyên chế bao ngược (của) // 병상에서 신음하다 than van rên rỉ vì cơn bệnh liệt giường.

신의 lòng trung thành, tính trung thực. @신의가 있다 trung thành, chung thủy // 신의가 없다 phản bội, xảo trá // 신의르를지키다 giữ lòng chung thủy với..

신인 (1) giáo sĩ, thánh đồ, tiên tri, mục sư. (2) thượng đế và con người.

신인 người mới nổi, một bộ mặt mới, một người đang (phất) lên.

신임 sự tin, lòng tin, đức tin. --하다 tin tưởng, phó mặc, đặt niềm tin vào. @신임을 얻다 đạt được lòng tin của. *--투표 sự bỏ phiếu tín nhiệm. --장 thư ủy nhiệm, quốc thư.

신임 sự bổ nhiệm mới. --하다 mới bổ nhiệm vào văn phòng. @신임의 mới bổ nhiệm vào. *--대사 đại sứ mới bổ nhiệm.

신입 sự gắn (ghép) vào, sự đính vào => 신청.

신입 sự (mới) gia nhập, sự mới đến. *--생 sinh viên mới. --자 người mới vào nghề (mới đến).

신자 tín đồ. @기독교 신자가 되다 trở

thành tín đồ của Chúa. *불교-- tín đồ đạo Phật.

신작 tác phẩm mới, sản phẩm mới, sáng tác mới.

신작로 một con đường mới làm.

신장 tủ giày.

신장 sự mở rộng, sự phát triển, sự giãn nở, sự kéo dài ra. --하다 mở rộng, trải ra, giản ra. @국위를 신장하다 mở rộng thanh thế quốc gia.

신장 chiều cao, vóc người, tầm cỡ, tầm vóc @신장이 5 척이다 cao 5 feet.

신장 [해부 giải phẫu] quả cật, quả thận. *--결석 sạn thận. --병 bệnh thận. --염 chứng viêm thận.

신장 [복장 phục trang] quần áo mới; [장비 trang bị] đồ trang bị mới; [장정] bìa sách mới đóng. --하다 nhìn có vẽ mới, trang bị đồ đạc; [개축하다] làm lại, sửa đổi, tu sửa, tổ chức lại

신저 tác phẩm mới; [신간서] một ấn phẩm mới.

신전 điện thờ, miếu thờ, nơi tôn nghiêm.

신접살이 cuộc sống trong ngôi nhà mới.

신정 chính trị thần quyền.

신정 năm mới.

신정권 một chế độ mới.

신정판 ấn bản mới có sửa đổi.

신제 phương thức mới, hệ thống mới.

신제 sự sản xuất hiện đại. @신제의 kiểu chế tạo mới.

신조 tín điều, tín ngưỡng; [신념 đức tin] nguồn gốc, nguyên tắc đạo đức. @신조를 지키다 giữ tín điều.

신주 bài vị tổ tiên. @신주를 모시다 cất giữ bài vị tổ tiên vào thánh đường.

신중 sự thận trọng, tính cẩn thận. --하다 thận trọng, cẩn thận. @신중하게 cẩn thận, chu đáo, // 신중하게 행동하다 hành động cẩn thận.

신지식 kiến thức cập nhật, tư tưởng cấp tiến.

신진 sự hướng về phía trước, sự vươn lên, nổi lên, sự thành đạt. *--작가 một nhà văn đang lên.

신진대사 [신구대체] sự thay thế, sự được thay thế, sự cải tạo; [생리 sinh học] sự trao đổi chất, sự biến dưỡng. --하다 được thay thế, thay cũ đổi mới. @신진대사의 (thuộc) sự chuyển hóa.

신착 vừa mới tới. @신착 양서 các sách ngoại ngữ vừa mới nhập về. *--품 chuyến hàng mới đến.

신찬 tài liệu mới biên soạn. @신찬의 sưu tập (biên soạn) tài liệu mới.

신참 người mới đến, người mới; [미숙자] thợ mới vào nghề, người tập việc.

신창 (thay) đế giày mới.

신천옹 [새 chim] chim hải âu lớn.

신천지 thế giới mới, tân thế giới.

신청 lời cầu xin, lời thỉnh cầu, đơn xin; [법 pháp lý] bản kiến nghị, sự đề nghị. --하다 thỉnh cầu, gởi đơn xin, đề nghị. @정부에 허가를 신청하다 xin phép chính phủ. *--인 người xin việc, người thỉnh cầu (배상의). --서 đơn viết tay.

신체 thể xác. @신체의 (thuộc) thân thể, cơ thể, cá thể // 신체의 자유 quyền tự do cá nhân. *--검사 sự kiểm tra thể chất. --장해자 người tàn tật, người bị khuyết tật cơ thể.

신체시 một thể thơ mới.

신체제 một cấu trúc mới (quy tắc, cơ chế).

신축 sự xây dựng, công trình kiến trúc. --하다 xây cất mới.

신축 sự co giãn. --하다 co giãn. *--성 tính co giãn, tính đàn hồi. --세율 giá biểu linh động.

신축 자재 tính đàn hồi. @신축자재의 (thuộc) đàn hồi, co giãn.

신춘 đầu xuân (이른 봄); năm mới (신년).

신출 sản phẩm đầu mùa; [사람 người] người mới (đến).

신출 귀몰 tính chất lảng tránh, tính nhanh lẹ phi thường. --하다 ẩn hiện bất thường. @신출 귀몰의 như bóng ma, khó nắm.

신출내기 người tập sự, người mới vào nghề, người chưa kinh nghiệm.

신코 mũi giày.

신탁 sự phó mặc, sự giao phó, sự tín nhiệm. --하다 giao phó, phó mặc, phó thác, ủy thác (cho ai việc gì). @재산을 신탁하다 ủy thác tài sản. *--기금 quỹ công trái. –예금 tiền ký quỹ, tiền đặc cọc. --자 người ủy thác. --증서 văn kiện pháp lý chuyển giao tài sản cho người được ủy thác. --통치 nhiệm vụ người được ủy thác .

신탁 lời sấm, lời tiên tri.

신통 --하다 kỳ lạ, tuyệt diệu, phi thường. *--력 huyền bí phi thường.

신트림 sự ói mửa, sự nôn mửa.

신파 trường phái mới, nghệ thuật kịch theo trường phái mới (신파극). *--연극 vở tuồng theo trường phái mới.

신판 ấn phẩm mới.

신편 lần xuất bản mới, loại sách mới xuất bản.

신품 bài báo mới ra.

신하 chủ thể, vật giữ, người cầm giữ.

신학 (thuyết) thần học. *--교 trường thần học. --박사 tiến sĩ thần học. --자 nhà thần học.

신학기 học kỳ mới.

신학문 khoa học hiện đại.

신형 kiểu mới, thời trang mới nhất.

신호 dấu hiệu, sự ra hiệu. --하다 ra hiệu, làm dấu hiệu. @발차 신호를 하다 ra hiệu bắt đầu. *--기 cờ hiệu. --기 thiết bị báo hiệu, tín hiệu đường xe lửa. --등 đèn hiệu. --수 người đánh tín hiệu, người cầm cờ hiệu. --전파 tín hiệu radio. 교통-- tín hiệu giao thông. 수기-- sự ra hiệu bằng cờ. 위험-- dấu hiệu nguy hiểm. 자동—dấu hiệu tự động 조난-- tín hiệu cấp cứu.

신혼 sự mới kết hôn. --하다 mới kết hôn. @신혼의 vừa mới đám cưới. *--부부 cặp vợ chồng mới cưới, cặp tân hôn. --생활 đời sống tân hôn. --여행 tuần trăng mật.

신화 thần thoại; khoa thần thoại. @희랍 신화 thần thoại Hy lạp. *--시대 thời kỳ hoang đường. –학 thần thoại học

신환자 bệnh nhân mới.

신흥 đầy triển vọng, đầy hứa hẹn, đang tiến bộ. *--국 một quốc gia đang lên. --계급 một giai cấp tiến bộ.

싣다 (1) [적재] chở, mang. @야채를 실은 수레 toa chở rau quả // 군인들을 실은 열차 chuyến xe lửa chở lính. (2) [기재] mang vác, đưa vào, mang vào, đặt vào, đem theo, tích trữ, công bố. @신문에 소설을 싣다 đăng một tiểu thuyết trên báo. (3) [물을] chứa (trữ) nước.

실 chỉ (바느질 실 chỉ may) ; sợi, chỉ (방적사); sợi dây , sợi xe. @실을 잣다 xe sợi, xe chỉ // 바늘에 실을 꿰다 xỏ kim. *--밥 chỉ vụn, chỉ bỏ đi. --패 ống chỉ, cuộn chỉ.

실 căn phòng, buồng.

실 tình trạng sai lầm, sự sai sót (과실 lỗi, sai phạm); sự thiệt hại, mối tổn thất, thế bất lợi (불리); sự thua, sự thất bại (손실).

실 sự thật (진실); thực tế, thực tại (현실); thực chất, bản chất (실질).

실가 (1) [진가 giá trị thật] bản chất, thực chất bên trong, chân giá trị. (2) [가격] giá thực tế. (3) [원가] trị giá, giá phải chi.

실각 sự sụp đổ, sự suy sụp. --하다 bị mất chức, bị hạ bệ, sa sút, bị lật đổ, bị đánh bại hoàn toàn.

실감 cảm giác thật. --하다 có cảm giác thật, nhận thức rõ, trải qua, nếm mùi. @실감나는 y như thật, giống như thật.

실감개 ống (chỉ), suốt (chỉ), ống cuộn

실개천 dòng suối nhỏ, con suối nhỏ

실격 sự loại ra (không cho thi), sự truất quyền thi; [법 pháp lý] sự tuyên bố không đủ tư cách. --하다 bị loại ra, bị thủ tiêu, bị khử (의원이); [경기에서] loại ra, trừ khỏi. *--자 người bị loại.

실경 cảnh thật, cảnh thiên nhiên.

실고추 ớt đỏ băm nhỏ.

실과 đường lối thiết thực.

실과 quả, trái cây => 과실.

실국수 mì dẹt mỏng sợi (sợi nhỏ).

실국화 cây hoa cúc.

실권 quyền lực thật. @정치의 실권을 쥐다 nắm quyền lãnh đạo nhà nước.

실그러지다, 씰그러지다 trở thành méo mó, không còn ra hình thù gì.

실금 một vết nứt bé như sợi chỉ.

실기 --하다 quên giờ hẹn, quên lời hứa.

실기 --하다 để lỡ cơ hội, thất hẹn

실기 tài năng thiết thực. *--시험 kỳ thi thực hành.

실꾸리 một cuộn chỉ, (chỉ len)

실낱 sợi dây, sợi chỉ mành, sợi tơ, sợi tạo (len, thừng...). @실낱 같은 목숨 *tính mệnh như chỉ mành treo chuông.*

실내 (trong) phòng. @실내의 trong nhà // 실내에서 ở trong nhà, ở trong phòng. *--노동자 người làm việc trong nhà. --음악 nhạc thính phòng. --장식 nghệ thuật trang trí nội thất.

실농 --하다 bỏ lỡ vụ mùa.

실눈 thiển cận.

실답다 thành thật, chân thật, chắc chắn, đáng tin cậy. @실답지 않은 không đáng tin cậy.

실뜨기 trò chơi buộc dây thành vòng tròn giữa các ngón tay.

실락원 [밀튼의] thiên đường, nơi cực lạc.

실랑이질 sự làm phiền, sự quấy rầy. --하다 làm phiền, quấy rầy ai, làm ai khó chịu.

실러블 âm tiết.

실력 năng lực, khả năng, tài năng; [진가] đáng giá, giá trị; [무력] sức mạnh, quyền lực. @실력 있는 사람 một người tài năng (có giá trị) // 실력 있는 교사 một giáo viên giỏi // 실력이 있다 có thể, có khả năng // 실력에 호소하다 kêu gọi vũ trang // 실력을 보이다 bộc lộ khả năng *--자 người có thế lực. --주의 các qui tắc truyền thống có giá trị.. --테스트 sự kiểm tra thành tích. --행사 quyền sử dụng vũ lực.

실례 sự vô lễ, sự bất lịch sự, sự khiếm nhã. @실례를 저지르다 hành động vô lễ, cư xử kém, thiếu xã giao // 실례를

ㅅ

불구하고... 하다 sự tự tiện, sự mạn phép (làm) // 실례했습니다 cho tôi xin lỗi //잠깐 실례합니다 xin lỗi (anh, chị) một lát // 이만 실례합니다 tôi phải đi ngay.

실례 một ví dụ, một thí dụ minh họa. @실례를 들다 cho một ví dụ.

실로 thực ra, thực vậy, quả thực, thực tế.

실로폰 đàn phiếm gỗ, mộc cầm.

실록 tư liệu đáng tin cậy (lịch sử, sổ sách). *--이조 một tư liệu đáng tin cậy thuộc triều đại *Yi*.

실루엣 (*silhouette*) bóng, hình bóng,hình chiếu.

실룩거리다, 씰룩거리다 co rúm, co quắp, co giật, run, rung.

실룩실룩, 씰룩씰룩 với sự co giật liên tục.

실리 sự ích lợi, sự thiết thực. @실리적 thực dụng, thực tế *--주의 chủ nghĩa thực dụng.

실리다 (1) [기재되다] được xuất bản, được đăng báo, được ghi vào sách.@광고를 실리다 chèn thêm mục quảng cáo vào. (2) [실어서 보냄] được nạp vào, nhét vào. @쌀을 짐차에 실리다 chất một toa gạo.

실리콘 (*silicone)* chất silicon.

실린더 (*cylinder)* xy lanh.

실링 (*ceiling)* trần nhà.

실마리 (1) [씰끝] đoạn cuối của sợi dây. (2) [단서] căn nguyên, nguyên do, đầu mối, manh mối (사건 해결의). @문제 해결의 실마리 bước đầu nhằm giải quyết vấn đề // 실마리를 얻다 tìm manh mối, tìm nguyên do.

실망 sự chán ngán, sự thất vọng, sự làm mất hết can đảm. --하다 bị thất vọng, bị nản lòng, làm thối chí. @실망적인결과 một kết quả nản lòng // 실망시키다 chán nản, ngã lòng, thối chí.

실명 sự mất thị lực. --하다 mất thị lực, trở nên đui mù. *--자 người mù.

실무 công việc đang làm, chỗ làm, việc làm thực tế. @실무에 밝다 có kinh nghiệm trong công việc // 실무에 어둡다 chưa quen với công việc văn phòng.

실물 vật thật, vật thể thiên nhiên; [진짜] vật chính cống, nguyên bản. @실물의 thật, chính xác // 실물대의 사진 bức ảnh chụp to như người thật. *--거래 sự giao dịch bằng tiền mặt. --묘사 thuật vẽ kiểu.

실뭉치 một cuộn chỉ, một búp chỉ (len)

실밥 (1) [실보무라지] đoạn chỉ bỏ đi (thừa). (2) [솔기] đường nối (của hai mép vải...).

실백 hạt (hột) thông

실버들 cây liễu rũ cành.

실보무라지 sợi chỉ bỏ đi, chỉ thừa.

실비 [비용] chi phí thực tế. @실비로 팔다 bán đúng giá. *--제공 bán theo giá. --판매 giá bán.

실사 --하다 kiểm tra thực tế.

실사 một bức ảnh chụp từ đời sống thực tế.

실사회 thế giới thực, đời sống thực tế.

실상 hoàn cảnh thực tế, sự việc thật.

실상 [사정] điều kiện thực tế; [상태] tình trạng buôn bán thực tế.

실상 [물리 vật lý] hình ảnh thật.

실색 --하다 mất màu, tái đi, xanh xao, đổi sắc.

실생활 đời sống thực tế.

실성 --하다 trở nên điên cuồng, bị điên, mất trí.

실소 --하다 cười phá lên. @실소를 금치 못하다 không thể nhịn cười.

실속 sức chứa, nội dung, đại ý. @실속이 있다 có thực chất // 실속 없다 không đáng kể.

실수 (1) [실책] điều sai lầm, sự lầm lỗi, sự trượt chân, sự vấp váp. (2) sự bất lịch sự, sự khiếm nhã => 실례. --하다 phạm sai lầm, vấp ngã. @어마어마한 실수를 저지르다 gây sai lầm nghiêm trọng // 말을 실수하다 nói lỡ lời.

실수 lợi tức thật, tiền lương còn lại sau khi đã khấu trừ các khoản thuế (세금 따위 공제한); lợi nhuận thực, lãi ròng.

실수요 nhu cầu tiêu dùng, nhu cầu thực tế.

실습 sự rèn luyện thực tế, sự thực hành, sự ứng dụng. --하다 hành nghề, tập luyện. @공장에서 실습하다 được thực tập ở công xưởng. *--생 một nghiên cứu sinh; [병원의] là bác sĩ thực tập nội trú.

실시 sự thừa hành, sự thi hành, quá trình hoạt động, sự chấp hành. --하다 thi hành, đưa vào quy trình hoạt động. @실시되다 có hiệu lực.

실신 sự ngất, sự bất tỉnh. --하다 ngất, bất tỉnh.

실액 số tiền thực tế.

실어증 [의학] chứng mất ngôn ngữ.

실언 sự nói lỡ lời, một nhận xét sai. --하다 nói ỡ lời, cho một nhận xét sai.

실업 sự thất nghiệp, tình trạng thất nghiệp. --하다 mất việc làm, bị thất nghiệp, bị sa thải. @실업자를 구제하다 cứu trợ cho những người thất nghiệp. *--대책 tiêu chuẩn trợ cấp cho những người thất nghiệp. --문제 vấn đề thất nghiệp. --수당 tiền trợ cấp thất nghiệp. --자 người thất nghiệp.잠재-- tình trạng thất nghiệp.

실업 ngành công nghiệp, kỹ nghệ (생산업 sản xuất, chế tạo); việc kinh doanh, thương mại (상업 실무). *--가 doanh nhân, thương gia, nhà tư bản công nghiệp. --계 giới kinh doanh công nghiệp. --교육 giáo dục hướng nghiệp.

실없다 không đáng tin cậy, không chính xác, không giá trị. @실없는 소리 chuyện vớ vẩn.

실없이 nhẹ dạ, nông nổi.

실연 tình yêu vô vọng. --하다 bị thất vọng (trở ngại) trong tình yêu. @그 여자한테 실연당했다 hắn bị thất tình. *--자 người thất tình.

실연 sự trình diễn kịch nghệ; [공연] cuộc trưng bày, cuộc triển lãm. --하다 diễn một vở kịch, tổ chức buổi triển lãm.

실외 bên ngoài. @실외에서 ngoài phòng, ngoài trời, ngoài cửa.

실용 tính hữu dụng, tính thiết thực. @실용적인 thực tế, thực dụng, thiết thực // 실용적인 물건 vật hữu dụng. *--신안 mô hình thực tiễn. --주의 thuyết vị lợi; [철학 triết học] chủ nghĩa thực dụng.

실은 thật ra, thật sự, trên thực tế.

실의 sự chán ngán, sự thất vọng, sự buồn nản. --하다 chán nản, thất vọng, tuyệt vọng. @실의에 잠긴 사람 người tuyệt vọng, người sống trong cảnh tối tăm mờ mịt.

실익 ích lợi thực tế. @실익이 있다 hữu ích, có lợi, có ích.

실인심 --하다 trở nên không được ưa chuộng, mất lòng nhân dân quần chúng.

실재 vật (sự việc) có thật trên thực tế. --

하다 tồn tại, hiện có. @실재의 thực tế, có thực, hiện hữu *--론 [철학] chủ nghĩa hiện thực.

실적 kết quả thực tế; [업적] thành tựu, kết quả [영업의] chứng cứ của công việc. @실적을 올리다 cho kết quả xác thực.

실전 hành động thực tế, cuộc chiến hiện tại. @실전에 참가하다 tham gia cuộc chiến hiện tại, chứng kiến hành động thực tế.

실점 một điểm số về tay địch thủ; [감점] điểm xấu.

실정 sự cai trị tồi, sự quản lý nhà nước tồi.

실정 hoàn cảnh thực tế, điều kiện thực tế. @실정을 알다 hiểu biết tình hình thực tế.

실제 em ruột.

실제 [사실] sự thật; [이론이 아닌] thực hành, thực tiễn; [현실] thực tại, thực tế; [실정] điều kiện thực tế. @실제의 thật, đúng, xác thực, có thực, thiết thực, thực tế // 실제로 있었던 일 sự kiện có thực, chuyện xảy ra có thực. *--문제 vấn đề thiết thực. --소득 thu nhập thực.

실족 --하다 trượt chân, vướng chân, vấp ngã.

실존 sự hiện hữu. *--주의 thuyết sinh tồn. --주의자 người ủng hộ thuyết hiện sinh.

실종 sự biến đi, sự biến mất, sự bỏ trốn. --하다 biến mất, bỏ trốn, mất tích. @돈을 가지고 실종하다 ôm tiền trốn đi. *--계 tờ khai mất. --선고 sự xét xử vắng mặt. --자 người vắng mặt.

실주 [증권] vốn thực tế, cổ phần thực tế.

실증 chứng cớ thật, bằng chứng hiển nhiên.--하다 chứng minh, xác nhận. @실증적 tính chất xác thực, điều có thực // 실증을 잡다(들다) nắm (nêu lên) bằng chứng xác thực của…

실지 đất bỏ hoang. @실지를 회복하다 phục hồi lại khu đất hoang.

실지 thực tại, thực tế, thực hành, thực tiễn. @실지로 trên thực tế, về mặt thực tế // 실지로 행하다 ứng dụng (lý thuyết) vào thực tế. *--견학 sự nghiên cứu thực tế (trực tiếp). 관찰 khả năng quan sát thực tế. --연습 sự thực hành. --조사 sự khảo sát thực tế.

실직 sự thất nghiệp. --하다 mất việc làm. *--자 người không có việc làm, người thất nghiệp.

실질 chất liệu, vật chất (물질); bản chất, thực chất (본질); chất lượng, bản chất (성질); nội dụng, sức chứa (내용); giá trị (진가). @실질적 chất liệu, tính chất, bản chất // 실질상 về chất lượng, về thực chất // 실질적 차이 sự khác biệt về vật chất. *--임금 tiền lương thực tế.

실쭉 --하다 (1) [물건의 꼴이] bị móp méo. @공이 실쭉하다 quả cầu bị biến dạng (2) [얼굴이] có vẻ rầu rĩ, ủ rũ, ảm đạm, sưng sỉa.

실쭉실쭉 [모양이 hình dạng] vặn vẹo, bóp méo, làm méo mó; [얼굴이] sự buồn rầu, sự ủ rũ => 실쭉.

실책 sự lầm lỗi, sự sai lầm. @실책을 저지르다 làm lỗi, phạm sai lầm.

실천 sự thực hành. --하다 đưa vào thực tế

실체 [철학 triết học] thực thể, chủ thể, bản chất @실체가 없는 không tồn tại, vô hình, vô thể.

실총 --하다 bị thất sủng, bị ghét bỏ.

실추 sự mất, sự thua lỗ, sự tổn hại, sự suy sụp, sự sụt giá. --하다 mất, thua lỗ, sụt giảm, suy sụp. @권력의 실추 sự thất thế, sự mất quyền lực.

실측 sự khảo sát, sự đo đạc địa hình, sự đo lường thực tế. --하다 khảo sát, lập bản đồ, đo lường. @산림을 실측하다 khảo sát một khu rừng. *--도 bản đồ chính xác và chi tiết; cục bản đồ.

실컷 sự làm cho thỏa mãn, vừa lòng; sự vui vẻ; nồng nhiệt, chiều ý đến mức tối đa @실컷 울다 khóc thỏa thuê, khóc nức nở // 실컷 웃다 cười ngon lành // 실컷 먹었습니다 tôi đã từng thưởng thức bữa ăn dư dật, tràn trề.

실켜다 tháo tơ ra khỏi kén.

실크--해트 (*a silk hat*) cái nón tơ.

실탄 [소총의 vũ khí nhỏ] viên đạn, vỏ đạn; [대포의] đạn súng cối. *--사격 sự bắn đạn (소총의); sự tập bắn bia với đạn thật (대포의).

실태 điều sai lầm, sự thiếu khôn ngoan, điều ô nhục, sự nhục nhã (창피 sự mất danh dự).

실태 tình trạng thực tế. *--조사 sự nghiên cứu tình hình thực tế. --조사 위원회 ủy ban đi tìm hiểu tình hình thực tế (tìm hiểu sự thật)

실토 lời thú nhận chân thành. --하다 xưng tội, thú tội, thú nhận, nói ra sự thật.

실파 củ hành tươi nhỏ.

실팍지다 chắc nịch, to khỏe, vạm vỡ, cứng cáp.

실패 ống chỉ, suốt chỉ. @실패에 실을 감다 quấn chỉ vào ống.

실패 một lỗi lầm, một sai lầm, một thất bại. --하다 trượt, hỏng, thất bại, mắc lỗi, phạm sai lầm. @사업에 실패하다 thất bại trong kinh doanh // 실패로 끝나다 kết thúc trong thất bại // 계획이 실패하다 kế hoạch thất bại // 그는 결혼에 실패했다 cuộc hôn nhân của anh ấy đã thất bại. *--자 người bị thất bại.

실하다 (1) [건강] khỏe mạnh, cường tráng, tráng kiện. (2) [내용이 nội dung] lành mạnh, đầy đủ, có chất lượng, có giá trị. (3) [풍유 biểu hiện] phong phú, vững chắc. (4) [믿을 만하다] xứng đáng với sự tin cậy, có thể tin cậy được.

실학 khoa học thực hành, chủ nghĩa hiện thực. *--파 trường phái hiện thực.

실행 [이행] sự hoàn thành, sự thực hiện, sự đáp ứng, sự có đủ (điều kiện); [실시] sự thừa hành, sự chấp hành, sự thi hành; [실천] sự thực hành; [수행] sự thực hiện, sự đạt tới, sự thi hành. --하다 thực hiện, thực hành, thi hành, hoạt động. @실행할수 있는 khả thi, có thể thực hiện được // 실행 불가능한 không thể thi hành được, không thể thực hiện được // 계획을 실행하다 tiến hành (thực hiện) kế hoạch.

실험 [개개의] cuộc thí nghiệm, cuộc thử nghiệm; [실험하는 일] sự thí nghiệm, sự thử nghiệm. --하다 thí nghiệm, thử nghiệm. @실험적 dựa trên thí nghiệm, thực nghiệm // 실험적으로 qua thực nghiệm, bằng thí nghiệm // 실험 단계에 있다 trong giai đoạn thử nghiệm // 화학 실험을 하다 làm thí nghiệm hóa học. *--과학 khoa học thực nghiệm. --대 cuộc triển lãm sản phẩm thử nghiệm. --물리학 thuật điều trị thực nghiệm (vật lý trị liệu). --실 phòng thí nghiệm, phòng pha chế.

실현 sự thực hiện, sự cụ thể hóa. --하다 thực hiện, cụ thể hóa, trở thành hiện thực (희망 따위가). @실현되다 được

ㅅ

thực hiện // 그의 꿈이 실현됐다 *ước mơ của anh ấy đã trở thành sự thật (hiện thực).*

실형 sự bỏ tù, sự tống giam.

실화 hỏa hoạn bất ngờ. --하다 xảy ra một đám cháy tình cờ. @실화가 아니라 방화였다 *đám cháy không phải ngẫu nhiên mà do cố ý.*

실화 một câu chuyện có thực.

실황 hoàn cảnh thực tế, tình hình thực tế *--방송 tin tức được phát thanh ngay lập tức.

실효 sự lầm lẫn, sự sai sót, sự hủy bỏ, sự thủ tiêu, sự (làm) mất hiệu lực, sự mất căn cứ. --하다 mất hiệu lực, mất tác dụng.

실효 sự có hiệu lực, ấn tượng sâu sắc; [약의] tính có hiệu quả; hiệu lực (능률). @실효가있다 có hiệu quả, có hiệu lực, có ấn tượng.

싫다 (1) [사물이 주어] không vừa ý, không thú vị, đáng ghét. (2) [사람이 주어] không ưa, không thích, ghét. @싫은 일 công việc không vừa ý (đáng ghét) // (보기) –싫은녀석 một gã khó ưa // 싫어지다 chán ngán, mệt mỏi, không còn quan tâm đến, không thiết tha đến // 이런 책은 싫다... *tôi không thích loại sách này* // 세상이 싫어 진다 *ngày càng tôi càng chán đời* // 나는 도시에서 살기 싫다 *tôi không thích sống ở thành phố* // 그녀석 보기도 싫다 *chỉ cần trông thấy hắn là tôi muốn bệnh* // 싫으면 그만 두어라 *bạn không cần làm như thế nếu bạn không thích.*

싫어하다 không thích, ghét, không muốn, không sẵn lòng, miễn cưỡng. @교제를 싫어하다 xa lánh xã hội, không thích giao du (bè bạn) // 싫어하지 않고... 일하다 làm việc một cách bất đắc dĩ (miễn cưỡng) // 그는 싫어하는 것 같았다 *anh ấy có vẻ miễn cưỡng.*

싫증 sự ghét, sự kinh tởm, sự lợm giọng. @싫증이 나다 mệt mõi, chán ngán // 그는일에 싫증이 났다 anh ta càng ngày càng chán ngấy công việc của mình.

심 [심줄] gân, dây chằng.

심 (1) [마음] tâm trí, cảm nghĩ. @심적 (thuộc) tinh thần, (thuộc) tâm lý. (2) [핵심] lõi, hạch. (3) [심지] sợi bấc (đèn). (4) [연필의 của cây bút chì] than chì.

심각 tính chất nghiêm trọng, tính chất trầm trọng. --하다 nghiêm trọng, trầm trọng, nặng. @심각해지다 trở nên trầm trọng, trở nên xấu hơn; [문제· 정세가] (vấn đề) có vẻ nghiêm trọng, trở nên nguy kịch hơn.

심경 trạng thái tinh thần. @심경의 변화 sự thay đổi ý kiến, dự thay đổi ý định.

심계 항진 [의학 y học] sự đập nhanh, sự đánh trống ngực, sự hồi hộp.

심곡 thung lũng sâu, khe núi, hẻm núi.

심근 [해부 phẫu thuật] cơ tim.

심금 những cảm xúc sâu xa nhất. @심금을 울리다 đụng chạm đến những tình cảm sâu sắc nhất.

심기 tâm trạng, tính khí, tính tình.

심기 ý kiến. @심기 일전하다 chuyển ý tưởng sang một hướng mới; [사람이 주어] đổi ý kiến.

심다 trồng cây; gieo hạt, xạ (씨를).

심대 --하다 to lớn, khổng lồ, nặng nề.

심덕 đức tính tốt, ưu điểm, đức hạnh. @심덕이 좋은 사람 người có đức tính tốt.

심도 chiều sâu, bề sâu. *--계 đồng hồ đo độ sâu của biển. 위험(안전잠항) -- độ sâu nguy hiểm.

심드렁하다 (1) [마음에] hơi miễn cưỡng, thờ ơ, lãnh đạm, không quan tâm. (2) [병이 bệnh] kéo dài, mỏng manh, còn rơi rớt (sót) lại.

심란 sự làm xáo trộn đầu óc. --하다 làm xáo trộn đầu óc, bị phân tâm.

심려 sự băn khoăn, sự lo lắng, sự phiền muộn. --하다 lo lắng, băn khoăn, phiền muộn. @심려를 끼치다 gây phiền muộn cho ai.

심력 sức mạnh tinh thần.

심령 tinh thần, linh hồn, tâm hồn. @심령의 (thuộc) tâm hồn, (thuộc) thuyết duy linh. *--계 thế giới tâm linh. --학 tâm linh học, thuyết thông linh. --현상 hiện tượng tâm linh.

심로 mối lo, sự lo âu, sự lo lắng. @심로의 빛 vẻ mặt tiều tụy, lo lắng.

심록색 màu xanh đậm (xanh thẫm).

심리 trạng thái tinh thần, hệ tâm lý. *--극 kịch tâm lý. –묘사 sự diễn tả tâm lý. --상태 tâm linh. --소설 tiểu thuyết tâm lý. --작용 chứng rối loạn tâm thần. --현상 hiện tượng tâm lý.

심리 việc xét xử, sự thẩm tra, sự điều tra; [형사 사건의] sự nghe. --하다 thử, khảo sát, nghiên cứu, điều tra, thẩm tra. @심리 중이다 một vụ kiện còn đang điều tra.

심리학 tâm lý học. @심리학상(으로) (thuộc) tâm lý học. *--자 nhà tâm lý học. 교육-- tâm lý giáo dục. 군중-- tâm lý đại chúng. 범죄-- tâm lý học tội phạm. 산업-- tâm lý nghề nghiệp. 일반 (변태, 비교, 문학)-- tâm lý chung (khác thường, tương đối, văn hóa). 행동-- tâm lý học hành vi. 형태-- tâm lý cấu trúc.

심마니 người đào củ nhân sâm dại.

심문 sự xét xử, sự điều tra. --하다 lắng nghe và xét xử (một vụ kiện) ở phiên tòa, thẩm vấn. @심문을 받다 bị đưa ra xét xử (thẩm vấn).

심미 sự thưởng thức cái đẹp. @심미적 (thuộc) thẩm mỹ. *--가 nhà thẩm mỹ. --안 có khiếu thẩm mỹ, có mắt thẩm mỹ. --주의 tính thẩm mỹ.

심방 [해부] tâm nhĩ, khoang tai ngoài.

심방 sự thăm viếng, sự ghé thăm. --하다 thăm viếng, ghé thăm.

심벌 ký hiệu, biểu tượng.

심벌리즘 chủ nghĩa tượng trưng.

심병 (1) [근심] mối băn khoăn, sự lo lắng. (2) [론도] sự ngất, sự bất tỉnh.

심보 tính tình, tâm tính, tính khí, bản tính. @심보가 고약한 사람 người có bản tính khó ưa.

심복 sự ngưỡng mộ và tôn sùng. –하다 sùng bái, ngưỡng mộ, tuân lệnh một cách tuyệt đối.

심복 [믿는 사람] người tâm phúc, tri kỷ. @심복 부하 một người hầu tâm phúc.

심부름 việc lặt vặt, việc sai làm, việc giao làm. --하다 chạy việc vặt cho ai, đi đưa thơ cho ai. @심부름 보내다 sai bảo ai làm việc lặt vặt. *--군 thằng bé sai vặt; người đưa thơ (지참자).

심사 bản tính xấu xa, tính tình ngang bướng, tính hiểm độc, ác tâm, ác ý. @심사가 나다 ngang tàng, hiểm ác // 심사가 사납다 hiểm độc, xấu xa, độc ác.

심사 sự xét xử, sự kiểm tra, sự thanh tra. --하다 xét xử, kiểm tra, thanh tra. @심

사에 합격하다 đã được thừa nhận, đã kiểm tra. *--관 người kiểm tra, người xét xử. --부 ban thanh tra (전매청 따위의); sự phân loại thẩm tra. --위원장 chủ tịch ban hội thẩm, quản đốc, đốc công. --위원회 ban hội thẩm, hội thẩm đoàn.

심사숙고 sự suy gẫm, sự trầm tư mặc tưởng, sự suy nghĩ, sự cân nhắc thiệt hơn. --하다 trầm ngâm, trầm tư, suy nghĩ, đắn đo, cân nhắc. @심사숙고 끝에 sau một thời gian dài suy nghĩ.

심산 ý định, mục đích, dự kiến @...할 심산으로 với mục đích... // ...할 심산이다 có ý định...

심산 một ngọn núi cao, ngọn núi biệt lập *--유극 núi cao và thung lũng hẻo lánh.

심상 --하다 thường, thông thường, bình thường, thường lệ, thường dùng. @심상치 않다 hiếm, không thông thường, khác thường; [사태가] hệ trọng, quan trọng, nghiêm trọng.

심상 ý niệm, ý tưởng, quan niệm.

심성 bản chất, bản tính, tính khí, tính tình.

심술 tật xấu, thói xấu, tính ngang bướng @심술궂다 càu nhàu, gắt gỏng, cáu gắt, bực bội, khó ưa // ..심술부리다 cáu với ai. *--꾸러기 người khó chịu, người khó ưa (người hay càu nhàu, cáu gắt). (여자· 어린이).

심신 thể xác và tâm hồn. @심신의-피로 tình trạng kiệt quệ cả tâm hồn lẫn thể xác.

심심 @심심한 sâu sắc, sâu kín, chân thành, // 심심한 사의를 표하다 [감사 sự cảm tạ] bày tỏ lòng biết ơn sâu sắc nhất; [사과 sự xin lỗi] đưa ra lời tạ lỗi chân thành nhất.

심심소일 thời gian tiêu khiển, sự giết thì giờ

심심풀이 [소일] thời gian tiêu khiển, sự giải trí. --하다 tiêu khiển, giải trí, giết thì giờ. @심심풀이로 정구를치다 chơi quần vợt để giải trí.

심심하다 [1] cảm thấy buồn chán, sự buồn tẻ. @심심하여 죽을 지경이다 buồn gần chết !

심심하다 [2] [맞이 mùi vị] vị nhạt nhẽo.

심안 cái nhìn bên trong, sự đánh giá tinh thần.

심야 lúc nửa đêm, lúc đêm khuya thanh vắng. @심야에 vào lúc nữa đêm. *--작업 ca tối.

심약 --하다 nhu nhược, thiếu óc phán đoán, thiếu quyết tâm, thiếu quả quyết, đần độn.

심연 vực sâu, hố sâu, vực thẳm.

심오 sự sâu kín, tính khó hiểu, tính chất thâm thúy, sâu sắc. --하다 sâu kín, khó hiểu.

심원 sự sâu xa, sự thâm thúy, sự uyên thâm sâu sắc. --하다 (tư tưởng) thâm thúy; (ý nghĩa) sâu xa, (sự hiểu biết) uyên bác.

심의 sự cân nhắc, sự suy xét kỹ, sự bàn cãi --하다 suy nghĩ kỹ, xem xét, cân nhắc, tranh cãi. @심의중이다 [사물이 주어] dưới sự cân nhắc (suy xét). *--회 hội đồng thẩm vấn.

심장 trái tim @심장의 고동 nhip đập của tim // 심장이 약하다 bị yếu tim. *--마비 cơn đau tim. --병 bệnh tim. --부 trung tâm.

심장 --하다 sâu xa, sâu sắc. @의미 심장하다 đầy ý nghĩa, có ý nghĩa sâu sắc.

심적 tinh thần, (thuộc) tâm lý. *--상태

trạng thái tinh thần. --태도 một quan điểm tinh thần.

심전계 [의학 y học] dụng cụ đo điện tâm đồ.

심전도 [의학] điện tâm đồ, biểu đồ điện tim.

심정 tình cảm, tấm lòng, cảm nghĩ. @그의 심정을 이해하다 thấu hiểu tấm lòng của anh ấy.

심줄 gân, dây chằng.

심중 chủ định, chủ tâm, ý định, ý nghĩ thầm kín. @심중에 품다 giữ kín tâm tư // 심중을 털어놓다 thổ lộ (bày tỏ, bộc bạch) tâm can (với ai).

심증 một ấn tượng, vất hằn, vết ấn; [법 pháp luật] sự kết án, sự kết tội.

심지 ngọn bấc (tim đèn). @심지를 끊다 cắt hoa nến (bấc đèn) (초의); tỉa bấc đèn (남포의) // 남포의 심지를 낮추다 giảm (hạ) bấc đèn.

심지 tính tình, tính khí, bản chất, bản tính. @심지바른 사람 một người ngay thẳng.

심지어 ngay, ngay cả, đến nỗi, ngay cả đến …cũng không. @그는 심지어 그녀가 거짓말장이라고까지 했다 *đến nỗi hắn dám cho rằng cô ấy là kẻ nói láo.*

심청 màu xanh đậm.

심취 [도취] sự thôi miên, sự quyến rũ; [감복] sự ngưỡng mộ, sự hiến dâng. --하다 bị thôi miên, bị quyến rũ, hiến dâng. *--자 người hâm mộ cuồng nhiệt.

심통 tâm tính, tính tình, bản chất => 심지.

심판 [경기의 thi đấu] chức trọng tài; [하느님의 Thượng Đế] sự trừng phạt; [재판 sự phán quyết] quyết định của tòa; [사람 người] trọng tài, người phân xử. --하다 xét xử, phân xử (재판하다). @심판의 판정 một phán quyết của trọng tài // 최후 심판의 날 ngày phán xét. *--관 quan tòa, người phân xử, trọng tài.

심포니 (*symphony*) khúc nhạc giao hưởng.

심포지움 (*symposium)* hội nghị chuyên đề.

심하다 [격렬] vô cùng, tột bực, cùng cực, tột độ, hết sức, rất, to lớn, vĩ đại, mãnh liệt, dữ dội, nặng nề @심한 폭풍우 cơn bảo dữ dội // 심한 눈 lớp tuyết dày đặc trên mặt đất // 심한 통증 cơn đau mãnh liệt // 심한 차이 khác nhau cùng cực // 심한 경쟁 sự cạnh tranh khốc liệt // 심한 더위 tình cảm nồng nhiệt. // 기침이 심하다 *tôi bị ho nhiều* // 심한 말을 했다 *hắn đã dùng lời sĩ nhục nặng nề.*

심해 *--어 sự đánh cá ngoài khơi. --어업 nghề ra khơi, nghề đánh cá ngoài khơi.

심혈 tâm huyết. @심혈을 기울이다 *đặt hết cả tâm trí vào (công việc)*

심호흡 sự hít thở sâu, cái thở dài. --하다 thở sâu.

심혼 tâm hồn, tấm lòng của ai => 심혈.

심홍 màu đỏ tươi, màu đỏ thắm.

심화 lửa giận. @심화가 나다 bừng giận.

심화 sự đào sâu thêm. --하다 đào sâu thêm, làm tăng thêm (sâu sắc, đậm đà thêm).

심황 [식물] cây nghệ, củ nghệ.

심황 màu vàng sậm, màu vàng nghệ.

심회 lý lẽ của con tim, tâm trí.

심히 rất, lắm, hết sức, rất nhiều, cự kỳ, cùng cực, trầm trọng, ở mức độ cao.

십 số mười, thứ mười. @십분의 một phần mười. *--배 gấp mười, mười lần.

십각형 hình mười cạnh. @십각허의

ㅅ

(thuộc) hình mười cạnh, có mười cạnh.

십간 chu kỳ 10 năm ("can", theo âm lịch)

십계명 [성경 Kinh Thánh] mười điều răn của Chúa.

십구 số mười chín. *--공탄 than bánh có 19 lỗ thủng. --세기 thế kỷ mười chín.

십년 thời kỳ mười năm, thập kỷ, thập niên. @십년마다 mỗi mười năm // 십년 감수하다 mười năm nuốt hận; 10 năm gian khổ.

십대 tuổi thanh thiếu niên (từ 13 – 20). @십대의 사람들 lứa tuổi thanh thiếu niên.

십만 một trăm ngàn.

십면체 [수학 toán học] hình mười mặt. @십면체의 (thuộc) khối hình mười mặt, có mười mặt.

십분 [시간] mười phút; [수학] chia làm mười; [충분히] đủ, vừa đủ, thích đáng @십분의 thứ mười, thập phân // 십분의 일 ngày thứ 10.

십사 mười bốn. @제십사 thứ 14.

십상 [어울림] quyền lợi chính đáng, sự đáng khâm phục, đáng ngưỡng mộ, sự hoàn hảo

십중팔구 mười trên một, chín phần mười, có thể đúng, có khả năng xảy ra nhất, rất có thể, hầu như chắc chắn.

십시일반 tiến hành một nổ lực chung để giúp ai.

십억 một tỷ

십이 mười hai, một tá. @제십이 thứ mười hai. *--진법 [수학 toán học] phép nhân thập nhị phân.

십이월 tháng mười hai, tháng chạp.

십이지 biểu hiện mười hai giờ.

십이지장[해부 giải phẩu] tá tràng.*--궤양 chứng loét tá tràng. --충 con giun móc.

십인십색 mỗi người mỗi ý; nhiều người nhiều ý.

십일 mười một. @제십일 thứ 11.

십일월 tháng mười một.

십자 cây thánh giá, dấu chữ thập. @십자의 có (thuộc) hình chữ thập // 십자로 chéo chữ thập // 십자를 긋다 [기도 công giáo] làm dấu thánh giá trên ngực. *--군 quân viễn chinh, quân chữ thập. --포화 sự bấn chéo. 적-- hội Chữ Thập Đỏ, hội Hồng thập tự.

십자가 dấu chữ thập; [예수의 của Chúa Jésus] cây thánh giá. @십자가에 못박히다 bị đóng vào thập giá. *--상 hình thập ác.

십자매 [새 chim] con vẹt xanh.

십장 người quản đốc, đốc công

십종경기 cuộc thi đấu mười môn.

십중팔구 mười ăn một; chín phần mười, có thể (có khả năng) xảy ra, có thể đúng.

십진 cấp số mười. @십진의 thập phân. *--법 hệ thập phân, độ thập phân. --분류법 sự phân loại thập phân (도서의).

싯누렇다 màu vàng chói.

싯뻘겋다 màu đỏ chói, đỏ sặc sở.

싱겁다 (1) không nêm đủ muối, nhạt. @음식이 싱겁다 món ăn nhạt nhẽo. (2) [하는 짓이] nhạt nhẽo, buồn tẻ, chán ngắt. @싱거운 사람 người nhạt nhẽo.

싱그레, 씽그레 nụ cười dịu dàng.

싱글거리다 cười rạng rỡ.

싱글벙글 một cách hớn hở, tươi cười. --하다 cười rạng rỡ, tươi cười.

싱숭생숭--하다 cảm thấy bồn chồn áy náy; nóng nảy, đứng ngồi không yên @봄에는 마음이 싱숭생숭하다 tâm trí tôi mông lung, lơ đễnh trong suốt cả mùa xuân.

싱싱하다 tươi, mới, tràn đầy sức sống, đầy sinh lực. @싱싱한 야채 (과일) rau quả tươi.

싶다 (1) [하고 싶다] tôi muốn, tôi ao ước, tôi hy vọng. @함께가고 싶다 em muốn đi với anh. (2) [... 같이 보이다] có vẻ như, dường như, hình như. @그들의 목소리를 들은성 싶다 *hình như tôi có nghe tiếng chúng nó.*

싶어하다 muốn, thèm muốn, ước ao, khao khát, mơ ước. @그는 가고 싶어 한다 anh ấy muốn đi => 싶다.

싸개 cái bọc ngoài, bìa, giấy bao.

싸다[1] bọc , quấn, gói lại (trong..); [짐싸다] gói (hàng) lại; [가리다] bọc, phủ, che. @보자기에 싸다 bọc trong cái áo khoát. // 그것을 종이로 싸 주시오 gói vào tờ giấy.

싸다[2] [똥·오줌을] bài tiết, thải ra (nước tiểu, phân). @똥을 싸다 làm dễ chịu, làm bớt căng, thoải mái // 오줌을 싸다 đi tiểu.

싸다[3] (1) [빠르다] nhanh, mau, lẹ. @입이 싼 사 람 người nói liếng thoắng // 싸게 mạnh mẽ, lanh lợi. (2) @불이 싸다 ngọn lửa lan nhanh.

싸다[4] (1) [값이] giá không đắt, giá rẻ, giá thấp, giá hạ. @싼 가게 một tiệm bán giá rẻ hơn (딴 가게보다) // 싸게 rẻ, kinh tế // 싸지다 trở nên rẻ, rớt giá // 싸게 하다 giảm giá, hạ giá // 싸게 사서 비싸게 팔다 mua thấp bán cao, mua rẻ bán mắc // 이것을 싸게 샀다 *tôi mua cái này với giá hời* // 값이 싸졌다 giá cả bị xuống. (2) [처벌이] @죽어도 싸다 đáng chết.

싸다니다 @하루 종일 싸다니다 hối hả, rộn ràng, lăng xăng, rối rít suốt cả ngày.

싸라기 [쌀 gạo] gạo tấm; [눈 tuyết] những hạt mưa đá li ti.

싸락눈 tuyết mịn, những hạt tuyết nhỏ mịn màng.

싸리 [식물] cỏ ba lá trồng thành bụi.

싸우다 [적과] chiến đấu, đánh nhau; [곤란과] vật lộn, đấu tranh, chống chọi; [사람과] cãi nhau. @우승을 걸고 싸우다 *tranh chức vô địch.* @빈곤과 싸우다 *đấu tranh với cảnh nghèo đói* // 추위와 싸우다 *chống chọi với cái lạnh* // 끝까지 싸우다 *chiến đấu đến cùng* // 자유위해 싸우다 *đấu tranh cho tự do.*

싸움 (1) [투쟁] cuộc đấu tranh, cuôc chiến đấu; [전투] trận đánh; [전쟁] cuộc chiến, chiến tranh; [논전] cuộc chiến đấu, cuộc tranh cãi. --하다 chiến đấu, giao chiến, đánh nhau với. @싸움 좋아하는 tính hiếu chiến, sự tham chiến // 싸움에 이기다 thắng trận // 싸움을 걸다 thách chiến. (2) [언쟁· 불화] sự gây chuyện, sự cãi nhau, sự bất đồng; [분쟁] sự xung đột, sự tranh chấp. --하다 gây chuyện, cãi nhau. @집안(부부)싸움 *mối bất hòa trong gia đình (giữa vợ chồng)* // 싸움을 말리다 can gián sự gây gổ.

싸움군 người hay gây, hay sinh sự.

싸움터 chiến trường.

싸움판 trận đánh nhau. @싸움판이 벌어지다 trận chiến xảy ra.

싸움패 một đám côn đồ.

싸이다 được gói, được bọc lại, bị che phủ. @화염에 싸인 집 ngôi nhà bao bọc trong ngọn lửa.

싸전 cửa hàng bán gạo.

싸하다 sâu cay, chua cay, cay độc.

ㅅ

싹 [1] [씨앗의] chồi, nụ, lộc; [가지의] mầm, búp; [근원·지초] mộng, mầm, thai, phôi; [싹수] điềm tốt. @싹이 트다 mầm, chồi, nụ, phôi.

싹 [2] (1) [베는 소리나 모양] (cắt, chặt, chém) một nhát ngọt sớt. @천을 싹 자르다 cắt vải với một nhát kéo. (2) [모두] hoàn toàn, đầy đủ.

싹독거리다 cắt, lạng mỏng, băm, chặt nhỏ.

싹독싹독 nhanh lên!

싹싹 [1] khẩn nài van xin, nhún nhường. @잘못했다고 싹싹 빌다 hạ mình xin lỗi.

싹싹 [2] (1) [베다] với những nhát cắt bén ngọt. (2) [쓸다] một nhát ngọt lịm.

싹싹하다 lịch sự, nhã nhặn, hoà nhã, ân cần, ngọt ngào, khéo léo. @그 여자는 누구에게나 싹싹하다 *cô ấy nhã nhặn với mọi người.*

싹수 sự hứa hẹn, sự hy vọng. @싹수가 있다 đầy hứa hẹn, nhiều triển vọng.

싹트다 đâm chồi, nãy lộc, bắt đầu phát triển.

싼값 giá rẻ. @싼값으로 물건을 사다 mua hàng giá rẻ.

싼거리 món hời, một món hàng mua với giá rẻ; [싼물건] hàng bán rẻ.

싼흥정 món mua hời, món hàng mua được giá rẻ.

쌀 gạo, lúa; các loại hạt còn vỏ (곡류). @쌀을 씻다 vo gạo // 쌀을 안치다 chuẩn bị nấu cơm. *--가게 tiệm gạo. --가루 bột gạo. --겨 cám gạo. --장사 sự buôn bán gạo. --장수 người bán gạo.

쌀보리 một loại lúa mạch.

쌀쌀하다 lạnh lùng, lạnh nhạt, xa cách. @쌀쌀하 게 lạnh nhạt, hờ hững, nhẫn tâm, xa cách // 쌀쌀한 태로 không khí lạnh lùng, thái độ lạnh nhạt // 쌀쌀하게 대하다 cư xử lạnh nhạt với..

쌈 cơm hấp lá. @상치(김) 쌈 cơm hấp rau diếp.

쌈심지 ngọn bấc đôi. @쌈심지(가) 나다 bừng bừng tức giận.

쌈지 túi đựng thuốc lá, bao thuốc lá.

쌉쌀하다 hơi đắng.

쌍갈지다 phân thành hai phía, chia làm hai phần.

쌍견 đôi vai. @쌍견에 짊어지다(달리다) chống đỡ (gục ngã) trên đôi vai ai.

쌍곡선 [기하] (*hyperbola*) hypecbon.

쌍꺼풀 hai mí mắt.

쌍동밤 cặp hạt dẻ (giống nhau như hai hạt dẻ).

쌍두 một cặp, một đôi. @쌍두의 có hai đầu. *--마차 xe hai ngựa.

쌍둥이 cặp sinh đôi, anh chị em sinh đôi; [그중 한사람] cái giống nhau. @쌍둥이를 낳다 sanh đôi. *세-- con sinh ba.

쌍무 계약 khế ước song phương (tay đôi).

쌍바라지 cửa đôi, cửa hai cánh.

쌍발 @쌍발의 có hai động cơ. *--비행기 máy bay có hai động cơ.

쌍방 cả hai đảng, cả hai đội (hai nhóm). @쌍방의 cả hai, chung.

쌍벽 [옥] một cặp nữ trang; [사람] hai ông chủ lớn.

쌍분 ngôi mộ đôi.

쌍생 [식물·동물 động, thực vật] sự sắp thành đôi. *--아 sinh đôi, cái giống nhau (한쪽).

쌍수 cả hai tay. @쌍수를 들어 찬성하다 chấp thuận hoàn toàn, đồng ý cả hai tay.

쌍시류 [곤충 côn trùng] loại côn trùng hai cánh .

쌍십절 lần thứ hai mươi (sinh nhật)
쌍쌍이 từng cặp, từng đôi.
쌍안경 ống dòm.
쌍자엽 *--식물 cây hai lá mầm.
쌍창 cửa sổ đôi.
쌍태 bào thai sinh đôi trong dạ con.
쌓다 (1) [겹겹이 포갬] chất đống, chồng chất. (2) [구축] xây dựng, dựng nên. (3) [축적] tích lũy, gom góp. @경험을 쌓다 tích lũy kinh nghiệm.
쌓이다 (1) [퇴적] chất thành đống; (눈이). (2) [일이] làm ứ đọng, tồn đọng. (3) [원한이] tích lũy, gom góp, tích tụ (빚이).
쌔고쌨다 thừa thãi, dư dật, dồi dào.
써늘하다 => 서늘하다.
써다 [조수가] tàn tạ, suy sụp.
써레 [농업 nông cụ] cái bừa. @써레질하다 bừa (ruộng...).
써리다 [동업 nông nghiệp] cày ruộng.
썩 (1) [아주] rất nhiều, rất lớn, vô cùng, hết sức. @노래를 썩 잘 부른다 *anh ấy hát rất hay*. (2) [곧] ngay tức thì, ngay lập tức. @썩 물러가거라 đi khỏi đây ngay!
썩다 (1) [부패] bị thiu, bị thối hỏng (물건이); thối, ươn (음식이 thức ăn); làm thối nát, làm mủn, làm mục rữa. @썩은 thiu, hơi mủn, thối // 썩은 달걀 trứng ung. (2) [속이] trở nên nặng nề, suy sụp, đổ vỡ. @망나니 아들로 어머니의 속이 썩는다 *trái tim người mẹ nặng trĩu đau buồn vì đứa con hư*. (3) [재주가] (kiến thức) bị lỗi thời, bị lạc hậu, bị han rỉ, bị cùn mằn (kém trí nhớ), bị phủ đầy bụi. @도서관에서 책이 썩는다 *sách vở bám đầy bụi trên giá*.
썩이다 (1) [부패] làm mục nát, để (vật gì) bị thối rửa. @달걀을 썩이다 làm thối (hư) quả trứng. (2) [방치] bỏ phế không dùng đến, phế thải, loại bỏ đi. @돈을 썩이다 để đồng tiền nhàn rỗi (tiền dư, không dùng đến). (3) [속을] ưu phiền, bận tâm, lo lắng. @걱정으로 속을 썩이다 *gặm nhấm nỗi ưu tư sầu muộn*.
썰다 bổ ra, cắt ra, cắt vụn, thái mỏng, cắt lát.
썰레놓다 giải quyết tốt một việc khó khăn.
썰매 xe trượt tuyết. @썰매를 타다 đi bằng xe trượt tuyết, chở bằng xe trượt tuyết.
썰물 triều xuống. @썰물 때에 lúc triều xuống.
쏘가리 [물고기] giống cá Bắc Kinh.
쏘개질하다 nói tào lao, mách lẻo.
쏘다 (1) bắn, nổ súng. @권총으로 쏘다 nổ súng bắn ai. (2) [벌레가] cắn, ngoạm, châm đốt. (3) [말로] mắng mỏ, quát tháo, quở trách.
쏘다니다 chạy quanh, chạy rong.
쏘삭거리다 xúi giục, xúi bẩy, khích động.
쏘시개 bùi nhùi. *불-- củi nhóm lửa.
쏘아올리다 bắn ra, phóng ra, phát ra; [인공위성을] lao vào. @인공 위성을 쏘아올리다 *phóng vệ tinh lên trời*.
쏘이다 (1) [벌레에] sự châm, sự đốt, sự chích @벌에 쏘이다 bị ong đốt. (2) [볕에] => 쐬다.
쏜살같다 nhanh như tên bay. @쏜살같이 날다 vụt qua như tên.
쏜싸다 khéo tay, khéo léo, có kỹ xảo.
쏟다 tràn ra, chảy ra, đổ ra; [마음을] dâng cho, dành cho, tập trung, cô đọng. @연구에 정력을 쏟다 *tập trung sức lực vào việc nghiên cứu*.

ㅅ

쏟아지다 đổ, giội, trút xuống. @비가 쏟아진다 trời mưa như trút.

쏠다 [쥐 따위가] gặm, cắn, ngoạm. @벽을 쏠아 구멍을 내다 *ngoạm một lỗ xuyên tường.*

쏠리다 [기울다] nghiêng (về phía), xiên đi. @그 여자한테 마음이 쏠린다 tôi bị cô ta thu hút.

쏠쏠하다 => 쏠쏠하다.

쐐기 vật dùng làm nêm, vật chêm, đòn chống. @쐐기를 박다 chèn cái nêm vào.

쐬다 phơi ra ánh sáng. @뙤약볕에 쐬다 bị phô bày dưới sức nóng mặt trời // 이불을 햇볕에 쐬다 thích hợp ở ngoài trời.

쑤다 nấu (cháo), nấu sôi cạn lại, ninh nhừ. @풀을 쑤다 nấu hồ bột.

쑤석거리다 (1) [찾느라고] lục soát, lục lọi kỹ lưỡng; [쑤시다] lục lọi, dò dẫm. (2) [선동하다] khuyến khích, khích động, xúi giục.

쑤시개 cú thọc, dụng cụ nhọn (để đâm, xoi, xỉa, đục, giùi). *이-- cái tăm xỉa răng.

쑤시다 (1) [아프다] bị cắn rức, làm đau nhói, nhức nhối. @온 몸이 쑤신다 *cảm thấy ê ẩm cả người.* (2) [찌르다] móc, xỉa, cuốc. @이를 쑤시다 xỉa răng.

쑥 [1] [식물 thực vật] cây ngải.

쑥 [2] sự xấu hổ, sự ngượng ngùng; (바보) người làm trò hề, người ngu (ngớ ngẩn) @너도 쑥이다 *bạn nên xấu hổ (về những gì đã làm / nói)* !

쑥 [3] @쑥 내민 눈썹 lông mày nhô ra // 쑥 들어간 눈 hố mắt sâu, mắt trũng xuống // 혀를 쑥 내밀다 lè lưỡi ra ngoài. (2) [힘차게] cái giật mạnh thình lình, cú xốc bất ngờ. @쑥 잡아당기다 giật mạnh thình lình // 칼을 쑥 뽑다 rút kiếm nhanh như chớp.

쑥갓 [식물 thực vật] một vòng hoa cúc, cây hoa cúc hình vương miện.

쑥대강이 đầu tóc rối bời (rối bù)

쑥대밭 @쑥대밭이 되다 bị tàn phá, bị phá hủy, bị hư hại.

쑥덕거리다 => 숙덕거리다.

쑥덕공론 cuộc nói chuyện riêng, buổi họp kín,. --하다 tổ chức một buổi thảo luận bí mật, nói chuyện riệng.

쑥스럽다 bất tiện, khó khăn, không ổn, không thích hợp, không phải lối, khiếm nhã sỗ sàng, lố bịch, lố lăng, buồn cười.

쏠쏠하다 khá tốt, tạm được.

쓰개 khăn trùm đầu của phụ nữ.

쓰다 [1] [글씨를 chữ viết] viết; [글을 sự sáng tác] sáng tác (bài thơ, bài văn); [적다] ghi, biên, chép. @연필로 쓰다 viết (ghi) bằng bút chì.

쓰다 [2] (1) [사용 sự sử dụng] dùng, thuê (ai), sử dụng. @튀김에 기름을 쓰다 dùng dầu để chiên // 함부로 쓰다 dùng cái gì vào mục đích xấu // 머리를 쓰다 dùng đầu óc. (2) [사람을] thuê, mướn, sử dụng ai. @많은 사람을 쓰다 thuê nhiều người // 시험삼아 써 보다 nhận ai vào làm thử. (3) [소비] dùng, sử dụng, xài. @석탄을 물같이 쓰다 sử dụng nhiều than đá // 돈을 물같이 쓰다 xài tiền như nước // 다 써 버리다 tận dụng, dùng cho đến hết // 버는대로 다 써 버리다 hắn ta tiêu sạch tiền lương. (4) [말을 cách nói] nói, dùng, sử dụng. @훌륭한 영어를 쓰다 *sử dụng tiếng Anh thông thạo.* (5) [술법을]. @마

술을 쓰다 hành nghề ảo thuật. (6) [약을] phân phối, cho dùng, cho uống (thuốc). @약을 쓰다 phát thuốc cho bệnh nhân. (7) [색을 *sex*] giao cấu, giao hợp. (8) [힘을] cố gắng, ráng sức (노력); dùng hết sức (폭력을); dùng sức mạnh (정력을).

쓰다 [3] mặc, đội, che, khoát vào. @모자를 쓰다 đội mũ // 안경을 쓰다 mang kiếng // 우산을 쓰다 che dù.

쓰다 [4] [뫼를] chọn vị trí (địa điểm) xây mộ. @뫼를 쓰다 lập một ngôi mộ, xây mộ.

쓰다 [5] [맛이] đắng. @쓴맛 vị đắng.

쓰다듬다 vuốt (râu / mặt / tóc), vỗ (đầu đứa trẻ). @대머리를 쓰다듬다 vuốt cái đầu trọc.

쓰디쓰다 quá đắng, vô cùng đắng.

쓰라리다 đau đớn, nhức nhối. @쓰라린 경험 *một kinh nghiệm cay đắng* // 할퀸 상처가 아직도 쓰라리다 vết trầy vẫn còn đau.

쓰러뜨리다 ném xuống, đấm ngã xuống; thổi ngã (바람이 gió). @때려서 쓰러뜨리다 đánh ai ngã xuống, đánh gục ai // 나무를 쓰러뜨리다 đốn ngã cái cây.

쓰러지다 (1) sụp đổ, đổ sập xuống (도괴); lật úp, bị đổ nhào. @마루 위에 쓰러지다 rơi xuống sàn // 바람에 쓰러지다 bị thổi bay xuống // 앞으로(뒤로) 쓰러지다 ngã xấp (ngữa). (2) [병고·피로 따위로] suy nhược, kiệt sức, sa sút, yếu ớt; té xỉu (기절); ngã gục; @기진하여 쓰러지다 lún (chìm) xuống đất. (3) [몰락] bị lật đổ, bị đạp đổ; [파산] bị phá sản, bị vỡ nợ. @이 회사는 쓰러져 가고 있다 *công ty này sắp phá sản.* (4) [죽다] chết, bị rơi vào, là nạn nhân của... @... 의 손에 쓰러지다 *rơi vào tay ai.*

쓰레기 rác rưởi, đồ thải, đồ thừa, vật không giá trị. @종이 쓰레기 tờ giấy lộn. *--군 kẻ rác rưởi, người vô dụng. --통 thùng rác.

쓰레받기 dụng cụ hốt rác.

쓰레질 sự quét, rác rưởi quét đi.

쓰레하다 nghiêng, lung lay, lảo đảo, sắp đổ.

쓰르라미 [곤충] con ve sầu.

쓰리다 đau đớn, đau nhức, cháy bỏng. @가슴이 쓰리다 bị chứng ợ nóng // 살갗이 쓰리다 da thịt ê ẩm (nhức nhối)

쓰이다 [1] [글씨가] viết, viết ra, thảo ra, ghi ra; [쓰게 하다] cho (ai) viết. @이 펜은 글씨가 잘 쓰인다 cây viết này viết đẹp.

쓰이다 [2] (1) [들다·소용되다] bị kiệt sức, bị hao mòn, bị tàn lụi, gây tổn thất. @그 일에는 사람 손이 많이 쓰인다 *việc này cần đến nhiều người.* (2) [사용되다] được sử dụng, được thuê, được tiếp tế. @일상 생활에 쓰이는 물건 những đồ vật dùng hằng ngày // 흔히 쓰이다 thường dùng // 안 쓰이게 되다 không sử dụng nữa, không dùng nữa, không xài nữa.

쓱 [슬쩍] (trốn, chuồn) nhanh, êm; [척] (nhảy bổ tới) bất ngờ, đột ngột; [빨리] (bỏ qua) một cách nhanh chóng; [슬슬] (xoa bóp, cọ xát) khéo léo.

쓱싹 --하다 (1) [돈 따위를 ví dụ về tiền bạc] bỏ vào túi, giữ riêng; bòn rút, tham ô, biển thủ. @남의 돈을 쓱싹하다 biển thủ (tham ô) tiền. (2) [상쇄] đền bù, bù đắp, thanh toán, trả hết. (3) [얼버무리다] che đậy, che chở.

쓴맛단맛 ngọt bùi và cay đắng. @인생의

쓴맛을 다 겪다 nếm mùi cay đắng và ngọt bùi của cuộc đời.

쓴웃음 một nụ cười cay đắng. @쓴웃음 짓다 mỉm cười cay đắng.

쓸까스르다 đùa cợt, chế giễu, chọc tức ai.

쓸개 [해부 giải phẫu] túi mật. @쓸개 빠진 놈 một kẻ nhút nhát, yếu đuối.

쓸다 [1] quét, chải, phủi. @마루를 쓸다 quét sàn nhà // 먼지를 쓸어내다 quét sạch rác.

쓸다[2] [줄로] giũa, cạo, nạo, gọt giũa. @줄로 쓸어 매끈하게 하다 giũa láng cái gì.

쓸데 없다 vô ích, vô dụng, vô hiệu . @쓸데 없이 không cần thiết, không có kết quả, phù phiếm, hão huyền // 쓸데 없는놈 vô tích sự, đoảng // 쓸데 없는 책 quyển sách không có giá trị // 쓸데 없는 돈을 쓰다 tiền nhàn rỗi.

쓸리다 [1] [쓸게 하다] cho người quết dọn. (2) [피동] được quết dọn. @홍수에 다리가 쓸려 나갔다 *cây cầu đã bị sóng biển cuốn trôi.*

쓸리다 [2] [줄·톱으로] được mài giũa.

쓸만하다 hữu ích, có ích, có giá trị, tiện lợi.

쓸모 vật dùng được, tính hữu dụng. @쓸모 있다 có ích, dùng được // 쓸모 없다 không dùng được, vô tích sự, vô ích // 쓸모가 많다 được dùng rộng rãi.

쓸쓸하다 [적적하다] vắng vẻ, hiu quạnh, cô độc, cô đơn, bơ vơ, đơn độc; [날씨가] tồi tàn, ảm đạm, thê lương, u ám, phiền muộn. @쓸쓸한 웃음 nụ cười uể oải (buồn thảm) // 쓸쓸하게 지내다 sống trơ trọi, sống đơn độc một mình.

쓸어버리다 quét ra, chải sạch, đánh bóng.

씀바귀 [식물] cây diếp dại.

씀씀이 sự chi tiêu, phí tổn. @씀씀이가 많다 chi phí lớn, ăn xài rộng rãi.

씁슬하다 hơi đắng.

씌우다 [모자 따위를 như cái nón] đội nón cho ai; bao bọc, gói (1 vật gì) với..; [죄 따위를] đổ (lỗi) cho (ai); giao, quy (trách nhiệm) cho (ai)

씨 [1] (1) [종자] hạt, hạt giống, hạt sỏi; [사과 따위의 như trong quả táo] hột, hạt; [핵속의] nhân (trong quả hạch). @씨가 많은 đầy hạt, nhiều hạt // 씨를 뿌리다 gieo hạt // 씨를 뿌리다 gieo hạt, xạ // 밭에 씨를 뿌리다 xạ lúa. (2) [동물의 của động vật] dòng dõi, nòi giống; [혈통] dòng họ tổ tiên của con người, thành phần xuất thân; [아이] trẻ con (hạt giống). @씨가 좋다 thuộc thành phần tốt. (3) [원인· 재료] căn nguyên, nguồn gốc, cội nguồn. @불화의 씨를 뿌리다 gieo mối bất hòa.

씨 [2] [피륙의] sợi khổ, sợi ngang. @씨와 날 sợi ngang và sợi dọc.

씨 [3] [품사] vai trò của ngôn ngữ.

씨 [경칭] ông (danh hiệu chỉ một người đàn ông), bà (danh hiệu chỉ một phụ nữ đã có chồng); cô (cách xưng hô với một phụ nữ độc thân); [가계· 혈통] nòi giống, dòng giống, dòng dõi; [성] họ. @김씨 ông *Kim.*

씨닭 con gà mái nuôi để gây giống.

씨름 môn đấu vật. --하다 đánh vật, đấu vật. @씨름을 한판 하다 có một cuộc đấu vật (với) *--군 tay đô vật.

씨명 => 성명.

씨아 máy tỉa hột bông. @씨아로 목화의 씨를 빼다 tỉa hột bông.

씨알 (1) [종란] quả trứng để gầy giống. (2) [광산] cục vàng bé tí.

씨암탉 con gà ấp.

씨앗 hạt giống. @씨앗을 뿌리다 gieo hạt.

씨족 chủng tộc, thị tộc, bè đảng, phe cánh. *--사회 một thị tộc trong xã hội

씨족 người nô lệ cha truyền con nối.

씨주머니 nang (nấm).

씩 với một vẻ lanh lợi hoạt bát, tươi cười.

--씩 (hậu tố) mỗi một, riêng, mỗi người, mỗi cái @조금씩 dần dần // 하나씩 lần lượt từng người một, từng cái một // 날마다 여덟 시간씩 tám tiếng mỗi ngày.

씩둑거리다 nói tầm phào, nói vớ vẩn, nói không đâu vào đâu.

씩씩거리다 thở khó, thở nặng nề.

씩씩하다 có tính chất đàn ông, có nam tính, gan dạ, dũng cảm. @씩씩하게 một cách dũng cảm.

씹 (1) [음부] âm hộ, âm đạo. (2) [성교] sự giao hợp. --하다 giao cấu, giao hợp (với).

씹다 sự nhai, sự nghiền

씹하다 giao hợp, giao cấu, ăn nằm (với..)

씹히다 nhai, ngẫm nghĩ, nghiền ngẫm; [씹게하다] hãy để cho (ai) nghiền ngẫm. @잘 씹히지 않다 khó nhai.

씻가시다 giặt giũ.

씻기다 trôi giạt, bị cuốn đi (풍랑에 sóng, gió); bị ai lôi cuốn (씻게하다).

씻다 (1) rửa ráy, tắm giặt. @얼굴을 씻다 rửa mặt // 몸을 씻다 tắm rửa. (2) [누명을 danh dự, sự ô nhục] giũ sạch, tẩy sạch, giội sạch, @씻을수 없는 치욕 sự nhục nhã khó quên // 누명을 씻다 giũ bỏ trách nhiệm. (3) [닦아내다] lau sạch, xóa sạch. @ 이마의 땀을 씻다 lau mồ hôi trán.

씻부시다 lau chùi, rửa sạch(chén đĩa).

씻은듯이 trong sạch, trong sáng, hoàn hảo. @하늘이 씻은듯이 맑다 bầu trời trong sáng.

씽 sự huýt sáo, tiếng huýt sáo, sự thổi còi. @씽하는 소리 tiếng còi.

아[1] a!, ai cha!, ôi chao!, than ôi! // [하품] ô! @아 그는 죽었다 ôi! nó chết rồi! // 아 그렇습니까 thật chứ? // 아 덥다 ôi, nóng quá! // 아 졸립다 ôi, buồn ngủ quá!

아[2] ôi! ơi! / này!

아-- (tiền tố) phó, phụ, gần giống; [아시아] (*Asia*) Châu Á, người Châu Á. *--강 sự phân lớp sinh vật học. --열대 cận nhiệt đới.

아-- (tiền tố) Châu Phi, dân Châu phi.

아가 em bé => 아기; [호칭] cưng, em yêu! / bé cưng!

아가미 cái mang cá.

아가씨 thiếu nữ, cô gái chưa chồng, trinh nữ [호칭 xưng hô] cô.

아가위 quả táo gai. *--나무 cây táo gai Trung Quốc.

아교 keo, hồ. @아교질의 dính như keo.

아국 đất nước chúng ta, tổ quốc ta

아군 lực lượng chúng ta.

아궁이 lò sưởi.

아귀 (1)[갈라진 곳] chạc cây. @손아귀 khoảng trống giữa ngón cái và ngón trỏ. (2) [두루마기·속곳의]@두루마기에 아귀트다 chu cấp cái áo khoác có đường kéo bên hông. (3) [씨의]. @씨가 아귀트다 hạt nẩy mầm.

아귀 다툼 lý lẽ => 말다툼.

아귀세다 chắc, bền, dai, khỏe.

아그레망 sự tán thành, sự đồng ý, sự phê chuẩn.

아기 (1) em bé, đứa trẻ. (2) [딸· 며느리] thân yêu,yêu quý.

아끼다 tằn tiện, giá trị. @아끼지 않다 hoang phí, hoang tàn, lãng phí // 돈을 아끼다 tiết kiệm tiền // 비용을 아끼다 chi tiêu tiết kiệm.

아기살 một mũi tên ngắn.

아기서다 có thai => 임신.

아기자기 --하다 ngọt ngào, dễ thương, hấp dẫn, vui vẻ, hạnh phúc, đầy thú vị. @아기자기한 분위기 bầu không khí thích hợp, ấm cúng.

아기작거리다 đi chập chững. @아기작아기작 chập chững bước.

아기집 tử cung, dạ con.

아까 (ngay) trước đây, lúc trước, vừa. @그는 조금 아까 출발했다 anh ấy vừa mới đi.

아깝다 đáng tiếc, đáng hối tiếc; [귀중하다] quý giá, có giá trị (너무 좋다). @아깝게도 đáng thương, tội nghiệp – 아까운듯이 miễn cưỡng, bất đắc dĩ // 아깝게도 그는 젊어서 죽었다 *thật đáng tiếc, anh ấy chết quá trẻ* .

아낌없이 sự rộng lượng, sự hào phóng. @돈을 아낌없이 낭비하다 tốn nhiều tiền vào.

아나운서 ca sĩ, người dẫn chương trình.

아낙네 người phụ nữ, người vợ. @아낙네들 đàn bà con gái, giới phụ nữ.

아내 người vợ, người phối ngẫu (배우자). @아내를 얻다 cưới vợ.

아네모네 cây cỏ chân ngỗng.

아녀자 trẻ con và phụ nữ; cô gái trẻ.

아뇨 không, đừng, thôi (대답이 부정일 때 trả lời phủ định); vâng, phải, ừ, dạ (대답이 긍정일 때 trả lời khẳng định).

아늑하다 ấm áp, tiện nghi, dễ chịu, thoải mái.

아는체하다 giả vờ biết. @아는체하는 놈 một gả lém lỉnh, tinh khôn.

아니 (1) [부사] không. @조금도…아니다 không chút nào // 아니 가다 đừng đi // 이것은 내것이 아니다 cái này không phải của tôi. (2) [대답 hỏi đáp] không. @하나 더 드시겠어요? 아니 이제 충분합니다 *anh có cần thêm cái nào nữa không*?_ không, cám ơn // 아니 괜찮아 đừng lo! (3) [놀람] sao, thế nào, trời ơi. @아니 이게 웬일이냐? sao lại xảy ra như vậy? // 아니 동생이 죽었다고? sao, anh trai chết rồi?

아니꼽다 (1) [사물이 주어] làm kinh tởm, ghê tởm. @하는 짓이 아니꼽다 thái độ thấy ghê tởm. (2) [사람이 주어] ghê tởm, làm kinh tởm, ghê, buồn nôn. @보기만 해도 아니꼽다 *cảnh tượng làm tôi ghê tởm.*

아니나다를까 đúng như đã mong đợi. @아니나다를까 그는 거기에 있었다 chắc chắn, tôi nhìn thấy anh ta ở đó mà.

아니다 không. @그는 헌신적이 아니다 ông ta không ích kỷ.

아니면 cả hai, hoặc. @자네가 아니면 내가 잘못이다 anh hay tôi sai.

아닌게아니라 chắc chắn, không còn nghi ngờ gì nữa. @아닌게아니라 네말이 옳다 quả thực, anh có lý.

아닌밤중 @아닌밤중에 홍두깨 việc xảy ra bất thình lình // 아닌밤중에 홍두깨격으로 hoàn toàn bất ngờ.

아닐린 [화학 hóa học] *anilin.*

아다지오 [음악 âm nhạc - 무용 khiêu vũ] nhịp khoan thai.

아담 [성경 Kinh Thánh] A-dam.

아담 --하다 sạch sẽ, ngăn nắp.

아동 trẻ con, trẻ em; [생도] trẻ em được giám hộ. @아동의 vị thành niên. *--교육 sự giáo dục trẻ em. --극 kịch thiếu nhi. --문학 văn học thiếu nhi. --복지법 luật bảo vệ trẻ em, luật về quyền trẻ em. 학령-- học sinh , trẻ em ở tuổi đi học.

아둔하다 chậm hiểu, tối dạ, ngu đần.

아드님 cậu con quý tử.

아득하다 bỏ xa, hơn hẳn. @아득한 옛날 quá khứ xa xôi // 갈길이 아득하다 còn đi một đoạn đường dài // 아득하게 보인다 tôi nhìn thấy nó từ đằng xa.

아들 con trai. @좋은 (나쁜) 아들을 가지고 있다 may mắn có được con trai ngoan (hư).

아따 nào, đi nào. @아따 말도 많이 한다! ôi trời, bạn nói thật chứ!.

아뜩하다 chóng mặt, choáng váng.

아라비아 (*Arabia*) nước Ả Rập.

아랍 (*Arab*) người Ả rập. *--국가 nhà nước Ả rập. --어 tiếng Ả rập.

아랑곳 sự quan tâm, sự chú ý, sự dính líu. @내가 아랑곳 할것없다 *tôi không quan tâm đến điều đó* // 내 일에 아랑곳하지 마라 *hãy để tôi yên.*

아랑곳 없다 không có gì để làm, không liên quan tới.

아래 dưới đáy, dưới bàn chân, chân đế. @아래의 ở dưới; [하위의] phụ thuộc, lệ thuộc // 아래쪽 mặt dưới // 아래에 ở dưới; [하중에] tầng dưới // …의 보호아래 dưới sự bảo vệ của.

아래위 đi tới đi lui, đi lên đi xuống; [신분의] lên lên, xuống xuống, nhấp nhô. @아래위 사람 sự cao thấp.

아래윗벌 đồ trang bị, trang phục.

아래쪽 phía dưới cùng, hướng xuống phía dưới, phía nam.

ㅇ

아래채 căn nhà có thêm chái bên ngoài.

아래층 tầng dưới. @아래층에서(으로) ở tầng dưới.

아래턱 tầng dưới hầm.

아래통 bộ phận phía dưới.

아랫니 răng hàm dưới.

아랫도리 => 아래통.

아랫목 chỗ trên tầng *ondol* gần lò sưởi nhất.

아랫방 căn phòng biệt lập.

아랫배 bụng.

아랫사람 [연령이 tuổi, thời kỳ] người ít tuổi hơn, người thâm niên hơn; [지위가 chức vị] người cấp dưới. .

아랫수염 râu, chòm râu dê.

아랫입술 môi dưới.

아량 sự rộng lượng, sự khoan dung, tính rộng rãi. @아량 있는 rộng rãi, hào hiệp // 아량을 베풀다 chiếu cố đến, dung thứ.

아레스 [신화 thần thoại] thần *Ares.*

아련하다 mơ hồ, lờ mờ, mập mờ, không rõ ràng. @아련한 달빛 ánh trăng mờ ảo.

아령 *--체조 môn thể dục tập tạ.

아로새기다 khắc, chạm kỹ. @마음에 아로새기다 khắc sâu vào đầu óc.

아론 [성경 Kinh Thánh] *Aron.*

아롱지다 có vằn, có chấm lốm đốm.

아뢰다 báo tin cho cấp trên.

아류 [주의·학설 추종자] đảng viên, môn đồ; [유파의 둘째] người kế nghiệp, người bắt chước. @그는 소월의 아류였다 ông ấy đã viết phỏng theo kiểu *Sowol.*

아르 một *are* (đơn vị diện tích ruộng đất, bằng $100m^2$).

아르곤 [화학 hóa học] *agon.*

아른거리다 đu đưa, rung rinh, vụt qua; [마음에 trong tâm trí] thường ám ảnh, thường lãng vãng.

아름 sự duỗi tay, sự sải cả hai tay. @한아름의 장작 một ôm đầy củi.

아름답다 đẹp, xinh xắn, kiều diễm; [얼굴이] đẹp, tốt đẹp. @아름다운 여자 người đàn bà đẹp // 아름다운 경치 một cảnh đẹp // 아름답게 một cách xinh đẹp, một cách dễ thương // 아름답게 꾸미다 sự trang hoàng đẹp đẽ // 마음씨가 아름답다 có tấm lòng vàng.

아름드리 một ôm. *--나무 cái cây có kích thước hơn một sải tay.

아리다 [맛이 mùi vị] chua, cay, nồng; [상처가 vết thương] ngứa ngáy; [수족이 tay chân] tê cóng. @맛이 아리다 có vị chua, hắc; hăng, cay // 눈이 아리다 làm nhức mắt ai.

아리땁다 đẹp đẽ, duyên dáng, yêu kiều.

아리송하다 khó hiểu, mơ hồ, nhập nhằng.

아리아 [음악 âm nhạc] Aria.

아릿하다 có vị cay nồng.

아마 cây gai dầu*--사 sợi cây gai dầu. --유 dầu hạt lanh.

아마 hầu như chắc chắn, có lẽ. @아마 그는 올 것이다 chắc anh ta sẽ đến // 아마 그 여자는 오지 않을 것이다 *có lẽ cô ta sẽ không đến.*

아마추어 người không chuyên.

아말감 [화학 hóa học] hỗn thống.

아메리카 (*America*) nước Hoa Kỳ.

아메바 (*ameba*) Amip.

아멘 [기독교 đạo Chúa] (*Amen*) A-men, xin được như nguyện !

아명 tên gọi thời thơ ấu.

아무 (1) [사람 người] người nào, ai, bất cứ ai; [부정 sự phủ nhận] không có ai, không người nào. @아무나 mọi người // 그것은 아무나 할 수 있다 *ai cũng biết làm như thế* // 아무도 없었다 *không ai có mặt cả.* (2) [사물 vật thể] người nào đó, vật nào đó; [부정 sự phủ nhận] không, không chút nào. @아무 관계도 없다 không có quan hệ gì với // 아무 때나 오시오 *đến gặp tôi bất cứ lúc nào* // 아무말도 하지 않았다 *anh ta từ chối* // 도움이 된다면 아무 일이라도 하겠다 *tôi sẽ làm mọi cách để giúp bạn.*

아무개 người nào đó. @아무개씨 ông nào đó // 김 아무개 ông *Kim* nào đó.

아무것 cái gì đó, vật gì đó; [부정] không có gì, không ai [사람]. @할 일이 아무것도 없다 không có dính dáng gì.

아무때 bất cứ lúc nào, mọi khi, luôn luôn. @아무때나 좋다 sẽ làm bất cứ lúc nào.

아무데 bất cứ nơi đâu. @아무데나 가도 좋다 *bạn có thể đi bất cứ nơi nào* (mà bạn thích) // 아무데도 안 간다 *tôi sẽ không đi bất cứ đâu hết.*

아무래도 (1) dầu sao đi nữa, đúng như, hệt như. (2) [결코...이 아닌] chẳng chút nào, tuyệt nhiên không, không bao giờ. @그는 아무래도 들어주지 않았다 *anh ấy sẽ không nghe tôi.* (3) [무관심] @그까짓 일은 아무래도 좋다 *điều đó không quan trọng lắm.*

아무러면 (1) bằng mọi cách. @아무러면 그가 뇌물을 받을까 *sao, anh ta chính là người cuối cùng nhận hối lộ à?* (2) không có gì khác; ai cũng nói như thế.

아무런 [부정] một lời nói ngắn gọn "không". @아무런 사고 없이 không có bất cứ tai nạn nào xảy ra.

아무렇거나 thế nào cũng được, cách nào cũng được. @아무렇거나 출발하자 *chúng ta hãy bắt đầu thế nào cũng được.*

아무렇게나 lãnh đạm ,hờ hững, thờ ơ, cẩu thả, bất cẩn. @아무렇게나 대답하다 *trả lời đại* // 아무렇게나 말하다 *nói bậy bạ.*

아무렇게도 @아무렇게도 생각 안하다 *không cẩn thận chút nào.*

아무렇든지 bất kể điều gì, bất kể cái gì . @아무렇든지 출발 전에 알려주겠다 *dù trường hợp nào, trước khi tôi lên đường tôi cũng sẽ báo cho bạn biết.*

아무렴 đương nhiên / tất nhiên, chắc chắn rồi!. @그에게 답장했느냐 아무렴 *bạn đã trả lời thơ của anh ta chưa? –* đương nhiên là rồi!

아무리 dù thế nào, bất kể ra sao. @아무리 일해도 *dù cực đến đâu vẫn phải làm* // 아무리 부자라도 dù giàu đến đâu chăng nữa…

아무말 bất cứ lời nào. @아무말도 없이 không một lời nào.

아무일 cái gì đó, vật gì đó, không chuyện gì (부정). @아무일 없이 không có tai nạn nào.

아무짝 bất cứ cách dùng nào. @아무짝에도 쓸모가 없다 dù sao cũng không được dùng nữa.

아무쪼록 bằng mọi cách, bằng mọi phương tiện, bằng hết khả năng. @아무쪼록 빨리 càng nhanh càng tốt // 아무쪼록 몸조심 하십시오 *hãy cố gắng chăm sóc mình tốt nhất.*

아물거리다 (1) [물체가 vật thể] lờ mờ, mơ hồ; [마음에 trong tâm hồn] bị ám ảnh. @등불이 아물거린다 ngọn đèn lập lòe. (2) [똑똑잖게] nói nhập nhằng,

ㅇ

không rõ ràng. @대답을 아물거리다 trả lời mập mờ.

아물다 chữa khỏi, làm lành. @상처가 아물었다 vết thương đã lành lại.

아물아물 lờ mờ, mập mờ.

아뭏든(지) mọi trường hợp, dù sao đi nữa.

아미 chân mày vòng cung.

아미노 @아미노산 axit amin.

아버지 người cha [어린이말 tiếng gọi] cha, ba, bố. @아버지 답다 như cha, như bố // 아버지를 닮다 giống cha.

아범 người nhiều tuổi nhất; [하인] lão nô bộc.

아베마리아 *(Ave Maria)* kinh cầu nguyện Đức Mẹ Đồng Trinh.

아베크 một cặp tình nhân.

아부 thói nịnh bợ, thói bợ đỡ. --하다 nịnh hót, bợ đỡ, nịnh nọt ai.

아브라함 [성경 Kinh Thánh] tổ phụ A-bra-ham.

아비 bố, cha, thầy.

아비 규환 những tiếng kêu la đau đớn. @아비 규환의 참상 cảnh lộn xộn khủng khiếp.

아비산 [화학 hóa học] thuộc Asen. *--염 arsenit.

아빠 cha, bố, ba.

아뿔싸 trời ơi! than ôi! @아뿔싸 또 졌구나 *trời ơi! tôi lại thua nữa rồi.*

아사 sự chết đói. --하다 chết đói. @아사시키다 thiếu ăn đến chết.

아삭거리다 hoạt bát, nhanh nhẹn.

아삭아삭 tiếng nghiến răng rắc, tiếng nhai lạo xạo.

아서라 ồ không! bỏ ra! dừng lại, thôi nào! này, này!

아성 bên trong, thành lũy, pháo đài; [본부] sở chỉ huy, tổng hành dinh.

아성층권 tầng bình lưu phụ.

아세안 (*ASIAN*) Hiệp hội các nước Đông Nam Á.

아세테이트 [화학 hóa học] axetat.

아세톤 [화학] *axeton.*

아세틸렌 [화학] *axetylen.*

아수 văn hóa và sự vô giáo dục, ưu tú và thông tục.

아수라 *Asura* (범). @아수라처럼 싸우다 đấu tranh quyết liệt.

아쉬워하다 thiếu, cảm thấy thiếu. @아쉬운감이 들다 cảm thấy thiếu cái gì đó.

아쉰대로 coi như dùng tạm, coi như lời xin lỗi. @아쉰대로 이것을 쓰시오 dùng tạm thời.

아쉽다 mất, cảm thấy mất mát. @아쉬움을 느끼다 bị phiền phức // 없어서 아쉽다 thấy thiếu // 이집에 응접실이 없어서 아쉽다 *thật là bất tiện khi không có phòng tiếp tân ở đây.*

아스파라거스 [식물] cây măng tây.

아스팍 (*ASPAC*) Hiệp hội Châu Á Thái bình dương.

아스팔트 nhựa đường. @아스팔트를 깔다 lát nhựa đường. *--길 một con đường lát nhựa.

아스피린 [약 thuốc] thuốc aspirin.

아슬아슬 --하다 nguy hiểm, hiểm nghèo, đầy rủi ro. @아슬아슬한 고비 giây phút hiểm nghèo // 아슬아슬하게 suýt, suýt nữa // 아슬아슬하게 구조되다 *suýt nữa thì bị tóm, may mà thoát được.* (2) [춥다] cảm thấy lạnh lùng, lạnh nhạt.

아씨 [호칭 xưng hô] bà, phu nhân, quý phu nhân.

아시아 (*Asia*) Châu Á.

아식 축구 môn bóng đá, hiệp hội bóng

đá

아케이드 đường có mái vòm.

아크 cái hộp, hòm, rương. @아크 등 một lỗ sáng trên rương.

아트 nghệ thuật, mỹ thuật. @ 아트지 báo mỹ thuật.

아악 nhạc cung đình.

아야 ối!

아양 tính hay làm dỡm, sự tâng bốc, sự bợ đỡ. @아양스럽다 hấp dẫn, lôi cuốn, khêu gợi // 아양 부리다 tâng bốc, xu nịnh.

아어 cách chọn lời lịch sự, tao nhã, từ ngữ lịch sự.

아역 phần của trẻ con.

아연 [화학 hóa học] kẽm. @아연을 씌운 mạ kẽm. *--도금 sự mạ kẽm. --연고 thuốc mỡ có chất kẽm. --제판 thuật in bản kẽm. --철판 sắc pha kẽm. --판 [인쇄] một tấm kẽm.

아연 bất ngờ, đột ngột, bất thình lình. @ 아연 활기를 띠다 trở nên vui vẻ, hoạt bát hơn (trong công việc).

아연 @아연해 하다 bị làm cho lặng đi // 아연케하다 làm chết lặng.

아열대 vùng cận nhiệt đới. @아열대의 có tính chất cận nhiệt đới. *--식물 thực vật vùng cận nhiệt đới.

아예 chưa được chút nào, chẳng được chút nào, hoàn toàn, cả thảy, không bao giờ. @아예 그런 짓은 말아라 đừng bao giờ làm như vậy.

아옹 tiếng mèo kêu. --하다 kêu meo meo.

아옹다옹하다 bực tức, bất bình, phàn nàn.

아우 em trai của anh, em gái của chị.

아우르다 đặt chung nhau, kết hợp lại. @ 힘을 아울러서 bằng nỗ lực liên kết.

아우성 tiếng reo hò, tiếng hò hét, tiếng ồn ào, ầmĩ. @아우성치다 hò hét, reo hò, làm ồn, làm ầm ĩ.

아욱 [식물 thực vật] cây cẩm quỳ.

아울러 cùng nhau, có nhau, chung nhau.

아웃 [야구 bóng chày] quả bóng đánh ra ngoài sân. @아웃 시키다 ra ngoài, thoát ra. *--라인 nét ngoài, bẻ ngoài.

아이 đứa bé, trẻ con (trai / gái); [자기의] đứa con trai (gái). @아이 때부터 thuở ấu thơ // 아이가 없다 không có con // 아이를 보다 chăm sóc em bé.

아이고(머니) ồ, này! ôi! chà! chao ôi! ối!. @아이고 다 틀렸다 trời ơi!// 아이고 머니나 than ôi!// 아이고 너무 하는데 trời ơi, sao anh tàn nhẫn thế! // 아이고 가엾어라 thật đáng tiếc! // 아이고 아파라 trời ơi! đau quá // 아이고 죽겠다 trời ơi! tôi chết mất.

아이누 [사람 người] người *Ainu*, [종족 chủng tộc] chủng tộc *Ainus*; 말 ngôn ngữ *Ainu*. *--어 tiếng *Aino*.

아이디어 (*idea)* quan niệm, tư tưởng, ý nghĩ, ý kiến, ý niệm, khái niệm.

아이러니 sự mỉa mai, sự châm biếm, sự trớ trêu.

아이론 bàn ủi.

아이 뱅크 *(eye bank*) ngân hàng mắt.

아이스 (*ice)* băng, nước đá. *--박스 tủ ướp lạnh. --캔디 món đá nhận xirô. --크리임 kem ăn.

아이오씨 ủy ban đại hội thể thao quốc tế.

아이젠 móc leo (móc sắt móc vào giày để leo cây hoặc núi); [등산용] móc sắt.

아이큐 chỉ số thông minh I.Q.

아장거리다 đi chập chững, đi lảo đảo.

아장걸음 bước chân chập chững.

아저씨 cậu, chú, dượng, bác.

아전 chính quyền cấp thị xã.
아전인수 sự mưu cầu lợi ích riêng tư. @그것이 바로 아전인수다 đang đưa thẳng nước vào cối xay của mình.
아주 (1) [전혀] đúng, chính, thực, chính xác, cực kỳ. @아주 기분이 좋다 cảm thấy hoàn toàn tốt // 아주 곤란하다 bị thúc ép, bị lâm vào cảnh khó khăn // 아주 불쾌하다 cảm thấy rất khó chịu // 그는 아주 가버렸다 *anh ấy được xem như ổn rồi.* (2) [감탄사] ôi! thật chứ?! (약간. 조롱조로) mặc xác nó!/ cóc cần!
아주 lục địa Châu Á.
아주 lục địa Châu Phi.
아주까리 [식물 thực vật] cây thầu dầu. @아주까리기름 dầu thầu dầu.
아주머니 cô, dì, thím, mợ, bác gái.
아주버니 anh chồng.
아지랭이 hơi nóng lờ mờ, lung linh. @아지랭이가 끼었다 *không gian lung linh.*
아지작거리다 nghiến răng ken két.
아지트 [공산당 따위의] nơi ẩn náu, nơi trú ẩn.
아직 còn, hãy còn, cho đến nay, cho đến bây giờ. @아직 9 시가 안되었다 *còn chưa tới 9 giờ* // 아직 미해결이다 *còn được giải quyết* // 아직(도) 더 있다 *còn nhiều hơn nữa* // 아직 살아 있다 *anh ấy vẫn còn sống.*
아직까지 đến tận bây giờ, đến nay.
아질산 axit nitric. *--염 nitrat.
아질하다, 아찔하다 cảm thấy hoa mắt, choáng váng.
아집 tính vị kỷ, tính ích kỷ, thuyết duy ngã độc tôn. @아집이 있다 tự khẳng định, bất trị, ngoan cố.
아차 trời ơi!/ Chúa ơi!
아첨 sự nịnh hót, sự bợ đỡ, sự xu nịnh. --하다 nịnh bợ, nịnh hót, xun xoe. *--장이 kẻ bợ đỡ, người xu nịnh.
아취 tính thanh lịch, tính thanh nhã. @아취 있다 thanh nhã, trang nhã // 아취가 없다 bất nhã, khiếm nhã.
--아치 (hậu tố) @동냥아치 người ăn mày // 장사아치 người bán rong, người ngồi lê đôi mách.
아치 vẻ thanh nhã, vẻ phong nhã. @아치 있는 thanh nhã, trang nhã, phong nhã.
아치 khung tò vò, cửa tò vò.
아침 buổi sáng; [아침밥] buổi ăn sáng. @아침 일찍이 vào lúc sáng sớm // 아침부터 저녁까지 từ sáng đến tối // 10 일 아침에 vào buổi sáng sớm ngày 10 tây // 일요일 아침에 vào sáng chủ nhật. *--나절 buổi sáng (trước 12 giờ). --안개 sương mù buổi sáng.
아침 저녁 buổi sáng và buổi chiều; [조반과 석반] bữa điểm tâm và buổi ăn tối. @아침 저녁으로 제법 쌀쌀하다 *hiện thời chúng tôi cóthức uống ướp lạnh pha rượu dùng cho cả sáng chiều.*
아침참 giờ nghỉ ăn điểm tâm.
아카데미 (*academy*) viện hàn lâm, học viện.
아카시아 (*acacia*) cây keo.
아코오디언 (*accordion*) cây đàn xếp, đàn accoedion.
아퀴 sự giải quyết, sự thanh toán. @아퀴를 짓다 giải quyết, thanh toán (công việc..), chấm dứt, kết thúc.
아킬레스건 gân nối bắp chân với gót chân.
아틀라스 [신화 thần thoại] *Atlas.*
아틀리에 xưởng vẽ, xưởng điêu khắc.
아파트 một căn hộ.

아편 thuốc phiện; thuốc có thuốc phiện (제품). *--굴 tiệm thuốc phiện. --매매 sự vận chuyển thuốc phiện. --전쟁 cuộc chiến tranh nha phiến. --중독 sự nghiện thuốc phiện. --중독자 người nghiện thuốc phiện.

아폴로(아폴론) [신화] thần *Apollo.*

아프가니스탄 nước Ap-ga-ni-xtăng.

아프다 (1) [신체 상처 따위가] cảm thấy đau đớn; [신체가 주어] đau, nhức, nhức nhối. @아파서 울다 khóc vì đau // 아파하다 kêu đau // 아픈 데를 건드리다[비유적] chạm vào nỗi đau, chạm tự ái // 머리가(깨질듯이) 아프다 *tôi bị nhức đầu* // 배가 아프다 *tôi thấy đau nơi bụng* // 아이고 아프다 *ối! tôi đau quá*! // 어디가 아프냐 *đau ở đâu?* // 목(발) 이 아프다 *tôi bị đau họng.* (2) [마음이 trong lòng] đau nhói, đau đớn, dằn vặt.

아프레 sau đó, sau. @아프레 게엘 sau chiến tranh.

아프리카 (*Africa*) Châu Phi.

아프터서비스 sự bảo quản, sự bảo dưỡng.

아프터케어 sự chăm sóc điều trị sau khi rời bệnh viện.

아프트 Abt. *--식 철도 đường xe lửa theo hệ thống Abt.

아픔 nỗi đau khổ, sự đau, sự nhức; [쑤시는 cảm giác đau nhức] sự đau đớn, sự nhức nhối; [마음의 về tâm hồn] sự đau khổ.

아하 a ha! ha ha! ôi! @아하 이제 생각이 나는군 *ô! bây giờ tôi nhớ ra nó rồi.*

아한대 cận Bắc cực.

아호 bút danh.

아홉 số chín. @아홉째 thứ chín.

아황산 [화학 hóa học] axit sunfurơ. *--가스 khí axit sulfurơ.

아흐레 [아흐렛날] ngày thứ chín ; [아흡날] chín ngày.

아흔 số chín mươi.

아희 trò trẻ con. @아희 같다 như trẻ con, hợp với trẻ con.

악 [1] trời ơi! than ôi!

악 [2] sự tuyệt vọng, sự liều lĩnh, sự tức giận. @악에 받치어 điên cuồng, điên rồ, liều lĩnh, liều mạng.

악 cái xấu; điều sai lầm, điều bậy, sự trái lẽ (부정 sự bất chính, việc không lương thiện); sự trụy lạc, sự đồi bại (악덕 sự trái đạo đức); tính chất độc ác, tính chất tai quái (사악). --하다 xấu, tệ, sai, bậy, độc ác, đồi bại. @선과 악 tốt và xấu, thiện và ác // 악한 사람 một người độc ác, một tên côn đồ // 악을 선으로 갚다 lấy ân báo oán. *사회-- thói xấu của xã hội.

악감정 ác cảm, mối hận thù, sự hằn thù. @악감정을 품다 có hằn thù ác cảm.

악곡 một giai điệu, một bản nhạc.

악공 nhạc cung đình.

악귀 một linh hồn xấu xa, ma quỷ.

악극 nhạc kịch, ôpêra. *--단 một gánh hát, đoàn ca nhạc.

악기 nhạc khí. @악기를 연주하다 chơi nhạc khí. *--반주 sự đệm nhạc khí. 건반-- nhạc khí đánh bàn phím, đàn. 취주(관) -- kèn, sáo, nhạc khí thổi. 티-- nhạc khí gõ. 현-- đàn dây.

악녀 người đàn bà độc ác.

악다구니하다 cãi nhau ầm ĩ.

악단 ban nhạc, dàn nhạc. *교향-- dàn nhạc giao hưởng.

악담 sự phỉ báng, sự lăng nhục, sự vu khống. --하다 vu khống, phỉ báng.

ㅇ

악당 kẻ hung ác, tên tội phạm, tên vô lại.

악대 dàn nhạc, ban nhạc (취주). @육군(해군)악대 một dàn nhạc quân đội (hải quân). *--장 nhạc trưởng.

악덕 sự phóng đãng, sự đồi bại, sự trụy lạc. *--기업주 một doanh nghiệp xấu. --상인 người buôn bán xảo quyệt.

악독 tính chất xấu xa, sự nham hiểm, độc ác. --하다 xấu xa, nham hiểm, độc ác.

악랄 sự tinh quái, sự đểu giả, sự sa đọa, sự trụy lạc . --하다 xấu xa, hèn hạ, tinh quái, xảo quyệt. @악랄한 수단 hành động gian trá, hành động phản phúc // 악랄한 짓을 하다 chơi một vố ác.

악력 sự cầm chặt, sự nắm chặt. *--계 đo lực tay.

악례 một tấm gương xấu; một quyết định tai hại (선례). @악례를 남기다 nêu gương xấu.

악마 một tâm hồn xấu xa; [마왕] quỷ Satan. @악마 같은 gian tà, quỷ quái, hiểm độc.

악명 tiếng xấu. @악명이 자자하다 trở nên khét tiếng.

악몽 giấc mơ ghê gớm, cơn ác mộng. @악몽에 시달리다 *gặp ác mộng.*

악물다 nghiến, nghiền, siết, mím, nắm chặt. @이를 악물고 với hàm răng nghiến chặt.

악바리 một gã dai nhách, anh chàng bền bỉ, kẻ trơ tráo.

악보 nốt nhạc, phím nhạc, bản nhạc. @악보를 읽다 đọc nốt nhạc, học nhạc. *--대 cái giá nhạc. --집 sách nhạc.

악사 nhạc sĩ.

악사 nhà soạn nhạc. *--장 nhạc trưởng.

악선전 sự tuyên truyền sai bậy. --하다 tuyên truyền sai.

악성 một nhạc sĩ nổi tiếng.

악성 tính ác, ác tâm, ác ý.

악센트 trọng âm.

악셀 sự ác tính. *--감기 dịch cúm ác tính. --인플레 sự thổi phồng sai.

악수 cái bắt tay. --하다 bắt tay; [제휴] thắt chặt, kết giao; [화해] làm lành với. @악수를 나누다 bắt tay nhau // 악수를 청하다 giơ tay ra (để bắt).

악순환 vòng lẩn quẩn.

악습 thói quen xấu (버릇) tập quán xấu, hủ tục , tục lệ cổ hủ (풍습); sự hành hạ, sự ngược đãi(악폐). @악습을 타파하다 bỏ đi các thói hành hạ, ngược đãi.

악식 [음식 ẩm thực] món ăn dở. --하다 ăn món ghê tởm.

악쓰다 kêu la, la hét, thét lác; [힘쓰다] đấu tranh ác liệt.

악어 [동물 động vật] cá sấu Phi Châu (아프리카산); cá sấu Châu Mỹ (북미산); cá sấu Ấn Độ (인도산). *--가죽 da cá sấu. --핸드백 túi, ví xách tay bằng da cá sấu.

악역 nhân vật phản diện. @그는 악역을 잘한다 *anh ấy đóng vai phản diện rất hay.*

악연 kinh ngạc, kinh hãi, kinh hoàng. --하다 làm sững sốt, làm ngạc nhiên, làm kinh hoàng.

악영향 hậu quả xấu. @악영향을 미치다 gây ảnh hưởng xấu.

악용 sự ngược đãi, sự bạc đãi. --하다 ngược đãi, bạc đãi, lạm dụng.

악우 người bạn xấu. @악우와 사귀다(를 피하다) theo bạn xấu.

악운 vận rủi.

악의 ác tâm, ác ý @악의있는 mục đích xấu // 악의에서 có ác ý // 악의를 품

다 chịu đựng tính hiểm độc.
악의 악식 sự ăn, mặc giản dị.
악인 kẻ hung ác, tên côn đồ.
악장 nhạc trưởng, người chỉ huy dàn nhạc.
악장 một phần, một chương sách, đề tài.
악장치다 cãi nhau ầm ĩ.
악전 고투 một trận đánh kinh khủng; [경기] một trận đấu căng thẳng; [경쟁] một cuộc đấu ngang sức. --하다 chiến đấu gian khổ.
악정 => 비정.
악조건 hoàn cảnh bất lợi.
악조증 sự ốm nghén, sự bị thai hành (hay nôn oẹ về buổi sáng).
악종 tên lưu manh, kẻ bất lương.
악질 tính ác độc, tính thâm hiểm. *--분자 môi trường xấu.
악착 tính nhỏ nhen, tính hẹp hòi; sự gan lì, sự ngoan cố (끈기). @악착 같다 khó uốn, kiên định.
악처 một người vợ hư.
악천후 thời tiết khắc nghiệt.
악취 mùi làm buồn nôn. @악취나는 mùi khó chịu // 악취를 풍기다 bốc mùi khó chịu.
악취미 thị hiếu tầm thường.
악평 [평판] tiếng xấu; [비난] lời phê bình bất lợi. --하다 nói xấu; bình phẩm bất lợi (신문에서).
악폐 điều ác, thói xấu, sự ngược đãi. @악폐를 일소하다 bỏ thói xấu.
악한 kẻ bất lương, tên vô lại, kẻ độc ác.
악행 hạnh kiểm xấu.
악화 [정세 따위의] sự làm trầm trọng thêm, sự làm xấu thêm; [품질] sự làm hư hỏng, sự làm giảm giá trị; [심정 따위] sự thoái hóa, sự suy đồi. --하다 trở nên xấu hơn. @정세가 악화한다 tình thế ngày càng ngày xấu đi // 병세가 악화한다 tình trạng có chiều hướng xấu đi.
안 (1) [내] phần trong, phía trong. @안으로부터 từ bên trong // 안으로 모시다 dẫn ai vào phòng khách. (2) [이내] bên trong, trong vòng, phần giữa. @2000 원 안 chưa tới 2000 *won* // 수일안에 trong vòng vài ngày // 1 주일안에 trong vòng một tuần // 기한 안에 trong thời hạn. (3) [이면] mặt sau, mặt trái. @옷의 안쪽 mặt trái của y phục // 안을 뒤집다 lộn trong ra ngoài. (4) [옷의] lớp vải lót. @안을 대다 lót. (5) [내실 nội phòng]. (6) [아내] vợ, nội tướng; [여자] phụ nữ trong gia đình. *--방 phòng của phụ nữ, khuê phòng, phòng the --사돈 bà sui. --손님 khách phụ nữ. --주인 nữ chủ nhà.
안 [제안] sự đề xuất, sự đề nghị; [고안] ý kiến, mưu chước; [계획] kế hoạch thực hiện; [의안] bản yết thị, hóa đơn. @안을 제출하다 trình nộp hóa đơn // 안을 짜다 lấy ra, rút ra. *결의-- một nghị quyết.
안간힘 sự kềm chế. @안간힘을 쓰다 kềm chế, nén lại, ghìm lại.
안감 lớp vải lót.
안강 [물고기 cá] con cá đuối hai mõm.
안개 sương mù. @안개가 짙은 có sương mù // 안개 낀 아침 buổi sáng mù sương // 짙은 안개 sương mù dày đặc // 안개가 걷힌다 sương mù tan đi // 안개가 끼어있다 có sương mù.
안건 trường hợp, tin tức, sự kiện. @중요한 안건 một vấn đề quan trọng.
안경 kính, thủy tinh; [귀에 거는] kính đeo mắt; [코안경] mắt kính; [방진· 비행사용] kính bảo hộ. @도가 강한 안

경 kính có thấu kính dày // 안경을 낀 사람 người đàn ông mang kính // 안경을 쓰다(벗다) mang kính vào.

안계 tầm mắt, tầm nhìn. @안계내(외) 에 있다 trong tầm mắt có thể thấy được // 안계에 들어오다 hiện ra trước mắt.

안고나다 nhận trách hiệm, chịu trách nhiệm với.

안고수비 khéo chê nhưng không khéo làm.

안고지고 sự ôm đồm, tay xách nách mang; xách đầy, vác nặng.

안고지다 gậy ông đập lưng ông.

안과 [의학 y học] khoa mắt. *--병원 bệnh viện mắt. --의 bác sĩ chữa mắt.

안광 ánh mắt thông minh. @안광이 날카롭다 anh ta có cái nhìn sắc sảo.

안구 nhãn cầu. *--결막 mô mắt. --염 chứng viêm mắt.

안기다 (1) [품에] lao vào vòng tay ai. @안기고 있다 bị ôm chặt, bị ghì chặt. (2) [알을] đặt, để, bố trí. @알을 안기다 cho gà ấp. (3) [죄· 책임 따위를] lựa chọn, tập trung vào ai, quy tội, đổ tội cho ai.

안내 [인도] sự hướng dẫn, sự chỉ đạo; [초대] lời mời; [통지] lời khuyên, lời chỉ bảo. --하다 dẫn tới, đưa vào, dẫn vào; [좌석에] đưa dẫn, đi kèm ai để chỉ chỗ, dẫn đường; [길을 가리키다] dẫn đường. @ 좌석에 안내하다 chỉ chỗ ngồi // 거리를 안내하다 dẫn về thành phố. *--계 một nhân viên ở bàn hướng dẫn. --도 bản đồ chỉ dẫn. --서 sách hướng dẫn. --소 bàn hướng dẫn. --인 người hướng dẫn; [좌석의] người chỉ chỗ ngồi (trong rạp hát)

안녕 (1) sự hoàn hảo, sức khỏe tốt; [복지] tình trạng hạnh phúc, khỏe mạnh. --하다 bình yên vô sự, khỏe mạnh. (2) [인사] @안녕하십니까 *bạn khỏe không?*

안다 [팔에] ôm chặt, ghì chặt. @안고 있다 đang bế // 안아 일으키다 đỡ ai; [자고 있는 사람을] đỡ ai ngồi dậy // 바람을 안고 가다 đi ngược gió.

안단테 [음악 nhạc] nhịp thong thả.

안달 sự khó chịu, sự bực dọc, sự cáu kỉnh. --하다 phiền muộn, buồn bực, thiếu kiên nhẫn, bồn chồn, nóng nảy. @가지 못해 안달하다 nóng lòng đi // 안달하여 병이 나다 lo sợ bệnh. *--뱅이 người cáu kỉnh.

안대 loại băng dùng băng mắt.

안데스산맥 dãy núi *Andes.*

안도 sự khuây khỏa, sự làm yên tâm, sự làm giảm căng thẳng. --하다 cảm thấy bớt căng thẳng, cảm thấy thanh thản. *--감 một cảm giác khuây khỏa.

안도라 nước cộng hòa *Andorra.*

안되다 (1) [금지] không nên, không phải; không cần phải (안시키다); đừng (하지 말라); bị cấm đoán, bị ngăn cấm (금지); không cho phép (허가되지 아니하다); không được cho là, không nghĩ là (안되게 되어 있다). @그것에 손대면 안된다 *đừng sờ vào cái đó* // 이 방에서 담배를 피워서는 안된다 *không được hút thuốc trong phòng này.* (2) [필요· 의무] phải, cần (필요); bị yêu cầu, đòi hỏi (요구). @거기에 안가면 안됩니까 *tôi phải đến đó sao?*// 우리는 규칙을 지키지 않으면 안된다 *chúng ta phải tuân theo luật lệ.* (3) [예방] @...하면 안되니까 để ...không, để...khỏi, để ...khỏi // 비가 오면 안되니까 *e rằng trời sẽ mưa.*

안뜰 sân trước của chái bên trong căn nhà.

안락 sự khuây khỏa, sự an ủi. --하다 dễ chịu, thoải mái, thanh thản. @안락한 생활 một cuộc sống thoải mái // 안락하게 지내다 sống tiện nghi. --의자 ghế có tay dựa.

안력 năng lực quan sát.

안료 [화장용] mỹ phẩm; [도료] phấn (mỹ phẩm); [색소] chất màu.

안마 sự xoa bóp, sự gội đầu; [운동 중 또는 운동 후의] sự chải xuống. --하다 xoa bóp. *--요법 phép chữa trị theo phương pháp xoa bóp. --장이 người làm nghề xoa bóp.

안마당 sân trong.

안면 một giấc ngủ ngon. --하다 ngủ ngon, ngủ yên. @안면을 방해하다 làm mất giấc ngủ của ai. *--방해 sự quấy rầy giấc ngủ.

안면 (1) [얼굴] khuôn mặt. @안면의 (thuộc)mặt // 안면의 표정 nét mặt. (2) [지면] sự quen mặt, sự quen biết. @그와는 안면이 있다 *tôi có quen biết anh ấy*. *--각 góc khuôn mặt. --경련 tật máy giật khuôn mặt.

안목 kích thước bên trong.

안목 sự đánh giá cao => 안식. @안목 있는 사람 người sáng suốt // 안목이 있다 đánh giá.

안무 sự xoa dịu, sự nguôi ngoai. --하다 làm yên, làm nguôi, làm cho khuây.

안무 sự sáng tác điệu múa; [사람 người] biên đạo múa. --하다 soạn, sáng tác.

안방 phòng bên trong.

안배 [배치] sự sắp xếp; [배분] sự phân công, sự giao việc. --하다 sắp xếp, sắp đặt, phân công, phân việc.

안벽 ke, bến cảng.

안보 sự an toàn, sự an ninh.

안부 sự an toàn, sự bảo vệ, sự chăm sóc; [소식] tin tức, tin. @안부를 묻다 hỏi han, hỏi thăm (sức khỏe) ai // 댁내 여러분에게 안부 전해 주십시오 *xin chuyển đến gia đình bạn lời chúc tốt đẹp của tôi*

안사돈 con dâu.

안사람 người nhà tôi, nhà tôi, vợ tôi.

안살림 đời sống gia đình.

안색 (1) [혈색] nước da, màu da. @안색이좋다(나쁘다) sắc (mặt) có vẻ khỏe (không khỏe) // 안색이 변하다 tái đi. (2) [표정] sắc mặt, vẻ mặt. @안색에 나타나다 lộ rõ.

안성마춤 cái đúng, chính điều tốt nhất. @안성 마춤의 đúng, phải, sự làm theo yêu cầu.

안섶 cổ áo *jeogori* lật vào trong.

안수 --하다 đặt tay lên (vai người nào), xác nhận, công nhận, đồng ý (với người nào) *--례 thủ tục xác nhận.

안식 sự nghỉ ngơi, sự thư giản. --하다 nghỉ ngơi, giải trí, thư giản. *--교 ngày chủ nhật của người theo đạo Cơ đốc. --일 ngày xaba, (ngày nghỉ và thờ phụng Chúa).

안식 sự nhận thức rõ, sự sâu sắc, sự sáng suốt. @전문가의 안식 cách đánh giá của nhà chuyên môn // 안식이있는 사람 người sáng suốt.

안식처 nơi trốn tránh, nơi ẩn náu. @종교에서 안식처를 구하다 tìm sự an ủi trong tôn giáo.

안식향 [화학] cánh kiến trắng.

안심 sự khuây khỏa, sự thanh thản trong đầu óc. --하다 được khuây khỏa, được thanh thản, được nhẹ nhàng. @안심하고 với một đầu óc thanh thản, không lo âu // 안심시키다 làm bớt căng thẳng // 그것을 듣고 안심했다 *tin đó làm tôi bớt căng thẳng.*

안심부름 việc lặt vặt trong nhà.

안심찮다 (1) không thoải mái, bực bội, áy náy, lo âu (2) thông cảm, thương hại.

안아맡다 chịu trách nhiệm.

안염 chứng viêm mắt.

안온 sự yên bình, sự yên lặng, sự yên tĩnh. --하다 yên lặng, yên tĩnh.

안위 sự an nguy (an toàn và nguy hiểm), sự bảo vệ.

안이 sự thoải mái, sự ung dung. --하다 thư thả, ung dung, thoải mái. @안이한 một cách ung dung tự tại // 안이하게 một cách dễ chịu.

안일 việc nhà, việc nội bộ.

안일 sự nhàn hạ, sự lười biếng, sự lười nhác. --하다 không bị ràng buộc, ăn không ngồi rồi. @안일한 생활 một cuộc sống nhàn rỗi.

안장 sự chôn cất, sự mai táng. --하다 chôn cất, mai táng. *--지 bãi đất an táng.

안장 yên ngựa. @안장을 얹다 thắng yên.

안전 sự an toàn, sự an ninh. --하다 an toàn, bình yên. @안전한 장소 nơi an toàn // 안전히 một cách an toàn, kiên cố, vững chắc. *--기 cái chốt an toàn; cái ngắt điện (전기). --면도 dao bào (để cạo râu). --보장 sự bảo an. --보장이사회 Hội đồng bảo an Liên hiệp quốc. --성 tính an toàn. --장치 phương kế an toàn. --제일 sự an toàn trước tiên. --지대 khu vực an toàn. --책 biện pháp an toàn. –핀 chốt an toàn. 집단--보장 an ninh chung.

안전 @안전의 lập tức, tức thì, sắp xảy ra đến nơi // 안전에 ngay trước mắt.

안전 기획부 => 국가안전 기획부.

안절부절못하다 bồn chồn, áy náy, không yên, cảm giác rần rần như kiến bò. @안절부절못하여 kích thích, làm phát cáu, nôn nóng, sốt ruột.

안정 sự yên lòng, sự thư thái, sự yên tĩnh. --하다 yên tĩnh, yên bình, thanh bình. @절대 안정 nghỉ ngơi hoàn toàn // 안정시키다 làm êm, làm dịu, làm yên tâm, làm an lòng. *--요법 sự chữa bệnh bằng phương pháp nghỉ ngơi.

안정 sự ổn định; [평형] sự thăng bằng; [안정화] sự làm cho ổn định; [침착] sự làm lắng xuống, sự điềm tĩnh, sự bình tĩnh. --하다 ổn định cuộc sống, nguội dần, dịu dần. @물가의 안정 giá ổn định // 생활의 안정 sự bảo đảm, sự an toàn của cuộc sống // 경제의 안정 sự bình ổn kinh tế // 안정 되어있다 vững chắc, ổn định // 국민 생활을 안정시키다 ổn định đời sống nhân dân. *--감 chiều hướng kiên định. --도 độ ổn định. --세력 thế lực ổn định.

안정 con ngươi của mắt.

안주 cuộc sống yên bình. --하다 sống một cách ấm cúng, dễ chịu.

안주 món ăn khai vị dùng với rượu. @술과 안주 rượu với vài món nhắm.

안주머니 cái trong túi (áo).

안주인 bà chủ nhà.

안중 @안중에 두지 않다 chế diễu, coi thường.

안중문 cổng giữa.

안질 chứng bệnh về mắt.

안집 kiến trúc chính.

안짝 trong giới hạn, trong vòng, không quá. @1.000 원 안짝의 금액 số tiền không vượt quá 1.000 *won*.

안짱다리 người có chân vòng kiềng. @안짱다리로 걷다 đi chân vòng kiềng.

안쪽 phần bên trong. @안쪽의 (thuộc) phần bên trong // 안쪽에 ở trong.

안차다 dũng cảm, táo bạo, cả gan.

안착 chuyến hàng mới đến an toàn; [물품의] công thức an toàn. --하다 đến nơi an toàn; [물건이 hàng hóa] đến nơi trong tình trạng vẫn tốt.

안창 [구두의] lớp lót giày tháo ra được.

안채 kiến trúc chính của tòa nhà.

안출 sự phát minh, sự sáng chế, sáng kiến. --하다 sáng kiến, sáng chế, phát minh. *--자 người sáng chế.

안치 sự đặt, sự để. --하다 đặt, cất giữ. @유해를 안치하다 phủ lên một thi thể với tất cả nghi tiết trọng thể.

안치다 làm sẵn để nấu.

안타까와하다 (1) [애태우다] lo lắng, băn khoăn về. (2) [애처로와하다] rất đau buồn, đau khổ về.

안타깝다 [사물이] làm lo âu, làm đau khổ; [사람이 người] giày vò, đày đọa. @그는 안타까울 정도로 무능하다 nó kém cõi một cách đáng thương // 참으로 안타깝구다 thật là bực quá! thật đáng thương !

안테나 (*antenna*) anten.

안티모니 [화학 hóa học] *antimon.*

안티피린 [약 thuốc] *Antipyrin.*

안팎 (1) [안과 밖] bên trong và bên ngoài, những đặc tính và sự phức tạp, những ngóc ngách. @안팎으로(에) phía trong và bên ngoài // 문 안팎으로 cả trong và ngoài cổng. (2) [표리] hai phía, hai mặt, mặt phải và mặt trái. @안팎이 없는 chân thật, ngay thẳng // 안팎이 있는 사람 kẻ hai mặt. (3) [내외] hơn kém, khoảng chừng, gần. @일주일 안팎 khoảng một tuần.

안팎노자 tiền vé khứ hồi.

안표 dấu, dấu hiệu. --하다 đánh dấu.

안하 @안하에 dưới sự giám sát của..

안하무인 chế giễu, coi thường. @안하무인이다 kiêu kỳ, kiêu căng, ngạo mạn.

앉다 (1) [자리에] ngồi, ngồi xuống, ngồi xổm. @책상에 앉다 ngồi làm việc ở bàn // 편하게 앉다 ngồi nghỉ. (2) [지위에] đảm nhận, gánh vác (công việc). 좋은 자리에 앉다 giữ một vị trí tốt. (3) [새 따위가] xây dựng ở trên cao, đặt ở trên cao; đậu, đậu để ngủ (보금자리에). @나무에 몇 마리의 참새가 앉아 있다 *có vài con chim sẻ đậu trên cành*.

앉은뱅이 người què.

앉은일 công việc ngồi làm một chỗ.

앉은 저울 sân có sàn phẳng.

앉은키 chiều cao lúc ngồi.

앉음새 dáng ngồi, cách ngồi.

앉히다 (1) [앉게 하다] chỗ ngồi. @상좌에 앉히다 chỉ chỗ ngồi danh dự. (2) [자리에] bổ nhiệm, chọn lập, chỉ định.

않다 không, đừng. @그는 정직하지 않다 nó không chân thật.

않을 수 없다 bị ép buộc, bị cưỡng bách, bị thúc ép. @가지 않을 수 없다 bị ép phải đi // 웃지 않을 수 없다 không thể cười được.

알 [1] quả trứng; trứng (cá, ếch) (물고기· 조개류의). @알을 낳다 đẻ trứng // 알을 품다 ấp trứng.

알 [2] (1) [난알] hạt, hột. (2) [작고 둥근 것] hình cầu, hạt, hột. @눈알 nhãn cầu.

알-- (tiền tố) trần truồng, trơ trụi. @알밤 hạt dẻ đã lột vỏ // 알몸 cơ thể trần truồng.

알거지 người nghèo kiết xác.

알곡 ngũ cốc, hạt đã bốc vỏ.

알다 (1) [일반적] hiểu biết, có kiến thức, học hành, học tập, quen thuộc với, làm quen với. @알지 못한 사이에 *trước khi người ta biết* // 내가 아는 바로는 *theo tôi biết* // 아는 체하다 giả vờ hiểu biết // 이름(얼굴) 을 알다 biết tên // 자기의 결점을 알고 있다 biết lỗi // 거의 알지 못하다 biết tí chút // 아는 것이 병이다 *không biết gì là sướng nhất.* (2) [이해] hiểu, hiểu rõ, nhận ra, hiểu được, nắm được; [의미 따위를] nắm được, hiểu thấu; [어려운 것을] nhận ra, nắm được ý nghĩa; [설명·강의 따위를] nghe kịp, hiểu kịp; [음악 따위를] thấy rõ, nhận thức. @알았읍니다 *hiểu rồi, biết rồi, đồng ý* // 나를 진정으로 알아주는 것은 너뿐이다 *bạn là người duy nhất hiểu rõ tôi* // 그 책은 전문가 밖에 알지못한다 *quyển sách này chỉ dành cho các chuyên gia đọc* // 자기의 잘못임을 알았다 *nó đã nhận ra sai lầm của mình.* (3) [아는 사이] quen thuộc với, biết. (4) [인정하다 · 깨닫다] nhận ra, nhận diện. @위험을 알다 nhận ra sự nguy hiểm. (5) [발견] thấy, nhận thấy, nắm được, lĩnh hội. // 가난의 고통을 알다 nhận thức rõ tình trạng kém cõi. (6) [관지 하다] có liên quan với. @네가 알바 아니다 *không phải là việc của bạn.* (7) [느끼다] cảm thấy, biết rõ, nhận rõ. (8) [간주하다] đánh giá, xem như, coi như. @나를 무엇으로 알아 *bạn đánh giá tôi như thế nào?*

알뜩배기 cái tô đất nung cỡ nhỏ.

알뜰살뜰 --하다 tiết kiệm quá mức.

알뜰하다 thận trọng, khôn ngoan, tằn tiện. @알뜰한 살림 cuộc sống tiết kiệm.

알라 [회교의 신] thánh *A-la.*

알랑거리다 nịnh hót, bợ đỡ ai, luồn cúi, quỵ lụy; [여자가] làm dáng, làm duyên.

알랑쇠 kẻ tâng bốc, người xu nịnh.

알랑알랑 một cách xảo trá, gian trá.

알량하다 [빈의적] hoàn toàn tốt. @알량한 소리를 하다 nói càn, nói bậy, nói chuyện vô lý.

알레그로 [음악 âm nhạc] nhịp nhanh.

알레르기 sự dị ứng với thức ăn hoặc thuốc men. @알레르기성의 dị ứng.

알려지다 được biết, được hiểu biết, thừa hưởng tri thức; [유명해지다] trở nên nổi tiếng. @잘 알려진 nổi tiếng, được nhiều người biết đến // 알려지지 않게 하다 giữ bí mật // 그것은 널리 알려져있다 *đây là một vấn đề thuộc kiến thức tổng quát.*

알력 sự va chạm, sự xích mích, sự bất hòa. @알력이 살기다 gây bất hòa // 알력을 피하다 ngăn ngừa sự va chạm.

알로까다 khôn ngoan, lanh lợi.

알록달록 lốm đốm, có vằn => 얼룩덜룩.

알루미윰 nhôm.

알른거리다 sáng long lanh, lấp lánh => 어른거리다.

알리다 để ai nhận ra, cho biết, nói ra, khai báo, cho hay; [홍보 따위를] báo tin. @출발 날짜를 알리다 cho biết lúc lên đường // 알리지 않고 두다 giữ bí mật // 경찰에 알리다 báo cho công an.

알리바이 chứng cớ ngoại phạm.

알맞다 làm cho hợp, làm cho vừa, thích hợp, xứng, thích hợp. @알맞은 값 giá vừa phải // 알맞은 운동 số bài luyện tập thích hợp // 알맞은 직업 nghề thích hợp // 알맞게 một cách phù hợp, một cách thích hợp // 알맞은 때에 vào lúc thích hợp, chính ngay lúc ấy // 알맞게 먹다 ăn uống điều độ // 기 질에 알맞다 hợp với tính khí.

알맹이 [과실] nhân, hạt (quả cây); [실질 thực chất] nội dung, đại ý, chủ đề. @알맹이 없는 không có tài sản, trống rỗng. // 알맹이 있는 đặc, không rỗng, có tài sản.

알몸뚱이 thân thể lõa lồ.

알밤 hạt dẻ.

알배기 một bọc đầy trứng cá.

알부랑자 kẻ bất lương vô liêm sĩ.

알부민 [화학 hóa học] albumin.

알부피 trọng tải hàng hóa thực.

알사스 rượu nho vùng *An-dát.*

알싸하다 có vị nóng, có vị cay tê.

알쌈 (1) món trứng cuộn (계란포). (2) sự không nhồi đầy.

알선 phòng hòa giải. --하다 đứng ra hòa giải, làm trung tâm hòa giải, khuyên bảo. @송씨의 알선으로 nhờ văn phòng hòa giải của ông *Song* // 취직을 알선하다 *giúp ai tìm việc làm.* *--자 người dàn xếp.

알쏭달쏭하다 (1) [무늬가] pha tạp, sặc sỡ, trộn lộn. @알쏭달쏭한 광대옷 trang phục sặc sỡ. (2) [뜻이] mơ hồ, mập mờ, tối nghĩa, không rõ nghĩa. @알쏭달쏭하게 말하다 nói không rõ // 알쏭달쏭한 태도를 취하다 *có thái độ nhập nhằng.*

알슬다 đẻ trứng (물고기가 cá), đẻ trứng vào (곤충이 côn trùng), (산란관으로).

알아내다 nhìn thấy, nhận ra; xác định vị trí, định vị (장소를). @비밀을 알아내다 tìm ra bí mật.

알아듣다 nghe, hiểu được, nắm được, nhận ra; [도리를] nghe theo lẽ phải; [납득] hiểu rõ, nhận thức rõ; [구별 sự phân biệt] phân biệt bằng cách nghe. @목소리를 알아듣다 *nhận ra giọng nói của ai* // 말을 알아듣다 *hiểu được lời ai muốn nói; nắm được ý của ai.*

알아맞히다 đoán đúng. @주머니에 무엇이 들어 있는지 알아 맞혀 봐라 *đoán được cái gì trong túi tôi.*

알아보다 [문의] hỏi, hỏi thăm, hỏi han; [조사] điều tra, nghiên cứu. @마음을 알아보다 thăm dò lòng người // 김씨에게 알아보다 *hỏi ông Kim về vấn đề gì* // 원인을 알아보다 điều tra nguyên nhân.

알아주다 thừa nhận, công nhận. @능력을 알아주다 công nhận năng lực của ai.

알아차리다 chuẩn bị đầy đủ, dự phòng, cảm thấy, có cảm giác, thấy trước.

알아채다 có cảm giác, nhận thấy, nhận biết, nghe phong phanh; [눈으로] báo trước; [사물이 주어] bị ai chú ý. @사람의 눈치를 알아채다 đọc được ý nghĩ của ai // 남이 싫어하는 것을 알아채다 cảm thấy không thích.

알아하다 làm theo ý mình, hành động tự ý. @알아해라 làm theo cách của mình.

알알하다 có cảm giác bị kim châm, đau đớn, đau nhức. @눈이 알알하다 *cặp mắt tôi đang đau nhức* // 맞은 뺨이 알

알했다 *gò má tôi nóng ran vì cái tát.*

알약 tấm, bản, thẻ, phiến, tờ báo khổ nhỏ.

알에스씨 [RSC = Referee Stop Contest] trọng tài cho dừng trận đấu.

알 에이치 khỉ nâu, khỉ rezut. *--팩터(인자) nhân tố khỉ nâu.

알 오티씨 quân đoàn huấn luyện sĩ quan dự bị.

알은체 --하다 (1) quan tâm, lo lắng, lo âu, quấy rầy, can thiệp, xen vào. @그 일에는 알은체하지 않는다 *tình cờ tôi nhận ra anh ấy.* (2) [인사] nhìn nhận, thừa nhận, nhận, nhận thấy. @그는 지나가면서 알은체했다 *tôi thoáng nhận ra hắn.*

알음알음 [아는 관계] sự quen biết nhau; [친분] sự chia sẽ thân mật.

알짜 tinh hoa, tinh chất, phần tinh túy nhất. @도적이 알짜만 골라갔다 *kẻ trộm đã lấy đi những vật quý giá nhất.*

알짱거리다 [알랑거리다] nịnh hót, bợ đỡ ai; [할일 없이] đi loanh quanh tha thẩn một cách nhàn rỗi.

알젓 trứng cá muối.

알칼리 chất kiềm.

알콜올 rượu cồn.

알토 (*Alto*) giọng nữ trầm, giọng nam cao.

알통 bắp thịt cơ.

알파 chữ anfa. @알파선 tia anfa.

알파베트 bảng chữ cái.

알파카 [동물] Anpaca(động vật thuộc loại lạc đà không bướu ở Nam Mỹ).

알프스 산맥 ngọn núi (*Apes*).

알피니스트 người leo núi.

알현 khán giả. --하다 hội kiến với.

앓는소리 tiếng than van, tiếng rên rỉ. --하다 than van, rên rỉ.

앓다 bị bệnh, bị đau đớn, bị ưu phiền, bị khổ sở. @신경통을 앓다 bị khổ sở vì chứng đau dây thần kinh // 폐를 앓다 bị bệnh phổi // 이를 앓다 bị đau răng.

--앓이 (hậu tố) sự đau nhức. @가슴앓이 đau ngực // 이앓이 bệnh đau răng.

암[1] [암컷] giống cái, đàn bà, con gái; con mái (새의 chim). @암캐 con chó cái // 암코양이 con mèo cái // 암탉 con gà mái.

암[2] [감탄사] dĩ nhiên!/ đương nhiên!/ chắc chắn rồi!/ tất nhiên!

암 [의학] @암에 걸리다 bị ung thư. *--세포 các tế bào ung thư. 설-- chứng ung thư lưỡi. 위-- chứng ung thư bao tử. 유—chứng ung thư vú. 폐-- chứng ung thư phổi.

암거 ống thoát ngầm, cống ngầm. *--배수 hệ thống thoát nước bằng ống cống.

암거래 những người buôn bán chợ đen. --하다 bán hàng chợ đen. *--행위 sự giao dịch chợ đen.

암굴 sào huyệt, hang ổ.

암기 sự học thuộc lòng, sự ghi nhớ. --하다 học thuộc lòng, ghi nhớ. @암기하고 있다 nắm nằm lòng. *--과목 đề tài ghi nhớ. --력 trí nhớ, ký ức. @암기력이 좋다 (나쁘다) có trí nhớ tốt.

암꽃 [식물 thực vật] hoa có nhụy cái.

암나사 con ngựa cái hom hem.

암내 (1) mùi mồ hôi người. (2) [암컷의] mùi của con vật cái; sự động đực. @암내 내다 động dục, động đực.

암달러 đô la chợ đen. *--상인 người buôn đô la bất hợp pháp.

암담 --하다 tối tăm, ảm đạm, buồn bả. @암담한 전도 viễn cảnh đen tối.

암류 dòng ngầm, hải lưu ngầm.

암만 *Amman* (요르단).

암만해도 tất nhiên là vậy, hiển nhiên là vậy, bằng bất cứ giá nào. @ 그는 암만해도 들어 주지 않았다 *tất nhiên là nó sẽ không nghe tôi.*

암말 không có lời nào. @암말않고 không có lấy một lời nào.

암매상 người bán chợ đen; [주류의] sự buôn lậu.

암매장 => 암장

암모니어 (*ammonia*) khí không màu, mùi rất hăng, dùng trong tủ lạnh và để làm chất nổ; amoniac.

암모니움 (*ammonium*) chất amoni.

암목 sự im lặng. @암묵의 양해 sự hiểu ngầm.

암반 hòn đá chắn đế.

암벽 bức tường đá. *--등반 môn leo núi đá.

암산 phép tính nhẩm. --하다 làm tính nhẩm.

암살 cuộc ám sát, cuộc mưu sát. --하다 ám sát, mưu sát. @암살을 기도하다 mưu hại ai. *--기도 âm mưu sát hại ai. --미수 cuộc mưu sát. --자 kẻ ám sát, người mưu sát.

암상부리다 sự bo bo, giữ chặt, sự hết sức giữ gìn.

암상피우다 => 암상부리다.

암석 núi đá nhô lên khỏi mặt biển. @암석이많은 nhiều đá, cứng như đá. *--학 địa chất học.

암소 con bò cái.

암송 sự ngâm thơ, sự bình thơ. --하다 ngâm thơ, bình thơ. @시를 암송하다 ngâm một bài thơ.

암수 giống đực và giống cái. @암수를 가려내다 xác định giới tính.

암수 => 속임수.

암술 [식물 thực vật] nhụy hoa.

암시 lời gợi ý, sự gợi ý. --하다 gợi ý, nói bóng gió. @암시적인 có tính chất gợi ý // 암시를 주다 cho lời gợi ý. *--력 sức khêu gợi. 자기-- sự tự ám thị.

암시세 giá chợ đen.

암시장 chợ đen.

암실 buồng tối (để rửa ảnh).

암암리 @암암리에 ngầm, ngụ ý, kín đáo.

암야 đêm tối như mực.

암약 hành động bí mật. --하다 hành động một cách bí mật.

암염 [광물 khoáng sản] muối mỏ. *--갱 mỏ muối.

암영 bóng tối, chỗ tối, lúc trời tối, sự u ám, sự ảm đạm, sự hiện ra mờ mờ. @암영을 던지다 bóng tối bao phủ.

암운 những đám mây đen. @암운으로 덮이다 bị mây đen che khuất.

암유 [수사] phép ẩn dụ.

암자 cái am của thầy tu.

암자색 màu tím thẫm.

암장 việc an táng kín đáo. --하다 chôn cất một cách bí mật.

암종 [의학 y học] bệnh ung thư.

암죽 món cháo loãng.

암중 sự tối tăm, sự ngu dốt, sự không biết gì. @암중 모색하다 dò dẫm trong bóng tối.

암초 đá ngầm. @암초에 걸리다 đập đá.

암치질 bệnh trĩ.

암캐 con chó cái.

암컷 con cái, con mái. @새의 암컷 con chim mái.

암키와 mái ngói lõm.

암탉 con gà mái.

암톨쩌귀 con cá đục (họ cá chép).

암퇘지 con lợn nái.

ㅇ

암투 sự xung đột, sự cãi nhau, mối tranh chấp, mối bất hòa.

암팡스럽다 gan dạ, dũng cảm, bất khuất, táo bạo, liều lĩnh.

암팡지다 => 암팡스럽다.

암펄 con ong chúa.

암펌 con cọp cái, con hổ cái.

암페어 (*ampere*) đơn vị cường độ dòng điện.

암평아리 con gà mái tơ.

암표상 kẻ đầu cơ vé rạp hát, kẻ đầu cơ vé xe lửa.

암행 chuyến đi bí mật. --하다 không để lộ tung tích của mình khi đi đường, vi hành. *--어사 người được uỷ quyền riêng của nhà vua.

암호 [주로 상업용] luật, luật lệ, quy tắc; [군호] khẩu lệnh; [비밀 암호] mật mã. @암호를 풀다 giải một thông điệp bằng mật mã. *--글씨 khẩu hiệu bằng mật mã. --문 tài liệu viết bằng mật mã. --장 sổ các ký hiệu điện tín. --전보 điện tín viết bằng mật mã. --통신 tín hiệu, hiệu lệnh.

암흑 sự tối tăm, bóng tối, chỗ tối. *--가 chỗ ở tối tăm, giới giang hồ. --색 màu đen như mực. --시대 [중세의] thời Trung cổ.

압권 cái tốt nhất, chỗ đẹp nhất, chỗ nổi bật nhất, phần hay nhất.

압도 --하다 tràn ngập, làm chôn vùi, lấn áp, tìm cách vượt qua, trội hơn. @압도적으로 một cách vượt trội // 압도적 승리 một chiến thắng vượt trội; [선거에서의] sự thắng phiếu lớn.

압력 sức ép, áp lực, sự căng thẳng. @대기의 압력 áp suất không khí // 압력을 가하다 tạo áp lực. *--계 áp kế. --단체 nhóm gây sức ép về chính trị.

압록강 sông *Yalu.*

압류 sự tịch biên, sự tịch thu. --하다 tịch biên, tịch thu. @재산을 압류당하다 đã tịch thu tài sản của ai. *--영장 lệnh tịch biên --인 chấp hành viên tòa án, người tịch biên theo lệnh tòa án. --집행 sự gửi văn bản tịch thu. --품 hàng hóa bị tịch thu. 가-- sự tịch biên tạm thời. 저당물-- sự tịch thu tài sản để thế nợ của một văn tự thế chấp.

압박 áp lực, sự đàn áp, sự áp bức, sự khủng bố, sự ngược đãi. --하다 áp lực, khủng bố, ngược đãi. @압박을 받고 dưới áp lực, dưới sức ép của // 압박을 받다 bị áp lực. *--감 một cảm giác bị áp bức. --자 kẻ đàn áp, kẻ áp bức. 피--민족 người bị áp bức.

압사 chết do bị đàn áp, chết do căng thẳng. --하다 bị nhồi nhét, bị đè bẹp, bị giày vò cho đến chết.

압송 --하다 hộ tống.

압수 sự sung công, sự tịch biên. --하다 tịch biên, tịch thu, sung công. *--품 tài sản bị sung quỹ.

압승 thắng lợi tràn ngập. --하다 giành được thắng lợi long trời lở đất.

압연 sự lăn, sự lắc lư, sự nghiêng ngả. --하다 cuốn, cuộn, lăn, quấn. *--공장 máy cuộn.

압운 [시] câu thơ có vần. --하다 tạo thành vần, đặt thành thơ.

압정 cây đinh mũ, cái chốt, cái khóa.

압정 sự chuyên chế, sự bạo ngược (학정); chế độ chuyên quyền (전제).

압제 [압박] sự áp bức; [폭정] sự chuyên quyền; [강제] sự ép buộc. --하다 áp bức, chuyên chế, chuyên quyền. @압제

적 độc tài, bạo ngược, chuyên chế, áp bức // 압제적으로 một cách độc tài. *--자 kẻ áp bức, bạo chúa. --정치 chế độ chuyên quyền.

압지 giấy thấm.

압착 sức ép, sự ép, sự nén. --하다 ép, nén. *--가스 khí nén. --공기 không khí bị dồn nén. --기 máy nén, máy ép.

압축 sự cô lại, sự đọng lại, sự thắt khít lại, sự hóa đặc. --하다 cô đọng, cô đặc lại.

앗 ối!, trời ơi ! @앗 지갑이 없어졌다 *Chúa ơi! cái ví tiền tôi mất rồi!*

앗기다 có cái gì đó bị lấy đi => 빼앗기다.

앗다 (1) [빼앗다] lấy đi cái gì đó của ai, tước đi => 빼앗다. (2) [씨빼다] máy tỉa hột bông. (3) @품을 앗다 đổi sức lao động.

앗아가다 giật lấy, vồ lấy.

앗아라 ối thôi! ngừng lại!

앙가발이 người chân ngắn vòng kiềng.

앙가슴 ở giữa ngực.

앙감질하다 bước nhảy lò cò.

앙갚음 sự trả thù, hành động trả thù, sự trả miếng. --하다 trả thù, trả đủa, trả miếng. @그에게 앙갚음 하겠다 tôi sẽ trừng phạt hắn.

앙그러지다 (1) [음식이] làm cho ăn ngon miệng, làm cho khoái khẩu. (2) [어울리다] đúng lúc, đúng trường hợp, chính xác.

앙금 chất lắng, vật lắng, cặn, bã (커피 따위의); cặn, cái bỏ đi; cặn rượu, cặn bã (술찌꺼기); cặn, chất lắng xuống đáy chất lỏng; chất lắng (밑바닥의).

앙금앙금 một cách luồn cúi, một cách quỵ lụy => 엉금엉금.

앙등 sự tăng lên đột ngột, sự nhảy vọt. --하다 tăng lên đột ngột, bay vút lên. @원료값의 앙등 sự tăng vọt của nguyên liệu.

앙망 cầu khẩn, đề nghị thiết tha, hy vọng, cầu xin. @...하시기 앙망하나이다 tha thiết đề nghị.

앙모 --하다 ngắm nhìn một cách vui thích và ngưỡng mộ.

앙바틈하다 ngắn và rộng, mập và lùn, bè bè, chắc nịt.

앙상궂다 gầy khủng khiếp.

앙상블 bộ quần áo.

앙상하다 hốc hác, phờ phạc. @뼈만 앙상하다 chỉ còn da bọc xương.

앙숙 @앙숙이다 có mối quan hệ xấu.

앙심 mối hận thù, mối ác cảm, sự thù hằn. @앙심 깊은 hay thù hằn, hiềm thù // 앙심 품다 có hằn thù ác cảm với ai, oán giận ai.

앙앙하다 không khuyên giải được, buồn phiền, chán nản, thất vọng.

앙양 sự đề cao, sự nâng lên, sự đề bạt. --하다 đề cao, đưa lên địa vị cao, làm nổi bật, tăng lên, nâng lên. @사회 도의의 앙양 sự nâng cao tiêu chuẩn đạo đức chung.

앙증스럽다 => 앙증하다.

앙증하다 rất nhỏ, bé xíu.

앙천대소 sự cười ầm ĩ. --하다 cười vui vẻ.

앙카라 giống mèo Angora (터어키).

앙칼스럽다 dữ dội, mãnh liệt, gan dạ,dũng cảm.

앙칼지다 bền bỉ, dẽo dai, mạnh mẽ, dữ dội, mãnh liệt.

앙케이트 sự điều tra, sự thẩm tra.

앙코르 bài hát lại (theo yêu cầu người xem).

앙큼스럽다 => 엉큼스럽다.
앙큼하다 => 엉큼하다.
앙탈 --하다 âm mưu lẩn tránh. @앙탈 부리는 여자 một phụ nữ hay mè nheo.
앙화 tai họa, tai ương, thảm họa.
앞 [미래] tương lai, viễn tượng. @앞으로 trong tương lai, từ giờ trở đi, sau này // 앞으로 10 년후 mười năm sau này // 앞을 내다보다 hãy hướng về tương lai. (2) [전방· 전면] phía trước, phần trước. @앞으로(에) ở phía trước, đằng trước, ở trước, xa, xa hơn nữa; đối diện (맞은편) // 앞 줄 hàng ghế đầu // 10 마일 앞에 mười dặm xa // 집 앞에 ở phía trước ngôi nhà // 앞으로 가 [구령] cuộc tiến quân. (3) [면전] sự hiện diện, sự có mặt. @앞에서 theo sự hiện diện, theo sự có mặt // 사람들 앞에서 trong sự hiện diện của những người khác, có người đi cùng // 나는 사람들 앞에서 이야기 하는 데에 익숙하지 않다 *tôi không quen nói giữa công chúng.* (4) [순위] trước, cũ, xưa, cái trước, người trước; [이전] trước, ưu tiên. @앞서 trước khi, hơn, vượt, trước, đi trước, trước đây, thuở xưa // 앞서 말한 kể trên, nói trên // 일행보다도 3 일 앞서 ba ngày trước buổi tiệc // 앞서 말한 바와 같이 như trước đây đã định // 앞서 가다 tiến lên, thẳng tiến // 앞을 다투어…하다 cố gắng, gắng sức. (5) [몫] phần, phần chia. @그는 한 사람 앞에 1 달러씩 주었다 *ông ấy cho chúng tôi mỗi người một đồng đôla* // 그는 제 앞만 차린다 hắn chỉ tìm lợi ích riêng tư. (6) [편지의] gửi cho ai; [어음의] lôi kéo sự ủng hộ về mình. @…앞으로의 편지 lá thơ gửi cho người nào.

앞가림 có đủ sự rèn luyện để vượt qua.
앞가슴 ngực.
앞길 con đường phía trước; [장래] tương lai, triển vọng. @앞길이 유망한 청년 một thanh niên đầy triển vọng // 앞길이 유망하다 *có một tương lai sáng sủa.*
앞날 [장래] tương lai, những ngày sắp tới; [여생] quãng đời còn lại của ai. @앞날을 위해 저축하다 để dành tiền cho tương lai.
앞니 răng cửa.
앞다리 [짐승의] chân trước.
앞당기다 chuyển lên, trèo lên, tiến lên. @기일을 2 일 앞당기다 dời sớm hơn hai ngày.
앞대문 cửa trước, cổng trước.
앞두다 có khoảng cách phía trước. @1 주일 앞두다 *còn một tuần mới đi.*
앞뒤 [전후] phía trước và phía sau; [순서] thứ bậc, dãy; [결과] hậu quả, hệ quả. @앞뒤 생각없이 việc bất chấp hậu quả // 앞뒤가 맞지 않다 mâu thuẫn nhau, trái ngược nhau.
앞뒷집 nhà bên cạnh, láng giềng.
앞뜰 sân trước.
앞머리 trán.
앞못보다 bị đui.
앞문 cửa trước.
앞바다 vị trí ngoài khơi, biển khơi.
앞바퀴 bánh lái ở mũi tàu.
앞발 chân (có móng, vuốt của mèo, hổ…). *--질 cú đá hậu.
앞서 (1) [이전에 thời xưa] đã…rồi, trước đây, ngày trước. @앞서부터 khoảng mấy ngày qua // 이에 앞서 trước nay // 앞서 말한 바와 같이 như trước giờ đã định. (2) [미리] sẵn sàng trước, trước đây, thuở xưa. @정한 시간에 앞서

trước giờ được bổ nhiệm // 남보다 앞서 가다 qua mặt những người khác.

앞서다 [선행] tiến lên trước; [탁월] vượt hơn, trội hơn. @부모에 앞서 죽다 chết trước cha mẹ, chết sớm // 경기에서 앞서다 dẫn đầu trong một cuộc chạy đua.

앞서서 trước khi, sớm hơn. @출발에 앞서서 trước khi lên đường.

앞세우다 dẫn đầu. @...을 앞세우고 dẫn đầu bởi, đứng trước bởi.

앞앞이 ở trước mặt mỗi người, mỗi người, riêng từng người.

앞에총 [구령] chuẩn bị khám súng!

앞이마 phía trước trán.

앞일 tương lai,thời gian tới. @앞일을 생각하다 nghĩ về tương lai // 앞일에 대비하다 chuẩn bị cho tương lai.

앞자락 phần trước.

앞잡이 (1) [안내] người hướng dẫn, người dẫn đường (관광객의); người chỉ huy, người hướng dẫn. @앞잡이가 되다 làm hướng dẫn viên. (2) [주구] nhân viên mật vụ, tay sai. @경찰의 앞잡이 công an chìm // 앞잡이로 쓰다 dùng ai làm tay sai.

앞장 [일] sự hướng dẫn, sự lãnh đạo; [사람 người] người chỉ huy, người lãnh đạo. @앞장서서 ở cương vị chỉ huy // ...을 앞장 세우고 theo sự hướng dẫn bởi, theo sự dẫn dắt của ai // 앞장서다 giữ vai trò lãnh đạo.

앞정강이 cẳng chân, ống quyển.

앞지르다 qua mặt, vượt qua,tiến lên phía trước, bỏ xa, vượt hơn hẳn. @앞차를 앞지르다 *vượt qua chiếc xe phía trước mặt* // 훨씬 앞지르다 *vượt xa.*

앞집 căn nhà phía trước.

앞차 [앞의 차] chiếc xe đằng trước; [앞서 떠난] chuyến xe buýt vừa rồi.

앞채 cái chái nhà.

앞치마 cái tạp dề (어린애의).

애 [1] [수고 khó nhọc] sự cố gắng, sự nổ lực, sự ráng sức; [걱정] sự lo lắng, sự băn khoăn. @애쓰다 gây lo lắng, dồn tâm trí vào (수고) // 애타다 lo lắng, ưu phiền

애 [2] đứa bé, đứa trẻ => 아이. @애를 업다 bồng (bế) đứa trẻ trên tay // 애가 많다 có nhiều trẻ con.

애가 khúc bi thương, bài ca buồn.

애개 sao! thế nào! @애개 이것 뿐이냐 *mọi thứ đó là của tôi sao?*

애걸 sự xin xỏ, sự nài xin, sự cầu xin. --하다 cầu khẩn, nài xin, van xin.

애걸복걸 --하다 năn nỉ, van xin, khẩn khoản.

애견 con chó cưng. *--가 người thích nuôi chó.

애고 sự chiếu cố, đặc ân, sự đỡ đầu. --하다 chiếu cố, đỡ đầu, bảo trợ.

애고 ối! chao ôi! trời ơi! => 아이고.

애고머니 [감탄사] trời ơi!/ ôi chao! chà chà! => 아이고.

애곡 khóc than, than vãn.

애교 sự hấp dẫn, sự quyến rũ; sự lịch sự, sự nhã nhặn (장사아치들의). @애교있는 có sức quyến rũ, làm say mê, làm mê mẩn // 애교 부리다 trông có vẻ rất sung sướng.

애교심 lòng yêu trường học.

애국 lòng yêu nước, lòng ái quốc. @애국심 chủ nghĩa yêu nước // 애국적인 yêu nước, ái quốc. --자 người yêu nước, nhà ái quốc.

애국가 bài ca yêu nước; bài quốc ca (국

가).

애금가 sự ưa thích chim, người thích nuôi chim.

애기 mức độ được mến chuộng.

애꾸눈이 người một mắt, người bị chột mắt. @애꾸눈이의 bị chột mắt.

애끚다 cảm giác tan nát cõi lòng.

애끓다 phiền muộn, buồn bực, lo âu, sầu muộn, quá lo lắng.

애달프다 làm đau buồn, làm đau lòng xé ruột.

애당초 ngay lần đầu tiên, sự bắt đầu, khởi sự. @애당초의 đầu tiên, căn nguyên, ban đầu, lúc đầu // 애당초에 lần đầu; [원래] trước hết, đầu tiên // 애당초 부터 từ thuở ban đầu, từ lúc đầu.

애도 sự đau buồn, nỗi sầu khổ, lòng thương tiếc. --하다 sầu khổ, đau buồn, thương tiếc. @애도의 뜻을 표하다 *bày tỏ lòng thương tiếc về cái chết (của ai).*

애독 sự say mê đọc sách. --하다 say mê đọc sách. @그는 로렌스를 애독한다 *Lawrence* là tác giả được hắn ưa thích nhất.

애드 sự quảng cáo.

애드벌룬 quả bóng quảng cáo.

애련 lòng thương, lòng thương hại, lòng trắc ẩn.

애로 con đường mòn hẹp; hẻm núi (산중의); cổ chai (일의) @애로를 타개하다 đập bể cổ chai.

애림 sự giữ gìn rừng. *--녹화 bảo tồn cây xanh.

애마 con ngựa yêu thích nhất.

애매 sự tối nghĩa, sự không rõ ràng (말뜻의); sự nói nước đôi, sự nói lập lờ (용어의). --하다 mơ hồ, mập mờ, không rõ ràng, lờ mờ. @애매한 대답을 하다 trả lời mập mờ // 애매한 태도를 취하다 có quan điểm không rõ ràng.

애매하다 bị buộc tội sai, bị kết án oan.

애먹다 trải qua kinh nghiệm cay đắng.

애먹이다 gây ưu phiền, làm (ai) lo lắng, quấy rối, làm (ai) hoang mang.

애모 lòng yêu thương, lòng quyến luyến, sự gắn bó. --하다 yêu thương, gắn bó, quyến luyến.

애무 sự yêu thương, sự âu yếm, sự nuông chiều. --하다 yêu thương, âu yếm, cưng chiều.

애벌 lần đầu tiên. *--갈이 sự cày bừa lần đầu. --빨래 sự đãi quặng thô.

애벌레 ấu trùng.

애보노오멀 khác thường, dị thường.

애사 câu chuyện buồn.

애사 *--정신 sự hết lòng vì bạn bè.

애서가 người ham mê sách.

애석 --하다 bất đắc dĩ, miễn cưỡng.

애석 nỗi đau buồn, lòng thương tiếc, sự buồn phiền. --하다 đau khổ, đau buồn, thương tiếc. @애석한 일이다 thật là đáng tiếc.

애소 sự kêu gọi, lời thỉnh cầu. --하다 kêu gọi, thỉnh cầu, cầu xin, kiến nghị.

애송 người thích ngâm thơ. *--시 những bài thơ được ưa thích nhất.

애송이 người mới vào nghề, lính mới.

애수 sự đau buồn, tính chất bi ai.

애숭이 người chưa có kinh nghiệm => 애송이.

애쓰다 cố gắng, ráng sức. @몹시 애쓰다 cố gắng hết sức, nổ lực hết mình.

애연가 người nghiện hút thuốc.

애오라지 => 한갓.오거.

애완 --하다 ưa, mến, thích, vuốt ve, mơn

trớn, cưng. *--물 thức uống xuất sắc; con vật cưng nhất (동물 따위). --자 người ham thích, người sành điệu, người thích chơi.

애욕 sự yêu say đắm, sự đam mê. @애욕의 노예가 되다 trở thành nô lệ cho những sự đam mê.

애용 sự sử dụng theo ý thích, sự dùng theo thói quen. --하다 dùng thường, dùng theo thói quen. @국산품을 애용하다 *hay dùng hàng nội*. *--자 khách hàng quen.

애원 sự khẩn cầu, sự cầu xin, sự nài xin. --하다 khẩn nài, khẩn khoản, nài xin, khẩn cầu, van xin. *--자 người khẩn cầu.

애육 --하다 nuôi dưỡng, chăm sóc, bồi dưỡng.

애음 --하다 nghiện rượu. *--가 kẻ nghiện rượu thường xuyên.

애인 người yêu, người tình (남녀 공통이나 주로 여자).

애자 [전기] vật cách điện, chất cách ly.

애절하다 buồn rầu, cảm động.

애정 tình thương yêu, sự yêu mến, sự âu yếm. @애정이 넘치는 thương yêu, yêu mến, âu yếm, trìu mến // 애정 없는 결혼 hôn nhân không tình yêu.

애제자 người học trò cưng nhất.

애조 giai điệu buồn thảm; [음악 âm nhạc] điệu thứ.

애족 --하다 yêu gia đình. *애국-- sự hiến dâng cho tổ quốc và nhân dân.

애주 sự nghiện rượu. --하다 thích rượu. *--가 kẻ nghiện rượu.

애증 lòng yêu thương và sự căm ghét; thích và ghét.

애지 중지 --하다 hết sức giá trị, đánh giá cao. @내가 애지 중지하는 물건 những tài sản giá trị nhất của tôi.

애착 lòng quyến luyến, sự gắn bó, lòng yêu thương, sự yêu mến, tình cảm, thiện ý. @집에 대한 애착 gắn bó với gia đình // 애착을 느끼다 trở nên gắn bó.

애창 --하다 thích hát.

애처 (ái thê) người vợ được yêu chuộng. @애처가 một người chồng tận tình.

애처롭다 [슬프다] gợi lòng thương xót, đầy lòng trắc ẩn, làm cảm động. @애처롭게 생각하다 động lòng trắc ẩn, thương hại ai.

애첩 người tình được yêu thích nhất. (ái thiếp)

애초 @애초에 lần đầu, lúc bắt đầu // 애초의 계획 khái niệm đầu tiên.

애칭 tên thân mật, biệt danh. @윌리암의 애칭은 빌이다 *"Bill" là tên riêng thay cho William.*

애타 những điều đáng yêu khác. @애타적 vị tha, có lòng vị tha.*--심(주의) chủ nghĩa vị tha. –주의자 người có lòng vị tha.

애타다 bị lo lắng nhiều, quá lo lắng.

애태우다 (1) [자기] lo lắng, lo nghĩ. @그런 것에 애태우지 말라 *đừng để điều đó làm bận lòng bạn.* (2) [남을] quấy rầy, làm phiền, chọc tức. @부모를 애태우다 quấy rầy cha mẹ.

애통 nỗi đau buồn, nỗi sầu khổ, nỗi thương tiếc. --하다 đau buồn, thương tiếc, lấy làm ân hận. @애통할일 lấy làm ân hận về tai nạn.

애틋하다 đau lòng, não lòng, thương tâm, xé ruột.

애티 chuyện trẻ con, trò trẻ con. @애티나다 ngây ngô, trẻ con.

ㅇ

애향 tình yêu quê hương. *--심 lòng yêu nước, yêu quê hương.

애호 sự ưa, thích, mến. --하다 yêu mến, thích, ưa, quan tâm đến. *--가 người say mê, người hâm mộ.

애호 [보호] sự bảo vệ, sự che chở, sự bảo tồn; [보존] sự duy trì, sự bảo toàn. --하다 bảo vệ, bảo tồn, bảo toàn.

애호박 quả bí ngô tươi.

애화 câu chuyện buồn.

애환 niềm vui và nỗi buồn.

액 sự rủi ro, điều bất hạnh, tai họa. @액을 당하다 bị tai nạn.

액[금액] tổng số, số lượng; [채권의 액면] loại, hạng, loại đơn vị. @소액 지폐 lời chú giải các loại đơn vị nhỏ. *생산-- khối lượng sản xuất.

액 [액체] chất lỏng, chất nước; [용액] dung dịch; [즙] nước trái cây ép (과실의); nhựa cây (나무의).

액년 vận xui, năm hạn.

액달 tháng không may mắn.

액때우다 vượt qua điều bất hạnh nhờ đã từng trãi trước.

액땜 sự vượt qua điều bất hạnh nhờ việc đã từng trải trước..

액량 sự đong chất lỏng.

액막이 câu thần chú. *--부적 bùa giải vận xui.

액면 mệnh giá, giá trị bề ngoài. @액면 이하로 (이상으로) dưới (trên) giá bình thường // 그 소문은 액면대로 받아들일 수 없다 *chúng ta không thể tin vào những lời đồn đãi bên ngoài.*

액모 lông nách.

액사 --하다 treo cổ tự tử.

액설레이터 máy gia tốc.

액세사리 đồ phụ tùng, vật phù thuộc.

액션 một hành động.

액수 tổng số, số lượng, con số. @상당한 액수 số lượng tiền khá lớn.

액운 tai họa, tai ương, thiên tai. @액운을 면하다 thoát khỏi tai họa.

액일 ngày xui.

액자 những chữ viết trên bảng quảng cáo.

액자 ảnh (trong một loại ảnh truyền hình).

액체 chất lỏng. @액체의 lỏng, dễ cháy. *--공기 không khí lỏng. --동력학 thủy động lực học. --비중계 tỉ trọng kế. --연료 khí lỏng.

액취 => 암내 (1).

액화 [화학 hóa học] sự hóa lỏng. --하다 nấu chảy, cho hóa lỏng. *--기스 khí hóa lỏng.

앨범 tập ảnh, quyển anbom.

앰풀 (*ampule*) ống chích.

앰프 máy khuyếch đại, bộ khuyết đại.

앳되다 nhìn thấy trẻ.

앵 tiếng vo ve (sâu bọ...), tiếng kêu rền (máy), tiếng kêu vù vu. @모기가 앵하고 날아 다니다 con muỗi đang bay vo ve.

앵두 [식물 thực vật] trái anh đào. *--나무 cây anh đào.

앵무새 con vẹt.

앵속 [식물 thực vật] cây anh túc.

앵앵 tiếng vo ve, tiếng o o. @앵앵 거리다 kêu vo ve, kêu o o.

앵하다 cảm thấy phẫn uất, bực bội, thấy cay đắng.

야 (1) [놀라서] ôi! trời ơi! (2) [부를때] này!

야 (1) [들] đồn điền, nông trường, đồng ruộng, cánh đồng. (2) [야당] đảng đối lập. @야에 있다 *vẫn ở ngoài văn phòng.*

야간 buổi tối, lúc tối. @야간의 (thuộc) đêm. *--근무 việc làm đêm. --부 lớp học buổi chiều tối của trường. --시합 cuộc thi đấu ban đêm. --촬영 sự chụp ảnh ban đêm. --통행 금지 lệnh giới nghiêm.

야견 con chó bị lạc.

야경 cảnh ban đêm.

야경 sự canh phòng ban đêm. @야경하다 tuần tra ban đêm. *--단 quân đoàn tuần tra.

야광 sự phát sáng về đêm. @야광의 sáng về đêm, dạ quang. *--도료 sơn dạ quang. --시계 đồng hồ dạ quang. --주 viên ngọc phát sáng trong bóng tối.

야구 bóng chày, môn bóng chày. @야구를 하다 chơi bóng chày. *--계 giới bóng chày. --선수 người chơi bóng chày; đội bóng chín người (선수 전원). --열 cơn sốt bóng chày. --장 sân bóng chày. --팀 đội bóng chày. --팬 người hâm mộ bóng chày.

야근 công việc làm ban đêm. --하다 làm ca đêm. *--수당 tiền trợ cấp làm ca đêm. --시간 ca đêm.

야금 sự luyện kim, nghề luyện kim. *--학 kỹ thuật luyện kim.

야금 chim rừng.

야금야금 dần dần, từ từ. --하다 ăn từng miếng nhỏ. @야금 야금 먹다 *ăn dần từng chút một.*

야기 [밤공기] không khí ban đêm; [냉기] sự mát mẻ, tĩnh lặng của ban đêm.

야기 --하다 làm xảy ra, dẫn đến, gây ra, khuấy động, gợi, tạo ra, tạo nên, xúi giục, khích động. @문제를 야기하다 đưa ra một vấn đề // 전쟁을 야기하다 gây ra chiến tranh.

야뇨증 chứng đái dầm.

야늘야늘하다 nhẹ nhàng thanh nhã, êm dịu.

야단 (1) [소란] tiếng la hét, tiếng ồn ào, tiếng om sòm; [곤란] hoàn cảnh khó khăn, cảnh ngộ khốn khổ, tình trạng bất an. --하다 rất ồn ào, rất om sòm. @참 야단났다 *ôi, tình thế này quá khó khăn !* (2) [호령· 호통] sự rầy la, sự trách mắng, sự mắng mỏ, sự quở trách. @야단치다 khiển trách đúng // 야단맞다 bị chửi thẳng.

야담 truyện lịch sử. *--가 người viết truyện lịch sử.

야당 một đảng bị giải tán; đảng đối lập. @야당의 영수 lãnh tụ phe đối lập.

야드 sân có rào chung quanh.

야드르(르) 하다 => 야들야들 하다.

야료 sự chất vấn, sự huýt sáo, sự chế giễu. --하다 quấy rầy, làm bối rối, la hét, huýt sáo, làm gián đoạn, làm đứt quãng. *--군 người ngắt lời, người phản đối.

야릇하다 lạ lùng, kỳ quặc, kỳ dị. @운명이란 야릇하다 đầu lắc lư kỳ quái.

야만 sự tàn bạo, sự độc ác, sự thô bỉ, tính chất dã man. --하다 tàn bạo, độc ác, dã man, hung ác, man rợ. @야만적 풍습 một tục lệ man rợ.

야말로 thực vậy, quả thực, chỉ, chỉ có một, duy nhất, chính xác. @너야말로 잘못이다 *chính anh mới là người có lỗi.*

야망 khát vọng cá nhân. @야망 있는 có nhiều khát vọng // 야망을 품다 có tham vọng.

야맹 [의학 y học] chứng quáng gà.

야멸스럽다 lạnh nhạt, hờ hững, nhẫn tâm.@야멸스러운 행동 hành động nhẫn tâm // 그는 야멸스러운 사나이

다 *hắn có một trái tim sắt đá.*

야멸치다 => 야멸스럽다.

야무지다 chắc bền, cứng cáp, khỏe mạnh, vững vàng. @야무지게 vững chắc, kiên quyết, an toàn // 야무진 데가 없다 *anh ấy thiếu tính kiên quyết.*

야바위 sự lừa đảo, sự bịp bợm. @야바위치다 chơi xỏ ai một vố, gian lận, lừa đảo. *--꾼 kẻ lừa đảo.

야박 sự vô tâm, sự nhẫn tâm. --하다 nghiệt ngã, khắc nghiệt, nhẫn tâm. @야박한 세상 thế giới vô tình này // 야박한 짓을 하다 cư xử theo cách lạnh lùng.

야반 nửa đêm, mười hai giờ đêm. @야반에 lúc nửa đêm.

야밤중 nửa đêm.

야비 hành động thô bỉ, lời nói thô tục, tính lỗ mãng. --하다 thô bỉ, thô tục, lỗ mãng. @야비한 말 từ thô tục.

야사 lịch sử không được chính thức xác minh (không được phép).

야산 một ngọn đồi.

야상곡 [음악 nhạc] khúc nhạc đệm.

야생 @야생의 dại, hoang, chưa thuần. --하다 mọc hoang, chưa thuần. @벼는 야생하지 않는다 lúa không mọc hoang. *--과일 trái cây dại (rừng).

야성 tính hoang dã, tính tàn bạo, tính quê mùa, tính cục mịch. @야성적 chưa thuần, man rợ, chưa văn minh // 야성을 나타내다 [동물이] chạy điên cuồng.

야속 --하다 lạnh nhạt, hờ hững, nhẫn tâm, tàn nhẫn. @야속한 말을 하다 nói năng cục cằn // 야속하게 굴다 khắc nghiệt với ai.

야수 thú vật hoang. @야수 같은 cục súc, thô lỗ. *--성 tính hung ác, tính tàn bạo. --파 [미술 mỹ thuật] phái *Fauvists (Fauves).*

야수 [야구 bóng chày] người chặn bóng. *내-- người đứng chặn bóng trong sân. 와-- cầu thủ ở khu vực ngoài.

야습 cuộc tập kích ban đêm. --하다 tiến hành một cuộc đột kích ban đêm; [비행기로] tấn công bất ngờ vào ban đêm.

야시 chợ đêm.

야식 [저녁밥] bữa ăn tối; [밤참] bữa ăn muộn, bữa ăn lúc nửa đêm.

야심 --하다 ngủ muộn. @야심토록 일하다 *làm việc nhiều vào buổi tối.*

야심 [야망] hoài bão, nguyện vọng, khát vọng (포부); [음모] một kế hoạch nham hiểm. @야심적 có nhiều tham vọng, có nhiều khát vọng // 야심을 품다 có tham vọng.

야업 --하다 làm việc ban đêm. *--수당 tiền trợ cấp làm ngoài giờ.

야영 trại, chỗ cắm trại, chỗ đóng quân, trại quân đóng ngoài trời buổi tối. --하다 đóng quân, đóng trại buổi tối ở ngoài trời. *--지 khu đất đóng quân.

야옹 sự nhốt vào chuồng. @야옹하고 울다 nhốt vào chuồng.

야외 [들판] những cánh đồng, đồng bằng; [교외] ngoại ô. @야외의 (thuộc) sân, ngoài trời // 야외에서 ở ngoài trời. *--극장 rạp hát ngoài trời. --연습 thể dục ngoài sân. --운동 môn thể dục ngoài trời.

야위다 trở nên ốm, sút cân, gầy đi (병으로) => 여위다. @야윈 ốm, gầy // 너 야위었구나 *bạn gầy đi, phải không?.*

야유 sự giễu cợt, sự chòng ghẹo, sự trêu chọc. --하다 đùa cợt, chế nhạo, chế diễu.

야유 cuộc đi chơi, picnic. *--회 buổi tiệc ngoài trời.

야음 đêm tối trời. @야음을 타고 bóng tối bao trùm.

야인 [촌사람] người cục mịch, người thô lỗ, người quê mùa; [재야인] người không đúng cương vị chính thức.

야자 [식물 thực vật] cây dừa. *--열매 quả dừa.

야전 cuộc hành quân ra chiến trường, một kế hoạch tác chiến. *--군 quân đội dã chiến. --병원 bệnh viện dã chiến . --포 pháo dã chiến.

야조 chim ăn đêm.

야채 rau quả, rau xanh. @야채의 rau củ. *--밭 vườn rau. --샐라드 món rau trộn dầu giấm. --수프 món súp rau. --요리 món rau luộc.

야쿠르트 món sữa chua.

야틈하다 hơi cạn.

야포 pháo dã chiến, binh chủng pháo dã chiến (총칭 nói chung). *--대(중대) binh chủng pháo binh.

야하다 [빛깔이] lòe loẹt, hoa mỹ, quá sặc sỡ (về người). @야하게 차려입다 ăn mặc lòe loẹt sặc sỡ.

야학 lớp học buổi chiều (tối) (của trường học ban đêm). *--부 lớp học thêm buổi chiều (tối).

야합 một sự liên kết bất hợp lệ; [공모] sự âm mưu. --하다 giao thiệp bất hợp pháp; [공모] âm mưu. @야합하여 cấu kết, thông đồng với.

야행 chuyến đi ban đêm. --하다 du lịch buổi tối.

야회 buổi dạ tiệc,buổi dạ hội; [무도회] buổi khiêu vũ. *--복 áo dạ hội, dạ phục; [남자의] áo đuôi én.

약 [축소] sự tóm tắt, sự rút ngắn; [생략] sự bỏ sót, sự không làm tròn; [약자 tính đơn giản] sự rút gọn. --하다 rút ngắn lại, tóm gọn, cắt bớt. @의례를 약하다 không cần theo đúng các thủ tục, miễn trừ các nghi thức.

약 [대략] khoảng chừng, độ chừng, xấp xỉ. @약 50 세 khoảng năm mươi tuổi // 약 20 마일 khoảng chừng hai mươi dặm // 약 500 명 khoảng 500 người.

약 (1) thuốc, dược phẩm; viên thuốc (알약); thuốc đặc hiệu (특효약); thuốc bổ (강장제); phương thuốc (치료제). @약의 (thuộc) y học // 약 1 회분 một liều thuốc // 이 약은 잘 들었다 *thuốc này có công hiệu.* (2) [화학약품] (thuộc) hóa học, sự điều chế thuốc. (3) [이익] tốt, có lợi. @모르는 게 약이다 *ngu si hưởng thái bình (người không biết gì là người sung sướng nhất)* *--병 chai thuốc. 가루-- thuốc bột. 감기-- thuốc trị cảm. 구두-- xi đánh giày. 내복-- khoa nội. 두통-- thuốc nhức đầu. 물-- thuốc nước.

약가심 --하다 làm giảm bớt dư vị.

약간 vài, một ít, một chút,một tí, hơi có phần. @약간의 [수·양] khoảng chừng; [수] một vài, một số; [양] một ít,một tí, hơi.

약값 giá thuốc.

약골 thể chất yếu đuối; người yếu đuối (사람). @그는 약골이다 *anh ấy có thể chất yếu đuối.*

약과 (1) [과줄] bánh ngọt làm bằng bột mì, dầu và mật ong. (2) [쉬운 일] việc dễ dàng. @그것은 약과다 thật là dễ./ đơn giản như đọc ABC.

약관 hai mươi tuổi xuân, tuổi thanh xuân. @약관에 ở tuổi hai mươi, ở tuổi thanh xuân.

약관 sự quy định, điều kiện, điều khoản.

약국 tiệm thuốc tây; [병원의] trạm phát thuốc.

약기 một bản tóm tắt ngắn gọn, đề cương. --하다 làm một bản tóm tắt ngắn, phác thảo, tóm gọn.

약다 khôn ngoan, thông minh, sắc sảo, linh lợi. @약은 수작 đường lối khôn ngoan // 약게 굴다 *khéo xử, lịch thiệp, lịch duyệt.*

약대 [동물] con lạc đà => 낙타.

약도 bản phác họa; [지도] một bản đồ phác họa; [계획] kế hoạch phác họa.

약동 sự hoạt động năng nổ. --하다 chuyển động sống động, nhạy cảm với cuộc sống.

약력 tiểu sử tóm tắt, biên bản ngắn.

약리 *--작용 tác động y khoa.

약물 thuốc, dược phẩm. *--소독 sự tẩy uế do thuốc tẩy. --요법 sự bốc thuốc, sự cho thuốc. --중독 sự ngộ độc thuốc.

약빠르다 thông minh, sắc sảo, lanh lợi. @약빠르게 một cách thông minh // 약빠른 사람 một gã láu lỉnh // 약빠르게 굴다 hành động lịch thiệp, khéo xử.

약밥 nếp có vị thơm lẫn lộn giữa mật ong, quả chà là và hạt dẻ.

약방 tiệm thuốc tây. @약방에 감초 nghề gì cũng không biết (thiếu sót)

약방문 toa thuốc, đơn thuốc.

약변화 [문법 văn phạm] sự chia động từ quy tắc (동사의). *--동사 động từ quy tắc.

약병 một chai thuốc, lọ thuốc

약복 quần áo mặc ở nhà, thường phục. @그는 약복을 입고 있다 *hắn đang mặc thường phục.*

약봉지 một gói thuốc nhỏ.

약분 [수학 toán học] sự rút gọn một phân số. --하다 rút gọn một phân số.

약사 một vở kịch lịch sử ngắn.

약사발 một tách thuốc độc. @약사발을 내리다 ban cho (ai) một chén thuốc độc.

약사법 quy định về việc mua bán thuốc.

약삭빠르다 nhanh trí. @약삭빠른 사람 người lanh lợi // 약삭빠르게 굴다 xử sự nhanh trí.

약석 dược phẩm, thuốc @약석의 보람없이 bất chấp mọi cách điều trị.

약설 bản tóm tắt. --하다 tóm tắt, tổng kết.

약소 --하다 ít ỏi, thiếu, không đủ.

약소 người vị thành niên, người kém cõi. *--국가 quyền lực kém hơn. --민족 người thấp cổ bé miệng.

약속 sự cam kết, sự hứa hẹn. --하다 định, hẹn, hứa. @약속한 định hạn // 약속대로 theo lời hứa // 약속한 시간에 theo giờ đã hẹn // 약속을 지키다 giữ lời hứa //약속을 깨뜨리다 không giữ lời hứa, bội ước // 만날 약속을 하다 hẹn gặp // 약속을 취소하다 cam kết, hứa hẹn // 나는 그 여자에게 약속했다 *tôi đã hứa với cô ấy* // 내일 무슨 약속이 있느냐 *ngày mai bạn có cuộc hẹn nào không?*// 나는 그 여자와 데이트 약속을 했다 *tôi đã hẹn gặp cô ấy* // 그는 약속을 지킨다 *anh ấy là một người giữ lời hứa.*

약속 어음 giấy hẹn trả tiền, giấy nợ. *--발행인 người hứa, người hứa hẹn.

약속가락 ngón đeo nhẫn, ngón áp út.

약솜 => 탈지 (--면).

약수 nước làm thuốc, nước khoáng.

약수 [수학 toán học] ước số. *공-- ước số chung.

약수터 nơi nghỉ mát ở suối nước khoáng.

약술 bản tóm tắt ngắn gọn. --하다 tóm tắt, tổng kết.

약시 [의학 y học] chứng giảm thị lực. @약시의 mắt kém.

약시중 sự phân phát thuốc. --하다 phân phối thuốc.

약식 tính chất không theo nghi thức, tính chất không chính thức. @약식의 không theo thủ tục quy định, không theo nghi thức // 약식으로 một cách thân mật tự nhiên. *--복장 quần áo bình thường, y phục ngắn cũn cỡn. --재판 sự xét xử chiếu lệ.

약식 nếp thơm.

약실 [총의] ổ đạn.

약쑥 cây ngải cứu.

약어 từ viết tắt, chữ viết tắt. *--풀이 cách dịch một từ viết tắt.

약언 --하다 tóm tắt, tổng kết. @약언 하면 nói tóm lại.

약연 cái cối giã thuốc của người bán dược phẩm.

약오르다 [사람이 주어] nổi giận, bị xúc phạm, bị làm bực mình. @참 약오른다 bực mình làm sao!

약올리다 làm nổi giận, làm bực mình, làm tức giận. @그 여자의 말이 그를 약올렸다 *lời nhận xét của cô ấy làm hắn tức đến tận xương tủy.*

약용 sự sử dụng thuốc. *--비누 xà phòng thuốc. --식물 dược thảo.

약육 강식 luật rừng; luật của kẻ mạnh đè kẻ yếu.

약음기 cái chặn tiếng; [관현악기의 của dàn nhạc] cái chặn tiếng, làm giảm âm rung; [피아노. 취주악기의 của đàn piano và kèn đồng] cái giảm âm, cái chặn tiếng.

약자 [한자의 tính chất đơn giản hóa; [약어] từ viết tắt. @F. 는 무엇의 약자입니까 F thay thế cho cái gì?

약자 sự kém cỏi, người thua, vật thua. @약자의 편을 들다 phái yếu.

약장 chiếc huy chương nhỏ.

약장 tủ thuốc.

약재 thuốc, dược phẩm.

약저울 cái cân ở tiệm thuốc tây.

약전 bản tóm tắt tiểu sử.

약전 dược điển, kho dược phẩm.

약전기 thiết bị đèn điện.

약점 điểm dễ bị nguy hiểm, điểm yếu; [불리한 점] sự bất lợi, thế bất lợi. @남의 약점을 이용하다 lợi dụng điểm yếu của kẻ khác // 남의 약점을 건드리다 chạm đến vết thương lòng .

약정 hợp đồng, giao kèo, khế ước. --하다 đồng ý, thỏa thuận, ký giao kèo, thầu. @약정한 đồng ý, tán thành // 약정에 의해서 theo sự thỏa thuận. *--기간 thời gian đã quy định. --서 sự đồng ý, sự thỏa thuận.

약제 dược phẩm, thuốc, chất hóa học. *--사 dược sĩ, người bào chế và bán dược phẩm.

약조 --하다 hứa, cam kết.

약종 kho dự trữ thuốc. *--상 người bán thuốc.

약주 [약술] rượu thuốc; [술] rượu nếp.

약진 cơn động đất nhỏ của hiện tượng địa chấn.

약진 --하다[돌진] lao tới, xông tới; [진보] tiến nhanh. @일대 약진을 하다 tiến bộ, tiến triển theo chiều hướng tốt.

ㅇ

약질 thể tạng yếu đuối.

약차약차 --하다 nào đó, như thế nào. @약차약차한 이유로 vì một lý do nào đó.

약체 một cơ thể yếu đuối. *--내각 nội các kém cỏi.

약초 dược thảo.

약칭 sự tóm tắt, sự rút ngắn.

약탈 sự cưỡng đoạt, sự cướp bóc. --하다 cưỡng đoạt, cướp bóc. *--물 của cướp được, chiến lợi phẩm. --자 kẻ cướp bóc, kẻ cướp phá.

약탕관 thuốc được pha chế bằng nồi đất.

약포 một vườn thảo mộc.

약품 sự tiếp tế thuốc; [매약] thuốc, dược phẩm; [화학 약품] hóa chất. *--회사 công ty dược.

약하다 [연약] yếu, kém; [섬약] yếu đuối, nhu nhược; [허약] yếu ớt, yếu đuối; [미약] yếu ớt, uể oải; [섬세] tinh vi, tinh xảo, tế nhị; [술 따위가] nhẹ, nhẹ nhàng, êm dịu, thanh thoát. @약한 술 rượu nhẹ // 마음이 약한 nhát gan, nhút nhát // 의지가 약한 ý chí yếu đuối // 약하게 một cách yếu đuối, yếu ớt // 몸이 약하다 thể chất yếu đuối // 약하게 하다 làm cho yếu đi // 약해지다 trở nên yếu đi // 그의 체력이 약해졌다 *sức khỏe của ông ấy ngày càng yếu đi* // 심장이 약하다 *(ông ấy) yếu tim* // 그의 맥박은 아주 약했다 *mạch của ông ấy đã rất yếu.*

약하다 tóm tắt, tóm gọn, rút ngắn; [생략] cắt ra, cắt bớt, bỏ qua. @약하여 ngắn gọn, nhằm mục đích đơn giản (sự vắn tắt) // 의식이 약하다 không cần đến các nghi thức.

약학 khoa dược lý. *--과 khoa dược. --사 (박사) cử nhân dược khoa. --자 dược sĩ.

약해 lời giải thích thô thiển.

약호 địa chỉ bằng mật mã, chữ viết tắt. *전신-- địa chỉ điện tín bằng mã.

약혼 sự hứa hôn, lời hứa hôn. --하다 đính ước, hứa hôn. @약혼한 남녀 một cặp đã hứa hôn vơi nhau // ...와 약혼한사이다 được hứa hôn. *--기간 thời hạn hứa hôn. --반지 chiếc nhẫn đính hôn. --선물 món quà đính hôn. --식 buổi tiệc hứa hôn, đám hỏi. --자 người đã hứa hôn, hôn phu, hôn thê.

약화 bản phác thảo.

약화 sự làm cho yếu đi. --하다 yếu đi, trở nên yếu đi.

약효 tác dụng của thuốc. @이 약은 곧 약효를 나타납니다 *thuốc sẽ sớm có tác dụng trên bạn.*

얄궂다 xảo trá, tai ác, ác hiểm, kinh tởm, kỳ lạ, kỳ dị. @얄궂은 날씨 thời tiết khó chịu // 얄궂은 심사 ý nghĩ quái ác (vô lý / quá đáng)

얄긋거리다 rung, run, loạng choạng, lảo đảo.

얄따랗다 hơi gầy.

얄망궂다 không thận trọng, khinh suất. @얄망궂게 굴다 cư xử thất thường.

얄밉다 chướng tai gai mắt, mặt dạn mày dày, đầy căm hờm, đáng căm ghét. @얄밉게 khiêu khích, chọc tức, đáng ghét.

얄팍하다 khá gầy.

얇다 gầy, mỏng => 엷다.

얌심 thái độ ghen ghét, lòng ghen tuông. @얌심부리다 tỏ thái độ ghen ghét. *--데기 một người hay ghen (hay hờn ghen)

얌전하다 (1) [행동] lịch thiệp, lịch sự, có hạnh kiểm tốt, có giáo dục, phong nhã, thanh nhã. @얌전하게 nhẹ nhàng, dịu dàng, thùy mị, dễ chịu, tế nhị // 얌전한 아이 một cậu bé thật dễ thương // 얌전하게 굴다 xử sự dễ thương, cư xử cho phải phép. (2) [일· 작품] tốt, tuyệt diệu, hấp dẫn. @글을 얌전하게 쓰다 viết gọn gàng // 옷을 얌전하게 입다 ăn mặc gọn gàng.

얌치 ý thức danh dự.

양 con cừu; con cừu đực (수컷); con cừu cái (암컷); con cừu thiến (거세한); con cừu non (새끼양). @양치는 사람 người chăn cừu. *--가죽 da cừu. --고기 thịt cừu. --떼 một túm lông cừu. --탈 len (lớp lông mịn bên ngoài của cừu).

양 tính chất có thực, điều có thực.

양 (1) [분량] số lượng, khối lượng // 양적(으로) (thuộc) số lượng // 양이 줄다 giảm bớt số lượng. (2) [식량] sức ăn của ai. @양껏 sức chịu đựng của người nào // 양껏 먹다(마시다) ăn (uống) no đến chán. *교통-- khối lượng hàng hóa lưu thông. 주-- tửu lượng của ai.

양 tốt; [등급] "B". @양민 những người tốt // 양서 một quyển sách hay.

양--(tiền tố) người nước ngoài, người phương Tây, người Châu Âu. @양품 hàng nước ngoài // 양춤 vũ điệu phương Tây.

양-- (tiền tố) cả hai, hai, một cặp. @양면 hai mặt, cả hai phía // 양용 sử dụng gấp đôi.

--양 (hậu tố) đại dương, biển cả. @대서양 Đại Tây Dương // 인도양 Ấn Độ Dương.

--양 (hậu tố) cô (cách xưng hô). @김양 cô Kim.

양가 một gia đình đạo đức. @양가의 처녀 con gái gia đình nề nếp.

양가 cả hai gia đình.

양가 gia đình nhận con nuôi.

양각 sự khắc chạm theo phương pháp điêu khắc. @양각으로 하다 khắc, chạm. *--세공 việc chạm, khắc (đắp nổi).

양각기 một cặp la bàn.

양간 --하다 phơi nắng cho khô. *--벽돌 gạch phơi nắng, gạch sống.

양갈보 gái điếm dành cho người ngoại quốc.

양계 nghề nuôi gia cầm. --하다 nuôi gia cầm. *--가 người nuôi gia cầm. --업 sự chăn nuôi gia cầm. --장 trại chăn nuôi.

양곡 hạt ngũ cốc. *--상 người buôn ngũ cốc.

양과자 bánh tây.

양국 cả hai quốc gia.

양군 cả hai đội (야구· 축구 따위의 trong bóng chày, bóng đá).

양궁 thuật bắn cung phương Tây (궁술 cung tên); cái cung (도구).

양귀비 [식물 thực vật] cây anh túc, cây thuốc phiện. *--씨 hạt cây anh túc.

약극 [전기 điện] cực dương, anôt.

양극 hai cực, cực dương và cực âm. @양극의 lưỡng cực. *--성 chiều phân cực. --지방 vòng cực.

양극단 cả hai thái cực. @양극단은 일치한다 gặp ở cực điểm.

양금 đàn tam thập lục.

양기 (1) [볕] ánh sáng mặt trời, ánh nắng. (2) [남자의] sức sống, sinh khí.

양날 @양날의 con dao hai lưỡi.

양녀 con gái nuôi.

양념 sự làm đậm đà bằng gia vị. @양념이 든 có nêm gia vị // 양념을 치다

bỏ gia vị vào.

양다리 @양다리 걸치다 cố thử cả hai cách; [기회주의] trung lập, chẳng đứng về phe nào // 양다리(를)걸치는 사람 kẻ lá mặt lá trái, kẻ hai mặt.

양단 cả hai mục đích.

양단 --하다 cắt làm hai, chia đôi. @일도 양단하다 *giải quyết nhanh một vấn đề hóc búa.*

양단 loại vải sa tanh nước ngoài.

양단간 dù sao đi nữa, trong bất cứ trường hợp nào. @양단간 해야 할 일이다 *dù sao cũng phải làm.*

양달 nơi có nhiều nắng. @양달의 có nhiều nắng.

양담배 thuốc lá nhập khẩu.

양당 hai đảng chính trị. *--제도 chế độ hai đảng (lưỡng đảng).

양도 nguồn cung cấp thực phẩm dự trữ.

양도 sự thuyên chuyển, sự vận chuyển, sự chuyên chở; sự chuyển nhượng (권리의); sự đổi thành tiền, sự trả bằng tiền (어음의 về hối phiếu). --하다 chuyển đến, chuyển nhượng bằng văn bản; chuyển nhượng bằng chứng thư. @양도할 수 있는 có thể nhượng được, có thể chuyển nhượng. *--물 cơ ngơi, nhà cửa, tài sản, tên người... --인 người nhượng lại. --증서 sự chuyển khoản. 피--인 người được nhượng.

양도체 [전기 điện] chất dẫn điện tốt.

양돈 sự chăn nuôi lợn, nghề nuôi lợn. --하다 nuôi lợn. *--가 người chăn nuôi lợn. --업 ngành chăn nuôi lợn.

양동이 cái bình bằng kim loại.

양동작전 cuộc tuần hành, cuộc biểu dương lực lượng.

양두 @양두의 hai đầu. *--정치 tình trạng hai chính quyền.

양두 구육 *treo đầu dê bán thịt chó* (thành ngữ).

양떼구름 mây ti tích tầng.

양력 [물리 vật lý] năng lượng nâng lên, trọng lượng nâng.

양력 dương lịch.

양로 sự chăm sóc người cao tuổi. *--보험 sự bảo hiểm có tiền thưởng lúc còn sống. --연금 tiền trợ cấp tuổi già. --원 viện dưỡng lão.

양론 cả hai lý lẽ.

양륙 bến, nơi đổ, sự dỡ hàng. --하다 dỡ hàng, bốc dỡ, cho lên bờ. *--장 nơi bốc dỡ hàng.

양립 sự cùng tồn tại, sự chung sống. --하다 hợp nhau, tương hợp với, chung sống với. @양립할 수 있다(없다) được tương thích với.

양막 [해부 giải phẫu] màng ối.

양말 vớ ngắn (짧은); vớ dài(긴) , bít tất dài. @양말 한 켤레 một cặp vớ. *--대님 dây móc bít tất. --류 hàng dệt kim.

양면 cả hai mặt. @양면의 hai mặt, hai lòng, không thành thật.

양모 mẹ nuôi.

양모 len (lớp lông mịn bên ngoài của cừu). @양모의 quần áo len. *--공업 ngành công nghiệp len sợi. --상 nhà buôn len. --제품 hàng len.

양모제 thuốc bổ tóc.

양미간 mày, lông mày.

양민 những công dân tốt.

양반 giới quý tộc, tầng lớp quý tộc, người quý tộc. *주인-- chủ nhà.

양방 cả hai, cặp, đôi; [부정] không cả hai, cả hai đều không.

양배추 cải bắp.

양버들 [식물 thực vật] cây dương.

양변 cả hai phía.

양병 sự tăng cường dần lực lượng vũ trang. --하다 xây dựng dần dần quân đội.

양보 sự hòa giải, sự nhượng bộ. --하다 nhượng bộ, hòa giải, rút lui. @양보적 nhượng bộ, có ý định hoặc có thể hòa giải // ...을 위하여 양보하다 thừa nhận thiện ý.

양복 y phục phương Tây. @주문한 양복 quần áo may đo. *--감 quần áo. --걸이 cái giá treo áo. --장 tủ quần áo. --장이 [만드는] thợ may; [입은] người mặc quần áo phương Tây. --점 nhà may.

양봉 sự nuôi ong. --하다 nuôi ong.*--가 người nuôi ong.

양부 tốt hay xấu, chất lượng.

양부 cha nuôi.

양부모 cha mẹ nuôi.

양부인 => 양갈보.

양분 sự chia đôi, sự cắt đôi. --하다 chia đôi, cắt đôi, chia đều.

양분 đồ ăn, thực phẩm, chất dinh dưỡng. @양분이 있다 bổ dưỡng.

양산 sự sản xuất hàng loạt.

양산 cái dù, cái lọng. @양산을 쓰다 giương dù lên.

양상 khía cạnh, mặt, phương diện; [논리] thể thức, phương thức. @심상치 않은 양상을 이루다 *mang một vẻ mặt khác thường.*

양상 군자 tên trộm, kẻ cắp.

양생 [보건] sự chăm sóc sức khỏe; [보양] sự hồi phục. --하다 giữ gìn sức khỏe; [병후의] tự phục hồi sức khỏe. *--법 thước đo sức khỏe.

양서 sách nước ngoài.

양서 một quyển sách hay, một tác phẩm có giá trị.

양서 @양서의 [동물 thực vật] loài lưỡng cư. *--동물 động vật lưỡng cư. --류 lớp lưỡng cư.

양성 sự rõ ràng, sự dứt khoát, sự tuyệt đối. @양성의 tích cực, khẩn trương. *--반응 phản ứng tích cực.

양성 cả hai giới tính. @양성의 lưỡng tính. *--생식 sự sinh sản hữu tính, sự sinh sản lưỡng tính. --화 hoa lưỡng tính.

양성 sự dạy dỗ, sự giáo dục; [함양] sự bồi dưỡng, sự giáo hóa. --하다 giáo dục, giáo hóa, dạy dỗ. @인재를 양성하다 đào tạo một người có năng lực // 독립 정신을 양성하다 bồi dưỡng tinh thần độc lập. *--소 trường chuyên nghiệp. 교원(간호원) --소 trường đào tạo cô bảo mẫu.

양속 thói quen tốt. *미풍-- một tục lệ tốt và hay.

양손 cả hai tay.

양송이 nấm. *--재배 nghề trồng nấm.

양수 sự giành được do chuyển nhượng, quyền thừa kế. --하다 giành quyền thừa kế. *--인 người được hưởng quyền thừa kế. –증 giấy chứng nhận biên lai.

양수 cả hai tay; [장기·바둑] điểm đôi trong trận đấu. *--잡이 người ăn ở hai lòng; [장기·바둑에서] bàn thắng đôi với nước đơn.

양수 chất nước màng ối.

양수 sự bơm nước. *--기 máy bơm nước. --(식)발전소 nhà máy biến điện.

양수 [수학 toán học] số dương.

양수기 máy bơm nước.

양순 --하다 biết nghe lời, biết vâng lời, dễ bảo. @양순한 백성 người tôn trọng luật pháp // 양순한 어린이 một đứa trẻ dễ bảo.

양식 phong cách Tây phương. @양식의(으로) theo phong cách phương Tây. *--가옥 ngôi nhà xây theo kiểu Tây phương.

양식 món ăn Tây phương. *--점 nhà hàng Tây phương.

양식 cảm giác tốt. @양식 있는 사람 một con người biết điều.

양식 sự chăn nuôi. --하다 nuôi, trồng, thả (굴 따위). *--장 ao nuôi cá, khu nuôi thủy sản. --진주 ngọc trai nuôi. 굴-- nghề nuôi hàu. 진주-- nghề nuôi ngọc trai.

양식 kiểu, mốt, thời trang; [건축] phong cách, tác phong. @일정한 양식 kiểu cố định. *생활-- cách ăn ở của ai.

양식 lương thực, thực phẩm. @마음의 양식 món ăn tinh thần // 양식이 부족하다 lương thực cung cấp không đủ; [사람이 주어] xu hướng thiếu lương thực.

양식기 bộ đồ ăn Tây phương.

양실 căn phòng kiểu Tây phương.

양심 lương tâm, sự tận tâm; tiếng gọi lương tâm (양심의 속삭임). @양심의 가책 sự dằn vặt của lương tâm // 양심적(으로) một cách chu toàn, tận tâm // 양심에 부끄럽지 않다 có lương tâm trong sạch // 양심에 부끄럽다 *lương tâm bị dằn vặt vì mặc cảm tội lỗi* // 양심의 가책을 받다 cảm thấy lương tâm ray rứt // 사람의 양심에 호소하다 *kêu gọi lương tâm kẻ khác* // 그는 양심이라곤 손톱만큼도 없다 *hắn không còn một chút lương tâm.*

양아들 con trai nuôi.

양아버지 cha nuôi.

양아욱 [식물 thực vật] cây phong lữ.

양악 nhạc phương Tây.

양안 hai bên bờ.

양안 cả hai mắt.

양약 thuốc hay. @양약은 입에쓰다 thuốc đắng giã tật.

양약 [서양약] thuốc Tây.

양양 --하다 mênh mông, rộng lớn; [전도가] sáng chói, rạng rỡ, to lớn. @그에게는 양양한 전도가 있다 *anh ấy có cả một tương lai sáng lạn phía trước.*

양양하다 vui mừng, hân hoan, hoan hỉ. @의기양하게 đắc chí, hả hê, hớn hở.

양어 nghề nuôi cá. --하다 nuôi cá. *--가 người nuôi cá. --장 ao thả cá.

양어머니 mẹ nuôi.

양언 --하다 nói công khai.

양여 sự chuyển nhượng, sự sang nhượng, sự nhường, sự nhượng bộ (이권의) => 양도. --하다 nhượng, nhượng bộ, nhường, giao.

양옥 căn nhà theo kiểu phương Tây.

양요리 => 양식.

양용 giá trị gấp đôi. *수륙--비행기 thủy phi cơ.

양원 cả hai viện. @양원을 통과하다 thắng cả hai viện. *--제도 chế độ hai viện. 상하-- Thượng nghị viện và Hạ nghị viện.

양위 sự thoái vị, sự từ ngôi. --하다 thoái vị, từ ngôi.

양유 sữa dê.

양육 thịt cừu.

양육 sự nuôi dưỡng, sự giáo dục, sự dạy dỗ. --하다 nuôi dưỡng, giáo dục, dạy dỗ. *--비 chi phí nuôi dưỡng một đứa bé.

양은 đồng tiền 5 xu của Đức.

양의 thầy thuốc, bác sĩ giỏi.
양의 bác sĩ y khoa; [서양사람] bác sĩ Tây phương.
양이 sự trục xuất người nước ngoài. *--론자 người theo thuyết bế môn tỏa cảng, người theo thuyết bài trừ nước ngoài.
양이온 [물리 vật lý] ion dương.
양인 hai người, một cặp.
양익 cả hai cánh.
양자 cả hai cùng một lúc.
양자 [물리 vật lý] lượng tử. *--론 thuyết lượng tử.
양자 [물리· 화학 vật lý, hóa học] *Proton.*
양자 con nuôi, con rể. @양자로 가는 집 gia đình nuôi của ai // 양자로 삼다 nhận nuôi như con // 양자로 가다 được nhận nuôi trong gia đình.
양자강 sông *Dương Tử.*
양잠 sự nuôi tằm lấy tơ. --하다 nuôi tằm. *--가 người nuôi tằm. --농가 người chủ trại nuôi tằm.
양장 (1) [양복] y phục Tây phương. --하다 mặc y phục phương Tây. @그녀는 양장이 어울린다 *cô ấy cảm thấy mình mặc đồ tây đẹp hơn.* (2) [제본] @양장한 책 *một quyển sách đóng theo kiểu dáng nước ngoài.*
양재 [재목 gỗ kiến trúc] loại gỗ tốt; [인재] một người tài năng.
양재 nghề may Âu phục nữ. *--사 thợ may áo nữ. --학원 trường dạy may âu phục nữ.
양재기 đồ dùng bằng kim loại tráng men trong nhà.
양잿물 chất natri hydroxit.
양적 định lượng. @양적으로 một cách định lượng.
양전기 [물리 vật lý] điện dương. *--선 chùm tia mang điện tích dương.
양전자 [물리] pozitron (phần rất nhỏ của vật chất có điện tích dương và có cùng khối lượng với electron).
양젖 sữa dê.
양조 sự làm rượu bia, sự chưng cất. --하다 chế, ủ (rượu bia). *--세 thuế đồ uống pha chế. --업 việc kinh doanh nhà máy bia. --장 nhà máy bia. --학 khoa nghiên cứu men.
양주 rượu ngoại.
양주 vợ chồng.
양지 giấy công nghiệp.
양지 nơi có nhiều nắng. @양지의 có nhiều ánh nắng // 음지가 양지된다 *cuộc sống đầy những thăng trầm.* *--쪽 phía nhà có nắng.
양지 sự am hiểu, sự hiểu biết. --하다 hiểu, nhận thức, biết. @양지하시기 바랍니다 thông báo rằng.
양지바르다 chan hòa ánh sáng. @양지바른 곳에 묻히다 *được chôn ở vùng sườn núi hướng có nắng.*
양진영 cả hai phe. @동서 양진영 các phe thuộc miền Đông và miền Tây.
양질 chất lượng tốt, chất lượng tuyệt hảo. @양질의 phẩm chất tốt.
양쪽 cả hai phía, cả hai mặt; [사람 người] cả hai, hai, một trong hai, cả hai đều không, không người nào => 두 사람. @양쪽의 cả hai // 길의 양쪽에 cả hai bên đường // 양쪽 모두 가지고 싶지 않다 *tôi không muốn cái nào cả* // 양쪽 다 알고 있다 *tôi biết cả hai.*
양찰 sự đồng cảm, sự biết thông cảm. --하다 thông cảm, đồng tình. @사정을 양찰하다 được cấp tiền trợ cấp khó khăn.

ㅇ

양책 một kế hoạch tốt, một ý tưởng hay, một chánh sách tốt.

양처 một người vợ đảm đang. @현모양처 một người vợ đảm đang và một bà mẹ sáng suốt.

양철 sắt mạ kẽm. *--깡통 hộp, lon. --지붕 mái tôn bằng thiếc. --집 căn nhà lợp tôn.

양초 cây nến. @양초를 켜다 thắp nến.

양추 mùa thu mát mẻ.

양춘 mùa xuân, thời kỳ mùa xuân.

양측 cả hai phương diện, cả hai phía.

양치 sự chải răng. --하다 đánh răng. *--물 nước thuốc súc miệng.

양치기 nghề chăn nuôi cừu.

양치류 [식물 thực vật] cây dương xỉ.

양친 cha mẹ, bố mẹ.

양키 (*Yankee)* người Hoa Kỳ (mỹ)

양탄자 tấm thảm; [감] vật liệu làm thảm. @양탄자를 깔다 trải thảm.

양털 len (lớp lông mịn bên ngoài của cừu).

양토 nghề nuôi thỏ. *--trại nuôi thỏ.

양파 củ hành.

양팔 hai cánh tay.

양편 cả hai phía, hai bên đường. @길 양편에 dọc theo hai bên đường.

양푼 chậu bằng thau.

양품 vật phẩm (hàng hóa) nước ngoài. *--점 cửa hàng kim chỉ.

양풍 thói quen tốt. *--미속 tục lệ tốt và hay.

양풍 phong cách Tây phương. @양풍의 (thuộc) kiểu, cách Tây phương.

양피 *--구두 giày bằng da cừu. --지 giấy da.

양학 Tây học, kiến thức phương Tây.

양항 một bến cảng tốt.

양해 [민속 truyền thống dân gian] tuổi con cừu (con dê); năm mùi.

양해 [이해] sự hiểu biết, sự lĩnh hội, sự nhận thức, sự thỏa thuận. --하다 hiểu, nhận thức, lĩnh hội, đồng ý, thỏa thuận. @양해할 수 있는 có thể hiểu, có thể lĩnh hội được // 양해가 되다 đi đến một thỏa thuận // 양해를 구하다 tìm sự thông cảm nơi ai.

양행 (1) [외국행] chuyến du lịch nước ngoài. --하다 đi du lịch nước ngoài. (2) [점포] công ty thương mại nước ngoài.

양형 ám ảnh tội lỗi.

양호 *--과 bộ phận bảo vệ trẻ em. --교사 cô bảo mẫu.

양호 --하다 tốt, hay, tuyệt hảo, chắc chắn, có giá trị, có lợi, có ích, vui vẻ, dễ chịu, vừa lòng, vừa ý. @경과가 양호하다 tiến triển tốt đẹp.

양화 [그림] ngành hội họa Tây phương (phong cách nghệ thuật); [영화] phim ảnh nước ngoài.

양화 [사진] bức ảnh dương bản.

양화 đôi giày da thuộc; đôi giày (단화); người đánh giày (반장화). *--점 tiệm giày. --점 주인 hãng giày.

양화 giá trị tiền bạc.

양회 xi-măng.

얕다 (1) [깊이가] nông, cạn. @얕은 물 chỗ nông, chỗ cạn // 얕은 못 vùng cạn. (2) [천박] nông cạn, hời hợt, thiển cận, không sâu sắc // 얕은 지식 kiến thức nông cạn. (3) [빛깔] nhạt, mờ. @얕은 초록빛 màu xanh nhạt. (4) [관계] qua loa, sơ sài, không kỹ lưỡng, không tỉ mỉ. @나와 그이는 교제가 얕다 *tôi chỉ quen biết sơ sơ với hắn thôi.* (5) [높이 độ cao] thấp; [키] ngắn. @지붕이 얕은

집 ngôi nhà mái thấp. (6) [지위 chức vụ] bé, thấp kém, tầm thường.

얕보다 ra vẻ kẻ cả, xem thường, coi khinh. @약한 적이라도 얕보지 말라 *đừng xem thường ngay cả một địch thủ yếu ớt* // 그가 가난하다고 해서 얕보아서는 안된다 *xin đừng khinh dễ vì thấy anh ấy nghèo.*

얕잡다 => 얕보다.

애 [호칭] này, ô, ơ, ê; [이애] thằng nhỏ này. @애야 ê, nhỏ!

어 [감탄] ồ, này, ôi, đấy, sao, thế nào!;[대답 sự trả lời] vâng, dạ, ừ!

어 lời, từ, thuật ngữ (전문어 thuật ngữ kỹ thuật); ngôn ngữ (언어·국어). *법률-- thuật ngữ pháp luật. 비속-- tiếng lóng, từ khiếm nhã. 속-- lời thông tục. 외국-- ngoại ngữ. 전문-- các thuật ngữ kỹ thuật.

어간 gốc từ.

어감 sự nhạy cảm về ngôn ngữ.

어개 tôm cá, hải sản.

어거하다 [마소를 ngựa và gia súc] cưỡi; [제어] điều khiển, kềm chế, chế ngự.

어구 dụng cụ đánh cá.

어구 vùng đánh cá.

어꾸수하다 đầy hương vị, có nhiều nước, ngon; [말씨] đem lại niềm vui, làm thoải mái dễ chịu.

어군 đàn cá. *--탐지기 người tìm thấy cá.

어군 [문법 văn phạm] nhóm từ.

어귀 sự đi vào. @강의 어귀 cửa sông // 마을의 어귀 lối vào làng.

어귀 nhóm từ, cụm từ, thành ngữ.

어그러지다 [빗나가다] làm trật khớp, làm sai khớp; [불일치] trái ngược với, mâu thuẫn với; [사이가] trở nên xa lạ. @기대가 어그러지다 ngược lại với dự tính // 법에 어그러지다 chống lại luật pháp // 예의에 어그러지다 bị sai sót về nghi thức // 책상 다리 하나가 어그러졌다 *một trong những chân bàn đã bị sút ra khỏi mấu nối.*

어근 gốc từ, căn tổ từ nguyên.

어근버근 --하다 không ăn khớp với nhau.

어금니 [해부 giải phẫu] răng hàm.

어긋나다 (1) [엇갈리다] bắt chéo nhau, giao nhau; [빗나가다 chệch đường] đi không đúng, đi chữ chi. @계획이 어긋나다 bị cản trở trong kế hoạch // 예상이 어긋나다 đoán sai // 기대에 어긋나다 không được như ý mong đợi. (2) [틀리다 · 위반되다] đi trệch, lạc. @의견이 서로 어긋나다 có những ý kiến khác nhau // 행동이 어긋나다 đi chéo // 규칙에 어긋나다 trái với luật lệ.

어긋매기다 chen lẫn, xen kẻ nhau.

어긋물리다 đặt vào bánh răng.

어긋버긋하다 trật khớp, không ăn khớp nhau.

어기 mùa đánh cá.

어기다 đi ngược, làm trái ý muốn của ai (xúc phạm); [위반] xâm phạm, vi phạm, làm trái (lương tâm..), lỗi (lời thề…), vi phạm. @1 초도 어기지 않고 chính xác từng giây // 기대를 어기다 không được như ý ai mong đợi // 법을 어기다 vi phạm pháp luật // 명령을 어기다 không tuân lệnh ai // 규칙을 어기다 không theo đúng quy tắc // 약속을 어기다 vi phạm lời thề, bội ước // 약속을 어기지 않다 giữ lời hứa // 시간을 어기지 않다 đúng từng phút // 규칙을 어기지 말라 đừng làm trái nguyên tắc.

어기대다 không vâng lời, không tuân theo, đối chọi, chống đối.

ㅇ

어기적거리다 lung lay, đi lảo đảo, đi núng nính.

어기중하다 ở giữa, trung bình.

어기차다 bướng bỉnh, ngoan cố, ương ngạnh.

어김 sự vi phạm, sự không giữ lời, sự không thực hiện. @어김 없는 không phạm sai lầm, không thể hỏng // 어김 없이 chắc chắn, nhất định // 어김 없이 와 주십시오 chắc chắn đến.

어깨 (1) vai. @처진(벌어진) 어깨 vai nghiêng // 어깨에 메다 gánh // 총을 어깨에 메고 với cây súng vác vai // 어깨를 펴다(움추리다) làm cho vai ngang, kênh vai lên // 어깨가 빼근하다 có bờ vai cứng cáp // 어깨를 나란히 하고 걷다 đi sóng đôi nhau. (2) [비유적] @어깨가 가벼워지다 cảm thấy bớt căng thẳng // 어깨를 나란히 하다 cùng loại với, ngang hàng với.

어깨걸이 khăn choàng (của phụ nữ).

어깨너멋글 những mẫu tin vụn vặt, nhựng kiến thức góp nhặt.

어깨동무 [동무] bạn thời trẻ; [동작] sự choàng vai nhau. --하다 choàng tay qua vai nhau.

어깨뼈 xương vai.

어깨총 (1) việc bồng súng trường. (2) [구령 lời ra lệnh] đưa súng lên!

어깨춤 sự nhún vai. @어깨춤을 추다 nhảy lên vì sung sướng.

어깻바람 sự đi đứng nghênh ngang vênh váo.

어깻숨 sự thở hít vai lên.

어깻죽지 khớp vai.

어깻짓 sự lay, sự lắc vai ai.

어느 (1) [의문 hỏi] gì, nào, cái nào, người nào. @어느누구 ai // 시내의 어느 곳에 살고 계십니까 *bạn ở khu vực nào của thành phố?*// 어느 차를 타시겠습니까 *bạn sẽ chọn chiếc xe nào?* (2) [어느...이나] người nào đó, vật nào đó, tuyệt không, không tí nào; mỗi, mọi(모든 것의); [부정문에서] không ai, chẳng một ai. @어느 것이나 người nào, ai, bất cứ người nào, bất cứ ai // 어느 학교에서도 영어를 가르치고 있다 *bất cứ trường nào cũng có dạy tiếng Anh* // 어느 신문이나 그 사건을 보도하고있다 *tạp chí nào cũng có nói đến sự kiện này.* (3) [한] một, một trong số, một vài. @어느...날 một ngày nào đó (과거); vài ngày (미래) // 어느 날 아침 một buổi sáng nào đó // 어느 사람 một người nào đó // 어느 곳에서 một nơi nào đó // 어느 의미로 về một ý nghĩ nào đó // 어느 한가지 일에 전 념해라 hết lòng về một số vấn đề nào đó.

어느 것 nào, bất kỳ cái nào. @어느 것이나 bất cứ, mọi thứ, mọi, một trong hai thứ; [부정의 경우] không ai, chẳng một ai, không người nào // 어느 것이든지 bất kỳ, bất cứ ai, bất cứ cái nào // 어느 것이 제일 좋습니까 *bạn thích cái nào nhất?*

어느 때 lúc nào, khi nào. @어느 때든지 bất cứ lúc nào, luôn luôn, mọi lúc; [부정] không bao giờ, không khi nào // 어느 때든지 좋다 sẽ làm bất cứ lúc nào.

어느덧 ngay, không chậm trể, trong chốc lát. @우리들은 어느덧 서울에 도착했다 *chúng tôi đã đến Seoul trước khi biết việc đó.*

어느새 ngay khi, ngay, đã, rồi.

어느 정도 đến mức độ nào, đến một

chừng mực nào đó, ở một mức nhất định, có phần, một chút. @어느 정도의 성공을 거두다 đạt được mức thành công // 과학에 대하여 어느 정도 알고 있다 có một số kiến thức về khoa học // 너는 어느 정도 관계하고 있느냐 *bạn quan tâm đến phạm vi nào?* // 너도 어느 정도 책임이 있다 *ít nhiều gì bạn cũng liên quan vấn đề.*

어느 쪽 (1) [의문] mặt nào, hướng nào. @어느쪽이나하면 nếu có bất cứ việc gì, nếu tôi đã nói // 어느 쪽이 이겼느냐 phe nào thắng? (2) [무엇이든] bất cứ cái nào. @어느 쪽이 필요한가 *bạn muốn gì?*// 어느 쪽부터 시작할까? *tôi sẽ bắt đầu với cái gì?* (3) [선택] ...hoặc..., ... không... mà cũng không (부정). @ 두 형제 쪽 중 어느 쪽도 모른다 *tôi không biết cả hai anh em họ* (4) cả hai. @어느 쪽이나 다 알고 있다 *tôi biết cả hai.*

어느 틈 ngay, nhanh chóng. @어느 틈엔가 그는 빠져 나가버렸다 *hắn rời khỏi (lẻn, lẩn) không ai thấy.*

어늘 --하다 nói không rõ ràng, nói lắp.

어따 này! ê! => 아따. @어따 이것 먹어라 này, ăn đi!.

어떠하다 thế nào, ra sao => 어떻다.

어떤 (1) [여하한· 어떠한] loại nào, giống như---thế nào. @어떤 이유로 tại sao, vì lý do nào // 어떤 것이든지 bất cứ vật gì // 어떤 일이 있더라도 cho dù có chuyện gì xảy ra, trong bất cứ hoàn cảnh nào // 어떤 사람인가 *anh ấy là người như thế nào?* (2) [어떤...라도] một nào đó, mỗi, không...@어떤 사람이라도 một người nào đó, bất kỳ ai, không ai (부정)// 어떤 짓을 해서라도 bằng bất cứ giá nào // 어떤 일이 있더라도 dù có chuyện gì xảy ra, trong bất cứ hoàn cảnh nào; [결코(...않다)] không vì một lý do gì // 나는 어떤 일이라도 개의치 않는다 *tôi không phản đối bất cứ việc gì* // 어떤 짓을 해서라도 그것은 이룰 결심이다 *bất cứ giá nào cũng phải thực hiện cho bằng được.* (3) nào, đôi chút, chút ít, một vài. @어떤 아침 (저녁) một buổi sáng nào đó // 어떤 사람 một người nào đó, ai đó // 어떤 경우에는 trong vài trường hợp, thỉnh thoảng, đôi khi // 어떤 의미로는 về ý nghĩa nào đó, về cách nào đó.

어떻게 nào, loại nào, cách nào. @어떻게 해서라도 bằng mọi cách // 어떻게 그렇게 됐느냐 điều đó đã xảy ra như thế nào?// 어떻게 이 문제를 풀었습니까 *anh đã giải quyết vấn đề này như thế nào?*

어떻게 되다 sa thải bằng cách này hay cách khác, bị kiềm chế. @ 걱정 마라 어떻게 될 터이니 *cư´ bình tĩnh, tôi nghĩ thế nào tôi cũng giải quyết được.*

어떻게 하다 bằng cách này hay cách khác. @어떻게 하여(서든지) bằng cách này hay cách khác, bằng mọi cách // 어떻게 하여 보겠습니다 *tôi sẽ lo liệu vấn đề bằng mọi cách.*

어떻다 (1) gì, thế nào, sao. @재미가 어떻습니까 công việc thế nào?// 요새는 어떻습니까 *công việc của bạn thế nào?* // 결과는 어떻습니까 *thắng lợi nhé?* (2) [권하면서] @차 한잔 어떻습니까 *bạn có thích uống trà không?*// 어떻습니까 산책이나 할까요 *đi dạo một vòng nhé?*

어떻든지 @무엇이 어떻든지 간에 dù

sao đi nữa, dù thế nào đi nữa, dù trường hợp nào.

어두컴컴하다 rất tối, tối tăm, ảm đạm. @어두컴컴한 밤 đêm tối trời.

어둑어둑하다 khá tối, mờ tối. @어둑어둑해진다 *trời ngày càng tối.*

어둑하다 tối tối, tối mờ mờ.

어둔 --하다 bị nói chậm, mắc tật líu lưỡi.

어둠 bóng tối, cảnh tối tăm, chỗ tối, sự mờ mịt; [저녁] chạng vạng, lúc nhá nhem tối, lúc mờ sáng. @어둠 속에(서) trong bóng tối // 어둠을 타고 thừa lúc đêm tối.

어둠침침하다 tối tăm, u ám, ảm đạm. @어둠침침한 빛 ánh sáng mờ mờ.

어둡다 (1) lờ mờ, mờ nhạt, không rõ rệt (희미한); tối, mờ tối (어스레한); tối tăm, u ám, ảm đạm (음침한). @어두운 방 một căn phòng tối tăm // 어둡기 전에 lúc tối trời, lúc màn đêm buông xuống // 어두워진 뒤에 lúc trời tối // 어두워지다 tối sầm lại; [하늘이] tối sầm, u ám // 등불을 어둡게 하다 làm mờ ánh sáng // 점점 어두워진다 *trời bắt đầu tối sầm lại.* (2) [무지] không biết gì về. @시국에 어둡다 không biết gì về các dòng sự kiện // 나는 이 근처의 지리에는 어둡다 *tôi không quen biết chung quanh vùng này.* (3) [정신이] đen tối, ám muội, mờ ám, khả nghi. @어두운 과거를 가진 사람 *người có quá khứ không rõ ràng.* (4) [감각이] yếu đuối, nhu nhược, non kém, trì trệ, tối dạ. @눈이 어둡다 thị lực yếu // 귀가 어둡다 nghe khó.

어드 [무전] mặt đất. *--선(안테나) dây tiếp đất.

어디 [1] (1) đâu, nơi nào. @당신은 어디에 사십니까 *bạn sống ở đâu?*// 어디가 아프니 *bạn thấy đau chỗ nào?* (2) @어디에도 bất cứ nơi nào; [부정] không nơi nào, không ở đâu // 어디에 가도 mọi nơi bạn đi // 어디든지 가도 좋다 *bạn có thể đi bất kể nơi nào.* (3) @어디에서 왔습니까 *bạn từ đâu đến?* (출신지). (4) @어디엔가 một nơi nào đó, đâu đó (의문문에) // 어딘지 수상한 데가 있다 *anh ta có gì đó ám muội.* (5) @어디까지 bao xa, tới chừng mức nào, rộng chừng nào (어느 정도) // 저 사람은 어디까지 신용할 수 있을지 모르겠어 *tôi tự hỏi mình có thể tin hắn tới mức nào.* (6) @어디나 (어디든지) bất kỳ mọi nơi // 부산 같으면 어디라도 알고 있다 *tôi biết rõ về Busan.* (7) @어디까지나 không ngừng, liên tu bất tận (끝없이); đến cuối cùng (최후까지); hoàn toàn, đầy đủ, trọn vẹn (완전히).

어디 [2] thôi được, được rồi, nào, hãy…mà, để suy nghĩ xem đã, để xem đã. @어디 한번 해보죠 *thôi được,tôi sẽ cố* // 어디 무엇인가 보자 *để tôi xem anh nhận được cái gì.*

어란 trứng cá.

어레미 cái sàng thô.

어려워하다 cảm thấy ngượng nghịu, cảm bối rối. @어려워하지 않고 không dè dặt, không kín đáo // 어려워하지 않다 tự nhiên như ở nhà.

어련하다 chắc chắn, biết điều, hợp lý, đúng đắn, chính xác, thích đáng. @그의 말이니 어련하겠나 *chúng tôi có đủ mọi lý do để tin lời hắn.*

어련히 chắc, chắc chắn, nhất định, tất nhiên, cố nhiên. @내버려둬 어련히

잘 알아서 할라구 *hãy để nó một mình, tất nhiên nó sẽ tự lo lấy.*

어렴풋이 một cách lờ mờ, một cách mập mờ, mờ nhạt, một cách ngờ ngợ. @어렴풋이 보이는 광경 quang cảnh mờ mờ // 어렴풋이 기억하고 있다 không nhớ rõ, nhớ lờ mờ.

어렴풋하다 lờ mờ, mập mờ, mờ nhạt, ngờ ngợ. @어렴풋한 빛 le lói, chập chờn; tia sáng chập chờn yếu ớt // 어렴풋한 소리 giọng yếu // 어렴풋한 기억을 더듬다 *khơi lại ký ức mờ nhạt.*

어렵 nghề cá.

어렵다 (1) [곤란] khó khăn, gay go, gian khổ, hắc búa, nặng nề. @참기 어려운 không thể chịu đựng nổi, quá quắc// 믿기 어려운 không thể tin được, khó tin // 어려운 문제 một câu hỏi hóc búa // 비위 맞추기 어려운 사람 một người khó chìu // 너무 어렵게 생각하다 làm cho (vấn đề) thêm nghiêm trọng. (2) [어려워하다] cảm thấy lúng túng, ngượng nghịu. (3) [생활이] nghèo, nghèo túng. @어려운 살림을 하다 sống thiếu thốn, nghèo túng.

어령칙하다 mơ hồ, mập mờ, lờ mờ, không rõ ràng.

어로 nghề cá. --하다 đánh cá. *--과 [수산학교의 trường ngư nghiệp] khóa đào tạo nghề đánh cá. --선 thuyền đánh cá. --술 thuật đánh cá.

어로 불변 sự ngu dốt, nạn mù chữ, sự thất học.

어록 sách văn tuyển, tục ngữ , châm ngôn.

어뢰 quả ngư lôi. @어뢰를 발사하다 phóng ngư lôi. *--발사관 ống phóng ngư lôi. --정 tàu phóng ngư lôi. 공중-- ngư lôi phóng từ máy bay.

어루더듬다 sờ soạng, mò mẫm.

어루러기 [의학 y học] bệnh bạch bì.

어루만지다 (1) [가볍게 문지르다] vuốt ve, cọ xát, chà xát. @개를 어루만지다 vỗ về con chó. (2) [위로하다] làm yên, làm nguôi cơn giận...), dỗ dành, an ủi, khuyên giải.

어룽더룽하다 có vết lốm đốm, khoang , vá.

어류 cá, cung song ngư; cung thứ mười hai của hoàng đạo. *--지 bản tài liệu nghiên cứu về cá. --학 khoa nghiên cứu cá, ngư học.

어르다 tung, tung nhẹ (em bé trên cánh tay đầu gối, nựng (무릎에 앉히고); nựng nịu, chìu lòng, chìu theo ý, vuốt ve, mơn trớn. @우는 아이를 어르다 dỗ dành một bé đang khóc.

어른 (1) [성인] người, người lớn. @어른의 người đã trưởng thành // 어른답지 않다 như trẻ con // 어른이 되다 lớn lên, trưởng thành. (2) [윗사람] nhiều tuổi hơn, cao tuổi hơn. @집안의 어른 chủ gia đình.

어른거리다 lập lòe, lung linh, chập chờn. @ 물결위에 어른거리는 햇빛 ánh nắng lấp lánh theo làn sóng // 그 사람의 모습이 아직도 눈앞에 어른거린다 *ký ức về hắn vẫn còn chập chờn trong tôi.*

어른스럽다 có hạnh kiểm tốt, có giáo dục.

어름거리다 (1) [말을] nói nhập nhằng, nói lập lờ. @대답을 어름거리다 trả lời lầm bầm trong miệng. (2) [일을] làm chiếu lệ, làm vội vàng.

어름어름 một cách mập mờ, một cách mơ hồ, nhập nhằng (말을 lời nói); luộm thuộm, cẩu thả, qua loa (일을 công việc).

어리 [병아리의] lồng gà, chuồng gà.

어리광 @어리광부리다 nghịch kiểu trẻ con, làm ra vẻ trẻ con.

어리굴젓 món hào ướp muối ớt.

어리다[1] [유소] nhỏ bé, bé bỏng, non nớt, vị thành niên; trẻ, trẻ tuổi (유치); ở tuổi còn thơ, trẻ con; [미숙] chưa có kinh nghiệm. @어린 잎 lá non // 어린 마음 đầu óc trẻ con // 어릴때에 trong thời kỳ thơ ấu // 어릴 때부터 알다 quen từ thời thơ ấu.

어리다[2] [눈물이] mờ nước mắt, đẫm lệ (사람이 주어). @눈물어린 눈 mắt đẫm lệ // 눈물어린 얼굴 một khuôn mặt đầm đìa nước mắt.

어리둥절하다 bị làm ngượng, bị làm bối rối, bị làm kinh ngạc, bị làm lúng túng. @어리둥절케 하다 làm lúng túng, làm bối rối, sửng sốt, ngạc nhiên // 어리둥절해서 어찌 할 바를 모르다 hoàn toàn lúng túng không biết làm gì.

어리벙벙하다 chết tiệt, chết bầm (bực dọc); bối rối, lúng túng.

어리석다 dại dột, ngu xuẩn, khờ dại, trì độn, không nhanh trí. @어리석게도 điên rồ, rồ dại // 어리석은 사람 người khờ dại, người ngu xuẩn // 어리석은 이야기 chuyện buồn cười, chuyện lố bịch // 어리석은 생각 một ý tưởng điên rồ // 그런짓을 할만큼 어리석지는 않다 *tôi chưa đến nỗi làm việc ngu xuẩn như vậy* // 어리석게도 그것을 믿었다 *quá ngu để tin điều đó.*

어린것 một đứa trẻ con, một thằng bé.

어린애 đứa bé, đứa trẻ, trẻ con.

어린이 đứa trẻ, đứa bé con; [남아]con trai; [여아] con gái; [영아] em bé, đứa bé dưới 7 tuổi. @어린이 책 sách đọc dành cho thiếu nhi // 어린이 같은 như trẻ con, ngây thơ // 어린이가 없는 không có con // 어린이 장난 같은 trẻ con, hợp với trẻ con // 어린이 시절에 vào thuở ấu thơ // 어린이 취급하다 cư xử như đứa trẻ. *--교육 giáo dục trẻ con. --날 ngày lễ thiếu nhi. --방 nhà trẻ.

어림 sự đoán, sự ước chừng, sự ước tính. @어림잡다 đoán, ước tính, phỏng đoán // 관광객은 어림잡아 10 만 정도다 *số khán giả được ước lượng xấp xỉ 100.000 người.* *--수 con số ước lượng đại khái.

어림 없다 còn xa, quá xa, vượt xa (능력이); quá xa sự thật (상상도 못하다 không thể có được. @어림 없는 이야기 *một câu chuyện không thể có được* // 그것은 내힘으로는 어림없다 ***điều đó vượt quá sức tôi.***

어림짐작 sự phỏng đoán, sự đoán chừng. @어림짐작으로 theo sự phỏng đoán, bằng cảm giác.

어릿광대 anh hề, vai hề.

어마 ôi chao! úi, chà chà! trời ơi! @어마 이게 누구냐 *ôi chao, gặp bạn thật là ngạc nhiên!*

어마나 ôi chao!/sao, thế nào!/ trời ơi, than ôi!

어마어마하다 [당당] hùng vĩ, uy nghi, tráng lệ, nguy nga, lộng lẫy; [과장적] phô trương, khoe khoang, khoa trương; [대단] lớn, to lớn, khổng lồ.

어망 cái lưới cá; lưới kéo, lưới vét (끄는것); lưới bủa, lưới giăng (투망).

어머니 (1) người mẹ. @어머니의 của mẹ, (thuộc) mẹ // 친 어머니 mẹ ruột //

어머니의 사랑 tình thương của mẹ // 어머니다운 có những đức tính của người mẹ. (2) [사물의 근본] nguồn, cớ, lý do, động cơ. @필요는 발명의 어머니 *cái khó ló cái khôn.* *--날 ngày lễ các bà mẹ.

어멈 [하인] chị hầu phòng, vú em.

어명 lệnh vua.

어물 cá khô không muối. *--전 tiệm cá khô.

어물거리다 nói lập lờ, nói nước đôi, nói quanh co. @대답을 어물거리다 *tránh mọi câu trả lời dứt khoát.*

어물어물 lập lờ, nước đôi, thoái thác, lảng tránh, cẩu thả, thiếu thận trọng, lờ đờ, uể oải. @입안에서 어물어물하다 nói lầm bầm // 일을 어물어물하다 làm việc chiếu lệ.

어미 phần cuối của một từ; hậu tố (접미어). @어미에 붙이다 thêm hậu tố. *--변화 biến tố; biến cách, sự chia động từ. --탈락 hiện tượng mất âm chủ.

어민 những người đánh cá. *--조합 nghiệp đoàn đánh cá.

어버이 cha mẹ. @어버이의 (thuộc) cha mẹ // 어버이다운 như cha mẹ // 어버이에 불효하다 không hiếu thuận với cha mẹ.

어법 cách diễn tả; [문법 văn phạm] ngữ pháp, văn phạm, cách dùng, cách sử dụng. @어법에 어긋나다 phạm lỗi văn phạm.

어부 người đánh cá, ngư phủ. @어부지리를 얻다 thừa nước đục thả câu.

어분 món cá.

어불성설 @어불성설이다 phi lý, vô lý, không lôgic.

어비 phân cá.

어사 mật vụ của hoàng gia.

어사리 việc lưới cá. --하다 lưới cá.

어살 cái đăng cá (hàng rào làm bằng cọc hoặc cành cây dựng ngang qua dòng suối để tạo ra vũng có thể bắt cá được).

어색 --하다 ngượng nghịu, lúng túng, bối rối. @어색한 문장 văn phong thô thiển, cách diễn đạt vụng về // 어색한 몸가짐 bộ dạng lúng túng.

어서 (1) [빨리] nhanh, nhanh chóng, mau lẹ, không chậm trể, vội vàng, gấp rút (급히). @어서 오너라 nhanh lên nào ! / mau lên, nhanh lên! // 어서 대답해라 *trả lời mau lên.* (2) [환영] mong...vui lòng; xin mời (yêu cầu một cách lịch sự). @어서 오십시오 hoan nghênh!

어선 tàu đánh cá. *--대 đoàn tàu đánh cá.

어설프다 (1) [성기다] to cánh, to sợi, không mịn, thô, chưa gọt giũa, chưa trau chuốt. @어설프게 thô, không đúng cách. (2) [탐탁찮다] cẩu thả, lôi thôi, luộm thuộm; [부주의] sơ ý, cẩu thả, không cẩn thận, lơ đễnh. @어설피 không cẩn thận, vụng về // 일하는 것이 어설프다 *làm một việc không đến nơi đến chốn.*

어세 sự nhấn giọng, sự nhấn mạnh.

어수룩하다 chất phác, thật thà, ngay thẳng, hồn nhiên. @어수룩한 생각 một khái niệm đơn giản.

어수선하다 không đúng nội quy, không đúng thủ tục. @어수선한 머리를 한 채로 với tóc tai bù xù // 어수선해지다 quen thói bừa bãi, mất trật tự.

어순 [문법 văn phạm] từ chỉ thứ tự.

어스레하다 [날이] mờ tối, mờ mờ.

어스름 lúc chạng vạng, lúc nhá nhem. @어스름 저녁 chạng vạng tối.

ㅇ

어슬렁거리다 đi lang thang, đi tha thẩn, đi quanh quẩn, đi lảng vảng. @어슬렁 어슬렁 걷다 đi từng bước thong dong, đi từng bước chậm rãi.

어슴푸레하다 mơ hồ, mập mờ, không rõ ràng.

어슷비슷하다 như nhau, chẳng khác gì nhau. @그들은 모두 어슷비슷하다 *cả hai cùng một loại.*

어슷하다 làm nghiêng, đặt nghiêng, xiên, chéo. @어슷하게 nghiêng, xiên, dốc.

어시장 chợ cá.

어안 렌즈 thấu kính mắt cá.

어안이 벙벙하다 chết lặng người không nói nên lời. @그소식에 어안이 벙벙 해졌다 *tin đó làm tôi chết lặng người.*

어어 chao, chao ôi! => 아아.

어언간 vô ý, sơ suất, không chủ ý, không cố tình. @겨울 방학도 어언간 지나가 버렸다 *kỳ nghĩ đông đã trôi qua quá nhanh.*

어업 nghề cá, công nghiệp cá, ngư nghiệp. *--권 quyền đánh bắt cá. --법 điều luật đánh bắt cá. --조약 hợp đồng đánh cá. –조합 hiệp hội ngư nghiệp. 근해-- nghề lộng. 연안-- nghề đánh cá ven biển. 원양-- nghề khơi.

어여차 hò dô ta, hò!

어엿하다 đáng kính trọng, đứng đắn, tề chỉnh, đoan trang, trang nghiêm. @어엿한 집안 một gia đình đáng kính.

어용 việc nhà nước. *--신문 cơ quan ngôn luận trực thuộc nội các, bộ phận phát ngôn của chính phủ. --학자 nghiên cứu sinh được sự bảo trợ của nhà nước.

어우르다 => 아우르다.

아울리다 (1) [조화] thích hợp, phù hợp, xứng đáng, làm cho hợp, làm cho phù hợp. @옷에 어울리는 모자 cái nón phù hợp với trang phục // 어울리는 말 lời phê bình đúng lúc // 어울리지 않는 không phù hợp, không thích hợp, lúng túng // 신사에게 안 어울리는 행동 *tư cách không xứng với một người thượng lưu* // 그옷은 당신에게 어울립니다 *bộ y phục đó xứng với bạn.* (2) [교제] kết hợp, kết giao, dính dáng, giao thiệp, hợp tác, kết hợp. @불량소년의 무리와 어울리다 *giao thiệp với một nhóm thanh niên xấu.*

어원 từ nguyên. @어원을 조사하다 tra từ gốc. *--학 từ nguyên học. --학자 nhà từ nguyên học.

어유 dầu cá.

어육 cá.

어음 [상업 thương mại] hối phiếu. @어음을 발행하다 lấy tiền ở, rút tiền ra // 어음을 할인하다 thanh toán hóa đơn. *--교환 sự thanh toán, sự trả hết nợ. --교환소 ngân hàng. --발행(수취)인 người ký phát hối phiếu. --인수 sự nhận thanh toán hóa đơn. --재할인 sự chiết khấu một lần nữa. --중매인 người môi giới hối phiếu. --환 hối phiếu.

어의 ý nghĩa của một từ. *--론 về ngữ nghĩa học.

어이 [어찌] sao, thế nào => 어찌.

어이구 chao ôi! ối! (bày tỏ sự đau đớn đột ngột) => 아이고.

어이없다 làm lặng đi, chết lặng người, không nói nên lời. @어이없는 말을 하다 nhận xét vô lý, nói bừa bãi (lố bịch, ngu xuẩn).

어장 khu vực đánh cá, ngư trường.

어저께 => 어제.

어적거리다 nhai, gặm.

어정거리다 đi thong thả từng bước. @공원을 어정거리다 đi bộ quanh công viên.

어정쩡하다 tỏ ra nghi ngờ, đáng ngờ, có vấn đề, lãng tránh, thoái thác; [애매하다] không rõ ràng, mập mờ, khó hiểu. @어정쩡한 태도 một quan điểm không rõ ràng // 어정쩡한 영어로 về lối tiếng Anh.

어제 ngày hôm qua. @어제 아침 sáng hôm qua // 어제 저녁 chiều qua.

어조 giọng, tiếng êm tai; [표현] sự thay đổi từ ngữ. @어조를 낮추다 làm cho dịu, làm cho đỡ gay gắt.

어조사 tiểu từ trong tiếng Trung Quốc cổ.

어족 ngôn ngữ chủng tộc. @인도 유럽어족 ngôn ngữ chủng tộc Ấn Âu.

어족 cung Song ngư, cung thứ mười hai của hoàng đạo.

어줍다 [언동이] cảm thấy lờ mờ, không rõ; [솜씨가] vụng về, lúng túng, ngượng nghịu. @어줍은 솜씨 tay nghề vụng về.

어중간 nửa đường, giữa đường, ở giữa. --하다 ở giữa, ở nửa đường. @어중간한 시간 thời kỳ nguy hiểm // 일을 어중간히 하다 làm cái gì không đến nơi đến chốn // 어중간한 것은 무엇이나 잘되지않는다 *làm việc nửa chừng luôn luôn thất bại.*

어중되다 [서술적] cả hai đều không thích hợp.

어중이 떠중이 người nào, người chẳng ra sao, những người vô giá trị.

어지럼 sự hoa mắt, sự chóng mặt, sự choáng váng. @어지럼을 타다 dễ bị choáng váng, cảm thấy chóng mặt.

어지럽다 (1) [눈·머리가] hoa mắt, chóng mặt, choáng váng. @어지러울 정도로 높은 곳(속도) độ cao làm chóng mặt // 어지럽게 변천하는 세상 sự hoạt động quay cuồng đến chóng mặt của cuộc sống hiện đại. (2) [무질서] bị làm hỗn loạn.

어지르다 vứt bừa bãi, làm lộn xộn, làm xáo trộn, bừa bộn. @어지러져 있다 [물건이] bị đặt lộn xộn; [방 따위가] bị làm lộn xộn, bị làm bừa bãi // 방을 어지르다 *vứt rác bừa bãi khắp phòng.*

어지빠르다 [서술적] không phù hợp, không tương xứng.

어질다 hiền lành, tốt bụng, có lòng tốt, nhân từ, khoan dung, rộng lượng. @어진 마음 lòng thương hại, lòng nhân từ.

어째(서) tại sao, vì lý do gì, thế nào => 어찌하여. @어째서 그렇게 생각합니까 *điều gì khiến anh nghĩ như vậy?*

어쨌든 dầu sao chăng nữa, dù thế nào đi nữa, trong bất cứ trường hợp nào. @어쨌든 그것은 해야 한다 *dầu sao tôi cũng phải làm.*

어쩌다가 ngẫu nhiên, tình cờ, bất ngờ; [이따금] thỉnh thoảng, đôi khi. @어쩌다가 오는 손님 vị khách bất ngờ // 어쩌다가 있는 일 sự cố hiếm hoi // 나는 어쩌다가 그 사람의 집 옆을 지났다 *tình cờ tôi đi ngang nhà anh ấy* // 어쩌다가 그를 길에서 만났다 *ngẫu nhiên tôi gặp hắn ngoài đường.*

어쩌면 (1) [추측] có thể, có lẽ. @어쩌면 그럴는지도 모른다 có lẽ là như thế // 어쩌면 그 소식은 사실일지 모른다 *bản báo cáo có lẽ đúng, dầu tôi không chắc lắm* // 어쩌면 그는 안 올게다 *tôi sợ anh ấy sẽ không đến.* (2) [감탄] biết bao, làm sao. @어쩌면 색시가 그

ㅇ

렇게 이쁠까 *cô ta đẹp biết bao!*

어쩐지 (1) [웬일인지] vì lý do này hay lý do khác, vì một lý do chưa biết, không biết vì sao. @어쩐지 두렵다 bị sợ hãi không thể giải thích nổi // 어쩐지 울고 싶다 *không biết tại sao tôi lại muốn khóc.* (2) [그래서] là vậy đó; không có gì lạ. @어쩐지 그 여자가 오전중 무척 좋아하더라 *không có gì lạ khi cô ta chính là cô gái hạnh phúc nhất suốt buổi sáng này.*

어쭙지않다 buồn cười, lố bịch, lố lăng, đáng khinh, bần tiện, nghịch ngợm. @어쭙지않은 놈 một gã vênh váo, ngạo mạn.

어찌 (1) [방법] thế nào, theo cách nào, bằng cách nào => 어떻게. @어찌해서든지 bằng mọi cách, bằng bất cứ giá nào // 어찌 할 수 없는 không thể tránh được, tất yếu. (2) [왜] @어찌 해서 tại sao => 어째. (3) [반문] sao, thế nào. @어찌 내가 화내겠오 *sao tôi lại nổi giận nhỉ?* (4) [감탄] => 어찌나.

어지간하다 (1) [상당하다] có thể thông qua được, có thể qua lại được, có thể chịu được. (2) [무던하다] đủ, đủ dùng, kha khá. @어지간히 kha khá, vừa vừa, tàm tạm, có thể chấp nhận được // 어지간히 잘 khá tốt // 어지간한 학교 성적 một hồ sơ khá tốt tại trường // 어지간히 춥다 khá lạnh.

어찌나 hoàn toàn, hầu hết, đến như thế, đến như vậy, quá, rất. @어찌나 슬픈지 trong nỗi thương tiếc // 어제는 날씨가 어찌나 좋은지 산책에 나섰다 *hôm qua trời khá tốt nên tôi đã ra ngoài đi dạo.*

어찌씨 phó từ => 부사.

어차피 dầu sao chăng nữa, trong bất kỳ hoàn cảnh nào, rốt cuộc, xét cho cùng (결국). @어차피 인간은 죽어야 한다 *cuối cùng thì con người cũng sẽ chết* // 어차피 그것은 해야 한다 *dẫu sao, tôi cũng sẽ phải làm điều này.*

어처구니 없다 chết lặng người, không nói nên lời, hoàn toàn vô lý, khó tin, hoang đường. @어처구니 없는 계획 một kế hoạch ngông cuồng // 어처구니 없는 거짓말 sự nói dối trơ trẽn.

어촌 làng chài.

--어치 (hậu tố) số lượng cái gì mua được bằng một khoản tiền nào đó. @사과를 1000 원 어치주시오 *cho tôi một trăm Won táo.*

어투 cách nói, lối nói. @그의 어투로는 그는 무엇이든지 알고 있는 것같다 *trong lúc nói, anh ta có vẻ như biết mọi thứ về việc đó.*

어퍼커트 [권투 đánh bốc] cú đấm móc từ dưới lên với cánh tay gập lại.

어폐 @어폐가 있다 lừa dối // 그것은 어폐가 있는 말이다 lời không thật.

어포 lát cá khô.

어프로치 [길 đường, lối] đường đi đến, lối vào; [접근 sự tiếp cận] sự đến gần, sự lại gần.

어필 lời kêu gọi, lời thỉnh cầu. @대중에게 어필하다 kêu gọi quần chúng.

어학 việc học ngôn ngữ, môn ngữ văn, ngữ học. @어학의 (thuộc) ngôn ngữ. *--교사 thầy dạy môn ngữ văn. --교육 việc dạy ngôn ngữ. --자 nhà ngôn ngữ học.

어항 bầu nuôi cá vàng.

어항 một cảng cá.

어허 ồ, được rồi, thực vậy ư; tôi hiểu. @

어허 그러냐 sao, có như thế à?

어험 tiếng đằng hắng giọng e hèm, lời nói ậm à, ậm ừ.

어형 hình thái của từ. *--변화 sự chia (động từ), biến tố.

어회 một lát cá sống.

어획 sự đánh cá, mẻ cá. @어획이 많다 được một quả bắt đẹp mắt (bóng đá). *--고 mẻ lưới, mẻ cá. --기 mùa cá.

어휘 từ vựng, từ điển thuật ngữ. @영어 어휘 từ vựng tiếng Anh // 이 사전은 어휘가 풍부(빈약) 하다 *quyển tự điển này có nhiều từ.*

억 một trăm triệu. @10 억, một tỉ, một nghìn triệu.

억강 부약 --하다 lấy của người giàu chia cho người nghèo.

억누르다 áp bức, đàn áp, cầm giữ, kềm chế. @억누를수 없는 không kiểm soát được, không ngăn được, không nén được // 억눌리다 khuất phục, áp đảo, chế ngự // 격정을 억누르다 cầm nước mắt // 웃음을 억누르다 nén (nín) cười.

억류 sự giam giữ, sự cầm tù. --하다 giam giữ, cầm tù, bắt giữ. @억류 중의 bị cầm tù. *--서 chiếc tàu bị bắt giữ. --소 trại giam. --자 người bị giam giữ.

억만 [억] một trăm triệu; [무수] mười nghìn, vô số *--년 nhiều năm...

억병 tửu lượng cao. @그는 억병이다 *anh ấy có tửu lượng cao.*

억보 người bướng bỉnh, ương ngạnh.

억설 [억축] sự phỏng đoán, sự ước chừng; [가정] sự cho là đúng, sự thừa nhận, sự giả thiết, sự giả định. --하다 cho là, coi như là, đoán là. @그것은 억설에 지나지 않는다 *đó chỉ là giả thuyết.*

억세다 (1) [세차다] dai, bền, chắc chắn, kiên cố, mạnh mẽ. // 억세게 ngoan cố, vô cùng, rất lắm, kiên quyết. (2) [뻣뻣하다] cứng, chắc, bền bỉ. @억센 수염 bộ râu cứng ngắc.

억수 trận mưa như trút nước. @비가 억수같이 내린다 *trời mưa như trút.*

억압 sự kềm chế, sự cản trở, sự ngăn chặn; [심리] sự đàn áp, cuộc trấn áp. --하다 đàn áp, trấn áp, ngăn chặn, kềm chế, áp bức. @억압당하다 bị ngăn chặn, bị đàn áp, bị trấn áp.

억양 [음조의] âm điệu, âm chuẩn, sự biến điệu, độ cao thấp, nhấn, dấu nhấn. @억양 있는 chuyển giọng, phát âm có ngữ điệu // 억양을 붙이다 *phát âm có ngữ điệu.*

억울 (1) [답답함] --하다 đáng tiếc, đáng hối tiếc, phật ý, bực tức, bị làm cho xấu hổ. (2) [원통· 누명]. --하다 chịu sự bất công, bị khiển trách. @억울하게 theo sự kết tội sai // 억울한 죄를 입다 bị buộc tội oan.

억제 sự kềm chế, sự đè nén. --하다 kềm chế, đè nén; [절제] vừa phải, có mức độ. @억제할수 없는 không nén được, không ngăn chặn được, không kiểm soát được // 감정을 억제하다 kềm chế cảm xúc của mình. *--력 sự kềm chế, sự ngăn cản, sự đè nén.

억조 *--창생 quần chúng.

억지 tính bướng bỉnh, tính không biết đầu. @억지부리다 cứ khăng khăng một cách bướng bỉnh. *--웃음 một nụ cười gượng. --해석 sự giải thích gượng gạo.

억지로 sự bắt buộc bằng vũ lực, bằng sức mạnh. @억지로... 하게 하다 dùng vũ lực ép ai làm chuyện gì, bắt buộc ai làm gì // 억지로 웃다 gượng cười // 억지

ㅇ

로 들어가다 bị buộc bước vào phòng.

억척 @억척 같은 여자 người đàn bà cứng cõi // 억척스럽다 ngoan cố, cứng cỏi, không nhượng bộ.

억측 sự ước đoán, sự phỏng đoán. --하다 đoán, phỏng đoán, suy đoán. @당찮은 억측 sự đoán sai // 억측에 지나지 않다 *chỉ là sự suy đoán thôi.*

억패듯 cay nghiệt, khắc nghiệt, tàn nhẫn.

언감 생심 sao dám. @언감 생심 여기 돌아왔느냐 *sao còn dám đến đây nữa?.*

언급 sự nói đến, sự nhắc đến, lời chú giải. --하다 ám chỉ, nói đến, nhắc đến. @이미 언급한 kể trên, nói trên // 그일에 관해서 언급을 회피하였다 *nó tránh nói đến việc đó.*

언니 người chị.

언더라인 đường gạch dưới .

언더셔츠 áo lót.

언더웨어 y phục lót trong.

언덕 ngọn đồi. @가파른 언덕 sự leo dốc // 언덕진 có nhiều đồi núi, nghiêng, dốc // 언덕을 올라 (내려) 가다 leo lên đồi. *--길 một con đường dốc. --배기 đỉnh đồi.

언도 sự tuyên án, lời phán quyết. --하다 tuyên án, phán quyết. @판결을 언도하다 tuyên án.

언동 lời nói và cách cư xử. @언동을 삼가다 thận trọng trong cách cư xử và cách nói năng.

언뜻 giây lát, thình lình, đột ngột; [우연히] tình cờ, ngẫu nhiên. @언뜻 보다 tia lóe lên // 언뜻 눈에 띄다 nhìn thấy // 언뜻 머리에 떠오르다 tìm thấy.

언론 bài nói, bài diễn văn. @언론의 자유 tự do ngôn luận; [신문· 잡지의] tự do báo chí. *--계 báo chí. --기관 cơ quan báo chí.

언명 sự tuyên bố, lời tuyên bố chắc chắn. --하다 tuyên bố, khẳng định.

언문 ngôn ngữ viết và ngôn ngữ nói. @언문 일치 tính đồng nhất của ngôn ngữ viết và ngôn ngữ nói.

언밸런스 sự mất cân xứng.

언변 tài hùng biện. @언변이 좋다 hùng biện, có khả năng hùng biện.

언사 từ, lời nói, ngôn ngữ (표현). @외교적 언사 ngôn ngữ ngoại giao // 불손한 언사를 쓰다 dùng từ không lịch sự, không thích hợp.

언성 tiếng, giọng. @화난 언성 giọng giận dữ // 언성을 높여 ầm ĩ, lớn tiếng // 언성을 높이다 cất cao giọng.

언약 lời hứa miệng, lời thề. --하다 hứa. @굳게 언약하다 *hứa một cách trang nghiêm, tuyên thệ.*

언어 cách nói, lối nói. @언어로 trong cách nói. *--공동체 cộng đồng ngôn ngữ. --음 âm giọng.

언어 도단 @ 언어도단의 [당찮은] tàn bạo, vô nhân đạo, tồi tệ, kinh tởm; [어리석은] buồn cười, lố bịch, ngớ ngẩn // 자기 아이를 버리다니 언어 도단이다 *bỏ rơi con của mình thật là tàn nhẫn.*

언쟁 cuộc tranh chấp, mối bất hòa, cuộc bàn cãi. --하다 bàn cãi, tranh luận, cãi nhau. @둘은 심한 언쟁을 했다 *chúng cãi nhau.*

언저리 bờ, gờ, cạnh, rìa, lề, vành, biên giới. @강 언저리 bờ sông.

언제 (1) [의문] khi, lúc, hồi, giờ, ngày nào. @언제 출발합니까 *khi nào bạn đi?*// 그가 언제 올지 모르겠다 *tôi không biết lúc nào anh ấy mới đến* (2)

[미래] một ngày nào đó, đôi khi, thỉnh thoảng (언제 한번); một trong những ngày này. @언제 한번 와 주십시오 *tôi mong đôi khi bạn sẽ đến sớm.* (3) [과거] trước kia, hôm nọ, hôm trước, cách đây không lâu, mới rồi. @언제 한 번 그를 만난 기억이 난다 *tôi nhớ đã gặp anh ấy trước kia.*

언제까지 (1) bao lâu, cho đến khi nào. @언제까지 이 전쟁이 계속될 것인지 *cuộc chiến tranh này sẽ kéo dài đến bao giờ?* (2) vào lúc nào, bao lâu. @언제까지 이 일을 끝내지 않으면 안됩니까 *tới khi nào tôi mới hoàn thành nhiệm vụ này?* (3) bao lâu tùy thích. @언제까지나 좋으실대로 계십시오 *bạn muốn ở lại bao lâu tùy thích.*

언제나 luôn luôn, bao giờ cũng, hoài, mãi (항상) thường (평소에); đều đặn, thường xuyên (습관적으로); mỗi lần, hễ khi nào...; mỗi khi (...할때마다). @둘은 만나면 언제나 싸웠다 *hễ khi nào hai người gặp nhau, họ đều gây lộn.*

언제든지 bất cứ lúc nào, bất kể khi nào; (항상) luôn luôn, mọi lúc. @언제든지 좋으실 때 오시오 *bạn có thể đến bất cứ lúc nào* // 언제든지 좋다 sẽ làm bất cứ lúc nào.

언제부터 từ khi, bao lâu. @언제부터 기다렸느냐 *bạn đã đợi tôi bao lâu rồi?*

언젠가 [미래의 tương lai] lúc nào đó, ngày nào đó; trước kia, xưa kia, trước khi, hôm nọ, hôm trước. @언젠가는 một lúc nào đó // 언젠가 또 찾아 뵙겠습니다 *tôi sẽ gặp lại bạn sau.*

언죽번죽 không biết xấu hổ, láo xược, xấc xược, trâng tráo, vô liêm sỉ.

언중 유골 @언중 유골이다 *nói lên với sự đau khổ ngấm ngầm.*

언중 유언 @언중 유언이다 *lời nói bao hàm một số ý nghĩa khác.*

언질 lời thề, lời hứa. @언질을 주다 *hứa, tuyên thệ.*

언짢다 xấu, không may, rủi, bất hạnh. @언짢은 꿈 một giấc mơ khủng khiếp // 속이 언짢다 bị đau bụng.

언청이 tật sứt môi trên, tật hở hàm ếch. @언청이의 có tật sứt môi trên.

언치 [마소의] vải lót yên, miếng đệm lót.

언필칭 luôn luôn, thường xuyên, mãi mãi. @그는 언필칭 자식 자랑이다 *chưa bao giờ anh ta nói chuyện mà không khoe khoang về con trai mình.*

언행 lời nói và hành động. @언행이 성실한 trung thực trong lời nói và việc làm // 언행을 삼가다 *thận trọng trong lời nói và hành động* // 언행이 일치하다 *hành động đúng theo lời nói nói.*

얹다 đặt, để; chồng chất (짐을). @어깨에 손을 얹다 đặt tay lên vai ai.

얹히다 (1) [놓이다] bị đặt lên. (2) [음식이 thức ăn] lâu tiêu. (3) [붙어살다] dựa vào, ỷ vào. (4) [좌초하다] mắc cạn.

얻다 [획득] nhận được, có được, kiếm được; [노력 따위로] giành được, kiếm được; [자리 따위를] chắc chắn; [일해서] kiếm được; [승리·이익 따위를] đoạt được, giành được; [부귀 따위를 như sự giàu sang] thu được, đạt được; [지식을] kiếm được, lấy được; [받다] nhận được, được tặng. @얻을 수있다 có nhận được, có thu được // 얻을 수 없다 khó có được, khó tìm kiếm được // 지위를 얻다 nhận một chức vụ // 신용을 얻다 được sự tin cậy của người khác // 직업을 얻다 tìm được một chỗ

ㅇ

làm.

언어 듣다 nghe đồn; [사물이 주어] đến tai ai. @언어 들은 지식 sự thu thập kiến thức.

언어 맞다 bị một cú. @빰을 언어 맞다 bị tát // 머리를 언어 맞다 *bị đánh vào đầu* // 호되게 언어맞다 bị đập mạnh.

언어 먹다 (1) đi ăn mày, ăn xin (빌어먹다); xem như ăn mày (공짜로).. (2) [욕따위를] bị vu khống, bị phỉ báng.

얼 [정신] tinh thần; [혼] tâm hồn, tâm trí; [의지] ý chí. @한국의 얼 tinh thần Hàn Quốc // 얼이 빠지다 trở nên đãng trí // 얼을빼다 làm say đắm, quyến rũ ai.

얼간 sự nhúng dung dịch muối nhẹ. *--고등어 cá thu ướp muối.

얼간이 người khờ dại, người ngốc nghếch.

얼거리 nét phác thảo, cấu trúc tổng quát.

얼결 => 얼떨결.

얼굴 (1) [낯] khuôn mặt, bộ mặt. @얼굴이 반반하다 *có một khuôn mặt đẹp* // 얼굴 생김새 vẻ mặt, nét mặt // 얼굴을 붉히다 đỏ mặt vì thẹn // 얼굴에 똥칠하다 tự xấu hổ // 두 손으로 얼굴을 가리다 lấy tay che mặt lại // 얼굴을 맞대다 chạm mặt ai // 얼굴을 보이다 lộ diện, chường mặt ra // 얼굴을 서로 쳐다보다 nhìn nhau. (2) [표정] sắc mặt, vẻ mặt. @기쁜 (슬픈) 얼굴 một vẻ mặt hạnh phúc (buồn bả).

얼굴빛 (1) [안색] nước da. @얼굴빛이 변하다 đổi nét mặt, biến sắc; [창백하게] tái đi. (2) [표정] nét mặt, sắc mặt, vẻ mặt. @얼굴빛을 살피다 đoán nét mặt.

얼근하다 (1) [맵다] vị hơi cay, có nhiều tiêu. @얼근하게 양념하다 nêm gia vị hơi nhiều vào món ăn. (2) [취하다] ngà ngà say, hơi say.

얼기설기 @얼기설기 얽힌 làm rối rắm, phức tạp // 얼기설기 얽힌 사정 tình hình phức tạp.

얼김 @얼김에 do sự thôi thúc của tình thế // 얼김에 기차를 잘못 탔다 *trong lúc gấp rút, tôi đã đi nhầm xe lửa.*

얼다 đóng băng, thấy ớn lạnh. @언 tình trạng đông vì lạnh // 언 손 đôi tay tê cóng // 얼어붙은 연못 một cái ao bị đóng băng // 꽁꽁얼다 bị đông cứng // 수도가 얼었다 *ống dẫn nước bị đóng băng.*

얼떨결 @ 얼떨결에 trong tình thế hỗn loạn.

얼떨떨하다 ngượng ngùng, lúng túng, bối rối. @얼떨떨하여 bối rối, xấu hổ // 얼떨떨해지다 làm lúng túng, làm hoang mang // 얼떨떨하게 하다 làm mất bình tĩnh, làm luống cuống.

얼뜨기 một người đần độn.

얼뜨다 ngờ nghệch, ngớ ngẩn, khờ dại, xuẩn ngốc. @얼뜬 짓을 하다 làm một việc ngớ ngẩn, làm điều khờ dại.

얼렁뚱땅 xảo trá, gian trá, quỷ quyệt, thủ đoạn. @얼렁뚱땅 빼앗다 nịnh bợ, tán tỉnh ai // 일을 얼렁뚱땅 해치우다 làm một nghề liều lĩnh.

얼렁얼렁 một cách phỉnh nịnh; ngon ngọt.

얼레 ống chỉ, cuộn chỉ, suốt chỉ. @얼레에 감다 cuộn chỉ vào ống cuộn.

얼레빗 cây lược thô.

얼레살 bậc thang cuốn. @얼레살 들다 bắt đầu con đường đi đến phá sản; hao mòn, uổng phí tài sản.

얼룩 [오점 dấu vết] vết bẩn, vết màu,

vết nhơ, vết đen; [반점] vết lốm đốm, đốm. @얼룩 빼는 약 thuốc tẩy vết bẩn móng tay // 얼룩진 bị bẩn, bị biến màu, bị vết // 얼룩을 빼다 tẩy vết bẩn. *--고양이 con mèo mướp. --말 con ngựa vằn (아프리카의). --이 con vật có đốm.

얼룩덜룩 --하다 bị đốm, bị vết.

얼룩얼룩 --하다 có vết lốm đốm, pha tạp, có vằn, vện, nâu đốm (호랑이·고양이 따위가 ví dụ con cọp, con mèo); ô bắc, vá, khoang, có đốm hai màu đậm, nhạt (희고 검게). @얼룩얼룩한 옷감 vải có nhiều màu sặc sỡ // 피에로는 얼룩얼룩한 옷을 입고 있었다 *người nghệ sĩ hát rong mặc y phục lòe loẹt.*

얼룩지다 bị biến màu. @얼룩진 bị vấy bẩn, bị biến màu; [무늬진] có nhiều màu sặc sỡ, lòe loẹt.

얼른 [빨리] nhanh, mau, vội vàng, hấp tấp, tức thì. @얼른 해라 nhanh lên!/ gấp lên! mau lên! // 얼른 대답해라 trả lời ngay lập tức, trả lời liền.

얼리다 làm lạnh, ướp lạnh; [얼게 되다] bị đóng băng. @생선을 얼리다 đông lạnh cá.

얼마 (1) [수량] bao nhiêu (수 con số); bao nhiêu (양 khối lượng). @이 호박의 무게는 얼마나 *quả bí này nặng bao nhiêu ký?* (2) [금액 tổng số] bao nhiêu tiền. @저 모자는 얼마입니까 *cái nón đó giá bao nhiêu?* (3) [비율] đến mức, đến khoảng, bấy nhiêu. @하루 얼마로 vào ban ngày. (4) [정도] ở chừng mực nào, ở mức độ nào. @얼마 있다가 hơi trễ // 얼마 있으면 trong thời gian ngắn, sớm, chẳng mấy chốc, ngay sau đó // 얼마 멀지않은 곳에 không sai lệch bao nhiêu.

얼마나 (1) [의문 hỏi] [수 số] bao nhiêu; [양] bao nhiêu; [정도] thế nào, bao xa; [시간 thời gian] bao lâu; [거리 không gian] xa bao nhiêu; [크기 kích cỡ] lớn cỡ nào; [높이 độ cao] cao bao nhiêu; [무게 sự cân nặng] nặng bao nhiêu; [금액] tổng số tiền] bao nhiêu tiền. @돈이 얼마나 필요합니까 *anh cần bao nhiêu tiền?*/// 시간은 얼마나 걸립니까 *làm cái đó mất bao nhiêu lâu?*// 한국에 온지 얼마나 되십니까 *bạn đã ở Hàn quốc bao lâu?*/// 여기서 역까지의 거리는 얼마나 됩니까 *từ đây đến nhà ga bao xa?*/// 한라산의 높이는 얼마나 됩니까 *núi Halla cao bao nhiêu?* (2) [감탄 sự ngạc nhiên] biết bao, làm sao. @얼마나 아름다운 경치냐 *cảnh đẹp làm sao!*

얼마든지 bất cứ; không hạn định (한없이), ở cùng một chừng mực... như (원하는 대로); [부정문에 trong câu phủ định] không nhiều lắm. @얼마든지 가져도 좋다 *bạn muốn lấy bao nhiêu cũng được.*

얼마만큼 (1) [어느 정도] mức độ nào, phần nào. (2) => 얼마나.

얼마쯤 => 얼마만큼.

얼만큼 [의문] => 얼마나. (2) [정도] một tí, hơi, có phần, một chút.

얼빠지다 bị đãng trí, bị đần độn. @얼빠진 짓을 하다 làm điều khờ dại // 얼빠진 사람같이 보이다 nhìn ngây dại.

얼빼다 làm ai lặng đi, làm xuất thần, làm say đắm. @구경꾼을 얼빼다 *khích động khán giả một cách sâu sắc*

얼버무리다 (1) [말을] nói mập mờ, nói nước đôi, dao động, không có lập trường.

ㅇ

(2) [섞어 버무리다] trộn lẫn, trộn đều. @얼버무려 샐라드를 만들다 trộn gia vị vào rau.

얼보이다 bị che mờ, bị nhòe đi.

얼싸 hoan hô!

얼싸안다 ôm chặt, ghì chặt ai. @서로 얼싸안다 ôm nhau thắm thiết.

얼씨구 hoan hô! / hoan hô! @얼씨구 좋구나 hoan hô! giỏi lắm, tốt lắm.

얼씬거리다 [오다] xuất hiện, có mặt, lại gần, đến gần; [어른거리다] ánh sáng lung linh, ánh sáng lấp lánh.

얼씬못하다 không dám đến gần. @다시는 감히 내집에 얼씬 못할 것이다 *hắn sẽ không bao giờ dám bén mảng tới nhà mình lần nữa.*

얼씬아니하다 không lộ diện, chưa bao giờ xuất hiện. @적들은 얼씬도 아니하였다 không thấy một bóng quân thù.

얼어붙다 phủ đầy băng, bị đông cứng. @강이 꽁꽁 얼어붙었다 *dòng sông bị phủ đầy băng* // 얼어붙을 것 같은 추위다 *trời đang lạnh.*

얼얼하다 [상처가] đau đớn, nhức nhối; [맛이] có vị cay. @맛이 얼얼하다 có vị cay sè.

얼음 băng, nước đá. @살얼음 lớp băng mỏng // [큰] một tảng băng // 얼음장 một lớp đá // 얼음에 채운 생선 gói cá đông lạnh // 얼음이 되다 bị đông thành đá // 얼음을 지치다 trượt băng // 얼음을 녹이다 tan băng // 얼음 속에 재다 đông thành đá. *-- --물 nước đá. --장수 người bán nước đá. --주머니 túi đựng đá (để chườm chỗ đau…). --집 tiệm bán nước đá. 모-- cục đá ở tủ lạnh (냉장고에 생기는). --판 đất bị đóng băng.

얼쩍지근하다 (1) [맛이] có một chút gia vị. (2) [상처가] sự đau đớn, sự nhức nhối.

얼추 [거의] gần, sắp, suýt, hầu như, khoảng chừng, phỏng chừng, xấp xỉ. @일이 얼추 끝났다 *tôi gần xong việc rồi* // 얼추 맞췄다 gần đúng.

얼추잡다 phỏng chừng. @손해는 얼추 잡아 50 만원입니다 *thiệt hại xấp xỉ nửa triệu Won.*

얼치기 người dở dở ương ương, việc làm dang dở. @얼치기의 làm dở, làm được một nửa, nửa chừng, nửa vời // 얼치기로 일을하다 *làm không đến nơi đến chốn.*

얼토당토 아니하다 không thích đáng, không thích hợp, vô lý. @얼토당토 않은 요구 một đòi hỏi hết sức vô lý // 얼토당토않은 말을 하다 *nói lạc đề hoàn toàn.*

얽다 [1] (1) [엮다] kết lại, quấn vào với nhau, cuộn vào với nhau. @얽어 매다 cột, buộc trói // 가지를 얽어 고리짝을 만들다 *buộc các cành con vào rổ.* (2) [꾸며대다] tạo ra, đặt ra, bịa đặt, hư cấu. @이야기를 얽다 *bịa đặt ra một câu truyện.*

얽다 [2] (1)[마마자국] rỗ, rỗ hoa (mặt). @얽은자리 dấu vết bệnh đậu mùa, sẹo đậu mùa // 얼굴이 얽은 남자 người bị rỗ mặt. (2) [흠] bị rỗ hoa.

얽매다 [결속] băng bó, đóng thành một tập, thắt, buộc chặt; [구속] hạn chế, giới hạn. @사람을 얽매다 ràng buộc ai // 규칙으로 얽매다 giới hạn bởi luật lệ.

얽매이다 [속박] bị ràng buộc, bị trói buộc; [분주하다] bị bận rộn với, bị thu hút với. @아이들 일에 얽매이다 bị bận rộn với việc chăm sóc trẻ con // 가사에 얽매이다 bận bịu việc nhà // 규칙에 얽매이다 bị ràng buộc bởi luật lệ.

얽히다 bị vướng vào, bị liên lụy, bị dính líu. @얽힌 것을 풀다 được gỡ rối // 실이 얽혔다 chỉ bị rối.

엄격 --하다 nghiêm khắc, nghiêm nghị, lạnh lùng, chặt chẽ. @엄격한 규칙 quy tắc nghiêm nghặt 엄격한 아버지 một người cha nghiêm khắc // 엄격히 말하자면 lời nói nghiêm nghị.

엄금 --하다 cấm ngặt. @외출을 엄금하다 tuyệt đối cấm đi ra ngoài. *관계자외 출입-- không phận sự miễn vào.

엄동 mùa đông khắc nghiệt. @엄동(설한)에 trong cái lạnh của mùa đông.

엄두 @엄두도 못내다 khó có thể hình dung được, khó tưởng tượng được, khó hiểu được.// 그와 이야기한다는 것은 아무도 엄두도 못 냈다 *không một ai dám nói chuyện với hắn.*

엄마 [어린이말] mẹ, má (tiếng gọi mẹ)

엄명 mệnh lệnh nghiêm ngặt. --하다 đưa ra, ban hành mệnh lệnh.

엄밀 --하다 chính xác, đúng, chặt chẽ, kỹ lưỡng. @엄밀한 검사 sự xem xét kỹ lưỡng // 엄밀히 chính xác, kỹ lưỡng, tỉ mỉ // 엄밀한 의미에서 theo đúng nghĩa.

엄벌 sự trừng phạt nghiêm khắc. --하다 trừng phạt ai nghiêm khắc. @그는 엄벌을 받아 마땅하다 *hắn đáng bị trừng phạt nghiêm khắc.* *--주의 chính sách thanh trừng.

엄벙덤벙 vội vàng, hấp tấp, thiếu thận trọng, nhẹ dạ, nông nổi. --하다 hành động thiếu suy nghĩ.

엄부 [엄한 아버지] ông bố nghiêm khắc.

엄부렁하다 nhếch nhác, luộm thuộm, cẩu thả.

엄살 @엄살부리다 phóng đại sự đau khổ.

엄선 sự chọn lọc cẩn thận. --하다 chọn lọc cẩn thận.

엄수 sự tuân thủ nghiêm ngặt. --하다 tuân theo hoàn toàn. @시간을 엄수하다 đúng giờ // 규칙을 엄수하다 tuân theo luật lệ.

엄숙 sự long trọng, vẻ trang nghiêm. --하다 nghiêm nghị, nghiêm trang. @엄숙히 nghiêm trang, từ tốn // 엄숙한 의식 buổi lễ trang trọng // 엄숙한 얼굴 vẻ mặt nghiêm nghị.

엄습 --하다 tấn công bất ngờ. @추위가 엄습해 왔다 *thời tiết bất chợt lạnh.*

엄연 --하다 trang nghiêm, uy nghi đường bệ, từ tốn, trang trọng. @엄연히 một cách trang nghiêm, một cách long trọng.

엄정 --하다 chính xác, đúng đắn. @엄정한 비판 lời phê bình thẳng thắn // 엄정 중립을 지키다 giữ tuyệt đối sự trung lập.

엄중 --하다 nghiêm khắc, nghiêm nghị, khắc khe, nghiêm ngặt. @엄중히 một cách nghiêm khắc, một cách nghiêm nghị // 엄중한 조사 sự xem xét kỹ lưỡng // 엄중히 처벌하다 *trừng phạt một cách nghiêm khắc* // 엄중히 단속하다 *kiểm tra nghiêm ngặt.*

엄지 [손의] ngón tay cái; [발의] ngón chân cái.

엄책 --하다 la rầy nghiêm khắc.

엄청나다 vô lý, quá chừng, đòi hỏi quá đáng, khủng khiếp, kinh khủng. @엄청나게 vô cùng, hết sức, khủng khiếp // 엄청나게 큰 rất lớn, đồ sộ, khổng lồ //

엄청난 숫자 con số khổng lồ.

엄칙 --하다 khiển trách nghiêm khắc.

엄친 một người cha nghiêm khắc.

엄탐 --하다 lục soát kỹ.

엄파이어 che đậy, che giấu, che phủ. *--호 sự đào hào xung quanh, bung ke, lô cốt.

엄포 @엄포 놓다 đe dọa, hăm dọa, dọa dẫm.

엄하다 khe khắt, gay gắt, nghiêm nghị, nghiêm khắc, lạnh lùng. @엄하게 một cách nghiêm khắc // 엄하게 벌주다 nghiêm khắc trừng phạt // 자식에게 엄하다 *nghiêm khắc (khắt khe) với trẻ con.*

엄한 cái lạnh khắc nghiệt.

엄호 sự che giấu, sự bảo vệ, sự che chở. --하다 che giấu, bảo vệ, che chở. @작전을 엄호하다 yểm hộ một cuộc hành quân. *--대 lực lượng hộ tống. --사격 hỏa lực yểm trợ.

업 [1] [직업] nghề nghiệp, việc làm (전문의); việc thương mại, việc kinh doanh. @...을 업으로 하다 trở thành... do nghề nghiệp

업 [2] [불교 đạo Phật] nghiệp chướng (범).

업계 giới kinh doanh. *--지 giấy tờ kinh doanh.

업다 địu trên lưng, cõng trên lưng. @아이를 업은 여자 người đàn bà địu đứa bé trên lưng.

업무 việc làm, nhiệm vụ, công việc. @업무상의 질병이나 부상 *bệnh hoạn hay tai hại đều xuất phát từ hoàn cảnh nghề nghiệp* (sinh nghề tử nghiệp) // 업무를 태만히 하다 bỏ bê việc kinh doanh. *--보고 bản báo cáo kinh doanh. --부 bộ giao dịch tài chính. --용 chỉ dùng trong công việc. --집행 sự thi hành nhiệm vụ.

업보 [불교 đạo Phật] quả báo.

업신여기다 coi thường, coi rẻ, xem nhẹ, coi khinh. @업신여기는 태도 thái độ khinh khỉnh // 업신여김을 받다 bị coi rẻ, bị xem thường.

업어치기 @업어치기로 넘기다 vật ngã xuống, đè xuống.

업자 những người tham gia vào một ngành kinh doanh cụ thể. @업자를 모으다 triệu tập các doanh nhân trong ngành. *--단체 nghiệp đoàn kinh doanh, doanh nghiệp.

업저버 người dự thính, quan sát viên.

업적 [개인의] tác phẩm, thành tích, thành tựu, thành quả; [회사 따위의] thành tựu kinh doanh. @물리학상의 업적 các thành tựu trong y học // 금년도의 업적 [회사 따위의] kết quả trong năm này. *--보고 bản báo cáo công tác.

업종 ngành kinh doanh.

업히다 cưỡi lên lưng ai.

없다 (1) [존재하지 않다] không tồn tại, không có... @없는 것보다는 낫다 *chẳng có gì hay hơn* // 병에 잉크가 조금 밖에 없다 còn một chút mực trong bình. (2) [소유하지 않다] không có. @돈없이 không có tiền // 없는 사람들 người nghèo // 있는 사람과 없는 사람 kẻ có người không. (3) [결여] thiếu thốn, không đủ; [다하다] không có, thiếu. @세간이 없는 방 *căn phòng không có đồ đạc* // 재수 없다 không đúng lúc, không may mắn // 자금이 없다 *thiếu tiền* // 그는 용기가 없다 *hắn thiếu dũng khí.* (4) [눈에 띄지 않다] mất, không còn nữa. @어디를 찾아도 지갑이 없다 *tôi không tìm thấy cái* *ví tiền đâu cả.* (5) [결점 따위가] thoát được, khỏi phải, thoát khỏi.. (6) @...이 없었더라면 nếu không có..., ngoại trừ // 너의 도움이 없었더라면 나는 성공 못했을 것이다 *nếu không có sự giúp đỡ của bạn, tôi đã không thàng công.*

없애다 [제거] đuổi, tống khứ; [낭비] lãng phí, uổng phí, tiêu pha. @해충을 없애다 *tiêu diệt giống côn trùng có hại* // 빈민굴을 없애다 *dọn sạch khu nhà ổ chuột* // 장애물을 없애다 *tháo bỏ vật chướng ngại.*

없어지다 (1) [분실하다] mất, bị thất lạc, bị mất tích. @없어진 책 quyển sách bị thất lạc // 금고 속의 돈이 없어졌다 *tiền bạc trong tủ sắt đã mất hết rồi* // 내 열쇠가 없어졌다 *chìa khóa của tôi mất rồi.* (2) [다하다] [사물이 주어] cạn kiệt, kiệt sức, mệt lả; [사람이주어] cạn hết. @식량이 없어졌다 *nguồn thực phẩm dự trữ của chúng ta đã cạn kiệt.* (3) [소멸하다] biến đi, biến mất, tiêu tan. @희망이 없어지다 trở nên thất vọng.

없이 không có. @휴일도 없이 không có ngày nghỉ // 공기 없이는 하루도 살아갈수가 없다 *chúng ta không thể sống thiếu không khí dù chỉ một ngày.*

없이살다 sống trong cảnh nghèo nàn, thiếu thốn.

엇 nghiêng, xiên, xéo, đi theo đường chéo.

엇가다 hỏng, thất bại, xiên, méo

엇갈리다 giao nhau; cắt chéo nhau

엇대다 đặt xiên.

엇바꾸다 trao đổi với nhau.

엇베다 cắt theo đường chéo.

엇보 sự bảo đảm chung.

엇비슷하다 gần giống như nhau. @그와 나는 키가 엇비슷하다 *anh ấy cao xấp xỉ tôi.*

엉거주춤하다 do dự, lưỡng lự, ngập ngừng, không nhất quyết.

엉겅퀴 cây khế dại.

엉금엉금 giống nhau, khớp với. @엉금엉금 기어 가다 ăn khớp với nhau.

엉기다 [응축] làm đông lại, làm đóng băng; làm đông cục (우유 따위); làm vón cục (피가 máu); làm đông lại. @엉긴피 máu bị vón cục.

엉너리치다 dùng mọi thủ đoạn để được chiếu cố.

엉덩방아 @엉덩방아 찧다 té đặt mông xuống trước, té ngồi.

엉덩이 mông, hông. @엉덩이가 무겁다 chậm chạp, uể oải, lờ đờ; [오래 머무르다] lưu lại quá lâu.

엉덩춤 vũ điệu lắc mông. @엉덩춤을 추다 múa điệu *hula.*

엉덩판 hông, mông. @엉덩판이 크다 có cái mông to.

엉뚱하다 lạ thường, khác thường, kỳ quái, vô lý. @엉뚱한 생각 một ý nghĩ táo bạo // 엉뚱한 소리를 하다 nói điều vô lý.

엉망 @엉망이 되다 bị méo mó // 방안이 엉망이었다 *cả phòng hoàn toàn bừa bãi.*

엉성하다 (1) [마르다] gầy gò, hốc hác, bơ phờ, chỉ còn da bọc xương. @말라서 뼈만 엉성하다 *trở thành da bọc xương.* (2) [안째이다] loãng, phóng túng, lỏng. @엉성하게 자란 나무가지 *các cành con mọc lòng thòng* // 엉성하게 짜다 đan những mũi thưa. (3) [눈에 서툴다] xa lạ, không thân thiết; [탐탁치 않다]

ㅇ

không hài lòng.

엉엉거리다 khóc lóc thảm thiết; [하소연하다] khóc than cho số phận hẩm hiu của mình.

엉클다 làm vướng vào nhau, làm rối rắm, làm rối.

엉클어지다 [실·머리털이] bị rối; [일이] bị rắc rối, bị làm rối rắm. @엉클어진 머리털 tóc rối // 엉클어진 것을 풀다 tháo ra, gỡ ra.

엉큼성큼 những bước đi sải dài. @엉큼성큼 걷다 đi đứng oai vệ, dáng đi hiên ngang.

엉큼스럽다 xấu, tệ, quá mức, quá xá, xảo quyệt, xảo trá. @엉큼한 사람 thằng láu cá // 엉큼한 생각 lời đề nghị quá quắt.

엉큼하다 đầy khát vọng thầm kín.

엉터리 (1) giả mạo, ngụy tạo, giả bộ. @엉터리 의사 bác sĩ dỏm // 엉터리 회사 công ty ma. (2) [근거] nền, căn cứ, cơ sở. @엉터리 없는 수작 lời phê bình không căn cứ.

엊그저께, 엊그제 vài ngày trước đây (수일전); ngày hôm kia.

엊저녁 chiều hôm qua.

엎다 lật đổ, đánh đổ, đạp đổ, lật. @책을 엎어 놓다 lật úp quyển sách xuống.

엎드러지다 rơi xuống, ngã xuống, sụp xuống. @엎드러지면 코 닿을 데 ngay trước mắt bạn.

엎드리다 phủ phục. @제단 앞에 엎드리다 phủ phục trước bàn thờ.

엎어지다 bị lật đổ, bị đánh đổ, bị đạp đổ.

엎지르다 làm tràn, làm đổ. @마루에 물을 엎지르다 làm đổ nước ra sàn.

엎치락뒤치락 --하다 vứt lung tung. @잠이 안와서 엎치락뒤치락하다 *vứt bừa bãi khắp giường không thể ngủ được.*

엎친 데 덮치다 làm tăng thêm phiền muộn // 엎친 데 덮치기로 thật là tệ.

엎친 물 @엎친 물은 다시 그릇에 담을 수가 없다 *thôi đừng tiếc rẻ con gà quạ tha (thành ngữ).*

에 (1) [시간 thời gian] vào, vào lúc, vào hồi, trong lúc, khi. @2 시에 lúc hai giờ // 아침(저녁)에 vào buổi sáng // 제시간에 đúng lúc, đúng giờ, kịp. (2) [나이 tuổi] lúc, vào lúc, vào hồi. @일곱살에 학교에 가다 đi học lúc bảy tuổi. (3) [장소 nơi chốn] ở tại, vào phía, ở trong. @방에 trong phòng // 오른편에 ở phía tay phải // 20 페이지에 ở trang 20. (4) [방향 vị trí, phương hướng] theo hướng, tới, đến, ở, tại, trong. @학교에 가다 đi đến trường // 땅에 떨어지다 ngã xuống đất. (5) [간접목적] có ý định trao. @은행에 보내다 gửi cho ngân hàng. (6) [비례 sự đối chiếu] với, về, được, bởi, bằng. @하루에 두번 hai lần một ngày // 100 원에 팔다 bán được 100 *won.* (7) [관련] về phe, về phía, về phần, cho, theo, về. @그 사람에 관해서 về bản thân người đó // 건강에 좋다 tốt cho sức khỏe. (8) [동작중] bằng, bởi, do. @총알에 맞다 bị bắn trúng một viên đạn. (9) [원인] vì, vì lẽ rằng, bởi. @추위에 감각을 잃다 *bị tê cóng đi vì lạnh.* (10) [열거] và, và cũng thế. @술에 고기에 잘 먹다 *có đủ rượu, thịt và các món như vậy.* (11) [대조 sự tương phản] trái ngược với, chống lại, đối lập với. @흰 바탕에 금 무늬 hình vẽ màu vàng nổi bật trên nền trắng.

에게 cho, về phía. @우리에게 돈을 주다 hãy trả tiền cho chúng tôi // 어머님

에게 편지를 쓰다 viết thơ cho mẹ.

에게로 nghĩ về, hướng về, đối với (ai) @어머니에게로 가거라 hãy hướng về mẹ //그 허물이 누구에게로 돌아갈까 *ai lại plạm lỗi này nữa đây*?

에게서 từ (đâu đến) @어머님에게서 편지가 오다 nhận được thư của mẹ.

에고이즘 tính ích kỷ, tính vị kỷ.

에끼 hừm, ôi, eo ôi!/ ôi, không!. @에끼 그런 말 하지 말라 ôi, thôi đi! đừng nói như vậy!

에끼다 hủy bỏ, làm vô hiệu.

에나멜 màu bên ngoài. @에나멜 칠한 가죽 miếng da thuộc được tô nhiều màu.

에너지 sự bảo toàn năng lượng.

에누리 [비싸게 đắt tiền] sự bán quá đắt; [감가] sự giảm giá; [과장] sự cường điệu, sự phóng đại. --하다 [비싸게] bán quá đắt; [깎다] trả giá thấp; [과장] phóng đại, cường điệu. @에누리하지 않고 sự mặc cả // 에누리는 없다 *chúng tôi bán theo giá nhất định.*

에는 về phía, về phần, theo. @내 생각에는 theo ý kiến tôi.

에다 vào, với, cho. @종이에다 쓰다 viết ra, ghi ra giấy // 5에다 6을 보태다 cộng 6 với 5.

에덴 동산 vườn địa đàng.

에델바이스 [식물] cây nhung tuyết.

에도 ở, tại, trong, cũng vậy, cả hai, ngay cả, ngay. @가는데에도 오는 데에도 cả đi lẫn về // 밤에도 못자다 *ngay cả buổi tối cũng không ngủ được* // 그것은 서울에도 부산에도 없다 *chúng không có ở Seoul lẫn Busan.*

에돌다 quanh quẩn tránh né, đi vòng.

에두르다 (1) đi vòng quanh, chạy vòng quanh. @집을 돌담으로 에두르다 *rào căn nhà bằng bức tường đá.* (2) [말을] phát biểu vòng vo. @말을 에둘러 하다 nói quanh co một vấn đề.

에라 (1) [체념] ôi chao ôi! úi, chà chà! @에라 일이 다 틀렸다 ôi chao! rắc rối đủ thứ. (2) [주의 환기] này, đấy, đây này. @에라 비켜라 ê này, xích qua một bên đi.

에러 sự sai sót, sự có lỗi.

에로 tính đa tình, tính khiêu dâm. *--책 sách khiêu dâm.

에로틱 sự dâm dục. @에로티시즘 tư tưởng dâm dục, tính đa dâm.

에메랄드 màu ngọc lục bảo.

에보나이트 *ebonit*, cao su cứng.

에부수수하다 không văn minh, bờm xờm, lởm chởm.

에서 (1) [장소] ở, trong. @집에서 일하다 làm việc ở nhà // 공원에서 산보하다 đi dạo trong công viên. (2) [출발점] từ. @2시에서 5시사이에 từ 2 đến 5 // 학교에서 돌아오다 từ trường về nhà // 5 페이지에서 시작하다 bắt đầu từ trang 5 // 창문에서 뛰어내리다 phóng ra từ cửa sổ // 해는 동쪽에서 뜬다 *mặt trời mọc ở hướng đông* // 열에서 둘을 빼면 여덟이 남는다 *khi bạn lấy mười trừ cho hai thì còn lại tám.* (3) [동기·원인] vì, do, bởi. @책임감에서 do ý thức trách nhiệm // 호기심에서 vì tò mò. (4) [견지] theo, do, từ, bởi. @교육적 견지에서 보면 theo quan điểm giáo dục.

에세이 sự thử làm, sự cố làm.

에센스 tinh chất.

에스 오 에스 (*SOS*) tín hiệu cấp cứu. @에스 오 에스를 보내다 *gửi tín hiệu*

ㅇ

cấp cứu.

에스컬레이터 (*escalator)* cầu thang tự động.

에스피 레코드 một đĩa hát chuẩn.

에어컨(디셔너) máy điều hòa không khí.

에어콤프레서 máy nén không khí.

에어포켓 lỗ hổng không khí.

에우다 [에워싸다] vây quanh, bao quanh.

에움길 con đường quanh co.

에워싸다 vây quanh, bao quanh. @집을 담으로 에워싸다 bao quanh căn nhà bằng một bức tường.

에이다 [도려내다] đục thủng, chọc thủng, làm lõm sâu vào. @바가지 속을 에이다 khoét lõm sâu vào ruột quả bầu // 살을 에이는 듯이 춥다 lạnh buốt.

에이스 diễn viên xuất sắc, diễn viên chính.

에이커 (*acre*) mẫu Anh (khoảng 0,4 hecta).

에이프런(*apron)* cái tạp dề, tấm chắn.

에잇 [불쾌] lời nguyền rủa, lời chửi rủa. @에잇 빌어 먹을 đồ chết tiệt! // 에잇 될데로 되어라 đồ quỷ sứ!, đồ khốn nạn!

에크 trời ơi!

에테르[화학 hóa học] chất ête.

에태케트 phép xã giao.

에틸렌 [화학] Etylen.

에틸 알코올 cồn etyl.

에페 [펜싱] gươm, kiếm.

에피소오드 (*episode*) đoạn, hồi, tiết.

에필로그 phần kết, lời bạt.

에헴 --하다 đằng hắng, hắng giọng.

엑스 "X", yếu tố ảnh hưởng không lường được, lượng chưa biết. @엑스광선 tia X.

엑스트라 cái phụ, cái thêm.

엑조틱 (*exotic*) ở nước ngoài đưa vào.

엔간하다 đáng kể, to tát, lớn lao, khá tốt. @엔간히 khá, khá tốt, // 엔간한 교육 nền giáo dục tốt // 엔간한 수입 sự thu nhập cao // 엔간한 거리 khoảng cách khá xa.

엔담 hàng rào vây quanh.

엔들 ngay cho là, dù là, ngay cả, hơn nữa, cũng vậy. @명공엔들 실수가 없으랴 *ngay cả Thánh cũng có khi lầm.*

엔젤 (*angel*) thiên thần, thiên sứ.

엔조이 (*enjoy)* thưởng thức, thích thú.

엔지니어 (*engineer)* kỹ sư.

엔진 (*engine)* máy, động cơ.

엔트로피 [물리 vật lý] *entrôpi.*

엔트리 (*entry)* sự đi vào. @엔트리를 마치다 tự thâm nhập.

엘레지 (*elegy)* khúc bi thương.

엘렉트론 (*electron*) [물리 vật lý] hạt electron, điện tử.

엘리베이터 (*elevator)* thang máy, máy trục.

엘피지 *liquefied petroleum gas* LPG [액화석유가스] gaz đã vào bình.

엠피 (M.P) *military-police* [헌병] quân cảnh, hiến binh.

엠피 레코드 dĩa hát chơi trung bình (*medium playing record)*

여 => 여자.

--여 (hậu tố) nhiều hơn, lớn hơn, đông hơn, cao hơn. @백여명 dư ra một trăm người // 20 여년 *hơn hai mươi năm.*

여가 thì giờ rỗi rãi, lúc thư nhàn. @여가가 없다 không có giờ rãnh.

여각 [기하] góc bù.

여간 một ít, một vài, dăm ba.

여간내기 @그는 여간내기가 아니다 *anh ấy không phải là loại người tầm* *thường.*

여간 아니다 hiếm, bất thường, khác lạ, khác thường. @고집이 여간 아니다 bệnh khó chữa // 그의 재주가 여간 아니다 *anh ấy có một tài năng hiếm có.*

여감 khu nhà giam các phạm nhân nữ.

여객 hành khách, khách du lịch. *--계 đại lý phục vụ hành khách. --기 máy bay dân dụng loại lớn. --선 tàu chở khách. --열차 tàu hỏa chở khách. --운송 sự chuyên chở hành khách.

여걸 nữ anh hùng, 1 phụ nữ gan dạ.

여겨듣다 lắng nghe cẩn thận.

여겨보다 nhìn gần, nhìn sát.

여계 bên ngoại.

여공 nữ công nhân.

여과 sự lọc, cách lọc. --하다 불순물을 여과해내다 lọc ra các chất bẩn. *--기 máy lọc. --성 tính có thể lọc. --성병원체 virut qua lọc. --액 phần lọc. --지 giấy lọc.

여관 khách sạn, quán trọ. @여관에 들다 trọ ở khách sạn. *--업 kinh doanh khách sạn. --주인 chủ khách sạn.

여광 ánh hồng ban chiều ở chân trời (sau khi mặt trời lặn), ráng chiều.

여교사 cô giáo, cô hiệu trưởng.

여권 hộ chiếu. @여권을 신청하다 xin hộ chiếu // 여권을 내주다 phát hộ chiếu. *--승인 thị thực.

여권 quyền của phụ nữ; quyền đi bầu của phụ nữ (참정권). *--신장론 thuyết nam nữ bình quyền. --신장론자 người theo thuyết nam nữ bình quyền.

여뀌 [식물] một loại tương ớt.

여급 người nữ hầu bàn.

여기 nơi này, ở đây. @여기에(로) ở chỗ này // 여기까지 đến chỗ này, xa đến thế.

여기 thú riêng, sở thích riêng.

여기다 suy nghĩ, xem xét, cân nhắc. @사람을 어린애로 여기다 *đối xử (với ai) như trẻ con* // 제안을 우스꽝스럽게 여기다 *đánh giá thật ngớ ngẩn.*

여기자 nữ phóng viên

여기저기 đây đó, từ nơi này đến nơi khác. @여기저기를 보다 *nhìn chỗ này chỗ kia.*

여난 họa do bởi đàn bà.

여남은 hơn 10 một chút // 여남은 날 hơn 10 ngày.

여념 những suy nghĩ lan man. @여념이 없다 say mê, miệt mài vào.

여느 [보통의] tầm thường, bình thường [그밖의] khác, khác nhau.

여단 lữ đoàn. *--장 sĩ quan chỉ huy lữ đoàn.

여닫다 đóng và mở (cửa).

여담 sự lạc đề. @여담이지만 nhân thể, tiện thể, nhân đây // 여담은 그만하고 quay lại vấn đề chính.

여당 đảng cầm quyền.

여당 tàn dư của một đảng.

여대 trường nữ trung học. *--생 học sinh trường nữ trung học.

여덕 ảnh hưởng đạo đức. @조상의 여덕 uy thế của tổ tiên.

여덟 số tám. @여덟번 tám lần // 여덟째 thứ tám.

여독 hậu quả.

여동생 em gái.

여드레 [일간] tám ngày; [여드렛날] ngày thứ tám.

여드름 mụn nhọt, mụn trứng cá. @여드름난 얼굴 khuôn mặt bị mụn. @여드름이나다 bị mụn.

ㅇ

여든 số tám mươi. @여든째 thứ tám mươi // 여든이 넘다 hơn tám mươi.

여러 nhiều, vài, nhiều hơn một. @여러 사람 vài người // 여러 학교 nhiều trường.

여러가지 nhiều loại, đủ mọi loại, nhiều loại khác nhau. @여러 가지 꽃 đủ loại hoa // 여러 가지 의견 nhiều quan điểm khác nhau.

여러번 thường, hay, luôn, năng; [되풀이 해서] nhiều lần, không biết bao nhiêu lần. @그에게 여러 번 말했다 *tôi đã nói với hắn không biết bao nhiêu lần.*

여러분 thưa quý ông; thưa quý bà, quý ông; thưa quý vị. @여러분 안녕하십니까 *xin kính chào quý vị.*

여러해 nhiều năm, trong vào năm

여럿 phần lớn mọi người, nhiều người, số đông, số nhiều. @파티에 여럿이 와 있다 *có nhiều người ở buổi tiệc.*

여력 năng lượng dự trữ. @여력이 충분히 있다 có sức khỏe dồi dào.

여로 cuộc hành trình. @여로에 오르다 bắt đầu cuộc hành trình.

여론 dư luận, công luận. @여론을 일으키다 đánh thức dư luận // 여론을 조사하다 thăm dò dư luận // 여론에 귀를 기울이다 quan tâm đến dư luận // 여론에 호소하다 kêu gọi công luận. *--조사 sự kích động dư luận.

여류 phụ nữ, quý bà *--비행사 nữ phi công. --시인 nữ thi sĩ. --작가 nữ tác giả.

여름 mùa hè. @여름날 ngày hè // 여름옷 y phục mùa hè // 올 (지난) 여름 mùa hè (cuối) này // 초여름에 đầu hè // 여름내 suốt mùa hè // 한 여름에 vào giữa mùa hè. *--방학 mùa nghỉ hè

여름타다 nhạy cảm trước cái nóng mùa hè.

여리다 dịu, phơn phớt, mượt mà, mỏnh manh; [모자라다] không đủ, bị thiếu.

여망 sự yêu chuộng, sự tin cậy, sự quý trọng. @국민의 여망을 받다 được sự tin cậy của quốc dân.

여명 quảng đời còn lại. @그는 여명이 얼마 남지 않았다 *nó chẳng còn sống bao lâu nữa.*

여명 tảng sáng, lúc rạng đông. @여명에 vào lúc tảng sáng. *--기 buổi sơ khai.

여무지다 bền, vững, chắc, kiên cố, chín chắn. @여무진 사람 người có nghị lực.

여물 cỏ cho súc vật ăn.

여물다 (1) [익다] chín, chín muồi. (2) [사람이] dẽo dai, mạnh , rắn chắc.

여미다 lắp ráp, điều chỉnh, dàn xếp, hòa giải. @옷깃을 여미다 sửa lại áo sống.

여반장 @그러한 일은 여반장이다 đó là một việc dễ làm.

여배우 nữ diễn viên.

여백 khoảng trống, chỗ trống; số dư (난외의). @여백이 많은 페이지 một trang thiếu // 여백을 남기다 bỏ trống // 여백을 메우다 *điền vào chỗ trống.*

여벌 thức ăn thừa, vật còn dư. @여벌옷 quần áo dư // 여벌로 남겨두다 để dành lại, giữ lại (đồ vật) để dùng sau này.

여병 sự phức tạp, sự rắc rối. @여병을 병발하다 gây ra rắc rối.

여보 này, này; đây này, xem này [부부간에] cưng ơi, mình ơi.

여보시오 allo? này, xem nào, xin lỗi, làm ơn; [전화에서] chào! ô này (tỏ ý ngạc nhiên). @여보시오 김선생이십니까? (allo) *xin chào, có phải ông Kim đó không?*

여부 được hay không, dù thế nào, trong bất cứ trường hợp nào. @성공 여부 thành công hay thất bại // 여부를 똑똑히 대답하시오 hãy trả lời đơn giản là được" hay "không".

여부 없다 chắc, chắc chắn, không thể nghi ngờ được, không thể nhầm lẫn. @한시간 내에 갈수 있을까--여부없지 *có chắc là chúng ta tới nơi trong vòng một giờ không?— tất nhiên rồi!*

여북 biết bao, sao mà...đến thế, rất, lắm, nhiều. @여북 원통하랴 *tôi có thể ngờ sao mà nó khổ đến thế.*

여분 cái thêm, số thừa ra, số dư. @여분이 없다 không có số dư.

여불비(례) chân thành, thành thật (câu viết ở cuối thư).

여비 phí tổn đi đường. @여비를 지급하다 cấp cho phí đi đường.

여사 => 여차 [기혼자 *với phụ nữ có chồng*] bà; [미혼자 *với cô gái chưa chồng*] cô .

여사무원 nhân viên nữ, nữ thư ký.

여상 bộ mặt như phụ nữ.

여색 [미색] nhan sắc phụ nữ; [성교 quan hệ tình dục] sự giao hợp với người đàn bà; [색욕] sự thèm khát, lòng ham muốn nhục dục. @여색을 좋아하는 tính dâm dục, sự khiêu dâm // 여색에 빠지다 đam mê thú vui xác thịt.

여생 những ngày cuối đời. @여생을 자선 사업에 바치다 *dành thời gian cuối đời cho việc thiện.*

여섯 số sáu. @여섯째 thứ sáu (thứ tự).

여성 đàn bà, phụ nữ, nữ giới (총칭 nói chung); giới phụ nữ (nói chung); phái đẹp. [문법 văn phạm] giống cái. @여성적인 nữ tính, (thuộc) phái nữ; [유약한] ủy mị như đàn bà. *--관 quan điểm của phụ nữ. --미 nét đẹp phụ nữ. --해방론 phong trào đòi bình quyền cho phụ nữ.

여성 giọng (nói, hát) phụ nữ. *--합창 đội đồng ca nữ.

여세 năng lượng thặng dư, sức mạnh. @여세를 몰아 sự cố gắng không ngừng

여송연 điếu xì gà. @여송연을 피우다 hút xì gà.

여수 tù nhân nữ.

여수 cuộc hành trình buồn tẻ. @여수를 느끼다 *trên đường đi cảm thấy buồn bả, nhớ nhà* .

여승 ni cô, sư cô.

여식 con gái.

여신 nữ thần. @자유의 여신 nữ thần tự do.

여신 tín dụng. @여신을 주다 cấp thẻ tín dụng. *--한도 hệ thống tín dụng.

여신 than hồng trong đám lửa sắp tắt; sự thất bại âm ỉ (불난 자리의).

여실 --하다 sinh động, đầy sức sống. @여실히 một cách sinh động, rất gần gũi với cuộc sống thực tế// 인생을 여실히 그리다 *miêu tả y như thật.*

여아 con gái. @여아를 분만하다 sinh con gái.

여앙 sự trừng phạt, sự báo thù.

여야 trong và ngoài.

여염 khu dân cư. *--집 một gia đình đáng nể (gia thế). @여염집 여자 người đàn bà đứng đắn (đáng trọng).

여왕 bà hoàng, nữ hoàng. @여왕 같은 như bà hoàng // 사교계의 여왕 bà hoàng của xã hội thượng lưu. *--개미 con kiến chúa.

여우 [동물 động vật] con cáo; con chồn

cái [암컷]; con sói con [새끼]. @여우 같은 như cáo, xảo quyệt, láu cá // 여우 같은 놈 người láu cá, ranh ma // 여우 같은 늙은이 tên cáo già // 여우 같다 sự xảo quyệt, sự xảo trá. *--굴 hang cáo. --털목도리 khăn choàng cổ bằng lông cáo.

여우 nữ diễn viên, đào hát. *--지망자 người thích trở thành diễn viên.

여우볕 một đợt nắng ngắn vào ngày mưa.

여우비 cơn mưa rào trong nắng hạn.

여운 dư vị; [여음] âm thanh kéo dài. @여운이 있는 kéo dài, gợi nhớ.

여울 thác, ghềnh, bãi cát ngập nước, bãi cát ngầm @여울을 건너다 chỗ cạn rất dốc, ghềnh cạn.

여위다 bị gầy còm, mất ký, sụt cân (병으로). @여윈 gầy còm, mảnh khảnh // 여위어 볼품이 없다 mệt mỏi và kiệt sức đến rạc người.

여윈잠 giấc ngủ nhẹ nhàng.

여유 (1) [여력] số dư, số dự trữ; [잉여] số dư, số thừa, số thặng dư; [여지] chỗ; [시일의] thời giờ (khoảng thời gian); [활동의 hoạt động] tầm hoạt động. @마음의 여유 tiềm lực bên trong // 여유가 있다(없다) có thì giờ, rãnh rỗi // 여유가 충분하다 quá đủ // 시간 여유가 없다 thiếu thì giờ, thì giờ eo hẹp. (2) [침착] sự điềm tĩnh, sự bình thản. @여유작작한 태도 điệu bộ ung dung thanh nhã // 그는 여유만만하다 anh ấy có dư nhiều.

여의 nữ bác sĩ.

여의 --하다 hoàn thành ước nguyện của ai. @여의치 않다 mắc lỗi, bị sai lầm, gặp rắc rối.

여의다 bị mất (cha mẹ); [출가시키다] gả (con gái). @양친을 여의다 mồ côi (cha mẹ) // 남편을 여의다 góa chồng, mất chồng.

여의대 trường nữ y tế.

여인 người đàn bà.

여인숙 ký túc xá nữ sinh viên.

여일 --하다 kiên định, trước sau như một, bất di bất dịch. @시종여일하게 một cách kiên định, trước sau như một.

여자 đàn bà, con gái, phái đẹp, giới phụ nữ. @여자의 (thuộc) nữ giới, // 여자용의 của phụ nữ, dành cho quý bà // 여자 같은 như đàn bà, không có nam tính (나쁜 뜻에서) // 여자다운 giống đàn bà, ủy mị như đàn bà (좋은 뜻에서) // 여자답지 않은 không hợp với đàn bà // 여자를 좋아하다 say đắm đàn bà.

여장 quần áo phụ nữ. --하다 ăn mặc như đàn bà, mặc đồ đàn bà.

여장 y phục du lịch. @여장을 차리다 *chuẩn bị cho chuyến đi* // 여장을 풀다 *nghỉ ngơi sau cuộc du lịch.*

여장부 nữ anh hùng.

여전 --하다 không thay đổi, y như cũ. @여전히 như trước giờ, vẫn còn // 여전히 아름답다 *vẫn đẹp như trước đây.*

여점원 cô gái bán hàng.

여정 hành trình, con đường đi; khoảng cách (거리). @하루의 여정 chuyến đi theo ngày.

여정 sự mệt mỏi qua chuyến đi.

여존 sự ngưỡng mộ, sự tôn trọng phụ nữ. *--남비 nam ti nữ tôn.

여죄 những tội ác khác (thêm nữa). @여죄를 추궁하다 *điều tra sâu thêm tội ác.*

여줄가리 những thứ lặt vặt, đầu thừa đuôi thẹo.

여중군자 một phụ nữ chân chính, người đàn bà đức hạnh.

여지 phòng, không gian, phạm vi. @개량(발전)의 여지 phạm vi phát triển // 말할 여지가 없다 tất nhiên, cố nhiên, khỏi phải nói // 여지 없이 거절당하다 bị từ chối thẳng thừng // 여지없이 패하다 bị thất bại hoàn toàn.

여지 [식물] trái vải; [열매] hột vải.

여진 (địa lý) dư chấn.

여쭈다 thưa, nói, trình (với người bề trên) trình bày. @잠깐 여쭤 보겠읍니다 *xin lỗi, (nhưng...)*

여쭙다 trình bày (với cấp trên), thông báo, nói. @전날 여쭌 대로 *như tôi đã trình bày với ông hôm rồi* // 잠깐 여쭤보겠읍니다 xin lỗi (nhưng..).

여차 --하다 như vậy,như thế, thế này. @여차하면 trong trường hợp khẩn cấp, trong lúc cấp bách // 여차여차하다 nào đó, như thế nào // 여차여차한 이유로 vì lý do nào đó., trong hoàn cảnh này.

여창 phòng ở khách sạn.

여축 [저금] tiền tiết kiệm; [저장] khối lượng dự trữ; [예비] sự dự trữ. --하다 tiết kiệm, để dành, dự trữ, tích trữ.

여치 con châu chấu voi.

여탈 @생사 여탈지권을 쥐다 có quyền định đoạt số phận ai, mắm trọn quyền sinh tử.

여탕 nhà vệ sinh nữ.

여태까지 cho đến nay, đến tận bây giờ, hiện nay, lúc này. @여태까지 없었던 사건 một sự kiện chưa từng có // 여태까지 무엇을 하고 있었느냐 *bạn đã làm gì thời gian này?*

여파 hậu quả, kết quả. @전쟁의 여파 hậu quả chiến tranh.

여편네 [아내] vợ; [결혼한 여자] một người phụ nữ đã kết hôn.

여폐 cái xấu vẫn tồn tại.

여필 nét chữ phụ nữ.

여필종부 phu xướng phụ tùy (quan niệm vợ phải phụ thuộc vào chồng).

여하 (tình trạng) ra sao, như thế nào. @여하한 cái gì, loại gì, như...thế nào // 여한히 thế nào, bằng cách nào // 여하한 희생을 내더라도 bằng bất cứ giá nào // 여하한일이 있더라도 dù có chuyện gì xảy ra, trong mọi tình huống.

여하간 dù thế nào, dù sao chăng nữa, trong bất cứ trường hợp nào.

여하튼 trong mọi trường hợp, trong bất cứ trường hợp nào. @여하튼 그는 위대한 인물이다 *trong bất kỳ trường hợp nào, ông ấy cũng là một người vĩ đại.*

여학교 trường nữ.

여학생 nữ sinh.

여한 mùa lạnh kéo dài.

여한 mối hận thù âm ỉ.

여행 cuộc hành trình; chuyến du lịch (긴 관광); chuyến tham quan (유람); cuộc du ngoạn (짧은); chuyến đi xa (바다의). --하다 du lịch, du ngoạn, đi một chuyến du lịch, tham quan. @여행의 계절 mùa du lịch // 미국을 두루 여행하다 du lịch khắp nước Mỹ // 그는 여행에 떠나고 부재중이다 *anh ấy không có mặt trong chuyến đi.* *--가 khách du lịch. --가방 túi du lịch, va li. --기 nhật ký du lịch. --사 직원 đại lý du lịch. --자 du khách. @ 여행자용 수표 séc du lịch. 세계 일주— chuyến du lịch vòng quanh thế giới. 신혼-- chuyến du lịch trăng mật. 우주-- chuyến du hành vũ

ㅇ

trụ.

여행 sự thúc ép nghiêm ngặt. --하다 bó buộc, thúc ép chặc chẻ.

여향 tiếng dội, tiếng vang.

여현 [기하 toán học] *cosin.*

여호와 [성경 Kinh Thánh] Giê-hô-va, Đức Chúa Trời.

여흥 sự giải trí, sự tiêu khiển, cuộc biểu diễn (văn nghệ). @여흥으로 như biểu diễn, một cách trình diễn.

역 [역시] cũng, cũng được.

역 sự dịch thuật => 번역.

역 trạm xe. *--원 nhân viên nhà ga. --장 trưởng ga. --전 trước nhà ga.

역 [연극의] vai, vai trò, nhiệm vụ. @ 1 인 2 역을 하다 người diễn hai vai (giữ hai vai trò trong 1 lúc) // 로메오의 역을하다 đóng vai Roméo.

역 sự đối nhau, sự ngược nhau (거꾸로); điều trái ngược (반대); [수학 toán học] đảo đề. @역의 trái ngược, nghịch, đối nghịch // 역이 반드시 진은 아니다 *đảo đề không phải luôn luôn đúng.* *--교배 con vật lai ngược. --로케트 tên lửa đẩy lùi (để làm giảm tốc độ của con tàu vũ trụ khi quay về quyển khí của trái đất).

역결 khuynh hướng đảo nghịch.

역경 tình huống đảo ngược, tình huống bất lợi. @역경에 처하다 bị rơi vào tình huống đảo ngược .

역군 phu, cu li, người lao động chân tay; [일군] công nhân. @개혁 운동의 역군 người hoạt động tích cực cho sự cải cách.

역기 => 역도.

역대 thế hệ kế tiếp.

역도 kẻ nổi loạn, kẻ phản bội.

역도 môn cữ tạ. *--선수 người cử tạ.

역량 năng lực, khả năng. @역량 있는 có thể, có khả năng // 역량을 나타내다 phô trương năng lực.

역력 --하다 sáng sủa, đơn giản, dễ hiểu. @역력히 một cách dễ hiểu.

역류 [흐름] sự chảy ngược; [조류] dòng nước ngược. --하다 chảy ngược.

역마 ngựa trạm.

역마차 xe ngựa tuyến (chở khách đi theo những tuyến đường nhất định).

역모 âm mưu, tổ chức giải phóng, sự mưu phản. --하다 âm mưu nổi loạn.

역무원 người khuân vác hành lý (수화물을 운반하는).

역문 sự dịch, bản dịch.

역반응 sự phản ứng ngược lại.

역방 chuyến đi thăm khứ hồi 하다 đi thăm một vòng.

역병 bệnh dịch, tai họa.

역불급 --하다 vượt quá khả năng, không đủ sức, không kham nổi.

역비례 tỷ số nghịch. --하다 theo tỷ số nghịch.

역사 người khỏe mạnh, tráng kiện.

역사 công việc xây dựng, công trình công cộng.

역사 (1) lịch sử; [기록] sử biên niên. @역사의 có tính chất lịch sử // 역사적 사건 một sự kiện mang tính lịch sử // 한국의 역사 lịch sử Hàn Quốc // 역사상의 사건(사실, 인물) một sự kiện lịch sử (sự việc. con người) // 역사상 유명한 곳 dấu vết lịch sử // 역사에 남다 trở thành lịch sử // 역사상 유례가 없다 chưa từng có trong lịch sử. (2) [내력 quá trình phát triển] lịch sử; truyền thuyết (전통). @역사 있는 학교 ngôi trường có lịch sử lâu đời. *--가 sử gia. -

-소설 tiểu thuyết lịch sử. --학 sự nghiên cứu lịch sử.

역사 --하다 bị xe lửa cán chết.

역산 (1) [의학 y học] giống lai. (2) [재산] bản chất kẻ phản bội.

역산 --하다 đếm ngược.

역서 niên lịch, niên giám.

역선전 sự phản tuyên truyền. --하다 tiến hành sự phản tuyên truyền.

역설 sự xác nhận. --하다 nhấn mạnh, khẳng định rõ ràng.

역설 ý kiến ngược đời. @역설적 sự ngược đời, sự nghịch lý // 역설적으로 말하면 lời nói ngược đời.

역성 sự thiên vị, tính không công bằng. @역성들다 về phe với.

역수 [수학 toán học] số nghịch đảo, hàm thuận nghịch (số).

역수입 sự nhập khẩu lại. --하다 nhập khẩu lại.

역수출 sự xuất khẩu lại. --하다 xuất khẩu lại.

역습 sự phản công. --하다 phản công.

역시 [또한] cũng, cũng như thế, cũng như vậy; [아직도] vẫn thường, (y như) vẫn như thế ; [결국] rốt cuộc, xét cho cùng; [예상대로] như đã mong đợi.

역어 những từ đã dịch. @이 말에 대한 적당한 우리말의 역어가 없다 *trong tiếng Hàn quốc không có từ tương đương nghĩa với chữ này.*

역연 --하다 rõ ràng, hiển nhiên.

역용 --하다 lợi dụng ngược lại.

역원 công chức, viên chức.*--선거 cuộc tuyển chọn công chức.

역원 nhân viên nhà ga.

역임 --하다 kiêm giữ 1 lúc nhiều chức vụ khác nhau.

역자 người dịch thuật.

역작 một tuyệt tác. *--품 tác phẩm lớn, kiệt tác.

역작용 sự phản ứng lại.

역장 trưởng ga *--실 phòng trưởng ga.

역저 công việc nặng nhọc.

역적 người nổi loạn, người chống đối. @역적 모의하다 âm mưu nổi loạn.

역전 cuộc chiến đấu gian khổ. --하다 liều lĩnh, liều mạng.

역전 sự đảo ngược, sự đảo lộn, sự lật ngược.--하다 đảo, ngược, lộn ngược. @형세가 역전했다 *cái bàn bị lật ngược lên.*

역전 => 역.

역전 경주 sự chạy tiếp sức đường dài.

역점 (việc chủ yếu) tầm quan trọng.

역정 cơn giận, sự giận dữ. @역정나다 giận // 역정내다 tức giận, nổi giận (với ai).

역조 các triều vua kế tiếp.

역조 điều kiện bất lợi.

역주하다 chạy nước rút, chạy hết tốc lực, bất ngờ tăng tốc, nổ lực.

역진 --하다 bị kiệt sức, bị mệt lử.

역청 nhựa đường. *--암 đá nhựa đường. --탄 than có bitum.

역추진 로켓 tên lửa đẩy lùi (để làm giảm tốc độ của con tàu vũ trụ khi quay về quyển khí của trái đất).

역코스 hướng ngược lại.

역풍 cơn gió ngược.

역하다 (1) [바위가] cảm giác muốn ói, buồn nôn. (2) [마음에 거슬리다] bị khó chịu.

역학 động lực. @역학의 thuyết động học. *동-- do động lực. 응용-- thợ máy ứng dụng. 정-- tĩnh học.

역학 khoa (thuật) bói toán.

역할 vai trò, vai diễn (배역 전체). @중대한 역할을 하다 diễn một vai quan trọng.

역행 --하다 nổ lực mãnh liệt.

역행 sự lùi lại, sự chuyển động ngược. --하다 đi (di chuyển) lùi, đi ngược lại; [상반하다] đi ngược lại với cái gì.@시대에 역행하다 chèo thuyền (bơi) ngược dòng.

역효과 một kết quả ngược lại.

엮다 (1) [얽어만들다] tết, bện, đan kết lại. @짚을 엮다 bện rơm. (2) [편찬] biên soạn, thu thập và diễn giải. @역사를 엮다 biên soạn lịch sử.

연 chì hàn => 납.

연 con diều. @연을 날리다 thả diều.

연 [식물 thực vật] sen. *--꽃 hoa sen. --못 ao sen.

연 năm. @연 1회 một năm trước // 연 1회의 hàng năm, mỗi năm // 연 2회의 sáu tháng một lần, một năm hai lần // 연 4회의 hàng quý, ba tháng một lần. *--평균 trung bình năm.

연 @연인원 tổng số người // 연일수 tổng số ngày // 연평수 toàn bộ khoãng trống sàn nhà.

연 (1) [종이의] rất nhiều giấy, hàng xấp. (2) [계속] liên tiếp, dồn dập. @연사흘 동안 liên tiếp ba ngày.

연가 bản tình ca, bài thơ tình.

연간 *--계획 kế hoạch năm. --생산고 sản lượng trong năm.

연감 niên giám, sách cập nhật thông tin hàng năm về một đề tài.

연갑 người cùng thời, người cùng tuổi.

연거푸 liên tục, liên tiếp, lần lượt, kế tiếp. @총소리가 세번 연거푸 났다 bắn ba phát súng liên tiếp.

연결 sự giao thiệp, sự kết giao, sự gắn bó. @섬과 육지를 연결하는 다리 cây cầu nối đảo và đất liền.

연계 gà con, gà giò => 영계.

연고 thuốc mỡ.

연고 sự liên hệ, sự liên lạc, sự ràng buộc. @ 연고가 없다 không liên quan. *--자 người có liên quan đến.

연골 sụn, xương sụn.

연공 thời gian phục vụ dài; [경험] kinh nghiệm lâu đời. @연공을 쌓다 có kinh nghiệm lâu đời. --제도 quy tắc lâu đời.

연공 vật triều cống hàng năm.

연관 sự liên lạc, sự kết nối ; [생물 sinh vật] sự liên kết. --하다 được liên kết với. @긴밀한 연관이 있다 được liên kết chặt chẽ với.

연관 ống dẫn nước; hệ thống ống nước. *--공 thợ ống nước, thợ hàn chì. --공사 nghề hàn chì.

연구 sự nghiên cứu (전문적); [조사] sự điều tra, sự nghiên cứu. --하다 nghiên cứu, điều tra; [조사] điều tra, thẩm tra. @과학적 연구 sự nghiên cứu khoa học. *--문제 đối tượng nghiên cứu. --생 nghiên cứu sinh. --소 viện nghiên cứu. --실 phòng thí nghiệm. --심 tinh thần của cuộc điều tra. --자료 tài liệu nghiên cứu.

연구개 [생물 sinh vật] vòm mềm (phần sau của vòm miệng).

연극 cuộc diễn kịch; sân khấu (아마추어의). @ 연극조의 (thuộc) sân khấu // 연극을 하다 đóng vai, diễn (kịch) // 연극을 상연하다 đem trình diễn một vở kịch // 소설을 연극화하다 soạn một quyển tiểu thuyết thành kịch. *--계

giới sân khấu. --애호가 người thường xuyên đi xem hát.

연근 củ sen.

연금 trợ cấp hằng năm. @퇴직하여 연금으로 생활하다 nghỉ việc sống bằng lương hưu. *--수령자 người có trợ cấp hàng năm.

연금 sự bắt giữ không chính thức. --하다 bắt giữ không chính thức.

연금술 thuật giả kim. *--사 nhà giả kim.

연기 sự trì hoãn; sự dời lại (회의의). --하다 dời lại, hoãn lại. @처형의 연기 sự hoãn thi hành (một bản án) // 연기되다 bị dời lại, bị hoãn lại.

연기 khói, hơi khói. @연기로 숨이 막히다 bị ngạt thở do khói // 연기처럼 사라지다 biến mất hoàn toàn.

연기 sự biểu diễn, nghệ thuật đóng kịch.. *--자 diễn viên.

연기 --하다 ghi vào danh sách. *--명 dấu hiệu chung.

연내 @연내에 trong năm.

연년 mỗi năm, hàng năm.

연년 những năm kế tiếp, một năm sau nữa.

연년생 anh em sanh cùng một năm (đứa đầu năm, đứa cuối năm).

연놈 đàn ông và đàn bà.

연단 bục giảng; [설교단] bục giảng kinh. @연단에 서다 đứng trên bục giảng.

연달다 tiếp tục, cứ vẫn tiếp tục. @연달아 không ngừng, liên tục.

연대 [시대] kỷ nguyên, thời kỳ, thời đại, giai đoạn. @역사상의 연대 các giai đoạn lịch sử // 연대순으로 theo thứ tự niên đại. *--기 bảng niên đại.

연대 sự phụ thuộc lẫn nhau. --하다 tinh thần trách nhiệm chung. --책임 trách niệm pháp lý chung.

연대 đoàn, lũ, bầy. *--기 màu cờ của đơn vị. --장 vị chỉ huy trung đoàn.

연도 thời kỳ, niên lịch (달력의); năm tài chánh (회계의); năm học (학교의); năm giao dịch (사업의).

연도 @연도에 bên đường.

연독 sự nhiễm độc chì.

연동 sự nhu động, cách trang trí bằng đường vân lăn tăn.

연동 sự ăn khớp các bánh răng. --하다 được liên kết với. *--기 sự nắm chặt, sự giữ chặt. --장치 bánh răng (của máy).

연두 [빛깔] màu xám nhạt.

연두 ngày đầu năm (설날). *--사 bài diễn văn đầu năm mới.

연락 sự liên lạc, sự liên kết, sự giao thiệp. --하다 giao thiệp với, tiếp xúc với, liên lạc với; [통신] truyền đạt. @연락이 끊어지다 mất liên lạc với. *--선 chiếc phà. --장교 sĩ quan liên lạc.

연래 nhiều năm trời. @연래의 희망 ước vong khao khát từ nhiều năm.

연령 tuổi. @연령의 차 sự chênh lệch tuổi tác // 연령순으로 theo thứ tự tuổi. *--제한 giới hạn tuổi. 결혼-- tuổi kết hôn.

연례 @연례의 hàng năm, thường niên. *--보고 bản báo cáo hàng năm. --행사 các sự kiện từng năm.

연로 --하다 già.

연료 chất đốt, nhiên liệu. @연료 부족 때문에 vì thiếu nhiên liệu. *--보급 sự tiếp nhiên liệu. --보급소 trạm cung cấp chất đốt. --비 giá nhiên liệu. --유 dầu để đốt. --액체(고체,기체) chất đốt lỏng.

연루 [연좌] sự dính líu, sự liên can, tội đồng lõa. --하다 bị tội đồng lõa, có

ㅇ

dính líu tới. *--자 kẻ tòng phạm.

연륜 [식물 thực vật] vòng năm (để tính tuổi thọ của cây) @연륜을 쌓다 có kinh nghiệm lâu đời.

연리 lợi tức hàng năm.

연립 sự liên minh. *--내각 chính phủ liên hiệp. --방정식 hệ phương trình.

연마 (1) [기계] --하다 đánh bóng, mài giũa. (2) [연구] --하다 học hỏi, nghiên cứu nhiều.

연마 --하다 rèn luyện, tập dượt. @기술을 연마하다 trau dồi kỹ năng.

연막 bức màn khói. @연막을 치다 tạo một bức màn khói; [속이다] ẩn sau bức màn khói.

연만 --하다 già yếu, lão suy.

연말 cuối năm.

연맹 hội liên hiệp, liên đoàn. @연맹에 가입하다 gia nhập liên đoàn.

연면 --하다 liên tục, không đứt quãng, không bị gián đoạn. @연면히 một cách liên tục.

연명 --하다 kéo dài sự sống, tiếp tục tồn tại. @간신히 연명하다 kiếm vừa đủ sống.

연모 [도구] dụng cụ, đồ dùng; [재료] nguyên, vật liệu.

연모 tình yêu thương, sự quyến luyến. --하다 yêu thương, quyến luyến.

연목구어 --하다 tìm cá trên cây, tìm chim dưới nước; tìm kiếm vô vọng.

연못 ao sen.

연무 sương mù, khói mù, bụi mù; sương khói (도시의).

연무 sự tập luyện quân sự. --하다 rèn luyện quân sự. *--장 phòng tập.

연무 sự rèn luyện trong quân đội. --하다 thói quen rèn luyện trong quân đội.

연문 lá thơ tình.

연미복 áo choàng buổi chiều, áo đuôi tôm (lễ phục nam)

연민 lòng thương, lòng trắc ẩn. --하다 gợi lòng thương hại, đầy lòng trắc ẩn. @연민의 정을 느끼다 giúp ai vì lòng thương hại.

연발 (1) [사격 sự bắn] --하다 bắn nhanh liên tiếp. (2) [발생 sự phát sinh] --하다 xảy ra lần lượt hết người này đến người khác. @사고가 연발하다 *các tai nạn xảy ra lần lượt hết người này đến người kia.* *--총 súng lục ổ quay.

연발 sự khởi hành chậm trễ. --하다 khởi hành trễ.

연방 liên tiếp, liên tục => 연해연방.

연방 liên minh, liên đoàn. * --정부 chính quyền liên bang.

연배 [동년배] người cùng thời, người cùng tuổi.

연변 lợi tức hàng năm.

연변 khu vực dọc bờ sông (đường sắt).

연병 kỷ luật quân sự. --하다 rèn luyện, tập luyện, diễu hành. *--장 nơi duyệt binh, thao trường.

연보 bản báo cáo hàng năm.

연보 lịch sử niên đại loài người.

연보 tặng vật của nhà thờ. --하다 tặng quà cứu tế.

연봉 lương hàng năm. @연봉 5 만불로 lương 50.000 $ một năm.

연봉 dãy núi, rặng núi.

연부 연불 phần trả góp hàng năm.

연분 duyên tiền định, mối liên hệ. @연분을 맺다 kết hôn // 그들 부부는 천생 연분이다 họ có duyên tiền định kết nghĩa vợ chồng.

연분홍 màu hồng nhạt.

연불 số tiền trả chậm. @연불방식으로 căn cứ theo món tiền trả chậm. *--수출 hàng xuất khẩu trả chậm.

연비[수학 toán học] tỉ số liên tục.

연비례[수학] tỷ lệ thức liên tiếp.

연사 người diễn thuyết, nhà hùng biện.

연산 sản lượng hàng năm. *--능력 năng suất từng năm của sản lượng.

연산 dãy núi.

연상 [사람 người] người già hơn, người nhiều tuổi hơn. @연상의 già hơn, cao tuổi hơn // 연상의 처 người vợ lớn hơn một tuổi .

연상 sự liên kết, sự liên đới, sự liên tưởng (sự hình dung). --하다 kết hợp (A với B), liên kết, liên tưởng, được nhắc nhở. @연상시키다 làm cho ai nhớ lại.

연서 sự đồng ký tên. --하다 ký chung. @연서로 theo chữ ký chung. *--인 người ký tên chung, người đồng ký.

연석 tiệc lớn. @연석에 참석하다 dự một buổi tiệc lớn.

연선 @철도 연선에 dọc theo đường rầy xe lửa.

연설 bài nói chuyện, bài diễn văn. --하다 đọc diễn văn, nói trước khán giả (về đề tài gì). @영어 연설 bài diễn văn tiếng Anh // 연설조로 bằng giọng diễn thuyết hùng hồn. *--법 thuật nói chuyện trước công chúng. --자 người diễn thuyết. --집 sự sưu tầm các bài diễn văn. 즉석 -- bài nói ứng khẩu. 탁상—bài nói chuyện sau buổi tiệc, trong bàn tiệc.

연성하감 [의학 y học] bệnh hạ cam.

연세 tuổi già. @연세가 많다 già, có tuổi; theo thời gian, theo năm tháng.

연소 --하다 trẻ (tuổi). *--자 người tuổi trẻ, thanh niên, thiếu niên.

연소 --하다 [불이 ngọn lửa] truyền đi, lan đi; [건물이] bắt lửa, cháy.

연소 sự cháy, sự đốt cháy. --하다 đốt cháy, thiêu cháy. @연소성의 dễ cháy, dễ bắt lửa. *--력 sức cháy. --물 vật dễ cháy. 완전-- sự cháy rụi.

연속 sự liên tục, sự liên tiếp. --하다 liên tục, liên tiếp, kế tiếp, tiếp diễn, lần lượt. @연속적 liên tục, liên tiếp, tiếp liền nhau // 불행의 연속 một loạt các tai họa.

연쇄 dãy, chuỗi, loạt. *--반응 [물리 vật lý] phản ứng dây chuyền. --법 [논리 biện chứng] (triết học) tam đoạn luận; [수학 toán học] quy tắc dây chuyền. --상세균 [의학 y học] khuẩn cầu chuỗi.

연수 số năm.

연수 --하다 nghiên cứu, nắm vững, thành thạo, tập dượt. *--생 thực tập sinh. --소 trường chuyên nghiệp, trường đào tạo.

연수 thu nhập hàng năm.

연수 nước giải khát nhẹ.

연수정 thạch anh ám khói.

연습 sự rèn luyện, sự luyện tập, sự diễn tập (연극의). --하다 tập luyện, rèn luyện, diễn tập. @영어 문법 연습 rèn luyện môn ngữ pháp tiếng Anh // 경기에 대비해서 연습하다 tập dượt để chuẩn bị chạy đua // 외국인을 상대로 영어 회화를 연습하다 tập nói tiếng Anh với người nước ngoài // --문제 sự rèn luyện trí óc; --생 thực tập sinh.

연습 [익힘] sự thực hiện, sự thi hành; [기동 훈련] sự thao diễn, sự diễn tập; [모의전] trận đánh giả; chuyên đề nghiên cứu (대학의 ở đại học) . --하다 thực hành, thực hiện, luyện tập.

ㅇ

연승 những chiến thắng liên tục. --하다 giành thắng lợi liên tiếp. @3 연승하다 thắng liên tiếp ba bàn (ván).

연시 sự khởi đầu của một năm.

연시 quả hồng vàng chín mọng.

연식 *--야구 trò chơi tương tự như bóng chày, chơi trên sân nhỏ hơn với quả bóng mềm to hơn. --정구 quả banh quần vợt.

연안 bờ biển, bờ hồ lớn. @연안에 dọc bờ biển. *--무역 việc buôn bán ven biển.

연애 tình yêu, chuyện tình. --하다 yêu, phải lòng ai. @정신적 연애 tình yêu lý tưởng thuần khiết. *--결혼 hôn nhân vì tình yêu. @연애 결혼을 하다 quan điểm tình yêu. –사건 vấn đề tình yêu. --소설 chuyện tình lãng mạn.

연액 số tiền hàng năm.

연야 đêm đêm; đêm này qua đêm khác

연약 --하다 non, non kém, yếu ớt. @연약해지다 trở nên yếu, yếu đi. *--외교 ngoại giao yếu.

연어 cá hồi (단·복수동형). *--통조림 cá hồi đóng hộp.

연역 điều suy luận. --하다 suy ra, suy luận, suy diễn. @연역적(으로) theo suy diễn, theo suy luận. *--법 phương pháp suy luận.

연연 –하다 gắn bó sâu đậm với. @그 여자는 그에게 아직도 연연한 정을 품고 있다 *cô ấy vẫn còn lưu luyến với mối tình xưa.*

연예 cuộc biểu diễn. @연예계의 사람 người trong giới giải trí. *--란 mục giải trí. --업 cuộc kinh doanh các trò giải trí (nhất là trong rạp hát, xiếc...). --인 người biểu diễn, nghệ sĩ.

연옥 địa ngục, âm ty. @연옥의 고통을 겪다 đi qua địa ngục.

연와 gạch => 벽돌.

연원 nguồn gốc, căn nguyên, khởi đầu. --하다 đến từ, khởi đầu, bắt nguồn.

연월일 ngày tháng. @연월일을 기입하다 đề ngày tháng.

연유 sữa đặc.

연유 [유래] nguồn gốc, căn nguyên; [사유] lý do, nguyên cớ. --하다 nguồn gốc, bắt nguồn từ.

연인 cưng, anh yêu, em yêu (남녀 nam nữ); người yêu, người tình . @한쌍의 연인 một cặp tình nhân, một đôi bạn tình.

연일 mỗi ngày, ngày ngày, hàng ngày. @극장은 연일 대만원이다 *rạp hát ngày càng thu hút khán giả đông nghịt.*

연임 --하다 phục hồi chức vị.

연잇다 [연속하다] tiếp tục, tiếp theo, liên tiếp. @연이어 một cách liên tục, một cách liên tiếp // 연이어 3 일간 ba ngày liên tiếp.

연자매 cái cối đá do ngựa hoặc bò kéo

연장 đồ dùng, dụng cụ (특수용); công cụ (기계). @농사에 쓰는 연장 nông cụ. *--궤 thùng dụng cụ, hộp đồ nghề.

연장 sự nhiều tuổi hơn, sự thâm niên. @연장의 già hơn, nhiều tuổi hơn, thâm niên hơn // 마을의 최고 연장자 người nhiều tuổi nhất trong làng, lão làng. *--자 người nhiều tuổi hơn (원로), người thâm niên, lão luyện hơn (연상).

연장 sự kéo dài ra, sự gia hạn, sự mở rộng. @철도를 연장하다 kéo dài cuộc sống.

연재 sự xuất bản theo từng kỳ. --하다 phát hành theo từng kỳ. --소설 truyện ra từng số.

연적 nghiên mực tàu.

연적 tình địch, đối thủ trong tình yêu.

연전 @연전에 cách đây vài năm.

연전 *--연승(연패) sự chiến thắng liên tục. @연전 연승하다 giành chiến thắng liên tiếp, *bách chiến bách thắng*.

연접 sự liên lạc, sự kết giao, sự kết hợp. --하다 kết giao, kết hợp, cài vào nhau (열차를); chuyển (전화를 điện thoại). *--봉 thanh nối pít-tông với trục khủy trong máy.

연정 tình yêu, sự quyến luyến, tình cảm nồng nàn. @연정을 느끼다 cảm thấy quyến luyến.

연제 đề tài (thuyết trình), chủ đề. @문명이란 연제로 강연하다 đọc diễn văn về đề tài nền văn minh.

연제 ngày kỷ niệm, lễ kỷ niệm. @50년제 lễ kỷ niệm lần thứ 50 mươi // 100년제 lễ kỷ niệm một trăm năm

연좌 --하다 bị lôi kéo (bị liên lụy) vào (chuyện gì). *--데모 cuộc biểu tình ngồi. --스트라이크 cuộc đình công ngồi.

연주 cuộc trình diễn nhạc. --하다 diễn, trình diễn, diễn tấu. @(악대가)국가를 연주하다 bắt đầu hát quốc ca.* --자 diễn viên, người chơi một nhạc cụ nào đó. --회 buổi hòa nhạc.

연주창 [의학 y học] bệnh tràng nhạc (bệnh do viêm tuyến gây ra, có khả năng là một dạng lao).

연줄 sự liên lạc, mối liên hệ, sự liên quan; sự môi giới (중개); ảnh hưởng, tác dụng (세력). @...의 연줄로 qua ảnh hưởng của (môi trường) // 좋은 연줄이 있다 có ảnh hưởng tốt.

연줄연줄 qua các mối liên hệ.

연중 một năm trọn, nguyên năm, suốt năm. *--행사 các sự kiện chính trong năm.

연지 phấn hồng; [입술] son môi. @연지를 바르다 đánh phấn hồng.

연차 @연차의 hàng năm, thường niên. *--계획 kế hoạch hàng năm. --대회 buổi họp mặt thường niên. --보고 bản báo cáo hàng năm.

연착 sự đến trễ. --하다 đến trễ, đến chậm. @그 열차는 한시간 연착했다 *chuyến xe lửa đến chậm một giờ.*

연천 --하다 không lâu (ngắn).

연철 [야금] sắt đã rèn.

연체 sự trì hoãn, nợ còn khất lại, sự chậm trễ. --하다 bị chậm trễ, quá chậm, còn khất lại, còn thiếu lại (지불따위).

연체 동물 động vật thân mềm; [총칭 nói chung] loài nhuyễn thể.

연초 => 담배.

연출 sự trình diện, sự đưa ra, sự trình bày. --하다 đưa ra, trưng bày, trình bày, trình diễn.

연충 sâu bọ, côn trùng, ký sinh.

연탄 than bánh. *--공장 xưởng chế tạo than bánh. --난로 lò sử dụng than bánh. 십구공-- bánh than có 19 lỗ.

연통 ống khói lò; ống khói cao (공장의 công xưởng); ống khói (기선의 của tàu thủy chạy bằng hơi nước); ống khói (굴뚝). *--소제부 chổi quét bồ hóng.

연판 sự đồng ký tên. --하다 ký tên chung. *--장 hợp đồng ký tên chung.

연판 bản in đúc. @연판을 뜨다 đúc bản để in. *--공 thợ đúc bản in. --인쇄 phương pháp in bằng bản in đúc.

연패 sự thất bại liên tiếp. --하다 bị thua

ㅇ

liên tục.

연보 vải láng bóng.

연표 bản niên đại học; [연대기] niên đại học. *세계사-- bản niên đại học về lịch sử thế giới.

연필 bút chì. @연필 끝 đầu nhọn bút chì // 연필 심 cây bút chì // 연필을 깎다 chuốc nhọn bút chì // 연필로 쓰다 viết bằng bút chì. *--깎기 đồ chuốt viết chì.

연하 địa vị người ít tuổi hơn. @연하의 nhỏ tuổi hơn // 그는 나보다 3 살연하이다 hắn nhỏ hơn tôi ba tuổi.

연하 lời chúc Tết. *--객 khách đến chúc Tết. --장 thiệp xuân, thiệp chúc tết.

연하다 (1) [무르다] mềm, mềm mại. @연한 고기 thịt mềm // 연하게 하다 làm cho mềm. (2) [빛이] nhạt, nhẹ, dịu. @연한 빛깔 màu nhạt // 연한 차 trà loãng.

연하다 mối liên lạc, chỗ nối. @두 집이 서로 연해 있다 *hai căn nhà sát vách nhau.*

연하다 làm ra vẻ, giả bộ. @학자연 하다 làm ra vẻ trí thức.

연한 kỳ, kỳ hạn,. *복무-- nhiệm kỳ, thời gian tại chức. 의무-- thời hạn phục vụ. 재직-- giữ nhiệm vụ.

연합 sự kết hợp, sự phối hợp (연결); sự hợp nhất (조합); sự liên minh, khối liên minh (동맹); sự phối hợp, sự hòa hợp (일치); sự hỗn thống hóa (합동); liên minh, liên bang (정당의). --하다 kết hợp với, liên kết với. *--국 các cường quốc đồng minh. --군 các lực lượng đồng minh.

연해 nhân viên hải quan ở bờ biển => 연안. @연해의 (thuộc) bờ biển // 연해안을 항해하다 lái tàu dọc bờ biển.

연해 liên tục, không dừng, không dứt, liên miên.

연해연방 một cách liên tục, một cách liên tiếp, nối tiếp nhau. @연해연방 손님이 오다 có các nhóm du khách liên tục.

연행 --하다 bắt đi (dẫn. đi theo) ((kẻ bị tình nghi của đồn cảnh sát)) @경찰서로 연행되다 bị đem đến đồn cảnh sát.

연혁 lịch sử, nguồn gốc và sự phát triển. @방문자에게 학교의 연혁을 설명하다 *chỉ dẫn tường tận cho du khách nghe về lịch sử ngôi trường.*

연호 tên của một kỷ nguyên.

연화 --하다 làm dịu, làm nhẹ.

연화 tiền giấy.

연회 bữa tiệc, yến tiệc. @연회를 열다 tổ chức yến tiệc. *--장 phòng yến tiệc.

연후 @연후에 sau đó, về sau, sau này..

연휴 ngày nghỉ liên tiếp.

열 số mười. @열번째 thứ mười.

열 hàng, dãy, hàng dọc (종렬). @열을 지어 thành hàng // 2 열로 thành hai hàng, thành hàng đôi // 열을 짓다 tạo thành hàng.

열 (1) [열기] hơi nóng, nhiệt. @열의 (thuộc) nhiệt // 열을 발생하다 phát nhiệt // 열을 가하다 đốt nóng, nung nóng. (2) [체온] nhiệt độ; [병열] cơn sốt, bệnh sốt. @열을 재다 lấy nhiệt độ // 열이 나다 lên cơn sốt. (3) [열광 유행] sự nhiệt tình, sự hăng hái, tính ham mê, cơn sốt. @열을 내다 trở nên hăng hái, sôi nổi, say mê // 열이 식다 nguôi đi, bình tĩnh lại. *--단위 đơn vị nhiệt lượng. 야구-- cơn sốt bóng chày. 태양—sức nóng mặt trời.

열강 các cường quốc. @세계의 열강

các cường quốc trên thế giới.

열거 bảng liệt kê. --하다 đếm, kê, liệt kê. @이루 다 열거할수 없다 có quá nhiều để liệt kê.

열광 sự hăng hái điên cuồng, sự kích động. --하다 bị kích động mãnh liệt. @열광적인 ngông cuồng, cuồng tín (광신적) // 열광적 환영을 받다 đón tiếp nồng nhiệt điên cuồng.

열기 (1) [더운 공기] sức nóng, hơi nóng. @열기를 뿜다 tỏa ra sức nóng. (2) [열정] nhiệt tình, nhiệt tâm, tinh thần hăng hái, sôi nổi. (3) [신열] cơn sốt, bịnh sốt. @열기가 좀 있군요 anh bị sốt nhẹ. *--기관 máy chạy bằng sức nóng. --난방 máy thổi hơi nóng.

열기 --하다 đếm, liệt kê, ghi vào danh sách.

열김 @열김에 nổi giận.

열나다 (1) [몸에] bị sốt, có triệu chứng sốt. (2) [열중] trở nên hăng hái, nhiệt tình. @열이 나서 춤추다 say mê khiêu vũ. (3) [화나다] trở nên nóng nảy, tức giận. @열이 나서 이야기하다 nói trong cơn giận dữ tột độ.

열녀 nữ anh hùng, người phụ nữ quả cảm.

열다[1] (1) mở; nhấc lên (뚜껑을 cái nắp ấm); mở ra, trải ra (펴다); tháo, gỡ, cởi (꾸러미를); không khóa (자물쇠를). @비틀어 열다 vặn mạnh để mở // 부숴 열다 bẻ gãy // 문을 열어놓다 bỏ ngõ (bỏ quên) cửa. (2) [개시 sự bắt đầu, sự khai trương] bắt đầu, khai trương. @가게를 열다 bắt đầu việc kinh doanh. (3) [개최] tổ chức, tiến hành, mở. @운동회를 열다 tổ chức buổi họp thể thao. (4) [길을] @길을 열다 dọn đường.

열다[2] [열매가] ra quả, sinh quả; lớn lên, phát triển (열매가 주어). @열매가 잔뜩 열린 나무 một cái cây trĩu đầy quả.

열대 vùng nhiệt đới. @열대의 (thuộc) vùng nhiệt đới. *--병 bệnh nhiệt đới. --성 저기압 áp suất không khí nhiệt đới. --식물 thực vật vùng nhiệt đới. --지방 nhiệt đới.

열댓 khoảng mười lăm.

열도 quần đảo.

열독 sự nghiên cứu kỹ, sự xem xét kỹ. --하다 nghiên cứu kỹ.

열등 vị trí thấp hơn, bậc thấp hơn. --하다 thấp hơn, kém hơn. *--각 (tâm lý học) phức cảm tự ti. --색 một học sinh kém.

열락 niềm vui thích, điều thú vị.

열람 sự xem xét kỹ, sự kiểm tra. --하다 xem xét kỹ, kiểm tra, thanh tra. *--권 thẻ thư viện. --실 phòng đọc sách.

열량 calo (단위). @열량이 많다 (적다) có nhiều calo. *--계 dụng cụ đo nhiệt lượng.

열렬 --하다 nóng, sôi nổi, nồng nhiệt, nồng nàn. @열렬히 một cách nóng nảy, một cách sôi nổi, một cách nồng nhiệt // 열렬한 애국자 một người yêu nước nồng nhiệt.

열리다 (1) mở, không đóng (자물쇠 따위). @ 9 시에 막이 열린다 mở màn lúc 9 giờ tối. (2) [개최] được tổ chức, được tiến hành. @체육 대회는 5 월 5 일에 열린다 cuộc họp thể thao sẽ được tổ chức vào ngày 5 tháng 5. (3) [개발] trở nên văn minh, trở thành hiện đại. (4) [열매가] sinh trái, kết quả; phát triển (열매가 주어). @열매가 많이 열린나무 một cây trĩu đầy quả. (5) [길이] được mở, mở ra cho. @출세길이 열리다 *có cơ hội thành công trong đời.*

ㅇ

열망 niềm mơ ước cháy bỏng. --하다 mong muốn thiết tha, khao khát. @평화를 열망한다 *chúng tôi mong mỏi hòa bình* // 그 여자는 여배우 되기를 열망하고 있다 *cô ấy có nguyện vọng trở thành một nghệ sĩ.*

열매 quả, trái cây; quả hạch (견과); quả mọng (장과). @열매를 맺다 ra quả, đạt kết quả (비유적).

열무 củ cải non. *--김치 món kim chi củ cải.

열반 [불교 Phật giáo] cõi niết bàn.

열변 bài nói sôi nổi. @열변을 토하다 nói sôi nổi.

열병 bịnh sốt. @열병에 걸리다 bị sốt.

열병 cuộc duyệt binh. --하다 duyệt binh. *--식 cuộc duyệt binh, cuộc thao diễn.

열분해 [화학 hóa học] sự nhiệt phân. --하다 nhiệt phân.

열비 tỷ số nhỏ.

열사 nhà ái quốc, người yêu nước. *순국-- liệt sĩ.

열사병 sự say nắng.

열상 vết rách.

열석 --하다 dự, có mặt. *--자 người có mặt, người tham dự.

열선 các tia nhiệt lượng.

열성 [역대의 왕] các đời vua kế tiếp nhau.

열성 tính sốt sắng, nhiệt tình, lòng nhiệt tâm, lòng nhiệt huyết; sự tận tâm, sự hết lòng (헌신). @열성적 sôi nổi, nhiệt tình // 열성을 다하여 với lòng nhiệt tâm. *--가 người say mê, người hăng hái; người cuồng tín, người quá khích (열광자).

열세 sự thua kém về số lượng. --하다 bị kém về số lượng. @열세를 만회하다 giành lại ưu thế, làm đảo lộn tình thế (trào lưu).

열쇠 chiếc khóa. @한 다발의 열쇠 một chùm chìa khóa // 열쇠 구멍 lỗ khóa // 열쇠로 자물쇠를 열다 mở bằng chìa khóa // 열쇠를 채우다 vặn khóa.

열심 sự nhiệt tình, sự hăng hái, lòng sốt sắng, sự nhiệt tâm. --하다 nhiệt tình, nhiệt tâm, náo nức, sốt sắng. @열심히 một cách hăng hái, sốt sắng // 열심히 공부하는 학생 một học sinh chăm học // 열심히 듣다 *lắng nghe một cách chăm chú* // 열심히 공부하다 *nghiên cứu miệt mài.*

열십자 cây thánh giá. @열십자의 hình thánh giá // 열십자로 hình chéo chữ thập.

열쌔다 nhanh lẹ, nhanh trí, linh lợi, thông minh.

열씨 *Réaumur.* *--온도계 hàn thử biểu Réaumur (ôn độ kế).

열악 --하다 thấp hơn, kém, tồi tàn.

열애 một mối tình say đắm. --하다 yêu say đắm.

열어젖뜨리다 đẩy ra ngoài, ném, vứt ra ngoài (밀어서).

열없다 (1) [겸연쩍다] rụt rè, bẽn lẽn, e lệ, cảm thấy lúng túng, ngượng nghịu. (2) [겁많다] nhút nhát, rụt rè, dễ sợ hãi.

열역학 nhiệt động lực học.

열연 cuộc biểu diễn sôi nổi. --하다 biểu diễn một cách hăng say.

열용량 [물리] nhiệt dung, tỷ nhiệt.

열원 nguồn nhiệt.

열의 nhiệt tâm, nhiệt tình, nhiệt huyết. @열의 있는 sốt sắng, hăng hái, nhiệt tâm // 대단한 열의를 갖고 với nhiệt tình sôi nổi // 열의가 없다 không sốt sắng.

열이온 điện tử học. *--관 đèn chân không điện tử. --방사 sự phát sáng điện tử.

열자기 [물리 vật lý] hiện tượng nhiệt từ. *--효과 tác dụng của hiện tượng nhiệt từ.

열전 một trận đánh thần tốc; [경기] một ván cờ sôi nổi; sự cạnh tranh gay gắt (냉전에 대하여). @열전이 벌어지고 있다 *ván cờ gay go vẫn đang tiếp tục.*

열전 hằng loạt tiểu sử.

열전기 nhiệt điện.

열전도 tính dẫn nhiệt.

열전류 dòng nhiệt.

열정 những đam mê thấp hèn.

열정 sự nhiệt tình, sự hăng hái, tình yêu say đắm. @열정적 sôi nổi, thiết tha. *--가 người nhiệt tình (열렬한).

열중 sự hăng hái, nhiệt tình. --하다 hiến thân mình, miệt mài, chăm chú vào. @독서에(공부에) 열중하다 mãi mê đọc // 경기에 열중하다 bị cuốn hút vào một trò chơi.

열진 trận động đất mạnh.

열차 xe lửa. @열차편으로 bằng xe lửa // 오후 4 시 15 분 열차로 출발하다 xe lửa đi vào lúc 4giờ mười lăm phút chiều. *--사고 tai nạn xe lửa. 급행-- xe lửa tốc hành. 보통(완행)-- xe lửa địa phương. 상행(하행) -- chuyến tàu về thủ đô. 야간-- chuyến tàu đêm. 직행— chuyến tàu suốt. 특별-- chuyến xe lửa đặc biệt. 화물-- xe lửa chở hàng.

열탕 nước sôi. @열탕 소독하다 tráng nước sôi.

열통적다 vụng về, lóng ngóng, ngượng nghịu.

열파 cơn sóng nhiệt.

열풍 cơn gió lớn.

열풍 cơn gió nóng; gió nóng và ấm từ châu Phi thổi tới nước Ý (사하라 사막의 từ sa mạc Sahara); luồng hơi nóng (용광로의 ở lò luyện kim)

열하다 nóng, trở nên nóng, làm cho nóng.

열하루 mười một ngày; [제 11 일] ngày thứ mười một.

열학 [물리 vật lý] (thuộc) nhiệt.

열핵 *--반응(융합) phản ứng nhiệt hạch. --병기 vũ khí nhiệt hạch. --전쟁 cuộc chiến tranh nhiệt hạch.

열혈 *--아 người sôi nổi, nhiệt tình.

열호 [수학 toán học] cung phụ.

열화 ánh lửa sáng rực. @열화 같이 노하다 nổi giận bừng bừng.

열화 ngọn lửa nóng rực. @열화 같은 더위 nóng như lửa.

열화학 nhiệt hóa học.

열흘 [10 일] mười ngày; [열흘째] thứ mười.

엷다 (1) [두께가 độ dày] mỏng, mảnh => 얇다. (2) [빛깔이] nhạt, nhợt nhạt, tái, mờ nhạt. @엷은 빛 màu nhạt. (3) @정이 엷다 không kín, không chặc chẻ.

염 sự kích động, chứng viêm.

염 sự khâm liệm => 염습.

염 muối. *--류 thuốc muối.

염가 giá rẻ. @염가의 rẻ tiền, giá hạ // 염가로 사다 mua rẻ // 염가로 팔다 bán rẻ. *--판 loại sách rẻ tiền (bình dân). --판매 hàng bán hạ giá.

염고 [식물 thực vật] hành tươi.

염광 mỏ muối.

염기 --하다 không ưa, ghét, ghê tởm.

염기 [화학 hóa học] Bazơ. @염기성의

ㅇ

(thuộc) Bazơ. *--도 tính bazơ, độ bazơ. --류 gốc bazơ. --성 반응 phản ứng bazơ. --성 산화물 oxít bazơ.

염두 @염두에 두다 ghi nhớ, nhớ không quên, chú ý đến // 염두에 두지 않다 không quan tâm đến, không chú ý đến.

염라대왕 *Yama* (범); Diêm vương.

염려 [걱정] mối lo âu, mối băn khoăn, sự lo lắng; [불안] sự sợ hãi, sự e sợ. --하다 lo lắng, lo nghĩ về, áy náy, o âu, lo nghĩ, băn khoăn, sợ, e sợ. @염려를 끼치다 làm ai lo lắng, gây phiền muộn.

염료 sự nhuộm, thuốc nhuộm. @염료가 좋다(나쁘다) thuốc nhuộm tốt (xấu). *--공업 ngành nhuộm. 무기-- chất nhuộm vô cơ. 천연(합성)-- chất nhuộm thiên nhiên.

염류 thuốc muối.

염매 sự bán hạ giá (rẻ). --하다 bán rẻ, bán giá thấp.

염모제 thuốc nhuộm tóc.

염문 chuyện yêu đương, chuyện tình.

염밭 khu làm muối.

염병 (1) => 장티푸스. @염병할놈아 quỷ tha ma bắt mày đi! (2) => 전염병.

염복 sự may mắn trong tình yêu. *--가 con vật cưng của phụ nữ.

염분 muối, độ mặn. @염분있는 hơi mặn, mằn mặn.

염불 lời cầu Phật, lời khấn Phật. --하다 cầu Phật A-di-đà.

염산 [화학 hóa học] axit clohyđric. *--가리 clorat kali.

염색 sự nhuộm. --하다 nhuộm. *--공 thợ nhuộm. --물 hàng đã nhuộm. --체 [생물 sinh vật] nhiễm sắc thể. 성--체 nhiễm sắc thể qui định giới tính.

염서 sự nóng gay gắt. *--지절 vào những ngày hè nóng bức này.

염세 tính bi quan, tính yếm thế. @염세적인 bi quan, yếm thế. *--가 kẻ bi quan, kẻ yếm thế. --주의 chủ nghĩa bi quan. --철학 triết lý bi quan.

염소 con dê. @염소가 운다 những tiếng kêu be be của con dê. *--가죽 da dê. --가죽 장갑 găng tay bằng da dê non. --새끼 con dê con. --수염 chòm râu dê. 숫(암) -- con dê đực.

염소 clo (화학 hóa học). @염소를 함유한 clorơ. *--산 axit cloric.

염수 nước mặn, nước biển, nước muối.

염습 việc khâm liệm. --하다 khâm liệm.

염열 cơn giận dữ dội.

염오 sự ghét, sự căm hờn. --하다 ghét, căm thù, căm hờn, căm ghét.

염원 ước vọng, niềm khao khát. --하다 ao ước, khát khao, mơ ước. @오랜 염원 nỗi ước mơ ấp ủ từ lâu.

염전 ruộng muối.

염좌 sự bong gân. --하다 => 삐다 [2].

염주 chuỗi tràng hạt. @염주를 세다 lần tràng hạt.

염증 sự căm ghét, ghê tởm => 실증.

염증 sự kích động, sự bị khích động. @염증을 일으키다 bị khích động.

염직 --하다 dệt rồi nhuộm.

염천 khí hậu. @염천 하에 dưới ánh nắng thiêu đốt.

염출 --하다 [비용 따위를 chi phí] tính toán cho nhiều thêm. @자금을 염출하다 *tích góp thêm tiền của.*

염치 ý thức danh dự. @ 염치가 없다 không biết nhục, không biết xấu hổ.

염탐 --하다 dọ thám, theo dõi. *--군 gián điệp.

염통 trái tim.

염화 sự clo hóa. --하다 clo hóa. *--가리 clorua kali. --물 clorua. --은 clorua bạc.

엽견 con chó săn.

엽관 운동 sự tìm kiếm chức vụ. @엽관 운동을 하다 theo đuổi danh vọng.

엽권련 điếu xì gà.

엽기 --하다 tìm kiếm những sự kỳ quái. @엽기적 sự tìm kiếm những vật quý, hiếm. *--소설 truyện kỳ dị. --심 kỳ dị, không bình thường.

엽렵하다 lanh lợi, thông minh, tài giỏi, sâu sắc, chín chắn, thận trọng.

엽록소 [식물 thực vật] chất diệp lục.

엽맥 [식물] gân lá.

엽색 sự tán tỉnh, sự tán gái. *--가 người trác táng, người truy lạc.

엽서 bưu thiếp. *관제(사제)--bưu thiếp riêng. 그림-- bưu thiếp có ảnh trên một mặt.

엽전 đồng tiền Hàn quốc.

엽초 lá thuốc lá.

엽초 [식물 thực vật] bẹ (lá).

엽총 cây súng săn.

엿 gluten lúa mì, mứt nếp. *--장수 người bán mạch nha.

엿-- (tiền tố) số sáu. @엿새 sáu ngày.

엿가락 một thỏi mạch nha.

엿기름 mạch nha, mầm lúa mạch. @엿기름을 만들다 ủ mạch nha.

엿듣다 nghe lỏm, nghe lén. @엿듣는 사람 kẻ nghe lén.

엿보다 chờ, rình, tìm, đợi, dò xét, theo dõi, phát hiện, hé nhìn qua. @기회를 엿보다 tìm cơ hội // 형세를 엿보다 xem hướng gió.

엿새 [엿샛날] ngày thứ sáu (trong tháng); [6 일] sáu ngày.

영 => 이엉.

영 [명령] mệnh lệnh, chỉ thị; [법령] sắc lệnh, quy định, luật lệ, chiếu chỉ. @영을 내리다 ra lệnh, hạ lệnh.

영 số không, con số không. @1 대 0 으로 theo tỷ số 1- 0.

영 hẽm núi, rặng núi dài.

영 [신령] tâm hồn, tâm trí, linh hồn; [망령] ma. @영적 (thuộc) tinh thần, (thuộc) linh hồn // 영과 육 linh hồn và thể xác.

영감 ông già (cao tuổi); người chồng (남편); [존칭] ngài, tướng công.

영감 cảm hứng; [심리] khả năng ngoại cảm. @ 영감을 받다 đầy cảm hứng.

영걸 (1) [인물] người vĩ đại, vị anh hùng. (2) [기상] nhân vật anh hùng.

영검 tính chất hấp dẫn phi thường.

영겁 => 영원.

영결 sự sinh ly tử biệt. –하다 sinh ly tử biệt *--식 lễ tang.

영계 con gà giò, đứa bé trưởng thành.

영계 [영적인 세계] thế giới tâm linh; [종교계] giới tôn giáo.

영고 sự thịnh vượng và sự suy tàn. @인생의 영고 성쇠 sự thăng trầm của cuộc đời.

영공 không phận có chủ quyền. @중국의 영공을 침범하다 xâm phạm đến không phận Trung Quốc. *--침범 vi phạm đến vùng không phận nước khác.

영관 phần thưởng, vinh dự, vinh quang.

영관 sĩ quan cấp tá. @영관급장교 sự thăng chức nơi mặt trận.

영광 vinh quang, danh dự. @영광스럽다 vinh quang, vinh dự, vẻ vang // 영광으로 여기다 xem đó như là một vinh dự // ...의 영광을 가지다 được vinh dự.

영구 --하다 lâu dài, bền vững, trường

cửu. @영구히 một cách lâu dài, một cách vĩnh cửu, một cách lâu bền, mãi mãi // 반 영구적인 gần như thường xuyên // 영구 불변하다 muôn đời không thay đổi. *--성 việc làm lâu dài cố định. --운동 sự chuyển động không ngừng. --자석 nam châm vĩnh cửu. --치 răng vĩnh viễn.

영구 áo quan, quan tài, hòm. *--차 xe tang.

영국 nước Anh, Vương quốc Anh. @영국의 thuộc nước Anh // 영국제의 sản xuất tại Anh. *--교회 Anh giáo. --국기 quốc kỳ (cờ) Anh. --인 người Anh. --해협 khu vực biển giữa Anh và Pháp, biển Măng sơ.

영내 @영내의 nơi trại lính, doanh trại. *--근무 phục vụ trong trại lính. --생활 cuộc sống quân ngũ.

영농 nghề nông trại. --하다 lập nông trại. *--자금 quỹ nông trại.

영단 sự áp dụng biện pháp triệt để. @영단을 내리다 dùng những biện pháp quyết liệt.

영단 đoàn thể, liên đoàn, phường hội. *주택-- công ty kinh doanh nhà đất.

영달 tước hiệu, danh hiệu, sự thăng quan tiến chức. @영달을 바라다 ao ước địa vị cao sang.

영도 độ zêrô, điểm đông. @영도 이하로 내리다 tụt xuống dưới không.

영도 sự lãnh đạo. --하다 lãnh đạo, dẫn dắt. @김씨의 영도하에 dưới sự hướng dẫn của ông Kim. *--자 người lãnh đạo, lãnh tụ.

영락 sự đổ nát, sự suy vi, sự sa sút. --하다 bị sụp đổ, bị suy sụp, bị xuống dốc. *--생활 một cuộc sống khốn khổ.

영락없다 không bao giờ chấm dứt, bền bỉ, chắc chắn. @영락없이 tính không thể sai lầm được, tính không thể hỏng, một cách chắc chắn, một cách không nghi ngờ.

영령 linh hồn những người đã chết.

영롱 --하다 sáng chói, chói lòa, rực rỡ, sáng sủa, minh bạch. @영롱한 문체 văn phong dễ hiểu.

영리 tiền lãi, tiền lời. @영리적인 thương mại, buôn bán. *--사업 việc kinh doanh có lời. --주의 óc buôn bán, tính buôn bán. 비--단체 cơ quan không có lợi nhuận.

영리 --하다 sáng dạ, thông minh, nhanh trí. @영리한 아이 một đứa trẻ thông minh.

영림 lâm học. *--서 văn phòng lâm nghiệp địa phương.

영마루 đỉnh đồi.

영매 ông đồng, bà cốt.

영면 giấc ngủ vĩnh viễn, cái chết. --하다 chết, qua đời.

영명 --하다 thông minh, minh mẫn.

영명 tiếng tăm, danh tiếng, sự nổi danh, danh tiếng.

영묘 --하다 cao tít tầng mây, khó nhìn thấy được.

영문 (1) [까닭] lý do, lý lẽ, nguyên do. @무슨 영문인지 모르지만 vì một số lý do gì đó // 영문을 모르겠다 *tôi không biết tại sao.* (2) [형편] hoàn cảnh, tình huống, vấn đề. @저 사람이 안 오는 것은 무슨 영문일까 *có chuyện gì mà nó không đến?*

영문 tiếng Anh, bài viết tiếng Anh, câu tiếng Anh. @영문을 한글로 번역하다 *dịch từ tiếng Anh sang tiếng Hàn.* *--과

khoa Anh văn. --법 văn phạm tiếng Anh. --통신 thư từ tiếng Anh. --편지 lá thư viết bằng tiếng Anh. –학 tác phẩm văn học Anh. --학사 lịch sử văn học Anh. --학자 nhà nghiên cứu văn học Anh, học giả Anh.
영문 cổng trại lính.
영물 sự tồn tại của linh hồn.
영미 Anh và Mỹ. @영미의 người Mỹ gốc Anh, Anh-Mỹ.
영민 --하다 sắc sảo, sáng dạ, thông minh.
영별 --하다 chia tay mãi mãi.
영봉 ngọn núi thánh.
영부인 vợ, bà...
영사 sự chiếu, hình chiếu. --하다 chiếu (đưa vào) (một hình ảnh) lên màn ảnh. *--기 máy chiếu phim. --기사 người điều khiển máy chiếu phim. --막 màn ảnh, màn bạc. --실 phòng chiếu phim.
영사 lãnh sự. *--관 tòa lãnh sự. --관원 tùy viên lãnh sự quán. --보 phó lãnh sự.
영상 Thủ tướng.
영상 hình ảnh, sự phản chiếu.
영생 cuộc sống vĩnh cửu, tính bất tử. --하다 sống muôn đời, bất tử.
영서 sách tiếng Anh, văn học Anh (영문).
영선 sự xây dựng và sửa chữa. --하다 xây dựng và sửa chữa. *--과 khu vực đang xây dựng, sửa chữa.
영성 khoa thần học, sự duy linh.
영세 tính bất diệt, sự lâu bền, vĩnh cửu. @영세의 vĩnh viễn, bất diệt, vĩnh cửu, cố định. *--중립 tính chất trung lập thường xuyên. --중립국 nước thường xuyên trung lập.
영세 @영세한 nhỏ, lặt vặt, tầm thường // 농가의 영세화 các mức độ hao hụt cho phép của đơn vị trồng trọt. *--농 tiểu nông.
영속 --하다 trường cửu, giữ nguyên vĩnh viễn. @영속적인 bền vững, lâu dài, trường cửu.
영솔 --하다 chỉ huy, điều khiển, lãnh đạo, hướng dẫn.
영송 --하다 mời chào, đưa tiễn.
영수 sự nhận được. --하다 nhận lĩnh, thu, báo đã nhận được. @영수증을 쓰다 ký nhận // 영수필 "trả tiền". *--자 người nhận. --증 biên nhận, chứng từ.
영수 lãnh tụ, người lãnh đạo. @정당의 영수 lãnh đạo một đảng chính trị.
영시 đúng mười hai giờ, không giờ; buổi trưa (정오); nửa đêm, mười hai giờ đêm.
영시 [전체 nói chung] thơ ca tiếng Anh; [시편 Thánh Thi] bài thơ tiếng Anh.
영식 con trai .
영아 đứa bé còn bú, em bé. *--사망률 số trẻ con tử vong.
영악 --하다 dữ tợn, hung ác, dã man, tàn bạo.
영악하다 thông minh, sắc sảo, lanh lợi, khôn ngoan.
영애 con gái cưng.
영약 thuốc thần diệu, phương thuốc tuyệt diệu.
영양 [동물 động vật] loài linh dương.
영양 sự nuôi dưỡng, sự dinh dưỡng. @영양이 좋은 sự dinh dưỡng tốt // 영양부족의 thiếu ăn, bị bỏ đói. *--가 giá trị dinh dưỡng. --과다 sự quá dinh dưỡng. --물 đồ ăn bổ.
영양 con gái của... ; cô...
영어 tiếng Anh. @영어의 (thuộc) tiếng Anh // 영어로 쓴 편지 lá thơ viết bằng tiếng Anh // 영어를 사용하는 국민 người nói tiếng Anh // 영어로 말하

ㅇ

다(쓰다) nói tiếng Anh // 영어로 번역하다 dịch sang tiếng Anh // 영어를 쓰다 nói, viết tiếng Anh // 영어를 잘하다 (영어가 서툴다) giỏi về tiếng Anh. *--교사 giáo viên Anh văn. --독본 người mê đọc sách tiếng Anh. --시험 cuộc thi tiếng Anh. --학 môn Anh văn. 미국(영국) -- tiếng Mỹ. 상업-- tiếng Anh thương mại. 시시-- tiếng Anh thông dụng. 표준-- tiếng Anh chuẩn.

영어 nhà tù. @영어의 몸이 되다 đưa vào nhà tù, nhà giam.

영어 nghề cá. *--자금 kho chứa cá.

영업 việc kinh doanh, việc buôn bán. --하다 kinh doanh, buôn bán. @영업용의 để kinh doanh // 영업 중이다 giao dịch tài chính // 영업을 허가하다 ủy quyền cho ai trông nom việc kinh doanh. *--감찰 giấy phép kinh doanh. --과목 nghề buôn bán, ngành kinh doanh. --방침 nguyên tắc buôn bán. --보고 bản báo cáo bán hàng. --부 Bộ thương mại. --비 phí tổn giao dịch. --세 thuế kinh doanh. --소 văn phòng kinh doanh, chỗ buôn bán (장소). --시간 giờ làm việc. --정지 sự đình chỉ kinh doanh. --주 người chủ kinh doanh.

영역 bản dịch tiếng Anh. --하다 dịch sang tiếng Anh. @다음 문장을 영역하라 dịch câu sau sang tiếng Anh.

영역 [영토] lãnh thổ, lãnh địa, đất đai; [분야] phạm vi, lĩnh vực. @...의 영역이다 trong địa phận // 자기의 영역을 벗어나다 chuyển sang một lĩnh vực khác.

영영 mãi mãi, vĩnh viễn. @조국을 영영 떠나다 rời bỏ quê hương vĩnh viễn.

영영 무궁 --하다 không ngừng, thường xuyên, vô tận, vô hạn. @영영 무궁토록 mãi mãi.

영예 danh dự, danh giá, thanh danh, vinh dự; danh tiếng, tiếng tăm (명성). @영예로운 danh dự, đáng vinh dự, vinh quang.

영욕 niềm vinh quang và nỗi nhục nhã; lòng tôn kính và sự khinh bỉ.

영웅 người anh hùng. @영웅적 행위 chiến công anh hùng // 영웅심에 불타다 *bừng bừng niềm khát vọng*. *--숭배 sự sùng bái anh hùng. --주의 chủ nghĩa anh hùng.

영원 tính vĩnh viễn, tính bất diệt, tính vĩnh cửu. --하다 vĩnh cửu, bất diệt, vĩnh viễn, đời đời, mãi mãi. @영원히 mãi mãi, muôn đời, vĩnh viễn.

영원 [동물 động vật] con sa giông.

영위 --하다 điều khiển, trông nom.

영유 --하다 có, chiếm hữu. *--권 quyền sở hữu tuyệt đối. --지(물) quyền sở hữu, sự chiếm hữu.

영육 thể xác và linh hồn, tinh thần và xác thịt. *--일치 sự hòa hợp giữa thể xác và tâm hồn.

영윤 con trai.

영인 người Anh (총칭 nói chung).

영일 @영일이 없다 bị bận bịu suốt.

영자 mẫu tự Anh. @영자의 tiếng Anh. *--신문 tạp chí tiếng Anh.

영자 dáng vẻ uy nghi, dáng oai vệ.

영장 lệnh, trát, giấy đòi. @영장을 발부하다 ra lệnh.

영장 @사람은 만물의 영장이다 con người là chúa tể muôn loài. *--류 [동물 động vật] bộ động vật có tay, bộ động vật linh trưởng.

영재 [재주] thiên tài, thiên tư; [사람] người lỗi lạc. *--교육 sự giáo dục đặc

biệt dành cho những thiên tài nhỏ tuổi.
영전 sự đề bạt, sự thăng chức. --하다 được thăng chức. @그는 본사로 영전 됐다 *ông ấy đã được thăng chức lãnh đạo.*
영전 @고인의 영전에 바치다 cúng cho người chết.
영점 số không, điểm số không; [경기에서] con vịt, trứng vịt. @영점을 맞다 bị không điểm, nhận trứng vịt (경기에서).
영접 sự đón tiếp. --하다 đón tiếp, đón chào, gặp gỡ. *--위원(회) ban tiếp tân.
영정 chân dung, hình.
영제 em trai.
영조 --하다 xây dựng, xây cất, lập nên. *--물 sự xây dựng, công trình kiến trúc.
영존 --하다 tồn tại muôn đời. *--성 tính vĩnh cửu.
영주 sự thống trị sáng suốt.
영주 sự cư ngụ lâu dài, định cư. *--권 cư dân. --민 người sinh sống lâu đời. --지 nơi ở lâu đời.
영주 vị vua thời phong kiến.
영지 (1) [영토] lãnh thổ, đất đai, lãnh địa. (2) [봉토] thái ấp, đất phong.
영지 đất thánh.
영진 --하다 được thăng quan tiến chức.
영차 dô hò! hò dô ta! (tiếng hò kéo dây).
영창 cửa sổ giấy.
영창 (quân sự) phòng nghỉ của lính gác; nhà giam (ở đồn công an). @영창에 간히다 bị giam trong nhà giam.
영창 [음악 âm nhạc] Aria.
영철 --하다 thông minh, minh mẫn, sáng suốt.
영치 --하다 giam giữ, đặt dưới sự canh giữ (của viên chức nhà giam), cầm tù. *--물 những đồ dùng cá nhân bị tạm giữ.
영탄 [감탄] thán từ. --하다 ngâm thơ; kêu lên, la lên, thán phục.
영토 lãnh thổ, quyền sở hữu, lãnh địa. *--권 quyền lãnh thổ. --보전 sự toàn vẹn lãnh thổ. --침범 sự xâm phạm, sự xâm lấn vào lãnh thổ nước khác. --학장 sự bành trướng lãnh thổ.
영특하다 thông minh, khôn ngoan, sáng suốt, thông thái.
영판 giống như vậy; [아주] chính, thực sự, đúng là như vậy.
영패 sự đóng cửa nhà máy không cho công nhân vào làm. --하다 không cho vào; [야구 bóng chày] ngăn chặn không cho đối phương làm bàn. @영패시키다 không cho vào, đánh gục, đánh bại.
영하 dưới số không. @영하 16 도로 내리다 nhiệt độ xuống tới mức âm 16 độ.
영한 Anh- Hàn. *--사전 tự điển Anh Hàn.
영합 sự tâng bốc, sự xu ninh. --하다 tâng bốc, xu nịnh, ninh hót, bợ đỡ, cầu cạnh. @여론에 영합하다 theo dòng thời gian.
영해 hải phận. @영해 내에서 trong phạm vi hải phận.
영향 tác dụng, ảnh hưởng, hậu quả; hiệu lực, hiệu quả (결과); sự làm ảnh hưởng đến (일시적). @영향을 미치다 làm ảnh hưởng đến, làm tác động đến // 영향을 받다 bị ảnh hưởng bởi.
영험 phép mầu, điều kỳ diệu => 영검.
영현 hồn người chết.
영형 anh cả (đáng kính).
영혼 linh hồn, tinh thần. *--불멸(설) tính bất diệt của linh hồn.
영화 [번영] thời kỳ hưng thịnh, sự thịnh vượng, sự phát triển, sự phồn vinh; [호

ㅇ

화] sự xa hoa, sự xa xỉ. @영화로운 phồn vinh, lộng lẫy, xa hoa, rực rỡ.

영화 phim điện ảnh, phim chiếu bóng, phim; [총칭] phim ảnh. @영화화하다 điện ảnh hóa. // 영화를 상영하다 chiếu phim // 영화구경 가다 đi xem phim. *--각본 kịch bản. --감독 người đạo diễn. --계 giới điện ảnh. --관 rạp chiếu phim. --배우 diễn viên điện ảnh. --제 đại hội phim ảnh, liên hoan phim. --제작자 nhà sản xuất phim. --촬영소 xưởng phim.

영화 đồng bảng Anh. @영화 100 파운드 100 đồng bảng Anh.

옆 cạnh, sườn (측면). @옆에(서) mép, lề, bờ, ranh giới, bên cạnh // 옆으로 ở một bên, về một bên, về một phía. @옆에 앉은 사람 người kế tiếp // 옆을 지나가다 bỏ qua // 옆으로 비키다 nhường chỗ.

옆구리 sườn, lườn, triền, vách, hông. @옆구리를 쿡쿡 찌르다 thúc cùi chỏ vào sườn ai.

옆들다 giúp đỡ ai, về phe với ai, ủng hộ, chống đỡ .

옆모습 mặt nghiêng,nét mặt nhìn nghiêng. @옆모습을 그린 초상화 chân dung nhìn nghiêng.

옆바람 cơn gió tạt ngang.

옆질 [배의 tàu, thuyền] sự tròng trành, sự lắc lư nghiêng ngả. --하다 tròng trành, lắc lư.

옆집 nhà bên cạnh, láng giềng. @옆집의 ngay bên cạnh, sát vách, kế bên // 그여자는 우리 옆집에 산다 *cô ấy ở sát vách nhà tôi.* *--사람 người hàng xóm.

옆쪽 cạnh, sườn, hông, sườn núi.

옆찌르다 thúc khủy tay vào sườn ai.

옆폭 ván cạnh, ván bên.

옆훑이 cái bào rãnh cạnh bên.

예 [1] xưa kia, thời xưa. @예로부터 từ thời xưa.

예 [2] (1) [대답 sự trả lời] vâng, dạ, chắc chắn, nhất định, được, tốt, được rồi; [출석의 대답] có mặt, hiện diện, ở đây, ở chỗ này. @예 알았읍니다 vâng, chắc chắn rồi./ tốt, thưa ông. (2) [반문 sự hỏi ngược lại] chứ nhỉ, nhỉ?/ sao, thế nào? @예그러세요 có như thế không?/ thật chứ?

예 (1) [실례 sự minh họa] ví dụ, thí dụ, sự minh họa; một trường hợp (경우). @예를 들면 lấy ví dụ chẳng hạn // 예를 들다 cho một ví dụ. (2) [전례] một tiền lệ; sự tương đương (유례). @여태그런 예가 없다 *không có tiền lệ cho việc này.*

예 (1) [절] sự chào hỏi, sự thăm hỏi, sự cúi chào. (2) [예의] phép xã giao, sự lịch sự, sự lễ độ.

예각 [기하 hình học] góc nhọn.

예감 linh cảm, điềm báo. --하다 có linh cảm về. @어쩐지 네가 오늘 올 것 같은 예감이 들었다 *tôi linh cảm hôm nay bạn sẽ đến.*

예견 --하다 nhìn thấy trước, dự kiến, đoán trước, biết trước.

예고 lời báo trước, sự báo trước; sự cảnh báo (경고). --하다 báo trước, thông báo trước, cảnh báo cho ai. @예고 없이 không báo trước // 한달전에 해고를 예고하다 cho thời hạn một tháng. *--편 sự xem trước, sự duyệt trước.

예과 khóa dự bị (과정); khoa dự bị (부). *--생 sinh viên khóa dự bị.

예광탄 đạn lửa.

예규 một quy tắc đã định.
예금 vật gửi, tiền gửi. --하다 gửi, ký thác vào ngân hàng. @예금을 찾다 lĩnh tiền ở ngân hàng // 3 만원 예금이 있다 có 30.000 *won* gửi ngân hàng. *--대부 sự vay tiền ở ngân hàng. --이자 tiền gửi ngân hàng có lời. --자 người gửi tiền. --통장 số tiền gửi ngân hàng.
예기 [기대] sự tính trước, sự dự tính, sự tiên đoán; [희망] niềm hy vọng; [선견] sự thấy trước, sự lo xa. --하다 đoán trước, tiên đoán, dự đoán, thấy trước. @예기치 않은 điều không ngờ, điều không chờ đợi //... 을 예기하고 theo sự dự đoán của // 그것은 예기한 대로였다 *đúng như tôi dự đoán.*
예기지르다 làm mất tinh thần ai.
예납 sự trả tiền trước. --하다 trả tiền trước, trả trước.
예년 năm bình thường (평년); mọi năm (매년). @예년의 행사 sự kiện hàng năm // 예년의 2할 감 dưới mức bình thường 20% // 예년에 비해 so với những năm khác.
예능 tài năng, tài nghệ, nghệ thuật. *--계 giới nghệ thuật. --과 khóa nghệ thuật.--인 nghệ sĩ.
예니레 sáu bảy ngày.
예닐곱 sáu hay bảy.
예단 => 예측.
예도 tài khéo léo, kỹ xảo, tài vặt.
예라 [비켜라] đi! đi khỏi! cút ra! đi ra!/[그리 말라] ngừng lại! thôi!/ [시도·포기] được rồi, tốt, ổn rồi. @예라 울지 마라 nào, nào! đừng khóc // 예라 집어 치워라 *thôi, tôi sẽ bỏ qua.*
예령 [구령의] lời cảnh báo, lời quở trách.
예리 --하다 [연장이] sắc, bén, nhọn; [두뇌·판단이] sắc bén, sắc buốt. @예리한 비평 lời phê bình sắc bén.
예매 sự mua trước. --하다 mua trữ trước.
예매 sự bán sớm. --하다 bán (vé) trước. *--권 vé được bán trước .
예명 tên nghề nghiệp.
예모 sự đúng mực, sự lịch thiệp. @예모 바른 사람 một người có giáo dục.
예모 cái nón dành cho nghi lễ.
예문 câu minh họa, một ví dụ.
예물 món quà. @예물을 교환하다 *đổi những món quà cưới thành tiền.*
예민 --하다 sắc sảo, nhạy bén, tinh, khôn ngoan, thông minh, linh lợi, sâu sắc. @예만한 관찰 sự quan sát nhạy bén // 예민한 감각 một câu sắc sảo.
예바르다 nhã nhặn, lịch sự, lịch thiệp, đoan trang, đúng đắn.
예방 sự ghé thăm một cách lịch sự. --하다 ghé thăm ai một cách lịch sự.
예방 [방지] sự ngăn cản, sự phòng ngừa, sự bảo vệ. --하다 ngăn cản, ngăn ngừa, đối phó trước. @치료보다 예방 *phòng bệnh hơn chữa bệnh.* *--의학 thuốc phòng bệnh. --제 biện pháp ngăn ngừa. --전쟁 cuộc đấu tranh ngăn chặn. --주사 sự tiêm chủng phòng ngừa. @예방주사를 맞다 được tiêm chủng phòng bệnh. --책 chính sách phòng ngừa.
예배 nghi lễ thờ cúng; buổi lễ (교회의 trong nhà thờ); sự sùng bái, sự tôn thờ. --하다 tôn thờ, tôn sùng, thờ phụng, sùng bái. @매 일요일 오전 10 시에 예배가 있다 *buổi lễ được tổ chức vào lúc mười giờ mỗi chúa nhật .*
예법 sự lịch sự, sự nhã nhặn, sự lịch thiệp, phép xã giao. @예법에 맞다 *cư xử đúng phép* // 예법에 어긋나다 *trái với*

khuôn phép. *식탁-- *phép ăn uống.*

예보 sự đoán trước, sự báo trước. --하다 đoán trước, báo trước. @일기를 예보하다 dự báo thời tiết. *일기--- sự dự báo thời tiết.

예복 bộ đồ lễ. @예복을 입다 mặc lễ phục. *궁중-- áo đuôi én (dự dạ hội).

예봉 [칼끝] điểm nhọn [논봉· 필봉]. @예봉을 꺾다 *phá vỡ sức công kích của kẻ thù.*

예비[준비] sự chuẩn bị; [마련 kế hoạch] sự dự phòng, sự dự trữ. --하다 sửa soạn, sắm sửa, chuẩn bị, dự trữ, để dành. @예비의 sửa soạn, chuẩn bị, dự trữ, dự phòng // 예비로 가지고 있다 có dự trữ. --교 trường dự bị đại học. --교섭 cuộc đàm phán sơ bộ. --군 quân dự bị. --금 quỹ dự trữ. --병 lính dự bị. --사단 sư đoàn dự bị. --지식 kiến thức ban đầu. --품 kho dự trữ.

예쁘다 xinh xắn, xinh đẹp; có hình dáng quyến rũ (모양이). @예쁜 여자 một cô gái đẹp.

예쁘장하다 đẹp, duyên dáng, dễ thương.

예사 thói quen thường ngày, việc xảy ra hàng ngày, lệ thường, thói thường. @예사롭다 theo thông thường, theo thường lệ, thường quen, thường dùng // 예사가 아닌 không thường, không thường dùng, không quen, lạ thường, khác thường, không bình thường.

예산 sự ước lượng, sự ước tính, ngân sách, ngân quỹ. --하다 ước tính, dự thảo ngân sách. @3 천만원의 예산으로 giá ước tính phải trả là 30 triệu *won* // ...할 예산으로 sự liệu trước *--삭감 sự rút bớt ngân sách. --안 ngân sách, ngân quỹ. --위원회 ủy ban dự thảo ngân sách. 총-- tổng ngân sách. 추기-- ngân sách bổ sung.

예상 [예기] sự mong chờ, sự mong đợi, sự mong ngóng, sự chờ đợi; [예측] sự dự đoán, sự báo trước. --하다 mong chờ, mong đợi, trông ngóng, dự đoán, báo trước. @예상외로 không mong đợi, quá dự tính của mình // ...을 예상하고 theo dự tính của // 예상을 뒤엎다 đi ngược với điều mong đợi // 예상대로 되다 *đạt tới điều mong đợi.*

예선 [경기] cuộc thi đấu sơ bộ; [선거] cuộc bầu cử sơ bộ. --하다 tổ chức cuộc thi đấu sơ bộ. @예선에서 통과(탈락) 되다 đủ tư cách trong cuộc thi đấu sơ bộ.

예속 sự lệ thuộc. --하다 bị điều khiển chỉ huy, bị xỏ mũi, thuộc về. @예속시키다 chinh phục, khuất phục, nô dịch hóa.

예수 그리스도 *Jesus-Chirst.*

예순 số sáu mươi.

예술 nghệ thuật (특정의); mỹ thuật (미술). @예술적 가치가 있는 작품 một tác phẩm nghệ thuật giá trị. *--가 một nghệ sĩ.

예스맨 người ba phải.

예습 sự chuẩn bị trước, sự diễn tập (극·음악 따위). --하다 chuẩn bị trước, diễn tập. @내일 학과의 예습을 하다 chuẩn bị bài học ngày mai.

예시 tranh minh họa, thí dụ minh họa. --하다 minh họa, minh họa bằng thí dụ, cho thí dụ.

예시 sự biểu thị, dấu hiệu. --하다 biểu thị, cho biết, ra dấu.

예식 một lề thói đã được đặt sẵn.

예식 [예법]phép xã giao, cách xử sự; [의식] nghi thức, nghi lễ, phong tục, tập quán

예심 sự nghe sơ bộ.

예약 sự giữ chỗ trước (조석 따위 chỗ ngồi); sự giành trước; sự mua báo dài hạn (출판물 sự xuất bản); vật làm tin, vật thế chấp (기부금 따위 đóng góp, sự tặng); sự bán có đặt tiền trước (제품 hàng sản xuất hàng loạt). --하다 giữ trước, đặt trước, mua trả trước; [기부금] hứa. @좌석을 예약하다 đặt trước một chỗ, giữ chỗ trước. *--금 vật gửi, tiền gửi, số tiền quyên góp. --자 người góp tiền.

예언 sự tiên tri, lời sấm. --하다 tiên tri, tiên đoán, đoán trước. @앞일을 예언하다 đoán trước những sự kiện sắp tới. *--자 nhà tiên tri.

예외 sự loại trừ. @예외의 ngoại lệ // 예외 없이 không có ngoại lệ // ...은 예외로 하고 sự trừ ra, ngoài ra.

예우 sự đối đãi vinh dự; sự đón tiếp thân mật. --하다 đón tiếp ai một cách lịch sự.

예의 hăng hái, sốt sắng, tha thiết. @예의 검토하다 điều tra một cách cẩn mẫn.

예의 sự lịch sự, sự nhã nhặn, sự lễ độ; [예절] cách xử sự, cách cư xử. @예의 바른 lễ phép, lễ độ, lịch sự // 예의 바르게 lễ phép, lễ độ, lịch sự, lịch thiệp, có học thức // 예의상 như một vấn đề tế nhị // 예의를 지키다 theo phép tắc. *--범절 phép xã giao.

예인망 lưới kéo (để đánh cá).

예인선 tàu kéo, tàu dắt.

예장 thư cám ơn (sự cảm kích).

예장 --하다 mặc lễ phục.

예전 ngày xưa, ngày trước, quá khứ, dĩ vãng. @예전 사람들 người xưa // 예전부터 từ thời xưa // 예전에 hồi đó, ngày xưa // 예전대로 như thường lệ.

예절 sự đúng mực, sự đúng đắn, tính thích đáng. @예절을 지키다 theo đúng nguyên tắc.

예정 chương trình, kế hoạch làm việc. --하다 sắp xếp, sắp đặt, sửa soạn, đặt kế hoạch, lập chương trình; [시일을] thêm thời khóa biểu, đưa vào chương trình. @예정된 sự sắp xếp, sự bố trí, sự lên danh sách // 예정대로 theo kế hoạch, như bố trí // 19 일로 예정된 결혼식 hôn lễ định vào ngày 19 // 예정한 시간에 theo đúng ngày giờ đã định. *--액 số lượng ước lượng. --표 bản liệt kê, danh sách.

예제 [여기 저기] đây đó, khắp nơi.

예제 [보기] ví dụ; [연습문제] sự luyện tập.

예증 sự minh họa, thí dụ minh họa. --하다 minh họa, cho ví dụ.

예지 --하다 nhìn thấy trước, đoán biết trước, dự đoán.

예지 sự thông thái, sự khôn ngoan.

예진 sự nghiên cứu y khoa sơ bộ. --하다 đưa ra lời chẩn đoán sớm.

예진 cơn động đất nhẹ sơ khởi.

예찬 sự thán phục, sự khen ngợi, sự ca tụng, sự hâm mộ. --하다 khâm phục, thán phục, cảm phục, tôn sùng, sùng bái. @미의 예찬 sự tôn sùng cái đẹp. *--지 người sùng bái, người tôn sùng.

예측 lời đoán trước, sự dự đoán, sự đánh giá. --하다 nói trước, đoán trước, đánh giá, ước lượng. @대풍작이 될것으로 예측하다 đoán trước một vụ mùa bội thu // 승패는 예측할 수없다 không thể nói trước được số phận của cuộc chiến.

예치금 vật gửi, tiền gửi; [부기 sự thêm vào] tiền đặt cọc đã nhận.

예탁 --하다 gửi, ký thác vào ngân hàng. *--금 tiền gửi.

예탐 --하다 theo dõi, dò, thăm dò.

예편 --하다 chuyển sang nhóm đấu thủ dự bị đầu tiên. @예편되다 vào nhóm dự bị đầu tiên.

예포 cách chào (cách bắn súng chào). @21 발의 예포를 쏘다 bắn 21 phát súng chào.

예항 --하다 dắt theo, kéo theo (tàu thuyền) bằng dây thừng xích.

예해 một ví dụ, sự minh họa. --하다 cho ví dụ cho ví dụ minh họa, giải thích bằng ví dụ.

예행 --하다 nhắc lại, kể lại, diễn tập. *--연습 sự nhắc lại.

예후 sự dự đoán, sự lại sức.

옛 người già, người xưa. *--글 tác giả cổ điển. --친구 người bạn cũ.

옛날 thời xưa, quá khứ. @옛날이야기 câu chuyện đời xưa // 옛날에 vào thời xưa, hồi xưa // 옛날 옛적에 ngày xưa, cách đây đã lâu, lâu lắm rồi

옛말 từ cổ (고어), tục ngữ xưa.

옛모습 dấu vết, vết tích.

옛사람 người xưa, (죽은이) người đã chết.

옛스럽다 xưa, cổ, cổ hủ, cũ kỹ, không hợp thời.

옛이야기 truyện đời xưa.

옛일 sự việc đã qua, chuyện dĩ vãng, chuyện quá khứ. @옛일을 생각하다 suy nghĩ về quá khứ, nghĩ chuyện đã qua.

옛추억 những kỹ niệm xưa, hồi ức.

옛다 đây, nó đây!

오 con ngựa. *--년 năm Ngọ. --시 giờ ngọ.

오 số năm. @제 5 thứ năm // 5 배(의) gấp năm lần // 5 분의 일 một phần năm.

오 ôi, chao ôi. @오 슬프다 ôi trời ơi! khổ tôi chưa!

오가리 (1) [호박의] những lát bí sấy khô. (2) [나뭇잎의] sự nhăn nheo, sự teo quắc lại.

오각형 hình năm cạnh, hình ngũ giác. @오각형의 ngũ giác, có năm cạnh.

오개년 *--계획 một kế hoạch năm năm (chương trình).

오경 Ngũ kinh (của Trung hoa cổ).

오계 năm giới răn của Phật.

오고가다 đi tới đi lui, đi qua đi lại. @오고가는 많은 사람들 dòng người đi tới đi lui.

오곡 năm loại hạt (ngũ cốc). *--밥 món ăn được chế biến bằng ngũ cốc.

오관 năm cơ quan.

오구 nghề biên tập.

오그라뜨리다 => 오그리다.

오그라들다 thu lại, co lại, rút lại. @추워서 오그라들다 co lại vì lạnh.

오그라지다 bị đè nát, bị đè bẹp, bị nghiền, bị đập, bị đạp. @오그라진 남비 cái chảo bị vết móp (do bị đập mạnh).

오그랑장사 việc kinh doanh sa sút, việc làm ăn thất bại.

오그리다 (1) [몸을 cơ thể] cuộn lại, thu mình lại. @몸을 오그리고 자다 ngủ co ro. (2) [물건을 hàng hóa] nhồi nhét, bóp méo. @남비를 오그리다 bóp méo cái chảo. (3) [줄어들게 하다] thu nhỏ, co cụm, chụm lại, teo lại.

오글거리다 (1) [물이] sắp sôi, sủi bọt. (2) [벌레가 sâu bọ, côn trùng] đàn ong chia tổ => 우글거리다.

오글쪼글 --하다 bị nhăn, bị quăn, bị teo, bị co, bị quắt lại.

오금 sự uốn gối, sự quỳ gối. @오금을 못 쓰다 không thể di chuyển khắp nơi; [비유적] bị ai khống chế.

오금뜨다 đi lang thang.

오금박다 kẹt vào một trận cãi nhau.

오금탱이 góc trong của chỗ cong.

오긋하다 bị ấn vào, bị lõm.

오기 thái độ cứng cỏi, tính khí kiêu ngạo. @오기부리다 làm theo ý muốn, muốn gì được nấy.

오기 lỗi trong lúc viết. --하다 bị lỗi trong khi viết.

오나가다 luôn luôn, bao giờ cũng, mãi mãi.

오냐 vâng, phải, dạ, được, ừ, có chứ, tốt, ổn. @오냐 알았다 *vâng, tôi hiểu rồi* // 오냐오냐 울지마라 nào, nào! đừng khóc nữa!

오뇌 sự đau đớn, nỗi thống khổ, sự quằn quại. --하다 bị đau khổ.

오누이 anh chị.

오뉘죽 món cháo nấu với bột đậu đỏ.

오뉴월 tháng năm và "tôi". @오뉴월 긴긴해 trọn ngày hè. *--염천 tiết trời oi bức giữa mùa hè.

오는 tới, sắp tới, sau, ngay sau. @오는 일요일에 vào chủ nhật tới.

오늘 hôm nay, ngày hôm nay. @오늘부터 từ nay về sau // 오늘 중에 theo chiều hướng ngày nay // 오늘 밤 tối nay // 오늘 아침(오후) sáng nay // 전주(내주)의 오늘 ngày này tuần trước, ngày này tuần sau // 오늘은 며칠입니까 *hôm nay là ngày thứ mấy trong tháng*?

오늘날 ngày nay, thời nay. @오늘날의 한국 Hàn quốc ngày nay.

오늬 vết khía hình V của mũi tên.

오다 (1) [도착] đến, tới, đi đến; [나타나다 sự xuất hiện] lộ ra, ló mặt ra, xuất đầu lộ diện, xuất hiện. @미국에서 온 사람 người từ Mỹ đến // 기차가 올 때까지 cho tới khi xe lửa đến // 가지러(데리러) 오다 gọi, đến tìm // 올라 오다 lên tới, đạt tới, theo kịp, bắt kịp, tới gần, đến gần // 이리 오너라 lại đây // 그는 오늘은 안 올 것이다 *hôm nay anh ấy không đến* // 좋은 기회가 온다 *thời cơ tốt đã đến.* (2) [계절·시일이] bắt đầu, trở lại, quay lại; đến kỳ đòi, đến kỳ, đến hạn, phải trả (기한이) @겨울이 온다 mùa đông đến. (3) [비·눈이] @비가 온다 *trời bắt đầu mưa* // 서리가 온다 trời sương giá. (4) [유래] đến, được đưa ra. @영어에서 온 말 một từ nguyên gốc tiếng Anh. (5) [기인] do... mà ra, bởi... mà ra, là kết quả của, bắt nguồn ở. @과식에서 오는병 cảm giác buồn nôn do bội thực. (6) [되다] trở nên ,trở thành, thành ra, dần dần trở nên. @따뜻해 오다 *trời đang nóng dần lên.*

오다가다 thỉnh thoảng, đôi khi, đôi lúc. @오다가다 만나다 gặp tình cờ.

오달지다 [물건이 cơ thể] rắn chắc, chắc nịch; [짜임새가] chắc và khỏe; [사람이 người] rắn chắc, mạnh mẽ.

오대양 năm đại dương.

오대주 năm đại lục.

오도 --하다 đạt đến mức thông suốt, được đánh thức.

오도독 với tiếng nghiến, tiếng lao xao. *--뼈 sụn, xương sụn.

오도방정 một hành động thiếu suy nghĩ.

@오도방정을 떨다 *hành động một cách nông nổi.*

오독 sự đọc / hiểu / giải thích sai. --하다 đọc sai, hiểu lầm, giải thích không đúng.

오돌오돌 --하다 có nhiều bướu, có sụn.

오동 đồng xu bị gỉ sét.

오동나무--[식물 thực vật] *paulownia.*

오동통하다 lùn bè bè, chắc mập, phúng phính.

오두막 túp lều, nhà kho, xưởng làm việc, chòi, lán, chuồng. @오두막을 짓다 *dựng một cái lều.*

오드득 với tiếng lạo xạo. @오드득거리다 nghiến kêu răng rắc, làm kêu lạo xạo.

오들오들 @오들오들 떨다 rung, run // 전신이 오들오들 떨리다 run như cầy sấy.

오디 cây dâu tằm.

오뚝 => 우뚝.

오뚝이 con lật đật (đồ chơi).

오라 [1] [오라줄] sợi dây dùng để trói tội phạm lại. @오라로 묶다 trói kẻ phạm tội.

오라 [2] tốt, phải, đúng, có lý. @오라 네가 옳다 *vâng, bạn đúng rồi.*

오라기 một sợi chỉ. @헝겊 오라기 một mảnh vải.

오라버니 anh của em gái.

오라토리오 (*oratorio*) Oratô (nhạc Kinh thánh).

오락 sự giải lao, trò tiêu khiển, trò giải trí; thú vui riêng, sở thích (도락). @오락으로 để tiêu khiển, để giải trí // 독서는 좋은 오락이다 đọc sách là một thú tiêu khiển lành mạnh. *--가 trung tâm giải trí. --시설 các điều kiện dễ dàng thú vị dành cho các trò chơi chung. --실 phòng giải trí.

오락가락 --하다 đi đi lại lại, đi tới đi lui. @비가 오락가락하다 *trời chốc chốc lại mưa* // 정신이 오락가락하다 nghĩ lan man, nghĩ vẩn vơ.

오랑캐 dã man, man rợ, hung dữ, độc ác.

오랑캐꽃 cây hoa tím, cây hoa vi-ô-lét.

오래 lâu, dài, một thời gian dài. @오래된 xưa, cũ, cổ // 오래 전 trước đây lâu lắm, đã lâu lắm rồi // 오래 살다 sống thọ // 오래 끌다 kéo dài, được nối dài thêm // 오래 걸리다 mất một thời gian dài.

오래가다 xài bền ; sống lâu (병자가 bệnh nhân). @오래가는 hàng xài lâu bền, bền vững // 오래 못 가다 ngắn, tồn tại trong một thời gian ngắn.

오래간만 sau một thời gian dài. @오래간만입니다 *đã lâu tôi chưa gặp anh.*

오래다 từ một thời gian dài; lâu dài. @오래습관 phong tục xưa // 오래지 않아 ngay bây giờ, chẳng bao lâu nữa.

오래도록 một lúc lâu, một thời gian dài. @그는 오래도록 아내로부터 소식을 듣지 못했다 *đã lâu anh ấy chưa nhận được tin vợ.*

오래오래 lâu lắm rồi, mãi mãi, đời đời, vĩnh viễn, bất diệt.

오랫동안 một thời gian dài, từ lâu. @오랫동안 소식이 없다 *từ lâu đã không nghe (ai) nói gì.*

오레오마이신 [약] thuốc Aureomixin.

오렌지 quả cam. @오렌지색 màu da cam // 오렌지주스 nước cam.

오려내다 cắt ra, cắt bớt.

오로라 ánh ban mai.

오로지 chỉ có, chỉ, toàn bộ, hoàn toàn, toàn vẹn, trọn vẹn. @그는 오로지 돈

벌이만을 생각하고 있다 *anh ấy chỉ nhất quyết kiếm nhiều tiền.*

오류 lỗi, sai lầm, ảo tưởng. @오류를 범하다 làm lỗi, phạm lỗi.

오륜 năm nguyên tắc xử thế của con người (giữa chủ và tớ, giữa cha và con, giữa chồng và vợ, giữa anh em, và bạn bè).

오륜대회 đại hội thể thao quốc tế, thế vận hội.

오르가즘 sự cực khoái.

오르간 đàn ống. *--연주가 người đánh đàn ống.

오르내리다 (1) leo lên leo xuống, đi lên đi xuống, dao động lên xuống; [열이] lúc có lúc không, gián đoạn. @층계를 오르내리다 đi lên đi xuống cầu thang. (2) [입에] bị nói về, bị bàn về (ngồi lê đôi mách).

오르다 (1) đi lên, leo lên, vượt lên, đi ngược lên; [타다] leo lên, trèo lên. @산(나무)에 오르다 leo lên tới núi // 기차에오르다 lên xe lửa // 왕위에 오르다 lên ngôi vua // 지위에 오르다 được thăng lên chức vụ cao hơn // 계급이 오르다 thăng cấp // 성적이 오르다 cho thấy *thành tích học tập tốt hơn.* // 월급이 오르다 được tăng lương // 물가가 요즘 올랐다 *giá cả mới tăng lên không bao lâu.* (2) [게재] đã được đăng ký, đã được ghi vào. @그녀는 추문에 올랐다 *vụ tai tiếng của cô ta đã bị đăng trên báo.* (3) [전염] bị nhiễm, bị lây truyền; [때가] bị dơ, bị làm bẩn. @옴이 오르다 bị lây bệnh ngứa. (4) [입에] bị nói về, trở thành tin đồn. @그녀의 행실이 마을 사람들의 입에 올랐다 *hạnh kiểm của cô ấy đã trở thành chuyện cả huyện bàn tán.* (5) [기타] @약이 오르다 tức giận // 얼굴에 술이 오르다 *mặt đỏ bừng vì rượu.*

오르락내리락 sự thăng trầm.

오르막 sự đứng dậy, sự dâng lên, sự đi lên. *--길 một con đường dốc.

오른 điều tốt, điều phải.

오른손 bàn tay phải.

오른쪽 phía bên phải. @오른쪽에 ở phía bên phải // 첫째 모퉁이에서 오른쪽으로 돌아가라 *hãy đi theo con đường rẽ đầu tiên về bên phải.*

오름세 xu thế tăng lên (của giá thị trường). @오름세를 보이다 *cho thấy những xu hướng đang lên.*

오리 con vịt, con vịt đực (숫오리). *새끼-- vịt con.

오리 một viên chức ăn hối lộ.

오리나무 [식물] cây tổng quán sủi.

오리다 chặt phăng ra, cắt đứt. @잡지에서 그림을 오려내다 cắt một bức ảnh trong tạp chí.

오리목 thanh gỗ mỏng (để lát trần nhà...).

오리무중 @오리무중이다 bối rối hoang mang.

오리발 động vật có chân màng (như con vịt).

오리엔탈 người phương đông.

오리엔테이션 sự định hướng.

오리온 chòm sao O-ri-on (성좌).

오리지날 (*original)* nguyên bản.

오막살이 (cuộc sống in) một túp lều tranh (nhà nghèo ở nông thôn). --하다 sống cuộc đời nghèo khó.

오만 tính kiêu ngạo, tính kiêu căng, vẻ ngạo mạn. --하다 kiêu ngạo, kiêu căng, ngạo mạn. @오만하게 một cách kiêu ngạo, một cách kiêu căng // 손아랫사

람에게 오만하게 굴다 phách lối với cấp dưới của mình // 오만부리다 ra vẻ ta đây.

오만 rất nhiều, thật là nhiều, hết sức nhiều không đếm xuể, vô số, hàng ngàn, hàng triệu. @오만 가지 일 quá nhiều việc.

오면체 [수학 toán] khối năm mặt.

오명 sự nhục nhã, sự hổ thẹn. @오명을 씻다 xóa sạch mối ô nhục.

오목 một trò chơi của *baddok* có năm quân cờ đam được xếp thành một hàng.

오목렌즈 một thấu kính lõm.

오목하다 bị ấn vào, bị vết lõm. @눈이 오목하다 có mắt sâu.

오묘 --하다 thâm thúy, sâu sắc, uyên thâm.

오물 rác rưởi, rác bẩn, đồ dơ bẩn, rác, chất thải, nước cống (하수도의); rác (부엌의 của nhà bếp); chất bài tiết, chất thải; phân người (분뇨). @오물의 처분 máy nghiền rác. *--수거인 người đổ rác; người đổ phân (분뇨의). --운반차 xe rác; xe phân (분뇨의 phân).

오물거리다 (1) [벌레 따위가 như côn trùng] đầy nhung nhúc, bò ngoằn ngoèo. (2) [음식을 thức ăn] nhai trệu trạo, nhai nhóp nhép. @잇몸으로 오물거리다 nhai kẹo gôm. (3) [말을 lời nói] nói lầm bầm, nói lảm nhảm.

오므라들다 sít, khít, co lại, thu lại, làm khô, làm héo. @상처가 오므라들었다 *vết thương đã khít lại.*

오므라지다 đóng, khép.

오므리다 nhăn lại, cau có, mắm, mím, ngậm. @입을 오므리다 ngậm miệng lại.

오믈렛 món trứng tráng.

오밀조밀하다 [면밀 sự tỉ mỉ] tỉ mỉ, quá kỹ càng, cực kỳ cẩn thận; [솜씨가] công phu, trau chuốt, tinh vi.

오발 sự bắn ngẫu nhiên. --하다 bắn ngẫu nhiên.

오변형 hình ngũ giác, hình năm cạnh.

오버 hơn, vượt quá, quá nhiều, vượt bực, trội.

오버드로우 [야구 bóng chày] sự đánh bại hoàn toàn.

오보 một bản báo cáo sai. --하다 báo cáo sai. @그것은 오보였다 bản tường trình sai (không đúng).

오보에 [음악 âm nhạc] kèn ô-boa. *--연주자 người thổi kèn ô-boa.

오불관언 thái độ tách biệt. @오불관언이다 lãnh đạm, thờ ơ.

오붓하다 đủ, nhiều, phong phú. @오붓하게 살다 sống một cuộc sống phong lưu, sung túc.

오븐 cái lò.

오블라토 vòng niêm thuốc.

오비 học trò cũ, cựu học sinh.

오빠 anh của em gái.

오사바사하다 ân cần niềm nở nhưng hay thay đổi.

오싹오싹 lạnh, run rẩy, run lẩy bẩy.

오산 sự tính sai, sự tính nhầm. --하다 tính sai, tính nhầm.

오색 năm màu cơ bản. @오색이 영롱하다 *tỏa các màu rực rỡ khác nhau.*

오선지 giấy chép nhạc.

오세아니아 [대양주] (*Oceania*) châu Đại dương.

오소리 [동물 động vật] con lửng.

오손 vết bẩn, vết nhơ, vết đen. --하다 làm bẩn, làm dơ, làm biến màu, làm hại.

오솔길 đường mòn, đường nhỏ, đường

làng. @숲속의 오솔길 một con đường mòn xuyên qua khu rừng.

오수 chất thải, nước cống, rác cống. *--관 cống thoát của nhà vệ sinh.

오수 giấc ngủ trưa.

오순도순 hòa thuận, hòa hợp, thân thiện. @오순도순 잘 놀다 chơi ăn ý nhau.

오슬오슬 --하다 cảm thấy lạnh lẽo. @오슬오슬한 날씨 thời tiết lạnh lẽo.

오시 giờ Ngọ, giữa trưa (12 giờ trưa).

오식 lỗi in. 하다 in sai. @ 오식을 교정하다 hiệu chỉnh các lỗi sai trong bản in thử. *--정정표(bản) đính chính.

오신 --하다 tin tưởng sai, tin nhầm.

오실로그래프 (điện học) máy ghi dao động.

오심 sự đánh giá sai. --하다 đánh giá sai.

오십 số năm mươi. @오십대에 trong độ tuổi năm mươi.

오아시스 (*oasis*) ốc đảo.

오얏 quả mận. *--나무 cây mận.

오언 절귀 thể thơ tứ tuyệt có năm chữ Hán trong mỗi dòng.

오역 bản dịch sai. --하다 dịch sai.

오연 tính kiêu ngạo, tính kiêu căng, kẻ ngạo mạn. --하다 kiêu ngạo, kiêu căng, tự đắc.

오열 sự thổn thức. --하다 thổn thức, khóc.

오열 bọn cộng tác với địch, bọn phản nước, bọn gián điệp (대원).

오염 sự làm ô uế, sự làm ô nhiễm. --하다 làm ô uế, làm ô nhiễm, làm mất thiêng liêng. *대기-- sự ô nhiễm không khí. 수질-- sự ô nhiễm nguồn nước.

오케스트라 ban nhạc, dàn nhạc. @오케스라를 지휘하다 chỉ huy một dàn nhạc.

오토 레이스 cuộc đua xe hơi.

오토매틱 (*automatic*) tự động.

오토메이션 (*automation*)sự tự động.

오토바이 xe gắn máy.

오토자이로 (*autogyro*) máy bay tự lên thẳng.

오옴 [전기 điện] Ôm. @오옴의 법칙 định luật Om.

오욕 sự mất danh dự, sự ô nhục. --하다 làm nhục nhã, làm ô nhục, làm mất danh dự.

오용 việc dùng sai hoặc dùng cho mục đích sai, sự lạm dụng. --하다 dùng sai hoặc dùng cho mục đích sai, lạm dụng.

오버랩 [영화 phim] (*overlap*) sự chồng chéo, phần đè lên nhau.

오버워크 (*overwork*) sự làm việc quá sức.

오버타임 (*overtime)* giờ làm thêm.

오버핸드 (*overhand throw*) sự ném từ trên xuống.

오케이 (*OK - OKAY*) đồng ý, tán thành, được, tốt, ổn!

오트밀 bột yến mạch.

오픈게임 một trò chơi không hạn chế người chơi.

오픈카 xe mui trần.

오월 tháng năm. (*May*)

오유 @오유로 돌아가다 thiêu hủy, thiêu rụi.

오의 sự bí ẩn, điều thần bí, ý nghĩa sâu sắc.

오이 quả dưa chuột. *--채 gỏi dưa chuột.

오인 [나] tôi, ta, tao, tớ; [우리] chúng tôi, chúng ta, chúng mình.

오인 sự quan niệm sai, sự nhận thức sai. --하다 nhận thức sai, hiểu sai, hiểu nhầm.

오일 dầu, dầu lửa, dầu hỏa.

오일 [다섯 날] năm ngày; [닷새] ngày

thứ năm (trong tháng).

오입 gái điếm. --하다 chơi gái, đi nhà thổ. *--장이 kẻ dâm dục. --판 hạng gái giang hồ.

오자 từ sai, lỗi viết; lỗi in (인쇄의); điều sai sót khi ghi chép.

오장 năm cơ quan nội tạng bên trong.

오장육부 lục phủ ngũ tạng, toàn bộ các cơ quan nội tạng bên trong cơ thể.

오쟁이 một túi nhỏ bằng rơm.

오전 buổi sáng (trước 12 giờ). @오전 9 시에 lúc 9 giờ sáng // 오전 5 시 차 chuyến xe lửa 6 giờ sáng.

오전 => 오보.

오점 dấu, vết mực, vết sơn, vết đốm, vết bẩn; [결점] vết nhơ, thói xấu. @씻을 수 없는 오점 một vết nhơ không thể gội sạch.

오정 buổi trưa. @오정에 vào buổi trưa.

오조 [식물 thực vật] loại hạt kê mau chín.

오존 [화학] khí ozon. *--계 dụng cụ đo ozon.

오종경기 cuộc thi năm môn phối hợp. *--근대-- cuộc thi năm môn thể thao mới.

오죽 đúng vậy, thực vậy, quả thực, hẳn là, chắc là, thế nào. @그것을 보면 네 아버지가 오죽 좋아하시겠니 *ba của bạn sẽ vui sướng đến thế nào khi trông thấy nó*? // 오죽 배가 고프겠니 *bạn hẳn là đói lắm*?

오줌 nước tiểu; sự đi tiểu (속). @오줌누다 tiểu, đi tiểu.

오줌싸개 chứng đái dầm.

오지 đất liền nằm sâu vào trong, nội địa.

오지그릇 đồ bằng đất nung.

오지끈 --하다 kêu răng rắc, đập tan ra từng mảnh. @오지끈 부러지다 bẻ một cách giòn tan.

오직 chỉ, đơn thuần, đơn độc, chỉ có. @오직 울기만 하다 *chỉ biết có khóc* // 친구라고는 오직 너 하나뿐이다 *chỉ có anh là người bạn duy nhất của tôi.*

오직 => 독직.

오진 sự chẩn đoán sai. --하다 chẩn đoán sai.

오징어 con mực, mực ống.

오차 [수학 toán học] sự sai lầm, lỗi. *관측-- sai lầm trong việc theo dõi.

오찬 bữa ăn trưa. @오찬을 들다 ăn trưa. *--회 buổi tiệc trưa.

오체 thân thể, cơ thể.

오케스트라 ban nhạc, dàn nhạc.

오톨도톨 --하다 => 우툴두툴.

오판 sự đánh giá sai, sự xét xử sai. --하다 đánh giá sai, xét xử sai, tính sai, tính nhầm.

오팔 [광물 khoáng chất] Ôpan.

오퍼 [상업 kinh doanh] sự chào hàng. *--상 người đại lý ủy thác. 구매(판매) --sự trả giá mua hàng. 확정(기한부) --giá nhất định, chắc giá.

오페라 nhạc kịch, ôpêra.

오페레타 Ôpêret (nhạc kịch hài, nhẹ nhàng, ngắn).

오펙 *(OPEC)* Tổ chức các nước xuất khẩu dầu lửa.

오프셋 *(offset)* [인쇄 sự in ấn] sự in ôpxet. *--인쇄 kỹ xảo in ôpxet.

오피스 *(office)* cơ quan. @오피스 거얼 *(office girl)* cô gái làm việc văn phòng.

오한 sự lạnh lẽo, sự ớn lạnh; [의학 y học] sự rùng mình, sự rét run. @오한이 나다 cảm thấy lạnh.

오합지졸 đám đông, đám người hỗn tạp.

오해 sự hiểu lầm. --하다 hiểu lầm, nhận thức sai. @오해를 받다 bị hiểu lầm //

오해를 사다 nguyên nhân gây hiểu lầm // 오해를 풀다 xóa bỏ sự hiểu lầm.

오호 chao ôi! than ôi! trời ơi! @오호 그녀는 가고 없구나 chao ôi! cô ta chết rồi.

오호츠크 해 vùng biển *Okhotsk*.

오호호 a!haha! (tỏ ý ngạc nhiên, nghi ngờ, vui sướng hay đắc thắng).

오후 buổi chiều. @오후 5 시에 lúc 5 giờ chiều // 어제 오후에 chiều hôm qua.

오히려 đúng hơn là, tốt nhất là. @그는 학자라기 보다 오히려 작가다 *đúng ra là anh ấy chưa đủ trình độ để làm một nhà văn.*

옥 (1) ngọc bích. @옥가락지 chiếc nhẩn ngọc bích. (2) [보석] đá quý, ngọc, đồ nữ trang.

옥 nhà tù, trại giam. @옥에 가두다 bỏ tù, tống giam, giam cầm.

옥고 sự gian khổ của cuộc sống tù nhân. @옥고를 치르다 rên siết trong nhà giam.

옥내 @옥내의 trong nhà // 옥내에서 ở trong nhà. *--경기장 phòng tập thể dục. --선 [전기 điện] mạng điện. --유회 các môn thi đấu trong nhà.

옥니 răng chưa được đánh bóng. *--박이 người có hàm răng sáng bóng.

옥다 [오그라져 있다] hướng vào bên trong, hướng nội; [밑지다] bị mất mát, bị tổn thất (tiền bạc)

옥답 ruộng lúa phì nhiêu.

옥당목 vải in hoa chất lượng thấp.

옥도 (화학 hóa học) iot. *--정기 cồn iôt.

옥돌 đá quý, đá chạm ngọc.

옥동자 con trai yêu quý.

옥문 cổng nhà tù.

올드 미스 (*old maid*) gái già, bà cô.

옥바라지 --하다 gởi áo quần và đồ ăn vô tù.

옥사 sự chết trong tù. --하다 chết trong tù.

옥상 mái nhà, nóc nhà.

옥새 cái ấn của vua, quốc ấn.

옥색 màu xanh nhạt, màu xanh ngọc bích.

옥생각 --하다 bóp méo, xuyên tạc.

옥석 (1) [옥돌] đá quý, ngọc bích. (2) [옥과 돌] ngọc và đá quý. (3) [좋은 것과 나쁜 것] cây lúa mì và cỏ dại.

옥석구분 sự không phân biệt tốt, xấu.

옥석 혼효 bánh xốp mỏng làm bằng bột mì và đậu.

옥셈 sự tính toán sai ảnh hưởng đến quyền lợi của mình. --하다 tính sai gây bất lợi cho mình.

옥소 iốt => 옥도.

옥쇄 một cái chết vinh dự. --하다 thà chết chứ không đầu hàng, chết vinh hơn sống nhục.

옥수 [왕의] quyền lực nhà vua; [미인의 của người đẹp] quyền lực của phái đẹp.

옥수수 bắp, ngô.

옥시풀 [약] *oxyful.*

옥신각신 --하다 cãi nhau, cãi lộn.

옥신거리다 (1) [복작거리다] họp thành đàn, khán giả. @사람들이 옥신거리다 bị đông người xúm quanh, bị chật ních người. (2) [환부가] sự ngứa ran, sự đau nhức.

옥안 [왕의 vua] long thể; [미인의 mỹ nhân] ngọc thể.

옥야 cánh đồng màu mỡ. @옥야천리 cánh đồng phì nhiêu màu mỡ.

옥양목 tấm vải in hoa.

옥외 @옥외의 bên ngoài, ngoài trời //

옥외에서 ở ngoài trời. *--연설 bài diễn văn ngoài trời. --운동 môn thể dục ngoài trời.

옥좌 ngai vàng, bệ ngọc.

옥죄이다 cảm thấy tù túng.

옥중 @옥중에 trong nhà giam. *--기 nhật ký được viết trong tù, nhật ký trong tù.

옥체 (1) [임금의] bản thân nhà vua. (2) [존체] thể xác bạn.

옥타브 quãng tám (âm nhạc).

옥탄가 [화학 hóa học] tỷ lệ octan.

옥토 đất màu mỡ.

옥토끼 [흰 토끼] con thỏ trắng; [전설의] chú cuội.

옥편 tự điển Hoa- Hàn; [사전] quyển tự điển.

옥황 상제 Chúa, Thiên Chúa.

온 toàn bộ, suốt, trọn vẹn. @온 백성 .cả nước, toàn quốc // 온 세상 khắp cả thế giới, toàn thế giới // 온 몸에 khắp cả người // 온 힘을 다하여 với tất cả sức mạnh, sự dốc sức.

온각 cảm giác nóng.

온감 cảm giác ấm áp.

온갖 mọi loại, mọi thứ, tất cả, nhiều loại. @온갖 것 mọi thứ, tất cả // 온갖 사람 mọi hạng người // 온갖 수단을 다하다 *thử bằng mọi cách* // 온갖 고생을 다하다 *có thể chịu đựng đủ mọi gian khổ.*

온건 --하다 ôn hòa, điều độ, đúng đắn, hợp lý; đều đặn. @온건한 생각 quan điểm đúng đắn. *--주의 chủ nghĩa ôn hòa. --주의자 người chủ trương ôn hòa. --파 đảng ôn hòa.

온고 지신 --하다 quan tâm đến việc tăng cường kiến thức trong lãnh vực mới.

온기 hơi ấm.

온난 --하다 ôn hòa, ấm áp.

온당 --하다 thích đáng, chính đáng, xứng đáng, đúng. @온당한 요구 một yêu cầu chính đáng // 온당한 조치 cách xử trí đúng đắn và thích hợp.

온대 vùng ôn đới. *--식물 hệ thực vật ở vùng ôn đới. --지방 miền ôn đới.

온도 nhiệt độ. @높은(낮은)온도 nhiệt độ cao (thấp) // 온도를 재다 lấy nhiệt độ. *--조절 bộ điều chỉnh nhiệt tĩnh. --조절장치 máy điều nhiệt. 실내-- nhiệt độ trong phòng.

온도계 nhiệt kế. @온도계가 섭씨 19 도를 가리키고 있다 nhiệt độ chỉ 19 độ C. *섭씨(화씨) -- một nhiệt kế chia theo độ bách phân. 최고(최저) -- một nhiệt kế cực độ.

온돌 hệ thống sưởi ấm sàn nhà của người Hàn quốc.

온라인 trực tuyến. *--방식 hệ thống xử lý thông tin trực tuyến.

온면 món mì ăn với súp nóng

온상 ổ, lò. @악의 온상 ổ thói hư tật xấu.

온수 nước ấm.

온순 --하다 hiền lành, ngoan ngoãn, phục tùng, vâng lời.

온스 aoxơ (đơn vị đo lường) bằng 28,35 g).

온실 nhà kính (trồng rau, hoa). @온실 재배하다 trồng trong nhà kính. *--식물 cây trồng trong nhà kính. --재배 sự trồng cây trong nhà kính.

온아 --하다 duyên dáng, yêu kiều, dịu dàng, dễ thương, đáng yêu.

온유 --하다 nhu mì, hiền lành, dễ bảo, ngoan ngoãn.

온음 [음악 âm nhạc] một quãng đầy đủ.

*--계 gam nguyên âm. --표 nốt tròn.

온장 nguyên tờ giấy.

온장고 tủ nung nóng.

온전 --하다 lành lặn, còn nguyên vẹn, không bị thay đổi, hoàn toàn, đầy đủ. @집안에 온전한 접시라고는 하나도 없다 *không còn cái đĩa nào nguyên vẹn trong nhà*.

온정 sự nhiệt tâm, sự tốt bụng. @온정 있는 nhiệt tâm, tốt bụng, nhiều tình cảm.

온종일 cả ngày, suốt ngày. @온종일 비가 왔었다 *trời đã mưa suốt từ sáng đến tối*.

온집안 cả nhà, cả một gia đình. @온집안을 찾다 *lục soát khắp cả nhà*.

온채 cả nhà.

온천 suối nước nóng; suối nước khoáng (광천). @온천에 가다 đi tham quan suối nước khoáng. *--수 nước suối nóng. --여관 một khách sạn ở suối nước nóng. --요법 cách chữa bệnh bằng suối nước nóng. --장 suối nước nóng.

온축 vốn kiến thức, học thức uyên bác.

온탕 [온천] suối nước nóng; [욕탕] nước nóng.

온통 cả, suốt, toàn bộ, hoàn toàn, trọn vẹn.

온폭 cả khổ vải.

온혈 동물 một động vật có máu nóng.

온화 --하다 dịu dàng, nhẹ nhàng, ôn hòa, ấm áp, có nhiệt độ ôn hòa (기후가). @온화한 기후 khí hậu ấm áp, khí hậu ôn hòa.

온후 –하다 ngọt ngào, khéo léo, tinh tế, lịch sự, nhã nhặn, hòa nhã.

올 [1] (1) [가닥] sợi tao (len, thừng...), sự dệt, lối dệt. @세올실 chỉ gồm ba sợi // 올이 고운 천 vải dệt theo lối dệt mịn. (2) [직물의 날] sợi dọc trên khung cửi.

올 [2] năm nay => 올해. @올 안에 theo chiều hướng năm nay // 올 여름休가 mùa nghĩ hè tới; mùa nghĩ hè vừa rồi (지나간).

올 [3] sớm. @올벼 lúa chín sớm.

올가미 thòng lọng, cạm bẫy, bẫy; [꾀] mưu mẹo, thủ đoạn, trò lừa bịp. @올가미를 씌우다 buộc dây vào // 올가미를 놓다 đặt bẫy.

올곧다 [사람이] ngay thẳng, chính trực, liêm chính, trung thực; [줄이] ngay thẳng, thẳng thắn, rõ ràng.

올되다 (1) [직물의 올이] tinh vi, chính xác, chặt chẽ. (2) [지능이] sớm ra hoa, sớm phát triển. (3) [곡물이] chín sớm, chín trước mùa.

올라가다 (1) [높이] lên, leo lên, đi lên; nâng cao lên, bay vút lên (솟다). @나무에 올라가다 leo cây.// 산에 올라가다 leo lên núi // 연단에 올라가다 bước lên bục giảng // 하늘 높이 올라가다 bay vút lên không trung // 서울에 올라가다 đi lên *Seoul*. (2) [승진 sự thăng chức] sự đề bạt, tiến lên. @지위가 올라가다 được thăng chức // 월급이 올라가다 được tăng lương. (3) [물가가; giá cả] tăng giá, tăng lên; nâng cao lên (폭등하다). @물가가 올라간다 *giá cả tăng vọt*.

올라서다 [높은데로] leo lên, trèo lên; [지위가] tiến lên địa vị cao hơn.

올라오다 lên tới, đạt tới, theo kịp, bắt kịp => 오르다, 올라가다.

올라이트 được rồi, đồng ý, tán thành.

올리다 (1) [위로] nâng lên, đưa lên, kéo lên, giơ lên. @깃발을 올리다 kéo cờ lên // 손을 올리다 đưa tay lên // 값을

올리다 tăng giá. (2) [거행] tổ chức, tiến hành, cử hành. @결혼식을 올리다 tổ chức lễ cưới. (3) [드리다] biếu, tặng, dâng, cúng. @기도를 올리다 dâng lời cầu nguyện // 선생님에게 편지를 올리다 viết thư cho thầy. (4) [얻다] đạt được, giành được, thu được. @좋은 성과를 올리다 đạt được thành quả tốt đẹp // 우리 야구팀은 5 점을 올렸다 *đội chúng ta đạt được 5 điểm*. (5) [기재] đã được ghi chép, đã được thu vào. @이름을 올리다 đăng ký tên vào sổ // 장부에 올리다 ghi vào trong sách. (6) [기타] @칠을 올리다 phủ một lớp sơn lên vật gì // 질병을 올리다 truyền bệnh // 기와(짚,스레이트)로 지붕을 올리다 *lợp nhà bằng ngói*.

올리브 cây ôliu. @올리브 기름 dầu olive.

올림 [증정] sự biếu, sự tặng.

올림픽 (*Olympics*) đại hội thể thao. @올림픽 대회 đại hội thể thao quốc tế Olympic.

올망 tấm lưới đánh cá ngoài khơi.

올망졸망 mọi vật dụng nhỏ. --하다 nhiều cỡ nhỏ khác nhau.

올무 cái bẫy, cái lưới.

올바로 một cách chính trực, một cách ngay thẳng. @올바로 살다 sống một cuộc đời trung thực // 올바로 행동하다 hãy cư xử cho đúng mức.

올밤 trái dẻ tây đầu mùa.

올백 @올백으로 하다 chảy tóc thẳng ra phía sau.

올빼미 con chim cú. @올빼미 새끼 con cú con // 올빼미 우는 소리 tiếng cú kêu.

올벼 lúa chín sớm.

올차다 (1) [사람이 người] chắc, bền, cứng cáp. (2) [곡식이] chín sớm. @올찬 벼 lúa chín sớm .

올챙이 con nòng nọc.

올케 chị , em dâu.

올콩 hạt đầu mùa.

올팥 hạt đậu đỏ đầu mùa.

올해 năm này. @올해는 비가 많이 왔다 năm nay chúng ta bị mưa nhiều.

옭걸다 cột, trói, buộc rồi treo lên.

옭다 (1) [잡아매다] buộc chặt, trói chặt. (2) [올가미로] buộc chặt thòng lọng vào. (3) [사람을 속이다] đánh bẫy, gài bẫy.

옭매다 buộc chặt, trói chặt.

옭아 내다 [남을 속여서] lừa đảo, lừa gạt ai.

옭아 매다 => 옭다.

옭히다 (1) [올가미에] bị trói buộc bằng dây thừng. (2) [얽히다] bị làm rối, bị quấn vào nhau. (3) [걸리다] bị kéo lê vào, bị dính líu vào.

옮기다 (1) [이동] dời, di chuyển, dọn. @발을 옮기다 đổi bước chân // 교외로 옮기다 dọn ra ngoại ô // 학교를 옮기다 chuyển trường. (2) [병을] truyền cho, làm lây sang. @감기를 옮기다 lây bệnh cúm. (3) [말을 lời nói] truyền bá. @이말은 다른 사람에게 옮기지 말라 *đừng nói chuyện này cho bất cứ ai biết*. (4) [그릇에] rót sang, đổ sang; ra (비우다). (5) [번역] dịch sang; [암호 따위를] giải mã, giải đoán, đọc mật mã.

옮다 (1) di chuyển => 옮기다. (2) [사람이병에] bị lây, lan truyền, bị nhiễm; [병이 사람에게] bị lây nhiễm. @병이 옮은 사람 người bị nhiễm bệnh // 옮기쉽다 bị lây.

옮아가다 (1) [이동] dọn đi, cất đi, dời đi, .

@새 집으로 옮아가다 chuyển về ở nhà mới. (2) [퍼지다] truyền đi, lan đi, bay đi, lan truyền. @불이 사방으로 옮아갔다 *ngọn lửa lan ra mọi hướng.*

옳다 [1] thẳng, ngay thẳng, công bằng; [정당] đúng đắn, chính xác; [정의] chính đáng, chính nghĩa, hợp lý, đúng lý; [틀림없음] đúng, chính xác, xác thực; [정확] chính xác, đúng đắn; [진실] trung thực, thật thà, chân thực. @옳게 một cách ngay thẳng, một cách công bằng, một cách chính đáng // 옳은 답 câu trả lời chính xác // 옳은 마음을 가진 사람 một người chân thật // 옳지 않다 sai lầm; sai, còn đầy lỗi (틀린); không đúng, trật (부정확) // 옳은 일을 하다 làm điều phải.

옳다 [2] [감탄사] tán thành!/ đồng ý!/ được!/ tốt!/ được đấy! @옳다 됐다 bây giờ thì hiểu rồi./ được đó.

옳은길 con đường ngay thẳng, tính ngay thẳng đạo đức. @옳은길로 인도하다 hướng dẫn vào đường ngay nẽo chính.

옳은말 lời nói đúng, lời nói thật, lời phê bình chính đáng. @옳은 말을 하다 nói sự thật, nói điều phải.

옳지 tốt! đúng rồi! ổn rồi! @옳지 그만하면 됐어 tốt! điều đó được đấy.

옴 [1] bệnh ghẻ, bệnh ngứa; [의학 y học] bệnh giun đũa.

옴 [2] những mụt nhỏ li ti chung quanh đầu vú người mẹ mới sanh con.

옴나위 chỗ để cử động. @옴나위없다 không có chổ trở tay.

옴니버스 xe ô tô hai tầng.

옴죽거리다 ngoằn ngoèo, quanh co, bò quằn quại.

옴쭉달싹 @옴쭉달싹 않다 *không nhúch nhích lấy một phân* // 옴쭉달싹 못할 지경이다 *ở vào tình thế khó khăn.*

옴츠리다 thu nhỏ lại, co rút lại, chụm lại, teo lại => 움츠리다.

옴파눈 mắt trũng sâu; [사람] một người có đôi mắt trũng sâu.

옴패다 có hõm, có hốc. @옴패인 곳 nơi trũng, chỗ lõm, chỗ lún.

옴폭 --하다 hõm vào, trũng sâu hoắm. @눈이 옴폭하다 mắt bị trũng sâu.

옵사이드 việt vị (bóng đá), phía bên phải.

옷 áo quần, y phục (여자의); quần áo (총칭 nói chung); cách ăn mặc, trang phục (제복); bộ com lê để đi giao dịch (양복). @옷한 벌 bộ trang phục bằng vải // 옷을 입다(벗다) mặc quần áo // 옷을 입혀주다 mặc quần áo cho ai // 새 옷을 입어보다 thử đồ mới // 좋은 옷을 입고있다 *ăn mặc sang trọng.*

옷가슴 ngực; [샤쓰의] phần trước của áo sơ mi.

옷감 vải, vải để may com lê, hàng vải len dạ. @얇은 옷감 hàng vải nhẹ, vải mỏng.

옷걸이 cái giá treo quần áo (매다는 것); cái móc quần áo (거는 것).

옷고름 sợi dây áo khoác. @옷고름을 매다 (풀다) buộc dây áo khoác.

옷깃 cổ áo khoát. @옷깃을 세우다 kéo cổ áo lên.

옷단 đường viền. @옷단을 감치다 viền.

옷보 áo choàng rộng (của đàn bà mặc trong nhà).

옷자락 gấu áo, vạt áo, phần đuôi dài lê thê (của váy, áo choàng đàn bà). @옷자락을 끌다 kéo lê váy áo.

옷장 tủ quần áo,rương quần áo.

옷차림 y phục, đồ trang điểm. @옷차림이 얌전하다 ăn mặc giản dị trang nhã.
옹 người già, người lớn tuổi. @도산옹 ông lão *Tosan.*
옹고집 tính bướng bỉnh ngoan cố, sự cố chấp; một người ương ngạnh (사람).
옹골지다 nhồi đầy, nhồi chặt.
옹골차다 chắc, rắn chắc, bền, cứng. @옹골찬 사람 người có tầm vóc khỏe mạnh.
옹구 bộ yên hồ.
옹기 => 오지그릇.
옹기장수 người buôn bán đồ bằng đất nung.
옹기장이 thợ gốm.
옹기전 cửa hàng bán đồ gốm.
옹기종기 thành bầy, thành đám, dày đặc.
옹달 chỗ lõm, chỗ lún, chỗ trũng, chỗ sâu. *--샘 một dòng suối nhỏ.
옹동고라지다 bị rút ngắn lại, bị rút gọn.
옹립 --하다 hoàn lại, trả lại.
옹색하다 (1) [궁핍하다] bị cạn túi, bị cháy túi, bị túng quẫn. @돈에 옹색하다 *bị túng thiếu tiền bạc* // 옹색하게 살다 sống trong cảnh nghèo khó. (2) [좁은] chật hẹp, tù túng. @옹색한 방 một căn phòng chật chội.
옹생원 người hẹp hòi.
옹서 cha vợ và con rể.
옹위 --하다 bảo vệ, canh gác, canh giữ.
옹이 mấu, đốt, khấc. @옹이 있는 xương xẩu.
옹잘거리다 cằn nhằn, càu nhàu, lẩm bẩm.
옹졸하다 hẹp hòi, không khoan dung, không độ lượng.
옹주 nàng công chúa.
옹호 [보호] sự che chở, sự bảo vệ; [엄호] lớp vỏ bọc. @자기의 권리를 옹호하다 bảo vệ quyền lợi của mình. *--자 người che chở, người bảo vệ.
옻 sơn mài. @옻칠한 quét sơn // 옻칠한 제품 hàng sơn mài // 옻오르다 được sơn mài // 옻을 칠하다 sơn mài, quét sơn. *--나무 cây được phủ lớp sơn mài.
와 [1] và. @너와 나 anh và tôi.
와 [2] với một tiếng gầm lớn, inh ỏi. @와웃다 cười om sòm, cười phá lên // 와 달아나다 *bỏ chạy một cách hoảng loạn.*
와글거리다 (1) đám đông, số đông người. @시장에 사람들이 와글거린다 chợ đông nghẹt. (2) hò hét, la vang, ồn ào. @와글거리는 사람들 một đám đông người ồn ào.
와니스 dầu bóng, véc ni.
와다닥 thình lình, đột ngột. @와다닥 방에서 뛰어나가다 *xô ra khỏi phòng.*
와당탕 to lớn, dữ dội, ồn ào, náo nhiệt. --거리다 gây ồn ào, làm ầm ĩ.
와드등와드등 với tiếng ồn ào.
와들와들 @추워서 와들와들 떨다 *run vì lạnh* // 무서워서 와들와들 떨다 *sợ run.*
와락 thình lình, đột nhiên, bất chợt. @문을 와락 열다 *giật mở tung cửa ra.*
와르르 (1) [사람이] với sự vội vã. @그들은 와르르 역으로 몰려갔다 họ vội vã đến nhà ga. (2) [물건이] tiếng kêu loảng xoảng, sự vỡ vụn. @담이 와르르 무너졌다 *bức tường vỡ tan thành một đống vụn.*
와병 --하다 bệnh liệt giường.
와사 khí.
와삭거리다 làm xào xạc. @가랑잎이 바람에 와삭거린다 *những chiếc lá vàng xào xạc trong gió.*
와셀린 (*vaselin)* [화학] vazơlin (loại mỡ

lấy từ dầu mỏ màu vàng nhạt dùng làm mở bôi hoặc dầu bôi trơn).

와스스 tiếng vỡ vụn.

와신 상담 --하다 chịu đựng gian khổ và thiếu thốn.

와언 tin đồn thất thiệt, lời đồn không căn cứ; [사투리] tiếng địa phương, thổ ngữ.

와음 sự sửa sai giọng.

와이드 스크리인(*white screen*) [영화 ciné] màn ảnh rộng.

와이샤쓰 áo sơ mi.

와이어 sợi dây. @와이어 로우프 sợi dây cáp.

와이프 (*wife*) người vợ.

와인 [술] (*wine*) rượu nho.

와일드 피치 (*wild pitch*) đường ném bóng bừa bãi.

와짝 (1) mạnh mẽ, sinh động, hoạt bác, sôi nổi. @줄을 와짝 잡아당기다 giật mạnh sợi dây. (2) bất thình lình, một cách bất ngờ. @날씨가 와짝 추워진다 *thời tiết bất chợt đổ lạnh.*

와전 sự miêu tả sai, sự trình bày sai. --하다 miêu tả sai, trình bày sai.

와중 xoáy nước. @... 의 와중에 휩쓸려 들다 *bị rút vào trong một xoáy nước.*

와지끈 sự đập tan, sự đập vỡ. --하다 đập tan ra từng mảnh. @가구를 와지끈 부수다 *đập tan đồ đạc.*

와트 [전기 điện] *(watt)* oát (đơn vị điện năng).

와해 sự gãy vụn, sự đập vụn, sự đập nát. --하다 đập tan, đập vụn.

왁스 sáp ong.

왁자지껄하다 hò hét, la vang, ồn ào, ầm ĩ. @ 그 문제로 교실 안이 왁자지껄하다 *lớp học ở trong tình trạng bừa bộn lộn xộn khắp nơi.*

왁찐 (*vaccin*) vắcxin. @왁찐주사 sự tiêm chủng.

완강 tính bướng bỉnh, ngoan cố. --하다 bướng bỉnh, lì lợm. @그들은 완강히 저항했다 *chúng chống cự một cách ngoan cố.*

완결 sự kết thúc, sự chấm dứt, sự hoàn thành. --하다 kết thúc hoàn toàn, chấm dứt. @완결되다 được kết thúc // 사건을 완결짓다 kết thúc, chấm dứt.

완고 sự cố chấp, sự ngoan cố, sự bướng bỉnh. --하다 bướng bỉnh, ngoan cố, khó dạy.

완곡 [표현] lời nói uẩn khúc, lối nói trại. --하다 quanh co, nói trại, dùng lối nói quanh co. @완곡히 말하다 nói bóng gió, nói xa nói gần.

완구 đồ chơi => 장난감.

완급 sự nhanh nhẹn và chậm chạp; nhịp độ, tốc độ cao thấp.

완납 sự trả đủ lương. --하다 trả đủ lương, trả toàn bộ.

완두 hạt đậu Hà Lan.

완력 sức mạnh của cơ thể, sức mạnh của bắp thịt. @완력으로 이기다 thắng bằng vũ lực // 완력을 사용하다 dùng vũ lực.

완료 sự hoàn thành. --하다 hoàn thành, làm xong, kết thúc. @완료되다 được hoàn thành. *--형(시제) [문법 văn phạm] thì hoàn thành.

완만 --하다 chậm chạp, lỏng lẻo. @완만한 경사 con dốc thoai thoải.

완미 --하다 tin mù quáng.

완벽 sự hoàn thành, sự hoàn chỉnh, sự hoàn thiện, tính chất hoàn toàn, tính chất đầy đủ, tính chất trọn vẹn. --하다 hoàn toàn, đầy đủ, trọn vẹn, hoàn thiện, hoàn mỹ. @완벽을 기하다 hướng tới sự hoàn mỹ.

완보 dáng đi chậm chạp. --하다 bước đi chầm chậm.

완본 bộ bộ sách đầy đủ.

완복하다 [야구] không cho vào.

완비 tình trạng tốt nhất, tình trạng hoàn thành, sự trang bị đầy đủ. --하다 hoàn thành, hoàn toàn. @완비되어 있다 được trang bị đầy đủ với.

완상 sự thích thú, sự khoái chí, sự nhận thức sâu sắc, sự thưởng thức, sự đánh giá đúng. --하다 thưởng thức, đánh giá đúng, ngắm nhìn một cách vui thích.

완성 sự hoàn thành, sự làm xong, sự làm trọn. --하다 hoàn thành, làm xong, kết thúc, làm trọn. @완성에 가깝다 sắp hoàn thành. *--품 thành phẩm. 자기-- sự hoàn thiện bản thân.

완수 thành quả, thành tựu, thành tích. --하다 đi đến thành quả, thành tựu, thành tích. @목적을 완수하다 đạt mục đích.

완승 --하다 giành thắng lợi hoàn toàn.

완연 --하다 sáng sủa, dễ hiểu, rõ ràng, rành mạch, sống động. @완연히 một cách sáng sủa, một cách rõ ràng.

완자 [만자] chữ vạn, chữ thập ngoặc.

완장 cái băng tay..

완전 sự hoàn chỉnh, sự hoàn thiện, tính chất trọn vẹn, tính chất đầy đủ. --하다 hoàn toàn, tột bực, tuyệt vời, toàn bộ, toàn thể. @완전히 một cách trọn vẹn, một cách hoàn toàn, // 완전하게 하다 làm xong, làm thành, làm trọn // 완전하게 되다 được hoàn thành trọn vẹn, trở nên hoàn toàn // 완전을 기하다 *hướng tới sự hoàn thiện.*

완전 무결 --하다 hoàn hảo, hoàn thiện, hoàn mỹ. @완전무결한 사람은 없다 *không ai hoàn hảo và không mắc sai lầm* // 완전무결 không sai sót.

완주하다 [경기에서] chạy hết quãng đường.

완초 sự xông lên, sự cuốn đi => 왕골.

완충 --하다 đánh bóng bằng vải mềm. *--국 quốc gia trái độn (nước trung lập nhỏ giữa hai nước lớn). --기 vật đệm, tầng đệm. --장치 nhíp chống sốc, thiết bị giảm sốc. --지대 vùng đệm.

완치 phương pháp chữa bệnh hoàn hảo. --하다 được điều trị hoàn toàn.

완쾌 [병이] --하다 bình phục, khỏi bệnh.

완투하다 [야구 bóng chày] ném bóng cho người cầm chày.

완행 --하다 lãn công, làm việc chậm. *--열차 xe lửa địa phương.

완화 sự giảm nhẹ, sự làm nhẹ, sự làm dịu, sự làm giảm bớt. --하다 làm giảm bớt, làm nhẹ, làm dịu, làm giảm nhẹ, làm thanh thản, làm dễ chịu. @교통난을 완화하다 làm giảm bớt tình trạng tắc nghẽn giao thông. *--제 sự làm dịu. --책 một biện pháp trung hòa.

왈가닥 cô gái xấc xược, con bé, cô gái tinh nghịch.

왈가닥거리다 làm lạch cạch, làm lách cách.

왈가왈부 --하다 dùng lý lẽ để chống lại, biện minh.

왈왈하다 dễ nổi nóng, dữ dội, mãnh liệt, hung bạo.

왈츠 [춤 곡] điệu nhảy vanxơ.

왈칵 bất thình lình, bất chợt. @왈칵 잡아당기다 kéo giật mạnh ra // 왈칵성을 내다 lóe lửa.

왈패 [망나니] kẻ gây rối; con bé lấc cấc

(여자).

왔다 갔다 --하다 đi tới đi lui, đi tha thẩn, dạo chơi; đi lang thang (배회). @거리를 왔다 갔다하다 đi tha thẩn qua đường.

왕 vua, quốc vương; người trị vì (통치자); thái tử. @왕의 (thuộc) vua // 왕다운 đế vương, vương giả // 짐승의 왕 chúa tể muôn loài // 자동차의 왕 trùm tư bản xe hơi // 꽃중의 왕 nữ hoàng các loài hoa.

왕가 dòng dõi hoàng gia.

왕거미 xe ngựa hai bánh loại lớn.

왕겨 trấu, cám gạo.

왕골 cây bấc, cây cói. *--자리 tấm chiếu cói.

왕관 vương miện, vòng nguyệt quế.

왕국 vương quốc.

왕궁 cung điện nhà vua.

왕권 quyền lực nhà vua; [왕위] ngai vàng. *--신수설 quyền bất khả xâm phạm của nhà vua.

왕녀 công chúa.

왕년 những năm đã qua, quá khứ, năm cũ, năm trước.

왕눈이 người có mắt to.

왕당 người bảo hoàng.

왕대 một loại tre lớn.

왕대비 thái hậu.

왕도 con đường thẳng tắp, hoạn lộ. @학문에는 왕도가 없다 *không có con đường nào dễ dàng để đạt được sự hiểu biết.*

왕도 thủ đô, thủ phủ.

왕래 (1) [통행] sự đi tới đi lui, sự đi lại. --하다 đi tới đi lui. @왕래가 빈번한 거리 đường phố đông người // 사람의 왕래 số lượng người. (2) [친교] sự giao dịch, sự giao thiệp, quan hệ thư từ. --하다 kết giao với, kết bạn với, giao thiệp với, trao đổi thư từ với (서신 왕래).

왕릉 ngôi mộ hoàng gia.

왕림 sự hiện diện, sự có mặt, sự thăm viếng. --하다 thăm viếng, tham quan, dự, có mặt.

왕명 mệnh lệnh nhà vua.

왕모래 cát thô, đá mạt.

왕밤 hạt dẽ to.

왕방울 cái chuông to. @눈이 왕방울같다 có cặp mắt to tròn.

왕벌 con ong đục lỗ (호박벌); con ong bắp cày (말벌).

왕복 kẻ đến người đi, cuộc hành trình khứ hồi. --하다 khứ hồi, chạy tuyến (배가); chạy trên tuyến đường. @서울 수원간을 왕복하는 기차 *xe lửa chạy theo tuyến Seoul và Suwon.* *--비행 chuyến du lịch khứ hồi. --엽서 bưu thiếp khứ hồi. --차비 khách đi xe khứ hồi. --차표 vé khứ hồi.

왕복 운동 [기계 kỹ thuật] sự chuyển động qua lại.

왕봉 [곤충] con ong chúa.

왕비 nữ hoàng.

왕새우 [동물] con tôm panđan.

왕생 sự chết, sự chấm dứt, sự kết thúc. --하다 chết, kết thúc.

왕생 극락 sự làm cho người mắc bệnh nan y chết một cách nhẹ nhàng. --하다 lên thiên đường, về miền cực lạc.

왕성 --하다 xuất sắc, ưu tú, thành công, phát đạt, giàu có, thịnh vượng, mạnh mẽ. @혈기 왕성한 청년 tuổi trẻ đầy nhiệt huyết // 원기 왕성하다 đầy sức sống // 사기가 왕성하다 có tinh thần cao.

왕세손 cháu đích tôn của nhà vua.

왕세자 hoàng tử xứ *Wales* (영국의 của

nước Anh). *--비 vợ hoàng thái tử.

왕손 cháu trai đích tôn của nhà vua.

왕수 [화학 hóa học] nước cường.

왕실 dòng dõi hoàng gia.

왕업 vương quyền.

왕왕 thỉnh thoảng, đôi khi, đôi lúc. @학생들에게 왕왕 있는 일이지만 *đó là những trường hợp thường xảy ra cho các học sinh.*

왕위 ngai vàng, ngôi vua. @왕위 계승 sự kế vị ngôi vua // 왕위에 오르다 lên ngôi vua.

왕자 hoàng thái tử .

왕자 nhà vua, quốc vương. @정구계의 왕자 nhà vô địch của môn quần vợt, vua quần vợt.

왕정 chế độ quân chủ. *--복고 thời kỳ khôi phục chế độ quân chủ.

왕조 triều đại, triều vua. @왕조의 (thuộc) triều đại // 이 왕조 triều đại *Yi.*

왕족 hoàng gia, hoàng tộc.

왕좌 ngai vàng; [수위] uy quyền tối cao. @왕좌를 차지하다 nắm giữ quyền cao nhất.

왕지네 một loại rết to.

왕진 sự đi thăm bệnh của bác sĩ. --하다 đi thăm bệnh, đi khám bệnh. *--료 tiền thù lao khám bệnh. --시간 giờ khám bệnh. --야간 sự thăm bệnh buổi tối.

왕청되다 sự khác biệt nhiều.

왕콩 hạt đậu to.

왕통 hậu duệ của nhà vua.

왕후 nữ hoàng.

왕후 nhà vua và thái tử. @왕후 같은 생활을 하다 sống như ông hoàng.

왜 tại sao, vì sao, thế nào. @왜냐 하면 bởi vì, do vì, vì lẽ, lý do là // 왜그런지 không biết tại sao, không biết làm sao.

왜 nước Nhật, người Nhật.

왜가리 [새 chim] con diệc.

왜간장 xì dầu Nhật.

왜곡 => 의곡.

왜구 quân Nhật xâm lược.

왜낫 cái liềm lưỡi nhỏ.

왜놈 người Nhật.

왜말 tiếng Nhật.

왜바람 cơn gió thay đổi luôn.

왜반물 thuốc nhuộm màu xanh dương đậm.

왜색 kiểu Nhật.

왜소 --하다 nhỏ, nhỏ xíu, bé tị.

왜식 phong cách Nhật.

왜식 món ăn Nhật. *--집 nhà hàng Nhật.

왜인 người Nhật (총칭 nói chung).

왜인 người lùn.

왜정 sự thống trị của Nhật.

왜태 loại cá pôlăc lớn.

왜풍 kiểu Nhật.

왱왱 tiếng còi, tiếng huýt sáo, tiếng oang oang. --하다 [바람이 cơn gió] tiếng gió rít; [책을] đọc to; [벌떼가] tiếng o o, tiếng vo ve.

외 quả dưa chuột => 오이.

외-- (tiền tố) (홀) chỉ, duy nhất, độc nhất, đơn độc. *--눈이 người một mắt, người chột mắt.

외 (1) trừ ra, không kể, trừ phi, ngoài ra => 이외. @그 외 vật còn lại, cái còn lại // 그 외에 ngoài cái đó ra, ngoại trừ điều đó, ở ngoài // 이외에는 아무것도 가진 것이 없다 *trừ cái này ra tôi không còn cái nào khác* . (2) [바깥] ở ngoài, ở phía ngoài, ở xa hơn. @시외에 ở ngoài thành phố, ngoại ô // 권한 외의 행위를 하다 *làm một việc vượt quá quyền hạn của mình.*

외 [건축] thanh gỗ.

외가 bên ngoại.

외각 vỏ bọc ngoài,bao, cái mai.

외각 [기하 hình học] góc ngoài; [야구 bóng chày] góc bên ngoài.

외견 bề ngoài, sĩ diện. @외견상(으로) theo biểu hiện bề ngoài.

외겹 @외겹의 thành thật, giản đơn, không phức tạp.

외경 sự sợ hãi lẫn kính trọng. --하다 kính sợ, kính trọng.

외계 thế giới bên ngoài; [철학 triết học] hiện tượng; thế giới vật chất (정신계에 대한).

외고집 sự ngoan cố, sự cứng đầu, tính bướng bỉnh. @외고집의 bướng bỉnh, ngoan cố, cứng đầu. *--장이 người cứng đầu.

외곬 @외곬으로 chăm chú, chú ý, giản dị, mạch lạc, đơn độc, trung thực, thẳng thắn, minh bạch // 외곬으로 생각하다 *nhìn sự việc theo quan điểm riêng.*

외과 khoa phẫu thuật. @외과 수술을 받다 trải qua một ca mổ. *--수술실 phòng mổ. –의사 bác sĩ phẫu thuật. --병원 bệnh viện phẫu thuật.

외과피 [식물 thực vật] vỏ quả ngoài.

외곽 đường ngoài, nét phác thảo, đường nét. *--단체 bộ phận phụ.

외관 diện mạo, dáng điệu, phong thái, bề ngoài. @외관상 ở bên ngoài, về bề ngoài // 건물의 외관 bên ngoài của một tòa nhà.

외교 thuật ngoại giao, ngành ngoại giao; quan hệ ngoại giao (관계); [권유] cuộc thảo luận. @외교의 có tài ngoại giao // 외교에 능한 사람 nhà ngoại giao // 외교적 수완 người có tài ngoại giao // 외교관계를 수립하다(단절하다) thiết lập mối quan hệ ngoại giao. *--관 nhân viên ngành ngoại giao. --단 đoàn ngoại giao. --문제 một vấn đề ngoại giao. --술 thuật ngoại giao, sự khéo léo trong ngoại giao. --정책 chính sách đối ngoại.

외구 sự sợ hãi, nỗi kính sợ. --하다 kinh sợ, khiếp sợ, kinh hoàng.

외구 kẻ xâm lược.

외국 nước ngoài. @외국의 (thuộc) nước ngoài // 외국에서 ở nước ngoài // 외국풍의 từ nước ngoài du nhập vào // 외국제의 chế tạo ở nước ngoài // 외국행의 hải cảng nước ngoài // 외국에가다 đi ra nước ngoài // 외국에 있다 ở nước ngoài. *--관광객 chuyến du lịch ra nước ngoài. --무역 ngoại thương. --상사 công ty nước ngoài --상품 hàng nước ngoài. --선 tàu nước ngoài. --시장 thị trường nước ngoài. --환(시세) phóng viên làm việc ở nước ngoài.

외국어 tiếng nước ngoài. @외국어로 theo tiếng nước ngoài.

외국인 người nước ngoài.

외근 việc làm ở ngoài; cuộc bàn cãi(외교원의). --하다 ủng hộ việc làm bên ngoài. @외근의 thuộc việc làm bên ngoài. *--기자 phóng viên. --자 người đang có nhiệm vụ bên ngoài.

외기 ngoài trời, không khí. @외기에 쐬다 xoay ra ngoài, nhô ra ngoài.

외기 노조 liên minh các tổ chức người làm thuê nước ngoài

외길 đường lối riêng.

외김치 món dưa leo ngâm dấm.

외나무다리 cây cầu gỗ.

외날 một lưỡi. @외날 면도칼 dao cạo một lưỡi.

ㅇ

외다 thuật lại, kể lại => 외우다.

외따로 rời ra, tách ra, cô lập, một mình, đơn độc. @벌판에 조그만 집이 외따로서 있다 *một ngôi nhà tranh trơ trọi giữa cánh đồng.*

외딴 riêng lẻ, xa xôi, hẻo lánh, hiu quạnh, vắng vẻ. @외딴섬 một hòn đảo hẻo lánh.

외딴집 một ngôi nhà hoang vắng.

외딸다 một mình, tách biệt.

외도 [오입 gái điếm] sự chơi bời (gái); [나쁜길] chiều hướng xấu. --하다 đi lại với gái điếm; [일탈] đi lạc đường, lạc lối.

외등 ngọn đèn đường.

외람 --하다 tự phụ, tự tin, trơ tráo, trơ trẽn. @외람하오나 *cho phép tôi nói, tôi dám chắc.*

외래 @외래의 đã nhập khẩu. *--사상 tư tưởng vọng ngoại. --어 từ ngữ gốc nước ngoài. --품 hàng nhập khẩu. --환자 bệnh nhân ngoại trú.

외로이 người trơ trọi một mình, người cô độc, người thích sống một mình, người thích hành động một mình. @외로이 살다 sống cô đơn.

외롭다 cô đơn, cô độc, đơn độc. @외로운 나그네 người lữ khách đơn độc.

외마딧 소리 tiếng kêu đơn độc, tiếng thét thất thanh. @외마딧 소리를 지르다 kêu thất thanh, kêu thét.

외면[1] diện mạo bên ngoài, vẻ bề ngoài. *--치레 sự phô trương, sự khoe khoang.@외면치레하다 khoe khoang, phô trương.

외면[2] --하다 ngoảnh mặt đi, quay mặt đi. @그는 나를 외면하고 지나갔다 *hắn làm lơ quay đi chỗ khác.*

외모 diện mạo.

외무 việc ngoại giao. *--부 bộ ngoại giao. --부장관 bộ trưởng Bộ ngoại giao, ngoại trưởng; bộ trưởng (국무 장관). --위원회 Ủy ban ngoại giao.

외미 giống gạo nước ngoài.

외박 --하다 ngủ ngoài trời.

외방 [외지] nước ngoài; [바깥] bên ngoài.

외벽 [건축] bức tường rào.

외부 ở bên ngoài. @외부의 (thuộc) bên ngoài // 외부로 부터 từ ngoài vào // 외부 사람 người ngoài cuộc // 외부와의 연락이 두절되었다 *các phương tiện liên lạc với thế giới bên ngoài đã bị ngăn chặn.* *--간섭 sự can thiệp bên ngoài.

외분 [기하] phép chia bên ngoài. --하다 chia theo bên ngoài.

외분비 [의학 y học] sự bài tiết ra ngoài. *--선 tuyến ngoại tiết.

외빈 một vị khách.

외사 việc đối ngoại. *--과 bộ phận đối ngoại.

외사촌 anh em họ bên mẹ (con của cậu hay dì).

외삼촌 cậu (em hay anh của mẹ) .

외상 sự mua chịu, sự bán chịu. @외상으로 팔다(사다) bán chịu. *--거래 sự buôn bán chịu.

외상 vết thương bên ngoài; [의학 y học] sự chấn thương. @외상성의 gây chấn thương.

외서 sách nước ngoài.

외설 sự tục tĩu, sự khiêu dâm. --하다 tục tĩu, khiêu dâm, khiếm nhã, thô tục. @외설한 이야기를 하다 nói chuyện tục tĩu. *--문학 sách báo khiêu dâm.

외세 [형세 tình hình] hoàn cảnh bên

ngoài; [세력] quyền lực bên ngoài. @외세에 의존하다 dựa vào thế lực ngoại bang.

외손 @외손의 một tay, làm một tay.

외손 cháu ngoại.

외숙 cậu.

외숙모 mợ.

외식 --하다 không ăn cơm nhà, ăn cơm khách.

외식 => 면치레.

외신 tin tức nước ngoài.

외심 [기하 hình học] tâm vòng tròn ngoại tiếp. *--점 (toán) khuynh tâm.

외아들 con trai độc nhất.

외야 [야구 bóng chày] khu vực xa cửa thành. *--석 chỗ ngồi ở khu vực ngoài của khán giả không có mái che. --수 cầu thủ ở khu vực ngoài.

외양 vùng đại dương xa đất liền, biển khơi.

외양 diện mạo, phong thái. @외양은 theo vẻ bề ngoài // 외양을 꾸미다 đưa mặt tốt ra.

외양간 đàn ngựa đua (말의); chuồng ngựa (소의). @말을 외양간에 넣다 cho ngựa vào chuồng // 소 잃고 외양간 고치다 *đóng cửa chuồng sau khi mất ngựa.*

외양치레 việc dàn dựng một vở kịch hay.

외연 [논리] sự bao hàm nghĩa rộng, sự kéo dài, phần mở rộng. *--약 thuốc dùng ngoài da.

외연 기관 động cơ đốt cháy bên ngoài.

외용 việc dùng ngoài da. --하다 sử dụng bên ngoài. *--약 thuốc dùng ngoài da; chỉ dùng ngoài da (약병에).

외우 [외환] sự lo sợ ngoại xâm.

외우 người bạn quý.

외우다 [암송] kể lại kỹ niệm; [암기] học thuộc lòng. @시를 외우다 ngâm thơ.

외유 chuyến du lịch nước ngoài. --하다 đi du lịch nước ngoài.

외이 [해부 phẫu thuật] tai ngoài. *--염 [의학] chứng viêm tai ngoài.

외인 [외국인] người nước ngoài; [관계없는 사람] người ngoại quốc. *--거류지 sự định cư ở nước ngoài. --부대 đội lính lê dương (Pháp) . --상사 công ty nước ngoài.

외자 tiền vốn nước ngoài. *--도입 sự nhập tiền vốn nước ngoài vào.

외짝 sự lẻ cặp.

외적 kẻ thù ngoại bang.

외적 bề ngoài.

외전 điện tín gởi ra nước ngoài. @외전이 전하는 바에 의하면 theo tin tức nước ngoài.

외접 [기하 hình học] sự vẽ hình ngoại tiếp. --하다 vẽ hình ngoại tiếp. *--원 một đường tròn ngoại tiếp.

외제 @외제의 làm ở nước ngoài. *--차 xe hơi sản xuất ở nước ngoài. --품 hàng hóa sản xuất ở nước ngoài, hàng ngoại nhập.

외조모 bà ngoại.

외조부 ông ngoại.

외종 anh em họ ngoại.

외지 vùng đất nước ngoài. @외지로 건너가다 đi ra nước ngoài.

외지다 bị cô lập, bị cách ly.

외채 [경제] sự vay nợ nước ngoài (차관); các phiếu nợ nước ngoài (증권); món nợ nước ngoài (채무). *--상환 기금 quỹ thanh toán để trả các món nợ nước ngoài.

외척 bà con bên mẹ.

ㅇ

외청도 [해부 giải phẫu] ống thính giác.
외출 sự giao thiệp. --하다 đi ra ngoài (cửa). @외출중에 lúc vắng nhà // 어제는 비가 와서 외출할 수 없었다 *hôm qua trời mưa tôi không ra ngoài được.* *--금지령 lệnh giới nghiêm. --복 y phục mặc đi đường. --시간 giờ nghỉ (군인의). --일 ngày nghỉ.
외치다 hò hét, quát tháo; thét lên (큰소리로); [비명을] la, thét thất thanh; [소리 지르다] kêu la, la hét. @외치는 소리 sự kêu la, tiếng la hét, tiếng thét lác // 살려 달라고 외치다 kêu la cầu cứu // 찬성이라고 외치다 reo hò ủng hộ // 반대라고 외치다 hò hét phản đối // 목이 쉬도록 외치다 la hét đến khan cả tiếng.
외탁 --하다 giống nét bên ngoại.
외토리 một người cô độc.
외톨 *--박이 củ tỏi đơn (마늘); cây hạt dẻ gai (밤).
외투 áo khoác ngoài; giày ống cao đến dưới đầu gối (가벼운); áo choàng (무거운).
외판원 người bán hàng (보험); người đi chào hàng.
외풍 [바람 cơn gió] gió lùa, gió lò.
외피 da, vỏ trái cây; mai (조개 따위의 như sò, hến); vỏ khô (과일의 của trái cây); vỏ đậu (곡식의 của ngủ cốc); biểu bì (피부의 của da).
외할머니 bà ngoại.
외할아버지 ông ngoại.
외항 cảng ngoài.
외항선 tàu đi khơi, tàu vượt biển.
외향성 [심리] sự hướng ngoại. @외향성의 (thuộc) hướng ngoại.
외해 vùng đại dương xa đất liền, biển khơi.
외형 (1) dáng vẻ bên ngoài, hình dạng. (2) [거래액] doanh số, doanh thu. @외형이 둥글다 có dáng tròn.
외화 ngoại tệ.
외화 phim ảnh nước ngoài.
외환 phóng viên làm việc ở nước ngoài.
외환 nỗi lo về giặc ngoại xâm
왼 về bên trái, bằng tay trái.
왼손 bàn tay trái. @왼손편 phía bên trái.
왼손잡이 [사람 người] @왼손잡이의 thuận tay trái // 왼손잡이 투수 người thuận tay trái (nhất là trong thể thao; võ sĩ quyền Anh…).
왼쪽 bên trái. @왼쪽에 ở bên trái // 왼쪽으로 돌다 rẽ về phía tay trái.
왼편 hướng trái. @왼편의 về bên trái.
요 [1] (1) người tầm thường, vật nhỏ nhoi. @요까짓… như là // 요놈 cái gã này. (2) [시간· 공간적] gần ngay bên phải. @요근처에 quanh đây, gần, chừng khoảng này.
요 [2] (1) [의문] @저이는 누구요 *hắn là ai vậy?* (2) [단정] @이것은 호랑이요 đây là một con hổ.
요 tấm nệm, tấm đệm. @요를 깔다 trãi giường, xếp nệm lại.
요 @요는 tóm tắt, tổng quát, kết luận.
요가 (*yoga)* (triết học) thuyết du già. @요가 수행자 người theo thuyết du già. *--철학 thuyết du già.
요강 ý chính, bản tóm tắt, bản sơ lược.
요강 chậu đựng nước tiểu trong phòng.
요건 [필요 조건] điều kiện tất yếu; [요긴한 일] một vấn đề quan trọng. @요건을 갖추다 đáp ứng các điều kiện cần thiết.
요격 cuộc phục kích. --하다 phục kích,

mai phục, chặn đứng. *--기 máy bay đánh chặn. –용 미사일 tên lửa đánh chặn.

요괴 ma, ma quỷ; [괴물] yêu tinh.

요괴스럽다 kỳ lạ, kỳ quái, khác thường, thần bí.

요구 [요청] sự yêu cầu, sự đòi hỏi; sự yêu sách (권리에 의한); [청구] lời thỉnh cầu, lời đề nghị; [필요] nhu cầu, sự đòi hỏi. --하다 yêu cầu, đòi hỏi, yêu sách. @시대의 요구 những nhu cầu của thời đại // 부당한 요구 những yêu sách vô lý // 임금 인상요구 yêu sách tăng lương // 요구에 의해서 theo yêu cầu // 요구에 응하다 chấp thuận một đòi hỏi. *--불 sự trả tiền theo yêu cầu. --액 số lượng yêu cầu.

요구르트 (*yogurt*) sữa chua.

요귀 ma quỷ.

요금 tiền thù lao, tiền công, tiền thưởng. @요금을 내다 trả tiền công // 요금을 징수하다 thu lệ phí. *--표 bảng giá, giá biểu. 수도(전기) -- tiền nước (tiền phải trả cho việc sử dụng nước).

요기 --하다 làm dịu cơn đói, làm đỡ đói. @사과로 요기하다 *ăn quả táo cho đỡ đói.*

요기 không khí thần bí.

요긴 --하다 cần thiết, thiết yếu, cốt yếu, chủ yếu, quan trọng, cấp bách.

요녀 người đàn bà quyến rũ nguy hiểm, người đàn bà cám dỗ.

요다음 ngay sau, tiếp sau. @요다음의 sắp tới // 요다음에 sau, lần sau.

요담 một cuộc chuyện trò quan trọng. --하다 có một buổi nói chuyện với ai về công việc quan trọng.

요도 [해부 giải phẫu] niệu đạo, đường niệu, ống đái. *--검사 sự soi niệu đạo. --관 ống nước tiểu. --염 chứng viêm niệu đạo.

요독증 [의학 y học] chứng urê huyết.

요동 --하다 rung, lắc, lung lay, lay động, rung chuyển. @천지를 요동하다 rung chuyển trời đất.

요뒤 miếng lót nệm.

요란 --하다 ồn ào, hò hét, la vang, ầm ĩ, náo nhiệt, huyên náo. @요란하게 một cách ồn ào, một cách huyên náo, một cách ầm ĩ.

요람 cái nhìn tổng quát, cái nhìn sơ lược; [안내서] sách tóm tắt, sách chỉ nam, sách hướng dẫn. @회사 요람 cái nhìn tổng quát về một công ty.

요람 cái nôi. @요람에서 무덤까지 từ khi chào đời đến lúc nhắm mắt xuôi tay. *--기 tuổi còn ẵm ngửa. --지 nơi sinh.

요략 bản tóm tắt.

요량 [짐작] sự đoán chừng, sự ước lượng; [생각] ý định, mục đích, dự định, ý tưởng; [판단] óc phán đoán, sự suy xét khôn ngoan. --하다 ước chừng, tính toán, lập kế hoạch. @내요량으로는 theo phán đoán của tôi.

요런 như vậy, như thế, như vầy. @요런 식으로 theo cách này.

요령 [요점] các điểm cốt lõi, việc chủ yếu, các yếu tố cần thiết, thực chất, ý chính; [기교 kỹ xảo] sở trường, sự thông thạo, sự khéo tay. @요령이 있는 사람 người hiểu biết // 보고의 요령 thực chất của tin đồn // 요령 있게 말하다 nói lên vấn đề.

요령 cái chuông nhỏ (lắc bằng tay).

요로 [고위] chức vụ quan trọng; [당국 nhà chức trách] giới cầm quyền, nhà

ㅇ

đương cục; [길] con đường trọng điểm, đường giao thông chính. @요로에 있는 사람들 những người trong giới cầm quyền // 교통의 요로에 있다 đang kẹt trong trục lộ giao thông chính.

요론 lý lẽ chính.

요리 (1) [만들기 sự nấu] cách nấu nướng; [음식 món ăn] thức ăn, món ăn. --하다 nấu ăn, nấu nướng, chuẩn bị. @요리의 việc nấu nướng // 요리를 내다 dọn món ăn, dọn bàn ăn, dọn cơm // 요리를 잘(못)하다 là người nấu ăn ngon. (2) [처리] sự chỉ huy, sự quản lý, sự xử lý. @일을 요리하다 quản lý công việc. *--법 nghệ thuật nấu ăn. --사 người nấu ăn, đầu bếp. --집 nhà hàng, tiệm ăn. --책 sách dạy nấu ăn. 중화(한국,서양) -- các món ăn Trung Hoa (Hàn Quốc, nước ngoài).

요리조리 đó đây. @요리조리 핑계를 대다 phải viện đến mọi lý do để bào chữa.

요마 ma quỷ, yêu tinh, ma quái.

요만 coi nhẹ đến vậy, tầm thường như thế, chuyện vặt như thế. @요만할일 chuyện vặt vảnh như vậy, nhỏ nhoi như thế // 요만큼 nhỏ thế này.

요만큼 nhỏ chừng này, trong phạm vi nhỏ. => 이만큼.

요망 @요망스럽다 hay thay đổi, không kiên định, không chắc chắn, không thể tin cậy được.

요망 lời đề nghị, lời yêu cầu, mệnh lệnh, sự đòi. --하다 yêu cầu, ra lệnh, đòi hỏi, vòi vĩnh.

요망 떨다 hành động một cách nhẹ dạ, nông nổi.

요면 tính lõm, mặt lõm, hình lòng chảo. *--경 gương lõm.

요목 những tiết mục chính, những điểm chính. *교수-- đề cương, bài giảng.

요물 [피물] vật kỳ lạ, yêu quái, quái vật; [사람 con người] kẻ tinh quái, người xảo quyệt.

요밀(요밀)하다 [세밀] kỹ lưỡng, chi ly, cặn kẽ, tỉ mỉ, chi tiết; [주도] công phu, trau chuốc, tinh vi, thận trọng.

요밀조밀하다 [면밀] tỉ mỉ, quá kỹ càng, thận trọng. @일을 요밀조밀하게 하다 *làm việc quá cẩn thận.*

요법 phương pháp cứu chữa.

요부 các bộ phận chính.

요부 người đàn bà quyến rũ, người đàn bà khêu gợi, cám dỗ.

요부 eo, hông, chỗ thắt lưng.

요사 sự chết non, sự chết yểu. --하다 chết yểu, chết trẻ.

요사 @요사스럽다 đồng bóng, xấu xa, độc ác, đồi bại // 요사부리다 cư xử xấu xa độc ác.

요사이 => 요새.

요산 [화학 hóa học] axit uric.

요새 gần đây, mới đây, những ngày này, ngày nay, đời nay. @요새 청년 giới trẻ ngày nay // 요새 일어난 일 sự kiện mới đây.

요새 @하늘의 요새 pháo đài bay. *--사령관 sĩ quan chỉ huy pháo đài. --지대 vùng chiến lược.

요석 [의학 y học] chứng sỏi niệu.

요소 yếu tố, nhân tố, thành phần; điều kiện tất yếu (필요 조건). @생물체의 구성 요소 các yếu tố của vật thể sống // 생산의 3 요소 ba điều kiện cần thiết cho sự sản xuất // 건강은 행복의 요소다 *sức khỏe là yếu tố cần thiết cho* *hạnh phúc.*

요소 vị trí quan trọng, điểm chiến lược. @요소 요소에 theo các điểm quan trọng.

요소 [화학 hóa học] urê (hợp dạng tinh thể trắng, hòa tan được, nhất là có trong nước tiểu các động vật có vú). *--수지 nhựa urê.

요술 phép thuật, ma thuật, yêu thuật (마술); phép phù thủy. @요술을 걸다 bỏ bùa mê // 요술을 부리다 lừa bịp, dùng ảo thuật. *--장이 kẻ lừa bịp; pháp sư, thầy phù thủy (마술사); ông thầy pháp (남자); bà phù thủy (여자).

요시찰인 명부 danh sách đen, sổ bìa đen.

요식 @요식의 theo thủ tục. *--계약 một giao kèo theo đúng thủ tục. --행위 một việc làm hình thức.

요식업 việc kinh doanh nhà hàng. *--자 chủ nhà hàng.

요약 bản tóm tắt, bản cô lại, bản toát yếu. --하다 tóm tắt, tổng kết, cô lại, rút ngắn lại, cô đọng. @요약해서 말하자면 tóm lại, nói tóm lại.

요양 sự hồi phục, sự lấy lại. --하다 hồi phục, lấy lại. *--소 bệnh xá, viện điều dưỡng (병후의).

요업 kỹ nghệ đồ gốm. *--가 thợ làm đồ gốm. --미술 nghệ thuật đồ gốm.

요영하다 rõ ràng, rõ rệt, hiển nhiên. @그것은 일목 요연하다 *nhìn thoáng qua thấy sáng sủa.*

요염 --하다 làm say mê, làm mê mẫn, khêu gợi, gợi cảm. @요염한 눈매로 với con mắt tình tứ, với cái nhìn khêu gợi.

요오드 *iot.* *--포름 iodofom. --칼리 *iod kali.*

요원 những lao động được yêu cầu. *기간 -- khung bộ xương.

요원 đồng cỏ đang cháy. @요원의 불길처럼 퍼지다 lan rất nhanh (tin đồn).

요원 --하다 cách khoảng xa, cách xa, xa cách, cách biệt. @전도 요원하다 [사람이 주어] có một con đường dài để đi; [사물이 주어] còn xa xôi.

요인 người quan trọng, người tài giỏi.

요인 nhân tố, yếu tố.

요일 ngày trong tuần, ngày thường trong tuần (일요일을 제외한). @오늘은 무슨 요일이냐 *hôm nay là ngày thứ mấy trong tuần?*

요전 [며칠 전] hôm nọ, hôm trước, cách đây không lâu, mới rồi; [전번] lần cuối, lần sau cùng, giờ phút cuối cùng. @요전날 밤 chiều hôm nọ.

요절 sự chết non, sự chết yểu. --하다 chết non, chết yểu, chết trẻ.

요절 --하다 cười vỡ bụng. @요절케 하다 *cười một trận đến thắt ruột.*

요절나다 (1) [못쓰게 되다] thành từng mảnh, bị bể vụn. @요절난 차 xe lăn. (2) [일이] bị làm hư, bị pháhủy, bị đập tan. @우리의 계획이 요절났다 *kế hoạch của chúng ta đã bị thất bại.*

요점 điểm, điểm chính yếu, ý chính, thực chất. @요점을 파악하다 nắm được vấn đề cốt lõi // 요점을 말하다 chỉ ra ý chính của.

요정 @요정나다 đã giải quyết, không thay đổi, kiên định // 요정짓다 quyết định, giải quyết, thu xếp.

요정 tiên, thần thánh, ma quỷ, yêu tinh.

요정 nhà hàng.

요조 --하다 lịch sự, tao nhã.

요즈막 mới đây, gần đây, vừa rồi, cách đây mấy ngày.

요즈음 => 요새.

요지 vị trí quan trọng, điểm chiến lược.

요지 [요점] thực chất, ý chính, điểm trọng tâm; [대요 nội dung] sự tóm tắt; [취지] ý nghĩa.

요지경 phim chiếu nhìn qua lỗ nhỏ, ống nhòm ảnh, kính vạn hoa. @요지경 같은 (thuộc) kính vạn hoa.

요지부동 @요지부동이다 kiên định, không dao động, đứng vững như bàn thạch.

요직 chức vụ quan trọng, chức vụ then chốt. @정부 요직에 있다 *giữ một chức vụ quan trọng trong chánh quyền.*

요처 điểm chiến lược.

요철 --하다 không bằng phẳng, gồ ghề, gập ghềnh, lởm chởm. *--렌즈 thấu kính lõm lồi.

요청 sự yêu cầu, sự đòi hỏi, sự yêu sách. --하다 yêu cầu, đòi hỏi, yêu sách. @요청에 의하여 theo yêu cầu.

요충 con giun kim.

요충지 nơi trọng yếu, vị trí chiến lược. @지브랄타르는 지중해의 요충지이다 *eo biển Gibralta là vị trí then chốt của vùng biển Địa Trung Hải.*

요컨대 nói tóm lại, tóm lại.

요통 chứng đau lưng.

요트 thuyền buồm nhẹ, du thuyền.

요판 hình chạm chìm, hình khắc lõm. *--인쇄 thuật in hình chạm chìm.

요하다 cần đến, cần phải có, mong muốn có. @휴식을 요하다 cần phải có sự nghỉ ngơi // 주의를 요하다 cần đến sự chăm sóc.

요함 tàu thuyền cùng đi với nhau một đường.

요항 các điểm chủ yếu, các yếu tố cần thiết; thực chất, ý chính (개요).

요항 một cảng trọng yếu, hải cảng chiến lược. @진해는 해군의 요항이다 *Chinhae là một hải cảng quan trọng.*

요해 [요새] pháo đài, thành trì; [요지] vị trí chiến lược đặc biệt. @요해 견고한 không thể đánh chiếm được. *--지(점) điểm chiến lược.

요행 sự may mắn ngẫu nhiên, sự may rủi, vận may, của trời cho, của trên trời rơi xuống. @요행으로 do may mắn // 요행을 바라다 tin vào vận may. *--수 một cơ hội may mắn.

요혈 [의학 y học] khoa huyết học.

요형 @요형의 lõm, hình lòng chảo.

욕 (1) [욕설] lời phỉ báng, lời nói xấu, sự sĩ nhục. --하다 nói xấu ai, lôi tên ai ra mà chửi rủa hoặc chế nhạo, lăng mạ, sĩ nhục. @뒤에서 욕하다 nói xấu sau lưng. (2) [치욕] điều ô danh, nỗi nhục nhã, sự hổ thẹn. @욕보이다 làm nhục, làm bẽ mặt; [능욕] cướp đoạt, chiếm đoạt, hãm hiếp. (3) [수고] sự khó nhọc, điều gian khổ. @욕을 보다 chịu đựng gian khổ.

욕 sự khát khao, sự thèm muốn => 욕망. *권세-- ý muốn vươn đến quyền lực. 금전-- sự yêu tiền, sự khao khát giàu sang.

욕감태기 người làm trò cười cho sự giễu pha.

욕객 người tắm (ở sông, biển, hồ…).

욕구 sự khao khát, sự ham muốn mạnh mẽ, nguyện vọng, ước muốn. --하다 khao khát, ham muốn, ước ao, thèm muốn. @생의 욕구 khao khát cuộc sống // 생리적 욕구를 채우다 *thỏa mãn sự ham muốn tự nhiên của con người.* *--불만 sự làm thất vọng.

욕기 부리다 tham lam, thèm thuồng, thèm muốn, hám lợi.

욕념 lòng khao khát, lòng thèm muốn, sự đam mê.

욕되다 là một điều hổ thẹn, là một điều nhục nhã, đáng hổ thẹn, ô danh, xấu hổ. @학교이름을 욕되게 하다 *làm ô danh cho nhà trường.*

욕망 lòng thèm muốn, sự khao khát, tham vọng, hoài bảo (야망); nhu cầu, sự mong muốn (욕구). @욕망을 채우다 thỏa lòng ước mơ.

욕먹다 bị nói xấu, bị sĩ nhục, bị mắng nhiếc, bị phĩ báng.

욕보다 (1) [곤란] có một thời gian khổ, chịu đựng những thử thách gay go; dồn tâm trí vào (수고). (2) [치욕] làm cho ai xấu hổ, thấy hổ thẹn, bị làm nhục, bị làm bẽ mặt. (3) [능욕] bị cưỡng hiếp, bị hãm hiếp.

욕보이다 (1) [치욕] làm hổ thẹn, làm mất danh dự, làm nhục, làm (cho ai) xấu hổ. (2) [괴롭힘] quấy rối ai, làm phiền ai. (3) [능욕] hãm hiếp, cưỡng hiếp.

욕설 sự sĩ nhục, sự lăng mạ, lời chửi rủa. --하다 chửi, nói xấu, lăng mạ, sĩ nhục ai.

욕실 phòng tắm, nhà tắm.

욕심 [탐욕] tính tham lam, tính hám lợi, lòng thèm muốn (욕망), [이기심] tính ích kỷ, tính tư lợi. @욕심 많은 tham lam, hám lợi // 욕심 없는 không ích kỷ, vô tư, không cầu lợi // 욕심에 눈이 멀다 *bị mù quáng vì lòng tham.*

욕장이 kẻ ăn nói thô tục.

욕정 [색욕] sự thèm khát đam mêtình dục, lòng khao khát nhục dục. @욕정을 억제하다 kềm chế sự đam mê.

욕조 bồn tắm.

욕지거리 lời chửi rủa => 욕설.

욕지기 sự buồn nôn, sự lộn mửa. @욕지기가 나다 cảm thấy buồn nôn.

욧속 sự chèn, sự độn.

욧잇 tấm khăn trải giường.

용 [접미어] để. @남자(여자)용 dành cho đàn ông.

용 => 녹용.

용 con rồng.

용감 tính gan dạ, tính dũng cảm. --하다 anh dũng, gan dạ, can đảm. @용감히 싸우다 chiến đấu anh dũng.

용건 việc thương mại, việc kinh doanh. @급한 용건으로 nhiệm vụ cấp bách.

용골 [선박의] tàu thủy, thuyền. *--대 tàu chở than.

용광로 lò luyện kim.

용구 dụng cụ, đồ dùng (공구 công cụ); phương tiện (계기); đồ dùng (기구); thiết bị, dụng cụ (장치). *가정-- đồ gia dụng. 교육-- phương tiện dạy học. 운동-- hàng hóa thể thao.

용궁 điện rồng.

용기 [기구] dụng cụ.

용기 thùng đựng hàng, bình, hộp, hòm.

용기 sự can đảm, sự gan dạ, sự can trường. @용기가 있다 can đảm, gan dạ, can trường // 용기가 없다 người nhát gan, kẻ hèn nhát // 용기를 내다 lấy hết can đảm // 용기를 잃다 mất can đảm, nãn lòng // 용기를 돋우어주다 làm can đảm, làm mạnh dạn.

용기병 giống bồ câu rồng.

용꿈 @용꿈꾸다 mơ thấy điềm tốt lành, mơ về rồng.

용납 --하다 tha thứ, khoan dung, bằng lòng, chấp thuận, thừa nhận. @용납할

ㅇ

수 없는 không thể bỏ qua, không thể tha thứ.

용뇌 long não vùng *Borneo* nguyên chất.

용단 biện pháp kiên quyết. @용단을 내리다 sự quyết định dứt khoát.

용달 ngành phân phối. --하다 phân phối, phân phát, cung cấp, tiếp tế. @용달가다 tiếp tục chuyện vặt. *--사 đại lý phân phối.

용도 số lượng tiêu dùng, phí tổn.

용도 sự dùng, sự sử dụng. @용도가 넓다 có nhiều cách dùng.

용돈 tiền để chi tiêu. @용돈이 떨어지다 cạn hết tiền túi.

용두 bộ phận lên dây của đồng hồ.

용두레 cái gàu múc nước.

용두사미 tình trạng lên voi xuống chó. @용두사미로 끝나다 *lên càng cao thì té càng đau.*

용두질 sự thủ dâm, thói thủ dâm. --하다 thủ dâm.

용량 [약의 thuốc] liều, liều lượng.

용량 sức chứa, dung lượng.

용력 --하다 cố gắng, ráng sức, nỗ lực, dốc sức.

용렬 tính chất xoàng, tính chất thường, trạng thái ngây ra, sự đần độn, sự ngớ ngẩn. --하다 ngu dại, ngớ ngẩn, xoàng, tầm thường, vụng về, ngờ nghệch, xuẩn ngốc. @용렬한 짓 điều sai lầm, điều ngớ ngẩn; việc làm hỏng.

용례 thí dụ, ví dụ. @용례를 들다 cho một ví dụ.

용마루 nóc nhà.

용매 [화학 hóa học] dung môi.

용맹 tính dũng cảm, tính gan dạ. --하다 dũng cảm, quả quyết, gan dạ, can đảm. @용맹심 một tinh thần gan góc.

용명 sự nổi tiếng gan dạ. @용명을 떨치다 nổi tiếng gan dạ.

용모 sắc mặt, vẻ mặt. @매력적인 용모 vẻ mặt quyến rũ.

용무 việc kinh doanh, việc thương mại. @용무를 띠고 về việc kinh doanh // 용무를 마치다 tiến hành việc kinh doanh.

용법 cách dùng, cách sử dụng; lời hướng dẫn (악품 따위의). @용법을 모르다 *không biết cách sử dụng nó.*

용변 @용변 보다 đi ỉa, đi đái, thỏa mãn nhu cầu tự nhiên.

용병 chiến thuật, sách lược. --하다 thao tác quân đội. *--술 chiến lược.

용병 lính đánh thuê, tay sai.

용봉탕 món súp cá chép nấu với gà.

용불용 sự dùng và sự không sử dụng. *--설 học thuyết *Lamac.*

용사 một người gan dạ, chiến sĩ da đỏ, chiến binh, binh lính. @용사중의 용사 người dũng cảm nhất trong các chiến sĩ da đỏ.

용상 ngai vàng, ngôi vua.

용색 --하다 sự giao cấu, sự giao hợp.

용서 sự tha thứ, sự khoan dung, sự giải tội. --하다 tha thứ, tha lỗi, xá tội (tội lỗi của ai); có sự dung thứ (목과). @용서할 수 없는 không tha thứ được, không thể tha thứ // 용서 없이 một cách tàn nhẫn, không thương xót // 용서를 빌다 xin lỗi, tạ lỗi về.

용선 sự thuê mướn tàu, một chiếc tàu thuê. --하다 thuê một chiếc tàu. *--계약(서) hợp đồng thuê tàu. --료 tiền thuê tàu.

용설란 [식물 thực vật] cây thùa.

용솟음--치다 phun ra, vọt ra, tuôn ra (nước suối).

용수 nước lã; nước mưa (빗물); nước máy dùng trong thành phố (수도); nước tưới tiêu (관개용); nước sử dụng (사용).

용수철 con suối.

용쓰다 [기운을 쓰다] đem hết cố gắng, tập trung mọi nghị lực; [참다] chịu đựng một cách mạnh mẽ.

용신 (1) --하다 hoạt động cơ thể. @용신 못하다 *không thể đi đi lại lại được.* (2) --하다 kiếm vừa đủ sống.

용심부리다 làm cho thỏa lòng đố kỵ.

용안 [식물] cây nhãn, quả nhãn.

용안 sự bảo hoàng.

용암 [지질] chất lava, dung nham. *--대지 cao nguyên được tạo thành bởi dung nham núi lửa.

용액 dung dịch, dung môi (chất có thể hòa tan một chất khác).

용약 --하다 hân hoan, hoan hỉ, hớn hở, hả hê, hăng hái, đắc chí. @용약하여 tinh thần phấn khởi , phấn chấn.

용어 thuật ngữ, ngữ cú, cách viết, từ vựng. *전문-- thuật ngữ kỹ thuật. 학생-- tiếng lóng của học sinh.

용언 [문법 văn phạm] từ có thể biến cách (từ có nhiều biến tố).

용역 sự phục vụ, sự hầu hạ. *(민간) --단 giới phục vụ.

용왕 Long Vương, vua thủy tề.

용왕매진 --하다 anh dũng tiến lên, xông thẳng lên.

용원 người lao động tạm thời.

용의 [조심] sự phòng ngừa, sự phòng xa, sự đề phòng, sự thận trọng, sự cẩn thận; [준비] sự sẵn sàng, tình trạng đã được chuẩn bị. @용의 주도한 rất thận trọng, cẩn trọng // 용의가 있다 sẵn sàng, sẵn lòng.

용의자 người khả nghi, người bị tình nghi. @살인용의자 tên giết người bị tình nghi.

용이 tính dễ dãi,tính đơn giản, tính ngay thẳng, sự mộc mạc. --하다 thoải mái, thanh thản, dễ dàng, dễ dãi, mộc mạc, giản dị. @용이하게 một cách dễ dàng, không khó khăn // 하기가 용이하다 làm dễ dàng // 용이한 일이 아니니다 *chuyện không đơn giản.*

용인 sự khoan dung, sự tha thứ, sự thu nhận. --하다 cho vào, nhận vào, tha thứ, tán thành, đồng ý, chấp thuận.

용자 hình dáng, đặc điểm bên ngoài, ngoại hình.

용자창 cửa sổ dạng mắc cáo.

용잠 cái kẹp tóc theo dạng đầu rồng.

용장 một vị tướng anh dũng.

용재 [재목] gỗ xây dựng. *건축-- vật liệu xây dựng.

용적 sức chứa, dung lượng (용량); dung tích, thể tích (체적); trọng tải (부피 tầm vóc lớn); sự đo lường, phép đo; (기하 hình học) diện tích. *--량 sự đo dung lượng, dung tích. --톤 đơn vị dung tích của vật liệu đo được. 외부-- kích thước bên ngoài. 입방-- đơn vị đo dung tích.

용전 cuộc chiến đấu anh dũng. --하다 chiến đấu dũng cảm.

용전 giấy viết thư, dụng cụ văn phòng.

용점 (vật lý) điểm nóng chảy.

용접 sự hàn, kỹ thuật hàn. --하다 hàn, hàn lại. *--공 thợ hàn. --관 ống dẫn đã hàn lại. --기 máy hàn. --제 chất hàn. 전기-- sự hàn điện.

용제 dung môi.

용졸 sự vụng về, sự không khéo léo. --하다 vụng về, lóng ngóng, đáng khinh,

ㅇ

hèn hạ, ngớ ngẩn, ngu xuẩn.

용지 giấy, mẫu (đơn...) có chỗ trống để điền vào; dụng cụ văn phòng (용전). @ 소정의 용지 mẫu in sẵn. *시험-- tờ giấy thi, giấy kiểm tra. 신문-- giấy báo. 신청(원서) -- mẫu đơn xin việc. 전보-- mẫu điện báo. 주문-- mẫu in có chừa chỗ trống để đặt hàng.

용지 khu đất quy hoạch, chỗ xây dựng, lô, đất (부지); vùng đất dành riêng. *주택-- khu đất để cất nhà. 철도-- đất đường ray.

용진 tiền đạo chớp nhoáng. --하다 dũng cảm tiến lên.

용질 chất tan.

용출 sự phun ra, sự vọt ra. --하다 phun ra, vọt ra, tuôn tràn ra.

용춤추다 làm vừa lòng ai.

용퇴 sự tự ý xin thôi việc, sự tự nguyện xin về hưu. --하다 tự nguyện về hưu, tự ý thôi việc.

용트림 sự ợ giả.

용품 quân nhu, hàng, vật phẩm (để dùng). *가정-- hàng gia dụng. 일상-- những thức dùng hằng ngày. 학교-- hàng cung cấp cho nhà trường.

용필 cách dùng bút lông. --하다 sử dụng bút lông.

용하다 (1) khéo tay, tài giỏi, chuyên về, có kỹ xảo. @병을 용하게 고치다 là một bác sĩ nổi tiếng. (2) [장하다] @참 용하다 tốt! giỏi!/ tuyệt!/ hay lám! hoan hô!

용해 sự nấu chảy, sự tan chảy, sự hòa tan. --하다 nấu chảy, tan chảy, hòa tan. @ 용해성의 sự hóa lỏng, sự nấu chảy // 물에 용해하다 bị hòa tan trong nước. *--도 tính tan được. --력 khả năng thanh toán. --속도 sự hòa tan nhanh. --액 dung môi. --점 (vật lý) điểm nóng chảy. --제 yếu tố làm tan.

용해 [금속의] sự làm cho chảy ra, sự nấu chảy ra. --하다 tan ra, chảy ra. @용해성의 nấu chảy được, nóng chảy // 불에 용해하다 dùng lửa nấu chảy ra. *--로 lò luyện kim, lò nấu thủy tinh.... --성 tính nấu chảy được, tính nóng chảy. --점 điểm nóng chảy.

용호 (1) [용과 범] long, hổ. (2) [두 영웅] hai kỳ phùng địch thủ.

용화 sự nấu chảy, sự hóa lỏng. --하다 tan chảy, hóa lỏng.

용훼 --하다 nói xen vào, can thiệp vào, chen lời vào .

우 thình lình, đột nhiên, đột ngột. @우 하고 몰려오다 vội vã, gấp rút.

우 [등급 hạng, loại] ưu tú, hạng nhất.

우 bên phải, phía tay phải, phía hữu. @우로 나란히 [구령 mệnh lệnh] bên phải thẳng hàng! // nhìn bên phải! // 우향우 bên phải quay!

우각 sừng bò.

우거 nơi ở tạm.

우거지 [배추의] lớp lá ngoài cùng của bắp cải hoặc các loại rau quả khác.

우거지다 mọc dày đặc, mọc rậm rạp, mọc tràn lan, mọc cao lên, mọc sum sê, mọc um tùm. @뜰에는 잡초가 우거져 있었다 *khu vườn bị cỏ dại mọc tràn lan.*

우거지상 bộ mặt cáu kỉnh, vẻ mặt cau có.

우겨대다 bám chặc vào, bám riết lấy, giữ rịt lấy. @자기 말만 우겨대다 giữ vững quan điểm.

우겨싸다 đường viền bao quanh (để trang trí...); khăn choàng, áo choàng => 우겨싸다.

우격다짐 sự độc đoán, sự chuyên chế, sự áp bức. --하다 ép buộc, bắt buộc ai làm gì, hăm dọa. @우격다짐으로 hống hách, kiêu căng, bằng sức mạnh, bằng vũ lực bắt buộc.

우격으로 sự chống người khác bằng vũ lực.

우견 [자기 의견] theo thiển ý của tôi.

우경 sự rẽ sang bên phải. --하다 chuyển hướng sang phải.

우국 chủ nghĩa yêu nước. *--지사 người yêu nước, nhà ái quốc.

우군 cánh hữu của quân đội.

우군 lực lượng đồng minh, quân đồng minh.

우그러뜨리다 đè nát, đè bẹp (đập, nện) (méo mó), xô, đẩy, ấn vào, làm cho có vết lõm.

우그러지다 bị đè nát, bị đè bẹp, bị ấn vào), bị làm cho lõm; bị móp méo.

우그르르 [물이 nước] với tiếng kêu xèo xèo; [벌레가 côn trùng] sự chia tổ, đàn ong chia tổ.

우그리다 bóp, ép => 오그리다.

우글거리다 (1) họp lại thành đàn, đông đúc, nhung nhúc. @거리에 거지가 우글거린다 *đường phố đầy rẫy những người ăn xin.* (2)[끓다] sắp sôi, sủi bọt.

우글우글 đám đông, số đông, sự đông đúc. --하다 đầy, nhung nhúc, nhan nhản, lúc nhúc.

우글쭈글 --하다 bị nhàu nát, làm nhàu, làm nhăn, nhăn nheo.

우금 đến nay, đến bây giờ.

우긋하다 hơi cong vào phía trong.

우기 mùa mưa.

우기 @우기의 lời ghi chú ở trên, kể trên, nói trên.

우기다 theo yêu cầu riêng, bắt buộc (theo ý ai), kiên gan, bền bỉ.

우김성 bướng bỉnh, ngoan cố, cứng đầu.

우는소리 lời phàn nàn, lời oán trách, lời than thở, lời rên rỉ. --하다 rên rỉ, than van, khóc lóc, than vãn.

우단 nhung.

우당탕 với tiếng hịch (đấm), với tiếng thịch, sự va mạnh, sự đụng mạnh. --하다 rơi thịch, ngã uỵch.

우당탕퉁탕 với tiếng thịch, cú đụng mạnh.

우대 sự đối xử ưu đãi (đặc biệt), ưu tiên, sự cư xử được đặc quyền (ân cần). --하다 đối đãi ưu tiên, được ưu đãi , cư xử thân mật, chân thành. @우대받다 được ban cho sự đối đãi ưu ái. *--권 vé mời.

우두 bệnh đậu mùa (ở súc vật). @우두를 맞다 chủng ngừa, tiêm chủng.

우두둑 [깨물다] với tiếng nghiến răng rắc; [부러지다] với tiếng tách tách, tiếng vun vút, tiếng gãy răng rắc.

우두망찰하다 làm bối rối, làm nhộn nhịp, làm lộn xộn.

우두머리 [꼭대기] chóp, đỉnh, ngọn, đầu; [장] xếp, người đứng đầu, người chỉ huy, thủ trưởng. @우두머리가 되다 có khả năng lãnh đạo.

우두커니 đãng trí, lơ đãng, khờ khạo. @우두커니 바라보다 nhìn lơ đãng.

우뚝 cao, ở trên cao. --하다 cao ngất, sừng sững, cao chót vót; [뛰어나다] dễ thấy, nổi bật, đập ngay vào mắt.

우둔 sự ngu dại, sự ngu đần, sự đần độn. --하다 ngu dại, ngu đần, đần độn, ngờ nghệch, ngớ ngẩn.

우듬지 ngọn cây.

우등 cấp bậc cao nhất, ngài, chức vụ cao

hơn. @우등으로 대학을 졸업하다 tốt nghiệp hạng danh dự. *--상 giải thưởng danh dự.

우라늄 (*uranium*) (hóa học) Urani.

우락부락 [난폭 bạo lực] sự thô lỗ, sự thô bạo, sự man rợ, sự lỗ mãng, sự dữ dội, sự mạnh mẽ. –하다 man rợ, lỗ mãng, dữ dội, thô lỗ. @우락부락하게 굴다 cư xử một cách thô lỗ.

우란 => 우라늄.

우랄 *Ural*. *--산맥 dãy núi Ural.

우람하다 oai nghiêm, hùng vĩ, đường bệ, uy nghi, trang nghiêm.

우량 trận mưa rào. *--계 sự đo lượng nước mưa, cái đo mưa. --측정 phép đo mưa.

우량 sự cao hơn, sự trội hơn, sự ưu tú. --하다 hơn hẳn, trội hơn, xuất sắc, ưu tú. *--아 đứa con tưởng tượng. --품 hàng chất lượng cao.

우러나다 ngấm ra ngoài, thấm ra ngoài. @이 차는 잘 우러난다 *trà này pha ngon.*

우러나오다 nhảy ra, phun ra, phọt ra, tuôn ra. @진심에서 우러나온 감사 *lời cảm ơn chân thành* // 바위 틈에서 물이 우러나온다 *nước suối phun ra từ khe đá.*

우러러보다 [쳐다보다] nhìn lên, ngước lên, tìm kiếm, nhìn hướng lên; [앙모하다] tôn kính, kính trọng, khâm phục, thán phục, hâm mộ, ngưỡng mộ.

우러르다 ngóc đầu dậy, ngẩng đầu lên.

우렁우렁 tiếng vang dội như sấm, tiếng ầm ầm. --하다 vang dội như sấm, tạo ra tiếng động ầm ầm, đùng đùng.

우렁이 loại ốc sên ở vùng nước ngọt.

우렁차다 [목소리가] vang rền, vang dội; [으리으리하다] vĩ đại, tuyệt diệu, tráng lệ, oai nghiêm, hùng vĩ.

우레탄 [화학 hóa học] *urethane*.

우려 sự lo nghĩ, điều gây ra lo lắng, mối băn khoăn, sự lo ngại, sự e sợ, sự lo âu. --하다 lo nghĩ về, bị lo lắng, bị băn khoăn, lo ngại, e ngại.

우려내다 bóp, nặn, tống (tiền), moi (lời thú,lời hứa…), bòn mót. @돈을 우려내다 bòn rút hết tiền của ai.

우려먹다 => 우려내다.

우로 cơn mưa bụi.

우롱 sự chế nhạo, sự nhạo báng, sự chế giễu. --하다 nhạo báng, chế giễu, chế nhạo, giễu cợt lừa phỉnh, đánh lừa, làm trò hề, làm trò cười, làm trò ngố.

우뢰 sấm, sét, tiếng sấm, tiếg sét. @우뢰소리 một tràng sấm rền // 우뢰와 같은 갈채 một tràng vỗ tay hoan hô.

우르르 (1) [떼지어] nguyên một nhóm, cùng một lúc, sự tấn công ào ạt, sự xô đẩy cuồng nhiệt của đám đông. (2) [물 끓는 소리] sự làm cho sủi, sự đang sôi. (3) [무너지는 소리] nguyên một đống, khắp cả. @담이 우르르 무너졌다 *cả bức tường đổ sụp xuống thành một đống.* (4) [천둥소리] tiếng sấm sét, tiếng đùng đùng.

우리[1] lồng, chuồng, cũi (맹수의 của con vật dữ); chỗ quây, bãi rào kín (để nhốt trâu, bò, cừu, gà, vịt…) (가축의 thuộc vật nuôi); bãi rào (nhốt súc vật) (양 따위의 như cừu).

우리[2] chúng ta, chúng tôi, chúng mình; của chúng tôi (우리의); chúng tôi, chúng ta, tôi và anh (우리에게 về chúng ta).

우리다 (1) [물에 담가서 ngâm, nhúng

trong nước]. (2) [우려내다] bóp, nặn, moi, bòn, mót. (3) [때리다] tát mạnh

우마 bò và ngựa, gia súc. *--차 xe bò, xe ngựa.

우매 sự đần độn và ngu dốt. --하다 ngu si đần độn, khờ dại, xuẩn ngốc, ngu ngốc. @우매한 사람들을 계몽하다 *giải thoát cho (ai) khỏi sự ngu dốt.*

우모 lông chim, lông vũ.

우무 thạch rau.

우묵우묵--하다 bị lõm khắp nơi.

우묵하다 lõm vào, làm cho có vết lõm, bị ấn vào, trũng vào. @우묵해지다 trở nên trũng sâu.

우문 một câu hỏi ngớ ngẩn. *--우답 cuộc đàm thoại lố lăng. --현답 lời đáp trả khôn ngoan đối với một câu hỏi ngớ ngẩn.

우물 cái giếng nước. @우물가 thành giếng, mặt giếng // 우물물 nước giếng // 우물물을 긷다 *múc nước từ giếng lên.*

우물거리다[1] [여럿이] đầy, nhung nhúc, có nhiều, có thừa thãi.

우물거리다[2] (1) [씹다 sự nhai] nhai trệu trạo, ăn đớp. (2) [말을 tiếng nói] nói lầm bầm, lẩm bẩm, nói thầm.

우물우물 [여럿이 nhiều người] trong một đám đông; [입속에서] tiếng nói lầm bầm. @우물 우물 말하다(씹다) lẩm bẩm, lầm bầm.

우물쭈물 một cách do dự, một cách ngại ngùng, lưỡng lự, một cách không dứt khoát. --하다 do dự, ngập ngừng, lưỡng lự, không nhất quyết, nao núng, dao động. @우물쭈물 대답하다 cho câu trả lời mập mờ // 우물쭈물 일하다 làm việc một cách chiếu lệ, làm việc tắc trách.

우물지다 (1) [보조개가] lộ lúm đồng tiền trên má. (2) [패이다] bị lõm vào, lún xuống.

우뭇가사리 [식물] aga, thạch trắng.

우므러들다 trở nên co lại, trở nên hẹp lại, rút lại, nhăn lại, dúm dó.

우므리다 mím môi, bĩu môi, ngậm.

우미 vẻ phong nhã, vẻ thanh nhã, tính thanh lịch, sự tao nhã, sự tế nhị. --하다 phong nhã, thanh nhã, lịch sự, tế nhị, thanh tú, tao nhã.

우민 dân ngu dốt. *--정치 quần chúng thống trị.

우박 mưa đá, hạt mưa đá. @우박이 오다 trời mưa đá.

우발 chuyện xảy ra bất ngờ (ngẫu nhiên). --하다 xảy ra một cách ngẫu nhiên, xoay chuyển bất ngờ một sự việc. *--사건 sự ngẫu nhiên, sự tình cờ, việc bất ngờ.

우방 quê hương, quê cha đất tổ (tổ quốc); [맹방] nước đồng minh, nước liên minh.

우범 *--소년 xu hướng thanh thiếu niên phạm tội. --지대 khu vực đầy tội phạm.

우비 dụng cụ che mưa, áo mưa, dù.

우비다 chọc thủng, cạo, nạo, gọt, cuốc, khoét, móc, ngoáy. @귀(코)를 우비다 ngoáy tai.

우산 cây dù. @우산을 쓰다 cầm dù.

우상 hình tượng, thần tượng. @우상을 숭배하다 tôn sùng thần tượng. *--숭배 sự sùng bái thần tượng.

우상 @우상의 hình lông chim.

우생학 thuyết ưu sinh. @우생학적인 ưu sinh.

우선 đầu tiên, trước tiên, trước hết, bắt đầu với. @우선 건강이다 *sức khỏe là*

ㅇ

trên hết.

우선 quyền ưu tiên, quyền được trước. --하다 được ưu tiên, được ở địa vị cao hơn, được đến trước. @우선적으로 một cách ưu tiên, một cách ưu đãi // 공익은 사익에 우선한다 *quyền lợi chung được đặt trên lợi ích cá nhân.* *--권 sự ưu tiên hàng đầu. --배당 tiền lãi cổ phần ưu tiên. --순위 thứ tự ưu tiên. --주 cổ phần ưu tiên.

우성 [유전] tính trội (trong di truyền), thế trội hơn, ưu thế. @우성의 vượt trội hơn, có ưu thế hơn. *--유전 độ trội, độ ưu thế. --형질 có ảnh hưởng lớn, chi phối.

우세 sự chế nhạo, sự chế giễu, sự nhạo báng, sự bông đùa. --하다 bị làm cho xấu hổ, bị làm cho bẽ mặt, bị làm nhục // 우세스럽다 làm nhục, làm bẽ mặt.

우세 bưu phí.

우세 tính ưu việt, tính hơn hẳn, tính trội, ưu thế. --하다 ưu việt, ưu thế, trội, có uy thế, có uy lực, đông hơn. @우세를 보이다 *tỏ ra có ưu thế hơn* // 그들은 수에 있어서 우세하다 *họ đông hơn chúng ta, họ chiếm ưu thế hơn..*

우송 thư từ, thư tín, bưu kiện. --하다 bỏ thư ở trạm bưu điện, gởi thư qua bưu điện.

우수 bàn tay phải.

우수 con số chẳn.

우수 sự trội hơn, sự ưu tú, tính ưu tú, sự xuất sắc, tính ưu việt. --하다 ưu việt, ưu thế, xuất sắc, trội hơn. @우수한 성적으로 những kết quả vượt trội.

우수 sự u sầu, sự sầu muộn, vẻ buồn rầu, vẻ u sầu. @우수의 buồn rầu, u sầu// 우수에 잠기다 *thấm thía nỗi đau buồn.*

우수리 (1) [거스름돈] tiền lẻ, tiền thừa hoàn lại. @우수리를 받으세요 *tiền thối lại của anh đây.* (2) [단수] tiền dư, phần nhỏ. @우수리를 떼다 *lờ đi phần tiền dư.*

우수수 (rơi) với tiếng xào xạt, tiếng sột soạt; (gieo, rắc) vô số, cả đống. --하다 kêu xào xạc. @나뭇잎이 바람에 우수수 떤다 *những chiếc lá xào xạc trong gió.*

우스개 sự vui đùa, sự vui vẻ, sự hài hước. *--소리 lời nói đùa, câu nói đùa. --짓 trò hề, trò khôi hài.

우스꽝스럽다 buồn cười, đáng cười, lố lăng, lố bịch .

우습게 보다 ra vẻ kẻ cả, coi khinh ai, khinh khỉnh, làm cao. @사람을 우습게 보다 ra vẻ kẻ cả với ai.

우습다 [재미있다] buồn cười, khôi hài, tiêu khiển; [가소롭다] tức cười, nực cười, buồn cười, lố bịch. @우스운 소리를 하다 *lan truyền một câu chuyện vui.*

우승 sự chiến thắng, giải quán quân (선수권). --하다 giành chiến thắng (giải vô địch), đoạt giải quán quân, đoạt chức vô địch, thắng (một trò chơi). *--기 lá cờ của chức vô địch. --배 cúp vô địch. --자 người chiến thắng. --티임 đội thắng cuộc..

우승 열패 (sinh vật học) sự sống sót của các cá thể thích nghi (trong chọn lọc tự nhiên).

우시장 chợ gia súc.

우심하다 vô cùng, tột bực, cực độ, quá thể, quá đáng, quá khích.

우아 tính thanh lịch, tính tao nhã, sự tinh tế, sự lịch sự. --하다 lịch sự, tao nhã, tế nhị, sành sõi, nhã nặn, đoan trang. @동

작이 우아하다 *cử chỉ lịch sự thanh nhã.*

우악스럽다 dữ tợn, hung ác, dã man, tàn bạo. @우악스럽게 một cách hung ác, một cách tàn bạo.

우안 hữu ngạn (bờ sông bên phải của một người nhìn xuống hạ lưu).

우애 tình bạn, tình hữu nghị, tình đồng chí. @우애롭다 thân mật, thân thiết, thân thiện.

우어 [마소를 세울 때] (thán từ) họ!họ! (để ngựa…dừng lại).

우엉 [식물 thực vật] cây ngưu bàng.

우여 곡절 sự thăng trầm. @우여 곡절 끝에 sau nhiều bước thăng trầm.

우연 sự tình cờ, sự may rủi. --하다 tình cờ ngẫu nhiên, bất ngờ, bất chợt, vô tình. @우연히 tình cờ, ngẫu nhiên, bất ngờ // 우연의 일치 sự trùng khớp ngẫu nhiên // 우연한 일 một sự tình cờ // 우연히 만나다 gặp ngẫu nhiên, tình cờ gặp // 나는 우연히 그 자리에 있었다 *tình cờ tôi ở đó.*

우열 chức vị cao vàvị trí thấp kém, giá trị và điểm khiếm khuyết. @ 우열을 다투다 tranh giành chức vị cao hơn.

우왕 좌왕 --하다 đi đi lại lại một cách bận rộn, chạy lăng xăng lộn xộn.

우울 sự u sầu, sự sầu muộn, sự buồn nản, sự thất vọng. --하다 u sầu, buồn nản, thất vọng. @우울한 기분으로 với một tâm hồn nặng trĩu đau buồn // 우울해지다 cảm thấy sầu muộn // 우울하게 만들다 làm cho ai thấy buồn rầu. *--증 chứng bệnh u sầu.

우월 uy thế, uy quyền tối cao, ưu thế. --하다 lớn nhất, quan trọng nhất, cao nhất, ở cao, đặt ở chỗ cao hơn, hơn, vượt trội hơn. *--감 cảm giác tự tôn.

우위 ưu thế, vị trí thuận lợi. @우위를 차지하다 giành được thế lợi hơn.

우유 sữa. @우유를 짜다 sữa bò.

우유 부단 tính do dự, sự phân vân, sự lưỡng lự, sự dao động, tính không dứt khoát. --하다 do dự, không dứt khoát, lưỡng lự, dao động, chao đảo, không nhất quyết. @그는 우유부단한 사람이다 *hắn không nắm chắc ý định của mình.*

우육 thịt bò.

우의 áo mưa.

우의 tình bạn, tình bằng hữu, tình giao hảo, các mối liên hệ thân mật. @우의가 두텁다 là bạn tốt với // 우의를 두텁게 하다 thúc đẩy mối quan hệ thân thiết với. *국제-- tình hữu nghị quốc tế.

우이 독경 như nước đổ đầu vịt.

우익 (1) [날개] cánh hữu. (2) [대열] phía sườn phải. (3) [경기] sân bóng bên phải (야구의 của môn bóng chày); cánh bên phải (축구의 của môn bóng đá). (4) [정당] những người thuộc phe hữu, cánh hữu. *--단체 tổ chức cánh hữu. --수 người chặn bóng bên phải (야구의). --정당 đảng thuộc cánh hữu.

우익 (1) [깃 lông vũ] cánh (chim). (2) [보좌] sự hỗ trợ, sự giúp đỡ.

우자 người khờ dại, người ngu xuẩn, người ngốc, thằng ngốc.

우장 áo mưa.

우정 tình hữu nghị, sự thân mật, sự thân thiết. @우정이 있는 một cách thân thiết, một cách thân thiện, tử tế, hòa nhã // 우정을 두텁게 하다 thúc đẩy tình hữu nghị.

우정 sở bưu điện.

우주 vũ trụ, vạn vật, không gian vũ trụ,

ㅇ

không trung. @우주의 thuộc vũ trụ, thuộc thế giới, thuộc vạn vật. *--과학 khoa học không gian. --론 vũ trụ học. --복 bộ quần áo vũ trụ. --비행 chuyến bay vào vũ trụ. --비행사 phi hành gia. --선 [물리 vật lý] tia vũ trụ. --선 con tàu vũ trụ. --시대 tuổi vũ trụ, thời đại vũ trụ. --여행 chuyến du hành vũ trụ. --인 nhà du hành vũ trụ.

우죽 ngọn cây.

우중 @우중에 trong cơn mưa // 우중에도 불구하고 bất kể trời mưa.

우중충하다 (1) [침침하다] tối tăm, u ám, ảm đạm, u sầu, ủ rũ. (2) [빛깔이] bị làm đổi màu, bị làm bạc màu.

우지 đứa trẻ hay đòi.

우지 mỡ bò.

우지끈 với tiếng đổ vỡ loảng xoảng, tiếng đổ sầm, tiếng nổ dòn. --하다 kêu tanh tách, kêu răng rắc, kêu lốp bốp.

우직 tính chân thật mộc mạc. --하다 thật thà một cách ngu ngốc.

우쭐거리다 chuyển động một cách nhịp nhàng (cơ thể).

우쭐하다 kiêu ngạo, kiêu căng, tự đắc, vênh vang, tự cao, tự đại, vênh váo, dương dương tự đắc.

우차 xe bò.

우천 trời ẩm ướt, ngày mưa dầm. @우천인 경우 nếu trời mưa. *--순연 cứ trì hoãn mãi cho đến ngày tốt trời.

우체 bưu điện, bưu chính. *--국 sở bưu điện. --국장 giám đốc sở bưu điện. --부 người đưa thư. --통 cột thư tròn (hình trụ, cao khoảng 5 phít, sơn màu đỏ), hòm thư, thùng thư.

우측 phía bên phải, tay phải. @우측에 về phía bên phải. *--통행 hãy cứ theo bên phải mà đi.

우툴두툴 --하다 gồ ghề, lởm chởm, có nhiều mắt, gập ghềnh, nhấp nhô.

우파 (chính trị) cánh hữu.

우편 hướng bên phải. @우편에 về hướng phải (của).

우편 gửi bằng bưu điện. @우편으로 보내다 gửi thư qua đường bưu điện. *--물 bưu phẩm. --배달 sự phát thư. –배달부 người đưa thư. --엽서 bưu thiếp. --요금 bưu phí. --저금 quỹ tiết kiệm đặt ở phòng bưu điện. --주문 sự đặt và trả hàng bằng đường bưu điện. 군사-- bưu điện quân đội. 등기-- dịch vụ bảo đảm. 속달-- sự phân phối thư đặc biệt. 항공-- thơ gửi bằng đường hàng không.

우편환 thư chuyển tiền.

우표 tem thư. @10 원짜리 우표 con tem giá 10 *won* // 우표를 붙이다 dán tem. *--수집 sự sưu tầm tem.

우피 da bò.

우향 @우향앞으로 가 [구령 mệnh lệnh] bên phải quay!// 우향 우 [구령] quay sang phải!

우현 [항해 hàng hải] mạn phải, cánh phải.

우호 tình hữu nghị, tình bạn, tình bằng hữu. @우호적 một cách thân thiện, thân ái, thân mật, thân thiện. *--국 đất nước thân thiện. --조약 sự thương lượng hữu nghị.

우화 chuyện ngụ ngôn.

우환 (1) [근심· 걱정] mối lo lắng, sự lo âu, điều băn khoăn. @우환이 있다 có mối lo âu. (2) [병] sự đau yếu, bệnh.

우회 chỗ đường vòng sự đi vòng quanh. --하다 đi vòng.

우회전 --하다 quay sang phải. *--금지

[교통 표지 dấu hiệu giao thông] không được queọ phải.

우후 sau cơn mưa. @우후 죽순처럼 나오다 *mọc nhanh như nấm sau cơn mưa.*

욱기 tính hung hăng, tính nóng nảy, tính dữ dội.

욱다 (1) [굽다] có sở thích, có khuynh hướng, có năng khiếu. (2) [기운이] trở nên yếu đi, làm cho yếu dần đi.

욱박지르다 hăm dọa, đe dọa, bắt nạt.

욱시글득시글 --하다 họp lại thành đàn, xúm lại, kéo đến chậtních.

욱신거리다 (1) [쑤시다] có cảm giác bị châm, có cảm giác nhoi nhói nhẹ. (2) [떼가] xúm đơng, xúm quanh, làm chật ních, đầy, nhiều, thừa thãi, nhung nhúc.

욱이다 cong xuống, lõm vào.

욱적거리다 xô đẩy, chen lấn, hối hả, vội vàng.

욱하다 nổi nóng, nổi cáu, nổi giận, nổi tam bành.

운 [행운] vận may, vận đỏ; [운명] định mệnh, số mệnh, số phận; [기회] cơ hội, dịp may. @운이 좋다 gặp vận may // // 운 좋게 may mắn, hên // 운 나쁘게 không may, vận xấu // 운에 맡기다 *phó mặc số mệnh.*

운 vần. @운을 맞추다 ăn vần (với nhau).

운니 [운니지차] sự khác biệt to lớn.

운동 (1) [물리 vật lý] sự vận động, sự chuyển động. --하다 đang chuyển động. @운동중의 물체 một vật thể chuyển động. (2) [체육상의 về sự rèn luyện thân thể] bài tập thể dục; [경기 trò chơi, trận đấu; [체조] thể dục. --하다 tập thể dục, chơi một trò chơi. @가벼운 운동 bài tập thể dục nhẹ // 운동 부족으로 do thiếu thể thao // 적당히 운동하다 tập thể dục điều độ. (3) [노력· 활동· 투쟁] sự cố gắng, sự nổ lực, sự cố sức; [단체적인] cuộc vận động, đợt phát động; [선거의] cuộc vận động bầu cử. --하다 nỗ lực, tham gia chiến dịch, vận động bầu cử cho. @독립 운동 phong trào giành độc lập // 정치(학생) 운동 phong trào đấu tranh chính trị (của sinh viên) // 운동을 일으키다 *phát động một chiến dịch* // 취직 운동을 하다 gắng sức giành một vị thế. *--가 vận động viên, lực sĩ. --경기 môn điền kinh, cuộc thi điền kinh. --기구 dụng cụ thể thao. --란 mục thể thao. --량 [물리] động lượng, xung lượng. --부 câu lạc bộ thể thao. --신경 [해부 giải phẫu] dây thần kinh vận động. --정신 tinh thần thể thao. --회 ngày thao diễn điền kinh. 실내-- các môn thể thao trong nhà. 옥외-- các môn thể thao ngoài trời.

운동화 giày thể thao.

운두 chiều cao của giày.

운명 sự chết, cái chết. --하다 chết, tắt thở, thở hơi cuối cùng.

운명 số mệnh, định mệnh, vận mệnh, số phận. @운명에 맡기다 *chối bỏ số phận* // 운명을 개척하다 *cải thiện số mệnh* // 운명을 같이하다 chia sẽ số phận với // 운명 지어지다 đã trù tính, được dự định. *--론 thuyết định mệnh. --론자 người theo thuyết định mệnh.

운모 [광물 khoáng sản] mi ca.

운무 mây mù.

운문 câu thơ, bài thơ. *--극 kịch thơ.

운반 sự vận chuyển, sự vận chuyển. --하다 dẫn, đưa, chuyền, chở, chuyên chở, vận chuyển. @그 환자는 즉시 병원으

로 운반되었다 *bệnh nhân được chuyển ngay đến bệnh viện.*

운산 phép tính, sự tính toán. --하다 tính toán, hoạt động.

운석 đá trời, thiên thạch.

운송 sự vận chuyển, sự chuyên chở. --하다 mang,vác, khuân, chở, chuyên chở, vận tải. *--료 cước vận chuyển. --보험 bảo hiểm quá cảnh. --업자 người vận tải. --품 hàng hóa chuyên chở. 여객-- sự chuyên chở hành khách. 행상(육상) -- sự vận chuyển bằng đường biển. 화물-- cước chuyên chở hàng hóa.

운수 ngôi sao chiếu mệnh, tướng tinh, vận mệnh. @운수가 좋다(나쁘다) gặp vận may, có phúc, tốt số (vận xấu, vô phúc, xấu số).

운수 => 운송. *--노조 nghiệp đoàn công nhân vận tải. --(사)업 nghề vận tải.

운신 sự cử động cơ thể. --하다 đi, di chuyển, xê dịch, chuyển dịch. @운신조차 못하다 *không di chuyển chút nào cả.*

운영 sự quản lý, sự điều khiển, sự trông nom. --하다 quản lý, trông nom, điều khiển. @호텔을 운영하다 quản lý một khách sạn. *--위원회 ban chỉ đạo, ban lãnh đạo (국회 따위의). --자금 tiền luân chuyển.

운용 sự ứng dụng, sự vận dụng, sự sử dụng, sự hoạt động. --하다 ứng dụng, vận hành, sử dụng,hoạt động. @법의 운용 sự thi hành luật pháp.

운운 vân vân. --하다 nói điều này hoặc điều khác.

운율 nhịp, nhịp điệu, phách, điệp. @운율의 có nhịp điệu, có vần luật.

운임 [화물의] thuế hàng hóa, cước vận chuyển; [송료] phí tổn vận chuyển bằng tàu thủy; [짐수레의] cước chuyên chở bằng xe bò, xe ngựa; [사람의] tiền xe. *--선불 sự trả trước tiền vận chuyển. 여객-- tiền xe hành khách.

운전 sự vận hành, sự hoạt động (차량의); sự chuyển động, sự chạy. --하다 đưa vào hoạt động, hoạt động (배를); đang làm việc (기계를). @운전중이다 đang hoạt động, đang chạy // 기차를 운전하다 *cho xe lửa chạy* // 자동차를 운전하다 lái xe. *--면허장 bằng lái xe. --수 người lái xe, tài xế.

운지법 [음악 âm nhạc] ngón bấm.

운집 --하다 tập họp thành đám đông, tụ họp lại thành đàn, kéo đến chật ních.

운철 [광물 khoáng sản] quặng sắt có nguồn gốc vũ trụ.

운치 khiếu thẩm mỹ, sự tinh tế, ý nhị, sự tao nhã, hiệu quả nghệ thuật. @운치있다 tao nhã, lịch sự, tinh tế, phong nhã.

운필 cú đánh bất ngờ.

운하 kênh, sông đào. *--지대 vùng kênh đào. 통과료 thuế qua kênh đào. 수에즈-- kênh đào *Suez..* 파나마-- kênh đào *Panama.*

운항 dịch vụ hàng hải. --하다 đưa đến, mang đến, dẫn đến, ra sức vận dụng, ra sức làm.

운행 sự chuyển động, sự xoay vòng, sự vận động, sự hoạt động. --하다 chuyển động, xoay tròn, hoạt động. @열차의 운행 sự phục vụ trên xe lửa // 천체의 운행 sự chuyển động của thiên thể. *열차--시간표 lịch trình xe lửa.

운휴 sự ngừng phục vụ.

울 [울타리] hàng rào. @울안에 bên trong vườn tược // 울을 치다 rào

chung quanh lại.

울가망하다 cảm thấy băn khoăn, lo lắng về...

울걱거리다 súc miệng.

울근불근하다 chói tai, nghịch tai, không hợp âm.

울긋불긋 --하다 đầy màu sắc, nhiều màu,sặc sỡ.

울다 (1) [사람이] khóc, khóc lóc; thổn thức (흐느끼다); khóc than, rên rĩ (통곡); rơi nước mắt, khóc sưng cả mắt (엉엉); rơi lệ (눈물 흘리며). @울면서 sự khóc lóc // 젖 달라고 울다 khóc đòi sữa // 아파서 울다 khóc vì đau. (2) [동물이 tiếng động vật] tiếng kêu la; tiếng chó sủa (개 con chó); tiếng meo meo (고양이 con mèo); tiếng bò rống (소), tiếng hí (말 ngựa); tiếng be be (당나귀 con lừa); tiếng kêu như voi rống (코끼리 con voi); tiếng líu lo (원숭이 con khỉ, con vượn); tiếng chít chít (쥐 con chuột; 토끼 con thỏ); tiếng gầm gừ (곰 con gấu); tiếng rống (사자 con sư tử; 범 con cọp); tiếng kêu ủn ỉn (돼지 tiếng be be (산양 con dê; 양 con cừu); tiếng tru (늑대 chó sói); sự phun nước (고래 cá voi); tiếng gà gáy (수탉 con gà trống); tiếng cục cục (암탉 con gà mái); tiếng kêu của gà tây (칠면조); tiếng cú kêu; tiếng kêu gộp gộp (거위 con ngỗng); tiếng kêu quàng quạc (오리 con vịt đực); tiếng gù gù (비둘기 chim bồ câu); tiếng kêu qua qua (까마귀 con quạ); tiếng kêu (학 con hạc, con cò); tiếng gáy cu cu (뻐꾸기 con chim cúc cu); tiếng hót líu lo (종달새 con chim chiền chiện); tiếng kêu ộp ộp (개구리 ếch, nhái); tiếng kêu (새 gia cầm; 벌레 côn trùng); tiếng vo vo (벌 con ong); tiếng dế kêu (귀뚜라미). (3) [장판 의복 따위가] bị làm cho nhăn, bị làm thành nếp nhăn. (4) [종이] rung chuông, vang, ngân, rung chuông báo hiệu; [천둥이] sấm động, ầm ầm tiếng sấm, đùng đùng. @종이 울다 chuông ngân vang. (5) [기타] @귀가 울다 tai ù // 하찮은 일에 우는 소리를 하다 *than van về những chuyện vặt vãnh.*

울대 [1] [울타리의] cây cọc hàng rào.

울대 [2] [새의] minh quản của chim.

울렁거리다 (1) [두근거리다] phập phồng, đập mạnh, rộn lên, hồi hộp. @무서워서 가슴이 울렁거리다 *lòng phập phồng lo sợ.* (2) [흔들리다 rung, lắc] hất, làm tròng trành, lăn mình. (3) [메슥하다 nôn mửa] @속이 울렁거리다 cảm thấy buồn nôn, muốn mửa (ói), muốn bệnh.

울리다 (1) [울게 하다] làm cho khóc, làm cảm động ứa nước mắt. @심금을 울리는 이야기 một câu chuyện cảm động // 아이를 울리지 마라 *đừng để trẻ con khóc!* (2) [소리나게 하다] rung, thổi. @경적을 울리다 thổi tù và // 종을 울리다 đánh chuông, rung chuông. (3) [명성을] được nổi tiếng, được hưởng sự mến mộ, được hưởng sự ưa thích; [세력을] sử dụng, vận dụng, thi hành. (4) [자동사 nội động từ] nghe như, nghe có vẻ; [반향 tiếng dội, tiếng vang] có tiếng dội lại, vang dội, vang lừng; [진동이] dội lại, vang lại. @종이 울리다 *chuông reo vang.*

울림 âm thanh, tiếng động; [반향 tiếng vang] tiếng dội; [진동 sự đập mạnh] sự rung động, sự chuyển động. @산울림이 울리다 *những tiếng dội vang lại.*

울바자 bức bình phong bằng sậy đầm lầy, lá chắn bằng rơm.

울보 đứa trẻ hay đòi.

울분 cơn giận bị dồn nén, sự oán giận. --하다 dồn nén, cảm thấy phẫn uất bực bội. @울분을 터뜨리다 *trút nỗi giận dữ của mình.*

울상 một khuôn mặt đầm đìa nước mắt.

울새 [새 chim] giống két cổ đuôi đỏ.

울쑥불쑥 lởm chởm, gập ghềnh, mấp mô.

울음 sự khóc lóc, kêu la. @울음이 터지다 khóc òa lên.

울음소리 tiếng khóc, giọng đầy nước mắt.

울적 --하다 u sầu, sầu muộn, u uất. @기분이 울적하다 xuống tinh thần, buồn chán.

울짱 hàng rào cọc, hàng rào chấn song sắt.

울창 sự sum xuê, sự um tùm, sự phong phú, sự dồi dào, tính hoa mỹ. --하다 sum xuê, phồn thịnh, phong phú, dồi dào, phồn thịnh, dày đặc. @울창하게 một cách um tùm, một cách sum xuê, một cách phong phú, một cách dồi dào.

울타리 hàng rào, bờ dậu. @울타리를 치다 rào quanh bằng một hàng rào.

울퉁불퉁 --하다 gập ghềnh, mấp mô, xóc, gồ ghề.

울혈 sự nghẽn máu.

울화 sự phẫn nộ, sự tức giận tột bực. @울화가 치밀다 *cảm thấy cơn giận trào lên* // 울화통이 터져서 trêu chọc quá khả năng chịu đựng. *--병 *chứng bệnh do sự phẫn uất gây ra.*

웕하다 nổi xung, nổi cơn thịnh nộ.

움 [1] [싹] chồi, mầm, tược, chồi rễ. @움이 트다 đâm chồi, đâm tược, mọc chồi rễ.

움 [2] [움막] hầm trú ẩn, hầm chứa vách đất. @채소를 움에 묻다 dự trữ rau quả trong hầm chứa.

움딸 vợ sau của người con rể không được công nhận.

움돋다 chồi, nụ, lộc. @작약이 움돋기 시작하였다 *hoa mẫu đơn bắt đầu trổ nụ.*

움막 hầm trú ẩn.

움매 tiếng bò rống.

움실거리다 di chuyển thành đàn, bò ngoằn ngoèo thành bầy.

움쑥하다 rỗng, trống rỗng.

움찔하다 chùn bước, nao núng, do dự, lưỡng lự, kéo lùi, giật lùi, rút lui.

움죽거리다 chuyển động, làm chuyển động.

움직거리다 làm chuyển, làm động đậy, làm nhúc nhích.

움직이다 (1) di chuyển, làm lay động, dời chổ, thay đổi vị trí, nhúc nhích, động đậy.@움직이고 있다 chuyển động, di động // 움직이지 않고 있다 đứng dừng lại // 다리를 움직이다 cử động chân // 이가 움직이다 răng lung lay. (2) [기계 따위를] cho hoạt động, làm chạy. @승강기가 움직이지 않는다 *thang máy không hoạt động.* (3) [마음을] làm cảm động, làm xúc động, làm mũi lòng. @마음을 움직여...하게 하다 làm ai mũi lòng. (4) [변경하다] thay đổi, biến đổi, đổi. @움직일 수 없는 결심 sự quyết tâm mạnh mẽ // 움직일 수 없는 사실 một hành động không thể chối cãi được.

움직임 [이동 sự di chuyển] sự chuyển động, sự vận động, sự cử động; [활동]

sự tích cực, sự nhanh nhẹn; [동향] xu hướng, chiều hướng, khuynh hướng, phương hướng chung. @세계의 움직임 xu hướng của thế giới.

움집 hầm trú ẩn.

움츠러뜨리다 thu vào, kéo vào, co lại, rút lại.

움츠러들다 thu lại, co lại, rút ngắn lại; [몸이] cuộn lại, co tròn lại, thu mình lại; [두려워서] ngồi co rúm lại, nằm co, thu mình lại.

움츠리다 làm co lại, làm chùn bước, làm nao núng. @목을 움츠리다 rụt đầu lại.

움칫 với sự giật nảy người (chùn bước, giật nảy mình). --하다 giật mình, chuyển động đột ngột, chùn bước.

움켜잡다 chộp lấy, túm lấy, níu lấy. @멱살을 움켜잡다 bóp cổ ai.

움켜쥐다 chộp, túm bắt, nắm chặt. @ 손을 움켜쥐다 nắm chặt tay ai.

움큼 một nhúm, một nắm, một ít. @모래 한 움큼 một nhúm cát.

움키다 nắm chặt, siết chặt, ôm chặt, túm, tóm lấy.

움파다 đào bới, xới, đào thành hang.

움패다 đào hầm, đục lỗ, làm lỗ chôn, làm lõm sâu vào, đào trũng, bị rỗ, trở nên lõm sâu vào.

움펑눈 cặp mắt sâu hoắm. *--이 người có mắt sâu hoắm.

움푹 chỗ trũng, chỗ hóp, sự lõm sâu vào. --하다 trũng, hóp, lõm, sâu hoắm.

웃기다 làm cười, gây cười, chọc cười. @ 청중을 웃기다 *làm khán giả cười phá lên* // 그만 웃겨라 *đừng làm tôi cười.*

웃녘 phần cao hơn, phía cao hơn.

웃니 [윗니] hàm răng trên.

웃다 cười, cười vui, cươì cợt; cười mỉm (미소); cười rúc rích (낄낄); cười khúc khích (껄껄). @잘 웃는 사람 người hay cười, người dễ cười // 웃으면서 với sự cười vui // 소리내어 웃다 cười ầm ĩ // 속으로 웃다 cười thầm // 웃어 넘기다 cười xòa.

웃더껑이 môi (뚜껑); cái bọc ngoài, bìa, phong bì (덮개); cái nắp (호주머니의 của cái túi).

웃도리 [상체] phần cơ thể phía trên cao; [웃옷] áo choàng ngoài.

웃돈 sự sai biệt, sự khác nhau, sự khác biệt, sự chênh lệch. @웃돈을 치르다 trả tiền sai biệt.

웃돌다 vượt quá, hơn nữa. @평년작을 웃돌다 *vượt quá vụ mùa trung bình hàng năm.*

웃목 mặt trên của sàn cách xa lò sưởi.

웃물 [상류] thượng nguồn.

윗사람 người nhiều tuổi hơn, người lớn hơn, người thâm niên hơn.

웃옷 áo choàng (áo khoát ngoài); [출입옷] trang phục đẹp nhất (mặc ngày chủ nhật).

웃음 sự cười, tiếng cười (미소); sự chế nhạo, sự nhạo báng (조소). @너털웃음 tiếng cười hô hố, tiếng cười ha hả // 쓴웃음 nụ cười chua xót, nụ cười cay đắng // 아첨하는 웃음 nụ cười xu nịnh // 억지 웃음 nụ cười gượng gạo // 큰웃음 tiếng cười to, tiếng cười ầm ĩ // 헛웃음 tiếng cười giả tạo // 웃음을 짓다 mang một nụ cười // 웃음을 참다 nín cười // 웃음을 터뜨리다 cười phá lên.

웃음거리 trò cười. @남의 웃음거리가 되다 *trở thành trò cười.*

웃음판 một trận cười ầm ĩ. @그의 이야기로 좌중에 웃음판이 벌어졌다 *cả*

ㅇ

nhóm cười phá lên theo câu chuyện của anh ta.

웃자리 ghế danh dự.

웃통 nửa trên của cơ thể, phần trên. @웃통을 벗다 cởi bỏ áo khoác.

웅거 --하다 gìn giữ và bảo vệ lãnh thổ.

웅그리다 né, núp, cúi mình, ngồi xổm xuống.

웅긋쭝긋 --하다 đánh đấu lên.

웅기중기 => 웅기종기.

웅담 mật gấu.

웅대 vẻ uy nghi, vẻ tráng lệ, vẻ hùng vĩ, vẻ lộng lẫy, vẻ nguy nga. --하다 uy nghi, tráng lệ, lộng lẫy, hùng vĩ, uy nghiêm.

웅덩이 vũng nước bùn, ao tù.

웅도 một kế hoạch quan trọng.

웅변 tài hùng biện, sự nói lưu loát. @웅변의 hùng biện, lưu loát, trôi chảy. *--가 người có tài hùng biện, nhà hùng biện lưu loát. --대회 cuộc tranh luận hùng hồn. --술 nghệ thuật diễn thuyết, tài hùng biện.

웅보 sự phóng khoáng, tư tưởng phóng khoáng.

웅비 quãng cách vượt qua --하다 nhảy xa, bay vọt lên. @해외에 웅비하다 *đi ra nước ngoài với một hoài bảo lớn lao.*

웅성거리다 làm ồn.

웅숭그리다 => 웅크리다.

웅숭깊다 rộng lượng, khoan hồng, phong phú, sâu sắc, uyên thâm.

웅얼거리다 nói khẽ, nói thầm, thì thầm.

웅자 dáng điệu uy nghi, lộng lẫy.

웅장 vẻ uy nghi, vẻ tráng lệ, vẻ hùng vĩ, vẻ lộng lẫy, vẻ nguy nga. --하다 uy nghi, tráng lệ, lộng lẫy, hùng vĩ, uy nghiêm. @웅장한 건물 một công trình kiến trúc lộng lẫy.

웅크리다 thu mình lấy đà.

웅편 tác phẩm lớn, kiệt tác.

웅혼 sự lộng lẫy, sự uy nghi. --하다 uy nghi, lộng lẫy.

워낙 [본다 khởi thủy] từ lúc bắt đầu, theo tự nhiên. @그는 워낙 몸이 약하다 *bẩm sinh hắn đã yếu đuối.*

워리 [개 부르는 소리] *lại đây chó con*!

워밍업 (thể dục, thể thao) sự khởi động (trước cuộc đấu).

워석 (워석) sự xào xạc, tiếng sột soạt.

워크북 (*workbook*) sách bài tập.

워크숍 xưởng.

워키토오키 máy điện đài xách tay.

워터 *(water)* nước. *--슈우트 thác nước. --탱크 thùng chứa nước, bể nước.

워트카 rượu *vôtca.*

원 [화폐 단위 đơn vị tiền tệ] đồng *Won.* (Hàn quốc)

원 (1) [벼슬] quan hành chánh địa phương. (2) thành viên, hội viên.

원 sự thành lập. *대학-- trường cao học. 과학-- viện hàn lâm khoa học.

원 vòng tròn, đường tròn. @원을 그리다 *vẽ một đường tròn* // 원을 그리며 날다 *bay trong quỹ đạo.*

원 [소망] niềm ước mong, sự khao khát; [부탁] lời yêu cầu, lời đề nghị; [기원] lời cầu xin, lời khẩn cầu. --하다 [소망] mong mõi, ước ao; [부탁] yêu cầu, đòi hỏi; [간청] khẩn khoản, nài xin; [기원] cầu xin, khẩn nguyện. @원을 이루다 thực hiện được ước nguyện // 미국 가기를 원하다 *mong muốn đi Mỹ* // 의사 되기를 원하다 *ước mong sẽ là bác sĩ* // 평생의 원을 이루다 *được thỏa mãn ước mơ ấp ủ từ lâu.*

원가 giá cả, vốn. @원가로 판다 bán đúng giá. *--계산 kế toán viên. 생산-- giá sản xuất, giá xuất xưởng.

원거리 một khoảng cách lớn.

원격 --하다 xa xa, từ xa. *--조작 thiết bị điều khiển từ xa. --투시 [심리 tâm linh] sự cảm nhận từ xa, thần giao cách cảm.

원경 cảnh trông xa, viễn cảnh.

원고 nguyên đơn, nguyên cáo.

원고 bản thảo, nguyên cảo. *--료 tiền bản thảo. 용지 giấy viết bản thảo.

원광 quầng hào quang, quầng (mặt trăng, mắt...).

원광 quặng thô.

원교 vùng ngoại ô.

원군 sự tăng viện, sự tiếp tế. @원군을 보내다 cũng cố, tăng cường, tăng viện.

원근 xa gần, khoảng cách. @원근에 따라 다르다 khác nhau về khoảng cách. *--법 luật xa gần.

원금 [밑천 tiền vốn] tư bản; [이자의 về tiền lời] vốn nguyên thủy.

원급 [문법 văn phạm] cấp ở dạng nguyên (dạng đơn giản, chưa so sánh...như tính từ, phó từ); [원래의 급] lớp nguyên thủy.

원기 nghị lực, sinh lực, năng lực, sức sống, sinh khí. @원기가 왕성하다 tràn đầy sinh khí.

원기둥 => 원주.

원내 *--총무 đại diện của chính phủ tại nghị viện.

원년 năm đầu tiên.

원단 ngày Tết.

원대 --하다 có thể áp dụng rộng rãi, có ảnh hưởng sâu rộng. @원대한 계획 một kế hoạch nhìn xa trông rộng. // 원대한 포부 tham vọng lớn.

원대 đơn vị nhà (đơn vị gốc). @원대에 복귀하다 trở lại đơn vị gốc.

원도 họa tiết nguyên thủy.

원동 động cơ hành động. *--기 động cơ môtô, nguồn năng lượng.

원동력 động lực đầu tiên. @사회의 원동력 động lực của thế giới.

원두막 trạm gác cánh đồng trồng dưa.

원둘레 chu vi.

원래 khởi đầu, nguyên thủy, tự nhiên, về cơ bản, về bản chất. @인간은 원래 사회적인 동물이다 *người bẩm sinh là một động vật xã hội.*

원려 sự lo xa, sự thận trọng, sự cẩn thận.

원로 quãng đường dài.

원로 nhà chính trị lão thành, chuyên gia có uy tín; [고참] người thâm niên, dân kỳ cựu. *--원 thượng nghị viện.

원론 nguyên lý, nguyên tắc. *경제학-- các nguyên tắc của nền kinh tế quốc gia.

원료 nguyên liệu thô. @원료를 확보하다 tìm được nguyên liệu thô.

원리 vốn và lời.

원리 nguyên lý, lý thuyết, học thuyết chân lý cơ bản. @생활의 지도 원리 nguyên tắc đạo đức chi phối cuộc sống.

원만 [완전] sự hoàn chỉnh, sự hoàn thiện, tính chất trọn vẹn; [만족] sự toại nguyện, sự làm cho thỏa mãn; [조화] sự hài hòa, sự cân đối; [원활] sự nhịp nhàng uyển chuyển. --하다 hoàn chỉnh, trọn vẹn; [조화] du dương, êm tai, hòa âm; [성격이] dịu dàng, ôn tồn, khéo léo. @ 원만히 một cách êm dịu, một cách êm ả // 원만한 가정 một gia đình hạnh phúc // 원만한 태도 cách cư xử hòa nhã, lễ độ // 원만한 해결 sự dàn

xếp hòa bình.
원망 điều ước ao, lòng thèm muốn, sự khát khao.
원망 [원한] mối ác cảm, mối hận thù, sự phẫn uất, sự oán hận; [증오] lòng căm thù, sự căm ghét; [불평] mối bất bình. --하다 mang một mối căm hờn đối với ai. @원망스럽게 quở trách, mắng mỏ // 원망스러운 얼굴 vẻ mặt trách móc // 자신을 원망하다 tự thấy xấu hổ.
원맨쇼 màn độc diễn.
원면 sợi thô.
원명 tên thật.
원모 sợi len thô.
원목 gỗ mới đốn.
원무 điệu nhảy vanxơ. *--곡 nhạc vanxơ (*valse*)
원문 đề tài đầu tiên (본문); nguyên bản (원서). @원문에 충실하게 번역하다 *dịch sát với bản gốc.*
원반 đĩa. *투-- sự ném dĩa.
원방 khoảng cách, tầm xa. @원방의 xa,cách, xa xăm, xa xưa, xa xôi, xa cách.
원병 quân tiếp viện, quân tăng viện. @원병을 보내다 *gởi quân tiếp viện.*
원본 nguyên bản; [법] bản chính.
원부 @원부가 되다 *trở thành đối tượng căm thù của quần chúng.*
원부 sổ cái (부기 kế toán).
원뿔 hình nón.
원사 --하다 thất bại nặng vì một mục đích sai lầm, sai một li đi một dặm.
원사이드게임 trò chơi phiến diện.
원산 nguồn gốc sản phẩm. @커어피의 원산지 chỗ trồng cà phê. *--물 sản phẩm chính. --지 môi trường sống, nơi sống (동식물의 của động thực vật).
원상 tình trạng nguyên thủy. @원상으로 복구하다 *phục hồi lại tình trạng nguyên thủy.*
원색 màu nguyên thủy, màu gốc. *--사진 ảnh màu tự nhiên. --판 kiểu máy quang báo. 삼-- ba màu gốc.
원생 @원생의 nguyên thủy, thái cổ, nguyên sinh. *--동물 ngành động vật nguyên sinh. --림 rừng chưa khai phá, ngừng nguyên sinh. --식물 thực vật nguyên sinh. --암석 đá nguyên sinh.
원서 nguyên bản chính.
원서 đơn xin. @원서를 제출하다 nộp đơn. *--용지 mẫu đơn. 입학-- sự nhận vào, sự thu nạp vào.
원석 [보석의] nhám, xù xì, lởm chởm; [원광] quặng thô. @다이아몬드의 원석 viên kim cương chưa mài giũa.
원성 lời phàn nàn, lời kêu ca, lời than phiền.
원소 [화학 hóa học] nguyên tố. *--분석 phép phân tích cơ bản. --주기율 định luật tuần hoàn của các nguyên tố.
원수 thủ lĩnh, lãnh tụ.
원수 nguyên soái, thống chế (육군의 trong quân đội). *대-- tổng tư lệnh.
원수 số người.
원수 kẻ thù, kẻ địch. @원수지간 kẻ thù chung // 원수지다 trở thành kẻ thù // 원수를 갚다 sự trả thù.
원수폭 bom nguyên tử.
원숙 tính chín, tính thuần thục, tính trưởng thành, tính già dặn. --하다 chín, chính chắn, già dặn, cẩn thận. @원숙해지다 *trở nên chính chắn.*
원숭이 con khỉ.
원시 căn nguyên, nguồn gốc. @원시적 nguyên thủy, ban sơ, cổ xưa. *--동물 động vật nguyên thũy. --림 rừng

nguyên sinh. --시대 thời cổ đại. --인 người nguyên thủy.

원시 [원시한] sự nhìn xa trông rộng.

원심 [기하 hình học] điểm giữa, tâm.

원심 sự phán quyết đầu tiên. @원심을 파기하다 hủy bỏ phán quyết lúc đầu.

원심력 [물리 vật lý] lực ly tâm.

원아 vườn trẻ, nhà trẻ.

원안 bản phác thảo (초안); luật dự thảo đầu tiên, dự luật đầu tiên (의안); kế hoạch ban đầu (계획). @원안대로 가결하다 *thông qua một dự luật theo thể thức đầu tiên.*

원앙 giống vịt Bắc Kinh, một đôi chim uyên ương. *--금 chiếc giường cưới.

원액 tổng số ban đầu.

원액 dung dịch nguyên chất.

원양 đại dương. @원양의 ở biển khơi. *--동물 động vật biển sâu. --어업 nghề khơi. --항해 sự đi biển.

원어 tiếng mẹ đẻ.

원영 thời gian bơi đường dài.

원예 nghề làm vườn, sự trồng vườn, nghề trồng hoa (꽃재배). *--가 người làm vườn, người trồng hoa. --술 nghệ thuật làm vườn. --식물 cây trồng trong vườn. --장 vườn ương.

원외 @원외의 không thuộc nghị viện.

원외 không có tư cách là hội viên. @원외의 dư, thừa, phụ, thêm. *--자 người không phải là hội viên.

원용 --하다 viện dẫn chứng (조문을 trích đoạn).

원음 cách phát âm nguyên gốc; [음악 âm nhạc] âm gốc.

원유 dầu thô.

원유회 tiệc ngoài vườn, cuộc đi chơi và ăn ngoài trời.

원의 ý định ban đầu, ý nghĩa gốc.

원의 quyết nghị của viện (trong quốc hội).

원인 nhân tố, nguyên do, căn nguyên; [근원] nguồn, điểm bắt đầu. @원인과 결과 nguyên nhân và kết quả // 원인 불명의 죽음 cái chết không biết nguyên nhân // 원인을 밝히다 truy nguyên nguồn gốc // ...이 원인이다 phát sinh, do bởi, tại .

원인 nguyên nhân sâu xa, nguyên nhân cơ bản.

원인 người xin việc, người thỉnh cầu.

원일점 [천문] điểm xa mặt trời nhất.

원자 mảnh nhỏ, vật nhỏ, hạt. @원자의 nguyên tử. *--가 trị số nguyên tử. --량 trọng lượng nguyên tử. --력 năng lượng nguyên tử. –력관리 sự kiểm soát nguyên tử. --력 발전소 nhà máy năng lượng nguyên tử. –력 잠수함 tàu ngầm nguyên tử. --력 평화 이용 việc dùng năng lượng nguyên tử vào mục đích hòa bình. --로 kiểu lò phản ứng hạt nhân ban đầu. --론 thuyết nguyên tử. --물리학 vật lý hạch tâm. --탄두 đầu nổ của một tên lửa nguyên tử. --포 súng nguyên tử. --폭발 sự bùng nổ nguyên tử. --폭탄 bom nguyên tử. --학 kỹ thuật hạt nhân . --핵 hạt nhân nguyên tử. –핵반응 phản ứng hạt nhân.

원자재 nguyên liệu thô.

원작 gốc. *--자 tác giả đầu tiên.

원장 người đứng đầu, trưởng.

원장 giám đốc, người chỉ huy.

원장 phiến đá phẳng.

원저 tác phẩm gốc. *--자 tác giả, người viết sách.

원적 nơi ở cố định.

원전 nguyên bản gốc.

ㅇ

원점 điểm bắt đầu, nguồn gốc.

원정 người làm vườn.

원정 cuộc viễn chinh (quân đội), chiến dịch; sự xâm lược (침입). 하다 tiếp tục cuộc viễn chinh, xâm lược, cướp phá, đánh phá. *--대 đội quân viễn chinh.

원조 người sáng lập, người phát minh (발명자).

원조 sự giúp đỡ, sự hỗ trợ, người cổ vũ. 하다 giúp đỡ, hỗ trợ, cổ vũ. @원조를 얻다 nhận giúp đỡ. *--국 nước viện trợ. –물자 hàng viện trợ. –자 người ủng hộ, người đỡ đầu. 재정—sự giúp đỡ về tài chánh.

원족 => 소풍.

원죄 [종교 tôn giáo] tội nguyên thủy, tội tổ tông.

원죄 sự kết tội sai.

원주 cột, trụ.

원주 chu vi, đường tròn. *--율 tỷ số đường tròn trên đường kính của nó.

원주민 dân địa phương, thổ dân; [총칭 nói chung] người bản xứ.

원지 giấy nến để in.

원지 vùng xa xôi hẻo lánh.

원지 hoài bão lớn, khát vọng cao ngất.

원지점 [천문 thiên văn học] điểm xa quả đất.

원질 *protyle*. [생리 sinh lý] *유전-- *gien*.

원천 nguồn gốc, nguồn chính .

원촌 họ hàng xa.

원촌 kích thước thật. @원촌의 của kích cỡ thực tế, to như vật thật.

원추 cái nón. @원추형의 hình nón.

원추리 [식물 thực vật] cây hoa hiên.

원칙 nền tảng, cơ sở, điều lệ. @원칙적으로 theo thông lệ, về nguyên tắc cơ bản.

원컨대 tôi hy vọng, tôi cầu xin, mong rằng.

원탁 bàn tròn. *--회의 hội nghị bàn tròn.

원통 hình trụ.

원통 sự oán hận, sự tủi nhục, sự buồn nản. --하다 cảm thấy phẫn uất, bực bội, đáng tiếc hối tiếc, làm bực mình, làm phật ý. @원통해하다 làm mất thể diện, cảm thấy sầu muộn.

원판 bản âm (사진의 của bức ảnh); phim ảnh (영화의 của rạp chiếu bóng); bản kính dương (환등의 của đèn chiếu).

원폭 quả bom nguyên tử. *--기지 căn cứ nguyên tử. --실험(금지) cuộc thử nghiệm nguyên tử. –희생자 nạn nhân của bom nguyên tử.

원피스 áo một mảnh.

원하다 lời đề nghị, lời yêu cầu => 원.

원한 mối hận thù, mối ác cảm, nỗi đắng cay. @원한을 갚다 trả thù, báo thù, oán hận // 원한을 사다 bị sự thù hằn // 원한을 품다 có hằn thù ác cảm với ai.

원항 nghề hàng hải, sự đi biển. @원항길에 오르다 *bắt đầu lên đường ra biển khơi.*

원해어 cá ở biển.

원행 chuyến đi dài ngày. --하다 tiếp tục chuyến đi dài ngày.

원형 hình dạng ban đầu.

원형 nguyên hình, nguyên mẫu.

원형 hình dạng tròn, đường tròn. @원형의 tròn, hình tròn, hình đĩa (식물의 thực vật). *--극장 lô chuồng gà (chỗ ngồi ở rạp hát).

원형질 [생물] chất nguyên sinh. *--체 thể nguyên sinh.

원호 sự ủng hộ, sự cứu giúp. --하다 ủng hộ, bảo vệ, che chở. *--기금 quỹ cứu tế.

원호 cung tròn.

원혼 những linh hồn ác độc.

원화 tiền *Won.*

원화 bức tranh gốc, bức vẽ chính.

원활 --하다 êm dịu, ngọt ngào, hòa thuận, hòa hợp, hòa bình, thân ái, thân tình. @원활하게 một cách êm ã, một cách hòa hợp, một cách hòa nhã, một cách thuận lợi; trôi chảy không có gì vướng mắc (지장없이).

원훈 một nhà chính trị kỳ cựu, một con người lừng danh..

원흉 đầu sỏ, cầm đầu.

월 [문장] câu (văn).

월 mặt trăng, tháng, ngày thứ hai (월요일).

월간 sự xuất bản hàng tháng. @얼간의 hàng tháng, mỗi tháng. *--잡지 tạp chí ra hàng tháng, nguyệt san.

월경 kinh nguyệt, kỳ, sự có tháng. @월경의 (thuộc) kinh nguyệt // 월경이 있다 có kinh.

월경 sự vượt biên giới. --하다 vượt biên giới.

월계 sổ sách hàng tháng.

월계관 vòng nguyệt quế, vinh quang. @월계관을 차지하다 *đoạt vòng nguyệt quế; công thành danh toại.*

월광 ánh trăng, ánh sáng trăng. *--곡 bản xô nát dưới ánh trăng.

월권 sự yêu sách láo, sự lạm quyền. --하다 sự tiếm quyền. @그런 짓은 월권이다 *anh không được phép làm việc đó.* *--행위 (hành động), sự yêu sách, hành động phi pháp.

월급 tiền lương tháng. @적은 월급 tiền lương thấp // 월급을 받다 lĩnh lương // 월급이 오르다 được tăng lương. *--날 ngày lĩnh lương. --봉투 phong bì tiền lương. --장이 người làm công ăn lương.

월남 --하다 đi xuống miền nam Hàn Quốc.

월내 @월내에 trong vòng một tháng.

월동 sự trú đông. --하다 trú đông, qua đông, tránh rét. *--자금 quỹ cứu tế mùa đông. --준비 sự chuẩn bị qua mùa đông.

월등 sự khác biệt rất lớn về trình độ. --하다 khác biệt lớn, khác thường.

월력 lịch.

월례 @월례의 hàng tháng. *--회 buổi họp mặt hàng tháng.

월리 tiền lãi hàng tháng.

월말 @월말에 vào cuối tháng. *--지불 việc trả lương cuối tháng.

월면 bề mặt của mặt trăng. *--보행 cuộc đi bộ trên mặt trăng. --착륙 sự đổ bộ lên mặt trăng.

월변 lợi ích hàng tháng.

월보 bản tin hàng tháng. *무역-- hàng buôn bán gửi trả lại hàng tháng.

월부 sự trả góp hàng tháng. @3 개월의 월부로 사다 mua trả góp trong ba tháng.

월북 --하다 đi đến Bắc Hàn.

월산 sản phẩm hàng tháng.

월색 ánh sáng trăng.

월세 tiền thuê hàng tháng.

월세계 mặt trăng.

월수 [수입] thu nhập hàng tháng; [빚] sự cho vay lấy lãi hàng tháng.

월식 [천문] hiện tượng nguyệt thực. *--개기-- sự che khuất mặt trăng hoàn toàn. 부분-- che khuất mặt trăng từng phần.

월액 số lượng hàng tháng.

월야 đêm sáng trăng.

월여 @월여간이나 trên một tháng // 월

여전에 cách đây hơn một tháng (지금부터); hơn một tháng trước (그때까지).

월요일 thứ hai trong tuần.

월일 ngày tháng. *생년-- ngày sinh.

월전 @월전에 cách đây một tháng.

월정 sự hợp đồng tháng. *--구독료 sự quyên góp hàng tháng. --구독자 người góp hàng tháng.

월초 @월초에 vào đầu tháng.

월편 @월편에 ở mặt kia.

월평 tạp chí hàng tháng.

월하 ánh trăng. *--빙인 người mai mối.

월훈 quầng chung quanh mặt trăng.

웨딩 (*wedding*) lễ cưới, hôn lễ. @웨딩드레스 (*wedding dress*) áo cưới.

웨스트 (*waist*) eo, thắt lưng. @웨스트라인 (*waist line*) vòng bụng, vòng eo.

웨이터 (*waiter*) anh bồi.

웨이트레스 (*waitress*) cô hầu bàn.

웬 (*what*) gì, nào, phần nào, kiểu nào. @웬일이냐 làm sao thế? // 웬 사람이냐 ai vậy?

웬걸 ôi, chao ôi! sao! thế nào! đi nào! thế! được! kỳ chưa!

웬만큼 [알맞게] một cách đúng đắn, một cách thích đáng, hợp lệ; [어느 정도] theo chừng mực nào đó, một chút nào đó; [어지간히] đạt yêu cầu, tàm tạm, kha khá, có thể chấp nhận được. @독일어를 웬만큼 하다 nói tiếng Đức khá tốt.

웬만하다 khá tốt, vừa phải, tàm tạm, khá tốt. @수입이 웬만하다 *có thu nhập đáng kể*.

웬셈 @웬셈인지 나도 모르겠다 *tôi không biết gì về các thứ này.*

웬일 vấn đề gì, chuyện gì, lý do gì. @웬일인지 vì một số lý do khác // 웬일이야 chuyện gì đây?

웰링턴 giày ủng bằng cao su không thấm nước, thường cao tới gần đầu gối (뉴질랜드).

웰터급 võ sĩ hạng trung (cân nặng trong khoảng từ 61 đến 66,6kg).

웽그렁뎅그렁 tiếng chuông lanh lảnh, tiếng chuông vang rền, tiếng lách cách, tiếng loảng xoảng.

웽웽 => 왱왱.

위 (1) [상부] phần cao hơn, chóp đỉnh, mặt trên. @위의 cao hơn, trên cao, hướng lên, lên // 위에 lên trên, ngược dòng, hướng lên // 바다 위를 날다 bay ngang qua biển // 위로 오르다 leo lên, trèo lên. (2) [꼭대기] đỉnh, chỏm, chóp, ngọn. @산 위에 trên đỉnh núi // 위에서 셋째 줄 hàng thứ ba từ trên đếm xuống. (3) [표면] mặt, bề mặt. @책상 위에 trên mặt bàn. (4) [상위 tầng lớp, địa vị] sự cao hơn, sự cao cấp hơn. @위의 cao hơn, cao cấp hơn, lớn hơn // 그는 나보다 세 살 위이다 *anh ấy lớn hơn tôi ba tuổi.*

위 (1) [등급] chức vụ, cấp bậc, hạng loại, tầng lớp. @제 1 위(제 2 위, 제 3 위) địa vị đứng đầu. (2) [신위 bài vị tổ tiên] linh hồn người đã chết.

위 dạ dày, bao tử (사람의 của người); dạ cỏ (동물의 của động vật); dạ dày của súc vật (포유동물의 của động vật có vú); bầu diều (새의 của chim, gia cầm). @위의 (thuộc) dạ dày // 위가 아프다 thèm ăn.

위경 [의학 y học] dạ dày-kết tràng.

위경련 [의학] chứng đau dạ dày.

위계 địa vị xã hội, địa vị cao sang, địa vị cao.

위계 kế hoạch lừa bịp. @위계를 쓰다 sử dụng kế hoạch lừa bịp.

위관 các viên chức cao cấp trong công ty (육군의); sĩ quan huy (해군의).

위광 uy quyền, quyền lực.

위구 sự sợ, sự sợ hãi, sự e sợ. --하다 sợ hãi, sợ, e sợ, thấy lo lắng,băn khoăn.

위국 cơn khủng hoảng, tình thế nguy ngập.

위국 --하다 phục vụ tổ quốc.

위궤양 [의학] chứng loét bao tử.

위급 tình trạng khẩn cấp. --하다 nguy cấp, nguy kịch, khẩn cấp. @위급시에 trong trường hợp khẩn cấp.

위기 sự nguy kịch, sự nguy ngập, sự cấp cứu, giây phút nguy khốn. @위기의 (thuộc) nguy cấp, nguy kịch, cấp tính // 위기에 처하다 đến bước quyết định // 위기 일발로 명하다 thoát được trong đường tơ kẽ tóc.

위기 trò chơi *badook* => 바둑.

위난 sự nguy hiểm, hiểm họa.

위대 sự to lớn, sự cao cả, tính trọng đại, tính vĩ đại. --하다 to lớn, vĩ đại, hùng vĩ, đồ sộ, rất lớn, rất quan trọng. @위대한 인물 một người vĩ đại, vĩ nhân.

위덕 uy lực và đức độ.

위도 vĩ độ. *고-- vĩ độ cao. 저-- vĩ độ thấp.

위독 bệnh nguy kịch. --하다 bị bịnh nặng. @모친위독 곧 귀가하라 *mẹ bệnh nặng hãy quay về ngay.* (전문)

위력 uy lực. @위력 있는 có uy lực // 돈의 위력 uy lực của đồng tiền.

위령제 lễ truy điệu. @전몰 장병 위령제 lễ truy điệu các anh hùng liệt sĩ.

위로 (1) [치하] sự cảm kích trước t61m lòng của ai. --하다 nhận sự giúp đỡ. (2) [위안] sự an ủi, niềm khuây khỏa. --하다 an ủi, giải khuây, làm dịu, xoa dịu. @불행을 위로하다 an ủi người bất hạnh // 위로의 말을 하다 nói lời an ủi.

위막 màng bao tử.

위명 danh tiếng, tiếng tăm, sự nổi bật.

위명 một cái tên giả.

위무 sự làm yên, sự làm nguôi ngoai. --하다 làm yên, làm nguôi, làm dịu.

위문 sự an ủi, sự giải khuây, cuộc chuyện trò cho khuây khỏa; [문병 sự ghé thăm] sự ghé thăm an ủi. --하다 hỏi thăm sức khỏe của ai (문병). *--대 một cái túi xách đa năng. --문 lá thư an ủi. --품 lời an ủi.

위반 sự xâm phạm, sự vi phạm. --하다 vi phạm, xâm phạm. @선거법 위반으로 do vi phạm luật bầu cử. *--자 người phạm tội. --행위 sự phạm tội, tội lỗi. 교통-- vi phạm luật lệ giao thông. 법률-- sự chống đối luật pháp. --조약 sự vi phạm hiệp ước. 헌법-- một hành động trái pháp luật.

위배 sự vi phạm => 위반.

위법 sự vi phạm pháp luật. @위법의 bất hợp pháp, trái luật. *--자 kẻ phạm pháp. --행위 hành động trái luật, điều trái quy luật.

위벽 cuống bao tử.

위병 bệnh bao tử.

위병 lính gác, lính canh. *--교대 lính canh thay. --근무 nhiệm vụ canh gác. --소 phòng nghỉ của lính gác. --장교 sĩ quan của đội lính canh.

위산 hiệu ứng của thuốc đối với bao tử.

위산 chất chua trong bao tử. *--과다 sự dư axít bao tử. @위산과다의 sự tiết nhiều axit quá mức bình thường. --과다증 sự rối loạn axit.

위상 [전기 điện] pha.

위생 vệ sinh, các hệ thống vệ sinh, sự giữ gìn sức khỏe. @위생의 hợp vệ sinh // 위생상 vì lý do vệ sinh. *--법 sự vệ sinh. --상태 những điều kiện bảo vệ sức khỏe. --시설 các điều kiện thuận lợi để bảo vệ sức khỏe. --학 khoa học vệ sinh. 공중-- sức khỏe cộng đồng. 정신-- sự thanh lọc tâm hồn.

위서다 đi cùng cô dâu (cô dâu phụ).

위선 [해부 giải phẫu] tuyến tiêu hóa.

위선 đường vĩ, vĩ tuyến.

위선 hành động đạo đức giả. @위선적 đạo đức giả, giả nhân giả nghĩa.

위성 [천문 thiên văn] vệ tinh nhân tạo. *--국 nước chư hầu. --도시 thành phố vệ tinh. 인공-- vệ tinh nhân tạo.

위세 sức mạnh, nội lực. @위세 있는 có sức mạnh, có uy thế, có uy lực // 위세 부리다 sử dụng quyền lực, áp bức, hà hiếp.

위세적 [의학 y học] ống rửa dạ dày.

위수 đơn vị đồn trú. --병원 bệnh viện đồn trú. --사령관 sĩ quan chỉ huy đơn vị đồn trú.

위스키 [술] (*whisky*) rượu *uytky*. *--소오다 rượu *uytky* pha sô đa.

위시 --하다 bắt đầu, mở đầu, khởi đầu. @위시하여 bao gồm, kể cả, cũng như, chẳng khác gì.

위신 uy tín, thanh thế, lòng tự trọng. @나라의 위신을 높이다 *làm tăng thanh thế quốc gia.*

위아래 lên lên xuống xuống, nhấp nhô; [신분] khắp nơi, mọi nơi mọi chỗ. @위아래로 lên xuống nhấp nhô // 위아래로 훑어보다 *để ý một người đi tới đi lui.*

위 아토니 [의학 y học] sự mất trương lực bao tử.

위안 sự an ủi, sự giải khuây, sự dễ chịu. --하다 an ủi, giải khuây, dỗ dành, khuyên giải. @위안을 구하다 tìm sự khuây khỏa trong.

위암 [의학 y học] ung thư bao tử.

위압 tình trạng áp bức, sự áp đảo, sự chế ngự. --하다 áp đảo, áp bức, chế ngự. @위압적인 kiêu căng, hống hách, độc đoán // 위압적으로 một cách hống hách, một cách độc đoán // 위압하다 được quá kính nể.

위액 dịch vị. *--선 tuyến tiêu hóa.

위약 chứng khó tiêu.

위약 sự không giữ lời hứa. --하다 bội ước, không giữ lời hứa.

위엄 thái độ chững chạc, vẻ nghiêm trang, sự oai vệ. @위엄 있는 uy nghi, oai nghiêm, oai vệ // 위엄이 없는 không đường bệ, không đàng hoàng.

위업 việc kinh doanh thạo.

위염 [의학] chứng viêm dạ dày.

위요 --하다 vây quanh, bao quanh=> 둘러싸다.

위용 tướng mạo uy nghiêm.

위원 ủy viên. @김씨도 위원의 한 사람이다 *ông Kim cũng đang họp trong ủy ban.* *--장 chủ tịch ủy ban. --제도 hệ thống phân loại ủy ban. 국무-- thành viên nội các, bộ trưởng.

위원회 hội đồng, ủy ban. *분과-- phân ban, tiểu ban (trong một ủy ban). 소-- một ủy ban nhỏ. 조사---hội đồng (ủy ban).

위의 một cách uy nghi, một cách trang

trọng. @위의을 갖추고 oai vệ, trang nghiêm, trịnh trọng.

위인 một vĩ nhân, một anh hùng. *--전 tiểu sử một vĩ nhân.

위인 tính cách, cá tính, đặc điểm. @위인이 훌륭하다 *là một người có tính cách tốt.*

위임 sự tín nhiệm, lòng tin cậy, sự ủy thác. --하다 giao phó một vấn đề cho ai, ủy thác làm việc gì. @전권을 위임하다 cho ai được phép toàn quyền hành động // 권능을 위임하다 giao quyền cho.

위임장 quyền ủy nhiệm.

위임 통치 lệnh, trát.

위자 sự an ủi. *--료 tiền an ủi, tiền bồi thường. @위자료를 요구하다 yêu cầu bồi thường.

위장 ruột và bao tử. @위장의 thuộc dạ dày-ruột. *--병 sự rối loạn bao tử-ruột. --약 thuốc trị ruột và bao tử,]. --염 viêm dạ dày ruột.

위장 sự ngụy trang, sự trá hình. --하다 ngụy trang, trá hình, cải trang. @위장된 được ngụy trang.

위정자 chính khách, người cầm quyền hành chính.

위조 sự giả mạo (chữ ký, giấy tờ...). --하다 giả mạo, làm giả. @위조의 giả mạo // 서류를 위조하다 giả mạo tài liệu // 화폐를 위조하다 đồng tiền giả.

위주 --하다 nêu ra một vấn đề hàng đầu. @장사는 이익 위주다 *sinh lời là vấn đề hàng đầu trong kinh doanh.*

위중 --하다 trong tình trạng nguy kịch.

위증 [법] bằng chứng giả mạo. --하다 khai man, thề ẩu. *--자 kẻ khai man trước tòa. --죄 sự khai man trước tòa.

위촉 sự ủy nhiệm, sự ủy thác; lời yêu cầu, lời đề nghị (의뢰); người được giao cho trông nom (담당). --하다 giao việc cho ai, ủy thác, đề nghị ai làm gì. @위촉에 의해 theo yêu cầu.

위축 sự co, sự thu nhỏ, sự teo lại; [의학 y học] sự teo. --하다 khô, héo, teo, nhăn, thu lại, co lại; [기관이] bị teo nhỏ lại.

위층 tầng trên.

위치 [장소] vị trí, địa thế; [처지· 지위] vị trí đứng, chỗ đứng. --하다 đứng, có, ở, nằm, tọa lạc, đứng vào hàng. @학교의 위치가 좋다 *ngôi trường tọa lạc ở một vị thế tốt.*

위탁 sự giao phó, sự phó thác, sự ủy nhiệm; [상품의] sự gửi hàng để bán. --하다 giao, giao phó cho. *--금 tiền ủy thác. --사무 bổn phận đối với ai. --수수료 lệ phí đóng cho hàng ký gửi. --자 người ký gửi. --판매 sự bán hàng ký gửi. --판매인. --품 hàng ký gửi.

위태 sự nguy hiểm, mối hiểm nghèo. --하다 nguy hiểm, hiểm họa, hiểm nghèo. @위태롭게 하다 gây nguy hiểm.

위통 sự đau bụng, sự đau trong dạ dày; [의학] đau dạ dày.

위트 sự hóm hỉnh, tài dí dỏm. @위트가 있는 hóm hỉnh, dí dỏm.

위패 linh vị của người chết. @조사의 위패 bài vị tổ tiên.

위폐 tiền giả. *--범 kẻ làm giả.

위풍 không khí trang trọng. @위풍 당당한 trang trọng, nghiêm trang, hùng vĩ.

위필 chữ viết giả mạo, bức vẽ giả mạo (그림).

위하다 làm vì lợi ích; [공경] sự tôn kính, lòng kính trọng; [소중히] coi trọng. @위하여 vì lợi ích // 하기 위하여 để mà, cốt để mà // 너를 위해서 vì

ㅇ

quyền lợi riêng của bạn // 정의를 위해서 vì công lý // 부모를 위하다 *chăm sóc tốt cho cha mẹ* // 자기를 위하다 *mưu cầu lợi ích.*

위하수 [의학 y học] chứng sa dạ dày.

위해 sự làm hại, sự làm tổn hại, sự làm hỏng. @위해를 가하다 làm hại ai.

위헌 sự trái pháp luật. @위헌의 trái pháp luật.

위험 nguy hiểm, hiểm họa, cơn nguy, cảnh hiểm nghèo, cảnh nguy hiểm. --하다 một cách nguy hiểm, một cách hiểm nghèo. @위험을 무릅쓰고 mặc cho nguy hiểm, liều mạng // 위험이 따르다 cận kề nguy hiểm // 떨어질 위험이 있다 lâm vào cảnh nguy hiểm // 위험을 무릅쓰다 liều // 위험에 직면하다 đang lâm nguy, đang bị đe dọa. *--물 đối tượng nguy hiểm. --부담 (법) thái độ liều. --사업 một việc làm táo bạo nguy cấp. --상태 điều kiện nguy khốn. --성 tính liều, tính mạo hiểm. --신호 tín hiệu báo nguy; đèn đỏ (교통의). --인물 nhân vật nguy hiểm. --직업 việc làm nguy hiểm. --지대 vùng nguy hiểm.

위협 mối đe dọa, lời hăm dọa. --하다 đe dọa, uy hiếp, hăm dọa, làm kinh hãi. @위협적인 hăm dọa, đe dọa // 위협해서 돈을 빼앗다 hăm dọa ai để tống tiền. *--사격 phát bắn cảnh cáo (dọa). --수단 mức độ hăm dọa.

위화감 cảm giác không hợp tính nhau, cảm giác kỵ nhau.

위확장 [의학 y học] sự nong bao tử.

위훈 thành tựu to lớn.

윈터 스포츠 các môn thể thao mùa đông.

윗니 răng hàm trên.

윙 (quân sự) cánh (tả, hữu).

윙크 sự nháy mắt. --하다 nháy mắt.

유 [존재] sự sống, sự tồn tại, sự hiện hữu. @무에서 유가 생기지 않는다 không đi đến đâu, chẳng có kết quả gì.

유 (1) [무리] bọn ,lũ,nhóm, tụi, cánh. (2) [종류] thứ, hạng, loại (부류). (3) [생물 sinh vật] phái, giống,loài,họ. *거미류 giống nhện. 포유류 loài động vật có vú.

유가 có giá ổn định. *--증권 chứng khoán.

유가 người theo đạo Khổng Tử, người theo Nho giáo. *--서 tác phẩm văn học Nho giáo.

유가족 gia quyến của người quá cố. *군경-- gia quyến của những người đã chết trong chiến tranh.

유감 lòng thương tiếc, lòng thương hại. @유감된일 lý do để thương hại // 유감스럽게도 sự hối tiếc của tôi // 유감 없이 không hối tiếc // 유감스럽다 đáng tiếc, đáng hối tiếc.

유개 @유개의 có đội mũ, có nắp. *--화차 toa chở hàng.

유개념 [논리] phái, giống.

유건 악기 nhạc khí có khóa.

유격 [군사] chiến thuật nghi binh, cuộc bố ráp. --하다 hướng sang phía khác, tấn công bất ngờ. *--대 đơn vị cơ động. --병 du kích, quân du kích. --수 [야구 bóng chày] *shortstop.* --전 chiến tranh du kích.

유계 thế giới bên kia, tiếp sau. @유계를 달리하다 sang một thế giới tốt đẹp hơn, chết.

유고 [사고] sự rủi ro, tai nạn; [까닭] lý do. @유고시에 vào lúc rủi ro nào đó.

유고 tác phẩm được xuất bản sau khi tác

giả mất.

유고 một bunke dầu.

유곡 một thung lũng sâu.

유골 [사람의 của người] tro tàn, hài cốt; [동물의] xương hóa thạch của động vật. @유골을 봉안하다 đặt hài cốt ai vào.

유공 sự đáng khen, sự tán thưởng. *--자 người đáng trọng. –훈장 cấp bậc khen.

유공충 [동물 động vật] con trùng có lỗ.

유곽 khu nhà thổ, chốn lầu xanh, ổ nhện.

유괴 sự bắt cóc để tống tiền. --하다 bắt cóc. *--사건 một vụ kiện bắt cóc. --자 kẻ bắt cóc. --직 sự bắt cóc (trẻ em...).

유교 đạo Khổng. *--사상 tư tưởng Khổng giáo.

유구 tính vĩnh viễn, tính bất diệt. --하다 vĩnh viễn, bất diệt, mãi mãi.

유구 무언 miễn trả giá.

유권자 người nắm quyền; [선거의] cử tri, người bỏ phiếu.

유권 해석 sự am hiểu một cách tường tận.

유금류 [새 chim] người (vật) bơi.

유급 @유급의 ăn lương, được trả lương. *--자 người được trả lương. --직 phòng phát lương. 직원 số nhân viên trên tổng số tiền phải trả. --휴가 kỳ nghỉ phép ăn lương.

유급 --하다 quay trở lại lớp. *--생 học trò phải ở lại lớp.

유기 @유기의 có thể làm xong, có thể kết thúc được. *--공채 tiền cho vay có thểthu hồi được. --징역 tội khổ sai có kỳ hạn.

유기 @유기의 [화학] hữu cơ. *--물 chất hữu cơ. --비료 phân hữu cơ. --산 axit hữu cơ. --체 cơ thể, sinh vật. --화학 hóa học hữu cơ.

유기 sự bỏ đi, sự ruồng bỏ. --하다 bỏ đi, rời bỏ, bỏ rơi. *--물 vật bỏ rơi, vật vô chủ (해상의). --시체 xác vô thừa nhận. --자 kẻ bỏ trốn, kẻ đào ngũ. 불법-- sự ruồng bỏ có ác tâm. 영아-- sự vứt bỏ đứa con ra ngoài đường.

유기 đồ vật bằng đồng, thau.

유기음 [음성] âm bật hơi.

유기적 có hệ thống.

유난 tính chất hiếm, tính đáng chú ý; [괴팍] tính dễ chán. --하다 hiếm, khác thường, đặc sắc.

유네스코 Tổ chức Giáo dục, Khoa học và Văn hóa của Liên Hiệp Quốc.

유년 tuổi vị thành niên [법] thời thơ ấu (7 세까지). @유년의 (thuộc) thanh thiếu niên.

유념 sự chú ý, sự lưu ý, sự để ý. --하다 ghi nhớ, nhớ không quên.

유뇨증 [의학 y học] chứng đái dầm.

유능 năng lực, khả năng. --하다 có thể, có khả năng. @유능한 사람 người có đủ trình độ.

유니언 sự hợp nhất, sự thống nhất, sự kết hợp, liên minh, liên hiệp.

유니크 đơn nhất, độc nhất, duy nhất.

유니폼 đồng phục.

유다 [성경 Kinh Thánh] Giu-đa (kẻ phản Chúa Giê-xu).

유다르다 bất thường, hiếm, ít gặp, đáng chú ý. @유달리 một cách không thông thường, một cách hiếm thấy, một cách đặc biệt.

유단자 chức vụ theo cấp bậc.

유당 [화학] lactoza, đường sữa.

유대 dây buộc, dâu cột, dây trói; [관계] mối tương quan, mối liên hệ. @긴밀한 유대를 맺다 hình thành mối quan hệ chặt chẽ với.

유대류 [동물] thú có túi.

유덕 --하다 có đạo đức tốt.

유덕 ảnh hưởng có được sau khi chết.

유도 môn võ juđô (võ Nhật). *--복 bộ đồ võ cho việc tập môn juđô. --사범 huấn luyện viên võ juđô.

유도 sự khuyến khích, sự khích lệ; [전기 điện] sự cảm ứng, [화학 hóa học . 수학 toán học] sự điều chế dẫn xuất, phép lấy đạo hàm. --하다 cảm ứng, khích động; [화학] chuyển hóa từ. @사람을 유도하다 xúi giục ai làm gì.

유도 신문 câu hỏi khôn ngoan (dẫn đến câu trả lời theo ý muốn). --하다 hướng trả lời theo ý muốn bằng những câu hỏi khôn ngoan.

유독 --하다 độc, có chất độc, độc hại. *--가스 hơi độc.

유독 chỉ có một, duy nhất, đơn độc.

유독 sự chảy. --하다 chảy. *--물 chất lỏng, chất nước, chất lưu. --성 trạng thái lỏng; [사회] tính hay thay đổi, tính dễ biến đổi. --식(물) chất nước. --자본 vốn luân chuyển. --자산(자금) sự luân chuyển vốn.

유두 [해부 phẫu thuật] núm vú, đầu vú. *--염 chứng viêm núm vú.

유두 ngày rằm tháng sáu.

유들유들 --하다 trơ tráo, vô liêm sĩ, mặt dạn mày dày.

유람 sự tham quan (một cảnh đẹp), chuyến tham quan. --하다 đi tham quan. *--객 người đi tham quan. --단체 nhóm khách du lịch. --버스 xe buýt tham quan. --선 tàu du lịch. --지 sân chơi, nơi dạo chơi.

유랑 cuộc đi chơi rong, sự đi lang thang. --하다 đi lang thang, đi thơ thẩn. *--민 người du mục. --생활 cuộc sống rày đây mai đó. --자 người đi lang thang.

유래 [기원] gốc, nguồn gốc, căn nguyên; [내력] lịch sử; [출처] nguồn. --하다 bắt nguồn, gốc ở.

유량 [물리] thông lượng. *--게 đồng hồ nước.

유럽 Châu Âu. @유럽의 (thuộc) Châu Âu. *--사람 người Châu Âu.

유려하다 trôi chảy, thanh lịch, tao nhã, bóng bảy, hào nhoáng. @유려한 문장 văn trôi chảy lưu loát.

유력 --하다 hùng mạnh, hùng cường. @유력한 신문 tờ báo có uy thế // 유력한 용의자 người có rất nhiều khả năng phạm tội // 유력한 증거 chứng cớ rành rành // 유력한 후보자 người ứng cử có khả năng. *--자 người có thế lực.

유령 linh hồn người chết, ma, ma quỹ. @유령 같은 giống như ma // 유령이 나오다 có ma. *--선 con tàu ma. --회사 công ty ma.

유례 ví dụ tương tự, trường hợp tương tự. @유례가 없다 không sánh kịp, không gì bằng.

유료 @유료의 thù lao, tiền cước. *--도로 lệ phí cầu đường. --도서관 sự trả tiền cho thư viện. --변소 nhà vệ sinh trả tiền. --시사회 sự xem trước phải trả tiền. --입장 tiền vào cửa.

유루 sự bỏ sót, điều bỏ quên (빠짐); khe hở (샘). @유루 없이 không có khe hở.

유류 --하다 bỏ quên, để lại. *--물(품) một vật bỏ quên.

유리 --하다 có lý, hợp lý, phải lẽ. *--수(식) [수학] các số hữu tỷ (biểu thức). --함수 [수학] hàm số hữu tỷ.

유리 --하다 có lợi, có ích, sinh lợi; [사정 따위가] có lợi, thuận lợi. @유리한 점 sự thuận lợi, vị trí thuận lợi // 유리한 조건 điều kiện thuận lợi // 피고에 유리한 증언을 하다 *đưa ra lời khai có lợi cho bị cáo* // 보다 유리한 위치에 있다 *có lợi thế hơn.*

유리 sự cô lập, sự cách ly; [화학 hóa học] sự tách, sự thoát ra. --하다 cách ly, thoát ra, tách ra.

유리 thủy tinh; tấm kính (청문의). *--공장 xí nghiệp mắt kính. --그릇 đồ dùng bằng thủy tinh. --병 chai thủy tinh. --잔 cái cốc, cái ly. --제품 hàng thủy tinh. --창 cửa sổ bằng kính. --컵 ly uống nước. 색-- kính màu. 판-- tấm gương.

유린 sự phá hủy, sự tàn phá; [침해] sự xâm phạm, sự vi phạm. --하다 tràn qua, tàn phá, giày xéo; [침해] vi phạm luật lệ, xâm phạm. @인권을 유린하다 vi phạm nhân quyền. *인권-- sự xâm phạm quyền cá nhân.

유림 người nghiên cứu đạo Khổng.

유망 triển vọng tươi sáng. --하다 nhiều triển vọng, đầy hứa hẹn, có triển vọng.

유머 sự hài hước, sự hóm hỉnh. @유머를 알다 khéo hài hước. *--소설(작가) truyện hài.

유머러스 (*humorous*) khôi hài, hài hước, hóm hỉnh.

유명 [어둠] bóng tối, cảnh tối tăm; [저승] thế giới bên kia.

유명 ý muốn, ước nguyện cuối cùng.

유명 --하다 nổi tiếng, có danh tiếng, nổi danh, trứ danh, được nhiều người biết đến. @유명한 사람들 sự nổi danh, sự nổi tiếng, danh tiếng // 유명하게 되다 *trở nên nổi tiếng* // 그는 유명한 작가이다 *ông ấy là một tác giả nổi tiếng* // 스위스는 자연미로 매우 유명하다 nước *Thụy Sĩ rất nổi tiếng về những phong cảnh thiên nhiên.* *--세 tiền phạt quá cao.

유명론 [철학 triết học] thuyết duy danh.

유명무실 --하다 chỉ có tên, danh nghĩa, hư danh. @유명무실한 회장 chủ tịch trên danh nghĩa.

유모 người giữ trẻ, bà vú, vú em. *--차 xe đẩy em bé.

유목 đời sống du cư. *--민 người du cư. --민족 bộ tộc sống du cư. --생활 cuộc sống du cư.

유무 [존재의] sự sống, sự tồn tại, sự hiện hữu; [여부] có hoặc không.

유묵 bút tích, bản thảo viết tay của người đã chết.

유문 [해부 phẫu thuật] môn vị.

유문 tác phẩm được xuất bản sau khi tác giả chết.

유물 di tích, di vật, hài cốt; [유증물] tài sản kế thừa, gia tài, di sản. @석기 시대의 유물 tàn tích của thời đại đồ đá.

유물 @유물적 duy vật. *--론 chủ nghĩa duy vật. --론자 người theo chủ nghĩa duy vật. --사관 quan điểm duy vật về lịch sử. 사적—론 chủ nghĩa duy vật lịch sử.

유미 @유미의 (thuộc) mỹ học, thẩm mỹ. *--주의 tính thẩm mỹ.

유미 [해부 phẫu thuật] dịch dưỡng, dưỡng trấp, nhũ trấp. * --관 dẫn dịch dưỡng.

유민 người buông trôi, người phó mặc cho số phận.

유밀과 bột nhồi dầu với mật ong.

유발 vữa, hồ.

ㅇ

유발 --하다 gây ra, gây nên, sinh nên, gây ra, đem lại.

유방 vú, ngực.

유배 sự đày, sự trục xuất, sự xua đuổi. --하다 đày. *--자 người đi đày.

유백색 @유백색의 có màu trắng sữa.

유별 sự phân loại. --하다 phân loại, chia loại.

유별 sự phân biệt, điều phân biệt, điều khác nhau. --하다 có sự khác nhau giữa.

유별나다 đặc biệt, để phân biệt, khác biệt. @유별난 사람 người lập dị.

유보 sự đặt trước, sự giữ trước => 보류.

유복 --하다 hạnh phúc, sung sướng, may mắn, tốt số.

유복 sự giàu có, sự sung túc, sự thịnh vượng, sự phát đạt, sự phồn vinh. --하다 giàu có, thịnh vượng, phát đạt, phong lưu, sung túc. @유복하게 살다 được phong lưu sung túc.

유복자 đứa bé trai được sinh ra sau khi bố mất.

유부녀 người phụ nữ đã lập gia đình.

유사 [시계의 của đồng hồ] dây tóc.

유사 sự tương tự, sự giống nhau. --하다 giống nhau, tương tự. @유사한 vật giống, vật tương tự. *--품 sự bắt chước, vật mô phỏng.

유사 @유사 이전의 thời tiền sử // 유사 이래 trong lịch sử.

유사시 @유사시에 trong tình trạng khẩn cấp // 유사시에 대비하다 *dự phòng các trường hợp khẩn cấp.*

유산 tài sản, của cải, vật sở hữu, người giàu có. *--계급 tầng lớp giàu có, giai cấp tư sản. --자 người tư sản.

유산 [화학 hóa học] axit lactic. *--균 men lactic.

유산 sự sẩy thai; [실패] sự thi hỏng, sự sai lầm, sự thất bại. --하다 sai lầm, thất bại, sẩy thai; [실패] không thành công, hỏng thi.

유산 tài sản thừa kế. @유산을 남기다 để lại tài sản.

유산 [화학] axit xunphuric => 황산.

유산탄 mảnh bom, mảnh đạn (khi quả đạn trái phá bị nổ tung).

유상 sự đền bù, sự đền đáp, sự bồi thường. *--계약 việc ký hợp đồng bồi thường. --취득 sự đạt được giá trị.

유상 @유상의 như dầu, trơn như dầu.

유상 무상 (1) [삼라만상] mọi thứ trên thế gian, vạn vật, vũ trụ. (2) [어중이 떠중이] đủ mọi loại người.

유색 @유색의 có màu sắc, mang màu sắc. *--인종 chủng tộc da màu.

유생 người nghiên cứu đạo Khổng.

유서 [내력] lịch sử, câu chuyện. @유서 있는 có tính chất lịch sử, có tính chất tiểu thuyết // 유서 깊은 땅 *một nơi có lịch sử lâu đời.*

유서 di chúc, chúc thư. @유서를 쓰다 làm chúc thư.

유서 cùng một loại sách.

유선 dây. *--식 hệ thống dây. --전신(전화) dây thép, đường dây điện thoại.

유선 [해부] tuyến vú.

유선형 @유선형의 dòng nước, luồng không khí.

유설 lời phê bình không đúng, quan điểm sai lầm; [오보] tin đồn thất thiệt.

유성 @유성의 có giọng nói, âm thanh. *--영화 phim có lồng tiếng. --음(자음) âm giọng.

유성 @유성의 trơn như dầu, vấy mỡ, béo ngậy. *--페니실린 dầu penixilin. --

페인트 bức tranh sơn dầu.

유성 sao băng.

유성 hành tinh. @우성의 (thuộc) hành tinh. *대-- hành tinh lớn. 소-- hành tinh nhỏ.

유성 @유성의 giới tính, nhục dục. *--생식 sự sinh sản hữu tính, sự sinh sản lưỡng tính.

유성기 => 축음기.

유세 sự vận động bầu cử; [선전] sự tuyên truyền; [유세 여행] cuộc đi ngoại giao vận động bầu cử. --하다 đi vận động bầu cử.

유세 (1) => 유력. (2) [세도부림]. --하다 sử dụng quyền lực.

유소 thời niên thiếu, tuổi ấu thơ. --하다 trẻ, vị thành niên.

유속 vận tốc dòng điện. *--계 đồng hồ điện.

유수 --하다 nổi bật, xuất chúng, chính, lãnh đạo, đứng đầu..

유수 nước đang chảy.

유숙 nơi ăn ở tạm thời. --하다 cho ở, cho trọ. *--자 người trọ.

유순 sự khuất phục, sự phục tùng, sự vâng lời. --하다 khuất phục, vâng lời, phục tùng, dễ bảo, ngoan ngoãn.

유스티니아누스 *Justinian* (483? – 565).

유스 호스텔 nhà trọ thanh niên.

유습 các tục lệ cổ xưa.

유시 thời thơ ấu, tuổi thơ ấu.

유시 tuổi Dậu.

유시 sự răn bảo, lời khuyên răn, sự dạy. --하다 răn bảo, khuyên răn, khuyên nhủ, động viên, dạy.

유식 sự học rộng, sự uyên bác. --하다 hay chữ, có học thức, thông thái, uyên bác. *--계급 tầng lớp trí thức. --자 một người thông minh.

유신 sự trùng tu, sự phục chế, sự phục hồi. --하다 trùng tu, phục chế, phục hồi, hồi sức.

유신 công sứ của triều vua trước.

유신론 thuyết hữu thần (tin là có thần sáng tạo và điều hành vũ trụ)@유신론의 (thuộc) thuyết hữu thần *--자 người theo thuyết hữu thần.

유신론 thuyết duy tín.

유실 sự mất, sự thua, sự thất bại. --하다 thua, thất bại, mất. *--물 đồ đạc bị thất lạc. --물 보관소 văn phòng truy tìm đồ vật thất lạc. --자 người thua.

유실 --하다 quét sạch.

유심 sự chú ý, sự lưu tâm, sự quan tâm. --하다 chú ý tới, chú trọng. @유심히 듣다 *lắng nghe một cách chăm chú.*

유심론 [철학] thuyết duy linh, chủ nghĩa duy tâm. *--론자 người duy tâm.

유아 em bé, trẻ con.

유아 đứa bé cònbú.

유아 [내버린] đứa trẻ bị bỏ rơi.

유아 mầm non, chồi non.

유아독존 @천상천하 유아독존 *tôi chỉ tin vào sức mình.*

유아등 đèn bắt côn trùng.

유안 [화학] chất amoni-sunfat.

유암 [의학 y học] bệnh ung thư vú.

유압 sự ép dầu. *--계 máy đo sức ép dầu.

유액 (1) [식물 thực vật] nhựa mủ. (2) [화장품] nước thuốc sữa dùng thoa da.

유야무야하다 không cam kết, không hứa hẹn,mập mờ, không rõ ràng. @유야무야하게 되다 bị nhỏ giọt, bị chôn vùi vào quên lãng.

유약 tình trạng yếu đuối, tính yếu ớt, tính ẻo lả. --하다 yếu đuối, yếu ớt, ẻo lả,

ㅇ

hèn yếu.

유약 đồ gốm tráng men.

유양 돌기 [의학 y học] xương chũm (sau mang tai).

유어 từ đồng nghĩa.

유어 con cá đồ chơi.

유언 di chúc, chúc thư; [구두의] lời nói quyết định của ai. --하다 làm di chúc. @유언에 의해서 theo di chúc // 유언을 집행하다 *thực hiện theo di chúc*. *--자 người để lại di chúc. -(여자) --장 di chúc.

유언 tin đồn thất thiệt. @유언(비어)를 퍼뜨리다 *truyền một tin đồn.*

유업 công việc còn dở dang, công việc chưa hoàn thành.

유업 ngành công nghiệp sản xuất bơ sữa.

유역 thung lũng sông. *양자강-- lưu vực sông Dương Tử.

유연 tính mềm dẻo, tính dịu dàng. --하다 mềm dẻo, dễ uốn, dễ cắt, mềm yếu. *--체조 môn thể dục nhẹ; môn thể dục mềm dẻo (미용체조).

유연 sự bình tĩnh, sự điềm tĩnh. --하다 bình tĩnh, điềm đạm. @유연히 không khí hoàn toàn yên tĩnh.

유연탄 có nhựa rải đường, có bitum.

유영 sự bơi lội. --하다 bơi lội, bơi qua. *--기관 [동물 động vật] cơ quan bơi lội. --동물 sinh vật trôi, phiêu sinh vật.

유예 sự trì hoãn, sự gia hạn (지불의); sự kéo dài ra, sự gia hạn, sự hoãn lại (지연); [집행 유예] sự hoãn thi hành. --하다 hoãn lại, để chậm lại, trì hoãn. *지불-- hoãn trả tiền lương.

유용 sự hữu ích, sự có ích, sự giúp ích. --하다 hữu ích, rất có ích, có ích, có thể dùng được. @돈을 유용하게 쓰다 *chi tiêu hợp lý.*

유용 sự làm lãng phí, sự lạm tiêu, sự tham ô. --하다 làm trệch hướng, lạm tiêu.

유엔 Tổ chức Liên Hiệp Quốc. *--군(사령부) quân đội Liên Hiệp Quốc. --총회 Đại hội đồng Liên Hiệp Quốc.

유원지 khu vực ngoài trời có đu, vòng ngựa gỗ, phòng tập bắn... để vui chơi.

유월 tháng sáu.

유월절 lễ Quá hải (của người Do Thái).

유위 --하다 có thể, có khả năng, dám, cả gan, có thể tốt, đầy triển vọng (유망한).

유위 전변 sự thăng trầm.

유유 --하다 bình tĩnh, điềm tĩnh, trầm lặng, thanh bình. @유유히 một cách bình tĩnh, một cách điềm tĩnh, một cách yên bình.

유유 낙낙하다 làm dưới sự sai khiến của ai.

유유상종 --하다 mỗi người là một cá thể riêng biệt.

유유 자적 cuộc sống ẩn dật thoát tục.

유의 --하다 để ý, lưu ý, chú ý, quan tâm. @유의해서 듣다 *lắng nghe một cách chăm chú* // 유의하지 않다 *không chú ý tới.* *--사항 những vấn đề được chú trọng đến.

유익 --하다 có lợi, có ích, thuận lợi, tốt; [유용하다] hữu ích, giúp ích. @유익하게 hữu ích, có ích, giúp ích thuận lợi lớn cho // 유익한 교훈 bài học để dạy.

유인 --하다 co giãn, đàn hồi, mềm dẻo, dễ uốn. *--성 tính co giãn, tính đàn hồi.

유인 sự cám dỗ, sự quyến rũ, sự bị cám dỗ. --하다 cám dỗ, quyến rũ, lôi cuốn, lôi kéo. @나쁜 짓을 하도록 유인하다 cám dỗ làm điều ác.

유인 nguyên nhân gần, lý do, nguyên cớ.
유인물 ấn phẩm.
유인원 dạng người.
유일 --하다 đơn nhất, độc nhất, duy nhất. @유일무이한 chỉ có một mà thôi.
유임 việc giữ lại cơ quan. --하다 ở lại cơ quan.
유입 sự chảy vào trong. -하다 chảy vào.
유자 [식물 thực vật] cây thanh yên.
유자격자 người có đủ khả năng, có đủ tư cách.
유자녀 đứa trẻ còn sống sót. @김씨의 유자녀 con của ông *Kim* quá cố.
유작 những tác phẩm được xuất bản sau khi tác giả đã chết.
유장 chất lỏng giống nước còn lại sau khi sữa chua đông lại.
유장 --하다 (1) [지리하다] dài dòng, chán ngắt, buồn tẻ. (2) [성미· 태도가] rỗi rãi, rãnh rang, thong dong, chậm chạp.
유저 tác phẩm có được sau khi chết.
유적 di hài, di tích, di vật. @역사상의 유적 nơi có giá trị lịch sử .
유적 --하다 ẩn dật, hẻo lánh, yên lặng, yên tĩnh.
유전 tính di truyền, sự thừa kế. --하다 kế thừa, di truyền. @유전성의 di truyền, cha truyền con nối. *--론 thuyết di truyền. --법 định luật di truyền. --병 chứng bịnh di truyền. --자 gien. --학 ngành nghiên cứu về di truyền, di truyền học.
유전 mỏ dầu.
유전 [유랑] sự lang thang, lối sống lang thang; [변전] sự thăng trầm; [불교 Phật giáo] sự luân hồi. --하다 thơ thẩn, đi lang thang; luân hồi, đầu thai (영혼이).
유전기 điện.
유정 tính nhân bản, sự đồng cảm.
유정 [의학 y học] sự xuất tinh ngoài ý muốn; di tinh, mộng tinh.
유정 giếng dầu.
유제 thuốc dạng dầu; [연고] thuốc mỡ.
유제 [화학 hóa học] thể sữa, nhũ tương.
유제 동물 động vật bốn chân có móng guốc.
유제류 [동물 động vật] *Ungulata*.
유제품 sản phẩm sữa.
유조 thùng dầu. *--선 tàu chở dầu. --차 toa chở dầu.
유족 dòng họ còn sống sót. @전사자의 유족 gia quyến của người chết trong chiến tranh.
유족하다 phong phú, nhiều, chan chứa, thừa thãi, dư dật.
유종 sự làm xong, sự hoàn thành. @유종의 미 vẻ hoàn toàn lộng lẫy // 유종의 미를 거두다 làm hoàn tất, làm xong.
유종 [의학 y học] chứng viêm vú.
유죄 sự có tội, sự phạm tội. --하다 có tội, phạm tội. @유죄를 선고하다 tuyên bố có tội. *--인 người có tội. --판결 sự kết án, sự có tội.
유증 [법](동산의) sự để lại (bằng chúc thư); [부동산의] di sản (bất động sản). --하다 để lại bằng di chúc, để lại di sản. *--물 tài sản kế thừa, gia sản. --자 người để lại di sản. 피--자 người kế thừa.
유지 giấy dầu.
유지 nguyện vọng lúc hấp hối, sự trối trăn.
유지 di tích, di vật.
유지 dầu mỡ.
유지 sự giữ gìn, sự bảo quản, sự duy trì,

ㅇ

sự bảo vệ; sự nuôi dưỡng (생계의). --하다 giữ gìn bảo quản tốt. @건강을 유지하다 giữ gìn sức khỏe. *--비 sự bảo dưỡng. --책 biện pháp bảo quản.

유지 [사람 người] người có quan tâm, người tình nguyện, người đồng cảm. @유지의 참석을 환영함 những ai có quan tâm đều được tham dự. *--일동 những người có liên quan, dính líu.

유질 [법] sự tịch thu tài sản để thế nợ, tiền bồi thường thế chấp. --하다 tịch thu tài sản để thế nợ, để mất vật đem cầm.

유징 dấu hiệu có dầu.

유착 sự dính chặt vào, sự dán lại, sự lành lại, sự kết hợp lại. --하다 dính chặt vào, dán lại, lành lại, kết hợp lại, liên kết chặt chẽ.

유찬 bộ sưu tập đóng thành sách.

유창하다 lưu loát, trôi chảy, êm thấm, suôn sẻ. @유창하게 một cách trôi chảy, sự viết lưu loát.

유체 @유체의 vật chất, hữu hình, có thể sờ mó được; [법 pháp lý] cụ thể, hữu hình. *--동산 đồ đạc cụ thể.

유체 chất lưu (gồm chất nước và chất khí). *--공학 kỹ thuật xây dựng chạy bằng sức nước. --업력 áp lực chất lưu. --역학 thủy động lực học.

유추 phép loại suy. --하다 dùng phép loại suy, suy ra, kết luận. @유추적 theo phép loại suy. *--법 phương pháp loại suy. --해석 sự giải thích theo phương pháp loại suy.

유축 농업 nghề chăn nuôi gia súc.

유출 sự chảy ra, sự tuôn ra, sự rút hết. --하다 chảy ra ngoài, thoát ra ngoài, thoát đi, tiêu đi. @금의 유출 sự chảy vàng. *--구 chỗ thoát ra, lối ra (물의 của nước). --물 sự tuôn ra.

유충 ấu trùng. @유충의 (thuộc) ấu trùng.

유취 --하다 phân loại, tụ họp lại thành nhóm; sắp xếp thành loại.

유층 vỉa dầu.

유치 sự đút lót, sự dụ dỗ, sự lôi kéo. --하다 dụ dỗ, xui khiến, làm xảy ra, gây ra, lôi cuốn. @외자를 유치하다 thu hút vốn nước ngoài.

유치 --하다 như trẻ con, giống trẻ con; [미숙] còn xanh, chưa chín, thô, chưa luyện. @유치한 생각 lối nghĩ trẻ con.

유치 [억류] sự tạm giam, sự giam cầm. --하다 giam giữ, cầm tù, giữ để tạm giam. *--권 [법 pháp lý] quyền cho phép chủ nợ nắm giữ vật thế chấp đến khi con nợ thanh toán hết nợ. --장 nhà tù, nhà giam. 불법-- [법 pháp lý] trát tống giam.

유치 răng sữa.

유치원 nhà trẻ, vườn trẻ.

유쾌 niềm vui thích, sự thú vị, sự hoan hỉ, sự phấn khởi. --하다 vui vẻ, vui mừng, phấn khởi. @유쾌하게 thích thú, vui vẻ, thú vị, hạnh phúc, vui sướng.

유클리드 nhà toán học *O-clit* (300 trước Công nguyên).

유탄 đạn súng cối, quả đạn pháo. *--포 [군사] súng bắn đạn trái phá.

유탄 súng lạc đạn.

유태 nước Do Thái. @유태(인)의 (thuộc) Do Thái, người Do Thái. *--계 gốc người Do Thái. --교 đạo Do Thái. --민족 người Do Thái. @유태 민족주의 chủ nghĩa phục quốc Do Thái. --인 tiếng do thái cổ, tiếng Hê-brơ.

유택 ngôi mộ, mồ mả.

유토피아 điều không tưởng.
유통 sự lưu thông, sự lưu hành. --하다 lưu thông, lưu hành. @화폐의 유통 sự lưu hành tiền tệ. *--고 số lượng tiền lưu hành (화폐의). --성 có thể đổi thành tiền (어음의). --어음 hóa đơn có thể trả bằng tiền. --증권 vật thế chấp có thể quy ra tiền. --화폐 tiền đang lưu hành.
유파 phái, môn phái.
유폐 sự giam giữ, sự tạm giam. --하다 giam giữ, giam hãm, tạm giam.
유포 sự lưu thông, sự lưu hành, sự truyền bá. --하다 lưu thông, lưu hành, rải, truyền bá. @유포되고 있다 đang lưu hành, được lưu hành.
유품 di vật của người quá cố.
유풍 phong tục lâu đời, tập tục di truyền.
유하다 tử tế, tốt bụng, hòa nhã, dịu dàng, dễ thương.
유하다 lưu lại, ở lại, trọ lại.
유학 sự nghiên cứu ở nước ngoài. --하다 đi du học. *--생 một nghiên cứu sinh ở nước ngoài.
유학 đạo Khổng. *--자 người theo đạo Khổng.
유학 --하다 đi học xa nhà.
유한 --하다 giới hạn có chừng mực. *--급수 cấp số có hạn. --수 số hạn chế. --책임 trách nhiệm hữu hạn.
유한 thì giờ rỗi rãi, lúc thư nhàn. --하다 rỗi rãi, rảnh rang, nhàn nhã. *--계급 lớp người nhàn hạ.
유한 mối ác cảm, mối hận thù, sự hiềm thù, sự ác ý. @유한을 갚다 *thanh toán mối hận lâu đời.*
유해 thi hài của người chết => 유골.
유해 sự có hại, tính gây tai hại. --하다 có hại, làm hại. @건강에 유해하다 có hại cho sức khỏe. *--곤충 côn trùng độc hại. --물 đối tượng gây tai hại. --식품 thức ăn nhiễm độc.
유행 thời trang; sự thịnh hành (질병의); [대유행] mốt, mốt nhất thời (일시적). --하다 đang thời trang, đang thịnh hành. @최신 유행 thời trang mới nhất // 유행을 따르다 theo thời trang // 유행에 뒤지지 않도록 하다 theo kịp thời trang. *--어 từ ngữ theo thời trang.
유행가 bài hát phổ biến. *--가수 ca sĩ hát những bài phổ biến.
유행병 bệnh dịch.
유행성 감기 bệnh cúm.
유향 hương trầm (của Châu Phi, chế bằng nhựa một cây họ trầm).
유현 --하다 tinh tế và sâu sắc, thâm thúy.
유현 những hiền nhân theo đạo Khổng.
유혈 sự chém giết, sự đổ máu. @유혈의 참사 tai nạn đổ nhiều máu.
유혈암 đá phiến sét chứa dầu (loại đá mềm, dễ vỡ thành những mảnh mỏng, bằng phẳng).
유형 tính vật chất, tính cụ thể. --하다 vật chất, cụ thể, hữu hình. *--무역 nghề nghiệp rõ ràng. --문화재 các tài sản văn hóa xác thực. --물 mục tiêu cụ thể. --자본 vốn cụ thể. --재산 tài sản cụ thể.
유형 sự đày, sự đi đày. *--지 thuộc địa làm nơi áp dụng hình phạt.
유형 kiểu, loại (tương tự nhau). @유형적인 tiêu biểu, đặc thù, đặc trưng.
유혹 sự cám dỗ, sự thu hút, sự quyến rũ. --하다 cám dỗ, quyến rũ, dụ dỗ. @바다의 유혹 sự quyến rũ của đại dương // 유혹을 이겨내다 chiến thắng sự cám dỗ. *--물 sự bị quyến rũ. --자 người

quyến rũ.

유화 tranh sơn dầu. *--가 họa sĩ vẽ tranh sơn dầu.

유화 sự chuyển thành thể sữa.

유화 sự khuyên giải, sự an ủi. --하다 khuyên giải, an ủi, làm nguôi ngoai. *--정책 chính sách nhân nhượng vô nguyên tắc.

유화 sự cho ngấm lưu huỳnh => 황화. --하다 sunfonic hóa. *--물 sunfua (hợp chất của lưu huỳnh và một nguyên tố khác). –암모늄 amoni-sunfat. --작용 sự sunfonic hóa.

유황 lưu huỳnh. @유황의 giống như lưu huỳnh.

유회 sự ngừng họp. @유회되다 ngừng họp.

유효 sự có hiệu lực, sự có giá trị. --하다 có giá trị, có hiệu lực, có hiệu quả. @시간을 유효하게 쓰다 *biết cách sử dụng thời giờ* // 이 계약은 1 년 동안 유효하다 *hợp đồng này có giá trị một năm.* *--기간 thời hạn có hiệu lực. --사정거리 lĩnh vực có giá trị. --수요 nhu cầu có thật. --증명 giấy chứng nhận có giá trị. --투표 lá phiếu có giá trị.

유훈 những lời hướng dẫn của người quá cố.

유휴 @유휴의 không làm gì cả, ăn không ngồi rồi. *--생산력 năng suất sản xuất không có hiệu quả. --자본 tiền vốn để không. --자재 nguyên vật liệu bỏ không.

유흥 sự vui thích, hội hè, trò giải trí. --하다 tiêu khiển, giải trí, nô đùa, vui đùa. *--비 chi phí dành cho giải trí. --세 thuế đánh vào các buổi biểu diễn văn nghệ. --음식세 thuế đánh vào các trò giải trí, các món ăn uống. --장 khu vui chơi, giải trí.

유희 (1) [놀이] cuộc vui.. (2) [운동] trò chơi. --하다 chơi đùa, vui chơi, giải trí. *--본능 có năng khiếu thể thao.

육 số sáu. @육분의 một phần sáu.

육 thịt; thịt bò (쇠고기); xác thịt. @육과 영 linh hồn và thể xác.

육각 sáu góc, hình sáu cạnh. @육각의 (thuộc) hình sáu cạnh. *--형 hình sáu cạnh.

육감 giác quan thứ sáu.

육감 cảm giác nhục dục, sự yêu thích thú nhục dục. @육감적인 dâm dục, ưa khoái lạc // 육감적인 미인 vẻ đẹp khêu gợi.

육계 [식물 thực vật] cây quế.

육괴 một tảng thịt.

육교 sự giao hợp.

육교 cầu chui, cầu cạn.

육군 quân đội, bộ đội. @육군의 (thuộc) quân đội // 육군에 입대하다 gia nhập quân đội. *--대장 tướng, nhà chiến lược xuất sắc. --대학 ban tham mưu quân sự. --무관 tùy viên quân sự (대사관).

육대주 sáu lục địa.

육도 lúa trồng vùng núi.

육로 đường bộ. @육로로 bằng đường bộ, qua đất liền.

육류 thịt.

육면체 khối sáu mặt, khối lục giác @육면체의 sáu mặt. *정-- hình lục giác, lục giác đều.

육모 hình sáu cạnh. *--정 lều lớn có sáu cạnh.

육미 [음식 ẩm thực] món thịt; [맛 mùi vị món ăn. *--붙이 thức ăn.

육박 sự gần sát bên trên. --하다 gần sát

bên trên. *--전 cuộc chiến sáp lá ca.

육발이 người sáu ngón.

육배 gấp sáu lần.

육법 bộ sáu điều luật. *--전세 bản tóm tắt luật.

육보 chế độ kiêng thịt. --하다 bắt ăn kiêng thịt.

육봉 cái bướu (lạc đà, người lưng gù).

육부 => 오장육부.

육산 (물) sản phẩm trồng trọt.

육삼삼제 [교육] hệ thống giáo dục 6-3-3.

육상 trên đất liền, trên bộ. *--경기 cuộc thi điền kinh. --수송 sự chuyên chở đất. --운동회 buổi họp mặt thể thao.

육서 @육서의 (thuộc) đất. *--동물 động vật trên cạn.

육성 sự dạy dỗ, cách nuôi dạy. --하다 nuôi nấng, nuôi dạy.

육성 lời nói tự nhiên.

육손이 người có sáu ngón.

육송 sự vận chuyển đất.

육수 đàn vật nuôi để lấy thịt.

육순 @육순의 sáu mươi tuổi. *--노인 người ở tuổi lục tuần.

육시 bản án xử trảm sau khi chết*--처참 => 육시.

육식 thực đơn thịt hàng ngày; sự ăn thịt (동물의). --하다 ăn thịt (동물의 của động vật). @나는 육식보다 채식을 좋아한다 *tôi thích chế độ ăn rau hơn là món ăn thịt động vật.* *--가 người ăn thịt. --조 con chim ăn thịt.

육신 xác thịt, thân thể.

육십 số sáu mươi. @제 60 thứ sáu mươi // 60 분의 một phần sáu mươi // 60 대의 사람 người ở tuổi lục tuần.

육아 sự giáo dục trẻ con. --하다 dạy dỗ trẻ con. *--법 nghệ thuật nuôi dạy con trẻ. --실 phòng dành riêng cho trẻ.

육아 [식물 thực vật] sự nghiền thành hột nhỏ. @육아가 생기다 nghiền thành hột nhỏ.

육안 mắt bình thường (không cần đeo kính). @육안으로 보다 nhìn bằng mắt bình thường.

육영 sự giáo dục. *--사업 công tác giáo dục.

육욕 sự ham muốn về xác thịt.

육우 trâu bò vỗ béo (để ăn thịt).

육운 sự chuyên chở hàng hóa bằng đường bộ. *--국 nha vận tải đường bộ.

육전 cuộc chiến đấu trên bộ. *--대 lính thủy đánh bộ.

육종 (y học) xacôm, bướu thịt.

육중 --하다 [무겁다] chắc nặng, nặng nề; [말이] thổi phồng, phóng đại, cường điệu.

육지 bờ biển, đất liền. @육지의 동물 động vật trên cạn.

육척 sáu phút (đơn vị đo chiều dài Anh). @육척 장신의 남자 người cao sáu phút (hơn 1m80).

육체 xác thịt, cơ thể. @육체의 (thuộc) thể xác // 육체와 정신 linh hồn và thể xác // 건전한 육체에 건전한 정신 một trí óc lành mạnh trong một thân thể tráng kiện.*--노동 lao động tự nhiên. --미 vẻ đẹp tự nhiên.

육촌 (1) [길이] sáu insơ (đơn vị đo chiều dài Anh bằng 2,54 cm). (2) [재종] anh (chị) em con cô con cậu họ.

육친 mối liên hệ máu mủ, liên hệ họ hàng.

육탄 sự mang bom theo người. *--전 một trận đánh xáp lá cà.

육태 hàng hóa (chở trên tàu thủy). @육

태질하다 đổ bộ, đưa vào bờ, dỡ hàng.
육포 thịt bò lạng thành lát dài ướp muối phơi nắng.
육풍 cơn gió nhẹ thổi vào đất liền.
육필 chữ viết riêng của một người.
육합 [우주] vũ trụ, vạn vật.
육해공군 quân đội, hải quân, và lực lượng không quân.
육혈포 súng lục, súng ngắn.
육회 món thịt bò sống thái nhỏ.
윤 nước bóng, nước láng.
윤간 bọn cưỡng dâm. --하다 thay phiên nhau hãm hiếp một phụ nữ..
윤곽 (1) [개관] bức vẽ phác, bức phác họa. (2) [외형] đường nét, hình dáng, nét mặt nhìn nghiêng.
윤기 nước bóng, nước láng.
윤나다 bóng, bóng láng, sáng chói.
윤내다 làm bóng lớp xi, sáng, bóng, sáng, tươi.
윤년 năm nhuận.
윤달 tháng nhuận.
윤독 --하다 đọc lần lượt.
윤락 sự sa ngã, sự cám dỗ. --하다 đi đến chổ sa ngã, bị ám dỗ. *--여성 người đàn bà bị sa ngã.
윤리 đạo đức, luân thường đạo lý (학분); luân lý. @윤리적 hợp đạo lý.
윤리학 nguyên tắc xử thế. *--자 nhà luân lý học.
윤무 sự quay vòng, điệu nhảy vanxơ.
윤번 sự luân phiên, sự quay vòng. --하다 luân phiên, thay phiên. @윤번으로 lần lượt. *--제 hệ thống vòng.
윤산화서 [식물 thực vật] *verticillaster*.
윤색 sự thêm thắt vào.
윤생 [식물 thực vật học] sự mọc vòng.
윤일 ngày nhuận.
윤작 sự luân canh. --하다 luân canh.
윤전 sự xoay tròn. --하다 xoay tròn, làm cho quay tròn. *--기 máy ép hình trụ.
윤창 khúc hát tiếp nhau. --하다 hát một cách thoải mái, hát xoay vòng.
윤축 bánh và trục xe.
윤택 (1) [광택] sự sáng bóng; (2) [풍부] sự giàu có, sự phong phú, sự dư dật. --하다 hào nhoáng bên ngoài, phong phú, dư dật, giàu. @생활이 윤택하다 *sống trong cảnh tiện nghi đầy đủ.*
윤필 sự viết sách, sự vẽ tranh. *--료 tiền thù lao viết sách, tiến nhuận bút (vẽ tranh).
윤허 sự phê chuẩn của nhà vua. --하다 cho phép, phê chuẩn.
윤형 cái vòng, vòng tròn.
윤화 tai nạn giao thông. @윤화를 당하다 có tai nạn giao thông.
윤활 sự tra dầu mỡ, sự bôi trơn. *--유 dầu bôi trơn. --제 chất bôi trơn, dầu nhờn.
윤회 (1) [유전] sự chuyển động không ngừng. (2) [불교 Phật giáo] sự luân hồi của linh hồn. --하다 luân hồi, đầu thai, luân phiên nhau.
율 (1) [비율] tỷ số, tỷ lệ; [물리 vật lý] môđun, suất; [수학 toán học] hằng số. (2) [능률] hiệu quả, năng suất. *굴절-- tỷ lệ khúc xạ. --보험 tỷ lệ bảo hiểm. 사망-- tỷ lệ người chết. 출산-- tỷ lệ sinh đẻ.
율 (1) [법] pháp luật, pháp lý, quy tắc, điều lệ. (2) [운율] nhịp điệu. *도덕-- quy tắc đạo đức. 격연-- quy luật tự nhiên.
율동 nhịp điệu, sự chuyển động nhịp nhàng. @생의 율동 nhịp sống. *--체조

môn thể dục nhịp điệu.

율무 [식물 thực vật] hạt ý dĩ.

율법 [법률 quy chế] luật lệ, quy tắc; [계율] điều răn, lời dạy bảo.

융 vải flanen.

융기 sự phồng lên, sự lồi lên; [지질] sự nổi lên, sự dấy lên, sự nâng cao. --하다 lồi lên,nâng lên, dâng lên, dấy lên.

융단 tấm thảm.

융모 len; [해부 giải phẫu] lông nhung.

융비술 thủ thuật tạo hình mũi; [수술 ca mỗ] ca phẫu thuật để tạo hình mũi.

융성 sự thịnh vượng, sự phát đạt, sự phồn vinh. --하다 thịnh vượng, phát đạt, phồn vinh, thành công, giàu có.

융숭 sự lưu tâm nhiều, lòng hiếu khách,lòng mến khách. --하다 rất quan tâm, tôn trọng, coi trọng, chiêu đãi nhiệt tình. @융숭히 대접하다 tiếp đãi một cách chân thành.

융열 nhiệt nóng chảy.

융자 sự cấp tiền vốn cho, sự cho vay. --하다 tìm vốn cho (một xí nghiệp); cung cấp tiền của. *--금 tiền cho vay. --알선 sự tạo điều kiện thuận lợi để cho vay. --회사 công ty tài chánh. 단기-- tiền cho vay ngắn kỳ.

융점 điểm nóng chảy.

융통 (1) [유통] tiền, món tiền cho vay. --하다 cho ai vay tiền. (2) [재주· 성질] khả năng thích nghi, khả năng thích ứng, tính linh động, tính linh hoạt. *--어음 hóa đơn cho vay tiền. –자금 vốn luân chuyển.

융통성 tính mềm dẻo, khả năng thích ứng, tính thích nghi, tính đa dụng. @융통성이 있다 được thích nghi, mềm dẻo, linh hoạt.

융합 sự hợp nhất, sự liên hiệp. --하다 hợp lại thành một, hợp nhất, kết hợp lại thành một.

융해 sự nóng chảy, sự tan chảy. --하다 nóng chảy, tan chảy *--점 điểm nóng chảy.

융화 sự tan ra. --하다 tan ra, chày rữa.

융화 sự làm lành, sự làm dịu, sự làm nguôi. --하다 làm lành, làm dịu, làm nguôi. @융화를 꾀하다 cố gắng giải hòa.

융흥 sự thịnh vượng, sự thăng lên.

윷 [놀이] trò chơi *Yuch.* *--놀이 cách chơi trò *Yuch.*

윷놀다 chơi trò *Yuch.*

으깨다 (1) [부스러뜨리다] nghiến, đè nát, đập tan ra từng mảnh. (2) [깨다] làm cho phải lòng mình, làm cho yếu đi, trộn lẫn vào (뭉개다).

으드득 (1) [이가는 소리] --하다 nghiến răng kèn kẹt. (2) [깨무는 소리] với tiếng nghiến răng rắc. --하다 nghiến kêu răng rắc.

으드등거리다 cãi nhau, càu nhàu, cằn nhằn.

으뜸 (1) [첫째] chóp, đỉnh, ngọn. @반에서 으뜸가다 đứng đầu lớp. (2) [두목] chủ, xếp. (3) [근본] nền mỏng, nền tảng, cơ sở.

으레 (1) [마땅히] thông thường, theo lẽ thường, . @으레...해야 한다 chỉ là việc tính toán bình thường thôi. (2) [틀림 없이] luôn luôn, lúc nào cũng vậy. @으레... 하다 coi thành vấn đề, coi là cần thiết // 비가 왔다 하면 으레 큰비다 họa vô đơn chí // 그 일에는 으레 위험이 따른다 luôn cận kề nguy hiểm.

으로 bằng, bởi, do => 로. @부산으로 가는 차 chuyến xe lửa đến *Busan* // 맨 주먹으로 bằng hai tay không // 배편으로 bằng tàu.

으로서 tuy, dù, mặc dù => 로서.

으로써 bằng (phương tiện).

으르다 (1) [위협하다] đe dọa, hăm dọa. (2) [놀라게 하다] làm kinh hãi, làm kinh hoàng, làm sợ hãi. @죽인다고 으르다 hăm giết.

으르대다 cằn nhằn => 으르다.

으르렁거리다 (1) [짐승이] gầm gừ, càu nhàu, lẩm bẩm. (2) [다투다] cãi lộn, cãi nhau với.

으르르 run cầm cập, run rẩy, lẩy bẩy.

으름 [식물 thực vật] hạt akebi. *--덩굴 an akebi.

으름장 sự hăm dọa. --하다 hăm dọa.

으리으리 --하다 uy nghi, oai nghiêm, nguy nga, lộng lẫy. @으리으리하게 cư chỉ đường hoàng.

으스러뜨리다 đập tan ra từng mảnh => 부스러뜨리다.

으스러지다 vỡ vụn, đổ nát => 부스러지다.

으스름달밤 đêm trăng sáng mờ mờ.

으스스 run vì lạnh. --하다 ớn lạnh, rùng mình.

으슥하다 hẻo lánh, không có nhiều người, ít người qua lại, vắng vẻ, hiu quạnh. @ 으슥한 곳 chỗ vắng vẻ, hiu quạnh.

으슬으슬 sự run rẩy. --하다 lạnh, lạnh lẽo, khá lạnh.

으슴푸레하다 lờ mờ, tối mờ mờ, không rõ ràng. @달빛이 으슴푸레하다 *ánh trăng tỏa sáng mờ mờ.*

으썩 @으썩 깨물다 kêu răng rắc, kêu lạo xạo.

으쓱거리다 nói khoác lác huênh hoang, khoe khoang, khoác lác.

으쓱하다 [1] [무섭다] kinh khủng, khủng khiếp, ớn lạnh, làm dựng tóc gáy, làm kinh hoàng; [춥다] lạnh lùng, lạnh nhạt.

으쓱하다 [2] tự hào, hãnh diện, tự mãn, vênh váo (tự đắc).

으아 [갓난애기] tiếng khóc thút thít, tiếng khóc oa oa. @으아하고 울다 thút thít, rên rỉ, khóc oa oa.

으아리 [식물] cây ông lão.

으악 (1) [놀라게] ê, ê, ê! (tiếng la phản đối, chế giễu). (2) [구토] nôn ra!

으크러뜨리다 đè nát, đè bẹp, vỡ vụn, nghiền nát.

으크러지다 bị vò nhàu, bị làm méo mó.

윽박지르다 hét lên, hăm dọa, đe dọa.

은 bạc. @은 그릇 đồ làm bằng bạc // 은테 안경 kính đeo mắt viền bạc // 은(제)의 đồ dùng bằng bạc // 은 같은 có màu sắc như bạc // 은 입힌 mạ bạc.

은거 sự ẩn dật, sự ở ẩn, sự ẩn cư. --하다 sống ẩn dật.

은고 sự đỡ đầu, sự bảo trợ, sự thiên vị, sự giúp đỡ, sự che chở, đặc ân. @은고를 받다 được bảo trợ, nhận ân huệ.

은공 công lao, vật ban cho.

은광 mỏ bạc.

은근 (1) [정중] cử chỉ lễ phép. --하다 lễ phép, lịch sự, nhã nhặn. @은근히 một cách lịch sự, một cách lễ phép. (2) [다정] sự quen thân, sự thân mật, sự thân thiết. --하다 thân mật, thân thiết, thân tình.

은근짜 gái điếm không có đăng ký; [엉큼한] tên ma cô.

은금 vàng và bạc.

은급 tiền trợ cấp, lương hưu => 연금.

은기 đồ làm bằng bạc.
은니 lớp sơn bạc.
은닉 sự giấu giếm, sự che giấu. 하다 giấu giếm, giấu, che đậy, che giấu. *--물자 hàng giấu.
은덕 phúc lợi, sự giúp đỡ.
은덕 làm xong việc một cách êm ru.
은도금 lớp mạ bạc. --하다 mạ một lớp bạc.
은둔 sự ẩn dật. --하다 ẩn dật, sống ẩn dật. *--생활 một cuộc sống ẩn dật. --자 người ẩn dật.
은막 màn bạc, màn chiếu bóng; [영화계] giới điện ảnh.
은메달 huy chương bạc.
은밀 sự bí mật, sự kín đáo. --하다 bí mật, giấu giếm, kín. @은밀히 trong bí mật.
은박 bạc gò thành hình, lá bạc. *--지 giấy bạc.
은반 (1) [소반] bộ đồ ăn bằng bạc. (2) [달] mặt trăng. (3) [스케이트장] sân băng.
은발 tóc màu bạc.
은방 cửa hàng bạc, tiệm nữ trang.
은방울꽃 [식물] cây hoa lan chuông.
은배 cái tách bạc, chén bạc.
은백색 màu trắng bạc.
은분 bụi bạc.
은붙이 [총칭 nói chung] bạc.
은빛 màu bạc. @은빛의 có màu bạc.
은사 thầy giáo của mình.
은사 nhà ẩn dật, nhà tu khổ hạnh.
은세계 giới thợ bạc.
은세공 nghề làm đồ bạc; [세공품] đồ làm bằng bạc. *--인 thợ bạc.
은수저 muỗng, đũa bằng bạc.
은신 --하다 tự ẩn náu, tự che giấu. *--처 chỗ ẩn náu; sào huyệt của bọn bất lương (범인의).
은실 sợi chỉ bạc.
은어 [물고기 cá] cá nước ngọt.
은어 tiếng khó nói, biệt ngữ.
은연 --하다 ngấm ngầm, âm ỉ, tiềm tàng, bí mật. @은연중 bí mật, kín đáo.
은옥색 màu xanh ngọc bích sáng bóng.
은유 phép ẩn dụ.
은은하다 gầm vang,. @은은히 theo tiếng gầm rú.
은은하다 (1) [귀에] mờ, mờ nhạt, không rõ ràng. @종소리가 은은히 들린다 *âm thanh tiếng chuông nghe có vẻ yếu.* (2) [눈에] mơ hồ, mập mờ. @은은히 보이다 *thấy mờ mờ.*
은인 người làm ơn, ân nhân, người đỡ đầu. @그는 나의 생명의 은인이다 *tôi mang ơn ông ấy suốt đời.*
은인 sự chịu đựng. --하다 chịu đựng, cam chịu, chịu được.
은인 nhà ẩn dật.
은자 nhà tu khổ hạnh.
은잔 chiếc cúp bạc.
은장도 con dao bằng bạc dùng làm trang sức.
은저울 cái cân nhỏ dùng cân kim loại quý.
은전 ơn huệ, đặc ân (được công nhận).
은전 đồng tiền bạc.
은정 lòng nhân từ khoan dung.
은종이 lá bạc, lá thiếc.
은총 ơn huệ, sự trọng đãi, sự chiếu cố. @은총을 입다 giúp đỡ ai.
은테 *--안경 mắt kính gọng bạc.
은퇴 sự về hưu (tách khỏi chức vụ), sự đi tu (tránh xa thế tục). --하다 rời bỏ, rút lui về, rút khỏi.

ㅇ

은파 những dợn sóng óng ánh như bạc (có ánh trăng soi).

은폐 sự giấu giếm, sự che đậy, sự giữ kín. --하다 che đậy, giấu giếm, giữ kín (một việc quan trọng). @사실을 은폐하다 che đậy (giấu giếm) sự thật.

은하 (thiên văn học) ngân hà. *--계 dãy ngân hà.

은함 cái tô bạc có nắp.

은행 ngân hàng. @은행에 예금하다 *gửi tiền vào ngân hàng* // 은행과 거래를 트다(끊다) *mở (đóng) một tài khoản ở ngân hàng* // 은행에서 돈을 대여 받다 *vay tiền ngân hàng* // 은행에 1 만 달러의 예금이 있다 *có tài khoản 10.000 $ ở ngân hàng.* *--가 giám đốc ngân hàng. --거래 tài khoản ngân hàng. --계 giới ngân hàng. --권 giấy bạc. --예금 tiền gửi ngân hàng. –원 viên chức ngân hàng. --이자 tiền lãi ngân hàng. --장 thống đốc ngân hàng.

은행 hạt bạch quả. *--나무 cây bạch quả.

은혈못 khóa chốt có hai đầu.

은혜 lợi ích, ơn huệ, đặc ân, sự chiếu cố. @스승의 은혜 lòng tốt của thầy // 은혜를 잊다 *vô ơn bạc nghĩa* // 은혜를 갚다 *đền đáp lại lòng tử tế của ai* // 은혜를 베풀다 ban đặc ân cho ai // 은혜를 입다 được hưởng lợi ích của.

은혼식 đám cưới bạc. @은혼식을 올리다 *làm lễ kỷ niệm đám cưới bạc.*

은홍색 màu hồng.

은화 đồng tiền làm bằng bạc. *--본위제 bản vị bạc (hệ thống tiền tệ).

은화 식물 cây không hoa, cây ẩn hoa.

은회색 màu xám bạc.

을 (1) [목적격 조사] @말을 타다 *cưỡi ngựa* // 신문을 읽다 *đọc tạp chí.* (2) [목표·방향] @언제 서울을 가느냐 *bao giờ bạn đi Seoul?* (3) [어디] @하늘을 날다 *bay trên trời.* (4) [목적] @여행을 떠나다 *bắt đầu lên đường vượt biển.* (5) [동안] @두 시간을 잠자다 *ngủ hai tiếng.* (6) [주어용법] @앞장을 서다 *đứng ở hàng đầu.* (7) [관계] @A 군을 상대로 bản đối chiếu của A.

을 thứ nhì (둘째); B(급수의) người sau, cái sau (후자).

을러메다 [협박] hăm, hăm dọa, đe dọa; [강제] buộc, ép, ép buộc, bắt nạt, áp bức. @죽인다고 을러메다 đe dọa giết ai.

--을 망정 ngay cho là, dù là, huống hồ là... vì.

을밋을밋 chậm chạp, thiếu khẩn trương, ngày này qua ngày khác.

을씨년스럽다 (1) [쓸쓸해 보이다] bị tàn phá, tan hoang, hư, mòn, sờn. (2) [군색] sống khốn khổ, nghèo, túng.

을종 lớp B, lớp thứ hai.

읊다 ngâm thơ, sáng tác thơ.

읊조리다 ngâm thơ, kể chuyện.

음 (1) [소리 âm thanh, tiếng] giọng, điệu. (2) [자음] sự phát âm, cách phát âm. @한자를 음으로 읽다 *học thuộc ngữ âm chữ Trung Quốc.*

음 gốc âm trong tự nhiên. @음으로 양으로 hoàn toàn và rõ ràng.

음각 sự chạm khắc. --하다 chạm khắc, chạm chìm, khắc lõm.

음감 교육 sự rèn luyện thính giác.

음경 dương vật.

음계 thang âm, gam (âm nhạc). *장(단)-- gam trưởng.전-- gam âm nguyên.평균-- gam thường.

음계 [물리 vật lý] trường âm thanh.

음곡 bản nhạc.
음공 công trạng ngầm.
음극 cực âm. *--선 tia catôt.
음기 [찬 기운] sự ớn lạnh; [음침한] vẻ buồn thảm, vẻ buồn rầu, cảnh ảm đạm; [몸안의] yếu tố tiêu cực.
음낭 (giải phẫu) bìu dái (của các con vật đực thuộc động vật có vú).
음녀 người đàn bà dâm đãng.
음담 câu chuyện dâm ô (tục tĩu).
음덕 sự ẩn (không phô trương).
음덕 cái đức của tổ tiên. @음덕을 입다 *được hưởng phước của tổ tiên.*
음독 (1) cách đọc chữ Trung Quốc. --하다 phát âm đúng chữ Trung Quốc. (2) sự đọc to. --하다 đọc to.
음독 --하다 bị nhiễm độc. *--자살 tự tử bằng thuốc độc.
음란 tính dâm dục, sự dâm đãng --하다 dâm dục, dâm đãng, khêu gợi.
음랭 --하다 tối tăm lạnh lẽo, ảm đạm, u ám.
음량 âm lượng.
음력 âm lịch. @음력 8 월 15 일 rằm tháng tám âm lịch.
음료 đồ uống, thức uống. @음료로 적합하다 vừa uống.
음료수 nước uống.
음률 nhịp điệu, nhịp thơ có số âm tiết nhất định.
음매 [소 우는 소리] tiếng rống. @음매 울다 rống.
음모 lông mu.
음모 âm mưu, mưu đồ. --하다 có âm mưu, có mưu đồ. @음모에 가담하다 có dính líu vào một âm mưu. *--자 người âm mưu, kẻ bày mưu.
음문 [해부 giải phẫu] âm hộ (cửa ngoài của cơ quan sinh dục nữ).
음미 sự đánh giá cao, sự thẩm tra gắt gao. --하다 đánh giá cao, điều tra cặn kẽ.
음반 đĩa hát.
음복 --하다 cùng chia sẻ (hưởng) lễ dâng cúng.
음부 nốt (nhạc), phím (nhạc), bảng dản bè; lời ghi chú. @음부를 읽다 viết nhạc cho dàn nhạc. *2 분-- nốt có giá trị thời gian bằng một nốt trắng. 4 분(8 분, 16 분, 32 분) -- nốt đen (nốt móc đơn, nốt móc đôi, nốt móc tư).
음부 vùng mu (trên phần dưới bụng, gần cơ quan sinh dục), vùng kín.
음부 người đàn bà dâm đãng.
음산 --하다 tối tăm u ám, lạnh lẽo ảm đạm.
음색 nét đặc trưng của âm thanh, âm sắc.
음서 tài liệu khiêu dâm, sách báo khiêu dâm.
음성 [목소리] tiếng, giọng nói. @좋은 (감미로운)음성 giọng êm ái, âm điệu ngọt ngào.
음성 tính tiêu cực. @음성의 tiêu cực. *--콜레라 tình trạng ủ bịnh dịch tả.
음소 âm vị.
음속 tốc độ âm thanh. @음속의 (thuộc) âm thanh. *초-- tốc độ nhanh hơn tiếng động.
음수 số âm.
음순 danh từ.
음습 --하다 tối tăm ẩm thấp.
음식 thức ăn; thực phẩm, món ăn. @간단한 음식 món ăn nhẹ // 음식의 즐거움 thú vui ăn uống. *--용 dùng cho bàn ăn. --점 nhà hàng quán ăn.
음신 tin tức, thư từ quan hệ.
음심 thiên về xác thịt.

ㅇ

음악 âm nhạc. @음악적인 du dương, êm tai, thánh thót // 음악을 좋아하는 say mê nhạc. *--가 nhạc sĩ. --계 giới âm nhạc. --선생 giáo viên dạy nhạc, nhạc sư. --애호가 lòng yêu âm nhạc. --영화 có nhạc kèm theo. --학 âm nhạc học. --효과 ấn tượng âm nhạc. 교회-- nhạc thánh ca.

음양 yếu tố cấu tạo đặc trưng giống đực và giống cái; [전기·자기의] âm và dương (điện). *--가(장이) thầy đồng gọi hồn, thầy bói. --성 tính hai mặt, tính khác nhau.

음역 tầm âm.

음역 sự chuyển tự, sự chuyển chữ. --하다 chuyển tự, chuyển chữ.

음영 --하다 thuật lại, kể lại.

음영 bóng râm (그림자); bóng, bóng tối(그늘).

음욕 sự ham muốn về xác thịt.

음용 nhằm mục đích uống rượu. --하다 uống rượu. @음용에 적합하다 thích hợp để uống.

음운 cấu trúc âm vị học của từ. *--조직 hệ thống đầy đủ và hoàn chỉnh. --학 hệ thống âm vị.

음울 sự buồn rầu, sự buồn thả, sự tối tăm, sự ảm đạm. --하다 buồn rầu, tối tăm, ảm đạm, buồn nản, u sầu, sầu muộn.

음위 sự bất lực. @음위의 bất lực.

음의 âm và nghĩa của chữ Trung Quốc.

음자 ký hiệu ngữ âm.

음자리표 [음악 âm nhạc] chìa (khóa).

음전 [오르간의 của đàn ống] dãy ống trong đàn ống tạo ra những âm cùng một âm sắc.

음전기 điện âm.

음전자 [물리 vật lý] phần rất nhỏ của vật chất có điện tích âm.

음전하다 hòa nhã, nhẹ nhàng, thoai thoải, nhũn nhặn.

음절 (1) [음의 단위] âm tiết. (2) phạm vi âm nhạc. *--문자 bảng ký hiệu âm tiết.

음정 quãng trường. *반-- nửa cung, nửa âm trên thang âm. 전-- thanh điệu.

음조 sự đúng điệu, hòa âm. @음조의 변화 sự ngân nga, giọng lên xuống trầm bổng.

음주 thói rượu chè. --하다 uống hết, rượu chè phung phí hết. @상습적인 음주자 người nghiện rượu lâu năm. *--벽 thói quen uống rượu.

음지 dấu vết khả nghi.

음질 âm sắc của tiếng.

음차 âm thoa (dụng cụ nhỏ bằng thép, giống như cái chĩa có hai mũi, khi đánh vào thì phát ra một âm thanh có độ cao cố định, thường là nốt La).

음충맞다 => 음충하다.

음충하다 tinh quái, xảo trá, lắm mưu, lừa lọc, dối trá.

음치 không có khả năng phân biệt chính xác các nốt nhạc khác nhau.

음침하다 buồn rầu, âu sầu, phiền muộn, ảm đạm.

음탕 sự trác táng, sự truỵ lạc, sự dâm đãng. --하다 trác táng, truỵ lạc, dâm đãng, phóng túng.

음파 sóng âm (chấn động trong không khí hoặc một môi trường khác qua đó âm thanh được truyền đi. *--탐지기 xôna, hệ thống định vị dưới nước bằng âm hoặc siêu âm.

음표 문자 hệ thống ký hiệu ngữ âm, tín hiệu ngữ âm. *만국-- phiên âm quốc tế.

음해 --하다 làm hại ai; [중상하다] đâm

sau lưng ai.
음핵 [해부 phẫu thuật] âm vật.
음행 một hành động tục tĩu.
음향 tiếng, âm thanh, tiếng động, tiếng nổ. @음향의 효과 ảnh hưởng của tiếng động. *--학 âm học.
음험 --하다 xảo quyệt, quỷ quyệt, thâm hiểm, nham hiểm.
음화 sự phủ nhận.
음훈 nghĩa và âm (chữ Trung Hoa).
음흉 tính chất tinh quái, sự xảo quyệt, sự xảo trá.
읍 thị trấn, thị xã, thành phố (nhỏ).
읍 --하다 vòng tay trước trán cúi chào một cách lễ phép.
읍민 [총칭] người sống ở thành phố, thị xã.
읍소 --하다 khóc lóc van xin (khẩn cầu ai thương hại).
읍장 thị trưởng, tỉnh trưởng.
읍지 lịch sử một thị trấn.
읍하다 => 읍.
응 ừ, vâng, được, tốt, được rồi. @응 하고 대답하다 đồng ý.
응결 sự đông lại, sự làm đông lại. --하다 đông cục, làm đông cục. *--점 điểm đông.
응고 sự đặc lại, sự đông đặc (액체가 chất lỏng); sự làm đông lại (혈액따위가); sự hóa đặc (기체가). --하다 làm đông lại, làm đặc lại, làm cho rắn lại.
응급 tình trạng khẩn cấp. --하다 thử nghiệm cách tạm thời. *--수단 tính thiết thực. --차 xe cấp cứu.
응급 치료 sự cấp cứu. --하다 cấp cứu *--소 phòng cấp cứu.
응낙 sự ưng thuận, sự đồng ý, sự phê chuẩn. --하다 đồng ý, hưởng ứng, ưng thuận. @응낙 없이 không có sự đồng ý (của ai).
응달 chỗ có bóng mát, bóng râm. @응달에서 쉬다 nghỉ ngơi nơi bóng mát.
응답 sự hồi âm, sự trả lời, sự đáp lại. --하다 trả lời, hồi âm, đáp trả. *--자 người trả lời. 질의-- sự hỏi đáp.
응당 chắc chắn, không nghi ngờ, tất yếu, nhất thiết.
응대 (1) [응답] sự trả lời. (2) [면담] cuộc trò chuyện riêng. --하다 đáp trả lại, hồi âm lại, trả lời.
응대 sự đón tiếp => 응접.
응등그러지다 [오그라들다] co lạ, nhăn lại; [뒤틀리다] bị xoắn lại.
응등그리다 co rút người lại, nằm co lại, nằm cuộn tròn.
응모 sự quyên góp (예약); lời cầu xin (지원); sự tiếp nhận (참가); sự giành được. --하다 xin, thỉnh cầu, giành được, quyên tiền cho. *--신청 đơn xin quyên góp. --자 người đăng ký, người đóng góp..
응보 sự báo thù, sự báo ứng.
응분 sự thuận theo hoàn cảnh. @응분의 thích hợp, hợp lý, biết điều.
응사 --하다 bắn lại.
응석 cách xử sự ảnh hưởng đến người khác (어린애가). --하다 xử sự như một đứa bé hư.
응석받다 nuông chìu, thiên về, mơn trớn.
응소 --하다 đáp lại lời kêu gọi. *--병 lính quân dịch.
응수 --하다 [바둑 따위에서] có biện pháp đối phó.
응수 sự trả lời, sự đáp lại, sự trả treo, sự cãi lại. --하다 đáp lại, trả lời,cãi lại.
응시 đơn xin dự thi. --하다 xin dự thi. *--

자 người dự thi.

응시 cái nhìn chằm chằm. --하다 nhìn chằm chằm.

응아응아 => 응애응애.

응애응애 (phương ngữ) tiếng rú, tiếng gầm, tiếng la ó, tiếng gào. @응애응애 울다 rú, gầm, gào, rên rỉ, than van.

응어리 (1) [근육의] cục u trong bắp thịt. (2) [속] ruột cây, lõi, hạch.

응얼거리다 tiếng thì thầm, tiếng rì rầm, tiếng rì rào, tiếng lẩm bẩm..

응용 sự ứng dụng thực tiễn. --하다 áp dụng, ứng dụng, đưa vào thực hành. @응용할 수 있는 khả thi, có thể thực hành được, có thể áp dụng được. *--경제학 khoa kinh tế chính trị thực hành. --미술 nghệ thuật ứng dụng.

응원 sự giúp đỡ, sự cứu giúp, sự ủng hộ, sự tăng viện (원병); [경기의] tiếng hoan hô, tiếng cổ vũ, khuyến khích. --하다 giúp, giúp đỡ, ủng hộ, cổ vũ, khuyến khích. *--기 cờ hiệu của người ủng hộ. --단 đội ủng hộ. --단장 người chỉ huy sự ủng hộ.

응응 @응응 울다 gào thét, khóc thét.

응전 sự đáp lại, sự hưởng ứng. --하다 nhận, chấp thuận, đáp lại nhiệt tình.

응접 sự đón tiếp, sự phỏng vấn. --하다 đón tiếp, phỏng vấn, gặp. *--실 phòng khách.

응집 --하다 dính vào nhau, cô lại, đặc lại. *--력 lực cố kết. @응집력이 있는 dính liền, cố kết, có thể hóa đặc, có thể tụ lại. --소 [의학 y học] aglutinin, chất làm dính, ngưng kết tố.

응징 sự trừng phạt, sự trừng trị. --하다 trừng phạt, trừng trị, nhục hình, kỷ luật.

응축 sự đặc lại, sự cô đặc. --하다 làm đặc lại, cô đặc, làm tụ lại, bị dồn nén lại.

응하다 (1) [답하다] trả lời (bằng lời nói), đáp lại (bằng một hành động). @질문에 응하다 trả lời câu hỏi. (2) [승락] chấp thuận, chiếu theo, đồng ý làm theo. @쾌히 응하다 vui lòng chấp thuận // 초대에 응하다 nhận lời mời. (3) [필요·수요에] đáp ứng, làm thỏa mãn, làm vừa lòng. @수요에 응하다 thỏa mãn một yêu cầu. (4) [모집에] xin, thỉnh cầu, mua dài hạn, đặt mua. @학생 모집에 응하다 xin nộp tiền nhập học vào trường. (5) [따르다] sửa lại cho đúng, điều chỉnh, làm cho cân xứng, làm cho cân đối. @...에 응해서 tương xứng, theo, y theo.

응혈 cục máu, cục máu đông. --하다 làm đông lại, đông lại, làm đóng cục, làm dón lại.

의 (1) [소유·소속· 동격] của, sự thuộc về, sự thuộc quyền sở hữu. @형의 책 quyển sách của anh tôi // 돈의 가치 giá trị của đồng tiền // 인간의 가치 giá trị của người. (2) [...이 들어 있는, ...으로 되어 있는] @한 상자의 초콜렛 캔디 hộp kẹo sô cô la // 세 다발의 장작 ba bó củi. (3) [...에 관한] @동양 미술의 책 sách Mỹ thuật Phương Đông // 기하의 교과서 sách giáo khoa hình học // 고대 문학의 권위 căn cứ theo tài liệu cổ. (4) [장소·시간] @세계의 나라들 các quốc gia trên khắp thế giới // 서울의 사람 người dân *Seoul*. (5) [...에 의한, ...으로 부터의] @형님의 편지 lá thơ của anh tôi // 찰스 디킨즈의 소설 tiểu thuyết của *Charles Dickens*. (6) @나의 친구에의

선물 món quà dành cho một trong những người bạn của tôi // 감기의 약 thuốc trị cảm // 어린이(용)의 책 sách thiếu nhi. (7) [기타] @흑인의 여인 người đàn bà da đen // 영어의 편지 lá thơ viết bằng tiếng Anh // 15 세의 소녀 cô bé 15 tuổi // 최대의 겸손 hết sức khiêm tốn.

의 mối liên hệ, mối quan hệ, tình bạn, tình hữu nghị. @의좋게 mối quan hệ tốt // 의가 좋다 có quan hệ tốt, có bạn tốt // 의가 나쁘다 có quan hệ xấu // 의가 상하다 cãi nhau, bất hòa với.

의 (1) [정의] sự công bằng, tính ngay thẳng. (2) [의리] mối quan hệ, mối liên hệ, mối ràng buộc.

의거 sự dựa vào, sự căn cứ vào chứng cớ. --하다 dựa vào, căn cứ vào.

의거 chiến công anh hùng (의협적인); phong trào về lợi ích chung.

의걸이 [장] tủ quần áo của diễn viên ở một nhà hát.

의견 ý kiến, quan điểm. @의견의 일치 sự đồng lòng, sự nhất trí // 나의 의견으로는 theo ý kiến tôi // 의견을 말하다 cho ý kiến // 의견이 같다 đồng ý với // 의견에 따르다 theo lời khuyên của ai.

의견서 ý kiến trên giấy tờ.

의결 sự cương quyết, tính quả quyết; [통과] sự qua đi, sự trôi qua. --하다 giải quyết, quyết định. *--권 quyền bỏ phiếu. --기관 cơ quan lập pháp.

의고 sự mô phỏng theo cách cổ xưa. *--문 cây bút trâm cổ giả mạo.

의곡 sự bóp méo, sự xuyên tạc, sự làm sai. --하다 bóp méo, xuyên tạc, làm méo, xuyên tạc, làm sai. @의곡된 해석 quan điểm sai lầm.

의과 khoa y; [과정] khóa học về y tế. *--대학 trường đại học y khoa.

의관 quần áo và mũ nón. @의관을 갖추다 đang mặc lễ phục.

의구 --하다 giữ y nguyên.

의구심 sự sợ, sự e sợ. @의구심을 품다 có ý nghi ngờ (ấp ủ), có sự ngờ vực.

의기 cảm giác, lòng can đảm, sự nhiệt tâm. @의기 양양한 sự vui mừng, niềm hân hoan, nỗi hoan hỉ // 의기 왕성하다 dũng cảm, can đảm // 의기 소침하다 bị xuống tinh thần, chán nản.

의기 tinh thần thượng võ. @의기 있는 có vẻ hiệp sĩ, có vẻ nghĩa hiệp.

의기 양양 --하다 hân hoan, hoan hỉ, vui mừng. @의기 양양하게 một cách vui mừng hân hoan, một cách phấn khởi.

의논 [상의] sự hội ý, sự bàn bạc, sự trao đổi. --하다 bàn bạc, hỏi ý kiến, hội ý.

의당 vốn, tự nhiên, đương nhiên, tất nhiên, cố nhiên, tất yếu, nhất thiết. --하다 tự nhiên, phải lẽ.

의도 ý định, mục đích, mục tiêu, ý định. --하다 định, có ý định, có ý muốn, trù tính, dự kiến.

의례 sự lịch sự, sự nhã nhặn, sự khách sáo. @의례적인 nghi thức, nghi lễ.

의례히 như thường lệ => 의례.

의론 [논의] sự tranh luận, sự tranh cãi. --하다 tranh luận, tranh cãi , thảo luận, bàn cãi. @의론의 여지기 없다 *không cần bàn cãi gì nữa.*

의롭다 ngay thẳng, đạo đức, công, chánh đáng, hào hiệp.

의뢰 (1) [의지] sự phụ thuộc, sự tùy thuộc. (2) [부탁] lời thỉnh cầu, lời yêu cầu, lời đề nghị. --하다 thỉnh cầu, yêu cầu, đề nghị, phụ thuộc, tùy thuộc. @소송 사건을 변호사에게 의뢰하다 đem vụ kiện đến luật sư. *--서 yêu cầu được viết ra giấy. --심 tinh thần tự tin. --인 khách hàng.

의료 sự điều trị theo phương pháp y học. *--기관 cơ quan y tế. --기구 dụng cụ y khoa. --비 hóa đơn khám bệnh. --시설 phương tiện y khoa. --품 sự tiếp tế thuốc.

의료 quần áo, y phục.

의류 y phục.

의리 (1) [도리] ý thức đạo đức, ý nghĩa đạo đức, bài học đạo đức. @의리가 강한 사람 người đáng tin cậy. (2) [신의] lòng trung thành, lòng trung kiên, tính liêm chính. @의리가 있다 trung thành, trung thủy // 의리가 없다 *không có ý thức danh dự* // 의리를 지키다 *trung thành với ai.* (3) [결의] @형제의 의리를 맺다 *thề nguyền kết nghĩa anh em.*

의모 dì ghẻ.

의무 nghĩa vụ, bổn phận, trách nhiệm. @의무적인 bắt buộc, cưỡng bách, ép buộc // 의무가 있다 phải, nên // 의무를 다하다 làm nhiệm vụ. *--감 ý thức nhiệm vụ. --교육 giáo dục phổ cập. --연한 giai đoạn phục vụ bắt buộc. --이행 sự thi hành nghĩa vụ.

의문 sự nghi ngờ, sự ngờ vực, sự thắc mắc. --하다 đặt thành vấn đề, nghi ngờ. @의문의 죽음 cái chết bí ẩn // 의문이 생긴다 nghi ngờ nảy sinh // 의문의 여지가 없다 *không nghi ngờ gì về điều đó.* *--문 câu nghi vấn. --부호 dấu chấm hỏi. --사 câu hỏi. --점 điểm nghi ngờ.

의뭉스럽다 ranh mãnh, quỷ quyệt, xảo trá, tinh khôn.

의미 nghĩa (특수한); ý nghĩa (의의); nội dung (취지); ý nghĩa thiết thực, nét chủ yếu. --하다 ý nghĩa, nghĩa, ngụ ý, hàm ý. @의미 있는 có ý nghĩa // 의미 없는 vô nghĩa // 어떤 의미로 theo ý nghĩa // 정치적인 의미를 갖다 có ý nghĩa chính trị // 이것은 무슨 의미입니까 nghĩa là gì?

의법 *--처벌 sự trừng trị theo pháp luật.

의병 các quân lính trung kiên.

의복 quần áo.

의부 cha ghẻ, bố dượng.

의분 sự phẫn nộ chính đáng.

의붓 (tiền tố) có quan hệ do sự đi bước nữa của bố mẹ mình; không phải ruột thịt. *--딸 con ghẻ (con gái). --아들 con ghẻ (con trai). --아비 cha ghẻ. --어미 mẹ ghẻ. --자식 đứa con ghẻ.

의사 ý định, ý nghĩ, ý kiến. @의사가 통하다 hiểu được, hiểu ra.

의사 người ngay thẳng, kẻ tử vì đạo.

의사 thầy thuốc, y sĩ, bác sĩ, nhà phẫu thuật (외과의); người đang hành nghề y (개업의). @의사를 부르다 cho mời bác sĩ đến // 의사의 진찰을 받다 hỏi ý kiến bác sĩ. *단골-- bác sĩ gia đình, bác sĩ riêng.

의사 bàn bạc, hội ý, kiện tụng. *--당 phòng họp. --록 hồ sơ kiện tụng. --일정 thứ tự ngày tháng. --진행 sự tiến tới hành động.

의사 표시 sự trình bày ý định. --하다 trình bày ý định, bày tỏ, tự biểu thị.

의상 y phục, quần áo (특히 연극용).

의생 bác sĩ đông y.

의서 sách y khoa.

의석 chân, vị trí, ghế, chỗ ngồi, phòng

họp. @의석을 보유하다 có chân (trong quốc hội).

의성 sự sử dụng từ tượng thanh. *--어 từ tượng thanh.

의수 cánh tay giả.

의술 thuốc. @의술의 (thuộc) thuốc.

의식 thực phẩm và áo quần. @의식에 곤란을 받다 kiếm sống khó khăn.

의식 sự hiểu biết, ý thức. --하다 hiểu biết, nhận thức. @의식적(으로) một cách có nhận thức // 의식을 잃다 vô ý thức.

의식 nghi lễ, nghi thức; [예식 cách xử sự] sự theo đúng quy cách; [종교의] lễ, nghi lễ. @의식을 거행하다 cử hành một nghi lễ.

의식주 thức ăn, quần áo và nơi nương tựa.

의심 sự ngờ vực, sự nghi ngờ; [불신] sự không tin, sự không tin cậy; [혐의] sự bị nghi ngờ. --하다 nghi ngờ, ngờ vực; [불신] không tin, hay nghi ngờ; [혐의] hoài nghi, ngờ vực. @의심스러운 점 một điểm đáng ngờ // 의심을 받고 있는 사람 người hay nghi ngờ // 의심스럽게 có sự nghi ngờ // 의심 없이 không nghi ngờ, không hoài nghi // 의심스럽다 đáng nghi, đáng ngờ // 의심하지 않다 không gây nghi ngờ // 의심이 많다 hay nghi ngờ, hay ngờ vực (회의적) // 의심할 여지가 없다 không còn nghi ngờ gì nữa, chắc chắn // 의심을 품다 có ý nghi ngờ; [혐의를] có sự nghi ngờ // 의심을 받다 bị nghi ngờ.

의아 nghi ngờ, ngờ vực, hoài nghi. --하다 hoài nghi, ngờ vực, không tin, tự hỏi. @의아스러운 듯이 hồ nghi, ngờ vực // 의아스럽다 đáng ngờ, không đáng tin cậy.

의안 dự luật, phương sách. @정부가 제출한 의안 dự luật chính phủ // 의안을 의회에 제출하다 *giới thiệu luật dự thảo cho hội đồng lập pháp* // 의안을 통과시키다 *thông qua một dự luật* // 의안을 부결시키다 *bác bỏ một luật dự thảo.*

의약 [약] thuốc men. *--품 sự cung cấp thuốc.

의역 một bản dịch thoát ý. --하다 dịch thoát ý.

의연 sự quyên góp, sự đóng góp. --하다 góp, tặng, cho, biếu, quyên, cúng. *--금 vật đóng góp, tiền quyên góp.

의연히 kiên quyết, cương quyết, dũng cảm, gan góc.

의예과 khóa dự bị y khoa.

의옥 sự gây xôn xao dư luận, sự tai tiếng; [수회] một trường hợp mua chuộc. @정치적 의옥 사건 các vụ tai tiếng chính trị.

의외 @의외의 [뜻밖의] bất ngờ, không dự kiến, gây ngạc nhiên; [우연한] cái phụ, cái không chủ yếu; [놀라운] làm ngạc nhiên, làm kinh ngạc // 의외의 일 một sự bất ngờ // 의외의 즐거움 sự may mắn không ngờ // 의외로 một cách không mong đợi, đột xuất // 의외로 빨리 người được thế bất ngờ.

의욕 ý muốn, sự mong muốn, ý chí, lòng khao khát. @공부에 대한 의욕이 대단하다 *chúng hài lòng về việc học.* *생신-- sự quyết tâm sản xuất. 생활-- ý chí sống còn.

의용 lòng can đảm trung kiên. *--군 quân tình nguyện

의용 dung mạo, bộ dạng, vóc dáng. @의용을 갖추다 tự dọn sạch, tự thu vén.

ㅇ

의원 quốc hội Anh. *--내각제 hệ thống nội các chính phủ.

의원 phòng khám bệnh, bệnh viện.

의원 phù hợp với yêu cầu của ai. *--연직 (사직) bác bỏ yêu cầu của ai.

의원 thành viên quốc hội. @의원으로 당선되다 bầu hội viên.

의의 ý nghĩa, nội dung. @의의 있는 có ý nghĩa, đầy ý nghĩa.

의인 người ngay thẳng.

의인법 sự nhân cách hóa.

의자 [걸상] cái ghế; ghế trường kỷ, xôfa loại nhỏ (긴 의자); ghế dài, đi văng, ghế dựa (잠자는); ghế bành (팔걸이 있는); ghế đẩu (등이 없는); ghế có tay dựa (안락의자). @의자에 앉다 ngồi ghế.

의장 cách sắp xếp, cách trình bày, cách trang trí. *--가 người trang trí. --등록 sự đăng ký mẫu mã..

의장 đoàn tùy tùng, cận vệ, vệ binh. @장대를 사열하다 huấn luyện đội cận vệ danh dự. *--병 đội cận vệ danh dự.

의장 chủ tịch. *국회-- chủ tịch quốc hội.

의장대 đội vận vệ danh dự.

의적 tên cướp hào hiệp.

의전 nghi lễ, nghi thức, thủ tục, lề thói. *--실 phòng lễ tân.

의절 --하다 tuyệt giao với ai; [자식과] từ chối, không thừa nhận.

의젓하다 xứng đáng, có giá trị, có phẩm cách.

의정 sự thỏa thuận qua sự hội ý, sự hòa giải. *--서 nghị định thư.

의제 em trai kết nghĩa.

의제 chủ đề thảo luận, chương trình; chương trình nghị sự (전체). @의제로 하다 *chuẩn bị vấn đề để thảo luận.*

의족 cái chân giả.

의존 sự tin cậy, sự tín nhiệm, sự nương tựa. --하다 dựa vào, nương tựa vào. *상호-- sự phụ thuộc lẫn nhau, sự tương thuộc.

의중 tâm trí, tinh thần. @의중의 여인 cô gái trong lòng ai.

의지 sự giúp đỡ, sự chi viện, sự ủng hộ, sự hỗ trợ. --하다 dựa, tựa, chống, tùy thuộc vào. @의지할 친구 người bạn lệ thuộc // 의지할 곳없는 không tự lực được, không nơi nương tựa // 의지할 사람이 없다 *không ai giúp đỡ.*

의지 ý muốn, sự mong muốn, ý chí, ý định, mục đích. @의지가 강한 사람 người ý chí mạnh mẽ // 의지가 박약한 사람 người ý chí bạc nhược. *--력 năng lực ý chí.

의지 chi giả, chân tay giả.

의지가지없다 không nơi nương tựa.

의처증 sự nghi ngờ không lành mạnh về sự trong trắng của vợ.

의초 tình anh em.

의취 khuynh hướng, thiên hướng, ý định.

의치 hàm răng giả.

의탁 sự tin cậy, sự nương tựa. --하다 phụ thuộc vào, trông vào.

의태 sự bắt chước, tài bắt chước. *--색 màu sắc giả. --어 [언어] sự giống nhau về màu sắc.

의표 @의표를 찌르다 thình lình xảy ra làm cho ai sửng sốt.

의하다 [원인] vì, do bởi, tại, nhờ có; [의존] tùy thuộc vào; [근거] căn cứ vào; [수단 biện pháp] chống án, kháng cáo. @...에 의하여 theo, y theo, sự thuận theo, theo đúng, vì, bởi, vì; [수단] bằng qua // 요청에 의해서 theo yêu cầu //

소문에 의하면 theo lời đồn đại.

의학 khoa y. @의학상의 (thuộc) khoa nội // 의학상으로 y học. *--계 giới y học. --부 khoa y. --사 cử nhân y khoa. --생 sinh viên y khoa. --실습생 bác sĩ thực tập nội trú. --박사 tiến sĩ y khoa.

의향 ý định, mục đích; [생각] ý tưởng, ý nghĩ, ý kiến. @의향이 있다 có ý sẵn, có ý thích, có ý định // 의향이 없다 không có ý định.

의협심 tinh thần thượng võ.

의형제 anh em rể.

의혹 sự nghi ngờ, điều ngờ vực. --하다 nghi ngờ, ngờ vực, hoài nghi. @의혹을 품다 nuôi dưỡng mối hoài nghi.

의회 quốc hội, nghị viện. @의회를 소집하다 triệu tập quốc hội. *영국(캐나다) -- nghị viện Anh. 일본(데마아크,스위스) -- nghị viện Nhật. 임시(탁벌) -- cuộc triệu tập cuộc họp hội đồng đặc biệt. 한국-- quốc hội Hàn quốc.

이[1] (1) răng; răng nanh (송곳니). @이의 (thuộc) răng // 이가 없는 không có răng // 이가 나다 nhổ răng // 이를 닦다 đánh răng // 이가 아프다 bị răng sâu, bị đau răng // 이를 쑤시다 xỉa răng // 이를 갈다 nghiến răng. (2) [기계의] răng (cái cưa, bánh xe). (3) [사기그릇 따위의] đập vỡ trứng.

이[2] chấy, rận, ký sinh.

이[3] này, hiện có, hiện thời, hiện nay. @이후 sau này // 이로써 như thế này, cơ sự đã thế này // 이만큼 đến mức độ này // 이 달 tháng này // 이 책 quyển sách này.

이 số hai, thứ hai (제 2 의).

이 (1) [이득] lợi, lời, lợi lộc, lợi ích, lợi nhuận. @이를 보다 kiếm được lời, có lãi. (2) [유익] có lợi, lợi ích, mối lợi (장점). @이가 되다 lợi ích, lợi lộc, có ích, làm lợi. (3) [이자] lợi tức, tiền lãi. @5 푼 이가 붙다 lời 5%.

이 (1) [거리] *ri*, dặm, lý theo người Hàn (đơn vị, chiều dài khoản 400m).

이 hải lý.

이 dặm, lý. @이수 tổng số dặm đã đi được.

이 (1) [도리] lẽ phải, lý, sự vừa phải; [진리] sự đúng đắn, sự chính xác; [공정] sự công bằng. (2) [원칙] nguồn gốc, yếu tố cơ bản.

이가 @이가의 [화학] có hóa trị hai.

이가 원소 [화학] gốc hóa trị hai.

이간 sự làm cho giận ghét, sự làm cho xa lánh. --하다 làm cho xa lánh, làm cho xa lạ, làm vỡ ra, phân ly, làm tách rời.

이갈다 nghiến răng.

이같이 như vậy, như thế, theo cách đó.

이것 (1) [지시] cái này, điều này, việc này. @이것으로 như thế này, vào lúc sự việc thế này, lúc này, chỗ này // 이것 참 야단났군 trời ơi! (2) [부를때] @이것좀 봐 này!

이것저것 cái này cái kia, này nọ. @이것저것 생각한 끝에 sau một loạt những suy nghĩ.

이견 ý kiến bất đồng; [이의] sự chống đối, sự phản đối.

이겹실 chỉ hai lớp.

이경 ca trực tối thứ hai.

이골나다 trở nên quen thuộc.

이곳 chỗ này, ở đây. @이곳에 ở đây, tại chỗ này.

이공 khoa học và cơ khí. *--과 khoa khoa học và cơ khí. --대학 trường cao đẳng khoa học và cơ khí.

이과 [학문 sự nghiên cứu] khoa học; [과목] khóa học về khoa học; [학부] ban khoa học.

이관 sự nhượng lại quyền lực. --하다 chuyển giao quyền quản lý.

이교 [기독교에서 본] tà giáo, ngoại giáo; [이단] dị giáo. @이교의 kẻ ngoại giáo. *--국 nước ngoại đạo. --도 người ngoại đạo.

이구 동성 @이구 동성으로 một cách nhất trí, được toàn thể tán thành.

이국 vùng đất xa lạ. @이국적인 cây ngoại lai, vật ngoại lai. *--인 người nước ngoài. --정취 lối ngoại lai.

이군 [야구 bóng chày] đội toàn đấu thủ loại kém. *--선수 lính mới.

이궁 [별궁] một lâu đài riêng biệt; [태자궁] tòa lâu đài của hoàng thân *Croun.*

이권 quyền lợi; sự nhượng bộ (광산· 첫도의); quyền lợi được đảm bảo bất di bất dịch. @이권에 급급한 사람 kẻ đút lót, kẻ hối lộ.

이글이글 năng nổ, sôi nổi. --하다 cháy sáng, rực sáng, ; [얼굴이] hồng hào, đỏ ửng. @이글이글 타는 태양 ánh nắng chói chang.

이기 tư lợi. @이기적인 ích kỷ, lúc nào cũng nghĩ đến lợi ích bản thân. * --주의 tính ích kỷ. 주의자 người ích kỷ, người cho mình là trên hết.

이기 đồ dùng, dụng cụ máy móc. @문명의 이기 đồ dùng hiện đại.

이기다 [1] (1) [승리] chiến thắng, giành được thắng lợi; [쳐부수다] đánh thắng, đánh bại; [정복] đoạt, chiến thắng. @싸움에 이기다 chiến thắng trận đấu // 재판에 이기다 chiến thắng trong cuộc kiện cáo // 겨우 이기다 suýt chiến thắng. (2) [극복] khắc phục, vượt qua. @유혹을 이겨내다 vượt qua cám dỗ.

이기다 [2] (1) [반죽] trộn lẫn vào, hỗn hợp vào. @진흙을 이기다 nhào trộn đất sét. (2) [짓찧다] băm nhỏ, thái nhỏ, cắt nhỏ. @고기를 이기다 băm nhỏ thịt. (3) [기타] đập, đánh, nện.

이기죽거리다 đưa ra những lời nhận xét xúc phạm đến tự ái.

이까짓 loại này, cái như thế, chuyện vặt như vậy.

이끌다 người dẫn đường, người chỉ dẫn. @폭도를 이끌고 ở cương vị chỉ huy cuộc phiến loạn.

이끌리다 được dẫn dắt, được hướng dẫn, được chỉ dẫn, được chỉ huy, được điều khiển. @이끌리어 가다 được dẫn đi, được mang theo.

이끼 rêu, địa y. @이끼 낀 나무 cây phủ đầy rêu // 이끼가 끼다 rêu mọc.

이끼나 trời ơi!/ than ôi!

이나 (1) [그러나] tuy thế, tuy vậy, nhưng mà, mà không, trong khi mà, tuy nhiên. (2) [정도] chừng nào mà, đến chừng mức mà, không ít hơn. @두 시간쯤이나 chừng hai giờ. (3) [선택] nếu dường như, tuồng như là, hoặc, hay là, hoặc...hoặc. @이군이나 내가 가야 한다 *hoặc là ông Lee hoặc là tôi phải đi.*

이나마 => --나마.

이날 (1) [오늘] hôm nay, ngày này. @이날에 이르기 까지 có từ, bắt đầu từ. (2) [특정한 날] ngày đó, chính ngày đó. @이날의 연사 người thuyết minh trong ngày.

이날저날 ngày này ngày nọ, từ ngày này sang ngày kia.

이남 Nam Hàn. @서울 이남 phía bắc

Seoul.

이남박 tô gạo đã vo sạch.

이내 [곧] ngay, chẳng mấy chốc, ngay tức thì., ngay tức khắc, bất thình lình; [그후 내처] suốt từ đó, mãi mãi từ đó.

이내 trong vòng, không quá, không vượt trội, không xa hơn, ít hơn. @1 주일 이내 trong vòng một tuần // 3 마일 이내 dưới ba dặm.

이냥 như thế này.

이네들 những người này.

이년 hai năm. *--생 học trò lớp hai; [대학고교의] sinh viên năm thứ hai.

이념 quan niệm, tư tưởng, ý thức hệ tư tưởng; học thuyết, chủ nghĩa (교리).

이노베이션 (*innovation*) sự cách tân, sự đổi mới.

이놈 thằng cha này, gã này. @이놈아 thằng ranh con này!

이농 --하다 bỏ nông trại.

이뇨 sự đi đái, sự đi tiểu. --하다 đi đái, đi tiểu. *--곤란 chứng đi tiểu khó. --제 thuốc lợi tiểu.

이니셔티브 bước đầu, sự khởi đầu. @이니셔티브를 잡다 dẫn đầu,khởi xướng.

이니셜 tên họ của ai.

이다 (1) [지정하는 말] thì, là, có. @개는 충실한 동물이다 *chó là con vật trung thành.* (2) [되다] trở nên, hóa thành, trở thành. (3) [수량] cân, đo, đong, đếm. @키가 6 피트이다 cao sáu phút.

이다지 chừng mực này, đến như thế, đến mức độ. @이다지 많다 đến mức độ này // 이다지 오래 chừng, khoảng, cở .

이단 dị giáo, ngoại giáo. @이단의 kẻ ngoại giáo. *--자 người theo dị giáo.

이달 tháng này. @이달 봉급 tiền lương tháng này // 이달 15 일 ngày 15 tháng này // 이달중에 trong khóa học tháng này.

이대로 y nguyên, còn nguyên vẹn. @이대로 내버려 둘수는 없다 *tôi không thể để vấn đề y như vậy.*

이데올로기 sự nghiên cứu tư tưởng.

이도 nhiệm vụ chính thức. *--쇄신 sự cải cách chế độ quan liêu hành chính.

이동 sự vận động, sự di chuyển, sự di trú. --하다 vận động, di chuyển, di động, di trú, di cư. @이동식의 di chuyển được, dời chỗ. *--경찰 công an đường sắt. --기중기 cầu lăn (kỹ thuật). --도서관 thư viện lưu động. --병원 bệnh viện lưu động. --전람회 cuộc triển lãm lưu động. --진료소 phòng khám lưu động.

이동 sự thay đổi, sự sửa đổi, sự biến đổi. @내각의 이동 sự cải tổ của nội các. *인사-- sự thay đổi nhân sự.

이동 phía đông của.

이득 lợi, lợi ích, lợi lộc, lời; [법 pháp lý] lợi tức, thu hoạch (đất đai...) (부동산 따위의). *부당-- việc đầu cơ trục lợi; [법] sự làm giàu bất chính. 부당--자 kẻ đầu cơ trục lợi.

이든지 dù...hay, hoặc...hoặc, hoặc, hay => 든지. @무엇이 든지 bất cứ cái gì, dù thế nào.

이들이들하다 bóng loáng, hào nhoáng, bóng láng.

이듬 [다음] @이듬해 năm tới.

이등 thứ nhì, thứ hai. @이등의 (thuộc) thứ hai // 이등이 되다 về thứ hai, chiếm giải nhì; [경기에서] người đứng thứ hai. *--국 cường quốc thứ nhì. --상 phần thưởng hạng nhì. --승객 hành khách đi loại hai.

이등변 삼각형 [수학] tam giác cân.

이등분 sự cắt đôi, sự chia đôi. --하다 chia đều, chia đôi.

이따금 thỉnh thoảng, đôi khi. @이따금 오다 thỉnh thoảng đến.

이따위 như vậy, như vầy.

이때 lúc này, bây giờ.

이똥 chất bẩn ở răng; [치석] vải len kẻ ô vuông.

이라고 => 라고. @이것은 무엇이라고 하느냐 *anh ấy gọi cái này là gì?*

이란성 *--쌍생아 anh em, trẻ sinh đôi.

이랑[1] luống đất, luống cày.

이랑[2] hoặc, hoặc là, tuồng như là, một là vì...hai là vì, phần thì...phần thì. @이 일이랑 저일이랑 cái này cái kia.

이래 [그후] từ đó, từ lúc ấy, từ sau đó, sau đó; [금후] trong tương lai, sau này, sau đây. @나는 전쟁 이래 줄곧 여기 있었다 *tôi đã ở đây suốt từ thời chiến tranh.*

이래저래 cái này cái nọ, điều này điều khác, bằng cách này hay cách khác. @이래저래 바쁘다 *tôi bận rộn hết chuyện này đến chuyện khác.*

이랬다저랬다 cách này cách khác, hay thay đổi.

이러 [마소를 몰때] đứng dậy! bước lên!

이러구러(1) [우연히 sự tình cờ] ngẫu nhiên, điều không ngờ. @이러구러 그녀를 만나게 되었다 *tình cờ tôi gặp cô ấy.* (2) [이럭저럭 bằng cách này hay cách khác] cứ như vậy.

이러나저러나 dù sao đi nữa, trong bất cứ trường hợp nào, dù thế nào đi nữa.

이러니저러니 cái này cái nọ, một vài thứ này nọ. @이러니 저러니 말하다 nói điều gì; phê phán, chỉ trích, phàn nàn, than phiền // 지금 와서 이러니저러니 해야 소용 없다 *bây giờ mà đưa ra ý kiến phản đối là quá trễ rồi.*

이러이러하다 nào đó, như thế nào. @이러이러한 사람 một người nào đó // 이러이러한 이유로 *cũng những lý do như vậy.*

이러쿵저러쿵 => 이러니저러니.

이러하다 lối này, như thế này, theo như sau. @사실인즉 이러하다 *sự thật như vậy.*

이럭저럭 (1) bằng cách này hay cách khác. @그들은 이럭저럭 살아가고 있다 *chúng kiếm sống bằng mọi cách.* (2) [어느덧] bất ngờ,bất thình lình, chợt. @이럭저럭 겨울 방학이 지나가버렸다 *mùa nghĩ đông đã trôi qua quá nhanh.*

이런 (1) [이러한] như, như vậy, như thế. @이런 고로 vì lý do như vậy // 이런 때에 kế tiếp nhau như vậy. (2) [감탄] trời ơi! chao ôi!

이렇게 như vậy, như thế, theo cách đó, đến như vầy. @이렇게 된 바에는 từ khi xảy ra điều này. // 이렇게 해라 hãy làm theo cách này.

이렇다 => 이러하다. @이렇다할 đề cập đến, nói đến, đáng kể // 이렇다할 목적도 없이 không có mục tiêu nào rõ ràng // 이렇다할 볼일은 없다 *không có gì đặc biệt để làm.*

이렇듯 đến như thế, tới mức độ, thế này.

이레 [날짜] ngày thứ bảy (trong tháng); [날수] bảy ngày.

이력 tiểu sử, lý lịch. @이력이 훌륭한 사람 người có lai lịch tốt. *--서 tiểu sử.

이례 ngoại lệ, trường hợp đặc biệt; [위례] tính không theo thói thường, tính độc đáo. @이례의 chưa từng thấy, chưa từng xảy ra, khác thường, đặc biệt, hiếm có.

이론 sự phản đối, sự bất đồng ý kiến (sự đối lập), lý do phản đối. @이론 없이 *không có lý do nào để phản đối* // 이론이 있다 *có sự phản đối* // 이론이 없다 *không có sự phản đối* // 이론을 제기하다 phản đối (chống lại).

이론 học thuyết, lý thuyết. @이론적 (thuộc) lý thuyết // 이론상 về lý thuyết. *--가 nhà lý luận. --과학 khoa học lý thuyết. –물리 (경제)학 thuyết vật lý (kinh tế).

이롭다 tốt cho; [유익한] có ích, có lợi; [유리한] thuận lợi; [도움이 되는] giúp đỡ, giúp ích. @ 이롭지 않다 có hại cho, nguy hiểm cho, làm hại ai.

이루 chưa được chút nào, chẳng được chút nào. @이루 말할 수 없는 không thể tả được // 이루 헤아릴 수 없는 vô số, không đếm xuể được.

이루다 (1) [성취] thực hiện, đạt được, giành được; [실현] thực hiện, thực hành; [완성] hoàn thành, xong; [실행] hoàn thành, làm trọn. @이룰 수 없는 소망 không thể đạt được ước muốn // 이룰 수 있는 có thể đạt tới được. (2) [형성] làm thành, tạo thành. @부를 이루다 trở nên giàu có.

이루어지다 (1) [성취· 실현] làm cho có kết quả. @뜻이 이루어지다 mục đích đã được thực hiện. (2) [형성] làm thành, cấu thành, tạo thành.

이룩하다 [건립· 수립] dựng nên, xây dựng, mở, thành lập; [성취] hoàn thành, thực hiện. @새 살림을 이룩하다 *lập gia đình.*

이류 @이류의 loại hai.

이륙 sự cất cánh. --하다 [비행기가] cất cánh (máy bay).

이륜 hai bánh xe. *--차 xe có hai bánh.

이르다[1] [시간이] sớm, mới. @이른 아침 (봄) buổi sáng sớm.

이르다[2] (1) [도착] đến, tới nơi, xảy đến. @이르는 곳마다 ở khắp nơi, từ đầu tới cuối // 목적지에 이루다 đến mục đích dự định. (2) [정도 mưc độ ·범위 phạm vi] trải ra tới, chạy dài tới. @오늘에 이르기까지 tới ngày nay.

이르다[3] (1) [알리다] cho ai biết, báo tin cho, cho biết; [고자질] mách cho ai biết. @선생님에게 이르다 nói cho giáo viên biết về ai. (2) [가라사대] nói. @옛말에 이르기를 *tục ngữ xưa nói rằng.*

이른바 gọi tên là. @이른바 멘델의 법칙 *đó gọi là định luật theo thuyết di truyền của Mendel.*

이를테면 nói cách khác; [요컨대] nói tóm lại. @그는 이를테면 살아 있는 사전이다 *nói cách khác, anh ấy chính là tự điển sống - là người học rộng biết nhiều.*

이름 (1) [성명] tên, tên họ; [실명·통칭] tên thánh; [애칭] tên thân mật, biệt danh; [성] họ. @이름을 알 수 없는 không nhận biết // 이름을 짓다 tên // 이름을 대다 cho biết tên mình; [타인의] đề cập đến tên ai // 이름을 부르다 gọi ai bằng tên // 이름은 톰이다 *tên là Tom.* (2) [명칭] tên, tựa đề, sự gọi tên, sự mệnh danh. @그는 이름만의 의사다 *anh ấy chỉ có danh hiệu là bác sĩ thôi.* (3) [명성 tiếng tăm] danh tiếng, tên tuổi; [악명] lừng danh, khét tiếng. @이름도 없다 không tiếng tăm, không tên tuổi // 이름이 나다 *trở nên* nổi tiếng // 이름이 날리다 đạt được danh tiếng // 이름을 후세에 남기다 *lưu danh.* (4) [구실] cớ, lý do.

이름씨 danh từ.

이름표 biển đề tên; [옷의] mẫu băng ghi tên một người và được may vào áo người đó. @이름표를 달다 gắn một thẻ ghi tên và địa chỉ để nhận diện.

이리 [1] [물고기의 của cá] tinh dịch của cá.

이리 [2] [동물 động vật] con chó sói. @이리 떼 một đàn chó sói.

이리 [3] (1) [방향] lối này, ở đây. @이리 오십시오 làm ơn, theo lối này. (2) [이렇게] theo cách này, như vậy.

이리듐 [화학 hóa học] iriđi.

이리이리 để, để cho, đặng.

이리저리 [이쪽으로] hướng này hướng khác, đây đó; [이렇게 저렇게] như hướng này nọ; [곳곳에] ở các nơi; [사방으로] quanh quẩn khắp nơi. @이리저리 돌아다니다 đi lang thang , đi thơ thẩn // 이리저리 살펴보다 nhìn khắp nơi.

이리하다 làm như vậy => 이러하다.

이마 cái trán. @넓은(좁은)이마 trán rộng, trán cao.

이마적 gần đây, mới đây, vừa qua.

이만 đến mức độ này (nhiều, to, dài, rộng); [정도] chừng mực này, tới một mức độ như vậy. @오늘은 이만 하자 đủ cho ngày hôm nay.

이만저만 [정도] mức độ không nhiều lắm; [수] con số không nhỏ lắm; [양] số lượng không ít lắm. @이만저만 놀라지 않았다 *không bị ngạc nhiên chút nào* // 이만저만 미인이 아니니다 *cô ấy đúng là một người đẹp* (mỹ nhân).

이만큼 cỡ này (lớn, cao), đến mức độ này (nhiều), chừng này (to, cao), đến cỡ này (mức độ). @이만큼이면 된다 chừng này được rồi // 2 층에 이만큼 책이 또 있다 *tôi có vừa đủ số sách trên gác như ở đây* // 그 못의 깊이는 이만큼 이다 *cái ao sâu khoảng như vầy.*

이만하다 được chừng này. @내 책상은 이만하다 cái bàn tôi rộng cỡ chừng này // 이만한 손해는 아무것도 아니다 *với tôi tổn thất nhỏ như vậy chỉ là chuyện vặt.*

이맘때 khoảng chừng lúc này. @작년(내년) 이맘때 vào lúc này năm ngoái (năm tới).

이맛살 nếp nhăn trên chân mày, sự cau mày. @이맛살을 찌푸리다 cau mày.

이맞다 ăn khớp với nhau, gài, khớp (với), đút nút, bít (lỗ hổng).

이면 [조사] nếu, trong trường hợp, về phía, về phần. @내가 왕이면 *nếu... tôi là vua.*

이면 (1) [두 면] hai mặt. (2) [신문의 tạp chí] trang hai. *--각 [기하 hình học] góc nhị diện. --기사 tin tức trên trang hai.

이면 [뒤쪽] mặt sau, mặt trái; [내면] mặt trong, phía trong, bên trong, phía sau. @어음의 이면 mặt sau tờ hóa đơn // 이면의 사실 mặt trong //사회의 이면 mặt trái của xã hội. *--공작 sự vận động bên trong. --사 lịch sử bên trong.

이명 tên khác, tên riêng.

이명 sự ù tai. *--증=> 이명.

이모 cô, dì, bác, mợ.

이모부 dượng, bác trai, cậu.

이모작 hai vụ mùa một năm. --하다 thu hoạch hai vụ mùa một năm.

이모저모 khía cạnh này quan điểm nọ, mỗi một khía cạnh của vấn đề.

이목 [귀와 눈] tai mắt; [주의 của cổ phiếu] sự quan tâm chung. @이목을 끌다 lôi cuốn sự chú ý chung.

이목구비 [용모] vẻ mặt, nét mặt. @이목구비가 반듯하다 có nét mặt không thay đổi.

이무기 cơ co khít của con trăn Nam Mỹ.

이문 lợi lộc, lợi ích, lợi nhuận. @이문이 있다 có lợi, có ích, thuận lợi, sinh lợi // 이문을 보다 có lời, kiếm lời.

이물 mũi tàu, mũi thuyền.

이미 (1) [벌써] đã, rồi, đã...rồi, bây giờ, hiện giờ. @이미 때가 늦다 bây giờ thì quá trễ. (2) [앞서] trước, trước đây.

이미지 hình, hình ảnh.

이민 [이주] sự di cư (외국으로); sự nhập cư (외국에서); [이주자] người di cư (외국에 간) dân nhập cư (외국에서 온); người đến định cư (개척지의). --하다 di cư (외국으로); nhập cư (외국에서); di dân đi lập nghiệp.

이바지 --하다 (1) [공급] cung cấp, tiếp tế, dự phòng. @재료를 이바지하다 cung cấp cho ai tài liệu. (2) [공헌] góp phần (nhằm mục đích) (hòa bình), đóng góp, giúp đỡ. @크게 이바지하다 đánh giá sự đóng góp lớn lao (với mục đích hòa bình).// 한국의 경제 발전에 이바지하다 *đóng góp cho sự phát triển nền kinh tế Hàn Quốc.*

이반 [인심의] sự ly gián, sự làm cho xa rời. --하다 bị ly gián (xa lánh).

이발 [깎음] sự cắt tóc; [다듬기] sự làm tóc, sự làm đầu. --하다 cắt tóc; [이발사가] cắt tóc ai. @이발을 해야겠다 *tôi cần phải cắt tóc.* *-- 기계 máy xén tóc. --사 thợ cắt tóc.

이밥 gạo dễ nấu.

이방 nước ngoài. *--인 người nước ngoài.

이배 cái gấp đôi, lượng gấp đôi. --하다 gấp hai lần, gấp đôi. @이배의 gấp hai lần, gấp đôi.

이번 [금번] lần này; [최근] gần đây, mới đây, cách đây không lâu, vừa qua; [현재의] hiện tại, hiện thời, hiện giờ, hiện đại, tân thời; [다음번] lần sau; [머지 않아] không lâu, sớm; [다음의] tiếp theo, theo sau; [지난번의] lần cuối, lần sau. @이번 사건 việc xảy ra hiện thời (hiện tại) // 이번은 네가 갈 차례다 *bây giờ đến lượt anh* .

이번 số hai, người thứ hai.

이변 [사고] sự rủi ro, tai nạn, tai biến; [재앙] tai họa, thảm họa; [변고] hiện tượng lạ thường. @기후의 이변 sự thay đổi thời tiết đột xuất.

이별 sự chia ly, sự phân ly, sự chia cắt; sự ly dị (이혼). --하다 chia tay ai, (이혼) ly dị (vợ). @이별의 슬픔 nỗi buồn ly biệt. *--가 bài hát tạm biệt. --주 rượu chia tay.

이병 riêng tư, cá nhân.

이병 => 이환.

이보다 @이보다 앞서 trước việc này // 이보다 낫다 tốt hơn cái này.

이복 người mẹ khác. *--형제 anh em khác mẹ.

이봐 này!

이부 (1) hai phần; [제 2 의] phần thứ hai. @이부 수업을 받는 아동 người chỉ có việc làm nữa ngày // 이부 합창을 하다 hát bộ đôi, bản đuyê. (2) [두권] hai bản.

이부 người cha khác. *--형제(자매) anh em cùng cha khác mẹ.

이부자리 bộ đồ giường (và nệm). @이부

자리를 펴다 trải giường.

이북 miền Bắc *(Seoul)*, Bắc Hàn. @38 선 이북 vĩ tuyến 38 bắc .

이분 --하다 chia đôi, chia hai. @이분의 일 một nửa.

이분자 yếu tố khác thể, người ngoài cuộc.

이불 [이부자리] bộ đồ giường, đồ ngủ; [누비이불] mền, chăn; [침대덮개] khăn phủ giường; [홑이불] tấm đra trải giường, tấm phủ, chăn. @이불을 덮다 đắp mền.

이브닝 buổi chiều, buổi tối. @이브닝 드레스 quần áo dạ hội.

이비 tai và mũi. *--과 môn học về tai, mũi, họng. --인후 tai, mũi, họng. --인후과 khoa tai mũi họng.

이사 việc dọn nhà, việc dời chỗ ở. --하다 chuyển đi, dọn nhà. @새집으로 이사하다 dọn (chuyển) về một căn nhà mới.

이사 giám đốc; [공공 단체의] ủy viên quản trị. *--관 viên chức cao cấp của nhà nước, hội viên hội đồng. --장 giám đốc chính. --회 ban giám đốc.

이삭 vỏ (thóc lúa). @이삭을 줍다 mót lúa, lượm lặt (đồng ruộng) . *벼(보리) -- vỏ lúa (lúa mạch).

이산 sự giải tán, sự phân tán, sự chia lìa, sự chia ly. --하다 bị giải tán, bị phân ly, bị chia ly.

이산화 [화학 hóa học] đioxyt. *--탄소(질소) cacbon đioxyt.

이삼 hai hay ba. @이삼일 vài ngày.

이상 (1) [수량· 정도] hơn, trên, quá, vượt xa hơn. @10 년이상 hơn mười năm, trên mười năm // 50 이상 100 까지 từ năm mươi đến một trăm // 6 세 이상의 아동 trẻ con trên sáu tuổi // 수입 이상의 생활을 하다 *sống quá phạm vi số tiền kiếm được, vung tay quá trán* // 이 이상 참을 수 없다 *đó là giới hạn.* (2) [위에 말한] @이상 말한 바와 같이 như đã được đề cập trên đây. (3) [...한 바에는] từ khi, từ lúc. @약속을 한 이상 *kể từ lúc anh hứa.*

이상 sự kỳ lạ, sự không bình thường, sự khác thường. --하다 [기이] kỳ lạ, quái lạ, lạ lùng, kỳ quặc; [보통과 다름] lạ, khác thường, hiếm, không thông thường; [수상] gây ra nghi ngờ, đáng ngờ, khả nghi. @이상하게 들리다 *nghe có vẻ xa lạ* // 그거 이상하다 *thật lạ lùng.*

이상 [몸의] điều kiện khác thường, sự khó ở; [불건전] tính chất không lành mạnh, tính không hợp vệ sinh; [정신의 về tinh thần] sự loạn trí, tình trạng loạn trí; [고장 địa phương] sự hỗn loạn, sự náo loạn; [변화] thay đổi, làm trệch hướng. @이상이 없다 không bình thường, khác thường, không đúng nội quy, không đúng thủ tục (기계가); bị khó ở, bị se mình (사람이) // 이상이 없다 khỏe mạnh, tốt, được, ổn. *정신-- sự xáo trộn trong tâm hồn.

이상 lý tưởng, mục đích, mục tiêu cơ bản. @이상적 mô hình lý tưởng // 이상을 추구하다 theo đuổi một mục đích // 이상을 실현하다 hiểu rõ mục tiêu // 이상이 높다 nhắm cao hơn // 그 여자는 이상이 높다 *cô ấy có lý tưởng cao đẹp.* *--가 người hay lý tưởng hóa. --주의 chủ nghĩa lý tưởng.

이색 (1) màu da khác nhau. (2) [색다른 것] tính mới lạ, tính khác thường. @이색적 mới, mới lạ, khác thường, độc nhất vô nhị, duy nhất. *--인종 chủng tộc khác màu da. --작가 người viết tiểu thuyết kinh dị.

이서 phía tây, hướng tây. @서울 이서 phía tây *Seoul.*

이서 sự chứng thực, sự xác nhận. --하다 chứng nhận, xác nhận. *--인 người chuyển nhượng hối phiếu.

이설 quan điểm khác nhau, dị giáo. @이설을 펴다 nêu một quan điểm khác nhau.

이성 lẽ phải, lý, sự vừa phải; [철학 triết học] thần ngôn, đạo. @이상적 có lý, phải lẽ, vừa phải // 이성이 없는 không hợp lý, phi lý // 이성에 호소하다 kêu gọi công lý. *--동물 sinh vật có lý trí. --론 chủ nghĩa duy lý. 순수-- lý lẽ thuần túy.

이성 (tên) họ khác.

이성 giới tính khác. @이성을 알다 phân biệt được một người đàn bà.

이세 (1) [불교 Phật giáo] cõi trần thế hiện thời và cuộc đời kiếp sau. (2) [인명 뒤에] người ít tuổi hơn. (3) [다음세대] đời sau, thế hệ thứ hai. @미국 태생한국인 이세 người Mỹ gốc Hàn // 이세 국민 con cháu đời sau.

이솝 *Aesop* (620? – 560 trước Công nguyên).

이송 việc di dời, sự di chuyển, sự dọn. --하다 di dời, di chuyển, dọn đi.

이수 khoảng cách, tầm xa, tổng số dặm đã đi được (거리).

이수 sự hoàn thành, sự kết thúc (một khóa học). --하다 hoàn thành, làm xong, kết thúc, vượt qua.

이순 năm thứ sáu mươi; [사람] người ở tuổi lục tuần.

이스라엘 nước Do Thái, nước Is-ra-en. @이스라엘의 (thuộc) Do Thái. *--사람 người Do Thái (총칭 nói chung).

이스트 men, bia rượu.

이슥하다 quá khuya. @이슥한 밤에 lúc quá khuya.

이슬 (1) sương; giọt sương, hạt sương (방울진). @이슬맺힌 꽃 những bông hoa ướt đẫm sương // 교수대의 이슬로 사라지다 kết thúc cuộc đời trên giá treo cổ // 이슬이 내린다 sương xuống. (2) [눈물] ...khóc.

이슬람 Hồi giáo. @이슬람의 (thuộc) đạo Hồi. *--교 đạo Hồi. --교도 người theo đạo Hồi. --문화 văn hóa Hồi giáo.

이슬비 mưa phùn, mưa bụi. @종일토록 이슬비가 내렸다 *trời mưa phùn từ sáng đến tối.*

이슬점 [물리 vật lý] độ nhiệt ngưng.

이승 thế gian này, đời này. @이승의 괴로움 thử thách của cuộc đời này.

이식 => 이자.

이식 sự cấy; [식물의 về thực vật] sự làm cho hợp với thủy thổ; [피부의 về da] kỹ thuật ghé. --하다 trồng lại (một cây hoa); [식물을] làm cho hợp với thủy thổ; [피부를] cấy, ghép. *심장--수술 sự ghép tim.

이신론 thần thánh.

이심 [두마음 sự phản phúc] sự ăn ở hai lòng; [배신] sự phản bội, sự phụ bạc. @이심있는 hai mặt, hai lòng, không thành thật // 이심을 품다 mang hai lòng.

이심 ý nghĩ khác nhau; [배신] ý định phản nghịch.

이심률 [수학 toán học] tính lập dị.

이심 전심 thần giao cách cảm. @이심전심으로 sự dụng ngoại cảm.

이십 số hai mươi; thứ hai mươi (제 20 의).

@20 대 여자 người phụ nữ trong độ tuổi hai mươi.

이쑤시개 tăm xỉa răng.

이악하다 hám lợi.

이앓이 sự đau răng.

이앙 sự cấy lúa. --하다 cấy lúa.

이야기 (1) [담화] cuộc chuyện trò, cuộc nói chuyện; [잡담] chuyện phiếm, chuyện gẫu. --하다 trò chuyện, nói chuyện, nói huyên thuyên. (2) [화제] đề tài, chủ đề. --하다 nói về, đề cập đến, viết đến. @할 이야기가 많다 *tôi có nhiều điều để nói với bạn* // 이제 그 이야기는 그만 둡시다 *thôi chúng ta đừng bàn thêm về điều đó nữa.* (3) [사실.허구] chuyện kể; sự miêu tả (사실담); truyện cổ tích, truyền thuyết (전설). --하다 kể lại, thuật lại. (4) [소문 tin đồn] đồn, đưa tin. --하다 nói. @...라는 이야기이다 câu chuyện truyền miệng, người ta đồn rằng. (5) [진술] lời tuyên bố, lời phát biểu. --하다 phát biểu, tuyên bố, kể lại, thuật lại. (6) [기타] sự đàm phán, sự điều đình (교섭); sự bàn bạc, sự thảo luận, sự trao đổi ý kiến (상담); sự bằng lòng, sự tán thành (합의); sự hiểu biết, sự thông tuệ (의사 소통).--하다 [상담] bàn với ai về một vấn đề, hỏi ý kiến ai, bàn luận vấn đề với ai. @이야기가 되다 đi đến sự hòa giải với ai // 이야기가 다르지 않습니까 *điều đó đi ngược với thỏa thuận của chúng mình.* *--상대 bạn, bầu bạn.

이야말로 chính cái này. @이야말로 내가 찾던 책이다 *đây chính là quyển sách tôi đã tìm.*

이양 sự chuyển cho, sự trao cho. --하다 chuyển cho, trao cho, nhường cho.

이어 [비어] hành động thô bỉ, lời nói thô tục; [속어] lối nói thô tục, tiếng lóng.

이어링 một cặp hoa tai.

이어(서) rồi thì, rồi sau đó.

이어--포운 ống nghe, ống nghe điện đài.

이언정 dẫu cho, mặc dù.

이엉 rơm rạ để lợp nhà. @이엉집 căn nhà lá.

이에 do đó, bởi vậy, nhân thể.

이에서 hơn nữa. @이에서 더한 불행은 없다 không thể còn bất hạnh nào lớn hơn nữa.

이에짬 chỗ nối, mối nối, đầu nối.

이역 [이국] một đất nước xa lạ.

이역 một vai diễn đôi. @일인 이역을 하다 diễn một vai diễn đôi.

이연발 [총] khẩu súng trường hai nòng.

이열 hai dãy, hai cột. @이열로 thành hai hàng.

이열치열 lấy độc trị độc.

이염 viêm tai. *증(내,외) -- chứng viêm tai giữa.

이염화물 [화학] điclorua.

이온 [화학] ion.

이완 sự giảm nhẹ, tình trạng lỏng lẻo; [의학 y học] sự mất sức trương. --하다 nới, làm chùng, duỗi, thả lỏng.

이왕 quá khứ, dĩ vãng (이왕지사) @이왕의 (thuộc) quá khứ, dĩ vãng // 이왕에 đã, rồi, chừng nào mà, từ lâu, đã lâu, đã có một thời // 이왕에 늦었으니 천천히 가자 *chúng ta hãy nhanh lên, đã trễ rồi* // 이왕에 할 바엔 큰 일을 해라 *nếu bạn có khả năng làm bất cứ việc gì thì hãy làm những việc có ý nghĩa.*

이외 [제외] trừ ra, không kể, ngoài ra, ngoài...ra, trừ...; [그외에] ngoài...ra, thêm vào. @일요일 이외에 trừ ngày chủ nhật // 도둑질 이외에는 무엇이 나 다 했다 *tôi đã làm mọi nghề ngoại trừ việc ăn trộm* // 그 이외에 다른 방법이 없다 *không còn cách nào khác hơn nữa* // 회원 이외는 입장 금지 không thâu nhận ai ngoại trừ các hội viên.

이욕 tính tham lam, tính hám lợi. @이욕 때문에 vì mục đích lợi lộc.

이용 sự dùng, sự sử dụng, sự tận dụng. --하다 lợi dụng, sử dụng, tận dụng, lợi dụng cơ hội. @폐물 이용 sự tận dụng nguyên liệu thừa // 여가를 이용하다 tận dụng thời giờ nhàn rỗi // 이용할 가치가 있다 có giá trị thực tiển. *--법 cách sử dụng. --자 người sử dụng.

이울다 tàn đi, lụi đi; khuyết, xế (달이 mặt trăng).

이웃 hàng xóm, láng giềng, [집] nhà sát bên; [사람] người hàng xóm, người láng giềng. @이웃의 bên cạnh, láng giềng // 이웃간이다 là hàng xóm // 그녀는 내 이웃에서 산다 *cô ấy ở sát vách nhà tôi.*

이원 tính hai mặt, lưỡng diện. *--론 thuyết nhị nguyên.

이원권 quyền queo phải (lưu thông)

이원제 chế độ lưỡng viện.

이월 việc đưa ra phía trước. --하다 mang sang. @다음 연도로 이월하다 gửi trước một năm.

이유 [까닭] lý do, nguyên cớ, lý lẽ (근거); [동기] tại sao, vì sao; [구실] cớ, lý do thoái thác, lý do không thành thật. @충분(빈약)한 이유 lý do chính đáng, lý do tin được // 이유 없이 không có lý do // ...의 이유로 do bởi, vì // 이편 이유로 vì một số lý do này nọ // 어떤 이유를 붙여 lấy cớ này nọ // 건강상의 이유로 vì lý do sức khỏe // 이유가 서는 hợp pháp, chính đáng, có thể bào chữa được // ...할 만한 충분한 이유가 있다 có lý do . *--서 sự tuyên bố, sự bày tỏ.

이유 sự cai sữa, sự dứt sữa. --하다 cai sữa. *--기 thời kỳ cai sữa.

이윤 lợi nhuận, lợi ích, tiền lãi, lãi ròng. @상당한 이윤을 올리다 *kiếm được nhiều lãi.*

이율 tỷ lệ lãi. *법정-- tỷ lệ lãi theo luật định.

이율 배반 sự tương phản, sự tự mâu thuẫn. @이율배반의 tương phản, tự mâu thuẫn.

이윽고 một lát sau, một hồi sau, không lâu.

이음매 chỗ nối, đầu nối. @이음매가 없는 không có đường nối, liền một mảnh.

이의 một quan điểm khác biệt.

이의 [뜻] một nghĩa khác; [주의] nguyên lý khác nhau.

이의 [반대] sự phản đối, sự chống đối; [항의] sự phản kháng; [불찬성] sự bất đồng quan điểm, sự bất đồng ý kiến; [법 pháp lý] sự bác bỏ. @이의 없이 sự phù hợp, sự hòa hợp // 이의가 있다(없다) có sự phản đối // 이의를 말하다 phản đối, chống đối. *--신립(신청) điều bị phản đối, sự bác bỏ.

이익 (1) [이윤] lợi ích, lợi lộc, tiền lời, tiền lãi (수익); [매상고] doanh thu, doanh số. @이익이 있는 có lợi, sinh lợi // 이익이 없는 không có ích, không có lợi // 이익이 적다 *cho một ít lợi nhuận* // ...으로 이익을 얻다 kiếm lời. (2) [도움] lợi, lợi ích; [편리] mối lợi, hoàn cảnh thuận lợi; [유리] quyền lợi, lợi ích. @공공의 이익 quyền lợi chung // 이익이 있는 có ích, có lợi // ...의 이익을 위하여 vì lợi ích của // 이익에 반하다 *đi ngược lại lợi ích của mình* // 이익을 주다 giúp ích cho. *--배당(금) tiền lãi cổ phần, cổ tức. 순--(금) toàn bộ tiền lãi. 총--(금) tổng lãi.

이인 hai người. *--분 phần đôi. --승 ôtô (máy bay...) có chỗ ngồi đôi cho hai người. --조 bộ đôi. --칭 [문법] ngôi thứ hai.

이인 (1) [기재] thiên tài, thiên tư. (2) [다른 사람] con người khác nhau. *동명-- người trùng tên.

이입 --하다 đưa vào, mang vào, nhập khẩu.

이자 lá lách, tì; tụy, tuyến tụy (췌장).

이자 tiền lãi. @높은(싼 5 분) 이자로 theo tiền lãi cao // 이자가 붙다 sinh lợi.

이자 택일 --하다 chọn giữa hai.

이장 trưởng làng.

이장 --하다 khai quật và chôn vào nơi khác.

이재 tài chính, sự quản lý kinh tế. @이재에 능하다 [밝다] giỏi kiếm tiền. *--국 vụ tài chính.

이재 *--구호금 quỹ cứu tế. --민 người chịu đựng đau đớn, người bị nạn. --지구 vùng (khu vực) bị đau khổ

이적 phép màu, phép thần diệu. @이적을 행하다 làm phép.

이적 --하다 làm lợi cho kẻ thù. *--행위 những hành động có lợi cho kẻ địch.

이적 --하다 thay tên đổi họ. *--료 sự từ bỏ, sự khước từ (프로 야구의).

이전 thuở xưa, trước đây. @이전에 trước đây, thuở xưa // 이전의 trước kia, thời xưa.

이전 việc dời đi, sự dọn nhà; sự di chuyển, sự dời chỗ (권리의). --하다 dời đi, dời nhà, di chuyển. @다음 주소로 이전했다 *chúng tôi dọn nhà tới địa chỉ sau.*

이점 lợi thế, điểm thuận lợi. @이 기계에는 많은 이점이 있다 *máy này có nhiều lợi thế.*

이정 tổng số dặm đã đi được. *--표 cột cây số.

이제 bây giờ, hiện thời => 지금. @이제야말로 절호의 기회다 lúc này hoặc là không bao giờ.

이조 triều đại *Yi.*

이쪽 phía này, phía chúng mình. @이쪽으로 오십시오 làm ơn, theo lối này.

이족 [이인종] chủng tộc khác; [이성] một họ khác.

이종 anh chị em con bác, dì.

이종 loại khác nhau. *--교배 sự cho lai giống.

이종 loại hai. *--우편물 bưu phẩm loại hai.

이주 sự hoạt động; sự di chuyển (전거); [사람·동물의 của người và động vật] sự di trú; [외국에서] sự nhập cư. --하다 di chuyển, di dời, di cư, di trú. *--민 người đến định cư.

이주간 hai tuần lễ, mười lăm ngày.

이죽거리다 => 이기죽 거리다.

이중 sự nhân đôi, sự gấp đôi. @이중의 từ đồng nghĩa, bản y, bản sao, gấp đôi // 이중으로 gấp đôi, gấp hai, nước đôi // 이중으로 하다(되다) gấp hai, gấp đôi // 이중 역할을 하다 *cử hành buổi lễ kép.* *--가격 giá gấp đôi. --결혼 tình trạng song hôn. --과세 tiền thuế thu được gấp đôi. --국적 hai quốc tịch. --주 cuộc tranh chấp tay đôi.

이중고 sự tra tấn gấp đôi.

이즈음 những ngày này, cách đây không lâu. @이즈음의 청년 thanh niên thời nay.

이즘 học thuyết, chủ nghĩa.

이지 khả năng hiểu biết, trí tuệ. @이지적 nguời trí thức, người lao động. *--주의 thuyết duy lý trí.

이지러지다 cắt đứt, tuyệt giao, đập vỡ; [달이 mặt trăng] khuyết. @달이 이지러져 간다 mặt trăng đang khuyết.

이지마는 nhưng, nhưng mà, dù, dù mặc dù.

이직 sự thay đổi nghề nghiệp. --하다 thay đổi nghề nghiệp.

이직자 sự thất ngiệp, tình trạng không có việc làm.

이질 [의학 y học] bệnh lỵ.

이질 (1) [성질이] tính không đồng nhất. (2) [재주] chất lượng đặc biệt. @이질의 không đồng nhất.

이질 cháu trai (con của chị, em vợ).

이질풀 [식물 thực vật] cây mỏ hạc.

이집트 nước Ai Cập.

이차 (1) [두번째] thứ hai, thứ nhì, thứ yếu (부차). (2) [수학 toán học] phương trình bậc hai. *--대전 chiến tranh thế giới thứ hai. --방정식 bình phương bậc hai.

이차피 => 어차피.

이착 [2 위] vị trí thứ hai; [사람] người đứng thứ nhì trong một cuộc thi.

이착륙 sự cất cánh và hạ cánh. *단거리--기 sự cất cánh và hạ cánh nhanh. 수직--제트기 sự cất cánh và hạ cánh theo phương thẳng đứng.

이채 màu sắc đáng chú ý. @이채를 띠다 dễ nhìn.

이처럼 như vậy, như thế, do đó. @이처럼 재미있는 일은 없다 không gì thú vị hơn điều này.

이첩 --하다 truyền phát (tín hiệu, chương trình...) đến văn phòng , thông báo cho hay.

이촉 chân răng.

이층 tầng thứ hai. @2 층에 올라가다 đi lên gác. *--집 nhà hai tầng.

이치 phép tắc, nguyên tắc đạo đức, lẽ phải. @이치에 맞다 đứng về lẽ phải, biết điều // 이치를 말하다 tranh luận, cãi lý với.

이칭 bí danh, tên hiệu, biệt hiệu.

이커서니 (hàng hải) hò dô ta, hò!

이키나 [놀람] ôi chao! chà!

이타 chủ nghĩa vị tha. @이타적 vị tha, có lòng vị tha. *--주의 lòng vị tha.

이탈 sự ly khai, sự ra khỏi. --하다 ly khai, ra khỏi, trốn thoát, thoát khỏi. @직장을 이탈하다 bỏ việc. *--자 người rút ra khỏi, người xin ly khai.

이탈리아 nước Ý. @이탈리아의 (thuộc) Ý. *--말 tiếng Ý. --사람 người Ý.

이탓저탓 với cớ này cớ khác.

이태 hai năm.

이탤릭 chữ in nghiêng, kiểu chữ in nghiêng.

이토 => 진흙.

이토록 đến mức độ này, như vậy. @이토록 부탁을 하는데도 theo mọi yêu cầu của tôi.

이튿날 [다음날] ngày hôm sau. @이튿날 아침 sáng hôm sau.

이틀 (1) hai ngày. (2) [초 이틀] ngày thứ nhì (trong tháng).

ㅇ

이판암 [광물 khoáng sản] đá phiến sét (loại đá mềm dễ vỡ thành những mảnh mỏng, bằng phẳng).

이팔 số mười sáu. *--청춘 mười sáu tuổi.

이페리트 [화학] yperit (hơi độc), hơi độc lò.

이편 (1) [이쪽] hướng này, lối này. (2) [자기] bên hắn, phe ta.

이핑계저핑계 sự vin vào cớ này cớ nọ.

이하 (1) [수량] ít hơn, kém hơn, chưa đầy, chưa tới, chưa đến; [정도 mức độ] ít hơn, thấp hơn, dưới. @50 이하 [50 을 포함] dưới 50; [50 을 제외] ít hơn 50 // 6 세 이하의 아이들 trẻ dưới 6 tuổi // 1.000 원 이하의 벌금 tiền phạt không quá một ngàn *Won.* (2) [하기] những người sau đây, những thứ sau đây. @이하 생략 những thứ bị bỏ sót.

이하 부정관 tránh xa mọi thứ khả nghi.

이하선 tuyến mang tai. *--염 bệnh quai bị.

이학 khoa học tự nhiên. (2) [철학] triết học, triết lý. *--박사 học vị tiến sĩ khoa học. --부 bộ khoa học.

이한 --하다 rời khỏi Hàn quốc.

이항 @이항의 nhị thức. *--방정식 phương trình bậc hai.

이항 [수학] sự hoán vị, sự chuyển vế. --하다 hoán vị, chuyển vế.

이해 quyền lợi, lợi ích, lợi lộc, cổ phần, sự liên quan, sự dính líu tới. @이해 관계자 những người có liên quan // 이해의 일치 sự đồng nhất về quyền lợi, quyền lợi như nhau // 이해의 충돌 sự tranh giành quyền lợi // 이해에 관계되다 chạm đến quyền lợi ai. *--득실 lợi và hại, lợi và bất lợi.

이해 sự hiểu biết, sự am hiểu, sự nhận thức, sự lĩnh hội, sự nắm lấy, sự hiểu rõ, sự nhận ra. @이해 있는 사람 người am hiểu // 이해할 수 있다 có thể hiểu được // 이해하기 쉽다 dễ hiểu // 이해하기 어렵다 khó hiểu // 이해가 없다 không có sự hiểu biết // 이해가 느리다(빠르다) chậm hiểu // 이해가 부족하다 chưa hoàn toàn hiểu // 상호이해를 증진하다 *tìm hiểu để có sự thông cảm lẫn nhau.*

이해력 trí thông minh, óc thông minh, năng lực hiểu biết.

이행 --하다 chuyển sang một cái gì.

이행 sự thực hiện nhiệm vụ, sự thi hành, sự chấp hành. --하다 thực hiện, hoàn thành, làm tròn. @약속을 이행하다 thực hiện lời hứa // 계약을 이행하다 thực hiện theo giao kèo. *--자 người trình diễn, người biễu diễn.

이향 --하다 rời khỏi quê hương.

이호 số hai.

이혼 sự ly dị. --하다 ly dị. @합의 이혼 sự thuận tình ly hôn // 남편과 이혼하다 ly dị chồng. *--계 biên bản ly hôn. --소송 lời thỉnh cầu xin ly dị.

이화학 ngành vậy lý hóa học. @이화학의 (thuộc) vật lý- hóa học.

이환 sự nhiễm bệnh. --하다 nhiễm một chứng bệnh. *--율 mức độ bệnh. --자 bệnh nhân.

이회 gấp đôi, hai lần. @1 일 이회 hai lần một ngày // 연 이회 nửa năm một lần.

이후 sau này, từ nay trở đi, từ nay về sau. @그이후 từ lúc ấy trở đi, sau lần đó, sau này, về sau.

익 [날개] cánh (chim); máy bay (비행기의); [군사 hoạt động quân sự] sườn, cánh; [항공] cánh máy bay.

익년 năm tới.

익다 (1) [과일·기회 따위가] chín, chín rục, chín ngọt; chính chắn, trưởng thành. @익은 chính chắn, trưởng thành, hoàn thiện, chín mùi // 익지 않은 chưa chín, còn xanh // 너무 익은 chín nẫu. (2)[익숙하다] thường dùng, quen thuộc, đã trải qua. @익은 quen với, thành thói quen // 익지 않은 không quen, không có thói quen làm cái gì. (3) [음식이] đã nấu chín, đã làm sẵn. @잘 익은 được nấu kỹ.

익명 tình trạng dấu tên, tình trạng nặc danh. @익명의 편지 một lá thư nặc danh.

익모초 [식물 thực vật] cây cỏ giống.

익사 sự chết đuối. --하다 chết đuối. @그는 익사할뻔했다 *anh ấy đã suýt chết đuối.* *--자 người chết đuối.

익살 trò hề, trò khôi hài, lời pha trò. @익살부리다 nói đùa một câu // 익살스럽다 khôi hài, vui cười, làm trò hề. *--군 người hay đùa, người tinh nghịch.

익숙하다 [능숙] khéo tay, có kỹ xảo; [잘 알다] quen thuộc. @익숙한 일 một công việc quen thuộc // 익숙하지않은 장사 việc kinh doanh không thông thạo // 익숙한 손으로 tay lão luyện // 곧 익숙해질 것이다 *bạn sẽ sớm quen với nó.*

익애 tình trạng lẩm cẩm (vì tuổi già). --하다 hóa ra lẩm cẩm.

익일 ngày hôm sau.

익조 sự sinh lợi.

익충 loại côn trùng có lợi.

익히다 (1) [과일을] làm cho chín, chín mùi, trở nên chính chắn; [술·간장을] chế, ủ(rượu bia); lên men, dậy men; [음식을] nấu chín, nấu sôi. @선 과일을 익히다 *làm cho trái cây xanh chín mùi* // 고기를 잘 익히다 *làm cho thịt chín kỹ.* (2) [익숙] tự mình làm quen với, nghiên cứu. @자동차 운전을 익히다 học lái xe // 영어 회화를 익히다 *thực hành nói tiếng Anh.*

인 đức tính hoàn hảo, lòng nhân đạo, lòng tốt.

인 con dấu, dấu niêm phong.

인 [화학 hóa học] photpho. @인의 (thuộc) photpho.

인 [인방] hướng Dần (hướng đông-bắc; [인시] tuổi Dần

--인 người, con người. *문화-- người có văn hóa.

인가 nhà ở, nơi cư trú của con người. @인가가 많다 nhà đông người.

인가 sự xác nhận, lời khẳng định, sự phê chuẩn, sự thừa nhận. --하다 thừa nhận, cho phép. @인가된 학교 sự cho phép của nhà trường // 인가를 받다 được phê chuẩn, được cho phép.

인각 --하다 khắc, trổ, chạm.

인간 con người; [인류] loài người, nhân loại. @인간의 (thuộc) con người. *--계 thế giới loài người. --미 nhân loại. --사회 xã hội loài người. --성 bản chất con người, nhân bản.

인감 dấu ấn.

인갑 [비늘과 껍데기] vảy và vỏ.

인건비 chi phí cá nhân.

인걸 một anh hùng, một người vĩ đại.

인격 nhân cách, cá tính. @인격적 감화 ảnh hưởng đạo đức // 인격을 함양하다 *xây dựng dần nhân cách.* *--교육(양성) sự xây dựng tính cách. --자 người có

ㅇ

tính cách. --전 tính cách (của ai).

인견 tơ nhân tạo. *--사 sợi tơ nhân tạo.

인경 tiếng chuông giới nghiêm.

인계 sự nhượng quyền, sự thừa kế. --하다 chuyển trao cái gì, kế tục, nối nghiệp. @사무를 인계받다 kế tục nhiệm vụ chính thức.

인공 nghệ thuật kỹ năng của con người. @자연과 인공 mỹ thuật tự nhiên // 인공의 nhân tạo. *--강우 cách làm mưa nhân tạo. --물 vật do người làm ra, nhất là dụng cụ hoặc vũ khí, có lợi ích về khảo cổ học, đồ tạo tác. --부화 sự ấp trứng nhân tạo. --수정 sự thụ tinh nhân tạo. --수정아 đứa bé ra đời bằng thụ tinh nhân tạo. --위성 vệ tinh nhân tạo.

인과 [원인·결과] nguyên nhân và kết quả; [응보] sự trừng phạt. @피할길 없는 인과 sự trừng phạt không thể tránh được. *--관계 quan hệ nhân quả. --성 thuyết nhân quả. --율 luật báo ứng . --응보 nghiệp chướng.

인광 lân tinh, lân quang.

인광 [광물] quặng photphat.

인구 dân cư, dân số. @인구 100 만의 도시 một thành phố có một triệu cư dân // 인구 조사를 하다 *tiến hành một cuộc điều tra dân số.* *--과잉 sự quá đông dân. --문제 vấn đề dân số.

인국 nước láng giềng.

인권 quyền con người, nhân quyền. @인권을 유린하다 chà đạp nhân quyền. *--문제 vấn đề chạm đến nhân quyền. --선언 bản tuyên ngôn nhân quyền.

인근 hàng xóm , láng giềng. @인근의 gần, kề, bên cạnh, láng giềng.

인기 sự nổi tiếng, sự yêu mến . @인기 있는 được ngưỡng mộ, được ưa thích, được mến chuộng // 인기를 얻다 đạt được sự nổi tiếng. *--배우 nhân vật nổi tiếng. --선수(작가) diễn viên nổi tiếng. --소설 quyển tiểu thuyết gây xúc động mạnh mẽ. --투표 cuộc bầu cử đại chúng.

인기척 @인기척이 있다 *dấu hiệu cho thấy có người quanh đây.*

인내 tính kiên nhẫn, tính kiên trì, sự bền gan. --하다 chịu đựng, kiên nhẫn. @인내성 있는 kiên nhẫn, nhẫn nại, bền chí.

인대 [해부 phẫu thuật] dây chằng.

인덕 đức tính tốt bẩm sinh. @인덕이 있다 *được may mắn là có người đang muốn giúp đỡ.*

인덕 lòng nhân từ, tính độ lượng.

인데 nếu dường như, nếu không. @좋은 곳인데 sao, thật là một nơi rất đẹp!

인덱스 bản liệt kê, bản kê khai.

인도 (1) [인륜] lòng nhân đạo. @인도적 người theo chủ nghĩa nhân đạo // 인도에 어긋나다 trái với lòng nhân đạo. (2) [보도] mặt đường lát, vỉa hè, lề đường. *--교 cầu dành cho người đi bộ. --주의 chủ nghĩa nhân đạo. --주의자 nhà nghiên cứu khoa học nhân văn.

인도 sự phân phối; sự chuyển dịch, sự giao nộp (죄인의). --하다 phân phối, chuyển dịch, chuyển, giao. @상품의 인도 giao hàng.

인도 sự hướng dẫn (지도); sự giới thiệu (선도). --하다 hướng dẫn, giới thiệu, dìu dắt. *--자 자 người hướng dẫn.

인도네시아 nước In-đô-nê-si-a, nước Nam Dương. *--사람 người Nam Dương. --어 tiếng Nam Dương.

인동초 [식물 thực vật] cây kim ngân.

인두 *--질 sự ủi. @인두질하다 bàn ủi.

인두 [해부 giải phẫu] hầu, họng, yết hầu. *--염 chứng viêm họng.

인두겁 việc mang mặt nạ con người, hình người. @그는 인두겁만 썼지 사람이 아니다 *hắn là một tên súc vật mang hình dạng con người.*

인두세 thuế theo đầu người, thuế thân.

인들 cứ cho là như vậy; ngay cho là, dù là. @세살 먹은 아인들 ngay cả một đứa con nít.

인디고 cây chàm.

인디언 người da đỏ ở Bắc Mỹ, người Anh-Điêng.

인력 sức người, nhân lực. @인력으로 할 수없다 *vượt quá năng lực con người.*

인력 sự hút, sự hấp dẫn (지구의); hiện tượng từ tính (자기의); sức hút (물질간의). @인력의 법칙 luật hấp dẫn. *만유-- sức hấp dẫn của vạn vật.

인력거 chiếc xe kéo. *--군 người kéo xe.

인류 loài người, chủng tộc, con người. @인류의 đặc trưng cho chủng tộc. *--발달사 lịch sử tiến hóa con gười. --사 lịch sử loài người. --사회 xã hội loài người. --애 tình yêu nhân loại. --학 nhân loại học.

인륜 [도덕] đạo đức, luân lý; [인도] lòng nhân đạo.

인마 người và ngựa.

인망 sự nổi tiếng. @인망 있는 được nhiều người ngưỡng mộ // 인망을 얻다 được nổi tiếng.

인맥 đường tiếp xúc trực tiếp.

인면 수심 một kẻ đầy thú tính.

인멸 sự làm tuyệt giống (자연적); sự phá hoại, sự phá hủy (고의적). @증거를 인멸하다 hủy bằng chứng.

인명 tên gọi.

인물 [사람] người, con người; [인품] nhân cách, tính cách; [수완가] một người tài năng; [작품중의] cá tính. @위대한 인물 người vĩ đại, người có bản lĩnh // 작은 인물 người bần tiện // 위험 인물 tính nham hiểm. *--시험 cuộc trắc nghiệm tính cách. --평 lời chỉ trích riêng . --화 bức vẽ minh họa; [초상화] chân dung.

인문 nền văn minh, văn hóa. *--과학 khoa học nhân văn. --주의 chủ nghĩa nhân văn.

인민 dân tộc; [공중] công chúng, quần chúng. @인민의 권리 nhân quyền. *--공화국 nước cộng hòa nhân dân. --당 đảng nhân dân. --재판 tòa án nhân dân.

인박이다 nhiễm thói quen.

인발 dấu in của con dấu, dấu ấn.

인방 nước láng giềng.

인복 may mắn gặp quý nhân.

인본 sách đã in.

인본주의 chủ nghĩa nhân văn.

인부 người lao công linh tinh; [운반부] phu khuân vác.

인분 phân, cức.

인사 nhân dân, quần chúng.

인사 (1) lời chúc mừng; [절] sự chào, sự cúi đầu; [감사] lời cám ơn; [예절] cách cư xử. --하다 chúc mừng, chào hỏi, cúi chào. @인사하다 cúi chào, cúi đầu chào // 모자를 벗고 인사하다 thán phục ai. (2) [사람이 하는 일] các vấn đề con người. (3) [직원관계] nhân viên, công chức. *--과 khu nhân viên. --이동 sự thay đổi nhân sự.

인사 교류 sự thay đổi nhân sự @부처간의 인사교류 sự cải tổ nhân sự liên bộ.

인사불성 (1) sự bất tỉnh, sự vô ý thức. (2)

sự không có ý thức đúng mực. @인사 불성이 되다 *trở nên vô ý thức.*

인사이드 mặt trong, phía trong, phần bên trong.

인산 [화학 hóa học] *axít photpho.* *--비료 phân *photphat.* --칼리 *potassium phosphate.*

인산 quốc tang.

인산 인해 những lũ người.

인삼 cây nhân sâm.

인상 vẻ mặt, nét mặt, diện mạo, gương mặt.

인상 [가격 따위의] sự lôi lên, sự kéo lên; sự nhấc lên, sự nâng lên (끌어올림). --하다 nhấc lên, nâng lên, kéo lên tăng thêm. *물가-- sự tăng giá. 임금-- sự tăng lương.

인상 ấn tượng, dấu ấn. @인상적 gây ấn tượng sâu sắc // 인상을 받다 *bị một ấn tượng* // 좋은(깊은) 인상을 주다 gây ấn tượng sâu sắc. *--주의 chủ nghĩa ấn tượng. --파 trường phái ấn tượng. 첫-- ấn tượng đầu tiên.

인상 @인상의 giống như vậy.

인색 tính bủn xỉn, tính keo kiệt. --하다 keo kiệt, bủn xỉn, hà tiện.

인생 cuộc sống con người, sự sống. @인생을 낙관하다 có cách nhìn lạc quan về cuộc sống. *--관 quan điểm sống. --문제 vấn đề cuộc sống. –철학 triết lý sống. --행로 dòng đời.

인선 sự tuyển lựa người thích hợp. --하다 chọn người thích hợp. @후임은 인선중이다 *bây giờ là lúc phải xét đến người kế vị của ông ấy.*

인성 nhân bản, nhân tính. *--학 phong tục học.

인성 tiếng người.

인세 tiền bản quyền tác giả, lệ phí chứng từ.

인솔 --하다 chỉ huy, điều khiển, ra lệnh, hạ lệnh. *--자 người chỉ huy, người ra chỉ thị.

인쇄 thuật in, kỹ xảo in, cách trình bày bản in. --하다 in, đưa vào in. @인쇄중이다 đang in. *공 thợ in. --국 cục in ấn. --물 nội dung in. --소 nhà in. --술 nghệ thuật in ấn.

인수 số người.

인수 [수학 toán học] thừa số. *--분해 sự tìm thừa số

인수 [부담 담당] công việc đã nhận làm,việc kinh doanh; [수락] sự chấp thuận; [환어음의 보증] sự bảo đảm. --하다 đảm đương, chịu trách nhiệm, bảo đảm. *--어음 hóa đơn đã được thừa nhận, đã được công nhận.

인술 y thuật. @의술은 인술이다 thuốc là y thuật.

인슐린 [약 thuốc] *insulin.*

인스턴트 đồ ăn uống dùng ngay được.

인스피레이션 người (vật) truyền cảm hứng.

인습 sự thỏa thuận ngầm; [전통] truyền thống; [낡은 풍습] tục lệ đã có từ lâu. @인습적인 theo tục lệ.

인시 giờ Dần.

인식 sự thừa nhận, sự nhận ra; [이해] sự am hiểu. --하다 nhận ra, thừa nhận, hiểu ra, nhận thức. @옳게 인식하다 có sự am hiểu chính xác. *--론 [철학 triết học] nhận thức luận. --부족 thiếu hiểu biết.

인신 cơ thể con người. *--공격 sự chỉ trích cá nhân.

인심 nhân tâm, lòng người. @인심이 좋

다 tốt bụng, từ bi // 인심을 얻다 *tranh thủ được cảm tình của ai.*

인심 tính rộng lượng, sự khoan hồng. @ 인심쓰다 rộng lượng, khoan hồng.

인애 lòng từ thiện, lòng khoan dung, lòng nhân đạo.

인양 sự lôi lên, sự kéo lên, sự thu hồi, sự lấy lại (đồ đạc... từ một con tàu đắm) (난파선의); sự tìm lại được (시체의). --하다 lôi lên, kéo lên (một con tàu bị chìm), thu hồi, tìm lại. *--작업 công việc thu hồi.

인어 mỹ nhân ngư (암컷 giống cái); người cá (수컷 giống đực).

인연 [인과] nhân quả, nghiệp chướng; [연분] mối quan hệ, sự ràng buộc; [유래] nguồn gốc, lai lịch. @어떤 인연으로 như số mệnh đã an bài // 돈과는 인연이 없다 *tiền bạc là vật ngoài thân.*

인영 dấu ấn của con dấu.

인욕 sự dũng cảm chịu đựng, tính kiên nhẫn.

인용 sự trích dẫn, đoạn trích dẫn. --하다 trích dẫn, tìm đến,viện dẫn đến (참조). *--구(문) lời trích dẫn, đoạn trích dẫn. --부호 dấu ngoặc kép ("hoặc").

인원 [인수] số người; [직원] nhân viên. @인원정리 sự giảm nhân viên.

인위 sản phẩm của con người, tính chất nhân tạo. @인위적 도태 [생물 sinh vật học] sự chọn lọc nhân tạo // 인위적으로 tính chất không tự nhiên.

인육 xác thịt con người. *--시장 chợ nô lệ.

인의 sự công bằng và lòng nhân đạo.

인자 người có lòng nhân từ.

인자 nhân tố. *유전-- gien.

인자 lòng từ thiện. --하다 nhân đức, từ thiện.

인자 Chúa Giêsu (그리스도 Christ).

인장 con dấu (인발).

인재 một người tài năng, nhân tài (집합적).

인적 con người. @인적자원 nhân lực, sức người.

인적 vết tích của loài người. @인적이 끊어진 không có người, không có dấu vết con người; xa xôi hẻo lánh.

인절미 bánh gạo, bánh nếp.

인접 sự kề nhau, sự gần nhau, sự tiếp giáp. --하다 kề nhau, giáp nhau, tiếp giáp. *--지 đất tiếp giáp.

인정 (1) bản chất người. (2) tính nhân dân, sự đồng cảm. @인정 있는 사람 người nhiệt tâm // 인정이 있다 nhân đạo, nhân đức, tử tế // 인정이 없다 không động lòng, nhẫn tâm, lạnh nhạt // 인정스럽다 nhiệt tình, ân cần, chu đáo // 인정에 끌리다 gợi lòng thương hại // 인정을 알다 hiểu những uẩn khúc của lòng người // 그러한 일은 인정상 할 수 없다 *tôi không còn lòng dạ nào để làm như thế.* *--미 kỹ năng đặc biệt của con người.

인정 sự cai trị nhân từ.

인정 sự thừa nhận, sự công nhận (승인); sự nhận, sự thừa nhận (확인); sự tán thành, sự chấp thuận (공인·인증). --하다 thừa nhận, công nhận, tán thành, chấp hành. @무죄도 인정하다 *công nhận sự vô tội (của ai).*

인제 bây giờ, lúc này, từ bây giờ trở đi. @ 인제라도 mặc dù thế, mặc dù vậy, tuy nhiên // 인제라도 늦지 않다 *chưa quá trễ để làm như vậy.*

인조 @인조의 nhân tạo, bắt chước (모

조); tổng hợp, nhân tạo (합성). *--견 tơ nhân tạo. --견(사) sợi tơ nhân tạo. --고무 cao su tổng hợp. --진주 hạt trai nhân tạo.

인종 loài người, nhân loại. @인종적 đặc trưng cho dân tộc, dân tộc học (인종학 상의); thuộc dân tộc // 인종차별 sự phân biệt chủng tộc. *--개량 sự cải tiến chủng tộc. --문제 vấn đề chủng tộc. --평등 sự bình đẳng giữa các chủng tộc. --학 dân tộc học. 백-- chủng tộc da trắng. 황색-- chủng tộc da vàng. 흑색-- chủng tộc da đen.

인주 mực để đóng dấu. *--함 hộp mực dấu.

인증 giấy chứng nhận. --하다 chứng nhận, xác nhận là đúng, chứng minh là đúng.

인지 tri thức con người.

인지 con tem. @인지를 첨부하다 dán tem. *수입-- tem hải quan. --세 lệ phí chứng từ.

인지 sự thừa nhận, sự công nhận. --하다 thừa nhận, công nhận.

인지상정 nhân bản.

인질 đồ thế, đồ bảo đảm. @인질로 잡다 giữ ai như con tin.

인찰지 giấy có kẻ hàng.

인책 --하다 tự nhận trách nhiệm. @인책 사임하다 *gánh lấy trách nhiệm và từ chức.*

인척 sự liên quan đến việc cưới xin. @인척 관계이다 *có liên quan đến hôn sự.*

인체 cơ thể con người. *--구조 cấu trúc cơ thể con người.

인축 người và vật.

인출 sự rút khỏi, sự kéo, sự rút ra. –하다 rút ra khỏi. @은행에서 예금을 인출하다 rút tiền ra khỏi ngân hàng.

인치 sự giam cầm, sự bắt giam. --하다 bắt giữ ai.

인치 insơ (đơn vị đo chiều dài Anh bằng 2,54 츠).

인칭 [문법] ngôi theo ngữ pháp. @제 1(2,3)인칭 ngôi thứ nhất. *대명사-- đại từ chỉ định.

인코너 góc trong.

인터내셔널 quốc tế.

인터뷰 cuộc phỏng vấn.

인터체인지 sự trao đổi lẫn nhau.

인터폰 hệ thống dây nói nội bộ.

인터폴 cảnh sát quốc tế.

인턴 bác sĩ thực tập nội trú.

인테르 thanh cỡ.

인토네이션 ngữ điệu.

인파 đám đông tràn vào.

인편 (nhờ) sự môi giới của ai. @인편으로 보내다 *gửi (vật gì) qua người nào.*

인풀루엔자 bệnh cúm.

인품 tính cách, cá tính.

인풀레(이션) sự lạm phát.

인하 sự giảm giá. @가격을 인하하다 giảm giá.

인하다 vì, do, bởi, tại, nhờ có. @사고로 인하여 죽다 chết vì tai nạn.

인해 전술 chiến thuật chuyển vận.

인허 --하다 đồng ý, ưng thuận, tán thành.

인형 [편지에서] bạn thân mến.

인형 con búp bê. @인형 같은 giống búp bê. *--극 cuộc triển lãm búp bê.

인화 (yếu tố) nhân hòa; sự thuận lòng người.

인화 ảnh in. --하다 in ra. *--지 giấy in.

인화물 *photphua.*

인회석 [광물 khoáng chất] Apatit.

인후 yết hầu. @인후의 âm yết hầu. *--

병 cổ họng đau, chứng viêm cổ họng. --염 sự đau họng.

일 (1) việc làm, nghề nghiệp; [직업] công việc, việc làm; [사무] công tác, công việc, nhiệm vụ; [근무] công việc, phần việc làm; [사명] tòa công sứ. --하다 làm việc, gắng công, nỗ lực. @하루일 việc làm trong ngày // 어려운 일 một nhiệm vụ khó khăn // 급한 일 nhiệm vụ cấp bách // 일하러 가다 đi làm // 일을 하고 있다 đang làm việc // 일에 착수하다 bắt tay vào việc. (2) vấn đề, việc, chuyện, điều, sự kiện. @불쾌한 일 vấn đề khó chịu // 네가 참견할 일이 아니다 *đó không phải là việc của bạn.* (3) [사정] hoàn cảnh; [사태] tình hình, sự việc. @어떤 일이 있더라도 trong bất cứ hoàn cảnh nào. (4) [사건 sự kiện] việc xảy ra; [사고] sự tình cờ, sự ngẫu nhiên; [분규 sự rắc rối] điều phiền hà, sự quấy rầy. @일 없이 không có việc gì xảy ra, một cách yên tĩnh. (5) [경험] điều đã trải qua. @그곳에는 한번 가본 일이 있다 *tôi đã đến đó một lần.* (6) [계획·사업] kế hoạch, dự định, dự án, chương trình. @일을 꾸미다 lập một kế hoạch.

일-- số một. @일등 thứ nhất, đầu tiên.

일가 (1) [가정] hộ, toàn bộ người nhà; [가족] gia đình; [일가친척] bà con anh em. @일 가의 (thuộc) gia đình. (2) [학파] phái, trường phái; [대가] uy quyền, quyền thế. @일가를 이루다 thành lập môn phái riêng. *--단락 một gia đình có phước

일가 [화학 hóa học] hóa trị một. @일가의 có hóa trị một. *--원소 đơn tử.

일가견 ý kiến, quan điểm riêng.

일가족 một gia đình.

일각 khu, khu vực, phương, nơi. @일각을 무너뜨리다 tàn phá một khu.

일각 chốc, giây lát, một lúc. @일각을 다투다 không mất thì giờ.

일간 sự xuất bản hàng ngày. @일간의 hàng ngày. *--신문 nhật báo.

일간 vài ngày.

일갈 tiếng la to như sấm. --하다 gây ra tiếng động như sấm.

일개 @일개의 chỉ, chỉ là. *--서생 chỉ là một học sinh thôi.

일개 một cái gì đó, một miếng, một mảnh. @일개의 duy nhất, một mình, chỉ một.

일개인 cá nhân, người. @일개인의 riêng lẻ, cá nhân.

일거 sự cố gắng, sự ráng sức, sự nổ lực. @일거에 với sự cố gắng.

일거리 một phần việc. @일거리가 있다 có việc làm // 일거리가 없다 mất việc.

일거수 일투족 (1) sự chuyển động nhẹ. (2) => 일거일동.

일거 양득 một công đôi việc, nhất cử lưỡng tiện (một hòn đá ném chết hai con chim). @그렇게 하면 일거 양득이다 dùng cho hai mục đích

일거 일동 hành động của ai. @남의 일거일동을 주시하다 *theo dõi từng hành động của ai.*

일건 công việc. *--기록(서류) những giấy tờ liên quan đến công việc.

일격 cú đánh, nhát đòn. @일격에 chỉ một cú // 일격을 가하다 giáng cho ai một đòn.

일견 cái nhìn thoáng qua, cái liếc qua. --하다 liếc nhìn qua. @일견하여 cái nhìn đầu tiên // 백문이 불여 일견이

다 có thấy mới tin.

일계 sổ sách kế toán hàng ngày. *--표 [상업] kết toán kiểm tra hàng ngày.

일고 sự suy nghĩ, sự suy gẫm, sự nghĩ ngợi. --하다 suy nghĩ, suy ngẫm, nghĩ ngợi. @일고의 여지가 있다 ra khỏi phòng để suy nghĩ.

일고 sự chú ý, sự để ý, sự nhận biết. @일고의 가치도 없다 không có gì đáng chú ý.

일곱 số bảy. @일곱번째 thứ bảy.

일공 việc làm công nhật.

일과 --하다 [눈을 거치다] liếc nhanh qua; [지나가다] chết, qua đời.

일과 bài học mỗi ngày. @일과를 주다 dạy học mỗi ngày // 일과를 마치다 làm bài tập mỗi ngày. *--표 thời khóa biểu mỗi ngày.

일관 tính kiên định, tính trước sau như một. --하다 kiên định. @일관된 dính liền, cố kết, đặc, chắc.

일관 작업 sự làm việc có hệ thống; [단위 공정의] hệ thống băng tải.

일괄 bó, bọc, gói, cục, tảng, miếng. --하다 bọc lại, bó lại, gói lại; [총괄] tóm tắt, tổng kết. @일괄하여 tính cả mớ, tính tất cả. *--계약 sự ký hợp đồng với số lượng lớn. --구입 sự mua được cả lô hàng.

일광 ánh sáng mặt trời. @일광에 소독하다 phơi nắng. *--소독 tính chất khử trùng của ánh nắng. --욕 sự tắm nắng.

일구다 (1) khai thác, phát quang, khai hoang. (2) đắp cao lên, đào bới.

일구 이언 dối trá, hay nói dối.

일군 (1) [품팔이] người công nhân; thợ làm đất (막일의). (2) [역량 있는 사람] người có tài, người có năng lực.

일그러지다 bị làm cho méo mó. @일그러진 얼굴 vẻ mặt méo mó.

일급 loại một, loại nhất.

일급 lương công nhật. @일급으로 일하다 làm việc mỗi ngày. *--노동자 người làm công nhật.

일긋거리다 rung, lắc, bị lung lay, khập khiễng.

일기 (1) [기간] một học kỳ. (2) [일생] một quãng đời; cả cuộc đời. @60 세를 일기로 죽다 chết lúc sáu mươi tuổi.

일기 kỵ sĩ đơn độc.

일기 sổ nhật ký. @일기를 적다 giữ gìn sổ nhật ký.

일기 thời tiết. @좋은(궂은)일기 thời tiết tốt.

일기 당천 đối thủ của cả ngàn người.

일기죽거리다 lắc hông.

일깨우다 làm cho nhận thức thấy, làm cho sáng mắt ra, nói cho biết.

일껏 với sự nổ lực. @일껏 번 돈을 쓰지 않으면 안 되었다 *tôi đã xài hết số tiền tôi cực khổ kiếm ra.*

일년 một năm. @일년의 hàng năm, thường niên // 일년내 sự quay vòng suốt năm // 일년에 한번씩 mỗi năm một lần.

일년생 (1) [학생] học sinh lớp một; [대학따위의] sinh viên đại học năm thứ nhất. (2) [일년생 초본] cây sống một năm.

일념 nguyện vọng, ý thích. @일념으로 với đầu óc tập trung, với sự toàn tâm toàn ý.

일다 [1] nổi lên, tình cờ xảy ra, lên. @물결이 일다 lớp sóng dâng cao.

일다 [2] [일구다] trồng trọt.

일다 [3] chùi, rửa, cạo, nạo, dọn sạch. @쌀을 일다 vo gạo.

일단 một lần; [잠깐] trong chốc lát. @일단 유사시에 trong trường hợp khẩn cấp // 일단 결심한 이상 *một khi bạn tập trung đầu óc.*

일단 một kết cục (한쪽 끝); phần chia (일부). @소감의 일단을 피력하다 diễn đạt cảm tưởng từng phần một.

일단 nhóm, đoàn, đội, ban; tốp, toán, kíp (패거리). @일단의 관광객 một đoàn du khách.

일단 (1) [단계] giai đoạn. (2) [계단의 của bậc thang] bậc, nấc. (3) [급수] cấp đầu tiên. (4) [글의] đoạn văn.

일단락 sự tạm nghỉ; sự kết thúc, phần cuối (결말); chương (sách). @이것으로 일단락 지었다 *như thế này thì chúng tôi đã hoàn thành được giai đoạn đầu công việc.*

일당 nhóm chính trị, đảng viên. @일당이 체포 되었다 *tất cả những người đồng mưu đều bị bắt.*

일당 lương ngày, lương công nhật. @일당으로 일하다 làm việc theo ngày.

일당백 cuộc thi đấu tổ chức cho cả trăm người tham dự.

일대 một đời, cả cuộc đời. @일대의 영웅 người anh hùng vĩ đại nhất thời đại. *--기 tiểu sử.

일대 đoàn, toán, đội, nhóm.

일대 vùng lân cận. @그 근처 일대 cả một vùng lân cận.

일대 một người vĩ đại. @일대 성황 sự thành công to lớn.

일더위 sự nóng nực lúc đầu hè.

일도 양단 tính quả quyết, tính quyết đoán. --하다 giải quyết nhanh một vấn đề hóc búa (bằng vũ lực...).

일독 việc đọc hết một lần. --하다 đọc hết, đọc từ đầu đến cuối, đọc kỹ. @일독의 가치가 있다 *quyển sách đáng đọc.*

일동 tất cả những người có mặt. @우리들 일동 tất cả chúng ta. *회원-- mọi thành viên.

일되다 chín sớm.

일득 một lợi thế, giá trị. *--일실 có giá trị và vô giá trị.

일등 hạng nhất, loại nhất. @일등의 (thuộc) hạng nhất. *--객 hành khách hạng nhất.

일떠나다 (1) [일어서다] đứng phắt dậy. (2) [일찍 떠나다] lên đường lúc sáng sớm.

일란성[형용사적] một noãn, một trứng. *--쌍생아 cặp sinh đôi cùng trứng.

일람 sự xem xét kỹ, để ý, chú ý. --하다 nhìn đến, ngó đến, xem qua. *--표 bản kê, bản biểu, biểu đồ.

일러두기 lời ghi chú có tính giải thích, lời ghi chép có tính thanh minh.

일러두다 ra lệnh, bảo. @단단히 일러두다 nghiêm khắc ra lệnh.

일러바치다 bảo cho biết, kể chuyện, báo tin, mách (학생이).

일러주다 (1) [알려주다] cho biết, báo tin, thông báo. (2) [가르치다] dạy, truyền, đào tạo.

일렁거리다 nhảy lên, nhảy nhót.

일련 loạt, dãy, chuỗi, tràng.

일련 탁생 cùng hội cùng thuyền, cùng chung cảnh ngộ.

일련 hàng, dãy (세로의). @일렬로 thành hàng một.

일례 ví dụ, thí dụ. @일례를 들면 lấy ví dụ.

일로 [곧장] thẳng, một đường; [길] một

ㅇ

đường thẳng.

일루 luồng khói mỏng manh, tia hy vọng. @일루의 희망을 갖다 *bám lấy hy vọng cuối cùng.*

일류 hạng nhất, cấp đầu tiên; [독특] nét đặc biệt, sự khác thường. *--극장 rạp hát hạng nhất. --음악가 nhạc sĩ hạng A-1. --회사 lãnh đạo công ty., cấp lãnh đạo.

일류미네이션 sự rạng rỡ.

일률 [균등] tính chất không thay đổi. @일률적으로 một cách đều đặn; [무차별로] bừa bãi, ẩu.; [전체적으로] toàn bộ, tất cả

일리 hợp lý, đúng sự thật. @그것도 일리가 있다 điều đó (là) hợp lý.

일리 일해 => 일득 일실.

일막 một hồi, một màn (kịch). *--극 vở kịch một màn.

일말 @일말의 một chút, một ít // 일말의 불안을 느끼다 cảm thấy hơi lo lắng.

일망 타진 cuộc vây bắt, cuộc bố ráp hàng loạt. --하다 tiến hành bố ráp.

일매지다 ngang, ngang bằng, ngang sức.

일맥 huyết mạch. @일맥 상통하다 có mối quan hệ với, có dòng dõi bà con với.

일면 [반면 một mặt] một phía, một bên, một hướng; [전면] nguyên mặt; [양상] khía cạnh; [신문의 của tạp chí] trang đầu. @일면적 một chiều, phiến diện // 일면에 khắp cả.

일면식 sự biết sơ sơ, sự quen biết qua loa. @일면식도 없는 사람 một người quen sơ, người không quen biết lắm.

일명 [한사람 một người] danh tánh, [별명 bí danh] biệt hiệu.

일모 [일몰] lúc xế chiều, lúc sẩm tối, lúc chạng vạng, lúc nhá nhem; [황혼] hoàng hôn; [저녁때] buổi chiều.

일모작 một vụ mùa. *--장군 cánh đồng một vụ.

일목 cái liếc mắt, cái nhìn thoáng qua. @일목요연하다 nhìn thoáng qua thấy dễ hiểu. *--장군 người chột mắt (애꾸눈).

일몰 lúc mặt trời lặn. @일몰 후(전)에 vào buổi tối.

일문 thị tộc, bộ tộc, chủng tộc.

일문 일답 hỏi và đáp, cuộc phỏng vấn. --하다 trả lời cho mỗi câu hỏi.

일미 mùi thơm tuyệt hảo.

일박 phòng trọ qua đêm. --하다 trọ lại qua đêm. *--여행 chuyến đi du lịch qua đêm.

일반 @일반의 [전반의] cái chung, cái tổng quát; [보편의] toàn bộ, toàn thể, tất cả; [통례의] thông thường, thông lệ, phổ thông; [대중의] có tính chất đại chúng // 일반 사람들 dân chúng // 일반적으로 nói chung // 일반적으로 말하면 cách nói chung // 일반화 하다 tổng quát hóa, phổ biến // 일반에 공개하다 mở cửa cho công chúng.

일반 사면 sự ân xá.

일발 viên đạn. @일발의 총성 tiếng súng nổ.

일방 [한쪽] một mặt; [딴쪽] mặt khác; [상대방의 một phe. @일방적 ở về một phía, một bên. *--무역 kinh doanh một chiều.

일번 nhất, số một. @일번의 đứng đầu, cao nhất, tốt nhất. *--타자 [야구] người đấu trận khai mạc.

일벌 [곤충 côn trùng] con ong thợ.

일변 sự thay đổi tất cả. --하다 thay đổi hoàn toàn.

일변 tiền lãi hàng ngày.

일변도 [형용사적] ủng hộ, hiến dâng.

일별 cái nhìn thoáng qua. --하다 nhìn thoáng qua, liếc nhìn.

일병 => 일등병.

일보 bước chân, bước đi. @일보 일보 từng bước // 붕괴일보 전에 있다 bên bờ phá sản.

일보 bản báo cáo hàng ngày; [신문] báo cáo hàng ngày.

일보다 để ý đến việc kinh doanh.

일본 nước Nhật. @일본의 (thuộc) Nhật Bản. *--국민 dân Nhật. --말 tiếng Nhật. --인 người Nhật.

일봉 tài liệu đính kèm.

일부 người chồng. @일부 일처(주의)의 một vợ, một chồng. *--일처 chế độ một vợ một chồng. --다처 chế độ đa phu, đa thê. --종사 sự hết lòng vì chồng.

일부 phần chia, khẩu phần. @일부의 từng phần, cục bộ, phân chia. *--수정 sự bổ sung từng phần. --인사 một số người, một vài giới nào đó.

일부 sự trả lương mỗi ngày. *--금 số tiền trả mỗi ngày. --판매 việc bán hàng trả dần từng ngày.

일부러 [고의로] cố tình, cố ý, có chủ tâm; [짐짓] có dụng ý; [특히] đặc biệt, riêng biệt. @일부러...하다 có chủ tâm // 너를 보려고 일부러 서울에 왔다 *tôi sẽ đến Seoul để gặp anh bằng mọi cách.*

일부분 một phần.

일사 một vấn đề, một khoản. *--부재리 nguyên tắc không bàn cãi một vấn đề hai lần trong cuộc họp.

일사 반기 quý đầu.

일사병 sự say nắng.

일사 분기 => 일사 반기.

일사 분란 --하다 hoàn toàn trật tự, ngay ngắn.

일사 천리 dòng chảy nhanh, sự thăng tiến mau lẹ. @일사천리로 với độ bắt ánh sáng nhạy.

일산 [생산고] sản lượng mỗi ngày; [일본산] hàng Nhật.

일산화 *--물 *monoxide.*--질소 *nitrogene monoxide.* --탄소 *carbon monoxide.*

일삼다 làm hết lòng vì công việc của ai đó; [전념] hiến thân mình; [탐닉] đầu thú, tự nộp mình.

일상 mỗi ngày, hàng ngày, thường thường. @일상의 (thuộc) hàng ngày. *--복 quần áo thường mặc hàng ngày. --사 kinh nghiệm hằng ngày. --생활 cuộc sống hàng ngày. --어 ngôn ngữ hàng ngày.

일색 [한빛] một màu; [미인] một nét đẹp tuyệt trần. @천하 일색 một vẻ đẹp không ai sánh bằng (trên khắp thế giới).

일생 suốt đời, cả đời, trọn đời (của ai). @일생의(thuộc) suốt đời // 일생의한 sự ân hận cả đời // 일생에 한번 một lần trong đời // 일생을 통하여 suốt cả cuộc đời. *--사업 sự nghiệp cả đời (của ai). --소원 ước mơ cả đời.

일석 이조 *một hòn đá ném chết 2 con chim.* (nhất cử lưỡng tiện)

일선 một hàng; [전선] chiến tuyến, mặt trận.

일설 một tin đồn. @일설에 의하면 theo các nguồn dư luận khác.

일세 [그 시대] thời đại, thời kỳ, đời; [일대] thế hệ, đời; [일생] cả cuộc đời; [첫 즉위자] người đầu tiên. @헨리 1 세 vua Henri đệ nhất // 일세의 영웅

những anh hùng vĩ đại nhất của thời đại // 일세를 풍미하다 *quy luật của thời đại.*

일소 tiếng cười, nụ cười. @일소에 부치다 cười xòa, cười gượng.

일소 sự quét, sự rửa sạch, sự lau sạch. --하다 quét sạch, dọn sạch, lau sạch, rửa sạch, làm sạch (나쁜 것을). @다년간의 폐습을 일소하다 xóa sạch hẳn sự lạm quyền đã tồn tại nhiều năm.

일손 nghề thủ công; [일 솜씨] một nghề có kỹ xảo; [사람] tay nghề. @일손이 모자라다 thiếu nhân sự.

일수 sự cho vay trả góp mỗi ngày. *--장이 kẻ cho vay trả góp.

일수 số ngày, thời gian; [날의 운수] vận may trong ngày => 일진.

일순간 một lúc, một chốc lát. @일순 간의 tạm thời, thoáng qua // 일순 간에 trong chốc lát.

일습 [의복의] một bộ com lê; [도구의] một bộ. @일습의 một bộ tách.

일승 일패 một thắng một thua. @일승 일패의 승부 cuộc thi đấu các trò chơi bập bênh.

일시 ngày và thời gian.

일시 [한때] xưa kia; [잠시] trong một lúc; [임시로] tạm thời, nhất thời; [동시에] tất cả cùng một lúc. @일시적 방편 chước tạm thời // 일시적 경기 sự thịnh vượng một thời // 일시적 충동 cơn bốc đồng nhất thời // 일시적 현상 một hiện tượng thoáng qua.

일시금 số tiền tính gộp cả lại, tiền mặt trả gọn. @일시금을 받고 퇴직하다 rút ra trọn số tiền.

일식 hiện tượng nhật thực.

일신 sự cải tiến, sự nâng cấp. --하다 thay đổi toàn bộ, đổi mới. @면목을 일신하다 khoát một diện mạo mới.

일신 bản thân mình, chính mình. @일신상의 cá nhân, riêng tư // 일신상의 사정으로 vì lý do riêng.

일신교 thuyết một thần. @일신교의 (thuộc) thuyết một thần.

일심 án sơ thẩm. @일심에서 무죄가 되다 tuyên bố trắng án ngay lần xét xử đầu tiên.

일심 tâm trí, trí tuệ.

일쑤 sự rèn luyện thường xuyên. @거짓말하기가 일쑤다 *cứ mỗi lần trở về hắn lại bịa ra một câu chuyện.*

일약 [부사적] một cú nhảy. @일약 유명하게 되다 bật lên nổi tiếng.

일어 tiếng Nhật.

일어나다 (1) [기상] thức dậy, bật dậy; ra khỏi giường (병상에서). @아침 일찌기 일어나다 thức sớm mỗi sáng. (2) [일어서다] thức dậy, đứng dậy, đứng lên. @벌떡 일어나다 đứng phắt dậy. (3) [자지 않고 있다] ngồi bật dậy. (4) [발생] xảy ra, xảy đến, xuất hiện. @전쟁이(화재가)일어났다 chiến tranh bùng nổ. (5) [원인] phát sinh do, do bởi. @사고는 부주의에서 자주 일어난다 *tai nạn thường xảy ra do bất cẩn.*

일어서다 đứng bật dậy [분기] vùng vẫy, gắng hết sức. @자리에서 일어서다 đứng lên // 벌떡 일어서다 đứng phắt dậy.

일언 một lời nói. --하다 nói, nhận xét. @남아 일언은 중천금이다 *lời nói danh dự có giá trị như một giao kèo.*

일언이폐지 một câu có thể bao hàm toàn bộ.

일언 일행 lời nói và việc làm.

일없다 không muốn, không cần đến. @그런 것은 일없다 *tôi không muốn sự việc như vậy*.

일엽 편주 chiếc tàu nhỏ.

일요일 ngày chủ nhật. @다음 일요일에 chủ nhật tới. *--판 loại sách xuất bản ngày chủ nhật.

일용 sự sử dụng hàng ngày. *--기구 đồ dùng hàng ngày. --품 sự cần thiết hàng ngày.

일원 [일대] cả một vùng, vùng lân cận. @그 근처 일원 cả vùng lân cận.

일원 @일원적 đơn nhất, nhất thể. *--론 nhất nguyên luận. --화 sự hợp nhất, sự thống nhất.

일원 thành viên, hội viên.

일원제 hệ thống độc viện (chỉ có một viện lập pháp).

일월 tháng giêng, tháng một.

일월 nhật nguyệt; mặt trời và mặt trăng.

일위 [첫째] chỗ hạng nhất, hàng đầu tiên. @일위를 차지하다 giành chỗ tốt nhất.

일으키다 (1) [세우다] lôi lên, kéo lên, đưa lên, đem lên, mang lên. @몸을 일으키다 lôi lên, đưa lên // 아이를 일으켜 주다 giữ cho trẻ tập đi. (2) [깨우다] bắt đầu biết đến điều gì, nhận ra điều gì, đánh thức. (3) [창시] bắt đầu, mở đầu, khởi đầu, phát động. @사업을 일으키다 đẩy mạnh việc kinh doanh // 운동을 일으키다 bắt đầu hoạt động. (4) [야기] tạo nên, gây nên, làm ra, gây hứng. @전쟁을 일으키다 gây ra chiến tranh. (5) [불을] khơi, gợi, gây ra, nhóm lên. (6) [번영] @나라를 크게 일으키다 đem lại sự thịnh vượng lớn cho đất nước. (7) [발생] phát ra, sản sinh ra.

일의 대수 một eo biển hẹp.

일익 một vai tuồng (vai trò) @일익을 담당하다 đóng một vai.

일익 hàng ngày, ngày này sang ngày nọ.

일인 một người. *--독재 chế độ độc tài do một người điều khiển. --분 khẩu phần thức ăn cho một người (식사의). --이역 vai kép. --자 số một, một chuyên gia nổi tiếng.

일인 một người Nhật (단수 số ít); dân Nhật (복수 số nhiều).

일인당 theo mỗi người, theo đầu người. @일인당 백원 mỗi người một trăm *Won*.

일일 (một) ngày, ngày đầu (tháng).

일일이 [하나씩] lần lượt từng người một, từng cái một; [상세히] tường tận, tỉ mỉ; [모두] mọi vật, mọi thứ. @일일히 보고하다 báo cáo đầy đủ.

일임 --하다 bỏ mặc cho ai, trao phó cho ai (việc gì).

일자 [날짜] ngày tháng; [날수]; số ngày. *--변경선 múi giờ.

일자리 vị trí, thế, việc làm. @일자리를 찾다 tìm việc làm.

일자 무식 sự ngu dốt, sự mù chữ, sự thất học. *--군 một người mù chữ.

일잠 @일잠 자다 đi ngủ sớm.

일장 một pha hành động, một cảnh tượng. *--춘몽 giấc mơ xuân.

일장 일단 có cả ưu lẫn khuyết điểm.

일전 ngày kia, cách vài ngày trước.

일전 trận đánh, cuộc chiến đấu.

일절 tất cả, toàn bộ, hoàn toàn, trọn vẹn. @일절...하지 않다 không bao giờ, chẳng bao giờ, còn lâu, không sao // 외상은 일절 사절함 khẳng định không có tiếng tăm // *chúng tôi chẳng hề thích danh vọng*.

일점홍 => 홍일점.

일정 thời biểu mỗi ngày; [의사] chương trình nghị sự. @일정을 변경하다 *thay đổi thời biểu hàng ngày.*

일정 --하다 được đặt để, được bố trí. @일정한 수입 thu nhập trong biên chế.

일제 @일제히 chung, cả thảy (다같이); cùng một lúc (동시에); theo sự đồng thời, cùng một lúc (이구동성으로). *--검거 cuộc chạy vòng quanh để dồn súc vật.

일조 @일조에 trong một ngày. *--일석 buổi sáng hoặc buổi chiều.

일조권 [법 pháp lý] quyền lợi rõ ràng.

일족 [친족] người bà con; [가족] cả gia đình.

일종 thứ, loại, hạng. @일종의 (thuộc) loại, hạng.

일주 cuộc kinh lý, cuộc đi dạo. --하다 đi kinh lý, đi loanh quanh, đi chung quanh. @세계를 일주하다 *đi vòng quanh thế giới.* *--기 [천문 thiên văn học] chu kỳ. --년 ngày kỹ niệm đầu tiên. --여행 khứ hồi.

일주 (1) => 일주. (2) [일주일] tuần lễ. @일주 일회(의) mỗi tuần một lần. *--5 일제 làm việc 5 ngày một tuần.

일주기 lần giỗ đầu.

일지 lịch ghi nhớ, sổ nhật ký => 일기.

일직 phiên trực ban ngày. --하다 trực ban ngày. *--장교 sĩ quan trực nhật.

일직선 đường thẳng. @ 일직선으로 thẳng.

일진 vận may trong ngày (운수). @일진이 사납다 *hôm nay không phải là một ngày may mắn với tôi.*

일진 [진지] trại lính; [한바탕의] cơn gió mạnh. *--광풍 cơn gió mạnh dữ dội.

일진 월보 sự phát triển đều đặn. --하다 phát triển nhanh chóng.

일진 일퇴 nước triều xuống và nước triều lên. --하다 lên và xuống, tiến tới và rút lui. @일진 일퇴의 bấp bênh, thay đổi luôn.

일찌감치 hơi sớm. @일찌감치 떠나다 khởi hành sớm // 일찌감치 저녁을 먹다 ăn tối sớm.

일찌거니 khá sớm. @일찌거니 떠나다 khởi hành hơi sớm hơn.

일찌기 (1) sớm. @일찌기 일어나다 thức dậy sớm. (2) [전에] sớm hơn, trước kia, xưa kia, xưa kia, trước đây. @이런 일은 일찌기 들어본 일이 없다 *tôi chưa từng nghe một việc như thế.*

일찍 sớm => 일찍기. @좀 일찍 sớm hơn một chút // 기차가 10 분 일찍도 착했다 *xe lửa đã đến sớm mười phút.*

일차 một lần, lần đầu tiên; [수학 toán học] tuyến. @일차의 nguyên thủy, đầu tiên. *--방정식 phương trình bậc nhất.

일차 [항해] giá mỗi ngày.

일차원 @일차원의 hời hợt.

일착 (1) [경주의 chạy đua] người mới đến. --하다 về thứ nhất. (2) [옷의] bộ trang phục, quần áo.

일책 kế hoạch, dự định, ý định.

일처 다부 chế độ đa phu.

일천 --하다 không tồn tại lâu.

일체 một vật thể, một thân thể. @일체가 되어 trong vật thể, trong con người. *--화 sự thống nhất, sự hợp nhất.

일체 tất cả, hết thảy, mọi thứ; [부사적] toàn vẹn, trọn vẹn, hoàn toàn, đầy đủ. @일체의 비용 toàn bộ chi phí // 일체의 관계를 끊다 tuyệt giao với.

일촉 즉발 hoàn cảnh nguy hiểm, tình thế khó khăn.

일축 --하다 [걷어차다 đá mạnh] đá hậu; [거절] gạt bỏ, bác bỏ, từ chối, khước từ, cự tuyệt; [이기다] đánh bại (thắng) dễ dàng.

일출 lúc mặt trời mọc, bình minh.

일취 월장 --하다 tiến bộ nhanh. @일취 월장의 cải cách nhanh chóng.

일층 (1) [건물의] một tầng, tầng dưới. (2) [더욱] hơn, nhiều hơn, càng.

일치 sự đồng ý, sự chấp thuận; [조화] sự hòa thuận; [통일] sự đoàn kết, sự thống nhất; [부합] sự phù hợp, sự tương xứng; [협력] sự hợp tác, sự cộng tác; [문법 văn phạm] [수·성·인칭] sự hòa hợp; [시제의] sự phối hợp. --하다 nhất trí, chấp thuận, hợp với, phù hợp với, thích hợp. @의견의 일치 sự nhất trí ý kiến // 일치된 sự nhất trí, sự đồng lòng // 일치하여 cùng chung sức, kết hợp, đoàn kết lại // 동의를 만장 일치로 가결하다 *đưa ra một kiến nghị không cùng quan điểm.* *--단결 sự thống nhất, tính thống nhất. --점 điểm hội nghị. --협력 các nổ lực liên kết.

일컫다 (1) coi là, cho là, gọi là. @스스로 대학자라고 일컫다 *tự coi mình như là một đại học giả.* (2) [칭찬] khen ngợi, tán dương, tán tụng.

일탈 sự bỏ sót, sự bỏ quên. --하다 bỏ quên,bỏ sót, sai đường, lạc đường.

일터 nơi làm việc.

일파 [유파] phái, môn phái; [파당] đảng; [종파] giáo phái.

일패 sự bại trận từng người một. *--도지 sự bại trận hoàn toàn.

일편 một tí, một chút. *--단심 sự thật thà, tấm lòng chân thật.

일편 một bản, một bài. @일편의 시 một bài thơ.

일평생 cả cuộc đời; [부사적] suốt cả cuộc đời. @연구에 일평생을 바치다 hiến đời mình cho // 일평생 독신으로 지내다 *cả đời vẫn cô độc.*

일폭 cuộn giấy. @동양화 일폭 một bức họa phương đông.

일표 lá phiếu. @1 인일표주의 nguyên tắc mỗi người một phiếu.

일품 vật phẩm, hàng hóa; [한개] một vật mẫu; [요리] món ăn (đưa lần lượt). *--요리 buổi tiệc đưa lần lượt; 천하--hàng chất lượng tuyệt hảo.

일품 hàng xuất sắc.

일필 휘지 --하다 viết bằng nét bút lông.

일하다 làm việc, lao động; [근무] được dùng, được thuê. @먹고 살기 위해 일하다 *làm việc kiếm sống* // 지나치게 일하다 *làm việc quá sức* // 너무 일해서 병나다 *bệnh do làm việc quá sức* // 열심히 일하다 *lao động cực nhọc.*

일한 ngày tháng, thời giờ đã định.

일할 mười phần trăm.

일행 (1) [동아리 nhóm] đoàn, toán, đội; đoàn tùy tùng [수행원 người hầu]; thành viên của một gánh hát (흥행단). @수상 일행 thủ tướng và đoàn tùy tùng của ngài // 일행의 사람들 các đảng viên, đội viên. (2) [한줄] hàng, dây; một dòng thơ (시의). @일행 띄어서 쓰다 ghi chú từng dòng.

일혈 *뇌-- chứng xuất huyết não.

일호 số một.

일화 chuyện vặt. *--집 giai thoại.

일확 천금 --하다 trúng một vố lớn, làm giàu nhanh.

일환 mắt xích, mối liên lạc. @계획의 일환을 이루다 *tạo một mối liên hệ trong công việc.*

일회 một lần, một lượt, một phen, một ván, một hiệp, một trận, một đợt. @일주에 일회 mỗi tuần một lần. *--분 một liều dùng. --진 ván đầu tiên.

일훈 quầng mặt trời.

일흔 số bảy mươi.

일희 일비 --하다 vui buồn lẫn lộn, lúc vui lúc buồn.

읽다 đọc; đọc kỹ (정독); [암송] đọc thuộc lòng. @읽기 sự đọc // 읽고 쓰기 việc đọc và viết // 읽기 쉬운 dễ đọc // 소리 내어 읽다 đọc to // 읽어 주다 đọc lên (cho ai nghe) // 신문에서 읽다 *biết được qua báo chí* // 이 책을 다 읽었다 *vừa ý với quyển sách này.*

읽히다 đưa cho ai đọc, bắt ai phải đọc, ép đọc. @널리 읽히는 책 một quyển sách được đọc rộng rãi.

잃다 mất, thiếu thốn (빼기다). @잃어버린 물건 hàng hóa thiếu // 기회를 잃다 để lỡ một cơ hội // 희망을 잃다 mất hy vọng // 길을 잃다 bị mất, lạc đường, lạc lối // 아버지를 잃다 bị mồ côi cha // 집을 잃다 được thoát khỏi cảnh vô gia cư.

임 người yêu (của ai).

임간 trong rừng sâu. *--학교 lớp học ngoài trời.

임검 sự thanh tra chính thức; [급습] cuộc vây bắt, cuộc bố ráp bất ngờ; sự xông vào tấn công (배의 về hàng hải). –하다 @현장을 임검하다 *tiến hành điều tra chính thức một dấu vết khả nghi.*

임계 sự phê bình, sự chỉ trích, lời phê phán. *--각 khía cạnh phê bình, chỉ trích.

임관 sự bổ nhiệm chức vụ; sự ủy nhiệm (장교의). --하다 bổ nhiệm chức vụ, được đặt vào, được ủy nhiệm. @임관되다 được chỉ định // 소위로 임관하다 *được phong cấp trung úy.*

임균 cầu khuẩn (vi trùng).

임금 tiền lương, tiền công. @하루 500 원의 임금으로 일하다 làm việc ăn lương 500 *won* một ngày. *--노동자 người làm công ăn lương. --슬라이드제 hệ thống lương theo thang đối chiếu. --인상 sự tăng lương. --지수 bảng liệt kê tiền lương. --통제 qui định về tiền lương. 기본-- tiền lương căn bản. 기준-- lương chuẩn, lương căn bản. 명목-- lương thấp, lương ít. 최고(최저,생활) -- lương tối đa. 최저--제 hệ thống lương tối thiểu theo luật định.

임기 nhiệm kỳ, thời gian tại chức; nhiệm kỳ của hội viên (의원의). @임기중 suốt nhiệm kỳ // 임기를 마치다 kết thúc một nhiệm kỳ. *--만료 sự hoàn thành một nhiệm kỳ.

임기 응변 sự thích nghi với hoàn cảnh. --하다 hành động theo hoàn cảnh, tự thích nghi với hoàn cảnh. @임기 응변의 tùy ứng // 임기 응변으로 ứng khẩu, ngẫu hứng.

임대 hợp đồng cho thuê (부동산의 về bất động sản); tài sản (nhà, căn hộ) cho thuê (기구 따위의); sự cho thuê, cho mướn (물품의); sự thuê tàu (배의); khu đất được cắm để chuẩn bị xây dựng (부동산의). --하다 cho thuê, cho mướn, định vị (토지·가옥 따위를), thuê tàu. *--가격 giá cho thuê. --계약 sự hợp đồng cho thuê.

임립 --하다 đặt sát nhau, tua tủa, lởm chởm.

임면 sự triệu tập và giải tán. *권— quyền bổ nhiệm và sa thải.

임명 sự bổ nhiệm, quyền đề cử; sự ủy nhiệm (무관의) 하다 bổ nhiệm (ai) làm, đề cử (tên vào một chức vụ). @그는 외무부 장관으로 임명되었다 *ông ấy được bổ nhiệm làm ngoại trưởng.* *--권 người có quyền chỉ định.

임무 chức vụ, nhiệm vụ, sứ mệnh (사명). @중요 임무 nhiệm vụ quan trọng // 특별 임무를 띠고 chức vụ đặc biệt // 임무를 수행하다 hoàn thành nhiệm vụ.

임박 sự đến gần, sự lại gần, sự sắp xảy đến. --하다 kéo lại gần, đến gần, sắp xảy đến. @눈앞에 임박한 위험 mối nguy hiểm cận kề // 기한이 임박했다 đến giờ rồi.

임부 người đàn bà mang thai (초산의).

임산물 lâm sản, các sản phẩm rừng.

임산부 những phụ nữ có thai và các bà mẹ đang nuôi con.

임상 [의학 y học] phòng khám chữa bệnh. @임상의 ở phòng khám bệnh // 임상적으로 về phương diện lâm sàng.

임석 số người dự, số người có mặt. @임석하에 việc theo hầu ai. *--경관 sự hiện diện của cảnh sát.

임시 @임시의 tạm thời, nhất thời, phụ, thêm,riêng, đặc biệt // 임시의 일 công việc tạm. *--고용인 người lao động tạm thời, người làm thêm. --국회 buổi họp thêm của quốc hội. --수당 tiền trợ cấp đặc biệt. --수입(지출) thu nhập đặc biệt (sự chi tiêu). --시험 kỳ thi đặc biệt. --열차 chuyến xe lửa đặc biệt. –예산 kho tạm, kho chứa hàng tạm thời. --정부 chính phủ lâm thời.

임시 변통 cái dùng tạm thời. --하다 dùng tạm, tùy cơ ứng biến. @임시 변통의 tạm thời, nhất thời, không chuẩn bị trước.

임신 sự có thai. --하다 có thai, có bầu. @임신중에 suốt thời gian mang thai, suốt thời kỳ có bầu // 임신 5 개월이다 *cô ấy có thai năm tháng.*

임야 miền rừng.

임어 --하다 đi thăm viếng.

임업 lâm học, miền rừng.

임용 sự bổ nhiệm, sự thuê người làm công. --하다 bổ nhiệm, bố trí, thuê.

임원 công chức, viên chức, giới chức (총칭 nói chung). *--석 một chân công chức.--선거 cuộc tuyển chọn công chức.

임의 sự chọn lựa. @임의의 chọn tự do, tự ý chọn // 임의의 3 각형 mọi góc cạnh // 임의로 theo ý muốn, tùy ý, tùy thích.

임자 [소유자] người chủ, chủ nhân; [경영자] người sở hữu, sở hữu chủ. @임자 없는 vô chủ, không thuộc về ai // 임자 없는 집 ngôi nhà hoang.

임전 --하다 rơi vào cuộc chiến. *--태세 chuẩn bị một hành động.

임정 => 임시 정부. *--요인 các nhân vật then chốt của chánh quyền lâm thời.

임종 (1) lúc chết, lúc lâm chung. @임종의 말 lời trối trăng. (2) [부모의] --하다 *có mặt lúc cha mẹ lâm chung.* @아버지가 돌아가실 때 임종 못한 것이 원통하다 *tôi ân hận đã không có mặt lúc cha mất.*

임지 vị trí công tác, nơi được bổ nhiệm. @임지로 향하다 *tiếp tục một nhiệm vụ mới.*

임질 [의학 y học] bệnh lậu. @임질에 걸리다 đau khổ vì bệnh lậu.

임차 sự cho thuê. --하다 cho thuê. *--권 quyền cho thuê. --료 sự thuê mướn.

임치 tiền gửi. --하다 gửi tiền vào ngân hàng. *--자 người gửi tiền ở ngân hàng.

임파 [해부 giải phẫu] bạch huyết. @임파의 (thuộc)bạch huyết. *--과 hạch bạch huyết. --선 tuyến bạch huyết.

임하다 (1) [면하다] đương đầu, đối diện, chú ý. @바다에 임해 있다 nhìn ra biển. (2) [당면하다] đối diện, đối mặt, giáp mặt, chạm trán. @죽음에 임하여 vào lúc lâm chung.

임학 lâm học.

임해 bờ biển. *--공업지대 khu công nghiệp miền duyên hải.

입 (1) mồm, miệng, môi (입술); [해부 giải phẫu] miệng, lổ. @한입에 một ngụm // 입을 벌리고 há hốc mồm vì kinh ngạc // 입을 벌리다(다물다) há miệng ra. (2) [말씨·말투] ngôn từ, lời nói. @입에 담을 수 없는 không nên nói đến // 입을 모아 cùng nói, giọng đồng thanh // 입 밖에 내다 vạch trần, phơi bày, tiết lộ // 입이 가볍다 lắm mồm, ba hoa // 입에 오르내리다 được nói về, được đề cập đến, được bàn đến. (3) [식구 con cái] người được bảo hộ. (4) [미각 khẩu vị] vị giác. @입에 맞다 hợp với khẩu vị. (5) [부리] cái mỏ chim.

입가 @입가에 미소를 띠우고 với một nụ cười trên môi.

입가심 --하다 mất đi dư vị. @입가심으로 làm mất hết dư vị.

입각 sự tham gia vào nội các. --하다 gia nhập vào nội các.

입각 --하다 được đặt trên nền móng. @사실에 입각하다 được dựa trên cơ sở thực tế.

입감 sự bỏ tù, sự giam giữ. @입감중이다 giam vào nhà tù.

입거 --하다 đưa tàu vào bến. *--료 thuế biển.

입건 --하다 ghi địa chỉ trên vật chuyên chở.

입경 --하다 đến thủ đô.

입고 [상품의] sự xếp hàng vào kho; [차의] sự đưa hàng vào kho bằng xe. --하다 chất vào kho; [차의] đưa vào kho bằng xe chở hàng.

입관 --하다 quan tài. *--식 liệm xác.

입구 lối vào, cổng. @동굴 입구 lối vào một hang động.

입국 cổng biên giới. --하다 nhập cảnh. *--수속 thủ tục nhập cảnh. --허가 giấy phép nhập cảnh.

입궐 --하다 đi tham quan cung điện.

입금 [수령금] sự nhận, sự ký nhận tiền, sự nhận đủ số tiền; [내금] tiền trả góp. --하다 nhận, ký nhận. *--전표 giấy ký nhận.

입길 chuyện tầm phào. @입길에 오르내리다 bị đàm tiếu.

입김 hơi thở. @입김을 불다 thổi vào.

입납 [편지의] làm ơn chuyển giúp. @김씨댁 입납 gửi cho ông *Kim.*

입다 (1) [옷을] mặc vào, mặc vội áo vào; [입고 있다] mang, đeo, mặc, để, đội, có mặc, có đội. @제복을 입은 사람 người mặc đồng phục // 옷을 입은 채 자다 *để nguyên quần áo mà ngủ (không thay đồ ngủ)* // 새 옷을 입어 보다 *mặc thử quần áo mới.* (2) [은혜를] mang ơn, hàm ơn, đợi ơn; [손해를] chịu, bị, trải qua. @은혜를 입다 nhận ân huệ // 피해를 입다 chịu mất. (3) [상을 입다] để tang cho, chịu tang.

입담 tính chất lưu loát, tính chất trôi chảy, tài hùng biện. @입담이 좋다 trôi chảy, lưu loát, hùng biện.

입당 sự gia nhập đảng. --하다 tham gia đảng chính trị.

입대 sự tuyển quân, sự tòng quân. --하다 tòng quân.

입덧나다 không còn thèm ăn.

입도 선매 sự bán vụ lúa trước mùa gặt. --하다 bán lúa trước mùa gặt.

입동 bắt đầu mùa đông.

입뜨다 trầm lặng, ít nói. @입뜬 사람 một người ít nói.

입론 --하다 tranh cãi, tranh luận.

입맛 vị giác, sự ngon miệng. @입맛이 있다(없다) ăn ngon miệng // 입맛을 잃다 mất khẩu vị.

입맛다시다 liếm môi; [못마땅해] chắc lưỡi.

입맛쓰다 nếm mùi cay đắng, cảm thấy chua xót.

입맞추다 hôn, cho ai 1 cái hôn. @뺨에 입맞추다 hôn lên má ai.

입매 (1) [음식] --하다 gắp một miếng thức ăn. (2) [눈가림] giả vờ làm một công việc.

입멸 sự bước vào cõi niết bàn. --하다 vào cõi niết bàn, chết.

입목 cây đứng yên.

입문 (1) [제자가 됨] --하다 vào học trường tư. (2) [책 sách] sách giáo khoa, bài học, lời mở đầu. *문학-- lời giới thiệu cho việc nghiên cứu văn chương.

입바르다 thẳng thắn, nói thẳng tới mức khiếm nhã,trung thực. @입바른 소리를 하다 nói một cách thẳng thắn.

입밖 @입밖에 내지 않다 giữ, giữ gìn, giấu, giữ riêng.

입방 [수학 toán học] hình lập phương, hình khối. @ 6 미터 입방 sáu mét khối. *--근 căn bậc ba. --미터 thước khối. --체 khối, có ba chiều.

입방아찧다 đay nghiến, chì chiết, phê phán một cách gay gắt.

입버릇 cách ăn nói, thói quen hay nói. @ 입버릇 처럼 말하다 nói hoài, nói dai, có thói quen nói, có tật hay nói.

입법 pháp luật, pháp chế. @입법의 làm luật, lập pháp. *--권 quyền lập pháp. --부 cơ quan lập pháp. --자 người làm luật.

입사 --하다 gia nhập vào công ty. *--시험 thi tuyển vào công ty.

입사 [물리 vật lý] sự rơi, sự tới => 투사. @입사의 tới. *--각 góc tới.

입사 --하다 nạm vàng nạm bạc.

입산 --하다 [산에] đi vào vùng núi; [절에] được thụ phong linh mục, trở thành nhà sư.

입상 --하다 đoạt giải. @일등으로 입상하다 đoạt giải nhất. *--자 người thắng giải.

입상 bức tượng đứng.

입선 --하다 đã được thừa nhận, dành riêng. @그의 그림이 국전에 입선했다 *bức tranh của ông ấy đã được công nhận ở cuộc triển lãm nghệ thuật quốc gia năm nay.* *--소설 quyển tiểu thuyết đoạt giải. --자 người đoạt giải. –작 tác phẩm đoạt giải.

입성 [옷] quần áo; [총칭] y phục.

입성 --하다 tiến vào tòa lâu đài. *--식 sự đi vào chính thức (chiến thắng).

입소 tiền vào cửa, tiền nhập học, tiền gia

ㅇ

nhập; [교도소에] sự bỏ tù, sự tống giam. --하다 nhập học, bị bỏ tù, bị tống giam.

입수 --하다 nhận được, đạt được, giành được, thu được, kiếm được. @입수되다 kiếm được, thu được.

입술 môi. @윗(아랫)입술 môi trên // 입술을 깨물다 cắn môi.

입시 @입시 준비를 하다 chuẩn bị cho kỳ thi nhậm chức.

입신 --하다 thành đạt. *--양명 sự thành đạt và nổi tiếng. --출세 sự thành công trong cuộc đời.

입심 @입심이 좋다 nói khoác lác, nói ba hoa.

입씨름 sự tranh cãi, sự tranh luận. --하다 tranh luận, tranh cãi.

입씻기다 trả tiền đấm mõm, đưa tiền hối lộ (để im việc gì đi).

입씻이 (1) [입씻기는] tiền đấm mõm, tiền hối lộ, tiền đút lót. (2) => 입가심.

입아귀 khóe môi, góc miệng.

입안 việc dự thảo, việc biên soạn, việc phác thảo. --하다 đặt kế hoạch, phác thảo, phác họa, dự thảo, vẽ ra. *--자 người lập kế hoạch, người vẽ bản thiết kế.

입양 sự nhận làm con nuôi. --하다 nhận làm con nuôi.

입어 *--권 quyền được câu cá ở ao hồ người khác. --료 tiền phải trả cho việc đánh bắt cá trên ao hồ người khác.

입영 sự tuyển quân, sự tòng quân, sự kết nạp. --하다 tham gia vào quân đội.

입욕 sự tắm rửa. --하다 tắm rửa.

입원@입원중이다 đang nằm bệnh viện. *--환자 một bệnh nhân nội trú.

입자 [물리 vật lý] hạt, phần tử.

입장 sự nhận vào, sự cho vào, sự thu nạp. --하다 thu nạp, cho vào, nhận vào. @입장을 허락하다 thu nạp ai // 무용자입장금지 không phận sự miễn vào. *--권 vé vào cửa; [역의] vé vào sân ga. --권 판매소 phòng bán vé. --료 lệ phí vào cửa. @입장료를 내다(받다) trả tiền vào cửa. --무료 vào cửa miễn phí. --식 nghi lễ nhậm chức.

입장 tình thế, hoàn cảnh; [견지] quan điểm, lập trường. @괴로운 입장에 있다 ở trong tình thế khó khăn // 입장을 밝히다 xác định rõ vị trí của ai.

입전 sự nhận một bức điện tín. @워싱턴으로 부터의 입전에 의하면 theo một bức điện từ *Washington*.

입주 --하다 dọn nhà (đến chỗ ở mới).

입증 sự chứng minh, sự kiểm chứng. --하다 chứng minh, kiểm chứng, xác minh. @유죄를 입증하다 chứng minh có tội // 무죄를 입증하다 chứng minh sự vô tội của ai.

입지 vị trí, địa thế. @입지조건이 좋다 có vị trí thuận lợi.

입짧다 ăn hơi ngon miệng.

입찰 sự bỏ thầu. --하다 bỏ thầu, tìm cách để đạt được. @입찰에 부치다 bỏ thầu để bán cái gì. *--가격 giá bỏ thầu. --보증금 sự bảo đảm cho việc đấu thầu. --일 ngày đấu thầu. --자 người bỏ thầu. 경쟁(일반) -- sự bỏ thầu công khai. 지명-- sự bỏ thầu riêng.

입천장 vòm miệng. @입천장의 (thuộc) vòm miệng.

입체 vật rắn, chất rắn (vật thể). @입체의 có hình khối, có hình lập phương // 입체적으로 ba chiều (dài, rộng, và cao). *--기하학 hình khối. --영화 phim hình ảnh ba chiều. --음향 âm thanh nổi. --파

[미술 mỹ thuật] xu hướng lập thể, họa sĩ lập thể (사람).

입초 phiên gác, phiên trực, ca gác. @입초서다 đứng gác. *--병 lính gác.

입초 hàng nhập khẩu quá mức.

입추 sự bắt đầu của mùa thu, sự vào thu.

입추 @입추의 여지도 없다 đầy ắp.

입춘 sự bắt đầu của mùa xuân.

입하 sự bắt đầu của mùa hè.

입하 chuyến hàng mới đến.

입학 sự nhập học. --하다 nhập học. *--금 lệ phí nhập học. --기 thời gian nhập học. --시험 문제 kỳ thi kiểm tra trước khi nhập học. --식 thủ tục nhập học.

입항 sự vào cảng, sự cho tàu vào bến cảng. --하다 vào bến cảng. @입항 중이다 ở bến cảng // 부산에 입항하다 vào cảng *Busan*.

입헌 chủ nghĩa hợp hiến. @입헌적인 đúng với hiến pháp. *--국 một nước theo chính thể lập hiến. --군주 정체 chế độ quân chủ lập hiến. --주의 chủ nghĩa hợp hiến.

입회 sự gia nhập, sự tham dự, sự tham gia, sự hòa nhập. --하다 gia nhập; hòa nhập, giao thiệp với, kết giao với. @입회를 허락하다 kết nạp hội viên.

입회 sự dự, sự có mặt, sự tham dự; [거래소의] buổi họp, phiên họp, kỳ họp. @증인 입회하에 sự có mặt của nhân chứng. *--경관 sự đang có mặt của nhân viên cảnh sát. --인 nhân chứng (증인); người được chỉ định để kiểm phiếu (개표의 về sự kiểm phiếu).

입후보 sự ứng cử, sự ra tranh cử. --하다 tham gia với tư cách là một ứng cử viên, ứng cử. @국회의원으로 입후보하다 ứng cử vào quốc hội. *--자 ứng cử viên.

입히다 (1) [옷을] mặc quần áo cho. @어린이에게 옷을 입하다 mặc quần áo cho em bé. (2) [도금] tráng kim loại. @주석을 입히다 mạ thiếc. (3) [씌우다] che phủ, bao, trùm, bọc; dán lớp gỗ tốt bên ngoài (베니아판을); phủ, tẩm, bọc, tráng (당의를 sự bọc đường). @사탕을 입힌 bọc đường. (4) [손해 따위] nện, giáng, gây ra. @손해를 입히다 gây thiệt hại cho ai.

잇다 [1] [지붕을] mái nhà, nóc nhà; mái che (이엉으로); ván lợp, ván ốp (널빤지로); ngói, đá lát (기와로); ngói đen, ngói acđoa (슬레이트로).

잇다 [2] (1) [접속] kết hợp, liên hợp lại, nối lại, ghép lại, ráp vào nhau. @두 개를 잇다 nối hai vật lại với nhau. (2) [계속] tiếp tục, làm tiếp, tiếp theo; [계승] kế nghiệp, kế vị, thừa hưởng, thừa kế; [유지] giữ gìn, bảo quản, bảo tồn, bảo dưỡng. @이어서 liên tục, kế tiếp, lần lượt, nối tiếp.

잇달다 tiếp tục, tiếp diễn, giữ, duy trì, cứ để. @잇달아서 sự liên tục, sự không ngớt, sự nối tiếp nhau // 10 시간 잇달아 sự chạy suốt mười giờ liên tục.

잇닿다 không dứt, không ngừng, được nối tiếp nhau.@거실은 침실에 있닿아 있다 *phòng khách thông với phòng ngủ.*

잇몸 lợi, chân răng. @잇몸을 드러내고 웃다 *nhăn răng ra cười.*

잇솔 bàn chải đánh răng.

있다 (1) [존재하다] có, hiện có. @산 위에 집이 있다 *có một căn nhà trên đồi.* (2) [머무르다] ở lại, lưu lại, vẫn. @있다가 một lát sau // 너 여기 있거라 *bạn cứ lưu lại đây* // 좀 더 있거라 ở lại hơi lâu. (3) [위치하다] [산·건물이]

đứng; [도시· 나라가] được coi là hợp pháp; [길·강이] ở, được đặt vào, nằm ở. @중국은 한국 서쪽에 있다 *Trung Quốc nằm ở phía tây Hàn Quốc.* (4) [...에] ở tại, ở chỗ. @행복은 자기 본분을 다하는 데 있다 *hạnh phúc là ở sự cố gắng hoàn thành nhiệm vụ.* (5) [소유하다] có, chiếm hữu, của mình; [부여되다] đáng nguyền rủa(좋은것을); đáng ghét, ghê tởm(나쁜 것을). @아들이 둘 있다 có hai con trai. (6) [팔다 bán] có dự trữ để bán, có thường xuyên để bán. @(이 가게에) 비누 있읍니까 *có bán xà phòng không*? (7) [거행되다] được cử hành, được tổ chức; tụ họp(회의가). @다음 회의는 언제 있느냐 *khi nào tổ chức buổi họp tới?* (8) [발견되다] được nhận, kiếm được, có được. @이 잡지라면 어디든지 있다 *bạn có thể kiếm được tạp chí này ở bất cứ cửa hàng nào.* (9) [발생하다] có, xảy ra, xuất hiện, tìm thấy, nảy sinh ra. @무슨 일이 있든지 không có gì xảy ra. (10) [경험하다] kinh nghiệm. @거기에 한 번 간 일이 있다 *trước kia tôi đã ở đây.* (11) [포함되다] chứa đựng, bao gồm, bao hàm, mang, cầm, vác. @과목중에 프랑스어가 있다 *tiếng Pháp có trong chương trình giảng dạy.* (12) [부속] gắn vào, dán vào; [설비가] được trang bị. (13) [재산] giàu có. @있는 사람 một người phong lưu, sung túc. (14) [동작의 계속] đang; [상태의 존속] còn lại, có, tồn tại, ở. @그는 독서하고 있다 *anh ấy đang đọc.* (15) [상태] giữ lại, ở vào tình trạng, vẫn. @서있다 giữ chỗ // 독신으로 있다 *vẫn độc thân.*

잉꼬 [새 chim] con vẹt đuôi dài.

잉글랜드 (*England*) nước Anh.

잉어 con cá chép.

잉여 số dư, số thừa, số dự trữ. *--가치 giá trị thặng dư. --농산물 số thặng dư nông sản.

잉크 mực. @잉크병 một lọ mực // 잉크스탠드 cái giá để bút mực.

잉태 sự thụ thai. --하다 thụ thai.

잊다 (1) [망각] quên, hay quên; [사물이 주어] quên, không nhớ. @잊을 수 없는 날 không bao giờ quên ngày hôm nay // 잊지말고 không quên. (2) [단념] không nhớ, không muốn nhớ, không nghĩ tới. @나는 그녀를 잊을수 없었다 *tôi không thể quên cô ấy được.* (3) [놓고 오다] bỏ quên, để lại. @가지고 오는 것을 잊다 quên mang theo cái gì.

잊히다 không còn nhớ. @잊히지 않는 일 một sự kiện không thể nào quên được.

잎 lá cây (풀의); lá kim (lá thông, lá tùng) (침엽); tán lá, bộ lá (집합적); bộ lá (집합적). @잎이 없는 không có lá, trụi lá.

잎사귀 lá non.

잎파랑이 [식물 thực vật] chất diệp lục, diệp lục tố.

ㅈ

자[1] (1) [단위] đơn vị đo chiều dài của Hàn·quốc, (1 자= 0.33m). (2) [도구] cây thước kẻ, thước đo góc. @자로 재다 đo bằng thước. *삼각—1 bộ thước tam giác, thước đo góc vuông. 만곡(원형) -- thước cong, thước đo độ. 평행— thước kẻ đường song song. 티이-- cái ê-ke, thước vuông góc.

자[2] [감탄사] đây!, lại đây!, đây này! @ 자 한잔 들게 vô đây! có chầu nhậu đây // 자 네게 선물이다 đây, quà của bạn đây.

-자 (1) [하자 마자] ngay khi, khi, lúc, hồi. @그녀는 나를 보자 울음보를 터뜨렸다 khi gặp tôi, cô ấy òa lên khóc; (2) để, để cho, cho phép, hãy. @ 가자 chúng ta hãy đi, để chúng tôi đi!

자 [십이지의] biểu tượng con chuột. *--년 năm Tý (năm con chuột).

자 [근자]chữ cái, mẫu tự, nét chữ, chữ, chữ viết tượng hình (như chữ Hán). (2) [이름의 tên]bí danh, bút danh, biệt hiệu.

자 [사람 người] thằng cha, gã, anh chàng. 박 이란자 anh chàng (cótên là) Park nào đó.

자 từ. @자 오전 10 시 오후 3 시 từ 10 giờ sáng đến 3 giờ chiều.

자가 [집] nhà (gia đình) riêng của người nào; [자기] tự, bản thân. *--당착 tự mâu thuẫn.

자가용 [자가용차] xe (ô-tô) riêng; xe hơi riêng. @자가용차를 자기가 운전하는 사람 người có xe riêng, người chủ xe.

자각 sự hiểu biết, tự ý thức, nhận thức. –하다 ý thức rõ, nhận thức rõ, tự hiểu. *--증상 một triệu chứng (nhận thức) chủ quan.

자간 [의학 y học] chứng động kinh.

자갈 sỏi, đá cuội, đá ba-lát (*ballast*), đá dăm nện. @길에 자갈을 깔다 rải sỏi lên đường. *--길 con đường rải sỏi (đá cuội).

자갈색 màu hơi đỏ nâu.

자개 xà cừ (mẹ đẻ của ngọc trai). @자개를 받다 khảm xa cừ. *--그릇 đồ khảm xa cừ.

자객 kẻ ám sát, sát thủ.

자격 phẩm chất; [능력] năng lực, khả năng; [회원의] tính thích hợp, tính đủ tư cách. @개인자격으로 riêng cá nhân tôi, với tư cách cá nhân tôi // ... 의 자격으로 theo khả năng của..., với tư cách của... // 자격이 있다 đủ khả năng (để..) // 자격이 없다 không đủ khả năng (để..), không đủ tư cách, không đủ trình độ (để..) –증 chứng chỉ năng lực. 입학-- điều kiện cần thiết để gia nhập. 입회 tư cách hội viên. –자 người bị loại (không đủ khả năng, tư cách). 유—자 người có đủ khả năng.

자격지심 một mặc cảm tội lỗi, một cảm giác ray rứt lương tâm.

자결 (1) sự tự quyết định, sự tự giải quyết; sự tự vẫn, hành động tự sát. –하다 tự quyết định, tự tử, tự vẫn, tự sát. *--민족 sự tự quyết định cuộc đời.

자고로 từ ngày xưa, theo lệ cũ, theo truyền thống. @자고로 내려온 풍습 phong tục đã có từ lâu; tập quán từ ngàn xưa.

자국 vết tích, dấu vết, đốm. @긁힌 자국 vết xước, vết trầy // 수레가 지나간 자국 vết xe bò (xe ngựa) // 지운 연필 자국 vết xóa của bút chì. *눈물-- đốm nước mắt. 이빨-- dấu răng. 피-- vết máu.

자국 quê hương, tổ quốc, quê cha đất tổ, quê mẹ. @자국의 (thuộc) địa phương, quê hương, quê quán, nội địa. *--민 người đồng hương. –어 tiếng mẹ đẻ (của người nào).

자귀 từ và câu (nhóm từ, cụm từ, thành ngữ), sự dùng lời lẽ diễn đạt, cách diễn đạt, ngữ cú, cách nói, cách viết. @자귀의 (thuộc) lời nói. 자귀에 구애되다 bị giới hạn từ // 자귀를 수정하다 hơi bị hạn chế trong cách diễn đạt.

자귀나무 [식물] cây bông gòn.

자귓밥 chỗ sứt gây ra ở cây rìu lưỡi vòm.

자그마치 một vài, một ít, dăm ba;[반의적] càng nhiều (dài) càng… @술을 자그마치 마셔라 đừng uống quá nhiều.

자그마하다 nhỏ, nhỏ bé, lùn, cụt, ngắn.

자극 sự kích động, sự thúc đẩy, sự khích lệ, sự khuyến khích. –하다 khích lệ, khuyến khích, kích thích, kích động, xúi giục, làm tấy lên // 신경을 자극하다 chọc tức ai, làm cho ai phát cáu lên.

자극 cực từ. *--성 tính phân cực của nam châm.

자금 tiền vốn, vốn liếng. @자금이 부족하다 bị cạn vốn, hết vốn // 자금을 내다 cung cấp (tài trợ) vốn cho (một xí nghiệp) // 자금을 융통하다 cung cấp (giúp đỡ) tiền vốn cho người nào // 자금을 조달하다 tăng vốn. *--난 tài chánh khó khăn. –부족 hụt vốn, thiếu vốn.

자급 sự tự lực cánh sinh. –하다 tự túc, tự chống đỡ, tự xoay sở, tự lo liệu. @자급하는 tự trang trải, đủ sống. *--경제주의 chính sách tự cấp tự túc. –자족 sự tự túc, sự độc lập. @경제적 자급 자족을 이루다 đạt được sự độc lập kinh tế. –정책 chính sách tự lực cánh sinh.

자긍 [자찬] lòng kiêu hãnh, sự tự hào, tính tự cao tự phụ, sự hợm mình. –하다 tự cao tự đại, hợm hỉnh, kiêu hãnh, tự hào, tự đắc.

자기 bản thân mình, cái tôi, bản ngã. @자기의 (thuộc) cá nhân, riêng, tư // 자기스스로 về phần tôi, theo cá nhân tôi, đối với cá nhân tôi (독력으로); tự mình, một mình (혼자). *--감응[전기 điện học] sự tự cảm (cảm ứng). –기만 sự tự dối mình. –도취 sự tự hấp thu. –만족 sự tự mãn. –희생 sự hy sinh quên mình.

자기 hiện tượng từ tính. @자기를 띤 nam châm, chất có từ tính. *--감응 sự cảm ứng từ tính. –검출기 từ nghiệm. –폭풍 sự nhiễu từ. –학 từ học. –학자 nhà từ học. –회로 mạch từ.

자기 (1) [자기가 씀] –하다 tự ghi, tự điền vào; (2) [자동.기록] tự động. @자동기의 máy tự động. *--기압계 máy ghi khí áp. –온도계(우량계) máy đo lượng nước mưa tự động.

자기 đồ sứ, bát dĩa bằng sành sứ.

자꾸 (1) [여러 번] thường xuyên, tái đi tái lại, lập đi lập lại nhiều lần. (2) [끊임없이] liên miên, không ngớt, không ngừng. (3) [열심히] hăm hở, hăng hái, thiết tha, cương quyết.

자끈자끈 kêu răng rắc, đánh tách.

자끈하다 làm rạn nứt, kêu răng rắc.

자낭 túi đựng hạt giống *--포자 nang bào tử.

자네 (đại từ nhân xưng, ngôi thứ hai) anh, chị, em, ông, bà, bạn, mày, cô, chú, bác …

자녀 con, con cái, con cháu, con đẻ. @자녀의 교육비 chi phí học hành của con cái.

자다 (1) [잠을] ngủ, ngủ say, ngủ gà gật (잠깐); [잠자리에 들다] đi ngủ, đi nghỉ. @정신없이 자다 ngủ say như chết // 잘 자거라 chúc ngủ ngon! (2) [정지하다] tắt dần, chìm dần, mất dần, tan biến đi, chìm xuống, lắng xuống. @바람이 잤다 cơn gió lặng dần.

자단 [식물] cây gỗ đàn hương.

자담 --하다 đảm đương, gánh vác, chịu trách nhiệm về phần mình. @비용은 자담한다 *mỗi người tự gánh vác chi phí của mình.*

자당 nhóm, phe phái riêng của người nào.

자당 mẹ [của người nào]

자도 [식물 thực vật] quả mận.*--나무 cây mận, cây mận tía.

자독 sự thủ dâm => 수음

자동 lực tự động, tính tự động, tác dụng tự động; hành động vô ý thức–하다 di chuyển tự động. @자동식의 tự động, tự hành động, vô ý thức, (một cách) máy móc. *--경보기 còi báo cháy tự động. –식전화 điện thoại quay số tự động. –판매기 quán ăn tự động (식당의); --화기 súng cầm tay tự động.

자동사 nội động từ (động từ không cần bổ ngữ).

자동차 xe hơi, xe ô tô. @자동차를 운전하다 lái xe hơi // 자동차에 타다 đi xe hơi. *--경주 cuộc đua xe mô tô. –공업 ngành công nghiệp ô tô. –번호판 bảng số xe. –사고 tai nạn xe. –운전수 tài xế, người lái xe (자가용차의). –차고 ga-ra, nhà để xe. 자가용-- xe hơi riêng. 영업용-- xe taxi. 화물-- xe tải.

자두 => 자도.

자득 --하다 (1) [만족] tự kiêu, tự mãn, tự bằng lòng với chính mình. (2) [터득] nhận thức rõ, cảm thấy rõ, hiểu rõ. *자업-- *hậu quả tất nhiên của một hành động xấu.* @그가 가난해진 것도 다 자업 자득이다 *cảnh nghèo túng của nó là do nó tự gây ra.*

자디잘다 rất nhỏ, thanh mảnh, tinh vi, nhỏ bé.

자라 [동물 động vật] con rùa (một trong nhiều loại rùa nước ngọt, ăn được ở Bắc Mỹ).

자라다 [1] [성장하다] lớn lên, trưởng thành, được nuôi dưỡng, được chăm sóc (dạy dỗ, giáo dục). @모유로 자란 아이 đứa bé được nuôi dưỡng bằng sữa mẹ // 우유로 자란 아이 bình sữa em bé // 자라서 어른이 되다 bước vào tuổi trưởng thành.

자라다 [2] (1) [충분하다] đủ, đủ dùng. (2) [도달하다] theo kịp, đạt đến. @힘이 자라다 không ngoài khả năng; trong tầm tay.

자락 vạt áo, lai áo quần; đường viền (áo quần).

자랑 sự tự đắc, lòng kiêu hãnh, tính kiêu ngạo. @ 자랑스러운 얼굴 vẻ kiêu căng // 자랑스럽게 một cách kiêu hãnh, một cách tự hào // 제자랑을 하다 tự ca ngợi.

자랑거리 vật / việc gì đó làm cho người ta tự hào. @새로 산 모자가 그 여자의 자랑거리다 cái nón mới là niềm vui và là niềm tự hào của cô ta.

자력 sự tự nổ lực, sự tự lực. @자력으로 do sự tự nổ lực, bằng cách tự lực (để làm được việc gì).

자력 [물리 vật lý] hiện tượng từ tính, lực từ. @자력의 nam châm; có tính từ. *--계 từ kế, cái đo từ, dung cụ đo từ.

자료 nguyên vật liệu; dữ liệu. @자료를 수집하다 thu thập nguyên vật liệu (dữ liệu).

자루 [1] [주머니] bao tải, túi xách. @자루에 넣다 cho (vật gì) vào túi xách.

자루 [2] [손잡이] cái cán, cái chuôi (dao, kiếm, giáo, mác 칼 따위의); tay cầm (창 따위의); cán búa (rìu). @총자루 báng súng // 라케트 자루 cán vợt (*racket*).

자루 [3] [단의] 1 mảnh, miếng, viên, cục, khúc. @분필 한 자루 một viên phấn (cục phấn).

자르다 cắt đứt, chặt đứt, đốn ngã, bổ, chẻ. @둘로 자르다 cắt ra làm đôi (làm 2).

자리 (1) [좌석] ghế, chỗ ngồi. @자리에 앉다 ngồi ghế, tự ngồi (vào bàn), đặt ngồi; ngồi xuống // 자리를 잡아두다 giữ chỗ, giữ ghế cho người nào (예약) // 자리를 양보하다 nhường ghế, nhường chỗ ngồi (cho phụ nữ). (2) [여지] chỗ, chỗ trống. @자리를 내다 nhường chỗ (cho..). (3) [현장] nơi chốn, dịp, cơ hội. @살인사건이 있었던 자리 *hiện trường gây án*. (4) [위치] vị trí, địa thế (대지). @ 자리가 좋다 (나쁘다) vị trí tốt (xấu). (5) [지위] chỗ nơi, vị trí, điểm, trạm, cơ quan, ban phòng (관직). @책임 있는 자리 *một vị trí trách nhiệm* // 중요한 자리 *một vị trí quan trọng*. (6) [계산상의] con số từ 0 đến 9; [숫자의] đơn vị, nơi, chỗ. @자리를 틀리게 잡다 đặt sai số. (7) [안정된 상태] sự tổ chức, sự thiết lập. @자리가 잡히다 tự ổn định, tự sắp xếp. (8) [자국] dấu, vết, đốm. (9) [깔개] chiếc chiếu, nệm, đệm, bộ đồ giường (chăn, mền, khăn trải giường). @자리를 보다 trải nệm, làm giường.

자리끼 nước uống để cạnh giường.

자리 보전 --하다 nằm trên giường bệnh.

자리옷 quần áo ngủ, áo ngủ [여자.어린이의 của phụ nữ và trẻ con; [남자의 của nam] py-ja-ma.

자리잡다 giữ chổ, chiếm chỗ. @시청은 시 중앙에 자리잡고 있다 Tòa đô chính tọa lạc (nằm) ngay trung tâm thành phố.

자립 [독립] tính chất độc lập, sự tự lực; [자활] tự lập, tự chống đỡ. –하다 độc lập, tự lực. *--경제 kinh tế độc lập, tự lực kinh tế.

자릿자릿 --하다 [저리다] làm tê liệt, làm mụ mẫm; [쑤시다] cảm giác ngứa ngáy; [마음조이다] làm xúc động, làm rùng mình.

자막 [영화의] đầu đề, tựa. *설명-- tiêu đề phụ, đề phụ.

자만 tính tự phụ, tính hợm hỉnh. –하다 tự phụ, tự cao tự đại, tự đắc, hợm mình, khoe khoang, khoác lác.

자매 chị em gái. @자매의 (같은) như chị em. *--기관 chị em đồng nghiệp ở cơ quan. –편 chị em bạn gái. –학교 chị em bạn học. –회사 chi nhánh công ty.

자매 결연 sự thành lập hội phụ nữ. @ 자

매 결연을 맺다 *thành lập hội liên hiệp phụ nữ.*

자메이카 nước Cộng hòa Jamaica.

자멸 sự tự phân hủy. –하다 tự phân hủy, mất hiệu lực, tự tàn lụi. @자멸적 tự hủy hoại.

자명 --하다 hiển nhiên, rành mạch, rõ ràng. @자명한 이치 chân lý hiển hiên, sự thật rõ ràng.

자명종 đồng hồ reo, đồng hồ báo thức.

자모 (1) [음표 문자] bảng mẫu tự, bảng chữ cái. (2) [활자] khuôn in chữ.

자모 thân mẫu, từ mẫu.

자모음 nguyên âm và phụ âm.

자못 rất, lắm, quá chừng, cực kỳ, hết sức, ở mức độ cao.

자문 một câu hỏi, sự hỏi ý kiến, sự bàn bạc. –하다 hỏi, hội ý, hàn bạc, thảo luận. @자문에 응하다 khuyên bảo và đề nghị. *--기관 cơ quan tư vấn, hội đồng tư vấn. –위원 ủy ban tư vấn.

자문 --하다 tự hỏi, tự vấn. *--자답 lời độc thoại, lời tự thoại, lời nói một mình.

자물쇠 cái khóa, cái móc (맹꽁이). @문에 자물쇠를 채우다 khóa (móc) cánh cửa.

자바 Java. *--어 (인) tiếng Java, (người Java).

자반 cá khô ướp muối (cákhô).

자반뒤집기 --하다 trằn trọc trở mình; quằn oại, quặn đau trong cơn hấp hối.

자발 @자발적 tự động, tự ý, tự sinh tự phát, tự nguyện, tự giác // 자발적으로 một cách tự giác. *--성 tính chất tự phát tự sinh, tự nguyện, không gò bó.

자발없다 thiếu kiên nhẫn, nôn nóng, vội vàng, liều, ẩu, thiếu suy nghĩ.

자방 [식물 thực vật] bầu nhụy (hoa).

자배기 cái bát gốm tròn và rộng miệng.

자백 sự thú nhận, sự thú tội (고백). –하다 thú nhận, thú tội. @죄를 자백하다 nhận tội.

자벌레 [곤충 côn trùng] con sâu đo.

자본 tiền vốn. @자본의 축적 của cải tích lũy // 자본금 2 천만원의 회사 công ty đã tư bản hóa ở số vốn 20 ngàn *won* // 자본을 회전시키다 xoay vòng vốn // 자본을 대다 cấp vốn, tài trợ (cho việc kinh doanh). *--가 nhà tư bản. –가 계급 giai cấp tư bản. –금 tiền vốn, cổ phần, sự chung vốn. –주의 chủ nghĩa tư bản. –국가 nước tư bản, quốc gia theo chủ nghĩa tư bản (--주의국가). 고정-- vốn cố định. 금융-- vốn tài chính. 외국-- vốn ngoại tệ. 유동-- vốn lưu động. 투하-- vốn đầu tư.

자봉침 máy may, máy khâu. @자봉침으로 박다 khâu bằng máy.

자봉틀 => 재봉틀

자부 con dâu.

자부 tính tự cao, tự đại, tự phụ, hợm mình, sự lên mặt ta đây, sự tự cho mình là quan trọng, sự kiêu hãnh. –하다 kiêu hãnh, tự phụ, tự cao, tự đắc, hợm mình, lên mặt.

자부 người cha thân yêu.

자부심 => 자부. @자부심이 강한 tự phụ, tự cho mình là quan trọng.

자비 @자비로 tự túc, (tự trang trải) chi phí riêng. *--생 học sinh tự trang trải chi phí riêng.

자비 [인정] lòng tốt, lòng nhân từ, lòng từ thiện, lòng nhân đức; [동정] lòng thương (hại), lòng trắc ẩn. –하다 nhân

ㅈ

từ, nhân đức. *--심 tấm lòng nhân từ (khoan dung/độ lượng).

자빠뜨리다 đánh bật, đánh văng, (người nào). @나무를 자빠뜨리다 đốn cây, hạ cây.

자빠지다 [넘어지다] ngã ngửa, té lộn nhào. @빙판 위에 자빠지다 ngã xuống tảng băng.

자산 tài sản, của cải, bất động sản. @자산과 부채 tài sản và trách nhiệm. *--가 người có tài sản, người giàu có. 고정-- tài sản cố định. 유동 tài sản lưu động. 총-- tài sản danh nghĩa.

자살 hành động tự sát, sự tự vẫn. –하다 tự sát, tự tử, tự vẩn. @자살적 có khuynh hướng tự sát // 자살을 기도하다 toan tự sát // 음독 자살하다 tự tử bằng cách uống thuốc độc. *--미수 mưu tính tự tử. –자 người tự tử.

자상 --하다 cặn kẻ, tỉ mỉ, chi tiết, kỹ càng, chi ly.

자상스럽다 => 자상(--하다).

자새 cái búa đập đá nhỏ. *--질 tiếng búa đập đá liên tục.

자색 một bộ mặt xinh đẹp, vẻ đẹp riêng.

자색 màu tía, màu tím. *--수정 thạch anh tím a-me-tit (*amethyst*).

자생 [우연 발생] tự động, tự phát, tự sinh; [야생] sự phát sinh tự nhiên. –하다 phát sinh tự nhiên (bừa bãi).

자서 lời mở đầu, lời tựa của tác giả. –하다 viết lời mở đầu (cho một tác phẩm).

자서전 tự truyện (câu chuyện về cuộc đời của chính mình). @자서전을 쓰다 viết tự truyện. *--작자 tác giả, người viết tự truyện.

자석 nam châm, la bàn (지남철); đá nam châm (천연자석). @ 막대, (말굽) 자석 một thỏi nam châm (hình móng ngựa).

자석영 => 자수정

자선 lòng nhân từ, lòng từ thiện, lòng nhân đức, lòng bác ái. @자선의 (thộc) có lòng nhân. *--가 người có lòng nhân từ. –기금 quỹ từ thiện. –남비 thùng từ thiện. –단체 tổ chức từ thiện. –무도회 buổi khiêu vũ từ thiện. –병원 bệnh viện từ thiện. –시 chợ từ thiện. –심 lòng từ thiện, tấm lòng nhân đức.

자선 sự tự chọn. –하다 [자기선정] tự chọn lựa. *--시집 tuyển tập thơ do tác giả tự chọn.

자살 quan điểm riêng, ý kiến riêng. @자살을 고집하다 giữ vững lập trường.

자성 sự tự vấn; sự tự xét nội tâm (lương tâm). –하다 tự vấn, tự xét, tự phê phán.

자성 bản chất, tính khí => 천성

자성 hiện tượng từ tính. @ 자성의 thuộc nam châm, có từ tính. *--체 chất có từ tính.

자세 --하다 cặn kẽ, chi li, tỉ mỉ, nhiều chi tiết. @자세히 một cách chi ly // 자세히 설명하다 giải thích cặn kẽ.

자세 quan điểm, thái độ, dáng điệu, bộ tịch, tư thế, đặc điểm (태도). @방어 자세를 취하다 giữ tư thế phòng thủ // 차렷 자세를 취하다 thái độ đáng chú ý.

자세 --하다 dựa vào mối quan hệ của người nào, dựa vào ảnh hưởng của người khác.

자속 [물리 vật lý] luồng nam châm

자손 con cháu, hậu duệ, người nối dõi, hậu thế, thế hệ sau. @자손에게 전하다 truyền lại cho hậu thế, *lưu lại cho* *thế hệ sau.*

자수 *--성가 sự làm ra của cải, sự dựng xây cơ đồ.

자수 sự tự nguyện, sự tự giác. -하다 tự nguyện, tự giác.

자수 => 자습

자수 việc thêu, đồ thêu, chuyện thêu dệt. -하다 thêu dệt (chuyện), thêu (khăn).

자수정 thạch anh tím *ametit.*

자숙 --하다 tự rèn luyện trí óc.

자습 sự tự học. -하다 tự học. *--문제 (방과후의) bài tập, bài làm ở nhà. -시간 giờ học.

자습서 bài viết thu nhỏ để quay cóp.

자승 số bình phương. -하다 lấy bình phương (của một số), nhân một số với chính số đó. *--근 căn số bình phương.

자승 자박 --하다 bị mắc bẫy, tự chui vào bẫy.

자시 giờ Tý; nữa đêm.

자식 (1) [자녀] con cái (con trai và con gái) của người nào. @자식이 없다 không có con, hiếm con. (2) [욕] thằng cha, anh chàng kẻ, gã.

자신 tự mình, tự chính mình, tự bản thân mình. @자신의 do chính mình // 나자신 tự tôi, do chính tôi // 자신이 do chính người nào đó (몸소) // 자신이 하다 hãy tự làm.

자신 sự tự tin, lòng tự tin. -하다 tự tin. @ 자신 있는 태도 vẻ tự tin // 자신이 없다 thiếu tự tin // 자신 만만하다 đầy tự tin.

자실 --하다 mất tự tin, bàng hoàng, mê mẩn.

자심 tệ hơn, trầm trọng hơn, trở nên xấu thêm. -하다 tệ, xấu, trầm trọng, sâu sắc, mãnh liệt.

자아 cái tôi, bản ngã. @자아의 완성 sự hoàn thiện bản ngã. *--의식 tự ý thức.

자아내다 (1) [실을] @솜에서 실을 자아내다 tháo chỉ ra khỏi cuộn. (2) [느낌 따위를] khơi, gợi lên. @동정심을 자아내다 gợi lên mối thương cảm cho người nào // 슬픔을 자아내다 gợi lên nỗi thương tâm (nỗi buồn) cho người nào.

자애 cảm xúc, tình cảm, tình thương, lòng tốt, lòng nhân từ. @자애 깊은 sự thương yêu, sự trìu mến, sự yêu mến.

자애 tính ích kỷ, lòng tự ái. -하다 ích kỷ, tự ái.

자약 --하다 bình tĩnh, điềm tĩnh. @자약하게 một cách điềm tĩnh, một cách lạnh lùng.

자양 sự dinh dưỡng, khoa dinh dưỡng, sự nuôi dưỡng, sự cấp dưỡng. @자양분이 많다 nhiều chất bổ dưỡng, đầy dinh dưỡng.

자업 => 자득

자연 tính chất tự nhiên. @자연의 tự nhiên; [꾸밈 없는] tự nhiên, thật, không giả tạo; [야생의] hoang dại, hoang sơ, hoang dã // 자연히 đương nhiên, cố nhiên; [저절로] lẽ tất nhiên, lẽ dĩ nhiên // 자연적 결과로서 hậu quả tất nhiên. *--계 thiên nhiên, thế giới thiên nhiên. -과학 khoa học tự nhiên. -도태 sự chọn lọc tự nhiên. -발생 sự phát sinh tự nhiên. -발화 sự tự bốc cháy. -법칙 luật tạo hóa. -수 con số tự nhiên. -증가 sự tăng tự nhiên (dân số). -현상 hiện tượng tự nhiên.

자연 khói thuốc lá.

ㅈ

자엽 [떡입] lá mầm [식물 thực vật]
자영 --하다 kinh doanh độc lập. *--사업 một tổ chức kinh doanh độc lập.
자오선 đường kinh tuyến. @본초 자오선 đường kinh tuyến gốc.
자옥하다 dày dặc, rậm rạp; khó khăn, nặng nề. @자옥하게 một cách dầy dặc // 방안에 연기가 자옥하다 căn phòng dày dặc những khói.
자외선 tia cực tím, tia tử ngoại.
자우 cơn mưa đúng lúc. @한천의 자우 sự mong đợi một cơn mưa trong mùa khô.
자욱하다 => 자옥하다. // 자욱하게 끼다 che khắp, bao phủ, bao bọc, bao vây, che chắn.
자웅 [사람 người] nam, nữ; [동물 động vật] đực, cái; trống mái; giới tính. @자웅 양성의 (thuộc) lưỡng tính; [승패] sự thắng bại; uy quyền tối cao. @자웅을 결하다 đánh một trận đánh quyết định với.. , quyết chiến với..
자원 --하다 tự nguyện, tự giác, tình nguyện, xung phong, sẵn sàng.. @자원해서 một cách tự nguyện. *--병 người tình nguyện.
자원 tiềm lực, tiềm năng. @인적 [물적] 자원 tiềm lực con người. // 자원이 풍부하다 đầy tiềm lực, đầy năng lực.
자원소 [물리 vật lý] nguyên tố con.
자위 lòng trắng trứng; tròng trắng mắt.
자위 (1) sự tự an ủi. –하다 tự an ủi. (2) => 수음.
자위 sự tự vệ. –하다 tự vệ. @자위의 có tính chất tự vệ (phòng thủ). *--권 quyền tự vệ. –수단 (책) biện pháp phòng thủ (tự vệ).
자위뜨다 [물건이] biến chuyển, thay đổi từ từ (dần dần); [밤톨이] bắt đầu phân hóa; [태아가] trở nên sôi nổi, hoạt động hơn, tươi mới hơn.
자유 sự tự do, quyền tự do. @신앙의 자유 quyền tự do tín ngưỡng // 자유화 quyền tự do kinh doanh // 자유로이 tự do, thoải mái, tùy ý, theo ý muốn // 자유롭다 được tự do (không giới hạn, không hạn chế) // 자유 행동을 취하다 tự hành động // 자유 재량에 맡기다 để cho người nào được tự do, tùy ý (muốn làm gì thì làm) // 가든지 안 가든지 네 자유다 muốn đi hay ở tùy thích. *--결혼 tự do kết hôn. –경쟁 (무역) tự do cạnh tranh (thương mãi, mậu dịch). –경제 (판매) tự do kinh tế. –교육 tự do giáo dục. –권 quyền tự do công dân. –당 đảng tự do. –민 dân tộc tự do. –방임 sự không can thiệp. –방임주의 (thuộc) chính sách để mặc tư nhân kinh doanh; dựa trên chính sách để mặc tư nhân tự do kinh doanh. –사상 tự do tư tưởng. –선택 tự do chọn lựa. –세계 thế giới tự do.–시 thể thơ tự do. –의사 tự do ý chí (mong muốn). –인 ngu7ời tự do. –주의 chủ nghĩa tự do. –주의자 người theo chủ nghĩa tự do. –(직) 업 nghề tự do.–진영 thế giới tự do.
자유 자재 --하다 được tự do, không hạn chế, không giới hạn. @자유 자재로 tùy ý, muốn làm gì thì làm.
자율 tự chủ, tự kiềm chế; [철학 triết học] tự do ý chí, tự quản. @ 자율적 tự trị.
자음 [음성] phụ âm. @자음의 (thuộc) phụ âm.
자의 ý chí, ý muốn. @자의로 tự ý mình, không bị ép buộc, tự nguyện.

자의 ý nghĩa của một từ.
자의 @자의로 ngoan cố, ương ngạnh, bướng bỉnh, tùy tiện.
자의식 tính tự giác. @자의식이 강하다 có tinh thần tự giác cao
자이로스코프 con quay hồi chuyển.
자이로컴퍼스 la bàn hồi chuyển.
자이언트 (*giant*) phi thường, khổng lồ.
자인 --하다 thừa nhận sự thấp kém, khuyết điểm của mình. @잘못했음을 자인하다 tự thừa nhận sai sót của mình.
자인력 [물리 vật lý] sức hút của nam châm.
자일 dây cáp, dây thừng, dây chão.
자임 thái độ tự phụ. –하다 tự xem như, tự coi như, tự cho là..
자자 --하다 [소문 따위가] được phổ biến rộng, truyền bá rộng (khắp nơi), trải rộng, lan rộng. @칭찬이 자자하다 được ca tụng (ngưỡng mộ) khắp nơi.
자자 손손 hậu thế, thế hệ sau, thế hệ nối tiếp, con cháu, hậu duệ, người nối dõi (대대로). @자자 손손 전해지다 lưu truyền lại cho hậu thế.
자작 (1) công việc riêng của (người nào). –하다 làm (viết) một mình. @자작의 (bài viết, tác phẩm) của người nào tự làm. (2) [농업] --하다 tự cày cấy trên cánh đồng của mình. *--농 người chủ trại, người nông dân độc lập (có đất, ruộng của riêng mình).
자작 --하다 uống (nhậu) một mình (độc ẩm).
자작 tử tước (danh hiệu quý tộc). *--부인 tử tước phu nhân.
자작나무 [식물 thực vật] cây bu-lô, gỗ bu-lô trắng.
자잘하다 nhỏ nhắn, thanh mảnh.
자장 [물리 vật lý] từ trường.
자장가 bài hát ru con.
자장자장 à ơi, ru hời, ru hời, ngủ đi, ngủ đi...
자재 tài nguyên, nguyên vật liệu. *--과 bộ phận cung cấp. 건축-- vật liệu xây dựng.
자재 tài sản, của cải.
자재 được tự do, không giới hạn, không hạn chế.
자적 --하다 tự mãn, tự bằng lòng. @유유자적하다 sống một cuộc sống êm đềm, thanh thản.
자전 tự điển, thuật ngữ, từ vựng.
자전 tự truyện.
자전 sự xoay vòng, sự luân phiên. –하다 xoay quanh trục.
자전거 xe đạp; xe đạp 1 bánh (1 륜); xe đạp 3 bánh (3 륜). @자전거로 가다 đi xe đạp. *--경기 cuộc đua xe đạp.
자정 nửa đêm.
자정향 [식물] cây đinh tử hương.
자제 con cái (của người nào), con em (chúng ta), đám trẻ, bọn trẻ.
자재 sự tự chủ, sự tự kiềm chế. –하다 tự kiềm chế, tự chủ. *--력 khả năng kiềm chế.
자제 (hàng hóa sản xuất) tự làm. @자제의 tự làm, làm ở nhà.
자조 sự tự trào. –하다 tự trào, tự chế nhạo mình.
자조 sự tự lực, tự dựa vào sức mình. @자조의 정신 tinh thần tự lực.
자족 sự tự túc. –하다 tự túc, tự cung cấp. @자조의 tự túc, tự lực cánh sinh.

ㅈ

자존 sự kiêu ngạo, thái độ tự cao, sự lên mặt ta đây, sự cho ta là quan trọng (자긍); sự kiêu hãnh. –하다 kiêu ngạo, tự cao.

자존심 lòng tự trọng. @자존심이 강한 사람 người có lòng tự trọng // 자존심이 있다 có lòng tự trọng.

자주 thường, hay, luôn, thường xuyên. @자주 있는 일 việc thông thường // 자주 다니다 hay (năng / thường xuyên) lui tới (rạp hát).

자주 sự độc lập, sự tự trị. @자주적 độc lập, không phụ thuộc, không lệ thuộc; tự trị, tự do. [자발적] tự ý, tự nguyện, tự giác. *--국 nước có chủ quyền, một quốc gia độc lập. –권 chủ quyền, toàn quyền. –독립 nước độc lập. –성 nền độc lập.

자줏빛 (màu) tím, tía. @자줏빛으로 물들이다 nhuộm màu tím.

자중 sự tự trọng, lòng tự ái; [신중] tính khôn ngoan, cẩn thận. –하다 tự ái, tự trọng, khôn ngoan, cẩn thận, thận trọng.

자지 dương vật; con gà trống

자지러뜨리다 gập lại làm đôi; làm co rút lại, làm ai hoảng sợ đến chết được.

자지러지다 thu mình lại, co rúm lại, co người lại (vì sợ hãi).

자진 --하다 tình nguyện, xung phong, sẵn sàng. @일을 자진해서 하다 tình nguyện làm.

자질 khí chất, tính khí, đặc tính.

자질구레하다 nhỏ mọn, nhỏ nhen, lặt vặt. @자질구레한 일 chuyện vặt, chuyện nhỏ.

자찬 sự tự khen. –하다 tự khen, tự tán thưởng.

자책 sự tự lên án, sự tự buộc tội. –하다 tự kết án. @자책하는 마음 sự ray rứt lương tâm; bị lương tâm dằn vặc vì mặc cảm tội lỗi.

자처 [자살] hành động tự sát, sự tự tử; [자임] tính kiêu căng, ngạo mạn; thái độ tự phụ. –하다 [자살하다] tự sát, tự tử, tự vận, tự kết liễu đời mình; [체하다] tưởng mình là.., cho mình là.., điệu bộ như là.., tự coi mình như là.., làm ra vẻ…

자천 sự tự giới thiệu. –하다 tự giới thiệu, tự tiến cử.

자철 sắt có từ tính.

자청 --하다 xung phong, tình nguyện, sẵn sàng.

자체 văn phong, cách viết, lối viết (필체).

자체 tự bản thân mình, tự mình, chính mình; tự nó, bản thân nó, chính nó (제몸).

자초 --하다 tự gây ra, tự dẫn đến, tự chuốc lấy, đoán lấy, rước lấy. @화를 자초하다 tự gây họa, tự chuốc lấy họa vào thân.

자초 지종 toàn bộ câu chuyện, mọi chi tiết. @자초 지종을 이야기하다 tường thuật cặn kẽ, kể lại toàn bộ câu chuyện.

자촉반응 [화학] sự tự xúc tác.

자축 --하다 tận hưởng (vui chơi / ăn mừng lễ) một mình.

자취 dấu vết, vết tích, di tích, dấu hiệu, vết, lằn, đốm. @자취를 감추다 che đậy vết tích.

자취 --하다 tự chuốc lấy, tự gây ra (nguy hiểm).

자취 --하다 tự nấu ăn, tự chế biến, tự thêu dệt (tưởng tượng / bịa đặt).

자치 (chế độ) tự trị, sự tự quản. –하다 tự

quản, @자치의 tự kiềm chế, tự trị, tự quản. *--권 quyền tự quản, quyền tự trị. –단체 chế độ tự quản. –령 lãnh thổ tự trị.

자치기 trò chơi khăn.

자친 mẫu thân, mẹ hiền.

자침 kim la bàn (có từ tính)

자칫 @자칫 목숨을 잃을 뻔 하다 suýt nữa tiêu đời!; suýt nữa là mất mạng // 자칫하면 … 하기 쉽다 có khả năng (làm việc gì).

자칭 --하다 tự xưng là, tự nhận là (nhà văn / nhà thơ). …라고 자칭하다 giả bộ là.. , tự xưng là (nhà thơ). *--시인 người tự nhận là (….).

자카르타 *Jakarta* (인도네시아 Indonesia)

자켓(*a jacket*) áo vệ sinh, áo nịt, áo len chui đầu.

자크 => 지퍼

자타 chính bản thân mình và những người khác. @그는 자타가 다 인정하는 위대한 학자이다 đó là chuyện bình thường khi ai cũng thừa nhận ông ấy là một nhà đại học giả.

자탄 --하다 làm cho ai đau lòng, cảm thấy buồn phiền người nào.

자태 vóc dáng, hình dáng. @아름다운 자태 một vóc dáng đẹp.

자택 nhà riêng, tư gia của người nào. @자택에서 ở nhà riêng, ở tại tư gia (của mình).

자토 đất sét, cao lanh, bát dĩa bằng sành.

자퇴 --하다 tình nguyện nhường (chỗ); tự động xin thôi việc.

자투리 những mẫu (mảnh) vải còn thừa lại.

자파 bè phái, bè cánh (của người nào).

자판 trở nên rõ ràng, hiển nhiên; [법] cách nhìn, óc phán đoán riêng (của người nào). –하다 trở nên rõ ràng; trái với phán quyết ban đầu (상급 법원에서).

자폐 *--선[수학 toán học] đường cong hình lá, đường cong; chu kỳ, chu trình. –성(증) [심리 tâm lý] tính tự kỷ.

자포 자기 sự tuyệt vọng, sự phóng túng, sự buông thả.. –하다 trở nên tuyệt vọng, tự buông thả.

자폭 sự tự hủy hoại, sự quyên sinh. –하다 [배가] tự hủy; [비행기가] lao máy bay tới vị trí của quân thù; tự hủy diệt.

자필 nét chữ, chữ ký, bút tích (của người nào). @자필로 bằng nét chữ của chính mình. *--이력서 bảng lý lịch viết tay.

자학 sự tự hành hạ. –하다 tự hành hạ.

자해 sự quyên sinh. –하다 tự tử, tự vẫn.

자행 --하다 tự ý.

자형 chị chồng, anh rễ, anh vợ.

자혜 lòng nhân từ, lòng từ thiện. *--병원 bệnh viện từ thiện.

자화상 bức chân dung tự họa.

자화 수정 [식물] sự thụ phấn.

자화 자찬 sự tự khen. –하다 tự khen minh.

자활 sự tự túc. –하다 tự túc, tự lực, tự cường, tự kiếm sống.

자회사 chi nhánh công ty, công ty con.

자획 số nét (trong chữ Hán, chữ Tàu).

작 đơn vị đo dung tiách của Hàn quốc 1 *jag* = 0.038 *pint* của Mỹ.

작 [작품] tác phẩm; [농작] nông sản thu hoạch được sau vụ mùa.

작 giới quý tộc (작위). *오동-- 5 cấp bậc trong giới quý tộc [Công–Hầu–Bá–Tử–

Nam].

작가 tác giả, văn nghệ sĩ, họa sĩ.

작고 sự chết, sự qua đời. –하다 chết, qua đời, từ trần. @작고한 đã chết, quá cố.

작곡 một tác phẩm (âm nhạc 음악). –하다 sáng tác nhạc, soạn nhạc, viết nhạc; [가사를] đặt lời ca cho 1 bản nhạc. *--가 người sáng tác, người soạn nhạc.

작금 gần đây, mới đây, vừa qua, mới gần đây. @작금의 (việc) mới xảy ra, gần đây, mới đây.

작년 năm ngoái, năm vừa qua, năm rồi. @작년의 오늘 ngày này năm ngoái. *--여름 mùa hè năm ngoái, mùa hè trước.

작다 [크기가] nhỏ, bé, rất nhỏ, bé tí. [사소한] tầm thường, nhỏ mọn, nhỏ nhen, lặt vặt, không đáng kể; [연소한] non nớt, nhỏ bé, ít; [낮은] nhỏ, thấp. @작은 일 việc nhỏ // 작은 목소리 âm thanh nhỏ.

작다리 người lùn, thấp; người không có tầm vóc.

작달막하다 mập lùn, bè bè, hơi thấp.

작당 --하다 tụ họp lại với nhau thành một nhóm.

작대기 cái roi, gậy, cần, cây sào, cột, tay đòn.

작도 sự vẽ minh họa; [기하 hình học] sự vẽ, sự thiết kế. –하다 vẽ, vẽ minh họa.

작동하다 thao tác, xê dịch, chuyển động.

작두 dụng cụ cắt rơm. *--질 cắt rơm, cắt cỏ khô.

작량 => 참작

작렬 sự nổ bùng. –하다 nổ bùng, nổ tung.

작명 --하다 đặt tên; đặt tên thánh.

작문 bài viết, bài luận văn. –하다 viết luận văn, viết bài. *--영 bài luận tiếng Anh.

작물 thu hoạch của một vụ mùa, sản phẩm thu hoạch (nông sản).

작매 --하다 kết đôi, ghép thành cặp.

작법 bài luận; sự đặt thành luật lệ.

작벼리 cát trộn sỏi (đá cuội).

작별 lời tạm biệt, lời giả biệt, buổi liên hoan chia tay. –하다 tạm biệt, từ biệt, chia tay, nói lời giả biệt.

작보 @작보한 바와 같이 theo như khởi đầu vấn đề của ngày hôm qua.

작부 cô hầu bàn.

작부 면적 diện tích canh tác, khu vực trồng trọt.

작사 @A 씨 작사 K 씨 작곡 lời thơ của ông A, phổ nhạc do ông K. (ông K phổ nhạc theo bài thơ của ông A). –하다 làm thơ; viết lời ca cho bản nhạc // 이노래는 그가 작사 작곡했다 ông ấy sáng tác nhạc và lời (nhạc và lời do..) *--자 người viết lời ca (bài hát).

작사리 que chữ thập, mũi chéo chữ thập.

작살 cây lao móc, cây xiên đâm cá.

작성 --하다 dựng lên, viết ra. @계약서를 두 통 작성하다 hợp đồng viết ra làm 2 bản.

작시 --하다 làm thơ. *--법 nghệ thuật làm thơ, phép làm thơ.

작심 --하다 quyết định, suy đi xét lại. *--3 일 một kế hoạch không chắc chắn (ngắn hạn).

작야 tối hôm qua.

작약 [식물 thực vật] cây hoa mẫu đơn.

작약 --하다 nhảy lên mừng rỡ.

작업 sự hoạt động; công tác lao động (ngoài công tác rèn luyện chiến đấu) [군대의 thuộc quân đội]. –하다 hoạt động, lao động, hướng dẫn thao tác. *--

교대 làm việc theo ca. –능률 năng xuất làm việc. –모 mũ lao động. –복 y phục (quần áo) lao động (상하 붙은); đồng phục lao động (군대의 quân đội). –시간 giờ lao động. –실 phòng làm việc. –조건 điều kiện làm việc.

작열 sự nóng sáng. –하다 trở nên nóng rực. @작열하는 태양 mặt trời nóng cháy da (nóng như thiêu như đốt).

작용 tác động, ảnh hưởng; [기능] kỷ năng, chức năng, quy trình. –하다 có tác động, có ảnh hưởng, có chức năng. @태양열이 인체에 미치는 작용 sức nóng của mặt trời tác động trên cơ thể của con người. *동화-- quá trình của sự đồng hóa.

작위 hàng khanh tướng quý tộc; tước vị của giới quý tộc.

작은솜자리[천문 thiên văn] chòm sao đại hùng.

작은아버지 chú, em trai của bố.

작은어머니 cô, thiếm, vợ của chú, em dâu của bố.

작은집 nhà của em trai; con trai (nhánh gia tộc)

작자 [소작인] người lĩnh canh; [저자] tác giả, nhà văn, người viết; [위인] một nhân vật, một cá nhân; [살 사람] người mua.

작작 vừa phải, phải chăng, có mức độ. @술을 작작 마셔라 đừng uống quá nhiều.

작작--하다 @여유 작작하다 thoải mái, không câu nệ hình thức.

작전 [군대 quân đội] cuộc hành quân, sự thao diễn, sự diễn tập, chiến thuật. @작전상 khôn khéo, tài tình, mưu lược. *--개시일 ngày đổ bộ, ngày nổ súng. –계획 kế hoạch hành quân. –명령 mệnh lệnh hành quân. 공격-- cuộc hành quân phối hợp (cuộc tấn công phối hợp).

작정 một quyết định, một quyết nghị, một mục đích, một tư tưởng, một ý nghĩ, một ý định, một kế hoạch. –하다 quyết định, dự định, trù tính, dự kiến, lên kế hoạch, chuẩn bị tư tưởng. @차를 팔기로 작정하다 quyết định bán chiếc xe.

작주 tuần qua, tuần trước.

작폐 --하다 gây rắc rối, phiền phức.

작품 một tác phẩm (văn chương, nghệ thuật)

작풍 văn học, văn chương, văn phong, phong cách nghệ thuật.

작황 vụ mùa thu hoạch, sản lượng, hoa lợi.

잔 một tách, một ly, một cốc (1ly nhỏ có chân) (굽이 달린). @찻잔 một tách trà // 잔을 돌리다 chuyền cái tách theo vòng // 물을 한잔 마시다 uống một ly nước.

잔가시 cái xương nhỏ của con cá.

잔걸음 @잔걸음 치다 đi tới đi lui trong phạm vi gần. [잰 걸음으로] với bước đi uốn éo.

잔고 số dư, số còn lại, sai ngạch. @이월 잔고 số dư mang sang.

잔꾀 mẹo vặt.

잔교 bến tàu, cầu tàu, móng cầu, chân cầu.

잔글씨 vài chữ. @잔글씨로 쓰다 viết vài chữ, viết ít chữ (vài hàng).

잔금 vài nếp nhăn nhỏ.

잔금 số dư, số còn lại. @잔금을 치르다 thanh toán số còn lại.

ㅈ

잔기 tàn dư (dấu vết còn lại) của một thời đại.

잔기침 sự ho khan. @잔기침 하다 ho khan, ho khúc khắc, phát ra tiếng ho.

잔당 tàn dư (cuộc chiến / buổi tiệc); (những gì còn sót lại sau cuộc chiến, sau buổi tiệc).

잔도 con đường lát ván.

잔돈 tiền lẻ, tiền nhỏ. @천원 짜리를 잔돈으로 바꾸다 đổi tờ 1.000 *won* ra tiền lẻ.

잔돈푼 [용돈] tiền túi; [푼돈] tiền lẻ.

잔돌 đá cuội, sỏi.

잔디 đám cỏ, lớp đất có mảng cỏ. @잔디를 심다 lát (sân) bằng mảng đất có cỏ mọc. *--밭 bãi cỏ.

잔뜩 đầy, đầy đủ, đầy tràn, vô cùng, cực độ, cục kỳ, cực điểm. @잔뜩 먹다 (마시다) ăn (uống) tràn họng. // 잔뜩 노려보다 nhìn chòng chọc (chằm chằm) vào mặt (người nào).

잔류 --하다 ở lại phía sau, còn lại đằng sau. *--부대 đơn vị còn lại phía sau.

잔말 lời nói nhảm nhí, lời nói vô ích, lời nói thừa.*--하다 nói nhảm, nói vô ích, nói thừa.

짠맛 vị mặn.

잔망 @잔망스럽다 yếu kém, đần độn (so với tuổi), chậm phát triển; [경망하다] nhu nhược mềm yếu.

잔명 đằng sau một cuộc đời có số phận bi đát.

잔무 công việc còn lại. @잔무를 정리하다 thu dọn hết mọi việc còn lại.

짠물 nước mặn, nước muối. *--고기 cá nước mặn.

잔물결 cơn sóng, sự gợn sóng lăng tăng.

잔병 tình trạng bệnh hoạn, sự đau ốm sơ sài. @잔병이 많다 bệnh liên miên, hay ốm, hay đau, hay bệnh.

잔부 tàn dư, dấu vết còn lại.

잔상 [심리 tâm lý] dư ảnh.

잔서 cái nóng oi ả của mùa hạ còn rơi rớt lại.

잔설 tuyết còn sót lại (sau mùa đông).

잔셈 giá trị nhỏ, lợi ích nhỏ.

잔소리 sự rầy la, trách mắng, sự chửi rủa, sự nhục mạ. –하다 khiển trách, chửi rủa, đay nghiến, chì chiết, lăng mạ.

잔속 chi tiết riêng tư; nội bộ, bên trong.

잔손 thủ công, phức tạp, tỉ mỉ, tinh vi, khéo léo. @잔손이 많이 들다 vô số phức tạp, đòi hỏi phải cẩn thận. *--질 một chi tiết nhỏ.

잔술 sự uống rượu bằng chung nhỏ.

잔술집 quán rượu bia lên men.

잔심부름 việc lặt vặt, tạp nhạp.

잔악 --하다 hung bạp, tàn ác, cục súc.

잔액 số dư, phần còn lại.

잔약 --하다 mỏng manh, dể vỡ.

잔업 công việc ngoài giờ. –하다 làm thêm giờ, làm ngoài giờ. *--수당 lương ngoài giờ.

잔여 vật còn lại, phần còn lại. *--액 số dư.

잔영 dấu vết, vết tích, di tích, di vật, di hài.

잔월 ánh trang non, ánh trăng nhợt nhạt.

잔인 sự độc ác. –하다 hung ác, bạo tàn, cục súc. @잔인한 짓을 하다 làm một việc ác độc; dính vào tội ác.

잔일 việt lặc vặt trong nhà, việc làm thêm.

잔잔하다 êm ả, yên lặng, tĩnh mịch, phẳng lặng. @잔잔한 바다 biển êm gió lặng.

잔재 [찌끼] chất cặn bã, cặn (액체의). @ 일제의 잔재 tàn dư (cặn bã) của đế quốc Nhật.

잔재미 @잔재미 있는 사람 ở đâu cũng có người tốt // 잔재미를 보다 có được niềm vui tinh tế ở..; [성공] sự đánh lén, sự tấn công đột ngột; [이익을] chuyển biến tốt.

잔재주 mẹo vặt, tài vặt, trò ranh. @잔재주가 있는 láu cá, có thủ đoạn, gian xảo // 잔재주 부리다 dở thủ đoạn, dùng mẹo vặt.

잔적 chiến tích thảm bại của quân thù.

잔존 sự tồn tại, sự sống còn. –하다 tồn tại, còn sống; [잔류하다] để lại, bỏ lại, còn lại. @잔존자 (còn lại) một người sống sót // 잔존하는 sống qua được, qua khỏi được (cơn bệnh hiểm nghèo); còn lại, sống sót.

잔주름 nếp nhăn nhỏ.

잔챙이 đứa nhỏ nhất (con cái); con cá nhỏ.

잔치 bữa tiệc, buổi liên hoan. @ 생일 잔치 tiệc sinh nhật // 잔치를 열다 tổ chức tiệc, thiết tiệc, đải tiệc.

자칼질 --하다 băm nhỏ, thái (cắt) nhỏ.

잔털 mái tóc mịn, mượt.

잔품 vốn còn lại, hàng tồn kho, hàng chưa bán được. *--정리 kho hàng bán sạch.

잔학 --하다 độc ác, dã man, tàn bạo, cục súc, hung dữ => 잔인

잔해 thi hài, hài cốt (유해); xác (동물의); [파괴물] vật trôi giạt.

잔향 [물리] sự phản xạ, phản chiếu.

잔허리 eo, thắt lưng.

잔혹 => 잔학 => 잔인

잔다랗다 cực nhỏ, cực mảnh.

잘 (1) [익숙] tốt, giỏi, hay, đẹp, khéo, có năng khiếu, xuất sắc, tuyệt vời, sành sõi, tinh tế. *--영어를 잘하다 giỏi tiếng Anh, thông thạo tiếng Anh // 그말 잘했다 nói câu đó rất hay. (2) [충분히] kỹ lưỡng, chu đáo, cẩn thận tỉ mỉ. @잘 생각하다 suy nghĩ thấu đáo // 잘듣다 chăm chú lắng nghe (nghe kỹ/cẩn thận) // 잘자다 ngủ ngon giấc. (3) [편히] tốt. @잘살다 sống tốt, sống phong lưu, sung túc // 잘 있거라 chào tạm biệt ! (4) [곧잘] thoải mái; [자주] thường, thường xuyên. @잘 웃다 cười thoải mái // 그는 화를 잘 낸다 ông ấy dễ nổi giận. // 요즘 비가 잘 온다 *mấy ngày nay trời hay mưa*. (5) [기타] @잘 생기다 đẹp, dễ nhìn, có ngoại hình tốt. // 잘 맞다 làm cho hợp, làm cho vừa.

잘강잘강 sự nhai đi nhai lại (nhơi) => 질겅질겅.

잘그랑 tiếng (chuông) đổ lanh canh. –하다 kêu lanh canh lanh canh.

잘끈 chật căng, bó sát, chắc cứng. @허리끈을 잘끈 매다 cột chặt dây thắt lưng.

잘나다 (1) [잘 생기다] đẹp, dễ coi, ưa nhìn, có ngoại hình. @잘난 사내아이 cậu bé đẹp trai. (2) phẩm chất tuyệt hảo hạng; [뛰어나다] ưu tú, xuất sắc, tuyệt vời. @잘난 체하다 làm bộ làm tịch, làm ra vẻ quan trọng. (3) [반의적] vô ích, phù phiếm, vô dụng, không giá trị. @잘난 것 vật không giá trị.

잘다 nhỏ, mịn, thanh mảnh, rất nhỏ, bé tí. @잔 모래(자갈) cát mịn //글씨를 잘게 쓰다 viết sít vào nhau.

잘되다 qua khỏi, vượt khỏi (thành công);

ㅈ

[번영] thịnh vượng, thành đạt; [진척] phát triển tốt. @모든 일이 잘되어 간다 mọi việc thuận lợi.

잘라먹다 (1) cắt ra ăn; cắt đứt (lìa) ra. @떡을 잘라먹다 cắt cái bánh ra ăn. (2)[떼먹다] quịt, trốn (nợ), chạy làng. @빚을 잘라 먹다 quịt nợ người nào.

잘랑잘랑 leng keng, lanh canh.

잘래잘래; 짤래짤래 @ 잘래잘래 머리를 흔들다 lắc đầu nguầy ngậy.

잘록잘록; 짤록짤록 --하다 tràn ra khắp nơi.

잘록하다 thon thả, mảnh khảnh; eo hẹp (ở thắt lưng). @잘록한 허리 một cái eo thon.

잘리다 (1) bị táp, bị đớp, bị chặt đứt, bị vỡ. @목이 잘리다 bị chặt đầu, bị cắt đứt ngọn. (2) [떼이다] bị lừa đảo để lấy một vật gì; bị quỵt nợ.

잘못 [과실] thiếu sót, khuyết điểm; [악의 없는] lỗi lầm, sai trái (과실의 책임); một sơ sót (작은 잘못); điều sai lầm (큰 잘못); sai quấy, trái lẽ; [부사적] một cách sai trái (sai lầm), do sai sót. –하다 phạm lỗi, có lỗi, làm sai, làm bậy. @잘못되다 không thích hợp, không đúng lúc, không đúng chỗ; sai lầm // 잘못 알다 hiểu sai, hiểu lầm // 잘못을 사과하다 xin lỗi (tạ lỗi) với ai vì những sai trái của mình // 잘못을 저지르다 phạm khuyết điểm, mắc sai lầm (lỗi lầm) // 잘못 쓰다 phạm lỗi chính tả, viết sai // 그것은 나의 잘못이다 đó là lỗi của tôi.

잘 생기다 đẹp, ưa nhìn, dễ coi. @얼굴이 잘 생기다 có khuôn mặt ưa nhìn (đẹp / xinh xắn).

잘자리 cái giường. @잘자리에 들다 đi ngủ; đi lên giường.

잘잘, 짤짤 [끓다] trạng thái sôi, sự sôi; [치마자락 따위가 đuôi váy áo] sự kéo lê; [쏘다니다] lang thang đây đó; [흔들다 sự lắc, giũ; [윤기가] trơn tru, trôi chảy, hào nhoáng, bóng loáng. @치마자락을 잘잘 끌다 kéo lê đuôi váy áo // 물이 잘잘 끓는다 nước đang sắp sôi.

잘잘못 đúng, sai; khen, chê. @잘잘못을 헤아리다 phân biệt (cho biết) tốt xấu, đúng sai.

잘하다 làm tốt (khéo, kỹ, đẹp, tinh xảo), có chuyên môn, có năng khiếu, thành thạo; [자주] làm thường làm nhiều, làm quen tay. @잘 해야 giởi nhất, tốt nhất, cực kỳ tinh xảo // 영어를 잘하다 giỏi tiếng Anh // 참 잘했다 tốt!, giỏi!, hay lắm!, hoan hô!

잠 giấc ngủ, sự ngủ; giấc ngủ trưa, sự chợp mắt (낮잠); buồn ngủ, ngáy ngủ (졸음); ngủ gà ngủ gật (giấc ngủ ngắn 선잠). @깊은 (얕은) 잠 giấc ngủ mê (chập chờn) //잠자다 ngủ, đi ngủ. 잠을 못 이루다 ít ngủ, thiếu ngủ, mất ngủ, thao thức, chập chờn.

잠결 @잠결에 khi ngủ, trong giấc ngủ.

잠깐 (trong) chốc lát, giây lát; (trong) lúc nào đó. @잠깐 있으면 trong một thời gian ngắn // 잠깐 있다가 sau một lúc, trong chốc lát nữa.

잠깨다 thức dậy (ngủ); thức tỉnh (tỉnh ngộ).

잠꼬대 sự nói mê trong lúc ngủ, sự mớ; [실없는 말] lời nói mê sảng, lời nói vô nghĩa. –하다 nói mê, nói nhảm, nói lúc đang ngủ.

잠꾸러기 người hay buồn ngủ (hay đãng

trí / không chú ý 어린이); người mê ngủ, người ngủ say; người dây muộn.

잠귀 @잠귀가 밝다 tỉnh ngủ vì một tiếng động nhẹ; ngủ lơ mơ.

잠그다 [1] [자물쇠를] khóa lại, đóng chặt lại. @문 (서랍, 집) 을 잠그다 khóa cửa (cửa tủ/ cửa nhà) // 수도를 잠그다 khóa vòi nước.

잠그다 [2] [물에 dưới nước] nhúng nước, ngâm nước, nhận chìm. @머리를 물속에 잠그다 nhúng đầu xuống nước.

잠기다 [1] khóa, đã khóa, đã đóng chặt lại. @이 문은 저절로 잠긴다 cửa này đóng tự động.

잠기다 [2] [물에] bị ngâm, bị nhận chìm, bị ngập nước (홍수에); [열중하다] chìm lắng, mê mãi, miệt mài (trong..). @슬픔에 잠기다 chìm đắm trong nỗi sầu muộn // 생각에 잠기다 trầm tư mặc tưởng; trầm ngâm, suy tư.

잠동무 bạn cùng giường; người cùng phe.

잠두 [식물 thực vật] cây đậu ván.

잠들다 chìm vào giấc ngủ. @깊이 잠들다 chìm nhanh vào giấc ngủ.

잠망경 kính viễn vọng.

잠바 áo *jacket*, áo veston, áo vest.

잠방이 quần lửng, quần ngắn đến tận đầu gối (của nông dân).

잠복 sự che đậy, sự dấu diếm, sự trốn tránh; [병의] sự tiềm tàng, sự ấp ủ (mầm móng bệnh). –하다 che đậy, dấu diếm, nói dối, trốn tránh sự thật; [병의] tiềm ẩn, ngấm ngầm, ấp ủ. *--기 giai đoạn ủ bệnh.

잠사 chỉ tơ *--업 nghề quay tơ.

잠상 người buôn bán chợ đen.

잠세력 năng lực tiềm tàng.

잠수 việc lặn xuống nước, sự lặn, sự làm ngập nước, sự chìm. –하다 lặn xuống nước, nhận chìm xuống nước, nhảy xuống nước. *--기 dụng cụ lặn. –모함 tàu ngầm (tàu liên lạc/tiếp liệu). –병 bệnh hay buồn nôn, bệnh say sóng. –복 y phục lặn. –부 người lặn, thợ lặn. –함 tàu lặn.

잠시 một thời gian ngắn, một lát, một chút nữa (잠시동안).

잠식 sự xâm lấn, sự xâm phạm, vật xâm chiếm, sự xâm nhập. –하다 xâm nhập, đột nhập, xâm chiếm, xâm lăng; thu được, đạt được.

잠언 câu cách ngôn, châm ngôn; [성경] tục ngữ.

잠업 nghề nuôi tằm.

잠열 [지하의] hơi nóng âm ỉ; [인체의] nhiệt độ âm ỉ, ngấm ngầm.

잠옷 quần áo ngủ, py-ja-ma [남자용 áo ngủ nam, của đàn ông]; [부인.어린이용] áo ngủ của đàn bà, trẻ con].

잠입 sự thâm nhiễm, sự ngấm vào. –하다 rỉ qua, tự ngấm qua, thâm nhiễm.

잠자다 ngủ, chợp mắt, ngủ trưa (낮잠); đi ngủ (취침). @늦도록 잠자다 ngủ muộn (trễ).

잠자리 [1] con chuồn chuồn. *고추-- con chuồn chuồn màu đỏ.

잠자리 [2] chỗ ngủ, cái giường. @잠자리를 펴다 trải giường, làm giường // 잠자리에 들다 đi ngủ (đi lên giường) // 잠자리를 같이하다 ngủ chung giường (với..)

잠자코 không một lời nói, im lặng; [이의 없이] không ý kiến, không phản đối; [무단히] không báo trước, không lời

ㅈ

cáo biệt. @잠자코 있다 hãy giữ im lặng.

잠잠하다 tĩnh mịch, êm đềm, thanh vắng, yên tĩnh. @잠잠하게 một cách êm ả.

잠재 sự ngấm ngầm; sự âm ỉ, tiềm tàng. –하다 ngầm ngầm, âm ỉ, tiềm tàng, che giấu, ẩn náu. @잠재적 khả năng, tiềm năng. *--(능)력 năng lực tiềm tàng. –의식 tiềm thức.

잠적 --하다 che đậy, dấu diếm.

잠정 @잠정의 tạm thời, lâm thời, nhất thời. @잠정적으로 tính chất lâm thời, một cách nhất thời, một cách tạm thời.

잠투세하다 (tật) hay cáu kỉnh càu nhàu trước (sau) khi ngủ.

잠투정하다 => 잠투세하다.

잠함 thùng lặn (dùng cho công nhân xây dựng dưới nước). *--공법 phương pháp lặn. –병 bệnh khí áp, bệnh thợ lặn.

잠항 chuyến du hành dưới đáy biển. –하다 du lịch dưới biển. *--정 tàu lặn.

잠행 --하다 vi hành (đi du lịch giả trang không để lộ tung tích)

잡가 dân ca, ca nhạc quần chúng.

잡거 --하다 sống chung với nhau.

잡건 việc linh tinh, đồ lặt vặt, sự pha tạp hỗn hợp.

잡것 [사물 đồ vật] vật linh tinh, những mảnh thừa lặt vặt (đầu thừa đuôi thẹo); [사람 người] một gã thấp hèn, người tầm thường.

잡곡 ngũ cốc. *--상 người bán ngũ cốc. –법 cơm độn ngũ cốc.

잡귀 người độc ác, yêu ma, quỹ quái; một tâm hồn xấu xa.

잡기 trò chơi linh tinh (có những đặc tính khác nhau); [노름] trò cờ bạc.

잡기 sổ ghi chép linh tinh. *--장 sổ tay, sổ ghi chú.

잡년 đứa con gái hư, người phụ nữ phóng túng, người đàn bà dâm dãng.

잡념 tư tưởng vẩn vơ, tư tưởng trần tục.

잡놈 một gã thấp hèn (một con người trần tục).

잡다[1] (1) [손으로] bắt, vồ, chộp, tóm; [쥐다] giữ, giật, nắm bắt, túm chặt. @공을 잡다 bắt (chụp) banh // 손을 잡다 nắm tay, giữ chặt tay (người nào). (2) [체포] bắt, giữ, tóm bắt. @도둑을 잡다 bắt giữ tên trộm. (3) [권력.기회 따위를 잡다] cầm, nắm, mang, khoát, lấy, dùng, sử dụng. @기회를 잡다 nắm lấy cơ hội, (nắm thời cơ) // 정권을 잡다 nắm quyền lực. (4) [담보로] thế chấp, cầm cố; đem vật gì đi cầm cố (thế chấp). @저당을 잡고 돈을 꾸어주다 cho vay có thế chấp, cầm đồ. (5) [결정] xác định, quyết định; [선정] chọn lựa; [예약] đặt trước, đăng ký trước. @날짜를 잡다 ấn định ngày // 일자리를 잡다 tìm (chọn) việc làm. (6) [결점을] tìm thấy (lỗi), vạch (khuyết điểm của người nào). @물건의 흠을 잡다 tìm ra khuyết điểm trên món đồ // 남의 흠을 잡다 tìm ra sai sót của (người nào). (7) [기타] @(논에)물을 잡다 tưới nước, dẫn nước // 실증을 잡다 có bằng chứng xác thực // 장소를 잡다 chiếm hết chỗ trong phòng // 초를 잡다 phát thảo, phát họa.

잡다[2] [요량] đánh giá, ước lượng, nhắm chừng. @줄잡아서 tính phỏng // 최대한으로 잡아서 phỏng chừng giá cao nhất, ước lượng cao nhất.

잡다[3] (1) [죽이다] sát sinh, giết, mổ (thịt động vật). @돼지를 잡다 mổ lợn. (2)

[모함] bày mưu, âm mưu ám hại ai; vu khống (người nào). @사람 잡을 소리 그만해 *đừng vu cáo tôi.* (3) [불을] dập tắt (đám lửa). @물(모래)로 불을 잡다 dập tắt đám cháy bằng nước (cát). (4) [마음을] ổn định (tư tưởng / tâm hồn); điềm tĩnh, thanh thản. @들뜬마음을 잡다 ổn định (kiềm chế) tư tưởng; giữ vững lập trường.

잡다[4] [주름을] làm nhăn, làm nhàu nát, làm xếp nếp. @치마에 주름을 잡다 tạo nếp gấp (xếp li) chiếc váy.

잡다 --하다 hỗn tạp, đa dạng, lặt vặt, linh tinh, tạp nhạp.

잡담 câu chuyện tầm phào, chuyện nhặt nhạnh, tin đồn nhảm, chuyện ngồi lên đôi mách. –하다 tán gẫu, ngồi lê, nói tào lao. @잡담으로 시간을 보내다 mất thì giờ vì những chuyện ngồi lê.

잡도리하다 trông nom, coi sóc, quản lý, giám thị, giám sát.

잡동사니 đồ lặt vặt, các thứ tạp nhạp linh tinh, đầu thừa đuôi thẹo.

잡되다 tầm thường, thô bỉ, lố lăng, đỏng đảnh, phóng đãng, khiếm nhã, bất lịch sự, sỗ sàng.

잡록 linh tinh, tạp lục.

잡맛 sở thích lai căng, tạp lục.

잡목 gỗ tạp. *--숲 bãi trồng cây làm chất đốt.

잡무 công việc lặt vặt, công việc thường ngày. @신변의 잡무 công việc lặt vặt cá nhân.

잡문 hợp tuyển văn học. *--가 nhà văn viết nhiều thể văn khác nhau.

잡물 [불순물] tính chất tạp nhạp, pha trộn.

잡배 một gã thấp hèn, 1 con người tầm thường.

잡병 nhiều loại bệnh khác nhau.

잡보 tin tức các loại *--란 cột tin tổng quát.

잡부 người làm thuê, người làm công việc lặt vặt (linh tinh).

잡부금 chi phí linh tinh, lặt vặt.

잡비 phí linh tinh. *--계정 bảng ghi phí tổn linh tinh.

잡살뱅이 đồ lặt vặt, đồ chất chứa linh tinh.

잡상스럽다 (1) [음탕] phóng túng, phóng đãng, dâm ô, dâm loạn, tục tĩu, khiêu dâm. (2) [상스럽다] thô bỉ, thô tục, ti tiện, thấp hèn, tầm thường, kém cỏi, khiếm nhã, sỗ sàng, không đứng đắn, không đàng hoàng.

잡상인 người bán tạp hóa, người bán đồ lặt vặt linh tinh các loại.

잡색 đủ màu sắc. @잡색의 sặc sỡ, nhiều màu.

잡세 thuế linh tinh.

잡소리 [외설한] lời nói thô tục, lời nói bất lịch sự (sỗ sàng / khiếm nhã); [잡담] lời nói vô ích.

잡수시다 ăn, táp, đớp.

잡수입 khoảng thu nhập linh tinh, hoa lợi lặt vặt.

잡숫다 => 먹다.

잡스럽다 => 잡되다

잡식성 [동물 động vật] loài ăn tạp. @잡식성의 thuộc loài ăn tạp.

잡신 một tâm hồn xấu xa, tội lỗi.

잡아가다 đưa, dẫn, dắt; dẫn độ (kẻ bị tình nghi đến sở công an).

잡아내다 [결점] rầy la, chế diễu (những

sai lầm, thiếu sót); [밖으로] ném (người nào) ra khỏi (cửa).

잡아당기다 [끌다] xô đẩy, lôi kéo, giật mạnh; kéo dài ra, căng ra, duỗi ra, nong ra (팽팽하게); đẩy lùi (뒤로); giật mạnh (갑자기). @귀를 잡아당기다 kéo tai (người nào).

잡아들이다 tóm bắt và đưa vào; lôi, kéo vào.

잡아떼다 (1) [손으로] để (vật gì) riêng ra; cởi ra, tháo ra, bỏ ra, lấy đi. (2) [모른다고] giả ngu, làm bộ không biết.

잡아매다 buộc lại, trói lại, ràng, buộc, trói chặc.

잡아먹다 (1) [먹다] giết thịt, mổ thịt (để ăn); cắn xé, ăn sống nuốt tươi (짐승이). @뱀은 개구리나 쥐를 잡아먹고 산다 con rắn sống bằng ếch, chuột và chuột lắt. (2) [괴롭히다] gây đau khổ,đau đớn, hành hạ, dày vò, vằn vặt.

잡역 công việc linh tinh, lặt vặt trong nhà; [근사 quân đội] công tác lao động. *--부 người làm thuê, người làm những việc lặt vặt.

잡음 tạp âm; tiếng om sòm, huyên náo, ồn ào; [이의] tiếng cãi cọ.

잡인 người ngoài cuộc, người xa lạ.

잡일 việc linh tinh, việc tạp nhạp (lặt vặt), việc mọn trong nhà.

잡종 sự pha tạp; người (vật) lai giống. @잡종의 thuộc tạp chủng. *--강세 [생물 sinh vật] ưu thế giống lai. –제 1 대 đời thứ nhất.

잡죄다 (1) => 잡도리하다. (2) [독촉하다] vội vàng, hấp tấp, hối hả, giục giả, gấp rút.

잡지 tạp chí; [전문적] báo hằng ngày; [정기간행물] báo xuất bản định kỳ. @잡지를 구독하다 đăng ký (đặt) mua báo dài hạn. *--기자 ký giả, người viết báo. 대중 (여성) -- tạp chí đại chúng (tạp chí Phụ nữ). 문예 (종합) -- tạp chí văn học. 월간 nguyệt san, báo ra hàng tháng; 주간 báo ra hằng tuần.

잡지 phí tổn linh tinh.

잡초 cỏ dại. @잡초가 우거진 mọc đầy cỏ dại. *--제거기 người rẫy cỏ, người nhổ cỏ dại.

잡치다 đổ nát, thất bại, hư, hỏng, làm rối ren, lộn xộn. @기분을 잡치다 làm xúc phạm (ai); 계획을 잡치다 phá vỡ kế hoạch của người nào.

잡탕 (1)[국] món súp (canh) thập cẩm; món hổ lốn. (2) [뒤범벅] mớ hỗn tạp, mớ bòng bong, bộ sưu tập linh tinh.

잡혼 hôn nhân khác chủng tộc.

잡화 hàng hóa linh tinh, tạp phẩm; [식료잡화 thực phẩm, lương khô, đồ hộp] hàng tạp phẩm, tạp hóa. *--상 việc kinh doanh tạp hóa; [사람 người] người bán tạp hóa. –점 tiệm tạp hóa.

잡히다[1] (1) [손에] bị bắt. @경관에게 잡히다 bị cảnh sát bắt. (2) [담보로] đem thế chấp, cầm cố một vật gì. @그 집은 30 만원에 저당잡혀 있다 căn nhà này đã thế chấp 30 vạn won. (3) [결점. 흉을] bị lật tẩy, bị chộp bất ngờ. @남에게 흉을 잡히다 cãi bướng, nói càng. (4) [기타] @물이 잡히다 nước được chứa // 모양이 잡히다 giữ nguyên dạng.

잡히다[2] [모조가] định giá, đánh giá, ước lượng.

잡히다[3] (1) [모해에] rơi vào kế hoạch / cạm bẫy (của người nào); mắc bẫy, mắc mưu. (2) [불이 lửa] dập tắt. (3) [마음이

tâm hồn] lắng dịu, bình tĩnh; (tâm trạng) ổn định.

잡히다 [4] [굽은 것이] làm cho thẳng ra, sắp xếp cho ngăn nắp. (2) [주름이] làm nhăn, có nếp gấp. @이마에 주름이 잡히다 có vết nhăn trên trán.

잣 hạt thông. *--나무 cây thông.

잣눈 sự chia độ, mặt chia độ.

잣다 (1) [물을 nước] bơm bên, kéo lên, hút lên. (2) [실을 chỉ tơ] quay.

잣새 [새 chim] con chim mỏ chéo.

잣송이 quả hạch thông

잣죽 cháo nấu bằng gạo với quả hạch thông

장 (1) [우두머리] người đứng đầu, xếp, ông chủ, thủ trưởng, thủ lĩnh, đầu đảng, đầu sỏ. @한 집안의 장 chủ nhà. (2) [장점] giá trị, mặt tốt, điểm mạnh. @일장 일단이 있다 mỗi mặt tốt đều có bề trái của nó (trong cái xấu có cái tốt).

장 một tờ, một trang, một lá (sách / giấy). @10 원우표 두 장 2 con tem 10 *won.*

장 [책의 sách] một chương => 기장. @제 1 장 chương 1.

장 [1] chợ, hội chợ, chợ phiên (장기적인). @장날 ngày họp chợ // 장이 서다(열리다) hội chợ đã khai mạc.

장 [2] [장소] nơi, chỗ, địa điểm, vị trí, bãi đất, khu đất, sân, bãi; [연극의] hiện trường; [물리에서 vật lý] trường. @골프장 sân chơi gôn.

장 ruột, lòng. @장의 (thuộc) ruột.

장 [간장] nước tương đậu nành.

장 tủ quần áo, ngăn kéo tủ; phòng thay đồ.

장 => 장기

-장 [착도] dụng cụ đo bề dài; [총칭] người được coi như là bậc huynh trưởng.

장가 [결혼 kết hôn] hôn nhân, việc cưới xin. @장가 들다 cưới vợ, lấy chồng.

장갑 (một đôi) găng tay, bao tay; đôi găng tay hở ngón (벙어리 장갑); đôi bao tay để đánh box (quyền Anh 권투용). @장갑을 끼다 (벗다) mang (tháo) găng tay.

장갑 vỏ sắt, vật bọc sắt. –하다 bọc sắt. @장갑한 áo giáp. *--부대 quân đoàn thiết giáp. –자동차 (열차) xe bọc sắt (xe hơi, xe lửa).

장개석 Giang Khải Siêu (Trung quốc 1886 – 1975).

장거 tính quyết tâm, tính quả cảm, tính dám làm.

장거리 đường dài; tầm xa. *--경주 cuộc đua đường dài. –전화 điện thoại đường dài. –포 súng bắn tầm xa.

장검 lưỡi kiếm (dài).

장골 người có cơ bắp vặm vỡ, người có thể lực.

장과 [식물 thực vật] quả mọng.

장관 cảnh tượng hùng vĩ; khung cảnh tráng lệ, huy hoàng. @장관을 이루다 bày ra một quang cảnh nguy nga tráng lệ.

장관 bộ trưởng, nội các chính phủ; bí thư; [우두머리] xếp, thủ trưởng, thủ lĩnh. * 국무-- Tổng bí thư. 국방(외무) -- Bộ tưởng Bộ Quốc phòng (Bộ Ngoại giao). 문교부-- Bộ trưởng Bộ giáo dục. 지방-- tỉnh trưởng.

장관 [육군 lục quân] tướng, nhà chiến lược (sĩ quan); [해군 hải quân] thủy sư đô đốc.

장광설 lời nói dài dòng. @장광설을 늘

ㅈ

어놓다 phát biểu dài dòng lê thê (dài dòng văn tự).
장교 1 sĩ quan, sĩ quan chính quy. @장교와 사병 sĩ quan và binh sĩ. *육 (해)군 lục quân (hải quân).
장구 cái trống 2 đầu, bó chặt ở giữa.
장구 tính vĩnh viễn, bất diệt; tính chất có từ lâu đời. –하다 bền vững, lâu dài, trường cữu. @장구한 시일이 지난 후 sau nhiều năm trôi qua.
장구 --하다 đi được một quãng xa.
장구 đồ trang thiết bị, dụng cụ, bộ đồ nghề, đồ dùng cần thiết.
장구대가리, 장구머리 (người có) cái đầu lồi ra.
장구벌레 con lăng quăng, ấu trùng của muỗi.
장국 canh có hương vị tương đậu nành (국물); canh đậu nành (된장국).
장군 cái bình (cái vại) bằng đất nung.
장군 nhà buôn, thương nhân
장군 nhà chiến lượt, ông tướng; [장기의 đánh cờ] chiếu tướng.
장군 [식물 thực vật] cây đại hoàng.
장금 giá thị trường, giá cả hiện hành.
장기 năng khiếu đặc biệt, sở trường riêng, mặt mạnh (của người nào).
장기 cơ quan nội tạng.
장기 (trò chơi) cờ. @장기를 두다 chơi cờ, đánh cờ. *--짝 quân cờ. –판 bàn cờ.
장기 kế toán, sổ sách kế toán.
장기 một thời gian dài. @장기의 lâu dài, lỗi thời, cũ kỹ, không hợp thời. *--계획 một kế hoạch lâu dài. –대부 món tiền nợ dài hạn. –어음 tờ hoá đơn lâu đời (cũ). –전 chiến tranh kéo dài. –흥행 một sô diễn dài.
장끼 [새 chim] con gà lôi trống.
장난 [놀이] sự vui chơi, sự nô đùa; [희롱] trò tinh nghịch, láu cá, ma mảnh; [실없는 일] trò đùa, chuyện vặt. –하다 vui, đùa (손으로); nô đùa, vui chơi. @장난으로 để vui đùa. *--꾸러기 một anh chàng khôi hài (hay thích đùa).
장난감 đồ chơi, vật giải trí, trò tiêu khiển (놀림감) *--가게 của hàng bán đồ chơi.
장난군 đứa bé tinh nghịch (láu lỉnh, hư đốn, nghịch ngợm); thằng nhãi ranh.
장남 con trai cả, trưởng nam.
장내 @장내에 trong hội trường, trong khu đất.
장녀 con gái lớn, trưởng nữ.
장년 thời kỳ đầu tiên của tuổi trưởng thành. @장년의 사람 người ở độ tuổi thanh xuân, người bước vào tuổi trưởng thành.
장뇌 long não. *--유 dầu long não.
장님 người mù. @눈뜬 장님 người thất học, người mù chữ, người dốt.
장다리 cuống hoa (của củ cải, cải bắp). @장다리가 나다 bắt đầu kết hạt.
장단 [길이] dài và ngắn, chiều dài, độ dài; [장단점] khen và chê; [박자] nhịp đập.
장담 sự quả quyết, sự cam đoan, sự bảo đảm; lời phát biểu quả quyết. –하다 quả quyết, cam đoan, bảo đảm, xác nhận. @그것이 사실임을 나는 장담한다 *tôi cam đoan đó là sự thật.*
장대 cái cọc tre, cây sào.
장대 --하다 khỏe, chắc, bền, nguy nga, vĩ đại.
장도 (một cuộc kinh doanh) có nhiều triển vọng. @장도에 오르다 công việc có nhiều triển vọng buổi đầu.
장도 1 dự án sáng chói, 1 viễn cảnh huy

hoàng.

장도 con đường xa, khoảng cách xa.

장도 con dao có tính chất trang trí.

장도리 cái búa. @장도리로 못을 박다 đập búa trúng vào ngón tay.

장독대 bậc thềm.

장돌림 đi du lịch thị trường, đi tiếp thị.

장딴지 bắp chân.

장래 tương lai; [부사적] trong tương lai. @장래가 촉망되는 청년 tuổi trẻ nhiều hứa hẹn (tốt đẹp) ở tương lai // 장래의 (thuộc) tương lai // 가까운 장래에 trong tương lai gần. *--성 viễn cảnh, triển vọng. @장래성 있는 có triển vọng, có tương lai tươi sáng.

장려 --하다 nguy nga, lộng lẫy, tráng lệ, huy hoàng.

장려 sự ủng hộ, sự khuyến khích. –하다 khuyến khích, động viên, ủng hộ. *--금 tiền ủng hộ, tiền thưởng.

장력 [물리 vật lý] sực ép, ứng xuất. *표면-- sức ép mặt.

장렬 --하다 anh hùng, hào hiệp, quả cảm, dũng cảm, gan dạ, bất chấp.

장렬 đám tang.

장례 lễ tang; ngành phục vụ lễ tang. @장례를 거행하다 tổ chức tang lễ. *--비 phí tang lễ. –차 xe tang.

장로 người nhiều tuổi hơn, người trên trước; [교회의] trưởng lão; *--giáo hội trưởng lão.

장롱 tủ quần áo, tủ có ngăn kéo, tủ com mốt; người mặc quần áo cho diễn viên.

장르 (*genre*) loại, thể loại.

장마 cơn mưa đầu hạ. @장마가 지다 mùa mưa sắp đến.*--전선 theo mùa mưa.–철 mùa mưa.

장막 lều, rạp, bức màn, lưới che, mạng che mặt. @철 (죽) 의 장막 bức màng sắt (tre) // 장막을 늘어뜨리다 treo màng cửa sổ.

장만 --하다 chuẩn bị, trang bị, xếp đặt; mua, tậu. @집을 장만하다 mua 1 căn nhà.

장면 quang cảnh, hiện trường (연극의); nơi, chỗ (장소); cảnh tượng (광경). @연애 장면 một cảnh yêu thích.

장모 mẹ vợ.

장목 gỗ xây dựng. *--전 nơi chứa gỗ để bán.

장문 một bài báo dài, một bức thư dài (편지)

장물 đồ vật ăn trộm, hàng gian. *--고매자 người oa trữ của gian, người chứa chấp đồ gian.

장미 hoa hồng. @장미빛의 có màu của hoa hồng. *--나무 cây hoa hồng, bụi hồng. 들-- cây hoa hồng dại; cây tầm xuân.

장바닥 khu chợ (khu vực chợ).

장발 mái tóc dài. @장발의 có mái tóc dài.

장방형 hình chữ nhật. @장방형의 có hình chữ nhật, thuộc hình chữ nhật.

장벽 hàng rào, chướng ngại vật.. @장벽을 쌓다 dựng rào, dựng chướng ngại vật // 관세의 장벽을 쌓다 lập hàng rào thuế quan.

장벽 thành ruột.

장변 thị trường lãi xuất. @장변놀이하다 vay tiền ở thị trường lãi xuất..

장병 bệnh mãn tính.

장병 tướng sĩ, sĩ quan và binh sĩ; quân nhân.

ㅈ

장보다 => 장[1]

장복 --하다 dùng (uống thuốc) đều đặn, thường xuyên.

장본인 người cầm đầu, người khởi xướng, người sáng tạo, đầu sỏ. @그가 그 소동의 장본인이다 hắn chính là người gây ra phá rối.

장부 [건축 kiến trúc] cái mộng; mộng đuôi én. *장붓구멍 lỗ mộng.

장부 bậc trượng phu; người đàn ông đúng nghĩa.

장부 sổ sách kế toán (등기부). @장부에 기입하다 vô sổ, vào sổ *--검사 việc kiểm toán. –계 nhân viên kế toán. –정리 sự điều chỉnh (chỉnh lý) sổ sách.

장비 sự trang bị. –하다 trang bị.

장사 việc buôn bán, việc thương mại, mậu dịch, công việc kinh doanh. –하다 tiến hành (xúc tiến) việc kinh doanh; buôn bán. @장사를 시작하다 bắt đầu kinh doanh.

장사 (phục vụ) lễ tang; việc chôn cất, việc mai táng. @장사지내다 tổ chức lễ tang, chôn cất, mai táng.

장사 người có bắp thịt rắn chắc, khỏe mạnh; tay đô vật (씨름의). @힘이 장사다 khỏe như Hercules.

장사(아)치 người bán rong.

장사진 1 đường dài (hàng / dãy); 1 cái đuôi dài. @장사진을 치다 tạo thành một vệt dài.

장삼 áo cà sa.

장삿속 người có máu con buôn, có óc hám lợi.

장색 thợ thủ công.

장서 bộ sưu tập sách; tủ sách riêng. –하다 sưu tập sách. *--가 người sưu tập sách, người ham mê sách. –목록 thư mục.

장성 toàn thể, cái chung, cái tổng quát.

장성 vạn lý trường thành => 만리장성

장성 --하다 lớn lên, trưởng thành.

장소 nơi chốn, chỗ; [위치] vị trí; [부지] địa điểm; [좌석] chỗ, nơi; [공간] khoảng cách, phạm vi. @장소가 좋다 vị trí tốt, địa điểm thuận lợi.

장손 trưởng tôn; con trai cả của trưởng nam, cháu đích tôn.

장송 cây thông cao.

장송 --하다 đưa đám tang, dự đám tang. *--곡 một đám tang đi diễu hành.

장수 nhà buôn, con buôn, thương gia, thương nhân; [행상인] người bán rong.

장수 sự sống lâu, sự trường thọ. –하다 sống lâu, sống thọ. *--약 thuốc trường sinh bất lão.

장수 số trang (số tờ).

장수 ông tướng, chỉ huy trưởng.

장수벌 [곤충 côn trùng] con ong chúa.

장승 cột gỗ cao khắc hoặc vẽ 1 loạt các biểu tượng vật tổ.

장시간 nhiều giờ, thời gian dài. @장시간에 걸쳐 trong thời gian dài, trong nhiều giờ.

장시세 giá hiện hành, giá thị trường.

장시일 nhiều năm, lâu đời. @장시일에 걸치다 kéo dài nhiều năm, gia hạn một thời gian dài.

장식 sự ăn diện, sự chải chuốt điểm tô. –하다 trang hoàng, trang trí, trang điểm, chải chuốt, @방을 꽃으로 장식하다 trang trí căn phòng bằng hoa. *--술 nghệ thuật trang hoàng.; đồ nữ trang giả, đồ trang trí (장신구). 무대-- bục trang trí. 실내-- đồ trang trí bên trong.

장신 tầm vóc (vóc dáng) cao lớn.

장신구 đồ phụ tùng, đồ trang điểm cá nhân, đồ trang trí.

장아찌 những lát củ cải (dưa chuột) ướp nước tương.

장악 --하다 cầm, giữ, nắm, túm chặt, nắm giữ, chế ngự, chiếm được. @정권을 장악하다 nắm chính quyền.

장안 thành phố thủ đô. @서울 장안 thành phố thủ đô *Seoul*.

장애 trở lực, trở ngại, điều gây trở ngại (운동기구), khó ở, rắc rối (병 bệnh). @장애가 되다 gây trở ngại (cho ai), làm ngăn trở. *--물 chướng ngại vật, hàng rào tạm để vận động viên nhảy qua trong cuộc đua vượt rào (경기의); chấn song, then cửa (경마의). –물 경주 cuộc chạy đua vượt rào.

장액 huyết thanh (혈장)

장어 con cá chình, con lươn.

장어 [낙지] con mực phủ, con bạch tuộc.

장엄 hùng vĩ, huy hoàng, trang nghiêm. –하다 trọng thể, uy nghi, hùng vĩ, siêu phàm, tuyệt vời, lộng lẫy.

장엄 [의학] chứng viêm ruột non.

장엄전 [의학] khúc cong trong ruột.

장원 người thắng giải nhất (trong cuộc thi); điểm số cao nhất. –하다 thắng giải nhất trong cuộc thi quốc gia.

장원 trang viện, thái ấp.

장유 già và trẻ. @장유 유서하다 người trẻ tuổi phải dành quyền ưu tiên cho người già (người có tuổi / người trên trước).

장음 âm kéo dài; [음성] nguyên âm dài (âm tiết)

장음계 [음악 nhạc] gam trưởng, gam.

장의 sự tế lễ, buổi lễ tang; nghi thức lễ tang. *--사 người làm dịch vụ lễ tang. –사 cửa hàng phục vụ tang lễ. –위원장 trưởng ban lễ tang. ---차 xe tang.

-장이 người chuyên nghiệp, người có tay nghề chuyên môn. @관상장이 thầy tướng; thầy bói, nhà tướng số.

장인 cha vợ, bố vợ.

장인 thợ thủ công, công nhân lao động.

장자 trưởng nam. *--상속권 quyền trưởng nam.

장자 (1) [어른] người lớn tuổi hơn, người trên trước. (2) [덕망가] người có đạo đức, phẩm cách. (3) [부자] nhà triệu phú (백만 장자).

장작 củi. @장작을 패다 chẻ củi. *--개비 một thanh củi (que củi).

장전 thuốc / đạn nạp (vào súng). –하다 nạp (đạn) vào súng.

장점 mặt mạnh, điểm mạnh, lợi thế. @장점과 단점 thế mạnh và thế yếu.

장정 người lớn, người trưởng thành; [징병적령자] thanh niên (của tuổi nghĩa vụ quân sự).

장정 bìa (sách). –하다 đóng bìa, kết lại, nối lại. *--자 người thiết kế, người phát họa.

장조 [음악 âm nhạc] điệu trưởng.

장조림 bò hầm sốt tương đậu.

장조모 bà (nội / ngoại) của vợ.

장조부 ông (nội / ngoại) của vợ.

장조카 con trai cả của anh cả.

장족 @장족의 진보를 하다 tiến bộ đáng chú ý; tiến (vượt) nhanh.

장졸 sĩ quan và binh lính.

장주릅 người bán đồ cũ; người làm trung gian, môi giới.

장죽 ống điếu dài (tẩu thuốc).

장중 sự trọng thể; sự trang nghiêm, long trọng. ---하다 long trọng, trang nghiêm, từ tốn. @장중하게 một cách long trọng.

장중 @장중에 trong tay (vật sở hữu / quyền lực).

장중 nghi thức trang nghiêm, long trọng. –하다 trang trọng, uy nghi, hùng vĩ. @ 장중하게 một cách trang trọng.

장지 cửa kéo (cửa trượt) bằng giấy.

장지 ngón tay giữa.

장지 nơi chốn cất (bãi đất).

장질부사 => 장티푸스

장차 trong tương lai.

장치다 [길다] dài và thẳng; [멀다] xa, xa cách.

장창 cây giáo, cây thương dài.

장처 điểm mạnh, mặt mạnh (của người nào).

장총 cây súng trường.

장취 --하다 luôn luôn say sưa; tối ngày say xỉn.

장취 --하다 phát triển, tiến triển.

장치 dụng cụ, đồ dùng cần thiết, trang thiết bị, hệ thống máy móc; đồ dự phòng, lương thực dự trữ. –하다 trang bị. *난방-- hệ thống nhiệt. 냉방-- thiết bị điều hòa không khí. 무전-- hệ thống vô tuyến điện. 발화-- bộ phận đánh lửa.

장침 [시계의 kim đồng hồ] cây kim dài, kim chỉ phút.

장카타르 [의학 y học] chứng viêm chảy ruột.

장쾌 --하다 sôi nổi, sống động, hào hứng, lý thú, sinh động.

장탄 sự nạp liệu. –하다 nạp (thuốc súng / điện).

장탄식 tiếng thở dài (nặng nề). –하다 phát ra tiếng thở dài.

장터 địa điểm chợ (vị trí)

장티푸스 [의학 y học] bệnh sốt thương hàn; *--균 vi khuẩn thương hàn. –예방주사 sự tiêm chủng ngừa thương hàn.

장파 sóng dài. *--라디오 máy radio sóng dài.

장판 bãi chợ, nơi ồn ào.

장판 sàn nhà lát bằng giấy *laminate*. *--방 căn phòng có sàn lát giấy. –지 giấy dầu.

장편 một tác phẩm dài. @--소설 quyển tiểu thuyết dài, chuyện dài.

장편 chuyện kể. *--소설 chuyện ngắn.

장폐색증 [의학 y học] chứng tắc ruột.

장하다 [훌륭하다] vĩ đại, nguy nga, lộng lẫy, tráng lệ, huy hoàng, rực rỡ, sang trọng (용감하다); tuyệt vời, đáng ca tụng; [굉장하다] hùng vĩ, hoa lệ, tráng lệ. @일등 상을 탔다니 참 장하다 đạt được giải nhất thật là huy hoàng.

장학 sự khuyến khích trong việc học tập. –하다 động viện (khích lệ) học tập. *--금 học bổng. –사 thanh tra học đường. –생 sinh viên được cấp học bổng.

장해 장애

장행회 tiệc chia tay, buổi liên hoan tạm biệt.

장화 giày bốt, giày cao cổ.

장황 --하다 dài dòng, nhạt nhẽo, chán ngắt. @장황한 연설 bài diễn văn dài dòng chán ngắt.

잦다 [빈번하다] thường, hay xảy ra. @요즘은 화재가 잦을 때다 dạo này hỏa hoạn thường hay xảy ra.

잦뜨리다 hướng về phía sau, quay về phía sau.

잦아지다 làm khô, làm cạn ráo, sôi cạn, chìm xuống, lắng xuống.

잦은 걸음 @잦은 걸음으로 bước đi một cách nhanh nhẹn.

잦혀놓다 [뒤집다] lộn ngược, đão lộn; [뒤로 미루다] để sang bên, đặt riêng ra. @비용 문제는 잦혀 놓고 để riêng vấn đề phí tổn ra.

잦혀지다 [뒤집히다] bị lộn ngược, bị đảo lộn.

잦히다 [1] [뒤집다] rối loạn, lộn xộn, đảo lộn; [몸을 뒤로] dồn, nghiêng về phía sau.

잦히다 [2] [밥을] ninh, hầm, hấp, ghế (bớt nhỏ lửa để ghế cho cơm chín).

재 [1] [타고 남은] tro, tro hỏa táng, tro /tàn thuốc lá. @재 같은 có đầy tro.

재 [2] [고개] đèo, hẻm núi. @재를 넘다 qua đèo, vượt đèo.

재 thiên tai, thảm họa, tai ương, tai họa.

재 [불공 đạo Phật] sự cúng tế người đã qua đời.

재 [부] giàu sang, phú quí; [재산] của cải, cơ đồ, tài sản; [경제] tài sản, hàng hóa. *--생산 (소비)-- người sản xuất (người tiêu dùng) hàng hóa.

재-- lại, lần nữa. *--출발 lại bắt đầu.

재가 kết hôn lần thứ hai. –하다 tái hôn, cưới lại, kết hôn lại.

재가 sự phê chuẩn. –하다 phê chuẩn, thừa nhận, đồng ý. @재가를 바라다 trình bày một sự việc để được phê chuẩn.

재간 sự in lại, sự tái bản. –하다 tái bản, in lại, phát hành lại.

재간 tài năng, năng lực. @재간있는 có năng khiếu, có năng lực, có tài tháo vát. *말-- bẽm mép, có tài ăn nói. 손-- khéo tay.

재갈 hàm thiết ngựa. @재갈먹이다 đặt hàm thiết cho con ngựa.

재갈매기 [새 chim] con hải âu màu thẫm ở bắc đại tây dương.

재감 --하다 ở tù, bị kết án tù. *--자 tù nhân, kẻ bị kết án tù.

재감염 sự tái nhiễm, sự truyền nhiễm lại.

재강 chất cặn lắng xuống đáy. *--장 cặn đậu nành trong rượu.

재개 sự mở lại, sự tiếp tục lại, sự bắt đầu lại, --하다 mở lại, bắt đầu lại, tiếp tục lại, ôn lại. @교섭을 재개하다 đàm phán lại.

재건 xây cất lại, kiến trúc lại. –하다 tái kiến trúc, phục hồi lại, tái xây dựng. *--비 chi phí tái xây dựng.

재검사 sự thi lại, sự kiểm tra lại.

재검토 sự đánh giá lại, sự nhận định lại, sự xem sét lại. –하다 xem lại, đánh giá lại.

재결 sự phân xử, sự phán quyết (배심원의). –하다 giải quyết, phân xử, quyết định. *--권 lá phiếu quyết định.

재경+--하다 ở tại, cư trú tại, sinh sống tại. *--동창생 nam sinh viên đại học ở *Seoul*. –외국 người ngoại quốc ngụ tại *Seoul*.

재경기 trận đấu lần thứ 2 giữa hai đội.

재계 giới tài chính. [경재계] giới kinh tế. [실업계 giới kinh doanh // 재계의불경기 việc mua bán trì trệ.

재계 sự làm sạch, sự tinh tế, sự tinh lọc; lễ rửa tội, sự tắm gội. –하다 thanh lọc, tẩy uế. @목욕재계하고 기도드리다 cầu nguyện sau khi được rửa tội.

재고 sự xét lại, sự nghĩ lại. –하다 xét lại, nghĩ lại. @재고한 후에 suy nghĩ kỹ

ㅈ

lại, suy nghĩ chính chắn lại.

재고 kho, vốn. @재고의 cất trong kho, lưu kho, tồn kho. *--량 tổng số lưu kho. –조사 sự kiểm kê hàng tồn kho. –품 hàng hóa lưu kho.

재고 sự dọn quang, sự kiểm kê, sự chỉnh đốn. *---대매출 sự bán hàng tồn kho.–품 sự dọn quang hàng hóa.

재교부 sự phát hành lại, sự cấp lại. –하다 phát hành lại, cấp lại (hộ chiếu).

재교육 sự giáo dục lại, sự rèn luyện lại. [현직자의] sự đào tạo tại chức. –하다 đào tạo lại, rèn luyện lại.

재구속 [법 pháp lý] sự tạm giam, người bị tạm giam. –하다 tạm giam.

재군비 sự vũ trang lại, sự đổi mới vũ khí, sự hiện đại hóa vũ khí cho các quân chủng. –하다 vũ trang lại.

재귀 --하다 trở lại, trở về. *--대명사 đại danh từ phản thân. –동사 động từ phản thân. –열[의학 y học] chứng sốt hồi quy.

재근 => 재직

재기 trí thông minh, tài năng, năng khiếu. @재기 발랄하다 rất thông minh tài giỏi; tài năng lỗi lạc, năng khiếu nổi bật.

재기 sự quay trở lại; [회복] sự hồi phục. –하다 hồi phục, bình phục, lấy lại được, tìm lại được. @재기 불능이다 không hồi phục được.

재깍 [소리 âm thanh] cú nhấp, tiếng lách cách, tiếng răng rắc; [일을] giải quyết nhanh, gọn.

재깍거리다 nhấp lách cách, kêu tích tắc.

재깍재깍 [소리 âm thanh] lách ca lách cách liên tục; [일을] giải quyết nhanh, gọn, gấp.

재난 [불행] sự bất hạnh, chuyện không may; [재액] tai họa, thiên tai, tai ương, thảm họa; [불의의 사고] tai nạn, tai biến. @재난을 당하다 gặp chuyện không may, gặp tai nạn.

재능 năng khiếu, tài năng, năng lực. @숨은 재능 một tài năng tiềm ẩn (dấu kín) // 재능 있는 có năng lực, có tài, có năng khiếu, có khả năng.

재다[1] (1) [자로] đo, lường, đánh giá; đo độ sâu (수심을). @자로 재다 đo bằng thước // 키를 재다 đo bề cao (người nào). (2) [헤아리다 cân nhắc kỹ, suy xét cẩn thận. @여러 가지 각도로 재보다 nhìn một sự việc từ nhiều góc cạnh. (3) [탄환을] nạp, nhồi, nhét. @총에 탄환을 재다 nạp đạn vào súng. (4) [으시대다] tự hào, tự kiêu, tự đắc, hãnh diện. @그것은 잴 만한 일이 못된다 chuyện đó chẳng có gì đáng tự hào. (5) [쟁이다] chồng lên, chất lên, xếp từng tầng (từng lớp). @높이 재다 xếp cao lên, chồng lên cao.

재다[2] [동작이] lanh lê, nhanh trí, hoạt bát, lẹ làng, nhanh nhẫu; [입이] liếng thoắng, ba hoa, bép xép, lắm mồm.

재단 nền móng, nền tảng pháp nhân (재단 법인). *금융-- công đoàn, nghiệp đoàn.

재단 [재결] sự phán quyết, sự phân xử; [마름질] sự cắt ra, sự cắt bớt. –하다 phán quyết, phân xử; cắt (마르다). *--기 dụng cụ cắt, máy cắt, máy băm. –법 phương pháp cắt.

재담 lời nhận xét dí dỏm, lời phê bình hóm hỉnh. –하다 nhận xét dí dỏm, bình phẩm khôi hài.

재덕 tài năng và đức hạnh. @재덕을 겸비하다 có cả tài lẫn đức, tài đức song toàn.

재동 một đứa bé thông minh, lanh lợi.

재두루미 [새 chim] con sếu gáy trắng.

재떨이 cái gạt tàn (thuốc).

재래 @재래의 thường thường, thông thường, thường lệ, bình thường, phổ biến, thường dùng. *--식 loại thường, kiểu thường. –종 loại gốc.

재래 --하다 trở lại, đem đến, gây ra, dẫn đến.

재략 phương kế, cách soay sở, tài tháo vát. @재략이 있다 tháo vát; có tài soay sở, ứng biến.

재량 sự giải quyết khôn khéo, sự suy xét kỹ. @--의 재량으로 theo cách giải quyết (của--). *--처분 sự bố trí (sắp xếp) chu đáo.

재력 khả năng tài chính; của cải, tài sản. @재력 있는 사람 người có khả năng tài chính , người có tài sản.

재롱 @재롱을 부리다 hành động khôn ngoan.

재료 nguyên liệu, vật liệu (원료); dữ liệu (자료), thành phần (성분). @재료를 공급하다 cung cấp (tiếp tế) nguyên liệu cho (người nào). –비 phí tổn nguyên vật liệu.

재류 --하다 trú tại, ở tại, ngụ ở.

재림 --하다 trở lại. @그리스도의 재림 sự trở lại lần thứ hai của Chúa Jésu Christ.

재목 gỗ, gỗ xây dựng, khúc gỗ mới đốn hạ (통나무). *--상 việc kinh doanh gỗ xây dựng, người mua bán gỗ xây dựng. –적재장 bãi gỗ.

재무 vấn đề tài chánh. *--감독관 người quản gia (quản lý tài sản). –부 Bộ Tài chánh. –부장관 Bột trưởng Bộ tài chánh.

재무장 sự vũ trang lại, sự đổi mới vũ khí, sự hiện đại hóa vũ khí cho các binh chủng.

재물 của cải, hàng hóa, cơ ngơi, tài sản.

재미 sự thú vị, sự buồn cười, trò vui đùa, thích thú, khoái trá, sự khôi hài. @재미 있는 사람 người vui tính, người thích khôi hài. 재미 있다 thú vị, thích thú, làm buồn cười, vui nhộn // 재미 없다 tẻ nhạt, buồn chán, vô duyên // 재미를 보다 (có được thời gian) vui vẻ, lý thú // 재미붙이다 quan tâm thích thú đến (việc gì).

재미 *--교포 Hàn kiều sống ở Mỹ. –유학생 du học sinh du học ở Mỹ.

재민 nạn nhân, người bị thiệt hại. *--구호금 tiền trợ cấp tai nạn.

재빠르다 lẹ làng, nhanh nhẩu, nhanh chóng, ngay lập tức. @재빨리 một cách nhanh chóng.

재발 [병의 bệnh] sự tái phát, sự trở đi trở lại. –하다 tái phát, trở đi trở lại. @늑막염이 재발했다 nó bị viêm màng phổi trở lại.

재발급 --하다 tái cấp (giấy phép).

재발족 --하다 bắt đầu lại.

재발행 --하다 tái phát hành.

재방송 sự tiếp phát. –하다 phát thanh lại.

재배 [편지 끝에 ở cuối thư] "chân thành cảm tạ". –하다 cuối chào 2 lần (gấp đôi).

재배 sự nuôi trồng, sự cấy, sự mở mang, sự giáo hóa. –하다 nuôi trồng, mở mang, giáo hóa, gây dựng. *--법 phương pháp giáo hóa. –자 người nông dân, người nuôi trồng, người mở mang giáo hóa.

재배치 sự bố trí lại, sự tổ chức lại. –하다 bố trí lại; tổ chức, sắp xếp lại.

재벌 bọn tài phiệt, nhà tài phiệt, kẻ quyền thế.

재범 sự phạm tội lần thứ 2 (죄); có tiền án (범인). –하다 phạm tội lần thứ 2.

재변 tai họa, tai ương, thiên tai, tai ách.

재보 của cải, tiền của, kho báu.

재보험 sự tái bảo hiểm; sự bảo đảm, cam đoan, cam kết một lần nữa. –하다 bảo đảm lại.*--자 người bảo đảm lại.

재복무 sự tái nhập ngũ, sự đăng ký lại. –하다 tái nhập ngũ, đăng ký lại.

재봉 sự may vá, việc may vá. –하다 vá, may. @재봉을 배우다 học may học vá. *--사 thợ may.

재봉틀 máy may.

재분배 sự phân phối lại. –하다 phân phối, chia phần, phân công lại.

재사 người có tài, người có năng lực.

재산 cơ ngơi, cơ đồ, của cải, tài sản, di sản (자산). @재산을 만들다 cóp nhặt của cải // 재산을 이어받다 thừa kế di sản (kế nghiệp). *--가 người có tài sản cơ ngơi. –권 quyền sở hữu. –목록 bản liệt kê tài sản. –상속 gia tài, di sản, của thừa kế. –세 thuế bất động sản. –양도 sự chuyển nhượng tài sản. –차압 sự tích biên gia sản. 공유 (사유, 국유) tài sản công (tư), tài sản quốc gia.

재삼 hai ba lần; [부사적] hơn một lần. @재삼 재사 tái diễn, lập đi lập lại, hết lần này đến lần khác.

재상 thủ tướng chính phủ.

재상영 sự lặp lại, buổi chiếu lại, buổi phát lại (phát thanh, chiếu bóng). –하다 chiếu lại, phát lại, lặp lại.

재색 xinh đẹp và tài giỏi. @재색을 겸비하다 tài sắc vẹn toàn, có tài và có sắc.

재생 sự phục hưng, sự phục hồi, sự hồi sinh; [폐물의] sự trẻ hóa, sự tái sinh, sự làm mới lại. –하다 tái sinh, phục hưng, phục hồi, tái chế [폐물을] cải tạo, đổi mới. *--고무 cao su tái chế.

재생산 sự tái sản xuất. –하다 tái sản xuất.

재선 sự bầu lại. –하다 bầu lại, chọn lại. @재선되다 được bầu lại.

재세 @재세 시에 suốt đời, cả đời.

재소자 người tù, tù nhân, bạn tù.

재수 --하다 luyện thi lại, ôn thi lại để vào đại học. *--생 sinh viên tốt nghiệp cao đẳng đang chờ cơ hội vào trường đại học chuyên nghiệp.

재수 vận may, sự may mắn. @재수가 좋다 gặp vận may // 재수 없게 lỡ thời, không gặp vận.

재수입 --하다 nhập khẩu lại. *--품 hàng nhập khẩu lại (tái nhập khẩu).

재수출 --하다 xuất khẩu lại. *--품 hàng xuất khẩu lại (tái xuất khẩu).

재승덕 --하다 có tài nhiều hơn có đức.

재시합 trận đấu gỡ, trận lượt về.

재시험 sự thi lại, sự thử thách lại. –하다 thi lại, sát hạch, khảo sát, thử thách lại.

재심 sự thẩm vấn, hỏi cung lại; [재판의] sự xét xử lại. @재심을 청구하다 xin xét xử lại. *--소송 việc đổi mới thủ tục. –재판소 phiên tòa phá án.

재심사 việc thi lại. –하다 thẩm tra lại, xét lại, khảo sát, sát hạch lại, thi lại.

재앙 [재난] thiên tai, tai họa; [불행] sự rủi ro, bất hạnh, chuyện không may (xấu). @재앙을 당하다 gặp chuyện chẳng lành, gặp tai nạn.

재약 --하다 ngoài khả năng.

재연 --하다 diễn lại, trưng bày lại; [범행을] dựng lại (hiện trường gây án).

재연 sự tái phát, sự tái diễn, sự phục hồi, sự hồi sinh, sự làm tỉnh lại, sự làm rõ nét lại. –하다 sống lại, bùng lên lại, phục hồi lại.

재열 sự hâm lại, sự đun nóng lại; [물리 vật lý] sự cháy sáng lại.

재예 năng lực và thành tích. @재예가 출중하다 có thành quả cao.

재외 @재외의 (thuộc) nước ngoài, hải ngoại. *--공관 toà đại sứ và toà công sứ ở nước ngoài. –교포 Hàn kiều ở hải ngoại.

재우 nhanh chóng, mau lẹ, ngay lập tức.

재우다 [자게 하다] bắt (người nào) đi ngủ; cho (đứa bé) đi ngủ; [숙박] tạo (giúp, ban cho) người nào một chỗ trú thân (chỗ trọ).

재우치다 hoàn thành nhanh chóng, giải quyết nhanh, gọn.

재원 một cô gái có thiên tài.

재원 tài nguyên kinh tế, tiềm lực kinh tế, nguồn thu nhập. @전쟁으로 나라의 재원이 거의 고갈됐다 *chiến tranh đã làm cạn kiệt nguồn tài nguyên quốc gia.*

재위 --하다 ngự trị trên ngai vàng, lên ngôi. @재위 시에 trên ngai vàng // 재위 30 년에 sau 30 năm trị vì.

재음미 --하다 xem lại, duyệt lại.

재인 (1) => 재사. (2) [광대] người làm xiếc nhào lộn.

재인식 hiểu lại, nhận thức ra lại. –하다 hiểu ra lại, nhận thức lại.

재일 @재일의 ở Nhật (thuộc) Nhật. *--교포 Hàn kiều sinh sống ở Nhật. –한국거류민단 đoàn thể (hội liên hiệp) Hàn kiều sống ở Nhật.

재임 --하다 đang tại chức. @재임 시에 khi còn tại chức.

재임 sự phục chức. –하다 phục chức.

재입국 sự trở vào lại (vào một quốc gia). –하다 trở vào lại, nhập lại. *--허가증 giấp phép nhập cảnh lại, vào lại.

재입학 sự kết nạp lại, sự nhận lại. @재입학을 허락하다 nhận lại (một học sinh vào trường).

재자 => 재사.

재작년 năm trước, năm ngoái.

재잘거리다 => 재재거리다.

재재거리다 nói bi bô, nói líu lo, nói lắp bắp; nói huyên thuyên, nói lảm nhảm, nói luôn mồm, nói nhiều.

재적 sự ghi vào (sổ). –하다 ghi vào (sổ). @ 이 학교의 재적 학생 총수는 2.000 명이다 trường này đã kết nạp được tổng cộng 2000 em học sinh.

재전환 chuyển biến, thay đổi lại (công kỹ nghệ).

재정 --하다 duyệt lại, xem lại. *--판 bản in đã được duyệt lại lần thứ 2.

재정 sự giải quyết, sự quyết định. –하다 giải quyết, phạn xử, quyết định.

재정 tài chánh; vấn đề tài chánh (của 1 công ty); kinh tế. @재정상의 (thuộc) tài chính // 재정이 곤란하다 đang khó khăn về tài chánh. *--고문 cố vấn tài chánh. –상태 địa vị (điều kiện) tài chánh. –핍박 tài chánh eo hẹp. –학 khoa (ngành) tài chánh. 국가-- tài chánh quốc gia. 적자-- sự mất cân bằng tài chính (thua lỗ, thất thoát). 흑자-- sự cân bằng tài chánh. 지방-- bộ phận tài chánh.

재제 sự tái sản xuất, sự sản xuất lại. –하다 làm lại, tái sản xuất => 재생.

재조사 sự thi lại. –하다 thi lại; khảo sát lại; thẩm vấn lại; điều tra, xem xét lại..

재종 anh em họ đời thứ hai. *--간 quan hệ họ hàng đời thứ hai. –손 con trai cả của anh họ. ---숙 anh em họ đời thứ hai của bố. –질 con trai của anh em họ đời thứ hai.

재주 [재능] năng khiếu, tài năng, thiên tài; [솜씨] năng khiếu, sự khéo léo, kỹ năng, kỹ xảo. @재주있는 có tài, có năng khiếu // 재주를 부리다 rèn luyện tài năng; sử dụng hết kỹ năng.

재주넘다 nhảy lộn nhào.

재주문 sự đặt hàng lại, sự phát lệnh lại. –하다 đặt mua lại, nói lại, nhắc lại (mệnh lệnh).

재줏군 người có thiên tài (có tài năng thiên phú).

재중 @견본 재중 "hàng mẫu"; "mẫu vật" // 사진재중 "hình ảnh" (chỉ có hình).

재즈 *Jazz*. @재즈 음악 nhạc jazz // 재즈 싱어 (*a jazz singer*) ca sĩ chuyên hát nhạc Jazz.

재직 --하다 giữ chức vụ, đang giữ chức vụ. @재직 중에 còn chức vụ, còn tại chức. *--연한 nắm giữ chức vụ của người nào đó; đương nhiệm, đang giữ chức vụ (chính thức).

재질 thiên tư, năng khiếu, tài năng bẩm sinh.

재차 [부사적] 1 lần nữa, lần thứ 2, gấp 2, gấp đôi; [한번 더] thêm một lần nữa; một khi, đã có một thời. @재차 시도하다 thử lại một lần nữa, thử lại lần khác.

재채기 cái hắt hơi. –하다 hắt hơi, ách xì.

재천 @재천의 ở thiên đàng, (thuộc) thiên đàng, do trời, thuộc trời // 인명은 재천이다 sống chết do mệnh trời.

재청 lời yêu cầu (đề nghị) lần thứ hai. –하다 yêu cầu lại lần nữa, đề nghị lần nữa.

재촉 sự thúc bách, sự thôi thúc, sự gấp rút, nhu cầu cấp bách. –하다 thúc bách (người nào) làm việc gì, giục giả, hối thúc, đòi hỏi, yêu cầu.

재출발 --하다 khởi đầu lại, bắt đầu lại.

재취 sự tái hôn, sự tái giá (sau khi vợ chết). –하다 tái hôn, tái giá, kết hôn lần nữa.

재치 lanh lợi, thông minh, tài giỏi, tháo vát. @재치가 있다 có trí thông minh, có tài tháo vát, lanh lợi.

재침 sự xâm nhập lại. –하다 xâm nhập lại.

재크 [기계 máy móc] (*a jack*) cái dấc.

재크나이프 (*a jackknife*) con dao xếp (bỏ túi).

재탕 [다시 달임] nước sắc (thuốc) lần 2; [개작] sự góp nhặt, sự xào nấu lại (văn chương). –하다 tái chế, cóp nhặt lại; hâm lại, xào nấu lại (nghĩa bóng).

재투표 sự bầu cử lại. –하다 bầu / bỏ phiếu lại.

재판 [중판] sự in lại; sự ấn hành lần thứ hai. –하다 in lại. @재판 2 천부 in lại lần thứ hai với 2.000 bản.

재판 công lý,tư pháp; [공판] phiên tòa; [판결] sự phán quyết, việc xét xử. –하다 xét xử, thi hành luật pháp, phân xử, giải quyết. @재판을 받다 bị xét xử; bị ra hầu tòa (tội giết người) // 재판에 붙

이다 thưa kiện // 재판에 이기다 (지다) thắng (thua) kiện. *--관 quan tòa, thẩm phán. –권 phạm vi quyền hạn, quyền lực pháp lý.

재판소 (trụ sở) Tòa án. *--서기 thư ký tòa án.

재편성 sự tổ chức lại. –하다 tổ chức lại, thành lập lại, cải tổ lại (nhân sự).

재평가 sự đánh giá lại. –하다 đánh giá lại, định giá lại (để truy thu thuế). *--액 số lượng được đánh giá lại.

재하 kho hàng dự trữ; hàng hóa dự trữ trong kho (hiện có trong tay).

재하지 người nhỏ tuổi hơn, người dưới quyền, người cấp dưới, thuộc cấp.

재학 --하다 đang đi học. @재학중에 còn đang đi học.

재할인 --하다 trừ 1 lần nữa, chiết khấu 1 lần nữa. *--어음 hóa đơn chiết khấu lại. –율 tỷ lệ chiết khấu lại.

재합성 sự tổng hợp lại. –하다 tổng hợp lại.

재해 [재난] tai họa, thiên tai, tai ương, tai ách, tai nạn (사고). @재해를 입다 chịu đựng tai ương, gặp tai nạn. *--대책 biện pháp đối phó với thiên tai. –방지 ngăn ngừa tai nạn. –보험 (수당, 보상) bảo hiểm tai nạn (trợ cấp, bồi thường). –복구비 chi phí cứu trợ tai ách. –지 khu vực (vùng) bị ảnh hưởng thiên tai.

재향 군인 cựu chiến binh. *--회 hội cựu chiến binh.

재현 --하다 lại xuất hiện, lại hiện ra lần nữa; trở lại, sống lại, hồi sinh, phục sinh. *--부 [음악 âm nhạc] bản tóm tắt, tổng hợp.

재혼 sự tái hôn, sự kết hôn lần thứ hai, đám cưới lần thứ hai. –하다 tái hôn, tái giá, cưới lần thứ hai. *--자 người tái hôn.

재화 tai họa, tai ương, thiên tai; [불행] điều bất hạnh, chuyện không may.

재화 [상품] hàng hóa; [재산] tài sản, của cải.

재확인 sự xác nhận, lời xác nhận lần nữa. –하다 xác nhận lần nữa.

재회 --하다 gặp (ai) lại; tái ngộ @재회를 기약하다 (hứa) hẹn gặp lại.

재흥 sự phục hồi, sự phục hưng, sự khôi phục. –하다 khôi phục, phục hồi, phục hưng, lập lại. @민족 문화의 재흥 sự phục hồi nền văn hóa quốc gia.

잭 [기중기 cần trục, máy móc] cái "dắc'; [트럼프 chơi bài] quân J.

잼 (*jam*) mức. @딸기 잼 mức dâu.

잼버리 (*jamboree*) đại hội hướng đạo.

잽 [권투] 1nhát đâm mạnh, cái thọc mạnh.

잽싸다 lanh lẹ, nhanh nhẹn, nhanh nhẫu, lẹ làng, lanh lợi.

잿더미 1 mớ tro tàn.

잿물 [1] [가성소다] *caustic soda* (natri hydroxit).

잿물 [2] [유약] men, nước men để tráng đồ gốm.

잿밥 cơm cúng Phật.

잿빛 màu tro, màu xám tro. @잿빛이 도는 có tro, đầy tro, xám như tro.

쟁강 --하다 phát ra tiếng kêu leng leng.

쟁강거리다 => 쨍강거리다 xủng xoảng, lách cách, loảng xoảng.

쟁기 cái cày. *--질 luống cày.

쟁론 cuộc bàn cãi, cuộc tranh luận. –하다 tranh luận, bàn cãi (với..).

쟁반 cái khay, cái mâm.

ㅈ

쟁의 cuộc tranh cãi, cuộc tranh luận, sự rắc rối. @쟁의를 일으키다 bắt đầu tranh luận. –권 quyền công kích. –점 vấn đề tranh cãi.노동-- cuộc tranh chấp lao động.

쟁이다 chồng lên, chất lên. @쌀가마가 쟁여져 있다 những bao gạo được chồng chất lên.

쟁쟁 --하다 chói lòa, sáng chói, sáng rực; rõ ràng, hiển nhiên.

쟁쟁하다 [뛰어나다] nổi bật, xuất chúng, đáng chú ý, xuất xắc, lỗi lạc, kiệt xuất, nổi tiếng, dễ thấy, lồ lộ. @쟁쟁한 인물 một nhân vật nổi bật, một người nổi tiếng.

쟁쟁하다 (1) [귀에 남다] đeo (khuyên tai). (2) [소리가] sáng tỏ, dễ hiểu, ấn tượng, vang vọng, âm vang, vang dội, vang rền.

쟁점 điểm tranh cãi, vấn đề tranh chấp.

쟁탈 cuộc đấu tranh, sự tranh dành. –하다 đấu tranh, tranh dành, vùng vẫy, vật lộn *--전 sự tranh chấp, cuộc tranh cãi, sự thách thức. 우승패-- tranh chiếc cúp vô địch.

쟁투 cuộc đấu tranh, sự xung đột, trận chiến đấu. –하다 phấn đấu, đấu tranh, xung đột.

쟁패전 cuộc đấu tranh dành giải quán quân, sự phấn đấu dành chức vô địch (경기의).

저 [1] [나] tôi; [자기] chính tôi, bản thân tôi. @저희들 chúng ta, chúng tôi // 저의 의견으로는 theo ý kiến (quan điểm) của tôi.

저 [2] [악기 nhạc khí] ống sáo, ống địch, ống tiêu.

저 [3] [지칭] ấy, đó, kia. @저사람 người đó, người ấy // 저것 cái đó, vật đó.

저[4] này!, tốt lắm!, để xem! @저 최선생님 này! ông Choi! // 저 잠깐 실례합니다 xin lỗi (xin tha lỗi cho tôi), nhưng..

저 @송박사 저 do bác sĩ Song (viết ra).

저 [젓가락] (một đôi) đũa.

저까짓 như, như là. @저까짓 것 cũng bằng thừa, cũng vô dụng thôi!

저간 lúc đó, khi ấy, rồi thì, vậy thì. @저간의 사정 khi có dịp.

저같이 như vậy, như thế, theo cách đó. @저같이 해라 hãy làm như vậy, cứ làm như vậy.

저개발 sự kém phát triển. *--국가 một quốc gia kém phát triển

저것 đó, vật đó, cái đó. @이것 저것 đây đó // 저것봐 nhìn kìa!

저격 sự bắn, sự bắn tỉa. –하다 bắn, bắn tỉa. @저격을 당하다 bị bắn (bởi). *--대 đội thiện xạ. –병 người bắn tỉa. –자 nhà thiện xa, tay súng giỏi, người đi săn.

저고리 áo choàng, áo bành tô.

저공 độ thấp (độ cao so với mặt biển). @저공으로 비행하다 bay thấp, bay ở độ thấp. *--비행 sự bay thấp. –폭격 sự oanh tạc (ném bom) ở độ thấp.

저금 sự tiết kiệm (행위); tiến tiết kiệm, tiền để dành (돈); tiền gửi (ngân hàng). –하다 dành dụm, để dành, tiết kiệm, gửi (tiền) vào ngân hàng. @저금을 찾다 rút tiền tiết kiệm // 은행에 20 만원 저금이 있다 có 200 ngàn *won* (gửi) ở ngân hàng. *--통 ống heo, thùng tiết kiệm, ngân hàng, nhà băng. –통장 sổ tiết kiệm, sổ ghi tiền gửi ngân hàng. 은행-- ngân hàng gửi tiền tiết kiệm.

저금리 lãi xuất thấp. *--정책 chế độ lãi xuất thấp.

저급 hạ cấp, cấp thấp (giai cấp). –하다 hạ cấp, ở cấp thấp. @저급한 소설 một quyển sách hạ đẳng (thô tục, hạ cấp); 1 quyển tiểu thuyết rẻ tiền, tiểu thuyết 3 xu // 저급한 영화 một cuốn phim cấp 3, phim thô tục, hạ cấp. *--품 hàng kém phẩm chất, hàng thứ phẩm.

저기 nơi đó, chỗ đó (저곳). @저기에 ở nơi đó, ở chỗ đó, ở đằng kia, đằng xa kia // 저기까지 kia, tận đằng xa kia.

저기압 áp xuất thấp, khí áp hạ. [기분] tâm trạng kém.

저널 (*a journal*) báo hằng ngày; nhật ký.

저널리스트 (*a journalist*) ký giả, nhà báo, phóng viên.

저널리즘 (*a journalism*) sự nghiệp viết báo, nghề làm báo.

저녁 (1) buổi chiều. @오늘 (어제, 내일) 저녁 chiều nay (chiều hôm qua, chiều mai) // 저녁에 vào buổi chiều // 다음 날 저녁(에) chiều hôm sau. (2) [식사 bữa ăn] buổi cơm chiều, bữa ăn tối. @ 저녁에 초대하다 mời ăn tối. *--놀 buổi chiều oi bức.

저녁때 vào buổi chiều. @저녁때에 lúc xế chiều, lúc chạng vạng, lúc mặt trời lặn.

저녁밥 món súp, món ăn tối. @저녁밥 먹다 ăn tối, ăn súp.

저놈 tên chết tiệt đó! - đồ (vật) chết tiệt đó.

저능 kém thông minh, không có đầu óc. –하다 ngu đần, khờ dại, bất tài, kém cõi. *--아 một đứa bé khờ dại. –아 교육 việc giáo dục trẻ em yếu kém.

저다지 đến mức độ này, đến thế, như vậy, tới nước (chừng mực) đó.

저당 văn tự cầm cố. –하다 cầm cố, thế chấp (tài sản). @저당잡다 đem vật gì đi thế chấp // 집을 저당잡히다 thế chấp căn nhà // 저당 잡고 돈을 빌려주다 vay tiền có thế chấp. *--권 quyền cầm cố. –권자 người nhận đồ cầm cố. –대부금 số tiền vay mược có thế chấp. –물 vật cầm cố, vật thế chấp, vật làm tin, vật bảo đảm, tín vật. 동산 bất động sản thế chấp.

저대로 y như vậy, y như (cũ), như vậy, như thế. @저대로 두다 hãy để y như vậy.

저돌 tính thiếu thận trọng, tính táo bạo. –하다 liều lĩnh, điên rồ, táo bạo. @저돌적인 liều mạng một cách vô ích // 저돌적으로 một cách táo bạo, một cách điên rồ.

저들 họ, những người đó.

저락 sự hạ xuống, sự suy sụp (시세의); sự giảm giá.—하다 sụp đổ, suy sụp, tàn tạ, đi xuống. @달러의 저락 đồng đô-la sụt giá. *대-- thời kỳ khủng hoảng (kinh tế).

저러하다 như thế đó, như vậy đó, như thứ (loại) đó, theo cách đó. @저런 사람 loại người đó, thứ người đó // 저런 정직한 사람 loại đàn ông trung thực như anh ấy // 저렇게 như thế đó, bằng cách đó.

저런 [감탄사 cảm thán từ] Ôi trời ơi! Than ôi! Ơn trời! Ơn chúa!

저력 sinh lực (nghị lực) tiềm tàng. @저력 있는 đầy nghị lực (sinh lực) // 저력이 있다 có đủ nghị lực, có đủ sức chịu đựng.

저렴 sự rẻ (tiền), (giá) phải chăng. –하다

rẻ tiền, rẻ, phải chăng, vừa phải, có mức độ. @저렴한 값 giá phải chăng, giá cả hợp lý.

저류 trào lưu (khuynh hướng) ngầm. @의식의 저류 dòng ngầm.

저리 thế đó, như vậy đó, đến mức độ đó; [방향] hướng đó, đằng đó, đằng kia. @이리 저리 đây đó // 저리 가거라 cút đi! đi chỗ khác!

저리 lãi thấp. @저리로 대부하다 cho vay với lãi xuất thấp (tiền lời rẻ) *--자금 món nợ lãi xuất thấp.

저리다 [손발이] buồn ngủ, tê liệt, trở nên mụ đi; [쑤시다] đau khổ, đau đớn, buồn phiền, uể oải, thẩn thờ. @저린 발 bàn chân bị tê cóng.

저마다 mọi người, mỗi người, ai ai. @저마다 제가 옳다고 한다 ai ai cũng tự cho mình là đúng.

저만큼 đến nỗi mà, đến chừng mực mà, như thế đó, như vậy đó. @저만큼 영어를 하면 좋겠는데 *tôi mong có thể nói tiếng Anh được giỏi như vậy.*

저맘때 vào khoảng giờ đó, khoảng thời gian đó, vào thời gian đó trong ngày (đêm / năm).

저명 sự xuất chúng, lỗi lạc; sự nổi tiếng. –하다 có danh tiếng, nổi tiếng, ưu tú, xuất sắc, lỗi lạc, xuất chúng, nổi bật, đáng chú ý, đáng khen. @ 저명한 실업가 một nhân vật nổi tiếng trong giới kinh doanh. *--인사 người có tiếng tăm, người có danh tiếng.

저물가 giá hạ. *--정책 chánh sách (đường lối) hạ giá.

저물다 trở nên tối, mặt trời lặn, đêm xuống. @저물도록 cho đến khi trời tối, cho đến khi mặt trời lặn // 해가 저물기전에 trước khi trời tối, trước lúc chạng vạng. // 해가 저물다 màng đêm buông xuống, màng đêm ngự trị.

저미다 lạng, cắt ra từng miếng mỏng. @저며내다 lạng ra, cắt mỏng ra. // 고기를 얇게 저미다 cắt thịt ra từng miếng mỏng.

저버리다 quay lưng lại, từ bỏ, ruồng bỏ. @약속을 저버리다 từ bỏ lời hứa, bội ước // 처자를 저버리다 ruồng bỏ vợ con.

저벅 sự bước mạnh, dậm mạnh.

저벅저벅 (bằng) bước chân nặng nề.

저번 lần cuối, lần sau cùng, lần chót; lần trước, trước đây. @저번의 gần đây, mới đây.

저변 căn cứ, cơ sở, nền móng.

저상 sự buồn nản, sự thất vọng, sự thoái chí, nản lòng, tâm trạng chán ngán, sự mất tinh thần. *--하다 mất tinh thần, chán ngán, thất vọng, ngã lòng, thoái chí, buồn nản. @의기를 저상시키다 làm ai thoái chí, làm mất tinh thần, làm mất nhuệ khí.

저서 văn phong, cách viết, lối viết (của người nào); thuật sáng tác. @영국인의 저서 lối viết của văn sĩ Anh; văn phong (lối viết) Anh.

저성 giọng thấp, giọng trầm; @저성으로 nói nhỏ, nói khẽ, hạ giọng xuống.

저속 hành động khiếm nhã, thói thô tục. –하다 khiếm nhã, thô tục. 그는 말씨가 저속하다 hắn ta nói năng thô tục.

저속도 vận tốc chậm. @저속도의 tốc độ chậm // 저속도로 ở vận tốc chậm, ở số nhỏ. *--기어 số nhỏ.

저수 sự chứa nước, sự dự trữ nước. –하다 chứa nước, dự trữ nước. *--량 lượng nước chứa. –지 bể chứa nước, hồ chứa, bồn chứa.

저수위 mực nước thấp.

저술 sự viết (sách); nghề viết văn. [저작물] một tác phẩm. –하다 viết, sáng tác. @역사에 관해서 저술하다 viết sử. *--가 người viết, tác giả [남자, 여자].

저습 --하다 ẩm thấp. *--지 nơi ẩm thấp, lầy lội.

저승 thế giới bên kia. @저승으로 가다 chết, qua đời, đi về bên kia thế giới.

저압 áp xuất thấp. [전기 điện] điện thế thấp. *--부 vùng áp xuất thấp. –전류 dòng điện thế thấp.

저액 số lượng nhỏ. *--소득자 người có thu nhập thấp. –소득층 tầng lớp (giai cấp) thấp.

저어하다 sợ, sợ hãi, e ngại, lo sợ, lo ngại.

저열 tính chất thô tục, sự thấp hèn, hèn hạ. –하다 thô tục, thấp hèn, hèn hạ, đê tiện. @저열한 사람 một con người thấp hèn, đê tiện.

저온 nhiệt độ thấp. *--소독[살균] sự tiệt trùng ở nhiệt độ thấp (diệt khuẩn theo phương pháp Pasteur).

저울 [천칭] cái cân; [대저울] cán cân. @저울에 달다 cân (vật gì) trên cân.

저육 thịt heo (thịt lợn) *--구이 thịt heo quay.

저율 1 tỷ lệ thấp. @저율의 이자 lãi xuất thấp.

저음 giọng trầm. *--가수 ca sĩ giọng nam trầm.

저의 mục đích chính, động cơ chính. @저의를 알수없다 tôi không hiểu thực sự anh muốn gì.

저이 người đó, hắn, cô ấy, anh ấy.. @저이들 họ, bọn họ, những người đó.

저인망 lưới kéo, lưới vét. *--어업 lưới đánh cá.

저임금 tiền công thấp. *--정책 một chế độ lương thấp.

저자 chợ, thị trường, hội chợ, chợ phiên => 장[1]

저자 nhà văn, tác giả (남자 nam); nữ văn sĩ, nữ tác giả (여자 nữ). @저자불명의 책 1 quyển sách không rõ tác giả.

저자세 @저자세를 취하다 giả bộ nghèo khổ, làm ra vẻ thấp kém.

저작 [저서] một tác phẩm văn chương; [저술] nghề viết văn, nghiệp bút nghiên. –하다 viết, sáng tác (văn chương, sách vở). *--가 (자) nhà văn, người viết, tác giả. *--권 bản quyền, quyền tác giả. @저작권을 침해하다 vi phạm bản quyền tác giả.

저장 sự dự trữ, sự giữ gìn, sự bảo quản, sự cất vào kho. –하다 dự trữ, giữ gìn, bảo quản, nhập kho. @저장해둔 trong kho, lưu kho // 겨울준비로 식량을 대량 저장하다 trữ một số thực phẩm cho mùa đông. *--고 nhà kho, vựa. –물 háng hóa trong kho. –미 gạo dự trữ. –야채 rau củ được bảo quản. 냉동--kho lạnh.

저절로 tự động, tự ý, tự phát, tự sinh. @촛불이 저절로 꺼졌다 cây nến tự động tắt.

저조 [소리] giọng khẽ, giọng thấp, giọng nhỏ. [침체] tình trạng kém hoạt động, sự chậm hiểu, sự đần độn u mê. @저조의 âm thanh nhỏ, giọng nhỏ; [침체한] trì độn, u mê, chậm hiểu, tối dạ, ngu đần, lạc hậu.

ㅈ

저조 con nước thấp. *퇴-- tuần nước thấp, triều xuống.

저주 lời nguyền, câu chưởi rủa. –하다 nguyền, rủa, chưởi rủa. @저주 받은 bị nguyền rủa, bị kết tội, đáng nguyền rủa // 저주 받고 있다 đang bị chưởi.

저주파 tần số thấp.

저지 sự phá rối, vật cản trở, điều trở ngại, chướng ngại vật. –하다 làm nghẽn, làm bế tắc, gây trở ngại, ngăn chặn, cản trở, kiềm chế. @발달을 저지하다 ngăn chặn sự phát triển // 적의 진격을 저지하다 ngăn chặn bước tiến của quân thù.

저지 vùng đất thấp.

저지르다 mắc lỗi, phạm sai lầm.

저쪽 (về) mặt đó (phương diện / khía cạnh); mặt khác (phương diện khác). @저쪽에 đó, nơi đó, đằng kia, hướng đó.

저처럼 như vậy, như thế đó => 저같이

저촉 sự tranh giành, sự xung đột, sự va chạm, sự mâu thuẫn. –하다 tranh giành, xung đột, va chạm, mâu thuẫn. @규칙에 저촉하다 trái với quy định.

저축 sự tiết kiệm, sự để dành, sự dành dụm (저금). –하다 tiết kiệm, để dành, dành dụm. @저축을 장려하다 vận động tiết kiệm. *--성향 xu hướng tiết kiệm. –운동 chiến dịch tiết kiệm. –예금 tiền tiết kiệm. –은행 (채권) ngân hàng tiết kiệm.

저축거리다 đi khập khểnh, đi cà nhắc, đi tập tễnh. @저축저축 tật đi cà nhắc (cà nhắc cà nhắc)

저탄 một đống than. *--소 kho than, bãi than, trạm lấy than.

저택 lâu đài, dinh thư, biệt thư, ngôi nhà lớn. @훌륭한 저택 một lâu đài nguy nga (tráng lệ). *--가 khu dân cư. –sự xâm nhập gia cư.

저편 mặt đó, phương diện đó => 저쪽

저하 sự suy sụp, sự suy tàn, sự sụt giá. –하다 suy sụp, suy tàn, tàn tạ, sụt giá. @품질의 저하 sự giảm chất lượng (hàng hóa) // 생산을 저하시키다 cắt bớt sản lượng.

저학년 lớp thấp hơn, bậc nhỏ hơn.

저항 sự đối kháng, sự đối lập (반대); sự thách thức. –하다 đối lập, chống đối, phản đối, chống cự, bất chấp, coi thường. @저항하기 어려운 không thể chống lại (cưỡng lại) được // 공격에 저하 하다 chống lại một sự tấn công. 유혹에 저항 하다 cưỡng lại một sự cám dỗ // 완강히 저항 하다 kiên quyết chống cự // 저항을 받다 gặp sự đối kháng. *--기 cái điện trở. –력 điện năng. @병에 대하여 저항력이 약하다 có một chút sức để kháng cho căn bệnh.

저해 sự bế tắc, sự tắc nghẽn, sự trở ngại, vật cản, chướng ngại vật. –하다 bế tắc, ngăn trở, làm vướng víu, gây trở ngại, cản trở. @발달을 저해하다 ngăn trở sự tiến triển.

저혈압 huyết áp thấp, chứng giảm huyết áp.

저희들 chúng tôi, chúng ta. @저희들의 (thuộc) chúng ta // 저희들을 (của) chúng ta.

적 [때] khi, (vào) lúc, (vào) dịp. @필요할 적에 khi cần, lúc cần, trường hợp cần.

적 [도둑] tên trộm, tên cướp; [역적] tên phiến loạn, người gây rối loạn (chống đối), kẻ phản bội.

적 kẻ thù, kẻ địch; [적수] đối thủ, địch

thủ, kẻ kình địch, người đối lập, vật đối kháng. @적의 thù địch, chống đối, không thân thiện // 적을 만들다 gây hận thù.

적 [수학 toán học] tích số; [면적] diện tích, phạm vi, kích thước. @35 와 20 와 적을 구하다 nhân 35 với 20.

적 [호적] sự điều tra dân số; [단체의] hội viên. @적을 두다 đăng ký (tại *Seoul*); được kết nạp, chiêu nạp, trở thành hội viên // 적을 올리다 có tên trong sổ.

적 (1) [목표] cái bia, mục tiêu, mục đích. (2) [접미어] hấu tố, tiếp tố, vĩ tố (ngữ pháp) // 동양적 ở phương đông // 세계적 khắp thế giới, toàn thế giới // 직업적 chuyên nghiệp, có tay nghề, thạo nghề.

적갈색 màu nâu đỏ, màu đỏ hơi pha nâu.

적개심 cảm giác thù hận, tâm trạng thù hận, có thái độ thù địch. @적개심을 품다 có tâm trạng (cảm giác) thù hận.

적격 đủ năng lực, đủ trình độ, đủ tư cách, tính thích hợp. *--자 người có đủ khả năng.

적국 quân thù, kẻ thù (của đất nước).

적군 Hồng quân (quân đội Liên xô cũ).

적군 quân địch.

적권운 [기상 quyển khí, không khí] mây ti.

적극 @적극적(으로) (một cách) xác thực, rõ ràng, thiết thực, tích cực // 적극적으로 원조하다 giúp đỡ một cách thiết thực (cho người nào). *--성 giọng quả quyết. @적극성이 없다 thiếu dứt khoát.

적금 phần dành dụm, phần cứu trợ mỗi lần.

적기 bản tóm tắt, bản toát yếu, hình ảnh thu nhỏ.

적기 mức độ thù địch.

적기 lá cờ đỏ; Cờ Đỏ.

적기 @적기의 phải lúc, đúng lúc, hợp thời.

적꼬치 cái xiên (để nướng thịt).

적나라 sự trần truồng, sự trơ trụi (trọi), sự lõa lồ; [솔직] tính thật thà, ngay thẳng, bộc trực, cởi mở, rõ ràng, trung thực, minh bạch. –하다 trần truồng, trơ trọi, ngay thẳng, thật thà, bộc trực, cởi mở. @적나라한 사실 một sự thật hiển nhiên // 적나라하게 đơn giản, mộc mạc, ngay thẳng, bộc trực, không dấu diếm.

적다 [1] [기록하다] viết, ghi chép. @연필로 적다 viết (ghi) bằng bút chì // 영어로 적다 ghi bằng tiếng Anh // 수첩에 적다 ghi vào sổ tay.

적다 [2] [수가] một vài, một ít; [양이] số ít, số nhỏ; [드물다] hiếm có, ít có; [많지 않다] khan hiếm, ít thấy. @적지 않은 không ít, nhiều, to tát, lớn lao // 적지않은 손해 sự thiệt hại đáng kể, sự tổn thất lớn lao // 적지 않게 rất, lắm, đáng kể, lớn lao, hết sức, vô cùng //적게 잡아도 theo ước lượng thấp nhất // 적어지다 giảm sút, hạ bớt, teo nhỏ, thu lại // 점점적어지다 hạ bớt dần dần, giảm xuống từ từ // 수입이 적다 có thu nhập thấp.

--쩍다 cảm thấy, có cảm giác. @겸연쩍다 bị bối rối, bị làm lúng túng, bị làm luống cuống // 미심쩍다 ngờ vực, do dự, lưỡng lự.

적당 sự thích hợp, sự vừa vặn, sự thích

đáng, sự đúng mực. --하다 thích hợp, phù hợp. @적당하게 phù hợp, thích hợp với, hợp thức, hợp lệ; [임의로] *đúng như bạn nghĩ* // 적당한 때에 đúng lúc, phải lúc.

적대 sự thù địch, sự đối kháng. --하다 thù địch, đối kháng. *--국 nước thù địch. --행위 hành động (thái độ) thù địch. @공공연한 적대 행위 sự khai chiến.

적대시 vấn đề chiến tranh. --하다 có liên quan đến chiến sự, xem như kẻ thù. @적대시하는 태도 thái độ thù địch; quan điểm chống đối

적도 đường xích đạo. @적도의 (thuộc) xích đạo, gần xích đạo. *무풍대 vùng xích đạo. --의 kính xích đạo (vật lý). 자기-- xích đạo từ trường. 지구(천구)-- xích đạo địa cầu.

적동 [광물 khoáng chất] đồng đỏ. *--광 đồng.

적란운 [소나기구름] mây tích mưa.

적량 sức chứa, kích cỡ tính bằng tấn.

적량 một số lượng chính xác; liều lượng thích hợp (약의 thuốc).

적령 đúng tuổi, tuổi thích hợp. @적령기에 이르다 đến tuổi thích hợp, đủ tuổi, tới tuổi (kết hôn). *결혼-- tuổi có thể kết hôn. 징병-- tuổi nghĩa vụ, tuổi đi lính, tuổi tòng quân.

적례 một tấm gương tốt, một trường hợp điển hình.

적록 bản trích yếu, bản tóm tắt.

적리 bệnh ly, bệnh kiết ly.

적린 chất photpho đỏ.

적립 sự tích lũy, sự tích tụ, sự góp nhặt, sự tích của. --하다 tích lũy, dành dụm, góp nhặt. @한달에 1.000 원씩 적립하다 để dành mỗi tháng một ngàn *Won.* *--금 tiền dành dụm. --배당금 tiền lãi cổ phần tích lũy được. 법정--금 tiền dự trữ tiền dành dụm hợp pháp.

적막 sự cô quạnh, sự hiu quạnh, sự vắng vẻ. --하다 đơn độc, cô độc, bơ vơ, lẻ loi, bị bỏ rơi. @적막감 cảm giác cô độc // 적막한 광경 cảnh hoang vắng, đìu hiu.

적모 người mẹ hợp pháp, mẹ đẻ, mẹ ruột.

적바르다 vừa đủ.

적바람: bản ghi chú, bản tóm tắt. --하다 ghi chú, tóm tắt.

적반하장 *tên trộm dùng dùi cui chống trả chủ nhà.*

적발 sự vạch trần, sự phơi bày, sự lột trần. --하다 vạch trần, phơi bày, lột trần, truy tố. @부정사건을 적발하다 vạch trần một vụ bê bối.

적법 sự hợp pháp, sự đúng luật. --하다 hợp pháp, đúng luật. @적법이 아니다 bất hợp pháp, phi pháp, bất chính. *--행위 hành động hợp pháp.

적병 quân thù.

적부 tính thích đáng, sự thích hợp, sự đúng lúc. @인물의 적부 một người thích hợp // 직업의 적부 sự thuê người đúng theo với khả năng.

적분 [학문] phép tính tích phân. @적분의 tích phân.

적빈 cảnh nghèo nàn tận cùng, sự bần cùng.

적산 lực lượng của quân địch.

적색 [빛깔] màu đỏ; @적색의 có màu đỏ // 적색 리트머스 시험지 giấy quỳ đỏ. *--분자 người cách mạng. --혁명 cuộc cách mạng đẫm máu.

적서 đứa con hợp pháp và đứa con hoang.

적선 sự tích lũy công đức. --하다 tích lũy công đức.

적선 tàu địch.
적선지대 chốn lầu xanh, xóm nhà thổ.
적설 đống tuyết (bãi tuyết dày do gió thổi ùn đống lại). @적설이 2 피트에 달했다 *chúng tôi bị một trận mưa tuyết dày 2 feets.*
적설초 [식물 thực vật] dây thường xuân đất.
적성 năng khiếu, năng lực, khả năng*--감사 cuộc trắc nghiệm (thi) khả năng. @적성검사를 받다 trải qua một cuộc kiểm tra năng lực. 직업—năng lực nghề nghiệp.
적성 sự thù địch, tính chất thù địch, hành động thù địch. *--국가 một quốc gia thù địch.
적세 sức mạnh của kẻ thù. @적세를 무찌르다 *làm vỡ tan ý chí của quân thù.*
적소 một nơi chính đáng. @적재 적소 một người quân tử ở nơi chính đáng.
적송 [식물 thực vật] => 소나무.
적송 sự xếp hàng xuống tàu; [위탁 판매를위한] sự gửi hàng (để bán). --하다 chuyên chở, vận chuyển bằng đường biển, gửi hàng. *--인 nhà hàng hải (nhà buôn bán lớn bằng tàu biển).
적쇠 cái vỉ (nướng chả, nướng thịt, cá) => 석쇠.
적수 bàn tay trống không,. @적수로 tay không, với hai tay không, với hai bàn tay trắng.
적수 đối thủ, địch thủ. *호-- một đối thủ đáng gờm (đáng giá, cừ, giỏi)
적수 공권 bàn tay trắng, bàn tay không. @적수 공권으로 một tay, một mình, đơn thương độc mã // 적수 공권으로 거부가 되다 *tay trắng làm nên (cơ đồ)* // 적수 공권으로 사업을 시작하다 *khởi nghiệp với hai bàn tay trắng.*
적습 sự tấn công của kẻ thù.
적시 sự thù địch. --하다 thù địch, có thái độ thù địch, xem ai như kẻ thù.
적시 @적시의 xảy ra đúng lúc, hợp thời, phải lúc. *--안타 [야구] cú đánh đúng lúc.
적시다 đẫm nước, làm ướt sũng, bị ẩm ướt, thấm nước. @옷을 적시다 quần áo bị ướt đẫm // 수건을 적시다 nhúng ướt khăn tắm.
적신호 đèn đỏ (tín hiệu báo nguy, tín hiệu báo dừng lại).
적십자 hội Chữ Thập Đỏ. *--구호반 đoàn cứu hộ Chữ Thập Đỏ. --기 cờ Chữ Thập Đỏ. --병원 bệnh viện của hội Chữ Thập Đỏ. --사 đoàn thể Chữ Thập Đỏ. --사업 công tác Chữ Thập Đỏ. --조약 quy ước của hội Chữ Thập Đỏ.
적악 --하다 tội ác chất chồng, âm mưu tội lỗi.
적약 thuốc đặc trị.
적어도 ít nhất, số lượng tối thiểu. @적어도 1 만원은 들 것이다 *nó sẽ đòi (tính) bạn ít nhất là mười ngàn Won.*
적역 **một** vị trí thích hợp, một chức vụ thích hợp. @그 일에는 그가 적역이다 *anh ấy là người thích hợp với công việc đó.*
적역 bản dịch đầy đủ (thỏa đáng) @한국말에는 이 단어의 적역이 없다 *từ này không có nghĩa tương đương trong tiếng Hàn.*
적열 sự nóng đỏ. @적열의 nóng đỏ.
적외선 tia hồng ngoại. *--분광기 quang phổ kế. --사진 ảnh dễ bị tia hồng ngoại

làm hỏng (nhạy cảm với tia hồng ngoại).

적요 bản tóm tắt, bản sơ lược, bản toát yếu, bản phác thảo. *----란 mục (cột) bình luận.

적용 sự áp dụng, sự ứng dụng. --하다 áp dụng vào. @법의 적용 sự áp dụng luật lệ // 적용할 수 있는 có thể áp dụng được // 일반적으로 적용되다 có thể áp dụng rộng rãi.

적운 mây tích, mây tầng.

적원 mối ác cảm ngấm ngầm, mối hận sâu kín.

적위군 hồng quân.

적은집 thiếp, nàng hầu, vợ lẽ, tình nhân, gái bao.

적응 sự phỏng theo, sự thích ứng, sự sửa lại cho hợp. --하다 làm cho vừa, hợp, phù hợp, thích hợp. @적응시키다 hợp với ai, làm cho vừa với, thích ứng với // 새 환경에 적응하다 *tự thích nghi với hoàn cảnh mới.* *--성 khả năng thích nghi, khả năng thích ứng. --증 chứng bệnh thích ứng với thuốc.

적의 sự thù oán, tình trạng thù địch, lòng hận thù. @적의 있는 thù địch, đối lập, đối kháng // 적의를 품다 nuôi dưỡng lòng thù hận (với).

적의 sự thích đáng, sự thích hợp. --하다 thích hợp, phù hợp, ăn khớp. @적의한 조치를 취하다 dùng biện pháp thích đáng.

적이 đến mức độ nào đó, hơi, có phần, một chút. @그 소식에 적이 안심되오 *tin tức này làm tôi được yên tâm phần nào.*

적이나 ít nhất, ít ra. @적이나 후회하니 다행이다 *tôi hài lòng vì ít ra hắn cũng biết lỗi.*

적임 sự phù hợp, sự xứng đáng, năng lực, khả năng. @적임의 thích hợp, phù hợp, có đủ khả năng,. *--자 người có điều kiện tốt, một người thích hợp. @ 그는 이일에 적임자다 anh ta rất thích hợp với công việc này.

적자 những chữ viết màu đỏ (trên lịch), (nghĩa bóng) được coi là ngày vui mừng ngày nghỉ, ngày lễ; [결손] con số màu đỏ, số tiền thiếu hụt, số tổn thất. @적자 가나다 cho xem con số màu đỏ (ghi phần hao hụt). *-- 경영 quá trình hao hụt. --공채 phiếu nợ có ghi phần hao hụt. --예산 ngân quỹ không cân đối. --재정 tài chánh hao hụt. --지출 chính sách vay tiền nước ngoài để khuyến khích kinh tế và chống thất nghiệp mặc dù nguồn thu nhập thiếu.

적자 đứa con hợp pháp.

적자 người thích hợp (thích nghi). @적자 생존의 법칙 quy luật sống còn đối với những ai biết thích nghi nhất

적장 sĩ quan chỉ huy bên phe địch; tướng địch.

적재 người thích hợp với nhiệm vụ. @적재를 적소에 배치하다 *bố trí đúng người vào một chức vụ thích hợp.* *--적소 người thích hợp trong chỗ phù hợp.

적재 sự chất hàng. --하다 chất hàng, mang, chở, vác, cho lên tàu. @배에 화물을 적재하다 chất hàng hoá lên tàu. *--량 trọng tải, sức chứa. --배수량 sự chuyển đổi vật chuyên chở. --화물 hàng hóa chở trên tàu.

적적하다 đơn độc, cô độc, cô đơn. @적적한 감 cảm giác cô độc, cảnh cô đơn // 말 동무가 없어서 적적하다 *tôi cảm thấy cô độc không có ai để nói chuyện.*

적전 @적전에 상륙하다 giáng vào mặt kẻ thù.

적절 sự thích hợp, sự thích đáng, sự đúng chỗ (표현의). --하다 đúng chỗ, thích đáng, thích hợp. @적절한 말 lời phê bình thích đáng.// 적절한 비유 sự so sánh đúng // 적절한 예 một thí dụ đúng (thích hợp).

적정 hành động của kẻ thù. @적정을 살피다 *dọ thám tình hình hoạt động của quân địch.*

적정 sự hợp thức, sự hợp lẽ, sự đúng mực. --하다 đúng mực, đúng đắn, hợp lý, thông thường. @적정한 가격 giá cả hợp lý, giá vừa phải.

적중 việc đạt kết quả tốt, việc may mắn. --하다[맞다] đạt mục tiêu, đạt kết quả tốt; [예언 따위가] trở thành sự thật; [상상이] đoán đúng; [계략이 mưu mẹo] sử dụng, thực hiện, thi hành. @적중하지 않다 bắn không trúng, không đạt được mục đích // 너의 예언이 적중했다 *dự đoán của bạn đã trở thành hiện thực.*

적지 vùng đất kẻ địch. @적지에 침입하다 tiến vào đất địch.

적진 chỗ đóng quân của kẻ thù. @적진을 돌파하다 *chọc thủng phòng tuyến của kẻ thù.*

적처 người vợ chính thức (hợp pháp).

적철광 [광물 khoáng chất] hematit.

적출 việc gửi hàng. --하다 gửi hàng. *--인 người lo thu xếp việc gửi hàng. --통지서 thủ tục gửi hàng. --항 cảng gửi hàng.

적출 sự nhổ ra (răng...). --하다 nhổ ra, lấy ra. @상처에서 총알을 적출하다 gắp đạn ta khỏi vết thương.

적출 đứa con hợp pháp.

적치 --하다 chất đầy, chất đống, chồng chất, tích lũy.

적침 [의학 học] *--검사 sự xét nghiệm máu.

적탄 đạn súng cối của quân địch. @적탄을 무릅쓰고 trước lằn đạn của kẻ thù // 적탄에 쓰러지다 *hy sinh dưới lằn đạn của kẻ thù.*

적평 lời phê bình đúng, lời chỉ trích thích đáng.

적폐 một tật xấu thâm căn cố đế. @적폐를 일소하다 bỏ hẳn một tật xấu lâu đời.

적하 gánh nặng, hàng hóa chở trên tàu; [적재] hàng chở, sự chất hàng (lên tàu) *--명세서 danh mục hàng chuyên chở. --목록 hóa đơn hàng chuyên chở, bản kê khai hàng hóa chở trên tàu (để nộp thuế hải quan)(배의).

적함 tàu chiến của địch.

적합 sự vừa vặn, sự thích hợp. --하다 hợp, thích hợp, vừa vặn. @목적에 적합하다 hợp ý.

적혈 hồng huyết cầu. *--구 tế bào hồng cầu.

적화 => 적하.

적확 tính chính xác, tính đúng đắn. --하다 chính xác, rõ ràng, xác đáng, đúng đắn, không thể sai lầm được. @말의 적확한 뜻 nghĩa chính xác của từ // 적확한수자 con số chính xác.

적히다 được ghi chép, được viết ra. @역사에 적혀 있다 được ghi vào lịch sử.

전 cánh đồng, nông trường, nông trại => 밭.

ㅈ

전 [앞] đằng trước, phía trước; người có mặt, người hiện diện (사람의 về người); [편지에서 viết trong thư] kính thưa, thưa, thân mến; [부사적] trước đây, về trước; [과거] quá khứ, dĩ vãng, thời trước, lúc trước, trước kia. @전주소 địa chỉ cũ, địa chỉ trước đây // 전 페이지 trang trước // 전날 밤 đêm trước // 수일 전에 vài ngày trước // 출발 전에 trước khi lên đường // 이틀 전에 미리 hai ngày trước // 다섯시 15 분 전에 năm giờ kém mười lăm phút.

전 món ăn nướng. @전을 부치다 nướng, chuẩn bị món ăn nướng.

전 cửa hàng, quầy, sạp.

전 con dấu (cái triện) tên.

전 [돈] tiền, tiền đồng; [단위 đơn vị] một *jeun* (một phần trăm của một *Won).*

전-- tất cả, toàn thể, toàn bộ, toàn vẹn, đầy đủ. *--국민 toàn quốc. --세계 cả thế giới. --재산 cả một vận may.

--전 [전기] tiểu sử, thân thế, lý lịch, cuộc đời. @위인전 cuộc đời của các vĩ nhân // 그리스도전 *tiểu sử Chúa Giê-su.*

--전 lâu đài, cung điện. *복마—nơi ở của loài yêu ma,, xứ quỷ. 불-- ngôi chùa (đền) thờ Phật.

--전 cuộc chiến tranh, cuộc chiến đấu; [경기의] trận đấu, cuộc thi đấu. *시가-- cuộc ẩu đả trên đường phố.

전가 [재혼] cuộc hôn nhân lần hai, sự tái hôn; [죄· 책임의] sự đổ lỗi, sự quy tội. --하다 tái hôn, tái giá; đổ lỗi, quy tội. [책임 따위를 quy tội cho ai; bắt ai phải chịu trách nhiệm (gánh tội). @책임을 전가하다 trút (giao / đẩy) trách nhiệm cho ai.

전가 –하다 giao nhà lại cho con trai, giao trách nhiệm gia trưởng lại cho con trai @전가의 di truyền, cha truyền con nối. *--지보 của gia truyền, vật gia truyền

전각 lâu đài hoàng gia.

전간 [의학 y học] chứng động kinh => 지랄.

전갈 [동물 động vật] con bọ cạp. *--좌 [천문 thiên văn] chòm sao Bọ cạp.

전갈 thông điệp; lời tiên tri, lời truyền lại. --하다 gửi (đọc/phân phái) thông điệp.

전개 sự phát triển, sự tiến hóa; sự triển khai, sự dàn quân (군대의) --하다 dàn quân, dàn trận, triển khai, khuyết trương, mở rộng. @국면의 전개 sự khuếch trương việc làm

전거 uy quyền, quyền lực, đáng tin cậy. @확실한 전거에의하여 theo một nguồn đáng tin cậy, theo căn cứ đích xác // 전거를 들다 bổ nhiệm người có uy tín.

전거 việc dời đi, việc dọn nhà, sự dời chỗ ở. --하다 dọn nhà, dời đi, di chuyển, thay đổi chỗ ở. *--지 địa chỉ mới.

전격 [충격] sự bị điện giật; [급습] cuộc tấn công chớp nhoáng. --하다 tấn công chớp nhoáng. @전격적 tia chớp. *--작전 chiến thuật chớp nhoáng. --전 cuộc chiến tranh chớp nhoáng.

전경 cái nhìn toàn diện (toàn cảnh). @경기장의 전경 cái nhìn toàn cảnh khu đất. *--사진 bức ảnh chụp toàn cảnh.

전경 cảnh gần, cận cảnh.

전고 sự kiện xác thực (đáng tin cậy).

전곡 cánh đồng lúa khô cằn

전곡 của cải và thóc lúa.

전골 thịt bò với rau củ hầm trong nồi.

전공 chuyên ngành, chuyên đề. --하다

học chuyên môn, chuyên về, trở thành chuyên gia về. @대학에서 경제학을 전공하다 chuyên về kinh tế ở đại học. *--과목 một đề tài nghiên cứu riêng, chuyên đề. --논문 chuyên khảo.

전공 chiến công xuất sắc; công trạng xứng đáng trong chiến tranh . @전공을 세우다 *phục vụ tốt trong quân ngũ.*

전공 công trạng cũ, chiến công đã qua.

전공 người thợ điện, kỹ sư điện.

전과 trọn khóa học.

전과 --하다 đổi khóa học, chuyển nghành.

전과 tiền án, hồ sơ tội ác. @전과 3 범의 사람 người có ba tiền án. *--자 một cựu tù nhân.

전과 thành quả của chiến tranh. @혁혁한 전과를 거두다 *lập được nhiều chiến công lớn.*

전관 [전임자] người tiền nhiệm, người phụ trách trước; [자신의] chức vụ trước (của người nào). @전관 예우를 받다 được hưởng mọi đặc quyền của chức vụ cũ.

전관 đặc quyền, độc quyền, dành riêng. --하다 có đặc quyền về, được dành riêng *--수역 khu vực được quyền câu cá.

전광 tia điện, tia chớp. @전광 석화와 같이 như tia chớp, nhanh như chớp. *--뉴스 biển hàng treo trên cao (광고의 để quảng cáo).

전교 sự chuyển thông qua một người. --하다 chuyển vật gì (thông qua người nào); [편지를] nhờ ai chuyển giúp (bức thư) cho người nào. @A 씨 전교 B 씨 귀하 ông B nhờ ông A chuyển giúp (겉봉에).

전교 => 전학.

전교 cả trường, toàn trường *--생 toàn thể học sinh trong trường.

전구 người tiên phong, người đi trước, người mở đường. *--증 [의학 y học] triệu chứng báo trước bệnh, chứng bệnh báo trước.

전구 bóng đèn điện. @40 와트의 전구 một bóng đèn 40 oát (*watt*). *백열-- một bóng đèn sáng rực.

전국 rượu nguyên chất. @전국의 nguyên chất, không pha. *--간장 xì dầu nguyên chất. --술 một tâm hồn trong trắng.

전국 toàn quốc. @전국의 (thuộc) quốc gia // 전국에 trên cả nước, khắp nước // 전국적으로 trên bình diện (phạm vi) quốc gia // 전국적인 운동을 일으키다 *phát động một phong trào khắp cả nước* (toàn quốc) // 전국적으로 퍼지다 truyền đi khắp nước. *--구 khu vực bầu cử quốc gia.

전국 một quốc gia đang có chiến tranh. *--시대 thời nội chiến.

전국 chiến sự. @전국이 호전하다 *chiến tranh chuyển sang hướng thuận lợi.*

전군 toàn quân.

전권 toàn quyền. @전권을 위임하다 trao cho ai toàn quyền. *--대사(공사) vị đại sứ toàn quyền. --위원 đại diện toàn quyền. 특명--대사 đại sứ đặc nhiệm toàn quyền.

전권 độc quyền, chuyên quyền, độc đoán.

전권 toàn tập, nguyên cuốn (책 sách); nguyên cuộn (영화의 phim). @전권을 통하여 từ đầu đến cuối, suốt quyển.

ㅈ

전극 điện cực; [양극] cực dương; [음극] cực âm.

전근 sự thuyên chuyển. --하다 bị thuyên chuyển (đến..). @부산지점으로 전근 명령을 받다 *bị thuyên chuyển đến chi nhánh Busan.*

전근대적 trước thời cận đại.

전기 @전기의 kể trên, nói trên, đã kể trước đây.

전기 khóa trước, nhiệm kỳ đầu; nửa năm đầu (반년), học kỳ đầu.

전기 điện, điện lực. @전기의 (thuộc) điện// 전기를 켜다 bật đèn điện lên // 전기를 끄다 tắt điện. *--경보기 chuông điện. --공 thợ điện. --공업 kỹ nghệ điện. --공학 kỹ sư điện. --기관차 đầu máy xe lửa điện. --기구 một thiết bị điện. --난로 lò điện. --냉장고 tủ lạnh, tủ đông. --다리미(담요) bàn ủi điện. --도금 thuật mạ điện; [금] thuật mạ bằng điện. @전기 도금을 하다 vật mạ điện. --마사지 máy xoa bóp điện. --마취 sự gây mê bằng điện. --면도 máy cạo râu điện. --발동기 động cơ điện. --방사 bức xạ điện. --분석 phép phân tích điện. --분해 sự điện phân. --분해물 chất điện phân. --불 ánh sáng đèn điện. --세탁기 máy giặt. --소제기 máy hút bụi. --솥 nồi cơm điện. --스탠드 đèn bàn. --야금 sự luyện kim điện. --역학 điện động học. --요금 điện tích. –요법 điện liệu pháp. --용접 máy hàn điện. --의자 ghế điện. @전기 의자에 앉다 bị điện giật. --자석 nam châm điện. --장치 dụng cụ điện. --저항 điện trở. --전도 sự dẫn điện. --절연체 vật cách điện. --조명 sự chiếu sáng bằng điện. --철도 đường ray xe lửa điện. --축음기 máy hát. --화학 điện hóa học. --회로 mạch điện. --회사 công ty điện lực. 공중-- điện trong khí quyển. 동-- động điện học. 마찰-- điện ma xát. 수력 (화력) -- thủy điện. 양 (음) -- điện dương. 유-- điện bình. 자-- điện từ. --정 tĩnh điện.

전기 máy móc và thiết bị điện. *--공업 ngành công nghiệp máy móc thiết bị điện.

전기 tiểu sử, thân thế. *--문학 tiểu sử văn học. --작가 người viết tiểu sử.

전기 @전기적 lãng mạn, mơ mộng.

전기 bước ngoặc, thời điểm diễn ra sự thay đổi lịch sử. @정국에 일대 전기를 가져오다 *đánh dấu một bước ngoặc ở tình hình chính trị.*

전기 --하다 ghi vào, điền vào, dán vào. @대장에 전기하다 ghi (một tiết mục) vào sổ cái

전기 thời điểm giao chiến (chiến đấu).

전깃줄 dây điện. => 전선.

전나무 [식물 thực vật] cây linh sam, cây thông.

전날 ngày khác, vài ngày trước, trước đó. @전날부터 vào những ngày qua.

전남편 người chồng cũ (chồng trước).

전납 sự trả trước. --하다 trả trước.

전납 sự trả đủ. --하다 trả đầy đủ.

전년 năm trước; năm ngoái, năm vừa qua (작년). *--도 năm trước (năm tài chính).

전념 => 전렴.

전뇌 [해부 giải phẫu] não trước.

전능 quyền tuyệt đối, sức mạnh vô hạn, quyền vạn năng. --하다 có quyền hạn tối cao. @전능의 신 thượng đế, đấng toàn năng

전능력 tất cả khả năng, đầy năng lực (공

장의).

전단 [신문 따위의] nguyên trang, đầy trang, đầy khoảng trống. *--표제 đầu đề chữ lớn suốt mặt trang báo.

전단 lá non; tờ giấy in rời, tờ rách rời, tờ truyền đơn.

전단 nguyên nhân chiến tranh. @전단을 열다 khai chiến.

전단 sự quyết định độc đoán (tùy tiện), tính chuyên quyền. --하다 hành động độc đoán (tự ý). @전단의 조치 biện pháp độc tài.

전달 tháng trước, tháng vừa qua.

전달 sự truyền đạt, sự ban ra. --하다 truyền đạt, chuyển, ban ra, thông báo. @명령을 전달하다 ra lệnh, truyền lệnh // 취지를 정부에 전달하다 *truyền đạt nội dung (một văn kiện) đến chính phủ.*

전담 --하다 gánh vác toàn bộ trách nhiệm.

전담 trách nhiệm riêng. --하다 chịu trách nhiệm hoàn toàn. @비용을 전담하다 gánh hết mọi chi phí.

전답 nông trường, đồng ruộng.

전당 *--대회 hội nghị quốc gia, đại hội của một đảng phái.

전당 sự cầm cố, vật thế chấp. @전당잡다 đem một vật đi cầm // 전당잡히다 cầm, thế chấp. *--물 hàng đã thế chấp. @전당물을 찾다 chuộc lại món đồ đã cầm. --포 tiệm cầm đồ. @전당포에 드나들다 hay lui tới tiệm cầm đồ.

전당 đền thờ, điện thờ, lâu đài, cung điện. @학문의 전당 nơi vắng vẻ để học tập, nghiên cứu.

전대 hạm đội, đội tàu chiến.

전대 cái ba lô.

전대 sự cho thuê lại, sự cho vay lại. --하다 [토지를] cho thuê lại, cho vay lại; [가옥을] cho thuê lại một căn nhà. *--인 người cho thuê lại.

전대 thế hệ trước, thế hệ đã qua. @전대미문의 chưa từng nghe, chưa từng biết, chưa từng có.

전도 nguyên (toàn bộ) hòn đảo.

전도 => 선도.

전도 tương lai, viễn cảnh, triển vọng; [여정] cuộc hành trình trước mặt. @전도유망한 청년 *một thanh niên đầy triển vọng*, một thanh niên có tương lai sáng lạng. // 전도가 요원하다 còn một chặng đường dài (사람이); còn xa (사물이) // 전도를 축복하다 mong muốn ai thành đạt // 그는 전도가유망하다 *anh ấy có một tương lai sáng lạng trước mắt.*

전도 công việc truyền giáo. --하다 truyền giáo, thuyết giáo, giảng đạo. @기독교를 전도하다 truyền bá đạo Cơ Đốc. *--부인 người phụ truyền bá Phúc Âm. --사 người truyền giáo. --사업 việc giảng đạo.

전도 một bản đồ đầy đủ. *서울-- bản đồ đầy đủ về *Seoul.* 세계—(sách) bản đồ thế giới (책).

전도 độ dẫn, (열 따위의); sự truyền (음향 따위의). --하다 dẫn, truyền. @열을 전도하다 dẫn nhiệt. *--기 vật ở giữa, vật trung gian. --성 tính dẫn, dẫn xuất. --체 chất dẫn, vật truyền.

전동 sự chuyển động điện. @전동(식)의 điện động. *--력 lực điện động. --발전기 máy phát điện. --자 phần cảm ứng.

전동 bao đựng tên, ống đựng tên (của

cung thủ).

전동기 động cơ điện. *교류-- động cơ điện xoay chiều. 유도-- động cơ cảm ứng. 직류-- động cơ điện một chiều.

전두 trán; [해부 y học] đỉnh đầu.*--골 xương trán. --부 cái trán (phía trước). --엽 thùy trán.

전등 đèn điện. @전등을 켜다 bật đèn điện // 전등을 끄다 tắt đèn. *회중-- đèn nháy, đèn flash, đèn pha.

전라 sự trần như nhộng, tình trạng hoàn toàn trần truồng. @전라의 trần như nhộng.

전락 sự sa sút, sự suy sụp; [주식] sự xuống dốc, sự thất thế; [타락] sự giảm giá trị, sự trở thành hèn hạ. --하다 sa sút, xuống dốc. @창부로 전락하다 *hạ giảm xuống thành gái mại dâm.*

전란 cuộc chiến tranh, tình trạng chiến tranh, cuộc nhiễu loạn, cuộc loạn ly. @전란의 위협 mối đe dọa của chiến tranh.

전람 cuộc triển lãm, cuộc trưng bày. --하다 trưng bày, triển lãm. @전람에 내놓다 đem trưng bày. *--실 phòng triển lãm. --품 vật trưng bày, hàng triển lãm. --회 sự phô bày, cuộc triển lãm. @전람회를 열다 tổ chức một cuộc triển lãm.

전래 sự phát, sự truyền; sự chuyển giao, sự đưa vào (외래). --하다 được truyền, được đưa xuống, được đưa vào. @전래의 theo truyền thống, cha truyền con nối / 불교의 전래 sự truyền bá đạo Phật vào.

전략 chiến thuật, chiến lược, kế sách, mưu lược (전술). @전략적 khoa học chiến lược // 전략적으로 (thuộc) chiến lược // 전략적후퇴 sự rút quân theo chiến thuật. *--가 nhà chiến lược. --물자 tài liệu chiến lược. --폭격 chiến thuật ném bom.

전략 sự bỏ qua phần giới thiệu (sách). --하다 bỏ qua lời tựa.

전량 tổng số lượng, toàn bộ số lượng.

전량 tiền (tài sản/của cải) và lương thực

전력 toàn bộ sức lực. @전력을 다하여 dốc hết toàn bộ sức lực //전력을 다하다 hãy làm hết sức mình.

전력 hồ sơ quá khứ, tiền sử (của người nào)

전력 điện năng. @10 만 마력의 전력 điện năng 100.000 mã lực. *--계 đồng hồ đo oát, oát kế. --부족 sự thiếu điện năng. --선 đường dây điện. --소비 sự tiêu thụ điện. --제한 sự tiết kiệm năng lượng. --통제 sự kiểm tra điện. --학 điện động học. --회사 công ty điện lực.

전력 năng lực chiến đấu, tiềm năng chiến tranh. *--증강 sự củng cố tiềm lực quân sự. --유지(상실) sự duy trì (tổn thất) tiềm năng quân sự.

전렴 sự tập trung tư tưởng. --하다 dành hết cho, tập trung hết vào. @공부에 전렴하다 tập trung hết mình vào việc học.

전령 cái chuông điện.

전령 [사람] người đưa tin, sứ giả, giao liên; [명령] công văn. --하다 truyền lệnh, phát công văn.

전례 nghi lễ, nghi thức.

전례 tiền lệ, mẫu mực trước đó, cái trước, vấn đề trước.@전례 없는일 một vấn đề chưa từng thấy, chuyện chưa từng nghe //전례가 없다 không có tiền lệ nào cho việc này // 전례에 따르다 theo tiền lệ, theo như trước đây.

전류 dòng điện, luồng điện. @전류가 통

한철사 dây nóng có điện // 전류를 통하다 mở điện. *--계 ampe kế. --단위 đơn vị điện. --량 sự đo cường độ dòng điện. --밀도 mật độ dòng điện. --전환기 cái chuyển mạch. --차단기 cái ngắt điện. --측정 cách đo điện. --고(저)압 dòng điện cao áp (thấp áp). 교(직)류-- dòng điện xoay chiều (một chiều).

전리 [물리 vật lý] sự ion hóa. --하다 ion hóa. *--층 tầng điện ly.

전리품 chiến tích; [약탈품] chiến lợi phẩm.

전립 cái nón dạ (nỉ) sờn cũ của lính.

전립선 [해부] tuyến tiền liệt.

전말 [상세] mẫu tin, chi tiết, sự kiện; [경위] quá trình diễn biến các sự kiện; [사정] hoàn cảnh, tình huống, tình hình. @사고의 전말을 이야기하다 đưa ra đầy đủ chi tiết về một tai nạn. *--서 bản báo cáo, bài tường thuật.

전망 cảnh, quan cảnh, toàn cảnh, viễn cảnh, cách nhìn, quan điểm. --하다 có tầm nhìn, quan sát, để ý, theo dõi. @앞으로의 전망 viễn cảnh tương lai // 전망이 좋다 có một viễn cảnh tươi đẹp. *--대 bục quan sát. --탑 tháp canh. --차 toa xe lửa hạng sang; toa xe lửa đặc biệt có cửa sổ rộng để ngắm phong cảnh bên ngoài.

전매 sự bán lại cho người khác (cái mình đã mua). --하다 bán lại (cái gì mình đã mua).

전매 sự độc quyền. --하다 giữ độc quyền. @술을 정부의 전매로 하다 chính phủ giữ độc quyền kinh doanh rượu. *--권 độc quyền, quyền dành riêng. –청 phòng độc quyền (chuyên dùng, dùng riêng)--품 hàng độc quyền.

전매 특허 giấy phép độc quyền nhãn hiệu; bằng sáng chế. @전매 특허를 얻다 được cấp giấy phép độc quyền, được cấp bằng sáng chế. *--권 quyền giữ bản quyền. --인 người được cấp bản quyền. --품 vật phẩm có bản quyền.

전면 phía trước, cảnh gần, cận cảnh (전경); mặt chính, mặt tiền, bề ngoài (건물의). @전면에 ở phía trước, ở mặt ngoài, ở gần.

전면 diện tích toàn phần. @전면적 tổng quát, giữ đúng kích thước thật sự, hoàn toàn, toàn tâm, toàn ý, toàn bộ, toàn thể // 전면적으로 một cách tổng quát, một cách chung chung. // 전면적 개정 sự sửa đổi hoàn toàn. *--강화 một thỏa ước toàn diện. --전쟁 cuộc chiến tranh toàn diện, sự thù địch toàn diện.

전멸 sự phá hoại hoàn toàn, sự hủy diệt toàn bộ. --하다 hủy diệt hoàn toàn, triệt tiêu toàn bộ. @전멸시키다 thanh toán (phá hủy) toàn bộ.

전모 toàn cảnh. @전모를 밝히다 cho một hình ảnh toàn diện về, nắm được toàn bộ câu chuyện về (vấn đề gì).

전몰 sự hy sinh trong trận chiến, chết trận. --하다 hy sinh ngoài chiến trận. *--용사 anh hùng liệt sĩ, người hy sinh trong chiến trận.

전무 tổng số thiếu (vắng mặt). --하다 bị thiếu hoàn toàn; hoàn toàn không đạt yêu cầu.

전무 nhiệm vụ đặc biệt; [회사의] một giám đốc điều hành.

전무식 => 판무식.

전무 후무 điều chưa từng thấy (chưa

ㅈ

từng có) trong lịch sử.--하다 chưa từng được nghe thấy, phá kỷ lục, độc nhất vô nhị. @전무 후무한 명가수 *nhà thơ vĩ đại nhất của mọi thời đại.*

전문 nguyên câu, nguyên bản. @조약의 전문 nguyên văn một hiệp ước // 전문을 인용하다 trích dẫn nguyên câu.

전문 câu mở đầu; lời tựa (조약등 따위의).

전문 cổng trước.

전문 bức điện tín.

전문 chuyên ngành, chuyên môn. @전문의 (thuộc) chuyên ngành; (thuộc) kỹ thuật (기술상); chuyên nghiệp, nhà nghề (직업상); thành thạo, lão luyện, (về mặt) chuyên môn // 전문으로 một cách chuyên nghiệp, một cách thành thạo // 전문적지식 kiến thức chuyên môn về kỹ thuật // 전문화하다 chuyên về, thạo về. *--가 chuyên gia, chuyên viên. --어 từ kỹ thuật, từ chuyên môn. --위원[국회의] cố vấn kỹ thuật. --의 bác sĩ chuyên khoa. --학교 trường kỹ thuật. --화 sự chuyên môn hóa.

전문 lời đồn, tin đồn. --하다 nghe tin đồn, được nghe là... @전문한 바에 의하면 *theo những gì nghe thấy.*

전미 toàn thể nước Mỹ.

전반 phân nửa phần đầu. @5회의 전반적 phân nửa phần đầu của trận đánh thứ 5. *--기 nửa năm đầu.

전반 nguyên vẹn, toàn bộ, tất cả @전반적 toàn bộ, toàn thể, bao gồm mọi thứ // 전반적으로 nói chung, đại thể, một cách chung chung.

전반사 [물리] sự phản chiếu toàn bộ.

전방 phía trước, tiền tuyến. @전방의 phía trước, tiến bộ, tiên tiến // 전방에 ở phía trước. *--지휘소 trạm chỉ huy tiền tuyến.

전방 cửa hàng, cửa tiệm.

전배 => 전작.

전번 hôm nọ, hôm trước, vừa rồi. @전번의 lần cuối, lần trước, trước đây, cái trước // 전번에 vào lần trước, thỉnh thoảng trước đây.

전범 [죄] tội ác chiến tranh; [사람] tội phạm chiến tranh. @A 급 전범 tội phạm chiến tranh loại A.

전법 chiến thuật, chiến lược.

전변 tính hay thay đổi, sự dễ biến đổi. --하다 thay đổi, biến đổi, đổi khác. @유위 전변 những nỗi thăng trầm của cuộc đời.

전별 lễ tiễn đưa, cuộc tiễn đưa, tiệc chia tay. --하다 chia tay ai, tiễn biệt ai. *--사 bài diễn văn chia tay. --회 buổi tiệc chia tay.

전병 bánh kếp (giống như bánh đa / bánh tráng).

전병사 cái chết do bị bệnh trong chiến tranh. --하다 chết vì bệnh trong lúc chiến tranh. *--자 người chết không phải do chiến tranh.

전보 phần bổ sung, phần phụ thêm. --하다 bổ sung, phụ thêm. @결손을 전보하다 bổ sung phần tiền thiếu hụt.

전보 bức điện tín (điện báo); [무전의]; vô tuyến điện báo (bức điện đánh bằng radio; [해외] điện tín, cáp, bức điện xuyên đại dương. --하다 đánh điện tín, gởi điện tín. @전보로 bằng điện tín. *--국 phòng điện báo. --료 phí điện tín. --약호 địa chỉ điện tín, mã vùng. --용지 hình thức điện tín. 암호—bức điện viết bằng mật mã. 외국-- điện tín nước ngoài.

전보 sự di chuyển, sự chuyển nhượng, sự thuyên chuyển. --하다 di chuyển, thuyên chuyển, di chuyển @ 전보되다 được thuyên chuyển đến (chức vụ/vị trí khác).

전복 sự lật đổ, sự đánh đổ, sự đổ nhào; [정부 따위] sự đạp đổ; [선박] sự lật úp. --하다 lật đổ, lật úp, đổ nhào. @열차를 전복시키다 chiếc xe lửa bị lật nhào // 배가 전복했다 chiếc thuyền bị lật úp.

전복 [조개 loài tôm cua,sò, ốc] con ốc bào ngư.

전복대 cột dây thép, cột đỡ dây điện báo.

전부 tất cả, toàn thể; [부사적] toàn bộ, hoàn toàn, đầy đủ. @전부의 (thuộc) tất cả, toàn bộ, hoàn toàn, đầy đủ, mọi // 학생 전부 toàn thể học sinh // 이야기를 전부 듣다 lắng nghe (ai) nói đầy đủ (từ đầu đến cuối).

전부 người chồng cũ, người chồng trước.

전분 tinh bột, chất bột. @전분질의 có bột.

전비 quỹ (chi phí cho) chiến tranh.

전비 tội lỗi xưa, lỗi lầm cũ. @전비를 뉘우치다 *hối hận về tội lỗi của mình trước đây.*

전사 người lính, người chiến binh. @ 자유의 전사 người đấu tranh cho hòa bình tự do // 무명 전사의 묘 ngôi mộ chiến sĩ vô danh. *산업-- công nhân kỹ nghệ.

전사 sự chết trận. --하다 bị giết chết trong trận đánh, chết trận. @명예롭게 전사하다 *chết vinh quang trên chiến trường.* *--상자 *những người bị thương và hy sinh trong chiến tranh.* --자 người chết trận, liệt sĩ.

전사 bản sao, sự sao chép. --하다 sao chép, ghi chép lại. *--기 người sao chép. --잉크(용지) mực in thạch bản.

전사 lịch sử quân đội. @전사에 남다 được đề cập đến trong lịch sử chiến tranh.

전상 vết thương chiến tranh. --하다 bị thương trong chiến tranh. *--병 thương bệnh binh. --자 người bị thương trong chiến tranh.

전색맹 sự mù màu tuyệt đối; [의학 y học] chứng mù màu.

전생 kiếp trước. @전생의 인연 vận mệnh an bày từ kiếp trước, thuyết thiên định, định mệnh.

전생애 cả cuộc đời, trọn đời (của ..)

전서 một con dấu tên

전서 một quyển sách đầy đủ. *법령-- bản trích yếu luật, sách luật.

전서구 [새 chim] chim bồ câu đưa thư.

전선 dây điện, dây điện thoại (diện tín) *해저-- dây cáp ngầm (dưới biển)

전선 tàu chiến.

전선 tiền tuyến, chiến tuyến. @전선에 나가다 ra tiền tuyến, ở trong tuyến lửa //적의 전선을 돌파하다 chọc thủng phòng tuyến kẻ địch.

전선 nguyên hàng, cả dòng.

전선 [일선] tiền tuyến; [기상] mặt trận. @전선의 장병 các sĩ quan và quân lính ở mặt trận. *한랭-- mũi nhọn của luồng không khí lạnh.

전선병 [스타킹 따위의(*stocking)* chiếc vớ dài] lỗi trong chiếc vớ dài, chỗ có một vài mũi bỏ sót, có khe hở thẳng đứng giống cái thang.

ㅈ

전설 truyền thuyết, huyền thoại. @전설적 (thuộc) truyền thuyết; có tính cách huyền thoại, thần kỳ // 전설에 의하면 theo truyền thuyết, truyền thuyết cho rằng... *--시대 thời xưa, thuở xưa. --집 tập truyện cổ tích.

전성 đỉnh cao của sự phồn vinh, sự cực thịnh. --하다 vào thời cực thịnh. @그의 전성시에 ở vào giai đoạn huy hoàng nhất của hắn. *--시대 thời huy hoàng, thời vàng son, thời hoàng kim.

전성 [물리 vật lý] tính dễ dát mỏng, tính dễ uốn.

전성관 ống loa, ống nói.

전세 (1) kiếp trước => 전생. (2) [전대] các thế hệ trước, các thời đại đã qua.

전세 hợp đồng cho thuê có ký quỹ. @집을 전세로 얻다 thuê một căn nhà có ký hợp đồng.

전세 sự đăng ký, sự giữ chỗ trước. @전세내다 đặt trước, đăng ký trước, giữ chỗ trước.

전세 tình hình chiến sự. @전세가 불리하다 *cuộc chiến tiến triển theo chiều hướng bất lợi cho chúng ta* (không diễn biến theo ý của..)

전세계 toàn thế giới, khắp thế giới @전세계에 trên khắp thế giới // 전세계의 여성 phụ nữ trên toàn thế giới // 전세계에 이름이 알려진 사람 một người nổi tiếng khắp thế giới.

전세기 thế kỷ trước.

전소 sự bị tiêu hủy hoàn toàn bởi trận hỏa hoạn. --하다 bị cháy rụi.

전속 --하다 thuộc quyền sở hữu riêng. @HLKA 전속 악단 dàn nhạc ghi âm HLKA. *--부관 sĩ quan phụ tá, sĩ quan cận vệ (hầu cận).

전속 sự thuyên chuyển, sự di chuyển. --하다 chuyên, di chuyển, thuyên chuyển đến.

전속력 tốc độ tối đa. @전속력으로 hết tốc độ ; [사람이 người] hết sức lực, nhanh nhất; [말이 ngựa] phi nước đại; [배가 tàu thủy] hết hơi, hết tốc lực.

전손 sự thất bại (tổn thất) hoàn toàn. *--담보 tổ chức bảo vệ toàn bộ tổn thất duy nhất (T.L.O)

전송 sự chuyển giao, sự truyền tin, sự vận chuyển. --하다 chuyển giao, truyền đạt, truyền, tải, vận chuyển.

전송 cuộc tiễn đưa. --하다 tiễn đưa., tiễn biệt.

전송 sự gửi chuyển tiếp (bức thư đến địa chỉ mới). –하다 gửi chuyển tiếp @편지를 A 씨에게 전송하다 *gửi chuyển tiếp lá thư đến ông A.*

전송 sự truyền tải điện. --하다 đánh điện, truyền điện. @사진을 전송하다 gửi hình đi bằng vô tuyến. *--사진 ảnh chụp xa, điện báo truyền ảnh (유선). 사진--장치 máy (thiết bị) chụp ảnh từ xa.

전수 tổng số, toàn bộ.

전수 --하다 thừa hưởng, được trao tay, nhận.

전수 sự chỉ dạy, sự khai tâm, sự truyền kiến thức. --하다 khai tâm, chỉ dẫn, truyền dạy. @비법을 전수하다 truyền dạy bí pháp cho (người nào).

전수 sự chuyên môn hóa. --하다 chuyên môn hóa, chuyên sâu, chuyên về. *--과 khóa đặc biệt.

전술 @전술의 kể trên, nói trên, đã đề cập đến // 전술한 바와 같이 như đã đề cập trên.

전술 chiến thuật. @전술상의 (thuộc)

chiến thuật // 전술적으로 một cách có chiến lược*--가 nhà chiến lược.

전승 sự thắng lợi hoàn toàn. --하다 giành được thắng lợi hoàn toàn.

전승 sự phát, sự truyền miệng, truyền thuyết, truyền thống. --하다 truyền từ đời này sang đời khác, truyền cho hậu thế. *--문학 văn chương truyền khẩu. 민간-- văn học (truyền thống) dân gian.

전승 thành tựu, thắng lợi lớn. --하다 giành thắng lợi, được chiến thắng. *--국 nước chiến thắng. --기념일 ngày kỹ niệm chiến thắng. --기념품 chiến lợi phẩm (của chiến tranh). --자 người chiến thắng.

전시 toàn thành phố. @전시에 파급되고 있다 lan truyền khắp cả thành phố.

전시 sự trưng bày, sự phô bày, sự triển lãm. --하다 trưng bày, phơi bày, triển lãm. @여러 가지 상품이 전시되어있다 bày bán đủ các mặt hàng. *--물 hàng trưng bày, hàng triển lãm (총칭 nói chung). -- 회 hội chợ.

전시 thời chiến. @전시에 trong thời chiến. *--경기 sự phất lên (sự tăng vọt) trong thời chiến. --경제 kinh tế thời chiến. --공채 món nợ chiến tranh. --금제품 hàng lậu (thuế) thời chiến. --내각 nội các chiến tranh, bộ chiến tranh. --산업 ngành công nghiệp thời chiến. --상대 tình trạng chiến tranh. --수당 lợi tức từ chiến tranh. --보험 sự bảo hiểm những rủi ro do chiến tranh. --편제 tổ chức chiến tranh.

전시대 các thế hệ xưa, thế hệ trước.

전신 toàn thân. @전신에 khắp cơ thể, từ đầu xuống chân. *--마취 sự mất cảm giác toàn bộ. --불수 chứng liệt toàn thân. --사진 bức ảnh to như người thật. --운동 bài tập thể dục toàn thân.

전신 tiền thân (của người nào) (전세의); việc làm trước, bậc tiền bối, người tiền nhiệm. @전신을 조사하다 tìm kiếm lai lịch, quá khứ của ai // 전신은 교사이다 *trước kia anh ta từng làm giáo viên.*

전신 bức điện báo; [해저 전신] điện tín. @전신으로 bằng điện tín // 전신을 치다 đánh điện tín, đánh dây thép. *--계 thư ký phòng điện báo. --국 phòng điện báo. --기 máy điện báo. --기사 kỹ sư điện báo. --법 phép điện báo, sự thông tin liên lạc bằng điện báo. –사무 ngành điện báo. –암호 mã điện báo --약호 một địa chỉ điện báo. --주 cột dây thép, cột đỡ dây điện báo. --회사 công ty điện báo.

전실 người vợ cũ, vợ trước (đã ly dị). *--자식 con cái của người vợ trước.

전심 cả tấm lòng. @전심을 다하여 bằng cả tấm lòng, với cả tấm lòng.

전심 sự tập trung tinh thần. --하다 hiến thân mình, dồn hết sức lực vào. @전심으로 toàn tâm , toàn ý, một lòng một dạ, tận tụy.

전아 --하다 thanh nhã, tinh tế, lịch lãm.

전암 @전암의 tình trạng tiền ung thư *--증상 triệu chứng (báo trước) tiền ung thư.

전압 điện thế, điện áp. @전압을 올리다 (낮추다) tăng (giảm) điện thế. *--계 máy đo điện áp. --조절기 ổn áp.

전액 tổng số cuối cùng. *--담보 bao phủ toàn bộ. --보험 bảo hiểm toàn bộ. --지

불 trả toàn bộ, thanh toán đủ.

전야 đồng ruộng, bãi chiến trường, sân bãi.

전야 đêm qua, đêm trước (간밤). @결혼 전야 đêm trước hôn lễ // 크리스마스 전야 đêm Giáng Sinh.

전언 lời nhắn (miệng). --하다 nhắn tin cho ai. @전언을 남기다 để lại lời nhắn, nhắn lại.

전언 lời nhận xét (tuyên bố/phát biểu) trước kia. @전언을 취소하다 rút lại lời nói.

전업 nghề đặc biệt, chuyên ngành. @...을 전업으로 하다 chuyên ngành về, chuyên môn về..

전업 công nghệ điện.

전업 sự thay đổi công việc. --하다 thay đổi việc làm (việc kinh doanh), thay đổi người giúp việc.

전역 mọi lĩnh vực, mọi phạm vi.

전역 một bản dịch đầy đủ. --하다 dịch đủ, dịch hết (quyển sách).

전역 cuộc chiến tranh, trận chiến.. chiến dịch.

전역 vùng chiến tranh, khu vực đang đánh nhau, chiến trường.

전역 --하다 thuyên chuyển, bị thải hồi (ra khỏi ngành phục vụ).

전연 hoàn toàn, toàn bộ, tất cả tuyệt đối, dứt khoát. @전연 모른다 *tôi hoàn toàn không biết gì / tôi tuyệt đối không biết gì về việc đó* // 그것은 전연 거짓말이다 *hoàn toàn láo khoét !.*

전열 nhiệt điện. *--기 lò sưởi điện (난방용 để sưởi ấm); bếp lò điện có lò nướng (요리용).

전열 hàng trước, dãy trước.

전열 chiến tuyến, trận tuyến. @전열에 참가하다(이탈하다) tham gia vào (ra khỏi) trận tuyến.

전염 sự nhiễm trùng, sự nhiễm độc, sự lây, bệnh lây --하다 bị nhiễm trùng, bị lây bệnh, bị truyền bệnh. @전염성의 lan truyền, dễ lây nhiễm, có thể lan truyền.

전염병 bệnh lây nhiễm, bệnh dịch, bệnh nhiễm trùng, cơn dịch bệnh. *--연구소 viện nghiên cứu bệnh lây nhiễm. --유행지 vùng (khu vực) bị bệnh dịch. --병원 bệnh viện bệnh truyền nhiễm. --환자 một ca bệnh nhiễm trùng.

전옥 [법 pháp lý] người giám ngục, viên cai tù.

전와 --하다 bị sửa đổi lại. *--어 một từ bị sửa

전용 (vật) dùng riêng. --하다 sử dụng riêng, dùng riêng. @전용의 riêng biệt, dành riêng (개인의 thuộc cá nhân) // 전용차 xe hơi riêng.

전용 sự làm trệch đi, chiến thuật nghi binh. --하다 làm trệch hướng, dùng (tiền) vào mục đích khác. @자금을 전용하다 chuyển ngân quỹ vào mục đích khác.

전우 đồng chí, bạn quân ngũ. *--애 tình bạn, tình đồng chí.

전운 những bóng đen (đám mây đen) chiến tranh. @전운이 감돈다 những đám mây chiến tranh treo nặng nề (trên trời Âu).

전원 ruộng nương, cánh đồng và vườn tược; [시골] quê hương, xứ sở; [교외] ngoại thành, ngoại ô. @전원의 (thuộc) thôn quê, ở nơi thôn dã, có tính chất đồng quê. *--도시 thành phố lớn có nhiều công viên và cây. --생활 đời sống ở nông thôn. @전원 생활을 하다 sống cuộc đời thôn dã. --시 cảnh điền viên, cảnh đồng quê. --시인 thi sĩ đồng quê.

전원 nguồn điện (chạy bằng sức nước).

전원 mọi thành viên, toàn thể nhân viên. @전원 일치로 nhất trí, đồng lòng.

전월 tháng vừa qua, tháng trước.

전위 [군사 quân sự] quân tiên phong, tiền đội; [정구의 quần vợt *tenis*] người đứng gần lưới. [축구·농구의 bóng đá-bóng rổ] tiền đạo. @전위를 보다 chơi phía trước, đứng trên lưới. *--미술(문학) nghệ thuật mới (mỹ thuật/văn học)

전위 [물리 vật lý] điện thế. @양(음)전위 điện thế dương. *--강하 sự giảm điện thế. --계 điện kế. --차 hiệu số điện thế.

전위 --하다 [왕위를] từ bỏ ngai vàng, thoái vị.

전유 sở hữu riêng. --하다 có riêng, giữ độc quyền. *--권 quyền sở hữu. --자 sở hữu chủ.

전유 cái chảo để chiên. *--어 cá chiên.

전율 sự rùng mình, sự run; [공포] sự kinh hoảng, sự khiếp sợ. --하다 rùng mình, run sợ. @전율할 hoảng sợ, kinh khiếp.

전음 [음악 âm nhạc] *--계 gam âm nguyên.

전음 [음악] âm rung, sự láy rền, tiếng láy rền.

전의 nghĩa phát sinh, nghĩa tượng trưng (bóng bảy, văn hoa, ẩn dụ).

전의 tinh thần (ý nghĩa/mục đích) của cuộc chiến. @전의를 잃다 mất tinh thần chiến đấu.

전의 [조사 thẩm vấn, điều tra] sự kiểm tra, sự điều tra nghiên cứu; [심의] sự cân nhắc, suy xét; sự suy tính thiệt hơn. --하다 kiểm tra, điều tra, điều tra nghiên cứu, bàn bạc kỹ lưỡng.

전이 [변화 biến hóa] sự biến đổi, sự đổi thay; [환부의 lây nhiễm] sự di căn, sự truyền. --하다 biến đổi, thay đổi, di căn, lan truyền, lây.

전인 toàn thể quần chúng, toàn dân. *--교육 một nền giáo dục bao quát.

전인 người tiền nhiệm, bậc tiền bối, cha ông. @전인 미답이 chưa từng thấy, chưa từng xảy ra, chưa có dấu người đi đến, chưa ai thám hiểm, nguyên thủy.

전일 hôm nọ, hôm trước, cách đây không lâu, vài ngày trước.

전임 việc làm trọn ngày (thời gian). --하다 đúng giờ giấc. *--강사 huấn luyện viên dạy trọn ngày. --교사 giáo viên dạy trọn ngày.

전임 [사람] người tiền nhiệm, người phụ trách trước *--자 người phụ trách văn phòng trước.

전임 sự thuyên chuyển, sự thay đổi chức vụ. --하다 bị thuyên chuyển tới. @...에 전임을 명하다 chuyển ai đến, ra lệnh chuyển ai đi. *--자 người bị chuyển đi. --지 chức vụ mới của ai.

전입 --하다 chuyển đến, dọn đến *--생 một học sinh bị chuyển sang trường khác.

전입학 --하다 nhập học trường mới, vào trường khác.

전자 điện tử. @전자의 (thuộc) điện tử. *--계산기 máy tính điện tử. --공학 điện tử học, công trình điện tử. --광학 quang học điện tử. –두뇌 bộ óc điện tử. --방출 sự phát xạ điện tử. --설´ thuyết điện tử. --음악 nhạc điện tử. --현미경 kính hiển vi điện tử.

전자 @전자의 (thuộc) điện tử. *--기 điện từ học, hiện tượng điện từ. --기력 lực điện từ. --석 nam châm điện. --파 làn sóng điện từ.

전자 một con dấu tên

전작 rượu uống khai vị. @전작이 있다 đã uống vài ly.

전장 suốt chiều dài, tổng cộng chiều dài. @전장 52 미터이다 dài 52 mét.

전장 chương trước, đề tài (vấn đề) trước.

전장 [물리] điện trường.

전장 chiến trường.

전장 [증권 chứng khoán] thị trường chứng khoán buổi sáng.

전재 sự in lại, sự tái bản, sự tái sản xuất. --하다 in lại, được tái bản, tái sản xuất. @미국 잡지에서 전재하다 in lại từ một tạp chí Mỹ. *--금지 tác giả giữ bản quyền / sự cấm sao chép.

전재 sự thiệt hại do chiến tranh. *--고아 trẻ mồ côi do chiến tranh. --민 nạn nhân chiến tranh. –부흥 sự phục hồi sau chiến tranh. --지구 vùng bị chiến tranh tàn phá.

전쟁 chiến tranh, tình trạng chiến tranh, trận đánh, cuộc xung đột, sự chống đối. --하다 tuyên chiến với, chiến đấu, xung đột, chống đối; [개전하다] ra trận; [전투하다] chiến đấu với. @전쟁의 원인 nguyên nhân chiến tranh // 전쟁 전의 thời tiền chiến // 전쟁 후의 thời hậu chiến // 전쟁에 이기다 thắng trận // 전쟁에 지다 thất trận, thua trận // 전쟁을 일으키다 gây ra chiến tranh, dẫn đến chiến tranh // 전쟁이 일어나다 chiến tranh bùng nổ. *--공포증 nỗi ám ảnh bởi chiến tranh. --문학 tài liệu chiến tranh. --미망인 người goá phụ thời chiến. --범죄 tội ác chiến tranh. --영화 phim ảnh về chiến tranh. --재판 việc xét xử tội ác chiến tranh. --국내 cuộc nội chiến. 침략-- cuộc chiến tranh xâm lược.

전적 chiến trường xưa, vết tích chiến trận.

전적 sự chuyển hộ khẩu gia đình. --하다 chuyển chỗ ở.

전적 hoàn toàn, toàn bộ, toàn vẹn. @전적으로 một cách hoàn toàn, một cách trọn vẹn.

전적 hồ sơ quân đội (chiến tranh); [경기의] thành quả, thành tích, lý lịch. @혁혁한 전적 thành tích sáng chói.

전전 @전전날 hai ngày trước; [그저께] ngày hôm kia // 전전번 trước ngày hôm qua

전전 --하다 [임자를 바꾸다] qua nhiều tay; thay tay đổi chủ nhiều lần; [헤매다] đi lang thang từ nơi này đến nơi kia; [구르다] lăn, vần. @이 직장 저 직장을 전전하다 thay đổi việc làm từ chỗ này qua chỗ khác

전전 @전전의 thời tiền chiến // 전전에 trước chiến tranh.

전전 긍긍 --하다 sợ run.

전절 đoạn trước.

전정 con đường phía trước

전정 [앞뜰] sân vườn trước nhà; [귀의] tiền sảnh.

전정 --하다 cắt, tỉa, xén bớt (cây) *--가위 nghệ thuật cắt tỉa cây.

전제 [논리 logic] một giả thuyết, một đề xuất, một dự kiến đề ra. --하다 nêu giả thiết, đưa ra ý kiến đề xuất. @...을 전제로 하고 giả thuyết cho là. *--조건

tiền đề, điều kiện có trước. 대-- một tiền đề chính. 소--một tiền đề phụ.

전제 chế độc chuyên quyền. --하다 chuyên quyền, độc đoán. *--국 nền quân chủ chuyên chế. --군주 kẻ chuyên quyền, bạo chúa.

전조 dấu hiệu, sự báo hiệu, điềm. @좋은 전조 một điềm lành.

전조 tiết mục đã đề cập.

전조 [음악 âm nhạc] sự chuyển giọng, sự ngân nga; giọng lên xuống trầm bổng.

전조등 đèn pha của xe hơi.

전족 tục bó chân. --하다 bó chân.

전죄 tội lỗi xưa, lỗi lầm trước.

전주 cột dây điện, cột dây thép.

전주 tuần rồi, tuần trước. @전주의 오늘 ngày này tuần trước.

전주 đoạn mở đầu, khúc dạo đầu. *--곡 việc mở đầu, sự kiện mở đầu.

전주 người chủ nợ, người cho vay, nhà tư bản, người xuất vốn.

전중이 một tù nhân, người vào tù ra khám.

전지 đất canh tác, đồng ruộng, nông trường.

전지 một tờ giấy nguyên (không bị cắt xén).

전지 sự thông suốt mọi sự. @전지 전능의 신 Thượng Đế, Chúa, Đấng Toàn năng.

전지 cục pin. @전지에 충전하다 nạp điện vào pin (bình ắc quy). *--회로 mạch ắc quy. 건-- pin khô. 축-- bình ắc quy.

전지 chiến trường, trận địa. *--근무 sự tại ngũ, sự phục vụ tại chiến trường.

전지 sự thay đổi không khí. --하다 đi nghỉ mát. @진해로 전지하다 đi thay đổi không khí ở *Chinhae.* *--요양 sự điều trị bằng cách thay đổi không khí. @전지 요양하다 đi nơi khác để tốt cho sức khỏe, đi đổi gió.

전지 --하다 cắt, tỉa, xén.

전직 sự đổi việc làm. --하다 thay đổi việc làm.

전직 nghề cũ. *--장관 vị cựu bộ trưởng.

전진 sự tiến bộ, sự tiến tới. --하다 đưa ra phía trước, tiến lên, theo đuổi, đi đến. *--기지 tiền đồn, căn cứ phía trước.

전진 hàng ngũ chiến đấu, thế trận, sự dàn quân.

전질 một bộ sách đầy đủ, trọn bộ sách.

전집 những tác phẩm hoàn chỉnh, bộ sưu tập đầy đủ. @다킨즈 전집 những tác phẩm hoàn chỉnh của *Dickens.*

전차 chiếc xe điện, xe lửa điện.

전차 xe tăng. *--병 chiến sĩ lái xe tăng. --부대 đơn vị xe tăng. --호 hào chống xe tăng. 경—đèn xe tăng. 수륙양용-- xe tăng lội nước. 중-- xe tăng nặng trọng. 대--포 súng bắn xe tăng.

전차 --하다 cho thầu lại, cho thuê lại. *--인 người cho thuê lại.

전채 [요리 nấu ăn] món ăn khai vị.

전채 món nợ chiến tranh.

전책임 đầy trách nhiệm, sự chịu trách nhiệm hoàn toàn. @전책임을 지다 có đầy đủ trách nhiệm (để..) ; chịu hoàn toàn trách nhiệm.

전처 người vợ cũ (đã ly dị). @전처 소생의 자식 con của vợ cũ.

전천후 @전천후의 dùng cho mọi thời tiết. *--기 máy bay thích hợp cho mọi thời tiết. --농업 sự canh tác phù hợp

ㅈ

theo mọi thời tiết.

전철 @전철을 밟다 theo gương người nào.

전철 --하다 chuyển hướng, chuyển sang đường khác. *--기 cái ghi tàu (xe lửa). --수 (ngành đường sắt) người bẻ ghi.

전철 đường ray xe lửa điện.

전첩 sự chiến thắng, sự thành công, sự thắng lợi. --하다 giành được thắng lợi. *--국 khả năng chiến thắng.

전체 toàn bộ, tất cả, toàn thể. @전체의 (thuộc) toàn bộ, toàn thể, hoàn toàn // 전체적으로 một cách tổng quát, đại khái, chung chung*--주의 chế độ chuyên chế. --주의 국가 một quốc gia chuyên chế. --회의 phiên họp toàn thể.

전초 tiền đồn. *--기지 căn cứ phía trước. –부대 (근모) lính (quân) tiền trạm. –선 tuyến tiền đồn. –전 đội tuần tra; cuộc chạm trán nhỏ ở tiền đồn.

전축 máy hát, máy quay đĩa.

전출 --하다 dọn đi, chuyển đi, dời đi.

전취 --하다 thắng được, đạt được, giành được.

전치 sự bình phục hoàn toàn. --하다 được chữa trị hết hẳn, bình phục hoàn toàn. @전치 2 주일의 부상 *vết thương phải mất hai tuần mới lành hẳn.*

전치사 giới từ. @전치사적 용법 phép dùng giới từ. *--구 (thuộc) giới từ, có giới từ, làm giới từ; --대용구 nhóm giới từ.

전통 truyền thống, tục lệ, tập quán, phong tục; sự kế tiếp, sự nối tiếp nhau (계승). @전통적인 theo truyền thống, theo tập quán, theo tục lệ, theo lối cổ truyền // 전통적으로 theo thói thường, theo lệ thường // 30 년의 전통이 있는 학교 ngôi trường có truyền thống 30 năm // 전통을 따르다 theo triền thuyết, theo truyền thống. *--주의 sự tôn trọng truyền thống, chủ nghĩa truyền thống.

전퇴직율 tỷ lệ chia cắt; tốc độ chia tay (ly thân).

전투 trận đánh, cuộc chiến đấu, cuộc chạm trán, cuộc đọ sức. --하다 đấu tranh, chiến đấu, đánh nhau. @전투를 시작하다 khai chiến // 전투를 중지하다 đình chiến // 전투에 참가하다 tham chiến. *--기 máy bay chiến đấu. --대형 hàng ngũ chiến đấu, thế trận. --력 năng lực chiến đấu. @전투력을 상실시키다 phá hỏng (chiếc tàu), loại khỏi vòng chiến. –모 mũ đội khi đi hành quân. --부대 đơn vị chiến đấu. --지구 vùng chiến đấu. --폭격기 máy bay chiến đấu (oanh tạc). --행위 hành động chống đối. --훈련 sự luyện tập chiến đấu, sự tập trận.

전파 sóng điện từ. @전파를 통하여 đang phát thanh, đang truyền đi bằng radio. *--계 máy đo sóng điện từ. --방해 sự nhiễu. --탐지기 hệ thống ra đa. --파장 bước sóng truyền thanh (chiều dài của làn sóng (rađiô) của một đài phát thanh sử dụng để truyền đi các chương trình của nó). 수중 --탐지기 xô na, hệ thống định vị vật dưới nước bằng âm hoặc siêu âm.

전파 sự truyền bá, sự lan truyền, sự truyền, sự nhân giống, sự khuyếch tán. --하다 truyền bá, gieo rắc. @열의 전파 sự truyền nhiệt, dẫn nhiệt // 병을 전파시키는 매개체이다 *đó là tác nhân trung gian truyền bệnh.*

전판 tất cả, toàn thể, toàn bộ, đầy đủ, trọn vẹn.

전패 sự bại trận, sự thua trận. --하다 bị thua trận, thất trận, bại trận.

전패 một sự thảm bại, một sự thất bại thê thảm. –하다 hoàn toàn thất bại, thua xiểng niểng, thua sạch.

전편 trọn bộ (phim 영화의 – sách 책). @전편을 통해서 suốt, từ đầu đến cuối.

전편 tập một, quyển một, phần một.

전폐 sự bãi bỏ, sự hủy bỏ hoàn toàn. --하다 hủy bỏ hoàn toàn. @노예 제도의 전폐 sự bãi bỏ chế độ nô lệ.

전폭 nguyên bề khổ (vải). @전폭적 hết sức, vô cùng, cực điểm, tột bực; toàn tâm toàn ý; một lòng một dạ. // 전폭적으로 một cách đầy đủ.

전폭기 máy bay oanh tạc, oanh tạc cơ.

전표 giấy biên nhận, hóa đơn, biên lai. @지불(수납)전표 hóa đơn thanh toán (biên lai nhận).

전하 [물리 vật lý] điện tích.

전하다 (1) [전달하다] truyền đạt, chuyển, báo cáo, tường trình, kể lại, thuật lại; [열·빛 따위를] dẫn tới, chuyển giao, truyền, phát. @신문이 전하는 바에 의하면 theo bản tin của báo chí // 허위 보도를 전하다 cho (truyền / phổ biến) một bản tin sai // 말을 전하다 truyền đạt một thông tin // 부인께 인사 말씀 전해 주십시오 *làm ơn cho tôi gửi lời thăm vợ anh / xin gửi tới bà nhà những lời chúc tốt đẹp của tôi.* (2) [전수하다] nêu cho, trao cho, chuyển cho; khai tâm, chỉ dẫn cho (비결을 bí quyết); truyền đạt, kể cho hay, phổ biến (지식 따위를); chỉ dạy, khai tâm cho. @비결을 전하다 bắt đầu cho làm quen với những bí quyết. (3) [남겨주다] truyền cho, để lại, di tặng. @가보로 전해진 칼 *cây kiếm được truyền lại như một báo vật gia truyền.*

전학 sự chuyển trường. --하다 chuyển sang trường khác. *--생 một học sinh chuyển sang học trường khác.

전함 tàu chiến lớn.

전항 điều khoản trước; [수학 toán học] số hạng đứng trước của một tỷ số.

전해 năm ngoái, năm trước (작년)

전해 sự điện phân. --하다 điện phân.

전향 sự chuyển biến, sự thay đổi đột ngột, sự đảo ngược, sự chuyển hoán, sự đổi. --하다 bị thay đổi, bị biến đổi, dịch chuyển, biến chuyển; [개심하다] sửa mình, tu tỉnh, cải tà quy chánh. @우익으로 전향하다 ngoặc sang bên phải. *--자 kẻ xoay chiều, kẻ phản bội, người tráo trở.

전혀 một cách toàn diện, một cách tuyệt đối, một cách đầy đủ. @전혀 모르는 사람 một người lạ hoắc, một người hoàn toàn không quen biết // 전혀 들은 바 없다 tuyệt đối không nghe nói gì // 전혀 거짓말이다 nói dối rành rành // 그 사람을 전혀 모른다 *tôi hoàn toàn không biết hắn.*

전형 kiểu, mẫu, mô hình, mẫu hình, khuôn mẫu @전형적 điển hình (대표적 tiêu biểu); mẫu (모범적 gương mẫu).

전형 sự tuyển lựa, sự lựa chọn. --하다 chọn, lựa tuyển chọn, kiểm tra. @전형중이다 đang cân nhắc // 전형에 누락되다 bị loại ra khỏi vòng chọn // 제 1 차 전형에 통과하다 vượt qua vòng sơ

ㅈ

tuyển. *--위원(회) ban giám khảo.

전호 số trước. @전호에서 계속되다 tiếp theo số trước.

전화 hệ thống điện thoại, điện thoại. --하다 gọi điện thoại, gọi dây nói. @전화로 bằng điện thoại // 전화로 불러내다 gọi điện thoại cho ai // 전화로 이야기하다 nói chuyện bằng điện thoại // 전화를 끊다 cúp máy (điện thoại) // 전화를 가설하다 cài đặt (mắc) điện thoại // 전화를 받다 trả lời điện thoại // 전화 받으셔요 *bạn có điện thoại.* *--가입자 người thuê bao (đăng ký) điện thoại. --교환국 tổng đài điện thoại. --교환수 điện thoại viên. --기 máy điện thoại. --번호 số điện thoại. --번호부 danh bạ điện thoại. --선 đường dây điện thoại. --실 phòng điện thoại công cộng. --요금 cước phí điện thoại. --공중 điện thoại công cộng. 국제-- dịch vụ điện thoại quốc tế. 시내(외) – cuộc gọi liên tỉnh. 자동-- điện thoại quay số. 장거리—cuộc gọi đường dài. 탁상-- điện thoại bàn.

전화 thảm họa chiến tranh. @전화에 휩쓸리다 bị tàn phá bởi thảm họa chiến tranh.

전화 ngọn lửa chiến tranh, cơn sốt chiến tranh. @전화의 확대 sự bành trướng chiến tranh.

전화 sự điện khí hóa. --하다 điện khí hóa. @철도의 전화 sự điện khí hóa ngành đường sắt.

전화 --하다 thay đổi, bị biến đổi.

전화 위복 họa trở thành phúc, trong cái rủi có cái may.

전환 sự biến đổi, sự thay đổi đột ngột, sự chuyển biến; sự làm trệch đi (기분의); sự thay đổi. --하다 đổi, chuyển biến, biến đổi, chuyển sang @180 도의 전환 sự trở mặt 180^0, sự thay đổi ý kiến đột ngột // 노래를 불러서 기분을 전환하다 chuyển sang ca hát để giải khuây. *--기 công tắc điện. @일생의 전환기 một bước ngoặc trong cuộc đời. 성-- sự biến đổi giới tính.

전황 [전투상황] diễn biến của trận chiến; [전국] tình hình chiến sự. @전황을 보고하다 báo cáo về địa thế (tình hình) quân sự. *--뉴우스 *(news)* tin chiến sự.

전회 lần trước (dịp, cơ hội); phần trả vừa qua (연속물의). @전회의 vừa qua, trước, có trước.

전회 --하다 quay tròn, quay, xoay quanh.

전횡 tính chuyên quyền, tính độc đoán, sự độc tài, hành động chuyên chế. --하다 độc tài, chuyên chế, bạo ngược, đàn áp, áp bức (ai).

전후 [순서] thứ tự, trật tự, lần lượt; [앞과 뒤] trước và sau; [부사적] ở phía (đằng) trước và ở phía (đằng) sau, trước hoặc sau, khoảng chừng, độ chừng. @전후 10 년간 thấm thoát 10 năm // 대전 전후 trước và sau chiến tranh thế giới // 전후하여 cái này nằm khít lên cái kia // 그는 20 세 전후이다 *anh ấy khoảng chừng hai mươi tuổi.*

전후 @전후의 thời hậu chiến, sau chiến tranh // 전후 수년간 vài năm sau chiến tranh. *--파 thế hệ sau chiến tranh.

절 [1] [사찰] chùa, đền thờ Phật. @절에 불공드리러 가다 đi chùa cầu nguyện.

절 [2] [인사 chào hỏi] sự cúi chào, cái chào (경례 cách chào); sự cúi rạp mình (để tỏ lòng tôn kính). --하다 cúi chào, chào. @큰 절 cái cúi chào trong những dịp lễ long trọng // 공손히 절하다 cúi chào một cách lịch sự.

절 [문법 văn phạm] mệnh đề; [문장의] đoạn văn; [시의] đoạn thơ, khổ thơ. @제 1 절 chương 1, đoạn 1.

--절 [접미어] mùa nghỉ, ngày lễ hội. *개천--ngày lễ quốc khánh của Hàn quốc.

절감 --하다 cảm giác đau buốt (đau nhói, đau thấu tim).

절감 sự thu nhỏ, sự xén bớt, sự rút ngắn. --하다 thu nhỏ, xén bớt, cắt bớt số lượng, giảm chi. @경비를 절감하다 tiết kiệm, giảm chi tiêu.

절개 lòng trung thành, lòng trinh bạch. @절개 있는 trong sạch, trung thành, trung tín, trung kiên, trung nghĩa.

절개 sự rạch, sự mổ xẻ. --하다 cắt, rạch, mổ xẻ. @암을 절개하다 cắt bỏ một khối u ác tính (ung thư) // 환부를 절개하다 *cắt bỏ một bộ phận nhiễm bệnh.* *--수술 một ca mổ.

절꺼덕, 절꺼덩 với một tiếng tách.

절경 một quang cảnh hùng vĩ.

절교 sự rạn nứt tình bạn. --하다 tuyệt giao, đoạn tuyệt, cắt đứt quan hệ (bạn bè).

절구 cái cối giã. @절구질 sự nghiền, giã bằng cối // 절굿공이 cái chày gỗ. *--통 thân cối.

절귀 thể loại thơ tứ tuyệt chữ Hán (Trung quốc) (한시의).

절규 tiếng la hét, tiếng kêu, tiếng gào rú. --하다 la, hét, thét, gào.

절그렁 với tiếng leng keng. @절그렁거리다 (하다) làm kêu leng keng, làm kêu lạch cạch.

절기 sự phân mùa.

절다 [1][소금에] được ướp muối, được nêm muối.

절다 [2][발을] đi khập khiễng, đi cà nhắc. @발을 저는 tật đi khập khiễng, dáng đi tập tễnh // 바른편 다리를 절다 khập khiễng ở chân phải // 다리를 절며 걷다 khập khểnh lê bước

절단 sự cắt, sự cắt rời; thủ thuật cắt cụt (수족의). --하다 cắt, cắt rời, cắt cụt @절선을 절단하다 cắt đứt đường dây điện thoại // 다리를 절단하다 cắt cụt chân ai (의사가). *--기 máy cắt. --도 chỗ cắt. --면 mặt cắt, tiết diện.

절대 --하다 lớn nhất, cao nhất, mênh mông, bao la, rộng lớn.

절대 tính chất hoàn toàn, tuyệt đối. @절대로 tuyệt đối, hoàn toàn, triệt để, vô điều kiện, // 절대로 금하다 cấm tuyệt đối, cấm hẳn // 그것은 절대로 불가능하다 điều này tuyệt đối không thể được // 의사는 그에게 절대안정을 지시했다 *bác sĩ khuyên anh ta nên nghỉ ngơi hoàn toàn.* *--개념 khái niệm triệt để*--금주 chủ nghĩa bài rượu triệt để. --다수 tuyệt đại đa số. --량 số lượng tuyệt đối. --론자 người theo chính thể chuyên chế. --명령 một mệnh lệnh kiên quyết (dứt khoát) mệnh lệnh bắt buộc. --온도 nhiệt độ cao. --음감 [음악 âm nhạc] chất lượng âm thanh tuyệt đối. --주의 chính thể chuyên chế, chủ nghĩa tuyệt đối --치 giá trị tuyệt đối. --항[수학 toán] số hạng tuyệt đối.

절도 sự điều độ, sự tiết chế. @절도를 지키다 bị tiết chế, làm giảm nhẹ.

ㅈ

절도 [사람] kẻ trộm, kẻ cắp. @절도질하다 ăn cắp, lấy trộm, phạm tội trộm. *--광 thói ăn cắp vặt. --죄 sự ăn cắp.

절뚝거리다 đi khập khiễng, đi cà nhắc.

절뚝발이 người què, người đi khập khiễng.

절렁거리다, 쩔렁거리다 làm kêu leng keng, làm kêu lẻng xẻng.

절레절레 cái lắc đầu, sự lắc đầu.

절로 (1) một cách tự động => 저절로. (2) chỗ đó, đó => 저리로.

절륜 --하다 không đối thủ, không ai sánh bằng, vô địch, không thể vượt trội hơn. @정력이 절륜한 사람 người có năng lực phi thường.

절름거리다 hơi khập khiễng. @절름절름 dáng đi cà nhắc.

절름발이 một người què.

절망 sự thất vọng, nỗi tuyệt vọng. --하다 tuyệt vọng, thất vọng. @절망적 không còn hy vọng, hết hy vọng // 절망시키다 làm ai thất vọng, dồn ai vào thế tuyệt vọng // 정세는 절망적이다 tình hình bế tắc; tình thế không hy vọng

절멸 sự tiêu hủy, sự tiêu diệt, sự trừ tiệt. --하다 dập tắt, dẹp, triệt tiêu, trừ tận gốc, nhổ tận rễ.

절명 sự chết. --하다 chết, tắt thở, thở hơi cuối.

절묘 --하다 tuyệt vời, xuất sắc, xuất chúng, phi thường. @절묘한 재주 chiến công vang dội.

절무 không, không có gì, không sao.

절미 sự tiết kiệm gạo. --하다 tiết kiệm gạo. *--운동 phong trào tiết kiệm gạo.

절박 sự gấp rút, việc cấp bách, sự khẩn cấp. --하다 sắp xảy ra đến nơi. @절박한 khẩn cấp, cấp bách // 시간이 절박하다 thời giờ gấp rút.

절반 một nửa. --하다 chia đôi, cắt làm hai.

절버덕 sự bắn tóe, tiếng (sóng) vỗ => 철벅 [1]

절벅거리다 bắn toé, vẫy, làm bắn (nước)

절벅절벅 sự bắn tung tóe, sự vẫy (phun) nước

절벙거리다 rơi tõm; làm rơi tõm.

절벽 [낭떠러지] vách đứng (núi), vách đá, dốc đứng; [사람] một người điếc, người ngớ ngẩn. @절벽을 기므로다 leo lên một vách đá.

절삭 sự cắt. *--공구 dụng cụ cắt.

절색 một sắc đẹp tuyệt trần, một vẻ đẹp có một không hai, một tuyệt phẩm.

절세 @절세의 không ai sánh bằng // 절세의 미인 một giai nhân tuyệt sắc.

절손 –하자 tuyệt tự , không có con cháu nối dõi.

절수 sự tiết kiệm nước. --하다 tiết kiệm nước.

절승 phong cảnh đẹp, cảnh đẹp tuyệt vời.

절식 sự nhịn đói, sự ăn kiêng, sự tiết chế ăn uống. --하다 nhịn ăn, kiêng ăn, nhịn đói. *--요법 phép điều trị bằng chế độ ăn uống.

절식 sự ăn uống điều độ, chế độ ăn uống thanh đạm (sơ sài). --하다 ăn uống điều độ.

절실 --하다 khẩn nài, năn nỉ, thật, tha thiết. @절실하게 sâu sắc, nồng nhiệt, chân thành.

절약 sự tiết kiệm, tính căn cơ, tính cần kiệm. --하다 tiết kiệm, căn cơ, tằn tiện. @경비를 절약하다 cắt giảm chi phí // 전기를 절약하다 tiết kiệm năng lượng.

절연 [전기 điện] sự cách ly, sự cách điện.

--하다 [인연을] cắt đứt liên lạc với (người nào), tuyệt giao với; [전기] cách điện, cách ly. *--선 dây cách điện. --체 chất cách điện.

절이다 [소금에] ngâm dưa chua. @절인 배추 món dưa bắp cải (ngâm nước muối) // 생선을 소금에 절이다 bảo quản cá trong muối, cá ướp muối.

절전 sự tiết kiệm năng lượng. --하다 tiết kiệm năng lượng.

절절, 쩔쩔 [끓는 모양] tình trạng sôi sục.

절절이 từng chữ, từng đoạn, từng câu thơ.

절정 [산 꼭대기] đỉnh, chóp, ngọn; [정점] điểm cao nhất, cực điểm, tột đỉnh, thiên đỉnh @절정에 달하다 lên tới tột đỉnh, đạt tới đỉnh cao.

절제 [의학 y học] sự cắt bỏ. --하다 cắt bỏ, loại bỏ. *위--(술) sự cắt dạ dày. 폐-- thủ thuật cắt bỏ phổi.

절제 sự tự kềm chế, thái độ ôn hòa, sự điều độ --하다 tự kềm chế, vừa phải, có mức độ, tiết chế; kiêng khem (술 따위를); tiết độ, điều độ (성욕을). @절제하여 một cách vừa phải, một cách điều độ, một cách có chừng mực // 음식을 절제하다 ăn uống điều độ.

절조 tính chính trực, tính liêm khiết, thanh danh, lòng trung thực, lòng trinh bạch, danh tiết, tiết hạnh. @절조를 지키다 giữ lòng ngay thẳng (chính trực), giữ nguyên tắc riêng.

절주 sự tiết chế rượu. --하다 hạn chế rượu.

절지 동물 loại động vật chân đốt.

절차 quy trình, tiến trình, nghi thức, thủ tục (소송의). @법률상의 절차 thủ tục hợp pháp // 입학 절차 thủ tục gia nhập // 절차를 밟다 thực hiện các thủ tục, tiến hành các bước. *--법 đạo luật phụ. 소송-- thủ tục pháp lý.

절찬 lời tán dương, ca tụng; sự ngưỡng mộ. --하다 nhiệt liệt ca ngợi, hết sức ngưỡng mộ; tán dương, ca tụng. @절찬을 받다 đạt được sự hâm mộ; được hoan hô nhiệt liệt.

절창 một khúc ca (giọng hát) xuất sắc (노래 bài ca); một đoạn thơ hay (시).

절충 sự thỏa hiệp. --하다 dàn xếp, thỏa hiệp với. @노자 쌍방의 절충으로 쟁의가 해결되었다 *cuộc đình công dẫn đến sự hòa giải thông qua một thỏa hiệp giữa chủ và người lao động.* *--법 phương pháp chiết trung. --설 thuyết chiết trung. --안 kế hoạch hòa giải. --자 người theo quan niệm chiết trung. --학파 [철학 triết học] trường phái chiết trung.

절충 [외교· 담판] sự điều đình, sự đàm phán, sự bàn bạc, cuộc hòa đàm; [침입을 막음] sự xét lại, sự kiểm tra những đề xuất của phe đối lập. --하다 điều đình, thương lượng, đàm phán, dàn xếp với ai.

절취 --하다 ăn cắp, ăn cắp vặt, lấy trộm; biển thủ, tham ô (횡령); cướp giật.

절취선 một hàng bị đục lỗ thủng (hoặc đục răng cưa).

절치 sự nghiến răng, sự giận dữ. --하다 nghiến răng giận dữ.

절친 tình bạn thân thiết, sự thân tình. --하다 thân thiết với, thân tình, mật thiết.

절토 [토목 công trình công cộng] đường hào, đường xẻ xuyên qua núi.

절통 --하다 đáng hối tiếc không gì bằng, đáng xấu hổ, bị nhục nhã cay đắng.
절판 –하다 không còn có ở nhà xuất bản. @절판되다 ra ngoài (phạm vi) bản in
절품 hàng hiếm có, vật quý hiếm.
절품 sự thiếu vốn. --하다 thiếu vốn; không có hàng tồn kho, đã bán hết..
절하 tác phẩm (nét bút) sau cùng của (ai)
절하 sự giảm giá, sự hạ giá, sự làm mất giá (평가의). --하다 giảm bớt, cắt bớt, hạ. @평가 절하하다 làm mất giá, giảm giá, phá giá.
절해 biển khơi, ngoài xa. @절해의 고도 một hòn đảo hoang giữa biển khơi
절호 --하다 huy hoàng, tráng lệ, nguy nga, lộng lẫy, tuyệt vời. @절호의 기회 một cơ hội hiếm hoi, một cơ hội tuyệt vời, cơ hội bằng vàng.
절후 sự phân chia của mùa.
젊다 trẻ, trẻ tuổi, trẻ trung; [손 아래] trẻ tuổi hơn, nhỏ (tuổi) hơn. @젊음 trẻ, tính chất trẻ trung // 젊은이 thanh niên // 젊었을 때부터 từ thời trẻ, thời tuổi trẻ, thời trai trẻ (của ai)
점 sự tiên đoán, sự bói toán. --하다 tiên đoán, bói, đoán, dự báo. @점 치다 hỏi ý kiến thầy bói. *--장이 người bói toán, thầy bói.
점 (1) [반점] vết nhỏ, đốm nhỏ, chấm nhỏ, vết lốm đốm. @태양의 흑점 một vết đen ở mặt trời (thiên văn học – gây ra các rối loạn và nhiễu về điện cho thông tin bằng radio) // 흰점박이 검정개 một con chó đen đốm trắng. (2) [표기] một dấu chấm, một vết bớt, một chấm nhỏ. @점을 찍다 đánh dấu bằng một chấm; đánh dấu chấm. (3) [점수] điểm, điểm số (야구); bàn thắng (축구). @60 점 60 điểm // 좋은점을 받다 đạt được một điểm tốt // 나쁜 점 cho điểm, ghi điểm. (4) [논점] một điểm, một khía cạnh, một phương diện. @좋은점 một điểm mạnh, một phẩm chất xứng đáng // 나쁜점 một điểm yếu, nhược điểm. (5) [입장] quan điểm, lập trường. @상업상의 점에서보면 xuất phát từ lập trường thương mại. (6) [지점] quy mô, phạm vi, chừng mực (범위). @출발점 khởi điểm. (7) [수효] khoản, món, mảnh, đoạn, khúc. @의류 수점 vài mảnh vải. (8) [소수점] dấu thập phân. (9) [화학 hóa học] điểm. @비등점 điểm sôi. (10) [바둑의 *badoog game*] viên, cục (돌); (판의 눈독) dấu gạch ngang ở chữ cái (ở chữ đ, t chẳng hạn). (11) [피부의] vết chàm, vết bớt; nốt ruồi (검은). *-- 선 một hàng có nhiều chấm (............)
점가 sự gia tăng từ từ (dần, từng bước một) --하다 tăng dần. *-- 속도 gia tốc.
점감 sự giảm từ từ. --하다 giảm xuống từ từ, nhỏ dần đi.
점거 sự chiếm đoạt, sự chiếm hữu => 점령.
점검 sự thanh tra, sự kiểm tra; sự điểm danh (인원의). --하다 kiểm tra, điểm danh, gọi tên.
점괘 điềm (dấu hiệu) báo trước. @점괘가 좋다(나쁘다) có dấu hiệu tốt, điềm lành (dấu hiệu xấu, điềm gở).
점근 sự tiến tới từ từ. --하다 tiến đến từ từ, kéo lại gần.
점도 tính dẻo, tính dính, tính sền sệt (lầy nhầy)
점도표 [수학] một điểm trên đồ thị.
점두 mặt tiền cửa tiệm, ô kính bày hàng (진열장). @점두에 장식하다 bày

(hàng) trong ô cửa kính. *--공고 tủ kính bày hàng quảng cáo.

점등 sự thắp sáng đèn, thuật bố trí ánh sáng. --하다 thắp đèn, mở đèn.

점등 sự nhích giá lên, sự tăng giá dần dần. --하다 tăng giá dần dần.

점락 sự giảm giá từ từ. --하다 sụt giá từ từ.

점령 sự chiếm hữu, sự sở hữu, sự đoạt (giành) được, sự chiếm đóng. --하다 nắm giữ, chiếm lấy, đoạt được, chiếm hữu. *-- 군 lực lượng chiếm đóng, quân chiếm đóng. --지 một khu vực bị chiếm đóng.

점막 màng nhầy. *--분비물 nước mũi, đờm. --선 tuyến nhầy.

점멸 sự chập chờn, sự lập lòe, sự lung linh. --하다 lập lòe, lung linh, bập bùng, chập chờn.

점묘 bức phát họa; [미술 mỹ thuật] bức tranh có nhiều chấm nhỏ. *--화법 phép vẽ tranh (phát triển ở Pháp vào cuối thế kỷ 19, vẽ bằng những chấm li ti thấy như một sự pha trộn màu).

점박이 [동물 động vật] con vật có vết lốm đốm; [사람 người] người có bớt (nốt ruồi, tàn nhang); [웃음거리] một trò cười.

점선 đường nhiều chấm, đường có đục nhiều lỗ nhỏ, đường răng cưa (để xé biên lai).

점성 tính sền sệt, tính lầy nhầy, tính dính.

점성 sự đoán lá số tử vi. *--가 thầy xem tử vi, chiêm tinh gia. --학(술) thuật tử vi, thuật chiêm tinh.

점수 điểm, điểm số => 점. @점수를 많이 따다 được điểm tốt.

점술 thuật bói toán, sự nói trước, sự tiên đoán.

점신 *--세(계) [지질 địa lý, địa chất] thời đại oligoxen.

점심 buổi (bữa) ăn trưa. @점심을 먹다 ăn trưa. *--그릇 hộp đựng thức ăn ăn trưa. --시간 giờ ăn trưa.

점심나절 buổi sáng (trước 12 giờ).

점안 --하다 đắp thuốc rửa mắt. *--기 thuốc nhỏ mắt. --수 sự rửa mắt.

점액 nước nhầy, chất nhầy. @점액성의 lầy nhầy, sền sệt, nhớp nháp. *--대변 phân (chất thảy) lỏng. --분비 sự tiết ra chất nhầy. --선 tuyến nhầy.

점원 người bán hàng; [판매원] nhân viên bán hàng (nam, nữ).

점유 sự sở hữu, sự chiếm giữ. --하다 chiếm giữ, sở hữu. *--권 quyền sở hữu. --물 vật sở hữu. --자 người sở hữu, sở hữu chủ.

점입 가경 sự gần đạt đến điểm đỉnh. --하다 gần đạt đến điểm đỉnh, trở nên càng ngày càng thú vị (lý thú) hơn.

점자 chữ Bray (chữ nổi dùng cho người mù). @점자를 읽다 đọc loại chữ nổi. *--읽기 sự đọc bằng cách lần ngón tay (người mù). --책 quyển sách viết bằng chữ nổi, sách dành cho người mù đọc.

점잔 thái độ đường hoàng, vẻ trang nghiêm. @점잔부리다 làm bộ, làm ra vẽ ta đây, lên mặt.

점잔빼다 làm bộ làm tịch, màu mè giả tạo, làm ra vẻ lịch sự ta đây.

점잖다 có phẩm cách, có giáo dục, đáng kính, quý phái, thượng lưu, trưởng giả @ 점잖은 사람 một người tao nhã, lịch sự // 점잖게 굴다 cư xử lịch sự , ăn ở cho phải phép. // 점잖지 못하다 vô lễ, cư xử tệ, thô lỗ, mất lịch sự.

점장이 thầy bói, người tiên đoán vận mệnh.

점재 --하다 lác đác, lưa thưa, rải rác (nhà cửa)

점적 giọt [물방울] giọt nước; [빗방울] giọt mưa. *--기 ống nhỏ giọt. --약 giọt thuốc.

점점 càng ngày càng nhiều (많이); càng ngày càng ít (적게); từ từ, dần dần (차차); ngày càng tăng, tăng dần. @점점 더워지다 ngày càng nóng hơn // 점점 나빠지다 ngày càng xấu hơn.

점점이 [여기저기] đó đây, sự tung rắc, sự lác đác; [하나씩] khoản này khoản nọ, lần lượt từng người một, từng cái một.

점주 người chủ tiệm, chủ cửa hàng.

점증 sự tăng lên đều đặn. --하다 tăng lên một cách đều đặn.

점진 sự phát triển từng bước, sự thay đổi từ từ. --하다 phát triển từng bước, xúc tiến từ từ, chậm mà chắc. @점진적 dần dần, từ từ, từng bước một, điều độ. *--주의 học thuyết tiến bộ từng bước một, chủ nghĩa từ từ. --주의자 người theo chủ nghĩa tiến bộ từ từ.

점차 dần dần, từ từ, từng bước một. @점차 나아지다 dần dần trở nên tốt hơn, tỏ ra có tiến bộ từ từ.

점착 tính dẻo, tính dính, sự bám chặt vào. --하다 bám vào, gắn chặt vào, dán (dính) chặt vào. *--력 lực dính. --성 sự dính (bám) chặt vào. @점착성의 dính, dính liền, cố kết (như keo/hồ), đầy keo, đầy hồ . --게 chất dính, chất dán.

점철 --하다 lấm chấm, rải rác. @그곳엔 인가가 점철해 있다 nơi có những căn nhà rải rác.

점토 đất sét. @점토진의 giống đất sét. *내회—đất sét chịu lửa.

점판암 tảng đất sét cứng.

점포 cửa hàng, cửa tiệm. @점포를 내다 khai trương một cửa hàng.

점프 (*a jump*) sự nhảy, cú nhảy.

점하다 nắm giữ, chiếm giữ, cầm lấy => 차지하다.

점호 danh sách. --하다 lập danh sách.

점화 sự đốt cháy, sự đánh (mồi) lửa, sự thắp sáng. --하다 mồi, đốt, thắp sáng. *-- 관 ống thổi lửa. --기 cái bật lửa, người đốt. --약 thuốc nổ (nhồi vào súng). --장치 bu-gi xe, bộ phận đánh lửa. -- 지 đóm giấy (để mồi lửa).

접 một trăm, hàng trăm.

접 cành ghép, sự ghép cây, chỗ ghép. @접붙이다 ghép vào, cài (gắn) vào. --하다 => 접하다.

접각 [기하 hình học] góc kề.

접객 sự tiếp khách. --하다 tiếp khách, tiếp đãi, chiêu đãi. *--원 nhân viên tiếp tân (호텔 따위의 ở khách sạn).

접객업 nghề phục vụ, nghề tiếp tân trong nhà hàng hay khách sạn. *--자 người quản lý nhà hàng hay khách sạn.

접견 sự gặp gỡ, sự đón tiếp, sự chiêu đãi. --하다 tiếp, tiếp đón, tiếp đãi. *--일 ngày tiếp khách, ngày đón khách (사교상의).

접경 đường biên giới, vùng ranh giới, biên giới. --하다 giáp với, tiếp giáp với.

접골 sự nắn xương. --하다 sắp xếp xương lại (do bị gãy xương), nắn xương.

접근 sự lại gần, sự đến gần. --하다 lại gần, kéo gần lại, đến gần, dễ gần @접근하기 쉬운사람 người dễ gần, người dễ thân thiện // 접근하기 어렵다 khó gần, không thể tiếp cận. *--전 sự đánh xáp lá cà, sự cận chiến (권투의).

접다 [종이· 옷 따위를] xếp lại, cuộn lại, gấp lại. @우산을 접다 xếp dù lại.

접때 cách đây không lâu, mới rồi, hôm nọ, hôm trước. @접때부터 từ vài hôm trước.

접대 sự tiếp đón, sự chiêu đãi, buổi chiêu đãi. --하다 chiêu đãi, đón tiếp ân cần, thết đãi. @손님을 접대하다 đãi khách, mời khách, đón khách, tiếp khách. *--계 nhân viên tiếp tân. --부 người nữ hầu bàn. --실 phòng tiếp tân.

접두어 tiền tố, tiếp đầu ngữ.

접목 sự ghép cành (나무). --하다 ghép cành.

접물경 => 대물경.

접미어 hậu tố, tiếp tố, tiếp vĩ ngữ.

접본 gốc ghép (để ghép một nhánh vào), chỗ ghép, cây ghép.

접선 [기하 hình học] đường tiếp tuyến; [접촉] tiếp điểm. --하다 tiếp xúc với.

접속 sự liên lạc, sự kết nối. --하다 liên lạc, kết giao, kết nối. *--기 cầu dao điện. --사 [문법] liên từ. --역 trạm kết nối, mối nối, giao điểm.

접수 sự tiếp nhận, sự tiếp đón. --하다 tiếp nhận, tiếp đón. *--계 nhân viên tiếp tân.

접수 sự tịch biên, lệnh trưng dụng. --하다 tiếp quản, tích thu, tịch biên, trưng dụng. @접수되어 있다 bị trưng dụng, bị tịch biên. *--가옥 căn nhà bị trưng dụng. --해제 lệnh miễn trưng dụng, thôi trung thu.

접시 cái dĩa (đĩa trẹt 평평한); cái dĩa trũng, dĩa sâu (움푹한); cái dĩa to (큰); cái dĩa nhỏ, dĩa trẹt để lót chén, dĩa hứng nước. (받침 접시); cái dĩa cân (저울의). @고기 한 접시 một dĩa thịt // 음식을 접시에 담다 dọn ăn, dọn cơm, trình bày món ăn trong dĩa.

접시꽃 [식물] cây hoa thục quỳ.

접안경 kính đeo mắt.

접어 phụ tố, phần thêm vào.

접어들다 đi vào, bước vào, ăn sâu vào, đặt vào; [세월이] đến gần, gần đến, sắp đến. @가을로 접어들다 sắp đến mùa thu.

접어주다 (1) [너그럽게 봐주다] bỏ qua, tha thứ, khoan thứ. (2) [바둑 따위에서] tạo thuận lợi cho, chấp (trong trò chơi chẳng hạn). @다섯점 접어주다 chấp 5 ăn 1.

접의자 cái ghế xếp.

접자 cây thước xếp của thợ mộc.

접전 một trận đánh xáp lá cà, trận cận chiến; [선거 tuyển chọn] một trận đấu ngang sức; [경기] một cuộc đấu gay go. --하다 đánh xáp lá cà; [경기에서] có một trận đấu ngang sức.

접점 [수학·기계] tiếp điểm.

접종 sự tiêm chủng. --하다 tiêm ngừa, tiêm chủng. @비시지 접종 sự chủng ngừa lao. *--요법 phương pháp điều trị bằng vắcxin. --재료 chất để chủng ngừa. --예방 sự chủng ngừa bệnh.

접종 --하다 theo sát gót ai, bám sát theo ai.

접지 sự gấp giấy, nếp gấp giấy. --하다 gấp giấy (để đóng sách). *-- 기계 máy gập giấy, dụng cụ gập giấy.

접지 cành ghép, cành giâm, mầm ghép.

ㅈ

접지 [전기 điện] sự nối đất. *--선 dây đất.

접질리다 bị bong gân, trặc gân.

접착제 chất dính, chất dán.

접책 cái bìa cứng (đê cặp hồ sơ, giấy tờ).

접척 lớp vảy, bựa, cáu bẩn bao bọc bên ngoài.

접촉 sự tiếp xúc, sự va chạm; [기하 hình học] hình tiếp tuyến. --하다 va chạm, tiếp xúc với, giao thiệp với. @접촉을 계속하다 giữ mối liên lạc với ai. *--각 góc tiếp xúc. --감염 sự lây nhiễm. --곡선 đường cong mặt tiếp (toán học). --면 bề mặt tiếp xúc. --반응 sự xúc tác. --법 phép giao tiếp (giao dịch), phương pháp xúc tác. --원 phạm vi mật tiếp. --작용 tác dụng xúc tác. --전기 sự chạm điện. --점 điểm tiếp xúc.

접칼 con dao xếp, con dao bỏ túi.

접피술 sự cấy ghép da.

접하다 (1) [접촉하다] gần, đến gần, tiếp cận; [인접하다] sát bên, gần kề, kế bên, sát ngay. @소련에 접한 소국 các tiểu quốc tiếp giáp với Liên Bang Xô Viết // 환자와 접하다 tiếp xúc với bệnh nhân. (2) [응접하다] tiếp đãi, tiếp đón, giao tiếp. @ 방문객을 접하다 tiếp khách // 많은 사람을 접하다 giao tiếp với nhiều người. (3) [받다] nhận được, có được. @부고에 접하다 nhận được tin báo tử của ai.

접합 sự kết nối, sự liên kết, mối nối. --하다 kết giao, kết nối, liên kết, kết hợp; [생물 sinh học] tiếp hợp. *--세포 tế bào tiếp hợp. --식물 thực vật tiếp hợp. --자(체) hợp tử.

접히다 (1) [접다] bị gấp lại, được cuộn lại. (2) [바둑에서] chấp một điều (trong một cuộc thi). @세 겹으로 접히다 bị gấp làm ba.

젓 cá muối. *--갈 dưa chua, đồ ngâm. --국 nước muối để làm đồ chua. --국지 món dưa củ cải. 새우-- món tôm chua. 조개-- món trai (sò) ngâm muối.

젓가락 một đôi đũa.

젓다 (1) [배를 tàu, ghe, xuồng] chèo thuyền. (2) [액체를] khuấy, trộn, đánh (kem). (3) [손을] khoa tay múa chân, ra hiệu, làm hiệu; [머리를 cái đầu] rung, lắc, lúc lắc. @배를 젓다 chèo thuyền.

정 [1]: [쇠연장] cái đục, cái chàng, con dao để khắc, con dao trổ.

정 [2] [참으로] thực vậy, thực ra, quả thực.

정 [의학 y học] mụt nhọt (trên mũi hay mặt).

정 [거리 단위 đơn vị đo chiều dài] một *jeong* bằng 109m); [명적 단위 đơn vị đo diện tích] 1 *jeong* bằng 99m^2.

정 [감정] cảm giác, cảm nghĩ; [정서] cảm xúc; [애정] tình cảm; [정조] tình cảm; [열정] cảm xúc mạnh mẽ, tình cảm nồng nàn, sự say mê; [인정] bản tính con người, nhân bản; [동정] sự thông cảm, sự đồng cảm, lòng trắc ẩn, sự thương cảm; [심정] tình cảm, tình thương. @부부의 정 tình cảm vợ chồng // 그리운 정 sự thương cảm, niềm khát khao, lòng ham muốn mãnh liệt // 정을 주다 đặt tình cảm vào (ai).

정 [옳음] sự công bằng, tính ngay thẳng đạo đức; [수학] [정수] số dương, số bất biến, con số không thay đổi, hằng số.

정 tấm, bản, thẻ, phiến, thỏi; tờ báo khổ nhỏ.

정 số lượng thực, thực chất. @5 만원 정 đúng (chính xác) 50.000 *Won.*

정가 giá chuẩn.
정가 giá cố định. @정가에 팔다 bán đúng giá niêm yết // 정가를 붙이다 đặt giá, định giá.
*--표 bảng giá.
정가극 ca nhạc kịch opêra có chủ đề anh hùng hoặc thần thoại.
정각 giờ chính xác; [부사적] đúng, chính xác. @정각 5 시에 đúng năm giờ.
정각 giờ qui định (기차 따위의). @기차가 정각에 도착하였다 *chuyến xe lửa đến đúng giờ.*
정각 [기하 hình học] góc đối.
정간 sự đình bản. --하다 *đình chỉ xuất bản.*
정간 ô kẻ vuông, ô cờ.
정갈스럽다 => 정갈하다.
정갈하다 rõ ràng và chính xác, không lỗi, dễ đọc, sạch sẽ, ngăn nắp.
정감 xúc cảm, cảm giác, tình cảm.
정강 một đường lối chính trị [정당의] chánh sách, cương lĩnh của đảng. @신당의 정강 bản tuyên ngôn (cương lĩnh) của một đảng mới.
정강마루 cái bắp chuối (chổ ống quyển).
정강이 cẳng chân, ống quyển. @정강이뼈 (giải phẫu) xương chày, xương ống chân. *--받이 cái chắn để bảo vệ ống quyển, phần giáp để che ống chân (경기용의 dùng trong cuộc thi đấu thể thao); cái xà cạp (갑옷의).
정객 chính khách, nhà chính trị, người khôn khéo trong việc dùng người.
정거 nơi đậu, bến đỗ (xe), sự dừng lại. --하다 dừng, ngừng lại, đứng lại; [사고 때문에 do tai nạn] bị chặn lại, bị đình trệ, làm tắc nghẽn giao thông. @5 분간의 정거 sự lưu lại năm phút // 기차는 역마다 정거한다 *xe lửa dừng lại ở mọi trạm.*
정거장 trạm, ga (xe lửa); chỗ đậu xe, bãi xe (자동차 다위의 xe hơi). @갈아타는 정거장 trạm ga đầu mối (nơi các đường xe lửa gặp nhau *--구내 sân ga. --대합실 phòng đợi ở ga.
정격 hình thức thích hợp, tính đúng quy tắc. @정격의 đúng, chính xác, chính thống. *--활용 sự kết hợp theo quy tắc
정견 quan điểm rõ ràng, đường lối vững chắc, sức thuyết phục.
정견 quan điểm chính trị, cương lĩnh (정당의). @정견의 차이 sự bất đồng quan điểm chính trị // 정견을 발표하다 bày tỏ quan điểm chính trị. *--발표회 một buổi hội họp để tuyên bố quan điểm chính trị.
정결 --하다 minh bạch và rõ ràng, trung thực, trong trắng, thủy chung. @정결한 부인 một người vợ chung thủy.
정결 --하다 sạch gọn và ngăn nắp, vệ sinh. @정결히 하다 dọn dẹp vệ sinh, sắp xếp gọn ghẽ.
정경 [만망 광경] một cảnh tượng lâm ly, thống thiết (đáng cảm động)
정경 kinh tế chính trị. *--학부 khoa kinh tế chính trị.
정경 분리 việc tách kinh tế ra khỏi chính trị. *--정책 chính sách tách rời kinh tế ra khỏi chính trị.
정계 giới chính trị. @정계의 거물 một bộ mặt có tiếng tăm trong giới chính trị // 정계의 움직임 xu hướng chính trị // 정계에 들어 가다 tham gia vào chính trị.

정계 đường lối chính đáng.

정계 [경계] đường biên giới, ranh giới (đã được ấn định); [경계를 정함] sự phân định ranh giới.

정곡 điểm, điểm đen, điểm mắt bò (điểm giữa của bia tập bắn). @정곡을 찌르다 bắn trúng đích, đạt mục đích.

정공 một cuộc tấn công trước mặt. --하다 tấn công trước mặt.

정과 trái cây được bảo quản trong mật ong.

정관 một hiệp hội, một đạo luật

정관 sự thưởng ngoạn, sự lặng ngắm. --하다 *chờ đợi một cách điềm tĩnh.* *--정책 chính sách chờ xem.

정관 [해부 phẫu thuật] ống dẫn tinh. *--수술 phẫu thuật cắt ống dẫn tinh.

정관사 mạo từ xác định.

정광 [야금 luyện kim] chất cô đọng.

정교 [정치와 종교] tôn giáo và chính trị [정치와 교육] chính trị và giáo dục. *--분리 sự tách biệt giữa tôn giáo và chính trị. --일치 sự liên kết giữa nhà thờ và chính quyền.

정교 [친교] tình bạn thân, tình thân hữu, sự thân tình; [육체 관계] sự giao dịch trái phép. --하다 trở nên thân thiết, thân tình, thân mật.

정교 --하다 trau chuốt, tỉ mỉ, công phu.

정교 tính chất chính thống. *--회 nhà thờ chính thống giáo.

정교사 một giáo viên trong biên chế

정구 môn quần vợt, môn ten--nít. --하다 chơi quần vợt. *--공 quả banh ten--nít. --선수 người chơi ten--nít. --선수권 chức vô địch quần vợt. --시합 trận đấu ten--nít. --장 sân ten-nít. --단식 trận đấu đơn môn quần vợt. 복식-- trận đấu đôi môn quần vợt.

정국 tình hình chính trị. @정국의 위기 cơn khủng hoảng chính trị // 정국의추이 sự diễn biến chính trị. *국제-- tình hình chính trị trong nước.

정권 quyền lực chính trị. @정권을 잃다 từ bỏ quyền lực // 정권을 유지하다 nắm giữ quyền lực // 정권을 장악하다 nắm chính quyền, phát huy thế lực.

정규 sự hợp pháp, tính quy tắc, tính đúng mực. @정규의 hợp thức, có quy tắc, hợp pháp, quy cũ. *--군 quân chính quy. --병 lính chính quy.

정근 sự siêng năng, sự chuyên cần; [무결근] sự phục vụ đúng cách. --하다 siêng năng, cần mẫn, sốt sắng, cần cù (trong bổn phận)

정글 (*jungle)* khu rừng nhiệt đới.

정금 (정화) tiền đồng, tiền kim loại, tiền bằng vàng nén; [순금] vàng nguyên chất; [현금] tiền mặt. @정금으로 지불하다 *trả bằng tiền mặt.* *--결핍 sự thiếu tiền đồng. --은행 ngân hàng tiền đồng (tiền kim loại)

정기 giờ cố định (thời giờ/thời gian), thời gian thường lệ; [상업 sự buôn bán] thị trường mua bán cổ phần. @정기의 đã định, không thay đổi, định kỳ. *--간행물 tạp chí xuất bản định kỳ. --(승차)권 vé tháng. --대부 tiền cho vay có thời hạn. --선 tàu thủy lớn chở khách hoặc chở hàng chạy thường xuyên trên một tuyến. --시험(휴업,검사) đợt kiểm tra thường lệ. --예금 tiền gửi có thời hạn. –총회 buổi họp định kỳ –항공 chuyến bay được lên lịch (đã được ghi trong lịch trình). --항로 tàu xe phục vụ thường xuyên trên một tuyến đường. --항해 tàu chạy bằng hơi nước phục vụ thườngxuyên.

정기 tinh chất, bản chất; tinh thần và nghị lực.

정나미@정나미가 떨어지다 bị chán ghét.

정남 đúng hướng nam, chính nam.

정남 trai tân, đồng nam.

정낭 dịch hoàn, túi tinh.

정녀 người phụ nữ trong trắng; [처녀] trinh nữ.

정년 tuổi thành niên. @정년에 달하다 đến tuổi thành niên. *--자 người lớn, người đã trưởng thành, con trai đến tuổi thành niên (21tuổi).

정년 tuổi về hưu. @정년에 달하다 đến tuổi về hưu // 정년으로 퇴직하다 nghỉ việc vì lý do tuổi tác. *--법 luật hưu trí.

정녕 chắc chắn, nhất định, không còn nghi ngờ, đúng như thế. @정녕 그러냐 *đúng vậy chứ?*

정다각형 hình đa giác đều.

정다면체 khối đa diện đều.

정담 cuộc thảo luận chính trị.

정담 cuộc nói chuyện thân mật; [남녀 간의] cuộc trò chuyện của đôi tình nhân.

정담 cuộc nói chuyện tay ba.

정답 câu trả lời đúng (chính xác).

정답다 thân thiện, mật thiết, âu yếm, trìu mến, thương yêu. @정다운 관계 mối liên hệ mật thiết // 정다운 인사 lời chúc mừng nồng hậu // 손님을 정답게 맞다 *tiếp đãi khách một cách nhiệt tình.*

정당 sự đúng đắn, sự thích đáng, sự công bằng. --하다 công bằng, xứng đáng, thích đáng, hợp lý, phải lẽ. @정당한 이유 없이 không có lý do chính đáng // 정당한 수단으로 bằng biện pháp hợp lý. *--방위 sự tự vệ chính đáng. --행위 một hành động hợp pháp.

정당 một đảng chính trị. @정당출신의 각료(수상) một phe đảng của thủ tướng // 정당에 관계가 없는 không đảng phái, không thiên vị, vô tư. *--내각 đảng chính phủ. --대회 đại hội đảng. --원 đảng viên. --정치 các hoạt động chính trị (được tiến hành bởi các đảng phái). 기성-- các đảng chính trị hiện thời. 양대-- cả hai chính đảng trọng yếu. 양대--주의 chế độ lưỡng phái.

정당 sự tinh chế đường; [정제 설탕] đường tinh chế. *--소 nhà máy tinh chế đường.

정대 하다 ngay thẳng, chính trực, liêm khiết, hợp lẽ phải, công bằng.

정떨어지다 bị chán ghét, bị thất sủng, bị chống đối, bị bất mãn.

정도 sự công bằng, đường lối đúng đắn @정도에서 벗어나다 *lầm đường lạc lối.*

정도 [도] cấp bậc, mức, độ, hạng loại; [분량 số lượng, liều lượng] sự đo lường; [비율] tỷ lệ; [범위] phạm vi, chừng mực; [한도] giới hạn; [표준] tiêu chuẩn, mẫu; [정도] sự điều độ, sự tiết chế. @정도 문제 vấn đề trình độ // 손해정도 mức độ thiệt hại (tổn thất) // 어느 정도까지 đến mức độ nào.

정독 sự đọc kỹ, sự nghiên cứu (xem xét) kỹ. --하다 nghiên cứu kỹ, xem xét cẩn thận.

정돈 thứ tự, trật tự, sự sắp xếp, sự điều chỉnh. --하다 sắp xếp, sắp đặt, điều chỉnh, chỉnh lý

정돈 sự bế tắc, sự đình trệ. 하다 đi đến bế tắc, @정돈상태에 있다 đang bế tắc // 정돈상태를 타개하다 thoát khỏi cảnh bế tắc.

정동 đúng hướng đông, hướng chính đông.

정동 đồng nguyên chất.

정동사 [문법 văn phạm] động từ xác định.

정들다 trở nên thân thiết. @정든 님 tình yêu của ai, người được ai yêu mến (yêu thích) // 여자와 정들다 trở thành người yêu của cô gái.

정들이다 yêu thích, yêu chuộng, yêu thương, quý mến, có cảm tình, trở nên gắn bó với.

정란 --하다 đàn áp (dập tắt) cuộc bạo loạn.

정랑 người tình, người yêu.

정략 hoạt động chính trị, ván cờ chính trị, . @정략적 đường hướng chính trị. *--가 nhà chiến thuật chính trị. --결혼 sự kết hôn vì lợi.

정량 số lượng cố định, sức chứa chuẩn, liều lượng (내복약의 thuốc chữa bệnh). *--분석 sự phân tích định lượng.

정려 sự siêng năng, sự chuyên cần, sự chăm chỉ, tính cần cù. --하다 chăm chú, chuyên tâm vào.

정력 nghị lực, sinh lực, khí lực, sinh khí. @정력 왕성한 đầy nghị lực, đầy sinh khí // 정력을 돋우다 tiếp nghị lực cho, làm thêm hăng hái. *--가 một người có nghị lực cao, một con người đầy sinh lực.

정련 sự tinh luyện, sự nấu chảy (구리의); sự tôi (thép). 하다 tinh luyện, tôi, nấu chảy, tinh chế. *--소 nhà máy luyện tinh, xưởng nấu chảy kim loại. --업 công nghiệp luyện kim.

정렬: sự trong trắng, lòng trinh bạch, sự trinh tiết, chữ trinh, đức hạnh. --하다 có đức hạnh, có đạo đức. *--부인 người phụ nữ tiết hạnh.

정렬 sự sắp xếp đội hình (trướckhi giao đấu), sự dàn trận, sự bày binh bố trận. --하다 đứng thẳng hàng, đứng theo hàng. @정렬하여 기다리다 đứng xếp hàng đợi.

정령 sắc lệnh nhà nước.

정령 linh hồn (của người chết). *--설 [철학 triết học] thuyết vật linh, thuyết duy linh (đối với duy vật).

정례 thói quen, tập quán, tục lệ, tập tục. @정례의 thường lệ, thường dùng, thói thường, thông thường. *--국무 회의 cuộc họp nội các thường lệ. --기자 회견 cuộc họp báo thường lệ.

정론 một quan điểm công bằng, hợp lý.

정론 một lý thuyết đã được xác minh, một quan niệm (ý kiến) chín chắn.

정론 một buổi thảo luận chính trị. @정론을 하다 bàn luận chính trị.

정류 --하다 ngừng lại, tạm dừng, nghỉ chân. *--장 nhà ga, bến đỗ, trạm.

정류 sự tinh cất, sự tinh chế. --하다 tinh cất, tinh chế, tinh lọc *--주정 những tâm hồn tao nhã (tinh tế / lịch sự).

정류 [전기 điện] sự đảo mạch, sự chỉnh lưu. --하다 chỉnh lưu (dòng điện xoay chiều). *--기 máy chỉnh lưu. --자 cái đảo mạch.

정률 tỷ lệ cố định. *--세 hệ thống thuế theo tỷ lệ.

정률 [물리 vật lý] định luật đứng yên.

정리 thư ký tòa án.

정리 định lý toán học được chứng minh bằng một chuỗi lập luận. @다항(2 항)

식 정리 định lý đa thức (nhị thức).

정리 sự sắp xếp, sự sắp đặt. --하다 sắp xếp, sắp đặt, chỉnh lý, điều chỉnh, xếp theo thứ tự (nhăn nắp) @가사를 정리하다 sắp xếp công việc gia đình // 교통을 정리하다 chỉnh đốn giao thông // 부채를 정리하다 thanh toán hết nợ.

정리 lý trí và tình cảm, con tim và khối óc.

정립 --하다 ở vị thế tay ba. *--전 cuộc tranh luận tay ba.

정말 sự thực, thực tế, chuyên thực; [부사적]: thật, thực, thực ra, thực vậy, thực sự, đúng là, chính. @정말 같은 이야기 một câu chuyện như thực // 정말 같은 거짓말 lời nói dối khéo léo // 정말 감사합니다 tôi thực sự cám ơn anh rất nhiều // 정말일까 có thật không?

정맥 [해부 giải phẫu] gân máu, huyết quản, tĩnh mạch. @정맥의 chứa bên trong tĩnh mạch. *--경화증 chứng xơ cứng tĩnh mạch. --염 chứng viêm tĩnh mạch. --울혈 chứng nghẽn tĩnh mạch. --주사 sự tiêm tĩnh mạch. --혈 huyết mạch

정맥 sự chà trắng lúa mạch; [보리] lúa mạch đã chà trắng.

정면 đằng trước, phía trước, mặt tiền nhà. @정면의 (thuộc) phía trước, đằng trước mặt // ở phía trước của // 정면공격하다 tấn công mặt trước // 정면충돌하다 đâm đầu vào nhau, va chạm (chạm trán) nhau // 정면으로 반대하다 phản đối công khai. *--도 quang cảnh phía trước. --석 hàng ghế trước (dành cho bộ trưởng, cựu bộ trưởng, lãnh tụ đảng đối lập, ở nghị viện Anh) (의회 따위의); ban công (ở rạp hát, ngồi hạng này trước đây phải mặc quần áo dạ hội) (극장의).

정명 [운명] vận mệnh, số phận; [수명 cuộc đời] quãng đời người.

정모 cái mũ đội trong nghi thức lễ hội

정묘 --하다 thanh tú, trang nhã, mịn, sắc, tinh vi, tinh tế.

정무 việc nhà nước. *--관 viên chức nhà nước. --차관 thứ trưởng nghị viện

정문 cửa trước, cổng chính.

정문 => 정수리. @정문에 일침을 놓다 cho một lời khuyên bảo sâu sắc.

정물 tĩnh vật. *--사진 bức tranh tĩnh vật. --화 bức họa tĩnh vật. --화가 họa sĩ tranh tĩnh vật.

정미 sự chà trắng gạo; [쌀] gạo đã chà. --하다 chà trắng gạo. *--소 máy chà gạo, nhà máy xay xát gạo.

정미 vẻ đẹp thanh thoát, nét thanh lịch, tính tao nhã. --하다 có một vẻ đẹp thanh thoát.

정미 lòng nhiệt tâm, lòng tốt bụng. @정미 있는 dễ mến, nhiều tính cảm.

정미 trọng lượng tịnh. @정미 1 파운드 đúng một pao.

정밀 độ chính xác. --하다 kỹ lưỡng, chi ly, cặn kẻ, chính xác, đúng. @정밀히 một cách cặn kẽ, một cách chính xác, một cách kỹ lưỡng. *--공업 sự chế tạo tinh vi. --과학 khoa học chính xác. --기계 dụng cụ tinh vi. --화 bức tiểu họa.

정밀 sự yên tĩnh, sự bình an. --하다 thanh bình, thanh thản, bình an, yên lành.

정박 sự bỏ neo. --하다 thả neo, bỏ neo. @항구에 정박하고 있는 배 một chiếc tàu thả neo trong cảng. *--기간

thời gian bốc dỡ hàng. --등 đèn hiệu lúc thả neo. --료 thuế cặp bến. --료 một chiếc tàu đang thả neo. --지 chỗ đậu tàu, chỗ thả neo. --항 bến cảng.

정반대 sự phản đối trực tiếp, sự thay đổi hoàn toàn. @정반대의 phản đối một cách trực tiếp, hoàn toàn đảo ngược // 정반대로 sự đối nhau theo đường chéo.

정반합 [철학] sự tổng hợp chính đề và phản đề.

정방형 một hình vuông. @정방형의 thuộc hình vuông, thuộc khối chữ nhật.

정배 cảnh tha hương, sự đày ải, sự trục xuất. --하다 trục xuất, đày ải. @정배가다 đi đày, lâm vào cảnh tha hương.

정백 sự trắng tinh. *--당 đường trắng, đường tinh chế. –이 gạo đã chà trắng.

정벌 [원정] cuộc hành trình, cuộc thám hiểm, cuộc viễn chinh; [전쟁] cuộc vận động (chiến dịch); [전복] cuộc chinh phục, sự nô dịch hóa. --하다 chinh phục, xâm chiếm.

정범 thủ phạm chính. *--자 kẻ tội phạm chính.

전변 cuộc đảo chính; một cuộc chính biến; [내각 경질] sự thay đổi chính phủ.

정병 đội binh tinh nhuệ, tinh hoa của quân đội.

정보 tin tức, sự thu thập tin tức, bản tin tường thuật; [밀고] lời cảnh báo, lời ám chỉ. @정보를 얻다 thâu thập thông tin (về) // 정보를 누설하다 tiết lộ thông tin. *--기판 cơ quan thâu thập thông tin, cơ quan phản gián. --부 cục thông tin. 중앙--국 cơ quan tình báo trung ương (CIA).

정복 bộ đồng phục. *--경찰관 một cảnh sát trong bộ đồng phục.

정복 sự xâm chiếm, sự chinh phục, sự làm chủ. --하다 chinh phục, chiến thắng, khuất phục. @정복할 수 없는 không thể chinh phục được, bất khả chiến bại. *--욕 sự khao khát chinh phục. --자 kẻ xâm lăng,, kẻ chinh phục, người chiến thắng, người chế ngự được.

정복 [의학 y học] sự chữa, sự bó (xương gãy), sự nắn (chỗ trật khớp). --하다 chữa, bó, nắn.

정본 bản gốc, bản chính. @정본과 사본 bản gốc và bản sao (copy).

정부 đúng và sai.

정부 chính và phụ, trưởng và thứ; [서류의 giấy tờ] bản gốc và bản sao. *--익장 người xướng ngôn viên chính và người xướng ngôn viên phụ; tổng thống và phó tổng thống, chủ tịch và phó chủ tịch.

정부 [수학 toán học] âm và dương, cộng và trừ.

정부 chính quyền, chính phủ; [내각] nội các, bộ . @정부의 (thuộc) chính phủ, chính quyền. *--당국 nhà chức trách, nhà cầm quyền. --안 đạo luật của chính phủ. 중앙(지방) -- chính quyền trung ương (địa phương).

정부 người yêu, người tình; tình nhân, nhân ngãi, mèo, kẻ ngoại tình.

정북 đúng hướng bắc, hướng chính bắc.

정분 một tình bạn chân thành, lòng yêu thương, sự cảm mến. @정분이 있다 có sự giới hạn trong mối thân tình.

정비 sự trang bị đầy đủ, vững chắc --하다 cho vào trật tự, trang bị đầy đủ, sắp xếp chặc chẽ, duy trì, bảo dưỡng (máy móc). @전선을 정비하다 củng cố mặt trận. *--군 một đội quân được trang bị đầy đủ. --원 nhân viên bảo trì.

정비례 tỷ lệ thuận. --하다 tỷ lệ trực tiếp với, tỷ lệ thuận với. @정비례해서 theo tỷ lệ trực tiếp.

정사 lịch sử xác thực.

정사 đúng và sai, tốt và xấu.

정사 việc nhà nước; [정무] việc hành chính.

정사 một vụ tự tử vì tình, sự tự tử cả đôi. --하다 cùng chết cho tình yêu. *--미수 sự mưu toan tự sát cả đôi.

정사 một chuyện tình lãng mạn, chuyện yêu đương. @정사에 눈뜨다 phát triển tính dục, trở thành thanh niên.

정사 sự điều tra kỹ, sự nghiên cứu cẩn thận. --하다 xem xét tỉ mỉ; nghiên cứu kỹ.

정사 một câu chyện tình, một mối tình lãng mạn.

정사 bản sao (bản copy) rõ => 정서.

정사각 [수학 toán học] hình vuông (chữ nhật)

정사면체 một tứ diện đều.

정사영 [기하 hình học] phép chiếu trực giao.

정사원 nhân viên trong biên chế chính thức.

정산 sự tính toán chính xác, sổ sách chính xác rõ ràng; [결산] sự quyết toán sổ sách. --하다 thanh toán, quyết toán sổ sách rõ ràng.

정삼각형 một tam giác đều.

정상 tính chất bình thường. *--가격 giá cả bình thường. --상태 trạng thái bình thường. --속도 tốc độ bình thường (trung bình)

정상 hoàn cảnh, tình thế, tình huống. @정상을 참작하다 xét theo hoàn cảnh.

정상 đỉnh, chỏm, ngọn, chỗ cao nhất; [작은상의] đỉnh nóc, chỏm ngọn (núi, sông, mái nhà...); [극점] điểm cao nhất, cao đỉnh. *--회담 hội nghị thượng đỉnh.

정상 một thương gia có mối quan hệ phía sau với giới chính quyền. *--배 những doanh nhân có chân trong các phe phái chính trị.

정상파 [물리 vật lý] sóng chuyển động đứng.

정상화 sự bình thường hóa. --하다 thông thường hóa, bình thường hóa.

정색 [얼굴· 태도] vẻ mặt nghiêm trang, thái độ nghiêm chỉnh. --하다 giữ thái độ nghiêm chỉnh, có vẻ nghiêm trang, mang vẻ điềm tỉnh.

정서 [또박 또박 쓰기] --하다 viết theo lối cổ.

정서 --하다 viết một cách cẩn thận.

정서 bản thảo đã sửa và chép lại rõ ràng trước khi đem in. --하다 chép lại cho sạch (rõ ràng).

정서 sự cảm động, mối xúc cảm. @성서가 면면하다 có sự nhạy cảm, có cảm giác

정서 đúng hướng tây, hướng chính tây.

정석 [바둑 따위에서 như trong trò chơi Badook]] cách thức, chiến lược; [원칙] nhân tố chính. @정석대로 두다 chơi theo sách vở.

정선 sự chọn lựa cẩn thận. --하다 chọn lựa một cách cẩn thận. *--품 hàng tuyển.

정선 sự trám, sự hàn --하다 bịt lại, nút lại, hàn lại, trám lại.

정설 một học thuyết đã được thành lập; [개인의 thuộc cá nhân] một quan điểm

ㅈ

rõ ràng.

정성 [성의] sự chân thành, sự trung thực, sự tận tụy, sự hết lòng, sự tận tâm @정성어린 선물 một món quà kèm những lời chúc tốt đẹp nhất // 정성껏 với tất cả tấm lòng.

정성 분석 [화학 hóa học] sự phân tích định tính.

정세 [정황] tình hình, hoàn cảnh, trạng thái. @유럽의 정세 tình hình Châu Âu // 정세의 변화 sự thay đổi tình hình // 세계 정세 tình hình thế giới.

정소 [해부] dịch hoàn, túi tinh.

정수 nước sạch. *--장 thiết bị lọc.

정수 @정수의 tinh khiết, trong lành, chân thật.

정수 nước ao tù, nước đợng.

정수 [수] con số cố định; [수학] hằng số. @정수에 달하다 làm thành số cố định. *--비례 tỷ lệ thức cố định.

정수 phần chính, phần cốt lỏi, phần tinh túy, tinh chất. @동양문화의 정수 tinh túy của nền văn hóa phương Đông.

정수 con số xác thực.

정수 số nguyên.

정수리 đỉnh đầu.

정숙: sự trinh tiết, sự trong trắng. --하다 trong trắng, tiết hạnh, có đạo đức tốt.

정숙 sự yên lặng, sự yên tĩnh, sự tĩnh mịch. --하다 yên lặng, yên tĩnh, tĩnh mịch.

정승 thủ tướng chính phủ.

정시 sự nhìn thẳng; [의학 y học] tình trạng có dấu, nốt. --하다 nhìn thẳng vào mặt ai . @사실을 정시하다 nhìn trực diện.

정시 thời giờ cố định, thời gian được ghi trong lịch trình. @정시에 đều đặn, thường xuyên, định kỳ.

정식 sự theo đúng thủ tục, sự theo đúng thể thức. @정식의 theo thủ tục, theo thể thức, theo quy cách // 정식으로 một cách trang trọng, một cách hợp lệ. *--결혼 cuộc hôn nhân hợp pháp. --수락 sự nhận thanh toán theo đúng thủ tục. --통지 thông tri chính thức.

정식 [규정] một hình thức quy định, một thể thức. @정식의 (thuộc) thể thức, quy cũ, hình thức.

정식 thực đơn gồm một loạt món ăn định sẵn, thực đơn cơm phần; [집에서의] bữa ăn thông thường (trong gia đình)

정식 [수학] biểu thức tích phân.

정신 tâm trí, tinh thần, tâm linh, tâm hồn, tấm lòng. @정신적인 (thuộc) tinh thần, trí óc, tâm hồn // 정신적으로 về mặt tinh thần. *--감정 bài trắc nghiệm tâm thần. --계 thế giới tâm linh. --과학 khoa học tâm linh. --교육 sự giáo dục đạo đức. --노동 sự lao động trí óc. --력 sức mạnh tinh thần. --병 bệnh thần kinh, bệnh tâm thần. --병리학 bệnh học tâm lý, bệnh học tinh thần. --병원 bệnh viện tâm thần (thần kinh). --병 전문의 bác sĩ chuyên khoa thần kinh, chuyên gia tâm thần học. --병학 bệnh thái nhân cách, tâm thần học. --병 화자 một bệnh nhân tâm thần. –분석 phân tâm học, sự phân tích tâm lý. --분석가 nhà phân tâm học. --분열증 chứng mất trí, chứng tâm thần phân liệt --상태 trạng thái tinh thần. --수양 sự rèn luyện tinh thần. --신경증 bệnh loạn thần kinh chức năng. --요법가 người chữa bệnh bằng liệu pháp tâm lý, bác sĩ tâm lý. --이상 bệnh tâm thần. --장애 chứng rối loạn tâm thần. --착란 chứng mất trí. --통일 sự tập trung tinh thần.

정신 chiều dài con tàu.

정신 --하다 tình nguyện, tự nguyện. @난국에 정신하다 tự nguyện gánh vác công việc khó khăn. *--대 quân tình nguyện.

정신 기능 chức năng tinh thần. @정신기능의 쇠퇴 thiếu khả năng tinh thần.

정실 người vợ hợp pháp.

정실 hoàn cảnh riêng, mối quan hệ riêng, sự thiên vị. @정실에 흐르다 bị tác động bởi những suy nghĩ cá nhân.

정애 tình cảm, sự yêu thương, tình thương.

정액 một số lượng cố định, một số lượng trên lý thuyết. *--소득 sự thu nhập cố định.

정액 tinh dịch; chất dịch chứa tinh trùng của giống đực làm thụ thai. *--관 ống dẫn tinh. --사출 sự xuất tinh.

정양 sự nghỉ ngơi, sự hồi phục, sự lại sức, thời kỳ dưỡng bệnh (병후의). --하다 nghỉ ngơi, hồi phục, dưỡng sức

정어리 [물고기] cá mòi. *--통조림 cá mòi hộp.

정언적 [논리] sự minh bạch, rõ ràng.

정업 việc làm lương thiện, nghề nghiệp chính đáng (hợp pháp).

정업 nghề nghiệp ổn định.

정역학 [물리] tĩnh học.

정연 --하다 thứ tự, ngăn nắp, đều đặn, có hệ thống. @정연히 trật tự, ngăn nắp.

정열 sự nhiệt tình, nhuệ khí, sự đam mê, sư sôi nổi. @정열적 sôi nổi, đam mê, nồng nhiệt, thiết tha, nồng cháy, cuồng nhiệt.

정염 ngọn lửa tình, sự đam mê, sự nhiệt tình. @정염에 불타다 nỗi đam mê cháy bỏng.

정예 phần chọn lọc, tinh hoa, phần tinh túy. *--부대 đoàn quân tinh nhuệ.

정오 buổi trưa, giữa trưa.

정오 sự sửa chữa, sự hiệu chỉnh. --하다 sửa chữa, hiệu chỉnh. *--표 lỗi in, lỗi viết, bản đính chính.

정온 nhiệt độ ổn định.

정욕 sự khao khát tình dục, tính dâm ô, sự ham muốn về xác thịt.

정원 nhân viên chính thức (trong biên chế), phòng tổ chức cán bộ, nhân viên, lực lượng, năng lực, sức chứa (정족수). @버스의 정원 số chỗ ngồi được sắp xếp trên xe buýt.

정원 khu vườn; [넓은] công viên. @정원을 만들다 bố trí một khu vườn. *--사 người làm vườn. --술 nghề làm vườn.

정월 tháng giêng. @정월 초하루 ngày đầu năm mới, ngày mồng một tháng giêng.

정위치 1vị trí (chức vụ) bình thường.

정유 dầu tinh chế. *--공장 nhà máy lọc dầu.

정육 thịt tươi. *--상 người bán thịt. --점 tiệm bán thịt, khu bán thịt ở chợ

정육面체 hình lục giác.

정은 bạc nguyên chất.

정의 tính ngay thẳng, sự công bằng, sự chính đáng. @정의의 ngay thẳng, công bằng, hợp lẽ.

정의 sự định nghĩa, sự xác định. @자유란 말의 정의 sự định nghĩa từ "tự do".

정의 tình bạn, tình hữu nghị, tình bằng hữu. @깊은 정의 tình bạn sâu sắc // 정의가 무텁다 rất thân thiện, tốt bụng và nhiệt tâm.

정의 tình cảm.

정의 [뜻] nghĩa đúng; [해석] sự giải thích tỉ mỉ, trình bày từng chi tiết.

정의상통 sự thông cảm lẫn nhau, hiểu biết nhau (남녀간의). --하다 có sự thông cảm lẫn nhau, trở nên thân mật (남녀가 nam nữ).

정인 [남녀 nam nữ] người yêu, người tình; [남자 nam] tình nhân; [여자 nữ] tình nhân, mèo.

정일 ngày quy định, ngày hẹn @정일에 theo ngày đã định.

정자 lều, rạp, sảnh đường, nhà hóng mát (trong vườn)

정자 tinh trùng. *--낭 túi bào tử phấn, túi chứa tinh. --은행 ngân hàng tinh trùng.

정자형 hình dạng chữ T. @정자형의 자 cây thước vuông góc, cái ê-ke.

정작 [부사적] thật, thật ra, thực sự, trên thực tế.

정장 bộ lễ phục. --하다 mặc lễ phục.

정장 thuyền trưởng, hạm trưởng.

정장석 [광물 khoáng chất] *orthoclase* (octocla)

정장제 thuốc trị rối loạn tiêu hóa.

정재 tiền dâng cúng, lễ vật tạ ơn.

정쟁 sự xung đột chính trị.

정적 thụ động, tiêu cực, trầm lặng, điềm tĩnh.

정적 sự tĩnh mịch, sự yên tĩnh. --하다 yên lặng, tĩnh mịch, yên tĩnh.

정적 đối thủ chính trị.

정전 cung điện nơi vua hộp họp các quần thần mỗi sáng.

정전 sự ngắt điện, sự ngừng, sự bế tắc (전차의). --하다 ngắt (cúp) điện, tắc nghẽn (giao thông).

정전 sự ngừng bắn, sự đình chiến, hiệp ước ngừng bắn. --하다 đình chiến, ngưng bắn. *--교섭 cuộc đàm phán ngưng bắn. --명령 lệnh ngừng bắn. --회담 hội nghị đình chiến.

정전 *--감응 sự cảm ứng tĩnh điện. --계 trường tĩnh điện. --용량 điện dung. --학 tĩnh điện học.

정전기 [물리 vật lý] sự tĩnh điện (điện tích lũy trên hoặc trong một vật không dẫn điện).

정절 lòng trung thành, lòng chung thủy. @정절한 trung thành, chung thủy, hết lòng, tận tâm.

정점 [기하] một điểm cố định.

정점 đỉnh, chỏm, chóp, ngọn; [극치] tột đỉnh, điểm cao nhất. @3 각형의 정점 đỉnh của một tam giác.

정정 sự sửa chữa, sự hiệu chỉnh; [개정] sự xem lại, sự xét lại, sự đọc lại. --하다 sửa chữa, hiệu chỉnh, xét lại, đọc lại. *--판 ấn phẩm đã hiệu chỉnh

정정 tình hình chính trị, việc chính trị.

정정 당당 --하다 thẳng thắn, không úp mở. @정정 당당히 một cách thẳng thắn, một cách công khai.

정정하다 [노익장하다] mạnh khỏe, cường tráng. @정정한노인 một lão ông tráng kiện.

정제 [수학] tính chia hết. @정제되는 số có thể chia hết. *--수 ước số.

정제 viên thuốc, một vỉ thuốc @비타민 정제 một viên thuốc bổ

정제 sự tinh luyện, sự tinh chế. --하다 lọc, tinh luyện, tinh chế. @정제한 đã tinh luyện (đường, dầu) // 정제한 상품 hàng tuyển chọn. *--당(식염) đường tinh luyện (muối). --법 phương pháp tinh luyện. --소 nhà máy tinh luyện.

정조 sự trong trắng, lòng tinh bạch, sự chung thủy, danh tiết, tiết trinh, danh giá, thanh danh. @정조를 지키다 vẫn giữ lòng chung thủy. *--대 cái đai trinh tiết. --유린 sự xâm phạm trinh tiết.

정조 tâm trạng, sắc thái, không khí (nghĩa bóng).

정족 các chân của cái giá ba chân. @정족지세 vị trí ba mặt.

정족수 một con số chắc chắn

정종 gạo *sool* đã tinh chế.

정좌 --하다 ngồi thiền, ngồi im lặng.

정좌 --하다 đứng dậy, đứng thẳng dậy.

정주 khu định cư, sự định cư, sự an cư lạc nghiệp. --하다 ở tại, định cư, ổn định cuộc sống, an cư lạc nghiệp, *--지(자) nơi thường trú.

정중 sự lễ phép, sự lịch sự, sự nhã nhặn. --하다 lịch sự, nhã nhặn, lễ phép, lễ độ. @정중히 một cách lịch sự, một cách lễ độ.

정지 sự ngừng lại, sự đình chỉ (중지); sự gián đoạn, sự đứt quãng (중절). --하다 ngừng, ngưng, gián đoạn. @지불을 정지하다 ngưng trả tiền, tuyên bố không trả được nợ, vỡ nợ.

정지 sự im lặng, sự im lìm, sự đứng lại, tình trạng không hoạt động . --하다 ngừng lại, đi đến chỗ bế tắc.

정지 [건축을 위한] sự điều chỉnh lại đất đai; [경작을 위한] sự chuẩn bị đất trồng. --하다 điều chỉnh lại đất đai, chuẩn bị đất trồng.

정직 tính trung thực, tính lương thiện. --하다 trung thực, chân thật, thật thà, ngay thẳng, liêm chính. @정직하게 một cách chân thật. // 정직한 사람 một người trung thực. (lương thiện).

정직 sự đình chỉ công tác.

정진 sự tập trung tinh thần, sự chuyên cần; [금욕] sự tiết dục, sự kiêng khem; [종교적] sự thanh tẩy của tôn giáo. --하다 hiến thân mình, chăm chú, chuyên tâm, tiết dục.

정차 sự ngừng lại, sự đình chỉ, sự tắc nghẽn, sự hủy bỏ. --하다 ngừng lại, làm đình trệ, làm tắc nghẽn (giao thông...) (사고 때문에) . @5 분간 정차 ngừng lại 5 phút.

정착 sự đóng chặt vào, sự làm cho dính vào; [사진의] sự lắp đặt, sự gắn vào. --하다 đóng, lắp, đặt, gắn. *--물 vật cố định. --액[사진] dung dịch đông đặc. --제[사진] tác nhân động đặc.

정찬 bữa tiệc chiêu đãi.

정찰 bảng giá, tấm nhãn ghi giá @500 원 정찰이 붙은 상품 một món hàng ghi giá 500 *won*. *--가격 thực giá, giá thị trường.

정찰 sự thăm dò, sự khảo sát, việc tuần tra. --하다 thăm dò, khảo sát tuần tra. @적진을 정찰하다 dọ thám (tình hình) quân địch. *--기 máy bay trinh sát. --대 đội trinh sát. –비행 máy bay do thám.

정채 rực rỡ, sống động, năng nổ, đầy sức sống

정책 chính sách, biện pháp chính trị. @정책 변경 sự thay đổi chính sách. *사회(상업, 산업) -- một chánh sách (công, thương nghiệp) có tính chất xã hội. --외교(대외) chính sách đối ngoại.

정처 một người vợ hợp pháp.

ㅈ

정처 nơi ở cố định, mục đích rõ ràng. @정처없이 không mục tiêu rõ rệt, không mục đích, vu vơ, bâng quơ.

정청 văn phòng chính phủ.

정체 thực chất, đặc tính, cá tính. @정체불명의 사람 một người hoàn toàn xa lạ, một người không quen biết, một người khả nghi.

정체 hình thức chính quyền, chính thể, đường lối chính trị. *민주— chế độ dân chủ. 입헌(전제) – chế độ độc tài.

정체 [쌓임] sự chất thành đống, sự tích lũy; [혼잡] sự đông nghẹt, sự tắc nghẽn (đường sá...); [침체] sự ứ động, tình trạng tù hãm; [자금·화물의] sự bế tắc; [지불의 지연] rơi vào tình trạng lở dở, việc làm chưa xong, việc chưa làm được. --하다 làm ứ đọng, làm trì trệ, chất đống, chồng chất, bị khất lại. @정체된 trì độn, chậm chạp, uể oải. *교통-- giao thông bế tắc.

정초 mười ngày đầu tháng giêng, thượng tuần tháng giêng. @정초에 đầu tháng giêng.

정초 --하다 đặt viên đá móng (nền).

정충 tinh trùng. *--형성 sự sinh tinh.

정취 [기분] tâm trạng, tính khí, tính tình; [느낌] tình cảm, cảm nghĩ, cảm tính; [아치] ấn tượng nghệ thuật, nét lãng mạn. @정취 있는 trang nhã, lôi cuốn, quyến rũ, có thẩm mỹ.

정치 quan điểm chính trị, chính quyền, chính phủ. @정치적인 thuộc chính phủ, thuộc chính trị // 정치적으로 về mặt chính trị, thận trọng, khôn ngoan, sáng suốt (về chính trị) // 정치적 수완 nghệ thuật quản lý nhà nước, năng lực chính trị. *--가 nhà chính trị, chính khách. --계 giới chính trị. --공작 thủ đoạn chính trị. --과 khóa khoa học chính trị. --기구 một cấu trúc chính trị. --단체 một tổ chức chính trị. --도덕 đạo đức chính trị. --란 mục (cột) chính trị (báo chí). --문체 vấn đề chính trị. --범 tội phạm chính trị. --사상 tư tưởng, quan niệm chính trị. --란 khoa học chính trị. --헌금 quyên góp cho tổ chức chính trị. --관료 chế độ quan lại.

정치 --하다 đặt vào vị trí, đóng quân ở một vị trí. @정치의 được bố trí trước, cố định. *--망 một cái lưới cá được bố trí ở bờ biển. --망어업 sự đánh cá bằng lưới trôi.

정치 [정교] nét trang nhã, vẽ thanh tú, tính tế nhị, sự khéo léo, tính nhạy; [섬세] sự duyên dáng, vẻ thanh lịch, sự tinh tế, sự mỏng manh. --하다 thanh nhã, thanh tú, tế nhị, tinh, thính.

정치 nét duyên dáng, vẻ yêu kiều, vẻ lôi cuốn, sự quyến rũ, nét lãng mạn.

정칙 tính quy cũ (quy tắc), tính đúng mực, một phương thức không thay đổi.

정크 chiếc ghe mành, chiếc thuyền mành (Trung quốc)

정탐 hoạt động tình báo, hoạt động gián điệp (군사상의). --하다 do thám, trinh sát. *군 quân gián điệp, quân do thám, thám tử.

정태 @정태의 tĩnh, tĩnh tại, không chuyển động, không thay đổi. *--통계 tĩnh học thống kê

정토 miền cực lạc, chốn thiên đường.

정통 tính chất chính thống, tính hợp pháp, tính chính đáng. @정통적인 chính thống, chính đáng. *--정부 chính phủ hợp pháp. --파 phái chính thống, nhóm chính thống.

정통 sự hiểu biết thấu đáo. --하다 hiểu biết một cách tường tận

정판 [인쇄 ngành in] sự xếp chữ lại. --하다 sắp chữ lại.

정평 danh tiếng. @정평 있는 được thừa nhận, được biết đến

정표 vật kỹ niệm, vật lưu niệm.

정풍 운동 xu hướng thanh lọc

정하다 trong sạch, nguyên chất, tinh khiết.

정하다 [결정] lựa chọn, quyết định, ấn định, ổn định, an cư; [협정] sắp đặt, sửa soạn; [날짜를] bố trí, bổ nhiệm, chỉ định; [선정] lựa chọn; [결심] quyết định, định đoạt; [규칙] sắp đặt, dự kiến. @법령이 정하는바에 따라 theo luật pháp quy định // ...하기로 정하다 đặt thành cái lệ.

정학 sự đuổi học, sự đuổi tạm (sinh viên đại học 학생 대학의).

정해 lời giải đáp chính xác, sự hiểu đúng. --하다 trả lời chính xác, giải thích đúng, hiểu đúng. *--자 người trả lời đúng.

정해지다 (1) [결정] đã được quyết định, đã quy định; [합의] được đồng ý, được thỏa thuận. (2) [규정] được thừa nhận, được xác nhận.

정형 sự nắn lại, sự sửa lại. *--수술 sự điều trị bằng phương pháp chấn thương chỉnh hình. --의과 khoa phẫu thuật chỉnh hình. --외과의 bác sĩ chuyên khoa chỉnh hình.

정형 mẫu điển hình. @정형적 đặc trưng, điển hình, tiêu biểu. *--시 câu thơ tiêu biểu.

정형 một mẫu (hình thức) thông thường.

정혼 sự đính hôn, sự hứa hôn. --하다 hứa hôn, đính hôn.

정화 tiền đồng, tiền kim loại. @정화로 bằng tiền đồng. *--결핍 sự thiếu tiền đồng. –보유고 sự sở hữu tiền đồng. --유출(유입) sự chảy ra (thu vào) tiền đồng. --준비 số tiền đồng dự trữ. --지불 sự trả bằng tiền đồng.

정화 sự đam mê tình yêu, ngọn lửa tình. @정화가 불타다 đam mê cháy bỏng (tình yêu)

정화 ngọn lửa thiêng.

정화 sự tẩy rửa, sự làm sạch, sự thu dọn. --하다 rửa sạch, gội sạch, làm cho tinh khiết. *--운동 sự thanh lọc, sự thanh trừng, phong trào truy quét (tội phạm). --장치 thiết bị lọc; [하수의] hệ thống cống rãnh, sự thoát nước

정화 tinh hoa, tinh túy, tinh chất, cốt lõi

정화수 nước giếng được kéo lên từ sáng sớm.

정확 sự đúng đắn, tính chính xác, độ chính xác. --하다 đúng đắn, chính xác, xác đáng. @정확한 기계 dụng cụ đo độ chính xác // 정확한 시간 giờ chính xác, giờ đúng // 정확하게 말하자면 lời nói chính xác.

정황 tình hình chính trị.

정황 hoàn cảnh, tình thế, tình cảnh, tình hình.

정회 sự hoãn một phiên họp; [의회의] sự tạm ngừng, sự gián đoạn; [휴회] sự hoãn lại. --하다 đình chỉ, tạm ngưng, gián đoạn.

정회원 một hội viên thường trực.

정훈 đội thông tin và giáo dục.

ㅈ

정휴일 ngày nghỉ (ngày lễ) thường lệ.

정히 chính xác, đúng, thật, chắc chắn

젖 [유방] vú, ngực; [유즙] sữa. @소 젖 sữa bò // 어머니 젖 sữa mẹ // 젖을 빨다 bú sữa // 젖을 주다 cho bú. *--가슴 ngực, lồng ngực –니 một cái răng sữa. --먹이 bé sơ sinh, một đứa bé còn bú. –멍울 một khối u ở ngực. --빛 màu trắng sữa. --소 con bò sữa. --어머니 người vú em. --통 bầu vú.

젖내 mùi sữa.

젖내나다 có mùi sữa.

젖다 bị ẩm, bị đẫm nước. @젖은 옷(땅) quần áo ẩm ướt // 비에 젖다 bị mưa ướt // 땀에 젖다 bị ướt đẫm mồ hôi // 함빡 젖다 bị hoàn toàn ướt đẫm.

젖떨어지다 bị dứt sữa (cai sữa)

젖혀지다 bị lật lên.

젖히다 (1) lật, dở (trang sách). (2) kéo giật lại. (3) mở tung ra. (4) để riêng ra, để qua một bên.

제 [저· 자기] tôi, cái tôi, bản thân mình, tự mình, chính mình.; [자기의] của chính mình, tự mình. @제가 결정한 tự quyết, độc lập // 제 일로 về công việc riêng tư.

--제 [제사] một buổi lễ tôn giáo; [축제] ngày hội, liên hoan. *50 년-- lễ kỷ niệm 50 năm. 100 년-- lễ kỷ niệm 100 năm. 200 년-- dịp 200 trăm năm, lễ kỷ niệm lần thứ hai trăm. 300 년-- lễ kỷ niệm ba trăm năm.

제 chủ đề, vấn đề, đề tài, đối tượng => 제목.

제 [자징] tôi; [아우] em trai.

제 hoàng đế.

제 nhiều, một vài, nhiều loại, đa dạng, linh tinh.

제-- thứ, số. @제일(이,삼) thứ nhất (thứ nhì, thứ ba..)

--제 thuốc, dược phẩm. *소화-- thuốc trị bao tử, thuốc tiêu hóa.

--제 hệ thống, chế độ, phương thức, thể chế. @8 시간제 chế độ tám tiếng một ngày.

--제 sự chế tạo, sự sản xuất. @영국제의 sản xuất tại Anh quốc.

제가 --하다 cai quản một gia đình, trông nom công việc gia đình.

제가 [여러 학자] nhiều tay nghề bậc thầy, mọi trường phái (nghệ thuật); [친척들] mọi quan hệ.

제각기 mỗi, một, riêng từng cái, riêng từng người, riêng lẻ, cá nhân.

제강 sự sản xuất thép. *--법 qui trình luyện thép. --소 nghề luyện thép. --업 kỹ nghệ thép.

제거 sự loại trừ, sự đuổi ra, sự tẩy chay. --하다 loại trừ, đuổi ra, tống ra.@수술에 의한 난소의 제거 một cuộc phẫu thuật cắt bỏ buồng trứng.

제것 của riêng mình, quyền sở hữu, sự chiếm hữu, tài sản riêng. @제것이 되다 rơi vào tay ai, thuộc quyền của ai.

제격 xứng với địa vị (thân phận).

제고하다 nâng lên, đỡ dậy, nhấc lên.

제곱 [수학] bình phương. --하다 lấy bình phương của (một số), nhân một số với chính số đó.

제공 sự biếu, sự dâng hiến, sự tặng, sự mời, sự đề nghị. --하다 dâng, biếu, tặng, cúng, tiến, mời, đề nghị, cung cấp. @정보를 제공하다 sự cung cấp thông tin.

제공권 quyền bá chủ trên không. @제공권을 잡다(잃다) giành được (mất) quyền bá chủ trên không; an toàn (mất an toàn) trên không.

제과 mứt, kẹo. *--업 ngành kinh doanh mứt, kẹo. --업자 người làm mứt kẹo. --점 cửa hàng mứt kẹo.

제관 một linh mục, một thầy tu.

제관 vương miện, ngôi vua, vương quyền.

제관 sự đóng hộp, đồ hộp.

제구 đồ dùng trong các buổi lễ tôn giáo.

제구력 [야구 bóng chày] sự kiểm soát đường bóng.

제구실 nhiệm vụ, chức vụ, bổn phận của một người (의무); nhiệm vụ, trách nhiệm của một người (직무); nghĩa vụ, bổn phận của mình. @제구실을 하다 làm tròn bổn phận của mình.

제국 đế quốc, đế chế. @제국의 (thuộc) đế quốc. *--주의 chủ nghĩa đế quốc. --주의자 đế quốc hóa.

제국 tất cả các nước, nhiều nước, toàn thể các quốc gia

제군 thưa quý vị, thưa các bạn; [연설의 경우] thưa quý bà, quý ông.

제금 đàn viôlông. *--가 người đánh đàn viôlông.

제기 [1][유회] một loại cầu lông, môn đá cầu @제기를 차다 chơi môn cầu lông.

제기 [2] gớm! khiếp! tởm! đồ khốn kiếp! thật xấu hổ!thật nhục nhã! @제기랄 đồ chết tiệt!

제기 đĩa dùng trong buổi lễ tôn giáo.

제기 [제의] dự kiến, sự đề xuất, sự đề nghị; [소송] sự thành lập, sự tiến hành; [항의] nơi tạm trú; [발언] sự gợi ý, sự nói khéo. --하다 đề nghị, đề xuất, bày tỏ, gợi ý, đưa ra, nêu ra, cho trọ; [문제 따위를] bắt đầu, khởi hành. @소송을 제기하다 tiến hành một vụ kiện.

제깐에 theo sự đánh giá riêng => 제딴은.

제꺽 với tiếng lách cách; [급히] nhanh, nhanh chóng, mau lẹ. @제꺽거리다 bật lách cách, kêu tách tách, làm kêu leng keng.

제너레이션 (*generation)* thế hệ, đời.

제단 bàn thờ, bệ thờ, án thờ.

제당 *--소 nhà máy đường. --업 ngành công nghiệp đường.

제대 sự giải ngũ. --하다 giải ngũ. *--병 lính giải ngũ.

제대 [군사 quân sự] sự dàn quân theo hình bậc thang.

제대로 để yên vậy, đừng bàn đến, không động đến, không thay đổi. @제대로 두다 cứ để yên vậy, đừng nói đến.

제도 hệ thống, chế độ, phương thức; [시설] tập tục, tập quán. @영국의 문물 제도 văn hoá và phong tục Anh quốc. *결혼-- thủ tục kết hôn. 현행-- chế độ hiện hành.

제도 việc vẽ thiết kế; khoa nghiên cứu bản đồ (지도); [기하] thuật vẽ. --하다 vẽ, phác thảo, phát họa. *--가 người phác thảo, người vẽ sơ đồ thiết kế. --기구 dụng cụ vẽ. --실 phòng vẽ thiết kế.

제도 sự sản xuất đồ gốm. *--술 thuật làm đồ gốm.

제도 quần đảo. *남양—hòn đảo ở vùng biển phía Nam.

제도 sự chuộc tội, sự cứu rỗi linh hồn. --하다 chuộc tội, cứu rỗi linh hồn.

제독 --하다 chống độc hại, làm trung hòa, làm mất tác dụng độc hại.

제독 đô đốc, đại tá hải quân.

제동 sự kiềm hãm; [전기 điện] sự tắt dần, sự suy giảm. --하다 thắng lại, hãm lại,

ㅈ

cản lại (ô tô)

제동기 cái hãm, cái phanh, cái thắng. @제독기를 걸다 đạp phanh. *공기-- cái phanh hơi, phanh hãm bằng áp lực không khí. 동력—lực thắng. 비상-- sự thắng gấp. 수동-- cái thắng tay. 자동-- cái thắng tự động. 자력-- cái thắng từ. 전기-- cái phanh điện. 진공—cái thắng hơi.

제등 cái đèn lồng, cái đèn xách. *--행렬 một đám rước đèn lồng.

제등수 [수학 số học] số kép.

제딴은 về phía mình, theo quan điểm của riêng mình. @제딴은 큰 학자로 믿고 있다 *hắn ta tự đánh giá mình là nhà thông thái.*(anh ta là nhà thông thái theo đánh giá riêng của anh ta)

제때 giờ đã định.

제라늄 [식물 thực vật] cây phong lữ.

제련 sự tinh luyện, sự tinh chế. --하다 luyện, nấu chảy, tinh chế, tinh luyện. @제련용 노 lò (lò luyện kim, lò nấu thủy tinh). *--소 nhà máy luyện tinh, nhà máy tinh chế. --업 công nghệ luyện kim. --업자 người (máy) tinh chế.

제령 phép tắc, luật lệ, điều lệ.

제례 các nghi lễ tôn giáo. --하다 cử hành các nghi lễ tôn giáo.

제로 *zero* - số không. "0"

제록스 *Xerox* [상표명] kỹ thuật sao chụp không dùng mực ướt. @제록스로 복사하다 sao chụp.

제마 sự sản xuất sợi gai dầu.

제막 --하다 khánh thành (tượng đài). *--식 nghi lễ khánh thành (bỏ mạng che tượng đài)

제멋 tính tự mãn. @제멋대로 tự mãn, tự bằng lòng.

제면 --하다 tỉa hột bông vải.

제면 --하다 làm mì sợi. *--기 máy làm mì sợi.

제명 sự đuổi, sự trục xuất. --하다 trục xuất, đuổi ra, xóa tên khỏi danh sách. @제명되다 *bị xóa tên khỏi danh sách.*

제명 đầu đề, tựa (tên sách, bài thơ...). @...의 제명으로 출판되다 được xuất bản dưới tựa đề..

제모 cái mũ đội theo quy định (đồng phục)

제모 sự chế tạo nón, làm (may) nón. *--업 ngành kinh doanh nón, nghề may nón.

제목 một đề tài, một chủ đề (책의); đề mục nhỏ, tiêu đề (사진의). @제목을 붙이다 cho đầu đề, cho tên (sách) // 제목은 자유이다 *các đề tài có thể chọn tự do (tùy thích)*

제문 một bài điếu văn.

제물 sự biếu, sự tặng,sự dâng, sự cúng.

제물낚시 ruồi giả (nhân tạo) (làm mồi câu cá).

제물에 tự nó, một mình.

제반 mọi loại, các loại. @제반의 đa dạng, toàn bộ, hầu hết, tất cả.

제발 vui lòng, làm ơn, xin vui lòng, xin mời, cầu xin, đề nghị; [반드시] tất nhiên là vậy, hiển nhiên là vậy. @제발 용서 하셔요 xin lỗi, xin tha lỗi cho tôi // 제발 농담 좀 그만두어라 làm ơn đừng đùa quá lố // 제발 살려 주십시오 làm ơn, tha cho tôi; xin miễn cho tôi.

제발 덕분에 vì lòng khoan dung, vì lòng nhân từ. @제발 덕분에 살려 주십시오 vì lòng nhân đạo xin tha mạng cho tôi.

제방 con đê, gờ, ụ.

제백사 @제백사하고 hơn những thứ khác.

제번 --하다 miễn lễ, cứ tự nhiên, không khách sáo (편지에서). @제번하옵고 tôi vội đến để báo cho bạn là…

제법 khá, kha khá, nhiều, đáng kể. @제법 좋은 수입 nguồn thu nhập đáng kể // 제법이다 khá hơn sự mong đợi // 제법 덥다 khá ấm // 영어를 제법 하다 nói tiếng Anh khá đúng.

제법 phương pháp sản xuất, quy trình sản xuất.

제복 bộ đồng phục; [고용인의] chế phục (quần áo của người hầu ở các nhà quyền quý); [법관 따위의] áo choàng (của giáo sư đại học, quan tòa). @학교의 제복 đồng phục nhà trường // 제복을 입은 mặc đồng phục.

제복 áo choàng mặc làm lễ của thầy tu; [가톨릭] áo bào (tổng giám mục).

제본 sự đóng sách. --하다 đóng sách. @제본 중이다 đã được đóng bìa. *--소 cửa hàng đóng sách. --업자 thợ đóng sách.

제분 sự xay, sự nghiền. --하다 xay, nghiền, tán. *--기 máy xay. --소 nhà máy bột. --업 ngành công nghiệp xay. --업자 chủ cối xay.

제붙이 => 제살붙이.

제비 [1] việc rút thăm, điều may rủi, tấm vé số (표). @제비 뽑다 *mở số* // 제비에 맞다 *rút thăm trúng số.*

제비 [2] [새 chim] con nhạn.

제비꽃 [식물 thực vật] cây hoa vi-ô-lét, hoa bướm, hoa păng xê.

제빙 sự làm nước đá. *--기 tủ lạnh. --소 (공장) máy làm nước đá. --회사 nhà máy nước đá.

제사 thứ tư (lần thứ 4, số thứ 4, tập 4). *--계급 tầng lớp công nhân thấp nhất, giai cấp vô sản.

제사 buổi lễ tôn giáo, các nghi lễ hiến tế. @ cử hành một buổi lễ.

제사 sự kéo sợi, sự xe chỉ, sự quay tơ. --하다 kéo sợi, xe chỉ. *--공 thợ quay tơ. --공장 nhà máy tơ. --기계 máy quay tơ. --업 công nghiệp quay tơ.

제살붙이 bà con anh em, họ hàng thân thích.

제살이 sự tự lực. --하다 tự lực, tự túc, tự kiếm sống.

제삼 thứ ba, con số 3. *--기 nhiệm kỳ thứ ba. --제력 thế lực thứ ba. --일코올 rượu chưng cất lần thứ ba. –염 muối lọc lần thứ 3.

제삼 계급 giai cấp tư sản, đẳng cấp thứ ba.

제삼국 cường quốc thứ ba. *--인 dân tộc thứ ba.

제삼자 người thứ ba, người ngoài cuộc.

제상 sự làm tan băng. *--장치 thiết bị làm tan băng.

제상 cái bàn dùng trong nghi lễ tôn giáo; cái bàn thờ

제석 => 제야.

제설 các ý kiến khác nhau.

제설 sự dời tuyết. --하다 dời tuyết. *--기 máy ủi tuyết. --차 xe ủi tuyết.

제세 sự viện trợ của thế giới.

제소 --하다 kiện lại, chống lại.

제수 em dâu.

제수 [수학 toán học] số chia.

제수 đồ cúng, đồ vật dùng trong việc cúng tế.

ㅈ

제스처 điệu bộ, cử chỉ, động tác, hành động.

제습 --하다 làm mất sự ẩm ướt trong không khí. *--기 máy hút ẩm.

제시 điều được trình bày, sự trưng bày, sự trình diễn --하다 [법] trưng bày, trình bày, trình diễn. *--기간 thời gian trưng bày (triển lãm) 부[음악· 연극] buổi trình diễn. --불 chi phí trình diễn (trưng bày)

제시간 thời gian thích hợp. @제시간에 đúng giờ.

제씨 em trai (của ..)

제씨 các ông, quý ông.

제안 sự đề nghị, sự thương lượng, sự đề xuất, sự gợi ý. --하다 đề nghị, đề xuất, gợi ý, đưa ra, nêu ra, đề ra. @제안을 가결(부결)하다 chấp nhận (từ chối) lời đề nghị // 제안을 설명하다 đưa ra lời đề nghị. *--자 người đề nghị.

제암성 @제암성의 chất kháng ung thư; ngành ung thư học (암세포파괴의).

제압 sự đàn áp, sự áp bức, sự thống trị. --하다 đàn áp, chỉ huy, làm chủ, thống trị.

제야 đêm giao thừa. @제야의 종소리 tiếng chuông đêm giao thừa.

제약 [제조] sự chế tạo thuốc; [약] thuốc tây, dược phẩm. --하다 chế tạo thuốc. *--공장[회사] xí nghiệp dược phẩm.

제약 [조건] điều kiện, hoàn cảnh, tình thế, tình trạng; [속박] sự hạn chế, sự giới hạn --하다 kềm chế, giới hạn, hạn chế. @시간의 제약을 받다 bị giới hạn thời gian.

제어 sự điều khiển, sự quản lý, sự thống trị. --하다 điều khiển, chỉ huy, thống trị, cai quản. @제어하기 어렵다 khó quản lý, không kiểm soát được. *--기 [전기] bộ điều chỉnh (nhiệt độ, áp lực, điện…).

제염 sự sản xuất muối. --하다 sản xuất muối. *--소 xí nghiệp muối. --업 công nghiệp muối.

제오 thứ năm, số năm. *--열 cột thứ năm.

제 5 공화국 nền cộng hòa thứ 5.

제왕 hoàng đế, vua, quốc vương, quốc chủ. *--신권설 thuyết về quyền lực thiêng liêng của vua chúa. --절개 수술 [의학 y học] thủ thuật mở tử cung, thủ thuật Xê-gia (*Caesarean*).

제외 sự loại trừ, sự ngăn chặn; [면제] sự miễn (thuế…). --하다 trừ ra, loại ra, miễn. @…을 제외하고 được trừ ra, được miễn trừ... *--례 cái trừ ra, cái loại ra. --조항 một điều khoản tránh thoát.

제요 bản tóm tắt, bản toát yếu, hình ảnh thu nhỏ.

제우 bạn bè của người nào.

제우스 [희랍신화 thần thoại, thần học.] thần *Zeus*, thần vương.

제웅 [민속 truyền thống dân gian] hình nộm bằng rơm.

제위 ngai vàng, ngôi vua. @제위에 오르다 lên ngôi // 제위를 계승하다 nối ngôi.

제위 quý ông (nhà vệ sinh quý ông)

제위 nơi thờ cúng, nơi thiêng liêng.

제유 sự chế tạo dầu. *--소 nhà máy dầu.

제유법 [수사 số từ] phép hoán dụ (tu từ).

제육 thịt heo, thịt lợn.

제육감 giác quan thứ sáu. @제육감으로 안다 nhận biết theo bản năng, giác quan thứ 6 báo cho biết.

제의 lời đề nghị, lời gợi ý; [제언] sự đề xuất. --하다 đề nghị, đề xuất, gợi ý. @

강화의 제의 sự đàm phán hòa bình // ...의 제의로 theo đề nghị của // 계획을 제의하다 để xuất một kế hoạch. *--자 người đề xuất; người đề nghị

제이 thứ hai, thứ nhì, thứ yếu @제이의 cái thứ hai (người/vật), vật phụ, vật không quan trọng; [또 하나의] cái thêm, cái khác; [중요성이] cái thứ yếu. *--군[야구] bia thứ hai. --당 đảng lớn nhất thứ nhì.

제인 toàn dân, công chúng, quần chúng.

제일 ngày cúng tế, ngày giổ ông bà, tổ tiên.

제일 số một, cái thứ nhất, cái tốt nhất; [부사적] nhất, hơn cả. @제일의 (thuộc) đầu tiên, ban đầu, lúc đầu; [중요한] chủ yếu, quan trọng, hàng đầu, chính; [으뜸인] cái lớn nhất, cái tốt nhất // 제일먼저 thứ nhất, đầu tiên là, trước hết // 세계 제일의 부자 *người giàu nhất thế giới* // 성공에는 인내가 제일이다 *kiên nhẫn là yếu tố cần thiết đầu tiên để thành công.* *--과 bài học đầu tiên, bài một, bài thứ nhất. --기 thời kỳ đầu (병의). --기 불입 sự trả góp đợt đầu. --당 đảng lãnh đạo (dẫn đầu). --선 tuyến đầu. --심 sự thử thách ban đầu. --인칭[문법 văn phạm] ngôi thứ nhất. --종우편 bưu phẩm loại một (ưu tiên)

제자 môn đồ, học trò, người học việc, đệ tử.

제자 [호격 các hạ] các ông, các ngài; [아들들] các con trai; [현자] hiền nhân, nhà hiền triết, nhà học giả. *--백가 các nhà hiền triết và học giả

제자 một câu ghi, câu viết (câu đề tặng) ở đầu quyển sách.

제자리 nơi thích hợp, nơi riêng biệt, nơi độc đáo. @제자리 걸음하다 định thời gian; [사물이] bị dồn vào thế bí, lâm vào cảnh bế tắc.

제작 sự sản xuất, sự chế tạo. --하다 sản xuất, chế tạo, làm ra. @비행기를 제작하다 chế tạo máy bay. *--번호 con số xuất xưởng. --비 chi phí sản xuất. --소 phân xưởng, nhà máy. --자 người chế tạo, đạo diễn (영화의 phim ảnh).

제재 sự giam giữ, sự trừng phạt, hình phạt. --하다 trừng phạt, giam giữ. @사회적 제재 sự ràng buộc về mặt xã hội // 경재적 제재를 가하다 áp đặt sự trừng phạt kinh tế.

제재 sự cưa. --하다 cưa, xẻ (gỗ). *--소 xưởng cưa (gỗ).

제재 chủ đề, đề tài (một quyển sách).

제적 sự xóa tên; [국적 박탈] sự trục xuất. --하다 xóa tên khỏi sổ; [학적에서] trục xuất, đuổi. @학교에서 제적을 당하다 bị đuổi khỏi trường, bị xóa tên trong danh sách nhà trường.

제전 lễ hội, ngày lễ, ngày hội. @제전을 풀다 tổ chức lễ hội.

제절 mọi gia đình, mọi vấn đề (khác nhau). @댁내 제절이 무고하신지요 gia đình bạn ra sao?

제정 sự ban hành (đạo luật). --하다 thành lập, ban hành, thiết lập. @법률을 제정하다 ban hành một đạo luật. *--자 người làm luật.

제정(sự thống trị của) chế độ quân chủ. *--시대 thời quân chủ. --러시아 Sa hoàng.

제정 nhà thờ và chính quyền. *--일치 sự đoàn kết giữa chính quyền và nhà thờ;

ㅈ

[제도] chính trị thần quyền.

제정신 [기절에 대하여] ý thức, sự hiểu biết; [미치지 않은] lý trí, sự minh mẫn, sự sáng suốt; [술에서 깬] sự tỉnh táo, sự điềm tỉnh. @제정신이 들다 tự ý thức, phục hồi tri giác.

제조 sự chế tạo ra, sự làm ra, sự sản xuất ra. --하다 chế ra, làm ra, sản xuất ra. @미국에서 제조한 sản xuất tại Mỹ. *--능력 năng suất. --법 phương pháp sản xuất; [비결] cách sản xuất (과자 따위의). --비 chi phí sản xuất. --소 nhà máy, công xưởng. --업 kỹ nghệ sản xuất.

제주 rượu thánh, rượu cúng. @제주를 올리다 cúng rượu trước bệ thờ.

제주 [상제] người khóc thuê; [주재자] người chủ trì một nghi lễ.

제주도 đảo *Jeju.*

제지 sự kềm chế, sự kềm hãm, sự nén lại. --하다 kềm hãm, kềm chế, nén lại, dằn lại

제지 sự chế tạo giấy. --하다 chế tạo giấy. @제지용 펄프 bột giấy. *--공장 nhà máy giấy. --업 công nghiệp giấy. --회사 công ty giấy.

제차 các loại xe khác nhau. *--통행금지 [게지] sự cấm các loại xe lưu thông.

제창 [제의] lời đề nghị; [창도] lời bào chữa, lời biện hộ --하다 đề nghị, đề xuất, bào chữa. *--자 người biện hộ, người trình bày.

제창 giọng đồng thanh. --하다 hợp ca.

제척 --하다 đuổi ra, trục xuất, không thừa nhận.

제철 sự đúng mùa. @제철이다 đang mùa // 제철이 지나다 hết mùa.

제철 sự sản xuất sắt. --하다 sản xuất sắt. *--소 nhà máy sắt. --업 ngành công nghiệp sắt.

제쳐놓다 để riêng ra, để sang bên. @모든 일을 다 제쳐놓고 để riêng mọ thứ ra

제초 --하다 giẫy cỏ, nhổ cỏ, làm cỏ *--기 người nhổ cỏ dại. --제 sự diệt cỏ.

제출 sự trình bày, đệ trình, sự đưa ra. [항의] chỗ tạm trú--하다 đưa ra, đề ra, trình ra. @사표를 제출하다 đưa đơn xin từ chức // 증거를 제출하다 đưa ra chứng cớ. *--자 người trình bày.

제충 sự diệt côn trùng. --하다 gở bỏ, bắt sâu. *--제 bột trừ sâu(가루약) ; thuốc trừ sâu.

제충국 [식물 thực vật] loài hoa cúc lá nhỏ. *--가루 thuốc trừ sâu làm từ hoa khô của loài hoa cúc lá nhỏ.

제취 sự khử mùi. --하다 khử mùi. *--제 chất khử mùi.

제칠 thứ bảy. *--천국 (vui sướng) tuyệt trần, (trên) chín tầng mây. --함대 hạm đội thứ bảy.

제트 jet. @제트기 máy bay phản lực.

제판 sự chế bản kẽm in. --하다 sắp chữ, chế bản kẽm, đúc khuôn in. *--소 xưởng đúc khuôn in

제팔 thứ tám.

제패 sự xâm chiếm, sự chinh phục. --하다 xâm chiếm, chinh phục.

제폐 --하다 trừ bỏ sự ngược đãi (hành động bất lương / sự lạm dụng).

제풀로, 제풀에 tự ý, tự nguyện, tự động, không gò bó, không ép buộc, thanh thoát, tự nhiên.

제품 hàng đã sản xuất, thành phẩm. @외국 제품 hàng nước ngoài, hàng ngoại.

제하다 [제외] trừ ra, loại trừ; [빼다] trừ đi, khấu trừ; [나누다] chia ra, phân ra;

[제거] loại ra. @세금을 제하고 5 만 원의 수입 một khoản thu nhập 50.000 *Won* đã trừ thuế.

제한 sự giới hạn, sự hạn chế. --하다 giới hạn, hạn chế. @제한 없이 không giới hạn // 연령의 제한 giới hạn tuổi. *--속도 hạn chế tốc độ. --시간 hạn chế thời gian. 산아-- hạn chế sinh đẻ. 생산-- sự cắt giảm sản lượng. 수입-- hạn chế nhập khẩu.

제해권 quyền làm chủ trên biển. @제해권을 잡다 nắm quyền làm chủ trên biển.

제헌 sự thành lập hiến pháp. *--국회 hội đồng hiến pháp. --절 ngày thành lập hiến pháp

제혁 sự (nghề) thuộc da. --하다 thuộc da.

제현 quý vị.

제형 hình thang; cơ cấu theo dạng hình thang

제형 loại móng guốc, dạng hình chữ u. @제형의 có dạng hình móng guốc.

제호 tựa (sách).

제화 *--공 thợ đóng giày.

제후 vua chúa, quý tộc thời phong kiến.

제휴 sự hợp tác, sự phối hợp, sự liên kết, sự liên minh --하다 cộng tác, phối hợp, liên kết. @제휴하여 phối hợp. *기술— sự kết hợp kỹ thuật.

젠장 quỷ tha ma bắt! đồ chết tiệt!

젠체하다 làm bộ làm tịch; làm ra vẻ ta đây; làm ra vẻ quan trọng. @젠체하는 giả tạo, điệu bộ.

젠틀맨 *gentleman* => 신사.

젤라틴 [화학 hóa học] chất *gelatin*.

젤리 mức, thạch, thịt nấu đông, quả nấu đông.

젯밥 cơm cúng.

젱그렁거리다, 쩽그렁거리다 kêu chói tai, kêu vang rền; clang; clank…

조 [식물 thực vật] cây kê.

조 một tỷ (Anh 영), một ngàn tỷ, một tỷ tỷ (Mỹ 미).

조 một toán, một nhóm; hạng, loại (급); kíp, tổ (인부의); đội, nhóm (경기의); toàn bộ thủy thủ trên tàu (승무원); bọn, lũ, băng, nhóm (trộm cướp) @같은 조가 되다 hợp lực với, cộng tác với, chung sức với..

조 [곡조 giai điệu] một khúc ca, một điệu nhạc; [접미어 tiếp vĩ ngữ, tiếp tố] hậu tố của.. @장난조로 đùa bỡn, diễu cợt, trêu chọc // 시비조로 bướng bỉnh, ngang ngược.

조 [왕조] triều vua, triều đại.

조 điều khoản, mục. @소년법 제 24 조 1 항 1 호 điều 1, khoản 1, tập 24 bộ luật.

조가 bài ca buồn, khúc bi thương, bài ca trong lễ truy điệu (lễ tang).

조가비 vỏ trai. *--세공 sự trang trí bằng vỏ sò.

조각 một miếng, một mảnh, một mẩu, một lát; [고기 따위의] một miếng (thịt); [파편] một mảnh (vỡ).

조각 thuật điêu khắc --하다 điêu khắc, chạm. @나무로 상을 조각하다 khắc hình vào gỗ. *--가 người thợ chạm. --도 con dao trạm, con dao khắc. --물 tác phẩm điêu khắc. --술 nghệ thuật điêu khắc, nghệ thuật chạm.

조각 sự thành lập nội các. --하다 thành lập nội các.

조각나다 vỡ thành từng mảnh, tách ra từng miếng; [갈라지다] chẻ, bổ, tách.

조각조각 từng miếng, từng mảnh.

조간 sự phát hành buổi sáng (báo chí, ấn phẩm). *--신문 báo buổi sáng.

조갈 sự khát nước.

조감도 toàn cảnh nhìn từ trên xuống, bản tóm tắt.

조감독 một phó giám đốc.

조강 thép chưa luyện, thép tho, thép chưa tôi.

조강 vỏ và cám. @조강지처 bà vợ già

조개 loại động vật có vỏ, con trai. *--껍질 vỏ, mai. --무지 đống vỏ sò.

조객 một người khách đến chia buồn. *--록 sổ ghi các vị khách đến chia buồn.

조건 giới hạn, điều kiện. @계약의 조건 điều kiện hợp đồng // 필수 조건 điều kiện có trước, tiền đề // 조건부의 có điều kiện // 조건부로 tùy theo điều kiện // 무조건으로 vô điều kiện.

조경 nghệ thuật thiết kế vườn hoa và công viên. *--사 nhà thiết kế vườn hoa và công viên.

조계 tính vội vàng, hấp tấp; tính liều, ẩu.

조계 sự nhượng, sự nhường, sự chuyển gia tài, sự chiếm làm thuộc địa.

조곡 [음악 âm nhạc] tổ khúc (bản nhạc gồm ba phần hoặc nhiều hơn có liên quan với nhau).

조공 vật triều cống. --하다 nộp cống. *--nghi lễ triều cống.

조관 sự quy định, điều khoản. @최혜국 조관 điều khoản tối-huệ-quốc (MFN. Most-favored-nation)

조광권 đặc quyền khai thác mỏ.

조교 người phụ tá, người trợ giáo.

조교 cây cầu treo.

조교 sự tập dượt, sự tập luyện. --하다 tập luyện *--사 người dạy, người huấn luyện (ngựa)

조교수 phó giáo sư.

조국 đất nước, tổ quốc, quê cha đất tổ. @조국을 위하여 싸우다 chiến đấu cho tổ quốc. *--애 lòng yêu nước.

조규 điều khoản, mục, điều lệ, sự quy định.

조그마하다 nhỏ, bé, nho nhỏ, be bé, hơi nhỏ @조그마하게 trên quy mô nhỏ // 조그마한 일 chuyện nhỏ, chuyện vặt.

조그만큼 [양 số lượng] chút ít thôi, chỉ một chút thôi; [정도 mức độ] một chút, mức độ nhỏ.

조금 (1) số lượng nhỏ, một chút, ít. @조금 더 chỉ một chút nữa thôi // 조금씩 dần dần, từ từ. (2) [수] số ít, một vài. @아주 조금 chỉ một ít thôi // 조금 더 một ít nữa. (3) [정도] phần nào, hơi, khá, một chút, một tí; [명사적] hơi hơi, gọi là, chút ít. @조금도 không đâu, không chút nào, không dám, ít ra, ít nhất. (4) [시간] một chốc, một lúc, một lát. @조금 전에 vừa mới đây // 조금 있으면 trong thời gian ngắn, không lâu, sớm. (5) [거리 khoảng cách] @조금 떨어져서 còn một chút nữa thôi (gần tới nơi).

조금 [지리] tuần nước xuống (triều xuống).

조급 tính khí nóng nảy, tính thiếu kiên nhẫn. --하다 nôn nóng, bốc, hăng, hấp tấp, thiếu kiên nhẫn. @ 조급히 vội vàng, hấp tấp.

조기 [물고기 cá] con cá vàng.

조기 lá cờ tang, lá cờ treo rũ. @조기를 달다 treo cờ rũ (cờ tang)

조기 sự thức dậy sớm. --하다 thức dậy sớm.

조기 giai đoạn đầu, thời kỳ đầu. *--치료

(진단) phép chẩn đoán ban đầu.

조끼 [1]áo gi-lê (áo chẽn không tay, gài phía trước)

조끼 [2] cái bình đựng nước. @맥주 한 조끼 một bình rượu bia.

조난 tai họa, thảm họa, tai ương; [파선] nạn đắm tàu. --하다 gặp phải một tai họa (tai nạn); [파선] bị đắm tàu. *--선 chiếc tàu bị nạn. --신호 dấu hiệu bị nạn, sự gọi cầu cứu [SOS]

조달 [공급] sự cung cấp; [관정에서] sự kiếm được, sự thu được; [식량 따위의] sự dự phòng, sự chuẩn bị; [자금 tiền vốn] sự tăng lên, sự gây dựng; [주문의 mệnh lệnh] sự chấp hành. --하다 cung cấp, kiếm được, dữ trữ, thi hành.

조당 đường thô.

조대 ống điếu làm bằng đất sét (tre).

조도 độ rọi (cường độ).

조동사 [문법 văn phạm] trợ động từ.

조라기 sợi gai dầu, sợi lanh

조라떨다 hành động hấp tấp, cẩu thả.

조락 có tính chất coi thường, có tính chất khinh miệt; [영락 thất bại, phá sản] hoàn cảnh sa sút; [몰락 tiêu tan, đổ nát] sự suy sụp, sự tàn tạ. --하다 [식들다] làm khô héo đi , làm teo quắt lại, làm mờ nhạt đi, làm phai tàn; [영락] trong hàn cảnh suy sụp; [쇠퇴] suy tàn, suy sụp.

조력 sự giúp đỡ, sự cứu giúp, sự viện trợ (후원). --하다 giúp đỡ, cứu giúp, viện trợ.

조련 sự rèn luyện trong quân đội. --하다 tập dượt, rèn luyện.

조령 모개 một đường lối bị đảo lộn, vô nguyên tắc. --하다 thường xuyên thay đổi (mệnh lệnh).

조례 nghi thức phân ưu (chia buồn).

조례 sắc lệnh, quy tắc, điều lệ.

조례 một buổi lễ sáng

조로 sự già trước tuổi. @조로한 một người già trước tuổi.

조로아스터 [종교 tín ngưỡng] sự thờ lửa. *--교 đạo thờ lửa.

조롱 cái rổ (giỏ) treo.

조롱 cái chuồng, cái lồng (chim).

조롱 sự nhạo báng, sự chế nhạo, sự giễu cợt. --하다 nhạo báng, chế nhạo, giễu cợt.

조롱박 [식물 thực vật] cây bầu nậm.

조루 sự xuất tinh sớm.

조류 loại chim, loài lông vũ. *--학 khoa nghiên cứu chim, điểu cầm học. --학자 nhà nghiên cứu chim, nhà điểu cầm học.

조류 [해류] thủy triều, con nước; [풍조] xu hướng, khuynh hướng, chiều hướng.

조류 [식물 thực vật] rong biển, tảo biển. @조류의 thuộc rong biển.

조륙 *--운동[지질 địa chất] sự chuyển động các lục địa.

조르다 [죄다] siết chặt, căng, khít; [요구] quấy rầy, nhũng nhiễu, nài nỉ; [재촉] thúc giục, thúc bách. @허리띠를 조르다 cột, thắt dây nịt.

조르르, 쪼르르 sự chảy nhỏ giọt, sự rỉ nước.

조르륵, 쪼르륵 => 조르르, 쪼르르.

조리 chỗ đó, ở đó, tại nơi đó => 저리.

조리 cái môi (vá) bằng tre. (để múc).

조리 lẽ phải, lý lẻ, sự vừa phải. @조리있는 có lý, hợp lý.

조리 [조섭] sự giữ gìn sức khỏe; [처리] sự sắp xếp thích hợp; [요리] cách nấu ăn. --하다 giữ gìn sức khỏe; [요리하다] nấu, nấu chín; [처리] giải quyết vấn đề một cách hợp lý. *--대 chạn bát đĩa. --실 cách nấu nướng.

조리개 [끈] loại dây thừng mỏng; [사진기의] mống mắt (của ống kính máy ảnh)

조리다 kho (cá, thịt với nước mắm)

조리차하다 tiết kiệm, dè xẻn, tằn tiện.

조림 món ăn nấu chín kỹ. *통-- thức ăn đóng hộp.

조림 sự trồng cây gây rừng. --하다 trồng cây gây rừng. *--학 lâm học.

조립 sự xây dựng; [조직] sự tổ chức, sự cấu tạo; [기계의] sự lắp ráp. --하다 ráp vào nhau, xây dựng, thành lập. *--식 침대 cái giường xếp. --주택 nhà tiền chế (nhà làm sẵn). --책장 tủ sách lắp ráp.

조마 sự huấn luyện ngựa. --하다 tập ngựa. *--사 người huấn luyện ngựa. --장 khu đất để cưỡi ngựa.

조마조마 bồn chồn, lo lắng, băn khoăn. --하다 cảm thấy lo lắng, không yên tâm, sốt ruột, bồn chồn. @사람을 조마조마하게 하다 để ai trong tình trạng chờ đợi, làm cho ai lo lắng.

조만간 sớm muộn, lát nữa, ngay bây giờ, sau rốt.

조망 cảnh tượng, quang cảnh, toàn cảnh (전망). --하다 nhìn bao quát, nhìn từ cao xuống.

조명 sự thắp đèn, sự chiếu sáng. --하다 lên đèn, thắp đèn. *--공학 khoa công trình thắp sáng. --기 đèn chiếu sáng. --탄 bom chiếu sáng. --효과 hiệu ứng sáng. 무대-- ánh sáng bố trí ở sân khấu.

조모 bà (nội / ngoại).

조목 điều khoản, món, tiết mục.

조몰락거리다 sờ mó, dò dẫm, sờ soạng, lần mò.

조무라기 (1) [물건] đồ tạp nhạp, đồ lặt vặt. (2) [아이] các em bé, các trẻ nhỏ.

조문 sự thăm viếng chia buồn. --하다 thăm viếng chia buồn. *--객 khách viếng chia buồn.

조문 bài điếu văn, bài diễn văn trong lễ truy điệu.

조문 [본문] nguyên văn, nguyên bản (điều lệ, quy tắc); [조항] điều khoản (của một văn bản pháp lý).

조물주 tạo hóa, đấng Sáng tạo, Thượng đế.

조미 gia vị, mùi vị --하다 cho gia vị, làm tăng thêm mùi vị. *--료 các loại gia vị.

조밀 sự đông đúc, sự trù mật, mật độ, tính dày dặc. --하다 đông đúc, trù mật. @인구 조밀한 지방 một khu vực đông dân.

조바심 sự băn khoăn, sự lo lắng, mối lo âu.

조바심나다 lo lắng, nôn nóng, bồn chồn, mất kiên nhẫn.

조박 [술찌꺼기] cặn rượu, bã lúa mạch; [옛 학문의] cặn, cặn bả, những thứ còn thừa.

조반 bữa điểm tâm, bữa ăn sáng.

조발 sự cắt tóc, sự làm tóc (làm đầu) => 이발.

조발성 치매증 [의학] chứng tâm thần phân liệt.

조밥 hạt kê nấu chín.

조방농업 quảng canh

조변 석개 --하다 thay đổi liên tục.

조병창 kho chứa vũ khí đạn dược, công binh xưởng

조복 y phục văn phòng.

조부 ông (nội, ngoại). *--모 ông bà (nội,

ngoại).

조분석 phân chim, gà (dùng làmphân bón).

조붓하다 lâm vào đường cùng, ở vào thế kẹt.

조사 lời chia buồn, điều văn.

조사 từ phụ (bổ trợ), tiểu từ (mạo từ, phó từ, giới từ, tiền tố, hậu tố).

조사 sự chết trẻ, sự chết yểu. --하다 chết non, chết yểu.

조사 sự điều tra, sự thẩm tra; [연구] sự nghiên cứu; sự điều tra dân số (인구 다위의). --하다 điều tra, thẩm tra, khảo sát, nghiên cứu. @조사 중이다 theo sự điều tra nghiên cứu. *--결과 sự khám phá, sự phát hiện. --국 cục điều tra. --서 sự nghiên cứu trên giấy tờ. --용지 bản câu hỏi (để điều tra, để thăm dò ý kiến). --위원회 ủy ban điều tra. --자료 số liệu nghiên cứu.

조사 người sáng lập ra một môn phái.

조사 sự chiếu (bức xạ...), sự rọi. @X 선을 조사하다 ứng dụng tia X, chụp bằng tia .

조산 sự đẻ non. --하다 đẻ non. *--아 một đứa trẻ sinh non.

조산 thuật đỡ đẻ. *--부(원) bà đỡ, bà mụ. --술 khoa sản.

조산 ngọn đồi nhân tạo, núi giả, hòn non bộ.

조산원 nữ hộ sinh.

조상 ông bà tổ tiên. @조상의 do tổ tiên truyền lại.

조상 bức tượng (khắc chạm)

조상 lời chia buồn. --하다 chia buồn, ngỏ lời chia buồn (với tang gia).

조색 hỗn hợp màu.

조색 기구 khí cầu có dây buộc xuống đất.

조생종 [농업] loài thực vật sớm ra hoa.

조서 sắc lệnh (chỉ dụ) của vua.

조서 nghị định thư, biên bản. @조서를 작성하다 ghi lời cung khai vào biên bản.

조석 buổi sáng và buổi chiều.

조선 nghề đóng tàu. --하다 đóng tàu. *--공 thợ đóng tàu. --기사 kỹ sư hàng hải. --대 chỗ đóng tàu, kênh hàng hải, đường trượt của tàu. --소 xưởng sửa chữa và đóng tàu. --업 công nghiệp đóng tàu. --학 hàng hải học.

조섭 sự giữ gìn sức khỏe => 조리.

조성 sự chếtạo. --하다 làm, chế tạo, sản xuất, xây dựng.

조성 sự hợp thành, sự cấu thành, sự tạo thành. --하다 hợp thành, cấu thành, tạo thành, lập, dựng. *--체 cơ quan, tổ chức.

조성 [조장] sự đẩy mạnh, sự xúc tiến; [기여] sự giúp đỡ, sự hỗ trợ. --하다 giúp đỡ, hỗ trợ, ủng hộ, khuyến khích, xúc tiến, góp phần.

조세 thuế, sự đánh thuế. @조세를 부과하다 đánh thuế trên..

조소 nụ cười chế giễu. --하다 cười chế giễu, cười nhạo báng. @조소를 사다 bị chế giễu.

조소 tượng hình để mặc quần áo làm mẫu

조속히 càng sớm càng tốt

조수 người giúp đỡ. @외과의 조수 người trợ lý cho bác sĩ phẫu thuật .

조수 loài chim và loài gia súc, loài lông mao và loài lông vũ.

조수 nước thủy triều lên, triều cường. *--표 bảng cho biết giờ thủy triều lên ở một nơi.

조숙 tính phát triển sớm. --하다 chín sớm, phát triển sớm. *--아 một đứa trẻ sớm phát triển.

조식 chế độ ăn kiêng giản dị, món ăn đơn giản, bữa ăn thanh đạm. --하다 sống theo chế độ ăn kiêng đơn giản, ăn uống thanh đạm

조신 triều thần, cận thần.

조신 sự thận trọng (trong cư xử). --하다 thận trọng, dè dặt, kín đáo.

조실부모 sớm mồ côi cha mẹ --하다 cha mẹ mất sớm

조심 [주의] sự cẩn thận, sự thận trọng, sự chu đáo; [신중] sự phòng ngừa, tính phòng xa. --하다 cẩn thận, thận trọng, đề phòng, cảnh giác. @조심하여 một cách thận trọng; một cách chu đáo, cẩn thận.

조심성 tính chu đáo, tính cẩn thận. @조심성이 없다 không thận trọng, khinh xuất.

조아리다 quỳ lụy, khúm núm; qùy lại, khấu đầu lại tạ, cúi lại sát đất.

조아팔다 bán từng lô, từng mảnh nhỏ.

조악 tính lỗ mãng, tính thô lỗ. --하다 thô lỗ, lỗ mãng. *--품 hàng kém chất lượng, thứ phẩm.

조암 광물 khối đá tạo hình khoáng vật.

조야 sự thô kệch, sự chất phác. --하다 đơn giản, thô sơ, tầm thường, quê mùa, mộc mạc.

조야 nhà nước và nhân dân, toàn dân, cả nước.

조약 hiệp ước, hiệp định, công ước. @조약을 체결하다 kết thúc (tiến hành) một hiệp ước. *--규정 các điều khoản của một hiệp ước.

조약돌 đá cuội, sỏi, thạch anh, mã não trong.

조어 [말] một từ mới đặt; [만들기] sự tạo ra từ mới.

조언 lời khuyên, lời chỉ bảo, ý kiến đề xuất. --하다 khuyên răn, khuyên bảo, chỉ bảo. *--자 người khuyên bảo, cố vấn.

조업 sự làm việc, sự hoạt động, thao tác. --하다 hoạt động, đang làm việc, làm cho hoạt động, thao tác. *--일수 ngày làm việc

조역 [일] việc làm phụ, hành động phụ; [사람] vai phụ; phó ga (역의); người phụ việc. --하다 giúp đỡ, phụ giúp.

조연 sự đóng vai phụ, sự làm phụ. --하다 đóng vai phu, làm phụ. *--자 một diễn viên phụ.

조예 kiến thức, tri thức, học thức. @...에 조예가 깊다 thạo về.., rất giỏi về (lịch sử).

조용하다 [잠잠] im lặng, êm đềm, êm ả, yên tĩnh, thanh bình, phẳng lặng; [태도가] dịu dàng, nhẹ nhàng, êm dịu; [한적] hoang vắng, hiu quạnh; [평안] yên tĩnh, thanh bình @조용히 một cách yên tĩnh, một cách thanh bình.

조우 [만남] sự chạm trán, sự đụng trận, cuộc đọ sức. --하다 chạm trán, đụng trận, đọ sức.

조운 sự vận chuyển bằng đường biển.

조울병 [의학] tình trạng mất trí do rối loạn thần kinh. *--환자 chứng rối loạn thần kinh.

조원 nghệ thuật xây dựng vườn hoa và công viên. --하다 làm vườn. *--가 người xây dựng vườn hoa và công viên.

조위 sự chia buồn. --하다 chia buồn với ai. *--금 tiền phúng điếu.

조율 sự lên dây, âm điệu, âm chuẩn. --하다 lên dây, so dây, chỉnh nhạc cụ. *--기 cái khóa (lên dây đàn), máy điều chỉnh. --사 người lên dây nhạc cụ.

조음 [목소리의] cách đọc rõ ràng, cách phát âm rõ ràng; [악기의 nhạc khí] sự lên dây. --하다 đọc rõ ràng, phát âm rõ ràng, nói rõ ràng.

조의 [유족에 대한] lời chia buồn; [고인에 대한] một biểu hiện tôn kính người quá cố. @조의를 표하다 bày tỏ lòng thương tiếc..

조인 phi công, người lái máy bay.

조인 chữ ký, con dấu --하다 ký tên, đóng dấu. *--식 nghi thức ký tên.

조작 [제조] sự sản xuất, sự xây dựng, sự gia công; [날조] sự chế tạo, sự phát minh. --하다 [날조] chế tạo, sản xuất, phát minh; bịa ra, tưởng tượng ra (안출); [만들다] bịa đặt, phịa.

조작 quá trình tiến hành công việc, sự thao tác. --하다 thao tác, điều khiển. * 금융(시장) -- sự vận động tiền tệ (thị trường). 자동-- thao tác tự động.

조잡 sự thô tục, tính lỗ mãng, tính chất sống sượng, sự thô bạo. –하다 thô lỗ, sống sượng, cộc cằn, lỗ mãng khiếm nhã, suồng sả, man rợ.

조장 sự xúc tiến. --하다 xúc tiến, đẩy mạnh.

조장 người điều khiển, đốc công, quản đốc.

조전 bức điện chia buồn. @조전을 치다 gửi điện chia buồn.

조절 sự chỉnh lý, sự sửa lại cho đúng; sự điều chỉnh (악기의 nhạc khí). --하다 sửa lại cho đúng (tốc độ, áp lực của một thiết bị) điều chỉnh (làn sóng truyền thanh). *--기 máy điều chỉnh; sự điều biến (라디오의 radio).

조정 cung điện, triều đình.

조정 sự điều đình, sự hòa giải, sự dàn xếp. --하다 điều đình, hòa giải, dàn xếp. *--안 kế hoạch (dự kiến) hòa giải. --위원 trọng tài, người phân xử, quan tòa, thẩm phán

조정 sự sắp đặt, sự sắp xếp. --하다 sắp đặt, sắp xếp, chỉnh lý. @가격을 조정하다 điều chỉnh giá cả (của).

조정 sự chèo thuyền. --하다 chèo thuyền. *--경기 cuộc đua thuyền.

조제 công nghiệp thô sơ. --하다 sản xuất hàng thô. –품 hàng thô, thứ phẩm.

조제 sự pha chế thuốc. --하다 điều chế thuốc, bán thuốc theo đơn (처방에 의해). *--사 dược sĩ, người bán thuốc. --실 nhà thuốc, trạm phát thuốc.

조제 sự làm (pha chế) theo đơn (theo yêu cầu đặc biệt của khách hàng); sự điều chế (조합 hỗn dược). –하다 bào chế, pha chế.

조조 sáng sớm.

조종 hồi chuông báo tử.

조종 tiên đế, tiên hoàng (ông bà tổ tiên của vua)

조종 sự điều khiển, sự chỉ huy, sự thao tác. --하다 quản lý, thao tác, điều khiển, cầm lái (비행기를 máy bay) điều khiển; giật dây (배후에서). @기계를 조종하다 điều khiển một cỗ máy. *--간 cái cần điều khiển. --법 sự cầm lái, thao tác. --사 người điều khiển, hoa tiêu, phi công.

조주 [음악 âm nhạc] phần đệm bắt buộc.

조준 sự nhắm, ống ngắm (ở súng), sự đặt (mìn) --하다 nhắm bắn @대포의 조준각 góc nâng (góc giữa nòng súng và đường nằm ngang).

조지다 (1) [단단히 맞추다] gắn chặt, siết chặt, vặn chặt. (2) [단속하다] quản lý (kiểm tra) chặt chẽ.

조직 [결성] sự tổ chức, sự cấu tạo; [구성] sự xây dựng, công trình xây dựng; [체계. 제도] hệ thống phương pháp; [생물] mô. --하다 tổ chức, thiết lập, thành lập, xây dựng. @조직적 cẩn thận, có phương pháp // 조직적으로 một cách có hệ thống. *--노동자 công việc đã được chuẩn bị, xắp xếp. –망 mạng lưới hệ thống. --자 người tổ chức. --체 cơ thể.--학 [생물] khoa nghiên cứu mô học. 경제-- cấu trúc kinh tế.

조짐 triệu chứng, dấu hiệu, điềm.

조짚 cọng rơm kê (bắp)

조차 ngay cả, hơn nữa, vả lại, thêm vào đó, cũng. @분묘가 어디인지조차 알지 못한다 ngay cả mồ mả ở đâu tôi cũng không thể nói.

조차 mức thủy triều.

조차 sự cho thuê (bất động sản). --하다 cho thuê. *--권 một hợp đồng cho thuê.

조찬 bữa điểm tâm => 조반.

조처 sự hướng dẫn, sự điều trị, sự quản lý, sự điều khiển. --하다 chỉ huy, chỉ đạo, điều khiển, quản lý, xắp xếp @필요한 조처를 하다 dùng biện pháp thiết yếu.

조척 => 가늠.(-자)

조청 hột (hạt) si-rô (syrup)

조촐하다 [아담하다] kín gió, ấm áp, ấm cúng, thoải mái; [단정하다] bảnh bao, sang trọng, tinh tế, tao nhã, sạch, gọn, ngăn nắp; [해사하다] thanh nhã, duyên dáng, yêu kiều

조총 súng bắn chim, súng hỏa mai

조총 súng hỏa mai dùng trong đám tang (nghi thức).

조총련 *Chochognyon,* hiệp hội của Hàn kiều sống ở Nhật.

조추 đầu thu

조춘 đầu xuân.

조치 sự điều khiển, sự trông nom, sự quản lý, sự khôn khéo, sự mánh lới => 조처.

조칙 sắc lệnh, chỉ dụ của vua.

조카 cháu trai (con của anh, chị, em). *--딸 cháu gái (con của anh, chị, em). --며느리 cháu dâu. --사위 cháu rể.

조타 thiết bị lái. --하다 lái (tàu thủy, ô tô...). *--기 cơ cấu lái (ô tô, tàu thủy). --수 người lái tàu, thuyền. --실 buồng hoa tiêu, buồng lái.

조탁 [보석의] nghệ thuật khắc, chạm. --하다 khắc, chạm.

조탄 than đá loại kém chất lượng.

조탕 sự tắm biển, sự ngâm mình vào nước biển.

조퇴 --하다 nghỉ sớm hơn thường lệ. @세시간 일찍 조퇴하다 nghỉ làm sớm ba tiếng.

조판 sự sắp chữ, phép đặt câu, cách bố trí câu --하다 sắp chữ, đặt câu, bố trí.

조팝나무 [식물] cây thuộc họ cúc (có hoa đỏ, da cam hoặc vàng thường mọc thành cụm).

조팝나물 vòng hoa đội đầu của cô dâu.

조폐 sự đúc tiền, số tiền đúc. *한국--공사 Công ty tiền đúc Hàn quốc

조포 tiếng pháo chào tiễn biệt (người chết)

조피나무 [식물] cây hồ tiêu Nhật Bản.

조합 [약 따위의] hỗn dược, hợp chất, sự điều chế; [조미] gia vị. --하다 trộn, pha lẫn, hòa lẫn, điều chế; [조미하다] nêm gia vị. *--물 chất pha chế, hỗn hợp.

조합 hội liên hiệp, đoàn thể; hiệp hội, công ty (합자의); [수학 toán học] sự tổ hợp. @조합에 가입하다 gia nhập đoàn thể. *--규약 điều khoản của hội. --운동 sự liên kết các hoạt động. --원 hội viên, một thành viên của hiệp hội. 구매—hiệp hội người tiêu dùng. 노동-- công đoàn, nghiệp đoàn. 변호사-- nghiệp đoàn luật sư. 산업-- nghiệp đoàn công nghiệp. 직업-- nghiệp đoàn nghề thủ công. 판매—hợp tác xã (bán hàng)..

조항 [법률 따위] mục, điều khoản (của một hiệp ước); [항목 hạng mục] điều khoản (của một văn bản).

조해 [화학] sự chảy rữa, sự tan ra. --하다 chảy rữa, tan ra, tan biến đi.

조행 cách cư xử, cách xử sự, thái độ.

조혈 --하다 lên máu, tăng máu.

조형 sự đúc, vật đúc. *--미술 nghệ thuật tạo hình (bằng chất dẽo)

조혼 sự kết hôn sớm. --하다 kết hôn sớm.

조화 sự tặng hoa, bó hoa tặng.

조화 sự sáng tạo, tạo hóa. @조화의 묘 kỳ công của tạo hóa, điều kỳ diệu của tạo hóa.

조화 hoa giả, hoa nhân tạo.

조화 [일치] sự hài hòa, sự phù hợp; [음색의] sự hòa âm; [균형] sự cân đối, tính đối xứng. --하다 hài hòa, phù hợp, cân đối, đối xứng @조화된 hài hòa, cân đối, hòa hợp; [균형이 잡힌] đối xứng, cân đối.

조회 sự thẩm vấn, sự tham khảo, sự hỏi. --하다 thẩm tra, thẩm vấn, tham khảo, hỏi. @--장 một lá thư tham vấn.

조회 phiên họp buổi sáng ở nhà trường.

족 chân, bàn chân; [동물의 động vật] móng chẻ, móng guốc (소의 của trâu bò)

--족 [생물의 sinh vật] họ, dòng dõi; [종족 loài, phái, giống] dòng giống, chủng tộc. *몽고-- chủng tộc Mông Cổ.

족대기다 [볶아치다] thúc giục, giục giã, thúc đẩy, hành hạ, bóp méo, xuyên tạc; [우기다] khăng khăng, cố chấp.

족두리 cái mủ miện đen của phụ nữ quý tộc đội trong nghi lễ trang trọng.

족발 chân giò (của lơn, cừu).

족벌 thị tộc, bè đảng, phe cánh. *--정치 sự thống trị của phe phái. --주의 chế độ gia đình trị. --주의자 người quen thói bao che dung túng người nhà (ở các cơ quan)

족보 bảng phả hệ, cây dòng họ.

족생 --하다 phát triển thành bầy, thành đàn. *--식물 thực vật mọc thành quần thể (thành cụm)

족속 [가족] gia đình; [일가] bà con, thị tộc, họ hàng, phe cánh.

족쇄 cái cùm, cái còng @족쇄를 채우다 cùm lại,, xích lại, ngăn chặn, trói buộc, hạn chế.

족자 bức ảnh treo.

족자리 vật hình tai (quai, bình đựng nước…), tai quai (của ấm, bình, lọ, chậu, ca, nồi)

족장 tộc trưởng, gia trưởng. *--시대 thời đại gia trưởng (tộc trưởng)

족적 dấu chân, vết chân. @족적을 남기

다 để lại dấu chân.

족제비 [동물 động vật] con chồn.

--족족 [마다] mỗi lần, mỗi khi, hễ khi nào, lúc nào. @오는 족족 mỗi khi có ai tới.

족집게 cây nhíp. @족집게로 털을 뽑다 nhổ tóc bằng cây nhíp.

족치다 (1) [작게 만들다] chặt, đốn, đẽo. (2) [차차 줄이다] bỏ hoang, phung phí, lãng phí. (3) [깨뜨리다] phá, phá hoại. (4) [족대기다] ép, buộc phải, bắt phải, thúc ép.

족친 bà con (xa), người có họ (xa).

족하다 [충분] đủ, đầy đủ, đủ để đáp ứng, làm xong. @그것으로 족하다 việc đó sẽ xong.

족히 đủ, đầy đủ, hoàn toàn, thích đáng, đáng giá, triệt để, ra trò. @족히 1 시간 một giờ đầy đủ.

존 khu vực, miền, vùng. *--디펜스 khu vực phòng thủ. 스트라이크--[야구] khu vực tấn công.

존경 sự kính trọng, sự ngưỡng mộ. --하다 kính trọng, ngưỡng mộ, tôn kính. @존경할 đáng kính trọng, đáng tôn kính, đáng ngưỡng mộ.

존귀 tính cao thượng, tính thanh cao --하다 thanh cao và quý phái.

존대 --하다 cư xử lễ phép, kính mến, quý trọng. *--어 từ (thuật ngữ) tôn kính, lịch sự.

존득거리다, 쫀득거리다 dính, bám chắc; chắc, bền (질긴).

존립 sự sống còn, sự tồn tại, sự hiện hữu. --하다 sống, tồn tại. *--기간 [법] khoảng thời gian mà một sự việc tồn tại, thời gian hiện hữu.

존망 sự sống và cái chết; vận mệnh, số phận

존비 khắp nơi, mọi nơi mọi chỗ, cao sang và thấp hèn.

존속 sự tiếp tục, sự tồn tại. --하다 tiếp tục sống, duy trì, giữ vững

존속 [법] ông bà tổ tiên, dòng dõi trực tiếp *--살해 tội giết người thân thích, kẻ giết người thân.

존숭 sự tôn kính, sự sùng kính, lòng kính trọng. --하다 tôn kính, sùng kính, kính trọng, tôn trọng

존엄 vẻ đường bệ, vẻ oai nghiêm, thái độ đường hoàng chững chạc. --하다 đường hoàng, trang nghiêm. @법의 존엄 luật pháp nghiêm khắc

존의 (theo) cao kiến; ý kiến (quan điểm) đáng tôn trọng của ông.

존장 người nhiều tuổi hơn, người đáng tôn kính, đáng được kính trọng (vì tuổi tác, tính cách), người trên trước.

존재 sự sống, sinh kế, sự tồn tại. --하다 tồn tại, sống. @존재하고 있는 sự hiện hữu, hiện có, hiện còn. *--론 bản thể học. --물 thể chất. --의의 ý nghĩa của sự sống.

존절하다 tiết kiệm, kinh tế. @존절히 thanh đạm, đạm bạc, căn cơ, tằn tiện.

존존하다, 쫀쫀하다 dệt khéo; dệt mịn, kỹ

존중 lòng quý mến, sự kính trọng. --하다 kính mến, quý trọng, coi trọng, .

존칭 danh vị đáng kính, tước vị danh dự

존체 sức khỏe vàng ngọc của ông (bà..), quý thể.

존폐 sự duy trì hay bãi bỏ; sự tồn tại, sự hiện hữu. *--*문제 vấn đề duy trì hay bãi bỏ (một thể chế).

존함 quý danh

졸 [장기의] con tốt trong cờ Hàn Quốc.

졸경치(르)다 trải qua bao kinh nghiệm cay đắng.

졸고 quả mìn (địa lôi) lép (không giá trị)..

졸깃졸깃, 쫄깃쫄깃 --하다 dính, bầy nhầy, nhớp nháp, phải nhai nhiều (kẹo).

졸년 ngày chết (của người nào).

졸다 [1]ngủ trưa, ngủ lơ mơ; [깜박] ngủ thiếp đi một giấc ngắn; [앉아서] ngủ gật trên ghế. @책을 읽다가 졸다 ngủ gà ngủ gật khi đang đọc sách.

졸다 [2][물 따위가] bị sôi cạn.

졸도 cơn ngất, sự ngất, sự xỉu, sự bất tỉnh; [의학] sự bất tỉnh một thời gian ngắn (do tụt huyết áp…). --하다 bất tỉnh, xỉu.

졸때기 (1) [일] công việc nhỏ nhặt. (2) [사람] người nhỏ nhặt.

졸라대다 quấy rầy, làm phiền (ai trong việc gì, để làm việc gì).

졸리매다 cột lại, buộc lại, trói chặt.

졸렬 sự vụng về. --하다 vụng về, lóng ngóng.

졸리다 [1] [남에게] bị ai quấy rầy, bị chọc ghẹo.

졸리다 [2] [매이다] bị buộc chặt.

졸리다 [3] thấy buồn ngủ, ngủ gà ngủ gật. @졸려보이는 buồn ngủ, ngái ngủ.

졸막졸막 --하다 pha tạp, linh tinh nhiều loại khác nhau. @졸막졸막한 나무들 một nhóm cây nhiều cỡ khác nhau.

졸망졸망 --하다 có cỡ nhỏ, hoàn toàn gập ghềnh, mấp mô (xóc) @졸망졸망한 아이들 một bầy trẻ con.

졸문 [자기글 cái tôi, bản ngã] nét chữ thô kệch của tôi; [졸렬한 글] nét chữ vụng về (khó coi)

졸병 người lính bình thường => 병졸.

졸보 người vô tích sự.

졸부 người giàu có bất ngờ.

졸속주의 cách tạm dùng được.

졸아들다 sôi cạn, nấu đặc lại => 줄어들다.

졸아붙다 [물 따위가] (nước) nấu sôi cạn.

졸업 sự tốt nghiệp. --하다 hoàn thành khóa học, tốt nghiệp (ở). @졸업하면 sau khi tốt nghiệp. *--문 luận văn tốt nghiệp. –시험 kỳ thi tốt nghiệp. --식 lễ tốt nghiệp. --장 văn bằng, bằng cấp, giấy khen.

졸음 sự buồn ngủ, tình trạng ngủ gà ngủ gật. @졸음이 오다 cảm thấy buồn ngủ.

졸이다 [고기 따위를] sôi cạn; [마음을] cảm thấy lo âu, áy náy. @마음을 졸이다 bồn chồn, lo lắng, sốt ruột, đứng ngồi không yên.

졸작 [졸렬한] việc làm vô giá trị; [자기의] việc làm hèn mọn của tôi (nói khiêm tốn).

졸장부 người thiển cận, người kém năng lực.

졸저 [자기 작품] nghề mọn của tôi; [보잘것없는 작품] một quyển sách dỡ (tồi).

졸졸 [물이] dòng chảy nhỏ giọt, dòng nước róc rách; [사람을] kiên trì, bền bỉ. @시냇물이 졸졸 흐르다 con suối chảy róc rách.

졸중 [의학 y học] chứng ngập máu.

졸지 @졸지에 bất chợt, bất thình lình.

졸책 đường lối kém, cách xử sự tồi.

졸필 [악필] chữ viết xấu; [악필가] người viết chữ xấu; [자기필적] nét chữ thô kệt của tôi.

졸하다 chết, qua đời, từ trần.

좀 [1][곤충] con bướm đêm, con sâu bướm, con mọt sách @좀먹은 bị nhậy cắn.

좀 [2][그 얼마나] thế nào, ra sao, biết bao, chắc chắn, chắc hẳn. @좀 걱정하셨겠어요 chắc hẳn là bạn cảm thấy rất lo lắng.

좀 [3] [청할 때] xin hãy, xin vui lòng; [조금] một chút, một tí, một ít. @좀 기다려 주십시오 xin ông đợi cho một chút.

좀 nhỏ, lặt vặt, chút ít, thường thường.

좀것 [사람] một người thiển cận, người có đầu óc hẹp hòi; [물건] chuyện nhỏ, chuyện vặt.

좀더 [양 số lượng] thêm một chút nữa; [수 số] thêm một ít (một vài) nữa; [시간 thời gian] lâu thêm chút nữa

좀도둑 kẻ cắp, kẻ móc túi. *--질 kẻ ăn cắp vặt.

좀먹다 bị nhặn cắn, bị sâu bọ cắn.

좀생이 [천문 thiên văn] nhóm thất tinh; [자물건] những vật thể nhỏ.

좀스럽다 [성질이] nhỏ nhen, vụn vặt; [규모가] nhỏ mọn, không quan trọng, tầm thường. @좀스러운 사람 người tính tình nhỏ nhen.

좀약 viên long não, viên băng phiến.

좀처럼 [여간해서] ít khi, hiếm khi; [쉽사리] một cách rõ ràng. @이 지방은 좀처럼 눈이 안온다 vùng này hiếm khi có tuyết rơi.

좀팽이 một người hơi nhỏ mọn.

좁다 [폭이] hẹp, chật hẹp, eo hẹp; [면적이] nhỏ, bé; [갑갑하다] chật, chặt, khít; [마음이] hẹp hòi, nhỏ nhen. @좁은 문 cái cổng hẹp // 마음이 좁은 사람 một người có tâm hồn hẹp hòi.

좁다랗다 chật chội, bí hơi, ngột ngạt.

좁쌀 hạt kê đã bóc võ. *--영감 một người già.nhỏ con.

좁쌀풀 [식물 thực vật] cây trân châu.

좁히다 giới hạn, hạn chế;

종 [1] người hầu, người nô lệ (cảnh tôi đòi, nô lệ)

종 [2] [파 따위의] thân, củ (hành tỏi)

종 bề dài, độ dài, chiều dài. @종의 theo chiều dài // 종으로 theo chiều dọc.

종 [종류] loại, thứ, hạng, tính đa dạng [분류 단위] loài, loại, kiểu, hạng, thứ; [종자] hạt giống; [동물] nòi giống, dòng dõi. @각종의 mọi thứ. *--마 con ngựa giống, con ngựa đực. --우 con bò đực. 잡-- con vật lai (cây/người lai).

종 cái chuông, cái còi; cái chuông cửa (현관의); cái chuông nhỏ (lắc bằng tay) (손종); cái chuông đĩa, cái cồng, cái chiêng (징); [교회의] chuông chùm. @종을 울리다 rung chuông. *--소리 tiếng chuông.

종-- @조형 anh, em họ của người nào

--종 giáo phái. @종계종 môn phái *Choge*.

종가 dòng chính, chính thất.

종가래 cái thuổng, cái mai nhỏ (để xắn đất).

종가세 một khoản thuế theo giá hàng.

종각 cái tháp chuông.

종개념 [논리] loài, dạng, hình thái.

종견 con chó giống.

종결 sự kết thúc, sự chấm dứt, phần cuối. --하다 chấm dứt, kết thúc. @종결시키다 kết thúc (sự việc); đi đến kết thúc.

종곡 [음악 âm nhạc] đoạn cuối, chương cuối.

종관 --하다 xuyên qua. *--철도 ngành đường sắt chạy xuyên (lục địa)

종교 tôn giáo, sự tín ngưỡng, giáo phái.

@종교적 sùng đạo, mộ đạo, ngoan đạo // 종교를 믿다 có niềm tin vào một tôn giáo. *--가 giáo sĩ, tu sĩ. --개혁 sự cải tổ tôn giáo. --계 giới mộ đạo. --교육 sự giáo dục tôn giáo. --문학 tài liệu tôn giáo. --사 lịch sử tôn giáo. --심 tinh thần tôn giáo. --재판 tòa án dị giáo (do giáo hội La mã lập ra hồi thế kỷ 15). --철학 triết lý tôn giáo. --학 khoa học về tôn giáo; thần học (신학). --회의 hội nghị tôn giáo.

종구라기, 종구락 quả bầu nhỏ.

종국 đoạn cuối, phần cuối, đoạn kết. [바둑의] hồi kết thúc, chấm dứt (trận đấu) @종국의 cuối cùng, sau cùng, sau chót, rốt cuộc.

종군 những người ủng hộ quân đội. --하다 phục vụ (tổ quốc) trong thời chiến, nhập ngũ, ra trận. *--간호원 y tá chiến trường. --기자(기장) phóng viên chiến trường.

종굴박 quả bí nhỏ.

종극 tính chất dứt khoát, tính chất cuối cùng. @종극의 cứu cánh, sau cùng, sau chót.

종기 chỗ sưng lên, nhọt, đinh, khối u.

종내 [마침내] sau hết, sau cùng, rốt cuộc.

종다래끼 cái rỗ tre nhỏ.

종다수 --하다 theo ý kiến đa số.

종단 thứ bậc trong tôn giáo.

종단 sự cắt từ trên xuống, sự bổ theo chiều dọc; [분할] sự tách ra, bổ ra. --하다 tách, bổ, chẻ ra theo chiều dọc (사맥 따위가); đi ngang qua, vượt qua. *--면 miếng cắt theo chiều dọc.

종달거리다 càu nhàu, lầm bầm, cằn nhằn, phàn nàn, ca cẩm.

종달새 con chim chiền chiện.

종당 như thường lệ, như thông thường.

종대 hàng, dãy, cột, mục. @2 열종대로 theo cột đôi, hàng đôi.

종돈 con heo giống.

종두 sự tiêm chủng bệnh đậu mùa. --하다 tiêm chủng, tiêm ngừa.

종래 [부사적] cho đến nay. @종래의 thông thường, theo thường lệ, theo truyền thống

종량세 thuế thương nghiệp đặc trưng (giá biểu).

종려 [식물 thực vật] cây họ cọ. *--수 cây cọ. --유 dầu cọ.

종렬 hàng dọc, dãy, chuỗi.

종료 đoạn kết, đoạn cuối; [완료] sự hoàn thành. --하다 [마치다] hoàn thành, kết thúc, chấm dứt.; [끝나다] đi đến kết thúc, được kết thúc.

종루 tháp chuông.

종류 loại, hạng; [동. 식물의] nhiều thứ, đủ loại; [형] loại, kiểu. @같은 종류 cùng loại // 이런 종류의 범죄 các tội phạm thuộc loại này.

종마 ngựa giống.

종막 màn cuối.

종말 đoạn cuối, đoạn kết

종말론 [종교 tôn giáo] thuyết mạt thế.

종매 cô em họ.

종목 một khoản, một món, một tiết mục (경기의 thi đấu thể thao). *영업—mặt hàng kinh doanh.

종묘 [싹을 기름] sự gieo hạt; [묘목] cây trồng từ hạt. *--장 vườn ương.

종묘 lăng tẩm, điện thờ của gia đình hoàng tộc.

종물 đồ phụ tùng.

종반전 [바둑. 장기의] ván cuối; [선거 동의] giai đoạn cuối.

종발 cái tô nhỏ, cái chén nhỏ.

종배 lứa cuối.

종범 sự tòng phạm. @살인죄의 종범 đồng lõa giết người. *--자 tên tòng phạm, kẻ đồng lõa.

종별 sự phân loại. –하다 chia loại, phân loại.

종복 người theo hầu, người phục vụ.

종사 --하다 [전렴함] hiến thân mình; [집무에] làm, kinh doanh, tiến hành, theo nghề, làm nghề, hành nghề, phục vụ cho ngành.. @그는 무슨 작업에 종사하고 있습니까 anh ấy kinh doanh về ngành gì?

종사 người thừa kế chính thức của một thị tộc.

종산 nghĩa trang gia đình.

종서 chữ viết thẳng. --하다 viết thẳng.

종선 đường thẳng đứng;[악보의] gạch nhịp, nhịp.

종성 tiếng chuông.

종성 hoàng gia.

종성 [언어] phụ âm cuối.

종속 sự lệ thuộc. --하다 lệ thuộc, phụ thuộc. @종속적인 người dưới quyền, người cấp dưới. *--구(절) mệnh đề phụ. --국 nước chư hầu.

종손 cháu đích tôn, cháu trai cả của dòng chính.

종손 cháu trai.

종손녀 cháu gái.

종시 => 끝끝내.

종시속 --하다 theo thói quen thường ngày.

종식 sự chấm dứt, sự trừ tiệt, sự nhổ rễ. --하다 dừng, ngừng, thôi, hết, chấm dứt. @종식시키다 chấm dứt, bãi bỏ (chiến tranh).

종신 (1) [한평생] cả cuộc đời. (2) [임종] sự có mặt lúc cha mẹ lâm chung. (3) [죽음] cuối đời. --하다 có mặt vào giờ phút cha mẹ lâm chung. @종신 징역을 살다 chịu án chung thân. *--연금 tiền trợ cấp suốt đời. --징역 cuộc sống ngục tù -- 징역자 người bị tù chung thân. --형 án tù chung thân.

종실 hoàng gia.

종심 [법] phiên tòa cuối cùng.

종씨 thành viên thị tộc.

종씨 [자기의] anh chi họ bên nội; [남의 nam] anh họ bên nội của người được tôn trọng

종아리 bắp chân. @종아리를 맞다 bị quật vào bắp đùi.

종아리뼈 xương mác.

종아리채 cây roi mây, cây gậy.

종알거리다 cằn nhằn, càu nhàu, phàn nàn.

종양 khối u. *양성(악성) -- một khối u lành tính.

종언 [임종] sự kết liễu, sự chết; [종말] sự chấm dứt. --하다 chết, kết thúc, kết liễu, chấm dứt.

종업 công việc phục vụ. --하다 được thuê làm việc. *--시간 giờ lao động, giờ làm việc. --원 [한사람] người lao động.

종업 sự kết thúc công việc; [학교의] sự kết thúc một khóa học. --하다 hoàn thành công việc. *--식 nghi lễ bế mạc.

종연 sự kết thúc buổi diễn, cuối buổi diễn.

종요로이 quan trọng, rất cần thiết, bắt buộc, không thể bỏ qua, không thể thiếu được.

종요롭다 trọng đại, quan trọng.

종용 sự thuyết phục, sự gợi ý, sự đề nghị, lời khuyên. --하다 thuyết phục, gợi ý, khuyên bảo. @자수를 종용했다 tôi đã thuyết phục nó ra đầu thú với cảnh sát.

종우 con bò đực, con bò giống.

종유동 một hang (động) thạch nhũ.

종유석 thạch nhũ.

종이 giấy. @종이 한 장 một tờ giấy // 종이 조각 một mảnh giấy.

종일 cả ngày, suốt ngày, từ sáng đến tối.

종자 con trai cả của dòng họ chính.

종자 người phục vụ, người hầu; đoàn tùy tùng (수행자) .

종자 [식물의] hạt, hạt giống; [동물의] dòng dõi, nòi giống.

종자매 chị em họ.

종작 thực chất; ý chính (của một vấn đề, câu chuyện), lý do chính, nguyên nhân chính.

종작없다 vu vơ, vô nghĩa, không mục đích

종잡다 nắm được ýchính

종장 đoạn cuối của 3 câu thơ (*sijo*); đoạn cuối của bài ca..

종적 dấu vết của người nào, tăm hơi. @ 종적을 감추다 biến mất, bỏ trốn, không để lại dấu vết.

종전 @종전의 trước, xưa, cũ // 종전과 같이 như thường lệ, như trước kia.

종전 sự chấm dứt chiến tranh. --하다 chiến trang kết thúc.

종점 phần cuối, phần chót; điểm cuối cùng.

종제 em họ bên nội.

종조 người thành lập (giáo phái); ông tổ.

종조모 bà thím, bà cô.

종조부 ông bác, ông chú, ông cậu.

종족 chi tộc.

종족 dòng giống, chủng tộc; [동. 식물의] họ, phái, giống, loại, loài. *--보존 sự bảo tồn giống loài. 본능-- bản năng đặc trưng cho chủng tộc.

종졸 người lính hầu cận, lính cận vệ.

종종 các vật khác nhau; [부사적] thỉnh thoảng.

종종걸음 bước đi nhanh, bước đi ngắn và nhanh, bước đi uốn éo.

종주 tôn chủ, bá chủ. *--국 nước bá chủ.

종중 các gia quyến cùng một chi tộc @종중답 các cánh đồng lúa thuộc sở hữu của chi tộc.

종지 một cái đĩa nhỏ (chén, tô).

종지 sự ngưng lại, sự kết thúc. --하다 kết thúc, ngưng. *--부 chấm câu, dấu chấm câu.

종지 ý chính, nội dung chính (ngụ ý / mục đích)

종지뼈 xương bánh chè (ở đầu gối).

종진 hàng dọc.

종질 sự (chế độ) chiếm hữu nô lệ; cảnh nô lệ --하다 là một nô lệ.

종질 anh em họ của con trai

종질녀 anh em họ của con gái.

종착역 sân ga cuối cùng.

종축 thú nuôi để gầy giống. *--장 trang trại nuôi thú gây giống

종친 hoàng gia.

종탑 cái tháp chuông.

종파 chi chính của một dòng họ; [종교] phái., giáo phái*--싸움 cuộc tranh chấp giữa các môn phái. --심 chủ nghĩa bè phái.

종파 sự gieo hạt; hạt giống.

ㅈ

종피 [식물 thực vật] vỏ ngoài của hạt, vỏ hột (trái cây, ngũ cốc)

종합 sự tổng hợp, sự khái quát; [철학] sự kết hợp. --하다 kết hợp, tổng hợp. @종합적 ghép lại, tổng hợp, hợp lại // 종합적으로 một cách tổng hợp. *--대학 đại học tổng hợp. --명사 danh từ chung. --병원 bệnh viện đa khoa. --예술 nghệ thuật tổng hợp.

종형 người anh họ

종형제 em họ (nam)

종횡 bề ngang và bề dọc. @종횡으로 theo bề ngang và bề dọc, theo mọi chiều.

좆 dương vật.

좇다 theo, đuổi theo, chạy theo, làm theo, tuân theo. @순서를 좇아 theo thứ tự // 뒤를 좇다 theo ai, theo đuổi, chạy theo sau ai.

좇아가다 (1) [되를] theo, theo đuổi, theo sau. (2) [추종하다] theo với. (3) [따라잡다] theo kịp, bắt kịp. @앞서 가는 사람을 좇아가다 theo kịp (người) phía trước.

좋다 [1] (1) tốt, hay, tử tế, ngoan. @좋은 집 một ngôi nhà có giá trị (tốt) // 좋은 소식 tin lành, tin vui. (2) [유익] có ích, có lợi, tốt. @건강에 좋다 có lợi cho sức khỏe. (3) [적당] đúng đắn, chính xác. @좋을대로 하다 hãy làm theo ý thích (4) [기교] cừ, giỏi, thạo, lành nghề. @손재주가 좋다 khéo tay, có kỹ xảo. (5) [기호] thích hợp, hợp với; [비교] tốt hơn, hay hơn; [선택] thích hơn, ưa hơn. @이것이 훨씬 좋다 cái này tốt hơn nhiều. (6) [소원] ao ước, hy vọng, ước muốn. @살아생전에 그것을 보았으면 좋겠다 tôi mong mình có thể sống để nhìn thấy nó. (7) [...해도] 상관 없다] có thể; không có tâm trí (để làm); không bận tâm, không cần đấn (nếu..), thích, muốn. @내 사전을 써도 좋다 bạn có thể dùng quyển tự điển của tôi, nếu muốn (nếu cần, nếu thích) (8) [...하지 않아도 좋다] không cần, không có. @점심을 가지고 오지 않아도 좋다 bạn không cần phải mang theo cơm trưa.

좋다 [2] [느낌] được! đúng! phải! Tốt lắm! [환성] hoan hô!

좋아지다 (1) [상태가] trở nên khá hơn; [아름다워지다] trở nên khả quan hơn. @날씨가 좋아진다 tiết trời trong sáng hơn. (2) [좋아하게되다] trở nên thích (vật gì) @점점 좋아지다 biểu lộ sở thích.

좋아하다 (1) thích, yêu thích, yêu mến (사랑하다); hâm mộ, có sở thích lớn về, có thị hiếu về; [특별히] khoái, mê, thích; [주로 음식을] say mê, ưa thích một cách đặc biệt; [의문, 무정에] thích, muốn; [보다] ưa hơn, thích hơn, ưa thích. @좋아하는 책 quyển sách ưa thích nhất (của ai) // 음악을 좋아하다 yêu thích (say mê) âm nhạc // 그들은 서로 좋아하는 사이다 họ đang yêu nhau. (2) [유쾌해하다] vui lòng với, hài lòng về. @그는 그 말을 듣고 무척 좋아했다 *ông ấy rất hài lòng khi nghe như vậy.*

좋이 đầy đủ, hoàn toàn, phải, đúng, chính xác. @역까지 좋이 2 마일이된다 đúng hai dặm thì đến nhà ga.

좋지않다 (1) [불량] thấp, kém, hôi hám @좋지 않은 날씨 thời tiết xấu // 품질이 좋지않다 có chất lượng kém // 머리가 좋지않다 đần độn, ngu đần, chậm hiểu. (2) [도덕상] xấu, ác, sai trái. @좋지 않은 일 hành động bất lương, hành động sai quấy. (3) [악하다] xấu, ác, đồi bại, tội lỗi. @좋지 않은 사람 một người độc ác, một kẻ bất lương. (4) [해롭다] có hại, nguy hiểm, gây tai hại, thiệt hại cho, gây bất lợi cho; [불리] bất lợi, thiệt thòi, không nên làm. @눈에 좋지 않다 có hại cho mắt. (5) [기분. 건강등이] đau yếu, ốm, khó ở, không khỏe @위가 좋지않다 bị yếu bao tử // 기분이 좋지않다 cảm thấy không khỏe. (6) [불길] không may, không đúng lúc, rủi, bất hạnh, khốn khổ. @좋지 않은 징조 một điềm không may.

좌 phía bên trái, phía tả. @ 좌와같다 như sau.

좌 ghế, chỗ ngồi (xem phim, kịch...); [성좌] chòm sao; [극단] một đoàn kịch.

좌객 khách (tham dự / có mặt).

좌경 sự nghiêng về bên trái. --하다 nghiêng về bên trái. * --분지 cánh tả. --사상 tư tưởng cánh tả.

좌고 đỉnh cao, chỗ ngồi (vị trí) cao nhất của ai.

좌고 우면 --하다 phân vân, do dự, lưỡng lự; dao động, nao núng (lập trường/quan điểm); trung lập.

좌골 đốt xương háng, xương chậu, xương mắt cá *--신경통 [의학 y học] đau thần kinh tọa.

좌기 @좌기의 được nói đến, được đề cập đến.

좌담 cuộc chuyện trò, cuộc luận bàn. @좌담회 hội nghị bàn tròn, hội nghị chuyên đề.

좌르르 hết sức vội vàng, chớp nhoáng.

좌불안석 @좌불안석이다 không dễ chịu, không yên tâm, cảm giác khó chịu.

좌상 tấm hình (hình tượng) ngồi.

좌상 (1) [좌중] hội, công ty, đoàn thể. (2) [연장] bậc huynh trưởng trong hội.

좌상 sự quản lý một cửa hàng.

좌석 [자리] chỗ ngồi, vị trí; [비행기의] sân chọi gà, bãi chiến trường; [교회의] ghế dài có dựa trong nhà thờ, chỗ ngồi dành riêng trong nhà thờ (cho 1 gia đình, 1 nhân vật quan trọng); [앉을장소] phòng ngồi chơi, phòng khách. @천명의 좌석이 있는 강당 một thính phòng rộng cho hằng ngàn người.

좌선 sự tu thiền. --하다 ngồi thiền

좌선회 sự quay (xoay) về bên trái. --하다 xoay bên trái.

좌시 --하다 ăn không ngồi rồi, ngồi chơi xơi nước . @차마 좌시할 수 없다 tôi không thể ngồi xem được

좌식 sự ăn không ngồi rồi, sự lười nhác, sự vô công rỗi nghề. --하다 sống lười nhác.

좌안 bờ (sông) bên trái

좌약 [의학 y học] thuốc đạn, thuốc nhét (vào hậu môn, âm đạo cho tan ra)..

좌완 투수 cầu thủ thuận tay trái (ném bóng)

좌욕 bồn ngâm đít, sự tắm ngồi.

좌우 (1) bên phải và bên trái [옆] bên cạnh (người nào). (2) [사람] người hầu, cận vệ. --하다 [지배] kiềm chế, chế ngự, nén, thống trị, cai trị, chỉ huy, điều khiển; [영향을 주다] gây ảnh hưởng, làm tác động đến. @좌우의 mặt trái và mặt phải, cả hai mặt; [사상의] người thuộc phe hữu và người thuộc phe tả.

ㅈ

좌우 @좌우에 깆추다 giữ (vật gì) trong cánh tay *--명 phương châm (khẩu hiệu) được ưa thích

좌우간 dù sao đi nữa, dù thế nào đi nữa, trong mọi trường hợp, bất cứ tình huống nào, bất cứ giá nào.

좌우명 => 좌우(--명).

좌우익 [군대의] cánh phải và cánh trái của một đội quân; [사상의] tả/hữu biên; người thuộc cánh tả hoặc hữu.

좌익 [대형] sườn tả [주의] cánh tả; [사람] người cánh tả; [야구] sân bên trái. @좌익의 thuộc cánh tả. *--단체 sự tổ chức cánh tả. –분자 thành phần cánh tả. --사상 phe tả, phái tả (đường lối, chủ trương). --수 [야구] người chặn bóng phía tả.

좌장 chủ tịch, chủ tọa; [홍행의] người chủ, sở hữu chủ; [한자리에서의 어른] sự hiện diện của người có tuổi, có chức quyền.

좌절 dòng nước ngược, sự giật lùi, sự thoái trào, sự đi xuống, sự thất bại, sự thụt lùi, sự suy sụp, sự vỡ mộng. [용기의] sự ngã lòng, sự mất can đảm. --하다 [계획이] bị thất bại, bị phá sản, bị đão lộn, bị sụp đổ. [용기나 기력이] bị thất chí, bị nản lòng @계획이 좌절되다 kế hoạch bị sụp đổ.

좌정 --하다 ngồi, đặt ngồi, an tọa.

좌지우지 --하다 kềm chế, đè nén, điều khiển, chỉ huy => 좌우(--하다).

좌천 sự loại bỏ, sự bỏ xó, sự phó mặc. --하다 bị giáng cấp, bị hạ tầng công tác, bị bỏ xó.

좌초 sự mắc cạn. --하다 mắc cạn. @좌초한 배 con tàu bị mắc cạn.

좌측 bên trái @길의 좌측에 ở bên trái của con đường. *--통행 giữ bên trái, theo bên trái.

좌파 cánh tả. [사람] người theo cánh tả *--사회당 đảng xã hội cánh tả.

좌판 tấm giấy bồi (tấm ván) để lót ngồi.

좌편 phía bên trái, lề trái, cạnh trái.

좌표 [수학] tọa độ @각 좌표 tọa độ góc. *--축 trục tọa độ.

좌향 @좌향좌 quẹo bên trái ! quay bên trái !

좌현 bìa, mép, cạnh @좌현 으로기을다 viền bìa

좌회전 chỗ ngoặc (rẽ) trái, sự quay bên trái. --하다 rẽ bên trái. *--금지[게시] cấm quẹo trái

좍 (1) mênh mông, bao la. @소문이 좍 퍼졌다 tiếng đồn lan rộng khắp (2) rộng rãi, khắp nơi. @문을 좍 열다 hất tung cánh cửa. (3) sự dội xuống, sự trút xuống. @비가 좍 퍼붓는다 trời mưa như trút (mưa to).

좍좍 (1) [비가 mưa] như thác đổ (cơn mưa rất to). (2) [물이 nước] @물을 좍좍 끼얹다 trút (dội/đổ) nước lên. (3) [시원히] lưu loát, trôi chảy, dễ dàng

좔좔 sự phun ra, sự vọt ra, sự bộc lộ tràn trề.

챙이 sự quăng lưới.

죄[법률상의] một tội ác, một hành động vô đạo đức; [종교. 도덕상의] một sự lầm lỗi, tội lỗi; [악덕] thói xấu, tật xấu; [과실.허물] lỗi, trách nhiệm; [벌] sự (bị) trừng phạt, sư (bị) trừng trị; [유죄] sự phạm tội, điều sai quấy; [반칙] sự vi phạm, sự xúc phạm. @죄있는 có tội, phạm lỗi, đầu tội lỗi; đáng trách mắng // 죄없는 vô tội. // 죄를 범하다 phạm tội ác // 죄를 씌우다 đổ lỗi cho ai; trút trách nhiệm cho ai.

죄과 điều sai quấy, một hành động vô đạo dức.

죄과 một lỗi lầm, một sự vi phạm (죄악); sự sai lầm, sự sai sót, lỗi lầm. (과오).

죄다[1] (1) làm cứng (đặc) thêm, trở nên khó khăn hơn, nghiêm ngặt hơn, căng thẳng hơn. @나사를 죄다 siết chặc con ốc (2) [마음을 tâm hồn] cảm thấy sầu muộn, lo âu, không thoải mái, căng thẳng.@마음을 죄다 bồn chồn, sốt ruột, lo lắng, đứng ngồi không yên, bực dọc.

죄다[2] hoàn toàn, trọn vẹn, toàn bộ, tất cả. @죄다 자백하다 thú nhận tất cả.

죄명 trách nhiệm. @사기의 죄명으로 chịu trách nhiệm về sự sai trái

죄목 => 죄명.

죄받다 bị phạt, bị xử phạt, bị kết án

죄벌 sự trừng trị tội ác.

죄상 chi tiết (tình huống) phạm tội, tính chất phạm tội. @죄상이 명백해지다 bị xác nhận phạm tội.

죄송 cảm giác phiền muộn, hối tiếc. --하다 phiền muộn, hối tiếc. @죄송하지만 rất tiếc, đã làm phiền ông, (nhưng..); xin lỗi đã làm phiền ông, (nhưng..)

죄수 tên tù, người bị kết án tù.

죄악 [종교상] tội lỗi, tội ác; [법률상] tội phạm; [도덕상] thói xấu, tật xấu. *--감 ý thức tội lỗi.

죄어들다 trở nên chặt (khít), co lại, rút ngắn lại.

죄어 치다 [죄다] chặt, căng, khít lại. [몰다. 족대기다] dồn ép, thúc ép, xô đẩy, thúc (nợ).

죄업 [불교 đạo phật] tội lỗi.

죄이다 [물건이 đồ vật] kéo căng (siết chặt, giữ chặt);[마음이 tâm trạng] sầu muộn, căng thẳng.

죄인 tội phạm, bị cáo. [종교. 도덕상의] người có tội, người phạm tội

죄증 bằng chứng (chứng cứ) phạm tội; nhân chứng, người làm chứng.

죄짓다 phạm tội [종교상의] vi phạm.

죄책 [죄의 책임] trách nhiệm pháp lý của kẻ phạm tội.

주 [주인] chủ nhân [수령] sếp, ông chủ, thủ trưởng; [신] chúa tể, vua; [주요 부분] vai trò chính, bộ phận chính. @주가 되는 chính, chủ yếu, trọng yếu // 주로 chủ yếu là, nhất là, trước nhất; [대개] hầu hết, phần lớn, thường là.., nói chung, đại thể. *--기도문 lời cầu xin lên đức Chúa trời.

주 một tỉnh, một bang (미국의 bên Mỹ). @뉴욕주 bang New-York; thành phố New-York.

주 sự chú giải (chú thích). @주를 달다 chú giải, chú thích.

주 (1) [주식] một cổ phần, phần vốn đóng góp (trong kinh doanh). @주를사다 mua cổ phần (2) [그루] @나무한 주 một cây *--권 giấy chứng nhận cổ phần. --주 cổ đông, người có cổ phần

주 một tuần lễ @금주 tuần này.

주 bãi cát (ở bờ sông, biển) [대륙] . *삼각—vùng châu thổ sông. 아시아—lục địa Châu Á.

주가 giá vốn (của một công ty kinh doanh).

주간 người quản lý (giám đốc);[편집의] chủ bút, người phụ trách một mục riêng trong tờ báo.. --하다 quản lý, điều hành; [편집을] làm chủ bút (một tạp chí)

주간 hằng tuần, mỗi tuần. *--잡지 tạp chí xuất bản mỗi tuần

주간 ban ngày @주간에 vào (lúc) ban ngày, ban ngày ban mặt.

주간 một tuần *교통안전—tuần lễ an toàn giao thông.

주객 [사람] chủ và khách [사물] chính và phụ. @주객 전도이다 (làm như thế chẳng khác nào) đặt cổ xe trước con ngựa

주객 người uống (rượu), người nghiện rượu.

주거 chỗ ở, nơi ở, sự ngụ ở. --하다 ngụ ở, cư trú tại. *--인 người trú ngụ, khách trọ, người ở qua đêm, cư dân.

주걱 cái muỗng xúc cơm.

주검 [시체] thi thể, thi hài, xác chết..

주격 [문법 văn phạm] chủ ngữ cách

주견 quan điểm riêng của một người.

주경 야독 sự cày cấy ban ngày, học hành ban đêm (ngày làm, tối học)

주고도 sự bay nhảy

주고받기 --하다 cho và nhận, trao đổi lẫn nhau, cho nhau, đáp lại.

주고받다 => 주고받기 (--하다)...

주공 công nhân (thợ) gang thép.

주관 sự quản lý, sự trông nom, sự giám sát. --하다 quản lý trông nom, giám sát, điều hành *--사항 vấn đề trách nhiệm.

주관 tính chất chủ quan; [자아] cái tôi, bản ngã, chủ thể. @주관적 chủ quan.

주광 [사람] say sưa mất trật tự.

주광도 chạy nhảy.

주광색전구 nguồn ánh sáng ban ngày

주광성 [생물 sinh vật] tính theo ánh sáng.

주교 [교직] một giáo sĩ cấp cao, giám mục, tổng giám mục, giáo chủ. (대주교).

주교 cây cầu phao.

주구 [앞잡이] công cụ; tay sai, người bị lợi dụng; [사냥개] chó săn, kẻ đê tiện đáng khinh..

주구 sự sách nhiễu, sự đòi hỏi quá đáng, sự tống (tiền), sự moi. --하다 sách nhiễu, đòi hỏi, moi.

주권 giấy chứng nhận cổ đông. *가—bản chính. 기명—phần đóng góp đã vào sổ. 무기명—giấy chứng nhận cổ phần cho người đem (đến).

주권 chủ quyền, quyền tối cao, uy quyền, uy thế. @주권재민 chủ quyền ở nhân dân *--국 một quốc gia có chủ quyền. --자 quốc chủ, người trị vì, người thống trị.

주근깨 tàn nhang, vết nám; [의학] lấm chấm, lốm đốm.

주금 phần đóng góp, cổ phần

주금 sự đúc, sự nấu chảy, sự đổ khuôn.

주금류 [새 chim] con gà nước.

주급 tiền lương, tiền công hằng tuần.

주기 mùi rượu @주기가 있다 có mùi rượu

주기 định kỳ, chu kỳ, thời kỳ (주기성). @주기적 định kỳ (xuất bản) // 주기적으로 một cách định kỳ.

주기도문 kinh cầu nguyện

주년 @8 주년 lễ kỷ niệm lần thứ 8 (đệ bát chu niên)

주눅들다 cảm thấy rụt rè, bẽn lẽn, nhút nhát, mất can đảm, mất dũng khí.

주눅좋다 trơ trẽn, mặt dạn mày dày, vô liêm sỉ.

주다 [1] cho, biếu, tặng, trao tặng, ban tặng, phong ban, cấp cho. @주는 사람 người cho, người biếu, người tặng // 먹을 것

을 주다 cho cái gì để ăn // 상을 주다 trao giải thưởng.

주다² [조동사] làm việc gì cho ai @문을 열어주다 mở cửa (cho ai)

주단 tơ lụa và sa-tanh, hàng tơ lụa.

주당 người nghiện rượu.

주도 --하다 thận trọng, cẩn thận, khôn ngoan, thấu đáo.

주도 sự lãnh đạo, sự hướng dẫn. --하다 lãnh đạo, hướng dẫn. @주도권을 잡다 nắm quyền lãnh đạo. *--자 người lãnh đạo, người khởi xướng.

주독 chứng nghiện rượu.

주동 động lực, khả năng lãnh đạo. --하다 giữ vai trò lãnh đạo. @주동자 nguồn năng lượng (động lực) đầu tiên; lãnh tụ, người lãnh đạo.

주되다 cầm đầu, giữ vai trò lãnh đạo.

주두 [건축 xây dựng, kiến trúc] đầu cột; [식물 sinh vật] vết, đốm

주둔 sự đặt vào, sự đóng (quân) ở. --하다 được đặt vào, được đóng ở, dán, niêm yết. *--근 quân đội đóng ở một chỗ, đơn vị đồn trú (수비대).

주둥이 [입] cái mồm, miệng, mõm; [부리] cái mỏ (편편한); mỏ diều hâu, mỏ chim ưng, cái mũi khằm (매부리 따위); [물건의 đồ vật] cái mỏ nhọn, cái vòi.

주란사 vải dệt bằng sợi chỉ hơ qua đèn khí (cho hết lông tơ).

주량 khả năng uống (rượu) của ai (sức chứa) @주량이 크다 nghiện rượu nặng.

주렁주렁 thành bó, thành bầy, thành cụm, tình trạng rất đông người, sự nhiều.

주력 lực lượng chính *-- 전 một sự ràng buộc (cam kết/hứa hẹn) quan trọng --주[주식] lãnh đạo, người chỉ huy (hướng dẫn). --합대 hạm đội chính

주력 sự đặt hết sức vào. --하다 tập trung, cố gắng, ráng sức, đặt hết tâm trí vào.

주렴 tấm bình phong bằng hạt chuỗi xâu lại.

주례 (1) sự hành lễ (2) [사회자] chủ lễ, người hành lễ. *--목사 vị mục sư hành lễ.

주로 chủ yếu, trọng yếu, chính yếu, phần lớn, nhất là, cơ bản. [대개] nói chung, đại thể.

주로 đường đi, đường hướng, dấu vết.

주룩주룩, 쭈룩쭈룩 (1) [주름이 vết nhăn, nếp gấp] gợn sóng, nhấp nhô. (2) [비가 mưa] tuôn xuống như trút. @비가 주룩주룩 온다 cơn mưa trút xuống.

주류 dòng (suối) chính. *--파 óc bè phái, tư tưởng bè phái

주류 người nghiện rượu, con sâu rượu.

주륙 hình phạt tử hình.

주르르, 쭈르르 sự rò rỉ, sự chảy nhỏ giọt. @주르르 흐르다 chảy rỉ rả, chải nhỏ giọt

주르륵,쭈르륵 sự chảy ùng ục (ồng ộc/róc rách).

주름 [얼굴의 ở mặt] nếp nhăn;[눈가의 ở mắt] vết chân chim, vết chân quạ; [물건의 đồ vật] nếp nhăn, nếp gấp, (vò nát) [옷의 quần áo] nếp gấp, đường xếp nếp. @주름 잡힌 얼굴 một bộ mặt nhăn nheo // 주름을 잡다 gấp, xếp nếp // 주름이 잡히다 trở nên nhăn nheo.

주름살 [구김살] nếp nhăn, nếp gấp; [접은 줄] nếp xếp li

주름잡다 (1) gấp, xếp nếp => 주름. (2) [지배] lãnh đạo, quản lý, điều khiển.

ㅈ

주리다 thiếu ăn, chết đói, đói khát. [갈망] thèm khát, khát khao, ham muốn mãnh liệt, tha thiết mong muốn. @주린 chết đói, thèm muống

주립 *--대학 trường đại học quốc gia.

주마 cuộc đua ngựa, sự điều khiển ngựa. *--간산 cái nhìn thoáng nhanh qua

주마가편 --하다 quất (đập mạnh) vào con ngựa đang phi (giục ngựa chạy nhanh) [사람을 người] truyền sức mạnh, gây cảm hứng (cho ai)

주마등 [등] cái ống kính vạn hoa [광경] cảnh nhiều màu sắc biến ảo. @주마등 같은 bấp bênh, hay thay đổi, luôn biến đổi không ngừng.

주막 quán trọ, khách sạn nhỏ *--주인 chủ quán trọ, chủ khách sạn nhỏ (ở nông thôn, thị trấn)

주말 cuối tuần. @주말에 vào cuối tuần (언제나); mỗi cuối tuần, hầu hết cuối tuần (이번 주말에). *--여행 cuộc du ngoạn cuối tuần.

주머니 ví tiền, túi xách tay nhỏ, bao, bị, sắc, bao nhỏ, túi nhỏ (작은); túi, túi áo (호주머니).

주머니칼 dao nhíp, dao bỏ túi.

주먹 nắm tay, quả đấm. @주먹을 쥐다 nắm chặt nắm tay

주먹구구 theo kinh nghiệm.

주먹다짐 (1) [때림] cuộc đấm đá. (2) [완력] sự đe dọa thô bạo, sự hâm dọa. --하다 tặng cho ai một quả đấm, cho nếm mùi quả đấm.

주먹밥 cơm nắm (cơm vắt)

주먹질 --하다 cho ai một cú, đấm đá lẫn nhau

주명곡 [음악 âm nhạc] bản xô-nát.

주모 [술밑] men rượu, men bia; [술집의] cô gái phục vụ ở quán rượu.

주모 sự bày mưu. --하다 bày mưu, hiến kế, cầm đầu tổ chức. *--자 kẻ chủ mưu, tên đầu sỏ.

주목 sự chú ý, sự để ý --하다 chú ý, để ý. @주목할 만한 đáng chú ý, đáng ghi nhớ // 세인의 주목을 받다 lôi cuốn (thu hút) sự chú ý của công chúng.

주목 [식물 thực vật] cây thủy tùng.

주두 trưởng thanh tra. --하다 đang thi hành công vụ.

주무르다 [손으로] sờ mó, dò dẫm, sờ soạn, lần mò; [안마] xoa bóp, cọ sát; [농락] làm bù nhìn, làm con rối, bị ai giật giây, ở trong tay ai.

주문 câu thần chú, bùa phép, lời khấn, bùa mê, sức mê hoặc. @주문을 외우다 đọc thần chú.

주문 [마춤] đơn đặt hàng; [요구] nhu cầu, sự hỏi mua. --하다 đặt hàng, đặt mua @어려운 주문 một đòi hỏi vô lý // 주문하시는 대로 곧 theo đơn đặt hàng // 주문에 따라 làm đúng theo yêu cầu // 주문을 받다 nhận (ghi) đơn đặt hàng.*--서 tờ đặt hàng, giao kèo (외국에서의).

주문 một bản văn; [문법 văn phạm] mệnh đề chính

주물 đồ gang, sản phẩm bằng gang.

주물럭거리다 dò dẫm, sờ soạn, lần mò

주물럭주물럭 sự dò dẫm, sự sờ soạn, sự lần mò.

주미 @주미의 sinh sống ở Mỹ, ngụ ở Mỹ. *--한국대사 Toà Đại sứ Hàn Quốc tại Mỹ.

주민 cư dân (dân cư). *--등록 đăng ký cư trú chính thức. --등록증 giấy chứng nhận cư trú.

주밀 sự khôn ngoan, thận trọng; tính cẩn thận, sự chuẩn bị chu đáo. --하다 thận trọng, cẩn thận, kỹ lưỡng, chu đáo, thấu đáo mọi mặt.

주발 cái nồi đồng*--뚜껑 cái nắp nồi đồng.

주방 nhà bếp.

주번 nhiệm vụ hằng tuần.

주범 thủ phạm (사람 người).

주법 hình thức quản lý (vận hành)

주법 sự thể hiện, sự biểu diễn.

주벽 thói say sưa, thói quen uống rượu.

주변 tài xoay sở, tài tháo vát, tính linh hoạt (linh động), tính chất đa dụng. @주변이 있다 nhanh nhẹn, tháo vát, đa tài, linh hoạt.

주변 đường tròn, chu vi; [기하] máy đo trường nhìn (평면도의); [토지의] vùng lân cận, vùng xung quanh, vùng ven, vùng ngoại ô. @서울 및 그주변에 trong và vùng ven *Seoul.*

주병 --하다 đóng quân (quân đội)

주보 [신문 báo tạp chí] (xuất bản) hằng tuần (tạp chí) xuất bản định kỳ.

주보 căng tin, trạm bán hàng cho quân đội (P.X)

주봉 đỉnh cao nhất (của ngọn núi).

주부 phần chính; [문법 văn phạm] chủ ngữ.

주부 bà chủ nhà, bà nội trợ.

주부코 cái mũi đỏ phồng ra.

주빈 vị khách danh dự, vị khách chính.

주사 nhân viên văn phòng.

주사 [논리 logic] chủ ngữ (của một câu)

주사 sự tiêm, mũi tim. --하다 tiêm, tiêm chủng, chích. @피하주사를 놓다 tiêm dưới da. *--기 dụng cụ tiêm, ống chích. --약 thuốc tiêm, vắc-xin --침 kim tiêm. 근육(정맥,피하) – chích gân (chích dưới da) 예방—chích ngừa, tiêm phòng.

주사 [광물 khoáng chất] thủy ngân sulfua (Hgs).

주사 [텔레비전의 truyền hình] sự phân hình, bộ phận hình. *--선 đường phân hình

주사 hành động lung tung do say rượu.

주사위 con súc sắc. @주사위를 던지다 ném súc sắc.

주산 sự tính toán bằng bàn tính. --하다 tính toán bằng bàn tính.

주산물 sản phẩm chính.

주산지 nơi sản xuất chính

주상 quốc chủ, hoàng đế, vua.

주색 rượu và đàn bà. @주색에 빠지다 từ bỏ thói rượu chè trai gái. *--잡기 rượu chè, cờ bạc, trai gái.

주서 --하다 viết (đề mục) bằng mực đỏ

주석 [사람] xếp, lãnh tụ [자리] vị trí cao nhất.

주석 tấm thiếc, tấm sắt tây, lon, đồ hộp.

주석 lời chú thích, lời chú giải @주석을 달다 ghi chú, chú thích, chú giải.

주석 buổi tiệc lớn, yến tiệc. @주석을 베들다 đãi tiệc, thiết tiệc, mở yến tiệc, chiêu đãi.

주석 cột trụ, rường cột.

주석 [화학] tarta thô (chưa luyện). *--산 acid tartaic.

주선[알선] lời gợi ý tốt, sự giới thiệu; [추천] sự giới thiệu, sự tiến cử; [중개] sự trung gian, sự môi giới. --하다 giới thiệu, tiến cử, lợi dụng ảnh hưởng, làm trung gian. @...의주선으로 qua tiến cử (gợi ý). *--료 nghề (sự) môi giới, tiền huê hồng.. --자 người trung gian môi giới.

주선 con trai của thần rượu *Bacchus*.

주섬주섬 @옷을 주섬주섬 싸다 đóng gói quần áo (của ai) lại từng cái một.

주성분 thành phần chính

주세 thuế rượu.

주소 nơi cư ngụ, chỗ ở, địa chỉ; [법 pháp lý] cư sở, chính quán. @주소가 부정하다 không có chỗ ở cố định.

주술 thần chú, ma thuật, phép phù thủy, bùa ngãi.

주스 (*juice*) nước ép (của rau, thịt, quả).

주시 cái nhìn chằm chằm, sự quan sát kỹ. --하다 nhìn chằm chặp, dán mắt vào, quan sát kỹ

주식 phần đóng góp, cổ phần. @주식을 모집하다 hiến cổ phần cho sự quyên góp *--발행액 giá phát hành của cổ phần. --배당 cổ tức, tiền lãi cổ phần. --시장(거래소) thị trường cổ phiếu 시세 cổ phần chứng khoán --회사 cổ phần công ty (đoàn thể).

주식 cơm trưa, tiệc trưa, bữa ăn trưa.

주식 món ăn chính. @쌀을 주식으로 한다 cơm là món ăn chính của họ (chúng nó).

주심 trọng tài chính.

주아 cái tôi, bản ngã.

주아 [식물 thực vật] cây hành con

주악 sự trình diễn âm nhạc --하다 chơi nhạc, trình diễn (biểu diễn âm nhạc).

주안 đối tượng chính, mục tiêu chính @...에 주안을 두다 nhắm vào. *--점 điểm cốt yếu.

주안 bàn rượu, mâm rượu.

주야 ngày và đêm.

주어 [문법 văn phạm] chủ từ.

주역 bộ phận (vai trò) chủ chốt (vai chính); [배우] diễn viên nòng cốt.

주연 sự đóng vai chính--하다 đóng vai chính, . @제임스 딘 주연 đóng vai *James Dean*. *--자 diễn viên chính.

주연 [논리 logic] sự phân bố, sự phân loại

주연 buổi tiệc, cuộc liên hoan chè chén, tiệc nhậu. @주연을 열다 đãi tiệc, thiết tiệc.

주옥 [보석] ngọc ngà, châu báu, đá quý (집합적). @주옥 같은 시 câu thơ vàng ngọc.

주요 --하다 cốt yếu, chủ yếu, quan trọng, chính.. *--도시 các đô thị chính. --목적 mục tiêu chính. --산물 mặt hàng chủ lực. --산업 ngành công nghiệp chính. –수출품 mặt hàng xuất khẩu chính. --인물 nhân vật quan trọng.

주워 담다 nhặt lên (thu thập lại) và đặt vào.

주워 대다 đề cập (liệt kê) hết mọi thứ.

주워듣다 nghe lõm, nghe trộm, nhặt nhạnh (những mẫu tin).

주워 모으다 thu thập, tập trung lại, khơi ra, nhắc lại , cóp nhặt, dành dụm.

주워섬기다 nói huyên thuyên mọi vấn đề.

주위 [언저리] đường tròn, chu vi; [환경] môi trường, hoàn cảnh, những vật xung quanh; [부근] vùng phụ cận, vùng lân cận, hàng xóm láng giềng; [기하] chu vi, ngoại vi. @주위의 môi trường xung quanh, người theo hầu.

주유 sự trôi chảy, sự bôi trơn ; [급유] sự cấp dầu. --하다 trơn tru, trôi chảy; [급유] đổ đầy dầu, cung ứng dầu. *--기 dụng cụ tra dầu mỡ. --소 trạm bơm dầu, trạm tiếp tế dầu.

주유 --하다 đi du lịch, đi lưu diễn.

주은 [임금의] lòng nhân từ, lòng nhân đức của người trị vì; [주인의] thiện ý của chủ nhân (chủ nhà); [신의] ân huệ của Chúa.

주은래 Chu Ân Lai (1898 – 1976).

주음 [음악 âm nhạc] âm chủ.

주의 [의미] ý nghĩa (nội dung, ngụ ý) chính; [요지] điểm, vấn đề, mặt; [목적] mục tiêu, mục đích. *--론[철학 triết] thuyết ý chí, ý chí luận.

주의 một chủ nghĩa, một học thuyết, một động cơ (căn nguyên); [방침] một chính sách, đường lối.

주의 (1) [주목] sự chú ý, sự để ý, sự nhận biết. --하다 chú ý, lưu ý, để ý, nhận biết; [귀를 기울이다] lắng nghe. @주의하여 một cách chăm chú. (2) [조심] sự cẩn thận, sự thận trọng. [경고] lời cảnh cáo, lời răn. --하다 bảo trọng, thận trọng, cẩn thận, chú ý, đề phòng, coi chừng; [경고] cảnh báo, răn. @주의깊은 lưu ý, đề phòng, cẩn thận, cảnh báo // 주의하여 hãy cẩn thận, thận trọng // 건강에 주의하시오 xin bảo trọng, hãy giữ gìn sức khỏe. (3) [충고] lời khuyên bảo, lời gợi ý. --하다 khuyên bảo, gợi ý, đề xuất (4) [홍미] sự quan tâm, sự thích thú. --하다 quan tâm, thích thú. @주의를 끌다 gợi sự ham thích (quan tâm). *--력 lưu tâm, chú ý. --사항 gợi ý, ám chỉ bóng gió. --산만 xao lãng, đãng trí, thiếu quan tâm.

주익 đường bay chính

주인 [가장] ông chủ nhà, ông chồng (của người nào); [손님에 대하여] ông chủ tiệc, bà chủ tiệc (여자); [여관 따위의] ông chủ nhà trọ, bà chủ nhà trọ (여자 nữ); [고용주] chủ (người xử dụng lao động); [물건의] chủ nhân (người chủ sở hữu món đồ gì). @주인과 손님 chủ và khách // 주인과 하인 chủ tớ // 주인노릇하다 cử chỉ như chủ nhà. *상점— người chủ tiệm.

주인 người quản lý chính, người đại diện chính, nhân tố chính, nguyên do (động cơ) chính

주인공 [가장] người chủ (gia đình), chủ gia, trưởng tộc ; [소설 따위의] nhân vật nam (nữ) chính; anh hùng, nữ anh hùng.

주일 ngày thứ nhất trong tuần, ngày nghỉ ngơi và cầu nguyện của tín đồ Cơ đốc, ngày lễ *Sabbath;* ngày của Chúa (유태교의). *--학교 ngày chủ nhật (của học đường)

주일 tuần lễ @다음 주일 tuần tới, tuần sau.

주일 @주일의 ngụ ở Nhật Bản. *--미국대사 Đại sứ Mỹ ở Nhật. --한국 대사관 Đại sứ quán Hàn quốc ở Nhật.

주임 người phụ trách, người lãnh đạo, xếp. *--교사 giáo sư phụ trách --기사 kỹ sư trưởng.

주입 như trút nước; [약 따위의] sự phun; [사상의] sự pha, nước pha; [공부 따위의] sự nhồi nhét, sự nhồi (sọ). --하다 trút xuống; [약을] phun, tiêm; [고취] pha, truyền; [공부 따위를] nhồi nhét, nhồi sọ (luyên thi) *--식 교육(đường lối) giáo dục nhồi sọ.

주자 [야구 따위에서] một đấu thủ (bóng chày)

주자 khuôn đúc chữ. --하다 đổ khuôn, đúc khuôn. *--소 xưởng đúc khuôn.

주장 sự cạnh tranh, sự tranh chấp, sự bất hòa, sự quyết đoán, sự khẳng định; [고집] tính ngoan cố, sự kiên trì; [주창] sự bào chữa; [권리로서] sự yêu sách, luận điệu; [견해] dư luận, ý kiến, quan điểm. --하다 quyết đoán, quả quyết, kiên định, duy trì, ganh đua, tranh giành, yêu sách, đòi hỏi, thỉnh cầu, khăng khăng, cố chấp, kiên trì, ngoan cố; [창도] người chủ trương, người biện hộ, người bênh vực, luật sư. @권리를주장하다 đòi quyền lợi.

주장 thủ lĩnh, người cầm đầu, trưởng (경기단의).

주장 [관장 quản lý, điều hành] trách nhiệm, bổn phận; [담당자] đang phụ trách, thường trực. --하다 phụ trách, điều hành, quản lý.

주재 nơi ở, nơi cư ngụ, nơi trú ngụ--하다 lưu lại, ở tại, ngụ tại. *--국 quê quán, trú quán

주재 sự trông nom, coi sóc, sự giám sát, sự quản lý. --하다 chủ trì, quản lý, giám sát, trông nom *--자 vị chủ tịch (회의의), viên chức (sĩ quan) chủ trì. (관청의).

주저 sự do dự, sự thiếu quả quyết. --하다 do dự, thiếu quả quyết, ngập ngường, lưỡng lự, phân vân. @주저하면서 một cách ngập ngừng, một cách bất đắc dĩ, một cách phân vân.

주저앉다 [털썩] ngồi phịch xuống; [정착] ngồi thụp xuống; [함몰 lắng xuống] xẹp xuống, sụp đổ, chán chường, ngã lòng, thất vọng.

주저앉히다 bắt (ai) ngồi xuống; [못 떠나게] bảo (ai) đứng lên.

주전 sự chủ trương (ủng hộ / tán thành) chiến tranh. *--론 sự tích cực ủng hộ chiến tranh, lý lẻ ủng hộ chiến tranh --론자 người chủ trương chiến tranh.

주전 sự đúc (tiền), tiền đúc. --하다 đúc (tiền).

주전부리 buổi ăn nhẹ giữa các buổi ăn chính. --하다 ăn (quà) vặt.

주전자 cái ấm đun nước, ấm trà.

주절 [문법 văn phạm] mệnh đề chính

주점 quán trượu, quán trọ.

주접들다 làng choáng váng, làm kinh ngạc, làm tàn rụi, gây sửng sốt, gây ấn tượng xấu.

주접스럽다 háu ăn, ham ăn, phàm ăn, hám.

주정 tàu, thuyền *상륙용—bến tàu.

주정 sự say rượu, hành động mất tự chủ do ảnh hưởng của rượu. --하다 say rượu, mất tự chủ do ảnh hưởng của rượu..

주정 rượu mạnh, cồn. @주정의 có chất cồn, gây nên bởi rượu, người nghiện rượu.

주정설 [철학 triết học] sự đa cảm.

주제 [몰골] áo quần tồi tàn, dáng vẻ tiều tụy, vẻ khốn khổ. @주제 사납다 có dáng vẻ tiều tụy; [비유적] có vẻ không thích hợp // 이런 주제로 남 앞에 나갈 수가 없다 *tôi tuyệt đối không thể xuất hiện trước mọi người với dáng vẻ như thế này.*

주제 [주제목] vấn đề chính, chủ đề chính; [작품의] đề tài luận văn, chủ đề. @주제의 chủ ngữ cách, thuộc chủ ngữ (주제목의); (có liên quan đến) một chủ đề (작품의). *--가 chủ đề của một bài ca [음악 âm nhạc].

주제넘다 trơ tráo, ngạo mạn, xấc xược, vô lễ, hỗn xược, vô liêm sĩ. @주제넘게

một cách trơ tráo, một cách hỗn xược.

주조 còng chảy chính (nước).

주조 then chốt, chủ chốt, chủ đạo.

주조 mẻ rượu, sự ủ rượu bia. *--장 nhà máy bia.

주조 sự đổ khuôn, sự đúc; [화폐 tiền tệ] sự đúc tiền, sự phát hành tiền.

주종 thầy trò, chủ tớ. *관계 mối quan hệ giữa chủ tớ.

주주 cổ đông *--총회 buổi họp cổ đông 대—đại cổ đông.

주지 mục đích chung, nguyên nhân chính, thực chất, chủ tâm, ý chính.

주지 thầy trụ trì (sư).

주지 @주지의 사실 chủ đề về kiến thức chung.

주지설 => 주지주의.

주지 육림 [술잔치] buổi tiệc xa hoa.

주지주의 thuyết (chủ nghĩa) duy lý.

주차 sự đậu xe --하다 đậu xe. *--금지 cấm đậu xe. (게시) --위반 sự vi phạm nơi đậu xe. --장 bãi đậu xe.

주책 quan điểm rõ ràng. @주책이 없다 không có quan điểm rõ ràng, không đặc điểm, mờ nhạt nhẽo. *--바가지 một con người mờ nhạt, người không có chính kiến rõ ràng.

주창 lời biện hộ của luật sư. --하다 biện hộ, bào chữa, mở đường, khuyến khích. *--자 người ủng hộ, người đề xướng, luật sư, thầy cãi

주철 gang thép. *--소 xưởng (lò) đúc gang.

주청 --하다 thỉnh cầu, kiến nghị đến vua / tổng thống.

주체 một gánh nặng, sự phiền muộn (lo lắng). --하다 đương đầu (đối phó) với gánh nặng.

주체 chủ đề; [중심] nòng cốt, cốt lõi; [법] thành phần chính, người ủy nhiệm chính @주제의[철학] chủ thể *--성[주관] chủ quan; [독립성] sự tự quản, sự tự do ý chí.

주체 tình trạng mất lý trí khi say rượu

주체못하다 không thể chịu khó làm, không có khả năng làm , có nhiều còn hơn đủ dùng

주체스럽다 quá khả năng, vượt xa tầm tay.

주최 sự bảo trợ, sự đỡ đầu. --하다 bảo trợ, che chở, đỡ đầu @...의 공동 주체로 dưới sự bảo trợ chung của.. *--자 người bảo trợ (đỡ đầu)

주추 viên đá nền, đá móng..

주축 trục chính.

주춤거리다 lùi bước, chùn bước, nao núng, do dự; [당황] không dứt khoát. @ 살까 말까 주춤거리다 không nhất quyết mua.

주춤주춤 sự do dự, sự nao núng, sự chùn bước.

주춧돌 viên đá đặt nền, đá móng.

주치 *--의 bác sĩ trực; [가정의] bác sĩ gia đình, bác sĩ riêng.

주택 nơi ăn chốn ở, nơi cư ngụ, nhà. *--공사 Hội phát triển nhà ở. 한국--은행 ngân hàng phát triển nhà Hàn quốc. --난 nạn thiếu hụt nhà ở. --문제 vấn đề nhà ở. --수당 tiền trợ cấp nhà ở. --지 khu vực nhà ở.

주파 --하다 bao gồm, đi được

주파 chu kỳ, chu trình. *--계 dụng cụ đo tần số. --대 dải tần số. --수 tần số. 고(저) -- 수 tầng sóng cao (thấp)

ㅈ

주판 bàn tính. @주판을 놓다 sử dụng bàn tính..

주포 bộ dụng cụ chính

주폭도 cuộc chạy đua vượt rào (nhảy xa).

주피터 [로마 신화의] thần *Jupiter*, sao Mộc.

주필 người xuất bản chính, tổng biên tập *부—người hợp tác xuất bản, phó tổng biên tập.

주필 @..주필을 가하다 sửa, đọc, xem, duyệt lại.

주항 sự đi vòng quanh bằng đường biển. --하다 đi vòng quanh bằng đường biển.

주해 lời chú giải, sự chú thích, lời ghi chép --하다 ghi chép, chú giải, chú thích *--자 người chú giải, chú thích.

주행 --하다 đi, di chuyển (từ A đến B), đi được 100 dặm trong 1 giờ) *--거리 khảng cách đi được, khoảng cách vượt qua.

주형 khuôn, khuôn đúc; [활자의] khuôn cối @주형을 뜨다 đúc khuôn, đổ khuôn.

주호 người nghiện rượu bí tỉ, người nghiện ngập say sưa.

주홍 màu đỏ tươi

주화 sự đúc khuôn, sự đổ khuôn. --하다 đúc khuôn, đổ khuôn.

주화론 sự tích cực ủng hộ cho nền hòa bình.

주황 màu vàng cam.

주효 rượu thịt, rượu và thức ăn; [술안주] món ăn dùng kèm với rượu, đồ nhắm (đồ nhậu).

주효 [성공] sự thành công, sự thành đạt; [유효] tính có hiệu quả. --하다 thành công, thành đạt, có hiệu quả, thắng lợi.

주휴 ngày nghỉ hằng tuần.

주흥 thú vui yến tiệc, sự ăn uống vui vẻ. @주흥을 깨다 làm mất vui trong bữa tiệc..

죽[1] mười (10) miếng (món, mảnh, viên..).

죽[2] (1) [차례로] trong hàng, trong dãy. @차례로 죽서다 đứng vào hàng. (2) [계속해서] suốt, toàn bộ thời gian. @아침부터 죽 suốt buổi sáng. (3) [멀리] xa, xa cách, rời xa, xa xăm. @죽 뒤처지다 lâu sau đó. (4) [찢다] xé toạt ra. @손수건을 죽 찢다 xé rách chiếc khăn tay (5) [처지다] rũ xuống, gục xuống, ủ rũ (6) [완전히] hoàn toàn giảm sút. @큰물이 죽 빠졌다 thức ăn hoàn toàn giảm sút. (7) [대강] nhanh chóng, thô bạo, mạnh mẽ. @죽 훑어 보다 nhìn khắp.

죽 cháo đặc. @죽을 끓이다 nấu cháo đặc.

죽 cây tre

죽기 đồ dùng bằng tre.

죽는소리 (1) [불평. 비탄] lời kêu ca, lời phàn nàn, lời than vãn.. --하다 phàn nàn, cằn nhằn, ca cẩm, than thở, nghe buồn rầu xót thương. @죽는 소리 하지마라 đừng than thở!, đừng nói tới cái chết! (2) [비명] tiếng thét inh tai, tiếng kêu thất thanh. @죽는 소리를 지르다 thốt ra tiếng kêu thất thanh, kêu lên đau đớn.

죽다 (1) [사망] chết, qua đời; (아어) về với tổ tiên; [숨지다] trút hơi thở cuối cùng; [목숨을 잃다] bị giết chết; [사고따위로] mất mạng, gặp cái chết; [목숨을 버리다] từ bỏ cuộc sống; [자살] tự sát, tự tử. @죽은 사람 người chết // 죽느냐사느냐의 문제 vấn đề sống chết // 죽도록 đến cuối (cuộc đời) // …으로

죽다 chết vì.. // 빠져죽다 chết đuối // 굶어 죽다 chết đói // 전쟁에서 죽다 chết trận // 젊어서(늙어서)죽다 chết trẻ (già). (2) [초목이] tàn lụi, chết teo, khô héo, diệt vong. @이 나무는 죽었다 cây này đã khô héo. (3) [기가] chán nản, mất tinh thần, không thiết sống. (4) [멎다] kiệt sức, chết, chạy xuống, chấm dứt. @시계가 죽었다 đồng hồ chết. (5) [꺼지다] chết sạch, tắt ngấm, chết dần chết mòn @죽어 가는 불 ngọn lửa tắt ngấm. (6) [야구에서 ở sân bóng chày] bị ra ; [장기.바둑에서] bị bắt giữ, chiếm được, giành được.

죽담 bức tường đá, vách đá

죽도 cây gươm bằng tre.

죽도화나무 [식물 thực vật] hoa hồng vàng

죽림 lùm, tre, bụi tre, khu rừng tre nhỏ.

죽마 cà kheo *--지우 bạn thời thơ ấu

죽순 măng tre.

죽어지내다 sống dưới sự áp bức, sống cuộc sống nô dịch

죽을둥살둥 liều lĩnh, liều mạng, điên rồ, điên cuồng.

죽을병 cái chết không tránh khỏi.

죽을상 vẻ tuyệt vọng, vẻ điên cuồng.

죽을힘 nổ lực cuối cùng, một cố gắng vô vọng @죽을힘을 다해서 một cách tuyệt vọng

죽음 sự chết, sự qua đời, sự băng hà (높은사람의). @죽음으로 속죄하다 chuộc lỗi bằng cái chết

죽의 장막 bức màng tre

죽이다 (1) [살해] giết chết, ám sát, giết (một cách hung bạo) (모살), giết chóc, tàn sát (도살). @목졸라 죽이다 siết cổ chết // 때려 죽이다 đập chết. (2) [억제] giam giữ, giam cầm, ngăn giữ, nén lại. @숨을 죽이다 nín thở. (3) [잃다] @전쟁에 아이를 죽이다 mất một đứa con trai ở chiến trường.

죽일놈 thằng ranh con, nhãi ranh. @이 죽일놈아 khốn khiếp!, khốn nạn!; đồ chết tiệt!

죽자꾸나하고 một cách liều mạng, một cách điên rồ.

죽장 cây roi mây, cây gậy tre.

죽죽, 쭉쭉 (1) [줄줄이] từng hàng, từng dãy; hàng hàng lớp lớp. @줄을 죽죽 긋다 vạch hàng này đến hàng khác. (2) [거침 없이] dồn dập, tới tấp. @죽죽 내리 읽다 đọc một hơi, đọc thẳng một mạch. (3) [갈기갈기] xé thành mảnh vụn.

죽지 [어깻죽지] khớp vai ; [날개죽지] khớp cánh - sự chung vai sát cánh

죽창 cửa sổ mắt cáo tre.

죽창 cây giáo tre, cái tầm vong, cái xiên tre.

죽책 cọc tre, hàng rào tre.

죽치다 sống tách biệt, sống xa lánh. @집 안에 죽치고 있다 sống trong nhà, giữ nhà

죽통 máng cho bò (súc vật) ăn.

죽피 ống tre.

준—hầu như là..; tuồng như là..; liên kết, liên hợp. *--동사 [문법 văn phạm] động từ, có gốc động từ --회원 hội viên, thành viên.

준거 --하다 căn cứ theo, dựa vào, chiếu theo. @준거하여 theo thỏa thuận với...

준걸 một người xuất chúng, một vĩ nhân, một bậc anh hùng lỗi lạc.

준결승(전) trận bán kết @준결승에 진출하다 vào bán kết.

준공 --하다 được hoàn thành.

준교사 phó giáo sư.

준금치산 hầu như thiếu khả năng. *--자 người kém cỏi, kẻ bất tài (thiếu khả năng).

준급행 xe lửa địa phương; xe (lửa) bán tốc hành.

준동 sự oằn oại, sự uốn éo, sự quanh co, sự luồn lách. --하다 quanh co, oằn oại, luồn lách; [책동] bị sách động, hoạt động. @간첩의 준동 hoạt động tình báo.

준령 chóp (núi) cao và dốc đứng.

준마 con phi mã

줌말 bản tóm tắt.

준법 quy luật vĩnh cửu *--정신 tinh thần tuân thủ quy luật vĩnh cửu.

준봉 đỉnh dốc đứng.

준비 sự xắp xếp, sự chuẩn bị; [예비] sự dự phòng. --하다 chẩn bị, xắp xếp, dự phòng, trữ sẵn; [기계를] cơ cấu, thiết bị, đồ dùng @준비의 chuẩn bị, mở đầu, sơ nhập, dự trữ, bảo tồn, bảo lưu // 준비없는 không sẵn sàng, không chuẩn bị trước // 준비된 đã sẵn sàng, đã chuẩn bị // 식사 준비를 하다 chuẩn bị đầy đủ (buổi ăn tối đã sẵn sàng). // 시험 준비를 하다 chuẩn bị thi, luyện thi. *--교육 sự giáo dục (rèn luyện) bước đầu (sơ bộ). --금 quỹ dự trữ, tiền để dành. --단계 giai đoạn chuẩn bị --실 phòng trang bị, phòng sửa soạn (y phục). --운동 sự khởi động (trước cuộc đấu). --위원회 ủy ban hòa giải. --은행 ngân hàng tiết kiệm.

준사관 sĩ quan chuẩn úy

준사원 một nhân viên cấp dưới (ít thâm niên)

준설 sự nạo vét. --하다 nạo vét (lòng sông). *--기 dụng cụ nạo vét, lưới vét --선 người nạo vét, máy nạo vét. --작업 công việc nạo vét.

준수 sự tuân thủ, sự tuân theo. --하다 tuân thủ, tuân theo, tôn trọng.

준수 --하다 xuất xắc về tài năng và thanh lịch (*so bề tài sắc có phần trội hơn*)

준엄 tính chính xác, tính nghiêm ngặt, tính cứng rắn --하다 nghiêm khắc, cứng rắn.

준열 --하다 nghiêm ngặt, cứng rắn, khắt khe, tàn nhẫn, không nao núng, không thương xót.

준용 --하다 ứng dụng tương ứng với (điều khoản, luật lệ), theo đúng với.

준우승 một chiến thắng ở trận bán kết *--자 người thắng trận bán kết.

준위 chuẩn úy.

준장 thiếu tướng (육군 lục quân); thuyền trưởng (해군 hải quân), thiếu tướng (공군 không quân).

준족 [말 ngựa] con chiến mã; [사람 người] người tài ba, bậc anh tài.

준준결승 trận tứ kết.

준치 [물고기 cá] một loại cá trích..

준칙 quy tắc mẫu mực, chất lượng chuẩn.

준평원 bán bình nguyên

준하다 [비례] cân đối, cân xứng, tương ứng, theo tỷ lệ; [준용] theo đúng với ứng dụng tương ứng với; [상응] phù hợp với, đúng với xứng với. @...에 준하여 theo đúng với..

준행 sự theo đúng thỏa thuận trong điều lệ --하다 theo đúng nguyên tắc.

준행 sự tuân theo, sự tuân thủ. --하다 tân thủ mệnh lệnh, tuân theo lệnh.

준험 --하다 có dốc đứng, gồ ghề, lỡm chởm.

준회원 một hội viên

줄[1] [끈] sây cáp, dây thừng, dây chão (연. 악기 따위의), dây, dây thép, dây đàn (전화.낚시 따위의); [선] dây, hàng, dãy @줄을 지어 trong hàng // 줄을 치다 căng dây // 줄을 긋다 kéo dây, vạch hàng. *전기—dây điện. 전회—dây điện thoại.

줄[2] [쇠를 깎는] cái giũa (긁은).

줄[3] [방법] cách làm, phương pháp làm; [예상] sự việc có thể xảy ra, sự có khả năng đúng. @글 쓸 줄 모르다 *không biết phải viết như thế nào.*

줄거리 [가지 cành, nhánh] thân (cây), cuống, cọng (lá, hoa); [골자] đường nét, hình dáng, nét ngoài, nét phát thảo..

졸걷다 [줄타다] đi trên sợi dây kéo căng.

줄곧 không ngớt, liên miên, suốt.

줄긋다 gạch (kẻ) hàng, gạch suốt, kẻ lên tờ giấy.

줄기 [물줄기] dòng suối; [산의] dãy núi; [소나기의] một trận mưa, cơn mưa. @산줄기 một dãy núi; [나무 따위의] thân cây..

줄기차다 mạnh mẽ, sôi nổi, mãnh liệt, tràn đầy sức sống; [계속하다] liên miên, không ngừng, không ngớt, không dứt

줄넘기 sự nhảy dây. --하다 nhảy dây.

줄다 [감소] giảm sút, suy giảm, hạ bớt, thu nhỏ; [축소] co lại, rút ngắn lại. @빨아도 줄지 않다 không thể bị co, không thể rút ngắn.

줄다리기 trò chơi kéo co. --하다 chơi kéo co.

줄달다 theo, theo đuổi, tiếp nối @줄달아서 lần lượt, người này tiếp theo người kia.

줄달음질 chớp nhoáng, nhanh như tên bắn. --하다 chạy vội, lao nhanh vào, phóng nhanh tới.

줄담배 @줄담배를 피우다 hút liên tục, hút hết điếu này đến điếu kia // 줄담배 피우는 사람 người hút thuốc liên tục.

줄대다 tiếp tục, đi tiếp, làm tiếp. @줄대서 liên tiếp, nối tiếp nhau.

줄드리다 [줄을 걸다] treo dây, mắc dây; [줄을 꼬다] bện dây.

줄모 sự gieo mạ thành hàng @줄모를 심다 gieo mạ thành hàng.

줄목 điểm then chốt.

줄무늬 sọc vằn. @줄무늬의 có sọc vằn

줄사닥다리 cái thang dây

줄어들다 co lại, teo lại, thu nhỏ lại, giảm xuống, hạ bớt.

줄어지다 => 줄어들다.

줄이다 [감소] giảm bớt, làm nhỏ lại, làm yếu đi làm suy giảm; [삭감] cắt bớt, rút ngắn; [축소] ước lược, rút gọn; [단축] thu nhỏ lại, chum lại, co (teo lại). @비용을 줄이다 *hạn chế chi tiêu.*

줄자 thước dây.

줄잡다 đánh giá quá thấp, đánh giá một cách dè dặt, đánh giá không đúng mức. @줄잡아서 với giá vừa phải (trung bình/phải chăng).

줄줄[1] sự chảy nhỏ giọt => 졸졸.

줄줄[2] [막힘없이] trôi chảy, trơn tru, không vấp váp, lưu loát.

줄짓다 [줄을 짓다] xếp theo đội hình; [정렬하다] đứng thành hàng.

ㅈ

줄치다 kẻ hàng; [빨랫줄 따위를] căng dây.

줄타다 đi trên dây.

줄행랑 [행랑채] cánh phía trước của nhà hát [도망 trốn thoát, đào tẩu, bỏ trốn] sự chạy mất, sự bay mất. @줄행랑 치다 chạy mất, bay mất, *quất ngựa truy phong.*

줌 [분량] một nhúm, một nắm (cát)

줍다 góp nhặt, thu thập, lượm lặt, tìm thấy.

줏대 nguyên tắc cố định, cột trụ, quan điểm rõ ràng. @줏대가없다 thiếu trụ cột.

중 ông thầy tu, thầy tăng, hòa thượng, sư. @중이 되다 đi tu, gia nhập giới giáo.

중 (1) [중앙] chính giữa, trung tâm; [중위] điểm chiết trung, mức trung bình. @중의 bình quân, trung bình. (2) [동안] trong lúc, trong khi, đang lúc. @부재중에 lúc (ai) vắng mặt (3) [진행중] theo, ở, theo diễn biến, theo tiến trình @식사중이다 đang ở bàn // 공사중이다 đang xây dựng // 통화중이다 đường dây đang bận. (4) [중에서] ở giữa, trong số, thuộc @10 중 8,9 는 9 trong số 10 trường hợp.. (5) [내내] khắp nơi, từ đầu chí cuối, suốt.

중 [겹] nếp gấp; [무게] quả cân, trọng lượng; [중요] nặng trọng, quan trọng

중간 chính giữa, giữa đường, nữa đường. @중간의 giữa, trung gian; [잠정적] tạm thời, nhất thời, lâm thời. *--계급 giai cấp giữa, giai cấp trung lưu. --고사 cuộc thi giữa năm học (hết học kỳ 1). --노선 tính chất (thái độ) trung lập. --상인 người trung gian. --이득 việc (phương tiện) trung gian trục lợi

중간 --하다 xuất bản lại, tái bản..

중간자 [물리 vật lý] m*êzon, mezothon.*

중간치 [물건 đồ vật] một món đồ vật có kích cỡ trung bình (giá cả, chất lượng)

중갑판 boong giữa, tầng giữa (xe bus, tàu).

중개 sự trung gian, sự hòa giải (조정). --하다 trung gian, hòa giải. @...의 중개로 qua trung gian. *--물 kênh, mương, lạch, ống dẫn nước. --자 người trung gian, người môi giới.

중개업 nghề môi giới; [주선업] sự trung gian, môi giới, cơ quan, hãng, sở, đại lý, chi nhánh. *--자 người môi giới, người mối lái mua bán..

중거리 khoảng cách trung bình.

중견 [사람] xương sống, rường cột (trụ cột) chính; [군사] lực lượng chính. *--인물 lãnh tụ, người lãnh đạo, người chỉ huy, nhân vật chính. --작가 một nhà văn có địa vị trung bình.

중경상 sự bị thương mức độ trung bình. *--자 người bị tổn thương ở mức độ trung bình

중계 sự phát thanh đồng thời một chương trình trên một hệ thống đài phát thanh, sự tiếp âm. --하다 tiếp âm. *--국 trạm tiếp âm.

중계 무역 kho hàng mậu dịch, trung tâm xuất nhập khẩu hàng.

중계항 cảng quá cảnh, cảng trung gian..

중고 (1) [물건] đồ dùng đã qua sử dụng (đã qua tay). (2) [역사] thời trung cổ *--사 lịch sử cổ đại (trung cổ). --품 hàng cũ, hàng mua lại

중공업 ngành công nghiệp nặng.

중과 sự chấp, sự chênh lệch tỷ số . @중과 부적이다 chúng ta ở đa số.

중구 lời phê phán (chỉ trích) của nhân dân (có tính chất đại chúng). @중구난방이다 *khó mà bịt miệng thiên hạ.*

중국 Trung quốc @중국의 dân Trung quốc.

중궁 bà hoàng, bà chúa, nữ hoàng, hoàng hậu.

중궁전 => 중궁.

중권 quyển trung, tập giữa.

중금고 hình phạt tù lao động khổ sai

중금속 kim loại nặng.

중급 trung cấp *--영어 Anh văn trung cấp --품 chất lượng trung bình.

중기 giữa (thời đại, kỷ nguyên); [세포 분열의] pha giữa (thân bào).

중기관총 vũ khí hạng nặng

중길 [물건 vật phẩm] hàng hóa (sản phẩm) có chất lượng trung bình.

중년 trung niên. @중년 신사 một người quý tộc (đàn ông) trung niên

중노동 lao động nặng

중농 trung nông.

중농 정책 chính sách nông nghiệp đứng đầu.

중농주의 phái trọng nông. *--자 người theo phái trọng nông.

중늙은이 người có tuổi, người trung niên.

중단 sự đình chỉ, sự gián đoạn, sự ngừng, sự bỏ, sự thôi, tình trạng bị treo, sự ngắt. --하다 treo, bỏ, ngừng, đình chỉ, gián đoạn.

중단 bến đổ, sự đổ bộ (계단의); chỗ giữa (중앙부); tầng giữa.

중대 tính chất trầm trọng, sự nghiêm trọng, sự hệ trọng. --하다 nghiêm trọng, trầm trọng, quan trọng, nặng. @중대한 사건 việc nghiêm trọng, việc hệ trọng.

중대 đại đội (보병.공병 bộ binh, công binh); khẩu đội pháo (포병 pháo binh); liên đội, phi đội. *--장 sĩ quan chỉ huy, hạm trưởng, đại úy.

중대가리 [머리] sự xuống tóc, sự cạo trọc đầu, lễ thí phát.

중대시 sự làm quan trọng (một vấn đề). --하다 coi là hệ trọng, nhìn (nhận xét) sự việc là quan trọng lớn lao.

중대화 sự làm nặng (xấu) thêm, điều làm nguy ngập thêm --하다 trở nên trầm trọng thêm.

중도 nữa đường, giữa đường. @중도에서 ở giữa đường, ở nữa đường.

중도 [중용] nữa đường, giữa chừng. *--정책 chính sách giữa chừng (nữa vời).

중독 sự nhiễm độc, sự đầu độc @중독성의 có độc, độc hại *--증상 triệu chứng độc hại. 식—thực phẩm độc hại. 아편—sự nghiện thuốc phiện. 알코올—chứng nghiện rượu, tác hại của rượu..

중동 phần giữa, đoạn (khúc) giữa (của vật gì)

중동 Trung-Đông

중동무이 --하다 rời bỏ (từ bỏ) nữa chừng.

중등 [급] trung cấp; [질] chất lượng trung bình; [중위] mức trung bình. @중등의 trung bình, bình quân. *--교육 nền giáo dục trung học. --학교 trường trung học. --품 thứ phẩm, hàng loại trung bình

중략 hiện tượng tỉnh lược, sự bỏ sót, sự bỏ đi; “bỏ qua”.

중량 trọng lượng. *--급 권투선수 võ sĩ hạng nặng. --부족(초과) trọng lượng thiếu (thừa). 총—tổng trọng lượng, trọng lượng gộp.

ㅈ

중력 trọng lực, sức hút. @중력의 법칙 định luật trọng lực (sức hút). *--가속도 gia tốc của trọng lực.

중령 trung tá (육군 lục quân, 해군 hải quân).

중론 dư luận quần chúng, ý kiến của nhân dân.

중류 giữa dòng, [사회 xã hội] trung cấp. *--계급 giai cấp (tầng lớp) trung lưu.

중립 trung tín, tính chất (thái độ) trung lập. --하다 trung lập. @중립을지키다 giữ thái độ trung lập *--국 quốc gia trung lập --선언 bản tuyên ngôn độc lập.—성 trung tính.—의원 thành viên độc lập. 엄정—hoàn toàn độc lập

중망 niềm hy vọng (niềm tin, sự trông mong) của quần chúng (기대); sự tin tưởng của nhân dân (신망); sự yêu mến của nhân dân, sự ưa thích của quần chúng, sự nổi tiếng..

중매 sự mai mối --하다 mai mối. *--결혼 một cuộc hôn nhân do mai mối. –người mai mối, ông mai (bà mai)

중매 nghề môi giới --하다 môi giới. *--구전 tiền huê hồng môi giới. --인 người môi giới, người trung gian. --점 nghề môi giới nhà.

중문 cổng trong, cổng nội bộ.

중문 [문법] mệnh đề kép, câu ghép

중미 trung Mỹ

중반전 [바둑 따위] ván giữa (trò chơi); [선거에서] giai đoạn giữa. @중반전에 들어가다 đi đến giữa cuộc chơi. (바득), đi tới đỉnh

중벌 hình phạt nghiêm khắc (nặng/thích đáng).

중범 [중범죄] trọng tội, tội nghiêm trọng; [거듭 죄지름] sự tái diễn tội ác; [사람] người phạm trọng tội

중병 trọng bệnh, bệnh nặng. @중병에 걸리다 bị bệnh nặng, lâm trọng bệnh.

중복 giữa tiết đại thử (tiết nóng nhất trong năm).

중복 [산중턱] giữa dốc núi. @중복에 ở giữa dốc núi, ở lưng chừng núi.

중복 sự đè lên nhau, sự chồng chéo, sự lập lại, sự tái diễn. (반복), sự nhân đôi. --하다 gối (đè) lên nhau, nhân đôi, gấp đôi, lập lại, tái diễn.. @중복된 độ trùng khớp, bản sao.

중부 bộ phận trung ương, trung tâm*--지방 khu trung ương, trung khu.

중뿔나다 can thiệp vào, dính vào, nhiễu sự, lăng xăng. @중뿔난 사람 kẻ nhiễu sự, người hay xen vào việc của người khác.

중사 trung sĩ.

중산 계급 trung cấp, bậc trung

중산모 cái mũ quả dưa.

중상 sự vu cáo, lời vu khống --하다 vu khống phỉ báng, nói xấu, vu oan. @중상적 vu khống, phỉ báng. *--자 người vu khống.

중상 vết thương nặng. @중상을 입다 bị thương nặng, bị thương trầm trọng.

중상주의 tính hám lợi, tính vụ lợi, tính con buôn.

중생 [기독교 đạo Chúa] sự sinh lại, sự hiện thân mới. --하다 sinh lại, tái sinh, hiện thân mới.

중생 loài người, nhân loại, vạn vật, thiên hạ.

중생대 kỷ nguyên đại trung sinh.

중서부 [미국의 ở Mỹ] trung Tây. @중서부의 ở trung Tây

중석 dây *tungsten*, một kim loại màu xám

dùng để chế tạp thép hợp kim và các sợi trong bòng đèn, chất *scheelite* (khoáng chất silit).

중석기 시대 [고고] thời đại đồ đá giữa..

중선거구 trung khu bầu cử.

중성 [문법 văn phạm] từ trung tính; [화학 hóa học] trung tính; [생물 sinh vật] sự vô tính.*--반응 phản ứng vô tính. --자 *neutron* (nơtron)

중세 trung cổ. @중세의 thuộc thời Trung cổ *--기 thời Trung cổ. --사[역가] lịch sử Trung cổ.

중세 thuế nặng, sưu cao thuế nặng.

중소 Hán-Nga *--분쟁 sự xung độ Hán-Nga.

중소 기업 xí nghiệp nhỏ, bậc trung.

중소 상공업자 một hảng buôn và sản xuất nhỏ, bậc trung

중수 sự sữa chữa, sự tu sữa. --하다 sữa chữa, tu sữa, phục hồi.

중수 [화학 hóa học] loại chất lỏng đặc (khó bay hơi), nước nặng.

중수소 *hydrogen* đặc, hydrô nặng.

중순 tuần lễ giữa tháng, trung tuần. @5 월 중숭에 vào trung tuần tháng năm

중시 sự cân nhắc kỹ, sự suy xét kỹ. --하다 cân nhắc kỹ, suy xét kỹ

중신 nhà chính trị lão thành

중심 [복판] trung tâm [초점] tiêu điểm, trọng tâm; [중핵] cốt lõi, nồng cốt; [중추] điểm mấu chốt; [중점] trọng âm, điểm nhấn mạnh; [평형] đối trọng. @공업의 중심 trong tâm công nghiệp. *--력 lực hướng tâm. --사상 quan niệm chính, ý đồ chính. --선 đường lối chính. --세력 trọng lực, lực chính.

중심 trọng tâm, trọng lực.

중심인물 nhân vật chính, bộ mặt chính, vai chính.

중압 áp xuất, áp lực; [부담] gánh nặng. --하다 ép chặt, đè nặng. *--감 cảm giác ngột ngạt.

중앙 trung tâm, trọng tâm, trung ương. @중앙의 thuộc trung ương *--문단 giới văn học ở thủ đô. --아시아 trung tâm Châu á. --정부 chính quyền trung ương.

중앙 sự thống trị độc đoán. *--제 chế độ tập trung quyền lực

중언부언 --하다 nói lại, lập lại, nhắc lại (một việc)

중얼거리다 lầm bầm, càu nhàu một mình.

중역 ủy viên hành pháp, giám đốc (công ty) (간부). *--회 ủy ban hành pháp

중역 bản dịch lại. --하다 dịch lại.

중엽 giai đoạn giữa. @16 세기 중엽 giữa thế kỷ thứ 16.

중외 trong nước và ngoài nước. @중외에 ở trong nước và ngoài nước.

중요 tầm quan trọng, tính trọng đại. --하다 quan trọng, trọng yếu, thiết yếu, cần thiết. *--성 nghiêm trọng quan trọng, trọng đại

중요시 --하다 có thái độ quan trọng, cho là cần thiết

중용 trung dung, sự tiết chế, sự điều độ, ôn hòa.. @중용의 ôn hòa, vừa phải, trung bình, điều độ.

중용 sự thăng tiến đến một chức vụ đầy trọng trách. --하다 thăng tiến (được đề bạt) lên một chức vụ trọng yếu.

중우 đám đông quần chúng, thường dân. *--정치 quần chúng thống trị, chính quyền quần chúng.

중원 [들판의] giữa cánh đồng; [나라의]

ㅈ

miền trung du

중위 tính trung bình, tính chất xoàng (thường), tiêu chuẩn bình thường, loại trung bình.. *--수(수학 số học) trung tuyến.

중위 thiếu úy (육군의 lục quân); trung úy (영해군의 hải quân Anh); trung úy hải quân (미 해군의 hải quân Mỹ).

중유 dầu nặng, dầu thô, dầu Diesel.

중음 [음악 âm nhạc] giọng nữ trung

중음부 [음악 nhạc] giọng trung phụ.

중의 dư luận (quan điểm) quần chúng.

중의 sự tham khảo tổng quát, sự hội ý chung

중이 tai giữa, màng nhĩ. *--염 viêm màng nhỉ, viêm tai giữa.

중이층 [건축 kiến trúc] gác lửng

중인 công chúng, nhân dân, quần chúng. @중인앞에서 trong công chúng // 중인 환시리에 mọi người nhìn vào, trước mắt công chúng.

중임 (1) [중한 책임] trách nhiệm nặng nề, chức vụ quan trọng (중요위치). (2) [재임] sự bổ nhiệm lại, sự phục hồi chức vị (재선) . --하다 được phục hồi chức vị.

중장 trung tướng (육군 lục quân), phó đô đốc (해군 hải quân).

중장비 đồ trang thiết bị nặng.

중재 sự phân xử, sự can thiệp, sự trung gian hòa giải. --하다 can thiệp, hòa giải, điều đình, phân xử *--인 người dàn xếp, người hòa giải. --재판 sự phân xử.

중전 nữ hoàng. *--마마 muôn tâu nữ hoàng.

중절 sự gián đoạn. --하다 bị gián đoạn. *임신—sự sẩy thai nhân tạo, sự phá thai.

중절모 cái nón phớt, nón nỉ, nón dạ.

중점 điểm chiết trung, điểm giữa, trung điểm.

중점 [강조] sự nhấn mạnh; [중요] tầm quan trọng; [우위] sự ưu thế, quyền ưu tiên; [중심점] điểm mấu chốt. @중점적으로 trội hơn, ưu thế hơn // 중점을 두다 nhấn mạnh, làm nổi bật, *emphasize*. *--배급 khẩu phần ưu tiên. --주의 chính sách ưu đãi.

중정 sự ôn lại, sự xem lại lần thứ hai

중조 bột nổi, *bicarbonate-soda*

중죄 tội nặng, trọng tội. *--(범)인 người phạm trọng tội, phạm nhân.

중증 trường hợp nghiêm trọng. *--환자 tình hình nghiêm trọng (hoàn cảnh / tình thế).

중지 sự đình chỉ, sự gián đoạn. --하다 đình lại, hoãn lại, ngừng lại @중지되다 bị đình lại, bị hoãn lại, bị bế tắc, bị treo.

중지 ngón giữa

중지 sự từng trải, sự hiểu biết nhiều, sự thông thái, tính chất tài giỏi.

중직 chức vụ quan trọng, trọng trách.

중진 [문진] cái chặn giấy nặng; [사람] một con người có uy thế, có ảnh hưởng, một nhân vật lỗi lạc, con ngựa đầu đàn @영어학계의 중진 một nhà nghiên cứu hàng đầu môn Anh văn.

중진국 một quốc gia bán khai (phát triển nửa chừng)

중창 [구두의 giày] đế trong (giày)

중책 [책임] trọng trách, trách nhiệm nặng nề. @중책을 맡다 gánh vác trách nhiệm nặng nề..

중천 giữa bầu trời, giữa không trung.

중첩 [중복] sự lập lại. --하다 chồng chất lên, lập lại, nhắc lại.

중추 trung thu. @중추 명말 trăng thu.

중추 trung tâm, điểm mấu chốt (then chốt), nhân, lõi, cột trụ. @중추의 nòng cốt, chủ chốt. *--신경 thần kinh trung ương

중축 trục

중치 [품질] đồ vật có chất lượng trung bình; [값] món đồ có giá trung bình; [크기] món đồ có kích cỡ trung bình

중침 cây kim cỡ trung bình

중크로움산 [화학 hóa học] *dichromic acid*. *--염 *dichromate*.

중키 độ cao, chiều cao trung bình.

중탄산 [화학 hóa học] *bicarbonate*. *--수오다 *bicarbonate soda*.

중탕 sự chưng cất hai lần. --하다 chưng cất hai lần

중태 tình hình nghiêm trọng. @중태이다 bị bệnh nặng, ở trong tình trạng nguy kịch

중턱 [산의 núi] thạch nhũ. @중턱에 lưng chừng (núi, đồi); nửa chừng

중토 [화학 hóa học] *baryta*, barit.

중퇴 sự bỏ học nửa chừng. --하다 bỏ học nửa chừng. (대학을). @대학을 중퇴한 청녀 một thanh niên học hành dang dở.

중파 [전파] làn sóng trung bình

중판 [사진] cỡ trung bình.

중판 sự (sách) xuất bản lần thứ hai --하다 in lần thứ hai, xuất bản lần hai, in lại.

중편 [제 2 권] tập hai, tập giữa; [중편의 글] độ dày trung bình. *--소설 một cốt truyện dày vừa phải.

중평 dư luận chung

중포 vũ khí nặng. *--병 khẩu trọng pháo (총칭); pháo thủ, bộ đội pháo binh.

중폭격 bom nặng trọng. --하다 ném bom. *--기 oanh tạc cơ.

중품 (hàng hóa) chất lượng trung bình.

중풍 [의학 y học] sự tê liệt, chứng tê liệt. @중풍의 tình trạng tê liệt.

중하 một gánh nặng.

중하다 [무겁다] nặng nề; [병이 bệnh] trầm trọng; [일이 công việc] quan trọng, hệ trọng.

중학교 trường trung học. @중학교에 다니다 học trường trung học

중학생 học sinh trung học.

중합 [화학 hóa học] sự trùng hợp. *--체 chất *polymer*, chất trùng hợp, hợp chất cao phân tử.

중항 [수학 toán học] số trung bình. *비례—tỷ lệ thức trung bình.

중핵 nhân, hạt (bộ phận nồng cốt).

중형 người anh thứ hai (sau anh cả).

중형 hình phạt nặng nề (nghiêm khắc).

중형 cỡ trung bình. @중형의 có cỡ trung bình.

중혼 sự lấy hai vợ (hai chồng); tình trạng song hôn --하다 phạm luật song hôn. *--자 người lấy hai vợ (hoặc hai chồng) cùng một lúc. --죄 tội song hôn.

중화 sự trung hòa (화학적); sự phản tác dụng, sự mất tác dụng; [평형] tính đều, tính không thay đổi. --하다 trung hòa, mất tác dụng @중화성의 làm trung hòa, làm mất tác dụng, chống lại.

중화기 vũ khí hạng nặng

중화민국 Trung Hoa dân quốc

중화학 공업 ngành công nghiệp hóa học nặng.

중환 một con bệnh nặng. *--자 một ca bệnh trầm trọng.

중후 tác phong lịch sự và hào phóng. --하다 lịch sự, hào phóng; hòa nhã, thẳng thấn.

중흥 sự phục hồi, sự khôi phục, sự bình phục. --하다 phục hồi, khôi phục, bình phục.

중히 với sự lưu tâm; với sự tận tình chu đáo. @중히 여기다[소중히] coi trọng, tận tình chu đáo; [존중] sự lưu tâm, quan tâm.

쥐 [1] con chuột. @쥐잡기 운동 bẫy bắt chuột // 독안에든 쥐와 같다 giống như chuột mắc bẫy *--꼬리 đuôi chuột. --덫 cái bẫy chuột. --약 bả chuột, thuốc diệt chuột.

쥐 [2] [경련] chứng chuột rút, chứng vọp bẻ @쥐나다 bị vọp bẻ, bị chuột rút.

쥐구멍 lỗ chuột @쥐구멍을 찾다 tìm kiếm chổ sơ hở (*bới lông tìm vết*, tục ngữ Việt Nam).

쥐꼬리 vật giống như đuôi chuột @쥐꼬리만한 왈급 tiền lương thấp.

쥐다 cầm, giữ, nắm chặt, níu lấy, ôm ghì, chộp. @손을 꽉 쥐다 nắm chặt tay // 주먹을 쥐다 nắm chặt quả đấm

쥐덫 cái bẫy bắt chuột

쥐똥나무 [식물] cây thủy lạp.

쥐며느리 [곤충] con mọt gỗ.

쥐뿔같다 tầm thường, không giá trị, không quan trọng

쥐약 thuộc chuột, bả chuột

쥐어뜯다 nhổ, bức, hái, khoét, xé.

쥐어박다 giáng cho một đòn, nện cho một quả, đấm, thoi

쥐어짜다 ép, vắt, moi, nặn.

쥐어주다 [돈을] đặt vào tay, trao cho, dúi cho; [뇌물을] đút lót, mua chuộc; [팁을] cho tiền quà.

쥐어지르다 => 쥐어박다.

쥐어흔들다 túm lấy và run lắc. @어깨를 쥐어흔들다 nhún vai

쥐엄나무 [식물 thực vậ] cây bồ kết ba gai.

쥐엄발이 (người có) bàn chân quất lại (teo lại).

쥐여지내다 bị đặt dưới sự kiềm chế (kiểm soát) của ai; bị ai khống chế.

쥐이다 bị túm lấy, bị chộp, bị bắt.

쥐잡듯이 từng người một, từng cái một, riêng biệt, cá nhân, cá thể, riêng lẻ. --하다 sục sạo, lùng sục (chỗ để của vật gì).

쥐정신 chứng hay quên, trí nhớ kém.

쥐젖 hột cơm, mụn cóc, bướu cây.

쥐죽은 듯하다 lặng như tờ, yên lặng như đá.

쥐치 [물고기 cá] cá phay

쥘부채 cây quạt xếp (giấy)

쥘쌈지 túi đựng thuốc lá, bao thuốc lá.

즈런즈런 trong sự sung túc --하다 thừa thãi, dư dật, giàu có, sang trọng.

즈음 dịp, cơ hội, thời cơ @이즈음 ngày nay, bây giờ, lúc này, vừa qua. // 그즈음 vào lúc đó, vào dịp đó.

즈크 vải bạt @즈크 신 đôi giày bằng vải bạt.

--즉 khi đó, lúc đó, hồi ấy, bất cứ lúc nào @알아본즉 거짓이었다 *lúc thẩm vấn, biên bản đã xác nhận là giả*.

즉 [곧] là, ấy là, gọi là; [바로] đúng, chính xác.

즉각 một lần, một khi, ngay lập tức. @즉각 승낙하다 tán thành (đồng ý) ngay lập tức.

즉결 một quyết định đột ngột (nhanh chóng); [법] phán đoán sơ lược, ý kiến đột xuất. --하다 quyết định ngay lập tức (tại chỗ); [법] xét xử nhanh (giản lược, qua loa). *--재판 một phán quyết sơ lược --처분 một sự kết tội giản lược.

즉답 câu trả lời nhanh chóng --하다 trả lời nhanh chóng, đáp lại ngay lập tức.

즉매 nơi bán, chỗ bán. --하다 bán tại chỗ.

즉사 cái chết ngay tức khắc. --하다 chết ngay tại chỗ, bị khử tại chỗ, bị giết ngay lập tức.

즉석 @즉석에서 một cách tự nhiên, thoải mái, không khách sáo, không chuẩn bị trước ứng khẩu, tùy hứng. *--연주자 người ứng biến --요리 món ăn nhanh.

즉시 liền, ngay khi, ngay lập tức. *--거래 sự giải quyết liền (trực tiếp / ngay lập tức). --불 trả tiền ngay. --불어음 hóa đơn trả ngay khi thấy. --인도 sự giao hàng ngay --통고 một thông báo trực tiếp

즉위 sự lên ngôi, sự thừa kế ngai vàng. --하다 lên ngôi. *--식 lễ đăng quang.

즉응 sự thích nghi nhanh --하다 thích nghi nhanh, tự thích nghi ngay lập tức.

즉일 cùng ngày, cũng trong ngày đó.

즉효 hiệu quả ngay lập tức. @즉효가 있다 có kết quả ngay lập tức. *--약 cách điều trị ngay tại chỗ, thuốc có hiệu quả nhanh

즉흥 sự vui chơi giải trí không định trước. @즉흥적 ứng khẩu, ứng biến, ngay tức thì // 즉흥적으로 짓다 dàn xếp lập tức, trấn tĩnh tức thì. *--곡 bài hát ứng khẩu. --시 bài thơ ứng khẩu.

즐거움 niềm vui thích, sự thích thú, niềm hạnh phúc.

즐겁다 vui vẻ, hạnh phúc, hài lòng. @즐거이 một cách vui vẻ, phấn khởi, một cách hạnh phúc, hài lòng. // 즐거운 추억 một ký ức vui.

즐기다 vui chơi, hưởng thụ, thưởng thức. @독서를 즐기다 hưởng thú đọc sách

즐비 --하다 đứng sát vào nhau, đúng thành hàng , đứng tiếp theo hàng..

즙 *포도(사과) – nước nho (táo) ép.

증 (1) [증세] triệu chứng. (2) [화증] cơn giận, sự giận dữ (3) [싫증] sự chán ghét, sự căm phẫn.

증 [증명] chứng cớ, bằng chứng; [증서] giấy chứng nhận. *학생— giấy chứng nhận học sinh.

증가 số lượng gia tăng, sự cộng thêm, phép mở rộng, sự thêm vào, sự bành trướng, sự khai triển, sự tăng thêm --하다 tăng thêm, mở rộng, phát triển, phồng lên, sinh sôi nảy nở @증가되고 있다 đang đà phát triển, đang sinh sôi nảy nở. *--소득세 tăng thuế thu nhập (thuế lợi tức). --액 số lượng tăng, thực chất tăng.

증간 [간행물] số đặc biệt (của một tạp chí)

증감 sự tăng giảm, sự lên xuống, sự dao động, sự biến đổi, sự thay đổi bất thường (변동). –하다 tăng giảm, thêm bớt, lên xuống.

증강 sự gia cố, sự tăng cường củng cố , phép mở rộng, sự tăng lên. --하다 tăng cường, củng cố, tăng lên, mở rộng ra.

증거 bằng chứng, chứng cớ. @물적 증거 vật chứng // 증거를 모으다 thu thập chứng cớ // 증거가 빈약하다 chứng cớ mỏng manh. *--능력 chứng cớ có thể chấp nhận được. --물 tang vật. --보전 sự bảo tồn chứng cớ. --서류 tài liệu chứng minh

증결하다 thêm một chiếc xe (cho đoàn tùy tùng)

증권 [유가] chứng khoán; [상업상의] dụng cụ; [주식의] chứng chỉ, văn bằng; [해운 관계] hóa đơn; [증서] tài liệu, tư liệu. *--매매 sự phân chia bông phiếu và chứng khoán. --소유자 người nắm giữ chứng khoán --시장 thị trường chứng khoán.

증기 hơi nước. *--기관 động cơ hơi nước. --기관차 đầu máy chạy bằng hơi nước.

증대 sự tăng thêm, sự nới rộng ra--하다 tăng thêm, nới ra, phồng lên, nâng cao. *--판 tăng thêm số bản in ra, nới rộng khổ báo.

증류 sự chưng cất. --하다 chưng cất. *--기 bình chưng cất. --수 nước cất..

증명 bằng chứng, chứng cớ; [증언] lời khai, lời chứng; [확증] sự chứng minh là xác thực (chứng nhận đúng); [논증] luận chứng. --하다 [실증] sự chứng tỏ, chứng minh; [증언] sự tỏ ra, sự chứng thực, sự biểu lộ; [업증] xác minh, xác nhận, bày tỏ, biểu lộ; [진짜임을] sự thị thực, sự làm cho có giá trị; [신원을] sự nhận dạng. @무죄를 증명하다 xác minh (ai) vô tội //... 을 증명함 xác nhận là... *--서 giấy chứng nhận, giấy chứng thực.

증모 --하다 [군인 따위를] tuyển quân, tòng quân, tuyển mộ tân binh; [학생 따위를] kết nạp tân binh

증발 sự làm khô, sự bay hơi, sự bốc hơi. --하다 [액체가] làm khô, làm bay hơi, bốc hơi, bay hơi (물이); [사람이] biến mất một cách khó hiểu. @증발하기 쉬운 có thể bốc hơi.

증발 [열차의] sự điều hành chuyến xe lửa đặc biệt; [통화의] số lượng phát hành tăng lên. --하다 [열차를] điều khiển chuyến xe lửa đặc biệt; [통화를] phát hành thêm giấy bạc.

증배 [배당의] phần chia được tăng thêm; [배급의] tăng khẩu phần. --하다 tăng phần chia, tăng khẩu phần.

증보 phần mở rộng, phần thêm vào. --하다 mở rộng, thêm vào. @개정 증보판 ấn phẩm mới đã duyệt và đã mở rộng thêm.

증빙 bằng chứng, chứng cớ. *--서류 tài liệu chứng minh

증산 sản lượng tăng, sự gia tăng sản xuất. --하다 gia tăng sản xuất, tăng sản lượng. @쌀의 증산 sản lượng gạo tăng.

증상 [징후] triệu chứng; [병세] tình trạng bệnh.

증서 văn bản, giấy tờ, giao kèo, khế ước, chứng thư (채무의); chứng từ, hóa đơn (영수증 따위); chứng chỉ, bằng cấp, giấy chứng nhận (증명서); công văn, bằng khen, văn bằng (졸업 증서). *예금—giấy chứng nhận (biên lai) tiền gửi. 차용—giấy nợ.

증설 số lượng tăng thêm, sự đặt thêm hệ thống máy móc. --하다 tăng thêm, cài đặt thêm

증세 triệu chứng, tình trạng bệnh nhân (용태).

증세 sự tăng thuế. --하다 tăng thuế.

증손 chắt trai. *--녀 chắt gái.

증수 --하다 tăng lên, phình (phồng) ra . *--기 kỳ ngập lụt hằng năm

증수 số lượng tăng thêm; [수입의] tăng thu nhập; [농산물의] hoa lợi (sản lượng) tăng. --하다 tăng số thu.

증수회 sự đút lót, sự mua chuộc, sự hối lộ,

sự tham nhũng. *--사건 một ca hối lộ.

증식 sự nhân, tính nhân, sự gia tăng, sự truyền bá, sự nhân giống. --하다 gia tăng, truyền bá, nhân giống

증액 số lượng tăng. --하다 tăng lên, tăng thêm.

증언 chứng cớ miệng, lời chứng, nhân chứng; [증언 조서] sự cung khai. --하다 khai, làm chứng, cho chứng cớ. @…임을 증언하다 xác nhận sự thật. *--대 chỗ đứng của nhân chứng. --자 nhân chứng, người làm chứng.

증여 sự tặng, quà tặng. --하다 cho, biết tặng, dâng, cúng. *--물 quà biếu, tặng phẩm, tặng vật. --자 người cho, người biếu người tặng, người quyên góp cúng dường.

증오 lòng căm thù, sự căm hờn, lòng căm ghét. --하다 ghét, căm thù, hận thù. @ 증오할 đầy căm thù, đầu thù hận.

증원 sự tăng nhân viên --하다 tăng nhân viên.

증원 sự tăng cường, sự củng cố. --하다 tăng cường, tăng viện, củng cố, ủng hộ thêm. *--대 quân tiếp viện, quân tăng viện.

증인 nhân chứng, người làm chứng, người chứng kiến (nhìn thấy), người bảo đảm (보증인). @증인이 되다 làm chứng, xác nhận, cho bằng chứng (법정에서), đứng ra bảo lãnh cho (신원의). *--대심권 quyền đối chất. --석 chỗ đứng của người làm chứng.

증인 con dấu đóng trên văn kiện.

증자 sự tăng vốn. --하다 tăng vốn. *--주 tăng thêm phần đóng góp (cổ phần).

증정 sự biếu, sự tặng quà, phần thưởng cho tác giả (증정자의서명). --하다 biếu, tặng quà (cho người nào) *--본 quà biếu, vé mời. --자 người biếu, người tặng quà. --품 quà, vật tặng.

증정 sự sửa lại và tăng thêm. --하다 tăng thêm, sửa lại *--판 ấn phẩm đã sửa lại và mở rộng

증조모 bà cố

증조부 ông cố.

증진 sự gia tăng, sự cải tiến, sự tiến bộ, sự đổi mới --하다 gia tăng, tiến bộ, đổi mới

증축 sự mở rộng một tòa nhà, phần thêm vào, nhà phụ, chái.. --하다 mở rộng toà nhà, xâu cất nhà phụ (cạnh nhà lớn).*--공사 công việc nới rộng

증파 quân tiếp viện. --하다 gửi quân tiếp viện

증폭 sự khuyếch đại. --하다 khuyếch đại. *--기 máy khuyếch đại

증표 chứng từ, biên lai, hóa đơn.

증회 sự đút lót, sự hối lộ. --하다 đút lót, mua chuộc, ăn hối lộ. *--사건 một trường hợp đút lót. --자 kẻ đút lót, kẻ hối lộ.

증후 triệu chứng.

지 [동안] từ, từ khi, sau khi. @그들이 이혼한 지 5 년이 된다 *đã 5 năm sau khi họ ly dị.*

지 từ.. cho đến khi

지가 giá đất; [대장의] giá trị của đất. *법정—sự định giá đất..

지가 giá giấy.

지각 vỏ trái đất, thạch quyển.

지각 [인식 nhận ra] sự am hiểu, sự nhận thức; [의식 ý thức] sự hiểu biết; [감각 tri giác] cảm giác. --하다 cảm nhận, ý

ㅈ

thức, hiểu biết. @지각 없는 vô ý thức, không tri giác, không hiểu biết. *--기관 cơ quan tri giác

지각 sự trễ, sự muộn. --하다 muộn, trễ giờ. @학교에 지각하다 trễ giờ học. *--계 bài viết (nộp) trễ

지갑 [종이지갑] cái hộp bằng giấy; [돈지갑] cái ví (tiền), cái túi xách tay nhỏ.

지게 cái bướu @지게를 지다 mang cục bướu trên lưng.

지게미 [술의 rượu] cặn rượu; [눈꼽] kẹo gôm, chất gôm; [비듬] gàu bám da đầu.

지겟군 người gù lưng, người mang gánh nặng.

지겹다 buồn tẻ, chán ngắt, buồn chán, khó chịu, làm kinh tởm, làm mệt mõi chán chường @일이 지겹다 *tôi phát chán công việc này; tôi quá mệt mõi với công việc này.*

지경 (1) [경계] đường biên giới, ranh giới. (2) [형편] vị trí, địa thế, tình hình. @파멸할 지경이다 đứng bên bờ vực thẳm (nguy cơ thất bại)

지계 nền móng (지하실); tầng hầm (1 층).

지고 uy thế, uy quyền tối cao --하다 cao nhất, tối cao, quan trọng nhất, tuyệt vời nhất.

지골 [해부 giải phẫu] đốt ngón (tay, chân).

지공 무사 tính chất công bằng vô tư nhất (tối thượng). --하다 hoàn toàn vô tư.

지관 thầy bói đất, thầy địa lý.

지구 trái đất, quả địa cầu. @지구의 공전 sự xoay vòng của quả đất quanh mặt trời. *--물리학 khoa địa vật lý. --역학 khoa địa động lực. --의 quả địa cầu, trái đất, thế giới. --화학 địa hóa học.

지구 [지역] khu vực, địa hạt, vùng, miền; [대지] mảnh, lô (đất).

지구 tính bền bỉ, sự dai dẳng. --하다 chống đỡ, giữ vững, duy trì, kéo dài, tồn tại, chịu đựng được. *--력 sức (khả năng) chịu đựng --전 cuộc chiến kéo dài, chiến tranh tiêu hao.

지구 [지리] địa hào. *--대 thung lũng được tạo nên do sự lún xuống của vỏ của trái đất

지국 chi nhánh văn phòng. *--장 giám đốc chi nhánh

지그르르 sự sôi sủi.

지그시 (1) [참는 모양] sự kiên nhẫn, sự kiên trì, sự kiên gan bền chí. @아픔을 지그시 참다 *cam chịu nghịch cảnh.* (2) [슬그머니] nhẹ nhàng, êm ái, dịu dàng @눈을 지그시 감다 nhẹ nhàng nhắm đôi mắt lại.

지극 --하다 cực kỳ, vô cùng, tột độ, quá chừng. @지극히 rất, lắm, vô cùng..

지근거리다 (1) [집적거림] quấy rối, quấy nhiễu, làm phiền, làm bực mình (2) [씹다] nhai nhẹ nhàng (êm ái) (3) [머리가] bị đau nhói (ở đầu).

지근덕거리다 => 지근거리다

지글거리다 sôi sục, xôi xèo xèo (khi rán mỡ)

지글지글 sự sôi sục, sự sủi bọt.

지금 hiện tại, hiện nay, bây giờ; [보사적] hiện giờ, hiện thời @지금의 (thuộc) hiện tại // 지금까지 cho đến nay, cho đến bây giờ // 지금부터 kể từ nay, kể từ bây giờ // 지금으로부터 10 년전 10 năm trước // 지금으로부터 50 년후 50 năm sau này.

지금 thỏi vàng, vàng thoi.

지금거리다 nhai nhằm hạt sạn.

지금껏 cho đến bây giờ, trong lúc này.

지급 [공급] cung cấp, dự phòng, trang bị; [지불] tiền trợ cấp, tiền cấp phát. --하다 cung cấp, trang bị, cấp phát. *--액 khẩu phần ăn, phần tiền cung cấp. --품 đồ cung cấp, vật trang bị

지급 hết sức khẩn cấp. --하다 cấp bách, khẩn cấp. @지급히 một cách gấp rút, khẩn trương, gấp rút, càng sớm (càng nhanh) càng tốt.

지긋이 nhẹ nhàng, êm ái.

지긋지긋하다 (1) [싫증] buồn tẻ, chán ngắt, mệt mõi. (2) [잔인] ghê tởm, đáng ghét, khó ưa, kinh khiếp. @생각만 해도 지긋지긋 하다 *nghĩ đến là phát tởm !*

지긋하다 có tiến bộ trong năm. @나이가 지긋한사람 nhân vật tiên tiến điển hình trong năm.

--지기 [1] diện tích đất, khu đất.

--지기 [2] [사람] người bảo vệ, người giữ, người gác @산지기 người bảo vệ rừng.

지기 người bạn tri kỷ, người bạn chí thiết.

지기 hơi đất.

지기지우 người bạn tâm phúc, bạn thân tình.

지껄거리다 => 지껄이다.

지껄이다 nói huyên thuyên, nói lắp bắp. @잘 지껄이는 hay nói, lắm mồm, ba hoa, bép xép.

지끈(덕)거리다 (1) làm phiền ai; quấy rầy ai; trêu chọc, đùa bỡn ai. (2) nhai một cách nhẹ nhàng êm ái. (3) bị đau nhói (nơi đầu)

지끈(덕)지끈(덕) sự quấy rối, sự quấy nhiễu..

지끈지끈 (1) [부러지는 소리] với một tiếng tách (tiếng vút, tiếng gãy răng rắc). (2) [아픈 모양]. @골치가 지끈지끈 아프다 bị nhức đầu, đau đầu.

지나 *China*, Trung hoa *--해 biển Nam hải.

지나가다 (1) => 지나다 [(1)]. (2) => 지나다 [(2)].

지나다 (1) [통관] đi qua, ngang qua @문 앞을 지나다 ngang qua cánh cửa (2) [경과] trôi qua, tiếp diễn, đi qua. @지난달 tháng vừa qua, tháng trước // 지난 일 chuyện đã qua, chuyện quá khứ, chuyện dĩ vãng. (3) [초과] kết thúc, mãn hạn, chết, tắt. @계약 기한이 지났다 hợp đồng đã hết hiệu lực.

지나새다 luôn luôn, mãi, suốt.

지나오다 [통과] thông qua; [겪다] trãi qua

지나치나 (1) [과도] quá độ, đi quá xa, mang dầy ắp, làm quá nhiều. (2) [지나가다] đi qua, thông qua. @지나친 quá độ, thái quá // 지나치게 quá chừng, quá đáng, quá nhiều, một cách quá độ. // 지나치게 먹다 ăn quá nhiều //운동을 지나치게 하다 vận động quá nhiều.

지난 lần cuối, lần sau cùng. @지난 봄 mùa xuân rồi // 지난 날 ngày xưa // 지난번 lần sau cùng, lần trước.

지난 quá khó. --하다 quá khó, khó có thể được, cực kỳ khó, thật khó.

지난번 lần cuối, lần trước. @지난번의 ở lần trước, ở lần cuối, mới đây, vừa qua.

지날결 trên đường đi, khi đi ngang qua.

지남철 nam châm.

지남침 kim nam châm *--방위 la bàn

지내다 (1) [세월을] dùng (sử dụng) thời giờ, trải qua (kéo dài) cuộc sống, sống, làm ăn, xoay sở; [생활] sinh hoạt, kiếm sống, làm ăn @과부로 지내다 sống cảnh góa bụa. (2) [치르다] tổ chức, cử hành @장사를 지내다 cử hành tang lễ. (3) [겪다] trải qua, kinh qua, phụng sự.

지내듣다 không quan tâm, không chú ý.

지내보다 (1) [겪어보다] trải qua, kinh qua, có kinh nghiệm. (2) [건성으로] không quan tâm,không đếm xỉa, bất chấp.

지네 [동물 động vật] con rết.

지노 xớ, thớ giấy @지노를 꼬다 xoắn (se / bện) giấy thành sợi.

지느러미 vây cá. *등(가슴, 꼬리) – vây cá (vây ức) ở sống lưng.

지능 khả năng hiểu biết, trí tuệ, trí thông minh năng lực tinh thần. @지능적 có tri thức, tài trí, hiểu biết rộng. *--검사 sự trắc nghiệm trí thông minh. --지수 chỉ số thông minh

지니다 [휴대 mang, xách] có, mang theo; [소유 sở hữu] giữ, nhận, có; [간직 cất giữ] nuôi, giữ, ấp ủ. @집을 여러 채 지니다 có nhiều nhà, là chủ của nhiều căn nhà.

지다 [1] [패배 thất bại] bị tổn thất; [굴복] chịu thua, qui phục; [열등] thua kém. @유혹에 지다 đầu hàng sự cám dỗ // 경기에 지다 thua trận.

지다 [2] [등에] mang, vác trên lưng; [의무를] mang ơn, hàm ơn; [책임을] mang, khoát (làm ra vẻ). @무거운 짐을 지다 mang gánh nặng.

지다 [3] (1) [꽃이] héo, tàn, rũ xuống, tan tác, tiêu tan. @지기 시작하다 bắt đầu tàn lụi. (2) [해.달이] lặn, mờ, tàn @달이 졌다 trăng mờ, trăng tà (3) [얼룩 따위가] bị có vết nhơ, bị biến màu. (4) [없어지다] bị bong ra, bị tróc ra. (5) [잠마 따위]. @장마가 지다 mùa mưa đã bắt đầu (6) [그늘. 따위가] che bóng mát, tạo ra bóng râm.

--지다 [1] [되다] trở nên, trở thành. @추워(더워)지다 trở nên lạnh hơn (ấm hơn)

--지다 [2] [접미사] @기름지다 phát phì, phát tướng, trở nên mập.

지다위 --하다 [의지하다] tùy thuộc vào, dựa vào; [전가하다] đổ lỗi cho ai, quy tội cho ai.

지당 sự thích đáng, sự đúng mực. --하다 thích hợp, đương nhiên, hợp lý, phải chăng. @지당한 요구 một nhu cầu vừa phải.

지대 khu vực, miền, vùng. *비무장—khu phi quân sự hóa. --중립 vùng trung lập

지대 --하다 rộng lớn, mênh mông, bao la. @지대한 관심사 một sự việc rất đáng quan tâm.

지대 đất thuê

지대 chi đội, biệt đội.

지대공 *--미사일 tên lửa đất đối không.

지대지 *--미사일 tên lửa đất đối đất

지덕 địa điểm tốt, vị trí thuận lợi.

지덕 tài và đức; tri thức và đức hạnh

지도 bản đồ (지도책); hải đồ (해도). @5만 분지 1 지도 bản đồ có tỷ lệ một phần ngàn (1/1000). *역사—bản đồ lịch sử.

지도 sự lãnh đạo, sự dìu dắt. --하다 hướng dẫn chỉ đạo, dìu dắt. @A 씨의 지도 아래 dưới sự hướng dẫn của ông A. *--방침 nguyên tắc lãnh đạo. --법 phép lãnh đạo. --요강 sách hướng dẫn học sinh. --원 người dạy, huấn luyện viên. --자 người lãnh đạo, người điều khiển.

지도리 cái bản lề, khớp nối

지독 --하다 thù hận, hằn học, ác ý; [심하다] quá khích, cực đoan, sôi nổi, khủng khiếp. @지독한 구두쇠 người keo kiệt quá đáng.

지동 *--설 thuyết *Copernican* (nhà thiên văn học Ba Lan).

지둔. --하다 ngu đần, trì độn, chậm chạp

지등롱 cái đèn lồng giấy.

지라 [비장 sự buồn rầu] tâm trạng u uất, sự hằn học, tính dễ cáu.

지랄 cơn động kinh. --하다 điên dại, mất tự chủ, kích động. *--병[의학 y học] chứng động kinh.

지략 chiến lược; tài xoay sở, tháo vát @지략이 풍부한 사람 người có tài xoay sở, tháo vát (có nhiều thủ đoạn).

지렁이 [동물 động vật] con giun đất.

지레 [1] cái đòn bẩy. *--장용 tác dụng (lực) của đòn bẫy. --질 sự nâng lên bằng đòn bẫy.

지레 [2] [미리] làm trước, biết trước, ứng trước

지레질 --하다 nâng lên bằng đòn bẫy

지레짐작 sự phỏng đoán, sự đoán chừng --하다 dự đoán, phỏng đoán, ước đoán

지력 sự phì nhiêu, màu mỡ của vùng đất

지력 khả năng hiểu biết, năng lực tinh thần,

지력 sử địa; lịch sử và địa lý

지령 thông cáo, chỉ thị, lời chỉ dẫn, huấn thị. --하다 ra thông cáo, ban huấn thị, chỉ dẫn. *--서 bản huấn thị.

지령 số (tạp chí) xuất bản định kỳ.

지론 nguyên lý về các thú nuôi trong nhà.

지뢰 đất mỏ. @지뢰를 듣다 khai thác mỏ. *--지대 khu khai thác mỏ

지루하다 buồn tẻ, chán ngắt => 지리하다.

지류 nhánh, phụ; sông (suối) nhánh.

지리다 [1] [소리를] tiếng la hét, tiếng quát tháo, tiếng reo hò. @고함을 지르다 la hét, reo hò, gào thét, la to // 비명을 지르다 kêu gào.

지르다 [2] (1) [손.발로] đá, cho một cú đá. @발로 옆구리를 지르다 đá cho một cú bên sườn. (2) [꽂다] xô, đẩy, ấn mạnh, cài. @빗장을 지르다 cài chốt, cài then cửa. (3) [불을] @집에 불을 지르다 bố trí nhà theo ánh sáng. (4) [길을] @길을 질러가다 đi tắt. (5) [나무의 순을] @순을 지르다 cắt bỏ chồi (hái lộc). (6) [돌을] đánh cược. @판에 돌을 지르다 đặt cược. (7) [앞지르다]. @질러가다 xuất phát.

지르되다 phát triển từ từ, tăng dần.

지르르, 찌르르 [기름기 따위가] chảy nhỏ giọt, loang loáng những mỡ; [뼈마디가] bằng sự đau nhức (đau đớn) âm ỉ

지르잡다 chứa chất dơ bẩn của.. @지르잡아 빨다 rửa sạch vết nhơ (đốm dơ bẩn).

지르코늄 [화학] *zirconium* (Zr).

지르콘 [화학] chất (khoáng) *zircon*.

지르퉁하다 sưng sỉa, ảm đạm (hay hờn, hay giận).

지름 đường kính. *반—đường bán kính.

지름길 đường tắt, con đường ngắn hơn. @지름길로 가다 đi tắt, đi đường chim bay.

지리 địa danh, địa thế, địa hình, địa lý (지리학 địa lý học). @지리적 위치(분포) địa thế (sự phấn bố, sắp xếp) *동물--학 địa lý động vật. 인문--학 họa pháp học, khoa mô tả địa hình.

지리 [유리한 지세] một địa thế thuận lợi; [토지에서의이익] lợi nhuận từ đất đai

지리다 [1] [냄새가] ngửi mùi nước tiểu

지리다 [2] [조금 싸다] làm ướt (làm dơ) quần; đái trong quần.

지리멸렬 sự rời rạc, sự không mạch lạc. --하다 rời rạc, lộn xộn, mâu thuẩn @지리멸렬하게 되다 rơi vào tình trạng rời rạc, lộn xộn.

지리하다 buồn tẻ, chán ngắt, nhạt nhẽo, đều đều, thiếu hấp dẫn, mệt mõi; [사람이 주어] thấy chán nản, thẩn thờ, vô vị.

지린내 mùi nước tiểu.

--지마는 tuy nhiên, tuy thế mà, dù, mặc dù, tuy vậy, song, dù sao, dù thế nào, vả lại, hơn nữa.

지망 sự ao ước, sự khát khao, vật mơ ước, sự lựa chọn (선택 điều được chọn). --하다 ao ước, thèm muốn, khát khao, kén chọn. @제 1(2) 지망교 ngôi trường ưu tiên 1 (2) được chọn. *--자 thí sinh, người ứng cử –학과 khóa học đề nghị --학교 trường tuyển.

지망지망 lơ là, lơ đểnh, bất cẩn, cẩu thả.

지맥 [지선] mũi núi, núi ngang, hoành sơn, nhánh (광산의 khoáng sản); [산맥의] nhánh của một dãy núi.

지맥 mạch (mỏ) , gân (lá), vân (đá, gỗ)

지면 bề mặt (지표); mặt đất (지상) đất đai (토지); một lô đất (건축용의). @넓은지면 một con đường rộng của khu đất.

지면 giấy, báo, khoảng cách chữ, số trang (여백). @지면이 허락하면 nếu khoảng cách cho phép, nếu số trang cho phép.

지면 trang báo, trang tạp chí

지명 địa danh.*--사전 tự điển địa lý.

지명 danh tiếng khắp nơi. @지명 인사 người có tiếng tăm, người danh tiếng.

지명 [50 세] niên đại thứ 50. --하다 biết vận số (số mệnh) người nào

지명 sự đề cử, sự giới thiệu. --하다 chỉ định, bổ nhiệm đề cử, giới thiệu. @대통령 후보자로 지명되다 được bổ nhiệm làm tổng thống.

지모 tài xoay sở, tài tháo vát, sự có nhiều thủ đoạn, sự khôn khéo.

지목 --하다 chỉ ra, vạch ra, ra dấu, chỉ rõ. @범인으로 지목하다 xem (ai) như là tội phạm.

지목 giấy mực

지문 sự lăn dấu ngón tay, dấu điểm chỉ. @지문을 남기다 lăn dấu ngón tay, lấy dấu điểm chỉ.

지문학 địa văn học, môn học về các hiện tượng thiên nhiên.

지물 văn phòng phẩm. *--포 cửa hàng văn phòng phẩm.

지반 (1) [땅바닥] mặt đất @단단한 지반 mặt đất rắn chắc. (2) [근거] nền móng, nền tảng; [세력 범위] khu vực riêng; vị trí, chỗ (지위); lãnh thổ, địa hạt, đất đai (영역). @지반을구축하다 đặt nền móng (정당이).

지방 chất béo, mỡ heo, dầu mỡ (돼지의). @지방질의 bã nhờn, chất nhờn. *--과다 béo phị. --물 sự kiện có nhiều mỡ, vấn đề phát phì .

지방 vùng, nơi, địa phương, khu vực, địa hạt; [시골] địa phận, xứ, miền; [부근] vùng lân cận, vùng phụ cận. @지방적 địa phương, tỉnh. *--검사 người được ủy quyền ở giáo khu. --공무원 nhân viên phục vụ tại địa phương. --관청 chính quyền cấp tỉnh. --단체 hội đồng địa phương. --분권 sự phân tán quyền lực . --색 màu sắc địa phương, thói quê kệch, phong tục tập quán địa phương. --세 thuế địa phương --순회 chuyến đi thăm tỉnh lẻ. --자치 địa phương tự quản. --재판소 tòa án địa phương –판 ấn bản (loại sách xuất bản) ở địa phương. --행정 chính quyền địa phương.

지배 [관리] sự điều khiển; [처리] sự quản lý; [지휘] sự hướng dẫn; [통치] nguyên tắc, luật lệ. --하다 kiểm tra, hướng dẫn, quản lý, điều hành. @지배를 받다 dưới sự kiểm tra của.. *--권 quyền kiểm tra, quản lý. --계급 giai cấp thống trị. --민족 chủng tộc thượng đẳng (thuyết của phát-xít Đức. --자 kẻ thống trị.

지배인 người quản lý, người điều hành. *--대리 (thay quyền) quyền quản lý. 총—tổng quản lý.

지벅거리다 vấp ngã sóng soài.

지번 một số lượng lớn.

지벌 dòng dõi và vị trí xã hội

지범지범 sự mổ, sự nhặt, sự nhấm nháp.

지변 hiện tượng địa chất khác thường, tai họa của thiên nhiên, đại hồng thủy.

지병 căn bệnh mãn tính, tật càu nhàu của người già

지보 tài sản quý giá nhất.

지복 niềm hạnh phúc lớn lao

지부 một chương, một ngành, một nhánh.

지부럭거리다 quấy rầy, làm phiền, trêu chọc, chọc ghẹo, (tìm cách) khiêu khích.

지분 mỹ phẩm, phấn son.

지분거리다 trêu chọc, quấy rầy. @지분지분 để trêu chọc , để chọc tức.

지불 sự thanh toán, sự đài thọ. --하다 thanh toán, đài thọ (빚을), khoản đãi trọng thể, nhận trả đúng hẹn (어음을); đáp lại, hoàn lại, thối lại (부채를); mua lại, chuộc lại (채권을). @지불을 청구하다 yêu cầu thanh toán, bảo ai trả tiền // 지불받는 사람 người được trả tiền // 지불 기한이 지나다 quá hạn. *--고 thực chất (con số) phải trả. --계 người thu ngân, thu quỹ. --기일 ngày (kỳ hạn) thanh toán. --능력 khả năng thanh toán. --명령 lệnh thanh toán. --방법 điều khoản thanh toán. --보증수표 tờ chi phiếu có bảo chứng. --불능 tình trạng không trả được nợ. --어음 hóa đơn phải trả. --연기 sự trì hoãn chi trả, sự khất nợ. --인 người chi trả, người chịu trách nhiệm thanh toán hối phiếu (수표의). --전표 sự trả lầm. –정지 sự ngưng trả (은행의). – 지 nơi trả –청구서 đơn xin thanh toán.

지붕 mái nhà, nóc nhà (옥상). @기와로 지붕을 이다 lợp mái nha.

지뿌드드하다 không thoải mái, không tiện nghi..

지사 chi nhánh (văn phòng)

지사 người yêu nước, nhà ái quốc.

지사 thống đốc, kẻ thống trị. @지사직 chức thống đốc, tỉnh trưởng, thủ lĩnh.

지상 mặt đất, đất. @지상의 (thuộc) quả đất (천국에 대한); trên quả đất. *--근무 sự phục vu dưới đất. --정비원 nhân viên phục vụ dưới đất, nhân viên kỹ thuật (ở sân bay).--부대 lục quân. --작전 cuộc đổ bộ. --표지 vết đất. --포학 địa lôi.

지상 trên báo, trên giấy. @지상의 논쟁

ㅈ

trận bút chiến // 분지상에서 trong mục báo của chúng tôi

지상 tạp chí. @지상에 trên tờ tạp chí.

지상 uy thế, uy quyền tối cao. @지상의 tối cao, cao nhất, tột cùng, cực điểm. *--권 quyền lực tối cao. --명령 mệnh lệnh tối cao, mệnh lệnh đạo đức bắt buột phải thi hành.

지새다 lúc rạng đông, mặt trời ló dạng.

지새우다 thao thức suốt đêm.

지서 chi nhánh văn phòng, ga xép, địa điểm phụ. *경찰—trạm (đồn) cảnh sát.

지선 tuyến địa phương, tuyến (đường) phụ (지방 철도의).

지성 sự hết lòng, sự tận tâm, sự hiến thân, sự sùng đạo. @지성이면 감천이라 sự thành tâm chuyển động lòng trời

지성 trí thông minh, khả năng hiểu biết, trí tuệ.

지세 địa chất (군사상의), địa thế, địa hình, địa vật.

지세 thuế đất.

지세 đất thuê (mướn)

지소 một nhánh, một ngành, một chi (dòng họ)..

지속 sự tiếp tục, sự tồn tại, sự kéo dài. --하다 duy trì, kéo dài, tiếp tục. @지속적 bền vững, lâu dài, trường cửu. *--기간 khoảng thời gian mà sự việc tồn tại, khoảng thời gian sống. --력 sức chống đỡ. --성 tính bền, tính lâu bền.

지수 chỉ số, biểu thị bằng số; [수학 toán học] số mũ. *--급수 chuỗi cấp số. --물가 bản kê giá. 생활비—sơ đồ chỉ số giá sinh hoạt.

지스러기 rác rưởi, đồ bỏ, đồ thừa, thức ăn dư.

지시 sự hướng dẫn, sự chỉ dạy, sự chỉ thị. --하다 hướng dẫn, chỉ dạy; [가리키다] trình bày, biểu thị, ngụ ý, chỉ ra, vạch ra. *--대명사 đại từ chỉ định. --서 huấn thị, mệnh lệnh. --판 bảng thông báo. --형용사 tính từ chỉ định.

지식 sự thông tin, sự hiểu biết (견문); kiến thức, tri thức, học thức, tài (소양); sự học hỏi(학문). @빈약한 지식 kiến thức kém (nghèo nàn) // 지식이 많은 사람 người thông thạo tin tức, người có kiến thức // 법률의 지식이 있다 có kiến thức về luật pháp // 전문적 지식 một chuyên gia lão luyện.*--계급 giới trí thức (giai cấp / tầng lớp). --인 người trí thức, người lao động trí óc. 예비—kiến thức sơ bộ.

지식욕 người ham học hỏi, người khao khát kiến thức.

지신 ông địa, ông thần đất

지실 --하다 có đầy đủ thông tin về...

지심 lòng đất.

지싯거리다 quấy rầy, nhũng nhiễu, đòi dai, gạ gẫm.

지아비 người chồng, ông chồng.

지압 요법 phép điều trị bằng cách ấn huyệt.

지양 [철학 triết học] sự phủ nhận, sự loại trừ. --하다 phủ nhận, loại trừ.

지어내다 [꾸며내다] bịa ra, dựng lên, thêu dệt, sáng tác, hư cấu. @지어낸 말 câu chuyện hư cấu, chuyện bịa đặt.

지어미 người vợ, bà vợ.

지엄 cực kỳ nghiệm ngặt, vô cùng chính xác. --하다 hết sức nghiêm khắc.

지에밥 nếp hấp chín để ủ rượu.

지엔피 *Gross National Product* - tổng sản phẩm quốc dân (G.N.P)

지역 vùng, miền, khu vực, miền, lãnh thổ.

@지역적 vùng, địa phương. *--단체 địa hạt xã hội. --대표 đại biểu địa phương. --사회 xã hội, công chúng.

지역권 quyền đi qua, quyền xây cất (trên đất người khác), quyền bất động sản.*--자 người sở hữu bất động sản.

지연 sự hoãn lại, sự làm chậm lại, sự gác lại (sang bên). --하다 làm chậm lại, hoãn lại, gác lại. @오래 지연된 sự bị hoãn lại lâu dài.

지연단체 địa hạt xã hội.

지열 sức nóng ngầm (dưới mặt đất)..

지열 sự giảm sốt, sự hạ sốt. --하다 nhiệt độ hạ.

지엽 [가지와 잎] cành và lá; [중요치 않은 일] chi tiết nhỏ. @지엽적인 không hệ trọng, nhỏ nhặt, vụn vặt. *--문제 tờ phụ san, vấn đề phụ.

지옥 âm ty, địa ngục. @지옥과 극락 thiên đàng và địa ngục. *교통—nạn kẹt xe. 생—địa ngục trần gian

지용 sự khôn ngoan và sự dũng cảm, trí khôn và lòng can đảm.

지우 người bạn thân tình, bạn chí cốt.

지우 sự quý mến, tình bạn nồng ấm. @지우를 입다 được sự quý mến của bạn bè. *--측량 một cuộc khảo xác địa chính (trắc địa)

지우개 cái giẻ lau, cái tẩy.

지우다 ¹ [등에] mang, vác, cõng trên lưng. (2) [부담] giao bổn phận cho ai, đặt gánh nặng lên vai ai. @책임을 지우다 [전가] đổ lỗi (trách nhiệm) cho ai.

지우다 ² [없애다] cọ xát, chà, lau, xóa. @명부에서 이름을 지우다 xóa trên trên danh sách.

지우다 ³ [숨을 hơi thở] thở hắt ra, trút hơi thở cuối cùng; [꽃을] tung, rắc những cánh hoa; [아이를] bị sẩy thai.

지우다 ⁴ [이기다] đánh thắng, đánh bại, chiến thắng, khắc phục , vượt hơn hẳn, trội hơn. @축구에서 상대방을 지우다 đá banh thắng đối phương

지우다 ⁵ [형성] thành lập, tổ chức. @그늘을 지우다 che bóng, phủ bóng tối lên.

지우산 cây dù giấy.

지원 sự giúp đỡ, sự ủng hộ. --하다 giúp đỡ, ủng hộ, hỗ trợ. @정신적 지원 ủng hộ tinh thần. *--자 người bảo trợ, người ủng hộ.

지원 [지망] nguyện vọng, khát vọng, dục vọng, sự thèm (ham) muốn, sự ước ao (신청), sự tình nguyện (tự nguyện) (자원). --하다 khát khao, mơ ước, thèm muốn @입학을 지원하다 mong được nhập học. *--서 đơn thỉnh cầu (xin). --병 tình nguyện quân, quân xung phong. --자 người tình nguyện, người ứng cử, thí sinh.

지위 [신분] địa vị, cấp bực, thân thế, chức vụ; [직업] vị trí, tư thế, cương vị. @사회적 지위가높은 사람 người có chức vụ cao trong xã hội // 책임 있는 지위 một chức vụ trách nhiệm.

지육 sự vận dụng trí óc, sự rèn luyện tinh thần..

지은이 người viết, người ghi (điểm).

지의 [생물 sinh vật] địa y.

지인 người quen biết.

지자 người khôn ngoan, nhà thông thái.

지자 người hiểu biết, người có kiến thức và kinh nghiệm.

지자기 hiện tượng từ tính của mặt đất (sức hút)

ㅈ

지장 sự khó khăn, điều trở ngại (곤란); [장애] trở lực, chướng ngại. @지장이 없으면 nếu không có gì trở ngại, nếu tiện, nếu được.

지장 dấu ấn ngón tay cái. @지장을 찍다 in dấu bằng ngón tay cái.

지저귀다 nói lắp bắp, nói líu lo. @새가 지저귀는 소리 tiếng chim kêu ríu tít (líu lo).

지저분하다 hỗn độn, lộn xộn, bừa bãi, bẩn thỉu. @지지분한 방 căn phòng bừa bãi, bẩn thỉu.

지적 diện tích (theo mẫu Anh).

지적 hồ sơ đất. *--도 bản đồ đăng ký đất.

지적 sự biểu lộ. --하다 chỉ ra, vạch ra, biểu lộ

지적 @지적인 tinh thần, trí tuệ, đầu óc.

지전 tiền giấy, ngân phiếu, chi phiếu.

지절거리다 nói huyên thuyên, khua môi múa mép.

지점 nơi, chốn, điểm, vị trí. @예정된 지점 chỗ đã định

지점 chi nhánh văn phòng. @한국 은행 광주 지점 chi nhánh *Gwangju* thuộc ngân hàng Hàn quốc. *--장 người quản lý chi nhánh (phân xưởng).

지점 [지레의] điểm tựa; [건축] cái giá, cái trụ.

지정 sự bổ nhiệm, sự chỉ định sự phân công, sự định rõ. --하다 bổ nhiệm, phân công, chỉ định, định rõ @지정한 물건 một điều khoản được định rõ // 지정한 시간 vào giờ qui định (giờ hẹn) // 지정한 대로 theo chỉ định. *--공장 công trường chỉ định. --상인 một thương gia được ủy nhiệm. --석 một chỗ ngồi được giữ (dành) trước.

지정학 khoa địa chính trị. *--자 người theo khoa địa chính trị.

지조 nguyên lý, nguyên tắc, ý định, mục đích. @지조를 지키다 trung thành với nguyên tắc.

지조 thuế đất

지족 --하다 bằng lòng, vừa ý với..

지존 muôn tâu Bệ hạ.

지주 cột trụ, rường cột, cột chống. @일가의 지주 trụ cột của gia đình.

지주 địa chủ, chủ đất. *--계급 giai cấp địa chủ. 대(소) – một đại địa (điền) chủ (*tiểu địa chủ*).

지주 cổ phần, phần đóng góp của người nào. *--회사 công ty cổ phần.

지주 (동물 động vật) con nhện. *--류 động vật thuộc lớp nhện.

지중 @지중의 ngầm, ở dưới mặt đất.

지중 --하다 quan trọng nhất..

지중해 (dân) Địa Trung Hải.

지지 sự giúp đỡ, sự ủng hộ. --하다 ủng hộ, tán thành, chống đỡ. @여론의 지지 người ủng hộ dư luận. *--자 người giúp đỡ, người ủng hộ.

지지 địa thế, địa hình. *--학 môn địa hình.

지지 sự chậm chạp, sự thụt lùi. --하다 chậm chạp, trễ nãi, tụt lùi.

지지난달 cách đây hai tháng (tháng trước nữa).

지지난밤 đêm hôm trước nữa (cách hai đêm).

지지난번 lần trước nữa.

지지난해 năm kia (trước năm ngoái).

지지다 [끓이다] hầm, ninh, hãm (trà); [기름으로] áp chảo, xào; [머리를] chiên, rán; [인두 따위로] đốt, thiêu. @생선을 지지다 ninh cá.

지지러지다 [놀라서] co lại, chùn lại, mất

tinh thần, nao núng, chùn bước, thu mình lại; [병으로] trở nên do dự, trở nên yếu kém..

지지르다 (1) [내리 누르다] dồn ép, cân nhắc, đắn đo. (2) [억누르다] áp bức, đàn áp, bắt phụ thuộc, kiểm tra, kiểm soát.

지지리 tồi tệ, kinh hoàng, khủng khiếp. @지지리 못생기다 xấu khủng khiếp.

지지부진 --하다 phát triển dần, tiến bộ từ từ.

지지하다 không quan trọng, không giá trị, tầm thường, vặt.

지진 cơn động đất, cơn địa chấn. @지진의 (thuộc) động đất.*-- 계 địa chấn kế, máy ghi động đất --관측 phép đo địa chấn, ngành địa chấn. –대 khu vực động đất. –학 địa chấn học. --학자 nhà nghiên cứu địa chấn

지진아 đứa trẻ kém (chậm) phát triển.

지질 trạng thái thiên nhiên của vùng đất,. *--도 địa đồ. --분석 sự phân tích đất. --조사 sự khảo sát đất. --학 khoa địa chất, địa chất học. --학자 nhà nghiên cứu địa chất.

지질 loại giấy, chất lượng của giấy

지질리다 [늘리다] chịu tác dụng (ảnh hưởng); [억압당하다] bị áp đảo, bị chế ngự (đàn áp).

지질펀펀하다 bằng, phẳng.

지질하다 [지리하다] buồn tẻ, chán ngắt. @지질한 놈 một gả vô tích sự, người vô giá trị.

지짐이 món hầm. @고기 지짐이 món thịt hầm.

지짐질 cái chảo rán. --하다 chiên trong chảo.

지참 có mặt muộn. --하다 đến trễ. *--자 người đến sau (đến trễ/muộn).

지참 sự mang, sự vác. --하다 mang, xách, cầm, vác, đội, đeo, ôm. @도시락을 지참했느냐 *bạn có mang cơm trưa theo không*? *--금 của hồi môn. --인 người mang, vác..

지척 khoảng cách thật gần. @지척지간이다 rất gần, trong vòng một phút.

지척거리다, lê bước, đi chậm chạp, đi mệt nhọc.

지청 chi nhánh văn phòng, văn phòng phụ.

지체 dòng dõi, dòng giống @지체가 높은 dòng quý tộc, thuộc giống tốt.

지체 thân thể và tay chân.

지체 trị trì hoaãn, sự để chậm lại, việc làm chưa xong, sự khất lại. --하다 trì hoãn, để chậm lại, quá hạn, khất lại. @지체 없이 ngay lập tức, không chậm trễ.

지축 trục của trái đất. @지축을 뒤흔드는 듯한 요란한 소리 tiếng động nhẹ từ lòng đất.

지출[비용] chi phí, phí tổn, sự tiêu dùng; [수입에 대한] sự chi tiêu. --하다 chi tiêu, tiêu dùng, thanh toán, đài thọ, trả tiền. @수입과 지출 thu nhập và chi phí (thu và chi) // 국고에서 지출하다 dốc hết ngân khố, dốc hầu bao.

지층 địa tầng, vỉa.

지치다[1] mệt nhoài, mệt lữ, kiệt sức. @몸시지치다 bị mệt nhoài, bị kệt sức, mệt đến chết.

지치다[2] [얼음을] trượt, lướt. @얼음을 지치다 trượt trên băng.

지치다[3] [문을 cửa] khép hờ, đóng không khóa.

지친 bà con (họ hàng) gần.

지침 [자석의] kim la bàn; [기계의] dụng cụ chỉ cho biết; [시계의] kim đồng hồ; [지표] sách chỉ dẫn. *압력—biểu đồ. 수험--서 sách luyện thi

지칭 sự chỉ định, sự định rõ. --하다 định rõ.

지키다 (1) [방어] che chở, bảo vệ, phòng thủ. @자기를 지키다 tự vệ. (2) [감시] canh phòng, canh giữ. @집을 지키다 coi nhà, giữ nhà. (3) [고수] duy trì, giữ kỹ, trung thành (절개를). @중립을 지키다 giữ thái độ trung lập. (4) [약속 따위] tuân theo, giữ, tôn trọng, trung thành với @법을 지키다 tôn trọng luật pháp.

지탄 --하다 [손가락을 튀기다] búng tay, đánh khẽ; [배척] khai trừ, phát vãng loại ra, tránh xa.

지탱 duy trì, bảo quản, chống đỡ. --하다 giữ gìn, duy trì, bảo quản, chống đỡ. @건강을 지탱하다 giữ gìn sức khỏe.

지통 --하다 làm giảm đau. *--제 thuốc an thần, thuốc giảm đau.

지파 một nhánh của gia tộc, một nhánh.

지팡이 cây gậy, cây ba-toong. @지팡이를 짚고 다니다 chống gậy.

지퍼 khóa kéo (phéc-mơ-tuya). @지퍼를 채우다 kéo péc-mơ-tuya // 지퍼를 끄르다 mở phéc-mơ-tuya.

지편 miếng giấy, tờ giấy, mảnh giấy.

지평 đường chân trời.--선 chân trời

지폐 tiền giấy, chi phiếu, ngân phiếu. @100 원짜리 지폐 tờ chi phiếu 100*won*. *--발행 sự phát hành tiền giấy. --유통고 sự lưu hành tiền tệ. 불황—chi phiếu không có thể đổi thành vàng. 위조—tiền giả 태환 – chi phiếu có thể đổi thành vàng

지표 bản liệt kê; [수학 toán] đặc điểm, tính chất.

지표 mặt đất.

지푸라기 một cọng rơm.

지프 (*jeep*) xe díp

지피다 nhen lửa, nhóm lửa, thổi lửa, đốt lửa.

지필 *--묵 giấy, bút, mực.

지하 @지하의 ngầm, dưới lòng đất // 지하에 dưới đất, dưới mồ (묘 속에). *--도 một lối đi dưới lòng đất (đường xe điện ngầm). --수 dòng nước ngầm. –수로 cống nước, ống dây điện ngầm. --실 tầng hầm, hầm chứa (rượu). --운동 cuộc vận động ngầm. --자원 thủ đoạn ngầm. --철도 đường xe điện ngầm.

지학 địa y.

지함 hộp (thùng) cát-tông, thùng bằng giấy bồi.

지핵 cầu trung tâm, trung cầu.

지향 định hướng. --하다 hướng về, đi về. @지향 없이 không mục đích, vu vơ, bâng quơ.

지향 mục đích, mục tiêu. --하다 hướng về

지혈 sự cầm máu. --하다 cầm máu. *--대 garô, băng buộc vết thương để cầm máu. --법 phép cầm máu. --제 thuốc cầm máu.

지협 eo đất. @지협의 dân cư sống ở eo đất.

지형 địa thế, địa hình. @지형 (학) 상의 khoa địa hình

지형 khuôn giấy, khuôn giấy bồi.

지혜 trí thông minh, sự hiểu biết, sự nhanh trí. @지혜 있는 thông minh, khôn ngoan, sắc sảo, biết suy xét.

지호 sự ra hiệu. --하다 vẫy tay ra hiệu.

지화 ngôn ngữ ngón tay. *--법 cách nói chuyện bằng ngón tay.

지화자 tiếng hò hét theo nhịp hát hoặc nhịp vũ.

지환 chiếc nhẫn => 가락지, 반지.

지휘 sự chỉ huy, mệnh lệnh; [지시] sự cai quản. --하다 điều khiển, chỉ huy, dẫn dắt, hướng dẫn, lãnh đạo (악단을), cai quản, quản lý, lái, điều khiển. @지휘하에 dưới quyền chỉ huy của. *--관 sĩ quan chỉ huy, người cầm đầu . --도 thanh gươm chỉ huy. --붕 gậy chỉ huy. --자 người điều khiển, người chỉ huy (음악의 dàn nhạc).

직 [일자리] việc làm, công việc, công ăn việc làm; [직업] nghề nghiệp; [직무] bổn phận; [관공직] chức vụ.

직 (1) [당번] phiên trực, ca gác. (2) [곧은] thẳng, trực tiếp.

지각 góc thẳng. @직각의 hình chử nhật, góc thẳng. *--산각형 hình tam giác thẳng góc.

지각 trực giác, linh tính (제육감) . @직각적 thuộc về trực giác.

직간 --하다 mắng thẳng vào mặt, khiển trách trực tiếp .

직감 trực giác, linh tính. --하다 hiểu ngay lập tức, có trực giác.@ 직감적으로 bằng trực giác.

직거래 sự giải quyết trực tiếp (ngay tại chỗ).

직격 cú đấm thẳng. *--탄 oanh tạc trực tiếp.

직결 sự mắc nối trực tiếp (전기 điện). --하다 nối thẳng. @직결되다 được mắc nối trực tiếp.

직경 đường kính. @직경 5 미터 5 mét đường kính.

직계 trực hệ, dòng chính (사람). @직계의 thuộc trực hệ. *--가족 những thành viên gia đình thuộc trực hệ. --자손 hậu duệ (người nối dõi) trực tiếp. --존속(비속) tổ tiên trực hệ.

직계 hạng (ngạch) của chức vụ của người nào. *--제도 chế độ phân theo việc làm.

직고 sự thông báo trung thực. --하다 báo cáo (thông báo) đúng sự thật.

직공 dân lao động, công nhân nhà máy, thợ thuyền. *--장 quản đốc, đốc công.

직과 trực giác, giác quan thứ sáu.

직구 [야구 bóng chày] đường banh thẳng.

직권 thẩm quyền, năng lực, khả năng. @직권 외의 ngoài thẩm quyền, ngoài khả năng // 직권에 의하여 bằng đạo đức nghề nghiệp

직녀 (1) [사람] cô thợ dệt. (2) [직녀성] sao *Vega* (Bạch minh) trong chòm sao *Lyra* (sao Thiên cầm).

직능 chức năng. *--급 lương theo khả năng. 대표 qui tắc nghề nghiệp.

직답 câu trả lời nhanh chóng (ngay lập tức). --하다 trả lời ngay lập tức, ứng khẩu đáp lời.

직렬 [전기 điện] chuỗi. *--회로 chuỗi mạch.

직류 [전기] mạch trực tiếp. *--발전기(발동기,전압기) máy phát điện trực tiếp.

직립 sự đứng thẳng. --하다 đứng thẳng, dựng đứng. @직립한 thẳng đứng.

직매 sự bán trực tiếp, sự bán bỏ mối. --하다 bán bỏ mối, bán trực tiếp. *--소 kho hàng bán mối.

직면 --하다 đương đầu, chạm trán, đối mặt với. @죽음에 직면하다 đương

đầu với cái chết, đối mặt với tử thần..

직무 nhiệm vụ, trách nhiệm, bổn phận. @직무상의 (thuộc) chính quyền // 직무상 công khai, chính thức. // 직무를 수행하다 thi hành bổn phận. *--관리 chức quản lý. --규정 điều lệ văn phòng

직물 vải dệt, hàng dệt (tay). *--공업 công nghệ dệt. --류 vải vóc. --상 người bán hàng vải. --시장 thi trường vải. --업 nghề dệt. 면(견,모)—mặt vải, thớ vải.

직분 nhiệm vụ.@직분을 다하다 làm nhiệm vụ.

직사 [포화의] sự nả (đạn) trực tiếp, sự chiếu thẳng (일광의 ánh mặt trời). --하다[포화를] bắn thẳng; [태양 따위가] chiếu sáng trực tiếp. @일광의 직사를 받다 bị phơi bày thẳng dưới ánh mặt trời. *--포 súng bắn thẳng.

직사각형 [수학 toán] hình chữ nhật.

직석 => 즉석.

직선 đường thẳng, đường chim bay. @직선의 thẳng. *--구간 đường tiếp tuyến. --코스 đường đi thẳng, đường chim bay

직설법 [문법] thể khẳng định.

직성풀리다 cảm thấy vừa lòng, thoả mãn, cảm thấy thư giản, bớt căng thẳng.

직소 lời kêu gọi trực tiếp

직속 tùy thuộc trực tiếp. --하다 trực tiếp dưới quyền của. @직속의 dưới sự giám sát trực tiếp.

직송 giao thẳng, phân phối trực tiếp. --하다 gởi thẳng, giao thẳng.

직수굿하다 dễ bảo, ngoan ngoản, dễ sai khiến.

직수입 sự nhập khẩu thẳng. --하다 nhập thẳng.

직수출 sự xuất khẩu thẳng. --하다 xuất thẳng.

직시 nhìn ngay mặt. --하다 nhìn thẳng, nhìn ngay mặt.

직언 sự nói thẳng, sự nói rõ ràng. --하다 nói thẳng, nói rõ ràng, nói không quanh co úp mở.

직업 công ăn việc làm, nghề nghiệp, việc làm ăn mua bán, việc kinh doanh. @직업적 nghề nghiệp, hướng nghiệp. *--경력 hồ sơ công tác. --군인 một quân nhân chuyên nghiệp. –별 전화부 danh bạ điện thoại (niên giám điện thoại). –병 căn bệnh nghề nghiệp. --여성 người phụ nữ có sự nghiệp (사무원). --소개소 văn phòng giới thiệu việc làm.

직역 bản dịch nguyên văn, bản dịch từng chữ. --하다 dịch nguyên văn, dịch từng chữ.

직영 sự quả lý trực tiếp. --하다 quản lý trực tiếp. @정부 직영이다 dưới sự quản lý trực tiếp của nhà nước. *--사업 một xí nghiệp dưới sự quản lý trực tiếp (của nhà nước).

직원 cán bộ, nhân viên (대학따위의); [개인] công nhân. @직원 일동 toàn thể cán bộ nhân viên.

직유 sự so sánh, ví von, câu ví dụ.

직인 con dấu chính thức.

직임 nhiệm vụ của trạm.

직장 [해부] ruột thẳng, trực tràng. @직장의 thuộc trực tràng. *--염 viêm trực tràng.

직장 chỗ làm, nơi làm việc, nơi công tác; [공장] phân xưởng, công xưởng.

직장 quản đốc, đốc công.

직전 @시험 직전에 ngay trước khi thi.

직접 [부사적] trực tiếp, ngay lập tức, ngay tại chỗ, đích thân. @직접적 liền, lập tức, tại chỗ, trực tiếp (본인으로부터

직접 얻은).*--거래 sự quan hệ trực tiếp. –교섭 sự thương lượng trực tiếp, sự đối mặt dàn xếp. --목적어 [문법 văn phạm] túc từ (bổ ngữ) trực tiếp. --세 thuế trực tiếp.--화법 sự tường thuật trực tiếp.

직제 sự tổ chức cơ quan, sự tổ chức cán bộ nhân viên.

직조 sự dệt. --하다 dệt.

직종 loại việc, loại nghề @직종 별로 xắp xếp, phân loại theo nghề nghiệp, bố trí theo việc.

직직 (1) [긋는.찢는 소리 tiếng gạch, tiếng xé giấy] sột soạt, rẹt rẹt. (2) [대소변의 đại, tiểu tiện] tiếng phèn phẹt như phân rơi . (3) [신발을 끎] sự kéo lê, sự xô đẩy.

직직거리다,찍찍거리다 lê gót giày.

직진 --하다 đi về bên phải.

직책 teách nhiệm, nhiệm vụ.

직통 sự liên lạc (giao thiệp) trực tiếp; [신호의 dấu hiệu, hiệu lệnh] tín hiệu trực tiếp. --하다 giao thiệp, liên lạc trực tiếp. *--열차 con tàu suốt (tàu hỏa, xe lửa).--전화 sự gọi dây nói đường dài (liên tỉnh)

직필 --하다 viết một cách rõ ràng (giản dị).

직할 sự kiểm tra trực tiếp. --하다 kiểm tra trực tiếp, nắm quyền trực tiếp.@문교부 직할 학교 một ngôi trường dưới quyền của Bộ Giáo dục.

직함 tước vị, danh hiệu, tư cách, danh nghĩa.

직항 --하다 vượt thẳng, (con tàu) đi thẳng (không ngừng ở bến nào. *--로(선) tuyến trực tiếp, tuyến đi thẳng (tàu thủy).

직행 sự đi thẳng; [무정차] sự đi không ghé lại nơi nào. --하다 đi thẳng; [기차가] đi suốt.

직활강 [스키 *ski*] sự trượt thẳng xuống.

직후 @직후에 ngay sau khi.

진 biểu tượng con rồng (thìn).

진 [나무의] nhựa cây.[생리 작용의] dịch; [담배의] nhựa thuốc lá. *담배--tar. 송—nhựa thông.

진 [진형] sự dàn trận; [진영 doanh trại] nơi đóng quân; [진지] vị trí; [대열] phòng tuyến. @진을 치다 cắm trại, đóng quân. *장사— chuyến đi buôn đường dài.

진—thực, thật, có thực, chính xác. *--상 sự thật, việc thật.

진가 giá trị thật, giá trị chân chính.

진가 thật và giả, đồ thật và đồ giả mạo.

진갑 ngày sinh nhật thứ 61. *--잔치 lễ kỷ niệm sinh nhật thứ 61, lễ lục tuần.

진개 rác rưởi, vật vô giá trị, đồ bỏ đi.

진객 vị khách quý.

진걸레 giẻ lau sàn nhà.

진격 một cuộc tấn công, một cuộc đột kích. --하다 tấn công, đột kích. *--군 lực lượng tấn công. --명령 lệnh tấn công.

진공 sự hút chân không. @진공의 món hàng đã được hút chân không. *--관 van.

진구렁 bãi lầy, đầm lầy, bùn lầy, sình. @ 진구렁에 빠지다 sa vào bãi lầy.

진국 (1) [국물] rượu nguyên chất (không bị pha loãng ra). (2) [사람] người chân chất, thật thà.

진군 cuộc hành quân. --하다 đi hành

ㅈ

quân. @진군을 명령하다 lệnh hành quân. *--가 bài ca hành quân, khúc quân hành, hành khúc ca.

진귀 tính chất quý giá, tính chất cầu kỳ --하다 quý hiếm, cầu kỳ, kiểu cách, đài các.

진급 sự thăng tiến. --하다 thăng tiến, thăng chức. @진급시키다 thăng tiến vào. *--시험 cuộc thi thăng cấp.

진기 sự hiếm có, của hiếm, tính mới lạ. --하다 quý, hiếm, lạ, đặc biệt. @진기한 현상 một hiện tượng lạ.

진날 một ngày mưa.

진노 sự nổi giận, cơn thịnh nộ, trận lôi đình, sự phẫn nộ. --하다 nổi giận, nổi khùng, hóa điên.

진눈 [1] cặp mắt mờ.

진눈 [2] mưa tuyết, mưa đá.

진눈깨비 mưa tuyết. @진눈깨비가 내린다 trời mưa tuyết.

진단 sự chẩn đoán. --하다 chẩn đoán. @의사의 진단을 받다 hỏi ý kiến bác sĩ, xét nghiệm. *--서 giấy chứng nhận y khoa, lời chẩn đoán 건강—cuộc xét nghiệm y khoa. 조기—chẩn đoán lâm sàng

진달래 [식물] cây khô (thuộc họ đỗ quyên).

진담 buổi nói chuyện chính thức (long trọng, trang nghiêm) @농담을 진담으로 듣다 nói đùa như thật, nói đùa một cách ngiêm trang.

진대 sự làm phiền, sự quấy rầy. @진대블이다 quấy rầy, những nhiễu, đòi dai, chọc tức, làm trái ý, làm khó chịu, làm phiền.

진도 tốc độ tiến bộ, tỷ lệ phát triển. @학과의 진도 sự tiến bộ trong việc học hành.

진도 độ mạnh (cường độ) của cơn động đất.

진동 sự rung động, sự dao động, sự đu đưa lúc lắc (시계 추의 quả lắc đồng hồ). --하다 đu đưa lúc lắc, rung, rung động. *--계 máy đo sức rung động. --기 máy rung, máy tạo dao động.

진동 [지진 따위의] cú va chạm, sự rung động, sự run [폭발 따위의] sự rung chuyển, sự chấn động. --하다 rung chuyển, va chạm, run. *--시간 khoảng thời gian chấn động (지진의). --파 phòng trào (làn sóng) động đất.

진두 @진두 지휘하다 chỉ huy một đội quân.

진드기 [동물 động vật] rận, chấy, rệp, ve, bọ chét. @진드기같이 달라붙다 *nhanh như rận, bám dai như đỉa.*

진득거리다 (1) [들러붙다] dán chặc, móc, gài chặc. (2) [검질기다] lì lợm, ngoan cố, ương ngạnh, khó bảo, cứng đầu, bướng bỉnh.

진득이 một cách điềm tĩnh, một cách nhẫn nại.

진득진득 (một cách) ngoan cường, cứng cỏi, khó uốn nắn. --하다 lầy nhầy, nhớp nháp, dính như keo, khó chịu, khó khăn (về tính nết).

진득하다 điềm tĩnh, bình tĩnh. @진득하게 một cách trang nghiêm, một cách điềm tĩnh.

진디 [곤충 côn trùng] giống rệp vừng.

진딧물 ổ rận, ổ rệp.

진땀 @진땀이 나다 chịu đựng gian khổ, trải qua thử thách cam go.

진력 sự cố gắng, sự nổ lực; [알선] giúp đỡ tử tế phục vụ tốt. --하다 cố gắng, nổ lực, hết lòng; [타인을 위하여] ráng sức, giúp, làm. @그는 나를 위해서 진력해 주었다 anh ấy đã hết sức giúp đỡ tôi.

진력나다 bị chán ngấy, bị buồn nôn.

진로 đường hướng, đường lối, lập trường. @진로를 바꾸다 thay đổi đường lối (lập trường).

진료 sư xét nghiệm và điều trị y khoa --하다 chẩn đoán và điều trị, khám và điều trị. @진료를 받다 được điều trị, đi khám bệnh, hỏi ý kiến bác sĩ *--소 bệnh viện, dưỡng đường. --시간 giờ khám bệnh.

진리 sự thật, chân lý, lẽ phải. @진리를 탐구하다 đi tìm chân lý.

진맥 sự xem mạch. --하다 nghe mạch, bắt mạch, xem mạch.

진면목 bản chất thật của người nào.

진멸 sự hủy diệt --하다 tiêu diệt, hủy diệt, xóa sạch; thanh toán, trả hết (nợ), rửa (nhục).

진묘 tính lạ lùng, tính kỳ quặc. --하다 lạ lùng, kỳ quặc, buồn cười, là lạ, khang khác.

진무르다 đau nhói lên, bị kích động mạnh.

진문 một câu hỏi khó hiểu. *--진답 một câu hỏi khó hiểu và một câu trả lời xuyên tạc.

진문 tin, tin tức (새로운); một câu chuyện kỳ lạ (기담); một sự phát hiện mới (새로운 사실).

진물 chất nước rỉ ra từ vết loét (vết thương) @진물이 나다 rỉ ra, chảy ra từ vết thương.

진미 miếng ăn ngon, chọn lọc; đồ ăn ngon, khéo léo, tinh tế; cao lương mỹ vị, sơn hào hải vị. @계절의 진미 mùa nào thức ấy.

진미 [참맞] sự giải thích đúng; [참뜻] nghĩa đúng

진발 bàn chân dính bùn (dơ, bẩn).

진배 없다 gần giống, tương tự, cũng tốt (xấu) như..

진버짐 *eczema*, bệnh expet mảng tròn, chàm bội nhiễm.

진범 chính phạm, kẻ có tội thật sự.

진범인 người phạm tội thật.

진법 sự dàn quân, chiến thuật. *공격—kế hoạch tấn công.

진보 châu báu, kho báu.

진보 sự tiến bộ, sự phát triển, sự tiến triển sự đi lên, sự khá hơn. --하다 tiến bộ, tiến triển, đi lên, khá hơn. @진보적 tiến bộ, hiện đại, hợp thời. *--당 đảng cấp tiến. --주의 chủ nghĩa cấp tiến. --주의자 người theo thuyết tiến bộ

진본 quyển sách quý.

진본 [책의] bản gốc, bản chính; [서화의] lối viết chân thật

진부 đúng hay sai; tính xác thật. @진부를 확인하다 xác định sự thật, tìm hiểu đúng hay sai.

진부 tính vô vị, sự tẻ nhạt, tính chất sáo rỗng, tính tầm thường, nhạt nhẽo. --하다 cũ rích, tầm thường, nhạt nhẽo, vô vị, tẻ nhạt, sáo rỗng. @진부한 표현 một biểu hiện buồn bả

진사 lời biện bạch, sự tạ lỗi. --하다 tạ lỗi cùng.., bày tỏ sự hối tiếc.

진상 sự thật, tình trạng thật của vấn đề. @진상을 규명하다 tìm hiểu đến căn nguyên của sự việc.

진상 --하다 dâng lên vua.
진서 sách quý.
진선미 chân, thiện, mỹ.
진성 [천부] bản chất thật của người nào; [진짜] tính chất thật, tính xác thật. @진성의 thật, chính cống, xác thực.
진세 thế gian, cõi trần gian nhơ nhuốc này.
진솔 [새옷] bộ quần áo mới toanh (mới cứng); [모시옷] bộ đồ dùng cho mùa xuân hoặc thu. *--저고리 cái áo khoác mới toanh.
진수 món ngon vật lạ, món chọn lọc. *--성찬 tất cả các món ngon vật lạ.
진수 tinh hoa, tinh túy, cốt lõi, linh hồn.
진수 sự hạ thủy. --하다 khai trương, hạ thủy. *--대 bục (đường) hạ thủy. --식 nghi lễ hạ thủy
진술 bản tường trình, lời tuyên bố; [증언] bản chứng nhận . --하다 tường trình, tuyên bố, xác nhận, giải thích, đặt vấn đề. @허위진술하다 báo cáo láo (sai). *--서 tờ tường trình.
진실 tính ngay thật, tính chính xác, sự đúng đắn. --하다 đúng, ngay thật, chính xác. @진실로 một cách chính xác, một cách ngay thật.
진실성 lòng trung thành, tính trung nghĩa, sự kiên trinh; [성명 따위의] sự trung thực; [보고서 따위의] sự tính nhiệm, sự uy tín.
진심 chân thành, thành thật. @진심으로 감사하다 chân thành cảm tạ, thành thật biết ơn.
진압 sự chinh phục, sự nô dịch hóa. --하다 chinh phục, đàn áp, trấn áp, chế ngự, đè nén, dập tắt (cuộc nổi loạn).
진앙 (địa lý-địa chất) tâm động đất.
진애 bụi bẩn, rác rưởi, đồ thừa, vật bỏ đi.
진액 nhựa cây, nhựa sống, dịch, nước cốt. @진액이 나는 đầy nhựa, đầy nhựa sống, đầy sức sống.
진언 sự khuyên bảo, sự góp ý --하다 khuyên bảo, cho ý kiến, gợi ý, đề xuất.
진열 sự triển lãm, sự trưng bày, sự xắp xếp. --하다 trưng bày, triển lãm; [배열] xắp xếp, bày biện. @진열 되어 있다 có triển lãm, đang trưng bày. *-- 관 nhà triển lãm, nhà bảo tàng; [그림의] hành lang trưng bày. --실 phòng triển lãm. --장 kệ bày hàng. --창 ô cửa sổ bày hàng. --품 vật triển lãm, hàng chưng bày.
진영 tấm ảnh, tấm chân dung.
진영 doanh trại, nơi đóng quân, khối, phe phái @공산 진영에 가담하다 tham gia khối dân chủ. *민주—phái dân chủ.
진용 sự bố trí đội hình, sự dàn quân; [야구(bóng chày) 따위의] một đội hình. @진용을 갖추다 dàn quân, bày binh bố trận.
진원 tâm động đất. *--지 => 진원.
진위 thật hay giả, đúng đắn, chính xác.
진의 [본심] mục đích chính của người nào; [참뜻] ý chính.
진의 ý nghĩa xác thực.
진인 nguyên nhân chính.
진일 công việc chính trong nhà.
진입 sự tiếp nhận, sự đi vào; [기하] sự thu nạp, sự kết nạp, sự cho vào. --하다 đi vào, thu nạp. *--구 bộ phận tiếp nhận (kết nạp).
진자 quả lắc, con lắc, vật đu đưa lúc lắc.
진자리 (1) nơi, chốn, chỗ, vị trí. @진자리에서 ngay tại chỗ, ngay lúc ấy. (2) chỗ đất bẩn đầy phân và nước tiểu trẻ con.

진작 (1) [곧] ngay lập tức, ngay tại chỗ. @왜 진작말하지 않았느냐 bạn phải nói ngay. (2) [더 일찍] sớm hơn.

진작 sự kích động, sự kích thích, sự khuyến khích.

진재 thảo dược lâu năm (lâu đời).

진재 nạn động đất (지진). *--지 vùng (khu vực động đất).

진저리 (1) [떨림] sự run, sự rùng mình. @진저리 나다 run, rung, rùng mình. (2) sự kinh tởm, sự chán ghét => 진절머리.

진저 에일 nước gừng, đồ uống có ướp gừng.

진전 sự mở rộng, sự phát triển, sự tiến bộ. --하다 phát triển, mở mang, tiến bộ. @원활 하게 진전되다 có tiến bộ tốt.

진절머리 sự chán ghét, sự ghê tởm. @진절머리 나다 tởm, buồn nôn, muốn ối.

진정 --하다 có thật, đúng sự thật.

진정 => 중정.

진정 sự chân thành, sự thành thật. @진정의 chân thành, thành thật, nghiêm túc // 진정으로 một cách chân thành, một cách thành thật.

진정 lời thỉnh cầu, lời kêu. --하다 trình bày, kêu gọi, thỉnh cầu. @진정을 받아들이다 chấp nhận lời thỉnh cầu. *--단 nhóm người vận động ở hành lang (đưa ra hoặc thông qua một đạo luật ở nghị viện). --서 đơn xin, đơn thỉnh cầu. --자 người thỉnh cầu.

진정 yên tĩnh, tĩnh mịch, điềm tĩnh, trang nghiêm. --하다 trở nên yên tĩnh; [고통 따위 đau đớn, khổ sở] cảm thấy nhẹ nhàng, bớt căng thẳng. @마음을 진정시키다 lắng dịu, hồi tỉnh lại. *--제 thuốc giảm đau, thuốc an thần.

진종일 cả ngày, trọn ngày, suốt ngày.

진주 ngọc trai. @진주색 ngọc trai xám. *--양식 ngọc trai cấy (nhân tạo). --양식장 ổ ngọc trai. --조개 ốc xa cừ. 모조— ngọc trai giả. 양식—ngọc trai cấy. 인조— ngọc trai nhân tạo.

진주 sự chiếm đóng. --하다 chiếm đóng. *--군 lực lượng chiếm đóng..

진주만 ngọc trai nuôi.

진중 --하다 quý báu, trân trọng, coi như của quý, đánh giá cao, quý trọng.

진중 @진중에서 ngoài trận tuyến, trong quân ngũ. *--근무 trách nhiệm ở chiến trường. --생활 đời sống quân ngũ.

진중 --하다 điềm tĩnh, bình thản, dịu dàng, lịch thiệp , dè dặt, kín đáo, đường hoàng, trang nghiêm, có phẩm cách, có giá trị, xứng đáng.

진지 cơm, thức ăn, bữa ăn.

진지 vị trí, chỗ cắm quân. @진지를 철수하다 rút lui khỏi vị trí.

진지 tính chất đứng đắn, tính chất chân thành. --하다 nghiêm chỉnh, chín chắn, chân thành. @진지하게 một cách chân thành, một cách nghiêm trang

진진 --하다 tràn đầy, tràn tới miệng (vành), tràn đầy.@흥미 진진하다 chan chứa niềm vui.

진집 lỗ hổng, kẽ hở, khe hở.

진짜 hàng thật, vật thật. @진짜의 thật, tự nhiên, không giả tạo, không màu mè (인공에 대하여); đích thực, xác thực.

진찰 sự chẩn đoán, sự xét nghiệm (진단). --하다 chẩn đoán, xét nghiệm. @진찰을 받다 đi bác sĩ. *--권 thẻ khám bệnh.

진창 nơi lầy lội, vũng bùn. @진창속에

빠지다[비유적] bị sa lầy.

진척 (1) [일의 công việc] sự tiến bộ, sự thăng tiến. --하다 [일이] tiến bộ. (2) [계급이] thăng tiến, thăng quan tiến chức. --하다 được thăng chức (thăng cấp).

진체 thay đổi, biến đổi, chuyển đổi. @진체 구좌 번호 bưu điện thay đổi số tài khoản.

진출 sự tiến tới, [군사 quân sự] sự ra khỏi rừng sâu; [진입 thâm nhập, xâm nhập] sự đi vào. --하다 tiến tới, thoát ra; [발전] lọt vào, xâm nhập vào. @문단에 진출하다 mở đầu một lá thư // 해외 시장에 진출하다 đột nhập vào thị trường nước ngoài.

진취 tính lũy tiến, sự tăng dần, sự phát triển không ngừng, tính dám làm. --하다 dám làm, kiên quyết làm cho bằng được, tỏ ra tiến bộ, mạnh dạn. @진취의 기상 tinh thần dám nghĩ dám làm.

진치다 cắm trại, cho quân cắm trại.

진탕 vừa lòng, vừa ý, hài lỏng, thỏa mãn. @진탕 먹다(마사다) ăn uống thỏa thuê..

진탕 sự rung chuyển, sự chấn động. *뇌—sự chấn động não, chóng não.

진토 đất bụi, vật dơ bẩn, đồ thừa, vật bỏ đi, rác.

진통 cơn đau đẻ (분만시의). @진통중이다 đau đẻ, chuyển bụng.

진통 sự làm dịu cơn đau. --하다 làm giảm đau. *--액 thuốc làm dịu, thuốc nước giảm đau. --제 thuốc giảm đau, thuốc trấn thống.

진퇴 [운동] tiến thoái, sự tiến tới và sự rút lui, sự lừng khừng; [거동] thái độ, điệu bộ của người nào; [거취] lừng chừng trong công việc.

진퇴양난 thế tiến thoái lưỡng nan, tình trạng khó xử. @진퇴양난이다 lâm vào tình trạng khó xử.

진퇴유곡 => 진퇴양난.

진펄 vũng lầy, đầm lầy, bãi lầy.

진폐(증) [의학 y học] bệnh ho dị ứng, ho do hít phải nhiều bụi.

진폭 [물리 vật lý] biên độ. *--변조 sự điều biến biên độ.

진품 vật quý hiếm, của quý, đồ cổ..

진품 hàng thật (không phải hàng giả).

진필 nét chữ (bút tích) riêng của người nào.

진하다 [빛깔이] sâu thẳm, tối tăm, u ám; [국물 따위가] dày dặc, rậm rạp. @진한푸른 빛 màu xanh thẫm, màu xanh hải quân.

진하다 [다하다] đã cũ, đã dùng rồi. @기운이진하다 cảm thấy mệt nhoài (kiệt sức).

진학 --하다 lên lớp cao hơn. @대학에 진학하다 vào đại học.

진항 --하다 căng buồm, lướt sóng, tiến tới. *--속도 đường biển..

진해 sự kinh hoàng, sự khủng khiếp, sự choáng. --하다 hoảng hồn, hoảng hốt, kích động, sợ hãi

진해제 thuốc ho.

진행 sự tiến bộ, sự đi lên, sự chuyển động. --하다 tiến bộ, đi lên, tiến tới. @착착 진행하다 tiến bộ vững vàng // 순조롭게 진행하다 tiến bộ một cách thuận lợi (tốt đẹp).

진헌 --하다 dâng (lễ vật) lên vua.

진형 sự dàn quân, sự thành lập đội hình.

진혼 sự yên tĩnh của tâm hồn. *--곡 lễ cầu siêu, lễ cầu hồn.

진홍 màu đỏ thẫm (đỏ thắm). @진홍의 đỏ thẫm, đỏ thắm.

진화 sự tiến hóa, sự nở ra nụ (생물의), sự mở mang, sự phát triển (발달). --하다 tiến hóa, mở ra, mở mang. *--론 thuyết tiến hóa. --론자 người theo thuyết tiến hóa

진화 sự dập tắt lửa. --하다 dập tắt lửa.

진휼 sự cứu viện. --하다 cứu tế, trợ giúp.

진흙 bùn, sình, lầy, đất [차진 흙] đất sét. @진흙 투성이의 dính bùn, đầy bùn, lầy lội.

진흥 sự đề bạt, sự xúc tiến, sự khuyến khích. --하다 phát triển, tăng thêm; [조성] ủng hộ, khuyến khích, đề bạt. @무역을 진흥하다 đẩy mạnh nền ngoại thương. *--책 phương sách xúc tiến.

--질 (hành động) làm. @양치질 (sự) súc miệng // 톱질 (sự) cưa.

질 (1) [책갑] cái giá sách, cái đỡ sách. (2) [한벌] một bộ sách.

질 âm đạo. *--구(벽) khe âm đạo.

질 chất lượng, phẩm chất; [소질] bản chất; [성격] tính chất, đặc tính; [기질] khí chất, tính khí. @질적인 (thuộc) phẩm chất, chất lượng // 질적으로 một cách chất lượng, có chất lượng.

질겁하다 làm thất kinh; làm kinh ngạc, sững sờ; gây khiếp đảm; làm giật mình; làm hoảng hốt.

질겅질겅 @질겅질겅 씹다 nhai, gặm, ăn mòn, ngẫm nghĩ, nghiền ngẫm.

질경이 [식물 thực vật] cây chuối lá, cây mã đề.

질고 sự đau khổ vì bệnh hoạn, vì căn bệnh.

질곡 cái gông, cái cùm, xiềng, xích, cái ách (mối ràng buộc, sự áp bức).

질구 --하다 phóng nhanh, đi nhanh (đi xe, cưỡi ngựa).

질권 quyền thế chấp, quyền bảo đảm. @질권을 설정하다 xác minh quyền thế chấp. *--설정자 người thế chấp, người cầm cố.

질그릇 đồ đất, đồ không tráng men.

질끈 sự cột chặt, sự chắc chắn. @질끈 동여매다 trói chặt (buộc, cột).

질근질근 [꼬는 모양] dần dần, chầm chậm, từ từ; [씹는 모양] nhai đi nhai lại.

질금거리다, 찔끔거리다 chảy nhỏ giọt

질급 --하다 làm hoảng sợ => 질겁하다.

질기다 [물건이 đồ vật] bền, chắc, dai, cứng; [성질이 bản tính] gan lì, ngoan cố. @질긴 고기 miếng thịt dai nhách.

질기와 mái ngói thô.

질깃질깃, 찔깃찔깃 --하다 ngoan cường, kiên quyết, cứng rắn, không nhượng bộ, cố chấp.

질기하다 hơi dai, khá dai, hơi cứng.

질녀 cháu gái (con của anh, chị, em).

질다 [반죽이] mềm; [땅이] lầy lội, ẩm ướt. @밥이 너무 질다 gạo mềm cơm.

질동이 cái bình (vại, lọ) bằng đất sét.

질뚝배기 cái tô đất.

질량 khối lượng. @질량불변의 법칙 luật bất biến của khối lượng

질거라다 đi lối tắt, đi tắt ngang (biện pháp nhanh chóng và trực tiếp hơn)

질러오다 đến bằng lối tắt.

질름거리다, 찔름거리다 [넘치다] tràn đầy, chảy tràn đến miệng (vành); [조금씩 주다] chi dần dần (từ từ).

질리다 (1) [진력나다] trở nên chán ghét,

ㅈ

phẫn nộ. @이 일에는 질렸다 *tôi phát ngấy với công việc này*. (2) [파랗게] trở nên xanh, tái, mất màu. @무서워서 파랗게 질리다 tái (mặt) sợ hãi. (3) [기가] co rúm lại, thu mình lại, quá khiếp sợ. (4) [물감이] nhuộm không đều. (5) [값이먹히다] phải trả, mất hết, tốn hết.

질문 câu hỏi, câu tra hỏi, câu chất vấn, sự hỏi dò. --하다 hỏi, dò hỏi, chất vấn. @넘겨짚는 질문 câu hỏi mẹo // 질문을 퍼붓다 hỏi tới tấp. *--서 tờ chất vấn, văn bản hỏi cung --자 người hỏi, người tra hỏi, thẩm vấn viên.

질박 sự giản dị, sự chất phát. --하다 đơn giản, chất phát, trung thực, không màu mè, không điểm tô, ngây thơ, giản dị, tự nhiên..

질벅거리다 => 질척거리다.

질번질번하다 sung túc, phong phú, dồi dào, dạt dào, thịnh vượng, giàu có.

질병 chứng bệnh, căn bệnh.

질빵 dây đeo ba lô, dây đeo, dây quàng, băng đeo, đai đeo (충의).

질산 *nitric acid*.

질색 [몹시 싫음] sự ghê tởm, sự chán ghét, sự phẫn nộ. --하다 không thích, chán ghét, kinh tởm, ghê tởm, ghét cay ghét đắng. @그런 짓은 질색이다 *hành động đó làm tôi cảm thất rất ghê tởm.*

질서 tính ngăn nắp, thứ tự, quy cũ, đúng mực. . @질서 있는 ngăn nắp thứ tự, có quy cũ // 질서 정연하게 có trật tự, có kỹ luật.

질소 *nitrogen*, khí nitơ . *--비료 phân bón *nitơ*

질솥 cái ấm đất, cái siêu.

질시 sự ganh ghét, ánh mắt ganh tỵ. --하다 ghen ghét, nhìn ganh tỵ.

질식 sự nghẹt thở, sự tức tối chán nản. --하다 bị ngạt thở, bị sốc. @질식시키다 ngột ngạt, nghẹt (ngạt) thở.

질의 câu hỏi, câu phỏng vấn, câu thẩm vấn. --하다 hỏi, phỏng vấn, thẩm vấn.

질적 phẩm chất. @질적으로 양적으로 chất lượng cũng như số lượng.

질주 sự vi phạm tốc độ, sự chạy quá tốc độ qui định --하다 chạy nhanh, phóng nhanh, lao đi.

질질 (1) [끄는 모양] sự kéo lê, sự lôi kéo (2) [흐르는 모양] sự nhỏ giọt, sự rỉ ra, sự ứa ra. @기름이 질질 흐르다 tuơm dầu // 치마를 질질 끌며 건다 đi kéo lê chiếc váy // 재판이 질질 끌었다 kéo dài thử thách.

질책 sự chỉ trích, sự quở mắng, sự nhục nhã. --하다 rầy la, trách mắng, quở trách, chửi rủa.

질척거리다 bị vấy bùn, bị lấm bùn. @질척질척한 lầy lội, đầy bùn, lấm bùn.

질척하다 lầy lội, ẩm ướt. @질척한 길 con đường lầy lội

질컥거리다 => 질척거리다.

질타 sự quở trách. --하다 rầy la, chưởi rủa.

질투 sự thèm muốn, sự ghen tị. --하다 thèm muốn, ghen ghét, ganh tỵ, đố kỵ @질투에서 xuất phát từ sự thèm muốn, do ganh ghét.

질퍼덕거리다, 질퍽거리다 kêu lốp bốp, (lội) bì bõm, nổ lách tách, kêu óc ách

질퍽질퍽 óc ách, lốp bốp, lách tách.

질편하다 (1) [넓다] rộng và bằng phẳng. (2) [게으르다] nhếch nhác, lượm thuộm, cẩu thả, chập chạp, lờ đờ. (3) [그득하다] mênh mông, bao la, khổng lồ. @질

퍼한 들 một cánh đồng rộng mênh mông

질풍 một luồng gió, cơn bão, trận cuồng phong @질풍같이 như gió bão.

질항아리 cái vại (lọ, bình) bằng đất.

질환 sự ốm đau, sự bệnh tật, sự phiền muộn, lo lắng, sự lo âu..

질흙 [진흙] bùn; [차진 흙] đất sét.

짊어지다 (1) [짐을] mang, vác, cõng trên lưng. (2) [의무 따위] gánh vác (trách nhiệm), mắc nợ, mang, khoát, đảm đương. @무거운 짐을 짊어지다 mang gánh nặng // 빚을많이 짊어지다 nặng nợ

짐 vật nặng, gánh nặng; [뱃짐 trên tàu thủy] hàng hóa;[기차의 trên xe lửa]hàng hóa chuyên chở; [수하물] hành lý. @짐을신다 chất, chở // 짐을 부리다 dở hàng, xuống hàng.

짐 tôi, chúng tôi, chúng ta.

짐꾸리기 sự đóng gói, sự chở hàng.

짐군 phu bốc vác, người khuân vác hành lý.

짐마차 xe bò, xe ngựa.

짐바리 vật tải lên yên thồ.

짐스럽다 phiền toái, rắc rối. @짐스럽게 여기다 gây rắc rối.

짐승 súc vật, dã thú (야수 động vật hoang dã), thú nuôi (동물 động vật) .

짐작 sự phỏng đoán, sự ước đoán; [판단] sự phán đoán. --하다 phỏng đoán, ước đoán, phán đoán. @내 짐작으로는 theo ước đoán của tôi // 짐작이 안가다 không thể phán đoán được.

짐짐하다 [맛이] mặn chát khó ăn; [마음에] đè nặng lên tâm hồn, ám ảnh trong tâm trí.

짐짓 sự có tính toán, sự chủ tâm, cố tình, cố ý.

짐짝 một chuyến hàng, một kiện hàng, một món hàng chuyên chở

집 (1) [사람의] căn nhà, nhà ở, tổ ấm @집안에서 ở trong nhà // 집에 있다 ở nhà. (2) [가족.가정] nhà, gia đình. @큰집 nhà chính, nhánh chính của gia đình // 집을 비우다 ra khỏi nhà. (3) [동물의 của thú vật] tổ, ổ. @개집 cũi chó, chuồng chó, ổ chó // 거미집 ổ nhện. (4) [물건의] hộp, hòm, ngăn, túi, tủ. @두꺼비집 tủ đựng cầu chì. (5) [바둑의] cây thánh giá, dấu chữ thập.

--집 sự sưu tập các tác phẩm. *단편— sự tuyển tập các chuyện ngắn. 수필— sự sưu tập các bài tiểu luận.

집게 cái kẹp, cái nhíp, cái kìm, cái cặp thai. @집 게로 집다 nhổ lên bằng kìm.

집게발 cái càng (của con cua).

집게손가락 ngón tay trỏ.

집계 tổng cộng, tổng số. --하다 cộng vào, tổng cộng. *--표 bản tóm tắt, bản giản lược.

집구석 trong nhà.

집권 sự tham vọng quyền lực chính trị --하다 có tham vọng chính trị, ham muốn quyền lực.

집권 sự tập trung quyền lực. --하다 tập trung quyền lực. *중앙—sự tập quyền trung ương.

집기 => 집물. @시무용 집기 một chức vụ cố định (ở lì mãi một chức vụ, một chỗ).

집념 sự kiên trì với mục đích (ý chí). --하다 tập trung tư tưởng, chăm chú, kiên trì.

집다 nhặt lên, lấy lên, cầm lên; [가리키다] chỉ ra, vạch ra; [집어 먹다] ăn.

집단 một nhóm người, một đám đông người, quần chúng, đại chúng. @집단적으로 chung, tập thể. *--농장 nông trường tập thể. --안전 보장 vấn đề an ninh quần chúng.

집달리 viên chức đưa trát đòi, chấp hành viên ở tòa án, người quản lý của địa chủ

집대성 sự bao hàm, sự tổng kết, phép tổng. --하다 tóm tắt, kết luận, tổng kết.

집도 thực hiện một cuộc phẫu thuật.

집들이 bữa tiệc mừng tân gia.

집례 người chủ lễ, người tu sĩ hành lễ.

집무 thi hành trách nhiệm. --하다 chăm lo công việc. @집무 시간 후 sau giờ làm việc.

집문서 giấy tờ nhà, chứng thư. @집문서를 잡하고 돈을 빌리다 sự vai (cho vay) có chứng từ bảo đảm.

집물 một căn nhà có trang bị đồ đạc nội thất.

집배 sự thu thập và phân phối. --하다 thu thập và phân phối, quyên góp và phân phát.

집비둘기 chuồng chim bồ câu.

집사 người quản lý, người phục vụ; [교회의 thuộc giáo hội] người trợ tế.

집산 --하다 tiếp nhận và phân bổ. *--지 trung tâm tiếp nhận và phân bổ

집성 --하다 biên soạn, sưu tập.

집세 nhà thuê, nhà cho thuê . @집세를 내다 trả tiền thuê nhà.

집안 bà con, thị tộc, gia đình. @집안 식구 thành viên gia đình; [집속] trong nhà. @집안 일 công việc nhà.

집약 --하다 tập trung, chuyên sâu, hòa nhập, hội nhập @집약적 방법 một phương pháp chuyên sâu. *--농업 nông nghiệp chuyên sâu.

집어넣다 (1) => 넣다. (2) [투옥] bỏ tù, tống giam, giam cầm.

집어등 mồi cá.

집어먹다 [음식을] ăn bằng tay, ăn bốc; [착복] móc túi, xoáy, ăn cắp, biển thủ, tham ô.

집어삼키다 [먹다] mổ (nhặt) và nuốt; [가로채다] chiếm đoạt, cướp giật, biển thủ, tham ô.

집어세다 [함부로 먹다] ăn một cách tham lam, thèm khát; [닦달하다] bươi, bới móc; [남의것을] ăn cắp, biển thủ, tham ô.

집어주다 (1) chộp được (vật gì) và bàn giao (giao lại). (2) [뇌물을] mua chuộc (ai), lo lót ai để làm (việc gì).

집어치우다 (1) [중지] ngừng, chấm dứt, thôi; [단념] từ bỏ; [사직] từ chức, xin thôi (việc).

집오리 vịt nuôi, sân nuôi vịt.

집요 tính ngoan cố, tính bướng. --하다 lì lợm, ngoan cố, bướng bỉnh, khó bảo. @집요하게 một cách ương ngạnh, một cách ngoan cố.

집장사 việc kinh doanh nhà, dịch vụ nhà. @집장사의 집 căn nhà cất để bán

집적 sự tích lũy, sự làm giàu sự chất đống. --하다 chồng chật, tích lũy.

집적거리다 [참견] xen vào, dính vào, can thiệp vào, chõ mũi vào; [건드리다] khiêu khích, trêu chọc, châm chọc ai.

집적집적 (1)[건드림] sự khiêu khích, châm chọc. (2) [참견] xen vào, dính vào, can thiệp vào.

집주 bản in có chú giải của nhiều nhà bình luận.

집주름 người môi giới (mối lái) bán nhà.

집주인 [임자] người chủ nhà, chủ nhân của căn nhà; [가장] người chủ gia đình.

집중 sự tập trung, sự cô đọng, sự hội tụ, độ hội tụ. --하다 tập trung lại, gom lại, cô lại. *--안타[야구] sự tập hợp lại. --포화 hỏa lực tập trung. --폭격 sự ném bom (oanh tạc) tập trung.

집진기 người lượm rác.

집집 mỗi nhà. @집집이 nhà nhà, ở mỗi nhà.

집착 [애착] sự gắn bó, lòng quyến luyến; [고집] sự khó quên, keo sơn gắn bó. --하다 gắn bó, không (khó) quên. @삶에 집착하다 gắn bó với cuộc sống. *--력 dai sức. --심 ý nhất định, lòng chủ tâm kiên quyết.

집채 @집채 같다 tự do như ở nhà.

집치장 sự (nghề) trang trí nội thất. --하다 trang trí nội thất.

집터 lô đất, mảnh đất, vị trí (địa điểm) căn nhà.

집필 sự viết, chữ viết, lối viết. --하다 viết, sáng tác. *--료 tiền nhuận bút, tiền thu lao cho tác phẩm --자 tác giả, người viết

집하 sự tập trung hàng hóa (chở trên tàu thủy).

집합 sự thu gom, sự tập trung, sự tập hợp. --하다 thu gom, tập trung, tập hợp. *--나팔 tiếng gọi tập hợp. --명사 [문법 văn phạm] danh từ chung. --시간 giờ họp. --장소 nơi họp, nơi hẹn.

집행 sự thi hành, sự thực hiện. --하다 thi hành, chấp hành, tiến hành, thực hiện (거행하다). @형을 집행하다 thi hành bản án.

집행 유예 sự thử thách, thời gian tập sự, chế độ tù treo; [일시적 연기] người tập sự; [판결] bản án treo. --하다 để cho tập sự, đang trong thời gian thử thách (quản chế); [일시적] trợ cấp tập sự. @징역 6 개월 집행 유예 2 년에 처하다 *bị kết án sáu tháng tù giam và hai năm quản chế.*

집회 cuộc hội họp, buổi họp, hội nghị. --하다 gặp gỡ, hội họp, nhóm họp. @집회의 자유 quyền tự do hội họp. *--소 nơi hội họp, hội trường. 불법—buổi họp bất hợp pháp.

집히다 nhặt lên, kẹp giữa hai ngón tay

짓 [행위] hành động, thái độ, cách cử xử.. @손짓 một động tác tay, sự ra hiệu bằng tay // 몸짓 điệu bộ, cử chỉ, động tác.

짓궂다 làm phiền, quấy rầy, quấy rối.

짓다[1] (1) [만들다] làm, chế tạo, sản xuất. @옷을 짓다 may một bộ com-lê. (2) [건조] xây, cất, dựng. @집을 짓다 xây nhà. (3) [작성] viết, soạn, sáng tác, làm (văn). @작문을 짓다 viết một tác phẩm. (4) [밥을 cơm] làm, dọn, nấu; [약을 thuốc] điều chế, pha chế. @밥을 짓다 nấu cơm. (5) [열을] thành lập, thiết lập, tổ chức. @열을 지어 xếp hàng. (6) [재배.경작] cày cấy, trồng trọt. @벼농사를 짓다 cấy lúa. (7) [죄를] có tội, phạm tội. @죄를 짓다 phạm một tội ác. (8) [표정 따위] biểu lộ, bày tỏ, phát biểu. @미소를 짓다 mỉm cười, nở nụ cười. (9) [결말 따위] ổn định, tháo gỡ; [사물이주어] đi vào nền nếp. @일의 결말을 짓다 ổn định một vấn đề. (10) [허구] phát minh, sáng chế, bịa đặt,

ㅈ

dựng lên. @지어낸 이야기 một câu chuyện bịa đặt.

짓다 [2] [유산] sự xẩy thai. @아기를 짓다 bị sẩy thai, phá thai (làm sẩy thai).

짓밟다 chà đạp, khinh rẻ ai, giày xéo, tàn phá, xâm phạm lên (침해) .

짓밟히다 chà đạp (vật gì) dưới chân; bị chà đạp.

짓부수다 đập vỡ, nghiền nát, đè bẹp.

짓씹다 nhai kỹ (nghiền ngẫm chu đáo).

짓이기다 nghiền, bóp nát, nhào trộn. @감자를 짓이기다 nghiền nát khoai, tán khoai.

집찧다 [고식 따위를] nghiền, giã; [이마 따위를 trán] vỗ, đập.

징 [1] cái cồng, cái chiêng

징 [2] [구두의] câu đinh đầu to. @징을 박다 đóng cây đinh đầu to vào đế giày.

징건하다 thấy (cảm giác) đầy bao tử.

징검다리 bậc đá (ngang qua dòng suối).

징계 hình phạt kỷ luật, sự trừng phạt.--하다 bị phạt, chịu kỷ luật, trừng phạt. * --면직 hình phạt đuổi (trục xuất). --위원(회) hội đồng kỷ luật.

징그럽다 rùng mình, sởn gai ốc, sởn gáy, ghê tởm, đáng ghét. @징그러운 벌레 đồ sâu bọ, đồ kinh tởm // 징그러운 광경 một cảnh tượng kinh khiếp

징모 sự bổ sung, sự tuyển thêm, sự chiêu mộ. --하다 chiêu mộ, tuyển (quân).

징발 sự tuyển quân, sự trưng dụng cho quân đội. --하다 trưng dụng, trưng thu, tuyển. @징발되다 bị trưng dụng.

징벌 kỷ luật, hình phạt, sự trừng trị. --하다 trừng phạt, trừng trị, kỷ luật.

징병 sự cưỡng bách tòng quân, sự tuyển quân, chế độ quân dịch. --하다 đi quân dịch, đi tòng quân, đi nghĩa vụ.*--검사 cuộc kiểm tra sức khỏe để nhập ngũ. --제도 chế độ cưỡng bách tòng quân.

징세 tiền thuế thu được. --하다 tăng thuế, bắt phải chịu thuế

징수 sự đánh thuế. --하다 đánh thuế, phạt (과하다). @세금을 징수하다 thu thuế. *--계 đơn vị thu thuế.

징악 *권선-- sự loại bỏ tính xấu và tăng tính tốt.

징역 hình phạt tù khổ sai chung thân. --하다 bỏ tù, ở tù. *무기—tội khổ sai chung thân.

징역살이 đời sống tù tội. --하다 sống trong tù, bị tuyên án tù

징용 sự trưng dụng cho quân đội, sự thi hành nghĩa vụ quân sự. --하다 trưng dụng, trưng thu, đi nghĩa vụ. *--자 lính quân dịch.

징조 triệu chứng, dấu hiệu, điềm báo trước. @...의 징조가 있다 có triệu chứng, có điềm báo, có dấu hiệu.

징집 [징모] sự chiêu mộ, sự tuyển quân; [수집] sự thu nhận. --하다 chiêu mộ, tuyển quân, tập trung; [수집] thu thập, tập hợp. *--면제... sự miễn nhập ngũ. --연기 sự hoãn nhập ngũ.

징후 [병의 bệnh] triệu chứng; [일반적] dấu hiệu, điềm, dấu hiệu báo trước

짖다 [개다 chó] sủa (사냥개가); tru, hú (늑대가); [까마귀] kêu ộp ộp, quạ quạ. @짖는 소리 tiếng sủa, tiếng tru, hú.

짙다 [색채가 sắc màu, sắc thái] thẫm sẫm màu, thắm, phong phú (màu sắc); [안개 따위가] dày dặc, rậm rạp; [숲.머리털따위가] dày, rậm; [액체가 chất lỏng] đặc, khó bay hơi.

짙푸르다 xanh thẫm.

짚 cọng rơm. *밀-- lúa mì. --볏 thóc. 말

—모자 cái nón rơm.

짚가리 một đụn rơm, một đống rơm.

짚다 (1) [맥 따위를] sờ, bắt, khám @맥을 짚다 bắt mạch, nghe mạch. (2) [지팡이를 cây gậy, ba toong] @지팡이를 짚다 chống gậy. (3) [짐작] tính toán, ước chừng, đếm đầu ngón tay. (4) [손을 받치다] đặt, để.

짚신 đôi dép rơm.

짚이다 [마음에 trong tâm hồn] chợt hiểu, chợt nhận ra. @짚이는 장소 nơi thích hợp // 짚이는 데가 없다 không ý kiến, hết ý kiến.

짚자리 cái thảm rơm, chiếc chiếu rơm.

짜개다 nứt, nứt nẻ => 쪼개다

짜다 [1] (1) [맛이] có vị mặn (có muối), hơi mặn (sắc sảo mặn mà). (2) [마음이] không hài lòng, khó ưa, khó chịu.

짜다 [2] (1) [만들다] ráp, nối lại với nhau. @책상을 짜다 đóng một cái bàn. (2) [편성하다] tổ chức, chuẩn bị, thành lập. @편을 짜서 논다 chia phe. (3) [한통이 되다] hợp tác, cộng tác với; chung sức với; hiệp lực, cấu kết, thông đồng với. @남과 짜고 liên minh, liên kết với người nào. (4) [실.끈으로] đan, kết, dệt. @비단을 짜다 dệt lụa. (5) [물기를] vặn, siết, ép, nén, ấn. @옷을 짜서 물을 빼다 vắt quần áo cho ráo nước // 우유를 짜다 vắt sữa bò. (6) [억지로] ép ra, vắt ra, nặn óc ra. (7) [착취] moi, móc, nặn, vắt, khai thác, bốc lột. @돈을 짜내다 *moi tiền của người nào.*

짜드락거리다 => 찌드럭거리다

짜드락나다 bị phát hiện, bị nhận ra.

짜르르 => 지르르

-짜리 [가치] đáng giá, có giá trị. @백원짜리 지폐 tờ giấy bạc 100 *won.*

짜임새 hình dáng, cấu tạo, cấu trúc, kết cấu; [피륙의] sự đan, kết, dệt; kết cấu, bố cục.

짜장 thật vậy, thật ra, đích thực.

짜증 tức giận, nóng nảy, phát cáu, bực mình, giận dữ, hay giận hờn. @짜증내다 chọc tức, làm bực mình, chọc giận.

짜하다 [소문이] lan rộng, phổ biến.

짝 [1] [쌍] một đôi, một cặp; [한벌] một bộ; [쌍의 한쪽] bạn cùng nhảy, người cùng phe, vợ, chồng, đối tác. @양말 한짝 cú đấm bồi thêm.

짝 [2] [갈비의] xương sườn; [곳.꼴] nơi chốn, vị trí. @아무짝에도 못쓴다 ở đâu cũng không tốt.

짝 [3] [소리 âm thanh] tiếng xé rách toạt ra; [여는 모양] sự mở rộng ra. @편지를 짝 찢다 xé rách bức thư.

짝맞다 đối chọi, đối địch.

짝맞추다 sánh được, làm cho phù hợp (2 vật gì), làm thành cặp, xứng đôi, xứng cặp.

짝사랑 tình yêu một chiều, tình yêu đơn phương –하다 yêu một chiều, yêu đơn phương, yêu không được đáp lại.

짝수 số chẵn.

짝신 một đôi giày không đúng bộ (lẻ bộ).

짝없다 [비길 데 없다] vô địch, vô song, không có đối thủ, không thể so sánh được; [주책 없다] phi lý, vô lý, ngược đời. @짝없는 말 lời nói ngược đời, phi lý.

짝자꿍 tiếng vỗ tay của em bé. –하다 vỗ tay.

짝짝 @짝짝 찢다 xé rách, xé toạc ra // 짝짝 달라붙다 chọc thủng, đâm thủng.

짝짝이 không đúng bộ, lẻ bộ, lẻ đôi. @짝짝이의 lẻ // 짝짝이 양말을 신다 mang vớ không đúng đôi (lẻ bộ).

짝짓다 một đôi, một cặp. @새를 짝지어 주다 cho con chim trống và con chim mái giao phối với nhau.

짝채우다 [한벌로] làm thành bộ, kết thành đôi.

짝패 vợ, chồng, đào, kép, bạn nhảy, bạn tình; người cùng phe (trong trò chơi thể thao).

짝하다 trở thành 1 cặp. @짝해서 chung với, cộng tác với.

짠지 củ cải ngâm muối.

짤까닥 (1) tiếng kêu click; (2) tiếng lách cách; tiếng tát, vỗ đen đét. @짤까닥거리다 nhấp kêu lách cách; tát vỗ đen đét.

짤까당 bằng tiếng kêu lenh kenh, xủng xoẻng. –하다 phát ra tiếng kêu leng keng, xủng xoẻng.

짤그랑거리다 phát ra tiếng kêu lanh canh, xủng xoảng chói tai.

짤금거리다 => 질금거리다.

짤막짤막 hơi nhỏ, hơi ngắn => 짤막하다.

짤짤이 một con người không chút kiểu cách (không câu nệ / không khách sáo).

짧다 (1) ngắn, gọn, vắn tắt. @짧게 말하면 nói tóm lại // 짧게 하다 tóm gọn, cắt ngắn, rút ngắn. (2) [부족] thiếu, không đầy đủ, không đạt yêu cầu.@밑천이 짧다 cạn vốn.

짧다랗다 hơi ngắn, hơi thiếu.

짬 (1) [겨를] giờ rảnh rỗi, lúc thư nhàn. @짬짬이 lúc rảnh // 짬이 있다 rảnh, rảnh rang, không bận // 짬이 없다 bận, không rảnh. (2) [틈] đường nứt, kẽ hở.

짭짤하다 đẹp sắc sảo; mặn mà; [값지다] có giá trị, khá tốt.

짭짭@짭짭 입맛을 다시다 liếm mép,chép môi.

-째 [1] [차례.등급]. @여기 온 것은 이번이 세번째다 *đây là lần thứ 3 tôi ở đây.*

-째 [2] [그대로] cùng với. @사과를 껍질째 먹다 ăn táo ăn cả vỏ.

째다 (1) [찢다.절개하다] xé nát, xé toạt ra, cắt ra, tách ra, rạch (rọc) ra. (2) [부족하다] không đủ, thiếu. (3) [작다] kín, chặt.

째못 cái móc, cái mắc (quần áo).

째어지다 tách ra, xé ra, chẻ ra, bổ ra, xé toạt ra. @둘로 째어지다 tách ra làm 2, xé đôi ra.

째째하다 [인색] hà tiện, keo kiệt, bủn xỉn; [더럽다] kém cỏi, tầm thường, xoàng xĩnh; [시시하다] vô giá trị. @째째한 사람 người keo kiệt, người bủn xỉn

짹소리 => 찍소리

짹짹거리다 (chim) kêu chim chíp, líu ríu, líu lo.

쨍 tiếng kêu leng keng, xủng xẻng.

쩍쩍 @(입맛을) 쩍쩍 다시다 chép môi, liếm mép // => 짝짝.

쩔쩔매다 vô phương kế, lúng túng, hoang mang, bối rối. @돈이 없어 쩔쩔매다 cháy túi, cạn túi, hết sạch tiền // 바빠서 쩔쩔매다 bị sức ép (áp lực) của công việc.

쩝쩝 sự liếm mép. --하다 liếm mép, liếm môi.

쪼개다 chẻ, bửa, tách ra. @나무를 쪼개다 chẻ củi.

쪼개지다 chẻ, tách, chia ra (thành từng phần).

쪼그리다 => 쭈그리다.
쪼글쪼글 => 쭈글쭈글.
쪼다 [모이를] mổ, khoét, đục; [돌 따위를] đục, chạm, trổ.
쪼들리다 bị bực bội, bị lâm vào cảnh khốn cùng. @돈에 쪼들리다 *bị túng thiếu tiền bạc.*
쪼뼛쪼뼛 --하다 rụt rè (nhút nhát) và do dự
쪼아먹다 mổ, ăn nhỏ nhẻ, ăn nhấm nháp.
쪽[1] [낭자 kiểu tóc] cái búi tóc.
쪽[2] [조각] một miếng, một mảnh, một lát mỏng.
쪽[3] [방향] hướng, phía. @동쪽 hướng đông.
쪽[4] [늘어선 모양] thành hàng, thành dãy.
쪽[5] [식물 thực vật] cây chàm.
쪽마루 hàng hiên của ngôi nhà có lót một hoặc hai tấm ván sàn
쪽매붙임 đồ khảm, sàn packê, việc lót sàn gỗ.
쪽박 cái môi (cái vá) làm từ quả bầu khô.
쪽지 nhản hiệu, thẻ ghi tên và địa chỉ.
쪽지다 búi (tóc) lại. @쪽진 머리 một búi tóc.
쫄딱 hoàn toàn, toàn bộ, đầy đủ, cùng cực, tất cả @쫄딱 망하다 bị tàn phá hoàn toàn.
쫑긋거리다 cử động môi (bỉu môi, mím môi); vểnh tai (nghe).
쫑긋쫑긋 (sự) động môi, động tai
쫑기 sự kết thúc (hạn kỳ).
쫓기다 bị săn đuổi, bị đuổi, bị trục xuất, bị hất cẳng, bị thay thế; [일에] bị sức ép, bị tất bật. @든에 쫓다 bị sức ép của đồng tiền.
쫓다 (1) [쫓아버리다] đuổi đi, trục xuất khỏi. @파리떼를 쫓다 đuổi ruồi. (2) [뒤쫓다] đuổi theo, săn đuổi, đuổi bắt, truy nã. @도둑을 쫓다 rượt đuổi theo tên trộm. (3) [따르다] đi theo, chạy theo. @유행을 쫓다 chạy theo thời trang. (4) [따라가다] theo kịp, đuổi kịp.
쫓아내다 [밖으로] trục xuất, tống ra, đuổi; [해고하다] đuổi ra, thải hồi, sa thải.
쫓아오다 [바싹 뒤따르다] đuổi theo; [뛰어서] chạy theo.
쫙 => 짝.
쬐다 (1) [볕이 비치다] (mặt trời) chiếu sáng, tỏa sáng.. (2) [볕.불에] phơi bày trước ánh sáng mặt trời. @햇볕에 쬐다 phơi nắng, tắm nắng.
쭈그러뜨리다 đè nát, nghiến (ép) nát, vò nát.
쭈그러지다 bị vò nát, bị đè nát, bị bóp nát [살기가] làm khô quắt lại, làm khô héo (chết / teo)
쭈그렁이 [물건] một vật bị nghiền nát; [사 람] một cụ già khô héo.
쭈그리다 [쭈그러뜨리다] ép, vắt, nghiến, đè nát, bóp dẹp; [몸을] né, núp, cúi mình, luồn cúi, thu mình lại, nằm bẹp xuống, khom xuống.
쭈글쭈글 --하다 bẻ vụn, đổ nát, làm nhăn, bị vò nát, bị nhăn nheo, bị héo mòn, bị tàn tạ.
쭈뼛 --하다 [솟다] đứng thẳng lên; [주저하다] do dự nhút nhát, rụt rè, bẽn lẽn @머리끝이 쭈뼛하다 dựng tóc gáy lên
쭈뼛쭈뼛 do dự, ngập ngừng, lưỡng lự, không nhất quyết
쭉 => 죽[2].
--쯤 gần, hầu hết, một ít, một vài, dăm ba,

vào khoảng, khoảng chừng, ước độ, không ít thì nhiều. @지금쯤 bây giờ, hiện nay, lúc này.

찌개 món ăn đựng trong hủ. *생선— món cá trong nồi

찌꺼기 cặn, vật còn thừa (bỏ đi)

찌그러뜨리다 ép vắt, nén, đập.

찌그러지다 bị nghiến nát, bị đập nát.

찌긋거리다 [눈을 mắt] nháy mắt, đá lông nheo (với ai); [옷을 당기다] kéo tay áo (ai).

찌끼 căn, cặn bã, cái bỏ đi. => 찌꺼기.

찌다 [1] [살이] trở nên mập, lên cân. @살 찐 béo, mập, mủm mỉm, tròn trỉnh, bụ bẩm.

찌다 [2] [날씨가] oi bức, ngột ngạt, ẩm thấp. @찌는듯한 더위 hơi nóng oi ả, tiết trời oi bức.

찌다 [3] [김으로] hấp (khoai), nấu cách thủy.

찌드럭거리다 quấy rầy, làm phiền.

찌득찌득하다 bền bỉ, kiên trì, cứng rắn.

찌들다 [때가 끼다] trở nên bẩn thỉu; [고생으로] trở nên tiều tụy (hao mòn / héo hắt).

찌르다 (1) [칼따위로] chính, đâm vào, chọc thủng xuyên qua, khoét. @단도로 심장을 찌르다 dâm vào tim bằng lưỡi dao găm. (2) [비밀을] báo tin, cung cấp, ám chỉ, mật báo. (3) [냄새가] có mùi hôi thối khó chịu. @불쾌한 냄새가 코를 찔렀다 một mùi kinh tởm xông vào mũi tôi. (4) [간정을] xúc phạm, làm đau, làm tổn thương. (5) [돈을] đầu tư, xấp đặt.

찌부러뜨리다 ép, vắt, nghiền nát, đè bẹp, tháo hơi, xì hơi..

찌부러지다 bị sụp đổ, bị đè nén, bị ép nát.

찌푸리다 [날씨가] phủ đầy mây, u ám; [얼굴을] cau mày, nhăn mặt. @얼굴을 찌푸리고 với vẻ nhăn nhó, làm điệu làm bộ // 눈살을 찌푸리다 nhíu mày.

찍 sự xé nát, sự xé toạt ra.

찍다 (1) [도장을] dán tem, đóng dấu, ký tên vào (인각). @도장을 찍다 đóng con dấu (lên). (2) [묻히다 che phủ] nhúng, ngâm, dìm xuống. @잉크를 찍다 chấm mực (nhúng bút vào lọ mực). (3) [점찍다] chấm, đánh dấu chấm. (4) [눈여겨 두다] vạch ra, đề ra, để mắt tới. @도둑이 전부터 그 집을 털려고 점 찍고 있었다 tên cướp đề ra kế hoạch đánh cướp ở địa điểm (nhà) đó. (5) [도끼 따위로] chặt, đốn, bổ, chẻ (조각조각), cắt, thái, xén, hớt; [차표를] khoan, dùi. (6) [찔러 궤다] khoét lỗ, chọc thủng, xuyên qua, xiên. @작살로 고기를 찍다 xiên cá. (7) [사진을] @사진을 찍다 chụp hình, chụp ảnh.

찍소리 tiếng kêu chim chíp; [한마디] một từ, một âm tiết. @찍소리 없이 복종하다 tuân lệnh không than van.

찍히다 in sâu, khắc sâu; [사진이 ảnh] chụp ảnh

찐빵 bánh mì hấp.

찔끔하다 hăm dọa, đe dọa, dọa dẫm @나는 그의 말에 찔끔했다 hắn đã hăm dọa tôi

찔레 [식물 thực vật] hoa hồng dại. *--나무 bụi hồng dại.

찔름찔름 [액체가] sự chảy nhỏ giọt; [주는모양] dần dần, từ từ, từng chút một, từng cái một.

찔리다 bị đâm, bị chọc thủng, bị chích. @손을 가시에 찔리다 *bị gai đâm vào*

ngón tay.

찜 món hấp. *닭— món gà hấp.

찜질 [의학 y học] sự chườm nóng, sự đắp thuốc cao lên (chỗ viêm tấy). --하다 chườm nóng, đắp thuốc. @더운물수건으로 무릎을 찜질하다 đắp khăn nóng lên đầu gối.

찜찜하다 cảm giác không thoải mái, khó chịu; thấy bất tiện; thấy khó xử, khó khăn.

찝찔하다 hơi mặn, mằn mặn; [못마땅하다] không vừa ý, không thỏa mãn, không tốt đẹp

찡그리다 cau mày, nhăn mặt, nhăn nhó.

찡긋거리다 nháy mắt ra hiệu.

찡긋찡긋 nhăn mặt, nháy mắt.

찡얼거리다 [불평] càu nhàu, cằn nhằn; [어린애가] rên rỉ, thút thít.

찡얼찡얼 [불평] sự càu nhàu, sự cằn nhằn; [어린애가] sự rên rỉ, sự than van.

찡찡하다 (1) => 찜찜하다. (2) [코가막혀] bị nghẹt (mũi), bị ngột ngạt, bị bế tắc, bị trở ngại.

찢기다 bị hỏng, bị rách. @갈기갈기 찢기다 bị rách tơi tả.

찢다 xé rách, xé toạt ra, cắt rời ra. @갈기갈기 찢다 xé ra từng sợi (từng mảnh).

찢뜨리다 [무심히] xé riêng ra, tách riêng ra.

찢어 발기다 xé ra thành sợi (từng mảnh)

찢어지다 bị xé rách.

ㅊ

차 [음료] trà, trà xanh (녹차); trà đen, hồng trà (홍차). @차를 끓이다 pha trà, châm trà.

차 [일반적] xe (nói chung); [자동차] ô tô, xe hơi, xe taxi. @자가용차 người sử dụng xe, chủ xe // 차로 가다 đi xe (đi bằng xe).

차 [차이] sự khác nhau, sự chênh lệch [불일치] sự khác biệt, sự cách biệt; [변화] sự khác nhau, sự đa dạng; [차별] sự phân biệt, sự tách bạch; [수학 toán học] số dư, [차감의] sự cân bằng; [가격의] số dư, số dự trữ.

차 (1) [차제] về vấn đề ; về mặt (việc gì), nhân đây, tiện thể, khi, ngay khi. (2) [목적] với lý do, với mục đích, vì thế, để mà, cốt để. @인사차 내방하다 nói chuyện xã giao, đến thăm xã giao (ai). (3) [다음의] kế tiếp, tiếp theo sau, sau đây. *--기 kỳ sau, lần sau, bận sau. –장 phó xếp, phó thủ trưởng.

차가다 [움키어 가다] đem đi, bắt đi, bỏ chạy, tháo chạy; vồ, chộp, nắm lấy, chiếm đoạt, tranh thủ; [유괴] bắt cóc để tống tiền.

차감 --하다 làm cho cái cân thăng bằng, làm cân bằng. *--계정 sự cân bằng. – 전액 cái cân.

차갑다 lạnh, rét, giá lạnh.

차고 [자동차의] ga-ra, nhà xe [전차의] nhà để xe hơi (kho); [기차의] ga xe lửa, bến xe điện.

차곡차곡 trong vòng trật tự, ngăn nắp, gọn gàng, lần lượt, ngay thẳng.

차관 phó Bộ trưởng, phó Tổng thư ký. *--문교부-- phó Bộ trưởng Bộ Giáo dục.

차관 sự cho vay, món nợ. @차관을 제공하다 cấp thẻ tín dụng (cho ai). *--협정 hợp đồng / giao kèo cho vay. 공공 (재정) -- công trái (tài chính). 연불-- nợ trả chậm. 장기 (단기) -- nợ trả dài hạn (ngắn hạn).

차광--하다 che bóng, chắn ánh sáng (ánh nắng). *--막 mành che, màng che. –장치 lá chắn sáng.

차근차근 trong vòng trật tự, gọn gàng, ngăn nắp, chu đáo, cẩn thận, tỉ mỉ, chi tiết –하다 được ghi lại, cô đọng lại, ân cần, chu đáo, lưu tâm. @일을 차근차근 처리하다 bố trí, sắp xếp một vấn đề có phương pháp (có hệ thống), ngăn nắp.

차기 kỳ sau, nhiệm kỳ sau. *--국회 nhiệm kỳ sau của Quốc hội. –대통령 vị Chủ tịch sau (kế tiếp).

차꼬 cái còng, cái cùm, cái gông.

차남 con trai thứ (thứ nam).

차내 trong xe @차내에서 bên trong xe hơi. *--금연 cấm hút thuốc trong xe!.

차녀 con gái thứ (thứ nữ).

차다 [1] [한랭] lạnh, lạnh lẽo, lạnh lùng, băng giá, giá lạnh. @찬바람 gió lạnh buốt.

차다 [2] [충만 đầy] làm đầy, chứa đầy, lấp kín; [달이 tháng] đủ; [조수가 lông chim và lông thú] mọc (đầy); [기한이 kỳ hạn] hết hiệu lực, đến kỳ hạn (phải trả nợ). @꽉 들어차다 chen chúc, nhồi nhét, chật cứng, chật ních, đông nghịch.

차다 [3] [발로] đá, cho một cú đá. @개를 차다 cho con chó một cái đá.

차다 [4] [패용] bám lấy, tập trung vào, mang, vác, mặc, đội. @칼을 차다 mang một thanh kiếm bên mình.

차단 sự ngăn chặn, sự cô lập, sự cách ly. –하다 cô lập, cách ly, ngăn chặn. *--기 cái ngắt điện. [건널목의] cây chắn cổng (có thể nâng lên được, để chắn cổng xe lửa, cổng doanh trại).

차대 khung gầm, khung xe (hơi).

차도 @차도가 있다 được cải tiến, được nâng cấp, trở nên tốt hơn, khá hơn, hoàn thiện.

차도 đường qui định cho xe, đường dành riêng cho xe chạy.

차돌 [광물 khoáng chất] thạch anh, chất silic kết tinh. @차돌 같은 사람 một người đàn ông kiên cường (cương nghị / vững vàng / chí khí, nhiều nghị lực).

차등 bậc, cấp, mức độ, hạng, loại, tầng lớp, sự thăng tiến, sự khác biệt. @차등이 있다 tầng lớp khác, loại khác. *--세율 mức thuế.

차디차다 luôn luôn lạnh giá, lạnh như băng.

차라리 đúng hơn là, tốt nhất là. @차라리 … 하는 것이 tốt nhất là bạn nên… / đúng hơn là phải ….

차란차란 => 치란치란

차량 xe, ô tô, toa hành khách xe lửa, xe tải, đầu máy / toa xe lửa (화차, 객차 총칭) (ngành đường sắt, đường bộ nói chung).

차례 (1) [번] trật tự, thứ bậc, thứ tự, sự nối tiếp nhau (theo thứ tự – cho có trật tự). @차례로 trật tự tốt, người này nối tiếp sau người kia, lần lượt. (2) [회수] lần (đi), lượt (đi), vòng (về), khứ hồi. @여러 차례 vài lần, vài lượt.

차례 buổi tế lễ ghi nhớ công ơn tổ tiên.

차례차례 từng người một, người này sau người kia; [순서로] lần lượt, nối tiếp nhau.

차륜 bánh xe.

차리다 (1) [준비 chuẩn bị] chuẩn bị, sẵn sàng. @살림을 차리다 chuẩn bị xây tổ ấm. // 잔치를 차리다 chuẩn bị thết một bữa tiệc. (2) [외관을] tự trang bị, ăn mặc. @옷을 차려입다 ăn diện, lên khung. (3) [간직] duy trì, gìn giữ, bảo quản. @인사를 차리다 duy trì tập tục, tiến hành nghi lễ. (4) [정신을] bình tĩnh lại, tự trấn tỉnh lại, hoàn toàn tỉnh táo.

차림새 [준비 chuẩn bị] đồ trang bị (quần áo giày mũ), bộ đồ nghề, sự chuẩn bị, sự sắp xếp; [옷차림] quần áo cá nhân; [풍채] bề ngoài, tướng mạo, thể diện.

차마 quá … để (làm việc gì), không đời nào, không vì bất cứ lý do gì. @차마… 할 수없다 không có lòng dạ nào để (làm việc gì), không thể chịu được nữa.

차마 (xa-mã) ngựa xe. *--통행 금지 "Cấm ngựa và xe" (đường cấm ngựa và xe lưu thông)

차멀미 chứng say xe. –하다 bị say xe, buồn nôn (muốn ói) khi đi xe hơi.

차반 khay trà, mâm trà.

차버리다 đá (ra khỏi); [거절하다] từ chối, loại bỏ, gạt bỏ, bác bỏ (một đề nghị). @애인을 차버리다 bỏ rơi người yêu, phụ tình, bạc tình.

차변 con nợ, người mắc nợ; bên nợ (부기의 sổ sách kế toán). @차변에 기입하다 ghi sổ nợ cho người nào.

차별 sự phân biệt, tính thiên vị, tính

ㅊ

không công bằng, tính cục bộ (차이) – 하다 phân biệt đối xử, không công bằng, cục bộ. @차별없이 vô tư, công bằng, không thiên vị, không phân biệt đối xử.

차분하다 trầm tĩnh, điềm tĩnh, bình tĩnh.

차비 [운임 cước phí, tiền chuyên chở] tiền vé xe (xe taxi, xe lửa, xe bus); [운반료] cước chuyên chở hàng hóa.

차비 [준비] sự chuẩn bị, sự sắp xếp. – 하다 sẵn sàng, chuẩn bị, sắp xếp.

차석 vị trí / chức vụ kế tiếp; người phụ tá, người đoạt giải thứ hai. *--검사 phó Ủy viên công tố. –자 một viên chức phụ tá.

차선 @차선의 cái có cùng phẩm chất tốt như cái trước. *--책 đường lối tốt như trước.

차선 tuyến đường. @ 6 차선 6 tuyến đường nhỏ (trên đường xa lộ).

차압 [압류] sự trói buộc, sự ràng buộc, sự gắn bó, sự quyến luyến => 압류

차액 sự chênh lệch, sự sai biệt (trong sổ sách kế toán); sự cân đối, số dư, số dự trữ. @원가와 매가와의 차액 số dư, số chênh lệch và lãi sản xuất.

차양 tấm vải bạt che mái hiên, nóc, vòm, mái; [창의] màn che, mành mành. [모자의] cái lưỡi trai của mũ (mũ lưỡi trai).

차용 sự vay mượn, tiền cho vay. –하다 đi vay, đi mượn nợ. @일금 100 만원을 차용함 vay 1.000.000 *won.* *--금 tiền vay, tiền cho vay. –증서 chứng từ, bông, phiếu, giao kèo cho vay.

차원 [수학 toán học] thứ nguyên (của một đại lượng. @제 4 차원 4 chiều.

차월 một món nợ chưa trả được; [당좌 예금의] số tiền chi trội. –하다 chi trội, rút quá số tiền gửi trong ngân hàng.

차위 vị trí thứ hai.

차이 sự khác biệt; [구별] nét đặc biệt, màu sắc riêng, tính độc đáo; [불균형] sự chênh lệch, sự không tương ứng, tính không đồng dạng. @ 현저한 차이 sự tương phản đáng chú ý.

차익 lãi xuất lề.

차일 mái che, màn cửa, mành mành.

차일 피일 --하다 hoãn lại ngày này sang ngày khác.

차입 --하다 gởi (vật gì) vào tù. *--식사 gởi cơm trưa vô tù.

차입 sự vay mượn. –하다 vay mượn. *--금 tiền vay mượn, tiền nợ, món nợ.

차자 đứa con trai thứ hai (của ai)

차장 phó thủ trưởng, phó giám đốc. *편집-- phó tổng biên tập.

차장 người dẫn đường, người bán vé xe bus; cận vệ, vệ binh.

차점 điểm số cao kế tiếp (thứ nhì).

차제 bây giờ, giờ đây, lúc này, hiện nay; vào dịp này, vào thời điểm này.

차조 [식물 thực vật] hạt kê nếp.

차조기 [식물] cây tía tô.

차종 1 tách trà, 1 chung trà.

차주 người đi vay nợ, người mắc nợ, con nợ. [부동산] người thuê (nhà)

차주 chủ xe.

차중 khi ở trên xe, khi đi xe.

차지 --하다 nắm giữ, chiếm giữ, cầm nắm lấy; [가지다] đoạt được, chiếm được, lấy được, nắm bắt được. @수석을 차지하다 đứng đầu lớp (ngồi cao nhất lớp) // 과반수를 차지하다 có ưu thế // 독차지하다 giữ độc quyền.

차지 hợp đồng cho thuê đất (bất động sản). *--료 giá thuê đất (nhà).

차지다 dính bầy nhầy, nhớp nháp, dính như keo.

차질 sự sai lầm, sự thất bại, sự thất lạc, sự bế tắc, sự trở ngại bất ngờ, sự đi xuống. @ 차질을 일으키다 thất bại, sai lầm, hỏng hóc, bế tắc, trở ngại.

차차 [점점] dần dần, từ từ, chút chút, lát nữa thôi, ngay bây giờ, càng ngày càng..; [나중에] sau này, về sau; đúng giờ. @낮시간이 차차 길어진다 ngày càng lúc càng dài hơn.

차창 cửa sổ xe hơi (xe lửa).

차체 khung gầm, khung xe.

차축 trục xe.

차츰차츰 dần dần, từng chút một, từng bước một.

차치 sự để riêng ra, sự để sang một bên, sự để qua bên cạnh. –하다 để riêng, để (đặt) sang bên (bên cạnh).

차탄 [탄식] sự than van, sự than khóc, tiếng thở dài, sự ta thán. –하다 khóc than, ta thán, thở dài.

차트 (*a chart*) hải đồ, đồ thị, biểu đồ.

차폐 chỗ trú ẩn, nơi nương tựa; [군사 quân đội] công sự, công trình chống bắn lia. –하다 bao bọc, ẩn náu, nương tựa, trú ẩn.

차표 vé xe (xe lửa, xe bus, xe đò, xe khách). @차표 파는 곳 phòng bán vé, nơi bán vé // 차표를 끊다 mua vé, lấy vé, đăng ký vé.

차항 điều khoản sau.

차호 số tới (sắp xuất bản). *--계속 tiếp theo ở số tới.

차회 kỳ sau, lần tới, dịp khác; [경기] trò chơi/ /trận đấu] vòng kế tiếp, trận sau.

차후 sau này, từ nay trở đi, từ rày về sau, trong tương lai.

착 sự chặt chẽ, sít sao; sự sa lầy, xuống dốc. @착 들러붙다 sa vào, dính vào.

착각 [기하 toán học] góc so le.

착각 ảo ảnh, ảo giác, ảo tưởng; sự hiểu lầm. –하다 hiểu lầm, có ảo giác là..

착공 sự khởi công (xây dựng). –하다 khởi công. *--일자 ngày khởi công xây dựng.

착란 sự đứt quãng, sự xáo trộn, sự trục trặc; [무질서] sự hỗn loạn, sự mất trật tự, sự lộn xộn, bừa bãi. –하다 lúng túng, bối rối, lộn xộn, bừa bãi, mất trật tự, trục trặc, xáo trộn. *--상태 tình trạng hỗn loạn. 정신-- chứng mất trí, chứng tâm thần phân liệt.

착륙 sự đổ bộ, sự hạ cánh. –하다 hạ cánh, đổ bộ. @불시 착륙하다 hạ cánh khẩn cấp. *--장 bãi đáp.

착복 (1) y phục => 착의. (2) [횡령] sự tham ô, sự biển thủ. –하다 tham ô, biển thủ, đút túi.

착살맞다 keo kiệt, bủn xỉn, bần tiện, nhỏ mọn, bẩn thỉu, kinh tởm.

착상 một tư tưởng, một quan niệm, một nhận thức. –하다 bày tỏ quan điểm, tìm ra một ý tưởng.

착색--하다 sơn, tô, vẽ.*--유리 tấm kính nhuộm màu. –제 chất màu.

착석 --하다 ngồi, ngồi xuống, đặt ngồi, để ngồi. @착석시키다 để / đặt (người nào) ngồi xuống.

착수 sự bắt đầu, khởi đầu. –하다 bắt đầu, khởi công. @곧 일에 착수하겠다 tôi sẽ bắt đầu làm ngay.

착수 --하다 hạ cánh xuống nước, đáp xuống nước; làm bắn nước văng tung

ㅊ

tóe (우주선이).

착수금 tiền gửi, tiền ký quỹ, tiền thế chấp, tiền thế chân (약조금); [시작하는] tiền ứng trước cho một công việc nào đó.

착실 --하다 trung kiên, vững chắc, có cơ sở, logic, vững vàng, hợp lý, đáng tin cậy; [부유] phong lưu, sung túc, giàu có. @착실한 영업 방법 một cơ sở quản lý vững vàng, đáng tin cậy.

착안 sự tập trung vào, sự nhắm vào, sự chú ý vào. –하다 để mắt đến, lưu ý đến, nhắm mục tiêu vào, tập trung vào. *--점 điểm nhắm.

착암기 sự rèn luyện vững vàng (gian khổ).

착오 một lỗi lầm, một sai sót, một sự hiểu lầm. *시각-- ảo giác, ảo thị. 시대-- người (việc / vật) lỗi thời.

착용 sự mặc, sự đội. –하다 mặc, đội, mang.

착유기 máy ép dầu.

착의 áo quần, y phục. –하다 mặc áo quần, thay y phục.

착잡 sự hỗn độn; tính rắc rối, phức tạp, sự rối rắm –하다 lộn xộn, rắc rối, phức tạp, hỗn độn.

착착 trật tự, gọn gàng, đều đặn, từng bước một. @착착 진척하다 tiến bộ từng bước.

착취 (1) sự moi (tin); sự tống (tiền), sự bóc lột, lợi dụng. –하다 moi, tống, bóc lột, lợi dụng. @돈을 착취하다 lừa đảo tiền bạc của người nào. (2) [과즙] –하다 ép, vắt, moi, bòn, rút. *---계급 giai cấp bóc lột.

착탄 거리 tầm súng.

착탄 khu vực chịu ảnh hưởng.

착하 chuyến hàng mới đến. *--인도(지불) giao hàng (trả tiền hàng).

착하다 tốt, đẹp, lịch sự, tử tế; [온순] ngoan ngoãn, nhu mì, dễ bảo. @착한 사람 người chân thật, tốt bụng.

찬 món ăn thêm (đồ gia vị, nước sốt, nước chấm). *--거리 sự chế biến thức ăn phụ (nước chấm).

찬가 bài thánh ca, bài kinh ca ngợi Chúa.

찬동 sự ủng hộ, sự tán thành.--하다 chấp thuận, tán thành, phê chuẩn, ủng hộ

찬란 sự sáng chói; sự tài hoa, lỗi lạc, sự chói lọi, rực rỡ; sự thông minh, sáng dạ. –하다 sáng chói, hoa mỹ, huy hoàng, tráng lệ; thông minh, lỗi lạc. @찬란한 문화 nền văn hóa lỗi lạc // 찬란하게 빛나다 chiếu sáng, tỏa sáng, soi sáng.

찬물 nước lạnh. @찬물을 끼얹다 dội nước lạnh, tắm nước lạnh; [비유적] làm nản lòng, làm thối chí, làm mất can đảm.

찬미 sự ca ngợi, sự tán dương, lòng tôn kính, sự thờ phụng, lời ca tụng, sự ngưỡng mộ. –하다 ca ngợi, tán dương, ngưỡng mộ, tôn kính. *--자 người hâm mộ, người sùng bái.

찬반 양론 thuận và chống.

찬부 tán thành hay không tán thành, đồng ý hay không đồng ý, có hay không, thuận hay chống. @찬부의 논쟁 sự tranh cãi thuận hay chống.

찬사 lời ca ngợi, tán dương, lời thăm hỏi, chúc mừng. @찬사를 드리다 ca ngợi, tán dương, thăm hỏi, chúc mừng.

찬상 sự thán phục, sự ngưỡng mộ, sự tán dương, sự ca ngợi. –하다 khâm phục, ngưỡng mộ, ca ngợi, tán dương.

찬성 sự tán thành, sự phê chuẩn, sự đồng ý, sự ủng hộ. –하다 [계획에] tán thành (một kế hoạch), đồng ý, chấp thuận một ý kiến (의견에); [의안에] ủng hộ, thông qua (một kế sách). @찬성을 얻다 thu phục, lôi kéo sự tán thành, ủng hộ của ai.

찬송 sự tán dương, sự ca ngợi, sự tuyên dương, sự biểu dương. –하다 tuyên dương, ca ngợi; cầu nguyện, cầu kinh, hát thánh ca. @하느님을 찬송하다 ca ngợi Chúa trời. *--가 thánh ca, kinh. –가집 thánh thi; sách thánh ca.

찬스 cơ hội, thời cơ => 기회 @절호의 찬스 cơ hội kiếm chác, cơ hội vàng. // 찬스를 잡다 nắm bắt cơ hội.

찬양 sự tuyên dương, sự tiến cử, sự ca ngợi, sự ngưỡng mộ. –하다 tuyên dương, ca ngợi, tiến cử, thán phục, ngưỡng mộ.

찬의 sự chấp thuận, sự tán thành, sự đồng ý. @ 찬의를 표하다 bày tỏ sự đồng ý, biểu lộ sự tán thành.

찬장 chạn thức ăn, tủ bếp, tủ để thức ăn.

찬조 sự giúp đỡ, sự ủng hộ, sự bảo trợ, sự đỡ đầu, sự đồng ý [후원] sự tài trợ, sự chứng thực đằng sau (viết đằng sau 1 văn kiện để xác nhận sự đồng ý phê chuẩn). –하다 giúp đỡ, phê chuẩn, tài trợ, bảo trợ, đỡ đầu, bảo lãnh. @A 씨의 찬조하에 *được bảo trợ bởi ông A.*

찬찬하다 [꼼꼼하다] tỉ mỉ, kỹ càng, ân cần, chu đáo, thận trọng. [침착] bình tĩnh, tự chủ. @찬찬히 một cách thận trọng, một cách chu đáo, một cách tỉ mỉ.

찬탄 sự ngưỡng mộ, sự ca ngợi, sự tán dương. –하다 ca ngợi, tôn thờ, đầy ngưỡng mộ, đầy hâm mộ.

찬탈 sự chiếm đoạt. –하다 chiếm, đoạt, nắm, bắt, chộp, túm. *--자 người chiếm đoạt, người cướp quyền.

찬합 ổ dĩa (hộp) để bảo quản đĩa.

찰 [곡식] dính, nhớt, bầy nhầy, nhớp nháp, dính như keo. *--벼 gạo nếp.

찰가난 cảnh nghèo khổ cùng cực.

찰깍 [붙는] bấm dính vào; [소리 âm thanh] tiếng vỗ, phát, vả, đét; tiếng lách cách, răng rắc. @찰깍 잠그다 đóng sầm lại.

찰거머리 [동물 động vật] con đĩa. @찰거머리처럼 붙어 떨어지지 않는다 bám dai như đĩa.

찰과상 sự làm trầy, sự mài mòn, chỗ trầy, vết xước.

찰기 tính dính, tính chất bầy nhầy.

찰깍거리다 đánh rầm; đóng sầm lại.

찰나 một lát, chốc lát, trong chốc lát.

찰떡 bánh nếp (bánh làm bằng gạo nếp)

찰랑거리다 [물결이] rì rầm, róc rách, bập bềnh, lổng bổng; [쇠붙이가] leng keng, xủng xoẻng, reng reng, lách cách.

찰랑찰랑 tiếng vỗ nhẹ, đập nhẹ.

찰밥 gạo nếp, xôi nếp.

찰벼 giống gạo nếp.

찰싹 cái tát, cái vỗ, cái đập. @찰싹 때리다 tát / vỗ nhẹ vào mặt người nào.

찰찰 => 철철

찰흙 đất sét.

참 [1] [탕으로] thật ra, thật vậy, thực sự, đích thực, chắc chắn, rõ ràng; [감탄] Ồ! tốt lắm, được lắm!. @참 재미 있었다 thật ra, tôi đã từng có bao nhiêu cơ may.

참 [2] sự thật (chân lý), thực tế, thực tại; [성실] trung thật, thật thà; [사실] một thực trạng.

참- [접두어] thật, sự thật, chân thật,

chính xác, chính cống. *--말 lời phê bình chân thật. –사랑 mối tình chân thật (chân chính).

참가 sự tham gia, sự gia nhập. –하다 tham gia, tham dự, gia nhập, góp phần vào. @경기에 참가하다 tham gia vào trận thi đấu. *--자 người tham gia, người đăng tên (dự thi).

참견 sự can thiệp, sự quấy rầy. –하다 can thiệp vào, xen vào, dính vào. @쓸데 없는 참견 말라 *hãy lo việc của anh đi.*

참경 một quang cảnh kinh khiếp, một cảnh tượng tàn khốc.

참고 sự tham khảo, sự tra cứu, sự liên hệ, sự dính dáng tới. @참고가 되다 có giá trị lớn, có quan hệ tốt. *--서 sách tham khảo.

참관 chuyến tham quan, cuộc thăm viếng, sự thanh tra. –하다 viếng thăm, xem xét, thanh tra, kiểm tra. @개표를 참관하다 chứng kiến việc kiểm phiếu. *--인 khách, du khách; [선거 따위의] nhân chứng, người chứng kiến.

참극 thảm kịch, bi kịch, sự việc bi thảm.

참기름 dầu mè (dầu vừng). @참기름을 치다 nêm dầu mè.

참깨 [식물] cây vừng. *--씨 hạt vừng.

참나무 loại cây sồi.

참다 cam chịu, chịu đựng; kiên nhẫn, bền gan, bền chí; [자제] kiềm chế, tự đè nén. @참을성 있는 sự kiên nhẫn, sự bền chí. // 웃음을 참다 nín cười, nén cười.

참담 sự đau khổ, bi kịch, thảm họa, tai ương, tình trạng cùng khổ, cảnh khốn cùng. –하다 cùng khổ, kinh khủng, thảm thương, bi thảm.

참되다 chân chính, trung thực, chân thật, ngay thẳng, thật thà.

참뜻 ý nghĩa trung thực.

참람 tính kiêu ngạo, tự tin quá đáng, tính tự tung tự tác trong hành động, sự xấc láo, sự yêu sách láo, sự đòi hỏi bậy (quá đáng) –하다 kiêu căng, ngạo mạn, xấc láo, tự tin quá đáng, láo xược, yêu sách láo / bậy.

참례 số người dự, số người có mặt. –하다 tham dự, có mặt.

참말 lời nhận xét trung thực, sự thực, một câu chuyện xác thực (đáng tin); chân lý, lẽ phải. @참말로 thực vật, thực mà, quả thực // 그게 참말인가 thực vậy sao? có thật không?

참모 nhân viên, cán bộ (총칭 nói chung); nhân viên văn phòng (개인); [상담역] người chỉ bảo, cố vấn, người ủy thác. *--부 ban (Bộ) tham mưu. –장 tham mưu trưởng. –총장(차장) phó tổng tham mưu.

참배 nghi lễ thờ cúng, sự tôn kính. –하다 đi lễ, đi cầu nguyện (đền, chùa, miếu).

참변 một sự việc bi thảm, một tai họa thảm thương. @참변을 당하다 bị một tai nạn thảm khốc.

참빗 cây lược tre dầy (khít)

참사 cái chết bi thảm. –하다 bị chết (vì tai nạn).

참사 một viên chức cấp cao của nhà nước, một cố vấn, một ủy viên hội đồng. *--관 ủy viên hội đồng nhà nước; cố vấn chính phủ. @대사관의 참사관 ủy viên của đại sứ quán. –회 hội đồng.

참사 tai ách, tai họa, tai ương.

참사람 người lương thiện, người tốt. @참사람이 되다 tự hoàn thiện, tự tu sửa bản thân mình (để trở thành người tốt).

참살 tội giết người, tội diệt chủng, sự tàn sát. –하다 chém giết dã man, tàn sát, giết người. *--시체 một thi thể tan nát.

참상 một cảnh tượng kinh hoàng, một quang cảnh thương tâm, một tình trạng đáng thương.

참새 chim sẻ. @참새떼 một đàn (bầy) chim sẻ.

참석 số người tham dự, số người có mặt. –하다 có mặt, tham gia, tham dự. @회의에 참석하다 tham dự buổi mít-ting; có mặt trong buổi mít-ting.

참선 Thiền giáo (Phật giáo). –하다 tu thiền.

참섭 sự xen vào. –하다 xen vào, dính đáng vào, can thiệp vào.

참소 lời vu cáo; sự vu khống, phỉ báng. –하다 nói xấu, vu khống, phỉ báng, vu oan, vu cáo.

참수 --하다 chặt đầu, chém đầu, xử trảm. –하다 bị xử trảm, bị chết chém.

참숯 than gỗ cứng.

참신 tính chất mới, lạ; sự tươi mới; tính chất căn nguyên, mới mẻ, độc đáo. –하다 mới, mới lạ, căn nguyên, độc đáo, mới toanh, nổi bật, hiện đại, cập nhật.

참언 lời vu cáo, phỉ báng. –하다 vu cáo, nói xấu, phỉ báng.

참여 sự tham gia, sự góp phần vào. –하다 tham gia, tham dự, góp phần vào. @이익 배당에 참여하다 chia phần lời. *--자 người đóng góp, người tham gia.

참예 --하다 đi viếng đền (chùa); đi lễ.

참외 quả dưa. *--밭 vườn dưa.

참으로 thực sự, đích thực, quả thực (thật). @그 소식을 들으니 참으로 기쁘다 tôi thực sự hài lòng khi nghe tin này.

참을성 tính kiên nhẫn, tính nhẫn nại, tính kiên trì, sự bền lòng (bền chí). @참을성 있는(있게) một cách kiên nhẫn.

참의원 Thượng nghị viện.

참작 sự cân nhắc, sự suy xét, sự thận trọng, sự thừa nhận. –하다 cân nhắc, suy xét, tham khảo, thận trọng, thừa nhận. @정상을 참작하다 cân nhắc tình hình.

참전 sự tham gia vào cuộc chiến. –하다 gia nhập, tham gia chiến tranh. @미국의 참전 sự tham chiến của Mỹ quốc.

참정 sự tham gia chính quyền. –하다 tham gia chính quyền, tham chính.

참정권 quyền đi bầu, quyền bầu cử. *여성-- quyền đi bầu của phụ nữ. 여성—운동자 người phụ nữ đấu tranh đòi quyền đi bầu cho phụ nữ (đầu thế kỷ 20 ở Anh quốc).

참조 sự tham khảo, sự xem xét, sự cân nhắc. –하다 tham khảo, cân nhắc, so sánh, đối chiếu. @35 페이지 참조 xem (tham khảo) trang 35.

참참 giờ nghỉ, giờ giải lao, thời gian ngưng họp, lúc nghỉ, lúc ngừng, lúc rỗi rãi.

참칭 --하다 lấy danh nghĩa, lấy tư cách (là / của..).

참패 sự thất bại thê thảm; [경기의 trò chơi, trận đấu] cú đánh gục; [야구의 bóng chày] sự ngăn chặn không cho đối phương làm bàn. –하다 bị thất bại (thua) thê thảm; [경기에서] hoàn toàn thua trận; [야구에서] bị ngăn chặn.

참하다 lịch sự, cao quý, tế nhị, dịu dàng, hòa nhã, khiêm tốn, kín đáo, ôn hòa, điềm đạm, trang nhã, giản dị, gọn gàng, ngăn nắp. @참한 색시 một phụ nữ trẻ đẹp thanh lịch.

참하다 chặt đầu, chém đầu, xử trảm.

참해 sự thiệt hại nặng nề, sự tàn phá khốc liệt; tai ương, thảm họa. @참해를 입히다 hành động thô bạo / 참해를 입다 cơn bão tàn khốc.

참호 rãnh, mương, hào, hầm trú ẩn, hố cá nhân. *--작업 sự đào hào xung quanh cứ điểm. –전 cuộc chiến tranh hầm hố.

참혹 sự hung ác, bạo tàn, sự kinh hoàng, khủng khiếp, sự đau đớn, khổ sở. –하다 tàn ác, cục súc, thô bạo, bi thương, thê thảm, khốn khổ, kinh khiếp. @참혹한 죽음을 당하다 chết trong cảnh cùng cực.

참화 một tai họa khủng khiếp. @전쟁의 참화 sự tàn phá của chiến tranh.

참회 [고백] sự thú nhận, sự thú tội; [회오] sự ăn năn, hối lỗi. –하다[고백] thú nhận, thú tội; [회오] ăn năn, hối lỗi, sám hối, ân hận. @참회의 눈물 giọt lệ hối tiếc. *--록 sự xưng tội, sự thú nhận. –자 người xưng tội; người biết ăn năn, sám hối.

찹쌀 gạo nếp.

찻길 [궤도] đường xe lửa (xe hơi); [차도] đường dành cho xe chạy.

찻삯 tiền xe (xe lửa, xe chở khách).

찻잔 tách trà.

찻종 chung trà, chén trà, tách trà.

찻집 phòng trà, tiệm trà => 다방

창 [구두의 giày] @창을 갈다 thay đế mới.

창 cây lao (던지는); [기병의] cây thương, cây giáo, mác (kỵ binh sử dụng). *--던지기 sự phóng lao.

창 cửa sổ; [올리고.내리는] khung kính trượt cửa sổ; [선박의] cửa khẩu. @창을 열다 mở cửa sổ. *--구 cửa nhỏ, cửa xép (bên cạnh cửa lớn).

창가 tiếng hát, bài hát, bài ca.

창간 ấn phẩm đầu tiên [in (xuất bản) lần đầu]. –하다 thành lập, xây dựng, đặt nền móng, bắt đầu, khởi đầu. @1945 년 창간 *thành lập năm 1945.*

창갈이 sự thay đế giày. –하다 thay đế giày.

창건 sự thành lập, sự sáng lập, sự thiết lập, sự tổ chức. –하다 xây nền móng, thành lập, sáng lập, thiết lập, tổ chức.

창고 kho hàng, nhà kho. @창고에 보관하다 xếp hàng (cất hàng) vào kho. *--보세 nhà kho giữ hàng nhập (chờ cho đến khi trả đủ thuế).

창공 bầu trời xanh bao la.

창구 cửa sổ, cửa nhỏ, cửa phụ bên hông nhà.

창궐 cơn thịnh nộ (của thiên nhiên), sự cuồng nhiệt, quá khích. –하다 cuồng nhiệt, quá khích, hung hãn, hoành hành.

창극 ca nhạc kịch opera cổ điển.

창기 gái điếm.

창기병 kỵ binh đánh bằng thương, giáo.

창녀 gái điếm => 창기

창달 sự tích cực, sự năng động, sự nhanh nhẩu, sự lanh lợi. @언론의 창달 sự tích cực ủng hộ nền tự do ngôn luận.

창당 sự hình thành một đảng phái chính trị. –하다 thành lập đảng (tổ chức).

창던지기 sự phóng lao. *--선수 người ném lao.

창도 sự bào chữa. –하다 bào chữa, biện

hộ, đề xuất, đưa ra. *--자 người biện hộ, thầy cãi, người ủng hộ, người dẫn giải, người trình bày.

창립 sự sáng lập, sự thiết lập, sự thành lập, sự tổ chức. –하다 sáng lập, thành lập, tổ chức, hình thành. @ 1900 년 하립 *sáng lập năm 1900*. *--10 주년 기념일 ngày (lễ) kỷ niệm 10 năm thành lập (nhà trường). –위원 sự thành lập ủy ban. –자 người sáng lập. –총회 sự khai mạc (mở đầu) cuộc họp.

창문 cửa sổ.

창백 vẻ xanh xao, nhợt nhạt, sự tái nhợt, sự lu mờ. –하다 xanh xao, nhợt nhạt, mờ nhạt.

창부 gái đĩ, gái điếm.

창살 [문의] lưới rào, hàng rào mắt cáo, lưới sắt, phên sắt; [감옥의] thanh sắt. *--문 cửa lưới.

창상 chỗ bị thương, vết thương.

창설 sự thành lập, sự tổ chức, sự sáng tạo. –하다 thành lập, sáng tạo, tổ chức. @학교를 창설하다 thành lập ngôi trường. *--자 người sáng lập.

창성 sự hưng thịnh, sự phồn vinh, sự thịnh vượng, sự phát đạt. –하다 hưng thịnh, phồn vinh, thịnh vượng, phát đạt.

창세 sự sáng tạo của vũ trụ. *--기 [성경 kinh thánh] Chúa sáng tạo ra Thế giới (kinh Cựu ước, quyển 1).

창시 nguồn gốc, căn nguyên, sự bắt đầu, sự khởi thủy, sự khởi xướng, sự sáng lập. –하다 khởi xướng, bắt đầu, sáng tạo, sáng lập.*--자 người sáng lập, người tổ chức.

창안 [생각] kế hoạch ban đầu, tính chất ban đầu (căn nguyên); [입안] sự khởi xướng, sự phát minh, sự tạo thành. @그것은 그의 창안이다 kế hoạch ban đầu do ông ta khởi xướng.

창업 sự tổ chức, sự thành lập, sự khánh thành; [건국] sự sáng lập quốc gia (một triều đại). –하다 bắt đầu, khởi đầu, khởi công, khởi xướng, thành lập, sáng tạo. @창업 50 주년을 기념하다 tổ chức lễ kỷ niệm 15 năm ngày thành lập.

창연 --하다 @고생이 창연하다 sâm lại theo thời gian, bạc màu theo năm tháng.

창연 [화학 hóa học] *bismuth*; chất bit-mút. (Bi)

창유리 ô kính cửa sổ.

창의 khái niệm ban đầu. *--력 óc sáng kiến; có óc sáng kiến. @창의력이 một con người đầy sáng tạo; người có óc sáng kiến.

창자 ruột, lòng; ruột (trái đất). @(동물의) 창자의 (thuộc) đường ruột (người / thú). *큰 (작은)--- ruột lớn (nhỏ).

창작 sự sáng tạo (작품 sản phẩm nghệ thuật); [저작 tác phẩm văn chương] sự sáng tác. –하다 sáng tạo, sáng tác. *--가 người sáng tạo (ra sản phẩm), người sáng tác, tác giả (저작); người viết tiểu thuyết (소설가 truyện/tiểu thuyết).

창조 sự sáng tạo. –하다 sáng tạo. @창조적 hướng sáng tạo. *--력 khả năng sáng tạo.

창졸간 @창졸간에 giữa lúc cấp bách.

창창하다 @그는 장래가 창창한 청년이다 hắn ta chỉ là một kẻ gặp thời (thành công nhanh chóng)

창파 sóng to, sóng cồn.

창포 [식물 thực vật] cây thạch xương bồ,

ㅊ

giống cây mây. *--꽃 hoa *iris*

창피 sự xấu hổ, sự nhục nhã, sự ô nhục, sự mất danh dự, sự ô danh. –하다 xấu hổ nhục nhã, ô danh. @창피한 일 một việc làm đáng xấu hổ, một việc ô nhục // 창피를 무릅쓰다 tự xấu hổ, tự thẹn. @창피를 당하다 bị ô nhục.

창해 đại dương mênh mông, biển cả bao la. *--일속 *giọt nước trong biển cả* (*hạt cát trong sa mạc*).

창호 cửa cái và cửa sổ; sự lắp ráp. *창홋가게 thợ làm đồ gỗ.

창호지 màn che (tấm chắn / bình phong) làm bằng giấy, cửa kéo, cửa trượt làm bằng giấy. @창호지를 바르다 dán giấy lên cửa trượt.

창황 vội vàng, gấp rút, cấp bách, hấp tấp. @창황히 một cách vội vàng / hấp tấp.

찾다 (1) [발견] tìm kiếm, tìm tòi, nghiên cứu, săn lùng, chờ mong, để ý đợi chờ, tìm ra, kiếm ra. @찾아 다니다 tìm kiếm vật gì // 사람을 찾다 chờ đợi, mong chờ người nào. // 집을 찾다 xác định vị trí (định vị) căn nhà. // 서랍속을 찾다 lục lọi (tìm kiếm) trong ngăn kéo// 누구를 찾고 계십니까 bạn đang đợi ai vậy? (2) [저금을] sự kéo, sự nổ lực; [임대물을] chuộc lại, rút ra, tẩy sạch. @전당포에서 반지를 찾다 *chuộc lại chiếc nhẫn ở tiệm cầm đồ*. 우체국에 소포를 찾으러 가다 *đi ra bưu điện lãnh một thùng hàng*. (3) [방문] đến thăm, ghé thăm, tạt vào thăm. @그는 나를 찾아왔다 anh ấy ghé thăm tôi. (4) [사전을] tra cứu (tự điển); tìm kiếm (1 từ/1 chữ trong tự điển)

찾아내다 dò ra, tìm ra, khám phá ra, phát hiện ra, định vị, xác định vị trí, tìm kiếm, thăm dò, lùng sục. @군중 속에서 찾아내다 phát hiện ra (người nào) ở giữa đám đông.

채 [1] [북.장구의] cái dùi đánh trống; [채찍] cái roi da. *--종아리 cái công tắc.

채 [2] đầu cây trụ [수레의] cái cán, tay cầm. *가마-- đầu kiệu (cáng).

채 [3] tòa nhà, căn nhà.@집 두채 căn nhà thứ hai. *딴-- một tòa nhà biệt lập.

채 [4] chiều dài của một vật dài và mỏng; [머리채] lọn tóc, bím tóc.

채 [5] rau củ thái nhỏ, (băm nhỏ, xắc mỏng). @오이를 채치다 cắt mỏng trái dưa chuột ra để trộn sa lách.

채 [6] [아직] chưa, chưa xong, cho đến nay, cho đến bây giờ. [겨우] chỉ mới, vừa mới, vừa đủ. @사과가 채 익지 않았다 táo vừa mới chín.

채 [7] đúng y như vậy, còn nguyên vẹn, y như cũ. @뼈 채로 다 먹다 ăn sống nuốt tươi.

채결 --하다 biểu quyết, rút thăm, bầu cử.

채광 sự đào, sự khai thác. –하다 đào, khai thác (mỏ, khoáng sản). *--권 quyền khai thác mỏ.

채광 sự bố trí ánh sáng. –하다 đốt đèn, thắp đèn, lên đèn. @채광이 좋은 방 một căn phòng sáng sủa. *--창 ánh sáng trời.

채굴 sự đào, sự khai thác. –하다 đào, khai thác (mỏ vàng, mỏ than); [경영] tiến hành khai thác. *--권 quyền khai thác mỏ.

채권 phiếu, giấy (nơ). @채권을 발행하다 phát hành phiếu.

채권 sự cho nợ, tín dụng; quyền đòi,

quyền yêu sách. *--자 bên có, bên cho vay; bên nhận, người nhận.

채그릇 sản phẩm làm bằng cây liễu gai.

채널 (*a channel*) kênh, mương, lạch, ống dẫn nước.

채다 [1] (1) bị đá. @말에 채다 bị ngựa đá. (2) [도난] bị cướp giật.

채다 [2] [눈치를] cảm giác, nhận ra, đánh hơi, phát hiện, ngờ vực, hoài nghi. @아무에게도 눈치채지 않고 không thu hút một sự chú ý nào, bị bỏ qua, làm ngơ, không để ý thấy => 눈치.

채다 [3] [훔치다] vồ, chộp, nắm, bắt, ăn cắp vặt, chôm chỉa, tranh thủ; [잡아 당기다] đẩy / kéo mạnh thình lình. @낚싯대를 잡아 채다 giật mạnh cần câu.

채다 [4] trói, buộc, cột, đóng chặt; hoàn thành, đầy đủ => 재우다

채독 bệnh giun móc.

채료 màu vẽ, màu sơn.

채마 vườn rau => 채마발

채무 một món nợ phải trả, sự mang ơn, nghĩa vụ, bổn phận. @채무가있다 có bổn phận phải trả món nợ; hàm ơn (người nào) một số tiền nợ. *--국 nghĩa vụ đối với tổ quốc. –면제 sự từ bỏ, sự trốn nghĩa vụ. –불이행 sự không thực hiện nghĩa vụ. –이행 sự hoàn thành nghĩa vụ. –자 người mắc nợ, con nợ (법). –증서 phiếu nợ.

채반 cái khay làm bằng mây (cây liễu gai).

채벌 --하다 chặt, đốn ngã. *--시기 mùa đốn cây. –자 người đốn cây, thợ rừng.

채비 => 차비.

채산 tiền lời, tiền lãi (trong thương mại). @채산이 맞다 sinh lãi, chia lãi, trả, nộp, thanh toán, được trả hậu, được đền đáp. *--점 điểm ngừng (ngắt câu) để nhấn mạnh ý. 독립—제 cách tính toán để đủ sống (tự trang trải).

채색 sự tô màu, sự sơn màu, sự vẽ. –하다 tô màu, sơn màu, vẽ. @채색한 có màu sắc; mang màu sắc; được tô màu. *--인쇄 kỹ thuật in màu. –판 sự in màu.

채석 sự khai thác đá. –하다 khai thác đá. *--장 nơi khai thác đá, mỏ đá.

채소 rau xanh.

채송화 [식물 thực vật] vườn *portulaca*; loại cây rêu bám tường.

채식 sự sống bằng rau quả, chế độ ăn chay. *--하다 ăn chay, ăn rau quả. *--동물 loài động vật ăn cỏ. –주의 thuyết ăn chay. –주의자 người theo thuyết ăn chay.

채용 [채택] sự nhận con nuôi, sự thừa nhận, sự chấp nhận, sự giới thiệu, sự khai tâm, sự mở đầu; [임용] sự cam kết, sự hứa hẹn, sự hẹn gặp, sự thuê người làm công. –하다 chấp nhận, chấp thuận, thừa nhận, công nhận, mở đầu; [임용] hứa hẹn, dùng người, bổ nhiệm. @서기로 채용하다 thuê (dùng / bổ nhiệm) (người nào) làm thư ký. *--시험 cuộc thi trắc nghiệm để sử dụng. –신청 đơn xin việc. –조건 sự thuê theo nhu cầu định rõ (học vị, năng lực, điều kiện tất yếu theo nhu cầu).

채우다 [1] khóa chặt, đóng chặt, nhốt kỹ, móc vào (혹을). @자물쇠를 채우다 đóng chặt chốt (chốt chặt).

채우다 [2] làm lạnh, ướp lạnh (냉동). @냉장고에 채우다 để (vật gì) vào

ngăn đá.

채우다 [3] [가한을] hoàn thành, thực hiện xong; [욕심을] làm tròn nhiệm vụ, đáp ứng đầy đủ, làm vui lòng, thỏa mãn; [충만] lấp đầy, làm đầy, làm vừa lòng, hài lòng. [수효를] bù đáp, đền bù. @사복을 채우다 làm giàu thêm, đấp thêm tiền vô túi. // 100을 채우다 *thu được chẩn* 100 *won*

채우다 [4] bắt (để) (người nào) mặc / mang / dùng (cái gì).

채유 sự chiếc dầu. –하다 trích, rút, chiếc dầu (từ trái ô-liu).

채자 [인쇄 ngành in] sự xếp chữ. –하다 xếp chữ.

채잡다 phụ trách / chịu trách nhiệm (về việc gì).

채점 sự đánh dấu, sự phân loại, sự ghi điểm (경기의 trận thi đấu). –하다 đánh dấu, phân loại, ghi điểm (ghi bàn). @시험을 채점하다 giấy ghi điểm thi (xếp hạng / phân loại).

채집 sự sưu tầm, sự góp nhặt, sự thu thập. –하다 thu thập, góp nhặt, sưu tầm. @식물을 채집하다 sưu tầm cây cỏ (thảo mộc). *곤충-- sưu tầm côn trùng (bướm). 식물 (광물) -- sưu tầm cây cỏ (đá cuội / khoáng vật). –기 người sưu tầm.

채찍 roi, roi da, gậy, can, ba toong. @채찍질하다 đánh (bằng roi); đập (bằng gậy / ba toong); [비유] khích lệ, khuyến khích.

채취 sự chọn lọc, sự thu nhặt, sự tụ tập, sự bòn rút, sự moi, sự chiết. –하다 góp nhặt, sưu tầm,thu thập, rút ra, chiết ra, moi, khai thác.

채치다 [1] [채찍질] đánh, quất, đập; [독촉] thuyết phục, nhấn mạnh, thôi thúc, khích lệ, kích thích, kích động.

채치다 [2] [썰다] băm nhỏ, thái nhỏ, cắt nhỏ.

채칼 con dao của đầu bếp.

채탄 sự khai thác than đá. –하다 khai thác mỏ than đá. *--량 sản lượng than đá. –부 phu mỏ, công nhân mỏ.

채택 sự thu nhận, sự đồng ý thông qua, sự chọn lọc, sự tuyển chọn. @결의문을 채택하다 thông qua nghị quyết.

채플 [예배당] nhà nguyện, nhà thờ nhỏ.

채필 cọ vẽ, bút lông, chổi sơn.

책 quyển sách, quyển tập; [작품] một tác phẩm. @경제학의 책 sách kinh tế học. // 책을 읽다 đọc sách, xem sách, coi sách. // 형에게는 책이 많다 *anh trai tôi có một phòng đọc sách* (thư viện) *lớn.*

책 (1) => 책임, (2) => 책망

책꽂이 giá sách, kệ sách.

책권 quyển sách, quyển tập.

책동 sự bày mưu lập kế, thủ đoạn. –하다 mưu toan, mưu đồ, âm mưu, thủ đoạn, có kế hoạch có ý đồ, bày mưu lập kế.

책략 mưu mẹo, mưu kế, kỹ xảo, đòn phép gian ngoan; một kế hoạch, đường lối, chính sách. *--가 nhà chiến thuật, kẻ chủ mưu.

책력 niên lịch, niên giám.

책망 lời khiển trách, lời chỉ trích, sự phê bình, sự trách mắng, lời buộc tội. –하다 rầy la, chửi mắng, chỉ trích, vạch khuyết điểm, bới lỗi. @부주의를 책망하다 trách mắng (người nào) vì tội thiếu cẩn thận.

책무 [의무] bổn phận, nghĩa vụ [책임] trách nhiệm.

책받침 vật lót, lớp lót, giấy lót dưới.

책방 hiệu sách, tiệm sách.

책보 giấy bao sách; [보자기] vải bọc; khăn vuông trùm đầu của phụ nữ.

책사 nhà chiến thuật, người chủ mưu, người vạch kế hoạch.

책상 bàn viết, bàn học, bàn làm việc. @책상에 앉다 ngồi vào bàn. *--보 vải / khăn trải bàn.

책상다리 chân bàn; [앉음새] bắt chân chữ ngũ, ngồi bắt chéo chân.

책상물림 một học giả ngờ nghệch; một lý thuyết suông, không thực tế.

책임 trách nhiệm [의무] bổn phận [부담] nghĩa vụ; trách nhiệm pháp lý; [죄의] lỗi, trách nhiệm. @중대한 책임 trách nhiệm nặng nề// 사고에 대한 책임 trách nhiệm pháp lý trước một tai nạn // 책임이 있다 câu trả lời có trách nhiệm // 책임이 있다 chịu trách nhiệm về người nào //책임을 지다 mang (gánh vác) trách nhiệm; tự gánh trách nhiệm // 책임을 지우다 đặt trách nhiệm nơi người nào // 책임을 묻다 kêu gọi tinh thần trách nhiệm (của..) 책임을 추궁당하다 chịu trách nhiệm, chịu lỗi. 책임을 회피하다 trốn tránh trách nhiệm. *--관념 (감) sự ý thức trách nhiệm (bổn phận). –자 người có tinh thần trách nhiệm. @여기 책임자는 누구나 ai chịu trách nhiệm ở đây?.

책자 quyển sách, quyển sách nhỏ có bìa mềm; 1 tờ giấy in rời, tờ bướm, tờ truyền đơn; ấn phẩm.

책잡다 bới lông tìm vết, moi khuyết điểm, khiển trách, đổ lỗi (cho người nào).

책장 tủ sách, kệ sách.

책장 một trang sách. @책장을 넘기다 lật trang sách.

챙 => 차양

챙기다 [모으다] thu thập, tập trung lại với nhau; [짐꾸리다] đóng gói; [정리] sắp xếp, đặt để (vật gì) lại cho có thứ tự. @소지품을 챙기다 thu dọn, sắp xếp đồ dùng cá nhân.

처 vị trí, chỗ đứng (địa vị); [기구] chức vụ. *근무-- chức vụ, vị trí, chỗ đứng (của người nào trong công việc làm).

처 vợ, bà xã (해학적).

처가 nhà của bên vợ, nhà cha mẹ vợ. *--살이 sống ở bên vợ.

처결 --하다 quyết định, ổn định, bố trí, đặt để, sắp xếp.

처남 anh (em) trai vợ; anh (em) rể.

처넣다 ngốn ngấu, nhồi nhét, tọng vào mồm, ních đầy bụng, ăn ngốn ngấu (입에). @ 책을 상자에 처넣다 xếp sách vào ngăn tủ.

처네 chăn mền, mền bông, khăn phủ giường, khăn để quấn em bé (아이 업는).

처녀 thiếu nữ, trinh nữ; [처녀성] sự trong trắng, trinh nguyên, vẻ ngây thơ trong trắng, sự tinh khiết // 처녀다운 thời con gái, ngây thơ dịu dàng như một trinh nữ, tính chất như con gái. *--공[천문 thiên văn] cung xử nữ. –림 khu rừng chưa khai phá. –막 [해부 giải phẩu] xử nữ, màng trinh.–비행(항해) chuyến bay (chuyến tàu) đầu tiên. –작(품) tác phẩm đầu tiên. –지 vùng đất chưa khai thác.

처단 sự giải quyết, sự dàn xếp, sự sắp xếp. –하다 quyết định, phân xử, giải quyết, dàn xếp, đối phó, trừng phạt.

ㅊ

@엄중 처단하다 trừng phạt nghiêm khắc (tên tội phạm).

처덕 đức hạnh, đức tính tốt của người vợ, sự hỗ trợ của người vợ.

처덕거리다[빨래를]tát, vỗ, đập; [바르다] đấm, đánh một cách bừa bãi.

처량 --하다 [황량하다] hoang vắng, thê lương, ảm đạm, hiu quạnh. [구슬프다] than van, ai oán, buồn thảm, khốn khổ, đáng thương. @처량한 광경 một quang cảnh hoang vắng (đìu hiu), một cảnh tượng đáng thương tâm.

처럼 như, giống như, nếu như, cũng như, bằng như. @거지처럼 보이다 *trông giống như tên ăn mày* // 눈처럼 희다 trắng như tuyết.

처리 cách trình bày, cách bố trí, cách xử lý, thái độ cư xử, cách quản lý, điều khiển, sự chuẩn bị, sắp xếp, sự dàn xếp, sự thao tác, sự suy xét khôn ngoan. –하다 vận dụng, điều khiển, xử lý, quản lý, coi sóc, đối phó, bố trí, dàn xếp, giũ sạch, tống khứ, đi đến kết thúc. @사무를 처리하다 điều hành (quản lý / trông nom / giải quyết) công việc // 자기 일을 스스로 처리하다 *trông coi, công việc (làm ăn) của mình.*

처마 mái hiên gie ra.

처매다 băng bó lại kỹ lưỡng.

처먹다 ăn ngấu nghiến (ngốn ngấu); ăn một cách tham lam, thèm khát. @처먹어라 nhồi nhét vào hết đi !

처먹이다 cho ăn quá độ, nhồi nhét tràn họng.

처방 đơn thuốc, toa thuốc. –하다 ra đơn thuốc, kê toa. @처방을 쓰다 kê toa thuốc cho người nào. *--전 phiếu ghi thuốc, toa kê thuốc. –조제소 phòng khám bệnh và phát thuốc.

처벌 sự trừng phạt, hình phạt. –하다 trừng trị, trừng phạt. @교통위반으로 처벌받다 bị phạt vì vi phạm luật giao thông.

처분 sự sắp đặt, cách bố trí, cách đối phó, sự điều hành, biện pháp xử trí. –하다 sắp đặt, bố trí, điều hành, đối phó, xử lý, xử trí. @토지 (재산) 를 처분하다 chuyển nhượng tài sản.

처사 điều hành, quản lý (công việc), thực hiện, giải quyết, dàn xếp, điều khiển, hướng dẫn, đối phó, đối xử. @ 가혹한 처사 cư xử khắc nghiệt.

처상 sự có tang vợ, cái chết của vợ.

처세 cách sống, cách sắp xếp cuộc sống, tự sống, tự trang trải cho cuộc sống của mình. @그는 처세가 능하다 *ông ta là người từng trải việc đời* (thạo đời). *--술 (법) nghệ thuật sống.

처소 [장소] vị trí, nơi chốn; [거처] nơi sống, nơi cư trú; [행방] chỗ ở, nơi cư trú.

처신 hạnh kiểm, hành vi, thái độ, cách cư xử. –하다 ăn ở, cư xử, đối xử.

처우 cách xử sự, cách cư xử. –하다 cư xử, đối đãi, đối phó. @처우를 개선하다 cư xử tiến bộ, cải tiến cách ăn ở. *--개선 sự cải tiến đời sống công nhân; sự tăng lương.

처음 trước tiên, bước đầu, buổi đầu, bắt đầu, mở đầu, khởi đầu (기원); [초기] giai đoạn đầu. @처음의 (thuộc) ban đầu, khởi đầu // 처음으로 cơ bản, lần đầu, lần thứ nhất // 처음에 từ đầu, từ lúc bắt đầu, khởi đầu // 생전 처음으로 lần đầu tiên trong đời // 처음부터 끝까지 *từ đầu đến cuối, từ lúc bắt đầu cho tới lúc xong.*

처자 vợ con; gia đình (của người nào). @처자를 부양하다 gánh vác gia đình, nuôi vợ con.

처절 --하다 rùng rợn, kinh khiếp, hết sức ghê gớm, cực kỳ kinh dị.

처제 em (gái) của vợ.

처지 hoàn cảnh, tình hình, điều kiện; [형편] tình trạng, phương tiện sống (của người nào). @비참한 처지 hoàn cảnh bi thảm, khó khăn.

처지다 [가라앉다] chìm, lún xuống, lặn xuống (지층이); lao xuống, xô đẩy xuống (용해물이) [늘어지다], hạ xuống, gục xuống, ngã xuống, kéo xuống, nghiêng xuống, rũ xuống. [뒤떨어지다] rơi xuống, tụt hậu, tụt lại đằng sau (낙오); [남다] nấn ná, chần chừ, hoãn lại, lưu lại, ở lại, nán lại @귀가 처진 개 con chó có đôi tai lòng thòng //축 처진 어깨 đôi vai nghiêng xuống.

처지르다 nhồi, nhét, làm chật ních. @법을 처지르다 nhét (cơm) đầy bao tử // 난로에 석탄을 처지르다 xúc dọn sạch than trong lò.

처참 --하다 rùng rợn, kinh khiếp, ghê gớm, ác liệt, khốn khổ. @처참한 광경 một cảnh ác liệt, một cảnh đáng thương tâm.

처처 vài nơi, nơi này nơi khác, chỗ này chỗ nọ. @처처에 ở vài nơi.

처치 [처리] cách xếp đặt, cách bố trí, sự điều hành, sự chuyển nhượng, cách xử lý, cách đối phó. –하다 đối phó với, nhường lại, chuyển nhượng, xử lý, điều hành, giải thoát, giũ sạch, tống khứ; hủy bỏ, gạt bỏ, diệt bỏ (없애다). @처치 곤란이다 *không biết phải làm gì với../ không biết phải xử lý ra sao* // 적절한 처치를 하다 dùng biện pháp tất yếu.

처하다 (1) [이르다] đương đầu với, đối mặt với; [다루다] đối phó với, tự giải quyết, xoay sở, hành động. @ 역경에 처하여 đương đầu với nghịch cảnh. (2) [처벌] kết án, tuyên án, kết tội, xử phạt.. @절도범을 6 개월 형에 처하다 *kết án tên kẻ cắp 6 tháng tù giam.*

처형 chị dâu (vợ của anh trai); chị vợ.

처형 sự trừng phạt; [형의 집행] sự hành hình, sự thi hành án. –하다 trừng phạt, hành hình. @처형을 받다 bị trừng phạt, bị hành hình.

척 [1] sự giả vờ, sự làm ra vẻ => 체 [2]

척 [2] [달라붙음] chặt khít, bó sát, sít sao; [축] một cách chán nản, một cách uể oải chậm chạp. [선뜻] không do dự, không chần chờ, không chậm trễ, ngay tức thì, ngay lập tức, sẵn sàng, nhanh chóng, dễ dàng.. @척달라 붙다 bám sát, bám chặt, bó sát (vào cơ thể).

척 một *cheog* = 0,994ft) đơn vị đo chiều dài của Hàn quốc.

척 @수척의 선박 một vài chiếc thuyền lớn. 배 한척 chiếc thuyền lớn, tàu lớn.

척결 --하다 chọc thủng, khoét ra, moi ra, cạo / cào ra.

척골 xương sống.

척골 [해부] khối xương bàn chân.

척도 thước đo, thước gấp (thước có chia độ của thợ mộc); chỉ số, phong vũ biểu (dụng cụ đo khí áp), tiêu chuẩn; đơn vị đo gỗ, 1 stan-đa bằng 4,500m^3 . @문명의 척도 biểu thị của nền văn minh.

척살--하다 đâm chết (người), [야구 bóng

chày] đẩy (đối thủ) ra khỏi sân.

척선 chiếc tàu, chiếc thuyền lớn.

척수 số *feet* => 척

척수 [해부 giải phẩu] tủy sống, tủy xương sống. *--마비 tình trạng tê liệt cột sống. –병 bệnh đau cột sống. –신경 thần kinh cột sống.

척식 sự chiếm làm thuộc địa, sự thực dân hóa.

척주 [해부 giải phẩu] cột sống. *--만곡 [병리] bệnh vẹo cột sống.

척척 (1) [잘되는]nhanh chóng, mau lẹ, đều đặn, ngay lập tức, khẩn trương, sẵn sàng, dễ dàng. @어려운 문제를 척척 풀다 giải quyết vấn đề khó khăn một cách nhanh chóng, dễ dàng. (2) [달라붙는] dán dính chặt vào, tham gia vào. @풀로 척척 붙이다 dán dính (vật gì vào) bằng bột hồ. (3) [쌓는] chồng chất lên nhau, chất đống. @쌀가마니를 척척 쌓다 xếp đống, chồng chất những bao gạo. (4) [감기는] quanh co, uốn khúc, vòng vèo, ôm sát, bó sát. @척척 감기다 quấn sát, quấn quanh nhau.

척척하다 ẩm ướt, ẩm thấp.

척추 [해부 giải phẩu] đốt xương sống, xương sống, cột sống.

척출 --하다 trích ra, rút ra, lấy ra, đưa ra, xóa bỏ.

척탄 [군사 quân đội] trái lưu đạn. *--병 lính ném lựu đạn.

척후 [군사] (임무) sự trinh sát, sự tuần tra; [사람] người đi tuần tra, người đi dọ thám. *--대 đội trinh sát.

천 [피륙] vải vóc. @고급 천 vải loại tốt, vải cao cấp // 천을 끊다 (사다) mua một miếng vải (một khúc vải).

천 một ngàn (1.000). @2 천의 학생 hai ngàn học sinh // 천분의 thứ 1000 (người / vật)

천개 nắp hòm.

천거 sự giới thiệu, sự tiến cử. –하다 giới thiệu, tiến cử (người nào). @---의 천거로 theo sự tiến cử, dựa vào sự tiến cử của---.

천격 tầm thường, thấp kém (tính chất, đặc điểm) [사람 người]người thuộc đẳng cấp thấp, người hạ đẳng. @천격스럽다 tầm thường, thấp kém.

천견 tư tưởng nông cạn; (theo) thiển ý, (theo) ngu ý (cách nói khiêm tốn).

천계 trời, thượng đế, Ngọc Hoàng.

천고 @천고 불멸의 tính chất bất diệt, bất tử; tính siêu phàm; (thuộc) chúa, trời.

천공 sự đục thủng, sự xuyên qua, sự khoan. –하다 soi, khoét, khoan, dùi, đục lỗ. *--기 máy khoan.

천구 bầu trời, vũ trụ. –의 thuộc thiên cầu, thuộc vũ trụ.

천국 Thiên quốc, thiên đàng (thiên đường). @천국의 thuộc thiên đàng, tính siêu phàm, tuyệt trần // 지상의 천국 thiên đàng trần gian.

천군 마마 hàng ngàn binh mã.

천금 ngàn vạn tiền vàng; của cải cơ đồ. @남아일언은 중천금이다 *một lời nói danh dự giá trị như một lời cam kết.*

천기 thời tiết, tiết trời. *--도 biểu đồ thời tiết.

천기 những bí ẩn của tạo hóa (thiên nhiên); [기밀] hết sức bí mật, huyền bí.

천년 một ngàn năm, một thiên niên kỷ.

천단 sự giải quyết tùy tiện, sự chuyên quyền. – 하다 giải quyết tùy tiện; chuyên quyền, độc đoán.

천당 thiên đàng, thượng giới. @천당가다 đi lên thiên đàng, chết.

천대 sự đối xử lạnh nhạt. -하다 coi thường, xem nhẹ, đối xử lạnh nhạt, khinh miệt. @천대받다 bị xem thường, bị khi dễ, bị lạnh nhạt.

천더기 một kẻ đáng khinh.

천도 sự dời thủ đô. -하다 chuyển / dời thủ đô (kinh đô / nội các / bộ máy hành chánh)

천동 => 천둥

청동설 nguyên lý địa tâm (thuyết coi địa cầu là trung tâm).

천둥 sấm, sét. @천둥이 울린다 sấm nổ ầm ầm, tiếng sấm vang rền.

천둥벌거숭이 người táo bạo, dũng cảm.

천둥지기 thóc lúa (mùa màng) phụ thuộc vào nước mưa.

천랑성 [천문 thiên văn] sao Thiên Lang

천래 @천래의 (thuộc) trời; ở trên trời, ở thiên đàng, tính chất siêu phàm, tuyệt trần.

천량 tiền bạc và thực phẩm; tài sản, của cải.

천려 sự hớ hênh, sự vô ý, sự thiếu cẩn thận. @ 천려이다 vô ý, không thận trọng, không biết suy xét, không kín đáo, khinh xuất.

천려 일실 tính hay quên (tính đãng trí) của nhà thông thái.

천렵 sự câu cá (đánh cá) ở sông. -하다 câu cá ở sông.

천로 역정 chuyến đi của các tín đồ hành hương.

천륜 luân lý, đạo đức, luân thường đạo lý, qui luật đạo đức. @천륜을 이기다 vi phạm luật đạo đức.

천리 hằng nghìn; nghìn dặm (đường xa). @ 천리길도 한 걸음부터 시작된다 *chuyến đi ngàn dặm* (vạn dặm hành trình) *cũng phải bắt đầu từ bước thứ nhất* - vạn sự khởi đầu nan - "*đường xa không khó vì ngăn sông cách núi, mà khó vì lòng người ngại núi e sông*".

천리마 con chiến mã, thần mã

천리안 sự sáng suốt, sự có thể nhìn thấu được những cái vô hình. @천리안을 가진 사람 người sáng suốt.

천마 con ngựa bay, thi mã, thần mã.

천막 lều, rạp, tăng; lều to, rạp bằng vải (큰 to); nhà chòi nhỏ của chó (작은); lều có cọc ở giữa (lều hình quả chuông) (원추형의). @천막을 치다 (걷다) cắm trại (hạ trại).

천만 10.000.000 (mười triệu) (수효); vô số (무수); [부사적] rất nhiều, hằng hà sa số, cực kỳ. @유감 천만이다 thật là đáng tiếc; thật đáng chê trách // 천만의 말씀입니다 không có chi, đừng bận tâm, xin cứ tự nhiên.

천만년 hằng vạn năm, ngày xưa, thuở xưa.

천만 다행 vận may. -하다 gặp vận may, gặp thời, hết sức may mắn. @천만 다행으로 nhờ vận may, may thay, một cách may mắn.

천만 뜻밖 @천만 뜻밖의 일 một việc hết sức bất ngờ; đúng là việc bất ngờ // 천만 뜻밖에 hoàn toàn bất ngờ, ngoài sức tưởng tượng.

천만 부당 --하다 hoàn toàn bất công, hết sức vô lý.

천만사 mọi thứ, mỗi thứ, mọi việc, mỗi việc.

ㅊ

천만세 mọi lứa tuổi, không tính tuổi tác.

천만의외 @천만의외의 일 một việc hết sức bất ngờ, tiếng sét ngang tai.

천명 (1) một cuộc đời, một quảng đời. @천명을 다하다 kết thúc một cuộc đời, chết một cái chết tất nhiên. (2) thiên mệnh, định mệnh, số phận. @인사를 다하고 천명을 기다리다 *hãy làm hết sức mình và phần còn lại để cho trời tính* !

천명 sự gạn lọc, sự làm cho dễ hiểu. –하다 giải thích, gạn lọc, làm cho sáng sủa rõ ràng.

천문 [천문학] thiên văn học; [현상] hiện tượng thiên văn; @천문학상의 thuộc thiên văn. *--학사 nhà thiên văn học. –대 đài thiên văn, đài quan sát khí tượng.

천민 người thấp hèn, người xuất thân từ giai cấp hèn mọn.

천박 tính nông cạn, hời hợt, tính thiển cận. –하다 nông cạn, hời hợt, thiển cận. @천박한 사람 người có đầu óc thiển cận // 천박한 지식 kiến thức nông cạn (hạn hẹp).

천방 지축 @천방지축으로 một cách hấp tấp, liều lĩnh, thiếu suy nghĩ, khinh xuất, thiếu thận trọng, ẩu, liều, bừa bãi.

천백번 mãi mãi với thời gian.

천벌 luật trời, quả báo.

천변 bờ sông, bờ suối. @천변에 (의) (thuộc) bờ sông, dọc theo bờ sông // 천변에 살다 sống dọc theo bờ sông.

천변 thiên tai. *--지이 sự biến động của thiên nhiên.

천변 만화 hằng hà vô số, không đếm nổi, không kể siết; ống kính vạn hoa. –하다 biến đổi không ngừng.

천복 kinh thánh, kinh tạ ơn.

천부 @천부의 thiên tính, thiên phú (trời cho); thiên tài, có tài năng, năng khiếu bẩm sinh.

천부당 만부당 => 천만부당

천분 [천성] thiên nhiên; [특질] vũ trụ, thiên cầu; [천부의 재능] tài ba, năng khiếu, năng lực, thiên tư (trời cho) @천분이 있다 có năng khiếu bẩm sinh, có thiên tài.

천사 thiên sứ, thiên thần. @천사 같은 giống thiên thần, siêu nhân. *--대 đại thiên sứ, (người nhà trời). 소-- tiểu thiên sứ (đứa bé ngây thơ).

천생 [부사적] tính chất vĩnh hằng, sự vĩnh cửu. @천생의 tính bẩm sinh, phát họa bởi thiên nhiên, trời sinh. *--배필 cuộc hôn nhân tiền định; xứng lứa, tốt đôi. –연분 *hôn nhân kết hợp trước do trời định, duyên nợ bởi trời.*

천석군 một đại địa chủ.

천성 thiên nhiên, mệnh trời, sự xoay vần của tạo hóa; [기질] tính chất, tính khí. @천성의 tính bẩm sinh, thiên tính // 사람의 천성 nhân tính, bản tính con người.

천세나다 có nhu cầu lớn; được nhiều người ưa chuộng, nổi tiếng; trở nên khan hiếm, thiếu hụt.

천수 nước mưa *--답 => 천둥지기

천수 khoảnh khắc đời người.

천시 cơ hội tốt, thời cơ thuận lợi.

천시 thái độ khinh người, sự khinh miệt, sự xúc phạm. => 멸시

천식 [의학 y học] bệnh hen, suyễn. *--환자 người mắc bệnh hen suyễn.

천신 thần thánh, người cõi tiên. *--지기 vị thần cai quản trên trời và hạ giới; quỷ thần

천신 만고 --하다 trải qua bao gian khổ thiếu thốn; trăm ngàn gian khổ.

천심 ý trời, mệnh trời; [하늘의 중심] thiên đỉnh (đỉnh cao nhất). @천심은 헤아릴 수없다 con tạo trớ trêu.

천애 [하늘 끝] chân trời, đường chân trời; [아득한 땅] một đất nước xa xôi. @천애의 고아 một đứa trẻ mồ côi đơn độc.

천양 thiên đàng và hạ giới – trời và đất

천양지차 => 천양지판

천양지판 thái cực. @천양지판이다 hai thái cực khác nhau (giữa..) // 그들의 사고나 관념에는 천양지판이 있다 *tư tưởng và quan điểm của chúng khác xa nhau như hai thái cực.*

천언 만어 lời lẽ bất tận, lý sự mông lung.

천업 công việc hèn mọn, công việc lao dịch (고된일).

천역 một việc làm tầm thường, một vai trò khiêm tốn.

천연 trạng thái thiên nhiên; [자발] tính chất tự nhiên; @천연의 tính tự phát, tự sinh; [야생의] hoang dại, man rợ, chưa thuần. *--가스 khí (gas) thiên nhiên. –기념물 đài kỷ niệm. –색 màu tự nhiên; màu sắc rực rỡ, lòe loẹt. (영화의) –색사진 ảnh màu, phim màu. –자원 tài nguyên thiên nhiên.

천연 sự trì hoãn, sự chần chừ, sự chậm trễ.

천연덕스럽다 => 천연스럽다

천연두 bệnh đậu mùa. @천연두에 걸리다 bị lây nhiễm bệnh đậu mùa, mắc bệnh đậu mùa. *--환자 một ca bệnh đậu mùa.

천연스럽다 tự nhiên, không giả tạo, không màu mè; [태연] thản nhiên, lãnh đạm, vô tình, thờ ơ, lạnh nhạt, dững dưng, điềm tĩnh, không xúc động. @천연스런 (스럽게) bình tĩnh, gan dạ, ngoan cường, không sợ hãi, không nản lòng.

천왕성 Thiên Vương tinh.

천우 신조 ơn trời, trời cho, trời độ, trời cứu. @천우 신조로 nhờ ơn trời, nhờ trời phù hộ.

천운 vận số, số phận, vận mệnh, định mệnh, mệnh trời, nghiệp chướng.

천은 thiên ân; ơn trời

천의 ý trời, trời định, thiên định.

천인 trời và người; người có năng lực. @천인이 공노할 죄다 đó là một vi phạm giữa trời và người.

천인 người hèn mọn, người ở giai cấp thấp kém.

천일 *--염 lọ muối

천일야화 "Đêm Ả-Rập", chuyện ngàn lẻ một đêm.

천자 hoàng đế, quốc chủ. [하늘의 아들] con trai của Ngọc hoàng (thiên tử / con trời).

천자 *--문 (thiên tự) sách giáo khoa, sách vỡ lòng chữ Tàu.

천자 thiên tài; tài năng (năng lực) bẩm sinh. @천자 총명한 *"thông minh vốn sẵn tính trời"*.

천자 만홍 sự phô bày màu sắc (của loài hoa) (*muôn hồng ngàn tía / hoa khoe sắc thắm..)*

천장 trần nhà. @둥근 천장 mái vòm, đỉnh vòm.

천장 --하다 cải táng lại (ở một nơi nào khác).

천재 [재능] thiên tài, kỳ tài, tài năng

thiên phú, năng khiếu thiên tư. [사람] người có thiên tài, người phi thường, bậc kỳ tài. *--아 thần đồng. –교육 sự giáo dục theo năng khiếu.

천재 thiên tai (tai họa do thiên nhiên đem đến).

천재 thiên niên, một ngàn năm. @천재 일우의 기회 cơ hội ngàn năm, cơ hội hiếm có trong đời.

천재 지변 thiên tai khổ nạn (bão lụt, động đất, núi lửa)

천적 thiên thù (mối thù ngàn năm / mối thù truyền kiếp).

천정 trần nhà => 천장. @천장부지로 올라가는 물가 giá sinh hoạt tăng lên vùn vụt (lên tận trời).

천주 đấng tạo hóa; đấng sáng tạo; Ngọc hoàng thượng đế.

천주교 Giáo hội Thiên Chúa giáo La Mã. *--신부 đức cha Tòa thánh La Mã. –신자 tín đồ Thiên Chúa giáo. – (교) nhà thờ Thiên Chúa Giáo La Mã (Thánh đường).

천지 (1) [하늘과 땅] trời và đất; [우주] vũ trụ, vạn vật; [세계] thế gian, trần gian. (2) [사회] thế giới, địa cầu, bầu trời. *--만물 nhân loại, chúng sinh, mọi sinh vật. 별-- thế giới của riêng mình. 새-- một thế giới mới, một bầu trời mới.

천지 hồ *Cheonji*; hồ trên miệng núi lửa *Parktoo*.

천지개벽 ngày (thời / thuở) khai thiên lập địa. @천지개벽 이래 mãi từ ngày khai thiên lập địa.

천지 신명 Thiên địa (trời đất) và quỷ thần. @천지 신명에 맹세하다 *thề trước Thiên địa quỷ thần.*

천직 xu hướng, thiên hướng, khuynh hướng, sứ mệnh, nhiệm vụ.

천진 ngây thơ, vô tội.

천진 난만 tính chất chân thật, chất phát; tính ngờ nghệch, dại khờ. –하다 chân thật, chất phát, đơn giản, ngờ ngệch, dại khờ, giản dị, tự nhiên, không giả mạo.

천차 만별 vô hạn, vô tận, không đếm được.. @ 천차 만별의 hằng hà sa số.., đủ loại, đủ dạng.

천천히 từ từ, không hấp tấp, không vội, thong thả, ung dung. @ 천천히 하시오 cứ từ từ, cứ yên tâm, cứ bình tĩnh.

천체 thiên thể, thiên cầu. @천체의 운동 sự chuyển động của thiên cầu. *--관측 đài quan sát thiên văn. –도 thiên thể đồ. –망원경 viễn vọng kính, kính thiên văn.

천추 hằng ngàn năm, nhiều năm. @천추의 한 một vấn đề thuộc quá khứ xa xôi.

천층 만층 mọi giai cấp, mọi trình độ.

천치 thằng ngốc, người ngu đần, người khờ dại, kẻ thoái hóa, lạc hậu.

천태 만상 tính đa dạng, đủ loại, đủ kiểu.

천트다 [추천받다] được đề cử, được tiến cử, giới thiệu; [손대다] bắt tay vào, lao vào, thử làm (việc gì).

천편 일률 sự đơn điệu, buồn tẻ, thiếu sinh động. @천편 일률의 đều đều, đơn điệu, buồn tẻ, lập đi lập lại, rập khuôn.

천품 khuynh hướng, thiên hướng, ý chí, tính khí; [천질] thiên tư, năng khiếu bẩm sinh.

천하 vũ trụ, thiên hạ, nhân loại, thế gian, vạn vật. @천하에 trên thế gian, dưới ánh mặt trời. 천하에 (둘도) 없는 chưa từng có (dưới ánh mặt trời); lạ thường, khác thường, vô song, vô địch, có một không hai.

천하다 [비열] tầm thường, thấp kém, ti tiện, hèn hạ, đáng khinh; [창피] ô danh, nhục nhã, đáng hổ thẹn; [신분] đê tiện, hèn mọn, thô bỉ, thiếu tế nhị. @천하지 않다 lịch sự, đứng đắn, đàng hoàng, đáng trọng, đáng nể // 천한 신분 một thân phận thấp kém, một vị trí khiêm tốn trong cuộc sống.

천하 일색 một phụ nữ đẹp tuyệt trần.

천하 일품 @천하 일품이다 chưa từng có trên thế gian, vô song, có một không hai.

천하 장사 nhà vô địch; người khỏe nhất trần gian; Hercules.

천학 kiến thức nông cạn, trình độ hiểu biết thấp.

천행 phước lành, phúc trời cho. @천행으로 một cách may mắn, nhờ may mắn, nhờ trời cho; may thay!

천험 một pháo đài thiên nhiên

천형병 [병리 bệnh lý] bệnh hủi, bệnh phong cùi.

천혜 của trời cho, món quà của thiên nhiên.

천황 Thiên hoàng (nước Nhật).

철 [1] mùa, dịp, thời cơ. @여름철 mùa hạ, mùa hè; 철 이른(늦은) 사과 táo đầu mùa (cuối mùa); 제철이 아닌 trái mùa, không đúng mùa (không hợp thời / không đúng lúc) // 제철을 만나다 đang độ, đang trong thời cực thịnh, thời hoàng kim.

철 [2] @철이 없다 vô ý thức, không biết suy nghĩ. // 철이 들다 khôn ngoan, sáng suốt, trở nên hiểu biết hơn, có óc xét đoán, biết điều.

철 sắt (FE). @철의 thuộc sắt, có chứa sắt, có pha sắt // 철의 장막 bức màn sắt.

철 [3] sự đóng sách, bìa sách. –하다 đóng sách, xếp đặt, sắp xếp, lưu trữ (hồ sơ, văn kiện, thư từ, giấy tờ) . *서류-- hồ sơ, tài liệu, giấy tờ; 신문-- ngăn đựng báo chí.

철갑 giáp sắt, vỏ sắt.

철강 sắt thép. *--업 ngành công nghiệp sắt thép.

철거 [퇴거] sự rời bỏ, sự rút khỏi; [제거] sự tẩy trừ, sự loại bỏ; [명도] sự sơ tán, sự rút lui. –하다 rút khỏi, sơ tán, rời bỏ, tách ra, xóa sạch.

철골 khung sắt, sườn sắt.

철공 *--소(장) xưởng làm đồ sắt, xưởng đúc gang.

철관 ống sắt.

철광 mỏ sắt; [광석] quặng sắt.

철교 cầu sắt; cầu xe lửa (철도의).

철군 --하다 rút quân, sơ tán.

철권 quả đấm thôi sơn, đòn trí mạng.

철근 có pha thép (cho cứng). *--콘크리트 bê tông cốt sắt (thép).

철금속 kim loại có pha sắt. @철금속과 비철금속 kim loại có chứa sắt và không chứa sắt.

철기 đồ sắt; đồ dùng bằng sắt. –시대 tuổi sắt.

철기 kỵ sĩ giáp sắt.

철꺽 sự kết nối, sự gắn chặt, sự dán dính.

철나다 trở nên khôn ngoan, biết điều; tới tuổi biết suy xét. @철날 나이 tuổi khôn, tuổi biết suy nghĩ.

철도 đường xe lửa, đường sắt. @철도를 부설하다 xây dựng đường sắt. *--공사

ㅊ

sự xây dựng đường sắt. –노 tuyến đường sắt. –망 mạng lưới đường sắt. –사고 tai nạn đường sắt. –수송 sự chuyên chở bằng đường sắt. –연락 mối nối đường ray xe lửa. –우편 trạm xe lửa. –운임 vé xe lửa, cước phí xe lửa (화물의).

철두 철미 [부사적] từ đầu tới cuối; tận thâm tâm, tận đáy lòng; về mọi mặt; hệt như; hoàn toàn, tuyệt đối. –하다 hoàn toàn, tuyệt đối, triệt để, trọn vẹn, chu đáo, cẩn thận.

철들다 => 철나다.

철떡거리다 bắn lên, văng tung tóe (lõm bõm).

철렁거리다 => 철랑거리다.

철로 đường sắt, đường xe lửa.

철리 phép xử thế; triết lý sống.

철마 xe lửa, tàu hỏa.

철망 khung chắn lò sưởi (난로가의); mạng lưới; màn lưới.

철매 => 그을음 nhọ nồi, bồ hóng.

철면 mặt lồi.

철면피 mặt dầy, hành động trơ tráo, vô liêm sĩ. @철면피의 mặt dầy mày dạn.

철모 mũ sắt (*helmet*)

철모르다 vô tư, nhẹ dạ; vô ý thức, không có lương tri, không có óc phán xét, thiếu suy nghĩ, không thận trọng. @철모르는 애 một đứa bé vô tư.

철문 cổng sắt.

철물 đồ sắt; đồ vật làm bằng sắt. *--장수 người bán đồ sắt (tiếng lóng lái buôn súng). –전 tiệm bán đồ sắt.

철바람 gió mùa.

철버덕거리다 => 철벅거리다

철버덩 tiếng rơi tỏm, làm rơi tỏm.

철벅 vẫy (bắn) tung tóe (nước) => 철벅거리다

철벽 bức tường sắt. *금성-- pháo đài sắt (pháo đài vững chắc)

철병 sự rút quân (sơ tán, rút khỏi). –하다 rút quân, sơ tán.

철봉 roi sắt, cái xà beng (để cạy nắp thùng); [체조용] xà kép; xà ngang. @철봉을 하다 tập luyện trên xà ngang.

철부지 như trẻ con, chỉ là trẻ con; người non nớt trong phán đoán, người chưa chín chắn.

철분 có chứa sắt. @철분이있다 có sắt, bằng sắt.

철비 cửa sắt.

철사 dây thép, dây kim loại. *--그물 lưới thép. –세공 kỹ thuật kéo sợi (kim loại). 가시-- dây thép gai.

철삭 dây cáp sắt.

철새 loài chim di trú.

철썩 sự bắn nước tung tóe; tiếng uych, thịch, tiếng đóng mạnh sầm, ầm, tiếng vỗ đét, tiếng bỏ phịch xuống nặng nề. –하다 vẫy tung tóe; quật mạnh; đóng sầm. @철썩 떨어지다 ngã uych xuống.

철석 sắt và đá. @철석같은 cứng rắn, sắt đá, gan thép, bất khuất, rắn như kim cương, kiên quyết, vững vàng, không lùi bước.

철선 dây sắt.

철수 sự rút khỏi, sự sơ tán, sự thu hồi. –하다 rút khỏi, sơ tán, thu hồi. @군대를 철수시키다 rút quân, thu quân.

철시 --하다 đóng cửa tiệm, dẹp chợ.

철썩거리다 vỗ nhẹ.

철썩철썩 [파도 소리] tiếng vỗ nhẹ; [때리는 소리] tiếng thổi ào ào, rì rào; tiếng đập rầm rầm, tiếng nổ đùng đùng.

철야 một đêm thức trắng (để cầu nguyện hoặc để trông coi). –하다 (ngồi) thức suốt đêm. @철야하여 병자를 간호하다 ngồi suốt đêm với người bệnh. *--작업 sự làm việc suốt đêm.

철없다 vô ý thức, thiếu suy nghĩ, không có óc phán đoán. @철없는 짓을 하다 hành động thiếu suy nghĩ, hành động như con nít.

철옹성 một công sự kiên cố, pháo đài sắt. @철옹성 같다 hết sức kiên cố.

철완 투수 cái thùng có quai sắt.

철의 장막 bức màn sắt.

철인 nhà thông thái, một triết gia.

철자 sự viết chính tả, phép chính tả. –하다 viết chính tả. @철자가 틀리다 viết sai chính tả. *--법 cách viết, cách đánh vần. 한글—법 qui tắc chính tả tiếng Hàn / cách đánh vần tiếng Hàn.

철재 sắt (nguyên vật liệu).

철저 hoàn toàn, triệt để, mọi mặt, mọi khía cạnh, tuyệt đối; toàn lực, dốc hết sức, đích thực, rành rành, ngoan cố, thâm căn cố đế // 철저히 một cách triệt để; một cách tường tận, đầy đủ // 일을 철저하게 하다 làm việc một cách triệt để, dốc hết sức ra làm việc.

철제 [철제품] bàn ủi, bàn là; đồ vật làm bằng sắt. @철제의 (thuộc) sắt / thép.

철조망 hàng rào dây kẽm gai (가시 철조망). @철조망을 치다 đặt hàng rào dây kẽm gai.

철주 sự can thiệp, sự quấy rầy, sự hạn chế. –하다 đè nén, cản trở, kiềm chế, hạn chế, giới hạn, can thiệp.

철쭉 giống cây đỗ quyên. *--꽃 hoa đỗ quyên.

철창 [창] của sổ có chấn song; [감옥] chấn song nhà tù. *--생활 sống sau chấn song nhà tù (sống trong tù).

철책 hàng rào sắt.

철천지원 mối thù truyền kiếp, mối thù thâm căn cố đế. @철천지원을 풀다 trút mối hận thù ngàn năm, trả mối thù xưa.

철천지한 => 철천지원

철철 @철철 넘치다 rót tràn trề ra, trào ra // 철철 넘치도록 đầy đến miệng, đầy ắp.

철추 cây búa sắt => 철퇴

철칙 điều lệ sắt (nghiêm minh, chặt chẽ).

철통 chậu sắt, thùng sắt. @철통 같은 방위진 hàng rào phòng thủ kiên cố của cảnh sát.

철퇴 sự rút khỏi, sự sơ tán. –하다 sơ tán, rút khỏi, xóa sạch.

철퇴 cái búa sắt => 철추. @철퇴를 가하다 nện cho một cú hắc búa; quay búa tạ vào (ai).

철판 sự giảm nhẹ, sự bớt đi; [인쇄] sự giảm bớt số bản in.

철판 một tấm sắt, một lá sắt (엷은 것)

철편 một cục sắt, một miếng sắt.

철폐 sự thủ tiêu, sự bãi bỏ, sự hủy bỏ. –하다 thủ tiêu, xóa bỏ, loại bỏ, gạt bỏ, hủy bỏ. @차별대우를 철폐하다 loại bỏ sự phân biệt đối xử.

철필 cây bút, cây bút trâm (để viết lên giấy sáp).

철하다 sắp xếp, xếp đặt (giấy tờ, hồ sơ). @서류를 철하다 sắp xếp (giấy tờ, hồ sơ).

철학 triết học. *--개론 đề cương triết học. –박사 tiến sĩ triết học. –자 triết gia, nhà triết học.

철혈 sắt và máu.

철회 sự rút khỏi, sự bãi bỏ, sự hủy bỏ, sự co rút lại, sự rụt vào. –gọi về, triệu hồi (말을) hủy bỏ, bãi bỏ, rút lại, rụt vào. @사표를 철회하다 bác bỏ đơn xin từ chức (của người nào).

첨가 sự thêm vào, phần thêm vào. –하다 thêm vào, phụ vào, dán vào. @단서를 첨가하다 tái bút, viết thêm, nói thêm. *--물 vật thêm vào, phần thêm vào, phụ lục, phụ chương.

첨단 mũi nhọn; vị trí đứng đầu. @첨단적 cực kỳ tối tân, hiện đại, theo kịp thời trang, mới nhất // 유행의 첨단을 걷다 thiết kế thời trang.

첨벙 @첨벙 뛰어들다 nhảy tõm vào nước.

첨병 tổ xung kích (quân đội).

첨부 --하다 cột, buộc, gắn vào, thêm vào, phụ vào. *--사진 (서류) đính kèm ảnh (văn kiện).

첨삭 --하다 duyệt, xét lại, sửa chữa, hiệu chỉnh.

첨예 --하다 [급격] sắc bén, sắc sảo, nhạy bén, tinh, thính; [급진적] cấp tiến. *--분자 người cấp tiến; người cực đoan, quá khích. 좌익—분자 cấp tiến cánh tả.

첨탑 tháp hình chóp, tháp nhọn; gác chuông, tháp chuông nhà thờ.

첩 vợ lẽ, tình nhân, bồ @첩을 두다 bao gái, nuôi bồ.

첩 một gói, một thang (thuốc bắc). @약두첩 hai thang thuốc bắc (thảo dược).

첩 tập ảnh, quyển album; sổ tay ghi chép. *사진-- tập ảnh, quyển album.

첩경 (1) [지름길] con đường tắt, con đường gần nhất; [쉬운길] phương pháp đơn giản nhất, biện pháp nhanh chóng, trực tiếp hơn. @성공에의 첩경 con đường thành công nhanh nhất. (2) [부사적] dễ bị, có khuynh hướng, có khả năng bị, có thể xảy ra.

첩보 tin chiến thắng

첩보 tin tức tình báo. *--기관 cơ quan tình báo. –망 mạng lưới tình báo. –부 cục tình báo. –원 nhân viên tình báo, gián điệp.

첩부 một trận đòn nhừ tử. –하다 => 붙이다 cho một trận đòn nhừ tử.

첩약 một thang thuốc bắc (thảo dược).

첩자 gián điệp, nhân viên tình báo.

첩첩 @산이 첩첩이 쌓이다 núi non trùng trùng điệp điệp. *--산중 vực thẳm.

첫- ban đầu, thoạt đầu, mới đầu, đầu tiên, bắt đầu, khởi đầu. *--글자 ban đầu (nét bút / lá thư). –아이 con đầu lòng. –항해 chuyến du lịch đầu tiên.

첫걸음 [걸음] bước đầu, buổi đầu; [초보.기본] nguyên lý cơ bản; khái niệm đầu tiên. @영어 첫걸음 kiến thức vỡ lòng Anh ngữ; sách vở lòng tiếng Anh (책이름).

첫길 một diễn biến bất thường; cuộc hành trình đầu tiên; [신행길] con đường đi đến hôn nhân.

첫나들이 [아이의] sự ra ngoài lần đầu tiên sau khi ra đời; [신부의] chuyến về thăm nhà lần đầu của cô dâu sau ngày cưới.

첫날 ngày (đêm) đầu tiên; ngày (đêm) khai mạc.

첫날밤 đêm hoa chúc, đêm tân hôn.

첫눈 [1] [일견] cảnh tượng đầu tiên.

@첫눈에 cái nhìn ban đầu // 첫눈에 들다 *bị thu hút ngay từ cái nhìn đầu tiên.*

첫눈 [2] tuyết đầu mùa.

첫돌 sinh nhật đầu tiên (ngày thôi nôi của em bé / sinh nhật một tuổi).

첫딸 con gái đầu lòng.

첫마디 lời mở đầu; lời nói đầu tiên. @첫마디를 끌어내다 mở lời.

첫머리 [시작] sự bắt đầu.

첫무대 lần trình diễn đầu tiên. 첫무대를 밟다 xuất hiện lần đầu tiên (trước công chúng).

첫물 [옷] quần áo mới (mới mặc lần đầu).

첫밗 sự bắt đầu. @첫밗에 lần đầu, mới bắt đầu.

첫배 lứa đẻ đầu tiên, ổ chim non mới nở.

첫번 lần đầu. @첫번부터 từ lúc đầu, từ ban đầu. *--경험 kinh nghiệm đầu; kinh nghiệm ban đầu.

첫사랑 mối tình đầu, (사람 người tình đầu, người yêu đầu). @첫사랑에 실패하다 yêu lần đầu.

첫새벽 sáng sớm, rạng sáng. @첫새벽에 lúc sáng tinh mơ, từ rạng sáng.

첫서리 đợt sương giá đầu tiên (đầu mùa).

첫선 sự xuất hiện lần đầu tiên. –하다 xuất hiện (xuất bản) lần đầu.

첫소리 [초성] âm đầu; phụ âm đầu (trong cách ráp vần tiếng Hàn); [첫마디] lời nhận xét ban đầu.

첫술 @첫술에 배부르를 수 없다 *bạn đừng hy vọng quá nhiều ở lần đầu.*

첫아들 con trai đầu lòng.

첫여름 đầu hạ.

첫인상 ấn tượng ban đầu. @첫인상이 좋다 có ấn tượng ban đầu tốt.

첫째 trước tiên, trước nhất; trên hết, tốt nhất, đứng đầu, số một. @첫째의 ưu tiên, cao nhất, tốt nhất, lỗi lạc nhất // 첫째(로) trước hết, trước tiên, đầu tiên là, trên hết, đầu tiên là // 건강이 첫째다 sức khỏe là trên hết.

첫정 cảm tình đầu tiên. @서로 첫정이 들다 yêu nhau ngay từ buổi đầu.

첫추위 gió lạnh đầu đông; cơn gió lạnh báo hiệu đông về.

첫출발 điểm xuất phát đầu tiên.

첫출전 chiến dịch đầu; phong trào đầu, đợt đầu.

첫판 @첫판씨름에 지다 bị nện ngay từ vòng đầu cuộc thi đấu.

첫판 ấn phẩm đầu (sách in ra lần đầu).

첫해 năm đầu.

첫행보 việc lặt vặt ban đầu; [장사] dự án kinh doanh lặt vặt ban đầu.

청 màng (liên kết) trong cơ thể động / thực vật. *--갈대-- màng trắng bên trong cây sậy. 귀-- màng trống.

청 màu xanh

청 lòng ao ước, sự mong mỏi. –하다 hỏi xin, yêu cầu, đề nghị, thỉnh cầu, khẩn cầu, kêu gọi. @간절한 청 một lời cầu xin tha thiết // 청이 하나 있어요 tha thiết mong sự giúp đỡ của ông.

청 một tòa lâu đài, một tòa nhà; [대청] đại sảnh. *--사 cơ quan nhà nước. –장 người quản lý. 중앙-- trụ sở.

청가뢰 [곤충] con bọ ban miêu.

청각 thính giác. *--신경 thần kinh thính giác.

청강 thính giả; người tham dự buổi thuyết trình. –하다 nghe / tham dự buổi thuyết trình. *료 học phí, lệ phí gia nhập. –

ㅊ

무료 tham dự miễn phí (tham gia). –생 sinh viên tham dự; [방청자] người nghe, thính giả.

청개구리 [동물] con ếch xanh.

청결 sự gọn gàng, tính ngăn nắp, tình trạng sạch sẽ, vệ sinh, sự trong sạch, sự thuần khiết trong trắng. –하다 gọn gàng, ngăn nắp, sạch sẽ, trong sạch. @청결하게하다 làm cho sạch sẽ, giữ cho sạch sẽ.

청과 rau và quả; rau sạch, rau xanh. *--시장 chợ rau quả, thị trường rau quả. –점 cửa hàng rau quả.

청관 [해부] cơ quan thính giác.

청교도 tín đồ Thanh giáo, người theo Thanh giáo. @청교도적 điều lệ khắt khe (nghiêm ngặt về đạo đức) *--주의 chủ nghĩa đạo đức.

청구 [요구] sự đòi hỏi, nhu cầu; [청원] lời yêu cầu, lời đề nghị; [변상 따위] sự yêu sách, sự thỉnh cầu. @돈(견본)을 청구하다 xin tiền, đòi tiền (lấy mẫu) // 지불을 청구하다 yêu cầu bồi thường; đòi trả tiền công. *--권 quyền yêu sách. –서 đơn kiện, đơn xin. –액 con số đền bù (đòi hỏi). –인 người thỉnh cầu, người thưa kiện, nguyên cáo. 지불-- đơn xin thanh toán (đề nghị bồi thường)

청기와 đá xanh.

청널 ván lót sàn của gian phòng chính (đại sảnh).

청년 một thanh niên; [총칭 từ chung] thanh niên, lứa tuổi thanh niên, thế hệ trẻ. *--남녀 nam nữ thanh niên. –시대 thời xuân sắc, thời trẻ tuổi, thời thanh xuân –회(단) đoàn thể thanh niên.

청대 [식물 thực vật] cây tre xanh.

청대콩 hạt đậu xanh.

청동 đồng thiếc *--기 đồ vật bằng đồng thiếc.

청람 => 아지랑이

청량 --하다 sạch và mát (sạch sẽ mát mẻ); dễ chịu, thích thú; làm tỉnh táo dễ chịu. *--음료수 thức uống nhẹ (rượu nhẹ); nước giải khát.

청력 tầm nghe, khả năng nghe. *--계 thiết bị đo sức nghe; thính lực kế. –시험 sự nghe thử. –측정 phép đo sức nghe.

청렴 tính chính trực, sự liêm khiết. –하다 ngay thẳng, trung thực, lương thiện, chính trực, liêm khiết, trong sạch, không hủ hóa, không thể mua chuộc. @청렴한 사람 một người chính trực (liêm khiết / trong sạch).

청루 nhà chứa, nhà thổ, lầu xanh.

청류 một dòng suối trong (sạch).

청맹과니 người bị chứng thanh manh (mắt).

청명 --하다 đẹp, sáng, trong sạch. @청명한 하늘 bầu trời trong sáng (đẹp trời / trời đẹp).

청바지 quần *jean* xanh (quần bò).

청백 --하다 trong sạch, liêm khiết, chính trực, ngay thẳng, trung thực. @청백한 관리 một viên chức trong sạch/một quan chức thanh liêm.

청병 --하다 phái binh, điều binh (quân đội)

청부 hợp đồng, khế ước, giao kèo (công việc). @청부맡다 ký hợp đồng. –가격 hợp đồng giá cả. –계약 điều khoản thỏa thuận. –공사 hợp đồng công tác. –업 hợp đồng kinh doanh. –업자 thầu khoán, người đấu thầu. 건축—업자 thầu xây dựng.

청빈 cảnh thanh bần. @청빈한 생활

nghèo nhưng trong sạch.

청사 lịch sử, biên niên sử. @이름이 청사에 빛나다 trứ danh lịch sử; nổi tiếng trong lịch sử.

청사 cơ quan nhà nước (tòa nhà)

청사진 kế hoạch; [구상] quan niệm, nhận thức. @청사진을 뜨다 thiết kế, lên kế hoạch.

청산 núi xanh, non xanh.

청산 *axit cyanic*. *--가리 *potassium cyanide*.

청산 [전리] sự thanh lý; sự thanh toán mọi khoản để thôi kinh doanh; [셈] sự dọn sạch, sự phát quang. –하다 thanh lý, thanh toán, dọn sạch, phát quang. @빚을 청산하다 thanh toán nợ // 과거를 청산하다 đã qua đợt thanh lý (kết thúc thanh lý).

청산유수 sự trôi chảy, sự lưu loát, tài hùng biện. @청산유수 같이 một cách lưu loát, trôi chảy, một cách hùng biện.

청산 과부 một quả phụ trẻ.

청색 màu xanh

청서 một bản in đẹp, rõ ràng. –하다 in đẹp, rõ.

청석 đá xanh.

청소 sự quét tước, sự dọn dẹp. –하다 quét, dọn. @집안을 청소하다 quét dọn nhà cửa. *--부 người lau chùi, quét dọn, người làm vệ sinh; [가로의] công nhân quét đường; [변소의] người phụ trách quét dọn nhà xí. –주간 tuần lễ vệ sinh. –차 xe rác.

청소년 tuổi thanh thiếu niên, tuổi vị thành niên; tầng lớp thanh niên, thế hệ trẻ. *--기 thời son trẻ, thời thanh niên. –단 đoàn thể thanh thiếu niên. –범죄 thiếu nhi phạm pháp; sự phạm pháp của tuổi vị thành niên.

청순 sự trong sạch, sự tinh khiết. @청순한 처녀 một cô gái hồn nhiên trong trắng.

청승 hiện thân của một định mệnh khắc nghiệt. @청승떨다 như một đứa trẻ mồ côi // 청승궂다 (스럽다) => 청승맞다

청승맞다 điềm báo gỡ, đáng ngại; buồn phiền, bất hạnh, đáng thương, khốn khổ. @청승맞은 노인 một ông già đáng thương.

청신 --하다 tươi, mới. @청신한 기풍 một trào lưu mới, khí thế mới, xu thế mới.

청신경 thần kinh thính giác.

청신호 đèn xanh; tín hiệu "cho qua".

청실 sợi chỉ xanh.

청어 sự thanh lịch, nét duyên dáng, yêu kiều. –하다 thanh lịch, tinh tế, duyên dáng, yêu kiều.

청약 sự thỉnh cầu. @--기한 kỳ hạn xin. –서 đơn xin, lời thỉnh cầu (cầu xin). –자 người đệ đơn xin, người thỉnh cầu.

청어 [물고기] con cá trích. *--알 trứng cá trích.

청옥 [광물 khoáng vật] ngọc bích.

청와대 *Cheongwadae*; cung điện mái ngói xanh; (phủ chủ tịch Hàn Quốc).

청요리 món ăn Trung quốc; thuật nấu ăn Trung quốc. *--집 nhà hàng Trung quốc.

청우계 phong vũ biểu, dụng cụ đo khí áp.

청운 [고위] cao cấp (chức vụ văn phòng). @청운의 뜻을 품다 mong mỏi một chức vụ.

청원 --하다 kêu gọi, cầu xin sự giúp đỡ (của ai).

청원 lời cầu xin, lời thỉnh cầu. –하다 thỉnh cầu, kiến nghị, đệ trình, trình bày, đề nghị, cầu xin, thỉnh nguyện. @정부에 보호를 청원하다 thỉnh cầu chính quyền bảo trợ.*--법 đơn khiếu tố / khiếu nại (nộp cho tòa án). –서 đơn xin, đơn thỉnh cầu. –자 người thỉnh cầu, người đứng đơn khiếu tố, người kiến nghị.

청음기 máy dò âm thanh, bộ tách sóng.

청일 @청일의 Trung – Nhật. *--전쟁 chiến tranh Trung Nhật.

청자 (*Koryo*) màu / men ngọc bích; đồ tráng men ngọc bích.

청정 sự trong sạch, sự tinh khiết. –하다 trong sạch, tinh khiết, nguyên chất, không vết nhơ, không ô uế. @청정하게 하다 tẩy uế, rửa sạch, làm cho sạch, lọc trong, tinh chế.

청종 --하다 vâng lời, tuân lệnh, nghe theo.

청주 rượu gạo đã lọc trong.

청중 khán thính giả, người tham dự. @많은 청중에게 면설하다 nói trước đám đông thính giả. *--석 thính phòng.

청지기 người quản lý, giám đốc, ông bầu, người chỉ đạo.

청진 sự nghe bệnh, sự thính chẩn. –하다 nghe bệnh, thính chẩn, chẩn đoán bệnh bằng cách nghe *--기 ống nghe. @청진기를 대다 gắn / áp ống nghe (vào..)

청질 --하다 cầu xin một ân huệ, tranh thủ (dựa dẫm) thế lực (của người nào).

청천 bầu trời trong sáng, trời xanh, thời tiết tốt, trời tốt.

청친 백일 thời tiết tốt, ngày đẹp trời, ngày tốt; [비유 ẩn dụ/so sánh ví von] tính ngây thơ vô tội.

청천 벽력 sấm chớp từ trên trời; tiếng sét từ thinh không. @청친 벽력으로 nghe như tiếng sét ngang tai.

청첩장 thư mời, thiệp mời. @청첩장을 보내다 gởi thiệp (thư) mời.

청청하다 xanh non, xanh tươi.

청초 --하다 gọn gàng và ngăn nắp; thông minh, xinh xắn. @청초한 여자 một cô gái xinh xắn ưa nhìn.

청춘 tuổi trẻ, tuổi thanh xuân. @청춘의 tuổi thanh xuân đầy sức sống. *--기 thời tuổi trẻ thời thanh niên–남녀 nam nữ thanh niên. –시대 thời niên thiếu, thời son trẻ.

청출어람 hậu sinh khả úy.

청취 --하다 nghe, lắng nghe, nghe theo, nắm bắt. @라디오를 청취하다 nghe đài // 증언을 청취하다 lắng nghe chứng cứ. –자 참가 프로 khán, thính giả; người tham dự chương trình. 라디오—자 thính giả nghe đài (radio).

청컨대 xin vui lòng..; hy vọng là..; mong là.. => 청하다.

청탁 sự trong sạch và sự nhơ bợn; tốt và xấu. @청탁을 가리지 않다 rộng lượng, khoan dung và phóng khoáng trong mọi việc.

청탁 sự khẩn khoản, nài xin; sự cầu khẩn, sự van xin. –하다 đòi hỏi, nài xin, cầu khẩn.

청태 [이끼] rêu xanh; [김] rong biển, tảo biển.

청풍 *--명월 trăng thanh gió mát.

청하다 [부탁] đòi hỏi, đề nghị, yêu cầu, thỉnh cầu; [간청] cầu xin, khẩn khoản, van nài, thỉnh cầu; [초빙] mời, hỏi. @청을 받아들이다 theo yêu cầu, theo đề nghị // 손님을 집에 청하다 mời khách đến chơi nhà // 면회를 청하다 yêu cầu một cuộc phỏng vấn; đề nghị gặp riêng.

청허 sự chấp thuận, sự phê chuẩn. –하다 chấp thuận, phê chuẩn, thừa nhận, công nhận.

청혼 sự cầu hôn, lời cầu hôn. –하다 cầu hôn, dạm hỏi. @이씨집에 청혼하다 cầu hôn với gia đình *Lee*.

청훈 --하다 liên hệ chỉ dẫn (cơ quan nhà nước).

체 [1] cái giần, cái sàng, cái rây, cái lọc.

체 [2] sự giả vờ, sự giả bộ. –하다 giả đò, giả vờ, giả bộ, viện cớ, làm ra vẻ không biết gì. @죽은 체하다 giả chết, giả bộ chết. // 안 들리는 (자는)체하다 giả bộ không nghe (giả vờ ngủ).

체 tác phong, phong cách, vóc dáng, dạng người, thân hình, tầm vóc.

체 chứng khó tiêu; sự rối loạn dạ dày.

체가 sự gia tốc, sự tăng nhanh; sự tăng liên tục. –하다 tăng lên liên tục, tăng nhanh, tăng thêm.

체감 sự giảm tốc, sự giảm liên tục. –하다 giảm bớt, thu nhỏ, giảm liên tục.

체격 cơ thể, vóc dáng, thể lực, tầm vóc, khổ người, tạng người, thể chất, thể tạng. @좋은 체격 một vóc dáng đẹp.

체결 kết thúc, kết luận, ký kết. –하다 kết thúc hợp đồng; ký kết (tiến hành hợp đồng). @평화 조약을 체결하다 ký kết hiệp ước hòa bình.

체경 --하다 lưu lại *Seoul*.

체경 tấm gương to soi được cả người.

체계 một hệ thống, một tổ chức. @체계적(으로) (một cách) có hệ thống, có tổ chức. // 체계를 세우다 hệ thống hóa, sắp xếp theo hệ thống. *사상(철학) -- hệ thống tư tưởng (triết học).

체공 --하다 ở trên bầu trời. *--기록 thành tích bay/giờ bay.–비행 thời gian bay (không quân).

체구 thể tạng, thể chất, vóc người, cơ thể, thể xác, thân thể.

체기 dấu hiệu của chứng khó tiêu.

체납 sự thanh toán nợ không đúng kỳ hạn; sự thanh toán trễ hạn –하다 thanh toán chậm trễ; chểnh mảng, lơ là việc thanh toán nợ. @세금을 체납하다 đóng thuế (nộp thuế) trễ hạn. *--금 tiền còn thiếu lại, nợ còn khất lại. –세금 tiền thuế còn thiếu lại.

체념 (1) [체관] cái nhìn thông suốt, cái nhìn hiểu biết. –하다 hiểu rõ sự thật. (2) [단념] sự từ chức, sự trao, nhường.–하다 từ bỏ, thôi việc, từ chức, trao, nhường. @운명이라고 체념하다 *dứt bỏ nghiệp chướng*.

체능 thể chất khỏe mạnh, sự sung sức. *--검사 việc khám sức khoẻ.

체당 --하다 tiếp tục (kế thừa) công việc của người khác; gánh vác nợ của người khác.

체대 --하다 có cơ thể khổng lồ; chân tay to lớn.

체득 sự nhận thức rõ, sự lĩnh hội; [속력] sự tinh thông, sự thành thạo, sự nắm vững. –하다 có được do kinh nghiệm; tinh thông, tinh tường, thông thạo, rành. @불교의 교리를 체득하다 tinh thông giáo lý nhà Phật. // 요령을 체득하다 hiểu biết mánh khóe (nghề nghiệp).

체력 thể lực; sức mạnh thể chất.

@체력이 강 (약) 하다 có sức mạnh thể chất; có một cơ thể khoẻ mạnh (yếu ớt 약). *--검사 sự kiểm tra (khám) sức khoẻ.

체류 sự lưu lại, sự tạm trú, sự thăm viếng. –하다 lưu lại, ở lại, tạm trú, thăm viếng. @서울 체류 중에 trong thời gian lưu lại *Seoul*.

체리 [버찌] màu đỏ anh đào.

체면 thể diện, sĩ diện, phẩm giá, phẩm cách, nhân cách, thanh danh, danh tiếng, danh giá. @체면상 vì danh dự; giữ nhân cách // 체면을 유지하다 giữ gìn phẩm giá; giữ thể diện // 체면을 손상하다 làm mất mặt (mất thể diện); làm tổn hại danh dự; mất nhân cách.

체모 => 체면

체미 ở lại Mỹ, lưu lại Mỹ.

체벌 sự hành hạ (ngược đãi) thân xác.

체불 sự trì hoãn (chậm trễ) việc thanh toán (việc bồi thường).

체불 임금 tiền lương (tiền thưởng) chưa trả.

체비지 (1) sự bán đấu giá đất đô thị. (2) sự khai thác đất mới cho khu dân cư

체세포 tế bào thể; tế bào xô ma.

체소 --하다 tầm vóc nhỏ bé.

체스 (*a chess*) con cờ, quân cờ.

체신 sự giao thông. *--부 bộ giao thông. –사무 trạm bưu điện và điện báo.

체언 [문법 ngữ pháp] từ không biến cách; danh từ; từ chỉ định cụ thể.

체온 thân nhiệt, nhiệt độ cơ thể. *--계 nhiệt kế, cái cặp sốt. @체온을 재다 lấy (đo) nhiệt độ.

체위 tiêu chuẩn sức khoẻ, điều kiện thể chất. @체위를 향상하다 cải tiến tình trạng sức khoẻ, nâng cao tiêu chuẩn thể chất. *--적성 sự sung sức; sự sung mãn.

체육 sự rèn luyện thể chất; [과목] sự rèn luyện thân thể, sự tập thể dục. @체육을 장려하다 khuyến khích (cổ vũ) việc rèn luyện cơ thể. *--가 huấn luyện viên, thầy dạy thể dục. –관 phòng tập thể dục, môn (khoa) thể dục. 대한—회 hiệp hội thể thao nghiệp dư Hàn quốc.

체인 một chuỗi, một loạt. @체인스토어 một cửa hàng có hàng loạt (nhiều) chi nhánh.

체인지 (*a change*) sự thay đổi; tiền đổi, tiền lẻ.

체재 [생김새] tác phong, phong cách; [외형] hình thái, tướng mạo, dáng điệu; [꾸밈새] sự lên khuôn, hình thức, kiểu mẫu, khổ. @책의 체재 khổ sách // 체재가 훌륭하다 hình thức đẹp; có phong cách.

체재 => 체류

체적 dung tích, thể tích, sức chứa.

체제 sự cấu tạo, sự hình thành, sự tổ chức; hệ thống, chế độ, kết cấu, cấu trúc. @신(구) 체제 một hệ thống mới (cũ) // 사회의 체제 cơ cấu xã hội.

체조 thể dục, thể thao, sự tập luyện, sự rèn luyện cơ thể. –하다 rèn luyện, tập luyện, chơi thể thao, tập thể dục.

체중 sức nặng. @체중을 달다 cân (cân đo).

체증 chứng khó tiêu.

체질 cái sàng, cái rây. –하다 giần, sàng, rây, lọc.

체질 thể chất, tạng người. @체질의 (thuộc) thể chất.

체취 hương thơm (dầu thơm) cho cơ thể.

체커 (*a checker*) người tính tiền, người thu tiền.

체크 (*a chèque*) tấm séc.

체통 nhân cách, thanh danh, phẩm giá, phẩm cách, uy tín, danh dự của một người => 체면

체포 sự bắt giữ, sự bị bắt, sự tóm lấy. –하다 chộp, tóm, bắt, ngăn chặn, bắt giữ, bắt giam ai.

체하다 giả đò, giả vờ, giả cách, giả bộ, làm bộ. @안 들리는 체하다 giả bộ không nghe (giả điếc) // 모르는 체하다 làm ra vẻ ngu dốt, làm như không biết gì (giả ngu).

체하다 rối loạn tiêu hóa, nặng bao tử.

체한 lưu lại, ở lại Hàn quốc.

체험 kinh nghiệm bản thân. –하다 có kinh nghiệm bản thân. @노동 생활을 체험하다 *đã kinh qua cuộc sống gian khổ*. *--담 một câu chuyện thuộc kinh nghiệm cá nhân.

체형 hình phạt (tội) khổ sai chung thân; [체벌] nhục hình, hình phạt về thể xác. @체형을 과하다 tuyên án tù.

체화 [화물의] hàng hóa ứ đọng; [상품의] hàng tồn kho, hàng dự trữ (tích trữ). –하다 tích trữ, dự trữ, tích lũy, chất đống, chồng chất.

첼로 đàn violon-xen (*viloncel*). @첼로 주자 nhạc sĩ violon-xen.

쳄발로 [악기 nhạc khí] đàn cembalo.

쳐가다 thu gom (góp nhặt) và mang (cất) đi; quét sạch; đào lên và đổ đi.

쳐내다 mang đi, lấy đi, xóa bỏ, xóa sạch; [체로 쳐서] sàng lọc. @뜰의 눈을 쳐내다 xúc sạch tuyết ở sân.

쳐넣다 nhồi, nhét, ấn, tống, tọng, đưa vào; nuốt xuống (thức ăn).

쳐다보다 liếc nhìn, ngước nhìn, đảo mắt nhìn. @하늘을 쳐다보다 ngước nhìn lên trời.

쳐들다 nâng lên, giơ lên, đưa lên, chống đỡ; quy cho, dựa vào.

쳐들어가다 đột kích, lùng sục, bố ráp, vây bắt, xông vào.

쳐주다 (1) [셈하다] đánh giá, định giá, ước tính, ước lượng, tính, đếm. @집값을 100 만원으로 쳐주다 ước lượng căn nhà trị giá khoảng một triệu won. (2) [인정하다] thừa nhận, công nhận, xem như, coi như. @이겼다고 쳐주다 được công nhận (là người) thắng cuộc.

쳐죽이다 đánh chết, đập chết; va, đụng (vào người nào) đến chết.

초 cây nến, cây đèn cầy. *--심지 bấc, tim đèn cầy (nến).

초 thứ hai, thứ nhì (tiếp ngay sau cái thứ nhất).

초 bản nháp, bản phác thảo (phát họa), sơ đồ thiết kế, đồ án. –하다 dự thảo, phát họa. @편지의 초를 잡다 phát thảo một lá thư.

초 giấm (nghĩa bóng tính chanh chua, đanh đá, khó chịu). –하다 nêm giấm, chanh chua, đanh đá, khó ưa.

초 phần đầu, lúc bắt đầu, khởi đầu. @내월 초에 vào đầu tháng sau.

초 đoạn trích ra, phần rút ra (trừ ra); sự chọn lọc. @괴테의 시초 tuyển tập thơ G*oethe*.

초-- cực kỳ, tuyệt vời, xuất sắc, hảo hạng, cừ, chiến, siêu. @초 현대적 cực kỳ tối tân // 초 자연적 siêu nhiên, dị thường.

초가 nhà tranh, nhà mái lá. *--삼간 một mái nhà tranh.

초가을 đầu thu.

ㅊ

초개 vật không giá trị, vật vô dụng. @초개 같은 인생 cuộc sống vô vị.

초겨울 đầu đông.

초계 --하다 tuần tra. @초계중에 đang tuần tra. *--정 tàu tuần tra.

초고 bản nháp, bản thảo, bản viết tay. @연설의 초고 bản thảo của bài diễn văn. // 초고를 만들다 soạn bản thảo.

초고속도 tốc độ tối đa. *--촬영기 máy ảnh có tốc độ nhanh (cực cao / siêu cao).

초고주파 siêu cao tần, tần số cực cao.

초과 sự quá mức, sự quá độ, sự thặng dư. –하다 quá độ, quá mức, thặng dư. @연령을 초과하다 quá tuổi quy định //정원을 초과하다 *vượt quá số người quy định.*

초근 목피 rể cây và vỏ cây; [악식] thức ăn tồi tàn, đạm bạc; [한약재] thảo dược.

초급 sơ cấp, bậc tiểu học, lớp vỡ lòng. *--대학 bậc trung cấp. –영문법 văn phạm tiếng Anh cho người mới học.

초급 mức lương khởi đầu. @초급은 6 만원이 었다 bắt đầu với mức lương 6 ngàn *won.*

초기 ngày đầu, thời gian đầu, giai đoạn đầu. @초기의 암 bệnh ung thư ở giai đoạn đầu // 세익스피어의 초기 작품 tác phẩm đầu tay của *Shakespeare.*

초년 [첫해] năm thứ nhất; [초기] năm đầu; [생애의] thời son trẻ; những năm đầu đời. *--급 buổi học đầu, năm học đầu. –병 tân binh, lính mới.

초단 cấp một. @유도초단자 *Yudo* cấp 1.

초단파 sóng cực ngắn, sóng vi ba. *--송(수) 신기 máy phát (thu) tín hiệu cực ngắn.

초당파 @초당파의 siêu đảng phái, không đảng phái, vô tư. *--외교 siêu lưỡng đảng ngoại giao.

초대 đời thứ nhất, thế hệ đầu. @초대의 thuộc thế hệ đầu (người sáng lập).

초대 giấy mời, lời mời, sự mời. –하다 mời. @만찬회에 초대하다 mời (người nào) đến dự buổi cơm chiều. *--권 thiệp mời, vé mời (은행의). –석 ghế dành riêng. –작가 nghệ sĩ được mời. –장 thiệp mời, thơ mời. –전 [그림따위의] sự xem trước, sự duyệt trước.

초대면 cuộc gặp gỡ đầu tiên. @초대면인 사람 người xa lạ không quen biết.

초동 thợ khắc gỗ.

초두 buổi đầu, bước đầu, khởi đầu, thuở ban đầu, trước tiên.

초들다 kể ra, đề cập đến, nói đến, nhắc đến, liệt kê, trích dẫn. @남의 결점을 초들다 *đề cập đến khuyết điểm của người nào* (nói xấu ai).

초등 @초등의 sơ đẳng, cơ bản, chủ yếu. *--과 khóa cơ bản. –교육 sở học cơ bản. –기하학 hình học cơ bản.

초라하다 tồi tàn, khốn khổ, đáng thương. @초라한옷 áo quần tồi tàn (y phục tồi tàn).

초래 --하다 đưa đến, dẫn đến, gây ra, căn nguyên, nguyên do. @결과를 초래하다 đưa đến kết quả.

초례 lễ cưới. *--청 phòng hôn lễ.

초로 giọt sương trên cỏ. @초로 같은 인생 *cuộc sống phù du như giọt sương trên cỏ*; cuộc sống ngắn ngủi.

초로 tuổi 40; bước vào tuổi trung niên. @초로의 신사 một người đàn ông trung niên (đứng tuổi)

초록 bản tóm tắt; đoạn trích. –하다 tóm tắt, trích đoạn, tóm lược, giản lược.

초록 cỏ xanh; *--빛 xanh (màu).
초롱 thùng sắt tây, thùng thiếc, hộp (lon) thiếc; [용량] một thùng đẩy, một xô đầy. @물 두 초롱 2 xô nước. *석유-- 1 thùng dầu lửa (dầu hôi); một lon dầu.
초롱 đèn lồng, đèn xách tay.
초롱꽃 [식물] cây hoa chuông.
초름하다 ít, nhỏ, bé, thiếu, không đủ.
초립 mũ rơm, nón rơm.
초립동 ông chồng trẻ con; một người trưởng thành trẻ tuổi.
초막 mái rạ, mái tranh, túp lều rơm.
초만원 đầy nhà, chật nhà (극장 따위). @초만원이다 căn phòng chật ních, căn phòng nhồi nhét đông nghẹt.
초면 buổi gặp gỡ đầu tiên. @초면이다 gặp (ai) lần đầu.
초목 cây cỏ, thảo mộc. @산천 초목 núi sông cây cỏ, cảnh thiên nhiên.
초미 tình trạng khẩn cấp, trường hợp cấp cứu. @초미의 khẩn cấp, cấp bách, thúc bách, cấp thiết. // 초미지급 nhu cầu cấp bách.
초반 phần khai mạc (cuộc thi đấu).
초법 món ăn Nhật.
초배 lớp giấy dán tường đầu tiên.
초벌 => 애벌
초범 hàng tiền vệ, hướng tấn công đầu. *--자 người tấn công đầu tiên.
초벽 lớp vữa trát đầu tiên.
초병 lính canh, lính gác. *--근무 trách nhiệm (nhiệm vụ) canh gác.
초보 bước đầu, giai đoạn đầu, buổi đầu, cơ bản, khởi đầu. @초보의 thuộc sơ bộ, thuộc cơ bản.
초복 ngày đầu (khởi đầu) của thời gian nóng nhất trong năm.
초본 cỏ, thảo mộc. @초본의 thuộc thảo mộc. *--경 dạng cỏ, dạng thảo mộc.
초본 bản tóm tắt, đoạn trích dẫn. *호적-- đoạn trích ra trong sổ đăng ký.
초봄 đầu xuân. @초봄부터 từ đầu xuân.
초봉 => 초급
초부 tiều phu, người đẫn gỗ, thợ khắc gỗ.
초빙 sự mời (nghĩa bóngsự chuốc lấy, mua lấy); sự cam kết, sự hứa hẹn. –하다 hứa hẹn, mời gọi, chuốc lấy, mua lấy. @전문가를 초빙하다 mời một chuyên gia phụ trách.
초사 sự lo lắng, sự buồn phiền. –하다 lo âu, sầu muộn, khắc khoải. @노심 초사 끝에 sau khi dồn hết tâm trí vào, đặt hết tâm huyết vào.
초사흗날 ngày thứ 3 trong tháng.
초산 đứa con đầu lòng.
초산 *acid nitric* => 질산
초산 [화학 hóa học] *acid acetic.*
초상 (thời kỳ) tang lễ, tang chế; [장례] nghi thức lễ tang. @초상을 당하다 đang có tang (cha mẹ). *--집 nhà có tang.
초상 chân dung, hình tượng. @황제의 초상 chân dung của vị Hoàng đế.
초상화 bức họa chân dung. *--가 họa sĩ chuyên vẽ chân dung.
초생 đầu tháng. *--달 trăng non, trăng lưỡi liềm. @초생달 모양의 ánh trăng non.
초서 cách viết, văn phong; [글씨] nét chữ thảo, thuật viết thư pháp.
초석 *nitrate* (potassium).
초석 viên đá móng; đá nền (đặt trong nghi lễ khai trương một công trình xây dựng).

초성 âm đầu.

초속 vận tốc giây (mỗi giây). @초속 20 미터 tốc độ 20m/giây.

초속 [물리 vật lý] vận tốc ban đầu.

초속도 siêu tốc, cao tốc.

초순 10 ngày đầu tháng. @초순에 vào đầu tháng.

초승 những ngày đầu tháng. *--달 trăng non, trăng lưỡi liềm.

초시계 đồng hồ bấm giờ

초식 sự ăn cỏ. –하다 ăn cỏ, ăn chay. *--가 người ăn chay. –동물 (động vật) loài ăn cỏ.

초심 ý định, mục đích ban đầu; sự non nớt, khờ dại, sự thiếu kinh nghiệm; [초심지] người mới vào nghề, người chưa thạo việc, người mới tập sự, người chưa kinh nghiệm, lính mới. @초심의 còn non, thiếu kinh nghiệm, chưa từng trãi. // 스키의 초심 người mới tập chơi ski.

초심 phiên tòa đầu tiên.

초아흐렛날 ngày thứ 9 trong tháng.

초안 bản nháp. @초안을 기초하다 dự thảo một đạo luật, chuẩn bị bản dự thảo.

초야 một nơi xa xôi hẻo lánh. @초야에 묻혀 살다 sống nơi hẻo lánh, sống tách biệt, sống ẩn dật.

초야 [첫날밤] đêm hoa chúc, đêm động phòng.

초여드렛날 ngày thứ 8 trong tháng.

초여름 đầu hạ.

초역 bản dịch được rút ngắn, bản dịch tóm gọn. –하다 dịch lướt qua.

초연 sự tháo rời, sự gỡ ra, sự tách biệt. –하다 tách biệt, xa rời, không liên quan, không dính líu. @초연하게 với thái độ dửng dưng, thái độ cách biệt.

초연 thành tích đầu.

초연 khói súng.

초열흘날 ngày thứ 10 trong tháng.

초엽 (ngày) đầu năm. @20 세기 초엽에 vào đầu thế kỷ 20.

초엿샛날 ngày thứ 6 trong tháng.

초옥 túp lều tranh.

초원 đồng cỏ, bãi cỏ, thảo nguyên (북미의 bắc Mỹ); cánh đồng hoang (남미의 ở Nam Mỹ); thảo nguyên (러시아의).

초월 tính siêu việt (ưu việt), sự ưu tú, sự xuất sắc, sự vượt trội hơn. –하다 vượt trội, xuất sắc, ưu tú, siêu việt. @초월적 trừu tượng, mơ hồ, siêu việt // 세속을 초월하다 vang danh trên khắp thế giới. *--론 tính siêu việt, thuyết siêu nghiệm.

초유 căn nguyên, đầu tiên, cơ bản.

초음 siêu âm. *--속 vận tốc siêu âm. –파 sóng siêu âm.

초이렛날 ngày thứ 7 trong tháng.

초이튿날 ngày thứ 2 trong tháng.

초인 siêu nhân. @초인적 nhân vật siêu phàm, người phi thường. *--주의 thuyết siêu nhân.

초인종 cái chuông (cửa); cái còi (xe).

초일 ngày đầu, ngày khai mạc (khai trương); [연극의] buổi diễn ra mắt.

초읽기 sự đếm ngược. –하다 đếm ngược xuống.

초임 chức vụ ban đầu. *--금 mức lương ban đầu.

초입 [어귀] cổng vào, lối vào; [처음 들어감] cổng trước, cổng chính. @초입에서 ở cổng vào, ở lối vào.

초자연적 siêu nhiên, siêu tự nhiên, khác thường, dị thường. @초자연적 현상 hiện tượng siêu nhiên (việc kỳ lạ, dị thường).

초잡다 phát thảo, phát họa, dự thảo.

초장 [음악 âm nhạc] phần thứ nhất; [글] chương một.

초장 quả hạch ngâm nước tương đậu trộn dấm.

초저녁 xế chiều. @초저녁 잠이 들다 đi ngủ sớm buổi tối.

초점 tiêu điểm, trọng tâm. @초점을 맞추다 đưa đến tiêu điểm, điều chỉnh lại trọng điểm. *--거리 khoảng cách tiêu điểm.

초조 sự nôn nóng. –하다 thiếu kiên nhẫn, nôn nóng, bực bội, cáu tiết, nóng lòng, sốt ruột. @초조하게 một cách nôn nóng.

초조 sự thấy kinh lần đầu.

초주검되다 làm chết dở, bị chết dở.

초지 mục đích chính, ý định ban đầu. @초지를 관철하다 thực hiện ý đồ, đạt mục đích.

초진 đợt khám sức khỏe đầu tiên. *--료 lệ phí (chi phí) khám sức khỏe lần đầu. –환자 bệnh nhân mới.

초창 nguồn gốc, căn nguyên, khởi thủy. @사업의 초창 khởi đầu công việc (kinh doanh).

초청 sự mời, giấy mời, lời mời. –하다 thỉnh, mời. @초청 받다 được mời (cơm chiều). –장 thiệp mời, thư mời. *--국 nước chủ nhà. *피—국 nước (quốc gia) được mời (dự).

초췌 sự gầy mòn, sự hốc hác. –하다 phờ phạc, hốc hác, gầy mòn, mong manh, gầy gò. @모습이 초췌하다 trông hắn thật bơ phờ, hốc hác.

초치 --하다 tụ họp, mời gọi, triệu tập, tập trung.

초침 kim giây (ở đồng hồ).

초컬릿 (*chocolate*) sô-cô-la

초토 sự tiêu thổ. @초토화하다 tiêu thổ (phá đất – phá hủy bất cứ cái gì có thể có ích cho quân địch). *--정책 (전술) chính sách tiêu thổ (chiến thuật).

초특가 giao kèo mua bán riêng.

초특급 xe lửa tốc hành, tàu hỏa siêu tốc.

초특작품 hàng hóa cao cấp.

초판 ấn phẩm đầu, sách xuất bản lần đầu. @초판으로 5 천부 인쇄하다 in ra lần đầu 5.000 bản.

초피 bộ da lông chồn

초하다 [베끼다] sao, chép; [엮다] rút, chiết ra.

초하다 dự thảo, phát thảo, phát họa.

초하룻날 ngày đầu tháng.

초학 [처음 배움] kiến thức ban đầu; [학문] kiến thức cơ bản, khái niệm ban đầu, nguyên lý cơ bản. *--자 người mới tập sự, người chưa kinh nghiệm.

초학 bệnh sốt rét ở giai đoạn đầu.

초행 chuyến du hành đầu tiên. *--길 con đường mới, chân trời mới.

초현실주의 chủ nghĩa siêu thực. *--자 người siêu thực.

초호 phá (như phá Tam Giang ở Việt Nam).

초혼 hôn nhân đầu, sự kết hôn lần đầu.

초혼 *--제 lễ truy điệu (lễ cầu hồn) những nạn nhân chiến tranh.

초회 lần thứ nhất; vòng 1.

촉 ánh nến (ánh sáng ngọn đèn cầy).

촉 mũi nhọn; [살촉] đầu tên, đầu nhọn mũi tên; [펜촉] cây bút, ngòi bút. *펜--đầu ngòi bút. 만년필-- ống mực bút

máy.

촉각 xúc giác, sự sờ mó.

촉감 xúc cảm, cảm giác khi sờ mó. @촉감이 부드럽다 [사물이 주어] cảm giác mềm mại, (mềm mượt khi sờ vào).

촉관 cơ quan xúc giác.

촉광 ánh nến; [강도] nến (lực). @30 촉광의 전구 bóng đèn 30 nến.

촉구 --하다 [촉진 đẩy mạnh, xúc tiến] kích động, thúc đẩy, giục giã, hối thúc; [요구 thỉnh cầu, yêu sách, đòi hỏi] khăng khăng, thúc ép; [격려 thúc đẩy] khích lệ.

촉대 => 촛대

촉망 sự mong đợi , sự hy vọng. –하다 mong chờ, trong mong, hy vọng, ấp ủ, nuôi dưỡng. @가장 촉망되는 학생 sinh viên có nhiều triển vọng nhất.

촉매 vật xúc tác, chất xúc tác.

촉모 ăng-ten (*antenna*), người thăm dò.

촉박 sự cấp bách, tình trạng sắp xảy ra. –하다 gấp, khẩn cấp, thúc bách, sắp xảy ra đến nơi. @시일이 촉박하다 ngày qui định đã gần kề.

촉발 kíp nổ, ngòi nổ. *--장치 thiết bị kíp nổ.

촉성 sự phát triển (khối u). –하다 phát triển, xúc tiến, đẩy mạnh, kích thích, nuôi dưỡng, ấp ủ, khuyến khích. *--재배 đẩy mạnh (thúc đẩy) sự phát triển văn hóa.

촉수 [동물] râu mèo, lông tuyến, [접촉] tia cảm, xúc tu (phần mảnh dẻ, mềm mại kéo dài ra từ thân một số động vật dùng để sờ mó, nắm giữ như sên, bạch tuộc). @촉수 엄금 [계시] cấm đụng vào, cấm sờ mó.

촉진 sự thăng tiến. –하다 thăng chức, đề bạt, thúc bách, khuyến khích, tiến hành, khích lệ. @회복을 촉진하다 hãy nhanh chóng phục hồi lại.

촉진 [의학 y học] sự bắt mạch. –하다 bắt mạch, nghe mạch, chẩn đoán bệnh qua mạch ở cổ tay.

촉촉하다 ẩm ướt, ẩm thấp.

촉탁 công việc bán thời gian; [사람] nhân viên làm bán thời gian, nhân viên không chính thức.

촌 (1) [단위] đơn vị đo lường của Hàn quốc [một 치(1chi) = 3.03030cm]. (2) [촌수] quan hệ họ hàng. *사-- anh em (họ).

촌 làng quê, miền quê. @촌에서 살다 sống ở quê.

촌가 giây phút thư nhàn, phút giây rảnh rỗi. @촌가를 아끼어 독서하다 đọc (sách) trong lúc rãnh việc.

촌각 một chốc, một lát => 촌음

촌극 giây phút xuất thần, một màn diễn ấn tượng.

촌놈 một anh chàng nhà quê (một gã nhà quê), người quê mùa, người vụng về (thộn). @촌놈의 티가나다 mang vẻ (đầy vẻ) quê mùa.

촌뜨기 nông dân, dân quê, người quê mùa. @촌뜨기 같은 여자 một cô gái quê mùa, cục mịch.

촌락 làng xã, thôn xóm.

촌로 trưởng làng.

촌민 dân làng, người làng (dân sống trong làng).

촌백충 sán dây, sán xơ mít => 촌충

촌보 vài bước.

촌부 gái quê, phụ nữ nông thôn.

촌사람 dân nông thôn, người nhà quê.

촌수 mối quan hệ họ hàng. @촌수가 멀다 (가깝다) có quan hệ họ hàng xa (gần).

촌스럽다 cục mịch, thô lỗ, quê mùa, mộc mạc, chất phát. @촌스럽게 kiểu cách quê mùa.

촌음 một chốc, một lát.

촌지 mộ biểu hiện của lòng tốt; món quà nhỏ biểu lộ sự cảm khích.

촌충 sán dây, sán xơ mít.

촌탁 phỏng đoán, ước đoán (những gì trong đầu óc người nào), cảm nhận, cảm nghĩ.

촌토 một tấc đất (lãnh thổ)

촌티 hương vị (không khí) quê hương. @촌티나다 có không khí / có hương vị quê hương; (có một hạt cỏ vươn trên mái tóc).

촌평 bài bình luận ngắn, gọn; lời chú giải vắn tắt.

촐랑거리다 (1) [행동] hành động tùy tiện (bừa bãi / ẩu); hành động khiếm nhã (láo / xấc). @촐랑거리며 돌아다니다 đi ngao du, đi thơ thẩn; bay tung tăng, bay nhởn nhơ, bay chuyền. (2) [물이 nước] tràn ra, sánh ra, chòng chành.

촐랑이 một con người thiếu suy nghĩ; một tính cách phù phiếm, nhẹ dạ, lông bông.

촐랑촐랑 một cách tắc trách (vô trách nhiệm), một cách phù phiếm, một cách vô tích sự.

촐싹거리다 hành động phù phiếm, vui chơi, nhẹ dạ; [부추기다] khích động, khuấy động, xúi dục, xúi bẫy.

촐촐 --하다 hơi đói, có cảm giác hơi đói, thấy hơi đói. @촐촐 굶다 thiếu ăn, chết đói, đói.

촘촘하다 chặt chẽ, dày dặc, rậm rạp, đậm đặc.

촛농 giọt nến.

촛대 giá nến. @촛대에 초를 꽂다 cắm nến vào giá.

촛불 ánh nến (ánh sáng đèn cầy). @촛불을 켜다 (끄다) thắp nến (tắt / thổi nến).

총 [말의] lông ngựa, bờm ngựa.

총 tất cả, toàn bộ, hoàn toàn, tổng quát, tổng cộng. *--톤수 tổng trọng tấn; kích cỡ chiếc tàu (số lượng hàng hóa con tàu có thể chở được). ---수입 tổng thu nhập, tổng lợi tức. –예산 tổng ngân sách, tổng ước lượng. –인구 tổng dân số (của) –자본 tổng số vốn, tổng số quỹ. –지휘관 tổng chỉ huy, tổng tư lệnh (vị chỉ huy tối cao). –퇴각 tổng rút lui (rút lui hoàn toàn). –파업 tổng tấn công.

총 súng, súng trường. @ 총을 겨누고 súng đã lên nòng (sẵn sàng); chỉa súng thẳng (vào ai) // 총을 쓰다 nổ súng (bắn)

총가 giá súng (giá kê súng).

총각 người chưa vợ, người sống độc thân.

총검 gươm đao súng đạn; [무기] súng ống, vũ khí; [총에 꽂는 칼] lưỡi lê. *--술 sự diễn tập lưỡi lê.

총격 sự bắn, sự nổ súng.

총결산 sự kết toán. –하다 kết toán (sổ sách), quyết toán, thanh lý, thanh toán.

총경 viên sĩ quan cảnh sát.

총계 tổng số, tổng số lượng, tổng số cuối cùng, gộp chung, toàn bộ, toàn thể; [부사적] tổng cộng, tất cả, cả thảy. –하다 cộng tổng số, tính gộp chung lại,

ㅊ

tổng kết. @총계하면 약 7 만원이 된다 tổng cộng được khoảng 70.000 *won*.

총공격 cuộc tổng tấn công. –하다 mở cuộc tổng tấn công

총괄 sự tổng hợp hóa, sự khái quát hóa, sự tóm tắt (tổng kết). –하다 tổng hợp hóa, khái quát hóa, tổng kết, tóm tắt, toàn bộ, bao gồm, tất cả. 총괄하면 tính chung, tính gộp lại, tính cả mớ.

총구 họng súng, miệng súng.

총기 sự sáng dạ; sự thông minh, nhanh nhẹn. @총기가 있다 thông minh, sáng dạ.

총기 vũ khí nhẹ.

총대 báng súng.

총독 nhà toàn quyền; tổng trấn; phó vương. *--cục (phủ) toàn quyền.

총동원 sự tổng động viên. –하다 ban hành lệnh tổng động viên. *--령 lệnh tổng động viên. 국기-- tổng động viên quốc gia.

총득점 tổng số điểm.

총람 sự trông nom, sự giám sát. –하다 trông nom, coi sóc, giám sát, quản lý, kiểm tra, điều khiển, chủ trì, chỉ huy, nắm quyền.

총량 tổng số, tổng trọng lượng; trong lượng gộp chung (chưa trừ bì).

총력 sự dốc sức; toàn tâm toàn ý.@ 총력을 다하여 với tất cả khả năng, dốc hết tâm trí. *--전 chiến tranh cực quyền (chuyên chế).

총렵 sự bắn, sự lùng sục. –하다 bắn, săn bắn, lùng sục.

총론 đoạn mở đầu, lời bình luận tổng quát, bản tổng giản lược. *--민법-- lời bình luận tổng quát về luật dân sự.

총론 sự góp nhặt (sưu tập) giáo trình. *문학-- sự sưu tập bài tiểu luận văn học.

총리 (1) tổng giám sát, sự quản lý chung. –하다 coi sóc, quản lý, giám sát, trông nom, chủ trì. (2) [국무총리] thủ tướng chính phủ.

총망 sự vội vã, sự cuống cuồng. –하다 vội vàng, hấp tấp, gấp rút.

총명 sự thông minh, sự minh mẫn. –하다 sáng sủa, thông minh, khôn ngoan, sắc sảo.

총무 [일] công việc chính (tổng quát). [사람] giám đốc, người quản lý. *--부(과) bộ hành pháp, tổ chức hành pháp. –부장 người quản lý chung (giám đốc). –처 장관 bộ trưởng bộ hành pháp; công sứ ngoại giao.

총반격 một cuộc dốc sức phản công. –하다 sắp đặt một cuộc tổng phản công.

총본산 chính điện (đạo Phật 불교).

총부리 miệng súng, họng súng. @총부리를 겨누다 nhắm bắn.

총사냥 => 총렵

총사령관 tổng tư lệnh, vị chỉ huy tối cao. @총사령부 bộ tổng tư lệnh; tổng hành dinh.

총사직 cuộc tổng bãi công. –하다 từ chức hàng loạt. *내각-- cuộc tổng bãi công của nội các chính phủ.

총살 sự bắn chết người; sự thi hành án tử bằng cách bắn. –하다 bắn chết người; xử bắn.

총상 vết đạn. @팔에 총상을 입다 có vết đạn bắn nơi cánh tay.

총생 sự mọc thành cụm dày đặc. –하다 mọc thành cụm, mọc thành đám.

총서 loại sách; tủ sách. *가정-- tủ sách gia đình. 영문학-- loại sách văn học

Mỹ.

총선거 cuộc tổng tuyển cử. –하다 tổ chức tổng tuyển cử.

총설 => 총론

총성 => 총소리

총소리 @총소리를 듣다 nghe tiếng súng nổ vang dội.

총수 lãnh tụ; vị chỉ huy tối cao

총수 tổng số, tổng cộng. @총수 2000 이다 con số tổng cộng là 2000.

총신 => 총열

총신 vật ưa thích riêng của người nào.

총아 người thân yêu, bé cưng, cục cưng. @시대의 총아 nhân vật nổi tiếng // 운명의 총아 đặc ân của số phận.

총안 lỗ châu mai.

총알 đạn, viên đạn. *--구멍 lổ thủng do đạn bắn. –자국 vết đạn, lằn đạn.

총애 tình thương, sự quí mến, sự trọng đãi, sự chiếu cố, vẻ bề trên, sự bảo trợ. –하다 yêu thương, quí mến, chiếu cố, trọng đãi. @총애를 받다 *được cảm tình của người nào.*

총액 tổng số. @총액 100 만원이 된다 tổng số tiền lên tới 1 triệu *won.*

총열 nòng súng.

총영사 tổng lãnh sự. *--관 tổng lãnh sự quán.

총원 tổng số (người); tất cả mọi người.; [배의] mọi người; [부사적] tất cả, cả thảy. @총원 100 명 100 người tất cả, cả thảy 100 người.

총의 ý kiến chung, quan điểm chung. @국민의 총의 lòng dân, ý dân.

총장 (1) [학교] hiệu trưởng; hiệu trưởng danh dự của trường Đại học Anh quốc (영국 대학의). (2) [사무 총장] tổng thư ký (giám đốc). @국제 연합 사무총장 tổng thư ký của Liên Hiệp quốc.

총재 chủ tịch, thủ lĩnh. @총재의 적 chức chủ tịch, chức thống đốc (tỉnh trưởng/thủ lĩnh) // 한국 은행(부)총재 (Phó) Thống đốc ngân hàng Hàn quốc.

총점 [시험의 kỳ thi] tổng số điểm; [경기의 thi đấu] tổng số bàn thắng.

총지배인 vị tổng quản lý.

총지출 tổng phí tổn.

총지휘 --하다 thi hành mệnh lệnh tối cao (của).

총질 sự bắn. –하다 bắn, nổ súng.

총채 người chải lông ngựa. @총채질하다 phủi, quét, phủi bụi, chải bụi.

총체 tất cả, đầy đủ, trọn vẹn, toàn bộ. @총체적으로 một cách đầy đủ, nói chung, đại thể.

총총 --하다 vội vàng, hấp tấp, vội vã, gấp rút. @총총히 một cách gấp rút.

총총 dày dặc, đông đúc. –하다 đông đúc, rậm rạp, chật ních, nhiều, vô số. @하늘에 별이 총총 박혀있다 trên trời rải rác các vì sao.

총총걸음 sự rảo bước, bước đi nhanh, vội. @총총걸음으로 đi một cách nhanh nhẹn; đi bước chân sáo (bước đi nhanh và vui vẻ).

총출동 lệnh tổng động viên. –하다 kêu gọi tổng động viên.

총칙 các điều khoản chung. *민법-- các điều khoản chung của bộ luật dân sự.

총칭 tên chung; từ chung. –하다 cho một cái tên chung, gọi chung.

ㅊ

총칼 gươm đao và súng đạn; [무기] vũ khí.

총탄 viên đạn => 총알

총통 tổng thống, chủ tịch, hiệu trưởng danh dự của trường đại học; tổng tư lệnh.

총판 chi nhánh (đại lý) độc nhất. –하다 bán độc quyền, bán riêng.

총평 nhìn chung, nhìn tổng quát (bình luận).

총포 súng, súng cầm tay các loại. *--상 người buôn bán súng, nơi cung cấp súng.

총할 --하다 quản lý, trông nom, coi sóc, giám sát.

총회 phiên họp chung, phiên họp toàn thể. *입시(정례)-- phiên học đặc biệt (thường lệ).

총회 một cô giáo được qúy mến; một ái thiếp.

촬영 nhiếp ảnh; [영화] điện ảnh. –하다 chụp ảnh, quay phim. @내 사진을 촬영했다 tôi vừa mới chụp ảnh.

최- cực kỳ, tột cùng, vô cùng, tột bực, cực độ. @최하등의 cái tồi tệ nhất, ác nhất, xấu xa nhất. *--남단 cực Nam (xa về phía Nam). –첨단 mũi nhọn, tổ xung kích..

최강 cái mạnh nhất, thế mạnh nhất. @ 최강의 kiên cố, mạnh nhất.

최고 tối đa. @최고의 cực điểm, cực độ, tối đa.*--가격 giá cao nhất, giá tối đa. –가치 giá trị cao, đứng hàng đầu. –기관 cơ quan tối cao. –기록 thành tích cao nhất. @최고 기록을 깨뜨리다 phá kỷ lục. –기온 nhiệt độ tối đa. –봉 tột đỉnh, cao điểm, đỉnh cao nhất. –사령관 vị chỉ huy tối cao, tổng tư lệnh, thủ lĩnh. –사령부 bộ tư lệnh tối cao. –속도 vận tốc tối đa. –음[음악 âm nhạc] giọng nữ cao, bè soprano (treble) bè giọng kim. –점 điểm cao nhất; [경기의] điểm số cao nhất (thành tích / kỷ lục). –조 [조수의 con nước / thủy triều] ngấn nước, mực nước cao; [정점] cao đỉnh (đỉnh cao nhất), thiên đỉnh, tột đỉnh, cực điểm. @최고조에 달하다 vươn tới đỉnh cao. –품 vật tốt nhất, đứng hàng đầu. –학부 thể chế cao nhất trong ngành giáo dục. @최고 학부에서 배우다 học đại học. –한도 giới hạn tối đa. –회의 vị cố vấn tối cao.

최고 sự thông báo, sự khai báo; [지불의] kêu gọi. –하다 thông báo, khai báo, kêu gọi, thúc hối, nhắc nhở.

최근 [때의] muộn nhất, trễ nhất (ngày); [거리의] gần nhất, ngắn nhất; [부사] mới đây, vừa qua, trong năm vừa qua. @최근에 [시간] mới đây, gần đây nhất, vừa mới, hiện đại, cập nhật. 최근 5 년간 trong 5 năm cuối // 최근에 그를 만나지 않았다 *gần đây tôi không gặp anh ấy.*

최근친자 họ hàng gần, bà con gần.

최다수 con số tối đa, phần lớn, phần đông, đa số.

최단 @최단의 ngắn nhất, gần nhất. *--거리 khoảng cách ngắn nhất. –시일 thời gian ngắn nhất.

최대 to nhất, lớn nhất, rộng nhất, cực độ, tối đa. @최대의 cái lớn nhất // 최대 다수의 최대 행복 niềm hạnh phúc lớn nhất trên các thứ. *--공약수 đơn vị đo lường phổ biến lớn nhất. –압력 áp lực tối đa (sức ép lớn nhất).

최대한도 cực độ, cực điểm, tối đa. @최대 한도의 비용 chi phí tối đa (được phép) // 최대 한도의 능률을

내다 đạt năng xuất tối đa.

최루 *--탄 bom cay. –가스 khí cay.

최면 sự thôi miên. @자기 최면 thuật thôi miên. *--상태 tình trạng bị thôi miên, bị bùa mê. –요법 phép chữa trị bằng thuật thôi miên.

최면술 thuật thôi miên. @최면의 (thuộc) thôi miên, tình trạng thôi miên // 최면술을 걸다 thôi miên, mê hoặc, quyến rũ. *--사 nhà thôi miên, người có tài thôi miên.

최상 tốt nhất, hay nhất; cao nhất. @--최상의 cái tốt nhất, đẹp nhất, cao nhất, thượng hạng, tối cao. *--급 (문법) cao cấp, cấp cao nhất. [학교] đứng đầu lớp.

최상등 bậc cao nhất, cấp cao nhất. @최상등의 cái tốt nhất, đẹp nhất.

최상층 tầng nhà cao nhất (của một công trình xây dựng).

최선 cái hay, tốt nhất; [노력] tốt, hay, giỏi, đẹp nhất, ưu điểm, ưu thế của người nào. @그로서는 최선을 다했다 anh ấy đã làm tốt hết sức mình (*đã làm hết những gì có thể*).

최성기 tuổi vàng, thời hoàng kim; sự thành công tột đỉnh.

최소 nhỏ nhất, ít nhất, kém nhất, tối thiểu; [부사적] ở mức độ nhỏ nhất, ở mức tối thiểu. *--공배수 bội số chung nhỏ nhất. –비용 chi phí tối thiểu. –액 tổng số tối thiểu. –한도 hạn định tối thiểu.

최신 @최신의 tân tiến, hợp thời, hiện đại. *--식 kiểu mới nhất, loại mới nhất.

최악 xấu nhất, tồi tệ nhất. @최악의 경우에는 ở tình huống xấu nhất.

최우등 tuyệt hảo, cao nhất, khá nhất, tốt nhất. @최우등으로 졸업하다 tốt nghiệp hạng ưu. *--생 sinh viên ưu tú (xuất sắc).

최음제 thuốc kích dục.

최장 dài nhất. *--거리 khoảng cách xa nhất.

최저 thấp nhất, tối thiểu; [부사적] ở mức tối thiểu. *--가격 giá tối thiểu (giá thấp nhất). –생활비 sinh hoạt phí tối thiểu. –임금 đồng lương tối thiểu.

최적 điều kiện thuận lợi nhất, tốt nhất. *--격자 người mặc thử quần áo tốt nhất, lý tưởng nhất. –규모 kích thước vừa vặn nhất.

최전선 phía trước, mặt trước, tuyến đầu (thứ 1)

최종 lần cuối, lần sau cùng. *--결정 quyết định cuối cùng. –목적 mục tiêu cuối cùng. –안 kế hoạch (chương trình) sau cùng.

최초 trước hết, khởi đầu, buổi đầu, bắt đầu, lúc đầu, buổi đầu, ban đầu, đầu tiên, trước tiên // 최초의 (thuộc) buổi đầu. 최초에 ở buổi đầu; bắt đầu với..

최하 cái thấp nhất, việc xấu nhất, tồi nhất. [부사적] ở tình huống xấu nhất. @최하의 (thuộc) xấu nhất, dở nhất, tồi tệ nhất.

최혜국 *--대우 chính sách được tán thành nhất. –조관 điều khoản được tán thành nhất.

최후 (1) kết thúc, kết luận. @ 최후의 kết cuộc, sau cùng, cuối cùng, sau rốt // 최후로 chung cuộc, kết luận // 최후까지 đi đến kết cuộc, đến cùng, đến giờ chót. (2) [죽음] đến hơi thở cuối cùng (chết). @최후의 말 lời trăn trối,

ㅊ

lời nói cuối cùng. *--수단 bước cuối cùng, bước đường cùng. –통첩 dấu vết (kết quả) sau cùng.

초 [저울의] quả cân; [낚싯줄의] quả lắc, cục chì; [먹줄의] dây dọi; [시계의] quả lắc (đồng hồ). @추를 달다 cân (vật gì).

추가 tính cộng, phép cộng; [추가물] phụ lục, phần thêm vào (부록); phụ trương. –하다 gắn vào, nối vào, cột vào vật khác, bổ xung vào. @추가의 thêm vào, tăng thêm, phụ thêm, bổ xung vào. *--비용 chi phí phụ trội. –신청 vật đính (gắn / tra) vào.

추격 sự theo đuổi, sự truy kích. –하다 theo đuổi, truy kích, truy nã, săn đuổi. *--전 chiến thuật truy kích.

추경 vụ xạ mùa thu.

추계 mùa thu => 추기

추계 sự đánh giá, sự ước lượng. –하다 đánh giá, ước lượng.

추고 sự đánh bóng, sự cải tiến, sự hoàn thiện, sự sửa soạn công phu. –하다 đánh bóng, cải tiến, làm cho tốt hơn.

추곡 vụ thu hoạch mùa thu.

추구 sự săn đuổi, sự theo đuổi. –하다 săn đuổi, theo đuổi, đuổi theo, truy nã, truy kích, mưu cầu, nhằm vào. @행복의 추구 *mưu cầu hạnh phúc.*

추구 --하다 điều tra cẩn thận, thẩm vấn kỹ; suy ra, luận ra, đoán ra.

추궁 sự điều tra kỹ lưỡng, sự dồn ép, thúc bách. –하다 thăm dò, điều tra tận gốc, dồn ép kỹ. @책임을 추궁하다 buộc (ai) phải giải thích.

추근추근 kiên trì, ngoan cố, khăng khăng, cố chấp. –하다 nhũng nhiễu, quấy rầy. @추근추근..하다 kiên trì trong hành động.

추기 bản phụ lục, phần thêm vào.

추기 *--경 Hồng Y giáo chủ (Tòa thánh La Mã) –경 회의 hội đồng Giáo chủ.

추기다 [꾀다] xúi giục, xúi bẫy, rủ rê, lôi kéo, dụ dỗ, cám dỗ, chủ mưu, lôi cuốn, quyến rũ, thuyết phục; [선동하다] kích động, xúi dục ai làm việc gì (개 따위를).

추남 người đàn ông xấu xí, người khó ưa.

추녀 mái hiên gie ra.

추녀 người đàn bà vô duyên.

추념 sự hoài niệm, sự tưởng nhớ. *--식 nghi lễ hoài niệm.

추다 [1] => 추어주다

추다 [2] [찾아내다] khám phá ra, phát minh ra; [올리다] nâng lên, kéo lên; => [추리다]

추다 [3] nhảy múa, khiêu vũ. @춤을 추다 nhảy một điệu nhảy; biểu diễn một điệu vũ // 폴카를 추다 nhảy điệu *polka.*

추단 [판단] sự suy luận, sự suy diễn, sự khấu trừ; [처단] óc phán đoán, sự phán quyết; sự trừng trị, sự ngược đãi. –하다 suy ra, luận ra, suy diễn, nêu ra phán quyết.

추대 --하다 ở thời...; dưới thời (vua / tổng thống)

추도 sự đau buồn, sự than khóc. –하다 khóc than, thương tiếc, đau buồn. *--식 lễ truy điệu.

추돌 --하다 lao tới, xông tới (từ phía sau). *--사고 cú va chạm từ phía sau.

추락 sự sụp đổ, sự rơi xuống, sự lao xuống. –하다 lao xuống, rơi xuống, ngã xuống. @거꾸로 추락하다 đâm đầu xuống đất.

추레하다 tồi tàn, bẩn thỉu, vẻ nghèo khổ.

추려내다 nhổ ra, chọn ra, phân ra, loại ra.

추렴 sự quyên góp tiền; [각자 부담] bữa đi ăn chung nhưng tiền ai nấy trả cho phần mình. –하다 quyên tiền, góp tiền; trả tiền "theo kiểu Mỹ"(góp lại trả).

추록 phần bổ sung, bản phụ lục, phần phụ thêm. –하다 bổ sung, phụ thêm.

추런 => 추리 lập luận, lý lẽ, lập luận, sự tranh luận, sự cãi lý. –하다 suy luận, lý luận, tranh luận, suy diễn, cải lý. *--력 khả năng suy luận. –소설 câu chuyện suy diễn, câu chuyện bí ẩn.

추리다 nhặt ra, chọn lọc, lựa chọn. @추리고 추린 (người / vật) được chọn // 추려내다 chọn ra, lựa ra, nhặt ra, phân ra.

추맥 lúa xạ mùa thu.

추명 tiếng xấu, tai tiếng, vụ tai tiếng bê bối, chuyện gây xôn xao dư luận, xì-căn-đan.

추모 --하다 ấp ủ kỷ niệm của một người thân đã chết. @--을 추모하여 비를 세우다 dựng bia kỷ niệm trong ký ức.

추문 một vụ tai tiếng bê bối gây xôn xao dư luận (xì-căn-đan), tiếng xấu, sự ô nhục. @추문을 일으키다 gây tai tiếng, gây xì-căn-đan.

추물 [물건] vật xấu xa, dơ bẩn; [사람] một gã xấu xa, bẩn thỉu.

추밀 việc thầm kín, hệ trọng.

추밀원 [영국의] hội đồng cơ mật (Hoàng gia Anh).

추방 sự trục xuất, sự đuổi ra, sự tống đi, sự thanh lọc, sự lưu đày, sự phát vãng (공직에서) –하다 xua đuổi, trục xuất, thanh lọc, lưu đày, phát vãng. @피추방자 kẻ bị lưu đày; người bị thanh trừng (trục xuất) // 공직으로부터 추방하다 cách chức (đuổi việc) người nào.

추분 thu phân. *--날 ngày thu phân.

추비 sự tăng thêm phân bón.

추사 tình thu.

추산 sự tính toán, sự trù tính, sự ước lượng. –하다 ước lượng, cân nhắc, tính toán.

추상 sự lơ đãng. @추상적 không thực tế, trừu tượng, lý thuyết, không khách quan // 추상적으로 một cách lơ đãng, một cách trừu tượng (lý thuyết / không thực tế). *--론 một lý lẽ không thực tế. –명사 danh từ trừu tượng. –미술 nghệ thuật trừu tượng. –파 chủ nghĩa trừu tượng. –화 bức họa (tranh) trừu tượng.

추상 [서리] sương thu (sương giá mùa thu); [존엄] nghiêm nghị, lạnh lùng, khắc nghiệt. @추상같은 명령 mệnh lệnh nghiêm khắc.

추상 --하다 phỏng đoán, ước đoán, suy ra, luận ra, tưởng tượng ra.

추상 sự hồi tưởng. –하다 hồi tưởng, nhớ lại, nhìn lại quá khứ. *--록 nét phảng phất gợi nhớ.

추색 quang cảnh mùa thu, sắc thái mùa thu (sắc thu). @추색이 짙다 biểu hiện thu về.

추서 niềm danh dự (huân chương) có được sau khi chết; nghi thức trọng thể sau khi chết. –하다 được truy tặng danh dự bội tinh.

추서 tái bút (T.B.) => 추신

추서다 hồi phục sức khỏe.

추석 lễ hội Trung thu; Tết Trung thu (vào ngày 15 tháng 8 Âm lịch)

추세 xu hướng, chiều hướng, khuynh

hướng, trào lưu, xu thế. @일반적 추세 xu hướng chung; chiều hướng của sự kiện.

추수 vụ gặt, mùa gặt. –하다 gặt hái, thu hoạch. @추수 때 thời gian thu hoạch // 곡식을 추수하다 thu hoạch mùa màng.

추스르다 chọn lọc, cắt tỉa, sắp đặt cho có thứ tự.

추신 tái bút (T.B.)

추심 --하다 lấy lại những gì của mình có. @은행에서 돈을 추심하다 rút tiền ở ngân hàng ra.

추썩거리다 [어깨를] nhún vai tỏ ý coi thường (nghi ngờ); [옷을] cởi ra, lột ra.

추악 --하다 xấu xa, đê tiện, bẩn thỉu, hèn mạt, tồi tệ, thô tục, thô bỉ, ô trọc. @추악한 짓 trò bẩn thỉu (hèn mạt) // 추악한 소문 lời dèm pha tồi tệ gây tai tiếng.

추앙 lòng tôn kính, sự tôn sùng, ngưỡng mộ. –하다 ngưỡng mộ, tôn kính, sùng bái.

추어올리다 (1) đẩy lên, nâng lên, nhấc bổng lên. @치마를 추어올리다 kéo váy lên. (2) [사람을] tán dương, ca ngợi. @자기 친구를 추어올리다 *hết sức ca ngợi bạn bè*; luôn đề cao bạn bè.

추어주다 tâng bốc, tán dương, ca ngợi, bợ đỡ, xu nịnh, tán tỉnh, nịnh bợ, khen ngợi. @일을 잘했다고 추어주다 *khen ngợi* (người nào) *làm tốt công việc.*

추억 sự hồi tưởng, sự nhớ lại; trí nhớ, ký ức. –하다 gợi nhớ lại, nhớ lại, hồi tưởng lại, nhắc lại. @슬픈 추억 một ký ức buồn (kỷ niệm buồn).

추워하다 dễ bị cảm lạnh, nhạy cảm với cái lạnh.

추월 --하다 vượt quá, vượt xa (경기 따위에서); chạy vượt qua mặt một chiếc xe hơi khác (자동차 따위가). *--금지 구역 khu vực cấm vượt qua mặt "*no-passing zone*".

추위 sự lạnh, sự giá lạnh, cái lạnh. @살을 에이는 듯한 추위 lạnh buốt // 추위 타다 dễ bị cảm lạnh // 추위에 떨다 lạnh run, run lên vì lạnh.

추이 sự luân phiên, sự chuyển tiếp, sự thay đổi, buổi giao thời. –하다 đổi thay, chuyển tiếp, luân phiên, trải qua thăng trầm dời đổi. @시대의 추이 sự thay đổi của thời gian.

추인 sự phê chuẩn, sự chứng thực, sự xác nhận. –하다 xác nhận, phê chuẩn, thông qua.

추잡 --하다 thô bỉ, khiếm nhã, sổ sàng. @추잡한 짓 trò bẩn thỉu; thủ đoạn đáng khinh // 추잡한 이야기 nói năng thô tục, bất lịch sự.

추장 thủ lĩnh, đầu sỏ, đầu đảng.

추장 sự gửi gắm, sự phó thác, sự giới thiệu, sự tiến cử. –하다 phó thác, gởi gắm, tiến cử, giới thiệu.

추저분하다 nhếch nhác, bẩn thỉu, bừa bãi, luộm thuộm, thô bỉ.

추적 sự theo đuổi, sự săn đuổi. –하다 săn đuổi, truy nã, truy kích, theo đuổi, mưu cầu. @도둑을 맹렬히 추적하다 *đuổi sát theo tên trộm.* *--자 người theo đuổi, nhóm người tham sự cuộc săn đuổi.

추접 --하다 thô tục, bẩn thỉu. @추접스럽다 bẩn thỉu, tồi tàn // 추접스러운 이야기 nói năng thô tục bẩn thỉu, nói năng bất lịch sự.

추정 sự suy diễn, sự suy luận, sự giả định. –하다 đoán chừng, cho là, coi là, giả sử, suy ra, luận ra. @추정적 có cơ sở, có lý, được cho là đúng, được thừa nhận // 추정을 내리다 đưa ra một lập luận. *--량 khối lượng ước đoán.

추종 --하다 theo, theo chân ai, bắt chước ai, hoàn toàn lệ thuộc. @--에 있어서 추종을 불허하다 không có đối thủ, vô địch.

추증 --하다 phong tặng huân chương sau khi chết.

추진 sự đẩy đi tới, sự dồn sát; bắt buộc, khiến cho. –하다 đẩy tới, dồn, lùa về phía trước. *--기 cánh quạt máy bay; chân vịt tàu. –력 lực đẩy, sức đẩy

추징 sự mang thêm, sự chở thêm.–하다 bổ xung, mang thêm, chở thêm, thu thập thêm được. *--금 góp nhặt (dành dụm) thêm tiền.

추천 sự giới thiệu, sự tiến cử, sự đề cử, sự bổ nhiệm (지명). –하다 tiến cử, giới thiệu, đề cử, đề xuất (회원으로); bổ nhiệm (지명). @김씨의 추천으로 do ông Kim giới thiệu // 문교부 추천 영화 cuốn phim được Bộ Văn hóa Giáo dục giới thiệu. *--자 người đề cử, người đề xuất, người giới thiệu. –장 thư giới thiệu.

추첨 sự rút thăm, sự mở số; cuộc sổ số. –하다 tổ chức rút thăm, mở số, số số. @추첨에 당선되다 trúng số. *--권 tấm vé số.

추축 trục, trục đứng. *--국 các cường quốc trong trục Béc-lin, Rô-ma và Tokyo.

추출 sự rút ra, sự chiết ra [화학 hóa học] chất chiết ra. –하다 lấy ra, rút ra, chiết ra.

추측 sự ước đoán, sự ước chừng, sự phỏng đoán. –하다 cho rằng, giả sử, phỏng đoán, ước đoán. @추측대로 theo như phỏng đoán.

추켜들다 nâng lên, đưa lên, giơ lên, chống đỡ. @돌을 추켜들다 nâng hòn đá lên.

추켜잡다 => 추키다 nâng lên, đưa lên.

추태 [행동 hành động] một thái độ đáng trách, một tư cách đáng hổ thẹn; [상태] một cảnh tượng khó coi. @추태를 부리다 thái độ khó chịu, cư xử kém, tư cách tệ.

추파 cái liếc mắt đưa tình. @추파를 던지다 *liếc mắt đưa tình.*

추하다 [불결] dơ bẩn, dơ dáy, thô tục, ô trọc. (2) [비리] tầm thường, thấp kém, hèn hạ, đê tiện, tồi tệ, đáng ghê tởm, đáng ghét. @추한 이야기 nói năng khiếm nhã (bất lịch sự).

추해당 [식물] cây thu hải đường.

추행 một hành động khiếm nhã (sỗ sàng); hạnh kiểm (đạo đức) xấu.

추호 @추호도 không dám, không đâu, không chút nào, không có gì, không có chi.

추후 @추후에 sau này, về sau, lát nữa thôi, ngay bây giờ.

축[1] một nhóm người (1 số đồ vật). @축에 끼지 못하다 không thể kết hợp trên quan hệ bình đẳng; không bình đẳng với.

축[2] ủ rũ, chán nản, lờ đờ, chậm chạp, lừ đừ, uể oải. @축 늘어지다 cụp xuống, cuối xuống, rũ xuống.

축[3] => 축문, => 경축

축 [글대] trục, trục xe (차의); trục kỹ thuật (기계의); trục đứng, con suốt (trục quay) (두루마리의); trục lăn, con lăn;

ㅊ

cuộn, cuốn, súc, ổ. @종이 두축 hai cuộn giấy.

축 biểu tượng con trâu (축방); giờ Sửu (축시).

축가 bái hát mừng (đón mừng Giáng sinh 크리스마스); bài thơ, bài ca mừng lễ cưới (결혼식).

축가다 thiếu, thiếu hụt, thiếu thốn.

축객 --하다 đuổi khách, từ chối gặp, đuổi ra.

축구 môn bóng đá. @축구를 하다 đá bóng. *--선수 cầu thủ bóng đá. –시합 cuộc thi đấu bóng đá. –장 sân bóng đá. 아식-- Liên đoàn bóng đá. 미식-- bóng đá Mỹ. 러식-- môn bóng bầu dục.

축나다 sự giảm sút, sự suy giảm, sự thiếu hụt.

축내다 làm giảm bớt tổng số (tiền); sử dụng bớt một phần.

축농증 [의학 y học] tình trạng bị mưng mủ; sự viêm mủ màng phổi.

축대 nền đất cao, chỗ đất đắp cao, độ cao. @축대를 쌓다 gia cố (xây) nền lên cao bằng đá.

축도 bản vẽ được thu nhỏ, bản copy (bản sao) thu nhỏ. @인생의 축도 sự rút ngắn tuổi thọ.

축도 kinh tạ ơn.

축둔 tờ sớ (viết cho người đã qua đời), tờ điếu văn tưởng niệm.

축배 ly rượu mừng, chén rượu mừng. @축배를 들다 [건배] nâng ly chúc sức khỏe; [축하] nâng ly mừng chiến thắng.

축복 kinh tạ ơn (kinh được đọc trước và sau khi ăn). –하다 đọc kinh tạ ơn, cầu Chúa phù hộ cho. @축복 받은 được may mắn, hạnh phúc; được hưởng phước lành // 전도를 축복하다 chúc may mắn, chúc phúc.

축사 diễn văn chúc mừng (thông điệp, điện tín). @축사를 하다 đọc diễn văn chúc mừng, gửi thông điệp chúc mừng; bày tỏ lời chúc mừng. *결혼-- chúc mừng hôn lễ.

축사 --하다 thu nhỏ lại (bản copy). *--도 bản vẽ được thu nhỏ.

축사 chuồng ngựa.

축산 sự chăn nuôi súc vật; công việc chăn nuôi; nghề chăn nuôi; [가축] gia súc. *--시험장 trạm (trung tâm) thử nghiệm gia súc. –업 ngành công nghiệp chăn nuôi. –업자 người chăn nuôi gia súc.

축성 --하다 xây thành lũy, xây lâu đài. *--학 ngành (khoa học) xây dựng.

축소 sự cô gọn, sự tóm tắt, sự rút ngắn. –하다 cắt xén, bỏ bớt, cô gọn, tóm tắt, rút ngắn. @군비를 축소하다 giảm bớt lực lượng vũ trang. *--사진필름 vi phim. –판 sách báo (ấn phẩm) khổ nhỏ. 군비-- sự giải trừ quân bị.

축쇄 --하다 in khổ nhỏ *--판 bản in được rút gọn (thu nhỏ).

축수 sự cầu kinh. –하다 cầu kinh.

축수 --하다 chúc thọ (người nào).

축시 giờ Sửu; khoảng thời gian từ 1 đến 3 giờ sáng.

축어 lối chơi chữ; sự quá câu nệ về cách dùng từ. *--번역 bản dịch từng chữ.

축연 yến tiệc, bữa tiệc lớn.

축열 @축열식의 tái sinh, phục hồi, phục hưng, cải tạo. *--기 [기계] máy tái sinh. –로 lò tái sinh.

축우 gia súc.

축원 kinh cầu, lời cầu nguyện. –하다 cầu nguyện, cầu xin.

축음기 máy hát; máy quay đĩa.

@축음기를 틀다 mở máy hát, chơi máy quay dĩa. *--바늘 kim máy hát. –판 dĩa hát.

축의 sự tán dương, sự ca ngợi (사물에 대한); sự chúc mừng, lời chúc mừng (사람에 대한). @축의를 표하여 để tỏ lòng tôn kính, để tỏ lòng ngưỡng mộ..

축이다 ẩm ướt, thấm ướt, ướt sũng, đẫm nước. @목을 축이다 thấm ướt cổ họng; làm hết khát // 수건을 축이다 thấm ướt khăn lau.

축일 (ngày) lễ hội, ngày lễ.

축재 sự tích lũy của cải; của cải tích lũy. –하다 góp nhặt tiền bạc; tích của, làm giàu, tích lũy của cải. *--자 người khéo kiếm (giữ) tiền. 부정—자 người kiếm tiền bất hợp pháp.

축적 sự chất đống, sự tích lũy. –하다 tích lũy, góp nhặt, dự trữ, để dành. @자본의 축적 số vốn tích lũy, vốn dành dụm. *--물 vật dự trữ.

축전 ngày lễ hội, ngày kỷ niệm. *--기념— lễ kỷ niệm.

축전 thông điệp (điện tín) chúc mừng. @축전을 치다 *gởi thông điệp chúc mừng.*

축전기 cái tụ điện.

축전지 bình ắc-qui.

축제 lễ hội, hội hè. @축제를 열다 tổ chức lễ hội.

축제 sự đắp bờ ngăn sông. –하다 xây ụ, xây đê, đắp bờ. *--공사 công việc xây đê

축제일 ngày hội, ngày lễ quốc gia => 축일

축조 mục nào theo mục nấy, khoảng nào theo khoảng nấy. @의안을 축조 심의하다 cân nhắc (quan tâm / lưu ý) từng điều khoản.

축조 sự xây cất, sự xây dựng. –하다 xây cất, xây dựng, dựng lên.

축지다 [사람의 가치가 giá trị con người] tự làm mất tín nhiệm, mất lòng tin, mất mặt; [몸이] xuống dốc, mất trọng lượng, mất giá.

축첩 --하다 giấu vợ lẻ; (bao / nuôi) tình nhân.

축축 hoàn toàn rũ xuống, dốc xuống, lún xuống, gục xuống.

축축하다 ẩm ướt, ẩm thấp. @축축한 옷 quần áo ẩm ướt //등에 땀이 축축하다 lưng của nó ướt đẫm mồ hôi.

축출 sự đuổi, sự tống khứ, sự trục xuất. –하다 đuổi, tống, hất cẳng, đá ra, tống cổ ra, trục xuất, khai trừ.

축포 sự bắn súng chào. @21 발의 축포를 놓다 *bắn 21 phát súng chào.*

축하 sự chúc mừng, sự chào mừng, lời ca ngợi chúc tụng (인사). –하다 ca ngợi, chúc mừng (편지에서 trên thư tín); [일을 công việc] tán dương, chúc tụng. @축하의 để chúc mừng, để khen ngợi // 축하하여 để tỏ lòng ngưỡng mộ (trân trọng) //축하합니다 *xin chúc mừng* !. *--객 người chúc mừng. –선물 quà mừng.

축항 --하다 xây dựng bến cảng. *--공사 công trình xây dựng bến cảng.

춘경 cảnh vật mùa xuân.

춘계 mùa xuân => 춘기

춘곤 “cơn sốt” mùa xuân (sự mệt nhọc, lo lắng tất bật cho ngày tết).

춘궁 hoàng thái tử.

춘궁기 vụ thu hoạch kém

ㅊ

춘기 mùa xuân. *--방학 nghỉ tết

춘기 발동기 thời thanh xuân, tuổi dậy thì => 사춘기.

춘몽 sự tưởng tượng, sự mơ mộng hão huyền, ảo mộng. @인생은 일장 춘몽이다 cuộc đời như giấc mộng ảo.

춘부장 Thưa Đức Cha (từ tôn kính)

춘분 xuân phân.

춘사 sự rủi ro, tai nạn, tai biến, thảm họa, tai ương; [비극] bi kịch, thảm kịch.

춘삼월 tháng Ba âm lịch. @춘삼월 호시절 những ngày vui đầu năm.

춘색 sắc xuân, quang cảnh mùa xuân.

춘설 tuyết xuân

춘신 biểu hiện mùa xuân; *hoa nở báo tin xuân về* (화신)

춘약 liều thuốc kích dục.

춘양 [햇빛] nắng xuân; [철] mùa xuân.

춘잠 sự gây giống tằm (sự nuôi tằm non).

춘정 sự ham muốn xác thịt.

춘추 xuân và thu; [세월] năm tháng; [연령] tuổi tác. *--복 trang phục xuân – thu.

춘풍 xuân phong, gió xuân.

춘하추동 4 mùa Xuân, Hạ, Thu, Đông.

춘화 hoa xuân.

춘화 tranh ảnh khiêu dâm, sách báo đồi trụy => 춘화도.

춘홍 xuân quyến rũ, vẻ đẹp của mùa xuân.

출가 --하다 xuất gia, đi tu (수녀원으로)

출가 sự cưới xin, hôn nhân. –하다 kết hôn với..

출간 => 출판

출감 sự ra tù. –하다 ra khỏi tù, mãn hạn tù.

출강 --하다 giảng, diễn thuyết, thuyết trình (ở trường).

출격 cuộc tấn công đột ngột, sự phá vòng vây. –하다 tấn công thình lình; phá vòng vây.

출결 @출결을 알리다 *xin cho biết có đến dự hay không.*

출고 --하다 lấy hàng hóa ra khỏi kho. *--지시서 lệnh giao hàng.

출구 lối ra, cửa ra, lối thoát ra. @극장의 출구 lối ra của rạp hát. *비상-- lối thoát ra khi có hỏa hoạn.

출국 --하다 rời khỏi đất nước. *--허가 giấy phép xuất cảnh.

출근 sự có mặt (ở văn phòng). –하다 có mặt ở văn phòng, tới văn phòng. *--부 quyển sách gối đầu giường.—시간 giờ phải có mặt, giờ trình diện, giờ đi làm.

출금 [지불] sự trả tiền, sự thanh toán; [예금의] sự lấy ra, sự rút ra; [출자] vốn đầu tư. *--전표 phiếu trả tiền, phiếu thanh toán.

출납 [금전] sự thu chi; sự gởi vào và rút ra. *--계 thủ quỹ; [은행] thu ngân viên. –부 sổ quỹ.

출동 [군대.경찰의] sự huy động, sự động viên; [함선 thuyền lớn, tàu chiến] sự nhổ neo. –하다 huy động, động viên, được gọi ra, sắp đặt, đi sâu vào hoạt động (활동). *--명령 lệnh hành quân, lệnh xuất phát (육군 lục quân); lệnh nhổ neo ra khơi (해군 Hải quân)

출두 sự trình diện, sự hiện diện, sự có mặt, sự tham dự. –하다 trình diện, có mặt; trình bày (báo cáo) bản thân. @본인이 출두하다 tường trình về bản thân. *--명령 lệnh đòi, trát đòi.

출렁거리다 phủ lên, tràn ra, sánh ra, đổ ra, giảm, cắt bớt, cuộn lại, phình lên, sưng lên.

출력 lực phát sinh.

출마 --하다 tranh cử, đứng ra ứng cử. @선거에 출마하다 ra tranh cử.

출몰 --하다 thường xuyên xuất hiện, năng lui tới.

출발 sự khởi hành, sự xuất phát. –하다 rời khỏi, bắt đầu lên đường, xuất phát; [배가 tàu, thuyền] nhổ neo ra khơi, cho lên tàu. @부산으로 출발하다 khởi hành đi *Busan*. *--시간 giờ xuất phát. –점 điểm xuất phát.

출범 sự khởi hành đi xa của con tàu. –하다 [배.사람이 주어] nhổ neo, rời bến (từ *Inchon* đi *Manila*); [배가 주어] căng buồm, nhổ neo (từ *Inchon* đến *San Francisco*); rời cảng, rời bến (từ *Inchon* đến *Singapore*)

출병 --하다 phái quân, gởi đi một đội quân viễn chinh.

출비 sự chi tiêu, phí tổn; sự tiêu dùng.

출사 --하다 tham gia vào văn phòng chính phủ.

출사 sự phái quân. –하다 phái quân, gởi đi một đội quân.

출산 sự sinh nở. –하다 sinh đẻ, sinh sản, sinh nở. *--율 tỷ lệ sinh sản.

출생 sự sinh ra đời, sự sinh sản. –하다 [낳아지다] được sinh ra.

출석 sự tham dự, sự có mặt. –하다 tham dự, có mặt. @출석을 부르다 lập danh sách, gọi tên. 회의에 출석하다 tham gia meeting.

출세 sự thành công trong cuộc sống. –하다 thành công, thành đạt; đạt được sự trọng vọng, ưu đãi. @출세한 사람 *một con người thành đạt* // 출세가 빠르다 nổi lên, phất lên nhanh.

출신 [태생] quê quán; [가문] gốc gác; [졸업] người tốt nghiệp (đã hoàn tất một chương trình học). @대학출신이다 tốt nghiệp Đại học // 그는 제주도 출신이다 anh ấy gốc gác ở (quê ở) *Chejudo*. * –지 quê quán, gốc gác của người nào.

출어 --하다 đi câu, đi đánh cá.

출연 --하다 tặng, cho, biếu, quyên, cúng. *--금 vật đóng góp, đồ quyên góp để tặng, biếu.

출연 sự xuất hiện của người nào; thành tích; buổi diễn; [첫출연] sự xuất hiện lần đầu. –하다 xuất hiện, ra mắt, đóng vai, thủ vai, diễn vai. @스타 총출연 sự bố trí các vai diễn. *--자 diễn viên.

출영 cuộc gặp gỡ, hội họp; sự đón tiếp. –하다 đón tiếp, chào mừng, họp mặt. @많은 친지의 출영을 받다 được các bạn đón tiếp ở..

출옥 sự thả, sự phóng thích ra khỏi tù. –하다 ra tù, được tha, được phóng thích ra khỏi nhà tù.

출원 sự thích ứng. –하다 ứng dụng cho, thích ứng với. @특허를 출원하다 thích ứng với tay nghề *--자 người xin việc.

출입 nhập và xuất. –하다 đến và đi; hay lui tới; năng lui tới. @자유로 출입할 수 있다 được phép lui tới; ra vào tự do. *--구 lối vào, cổng ra vào. –금지 cấm vào; cấm xâm nhập. @미성년자 출입금지 *cấm trẻ vị thành niên.*

출자 sự đầu tư, sự đóng góp. –하다 đầu tư (đóng góp) tiền vào; tài trợ, bỏ vốn cho (một tổ chức kinh doanh). *--금 vốn đầu tư; số tiền đóng góp. –액 tổng số đầu tư. 공동-- vốn đầu tư chung.

출장 chuyến đi công vụ. –하다 đi công tác. @… 에 출장중이다 đang đi công tác. *--교수 một giáo sư được nhiều ưu ái (được nhiều người mến mộ). --소 một đại lý, một chi nhánh.

출장 --하다 tham gia, gia nhập vào, có mặt ở.

출전 căn nguyên, ngồn gốc, cội nguồn.

출전 sự thẳng tiến; [경기의] sự tham gia, sự tham dự, sự góp phần vào. –하다 đi thẳng về phía trước; phục vụ thiết thực một nhiệm vụ, một công việc; tham gia, tham dự. @경기에 출전하다 tham gia vào cuộc thi điền kinh.

출정 --하다 xuất quân, ra trận, ra chiến trường (군대가 quân đội). *--군인 một chiến sĩ ngoài mặt trận.

출정 --하다 tham dự phiên toà, xuất hiện ở phiên tòa.

출제 --하다 đặt câu hỏi (cho kỳ thi).

출중 --하다 nổi bật, đáng chú ý, vượt trội, xuất sắc. @출중한 인물이다 anh ta là một nhân vật nổi bật.

출진 --하다 ra trận, ra chiến trường

출찰 sự phát hành vé. *계(원) nhân viên bán vé. –소(구) phòng bán vé, nơi bán vé.

출처 nguồn gốc, căn nguyên, lai lịch. @뉴스의 출처 nguồn tin tức // 출처가 확실한 tính xác thực, đích thực.

출초 sự dư thừa hàng nhập khẩu (vượt mức); một sự cân bằng thuận lợi (thương mãi).

출출하다 cảm giác hơi đói, cảm thấy đói bụng.

출타 cuộc đi chơi. –하다 đi chơi, đi nghỉ hè (xa nhà).

출토 --하다 đào, khai quật. *--품 sự khai quật, hố đào.

출판 sự xuất bản, sách báo xuất bản. –하다 in, xuất bản, phát hành. @출판의 자유 quyền tự do báo chí, quyền tự do ngôn luận // 출판되다 được công bố, được xuất bản. *--기념회 buổi liên hoan giới thiệu quyển sách được phát hành; buổi tiệc của nhà xuất bản (của tác giả). –목록 danh mục sách xuất bản. –물 một ấn phẩm. –사 nhà xuất bản, người xuất bản.

출품 cuộc triễn lãm, cuộc trưng bày; [물건] vật (hàng) chưng bày triễn lảm. @그림을 전람회에 출품하다 chưng bày bức tranh ở phòng triển lãm; triển lãm tranh.

출하 sự gửi hàng, hàng gửi. –하다 gửi hàng hóa.

출항 sự khởi hành, sự xuất phát (con tàu rời bến cảng). –하다 rời bến, nhổ neo, xuống tàu, khởi hành, xuất phát.

출현 sự xuất hiện, sự hiện hình. –하다 hiện ra, xuất hiện, hiện hình.

출혈 sự chảy máu, sự xuất huyết (내출혈); [비유] sự tế lễ, vật hy sinh, cúng tế. –하다 chảy máu, mất máu. @출혈을 막다 cầm máu lại.

출회 sự lưu thông hàng hóa; sự cung cấp hàng. –하다 lưu hành, lưu thông, luân chuyển, chạy chợ. *--기 thời kỳ biến động hàng hóa.

춤 [1] [무용] sự khiêu vũ, điệu vũ. @춤추다 khiêu vũ, nhảy một điệu. // 춤을 잘 추다 nhảy giỏi, nhảy đẹp.

춤 [2] độ cao của mặt nước.

춤 [3] [분량 liều lượng] một nhúm, một nắm.

춤[4] => 허리춤

춥다 lạnh, lạnh buốt, ớn lạnh. @추운날씨 khí hậu lạnh giá; một ngày băng giá // 추워지다 trở nên lạnh giá // 추위타다 nhạy cảm với cái lạnh, dễ bị nhiễm lạnh // 날씨가 춥다 thời tiết rất lạnh.

충 sâu bọ, côn trùng.

충격 tác động, ảnh hưởng, một cú va chạm. –하다 tác động lại, va chạm, tấn công tới tấp. @충격을 주다 va chạm với người nào; xúc phạm ai, gây đau buồn căm phẫn cho ai.

충견 con chó trung thành.

충고 [조언] lời khuyên, sự khuyên bảo; [건언] lời quở mắng, lời nhắc nhở, sự động viên. [경고] lời răn đe, cảnh cáo. –하다 khuyên bảo, khuyên nhủ, khuyên răn, động viên, chỉ bảo, răn đe, cảnh cáo. *--자 người khuyên bảo, cố vấn, luật sư, người cho ý kiến.

충당 sự dành riêng, sự chiếm đoạt làm của riêng. –하다 bổ xung, làm đầy, choán chỗ, chiếm đoạt, dành riêng. @생활비에 충당할 돈 tiền vừa đủ sống.

충돌 sự va chạm, sự xung đột; [불일치] sự mâu thuẫn, sự bất đồng, sự đối lập; [전투] cuộc đọ sức, sự chạm trán. –하다 va chạm với; đụng độ với; bất đồng, mâu thuẫn, đối lập với. @의견 (이해 quyền lợi) 의 충돌 sự bất đồng ý kiến; sự va chạm quyền lợi // 정면 충돌 sự đụng độ, sự đâm đầu vào nhau.

충동 (1) sự thôi thúc, sự giục giã, sự thúc đẩy. @충동적으로 (một cách) hấp tấp, bốc đồng // 일시적 충동에 못이기다 bốc đồng trong chốc lát. (2) [교사.선동] sự xúi dục, sự kích động (xách động). –하다 chủ mưu, xúi dục khuấy động. @충동하는 사람 kẻ chủ mưu.

충만 sự phong phú, sự dư dật, sự đầy đủ. –하다 đầy đủ, no nê, phè phỡn, phong phú dư dật.

충매 [식물 thực vật] sự thụ tinh do sâu bọ truyền phấn. *--화 hoa do sâu bọ truyền phấn.

충복 một bầy tôi trung thành, một người giúp việc tận tâm.

충분 --하다 vừa đủ, thích đáng; hoàn toàn, triệt để; nhiều, phong phú, sung túc; vừa lòng, vừa ý, thỏa mãn. @충분히 một cách thỏa mãn, một cách triệt để, một cách thích đáng // 그것으로 충분하다 như thế đủ rồi (được rồi).

충성 tính trung thực, lòng trung thành, sự tận tâm (tận tình, tận tụy); *lòng yêu nước* (trung thành với tổ quốc). @충성을 다하다 biểu hiện tấm lòng trung nghĩa.

충심 một quản gia (lão bộc) trung thành, một bầy tôi trung kiên, một con người trung nghĩa.

충실 lòng trung thành, tính trung thực. –하다 trung thành, trung nghĩa, trung thực. @충실하게 một cách trung thành; một cách trung thực // 충실한 벗 *một người bạn trung thực.*

충실 [실질 tính chất] sự đầy đủ. [충족] sự thỏa mãn; sự đầy đủ; tình trạng no nê, phè phỡn. [완비 hoàn bị] tính chất trọn vẹn, hoàn chỉnh. –하다 no nê, đầy đủ, trọn vẹn, hoàn chỉnh. @내용이 충실한

저술 một công việc hoàn chỉnh.

충심 tấm lòng chân thật. @충심으로 tận đáy lòng, với tất cả tấm lòng; chân thành, thật lòng, thật tâm, thành thật.

충양돌기 [해부 giải phẩu] ruột thừa. *--염 bệnh viêm ruột thừa.

충언 lời khuyên chân thật. –하다 hết lòng chỉ bảo; thành thật khuyên.

충원 sự bổ sung nhân sự; [군사 quân đội] sự tuyển mộ tân binh, quân dự phòng. –하다 tuyển quân; (보충 bổ xung, tăng cường, thay thế). *--계획 kế hoạch tuyển quân.

충의 lòng trung thành, tính trung thực.

충이다 lắc lên lắc xuống.

충일 sự tràn ngập, sự dạt dào, sự dồi dào. –하다 dạt dào, chan chứa, tràn ngập, đầy dẫy.

충전 sự lấp đầy, sự bổ xung (충치. 구멍 따위를). –하다 lấp đầy, bổ xung, được cung cấp thêm. *--기 phích cắm. –재료 sự nhồi nhét. –제 cái để làm đầy, bài để lấp chỗ trống (báo).

충전 sự nạp điện, sự nhiễm điện, sự điện khí hóa. –하다 nạp điện, điện khí hóa.

충절 lòng chung thủy, tính trung thực, sự trung thành..

충정 chân thành, tận đáy lòng.

충족 sự đầy đủ, sự thỏa mãn, sự toại nguyện. –하다 đầy đủ, thỏa mãn, hài lòng, toại nguyện. @충족시키다 chứa đầy, lấp đầy, hoàn thành, đáp ứng đủ, thỏa mãn, vừa lòng; chân chính, trung thực, liêm khiết, lương thiện.

충천 --하다 bay vút lên cao. @의기가 충천하다 tư tưởng (tâm hồn) bay vút lên trời cao.

충충하다 [빛깔이] tối tăm, u ám, ảm đạm; lờ mờ, ám muội, mờ ám.

충치 cái răng bị mục (sâu); [상태] tình trạng sâu răng; [의학 y học] bệnh mục xương. @충치가 생기가 có một cái răng sâu.

충해 bệnh dịch sâu bọ; tình trạng sâu bọ phá hoại mùa màng. @충해를 입다 bị côn trùng (sâu bọ) phá hoại.

충혈 tính trạng bị xung huyết. –하다 bị xung huyết. @충혈한 눈 cặp mắt đỏ ngầu.

충혼 [전사자의 넋] cái chết trung nghĩa; chết trận; [충의심] lòng trung thành, trung nghĩa. *--비 đài kỷ niệm chiến sĩ trận vong.

충효 trung hiếu (trung với nước, hiếu thảo với cha mẹ).

췌액 dịch tụy.

췌언 thừa, vô dụng, không cần thiết, hiện tượng thừa lời (thừa từ).

췌장 [해부 giải phẩu] tuyến tụy, lá lách. *--염 [의학 y học] viêm tụy cấp tính. –절개 (술) thủ thuật mở tuyến tụy.

취객 người nghiện rượu, người say rượu.

취결[오음의]thuật vẽ (tờ quảng cáo). –하다 vẽ.

취관 ống bể, ống thổi lửa.

취급 [사람의 người] thái độ đối xử, cách cư xử; [사물의 hàng hóa] sự phân phối, sự thao tác, cách trình bày (교묘한); sự quản lý (관리). –하다 đối xử, cư xử; [물건을] vận dụng, điều khiển, thao tác; [매매하다] giao dịch mua bán. [사무 따위를] quản lý, hướng dẫn, thực hiện, đối phó. @공평한 취급 đối xử công bằng. // 사회 문제를 취급한 소설 quyển tiểu thuyết đề cập đến một vấn đề xã hội. *--인 người phụ trách, người thường trực. –주의[표시] dấu hiệu/biểu hiện] chú ý ! dễ vỡ, cẩn thận ! 소하물 bưu kiện để gởi đi.

취기 sự say xỉn, sự chếnh choáng, thói say rượu. @취기가 돌다 say sưa, say xỉn, choáng váng.

취담 lời nói khi say rượu. –하다 rượu vào lời ra.

취득 sự đạt được, sự kiếm được, (상속 이외의) –하다 thu hoạch được, tậu được, đạt được. (재선을). *--물 vật mua được. –세 khoản thuế thu được.. –자 người hám lợi, người đạt được. 권리-- đạt được quyền hạn.

취락 sự định cư, sự ổn định, sự chiếm làm thuộc địa; thuộc địa.

취로 --하다 bố trí việc, tìm việc, nhận việc. *--사업 một dự án khoán việc.

취미 sợ thích, thị hiếu, sự ưa thích. @문학 취미 sở thích về văn chương // 취미 생활 ưa thích cuộc sống phóng khoáng // 골동품 (음악.문학,우표) 취미 sở thích riêng về các môn nghệ thuật cổ (âm nhạc, văn học, sưu tập tem).

취사 sự tuyển lựa, sự chọn lọc. – (선택) 하다 chọn lọc, truyển lựa. @취사의 자유 quyền tự do chọn lựa.

취사 công việc nhà bếp (việc bếp núc); nghệ thuật (cách) nấu ăn, nghề nấu ăn. –하다 nấu ăn, làm bếp. *--계 người cấp dưỡng, anh nuôi, chị bếp. –당번 nhiệm vụ nấu ăn, công việc của tổ nấu ăn (nhóm anh nuôi / bếp tập thể quân đội 군대의); –도구 dụng cụ nhà bếp. –장 nhà bếp.

취색 màu xanh tươi của cây cỏ; màu ngọc bích.

취생 몽사 --하다 mơ mộng vẩn vơ cả đời, suốt đời mơ mộng hảo huyền.

취소 [계약.주문] sự hủy bỏ, sự xóa bỏ, sự co rút lại (무효); sự thu hồi, sự hủy bỏ (철회). –하다 xóa bỏ, hủy bỏ, thu hồi, rút lại, lấy lại (법률). @주문의 취소 sự hủy bỏ một mệnh lệnh // 계약의 취소 sự cắt bỏ một hợp đồng. 취소할 수 있는 có thể rút lại, có thể chối bỏ. // 취소할 수 없는 không thể chối bỏ, không thể thu hồi, không thể rút lại.

취안 cặp mắt đỏ ngầu vì say rượu.

취약 tính chất mỏng manh, dễ vỡ. –하다 mỏng manh, yếu ớt, dễ gãy, dễ vỡ. @취약한 몸 một cơ thể yếu ớt.

취업 sự làm công, sự làm việc; [일의 시작] bắt đầu làm việc. –하다 bước vào công việc, bắt tay vào việc. @취업중이다 đang làm việc. *--규칙 nguyên tắc làm việc.

취역 sự trang bị vũ khí (군함 tàu chiến); tình trạng lao động khổ sai (징역 tù, nô lệ). –하다 gia nhập đội tàu chiến, trang bị vũ khí, bị lao động khổ sai.

취음 sự chuyển từ, sự phiên chữ. –하다 phiên âm; phiên ngữ.

취의 => 취지

취임 lễ tấn phong, lễ nhậm chức. –하다 làm lễ tấn phong, nhậm chức, khai mạc, khánh thành. @대통령으로 취임하다 nhậm chức Tổng thống (chủ tịch). *--식 lễ kỷ niệm nhậm chức. –인사 diễn văn khai mạc.

취입 --하다 thu băng, thu âm.

취재 đề được chọn. –하다 chọn đề tài, thu thập dữ liệu. *--기자 phóng viên, ký giả, nhà báo.

취조 sự điều tra thẩm vấn, sự thẩm tra. –하다 điều tra, thẩm vấn; thẩm tra, khảo sát. @취조중 dưới sự điều tra (사람을); quá trình điều tra, trong thời gian điều tra (사건). *--관 thẩm vấn viên, điều tra viên.

취주 --하다 thổi sáo. *--악 kèn, sáo, nhạc thổi. –악기 nhạc khí thổi kèn, sáo, tiêu. –악대(단) dàn nhạc kèn đồng. –자 người chơi nhạc khí thổi.

취중 trước tiên là, trước hết là, trước nhất là, đặc biệt là, nhất là.

취중 @취중에 khi đã say, khi quá chén.

취지 [생각] một ý kiến, một quan điểm; [목적] một mục đích (mục tiêu), một ý đồ.(ý định); [의의.요지] một cảm giác, một ý nghĩ, một ngụ ý, một ý nghĩa. *--서 tờ cáo bạch, tờ quảng cáo, tờ rao hàng.

취직 sự làm công, sự làm việc. –하다 tìm việc, xin việc, kiếm được việc làm; đảm đương một công việc ở văn phòng (관직에). @취직을 지키다 thuê nhân viên; bố trí nhân viên vào làm việc.

취체 [통제 khống chế] sự kiềm chế, sự kiểm tra, sự sắp đặt; [단속] sự chỉnh đốn, sự quy định; [관리] sự quản lý. –하다 kiểm tra, giám sát, trông nom, quản lý.

취침 --하다 đi ngủ. @취침중 trong khi ngủ, lúc ngủ.

취태 tư cách (thái độ) khi say rượu. @취태를 부리다 tỏ ra say, biểu lộ say.

취하 sự rút lui. –하다 rút lui, lắng xuống, giảm bớt, bỏ qua. @소송을 취하하다 hủy bỏ một vụ kiện hợp pháp.

취하다 (1) [채용] làm theo, làm bộ, làm ra vẻ. @강경한 태도를 취하다 làm ra vẻ cứng rắn. 조치를 취하다 thi hành biện pháp. (2) [선택하다] chọn lựa, kén chọn, tuyển lựa. @달리 취할길 sự luân phiên, sự thay đổi nhau. (3) [섭취] có được, chiếm được, lấy vào.

취하다 (1)[술에] say rượu. @취하여 bị rượu tác động // 거나하게 취하다 say bí tỉ. (2) [배.차 따위에] muốn ói, buồn nôn. @차 (비행기, 배) 에 취하다 say xe, (máy bay, tàu). (3) [중독] bị nhiễm độc. (4) [열중] hân hoan, phấn chấn; bị say, bị mê hoặc (quyến rũ), mê đắm, ngất ngây. @음악에 취하다 *chìm đắm trong tiếng nhạc.*

취학 sự ghi tên dự học, sự tham gia học. –하다 tham gia lớp học. @취학시키다 gởi đi học, cho đi học, bắt đi học. *--률 tỷ lệ phần trăm tham gia học tập. –아동 trẻ học sinh. –연령 tuổi đi học, tuổi học trò.

취한 một gã nát rượu, người nghiện rượu.

취한 --하다 xông cho xuất mồ hôi (cảm lạnh).

취항 sự đi thuyền, sự ra khơi, sự khởi hành đi xa của con tàu. –하다 ra khơi, gia nhập đội tàu. @취항시키다 trang bị (vũ khí) cho con tàu. *--선 chiếc tàu có trang bị (vũ khí).

취향 sự ưa thích, khẩu vị, sự nếm; [경향] thiên về (..), sở thích (là..); khuynh hướng. @취향에 맞다 tùy theo sở thích, tùy theo khẩu vị.

취흥 thú vui yến tiệc. @취흥을 돋우다 ăn uống vui vẻ, chè chén tưng bừng.

측 phe, phái.

측거의 phạm vi tìm kiếm (lùng sục).

측근 @측근에 ở gần (người nào).

측근자 đồng minh, người kết giao mật thiết; người thân cận, tùy tùng. @대통령의 측근자 đoàn tùy tùng của Tổng thống, vệ binh (cận vệ) của Tổng thống.

측량 sự đo lường, phép đo; [도지의] sự đo vẽ, công việc trắc địa; [수심의] sự dò chiều sâu. –하다 đo đạc (đo chiều dài); dò (chiều sâu); [마음을] phỏng đoán, ước đoán, thăm dò, ước lượng. @토지를 측량하다 do đất (trắc địa). *--기 dụng cụ đo đạc. –기사 giám định viên, trắc địa viên. –기술 sự đo kỷ thuật. –도 bản đồ nghiên cứu. 고저-- sự san bằng.

측면 cạnh, sườn; [기하] mặt bên. @측면의 (thuộc) mặt bên / cạnh / sườn. 건물의 bên hông tòa nhà. *--공격 (방어) cuộc tấn công sườn (phòng vệ).

측문 --하다 tình cờ nghe, dựa vào lời, nghe tin đồn.

측백나무 [식물] chùm cây sống đời.

측선 [철도의] sự đánh lạc hướng, sự đánh trống lãng; đường tàu tránh (đường sắt gắn bên cạnh đường sắt chính để cho xe lửa vào tránh). @측선에 넣다 gây bế tắc, làm lạc hướng.

측심 sự dò độ sâu. –하다 dò độ sâu (của biển). *--기 máy dò độ sâu.

측연 quả dọi, hòn chì (để dò độ sâu của nước). *--선 đường dây dọi (dò nước).

측우기 mái dò lượng nước mưa.

측은 --하다 thương hại, thương sót, động lòng trắc ẩn. @측은히 여기다 ủng hộ, thông cảm, đồng tình; có thiện cảm với.

측전기 điện kế, dụng cụ đo điện.

측점 [측량의 đo đạc] điểm đo vẽ.

측정 sự đo lường, sự đo đạc địa hình (토지의); sự dò chiều sâu (수심의 độ sâu của nước); sự định cỡ (구경 따위의). –하다 đo đạc, định cỡ, đo địa hình, định chiều sâu. @거리를 측정하다 đo khoảng cách.

측정 *--선 phao đo vận tốc (kéo sau tàu). –의(기) máy đo tốc độ tàu. –판 (해양) nhật ký hàng hải.

측지 sự đo đạc địa hình, đo đất đai. –하다 đo địa hình, đo đất. *--학 khoa đo đạc.

측후 sự quan sát khí tượng. –하다 quan sát khí tượng, theo dõi thời tiết. *--기사 nhà khí tượng học. –소 đài thiên văn, đài quan sát khí tượng.

층[계급]bậc, cấp;[건물의 công trình xây dựng] tầng gác, tầng nhà, bậc (thang); [계단의] cầu thang gác; [지층 địa chất] tầng, địa tầng, tầng lớp (석탄 따위의); [광맥 ngành mỏ] mạch, vĩa, lớp (của quặng). @ 1 (2, 3)층 tầng 1 (2, 3), tầng thứ nhất (thứ hai, thứ ba).

층계 bậc cầu thang, nấc thang (층계의 하나); bậc cửa, ngạch cửa (입구의). @높은 층계 bậc thang cao. *--참 đầu cầu thang.

층나다 để lộ ra các tầng lớp; chênh lệch, không đồng đều, không cân bằng, không ngang sức.

층대 bậc thang, nấc thang, cầu thang => 층층대

층돌 loại đá thử hợp kim, đá *Lydian*.

층등 sự thay đổi từ từ, sự phát triển từng bước một.

층면 sự phân tầng, thớ, tầng.

층상 @층상의 thành tầng, thành lớp, xếp thành tầng lớp..

층암 vách đá, (vách đứng), vách đá cao.

층애 tầng vách đá.

층운 [기상 quyển khí] mây tầng.

층적운 [기상] mây tầng tích.

층지다 => 층나다

층층다리 => 층층대

층층대 cầu thang, lồng cầu thang.

층층시하 phụ mẫu song toàn (cha mẹ còn sống đầy đủ).

층하 sự vô lễ, sự thiếu tôn kính; sự phân biệt đối xử, tính thiên vị, cục bộ.

치 [1][길이의 단위](*inch* Hàn quốc)1*chi* (3.030cm).

치 [2] [분량] một khẩu phần, một xuất ăn; [것] đồ vật, hàng hóa; [사람 người] một anh chàng, một gã. @이달치 tổng số chi trong tháng này.

치 [3] [값] giá trị tính bằng số.

치 [4] cái răng => 이

치가 sự trông nom (quản lý) nhà cửa. –하다 quản lý, trông nom nhà.

치가 떨리다 nghiến răng căm phẫn (tức giận).

치감 [의학 y học] sự chảy mủ ở răng, sự viêm răng.

치경 nướu răng, chân răng, lợi.

치고 @ (그것은 그렇다치고) // 나이치고는 크다 (작다) nó to lớn (nhỏ bé) hơn tuổi của nó.

치골 [해부 giải phẫu] xương mu.

치과 khoa răng, khoa chữa răng. *--병원 phòng khám chữa răng. –의사 nha sĩ, thợ làm răng.

치국 chính quyền, chính thể, chính phủ. –하다 cai trị, trị vì, lãnh đạo đất nước. *--책 tài năng của nhà chính trị, chính sách lãnh đạo.

치근 chân răng.

치근거리다 làm phiền, làm bực mình, khó chịu, quấy rầy. @치근거리는 사람 người lì lợm, người gây bực mình, người hay quấy rầy.

치기 tính trẻ con, trò trẻ con. @치기에 가득찬 ngây ngô, non nớt, khờ dại, có tính chất trẻ con,

치기배 kẻ cướp, tên trộm, kẻ giật túi xách.

치다 [1] [때리다] đập vào, va vào, vấp phải (겨냥해서); đập, nện (계속해서); tát, vỗ (손으로); đập mạnh, phả vào (세게); quấy, đập, vỗ, đấm, thoi, thụi (주먹으로); nện cho một cú (망치로). @치고 받고하다 tát cho 1 bạt tai // 북을 치다 đánh trống.

치다 [2] [공격] tấn công , công kích, đánh thắng, đánh bại, chinh phục, chế ngự, lên án, kết án.

치다 [3] (1) [나무 cây] tỉa, xén. @나뭇가지를 치다 chặt bớt cành. (2) [체질하다] giần, sàng, rây, lọc; rây qua cái sàng. @가루를 체에 치다 rây bột

치다 [4] [깨끗이하다] dọn sạch, xóa sạch, mang đi, đem đi, giữ sạch, tống khứ, nạo, vét. @똥을 치다 cất dọn chất thải của con người.

치다 [5] (1) [사육] nuôi, nuôi nấng, gầy dựng. @누에를 치다 nuôi tằm. (2) [새끼를] chăn nuôi, gây giống. @개가 새끼를 친다 gây giống chó (cho chó đẻ). (3) giữ, giữ lại. @하숙을 치다 giữ phòng (thuê phòng trọ).

치다 [6] [양념] cho vào, trộn vào. @음식에 양념을 치다 nêm (cho) gia vị vào thức ăn.

치다 [7] [휘장.천막] đặt lên, treo lên, mắc lên, gắn lên, kéo (lôi) lên. @모기장을

치다 mắc màng lên (treo mùng lên) // 커튼을 치다 kéo màng

치다 [8] dệt, đan, kết lại.

치다 [9] làm, chơi, thực hiện, thi hành, cử hành. @(어린애들이)장난을 치다 (bon trẻ) đang chơi // 피아노를 치다 chơi đàn piano.

치다 [10] (1) [셈] đếm, tính, hình dung, đánh giá, ước lượng, ước tính, định giá. @총경비를 100 만원으로 치다 tổng chi phí ước tính đến một triệu *won*. (2) [여김] lưu ý, quan tâm,cân nhắc, suy xét, xem như, cho là, giả sử như là. @그 돈은 없어졌다고 치다 chúng ta nên lưu ý đến sự thất thoát tiền bạc.

치다 [11] [차가 xe hơi đè lên, cán lên, húc ngã. @(사람을)치고 도망하다 đụng rồi chạy luôn.

치다 [12] (1) [전보를] gởi điện tín, đánh điện (cho ai). (2) [시험을] kinh qua, trãi qua (kỳ thi). @시험칠 준비를 하다 chuẩn bị thi, học thi.

치다꺼리 [처리] sự trông nom coi sóc, sự quản lý, điều hành; [조력] sự giúp đỡ, cứu giúp. –하다 trông nom, coi sóc, quản lý, điều hành, cưu mang, giúp đỡ.

치닫다 chạy lên, xông lên, lao vào.

치대다 [위에 대다] đặt lên trên; [문지르다] cọ xát, chà xát, xoa bóp, đấm bóp, tẩm quất. @판자를 치대다 gắn tấm bảng lên tường.

치둔 --하다 đần độn, ngu xuẩn, ngớ ngẩn, ngốc nghếch, ngu ngơ.

치뜨다 ngẩng lên, ngước mắt lên nhìn. @눈을 치뜨다 đưa mắt nhìn.

치뜨리다 tung lên, ném lên.

치런치런 sự tràn trề, sự quá đáng; sự kéo dài, kéo lê. @치맛자락을 치런치런 늘어뜨리고 걷다 đi kéo lê váy áo.

치렁거리다 kéo dài, kéo lê, lệt bệt, rũ xuống, lòng thòng; [날짜] kéo dài ra thêm.

치레 sự thêm thắt, sự trang trí, sự điểm tô, sự làm đẹp. –하다 thêm thắt, trang hoàng, trang trí, điểm tô, làm đẹp, trang điểm.

치료 cách điều trị, phép chữa trị. –하다 điều trị, chữa trị. @치료를 받다 được điều trị. *--법 phương pháp chữa trị, phép trị bệnh. –비 chi phí chữa trị (tiền thù lao Bác sĩ, bệnh viện phí). [배상의] tiền đền bù, tiền bồi dưỡng.

치루 [의학 y học] lỗ rò hậu môn.

치르다 [돈을 tiền] chi trả, trả công, bồi thường, thanh toán; [경험] có kinh nghiệm, chịu đựng, đã trãi qua. @돈을 치르다 trang trải hết tiền. 현금으로 치르다 trả tiền mặt // 값을 치르다 chi trả theo giá trị món hàng.

치를 떨다 nghiến răng; [인색 tính keo kiệt, bủn xỉn] hết sức keo kiệt, bủn xỉn.

치마 chiếc váy của phụ nữ. @치맛자락 vạt, đuôi váy // 치맛바람 tiếng sột soạt của chiếc váy; (bóng) uy thế, tác động của phụ nữ.

치매 [의학 y học] chứng mất trí. *--증 chứng bệnh tâm thần phân liệt.

치명 치명적인 tới số, sự chết, làm chết, gây chết người // 치명적으로 đến chết được! – một cách chết người, ghê gớm, cực kỳ. *--상 vết thương trí mạng (chết người). @치명상을 받다 bị thương chết, bị tai nạn chết.

치밀 sự chính xác, sự đủ tuổi, sự chín

chắn. –하다 tinh vi, chính xác, chi li, cặn kẽ, tỉ mỉ, cẩn thận, kỹ, tinh tế; [면밀] xác đáng, cẩn thận. @치밀하게 một cách chính xác, một cách thận trọng, một cách chi tiết.

치밀다 đẩy lên, dâng trào lên, tăng lên, phồng ra. @치미는 분노 bừng giận // 치밀어오르는 슬픔 sự buồn phiền lan tỏa trong lòng.

치받이 độ dốc, đường dốc. @거기서부터 치받이다 đó là con đường dốc.

치받치다 [불길 ngọn lửa.연기가 khói] bốc lên, bùng lên, bay lên; [감정이 cảm xúc] nổi nóng, phát cáu, phẫn nộ, tức giận; [받치다 bênh vực] ủng hộ, yểm trợ, chống đỡ cho.

치부 đạt được sự sang giàu; làm ra nhiều tiền. –하다 trở nên giàu có, của cải chất đống.

치부 chỗ kín, bộ phận sinh dục.

치부 sổ sách kế toán; một mục từ; sự vào sổ, sự đăng ký.

치사 @치사의 nguyên nhân gây ra cái chết, động cơ gây chết người. *--량 liều thuốc gây chết người (약의).

치사 sự cảm kích, lòng biết ơn. –하다 cảm kích, cảm ơn, hết sức mang ơn, biểu lộ (bày tỏ) lòng biết ơn.

치사 --하다 đáng xấu hổ, đáng ngượng, đáng hổ thẹn, đáng nhục; [비열] thấp kém, bẩn thỉu. @치사스러운 꼴을 당하다 bị bẽ mặt,bị nhục.

치산 sự bảo vệ rừng. *--치수 sự trồng cây rừng ngăn lũ lụt.

치산 sự quản lý bất động sản. –하다 quản lý cơ ngơi, tài sản.

치살리다 tán dương, ca tụng, tâng bốc (người nào) tận trời xanh.

치석 [의학 y học] cao răng (cặn vôi đóng lại ở răng). *--제거 sự đóng cặn, sự đóng cao.

치성 sự hết lòng, sự tận tâm, lòng trung nghĩa.

치세 thời bình; một triều đại thái bình. @--의 치세(하)에 dưới thời--; dưới triều--.

치솔 bàn chải đánh răng.

치수 sự đo đạc; kích thước, kích cỡ. @치수 대로 đo (vật gì), lấy theo kích cỡ // 옷의 치수를 재다 đo kích thước để may quần áo mới.

치수 sự ngăn chặn lũ lụt. –하다 ngăn ngừa lũ lụt, đắp đê, ngăn sông.

치수 tủy răng. *--염[의학 y học] viêm tủy răng.

치신 phẩm chất, giá trị, thanh danh, uy tín. @치신을 잃다 làm giảm uy tín, mất thanh danh.

치신경 [해부] thần kinh răng.

치신 시납다 nhếch nhác, luộm thuộm, cẩu thả; khiếm nhã, đáng hổ thẹn, nhơ nhuốc, chướng, làm tai tiếng, có thành tích bất hảo.

치신없다 không đàng hoàng, không xứng đáng, không thích hợp, suy biến, thoái hóa, giảm giá trị, không lịch sự, không quân tử, không hào hoa phong nhã. @치신없는 사람 một con người không xứng đáng, người không có lòng tự trọng.

치아 cái răng.

치안 nền an ninh trật tự chung (hòa bình chung). @치안을 유지하다 duy trì nền an ninh trật tự chung. *--경찰 cảnh sát trật tự.–국 Bộ tư lệnh cảnh sát Quốc gia. –방해 cuộc dấy loạn, sự nổi loạn, sự gây rối loạn trật tự công cộng. –판사 thẩm phán hòa giải (J.P.)

치약 thuốc đánh răng, kem đánh răng.

치열 một hàm răng, một bộ răng. *--교정 thuật chỉnh răng.

치열 --하다 có cường độ lớn, mãnh liệt, ác liệt, kịch liệt, khốc liệt, gay go. @치열한 경쟁 sự cạnh tranh gay go; cuộc chiến đấu ác liệt.

치열 *이열-- dùng trộm bắt trộm, lấy độc trị độc.

치외 법권 đặc quyền ngoại giao.

치욕 sự ô nhục, sự xấu hổ, sự xúc phạm, sự ô danh, tình trạng bị bẽ mặt. @치욕을 참다 nuốt nhục; *ngậm đắng nuốt cay*.

치우다 [정리] sắp xếp ngăn nắp, gọn gàng, ngay ngắn; [없애다] cất dọn, lấy ra; [몰아놓다] lưu trữ, để riêng ra; [시집 보내다] gã tống (con gái). @식탁을 치우다 dọn sạch bàn.

치우치다 [기울다] nghiêng về, thiên về; [편파적] hướng theo; không ngay thẳng, không công bằng, không vô tư. @치우친 생각 quan điểm một chiều, có thành kiến, có định kiến.

치유 cách chữa bệnh, việc điều trị. –하다 [고치다] trị bệnh, chữa trị, cứu thương; [낫다] chữa khỏi, cứu sống, hồi phục, bình phục.

치음 [음성 giọng nói] âm răng (phụ âm); âm xuýt, âm huýt gió.

치이다 chen chúc, bị chen lấn, bị xô đẩy, bị đè lên, mắc kẹt. @기차에 치여 죽다 bị xe lửa cán chết.

치인 thằng ngốc, thằng khờ; người khờ dại, xuẩn ngốc; người ngu si, tối dạ; người ngớ ngẩn.

치자 người cai trị, người trị vì, quốc chủ. @치자와 피치자 kẻ thống trị và người bị trị.

치자 hạt giống dành dành. *--나무 cây dành dành, cây hoa nhài.

치장 sự tô son điểm phấn, sự thêm thắt, sự trang trí; [얼굴의] sự trang điểm. –하다 trang điểm tô điểm, làm đẹp, làm duyên, làm dáng, thêm thắt, lên khung, trang trí, trang hoàng. @몸을 치장하다 tự điểm tô, tự làm đẹp.

치적 thành quả, thành tích, thành tựu, kỷ lục.

치정 tình yêu mù quáng, sự đam mê dại dột, tình yêu trái phép. @치정에 끌려 bị lôi cuốn bởi một sự đam mê mù quáng.*--살인 사건 *một vụ giết người gây xôn xao dư luận.*

치조 [해부 giải phẩu] phế nang; ổ răng. *--농루 [의학 y học] viêm phế nang; viêm ổ răng.

치죄 --하다 phạt, trừng phạt, trừng trị.

치중 sự nhấn mạnh chỗ quan trọng, đặc biệt. –하다 nhấn mạnh, làm cho nổi bật, làm tăng giá trị.

치즈 (*cheese*) phó mát (fromage).

치질 [의학 y học] bệnh trỉ.

치치다 [획을] vạch, vẽ một nét đi lên; [치올리다] nâng lên, đưa lên, kéo lên, tung lên.

치켜 세우다 tán dương, ca tụng, tâng bốc (người nào) tận mây xanh.

치키다 nhấc lên, đẩy lên, kéo lên.

치킨 (*chicken*) con gà. @치킨 수프 (*chicken soup*) món canh gà, súp gà.

치통 cái răng đau. @치통이 나다 bị đau

răng, nhức răng, có răng đau.

치하 dưới quyền lực của--, dưới chế độ của--. @입헌 치하의 국민 một dân tộc (quốc gia) theo chính thể lập hiến.

치하 lời chúc mừng, sự khen ngợi. –하다 chúc mừng, khen ngợi, ca ngợi, tán dương. @수고를 치하하다 cám ơn (người nào) về sự giúp đỡ.

치한 [호색한 thú nhục dục] bệnh điên vì tình, xung động thỏa dục; [못난이] người xuẩn ngốc, thằng khờ.

치환 sự thay thế, sự thay đổi, sự hoán vị; [화학 hóa học] sự chuyển hoán. –하다 thay thế cho (대용); dời chỗ, hoán vị, chuyển hóa, sắp xếp, bố trí lại.

칙령 sắc lệnh (chiếu chỉ) của vua; chỉ dụ.

칙명 mệnh lệnh của hoàng gia.

칙사 phái viên; đại diện hoàng gia

칙살스럽다 hà tiện, keo kiệt, bủn xỉn.

칙칙하다 [빛깔이] tối tăm, u ám, nặng nề, ảm đạm; [무성] dày dặc, rậm rạp.

칙허 giấy phép của hoàng gia (sắc lệnh được phê chuẩn).

친 cùng huyết thống.

친가 => 친정

친고 lời buộc tội (tố cáo) có tính cách cá nhân, tờ tự kiểm *--죄 một đối tượng phạm tội lên tiếng.

친교 tình bạn, tình hữu nghị, quan hệ bạn bè thân thiết (bằng hữu chi giao) sự thân tình. @--와 친교가 있다 quan hệ thân thiết với—.

친구 bạn, bạn bè, bầu bạn, bằng hữu, đồng chí, bạn thân, bạn ở chung phòng. @나의 친구 bạn tôi, một trong số bạn của tôi // 절친한 친구 người bạn thân tình, người bạn vĩ đại // 일생의 친구 bạn đời // 술 친구 bạn nhậu // 친구가 되다 kết bạn (với người nào)

친권 [법] quyền làm cha mẹ. *--자 người có thẩm quyền làm cha/mẹ.

친근 tình bạn, sự chân thành, sự mật thiết, sự quen thuộc. –하다 thân thuộc (quen thuộc) với--. @--와 친근한 사이다 giao thiệp thân tình với--. *--감 @친근감을 느끼다 có cảm giác thân tình với (ai).

친기 sự cúng bái hằng năm tổ tiên, cha mẹ đã qua đời (đám giỗ).

친남매 anh chị em ruột

친동기 anh, em (chị, em) ruột.

친목 sự thân thiết, thân thiện, thân tình, thiện chí, lòng tốt. @회원의 친목을 도모하다 phát triển (khích lệ/nuôi dưỡng) tình bạn (giữa các thành viên). *--회 buổi họp mặt thân mật.

친미 @친미의 phe thân Mỹ, ủng hộ Mỹ. *--정책-- chính sách thân Mỹ. –주의자 người theo chủ nghĩa ủng hộ Mỹ.

친밀 sự thân tình, tình bạn mật thiết. –하다 thân tình, thân thiết, quan hệ mật thiết. @친밀한 사이 이다 quan hệ (giao hảo) mật thiết với.

친부모 cha mẹ ruột.

친분 tình bạn, chỗ quen biết. @친분이 있다 quen biết (với..); quen thuộc, thân tình (với..).

친불 phe thân Pháp, ủng hộ Pháp.

친상 tang cha mẹ (đại tang). @친상을 당하다 có đại tang, có tang cha mẹ.

친생자 đứa con ruột, con riêng.

친서 lá thư viết tay.

친선 thiện chí, lòng tốt, tình bạn. *--관계 quan hệ bạn bè thân thiết. –사절 công sứ (đặc phái viên) thiện chí. –조약 hiệp ước hữu nghị.

친소 @친소의 phe thân (ủng hộ) Liên xô.

친손자 cháu ruột.

친속 sự thân mật, sự quen thuộc thân tình. –하다 thân (với..), quen thuộc thân tình (với..).

친아버지 cha ruột.

친아우 em ruột (em trai / em gái).

친애 sự thân mến, tình yêu, tình cảm. –하다 yêu, mến, thân mến, có cảm tình. @ 친애하는 thân mến, yêu dấu, thân ái // 친애하는 신사 숙녀 여러분 kính thưa quý Ông quý Bà; quý Ông và quý Bà thân mến.

친어머니 mẹ ruột.

친영 친영의 phe thân Anh, ủng hộ Anh. *--주의 chủ nghĩa thân Anh.

친우 một người bạn chí thân, bạn nối khố, bạn ở chung phòng.

친위대 vệ sĩ, người bảo vệ cho nhân vật quan trọng.

친일 thân Nhật, ủng hộ Nhật. *--분자 người thân Nhật. –파 nhóm ủng hộ Nhật.

친자식 các con ruột, các con riêng.

친전 "cá nhân"; "kín" (thư riêng)

친절 lòng tốt; sự tử tế, ân cần. –하다 tử tế, tốt bụng, có lòng. @친절한 사람 người có tấm lòng vàng (có lòng tốt); người tử tế, tốt bụng // 친절한 행위 một cử chỉ đẹp, một hành tộng tốt; người tốt việc tốt // 친절하게 một cách tử tế, một cách sốt sắng nhiệt tình // 친절하게 보이는 có vẻ tử tế, có vẻ tốt bụng // 친절을 베풀다 đối xử tử tế với người nào.

친정 nhà cha mẹ vợ, nhà bên vợ.

친족 bà con, anh em họ; [총칭 nói chung] họ hàng. *--관계 mối quan hệ họ hàng. –회 hội đồng gia tộc. 직계(방계) -- bà con trực hệ.

친지 bạn thân, người quen thân.

친척 họ hàng thân thuộc; bà con anh em; [총칭] quan hệ họ hàng thân thích. @먼(가까운) 친척 bà con xa (gần) // 그와는 친척이다 anh ấy có họ hàng với tôi. *--관계 quan hệ bà con.

친친 @친친 감다 cuộn (xoắn, quấn, cột) nhiều vòng; quấn chặt nhiều vòng.

친필 @친필의 nét chữ, bút tích (của người nào).

친하다 thân mật, thân thiết, thân tình. @친한 친구 một người bạn chí thân, bạn vàng, bạn thiết // 친해지다 trở nên thân tình, trở nên quen thuộc.

친화 quan hệ bạn bè thân hữu, tình hữu nghị. *--력 [화학 hóa học] ái lực.

친환 cha mẹ (của người nào) có bệnh (sức khoẻ yếu kém).

친히 (1) [친하게] thân mật, mật thiết. (2) [몸소] bản thân, về phương diện cá nhân.

칠 bảy (số 7). @제칠의 thứ 7.

칠 [옻] sơn mài; [도료] lớp sơn véc-ni.

칠기 đồ gỗ sơn mài.

칠떡거리다 kéo lê, kéo lết, lôi kéo. @칠떡 칠떡 sự kéo lê lết.

칠럼거리다 tràn ngập, tràn trề, đầy ắp.

칠렁 đầy ắp, đầy đến miệng.

칠렁칠렁 đầy ắp, đầy đến miệng. –하다 tràn đầy, chan chứa.

칠면조 con gà tây; [수컷] gà tây trống; [암컷] gà tây mái.

칠변형 hình bảy cạnh, hình bảy góc.

칠보 7 vật quý (báu vật) vàng, bạc, ngọc bích, pha lê, san hô, mã não, ngọc trai.

칠분도미 gạo sàng sạch vỏ 70%.

칠생 [불교 đạo Phật] thất hiền (bảy vị thánh sống)

칠석 ngày mồng 7 tháng 7 âm lịch.

칠순 (1) [날] ngày thứ 70. (2) [연령] bảy mươi năm cuộc đời (70 tuổi).

칠십 70. @제 70 의 thứ 70, người (vật) thứ 70.

칠야 đêm tối đen như mực.

칠월 tháng 7. *--혁명 cuộc cách mạng tháng 7 (프랑스의 của Pháp).

칠장이 sơn bóng, sơn mài, thợ sơn.

칠전 팔기 người kiên cường đấu tranh với nghịch cảnh. –하다 *vững vàng trước nghịch cảnh.*

칠정 7 tình cảm (thất tình) vui, buồn, giận, sợ, yêu, ghét, tham.

칠칠하다 (1) [길차다] cao, to, phát triển; tươi, mát. @칠칠한 배추 bắp cải tươi (mới hái). (2) [청결] giản dị, sạch sẽ, gọn gàng, ngăn nắp. (3) [민첩] thông minh, nhanh trí, sáng dạ, lanh lợi. @칠칠치 못한 소년 một thằng bé vụng về (yếu kém).

칠판 tấm bảng đen (흠판). @칠판을 지우다 lau bảng.

칠하다 [옻을] đánh bóng, phủ sơn mài; [페인트를] sơn, quét vôi; [와니스를] sơn dầu, đánh véc-ni; [에나멜을] tráng men; [분을] đánh phấn (lên mặt); [입술연지를] đánh phấn hồng, tô son môi; tô son điểm phấn. @갓 칠한 vừa mới sơn (đánh bóng) // 기름을 칠하다 bôi dầu, thoa trơn // 문을 희게 칠하다 sơn cửa màu trắng.

칠현금 đàn 7 dây, đàn hạc, hạc cầm (악기 nhạc khí).

칠흑 đen như mực, đen như than, đen nhánh, đen hạt huyền. @칠흑 같은 검은 머리 mái tóc đen nhánh.

칡 [식물 thực vật] cây dong, cây hoàng tinh. *--덩굴 dây leo của cây dong.

칡소 con bò có sọc vằn.

침 nước bọt, nước miếng, nước dãi, đờm dãi, sự khạc nhổ. @침을 흘리다 nhổ nước bọt, phun nước miếng, khạc đờm.

침 [가시] bụi gai; [바늘] cái kim, cây bút trâm; kim đồng hồ (시계의); nốt đốt của côn trùng (곤충의).

침 cây kim (để châm cứu). @침을놓다 châm cứu => 침맞다. *--술 thuật châm cứu. –술사(장이) một chuyên gia về khoa châm cứu.

침강 sự đóng cặn, sự lắng, sự kết tủa, chất lắng, cặn. –하다 làm cho lắng xuống, chìm xuống. *--속도 tỷ lệ máu đóng cặn (적혈구의).

침공 cuộc tấn công, trận đột kích, sự công kích. –하다 tấn công, đột kích, công kích.

침구 thuật châm cứu và phép chữa bằng ngải. *--술 phòng châm cứu và ngải cứu trị liệu.

침구 bộ đồ trải giường (chăn, khăn trải giường)

침낭 túi ngủ, chăn chui – (túi có lót ấm để chui vào ngủ, nhất là khi đi cắm trại).

침노 --하다 xâm lược, xấm lấn, xâm phạm, xâm chiếm, cướp bóc, cưỡng đoạt.

침담그다 ướp trong nước muối, ngâm muối (quả hồng vàng).

침대 giường, đi văng, trường kỷ (휴식용 dùng để nghỉ ngơi); giường ngủ trên xe lửa (기차의), giường ngủ trên tàu thủy (기선의); chiếc võng (간이 침대). @접는 침대 chiếc giường xếp.

침략 --하다 xâm lăng, xâm chiếm, xâm phạm, xâm lược. @경제적 침략 sự xâm phạm kinh tế. *--국 quốc gia xâm lược. –군 quân xâm lược. –자 kẻ xâm phạm (quyền lợi). –전쟁 chiến tranh xâm lược. –주의 chính sách (chủ nghĩa) xâm lược.

침례 [기독교 Ki-tô giáo] sự ngâm mình vào nước để rửa tội. *--교파 lễ Baptist, người làm lễ rửa tội. –교회 giáo hội (nhà thờ) Baptist.

침로 hướng đi của con tàu. @침로를 변경하다 chuyển hướng, đổi hướng.

침맞다 được chữa trị bằng khoa châm cứu.

침모 cô thợ may.

침목 tà vẹt trên đường sắt; thanh hoặc xà nối những đoạn đường bộ phận của 1 cấu trúc lại với nhau.

침몰 sự đánh chìm, sự sụp lỡ, sự đắm tàu (침수에 따른); sự chìm, sự làm ngập nước. –하다 chìm, ngập, lún xuống. @침몰시키다 đánh chìm (tàu). *--선 chiếc tàu bị chìm.

침묵 sự im lặng, sự lãng quên, tính trầm lặng, sự lầm lì, ít nói. @침묵을 지키다 hãy giữ mồm, hãy giữ im lặng // 침묵을 깨다 phá tan sự im lặng.

침방 => 침실

침뱉다 khạc, nhổ

침범 sự lan tràn, sự tràn ngập, sự xâm nhập, sự xâm phạm, sự vi phạm, sự phá rối. –하다 lan tràn, xâm nhập, vi phạm, phá rối, xâm phạm. @임권을 침범하다 xâm phạm nhân quyền.

침삼키다 [침을] nuốt nước bọt; [먹고싶어] nước bọt, nước miếng; [욕정으로] một cách thèm thuồng (ham muốn); [부러워 하다] đố kỵ, thèm muốn.

침상 @침상의 có đầu nhọn, có hình kim. *--엽 chiếc lá có đầu nhọn.

침상 cái giường ngủ, trường kỷ, đi văng.

침선 kim và chỉ, sự khâu vá.

침소 chỗ ngủ, giường ngủ, phòng ngủ.

침소 sự thổi phồng, sự cường điệu. –하다 phóng đại, thổi phồng, cường điệu, nói quá lời, khoa trương, bốc, phét.

침수 sự ngập lụt, lũ lụt, sự ngập nước; [물] nước của trận lũ; [잠김] sự ướt đẫm. –하다 bị lũ lụt, ngập lụt; [배에] xuất hiện một lỗ rò (khe hở), rỉ qua, lọt ra, ứa. *--가옥 căn nhà bị ngập nước. –지구 vùng bị lũ lụt.

침술 thuật châm cứu.

침식 sự ăn và sự ngủ. @침식을 잊고 간호 하다 chăm sóc người bệnh mọi tiện nghi ăn, ngủ. 침식을 같이 하다 sống chung mái nhà; chia xẻ chỗ ăn, ở với người nào.

침식 sự gặm mòn, sự ăn mòn, sự soi mòn. –하다 ăn mòn, soi mòn, khoét, nạo (부식); giặt, tẩy sạch (물로 인해서) *--작용 sự soi mòn, hành động ăn mòn.

침실 phòng ngủ.

침엽 lá có đầu nhọn.*--수 cây có lá đầu nhọn.

침울 sự u sầu, sự suy nhược. –하다 sầu muộn, u uất, xuống tinh thần.

침윤 --하다 thấm vào, ngấm qua, rỉ qua.

침의 một chuyên gia châm cứu.

침입 --하다 xâm lược, xâm lăng, xâm

chiếm, xâm lấn, xâm nhập, đột nhập, tấn công, công kích; [인가 따위에] cưỡng đoạt, bắt ép, xúc phạm, xâm nhập (vào nhà người nào). *--자 kẻ xâm nhập (xâm chiếm).

침장이 một chuyên gia châm cứu; [아편 중독자] người nghiện ma túy (á phiện).

침전 sự kết tủa, sự lắng đọng, sự đóng cặn. –하다 kết tụ, lắng đọng, đóng cặn, lắng xuống. *--농도 mật độ kết tụ. –물 cặn, chất lắng.

침착 sự tự chủ, sự bình tĩnh, sự nhanh trí. @침착하게 một cách bình tĩnh, một cách tự chủ.

침체 tình trạng đình trệ, sự ứ đọng, tình trạng kém hoạt động (mụ mẫm). –하다 ứ đọng, trì trệ, đình trệ, uể oải, thiếu hoạt động. @침체 상태에 있다 bị đình trệ.

침침하다 tối tăm, ảm đạm, u ám, mờ mịt. @침침한 방 một căn phòng tối tăm u ám.

침통 --하다 buồn rầu, ảm đạm, tang tóc, thê lương. @침통한 얼굴을 하다 vẻ mặt u sầu, ảm đạm.

침투 sự thâm nhập, sự thâm nhiễm, sự ngấm vào, sự thấm thấu, trạng thái bão hòa. –하다 rỉ qua, thấm vào, thâm nhập, thâm nhiễm, làm bão hòa. *--성 sự thấm thấu. –작용 tác động thấm lọc. –작전 thao tác thấm lọc.

침팬지 [동물 động vật] con tinh tinh (vượn).

침하 --하다 chìm xuống, lắng xuống.

침해 sự vi phạm, sự xúc phạm, sự phá rối, sự xâm nhập. –하다 xâm lăng, xâm nhập, phá rối, xúc phạm, vi phạm. *--자 người vi phạm. 저작권 (특허권) sự xâm phạm bản quyền (bằng sáng chế).

침향 [식물 thực vật] cây lô hội.

침흘리개 đứa bé thò lò mũi xanh, người miệng chảy nước dãi.

침흘리다 thèm muốn, thèm nhỏ dãi. [부러워하다] nước dãi, nước bọt, nước miếng, mũi dãi của trẻ con.

칩거 --하다 giữ nhà (ở nhà). *--생활 sống nơi hẻo lánh, ẩn dật.

칫솔 bàn chải đánh răng.

칭 (1) [이름] tên, danh tánh, tước hiệu. (2) [문법의 ngữ pháp] ngôi vị. @3 인칭 단수 ngôi thứ 3 số ít.

칭병 người giả ốm để trốn việc. –하다 giả ốm để trốn việc, giả vờ bệnh.

칭송 sự tán dương, lời ca tụng, sự thán phục. –하다 tán dương, ca ngợi, thán phục, ngưỡng mộ.

칭얼거리다 rên rỉ, than van, thút thít, càu nhàu, giận dỗi, bực dọc, cáu kỉnh.

칭얼칭얼 hay càu nhàu, hay than van rên rỉ, hay kêu khóc quấy rầy.

칭찬 sự tuyên dương, sự tán dương, sự ngưỡng mộ. –하다 tán thành, tán dương, tuyên dương, hoan nghênh, ngưỡng mộ, khâm phục. @칭찬할 만한 đáng ca ngợi, đáng ngưỡng mộ // 칭찬받다 được ca ngợi, được ngưỡng mộ.

칭탁 cái cớ, cái lý do, lời bào chữa (biện hộ).

칭탄 --하다 khâm phục, ca ngợi, khen ngợi, vỗ tay hoan nghênh, tán thưởng, tán thành.

칭탈 => 칭탁 lời bào chữa, cớ, lý do. –하다 biện hộ, bào chữa, viện lý do, lấy cớ.

칭하다 đặt tên, gọi tên, tên là, gọi là, mệnh danh là, xưng hô bằng tước vị.

칭호 bảng hiệu, tên gọi, danh hiệu, danh xưng, tước vị, học vị (학위). @박사의 칭호 học vị bác sĩ, học vị tiến sĩ.

ㅋ

카나 [식물] cây cà na, cây chuối hoa.
카나리아 [새] chim Hoàng Yến.
카네이션 [식물] cây hoa cẩm chướng.
카누 (*cano)* xuồng, canô.
카니발 *(carnival)* ngày hội hằng năm. (trước tuần chay, ở các quốc gia theo Thiên Chúa giáo La Mã).
카드 (*card*) tấm thẻ, tấm bìa, tấm các. [트럼프] bài bạc, môn cờ bạc, trò chơi game. *--놀이 sự chơi bài, đánh bài.
카드뮴 [화학 hóa học] chất *cadmium.*
카라반 (*caravan*) xe tải lớn có mui.
카라치 *Karachi* (파키스틴)
카라카스 *Caracas* (베네쥬엘라)
카랑카랑하다 sạch sẽ bảnh bao.
카레(이) *càry*, bột càry. @카레 라이스 cơm càry.
카르테 (*a chart)* [의학 y học] đồ thị, biểu đồ (để theo dõi khám bệnh); cái cặp nhiệt, nhiệt kế (도)
카르텔 [경제 kinh tế] *cartel,* sự tín nhiệm, lòng tin.
카리브 해 biển *Caribean.*
카리에스 (*caries)* [의학 y học] bệnh mục xương. *척추--- bệnh mục xương sống, mục cột sống.
카메라 (*camera)* máy chụp hình, máy ảnh; máy quay phim. @카메라 앵글 góc độ, góc nhìn // 카메라 맨 (*camera man*) người quay phim.
카메룬 (nước cộng hòa) *Cameroon.*
카멜레온 [동물 động vật] con tắc kè hoa.
카무팔라즈 (*camouflage)* sự ngụy trang, vật ngụy trang. *--하다 ngụy trang (hành động)
카바레 (*cabaret)* quán rượu, hộp đêm.
카바이드 [화학 hóa học] *Carbide.*
카본 [화학 hóa học] *carbon.* *--복사 bản giấy than (bản copy). *--지 giấy than.
카세트 (*cassette*) máy cassette, băng cassette
카스텔라 bánh xốp, bánh bông lan.
카아빈 súng *carbine.*
카키색 màu *kaki*
카우보이 (*cowboy*) cao bồi
카운셀러 (*counselor*) người khuyên nhủ, cố vấn.
카운터 (*a counter*) quầy, quầy hàng; thẻ tính điểm, thẻ thanh toán tiền.
카운트 sự đếm, sự tổng kết, số điểm, số bàn thắng @카운트다운 sự đếm ngược // 카운드아우드 đếm từ đồng moat
카이스트 KIST (Korea Institute of Sicience and Technology) Viện Khoa học và Kỹ thuật Hàn quốc.
카이제르 수염 bộ ria mép *Kaiser* (râu vểnh)
카인 (*Cain)* [성경] kinh, kinh thánh.
카지노 (*Casino*) sòng bạc casino.
카타르 (*catarrh)* [의학 y học] bệnh viêm cổ, viêm họng; nước nhầy, đàm.
카탈로그 (*catalogue*) quyển ca-ta-lô
카테고리 (*a category)* [철학 triết học] loại, hạng, diện.
카투사 KATUSA (*Korean Augmentation Troops to the United States Army*)
카틀렛 món cốt lết. *닭고기 (돼지고기) -- món cốt lết gà (heo)
카페 (*a café)* quán cà phê, quán rượu, hộp đêm.
카페인 (화학 hóa học) chất *Cafein.*
카펫 (*carpet*) tấm thảm.

카피 *(a copy)* bản sao, bản copy. @ 카피하다 sao lại, chép lại.

칵칵 tiếng ho khúc khắc, tiếng đằng hắng liên tục (để thông cổ họng).

칵칵거리다 ho (để thông cổ)

칵테일 *cocktail*, rượu cốc tai.

칸쪼네 *canzone*, ca khúc ngắn.

칸타빌레 [음악 âm nhạc] êm dịu, du dương, trầm bổng (như hát)

칼 [1] gươm, dao, kiếm (검); cây kiếm lưỡi cong. (군도) lưỡi dao. @칼을 갈다 mài dao, mài kiếm, sắc bén. *--끝 mũi kiếm, mũi dao. *--등 sống dao.

칼 [2] [형구 dụng cụ phạt, nhục hình] cái gông bằng gỗ (xưa). @ 칼을 씌우다 bắt ai đeo gông.

칼국수 dao cắt mì sợi, bánh phở.

칼깃 lông chim, lông vũ.

칼날 lưỡi dao (kiếm). @칼날이 서다 lưỡi dao bén.

칼라 cổ áo (sơmi).

칼럼 (*column*) cột.

칼로리 *calorie* – nhiệt lượng, năng lượng.

칼륨 [화학 hóa học] *kalium, potassium,* nguyên tố kali.

컬리지 (*college*) trường cao đẳng, đại học, học viện, đoàn thể, hội.

칼맞다 làm cho đau đớn, bị tổn thương.

칼부림 sự sử dụng kiếm. *--하다 sử dụng kiếm; làm tổn thương (người nào). @ 칼부림에 이르다 biểu lộ ra sự khát máu, '*đằng đằng sát khí*'.

칼슘 chất *calcium*

칼자국 vết sẹo từ dao, kiếm.

칼자루 báng súng, [단도] cán, chuôi; [검] cán.

칼잡이 đồ tể, người bán thịt, kẻ sát nhân.

칼질 sự cắt, vết cắt, đường cắt. [칼부림] sự sử dụng dao. *--하다 sử dụng dao, dùng dao, cắt.

칼집 bao, vỏ (kiếm, dao găm, lưỡi lê). @ 칼을 칼집에 넣다 cất dao găm vào bao; tra kiếm vào vỏ.

칼춤 điệu múa kiếm.

칼치 vẩy cá, đuôi cá.

칼칼하다 [목이] khô hạn, hạn hán.

칼코등이 thế kiếm chống đỡ, thế thủ.

칼판 tấm thớt.

캄캄하다 tối, tối đen như mực. @바깥은 캄캄했다 bên ngoài tối đen như mực.

캉캉 điệu nhảy *căng căng* (Pháp).

캐나다 *Canada.*

캐다 (1) đào, xới, khai quật lên. [식물을] nhặt, hái, lượm, thu thập. @금을 캐다 đào vàng, tìm vàng. (2) [규명하다] đào bới, khai thác, moi móc, điều tra, chất vấn; tìm hiểu đến cùng (철저히)

캐디 [골프] người phục dịch những người chơi gôn (*a caddy*).

캐러멜 *caramel*; đường thắng vàng sệt lại (như nước màu dùng trong thực phẩm).

캐럿 *cara* (đơn vị đo tuổi vàng) @18 캐럿의 금 vàng 18 cara.

캐무플라지 sự ngụy trang, thái độ giả dối, lảng tránh (âm theo từ *camouflage* của Pháp).

캐묻다 hỏi, dò xét một cách tò mò, tọc mạch.

캐비닛 *(a cabinet)* (1) tủ nhiều ngăn, tủ hồ sơ, tủ thuốc (2) vỏ, hộp, máy cassette, radio hay TV. (3) nội các (chính phủ).

캐비지 [양배추] bắp cải.

캐빈 (*cabin*) (1) buồng, phòng, buồng lái (máy bay, tàu thủy, phi thuyền). (2) túp

lều, chòi (thường làm bằng gỗ).

캐스터네츠 [악기 nhạc khí] một đôi sanh, phách (một đôi, một cặp – dùng để gõ nhịp).

캐스트(*cast*) [배역] thành phần diễn viên.

캐스팅보우트 lá phiếu quyết định.

캐시미어 hàng *kashmir,* len *ca-se-mia*

캐치 (*catch*) bắt.

캐치 프레이즈 câu nói thông dụng.

캐터펄트 (*caltapult*) (1) giàn ná, giàn thung, ná cao su của trẻ con. (2) máy bắn đá (thời xưa). (3) thiết bị / máy phóng máy bay trên boong tàu.

캐터필러 con sâu bướm.

캔피털리즘 chủ nghĩa tư bản; hệ thống chủ nghĩa tư bản

캑캑 ho liên tục, tằng hắng.

캔디 (*candy*) kẹo đường.

캔버스 (*canvas*) tấm bạt, vải bạt (dùng để dựng lều, trại hoặc làm vải căng để vẽ).

캘린더 (*a calendar*) cuốn lịch

캠퍼 [약 thuốc] *camphor,* long não. *--주사 ống bơm long não.

캠퍼스 (*campus*) khu đại học, khuôn viên trường đại học, chi nhánh đại học.

캠페인 (*campaigh)* cuộc vận động, một chiến dịch.

캠프 (*camp*) trại, lều, chỗ cắm trại, nơi đóng quân.

캠핑 (*camping*) sự cắm trại.

캡 (*a cap*) mũ lưỡi trai, mũ vải, nắp đậy.

캡슐 (*a capsulle)* bao thuốc viên con nhộng / khoang lái phi thuyền.

캡틴 (*a captain*) đại úy, thuyền trưởng, trưởng phi hành đoàn (dân sự), hạm trưởng, hải quân, đội trưởng, thủ quân, người cầm đầu, người lãnh đạo.

캥거루우 [동물 động vật] con *căng-gu-ru.*

커녕 trái lại, ngược lại, không hoàn toàn, không hẳn vậy. @칭찬은 커녕 꾸지람을 들었다 (chúng tôi) bị trách mắng thay vì ngợi khen.

커닝 sự gian lận, quay cóp trong kỳ thi. *--하다 gian lận, quay, cóp. *--페이퍼 bài quay cóp, sự đạo văn, sự ăn cắp văn, sự ăn trộm vặt.

커다랗다 khổng lồ, đồ sộ, to lớn. @ 커다란 손실 một thiệt hại trầm trọng, một tổn thất nặng nề.

커다래지다 sự bành trướng, sự phát triển, sự lan rộng, sự phổ biến, trở nên to lớn, rộng lớn; [카] trở nên cao hơn.

커리즈마 (*charisma)* [득]uy tín, khả năng thu hút quần chúng / năng lực trời cho, tài năng siêu phàm,thiên phú.

커리큘럼(*curriculum*) chương trình giảng dạy.

커뮤니케이션 (*communication*) sự truyền đạt thông tin, tin tức. @메스커뮤니케이션 khối lượng thông tin; thông tin đại chúng.

커미션 (*commission*) nhiệm vụ, sứ mệnh

커버 (*cover*) vỏ bọc, bìa sách / vớ, bít tất.

커버하다 [보상] che đậy, dấu diếm (sự thất bại); [경기에서] cải trang, đội lốt.

커스터드 (*custard)* [과자 bánh, mức, kẹo] món kem sữa trứng.

커브 (*curve)* đường cong, vật hình cong, chỗ uốn; [야구.테니스의] cú đánh bóng đi trái hướng (bóng chày). *아우트-- cú đánh ra ngoài. *인--- cú đánh lọt vào (*out curve / in curve*)

커지다 lan rộng, phổ biến (성장) phát triển, bành trướng (확장) trở nên trầm trọng (중대화) quan trọng hóa.

커트 (*cut)* (1) [가위질] sự cắt, vết cắt,

nhát cắt. (2) [판화.목판화] tranh khắc gỗ, bản khắc gỗ. *--하다 cắt.

커튼 *(curtain)* màn cửa, màn sân khấu, màn che.

커프스 cổ tay áo. @ 커프스 버튼 cái khuy nút ở tay áo.

커플 một đôi, một cặp.

커피 cà phê. @커피를 끓이다 pha cà phê. 커피를 한잔 마시다 uống một tách cà phê. *--세트 *(a coffee set)* bộ tách uống cà phê. *--숍 quán, tiệm càphê.

-컨대 @ 요컨대 trong tình trạng thiếu, thiếu sót // 생각컨대 suy nghĩ thiển cận.

컨덕터 *(a conductor)* (사람 người) người dẫn đường, người chỉ huy, người điều khiển, người bán vé (xe điện/xe bus).

컨디션 *(condition)* điều kiện, hoàn cảnh.

컨테이너 *container* – công ten nơ (thùng chứa, kho chứa để chở hàng đi bằng tàu hỏa, tàu thủy hoặc bằng xe hơi kéo)

컨트롤 kiểm tra, kiểm soát.

컬 sự cuộn, làm quăn (tóc). @ 컬이 풀리다 tháo ống cuốn tóc ra.

컬러 *(color)* màu. *--사진 ảnh màu. *--텔레비전 truyền hình màu; [수상기] TV. màu. *--필름 phim màu.

컬컬하다 mù mờ, tối đen, âm u, không rõ; [마음 lòng dạ] hay che dấu tình cảm, hay giả vờ, lòng dạ đen tối, giả dối, xảo trá.

컴퓨터 *(computer)* máy điện toán, máy vi tính. @ 컴퓨터화 하다 (로 처리하다) trang bị máy điện toán (máy vi tính).

컵 *(a cup)* chiếc cúp / cái cốc uống bia

케이블 *(cable)* dây cáp. @ 케이블카 xe kéo bằng dây cáp *(a cable car)*

케이스 *(a case)* ca, trường hợp, cảnh ngộ, tình huống, vụ

케이에스 [KS] (**K**orean **S**tandards tiêu chuẩn, chất lượng Hàn quốc) *--상품 sản phẩm theo tiêu chuẩn Hàn quốc.

케이크 bánh *cake*; bánh ngọt có bơ.

케첩 tương cà, cà *catchup* (trong chai)

케케묵다 cũ, lỗi thời, quá hạn, cổ hủ, lạc hậu, nhàm chán. @ 케케묵은 이야기 chuyện cũ.

켄터키 *Kentucky.*

켐브리지 trường đại học *Cambridge.*

켕기다 (1) [줄 따위가] căng, căng thẳng, kéo căng ra. @ 힘줄이 켕기다 giản gân cốt. (2) [마음 tâm hồn] căng thẳng, không thoải mái, khó chịu, ray rức trong lòng. (3) [잡아당겨서] kéo giản ra, căng ra; [버티다] đứng dựa vào nhau.

켜 lớp, (lớp gỗ hoặc lớp vải).

켜다 (1) [불을] thiêu, đốt, nhen nhúm, bật, thắp (đèn). @ 촛불을 켜다 thắp nến // 성냥을 켜다 quẹt diêm. (2) [톱으로] cái cưa, sự cưa (tấm ván); [악기를] đánh đàn, chơi đàn (vĩ cầm); [물을 nước] nốc cạn; 기지개를] ngáp / tự thư giản; [실을] quay (tơ, chỉ), kéo (kén).

켤레 một đôi. @ 구두 (양말) 한 켤레 một đôi giày (vớ)

코 [1] [뜨게옷 따위의] mũi khâu, mũi đan, thêu, mũi móc.

코 [2] (1) mũi, khứu giác; [코끼리의 phần mình, thân (người);[개.말의]mõm (chó), miệng mồm, họng (súng); [돼지의]mõm lợn, mỏ heo. @코를 꺾다 triệt hạ tính kiêu ngạo của người nào, làm nhục ai, làm cho ai co vòi lại, làm cho ai hết vênh váo. (2) nước mũi (콧물). @ 코를 흘리다 sổ mũi, chảy nước mũi // 코를 풀다 hỉ mũi. *--감기 cảm lạnh, cảm sổ mũi.

코골다 ngáy, ngáp. @ 코고는 바람에 스스로 깨다 tỉnh giấc vì tiếng ngáy.

코끝 chóp mũi.

코끼리 con voi. *수-- voi đực. *암-- voi cái.

코냑 *Cognac* (rượu cô nhắc).

코너 (*a corner*) góc. @ 코너 cú đá phạt góc.

코넷 [악기 nhạc khí] cây kèn đồng *cornet*.

코딱지 chất nhầy khô từ mũi – cứt mũi.

코대답 câu trả lời trung lập (vô thưởng vô phạt). *--하다 trả lời một cách dửng dưng.

코떼다 làm mất thể diện, bị cự tuyệt, bài bác, bị dứt khoát từ chối, bị đẩy lui.

코뚜레 vòng đeo ở mũi bò.

코드 (1) [끈] dây, dây thừng. [전기줄] dây điện. (2) [암호] mã số, mật mã. *자동 검사—[컴퓨터] mã số riêng.

코란 kinh *Koran* (đạo hồi)

코레스폰던스 sự xứng hợp, tương ứng, sự quan hệ trao đổi thư từ.

코르덴 vải nhung kẻ sọc. *--양복 bộ com lê sọc.

코르셋 áo *coóc xê*, áo nịt ngực của phụ nữ.

코르크 nút bần, phao bần.

코러스 bản hợp xướng, đội hợp xướng, đội đồng ca.

코머 dấu phẩy, dấu phẩy thập phân (dấu đặt sau số đơn vị khi ghi số thập phân).

코메디 (*comedy*) hài kịch, kịch vui, phim hài.

코메디언 diễn viên hài, nhà soạn kịch hài.

코뮤니스트 (*a communist*) cộng sản.

코뮤니즘 (*communism*) chủ nghĩa cộng sản.

코뮤니케 (*communique*) thông cáo (chính phủ).

코믹 (*comic*) hài hước, khôi hài.

코민테른 Đệ tam quốc tế cộng sản.

코민포름(*cominform*) cục thông tin của cộng sản quốc tế (1947-1956).

코바늘 cái móc đan (móc chỉ len)

코발트[화학 hóa học]chất coban (*cobalt*); thuốc nhuộm co-ban.

코방귀 sự khinh thường, bác bỏ (ý kiến, đề nghị), tiếng khịt mũi chê bai, khinh thị. @코방귀 뀌다 chê bai, khịt mũi, bác bỏ, khinh thường, phớt lờ.

코방아찧다 ngã sóng soài; té úp mặt xuống đất.

코브라 [동물 động vật] con rắn hổ mang

코사인 [수학 toán học] cô-sin (cos)

코스모폴리탄 chủ nghĩa quốc tế thế giới.

코스트 (*cost*) giá cả, phí tổn, chi phí.

코스 (*a course*) con đường, đường mòn; [경기장.수영장 따위] đường làng, ngõ hẻm (đường nhỏ); tuyến đường, lộ trình; [경마 따위의] trường đua; [골프의 sân gôn] đường lăn bóng.

코울타아르 hắc ín.

코트 sân (quần vợt)

코치 [사람 người] huấn luyện viên; [훈련] sự huấn luyện. *--하다 huấn luyện, đào tạo, luyện tập.

코크스 than cốc.

코트 áo khoát, áo khoát ngoài.

코웃음 nụ cười chế nhạo, sự nhạo báng. @코웃음 치다 cười khẩy, cười nhạo báng, làm tổn thương.

코일 cuộn, vòng cuộn, ống xoắn ruột gà.

코작 *--병 *Cossack* – người cô dắc.

코즈메틱 (*a cosmetic*) mỹ phẩm

코카서스 vùng Cáp ca (*Caucasia*). *--인종 chủng tộc da trắng. *--산맥 vùng núi Cáp ca.

코카인 [화학 hóa học] *cocaine* / cô-ca-in. *--중독 sự ngộ độc cô-ca-in; chứng nghiện cô-ca-in.

코카콜라 *Coca Cola.*

코코넛 [식물 thực vật] trái dừa, cơm dừa.

코코아 nước ca cao, bột ca cao, màu ca cao.

코탄젠트 [수학 toán học] cotang

코텐 lông mũi. @ 코털을 뽑다 nhổ lông mũi.

코풀다 hỉ mũi.

코프라 (*copra*) cùi dừa khô.

코피 sự chảy máu cam. @ 코피가 흐르다 bị chảy máu cam.

코허리 vùng hẹp của mũi.

코흘리개 đứa trẻ thò lò mũi xanh; người hay rên rỉ, than van.

콕 sự châm chích, sự day dứt, gây nhức nhối, gay gắt, khó chịu (nhanh chóng bất ngờ). @바늘로 콕 찌르다 cảm giác tê tê, buồn buồn / cảm giác rần rần như có kiến bò.

콕콕 sự châm chích liên tục, nhức nhối dai dẳng; chê bai, bắt bẻ liên tục.

콘덴서 cái tụ điện.

콘덴스트밀크 (*condensed milk*) sữa đặc.

콘돔 (*a condom*) bao cao su tránh thai.

콘베이어 [기계 máy móc, thiết bị, dụng cụ] phương tiện vận chuyển. *벨트-- dây curoa, băng chuyền tải.

콘비프 thịt bò muối.

콘서어트 (*a concern*) buổi hòa nhạc, sự phối âm, sự phối hợp, hòa hợp.

콘센트 [전기 điện lực] chổ thoát, lối thoát.

콘체르토(*a concerto*)bản concerto (công-xec-tô).

콘체른 (*a concern*) công ty; cổ phần // sự quan tâm, sự lo lắng.

콘크리이드 tính cụ thể, xác thực, chắc chắn.

콘택트렌즈 (*a contact len*) kính sát tròng, kính dán vào tròng mắt.

콘테스트 (*contest*) cuộc tranh luận, tranh cãi.

콘트라베이스 [악기 nhạc khí] contrebass (công bát).

콘트라스트 (*a contrast*) sự tương phản, điều trái ngược.

콜걸 (*a call girl*) gái điếm, gái gọi.

콜드 게임 một ván bài.

콜드크림 (*a cold cream*) kem dưỡng da mặt.

콜라 cola.

콜론 [경제 kinh tế/tài chánh] món tiền cho vay phải trả ngay khi có yêu cầu.

콜머니 (*call money*) số tiền yêu cầu / kêu gọi.

콜럼비아 *Columbia.*

콜레라 *cholera* – bệnh dịch tả.

콜로이드 [화학 hóa học] chất keo. @콜로이드의 thuộc chất keo.

콜로타이프 [인쇄 sự in ấn] bản in trực tiếp từ phim

콜록거리다 ho, đằng hắng.

콜록콜록 sự ho khan. @ 콜록콜록 기침을 하다 ho khan, ho một tràng.

콜론 (*a colon*) dấu 2 chấm. ().

콜사인 tín hiệu, điện tín của đài phát thanh.

콜콜 sự ngáy, tiếng ngáy; [물이 nước] tiếng ùng ục, ồng ọc. @콜콜 자다 ngủ ngáy.

콜트 súng côn (*colt*), súng lục.

콤마 => 코머.

콤바인 [수확 기계] máy gặt đập.

콤비나트 khu công nghiệp liên hợp.

콤비(네이션) sự kết hợp, phối hợp; tập đoàn, hội đoàn, tổ hợp.

콤파스 cái com-pa

콤팩트 giao kèo, khế ước, hiệp ước, hợp đồng.

콤프레서 [기계] máy nén, máy ép hơi.

콤플렉스 liên hợp, phức tạp.

콤호즈 [집단농장] nông trường tập thể.

콧구멍 lỗ mũi.

콧김 hơi thở từ mũi

콧날 sống mũi

콧노래 tiếng vo ve, tiếng ậm ừ, ấp úng. *--하다 ậm ừ, ấp úng, ngân nga.

콧대 sống mũi. @콧대 센 사람 người cứng đầu cứng cổ, người quả quyết tự tin.

콧등 sống mũi => 콧마루

콧물 nước mũi, sự chảy nước mũi, sự sổ mũi.

콧소리 giọng mũi (nói).

콧수염 ria mép.

콩 [식물 thực vật] hột đậu; đậu Hà Lan (완두); đậu nành (대두). *--깻묵 bánh đậu.

콩가루 bột đậu nành.

콩깍지 vỏ đậu, bã đậu.

콩과 [식물 thực vật] loại đậu, cây thuộc họ đậu.

콩국 súp đậu (cháo).

콩기름 dầu đậu (nành) – dầu thực vật.

콩나물 mầm đậu. *--국 cháo đậu.

콩댐하다 đánh bóng sàn (bằng bã đậu)

콩밥 đậu trộn với gạo – hỗn hợp đậu, gạo.

콩버무리 bánh đậu và gạo

콩볶듯하다 kêu răng rắc, lách cách, nổ lốp bốp.

콩새 loại chim mỏ to của Hàn quốc (họ chim sẻ).

콩자반 đậu nấu với nước tương.

콩쿠르 cuộc tranh cãi, tranh tài, cuộc thi, đua.

콩튀듯팥튀듯하다 điên tiết, giận dữ; giận phát điên.

콩트 (*conte*) chuyện ngắn, chuyện kể.

콩팔칠팔하다 nói lắp bắp, nói huyên thiên, ríu rít, không mạch lạc, nói tào lao, chuyện phiếm.

콩팥 => 신장 quả thận, trái cật.

콰르텟 [음악 âm nhạc] bản hợp ca 4 người, ban nhạc 4 người; tứ tấu

콸콸 dồi dào, dư dả, vồn vã, vồ vập, phun ra, tuông tràn. @콸콸 흘러나오다 tuông ra đều đặn; vọt ra, chảy ra, phun ra, bắn ra.

쾅 tiếng đùng đùng, tiếng oang oang, uỳnh uych, thình thịch, rầm rầm. @쾅하고 떨어지다 rơi phịch, té rầm xuống // 쾅하고 부딪치다 va chạm mạnh vào tường.

쾅쾅거리다 giữ, ngăn tiếng va chạm (rầm rầm)

쾌 một chuỗi, một xâu (20 con cá khô).

쾌감 khoái cảm, cảm giác thoải mái, hài lòng. @ 쾌감을 느끼다 cảm giác dễ chịu, ấm cúng, thoải mái.

쾌거 cử chỉ lịch thiệp; cử chỉ ga lăng.

쾌남아 một gã dễ thương, một anh chàng

dễ chịu, tốt bụng.

쾌도 lưỡi dao (kiếm) sắc bén. @쾌도 난마하다 giải quyết 1 vấn đề hóc búa bằng vũ lực; sử dụng biện pháp mạnh.

쾌락 sự sẵn sàng đồng ý; sự chấp thuận nhiệt tình. *--하다 sẵn sàng đồng ý, vui vẻ chấp thuận

쾌락 vui vẻ, thích thú, hài lòng, khoái trá. *--하다 thấy vui vẻ, cảm thấy thích thú., đam mê, say mê. @ 육체적 쾌락 sự ham mê hoan lạc (xác thịt) // 쾌락 빠지다 làm cho thích thú, say mê. *--설 (주의) chủ nghĩa khoái lạc, chủ nghĩa hưởng lạc (thuyết Ê-pi-cua) *--주의자 người theo chủ nghĩa hưởng lạc, người tôn thờ thuyết ê-pi-cua.

쾌보 tin lành, tin vui.

쾌사 một sự việc vui vẻ, vừa ý, dễ chịu.

쾌속 tốc độ cao. *--하다 rất nhanh, mau lẹ, nhanh chóng, ngay lập tức, tức khắc. *--선 tàu cao tốc; tàu biển chạy nhanh. *--조 [음악 âm nhạc] nhịp nhanh và sôi nổi (*allegro*)

쾌승 một chiến thắng thần tốc. *--하다 chiến thắng thần tốc (dễ dàng, mau lẹ)

쾌유 => 쾌차.

쾌재 @ 쾌재를 부르다 thét lên 'hoan hô' – kêu lên mừng rỡ.

쾌적 --하다 êm ái, dễ chịu, ấm cúng, tiện nghi.

쾌조 một điều kiện hoàn hảo, một tình huống tốt. @ 쾌조이다 trong điều kiện tốt nhất (thuận lợi nhất).

쾌주 sự chạy nhanh *--하다 chạy nhanh, chạy thẳng một mạch.

쾌차 sự phục hồi, sự thu lại trọn vẹn, lấy lại đầy đủ. *--하다 phục hồi, bình phục.

쾌척 --하다 đóng góp rộng rãi, hào phóng; tự nguyện, sẵn lòng đóng góp.

쾌청 thời tiết tốt, dễ chịu; tiết trời trong sáng. *--하다 dễ chịu, tốt, trong sáng.

쾌하다 [병이 bệnh] bình phục, phục hồi; [유쾌 hài lòng, vui vẻ, hạnh phúc]. @ 몸이 아주 쾌하다 tôi đã hoàn toàn hồi phục.

쾌활 --하다 vui vẻ, hoạt bát, hân hoan, sinh động, phấn khởi, vô tư. @쾌활하게 một cách vui vẻ, một cách sinh động, phấn khởi.

쾌히 [유쾌히] một cách vừa lòng, một cách thoải mái. [기꺼이] một cách sẵn sàng, vui vẻ, nhiệt tình, nồng nhiệt. @쾌히 승낙하다 sẵn sàng cho phép, vui vẻ đồng ý.

쾨쾨하다 hôi thối, khó chịu, ghê tởm, lợm giọng.

쿠냥 một cô gái Trung Hoa.

쿠데타 một cuộc đảo chánh. @쿠데타를 일으키다 thực hiện một cú đảo chánh.

쿠렁쿠렁하다 không đầy (vơi, lưng)

쿠션 (*a cushion*) cái đệm, gối đệm, thảm mềm, khối mềm mại.

쿠알라룸푸르 *Kuala Lumpur* (thủ đô Malysia – 말레이지아)

쿠울롬 [전기 điện] *coulomb* – đơn vị cu-lông.

쿠페 xe ô tô có 2 cửa, có 2 chỗ ngồi.

쿠폰 (*a coupon*) phiếu, vé.

쿡 sự đau nhức, sự đau đớn nặng nề.

쿡 đầu bếp, người nấu ăn.

쿨룩거리다 ho, ho khúc khắc.

쿨리 coolie; người lao động tay chân. (인도.중국 따위의 인부)

쿨쿨 Z.Z.Z.; tiếng ngáy.@쿨쿨 자다 ngủ

ngáy.

쿵 tiếng vang bum, thùm thụp, tiếng va chạm, đụng mạnh. @짐을 쿵내려 놓다 đụng rớt xuống

쿵쿵 @마루 위를 쿵쿵 달리다 (đứa trẻ) nhảy lung tung trên sàn nhà một cách ồn ào. (nhảy rầm rầm trên sàn nhà).

쿼터 *quota* – định mức, chỉ tiêu, hạn ngạch.

쿼테이션 마아크 (*a quotation mark*) dấu ngặc kép ["X"].

퀀셋 [건축] (*a quonset*) (nhản hiệu thương mại) nhà tôn, mái vòm cung, làm sẵn – nhà tiền chế.

퀄퀄 => 콸콸

퀘스천 câu hỏi; một vấn đề tranh cãi. *-- 마아크 dấu hỏi (*a question mark*)

퀘이커 hội thánh Quaker (종파); đạo Quaker (교도).

퀭하다 to và rỗng / huyênh hoang, khoác lác.

퀴즈 (*quiz*) trò thi đố vui, cuộc thi vấn đáp.

퀴퀴하다 hôi thúi, khó ngửi.

큐 [당구 bi da] cây gậy chơi bi da.

큐비즘 [미술 mỹ thuật] trường phái lập thể.

큐핏 thần ái tình – *Cupido.*

크기 kích cỡ, tầm cỡ, cỡ lớn (덩치); số lượng lớn (용적). @ 같은 크기의 cùng cỡ, bằng cỡ.

크나크다 to lớn, khổng lồ, đồ sộ, vĩ đại.

크낙새 [새 loài chim] con chim gõ kiến.

크다 [1] [형상이 hình dạng] rộng, lớn, to lớn; [거대 cực đại] đồ sộ, vĩ đại, khổng lồ. [광대 bao quát] rộng lớn, mênh mông, bao quát, vĩ đại; [덩치가 khối lượng] to lớn, kềnh càng, đồ sộ;[마음이 tinh thần] (có tư tưởng) rộng rãi, khoáng đạt; [소리가 âm thanh] to lớn, ồn ào, ầm ĩ. [수량이 khối lượng nước] bao la, mênh mông. @ 큰 실수 sai lầm lớn // 큰 재산 vận may, cơ may tốt // 큰 형 anh cả (anh lớn nhất) // 크게 to lớn, rộng lớn; [대규모로] ở phạm vi lớn, trên bình diện rộng lớn // 크게하다 bành trướng, phát triển, khuyếch trương, phóng đại, mở rộng.

크다 [2] [자라다] trưởng thành, lớn lên; được nuôi dưỡng, chăm sóc, nuôi nấng, dạy dỗ. @도시 [시골] 에서 큰 아이 một đứa trẻ được nuôi lớn lên ở thành phố / (ở nông thôn) // 모유 (인공 영양으)로 큰 아이 đứa bé được nuôi bằng sữa mẹ (sữa bình).

크라운 mũ miện, vương miện.

크라이슬러 [자동차 xe] *Chrysler* (hiệu xe hơi)

크래커 bánh quy dòn, kẹo dòn.

크랭크 (*a crank*) cái tay quay. @ 크랭크인 하다 [영화 phim ảnh] bắt đầu chiếu phim rồi, xin ngồi xuống sàn đi! *--축 cái tay quay, ma-ni-ven.

크레딧 (*credit*) sự tín nhiệm, lòng tin. *--카드 (*credit card*) thẻ tín dụng.

크레겐도 (*cresendo*) [음악 âm nhạc] âm mạnh, sự mạnh dần

크레오소트 dầu *creosote* (rê-ô-zốt)

크레욘 chì màu, phấn màu (phát âm theo từ *crayon* của Pháp)

크레인 cần trục cần cẩu, giàn khoan.

크레졸 *cresol* @ 크레졸수 nước cresol

크레파스 chì màu nhạt nhẹ

크렘린 điện *Kremlin*

크로스워드 ô chữ, trò chơi ô chữ.

크로켓 bánh rán.

크롤 sự bò, trường; lối bơi trường.
@ 크롤로 헤엄을 치다 bơi sải

크롬 [화학 hóa học] *chrome* (thuốc nhuộm màu vàng)

크리스마스 *Christmas; X-mas* – lễ Giáng sinh.

크리스천 (*a Christian)* giáo lý cơ đốc, người theo đạo cơ đốc.

크리임 (*cream*) kem (để ăn hoặc kem thoa mặt)

크리켓 [경기 trò chơi, cuộc thi đấu] môn *cricket*

크메르 *Khmer* (dân tộc)

큰곰자리 [천문 thiên văn] chòm sao gấu lớn; đại hùng tinh.

큰기침 tiếng hắng giọng lớn (a hèm!). *--하다 đằng hắng, hắng giọng.

큰길 đường chính, đường cái, quốc lộ, đại lộ.

큰누이 chị cả, chị lớn nhất.

큰달 tháng nhuận.

큰딸 con gái đầu lòng, con gái trưởng, trưởng nữ; con gái lớn nhất.

큰댁 nhà của người con trai cả; nhà tự, nhà từ đường.

큰돈 một số tiền lớn, một mớ tiền, một đống tiền. @큰돈을 벌다 thu được nhiều lợi nhuận, kiếm được nhiều tiền.

큰마누라 người vợ hợp pháp; vợ chính thức (첩에 대해서); vợ có cưới hỏi.

큰마음[포부 nguyện vọng] khát vọng, hoài bão; [관대] sự quảng đại, hào phóng, tư tưởng tự do, khoáng đạt. @ 큰마음 쓰다 hành động phóng khoáng.

큰물 trận lũ lụt, nạn lụt, đại hồng thủy. @ 큰물이 나다 ngập lụt, lũ lụt, trần ngập.

큰북 [악기 nhạc khí] cái trống lớn.

큰불 đám cháy lớn.

큰비 mưa to, mưa nặng hạt, mưa lớn.

큰사랑 phòng khách chính, đại sảnh

큰사위 chồng của cô con gái lớn; con rể lớn.

큰살림 một căn hộ sang trọng, đầy đủ tiện nghi, cao cấp. *--하다 sống sang trọng, sống xa hoa.

큰상 bàn ăn lớn, bàn ăn để tiếp đón khách quý. @큰상 받다 (khách danh dự) được tiếp đãi ở bàn lớn, trang trọng.

큰소리 (1) tiếng la thét, tiếng kêu to. @ 큰소리로 부르다 kêu lớn tiếng, gọi to. (2) [야단치는 소리] cằn nhằn, gầm gừ, gào, rống. (3) [과장] *--하다 khoa trương, khoác lác, phóng đại, thổi phồng. @ 큰소리 치는 사람 người hay khoe khoang, khoác lác.

큰솥 cái vạc; cái chảo to (dùng trong nhà bếp).

큰아기 thiếu nữ. [만딸] con gái đầu lòng.

큰아들 con trai trưởng, con trai đầu lòng.

큰아버지 bác, anh trai của bố.

큰아이 con trưởng, con đầu lòng.

큰어머니 bác gái, chị dâu của bố.

큰언니 chị cả.

큰오빠 anh cả của cô gái.

큰일 (1) [중대사] việc trọng đại, việc lớn, việc nghiêm trọng, sự bất hạnh to lớn (위기) (2) [대업] công việc kinh doanh lớn; kế hoạch, dự kiến lớn. (3) [예식] nghi lễ lớn; tiệc cưới lớn. @큰일나다 tổn phí nặng nề, thất thoát lớn, có vẻ nghiêm trọng.

큰절 sự cúi đầu sâu. *--하다 cúi đầu thấp (tỏ ý vâng lời, lễ phép).

큰집 nhà lớn; [종가] nhà chính, nhà từ đường, nhà của con trai cả trong gia đình.

큰체하다 ngẩng cao đầu, hãnh diện, tự hào / tạo ra vẻ quan trọng.

큰칼 [형구] cái gông lớn; [칼] cây kiếm lớn, cây đao.

큰코다치다 có nhiều kinh nghiệm cay đắng, trải qua một thời gian khổ, trả giá đắt .

큰형 anh cả của em trai.

클라스 (*class*) lớp, tầng lớp, giai cấp.

클라이맥스 cao điểm, cực điểm.

클라이밍 sự leo, trèo.

클래리넷 [악기 nhạc khí] kèn *clarinet*

클래식 (*classics*) cổ điển. @클래식 음악 âm nhạc cổ điển.

클랙슨 (*klaxon*) còi điện ô tô.

클러치 [기계 thiết bị cơ khí] hộp số, cần số (xe).

클럽 @클럽 회원 thành viên của câu lạc bộ, hội viên câu lạc bộ.

클레임 (*a claim)* một yêu sách.

클로렐라 [식물 thực vật] chất diệp lục tố.

클로로다인 [마취제] *Clorodyne* (hóa chất)

클로로마이세틴 [약 thuốc] *Cloromycetin.*

클로로포름 [마취제] *cloroform* (chất hóa học gây mê).

클로로 [화학 hóa học] *cloride*; hợp chất cờ lo, thuốc tẩy cờ lo.*--산 acid cloric.

클로오드 vải (dùng cho thợ đóng sách) . @클로오드 제본의 đường biên vải.

클로버 (*clover)* cây cỏ 3 lá.

클로즈업 (*a closeup*) vật trở ngại.

클리블랜드 *Cleveland*

클리어런스세일 (*a clearance sale)* sự bán tháo, bán xôn.

클리이닝 (*clearning)* sự quét tước.

클립 (đóng chặt, kẹp chặt) cái kẹp (giấy) [머리의 đầu] cái cặp tóc; [컬용] ống cuốn tóc.

큼직이 to lớn, đồ sộ, vĩ đại; trên phạm vi rộng (대규모로). @마음을 큼직이 먹다 làm ra vẻ rộng rãi, khoan dung.

큼직큼직 khá lớn, hoàn toàn lớn. *--하다 hầu như trở nên khá rộng lớn.

큼직하다 khá lớn.

킁킁 tiếng gáy, tiếng ngáy. *--하다 ngáy, gáy.

키 [1] [까부는 sự rê, sàn] sự thổi, quạt, sự sàn lọc, sự lựa ra. @ 키질하다 thổi, quạt, sàn (thóc).

키 [2] [배의] bánh lái, đuôi lái, khoang lái (tàu). @ 키를 잡다 lái, điều khiển bánh lái. *--잡이 người điều khiển bánh lái, người lái tàu thủy.

키 [3] [신장] tầm vóc, độ cao. @ 키가크다 có tầm vóc cao; [자라다] phát triển tầm vóc // 키가 5 피트 5 인치이다 có chiều cao 5 feet 5 inches.

키니네 *quinine* – thuốc sốt rét.

키다리 người cao ráo

키순 theo thứ tự chiều cao.

키스 (*a kiss*) cái hôn (소리를 내는).

키우다 nuôi dưỡng, nuôi nấng, dạy dỗ, bồi dưỡng, trông nom, chăm sóc; [동식물을] chăn nuôi, nuôi trồng.[양성]tu dưỡng, trao dồi, nuôi dạy. @ 애를 우유로 키우다 nuôi đứa bé bằng sữa bò.

키퍼 người trông nom, người quản lý, người bảo quản. *고울-- thủ môn.

키잡이 [조타수] người lái tàu, thuyền.

킥 một cú đá.

킥오프 cú phát bóng (khởi đầu)

킥킥거리다 cười khúc khích.

킬로 kilo @ 킬로그램 kilogram (kg) // 킬로미터 kilo-mét (km)

킬킬거리다 cười khà khà.

킹 vua, quốc vương (*king*).

킹사이즈 @킹사이즈의 cỡ lớn, cỡ to (*king-size*).

킹킹거리다 rên rỉ, lầm bầm, thút thít, than van.

ㅌ

타 một tá, một lố @타로 팔다 bán từng tá.

타 phần còn lại, cái khác, cái còn lại. @타의 추종을 불허하다 có một không hai, vô song, không gì sánh bằng (vô địch, không có đối thủ)

타개 sự ngưng, sự phá vỡ, sự xuyên qua, một sự đổi thay, một chiều hướng mới. –하다 đình trệ, bế tắc, xuyên qua, khắc phục, sửa đổi. @난국을 타개하다 khắc phục khó khăn. *--책 biện pháp đối phó.

타격 (1) một cú đánh; [충격 một sự va chạm mạnh/tác động/ảnh hưởng] một cú sốc, [손해 bồi thường, đền bù] một tổn thương, thiệt hại. (2) [야구 bóng chày] cú đánh bằng gậy. –왕[야구] nhà vô địch bóng chày; vua đập bóng.

타결 bản hợp đồng, sự thỏa thuận, sự hòa giải; @ 타결을 보다 đi đến thỏa thuận với. *--점 điểm ký kết, điểm thỏa thuận.

타계 (1) [다른 세계] thế giới bên kia, thế giới khác. (2) [죽음] sự qua đời, cái chết, tử vong. –하다 chết, qua đời, về bên kia thế giới.

타고나다 có sẵn, bẩm sinh, có tài, có năng khiếu về.. @타고난 bẩm sinh, tự nhiên, thiên tính // sinh ra dưới một ngôi sao tốt.

타고장 nơi khác, nơi xa lạ, tha hương.

타관 => 타향

타구 [야구] quả bóng chày.

타구 cái ống nhổ.

타국 tha hương, nước ngoài, nước khác. @타국의 thuộc nước ngoài, của nước ngoài. *--인 người nước ngoài, người ngoại quốc, người thuộc chủng tộc khác.

타기 --하다 ghét, ghét cay ghét đắng, ghê tởm, kinh tởm. @타기한 đáng ghét, đáng tởm.

타내다 nhận được (vật gì từ người trên trước, lớn tuổi hơn); đạt được, thu được, dành được.

타닌 [화학] *tanin*, chất chiết từ vỏ cây để thuộc da. *--산 acid tannic.

타다 [1] (1) [불이] cháy, bùng cháy, bộc phát; [불에] bị cháy, làm cháy. @타고 있다 đang bùng cháy, đang bộc phát // 잘 타다 dễ cháy, mau bén lửa, nhạy // (집이 nhà) 홀딱 타다 cháy tan rụi căn nhà, cháy thành tro. (2) [눋다] cháy xém @새까맣게 타다 cháy xém đen (cháy ra than). (3) [볕에] bị cháy nắng, rám nắng.@볕에 탄 얼굴 một khuôn mặt rám nắng, (4) [걱정으로] nóng bỏng, rực rỡ, ửng hồng, hồng hào, hây hây. @가슴이 타다 bị chứng ợ nóng // 애가 타다 bồn chồn, lo lắng, sầu, buồn.

타다 [2] pha trộn vào, lẫn vào; [불순물을] pha trộn với, lẫn lộn với. @ 아무것도 타지 않은 tinh khiết, nguyên chất, không pha trộn. // 물을 타다 pha thêm nước.

타다 [3] (1) [탈것에] đi (phương tiện sử dụng) lên (xe, tàu, taxi…), cưỡi (ngựa). @ 택시를 타다 đi taxi// 자전거를 타다 đi xe đạp // 비행기를 타다 đáp (đi) máy bay. (2) [얼음을] trượt (băng);

trượt tuyết (스키를); đi xe trượt tuyết (썰매를). (3) [산.나무 따위를] trèo núi, leo cây. @줄을 타다 đi trên dây.

타다 [4] [받다] nhận, nhận được, thu được, đạt được, đoạt được, được cho, được tặng thưởng. @월급을 타다 lãnh lương.

타다 [5] (1) [찧다] nghiền nát, tán nhuyễn, xay nhỏ. (2) [가르다] tách ra, phân ra, chia ra.

타다 [6] (1) [느끼다] có linh tính, nhạy cảm, có cảm giác. @ 부끄럼을 타다 rụt rè, bẻn lẻn, thẹn, mắc cở. (2) [영향을 받다] nhạy cảm, dễ bị tổn thương, dễ bị ảnh hưởng, hay dị ứng. @추위를 타다 dễ bị cảm lạnh.

타다 [7] (1) [악기를 nhạc khí] chơi, đánh, sử dụng. @풍금을 타다 chơi (đánh đàn) organ (2) hòa hợp, ăn ý.

타닥거리다 [걸음을] lê bước, đi nặng nề, ì ạch; [두드리다] đập, vỗ, gõ nhẹ. [살림을] cuộc sống vừa đủ, tối thiểu.

타달거리다 => 터덜거리다

타당 --하다 đúng, thích đáng, có lý, hợp lý. @타당하다고 생각하다 đánh giá đúng. *-- 성 sự thích hợp, sự đúng mức, có giá trị thích đáng. 보편--성[철학] có hiệu lực chung.

타도 sự lật đổ. --하다 đánh ngã, húc, lật đổ, đảo lộn, lật úp, lật ngữa, đỗ nhào.

타동 *사 ngoại động từ.

타락 hành động đồi bại, sự bê tha trụy lạc, sự tham ô, thoái hóa, sự thối nát. --하다 sa ngã, thoái hóa, lạc đường, lạc lối, tham ô, trở nên suy đồi, bị mua chuộc. @ 타락한여자 một phụ nữ đồi trụy (hư hỏng).

타래 một bó (búi), một bụi, một cuộn, một chùm. @마늘 한 타래 một búi tỏi.

타력 một nguồn năng lực khác; một sự cứu tế từ bên ngoài (종교의 thuộc tôn giáo), một sự giúp đỡ của người khác. *--구제 sự cứu tế (cứu rỗi) bằng lời hứa (niềm tin).

타력 tính trì trệ, ù lỳ, không chịu thay đổi, quán tính

타령 tính chất hòa hợp.

타륜 tay lái, bánh lái.

타르 (*coal tar*) hắc ín.

타박 sự làm ô danh, sự làm mất uy tín, mất thể diện, sự chê trách. --하다 dèm pha, bới móc, chê bai, miệt thị, xem thường, coi nhẹ, chống đối, phản lại. @ 음식을 타박하다 càu nhàu vì miếng ăn.

타박 một cú đấm. *--하다 đánh, đấm, đập, cho một cú đấm. *--상 vết thâm, vết đụng giập. @타박상을 입다 bị đụng giập, bị đụng bầm.

타박거리다 đi nặng nề, khó nhọc. @타박타박 걸어가다 lê bước trên đường.

타박타박하다 [음식 ăn uống] khô, cứng, khó nhai, khó nuốt.

타방 [다른 방면] mặt khác, hướng khác; [다른 한편] nguồn khác, mặt khác.

타분하다 cũ rích, mốc meo, có mùi mốc, ôi thiu.

타블렛 (*a tablet*) bài vị, thẻ, bảng, viên thuốc.

타블로이드 (*a tabloid*) khổ nhỏ; thu gọn,vắn tắt.

타사 vấn đề khác, nội dung/sự việc khác.

타산 óc tính toán, có ý tư lợi, khuynh hướng cá nhân. --하다 tính toán, vụ lợi. @타산적인 người vụ lợi, người tính toán thiệt hơn.

타살 --하다 giết chết người bằng một trận đòn, đánh chết người.

타살 tội giết người, tội sát nhân.

타석 [야구 bóng chày] túi xách của vận động viên bóng chày.

타선 [해부]=> 타액(--선)

타성 thói quen, đà, thói tính.

타수 [야구 bóng chày] người chơi bóng chày; [크리켓] người chơi bóng gỗ (ki).

타수 [야구]. @5 타수 3 안타를 치다 được 3 cú trúng trong 5 bàn.

타스 => 타

타악기 nhạc cụ gõ (trống, kẻng).

타액 nước bọt, nước miếng, nước dãi (밸은 침). @타액을 분비하다 tiết nước bọt, chảy nước miếng.*--분비 sự chảy nước miếng. –선 tuyến nước bọt.

타원 (*tower*) cái tháp (ở lâu đài, nhà thờ).

타원 hình trái soan, bầu dục. @타원의 thuộc hình bầu dục.

타월 (*a towel*) khăn lau, khăn tắm.

타율 sự dị trị. @타율의 thuộc sự dị trị (tính không thuần nhất, pha tạp nhiều thứ)

타의 sự căng thẳng lẫn nhau, một lý do khó nói ra, một mục đích bí mật; một tà ý, một ác tâm. @타의 없다 không có ác ý, không có dã tâm.

타이 (*a tie*) cái cà vạt.

타이 (*Thái*) Thái Lan. @타이 사람 người Thái Lan, dân Thái // 타이 말 tiếng Thái.

타이르다 khuyên bảo, thuyết phục, tranh luận, cải lý với ai. @타일러서---시키다 thuyết phục người nào làm (việc gì) // 잘못을 타이르다 tranh luận, cãi lý lẻ với ai về những sai lầm của họ.

타이밍 (*timing*) sự bấm giờ, sự quyết định thời gian.

타이뻬이 *Taipei* (Đài bắc) (중화민국 Trung hoa dân quốc).

타이어 lớp xe, vỏ xe.

타이츠 (*tights*) quần chật ống, áo nịt; quần áo nịt màu da mặc trên sân khấu (살빛의).

타이탄 (*Titan*)[신화 thần thoại] người khổng lồ (có sức mạnh, có trí tuệ phi thường, có tầm quan trọng lớn).

타이트 스커트 cái váy thẳng.

타이틀 (*a title*) đầu đề, tước vị, danh hiệu, tên hiệu.

타이프라이터 (*a typewriter*) máy đánh chữ => 타자기.

타이피스트 (*a typist*) nhân viên đánh máy.

타인 [다른 사람] (những) người khác; [미지의 사람 người ngoài cuộc; [국외자] người nước ngoài.

타일 (*a tile*) ngói, đá lát – quân cờ domino.

타임 (*time*) thời gian. @타임 스위치 (*a time switch*) công tắc bấm giờ.

타찌, 타짯군 kẻ cờ bạc gian lận, con bạc gian.

타자 [야구 bóng chày] người đánh bóng chày, vận động viên bóng chày. @강타자 võ sĩ nhà nghề, võ sĩ hạng nặng // 1번 타자 người đánh trước, người bắt đầu trước.

타자 sự đánh máy chữ. –하다 đánh máy. *--속도 tốc độ đánh. –지 giấy đánh máy.—학교 trường dạy đánh máy.

타자기 máy đánh chữ. @타자기로 친

편지 một lá thư đánh máy. * 휴대용-- máy đánh chữ xách tay.

타자수 thư ký đánh máy, nhân viên đánh máy.

타작 [마당질] sự đập lúa; [추수] vụ gặt, mùa gặt.. –하다 thu hoạch gặt. @보리를 타작하다 đập lúa. *--마당 sân đập lúa.

타전 sự đánh điện. –하다 gởi điện tín, đánh điện, gởi bằng điện báo.

타점 (1) [붓으로] sự đánh dấu, sự ghi dấu. –하다 ghi dấu, đánh dấu. (2) [마음속으로] sự chọn lọc. –하다 chọn lựa, chọn lọc.

타조 [새] chim đà điểu Châu Phi.

타종 --하다 rung chuông, gõ chuông, đánh còng. *--식 giữ việc rung chuông nghi thức trong phiên tòa.

타진 [의학 y học] sự gõ (để chẩn đoán bệnh); [떠봄] tiếng kêu, tiếng đập. –하다 gõ, gõ nhẹ, dò, nghe thử. @의견을 타진하다 đập vào dư luận.

타처 nơi khác, chỗ khác.

타척 cú đánh, trận đòn. –하다 đánh, đập.

타코그래프 (*tachograph*) máy đo tốc độ gốc.

타코미터 (*tachometer*) đồng hồ tốc độ.

타태 => 낙태

타파 sự tàn phá, sự đổ vỡ, sự tiêu diệt, sự sụp đổ, sự bại trận. –하다 phá vỡ (tập quán xấu), đạp đổ (thói quan liêu), làm vỡ tan (ảo tưởng). *계급-- xóa bỏ giai cấp.

타합 sự dàn xếp, sắp đặt trước; biện pháp sơ bộ. –하다 dàn xếp trước.

타향 địa phương khác, xứ khác, vùng xa lạ.

타협 sự thỏa hiệp, một thỏa thuận. –하다 thỏa hiệp, thỏa thuận, biện pháp thỏa hiệp (biện pháp nữa vời). *--안 kế hoạch thỏa hiệp. –점 thỏa thuận chung.

타학수정 => 딴꽃가루받이

탁 [소라 âm thanh] tiếng uych, thịch, tách, bốp; [풀림] xì hơi, giảm bớt, hạ bớt; [트임 truyền bá, phổ biến] rộng rãi. @마음이 탁놓이다 cảm thấy hoàn toàn bớt căng thẳng.

탁견 [의견 ý kiến] quan điểm hay, ý kiến xuất sắc; [식견 kiến thức] sự lo xa, thấy trước, sự nhìn xa trông rộng, sự hiểu biết.

탁구 ping pong, bóng bàn, bàn đánh bóng bàn. @탁구 시합 cuộc thi đấu bóng bàn.

탁류 dòng nước đục, con suối có bùn.

탁마 [옥석을] sự đánh bóng; [학덕을] sự trau dồi, tu dưỡng. –하다 đánh bóng; trau dồi (đạo đức / phẩm hạnh).

탁발 một tu sĩ khất thực.

탁본 bản lấy dấu; sự cà, sự lấy dấu in bằng cách đặt tờ giấy lên rồi chà nhẹ bằng than hoặc bút chì. –하다 lấy dấu, cà (số xe).

탁상 (trên) bàn. *–공론 lý thuyết suông. –전화 điện thoại bàn. –연설 câu chuyện bàn tròn.

탁선 lời tiên tri, bài sấm.

탁설 một ý kiến xuất sắc.

탁성 một giọng nói khàn đục.

탁송 sự ký gởi. --하다 ký gởi. *--품 hàng ký gởi.

탁아소 nhà trẻ bán trú.

탁엽 [식물 thực vật] lá kèm.

탁월 sự khá hơn, trội hơn, tính ưu việt, sự

nổi tiếng.* –하다 trội, xuất sắc, xuất chúng, ưu tú, lỗi lạc, đáng chú ý.

탁음 có thanh âm, có tiếng kêu. @탁음의 (phụ âm) kêu. *--자음 phụ âm bằng.

탁자 cái bàn. @탁자에 둘러 앉다 ngồi quanh bàn.

탁절 => 탁월

탁탁 (1) [소리 âm thanh] tiếng nổ tách tách. @숯이 탁탁 튀다 than nổ lách cách. (2) [연이어] lần lượt, liên tiếp nối nhau. @탁탁 쓰러지다 lần lượt rơi. (3) [침을 nước bọt, nước dãi] (phun) phì phì. @침을 탁탁 뱉다 khạc nhổ, phun phèn phẹt. (4) [숨이 thở] thở hổn hển, ngột ngạt, khó thở.

탁탁거리다 đánh tách, nổ lách cách, lốp bốp.

탁탁하다 (1) [올차다 chắc, cứng cáp] kiểu dệt sít sao, dầy và chắc. (2) [윤택하다] phong phú, dồi dào, nhiều, giàu có thịnh vượng.

탁하다 đục, mờ đục, vẩn đục, u ám, lờ mờ, không tinh khiết. @ 탁한물 nước đục // 탁한색 màu đục, màu lẫn lộn (lộn xộn) // 탁한 목소리 giọng nói khàn khàn, lè nhè // 탁한 공기 *không khí không được trong lành.*

탄갱 mỏ than đá [작업장].

탄고 hầm than, thùng than, kho than.

탄광 mỏ than. *--부 thợ mỏ, phu mỏ. –업 ngành công nghiệp mỏ. –주 người khai thác mỏ. –회사 công ty khai thác mỏ than.

탄내 mùi khét. @탄내나다 ngửi thấy mùi cháy khét. [맛이] nếm như bị khét.

탄내 khói than

탄대 dây thắt lưng đeo đạn.

탄도 đường đạn, đường tên lửa. *--탄 đạn đạo. –학 đạn đạo học. 대륙간 (중거리)—탄 tên lửa đạn đạo.

탄두 đầu nổ của tên lửa hay ngư lôi. *원자-- tên lửa hạt nhân. 핵-- tên lửa nguyên tử.

탄띠 => 탄대

탄력 tính co giãn, tính đàn hồi, mềm dẽo, linh động, dễ uốn nắn. @탄력 있는 có độ đàn hồi, co giãn được.

탄로 sự vạch trần, sự phô bày, sự tiết lộ. @탄로나다 phát hiện, dò ra, để lộ.

탄막 hàng rào phòng ngự.

탄미 sự khâm phục, sự ái mộ, sự chiêm ngưỡng. –하다 khâm phục, tán dương, ca tụng, ngưỡng mộ, ca ngợi, hiểu rõ chân giá trị.

탄복 sự thán phục, sự hâm mộ, sự ngạc nhiên. –하다 kinh ngạc, thán phục, đập vào mắt. @탄복할만한 đáng khâm phục, đáng ca ngợi.

탄산 [화학 hóa học] acid carbonic. *--가리 potassium carbonate. –가스 khí carbonic. –석회 cabonat natri, carbonat vôi. –소다 sodium carbonate. –수 carbonate nước.

탄상 => 탄미

탄생 sự ra đời, sự sinh ra. –하다 được sinh ra. *--일 ngày sinh, ngày chào đời, sinh nhật. –지 nơi sinh ra, nơi chôn nhau cắt rốn.

탄성 [탄식] tiếng thở dài, tiếng lầm bầm rên rỉ; [감탄] sự cảm thán, dấu cảm thán, thán từ. @탄성을 발하다 thở dài, thốt ra tiếng thở dài (nãn lòng, thất vọng).

탄성 tính co dãn, tính đàn hồi, độ dẻo. –

고무 chất gôm đàn hồi.

탄소 [화학 hoá học] chất carbon. *--봉 que carbon.

탄수 than và nước tinh khiết [화학 hóa] carbon và hydrogen *--차 toa than, toa nước của xe lửa.

탄수화물 [화학] hydrate carbon.

탄신 ngày sinh thần (ngày sinh của thần thánh, vĩ nhân, Chúa, Phật).

탄알 một viên đạn, một phát đạn. @탄알이 비 오듯 하다 đạn rơi như mưa.

탄압 sự đàn áp, sự áp bức, sức ép, áp lực, sự triệt hạ, sự cầm, nén lại. –하다 đàn áp, đè nén, áp bức, tạo áp lực. @탄압적인 biện pháp áp bức (cưỡng bức, ép buộc). *--정책 chính sách độc đoán.

탄약 đạn dược, quân trang, quân dụng. –고 vũ khí, kho vũ khí tạm (임시의).

탄우 làn mưa đạn.

탄원 lời kêu gọi; lời cầu khẩn, van xin; sự thỉnh cầu; sự gạ gẫm, níu kéo. –하다 khẩn khoản, van nài, năn nỉ, cầu xin, kêu gọi, thỉnh cầu, kiến nghị. *--서 đơn xin, đơn thỉnh cầu. –자 người đệ đơn, người đề nghị, người thỉnh cầu.

탄일 => 탄신

탄저병 [의학 y học] bệnh than, cụm nhọt (동물의 ở động vật); bệnh loét (ở cây 식물의).

탄전 khu khai thác mỏ than.

탄젠트 [수학 toán học] (*a tangent*) tan, (tỷ số giữa cạnh đối và cạnh kề của một góc đã cho trong hình tam giác vuông).

탄주 [관물 khoáng chất] cột than chống.

탄주 sự chơi, sự biểu diễn, sự trình diễn (음악 âm nhạc). –하다 chơi, biểu diễn, gãy, búng, đàn (현악기를 một loại nhạc khí) *--법 [음악] lối bấm phím. –자 người chơi (1 loại nhạc cụ nào đó).

탄진 bụi than.

탄질 loại than. @여기서 산출되는 석탄은 탄질이 좋다(*나쁘다*) than sản xuất ở đây là loại than tốt (*xấu*).

탄차 toa than (xe lửa).

탄착 sự va chạm, sự trầy xước, chỗ da bị xước. *--거리 tầm bắn, tầm súng, đạn.

탄창 kho vũ khí.

탄층 lớp than, vĩa than đá.

탄탄 --하다 ngang bằng, cân bằng, bằng phẳng. *--대로 đường xa lộ rộng và bằng phẳng.

탄탄하다 vững chắc, rắn chắc, cứng rắn.

탄폐 [의학 y học] dạng than.

탄피 hộp đạn, túi đạn.

탄핵 sự dèm pha, sự buộc tội, sự tố cáo. –하다 buộc tội, tố cáo (tội ác của ai). *--안 bản cáo trạng. –연 lời tố giác (vạch mặt). –재판소 phiên tòa cáo trạng.

탄화 [화학 hóa học] sự đốt thành than. –하다 đốt thành than. *--물 chất carbua. –법 (bằng cách) đốt thành than. –수소 hydro-carbon (carbon hóa hợp với hydro).

탄환 một viên đạn, một phát đạn; đạn pháo (파열탄).

탄흔 một lần đạn, một vết đạn.

탈 chiếc mặt nạ, sự cải trang, sự trá hình. @... 의 탈을쓰고 đội lốt, dưới lốt của.

탈 (1) [변고] sự vướng mắc, sự trở ngại, sự rủi ro, sự suy sụp, thất bại, việc sai lầm. @탈 없이 không vướng mắc, không trở ngại; trôi chảy, an toàn, lành mạnh (건강히 sức khỏe) (2) [병] ốm đau, bệnh hoạn. @몸에 탈이 나다

mắc bệnh. (3) [흠] nhược điểm, khuyết điểm, lỗi lầm, sai lầm.

탈각 sự giải thoát, sự tống khứ, sự giữ sạch. –하다 giải thoát, tống khứ, trừ khử, thoát ra.

탈각 [동물 động vật] sự lột da. –하다 lột da, lột vỏ, đổi lốt.

탈것 xe cộ; sự truyền đạt, sự vận chuyển.

탈고 hình thức của bản viết. –하다 viết xong, viết rõ ràng.

탈곡 sự đập lúa. –하다 dập lúa. *--기 máy xay lúa.

탈구 sự sai khớp. –하다 sai khớp, trật khớp.

탈나다 [사고] xảy ra tai nạn, gặp tai nạn, gặp phải rắc rối; [고장] phiền hà, bất an; [병] ngã bệnh, mắc bệnh, đau ốm, bị bệnh.

탈당 rút ra khỏi (một đảng phái). –하다 rút lui, đào ngũ, ra khỏi, ly khai (ra khỏi một tổ chức).

탈락 sự chểnh mảng, sự bỏ sót. –하다 bỏ quên, bỏ sót, loại trừ, ngăn chặn, tống ra, đuổi ra, bỏ hàng ngũ.

탈락거리다 đu đưa, lủng lẳng => 털락거리다

탈루 vật bỏ đi, vật bỏ quên. –하다 bị bỏ quên, bị bỏ sót, bị quên lãng.

탈모 sự vặt lông, sự làm rụng tóc. –하다 rụng tóc, vặt lông. *--제 thuốc làm rụng lông, thuốc mọc tóc. –증 chứng hói, bệnh rụng tóc.

탈모 --하다 bỏ mũ, lột nón.

탈바가지 mặt nạ làm bằng trái bầu.

탈바꿈 sự biến đổi, sự biến thái. –하다 thay đổi, biến thái.

탈법 행위 sự lẫn tránh pháp luật, sự chui qua khe hở của luật pháp.

탈싹 tiếng uỵch, thịch, lốp bốp. => 털썩

탈산 [화학] sự khử oxy. –하다 khử oxy.

탈상 sự mãn tang. –하다 mãn tang.

탈색 sự phai màu, sự bạc màu. –하다 phai màu, bay màu, bạc màu.

탈선 (1) [기차 따위가] sự trật đường ray. –하다 trật đường ray. (2) [언행의] sự lệch lối, sự sai đường. –하다 lệch lối sai đường, trật đường ray; [말.논의 따위가] lạc đề.

탈세 sự tránh thuế, sự trốn thuế. –하다 trốn thuế. *--자 người trốn thuế. –품 hàng lậu thuế.

탈속 tính độc đáo, tính chất thanh cao. –하다 vượt lên thiên hạ, thoát khỏi thói trần tục. @탈속적인 siêu phàm, siêu nhân.

탈수 [화학 hóa học] sự khử nước. *--제 chất khử nước.

탈습 sự hong khô --하다 hong khô, phơi khô.

탈영 sự bỏ trốn (khỏi doanh trại / trại giam). –하다 bỏ trốn, vượt ngục, đào tẩu, đào ngũ. *--병 đào binh.

탈옥 sự vượt ngục. –하다 trốn thoát, vượt ngục. *--수 tên tù vượt ngục.

탈의 sự cởi quần áo, sự lột trần. –하다 lột trần, bóc trần, cởi hết quần áo ra. *--실 phòng thay đồ (thay quần áo).

탈자 từ bị bỏ sót. –하다 bỏ sót một từ. @탈자가 많다 bỏ sót nhiều từ.

탈잡다 soi mói, bới móc khuyết điểm (lỗi lầm) của người khác; gây sự, cải lý, đỗ lỗi cho ai.

탈장 [의학 y học] chứng thoát vị, chứng sa ruột.

탈저 [의학] chứng hoại tử, bệnh thối hoại.

탈적 => 제적

탈주 --하다 bỏ chạy, bỏ trốn, đào ngũ, đào tẩu, chuồn, tẩu thoát. *--병 lính đào ngũ, đào binh. –자 kẻ trốn tránh (pháp luật), người bỏ trốn.

탈지 sự cắt bỏ chất béo. @탈지의 không có chất béo, đã loại bỏ chất béo. –하다 loại bỏ chất béo. *--면 bông hút nước, bông vệ sinh.

탈출 (1) [도망] sự rút chạy, sự đào tẩu, sự giải thoát. (2) [빠짐] (의학) sa xuống, lệch xuống (직장. 따위의); sự lồi mắt (눈 따위). * –하다 trốn thoát, rút chạy, bỏ trốn, đào tẩu, bôn đào, chuồn, lặn; sa xuống, lệch xuống, lồi ra.

탈춤 vũ hội hóa trang, mặt nạ cải trang.

탈취 sự khử oxy. –하다 khử oxy. *--제 chất khử mùi.

탈취 sự tịch thu, sự chiếm đoạt, sự bắt giữ. –하다 chộp, bắt, giành, giật, chiếm, thu.

탈퇴 sự ly khai, sự ra khỏi. –하다 ly khai, rút ra khỏi (tổ chức). *--자 người xin ly khai, người rút ra khỏi 1 tổ chức.

탈피 [동물 động vật] rắn lột da; xác rắn lột; [벗어남 tự giải thoát] sự lộ ra, sự xuất hiện. –하다 lột da, lột xác. [벗어나다] lộ ra khỏi.

탈하다 bào chữa, biện hộ, viện cớ, lấy lý do.

탈항 [의학 y học] tình trạng bị lệch; sự sa, sự trệ ở hậu môn. –하다 sa, trệ, lệch, bị sa con trê.

탈환 sự bắt lại, sự đoạt lại, lấy lại, sự phục hồi. –하다 bắt lại, chiếm lại, đoạt lại, lấy lại, thu hồi, phục hồi.

탈황 [화학 hóa học] sự khử lưu huỳnh. –하다 khử lưu huỳnh.

탈휘 --하다 ly khai, rút lui, từ bỏ, rời bỏ (1 tình bạn, 1 tổ chức); từ bỏ tư cách hội viên.

탐 tính tham lam, hám lợi, sự thèm khát, sự ham muốn. –하다 tham lam, thèm muốn, hám lợi. @탐이나는 물건 một nhu cầu, vật ham muốn. //음식을 탐하다 thèm ăn, ham ăn.

탐관 오리 quan tham, một viên chức tham ô.

탐광 sự mong chờ, triển vọng. –하다 thăm dò (một vùng đất có vàng). *--자 người thăm dò (quặng/mỏ vàng).

탐구 sự thăm dò, sự tìm tòi, sự điều tra nghiên cứu, sự thẩm tra. –하다 thăm dò, điều tra, nghiên cứu (điều nghiên), tìm tòi, tìm hiểu, khám phá, phát hiện. @진리를 탐구하다 tìm ra sự thật, phát hiện ra chân lý. *물 vật tìm kiếm, truy tìm. –심 tinh thần tìm hiểu. –자 điều tra viên; nhà nghiên cứu.

탐나다 ham muốn, thèm khát, ước ao. @탐나는 여자 người phụ nữ nhiều ham muốn (dục vọng).

탐내다 ham muốn, khao khát, ước muốn, thèm khát; hám (tiền).

탐닉 [빠짐] thú ham mê, sự miệt mài, sự say mê, thích thú. –하다 đọc say mê, đọc miệt mài, chăm chú. @소설을 탐독하다 mãi mê đọc truyện. *--자 người mê sách; một độc giả lâu năm.

탐문 sự điều tra gián tiếp; sự điều tra quanh co (lòng vòng). –하다 điều tra (hỏi) gián tiếp, săn tin, theo dõi, lần theo, phát hiện ra.

탐문 --하다 thu lượm tin tức (bằng cách

ㅌ

gián tiếp); [소문을] nghe phong phanh là..; [형사가] rình, săn tin; [남의 의견을] thăm dò dư luận.

탐미 khiếu thẩm mỹ. @탐미적인 tính thẩm mỹ, có óc thẩm mỹ. *--주의 chủ nghĩa thẩm mỹ. –주의자 nhà thẩm mỹ.

탐방 với tiếng (rơi) tỏm, tiếng bì bỏm. => 텀벙

탐방 sự điều tra riêng (kín). –하다 phỏng vấn, điều tra riêng, hỏi riêng. @탐방기사를 쓰다 tường trình, thuật lại. *--기 tờ tường trình.

탐사 --하다 điều tra, nghiên cứu, khám phá, thăm dò, thám hiểm.

탐색 --하다 điều tra, thám sát, thăm dò, lùng sục, tìm kiếm.

탐스럽다 đáng ao ước, thèm muốn, hấp dẫn, có sức quyến rũ, làm say mê. @탐스러운 사과 quả táo hấp dẫn.

탐승 một chuyến thăm quan (du ngoạn) *--객 người đi thăm quan, khách du lịch, du khách.

탐식 tính háu ăn, tham ăn, phàm ăn. –하다 ăn ngấu ăn nghiến.

탐욕 tính hám lợi, máu tham.

탐정 [일 công việc] việc điều tra, việc thám hiểm; [근사상의] hoạt động tình báo; [사람] điệp viên, tên gián điệp. –하다 bí mật theo dõi, điều tra riêng, dò la kín đáo, làm gián điệp. *--견 chó săn, chó cảnh sát. –소설 cốt truyện trinh thám. 비밀-- đặc vụ, tay trong, nội gián, tình báo, việc điều tra bí mật. 사설—소 thám tử tư.

탐조 --하다 chiếu, rọi đèn pha. *--등 đèn pha.

탐지 sự phát hiện. –하다 dò la, phát hiện, tìm hiểu, đánh hơi. @비밀을 탐지하다 phát hiện ra một bí mật. *--기 máy dò. 전파—기 rada thám sát.

탐측 sự thăm dò, sự tìm kiếm. *--기 máy dò. –기구 khí cầu thám sát. –로켓 tiếng bom đạn.

탐침 cái thông, cái que thông, que dò.

탐탁스럽다 => 탐탁하다

탐탁하다 hài lòng, thỏa mãn, vừa ý. @탐탁한 물건 một món đồ vừa ý.

탐본 [의학 y học] băng, băng vệ sinh.

탐험 sự thăm dò, sự khảo sát, sự thám hiểm. –하다 thăm dò, khảo sát, thám hiểm. @탐험하러 가다 đi thám hiểm. *--기 nhà thám hiểm. –대 đoàn thám hiểm.

탑 tháp, chùa tháp, tháp chuông, gác chuông nhà thờ. @탑을 세우다 xây tháp chuông. *--기념 đài kỷ niệm // 5층-- tháp 5 tầng.

탑본 bản sao rách. –하다 bỏ bản rách ra.

탑비 tháp và đài kỷ niệm.

탑삭부리 => 텁석부리

탑승 sự đi (bằng phương tiện gì) sự đi tàu, sự đáp tàu, sự đi xe, sự cưỡi. –하다 đáp tàu, lên tàu, đi xe, cưỡi (ngựa). *--원 toàn bộ thủy thủ (phi hành đoàn) trên tàu (총칭 nói chung); thành viên, thành phần (개인). –자 hành khách.

탑재 sự chất hàng, sự chở hàng, cho lên tàu. –하다 chất hàng, chở hàng lên tàu, lên xe lửa. *--량 sức chở, trọng tải.

탑파 tháp chứa hài cốt vị sư (범). @탑파를 세우다 đặt vào tháp.

탓 (1) [잘못] sự sai lầm, lầm lỗi, sự thiếu sót, sự hỏng hóc, yếu kém, thiếu khả năng, sự chịu trách nhiệm. @그것은 당

신탓이다 *anh phải chịu trách nhiệm trong việc này.* (2) 나이 탓으로 do ở tuổi già, tại vì tuổi già.

탓하다 gánh trách nhiệm, giao trách nhiệm. @왜 남을 탓하는 거야 *tại sao cứ đổ trách nhiệm cho tôi?*

탕 [1] [소리 âm thanh] bang, boom. @문을 탕 닫다 sập mạnh cánh cửa, đóng sầm cửa.

탕 [2] [국] nước súp, nước luộc thịt; [한약] liều thuốc nước (thuốc sắc).

탕 [3] [목욕탕]nhà tắm (công cộng); bồn tắm (통). *남-- nhà tắm nam. 여-- khu vực nữ.

탕감 sự miễn giảm, sự giảm bớt, sự xóa bỏ, huỷ bỏ. –하다 xóa bỏ (một món nợ); miễn, giảm, tha, tha thứ.

탕개 cái khóa, cái móc, cái chốt. *--목 cái móc dây. –줄 sợi dây trói.

탕건 cái bờm ngựa, lông đuôi ngựa (các quý tộc Tây phương ngày xưa thường móc ở mũ đội)

탕관 ấm, bình, lọ, chậu, hủ, ca, cái ấm đun nước.

탕기 dĩa súp.

탕반 cơm, canh.

탕수육 thịt heo chua ngọt.

탕심 tâm trí phóng đãng, tư tưởng dâm dật, ý nghĩ đồi trụy.

탕아 tên dâm đãng, kẻ phóng đãng.

탕약 thuốc thang, thuốc sắc; chất nước sắc.

탕자 người phóng đãng, người trụy lạc, trác táng.

탕진 sự bỏ hoang, sự không sử dụng, sự phung phí. –하다 hoang phí, lãng phí, uổng phí. @가산을 탕진하다 phung phí tài sản của cải.

탕치 sự chữa trị bằng cách tắm suối nước nóng. –하다 trị bệnh bằng cách tắm suối nước nóng. *--여관 phép chữa trị bằng nước khoáng. –요양 sự chữa trị bằng suối nước khoáng.

탕치다 (1) [탕진] hoang phí tài sản. (2) [탕김] xóa bỏ (món nợ), tha nợ (cho ai).

탕탕 (1) [소리가 âm thanh] bang bang. @총소리가 탕탕 나다 nghe tiếng súng vang dội ầm ầm. (2) [호언을] huênh hoang, khoác lác, đại ngôn. @탕탕 큰소리하다 khoe khoang, khoác lác, phóng đại, nổ, nói oang oang.

탕파 bình thủy nước nóng; bình giữ ấm thức ăn.

태 [새 쫓는 đuổi chim] cây gậy (đuổi chim).

태 máng ối, màng thai nhi và nhau; dạ con / tử cung.

태 hình thức, hình dạng => 맵시

태가 phu khuân vác, sự bốc vác (인부의 lao động phổ thông); sự chuyên chở (짐수레의 sức nặng, trọng tải); hàng hóa chuyên chở.

태깔 (태와 빛깔) hình thái và màu sắc; [거만한 태도] điệu bộ kiêu căng phách lối.

태견 nhanh nhẹn và dẻo dai (như dân thể thao).

태고 quá khứ xa xưa, đời xưa, thuở xưa, thời thượng cổ, thời ban sơ, thời nguyên thủy. *--사 lịch sử cổ đại (cổ sử). –시대 thời đại thái cổ.

태공망 cơn giận => 강태공.

태교 sự chăm sóc trước khi sinh; sự huấn luyện (những kiến thức cơ bản) trước khi sinh.

태권도 Taekwondo – thế võ tự vệ (đánh bằng tay không) của Hàn Quốc.

태그매치 cuộc thi đấu vật.

태극기 quốc kỳ Hàn quốc, cờ *Tai-guek.*

태극선 [부채 cây quạt] cây quạt giấy có vẽ biểu tượng âm dương.

태기 dấu hiệu có thai.

태내 bên trong dạ con. @태내의 (이) (đứa bé) ở bên trong dạ con. *--전염 sự lây nhiễm trước khi sinh.

태도 dáng vẻ, điệu bộ, cách cư xử, cách ăn ở (거동); tư cách, thái độ, dáng điệu, cách ứng xử. @ 위엄 있는 태도 thái độ đàng hoàng (có tư cách) // 애매한 태도를 취하다 có thái độ trung lập.

태독 [의학 y học] bệnh giang mai bẩm sinh (nhọt).

태동 [태아의] sự hoạt động của bào thai, sự quẩy đạp của thai nhi trong bụng mẹ. –하다 thai đạp, động thai; [징후] biểu lộ, biểu thị. @민주화의 태동 kích động sự dân chủ hóa. *--기 thời kỳ (giai đoạn) kích động.

태두 người có quyền thế lớn; người có tiếng tăm.

태만 tính cẩu thả, phóng túng; [의무.직무의 bổn phận, trách nhiệm] tính thiếu trách nhiệm, (부주의) chểnh mảng bổn phận. –하다 lơ là, chểnh mảng, hờ hững, lơ đểnh, cẩu thả, sơ xuất, thiếu trách nhiệm, thiếu cẩn thận, không thận trọng. *직무--lơ là bổn phận.

태몽 sự mong ước có thai.

태무 --하다 hiếm hoi, khan hiếm, ít có.

태반 hầu hết, phần lớn, đa số, phần đông, ưu thế. (태반은).

태반 [해부 giải phẫu] lá nhau (후산 hậu sản).

태부리다 làm điệu bộ màu mè, giả tạo, không tự nhiên.

태부족 lượng thiếu hụt lớn. –하다 thiếu nhiều.

태산 thái sơn, ngọn núi cao. @ 태산같이 믿다 đặt hết sự tín nhiệm, đặt hết lòng tin.

태산 준령 ngọn núi cao và dốc đứng.

태생 [생물 sinh vật] tính đẻ con, tính thai sinh; [출신] nguồn gốc, nơi sinh, cội nguồn. @미국 태생의 한국인 người Hàn sinh ở Mỹ; người Mỹ gốc Hàn (người Hàn mang quốc tịch Mỹ).

태서 Tây phương, phương Tây.

태선 [의학 y học] bệnh ngoài da.

태세 một tư thế, một sự chuẩn bị. @태세를 갖추다 chuẩn bị xong.

태수 Phó vương, Tổng trấn.

태심 --하다 hết lòng, cực kỳ, cực độ, vô cùng, tột bực.

태아 cái phôi, bào thai (phôi thai). @태아의 (thuộc) bào thai; giống phôi.

태양 (thuộc) mặt trời; ánh mặt trời. *--계 thái dương hệ. –광선 tia nắng. –년 năm mặt trời (thời gian để trái đất quay chung quanh mặt trời 1 vòng, vào khoảng 365 và 1/4 ngày). –력 dương lịch. –시 thời gian tính theo hệ mặt trời. –신 thần mặt trời; [화람 신화 thần thoại] Helios. –열 sức nóng của mặt trời.

태어나다 được sinh ra đời. @부자로 태어나다 sinh ra trong cảnh giàu sang.

태업 sự làm cho chậm lại, sự phá hoại ngầm. –하다 phá hoại ngầm; giảm tốc độ sản xuất.

태없다 chân thật, không giả tạo, khiêm tốn, nhún nhường.

태연 sự bình tĩnh, sự điềm đạm. –하다 trầm tĩnh, bình tĩnh, tự chủ. @태연히 thái độ điềm tĩnh, một cách tự chủ.

태연 자약 sự bình tĩnh, sự điểm tĩnh, sự lanh trí, sự tự chủ. –하다 hết sức bình tĩnh; trầm tĩnh và tự chủ.

태열 [의학 y học] bệnh sốt bẩm sinh.

태엽 nguồn gốc, căn nguyên, động cơ; động lực chính, nguyên nhân chính. @ 태엽을 감다 do động cơ.., dựa vào nguyên nhân...

태우다 [1] (1)[연소] đốt cháy, đốt ra tro. @집을 태우다 cháy nhà // 담배를 태우다 đốt thuốc (hút thuốc). (2) [그슬리다] cháy xém, đốt xém. @옷을 태우다 quần áo bị cháy xém // 밥을 태우다 cơm khê. (3) [가슴.속을] cháy bỏng tâm hồn; bồn chồn lo lắng. @속을 태우다 phiền muộn.

태우다 [2] [탈것에] đem theo, dẫn theo, dắt theo (người), chở theo. @ (차가)손님을 태우다 chở khách.

태음 thái âm, mặt trăng. *--력 âm lịch. –시 giờ âm.

태지 Thái tử *--궁 cung điện của Thái tử. –비 Thái phi, Vương phi.

태조 vị vua đầu tiên của triều đại.

태질치다 [타작] đập (lúa); [메어침] vật ngã (người nào).

태초 thời khai thiên lập địa, thời nguyên thủy.

태클 đồ dùng, dụng cụ (để làm việc hoặc chơi thể thao).

태평 thái bình, nền hòa bình. –하다 hòa bình, thái bình, thanh bình; [마음이 tâm hồn] thanh thản, thoải mái, vô tư, thảnh thơi. @태평한 사람 một con người vô tư (thoải mái). *--가 bài ca thanh bình. –성대 một triều đại thái bình.

태평양 Thái Bình dương. *--함대 hạm đội Thái Bình dương. –횡단 비행 đường bay qua Thái Bình dương

태풍 trận bão to (bão nhiệt đới dữ dội xảy ra ở Tây Thái Bình dương).

태형 sự đánh / quất bằng roi; cây roi.

태환 sự đổi, sự chuyển biến, sự cải hoán. –하다 đổi, thay đổi, chuyển biến, chuyển hoán.

태후 Thái hậu.

택시 xe taxi. @택시를 타다 đi taxi. *--강도 cướp taxi. –미터 (taximeter) đồng hồ tính tiền gắn trên xe taxi. –운전수 tài xế taxi.

택일 sự lựa ngày. –하다 chọn ngày, định ngày.

택지 sự lựa chọn địa điểm, vị trí. –하다 chọn vị trí, chọn hướng.

택지 địa điểm xây dựng, lô đất cất nhà.

택하다 [선택하다] chọn, lựa (thích cái này hơn cái khác); [선발하다] chọn lọc, tuyển lựa, kén chọn. @사위를 택하다 kén rể.

탤런트 (*a talented*) người có tài, bậc anh tài; tài năng (총칭 từ chung)

탬버린 (*a* tambourine) trống lục lạc.

탭 댄스 (*a tap dance*) điệu nhảy clacket.

탯줄 dây rốn.

탱고 (*tango*) @탱고를 추다 nhảy điệu tango.

탱알 [식물 thực vật] cây cúc tây

탱자 [식물] cây cỏ ba lá.

탱커 (*a tanker*) tàu chở dầu (hoặc nước).
탱크 (*a tank*) bể dầu, thùng chứa dầu (nước).
탱탱하다 căng, chật, bó sát, căng phồng, sưng phồng, sưng húp. @줄이 탱탱하다 sợi dây cột chặt khít.
탱화 [불교 đạo Phật] bệ thờ, bàn thờ Phật.
터 [1] nơi, chốn, chỗ, vị trí, địa điểm. @집터 địa điểm xây cất // 장터 nơi thị tứ (gần chợ). (2) [기초] nền móng, cơ sở, nền tảng, căn cứ. @터를 닦다 đặt nền móng, mở đường cho, chuẩn bị cho.
터 [2] (1) [처리] tình trạng cá nhân (thân thế, địa vị xã hội). (2) [관계] mối quan hệ, sự đi lại.
터 [3] [예정] ý định, mục đích, sự dự tính. @---할 터이다 có ý định---; có dự tính---; dự trù---.
터널 (*tunnel*) đường hầm.
터놓다 giũ sạch, buông ra, thả ra, giải thoát, phóng thích. @터놓고 không tích lũy, không gò bó, tự do, thoải mái.
터닝 포인트 (*a turning point*) chỗ ngoặc, chỗ rẽ, khúc quanh.
터다지다 làm cho vững chắc (nền nhà), san bằng mặt đất.
터닦다 (1) [땅을] xây kín, lấp kín một vị trí. (2) [기초를] làm cho vững chắc (củng cố) nền móng.
터덕거리다 (1) [걸음을 bước đi] lê bước, bước đi nặng nề, khó nhọc. (2) [살림이] lê bước sinh nhai. (3) [일을] đấu tranh, vật lộn với cuộc sống. (4) [두드리다] vỗ nhẹ, đập nhẹ.
터덜거리다 (1) [걸음을] lê bước khó nhọc. @터덜터덜 cần cù, cật lực, ráng sức. (2) [소리를 âm thanh] tiếng leng keng, lanh canh, âm thanh rạn nứt.
터뜨리다 tan vỡ, vỡ tung, nổ bùng. @종기를 터뜨리다 làm vỡ mụt nhọt.
터득 sự am hiểu, trí thông minh, sự tinh thông, thành thạo.–하다 hiểu biết, tinh thông, quán triệt, thành thạo, am hiểu.
터럭 lông, tóc => 털
터무니없다 vô lý, không căn cứ, ngược đời, phi lý, quá đáng, ngoa ngoắt, khó tin, ngông cuồng. @터무니 없는 거짓말 lời nói dối trơ trẽn, một câu chuyện phi lý // 터무니 없는 요구 một yêu cầu quá đáng // 터무니 없는 생각 một ý tưởng ngông cuồng.
터무니없이 phi lý, quá đáng, hoang đường, khó tin. @터무니없이 비싼 hết sức lố bịch (buồn cười, lố lăng)
터미널 (*a terminal*) cái cuối cùng (ga cuối)
터발 sân vườn, sân sau nhà, vườn rau.
터벅거리다 đi chập chững, đi lảo đảo, đi nặng nề khó nhọc, lê bước. @터벅터벅 걸어가다 lê bước trên một quãng đường.
터벅터벅하다 khô ráo, không ẩm.
터번 khăn xếp, mũ không vành.
터부 điều cấm kỵ. @터부시 하다 bị cấm đoán, đặt giới hạn.
터부하다 cuộc thi nếm những thứ khó nuốt, thi nếm bùn. @ 입이 터부하다 ngậm bùn trong mồm.
터빈 (*a turbine*) tua-bin (*máy/động cơ chạy bằng bánh xe quay bởi dòng nước, hơi nước, không khí, hoặc khí*). * 가스 터빈 tua-bin khí (gas).
터세다 vận xấu, điềm xấu, điềm gở.
터수 (1) [처지] định mệnh, số phận, hoàn

cảnh. (2) [관계] mối quan hệ, sự giao hảo.

터알 vườn rau.

터울 khoảng cách tuổi tác của con cái; tuổi chênh lệch giữa anh chị em ruột. @터울이 잦다 sinh đẻ liên tục.

터울거리다 phấn đấu vượt qua khó khăn, vật lộn với gian khổ.

터잡다 chọn lựa địa điểm; xác định vị trí.

터전 lô đất, khu đất, địa điểm (xây dựng).

터주 vị thần giám hộ nhà (ông địa).

터주다 cho phép, thừa nhận, công nhận, phó mặc, bãi bỏ lệnh cấm. @길을터주다 mở đường (cho ai); đồng ý, cho phép.

터지다 (1) [금가다] hư, hỏng, rách, bể, vỡ, rạn nứt, nứt nẻ. @터진손 đôi tay nứt nẻ. (2) [폭발] bùng nổ, nổ tung, xảy ra thình lình // 전쟁이 터졌다 chiến tranh bùng nổ.

터치 (*touch*) phần sân ngoài đường biên.

터치다운 [축구의 bóng đá] bàn thắng.

터키 (*Turkey*) Thổ Nhĩ Kỳ @터키 사람 người Thổ Nhĩ Kỳ. 터키 말 tiếng Thổ // 터키탕 nhà tắm Thổ Nhĩ Kỳ.

터프 (*tough*) chắc, bền, dai. @터프한 bền, chắc.

턱 [1] cái cằm,quai hàm.@턱을 쓰다듬다 xoa cằm. *--수염 râu.

턱 [2] [높은곳] sự thăng tiến, thăng chức. *--고개-- đỉnh cao.

턱 [3] [대집] sự chiêu đãi, sự tiếp đãi; hội hè, yến tiệc. @한 턱을 내다 chiêu đãi, thiết đãi (người nào)

턱 [4] (1) [안심하는 모양]. @마음을 턱 놓다 giữ cho tâm hồn được an vui, thanh thản. (2) [잡는 모양]. @손을 턱 잡다 bắt tay (ai) nồng nhiệt. (3) [태연한 모양]. @그사람이 턱 우리 앞에 나타났다 người đó bình tĩnh xuất hiện trước mắt chúng tôi.

턱 [5] (1) [까닭] nguyên do, nguyên cớ, lý do. @그럴턱이 없다 thật vô lý, không thể như thế được; không có lý nào! (2) [정도] qui mô, phạm vi, hạn độ. @아직 그 턱이다 đó là tất cả những gì chúng ta có được.

턱까불다 (1) [임종 때] nấc lên hấp hối, hắc lên hơi thở cuối cùng. (2) [지껄임] nói líu lo, ríu rít, huyên thuyên, nói luôn mồm.

턱걸이 (1) [철봉의 xà ngang, đòn ngang] sự đu người lên xà ngang tới cằm. (2) [씨름의 môn đấu vật] tấn công (đối thủ) bằng cái cằm. (3) [의존 sự phụ thuộc/chỗ dựa] tính chất ăn bám, bệnh ký sinh trùng. –하다 đánh trúng ngay vào cằm.

턱밑 @턱밑에 thẳng thắn, ngay thẳng, đường đường chính chính.

턱받기 áo choàng không tay, áo yếm, cái yếm dãi trẻ con, cái tạp dề.

턱뼈 xương hàm; xương hàm trên.

턱살 quai hàm (dưới); xương hàm dưới.

턱시도 (*a tuxedo*) bộ smocking, lễ phục buổi chiều của quí ông.

턱없다 vô lý, phi lý, thái quá, quá độ, đòi hỏi quá đáng. @턱없이 một cách vô lý, một cách quá đáng // 턱없는 거짓말 lời dối trá trơ tráo.

턱찌끼 thức ăn thừa (còn lại trên bàn)

턱짓하다 làm điệu bộ bằng cái cằm.

턱턱 (1) [일을] @일을 턱턱 처리하다 làm một việc gì một cách sôi nổi, hăng say. (2) [침을]. @침을 턱턱 뱉다

khạc nhổ tùm lum (khắp nơi). (3) [연이어] @턱턱 쓰러지다 rơi xuống liên tục. (4) [숨이] @이 방은 숨이 턱턱 막힌다 căn phòng này quá ngột ngạt.

턴테이블 (*a turntable*) mặt quay bình tròn, bàn xoay.

털 (1) [사람의] lông, tóc. @털이 없는 hói, trụi, không có tóc // 털 많은 손 *bàn tay lông lá*. (2) [짐승.새의] lông thú, lông mao, lông vũ, lông cừu (양모). @닭의 털을 뽑다 nhổ lông gà. (3) [물건의] xơ, sợi, lông tơ. @털이 일다 làm xơ (xoắn / rối). *--내의 quần áo lót bằng len. –모자 mũ len. –양말 tất (vớ) len. –외투 áo khoác lông thú.

털가죽 bộ lông thú => 모피

털갈다 sự rụng tóc, sự rụng lông / thay lông. @털가는 시절 mùa thay lông.

털갈이 [새의 chim] sự thay lông; [짐승의] sự rụng lông, sự rụng tóc. –하다 => 털갈다

털구멍 lỗ chân lông.

털끝 ngọn tóc; [근소] một đoạn. @털끝만큼도 không ít không nhiều; không nhẹ không nặng. // 털끝만큼도 개의치 않는다 bất cần, cóc cần.

털다 (1) [떼다] giũ sạch, tống khứ, phủi bụi. @모자의 먼지를 털다 phủi sạch bụi trên nón. (2) [비우다] trống rỗng, sạch sẽ. @주머니를 털다 sạch túi (hết tiền). (3) [빼앗다] ăn cướp, ăn cắp, xoáy, chôm (tiền của ai). @(도둑이) 사람의 주머니를 털다 móc túi người nào.

털럭거리다 đập nhẹ, xóc nhẹ, vỗ nhẹ.

털버덕거리다 bắn / văng tung tóe.

털벙 tiếng rơi tỏm, tiếng nước bắn tóe, tiếng sóng vỗ.@털벙거리다 rơi tỏm.

털보 người đàn ông có râu tóc bờm xờm.

털복숭이 người có râu tóc bờm xờm.

털붙이 (1) [모피] lông, da (거친). (2) [털옷] áo da; hàng len.

털썩 tiếng rơi tỏm; uych / thịch. @털썩 주저앉다 ngồi thụp xuống.

털실 sợi chỉ len, sợi len, hàng len. @털실로 스웨터를 짜다 đan áo bằng sợi chỉ len.

털어 놓다 (1) [물건을] làm cho trống rỗng, đổ ra, trút ra, bỏ ra, giũ ra, phát ra, ném ra. @호주머니를 털어 놓다 trút sạch túi (hết tiền). (2) [마음을] mở rộng tấm lòng, thổ lộ, bộc bạch, bày tỏ, nói toẹt ra, nói thẳng ra.

털옷 quần áo len.

털터리 (1) [빈털터리] người rỗng túi, người không có xu nào trong túi. (2) [낡은 차] đồ lặt vặt.

털털 kêu leng keng, lanh canh, lách cách.

털털거리다 [걸음을] lê bước dọc theo; [소리를 âm thanh] tiếng kêu leng keng, âm vang buồn tẻ, chán ngắt, đều đều.

털털하다 chân thật, thoải mái, tự nhiên, không giả tạo.

텀벙 rơi phịch, rơi tòm, rơi ùm.

텀벙거리다 bắn tung tóe.

텁석 hoàn toàn bất ngờ, thình lình, đột ngột. @텁석 덤비다 làm giật nảy mình; thình lình xuất hiện.

텁석나룻 râu ria bờm xờm, rậm rạp.

텁석부리 người có râu rậm rạp.

텁수룩하다 rối bù, bờm xờm, không gọn gàng, không sửa soạn, mọc rậm rạp.

텁텁하다 (1) [입맛이] nhạt nhẽo, vô vị, cứng, dai, khó nuốt. @입속이 텁텁하

다 ăn nhầm thứ khó nuốt. (2) [눈이] lờ mờ, không rõ ràng. (3) [성미가] có tư tưởng phóng khoáng.

텃세 sự thuê một địa điểm.

텃세 --하다 lấn áp người mới đến (ma cũ ăn hiếp ma mới).

텅 trống, rỗng. @텅 빈 trống, khuyết, thiếu.

텅스텐 (*tungsten*) kim loại cứng dùng để chế tạo thép hợp kim và các sợi trong bóng đèn điện.

텅텅 [빈 모양] hoàn toàn trống rỗng. [총소리 tiếng súng] bang, bang.

테 (1) [둘린 줄] cái vòng, cái vành, cái nẹp, khung, đường viền. @모자테 băng mũ. (2) [언저리 vành bánh xe] vành, bờ, mép, miệng ly (chén bát), khung ảnh, khung cửa. @안경테 khung kiếng (kính). (3) [타래] ống, cuộn (chỉ).

테너 (*tenor*) [목소리 chất giọng] giọng tê-no; giọng nam cao. [가수] ca sĩ có giọng nam cao, giọng tê-no.

테니스 (*tennis*). @테니스 코오트 sân đánh tennis => 정구

테두리 (1) [둘레] chu vi, đường tròn. @나무이 테두리 chu vi gốc cây, đường vòng quanh cây. (2) [테] vòng, vành, bờ, mép, khung. (3) [윤곽] đường nét ngoài; nét phác thảo; [범위] hạn định, giới hạn (đóng khung, sườn). @예산의 테두리 안에서 trong phạm vi ngân quỹ.

테라마이신 *terramycin.*

테러 (terror) sự khủng bố, chính sách khủng bố.

테러리스트 (*a terrorist*) người khủng bố, người tham gia khủng bố.

테러리즘 (*terrorism*) chủ nghĩa khủng bố.

테러스 (*a terrace*) sân thượng.

테레빈유 dầu thông.

테리어 [개 chó] loại chó săn nhỏ chuyên lùng sục ở hang, bụi.

테마 (*a theme*) đề tài, chủ đề. @안티테에제 (*antithesis*) phép đối chọi, phản đề, sự tương phản.

테스트 (*a test*) sự thử, sự kiểm tra, trắc nghiệm.

테아트르 (*a théâtre*) nhà hát, rạp hát.

테이블 (*a table*) bàn ăn, bàn viết, bàn làm việc. @테이블 매너 phép ăn uống, cách ăn uống. // 테이블 스피치 buổi họp mặt nói chuyện sau bữa ăn.

테이프 (*a tape*) dải băng; băng giấy. @테이프 레코어더 (*tape recorder*) máy ghi âm.

테일라이트 (*a taillight*) đèn hậu, đèn đỏ sau xe.

테크니컬 녹아우트 (*a technical knock-out*) kỹ thuật nốc-ao (cú đo ván).

테크니크 kỹ thuật, kỹ xảo.

텍스트 (*a text*) bài đọc, bản văn; sách giáo khoa.

텐트 (*a tent*) rạp, lều, tăng.

텔레비(전) máy truyền hình. @텔레비 수상기 máy vô tuyến truyền hình // 텔레비전 방송국 đài truyền hình // 텔레비를 보다 xem TV, xem truyền hình.

텔레타이프 (*teletype*) máy telex, máy điện báo ghi chữ. @텔레타이프로 송신하다 đánh điện báo.

텔렉스 (*telex*) hệ thống liên lạc bằng máy điện báo ghi chữ.

템포 (*tempo*) tốc độ, nhịp độ.

토 [문법 ngữ pháp] tiểu từ, từ đứng sau (mạo từ, phó từ, giới từ)

토건 công trình xây dựng dân sự. *--회사 công ty xây dựng.

토건업 => 토건 công việc xây dựng; công trình xây dựng dân sự. *--자 người thầu công trình kiến trúc xây dựng dân sự.

토관 ống điếu làm bằng đất sét nung.

토굴 hang, động, sào huyệt. @토굴에서 사는 사람 người sống trong hang

토기 nồi, niêu, tô, chậu, chén, bát làm bằng đất nung. *--장이 người chế tạo các sản phẩm bằng đất nung, người làm đồ gốm. –점 xưởng làm đồ gốm.

토기 sự buồn nôn, sự muốn ói.

토끼 [동물 động vật] (집토끼) thỏ nhà; (들토끼) thỏ rừng.

토끼풀 [식물 thực vật] cây cỏ 3 lá.

토너먼트 (*tournament*) cuộc đấu.

토닉 (*a tonic*) thuốc bổ, rượu bổ.

토닥거리다 vỗ nhẹ, gõ nhẹ, đập nhẹ.

토닥토닥 toc toc, tiếng gõ liên lục.

토담 vách đất (tường đất). *--집 một căn nhà vách đất.

토대 (1) [건축의 thuộc kiến trúc] nền móng, nền cửa. (2) [일의 thuộc công việc] nền tảng, cơ sở, căn cứ. @성공의 토대를 쌓다 mở đường cho sự thành đạt.

토라지다 bỉu môi, trề môi, hờn dỗi, khinh thị.

토란 [식물] củ khoai sọ, khoai nước.

토렴하다 hâm nóng, ủ ấm.

토로 --하다 thổ lộ, bày tỏ (quan điểm), trình bày (ý kiến); bộc bạch (tấm lòng).

토론 cuộc tranh luận, cuộc thảo luận. –하다 bàn cãi, tranh luận. *--술 biện chứng. –자 người tranh luận giỏi, người có tài hùng biện, người tham gia tranh luận. –회 biên bản; diễn đàn; hội những người tập tranh luận chuyên đề.

토론토 Toronto (Canada).

토륨 [화학] chất Thorium (Th).

토르소 (*a torso*) tượng bán thân không đầu và tay chân.

토리 [실뭉치] một cuộn dây, một ống chỉ. *--실 sợi dây (chỉ) đã được quấn (cuộn) lại.

토마토 (*a tomato*) trái cà chua.

토막 mảnh, mẩu, miếng, viên, cục, lát, khúc, tảng. @나무 토막 một khúc cây, một tảng gỗ. 생선 토막 một lát cá // 토막토막 từng miếng, từng khúc.

토멸 --하다 chinh phục, chế ngự, triệt hạ, triệt tiêu, hủy diệt.

토목 công trình công cộng (토목공사). *--건축 ngành kiến trúc xây dựng. –공학 khoa công trình dân sự.

토박이 bẩm sinh, thổ cư (từ trong trứng nước). *서울-- dân Seoul chính cống // Hanoi-- dân Hà-nội chính gốc.

토박하다 hiếm muộn, vô sinh, không có khả năng sinh đẻ, cằn cỗi, không màu mỡ.

토벌 sự chinh phục, sự nô dịch hóa, sự đàn áp. –하다 chinh phục, khuất phục, đàn áp, đè nén.

토벽 vách đất.

토사 đất và cát.

토사 sự thổ tả. –하다 nôn (ói) mửa và tiêu chảy.

토사곽란 viêm ruột (dạ dày) cấp tính.

토산물 thổ sản; sản phẩm địa phương.

토색 sự tống tiền, sự hăm dọa để đòi tiền. –하다 tống tiền, âm mưu làm tiền.

토성 [천물 thiên văn] sao Thổ (thần Nông).

토성 thành trì bằng đất, công sự bằng đất.

토속 phong tục địa phương, tập tục truyền thống, tập quán dân tộc. *--학 văn học dân gian.

토스 (*a toss*) sự buông thả, sự ném. –하다 ném (một quả bóng).

토시 băng cổ tay (để chơi thể thao); vòng, chiếc xuyến đeo tay.

토신 thổ địa; vị thần đất (ông địa)

토실토실 --하다 tròn trĩnh, đầy đặn, mập mạp, phúng phính, mủm mỉm. @토실토실한 볼 đôi gò má phúng phính.

토악질 [부정.이득을] sự nôn, sự ói mửa (음식을 thức ăn). –하다 khạc ra, nôn ra, thổ ra.

토양 đất, mặt đất. @비옥한(*메마른*)토양 vùng đất đai mầu mỡ (*khô cằn*).

토역 công việc đào đắp đất. *군 thợ làm đất, thợ đấu, công nhân xây lắp.

토오치카 [군사] => 토치카

토쿄 Tokyo (Nhật bản) => 도쿄

토키 (*a talkie*) phim nói (phim có tiếng nói) [총칭].

토요일 thứ bảy (ngày)

토욕 --하다 dầm mình trong bùn.

토우 [흙비] cơn mưa bụi, trận bão cát.

토우스트 (*toast*) bánh mì nướng.

토의 cuộc thảo luận, tranh, luận, bàn cãi, tranh cãi. @토의중이다 đang tranh cãi. *--사항 khoản, tiết mục ghi trên nhật ký công tác. –안 đề tài thảo luận; 자유-- thảo luận tự do.

토인 thiên nhiên, bẩm sinh, chính gốc, ban sơ, nguyên thủy, thổ cư, gốc gác (총칭 từ chung)

토일레트 (*a toilet room*) phòng vệ sinh. @토일레트 페이퍼 (*toilet paper*) giấy vệ sinh.

토장 --하다 chôn, chôn cất, mai táng.

토장 bột đậu => 된장.

토제 [약 thuốc] thuốc gây nôn mửa.

토지 (1) [땅] mảnh đất, vùng đất, dãi đất, lô đất. @광대한 토지 một vùng đất rộng. (2) [소유지] bất động sản, tài sản thực tế. (3) [영지] lãnh thổ (đất đai thuộc chủ quyền của một nước). *--개량 sự mở mang đất đai điền sản. –개혁 sự cải cách ruộng đất. –대장 sổ sách đất đai –매매 sự chia bất động sản. –소유권 quyền sử dụng, quyền sở hữu đất đai. –소유자 chủ đất, địa chủ.

토질 bệnh địa phương.

토질 vùng đất thiên nhiên (chưa khai phá).

토착 đặc điểm nguyên sơ, ban sơ, nguyên thủy, thổ cư. *--민 dân bản xứ, thổ dân.

토치카 (*a tochka*) hộp nhỏ đựng thuốc.

토큰 [대용 화폐] (*a token*) đồng xu. *버스-- đồng xu nhỏ để đi xe bus.

토탄 than bùn.

토템 (*a totem*) [역사 lịch sử] vật tổ (*vật thể tự nhiên nhất là động vật được người Anh-điêng ở Bắc Mỹ coi như là một biểu tượng của dân tộc hoặc một gia đình*) *--숭배 tín ngưỡng Totem.

토픽 (*a topic*) đề tài, chủ đề.

토하다 (1) [게우다 nôn mửa] ói, mửa, [뱉다 khạc nhổ] phun ra, thổ ra, khạc ra, tống ra, bốc ra). @먹은 것을 토하다 nôn ra hết những gì đã ăn vào. (2) [토로] thổ lộ, phơi bày, vạch trần, biểu lộ, thú nhận. @진심을 토하다 nói ra hết

sự thật, nói hết những gì trong đầu.
토현삼 [식물 thực vật] cây huyền sâm.
토혈 --하다 phun ra, khạc, nhổ, ói ra máu (trào máu).
톡 (1) [소리 âm thanh] tiếng vỗ nhẹ, gõ nhẹ, đập nhẹ. @어깨를 톡 치다 vỗ nhẹ lên vai người nào. (2) [모양 hình dạng] phồng ra, phình lên, thò ra, lồi ra, nhô ra.
톡탁 tiếng tap tap => 톡탁
톡탁거리다 đấm đá nhau liên tục, gõ (cửa) liên tục.
톡톡이 (1) [많이] nhiều, vô số, số nhiều. @돈을 톡톡이 벌다 kiếm (làm) khá nhiều tiền. (2) [심하게] gay go, khó khăn, nặng nhọc. @톡톡이 책망을 듣다 quở mắng nghiêm khắc.
톡톡하다 (1) [액체가 chất lỏng] đặc sệt. (2) [피륙이 hàng vải] bền, khít, dày dặn (dệt khít).
톤 (*a ton*) một tấn; trọng tải chiếc tàu (톤수). @경(중)톤 một tấn Mỹ 907,2kg // 순톤 tấn 907,2kg (trọng lượng tịnh) // 미터톤 tấn Anh (1000kg) // 배수톤 thể tích tấn // 용적톤 kích thước 1 tấn // 중량톤 sức chở, trọng tải.
톨 hạt, hột. @쌀 한 톨 hạt gạo.
톱 cái cưa, cái cưa tay (톱칼). @톱으로 켜다 cắt (cưa) bằng lưỡi cưa. *--날 lưỡi cưa. –니 răng cưa. –밥 mùn cưa, mạc cưa
톱 (*a top*) chóp, đỉnh, ngọn, đầu, điểm cao nhất.
톱니바퀴 bánh răng, bánh xe có răng.
톱상어 [물고기 cá] con cá nhám cưa.
톱톱하다 [국물이 nước súp] đậm đặc.
톳 một bó, một bọc, một gói.
통 [1] (1) [배추 따위] khổ lớn, tầm vóc lớn, số lượng lớn. @배추 두 통 hai đầu (cây) bắp cải. (2) [광목 따위] cuộn, súc. @광목 세 통 ba súc vải coton.
통 [2] (1) [사이에 *khoảng cách giữa hai điểm* / 때문에 *do vì, bởi vì*] giữa, ở giữa, trong đợt. @난리 통에 죽었다 *anh ấy chết giữa cảnh tàn phá của chiến tranh.* (2) [무리] nhóm, bọn, lũ, phường, phe đảng. @한 통이 되다 chung lưng với, cấu kết thông đồng với, móc ngoặc.
통 [3] [전혀] toàn bộ, hoàn toàn, tuyệt đối. @요즈음 그는 통 오지 않는다 *mấy ngày nay nó hoàn toàn không có đến đây.*
통 thùng, thùng chứa, chậu, bình, xô. @물 한 통 một một thùng nước.
통 [동리의 làng xã] một đơn vị gần (lân cận); một *tong* (1 khu vực nhỏ bé trong thành phố) *--장 người đứng đầu một *tong.*
통 thùng(*đơn vị đo lường rượu bằng 105ga-lông*) ống tube (*dùng để đựng loại bột nhão sẵn sàng để dùng như kem đánh răng, hồ dán*); hộp, hòm, ngăn, túi (길죽한); nòng súng; [깡통의] bình, bi-đông, hộp đồ hộp. *석유-- một bình dầu lửa, một lon dầu.
통 (1) [사람 người] chuyên gia, chuyên viên, nhà chuyên môn. @법률통 chuyên gia luật. (2) [서류의 văn kiện, tài liệu] một bản, một số.
통가리 một đống thóc.
통각 cảm giác đau nhức.
통감 --하다 thông cảm, hiểu rõ (người nào).
통겨주다 vạch trần, phơi bày (một bí

mật).

통겨지다 (1) [드러남] được phơi bày, đưa ra ánh sáng. (2) [어긋남] làm hỏng, làm trục trặc, bị sai khớp, trật chìa, rời rạc. (3) [일이] thất bại, sai lầm.

통격 (cho / nhận) một cú đấm khốc liệt; một cuốc tấn công mãnh liệt (vũ bão).

통계 sự thống kê. –하다 thu thập thông tin, thống kê. @통계의 thuộc thống kê // 통계적 (상)으로 một cách có thống kê / được trình bày bằng thống kê. *--국 cục (vụ/nha) thống kê. –보고 biên bản thống kê. –역학 khoa động lực thống kê. –연감 niên giám, sách cập nhật thông tin hằng năm về một đề tài. –조사 (분석자료) nghiên cứu thống kê (phân tích số liệu). –표 biểu đồ thống kê; bản thống kê. –학 khoa học thống kê. 인구-- thống kê dân số, sự điều tra dân số.

통고 thông cáo, cáo thị, thông tri, yết thị. –하다 thông báo, thông tri, cho biết. @사전에 통고하다 thông báo cho biết trước.

통곡 sự than khóc, sự than vãn. –하다 khóc than, kêu than, khóc lóc.

통과 con đường, lối đi, hành lang. –하다 đi ngang qua, xuyên qua, vượt qua, thông qua (một nghị quyết). @세관을 통과하다 thông qua Hải quan // 의안을 통과시키다 thông qua một dự luật.

통관 thuế nhập; thuế Hải quan. –하다 đóng thuế nhập hàng (ở Hải quan). *--세 lệ phí Hải quan. *--수속 thuế nhập khẩu. –허가서 giấy phép xuống hàng.

통괄 sự khái quát, sự tổng hợp. –하다 khái quát hóa, tổng quát hóa.

통권 số tập liên tiếp nhau.

통근 sự đi làm việc, sự đi lại. –하다 đi làm, đi đi về về. @그는 수원에서 통근하고 있다 hắn đi lại đều đặn từ *Suwon*. *--시간 thời gian đi làm việc. –열차 người đi làm bằng vé xe bus tháng.

통금 =>통행 금지. *--사이렌 (*siren*) còi báo động giới nghiêm. –위반 sự vi phạm lệnh giới nghiêm. –해제 sự bãi bỏ lệnh giới nghiêm.

통기공 lỗ thông gió, bộ thông gió.

통김치 kim chi (dưa chua) ngâm toàn bằng cải bắp.

통나무 khúc gỗ mới đốn hạ xuống. *--집 túp nhà làm bằng cây gỗ ghép.

통념 quan điểm chung, khái niệm chung.

통뇨 sự đi giải, sự đi tiểu.

통단 một bó to.

통달 sự nắm vững, sự hiểu biết, sự thành thạo. –하다 giỏi, rành, thông thạo, hiểu biết thấu đáo.

통닭 nguyên con gà.

통독 --하다 đọc (sách) từ đầu đến cuối.

통돌다 lan truyền rộng rãi, khắp nơi đều biết (được thông báo khắp nơi).

통람 cái nhìn bao quát, nhìn chung. –하다 quan sát, xem xét, kiểm tra tổng quát.

통렬 tính chất khốc liệt, tính chất mạnh mẽ. –하다 ác liệt, hung tợn, gay gắt, sắc bén. @통렬히 비판하다 phê bình gay gắt.

통령 sự lãnh đạo, khả năng lãnh đạo. –하다 chỉ huy, lãnh đạo, điều khiển, dẫn dắt.

통례 phổ biến, thông thường, bình thường. @통례로 như lệ thường, theo thói quen, đại thể.

통로 lối đi, hành lang, đường đi qua; lối đi giữa các dãy ghế [차내의] (trong nhà thờ, rạp hát, xe lửa, xe bus).

통론 nét đại cương, đoạn mở đầu. @법학 통론 luật đại cương.

통마늘 củ tỏi.

통매 --하다 lên án, vạch mặt, kết tội, tố giác.

통메다 (1) [통테를] đóng đai cái thùng. (2) [빽빽이] đóng chặt, cột chặt kiện hàng.

통밀어 ở mức trung bình.

통발 [식물 thực vật] cây cỏ lưỡi kiếm.

통발 cái đăng bắt cá.

통보 bản thông cáo, tờ yết thị, bản tường thuật, bản thông điệp. –하다 báo cáo, thông cáo, gởi thông báo. *기상-- dự báo thời tiết.

통분 sự căm phẫn. –하다 hết sức phẫn nộ, dầy căm phẫn.

통분 [수학 số học] phép rút gọn một phân số ra mẫu số chung. –하다 rút gọn ra mẫu số chung.

통사정 --하다 nói năng thẳng thắng, bộc trực, ngay thẳng.

통산 sự tổng kết, bản tổng kết, tổng số cuối cùng. –하다 tổng cộng, bao gồm, gộp chung.

통상 hình trụ, dạng ống. @통상의 thuộc hình trụ, có dạng ống.

통상 thông thường, như lệ thường, bình thường, đại thể. @통상의 thường lệ, thường xuyên. *--복 y phục thường ngày. –우편 thư thường (gởi bình thường, không hỏa tốc, không bảo đảm)

통상 việc mua bán, giao dịch thương mại. –하다 mua bán, kinh doanh. *--관계 quan hệ thương mại.

통설 quan điểm chung, ý kiến đại chúng.

통성명 --하다 giới thiệu lẫn nhau (trao đổi danh thiếp).

통속 [우리] đồng bọn, cùng phe, cùng nhóm, kẻ đồng mưu cấu kết; [말약] một thỏa thuận ngầm.

통속 tính đại chúng, tính nệ tập tục, (rập khuôn, theo quy ước). @통속적인 phong cách đại chúng, bình dân, phổ biến // 통속적으로 với tính chất đại chúng. *--물학 văn học dân gian.

통솔 sự chỉ huy, lãnh đạo. –하다 chỉ huy, điều khiển, hướng dẫn, lãnh đạo. –력 quyền lãnh đạo, năng lực lãnh đạo. –자 người lãnh đạo, người cầm đầu, người dẫn dắt (điều khiển).

통송곳 mũi khoan, cái dùi.

통수 mệnh lệnh tối cao. –하다 ra lệnh, hạ lệnh, ban lệnh.*--권 quyền lực tối cao. –자 vị chỉ huy tối cao.

통신 sự quan hệ thư từ, sự truyền đạt thông tin, sự trao đổi / thu thập tin tức. –하다 quan hệ thư từ, trao đổi tin tức, truyền đạt thông tin. *--강의 tiến trình trao đổi thư từ. –교육 quá trình đào tạo (cung cấp tài liệu học tập). –기관 cơ quan ngôn luận. –대 tín hiệu truyền tin. –망 mạng lưới (hệ thống) truyền tin.

통심정 sự thông cảm chân thật, sự đồng cảm. –하다 cảm thông, mở rộng tấm lòng, đồng cảm.

통어 --하다 ngự trị, trị vì, thống trị, quản lý, chỉ huy, điều khiển, trông nom, chủ trì.

통역 sự giải thích, sự làm sáng tỏ, sự thông dịch. –하다 giải thích, thông dịch, làm sáng tỏ. *--관 người phiên dịch, thông dịch viên.

통용 phổ thông, phổ biến, thông dụng, thường dùng. –하다 được thông dụng, thịnh hành, lưu hành, truyền bá, có hiệu lực, có giá trị, được thông qua (차표 따위); có giá trị, có thể áp dụng (규칙 따위). @이 화폐는 어디서나 통용됩니다 *đồng tiền này được lưu hành* (có giá trị) khắp mọi nơi. *--기간 giá trị thời gian (còn có hiệu lực). –문 cổng vào, lối vào. –어 tiếng phổ thông.

통운 sự chuyên chở, sự vận tải, sự vận chuyển hàng bằng tàu thủy. –하다 chuyên chở, vận chuyển hàng hóa bằng tàu thủy. *--회사 hãng vận tải, hãng vận tải tốc hành.

통으로 toàn bộ, tất cả, gộp chung. @통으로 삼키다 nuốt hết, nuốt toàn bộ, nuốt gọn.

통음 sự chè chén say sưa, sự uống quá độ. –하다 uống quá độ, chè chén say sưa.

통일 tính đồng nhất, sự tiêu chuẩn hóa. –하다 đồng nhất, hợp nhất, thống nhất, tiêu chuẩn hóa, cô động. @통일된 tính chất đồng dạng, hợp nhất. *--성 tính chất đồng nhất. –전선 mặt chung, điểm chung. –체 vật thể đồng nhất. 정신-- sự tập trung tinh thần.

통일 천하 sự thống nhất (một quốc gia); sự thống trị / sức chi phối toàn thế giới.

통짜다 (1) [맞추다] dựng lên, dàn xếp, bố trí, lên khung, đóng khung; thu thập, kết hợp vào nhau, ráp lại với nhau. (2) [무리 짓다] họp lại thành nhóm, lập băng, lập đảng., chung nhau.

통장 trưởng làng.

통장 [은행의 thuộc ngân hàng] sổ ghi tiền gửi ngân hàng; [외상 거래의] sổ thu nhập. @통장에 치부하다 ghi vào sổ thu chi. *저금-- sổ tiết kiệm; 예금-- số tiền gửi ngân hàng.

통장작 khúc củi mới đốn, củi tươi

통절 sắc bén, nhói buốt, tàn khốc, khốc liệt. @통절히 một cách gay go, sắc bén; cảm giác nhói buốt.

통정 (1) có lời nói ngay thẳng, bộc trực => 통사정. (2) => 통심정. (3) tội ngoại tình, tội thông dâm..

통제 sự kiểm tra, sự chỉnh lý. –하다 kiểm tra, chỉnh lý, kiềm chế. *--가격 giá cả đã được điều chỉnh hợp lý. –기관 cơ quan kiểm tra. –경제 quản lý kinh tế.

통제부 Bộ Hải quân.

통조림 thực phẩm đóng hộp. –하다 đóng hộp, vô hộp.

통증 cơn đau buốt, sự nhức nhối, sự đau khổ day dứt. –하다 cảm giác nhức nhối, đau đớn, nhói buốt, đau khổ ray rức.

통지 thông cáo, yết thị, thông tri, lời báo trước, lời khuyên. –하다 thông báo, báo tin, khuyên bảo. @미리 통지하다 báo cho ai biết trước, mật báo. *--서 tờ thông cáo, tờ yết thị.

통째 tất cả, toàn bộ, hoàn toàn. @통째로 삼키다 nuốt gọn, nuốt chửng, nuốt toàn bộ.

통찰 sự nhận thức rõ, sự minh mẩn, sự hiểu biết sâu sắc, sự thấm nhuần, sự nhìn thấu tận bên trong. –하다 nhận thức rõ, hiểu rõ, nhìn thấu suốt. *--력 khả năng (năng lực) hiểu biết.

통첩 sự lưu ý, sự thông báo, thông tri, chỉ thị. *외교 công hàm ngoại giao. 최후--

tối hậu thư.

통촉 sự đồng tình, sự thông cảm, sự am hiểu, óc phán đoán. –하다 hiểu biết, phán đoán, đánh giá, nhận thức rõ, thấy rõ.

통치 sự thống trị, sự cai trị. –하다 ngự trị, cai trị, thống trị, cầm quyền. @국가를 통치하다 ngự trị trên khắp đất nước, trên muôn người. *--권 chủ quyền, quyền lực tối cao. –기관 cơ quan chính quyền. –자 nhà cầm quyền, người trị vì.

통치마 chiếc váy hình trụ của Hàn Quốc (y phục truyền thống).

통칙 nguyên tắc chung.

통칭 tên được nhiều người biết, danh hiệu phổ biến.

통쾌 niềm vui tột cùng. –하다 hết sức hài lòng, vô cùng say mê thích thú (통쾌하게).

통탄 sự khóc than cay đắng, lòng xót xa ân hận. –하다 khóc than, ân hận, hối tiếc, ngậm ngùi, thương tiếc. @통탄할 đáng tiếc thương, đáng ân hận.

통탕 => 통탕

통통 thình thình, tiếng giậm chân, tiếng đập cửa, tiếng giã gạo; tùng tùng tùng, tiếng trống đập liên hồi.

통통거리다 đập, giả, nện, thoi, đóng, nghiền, dập tắt.

통통하다 bụ bẩm, mủm mỉm, phúng phính, mập mạp, đầy đặn.

통틀다 trút ra hết, hoàn toàn trống rỗng. @전 생애를 통틀어 suốt cả cuộc đời, dốc hết cuộc đời (vào việc gì).

통틀이 cả thảy, tất cả.

통팥 đậu đỏ nguyên hột.

통폐 tai họa chung.

통풍 [의학 y học] bệnh thống phong, bệnh gút, chứng viêm khớp.

통풍 sự thông gió, sự thông hơi, sự thoáng khí, sự phơi khô trong không khí. @통풍이 잘 되다 được phơi kỹ, thật thoáng khí. *--관 ống dẫn khí. –구 lỗ thông hơi. –기 quạt máy, quạt điện. –장치 thiết bị thông hơi (hệ thống thông).

통하다 (1) [길이 con đường] chạy (trên tuyến đường); dẫn đến, mở ra, nhìn ra. @이 문은 마당으로 통한다 cánh cửa này mở ra khu vườn.

(2) [전류가 dòng điện] đang mở, đang có điện chạy qua. @이 선에는 전류가 통하고 있다 đường dây này đang tải điện (có điện, đang hoạt động). (3) [전화가 điện thoại] đường dây đang thông. (4) [혈액 máu//공기가 không khí] lưu thông, thông thoáng. @공기가 잘 통하다 rất thoáng khí. (5) [언어가 ngôn ngữ] thông thạo, rành. @영어가 통하다 thông thạo tiếng Anh.

(6) [의사가 lý tưởng, mục đích, tư tưởng] thông cảm nhau, hiểu biết nhau, tương đắc nhau. (7) [뜻이 trí óc, tinh thần] thông suốt, hiểu biết, hiểu thấu. (8) [통달 thông thạo] giỏi, sành, chuyên môn, thành thạo, quen thuộc với, quen biết với. @천문에 통하다 thành thạo về môn thiên văn. (9) [인정 받다 được biết đến] được coi là, được biết là, được mệnh danh là. @권위자로 통하다 được coi là một nhân vật có quyền thế. (10) [통용] thông qua, có giá trị, có hiệu lực, còn tốt (chưa quá hạn sử dụng). (11) [용납] thông qua, chấp thuận, được công nhận, đáp ứng mục đích. @네 의

견은 통하지 않는다 *quan điểm của bạn không thể chấp nhận được*. **(12)** [통과.경유] thông qua, băng qua, đi ngang qua. @마당을 통해서 băng qua khu vườn. **(13)** [내통] phản bội, phụ bạc, tiết lộ bí mật cho ai. **(14)** [장을] trở nên thân thiết với, kết giao với, thông dâm với.

통학 sự dự học. –하다 dự học, đi học, tham gia khóa học. @도보로 통학하다 đặt chân đến trường.

통한 lòng thương tiếc khôn nguôi, nỗi đắng cay sầu khổ.

통할 sự trông nom, sự giám sát. –하다 trông nom, coi sóc, kiểm tra, quản lý. @구역 khu vực trông coi trực tiếp. –자 người phụ trách.

통합 tính duy nhất, tính đồng nhất, xu hướng tổng hợp. –하다 tổng hợp, kết hợp, phối hợp. @야당 통합 sự hợp nhất giữa các phe phái không quyền lực.

통행 sự lưu thông, sự đi qua, lối đi. –하다 đi qua, đi ngang qua, đi xuyên qua, đi dọc theo *--권 đường được phép. –금지 sự ngưng (cấm chỉ) giao thông; [게시] đường bị phong tỏa, có trở ngại; cấm giao thông. –금지 시간 giờ giới nghiêm. –료 lệ phí cầu đường. –인 khách qua đường (보행자). –증 lối đi an toàn. –허가 đường được phép. 일방-- đường một chiều (게시). 우측-- giữ lề phải (lưu thông bên phải) (게시).

통혼 --하다 dự kiến, bàn tính việc hôn nhân; kết thông gia với.

통화 hệ thống tiền tệ, môi trường lưu hành, đồng tiền đang dùng (đang lưu hành). *--량 số lượng tiền tệ đang lưu hành. –수축 sự giải lạm phát tiền tệ. –정책 chính sách tài chính. –통제 sự kiểm soát tiền tệ. --팽창 sự lạm phát.

통화 sự nói chuyện bằng điện thoại, điện đàm. –하다 nói (chuyện) điện thoại. @통화 중에 đang điện thoại.

퇴각 [후퇴] sự rút lui, sự lui về, sự hưu trí. –하다 rút lui, lui về, về hưu.

퇴거 sự rời bỏ, sự rút lui, sự sơ tán, sự lìa khỏi. –하다 rút lui, rời bỏ, ra đi, sơ tán. *--명령 lệnh lưu đày, lệnh trục xuất.

퇴고 nước bóng, dầu đánh bóng, sự nâng cấp, sự sửa sang đổi mới cho đẹp hơn. –하다 cải tiến trao dồi, đánh bóng, nâng cấp, tân trang.

퇴골 [해부] xương ống chân.

퇴교 sự trục xuất (đuổi, sa thải) ra khỏi trường. –하다 bị đuổi ra khỏi trường.

퇴근 sự thôi việc, sự nghỉ việc. *--시간 giờ đóng cửa.

퇴락 tình trạng hư hỏng xơ xác, đổ nát.

퇴로 con đường rút lui. @퇴로를 차단하다 cắt (chặn) đường rút lui.

퇴물 **(1)** [남은 음식] thức ăn còn thừa lại, còn sót lại. **(2)** [거정된] phế phẩm, thực phẩm bị loại bỏ. **(3)** [물려받은] đồ may sẵn rẻ tiền, đồ mặc thừa. *--기생-- kỹ nữ về già (hết thời).

퇴박맞다 bị từ chối, bị loại.

퇴박하다 loại bỏ, bác bỏ, từ chối.

퇴보 sự thoái hóa, sự suy đồi, sự giật lùi, sự nghịch hành, sự đi xuống, chậm tiến, lạc hậu. –하다 thoái hóa, suy đồi, lạc hậu, chậm tiến, tái phạm (lại sa ngã). @퇴보 적인 chiều hướng suy đồi thoái hóa.

퇴비 phân (gà vịt) bón, phân trộn, phân

com-pôt.

퇴사 (1) [퇴직] –하다 thôi việc, nghỉ việc. (2) [퇴근] --하다 rời văn phòng về nhà, nghĩ việc.

퇴색 sự bạc màu, sự bay màu, sự đổi màu. –하다 làm bay màu, làm nhạt màu, đổi màu. @퇴색한 bị bạc màu.

퇴석 (1) một đống đá. (2) [지리 địa chất] băng tích; thềm để máy bay đậu để vận chuyển.

퇴세 sự suy tàn, sự tàn tạ, chiều hướng đi xuống.

퇴역 sự về hưu, sự nghỉ việc, sự rút lui ra khỏi ngành. –하다 rúi lui, nghỉ việc, về hưu, giải ngũ. *--장교 sĩ quan giải ngũ.

퇴영 sự suy vong, sự suy đồi. –하다 suy vong, suy đồi, thoái hóa, xuống dốc.

퇴원 sự xuất viện. –하다 xuất viện, ra khỏi bệnh viện. @그는 곧 퇴원할 것 입니다 anh ấy sẽ sớm bình phục.

퇴위 sự thoái vị, sự từ bỏ (ngai vàng). –하다 từ bỏ, thoái vị. @퇴위시키다 truất phế, hạ bệ.

퇴임 sự về hưu, sự nghỉ việc. –하다 về hưu, nghỉ việc, từ chức, xin thôi.

퇴짜 sự loại bỏ, sự bác bỏ, sự từ chối, sự khước từ, đồ bỏ, vật bị loại bỏ. @퇴짜 놓다 gởi lại, quay trả lại; loại bỏ, cự tuyệt, khước từ, bác bỏ. // 퇴짜 맞다 bị loại bỏ.

퇴장 sự rời bỏ, sự rút lui, sự thu hồi. –하다 thoát ra, rời khỏi, ra đi, rút lui, thu hồi.

퇴장 sự tích trữ, sự dành dụm. –하다 tích trữ, đành dụm, để dành, dự trữ.

퇴적 sự tích lũy, sự góp nhặt, sự chồng chất. –하다 góp nhặt, chất đống, chồng đống. @화물의 퇴적 một đống hàng hóa. *--물 vật ký gởi.

퇴정 --하다 bãi chầu (rời cung điện).

퇴조 nước triều xuống, cơn nước xuống. @퇴조를 보이다 triều xuống. *--기 thời kỳ triều xuống.

퇴주 rượu mời cạn cốc.

퇴직 sự từ chức, sự xin thôi việc. –하다 từ chức, xin thôi. *--관리 một công chức về hưu. –금 trợ cấp nghỉ việc. –수당 tiền lương hưu. –연금 tiền trợ cấp hằng năm. –연령 tuổi về hưu. –자 người thôi việc, người về hưu.

퇴진 sự nhổ trại, sự rút lui. –하다 nhổ trại, rút lui, bỏ trốn, tẩu thoát, chuồn, trốn thoát, ra khỏi, rút quân.

퇴청 --하다 nghỉ việc, thôi việc.

퇴치 [정벌] sự xâm chiếm, sự chinh phục, sự thu phục; [박멸] sự loại ra, sự dọn dẹp, sự tiêu diệt. –하다 chinh phục, khuất phục, nô dịch hóa, xóa sạch, diệt tận gốc, quét sạch, loại bỏ, trừ khử, hủy diệt.

퇴침 cái bục gỗ, cái gối gỗ.

퇴폐 sự tham ô, thối nát, sự thoái hóa suy đồi, sự phá hoại đạo đức, tình trạng suy sụp đổ nát, thời kỳ suy tàn (주의) .–하다 tham ô thối nát, thoái hóa, suy tàn.

퇴하다 (1) [무르다] hủy bỏ (một việc mua bán). (2) [거절] gạt bỏ, bác bỏ, loại bỏ, từ chối (sự có mặt).

퇴학 bị đuổi ra khỏi trường. –하다 bỏ học, bị đuổi ra khỏi trường. @퇴학시키다 [부형이 phụ huynh] đuổi con em người nào ra khỏi trường [학교가] trục xuất (đuổi) một học sinh ra khỏi trường.

퇴혼 --하다 từ chối lời cầu hôn, khước từ

việc hôn nhân.

퇴화 sự suy đồi, thoái hóa, sự hao mòn, sự giảm sút. –하다 suy đồi, thoái hóa, hư hỏng, hao mòn, giảm sút, teo. @퇴화한 tình trạng thoái hóa, bị hư hao giảm sút.

툇마루 sàn ở hàng hiên nhà Hàn quốc.

투 (1) [법식 qui luật] hình thức, kiểu dáng. @편지 투 hình thức của lá thư. (2) [버릇] thói quen, tập quán, cá tính, lề thói. @말투 cách nói năng (của một người nào).

투견 cuộc hỗn chiến, cuộc ẩu đả cắn xé.

투계 [닭 싸움] cuộc chọi gà, trò chơi đá gà. [싸움닭] gà chọi.

투고 sự đóng góp, phần đóng góp (1 tiết mục, một bài báo). –하다 đóng góp, viết cho... *--란 mục (cột) dành cho độc giả. –자 người đóng góp, người cộng tác viết bài.

투광기 đèn chiếu, đèn pha.

투구 nón sắt, mũ sắt, mũ bảo hộ.

투구 sự ném. –하다 quăng, liệng, tung, ném (banh / đá).

투기 máu ghen, thái độ ghen tuông, sự ganh ghét, đố kỵ. –하다 ghen tuông, ganh ghét, đố kỵ.

투기 sự đầu cơ tích trữ, dự án kinh doanh; [증관] sự đầu cơ chứng khoán. –하다 tích trữ, đầu cơ (ở thị trường chứng khoán). @투기 적인 có tính chất đầu cơ trục lợi. *--사 người đầu cơ.

투기 cuộc thi, trận thi đấu.

투덕거리다 vỗ nhẹ, gõ nhẹ, đập nhẹ, tát khẽ.

투덜거리다 phàn nàn, kêu ca, càu nhàu, cằn nhằn, đay nghiến, chì chiết (việc gì với ai).

투망 lưới bủa, lưới giăng. @투망을 던지다 giăng lưới, bủa lưới.

투매 sự mặc cả, sự thỏa thuận mua bán, giao kèo mua bán; sự bán lỗ, sự bán phá giá hàng hóa. –하다 bán phá giá, bán lỗ, mặc cả, trả giá. *--상품 sự kiệt quệ nguồn hàng.

투명 sự trong suốt, rõ ràng; sự sáng tỏ, sự minh bạch, tính sáng suốt. –하다 rõ ràng, minh bạch, trong trẻo, trong suốt sáng sủa. @투명하지 않다 mờ đục, không trong, không rõ ràng. *--도 tính chất trong suốt, tính chất rõ ràng dễ hiểu. –지 giấy can (để đồ, can lại). –체 vật thể trong suốt.

투묘 --하다 thả neo, bỏ neo.

투미하다 ngu ngốc, ngu đần, ngu xuẩn, trì độn, chậm hiểu, tối dạ, khờ dại, ngớ ngẩn, ngờ nghệch.

투박하다 thô, thô thiển, thô bạo, thô lỗ, lỗ mãng, lóng ngóng, vụng về, vô duyên. @투박한 옷감 vải thô, dày.

투베르쿠린 *tuberculin* –vắc-xin chống lao. *--검사 (반응)xét nghiệm phản ứng *tuberculin.*

투병 cuộc đấu tranh chống bệnh tật.

투사 [수학 toán học] phép chiếu, sự chiếu, hình chiếu. [물리 vật lý] sự rơi, sự tới –하다 chiếu (trên); rơi, tới. *--각 góc tới.

투사 một chiến binh, chiến sĩ, người đấu tranh, người chiến đấu.

투사 sự can lại, sự đồ lại. –하다 can, đồ, vẽ, viết lại. *--지 giấy can (để đồ, can lại).

투서 một lá thư nặc danh. –하다 gởi thơ

nặc danh.

투석 sự ném đá. –하다 ném đá (tới..)

투성이 đầy, phủ đầy (bụi / bẩn). @땀투성이의 đầy mồ hôi.

투수 [야구의 thuộc bóng chày] cầu thủ ném bóng; [크리켓의 môn cri-kê] người chơi bóng gỗ (chơi ki). *--전 chiến thuật ném bóng. –판 vị trí phát bóng của bên đánh bóng.

투숙 sự lưu lại, sự trọ ở khách sạn. –하다 lưu lại, ở lại khách sạn. *--자 khách ở trọ.

투시 (1) [뚫어 봄] sự nhìn thấu suốt. (2) [알아차림] khả năng nhìn thấu được cả những cái vô hình. –하다 thấu suốt, siêu phàm, nhìn thấu. *-력 năng lực siêu linh huyền bí. –자 nhà thần học, người có khả năng nhìn thấu cả những vật vô hình (ông đồng, bà cốt).

투신 (1) [자살] hành động tự sát bằng cách trầm mình xuống nước. –하다 tự vẫn, tự trầm, nhảy xuống sông tự tử. (2) [종사] --하다 cam kết, ước hẹn, đính ước, hứa hôn.

투약 đơn thuốc, toa thuốc. –하다 ra toa thuốc, kê đơn thuốc. @환자에게 투약하다 kê toa thuốc cho bệnh nhân, cho bệnh nhân uống thuốc theo đúng liều lượng.

투영 (1) [그림자 tranh ảnh] bóng (hình chiếu, dội lại). –하다 phản chiếu, dội lại. (2) [수학 toán học] phép chiếu, sự chiếu, hình chiếu. –하다 chiếu, phản chiếu. *--도 biểu đồ kế hoạch.

투옥 sự bỏ tù, sự tống giam, hình phạt tù, án tù. –하다 bỏ tù, hạ ngục, tống giam, nhốt ai vô tù.

투우 trận đấu bò (ở Tây Ban Nha). *--자 người chơi đấu bò. –장 trường (sân) đấu bò.

투원반 cuộc thi ném đĩa, trò ném đĩa.

투입 sự ném, sự liệng, sự quăng, sự vứt lên; [심리 thăm dò, thử thách]. –하다 ném (vật gì lên), đầu tư, lập kế hoạch, dự án.*--자본 vốn đầu tư.

투자 sự đầu tư. –하다 đầu tư vào, bỏ vốn vào. *--시장 thị trường đầu tư. –신탁 sự đầu tư tín nhiệm (chịu). –액 số tiền đầu tư.

투쟁 trận đánh, cuộc đấu tranh, cuộc xung đột, chiến trận. –하다 đánh nhau, xung đột, đấu tranh, chiến đấu. *--심 tính hiếu chiến. –위원 ủy ban đấu tranh. 계급-- xung đột giai cấp.

투전 trò cờ bạc. *--군 con bạc.

투정 tiếng càu nhàu, tiếng lầm bầm, gầm gừ. –하다 cằn nhằn, càu nhàu, gầm gừ (bực dọc).

투지 tinh thần chiến đấu. @투지에 불타다 đầy nhiệt huyết, đầy sức sống, can trường, dũng cảm.

투창 môn ném lao (tên/lao/phi tiêu). –하다 ném lao. *--선수 người phóng lao, vận động viên ném lao.

투척 sự ném, cú ném. –하다 ném. @투척 경기 cuộc thi ném (lao/đĩa).

투철 sự thâm nhập, sự thấm nhuần, sự thấu suốt, -하다 thông suốt, thấm nhuần, trong sạch, trong lành, tinh khiết, rõ ràng, minh bạch. @투철한 이론 một nguyên lý dễ hiểu.

투포환 cú ném tạ.–하다 ném tạ. *--선수 người ném tạ, vận động viên ném tạ.

투표 [행위] sự bầu cử, sự bỏ phiếu, cuộc

tham dò ý kiến (điều tra dư luận); [표] là phiếu. –하다 đi bầu, bỏ phiếu, biểu quyết. @투표로 결정하다 quyết định bằng lá phiếu. *--검사 sự kiểm phiếu. –권 quyền bỏ phiếu, quyền đi bầu. –소(장) địa điểm bỏ phiếu. –수 số phiếu. 거수 (발성,기립) -- bầu cử bằng cách dơ tay biểu quyết.기명 (무기명) -- bầu cử công khai (kín). 무효-- cuộc bầu cử không thành công. 부재-- sự bầu cử vắng mặt; bầu cử bằng thư gửi đến.

투피스 (*a two piece*) bộ váy áo 2 mảnh.

투하 sự rơi xuống, sự hạ xuống, sự giảm xuống. –하다 rơi xuống, hạ xuống, thả xuống (thả dù/ nhảy dù xuống). @폭탄을 투하 하다 thả bom xuống (đồn bót / trạm).

투하 --하다 sự vứt bỏ, sự vứt hàng xuống biển cho nhẹ tàu (khi lâm nguy, có dông tố).

투함 thư tín, sự gửi (bỏ) thư. –하다 gởi thư (thơ), bỏ thơ (qua bưu điện).

투항 sự đầu hàng, sự từ bỏ, sự giao nộp (투항 조건). –하다 đầu hàng, từ bỏ, giao nộp, dâng, bỏ cuộc, chịu thua. *--자 người bỏ cuộc, người đầu hàng. –조약 hiệp ước đầu hàng.

투해머 (*a throw of the hammer*) một nhát búa.

투혼 tinh thần chiến đấu.

툭 (1)[소리 âm thanh] bang, pat. (2) [모양 hình dạng] nhô ra, thò ra.

툭탁 tiếng tap-rap, rat-tat. –하다 đánh qua đánh lại, đánh lẫn nhau.

툭탁거리다 => 톡탁거리다

툭툭 tiếng sập mạnh, tiếng đóng sầm; nhô ra, lồi ra => 탁, 특

툭툭하다 dày dặc, khít, sít sao => 톡톡하다

툭하면 không do dự, không chậm trễ, sẵn sàng.

툰드라 (*tundra*) vùng lãnh nguyên.

툴툴거리다 lầm bầm, gầm gừ; kêu ca, phàn nàn, kêu nài, khiếu nại.

퉁겨지다 tách ra, rời ra, bung ra => 통겨지다

퉁기다 (1) [받친 것을] nhảy (nảy) bật ra, trượt ra, tuột ra. (2) [뼈를] tuột mối nối. (3) [기회를 cơ hội] bỏ qua, bỏ mất, bỏ sót, lỡ, nhỡ.

퉁명스럽다 cộc lốc, cộc cằn, lỗ mãng, lấc cấc. @퉁명스럽게 thẳng thừng, huych toẹt.

퉁방울 cái chuông đồng.

퉁소 ống sáo tre.

퉁탕 sự đánh, đập, nện, thụi, thoi.

퉁탕거리다 đánh nhau, nện nhau.

퉁퉁 (1) [부은] @퉁퉁붓다 phồng lên, phình ra, sưng lên. (2) [살찐] @ 퉁퉁한 đầy đặn, phúng phính.

튀각 tảo bẹ khô.

튀기다 [1] (1) cái bật nhẹ, sự bật lùi lại. (2) bắn tóe ra, bay ra phóng ra, gửi (vật gì) đi. @ 손가락으로 물을 튀기다 búng nước văng tóe ra bằng ngón tay.

튀기다 [2] chiên, nướng, rán. @생선을 기름에 튀기다 chiên cá trong dầu.

튀김 thức ăn chiên bơ.

튀다 (1) [으르다] nhảy lên, nảy bật lên; khoe khoang, khoác lác (nổ); bôi nhọ, làm bẩn, vấy bùn vào ai. @공이 튀다 quả bóng nảy bật lên (tưng lên). (2) [달아나다] bỏ chạy, tháo chạy, rút chạy, tẩu thoát, bỏ trốn. @사슴이 튀다 con hươu (nai) bỏ chạy.

튀밥 gạo rang.

튀어나다 nhảy lên, nảy lên, tưng lên; dội lại, bật lại, chùn lại.

튀하다 thui (nướng trui) (thú hoặc chim, cá).

튜너 (*a tuner*) phím điều chỉnh, phím chuyển kênh TV hoặc radio.

튜브 [자전거.자동차의] (*a tube*) ống tube (tuýp) / xăm xe, ruột xe.

튤립 [식물 thực vật] cây (hoa) uất kim hương, hoa tulip.

트기 [혼혈.잡종 hỗn hợp, tạp chủng] giống lai (cây / người).

트다 [1] (1) [싹이] mọc lên, nhú lên, nảy mầm.*싹이 트다 đâm chồi nảy lộc. (2) [피부가] rạn, nứt, bị nứt nẻ. @손이 트다 bàn tay bị nứt nẻ. (3) [먼동이 hướng đông] rạng đông, bình minh. @동이 트다 vào lúc rạng đông.

트다 [2] [통하다] mở, dọn (đường); mở đầu, khởi sự. @길을 트다 mở đường, dọn đường (cho người nào).

트더지다 tháo chỉ (gỡ đường chỉ may), tháo ra, bóc ra, xé ra. @봉투가 트더지다 mở thơ, bóc phong bì ra.

트라이앵글 (*a triangle*) hình tam giác.

트라코마, 트라호음 (*trachoma*) [의학 y học] bệnh đau mắt hột.

트랙 (*a track*) dấu vết.

트랙터 (*a tractor*) máy kéo (có gắn động cơ khỏe dùng để kéo máy móc canh tác hoặc các thiết bị nặng).

트랜스 (*a transformer*) máy biến thế.

트랜지스더 (*a transistor*) máy thu thanh (radio).

트랩 bẫy, cạm bẫy.

트러블 (*trouble*) điều lo lắng, rắc rối.

트러스 (*a truss*) [건축 xây dựng/kiến trúc] giàn, vĩ kèo, khung đỡ mái nhà, cầu (để xây cất).

트럭 (*a truck*) xe tải.

트럼펫 kèn trompet (*trumpet*).

트럼프 (*trump*) quân chủ bài (cờ bạc)

트렁크 (*a trunk*) thân (cây/người); hòm, rương, vali, thùng để hành lý sau xe hơi.

트레몰로 [음악 âm nhạc] âm vê (*âm run rẩy hoặc rung lên tạo ra bằng cách chơi một nhạc cụ hoặc hát một cách đặc biệt*).

트레이닝 (*training*) sự huấn luyện, sự tập dượt.

트레이트 (*trade*) thương mại mậu dịch. *--마아크 (*trademark*) nhãn hiệu đăng ký.

트레일러 (*a trailer*) xe móc, xe có toa móc.

트로이카 (*a troika*) (1) xe ngựa, xe ngựa nhỏ ở Nga có 3 ngựa kéo; (2) nhóm tam hùng; bộ ba.

트로피 chiếc Cúp thể thao

트롤 (*a trawl*) sự kéo lưới. *--그물(망) lưới rà, lưới rê (*thả ngầm dưới đáy sông, biển để bắt cá*). –선 tàu đánh cá bằng lưới rà; người bắt cá bằng lưới vét. –어업 ngành công nghiệp cá; nghề đánh cá.

트롤리버스 (*a troiley bus*) (무궤도 버스) ô tô điện, xe điện bánh hơi (*chạy bằng điện từ dây cáp điện trên cao truyền xuống*).

트롬본 (*a trombone*) kèn trom-bon.

트리밍 [사진] sự sắp xếp gọn gàng, trật tự. –하다 xếp đặt có trật tự, ngăn nắp.

트리오 (*a trio*) bộ 3, nhóm 3 người; tam ca, tam tấu.

트리콧 (*tricot*) [옷감] áo đan (len)

트릭 (*a trick*) mưu mẹo, lừa đảo, trò chơi khăm.

트림 tiếng ợ, sự ợ hơi. –하다 ợ.

트릿하다 (1) [속이] cảm giác nặng bao tử, bị chứng khó tiêu. (2) [흐릿하다] mờ ám, mơ hồ ám muội, khả nghi, khó tin, đáng ngờ.

트위스트 điệu nhảy tuýt (*twist*).

트이다 (1) [길.장래가] rõ ràng, minh bạch, dễ hiểu, mở rộng (tương lai). @트인 장소 một nơi công khai. (2) [생각이] tự do, hào phóng, cởi mở; nhạy cảm. @트인 사람 một người nhạy cảm; một người trong giới văn học. // 속이 트이다 hào phóng, cởi mở. [운이 vận may] trở nên khá hơn, tốt đẹp hơn. (3) [구멍이 khe hở, lỗ trống] gây ra một lỗ trống (trong ngân quỹ).

트직지근하다 cảm giác khó chịu ở dạ dày.

트집 (1) [틈 đường nứt, kẻ hở] vết nứt, khe hở. (2) [결점] nhược điểm, khuyết điểm, sai sót, lỗi lầm.

트집잡다 bới móc, bắt lỗi bắt phải, bới lông tìm vết.

트집장이 người hay bắt bẻ, bới móc; một kẻ nhỏ nhen, ti tiện.

특가 giá đặc biệt (chào hàng), giá hời, giá rẻ. *--제공 dịp hiếm có (đặc biệt). –판매 bán hạ giá, bán lỗ vốn

특공대 *commando*, lính com-măng-đô lính biệt kích, đặc công.

특과 khóa đặc biệt; [군사] binh đoàn kỹ thuật.

특권 một đặc ân, đặc quyền. @ --계급 giai cấp được hưởng đặc quyền. –침해 sự vi phạm đặc quyền.

특근 việc đặc biệt, việc làm thêm, việc làm ngoài giờ. –하다 làm thêm, làm ngoài giờ, giữ chức vụ đặc biệt. *--수당 trợ cấp chi trả cho công việc làm ngoài giờ.

특급 xe tốc hành (xe lửa).

특급 loại đặc biệt, chất lượng cao *--품 hàng đặc biệt chất lượng cao.

특기 năng khiếu riêng, khả năng đặc biệt.

특기 --하다 đề cập riêng, đề nghị đặc biệt.

특대 quá khổ, ngoại cỡ, cỡ lớn nhất. *--호(잡지 tạp chí) xuất bản bổ sung đặc biệt.

특대 --하다 ưu đãi, trọng vọng, ân cần, tiếp đãi đặc biệt. *--생 sinh viên được cấp học bổng.

특등 phần thưởng (giải) đặc biệt. *--석 vị trí cao nhất. –실 phòng đặc biệt. –품 hàng chất lượng đặc biệt.

특례 trường hợp đặc biệt, ngoại lệ. *전시-- ngoại trừ thời chiến.

특매 giá đặc biệt (hạ). –하다 bán giá đặc biệt. *--기간 thời kỳ khuyến mãi. –장 gian hàng bán giá hạ. –일 "ngày bán hạ giá". –품 hàng hạ giá.

특명 mệnh lệnh đặc biệt. *--전권 대사 Đặc sứ Toàn quyền.

특무 nhiệm vụ đặc biệt. *--기관 cơ quan Thông tấn xã.

특배 phân bổ, phân phối đặc biệt; tiền thưởng, tiền chia thêm. –하다 chia, phân phát, phân phối.

특별 đặc biệt, ngoại lệ, nét cá biệt. –하다 đặc biệt, riêng biệt, khác thường, hiếm có. *--석 vị trí (chức vụ) đặc biệt, --상

여 lợi tức chia thêm (tiền thưởng đặc biệt). –임무 nhiệm vụ (sứ mạng) đặc biệt. –재판소 phiên tòa đặc biệt. –호 con số đặc biệt. –회계 tài khoản đặc biệt.

특보 tin phát nhanh, tin đặc biệt. –하다 phát tin nhanh, cho tin đặc biệt.

특사 lệnh ân xá, sự miễn thứ, sự tha. –하다 tha, ân xá, miễn thứ. *--령 một hành động (nghĩa cử) khoan dung.

특사 phái viên đặc biệt. @대통령의 특사 công sứ đại diện cá nhân của phủ chủ tịch (tổng thống).

특산물 đặc sản, sản phẩm nội địa (địa phương). @제주도의 주요 특산물 sản phẩm chính của *Chejudo*. *--지 sản phẩm sản xuất đặc biệt của địa phương.

특상 @특상의 cái tốt nhất, đẹp nhất, tinh hoa. *--품 hàng tuyển.

특상 hàng giá đặc biệt.

특색 nét đặc trưng (màu sắc riêng), đặc điểm, đặc thù, tính độc đáo. @특색 있는 có màu sắc riêng, có đặc điểm, có đặc tính. // 특색 없다 không có đặc điểm, bình thường, không đặc biệt, không đặc sắc.

특선 đặc tuyển. *--품 hàng đặc tuyển.

특설 căn cứ đặc biệt. –하다 đặt (thiết lập) căn cứ đặc biệt.

특성 phẩm chất hảo hạng, chất lượng đặc biệt., đặc điểm, đặc tính, đặc thù, tính chất riêng, nét tiêu biểu. @국민적 특성 nét đặc trưng của quốc gia.

특수 có tính chất riêng, có đặc tính, có nét đặc biệt. –하다 đặc biệt, riêng biệt, độc nhất, vô nhị, có một không hai. @특수한 예 hàng đặc biệt (hàng mẫu).

특수 경기 sự phất nhanh (thành quả kinh tế)

특약 hợp đồng đặc biệt. @A.P.특약 theo hợp đồng đặc biệt ký kết với A.P. *--점 chi nhánh đặc biệt; đặc vụ.

특용 dùng trong trường hợp đặc biệt; dùng riêng. *--작물 số tiền dùng riêng (cho 1 việc gì).

특유 chất lượng đặc biệt. –하다 đặc biệt, đặc tính, đặc thù, đặc trưng. *--성 tính chất riêng, nét đặc biệt, tính chất độc đáo.

특이 --하다 riêng biệt, đặc biệt, vô song, có một không hai, độc đáo. *--성 nét đặc trưng.

특작 sản phẩm được chế tạo đặc biệt.*--핌 phim đặc biệt (영화의)

특장 điểm mạnh, sở trường, năng khiếu riêng.

특전 bức điện (điện tín). @로이터 특전 tin điện từ Reuter.

특정 sự ghi rõ, chỉ định rõ. –하다 ghi rõ, chỉ định rõ. @특정의 được chỉ định rõ // theo danh nghĩa, theo lý thuyết.

특제 hàng thủ công, hàng được làm đặc biệt. –하다 làm bằng tay. @특제의 (thuộc) hàng đặc biệt, hàng làm bằng tay. *--품 hàng thủ công, hàng làm đặc biệt.

특종 (1) [종류] loại đặc biệt. (2) [기사] tin đặc biệt, tin sốt dẽo, tin mới ra lò.

특지 sự quan tâm đặc biệt.

특지 mục đích riêng.

특진 sự thăng tiến đặc biệt. @2 계급 특진 thăng lên 2 bậc (đề bạt).

특질 riêng biệt, đặc biệt, thuộc tính, đặc tính, chất lượng đặc biệt.

특집 ấn phẩm đặc biệt. –하다 biên soạn, chuẩn bị in ấn phẩm đặc biệt. *--기사 mục đặc biệt (cột/bài).

특징 một tiết mục đặc biệt, tiết mục riêng, dấu hiệu đặc trưng, nét đặc biệt (tính chất cá nhân) / 특징이 없는 không đặc sắc, tầm thường.

특재 chức vụ đặc biệt. –하다 giữ chức vụ đặc biệt.

특출 tính độc đáo, nét đặc biệt, sự nổi bật, xuất chúng. –하다 nổi bật lên, ưu tú, xuất chúng, lỗi lạc, độc đáo.

특칭 sự chỉ định đặc biệt; danh hiệu đặc biệt; [논리 biện chứng logic] thành phần cá biệt, nét đặc thù, (trường hợp) ngoại lệ.

특파 đặc phái viên. –하다 đặc phái, sai phái, phân công đặc biệt. –대사 đặc sứ (đại sứ đặc biệt). –사절 đặc phái viên. –원 thông tín viên, đại biểu đặc biệt.

특필 điều khoản đặc biệt, điều khoản riêng. –하다 đề cập riêng.

특허 (1) giấy phép, bằng sáng chế nhãn hiệu độc quyền, môn bài. (2) bản điều lệ, bản đặc quyền. (3) tính độc quyền. –하다 cấp giấy phép, độc quyền nhãn hiệu. @특허를 출원(신청)하다 ứng dụng cho giấy phép độc quyền. *--국 cục toàn quyền. –권 được độc quyền. –소유자 người được cấp bằng sáng chế. –침해 sự vi phạm độc quyền. –품 hàng độc quyền, hàng có môn bài.

특혜 sự chiếu cố đặc biệt, ân huệ đặc biệt, đặc ân. @특혜의 được ưu tiên. *--관세 giá ưu đãi (thuế hải quan).

특효 hiểu quả đặc biệt. *--약 phương thuốc đặc biệt, cách điều trị đặc biệt.

특히 đặc biệt là, nhất là. @특히 주의하다 đặc biệt chú ý, đáng chú ý nhất là.

튼튼하다 rắn chắc, chắc chắn, khoẻ mạnh, lành mạnh, cứng, khỏe, dày dạn. @몸이 튼튼하다 một cơ thể khỏe mạnh (tráng kiện).

틀 (1) [테] sườn, khung (ảnh/cửa). (2) [모형] khuôn, khuôn cối. (3) [공식] tính cách, hình thức, theo đúng qui cách. @틀에 박힌 rập khuôn, y khuôn, theo tục lệ, theo tập quán. (4) [기계] máy móc, cơ giới. (5) [도량] phẩm chất, tính chất; [풍모] tính cách, bộ dạng, vóc dáng. @사람의 틀이 크다 có tính cách, có hạng, có tầm cỡ. *사진-- khung ảnh.

틀거지 chân giá trị, phẩm cách; thái độ, tính cách, quan điểm, dáng vẻ oai nghiêm.

틀누비 sự khâu, may chần bằng máy may.

틀니 (*denture*) hàm răng giả.

틀다 (1) [비틀다] se, bện (chỉ); vặn, siết (ốc vít). (2) [돌리다] quay, xoay, quấn, cuộn. @오른쪽으로 틀다 quay bên phải. // 전축을 틀다 mở máy hát đĩa. (3) [솜을] tỉa hột bông, tước xơ. (4) [머리를] cột tóc lên. (5) [일이] đối nghịch, đối kháng, chống lại, cản trở, phá ngang, phá đám.

틀리다 (1) [꼬이다] bị tổn thương, bị bong gân, bị sai khớp, bị bóp méo, xuyên tạc. @창문이 틀리다 cánh cửa sổ bị cong oằn, lệch lạc. (2) [잘못되다] đi đến sai lầm, phạm lỗi. @틀린 생각 một tư tưởng sai lầm, lệch lạc.

틀림 (1) [잘못] sai lầm, lỗi lầm, thiếu sót, khuyết điểm, sơ xuất. (2) [다름] khác biệt, khác với. @틀림없이 đúng, chính

xác, không sai, không sai lầm, nghiêm chỉnh.

틀어넣다 đẩy, xô đẩy, chen chúc, nhồi nhét, chen lấn. @옷을 장에 틀어넣다 nhồi nhét quần áo vào rương.

틀어막다 (1) [구멍을 khe hở, chỗ nứt] bít lại, hàn lại, lấp kín, nút lại. (2) [행동.말을 hành động, lời nói] kiềm chế, đè nén, dằn lại.

틀어박다 nhồi nhét, lấp kín, trám, hàn, bịt kín.

틀어박히다 bị giam lỏng (trong nhà), tự nhốt mình (trong nhà); rút ở trong nhà. @ 집에만 틀어 박혀있는 사람 người tự nhốt mình trong nhà.

틀어지다 (1) [빗나가다] lệch hướng, chuyển hướng, sai đường, lạc lối. (2) [꼬이다] bị xoắn lại, cuộn lại, làm cong queo, bị xuyên tạc, bóp méo. (3) [시이가] bị xa lánh, bị ly gián, cãi nhau, bất hòa với (người nào) (4) [일이] đi đến sai lầm, thất bại.

틀지다 có giá trị, có phẩm giá, có lòng tự trọng.

틀톱 vết cưa lõm (vết lõm do cưa).

틈 (1) [벌어진 사이] đường nứt, khe hở (tường, núi đá), lỗ hổng, vết rạn nứt. @ 문 틈 khe hở ở cửa (cửa sổ). (2) [겨를] thì giờ rỗi rãi. @틈이 없다 không có giờ rảnh, rất bận. (3) [간격 kẻ hở] trong phòng, khoảng trống, khoảng cách thời gian (giờ nghỉ) // 빈틈없이 들어차다 bị nhồi nhét đầy. (4) [기회] cơ hội, thời cơ. @틈을 타다 nắm bắt cơ hội. (5) [불화] sự ma xát, xoa bóp, chà xát; sự ly gián, sự bất hòa.

틈새기 khe hở hẹp, chỗ mở hé. *--바람 bản nháp, bản dự thảo, bản phát thảo.

틈서리 bờ, mép của khe hở, của vết nứt.

틈입 => 침입

틈타다 lợi dụng cơ hội, nắm lấy thời cơ. @어둠을 틈타서 dưới chiêu bài mờ ám, dựa vào sự ám muội, mơ hồ.

틈틈이 (1) [틈마다] ở mỗi khe hở, mỗi khoảng trống. (2) [기회마다] vào những lúc rảnh rỗi, lúc thư nhàn, lúc dư thì giờ.

티 [1] [먼지] hạt bụi, hạt sạn. @눈에 티가 들다 có một hạt bụi trong mắt.

티 [2] [결점] vết nhơ, thói xấu, hạt bụi. @ 옥에 티 *con sâu làm rầu nồi canh.*

티 [3] [모양 bộ dạng, tác phong] phong cách, khí sắc, dáng vẻ, cá tính, lề thói.

티 [4] (1) [글자] chữ cái "**T**" (2) [차] trà. (3) [골프의 môn đánh gôn (*golf*)] điểm phát bóng.

티격나다 chia ly, chia rẽ, tranh chấp, bất hòa, bị xa lánh, ghét bỏ chia lìa. @---와 티격나다 bất đồng, va chạm với...

티격태격하다 cãi nhau với...

티끌 hạt bụi, hạt sạn. @티끌만큼도 없다 không có một mảy may nào, không có một miếng nào.

티눈 cục chai ở chân. @발에 티눈이 박히다 có một cục chai ở lòng bàn chân. *--약 thuốc cao dán cục chai.

티스푼 (*a teaspoon*) muỗng cà phê.

티벳 *Tibet*

티엔티 (*trinitrotoluence, một loại)*

티뜯다 (1) [흡잡다] bắt lỗi, tìm khuyết điểm, bới lông tìm vết, kiếm chuyện. (2) [티를 뜯다] cạo đất, cạo sạch, tẩy sạch, vét sạch.*thuốc nổ cực mạnh*) T.N.T.

티이 케이 오우 T.K.O. (*technical knock*

out) kỹ thuật hạ đo ván, đánh gục kẻ địch.

티이크재 gỗ *teak* – loại gỗ cứng, chắc của 1 cây cao ở Châu Á

티인에이저 (*teenager*) thanh thiếu niên ở tuổi 13 đến 19 tuổi.

티켓 *(a ticket)* vé, bông, phiếu, thẻ.

티타늄 [화학 hóa học] chất titanium (titan) – kim loại màu xám xẫm.

티티새 [새] con chim hết màu sậm.

티파티 (*tea party*) tiệc trà.

팀 (*a team*) một đội, một nhóm, một tổ. @팀 워어크 (*team-work*) sự hợp tác có tổ chức, có sự nỗ lực chung.

팀파니 [악기 nhạc khí] bộ trống một mặt trong dàn nhạc.

팁 (*a tip*) tiền nước, tiền cà phê, tiền chè lá, tiền "bo" (tiền thưởng).

ㅌ

ㅍ

파 [1] [식물 thực vật] tỏi; hành tây; [양파] củ hành.

파 [2] [음악 âm nhạc] nốt Fa.

파 [당파] đảng phái, phe phái, bè cánh; [학파.유파] trường phái; [종파] môn phái; [파벌] bọn, phường, bè, lũ; [단체] nhóm. *급진-- đảng cấp tiến. *보수-- đảng bảo thủ. *소장-- nhóm trẻ, giới trẻ. *우-- cánh hữu. *작-- cánh tả. *혁신-- chính sách cải cách (đổi mới).

파격 sự bất thường, ngoại lệ [문법 ngữ pháp] lỗi ngữ pháp, sự sai sót trong việc sử dụng ngữ pháp. @파격적인 ngoại lệ, đặc biệt, vô song, chưa từng có; [변칙의] khác thường, dị thường.

파견 sự gửi đi, sự phái đi, sự giải quyết nhanh, gọn, sự tháo rời (분견). *--하다 phái đi, gởi đi, bổ nhiệm, tách rời (분견). @사절을 파견하다 bổ nhiệm một công sứ ngoại giao.

파경 [이혼 ly hôn] sự ly dị. @ 파경에 이르다 đã ly hôn, ly dị.

파계 sự phạm quy, sự vi phạm . *--하다 vi phạm (giáo điều). *--승 một linh mục (thầy tu) tội lỗi.

파도 sóng cao, sóng thần.

파고다 (*pagoda*) ngôi chùa.

파고들다 thẩm tra, hỏi cung, điều tra, thẩm vấn [규명하다] nghiên cứu, tìm hiểu vấn đề một cách tỉ mỉ, chi tiết; xem xét một cách cẩn thận; [가슴을] làm thấm nhuần (tư tưởng); gây ảnh hưởng sâu sắc.

파과기 tuổi dậy thì.

파괴 sự phá hủy, sự tiêu diệt, sự lật đổ. *--하다 phá hủy, hủy hoại, tiêu diệt, làm tan vỡ, đổ nát. @파괴적인 tàn phá, phá hoại, hủy diệt, lật đổ. *--분자 thành phần phá hoại. –자 kẻ phá hoại. –작용 sự trao đổi hóa chất trong cơ thể, sự chuyển hóa của tế bào (세포의). *--주의 chủ nghĩa phá hoại. –행위 hành động phá hoại.

파국 [판국의] tai ương, tai biến, thảm họa, biến động, đại hồng thủy. @파국적인 tai họa thảm khốc, bất hạnh.

파급 sự lan truyền. *--하다 lan truyền, mở rộng, trải dài ra, vươn tới, ảnh hưởng đến.

파기 [파괴] sự phá hủy; [무효] sự bãi bỏ, hủy bỏ. [약속의] sự chọc thủng, sự vi phạm, sự phá vỡ (một lề lối); [법률 계약의] sự thu hồi, sự hủy bỏ, sự hoán vị; [조약의 hiệp ước] sự tuyên bố bãi ước. *--하다 tiêu diệt, phá hủy, hủy bỏ, xóa bỏ, thu hồi, bài trừ, phản đối. @원심을 파기하다 hủy bỏ (thu hồi) quyết định ban đầu.

파김치 (1) [김치 kim chi] một loại kim chi tỏi – (món ăn truyền thống của Hàn quốc). (2) [지침] @ 파김치가 되다 mệt nhoài, mệt gần chết.

파나다 làm hư hại, làm tổn thất; có khuyết điểm, có nhược điểm.

파나마 운하지대 kênh đào *Panama.*

파내다 đào, bới, khai quật.

파노라마 (*panorama*) toàn cảnh, cảnh rộng; bức tranh toàn cảnh.

파니 [하는일 없이] lười biếng.

파다 (1) [구멍] đào, khai quật; [굴을]

đào, soi (đường hầm); khoan (뚫다); [우물을 mũi khoan, máy khoan]; [동물이 động vật] đào, bới. @ 구멍(무덤)을 파다 đào lỗ (huyệt). (2) [새기다] khắc, chạm, trổ (một bức gỗ khắc).

파다하다 trãi rộng ra, dàn rộng ra.

파닥거리다 [새가 loài chim] đập cánh, vỗ cánh, tung cánh; [물고기가 loài cá] nhảy tung, dẫy dụa. @새가 날개를 파닥거린다 *con chim vỗ cánh bay*.

파도 sóng, sóng cồn. @파도소리 tiếng sóng vỗ // 파도가 높다 sóng dâng, biển dâng.

파동 sóng gợn, cơn sóng nhấp nhô. *--하다 nhấp nhô, gợn sóng. *정치 một cuộc chính biến (sóng gió, biến động chính trị).

파두 [식물 thực vật] cây bả đậu (dầu).

파라솔 (*parasol*) cây dù; cái lọng che.

파라슈우트 (*parachute*) dù (để nhảy dù).

파라티온 *parathion* [농약 loại dược phẩm dành cho ngành nông].

파라티푸스 [의학 y học] *paratyphoid,* bệnh phó thương hàn (giống như thương hàn nhưng do một loại vi khuẩn khác làm nên).

파라핀 [화학 hóa] chất *parafin.* *--유(지) dầu parafin (giấy parafin).

파란 [법랑] chất men (đồ sứ).

파란 (1) [파도] giông tố, sóng gió. (2) [소란] rắc rối, phiền hà, giông tố, rối loạn; [성쇠] thăng trầm. @파란 많은 생애 một cuộc đời có nhiều thăng trầm (đầy sóng gió/ ba chìm bảy nổi).

파랑 màu xanh dương; xanh lục (초록). *--새 con chim xanh –물감 (thuốc nhuộm) màu xanh.

파랑 sóng, sóng cuộn, sóng cồn.

파랗다 xanh, xanh lục (초록); [안색이] xanh xao. @파란 눈의 mắt xanh.

파래 tảo mía lục; rau diếp biển.

파래박 bầu đựng nước bằng trái bầu khô.

파래지다 trở nên xanh xao; [안색이] trở nên tái ngắt, nhợt nhạt

파렴치 --하다 trơ trẽn, bỉ ổi, vô liêm sỉ, không biết xấu hổ. *--짓 một hành động bỉ ổi. –한 một gả trơ tráo, xỏ lá; tên đểu giả.

파르르 (1) [떠는] run rẩy, sợ hãi, hồi hộp. @입술이 파르르 떨렸다 đôi môi cô ấy run rẩy. (2) [끓는] tiếng huýt sáo, tiếng lèo xèo. (3) [화내는] đang cơn cáu giận, bực tức.

파르스름하다 hơi xanh, xanh xanh, hơi lục.

파릇파릇 –하다 xanh tươi, mơn mởn.

파리 [곤충 côn trùng] con ruồi. @부채로 파리를 쫓다 quạt cho ruồi bay đi.

파리모 một miếng kiếng (kính).

파리하다 gầy, gầy mòn, hốc hác, gầy còm, gầy nhom. @파리한 얼굴 một khuôn mặt gầy gò, hốc hác.

파먹다 (1) [음식을] ăn (벌레가 sâu bọ, côn trùng) đào xới, ăn mòn, xoi mòn. (2) [도식] cuộc sống vô công rỗi nghề.

파면 sự sa thải (đuổi việc). *--하다 đuổi, sa thải, thải hồi, giải tán. @파면되다 bị đuổi, bị sa thải.

파멸 sự thất bại, sự hư hại, đổ nát, sự phá hủy, sự tàn phá, sự suy sụp. *--하다 thất bại, tàn phá, phá hủy, suy sụp; phiền muộn. @파멸을 자초하다 tự chuốc lấy phiền muộn; tự đem lại lo lắng cho mình.

파문 (1) [수면의 mặt nước] cơn sóng dợn, mặt nước lăng tăng. (2)[영향] sự khuấy động, sự xôn xao. @ 파문을 일으키다 gây xáo động, gây sóng gió; (3) [무늬 hình dáng, mẫu mã] gợn sóng.

파문 [종교상의 tín ngưỡng] sự rút phép thông công; [일반적] sự trục xuất. *--하다 khai trừ, trục xuất, đuổi ra, tống ra.

파묻다 chôn cất, mai táng; [매장] chôn cất, đặt (người nào) yên nghỉ dưới mồ. @파묻히다 được chôn cất, được mai táng.

파미르고원 cao nguyên *Pamirs.*

파벌 bè phái, phe phái. *--다툼 sự xung đột bè phái (tranh chấp).

파병 sự bổ nhiệm (sai phái) một lực lượng quân đội. *--하다 phái binh.

파삭파삭—하다 giòn, dễ gãy.

파산 sự phá sản. *--하다 đi đến phá sản, thất bại, mất mát. @ 파산 선고를 받다 tuyên bố phá sản. *--자 người phá sản, người bị vỡ nợ.

파상 @ 파상의 gợn sóng, nhấp nhô, lăng tăng; [식물 thực vật] xoăn. *--공격 một cuộc tấn công liên tục.

파상풍 [의학 y học] bệnh uốn ván.

파생 sự khởi đầu. *--하다 bắt nguồn từ, rút ra từ, được xuất phát từ (2 차적). *--어 từ phát sinh.

파선 sự đắm tàu, sự chìm tàu; [난파선] chiếc tàu chìm.*--하다 bị đắm tàu, bị chìm tàu, đắm, chìm (tàu).

파손 sự phát sinh, sự hư hại, sự tổn thất, sự đổ vỡ. *--하다 hư hại, tổn thất, đổ vỡ. @파손된 bị tổn thất, hư hao; bị gãy đổ, bị hủy diệt, tàn phá.

파송 sự sai phái, biệt phái, sự gửi đi => 파견

파쇄 --하다 vỡ ra từng mảnh; vỡ tan, bóp nát, vò nát.

파쇠 sắt vụn, kim loại phế thải.

파쇼[주의 chủ nghĩa] phát xít; [사람 con người] người theo chủ nghĩa phát xít (người độc tài). *--사상 chủ nghĩa phát xít. *--화 sự phát xít hóa.

파수 [일 công việc] canh gác, canh phòng, giám sát; [사람 về người] nhân viên bảo vệ, quân canh, lính gác; [군사] đội quân cảnh, cận vệ, vệ binh (전초) –하다 [보다] canh gác, trông coi, canh phòng, canh giữ. @파수를 두다 đặt người canh gác (ở cửa). *--군 quân canh, nhân viên bảo vệ, người gác dan. –막 lính gác.

파스 [약 thuốc] (Para-aminosalicylic acid) PAS.

파스텔 (*pastel)* (1) bút màu, phấn màu. (2) tranh vẽ bằng bút phấn màu. (3) màu nhạt.

파시 chợ cá bán theo mùa.

파시스트 (*a facist*) người theo chủ nghĩa phátxít.

파시즘 (*fascism*) chủ nghĩa phát xít.

(2) buổi tiệc, buổi liên hoan.

파악 sự hiểu thấu, sự am hiểu, sự nắm bắt được. *--하다 nắm được, hiểu thấu, nắm vững, am hiểu. @사태를 파악하다 nắm vững vị trí; am hiểu tình hình.

파악 대소 --하다 cười toét miệng, cười thoải mái, cười phóng khoáng.

파약 --하다 hủy hợp đồng, thất hứa, sai hẹn, nuốt lời.

파양 sự hủy bỏ việc nhận con nuôi. *--하다 không nhận, từ bỏ (việc nhận con nuôi).

파업 sự ngừng, sự đình chỉ một công việc, một nhiệm vụ; [동맹] một cuộc đình công, bãi công. *--하다 đình công, bãi công, lãng công. @파업 중이다 đang bãi công. *--권 quyền đình công. –자 người đình công. –파괴자 kẻ phản bội trong cuộc đình công (người phá vỡ cuộc đình công). 농성-- cuộc bãi công ngồi. 동정-- người ủng hộ, người đồng tình cuộc bãi công. 총-- cuộc tổng đình công.

파열 sự nổ tung, sự phá tan, sự cắt đứt, sự gián đoạn (교섭.혈관 따위의). –하다 nổ bùng, vỡ tan, gián đoạn. @보일러의 파열 sự nổ bình chưng cất (nồi hơi). *--음 [음성 âm thanh] âm bật (cách phát âm).

파운데이션 (*foudation*) nền tảng [여자의 속옷] đồ lót của phụ nữ; [기초 화장용] kem lót, phấn nền.

파운드 (*a pound*) một pao (đơn vị đo lường của Anh, tương đương với 0,454kg).

파울 (*a foul*) vật hôi thối, bẩn thỉu.

파이 (*a pie*) bánh nướng, bánh tạc. *애플-- bánh nướng nhân táo.

파이버 (*fiber*) chất sợi, chất sơ.

파이프 (*pipe*) ống điếu, tẩu thuốc lá. @파이프 오르간 (*a pipe organ*) đàn ống, đàn organ.

파인애플 (*pineapple*) cây/ trái thơm (dứa).

파인플레이 (*a fine play*) chơi đẹp.

파일 ngày lễ Phật đản (mồng 8 tháng 4 âm lịch).

파일럿 (*a pilot*) viên phi công.

파자마 (*pajama*) quần áo ngủ.

파장 bước sóng truyền thanh. @파장을 맞추다 điều chỉnh làn sóng. *--계 máy đo sóng. 장(중,단) -- bước sóng dài (trung / ngắn).

파장 sự đóng cửa thương trường.

파쟁 sự xung đột bè phái.

파적 --하다 tiêu khiển, giết thời giờ

파종 --하다 mổ áp-xe; mổ nhọt.

파종 hạt giống, sự gieo hạt. *--하다 gieo giống, gieo hạt. *--기 máy gieo hạt giống –시기 mùa gieo hạt.

파죽지세@파죽지세로 나아가다 dẹp bỏ, vượt qua mọi trở ngại; quét sạch mọi chướng ngại trên đường.

파지 giấy bỏ, giấy thừa.

파천황 @파전황의 phá kỷ lục, chưa từng thấy, chưa từng xảy ra, chưa từng có.

파초 [식물 thực vật] cây chuối.

파출 sự gửi đi, sự phái đi, sự rút ra [파생] sự thu được; [군대 따위의] sự tách rời. *--하다 gửi đi, phái đi, tách ra, thu được. *--간호원 người y tá được phái đi nuôi bệnh tại nhà – y tá riêng. *--소 chi nhánh văn phòng; [경찰] trạm cảnh sát.

파충 [동물 động vật] loài bò sát.

파치 đồ bỏ, đồ hư, đồ có khuyết điểm loại ra; hàng kém chất lượng.

파킨슨 *--변 [의 법칙] bệnh *Parkinson.*

파탄 (1) [실패] sự thất bại, hỏng hóc; [결렬] gãy đổ, chấm dứt, đoạn giao; [파산] sự vỡ nợ, sự phá sản. *--하다 thất bại, vỡ nợ, phá sản. (2) [파열] chỗ nứt, khe hở, vết rách. *--하다 bị rách, bị nứt, hở.

파트너 (*a partner*) hội viên

파트타임 (*parttime*) bán thời gian.

파티 (*a party*) (1) đảng, nhóm, phe phái

파파야 *(papaya)* [식물 thực vật] trái đu đủ.

파편 mảnh vỡ, mảnh vụn. @포탄의 파편 những mảnh vỡ của vỏ sò.

파피루스 (*papyrus*) [식물 thực vật] cây cói giây.

파하다 thất bại, tiêu tan; [파귀] phá hủy, tàn phá, tiêu diệt, bóp nát. @적을 파하다 tiêu diệt quân thù.

파하다 cuối cùng, kết thúc, chấm dứt, tàn cuộc, mãn cuộc, kết cuộc; [그만두다] từ bỏ, bãi bỏ, chấm dứt, hết. @학교가-- kết thúc năm học.

파행-하다 bò trường, luồn cúi, quy lụy, luồn lọt.

파행--하다 đi cà nhắc, khập khiểng. *--경기 sự phất, sự bùng nổ kinh tế thị trường.

파혼 --하다 ly hôn, phá hôn, hủy bỏ hôn ước.

파홍 mất vui, mất hứng. *--하다 làm ai mất vui, làm cụt hứng. @파홍 거리 điều làm mất vui, điều làm cụt hứng.

팍 => 퍽

팍삭 => 퍽석

팍삭거리다 tháo hơi, xì hơi, làm xẹp, giảm giá, hạ giá, xuống giá.

팍팍하다 khô và giòn, dễ gãy.

판 (1) [장소] nơi chốn, vị trí. (2) [판국] tình trạng công việc. @이러한 판에 vào lúc này, trong tình hình này. (3) [때] đúng vào lúc [경우] cơ hội, thời cơ, tình thế. @위급한 판에 trong tình hình nguy cấp; trong thời khắc quyết định. (4) [승부] trận thi đấu, cuộc đọ sức, vòng thi đấu. @세판을 이기다 thắng ba trận. *--싸움-- chiến trường, sân đấu. 씨름-- vũ đài đấu vật Hàn quốc.

판 [판자] tấm phản, tấm ván, tấm bảng (두꺼운). *--유리 tấm kính. *금속-- bảng (biển) đồng (얇은). 목--tấm bảng gỗ. 장기-- bàn cờ. 철-- tấm bảng bằng sắt/kim loại.

판 [인쇄] ngành in, sự in; [인쇄판] khuôn in, bảng kẽm; [출판] ấn bản (증보.개정의). @판에 박은 말 một câu định sẵn (được sắp đặt trước).*개정-- ấn bản đã được duyệt. 증보-- ấn bản đã duyệt và có bổ xung.

판 kích cỡ, kích thước. [서적의] khổ (sách giấy, bìa) @대판의 khổ lớn // 2 절판의 책 cuốn sách khổ đôi.

판 (1) [화판] cánh hoa (2) [기계의 thiết bị cơ khí] cái van [악기의 nhạc khí] van bấm [피리의] ống sáo bằng lau, sậy. (3) [판막] van // vỏ sò, hến.

판가름 [시비의 công bằng, đúng đắn] sự phán xét, phân xử (phải quấy / đúng sai) [결전] một trận chiến quyết định. *--하다 phân xử, phán xét (giữa đúng, sai – tốt xấu), đánh một trận quyết định.

판각 bản khắc gỗ. *--하다 khắc, chạm lên gỗ. *--본 một quyển sách in bằng mộc bản.

판검사 thẩm phán và ủy viên công tố quận.

판결 (1) [시비의 bí ẩn, có ẩn ý] sự (khả năng) phán đoán. (2) [법] sự phán quyết của tòa án, sự phân xử, sự xét xử, lời tuyên án, bản án tử (선고) –하다 phân xử, phán quyết , thông qua, chấp nhận; tuyên án, kết án. 판결에 불복하다 kháng án, chống án // 판결을 언도하다 xử trắng án, phóng thích. *문 bản quyết nghị. –례 một quyết định vô tư, công bằng. –서 bản án viết tay. –유예 án treo. 무죄-- bản án tha bổng. 유죄-- bản án có tội. 최종-- bản án cuối cùng (quyết định).

판공비 quỹ thực tế; bản kê chi phí (접대비); chi phí phụ trội (예비비); các khoản chi bí mật (기밀비).

판국 hoàn cảnh, tình hình, tình trạng công việc; phương diện, bề mặt của vấn đề.

판권 tác quyền (bản quyền tác giả). @판권을 침해하다 vi phạm bản quyền. *--소유 tác giả bản quyền; bản quyền đã đăng ký (책표지의 인쇄문귀). –소유자 người giữ bản quyền. –침해 sự vi phạm bản quyền.

판금 tấm biển kim loại, miếng kim loại. *--공 công nhân làm kim loại.

판나다 (1) [끝나다] đi đến kết thúc, chấm dứt, hết, xong. (2) [없어지다] hết sạch, cạn kiệt.

판단 sự phán xét, phán đoán, phân xử (단정); sự kết luận, kết thúc (경론) –하다 phán xét, phân xử, giải quyết, quyết định, kết luận, hiểu ra, suy ra, đánh giá sự việc (이해). @나의 판단으로는 theo nhận xét của (riêng) tôi // 그것은 자네 판단에 맡기겠다 tôi phó mặc sự việc cho bạn định liệu.

판도 lãnh thổ, lãnh địa, lãnh vực. @판도를 넓히다 mở rộng lãnh thổ (biên cương / bờ cỏi)

판독 sự giải thích, sự làm sáng tỏ, sự giải mã, giải đoán (암호의) --하다 giải đoán, giải mã, giải thích, nhận ra, tìm ra manh mối. @판독하기 어려운 không thể giải thích được.

판돈 tiền chơi cá ngựa, tiền đánh cuộc, tiền đặt cược. @판돈을 쓸다 vơ hết giải (vét hết tiền cược).

판둥거리다 đi tha thẩn, đi chơi rong, ăn không ngồi rồi. @판둥판둥 lười nhác, làm biếng, biếng nhác.

판들다 cạn kiệt, bị phá sản, vỡ nợ.

판례 [법 pháp lý] một vụ quan trọng. *--법 một vụ kiện tụng. –집 sổ ghi án.

판로 chợ, thị trường, lối ra, nơi tiêu thụ. @판로를 개척하다 tìm(mở rộng/khai thác) thị trường.

판막 [해부 giải phẫu] van tim. *--증[의학 y học] van tim 2 lá, chứng hở van tim.

판막다 thắng ván cuối.

판매 sự bán hàng, cung cách bán hàng, tiếp thị (시장에 냄) –하다 bán, buôn bán. @판매하고있다 có bán, đang có bán. *--가격 giá bán. –과(부) khu vực mua bán. –소 cửa tiệm, cửa hàng. –수의 lợi nhận, lãi xuất lề. –술 nghệ thật bán; nghề bán. –원 nhân viên bán hàng, nhân viên thương nghiệp. 자동—기 máy bán hàng tự động. 특가-- giao kèo mua bán, sự mặc cả, thoả thuận trong mua bán. 총--점 đại lý bán buôn.

판명 하다 trở nên rõ ràng, sáng sủa, dễ hiểu; biết chắc, minh chứng, nhận ta, tìm ra. @그 보도가 허위임이 판명되었다 bản báo cáo được xác nhận là giả.

판목 khuôn in, bản khắc gỗ để in.

판몰이하다 vơ hết giải (tiền).

판무식 => 일자무식

판박이 (1) [책의] sách được xuất bản, sách in. (2) [모양의] bản in mẫu sẵn.

판별 nét đặc trưng, tính độc đáo, sự phân biệt, óc phán đoán. *--하다 phân biệt, phán đoán, xét đoán, đánh giá.@판별할 수 있는 có thể phân biệt được. *--력 sự nhận thức rõ; khả năng nhận xét, phán đoán.

판본 => 판각본

판사 quan tòa, thẩm phán (총칭 nói chung) @판사와 변호사 quan tòa và luật sư. *--보 trợ lý thẩm phán. –장 chánh án, người chủ trì phiên xử. ----직 chức vị quan tòa. 예심-- cuộc điều tra, thẩm vấn sơ bộ.

판상 điều tốt lành nhất.

판새류 [동물 động vật] loài động vật thân mềm hai mảnh vỏ

판설다 xa la, không quen biết.

판세 (1) [도박] ý nghĩa (nội dung) cuộc chơi. (2) [형세] tình huống, tình trạng công việc. (3) [전망] biểu hiện, viễn cảnh, triển vọng.

판소리 *Pansori* - vở kịch độc diễn opera cổ điển của Hàn quốc.

판수 (1) [점장이] thầy bói mù, người nói dối. (2) người mù.

판시 vụ án đang được xem xét. *--하다 đưa ra xét xử vụ án.

판연 하다 chính xác, rõ ràng, chắc chắn, hiển nhiên. @판연히 một cách rõ ràng, một cách chính xác, một cách chắc chắn.

판유리 tấm kính (엷은); ô kính cửa sổ (창의).

판이 --하다 hoàn toàn khác (với..).

판자 tấm bảng, tấm ván (두꺼운); [총칭] sự lót ván. @판자를 대다 lót ván; đặt tấm ván lên. *--울타리 tường (rào) ván.

판장 bức vách ván.

판정 sự xét xử, sự tuyên án, sự phán quyết, quyết định (배심원의) –하다 xét xử, tuyên án, phán quyết, quyết định. @판정으로 이기다 thắng một vụ kiện. *--기준 tiêu chuẩn.

판지 giấy bồi, bìa cứng, các tông.

판초 (*poncho*) áo pon-sô – áo choàng.

판치다 làm chủ tình hình, vượt trội lên tất cả.

판판이 mọi khi, mọi lúc, mọi dịp, luôn luôn, suốt.

판판하다 bằng phẳng, ngang bằng. @판판한 길 con đường bằng phẳng.

판판히 một cách êm ả, trôi chảy

판화 bản in, bản khắc gỗ.

팔 cánh tay. @팔을끼고 khoanh tay, khoát tay nhau (đi).

팔 số 8. @제 8 의 thứ 8.

팔각 @팔각의 tám cạnh, bát giác. *--당 tòa nhà bát giác. –정 căn lều bát giác. –형 hình bát giác.

팔걸이 tay ghế. *--의자 ghế bành.

팔꿈치 khuỷu tay [해부 giải phẫu] xương trụ. @팔꿈치로 꾹 지르다 hích khuỷu tay, thúc cùi chỏ.

팔난봉 người phóng đãng, trụy lạc, sa đọa, trác táng.

팔다 (1) [판매] bán, cung cấp, chào mời, phân phối (hàng hóa). @팔물건 vật bán, hàng bán./ 싸게 (비싸게) 팔다 bán với giá thấp (*cao*). (2) [배반] @ 조국을 팔다 bán nước, phản bội quê hương. (3) [정신.눈을] @눈을 팔다 làm ngơ, quay đi, ngoảnh đi, lờ đi. (4) [이름을] @이름을 팔다 bán danh; lợi dụng danh tiếng của ai. (5) [곡식을] @쌀을 팔다 bán gạo.

팔다리 tay và chân; chi.

팔도 tám tỉnh thuộc Hàn quốc. *--강산 phong cảnh (cảnh vật) toàn phần của Hàn quốc.

팔도 음정 [음악 âm nhạc] quãng tám, mức thứ 8 của âm giai.

팔등신 @팔등신의 미인 một cô gái đẹp tuyệt trần (như trong cổ tích)

팔딱거리다 (1) [가슴이] @ 가슴이 팔딱거리다 tim đập rộn ràng (nhanh). (2) [물고기.개구리가] lao vào, nhẩy cẫng lên, dãy dụa.

팔딱팔딱 (1) [가슴이] tiếng lộp cộp, tiếng thình thịch, tiếng đập mạnh, thình thịch, rộn ràng. *--하다 đập thình thịch, đi lộp cộp. (2) [물고기.개구리가] nhảy vọt, nhảy tung lên, nhảy cẫng lên. *--하다 nhãy tung, vùng vẫy.

팔뜩 cánh tay, cổ tay (từ khuỷu tay đến ngón).

팔랑개비 chong chóng giấy; vòng pháo hoa nhỏ.

팔랑거리다 rung rinh, đong đưa, phất phới, nhấp nhô @깃발이 바람에 팔랑거리다 lá cờ bay phất phới trong gió.

팔랑팔랑 phần phật, phất phới, đong đưa, nhấp nhô *--하다 phất phới => 팔랑거리다 bay phần phật / phất phới.

팔레트 (*palette)* bảng màu pa-let (màu sắc riêng của một họa sĩ ưa dùng).

팔리다 (1) bán, được bán, đã bán, có thể bán, dễ bán; theo đúng thị hiếu, đúng nhu cầu (팔수있다). @잘팔리는 물건 món hàng bán chạy (bán nhanh) // 잘 팔리다 bán đắt hàng, đáp ứng đúng nhu cầu, đúng thị hiếu. (2) [눈.정신이] quay đi, bỏ đi, thảy ra, lôi cuốn sự chú ý, bị thu hút, lôi cuốn (bởi), miệt mài, say mê, chăm chú. @눈이 딴 데 팔리다 lác mắt.

팔림새 món hàng bán, nhu cầu. @팔림새가 좋다 bán giỏi, bán đắt hàng, đáp ứng đúng nhu cầu.

팔매질 sự ném, cú liệng. *--하다 ném, liệng, phóng, quăng. *돌 cú ném đá.

팔면 (bát diện) mọi mặt; [수학 toán học] hình tám mặt. @팔면의 thuộc bát giác. *--체 hình bát giác, hình tám cạnh (팔면체의)

팔모 tám góc => 팔각 *꼴 hình tám góc.

팔목 cổ tay [해부] khớp xương cổ tay. *--시계 đồng hồ đeo tay.

팔방 @팔방에(으로) trong mọi mặt, mọi vấn đề mọi phương diện, mọi khía cạnh, mọi hướng.

팔방미인 người nổi tiếng, lừng danh; người có nhiều tài (만물 박사).

팔베개 @팔베개를 베다 gối đầu trên cánh tay để ngủ.

팔불용 người vô dụng, vật vô giá trị.

팔불출 => 팔불용

팔삭동이[조산아] đứa bé sanh non, thiếu tháng. [바보] người khờ dại, ngu xuẩn, ngốc nghếch, đần độn, ngây ngô.

팔씨름 môn đấu vật bằng tay. *--하다 đấu vật tay.

팔심 sức mạnh của đôi tay.
팔십 tám mươi (80), @ 제 80 thứ tám mươi. *--누인 người sống thọ 80 tuổi, người thọ bát tuần.
팔월 tháng tám
팔월한가위 rằm tháng tám; tết (lễ) Trung thu.
-팔이 người bán hàng rong, bán dạo. @신문 팔이 cậu bé bán báo // 품팔이 người làm việc ăn lương ngày.
팔자 vận mệnh, số phận.. @팔자 좋게 tốt số vận may // 팔자가 좋다 may mắn, hên, số đỏ, thuận lợi.
팔자걸음 dáng đi nghênh ngang, khệnh khạng. @팔자걸음으로 걷다 đi chân vòng kiềng, đi khệnh khạng.
팔짱 sự khoanh tay. @팔짱을 끼다 khoanh tay.
팔절판 khổ 8. @팔절판의 책 sách in khổ 8.
팔죽지 thế hơn, thế trội.
팔짓하다 ra dấu, làm điệu bộ bằng tay.
팔찌 (1) [팔가락지] vòng đeo tay, xuyến; băng tay. (2) [활 쏠때의] băng đeo để giữ tay áo.
팔촌 [촌수] anh em họ đời thứ 8. @사돈의 팔촌 họ hàng 40 đời (người xa lạ, người dưng)
팔팔 (1) [끓는 모양] sôi sục, sủi bọt. @물이 팔팔 끓다 nước nấu sôi kỹ. (2)[체은이] nóng bỏng, sôi nổi, háo hức.. @몸이 팔팔 끓다 bị sốt cao. (3) [날거나뛰는 모양] sự dao động, sự rung động. @새가 팔팔 날다 con chim vỗ cánh bay.
팔팔하다 (1)[성질이 tính khí] tính tình (chậm lục /mau mắn). (2) [생기있다] năng nổ, nhanh nhẹn, hoạt bát, tháo vát, lanh lợi, có sinh khí.
팔휘목 cổ tay, khớp tay.
팜플렛 (*a pamphlet)* sách mỏng, có bìa mềm; tờ truyền đơn.
팡파르 (*fanfare*) kèn lệnh.
팥 đậu đỏ, đậu Ấn Độ.
팥고물 bột đậu đỏ (cám)
팥밥 gạo nấu với đậu đỏ.
팥소 mức đậu
팥죽 cháo đậu đỏ.
패 (1) [명패 따위] một mảnh, bánh, thanh, thỏi, tấm, miếng (평판.간판) (2) [무리] một nhóm, đoàn, toán, bọn, phe, lũ. @젊은패 nhóm trẻ, tầng lớp trẻ, thế hệ trẻ. *명-- tấm bảng tên. 문-- bảng tên đặt ở cửa. 상-- giải huy chương.
패가 một gia đình tan nát, phá sản. *--망신 sự phá sản, (suy sụp cả bản thân và gia đình mình).
패검 하다 đeo kiếm, mang kiếm.
패군 đội quân chiến bại.
패권 uy quyền tối cao, quyền bá chủ, quyền làm chủ, quyền lãnh đạo.. @패권을 다투다 đấu tranh vì quyền lực; tranh giành địa vị. [경기에서] tranh giải vô địch.
패기 một tâm hồn nhiều khát vọng, hoài bão, tham vọng, nguyện vọng. @패기 있는 có hoài bão, có nguyện vọng, tham vọng.
패널 [건축] (*panel*) ván, bảng, ô pa nô.
패다 (1) [장작을] @장작을 패다 chẻ, bổ củi. (2) [때리다] đập, đánh, va chạm; [몽둥이로] gậy, tày, dùi cui. @늘씬 패다 đập (ai) nhừ tử. (3) [이삭을] đập vào

tai, (nghe) lọt tai.

패담 lời nói sổ sàng, khiếm nhã.

패덕 vô luân, đồi bại, hủ hóa. *--자 người sa đọa, phóng đãng. –행위 cư xử kém, hạnh kiểm tồi.

패도 sự cai trị bằng vũ lực, luật lệ nhà binh.

패랭이 nón tre (nón của người bình dân).

패랭이꽃 [식물 thực vật] hoa cẩm chướng Trung Quốc.

패러다이스 (*paradise*) chốn thiên đàng, cực lạc.

패러독스 (*paradox*) một ý kiến ngược đời – nghịch biện.

패류 loài giáp xác tôm, cua, sò, ốc, hến. *--학 ngành nghiên cứu khoa động vật thân mềm.

패륜 sự vô đạo đức, hành vi đồi bại, trụy lạc, phóng đãng. @패륜의 vô luân, suy đồi, sa đọa.

패리티 (*parity*) tình trạng bằng nhau, sự tương đương [경제 kinh tế]. *--계산(가격, 지수) một tài khoản cân đối (giá cả, chỉ số cân bằng)

패망 sự thất bại. *--하다 thất bại, tiêu tan.

패모 [식물 thực vật] hoa loa kèn (huệ tây).

패물 đồ trang sức rẻ tiền, vật rẻ tiền (총칭); đồ trang trí (gắn ở quần áo).

패배 --하다 thất bại, tiêu tan, xui rủi, bại trận [경기에서] thua một ván. *--주의자 người theo thuyết chủ bại.

패보 tin chiến bại.

패사 một câu chuyện không chính thức, không hợp lệ.

패색 dấu hiệu thất bại; trận chiến có dấu hiệu không thuận lợi.

패석 vỏ (mai) hóa thạch.

패설 lời nói khiếm nhã. [험담] chuyện tầm phào, chuyện nhảm; [설화] chuyện cổ tích dân gian.

패세 tình hình xấu, xu hướng giật lùi, dấu hiệu tổn thất (chiến tranh).

패션 (*fashion*) thời trang. @패션 쇼우 (*fashion show*) buổi trình diễn thời trang // 패션 모델 (*fashion model*) mẫu thời trang.

패소 một vụ tổn thất, sự thua kiện, *--하다 thua kiện, tổn thất.

패스 (*pass*) giấy thông hành, giấy phép, giấy thả tự do, thông qua (무료 승차권); tờ giảm án.

패쓰다 [위기모면] dùng mưu mẹo, dở thủ đoạn [바둑]

패스포트 (*a passport*) tờ hộ chiếu.

패쌈 một băng đăng đánh nhau.*--하다 đánh nhau theo băng nhóm.

패약 --하다 nổi loạn, phản nghịch, bất trị.

패용 sự mặc, mang, đeo, đội. *--하다 mặc, đội, mang, đeo.

패인 nguyên nhân thất bại, nhân tố góp phần cho sự thất bại.

패자 người thua cuộc, kẻ thất bại; [복수] người thua trận (bị đánh bại, bị chế ngự)

패자 quyền lực tối cao; nhà quán quân, vô địch (경기의)

패잔 sự sống còn sau chiến trận; *--병-- tàn binh. –병 소탕 trận càn quét.

패잡다 đến lượt, tới phiên.

패장 bại tướng.

패적 kẻ thù bại trận, tù binh, bại binh.

패전 kẻ chiến bại, thất trận. *--하다 bại trận, thua trận. *--국 một quốc gia bị chế ngự (đô hộ)

패주 sự tháo chạy thảm hại. *--하다 tháo chạy, bỏ chạy, rút chạy, chạy trốn. @적을 패주케 하다 chạy trốn kẻ địch.

패총 đống phân gà.

패키지 투어 (*a package tour)* tua (chuyến) du lịch trọn gói.

패퇴 thất bại => 패배. *--하다 bị thất bại, chịu thua; [경기에서] thua trận.

패트런 (*patron - patroness*) [남자 nam] ông chủ, [여자 nữ] bà chủ.

패트롤 (*patrol*) (đi) tuần tra. *--카 tổ đội tuần tra, xe tuần tra.

패하다 [싸움에] bị thất bại, bị thua, tổn thất (trò chơi, chiến trận, tuổi xuân). @소송에 패하다 thua kiện.

패혈증 [의학 y học] sự nhiễm trùng máu.

팩시밀리 (*facsimile)* bản sao, bản chép.

팬 (*fan*) nhóm người hâm mộ, đam mê. @영화팬 fan điện ảnh, người hâm mộ điện ảnh.

팬둥거리다 => 빈둥거리다

팬츠 (*pants*) quần dài

팬케이크 (*pancake*) bánh kếp, bánh xốp; bánh bông lan. *--화장 (품) bánh phấn (để trang điểm/hóa trang).

팬터마임 (*pantomime*) vở kịch câm.

팬티 (*panties*) quần lót phụ nữ, trẻ em; *--스타킹 (*stockings*) vớ dài, tất dài; quần ống bó của diễn viên nhào lộn, múa.

펨프 (a *pimp*) [뚜장이] mối lái, ma cô, chủ chứa, tú bà.

팽 (1) [도는 모양] vòng quanh, xung quanh, quỹ đạo. @팽 돌다 đi loanh quanh. (2) [머리가] quay cuồng, lão đảo, loạng choạng. @눈이 팽돈다 đảo mắt nhìn.

팽개치다 (1) bỏ, vứt bỏ, từ bỏ, bỏ rơi, tống khứ (2) [내버려두다] sao lãng, bỏ mặc, bỏ bê, gác sang một bên. @일 (공부)을 팽개치다 sao lãng công việc, sao lãng việc học hành.

팽그르르, 팽그르르 돌다 quay tròn.

팽글팽글 quanh quanh,vòng vòng nhanh.

팽나무[식물 thực vật] cây tầm ma (Trung Quốc)

팽대 --하다 sưng, phồng lên, căng ra, bành trướng, mở rộng.

팽배 sóng, sóng cồn.*--하다 dậy sóng, sóng gầm. @팽배하는 민주 사상 cao trào dân chủ.

팽이 cái bông vụ.@팽이를 돌리다 đánh (xoay) bông vụ. *--치기 bông vụ xoay.

팽창 sự gia tăng, sự bành trướng. –하다 mở rộng, bành trướng, căng phồng, gia tăng (증가); phát triển (발전). @통화의 팽창 sự lạm phát tiền tệ. *--계 máy đo độ giãn nở. –력 tăng cường sức mạnh (vũ lực), sức căng, sự / tình trạng căng thẳng (thần kinh). –성 tính có thể bành trướng. –률 tỷ lệ tăng trưởng, tốc độ phát triển.—정책 chính sách bành trướng. –주의 chủ nghĩa bành trướng.

팽팽 quay cuồng, choáng váng. @ 머리가 팽팽 돌다 đầu óc quay cuồng, cảm giác choáng váng.

팽팽하다(1) (1) [밧줄 따위가] chật căng, bó sát. @ 줄이 팽팽하다 sợi dây buộc chặt. (2) [성질이] tư tưởng hẹp hòi, nhỏ nhen, cố chấp, hay tự ái. (3) [세력이] ngang bằng, bình đẳng, cân xứng.

팽팽하다(2) ngập tràn, đầy tràn.
팽하다 tàm tạm, không nhiều không ít, không tốt không xấu, không hay không dở.
팍팍 (một cách) cương quyết, không nhượng bộ, nghiêm khắc. @팍팍 쓰다 phê bình gay gắt.
팍하다 quạu quọ, càu nhàu, cáu kỉnh.
퍼내다 tát / múc nước ra; bơm ra. @두손으로 퍼내다 vốc nước lên tay.
퍼니 lười nhác, biếng nhác, ăn không ngồi rồi, @퍼니 놀다 đi tha thẩn, chơi rong cả ngày; vô công rồi nghề.
퍼더버리다 ngồi duỗi chân ra một cách thoải mái (khoan khoái).
퍼덕거리다 (1) [새가 chim] vỗ cánh, đập cánh, tung bay. (2) [물고시가 cá] tung tăng, bắn lên, vùng vẫy, giãy dụa.
퍼드덕거리다 vỗ (đập) cánh ồn ào, vùng vẫy ầm ỉ, huyên náo.
퍼뜨리다 lan truyền, phổ biến, lưu hành, truyền bá, quảng cáo (광고). @소문을 퍼뜨리다 lưu hành (phổ biến) một tin đồn nhảm.
퍼뜩 trong chớp mắt.@퍼뜩 떠오르다 đột nhiên nảy ra (lóe lên) trong trí óc tôi.
퍼렇다 xanh thẩm.
퍼레이드 (*parade*) thao trường; cuộc duyệt binh, diễu hành.
퍼먹다 (1) [퍼서] múc lên ăn. (2) [많이] ăn nhiều, ăn ngốn ngấu.
퍼붓다 (1) [물따위을] tưới, dội, trút (nước) lên. [욕설을] đổ, ném, phóng mạnh; [포탄을] đổ lên, trút lên, tưới lên. @욕설을 퍼붓다 chưởi như tát nước // 질문을 퍼붓다 hỏi (ai) tới tấp. [비가 mưa] mưa như trút.
퍼석퍼석 --하다 dễ vỡ, dễ gãy.
퍼센트 (*percent*) phần trăm (%).
퍼센티지 (*percentage*) tỷ lệ phần trăm (%).
퍼스트 레이디 (*a first lady*) đệ nhất phu nhân.
퍼머 cách uốn tóc dợn sóng giữ được lâu. –하다 có làn tóc dợn sóng.
퍼지다 (1) [넓어지다] nới ra, mở rộng ra, dàn trải, phân bố ra. @퍼진 기지 sự mở rộng chi nhánh. (2) [보급되다] truyền bá, lan truyền, phổ biến, lưu hành rộng rãi. @소물이 퍼지다 phổ biến 1 tin đồn. (3) [펴지다] @다림 살이 잘 퍼진다 quần áo ủi (là) kỹ. (4) [번영하다] @자손이 퍼지다 có nhiều hậu duệ (con cháu nối dõi).
퍼펙트게임[야구 bóng chày] (*a perfect gane)* môn thể thao lý tưởng, hoàn hảo, chính xác.
퍽 [1] (1) [힘있게] cương quyết, cứng rắn. @칼로 퍽 찌르다 đâm bằng dao. (2) [넘어지는모양] tiếng rơi phịch. @퍽 쓰러지다 rơi, rớt phịch, ngã huych.
퍽 [2] [매우] rất, rất nhiều, khá, vô cùng, hết sức. @퍽 기쁘다 rất vui lòng, hết sức hài lòng, vừa ý // 퍽 덥다 khá nóng.
퍽석 [맥없이] nặng nề, phục phịch. [깨지는 모양] dễ vỡ, dễ gãy.
퍽퍽 [찌르는 모양] sự công kích thường xuyên (liên tục); nặng nề, gay gắt; [쓰러지는 모양] thất bại liên tục, thất bại rồi lại thất bại.
펀둥거리다 => 빈둥거리다.

편뜻, trong chốc lát, trong chớp mắt, ngay lập tức, ngay sau khi => 언뜻

펀치 (*a punch*) một cú đấm; rượu *pân* (punch).

편편하다 ngang bằng, bằng phẳng => 판판하다

편하다 rộng, rộng lớn, mênh mông, bao la, bát ngát, vô hạn, không bến bờ.

펄떡거리다 => 팔떡거리다

펄럭거리다 bay, bay phần phật. @자락이 펄럭거리는 긴 치마 chiếc váy dài bay phần phật quanh chân.

펄렁거리다 tung bay => 펄럭거리다.

펄썩 [연기나 먼지가] sự thổi phồng, sự sưng húp, sưng phù lên; [주저앉는 모양] thình lình, đột ngột.@펄썩 주저앉았다 ngồi phịch xuống.

펄쩍 thình lình đột ngột, nhẹ nhàng, nhanh chóng. @ 펄쩍 뛰다 nhảy xuống đột ngột, lao xuống thình lình.

펄펄 (1) [끓는 모양] đang sôi, sôi sùng sục. @물이 펄펄 끓고있다 nước đang sôi. (2) [뜨거운모양] phát sốt (체온이); đang đun, đốt nóng (온돌방이). @그는 몸이 펄펄 끓는다 nhiệt độ của nó rất cao. (3) [새.깃발이] sự tung bay (cờ); sự đập, vỗ (chim bay).

펄펄하다 => 팔팔하다

펄프 (*pulp*) cùi, thịt, lõi, tủy, cơm (phần mềm bên trong của trái cây; nạt động vật)

펌프 (*a pump*) cái bơm, máy bơm.

펑 --하다 nổ (đập) bốp @펑하고 (nổ) một tiếng bốp.

펑크 một lỗ thủng, lốp bẹp, bị xì hơi.

펑퍼짐하다 dẹp và cong; hơi cong. @ 펑퍼짐한 엉덩이 cái hông tròn đẹp.

펑펑 (1) [물이 nước] (tuôn) ào ào, cuồn cuộn, chảy mạnh, chảy xiết. @펑펑 나오다 (nước) phun ra, vọt ra (dòng suối). (2) [눈.비가 tuyết / mưa] @눈이펑펑 내린다 tuyết rơi dày và nhanh. (3) [총소리] tiếng nổ pốp! pốp!, bang! bang! @총소리가 펑펑 울렸다 súng nổ bang bang.

페넌트 (*a pennant*) cờ đuôi nheo, cờ hiệu.

페널티 (*penalty*) phạt đền. @페널티킥 (*a penalty kick*) cú đá phạt đền.

페니 (*a penny*) đồng xu, đồng pen-ni (금액의).

페니실린 [약 thuốc] *penicillin*. *--쇼크 cú sốc penicillin. –주사 một liều penicillin.

페닉스 chim Phượng hoàng (*phoenix*)

페달 (*a pedal*) bàn đạp.

페더급 võ sĩ hạng lông (quyền Anh)

페리보우트 [*a ferry-(boat)*] phà, bến phà.

페미니즘 (*feminism*) thuyết nam nữ bình quyền (phong trào).

페미니스트 (*a feminist*) người theo thuyết nữ quyền, người bênh vực, bảo vệ nữ quyền.

페소 [화폐 단위] (*a peso*) đồng pê-sô.

페스트 (*pest*) tai họa rắc rối, phiền phức.

페어 (*fair*) sự chơi đẹp. @페어 플레이 (*a fair play*) cuộc thi đấu công bằng.

페이스 (*a pace*) bước đi, nhịp đi, tốc độ đi. @자기의 페이스를 지키다 theo kịp, sánh kịp.

페이지 (*page*) trang (sách); tờ (giấy).

페이퍼 (*paper*) giấy.

페인트 (*paint, feint*) sự giả vờ, giả bộ, làm bộ.

페킹 (*Peking*) Bắc kinh (Trung Quốc).

페티코우트 (*a petticoat*) váy lót dài của phụ nữ; phái nữ (giới mặc váy !).

펜 (*a pen*) cây bút, ngòi bút.

펜스 (*a pence*) đồng pe-ni; đồng xu (như *penny*)

펜습자 văn phong; thuật viết văn.

펜실베니아 (*Pennsylvania*)

펜싱 (*fencing*) thuật đánh kiếm. @펜싱 선수 kiếm sĩ, người đánh kiếm.

펜치 (*pinchers*) cái kiềm.

펜클럽 (*a PEN club*) (Hiệp hội các nhà văn, thơ, kịch nghệ quốc tế 의약칭)

펜터건 (*Pentagon*) ngũ giác đài – lầu năm góc.

펜팔 (*pen pal*) người bạn văn thư, bạn quen qua thư từ (sự quan hệ bạn bè qua thư từ)

펠트 (*felt*) nỉ, dạ, phớt. *--모자 nón nỉ, nón phớt.

펭귄 (*penguin*) chim cánh cụt ở Nam cực.

펴놓다 (1) [펴다] trải ra, phô bày, bộc lộ. (2) (마음을) mở rộng tấm lòng.

펴다 (1) [벌리다] mở ra, dàn rộng ra; [접힌 것을] tháo ra, trải ra (một vật gì đang cuộn lại); [오무라진 것을] kéo dài ra, mở rộng ra; [구김살을] làm cho bằng phẳng, láng mượt ra; [굽은것을] kéo thẳng ra; [말린 것을] tháo ra, mở tung ra. @구김살을 펴다 ủi (là) thẳng ra (다리미로) // 날개를 펴다 mở rộng đôi cánh (phát huy hết mọi khả năng) // 이부자리를 펴다 trải giường, làm giường. (2) [마음을] thư giãn, thoải mái, dễ chịu; an ủi, làm dịu, cảm giác bớt căng thẳng. @기를 펴다 làm thư giãn tinh thần; trở nên vui vẻ, đầy sức sống. (3) [옹색함을] làm dịu, làm khuây khỏa. (4) [공포하다] truyền bá, lan truyền, phổ biến rộng. (5) [세력을] gia hạn, kéo dài, mở rộng.

펴이다 (1) [펴지다] mở ra, bộc lộ ra. (2) [형편이] tốt hơn, khá hơn, dễ chịu hơn; [일따위가] êm ả, dễ chịu.

펴지다 (1) [펼쳐지다] trải ra, mở ra, tháo ra (một vật gì đang cuộn lại). (2) [주름이] làm bằng phẳng ra. (3) [굽은것이] làm thẳng ra.

편 [떡] bánh gạo.

편 (1) [한쪽] một khía cạnh; [방향] một đường hướng, một phương diện, một biện pháp. @양편에 cả hai mặt, mọi mặt. (2) [한패] đảng, phe phái, đội, nhóm (경기에서). @우리 편 phe ta, đội nhà. (3) [기회.인편] cơ hội, thời cơ. @인편에 bằng phương tiện/ qua trung gian của người nào

편 sự biên soạn, sự biên tập, sưu tập. @김박사 편 do ông Kim biên soạn.

편 [권] quyển, tập, bộ [장.절] chương, đoạn, phần. @상 [중,하] 편 tập thứ nhất (hai, ba) // 제 1 편 chương một, phần một.

편가르다 chia làm hai nhóm (hai phần). @편갈라 놓다 chơi theo nhóm (theo phe).

편각 [지리] góc lệch, góc xiên, độ nghiêng [수학 toán học] biên độ, độ rộng.

편견 định kiến, thành kiến, thiên kiến; bóp méo, xuyên tạc quan điểm. @편견이 있는 cục bộ, có thành kiến // 편견이 없는 không thiên vị, vô tư, công

bằng

편곡 sự sắp đặt, sắp xếp. *--하다 soạn thảo, thu xếp, sắp xếp. @A 씨 편곡의 곡 một đoạn do ông A soạn thảo.

편광 [물리 vật lý] ánh sáng phân cực.

편년 *--사 biên niên sử; ký sự niên đại. --체 theo thứ tự thời gian (theo niên đại).

편달 [격려] sự cổ vũ, động viên; [채찍질] sự kích động. *--하다 thúc giục, giục giã, khuyến khích, khích lệ, khích động, vận động

편대 sự hình thành; sự thành lập; sự cấu tạo; hệ thống tổ chức, cơ cấu. @편대를 짓다 thành lập; tổ chức, cấu kết. *--비행 sự thành lập đội bay; sự bay theo đội hình. –장 người chỉ huy bay.

편도 một chiều. *--승차권 vé một chuyến. –요금 tiền vé đi một chuyến.

편도선 hạch a-mi-đan. @편도선이 붓다 bị sưng a-mi-đan. *--수술 mổ hạch a-mi-đan. –염 viêm a-mi-đan.

편두통 [의학 y học] chứng đau 1/2 đầu (viêm đầu thống).

편들다 bênh vực, ủng hộ, tham gia, đứng về phía => 편. @아들을 편들다 bênh con.

편람 sổ tay, sổ hướng dẫn.

편력 chuyến du lịch, du hành, tham quan. *--하다 du lịch, tham quan, du hành, chu du. @전국을 편력하다 du hành khắp nước // đi du lịch trong nước. *--자 khách du lịch, người đi hành hương.

편리 sự tiện lợi, thuận lợi; --하다 vừa tầm tay, thiết thực, hữu ích, hữu dụng. @편리한 장소 một nơi thuận lợi // 사용하기에 편리하다 tiện dụng, thích hợp để sử dụng.

편린 cái nhìn lướt qua; sự thoáng hiện, lờ mờ. @편린을 엿보다 nhìn thoáng qua (nhìn lướt qua).

편마암 [관물 khoáng chất] đá gơ-nai.

편모 bà mẹ góa.

편무 @편무적 đơn phương, ở về một phía *--계약 hợp đồng đơn phương.

편물 [뜨개질] sự đan, móc, việc đan móc (갈고리 바늘의); [뜬것] sản phẩm đan móc. *--하다 đan, móc. *--기 máy đan len.

편발 đuôi sam; bím tóc Trung Quốc.

편법 một phương pháp dễ dàng, thuận lợi; một phương tiện nhanh, gọn, thiết thực.

편벽 sự thiên vị, không công bằng, cục bộ. @편벽된 tính lập dị, tính cục bộ.

편복 quần áo mặc thường ngày.

편쌈 một đám đánh nhau. *--하다 có một băng, đám đánh nhau.

편상화 giày ống, giày có buộc dây

편성 sự tổ chức, sự hình thành, sự kết hợp. *--하다 tổ chức, thành lập, sáng lập, sáng tạo, soạn thảo (예산 따위를) @예산을 편성하다 dự thảo ngân sách/ soạn thảo bảng kê giá.*예산-- sự cải biên ngân sách. 전시-- nền tảng chiến tranh.

편수 --하다 biên tập, cải biên, hiệu đính. *--관 chủ bút, chủ biên.

편술 => 편수

편승 sự quá giang. *--하다 quá giang, đi nhờ xe (xe máy, xe hơi, tàu, thuyền). [기외의 cơ hội] tận dụng, lợi dụng. [시류에] hùa theo, chạy theo, nhào vào.

편식 một chế độ ăn uống không cân bằng. *--하다 có một chế độ ăn uống không đúng cách.

편심 tư tưởng lập dị, méo mó, lệch lạc; [기계] tính lập dị, kỳ cục.

편안 sự tiện nghi, thoải mái, êm đềm. *--하다 êm đềm, thanh thản, thoải mái, dễ chịu;[안이] nhẹ nhàng, thoải mái. @편안히 một cách dễ chịu, thoải mái.

편암 [광물 khoáng chất] phiến nham diệp thạch.

편애 tính cục bộ, thiên vị, không công bằng. *--하다 yêu ghét không đều, tỏ ra thiên vị, cục bộ.

편액 bản, thẻ, bài vị, khung ảnh.

편역 들다 ủng hộ, đứng về phía, theo phe.

편육 một lát (một miếng) thịt luộc.

편의 sự tiện lợi, tiện nghi, thuận lợi, dễ dàng, tiện ích. *--하다 tiện lợi, thuận lợi, thiết thực, vừa tầm tay, hữu ích. @편의 상 vì lợi ích, để được thuận lợi. // 편의를 도모하다 làm cho thích nghi, phù hợp (cho ai); quan tâm đến sự tiện lợi của ai.

편이 --하다 thuận lợi, vừa tầm, dễ dàng, thoải mái

편익 tiện ích, tiện lợi, lợi thế, thuận lợi.

편입 (1) sự kết nạp, sự sát nhập; [군사 quân sự]sự gia nhập; sự tuyển quân. (2) [짜넣기] sự len vào, *--하다 xếp vào / cài, đặt, lồng vào. [군에] gia nhập vào (bộ binh, quân đội); [합병] chuyển đổi, sát nhập vào. @시에 편입되다 gia nhập (chuyển) vào thành phố. *--생 một sinh viên được kết nạp.

편자 móng ngựa. @편자를 박다 đóng móng ngựa. *--공 thợ đóng móng ngựa.

편자 chủ bút, người biên soạn.

편재 sự phân phối không đều. *--하다 phân phối không đều, không công bằng.

편재 sự có mặt khắp nơi. *--하다 có mặt khắp nơi; tồn tại.

편제 sự biên soạn, sự hình thành, sự thành lập, sự tổ chức, sự kết nạp => 편성. *--하다 thành lập, tổ chức, soạn, sáng tác. *--평시 (*전시*) -- nền tảng hòa bình (*chiến tranh*)

편주 xuồng nhỏ, xuồng ba lá; tam bản.

편중 thế trội, sự ưu thế hơn, thế thượng phong. *--하다 [무게] trội hơn, lấn át hơn, ưu thế hơn, chiếm đa số hơn; [중점] có nhiều ưu thế hơn, quan trọng hơn (đối với)

편지 thư tín, thông điệp, lá thư ngắn, vắn tắt, gọn (단신); thư thương nghiệp (상업문에서). @편지를 쓰다 viết thư // 편지를 부치다 gởi thư. *--내왕 sự trao đổi thư tín. –사연 nội dung thư. –철 thư lưu trữ. –통 hòm thư, hộp thư, thùng thư.

편집 tính ngoan cố, bướng bỉnh, cố chấp. *--광 sự độc tưởng (độc tài trong tư tưởng); người độc tưởng.

편집 하다 chọn lọc, cắt xén, biên tập, biên soạn. *--마감 thời hạn cuối cùng để biên tập. –부 bộ phận biên tập. *--자 chủ biên, chủ bút. –장 tổng biên tập; trưởng ban biên tập.

편짜다 thành lập một nhóm, đội, đảng phái, chia thành nhóm.

편짝 [한쪽] một phe phái; [한편] đảng phái, bè phái. @우리 편쪽 phe ta, đội nhà.

편차 độ lệch, sự nghiêng, sự cong xuống,

ㅍ

sự biến dạng. [포탄의] sự lệch hướng, sự bay lạc vì gió. *표준-- độ lệch chuẩn.

편찬 sự biên tập, biên soạn. *--하다 biên tập, biên soạn. *--위원회 ban biên tập. –자 người biên soạn, biên tập; chủ bút, chủ biên.

편찮다 [불편] bất tiện; [병으로 bệnh] khó ở, không khỏe.

편취 --하다 lường gạt ai; đạt được bằng mánh lới; bằng thủ đoạn gian trá.

편친 cha mẹ; cha mẹ độc nhất.

편파 tính cục bộ, sự đối xử phân biệt. *--하다 cục bộ, thiên vị, phân biệt đối xử. @편파적으로 một cách thiếu công bằng, thiên vị.

편평 하다 bằng phẳng, ngang bằng.

편하다 (1) [편안] tiện nghi, thoải mái, không vướng bận. @편하게 tiện nghi, thoải mái, dễ chịu (như ở nhà) // 몸을 편하게하다 nghỉ ngơi, thư giản // 마음이(tâm hồn) không vướng bận. (2) [편리] thuận lợi, thuận tiện, hữu ích. (3) [용이] nhẹ nhàng, đơn giản, dễ dàng. @편하게 một cách dễ dàng; không khó khăn.

편향 thiên hướng, khuynh hướng; [물리 vật lý] sự lệch hướng. *--하다 có khuynh hướng, có xu hướng, làm lệch hướng. *--교육 nền giáo dục sai lệch.

편협 tư tưởng hẹp hòi, cố chấp. *--하다 có tư tưởng hẹp hòi, thủ cựu, cố chấp.

편형 동물 [동물 động vật] con giun, con sâu thân dẹt.

펼치다 mở ra, trải ra, kéo dài ra, tháo ra. @지도를 펼치다 mở (trải) bản đồ ra.

폄하다 làm giảm giá trị, làm mất uy tín, nói xấu, chê bai, khinh thường (ai).

평 (1) [평평한] bằng, phẳng, ngay, thẳng. (2) [보통의]thông thường, bình thường, tầm thường. @평사원 một thư ký quèn (tầm thường).

평 sự bình luận, sự phê phán, chỉ trích, sự phê bình. *--하다 phê bình, bình luận (sách). @평이 좋다 (나쁘다) tán thành (không tán thành). *신문-- bài bình luận trên báo. *영화-- bài bình luận điện ảnh.

평 (*a pyong*) một pyong (đơn vị đo diện tích). @ 50 평이다 có 50 *pyong*. *--수 một vùng, một khu vực, một khoảng không gian.

평가 [경제 kinh tế] giá trung bình; tỷ giá. *--절하 sự mất giá, giảm giá, phá giá.

평가 sự định giá, sự đánh giá (과세 따위를 위한); sự ước lượng (인물의); sự nhận xét, sự đánh giá, nhận định (교육의 giáo dục). *--하다 xét đoán, đánh giá, định giá, ước lượng. @ 사람을 평가하다 đánh giá (nhận xét) người nào) // 손해를 평가하다 ước lượng tổn thất // 높이 (낮게)평가하다 đánh giá cao (thấp) (một vật gì/một người nào). *--액 giá ước lượng, giá phỏng chừng. *재-- sự đánh giá lại, sự nâng giá.

평각 [기하 toán học] một góc bẹt.

평결 sự quyết định, sự phán quyết. *--하다 quyết định, tuyên án, phán quyết.

평교 bạn bè trang lứa, bạn cùng lứa tuổi

평균 mức trung bình (bình quân). *--하다 đạt mức trung bình. @평균의 bình quân;trung bình. 평균하여 tính theo bình quân; dựa theo mức trung bình. *--수(율) tỷ số trung bình. –수명 cuộc sống trung bình. –점 biểu hiện trung bình. –치 trị giá trung bình. *연 (월) --

mực độ trung bình hàng năm (tháng).

평년 một năm bình thường (không tiến bộ) (윤년이 아닌); một năm trung bình (예년). @기온는 평년과 같다 nhiệt độ trung bình.

평등 sự ngang bằng, sự quân bình, sự bình đẳng.. *--하다 ngang bằng, quân bình, bình đẳng (차별 없는). @평등하게 một cách bình đẳng, một cách ngang hàng; không thiên vị. *주의 chủ nghĩa bình quân.

평론 sự phê phán, lời bình luận, lời phê bình, nhận xét (저작물의).*–하다 phê bình, phê phán, bình luận, nhận xét. *--가 nhà bình luận (신간 비평 따위의); nhà tường thuật, người thuyết minh (시사의); nhà báo chuyên mục (신문.시사의).

평맥 mạch bình thường (nhịp tim đập).

평면 @평면의 (thuộc) mặt bằng, mặt phẳng. *--기하 mặt phẳng hình học.

평미레 ống bọt nước (đo mặt phẳng).

평미리치다 ổn định, cân bằng, quân bình.

평민 thường dân; người bình dân. @평민적인 người thuộc tầng lớp bình dân.

평방 (con số) bình phương; vuông (평방형). @평방의 thuộc bình phương // 1 마일 평방 một dặm vuông. *--근 căn số bậc hai.

평범 bình thường, tầm thường, xoàng, quèn.*--하다 tầm thường, bình thường, sáo, rỗng, vô vị, xoàng, thô, quèn. @평범한 사람 một con người tầm thường, vô vị.

평복 thường phục, quần áo mặc thường ngày.

평분 --하다 phân chia đồng đều

평사원 một nhân viên xoàng, thư ký quèn.

평상 @평상시의 thường lệ, bình thường, thông thường.

평상 một cái giường gỗ tầm thường.

평생 cả đời, suốt đời, trọn đời. @평생에 단 한번 một lần trong đời // 평생을 무고 hầu hết cuộc đời. *--소원 sự mong ước trường thọ.

평소 thường lệ.@평소에 thông thường, lệ thường, luôn luôn (늘).

평수 diện tích (được tính bằng mẫu); [건평] khoảng trống.

평시 (1) [평화시] thời bình (không có chiến tranh). (2) [평상시] thời gian bình thường (thường lệ).

평안 *--하다 bình an, bình yên, thanh thản, an tâm, trầm lặng.

평야 đồng bằng; đồng không mông quạnh. *호남-- đồng bằng Hồ Nam.

평열 nhiệt độ bình thường.

평영 kiểu bơi ếch.*--하다 bơi ếch. *--선수 người bơi ếch

평온 (1) [평균 온도] nhiệt độ trung bình. (2) => 평열

평온 sự thanh bình, sự yên tĩnh. *--하다 thanh bình, yên tĩnh, tĩnh lặng.@ 평원 đồng bằng, thảo nguyên.

평의 một buổi hội thảo, hội nghị, buổi thảo luận. *--하다 thảo luận, hội thảo. *--원 hội viên. –회 hội đồng.

평이 đơn giản, dễ dàng (용이); rõ ràng, dễ hiểu (평범); giản dị (단순). *--하다 đơn giản, rõ ràng, giản dị. @평이하게 một cách đơn giản, một cách rõ ràng, một cách giản dị.

ㅍ

평일 (1) [일요일에 대한] ngày thường trong tuần. (2) [평소] ngày bình thường (thời gian). @평일에 hằng ngày, thường ngày.

평전 bản lý lịch cơ bản.

평점 điểm thi, điểm chuẩn.

평정 --하다 tĩnh lặng, bình tĩnh, điềm tĩnh, trầm lặng, thanh thản, thanh bình. @마음의 평정 sự bình tĩnh và nhanh trí.

평정 sự đàn áp, sự ngăn chặn. *--하다 đàn áp, ngăn chặn, kiềm chế, khống chế.

평정 sự ước lượng, sự định giá. *--하다 định giá, ước lượng. *--근무 sự phân loại (đánh giá) khả năng.

평주 lời bình luận, lời chú thích.

평준 [수준] sự cân bằng; [평균] tính chất bình đẳng, bình quân. *--점 điểm cân bằng đều. –화 sự gỡ hòa; sự làm cân bằng. @평준화하다 làm cho cân bằng, tiêu chuẩn hóa.

평지 [식물 thực vật] cây cải dầu.

평지 đất bằng, mặt bằng, đồng bằng, mặt phẳng (평원); một vùng bằng phẳng. @ 평지 풍파를 일으키다 gây rắc rối vô cớ.

평직 mũi đan đơn giản.

평탄 tính chất điềm đạm, ngay thẳng, tính sòng phẳng, dứt khoát. [마음.일의] sự yên lặng, sự điềm tĩnh, sự an tâm, bình yên. *--하다 ngay thẳng, sòng phẳng, dứt khoát. [마음.일이] thanh tịnh, êm đềm, hòa nhã. @그의 일생은 평탄했다 cuộc sống của anh ấy phẳng lặng.

평토 --하다 san bằng mặt đất sau khi chôn cất.

평판 tờ in đá (thạch bản). @평판의 (thuộc) thuật in thạch bản. *--인쇄공 thợ (công nhân) in thạch bản.

평판 [명성] danh tiếng, sự nổi danh, nổi tiếng (인기); sự biết tiếng (악명); dư luận thế giới. *--하다 đồn,nói về, đánh giá. @평판이 좋다 (*나쁘다*) có danh tiếng tốt (*xấu*); đánh giá cao (*thấp*); dư luận tốt (*xấu*).

평평 --하다 bằng phẳng, ngang hàng.

평하다 phê bình, bình luận, chú giải

평행 song song, tương đương. *--하다 song song với..; tương đương với.. *--권 đường quỹ đạo. –봉 xà kép. –사변형 hình bình hành. –선 đường song song.

평형 sự cân bằng; thế cân bằng.

평화 sự hòa thuận, hòa hợp, hài hòa (화합). *--하다 hòa thuận, hòa hợp, hài hòa. @ 평화적으로 một cách hài hòa, cân đối. *--공세 thế công kích hài hòa. 공존 chung sống hòa bình. 조약 hiệp ước hòa bình. –주의자 người theo chủ nghĩa hòa bình.

평화적 정권 교체 sự thay đổi quyền lực một cách yên bình.

평활 --하다 bằng, phẳng, trơn láng, nhẵn. *--근 [해부 giải phẫu] cơ trơn.

폐 (해부) phổi. @폐의 mắc bệnh phổi; viêm phổi. @동(정)맥 động mạch (tĩnh mạch) phổi. –병환자 bệnh nhân, người mắc bệnh phổi.

폐 (1) [폐단] sự xấu xa, ác độc, thói xấu, tật xấu, nết xấu. @음주의 폐 thói xấu của rượu chè. (2) [피르움] điều phiền muộn, sự lo lắng, bực mình, khó chịu. @ 사람에게 폐를 끼치다 gây rắc rối cho ai.

폐가 (1) [집] ngôi nhà hoang. (2) [절손]

một gia đình tan vỡ.

폐간 sự ngưng, sự đình chỉ, gián đoạn. *--하다 ngưng (xuất bản). @폐간되다 đình chỉ, gián đoạn // 폐간시키다 cấm xuất bản.

폐갱 => 폐광

폐결핵 [의학 y học] bệnh ho lao; bệnh lao phổi. *--환자 người bệnh lao phổi.

폐경기 thời kỳ mãn kinh (của phụ nữ)

폐관 --하다 đóng, đóng cửa, kết thúc.

폐광 mỏ hoang.*--하다 bỏ hoang mỏ khoáng sản.

폐교 --하다 đóng cửa trường.

폐기 [풍속.제도의] sự bãi bỏ, sự bỏ đi; [법의] sự hủy bỏ, sự tuyên bố bãi ước. *--하다 bỏ, bãi bỏ, không dùng đến; [법을] bài trừ, hủy bỏ (조약을). @폐기되다 rơi vào chổ bỏ đi.

폐농 --하다 từ bỏ việc đồng án.

폐단 thói xấu, sự xấu xa, sự độc ác, điều tệ hại.. @거기에는 여러가지 폐단이 따른다 điều đó thật tệ hại.

폐렴 bệnh viêm phổi => 폐역

폐롭다 (1) [귀찮다] quấy rầy, gây khó chịu, phiền phức (cho ai). (2) [성질이] làm om sòm, nhặng xị; gây rối; hay quan trọng quá vấn đề.

폐막 sự kéo màn, màn hạ. *--하다 hạ màn, chấm dứt, hết.

폐문 sự đóng cổng. *--하다 đóng cổng, đóng cửa, đóng lại. *--시간 giờ đóng cửa chợ, cửa tiệm; đóng cửa thị trường.

폐문 hạch phổi. *--임파선염 viêm hạch phổi.

폐물 vật vô dụng, vật không giá trị, đồ phế thải, đồ bỏ đi (찌끼) *--이용 sự tận dụng vật liệu phế thải.

폐백 (1) [신부의] quà của chú rể dâng tặng cho cha mẹ cô dâu. (2) [신랑의] tơ lụa gấm vóc của chú rể tặng cho cô dâu

폐병 bệnh lao phổi. *--환자 người mắc bệnh lao phổi.

폐부 (1) [폐] phổi; (2) [마음속] từ (tận) đáy lòng. (3) [급소] điểm chủ yếu, điểm then chốt.

폐사 công ty (hãng, xưởng)

폐색 sự phong tỏa, sự bao vây, sự trở ngại, sự làm nghẽn. *--하다 phong tỏa, bao vây, đình chỉ, ngăn chặn, gây trở ngại. *--선 vật chướng ngại. –신호[철도] tín hiệu ngừng. –음 âm tắc (ngôn ngữ)

폐선 chiếc tàu bị loại bỏ (vứt bỏ)

폐쇄 sự đóng, sự bế mạc, sự kết thúc. *--하다 đóng, khóa, bế mạc, kết thúc.

폐수 nước cống, nước thải. *--처리 sự xử lý nước thải. –처리장치 phương án xử lý nước thải. *공장-- nhà máy nước thải.

폐습 tật xấu, thói xấu. @폐습을 없애다 bỏ thói xấu.

폐암 ung thư phổi.

폐어 [물고기 cá] (tên của một loại cá *lungfish*)

폐어 từ cổ; từ không còn dùng nữa.

폐업 sự ngừng công tác, sự nghỉ kinh doanh. *--하다 từ bỏ công việc, đóng cửa tiệm. *--계 biên bản nghỉ việc (thôi việc)

폐염 [의학 y học] chứng viêm phổi. *급성-- viêm phổi cấp tính.

폐원--하다 đóng cửa quốc hội.*--식 sự kết thúc nghi thức cuộc họp.

폐위 하다 truất phế, hạ bệ.

폐인 phế nhân, người tàn tật, người què (불구자), người bệnh tật, thương tật, kém sức khỏe (병자).

폐일언하고 nói một cách ngắn gọn.

폐장 –하다 đóng cửa, bị đóng cửa.

폐적 sự tước quyền thừa kế. *--하다 tước quyền thừa kế.

폐점 [파함] sự đóng cửa hiệu; [폐함] sự dẹp tiệm. *--하다 [파하다] đóng cửa tiệm; [폐하다] dẹp tiệm, ngưng việc làm ăn, kinh doanh. *--시간 giờ đóng cửa.

폐정 --하다 giải tán (ngưng, dời, hoãn) phiên tòa.

폐정 sự quản lý nhà nước tồi, nền cai trị tồi.

폐지 sự ngưng việc. *--하다 ngưng việc, thôi việc, bãi công, đình công.

폐지 sự hủy bỏ, sự bãi bỏ, sự thủ tiêu, thôi; [법따위의] sự hủy bỏ, bài trừ. *--하다 hủy bỏ, bài trừ, ngưng, không tiếp tục; [법따위를] hủy bỏ, thủ tiêu.

폐질 một chứng bệnh nan y. *--자 người mắc bệnh nan y.

폐차 chiếc xe phế thải. @폐차 처분하다 loại bỏ, phế bỏ chiếc xe. *--장 nơi để xe phế thải; nghĩa địa xe.

폐첨 cuống phổi

폐침윤 [의학 y học] sự lây qua phổi.

폐품 vật phế liệu; vật bỏ đi; vật không dùng được nữa. *--회수 sự thu gom phế liệu.

폐풍 => 폐습.

폐하 (từ tôn kính, nhân xưng đại danh từ, ngôi thứ 3) tâu đức vua, tâu bệ hạ, tâu hoàng hậu.

폐하다 (1) [제도 따위를] thủ tiêu, bãi bỏ, vứt bỏ, từ bỏ, ruồng bỏ, loại. (2) [법률 따위를] hủy bỏ, bác bỏ.(3) [군주를] hạ bệ, truất phế. (4) [일 따위를] bỏ, từ bỏ, giũ sạch. @허례를 폐하다 hủy bỏ nghi thức (thủ tục).

폐함 --하다 đặt ngoài nhiệm vụ.

폐합 sự hòa trộn, pha trộn, hợp nhất. *--하다 hòa trộn, pha trộn. @국과의 폐합 sự bố trí lại, sắp xếp lại các bộ phận văn phòng.

폐해 thói hư, tật xấu, một sự lăng mạ, một ảnh hưởng xấu. @폐해가 따르다 kèm theo nhiều thói hư, tật xấu.

폐허 sự tiêu tan, đổ nát.

폐활량 dung tích phổi, sức chứa của phổi.

폐회 sự kết thúc buổi họp, sự bế mạc, sự đình, hoãn lại. *--하다 ngưng lại, hoãn lại. *--사 kết thúc bài diễn văn; đoạn kết bài diễn văn.

폐회로 một vòng kín. –포 một giai đoạn, một thời kỳ. @달포 thời gian khoảng một tháng, trong vòng một tháng.

포 [식물 thực vật] lá bắc (*bract*)

포 [대포] súng, súng đại bác, súng thần công, súng pháo. @포를 쓰다 bắn súng.

포 => 포육

포가 xe chở pháo.

포개다 chất lên, chồng lên, chồng đống.

포갬포갬 chồng chất lên nhau.

포격 cuộc oanh tạc, trận càn phá. *--하다 oanh tạc, bắn phá, pháo kích, nã đại bác.

포경 sự săn cá voi; nghề săn cá voi. *--선 người săn cá voi; tàu đánh cá voi. –업 ngành công nghiệp cá voi.

포경 [의학 y học] chứng hẹp bao qui đầu. *--수술 ca mổ bao qui đầu hẹp.

포고 sự công bố, lời rao, bản tuyên ngôn, bản thông báo, cáo thị, sắc lệnh, chiếu chỉ (포고문) *--하다 công bố, tuyên bố, ra thông cáo, ban hành, phổ biến, truyền bá, hạ lệnh

포괄 sự lĩnh hội, sự bao hàm.*--하다 kể cả, tính đến, bao hàm, bao gồm, nhận thức, gồm có, lĩnh hội. @포괄적(으로) một cách bao quát.

포교 sự truyền bá (tôn giáo, tín nghưỡng); công việc truyền giáo. *--하다 tuyên truyền, truyền bá, cảm hóa. *--자 nhà truyền giáo.

포구 bến cảng, cửa khẩu.

포구 miệng súng, họng súng, nòng súng.

포근포근하다 => 포근하다

포근하다 (1) làm êm dịu, thoải mái. (2) làm ấm cúng, ấm áp. @겨울 날씨가 포근하다 làm ấm vào mùa đông.

포기 gốc rễ, ngọn, đỉnh, chóp, đoạn đầu. @배추 네 포기 bốn chồi cải bắp..

포기 sự từ bỏ, sự nhường lại, trao lại; giao lại. [권리의] sự bàng giao, sự hy sinh; [요구의] sự thả ra, sự từ bỏ. *--하다 buông thả, bỏ rơi, từ bỏ, nhường, trao. @권리를 포기하다 từ bỏ chức vụ quản lý.

포달 @포달 부리다 chưởi bới, mắng nhiếc, sỉ vả ai; nguyền rủa, chưởi rủa ai // 포달스럽다 tính khí đáng ghét, tính ti tiện, tính hay gây.

포대 túi mai táng.

포대 khẩu đội pháo; [요새] vị trí phòng thủ, pháo đài.

포대기 chăn, mền, gối, nệm, khăn cho em bé (bộ đồ trải giường ngủ cho em bé)

포도 trái nho; [나무 cây] cây nho. *--당 đường nho. –원 vườn trồng nho để làm rượu. –주 rượu vang.

포도 con đường được tráng nhựa (lát đá), vỉa hè.

포동포동 --하다 mủm mỉm, phúng phính, mập mạp, bụ bẩm.

포드 (*Ford*) [차 xe hơi] xe *ford.*

포로 tù nhân chiến tranh, tù binh. @포로로하다 bỏ tù ai; bắt giữ, giam cầm ai. *--수용소 trại tù, trại tập trung.

포르노 (*porno)* sự khiêu dâm; (sách báo, phim ảnh khiêu dâm)

포르말린 [화학 hoá học] chất *formalin.*

포름아미드 [화학] chất *formamide.*

포마아드 *pomade.*(loại thuốc mỡ)

포만 --하다 no, đầy, chán ngán, thỏa mãn, làm bão hòa.

포말 bong bóng, bọt tăm, bọt rượu, bọt mép.

포목 vải vóc. *--전 tiệm bán vải

포문 miệng súng, họng súng (포구). @포문을 열다 nổ súng.

포물선 [수학 toán học] đường parabol.

포박 --하다 bắt giữ, chặn lại, tóm lấy.

포병 pháo binh, lính pháo thủ. *--과 đơn vị pháo binh –대 tiểu đoàn pháo binh.

포복 sự bò trườn, sự luồn cúi. *--하다 bò lê, luồn cúi, quy lụy, khom lưng, uốn gối.

포복 절도 --하다 cười lăn, cười bò, cười vỡ bụng.

포부 nguyện vọng, hoài bão, khát vọng. @포부가큰 có nhiều tham vọng, nhiều hoài bão, sự thiết tha khao khát.

포상 giải thưởng, vật thưởng, vật đền ơn.

ㅍ

*--하다 trao giải thưởng, phát thưởng, thưởng công. @포상을 주다 (받다) ban (nhận) giải thưởng.

포석 chiến lược hòa giải.

포석 đá lát đường. @포석을 깔다 lát đường bằng đá.

포섭 thắng / thu phục *--하다 thắng / thu phục (ai) trên một khía cạnh, một lĩnh vực nào đó.

포성 tiếng nổ rền của súng đại bác; loạt súng đại bác. @포성이 천지를 진동했다 tiếng nổ long trời lở đất của súng thần công (đại bác).

포수 người đi săn (사냥군); lính pháo binh (대포수).

포술 thuật bắn pháo đại bác.

포스겐가스 [화학] khí *phosgene*

포스터 (*a poster*) tờ áp phích, yết thị, quảng cáo, tranh cổ động.

포슬포슬 --하다 dễ sụp đổ, dễ vỡ vụn, dễ lỡ.

포승 dây biểu chương của cảnh sát.

포식 tính ham ăn, phàm ăn; sự làm chán ngấy, sự thỏa mãn, sự bão hòa. *--하다 tràn ngập, thừa mứa, no nê, chán ngấy, ăn thỏa thích.

포신 nòng súng.

포실하다 giàu có, phong phú, sung túc.

포악 tính chất quá khích; tính hung bạo, tàn ác. *--하다 độc ác, bạo tàn, quá khích, cục súc.

포안 lỗ châu mai

포연 khói súng.@포연 탄우 아래 dưới làn mưa đạn.

포열 khẩu đội pháo

포옹 cái hôn; cái ôm ghì, siết chặt. *--하다 hôn, ôm hôn, âu yếm, vuốt ve, ôm vào lòng.

포용 [포괄] sự nhận thức, sự lĩnh hội, sự ngụ ý, gợi ý; [관용] sự chấp nhận, sự khoan dung. *--하다 [뜻을] lĩnh hội, nhận thức, ngụ ý, hiểu thấu. [사람을] khoan dung. @사람을 포용할 아량이 있다 có khả năng chịu đựng, tha thứ. *--성 tính chất hào hiệp, đại lượng, khoan dung.

포위 sự bao vây, sự phong tỏa. *--하다 [둘러싸다] bao quanh, bao bọc; [군대가] phong tỏa, bao vây, phủ vây; [경관이] quấn dây quanh. @포위를 풀다 phá vòng vây. --공격 cuộc tấn công bao vây. --군 đội quân bao vây. –망 mạng lưới bao vây, vòng đai sắt.

포유 sự cho con bú. *--하다 bú, cho bú. *--동물 loài động vật có vú; loài hữu nhủ.

포육 một lát thịt khô (ướp muối, phơi nắng).

포의 một nhà trí thức, nhà học giả. (dân thường, không có chức vụ). *--한사 một trí thức nghèo (không có việc làm)

포인터 [개 chó] (*a pointer*) loại chó săn.

포인트 (1) [요점] điểm, mấu chốt (của vấn đề, của 1 câu chuyện). (2) [소수점] dấu thập phân. (3) [득점] (đạt được) số điểm, (thu được) bàn thắng.@포인트로 이가다 thắng điểm, ưu điểm lợi điểm (của một người nào). (4) [전철 điện] công tắc, ổ cắm. (5) [활자] đơn vị đo cỡ chữ (ngành in). @ 9 포인트 활자 chữ cỡ 9 point.

포자 [식물 thực vật] bào tử. *--낭 túi bào tử.

포장 tấm vải bạt, tấm để che *--마차 xe

bò, xe ngựa có mui che; toa xe có vải bạt che.

포장 sự đóng gói, bao bì đóng gói. *--하다 đóng gói; bao, gói lại. @포장을 끄르다 tháo mở gói hàng, mở bưu kiện.

포장 vỉa hè có lát. *--하다 lát (đường, sàn). *--공사 công việc lát (đường, sàn). –도로 con đường lát đá.

포장 huân chương (chiến công)

포좌 [군사] bục kê súng.

포주 chủ chứa nhà thổ, ma cô, tú bà.

포지션 (*position*) vị trí, chức vụ, địa vị.

포진 đội hình, đội ngũ. *--하다 xếp đội hình; đưa vào vị trí.

포집다 chồng lên, chồng chất lên nhau.

포즈 (*pose*) 1 kiểu, 1 pô (hình). @포즈를 취하다 chụp một kiểu hình.

포차 xe chở pháo.

포착 [붙잡음] sự bắt giữ; sự giành được, thu, đạt được. [뜻의] sự hiểu thấu, sự nắm được. *--하다 am hiểu, hiểu thấu, thu được, đạt được. @ 포착하기 어려운 khó hiểu, rối rắm, không nắm vững, không hiểu thấu.

포충망 lưới bắt sâu bọ, côn trùng.

포커 (*poker*) bài poker, bài xì phé. *--페이스 (*a poker face*) một bộ mặt lạnh như tiền (phớt tỉnh).

포켓 túi, hầu bao (túi tiền)

포크 (1) (*a fork*) cái nĩa [식사용]

포크 (2) (*pork*) thịt heo (lợn) [돼지고기] *--촙 miếng thịt heo.

포크 댄스 (*folk dance*) điệu múa dân gian.

포크 송 (*folk song*) bài ca dân gian; dân ca.

포탄 đạn pháo, một viên đạn, một phát đạn. @적에게 포탄을 퍼붓다 trút làn mưa đạn xuống quân thù.

포탈 sự trốn thuế. *--하다 trốn thuế, gian lận thu nhập.

포탑 tháp canh, tháp pháo [군함의]

포터블 (*portable*) xách tay, có thể mang, xách đi được. @포터블 라디오 radio (máy phát thanh) xách tay.

포트와인 (*port-wine*) rượu vang đỏ.

포플러 (*popular*) bình dân, phổ cập, phổ biến, đại chúng. @포플러 뮤직 (*popular music*) nhạc đại chúng – nhạc pop.

포플라 (*a poplar*) cây dương, cây dương rung.

포플린 (*poplin*) vải pô-pơ-lin [피륙]

포피 (해부 giải phẫu) bao qui đầu; nếp gấp tương tự ở đầu âm vật.

포학 hành động bạo ngược, chính thể chuyên chế, sự tàn bạo, hung ác. *--하다 bạo ngược, hung ác, chuyên chế hung tàn.

포함 sự bao hàm, sự nắm vững, sự hiểu thấu. *--하다 bao gồm, kể cả, hiểu thấu, nắm vững; [뜻을] ngụ ý, ý nói.

포함 tàu chiến, pháo hạm.

포행성 *--궤양 [의학 y học] bệnh ecpet, ung nhọt, vết loét.

포화 hỏa lực, sự nã trái pháo, loạt súng đại bác. *--십자-- sự bắn pháo

포화 [화학 hóa học] sự no, sự bão hòa. *--하다 bị (trở nên) bão hòa. *--기 vật làm bão hòa. –상태 trạng thái bão hòa. –용액(화합물) vật (hợp chất) đã bị bão hòa. –점 điểm bão hòa.

포환 던지기 cú ném tạ, cú đẩy tạ.

포획 sự nắm bắt, sự hiểu thấu. *--하다 nắm vững, hiểu thấu, đạt được, dành được. –고 theo kịp, đuổi kịp, bắt kịp.

포효 [짐승의] tiếng gầm, rống, la hét, tru, hú, rít, gào. *--하다 gầm, rống, la, hét, tru, hú, rít, gào, reo hò.

폭 => 폭

폭 (1) [넓이] bề rộng, bề ngang. @폭이 넓은 rộng, rộng rãi // 폭이 1 미터이다 rộng 1m, khổ 1m, bề ngang 1m. (2) [세력.영향력] tác động, ảnh hưởng, dọc theo, về phía, theo như. (3) [도량] tính hào hiệp, đại lượng, rộng lượng, khoan dung, khoan hồng. (4) [족자.조각의 một cuộn, một mảnh (miếng). @무명한 폭 *một mảnh vải in hoa.*

폭거 [난폭] hành động bạo lực, cuộc bạo động; [폭동] sự bừa bãi, hỗn loạn.

폭격 việc ném bom, sự oanh tạc, bắn phá. *--하다 ném bom, oanh tạc, bắn phá. *--기 oanh tạc cơ, máy bay ném bom. –기 bom hạng nặng (nhẹ).

폭군 bạo chúa, kẻ bạo ngược (전제 군주); kẻ chuyên quyền bạo ngược.

폭도 kẻ nổi loạn, bọn du thủ du thực, người phá rối trật tự công cộng, bọn phiến loạn, kẻ cướp, người khởi nghĩa chống đối. (군대의).

폭동 cuộc dấy loạn, cuộc bạo loạn; cuộc khởi nghĩa; [반란] cuộc binh biến, chống đối (군대의). @폭동을 일으키다 gây ra bạo loạn, binh biến. *--자 quân phiến loạn. (군대의).

폭등 sự nhảy vọt thình lình.*--하다 nhảy vọt, tăng vọt bất ngờ.@폭등하는 물가 giá cả tăng vùn vụt.

폭락 sự hạ giá nhanh, sự sụp đổ nhanh, sự phá sản, thua lổ nặng nề. *--하다 suy sụp nặng nề, giảm nhanh. @주식의 폭락 nguồn vốn suy giảm.

폭력 bạo lực, vũ lực. @폭력으로 bằng vũ lực // 폭력을 행사하다 dùng vũ lực. –단 một tổ chức khủng bố; bọn kẻ cướp, băng côn đồ. –행사 dùng bạo lực. –행위 hành động quá khích, thô bạo. –혁명 cuộc cách mạng *Bolshevic.*

폭로 sự phơi bày, sự vạch trần; sự phát hiện, sự khám phá ra, sự bộc lộ, tiết lộ ra. *--하다 [드러내다] vạch trần, phơi bày (một tội ác), bộc lộ, tiết lộ (một bí mật); [드러나다] vạch trần một bí mật của ai.

폭뢰 hố bom.

폭리 lợi nhuận cao; việc đầu cơ trục lợi quá đáng (부당한); [고리] lãi xuất quá cao, lãi nặng.

폭발 sự nổ bùng, sự nổ, tiếng nổ (biến cố lớn); sự nổ ra, phọt ra, nổ tung ra (화산의 núi lửa). *--하다 nổ tung, nổ bùng, nổ vọt ra (화산). *--가스 khí gây nổ; [광산의 khoáng sản] khí mỏ nổ. –관 ngòi nổ, kíp nổ. –력 sức nổ. –물 chất nổ.

폭사 --하다 chết vì bom đạn.

폭삭 (1) trọn vẹn, hoàn toàn, toàn bộ, hết thảy. @그 건물이 폭삭 주저 앉았다 tòa nhà hoàn toàn sụp đổ. (2) dễ vỡ, dễ đỗ.

폭서 sức nóng khốc liệt.

폭설 cơn bão tuyết.

폭소 tiếng cười vang, *--하다 cười vang, cười phá ra.

폭식 tham ăn, phàm ăn. *--하다 ăn tham,

ăn quá độ.

폭신폭신하다 mềm dẽo, êm ái, xốp.

폭약 chất nổ, ngòi nổ, kíp nổ. @폭약을 장치하다 đặt chất nổ.

폭양 ánh mặt trời chói sáng.

폭언 ngôn ngữ thô bạo, lời nói (cách nói) nặng nề quá đáng. –하다 nói năng thô bạo, dùng ngôn ngữ quá đáng.

폭우 cơn mưa như trút, trận mưa to.

폭위 sự chuyên chế bạo tàn, sự lạm quyền, sự hung bạo. @폭위를 떨치다 hung hăng, hùng hổ, thô bạo, chuyên chế, bạo tàn, bạo ngược.

폭음 [폭발의] tiếng nổ, tiếng máy nổ [엔진의 động cơ xe, tàu cánh quạt] tiếng ầm ầm, rồ rồ; [비행기의 máy bay] tiếng kêu vù vù, rì rầm.

폭음 --하다 uống nhiều, uống thái quá, uống như cá. @폭음폭식하다 ăn uống quá độ.

폭정 chế độ chuyên chế, sự bạo ngược.

폭주 [야구 bóng chày] cú phát bóng khinh xuất. *--하다 phát bóng thiếu thận trọng.

폭주 sự đông nghịch, sự tắc nghẽn (giao thông; hàng hóa); áp lực, sức ép. @교통량의 폭주 sự trở ngại lưu thông.

폭죽 pháo (để đốt); bộc phá (để phá cửa). @폭죽을 터뜨리다 cài đặt bộc phá.

폭탄 quả bom, quả đạn pháo.@ 폭탄을 투하하다 thả bom. *--조준기 tầm ném bom. 고성능-- bom TNT .수소-- bom H, bom hydrogen.시한-- bom hẹn giờ. 원자-- bom A, bom nguyên tử.

폭투 [야구 bóng chày] đường ném bóng chưa thuần. *--하다 ném bóng chưa thuần.

폭파 sự làm nổ tung, sự nổ tung. *--하다 làm nổ tung, phá bằng thuốc nổ, thổi phồng, bơm căng, nổ tung, phá hủy, đánh đổ. *--약 thuốc nổ. –작업 hiệu quả nổ.

폭포 thác, thác nước; thác nhỏ (작은); thác lớn (큰). @나이아가라 폭포 thác *Niagara.*

폭풍 dông tố, bão tố, cơn gió mạnh (bão táp); bão (강풍) cuồng phong. @폭풍이 분다 trời dông bão. *--경보 (신호) dấu hiệu cảnh báo có cơn bão. –권 vùng có bão.

폭풍우 mưa dông, bão tố, dông tố.

폭한 gã lưu manh, tên côn đồ, kẻ vô lại.

폭행 hành động thô bạo; sự lăng mạ, xúc phạm; làm tổn thương; một sự công kích; một vụ hành hung. *--하다 lăng mạ, hành hung, công kích. @폭행을 가하다 đối xử thô bạo (với ai). *--자 người phá rối, làm loạn, làm xúc phạm, gây tổn thương cho người khác.

폴라로이드 (*polaroid*) lớp kính chống nắng. *--카메라(*camera*) [상표명] máy ảnh Polaroid.

폴라리스 (*polaris*) [미사일 - 병기 tên lửa (hỏa tiễn) – vũ khí chiến tranh]. 잠수함 chiếc tàu ngầm Polaris (có trang bị vũ khí).

폴리에스테르 [화학 hóa học] chất polyester (nhựa thông).

폴리에틸렌 [화학 hóa học] chất *polyethylene.*

폴싹 sự bốc khói, sự tan thành khói bụi (thất bại, mất mát).

ㅍ

폴카 điệu nhảy *pôn ka*.

폼 (*form*) hình dạng, hình thức.

퐁당@퐁당 물에 빠지다 rơi tỏm xuống nước.

퐁당퐁당 sự bắn tung tóe, văng tung tóe (nước)

푄 *--현상 gió nồm *foehn*; hiện tượng gió nồm.

표 [일람표 따위] bảng, bản, biểu; [예정표] bảng kế hoạch; [도표] biểu đồ, bản đồ; đồ thị; [목록] bảng liệt kê, bảng kê khai. @표로 작성하다 lập bản kê khai. *성적-- sổ sách nhà trường, bản sao, bản ghi chép lại. *시간-- thời khóa biểu (학교의 ở nhà trường).

표 (1) vé, bông, phiếu (회수권식). @표파는 곳 phòng bán vé, nơi bán vé, cửa sổ nhỏ bán vé ở rạp hát (극장에 rạp hát) // 표를 사다 mua vé, đăng ký vé. (2) [투표의] lá phiếu. *--수 số phiếu. 부동-- phiếu trôi nổi.

표 (1) [증거] chứng cứ, bằng cớ, tính hiển nhiên, rõ ràng. (2) [부호] dấu hiệu, biểu hiện. *--하다 đánh dấu, ghi dấu, làm dấu. @표를 한 đã được đánh dấu. (3) [휘장] biểu tượng, biểu hiện, nhãn hiệu riêng. 모표 dấu hiệu trên mũ. (4) [상표] nhãn hiệu, nhãn hiệu đăng ký. @말표 (상표) nhãn hiệu con ngựa. (5) [표시] sự biểu lộ, biểu thị; bằng chứng, biểu hiện của một vật gì. @감사하다는 표로 *biểu hiện lòng biết ơn.*

표결 lá phiếu, sự bầu cử, sự biểu quyết bằng lá phiếu. *--하다 bầu, bỏ phiếu, biểu quyết. @표결에 부치다 bỏ phiếu biểu quyết.

표고 [식물 thực vật] *Lentinus edodes* (학명 tên khoa học).

표고 => 해발

표구 --하다 đóng khung (một bức tranh).

표기(1) [겉에 쓰기] câu khắc, đề tặng trên mặt. @표기의 금액 kết số được ghi lên mặt. (2) [내용 표시] sự mô tả, lời tuyên bố. @표기의 tuyên bố, cam kết. *--가격 giá công khai, giá bảo đảm (bao giá).

표기 sự đánh dấu, dấu, nhãn, nhãn hiệu.

표나다 đặc thù, đặc tính, đặc điểm; đáng chú ý, dễ nhận thấy, rõ ràng; [흔적] phô bày chứng cứ, tỏ dấu. @표나게 một cách rõ ràng, nổi bật, đập vào mặt, đáng chú ý.

표독 tính hung bạo, dã man. *--하다 dã man, tàn bạo, hung tợn, độc ác.

표류 sự trôi giạt, vật trôi giạt. –하다 trôi nổi, lênh đênh, phiêu dạt. *--물 vật trôi nổi lềnh bềnh trên mặt nước (표류화물)

표리 @표리 없는 ngay thẳng, chân thật // 표리가 있는 trò hai mặt, lừa dối, xảo trá, không đáng tin cậy. *--부동 tính xảo trá, bội bạc, khó tin.

표말 => 푯말

표면 [윗면] mặt, bề mặt; [외부] mặt ngoài; [외관] dáng vẻ bên ngoài, bề ngoài. @표면의 thuộc bề ngoài, mặt ngoài // 표면으로는 có vẻ bề ngoài. *--장력 sức ép mặt.

표면적 diện tích mặt.

표면화 --하다 để lộ, phát hiện, khám phá ra bộ mặt; lộ mặt ngoài.

표명 sự biểu lộ, sự diễn đạt, sự thể hiện, sự biểu hiện. –하다 biểu lộ, biểu hiện, chứng tỏ,chứng minh, bày tỏ, để lộ. @

감사의 뜻을 표명하다 bày tỏ lòng biết ơn.

표박 --하다 thơ thẩn, lang thang.

표방 [내세움] sự tán thành, sự tích cực ủng hộ, sự chấp nhận. *--하다 ủng hộ, tán thành, chấp nhận, bênh vực, che chở, thông qua. @정의를 표방하다 yêu cầu sự che chở của luật pháp.

표밭 lá phiếu ủng hộ; nhóm cử tri ủng hộ.

표백 chất tẩy trắng*--하다 tẩy. *--분 vôi clorue.

표범 [동물 động vật] con báo đốm, loài báo.

표변 --하다 thay đổi bất ngờ (đột ngột); [변절] phản bội, đổi hướng, đổi dạ thay lòng.

표본 [박물의] mẫu xét nghiệm; [견본] mẫu vật; [전형] mẫu, loại. *--조사법 phương pháp lấy mẫu. –추출 lấy mẫu bừa bãi (tùy tiện, không phương pháp). 동물-- /식물-- mẫu xét nghiệm (nghiên cứu, sưu tập) động vật / thực vật.

표상 [상징] biểu tượng, vật tượng trưng; [철학] quan niệm, tư tưởng; [심리 tâm lý] sự phô bày, bày tỏ, biểu lộ.

표석 [지질 địa lý, địa chất] đá tảng, đá cuội.

표시 sự biểu thị, sự bày tỏ, sự biểu hiện [마음의]. *--하다 bày tỏ, biểu hiện, biểu lộ, tỏ dấu. @감사의 표시로 biểu lộ lòng tri ân.

표식 nhãn hiệu, dấu hiệu => 표지

표어 khẩu hiệu, phương châm, lời kêu gọi, khẩu lệnh. @선거의 표어 khẩu hiệu bầu cử.

표연 @표연히 một cách tình cờ, đột ngột, ngẫu nhiên; [목적없이] bâng quơ, vu vơ, không mục đích.

표음 ngữ âm tiêu biểu. *--문자 ký hiệu, biểu tượng ngữ âm.

표의 nét chữ tiêu biểu, chữ mẫu. *--문자 ký hiệu mang ý nghĩa, chữ viết ghi ý tượng trưng (như chữ Hán).

표장 => 표구

표적 dấu vết, dấu hiệu, nhãn hiệu; [표시] một biểu hiện; [증거] chứng cứ, bằng chứng.

표적 tín hiệu, dấu vết. @표적을 벗어나다 mất dấu. *--사격 mục tiêu phấn đấu.

표절 sự ăn cắp ý, sự đạo văn. *--하다 đạo văn, ăn cắp ý, vi phạm bản quyền.*--물 văn ăn cắp. *--자 người xâm phạm tác quyền, kẻ đạo văn.

표정 sự biểu hiện, sự diễn cảm, cái nhìn, vẻ mặt, sắc mặt. @표정이 있는 (풍부한) có ý nghĩa, đầy ý nghĩa // 표정이 없는 vô nghĩa, không có hồn, không thần sắc, cứng đơ, tẻ nhạt.

표제 [책의 sách] đầu đề, tựa đề, tít; [신문의 báo chí] nhan đề, tiêu đề, chủ đề. --어 một mục từ, một cước chú, chú giải. –음악 chương trình âm nhạc.

표주 lời ghi chú ở lề.

표주박 quả bầu, quả bí.

표준 tiêu chuẩn, vị trí, mực độ (사회적. 정신적); qui phạm, tiêu chuẩn (비판의); tiêu chuẩn, hạn độ, phạm vi. @표준의 tiêu chuẩn hóa, bình thường hóa (평균의). *--가격 giá chuẩn, giá trung bình. –시간 giờ chuẩn; giờ *greenwich* (GMT). –시계 đồng hồ bấm giờ. –어

ngôn ngữ chuẩn. –형 loại chuẩn, điển hình. *--화 sự tiêu chuẩn hóa.

표지 bìa sách; sự bao sách. *종이(가죽, 클로스) -- bìa bằng giấy (da, vải).

표지 nhãn hiệu, dấu hiệu, ký hiệu; tín hiệu (đèn) (항로의 tín hiệu cho tàu bè qua lại) *--등 đèn hiệu.

표징 dấu hiệu, nhãn hiệu, biểu tượng.

표착 --하다 trôi dạt lên bờ, cuốn lên bờ.

표찰 danh hiệu, nhãn hiệu; nhãn, biển, thẻ (나무 cây, 쇠의 kim loại).

표창 sự tuyên dương, sự khen ngợi, sự biểu dương; phần thưởng, tặng thưởng. *--하다 ca ngợi, biểu dương, ban vinh dự cho ai; ban thưởng cho ai. @표창을 받다 đạt được tuyên dương của nhà nước (được nhà nước ban khen) *--식 lễ tuyên dương, nghi thức biểu dương. –장 tờ biểu dương, bằng khen (군대의 quân đội).

표토 lớp đất gần bề mặt.

표피 [해부 giải phẫu] biểu bì, lớp cutin. [나무의 cây] vỏ cây. *--조직 mô bì.

표하다 chứng tỏ, chứng minh, diễn đạt, bày tỏ, biểu lộ. @감사의 뜻을 표하다 bày tỏ lòng biết ơn // 경의를 표하다 biểu lộ lòng tôn kính, ngưỡng mộ.

표하다 ghi dấu, đánh dấu. @연필로 표하다 đánh dấu bút chì.

표현 sự biểu hiện, sự biểu thị, sự trưng bày, sự phô bày, sự diễn đạt, sự trình diễn. *--하다 biểu hiện, phô bày, bày tỏ, biểu lộ. *--력 khả năng diễn đạt.

푯말 biển hướng dẫn, biển chỉ đường.

푸 (1) [내뱀는 소리] tiếng 'úi chà'; tiếng huýt sáo nhẹ. (2) [방귓소리] tiếng xuýt xoa, hít hà.

푸가 [음악 âm nhạc] nhạc *fuga* (nhạc Ý)

푸근하다 => 포근하다

푸념 (1) [무당의 pháp sư, phù thủy] tiếng gầm, tiếng gào thét của pháp sư. (2) [불평] lời than phiền, phàn nàn, oán trách, lời kên ca, bất bình. *--하다 nổi giận, nổi xung, kêu ca, oán trách, càu nhàu.

푸다 (1) [물을 nước] múc ra. @우물물을 푸다 kéo nước giếng, bơm nước giếng. (2) [곡식.밥을] múc ra, xúc ra,lấy ra. @솥에서 밥을 푸다 múc gạo ra nồi.

푸닥거리 lời phù phép. *--하다 biểu diễn phép thuật; đọc thần chú.

푸대접 sự lạnh nhạt, không nhiệt tình, không mến khách, không tử tế. *--하다 đối xử lạnh nhạt, tiếp đãi không nhiệt tình.

푸두둥 sự giao động, sự rung động. @푸두둥거리다 rung rinh, run rẩy.

푸드덕 tiếng vỗ đen đét, tiếng gió bay phần phật.

푸드덕거리다 bay phần phật, đập đen đét.

푸드득 sự phun ra, vọt ra, sự bộc lộ tràn trề.

푸들 (*poodle*) [개 chó] loại chó xù.

푸딩 (*puding*) món bánh pudding.

푸르다 (1) [색 màu] màu xanh da trời, xanh ngát, xanh lá. @푸른하늘 bầu trời xanh. (2) [서슬이] sắc, bén, nhọn. @서슬이 푸르다 (lưỡi dao) có cạnh sắc bén.

푸르스름하다 ửng hồng, ửng đỏ // hơi lục, hơi tái.

푸른곰팡이 [식물 thực vật] meo (mốc) xanh.

푸릇푸릇 --하다 có lấm chấm (lốm đốm)

xanh khắp nơi; vương vãi đầy những đốm xanh.

푸만하다 cảm giác đầy hơi vì ăn quá nhiều; nặng nề, khó chịu ở dạ dày.

푸서기 vật dễ vỡ; người nhạy cảm, tinh tế.

푸석돌 đá dễ vỡ vụn.

푸석푸석 --하다 dòn tan, dễ vỡ.

푸성귀 rau xanh, cỏ xanh.

푸울 (*pool*) hồ bơi, bể bơi

푸울백 (*a fullback*) hậu vệ (bóng đá).

푸접없다 không thân thiện, không thiện cảm, lạnh lùng xa cách.

푸주 hàng thịt. *--한 người hàng thịt, người làm nghề đồ tể.

푸지다 rộng rãi, sung túc, đầy đủ, hào phóng.

푸짐하다 phong phú, nhiều, chan chứa, thừa thải, dư dật, dồi dào.

푸푸 sự thở ra; --하다 thở ra, thở phù phù.

푸하다 thổi phồng lên, phồng ra, lộn xộn, bừa bãi.

푹 (1) [빈틈 없이] (bọc lại) một cách cẩn thận, bọc kín (không có khe hở). @ 푹 싸다 gói tất cả lại một cách cẩn thận. (2) [느긋하게] chắc, vững chắc. @잠을 푹 자다 ngủ ngon lành. (3) [흠뻑] hoàn toàn, trọn vẹn. @푹 삶다 hoàn toàn sôi, sôi kỹ (nước nấu).

푹신하다 mềm mại, mềm dẽo, êm ái, xốp, đàn hồi, dễ chịu, tiện nghi, thoải mái, ấm cúng. @ 푹신푹신 hoàn toàn mềm mại.

푹푹 (1) [힘 있게] liên tục cưỡng ép. @ 바늘로 푹푹 쑤시다 châm kim (lên thân thể của ai) liên tục. (2) [따끔따끔하게] có gai, đầy gai, sự bị châm chích. @손가락이 푹푹 쓰다 ngón tay tôi bị gai đâm. (3) [아낌 없이] rộng rãi, hào phóng, hậu hỉ, phung phí, bất cẩn. @돈을 푹푹 쓰다 tiêu tiền bừa bãi (rộng rãi, hào phóng). (4) [썩는 모양] hoàn toàn, hoàn hảo, đầy đủ, trọn vẹn. @푹푹 썩다 suy sụp nhanh. (5) [흠뻑] kỹ, lâu. @푹푹 삶다 (nước) sôi kỹ, sôi lâu. (6) [찌는 듯이] oi bức, ngột ngạt. @날씨가 푹푹 찐다 thời tiết oi bức. (7) [깊이] sâu, sâu xa, sâu sắc, vô cùng. @발이 푹푹 빠지다 bàn chân lún sâu (trong bùn).

푼 (1) [화폐] một *pun*; một xu. @한푼의 가치도 없다 chẳng đáng một xu. (2) [무게] 1 *pun*, đơn vị đo trọng lượng của Hàn quốc, tương đương với 0,0648g. (3) [길이 chiều dài] 1 *pun*, bằng 1/10 *chi* – đơn vị đo chiều dài.

푼거리 --하다 mua bán từng bó củi, mua bán nhỏ. *--질 mua củi từng bó (mua gạo từng ký)

푼나무 củi được bán từng bó.

푼더푼하다 (1) [얼굴이] đầy, đầy đặn. (2) [후하다] dồi dào, sung túc, phong phú.

푼돈 tiền xu, tiền lẻ. @푼돈을 모으다 dành dụm (tiết kiệm) từng đồng xu nhỏ.

푼푼이 từng xu một. @ 푼푼이 모은돈 tiền dành dụm từng xu nhỏ.

푼푼하다 (1) [넉넉하다] phong phú, sung túc, đầy đủ, dồi dào. (2) [활달하다] rộng rãi, hào phóng.

풀 [1] đồng cỏ, cỏ dại (잡초); thảo dược (약초); cỏ (thực vật, thảo mộc) (총칭);cỏ cho súc vật gặm (목초). @한포기의 풀

một ngọn cỏ.

풀 [2] bột nhão (밀가루의); hồ, tinh bột (녹말의); keo, hồ để dán(갓풀). @풀을 먹이다 hồ (áo sơ mi) //풀을 바르다 dán keo lại.*고무-- chất gôm; chất nhầy.

풀 [3] @풀 스피드로 (chạy) hết tốc lực. *--가동 hoàn toàn hiệu quả, hiệu quả cao.

풀기 (1) [옷의 áo quần] có bột. @풀기가있는 có hồ bột cứng. (2) [활기] tính hoạt bát, sôi nổi, năng nổ, đầy sức sống.

풀다 (1) [짐.끈 따위를] cởi, tháo (dây buộc); xóa bỏ, tháo gỡ (1 gói, bọc); nới lỏng (băng); buông lơi (mái tóc); mở, tháo (kiện hàng); mở, cởi, tháo, nới (sợi dây cáp, dây thừng); tháo (chỉ); gỡ rối (tháo, gỡ 1vấn đề khó khăn, gút mắc); [짠것을] tháo ra (một cái gì đã được đan, kết lại). @머리를 풀다 buông lơi mái tóc. (2) [문제를] giải thích, làm sáng tỏ (một câu hỏi, một vấn đề nan giải). @수수께끼를 풀다 giải đố (giải đáp câu đố). (3) [의심을] giải quyết, làm sáng tỏ (sự ngờ vực); [오해를] xóa tan sự hiểu lầm. (4) [원한을] trận đầu gỡ hòa; [울적을] xua tan (nỗi buồn); [노여움을] an ủi, giải khuây, xoa dịu. [소원을] thực hiện (một ước mơ).@기분을 풀다 tự an ủi, tự tạo lập lại. (5) [타다] làm tan; hoà tan (muối trong nước). (6) [해제하다] xóa bỏ (lệnh cấm vận). @봉쇄를 풀다 giải tỏa. (7) [꿈따위를] giải đoán, giải thích (giải mộng). @점괘를 풀다 bói toán, giải đoán. (8) [코를] sự hỉ mũi. (9) [몸을]hâm nóng lại (경기에 앞서); [해산하다] sinh đẻ (em bé). (10) [논으로 만들다] biến đất đai thành lúa gạo.

풀럭거리다 đập, vỗ, vùng vẫy, chập chờn, phất phới (trong gió).

풀리다 (1) [맨것이] trở nên lỏng lẻo; [얽힌 것이] làm cho ra manh mối; phăng ra sự thật; [뭉친 것이] làm cho tan rã, phân hủy ra; [구두끈이] thả lỏng ra; [짠것이] gỡ ra, tháo ra (1vật gì được đan kết lại); [꼰 것이] tháo lỏng (mối nối); [천의 가장 자리가] trở nên mòn, sờn. @ 머리가 풀리다 buông lơi mái tóc. (2) [추위가] trở nên dịu dàng, ấm áp. @ 추위가 풀리다 thời tiết (đang lạnh) trở nên ấm áp. (3) [문제가] làm sáng tỏ một vấn đề, tìm ra manh mối. @풀리지 않는 문제 một vấn đề nan giải, một thế cờ khó gỡ. (4) [의심 오해가] được giải quyết, xua tan, bài trừ, hủy bỏ, tháo gỡ. @오해가 풀리다 một hiểu lầm đã được xóa tan. (5) [원한이] hài lòng, thỏa mãn; [기분이] vui vẻ, hăng hái, cởi mở; [노여움이] làm dịu, làm khuây, an ủi; [소원이] thực hiện được (một ước mơ, một nguyện vọng). @노여움이 풀리다 cơn giận đã tan. (6) [해제되다] xóa tan, làm tan, tan biến. @봉쇄가 풀리다 một trở ngại đã được giải tỏa. (7) [타지다] chảy tan ra, hòa tan, phân hủy, tan biến. @밀가루가 잘 풀리다 bột tan đều. (8) [돈이] luân chuyển, phát hành, lưu thông. @새 화폐가 풀리다 đồng tiền mới phát hành. (9) [피로가 mệt mỏi, kiệt sức] bình phục, hồi phục lại; [힘이 sức khỏe] giảm sức.

풀먹이다 hồ, làm cứng (quần áo).

풀무 (1đôi) bàn đạp. * 풀무질 sự thổi ống bể/ống hơi. @풀무질 하다 thổi (bơm) ống bể.

풀밭 cánh đồng cỏ, bãi cỏ (잔디밭).

풀썩 (một đám bụi, khói) bốc lên đột ngột. @연기가 풀썩 났다 đám khói bỗng nhiên đỏ hồng lên.

풀썩풀썩 (bụi, khói) bốc nhẹ lên.

풀솜 tơ sồi, vải sồi.

풀쐐기 [곤충 côn trùng] loài sâu bướm.

풀쑤다 (1) [풀을 hồ, keo dán] làm (nấu) hồ. (2) [재산을] lãng phí, hoang phí, phung phí.

풀숲 đám cỏ, bó cỏ; bụi cây, bụi rậm.

풀 스피드 (*full speed*) hết tốc độ.

풀어놓다 (1) [맨것을] tháo gỡ. @꾸러미를 풀어놓다 tháo, mở (gói đồ). (2) [놓아주다]buông, thả, phóng thích. @개를 풀어놓다 thả chó ra. (3) [사람을] đưa, gởi, gửi, phái đi.@ 풀어주다 thả (trả) tự do cho ai; để cho ai được tự do.

풀어지다 (1) [국수가] (cọng mì) trở nên mềm. (2) [눈이](mắt) trở nên mờ; mờ mắt =>풀리다.

풀이 (1) [설명] sự giải thích phân minh, sự làm sáng tỏ. *--하다 giải thích phân minh. (2) [무당의] sự yểm trừ, xua đuổi (tà ma). *--하다 ếm, yểm trừ, xua đuổi.

풀잎 lá cỏ, lá lúa.

풀죽다 (1) [옷이] mất chất hồ (hết cứng). @ 옷이 풀죽다 quần áo mất chất hồ. (2) 기세가 죽다 mất ý chí, hết cứng rắn; (buồn nản, chán ngán, thất vọng).

풀쳐생각하다 giữ tâm trạng bình tĩnh, thoải mái.

풀칠 (1) [종이에] –하다 dán. (2) [생계] –하다 sống lần hồi, sống cầm hơi.

풀타임 (*full time*) cả ngày, cả buổi, cả tuần, cả giờ, cả tháng.

풀풀하다 hay hờn, hay giận, nóng nảy.

품 [1] (1) [옷이] kích áo, bề rộng áo. @품이 넓다 (좁다) kích rộng (hẹp). (2) [가슴] ngực, ngực áo. @품속에 넣다 cất, giấu, độn, nhét vật gì vào ngực // 품에 안다 ẵm/bồng (đứa bé) trên ngực.

품 [2] lao động. @하루품 ngày công, ngày lao động.

품 [3] (1) [됨됨이] dáng vẻ, ngoại hình (모양); cử chỉ, cách cư xử. @사람이 생긴 품 đáng vẻ, hình dạng, cử chỉ, ngoại hình. (2) @품이높다 (낮다) có địa vị cao (thấp) ở cơ quan.

품 (1) [품질] năng lực, cấp bậc, tầng lớp (품등). (2) [품물] vật phẩm, hàng hóa. (3) [품격] tính thanh lịch, tao nhã, duyên dáng, yêu kiều, tinh tế, có phẩm cách. (4) [품직] cấp bậc, địa vị xã hội.

품값 tiền lương, tiền công.

품갚음하다 làm đi làm lại

품격 thanh lịch, yêu kiều, tinh tế, tế nhị, phong cách. @품격이 있다 có phong cách.

품계 cấp bậc địa vị.

품귀 sự khan hiếm hàng hóa. @품귀 상태이다 khan, thiếu, cạn kho.

품다 (1) [안다] ẵm, bồng, mang trong ngực; ôm, ấp, ghì (trong lòng ngực). @ 애기를 품다 ôm đứa trẻ vào lòng ngực. (2) [알을] ấp (trứng). (3) [마음에] nuôi dưỡng, ấp ủ, ôm ấp (một hy vọng, một quan điểm, một ý chí) trong lòng. @ 원한을 품다 ôm mối hận thù.

품등 hạng loại và cấp bậc.

품명 tên loại hàng.

품목 tên phẩm vật, danh mục hàng (한품

목). @품목별로 theo mục hàng.
품사 [문법 ngữ pháp] *--론 hình thái học. 팔-- 8 loại từ.
품삯 tiền lương, tiền công, tiền thưởng.
품성 nét chữ, cá tính, tính nết.
품성 thiên nhiên, tạo hóa; sự an bài của tạo hóa.
품속 ngực. @ 품속에 trong lồng ngực // 품속에 간직하다 ôm vào lòng ngực.
품앗이 sự trao đổi lao động, đổi công việc; *--하다 đổi ca, đổi việc.
품위 (1) [품격] duyên dáng, thanh lịch, tinh tế, phong cách. @품위 있는 có phong độ. (2) [품직.직위] hạng, loại, vị trí, cấp bậc. (3) [품등] tầng lớp, đẳng cấp; [품질] ưu tú, tinh tế (순도) chuẩn mực (금속의); cara (금의 vàng) @ 품위가 낮은 quặng thứ phẩm
품의 hội ý; hội chẩn, sự tra cứu, sự tham khảo. *--하다 tra cứu, tham khảo, hỏi ý kiến, hội ý.
품절 sự cạn vốn, kho cạn. @ 품절이 되다 cạn kho, hết vốn.
품종 [종류] hạng, loại, tầng lớp, cấp bậc (상품 따위); đủ loại, đa dạng. *--개량 sự gây giống tốt hơn (가축의); sự gây giống (식물의 thực vật).
품질 phẩm chất, chất lượng. @품질이 좋다(나쁘다) chất lượng hảo hạng (kém / tồi / xấu)
품팔다 làm việc vì tiền.
품팔이 --하다 => 품팔다. *--군 người làm việc lãnh lương ngày.
품평 --하다 phê phán, phê bình, chỉ trích, xét xử, phân xử (phải trái / tốt / xấu)
품평회 cuộc triển lãm, trưng bày; hội chợ, chợ phiên. *농산물 cuộc triển lãm nông sản.
품하다 báo cáo, mách (lên cấp trên).
품행 @품행이 단정하다 tư cách / phẩm hạnh tốt, đạo đức tốt (cư xử, ăn ở) // 품행이 나쁘다 vô đạo đức, không có tư cách, cư xử tệ.
풋- [덜 익은] còn xanh, còn non, chưa chín; [새로운] tươi, mới, non.
풋것 (1) [처음것] sản phẩm đầu mùa. (2) [덜.익은] trái cây / rau củ đầu mùa.
풋고추 trái ớt chuông tươi, mới hái
풋곡식 hạt non.
풋과일 trái cây còn xanh, trái non.
풋김치 loại *kim chi* làm bằng rau củ còn xanh non.
풋나기 lính mới; người mới vào nghề; người non nớt, chưa có kinh nghiệm.
풋나물 (một dĩa) rau tươi.
풋내 mùi xanh, non. @풋내나다 có mùi còn xanh; nghe chừng còn non.
풋바심하다 thu hoạch hạt (gặt hái) quá sớm.
풋볼 (*football*) [경기 trận đấu/trò chơi] bóng đá.
풋사랑 tình yêu trẻ con, mối tình non dại.
풍 [바람] gió (phong)
-풍 (1) [양식] kiểu, mẫu, mốt, týp, loại, thời trang. @미국풍의 건물 tòa nhà kiểu Mỹ. (2) [풍습] phong tục, tập quán, lề thói.
풍각장이 ca sĩ (nhạc sĩ) lề đường; kẻ hát rong.
풍격 phong cách, cá tính, đặc tính, tính cách, đặc điểm, phong thái, tướng mạo (풍채)
풍경 [경치] phong cảnh, cảnh vật; [전망] cảnh tượng, quang cảnh. @ 바다의 풍

경 bức tranh cảnh biển. *--화 tranh phong cảnh (họa/chụp) *--화가 họa sĩ vẽ phong cảnh. 가두-- cảnh vật ngoài đường phố. 전원-- cảnh thôn dã; cảnh đồng quê.

풍경 chuông gió hình cá.

풍광 cảnh quang, phong cảnh. *--명미 cảnh vật đẹp đẽ.

풍구 người quạt (sàng) thóc (풀무)

풍금 đàn phong cầm, đàn organ. @풍금을 치다 chơi phong cầm, chơi đàn organ.

풍기 kỷ luật (기율); đạo đức chung (사회의 xã hội); phong tục, tập quán, lề thói (풍속). @풍기 문란 sự thối nát, sự suy đồi đạo đức xã hội.

풍기다 [냄새를] tỏa ra, lan ra, bốc ra, bốc mùi, xông mùi (악취를). @좋은 냄새를 풍기다 tỏa hương thơm ngào ngạt.

풍년 một năm thịnh vượng; một năm có nhiều thành quả tốt đẹp.

풍덩 tiếng rơi tõm (tung toé).

풍덩거리다 văng tung toé.

풍뎅이 con bọ da, bọ hung.

풍도 phong độ, phong cách, dáng vẻ.

풍랑 sóng gió; biển động. @풍랑이 심하다 sóng dâng cao

풍력 vận tốc gió, sức gió.

풍로 lò than; bếp lò bằng đất sét (재래식의).

풍류 (1) sự thanh lịch, sự tao nhã, tinh tế, ý nhị. @풍류를 아는 lịch sự, tao nhã, tinh tế, có óc thẩm mỹ, lãng mạn. (2) [음악] âm nhạc. *--가 một con người phong nhã, tinh tế.

풍만 (1) [품부] sự phong phú, sự dư dật, sung túc. (2) [비만] mập mạp, béo tốt. *--하다 phong phú, dư dật, tràn đầy; [비만] bụ bẫm, mập mạp, béo tốt.

풍매 @풍매의 sự thụ phấn nhờ gió. *--화 loại hoa truyền phấn nhờ gió.

풍모 ngoại hình, hình thức bề ngoài. @풍모가 당당한 사람 người có bộ dạng trịnh trọng, oai vệ.

풍문 tin đồn, tiếng đồn, lời đồn. @ 풍문에 의하면 theo lời đồn thì ...

풍물 (1) [경치] phong cảnh, cảnh thiên nhiên. (2) [풍속.사물] cảnh quang và tập quán. @ 한국의 풍물 đất nước và con người Hàn Quốc.

풍미 vị giác, mùi vị, hương vị. @풍미있는 thơm ngon, ngọt ngào, đầy hương vị, hợp khẩu vị.

풍미 --하다 tràn ngập, có ảnh hưởng trội, chiếm ưu thế, lôi cuốn, quét sạch, tạo ảnh hưởng.

풍병 bệnh thần kinh.

풍부 *--하다 nhiều, dư dật, phong phú, sung túc, dồi dào, giàu sang, phú quý. @미국은 천연자원이 풍부하다 nước Mỹ phong phú về tài nguyên thiên nhiên.

풍비박산 --하다 rải rác khắp nơi.

풍상 gió sương; phong sương; [고생] sự gian khổ, sự thử thách cam go. @ 풍상을 겪다 chịu đựng (trải qua) nhiều gian khổ.

풍선 khí cầu, quả bóng. @풍선을 날리다 thả bóng, thả khí cầu.

풍설 (đương đầu với/đối mặt với) phong sương, bão tuyết.

풍설 lời đồn; tin đồn vô căn cứ, không có

cơ sở. @풍설이 유포되다 tin đồn tản mạn khắp nơi.

풍성 --하다 dồi dào, phong phú, dư dật, sung túc, giàu có.

풍세 sức gió.

풍속 phong tục, tập quán, luân lý, đạo đức chung.*--도 thể loại tranh (vẽ) * –문학 thể loại văn học.

풍속 sức gió, vận tốc gió. @한시간 15 킬로의 풍속으로 với vận tốc 15km/giờ. *--계 máy đo sức gió.

풍수 *--설 (học) thuyết cấu hình mặt đất.

풍수해 sự thiệt hại do bão lụt.

풍습 phong tục, tập quán.

풍식 sự phong hóa; sự soi mòn (ăn mòn) do sức gió. @풍식된 mệt mỏi, kiệt sức (trúng gió).

풍신 (1) thần gió. (2) => 풍채

풍악 nhạc cổ điển.

풍압 áp xuất của gió. *--계 thiết bị đo áp xuất của gió.

풍어 cái móc to, cái then, chốt cửa; cái bẫy lớn.

풍요 sự giàu có, sự phong phú. *--하다 giàu có, sung túc, dồi dào, phong phú.

풍우 mưa gió, bão tố, mưa dông. @풍우에 시달린 gió táp mưa sa

풍운 (1) gió bụi. (2) [형세] tình trạng, trạng thái. @풍운의 뜻 một tham vọng lớn, một khát vọng, mơ ước nổi tiếng.

풍운아 lính đánh thuê; kẻ sẵn sàng sung vào quân đội để đi đánh thuê cho bất cứ nước nào để có tiền.

풍월 (1) gió trăng. (2) [시가] thi ca, chất thơ (làm bạn với gió trăng). *--하다 làm thơ, sáng tác thi ca; học đòi chuyện gió trăng. @풍월을 짓다 sáng tác thơ, làm thơ. *--객 thi sĩ, thi nhân.

풍유 sự cổ vũ, sự hô hào, sự thúc đẩy, sự nói khích, nói cạnh, nói gợi ý; [수사] ngụ ngôn, lời nói bóng.

풍자 sự trào phúng; sự mỉa mai, châm biếm, lời ám chỉ bóng gió, nói cạnh. *--하다 châm biếm, châm chọc, baài bác, đả kích, chế nhạo. @사회에 대한 풍자 người châm biếm xã hội. *--가 nhà văn (thơ) trào phúng. –문 văn trào phúng, văn châm biếm. –화 tranh biếm họa.

풍작 vụ mùa bội thu

풍재 sự thiệt hại vì gió

풍전 등화 @풍전 등화 같다 ngồi trên nòng súng (nghĩa bóng nguy hiểm như ngồi trên thùng thuốc nổ; ngồi trên núi lửa).

풍조 (1) [바닷물] chỗ chặn dòng nước. (2) [추세] khuynh hướng, phương hướng, chiều hướng, xu hướng; vật bị trôi dạt; vật bị nước cuốn đi; con nước thủy triều. *세상-- chiều hướng của thế giới.

풍족 --하다 giàu có, sung túc, phong phú, dư dật. @ 수산물이 풍족하다 phong phú về hải sản.

풍진 (1) [티끌 bụi, hạt bụi] bụi trần. (2) [속세] việc trần tục, việc thế tục.

풍차 cối xay gió.

풍채 phong thái, dáng điệu, tác phong, vóc dáng, dung nhan, điệu bộ. @풍채가 좋다 có phong cách; có ngoại hình

풍치 khiếu thẩm mỹ; thanh lịch, tinh tế, ý nhị, xinh đẹp. @풍치 있는 (좋은) có khiếu thẩm mỹ; duyên dáng, thanh lịch, tao nhã. *--지구 khu vực sân khấu.

풍토 đặc điểm thiên nhiên (của địa phương); thời tiết, khí hậu. @풍토의

khí hậu địa phương (지방적). *--기 tình hình, địa thế. –병 bệnh địa phương.

풍파 (1) sóng gió; dông tố; bão táp. @ 풍파를 무릅쓰고 đối mặt (đương đầu) với sóng gió. (2) [불화] sự rầy rà, phiền phức. @가정 풍파 rắc rối gia đình. (3) [고생] sự gian khổ, sự thử thách cam go. @풍파를 겪다 chịu đựng gian khổ.

풍해 sự thiệt hại vì gió

풍향 hướng gió.@풍향이 바뀌다 gió đổi hướng (về phía đông). *--기 máy nghiệm gió; máy đo hướng gió.

풍화[지질]thời tiết nắng mưa; [화학]sự lên hoa.

풍흉 vụ mùa tốt xấu. *--물 sự nở hoa; đỉnh cao, sự phát triển rực rỡ huy hoàng. –석회 vôi đã tôi trong không khí; sự phong hóa.

퓨리턴 (*a Puritan*) tín đồ thanh giáo. *퓨리터니즘 (*Puritanism*) chủ nghĩa đạo đức, tín đồ thanh giáo.

퓨즈 (*a fuse*) [물리 vật lý] cầu chì. @퓨즈를 달다 lắp cầu chì // 퓨즈를 갈다 thay cầu chì // 퓨즈가 끊어졌다 đứt cầu chì.

프라이 (*a fry*) món rán. *--하다 chiên, rán. *--판 (*a fry- pan*) cái chảo rán. 새우-- tôm hùm rán (nướng).

프라이드 (*pride*) lòng tự hào, tính tự cao, niềm kiêu hãnh, hãnh diện, tự đắc

프라이버시 (*privacy*) sự riêng tư; sự cách biệt.

프라임 레이드 (*prime rate*) [경제 kinh tế] giá xuất ban đầu.

프라하 Praha; Prague (체코슬로바키아).

프랑 (*a franc*) đồng frăng (tiền Pháp)

프랑스 (*France*) nước Pháp.

프래그머티즘 (*pragmatism*) tính thực dụng; chủ nghĩa thực dụng.

프러시아 *Prussia* (nước Phổ)

프레스 (1) [누르기] máy in; thuật in. (2) [신문] báo chí. *--복스 (*press box*) [신문 기자석] chổ dành cho phóng viên báo chí (ở sân vận động,trong các cuộc đấu bóng đá).

프레젠트 (*a present*) quà biếu; tặng phẩm.

프렌치 (*French* - thuộc nước Pháp). *--토우스트 (*French toast*) bánh mì nướng của Pháp.

프렐류드 (*a prelude*) [음악 âm nhạc] khúc dạo; nhịp mở đầu.

프로 tầng lớp công nhân; giai cấp vô sản; [전문적] chuyên nghiệp; nhà nghề.

프로그래머 (*a programmer*) người lập trình.

프로그래밍 (*programming*) đặt/lập chương trình.

프로그램 (*a program*) 1 chương trình.

프로덕션 (*production*) xưởng phim, trường quay

프로듀서(*a producer*) nhà sản xuất phim, kịch.

프로모터 (*a promoter*) người sáng lập; người tài trợ.

프로세스 (*process*) quá trình; sự tiến triển.

프로젝트 (*a project*) dự án; đề án; kế hoạch.

프로카인 [마취제의 일종] chất *procaine.*

프로테스턴트 (*Protestant*) đạo Tin lành

프로판 가스 (*propane gas*) proban, khí

không màu (có trong tự nhiên và dầu lửa dùng làm nhiên liệu)

프로퍼갠더 (*propaganda*) sự (cơ quan / tàiliệu) tuyên truyền.

프로페셔널 (*professional*) chuyên nghiệp, nhà nghề, có tay nghề.

프로펠러 (*propeller*) chân vịt (tàu) / cánh quạt (máy bay)

프로프오즈 (*proposal*) ý kiến đề xuất, dự kiến.

프로필 (*a profile*) nét nhìn nghiêng.

프록코우트 (*a frock coat*) áo choàng dài (nam).

프론트 đại sảnh, phòng tiếp tân. *--유리 kính chắn gió xe.

프롤레타리안 (*a proletarian*) [사람 người] người vô sản; [계급] giai cấp vô sản.

프롤로그[*a prolog(ue)*] phần / đoạn mở đầu.

프롬프터 (*a prompter*) người nhắc tuồng.

프리깃함 tàu chiến; chiến hạm.

프리미엄 (*a premium*) phần thưởng, tiền phụ trội, phí bảo hiểm.

프리이드로우 (*a free throw*) sự ném tự do.

프이이랜서 (*a free-lancer*) điệu vũ tự do.

프리이 패스 vé miễn phí.

프리즘 (*a prism*) lăng kính; hình lăng trụ.

프리이 각 (*free kick*) cú đá tự do.

프리패브[조립식]@프리패브주택 nhà làm sẵn.

프린트 (*print; a printed copy*) bản in; bản copy.

프토마인 [화학 hóa học] chất *ptomaine* (chất độc, do động vật thối rữa tạo thành.

플라스마 (*plasma*) huyết thanh; huyết tương.

플라스크 (*a flask*) [화학 hóa học] bình thót cổ (dùng trong các phòng thí nghiệm)

플라스틱 (*plastic*) chất dẽo; chất plastic.

플라이 (*a fly*) con ruồi. @플라이 급 hạng ruồi (võ sĩ); hạng lông.

플라타너스 (*platanus*) cây tiêu huyền.

플라토닉 (*Platonic*) triết học Plato (thuộc tinh thần). *--러브(love) tình yêu thuần khiết; tình lý tưởng.

플란넬 vải *flannel.* *--제품 quần áo bằng vải *flanen.*

플랑크톤 (*plankton*) [생물 sinh vật] phiêu sinh vật (sinh vật nhỏ, trôi nổi ở sông, hồ, biển)

플래시 (*flash*) đèn nháy, đèn flash.

플래시백 (*flashback*) [영화 phim] cảnh hồi tưởng.

플래카드 (a *placard*) tranh cổ động; áp phích.

플래티눔 (*platinum*) (Pt) bạch kim

플랜 (*a plain*) chương trình, kế hoạch, âm mưu, mưu đồ. @플랜을 세우다 lập kế hoạch.

플랜트 (*a plant*) thực vật (식물).

플랫폼 (*a platform*) nền, bục, kệ, thềm.

플러스 (*plus*) sự cộng thêm, phần thêm.

플러그 (*a plug*) [전기 điện] ổ cắm, phích cắm. @플러그를 꽂다 cắm điện; cắm phích.

플래어 스커트 (*a flared skirt*) chiếc váy xòe.

플루트 (*a flute*) ống sáo, tay

플루토늄(*plutonium*) (화학 chất hóa học) pluton.

플리머드 *Plymouth* *--록 [닭] đá plymouth.

피 [1] (1) [혈액] máu, huyết. @피 묻은 손수건 chiếc khăn tay nhuốm máu (dính máu) // 피비린내 나는 vấy máu, đẫm máu, khát máu // 피가 나다 chảy máu; bị thương // 피가 끓다 sôi máu // 피를 멈추다 cầm máu // 피를 흘리다 đổ máu, rơi máu // 피투성이 가되다 ướt sủng máu. (2) [혈연] huyết thống, họ hàng, dòng dõi; quan hệ máu mủ (혈족). @피를 나눈 형제 anh em cùng huyết thống; cùng dòng máu // 외국인의 피가 섞여 있다 ngoài huyết thống; khác họ.

피 [2] [식물 thực vật] hạt kê (nuôi gà vịt)

피 [3] [경멸] tiếng "xì"; tiếng kêu "ôi chao", tiếng khinh thường, chế nhạo. *--하다 kêu lên tiếng xì; chao ôi.

피검 @피검되다 bị bắt giam. *--자 người bị bắt giam.

피겨 스케이트(*figure skating*)môn vũ trên băng.

피격 @피격 당하다 bị tấn công, bị công kích; bị đột kích.

피고 [민사의] người bị kiện, bị đơn, bị cáo.

피고름 máu mủ

피고용자 công nhân, người lao động; [총칭] người được thuê.

피곤 *--하다 mệt mõi, kiệt sức.

피골 xương và da. @피골이 상접하다 gầy trơ xương; chỉ còn da bọc xương.

피나무 [식물] cây chanh vỏ vàng.

피난 nơi trú ẩn, nơi trốn tránh, nơi ẩn náu, nơi lánh nạn. *--하다 chạy trốn, trốn tránh, tìm nơi trú ẩn, đi sơ tán, tản cư. *--명령 lệnh sơ tán. –민 dân tị nạn. –처 điểm sơ tán

피날레 (*finale*) màn chót; đoạn cuối, chương cuối.

피납 => 납치

피눈물 lệ máu; giọt lệ cay đắng.

피다 (1) [꽃이 hoa] ra hoa; trổ hoa. @ 피어 있다 đang ra hoa, đang trổ hoa. (2) [불을] đốt sáng, thắp sáng. @난로를 피다 đốt lò. (3) [기타] @얼굴빛이 피다 sắc mặt hồng hào, tươi sáng.

피대 băng tải.

피동 tính tiêu cực, bị động, thụ động. @ 피동적(으로) một cách tiêu cực; một cách thụ động.

피둥피둥 (1) [몸이 cơ thể] mập mạp, bụ bẩm, béo tốt. (2) [말을] khó bảo, ngoan cố, bướng bỉnh. *--하다 béo mập, bướng bỉnh, lơ là. @피둥피둥 살찌다 mập mạp, béo tốt.

피땀 máu và mồ hôi. @피땀 흘려 번 돈 đồng tiền kiếm được bằng sự mạo hiểm // 피땀 흘리며 일하다 cần cù, lao lực; mồ hôi đẫm máu.

피똥 phân có dính máu.

피라미 [물고기 cá] cá tuế (họ cá chép).

피라미드 (*a pyramid*) hình chóp; Kim tự tháp.

피력 cởi mở, công khai, thẳng thắng. *--하다 phát biểu, bày tỏ, bộc lộ, biểu lộ, thú nhận rõ ràng, công khai, cởi mở. @ 의견을 피력하다 bày tỏ quan điểm.

피로 *--연 bữa tiệc báo tin. @피로연을 베풀다 tổ chức tiệc báo tin (lễ cưới). 결혼—연 tiệc cưới.

피로 *--하다 mệt mỏi, kiệt sức, kiệt quệ. @피로를 느끼다 cảm giác mệt mỏi // 피로가 풀리다 làm cho bớt mệt

피뢰침 đèn gậy (dùng cho cảnh sát giao thông).

피륙 hàng dệt, vải vóc, len, dạ (hàng khô)

피리 ống tiêu, ống sáo. @피리를 불다 thổi sáo, thổi ống tiêu.

피리새 [세 chim] chim sẻ ức đỏ.

피리어드 [종지부] (chia) giai đoạn, thời điểm; dấu chấm

피마자 cây thầu dầu.*--유 dầu thầu dầu.

피막 màng, vảy; [해부 giải phẫu] vảy cá (mắt).

피맺히다 bị thâm tím lại.

피보험물 vật bảo hiểm; tài sản bảo hiểm.

피보험자 người có đóng bảo hiểm [총칭].

피보호자 vật bảo trợ, người được bảo trợ, được che chở.

피복 quần áo, y phục *--대(비)chi phí về y phục.

피복 áo khoác, áo choàng ngoài không tay. *--선 dây có bọc ngoài (dây điện)

피봉 phong bì => 겉봉.

피부 [해부] da. @피부가 곱다 (약하다) có làn da đẹp. *--감각(호흡) (thuộc) da; xúc giác, sự hô hấp. –과 의사 bác sĩ chuyên khoa da liễu; chuyên gia da. –병 bệnh ngoài da.

피비린내 (tanh) mùi máu. @피비린내 나는 싸움 trận đánh đổ máu.

피살 --하다 bị giết, làm chết, giết chết.

피상 @피상적인 bề ngoài, bề mặt, trên mặt (nông cạn, hời hợt)

피상속인 [법] ông bà, tổ tiên, bậc tiền bối, người tiền nhiệm.

피서 việc tránh nắng mùa hè. *--하다 nghỉ mát, nghỉ hè.@피서를 가다 đi nghỉ hè.*--객 khách nghỉ hè; khu nghỉ hè (총칭). –지 nơi nghỉ hè.

피선--하다 được tuyển chọn, chọn lọc, chọn lựa.

피선거권 đủ tư cách để được chọn; thích hợp để chọn.

피선거인 người có thể chọn được; người đủ tư cách thích hợp.

피스톤 (*a piston*) pít tông; van đẩy.

피스톨 (*a pistol*) súng lục; súng ngắn.

피습 --하다 bị công kích, bị tấn công.

피승수 [수학 toán học] số bị nhân.

피신 sự lẫn trốn, sự trốn thoát, sự đào tẩu. *--하다 trốn kín, giấu kín, chạy trốn, đi tị nạn.

피아 cả hai (chúng ta). @피아의 lẫn nhau, cùng nhau.

피아노 (*piano*) đàn piano; đàn dương cầm.

피아니스트 (*a pianist*) người chơi piano; nghệ sĩ dương cầm.

피압박 *--계급 giai cấp bị áp bức.

피앙세 (*a fiancé*) vị hôn phu; hôn thê.

피어나다 (1) [불이] làm nóng lên lại, nhóm lại, hâm lại; kích thích, làm cho phấn chấn lại. @숯불이 피어나다 khơi lại đống tro tàn. (2) [소생]phục hồi (tri giác, cuộc sống). (3) [생활이] lấy lại, bù lại, giành lại, tìm lại được. (4) [꽃이 hoa] nở ra, rộ ra.

피에로 (*a pierrot*) anh hề, vai hề; diễn viên lưu động; nghệ sĩ hát rong,

피우다 (1) [불을] thắp, đốt, nhóm, nhen, khơi (ngọn lửa). @난로에 불을 피우다 đốt lửa trong lò. (2) [담배를 thuốc lá] tỏa khói, un khói (thuốc). (3) [냄새를] xông mùi, tỏa hương. (4) [먼지를]

bốc lên, tung lên. (5) [재주를] làm; thực hiện; trình diễn, biểu diễn; để lộ ra. @익살을 피우다 pha trò, làm trò hề.

피의자 kẻ khả nghi; người đáng nghi ngờ. @살인 사건의 피의자 người bị tình nghi là kẻ sát nhân.

피이크 (*a peak*) đỉnh, chóp; cao điểm. @피이크 때에 ở giờ cao điểm // 피이크시 전력량 khả năng tối đa.

피임 @피임되다 được bổ nhiệm; được chỉ định. *--자 người được chọn, người được chỉ định.

피임 phương pháp tránh thụ thai; phương pháp ngừa thai. *--하다 ngừa thai, tránh thụ thai. *--기구 dụng cụ tránh thai. –약(제) thuốc ngừa thai.

피장파장 @피장파장이다 thích hợp, phù hợp (với người nào).

피제수 [수학 toán học] số bị chia.

피지 [생리 sinh lý] bựa sinh dục. *--루 sự tiết nhiều bả nhờn.–선[해부 giải phẫu]tuyến nhờn.

피진 [의학 y học] sự ra ban; chứng ngoại bang.

피차 đây và đó, bạn và tôi, đằng ấy và tớ, cả hai. @피차간 giữa chúng ta.

피처 (*a picher*) bình (nước); vò (rượu).

피천 @피천되다 được giới thiệu; được tiến cử, được gởi gắm.

피천 tiền lẻ. @피천 한 잎 없다 không có tiền lẻ; nghèo xơ xác; không một xu dính túi.

피청구인 nguyên đơn; người ra yêu sách, người đưa thỉnh cầu.

피치 [보트의(*boat 의*) tàu, thuyền] nhịp độ người đứng lái; [음악 âm nhạc] độ cao thấp, chất lượng âm thanh. [야구 bóng chày] đường ném bóng; [고조 cao, đầy] đỉnh, chóp. @급피치로 ở tốc độ cao //피치를 올리다 đẩy mạnh, đẩy nhanh.

피치자 kẻ thống trị, nhà cầm quyền.

피침 --하다 bị xâm chiếm; đột kích; tấn công.

피켈 (*a pickel*) [등산용] cây rìu phá băng (của người leo núi)

피콜로 (*a piccolo*) [악기 nhạc khí] cây sáo kim (*nhạc cụ giống như sáo, có âm thanh cao hơn một quãng tám*).

피크닉 (*a picnic*) cuộc đi chơi dã ngoại, chơi và ăn ngoài trời.

피크린산 [화학 hòa chất] acid picric.

피킷 rào cản. @피킷을 치다 làm rào cản.

피탈 --하다 bị cướp giật.

피톨 tiểu thể máu; huyết cầu.

피투성이 @피투성이의 vết máu, đốm máu. // 피투성이가 되다 vấy máu; làm bẩn vết máu.

피폐 sự bần cùng hóa; sự làm mất công dụng, mất tác dụng, sự kiệt quệ. *--하다 trở nên bần cùng, kiệt quệ. @재정의 피폐 tài chánh kiệt quệ // 피폐해있다 trong tình trạng kiệt quệ, trong cảnh bần cùng.

피폭 @피폭되다 bị trúng bom // 원폭의 피폭자 nạn nhân bom A. *--지구 vùng oanh tạc.

피하 dưới da. *--주사 mũi tiêm dưới da. –주입(이식) sự cấy dưới da. –지방 mỡ dưới da. –출혈 chảy máu dưới da.

피하다 (1) [비키다.멀리하다] ngăn ngừa,

tránh xa; đẩy lùi, ngăn chặn; xa lánh, lãng xa, tránh né, lẩn tránh, trốn tránh.@피할수 없는 không thể né tránh. (2) [피신] lánh nạn, tị nạn => 피신하다. (3) [책임 의무를] chuồn, trốn, tránh né, lẫn tránh, tránh sáng bên, lặn.

피한 sự trú đông, sự đi tránh rét; sự ngủ đông (nghỉ đông). *--하다 trú đông, tránh rét. *--지 nơi trú đông.

피해 sự tổn thất, sự hư hại, sự tổn hao, thiệt hại; sự (con số) thương vong. @ 피해를 입다 bị tổn thất, bị thiệt hại. *--망상 sự khủng bố, ngược đãi. –범위 phạm vi thiệt hại. –자 [천재의] người bị thiệt hại; [도난따위의] nạn nhân, bên bị thiệt hại (부상자).

피험자 [실험의] đối tượng, nhân chứng.

피혁 da sống; da thuộc.

피후견자 người canh giữ.

픽 (1) [쓰러지는 모양] @ 픽쓰러지다 rơi xuống yếu ớt. (2) [웃는 모양] @픽웃다 cười bâng quơ, cười vu vơ. (3) [새는 모양] @ 픽 소리내며 타이어의 바람이 빠졌다 huýt gió để quên mệt nhọc.

픽션 (*fiction*) hư cấu, chuyện hư cấu, tiểu thuyết.

픽업 (*a pickup*) cái pick-up; máy hát dĩa.

핀 *pin*

핀둥거리다 => 핀둥거리다

핀셋 (*a pincette*) cây kim nhỏ, cái nhíp, cái kẹp.

핀잔 lời khiển trách, sự quở mắng. *--하다 la rầy, mắng mỏ, trách mắng, làm mất mặt

핀트 tiêu điểm, trọng tâm.

필 [마소의 ngựa, thú vật nuôi] đầu thú vật.

필 cuộn (vải), súc (vải).

필 đã xong, đã hoàn thành. –하다 đả xong, hoàn thành, chấm dứt, "đã thanh toán".

필경 sau hết, sau rốt, cuối cùng.

필경 việc sao chép. *--료 phí sao chép. –생 bản sao chép, bản copy.

필경 cây bút lông.

필기 sự ghi chép (필기 한 것) –하다 ghi chép, viết ra. *--시험 một kỳ thi viết.

필담 một cuộc bút đàm. –하다 bút đàm

필답 một câu trả lời viết ra giấy. –하다 viết câu trả lời, viết đáp án. *--시험 bài thi viết.

필독 nhu cầu đọc. @필독의 책 một quyển sách cần thiết.

필두 (1) [붓끝] đầu cây bút lông. (2) [연명의 첫째] (đứng) hàng đầu trên danh sách. @그의 이름 필두에 올라 있다 tên của nó đứng đầu danh sách. (3) [우두모리] người dẫn đầu, người cấp cao (thâm niên) hơn.

필력 sức mạnh của ngòi bút.

필름 (*film*) phim.

필리핀 Phillippine (nước cộng hòa)

필마 độc mã. *--단창 đơn thương độc mã (một mình, một ngựa)

필멸 @필멸의 tính chất có thể bị chết (bị diệt vong, bị tàn úa) *--생자—mọi sinh vật rồi cũng phải đến ngày tàn.

필명 [명예] sự nổi danh là người viết chữ đẹp; [이름 tên] bút danh. @필명이 높다 nổi tiếng là viết chữ đẹp.

필묵 bút nghiên, bút mực; đồ dùng văn phòng (문방구).

필법 [운필법] thuật viết chữ đẹp; [문체]

văn phong.

필봉 (1) [붓끝] ngòi bút; (2) [필력] sức mạnh của ngòi bút. @필봉이 날카롭다 lý lẻ sắc bén, đầy sức thuyết phục (văn phong / lối viết).

필부 [한 남자] một người đàn ông, một đấng nam nhi; [신분이 낮은] một người đàn ông tầm thường (thấp kém).

필사 [반드시 죽음] cái chết không thể tránh được; [목숨을 겂] sự liều lĩnh, tuyệt vọng. @필사적으로 liều mạng một cách điên rồ

필사 sự sao chép lại. –하다 sao, chép. *--료 tiến thù lao viết, tiền nhuận bút. –자 người có nét chữ đẹp .

필산 tính toán với những con số. *--하다 tính toán; viết thành số.

필살 @필살의 일격 (cho, giáng cho) một đòn chí tử, một đòn trí mạng.

필생 người sao chép, người bắt chước.

필생 sự chung sống, sự cùng tồn tại. @필생의 chung sống suốt đời.

필설 @필설의 다할 수없다 từ cao siêu, thành ngữ; từ diễn tả (mô tả)

필세 nét bút (của một người nào)

필수 chủ yếu, thực chất. *--과목 đề bắt buộc. –조건 điều kiện cốt yếu; điều kiện bắt buộc.

필수품 việc cần thiết; điều tất yếu, điều kiện bắt buộc. @생활-- điều tất yếu trong cuộc sống

필승 chắc chắn; có thể tin cậy được; chiến thắng. @필승을 가하다 quyết tâm thắng (자신); phải thắng bằng mọi giá (각오).

필시 chắc chắn, rõ ràng; không còn nghi ngờ gì nữa => 필연)

필연 (1) sự cần thiết, điều tất yếu. (2) [필시.꼭] chắc chắn, rõ ràng, không cãi đươc; không thể tránh được, chắc chắn xảy ra, ắt hẳn. @필연적인 cần thiết, tất yếu, chắc chắn; (논리) rõ ràng, xác thực, hiển nhiên. *--성 điều cần thiết, việc không thể tránh được, ắt phải xảy ra.

필요 sự cần thiết, việc (nhu cầu) thiết yếu *--하다 bắt buộc, không thể bỏ qua, không thể thiếu được. @필요없는 không cần thiết, vô dụng // 필요에 의해서 do nhu cầu, từ nhu cầu. 필요 할 경우 nếu cần, trong trường hợp cần thiết // ...가(이) 필요하다 cần, cần đến, cần phải có// ... 에 필요하다 chủ yếu là..., thực chất là để...// ...할 필요가 있다 cần có .., cần làm, phải có..., phải làm// ...할 필요가 없다 không cần thiết phải có, không cần phải làm, không nhất thiết (làm việc gì) // 그는 조언이 필요하다 nó cần một lời khuyên // 필요는발명의 어머니 cái khó ló cái khôn. *--성 cảnh nghèo túng, cảnh khó khăn.

필유 곡절 chắc hẳn là phải có lý do gì đó.

필자 tác giả, người viết

필적 [글씨] nét chữ (viết tay), tự dạng, chữ ký. @여자의 필적 nét chữ đàn bà (chữ viết mềm mại, ẻo lả) // 필적을 감정하다 nhận dạng nét chữ.

필적 [형적 dấu vết, chứng cứ] văn bản hoàn toàn tự tay viết ra, mẫu chữ, chứng cứ "giấy trắng mực đen"; [솜씨] chữ viết tay, thuật viết, cách viết, tự dạng, chữ ký.

필적 đối thủ, địch thủ. *--하다 đọ sức, so với, đấu với, cùng ngang sức với. @필적 할 자가 없다 không cân sức, không có đối thủ, vô địch.

필주 @필주를 가하다 tố giác (người nào) qua nét chữ.

필지 @필지의 việc không thể tránh được; chắc chắn phải xảy ra.

필지 điều cần phải biết. @--사항 sự việc mọi người cần biết.

필지 một mảnh / lô (đất nhỏ).

필치 (1) [필력] nét bút, bút pháp. (2) [문체] văn phong. @그의 필치는 경묘하고 원숙하다 lời văn của ông ấy nhẹ nhàng thanh thoát.

필터 (*filter paper*) giấy lọc.

필통 giá bút (붓갑); giá cắm bút chì (연필동).

필하다 hoàn tất, kết thúc, làm xong.

필화 sự sơ xuất nghiêm trọng vì ngòi bút. @필화를 입다 bị lên án vì bài viết.

필휴 tính cần thiết phải có. @학생 필휴의 책 *một quyển sách rất cần thiết cho sinh viên.*

필히 bằng mọi cách; bằng mọi giá, chắc chắn.

핍박 [궁핍] sức ép, áp lực (của đồng tiền); tình trạng khó khăn (tiền); thiếu thốn; [급박] sự cấp bách; [박해] sự lo cuống cuồng. *--하다 khó khăn, lo lắng (vì tiền).

핍진 => 박진

핏기 màu da, nước da (mặt); @핏기가 없다 có nước da xấu (xanh xao)

핏대 mạch, mạch máu, gân. @핏대를 올리다 nổi gân máu; điên tiết .

핏덩어리 (1) cục máu, hạt máu. (2) [갓난아이] trẻ sơ sinh.

핏발 sự hăng máu, tình thế phải đổ máu.

핏발서다 bị sung huyết. @핏발 선눈 mắt đỏ ngầu.

핏자국 vết máu, đốm máu. @핏자국이 있는 có vết máu.

핏줄 (1) [혈관] gân máu, mạch máu. (2) [혈통] quan hệ huyết thống, họ hàng, dòng họ.

핑 (1) [도는 모양] vòng tròn. @핑돌다 quay vòng tròn. (2) [둘러싸는 모양] xung quanh, bao quanh, vòng quanh. @

핑돌다 đứng trên vòng xiếc. (3) [현기증] sự choáng váng, chóng mặt, lảo đảo. @머리가 핑돌다 bị choáng váng, chóng mặt.

핑계 lời xin lỗi, lời biện bạch, giải thích; [구실] lời thoái thác, lời từ chối. *--하다 xin lỗi, biện minh, thoái thác, viện cớ, lấy lý do. @아프다는 핑계로 viện cớ ốm (bệnh).

핑그르르 sự quay vòng vòng. @팽이가 핑그르르 돌다 bông vụ quay vòng vòng.

핑크 (*pink*) màu hồng.

핑퐁 *ping-pong*, bàn đánh bóng bàn.

핑핑 sự quay cuồng. @머리가 핑핑 돌다 cảm thấy hoa mắt, choáng váng.

핑핑하다 (1) [꽉 켕기다] chặt căng, bó sát, khít. (2) [비슷비슷함] ngang bằng, ngang sức; cạnh tranh công bằng.

하 [1] [입김 hơi thở] hơi thở nóng, ẩm.
하 [2] [감탄.웃음 tiếng cười] Ha! / Aha!
하 (1) [하등 hạ đẳng] tầng lớp (giai cấp) thấp; hạ tầng cơ sở. @하의 하 nghèo nhất, xấu nhất. (2) [아래] bên dưới, ở dưới, mặt dưới, phần dưới, phía dưới. @감독하에 dưới sự giám sát. (3) [하권 quyển hạ] tập cuối, chương cuối, quyển cuối.
하감 (의학 y học) săng (*chancre*). *경성 (연성) -- săng cứng (mềm).
하강 sự hạ xuống, sự rơi xuống, sự nhỏ xuống, sự suy sụp, suy tàn (경기의); sự lắng xuống, rút xuống (함몰) –하다 rơi xuống; hạ xuống; đi xuống; chìm, lắng xuống.
하객 lời chúc tốt lành; người chúc mừng.
하게 하다 (1) [원인이 되다] khiến cho, khiến bảo (người nào làm việc gì). (2) [시키다] cho, cho phép.
하계 mùa hè.
하계 [현세 thế giới] hạ giới, thế gian, cõi trần; [지상] quả đất. @하계의 cõi trần thế, thế tục, thế gian.
하고 [및] và, với, cũng, cũng như; [함께]cùng, cùng với, song song với; [대해서 tương phản với, trái với. @아버지하고 나 cha tôi và tôi // 적하고 싸우다 *đánh nhau với quân thù.*
하고많다 đầy đủ, sung túc, phong phú, thừa thải, dư dật.
하곡 vụ hè thu; lúa mì và lúa mạch.
하곤하다 làm theo thói quen, làm theo thông lệ.
하곤 했다 cần phải làm, nhất định làm, sẽ phải làm.
하관 --하다 hạ quan; hạ huyệt.
하관 hàm dưới. @하관이 빨다 có cái cằm nhọn.
하교 [명령] mệnh lệnh; [교시] lời hướng dẫn, chỉ dẫn.
하구 của sông.
하관 tập cuối, quyển cuối // 두관 중의 tập 2 // 세 관 중의 tập 3.
하극상 cuộc khởi nghĩa nổi dậy.
하급 hạ cấp, giai cấp thấp. @하급의 người cấp dưới, người ít thâm niên hơn. *--관리 một viên chức nhỏ–관청 văn phòng phụ. –사원 nhân viên cấp dưới ở một công ty. –선원 người làm việc nhỏ, lặt vặt ở dưới tàu; thủy thủ; người đốt lò. –장교 sĩ quan cấp dưới.
하급생 sinh viên (học sinh) lớp dưới.
하기 @하기의 những gì được đề cập sau đây // 하기와 같이 như sau.. *--사항 tiết mục sau đây, những điều khoản sau đây.
하기 mùa hè, mùa hạ. *--강습화 ngày nghỉ hè, --방학 ngày bãi trường.
하기는 sự thật, thực tế; thực vậy, quả thực. @하기는 그래 đó là sự thật / vâng, bạn hoàn toàn đúng.
하기식 nghi thức hạ cờ; [군사 quân sự] sự rút lui; hiệu lệnh rút quân.
하기야 thực vậy, thực ra là, quả thực, một cách rạch rời, dứt khoát. @하기야 돈만 있으면 좋은 사업이지 *nếu chỉ vì tiền thì đó quả thực là một công việc tốt.*
하나 (1) [한 개] một, một cái, một vật.

ㅎ

@하나의 một mình, đơn độc (단일의); duy nhất, độc nhất (유일의) // 단 하나 độc thân, đơn lẻ, chỉ có một // 하나하나 từng người một, từng cái một // 하나도 남김없이 không ngoại trừ, đến sau cùng. (2) [동일한] cũng vậy, cũng thế. @한 하숙에 cũng trong một ngôi nhà lót ván sàn. (3) [한번] một khi, ngay khi.

하나 [2] tuy nhiên, nhưng mà, vậy mà, hãy còn.

하나님 => 하느님

하녀 người hầu gái, thị nữ, tớ gái.

하노이 Hà Nội (베트남 Việt Nam).

하느님 Trời, Chúa trời, Thượng đế; Đấng tối cao. @하느님을 믿다 hãy tin vào đức Chúa trời.

하늘 (1) trời, bầu trời, thiên đàng, cõi không trung. @맑은 하늘 bầu trời trong sáng // 하늘 높이 cao đến tận trời // 하늘을 날다 bay qua bầu trời // 하늘이 무너져도 솟아날 구멍이 있다 cũng còn có một lối thoát trong mọi tình huống (*khi trời sụp xuống thì vẫn còn một lỗ cho người ta thoát* – "*trời sinh voi sinh cỏ*"). (2) [천당] Thiên đàng, niết bàn. @하늘에 계신 아버지 cha chúng ta đã về cõi niết bàn. (3) [섭리] cõi trời, thiên đàng cực lạc; [하느님] trời, chúa trời. @하늘이 주신 (của) trời cho

하늘거리다 đu đưa, lắc lư, run rẩy.

하늘다람쥐 [동물 động vật] con sóc bay.

하늘소 [곤충] con bọ sừng dài.

하늘지기 [식물 thực vật] cây lách (giống cỏ mọc ở đầm lầy, sông nước).

하다 [1] (1) [행하다] làm, hành động, hoạt động, thực hành, thực hiện. @일을 하다 làm việc, hành nghề// 공부를 하다 học hành, tra cứu, nghiên cứu // 영어를 하다 nói tiếng Anh. 어리 석은 짓을 하다 hành động lố lăng, xuẩn ngốc, làm việc rồ dại // 만날 약속을 하다 hẹn gặp, hẹn hò. (2) [삼다] tôn, lập, bổ nhiệm. @양자로 하다 nhận con nuôi, lập nghĩa tử. (3) [종사] đính ước, đính hôn, cam kết; [노릇] hành động (phụng sự), đáp ứng, cư xử, đối xử. @ 무역을 하다 được cam đoan là hàng ngoại. 안내역을 하다 phụ trách hướng dẫn du lịch // 의사노릇을 하다 hành nghề y. (4) [경험 kinh nghiệm] có kinh nghiệm, đã trải qua, kinh qua, nếm mùi. @고생을 하다 trải qua khó khăn. (5) [비용 giá cả, chi phí] đánh giá, trị giá. @사과 한 개에 10 원 한다 táo 10 *won* một trái. (6) [음식의 ẩm thực] dùng bữa ăn, uống (마시다); hút (피우다). @그는 술도 담배도 하지 않는다 *anh ấy không uống rượu cũng không hút thuốc*. (7) [착용] mặc, đội, mang. @귀걸이를 하다 đội mũ len (che tai).

하다 [2] [매우] hoàn toàn, đúng là, thực là, quả thực là. @ 빠르기도 하다 quả là nhanh.

--하다 [접미사 hậu tố chỉ động từ chưa chia]. @공부하다 học hành. 결혼하다 kết hôn.

하다못해 chắc chắn, không tránh được; sau cùng, rốt cuộc. @하다못해 그에게 10 원을 주었다 rốt cuộc, tôi cũng phải cho nó 10 *won*

하단 (1) [글의 bài viết] mục (cột) dưới cùng. (2) [하층 tầng dưới, lớp dưới] bậc thấp nhất.

하달 một mệnh lệnh.

하대 --하다 cư xử không lịch sự; [말을] gọi tên người nào mà không gọi tước vị tôn kính, lịch sự kèm theo.

하데스 [신화 thần thoại] Âm ty, âm phủ, Diêm vương.

하도 quá nhiều, quá đáng, quá chừng, quá cứng, quá khó, quá tệ; rất, lắm, quá. @이책은 하도 어려워서 못 읽겠다 *quyển sách này quá khó.*

하도롱지 giấy gói đồ màu nâu loại dày.

하드웨어 *hardware* [컴퓨터 máy vi tính; 기계 설비 trang thiết bị máy móc] phần cứng, ổ cứng.

하등 [열등] hạ tầng, hạ đẳng, vị trí dưới, bậc thấp hơn, kém hơn; [하급] hạ cấp; [질이]kém, tồi tàn; [상스럼] thô lổ, thô bỉ, khiếm nhã (lời nói/hành động/cách diễn đạt). @하등의 thấp hèn thô bỉ, lỗ mãng. *--동물 động vật cấp thấp, súc vật.

하등 không có sao, không có chi, không nghĩa lý gì, không đâu, không chút nào.

하락 [가격의 giá cả] sự giảm giá,sự sụt giá, sự làm mất giá trị, sự ế ẩm, sự đình trệ (폭락); [품질의] sự làm hư hỏng, làm mất giá trị, mất danh giá; giảm phẩm chất, giảm chất lượng. *--하다 giảm giá, hạ giá, xuống giá, mất giá. @ 쌀값의 하락 sự hạ giá gạo (gạo xuống giá).

하략 vật còn sót lại. *--하다 bỏ sót (bỏ quên) phần còn lại.

하렘 [회교국의] hậu cung (khu vực sinh hoạt của phụ nữ).

하례 nghi thức ban khen, nghi lễ chúc mừng, sự ban thưởng, chúc mừng, lời tán dương, ca tụng. *--하다 tổ chức nghi lễ chúc mừng, ban khen.

하루 (1) ngày, ban ngày (밤에 대해). @ 하루 세 번 ngày 3 lần // 하루에 lương ngày/ngày, mỗi ngày; công nhật // 하루 걸러 tất cả (mọi) ngày khác // 하루 종일 cả ngày, suốt ngày, trọn ngày (2) [어느날] @하루는 một ngày nào đó.

하루거리 bệnh sốt rét cách nhật.

하루바삐 càng sớm càng tốt. @하루바삐 회복되시기를 빕니다 (tôi) mong bạn sớm bình phục.

하루살이 [곤충] con phù du. @하루살이 같은 인생 cuộc sống phù du.

하루 아침 một sớm một chiều, trong chốc lát.

하루하루 ngày qua ngày, ngày lại ngày.

하룻강아지 một gã thanh niên huênh hoang, lấc cấc, anh chàng hợm mình xấc xược @하룻강아지 범 무서운 줄 모른다 (như tục ngữ VN: *điếc không biết sợ súng*).

하룻날 [초하루] ngày đầu (tháng); [어느날] một ngày (nào đó)

하룻밤 vào một đêm; [밤새] cả đêm, suốt đêm. @하룻밤 사이에 trong một đêm đơn lẻ // 하룻밤을 자다 lưu lại suốt đêm.

하류 (1) [하천의 sông ngòi, đường thủy] xuôi dòng; hạ lưu. @한강 하류에 hạ lưu sông Hàn; xuôi dòng sông Hàn. (2) [하류사회] tầng lớp thấp, giai cấp thấp, hạ đẳng, hạ cấp, hạ lưu.

하륙 --하다 dở hàng, bốc hàng (hàng chở trên tàu). *--장 bến đổ, bục đổ.

하르르하다 mỏng manh, hời hợt, nông cạn.

하리놀다 nhục mạ, phỉ báng, lăng nhục.

하릴없다 (1) [불가피] không thể tránh được, không tự lực được, không được sự giúp đỡ, không nơi nương tựa, bơ vơ. @하릴없이 không còn sự chọn lựa nào, không còn cách nào khác. (2) [틀림없다] đúng, chính xác, phải lối, hoàn mỹ. @하릴없이 một cách chính xác.

하마 --하다 hạ mã; xuống ngựa; ngã ngựa. *--석 bệ để trèo lên ngựa.; bậc đá. –평 lời đồn, tin đồn.

하마 [동물 động vật] con hà mã.

하마터면 [거의] gần, sắp, suýt, suýt nữa, hầu như, gần như; [간신히] vừa mới, vừa đủ, đúng, chính xác. @하마터면 물에 빠질 뻔했다 tôi suýt chết chìm.

하명 [명령 huấn thị, mệnh lệnh] một mệnh lệnh của cấp trên; [주문 mệnh lệnh, đề nghị, thỉnh cầu]. *--하다 ra lệnh; đề nghị.

하모니 (*harmony*) sự hòa hợp, sự hài hòa cân đối.

하모니카 kèn *harmonica*.

하문 --하다 điều tra, thẩm vấn

하물 hành lý; hàng hóa chuyên chở trên tàu, xe. *--선 tàu thủy/ tàu bay vận tải. –차 xe chở hàng.

하물며 [긍정] vẫn còn, hãy còn; [부정] còn thiếu, còn kém, chưa đủ. @그는 영작을 잘한다 하물며 읽는데 있어서야 *nó có thể viết tiếng Anh còn giỏi hơn là đọc.*

하바나 *Havana* (Cuba).

하박 [해부 giải phẫu] cẳng tay *--골 xương tay, chân.

하반 1/2 khúc dưới, 1/2 phần dưới, 1/2 đoạn sau. *--기 1/2 năm sau. –신 phần dưới cơ thể.

하버드 *Harvard.* @하버드 대학교 trường đại học Harvard.

하복 y phục mùa hạ.

하복부 bụng, vùng bụng.

하부 hạ bộ, phần dưới, khúc dưới (của cơ thể) *--조직 hạ tầng cơ sở, một công trình phụ.

하비다 (1) [할퀴다] tìm, bới, vồ, chụp, cào xé, quắp. [헐뜯다] bới lỗi, tìm khuyết điểm.

하사 sự ban bố, sự ban cho. *--하다 cho, ban, cấp, tặng, biếu, cúng, dâng.

하사 hạ sĩ; cai

하사관 [육군] hạ sĩ quan; [해군] sĩ quan cấp nhỏ (cấp dưới).

하산 hạ san; sự xuống núi. *--하다 xuống núi.

하상 lòng sông.

하선 sự xuống tàu. *--하다 đổ bộ, lên bờ.

하선 đường // nét gạch dưới. @하선 친부분 phần // đoạn có gạch dưới.

하소연 lời kêu gọi, lời thỉnh cầu, sự cầu xin. *--하다 van xin, năn nỉ, kêu nài, giải trình, giải bày.

하수[1] [솜씨] không thạo, không có năng khiếu, không khéo; [사람] người kém cỏi, không có năng lực.

하수[2] --하다 [살인] giết, ám sát. *--인 kẻ sát nhân.

하수 nước cống, chất thải. *--관 ống thoát nước, ống cống. –구 vũng lầy. –도 hệ thống thoát nước, cống, rảnh.

하숙 sự ở trọ, ăn cơm trọ. *--하다 dọn đến ở chung, ở trọ. @하숙을 치다 đặt phòng, giữ phòng, thuê phòng. *--집 nhà cho thuê, nhà trọ.

하순 sự đóng cửa 10 ngày cuối (tháng). @3 월 하수에 vào cuối tháng 3.

하야 --하다 về hưu, rời bỏ, rút về, trở về cuộc sống riêng.

하얗다 trắng trong, trắng như tuyết.

하얘지다 trở nên trắng bạc; trở nên hoa râm.

하여간 dù sao, dù thế nào chăng nữa, đại khái, qua loa, tùy tiện, bằng mọi cách, bằng mọi giá, trong mọi trường hợp, trong mọi tình huống, bằng cách này cách khác. @하여간 해보겠습니다 tôi sẽ làm vậy, bằng mọi giá.

하여금 sự bắt buộc, sự cưỡng bức, sự thúc ép. @그로 하여금 편지를 쓰게 하다 bắt (buộc) nó phải viết thư.

하여튼 dù cho, dù sao chăng nữa => 하여간.

하역 sự chuyển vận hàng hóa. *--하다 chở hàng, tải hàng; dở hàng, xuống hàng, bốc hàng. *--인부 công nhân bốc vác, người khuân vác, người kiếm ăn sinh sống ở bến cảng.

하염없다 sự đãng trí, mất trí nhớ, sự trống rỗng, vô tri giác. @하염없이 vô tri, vô giác, mê mụ, không có thần, đãng trí.

하오 buổi chiều (sau trưa) @하오 2 시에 vào lúc 2 giờ chiều (2 p.m.)

하옥 sự bỏ tù, sự tống giam. *--하다 bỏ tù, tống giam, hạ ngục.

하와이 *Hawaii*

하원 Hạ viện; hạ nghị viện. *--익원 nghị viên; dân biểu.

하위 @ 하위의 cấp dưới; thuộc cấp.

하의 cái quần.

하이보올 (*a highball*) rượu whisky pha soda uống bằng cốc vại.

하이잭 (*hijacking*) một vụ cướp máy bay, một vụ không tặc.

하이 칼러 cách ăn mặc đúng mốt, người ăn mặc đúng mốt, bảnh bao; [이발 cắt, hớt tóc] một mái tóc kiểu ngoại. @하이칼러의 ăn diện bảnh bao, sang trọng, lịch sự.

하이킹 (*hiking*) cuộc đi bộ đường dài, cuộc hành quân.

하이티 *Haiti* (nước cộng hòa).

하이포 [화학 hóa học] hypo; hyposulphite.

하이픈 (*a hyphen*) dấu gạch nối (-)

하이 히일 (*high heeled shoes*) giày cao gót.

하인 người hầu gái, tớ gái.

하인 dù ai, bất cứ ai, bất kể ai. @하인을 막론하고 들여서는 아니된다 *không được để bất cứ ai vào.*

하인방 [건축] lanh tô thấp (rầm đỡ)

하일라이트 chổ nổi bật, chổ sáng nhất.

하자 [법 pháp] thiếu sót, sai sót, nhược điểm, khuyết điểm.

하자마자 càng sớm càng; chỉ vừa mới, ngay khi, ngay sau khi, ngay tức khắc, ngay lập tức.

하잘것없다 không quan trọng, không đáng kể, tầm thường, vặt, không giá trị, nhỏ nhặt.

하저 lòng sông.

하전 sự nạp điện.

하절 mùa hạ, mùa hè.

하정 lời chúc mừng năm mới; (một) 'Năm mới Hạnh phúc !'

하제 thuốc xổ, thuốc nhuận tràng.

하주 chủ hàng, người gửi hàng đi.

하중 sự bốc dở, vận chuyển hàng. *안전--vận tải an toàn.

하지 chi dưới, chân cẳng.
하지 hạ chí. *--선 hạ chí tuyến (북회귀선).
하지만 nhưng, tuy nhiên, dù cho, dù sau, tuy vậy, ấy thế mà, mặc dù vậy.
하지 않을 수 없다 không còn sự chọn lựa nào hơn; không còn cách nào khác hơn.
하지하 @하지하의 loại kém nhất, thấp nhất, xấu nhất.
하직 lời từ giã, lời giã biệt. *--하다 nói lời chia tay, nói lời từ giã.
하차 sự xuống xe. *--하다 ra khỏi, bước xuống, xuống, rời. @이 표는 도중 하차가 안됩니다 không cho phép (dừng) xuống xe ở biển này.
하찮다 vô ích, vô dụng, vô giá trị => 하치않다.
하천 đường sông, đường thủy. *--개수 công việc tràn ngập.
하청 bản hợp đồng phụ.*--하다 ký một hợp đồng phụ. @하청을 주다 cho thuê lại, cho thầu lại.
하체 phần dưới cơ thể; [음부] chỗ kín.
하층 tầng dưới, lớp dưới; giai cấp thấp (사회의); tầng dưới (cầu thang) (아래층). *--사회 tầng lớp công nhân; giai cấp vô sản.
하치 hàng kém chất lượng; thứ phẩm.
하치않다 tầm thường, vô dụng, không giá trị, không quan trọng, phẩm chất kém. @하치않은 일 việc tầm thường, việc không quan trọng, chuyện vặt, chuyện nhỏ.
하치장 bãi rào ở xưởng, kho; kho chứa hàng, chổ chứa; khoảng trống trong kho.
하키 môn bóng gậy cong, khúc côn cầu (*hockey*). @아이스 하키 (*ice hockey*) khúc côn cầu trên băng.
하퇴 chân sau; đùi. *--골 xương chân. –동맥 động mạch đùi.
하편 => 하권.
하품 cái ngáp, sự ngáp. *--하다 ngáp, ngáp dài. @하품을 참다 kiềm chế cái ngáp.
하품 => 하치.
하프 (악기 nhạc khí) đàn hạc.
하필 nhất thiết, tất yếu; sao lại thế?. @하필이면 mọi trường hợp, mọi lúc, mọi nơi, mọi người.
하하 ha! ha! (tiếng cười vui vẻ).
하학 sự tan học, cuối buổi học. @하학후에 sau giờ học. *--시간 giờ tan tầm.
하한 ranh giới, phạm vi thấp nhất.
하항 bến cảng, bến sông.
하행 *--열차 chuyến tàu xuôi.
하향 @하향 기마다 bắt đầu suy sụp. *--세(경향) xuôi xuống; khuynh hướng, chiều hướng, xu hướng.
하향 sự trở về quê.
하현 cuối tuần trăng @하현의 달 tuần trăng khuyết.
하혈 sự truyền máu. *--하다 truyền máu
하환 어음 tài liệu nháp, tờ nháp, tờ dự thảo.
하회 --하다 không đạt tới, kém hơn, thấp hơn, không xứng đáng.
학 sự học (학문); sự học tập (연구); sự tìm tòi, nghiên cứu (학업); sự nghiên cứu khoa học, sự tra cứu (학술).
학 [동물 động vật] con cò, con sếu.
학감 người giám thị nhà trường; chủ nhiệm khoa (대학의 đại học).
학계 giới học thức; học viện xã hội.
학과 đề tài học; [과정] khóa học; chương trình giảng dạy.

학과 sự soạn bài, sự làm bài, sự ôn bài. *--시간표 thời khóa biểu; thời gian biểu.

학관 học viện.

학교 trường học, học đường, ngành giáo dục (총칭). @학교가 파한후 mãn khóa, học xong // 학교에 다니다 đi học, dự học // 학교에 들어가다 nhập học // 학교에 보내다 gởi, cho (ai) đi học //학교를 그만두다 nghỉ học, ngưng học. *--교육 giáo dục học đường. –장 ông hiệu trưởng, giám đốc, giám thị. 초등-- trường tiểu học. 고등-- trường trung học. 대-- trường đại học. 음악-- trường âm nhạc, nhạc viện.

학구 sự học tập, sự nghiên cứu; [사람 người] học giả, giới trí thức; giới sinh viên; giới giáo chức. @학구적 (thuộc) học viện, viện hàn lâm; (thuộc) ngành giáo dục.

학구 khu vực trường học. *--제 qui luật trường.

학군 nhóm trường, loại trường. *--제 cơ chế, qui luật nhóm trường.

학군단 => 학도(-군사훈련단)

학군 제도 qui luật nhà trường.

학급 lớp, hạng, loại, cấp (nhà trường)

학기 học kỳ, quí. @제 1 학기 học kỳ 1; quí 1. *--말 kết thúc học kỳ 1. – (말) 시험 kỳ thi học kỳ; thi cuối quí.

학년 năm học, thứ, hạng. @너는 몇 학년이냐 – 1 학년입니다 bạn hạng mấy? – tôi (đứng) hạng nhất.

학당 trường học, trường làng.

학대 sự ngược đãi, sự bạc đãi, sự hành hạ. *--하다 tàn bạo, ác nghiệt, lăng mạ, làm nhục, đối xử tệ.

학덕 sự học và đức hạnh.

학도 học sinh, sinh viên; học giả, trí thức. *군사 훈련단 trường huấn luyện sinh viên sĩ quan; sĩ quan trừ bị (dự bị). –호국단 quân đoàn sinh viên phòng vệ.

학동 học sinh; nam sinh, nữ sinh.

학력 học lực, kiến thức, tri thức. *--고사 cuộc thi kiểm tra trình độ; thành tích.

학력 quá trình đào tạo; kiến thức chuyên môn. @학력을 불문하고 bất luận (bất kể) trình độ nào.

학련 tuổi đi học. *--아등 trẻ con độ tuổi đi học.

학리 học thuyết, lý thuyết, nguyên lý khoa học. @학리적 có tính lý thuyết.

학명 tên khoa học. *동물-- tên động vật học.

학무 việc giáo dục.

학문 [학업] học tập, sự nghiên cứu, khảo sát; [학식] sự uyên bác; [학교 교육] giáo dục học đường; [면학] đề tài nghiên cứu. @학문적 (으로) thuộc khoa học, có tính khoa học, kỹ năng chuyên môn.

학벌 bọn, phường, bè lũ, bè phái; hội học sinh.

학병 sinh viên quân đội.

학부 công báo; báo hằng ngày.

학부 trụ sở văn hóa. *최고-- trường đại học.

학부 một khoa; cao đẳng.

학부모 phụ huynh học sinh. *--회 hội phụ huynh học sinh.

학비 học phí. @학비를 대다 cung cấp (tiếp tế) học phí cho 1 sinh viên.

학사 học giả, người tốt nghiệp đại học; 1 cử nhân văn chương (khoa học). *--학위 bằng cử nhân, trình độ cử nhân. –회 hội cựu học sinh trường đại học. 문-- cử nhân văn chương. 의-- cử nhân y khoa.

학사 công việc giáo dục, vấn đề giáo dục. *--보고 tờ biên bản (báo cáo) về sự kiện giáo dục.

학살 sự sát sinh, nghề mổ thịt, sự tàn sát, tội diệt chủng. *--하다 sát sinh, tàn sát. *--자 tên đồ tể, kẻ sát nhân. 대량-- cuộc thảm sát hằng loạt.

학생 sinh viên, học sinh, nam sinh, nữ sinh, môn sinh, học giả; người có học thức. *--기질 tinh thần sinh viên học sinh. –보도 sự hướng dẫn, dìu dắt sinh viên. –복 đồng phục học sinh. –생활 sinh hoạt học sinh, đời học sinh. –시대 tuổi học trò, thời học sinh.

학설 học thuyết, chủ nghĩa.

학수고대 --하다 mong đợi một cách hân hoan, (hân hạnh, vui lòng)

학술 [과학] khoa học, [학문] sự hiểu biết, kiến thức; [학문과 예술] khoa học và mỹ thuật. [학술상의] có kỹ thuật, có tính khoa học // 학술상 một cách khoa học. *--강연 bài thuyết trình về khoa học. –논문 luận án, luận văn, bài tiểu luận, giáo trình khoa học.

학술원 viện mỹ nghệ và khoa học.

학습 sự học tập, sự nghiên cứu. *--하다 học tập, nghiên cứu.

학식 học thức, kiến thức, sự uyên bác, sự hiểu biết. @학식이 있는 có kiến thức, có học thức.

학업 thành tích học tập. 학업을 중단하다 rời trường, từ bỏ nhà trường.

학예 khoa học và nghệ thuật; văn hóa (문화). *--난 cột (trang) văn học. –부 ngành khoa học nghệ thuật. –부장 [신문사의] người phụ trách mục đặc biệt ở trang báo (tờ báo). –회 bài tập văn.

학용품 học cụ.

학우 bạn đồng học, bạn cùng lớp.

학원 ngành giáo dục; cơ sở giáo dục, khu sân bãi, trường sở; học viên; học viện. * 입시--- trường chuẩn bị, trường luyện thi. 자동차-- trường dạy lái xe. @ 학원의 자유 sự giảng dạy tự do – (sự tự do giảng dạy và bàn luận những vấn đề giáo dục không có sự can thiệp của các chính trị gia). *--생활 sinh hoạt học đường (nhà trường).

학위 trình độ, học vị, bằng cấp; học vị tiến sĩ. @학위를 받다 được cấp bằng,được công nhận một học vị. *--논문 bài luận văn, luận án tiến sĩ . –수여식 sự phong học vị, sự ban tước; ngày tốt nghiệp. 박사-- học vị bác sĩ. 명예-- học vị danh dự.

학사 người có học, nhà nghiên cứu, môn sinh, học giả.

학사금 => 학비

학장 chủ nhiệm khoa, chủ tịch, hiệu trưởng.

학적 đăng ký tên, ghi tên nhập học vào sổ sách nhà trường (đại học). *--부 sự đăng ký nhập học (bậc trung học)

학점 điểm học.

학정 chính thể độc tài, bạo ngược, chuyên chế, áp bức.

학제 hệ thống giáo dục.

학질 [의학] bệnh sốt rét, cơn sốt rét.

학창 trường học, sân bãi, khu trường sở. *--생활 đời học sinh, sinh hoạt nhà trường.

학칙 quy tắc học đường.

학파 tư tưởng/ chủ nghĩa bè phái.

학풍 truyền thống học đường (전통);

phương pháp học tập (연구법). @학풍을 세우다 củng cố/ xây dựng truyền thống nhà trường.

학형 tiên sinh (tước hiệu, nhân xưng đại danh từ, ngôi thứ hai và ba để gọi hoặc nói đến một nhân vật có học thức, được trọng vọng).

학회 (tầng lớp trí thức) thông thái, uyên bác, có kiến thức; có chuyên môn. *한글-- viện nghiên cứu ngôn ngữ học Hàn quốc.

한 (1) [하나의] số 1; một đơn vị. @한 해 một năm. (2)[같은] cùng /cũng một thứ; cũng vậy. @한집에 cùng một nhà. (3)[온] toàn bộ, hoàn toàn, trọn vẹn. @한 고을을 지나다 chiếm hữu toàn hạt. (4)[한창] hầu hết, đa số, tột bậc, tột đỉnh, cao điểm, cự độ, rất, lắm. @한 가운데 ngay chính giữa. (5) [약] khoảng chừng, độ chừng, vào khoảng. @한 열흘 độ 10 ngày, khoảng 10 ngày.

한 [원한] mối ác cảm, lòng hận thù. [한탄] sự than vãn, sự tiếc nuối, sự hối tiếc, lòng thương tiếc, sầu khổ, đau buồn. @천추의 한 sự hối tiếc khôn nguôi // 한이되는일 sự hằn học, hận thù, lời kêu ca, phàn nàn, oán trách // 한많은 đáng hối tiếc, đáng ghét, đáng căm thù.

한 (1) [한계]ranh giới, giới hạn, hạn định. (2) [기한] kỳ hạn, thời hạn, nhiệm kỳ. @이달 25일 한 kỳ hạn chót là ngày 25 tháng này. (3)[범위] đến nỗi mà, đến chừng mực mà. @살이 있는 한 một cuộc sống dài đến nỗi mà. //될 수 있는 한 càng (sớm/nhiều/lâu/xa) càng tốt // 내가아는 한 theo tôi biết, theo tôi hiểu // 따로 규정이 없는 한 trừ phi, nếu không, miễn là, với điều kiện là.

한가 --하다 tự do, rãnh rỗi, không bận rộn, không bị ràng buộc (한산). @한가로이 trong tình trạng rảnh rỗi, lúc thư nhàn.

한가운데 giữa, ngay giữa, ngay tâm, trung tâm. @한가운데의 (ở) giữa, trung tâm, trung ương.

한가위 giữa tháng tám/ 15 tháng 8 âm lịch – lễ hội thu hoạch mùa thu.

한가을 [수확기] thời gian thu hoạch bận rộn; [가을] suốt mùa thu.

한가지 (1) [일종] loại, hạng, thứ; đa dạng, đủ loại; một thứ (한가지 일); thứ khác, loại khác. @그것도 한가지 방법이다 làm cách khác (còn cách khác để làm). (2) [동일] giống hệt, giống nhau, như nhau, đồng dạng. @한가지의 [동일] đồng loại, một loại, duy nhất chỉ một thứ. [비슷한] đồng dạng, cũng như nhau, giống nhau(공통).

한갓 đơn giản, đơn thuần, chỉ là, chỉ có, riêng chỉ. @그것은 한갓 핑계에 불과하다 chỉ đơn thuần là lời bào chữa, không có gì khác.

한갓지다 sự bình yên, yên tĩnh. @한갓진곳 nơi yên tĩnh, nơi ẩn dật.

한개 một (1); một đơn vị, một cái (단위). @사과 한개 một trái táo //비누 한개 một cục xà bông, một bánh xà phòng.

한거 một cuộc sống êm đềm, ẩn dật.

한걱정 rất quan tâm, lo lắng.

한걸음 bước đi, nhịp đi. @한걸음에 dài bước, sãi bước //한걸음 한걸음 từng bước, từng bước, từng bước một.

한껏 hết năng lực, hết khả năng mình; hết lòng hết dạ. @한껏 즐기다 tận hưởng

ㅎ

hết mình.

한겨울 giữa mùa đông.

한결 [눈에 띄게] nổi bật, rõ ràng, dễ nhận biết, dễ nhận thấy. [한층] còn nữa, hơn nữa, lại nữa nhất là, đặc biệt là (특히). @한결 눈에 띄다 lồ lộ, dễ thấy, đập vào mắt.

한결같다 bền lòng, chặc dạ, trước sau như một, không thay đổi, trung kiên, kiên định.

한결같이 mãi mãi, không ngớt, liên miên, liên tục, đều đặn, không đổi thay, chung thủy, một cách kiên định, trung kiên. @한결같이 사랑하다 yêu (ai) mãi mãi.

한겻 một phần tư (1/4) ngày.

한계 ranh giới, giới hạn, phạm vi, hạn độ, bờ, lề, mép, rìa.@한계를 짓다 vạch rõ ranh giới; đặt giới hạn, hạn chế. *--가격 giá tối đa, giá cao nhất. –능률 hiệu xuất lề. –생산비 giá lề của sản phẩm.—선 đường biên, đường ranh giới.

한계 tổ tông, gốc gác Hàn quốc. *--미국인 người Mỹ gốc Hàn.

한고비 tầm quan trọng, giây phút quan trọng; cao đỉnh, tột đỉnh. @한고비를 넘기다 vượt qua giai đoạn khó khăn, qua cơn khủng hoảng (병 따위가).

한교 nước ngoài, hải ngoại (đối với Hàn quốc).

한구석 góc, xó xỉnh; nơi hẻo lánh. @한구석에 trong góc, trong xó.

한국 Hàn quốc. *한국 국민 dân tộc Triều Tiên (Hàn). –전쟁 thời kỳ chiến tranh ở Hàn. –사람 người Hàn, dân Hàn. –요리 món ăn Hàn. –은행 ngân hàng Hàn.

한국 과학 기술연구소 => 카이스트

한국 국민당 đảng dân quốc Hàn.

한국 언론 연구원 viện nghiên cứu báo chí Hàn quốc.

한군데 một chỗ, cùng chỗ, cùng nơi. @그 시계를 파는 가게가 한군데 있다 có một cửa hiệu chuyên bán đồng hồ.

한근심 => 한걱정

한글 mẫu tự Hàn, bảng chữ cái Hàn, tiếng Hàn, văn chương / văn học Hàn.

한끝 bìa, mép, bờ, lề, ranh giới, chóp đuôi. @줄 한끝에 돌을 달다 cột cục đá ở đầu dây thừng.

한기 lạnh, rét; đợt rét đột ngột (급격한 온도 저하); lạnh cóng.

한길 [1] [큰길] con đường chính, quốc lộ, đường lớn.

한길 [2] [깊이의] một sải (đơn vị đo chiều sâu = 1,82m).

한꺼번에 (1) trong một lúc, không ngừng, một mạch, liên tục (2) [동시에] cùng một lúc, đồng thời, xảy ra cùng một lúc, làm cùng một lúc. @사람이 한꺼번에 밀어닥치다 thiên hạ đồng thời đổ xô lại (tụ tập, xúm lại cùng một lúc).

한끼 bữa ăn. @하루에 한끼만 먹다 mỗi ngày chỉ có một bữa ăn.

한나절 1/2 ngày, nửa ngày. @한나절 일 làm việc 1/2 ngày, làm bán thời gian; 1/2 ngày công.

한낱 (1) [하나] một khoản, một tiết mục. (2) [하잘것없는] chỉ là, đơn thuần là; không có gì, không là gì ngoài..

한눈팔다 quay đi, ngoảnh đi, nhìn ra chổ khác.

한다하는 xuất chúng, lỗi lạc, nổi bật, có uy thế. @한다하는 학자 một nhà học giả lỗi lạc.

한달음에 thẳng suốt; không ngừng thổi.

한담 chuyện phiếm, chuyện ngồi lê,

chuyện nhặt nhạnh, câu chuyện lúc thư nhàn, rảnh rỗi. *--하다 tán gẫu, nói chuyện phiếm. @한담으로 시간을 보내다 nói cho qua giờ.

한대 vùng băng giá, vùng bắc cực. *--동물 động vật ở địa cực.

한댕거리다 lúc lắc, đu đưa.

한더위 cực nóng, nóng gắt.

한데[1] ngoài trời, ngoài ngõ; không đúng chổ. @한데서 자다 ngủ ngoài trời.

한데[2] => 한군데

한도 giới hạn, hạn độ. @ 최대 한도 giới hạn tối đa.

한독 Hàn quốc và Đức quốc. @한독의 (thuộc) Hàn–Đức.

한동안 trong chốc lát.

한되다 đáng tiếc, đáng trách, đáng chỉ trích.

한두 một hoặc hai; một đôi, một cặp. @ 한두 사람 một hai người.

한둘 một hoặc hai.

한들한들 sự lắc, sự rung; sự đu đưa, lắc lư.

한때 trong chốc lát, một lúc, một thời, nhất thời, tạm thời, lâm thời. @ 한때 번창하다 phồn vinh nhất thời.

한란 nhiệt độ nóng và lạnh (온도). @한란의 차 nhiệt độ chênh lệch.

한란계 nhiệt kế, thủy ngân. *섭씨(화씨)-- nhiệt kế độ bách phân (độ F. – độ *Fahrenheit*)

한랭 sự lạnh lẽo, sự băng giá. *--하다 lạnh, lạnh cóng. *--전선[기상] một cái trán lạnh.

한량 người hào phóng, hoang phí, người truy lạc, trác táng.

한량 ranh giới, giới hạn, hạn chế. @한량없는 không hạn chế, vô hạn, vô tận, không bờ bến.

한련 [식물] một loại lá sen nhỏ.

한류 một luồng gió lạnh.

한림 học viện Hoàng gia. [벼슬] nhân viên quản thủ tài liệu văn khố ở Hoàng gia; thủ thư Hoàng gia.

한마디 một từ, một tiếng. –하다 nói một tiếng. @한마디도 없이 không một tiếng nói.

한마음 cùng tư tưởng; có tâm hồn, ý chí, khuynh hướng giống nhau, sự nhất trí, sự thống nhất tư tưởng sự hoàn toàn đồng ý, sự hòa hợp. @한마음으로 một cách thống nhất, một cách nhất trí, một cách hòa hợp.

한모금 một bản nháp, một bức phát họa (극소량) @한모금에 theo bản phát thảo.

한목 đồng thời, cùng một lúc.

한몫 một phần (phần phải đóng góp hoặc chia), khẩu phần; quota, hạn ngạch, chỉ tiêu. @한몫 보다 có phần; được chia phần.

한문 văn học Hán, văn chương Hán.*--자 chữ Hán, chữ Tàu.

한물 thời cơ tốt nhất, đang mùa, đỉnh cao, tột đỉnh. @한물이 지나다 qua mùa, qua thời.

한미 Hàn quốc và Mỹ quốc. @한미의 (thuộc) Hàn, Mỹ; người Hàn-Mỹ. *--관계 mối quan hệ Hàn Mỹ. –산호 방위 협정 hiệp ước hòa bình Hàn-Mỹ. –문제 vấn đề Hàn-Mỹ. –재단 cơ sở (căn cứ Hàn-Mỹ. –행정 협정 hiệp định về tình trạng lực lượng vũ trang Mỹ ở Hàn.

한밑천 vốn lớn. @한밑천 잘 장만하다

góp nhặt, tích lũy của cải.

한바닥 tâm, trung tâm, trọng tâm.

한바퀴 vòng quanh, vòng quay. @한바퀴 돌다 quay vòng, đi vòng.

한바탕 một màn, một cảnh quang, một vòng quay, một lượt, một chầu, một tuần (trà/rượu), một sự kiện/sự việc. @ 한바탕 울다 kêu gào một chập; khóc một lát (1 lúc).

한발 hạn hán, sự/tình trạng khô cạn. @한발의 계속 hạn hán kéo dài.

한발짝 một bước, một khoảng cách ngắn.

한밤중 nửa đêm, giữa đêm. @한밤중에 vào lúc giữa đêm.

한방 đông y. *--약 thuốc bắc, dược thảo, thuốc Tàu. *--의 thầy thuốc bắc; đông y sĩ.

한방울 một giọt (nước). @한방울씩 từng giọt một; từng giọt từng giọt.

한배 (1) [동물의 của động vật] ổ rơm cho súc vật. (2) [사람의 của người] dạ con, tử cung. @한배의 anh (em) cùng mẹ khác cha.

한번 đã có lần, một khi, ngay khi, một dịp, một lúc, một chầu. @단 한번 chỉ một lần // 한번에 tức khắc, tức thời, lập tức.

한벌 một bộ, một bộ com-lê.@여름옷 한벌 một bộ trang phục mùa hè.

한복 Hàn phục – y phục truyền thống Hàn quốc. @한복을 입고 있다 mặc y phục truyền thống Hàn (Triều Tiên); mặc Hàn phục.

한복판 ngay chính giữa, trung tâm, tâm. @서울 한복판 trung tâm *Seoul.*

한벌 @한벌의 Hàn-Pháp // Pháp-Hàn.

한사람 một người.@한사람 한사람 từng người một; [잇따라] người này tiếp theo người kia, lần lượt; [교대로] đến lượt, đến phiên.

한사리 nước triều lên; triều cường.

한사코 vào phút cuối, đánh liều, liều lĩnh, liều mạng, kiên trì, bền bỉ đến cùng. @ 한사코 달려들다 đi đến nước liều mạng. // 한사코 싸우다 đánh thí mạng.

한산 (1) [한가] sự rãnh rỗi, *--하다 rãnh rang, thư nhàn, không có việc làm, dư thì giờ. (2) [불경기] sự trì độn, sự buồn tẻ, không hoạt động, sự ăn không ngồi rồi, sự đình trệ. *--하다 mụ mẫm, uể oải, thiếu hoạt động, nhàn hạ, ăn không ngồi rồi. @한산한 시장 chợ ế ẩm.

한살 [나이 tuổi] một năm tuổi. [한옴] máu thịt, cùng máu thịt.

한색 màu lạnh.

한서 nóng và lạnh; nhiệt độ.

한서 sách Tàu; văn học Trung Quốc.

한선 [해부 giải phẫu] tuyến mồ hôi.

한세상 (1) [일평생] cả đời, suốt đời, trọn đời. (2) [한창때] thời hoàng kim, thời huy hoàng, thời vàng son.

한센병 bệnh *Hansen*; bệnh hủi, bệnh phong cùi.

한소 @ 한소의 thuộc Hàn-Sô (Sô Viết)

한속 @한속이다 đồng tư tưởng, đồng chí hướng. 한속이 되다 chung sức, hiệp lực với..

한수 đòn phép, mánh lới, mẹo; kỷ năng, kỷ xảo. @한수 높다 hơn một bậc.

한순배 một chầu rượu, một tuần rượu.

한술 một thìa (một miếng, một ngoạm) thức ăn; [적은 음식] một lượng nhỏ, một chút thức ăn.

한숨 (1) [탄식] một tiếng thở dài; tiếng thở dài buồn bả/chán nản (안심의). @ 한숨 쉬다 thốt ra tiếng thở dài. (2) [호

흡.휴식] tiếng thở nhẹ, sự ngưng, nghỉ, sự chợp mắt ngủ, giấc ngủ lơ mơ, gà gật. @한숨에 một mạch, một hơi, một cú, liên tục không ngừng.

한시 bài thơ Tàu; thi ca Trung quốc.

한시도 ngay cả/dù là trong chốc lát. @한시도 잊지 않다 không chịu được, dù trong chốc lát.

한시름 mối băn khoăn lo lắng lớn lao. @한시름놓다 bớt căng, bớt lo.

한식 phong cách / kiểu dáng Hàn. *--집 nhà kiểu Hàn.

한심 --하다 đáng tiếc, đáng thương, bất hạnh, thảm thương, đau buồn, khốn khổ. @한심한 일 một sự việc đáng tiếc.

한쌍 một đôi, một cặp // 좋은 한쌍을 이루다 tốt đôi, xứng đôi, đẹp đôi.

한아름 một ôm, một bó. @한아름의 책 một chồng sách, một ôm sách.

한약 thuốc bắc, thảo dược.

한양 [형용사적] Hàn-Âu *--식 절충 một thỏa hiệp giữa Hàn quốc và Âu châu.

한없다 không bờ bến, không giới hạn, vô tận. @한없이 không ngừng, liên tu bất tận, vô hạn, không hạn chế.

한여름 (1) [한창] thời điểm giữa mùa hè. @한여름 더위 giữa mùa hè oi bức. (2) [한철]trọn mùa hè; suốt mùa hè.

한역 bản dịch tiếng Hán (tiếng Hoa, tiếng Tàu). *--하다 dịch ra tiếng Hán (tiếng Hoa).

한역 bản dịch tiếng Hàn (Triều Tiên/Hàn quốc).–하다 dịch ra tiếng Hàn.

한영 Hàn-Anh. *--사전 tự điển Hàn-Anh.

한옆 một bên, một phía. @한옆으로 bước sang một bên.

한옥 nhà kiểu Hàn quốc.

한외 발행 nạn lạm phát (tiền giấy).

한움큼 một nhúm, một chút. @한움큼의 소금 một nhúm muối.

한음 Hán âm; nguồn gốc phát âm tiếng Hán.

한의 nền y học Trung Quốc; thầy thuốc bắc, đông y sĩ.

한이 @한이의 Hàn quốc và Ý quốc (Italian)

한인 người vô tích sự, kẻ rong chơi, lười nhác, kẻ ăn không ngồi rồi *--물입 không phận sự miễn vào.

한인 người Hàn quốc, dân Hàn.

한인 người Hán; người Trung quốc.

한일 Hàn-Nhật. @한일의 nước Hàn và nước Nhật. *--각료 회담 hội nghị nội các Hàn-Nhật. –경제 협의회 hiệp hội kinh tế Hàn-Nhật. –회담 hội đàm (hội thảo) Hàn-Nhật.

한일자 @한일자로 trên một đường thẳng.

한입 @한입에 một miếng, một ngoạm, một mẩu (thức ăn).

한자 Hán tự, chữ Hán. *--어 từ viết bằng chữ Hán. –철폐 sự la tinh hóa chữ Hán (sự bãi bỏ lối viết chữ Tàu).

한잔 một tách (trà); một ly (rượu); một ly, một chén, một tách đầy. @한잔의 물 một ly nước. (2) [술] một ly rượu, một hớp, một ngụm, một cốc, một ly.

한잠 một giấc ngủ (ngủ chập chờn, ngủ say, ngủ vùi, ngủ trưa).

한장 một miếng, một tấm, một bản, một trang, một tờ, một lá.

한재 thiên tai hạn hán, sự thiệt hại vì hạn hán.

한적 --하다 bình yên, yên tĩnh; tách biệt. @한적한 곳 nơi yên ổn, hẻo lánh; khuất nẽo.

한적 văn chương, văn học Trung quốc; kinh điển.

한점 một đốm, một vết, một chấm. @하늘에는 구름한점 없다 trên bầu trời không có một đốm mây.

한정 sự hạn chế, hạn định, sự giới hạn; sự dè dặt, sự e dè; [논리] sự xác định, sự định rõ (뜻의) ---하다 giới hạn, định rõ (뜻의); hạn chế, đặt giới hạn. @한정된 có giới hạn, được định rõ. @--가격 giá qui định; giá tối đa. –판 xuất bản có giới hạn

한조각 một mẩu, một miếng, một mảnh, một khúc, một đoạn. @ 빵 한조각 một mẩu bánh mì; một khúc bánh mì.

한족 dòng giống, chủng tộc Hàn.

한족 dòng giống, chủng tộc Hán. (T.Q.)

한종일 cả ngày, suốt ngày; đến lúc mặt trời lặn.

한줄 một lằng, một tuyến, một hàng, một dòng, một dãy (세로). @한줄로 trong một hàng.

한줄기 (1) [한가닥] một vệt, một tia. @한줄기의 희망 một tia hy vọng. (2) [한바탕] một đợt, một lượt, một phiên, một kỳ.

한줌 một nắm, một nhúm (gạo); một mớ (len). @한줌의 토리 một lô nhỏ.

한중 @한중에 suốt mùa lạnh, suốt mùa đông. *--한련 sự rèn luyện, sự tập huấn giữa mùa rét.

한중 Hàn-Trung. @한중의 Hàn quốc và Trung quốc. *--무역 Hàn-Trung mậu dịch. –합작 영화 cuốn phim hợp tác giữa Hàn quốc và Trung quốc.

한증 phòng tắm hơi nhỏ, sự tắm hơi. *--하다 tắm hơi. *--막 phòng tắm hơi.

한지 xứ lạnh, vùng lạnh. *--식물 giống cây chịu lạnh.

한직 một chức vị ngồi không ăn lương (lính kiểng / công chức kiểng), kẻ ngồi mát ăn bát vàng.

한집안 gia tộc, họ hàng thân quyến; [친척] bà con, thị tộc. @한집안같이 취급하다 đối xử như người nhà.

한쪽 một hướng, một phía, một bên.

한차례 một trận, một tua, một lần, một khi. @씨름을 한차례 하다 một vòng thi đấu vật.

한참 (1) [한동안] cùng một thời gian, cùng lúc, cùng đợt. @한참 만에 sau một lúc thoải mái, vui vẻ. (2) [휴식] sự ngừng, sự nghỉ, sự ngất quãng, sự gián đoạn; thời gian ngừng nghỉ.

한창 (1) [절정] chiều cao, độ cao, điểm cao, đỉnh, chóp, ngọn, cực đỉnh, tột đỉnh; [꽃의] trong giai đoạn cực thịnh, thời kỳ tốt đẹp nhất.; [인생의] hoàn hảo nhất. (2) [부사적] @한창일 때 ở giữa độ cao //경기가 한창이다 trận thi đấu đang ở độ cao nhất.

한창때 tuổi thanh xuân tươi đẹp; [성숙기] tuổi trưởng thành, tuổi thành nhân; giai đoạn đẹp nhất của đời người; [좋은 때] thời cực thịnh, thời hoàng kim, thời tươi đẹp nhất; [과일 따위] thời cơ, thời vụ. @한창때이다 đang độ thanh xuân; [일할 때] đang ở tuổi xế chiều, sắp tàn; [과일 따위가] đang thời, đang mùa// 한창때를 지나다 qua thời, xế tàn.

한천 => 우무

한촌 một ngôi làng nghèo, một thôn xóm xa xôi, hẻo lánh.

한층 (1) [더욱] còn, hãy còn; tất cả những gì còn lại. @한층 더 노력하다 nổ lực lớn; hết sức cố gắng. (2) [층계] một bước, bước đầu.

한치 (1) một chút, một tí xíu, một *inch* (đơn vị đo lường = 2,54cm). @한치도 không đâu, không chút nào.

한칼 (1) một nhát (đao, kiếm). @한칼로 베다 chặt một nhát đao; chém một nhát kiếm. (2) [고기] một lát thịt.

한탄 tiếng thở dài, tiếng than khóc, than van,sự tiếc thương, sầu khổ. *--하다 than van, kêu khóc, thở dài, xót xa, ân hận, nặng lòng. @한탄할 đáng trách, đáng tiếc, đáng thương.

한턱 cuộc vui ngoài trời, hội hè, yến tiệc; sự tiêu khiển, giải trí. @저녁을 한턱 내다 đãi khách (ăn tiệc); chiêu đãi.

한테 => 에게

한통속 hội viên, thành viên; người đồng mưu, đồng chí; phe phái, đảng phái. @한통속이되어 sự tham gia, cấu kết, thông đồng, móc ngoặc.

한파 một đợt rét. @한파가 전국을 엄습했다 một đợt rét kéo dài trên đất nước.

한판 một ván (trò chơi), một lượt, một đợt (씨름 따위의) @장기를 한판두다 chơi một ván cờ.

한패 đồng bọn, đồng mưu, đồng đảng, đồng băng nhóm. @그도 한패임에 틀림 없다 nó hẳn phải là đồng bọn.

한편 [한쪽] một phía, một bên, một phe, một bọn, một nhóm, một đám; mắt khác, trong lúc đó, lúc ấy. @한편에 cùng hướng, cùng phe. // 한편에 치우치다 ủng hộ, đứng về phía, thiên về/ nghiêng về một phía.

한평생 cả đời, suốt đời, cả cuộc đời, đến suốt đời. @한평생을 통하여 từ lúc sinh ra cho tới lúc chết; từ trong nôi đến nấm mồ.

한푼 tiền đồng, tiền xu. @한푼 없다 không một xu.

한풀꺾이다 nao núng, ngần ngại, chùn bước, lưỡng lự, do dự, tiến thoái lưỡng nan; chán nản, thoái chí, suy nhược tinh thần; nhăn mặt cau mày (trước gian khổ/tai ương).

한풀다 đáp ứng, thực hiện, giành được, đạt được một nguyện vọng.

한풀이하다 trút căm thù, làm cho hả giận, thỏa hận thù.

한풍 một làn gió lạnh, một cơn gió lạnh.

한하다 hạn chế, giới hạn. @성인에 한한 영화 phim dành cho người lớn (hạn chế trẻ em) // 사원에 한하여 입장을 허가함 cửa vào dành riêng cho nhân viên.

한학 văn học Trung quốc. (Hán học) *--자 một học giả kinh điển Trung quốc.

한해 thiên tai hạn hán *--지구 vùng bị hạn hán.

한화 [화폐] tiền Hàn quốc.

할 tỷ lệ, phần trăm. 3 할 할인해서 팔다 hạ giá (chiết khấu) 30 phần trăm (%).

할거 --하다 giữ vững lập trường/giữ vững ý chí/ giữ vững vị trí. *군웅-- sự cạnh tranh của nền tư bản địa phương.

할당 sự phân công, sự chia phần, sự chia khẩu phần, phần được chia. *--하다 phân việc, phân công, ấn định, chia phần, chia, cắt, cấp, phát, chia ra từng phần. @일을 할당하다 phân công cho ai.*--금 phần được chia. –제 chỉ tiêu.

할뚱말뚱 do dự, ngại ngùng, phân vân,

ㅎ

lưỡng lự, miễn cưỡng, không tha thiết. *--하다 do dự, không muốn làm.

할듯할듯 --하다 sẵn sàng làm, sắp làm, gần làm, suýt làm.

할딱거리다 thở hổn hển, thở phù phù, thở nặng nề, hết hơi, đứt hơi. @숨이 차서 할딱거리다 thở hổn hển.

할딱할딱 hơi thở hổn hển, hơi thở nặng nề.

할렐루야 bài hát ca ngợi chúa; bài thánh ca.

할례 [종교] sự cắt bao qui đầu. *--하다 cắt bao qui đầu.

할리우드 *Hollywood*

할말 lời nói, những gì muốn nói. @네게 할말이 있다 *tôi có lời muốn nói với anh.*

할머니 bà (bà nội, noại); bà già, bà cụ (노파)

할멈 bà, bà cụ, bà lão.

할미꽃 [식물 thực vật] cây bạch đầu ông.

할미새 [새 chim] con chim chìa vôi.

할복 *--하다 tự mổ bụng, tự moi ruột; tự sát bằng cách mổ bụng.

할부 sự phân chia; --하다 chia phần, phân công, giao việc, đặt chỉ tiêu; trả từng phần. @할부로 팔다 bán trả góp từng phần. *--금 phần được chia hoặc phần phải đóng góp. –판매 sự bán trả góp.

할선 [기하] đường cắt, cát tuyến.

할아버지 ông, ông nội, ngoại, ông già (노인).

할아범 ông già, ông cụ, ông lão.

할애 --하다 phân chia, phân phối; chia vật gì ra từng phần; chia (với ai) vật gì. 식량을 할애 하다 chia phần / dành phần (ăn) cho người nào.

할양 sự chuyển nhượng, vật nhượng lại. *--하다 nhượng, nhường lại (một miếng đất). @토지의 할양 sự nhượng lại lãnh thổ (đất đai).

할인 sự bớt giá, sự chiết khấu. *--하다 giảm giá, bớt giá, hạ giá. @할인하여 đang giảm giá. –수표 hóa đơn đã được tính giảm giá. – 요금 tiền chiết khấu, tiền thù lao, tiền hoa hồng. –율 tỷ lệ chiết khấu. 단체-- thu nhỏ, rút gọn. 재-- chiết khấu một lần nữa. 현금-- chiết khấu bằng tiền mặt.

할인 sự đóng dấu, in dấu. @할인을 찍다 đóng dấu giáp lai.

할일 việc phải làm. @할일이 많다 có nhiều việc phải làm, bận // 할일(이) 없다 chẳng có việc gì để làm.

할증[요금 따위의] tiền phụ trội; tiền trả thêm (tàu, xe, thù lao); [주식 따위의] *--금 tiền thưởng, tiền bồi dưỡng tiền lợi tức (--배당금); *--요금 tiền trả thêm, chia thêm, tính thêm.

할짝거리다 liếm, táp nhẹ.

할쭉거리다 => 할짝거리다

할퀴다 gãi, cào, nạo, vồ, chụp, móc, quàu. @할퀸 상처 vết trầy, xước, vết xây sát; dấu móng tay quàu // 손톱으로 얼굴을 할퀴다 cào móng tay lên mặt người nào.

핥다 liếm láp. @깨끗이 핥다 liếm sạch.

핥아먹다 (1)[혓바닥으로] liếm hết, liếm sạch. (2)[남의 물건을] ngón gian, trò bịp, trò lừa đảo, giả mạo, trò gian lận, lường gạt.

함 rương, hòm, thùng, hộp, tráp. *--우편-- hòm thư, thùng thơ.

함께 cùng với, cùng nhau, đồng lòng, nhất trí. @영문 이력서 및 최근 사진

2 매와 함께 kèm theo bản lý lịch cá nhân bằng tiếng Anh và 2 hình mới nhất.

함교 đài chỉ huy của thuyền trưởng (tàu chiến).

함구 --하다 giữ mồm, giữ miệng, giữ im lặng. *--령 cái rọ mõm, cái bịt mõm.

함기 phù hiệu, cờ hiệu.

함대 một phi đội, hạm dội; đoàn tàu, xe (소함대). @함대를 파견하다 giải quyết nhanh gọn một hạm đội (một đoàn tàu). *--사령관 người chỉ huy một hạm đội. 연합-- một liên đội.

함락 (1) [토지의 đất đai] chìm xuống, lún xuống. (2) [적진의 phòng tuyến/trại địch] sự sụp đổ, sự thu gọn *--하다 đánh sập, làm bẹp, thu gọn.

함량 sức chứa, nội dung, dung tích. *알콜올-- bình chứa rượu (cồn).

함몰 sự suy nhược, sự suy yếu, sự chán nản, ngã lòng; sự nhượng bộ, sự chìm lắng. *--하다 chìm, thụt, lún, khuất phục, chịu thua, đầu hàng, nhượng bộ.

함미 phần sau đuôi (của chiếc tàu chiến). *--닻 cái neo. –포 súng đại bác ở sau đuôi tàu chiến.

함박꽃 hoa mẫu đơn.

함박꽃나무 [식물] cây hoa mộc lan.

함박눈 bông tuyết. @ 함박눈이 오다 tuyết rơi như bông; bông tuyết rơi.

함부로 bừa bãi, ẩu, tình cờ, ngẫu nhiên, hú họa, không suy nghĩ, vô tư, nhẹ dạ, không lý do chính đáng, tự ý, tự quyền. @사람을 함부로 치다 đánh người không lý do.

함부르크 nho đen *Hamburg* // gà *Hamburg.*

함빡 mọi mặt, mọi phương diện, hoàn toàn, chu đáo, tỉ mỉ, cẩn thận. @함빡 젖은 옷 quần áo ướt sũng // 비에 함빡 젖다 áo quần sũng ướt nước mưa (bị mưa làm ướt hết).

함상 @함상의 (에) trên tàu, trên boong tàu; trên xe lửa, trên máy bay.

함석 kẽm, tráng kẽm, mạ kẽm. *--집 ngôi nhà có mái kẽm.

함선 thuyền; tàu lớn.

함성 lời kêu gọi, lời hô hào cổ vũ (chiến tranh); khẩu lệnh xung phong. @함성을 올리다 kêu gọi, hô hào, cổ vũ.

함수 @함수의 [화학 hóa học] sự thủy hợp; sự Hydrat hóa. *--탄소 chất *carbonhygrate.* *--화함물 hợp chất *hydrat.*

함수 [수학 toán học] hàm số. *--식 công thức toán.

함수 nước muối, nước mặn. *--어 cá nước mặn. –호 hồ nước mặn.

함수 cái vòm, vòng cung, cầu vòng. *--포 cái cung (đi săn).

함수초 [식물] cây xấu hổ, cây trinh nữ.

함씨 cháu trai (của người nào).

함양 sự dạy dỗ, sự giáo hóa. *--하다 giáo dục, đào tạo, huấn luyện, bồi dưỡng, dạy dỗ. @덕성을 함양하다 trau dồi phẩm hạnh (đạo đức; nghị lực).

함유 --하다 bao hàm, chứa đựng. *--성분 thành phần, phần hợp thành.

함입 sự phiền muộn, sự ngã lòng, sự nản chí, sự suy nhược.

함자 quí danh.

함장 hạm trưởng một chiếc tàu chiến

함재 --하다 chất, chở trên chiếc tàu chiến. *--기 boong tàu, sàn tàu.

함정 hầm bẫy, hố bẫy, cạm bẫy, mưu chước, sự cám dỗ. @함정에 빠지다 mắc bẫy, mắc mưu; sa vào một âm mưu (cạm bẫy).

함정 tàu chiến.

함지 cái tô (cái vá, cái môi) bằng gỗ. *--박 cái dĩa gỗ.

함축 có ý nghĩa, có ẩn ý, có ngụ ý. *--하다 bao hàm, lĩnh hội, nhận thức, ngụ ý, ẩn ý, biểu hiện. @함축성 있는 có ẩn ý, có tính gợi ý, hàm súc (암시적).

함포 súng đại bác ở chiến hạm. *--사격 khẩu đại pháo trên tàu chiến.

함흥차사 tên đại lãn, kẻ hay trốn tránh công việc/ trách nhiệm; người đưa tin thất thiệt.

합 [합계] tổng số chung.

합 cái nồi đồng.

합격 sự trúng tuyển.*--하다 thi đậu, trúng tuyển [시험에] đủ điểm, đủ tiêu chuẩn, chọn được; [심사에] được thừa nhận, được công nhận, được tuyển chọn; [물건 따위가] đạt trình độ, đạt tiêu chuẩn. *--자 một thí sinh trúng tuyển. –점 điểm chuẩn.

합계 tổng số chung. *--하다 cộng, cộng chung, tổng kết lại. @합계 하여 tổng cộng, tất cả, tính chung, tính gộp cả thảy.

합금 chất hỗn hợp; hợp kim *--하다 trộn vào, pha vào, nấu thành hợp kim.

합당 sự vừa vặn, sự thích hợp. *--하다 vừa vặn, cân xứng, thích hợp, tương xứng, thích đáng.

합당 sự liên kết giữa các đảng phái chính trị.

합동 sự kết hợp; sự phối hợp; sự liên minh, liên kết, sự hợp nhất. [수학 toán học] số đồng dư, tương đẳng. *--하다 liên minh, liên kết, sát nhập; hợp thành (một tổ chức / đoàn thể). *--사업 nhiệm vụ chung; --관리 quản lý chung. –위원회 ủy ban chung. –회의 phiên họp chung.

합력 (1) [물리 vật lý] lực tổng hợp. (2) [합력] cùng cố gắng, nổ lực chung, chung sức, phối hợp lực lượng. *--하다 chung sức, chung lòng; hợp tác (với..)

합류 (1) [냇물] ngã ba sông (chỗ hợp dòng). *--하다 nối liền, chảy chung. @그 강은 한강과 합류한다 con sông này nối liền với sông Hàn. (2) [합동] sự nối, chổ nối, mối nối. *--하다 nối liền, sát nhập, kết hợp *--점 ngã ba (sông).

합리 sự hợp tình hợp lý; có lý, vừa phải, phải chăng. @합리적으로 một cách hợp lý. *--빅 tính hợp lý. –주의 chủ nghĩa duy lý. –주의자 người theo chủ nghĩa duy lý (thuyết duy lý).

합명회사 công ty trách nhiệm vô hạn.

합반 sự liên hợp đẳng cấp. *--수업 sự kết hợp giảng dạy.

합방 sự thống nhất (hợp nhất) của 2 miền (2 quốc gia), sự sát nhập. *--하다 sát nhập, kết hợp, hợp nhất, thống nhất. @한일 합방 Hàn-Nhật hợp nhất.

합법 sự đúng theo luật, sự hợp pháp, tính chính đáng. @합법적 chính thống, chính đáng, hợp pháp, đúng luật. *--성 tính hợp pháp.

합병 sự liên kết, sự kết hợp, sự phối hợp, sự hợp nhất, sự thống nhất.; sự liên doanh, liên hợp, liên minh (장당의 các đảng phái chính trị); [병합 phụ vào] sát nhập vào, thêm vào (영토의 lãnh địa, lãnh thổ); sự sát nhập (회사 công ty/đoàn thể); nhập vào, thu nạp vào, thêm vào (편입). *--하다 kết hợp, phối hợp, liên minh, liên kết, thống nhất, sát nhập, hòa nhập.

합본 (1) => 합자 (hiệp hội/công ty) (2) [책의 sách] –하다 đóng, ghép, gắn, dán; đóng chung vào một tập.

합산 sự cộng chung, cộng thêm. *--하다 cộng chung, cộng thêm, gộp vào, gộp chung.

합석 --하다 ngồi chung, ngồi lại bàn bạc, hội ý.

합성 [물리 vật lý] thành phần, sự cấu tạo; [화학 hóa học] sự tổng hợp. *--하다 cấu tạo, pha trộn, hòa lẫn, kết hợp, tổng hợp. *--가속도 sự hợp lực, sự gia tốc. –고무 (연료, 영료, 석유, 섬유, 수지) cao su tổng hợp (nhiên liệu, thuốc nhuộm, dầu thô, chất sợi, nhựa thông). –금 hợp kim, vàng tổng hợp. –비료 phân bón tổng hợp. –세제 chất tẩy tổng hợp. –수지 chất dẻo.

합세 sự hòa đồng, hòa hợp, sự hợp nhất. *--하다 cùng một tính chất, hòa đồng, hòa hợp.

합숙 sự chung sống. *--하다 trọ chung, ở chung, sống chung; trú chung, đóng quân chung (군사 quân đội). *--소 nhà trọ, nhà tập thể, trại huấn luyện (스포츠); chỗ trú chân. –훈련 trại huấn luyện.

합승 --하다 đi (xe) chung (công cộng). *--차 xe buýt loại rẻ tiền, xe bus 2 tầng; xe công cộng.

합심 sự đồng âm, sự hợp xướng, sự hợp âm. *--하다 hòa hợp, liên kết, hành động phối hợp với. @합심하여 thống nhất với, đồng ý, nhất trí với; (đồng giai điệu)

합의 --하다 --lẫn nhau, qua lại, đồng ý, đi đến nhất trí với nhau, thỏa thuận chung @쌍방 합의 하에 theo thỏa thuận chung. *--이혼 ly hôn theo thỏa thận chung; đồng ý ly hôn.

합의 sự bàn bạc; sự thảo luận; sự tra cứu, tham khảo; sự hội ý. *--하다 hội ý với, bàn luận với. @합의하에 sau khi thảo luận, sau khi bàn bạc, hội ý; theo ý kiến chung.

합일 sự nhất trí, tính đồng nhất, tính chất duy nhất.

합자 sự cộng tác, sự chung phần. *--하다 cộng tác, chung phần, hùn vốn.

합작 đồng tác giả (저작 tác phẩm); sự hợp tác, sự cộng tác (협동 hiệp hội, đoàn thể); kết hợp, chung sức (협력). –하다 hợp tác (với người nào trong công việc), liên hiệp, liên kết. *--자 người hợp tác, đồng tác giả. –회사 công ty liên doanh.

합장 --하다 chấp tay lại. *--배례 chấp tay lại một cách tôn kính (sùng bái) .

합장 sự mai táng chung. *--하다 chôn tập thể.

합주 buổi hòa nhạc. *--하다 hòa nhạc. *--곡 khúc đồng diễn. 2 부--bản đuyê bộ đôi; 3 부-- phần tri-ô (nhóm 3); 4 부-- nhóm 4 (bản tứ tấu); 5 부-- nhóm 5, bộ 5, ngũ tấu.

합죽거리다 nói lầm bầm (lải nhãi); nhai trệu trạo.

합죽이 người không có răng.

합중국 liên đoàn, liên bang. *--미-- liên bang Mỹ.

합창 ban hợp xướng, đội đồng ca. *--하다

hát chung, đồng ca, hợp xướng. *--곡 bè ca, thuộc đội hợp xướng. –대 đội hợp ca ở nhà thờ (교회의) –자 người hát ở đội đồng ca, người điều khiển đội hợp ca. 남성-- hợp ca giọng nam. 2 (3,4,5)부 bộ đôi, (bộ 2, 3, 4, 5). 혼성 (남녀) -- hợp xướng (giọng nam-nữ).

합치 sự ngẫu nhiên, sự trùng khớp, sự tương ứng, sự đồng tâm, hợp lực, sự đồng ý, nhất trí, tán thành; [부합] sự trùng hợp; sự ăn khớp, sự ăn ý. *--하다 đồng ý, nhất trí, tán thành, trùng hợp, ăn khớp.

합치다 (1) [하나로] kết hợp, phối hợp với nhau; [병합] pha trộn, hòa vào, thêm vào. @손을 합치다 nắm (siết) tay // 힘을 합치다 cùng nổ lực, cùng cố gắng. (2)[합계]cộng vào, thêm vào, tổng cộng. (3) [혼합] pha trộn, trộn lẫn, hòa lẫn, kết hợp. @물과 술을 합치다 pha nước với rượu.

합판 mặt gỗ dán.

합판 quản lý chung.

합판화[식물;thực vật]hoa ghép; cánh hợp (hoa).

합하다 (1)[여럿이] vừa hợp => 합치다. (2)[마음에] vừa lòng, thích hợp, ưng ý, phù hợp với.

합헌 @합헌적 thuộc hiến pháp; theo hiến pháp.

합환주 rượu cưới, rượu hợp cẩn.

핫 (*hot*) nóng. *--뉴스(*hot news*) tin nóng hổi, tin mới ra lò (mới phát hành) *–도그 (*hot dog*) món bánh mì nóng kẹp xúc xích. –라인 (*hot line*) đường dây nóng. –케이크 (*hot cake*) bánh nướng nóng, bánh kếp.

핫도그 (*hot dog*) bánh mì kẹp xúc xích nóng.

핫바지 [솜바지] quần độn bông; [촌뜨기] người vụng về, thộn.

항 một mệnh đề, một đoạn văn (문장의); một tiết mục (항목); một từ, 1số hạng (trong chuỗi số, tỷ số) (수학의 toán học). @ @제 3 조 제 2 항 bài 3, câu 2 // 재정의 항을 참고하시오 xin xem mục "tài chính".

항간 vũ trụ, vạn vật, đường phố, đô thị. @ 항간에 떠도는 이야기 chủ đề rộng rãi về...; cuộc thảo luận về vấn đề đô thị.

항거 sự chống cự, sự kháng cự, sự đối kháng. *--하다 chống cự, kháng cự, không vâng lời, chống đối, đối chọi.

항고 [법] lời kêu ca, phàn nàn, khiếu nại, sự kháng cáo. *--하다 kêu ca, phàn nàn, kháng nghị, phản đối, kêu nài, khiếu nại. *--기간 thời hạn kháng án. –심 phiên tòa kháng án. –인 người đi kiện.

항공 hàng không, thuật hàng không, sự bay, chuyến bay. *--계 hàng không thế giới; giới hàng không. –기 máy bay, tàu bay. –모함 tàu sân bay, tàu chuyên chở. –복 y phục bay. –사 người lái máy bay, phi công. –사진 tấm ảnh chụp từ trên không. –수송 máy bay vận tải; --시대 tuổi bay. –우편 bưu phẩm, thư gửi bằng máy bay. –우표 con dấu gởi bằng máy bay .–회사 hãng máy bay.

항구 sự lâu dài, vĩnh cửu; tính vĩnh viễn, bất diệt, muôn đời. *--하다 bền vững, lâu dài, tồn tại, mãi mãi, để được lâu. *--성 thường xuyên.

항구 cảng, bến tàu, cửa khẩu.

항균성 kháng sinh. @항균성의 thuốc kháng sinh *--물질 chất kháng sinh.

항내 *--시설 phương tiện / điều kiện dễ dàng, thuận lợi.

항담 => 항설 chuyện nhặt nhạnh, chuyện ngồi lê, chuyện tầm phào.

항도 thành phố cảng.

항독소 kháng độc tố.

항등식 [수학 toán học] phương trình đồng nhất; đồng nhất thức.

항렬 cùng một nguồn gốc, cùng cội nguồn, tông chi họ hàng, quan hệ họ hàng.

항례 => 상례

항로 tuyến đường, lộ trình; kênh đào cho tàu bè qua lại; đường dành riêng cho tàu chạy bằng hơi nước.. *--도 hải đồ, đồ thị. 비행-- đường hàng không. 정기 -- đường chính.

항만 bến cảng; cảng và vịnh. *--공사 công trình xây dựng bến cảng.

항명 sự không vâng lời. *--하다 bất phục tòng, không tuân lệnh, không vâng lời.

항목 một tiết mục, hạng mục; [조항] một điều khoản. @항목별로 나누다 ghi thành từng khoản. *--별표 danh mục.

항문 [해부 giải phẫu] hậu môn. @항문의 thuộc hậu môn. *--과 khoa ruột thẳng.

항법 nghề hàng hải, sự đi biển. *극지(문선) -- sóng vô tuyền hàng hải (viễn thông).

항변 [피고의] sự phòng thủ, lời biện hộ, bào chữa; [항론] sự cam đoan, quả quyết; sự từ chối, bác bỏ; sự phản kháng, sự phủ nhận, sự mâu thuẩn. *--하다 bào chữa, bác bỏ, do dự, phủ nhận, phản đối.

항복 sự dâng nộp, sự từ bỏ, sự bỏ cuộc (복종); sự phục tùng, quy phục, sự đầu hàng (조건부의) –하다 dâng nộp, đầu hàng, quy phục, treo cờ trắng, bỏ vũ khí.*--기 cờ trắng, cờ đầu hàng. 무조건 -- đầu hàng vô điều kiện.

항상 mãi mãi, luôn luôn, thường xuyên, đều đặn, vĩnh viễn, theo lệ thường, thường tình.

항생물질 [의학] thuốc kháng sinh.

항설 chuyện ngồi lê mách lẽo. @항설이 분분하다 đồn (nói) bừa bãi; đồn khắp nơi.

항성 định tinh. @항성의 thuộc thiên văn (các vì sao). *-- 주기 vòng quay của các vì sao

항소 [법 pháp lý] sự chống án, sự thỉnh cầu. *--하다 kháng cáo, chống án, cầu xin, thỉnh cầu. @항소를 기각하다 bác bỏ đơn xin. *--권 quyền kháng án. –심 phiên tòa xét xử một vụ kháng án. –인 người kháng cáo. –장 đơn xin kháng án.

항속 việc tuần tra trên biển, sự bay vòng vòng tuần tra, việc tuần tra. *--거리 phạm vi, khu vực tuần tra. –력 khả năng bay. –시간 thời gian tuần tra (bay).

항시 thông thường, thường lệ, luôn luôn.

항아리 cái vại, cái lọ, bình, hủ chai, lọ. *---꿀-- một hủ mật ong.

항암 @함암의 (thuốc) kháng ung thư.

항용 => 항상

항원 [생리 sinh lý] sinh kháng thể, chất kháng nguyên.

항의 sự phản đối, sự đối kháng; sự quở trách, sự chống đối, sự ngoại lệ. *--하다 chống đối, phản đối, quở trách. *--서(문) tờ phản kháng (viết tay); --자 người đòi hỏi, người yêu cầu.

항일 tính kháng Nhật. *--운동 hoạt động

kháng Nhật, phong trào kháng Nhật.

항쟁 sự tranh chấp, sự chống đối, sự đấu tranh, sự đối kháng. *--하다 tranh chấp, cãi cọ, đấu tranh, chống đối, kháng cự, xung đột. @내부의 항쟁 một cuộc xung đột nội bộ.

항전 --하다 kháng cự, đấu tranh,chống đối. *대일-- cuộc kháng chiến chống Nhật.

항정 [배의] đoạn đường; quãng đường đi (bằng tàu thủy, xe lửa; [항공기의] đường chim bay.

항진 sự gia tăng, sự tăng nhanh, sự làm cho trầm trọng. (병세 따위의). *--하다 làm tăng thêm, tăng nhanh, thăng tiến. * 심계-- nhịp tim tăng.

항체 [생리] chất kháng thể.

항해 chuyến du lịch, chuyến du hành trên sông, sự vượt sông/biển; cuộc đi chơi biển.*--하다 đi du lịch, đi tàu thuyền, vượt biển. @항해중이다[사람이] đi du lịch; [사람.배가] đi biển; [배가] đi thuyền buồm. *--권 quyền tàu bè qua lại. –도 hải đồ.–사 thuyền trưởng. @1 등항 해사 thuyền trưởng// 2 등 (3 등) 항해사 thuyền phó (thuyền viên) –술 nghề hàng hải, nghề lái tàu. 원양-- chuyến du hành trên biển.

항행 sự đi thuyền trên sông, biển; cuộc đi chơi biển. *--하다 lái tàu; đi chơi biển.

항히스타민 @항히스타민의 thuốc trị dị ứng. *--제 chất chống dị ứng.

해 [1] mặt trời. @해가 뜨다 mặt trời mọc // 해가지다 mặt trời lặn// 해가 저물다 trở nên u ám.

해 [2] (1) [일년] một năm. @해마다 mỗi năm, hằng năm// 해가 다 가다 vào đến cuối năm (2) [낮] ban ngày. @해가 길다 (짧다) có ngày dài (ngắn).

해 ký hiệu (dấu hiệu) của tấm bảng vấn.

해 [위해] hư hao, thiệt hại, thất thoát, phiền lụy, tổn thương. [손상] sự tổn thất, tai hại. [해독] có hại, một ảnh hưởng xấu (tai hại). *--하다 làm thiệt hại, làm hư hỏng, làm suy yếu. @해로운 tổn thương, độc hại, tai hại, tác hại, gây hại, thiệt hại.

해-- ấy, đó, kia, rất, lắm (người/sự việc) dùng trong câu hỏi.

해갈하다 [갈증을] giải khát, làm hết khát; bớt khát; [가뭄을] thời tiết khô ẩm, giảm bớt khô cạn, bớt hạn hán.

해결 giải pháp, sự dàn xếp, sự giải quyết, sự thỏa thuận. *--하다 giải đáp (một câu hỏi); giải quyết/ thu xếp/ dàn xếp/ ổn định (một vấn đề). @원만 (만족) 한 해결 tờ thỏa thuận, tờ hòa giải. *--조건 điều khoản thỏa thuận. –책 phương sách giải quyết (một vấn đề rắc rối); giải pháp.

해고 sự giải tán, sự thải hồi, sự ngưng (giảm) sản xuất. *--하다 đuổi, giải tán, thải hồi, sa thải, bị đuổi, ngưng, giảm.

해골 xương, bộ xương, đầu lâu, xương sọ.

해괴 sự khác lạ, sự dị thường, tính chất kỳ lạ; tính chất lập dị, kỳ cục; việc kỳ quặc, kỳ quái; tính chất gây xì-căng-đan; sự gây tai tiếng. *--하다 xa lạ, kỳ cục, kỳ dị, quái dị, kỳ quặc, đặc biệt, khác thường.

해구 con chó biển, con hải cẩu. *--신 dương vật của con hải cẩu.

해구 bọn cướp biển, hải tặc.

해구 đại dương sâu thẳm (bí hiểm).

해군 Hải quân, thủy quân, lực lượng hải quân. @해군의 thuộc hải quân. *--국

cường quốc hải quân. –기지 căn cứ hải quân. –력 lực lượng hải quân. –무관 sự gia nhập hải quân. –병원 bệnh viện hải quân. –사관 (장교) trụ sở hải quân. –사관학교 học viện hải quân. –함선 tàu hải quân, tàu chiến.

해끄무레하다 đẹp và hơi trắng. @해끄무레한 얼굴 một khuôn mặt đẹp và hơi trắng.

해금 một loại đàn của Hàn quốc.

해금 bãi bỏ (chấm dứt) lệnh cấm vận. –기 mùa được phép săn bắn.

해기 thuật lái tàu. *--면(허)장 bằng lái tàu.

해낙낙하다 vừa lòng, thỏa mãn, hài lòng, đẹp ý.

해난 tai họa của biển; nạn đắm tàu. @해난을 당하다 bị đắm tàu, bị nạn ở biển. *--구조선 tàu cứu hộ. –작업 công việc (nghề) cứu hộ.

해내다 (1) [완수] hoàn thành, thực hiện xong, đạt được, dành được, thành đạt. @ 맡은 일을 해나다 hoàn thành công tác. (2) [이겨내다] chống cự lại, đàn áp, đánh bại, ở thế trội, có ưu thế hơn, khá hơn.

해넘이 mặt trời lặn, xế chiều, chiều tà.

해녀 người phụ nữ làm nghề lặn mò ngọc trai.

해다리, 해달 [동물] con rái cá.

해단 sự giải tán. –하다 giải tán. *--식 nghi thức bế mạc.

해답 một giải pháp, một đáp án. *--하다 giải quyết, giải thích, giải đáp, trả lời. *--자 người giải đáp. 시험문제-- giải đáp câu hỏi thi.

해당 --하다 rơi vào loại, nằm vào loại; phù hợp, tương xứng với, thích hợp với. @제 2 조에 해당하다 theo điều khoản 2 (mục 2). *--사항 số liệu thích hợp.

해당화 [식물 thực vật] cây tầm xuân, cây mâm xôi; cây thạch nam.

해대다 tấn công, xông vào, chống cự, đánh, đấm. @사람을 해대다 xông vào người nào.

해도 hải đồ, thủy đồ, bản đồ đi biển.

해독 cái xấu, điều ác, chất độc hại; một ảnh hưởng xấu. @ 해독을 끼치다 nguyên nhân gây hại; ảnh hưởng tai hại.

해독 sự đấu tranh chống lại cái xấu. *--하다 chống lại ảnh hưởng tai hại, xấu. *--제 thuốc giải độc.

해독 sự giải mã. *--하다 giải mã, giải đoán; đọc mật mã.

해돋이 mặt trời mọc. @ 해돋이에 bình minh, ban mai, rạng sáng.

해동 sự tan (tuyết). *--하다 tan, làm tan.

해득 sự hiểu biết; trí tuệ, sự am hiểu, sự lĩnh hội. *--하다 lĩnh hội, tiếp thu, am hiểu, hiểu biết.

해뜨리다 nguội dần, mòn dần.

해로 đường biển. @해로로 가다 đi bằng đường biển.

해로 --하다 cùng chung sống đến già; @백년해로하다 (가다) bách niên giai lão (vợ chồng chung sống hạnh phúc đến già).

해롭다 gây hại, có hại, làm hại, có ảnh hưởng tai hại; gây bất lợi cho.. @ 술은 건강에 해롭다 rượu có hại cho sức khỏe.

해롱거리다 cư xử như một đứa trẻ hư.

해류 dòng đại dương. *--도 hải đồ.

해륙 đất liền và biển => 수륙. *--양용

비행기 (전차) loại máy bay (xe tăng lội nước) đỗ được trên bờ và cả trên mặt nước. –양면 작전 hoạt động vừa ở dưới nước vừa ở trên bờ.

해리 dặm biển; hải lý.

해리 [동물 đông vật] con hải ly

해리 sự phân tích; tích phân. *--하다 phân ra, tách ra, phân tích. *--압 áp xuất tích phân.

해마 [물고기] con cá ngựa; [하마] con hà mã; [해상] con chó biển (hải cẩu)

해마다 hằng năm, mỗi năm.

해말갛다 đẹp; có nước da đẹp.

해말쑥하다 sạch và đẹp; có nước da sáng sủa.

해맑다 trắng và sạch (sáng)

해머 (*a hammer*) cái búa.

해먹 (*a hammock*) cái võng (cái giường treo).

해먹다 làm việc xấu, hành động bất chính, làm việc bất lương.

해면 mặt biển.

해면 bọt biển (hải miên/sinh vật xốp dưới biển) *--고무 miếng cao su xốp. –조직 vải thấm nước (gạc). –질 mềm, xốp, hút nước). –체 thể mềm.

해명 sự làm sáng tỏ, sự giải thích. *--하다 giải thích, làm sáng tỏ.

해몽 sự giải mộng. *--하다 giải mộng, đoán mộng.

해무 sương mù dọc theo biển, sương muối.

해묵다 [물건이 vật phẩm] để qua năm; [일이 công việc] kéo thêm 1 năm.

해묵하다 [물건을] để (vật gì) lâu thêm 1 năm; [일을] kéo dài 1 công việc không xong.

해물 => 해산물

해미 sương muối dày dặc.

해바라기 [식물 thực vật] hoa hướng dương.

해박 sự uyên thâm, uyên bác; kiến thức rộng. *--하다 uyên bác, hiểu rộng, hiểu sâu. @해박한 지식 sự hiểu biết sâu rộng; thông thái.

해발 trên (cao hơn) mực nước biển. @그 산은 해발 3.000 미터이다 ngọn núi này cao hơn mực nước biển 3.000 mét.

해방 sự cứu nguy, sự giải thoát, sự phóng thích, sự giải phóng. *--하다 thả tự do, giải phóng, phóng thích, giải thoát. @노예를 해방하다 giải phóng nô lệ. *--자 người giải phóng. –지구 vùng giải phóng.

해법 giải pháp; cách giải quyết.

해변 bờ biển, bãi biển. @해변을 소요하다 đi dạo trên bãi biển

해병 hải quân; lính thủy. *--대 quân đoàn lính thủy. –대원 lính thủy đánh bộ.

해보다 (1) [시험] thử, cố gắng. @일이 해보다 thử làm, cố làm, toan làm // 할 수 있는 데까지 해보다 cố gắng hết sức mình. (2) [경험] kinh nghiệm, hiểu biết, thử thách. @고생을 해보다 trải qua gian khổ // 사랑을 해보다 có kinh nghiệm yêu, từng trải qua tình trường. (3) [끝까지] đọ sức, đấu tranh, kháng cự, chống cự, chiến đấu.

해부 (1) [의학상의] sự mổ xẻ; sự giải phẫu, phẫu thuật, sự khám nghiệm (tử thi). (2) sự phân tích. *--하다 mổ xẻ, giải phẫu, khảo xát, phân tích, khám nghiệm. @ 해부상의 khoa giải phẫu. *--대 bàn mổ. –도 bản đồ giải phẫu. 시체-- sự khám nghiệm tử thi.

해빙 sự tan (băng). *--하다 tan băng, rã băng. @ 한강이 해빙되었다 sông

Hàn bây giờ đã tan băng. *--기 mùa tuyết tan.

해사 công việc về hàng hải. *--법규 luật biển.

해사하다 có làn da đẹp.

해산 (1) [흩어짐 tan rã, giải tán] sự tan (băng), sự phân tán, sự gieo rắc. (2) [해체 tháo dở, phá hủy] sự phá rối; sự giải tán. *--하다 giải tán, phân hủy, phá rối, hòa tán. @회의를 해산하다 giải tán đám biểu tình. *강제-- sự ép buộc/ sự cưỡng bách thanh toán/kết thúc. 임의-- tình nguyện kết thúc (tháo dở).

해산 sự sinh đẻ. *--하다 sinh đẻ, đẻ, ở cử. @남아를 해산하다 đẻ con trai, sinh con trai.

해산들 sản vật biển.

해삼 con đỉa biển; hải sâm.

해상 @해상에서 trên biển, vùng biển, hải phận. *--경비대 sự bảo vệ biển. –근무 ngành biển. –무역 nghề biển, nghề hàng hải. –법 luật biển. –보험 ngành bảo hiểm đường biển.

해상 đáy biển.

해상 --하다 qua khỏi cơn đau buồn.

해서 cách viết chữ theo ô vuông (chữ Tàu).

해석 sự phân tích. *--하다 phân tích. *--기하학 [수학] hình học giải tích. –학 giải tích học.

해석 [판단] sự thông dịch, sự làm sáng tỏ; [추정] sự giải thích; [번역] sự phiên dịch, bản dịch; [정의] sự xác định, sự định nghĩa; [설명] sự giải thích, thanh minh; [해설] sự phơi bày, sự bày tỏ; [주석] lời bình luận, chú giải. *--하다 thanh minh, giải thích, làm sáng tỏ, dẫn giải, chú giải. @법의 해석 sự giải đáp pháp luật // 선의 (악의) 로 해석하다 giải thích rõ ràng (không rõ ràng).

해설 lời thanh minh, giải thích; lời chú giải, bình luận.*--하다 giải thích, thanh minh, bình luận, chú giải, trình bày chi tiết.*--자 nhà bình luận; người viết dẫn giải. 뉴스(*news*) bình luận tin tức (báo chí).

해소 (1) [해산 sự giải tán] sự phân hủy; sự phá hoại, phá rối tổ chức. *--하다 giải tán, phá hoại, phá rối. (2) [해약] --하다 xóa bỏ, thủ tiêu, hủy bỏ, phá vỡ, cắt đứt. (3) [해결] –하다 hòa tan, hòa giải, thỏa thuận, giải quyết.

해손 sự tổn thất hàng hóa do gặp nạn trên biển. *--계약 (계약서) hợp đồng, giao kèo, khế ước. –정산 (정산서, 정산인) hòa giải, dàn xếp tổn thất. –조항 điều khoản hợp đồng.

해수 chứng ho, cơn ho, tiếng ho. *--약 thuốc ho.

해수 nước mặn, nước biển. *--욕 sự tắm biển. @해수욕을 하다 tắm biển.

해시계 đồng hồ mặt trời (theo ánh nắng mà tính giờ).

해식 sự xói mòn của biển.

해신 vị thần biển (로마의; 희랍의).

해쓱하다 xanh xao, vàng vọt; xanh nhợt nhạt. @그여자의 얼굴은 해쓱해보였다 cô ấy có vẻ xanh xao.

해악 xấu, có hại, tổn hại. [악영향] một ảnh hưởng tai hại (ảnh hưởng xấu).

해안 @해안의 bờ biển, bãi biển, khu cảng, bến tàu // 해안에서 ở ven biển, cạnh biển. *--경비 sự phòng thủ, sự canh gác ven biển. –도 hòn đảo. –선

bờ biển (hình dạng bờ biển). –지방 vùng biển, miền biển, miền duyên hải.

해약 sự hủy bỏ hợp đồng.

해양 biển; đại dương. *--물리학 vật lý học, khoa học tự nhiên. –성 기후 khí hậu miền biển. –학 hải dương học.

해어뜨리다 mòn dần, hỏng dần. @옷을 해어뜨리다 quần áo bị mòn, hỏng dần; làm hỏng, rách quần áo.

해어지다 rách nát, rách bươm, rách tả tơi.

해역 vùng biển, miền biển.

해열 --하다 hạ sốt, bớt sốt (cắt bỏ cơn sốt). *--제 thuốc giải nhiệt, thuốc hạ sốt.

해오라기 [새 chim] con diệc trắng.

해왕성 [천문 thiên văn] Hải vương tinh, sao Hải vương.

해외 nước ngoài, ngoại quốc // 해외로부터 ở nước ngoài. // 해외로 가다 ra (đi) nước ngoài. *--무역 mậu dịch kinh doanh nước ngoài. –시장 thị trường nước ngoài. –이주 sự di cư ra nước ngoài. –전보 dây cáp xuyên đại dương.

해우[동물 động vật] con cá nược(thuộc bộ lợn).

해운 sự vận chuyển bằng tàu.*--계 giới vận tải đường sông. –업 ngành vận tải đường sông.

해원 thủy thủ, lính thủy. *--양성소 trường đào tạo lính thủy.

해이 trạng thái thư giãn, sự thả lỏng.*--하다 thả lỏng, buông lỏng, làm dịu bớt. @마음이 해이하다 buông lơi, giảm chú ý.

해일 sóng triều. *--하다 biển dâng, triều lên.

해임 sự sa thải (việc làm), sự giải tán.*--하다 đuổi, giải tán, sa thải.

해자 hào (xung quanh thành trì)

해장 sự uống để giả rượu. *--국 nước luộc thịt (nước súp) để uống giả rượu.

해저 đáy biển. *--전선 dây cáp dưới biển.

해적 cướp biển, hải tặc.*--선 tàu hải tặc. –행위 nghề cướp biển.

해전 chiến thuật, giao chiến dưới biển.

해제 (1) [취소] sự hủy bỏ, sự xóa bỏ, sự thủ tiêu, sự thu hồi, sự giải tán. (2) [해방] sự thải hồi, sự miễn xá, sự sa thải. *--하다 hủy bỏ, xóa bỏ, bãi bỏ, thủ tiêu, thu hồi, giải tán, phóng thích, xá miễn. *무장-- sự giải trừ quân bị; sự phi quân sự hóa. 폭풍 경보-- chấm dứt giai đoạn cảnh cáo; giũ sạch tất cả.

해제 sự mở một thư mục. *--하다 đưa vào thư mục.

해조 một loài chim có hại.

해조 loài chim biển.

해조 rong biển, tảo biển (비료용 dùng làm phân bón).

해주다 làm việc gì vì người khác.

해중 @해중에 dưới biển. *--핵실험 việc thử nghiệm vũ khí hạt nhân dưới biển.

해지다 [1] mòn, cũ, không dùng được => 해어지다.

해지다 [2] mặt trời lặn => 해 [1]

해직 --하다 đuổi, sa thải (ra khỏi chổ làm việc); giải tán, thải hồi.

해질녘 @해질녘에 lúc chiều tà, lúc xế chiều.

해체 (1) [분해] tháo dở ra từng mảnh, triệt phá, phá hủy. (2) [해산] sự phá hoại tổ chức, trừ khử, thủ tiêu. *--하다 tháo rời ra từng mảnh, tháo dở (một động cơ), rã ra, giải tán, phá hủy. @기계를 해체하다 rã cái máy ra từng mảnh./ 정당을 해체하다 tháo dở ra từng phần.

해초 => 해조

해충 loài sâu bọ, côn trùng gây hại; sâu mọt, ký sinh (종칭)

해치다 xúc phạm, làm tổn thương (ai); gây hại, làm tổn hại. @건강을 해치다 gây hại cho sức khỏe.

해치우다 hoàn thành, kết thúc, làm xong.

해탈 하다 thoát khỏi, qua khỏi (cơn mê).

해태 chậu rửa tội.

해파리 [동물 động vật] con sứa.

해판 --하다 phân loại, xếp loại.

해프닝 (*happening*) biến cố, sự việc xảy ra.

해하다 => 해치다

해학 trò đùa, trò cười, tính hài hước, hóm hỉnh, lời giễu cợt. @해학적임 tính chất hài hước, khôi hài. *--가 người hay pha trò, người có tài dí dỏm, người có óc hài hước; diễn viên hài, nhà văn hài. –소설 chuyện hài hước.

해해거리다 cười rúc rích, khúc khích.

해협 eo biển, kênh, mương, rạch. *대한--eo biển Đại Hàn.

해후 sự gặp gỡ tình cờ. *--하다 ngẫu nhiên gặp, tình cờ gặp, châm trán, đụng độ bất chợt.

핵 [세포의 tế bào]hạt nhân; [과실의 mầm quả] nhân, phần trung tâm, phần cốt lõi. –반응 phản ứng hạt nhân. –분열 sự phân hạt nhân (để tạo ra năng lượng).

핵과 loại quả có hạt, quả hạch.

핵무기 vũ khí hạt nhân (năng lượng nguyên tử).

핵무장 vũ trang hạt nhân. *--하다 trang bị vũ khí hạt nhân.

핵물질 vật liệu hạt nhân.

핵산 *acid nucleic*

핵실험 sự thí nghiệm năng lượng nguyên tử (hạt nhân). *--금지 협정 hiệp định cấm thử vũ khí hạt nhân. 대기권-- sự thí nghiệm năng lượng nguyên tử trong không khí. 지하-- sự thử nghiệm năng lượng nguyên tử ngầm dưới đất.

핵심 nhân, hạch, lõi, hạch, ruột. @문제의 핵심 câu hỏi tận đáy lòng.

핵우산 màn (lưới) che năng lượng nguyên tử.

핵(입)자 [물리 vật lý] nơ-tron // proton.

핵전쟁 chiến tranh nguyên tử.

핵질 [생물 sinh vật] chất nhân.

핸드백 (handbag) túi xách, ví tay, ví đựng đồ trang điểm.

핸드볼 (*handball*) [경기 cuộc thi, trận đấu] môn bóng ném.

핸들 (*handle*) tay lái, ghi đông; (자전거의) bánh xe (자동차의 xe hơi); quả nắm ở cửa tủ (도어의).

핸디캡 (*handicap*) sự cản trở; cuộc thi có chấp.

핸섬 (*handsome*) đẹp trai, rộng rãi, hào phóng.

핼쑥하다 có nước da xấu, có vẻ xanh xao.

햄 (*ham*) thịt giăm bông bắp đùi.

햄버그 (스텍) thịt bò băm.

햅쌀 lúa mới; vụ mùa thu hoạch lúa mới. *--밥 gạo lúa mới.

햇 @햇곡식 vụ thu hoạch đầu năm.

햇무리 vòng sáng, vòng hào quang quanh mặt trời.

햇발 tia nắng.

햇볕 ánh nắng mặt trời.@햇볕을 쬐다

tắm nắng.

햇빛 ánh nắng, tia nắng. @햇빛에 쬐다 phơi nắng.

햇살 ánh sáng mặt trời.

햇수 con số của năm.

햇콩 đậu mới; mùa thu hoạch đậu trong năm.

햇팥 đậu đỏ mới (thu hoạch)

행 (1) một hàng, một dãy. (2) [시의] một dòng (thơ); một câu thơ.

행 hạnh phúc, may mắn, vận may.

-행 [가는 곳] sự đi về, hướng về. @서울행 열차 chuyến xe lửa đi về *Seoul.*

행각 --하다 đi hành hương. @사기 행각을 하다 lừa gạt, dối trá.

행간 khoảng cách giữa dòng. @행간을 띄다 bỏ qua khoảng cách giữa dòng.

행군 cuộc hành quân, cuộc diễu hành, *--하다 hành quân, diễu hành. *--대형 cuộc diễu hành theo hàng ngũ. 강-- cuộc diễu hành ép buộc.

행길 con đường chính => 한길

행낭 túi đựng thư (dành cho phát thư)

행내기 người tầm thường, xoàng.

행동 một hành động, một hành vi, cử chỉ; một tư cách, hạnh kiểm. *--하다 hành động, cư xử, ăn ở. @행동에 옮기다 tiến hành, thực hiện. *--대 một nhóm hành động. –주의 [심리 tâm lý] hành động chủ nghĩa. 군사-- hoạt động quân sự. 단독-- hoạt động riêng lẻ. 단체-- hành động liên kết.

행동 거지 tác phong, dáng điệu, dáng vẻ, điệu bộ, hành vi cử chỉ, cách cư xử.

행락 sự thích thú, sự khoái trá, sự hài lòng vui vẻ. *--하다 tiêu khiển, giải trí, hưởng thụ.

행렬 [행진] đám rước, cuộc diễu hành; [물건을 살 때의] xếp hàng nối đuôi nhau. [수학 toán học] ma trận. @행렬을 짓다 đứng xếp hàng.

행로 đường đi, đường lộ, đường mòn. *인생-- đường lối, hướng đi của cuộc đời.

행방 chỗ ở, dấu vết của người nào. @행방을 감추다 che đậy dấu vết.

행방불명 @행방불명의 mất tích, thất lạc // 행방불명이 되다 bị mất tích, bị thất lạc. *--자 người mất tích, người vắng mặt (집합적 trong buổi họp)

행복 sự may mắn, niềm hạnh phúc . *--하다 may mắn, hạnh phúc, tốt số, thuận lợi. @행복을 누리다 hưởng hạnh phúc, hưởng phước // 행복을 빌다 chúc phúc (cho ai).

행불행 hạnh phúc hoặc đau khổ; may mắn hay bất hạnh.

행사 --하다 dùng, sử dụng, thực hiện, thi hành. @권리를 행사하다 sử dụng quyền.

행사 một sự kiện, một chức năng, một trách nhiệm; một sự tuân thủ, duy trì (một qui luật). *연중-- trách nhiệm hằng năm

행상 [일] nghề bán hàng rong; [행상인] người bán hàng rong. *--하다 bán rong.

행색 (1) [차림새] phong thái, tướng mạo, dáng điệu bên ngoài. (2) [행동] quan điểm, thái độ, cử chỉ, cách ăn ở, đối xử, cư xử.

행서 lối viết chữ thảo (Hán tự)

행선지 mục đích, điểm đích, nơi sẽ đi tới.

행세 --하다 cư xử khéo; [가장] giả đò, giả vờ, giả bộ. @중으로 행세하다 giả bộ (khoát áo) thầy tu.

행세 sự nắm quyền lực chính trị. *--하다 nắm quyền, sử dụng quyền.

행수 số hàng, số dòng.

행실 hành vi, thái độ, tư cách, cử chỉ, cách ăn ở.

행여 tình cờ, ngẫu nhiên, có thể. @행여 오지 않을까하여 기다렸다 phải đợi trong trường hợp bạn có thể.

행운 may mắn, tốt số, có vận may (행운의). *--아 người gặp vận may, người tốt số

행원 nhân viên (thư ký) ngân hàng.

행위 hành vi, cử chỉ, tư cách, thái độ. *--능력 quyền hạn, tư cách. –세 ngành (sở) thuế. 법률-- một đạo luật. 부정-- vô nguyên tắc, không chính qui, không đều. 불법-- một hành động vô nguyên tắc. 상-- việc kinh doanh, sự quản lý kinh doanh. 자선-- một việc thiện, một hành động nhân từ. 정당-- một việc làm (hành động) chính đáng, hợp pháp.

행인 người đi du lịch, người đi bộ, khách bộ hành.

행장 đồ dùng cần thiết (đồ trang bị) cho cuộc du lịch (áo quần, giày, mũ, vật dụng cá nhân..).

행적 thành tích/ thành tựu trong đời.

행정 chính phủ, chính quyền. @행정적 (상의) tổ chức hành pháp. *--감독 sự kiểm tra hành chính. –개혁 sự cải tổ chính quyền. –관 ủy viên chấp hành. –관청 văn phòng chính phủ (nội các). –구획 khu vực hành chính. –권 nhà cầm quyền, nhà chức trách, chính quyền. –기구 sự tổ chức chính quyền (hành chính). –사무 việc hành chính. –소송 sự tranh chấp chính quyền. –조치 biện pháp hành chính. –처분 sự sắp xếp (bố trí) chính quyền. –학 khoa học chính trị.

행정 chặng đường đi, quảng đường đi, cuộc hành trình.

행주 khăn lau chén đĩa. *--치마 cái tạp dề.

행진 --하다 đi bộ, đi diễu hành, hành quân, đi duyệt binh. @행진중이다 đang đi diễu hành. *--곡 hành khúc; khúc quân hành.

행차 một cuộc viếng thăm. *--하다 thăm, viếng.

행패 --하다 hành động quá khích, cư xử không đúng. @행패를 부리다 làm tổn thương, xúc phạm.

행하 tiền tặng thưởng, tiền 'càphê', tiền chè lá.

행하다 (1) hành động, cư xử, ăn ở; [실행] thực hiện, chấp hành, thi hành, rèn luyện. @선을 행하다 làm việc thiện, làm điều tốt. (2) [거행] tổ chức (lễ kỷ niệm). @의식을 행하다 tổ chức nghi lễ.

향 mùi thơm, hương thơm, hương trầm @향을 피우다 đốt trầm hương.

향교 đền thờ đức Khổng tử và trường nho giáo.

향군 [재향군인] người từng trãi, người kỳ cựu, cựu chiến binh; [예비군] lực lượng phòng vệ tổ quốc.

향긋하다 thơm ngát, thơm ngào ngạt.

향기 hương (mùi) thơm ngào ngạt; dầu thơm, nước hoa. @향기로운 có mùi thơm.

향나무 [식물 thực vật] cây bách xù Trung quốc.

향내 => 향기

향년 tuổi thọ, tuổi lúc chết. @향년 60 ông ấy thọ 60 (chết lúc 60 tuổi).

향도 người hướng dẫn, người lãnh đạo (tổ chức) (군대의 quân đội); sự chỉ đạo, sự điều khiển, lãnh đạo. *--하다 hướng dẫn, dìu dắt, lãnh đạo.

향락 sự hưởng thụ, sự thưởng thức, sự hài lòng. *--하다 hưởng thụ, thưởng thức. *--기분 (분위기) tâm trạng vui vẻ (không khí vui vẻ). –생활 cuộc sống vui vẻ; cuộc sống hưởng thụ –주의 chủ nghĩa hưởng lạc (thuyết Ê-pi-cua). –주의자 người theo thuyết hưởng lạc.

향로 người đốt hương trầm (chú tiểu có phận sự đốt hương trầm ở chùa).

향료(1) [식품의 thực phẩm, vật phẩm] đồ gia vị. (2) [화장품의] nguyên vật liệu tạo hương thơm. *--류 nơi sản xuất hay nơi bán nước hoa.

향리 quê hương, xứ sở, quê quán, nơi chôn nhau cắt rốn.

향미 mùi vị.*--료 đồ gia vị; sự nêm, ướp gia vị.

향방 [방위] phương hướng, phương diện; khía cạnh (집의); thái độ (위치); [목적지] đường lối, hướng đi tới. @향방을 모르다 không biết phương hướng.

향배 thuận hay chống.

향불 hương, cây nhang, nhang trầm. @향불을 피우다 thắp hương, đốt nhang.

향사 [지질] nếp lõm, nếp uốn lõm.

향상 sự nâng lên, sự đưa lên; [개선] sự cải thiện, sự cải tiến; [진보] sự tiến bộ, sự phát triển, sự tiến triển. –하다 tăng lên, nâng cao, cải thiện, phát triển. @지위의 향상 sự thăng chức // 질의 향상 sự cải tiến chất lượng. *--심 nguyện vọng, hoài bão, khát vọng.

향수 --하다 hưởng thụ tuổi già.

향수 dầu thơm, nước hoa, hương thơm nhân tạo (인공의); hương thơm từ hoa cỏ (꽃에서 딴); nhà (xưởng) chế tạo nước hoa (총칭). @향수를 바르다 (뿌리다) xức dầu thơm, bôi nước hoa. *--병 lọ nước hoa. –분무기 bình xịt (phun) nước hoa.

향수 sự hưởng thụ. *--하다 hưởng thụ, thưởng thức.

향수 sự nhớ nhà, nhớ quê. @향수를 느끼다 cảm giác nhớ nhà.

향습성 [식물 thực vật] loại cây có tính hướng nước.

향연 buổi tiệc, tiệc chiêu đãi, yến tiệc.

향유 sự thưởng thức, sự hưởng thụ, sự chiếm hữu. *--하다 thưởng thức, hưởng thụ, chiếm hữu.

향유 (1) [참기름] dầu mè. (2) [머리기름] dầu xức thơm tóc.

향유고래 [동물 động vật] con cá voi.

향응 buổi tiệc chiêu đãi; bữa cơm chiều. *--하다 thiết tiệc, đãi tiệc.

향일성 tính hướng dương (식물)

향지성 tính hướng đất (식물)

향토 quê cha đất tổ; quê hương xứ sở. @향토의 자랑 tình yêu quê hương. *--문학 văn học dân gian. –색 màu sắc địa phương. –예비군 lực lượng phòng vệ tổ quốc.

향하다 (1) [대하다] bề mặt, mặt ngoài, mặt tiền, mặt trước; @벽을 향하여 đối mặt với tường. (2) [가다] xuất phát, bắt nguồn từ, tiến về, hướng về. (3) [쏠리다] nghiêng về, hướng tới, nhắm tới.

향학심 lòng say mê học hỏi, lòng ham học. @향학심에 불타다 hăng hái, say mê học tập.

향학열 sự hăng hái (nhiệt tình, say mê, thích thú) trong việc học tập.

향후 sau này, về sau, trong tương lai; từ rày về sau, từ nay trở đi; kiếp sau, đời sau.

허 ôi!, chao ôi!, than ôi!, trời ơi!

허 một vị trí phòng thủ không kín đáo, chổ hở, yếu điểm. @법의 허를 찌르다 *đánh vào chổ hở của luật pháp.*

허가 giấy phép, sự được phép; [승인] sự thừa nhận, sự đồng ý, sự chấp thuận; [면허] giấy phép, giấy chứng nhận; [입학. 입장]sự kết nạp, sự công nhận; [인정] sự cho phép, sự cấp giấy phép. *--하다 cho phép, cấp giấy phép, chấp thuận, thừa nhận, kết nạp.. @허가를 얻어 với sự cho phép (chấp thuận) của ai // 허가 없이 không được phép. *--증 giấy phép, môn bài; 건축-- giấy phép nhập học.

허겁지겁 --하다 vội vã, hối hả, lung tung, náo động, bối rối, xôn xao.

허공 khoảng không trung; khoảng không gian trống rỗng. @허공에 뜬 cheo leo trong không trung.

허구 chuyện bịa đặt, chuyện hư cấu, tưởng tượng, sự bịa đặt, pha chế, sáng tác, phát minh ra. @ 허구의 tính hư cấu giả tạo.

허구렁 một cái hố rỗng.

허구하다 rất lâu. @허구한 세월 một thời gian dài, nhiều năm.

허기 sự đói. @허기지다 bị chết đói.

허깨비 [환영] ảo giác, ảo tưởng, bóng ma; [유령] ma quỷ, yêu tinh.

허니문 (*a honeymoon*) tuần trăng mật.

허다 nhiều, số nhiều, số lớn. *--하다 phần đông, phần lớn, số nhiều, thông thường.

허덕거리다 [숨이 차서] thở hắt, thở hổn hển; kiệt sức, mệt lã; [애쓰다] gắng sức, nổ lực, cố gắng, nhiệt liệt, điên cuồng, dữ dội. @숨이 차서 허덕거리다 thở hổn hển.

허두 @허두를 꺼내다 lời mở đầu.

허둥거리다 bối rối, dao động; lúng túng, ngượng.

허둥지둥 --하다 bận rộn, vội vàng.

허드레 những mẫu thừa, lặt vặt, không giá trị. @허드렛군 người làm việc lặt vặt, linh tinh // 허드렛일 công việc vặt, không giá trị.

허들 vật chướng ngại, bức rào tạm.*--레이스 cuộc chạy đua vượt rào.

허락 [승인] sự đồng ý, sự thỏa thuận, ưng thuận, sự chấp thuận, sự tán thành; [허기] giấy phép; sự cho phép. *--하다 đồng ý, tán thành, chấp thuận, cho phép, được phép, thừa nhận, công nhận (입학을).

허랑 방탕 --하다 hoang tàng, trác táng, chơi bời, phóng đãng.

허례 hình thức rỗng, bề ngoài.

허룩하다 hoàn toàn trống rỗng.

허름하다 tầm thường, xơ xác, tồi tàn, tiều tụy; [싸다] rẻ tiền. @허름한 옷 quần áo tồi tàn.

허리 (1) [신체의 thuộc cơ thể] eo, hông, chỗ thắt lưng (집승의); khung xương chậu. @허리를 굽히다 khom xuống, cúi xuống. (2) [옷의 y phục] phần eo (của áo).

허리띠 dây lưng, thắt lưng, dây đai, đai lưng (của phụ nữ 여자용의); dây nịt (tên chung 총칭). @허리띠를 매다 cột thắt lưng (dây nịt).

ㅎ

허리춤 bên trong lưng quần.
허리통 số đo vòng eo
허릿매 vòng eo, vòng bụng.
허망 sự lừa dối, không thành thật; điều giả dối. *--하다 giả dối, dối trá, không đáng tin cậy, không trung thực, không xác thực, hão huyền.
허무 hư vô, hư không. *--하다 không có, không tồn tại, không hiện hữu, vô ích, vô hiệu, phù phiếm. *--사상 tư tưởng rỗng tuếch. –주의 thuyết hư vô. –주의자 người theo thuyết hư vô.
허무 맹랑 --하다 ngông cuồng, rồ dại, vô lý, vu vơ, lố bịch, ngớ ngẩn, không duyên cớ.
허물 1 .da, vỏ, vỏ bọc; vết sẹo (흉터). @허물이 있다 có sẹo.
허물 2 [과실 sai sót, lầm lỗi] khuyết điểm, lỗi lầm, sai lầm, một hành động (việc làm) xấu, tội lỗi; [결점] yếu điểm, nhược điểm, tật xấu, thiếu sót. // 허물없는 hoàn hảo, không có khuyết điểm.
허물다 kéo (lôi) xuống, đạp đổ, giật đổ, xô đổ, đánh đổ, phá hủy, tiêu diệt.
허물벗다 1 (1) [뱀 따위가 rắn] lột vỏ, lột da. @뱀이 허물벗다 lột da rắn. (2) [피부] lột vỏ, bóc vỏ, cạo vỏ, làm bong (tróc) vỏ.
허물벗다 2 [누명 벗다] thanh minh, đính chánh lời nói xấu.
허물어지다 triệt phá, rơi xuống, ngã xuống; chịu thua, nhượng bộ, tránh đường (다리 따의가).
허물 없다 quan hệ mật thiết, có tính chất gia đình, không câu nệ, không khách sáo, giao hảo, đi lại không kiểu cách; ngay thẳng, bộc trực. @허물 없는 사이다 thân thiện với nhau như trong gia đình.
허밍 tiếng ngân, tiếng vo ve, tiếng rền. *--하다 ngân nga, vo ve.
허방짚다 tính sai, tính lầm.
허벅다리 đùi, bắp đùi.
허벅지 bắp đùi có nhiều thịt.
허비 sự hoang phí, chi phí vô ích. *--하다 hoang phí, phung phí (tiền bạc); quăng (ném) tiền qua cửa sổ.
허사 sự cố gắng vô hiệu quả. @허사로 돌아가다 đi đến thất bại, trở về con số không.
허상 [물리 vật lý] ảnh ảo.
허섭쓰레기 mẫu thừa, vật không giá trị, rác.
허세 sự khoe khoang, khoát lát ầm ỉ, lời nói phách, phô trương, bịp bợm. @허세를 부리다 khoe khoang, khoác lác, phô trương, bịp bợm.
허송 sự lãng phí thời gian. *--하다 giết thời gian, để thời gian trôi qua vô ích.
허수 con số ảo.
허수룩하다 hoàn toàn (hầu như) rỗng tuếch.
허수아비 con bù nhìn; [무능자] hình nhân bằng rơm, hình nộm; [괴뢰] con rối. @허수아비 노릇을 하다 trở thành con rối.
허수하다 => 허전하다
허술하다 thấp kém, nghèo hèn, tiều tụy, mòn, sờn, hư hỏng, tồi tàn.
허스키보이스 (*husky* voice) 1 giọng nói khàn khàn.
허식 sự màu mè, sự phô trương, sự làm ra vẻ; người có bề ngoài, người ăn mặc diêm dúa bảnh bao. *--하다 màu mè, điệu bộ, làm ra vẻ, phô trương, khoe khoang, gây chú ý.

허실 lòng chân thật và sự giả dối.

허심 tính thật thà, bột trực, ngay thẳng. *--하다 thật thà, ngay thẳng, bộc trực.

허약 tính nhu nhược, mềm yếu, tính không kiên định; [의학 yhọc] tình trạng suy nhược, kiệt sức. –하다 yếu mềm, nhu nhược, nhạy cảm, suy nhược, kiệt sức.

허언 lời nói dối, sự lừa gạt.

허여멀겋다 đẹp và hấp dẫn; có nước da đẹp.

허영 tính hay khoe khoang, khoác lác, tính chất hảo huyền, hư ảo. @여자의 허영 tính đàn bà. *--심 tính tự cao tự đại.

허옇다 rất trắng, trắng như tuyết.

허욕 tính tham lam, hám lợi. @허욕 많은 tham lam, hám lợi.

허용 giấy phép; sự cho phép, sự chấp thuận; [용서] sự dung thứ. –하다 đồng ý, phê chuẩn, chấp thuận, cho phép, thừa nhận, công nhận, tha thứ. *--법위 một giới hạn được phép. –시간 thời gian cho phép.

허울 diện mạo, dáng vẻ bề ngoài, ngoại hình. @허울이 좋다 có ngoại hình đẹp.

허위 hư ảo, hư cấu, giả tưởng; [논리 logic, hợp lý] tính ngụy biện. @허위 진술을 하다 lời phát biểu không hợp lý; [증인이] lời khai man, lời thề ẩu. *--신고 bản kê sai (giả). –진술 sự tính bậy, sai lệch, sự xuyên tạc, bóp méo.

허위단심 sự nổ lực đấu tranh. @허위단심으로 nổ lực, cố gắng hết lòng.

허위대 một khổ người thanh mảnh. @허위대가 좋다 có dáng đẹp.

허위적거리다 vùng vẫy, ngoe ngẩy, luôn lách, loạng choạng, lúng túng, sờ soạn, mân mê.

허장 성세 người hay khoe khoang khoác lác, kẻ bịp bợm.

허전하다 cảm giác đơn độc, trống trải.

허점 không rõ ràng; khó nhìn thấy.

허정거리다, 허청거리다 đi không vững, đi lảo đảo, loạng choạng, bước đi vấp váp.

허탈 [의학 y học] sự xẹp, sự teo cơ; sự kiệt sức, sự chán nản thất vọng. –하다 teo, hao mòn, suy sụp, nản lòng, thoái chí. *--상태 tình trạng (trạng thái) suy sụp.

허탕 không có kết quả, thất bại. @허탕치다 vô hiệu, phù phiếm, không có kết quả, trở về con số không.

허투루 lơ đểnh, bất cẩn, cẩu thả, nhếch nhác, lề mề, luộm thuộm, đại khái, không thận trọng.

허튼계집 người phụ nữ nhếch nhác, đoản, lề mề, phóng túng.

허튼맹세 lời thề (lời hứa) vô trách nhiệm (tắc trách).

허튼소리 phát biểu vô trách nhiệm (phát biểu linh tinh).

허튼수작 tin đồn không xác thực, không đáng tin cậy => 허튼소리

허파 lá phổi; phổi súc vật (để làm thức ăn cho chó, mèo) (소.양.돼지의)

허풍 sự khoe khoang, khoác lác; lời nói huênh hoang, sự cường điệu, thổi phồng. @허풍 떨다 thổi phồng, khoe khoang, khoác lác. *--선이 người hay thổi phồng, người khoác lác.

허하다 [속이 bên trong] trống, rỗng, rỗng tuếch, khuyết, thiếu; [기력이 sinh lực,

ㅎ

nghị lực] yếu, kém, nhu nhược, thiếu sức khỏe.

허하다 [허가 giấy phép] cho phép, chấp thuận, ưng thuận; [허락] thừa nhận, công nhận, phê chuẩn, tán thành.

허행 => 헛걸음

허허 hơ-hơ; tiếng cười ha ha hơ hơ.

허허바다 đại dương mênh mông.

허허벌판 đồng bằng bao la.

허혼; --하다 hứa hôn; đồng ý, ưng thuận kết hôn.

허황 --하다 không thật, giả; không chắc chắn, không xác thực, không căn cứ, không cơ sở, không đáng tin cậy.

헌 cũ, mòn, sờn, hư hỏng, xơ xác, tiều tụy. *--옷 áo quần tồi tàn.

헌걸차다 hân hoan, phấn chấn, hoan hỉ, lên tinh thần; [몸이] khỏe mạnh và vững vàng; hùng dũng, kiên cường.

헌것 đồ cũ; đồ vật đã sử dụng qua.

헌계집 người phụ nữ từng trải, có kinh nghiệm trên tình trường; người đã qua một lần kết hôn.

헌금 tiền đóng góp, tiền biếu; [교회에서] tiền quyên góp, đồ vật quyên góp; [불전에서] tặng phẩm, lễ vật. –하다 quyên góp, đóng góp, biếu, tặng. *--자 người đóng góp; người tặng, biếu, quyên, cúng.

헌납 sự đóng góp, sự quyên góp. *--하다 đóng, quyên góp, tặng, biếu, cho, cúng, dâng. *--자 người đóng góp, người tặng. –품 quà tặng, quà biếu, lễ vật.

헌데 mụt áp xe, khối u, bướu, chỗ sưng tấy lên.

헌법 hiến pháp. @헌법상의 (thuộc) hiến pháp; đúng theo hiến pháp. *--기관 cơ quan hành pháp.대한민국-- hiến pháp của nước Đại Hàn dân quốc. 성문 --luật/ hiến pháp viết ra (불문-- luật bất thành văn).

헌병 hiến binh, sen đầm (총칭 tên chung); *--대 quân cảnh (MP); (미육군) lực lượng tuần tra (SP); (미해군) lực lượng hiến binh.

헌상 --하다 dâng tặng, biếu quà (lên cấp trên). *--물 tặng phẩm, lễ vật.

헌신 sự thành tâm, lòng mộ đạo. *--하다 thành tâm, mộ dạo.

헌신짝 đôi giày cũ (mòn, rách)

헌옷 quần áo cũ/ rách.

헌장 hiến pháp; hiến chương. *국제연합-- hiến chương của Liên Hiệp quốc. 대—[영국의] Đại hiến chương của nước Anh (ban hành năm 1215).

헌정 hiến pháp chính phủ; chủ nghĩa hợp hiến.

헌정 lễ vật, vật tặng, quà biếu. *--하다 biếu, tặng, dâng, cúng.

헌책 hiệu bán sách cũ.

헌칠하다 hình dáng cân đối.

헌터 (*a hunter*) người đi săn; người đi lùng, kiếm.

헌혈 sự hiến máu. *--하다 hiến máu.*--자 người hiến máu.

헐값 giá thấp, giá rẻ mạt.

헐겁다 chùn, lỏng, buông lỏng, thả lỏng.

헐다 [1] [옷이 quần áo] trở nên sờn, cũ, rách; [피부가] có khối u, đau, nhức.

헐다 [2] (1) [쌓은 것을] tiêu diệt, phá hủy, đánh đổ, lật đổ. (2) [험담] lời phỉ báng, vu khống, nói xấu. (3) [돈을 tiền] đổi tiền. @10000 원 짜리를 헐다 đổi tờ 10000 *won*.

헐떡거리다 thở hổn hển, thở phù phù.

헐뜯다 vu khống, vu cáo, phỉ báng, nói

xấu, làm ô danh, làm mất thể diện (người nào).

헐렁거리다 (1) [물건이 đồ vật] thả lỏng, buông lỏng. (2) [행동을] hành động nông nổi, hấp tấp, vội vàng, thiếu suy nghĩ.

헐렁이 người nông nổi, nhẹ dạ.

헐렁하다 thả lỏng.

헐렁헐렁 (1) [물건이 đồ vật] lỏng lẻo, quá lớn; [바지가 quần] rộng lùng thùng, phồng ra. (2) [행동이 hành động] nông nổi, thiếu tự chủ, không thận trọng. –하다 dễ thay đổi, không tự chủ, dao động, bấp bênh, nông nổi.

헐레벌떡 tình trạng hỗn loạn.

헐리다 bị hạ bệ, bị làm nhục.

헐벗다 mặc quần áo cũ, rách, nghèo nàn.

헐하다 (1)[값이 giá cả/ giá trị] rẻ tiền. (2) [쉽다] đơn giản, dễ dàng, sáng sủa. (3) [벌이 sinh kế] tầm thường, nhẹ nhàng.

험구 sự phỉ báng, sự nhục mạ. [사람] người ăn nói thô lỗ. –하다 nhục mạ, phỉ báng, nói xấu, vu khống.

험난 sự khó khăn, nguy hiểm; thô bạo, lỗ mảng, cộc cằn. –하다 thô bạo, hiểm nghèo, gian nan.

험담 lời nhục mạ, phỉ báng, lời vu khống, lời nói sau lưng. –하다 vu khống, gièm pha, nói xấu, phỉ báng, nhục mạ.

함로 con đường gồ ghề.

험산 ngọn núi dốc đứng.

험상 gồ ghề, lởm chởm, xù xì; nham hiểm, gian ác. @ 험상궂다 có vẻ độc ác, hung dữ.

험악 --하다 [위험 hiểm họa/nguy hiểm] nham hiểm, hung tàn; [날씨가 thời tiết] xấu, giông bão. [길이 con đường] gồ ghề, lởm chởm. [사태가 tình hình] trạng thái nguy ngập, tình hình nghiêm trọng. [악독 ác độc] hiểm độc, ác tâm, thô lỗ.

험준 độ dốc đứng. *--하다 dốc, dốc đứng, dốc ngược.

험하다(1) [험준 gồ ghề] lởm chởm. @험한 길 một con đường gồ ghề. (2) [날씨가 thời tiết] xấu, có giông bão. @ 험한 날씨 thời tiết xấu. (3) [험상] nham hiểm, ác độc, hung tàn. (4) [험악 hiểm nghèo] trầm trọng.

헙수룩하다 [머리털이 tóc tai] bờm xờm, bù xù. [차림 새가 ăn mặc/đồ trang bị] có vẻ nghèo khổ, tồi tàn, tiều tụy.

헙헙하다 (1) [사람 người] rộng lượng, khoan dung, hào phóng, không hẹp hòi, không thành kiến, có tâm hồn phóng khoáng. (2) [씀씀이가 tiêu xài] hoang tàn, phung phí, hoang phí.

헛 sai lầm, vô hiệu quả, hảo huyền, rỗng tuếch.

헛간 kho (thóc); chuồng (trâu, bò, ngựa).

헛걸음 cuộc dạo chơi phù phiếm, chuyến đi (thăm) vô ích, chán nản. *--하다 đi chơi vô ích, phù phiếm.

헛구역 [의학 y học] sự ợ.

헛기침 sự tằng hắng. –하다 hắng giọng.

헛다리짚다 phạm lỗi, làm sai quấy, bước sai. [비유적] tính sai, tính lầm; đoán sai.

헛돌다 [바퀴가 bánh xe] trượt; [기계가 máy móc] máy để chạy không.

헛되다 vô ích, phù phiếm, không có kết quả, sai lầm, không cơ sở, không căn cứ. @헛되이 một cách vô ích/ phù phiếm.

헛된말 lời nói không đi đến đâu, không tác dụng.

ㅎ

헛듣다 nghe lầm, nghe bậy.
헛디디다 nhỡ (lỡ) một bước, bước hụt. @계단을 헛디디다 lỡ một bước trên cầu thang.
헛맹세 một lời hứa (cam kết) suông (vô giá trị).
헛물켜다 cố gắng vô hiệu quả.
헛방 cú đấm trượt..
헛배 @헛배 부르다 có cảm giác chán ngán.
헛소동 --하다 làm nhặng xị, om xòm một việc nhỏ; làm quan trọng hóa một vấn đề.
헛소리 [정신 없는 말] lời nói sảng, nói mê; [헛말] lời nói lắp bắp, lời nói suông. –하다 nói sảng, nói bậy, nói càn.
헛소문 tiếng đồn nhảm, không căn cứ.
헛손질 sự sờ soạng trong không khí. –하다 sờ soạng, mò mẫm.
헛수 một biện pháp vô hiệu quả.
헛수고 sự cố gắng vô ích. –하다 cố gắng vô ích.
헛웃음 một nụ cười gượng, nụ cười màu mè; nụ cười tự mãn.
헛일 việc làm phù phiếm, vô ích. –하다 làm việc vô ích, không có hiệu quả.
헛헛증 sự khao khát, sự thèm khát, sự đói khát thường xuyên.
헛헛하다 rất đói, cảm thấy đói.
헝가리 *Hungary.*
헝겊 một mảnh vải đầu thừa đuôi thẹo; một miếng vải rách.
헝클다 làm rối tung lên, làm cho thêm phức tạp, rối rắm, làm vướng mắc. @머리를 헝클다 xõa tóc ra; làm cho tóc rối tung lên.
헝클어지다 rối rắm; lộn xộn.
헤 mở rộng; há hốc (mồm ra vì kinh ngạc)
헤게모니 quyền bá chủ, quyền lãnh đạo. @헤게모니를 장악하다 cầm quyền.
헤드라이트 (*a headlight*) đèn pha (xe ô tô)
헤딩 (*a heading*) sự mở đầu.
헤뜨리다 gieo, vải, tung, rắc, phân tán.
헤로인 (*heroine*) nữ anh hùng.
헤르니아 [의학 y học] *hernia*; chứng sa ruột (달장).
헤매다 (1) [돌아 다니다] đi rong chơi; đi lang thang. @거리를 헤매다 đi lang thang trên đường. (2) [불안] khó khăn, lúng túng, bối rối, luống cuống.
헤먹다 buông lỏng, thả lỏng.
헤모글로빈 *hemoglobin*
헤벌어지다 bao la, rộng; trở nên (nông) cạn.
헤벌쭉 sự mở rộng. –하다 được mở rộng.
헤브라이 [역사 biên niên sử] người *Hebrews* (hê-brơ) người Do thái. –어 tiếng Hebrew (Do thái cũ).
헤비급 nặng ký.
헤살 một chướng ngại vật. @헤살놓다 gây trở ngại, làm bế tắc, làm tắc nghẽn.
헤식다 giòn, dễ gãy, dễ vỡ, dễ cắt.
헤실바실 sự phung phí hết; sự quản lý hời hợt.
헤아리다 (1) [고려] quan tâm, cân nhắc, đắn đo, thận trọng. @일을 잘 헤아려서 하다 cân nhắc kỹ một kế hoạch đảm trách. (2) [추측] tìm hiểu, thăm dò, lắng nghe, ước đoán. (3) [수를] phỏng tính, ước tính, tính toán. @ 헤아릴 수 없다 không kể xiết, không lường trước được.
헤어나다 tách ra, thoát ra, thoát khỏi.
헤어지다 (1) [이별] chia cắt; cắt đứt quan hệ (với..); rời ra, tách ra khỏi; ly dị. (2)

[흩어지다] giải tán, phân tán. (3)[갈라지다] bị nứt nẻ.
헤어핀 (*a hairpin*) cái kẹp tóc.
헤엄 sự bơi lội. @ 헤엄치다 bơi, lội.
헤적이다 lục lọi, tìm kiếm.
헤집다 kéo lên, xới lên, đào lên.
헤치다 (1) [파다] đào lên, xới lên. (2) [흩뜨리다] gieo, rắc, phân tán, tản mác. @ 군중을 헤치다 giải tán đám đông. (3) [좌우로] đẩy sang bên; cày xới một lối đi qua.
헤프다 (1) [물건이] không bền; dễ hỏng, dễ rách. @ 이 비누는 헤프다 cục xà bông này không để lâu được. (2) [돈이 tiền bạc] hoang phí, lãng phí. @ 돈을 헤프게 쓰다 phung phí tiền bạc. (3) [입이 miệng lưỡi] lưu loát, đa ngôn, dài dòng, lắm lời, ba hoa, bép xép.
헥타아르 một *hectare* (hec-ta).
헬레니즘 [역사 lịch sử] *Hellenism.*
헬륨 [화학 hóa học] chất *helium.*
헬리콥터 máy bay trực thăng.
헬리포트 sân bay, bãi đáp dùng cho máy bay trực thăng (*heliport*)
헬멧 (*a helmet*) nón bay, nón bảo hộ, nón sắt, nón an toàn.
헷갈리다 (1) [마음이 tâm hồn] xao lãng, mất tập trung. (2) [뜻이 trí óc] lộn xộn, bối rối, lúng túng.
헹가레 sự hất tung; sự nhấc bổng
헹구다 rửa, súc, giũ sạch. @빨래를 헹구다 giũ sạch quần áo trong nước mát sau khi giặt.
혀 [사람의 người] cái lưỡi, miệng lưỡi; [동물의 súc vật] cái lưỡi. @ @혀를 차다 chắc lưỡi (vì kinh ngạc).
혀꼬부랑이 người nói ngọng.
혀끝 đầu lưỡi (đầu môi chót lưỡi).
혀짤배기 người nói đớt, người có tật nói líu lưỡi.
혁대 thắt lưng da, đai da.
혁명 cuộc cách mạng;cuộc biến động cách mạng. *--가 nhà cách mạng. 산업-- cuộc cách mạng công nghiệp. 프랑스-- cuộc cách mạng Pháp.
혁신 sự cải tổ, sự cải cách, cải tiến, sự canh tân, sự đổi mới. @정계의 혁신 sự cải tổ chính trị. *--파 nhóm cải tiến, nhóm cách tân.
혁혁 --하다 lộng lẫy, huy hoàng, sáng chói, tươi sáng, rực rỡ.
현 (1) [활의 시위] dây cung. (2) [악기의 nhạc khí] dây đàn, dây ruột mèo để dùng cho đàn violon, dây cước.(3) [기하 toán] dây cung (호의) (đường dây cạnh tam giác) đối diện với một cung hoặc một góc (사선); cạnh huyền của tam giác vuông (직각 삼각형의 사변). (4) [달의] một tuần trăng.
현 có mặt, hiện diện, hiện hữu, hiện thực, thực tế, thực tại. @현 대통령 chủ tịch hiện có mặt ở văn phòng.
현 dây thừng, dây đàn, dây cước.
현가 giá cả hiện hành.
현격 sự khác biệt, sự chênh lệch, sự trái ngược. –하다 khác biệt; cách xa, không ngang hàng, không bình đẳng.
현관 cổng vòm (hình vòm); lối vào, cổng vào.
현관 viên chức cao cấp, chức sắc, người quyền cao chức trọng.
현군 một bậc minh quân (vua).
현금 @현금의 ngày nay, thời nay, hiện nay // 현금에는 vào thời buổi này.

ㅎ

현금 tiền mặt. @현금으로 사다 (팔다) mua (bán) bằng tiền mặt. *--거래 (매매) việc giao dịch kinh doanh bằng tiền mặt.

현기 --증 cảm giác hoa mắt, chóng mặt, choáng váng, mất thăng bằng.

현대 @현대의 thời nay, thời đại tân tiến này, thời chúng ta, thế hệ ngày nay. *--교육 nền giáo dục hiện đại (tân tiến). –극 trò chơi hiện đại. –문 kiểu mẫu hiện hành (phổ biến). –문학 nền văn học hiện đại. –어 sinh ngữ. –인 người tân tiến (không thủ cựu, không bảo thủ). –작가 nhà văn hiện đại. –전 cuộc chiến (chiến tranh) cận đại.

현란 --하다 lộng lẫy, tráng lệ, huy hoàng, rực rỡ, sáng chói, hoa mỹ, cầu kỳ, lòe loẹt, chói lọi.

현명 sự khôn ngoan sáng suốt, sự hiểu biết, minh mẫn, có khả năng phán đoán. –하다 già dặn, chín chắn, khôn ngoan, thông minh. *--영차 một người mẹ hiểu biết (đối với con cái) và người vợ tốt (đối với chồng).

현몽 --하다 xuất hiện trong giấc mơ; đến trong mơ.

현묘 --하다 sâu sắc, thâm thúy, bí ẩn, khó hiểu thâm trầm, sâu kín, huyền bí.

현물 hiện vật; [주식의] hàng bán trả tiền ngay; cổ phần thực tế.. @현물로 지불하다 trả bằng hiện vật. *--가격 giá tiền mặt hiện hành. –거래 [물건의 vật dụng, hàng hóa] việc mua bán kinh doanh tại chỗ.

현미 gạo (thóc) chưa xay.

현미경 kính hiển vi. @백배의 현미경 kính phóng đại lên 100 lần. *전자-- kính hiển vi điện tử.

현상 tình hình (hoàn cảnh) hiện tại, hiện trạng, nguyên trạng.

현상 một hiện tượng; một biểu hiện, một biến cố. *--사회 một hiện tượng xã hội. 자연-- hiện tượng tự nhiên (bẩm sinh).

현상 sự phát triển, sự mở mang. –하다 tráng/ rửa (phim ảnh).

현상 tiền thưởng, vật thưởng, giải thưởng. –하다 tặng, trao (thưởng). *--광고 tờ quảng cáo về giải thưởng trận thi đấu. –금 giải thưởng tiền. –논문 giải khuyến khích. –당선 소설 giải thưởng cho cuốn chuyện (tiểu thuyết). –당선자 người đoạt giải. –모집 giải thi đấu.

현상태 hoàn cảnh (tình hình) hiện tại.

현세 cõi trần này, thế gian này => 이승

현손 hậu duệ (con cháu) đời thứ 4; chắt chắt trai; người nối dõi tông đường.

현송 tiền đồng (kim loại); sự gửi tiền mặt. –하다 tống khứ, gửi (tiền mặt).

현수 sự treo, sự đình chỉ. *--막 sự treo biểu ngữ (tranh cổ động, áp phích).

현숙 --하다 khôn ngoan và có đạo đức tốt.

현시 hôm nay, ngày nay, hiện nay.

현시 phô trương, bộc lộ, biểu lộ.

현실 hiện tại, hiện thực, thực tế; đời sống thực tế. @현실적 thuyết hiện thực, thuyết duy vật. *--성 tính xác thực. –주의 chủ nghĩa duy vật. –주의자 người theo chủ nghĩa duy vật.

현악 dây nhạc. *--기 đàn dây. –사중주 nhóm tứ tấu đàn dây.

현안 vấn đề còn tồn tại chưa giải quyết; một câu hỏi chưa có đáp án. @한미간의 현안 vấn đề còn tồn đọng giữa Hàn và Mỹ.

현양 --하다 tán dương, ca tụng, đề cao,

tân bốc.

현역 việc làm thiết thực, việc làm chính (lương trọn vẹn) (휴직에 대한) @현역에 복무중이다 đang làm việc, đang phục vụ.

현인 người khôn ngoan lịch lãm, nhà hiền triết.

현임 chức vụ, nhiệm vụ hiện tại. *--자 người giữ chức vụ hiện tại.

현장 hiện trường (작업의). @현장에서 tại hiện trường, ở hiện trường. *--감독 vị trí (địa điểm) quan sát. –보고 phạm vi báo cáo.—시찰 địa điểm kiểm tra. –조사 lĩnh vực nghiên cứu.

현재 (1) thời bây giờ, thời nay. @현재의 hiện diện, hiện hữu, hiện hành // 현재까지 cho đến nay; kịp thời, hợp thời. (2) [문법 ngữ pháp] thì (thời) hiện tại. (3) [실제 thực tế, có thật] @현재의 회원수 số hội viên thực tế.

현저 --하다 có tiếng, nổi tiếng, trứ danh, đáng kể, đáng chú ý, rõ rệt, dễ thấy, lồ lộ, nổi bật, ấn tượng, xuất chúng, đập vào mắt.

현존 --하다 hiện hữu, hiện hành, hiện có, hiện còn, đang sống, tồn tại. *--작가 nhà văn sống (sinh động).

현주 chỗ ở hiện tại. *--민 nơi sinh. –소 địa chỉ hiện tại.

현지 địa điểm hiện thời. --로케이션 hiện trường. –연구 khảo sát hiện trường. –조사 địa điểm khảo sát (điều tra, nghiên cứu). @ 현지 조사를 하다 nghiên cứu một vấn đề ở hiện trường. –조사반 đội/ nhóm điều tra hiện trường. –특파원 phóng viên ở hiện trường.

현직 chức vụ hiện tại.

현찰 tiền mặt.

현창 ô cửa sổ, lỗ đặt nòng súng (ở mạn tàu, sườn máy bay).

현처 vợ hiền.

현철 hiền nhân quân tử; người chín chắn, nhà hiền triết (총칭 từ chung chung), người thông minh uyên bác.

현충일 ngày kỷ niệm.

혈충탑 đài kỷ niệm.

현판 tấm bảng treo.

현품 hàng hóa hiện hữu; hàng hiện có trong tay.

현학 vẻ mô phạm, vẻ thông thái rởm. @현학적 làm ra vẻ mô phạm, làm ra vẻ thông thái. *--자 người ra vẻ thông thái rởm.

현행 @현행의 đang hiện hành, đang lưu hành, đang thịnh hành. *--규정 qui luật hiện hành. –범 [죄] tội lỗi rành rành (hiển nhiên, rõ ràng)

현혹 sự quáng mắt, sự bàng hoàng, sự bối rối, hoang mang. *--하다 hoa mắt, chói mắt, mù quáng, hoang mang, bối rối.

현화식물 loại cây có hoa.

현황 tình trạng hiện tại (hoàn cảnh, điều kiện).

혈거 sự sống trong hang ổ. –하다 sống trong hang. *--인 người sống trong hang (người thượng cổ).

활관 [해부 giải phẫu] huyết quản, huyết mạch, mạch máu, động mạch; tĩnh mạch. *--경화 bệnh xơ cứng thành động mạch.

혈구 huyết cầu. *--계수 sự đếm huyết cầu trong máu. –세포결핍 sự kết tụ huyết cầu trong máu. –소 *hemoglobine.*

혈기 (1) [체력] sức sống, sinh khí, sinh lực, khí lực, sức mạnh, sức chịu đựng.

(2) [의기] tính sôi nổi yêu đời; bầu nhiệt huyết, tuổi thanh niên. @혈기가 왕성하다 đầy sức sống, đang sung sức.

혈뇨 [의학 y học] chứng đái ra máu; huyết niệu.

혈담 đờm vấy máu.

혈로 @혈로를 열다 cắt đường / chặn đường (kẻ địch).

혈맥 [혈관] huyết mạch, huyết thống; [혈연] quan hệ máu huyết, tình máu mủ.

혈맹 sự trích máu ăn thề.

혈반 vết máu, đốm máu.

혈변 phân có máu (vấy máu).

혈색 khí sắc (nước da). @혈색이 좋다 (나쁘다) khi sắc tươi tốt (xấu).

혈색소 *hemoglobin.*

혈서 bức huyết thư. –하다 viết thư bằng máu.

혈세 nợ máu.

혈안 mắt đỏ ngầu. @ 혈안이 되어서 liều mạng, điên cuồng, liều lĩnh.

혈압 huyết áp. *고(저) -- huyết áp cao (thấp). –계 máy đo huyết áp. 정상-- huyết áp bình thường.

혈액 máu / huyết. *--검사 sự xét nghiệm máu. –순환 sự lưu thông (của máu), sự tuần hoàn. @혈액 순환을 잘 되게 하다 làm tăng nhanh sự tuần hoàn của máu. –형 loại máu, nhóm máu.

혈연 mối quan hệ huyết thống, bà con họ hàng. *--관계 tình máu mủ.

혈육 (1) [피와 살] máu thịt. (2) đứa con riêng (자녀); bà con (nam). *--상쟁 mối bất hòa nội bộ (nồi da xáo thịt)

혈장 huyết thanh.

혈전 cuộc chiến đẫm máu (kinh hoàng, tàn sát). –하다 đánh một trận kinh hoàng (đổ máu).

혈족 [관계 quan hệ] mối quan hệ họ hàng, huyết thống; (사람) máu thịt (của người nào), bà con, họ hàng thân thích.

혈청 [의학 y học] huyết thanh. *--요법 sự chữa trị, sự xử lý huyết thanh; huyết thanh liệu pháp. –주사 sự truyền huyết thanh. –학 khoa huyết thanh học.

혈통 dòng dõi, dòng họ, gốc gác, phả hệ, nòi. *--서 cái dòng khó ưa (소.양따위의 giống như bò, cừu!).

혈투 trận đánh tàn khốc (đổ máu) => 혈전.

혈판 --하다 giải quyết bằng máu.*--서(장) lời hứa, lời thề được chứng thực bằng máu.

혈행 sự tuần hoàn máu.

혈혈 sự cô đơn. –하다 cô độc một mình. *--단신 hoàn toàn cô độc trong thiên hạ.

혈흔 vết máu nhơ; sự ô danh, nhơ nhuốc.

혐기 @혐기성의 kỵ khí. *--성 생물 vi khuẩn (vi sinh vật) kỵ khí.

혐오 sự căm ghét, sự căm hờn, sự căm thù, sự không ưa thích, mối ác cảm. –하다 ghét, không ưa, có ác cảm.

혐의 (1) [의심] sự ngờ vực, sự buộc tội. --하다 ngờ vực, nghi ngờ, cáo buộc. @---살인 혐의로 --bị tình nghi là kẻ giết người. (2) [미움] chán ghét, không ưa. –하다 không thích, chán. —자 kẻ bị tình nghi, nghi phạm (tội phạm bị nghi ngờ (범죄의)

협객 hiệp sĩ; người hào hiệp.

협격 => 협공

협곡 khe núi, hẻm núi, đèo, thung lũng hẹp.

협공 cuộc tấn công cả hai mặt. *--작전 thế tiến công gọng kìm.

협궤 khoảng cách hẹp, cỡ hẹp. –철도 khoảng cách đường ray hẹp.

협기 tinh thần hào hiệp, tính nghĩa hiệp.

협동 --하다 cộng tác, chung sức, liên minh, kết hợp. *--기업 xí nghiệp liên doanh/ người tham gia vào tổ chức kinh doanh. –작전 sự kết hợp hoạt động. –정신 tinh thần hợp tác, tinh thần đồng đội. –조합 hợp tác xã, tổ hợp.

협력 sự liên kết, sự công tác; sự hòa hợp, phối hợp; sự hợp lực. –하다 công tác với; liên kết, hợp sức với.. *--자 cộng tác viên.

협문 cổng nhỏ bên cạnh.

협박 lời hăm dọa, mối đe dọa. –하다 đe dọa, uy hiếp, ép buộc. *--장 thư hăm dọa. –죄 tội đe dọa, cưỡng bức.

협살 [야구 bóng chày] sự giảm sút, sự bỏ sót. *--하다 bị kiệt sức, bỏ sót.

협상 --하다 điều đình, đàm phán, thương lượng, dàn xếp, hiểu biết, thông cảm, thỏa thuận.

협소 --하다 hạn chế, gò bó, tù túng, nhỏ hẹp.

협심 --하다 đồng tâm, đồng lòng, liên hiệp, kết hợp. @협심하여 일하다 đồng lòng làm việc.

협심증 chứng đau thắt ngực; sự thắt mạch, sự nghẽn tim.

협약 hợp đồng, giao kèo, hiệp ước, khế ước. –하다 đi đến thỏa thận, ký kết. * 노동-- hợp đồng lao động. *단체-- sự thỏa thuận chung

협의 sự bàn bạc, sự hội ý, cuộc thảo luận. *--하다 bàn bạc, hội ý, thảo luận, tranh luận. @협의 하에 sau khi thảo luận; qua bàn bạc, hội ý.. *--사항 đề tài thảo luận, vấn đề bàn bạc. –회 hội nghị, hội đồng.

협의 khả năng phán đoán hạn hẹp; trình độ hiểu biết hạn chế.

협잡 *--하다 gian lận, lừa đảo, mưu mô, dối trá, bịp bợm, giả mạo, mạo danh. --군 kẻ lừa đảo, kẻ mạo danh, tên bịp bợm. –물 vật bị pha trộn, đồ giả.

협정 sự thỏa thuận, sự dàn xếp. *--하다 đồng ý, thỏa thuận, dàn xếp, sắp xếp. @잠정적 협정 hợp đồng tạm; hợp đồng thỏa thuận. –가격 giá thỏa thuận, giá qui định. –서 tờ thỏa thuận.

협조 sự cộng tác, sự chung sức, sự phối hợp hành động, sự hòa hợp / hòa âm (조화); sự hòa giải (타협). –하다 cộng tác, hợp tác, phối hợp hành động. *--십 tinh thần hòa hợp. 노사-- sự hòa hợp giữa lao động và ban quản lý.

협주곡 bản con-xec-to (*concerto*).

협죽도 [식물 thực vật] cây trúc đào.

협착 [의학 y học] chỗ nghẽn, chỗ hẹp [음성 âm rung] sự co khít (성대의 dây thanh âm). *요도---sự thắt mạch (chỗ hẹp) của đường niệu (ống dẫn nước tiểu)

협찬 sự đồng ý, sự tán thành; sự cho phép, giấy phép. *–하다 đồng ý, tán thành, chấp thuận, duyệt, phê chuẩn, cho phép, cấp phép.

협화 hài hòa, cân đối, hòa hợp. *–음 [음악 âm nhạc] sự hòa âm.

협회 đoàn thể, liên đoàn. *--농구-- liên đoàn bóng rổ. *저작가 -- đồng tác giả.

혓바늘 một mụt mụn nơi lưỡi. @혓바늘이 돋다 có một cái lưỡi xù xì, ráp nhám; có cái lưỡi nổi mụt.

혓바닥 lòng lưỡi, mặt trên của lưỡi.
혓소리 [음성 âm rung] sự phát âm bằng lưỡi phối hợp với các bộ phận khác về tiếng nói; tính đa dạng của ngôn ngữ.
형 bậc huynh trưởng; [건배 cấp trên] người trên trước; [호칭 danh hiệu] ông Kim.
형 hình phạt, tiền phạt; sự trừng phạt, sự hành hạ, sự ngược đãi (선고). @형을 받다 bị kết án, bị trừng phạt.
형 hình thức, kiểu, dáng. *대 (종,소) hình thức to, rộng (vừa, trung bình, nhỏ).
형[원형 nguyên mẫu] kiểu mẫu, hình dáng, hình dạng, hình thức, mẫu mã.
형광 sự phát huỳnh quang,ánh sáng huỳnh quang. *--등 đèn huỳnh quang.
형구 dụng cụ để tra khảo.
형극 bụi gai; bụi cây mâm xôi. @형극의 길 lối đi chông gai; con đường chông gai.
형기 hạn tù. @형기가 만료되어 출옥하다 hết hạn tù, ra tù.
형무소 ngục, tù, trại cải tạo.
형벌 sự trừng phạt. *--하다 trừng phạt. @형벌을 받다 bị trừng trị, bị phạt.
형법 [법] hình pháp. @형법상의 tội phạm, tội hình sự.
형부 anh rể, chồng của chị gái.
형사 (1) [사건] vụ kiện hình sự. (2) [사람] mật thám, công an chìm; thám tử, trinh thám. *--문제 vụ kiện hình sự.–법 trọng tội có thể bị tòa án truy tố. –재판-- phiên tòa xét xử tội phạm.
형상 kiểu dáng, hình dáng (hình dạng), hình thể.
형상 (1) [물건의 đồ vật] kiểu dáng, hình thức. (2) [상상의 tưởng tượng, hư cấu] hình dạng, hình thù, sự hình dung, mường tượng, hiện tượng.
형석 [관물 khoáng chất] chất *flourite.*
형설 sự cần cù (siêng năng) học tập. @형설의 공을 쌓다 theo đuổi việc học tập nhiều năm; chuyên tâm học hành.
형성 sự hình thành, cơ cấu. –하다 cấu tạo, hình thành.
형세(1)[사물의 đồ vật, vật thể] vị trí; tình trạng của vật thể (công ciệc); [전망] viễn cảnh, quang cảnh. (2) [살림의] hoàn cảnh.
형소법 bộ luật hình sự.
형수 chị dâu, vợ của anh trai.
형식 hình thể, hình thức; cách thức, kiểu, thời trang (철학) @형식상 theo lề thói, theo qui ước // 형식적으로 chính thức, chính qui; một cách đúng hình thức. *--주의 [예술] thói hình thức, chủ nghĩa hình thức.
형안 @형안의 cái nhìn sắc bén, cái nhìn thấu suốt.
형언 sự mô tả, sự diễn tả, sự diễn cảm, biểu lộ. –하다 mô tả, diễn ta, bày tỏ, biểu lộ. @형언 할 수 없는 không thể tả được; không thể nói được..
형용 *--사 tính từ. –사구(절) nhóm tính từ.
형이상 @형이상의 siêu hình, vô hình, phi vật chất, trừu tượng, khó hiểu. *--학 triết học. –학사 nhà siêu hình học, nhà triết học.
형이하 @형이하의 thuộc vật chất; cụ thể, hữu hình. *--학 khoa học cụ thể/khoa học hữu hình.
형장 @형장의 이슬로 사라지다 lên đoạn đầu đài, chết trên đoạn đầu đài, bị xử tử.
형적 [흔적] dấu vết, dấu hiệu; đốm, vết,

chứng cứ, vết tích.

형정 hình phạt hành chánh.

형제 anh (남 nam); chị (녀 nữ) đạo hữu; anh chị em đồng đạo (동포) @형제의 như tình anh em.

형제 자매 anh chị em đồng đạo; đạo hữu.

형질 (1) hình thức và phẩm chất (bản chất). (2) [생물 sinh vật] đặc điểm, đặc tính.

형체 hình dạng, hình thù, thân thể.

형태 hình thức; [심리 tâm lý] hình thể, hình dạng. @형태를 취하다 làm bộ hình thức, làm ra vẻ hình thức.

형통 --하다 tỏ ra tốt; chứng tỏ sự thành đạt. @만사가 형통하다 mọi việc đều thuận lợi.

형편 (1) [일의 경로.결과] trạng thái, tình trạng, khía cạnh (công việc); sự phát triển của công việc @형편에 따라 theo tình hình phát triển. (2) [사람의 người] hoàn cảnh gia đình. @형편이 어렵다 hoàn cảnh nghèo khó. (3) => 형세. *세계-- tình hình thế giới. 재정-- tình hình (điều kiện) kinh tế.

형편없다 @형편없이 không thể tả được, không thể chịu nổi, vô cùng, cực độ, hoàn toàn.

형평 sự cân bằng, sự thăng bằng.

형형색색 @형형색색의 đa dạng, đủ loại, nhiều loại khác nhau, nhiều cách khác nhau. // 형형색색으로 một cách đa dạng.

혜서 quí thư (câu khách sáo lịch sự nói về thư nhận được của người cấp trên)

혜성 sao chổi. @혜성과 같은 (nhanh) như sao băng.

혜안 cái nhìn sâu sắc; sắc xảo; thấu suốt.

혜존 [증정본에] [*lời khen ngợi, lời ca tụng, lời chúc mừng, thăm hỏi*] "kèm theo đây lời chúc mừng" (của người viết thơ).

혜택 thiện ý, việc thiện, việc nghĩa, lòng nhân. @혜택을 입다 có lòng nhân, có thiện ý, có lòng thương người.

호 cái nhà, cánh cửa, căn hộ, hộ gia đình.

호 (1) [아호] bút danh, biệt hiệu. (2) [번호] con số, số báo, số phát hành. *일-- số một. 차-- số tới.

호 tốt*--기회 cơ hột (thời cơ) tốt.

호가 sự ra giá, sự trả giá –하다 trả giá, mặc cả.

호각 tiếng huýt sáo.

호감 cảm tưởng tốt, ấn tượng tốt. @호감을 사다 được cảm tình (của ai); tạo ấn tượng tốt.

호강 sự tiện nghi, sự xa hoa. –하다 sống xa hoa, tiện nghi, an nhàn.

호객 sự chào hàng –하다 chào hàng, gạ gẩm, mời, nài.

호걸 người phong lưu mã thượng, người hào hoa phong nhã, người khéo nịnh đầm (*gallant*). @호걸스럽다 anh hùng; quả cảm; phong lưu, hào hoa, lịch sự; nịnh đầm.

호경기 điều kiện thuận lợi; thời cơ tốt, dịp may.

호구 [야구 bóng chày] một đường banh đẹp.

호구 số hộ gia đình; dân cư. *--조사 cuộc điều tra dân số. @호구 조사하다 điều tra dân số.

호구 miệng cọp (hổ khẩu); [비유적] mối nguy hiểm. @호구를 벗어나다 qua cơn nguy biến.

ㅎ

호구 [겨우 먹고삶] sinh kế tối thiểu (vừa đủ sống); [생활] sinh kế, sinh nhai. *--하다 kiếm vừa đủ sống. @호구지책 phương tiện kiếm sống (sinh nhai).

호국 sự che chở của người cha; người thầy.

호기 cơ hội tốt, cơ hội vàng (thuận lợi); thời cơ tốt, dịp may. @호기를 포착하다 nắm bắt cơ hội.

호기 tính tình phong lưu mã thượng, tính nghĩa hiệp, thái độ cử chỉ anh hùng.

호기성 [식물 thực vật] tính hướng khí. @후기성의 (thuộc) tính hướng khí.

호기심 sự tò mò, tính hiếu kỳ. @호기심에서 gây tò mò, gợi (thúc đẩy) tính hiếu kỳ.

호남 tỉnh *Hồ Nam*, một khu vực miền Tây-Nam Hàn quốc. *--성 [중국의 thuộc Trung quốc] *Hunan* (tỉnh)

호남아 [훌륭한 인물] một gả bảnh trai; [미남] người đẹp trai.

호놀룰루 *Honolulu*

호농 phú hộ; một nông giàu có, điền chủ.

호다 mũi khâu (đường may) rộng; may (khâu) lại với nhau.

호담 –하다 gan dạ, dũng cảm, quả quyết, can trường, bất khuất.

호도 sự trì hoãn, sự thích ứng với hoàn cảnh, sự tùy cơ ứng biến, sự tạm bợ, tạm thời. –하다 giải quyết qua loa, tạm thời; che đậy bưng bít.

호되다 khắt khe, gay gắt, khó khăn, hung tợn, độc ác, bạo tàn. @호되게 một cách khắc nghiệt; một cách cứng rắn.

호두 quả óc chó, quả hạch @호두 까는 집게 cái kẹp quả hạch // 호두를 까다 kẹp vỡ quả hạch.

호드기 ống sáo bằng sậy.

호드득거리다 [튀는 소리] tiếng kêu răng rắc, lốp bốp. [사람의 người] hành động bừa bãi, ẩu, lung tung.

호들갑떨다 nói năng ngông cuồng, vô lý.

호들갑스럽다 lông bông, lấc cấc, xấc xược, hỗn láo, khiếm nhã.

호떡 một loại bánh mì Trung quốc.

호락호락 –하다 dễ dàng, sẵn sàng, vui lòng, dễ sử dụng, dễ bảo, dễ khiến.

호란(역사 lịch sử) cuộc chiến tranh ở Mãn Châu. *병자— chiến tranh Mãn Châu vào năm 1636.

호랑나비 con bướm có vết lốm đốm to.

호랑이 (1) [동물 động vật] con hổ, con cọp, cọp cái (암컷). @호랑이 새끼 hổ con, cọp con. (2) [사람 người] người hung dữ (như cọp)

호래아들 người cục mịch, thô lỗ, quê mùa, kém văn minh, không có văn hóa, người man rợ.

호렴 muối thô. [천일염] muối phơi khô ngoài nắng.

호령 một mệnh lệnh; [호통] tiếng la hét, reo hò. –하다 ra lệnh, reo hò, động viên.

호르몬 *hormone*, chất hooc-môn, kích thích tố.

호른 [악기 nhạc khí] cái tù và, kèn co.

호리다 [매혹] bỏ bùa mê, làm cho say đắm. [유혹] dụ dỗ, cám dỗ, thuyết phục, rủ rê.

호리병 quả bầu, quả bí. *--박 [식물 thực vật] quả bầu nậm.

호리호리하다 yểu điệu, thướt tha, mảnh khảnh, thon thả.

호매 --하다 ngoan cường, dũng cảm, bất khuất.

호명 danh sách. –하다 đọc tên, gọi tên

(người nào), điểm danh.

호모 사피엔스 (*Homo sapiens*-tiếng Latinh) con người hiện tại (phân biệt với con người thượng cổ)

호미 cây cuốc giẫy cỏ.

호밀 [식물 thực vật] cây lúa mạch đen. *--밭 khu đất trồng bí ngô. –씨 hạt bí ngô.

호박[관물 khoáng chất]hổ phách, chất *succinite.* @호박의 có màu hổ phách (tóc, da)

호반 lính kiểng.

호반 bờ hồ. @호반의 호텔 một khách sạn bên bờ hồ. *--도시 một thành phố có nhiều hồ.

호반새 [새] con chim bói cá.

호방 @호방한 tâm hồn cởi mở, phóng khoáng.

호배추 cải bắp Trung quốc.

호별 mọi nhà, mỗi nhà, nhà nhà, từng nhà. @호별로 từ nhà này sang nhà khác // 호별 방문을하다 đi viếng từng nhà.

호봉 bậc lương

호부 thích và (hay) không thích. @호부간에 dù thích hay không.

호불호 => 호부

호사 sự kiện hạnh phúc (sự chào đời của đứa bé). *--다마 ánh sáng thường theo sau bóng tối.

호사 hành động ngông cuồng, tính xa hoa phung phí. –하다 sống xa hoa hưởng thụ, sống an nhàn. @호사스럽다 ngông cuồng, xa xí.

호사가 người ham mê nghệ thuật; tay chơi tài tử (không chuyên sâu về môn gì).

호상 [토목 một miếng, một mảnh, một đoạn cắt] cái tạp dề.

호상 một thương gia giàu có.

호상 [사람 người] người phụ trách tang lễ (chôn cất). –하다 phụ trách tang lễ. --소 nhà tang lễ.

호색 thú nhục dục, tính dâm dục, thói dâm ô, thú tính. –하다 dâm đãng, khiêu dâm. *--가 tên dâm dục, người sống trác táng, dâm đãng, người theo chủ nghĩa khoái lạc.

호생 [식물 thực vật] sự trồng xen kẻ.

호선 @호선으로 두다 [바둑] chơi luân phiên.

호선 cuộc tuyển cử chung. –하다 chọn lọc bằng cuộc bầu cử.

호선 hình cung

호소 lời cầu xin, đơn thỉnh cầu, đơn khiếu nại (불평). –하다 kêu gọi, thỉnh cầu, yêu cầu. @이성에 호소하다 kêu gọi lẽ phải.

호소 hồ và đầm lầy.

호송 đội hộ tống, đoàn hộ vệ. –하다 hộ tống, hộ vệ; [죄수를] gởi/ tống ai vô tù. @호송하에 dưới sự hộ tống của (chiếc tàu chiến). *--선 đoàn hộ tống (tàu thủy). –차 xe chở tù, xe tuần tra.

호수 số hộ gia đình.

호수 con số; số thứ tự (số đăng ký)

호수 hồ.

호스 (*a hose*) ống, vòi. @고무 호스 ống (vòi) cao su.

호스테스 (*a hostess*) nữ tiếp viên hàng không; bà chủ nhà, chủ tiệc; nữ phát thanh viên đài truyền hình, truyền thanh.

호스텔 (*a hostel*) ký túc xá, nhà tập thể của sinh viên học sinh, công nhân. *--유스-- ký túc xá thanh niên.

ㅎ

호시절 thời cơ tốt, thời cơ thuận lợi.

호시 탐탐 --하다 chờ cơ hội; chờ thời.

호신 sự tự vệ. @호신용으로 dùng để tự vệ. *--술 thuật tự vệ.

호심 giữa hồ.

호안 공사 đê, đường đắp cao.

호양 --하다 dàn xếp, thỏa hiệp; nhường nhịn lẫn nhau. @호양 정신에 입각하여 căn cứ (dựa) theo tinh thần thỏa hiệp; 호양 정신으로 theo tinh thần hòa giải.

호언 sự nói khoác, sự khoe khoang, đại ngôn, giọng điệu khoa trương. –하다 khoe khoang, phô trương, khoác lác. *--장담 lời nói khoác, lời nói phóng đại.

호연 một hành động tốt, một nghĩa cử đẹp. –하다 đưa ra một màn diễn đẹp.

호연 --하다 hào hiệp, cao thượng, bao la. @호연지기 tâm hồn cao thượng, tinh thần hào hiệp.

호열자 => 콜레라

호외 ngoài trời. @호외의 ở ngoài trời (호오에)

호외 tờ phụ trang (báo); trang đặc biệt. @호외를 발행하다 xuất bản phụ trang (ấn hành)

호우 mưa to, mưa xối xả, mưa như trút.

호위 sự canh giữ, sự hộ tống; [군합군대가 đoàn hộ tống. –하다 canh giữ, hộ tống, bảo vệ. @경관의 호위에 dưới sự hộ tống của cảnh sát. *--병 lính canh, vệ sĩ.

호유 --하다 vui chơi chè chén lu bù.

호응 (1) [서로 부름] –하다 chào nhau. (2) [기맥 상통] sự hưởng ứng, sự đồng thanh, sự hợp xướng. –하다 hành động phối hợp (hòa hợp); đáp ứng, đáp lại, hưởng ứng. @호응해서 đáp ứng lại (yêu cầu..); hưởng ứng (lời kêu gọi..) (3) [문법 ngữ pháp] sự tương hợp, sự hợp cách, (giống, số).

호의 [선의] lòng tốt, thiện chí; [우의] sự mật thiết, sự thân thiện; [친전] đặc ân, lòng tử tế; [알선] (sự giúp đỡ) ân cần. @호의적 thân ái, nồng nhiệt, ấm áp, nhân từ, rộng lượng, ân cần, tử tế, tốt bụng // 호의로 do (nhờ bởi) lòng tốt (sự tử tế, ân cần) của.. // 호의를 가지다 có thiện chí (để làm việc gì).

호의 호식 ăn ngon mặc đẹp; mức sống cao.

호인 người có bản chất tốt, người tử tế chu đáo.

호인 người Mãn Châu.

호적 --하다 đúng lúc, phù hợp; lý tưởng. *--지 một nơi lý tưởng (nơi chỉ có trong ý nghĩ)

호적 [등록] sự đăng ký điều tra dân số; [호적부] sổ đăng ký, sổ gia đình. *--등(초)본 bản sao hộ khẩu (của người nào).

호적수 một đối thủ ngang sức, kỳ phùng địch thủ. *–하다 gặp nhau (đương đầu) ở cuộc thi đấu.

호전 tính hiếu chiến, tính hay gây gỗ, tính thích đánh nhau. @호전적 tham chiến, hiếu chiến, hay gây sự.

호전 sự cải tiến, sự đổi mới. –하다 thay đổi, chuyển hướng, cải tiến, cải thiện.

호젓하다 [쓸쓸하다] cô đơn, hoang vắng, tiêu điều, hiu quạnh, đơn độc. [고요하다] êm đềm, tĩnh mịch.

호정 [화학 hóa học] chất dextrin

호조 một chiều hướng thuận lợi. @호조이다 trong chiều hướng thuận lợi, trong điều kiện tốt.

호주 chủ nhà, chủ hộ. @호주와의 관계

quan hệ với chủ hộ.

호주 Liên bang Úc. @호주의 thuộc nước Úc.

호주머니 cái túi (áo/quần). *조끼-- túi áo vét.

호출 tiếng kêu, tiếng kêu cứu. *–하다 kêu gọi, kêu, kêu to, triệu tập, tập trung. *--장 trát đòi, giấy gọi.

호치키스 (*a hotchkiss*) cái chong chóng giấy.

호칭 tên, danh hiệu, danh tánh, tiếng tăm. –하다 gọi tên, đặt tên, mệnh danh.

호콩 => 땅콩

호크 cái móc gài. @호크를 채우다 (풀다) gài (mở) (khuy áo).

호탕 --하다 hào hiệp, cao thượng.

호텔 (*a hotel*) khách sạn. @호텔 경영자 người quản lý khách sạn.

호통 --하다 trút cơn thịnh nộ, cằn nhằn, xỉ vả, mắng nhiếc, quát tháo trên đầu của ai, la lối ầm ỉ, chửi rủa thậm tệ.

호투 [야구 bóng chày] đường ném đẹp. –하다 ném (bóng) chính xác.

호평 lời phê bình xây dựng. –하다 phê bình xây dựng; phê phán với thiện ý. @호평이다 phổ biến, được ưa thích, có tính đại chúng. *대--- hết sức ưu đãi, đặc biệt chiếu cố.

호프 (*a hope*) niềm hy vọng (một thanh niên có triển vọng).

호피 da hổ, da cọp.

호학 tính hiếu học. –하다 hiếu học, ham học.

호헌 운동 sự thành lập phong trào bảo vệ.

호협--하다 hào hoa, phong độ, lịch sự, hào hiệp.

호형 hình vòng cung.

호혜 sự nhân nhượng lẫn nhau, sự có qua có lại, 'bánh ít đi bánh quy lại' (--주의). *--관세율 giá cả đôi bên, giá thương lượng. –무역 협정 một giao kèo mua bán công bằng hợp lý. –조약 sự thỏa thuận lẫn nhau. –통상 việc kinh doanh mua bán qua lại.

호호 [1] tiếng phù phù. –하다 thổi phù phù.

호호 [2] hô! hô! @호호 웃다 cười hô hô ha ha.

호호백발 tóc hoa râm (bạc).

호화 rực rỡ, huy hoàng, lộng lẫy cực kỳ. –하다 sang trọng, xa hoa, nguy nga, tráng lệ. *--선 chiếc tàu nguy nga tráng lệ.. –판 một ấn phẩm tuyệt hảo.

호황 một điều kiện thuận lợi, hoàn cảnh phát đạt, phất; thị trường sôi động (시황) @ 호황이다 đang ở trong một điều kiện thuận lợi. –시대 thời kỳ huy hoàng, phát đạt.

호흡 sự hô hấp, sự thở, hơi thở. –하다 hô hấp, thở. @호흡이 곤란하다 khó thở, hô hấp kém. (2) [장단] giai điệu, nhịp độ, nhip điệu. @호흡을 맞추다 giữ nhịp, đánh nhịp, gõ nhịp. *인공-- hô hấp nhân tạo.

혹 [1] cục bướu, khối u (타박으로 tai họa); u sưng, chỗ lồi lên, cục bướu (낙타의 trên lưng lạc đà); [나무의 cây] mắt, mấu, đốt cây.

혹 [2] (1) [마시는 모양 cách uống] sự uống cạn một hơi. @한숨에 혹 들이마시다 uống cạn một hơi, nốc một ngụm. (2) [입김소리] sự thở phù phù. @혹 불어 끄다 thở ra, hết hơi.

혹 (1)[혹시] có lẽ, có thể, hầu như, chắc

ㅎ

chắn, may ra, tình cờ, ngẫu nhiên. (2)[간혹] đôi khi, đôi lúc, thỉnh thoảng, ít khi, hiếm khi. (3) [또는] hoặc, không thì.., đúng hơn là, chính xác là, dù có..hay không. (4)[혹자] một vài, dăm ba, nào đó (người)

혹간 => 간혹

혹독 tính chất nghiêm khắc, sự khó khăn. *-하다 khe khắt, khắc nghiệt.

혹부리 người gù lưng.

혹사 sự khai thác, sự bóc lột, sự lợi dụng. -하다 lạm dụng, ngược đãi, bóc lột (người nào)

혹사 --하다 làm như thân thiết, giả bộ thân mật.

혹서 nóng như thiêu như đốt, nóng dữ dội.

혹설 một ý kiến, một quan điểm nào đó; một thái độ nào đó.

혹성 [천문 thiên văn] một hành tinh, cổ sinh đại (위성을 가진) *대(소) --một hành tinh lớn (nhỏ).

혹세 무민 --하다 lừa đảo công chúng, lừa gạt nhân dân.

혹시 (1) [때로는] thỉnh thoảng, đôi khi. (2) [아마] có thể, có lẽ. @혹시 김군을 아십니까? có biết chuyện gì xảy ra cho ông Kim không? (3) [만약] nếu, trong trường hợp mà, bất cứ trường hợp nào.

혹심 --하다 cực kỳ, gay go.

혹자 (1) [사람 người] một người nào đó. (2) [혹시] có lẽ, có thể, không chừng..

혹평 sự phê phán gay gắt. -하다 phê bình gay gắt; nói năng thô bỉ, lỗ mảng.

혹하다 (1) [반하다] bị (phụ nữ) quyến rũ, làm say đắm. (2) [현혹되다] bị lừa dối, bị mê hoặc.

혹한 lạnh cóng.

혹형 sự trừng phạt nghiêm khắc.

혹혹 [마심 uống] từng ngụm tùng ngụm. [불다] từng hơi, từng hơi.

혼 linh hồn (넋); tâm hồn (정신); hồn ma (혼령).

혼기 tuổi có thể kết hôn. @혼기를 놓치다 bỏ lỡ (bỏ qua) cơ hội kết hôn, quá tuổi kết hôn.

혼나다 (1) [놀라다] sợ hãi, giật mình; [무서워하다] hoảng sợ, kinh khiếp, kinh tởm. (2) [곤란을 겪다] trải qua nhiều cay đắng, có kinh nghiệm chua cay. @그것 때문에 혼났다 việc này làm tôi rất cảm khích

혼내다 (1) [놀래다] đáng sợ, làm cho ai hoảng sợ (hoảng hốt); [겁주다] làm kinh khiếp, thất kinh, kinh hồn, kinh hoàng.(2)[야단치다] chửi mắng ai một trận nên thân, chửi xối xả, chửi như tát.

혼담 lời cầu hôn. @혼담이 있다 cầu hôn

홈담 tâm hồn, tâm trí, tư tưởng.

혼돈 sự hỗn loạn, thời đại hỗn mang rối loạn, sự mất trật tự, tính chất mờ đục. -하다 hỗn loạn, rối ren, lộn xộn, mất trật tự. @혼돈 상태에 있다 trong tình trạng hỗn loạn.

호동 --하다 mơ hồ, nhập nhằng, lẫn lộn.

호란 rối loạn, hỗn độn, lộn xộn, lung tung, ngổn ngang, tán loạn.

혼령 => 영혼

혼례 hôn lễ, lễ cưới.

혼미 --하다 ngớ ngẩn, lúng túng, ngượng ngùng, bối rối.

혼방 sự xe chỉ pha trộn (lẫn lộn). -사 sợi chỉ pha trộn.

혼백 hồn phách, linh hồn, hồn ma, tâm trí.

혼비 백산 --하다 gạt bỏ sự sợ hãi ra khỏi tâm trí.

혼사 việc cưới xin, hôn sự.

혼색 hỗn hợp màu, màu pha trộn. –하다 pha màu.

혼선 (1) [전신 전화의] sự rối rắm, dây nhợ lộn xộn rối rắm. –하다 làm rối rắm, vướng víu. @전화가 혼선되어 있다 làm rối dây, làm lộn xộn mớ dây. (2) [혼란] sự mơ hồ, sự mập mờ. –하다 mơ hồ, mập mờ.

혼성 sự pha trộn. –하다 pha trộn, hòa lẫn. *--물 một mớ hỗn độn, một nhóm hỗn tạp, hợp chất.

혼성 tiếng nói lẫn lộn, phát âm lộn xộn.*-- 사부 합창 hòa âm nhóm 4.

혼솔 đường khâu (may) rộng.

혼수 sự ngẩn ngơ, sững sờ; sự xuất thần, nhập định; [의학 y học] trạng thái hôn mê. @혼수 상태에 빠지다 rơi vào trạng thái hôn mê.

혼수 đồ đạc, vật dụng đem về nhà chồng; của hồi môn.

혼식 thực phẩm pha trộn. –하다 ăn (dùng) thực phẩm pha trộn.

혼신 [전기 điện khí] sự chạm điện, sự chập dây.

혼신 khắp cơ thể

혼약 hôn ước, sự hứa hôn => 약혼

혼연 [혼연히] toàn bộ, trọn vẹn, hoàn toàn hoà hợp. @혼연체가 되다 hoàn toàn hòa hợp với nhau.

혼욕 sự tắm rửa bừa bãi, chung chạ.

혼용 --하다 sử dụng (dùng) vật gì chung với người khác.

혼인 hôn nhân, đời sống vợ chồng, hôn lễ, tình trạng đã kết hôn. –하다 cưới (vợ), lấy (chồng), kết hôn với..

혼자 một mình, đơn độc, tự mình, chính mình, bản thân mình. @혼자 여행하다 đi du lịch một mình // 혼자 살다 sống một mình, sống đơn độc.

혼작 --하다 mọc chung, trồng chung.

혼잡 sự lộn xộn, sự mơ hồ, sự hỗn loạn, sự hối hả rộn ràng, sự đông nghịch.—하다 hỗn độn, đông nghịch, chật ních.

혼잣말 kịch một vai, lời độc thoại, độc bạch.—하다 nói một mình, độc thoại.

혼잣손 khuynh hướng chỉ dùng một tay. @혼잣손으로 일하다 làm việc bằng 1 tay.

혼전 @혼전에 diễn ra, xảy ra trước hôn nhân *--관계 quan hệ trước hôn nhân; [육체 관계] sinh hoạt tình dục trước hôn nhân..

혼전 trận đánh tự do. –하다 đánh tự do, đánh hỗn loạn.

혼처 người có đủ tư cách kết hôn.

혼천의 [천문 thiên văn] thiên cầu.

혼탁 tính chất dày đặc, mờ đục. –하다 vấy bùn, làm vẩn đục. @혼탁한 세상 thói đời thối nát, xã hội đồi bại

혼합 sự lẫn lộn; --하다 pha trộn, trộn lẫn vào. *--교육 sự dạy học chung cho cả nam và nữ. –물 một hỗn hợp pha trộn, mớ hỗn tạp, hợp chất. –비례 tỷ lệ hỗn hợp, ô hợp. –비료 phân bón tổng hợp

혼혈 máu lai (hỗn hợp hai dòng máu). @혼혈의 có hai dòng máu; lai giống. *--아 đứa trẻ lai; người da trắng lai đen (흑백의); người lai Âu-Á (서양과 동양의).

혼효 --하다 trộn đều, hòa đều. *옥석--mớ hỗn hợp rơm rạ tro trấu và hạt bắp (ngô).

홀 (*a hall*) đại sảnh, phòng khách lớn,

phòng khiêu vũ.

홀 đơn; đơn độc.

홀 cái gậy, vương trượng (gậy quyền) (của vua chúa 제왕의).

홀가분하다 trong sáng, cởi mở và thoải mái. @홀가분한 기분으로 với một tâm hồn trong sáng.

홀딩 (*holding*) sự cầm, nắm // cổ phần, tài sản.

홀딱 (1) [벗는 모양] (tháo dời) nhanh chóng, hoàn toàn; [뒤집는 모양] xoay ra ngoài, lộn ra ngoài; [뛰어 넘는 모양] nảy bật lên. @옷을 홀딱 벗다 cởi (lột) hết áo quần ra. (2) [반하는 모양] sâu xa, sâu sắc (yêu); điên rồ.

홀란드 *Holland* – Hà Lan; người Hà Lan.

홀랑 'trần như nhộng' @옷을 홀랑 벗다 cởi (áo quần) trần trụi ra.

홀로 trơ trọi, một mình.

홀리다 [현혹] bị chiếm hữu, bị bỏ bùa mê; [매혹] bị mê hoặc, bị thôi miên, bị quyến rũ; [유혹] bị cám dỗ, bị gạt; bị chơi khăm. @귀신한테 홀리다 bị ma quỉ cám dỗ.

홀몸 người độc thân, người chưa kết hôn.

홀소리 nguyên âm => 모음

홀수 số lẻ.

홀시 --하다 mặc dù, không kể, bất chấp.

홀씨 [식물 thưc vật] bào tử.

홀아비 người góa vợ. *--살림 đời sống người góa vợ, cuộc sống độc thân.

홀앗이살림 một gia đình không có gánh nặng.

홀어미 người đàn bà góa chồng, góa phụ.

홀연 thình lình, đột ngột, bất ngờ, không ngờ, không mong đợi, bỗng chốc, trong chớp mắt.

홀짝거리다 [액체를 chất lỏng, nước nhầy] xì xụp, soàm soạp; [콧물을 nước mũi] khụt khịt, xì mũi, sổ mũi; [울다 khóc] sụt sịt. @국을 홀짝거리다 húp (canh/cháo) xì xụp.

홀짝홀짝 (1) [콧물을 nước mũi] khụt khà khụt khịt; sổ mũi liên tục. (2) [울다 khóc] khóc lóc sùi sụt mãi. (3) [국을 súp, canh, cháo] xì xụp, nhấm nháp từng ngụm một.

홀쭉하다 thon thả, mỏng manh. [뾰쪽하다] sắc xảo, sắc bén, nhọn. @볼이 홀쭉하다 có đôi gò má lõm vào.

홀치가 [염색] sự điểm nhiều đốm màu khác nhau; [천] một mảnh vải có nhiều đốm màu lòe loẹt.

홀태 [생선 cá tươi, cá sống] một con cá gầy ốm không có trứng.

홀태바지 cái quần da bó sát.

홈 đường soi. @홈을 파다 soi rãnh; đào rãnh.

홈 (*home*) (1) [가정] nhà, tổ ấm (của 1 người) (2) [역의] bục giảng, diễn đàn. (3) [야구 bóng chày] mục tiêu của các cầu thủ.

홈 그라운드 (*home graound*) sở trường, lãnh vực thành thạo; môi trường sống quen thuộc.

홈런 (*a home run*) @홈런을 치다 [야구] cú đánh cho phép người đánh chạy quanh ghi điểm mà khỏi phải dừng lại (bóng chày)

홈스펀 (*homespun*) vải thô dệt bằng sợi xe ở nhà.

홈빡 hoàn toàn, tất cả. @홈빡 젖다 ướt sũng, ướt đẫm (hoàn toàn ướt / ướt hết).

홈식 (*homesick*) nỗi nhớ nhà, lòng nhớ quê.

홈질 đường khâu rộng. –하다 vá 1 miếng

rộng.

홈통 máng nước, máng xối ở mái hiên; [문지방의] đường xoi, đường rãnh.

홉 một *hob* (= 0.18 lít); đơn vị đo thể tích (m^3).

홋홋하다 không bị trở ngại, không vướng víu, không lúng túng, không phiền toái.

홍 đỏ, màu đỏ.

홍당무 củ cải đỏ.

홍두깨 (1) con lăn bằng gỗ dùng để làm nhẫn quần áo bằng cách bọc lại và nện lên quần áo. (2) [쇠고기] một loại yếm bò.

홍등가 khu vực đèn đỏ (tín hiệu báo nguy); khu ăn chơi trụy lạc; khu nhà thổ (nhà chứa).

홍보 sự công khai. *--과 bộ phận thông tin công cộng. –활동 mối quan hệ chung.

홍부석 *ruby*; hồng ngọc.

홍삼 hồng sâm.

홍색 đỏ, màu đỏ; [홍색짜리] chiếc váy màu đỏ của cô dâu mới, khi mặc về nhà chồng.

홍소 --하다 cười ầm ĩ.

홍수 nạn lụt, đại hồng thủy. @홍수가 나다 bị lũ lụt. *--예부 sự cảnh báo lũ lụt. –지대 vùng bị lũ lụt.

홍순 môi đỏ, môi phụ nữ; [꽃] sự hé nở, đóa hoa hàm tiếu.

홍시 quả hồng chín mọng (chín đỏ)

홍실 sợi chỉ đỏ.

홍안 má hồng; một khuôn mặt hồng hào. @홍안의 미소년 tuổi thanh xuân tươi đẹp, tuổi má hồng.

홍어 con cá đuối, con rạm.

홍업 nhiệm vụ cao cả.

홍역 bệnh sởi.@홍역에 걸리다 bị mắc (nhiễm) bệnh sởi.

홍염 ngọn lửa đỏ rực; ánh hồng rực rỡ

홍엽 lá đỏ, sắc màu vàng úa của mùa thu; [단풍잎] tán lá (bộ lá) cây thích đỏ.

홍예 cầu vòng. *--대 móng cầu. –문 cổng có hình vòm cung.

홍옥 hồng ngọc; ngọc gra-nat đỏ. [사과 trái táo] táo *Jonathan*.

홍은 hồng ân, ân huệ lớn, đặc ân.

홍익 인간 sự thành tâm cầu nguyện cho hạnh phúc của nhân loại; chủ nghĩa nhân đạo.

홍인종 chủng tộc da đỏ; người da đỏ ở Bắc Mỹ; người Anh-điêng.

홍일점 người phụ nữ duy nhất trong số những người có mặt.

홍조 (1) sự nhuộm màu đỏ máu. (2) [바다] sự phản chiếu của ánh mặt trời buổi sáng trên biển. (3) [월경] kinh nguyệt, kinh kỳ (phụ nữ)

홍진 bụi đỏ, bụi dày dặc. *--만장 đám bụi mù. –세계 cõi trần ô hợp, thế gian vô vị.

홍차 hồng trà. @설탕과 크림을 넣은 홍차 trà kem sữa (trà với sữa và kem)

홍채 lòng đen, móng mắt.

홍콩 Hồng Kông.

홍합 [소개 loài sò] con trai biển.

홍해 biển đỏ.

홑-- một lớp, một tầng riêng lẻ (홑겹)

홑눈 [동물 động vật] mắt đơn (sâu bọ); diện (ở mắt kép của sâu bọ); điểm cầu vòng (trên mình sâu bọ)

홑몸 (1) [배우자 없는 không có vợ/chồng] một người độc thân, người chưa vợ; (여자) người phụ nữ không có

ㅎ

chồng; bà cô. (2) [임신하지 않은] người phụ nữ không (thể) có mang.

홑실 chỉ (len) đan một sợi (một tao)

홑옷 áo quần không có nếp nhăn (nếp gấp)

홑이불 mền may chần một lớp; chăn; tấm phủ giường.

홑지다 đơn giản, làm cho đơn giản.

홑치마 [한겹의] một cái váy không có nếp gấp. [속에 입은 것이 없는] một cái váy cũ không có lớp lót bên trong.

화 (1) [성] sự buồn phiền, sự tức giận, phẫn nộ, oán giận. @화를 내다 đầy căm phẫn, nổi giận, nổi khùng, hóa điên, nổi nóng // 걸핏 하면 화를 낸다 hắn phát điên vì bị khiêu khích; hắn nổi giận vì bị xem thường. (2) [불] ngọn lửa, hỏa lực.

화 tai họa, tai ương, thiên tai, bất hạnh, chuyện rủi ro, xui xẻo, chuyện rắc rối.

화가 một họa sĩ. *인물-- họa sĩ chân dung; 풍경-- họa sĩ vẽ phong cảnh.

화가 khung vẽ, giá vẽ.

화간 sự gian dâm; tội thông dâm.

화강석 đá hoa cương, đá granit.

화강암 hang đá, động.

화객선 tàu chở hành khách và hành lý.

화경 kiếng mát (chống nắng)

화공 hỏa lực. –하다 tấn công bằng hỏa lực.

화공 họa công, họa sĩ.

화관 [관] mũ miệng nhỏ, dây băng có lát đá quí của phụ nữ; [꽃의] vòng hoa, tràng hoa.

화광 ánh lửa.

화교 Hoa kiều, người Trung Hoa sống trên đất khách.

화구 [아궁이 chất đốt] nhiên liệu mỏ; [분화구] miệng núi lửa.

화근 nguồn gốc (nguyên nhân) của tội ác. @화근을 없애다 loại trừ (ngăn chặn) nguồn gốc của tội ác.

화급 sự khẩn cấp, tình trạng khẩn cấp, nhu cầu cấp bách, trường hợp cấp cứu. –하다 cấp bách, khẩn cấp.

화기 [무기] súng cầm tay các loại. *소-- súng trường, súng nhỏ. 자동-- súng tự động. 중-- vũ khí nặng (trọng pháo).

화기 hòa hợp, hòa bình; [날씨 thời tiết] thời tiết đẹp, ấm. @화기 애애한 가정 một gia đình hòa thuận.

화끈 sự bừng bừng tức giận. *--하다 bừng bừng nổi giận, nổi nóng thình lình.

화끈거리다 bừng giận, nổi nóng.

화끈달다 nổi giận, nổi khùng, phát điên, phát cuồng lên, tức điên lên.

화나다 nổi giận, nổi khùng, nổi điên, phát cáu. @화나게 하다 bị kích động, bực mình, giận điên lên, chọc giận.

화내다 nổi cơn tam bành thịnh nộ, nổi nóng, giận tóe lửa.

화냥년 người phụ nữ phóng đãng.

화냥질 => 서방질. @홧김에 화냥질하다 xẻo đứt mũi (của người nào) để dằn mặt.

화농 sự mưng mủ, sự nhiễm trùng, sự thối rữa. –하다 mưng mủ, nhiễm trùng, chín mùi, thối rữa. @화농성의 tình trạng mưng mủ, có mủ.

화닥닥 => 후닥닥

화단 giới nghệ thật, giới họa sĩ; [진열장] phòng trưng bày nghệ thuật.

화답 câu trả lời; đáp án. *--하다 trả lời.

화대 tiền thù lao, tiền công.

화닥 bếp lò; [화로] lò than cháy đỏ.

화독 sự viêm do ở vết bỏng. *--내 mùi

thức ăn cháy rám.

화동 hòa đồng, hòa hợp.

화드득 với một lớp mỏng quét bên ngoài.

화드득거리다 lõm bõm, bì bõm, óc ách; tiếng sập mạnh, tiếng nổ lớn

화락 hòa hợp, đồng nhất, thống nhất, hòa bình. *--하다 thân thiện, hòa hợp, nhường nhịn lẫn nhau, sống trong hòa thuận.

화란 => 네덜란드

화랑 thời kỳ cực thịnh của triều vua *Silla* (chiến thuật vượt bực hay, đẹp). *--도 => 화랑

화랑 phòng trưng bày tranh.

화려 sự nguy nga, tráng lệ, lộng lẫy, huy hoàng, rực rỡ. –하다 xa hoa, lộng lẫy, hoa mỹ, tuyệt diệu.

화력 năng lượng, sức mạnh của lửa; [군대의] hỏa lực. *--발전 năng lượng hơi nước, sự phát nhiệt lượng. –발전소 điểm phát sinh năng lượng. –전기 điện năng.

화로 lò than.

화룡 점청 thành tích, thành quả sau cùng.

화류 gỗ đàn hương đỏ. *--장 cái rương (hòm) được làm bằng gỗ đàn hương đỏ.

화류계 khu vực (thế giới) vui chơi, trụy lạc; khu vực "đèn đỏ". *--여자 người phụ nữ phóng đãng.

화류병 bệnh xã hội; bệnh hoa liễu.

화면 [영사막의] màn ảnh, màn hình; [그림의 bức tranh, bức họa] vải căng để vẽ, bức vẽ. [기하 toán học] một hình ảnh phẳng.

화목 củi

화목 hòa hợp, hòa bình, hòa thuận. –하다 thân thiện, thân mật với, thân tình với (화목하게 지내다).

화문 hoa văn, mẫu vẽ. *--석 thảm (chiếu) dệt hoa văn.

화물 hàng hóa, hàng hóa chuyên chở (bằng tàu thủy, tàu bay, tàu hỏa). *--계 bộ phận chuyển vận. –보관증 giấy chứng nhận, hóa đơn hàng gửi kho. –선 tàu chở hàng, tàu vận tải. –요금 giá cước vận chuyển hàng. –자동차 xe tải. –증권 hóa đơn chất (chở) hàng. –자 xe chở hàng.

화방수 xoáy nước, gió cuộn, gió lốc.

화백 .một nghệ sĩ, một họa sĩ (nổi tiếng, bậc thầy).

화법 họa pháp, thật vẽ.

화법 [문법 ngữ pháp] văn tường thuật. * 직접(*간접*) -- tường thuật (kể) trực tiếp (*gián tiếp*).

화병 bình; chậu; lọ hoa. @화병에 꽃을 꽂다 cắm hoa vào bình.

화보 tranh, ảnh, ảnh thời sự, ảnh minh họa; *시사-- bản tin tức có kèm ảnh minh họa; ảnh chứng thực một sự việc xảy ra.

화복 họa phước, may rủi, hên xui, tốt xấu.

화본과 [식물 thực vật] thuộc loài cỏ, họ lúa.

화부 người đốt lò, công nhân đốt lò.

화분 phấn hoa *--열 bệnh sốt mùa hè, bệnh sốt mùa cỏ khô.

화분 chậu, lọ, bình hoa.

화불 단행 họa vô đơn chí.

화사 --하다 xa hoa, tráng lệ, nguy nga, lộng lẫy, xa xỉ, phù hoa, tuyệt diệu, phô trương.

화산 hỏa sơn; núi lửa. *--대 vùng núi lửa. –맥 dãy núi lửa. –석 đá núi lửa. 활(휴,

사) -- ngọn núi lửa đang hoạt động (ngủ yên, tắt, không hoạt động).

화살 mũi tên. @화살처럼 빠르다 nhanh như tên, vụt nhanh như tên bắn. *--대 cung tên. –촉 đầu mũi tên. –표 vật có hình tên.

화상 vĩ lò, lò sưởi.

화상 vết phỏng, chỗ bỏng. @화상을 입다 bị bỏng (phỏng).

화상 thầy tu (Phật giáo), nhà sư, thầy chùa.

화상 người bán tranh.

화상 ảnh, ảnh chân dung.

화상 Hoa thương (một thương gia Hoa kiều)

화색 giọng nói ôn hòa, vẻ thư thái, tính chất nhẹ nhàng, cục diện vui vẻ.

화생방전 [군사 chiến lược] cuộc chiến hóa chất, vi trùng và quang tuyến (CBR warfare => *Chemical, Biological & Radiological*).

화서 sự ra hoa, sự nở hoa.

화석 sự hóa đá, sự hóa thạch; chất hóa đá. *--하다 hóa thạch. @동물(식물)의 화석 động vật (thực vật) hóa đá.

화선지 họa tiết (thuật vẽ) Trung Hoa.

화섬 hóa chất tổng hợp.

화성 Mars – sao Hỏa; thần chiến tranh. *--인 người sao Hỏa.

화성 sự biến đổi. –하다 biến đổi, thay đổi.

화성 [음악 âm nhạc] sự hòa âm, sự thuận tai. @화성적 hòa âm. *--학 hòa âm học.

화성암 đá lửa. *심성--(địa chất) đá sâu *Plutonic.*

화수분 nguồn tài nguyên vô tận, cực thịnh.

화수회 buổi họp mặt thân mật gia tộc.

화술 thuật nói chuyện. @화술에 능한 사람 người có tài ăn nói.

화승 cầu chì, que diêm. *--총 súng hỏa mai.

화씨 nhiệt độ Fahrenheit. @화씨 50 도 50 độ Fahrenheit (50^0 F) *--한란계 cái đo nhiệt độ F, nhiệt kế.

화식 thức ăn được nấu chín, sự ăn thực phẩm nấu chín. *--하다 hãy dùng thực phẩm nấu chín.

화식도 [식물 thực vật] biểu đồ của hoa.

화신 sự tạo hình hài cụ thể, sự hiện thân, sự nhân cách hóa. @악마의 화신 ác ma/ ma quỉ hiện thân.

화신 tin vui, tin hoa.

화실 xưởng vẽ, xưởng điêu khắc, phòng làm phim ảnh.

화약 thuốc súng. *--고 kho thuốc súng.

화열 nhiệt lượng.

화염 ngọn lửa, ánh hồng. *--방사기 cây súng phun lửa.

화요일 thứ ba (ngày thứ ba).

화용 một dung mạo đẹp, khuôn mặt đẹp. *--월태 một khuôn mặt kiều diễm và một dáng đi yểu điệu.

화원 hoa viên, vườn hoa.

화음 [음악 âm nhạc] hòa âm, hợp âm, phối âm.. @화음의 âm thanh hài hòa. *--계 luật hòa âm. 기초-- hợp âm gốc. *5 도-- quảng 5.

화의 hòa ước. [법] hội thảo (채권자와) –하다 đàm phán hòa bình.

화인 nguyên do của đám cháy (đám nổ).

화장 bề dài tay áo (số đo).

화장 sự hỏa táng. *--하다 hỏa thiêu, đốt ra tro. *--터 lò thiêu, nơi hỏa táng.

화장 sự hóa trang, sự trang điểm, sự chăm

sóc sắc đẹp, cách ăn mặc (ăn diện). –하다 ăn diện, trang điểm, hóa trang (배우가 diễn viên). *--대 bàn trang điểm; người ăn diện bảnh; người phụ trách trang điểm và trang phục cho diễn viên. –실 phòng rửa mặt, phòng trang sức, nhà vệ sinh. –품 bộ đồ trang điểm; mỹ phẩm; các vật dụng khi tắm rửa (xà phòng, bàn chải..) *--품점 hiệu mỹ phẩm.

화재 đám cháy lớn (큰화재). @화재가 나다 có một đám cháy xảy ra. *--경보기 kẻng (còi) báo động hỏa hoạn. –보험 bảo hiểm hỏa hoạn. –방지 주간 tuần lễ phòng cháy.

화재 hoa tay; năng khiếu mỹ thuật.

화저 cái cặp gắp lửa.

화전 đất ruộng được đốt cháy để trồng trọt. *--민 nông dân, chủ trại, tá điền.

화젓가락 => 화저

화제 đề tài thảo luận (nói chuyện). @화제에 오르다 trở thành đề tài thảo luận; nói về vấn đề.. 화제를 바꾸다 thay đổi đề tài nói chuyện.

화제 chủ đề (tên) của bức tranh.

화주 [주정] rượu cồn; [독한 술] rượu mạnh.

화주 [식물 thực vật] nhụy hoa.

화주 sở hữu chủ; người chủ hàng.

화중지병 một sự kiện trong dự kiến khó có thể xảy ra; một ham muốn khát khao không đạt được.

화증 cơn giận, sự nổi giận, sự giận dữ.

화차 xe tải, xe chở hàng; toa hàng hóa.

화창 --하다 [날씨가 thời tiết] êm dịu, trong sáng, ôn hòa; [마음이 tâm trạng] thanh thản, vừa lòng, mãn nguyện, bình yên và hạnh phúc. @화창한 날씨 thời tiết ấm áp

화채 nước ép trái cây lên men

화첩 tập ảnh, quyển album.

화초 luống hoa. –밭 vườn hoa, công viên. –재배 nghề trồng hoa.

화촉 [초] hoa chúc; [결혼식] phòng hoa chúc. @화촉을 밝히다 động phòng hoa chúc. *--동방 phòng cho đêm tân hôn. –지전 một lễ cưới, đám cưới.

화친 tình hữu nghị, tình bạn bè, tình bằng hữu. –하다 kết thân với. @화친을 맺다 kết bạn với, dàn hòa với... *--조약 hiệp ước hòa bình.

화탁 [식물 thực vật] đế hoa.

화톳불 lửa mừng (đốt pháo hoa để đón mừng).

화통 ống khói lò.

화투 quân bài Hàn quốc. @화투치다 xào bài, đánh bài, chơi bài.

화판 bàn vẽ, giá vẽ.

화평 –하다 hòa bình, bình thản. *--교섭 sự đàm phán hòa bình.

화폐 tiền, tiền tệ (통화); tiền đồng (경화). *--가치 giá trị tiền tệ. –위조 tiền giả. –위조자 kẻ làm giả. –유통액 số lượng tiền lưu hành. –제도 hệ thống tiền tệ. 법정-- đồng tiền hợp pháp. 보조-- tiền phụ thêm (hỗ trợ). 위조-- đồng tiền giả.

화포 vải bạt, vải căng để vẽ.

화폭 bức tranh, bức vẽ.

화풀이 --하다 xả hơi; làm bớt giận.

화풍 cách vẽ, lối vẽ.

화피 [식물 thực vật] bao hoa.

화필 cây cọ, cây bút lông để vẽ.

화하다 [자동사 nội động từ] đổi, đổi thay, đổi hướng, biến đổi, biến hóa, biến hình; [타동사 ngoại động từ] thay đổi, trở thành, trở nên.

화하다 (1) [섞다] pha trộn, trộn lẫn, lẫn vào. (2) [온화하다] ôn hòa, hòa nhã, tốt bụng, thân ái.

화학 ngành hóa học. @화학적 (으로) về phương diện hóa học. *--결합 hợp chất hóa học. –공업 hóa chất công nghiệp. –기계 thiết bị (dụng cụ) hóa học. --비료 phân hóa học. –섬유 sợi hóa học. –식 công thức hóa học (ký hiệu / phương trình). –약품 hóa chất thô. –자 nhà hóa học. –작용 tác động hóa học. 무기-- ngành (môn) hóa học vô cơ. 분석-- ngành hóa phân tích. 유기-- ngành hóa học hữu cơ.

화합 hợp chất. –하다 hóa hợp với. *--물 hỗn hợp hóa chất.

화합 sự hòa hợp, sự đồng nhất, sự hợp nhất. *--하다 hài hòa với; đồng ý (nhất trí) với, thống nhất với, kết hợp với.

화해 sự hòa giải, sự thỏa thuận, sự dàn xếp, giải hòa, sự thích nghi, sự thỏa hiệp. *--하다 giải hòa, hòa giải, đi đến thỏa hiệp với.., giải quyết, dàn xếp êm thuận.

화형 (sử học) cây cột; cột trói người để thiêu sống (ngày xưa).

화환 vòng hoa, tràng hoa, vòng hoa choàng quanh cổ. @화환을 바치다 đặt vòng hoa tang (lên mồ)

화훼 luống hoa *--원예 nghề trồng hoa.

확[1] [절구의] chỗ lõm (chỗ trũng) của cối giả gạo; [절구] cối giả gạo.

확[2] [세게] thổi mạnh, thổi phù phù; [불이] thổi bùng lên. @확 타오르다 lóe lên.

확고 --하다 vững chắc, bền vững, cố định, bất động, tính chất xác định, kiên quyết.

확답 câu trả lời quả quyết. *--하다 trả lời dứt khoát.

확대 sự mở rộng, sự phóng đại. *--하다 thổi phồng, phóng to, mở rộng, trãi rộng, ra, khuếch đại. *--경 kính phóng đại, kính lúp. –율 độ phóng đại. –재생산 bản sao (bản photo) được phóng to.

확론 lý lẽ vững chắc.

확률 sự có thể có; khả năng có thể xảy ra; rất có thể, rất có khả năng. @성공할 확률은 3 분지 1 이다 khả năng thành công là từ 1 đến 3.

확립 sự thành lập. *--하다 thành lập, thiết lập, kiến lập. @확립된 đã định rõ, đã giải quyết đã được xác minh, đã được thành lập.

확보 sự an toàn, sự đảm bảo. *--하다 an toàn, đảm bảo; bảo hiểm.

확산 @ 빛의 확산 sự khuếch tán ánh sáng.

확성기 loa phóng thanh.

확신 sự vững tin, lòng tin vững chắc(자신). *--하다 vững tin, tin chắc.

확실 sự nhất định, chắc chắn, tính chất đáng tin cậy. *--하다 chắc chắn, xác thực, tin cậy được. [신뢰할 수 있는] đáng tin, xác thực, logic, có cơ sở vững chắc, chính xác, chân chính; [정확한] xác thực, vững chắc; [견실한] có căn cứ vững vàng. @확실한 증거 bằng chứng xác thực, chứng cứ rõ ràng. *--성 một cách chắc chắn, đáng tin.

확약 một lời hứa vững chắc (rạch ròi/dứt khoát). –하다 hứa chắc.

확언 lời tuyên bố dứt khoát, quả quyết, khẳng định, một cam kết bảo đảm. –하다 nói rõ ràng, dứt khoát, xác thực rõ ràng.

확연 --하다 xác thực, xác định, rõ ràng.

확인 sự cam kết, sự khẳng định, sự xác nhận. –하다 xác nhận, chứng thực, xác minh. @미확인의 không được xác nhận.

확장 sự mở rộng, sự giãn nở, sự bành trướng. –하다 phát triển, tăng thêm (증가); nới rộng. *군비-- tăng cường lực lượng vũ trang.

확전 (chiến tranh) sự lan tràn, sự lấn chiếm.

확정 sự giải quyết, quyết định, sự dàn xếp, sự thu xếp. [확인] sự thừa nhận, sự chứng thực. @확정된 được dàn xếp, được xác nhận, được giải quyết. *--안 bản dự thảo cuối cùng. –일자 ngày cố định (không thể thay đổi).

확증 bằng cớ, chứng cứ cuối cùng (có tính chất quyết định) –하다 chứng tỏ, chứng minh rõ ràng; cho bằng chứng xác thực. @확증적 để chứng thực, để làm vững thêm, để xác nhận.

확충 sự mở rộng, sự bành trướng, sự phát triển, sự khuếch đại (부연); (논리 tính logic) sự phân bố, phân chia. –하다 phóng đại, thổi phồng, mở rộng, rải rắc.

확확 (1) [세게] cơn gió mạnh, sự thổi mạnh. @바람이 확확 불다 gió thổi mạnh ào ào. (2) [불이] gió thổi từng cơn.

환 [줄] một loại giũa.

환 hoàn; viên (thuốc) => 환약

환 chi phiếu, ngân phiếu, séc. [환전] thư chuyển tiền. *--관리 quản lý hối đoái. –시세 tỷ giá hối đoái. 내국-- mậu dịch trong nước, 외국-- mậu dịch ngoài nước.

환가 sự đổi (thành tiền). –하다 đổi ra thành tiền, bán được, thu được.

환각 ảo giác, ảo ảnh, ảo tưởng. @환각을 일으키다 gợi ảo giác, có ảo tưởng.

환갑 ngày sinh nhật thứ 60 (lục tuần). *--노인 người ở tuổi lục tuần (từ 60 đến 69 tuổi). –잔치 buổi tiệc (lớn) mừng lục tuần (mừng thọ) @환갑잔치를 베풀다 tổ chức tiệc mừng thọ, ăn lễ lục tuần.

환경 môi trường, hoàn cảnh, sự bao quanh, vây quanh. @환경에 좌우되다 chịu ảnh hưởng ở môi trường. // 새로운 환경에 순응해야 한다 phải thích nghi với môi trường mới. *가정-- môi trường gia đình. 생활-- môi trường sống, điều kiện sinh hoạt.

환관 hoạn quan, thái giám.

환국 => 귀국

환금 sự đổi (tiền) –하다 đổi, đổi tiền. *--수수료 công việc (nhiệm vụ) đổi tiền. –업자 người đổi tiền.

환급 --하다 trở lại, đặt lại chỗ cũ, hoàn lại, cho lại, phục hồi, lùi lại.

환기 sự đánh thức, sự thức tỉnh. –하다 đánh thức, làm thức tỉnh, kích động, khuấy động. @ 주의를 환기시키다 lưu ý ai, cảnh giác ai (về một vấn đề gì).

환기 sự thông gió. –하다 làm cho thông gió, thông hơi. @환기가 잘 되다 được thông thoáng. *--구 bộ thông gió, quạt. –장치 trang thiết bị thông gió (hơi). –창 cửa sổ thông gió.

환난 hoạn nạn, sự rủi ro, bất hạnh, tai họa.

환담 buổi nói chuyện vui vẻ. –하다 chuyện trò vui vẻ.

환대 sự đón tiếp thân mật, nồng nhiệt, sự mến khách, sự tiếp đãi ân cần. –하다 tiếp đãi thân mật, đón tiếp ân cần, đối xử thân tình.

환도 cây kiếm nhẹ, kiếm lưỡi cong. *--뼈 xương chậu.

환도 --하다 trở về thủ đô.

환등 máy chiếu phim. *--기 máy chiếu phim dương bản.—화 đèn pha.

환락 vui vẻ, hài lòng, thích thú, hớn hở; cuộc vui.

환류 [퇴류] triều xuống; [해류.전기의] dòng ngược.

환매 sự đổi chác. –하다 đổi chác.

환매 sự mua lại, vật mua lại, chuộc lại. [증권] vật che phủ, lớp phủ ngoài.

환멸 sự vỡ mộng, sự tan ảo tưởng..

환문 lời triệu tập, sự tập hợp, gọi đến. –하다 gọi, triệu tập người nào đến để thẩm tra

환부 phần bị nhiễm. @환부를 치료하다 băng bó, đắp thuốc ở phần bị nhiễm.

환부 --하다 quay lại, hồi lại, hoàn lại, trả lại, phục hồi

환불 sự trả lại, sự đền đáp. –하다 trả lại, hoàn lại, đáp lại.

환산 sự đổi, sự chuyển (tiền) . –하다 đổi, trao đổi. @달러를 원으로 환산하다 đổi tiền *đô* ra tiền *won*. *--율 tỉ giá hối đoái. –표 bàn đổi tiền.

환상 ảo giác, ảo tưởng, ảo mộng, ảo ảnh, cảnh mộng, trí tưởng tượng. @환상적인 tính cách quái dị, hư cấu, tưởng tượng. *--가 người nhìn xa trông rộng, người mơ mộng hão huyền. –국 khúc phóng túng.

환상 ma, bóng ma, ảo tưởng, ảo ảnh, ảo mộng.

환상 vật có dạng tròn. @환상의 có dạng tròn, hình vòng, hình khuyên. *--도로 đường vòng.

환생 --하다 tái sinh, đầu thai.

환성 tiếng hét vui mừng, tiếng hoan hô, tiếng la khuyến khích, cổ vũ. @환성을 올리다 hét lên vui mừng, hoan hô cổ vũ.

환송 --하다 gởi lại, trả lại, hoàn lại.

환송 lời chào tạm biệt, từ giã, tiễn đưa. –하다 chào tạm biệt, tiễn đưa, tống khứ. *--회 tiệc chia tay.

환시 --하다 nhìn, ngắm. @중인 환시리에 trên quan điểm (trước tầm nhìn) của công chúng.

환심 thiện chí, thái độ tốt. @환심을 사다 chiếm được cảm tình (thiện cảm) của người nào.

환약 viên thuốc, viên thuốc nhỏ.

환언 --하다 nói cách khác.

환영 ma, bóng ma, ảo giác, ảo tưởng, ảo ảnh.

환영 sự nhiệt liệt đón mừng. –하다 được đón tiếp ân cần, được hoan nghênh, tiếp đón nồng nhiệt. @환영을 받다 được nhiệt tình đón tiếp. *--사 một địa chỉ thân thiện, ấm cúng. –회 1 buổi tiệc tiếp đón thân tình. 대-- tiếp đón hết lòng, chân thật; tung hô nhiệt tình

환우기 mùa thay lông.

환원 sự khôi phục, phục hồi, trùng tu, phục chế. [화학 hóa học] sự khử, sự khử oxýt (산화물의). –하다 phục hồi lại, khôi phục lại, sửa lại; khử, rút gọn, qui về. *--작용 qui trình rút gọn.

환율 tỉ giá hối đoái. *--변동 tỉ giá hối đoái giao động (lên xuống bất thường). –인상 tăng giá hối đoái. 대미-- tỉ giá hối đoái Mỹ. 고정—제 hệ thống giá hối đoái cố định. 변동—제 hệ thống giá hối đoái giao động.

환자 bệnh nhân, người bị thiệt hại; một ca (dịch tả). @격리 환자가 2 명 발생했다 xảy ra 2 ca bệnh ly. *--명부 danh sách bệnh nhân.무료-- bệnh nhân miễn phí (thuộc diện được cứu tế). 외래-- bệnh nhân ngoại trú. 입원-- bệnh nhân nội trú.

환장 --하다 nổi khùng, nổi điên, mất lý trí.

환전 => 환금

환절 sự biến đổi của mùa. *--기 điểm giao mùa.

환절 [동물 động vật] một đốt, một khúc.

환초 đảo san hô vàng.

환표 [선거의 tuyển cử] sự cắt phiếu. –하다 cắt phiếu.

환품 sự trao đổi hàng hóa. –하다 trao đổi hàng hóa.

환풍기 cây quạt máy.

환하다 (1) [앞이] sáng sủa, rõ ràng, thông suốt, không bế tắc; [밝다] thông minh, sáng dạ; [얼굴이] xinh đẹp, sáng láng, ưa nhìn. (2) [명백] rõ ràng, hiển nhiên, dễ hiểu, rành mạch. [통달] giỏi, sành, thông thạo, quá quen thuộc với. @시장 시세에 환하다 nắm giá chợ (biết rõ / thạo, rành).

환형 dạng tròn. @환형의 có dạng tròn, có hình vòng, hình khuyên. *--동물 động vật có hình vòng – con giun đốt.

환호 tiếng tung hô, hoan hô, tiếng hét vui mừng. –하다 hoan hô, hét lên vui mừng, hồ hởi cổ vũ. @환호리에 nhiệt liệt hoan hô.

환후 loại bệnh của người quí tộc.

환희 niềm vui, lạc thú, niềm hân hoan. –하다 vui mừng, hoan hỉ, hân hoan, vui sướng.

활 cung tên. @활을 쏘다 bắn ra một mũi tên.

활강 sự đi xuống, sự hạ xuống. *--경기 tình hình đi xuống.

활개 [팔] cánh tay; chi. [날개] cánh. @활개치다 [팔] vung tay; [날개] vỗ cánh.

활갯짓 --하다 nghênh ngang, vênh váo, khệnh khạng; tay chân vung vẫy (quơ tay quơ chân).

활경 sự lướt, sự bay lượn. –하다 lướt, lượn, trôi qua. *--기 tàu lượn (máy bay nhẹ không động cơ).

활극 quang cảnh hỗn loạn, lộn xộn (소동 náo động); 1 cảnh trong phim (영화); một vở kịch nhồi nhét những hành động (영국) *서부-- phim Tây phương..

활기 sinh lực, sức sống, sinh khí, khí lực. @활기 있다 tràn đầy sinh lực, đầy sức sống..

활달 tính hào hiệp, đại lượng khoan dung. –하다 hào hiệp, rộng lượng, bao dung, phóng túng.

활대 cột chéo ở đầu trục căng buồm; trục căng buồm.

활동 hoạt động, hành động, thao tác, vận hành, phục vụ. –하다 biểu diễn một động tác, phụ trách, hướng dẫn một hoạt động. @활동적인 năng nổ, tích cực, nhiều nghị lực. *--가 một con người năng nổ, tích cực hoạt động; người dám nghĩ dám làm (돈벌이의) –력 năng lực tiềm tàng, sinh lực bền bỉ, hoạt động tích cực. ---사진 một bức tranh sinh động.

활량 (1) người bắn cung; (2) => 한량

활력 sinh lực, khí lực, năng lực. *--설

thuyết sức sống. –소 thuốc bổ, sinh tố, vitamin.

활로 cách sống, nghệ thuật sống, ý nghĩa của sự sống. @활로를 개척하다 tìm cách vượt qua khó khăn trở ngại của cuộc sống.

활무대 lãnh vực hoạt động, phạm vi sinh hoạt.

활발 --하다 sinh động, nhanh nhẩu, tích cực, sôi nổi, sống động, hoạt bát, đầy sức sống. @활발히 một cách nhanh nhẹn, sôi nổi.

활보 --하다 bước dài, sải bước, đi khệnh khạng, nghênh ngang. @거리를 활보하다 sải bước trên đường.

활석 đá tan (khoáng vật mềm, mịn, được nghiền thành bột để bôi trơn); đá *stê-a-tít* (một loại đá mềm, sờ có cảm giác như xà phòng, được dùng làm đồ trang trí) *--분 bột tan, phấn *talc*.

활성 @활성의 đã hoạt hóa. *--탄소 than (carbon) đã hoạt hóa.

활수 tính rộng lượng, hào phóng, tính hào hiệp bao dung. –하다 rộng lượng, hào hiệp.

활시위 dây cung. @활시위를 메우다 dương cung (풀다 làm chùng)

활액 [해부 giải phẫu] hoạt dịch.

활약 hành động, hoạt động. –하다 đang hành động; tham gia một hoạt động. @정계에서 활약하다 tham gia hoạt động chính trị.

활엽수 cây có tán lá rộng; cây có nhựa mủ.

활용 thực dụng, thiết thực, ứng dụng; [문법 ngữ pháp] biến tố, sự chia động từ. (동사 động từ) sự biến cách (격변화) –하다 ứng dụng, áp dụng, sử dụng, tận dụng; [문법] biến cách.; chia (동사 động từ) *--어 từ biến cách. –형 thể biến tố.

활자 kiểu in, hình thức in *--인쇄 cách trình bày bản in. –주조 khuôn chữ. –주조기 thợ đúc chữ. –화 sự sắp chữ.

활짝 [넓게] rộng rãi, bao quát, phổ biến; [완전히] hoàn toàn, đầy đủ, trọn vẹn. @활짝 갠 하늘 bầu trời bao la // 강문을 활짝 열다 mở tung cánh cửa sổ.

활주 sự trượt đi, sự lướt đi. –하다 trượt, lướt; [비행기의 máy bay] chạy trên đất (khi cất cánh hoặc hạ cánh) (지상에서); liệng xuống, xà xuống (공중에서). @비행기가 활주한다 chiếc máy bay trượt dọc theo đường băng. *--기 tàu lượn. –로 đường băng, bãi đáp, bãi hạ cánh. –륜 bánh răng khi hạ cánh.

활집 túi để cung tên.

활차 cái ròng rọc. *가동-- ròng rọc có thể chuyển động. 고정-- ròng rọc cố định.

활촉 đầu mũi tên, ngạnh (ở mũi tên).

활터 bãi / sân tập bắn tên.

활판 thuật in, kỹ xảo in, thuật in. *--기계 máy in. –소 nhà in. –인쇄 nghề in.

활화산 núi lửa đang hoạt động.

활활 [불길이 ngọn lửa to] bừng bừng, sôi nổi, mãnh liệt; [부채질] một cách mạnh mẽ, dữ dội. @활활타다 cháy bùng, cháy rừng rực.

활황 tình trạng hoạt động của một vật gì.

홧김 đang trong cơn nóng giận

홧병 chứng nghi bệnh, bệnh tưởng.

홧홧 nóng, bốc lửa, phát sốt. @얼굴이 홧홧 달아오르다 cảm giác nóng bừng ở mặt.

홧홧하다 nóng, sốt.

황 vàng, màu vàng.

황갈색 màu nâu vàng, màu hung hung.

황감 lòng biết ơn xâu xa. –하다 hết sức mang ơn.

황겁 sự kinh hoàng, sự sợ hãi. –하다 kinh sợ, hãi hùng, phát khiếp, đáng ghê sợ.

황고집 tính ương ngạnh, ngoan cố, khó bảo; [사람] người ngoan cường, ương ngạnh.

황공 --하다 lâm vào cảnh kinh khiếp, đáng sợ. @황공 무지하다 cực kỳ kinh dị.

황국 hoàng cúc; hoa cúc vàng.

황금 vàng (kim). @황금의 có màu vàng kim; mạ vàng, ánh vàng. *--국 El Dorado, xứ tưởng tượng có nhiều vàng. –률 nguyên tắc vàng (khuôn vàng thước ngọc). –만능(주의) chủ nghĩa tôn thờ đồng tiền; bệnh ham giàu, ham của cải. –색 màu vàng kim. –세계 thế giới vàng. –숭배 sùng bái, tôn thờ đồng tiền, ham tiền. –시대 thời hoàng kim, thời vàng son huy hoàng.

황급 --하다 vội vàng, hấp tấp, gấp rút, khẩn cấp, cấp bách. @황급히 một cách vội vàng, hấp tấp.

황녀 ông hoàng bà chúa; tính khí công chúa.

황달 bệnh vàng da.

황당 --하다 ngớ ngẫn, phi lý, lố bịch, buồn cười, ngu xuẩn, lộn xộn, hoang đường, bậy bạ, khó tin. @황당 무계한 이야기 chuyện vô lý; đúng là hoang đường!.

황도 thủ phủ, kinh đô.

황도 [전문 thiên văn] đường hoàng đạo. *--대 hoàng đạo.

황동 đồng, thau. *--색 màu đồng. –전 đồng tiền đồng.

황량 --하다 tàn phá, tan hoang, đổ nát, ảm đạm, thê lương, hoang vắng, trống trải.

황록색 màu vàng lục.

황린 [화학 hóa học] phốt pho, lân tinh vàng.

황마 [식물 thực vật] cây đai dầu, sợi đai vàng.

황막 --하다 hoang vu, mênh mông, bao la, vô bờ bến, bất tận. @황막한 평야 vùng đất mênh mông.

황망 --하다 rất bận.

황망 --하다 vội vã, khích động. @황망히 tình trạng vội vã, tán loạn.

황무 --하다 hoang vu, khô cằn, bỏ hoang. *--지 đất hoang khô cằn, vùng hoang dã.

황밤 hạt dẻ khô.

황비 hoàng phi, hoàng hậu, nữ hoàng.

황산 acid sulfuric. *--동 sulfate đồng. –염 muối của acid sulfuric, sulfate. –지 giấy giả da.

황새 [새 loài chim] con cò

황새걸음 bước đi sải dài, dáng đi của con cò. –하다 bước dài, sải rộng.

황색 màu vàng *--인종 nòi giống da vàng.

황석 [광물] chất can-xít màu vàng.

황성 kinh đô, thủ đô, thủ phủ.

황소 [동물 động vật] con bò vàng

황소걸음 bước chân chậm chạp, bước chân nhàn nhã, khoan thai. –하다 đi đứng khoan thai chậm chạp.

황송 --하다 kinh khiếp, kinh hoàng, kinh dị. [죄송] mang ơn, hàm ơn, mắc nợ.

ㅎ

황질 gia đình hoàng tộc.
황야 vùng hoang vu, đất hoang.
황어 [물고기 loài cá] con cá đác (họ cá chép).
황열 [병 bệnh] bệnh sốt vàng.
황옥 *topaz* – khoáng vật có màu vàng trong suốt. ngọc loại vừa, lấy ra từ *topaz*.
황위 ngai vàng, ngôi vua. *--계승 sự kế vị, sự nối ngôi vua.
황은 hoàng ân; ơn vua.
황음 thú ham mê nhục dục quá độ.
황인종 chủng tộc, nòi giống da vàng.
황제 hoàng đế, vua. @황제의 thuộc vua chúa. *--폐하 muôn tâu bệ hạ, tâu đức vua.
황족 hoàng gia, hoàng tộc. *--회의 hội đồng hoàng gia.
황진 bụi vàng trong không khí; [기상] bụi trong cơn giông bão.
황차 => 황물며
황천 âm ty, âm phủ. *--객 người chết. –길 đường về cõi chết, đường về âm ty.
황철광 [광물 khoáng chất] Py-rit, quặng sun-pit sắt; sun-pit đồng và sắt.
황체 [해부 giải phẫu] thể vàng. *--호르몬 *progresterone,* hoc-môn giới tính.
황탄 => 황당
황태자 hoàng Thái tử, người thừa kế ngôi vua. *--비 hoàng phi, vương phi, công nương. 영국-- hoàng phi nước Anh (công nương xứ *Wales).*
황태후 hoàng thái hậu.
황토 hoàng thổ; đất vàng.
황통 thời đế chế, thời đại quân chủ.
황폐 --하다 hoang phế, hoang tàn, hư hại, đổ nát, tan hoang, xơ xác. *--지 đất hoang khô cằn, không sử dụng được; hoang mạc.
황하 con sông Hoàng hà.
황해 biển vàng.
황혼 hoàng hôn, lúc mặt trời lặn, chạng vạng.
황홀 trạng thái mê ly, đắm say, ngây ngất. –하다 mê ly, khoái chí, mê đắm, ngất ngây. @황홀하여 đang mê đắm ngất ngây. // 황홀하게 하다 làm cho mê mẩn. *--경 tình trạng xuất thần nhập định, người xuất thần nhập định.
황화 [화학 hóa học] sự xông lưu huỳnh, sự ngấm lưu huỳnh. *--고무 cục tẩy đã lưu hóa (xử lý cao su bằng lưu huỳnh ở nhiệt độ cao để làm cho nó chắc và đàn hồi hơn). –물 *sulfide.* ----수소(은) *hydrogen-sulfide* (sulfua, hợp chất của lưu huỳnh và một nguyên tố khác)
황화 cơn nguy, hiểm họa, tai họa.
황후 hoàng hậu, nữ hoàng.
홰 [1] lồng chim [닭이 우는 횟수] chuồng gà.
홰 [2] ngọn đuốc, khúc củi đang cháy dở.
홰치다 đập cánh, vỗ cánh.
홰홰 vòng vòng. @단장을 홰홰 회두르다 vung gậy, khua gậy, quơ gậy.
홱 [재빠르게] tiếng đập thình thịch, tiếng sập mạnh, tiếng nổ vang thình lình; [차가 xe chạy] mau lẹ, nhanh chóng, ngay lập tức, không chậm trễ. [힘차게] ném, liệng, quăng, vứt rầm rầm.; [뿌리치는 모양] hình thức xô đẩy thô bạo. [채찍으로] cú đánh mạnh. @책을 홱 던지다 liệng cuốn sách cái rầm.
홱홱 [재빠르게 nhanh, mau, đột ngột] tiếng nổ bang-bang; [차가 xe] tiếng máy rồ, sột soạt, nhanh, vội. [뿌리 치는 모양 hình thức tách rời ra] xô, đẩy, giật, kéo ra; [채찍으로 bằng cái roi]

quất vùn vụt.

핵대 móc treo quần áo, giá phơi quần áo.

횃불 ánh đuốc, ngọn đuốc, ánh đèn pin. @횃불을 들다 cầm ngọn đuốc trên tay.

휑댕그렁하다 (cảm thấy, có cảm giác) trống rỗng, trống không.

휑하다 (1) [정통하다] giỏi, sành, thạo, khéo, quen thuộc với.. @이곳 지리에 휑하다 biết rành vị trí (phương hướng) vùng đất quanh đây. (2) [텅 비어있다] trống, bỏ trống, hoang vắng, trống vắng. @집이 휑하다 căn nhà bỏ trống.

회 vôi => 석회; [벽토] vữa, hồ, trát thạch cao, (dùng để trát hoặc trang trí trần, tường nhà). @회를 바르다 trát vữa. Stucco.

회 buổi họp, buổi mít ting, cuộc hội nghị; [사교적인] buổi tiệc họp mặt; [회의] buổi hội thảo, [단체] đoàn thể, câu lạc bộ, hội, hội liên hiệp.

회 một lát mỏng cá sống. @회를 치다 chuẩn bị (dọn) một dĩa cá sống. *다랑어-- 1 lát cá ngừ (cá tuna) sống.

회 một lượt, một phen; [경기의] một chu kỳ, một ván, một chầu; [야구의 bóng chày] một lượt chơi của một phía (1 cầu thủ crickê – bóng chày); [연재물의] phần trả mỗi lần. @ 1 회 một lần, mỗi lần // 3 회 3 lần.

회 con sâu đốt tròn, con trùng.

회갑 ngày sinh nhật thứ 60 – lục tuần của người nào. @회갑 잔치 (를 베풀다) (tổ chức) tiệc mừng lục tuần. *--노인 người ở tuổi lục tuần (từ 60 đến 69 tuổi).

회개 sự ăn năn, hối lỗi, sự ân hận, sự sám hối. –하다 ăn năn, hối lỗi, ân hận, sám hối.

회견 cuộc gặp gỡ, cuộc phỏng vấn, cuộc nói chuyện riêng. –하다 đi phỏng vấn, gặp nói chuyện riêng. *--담 buổi phỏng vấn, buổi nói chuyện riêng. –자 người phỏng vấn.

회계 sổ sách kế toán, sự tính toán (출납) –하다 giữ sổ sách kế toán, tính toán. [지불] thanh toán một hóa đơn. *--감사 sự kiểm tra sổ sách, sự kiểm toán. –삼사판 kiểm toán viên –감사원 ban kiểm toán. –서류 văn kiện về tài chính –연도 năm tài chính. –학 nghề / môn kế toán. 일반-- kế toán đại cương; 특별-- kế toán riêng biệt.

회고 sự phản xạ, phản chiếu; sự dội lại, sự hồi tưởng, hồi ức; sự nghiên cứu quá khứ. –하다 nhìn lại, dội lại,nhớ lại, hồi tưởng, phản chiếu, nhìn lại, ôn lại dĩ vãng. *--록 tập ký sự, hồi ký. @회고적인 tìm lại dĩ vãng, ôn lại quá khứ. *--담 nói chuyện xưa, cũ. @회고담을하다 nói lại, nhắc nhở lại những chuyện hay dở đã qua.

회관 [종교 tôn giáo] đạo Hồi – Hồi giáo. *--국 xứ sở theo đạo Hồi. –도 tín đồ Hồi giáo.

회군 sự lui quân, đội quân rút lui. –하다 rút quân, lui quân.

회귀 sự tái diễn, sự trở lại (주기 chu kỳ); sự xoay vòng; [수학 toán học] sự hồi quy. *--곡선 đường vòng ngược lại. –년 năm dương lịch. 남—선 đông chí tuyến. 북—선 hạ chí tuyến.

회기 ngày về.

회기 phiên họp, kỳ họp (기간) @국회 회기중 trong suốt phiên họp hội đồng.

회나무 [식물 thực vật] cây thông Hàn

quốc.

회담 buổi nói chuyện, buổi hội đàm (담판) đàm phán (회의); buổi nói chuyện riêng, phỏng vấn (회견). –하다 nói chuyện, hội ý, bàn bạc với nhau; phỏng vấn, nói chuyện riêng với nhau. *3 국-- đàm phán tay ba. 한일-- hội thảo Hàn-Nhật.

회답 sự hồi đáp, câu trả lời, đáp án, sự đáp lời, sự hưởng ứng. –하다 trả lời, hồi âm, phúc đáp, hưởng ứng.

회당 [예배당] nhà thờ, nhà thờ nhỏ; [공회당] thánh đường.

회독 --하다 đọc lại, đọc lần lượt (một quyển sách) *--회 một thư viện lưu động.

회동 --하다 tụ tập, hội họp, nhóm họp, gặp gỡ nhau.

회람 sự lưu hành, lưu thông. *--문고 thư viện lưu động. –잡지 tạp chí lưu hành. –판 thông báo, bảng thông tin lưu động.

회랑 hành lang, hàng hiên, nơi trưng bày (tranh, tượng triển lãm).

회례 cuộc viếng thăm đáp lễ. –하다 thăm lại, tặng lại, đáp lễ, trả lễ.

회로 (1) [전기 điện khí] mạch điện. (2) lượt về, đường về.

회뢰 của đút lót, vật hối lộ (물건). *--사건 một vụ kiện hối lộ.

회류 --하다 hòa nhập vào, kết hợp vào, chảy ùa vào. *--점 chỗ họp dòng, ngã 3 sông.

회리바람 gió lốc, cơn gió cuốn, cơn lốc xoáy (큰).

회반죽 trát thạch cao, trát vữa, trát stu-cô.

회백색 màu xám tro nhạt.

회백질[해부 giải phẫu] chất mủ màu xanh nhợt.

회벽 bức tường trát màu vàng chanh.

회보 câu trả lời, câu phúc đáp, hồi đáp, báo cáo. –하다 trả lời, phúc đáp, hồi đáp.

회보 tập san, phóng sự xã hội, sự giao dịch xã hội. *동창회-- tập san của nam sinh viên.

회복 sự bình phục, sự phục hồi, sự tìm lại được (건강 sức khỏe), sự khôi phục, sự hoàn lại (복구); sự thu hồi, sự lấy lại (명예 따위) sự phục hưng, sự tái sinh (부활). –하다 lấy lại, giành lại được, thu hồi, khôi phục, hồi phục. @건강을 회복하다 phục hồi lại sức khỏe. *--기 giai đoạn (thời kỳ) phục hồi.

회부 sự gửi chuyển tiếp, sự đệ trình. –하다 gửi chuyển tiếp, đệ trình. @예산안을 위원회에 회부하다 chuyển một tín phiếu đến ủy ban.

회비 hội phí (일시적). @회비는 한 달에 1.000 원이다 hội phí hàng tháng là 1000 *won*.

회사 công ty, đoàn thể, [상사] hãng, xưởng, xí nghiệp. @회사에 다니다 làm việc ở công ty. *--원 nhân viên công ty, nhân viên văn phòng.

회사 --하다 biểu lộ, bày tỏ lòng biết ơn.

회상 sự hồi tưởng, sự tìm lại dĩ vãng, sự nhìn lại quá khứ, sự nhớ lại, sự phản ảnh. –하다 nhớ lại, hồi tưởng, phản ảnh, phản chiếu lại. @과거를 회상하다 nhìn về quá khứ, nhớ lại chuyện xưa. *--록 hồi ký, tập ký sự.

회색 màu xám tro.

회생 => 소생

회서 => 회신

회석 điểm hội họp, nơi hội họp.

회선 mạch điện. *전화-- mạng điện thoại.

회선 sự xoay vòng, sự luân phiên. –하다 xoay vòng, xoay tua. *--운동 chuyển động quay. –포 súng đại bác quay được. –포대 tháp pháo xoay.

회송 --하다 gửi lại, trả lại, dội lại, hoàn lại.

회수 sự tập hợp, sự sưu tầm, sự góp nhặt, sự thu hồi (철회); phục hồi, lấy lại được (폐품 따위) –하다 thu thập, thu hồi, thu về, góp nhặt sưu tầm, lấy lại được.

회수 nhiều lần, tính thường xuyên xảy ra. @회수를 거듭하다 nhắc lại, lập lại, tái diễn.

회수권 cuống vé; vé tháng cho người đi làm. @60 회의 회수권 cuống vé có 60 vé.

회시 [회답 hồi đáp] câu trả lời, câu phúc đáp. –하다 hồi âm, phúc đáp, trả lời.

회식 --하다 ăn cơm chung; ăn cơm với người nào.

회신 thư phúc đáp, thư trả lời.

회심 sự tương đắc, sự ăn ý, sự hợp nhau, sự bằng lòng, vừa ý, sự thỏa mãn. @회심의 미소를 짓다 cười thỏa mãn.

회심 --하다 thay lòng đổi da.

회양목 [식물 thực vật] hoàng dương mộc, cây gỗ hoàng dương.

회오 sự ăn năn, sự hối lỗi, sự hối tiếc, ân hận. –하다 ăn năn, hối tiếc. @회오의 눈물 giọt lệ hối tiếc.

회오리바함 => 회리바람

회원 hội viên, đoàn viên (총칭). @회원의 자격 đủ tư cách gia nhập hội. *--국 thành viên quốc gia.–기장 huy hiệu hội viên.–명부 danh sách hội viên.—증 thẻ hội viên. 명예-- hội viên danh dự. 정-- hội viên chính thức. 종신-- tiểu sử hội viên.

회유 hòa ước, sự nhân nhượng, sự thỏa hiệp vô nguyên tắc. –하다 xoa dịu, giảng hòa, nhân nhượng, lập lại hòa bình. (끌어들이다) *--책 biện pháp hòa giải (chính trị).

회음 --하다 uống chung.

회음 [해부 giải phẫu] đáy chậu (vùng giữa hậu môn và bộ phận sinh dục).*--부 vùng đáy chậu.

회의 buổi họp, buổi hội thảo, buổi thảo luận, sự nhóm họp (대회), hội nghị (회기중의) –하다 hội họp, nhóm họp, tổ chức mít-ting, hội thảo. @회의에 참석하다 tham dự mít-ting, hội thảo. *--록 biên bản buổi họp. –실 phòng họp. –장 hội trường (phòng họp lớn). 국무-- hội đồng nội các, hội đồng chính phủ. 국제 -- hội nghị quốc tế. 비밀-- buổi họp bí mật.

회의 sự nghi ngờ, sự do dự, sự hoài nghi. –하다 nghi ngờ, do dự, hoài nghi. @회의적인 thái độ ngờ vực. *--론자 người hay hoài nghi. –주의 chủ nghĩa hoài nghi. –파 trường phái hoài nghi.

회의문자 dấu vết riêng, dấu đặc biệt, chữ ký.

회자 --하다 ai ai cũng biết, ai ai cũng rõ.

회장 chủ tịch, hội trưởng (xã hội, hiệp hội). @ 회장이 되다 chủ trì buổi họp. *--석 ghế chủ tọa / ghế chủ tịch (buổi họp)

회장 nơi hội họp, hội trường. [터] khu đất, bãi đất. *--박람-- khu đất triển lãm.

회장 giấy báo, thơ báo tin. @회장을 돌리다 gởi giấy báo.

회장 [해부 giải phẫu] ruột hồi.

회장 sự tham dự lễ tang. –하다 dự đám tang, đi đưa đám tang. *--자 người đi đưa đám, người khóc thuê.

회전 trận đánh, chiến thuật, sự giao chiến. –하다 đánh nhau, giao chiến, chạm trán, đụng độ, đọ sức.

회전 bức điện tín trả lời. –하다 phúc đáp, hồi âm, trả lời bằng điện tín.

회전 sự xoay vòng, sự luân phiên (경제 tổ chức kinh tế) vòng quay. –하다 xoay vòng, luân phiên, quay vòng. *--경기 cuộc đua *slalom* – cuộc thi trượt băng xuống dốc chữ chi có các chướng ngại vật (스키 ski) –목마 vòng quay ngựa gỗ. –무대 tình trạng xoay vòng. –반경 bán kính của vòng quay. –율 tỷ lệ vòng quay (자금의 của tiền vốn). –의 con quay hồi chuyển; thiết bị tạo con quay hồi chuyển. –의자 ghế quay. –자금 tiền vốn xoay vòng. –창 trục xoay ở tấm kính cửa sổ. –축 trục xoay. –포 súng đại bác xoay được; tháp pháo.

회전 [야구 bóng chày] phần của trận đấu cả hai đội lần lượt đánh. @제 2 회전 lượt hai, lượt thứ nhì.

회절 [물리 vật lý] sự nhiễu xạ.

회중 khán giả, thính giả, độc giả; người dự họp; giáo dân (thuộc giáo hội 교회의).

회중@회중품에 조심하시라 coi chừng móc túi. *--물 ví tiền, hầu bao, bóp nhỏ đựng tiền. –시계 đồng hồ bỏ túi. –저등 đèn pin.

회진 (bác sĩ) chu kỳ thăm bệnh. –하다 thăm bệnh theo kỳ hạn.

회집 --하다 tập họp, tụ tập, hội họp lại với nhau.

회초리 cây gậy, cây roi. @회초리로 때리다 đánh, quất người nào bằng gậy, bằng roi.

회춘 sự khôi phục, sự phục hồi, sự lấy lại được, sự làm trẻ lại. –하다 khôi phục lại (sức khỏe), lấy lại được (tuổi thanh xuân).

회충 con giun tròn, con sâu bụng tròn. @회충이 생기다 bắt được con giun tròn.

회칙 quy tắc xã hội.

회포 tư tưởng, ý nghĩ tận đáy lòng, trong thâm tâm. @슬픈 회포 cảm thấy buồn ray rức, ân hận.

회피 sự thoái thác, sự lẩn tránh. –하다 lãng tránh, thoái thác, tránh né, trốn tránh, ngăn ngừa, tránh xa. @회피할 수 없는 không thể lẩn tránh, không thể thoái thác. *--전술 chiến thuật di chuyển lắc léo, đánh lừa đối phương để lẩn tránh.

회한 sự hối hận, sự ăn năn. –하다 hối tiếc, ăn năn, ân hận. @회한의 눈물 giọt nước mắt ân hận hối tiếc.

회합 --하다 hội họp, tụ tập, nhóm họp với nhau.

회항 ---하다 đi tàu thủy; đi về (khứ hồi).

회향 nỗi nhớ nhà, lòng nhớ quê. –하다 nhớ nhà, nhớ quê. @--병 bệnh nhớ nhà, nhớ quê.

회향 [식물 thực vật] cây thì là.

회화 buổi nói chuyện, cuộc đàm thoại, đối thoại (대화).–하다 nói chuyện, đàm thoại, đối thoại. @그녀는 영어 회화를 잘한다 cô ấy nói tiếng Anh giỏi. *--실력 có khả năng diễn đạt (lời nói). 영어-- đàm thoại bằng tiếng Anh

회화 bức tranh, bức họa (유화); bức vẽ, bản vẽ, họa tiết (선화). –화화적인 có nhiều hình ảnh minh họa sinh động. *--

관 phòng trưng bày nghệ thuật. –전람회 buổi triển lãm mỹ thuật.

회회교 đạo Hồi; Hồi giáo. *--교도 người theo đạo Hồi.

획 (1) [돌다] chuyển động lệch hướng; giật mạnh thình lình, làm quay cuồng, làm xoay tít. (2) [불다] thổi nhẹ, thổi giật từng cơn.

획 nét (nét bút, nét chữ). @세 획으로 된 글자 một chữ có 3 nét.

획기적 sự mở ra một kỷ nguyên mới. @획기적 사건 một biến cố lịch sử.

획득 sự giành được, đạt được, cái thu được. --하다 đạt được, giành được, thu được, kiếm được, chiếm được. *--물 vật sở hữu, vật chiếm được.

획수 số nét (trong chữ Tàu)

획연 --하다 riêng biệt, rõ ràng, cụ thể. @획연히 một cách cụ thể.

획일 tính chất đồng dạng, đồng kiểu, sự tiêu chuẩn hóa. @획인의 giống nhau, tiêu chuẩn hóa.*--주의 nguyên tắc chủ nghĩa.

획정 sự phân ranh (giới), sự phân định. –하다 phân ranh, phân định, định rõ, vạch rõ.

획책 sự lên kế hoạch, có kế hoạch, có âm mưu.–하다 lập kế, âm mưu, mưu đồ, vận động theo kế hoạch (책동하다 xách động)

횟돌 đá vôi.

횡격막 [해부 giải phẫu] cơ hoành. *격막의 thuộc cơ hoành.

횡단 sự đi ngang qua, sự vượt qua. –하다 đi ngang qua, vượt qua, băng ngang, nằm vắt ngang. @ 대서양을 횡단하다 vượt qua đại dương (biển) Aclantic *--로 đường cắt ngang.–면 chỗ cắt chéo. –보도 đường dành cho người đi bộ. –선 đường ngang.

횡대 một hàng, một dãy, cùng hàng, sống hàng ngang nhau. @회대로 vào hàng, sự xếp hàng. *--2 열 hàng đôi.

횡듣다 nghe lầm, hiểu lầm.

횡령 sự biển thủ, sự tham ô, sự chiếm đoạt (금전의) sự thâm lạm, sự thụt két. –하다 biển thủ, tham ô, thụt két. 재산을 횡령하다 chiếm hữu tài sản của người nào. *--자 người biển thủ, kẻ tham ô, tên chiếm đoạt. –죄 vụ biển thủ, thụt két. *권리-- chiếm đoạt khu vực khai thác của người khác.

횡류 mua bán bất hợp pháp. –하다 bán (hàng) bất hợp pháp.

횡보다 nhìn sai, đánh giá sai, cho ý kiến sai.

횡사 sự chết đột ngột, sự chết vì tai nạn. *--하다 chết đột ngột, chết bất đắc kỳ tử, chết bi thảm.

횡서 --하다 thuận một tay; viết thuận một tay.

횡선 hàng ngang; [소학 toán học] tọa độ trong hệ thống tọa độ *Decartơ* vuông góc (횡좌표). *--수표 sự kiểm tra chéo.

횡설 수설 chuyện bậy bạ, vô lý, sự ăn nói bừa bãi, lời nói trái tai; tiếng nói líu nhíu khó nghe. –하다 nói càn, nói bậy, nói khó nghe.

횡액 một tai nạn bất ngờ (không thể ngờ/không biết trước được). @횡액을 만나다 bị tai nạn, gặp tai họa bất ngờ.

횡재 vận may bất ngờ, của trời cho. –하다 gặp vận may bất ngờ, được của trời cho.

횡포 sự đàn áp, sự bạo tàn, chuyên chế, áp bức (포학) –하다 chuyên quyền, độc đoán, tàn bạo, chuyên chế, áp bức.

횡행 sự quá khích; sự lan tràn. –하다 quá khích, lan tràn, không kềm chế được.

효 lòng hiếu thảo, sự tôn kính, sự trung thành.

효과 hiệu quả, công hiệu, hiệu nghiệm (약의 thuốc); [hiệu lực,hiệu quả 능률]; [결과 kết quả, thành quả]; [약이 thuốc] hiệu nghiệm.

효녀 người con gái hiếu thảo.

효능 hiệu nghiệm, có hiệu quả (thuốc có tác dụng); có ích lợi, hữu dụng. @효능이 있다 công hiệu, có hiệu quả, có tác dụng tốt.

효도 đạo làm con. @효도를 다하다 tôn kính vâng lời cha mẹ.

효력 có tác dụng, có hiệu quả, có hiệu lực. [법적] có lợi ích, hữu dụng, có hết quả. @효력이있다 có giá trị, có hiệu lực, có tác dụng.

효모 men, men bia, men rượu, men làm bánh, bột nở. *--균 men nấm.

효부 con cái, con dâu.

효성 lòng hiếu thảo của con cái. @효성스럽다 hết lòng tôn kính cha mẹ.

효성 *Venus* – thần Vệ nữ, thần Ái tình (금성); sao Kim (샛별).

효소 chất enzym; chất men.

효수 --하다 bêu đầu (treo đầu) tên tội phạm.

효시 [최초] cái khởi đầu; nhân vật đầu tiên, người đi đầu, người đi tiên phong.

효심 đạo (bổn phận) làm con. @효심이 있는 lòng hiếu thảo, tôn kính, vâng lời.

효용 [용도 tính hữu dụng] giá trị hữu ích; [유용성] tính thiết thực; [효험] hiệu quả tốt, có công dụng, có tác dụng. @효용이있다 có hiệu quả tốt.

효율 hiệu lực, năng lực.

효사 người con trai hiếu thảo.

효행 đạo làm con, lòng hiếu thảo của con cái

효험 tính công nghiệm, hiệu nghiệm (của thuốc). @효험이 있다 có hiệu quả tốt, có công hiệu.

후 @후 불다 phát ra từng luồng hơi nhẹ; thổi nhẹ.

후 [시간.순서 theo thứ tự thời gian] sau đó, sau này, về sau; [...이래] kể từ rày về sau, kể từ đây, sau đây [...다음] lần sau, tiếp theo sau; [위치] đằng sau.@그 후 sau đó, về sau, sau này, rồi thì, rồi sau đó. // 2.3 일 후에 [지금부터] trong vòng vài ba ngày sau (kể từ hôm nay); [과거 어느때부터 sau vài ngày.

후각 khứu giác.*--기 cơ quan khứu giác. –신경 thần kinh khứu giác.

후견 sự giám hộ, sự hướng dẫn, sự dạy dỗ. –하다 dạy dỗ, bảo trợ, giám hộ. *--인 người giám hộ, người bảo trợ.

후계 sự kế tiếp, sự nối tiếp nhau, sự thừa kế. –하다 kế tiếp, thừa kế, kế tục (tài sản, chức vụ của người khác). *--내각 sự thay thế nội các (Chính phủ). –자 người thừa kế, người kế vị.

후고 [뒤를 돌봄] sự nhìn lại dĩ vãng, sự hướng về quá khứ; [후환] sự lo nghĩ cho tương lai. –하다 nhìn lại dĩ vãng, lo nghĩ tương lai. @후고의 염려 [장래의] băn khoăn cho tương lai; [가정의] lo lắng cho gia đình.

후골 [해부 giải phẫu] trái cổ, (trái táo *adam*).

후관 cơ quan khứu giác.

후광 [유광] hào quang (원광) vòng hào quang quanh đầu các vị thánh (태양의) ánh hào quang mặt trời.

후굴 [의학 y học] chứng dạ con gập ra phía sau. *자궁-- tình trạng dạ con gập ra phía sau.

후궁 [궁 cung] hậu cung. [사람 người] phi tần, cung nữ; người phụ nữ sống ở hậu cung.

후기 giai đoạn sau, thời kỳ sau, nửa năm sau.

후기 tái bút (P.S.); bài nói chuyện sau bản tin. *편집-- bản thông tin sau khi hoàn thành (một quyển sách, một bài báo) của chủ bút.

후끈 --하다 nóng, nóng rừng rực, nóng bừng bừng.

후끈거리다 cảm giác nóng bỏng, nóng bừng.

후년 [내내년] năm tới tới (2 năm sau); [훗날에] năm sau. *내-- 3 năm sau.

후닥닥 sự giật mình, cái giật mình bất thình lình; [급히] một cách bất chợt, một cách hối hả.

후덕덕거리다 hấp tấp, nhốn nháo; [급히 서두르다] hối hả, vội vàng, gấp rút.

후대 đời sau, thế hệ tương lai.

후대 ân cần, nồng hậu, nhiệt tình, hết lòng (sự đón tiếp). *--하다 tiếp đãi nồng hậu, đối xử ân cần, đối xử hết lòng.

후덕 tính chất phóng khoáng, không thành kiến, không câu nệ.

후두 [해부 giải phẫu] thanh quản. –음 âm yết hầu.

후두 [의학 y học] chẩm, chõm đầu. *--부 vùng chẩm.

후두두 tiếng tí tách, lộp độp, lách cách, loảng xoảng.

후드득거리다[방정떨다]hành động nông nổi, phù phiếm, nhẹ dạ.

후들거리다 rung, lắc, giũ, rùng mình, run lẩy bẩy, run lập cập @후들후들 떨리는 손으로 với đôi tay run rẩy.

후딱 nhanh chóng, mau lẹ, khẩn trương, ngay lập tức, ngay tức khắc.

후략 phần bỏ quên, phần bỏ sót còn lại.

후레아들 người cục mịch, thô lỗ, vụng về; tên mất dạy, gã vô giáo dục.

후려 sự lo nghĩ, khắc khoải cho tương lai.

후려치다 đánh, quất, đập, nện, khệnh.

후련하다 cất gánh nặng, làm nhẹ bớt, dịu bớt.

후렴 đoạn điệp, điệp khúc.

후루루 [불다] tiếng huýt sáo, sự thổi. [타는 모양] lập lòe, bập bùng (ánh lửa).

후루룩 [날다] rung rinh, đu đưa, dập dờn; [마시다 uống] xì xụp, ùng ục, soàm soạp.

후리다 (1) đánh túi bụi, đấm thùm thụp; vụt, quật; bào, cạo; cắt, gặt. @낫으로 풀을 후리다 cắt cỏ bằng cái liềm. (2) [혹하다] mê hoặc, cám dỗ, quyến rũ, làm mê mẩn, say đắm. (3) [그물로] vây bắt, giăng lưới, đánh lưới. (4) [채가다] vồ, chộp, túm, giật, chiếm đoạt, đem đi.

후리질 sự kéo lưới. –하다 kéo lưới

후리후리하다 cao và gầy, yểu điệu thướt tha.

후림불 cơ hội bất ngờ, cú bất ngờ.

후릿그물 lưới kéo (để đánh cá).

후면 mặt hậu, mặt sau, phía sau

후무리다 biển thủ, tham ô.

후문 lời nói sau cùng.

후문 cổng sau => 뒷문

후물거리다 nhai trệu trạo.

후물림 đồ mặc thừa (của người khác cho); [물건 đồ vật, vật phẩm] đồ may sẵn rẻ tiền.

후미 chóp đuôi, đoạn cuối, đoạn chót; [배의 고물] phần sau, đuôi tàu.

후미지다 [강.해변이] làm thành như cái lạch (vũng) nhỏ; [장소가] trở nên sâu; sống ẩn dật.

후반 1/2 cái sau; 1/2 phần sau. *--기 1/2 năm sau. *--전 1/2 trận sau.

후방 phần sau, phía sau. @후방의 chậm tiến, lạc hậu, lùi về phía sau // 후방에 ở phía sau, ở đằng sau. *--군무 công tác hậu phương, hậu cần. –무대 quân hậu bị.

후배 con em, con cháu; người ít tuổi hơn, người trẻ hơn. [젊은이들] bọn trẻ, thế hệ trẻ.

후배지 1/ nội địa (nằm xa bờ sông, bờ biển; 2/ đất/vùng cảng.

후보 [입후보] sự ứng cử; [후보자] người ứng cử, ứng cử viên, thí sinh. *--생 người đang học nghề. 공천-- người ứng cử, thí sinh chính thức.

후보 bản tin tiếp theo, (bổ xung)

후부 người chồng sau, người chồng thứ hai.

후부 đuôi, đoạn sau, phần sau, đuôi xe lửa; [배의] đuôi tàu.

후분 vận may cuối đời. @후분이 좋다 gặp vận may cuối đời.

후불 số tiền trả đợt sau.

후비다 xúc, cào, đào, bới lên; [귀.코를] cuốc, cạy, đào, nhổ hái.

후비적거리다 cứ đào, bới lên

후사 [죽은 뒤의] việc hậu sự (sau khi chết); [장래의] công việc về sau. *후사를 부탁하다 giao phó cho ai chuyện tương lai (chuyện hậu sự)

후사 người thừa kế; [후계자] người nối nghiệp.

후사 thù lao xứng đáng. --하다 ban thưởng, đền đáp rộng rãi, hào phóng.

후산 cái nhau (đàn bà đẻ).

후살이 sự tái hôn (của người phụ nữ) *--하다 tái hôn, tái giá.

후생 [후전] người ít tuổi hơn, hậu bối; [내세] đời sau, thế hệ tương lai.

후생 phúc lợi công cộng (xã hội). *--사업 phúc lợi xã hội của xí nghiệp. –시설 phương tiện phúc lợi.

후성 *--설[생물 sinh vật] thuyết biểu sinh, thuyết hậu thành.

후세 hậu thế, thế hệ tương lai.

후속 @후속의 tiếp theo, thừa kế. *--부대 sự tăng cường, tăng viện, sự củng cố.

후손 hậu duệ, con cháu, thế hệ sau, hậu thế (총칭).

후송 --하다 rút lui, sơ tán, tản cư.

후술 --하다 đề cập sau, nói đến sau.

후신 tương lai, hậu vận của người nào; [후계자] người kế vị (nối ngôi), người thừa kế.

후신경 [해부 giải phẫu] thần kinh khứu giác.

후실 vợ thứ, vợ hai.

후안 trơ tráo, vô liêm sĩ, không biết xấu hổ.

후열 hàng sau, dãy sau.

후예 con cháu, hậu duệ, người nối dõi.

후원 vườn sau, sân sau.

후원 sự ủng hộ, sự tài trợ, sự đỡ đầu. –하다 ủng hộ, bảo trợ, tài trợ, đỡ đầu. @---의 후원하에 dưới sự tài trợ của---. *--

자 người bảo trợ, người đỡ đầu. ---회 hội bảo trợ, hội liên hiệp.

후위 [군 quân] đội quân phía sau, hậu quân; [정구] hậu vệ (bóng đá, quần vợt) [축구].

후유증 (1) [의학 y học] di chứng, di tật. (2) [비유적] hậu quả, kết quả (thường là tai hại).

후은 sự quý mến, thiên vị; sự chiếu cố đặc biệt.

후의 lòng quý mến, đặc ân.

후의 tình bạn thân thiết, tình thân hữu. @후의를 입다 nhận lòng thành kính và biết ơn.

후일 ngày sau, ngày khác, ngày nào đó. @후일에 trong tương lai, về sau. *--담 sự hồi tưởng, sự nhớ lại, ký ức, hồi ức; đoạn tiếp, cuốn tiếp theo (chuyện, tiểu thuyết), một sự kiện xảy ra sau.

후임 [사감 người] người kế vị, người thừa kế. *---의 후임으로 nối nghiệp (của..).

후자 người sau (người khác), người kế tiếp. @전자와 후자 người trước và người sau (người cũ và người mới)

후작 hầu tước. *--부인 hầu tước phu nhân.

후장 buổi chợ chiều.

후정 => 후의

후제 vài ngày sau.

후조 loài chim di trú. (총칭 tên chung).

후주곡 [음악 âm nhạc]

후줄근하다 mềm, ủ rũ, tàn, héo.

후진 [후배] người nhỏ tuổi hơn, ít tuổi hơn; thế hệ trẻ, thế hệ sau (총칭 tên chung); [후진성] lạc hậu, kém phát triển, chậm tiến. @후진를 돌보다 chăm sóc, bồi đắp cho thế hệ sau. *--국 một quốc gia kém phát triển, một dân tộc chậm tiến, lạc hậu.

후진 hậu quân.

후처 vợ sau, vợ thứ, vợ hai.

후천 @후천적 tính chất đến sau., diễn ra sau khi sinh

후추 hạt tiêu đen (trắng)

후취 tục huyền (nam); tái giá (nữ), kết hôn lần thứ hai; [사람] người vợ hoặc (chồng) sau.

후치사 từ đứng sau, yếu tố sau.

후탈 [병후.산후의] biến chứng sau khi sinh, hậu sản.; [사건의] hậu quả (xấu).

후터분하다 ngột ngạt, buồn tẻ.

후텁지근하다 ngột ngạt, nhớp nháp,bầy nhầy, không thoáng khí.

후퇴 sự rút lui, sự lui quân, sự thoái hóa, sự suy đồi. *--하다 thụt lùi, lùi lại, lặn vào, thoái hóa, suy đồi; [배가] đi giật lùi.

후편 người đưa tin sau cùng; [뒤쪽] hậu phương, mặt hậu, mặt sau.

후편 tập 2, (tập cuối) (전편에 대하여); [속편] đoạn tiếp, cuốn tiếp.

후하다 [인심이] tử tế, có lòng tốt, nhiệt tình, hiếu khách; [인색하지 않다] tự do, phóng khoáng, cởi mở, hào phóng. @후한 대접 một buổi tiếp đón thân tình.

후학 học sinh lớp dưới (nhỏ tuổi hơn).

후항 [수학 toán học] vế thứ 2 trong tỷ lệ.

후환 sự phiền phức rắc rối về sau, một hậu quả xấu. @후환을 남기다 gây rắc rối, gieo họa // 후환을 없애다 tống khứ (giũ sạch) nguồn gốc của tai họa (tội lỗi).

후회 sự ân hận, sự hối tiếc. *--하다 ăn năn, sám hối, thương tiếc, hối tiếc, ân hận., tiếc.

후후년 3 năm sau (kể từ bây giờ)

훅 (*a hook*) cái móc, bản lề, lưỡi câu, cạm bẫy.

훈 sách dịch từ chữ Hán (Trung quốc) ra tiếng Hàn quốc (훈독).

훈 [해.달무리] 1 quầng (hào quang, ánh sáng), 1 vòng đai, vành; [퍼진 자리]vết mực tàu.

훈감하다 mặn mà và thơm ngon; ngon lành, tinh tế; đầy hương vị.

훈계 sự khuyên răn, nhắc nhở, sự cổ vũ, hô hào, sự diễn thuyết; [경고] lời quở trách, lời cảnh cáo. *--하다 khuyên răn, nhắc nhở, cảnh cáo, la rầy, cổ vũ.

훈공 kỳ tích, kỳ công, thành tích chói lọi, xứng đáng, đáng khen.

훈기 không khí ấm áp. 몸의 훈기 thân nhiệt.

훈김 [훈기] không khí ấm áp; [세력] tác dụng, ảnh hưởng, năng lực.

훈도 [교사] giáo viên tiểu học; [가르침] sự giảng dạy.

훈도 --하다 rèn luyện trí óc, đào tạo, dạy dỗ, chỉ dẫn, huấn luyện.

훈독 sách Hàn dịch từ chữ Hán (Trung quốc), bản dịch từ tiếng Trung quốc ra tiếng Hàn quốc.

훈련 –하다 huấn luyện, rèn luyện, tập luyện. *--교관 huấn luyện viên.

훈련소 trường (trại) huấn luyện. @육군 신병 훈련소 trường huấn luyện tân binh.

훈령 chỉ thị, sự chỉ dẫn, nội quy chính thức. *--하다 đào tạo, chỉ dẫn, ra lệnh, ban hành (lệnh), chỉ thị.

훈민 정음 [한글] hệ thống chữ viết Hàn quốc.

훈방 --하다 phóng thích người nào với lời cảnh cáo, nhắc nhở.

훈사 lời nói có ý cảnh cáo, nhắc nhở.

훈수 [장기.바둑의] lời mách nước, lời nhắc nhở, gợi ý bóng gió, lời ám chỉ. *--하다 mách nước, gợi ý, nói bóng gió.

훈시 sự chỉ dạy, cách nói năng; [훈령.게시] lời thông cáo chính thức. –하다 đào tạo, chỉ dẫn, rèn luyện; [훈령.게시] ra thông cáo chính thức.

훈위 huân chương chiến công.

훈육 sự đào tạo, sự huấn luyện, sự tập huấn, sự học tập. –하다 rèn luyện, đào tạo, học tập.

훈장 thầy giáo làng, giáo viên.

훈장 huy chương, mề đay. @훈장을 수여하다 tặng thưởng huân chương; gắn huân chương cho ai.

훈제 sự hun khói (thịt), sự xông khói, un khói. @훈제의 (thịt) hun khói // 훈제로하다 hun khói, xông khói (động từ).

훈증 [소독] sự xông khói, hun khói. –하다 xông khói, hun khói. *--제 thuốc xông.

훈풍 làn gió êm dịu, hơi thở ấm áp.

훈화 châm ngôn, phương châm, ngụ ngôn, lời răn, lời khuyến cáo, lời ngụ ý..

훈훈하다 ấm cúng, tiện nghi thoải mái. @몸이 훈훈해지다 trở nên ấm áp.

훌닦다 nhiếc móc, đay nghiến, chì chiết, cằn nhằn.

훌떡 lanh lẹ, nhanh nhẹn (재빠르게); hoàn toàn, tuyệt đối (죄다). @훌떡 벗고 hoàn toàn trần trụi; trần như nhộng // 훌떡 벗다 tự cởi hết quần áo.

훌라댄스 (*hula dance*) vũ điệu Hula của các cô gái Hawaii.

훌렁 => 훌떡

훌렁거리다 rộng lùng thùng. @옷이 훌렁거린다 mặc bộ đồ rộng lùng thùng.

훌렁하다 lỏng lẻo, lùng thùng, không chặt. @바지의 무릎이 훌렁하다 cái quần căng phồng ra ở gối.

훌륭하다 (1) [좋다] hay, đẹp, tốt, ưu tú, xuất sắc., nguy nga, lộng lẫy, huy hoàng, tuyệt vời. (2) [존경할만하다] tươm tất, tề chỉnh, đứng đắn, tao nhã ngay thẳng, chính trực. có giá trị, xứng đáng (가치있는). @훌륭한 인물 một người đàng hoàng, đứng đắn. (3) [감탄] đáng khâm phục, đáng nể, đáng ca ngợi. @훌륭한 행동 một hành động đáng ca ngợi, một nghĩa cử đáng khâm phục. (4) [고상] cao thượng, cao quý. @훌륭한 인격자 một con người có tính cách. (5) [위대] vĩ đại, xuất chúng, nổi bật. @훌륭한 학자 một học giả lỗi lạc. (6) [공정] công bằng, ngay thẳng, chính trực, trung thực, hợp tình hợp lý. (7) [충분] đủ, đủ dùng, thích đáng, hợp lệ, hợp pháp.

훌부시다 giặt rửa, xúc, giũ.

훌쩍 [날쌔게] nhanh chóng, nhảy vọt. [마시는 모양] (uống) một ngụm, một hớp. @훌쩍 말에 올라타다 (말에서 내리다) phóng lên lưng ngựa // 훌쩍 들이마시다 nuốt ực xuống.

훌쩍거리다 nhấm nháp, hớp, hút, bú, uống từng chút, từng ngụm nhỏ. [콧물을] khụt khịt, sổ mũi. [울다] khóc sụt sùi.

훌훌 (1) [나는 모양] sự dao động, sự rung động. [뛰는 모양] tiến nhanh, nhảy vọt, sự nhanh trí. (2) [타는 모양] đang cháy. (3) [던지는 모양] ném, vứt, liệng dễ dàng. [벗는 모양] cởi ra, tuột ra (áo quần).

훑다 đập, vỗ, tháo, chải, tước, lột, cởi; [제거하다] dời bỏ, tháo, lau chùi, cọ, rửa. @벼를 훑다 đập lúa // 버들잎을 훑다 *tước hết lá cây liễu.*

훑어보다 nhìn từ trên xuống dưới, nhìn từ đầu tới chân, quan sát kỹ. @사람을 위아래로 훑어보다 nhìn người nào từ đầu tới chân, từ trên xuống dưới.

훑이다 đập (chải)

훔쳐내다 => 훔치다

훔치개질 --하다 => 훔치다.

훔치다 (1) [절도] ăn cắp vặt, lấy trộm, chôm chỉa. @훔친 물건 đồ gian, hàng ăn cắp. (2) [닦다] lau chùi sạch, xóa sạch, tẩy sạch. @훔쳐내다 lau, chùi, cọ, tẩy, xóa đi.

훔켜잡다 nắm chặt, ôm chặt, túm chặt, giữ chặt.

훗날 vài ngày sau. @훗날에 đến vài ngày sau, trong vài ngày sau, trong tương lai.

훗배앓이 chứng đau dạ con sau khi sinh.

훗일 mai sau, tương lai. @훗일을 계획하다 lập kế hoạch cho tương lai.

훗훗하다 không ấm áp dễ chịu, nóng bức.

훤칠하다 có một dáng dấp cao to lực lưỡng (vạm vỡ / nảy nở).

훤하다 (1) [흐릿하게 밝다] lờ mờ, nhợt nhạt, xanh xao, mập mờ. (2) [앞이] thông suốt, không chướng ngại, mở rộng.; [얼굴이] có nắng, sáng; [통달] quen thuộc, thân thiết với.

훨씨 (1) [정도] nhiều, bỏ xa, hơn hẳn; tất nhiên, dĩ nhiên, chắc chắn. @이것이 훨씬 낫다 cái này khá hơn nhiều. (2) [공간적으로] xa hơn nhiều. (3) [시간적

으로] từ xa xưa, từ ngày xưa.

훨훨 (1) [나는 모양] bay bổng, nhẹ nhàng, từ tốn. (2) [불이] bừng bừng, sôi nổi, mãnh liệt. (3) [부채질] lanh lợi, mạnh mẽ, sôi động, đầy khí lực, năng động.

훼방 [비방] sự phỉ báng, sự vu khống, lời nói xấu, lăng mạ. [방해] sự ngừng, sự ngắt quãng. –하다 vu khống, nói xấu, phỉ báng. [방해] làm gián đoạn, làm đứt quảng, ngăn trở, phá đám, can thiệp vào, xen vào.

훼손 sự tổn thương, sự thiệt hại. [명예를] lời nói xấu, sự bôi nhọ (문서에 의한). –하다 làm hư hại, làm tổn thương, xúc phạm; [명예를] làm mất danh dự, phỉ báng. *명예-- bôi nhọ, nói xấu, làm thiệt hại danh tiếng của người nào.

휑뎅그렁하다 => 휑하다

휑하다 rỗng tuếch, trống không, trống rỗng, hoang vắng, trống trải.

휘 @휘 한숨 쉬며 với một tiếng thở dài // 한숨을 휘 쉬다 thốt ra tiếng thở dài nặng nề.

휘감기다 làm bị thương, gây ra vết thương. @담장이가 휘감긴 나무 dây thường xuân quấn lấy thân cây.

휘감다 quấn cuộn buộc, xoắn quanh, cột, trói.

휘감치다 [일을] sắp xếp, dàn xếp, giải quyết, ổn định, làm sáng tỏ; [가장자리를] viền, may, khâu lên.

휘날리다 [바람에] bay phần phật; [명성을] vang dội, vang lừng (tên tuổi của người nào).

휘늘어지다 gục xuống, rũ xuống.

휘다 (1) [휘어지다] làm cong oằn xuống, bị bẻ cong, bị bóp méo, xuyên tạc, biến dạng. (2) cong, oằn, vênh. @쇠줄을 휘다 bẻ cong sợi dây kẽm. (3) [휘어잡다] khuất phục ý chí (tư tưởng) của người nào.

휘도 [물리 vật lý] tia sáng.

휘돌리다 quay lộn, xoay vòng.

휘두르다 (1) [칼 따위] khua, vung (gươm); khoa (khoa chân múa tay); cầm, nắm, sử dụng (một dụng cụ, một vũ khí). (2) [정신을] làm xáo trộn, làm hoang mang, bối rối, lúng túng. (3) [사람을 người] làm con rối, làm bù nhìn; lảo đảo, lung lay, chập chửng.

휘둥그러지다 ngạc nhiên, giật mình.

휘둥그렇다 mở to mắt ra (vì ngạc nhiên).

휘뚜루 cho nhiều mục đích (nhiều công dụng) / bằng nhiều cách khác nhau.

휘뚝거리다 (1) chập chờn, lắc lư, sắp đổ, không vững, hay thay đổi. (2) [조바심] cảm thấy lo lắng, bồn chồn, bối rối, bực dọc.

휘뚝휘뚝 lung lay, dao động, bấp bênh, dễ đổ, cheo leo, chập chờn, không vững.

휘뚤휘뚤 quanh co, khúc khuỷu, uốn khúc.

휘말다 làm cho ẩm ướt, dơ bẩn, nhớp nháp; hư, hỏng, ươn, thối. [휘감다] bọc, quấn, cuộn kỷ chung quanh, xử lý một cách cẩn thận.

휘말리다 được quấn lại, bọc lại, cuộn lại; kéo vào, lôi vào, trộn lẫn vào.

휘몰다 xúc tiến, đẩy mạnh, dục giả, thúc dục.

휘몰이 --하다 theo đuổi, săn đuổi, bao vây, dồn bắt. => 휘몰다

휘발 sự bay hơi, sự làm cho bốc hơi đi. –하다 bay hơi, bốc hơi. @휘발성의 dễ bốc hơi (hay thay đổi đột ngột). *--물

chất dễ bay hơi. –성 tính chất không kiên định, tính biến đổi nhanh thành hơi. –유 xăng, dầu / chất dễ bốc hơi.

휘석 [광물 khoáng chất] piroxen (*pyroxene*).

휘선 [물리 vật lý] tia sáng, vệt sáng. *--스펙트럼 tia phổ quang.

휘슬 tiếng còi, tiếng huýt sáo.

휘어들다 bị ép buộc, bị bức hiếp, áp bức. [사람이] nhượng bộ, đầu hàng, chịu thua.

휘어잡다 (1) cầm, nắm vật gì trong tay; ôm, túm, chộp, vồ, lấy, cầm, nắm. (2) [사람을] kiểm tra, kiềm chế, dưới sự kiềm chế của người nào.

휘어지다 uốn cong, làm vênh (oằn), bẻ cong, làm méo mó.

휘우뚱 --하다 lúc lắc, lung lay, dễ đổ, mất thăng bằng.

휘우듬하다 hơi vênh, hơi cong.

휘장 màn cửa, màn che. @휘장을 치다 kéo màn, căng màn.

휘장 huy hiệu, huy chương, phù hiệu, quân hàm, lon; vật tượng trưng (군인들의).

휘적거리다 khoa tay; vung, quơ tay. @휘적거리며 với vẻ vênh váo nghênh ngang.

휘적휘적 hành động khoa tay múa chân.

휘젓다 (1) khuấy, quậy, đánh (đánh kem, trứng); [팔을 tay] vung , khoa, quơ tay. (2) [어지럽게] làm xáo trộn, làm rối mù, rối tung, đảo lộn.

휘주근하다 (1) [늘어지다] mềm yếu, ẻo lả, nhũn, nhão, mềm, yếu đuối, ủy mị. @휘주근해지다 trở nên mềm yếu. (2) [지쳐서] mờ đục, tối tăm, u ám, ảm đạm. @휘주근해지다 chết mệt, mệt lữ, mệt rả rời.

휘지다 kiệt sức, mệt lữ.

휘지르다 vấy bẩn (quần áo), làm dơ bẩn.

휘지비지 --하다 bưng bít (một sự việc), bao che, giữ gìn, lấp liếm (một vấn đề); giữ bí mật. @휘지비지되다 trở nên mơ hồ, tan thành mây khói.

휘청거리다 linh động, linh hoạt, dễ uốn nắn, dễ thuyết phục, dễ dụ, dễ bảo, dễ tác động, chần chừ, phân vân, dao động.

휘추리 gậy, roi, que, cành cây nhỏ.

휘파람 tiếng còi, tiếng huýt sáo. @휘파람을 불다 huýt sáo, thổi còi.

휘하 dưới ngọn cờ của.., theo phe đảng của...

휘호 [서] lối viết, văn phong; [화] thuật vẽ. –하다 viết, vẽ, sơn, tô, dùng, cầm, sử dụng.

휘황찬란하다 chói lọi, rực rỡ, lộng lẫy.

휘휘 vòng quanh. @휘휘 감다 quấn (sợi dây) quanh (vật gì).

휘휘하다 tối tàn, ảm đạm, thê lương, buồn thảm, hoang vắng, đìu hiu, heo hút.

휙 [돌아가는 모양] cơn lốc, cơn gió mạnh. [바람이 gió] tiếng gió rít; [던지는 꼴] nhẹ nhàng và nhanh nhẹn. @휙 열리다 mở tung.

휠체어 (*a wheel chair*) ghế có bánh xe.

휩싸다 bọc lại, gói lại, bao quanh; [비호] che chở, bảo vệ, bao che, lấp liếm, che đậy.

휩싸이다 được gói lại, bao lại; [비호] được che chắn. @불길에 휩싸이다 bị ngọn lửa bao quanh, chìm trong lửa đỏ.

휩쓸다 (1) quét sạch, phủi sạch, cuốn theo, lôi theo. @휩쓸리다 bị cuốn vào

ㅎ

// 파도에 휩쓸리다 bị cơn sóng cuốn sạch. (2) [제멋대로] lan tràn, vượt quá; cơn điên cuồng, thịnh nộ.

휴가 ngày lễ, ngày nghỉ, sự được phép nghỉ (사가); giấy nghỉ phép; thời gian nghỉ phép cho công nhân đi lao động, công chức đi công tác ở nước ngoài. (장기 휴가). @휴가중에 trong thời gian nghỉ phép, lúc đi phép // 휴가를 얻다 nghỉ phép // 휴가를 주다 cấp phép cho người nào. *생리-- ngày phép đặc biệt cho nữ công nhân. 유급-- số tiền đi nghỉ phép.

휴간 sự đình chỉ, sự ngừng xuất bản. –하다 ngừng xuất bản.

휴강 sự không có bài giảng trong ngày. –하다 không cho bài giảng trong ngày, vắng mặt ở trường.

휴게 sự nghỉ ngơi, sự yên nghỉ, sự nghỉ giải lao, giờ ra chơi (짧은); lúc nghỉ, lúc ngừng (막간의). –하다 nghỉ, nghỉ giải lao, nghỉ ra chơi, tạm ngừng. *--시간 giờ giải lao. –실 phòng giải lao, phòng ngồi chơi, phòng đợi, phòng ngoài.

휴관 --하다 đóng cửa (rạp hát). @금일휴관 hôm nay đóng cửa.

휴교 nhà trường tạm đóng cửa, sự kết thúc khóa học. –하다 tạm thời đóng cửa (trường), tạm nghỉ, tạm ngừng.

휴대 --하다 cầm, xách, mang vật gì theo mình. @휴대용의 vật xách tay, đồ có thể mang theo. 휴대용 라디오 radio xách tay. *--식량[군사] khẩu phần của quân đội (chiến đấu). –품 vật dụng cá nhân, hành lý xách tay; trang bị cầm tay của quân đội lúc hành quân. –품 보관소 phòng giữ mũ áo, phòng gửi đồ đạc.

휴등 --하다 treo lơ lửng – treo đèn điện.

휴머니티 (*humanity*) lòng nhân đạo.

휴머니스트 (*humanist*) nhà nghiên cứu khoa học nhân văn; người theo chủ nghĩa nhân đạo.

휴머니즘 (*humanism*) chủ nghĩa nhân đạo.

휴식 --하다 nghỉ, nghỉ giải lao. *--소 phòng nghỉ, phòng đợi. –시간 giờ giải lao (짧은).

휴양 sự nghỉ ngơi, sự thư giản, sự tiêu khiển, giải trí, sự phục hồi (병후의). –하다 nghỉ ngơi, thư giản, giải trí, hồi phục (sức khỏe). *--지 trung tâm giải trí.

휴업 sự đóng cửa, sự ngưng kinh doanh mua bán (영업의), sự ngưng hoạt động (공장의); ngưng diễn (극장의 rạp hát, hí viện). –하다 đóng cửa, dẹp tiệm, ngưng kinh doanh. @금일휴업 hôm nay đóng cửa.

휴일 ngày lễ, ngày nghỉ. @바닷가에서 휴일을보내다 trải qua ngày nghỉ phép bên bờ biển. *--근무 công việc ngày lễ. –수당 không phận sự miễn vào. 입시-- ngày nghỉ đặc biệt.

휴전 ngưng cung cấp điện. *--일 ngày cúp điện.

휴전 thỏa hiệp ngừng bắn, lệnh ngừng bắn. –하다 đình chiến, cho lệnh ngừng bắn. @휴전중이다 đang ở tình trạng đình chiến. *--교섭 đàm phán (dàn xếp) ngưng bắn. –명령 mệnh lệnh ngưng bắn. –조약 hiệp ước ngưng bắn. –회담 đàm phán (hội thảo/hội đàm) ngưng bắn.

휴정 giờ nghỉ giải lao của phiên tòa. –하다 tòa tạm nghỉ (tạm ngừng). *--일 ngày nghỉ, ngày không xử án.

휴지 sự ngưng, sự tạm nghỉ. –하다 ngưng,

dừng, nghỉ. @휴지부를 찍다 định kỳ hạn, ngưng. *--부호 [음악 âm nhạc] dấu nghỉ, dấu lặn.

휴지 giấy vệ sinh (화장지); giấy vụn, giấy bỏ. *--통 giỏ, sọt giấy vụn (giấy bỏ).

휴직 sự đình chỉ công tác. –하다 ngưng chức vụ, đình chỉ công tác, treo giò. @휴직한 đã thôi việc, đã về hưu. *--금 1/2 lương (lương thôi việc, lương hưu).

휴진 sự ngưng khám bệnh. –하다 ngưng khám bệnh, không nhận bệnh nhân. @금일 휴진 hôm nay đóng cửa (nghỉ).

휴학 sự tạm nghỉ học, sự tạm vắng mặt ở trường. –하다 tự nghỉ học, trốn học. *--생 học sinh vắng mặt.

휴한지 đất bỏ hoang.

휴항 --하다 hoãn chuyến đi (tàu, thuyền). (배가) dự trữ được, để dành được.

휴화산 ngọn núi lửa ngủ yên (ngưng hoạt động).

휴회 sự dời lại, hoãn lại. –하다 hoãn lại, dời lại, đình lại,tạm ngừng. @휴회중이다 đang tạm ngưng.

휼계 mưu mô, thủ đoạn, một âm mưu tội lỗi, một kế hoạch xấu xa, ác độc. @휼계에 넘어가다 sa vào âm mưu.

흉 (1) theo, vết sẹo. @흉 있는 열굴 1 khuôn mặt có sẹo. (2) [겨점] sai sót, nhược điểm, khuyết điểm, lỗi lầm. @흉잡다 moi móc khuyết điểm của người khác (bới lông tìm vết).

흉가 căn nhà không hên, nhà có ma.

흉계 một âm mưu tai quái, một kế hoạch độc ác. @흉계를 꾸미다 bày mưu ác độc.

흉골 [해부 giải phẫu] xương ức.

흉곽 [해부] phần ngực, ngực, lòng ngực.

흉금, tấm lòng, tâm can, trong tâm trí, trong thâm tâm, trong lòng. @흉금을 털어놓다 bày tỏ, thổ lộ, bộc bạch tấm lòng (cho..).

흉기 vũ khí phá hoại, vũ khí giết người, súng ống.

흉내 sự bắt chước, tài bắt chước, vật mô phỏng giống hệt. @흉내 내다 mô phỏng, giả mạo, bắt chước.*--장이 người giỏi (có tài) bắt chước, người hay làm đồ giả.

흉년 năm mất mùa, năm đói kém.

흉노 [역사 lịch sử] rợ Hung; Hung nô.

흉도 [악당 lưu manh, vô lại] tên côn đồ, thằng đểu, ranh, tên lưu manh, du côn; [폭도] người gây bạo loạn, chống đối, người phá rối.

흉몽 cơn ác mộng, giấc mơ xấu.

흉물 người xấu, người độc ác, người nham hiểm, xảo trá.

흉벽 (1) [기슴의 외벽] lồng ngực. (2) [군사 quân đội] bờ công sự, công sự nổi.

흉변 thiên tai, thảm họa, tai ương, tai ách. @흉변을 당하다 trải qua tai ách.

흉보 tin xấu, tin báo tử của người nào.

흉보다 nói xấu (không thiện chí), gièm pha, phỉ báng, gây tai tiếng cho ai.

흉부 vú, ngực; phần ngực (곤충의 côn trùng).

흉사 thảm họa, tai ương, điều bất hạnh, chuyện rủi ro.

흉상 một bộ mặt xấu xí, diện mạo xấu xa (관상적으로)

흉상 vòng ngực, tượng bán thân.

흉악 --하다 [성질이] hung ác, bạo tàn, tồi tệ, cục súc, bỉ ổi, đê tiện, hèn hạ, xấu xa, đồi bại. *--법 tên tội phạm độc ác.

흉어 một mẻ cá kém (ít)

흉위 đường vòng quanh ngực, vòng ngực. @넓은(좁은)흉위 vòng ngực rộng (hẹp) // 흉의를 재다 đo vòng ngực cho người nào.

흉일 ngày xấu.

흉작 vụ mùa xấu (thu hoạch kém). @흉작의 해 một năm đói kém.

흉잡다 phàn nàn, chê trách, xoi mói, bới móc lỗi lầm của người nào.

흉잡히다 bị chê trách, xoi mói.

흉장 bờ tường cao đến ngực, ụ, bờ công sự, công sự nổi.

흉조 một điềm gỡ, một điềm xấu. @흉조의 điềm chẳng lành, điềm xấu, điềm đáng ngại.

흉중 lòng ngực, tâm can, tấm lòng, cảm giác, tư duy, ý nghĩ. @흉중에 trong lòng, tận đáy lòng.

흉측 --하다 xấu xa, kinh khủng, ác độc.

흉측스럽다 => 흉측 (--하다)

흉탄 phát đạn của tên côn đồ, viên đạn của hung thủ. @흉탄에 쓰러지다 bị giết chết bằng 1 viên đạn của sát thủ.

흉터 vết sẹo, vết thương lòng => 흉.

흉포 --하다 dữ tợn, hung ác, tàn bạo, cục súc.

흉하다 (1) [불길 xấu, bất hạnh] báo điềm xấu, điềm gở, mang lại điềm xấu, đáng ngại; [사악] xấu xa, tội lỗi. (2) [보기에] xấu, thô, không đẹp mắt, kinh khiếp. @흉한 꿈 một cơn ác mộng // 흉한짓 một hành động độc ác // 보기 흉하다 tạo một dáng vẻ xấu xí.

흉하적 sự bắt bẻ, sự chê bai, trách móc. –하다 vạch lỗi, bới lỗi người nào.

흉한 [악한] tên vô lại, lưu manh, cồn đồ, gã bất lương.; [암살자] kẻ giết người, tên sát nhân.

흉행 bạo lực, bạo hành, tính chất thô bạo, quá khích, tội ác (범죄); tội giết người (살인); cuộc mưu sát (암살 ám sát).

흉허물 tội lỗi, sai lầm, thiếu sót.

흉허물 없다 thân thiết đủ để thấy rõ thiếu sót (những thầm kín riêng tư) của nhau.

흉흉하다 [민심이] trong trạng thái kinh hoàng, hoảng sợ, đầy sợ hãi, rụng rời, khiếp đảm.

흐너뜨리다 phá hủy, lật đổ, đánh đổ, phá đổ, kéo xuống.

흐너지다 thất bại, suy sụp, nản lòng, nản chí.

흐느끼다 nức nở. @흐느껴 울다 khóc nức nở 흐느끼며 말하다 nức nở nói, nghẹn ngào nói.

흐느적거리다 rung rinh, lung lay, nhấp nhô, lắc lư nhẹ.

흐느적흐느적 --하다 lỏng, không chặt, ọp ẹp, dễ sụp, dễ lung lay, hay dao động.

흐늘거르다 (1) [늘고 지내다] la cà, thơ thẩn, chơi rong, lười nhác, ăn không ngồi rồi. (2) [흔들거리다] treo lủng lẳng, đu đưa, lúc lắc.

흐늘흐늘 (1) sự đong đưa, sự lắc nhẹ. (2) mỏng manh, nông cạn, hời hợt. *--하다 mềm, nhão, dễ ép, dễ nén, dễ vắt; hời hợt, nông cạn.

흐들갑스럽다 => 호들감스럽다.

흐려지다 [날이] có mây, đầy mây; [눈이 mắt] lờ mờ, nhìn không rõ.

흐르다 (1) [유동] chảy ra, tuôn ra, chảy xuống; chảy nhỏ giọt (쫄쫄); chảy thành rãnh. (강이 sông) 바다로 흐르다 chảy ra biển. (2) [넘치다 tràn ngập] ngập lụt, tràn trề, tràn đầy. (3) [쏠리다 nghiêng, xiên] rơi vào, sa ngã vào. (4) [세월이 thời gian, cơ hội] trôi qua, chảy qua. (5) [새다 thoát ra] lọt ra, rò rỉ qua. (6) [퍼지다 lan tràn, lan rộng] thịnh hành, phổ biến, lan khắp.

흐리다 [(1)] (1) [혼탁 mờ đục] vẩn đục, vấy bùn, như có bùn, không sạch (술 따위가). (2) [날씨가 thời tiết] u ám, đầy mây, có mây. (3) 희미하다 mập mờ, mơ hồ, lờ mờ, đục, ngột ngạt, mù mịt, đầy sương mù; nhạt, bạc thếch (màu sắc); mờ, nhạt (ảnh). (4) [시력이] tối, lờ mờ; mờ đục, xỉn, xám xịt, ố mờ; mờ mắt, u mê, đần độn.

흐리다 [(2)] (1) [말끝을] nói lập lờ, nói nước đôi. @말끝을 흐리다 nói mơ hồ, nhập nhằng, tối tăm khó hiểu, phát biểu không rõ, mơ hồ. (2) [혼탁하게] làm vấy bùn, làm bẩn, làm mờ đục. (3) [명예 따위를] làm nhơ nhuốc, dơ bẩn.

흐리멍덩하다 mập mờ, mơ hồ, mờ nhạt, lờ mờ, không minh bạch, mù mịt, rối rắm, không rõ ràng; lầy lội, lấm bùn.

흐리터분하다 (1)[사물이 đồ vật, sự việc] tối mờ, vẩn đục; không rõ ràng. (2) [마음이 tâm hồn] mờ ám, không trung thực, không cởi mở, nham hiểm, lọc lừa.

흐릿하다 hơi mờ.

흐무러지다 (1) [너무 익다 quá độ] trở nên chín nẫu, chín mùi. (2)물에 불어서] trở nên thật mềm, nhũn.

흐물흐물 --하다 chín mùi, chín rục. @흐물흐물 해지다 mềm rục ra thành món mứt (trái cây).

흐뭇이 một cách vui lòng, thích thú, vui sướng, thỏa mãn.

흐뭇하다 hài lòng, vui lòng, vừa lòng, thỏa mãn.

흐벅지다 bụ bẩm, phúng phính, đầy đặn, tròn trỉnh, mập mạp.

흐슬부슬 --하다 dễ vỡ vụn, dễ sụp; không dính.

흐지부지 (1) =>휘지비지. (2) tàn phá, phá hoại, hao mòn, tiêu hao; không chủ tâm, không cố ý.

흐트러뜨리다 (1) [흩다] tung, gieo, rải, rắc, phân tán, xua tan. @닭이 모이를 흐트러뜨리다 con gà mái bới vung vải thức ăn của nó. (2) [산란 dao động, bối rối] @머리를 흐트러뜨리다 làm rối bời mái tóc. (3) [정신을 tâm trí, tâm hồn] làm rối trí, xao lãng.

흐트러지다 tung, rắc, gieo, vãi, xua tan, phân tán, làm rối bời; [정신이 tâm trí] làm xao lãng.

흑 màu đen => 흑색 [바둑돌] viên đá *badook* màu đen.

흑내장 [의학 y học] chứng thanh manh.

흑단 gỗ mun.

흑막 [내막] dấu diếm, che đậy hoàn cảnh; bên trong, mặt trái, nội bộ; [배후인물] người giật dây đụi.

흑맥주 rượu bia đen.

흑발 tóc đen.

흑빵 bánh mì đen.

흑백 hắc bạch, trắng đen, phải quấy, tốt xấu, đúng sai. *--시진 ảnh (phim) đen trắng.

흑사병 [의학 y học] bệnh dịch.

흑사탕 đường cát, đường thô, đường mía.

흑색 màu đen. *--인종 dân da đen (chủng tộc).

흑수 --병 bệnh than (ở cây) (깜부기 vết nhọ)

흑수정 [광물 khoáng chất] *morion.*

흑심 tim đen, ý đồ xấu xa.

흑암 hắc ám, đen tối, ám muội.

흑연 chì đen, than chì. *--광 mỏ than chì *graphit.*

흑요석 [광물 khoáng chất] đá vỏ chai *obsidian.*

흑운모 [광물] chất *biotite.*

흑인 người (chủng tộc) da đen. @흑인 여자 người phụ nữ da đen. *--극 buổi biểu diễn của dân da đen. –영가 dân ca tôn giáo của nô lệ da đen.

흑자 chữ đen. @재정이 흑자이다 dùng màu đen.

흑점 vết đen, chấm đen, đốm đen.

흑책질 --하다 cản trở, gây trở ngại, phá ngang, làm mất tác dụng, làm gián đoạn, làm vỡ mộng.

흑탄 than đen.

흑토 đất đen.

흑판 bảng đen. @흑판을 닦다 lau bảng. *--지우개 khăn lau, giẻ lau bảng.

흑해 biển đen.

흑흑 tiếng nức nở. @흑흑 흐느껴 울다 khóc thổn thức, khóc nức nở.

흑덕거리다 đu đưa, lắc lư, lúc lắc, dao động, run.

흑덕이다 lung lay, lỏng lẽo, không vững chắc, lảo đảo, sắp đổ.

흑드렁거리다 => 흑드적거리다 => 흑들거리다 lung lay, lắc lư, lúc lắc.

흔들다 run, lắc, ve vẩy, rung chuyển, lắc lư.

흔들리다 lắc, rung, rung động, lắc bật ra, làm xóc nảy lên. (차가), lúc lắc (매단린 것이); dao động, nao núng (마음이).

흔들의자 ghế xích đu, ghế bập bênh.

흔들흔들 --하다 => 흔들다.

흔연하다 vui sướng, hạnh phúc, phấn khởi, hân hoan, hài lòng, hả dạ. @흔연히 một cách vui vẻ, hân hoan; một cách sẵn lòng.

흔적 vết tích, dấu vết, chứng cứ, dấu hiệu, biểu thị. *--기관 [생물 sinh vật] cơ quan vết tích.

흔전거리다 sống trong cảnh xa hoa.

흔전만전 cảnh sung túc, sự phong phú dồi dào, sự thừa thải, dư dật.

흔전하다 sung túc, phong phú, dồi dào, dư dật.

흔쾌 --하다 vui lòng, hân hoan, vui sướng, thích thú.

흔하다 tầm thường, bình thường, chỗ công cộng.

흔히 [풍부히] có nhiều, vô khối; [보통. 종종] bình thường, thông thường, thường lệ, thường xuyên; [주로] hầu hết, phần lớn, thường là, chủ yếu là; [대개] đại thể, đại khái là, thông thường là. @흔이 있는 일 công việc thông thường, công việc thường ngày // 흔히... 하다 có khuynh hướng, có khả năng, có thể được...

흘게늦다 mối nối lỏng lẻo, lòng thòng; bản lề lung lay.

흘겨 보다 liếc mắt nhìn ai, liếc ngang, nhìn ngang; nhìn thoáng qua.

흘금거리다 nhìn nghi ngờ, nhìn nghiêng.

흘긋거리다 => 흘금거리다

흘기다 nhìn sắc bén, liếc xéo.

흘깃 một cái liếc mắt. @흘깃 보다 đưa mắt nhìn, liếc mắt nhìn.

흘깃거리다 (흘깃흘깃) nhìn trừng trừng, quắc mắt nhìn.

흘끗 liếc nhìn, nhìn thoáng qua. @흘끗 보다 lén nhìn.

흘러들다 chảy vào, cuốn vào, tháo cạn vào.

흘레 sự giao hợp, sự giao cấu. –하다 giao hợp, giao cấu, giao phối. @흘레붙이다 kết đôi, sánh cặp, lấy nhau.

흘리다 (1) chảy tràn ra, trào ra. @눈물을(피를) 흘리다 nước mắt (máu) trào ra. (2) bỏ, mất. (3) [글씨를] chữ viết nguệch ngoạc, cẩu thả, chữ viết thảo. (4) [귓전으로] không được báo trước.

흘림 kiểu chữ thảo, lối viết thư pháp. @흘림으로 쓰다 viết thư pháp.

흘미죽죽 --하다 lờ đờ, chậm chạp, biếng nhác, cẩu thả, luộm thuộm.

흘수 đơn vị đo, máy đo (dò) lượng nước biển. *--선 mực nước.

흘쩍거리다 lêu lỏng, rong chơi, lười nhác, trì độn, chậm chạp.

흙 đất, mặt đất (지면); bùn, đất sét.

흙감태기 @흙감태기가 되다 phủ dầy bùn đất.

흙구덩이 lỗ, lỗ trũng dưới đất.

흙내 sự ngửi thấy mùi đất. @흙내말다 (나무가) đâm rễ (cây).

흙더미 một đống đất.

흙덩이 một cục đất.

흙먼지 một đám bụi

흙무더기 => 흙더미 một đống đất, một ụ đất.

흙뭉치 một hòn đất.

흙받기 [미장이의] mảnh gỗ đựng vựa hồ, có tay cầm ở mặt dưới (dùng cho thợ hồ) [자동차의] cái chắn bùn.

흙비 cơn bão cát.

흙빛 màu nâu đất. @흙빛의 xám tro, nhợt, tái.

흙손 cái bay của thợ hồ.

흙손질 --하다 trát bằng cái bay.

흙일 công sự đào đắp bằng đất. –하다 công việc đào đắp đất.

흙칠 --하다 vấy bùn, làm bẩn đầy bùn.

흙탕물 nước đục ngầu (có bùn).

흙투성이@흙투성이가 되다 phủ đầy bùn (đất).

흠 (1) cái thẹo, vết sẹo => 흉. (2) [물건의 đồ vật] vết nứt, chỗ rạn, vết ố nhỏ, đốm nhỏ, vết thâm, vết sứt sẹo [과일의 ở trái cây]. @흠이 있는 bị rạn nứt, có vết sẹo, có tì vết. (3) [결점] nhược điểm, yếu điểm, thiếu sót, sai lầm.

흠 hum! Humph! tiếng ngân nga trong cổ họng.

흠내다 để lại vết sẹo, làm rạn nứt.

흠뜯다 dèm pha, chê bai, làm mất thể diện, hạ uy tín, nói xấu người nào.

흠모 sự hâm mộ, sự ngưỡng mộ, sự tôn sùng. –하다 ngưỡng mộ, mê thích, sùng bái.

흠뻑 hoàn toàn, đầy đủ, trọn vẹn, hết sức. @흠뻑 젖은 옷 quần áo ướt sủng (hoàn toàn ướt).

흠씬 đầy đủ, thích đáng, hoàn toàn, trọn vẹn. @고기를 흠씬 삶다 ninh như thịt // 흠씬먹다 ăn no nê, ăn đầy đủ.

흠앙 sự ngưỡng mộ, lòng tôn kính. –하다 sùng bái, ngưỡng mộ, tôn kính.

흠잡다 bới móc, soi mói, bắt bẻ, chê bai lỗi lầm. @흠잡을데가 없다 hoàn hảo, không sai lầm, không phạm lỗi.

흠정 --하다 cho phép, ủy quyền. @흠정의 được phép, được ủy quyền. *--시인 người đoạt giải thi văn. –역 성서 bảng

kinh thánh đã được duyệt [vua Jame đệ nhất của nước Anh (1625) tham gia dịch kinh thánh. –헌법 Hiến pháp được chủ tịch nước công nhận.

흠지다 thành xẹo; làm trầy, xước; có tỳ vết, có vết nứt rạn.

흠집 cái thẹo; sẹo lá. @이마에 흠집이 있다 có vết sẹo trên trán.

흠치르르 --하다 bóng mượt, bóng loáng.

흠칫 sự lùi lại, sự chùn bước vì sợ hãi. –하다 lùi lại, lui lại, chùn lại.

흡기 sự hít vào. –하다 hít vào. *--기 máy hút hơi.

흡력 khả năng hút thu

흡반 ống hút, đĩa hút, ổ rối đĩa nhau.

흡사 [명사적] gần giống, [부자적] suýt soát, hầu như, như thể, cứ như là. –하다 giống nhau, tượng tự, suýt soát, gần giống.

흡상 sự mút, sự hút. –하다 mút, hút, bú.

흡수 sự hút (nước) *--관 ống xi-phông, ống dẫn nước. –펌프 máy bơm nước.

흡수 sự hút. –하다 hút vào. @흡수성의 thấm hút, hấp thu, hút thu. *--관 ống dẫn nước. –력 sức hút, lực hút. –작용 tác dụng hút. –제 chất hút thu.

흡습성 đặc tính nghiệm ẩm, tính hút ẩm. @흡습성의 hút ẩm,nghiệm ẩm.

흡연 sự hút thuốc. –하다 hút thuốc (thuốc lá sợi, thuốc lá điếu, ống điếu). @흡연 금지 cấm hút thuốc (không được hút thuốc nơi đây).

흡인 sự hút, sự hút thu. –하다 hút, hấp thu, thu hút, lôi cuốn. *--기 máy hút. –력 sức hút. –작용 tác dụng hút.

흡입 sự xông, thuốc xông, sự hít vào. –하다 hít vào, nuốt vào, thở vào, hút vào. *--관 ống hút (nạp nhiên liệu). –기 máy hút, máy hô hấp, máy xông mũi.

흡족 --하다 đấy đủ, thích đáng, nhiều, phong phú, dư dật. @흡족히 bằng lòng, thỏa mãn, vừa ý, thỏa mãn, đầy đủ.

흡착 sự bám chặt vào, sự hút thu. *--제 chất hút thu.

흡혈 *--귀 ma hút máu, ma cà rồng.

흥 hừm, hừm! gớm! khiếp!

흥 vui vẻ, vui đùa, vui thích, vui chơi, vui mừng, hân hoan, nô giỡn, trò tiêu khiển, giải trí. @흥에겨워 vui đùa quá trớn, vui chơi quá độ.

흥감 --하다 thổi phồng, khoa trương, cường điệu, đại ngôn, vênh vang, tự đắc. @흥감스럽게 mất nhiều công sức, phải khó nhọc lắm.

흥건하다 đầy nước (음식이).

흥겹다 hết sức buồn cười, rất là thú vị, vui vẻ. @흥겹게 một cách vui vẻ, thú vị.

흥김 @흥김에 giữa lúc vui chơi.

흥뚱황뚱 lơ là, lơ đểnh.

흥망 sự thăng trầm. *--성쇠 => 흥망

흥미 thú vị, thích thú (강한). @흥미 있다 sự việc thú vị; đáng thích thú. // 흥미 없다 buồn tẻ, chán ngắt.

흥분 sự náo động, sự kích động. –하다 kích thích, kích động, làm cho náo động, làm sôi nổi.

흥산 sự phát triển công nghiệp. –하다 phát triển công nghiệp.

흥성 --하다 trở nên phát đạt, thịnh vượng.

흥성흥성 --하다 giàu có, thịnh vượng, phát đạt, phất.

흥신소 phòng hướng dẫn, phòng tín dụng.

흥얼거리다 hát ngân nga, ầm ừ, hát nho nhỏ một mình.

흥업 sự phát triển nền công nghiệp.

홍에 띄다 đùa giỡn quá trớn.
홍이야홍이야 --하다 dúi mũi vào, chen vào, chõ vào, can thiệp vào, dính vào, xen vào.
홍정 giao kèo mua bán, sự mặc cả. [매매] sự mua bán, sự kinh doanh, sự tiếp thị. –하다 dò đúng món hời, mua được giá rẻ; [거래] giao dịch kinh doanh; [매매] mua bán. @홍정붙이다 làm môi giới, mối lái.
홍청거리다 hoan hỉ, phấn khởi, phấn chấn
홍청망청 vui vẻ, hân hoan.
홍취 sự hưởng, sự hưởng thụ, sự thưởng thức. @홍취가 있다 thú vị, thích thú.
홍타령 một điệu dân ca ngân nga ở đầu mỗi câu.
홍패 mệnh số, vận mệnh, định mệnh thăng trầm.
홍하다 phát triển, tăng lên, đưa lên. [번영하다] phồn vinh, thịnh vượng, phát đạt, thành công, thuận lợi.
홍행 [사업 xí nghiệp] trò tiêu khiển, giải trí ở xí nghiệp. [연예] buổi trình diễn, chuyến tham quan. –하다 trình diễn, biểu diễn. *--가치 giá vé. –단 đoàn kịch, gánh hát. –물 một vở kịch, một tác phẩm. –사 ông bầu. –장 nơi trình diễn, rạp hát, gánh xiếc - (서커스 *circus*). –주 người tổ chức.
홍홍 hum hum, humph humph, tiếng ngân nga.
홍홍거리다 [콧노래] hát ngân nga nho nhỏ trong cổ họng một mình; [울다 khóc] rên rỉ, than van, khóc thút thít.
흩날리다 tung rắc, gieo, vải; thôi bay đi.
흩(뜨리)다 tung rắc, rải rắc, phân tán, làm rối tung (머리털을)
흩뿌리다 gieo rắc, rải rác xung quanh.
흩어지다 rải rắc xung quanh, phân tán, bị rối tung, rối bời.
희가극 kịch vui, hài kịch.
희곡 vở kịch, vở tuồng. @희곡적 như kịch, đầy kịch tính. *--작가 nhà soạn kịch, người viết kịch.
희구 nguyện vọng, dục vọng, lòng ham muốn. –하다 mong mỏi, khao khát, có nguyện vọng.
희귀 sự hiếm có, của hiếm. –하다 hiếm có, ít có. @희귀한 물건 hàng hiếm có (hàng quí).
희끄무레하다 => 희끄스름하다 hơi trắng.
희극 hài kịch, kịch vui. @희극적 hài hước, khôi hài //희극을 상연하다 diễn kịch vui. *--배우 diễn viên hài; nhà soạn hài kịch.
희기 sự vui vẻ, phấn chấn, niềm vui.
희끔하다 hơi trắng.
희끗거리다 hoa mắt, choáng váng.
희끗희끗 --하다 có đốm trắng, lốm đốm trắng, hoa râm.
희나리 củi tươi (chưa khô)
희넓적하다 trắng và nhẵn.
희년 bảy mươi tuổi.
희노 => 희로
희다 trắng, đẹp (피부가 làn da); [머리가 đầu tóc] bạc, hoa râm. @얼굴이 희다 có khuôn mặt đẹp. // 머리가 희다 có mái tóc hoa râm.
희대 @희대의 hiếm, hiếm có, bất thường, có một không hai, vô song, khác thường, đặc biệt, chưa từng có.
희드라 (*hydra*) [동물 động vật] con thủy

tức.

희드라짓 [약 thuốc] *Hydrazide*.

희디희다 trắng tinh, trắng trong, trắng như tuyết.

희떱다 lòe loẹt, phô trương, phù phiếm, rỗng tuếch, hão huyền, tự cao, kiêu ngạo; [손크다] rộng rãi, hào phóng.

희뜩거리다 choáng váng, hoa mắt, chóng mặt quay cuồng.

희뜩희뜩 --하다 điểm nhiều đốm trắng; bạc (머리가 tóc). @머리가 희뜩희뜩한 tóc hoa râm, tóc bạc.

희락 vui vẻ, hạnh phúc, may mắn.

희랍 nước Hy Lạp => 그리스 (*Greece*).

희로 vui buồn, xúc cảm, cảm giác. *--애락 vui buồn lẫn lộn.

희롱 sự bỡn cợt, sự nhạo báng, sự bông đùa. –하다 nói đùa, vui đùa, đùa bỡn, giễu cợt, giỡn chơi, trêu chọc, chòng ghẹo, bỡn cợt (남녀가 nam nữ). @여자를 희롱하다 ve vãn, bỡn cợt phụ nữ.

희롱거리다 pha trò, nói đùa, nói chơi, nói giỡn, chơi khăm, chọc ghẹo.

희맑다 trắng và sạch, trong trắng.

희망 [소망] niềm hy vọng, nguyện vọng, khát vọng, tham vọng, hoài bão. –하다 hy vọng, mong chờ, ao ước, ước mơ, mong mỏi, khát khao, thèm muốn.

희망봉 mũi Hảo vọng.

희멀겋다 trắng và sáng (bóng loáng).

희멀쑥하다 trắng và sạch; sạch và đẹp.

희미 --하다 mờ nhạt, lờ mờ, mơ hồ, mang máng, không rõ ràng. @희미하게 một cách mơ hồ.

희박 --하다 mỏng manh, yếu ớt, thưa, rải rác, loãng, nhạt.

희번덕거리다 trợn tròn cặp mắt ra, căng mắt ra nhìn; đão mắt lên xuống => 희번덕이다.

희번드르르하다 đẹp (và) rực rỡ.

희번하다 trắng mờ, trắng đục.

희보 tin vui, tin lành.

희붐하다 희번하다

희비 vui buồn. @희비가 교차하다 cảm giác vui buồn lẫn lộn.

희사 sự bố thí, lòng từ thiện, vật đóng góp, của bố thí, đồ tặng, biếu. –하다 tặng, biếu, cho, bố thí. *--금 của bố thí, quà tiền, tặng phẩm, lễ vật.

희색 vẻ mặt hạnh phúc, sắc mặt vui tươi. @희색 만면하다 luôn tươi cười rạng rỡ.

희생 vật tế lễ, vật tế thần, vật hy sinh, vật cúng tế. –하다 tế lễ, cúng tế, làm vật hy sinh. @...을 희생하여 trả giá bằng... // 어떤 희생을 치르더라도 bằng mọi giá. *--물 vật tế lễ, vật hy sinh, nạn nhân. –심 tinh thần hy sinh. –자 nạn nhân, con mồi.

희서 sách hiếm, sách quý.

희석 [화학 hóa học] sự pha loãng. –하다 pha loãng, làm mất chất. *--액 dung dịch được pha loãng. –제 chất pha loãng.

희세 희세의 bất thường, đặc biệt, hiếm có, vô song, có một không hai.

희소 sự hiếm. –하다 hiếm, ít, có. *--가치 giá cả lúc khan hiếm. –물자 khan hiếm nguyên vật liệu. –성 sự khan hiếm, khó tìm.

희소 --하다 cười vui vẻ.

희소식 tin lành, tin vui. @무소식이 희소식이다 không có tin gì tức là tin vui.

희수 bảy mươi tuổi => 희년.

희아리 hạt tiêu đỏ sấy khô bị mốc trắng.

희열 vui sướng, thích thú, hân hoan, mừng

rỡ.

희염산 [화학 hóa học] acid clohydric pha loãng.

희오 sự vui đùa, trò cười. –하다 bông đùa, giễu cợt, pha trò, chế nhạo.

희우 một cơn mưa dễ chịu, cơn mưa sau thời gian nắng hạn.

희원 => 희망

희원소 [화학] nguyên tố loãng.

희유 --하다 quí, hiếm, ít có, đặc biệt, đặc sắc, hiếm hoi, đáng chú ý.

희읍스름하다 hơi trắng.

희질산 [화학 hóa học] acid nitric loãng.

희치희치 [피.종이가] sờn, mòn, rách khắp nơi; [벗어지다] bung ra, tách ra, rời ra khắp.

희한 quí, hiếm, --하다 khác thường, phi thường, kỳ lạ, đặc biệt, hiếm có, ít có.

희화 lối vẽ biếm họa, tranh châm biếm.

희황산 [화학 hóa học] acid sulfuric loãng.

희희 @희희 웃다 cười điệu, cười màu mè, cười ngớ ngẩn.

희희 낙락 --하다 vui mừng, hân hoan, hoan hỉ, có niềm vui thích say mê.

흰개미 [곤충] con kiến trắng, con mối.

흰곰 con gấu trắng (ở địa cực).

흰나비 con bướm trắng.

흰떡 bánh gạo trắng.

흰말 con ngựa trắng.

흰무리 xôi trắng.

흰밥 cơm trắng.

흰쌀 gạo trắng.

흰소리 hợm hỉnh, khoe khoang, khoát lác, lừa gạt, vênh váo.

흰쑥 [식물 thực vật] cây ngải tây.

흰여우 [동물 động vật] con chồn trắng (cáo).

흰자 [달걀의 gà vịt] lòng trắng trứng.

흰자위 [눈이 mắt] lòng trắng mắt.

흰죽 cháo trắng.

흰쥐 con chuột bạch, chuột trắng.

흰털 tóc trắng.

횡하다 sửng sốt, kinh ngạc, ngạc nhiên, sửng sờ, choáng váng đầu óc.

횡허케 nhanh chóng, mau lẹ, ngay lập tức.

히로뽕 [약 thuốc] chất *philopon*. *--환자 người nghiện *philopon*.

히로인 (*a heroine*) nữ anh hùng; nhân vật nữ chính (trong các tác phẩm văn học).

히브리 @히브리의 người Hê bơ (*Hebrew*), dân Do Thái.

히스타민 [화학 hóa học] *histamine*. *항--제 một dạng thuốc dùng để chữa dị ứng.

히스테리 sự cuồng loạn, cơn kích động.

히아신스 (*hyacinth*) màu xanh tía; [식물] cây hoa dạ lan hương.

히어로 (*a hero*) vị anh hùng; nam nhân vật chính trong các tác phẩm văn học.

히어링 (*hearing*) sự nghe, tầm nghe, thính giác.

히죽거리다 ban cho một nụ cười ngọt ngào.

히죽이 @히죽이 웃다 cười ngọt ngào, cười rạng rỡ.

히트 (*a hit*) cú đánh.

히터 (*heater*) bếp lò.

히피족 phong trào hippy, dân hippy (dạng thanh niên lập dị thích chống lại những qui ước xã hội) (총칭 danh từ chung)

힌두교 Ấn độ giáo (đạo Hindu)

힌트 (*a hint*) lời gợi ý bóng gió, lời ám chỉ.

힐날 sự phê phán, sự trách mắng. –하다

phê bình, phê phán, trách mắng, phản đối.

힐문 câu hỏi có tính chất vấn. –하다 hỏi kỹ, chất vấn, thẩm vấn.

힐책 sự khiển trách, sự chỉ trích. –하다 la rầy, quở trách, khiển trách.

힘 (1) [체력] sức khỏe, sức mạnh, sức sống. (2) [물리적] sức lực, sinh lực, nghị lực, năng lực, nội lực, sức mạnh. (3) [능력] tài năng, năng lực, khả năng. @힘이 있는 có khả năng, đủ trình độ, thạo, giỏi, rành. (4) [노력] sự cố gắng, ráng sức, gắng công, nổ lực, dốc sức. (5) [효력] tính có hiệu quả, hiệu lực, có tác dụng, có ảnh hưởng. @약의 힘 thuốc hay, thuốc có hiệu quả. (6) [조력] giúp sức, hỗ trợ, cứu giúp. @...의 힘으로 với sự giúp sức của...; vì, bởi vì, do bởi, mãi mà.. (7) [강조] sự nhấn nhạnh. @힘을 주어 xác định, rõ ràng. (8) [위력] thế lực, uy lực, uy tín, gây ảnh hưởng. @힘있는 có ảnh hưởng, có uy lực. (9) [정신적인] dũng khí, khí thế. @힘을 얻다 cổ vũ, động viên, hoan hô, khích lệ, làm tăng khí thế.

힘겨룸 cuộc đọ sức. –하다 thử sức, đọ sức.

힘겹다 => 힘부치다

힘꼴 bắp thịt, cơ bắp. @힘꼴이나 쓰는 남자 một anh chàng lực lưỡng; người biểu diễn thể lực thể hình.

힘껏 với tất cả tâm trí, với tâm trí và sức lực. @힘 껏 일하다 làm hết sức mình.

힘들다 gay go, khó khăn, gian khổ, hóc búa, vất vả, khó nhọc, cực khổ, đau buồn. @몸을 굽히기가 힘들다 kiếm ăn vất vả.

힘들이다 cố gắng, gắng sức, dồn hết tâm trí vào.

힘부치다 ngoài khả năng, không đủ sức, không đủ tài (để làm việc gì). @내게는 힘부치는 일이다 công việc ngoài khả năng của tôi.

힘빼물다 hành động kiêu căng.

힘세다 khỏe mạnh, tráng kiện.

힘쓰다 (1) trổ hết sức (để nâng một tảng đá); (2) [애쓰다] nổ lực bản thân, cố ắng hết sức mình. (3) [도와주다] giúp đỡ tận tình.

힘입다 mang nợ, hàm ơn (mang ơn, mắc nợ ai); nhận ân huệ của ai.

힘있다 khỏe mạnh, tráng kiện; [문장.어조가] sinh động, hùng mạnh; [지위.권력으로 보아] có ảnh hưởng, có tác dụng, có uy thế.

힘주다 hiến dâng, cống hiến hết khả năng mình (cho ai / vào việc gì) .

힘줄 [근육] bắp thịt, cơ bắp; [섬유]sợi thớ, gân.

힘줌말 (từ chuyên sâu).

힘치다 mãnh liệt, mạnh mẽ; đầy sinh lực, đầy nghị lực. [벅차다] khó khăn. @힘차게 sinh động, sinh lực. // 힘찬 표현 lời diễn đạt sinh động (đầy sức thuyết phục) // 힘찬 연설 lối nói, lời nói hùng mạnh.

힙 (*hip*) cái hông.

힝 sự hỉ mũi => **힝힝** sự hỉ mũi liên tục.